எம்.வி. வெங்கட்ராம் சிறுகதைகள்

முழுத்தொகுப்பு

எம்.வி. வெங்கட்ராமின் பிற காலச்சுவடு நூல்கள்

- உயிரின் யாத்திரை (நாவல்)
- பனிமுடி மீது ஒரு கண்ணகி (சிறுகதைகள், குறுநாவல்)
- வேள்வித் தீ (கிளாசிக் நாவல்)
- நித்ய கன்னி (கிளாசிக் நாவல்)
- காதுகள் (கிளாசிக் நாவல்)

எம்.வி. வெங்கட்ராம் சிறுகதைகள்

முழுத் தொகுப்பு

எம்.வி. வெங்கட்ராம் (1920–2000)

மணிக்கொடி எழுத்தாளரான எம்.வி.வி. கும்பகோணத்தில் பிறந்தார். தந்தை வெங்கடாசலம், தாயார் சரஸ்வதி. பி.ஏ., ஹிந்தியில் விஷாரத் படித்தவர். 16ஆம் வயதில் 'சிட்டுக்குருவி' என்ற முதல் சிறுகதை *மணிக்கொடி*யில் வெளியானபோது கல்லூரியில் முதல் வருடம் படித்துக்கொண்டிருந்தார். அதன் பிறகு தொடர்ந்து கதைகள், நாவல்கள், குறுநாவல்கள், ஓரங்க நாடகங்கள், கவிதைகள், கட்டுரைகள் எழுதினார்.

1948இல் *தேனீ* என்ற இலக்கிய இதழைத் தொடங்கி நடத்தினார். தமிழின் சிறந்த எழுத்தாளர்கள் அனைவரும் அதற்குப் பங்களித்தனர். *பாலம்* என்ற தமிழ் இலக்கிய இதழுக்கும் கௌரவ ஆசிரியராகப் பணியாற்றினார்.

சொந்தப் படைப்புகள் தவிர ஆங்கிலத்திலிருந்தும் ஹிந்தியிலிருந்தும் நிறைய மொழிபெயர்த்திருக்கிறார். இந்தியாவின் புகழ்பெற்ற மனிதர்களின் வாழ்க்கை வரலாற்றைக் குழந்தைகளுக்காக எழுதினார். இவர் இருநூறுக்கு மேல் நூல்கள் எழுதியிருக்கிறார்.

1993இல் சாகித்திய அக்காதெமி விருது பெற்றார்.

ரவிசுப்பிரமணியன் (பி. 1963)

தொகுப்பாசிரியர்

கும்பகோணத்தில் பிறந்த ரவிசுப்பிரமணியன் எண்பதுகளின் தொடக்கத்தில் எழுதத் தொடங்கிக் கவிதை, சிறுகதை, கட்டுரை எனத் தொடர்ந்து எழுதிவருபவர். இவரது கவிதைத் தொகுதிகளுக்காகத் தமிழக அரசுப் பரிசு (1992), திருப்பூர் தமிழ்ச் சங்க விருது (1996) பெற்றுள்ளார். சாகித்திய அக்காதமியின் ஆலோசனைக் குழு உறுப்பினராக இருந்தவர். தற்போது சில இலக்கிய விருதுகளின் நடுவர் குழுவிலும் உள்ளார். தமிழின் குறிப்பிடத்தக்க ஆவணப்பட இயக்குநர்; இந்திரா பார்த்தசாரதி, மா. அரங்கநாதன், ஜெயகாந்தன், சேக்கிழார் அடிப்பொடி டி.என். ராமச்சந்திரன், கவிஞர் திருலோக சீதாராம் போன்ற இலக்கிய ஆளுமைகளைப் பற்றிய ஆவணப்படங்களை இயக்கியுள்ளார். இசையின் மீது ஆர்வம்கொண்டு, தமிழில் முப்பதுக்கும் மேற்பட்ட கவிஞர்களின் புதுக்கவிதை களுக்கு மெட்டமைத்துப் பாடியும் வருகிறார்.

இவரது கவிதைத் தொகுதிகள்: ‘ஒப்பனை முகங்கள்’ (1990), ‘காத்திருப்பு’ (1995), ‘காலாதீத இடைவெளியில்’ (2000), ‘சீம்பாலில் அருந்திய நஞ்சு’ (2006), ‘விதானத்துச் சித்திரம்’ (2017), ‘நினைவின் ஆழியில் அலையும் கயல்கள்’ (2021). கட்டுரைத் தொகுப்பு: ‘ஆளுமைகள் தருணங்கள்’ (2014).

கைபேசி : 9940045557

மின்னஞ்சல் : ravisubramaniyan@gmail.com

கல்யாணராமன் (பி. 1972)

தொகுப்பாசிரியர்

பழந்தமிழிலும் நவீனத்தமிழிலும் பயிற்சியுள்ளவர். அரசு கல்லூரி ஒன்றில் முதல்வராகப் பணியாற்றுகிறார். ‘நரகத்திலிருந்து ஒரு குரல்’ (1998), ‘எப்படி இருக்கிறாய்’ (1999), ‘ஆரஞ்சாயணம்’ (2017) ஆகிய மூன்று கவிதைத் தொகுப்புகளும் ‘விபரீத ராஜ யோகம்’ (2019) என்ற சிறுகதைத் தொகுப்பும் வெளிவந்துள்ளன. தி.ஜானகிராமனின் நாவல்களை ஆராய்ந்து, முனைவர் பட்டம் (2001) பெற்றுள்ளார். ஆத்மாநாம் பற்றிக் ‘கனல் வட்டம்’ (2016) என்ற விமர்சனநூலை எழுதியுள்ளார். ‘ஜானகிராமம்’ (2021) நூலின் தொகுப்பாசிரியர்.

கைபேசி : 8939445023

மின்னஞ்சல் : sirisharam73@gmail.com

எம்.வி. வெங்கட்ராம் சிறுகதைகள்

முழுத் தொகுப்பு

தொகுப்பாசிரியர்கள்

ரவிசுப்பிரமணியன்

கல்யாணராமன்

காலச்சுவடு பதிப்பகம்

அன்பார்ந்த வாசகருக்கு,

வணக்கம்.

காலச்சுவடு நூலை வாங்கியமைக்கு நன்றி.

நூலின் உள்ளடக்கம், உருவாக்கம், அட்டைப்படம் இன்ன பிற அம்சங்கள் பற்றிய உங்கள் கருத்துகளையும் ஆலோசனைகளையும் காலச்சுவடு வரவேற்கிறது. தகவல், எழுத்து, வாக்கியப் பிழைகள் தென்பட்டால் கட்டாயம் தெரிவித்து உதவுங்கள். நூல் தயாரிப்பில் கடும் குறைபாடு இருப்பின் மாற்றுப் பிரதி உங்களுக்குக் கிடைக்கக் காலச்சுவடு ஏற்பாடு செய்யும்.

மின்னஞ்சல்: publisher@kalachuvadu.com

காலச்சுவடு நாகர்கோவில் தலைமையகத்துக்கும் கடிதம் அனுப்பலாம்.

தங்கள்
எஸ்.ஆர். சுந்தரம் (கண்ணன்)
பதிப்பாளர் – நிர்வாக இயக்குநர்

எம்.வி. வெங்கட்ராம் சிறுகதைகள் (முழுத் தொகுப்பு) ✦ ஆசிரியர்: எம்.வி. வெங்கட்ராம் ✦ © எம்.வி. ஜெயக்குமார் ✦ முதல் பதிப்பு: ஜூலை 2021 ✦ வெளியீடு: காலச்சுவடு பப்ளிகேஷன்ஸ் (பி) லிட்., 669, கே.பி. சாலை, நாகர்கோவில் 629001

காலச்சுவடு பதிப்பக வெளியீடு: 981

em.vi. venkaTraam ciRukataikaL Complete Collections of M.V. Venkatram's ShortStories ✦ © M.V. Jayakumar ✦ Language: Tamil ✦ First Edition: July 2021 ✦ Size: Royal ✦ Paper: 18.6 kg maplitho ✦ Pages: 1176

Published by Kalachuvadu Publications Pvt. Ltd., 669 K.P. Road, Nagercoil 629001, India ✦ Phone: 91-4652-278525 ✦ e-mail: publications@kalachuvadu.com ✦ Printed at Mani Offset, Chennai 600077

ISBN: 978-93-90802-56-2

07/2021/S.No. 981, kcp 2934, 18.6 (1) 9ss

பொருளடக்கம்

பின்னிணைப்புகள்

பதிப்புரை

கற்பனை மனிதனுடைய ஸ்வபாவம்... அன்பு, வெறுப்பு, பொறுமை, கோபம் முதலிய உணர்ச்சிகளுக்கு வசமாகாமல் மனிதனால் இருக்க முடியாது; இந்த உணர்ச்சிகளின் குவியல்தான் மனிதன் என்றுகூடக் கூறிவிடலாம். இந்த உணர்ச்சிகளை ஆதாரமாகக் கொண்டு எழுகிறது கற்பனை; வாழ்க்கையின் அஸ்திவாரமே அதுதான்; கற்பனை இல்லாத மனிதன் வாழவே முடியாது; சுவாசிப்பதைப்போல் அத்தியா அவசியமான சுபாவம் அது... கற்பனை உயர்ந்து சென்று அந்தக் கற்பனையுடன் ஒன்றிப்போகிறவன் அதிமனிதன் ஆகிவிடுகிறான். அவன் கலைஞன், பக்தன், ஆதர்ச புருசனாக இருக்கலாம். அவன் முன்னிலையில் உலகமே தலைவணங்குகிறது.

எம்.வி. வெங்கட்ராம், *கலாமோகினி*, 43ஆம் இதழ், செப்டம்பர் 15, 1944.

1936 நவம்பர் முதல் (மணிக்கொடி, 'சிட்டுக்குருவி') 1984 டிசம்பர் வரை (எழுச்சி, 'பணத்தட்டு'), நூற்று ஆறு (106) சிறுகதைகளை எம்.வி.வி. எழுதியுள்ளார். இவற்றில், தொடக்ககால மணிக்கொடியில் (1936–1938) பதினான்கு சிறுகதைகளையும், பின் 1950 ஜனவரியில் வெளிவந்த பிற்கால மணிக்கொடியில் 'ஞானபானு' என்ற சிறுகதையையும் எம்.வி.வி. எழுதியிருக்கிறார். ஆக மொத்தம், பதினைந்து சிறுகதைகளை மணிக்கொடியில் எம்.வி.வி. எழுதியிருக்கிறார். தமிழ்ச் சிறுகதைக்குப் பெரும் பங்களிப்புச் செய்த மணிக்கொடியில், இவ்வளவு சிறுகதைகளைக் குறுகிய காலத்திற்குள் மிக மிக இளம் வயதிலேயே எம்.வி.வி. எழுதியிருப்பதிலிருந்தே, அவரின் இலக்கிய முக்கியத்துவத்தை அறியலாம். எம்.வி.வி.யின் ஒரே கதை, வேறு பெயரிலும், பத்திரிகைகளிலும் தொகுப்புகளிலும் மாறிமாறி வெளிவந்துள்ளன. பிற்காலத்தில் பணத் தேவைக்காகவே பெரிதும் எம்.வி.வி. எழுதியபோதிலும், பெரும் வணிக சக்திகளாகத் திகழ்ந்த ஆனந்த விகடனிலும்

(2) குமுதத்திலும் (1), மூன்று சிறுகதைகளுக்கு மேல் அவர் எழுதவில்லை என்பதையும் குறிப்பிட வேண்டும். இருபத்தியாறு சிறுகதைகளைச் *சுதேசமித்திரனிலும்*, *கல்கியில்* ஒன்பது சிறுகதைகளையும், *கலைமகளில்* ஆறு சிறுகதைகளையும், *கிராம ஊழியனில்* ஏழு சிறுகதைகளையும், *கலாமோகினியில்* ஆறு சிறுகதைகளையும், *சிவாஜியில்* ஐந்து சிறுகதை களையும், *தேனீயிலும் காதலிலும்* தலா நான்கு சிறுகதைகளையும், *சௌராஷ்டிர மணியில்* பதினொரு சிறுகதைகளையும் எம்.வி.வி. எழுதியுள்ளார். *சந்திரோதயம்*, *கணையாழி*, *முல்லை*, *கவிக்குயில்*, *அமுதசுரபி*, *தினமணி கதிர்*, *சக்தி*, *தீபம்*, *உமா*, *எழுச்சி* ஆகிய பல்வேறு பத்திரிகைகளிலும், மறுபிரசுரங்களாக *மங்கை*, *ஓம் சக்தி*, *இந்தியா டுடே*, *புதிய பார்வை*, *காலச்சுவடு* முதலிய பிற பத்திரிகைகளிலும் எம்.வி.வியின் சிறுகதைகள் வெளிவந்துள்ளன. ஏறக்குறைய ஐம்பது அல்லது அறுபதாண்டுகளாக (‘கவர்ச்சி’ என்ற சிறுகதை, *ஓம்சக்தி* இதழில் செப்டம்பர் 1996இல் மறுபிரசுரம் பெற்றுள்ளது), எம்.வி.வி. சலிக்காமல் சிறுகதைகளைத் தொடர்ந்தெழுதி வந்திருக்கிறார்.

எம்.வி.வி.யின் இச்சிறுகதைகள், அவருடைய 1. வரவும் செலவும் (5 கதைகள், ஜூலை 1964), 2. மோகினி (3 கதைகள், நவம்பர் 1964), 3. குயிலி (8 கதைகள், நவம்பர் 1964), 4. மாளிகை வாசம் (10 கதைகள், நவம்பர் 1964), 5. உறங்காத கண்கள் (18 கதைகள், 1968), 6. வியாசர் படைத்த பெண்மணிகள் (13 கதைகள், 1968), 7. இனி புதிதாய் (12 கதைகள், அக்டோபர் 1991), 8. நானும் உன்னோடு... (6 கதைகள், 1993), 9. அகலிகை முதலிய அழகிகள் (14 கதைகள், 1993), 10. எம்.வி. வெங்கட்ராம் கதைகள் (54 கதைகள், 1998), 11. பனிமுடி மீது ஒரு கண்ணகி (10 கதைகள், 2007), 12. முத்துக்கள் பத்து (10 கதைகள், 2007) என்ற பன்னிரண்டு சிறுகதைத் தொகுப்புகளில் இடம்பெற்றுள்ளன. இவற்றுள், காலச்சுவடு பதிப்பகம் வெளியிட்ட ‘பனிமுடி மீது ஒரு கண்ணகி’ (2007), அம்ருதா பதிப்பகம் வெளியிட்ட ‘முத்துக்கள் பத்து’ (2007) ஆகிய இரண்டைத் தவிரப் பிற பத்துச் சிறுகதைத் தொகுப்புகளும், எம்.வி.வி. உயிர் வாழ்ந்த காலத்திலேயே வெளிவந்தவையாகும். ‘வரவும் செலவும்’ – 1964ஆம் ஆண்டின் ஜூலை மாதத்தில் வெளிவந்தபின், ‘மோகினி’; ‘குயிலி’; ‘மாளிகை வாசம்’ ஆகிய மூன்று சிறுகதைத் தொகுப்புகளும் 1964ஆம் ஆண்டின் நவம்பர் மாதத்திலேயே ஒருசேர வெளிவந்துள்ளன. இவற்றில், ‘அந்தக் காலத்திலே...’ என்ற சிறுகதை, ‘வரவும் செலவும்’ தொகுப்பிலும், ‘மோகினி’ தொகுப்பிலும் காணப்படுகிறது. இதேபோல் ‘ஸித்தி’ சிறுகதையும், ‘கணப்பு’ சிறுகதையும் ‘குயிலி’ தொகுப்பிலும், ‘மாளிகை வாசம்’ தொகுப்பிலும் காணப்படுகின்றன. ஒரே காலத்தில் (நவம்பர் 1964) வெளிவரும் தொகுப்புகளிலேயே இப்படிக் கதைகள் பிரசுரிக்கப்படுவதை எப்படிப் புரிந்துகொள்வது?

ஒரே சிறுகதையைப் புதிய தலைப்பிட்டு, வெவ்வேறு பத்திரிகைகளில் வெளியிடும் பழக்கத்தை, ஒரு லௌகீக உத்தியாய் எம்.வி.வி. கைக்கொண்டு இருந்தார் என்றுதான் சொல்ல வேண்டும். சிறுகதை கேட்பவர்களுக்கு உடனடியாகக் கொடுக்கப் புதிய சிறுகதைகள் தம் கைவசம் இல்லாதபோது,

பழைய சிறுகதைகளையே தலைப்பு மாற்றியும் கொஞ்சம் சீர்ப்படுத்தியும் பத்திரிகைகளுக்குக் கொடுப்பதைக் கரிச்சான்குஞ்சுவும் எம்.வி.வி.யும் ஒரு கலையாகவே செய்தனர் என்று 'ஞானாலயா' கிருஷ்ணமூர்த்தி, தம் நேர்ப்பேச்சில் எங்களுடன் பகிர்ந்துகொண்டார். இப்படித்தான் 'குந்தி' (குந்தியும் கர்ணனும்), 'குயிலி' (அடுத்த ஜன்மச் சாயை), 'ஜன்னல்' (நவயுவன்), 'மூக்குத்தி' (தமுக்கு), 'மழை இடி மின்னல்' (முச்சந்தி), 'ஏன்?' (என்ன அது), 'சசி' (இந்திராணி), 'பிரஜாவதி' (சுவேதகேது), 'மருந்து' (மருந்தும் நம்பிக்கையும்), 'அகலிகை' (கோடரி), 'மஞ்சுளாவின் சபதம்' (சபதம்), 'தேவயானி' (யௌவனம் தந்த யுவன்), 'வரவும் செலவும்' (செலவும் வரவும்), 'தெரியாத அப்பாவின் புரியாத பிள்ளை' (இரண்டு திருமணங்கள்), 'சுருதாவதி' (கால்கள்), 'குற்றமும் தண்டனையும்' (ஹரிணியின் கணவனும் நீலாவின் கணவனும்), 'ஊஞ்சல்' (பத்மினி), 'அப்பாவும் பிள்ளையும்' (தந்தையும் மகனும்), 'சாவித்திரி' (காலத்தின் கனவு), 'மாய்ஃபாப்' (ஆனா இம்மன்னா மாவன்னா ஆனா இப்பன்னா பாவன்னா), 'கந்தர்வ கானம்' (என் கதை), 'நானும் உன்னோடு...' (நானும் உன்னோடு வர்றேம்மா), 'வெயில்' (அடிவயிற்றில் பிறந்த வெப்பம்) என்று இருபத்துமூன்று எம்.வி.வி. சிறுகதைகள் மாற்றுத் தலைப்புகளில் பல்வேறு பத்திரிகை களிலும் வெளிவந்துள்ளன.

'நல்ல நிலம்' நாவலாசிரியரும் பிரபலப் பத்திரிகையாளருமான பாவைசந்திரன் தொகுத்துப் பதிப்பித்த 'எம்.வி. வெங்கட்ராம் கதைகள்' (1998) தொகைநூலில், மொத்தம் ஐம்பத்து நான்கு சிறுகதைகள் இடம்பெற்றிருந்தன. இத்தொகுப்பிலும், இதற்குமுன் வெளிவந்த மேற்குறித்த எம்.வி.வி.யின் பிற ஒன்பது சிறுகதைத் தொகுப்புகளிலும், இதன்பின் நேர்ந்த எம்.வி.வி.யின் மரணத்திற்குப்(2000) பிறகு வெளிவந்த பிற இரண்டு சிறுகதைத் தொகுப்புகளிலும் (2007) இடம்பெறாதவையான முப்பத்திரண்டு சிறுகதைகளைப் பல்வேறு பத்திரிகைகளிலிருந்து இடைவிடாத தேடலின் மூலமாகவும் தொடர்ச்சியான முயற்சியினூடாகவும் நாங்கள் கண்டறிந்தோம்.

தத்துப்பிள்ளை (1937), நூற்றறுபது (1938), சிதறின சித்தம் (1938), அழகும் குழந்தையும் (1938), சோனிக்குழந்தை (1938), காலேஜ் மாணவன் (1938), பாரதி (1938), மழை இடி மின்னல் (1944), உடம்பும் வேறுதான் (1945), யுகதர்மம்(1945), மாறவில்லை (1945), ஏமாந்த பூனை (1945), தாலிக்காகத்தான் (1946), வேதனா (1948), வாடகைத் தங்கை (1948), ஒருநாள் புரட்சி (1949), ஞானபானு (1950), மறக்க முடியுமா? (1954), பூனையைக் காதலித்த யானை (1954), ஊஞ்சல் (1955), வெளியே போ (1956), ரம்பை (1956), நடிகை (1957), இது ஒரு கதை (1957), விவகாரமும் விவாகமும் (1958), புரட்சிப்பெண் (1959), அன்னை (1959), சாதனை (1966), முத்த (1967), பிரதிக்கினை (1970), இன்ப மது (1973), நான் அமரன் (1984), பணத்தட்டு (1984) ஆகிய எம்.வி.வி.யின் முப்பத்து மூன்று (33) சிறுகதைகள், பல்வேறு பத்திரிகைகளிலிருந்து கண்டறியப்பட்டு, இப்போதுதான் முதல்முறையாகத் தொகுப்பாக நூல் வடிவில் பிரசுரம் பெறுகின்றன.

இதற்கு முன், எம்.வி.வி.யின் எழுபத்து மூன்று சிறுகதைகளையே வாசகர்கள், இதுவரையிலான அவரின் சிறுகதைத் தொகுப்புகள்வழி வாசித்திருந்தனர் என்பதும் இங்குக் குறிப்பிடத்தக்கதாகும்.

மாளிகை வாசம் *(1964)*, ஆகஸ்ட் சம்பவம் *(1964)*, மோகினி *(1964)*, இங்கும் அங்கும் *(1968)*, சிறைச்சாலை என்ன செய்யும்? *(1968)* ஆகிய ஐந்து சிறுகதைகளுக்கு மட்டுமே பத்திரிகைப் பிரசுர விவரம் கிடைக்கவில்லை. பிற அனைத்துச் சிறுகதைகளுக்கும் பத்திரிகைப் பிரசுர விவரமுள்ளது. பத்திரிகைகளில் பிரசுரிக்கப்பட்ட கதைகளுக்கும், தொகுப்புகளில் வெளிவந்த கதைகளுக்குமிடையில், பெரிய மாற்றங்களில்லை எனினும், சிற்சில மாற்றங்கள் இருக்கவே செய்கின்றன. மூக்குத்தி, மருந்து, வரவும் செலவும் ஆகிய மூன்று கதைகளில் மட்டும், பத்திரிகைகளில் பிரசுரமானபோது, அக்கதைகளின் உரையாடல்களில் இடம்பெற்றிருந்த பேச்சுவழக்குச் சொற்கள், பிறகு தொகுப்புகளில் இடம்பெற்றபோது முற்றிலும் எழுத்துவழக்குச் சொற்களாக மாறிவிட்டன! இந்த மாற்றம், பதிப்பகத்தாரின் வலியுறுத்தலாலும் நடந்திருக்கலாம். எனினும், இதற்கு எம்.வி.வி.யும் இசைந்திருப்பதால், அவரின் சிறுகதைத் தொகுப்புகளில் இடம்பெற்ற முறையிலேயே, இப்பதிப்பில் எம்.வி.வி.யின் சிறுகதைகள் பிரசுரிக்கப்பட்டுள்ளன. இக்கதைகளின் காலவரிசைக்கு மட்டும், பத்திரிகைகளில் முதலில் அவை வெளிவந்த ஆண்டுகள் கணக்கில் கொள்ளப்பட்டுள்ளன.

இச்சிறுகதைகளைத் திருவல்லிக்கேணி ஸ்ரீநடராஜா கல்விக் கழக நூலகம், எழும்பூர் அரசு ஆவணக் காப்பகம், ரோஜா முத்தையா நூலகம், கன்னிமாரா நூலகம், உலகத் தமிழாராய்ச்சி நிறுவன நூலகம், தஞ்சைத் தமிழ்ப் பல்கலைக்கழக நூலகம், கும்பகோணம் சிவகுருநாதன் நினைவு செந்தமிழ் நூலகம், கும்பகோணம் எம்.வி.வி. வீட்டு நூலகம், புதுக்கோட்டை ஞானாலயா நூலகம், (*அமுதசுரபி*) விக்கிரமன் வீட்டு நூலகம், ஆனந்த விகடன் நூலகம், கல்கி நூலகம், சுந்தரராமசாமி நினைவு நூலகம் எனக் கடந்த இரண்டு ஆண்டுகளுக்கும் மேலாகப் பல்வேறு நூலகங்களுக்கும் அலைந்து திரிந்தே நாங்கள் கண்டறிந்தோம். அழகுத் தெய்வம் (*மணிக்கொடி*), முத்தமாரி (*மணிக்கொடி*), ஆகாசதீபம் (*கலைமகள்*), எனக்கு வேண்டும் எடுத்தேன் (*கிராம ஊழியன்*), ஏதோ குறைகிறது (*கலாமோகினி*), சுகம் எங்கே (*கலாமோகினி*), பத்துப்படிகள் (*கலாமோகினி*), பாபு (*அனுமான்*), நம்பிக்கை (*ஆனந்த விகடன்*), தாரா (*கல்கி*) முதலிய பல சிறுகதைகளையும் எம்.வி.வி. எழுதியிருப்பதாக, ஆய்வாளர் க.பெ. செந்தில்வேலு (கும்பகோணம் அரசினர் ஆடவர் கல்லூரி, தமிழ்த்துறை, எம்.ஏ. ஆய்வேடு, ஏப்ரல் 1987, பக். 67-70) குறிப்பிட்டு உள்ளார். இவை எங்கள் பார்வைக்குக் கிடைக்கவில்லை. இவற்றைத் தேட வேண்டும். இவற்றில் ஏதேனும் சில, இத்தொகுப்பின் கதைகளில் மாற்றுப்பெயர்களில் இடம்பெற்றுள்ளனவா என்ற கோணத்திலும் இது மேலாய்வுக்குரியதாகும். மேலும், இப்பெருந்தொகுப்பின் கால வரிசையிலோ, பத்திரிகைப் பிரசுர விவரத்திலோ ஏதேனும் பிழைகளைப் புதிய சான்றுகளின் அடிப்படையில் யாரும் சுட்டிக்காட்டினால், அவற்றை

ஏற்றுச் செம்மையாக்கம் செய்துகொள்ள எப்போதும் அணியமாயுள்ளோம் என்பதையும் தெரிவித்துக்கொள்கிறோம்.

இவைகளல்லாமல், இன்னும்கூட எங்களுடைய தேடலுக்குக் கிடைக்காதிருக்கும் எம்.வி.வி.யின் சிறுகதைகள், பல்வேறு பழைய பத்திரிகைகளில் ஒருவேளை சிதறிக் கிடக்கலாம் என்பதை நாங்கள் அறிந்தேயிருக்கிறோம். எனினும், எங்களால் இயன்றவரையிலும் முனைந்து தேடிவிட்டநிலையில், எம்.வி.வி.யின் நூற்றாண்டின் நிறைவையொட்டி, இப்பெருந்தொகுப்பைக் கொரோனாவால் சற்றே தாமதப்படுத்திக் கொண்டுவருகிறோம். இப்புதுத்தொகுப்பில் விடுபட்டுள்ள சிறுகதைகளை, அவை கிடைக்கும் பட்சத்தில், அடுத்த பதிப்பில் சேர்த்துக்கொள்வோம் என்று உறுதியளிக்கிறோம்.

எம்.வி.வி.யின் சிறுகதைகளைத் தேடிப் பல்வேறு நூலகங்களுக்கும் நாங்கள் சென்றிருந்தபோது, எங்களுடன் 'க.நா.சு.' பற்றி முனைவர் பட்ட ஆய்வு மேற்கொண்டிருக்கும் மாணவர் ஏ.தனசேகரும் உடன் வந்திருந்தார். அவரின் உழைப்புக்கும் உதவிக்கும் எங்கள் அன்பும் நன்றியும் என்றும் உரியன. இதேபோல், எங்கள் கதைத் தேடலில் அவ்வப்போது உதவிக்கொண்டிருந்த கவிஞர் ராணிதிலக்குக்கும், இந்த வேலையில் எங்களை இறக்கிவிட்டு இத்தொகுப்பு வெளிவர அனுமதியளித்த எம்.வி.வி.யின் குமாரர் எம்.வி. ஜெயக்குமாருக்கும், இப்பெருந்தொகுப்பை உற்சாகத்துடன் கொண்டுவரும் 'காலச்சுவடு' கண்ணனுக்கும், ஐந்தாறு முறைக்கு மேல் சேர்த்து நீக்கித் திருத்தி மாற்றித் தொல்லை கொடுத்தபோதும் அலுக்காமல் இப்பிரதியை ஒழுங்குசெய்வதில் முழுப்பொறுப்பெடுத்துக்கொண்ட கலாவுக்கும் மணிகண்டனுக்கும் ஸ்டெனோலினுக்கும், பிழை திருத்தி உதவிய களந்தை பீர்முகம்மதுவுக்கும், ஊக்கப்படுத்திய எழுத்தாளர் பெருமாள்முருகனுக்கும் நன்றி பாராட்டக் கடமைப்பட்டுள்ளோம். (இத்தொகுப்பில் இடம்பெற்றுள்ள 'தாலிக்காகத்தான்' என்ற கதையைக் *கவிக்குயில்* இதழிலிருந்து கண்டுபிடித்துக் கொடுத்தவர் பெ.மு.தான்).

கடைசியாக, இப்பெருந்தொகுப்புக்குள், எம்.வி.வி.யின் வாசகர்களாக நீங்கள் நுழையும்முன், சாகித்திய அகாதெமி விருது கிடைத்தபின் *தாமரை* இதழுக்கு அளித்த நேர்காணலில் (பிப்ரவரி 1994), எம்.வி.வி. கூறிய ஆத்மார்த்தமான சொற்களையே, உங்கள் முன் வைக்கிறோம்: "நானும் பொதுவுடமைவாதிதான். கடவுளை நம்புகிற கம்யூனிஸ்ட். மனிதநேயத்தை வலியுறுத்துகிற கதைகளைத்தான் நான் எழுதுகிறேன். ஐ யாம் எ கியூமனிஸ்ட் *(I am a Humanist).*"

சென்னை **ரவிசுப்பிரமணியன்**

31.03.2021 **கல்யாணராமன்**

சில தீற்றல்கள்

என் எழுத்தால் உங்களைக் கண்டுபிடியுங்கள்

– எம்.வி.வி.

பழக ஆரம்பித்த முதலிரண்டு ஆண்டுகளுக்குப் பின் மாதம் ஒரு தடவையாவது எம்.வி.வி.யை – குறைந்தது ஒரு பத்து நிமிஷமாவது போய்ப் பார்த்துவிட்டு வருவேன். நான் மறந்து இருந்தாலும் தேனுகா கூட்டிச் சென்றுவிடுவார். சில காரணங்களால் ரெண்டு மாசத்துக்கு மேல் பார்க்காமல் இருந்துவிட்டேன். எம்.வி.வி.யின் நண்பர் கலியமூர்த்தி ஒரு கார்டு போட்டிருந்தார். ‘சார் உங்களைப் பார்க்க விரும்புகிறார்; முடியும்போது வரவும். அவசரச் சேதி எதுவும் இல்லை.’ கலியமூர்த்தி கையெழுத்துக்குப் பக்கத்தில், எம்.வி.வி.யின் எழுத முடியா நடுங்கும் கைகளின் இசிஜி கிராஃப் தீற்றல் இருந்தது, என்னை என்னவோ செய்தது. கடிதத்தை நான் பார்த்தபோது இரவு ஒன்பதே முக்கால் ஆகியிருந்ததால், மறுநாள் காலை அவரைப் பார்க்கப் போனேன்.

ருக்மணியம்மா யாரையோ எதிர்பார்த்து வாசலில் நின்றிருந்தார்கள். நான் வண்டியை நிறுத்தினேன். அம்மாவுக்கு ஒரு வணக்கம் சொன்னேன்.

“வணக்கம் வணக்கம், வா.”

“எப்படிம்மா இருக்கிங்க?”

“ஆமா, இருக்கேன். இன்னும் பரதேசம் போவாம. வா. ஏன் இன்னைக்குத்தான் உனக்கு வழி தெரிஞ்சுதா? என்னவோ ஒப்பாருக்குக் கண்ணு தேடுதாமே உன்னை.”

“அப்படிச் சொன்னாராம்மா?”

“ஆமா, என்கிட்டதான் வந்து சொல்வாரு எல்லாத்தையும். கலியமூர்த்திட்ட சொன்னாராம்.”

"ஆமா. கலியமூர்த்தி போட்ட லட்டர் வந்தது நேத்து."

"அடி சக்கைன்னானாம். உள்ளூர்ல இருந்துகிட்டே லட்டர்ல பேசிக்கிறிங்களோ. சரி. உள்ள போ. இப்பதான் காபி போட்டுக் குடுத்துட்டு வந்தேன். இங்க ஒரு கடங்காரனைப் பாத்துக்கிட்டு நிக்கிறேன். அவனைப் பாத்துட்டு வந்து, உனக்குப் போட்டுத் தரேன். உள்ள போ."

ரீடர்ஸ் டைஜஸ்ட்டைப் படித்துக்கொண்டிருந்த எம்.வி.வி. என்னைப் பார்த்ததும்,

"வா" என்றார்.

சற்று நேரம், முகத்தையே பார்த்துக்கொண்டிருந்தார்.

"என்ன சார்?"

"ஒண்ணுமில்ல. அது என்ன புஸ்தகம்?"

"நீங்கதான, 'இலக்கியச் சிந்தனை' சிறுகதைகள் கேட்டிங்க."

"ம் . . . ம் . . ."

"பாவண்ணன் கதைதான் புஸ்தகத் தலைப்பா."

"ஆமா சார்."

"ஆமா. இந்த மாதவன் தி.மு.க.காரரா?"

"எந்த மாதவன்?"

"அதான், இந்தக் கதையத் தேர்வு பண்ண ஆ. மாதவன்."

"சொல்றாங்க. எனக்குத் தெரியல சார். உறுப்பினரால்லாம் இருப்பார்ன்னு தோணல. அபிமானியா இருக்கலாம். வேணா விசாரிச்சு சொல்றேன்."

"வேணாம் வேணாம். அதத் தெரிஞ்சு இப்ப நான் என்ன பண்ணப் போறேன். நல்ல எழுத்தாளர்."

"அவர் தி.மு.க.ன்னு யார் சொன்னா உங்களுக்கு?"

"இந்த ஊர் கதையெல்லாம் எனக்கு யார் சொல்வா?"

"யாரு ப்ரகாஷா."

"வேற யாரு? ஆமா. எங்க உன்னை ரெண்டு மாசமா ஆளைக் காணும். வியாபார விஷயமா எதும் வெளியூர்ப் பயணமா? ஊர்ல இல்லியா?"

"நாம எந்தக் காலத்துல சார் அதெல்லாம் பாத்தோம்!" என்று சொல்லிவிட்டு, எனக்கு நடந்த ஒரு சிறு அறுவைச் சிகிச்சை பற்றிச் சொல்லி, அதனால் வராததைச் சொன்னேன்.

"நேத்து ஒரு படத்துக்குப் போனேன். உங்களை நினைச்சுக்கிட்டேன்."

“உன் வயசுக்குப் படத்துக்குப் போனா, கதாநாயகியத்தான நீ நினைச்சுக்கணும். என்னை ஏன் நினைச்சிக்கிட்ட?”

“சார். சும்மா இருங்க சார். நாம ரெண்டு பேரும் சேர்ந்து ஒரு படத்துக்கும் போகலையே. நீங்க படத்துக்குப் போனதாவும் நான் கேள்விப்படலையேன்னு தோணிச்சி.”

“போறதில்ல.”

“போனதே இல்லியா?”

“போவாம இருப்பாங்களா? காது ஹிம்சை ஆன பிறகு, நான்தான் எல்லாப் படமும் அதுலயே கேட்டுப் பாத்துக்கிட்டு இருந்தனே. அது பத்தாதா? அப்பறம் இப்பப் போனா காதக் குவிச்சுக் கேக்கணும். இருக்கற ஹிம்சைகள் போறாது நமக்கு. அதான் படம் பாக்கறதையே விட்டுட்டேன். என்ன படம் பாத்த?”

“நாயகன்”

“கமலஹாசன் படமா?”

“அப்டேட்டா இருக்கீங்களே சார்.”

“பேப்பர் பாத்துட்டுத்தான இருக்கேன். நல்ல படமா?”

“நல்ல படம் சார்”

பிறகு படத்தின் வெவ்வேறு விஷயங்கள் பற்றிக் கொஞ்சம் பேசிக்கொண்டிருந்தோம்.

“அதுல ஒரு டயலாக் சார்.”

“என்னா டயலாக்?”

“நீங்க நல்லவரா கெட்டவரா?”

“யாரு, என்னைக் கேக்குறியா?”

“ஆமா, அப்படித்தான் வச்சிக்கங்களேன். சொல்லுங்க. நீங்க நல்லவரா, கெட்டவரா?”

சில வினாடிகளுக்குப் பின் . . .

“உலகம் சொல்ற ஒழுக்கப்படி சுத்த அயோக்கியன்.”

“சார், என்ன சார் இப்படிச் சொல்றிங்க.”

“ஏன், உனக்குத் தெரியாதா? ஒண்ணுந்தெரியாத மாரி கேக்குற. எல்லாந்தான் சொல்லிருக்கனே! ஆனா, ஒரு எழுத்தாளனா சுத்த யோக்கியன். இந்தக் கேள்விக்கு உலகத்துல யாரும் ஒரே பதில் சொல்ல முடியாது. எல்லா சமயமும் ஒருத்தன் நல்லவனா இருக்க முடியாது. அப்பறம் எல்லாருக்கும் எல்லா நேரமும் நல்லவனாவும் இருக்க முடியாது. அப்படி ஒரே நேர்க்கோட்டுல எல்லாம் பொயிட்டு இருந்தா, இந்த உலகத்துல என்ன சுவாரஸ்யமிருக்கு? இப்ப ஆஷாடபூதிகள்

சொல்ற ஒழுக்கம் மாதிரி, எனக்கு வாழ்க்கை இல்ல. ஒருவேளை அப்படி இருந்திருந்தா, இவ்ளோ எழுதிருப்பனான்னு தெரியல. ஒரு வகைல உலகம் சொல்லும் ஒழுக்கத்தை ஆசையா மீறுறவன்தான் பெரும்பாலும் நல்ல கலைஞனா இருக்கான். நல்லவன் கெட்டவன்ங்கிறதுக்கு எதாவது அர்த்தம் உண்டா? உனக்குக் கெட்டது, எனக்கு நல்லது. எனக்குக் கெட்டது, உனக்கு நல்லது. இதல்லாம் யார் சொல்றா, யோசிச்சுப் பாரு. ரெண்டையும் சொல்றவனே படைப்பாளிதான். அவன் சொல்றத வச்சிதான் எல்லாமே. கெட்டதுன்னு ஒண்ணை நீ தீர்மானம் பண்ணிக்கிட்டாதான, முதல்ல நல்லது என்னான்னு உனக்குத் தெரியும். இது காலம் விளையாடும் ஒரு விளையாட்டு. நல்லதும் கெட்டதும் காலத்துக்குக் காலம் மாறிட்டே இருக்கும். ஆளுக்கு ஆள் மாறும். பொது நீதின்னு ஒண்ணு சொல்லப்படும். ஆனா, அது மீறப்பட்டுக்கிட்டே இருக்கும். அந்த மீறல்லதான் உலக இயக்கமே இருக்கு.''

அம்மா குறுக்கே வந்து, ''இந்தா'' என்று இருவருக்கும் காபி தந்தார்கள். ரெண்டு பேரும் குடித்தோம். எம்.வி.வி.யைப் பார்த்து அம்மா பேசினாங்க.

''கேட்டனே?''

''என்னா?''

''வூட்டு விஷயம் மட்டும் மறந்துபூடும். உலக விஷயமெல்லாம் ஞாபகம் இருக்கும்.''

''ஞாபகம் இருக்கு.''

''அப்பறம் என்னாத்துக்கு என்னாங்கிறிங்க?''

''போ உள்ள. சாயந்திரம் உன் கைக்கு வரும். போ.''

''என்னைக் கண்டா எரிஞ்சு எரிஞ்சுதான் வரும் உங்களுக்கு.''

நான் மெல்ல அம்மாவிடம் திரும்பி,

''யம்மா கொஞ்சம் சும்மா இருங்களேன்ம்மா,'' என்றேன்.

''நான் சும்மா இருந்தா, இங்க எல்லாம் நடந்துருமா? நான் போறேன். கோறா கிடக்கு உருட்ட'' என்று போய்விட்டார்கள்.

''இப்ப இவளைக் கேளு, என்னை நல்லவனான்னு. என்ன சொல்வா? ம் . . .''

''தெரியும் சார்.''

''ஆனா, உண்மை அது இல்ல. இந்தக் குடும்பத்துக்கு அவ்ளோ நல்லவன் நான். இவங்களாலதான், இவங்களைக் காப்பாத்தத்தான் இந்த அற்பக் காசுக்காகத்தான் என்னன்னவோ எழுதிக் குவிச்சேன். ஆனா, இப்ப இவ்ளோதான் நான் எழுதினதுன்னு வெளில சொல்லிக்க முடியுது. விருப்பப்பட்டத எழுதினதுங்கிறது அவ்ளோ சொற்பம். சோத்துக் கஷ்டம் தவிர, இந்தக் கஷ்டமெல்லாம் இவளுக்கு ஒரு

கஷ்ட்டமா? எந்த ஜென்மத்துல இவளுக்கு இதெல்லாம் புரியும்? இந்த ஜென்மத்துல அவளுக்கு நான் கெட்டவன். எந்த ஜென்மத்துலயாவது புரிஞ்சா, நான் நல்லவன்! பாரு, காப்பிய குடுக்க வந்து பேச்சத் திருப்பிவிட்டுட்டுப் பொயிட்டா. இப்ப இவ நல்லவளா, கெட்டவளா? என்னா சொல்லுவ. ரெண்டும்தான். என் பார்வைல, அவ புரியாதவ. அவளும் என்னை அப்படிச் சொல்ல இடம் இருக்குல்லையா? இது இந்த வீட்டுல மட்டுமில்ல, ஒவ்வொரு வீட்டுலயும் இருக்கு. இந்த மாதிரி, நான் பார்த்த கேட்ட பழகின மனிதர்கள் கதைகளைத்தான் நான் வேற வேற விதமா எழுதியெழுதிப் பாத்தேன்.

நிற்க. இது இன்னொரு நாளின் சம்பாஷணை.

“பைத்தியகாரப்பிள்ளை இந்த நூற்றாண்டின் இணையற்ற சிறுகதைகள்ல ஒண்ணு’ன்னு அசோகமித்திரன் சொல்லியிருக்கார். அந்த மாரி நாட் எல்லாம் எங்கேருந்து புடிக்கிறிங்க சார்?”

“என்னா எதோ குறவன் மடையான் புடிக்கிற மாரி சொல்ற. அப்படி இல்ல அது. நீ எம்ட்டியா இருந்தா, உனக்கு வேற கண் இருந்தா, அது தானா வந்து விழும். அப்பறம் உன் வித்வத்வம், அவ்ளோதான். அசோகமித்திரன் அப்படிச் சொல்றார்ன்னா, அது ஒரு அன்யூஷுவல் கதை. அசாதாரணங்களை – முன்னதா உறைஞ்சிருக்கற புனிதப் பிரதிமைகளை உடைச்சி வேற ஒண்ண எஸ்டாபிளிஷ் பண்றது ஒரு சவால். அம்மான்னா, புனிதம், பாசம், அன்பு இப்படித்தான இருக்கு பொதுவா. அதுக்கு எதிரான கொடுமைக்காரியான அம்மாவை நான் சொல்றேன். அப்ப அத நான் ஸ்ட்ராங்கா எஸ்டாபிளிஷ் பண்ணலன்னா, அது பேக் ஃபையர் ஆயிடும். அது ஒரு சேலஞ்ச். அதனால, அப்படிச் சொல்லிருப்பார்ன்னு நினைக்கிறேன். இது மாதிரி பல விஷயங்கள் பண்ணிருக்கேன் சிறுகதைகள்ல. ஏராளமான கற்பனைகளுடன் கனவு களுடன் கல்யாணம் செய்துகொள்ளும் பெண் கணவன் அலி என்று தெரிந்தபின் படும் துயரை, ‘மாளிகை வாசத்துல’ சொல்லியிருக்கேன். அப்பாவும் மகனும் தாசியப் பத்திச் சொல்ற மாரி ஒரு கதை. அதுல ரெண்டு பேரும் ஒரு விஷயத்துக்கு ரெண்டு வர்ஷன் சொல்லுவாங்க. எது உண்மை எது பொய்யின்னு அனுமானிக்க முடியாது. மெட்ராஸ்லேர்ந்து கும்மோணம் வரைக்கும் பொணத்த, கார்ல காலடில போட்டுக்கிட்டு ராத்திரி முழுக்க ஒரு பயணம் போறது ஒரு கதைல வரும் ‘இனி புதிதாய்’ன்னு ஒரு கதை, ‘மூக்குத்தி’ன்னு ஒரு கதை. அந்த மாதிரி பாத்திரங்கள் எல்லாம் நம்மளைச் சுத்தித்தான் இருக்காங்க. நான் முன்ன சொன்ன மாரி, அவங்களைப் பாக்க நமக்கு வேற கண் வேண்டியிருக்கு. அப்பறம் பாத்தத, கேட்டத, அனுபவச்சித மட்டும் வச்சிக்கிட்டு எல்லாத்தையும் எழுத முடியாது. அப்படியேவும் சொல்ல முடியாது. அதுக்கு ஒவ்வொருத்தருக்கும் ஒரு கலவை, சேர்மானம், ஒரு காலப்ரமாணம், ஒரு பிராஸஸ் இருக்கு. அதுலதான் ஒரு கலைஞனை நாம ஐடண்டிஃபை பண்ண முடியும். என்னத்த எழுதி, என்ன? எதுமே போய்ச் சேரலயே. நண்பர்களா இருக்கறவங்ககூட ஒழுங்காப் படிக்கறதில்ல.

படிச்சாதான என்ன பண்ணிருக்கோம்ன்னு தெரியும். யாரோ சிலர் சொல்ற அபிப்ராயங்களை வச்சிக்கிட்டே வந்து பேசறது அலுப்பா இருக்கு. நீ படிக்கணும். உனக்கான அபிப்ராயத்தை நீ உருவாக்கிக்கணும். தப்பா இருந்தாக்கூடப் பரவாயில்ல. அது ஒரு தாட் பிராஸஸ் இல்லையா, அதுக்காகத்தான எழுதுறோம். பெரும்பாலும் அது நடக்கறதில்ல. அது உன் வாழ்க்கைக்கே அப்ளை ஆகுமே! எல்லாத்தையும் அவுத்து ஒப்பன் பண்ணிச் சொல்லிட்டே இருக்க முடியாது. நீதிக்கதை எழுதவும் முடியாது. அப்பறம் நீதி சொல்றதுல்லாம் எழுத்தாளன் வேலை இல்லை. எல்லா தர்ம நீதிகளும் காலவர்த்தமானத்துக்கு, சூழலுக்கு ஏற்ப மாற்றத்துக்கு உட்பட்டவை. அதைத்தான நம்ம புராணம், இதிகாசம் எல்லாமே சொல்லுது. அவ்ளோ ஏன்? பொய்மையும் வாய்மையிடத்தன்னு சொல்லலையா வள்ளுவர்?

நாள், ஆண்டு நினைவில்லா – 'கும்பகோணம் இலக்கியச் சந்திப்பு'க் கூட்டம்.

"என் பாத்திரங்கள், என் கதைகள், நாவல்கள் என்ன சொல்லுதுன்னு என்னைக் கேட்டிங்கன்னா நான் என்ன சொல்ல முடியும்? எழுத அவை என்னை நிர்ப்பந்திச்சதால நான் எழுதுறேன். எது என்னை நிர்ப்பந்திச்சிருக்கும்? என் வாழ்வு, என் படிப்பு, என் அனுபவம், என் வலி. சில சமயம், என் தனிப்பட்ட சில தேவைகள்கூட. இப்படிப் பலது. அது எனக்கு ஒண்ணுன்னா, உங்களுக்கு அது வேற ஒண்ணா ஆகணும். வேற ஒண்ணை உங்களுக்குச் சொல்லணும், காட்டணும், பிரசன்னமாகணும். நான் சொன்னத நீங்க தாண்டணும். என்னை மீறணும். உங்களைப் பாக்கணும். சின்ன கண்டுபிடிப்பைத் தரணும். அது நடக்கலன்னா, எங்கயோ பிசகு. ஒண்ணு எங்கிட்ட, இல்ல உங்கக்கிட்ட. இதைப் புரிஞ்சிக்கிட்டு, என் கதைலேர்ந்து நீங்க இன்னொரு கதையையோ உணர்வையோ ஏன் எதையுமே சொல்ல முடியாம அழுகையா அழுதிங்கன்னாக்கூட, அது எனக்குச் சந்தோஷம்தான். வாங்க. இப்படி வாங்க. அப்படி வர உங்களுக்காகத்தான், உங்களை அணைச்சுக்கத்தான் நான் இங்க காத்திருக்கேன்."

(நினைவுக் குறிப்புகளிலிருந்து எழுதப்பட்டது)

புரசைவாக்கம் (சென்னை) **ரவிசுப்பிரமணியன்**
31.03.2021

ஆய்வுரை

சித்தத்தைச் சிதற்றும் செளந்தர்யம்

அப்போது நான், ஒரு தி. ஜானகிராமன் பைத்தியம். அப்போதென்ன அப்போது? இப்போதும்தான்; ஏன்? எப்போதும்தான். பின், அந்த அப்போது எதற்கு? இங்கே அது, சுமார் 30 வருடங்களைக் குறிப்பதற்காகச் சொல்லப்படுகிறது. என் பதினேழாம் வயதில் நான், 'மோகமுள்'ளைப் படித்தேன். (அதற்குமுன், என் பதினைந்தாம் வயதில், பத்தாம் வகுப்புத் தேர்வெழுதி முடித்திருந்த கோடை விடுமுறையில், 'மரப்பசு'வையும் வாசித்திருந்தேன்.) மோகமுள்ளில் எம்.வி. வெங்கட்ராமைப் பற்றி, "வெங்கடராமன், நீங்கள் இலட்சத்தில் ஒருவர்–" எனப் பாபு தழுதழுப்பான். அந்த வரி, என் மனத்தில் அப்படியே நிற்கிறது. அப்போதுதான், 'எம்.வி. வெங்கட்ராம்' என்ற எழுத்தாளரின் பெயர், எனக்குத் தெரியவந்தது. அதற்குப்பின், நான்கு வருடங்கள் கழித்துச் *சுபமங்களா* பத்திரிகையில், எம்.வி.வி. பேட்டி வந்திருந்தது. நான் முதுகலைத் தமிழ் இலக்கியம் படித்துக்கொண்டிருந்தேன். சுபமங்களா பேட்டியில் எம்.வி.வி., "மோகத்தைக் கொன்றுவிடு – அல்லால் என்றன் மூச்சை நிறுத்திவிடு" என்ற பாரதியின் அடிகளிலிருந்துதான் மோகமுள்ளுக்குத் தலைப்பிடப் பட்டது என்ற புரிதலுக்கு மாறாக, அத்தலைப்பு, கவிஞர் சாலிவாகனனின் "சொல்லிலே விளைந்த இன்பம், எங்குனக்கு உதித்தது, சோர்ந்த நெஞ்சு, மோகமுள்ளில், சொக்குதே அது என்ன?" என்ற கவிதையிலிருந்தே எடுக்கப்பட்டது என்பதைக் குறிப்பிட்டிருந்தார். முனைவர் பட்டத்திற்குத் தி. ஜானகிராமனின் நாவல்களை ஆய்வுப்பொருளாக எடுத்துக் கொண்டிருந்த எனக்கு, அது பெரியதோர் ஆய்வாதாரமாகப் பயன்பட்டது. இது பற்றியே, எம்.வி.வி. என்றாலே, எனக்கு ஒரு தனி இஷ்டம் உண்டாயிற்று. அவருக்குச் சாகித்ய அகாதமி விருது வழங்கப்பட்டபோது, 'காதுகள்' நாவலை விரும்பிப் படித்தேன். யார் மாதிரியுமில்லாத ஒரு தனிமாதிரி எழுத்து இது என்பது, புரிந்தும் புரியாமலும் புலப்பட்டது.

(எம்.வி.வி. குறிப்பிட்ட கவிஞர் சாலிவாகனனின் அந்தக் கவிதையை, அதன் முழுவடிவத்தில், சென்ற வருடம் எழும்பூர் அரசு ஆவணக் காப்பகத்தில் சேகரிக்கப்பட்டுள்ள *கலாமோகினி* இதழிலிருந்து கண்டெடுத்தபோது, மிகப்பெரும் மகிழ்ச்சியடைந்தேன்.)

மோகமுள்ளுக்குப் பிறகு எம்.வி.வி. பற்றித் தி.ஜா. வேறு ஏதாவது எழுதியுள்ளாரா என்று தேடியபோது, க.நா.சு. நடத்திய *இலக்கிய வட்டம்* இதழில், 'மூன்று ஆசிரியர்கள்' என்ற தலைப்பில், 'பராங்குசம், கிருத்திகா, எம்.வி.வி.' ஆகிய மூவர் பற்றியும் தி.ஜா. எழுதியிருந்தது என் கண்ணுக்கு பட்டது. அதன்வழிப்பட்டு, 'நித்ய கன்னி'க்குத் தி.ஜா. எழுதிய முன்னுரையையும் படிக்க நேர்ந்தது. அதில், "இலக்கியக் கர்த்தாக்களுக்கு மாடம் கட்டிப் போற்றும் விமர்சனக் கொத்தனார்களுக்கு இவருடைய நினைவு வராதது வியப்பான செய்தி" என்றும், 'நித்ய கன்னி'யைப் பல தடவை படித்தால்தான் நல்லது. அன்றாடம் நாம் காண்கிற காதற்கதையோ, கற்புக்கதையோ, கற்பு கெட்ட கதையோ அல்ல. மனிதன் உயர்வை நோக்கி நடத்தும் இயற்கைப் போராட்டங்களைச் சில விசித்திரப் பாத்திரங்களின் மூலம் சித்திரிக்கிறது" என்றும் தி.ஜா. குறிப்பிட்டிருந்தார். இருபத்திரண்டாம் வயதில், 'நித்ய கன்னி'யைப் படித்ததாக ஞாபகம். "வசீகரமாக இருக்கிறாள் – வசீகரிக்கிறாள் எனில், அது பெண்ணின் குற்றமா?" எனக் காலவன் கேட்கும் பகுதி, இப்போதும் பசுமையாய் நினைவிலிருக்கிறது. அந்தக் கற்பனைப் பிரபஞ்சத்திலேயே பல நாள்கள் சஞ்சரித்துக்கொண்டிருந்தேன். அதற்கப்புறம் 'வேள்வித்தீ'யைத் தேடிப்பிடித்துப் படித்தேன். 'நமக்குச் சரியாகப் புரியாத ஏதோ ஒன்று, இந்த ஆளிடம் இருக்கிறது' என்ற அந்த முதல் எண்ணத்திற்கு, இன்றுவரை பழுதில்லை. இவையெல்லாம் சுமார் இருபத்தைந்தாண்டு முன்பு நிகழ்ந்தவை.

அப்போது *(1996)*, திருத்தணி அரசு கலைக்கல்லூரியில் பணியாற்றிக் கொண்டிருந்த நான், வாரக் கடைசியான சனி ஞாயிறுகளில், என் அண்ணனின் ஆழ்வார்பேட்டை வீட்டிலிருப்பேன். பக்கத்தில்தான் *புதிய பார்வை* பத்திரிகை அலுவலகமிருந்தது. அங்கு என் பள்ளித்தோழன் சுந்தரபுத்தன், *தமிழரசி* பத்திரிகாசிரியனாக இருந்தான். அவன் மூலம் பாவைசந்திரன், விட்டல்ராவ், எஸ்.சங்கரநாராயணன், மனோ.கதிர்வேலன், சு.வேணுகோபால், ராமசுப்பிரமணியன் (கற்றது தமிழ்) எனப் பலரும் அறிமுகமானார்கள். கவிஞர் ரவிசுப்பிரமணியனையும் அங்குதான் நான் சந்தித்தேன். ஆழ்வார்பேட்டைக்கு வீணை கற்றுக்கொள்வதற்காக ரவி வரும்போதெல்லாம், தவறாமல் டிசில்வா ரோட்டிலிருந்த என் அண்ணன் வீட்டில் என்னைச் சந்திப்பார். ரவி – எம்.வி.வி.யின் அத்யந்த சிஷ்யர். அடிக்கடி அவர், ஏழு அற்புதமான நாவல்களை எம்.வி.வி. எழுதியிருப்பதாக, அவற்றின் பெயர்ப் பட்டியலை, என் காது கேட்க ஒலித்துக்கொண்டேயிருப்பார். தி.ஜா.வுக்குத் தாலிகட்டிக்கொண்டவன் நான் என்பதால், அவற்றை உடனே படிக்கும் ஆர்வம் எதுவும் என்னிடம் பீறிடவில்லை. அதில் ரவிக்குக் கொஞ்சம் வருத்தம்தான்.

ஆனால், ரவி சொன்னவற்றில், 'இருட்டு' என்ற தலைப்பு மட்டும், என்னைக் கவர்ந்திழுத்தது. அதை, உடனடியாகப் படிக்க நினைத்தேன்.

ஆனால், ஏனோ அதைப் படிக்க, அன்று வாய்க்கவில்லை. இவ்வளவுதான், ஒரு வாசகனாக, எம்.வி.வி.யை நான் அறிந்திருந்த முன்கதை. அதன்பின், இருபத்தைந்தாண்டுகள், எப்படிப் போயினவென்றே தெரியாமல் ஓடிப் பறந்துபோய்விட்டன. எம்.வி.வி.யையும் நான் மறந்துவிட்டிருந்தேன். மீண்டும் சென்ற வருடம் ரவிதான் ஞாபகப்படுத்தினார். கடந்த ஜனவரியில் என்னைத் தொலைபேசியில் அழைத்தவர், எம்.வி.வி.யின் ஒட்டுமொத்தச் சிறுகதைகளையும் தொகுக்கும் தம் பெரும் முயற்சிக்குத் தோள்தரும்படி கேட்டுக்கொண்டார். நானும் என் மாணவன் தனசேகரும், ரவியுடன் இணைந்துகொண்டோம். அவர் செலவில் (உண்மையாகவே, நானும் தனசேகரும் ஒரு காசுகூடச் செலவழிக்கவில்லை!), புதுக்கோட்டை ஞானாலயா நூலகம், கும்பகோணம் எம்.வி.வி. வீடு, தஞ்சாவூர்த் தமிழ்ப் பல்கலைக்கழக நூலகம் எனப் பல இடங்களுக்கும் சேர்ந்து பயணித்துத் தங்கிப் பல எம்.வி.வி. சிறுகதைகளை மீட்டெடுத்தோம். முப்பதுக்கும் மேற்பட்ட புதிய கதைகளைத் தேடிப்பிடித்திருக்கிறோம்! அது 1000க்கும் மேற்பட்ட பக்கங்களைக் கொண்ட ஒரு பெருந்தொகுப்பாகக் 'காலச்சுவடு'வழி வெளிவருகிறது.

◆ ◆ ◆

சென்னையிலிருந்து கும்பகோணத்திற்குத் திரும்பிக்கொண்டிருக்கும் டாக்ஸியில், ஓர் இறந்த பெண்ணின் சடலத்தோடு, அவள் கணவனும் ஒரு டாக்டரும் கதைசொல்லியும் டிரைவரும் சேர்ந்து பயணிக்கிறார்கள். டிரைவரோடு முன்னால் அமர்ந்திருக்கிறான் கணவன். டாக்டரும் கதைசொல்லியும் பின்னால் அமர்ந்திருக்கிறார்கள். அவர்களின் காலடியில், அந்தப் பெண்ணின் சடலம் கிடக்கிறது. அப்பயணத்தின்போது, "குளிர் நெருப்புப்போல் சுட்டது" (இருட்டு) என்று எம்.வி.வி. எழுதுகிறார். இப்படி ஒரு தொடக்கம், எத்தனை தமிழ்க் கதைகளில் இருக்கிறது? என்று நீங்கள் யோசித்துப் பார்த்தால், எவ்வளவு பரீட்சார்த்தமாக எழுதக்கூடியவர் எம்.வி.வி. என்பது, உங்களுக்குச் சிறிதேனும் புலப்பட்டுவிடக்கூடும். அந்த டாக்ஸி தென்னிந்தியாவுக்கே முதன்முதலாக வந்ததாயிருக்க வேண்டும் என்றும், ஷட்டர்கள்கூட அதற்குக் கிடையாது என்றும், கதவுகள் சத்தியத்துக்குக் கட்டுப்பட்டுத் திறந்துகொள்ளாதிருந்தன என்றும், பயணிப்பவர்களின் புண்ணியவசத்தால் அது ஓடிக்கொண்டிருந்தது என்றும் எம்.வி.வி. நக்கலடிக்கிறார். "சஞ்சல புத்தியுள்ள எந்த இளைஞனும், காலடியில் அவள் கிடக்கிற நிர்ப்பந்தத்தைக் காரணமாகக் கொண்டே, காலால் அவளைத் தீண்டி இன்பம் பெறலாமே என்று நினைக்கத் தூண்டும்படியான அழகி அவள். எனக்குச் சஞ்சல புத்தி இல்லை என்பதுடன், தீண்டுவதற்கும் ரஸிப்பதற்கும் முடியாத ஓர் அழகாக அவள் ஆகிவிட்டாள். அவளுக்கு உயிர் இல்லை. ஆம். என் காலடியில் கிடந்தது ஒரு பெண்ணின் பிரேதம்" (இருட்டு) என்கிற இந்தச் சித்திரிப்பெல்லாம், இன்றுகூடத் தமிழ்ப் புனைகதைக்கு எவ்வளவு புதியது! இந்த வியப்போடுதான், எம்.வி.வி.யை எவரும் வாசிக்கவியலும்!

◆ ◆ ◆

கரிச்சான்குஞ்சு, எம்.வி.வி., ப.சிங்காரம், தி.ஜானகிராமன், நகுலன், கு.அழகிரிசாமி, கி.ராஜநாராயணன் என்று வரிசையாகப் பெருங்கலைஞர்களின் நூற்றாண்டு விழாக்கள் அணிவகுத்துள்ளன. (இப்பெருங்கலைஞர்களைத் திரும்பத்திரும்ப வாசிப்பதை, என் மனித இருப்பை உணரும் சில தீவிர வாழ்கணங்களாகப் புரிந்துகொள்கிறவன் நான்). இங்கே ரவிக்குத்தான், மறுபடி மறுபடி நான் நன்றி சொல்லியாக வேண்டும். இருபத்தைந்தாண்டுக்கு முன், ரவியுடன் தொடங்கிய என் பயணம், இப்படி இந்த ஆய்வுரை மூலம் மேலும் தொடரும் என நான்தான் எதிர்பார்த்தேனா? இல்லை, ரவியேதான் எதிர்பார்த்தாரா? எம்.வி.வி. நம்பிய அந்த இயற்கையிகந்த கூறுகளே, முருகனருளால் அவருக்குச் சாகித்ய அகாதமி பரிசு கிடைத்ததைப்போல (இது எம்.வி.வி. கூற்று!), இப்போது இந்த ஆய்வுரையை நான் எழுதவும் என்னைத் தூண்டிவிட்டுள்ளன போலும்! (இதை நான் நம்பாவிட்டாலும், என் நண்பர் கவிஞர் ஸ்ரீநேசன் உறுதியாக நம்புவார்). அது என்னவோ? சாதாரண மனிதர்களாகிய நமக்கு, என்ன தெரிகிறது? அல்லது என்னதான் புரிகிறது? எம்.வி.வி. பற்றி இழுபடும் என் எண்ணங்களைத் தொகுத்தடுக்காமல், இங்கே இப்படியாக நான் கலைத்துக்கொள்கிறேன். (இக்கலைவின் ஒழுங்கறுப்பாகவே, பின்சொற்கள் முளைவிடுகின்றன!).

❖ ❖ ❖

முதலில், தம் எழுத்துகள் பற்றிய எம்.வி.வி.யின் சுயபிரகடனத்திலிருந்தே, இந்த ஆய்வுரையைத் தொடங்க முற்படுகிறேன். “பெரும்பான்மை வாசகர்களால் இலக்கியம் வாழவில்லை; சில ரசிகர்களால்தான் இலக்கியம் வாழ்கிறது. காலத்தின் சோதனைகளுக்கு ஈடுகொடுத்து வாழக்கூடிய ஆற்றல், என் எழுத்துக்களுக்கு உண்டு. அதை வாழ்த்தி வரவேற்கும் ரசிகர்கள் என்றும் இருப்பர் என்ற நம்பிக்கையும் எனக்கு உண்டு” (‘நித்ய கன்னி’ முன்னுரை) என்கிறார் எம்.வி.வி.

கும்பகோணத்திலேயே பிறந்து, படித்து, மணந்து, குடும்பமும் தொழிலும் நடத்தி, கிரகஸ்தனாகவும் வியாபாரியாகவும் கலைஞனாகவும் தொடர்ந்து சுகமும் கஷ்டமும் பட்டு, இறுதி மூச்சையும் கும்பகோணத்திலேயே விட்ட ‘எம்.வி. வெங்கட்ராம்’ *(1920–2000)* என்கிற ‘எம்.வி.வி.’யைப் பாக்கியவான் என்றே சொல்லத் தோன்றுகிறது. பதினாறாம் வயதில், தம் முதல் சிறுகதையை (சிட்டுக்குருவி) *மணிக்கொடியில்* எழுதியதோடு, சுமார் பதினைந்து கதைகளை *(1936–1938)* மிக விரைந்தெழுதி, முன்னோடி *மணிக்கொடி* மரபின் இளம்பிள்ளையாகப் புகழ்பெற்ற எம்.வி.வி. பற்றி நினைக்கும்போது, ‘பதியெழு அறியாப் பழங்குடி மக்கள்’ என்ற சிலப்பதிகாரத் தொடரே, என் நினைவில் முட்டுகிறது. பிறந்த ஊரின் தொப்புள்கொடி உறவறுத்துப் பிழைப்பின் நிமித்தமாகத் திசையெங்கும் பெயர்ந்து ஏதேதோ செய்தாலும், அடிவேரின் இழுப்பாக எழுத்தையும் விடமுடியாது துரத்தும் நம் நவீனர்களின் வரிசையில், ‘கும்பகோணம் எம்.வி.வி.,’ உள்ளூரிலேயே நிலைத்திருந்து, உலக இலக்கியம் படைத்த மீஉயர்வுக்குரியவராவார்.

பணக்காரக் குடும்பத்தில் சுவீகாரம், டவுன் ஹைஸ்கூலில் ஆங்கிலவழிக் கல்வி, கும்பகோணம் அரசு கல்லூரியில் பொருளாதாரத்தில் இளங்கலைப் பட்டம், ஹிந்தி விஷாரத்தில் உயர்நிலைத் தேர்ச்சி, பட்டு ஜரிகை விற்பனையாளராகப் பெருவெற்றி, *தேனீ* பத்திரிகையாசிரியராக இலக்கியப்புகழ், நான்கு மகன்களும் மூன்று மகள்களுமாக நிறைந்த குடும்பப்பொலிவு எனத் தொடக்கத்தில் ராஜ வாழ்வில் திளைத்திருந்தார். ஆனால், அது நிலைக்கவில்லை. கூடவே இருந்த சில நண்பர்களால் ஏமாற்றப்பட்டுப் பத்திரிகையிலும் வியாபாரத்திலும் பெருநஷ்டமடைந்தார். பல போலிச்சாமியார்களைச் சுற்றியும், கள்ளநோட்டாளரிடம் சிக்கியும், சீட்டாடியும், அலைந்தும் திரிந்தும் அடிமேல் அடியுற்றும், வியாபாரத்தைப் பெருக்க முடியாதும், எழுத முடியாதும் மனரீதியாக எம்.வி.வி. மிகத் துன்பப்பட்டார். இக்காலம் பற்றி அவர், "எனக்குப் பைத்தியம் பிடித்து விட்டதா, பிடிக்கிறதா, பிடிக்கப் போகிறதா என்று என்னாலேயே நிர்ணயிக்க முடியாத நிலைமை. வறுமை, காலைக் கவ்விக்கொண்டிருந்த அதே நேரத்தில், என் தலையை யாரோ திருகிக்கொண்டிருந்தார்கள்" என்கிறார். (*யாத்ரா*, 1983).

இளமையில் நாஸ்திகராயிருந்தவர், இந்த உலகத் தொல்லைகளின் இடையறாத நெருக்கடிக்காட்பட்டுப் பின் ஒரு பெரும் முருக பக்தராகப் பரிணாமமுற்றார். படிப்படியாகச் சித்தக் கலக்கத்திலிருந்து வெளிவந்தார். பேரிலக்கியத் தவம் செய்துகொண்டிருந்தவர், தம் பணத் தேவைக்காகப் பாரத நாட்டுப் பெருமை, உத்தமர் கதைகள், வாழ்க்கை வரலாறுகள், மொழிபெயர்ப்புகள், இன்ன பிற எனப் பெரும் எண்ணிக்கையில் (ஒருநாளுக்கு நூறு பக்கம்!) எழுதிக் குவித்தார். சமையல் குறிப்புகள் முதல் என்சைக்ளோபீடியா வரை–பதிப்பகத்தார் வேண்டுவதையெல்லாம், அவர் பேனா, நாளைக்குப் பன்னிரண்டு மணி நேரம் உழைத்து உற்பத்தி செய்ததாக, அவரே ஒப்புதல் வாக்குமூலமும் அளித்துள்ளார். ('என் இலக்கிய நண்பர்கள்', 1993). இப்படித் தம் வாழ்நாளில், இருநூறுக்கும் மேற்பட்ட நூல்களைச் சந்தைத் தேவைக்காக அவர் உருவாக்கியதாகச் செவிவழித் தகவல்கள் உலவுகின்றன. எனினும், எம்.வி.வி.யின் முதன்மையான படைப்பாளுமை, அவர் பங்களித்த சிறுகதைகளாலும் நாவல்களாலுமே உறுதிப்படுவதாகும். இவற்றைப் பலரும் மரபாகச் செய்வதைப்போலக் குறிப்பிட்ட ஒன்றிரண்டு கதைக்களங்களின் விதம்விதமான படியெடுப்புகளாக அவர் நீர்க்கவிடவில்லை.

பொருட்படுத்தத் தகாததை அலட்சியப்படுத்தும் துணிவும், கவனிக்க வேண்டியதைக் கவனிக்கும் கனிவும், லௌகீகத்தின் இரைச்சலும், தத்துவத்தின் சாந்தியும் பளிச்சிடும் எழுத்து எம்.வி.வி.க்குக் கூடியது. 'மனத்தைவிடப் பெரிய லீலா கிருகம் வேறில்லை' ('சித்தக்கடல்') என்ற சிருஷ்டி நாடி, அவரிடம் துடித்தது. நாக்கு அறுந்து விழுவது பற்றிய கவலையேயின்றி, 'ஆனா'லைத் தொடர்ந்து அவர் மிழற்றிக் கொண்டிருந்தார். "'ஆனா'லின் தொடர்ச்சி, ஹிருதயத்தின் பாஷை! அது வாயால் பேச முடியாதது; அது இலக்கண விதிகளுக்கும் தர்க்க சாஸ்திர விதிகளுக்கும் கட்டுப்படாதது மாத்திரமல்ல, அதைச் சரியாக

வெளியிடவே முடியாது. இறந்தகால ஞாபகமும் நிகழ்கால உணர்ச்சியும் எதிர்காலக் கற்பனையும் மோதிக்கொள்ளும் நிலையில் – ஹிருதயத்தின் அகோர ரூபத்தில் நிசப்தமாய்ப் பேசிக்கொள்ளும் பாஷை அது" (பாரதி) என்ற பக்குவத்துடன், தம்மைத் தீண்டிய அமானுஷ்யங்களை எம்.வி.வி. கதையாக்கினார். "இயல்பில் அசாதாரணமான அடக்கமும் மென்மையும் கொண்டவராயினும், எழுத்தில் கட்டை அறுத்து ஓடும் போராட்டமும் கண்டிப்பும் எதிர்ப்பும் நகைப்பும் இரைந்துகொண்டேயிருக்கும்" ('நித்ய கன்னி', முன்னுரை) என்ற தி.ஜானகிராமனின் மதிப்பீட்டிற்கேற்பப் பிரக்ஞையுடனும் அதை மீறும் கொந்தளிப்பு ஸ்திதியிலிருந்தும், இதை எம்.வி.வி. சாதித்தார்.

Individuality, Free Personality, Clarity, Diversity, Versatility என்ற ஐம்பெரும் மொழிகளால், எம்.வி.வி.யைத் தஞ்சை பிரகாஷ் வரையறுப்பார். மேலும் அவர், "சரித்திரம், புராணம், இதிகாசம், விஞ்ஞானம், கர்ண பரம்பரைப் பழங்கதை, வழிவழிச்செய்தி, அதீதக் கற்பனை, கனவு என்ற விதமாய் எண்ணிலடங்காத சப்ஜெக்ட்டுகளில் புதுமைப்பித்தன் வாரி இறைத்ததைப் போலவே எம்.வி. வெங்கட்ராமும் பல்வேறு உலகங்களைச் செதுக்கித் தள்ளியிருக்கிறார் . . . . இவை போக, பயங்கரக் கதைகள், ஆவி உலகம், பிசாசு, அதீதமான சக்திகள், ஆன்மீக உயர்நிலைகள் என்று பலவித மனஸ், புத்தி, சித்தம் என்னும் படிகளில் ஏறி, மனோமயகோசம், பிராணமயகோசம் என்ற மனம் தாண்டிய எட்டா நிலைகளில் எல்லாம் சஞ்சரித்து, உண்மைகளைச் சிதறடித்து, யதார்த்த உலகை நொறுக்கி, கற்பனை வழியிலேயே விஞ்ஞானத்தையும் கடந்துசெல்லும் ஆச்சரியம், தமிழ் நவீன இலக்கிய உலகில் எம்.வி. வெங்கட்ராம் அவர்களுக்கு மட்டுமே சாதனையான தனி உலகாக இருக்கிறது! இருக்கும்!" ('இனி புதிதாய் . . .' (முன்னுரை), 1993) என்றும் வியக்கிறார்.

இதை மிகையாகக் கருத வேண்டியதில்லை; இதற்கு ஓர் அடிப்படை வலுவுண்டு. இந்த வலுவினால்தான், 'சோதனை எழுத்தாளர்' என்ற தனிச்சிறப்புக்கும் எம்.வி.வி. தகுதியுறுகிறார். இச்சோதனையைத் தம் சிறுகதைகளோடு நிறுத்தாமல், 'நித்ய கன்னி' (மகாபாரதச் சிறுபொறியைப் பெருநெருப்பாக்கிய மறுபுனைவு), 'வேள்வித்தீ' (சமகாலச் சௌராஷ்டிர நெசவு வாழ்வின் அகப்புற அலசல்), 'காதுகள்' (ஆன்மீகத் தேடலின் உள் யாத்திரை) எனத் தம் நாவல்களிலும் அவர் விஸ்தரித்தார். 'சோதனை எழுத்திலும், எம்.வி.வி. செய்தவை வெற்றியான சோதனைகள்' என்று ந.பிச்சமூர்த்தி தெரிவித்ததாகத் தஞ்சை பிரகாஷ் பகிர்கிறார். (*தினமணி*, 1992). இப்படிப்பட்ட 'சோதனை வெற்றி'களை, 'எங்கே தேடுவது?, பூமத்திய ரேகை, இனி புதிதாய் . . ., வர்ணபேதம், மழை, மங்கையும் பங்கனும், இந்திர ஜாலம், மறதி மாயம், மேனகை, மோகினி' எனப் பல கதைகளிலும் காணலாம். இவற்றின் அடி, நடு, நுனிகளை வாசகர்களே சுவைத்தறிய வேண்டும். இங்குப் 'பூமத்திய ரேகை' பற்றி மட்டும், சில வார்த்தைகள் சொல்கிறேன்.

இல்வாழ்வில் கலந்த இணையிடையே, 'ஒத்துப்போக இயலாமை' என்ற சிடுக்கு, தலைநாள் தொட்டே தொடங்கிப் பெரிதாகிக்கொண்டே

போகும் ரணத்தைப் 'பூமத்திய ரேகை'யில் எம்.வி.வி. கீறிவிடுகிறார். அவனுக்கு இல்லாத பழம்நினைவுகள் அவளுக்கு இருக்கின்றன என, இந்த முடிச்சின் வேரை நாம் யூகிக்கலாம். ஆனால், இது ஒரு வெறும் யூகம் மட்டுமே. இதைக்கூடத் துழாவித் தடவிக் கதையை நுகரும் இருண்மையின் வெறுமையிலிருந்தே உருவுகிறோம். 'பூமத்திய ரேகை' என்பது ஒரு கற்பனைக் கோடு. இல்லாத இக்கோட்டை உண்மையாக்கி, விலகாது ஆக்கிரமிக்கும் எறும்புணர்ச்சிகளின் துள்ளலைப் பூதாகரமாக்கிக் கொண்டே போனால், முடிவு என்னாகும்? "நான் ஆணாய்ப் பிறந்ததே குற்றம்!" என்கிறான். "இல்லை; நான் பெண்ணாய்ப் பிறந்ததுதான் குற்றம்!" என்கிறாள். உடலையும் உள்ளத்தையும் இணைத்துச் சமமாகவும் சமாதானமாகவும் அவற்றைப் பாவிப்பது, அவ்வளவு எளிதா? இதைத் திறக்கும் சாவி எம்.வி.வி.யிடம் இல்லை; வாசகரிடமிருக்கலாம். அவரவர் பூட்டும் சாவியும் அவரவருக்கே!

எழுத்தாளனும் ஒரு பார்வையாளன் அல்லது சாட்சியாளன்தான். சிலநேரங்களில் அவன் பங்கெடுப்பவனாகவே தன்னை மறந்து கதைக்குள் புகுந்துவிட்டாலும்கூட அதுவும் உண்மையில் அவனில்லை; அவனின் பதிலீடு அல்லது அவனாக விரும்பும் வேறு ஒன்றின் பிரதிபிம்பம் என்றே எடுத்துக்கொள்ள வேண்டும். எதற்குப் பார்வையாளனாக அல்லது சாட்சியாளனாக, அவன் நிற்கிறான்? தன்னைப் பற்றியே கண், வாய், மூக்கு, காது, தலை வைத்தவன் எழுதிக்கொள்ளும்போதும் அது எப்படியோ அவனிடமிருந்து வேறுபட்டுப் பிறிதொன்றாகிவிடும் வியப்புக்கே அவன் சாட்சியாளனாகிறான். ஆகவே, இப்படிச் சுருக்கிக் கூறிவிடலாம். எம்.வி.வி. கதைகளில் எம்.வி.வி. போன்ற சாயலுள்ள ஒருவர் அல்லது பலர் வரலாம். ஆனால், அவர் யாரும் எம்.வி.வி.யே அல்லர் என்பதே நாம் கிரகிக்க வேண்டியதாகும். இச்சுயசரிதைச் சாயலைக் கழற்றிவிட்டு வாசிக்கப் பழகும்போதே, சுட்டி ஒருவர் பெயர்கொளப்பெறா ஏதோ சில மனிதத் தன்னிலைகளின் உளப்பாடாகக் கதைகளை உணரும்போதே, இச்சொற்கூட்ட நெரிசல்களிலிருந்து விலகிக் கதை மெல்ல அசைந்து அல்லது ஊர்ந்து, வாசிப்பவனின் அகத்திற்குள் மீள்வினையாற்றத் தொடங்குகிறது.

இவ்வாறு ஒரு மறுசுழலாய்க் காலத்துக்கும் வெளிக்குமான கண்ணாமூச்சியாய்ப் பிரதி அதன் வன்முறையுடனும் வசீகரத்துடனும் ஆழ்மனமேறும் ஒரு நிஜத் திடுக்கிடலின் சுளீர் விழிப்பே, எம்.வி.வி.யின் கதைகளில் கருநாகங்களின் படையெடுப்பாகவும் தோகைவிரி மயிலின் உயிர்த்துடிப்பாகவும் இருவேறு இயற்கைக்கும் வழிதிறக்கிறது. ஆட்சியில், ஆவணத்திலன்றி மாற்றயலார்தம் காட்சியிலும் இது அகப்படுவதையும், அதேவேளை மூன்றிலுமே அகப்படாமல் வேறெங்கோ இழுபடும் விசித்திர அகமன நெளிவுகளையும் சேர்த்தே வெளித்தள்ளிப் பிரதி உள்வழிகிறது. இது வெறும் வெளியேற்றமாக மட்டும் சுருங்கிவிடாது, உள்வழிவின் பிழிவாகவும் சில பிரதிகளில் ஊடுருவுகிறது. அதுவழிச் சொல்லப்பட்ட சொற்களினூடாக ஒரு பிரதியும், சொல்லவேபடாத உணர்வுகளினூடாகப் பிறிதொரு பிரதியுமாகக் கதை நிர்நிர்மாணம் கொள்கிறது. இப்படி ஒரு

சிறுகதையாக, 'வேலைக்காரி தூங்குகிறாள், நாயும் காக்கிறது . . .' (*காதல், 1953*) கதையை வாசிக்கலாம்.

கல்யாணமாகி இரண்டு குழந்தைகளும் பெற்றுவிட்ட ஒரு பெண், ஓர் எட்டாண்டுக் கால இடைவெளிக்குப் பிறகு, காதலனாயிருந்த தன் கல்லூரித்தோழனைக் கணவனில்லாத இராவேளையில் சந்திக்கிறாள். இப்போதவன், இவள் கணவனின் மேலதிகாரி. இவள் எவ்வளவுதான் முன்னெச்சரிக்கையோடிருந்தாலும், அவனைக் காணும் சந்தர்ப்பம் தவிர்க்க முடியாமல் ஏற்பட்டுவிடுகிறது. வீடு தேடி வந்து கதவைத் தட்டுபவனைக் கழுத்தைப் பிடித்தா வெளியில் தள்ளமுடியும்? கதவைத் திறந்தது பிசகு எனத் தன் புத்திக் குறையைச் செல்லம் நொந்துகொண்டாலும், வருந்திப் பயனில்லை, அவனை எப்படியும் சமாளித்தனுப்பிவிட வேண்டும் என்றும் தீர்மானித்துக்கொள்கிறாள். மூன்றுநாள் லீவு கேட்டு இவளவன் அளித்த லெட்டரைப் பார்க்கவேயில்லை, தெரியவே தெரியாது எனத் தெரிந்தே திறமையாகப் பொய் சொல்கிறான் சேகரன். 'சாப்பாடு முடிந்து, சாதத்தில் நீர் ஊற்றிய பிறகா வருவது?' என்கிறாள். 'அதனால் என்ன செல்லம்? நானும் சாப்பிட்டுத்தான் வந்தேன்' என்கிறான்.

இவள் மென்றும் முழுங்கியும் திணறுகிறாள். 'நீ எந்த விஷயத்தையும், எந்த இடத்திலும் என்னிடம் சொல்லலாம்' என்கிறான். 'அதிகமான மரியாதைகள், நமக்குள் எதற்கு?' என்கிறான். ஹாலில் மூன்று விளக்குகளும், கூடத்தில் இரண்டு விளக்குகளும் எரிகின்றன. 'இத்தனை லைட்டுகள், எதுக்குச் செல்லம்?அனாவசியமாக, கரண்ட் . . .' என, இழுக்கிறான். 'எனக்கு இருட்டுப் பிடிக்காது' என்கிறாள். இவர்களுடைய உரையாடலின் ஒவ்வொரு சொல்லுக்குப் பின்னும், தொனியாக வேறு அர்த்தம் ஒலிக்கிறது. அது இருவருக்கும் தெரிந்திருந்தாலும், அதைக் கிழித்துப் பச்சை அகத்தின் ஆர்ப்பரிப்பைக் கண்டுகொள்ள மறுத்துப் பண்பாடு திணிக்கும் எல்லைக்குள் நின்றே வார்த்தையாடப் பார்க்கின்றனர். 'இருள் விரும்பி'யாகச் சேகரனும், 'ஒளி விரும்பியாக'ச் செல்லமும் எம்.வி.வி.யால் காட்டப்பட்டாலும் அப்பாவனை நிஜமில்லை, அது ஒரு வெளிவேடமே எனக் கவனமான வாசகர்களால் யூகித்துக்கொண்டுவிட முடியும்.

உலகத்தைத் துரும்பாக நினைத்துச் செல்லமும் அவள் கணவனும் சிரிப்பாகச் சிரித்தபடி நிற்கும் புகைப்படத்தையும், பேரழகுப் பதுமைகளாக உறங்கும் அவர்களின் குழந்தைகளையும் பார்த்துத் தனக்கே சொந்தமாகி இருக்க வேண்டியவளை முட்டாள்தனமாய்க் கைநழுவவிட்ட தன் பிசகை எண்ணிச் சேகரன் பெருமூச்செறிகிறான். 'என் கையால் ஓர் அறை வாங்கினாலும், மூர்ச்சைபோட்டு விழுந்துவிடுவாய்போல் சோனி ஆக இருக்கிறாயே?' என்கிறாள் செல்லம். 'இவ்வளவு சுலபத்தில், அந்தக் காலத்தை உன்னால் எப்படி மறக்க முடிந்தது?' என்கிறான். 'பருவத்தின் உணர்ச்சி போதையால், விளையாடின விளையாட்டுதான் அது' என்கிறாள். இந்த ஊருக்குத் தன் கணவன் வேலை மாற்றலாகிவந்த ஒரே ஒரு வாரத்திற்குள் எத்தனை தடவை தன் வீட்டுக்குத் தன்னைத் தேடிச் சேகரன் வந்துவிட்டான் என்பதையும், உணர்ச்சிகளின் கிறுகிறுப்பை

நம்பி ஏமாந்த தன் கல்லூரிக்காலம் போயே போய்விட்டது என்பதையும் தனக்குள் தானே சிந்தித்துச் செல்லம் தெளிகிறாள். டி.பி.யில் மனைவி செத்ததைக் கூறிச் செல்லம் ஒருத்தியைத் தவிர வேறு யாராலும் தனக்கு நிம்மதியைத் தரமுடியாது என்கிறான் சேகரன்.

கல்லூரிக் காலம்போலவே, செல்லத்தைச் 'செல்லி' என்றே செல்லமாய் விளிப்பவன், தன்னையும் அப்படி ஒருமையில் கூப்பிடுமாறு, செல்லத்தையும் தூண்டிவிடுகிறான். அன்று குதூகலமளித்த அந்த அழைப்பை, இப்போது அவளையே அவமானப்படுத்தும் ஒரு வடுவாய் உணர்கிறாள். பருவத்தின் மோகனத்திற்கும், குடும்பப் பொறுப்பின் ஒரு கனத்திற்குமான வேறுபாடது. தன் அகப்பீதியைச் சமாளிக்க, 'உள்கட்டில் வேலைக்காரி தூங்குகிறாள்; நாயும் படுத்திருக்கிறது. புதுக்குரலைக் கேட்டால் குரைப்பதற்கு ஆரம்பித்துவிடும்' என்கிறாள். மணவாழ்வின் மகிழ்ச்சி பற்றிக் கேட்கிறான். 'நான் கந்தர்வ லோகத்தில் இருக்கிறேன்' என்கிறாள். 'என் ஞாபகமே உனக்கு வரவில்லையா?' என்பதற்குக் கல்யாணத்திற்குப் பிறகு, 'அவர் பிரக்ஞைதான் என் பிரக்ஞை' என்கிறாள். இப்பேச்சினிடையே, நான்கு தடவைகள், வேலைக்காரி தூங்குவதையும் நாய் படுத்திருப்பதையும் நினைவூட்டுகிறாள்.

'அந்த வீட்டில் வேலைக்காரியும் இல்லை; நாயும் இல்லை' என்ற அந்தக் கடைசி வரியைக் கூர்மையான வாசகர்கள், அது முதலில் வருமிடத்திலேயே கண்டுபிடித்துவிடக்கூடும் எனினும், அது இங்கு ஓர் உத்தி என்பதாகக் கைக்கொள்ளப்படாமல், தன் நெஞ்சறிந்து செல்லம் சொல்லும் தன்னைச் சுடாத பொய்யாகப் புனையப்பட்டுள்ளது என்று அறிவதே, இக்கதையின் ஜீவ நாடியைத் தொட்டுணரும் ஓர்மையாகும். வீட்டில் நாயும் வேலைக்காரியும் இல்லை என்பது, சேகரனுக்கு மட்டும் தெரியாததா என்ன? இருப்பதாகச் செல்லம் பொய் புளுகுவதால்தானே, அவனுக்குத் துணிவே பிறக்கிறது! 'வேலைக்காரியிடம் குழந்தையை விட்டுவிட்டு வருகிறேன். சாவகாசமாய் பேசிக்கொண்டிருப்போம். சரிதானே?' எனச் செல்லம் கேட்டபிறகுதானே, 'இவ்வளவு பெரிய வீட்டில் தனியாக இருக்க, உனக்குப் பயமாக இல்லையா?' எனச் சேகரன் கேட்கிறான்.

இப்பிரதியின் உட்பிரதியாக, வாய்ச்சொற்களைத் தாண்டிய மனக்குரல்களுக்குள்ளும், நம் வாசிப்பின் கண்ணிநுண் சிறுத்தாம்புவழிப் போய்க்கொண்டேயிருக்கலாம். 'அகாலத்தில் இப்படித் தொல்லை செய்தால் . . . ?' என்றிழுத்தாலும், வருவது வரட்டுமெனக் கதவைத் திறக்க ஏன் துணிகிறாள்? 'ராவண வேஷம் போடுகிறானோ' எனத் திகைத்தாலும், பின் அமைதியாகத் தெருவிலிறங்கி அவன் செல்வதைப் பார்த்துக் 'கடைசியில் கதை, ஒன்றுமில்லாமல் வெத்து வாணமாக முடிந்துவிட்டதே!' என்று ஏன் வியக்கவேண்டும்? 'அவர் வந்த பிறகு உன்னைச் சந்திக்கிறேன்' எனப் பிரதியில் சொல்வது, யார்? அவனா அல்லது இவளா? இப்படிக் கேட்டுக்கொண்டே போகலாம். மீறலை விழையும் சேகரன் மனந்திருந்திப் பண்பட்டுவிட்டான்; குடும்பக்கட்டுக்குள் நிறைவுகாணும் செல்லம் தப்பிவிட்டாள் என்று ஒரு மேல்பார்வைக்குத்

தோன்றலாம். தத்தம் மனநிலைகளைச் சற்றே நிறம் மாற்றியபடியே வாழ்க்கை விளையாட்டைச் சேகரனும் செல்லமும் புதுமாதிரியாகப் பழையபடியே தொடரப்போகின்றனர் என்றும்கூட இதை வாசிக்கலாம். நாளைக்கு என்ன ஆகும் என்பதற்கும்கூடச் சிலரிடம் விளக்கமிருக்கலாம். எப்படிப் பார்த்தாலும், இது ஒரு முடியாத கதை என்பதில்தான், இதன் கலை வெற்றியே துலங்குகிறதெனலாம்.

"கல்சர் பற்றி உனக்குத் தெரியுமா?" எனச் சிரிக்கிறாள் செல்லம். மறதியாக அவன் வைத்துவிட்ட மேல்துண்டை, மறக்காது அவனிடம் எடுத்துத் தந்துவிட்டுக் கதவையும் தடாலெனச் சாத்துகிறாள். ஆனாலும், அவளுக்கு உறக்கமே வரவில்லை! பத்தாவது நிமிஷத்தில், சேகரன், மீண்டும் வந்து கதவைத் தட்டுகிறான். "இன்று மிகவும் கேவலமாக நடந்துகொண்டுவிட்டேன் . . . . இந்தச் சம்பவத்தை நீ மறந்துவிட வேண்டும். இனி ஒருபோதும் இப்படிச் செய்யமாட்டேன் . . . . இன்று நடந்ததை உன் கணவரிடம் சொல்லிவிடாதே!" எனக் கூறிவிட்டுப் பின் மன்னிப்பும் கேட்கிறான். "கலியாணம் செய்துகொள்; உன் கவலை பறந்துவிடும்!" என்கிறாள் செல்லம். 'யாருக்குக் கல்சர் இல்லை? யார் வேடம் போடுகிறார்கள்?' என்பதற்குக் கதாசிரியரிடம் மட்டுமா, இவர்களிடமும் தக்க விடைஇருப்பதாகத் தெரியவில்லை. இப்பிரதியை எம்.வி.வி. எவ்வளவு கவனமாக மூடிவிடப் பார்த்தாலும், திடுதிடுப்பென அது திறந்துகொள்வதையே இங்கு நாம் எதிர்ப்படுகிறோம்.

குறுந்தொகையில் ஒரு பாடலுண்டு. பதின்வயதில் உடன்போக்கில் செல்லும் காதலரைப் பார்த்துப் பாலைநிலத்தின் பார்வையாளர்கள், 'நல்லோர் யார்கொல் அளியர் தாமே!' எனப் பரிதாபப்படுவதாகப் பெரும்பதுமனார் பாடியுள்ளார். அவர்கள் மணமாகா விடலைகள்; இவர்களுக்கோ மணமாகிவிட்டது என்பது தவிரப் பெரிதாக வேறுபாடு இல்லை. 'நல்லோராகிய இவர்கள் யார்? ஐயோ பாவம்!' என்ற அதேவகைப் பரிவைத்தான், இக்கதையில் எம்.வி.வி.யும் எதிரொலிக்கிறார். குடும்பம் என்ற ஒரு நிறுவனத்தின் ஆக்டோபஸ் ஆக்கிரமிப்புக்கு முன், 'எவ்வளவு கூனிக் குறுகிச் சிறுத்துப் பாவிகளாக மனிதர்கள் கூசி நிற்க வேண்டியிருக்கிறது?' என்ற பின்நவீன வாசிப்பைச் சாத்தியப்படுத்தும் பன்மைப் பிரதியாகிறது இக்கதை. சேகரனைப் பிரதானப்படுத்திப் பிறழ்வின் அரசியல் வாசிப்பையும், செல்லத்தினூடாகப் பெண்ணிலை யதார்த்த வாசிப்பையும், இல்லாத நாயையும் வேலைக்காரியையும் கவனப்படுத்தி மீமெய்யியல் வாசிப்பையும் பிரதிக்குள்ளிருந்து உருவாக்கி அவற்றை மேலும் நீட்டிப் பண்பாட்டுப் பாவனையின் உள்ளடுக்குகளுக்குள் புகுந்துவரும் வாய்ப்பைத் திறந்துவிட்டிருப்பதுதான், எம்.வி.வி.யின் கலைச் சாதனையாகும். அதாவது, ஒரு சம்பவத்தை அல்லது ஒரு பாத்திரத்தை விவரிக்கப் புகுந்துவிட்டு, அதனைக் கறாராகத் தீர்மானிக்க முடியாத எண்ண விகாரங்களின் அல்லாடல்களில் ஸ்தம்பித்துக் கதையைக் கதையே எழுதிக்கொள்ளும் அல்லது எச்ச சொச்சங்களை வாசகரிடமே விட்டுவிடும் 'பகுத்தறிவின் பிடிக்கு வசப்படாது நழுவும்' உணர்வோடைக் கதைஞனாக எம்.வி.வி. முன்னகர்வதுதான் அவரின் தனித்துவமாகும்.

இயல்புவாதத்தைக் கற்பனாவாதத்துடன் வெகுநூதனமாகக் கலந்தெழுதுகிறவராக, எம்.வி.வி.யை மதிப்பிடலாம். இப்படியெழுதும் போதும், ஒரு புனைவின் அசட்டு எல்லை வரம்புக்குள்ளேயே வாழ்வின் சிடுக்கறுத்துவிடும் 'அபார பலே சமுத்தை' உதறிவிட்டுத் திகைப்பூண்டை மிதித்தாற்போன்ற உள்விளிம்பின் கையறுநிலையிலிருந்து, வாசிப்பு வெளியை அடைகாக்கும் சூலாய்க் கதைகளைக் கவனமாய்க் கொண்டு செலுத்துவதை, எம்.வி.வி.யின் தனிச்சிறப்பான படைப்பு நெறியாய்ப் புரிந்துகொள்ளலாம். இவ்வகையில், வரையறுக்க முடியாத வாழ்வின் விசித்திரச் சாயைகளைக் கற்பனையின் பூர்த்திபெறாத சாத்தியங்களுக்குள் தொடுவானாய் நகர்த்திக் கதைகளிலிருந்து கிளைக்கும் கூர்ப்பான சங்கிலிப்பின்னல் கேள்விகளைத் தொடர்ச்சியின் தண்டவாள அதிர்வுகளாய் நிறுத்திப் பதில்களைப் பெருமூச்சின் இடைவெளிகளில் தடம்மாற்றி நழுவவிட்டுத் துழாவிப் பற்றலின் விளக்குத் தூண்டிப் பிரக்ஞை நுணுகலை எம்.வி.வி. அகலப்படுத்துகிறார்.

சில சமயங்களில் இவை, தட்டையான புறச் சித்திரிப்புகளாகவும், எங்கும் செல்லாத வெறும் வார்த்தைவழிப் பயணங்களாகவும் நீள்கின்றன. ஆனால், வேறு சில தருணங்களில், சம்பவக் கோப்புகளைத் தாண்டிய ஆரம்பப்புள்ளியை நோக்கிப் புலன்களை மீட்டிப் புதிய அறிதல்களை ஊக்குவிப்பதுடன், பிரதியின் உள்மடிப்புகளை விரித்துப் புனைவின் திசைவெளிகளைக் கட்டுப்படுத்திவிடாமல் தலையூற்றின் நதிப்போக்கில் அகநடையாடவும் இடமளிக்கின்றன. எவ்வளவு முயன்றும் முடியாத இக்கதைகளைத் தீராத வியப்புடன் எம்.வி.வி. எழுதிச்செல்வதன் ரகசியம் இதுதான். திட்டமிட்ட புனைவுருவாக்கம் என்பது, 'வலிந்து செய்தலாக' இவரிடமில்லை. ஏதோ ஒரு புள்ளியில் யதேச்சையாகத் தொடங்கிவிட்டுக் கதையை ஏதோ ஒரு புள்ளியில் நிறுத்தி முடித்துவைக்கப் பரபரக்கிறார். ஆனாலும், இலகுவான ஒரு மொழியிலேயே தீவிரமான கருத்துகளையும் கடத்திவிடுகிறார். கைப்பிடித்து வைத்த பொம்மையாகப் பாத்திரங்களின் அகங்களை ஒடுங்கவிடுவதில்லை; வளர்சிதை மாற்றங்களுடன் இவரின் பாத்திரங்கள் நகர்ந்துகொண்டேயிருக்கின்றன. தேடல் மட்டுமில்லை; கண்டடைதலும் இவரிடம் கண்விழிக்கிறது. முதல் வாசிப்புக்குப் பின்னும், மறுதிறப்பைக் கேட்கும் ஓர் எழுத்து இவருடையது.

இது இப்படித்தான் என்ற ஓர் உறுதியைவிட, இது இப்படித்தானா என்ற ஒரு மயர்வையும், அல்லது இதுவா, இப்படியா என்ற அயர்வையும் மேற்கிளப்பிவருவதுதான், எம்.வி.வி.யின் சிறுகதைப் பாணியாகும். இது ஏன் இப்படி நடந்தது என்ற வினாவை எழுப்பி, அதன் இண்டு இடுக்குகளிலும் தட்டுத்தடுமாறிக் கிண்டிக்கிளறித் தீர்மானிப்பின் பெரிய சிராய்ப்புகளுக்கப்பால், இருட்தீவில் மின்மினிப்பூச்சியின் சிறுஒளியாய்ச் சில நித்தியக் கணங்களைச் சிருஷ்டித்துப் பரிபூரணத்தின் நம்பிக்கை முனை தொட்டுச் சடாரென விலகித் தூரம் நகர்ந்து பிரத்தியேகங்களின் உணர்வொதுங்கல் மிரட்சியைக் கதைப்படுத்துவதில்தான், எம்.வி.வி.யின் முழுக்கவனமும் குவிகிறது. "பிரபஞ்சத்தின் பெருமையில், மிகமிக அற்பமான சில அணுக்களைக் கண்டுபிடித்துவிட்டு, 'அறிந்துவிட்டேன்; அறிந்துவிட்டேன்' என்று இறுமாந்து, அறிய வேண்டியதை அவன்

மறந்துவிடுகிறான் . . . . நின்ற இடத்திலேயே நின்று, தன்னைத்தானே சுற்றிக்கொண்டு, 'முன்னேறிவிட்டேன், முன்னேறிவிட்டேன்' என்று மனிதன் மகிழ்ந்திருக்கிறான். தனக்கு முன்னால் நீண்டு முன்னேறி இருப்பது தன் நிழல்தான் என்பதையும், அது மீண்டும் குறுகிக் காலடிக்கே திரும்பி மறைந்துவிடும் என்பதையும் அவன் மறந்துவிடுகிறான்" (மோகினி) எனப் புறத்திற்குப் பிடிபடாத உள்ளிருள் பற்றிய தன் கவனத்தை, எம்.வி.வி. வலியுறுத்துகிறார்.

கும்பகோணத்தையும் சௌராஷ்டிர நெசவுச் சூழலையும் அதன் பல்வண்ணக் கோலங்களையும் நாற்சந்தியிலும் நடுவீட்டிலும் கிளைக்கும் ஒத்தியலவே முடியாத விசேஷக் களேபரங்களையும் திரும்பத்திரும்பச் சலிப்பேயின்றிச் சிரங்கு சொறியும் ஒரு திளைப்புடன் எம்.வி.வி. எழுதிக்கொண்டேயிருக்கிறார். கும்பகோணத்தையும் அதைச் சுற்றிய பல சிற்றூர்களையும், காவிரிப் பின்னணியிலே தீர்க்கமாக வரைய விழையும் ஒரு நிலவியலாளனின் மண்வாடைத் துல்லியம், இயல்பாக எம்.வி.வி.யிடம் தலைநீட்டுவதைக் கதைகள் பிரதிபலிக்கின்றன. ஒன்று முடியுமிடத்திலிருந்து மற்றொன்று, அந்த மற்றொன்றின் நீட்சியாகப் பிறிதொன்று எனப் பரிணாமமுற்றுச் சுழல்கின்றன. இப்படித்தான், 'வரவும் செலவும்' என்ற ஒரே தலைப்பிலான, மூன்றும் ஒன்றாகும் புனைவுச் சுழற்சிகளையும் பொருட்படுத்த வேண்டியுள்ளது. "எமத் தூதர்கள் மனைவி உயிரை வாங்குவதற்குள், ஒரு முழம் துணி நெய்துவிட வேண்டும் எனப் பரபரப்போடு, வேகமாக நாடா போடும் சொன்னப்பனை"ச் சராசரியான சௌராஷ்டிர வாழ்வின் ஒரு வகைமாதிரி மனிதனாகக் கொள்ளும்போதே, வாய்ப்புவசதிகள் யாவும் பொதுமைப்படுத்தப்படாத ஒரு சமூகச் சூழலின் எதிர்ப்புணர்வற்ற பலியாடாகவும் அவனை உணரவேண்டியுள்ளது.

சொன்னப்பனின் குடும்பத்தை ஒழுங்காக நடத்துவதற்கு, "ஒரு மாகாணத்து முதன்மந்திரியின் திறமை வேண்டியிருந்தது" என்று எழுதுவதுடன், "சொன்னப்பன் அப்பாவி; ஜனநாயகம் சமத்துவம் பொதுவுடைமை முதலிய அரசியல் தகிடுதத்தங்கள் இன்னும் அவனைச் சரியாகத் தீண்டவில்லை. கடவுள் அளித்த கைகால்கள் திடமாயுள்ளவரை, உழைத்துச் சாப்பிடுவோம் என்ற திருப்தியான மனம் அவனுக்கு" என்று யதார்த்தத்தைச் சொல்வாளால் அறுத்தும் எம்.வி.வி. சுடுகின்றார். இதைப் பரபரப்பின்றி நிதானமாகக் கருதும்போது, யதார்த்தத்தின் செக்குமாட்டு நிலையை விமர்சிக்கும் படைப்பாற்றலின் மறுவிளைவாகக் கற்பனாவாதத்தைத் துணைகொள்கிறார் எம்.வி.வி. என்ற முடிவுக்கு நாம் வந்துசேர்வதும் தவிர்க்க முடியாததாகும். இது எம்.வி.வி. கதைகளுக்கு ஒரு சுயமுகத்தை வனைகிறது. இந்தச் சுயமுகத்தைத் தெளிவாக, 'அந்தக் காலத்திலே . . .' காட்டுகிறது.

விஞ்ஞானி ஹரன், உலகமே வியக்கும் ஒரு மாமேதை. அவர் தலைமையில், ஓர் எண்மர் குழு, உலக வாழ்வை மேலும் இலகுவானதாக ஆக்குவதற்காகவும், மனிதப் பிரச்சனை மூலங்களை ஆராய்ந்து திடமான முடிவுகளைத் தீர்மானிப்பதற்காகவும் இயங்குகிறது. கும்பகோணத்தில், காவேரிக்கரையில், அடர்த்தியாக மரங்கள் வளர்ந்துள்ள ஒரு தோப்பில்,

ஆராய்ச்சிக்கூடம் நிர்மாணிக்கப்படுகின்றது. 'மனித சிருஷ்டி சாத்தியம்' என்று நிரூபிக்கும் பொறுப்பை ஹரனும், 'தூக்கத்தை ஒழித்து மனிதனால் ஆரோக்கியமாக வாழ முடியும்' ஒரு நனவைச் சாத்தியமாக்குவதைப் பிரபாகரனும் ஏற்றுக்கொள்கின்றனர். தம் பொறுப்பில் மாபெரும் வெற்றி பெறுகிறார் ஹரன். உலகம் இதுவரை காணாத ஒரு பேரழகியாகத் தம் சித்ராவைச் சிருஷ்டிக்கின்றார். ஆனால், சிருஷ்டிக்குப் பின், ஒரு புதிய திருப்பமாகப் பிரமசாரியான ஹரனின் மனம், தான் படைத்த சித்ராவிடமே காதல் கொள்கின்றது. ஹரனைத் தந்தையாகக் கருதும் சித்ரா, அவரின் காதலை ஏற்க மறுத்துப் பிரபாகரனிடம் தன் மனத்தைப் பறிகொடுக்கிறாள். தம்மை ஏற்குமாறு, சித்ராவை ஹரன் நிர்ப்பந்தப்படுத்துகிறார். "பெண் வடிவுக்குச் சித்ராவை ஓர் எல்லையாகக் கொண்டால், ஆண்மையின் சிறப்புக்கு ஹரனை மறு எல்லையாய்க் கொள்ளலாம்" எனப் பிரபாகரன் வியக்குமளவிற்குச் சிறந்திருந்தாலும், ஹரனைச் சித்ரா வெறுக்கிறாள். எவ்வளவு கோடிப் பேரையும் ஒரே நொடியில் சத்தமின்றித் தீர்ப்பதற்கு ஹரன் கண்டுபிடித்த கொலைக் கருவியே, அதற்குக் காரணமாகும்.

இக்கருவிவழி, உலகின் ஒரே சர்வாதிகாரியாகத் தமக்குத் தாமே முடிசூட்டிக்கொள்ள, ஹரன் திட்டமிடுகின்றார். "என் இச்சா சக்தியால் பிறந்த நீ, என் இச்சையைப் பூர்த்தி செய்யத் தோன்றியவள்; மாட்டாயா, சித்ரா?" என்கின்றார். "உலகத்துக்கு என்ன, பிரபஞ்சத்துக்கே என்னை அரசியாக்கினாலும், உங்கள் விருப்பத்துக்கு நான் இணங்க முடியாது" என்கிறாள். "என் இன்ப நிறைவு வேண்டி, நான் படைத்த பொருளை, நான் அனுபவிப்பது கூடாதா? சடமாக இருந்த உனக்குள் உயிர் பெய்தவனுக்கு, நீ செய்யும் கைம்மாறு இதுதானா?" என்கின்றார். "அறிவு இருக்கிறது; ஆராய்ச்சித்திறன் இருக்கிறது; ஆனால் – என்ன சொல்ல? உங்களிடம் நெறியைக் காணோமே!" என்கிறாள். இணங்க மறுப்பவளை, இணங்க வைக்கத் துடிக்கிறார். ஆனால், ஹரன் வைத்திருக்கும் 'மனிதர் அழிக்கும் ஒரு திரவத்தை'ச் சித்ரா கைப்பற்றிப் பிரபாகரனுடன் சேர்ந்து, ஹரனை அழித்தும் விடுகிறாள். "சித்ரா, ஹரன் விரும்பிய சாம்ராஜ்யத்தை, நாம் ஸ்தாபிப்போம் – நீ தலைவி, நான் தலைவன்!" என்கிறான் பிரபாகரன். அதையும் ஏற்காது, அழிப்புக்கருவியின் சக்திபீஜத்தைக் காவேரியில் எறிந்துவிடுகிறாள் சித்ரா.

இக்கதையில், நிறைய வினாக்களுக்கு எம்.வி.வி. பதிலளிப்பதில்லை. உயிரிழந்த சடலத்துக்கு ஹரன் உயிரூட்டினாரா? சித்ராவின் உடலையும் அவரே படைத்தாரா? உடலுடன் சிந்தனை, கற்பனை, உணர்ச்சிகள், ஞாபக சக்தி – முதலிய குணங்களைச் சித்ராவுக்குள் அவர் சஞ்சரிக்கவிட்டது எப்படி? சித்ராவின் சிருஷ்டி எப்படிச் சாத்தியம் ஆயிற்று? இவற்றுக்குச் சித்ராவிடமிருந்து தெளிவான பதில் கிடைக்காத பிரபாகரன், சித்ராவை ஹரன் படைக்கவில்லை, தன்னைக் காதலித்த ஹரனைத் 'தான் அவர் சிருஷ்டி' என்ற ஒரு பிரமைக்கு வசமாக்கிச் சித்ரா ஏமாற்றியதாகக் கருதுகிறான். வயிற்றுப்பசியை அறியாத விஞ்ஞானக்கால மனிதர்கள், இதயப்பசியை அடக்கும் வழியறியாமல் பிச்சை கேட்டலையும் கோரத்தைப் பதிவு செய்கின்றது கதை. மனிதரின் ஒரே ஆறுதலான தூக்கத்தையும்

ஒழித்துவிட்டால், மனிதர்கள் மிகச்சுலபமாய்க் காட்டுமிராண்டிகளாகி விடுவார்கள் என்கிறாள் சித்ரா. "பேரறிஞர் என்று உலகம் போற்றும் ஹரனுடைய இதயம், இவ்வளவு விசாலமானதாக இருந்தால் – சராசரி மனிதனின் இதயம் எப்படி இருக்கும்?" எனச் சித்ராவை எம்.வி.வி. கேட்க வைக்கிறார். "மனிதனின் மூளை விரிவு அடையுமளவுக்கு, இதயமும் ஆழமாயிருக்க வேண்டும்; இல்லாவிட்டால் அமைதி கிடைக்காது" என்கிறாள். இப்படிப் பேசிக்கொண்டே வந்து, ஆற்றுக்குள் சித்ரா குதித்து விடுகிறாள்! அவளுடைய சடலம்கூடக் கிடைக்கவில்லை என்கிறான் பிரபாகரன்.

கி.பி. 3333இல் நடப்பதாகப் புனையப்பட்டுள்ள இக்கதை, தமிழில் இதுவரையிலான 'சயின்ஸ் ஃபிக்சன்'களில், மிகச்சிறந்த ஒரு முன் உதாரணமாக முன்மொழியத்தக்கதாகும். "எங்கே ஆரம்பம், எங்கே முடிவு என விளங்காத இந்த மர்ம நாடகத்தை நடத்துகிறது யார் அல்லது எது? அது – விஞ்ஞானத்துக்கு எட்டுமா?" எனப் பிரபாகரன் ஆழ்ந்து சிந்திப்பதாகக் கதை முடிகிறது. இது விதி அல்லது இறை பற்றிய பழைய நம்பிக்கைகளுக்குக் கதையைக் கூட்டிச் சென்றுவிடுவதாக வாதிக்கலாம்; திருவள்ளுவர்போல், தான் முந்துறும் ஊழின் பெருவலியைத் தாழாது உலைவின்றி உப்பக்கம் காணவைக்க உஞற்றும் மனிதத்துவப் பிரதேசத்தில் எம்.வி.வி. சஞ்சரிக்கிறார் என்றும்கூட இதனை விளக்கலாம். ஆறு குழந்தைகளின் தந்தையான பிரபாகரனைச் சித்ரா வளைப்பதற்குக் காதலா? இல்லை, ஹரனை அழிப்பதற்குப் பிரபாகரன் உதவி அவசியம் என்பதா? எது காரணம்? ஹரனுக்கும் பிரபாகரனுக்குமிடையில் என்ன குண வேறுபாடுள்ளது? வாய்ப்பிருந்தால் பிரபாகரனும் ஹரன்போலவே உலகத் தலைமைதானே விழைகிறான்? திடீரெனச் சித்ரா ஏன் மறைய வேண்டும்? இப்படிக் கேள்விகளாலே நிரம்பிவழியும் ஒரு விஞ்ஞான விசாரத்தை, அதன் முழுமையின்மையைப் பூடகப்படுத்தித் திறந்தநிலை வாசிப்புக்கு இட்டுச்செல்கிறது பிரதி. இங்கு எம்.வி.வி.யின் நுண்பார்வை, எதையும் அறுதியிடாமல், அப்படியப்படியே அந்தரத்தில் அவ்வவற்றை நிறுத்திவைத்துக் கட்டுடைப்பின் கற்பனைத்திறனைப் பிரதியின் நுண்ணிய வாசகரிடமே விட்டுவிடுகிறது.

இன்னொரு கதையிலும் விஞ்ஞானம் வருகிறது. ஆனால், இது வேறு வகை விஞ்ஞானம். தான் படைத்த கொடூர மனிதன் முன்னர், செயலற்றுக் கடவுள் கூசிநிற்க, வல்லான் வகுத்ததே வாழ்வென்னும் அருளற்ற ஓர் அஞ்ஞானமே, இங்கு விஞ்ஞானமாகி விடுகிறது! செத்தவுடன் – ரத்தச் சூடு ஆறும்முன் செலுத்திவிட்டால், செத்தவனைப் பிழைக்கவைத்துவிடும் மருந்தைக் கண்டுபிடிக்கிறான் ஸ்டேனல்ஸ். "முக்கியமாக வேண்டிய மனிதர்களுக்கு, மறுபடி – மறுபடி, உயிர்கொடுத்துக்கொண்டேயிருக்கும் இந்த மறுபடைப்பு, உம் சிருஷ்டியைவிட, எவ்விதத்தில் குறைந்துவிட்டது?" எனக் கடவுளை மிரட்டுகிறான் ஹிட்லர். "ஹிருதயம் எங்கே?" என்கிறார் கடவுள். "ஹிருதயமா? அது எதற்காக?" என்று கேட்கிறான் ஸ்டேனல்ஸ். "ஹிருதயத்தை அழிக்க முடிந்ததுதான், மனிதனின் பெரிய சாதனை!.... அது மனிதனின் பெரிய பலஹீனம்; அதை ஒழிப்பதில்தான் வாழ்வு

இருக்கிறது!" என்கிறான் ஹிட்லர். "சரிதான்; நான் மனிதனைப் படைத்ததே முட்டாள்தனம்" எனத் தம்முடைய தோல்வியைக் கடவுள் அறிவிக்கிறார். கையறுநிலையை உணர்ந்து, புராதனக் கால மனச்சான்றின் உறுத்தலாகத் தொங்கிய தலையுடன் வெளிநடக்கும் கடவுளா, 'ஞானபானு'? அவரின் ஞானத்தையல்லவா, எம்.வி.வி. இங்குப் பதம் பார்க்கிறார்!

நவீனச் சிறுகதையின் வடிவச் செறிவைக் கவனமாகத் தவிர்த்தவை, எம்.வி.வி.யின் சிறுகதைகள். நீட்டியுரைத்தலும், கருத்தின் விளக்கமாகக் கற்பனையைக் கையாளுதலும், புதிர்த்தன்மையைப் பேணும்போதும் தெளிவைக் கைவிடாததும், அகச்சலனங்களைத் தத்துவச் சாயலுடன் எதிரொலிப்பதும் எம்.வி.வி.யின் முத்திரைகளாகவே சுடர்விடுகின்றன. கூட்டுச் சமூகப் பேச்சு மரபின் தொடர்ச்சியாகச் சுவையும் வளவளப்பும் திருப்பங்களும் கூடிய ஒரு விவரணையான மொழியில், வாசகர்களின் பொறுமையைச் சற்றே சோதிக்கும் பக்க விரிவுடன், எண்ணங்களின் அடுக்கடுக்கான ஸ்தூல விளக்கங்களாக, ஒரு பாரம்பரியக் கதை சொல்லலாக இட்டுக்கட்டி மேற்செல்லும் உரு நீர்த்த உருவாகத் தம் கதைப்பாணியை எம்.வி.வி. புனைந்துகொண்டுள்ளார். மேலை உத்திகளின் அப்பட்டமான தழுவலாயில்லாது, இக்கதைகள், தமக்கே உரிய ஒரு சுதேசித்தன்மையைப் பூசிக்கொண்டுள்ளன. இந்தச் சுதேசித்தன்மை, கட்டற்ற ஒரு சுதந்திரத்தையும், அதேவேளையில் தனிநெகிழ்ச்சியான பின்னலையுமளித்துக் கதையிலிருந்து கதையை வெளியேற்றாத ஓர் ஆகிவந்த புனைவுத்தன்மையை உறுதிசெய்கிறது. இந்த வழமை – உருவத்தைப் பொறுத்தவரையில்தான்; உள்ளடக்கத்தைப் பொறுத்தவரை பல கருத்துப் பாய்ச்சல்களைப் பரபரப்புடன் எம்.வி.வி. நிகழ்த்திக் கொண்டேதானுள்ளார். ஆனாலும், இந்தப் பாய்ச்சல்கள் எதுவும், நம் அறிவுப் பாரம்பரியமான ஒருபகுதி ஞானமரபின் சாயல்களுடன் ஒத்தியல்வதன்றித் தறிகெட்டு ஓடுவதில்லை. பாரம்பரியத்திலிருந்தே விலகும் போக்குக் காட்டிவிட்டுப் பாரம்பரியமான விழுமியங்களிடமே மீண்டும் எம்.வி.வி. வந்துசேர்ந்துவிடுகிறார். இதைக் குழந்தைமைக் கவர்ச்சியோடும், மூப்பின் விவேகத்தோடும் அவர் சாதிக்கின்றார்.

இக்கதைகளை நாம் படிக்கும்போது, காலங்காலமாகத் தமிழ்ச் சமுதாயத்தில் உறுதி செய்யப்பட்ட லௌகீகக் கருத்துகள், எம்.வி.வி.யின் பார்வையில் எவ்வாறு புதுப்புதுக் கோலங்களெடுத்துப் பழைமையை அரண் செய்கின்றன என்பதும், இம்மண்ணின் பல மாண்புகளையும் கட்டறுத்துவிடாமலேயே அவர் எவ்வாறு நவீனச் சிந்தனைகளையும் தழுவி அரவணைக்கிறார் என்பதும் குழப்பமின்றியே விளங்குகின்றன. பெண்களைச் சக்தி மூலங்களாகக் கருதுவது, தாய்மையைப் பூசிப்பது, இளவயது மணத்தை வலியுறுத்துவது, சடங்குகள் சம்பிரதாயங்களை இயன்றவரையில் பேணுவது, பகுத்தறிவை முடிந்தவரையில் கேலிசெய்வது, தெய்வநம்பிக்கையை விட்டுத்தராதிருப்பது, ஆண் – பெண் சேர்க்கையின் நிறைவைவிடப் பிரிவின் துயரத்தையே அதிகம் புனைவது, வறுமையிலும் போராடியே வாழ்வதை வற்புறுத்துவது, ஆணின் முறைமீறல்களைச் சுதந்திரமாக அங்கீகரித்துப் பெண்ணின் இயல்புணர்வுகளுக்குச் சமூக

வரம்பு கட்டி நிறுத்துவது, மரபிலிருந்து நீண்ட தூரம் விலகி நடந்தாலும் மீண்டும் அதற்குள்ளேயே எவ்வாறோ வந்து புகுந்துகொள்வது எனப் பலவற்றின் கூட்டாகவே தம் கதைகளை எம்.வி.வி. உருவாக்கியுள்ளார்.

இவற்றின் நோக்கையும் போக்கையும் கவனமாகப் பரிசீலனை செய்யும்போது, அவருக்குள் தவிர்க்கவியலாமல் செயல்படும் ஓர் இருபதாம் நூற்றாண்டு ஆணின் மனம், புரட்சிகரமாகச் சிந்திக்கும்போதுகூடப் பழைமையின் பண்பாட்டு நெருக்கடிகளுடனான ஓர் உள்மோதலைத் தவிர்த்துவிடக் காண்கிறோம். இதன்வழித் தம்மளவில் வழிவழி மரபை மறுவரையறைப்படுத்திக் கட்டுக்கோப்புக் கெடாமல் சமூக விழுமியங்களைப் பேணிக்கொள்பவராகவே எம்.வி.வி. மீள் உயிர்ப்புறுகிறார். அவர் எழுதிய 'அகலிகை' முதலிய பல புராண மறுவிசாரக் கதைகளிலும், பாரம்பரிய வரம்புக்குள்ளே நின்றபடியே, அவற்றைப் புரிந்துகொள்ளவும் உடன்பட்டு அமைதி காணவும் எம்.வி.வி. துடிப்பதைக் காண்கிறோம்.

புதுமைப்பித்தனின் 'சாபவிமோசன'த்திற்கும் எம்.வி.வி.யின் 'அகலிகை'க்கும் களம் ஒன்றே; எனினும், பார்வைகள் வேறு வேறே. சீதையின் சார்பாகப் புதுமைப்பித்தனின் அகலிகை உணர்வதையே, அகலிகையின் சார்பில் எம்.வி.வி.யின் சிரகாரியும் உணர்கிறான். "அவர் மகா ஞானி; அவர் மகா தபஸ்வி; அவர் மகரிஷி; அவர் கூறியபடி செய். தாமதிக்காதே" எனச் சிரகாரி வெட்டுவதற்குத் தன் கழுத்தைப் பயமின்றி நீட்டுகிறாள் அகலிகை. ஆனால் சிரகாரியோ, "சொல்லுக்குச் சுவை தெரியாது; தெரியுமானால், அவளுடைய வாய்க் கசப்பினால், அவள் பேசிய சொற்கள் செத்திருக்கும்!" எனத் தயங்குகிறான். "அவன் உயர்ந்தான் என்பதைக் கேட்டே, தான் உயரும் அம்மையை வெட்டுவதா? கோடாரி கொண்டு பிளப்பதா? மறை, அதை அனுமதிக்கிறதா? அனுமதித்தால், அது மறை ஆகுமா?" எனக் கேள்விமேல் கேள்விகேட்டுக் கோடாரியைத் தூக்கி நதிக்குள் எறிகின்றான். சாப விமோசனத்தில் அகலிகையையும் சீதையையும் பித்தன் அகம்விட்டுப் பேச வைக்கிறார் என்றால், இந்திரனையும் சிரகாரியையும் எம்.வி.வி. உதட்டுப் பேச்சே பேச வைக்கிறார். மூன்றாயிரம் வருட நம் மரபில், வேறு எவரும் கேட்காத வினாவை அகலிகையைக் கேட்கவைத்து, 'ராமன்' என்ற பரம்பொருள் தத்துவத்தின் ஆணி வேரையே ஆட்டங்காணச் செய்கிறார் புதுமைப்பித்தன். அது ஒரு வலிமையான எதிர்ப்புக்குரல்.

எதிர்ப்புக்குரலின் அறச்சீற்றம் தணிவித்துச் சான்றோர்கள் வகுத்த தர்மத்தின் குரலுக்குச் செவிசாய்த்துக் கௌதமரையும் இந்திரனையும் ஒருசேர மன்னித்துச் சமாதானத்தையும் சாந்தியையும் விழைகிறான் சிரகாரி. "இந்திரா! நீ போ. தேவன் என்று பெயர்கொண்டதால் மட்டும் நீ மனிதரைவிட உயர்ந்தவனாகிவிடவில்லை. என் தந்தையின் முன்னிலையில் நீ ஒரு புழு. புழுக்கடியால் பரவுகிற விஷத்தை இறக்குவதற்கு முயலாமல், ஓடிவிட்ட புழுவை யாராவது தேடிப் போவார்களோ? நீ போ! உன்னைத் தண்டிக்க வேண்டிய பொறுப்பு, தர்மத்தைச் சேர்ந்தது. உன்னை அவர் தண்டிக்க முற்பட்டதே தவறு. போ, போ, உனக்காக நான் அவரிடம் மன்னிப்புக் கோருகிறேன்" என்கிறான் சிரகாரி. இந்திரனைக் கௌதமர்

தண்டித்ததையே தவறாகக் காணும் சிரகாரி, அகலிகையின்மீது அவர் சினந்ததையா ஏற்பான்? "அவர் பெரியவர்தாம். ஆனால், சத்தியமும் தருமமும் செய்த சோதனையில் அவர் தவறிவிட்டார். வீழ்ந்துவிட்டார். பாவம்! வீழ்ச்சியுற்ற கௌதமரின் ஏவலுக்குப் பணிந்து, நான் ஏன் அறம் கொல்ல வேண்டும்?" என்கிறான் சிரகாரி. ஆனால், கௌதமர்? "உன் களங்கம் அகலும்வரையில், நான் தீர்த்த யாத்திரை போய்வருகிறேன்" என்கிறார். "மகா தபஸ்வியான கணவரின் உணர்ச்சி அறிவற்றதைக் கண்டு வெட்கினாள் . . . அபலை, அபலை, சிலையெனவே நின்றுவிட்டாள்!" என்று கதையை எம்.வி.வி. முடிக்கிறார்.

ராமனின் பெருந்தன்மையை எள்ளி நகையாடிக் கல்லாகவே மீண்டும் ஆகிவிடும் பித்தனின் அகலிகைக்கும், மனிதப்பிறவியாகத் தானிருக்க நேர்ந்த கொடுமையையும் சநாதன தர்மத்தின் அநீதியையும் எண்ணி வெட்கிச் சிலையாய் நிற்கும் எம்.வி.வி.யின் அகலிகைக்கும் என்னதான் வேறுபாடு? தார்மீகமற்ற மரபைக் கருணையே காட்டாது எதிர்க்கிறார் பித்தன்; அகலிகைக்காகப் பரிந்தாலும் மரபைச் சுற்றிவளைத்துப் பேணி எம்.வி.வி. சாந்தி கண்டுவிடுகிறார். யயாதி பற்றிய 'தேவயானி'யிலும், புத்தரைக் குறித்த 'வெளியே போ'விலும், அர்ஜுனன் தொடர்பான 'ரம்பை'யிலும், பின்னும் பல புராணக் கதைகளிலும் இதையே நாம் மீளமீளக் காண்கிறோம். அதாவது, பூர்வக் கதைகளை, அப்படியே சிறிய மாற்றமுமின்றித் தழுவிக்கொண்டு, முடிவுக்கான தர்க்க ஒழுங்கை மட்டும் உணர்வின் சாரமாகப் புனைவதிலேயே, எம்.வி.வி. கவனம் செலுத்துகிறார். சமகாலக் கேள்விகளுக்குப் பழங்கதைகளில் இடம் அளித்தாலும், மூல வளத்தைச் சிதைக்காமலேயே, மரபை அரவணைத்துக் கதையைக் காப்பாற்றிவிடுகிறார்! (இதைக் கூடுதல் சான்றுடன் விளக்கும் ஓர் அலசலை, இந்த ஆய்வுரையின் பின்பகுதியில் காணலாம்.)

"பெட்டிபோல் அடக்கமான, 'ஐயோ' என்று அஞ்சுமளவுக்கு அவலட்சணமில்லாத, நாங்கள் சொன்ன சொல் மீறாத பெண் கிடைத்தால் போதும்" (பூனையைக் காதலித்த யானை) எனப் பேசும் மரபு ஆணையே, எம்.வி.வி. கதைகளில் அதிகம் காண்கிறோம். பிடிக்காத பெண்டாட்டியை விஷ மருந்தூட்டிக் கொன்றுவிடவும், ஒருநாள் திருடனாகக் கள்ளநோட்டு வாங்கி விற்கவும், போலிச்சித்தர்களை நம்பி ஏமாறவும், பேரழகிகளிடம் மயங்கி நிற்கவும் இவர்கள் தயங்குவதில்லை. ஆணுக்கும் பெண்ணுக்குமாகச் சமூகம் விதித்திருக்கும் இறுக்கமான கட்டுப்பாடுகளை, ஏதோ ஒருவகையில் ஏற்றுக்கொண்டு, குடும்ப நிறுவனத்திற்குப் பாதிப்பு வந்துவிடாமல் தம் செயல்பாடுகளை ஒழுங்குறுத்தும் புத்தி சாதுர்யத்தை எம்.வி.வி.யின் ஆண்கள் கைக்கொள்கிறார்கள். இவர்களிடம் விதிப் பற்றும், பாவ – புண்ணிய நம்பிக்கையும், பக்தியுணர்வும், செல்வத்தைப் பெருக்குவதில் குறையாத ஆர்வமும், இன்பம் துய்ப்பதில் தணியாத இச்சையும், குரு தேடும் வேட்கையும், பொறுப்பேற்கத் தயங்கும் மனமும் வேரோடிக் கிடக்கின்றன.

'எதிரொலி'யில், அப்பன் வினை, மகனைப் பாதிப்பதைக் காட்டுகிறார். 'கவர்ச்சி'யில், நாசகாளியின் மோகப்பிடியிலிருந்து தப்பிப்பிழைக்கும் ஒரு

சத்துவனின் ஆன்மத்தேடலைச் சித்திரிக்க முனைகிறார். பெண்களுக்குப் பதினாறு வயதுக்குள் கல்யாணம் செய்வதே நல்லது என்ற கருத்தை, 'இது ஒரு கதை'யில் பேசுகிறார். இறந்த ஒரே பிள்ளையின் இரண்டு மனைவிக்கும் சொத்துப் போய்விடக்கூடாது என்பதற்காக, மறுகல்யாணம் செய்யத் துணியும் அறுபத்தைந்து வயது கிழத்தந்தையின் பேராசையை, 'விவகாரமும் விவாகமும்' கதையில் விவாதப்படுத்துகிறார். "விவகாரமும் விவாகமும் அக்கிரமம் என்று எனக்குத் தெரிகிறது. ஆனால், அதில் என் பங்கு என்ன எனப் புரியவில்லை" என்கிறார். பெரிதும், இச்சாட்சியாளனின் பாவனையையே, எம்.வி.வி.யின் கதைகள் உட்கொண்டுள்ளன.

'சிரிக்கத் தெரிந்தவனில்', "பெண் விடுதலையில், 'ஆனால்' கிடையாது. 'ஆனால்' என்பதே, ஆடவரின் அற்ப புத்திக்கு அடையாளம். எத்தனை ஆயிரமாண்டுகளாய் நீங்கள் எங்களை அடக்கி ஆளுகிறீர்கள்? இனியும் எங்களை ஏமாற்ற முடியாது; ஏமாறவும் மாட்டோம்" என்கிறாள் வனஜா. "ராமு! வனஜா சொல்வதில், என்ன தவறு? நெடுங்காலமாக மாதரை ஆடவர் துன்புறுத்திவிட்டார்கள். இனி அவர்களும் விடுதலை வாழ்க்கை வாழ வேண்டும். நான் வனஜாவைத் துணைவியாகத்தான் நடத்துகிறேன். அவளை நான் ஒரு வேலையும் செய்ய விடுவதில்லை. உனக்கு நான் கொடுத்த காபி, என் சொந்தத் தயாரிப்பு. சாப்பாடு ஹோட்டலில் இருந்துவருகிறது . . ." என்கிறான் சுந்தா. வனஜாவைப் புதுமைப் பைத்தியமாக்குகிறான். "இதற்காக எல்லாம் சிரிக்காமல், வேறு எதற்காகச் சிரிப்பது?" என்றும் கேட்கிறான். ஈராண்டு மட்டுமே கணவனோடு வாழ்ந்துவிட்டுப் பின் விதவையாகும் சாவித்திரி, "இருபது வயதாகியும், கல்யாணமாகாது காத்துக் கிடக்கும் கன்னிப் பெண்கள் அதிகமாயுள்ள சமூகத்தில், விதவா விவாகத்தை ஆதரிப்பது சரியாகுமா?" எனப் 'புரட்சிப்பெண்'ணில், விசித்திர நியாயம் கேட்கிறாள்.

தன்னை நம்பித் தன்னுடன் ஓடிவரும் தன் காதலியைத் தாய்த் தெய்வமாக்கிவிட்டுப் பொறுப்பின்றிப் பேசியே பேரதிர்ச்சியைத் தூண்டி அவளின் உயிரே போகக் காரணமாகிவிடும் ஞானக்கிறுக்கான சிவனை, 'அன்னை' காட்டுகிறது. ஆனால், 'உறங்காத கண்களில்', மனைவியை (கௌரி) இழந்தவன், தற்செயலாய்ச் சந்திக்கும் பழைய காதலியோடு (பார்வதி), மீண்டும் சேரக் கற்பிக்கப்படும் காரணம், என்ன தெரியுமா? "அவளை நான் கௌரியாக ஏற்கவில்லை என்ற ஏக்கம்தான், அவளைக் கொன்றது. நான் உன்னை எப்படி . . .?" எனக் கேட்டுத் தடுமாறுகிறான். "நான் கௌரியாகத்தான் வந்திருக்கிறேன். இது என் வீடு" எனக் கதையைத் திருப்புகிறாள் பார்வதி. இரு கட்சிக்கும் பொதுவில் நியாயம் சொல்ல முடியாத ஓர் ஆண் வர்க்கப் பிரதிநிதியாகவே தம் கதைகளில் எம்.வி.வி. தென்படுவதாகக் கூறித்தான், இதற்குச் சமாதானம் தேட வேண்டும்! எனினும், இதற்கு முரணான ஒரு பார்வையும், எம்.வி.வி.யின் சில கதைகளில் பதிவாகியுள்ளது.

தனக்கு நிச்சயிக்கப்பட்ட மகாலட்சுமியின் அறிவுக்கும் அழகுக்கும் பண்புக்கும் தன்னினும் தன் தோழனே பொருத்தமானவன் எனக் கருதிக் குருதேவியாக அவளைக் கண்டு விலகி வழிபடும் சந்திரனைத் 'தெரியாத

அப்பாவின் புரியாத பிள்ளை'யிலும், ராஜ நர்த்தகியின் ஒயிலைவிடத் துறவியின் பற்றற்ற மெய்ஞ்ஞானமே பெரிதென்று வாதாடும் சாயாவைப் புதிய பெண்ணின் அடையாளமாக 'அழகி'யிலும், வறுமையில் வாடும் காதலனைத் தன் வாக்குக்குக் கட்டுப்பட்டுக் கைவிடாமல் மீட்பவளின் பரிவை 'வயிறு பேசுகிறதிலும்', "பன்னிரண்டு வருஷ யோக சாதனையின் பலனை, உடற்கவர்ச்சி மாயையில் இழந்துவிடாதே!" எனத் தோழனுக்குப் புத்தி கூறுபவளைப் 'பனிமுடி மீது ஒரு கண்ணகி'யிலும் எம்.வி.வி. கதைப்படுத்தியுள்ளதையும் மறப்பதற்கில்லை.

"நேற்று இன்று நாளை என்றும், வாரம் மாதம் ஆண்டு என்றும், நூறு ஆயிரம் ஆண்டுகள் என்றும், யுகம் கற்பம் என்றும் காலக் கணக்கிடுவதற்கு ஆதாரம் மனம்தான். மனம் கணத்தைக் கற்பமாக்கும்; கற்பத்தைக் கணமாக்கும்" (இந்திர ஜாலம்) என, 'மனமே பிரதானம்' என்ற ஞான வாசிஷ்டத்தின் எடுகோளைத் தழுவியே, மன விகாரங்களின் நீக்குப்போக்குகளோடும் கரடுமுரடுகளோடும் கூடித் தம் சிறுகதைகளை எம்.வி.வி. கட்டமைக்கின்றார். ஆண் கோணம், பெண் கோணம் என்று இரண்டிலுமே அவர் எழுதிப் பார்த்துள்ளார். "அவள் பரம்பரை வேசி. எவன் மீதும் மோகம் கொண்டுவிடுவாள். ஆனால், என்மீது மாத்திரம், அவளுக்கு ஏனோ வெறுப்பு. திருட்டுப் பார்வை செலுத்தி, நாலா பக்கங்களிலும் பார்த்தாள். நல்லவேளையாக, அங்கு அப்போது வேறு யாருமில்லை. இருந்திருந்தால், அவள் அவனிடம் தன்னை ஒப்பித்துவிட்டு ஓடிப்போயிருப்பாள்" (குயிலி) – இது எம்.வி.வி. புனையும் ஆண் கோணம்.

இதன் எதிர்முனையாகப் பாலுணர்ச்சியின் வேரைப் பெண் மன அறிவாராய்ச்சித் திறத்துடன் இணைத்தும் எழுதுகிறார். "இயற்கையை வெல்வதில்தான் மனிதனுடைய வெற்றி அடங்குவதாய்க் கூறுகிறார்கள். அந்த ஜெர்மன் அறிஞர் உரைப்பதுபோல், பால் உணர்ச்சி, பிறவிமுதல் தொடரும் இயற்கையென்றால், அதை நேர்மையான முறையில் அடக்கும் முறையாக இல்லறம் அமைகிறது என்று கூறலாம் அல்லவா? குறிப்பாக, ஹிந்துக்கள் கொண்டாடும் பதிவிரதா தர்மமும் ஏகபத்தினி விரதமும், பாலுணர்ச்சியை ஒழுங்குபடுத்தும் உன்னதமான வழிகள் என்று ஏன் கொள்ளக்கூடாது? அதுதான் தர்மம் – ஒருவனுக்கு ஒருத்தி, ஒருத்திக்கு ஒருவன் என்பதுதான் நேர்வழி. உணர்ச்சிகள் நேர்வழியில் பிரயாணம் செய்வதாய்க் கூற முடியுமா? என்னைப் பொறுத்தமட்டில், கணவரிடம் எல்லாவித நிறைவுகளும் காண்கிறேன். அந்நிறைவைக் காணாதவர்களும் காணவியலாதவர்களும் குறுக்குவழிகளில் பாய்கிறார்கள். அப்போது, சமூகத்தில் குழப்பம் உண்டாகிறது" (குற்றமும் தண்டனையும்) என்கிறாள் ஹரிணி – இது எம்.வி.வி. புனையும் பெண் கோணம். இப்படிப் பெண் – ஆண் ஈர்ப்பாகவும் விலகலாகவும் இழுபடும் மானுட வாழ்வைப் பெண் உடல் எடுத்துத் தாயாகித் திரும்பவும் ஆண் உடல் எடுத்துத் தந்தையும் ஆகிவிடும் வெங்கட்ராமனின் சோதனையனுபவமாக, 'அம்மையே! அப்பா!' கதையில், எம்.வி.வி. பிரச்சனைப்படுத்துகிறார்.

அகிலாண்ட நாயகனைத் தெருவுக்கு இழுத்துவந்து மண்ணில் புரளவிடும் திருப்பணியைக் 'கடவுளும் கந்தசாமிப்பிள்ளையுமாக'ப்

புதுமைப்பித்தன் தொடங்கிவைத்த பிறகு, அந்தச் சாயலிலும் வீச்சிலும் ஏராளமான சிறுகதைகள் தமிழில் பெருக்கெடுத்தன. இப்படி ஒரு கதையாக, எம்.வி.வி.யின் 'அம்மையே! அப்பா!' எழுதப்பட்டுள்ள போதிலும், பழைமையை நவீன விழியால் நோக்காமல், பழம்போக்கிலேயே புதுமையையும் தழுவிக்கொண்டு, சமரச மனத்தோடு, ஒரே நேர்க்கோட்டில் கடவுளையும் பக்தனையும் நிறுத்திப் பிறவித் தளையில் பிணைத்துவிடக் காண்கிறோம். ஒரு சுயசரிதை பாவனையில், வேறு பெயரிடுவதிலுள்ள வம்புதும்புகளுக்கு அஞ்சியே, 'வெங்கட்ராமன்' வாயிலாகவே, கதைச் சம்பவங்களை எம்.வி.வி. பின்னுகிறார். அவனை ஓர் எழுத்தாளனாகக் காட்டுவதில்கூட, இத்தகு தர்க்கமே செயல்படுவதாகவும் யூகிக்கலாம்.

ஒரு நடுநிசியில், பழனிமலைக் கடவுள், எழுத்தாளர் வெங்கட்ராமனின் வீட்டுக்கு வருகிறார். "அரையில் ஒரு வேட்டியும், மேலே ஒரு துண்டும்தான் இருந்தன. தலைமயிர் பிடரிவரை புரண்டது. வயது நிர்ணயிக்கமுடியாத சூக்கும இளமை. பார்க்கமுடியாததைப் பார்க்கிற ஒரு பயம் உண்டாயிற்று; சொல்லமுடியாத இன்பமும் ஏற்பட்டது" என்கின்றான் வெங்கட்ராமன். கூடவே, "திருப்புகழுக்கும் திருமுருகாற்றுப்படைக்கும் – கந்தர் கலி வெண்பாவுக்கும் – கந்தபுராணத்துக்கும் பதம் பிரித்துப் பொருள் கூறி, மக்களை அறநெறிப்படுத்தும் பணியை மேற்கொண்ட புண்ணியவான்கள் ஏராளமாக இருக்கிறார்களே; அவர்களை நாடாமல் – கந்தர் அநுபூதியை மட்டும் பாராயணம் செய்யும் நம்மைத் தேடி இவர் எதற்காக வருகிறார்? அதுவும் – இவ்வாறு அகாலத்தில், ஏன் வரவேண்டும்?" எனக் கேவலம் ஒரு கதாசிரியனிடம் கடவுளுக்கு என்ன வேலை என்றும் கேட்டுக்கொள்கிறான்.

"உடலை ஒழிப்பதென்றால், உனக்கு அச்சமாயிருக்கிறது. உன் கதைகளிலும் உடல்தானே தாண்டவமாடுகிறது! இல்லையா?" என்கிறார் தண்டபாணி. "வெறுப்பதற்காகவா, இவ்வளவு நேர்த்தியான உடலைப் படைத்தீர்கள்? உடம்பை இழுக்கு என்பதால் – உடலைச் சிருஷ்டித்த உங்களை அவமதிப்பதாகாதா?" என்கின்றான் வெங்கட்ராமன். இது எம்.வி.வி. கதைகளின் மையமாகும். உடலின்பத்தை மறுப்பதாகப் பாவித்து, ஆனால் அதை மறக்கமுடியாது திணறும் ஆண்களையும், உடலைத் தம் ஆத்மாவாகக் கண்டுகொண்ட பெண்களையும் பற்றி எழுத எம்.வி.வி. சளைப்பதில்லை. குடும்பம், சமூகம் முதலிய நிறுவனக் கட்டுப்பாடுகளை உறுதியாக அவர் ஏற்றுக்கொள்ளாதபோதிலும், அவற்றின் ஆளுகையைப் பேச்சளவில்கூட உதறமுடியாத லௌகீக இயலாமையைப் பிரதிபலிப்பவையாகவே, அவரின் சிறுகதைகளைக் கருதியாக வேண்டியுள்ளது. பருவ வயதில், ஓர் இளம்பெண்ணால், எவ்வளவு துணிவாகத் தன்னுணர்வுகளைப் புலப்படுத்த முடிகிறது என்பதையும், ஓர் இளைஞனால் எவ்வளவு கபடமாகத் தன்னுடலைக் கட்டுப்படுத்தி மதிப்பான சமூகமைய பாவனையைப் பேணமுடிகிறது என்பதையும் 'பெட்கி'வழி அறிகிறோம்.

சரி, இக்கதைக்கு வந்துவிடுவோம். "உனக்கு ஒரு வரம் அளிக்கவே வந்தேன்" என்கிறார் மலையரசு. "வரமா? சாமி வேண்டாம். உங்களிடம் வரம் வாங்கியவர்கள் மிகவும் கஷ்டப்படுகிறார்கள்" என்று முதலில்

அஞ்சினாலும், பிறகு துணிந்து, "ஆணாகவும் பெண்ணாகவும் இருந்து, நான் சுகம் நுகர வேண்டும். அதற்கு ஏழு பிறவிகள் எடுக்க வேண்டும். ஏழு பிறவியிலும் நோயற்ற உடலும், இடையீடில்லாத இன்ப நுகர்ச்சியும் கிடைக்க அருள் புரியுங்கள் – ஐயா! பிறகு, உங்கள் திருவடியில் என்னைச் சேர்த்துக்கொள்ளுங்கள்" எனப் பணிகிறான். தி.ஜானகிராமன் கதைகளில் காணப்படும் அதே வாழ்வு ஆசைதான் இதுவும். கு.ப.ரா.விடம் தொடங்கிய அதன் சரீர லயத்தை, எம்.வி.வி.யிடமும் எதிரொலியாகக் கேட்கிறோம். "பதினெட்டு மாதம், நீ பெண்ணாக இரு. பெண்மை அனுபவத்தையும் கண்டுகொண்ட பிறகு – மீண்டும் இந்தக் குடும்பப்பாரத்தை ஏற்றுக் கொள்ளலாம்" என்கிறார் கடவுள்.

ஒரே வாழ்வில் ஆணாகவும் பெண்ணாகவும் இருந்து, உணர்ந்து, அனுபவித்து, அதை வெளியிடுகிற பாக்கியத்தைச் சோதனைக்காரனான எழுத்தாளனா மறுப்பான்? ஏற்றுக்கொள்கிறான். ஏற்றுக்கொண்டவன், என்ன பாடுபட்டு மீள்கிறான் என்பதுதான் மீதிக்கதை. பேரழகியாக உருமாறும் வெங்கட்ராமன், நண்பன் சிவராமனைத் தேடிச் செல்கிறான். வெங்கட்ராமன் சொல்வதைச் சிவராமன் நம்புவதில்லை. ஆனாலும், வெங்கட்ராமனாகத் தன்னைக் குறிப்பிடும் பெண்ணின் அவயவ நிறைவில் அவன் அகப்பட்டுச் சென்னைக்குக் குடிபெயர்கிறான். ராணி என்று அவளுக்குப் புதுப்பெயரிடுகிறான். கற்பகாம்பிகைச் சந்நிதியில், ராணிக்குத் தாலிகட்டிக் குடும்பம் தொடங்குகிறான். 'சிவராமனோடு ஏன் கட்டுண்டு கிடக்க வேண்டும்? புதுப்புது இன்பங்களை ஏன் தேடக்கூடாது?' என்றவள் நினைத்தாலும், பதி விரதா தர்மத்திற்குத் தன்னால் பழியேற்படக்கூடாது என்பதில் உறுதியோடிருக்கிறாள். அதன் பின்னவள், மூன்று மாதத்தில் கருவுறுகின்றாள். அக்கருவிற்குப் பொறுப்பேற்கத் தயங்கும் சிவராமன், ராணியைத் தனியே தவிக்கவிட்டுவிட்டுக் கம்பிநீட்டிவிடுகிறான். 'பதினெட்டு மாசத்துக்காக, அவன் ஏன் வாழ்க்கை பூராவையும் இழக்க வேண்டும்?' எனப் பெண் மனம் துக்கமாற்றிக்கொள்கிறது.

தாய் – சேய் நலவிடுதியில் சேர்ந்து, குழந்தை பெறுகின்றாள் ராணி. "ஆணுக்காயினும் பெண்ணுக்காயினும், இன்பம் வலிக்கத்தான் செய்கிறது. வலியில் பல சாயல்கள் (ஷேட்ஸ்) இருக்கின்றன; இச்சாயல்களில்தான் மனிதன் இன்பம் தேடிக் காண்கிறான்.... ஆனால், இன்பம் தேடும் ஆர்வம் என்னவோ – புரிந்தபின்னும் குன்றிவிடவில்லை!" என்ற உண்மையை, ராணியாயிருக்கும் வெங்கட்ராமன் உணரும்போது, காய்ச்சலில் சிசு இறப்பதாகக் கதையை எம்.வி.வி. முடிக்கிறார். 'பழனிக்காரப் பாவியின் ஒரு சதி'யாக, இதை வெங்கட்ராமன் பார்த்தாலும், கதையை முடிக்க எம்.வி.வி.க்கு வேறு என்னதான் வழியிருக்கிறது? குழந்தையை இழந்த ராணி, மீண்டும் வெங்கட்ராமனாகிக் குடும்பத்தை அடைந்தால்தான், கதைக்குச் சுபம் போடலாம். அசுபமாய் ஒரு கதையைத் தமிழில் எப்படி முடிக்க முடியும்?

ராணியான வெங்கட்ராமன், மீளவும் கணவனாகத் தன் குடும்பத்திற்குத் திரும்பும்போது, விவேகியான அவன் மனைவி, கேள்விகளால் அவனை ஹிம்சிக்காமல், வீடு திரும்பியவனை ஏமாந்து மீண்டும் இழந்துவிடக்கூடாது

என்ற தீர்மானத்துடன், பேணி மகிழ்வதாக எம்.வி.வி. எழுதுகின்றார். இங்கொரு சிறு வினா எழுகிறது. வெங்கட்ராமனுக்குப் பதிலாக, அவன் மனைவி, ஆணாகிப் பெண் சுகம் அனுபவித்துவிட்டு, மீளப் பெண்ணாகிக் குடும்பம் மீண்டிருந்தால், அவளும் ஏற்றுக்கொள்ளப்பட்டிருப்பாளா? ஆனால், இவ்வினாவை, இக்கதையே எழுப்பிக்கொள்வதாகவும், இதை வாசிக்கலாம். மங்கையராகப் பிறப்பதற்கு மாதவம் ஏதும் செய்யாமல், பழனிக்காரரின் அருளால் வெங்கட்ராமன் ஒரே வாழ்வில் ஆணாகவும் பெண்ணாகவும் இன்பம் துய்த்தது, நம்பமுடியாத ஒரு வெறும் கதையாக, உங்களுக்குப் படுகிறதா?

இதற்கும் எம்.வி.வி.யிடம் ஒரு தீர்க்கமான பதிலிருக்கிறது. “எந்த எழுத்தாளனுக்கும் கிடைக்காத – கிடைக்க முடியாத – கற்பனையாலும் எட்ட முடியாத மகத்தான அனுபவம், அவனுக்குக் கிட்டிவிட்டது. அதை எந்த வடிவத்தில் வெளியிட்டால், உலகம் ஏற்கும் என்றுதான், அவன் சிந்தித்துக்கொண்டிருந்தான். அறிவின் பெயரால் அறிவை இழந்து விட்டு, அறிவு என்பதாக எதையோ தொடர்ந்து ஓடுகிற நவ யுகம், அவனுடைய அனுபவத்தை நம்புமா? மனைவியே நம்பாதபோது – மற்றவர்கள் நம்புவார்கள் என்று எப்படி எதிர்பார்க்க முடியும்? ஆனால், யாராவது நம்புகிறார்களா என்பது, இலக்கியத்தில் பிரச்சனை அல்லவே. நம்பத்தகாததையும் நம்ப முடியாததையும் ஜீவனுடன் நடமாடவிட்டு – வாசகர்களை நம்பவைக்கும் ஆற்றல்தானே, இலக்கியத்தின் சிறப்பு?” என்று எம்.வி.வி. கேட்கிறார். இத்தகைய, நம்பமுடியாத இன்னொரு சிறுகதைதான், ‘சாவித்திரி!’

தர்மதேவன் யமனிடம் வாதாடிக் கணவன் சத்தியவானின் உயிரைச் சாவித்திரி மீட்டு வருகிறாள். இதை நான் எழுதும்போது, என் நினைவில், கு.அழகிரிசாமி எழுதிய ‘சத்தியவான்’ கதையும் நிழலாடுகின்றது. எம்.வி.வி.யின் ‘சாவித்திரி’யில், ஓர் உத்தம மனைவியின், கணவனின்றித் தான் வாழவிரும்பாக் கற்புடைமை பேசப்பட்டுள்ளது. இங்குச் சாவித்திரி என்ற ஒரு பெண் பற்றி மட்டுமே, எம்.வி.வி. எழுதவில்லை. ‘சாவித்திரி’ என்பதை ஒரு மனநிலையாகத் தத்ரூப உணர்வலையாகவே எழுதிப் பார்த்துள்ளார். இம்மொழி விளையாட்டில், அவர் பெருவெற்றியும் பெற்றுள்ளார். ஆனாலும், புராண நோக்கிலிருந்து, இம்மியளவுகூடக் கதை விலகிவிடவில்லை. ஆனால், கு. அழகிரிசாமியோ, ஒரு பெரிய பாய்ச்சலே பாய்கிறார். சாவித்திரியால் உயிர் மீட்கப்பட்ட சத்தியவான், அவள் இனி என் மனைவியில்லை, என் தெய்வம் அவள் என்கிறான். அத்துடன் மட்டும் அவன் நிற்கவில்லை. “நான் செத்ததும், அவள் விதவை ஆகிவிட்டாள். இப்போது நான் பிழைத்துவிட்டேன். ஆனால், செத்தவன் பிழைத்தாலும், வைதவ்யம் போய்விடுமா? நான் பிழைத்தெழும்போது, சாவித்திரி விதவையாகத்தானே நிற்கிறாள்? விதவையை நான் ஏற்றுக் கொள்ள முடியுமா? எங்கள் பரம்பரையிலேயே, நாங்கள் விதவையை மனைவியாக்கிக் கொண்டதில்லையே! எங்கள் குலத்துக்கு, என்னாலா கேடு விளையவேண்டும்?” என, க்ஷத்திரியத் தர்மம் பேசி, சாவித்திரியைக் கைவிட்டுவிடுகிறான்.

“சாவித்திரி! தவறு, உன் மீதுதான். நீ செய்யத்தகாத காரியத்தைச் செய்துவிட்டாய். என்ன நலனை நம்பிச் செத்தவனைப் பிழைக்க வைத்தாய்? செத்துப்போன புண்ணிய புருஷர்கள் உயிருடன் இருந்திருந்தால், உலகத்தில் இன்று தேனும் பாலும் ஓடாதா என்று உலகத்தார் சொல்லும் வார்த்தைகளை நம்பிவிட்டாயா? ஓடிப்போன முயல் பெரிய முயல் என்பது பழமொழிதானே ஒழிய, அது உண்மையாகாது. செத்தவனை அப்படியே நிம்மதியாக விட்டுவிடாமல், இப்படிப் பிழைக்க வைத்தால், அவன் எப்படி எல்லாம் மாறுவானோ? யார் கண்டது?” என்கிறாள், சாவித்திரியின் தோழியான ஒரு ரிஷி பத்தினி. இது கு.அ.வின் சத்தியவானை, வேறோர் எல்லைக்குத் துரத்துகிறது. ஆனால், இவ்விதக் கேலிப்பார்வை ஏதுமில்லாமலேயே, எம்.வி.வி.யின் சாவித்திரி, வாசகர் மனம் விட்டகல மறுக்கிறாள். “மணமாகி ஓராண்டாகிறது; அதற்குள் ஓர் ஆயுட்கால இன்பத்தை, நீ எனக்கு அளித்துவிட்டதாகத் தோன்றுகிறது . . .” என்கிறான் சத்தியவான். “ஆயுட்காலத்து இன்பம் என்ன என, நமக்குத் தெரியாது. தெரியாததைப் பற்றிப் பேசாதீர்கள்” என்கிறாள் சாவித்திரி. “செங்கதிர்த்தேவன் ஒளியினைத் தேர்கின்றோம் – எங்கள் அறிவினைத் தூண்டி நடத்துக” எனப் பாரதியின் காயத்ரிமந்திர மொழிபெயர்ப்பைச் சாவித்திரி சொல்வதாக எம்.வி.வி. புனைவதொன்றே, இங்குப் புதிது.

“விதியை, யாராலும் மீற முடியாது . . .” என்கிறான் யமன். “நான் வகுத்துக்கொண்ட விதிதானே? நானே அதை மாற்றுகிறேன். நான் என் கணவரோடு வருகிறேன்” என்கிறாள் சாவித்திரி. “சத்தியத்தோடு வாதாட என்னால் இயலாது” எனக் கூறித் தன் தோல்வியைச் சாவித்திரியிடம் ஒப்புக்கொள்கிறான் யமன். “பெண்கள் வாயாடிகளாக இருந்தால்தான், பிழைக்க முடியும் என்று, என் கனவு, நீதி சொல்கிறது. நீ என்ன சொல்கிறாய்?” எனக் குறும்பாய்க் கடைசியில் கேட்கிறான் சத்தியவான். இந்த ஒரே ஒரு வரியில், கு.அ.வின் தர்மாவேசத்தை, மரபை மீட்டிச் சுண்டிப்பார்ப்பதனூடாக எம்.வி.வி.யும் நெருங்கிவிடுவதாகத் தோன்றுகிறது. கவித்துவம் பொங்கும் ஒரு காவிய மொழியில், அசாதாரணமான சொற் பெருக்கில், ‘சாவித்திரி’யை, நம் கண்முன் எம்.வி.வி. கொண்டுவந்து நிறுத்திவிடுகிறார்.

எண்பதுகளின் தொடக்கத்தில், தமிழ்நாட்டுக் குடும்பங்களின் தலையாயச் சிக்கலாக, ‘மாமியார் – மருமகள் சண்டை’ முற்றியிருந்தது. இவர்களுக்கிடையில் சந்துசெய்விக்கும் சமாதானத் தூதுவன் வேடத்தைச் சுமாராகக் கணவனே நிறைவேற்றிவந்தான். இதனின் பல நுண்ணிய முடிச்சுகளைச் சில கதைகளிலே எம்.வி.வி. பிரயோகித்திருந்தாலும், ‘நானும் உன்னோடு வர்றேம்மா’ கதையில், இதைப் பிரதானமான ஒரு குரலாகவே அவர் ஒலிக்கவிட்டுள்ளார். இக்கதையின் நாயகி யமுனா, எம்.வி.வி. புனைவுப்படுத்தும் சௌராஷ்டிர வாழ்வின் ஒரு சராசரிப் பிரதிநிதியே. கும்பகோணத்திலிருந்து அய்யம்பேட்டைக்கு வந்து அவள் வாழ்க்கைப்படுகிறாள். அதாவது, ஒப்பீட்டளவில் நகரத்திலிருந்து கிராமம் வருகிறாள். இக்கதையிலேயே, இப்படி இரண்டு வரிகள் உள்ளன. “கும்பகோணத்திலிருந்து அய்யம்பேட்டைக்கு, ஐந்து நிமிடத்தில் பஸ்

கிடைத்துவிடும். ஆனால், அய்யம்பேட்டையில் கும்பகோணம் பஸ் பிடிப்பது கஷ்டம்" என்ற வரிகளுக்குள் ஒளிந்துள்ள தொனியை அறிவது, வாசகர் பாடு என்று விட்டுவிட்டு மேற்செல்கிறேன்.

நகரத்திலிருந்து கிராமத்துக்குப் பெயர்ந்தவர் மீண்டும் நகரத்திற்குத் திரும்புவது எளிதானதில்லை! இது ஒரு நுண்பொருள்தான். ஆனால், இதன் உள்முடிச்சு, இன்னும்கூட லௌகீகமானதாகும். "ஊருக்குப் போனதும், முழுசாக இரண்டுநாள் போர்த்துக்கொண்டு படுக்க வேண்டும்" எனத் தீர்மானம் செய்துகொள்கிறாள் யமுனா. இவ்வளவு எளிய ஓர் ஆசையா? ஆமாம்; அவ்வளவு கடும் வேலைச் சுமையைப் புக்ககத்தில் அவள் சந்திக்கிறாள். "ஒன்றுக்குப் பின் ஒன்றாக ஐந்து பெண்களைப் பெற்றுப் போட்டுக் கணவனைத் தண்டிக்க வேண்டும்" என்று யமுனா நினைக்கிறாள். கணவனுக்குப் பட்டு ஜவுளிக் கடை வேலை; வீட்டில் எல்லா அதிகாரங்களும் மாமியார் சீதம்மா கையில்தான்! உண்டாகியிருக்கும் யமுனாவை, ஏழாம் மாதம் வந்தபின்கூடத் தாய் வீடு அனுப்பச் சீதம்மா தயாராயில்லை. ஒரு பெரிய ராட்சசக் கூட்டம்போலச் சீதம்மா ஒருத்தியே யமுனாவைச் சூழ்ந்துகொண்டிருந்ததாக எம்.வி.வி. எழுதுகிறார். இதன் உச்சமாகவே, "யமுனா, இப்போது உண்டாகியிருக்கிறாள் என்றால் – அதற்குச் சக்கரபாணிக்கும் அவளுக்கும் ஏகப்பட்ட சாமர்த்தியம் தேவைப் பட்டது" என்கிறார்.

சக்கரபாணி, சீதம்மாவின் கைப்பொம்மையே. இருட்டு வெளியேறி, வெளிச்சம் வந்ததோ இல்லையோ, அவன் பூச்சாண்டி பொம்மையைப்போல விறைத்துப்போவான் என்றும், தெருவோடு போகிற ஒரு கிழவியைப் பார்ப்பதுபோல் யமுனாவை அலட்சியமாய்ப் பார்ப்பான் என்றும் கதையில் விவரிக்கப்படுகிறது. இத்தகைய கணவனிடமிருந்து, என்ன ஆறுதல், யமுனாவுக்குக் கிடைக்கும்? இது ஏதோ, யாரோ ஒரு யமுனாவின் பிரச்சனை என்பதாக, எம்.வி.வி.யால் சுருக்கப்படவில்லை. உள்ளூரில் வாழ்க்கைப்பட்டிருக்கும் சீதம்மாவின் மகள், நேரமிருக்கும்போதெல்லாம், தன் தாய் வீட்டுக்கு வர அனுமதிக்கப்படும்போது, யமுனாவுக்கு மட்டும் அந்தச் சுதந்திரம் ஏன் மறுக்கப்படுகிறது? மூச்சிரைக்கத் தறிமேடை ஏறி, நாடா போட்டு, நாளெல்லாம் அவள் நெய்தாக வேண்டும்! இந்தக் கூலியில்லா உழைப்புக்கு, யமுனாவை விட்டுவிட்டால், வேறு ஆள் யார் கிடைப்பார்கள்?

தறியோட்டும் மாமியார் – மருமகளிடம் இயல்பாகத் தொடங்கும் பேச்சுவார்த்தை, படிப்படியாகச் சூடேறித் தடித்துவிடுகிறது. "தீபாவளிக்கு, எங்கள் வீட்டிலிருந்து வந்த பலகாரத்தை, நீங்க எங்க வாயில போட்டீங்க? அப்படியே உங்க மருமகப்பிள்ளை வீட்டுக்குத் திருப்பிட்டீங்களே? முறுக்கு ரொம்ப ஜோர்னு, சக்கு என்கிட்ட சொன்னாளே?" என்கிறாள் யமுனா. "வாயை மூடிக்கிட்டு, நாடா போடு. இது பாடுபடுகிற கை. இந்தக் கையாலே அடிவாங்காதே. நாள் பூரா, நான் உழைச்சுப் போட்றதைத் தின்னுட்டு, வாய்க் கொழுப்போடப் பேசறியே?" என்கிறாள் சீதம்மா. விளைவு? சக்கரபாணி வந்தபின்னும் சண்டை தீர்வதில்லை. மாதத்தில், நாலு அல்லது ஐந்து சேலைகளை அறுத்து, ஐந்நூறுக்கும் குறையாது

சம்பாதிக்கும் தாயாரைப் பகைத்துக்கொள்ளச் சக்கரபாணிக்குப் பைத்தியமா பிடித்திருக்கிறது? யமுனாவைத்தானே, அவன் மிரட்டலாம்?

மதிய வெயில் தணிவதற்குள், யமுனாவின் தாயார் நன்னம்மாவே வந்துவிடுகிறாள். "பொண்ணைத் தீபாவளிக்குக் கூட்டிக்கிட்டுப் போகலாம்னு வந்தேன். நீங்க, மாப்பிள்ளை எல்லாரும் ஊருக்குத் தீபாவளிக்கு வாங்கோ. யமுனாவை வச்சிருந்து, குழந்தையோட மூணாவது மாசம் கொண்டாந்துவிட்றேன்" என்கிறாள் நன்னம்மா. "என்கிட்டே, இதைப் பத்திப் பேச்சுவார்த்தை வச்சுக்க வேணாம். உங்க பாடு, உங்க மாப்பிள்ளை பாடு. அவங்க தனிக்குடித்தனம் வைக்கப் போறாங்க!" என்கிறாள் சீதம்மா. யமுனாவைச் சீதம்மாவிடம் மன்னிப்பும் கேட்க வைக்கிறாள் நன்னம்மா. அதற்கும்கூடச் சீதம்மா மசிவதில்லை. "போறும், போறும்! மூஞ்சியிலே காறித் துப்பிவிட்டுத் துடைத்துவிட வர்றீங்களா?" எனச் சீறுகின்றாள். இதை எதிர்கொள்ளச் சக்கரபாணிக்குத் துணிவில்லை. "எக்கேடும் கெட்டுப் போங்க" எனக் கத்திவிட்டுக் கடைக்கு ஓடுகிறான். எவ்வளவோ கெஞ்சியும், காரியம் பலிக்காததால், "நாளைக்கு அப்பா வருவாங்க" எனக் கிளம்புகிறாள் நன்னம்மா. "நானும் உன்னோட வர்றேம்மா; இங்கே எனக்குப் பயமா இருக்கு!" என்கிறாள் யமுனா. "நான் சொல்றதக் கேளு யமுனா. இப்போ நான் உன்னைக் கூட்டிக்கிட்டுப்போனா தப்பாயிடும். நாளைக்கு அப்பாவோட வரலாம்" என்று நடையைக் கட்டுகிறாள் நன்னம்மா.

மூச்சுப்பிடித்துக் கும்பகோணம் பஸ்ஸில் முண்டியடித்து நன்னம்மா ஏறப்போகையில், சம்பந்தி வீட்டுச் சிறுவன் ஓடிவந்து, நன்னம்மா சேலைத் தலைப்பைப் பற்றியிழுக்கிறான். "நீங்க வந்தப்புறம், கிளவி மூச்சுவிடாம கத்திக்கிட்டு இருந்தா. யமுனா அக்கா, சேலையிலே மண்ணெண்ணைக் கொட்டி, நெருப்பு வச்சிட்டா . . ." என்கிறான். வேகமாக ஓடியபடியே, "ஐயோ, என் மக என்னடா ஆனா?" எனப் பதறுகிறாள் நன்னம்மா. யமுனாவின் பின்வாழ்க்கை என்ன ஆகும்? என்பதற்கான முடிவை, எம்.வி.வி. வெளிப்படுத்தவில்லை. யமுனாதான் மனத்தளவில் எப்போதோ செத்துவிட்டாளே! அவளுடைய பௌதீக உடலின் சிறுகாயம்தானே இது என்றும் அவர் நினைத்திருக்கலாம். இந்நாட்டில், பெண்ணுடலுக்கும் உயிருக்கும் மானத்துக்கும் அவள் வாழ்வுக்கும் எந்த ஒரு சிறு மதிப்பும் இல்லை என்பதை, இதைவிடவும் வலுவாக, ஒரு சிறுகதையால், எப்படிச் சொல்லிவிட முடியும்?

உஜ்ஜயனியின் ராஜநர்த்தகி அழகுப்பாவையான மஞ்சுளாவுக்கும், உலகத்து இன்பங்களைத் துச்சமாக நினைத்து ஒதுக்கும் சந்நியாசி சதானந்தருக்குமான அன்புறவால் விளையும் தலைகீழ்மாற்றத்தைச் 'சபதம்' வெளிச்சமிடுகிறது. "ஒருமுறை அவளைக் கண்டவர்கள், அவளைச் சுற்றிச்சுற்றி வண்டுகளைப்போல் வட்டமிட்டனர்.... அவளுடைய புன்சிரிப்பால் சொக்கிய அரச குமாரர்கள், அரசு துறந்து அவள் ஏவலுக்கு இரங்கினார்கள். அணியும் ஆடம்பரமும் நிறைந்த அவளுடைய பேச்சில் மதிமயங்கிய கவிஞர்கள், அவளை அழகின் இலக்கியமாக்கி, காப்பியங்களும் காதைகளும் இயற்றி, ஊர் ஊராகப் பாடிக்கொண்டு

அலைந்தார்கள். இடை அழகில் மனமிழந்த பல சிற்பிகள், அவள் வடிவத்தைப் பெண் அழகுக்கு இலக்கணமாக்கி, அவளைப் போன்ற சிலைகளைச் செதுக்கத் தொடங்கினர். வண்ணத்தில் அவளை உருவாக்குவதையே தங்கள் லட்சியமாகக் கொண்டனர், பல ஓவியர்கள். இசையும் நாட்டியமும், அவள் பாணியைப் பின்பற்றிப் பெருமைப் பட்டன . . .” என்று வர்ணிக்கப்படுகிறாள் மஞ்சுளா.

இவள் இப்படியென்றால், சதானந்தர் எப்படிப்பட்டவர்? “சதானந்தர் துறவி, யோகி. உடலையும் உலகத்தையும் வெறுத்து, அழகையும் இன்பத்தையும் அவமதிக்கிறார் . . . மலைமுடி மீதும் குகைகளிலும் தவம் செய்து, உடலையும் மனதையும் கட்டுப்படுத்திய வைராக்கிய சீலர். சிங்கம், புலி முதலிய கொடிய மிருகங்களும் நாகம் போன்ற விஷப் பிராணிகளும் அவருக்கு முன்னிலையில் ஒடுங்கி ஒதுங்கி ஓடிவிடுகின்றன . . . அவர் பொன்னையும் தொடுவதில்லை. ‘பெண்’ என்கிற சொல்லுக்கு விசேஷமான அர்த்தம் தராத, நெறி தவறாத பிரமசாரி” எனக் கொண்டாடப்படுகிறார்.

இந்தப் பீஷ்மரைத் தன் காலடியில் விழவைத்து வெல்ல வேண்டும் என்பதற்காகச் சதானந்தர் பாதத்தில் வீழ்கின்றாள் மஞ்சுளா. “நானும் என் வாழ்க்கையும் அற்பமானவை என்று உலகத்திற்குக் காட்டத்தான் அவர் சூழ்ச்சி செய்கிறாரோ என்றுகூட, எனக்குத் தோன்றியது . . . என்மீது அவர் சேற்றை வாரியிறைப்பதை, நான் எப்படி அனுமதிக்க முடியும்? . . . பார்வையில்லாத கண்களால், எவ்வளவு அலட்சியமாகப் பெண்களைப் பார்க்கிறார் அவர்! அவர் பார்வையைக் கவர வேண்டும்; அவர் மனதைக் கலைக்க வேண்டும் . . . ஒரே ராஜ்யத்தில் இருவர் ஆட்சி நடத்த முடியாது; ஒன்று நான் இருக்க வேண்டும் அல்லது சதானந்தர் இருக்க வேண்டும்!” எனச் சபதம் செய்கிறாள் மஞ்சுளா. அரசர்களை ஆட்டிவைக்கும் அழகி, ஏதுமற்ற ஆண்டிக்காக ஏங்கிக் கட்டுக்குலையாத உடலில் மிளிரும் கூறுகுன்றாத சதானந்தரின் இளமையைக் குறிவைக்கிறாள்! முதலில், நாடோடியாகத் திரியும் சதானந்தரை, ஒருமாதக் காலத்திற்கு, உஜ்ஜயனியிலேயே தங்க வைப்பதில் வெற்றிபெறுகிறாள். அடுத்துப் பிரமசாரியின் வைரம் பாய்ந்த உடலுக்குள், எங்கோ ஒளிந்திருந்த மனதையும் வெளியில் உருவியெடுத்து அடிமைகொள்கிறாள்!

இன்பவாழ்வில் தோய்ந்து திளைத்திருப்பது, அதிலிருந்து முற்றிலும் விலகி நிற்பது என்ற இரு வேறு கருத்தியலுக்கிடையிலான சமராகவே, மஞ்சுளா – சதானந்தர் உறவை எம்.வி.வி. உருவகிக்கின்றார். “நான் இப்போது, துறவியாக உன்னிடம் வரவில்லை. என் வைராக்கியம் குறைந்துவிட்டது. நீ குலைத்துவிட்டாய்” என்கிறார் சதானந்தர். “நான் வேசிதானே? ஆனால், அழுகிப் புழுத்துவிடும் தன்மை வாய்ந்த உடலுக்கு ஆசைப்பட்டு, நீங்களும் . . .” எனப் பரிகசிக்கிறாள் மஞ்சுளா. “முதலில் உன்னைப் பார்த்தபோதும், நீ யார் என்று கேட்டபோதும் உன்னை நல்வழிப்படுத்தவேண்டும் என்றுதான் நினைத்தேன். நீ அடிக்கடி என்னை நாடிவரத் தொடங்கினாய். உன்னை நெருங்க நெருங்க, இந்தக்

கட்டையில் நெருப்புப் பற்றிக்கொண்டது. உன்னையும் திருத்த வேண்டும்; உன்னருகில் இருந்தவாறே என் மனத்தையும் ஒடுக்க வேண்டும் என்று பிடிவாதம் கொண்டேன். ஆனால், நாளாக நாளாக, என் மனம் மேலும் மேலும் துவண்டது ... எவ்வளவோ சுற்றினேன்; எத்தனையோ பார்த்தேன்; என் பிரமசரிய விரதம் பங்கமடையவில்லை. ஆனால், உன் நினைவை என்னால் வெல்ல முடியவில்லை ... நான் சந்நியாசி இல்லை; நான் ஏழை" என்கிறார் துறவி. "ஊனமில்லா இளமை என்னும் பெருநிதி படைத்த சரீர சாம்ராஜ்ய அதிபதியான நீங்கள், ஏழை என்று ஏன் குறைப்படுகிறீர்கள்?" என்கிறாள் வேசி!

இருவரிடையே புதுவாழ்வு தொடங்குகிறது. இன்பவாழ்வில் மூழ்குகிறார் சதானந்தர்; விட்டுவிடுதலையாகித் துறவியாகிறாள் மஞ்சுளா. வெள்ளைப்புடவை சுற்றித் தலையைச் சிரைத்துச் சந்நியாசினியாகிறாள். "கூந்தலை வெட்டிக்கொண்டு, பல்லை உடைத்துக்கொண்டு – உனக்குப் பைத்தியம் பிடித்துவிட்டதா, மஞ்சுளா?" என்கிறார். "இல்லை. எனக்குப் பைத்தியம் தெளிந்துவிட்டது. நேற்றுவரை நான் உடலுக்குள் வாழ்ந்து வந்தேன் ... அந்த வாழ்க்கை தெவிட்டிவிட்டது. உடலுக்கப்பாலுள்ள இன்பத்தைக் காண்பதற்காக, நான் வெளியே போகிறேன். இந்த மாளிகையும், இதிலுள்ள பொருள்களும் உங்கள் உடைமைகள். நீங்கள் இருங்கள்; நான் போகிறேன்" என்கிறாள்.

இந்தத் திடீர் முடிவு நாம் எதிர்பாராதது மட்டுமில்லை; ஒரு தலைகீழ் உருமாற்றத்தின் வெளிப்பாடுமாகும். "மஞ்சுளா போனாள்; சதானந்தர் இருந்தார்" என்று இக்கதையின் கடைசி வரியை எம்.வி.வி. பதிவுசெய்துள்ளார். எனக்குக் கல்யாண்ஜியின் கவிதைதான், சட்டென்று நினைவில் மின்னுகிறது. 'பூ மலரும் கணத்துக்குக் காத்திருக்கிற, உன் செடியடி இரவில், சில நட்சத்திரங்கள், பார்க்கப்படாமல் நழுவிப்போகும்!' இப்படித்தான், மஞ்சுளாவும் சதானந்தரும்கூட இடம்மாறிவிடுகின்றனர். சதானந்தரின் மாற்றம் சாதாரணமானதுதான்; ஆனால், மஞ்சுளாவின் வளர்ச்சியோ பிரமிப்பூட்டுவதாகும். இங்கு மஞ்சுளாவைத் துறவியாக ஆக்குவதுவழிப் பெண்ணின் ஆணைச் சாராத ஆன்மீகத் தேடலுக்கு, எம்.வி.வி. உரமூட்டுவதாகவும் வாசிக்கலாம்.

குற்றாலம் அருவிக்குக் குளிக்கப்போகும் பட்டு – சந்தானம் தம்பதியர் பற்றிய கதை, 'வாழவைத்தவன்'. அருவியின் இரைச்சலும் வேகமும், பட்டுவுக்குப் பயம் வளர்க்கின்றன. கனமாகக் கொட்டும் நீர்ப்பரப்பிற்குள், எப்படியெனத் தெரியாமலேயே புகும் பட்டுவுக்குப் பெரிய நெல் மூட்டையை அப்படியே தலையில் தூக்கிப்போட்டாற் போலிருக்கிறது, அருவியில் நிற்பது! ஆனாலும், பழகிப்பழகிப் பயம் உதறப் பார்க்கிறாள். "சுகத்துக்குச் சுகம்; ஆரோக்கியத்திற்கு ஆரோக்கியம். இரண்டு மாசம், தொடர்ந்து அருவியில் ஸ்நானம் செய்தால், இருக்கிற வியாதிகள் நீங்கிவிடும், உடல் தளதளவென்று ஆகிவிடுமாமே? ஏன் ஆகாது? நிச்சயம் ஆகும்" எனப் பட்டு நிதானிக்கிறாள். இரு கரங்களையும் தலை மேல் குவித்துப் பிரார்த்தனை செய்வதுபோல் கொஞ்ச நேரம், விழும் நீரை முஷ்டியால் குத்துவதுபோல் கொஞ்ச நேரம், பஸ்கி எடுப்பதுபோல்

கொஞ்ச நேரம் எனச் சந்தானம் அட்டகாசமாய் உளியால் கடைந்தது போன்ற அங்கவெட்டுகளுடன் கோலாகலமாய் நீராடுவதைப் பார்த்துக் களிக்கிறாள்.

உச்சியேறித் 'தேனருவிக்குப் போகலாம், வா' எனப் பட்டுவைச் சந்தானம் விளிக்கிறான். "தேனருவிப் பாதை பயம் என்கிறார்களே?" என்கிறாள் பட்டு. "நான் பார்த்துக்கொள்கிறேன் . . . தேனருவியைப் பார்க்க வேணும்! அப்பா! பார்த்தாலே மனசு நிறையும் . . . நடக்கப் பயமாக இருந்தால் சொல்லு, தோளில் தூக்கிக்கொண்டு போகிறேன்" என்கிறான். உரையாடிக்கொண்டே, இருவரும் மேலேறுகிறார்கள். "கல்யாணத்துக்கு முந்திப் பட்டமரம்போல் இருந்தேனே, என்மேல் உங்களுக்கு எப்படி அபிப்பிராயம் விழுந்தது? . . . கிடைக்காத பொருள் கிடைத்துவிட்டதுபோல், வரதட்சணைகூடக் கேளாமல், கல்யாணத்துக்கு ஒப்புக்கொண்டுவிட்டீர்களே, ஏன்?" எனப் பட்டு வியக்கிறாள். "எனக்கே தெரியவில்லை; அந்தச் சோனிப் பெண் என்னை மயக்கிவிட்டாள் என்பது உண்மை. மலையைப் பார்த்ததும், அதற்குள் அழகான உருவங்களைப் பார்ப்பானாம் சிற்பி. உன்னைப் பார்த்ததும், உனக்குள் அழகு தூங்குவதை நான் பார்த்துவிட்டேன்" எனப் பதிலளிக்கிறான் சந்தானம்.

தன்னை வாழவைப்பதற்காகத் தெய்வம் அனுப்பிய தூதுவனே சந்தானம் எனப் பட்டுவும் நம்புகிறாள். தன் தகுதிக்கு மீறியவனாகச் சந்தானத்தை வியக்கிறாள். வியாதிக்காரியாக இருந்தவளை, திருமணமான இரண்டே ஆண்டுகளில், முறையான ஆசனப் பயிற்சிவழி, ஆரோக்கியமான ஓர் அழகியாக உருமாற்றிய ஆணழகன் சந்தானத்தின்மீது, பட்டுவுக்குச் சரிசமமாக அன்பும் நன்றியும் பொங்குகின்றன. ஒரு குழந்தையாய்ப் பட்டுவைத் தூக்கித் தோள்மீதமர்த்தித் தேனருவிப்பாதையில் நடக்கிறான். "என்னை விடுங்கள்; வெட்கமாக இருக்கிறது" என்கிறாள் பட்டு. "என்ன வெட்கம்? கணவனும் மனைவியும் குலாவுவதைப் பார்த்து, மரமும் காற்றும் கோபித்துக்கொள்ளாது. மனிதப் பிராணிகள்கூட இவ்வளவு குஷியாக இருக்கிறார்களே என்று அவைகளும் சந்தோஷப்படும்" என்கிறான் சந்தானம்.

மலையேற ஏறப் பேச்சிலும் உற்சாகம் கூடிக்கொண்டேயிருக்கிறது. "முதலில் பெண்தான் பிறக்கும்" என்கிறாள். "பிள்ளையாக இருந்தால்தானே, நமக்கு ஒத்தாசை?" எனக் கேட்கிறான். "தலைச்சன் பெண் ஆனால், வீட்டில் லட்சுமி கடாட்சம் உண்டாகும்" என்கிறாள். உவகையின் உச்சத்தில், உளப்பூர்வமாகப் பேசியபடியே, மலையுச்சிக்கும் வந்துவிடுகிறார்கள். "எனக்குப் பயமாக இருக்கிறது" என்கிறாள் பட்டு. பட்டுவின் கைப்பற்றிச் சந்தானம் இழுக்கிறான். "விளையாடுவதற்கு இதுவா இடம்? என் கால்களைப் பாருங்க. வெடவெடவென நடுங்குகிறது. இந்த நடுக்கமே, என்னைக் கீழே தள்ளிவிடும்" என்கிறாள். "விழமாட்டாய்!" எனச் சொல்லியபடியே, ஓரடி, இரண்டடி என மேலே நடக்கிறான். திடீர் எனக் கால் தவறிவிடுகிறது. 'பட்டு' என்ற ஓர் எதிரொலியோடு, அவன் தலைகீழாகக் கீழே போய்விடுகிறான்!

வாசித்தவர் எவராலும் மறக்கமுடியாத இக்கதையின் மூலம், என்ன சொல்ல வருகிறார் எம்.வி.வி.? உவகையின் உச்சம், அதன் அடுத்த காட்சியாகத் துக்கத்தைக் கொண்டுவந்து விடும் என்கிறாரா? பட்டுவை மணந்து அவளை வாழவைத்தவனே, இப்படிச் செத்துப்போய்ப் பட்டுவின் மீதிவாழ்வைச் சிதைத்துவிட்டான் என்கிறாரா? உளவியல்ரீதியாகக் கதை முதலிலிருந்தே விவரிக்கப்படும் பட்டுவின் பயம் எவ்வளவு உண்மையானது என்கிறாரா? ‘இன்ப மது’ என எம்.வி.வி., ஒரு கதை எழுதியிருக்கிறார். இக்கதையில், “வாழ்க்கையின் இறுதியை நேரில் பார்க்கும் எனக்குக்கூட, வாழ்க்கையும், அதற்கு முன்னும், அதற்கு அப்பாலும், எல்லாமே பெரும் புதிர்களாக இருக்கின்றன! எவ்வளவு முயன்றும், அவற்றை என்னால் விளக்கவே முடியவில்லை” என்ற வாசகங்கள் இடம்பெற்றுள்ளன. இங்கேயும் அதே கதைதான். மலையேறப் பயப்படும் பட்டு, காலிடறிக் கீழே விழப்போவதை எதிர்பார்த்த வாசக மனங்களுக்குச் சந்தானத்தின் சாவு ஓர் அதிர்ச்சியளிக்கும் உண்மையாகிறது. இந்த அதிர்ச்சி முடிவு, பட்டுவுடன் சேர்த்துப் பிரதியின் வாசகர்களையும் ஸ்தம்பிக்கச் செய்கிறது!

ஆண்களையும் பெண்களையும் உடலும் உள்ளமும் படுத்துகின்ற பாட்டைப் பல கதைகளில் எம்.வி.வி. ஆராய்ந்துள்ளார். அது பருவக் கோளாறாயிருக்கலாம்; வெறும் காமமாயிருக்கலாம்; ஆழ்ந்த காதலாய் இருக்கலாம்; ஒன்றிணைய விழையும் ஆன்மாவின் ஏக்கமாயிருக்கலாம்! அது எதுவாயிருந்தாலும், உடலுக்குள்ளும் உள்ளத்திற்குள்ளும் அது ஏற்படுத்தும் தீவிரமான சலனங்களை என்ன செய்தும் யாரும் அலட்சியப் படுத்திவிட முடிவதில்லை என்பதைத் தம் கதைகளில் விடாது எம்.வி.வி. வலியுறுத்துகிறார். ஒரு பைத்தியத்தைப் பேணுபவளுக்கு உதவியாக, வெளியூருக்குப் போகிறாள் தாய். தாயுடன் செல்லும் பதினாலு வயதுப் பையனுக்கு, அங்குள்ள பக்கத்து வீட்டுத் தேவதாசியோடு, ஒருமாதப் பழக்கம் ஏற்படுகிறது. வயதால் அவள், இவனுக்குப் பெரியவள். இவன் சிறுவன்; அவள் இளம்பெண். எனினும், அவளின் உபசரிப்பிலும் அவள் காட்டும் பரிவிலும், இவன் எதையோ புத்தம் புதிதாகக் காண்கிறான். அது என்ன என்பதைத் தீர்மானமாகக் கண்டுணரும் வயதோ, அதை விளக்கும் மொழியோ, அதற்குப் பொருள் காணும் சிந்தையோ இவனிடம் இல்லாதபோதிலும், அது வெறும் ஒரு பருவ உணர்ச்சிதானா? இல்லை, உண்மை அன்பின் தரிசனமா எனப் புரிந்துகொள்ளவே முடியாத ஒரு வியப்பையே, ‘ஏன்?’ பகிர்ந்துகொள்கிறது.

இவனின் சிவப்பு நிறமும், அவளின் உடற்கவர்ச்சியும், பருவத்தால் தூண்டப்படும் பாலுணர்வும்தான் காரணம் எனச் சுலபமாய் முடிவுகட்டி விடலாம். நடுத்தெருவில், பட்டப்பகலில், ஒளிவுமறைவில்லாமல் நடமாடிய மர்மம் அதுதான் என்று கூறிவிடப் பெரிய உள ஆராய்ச்சி ஒன்றும் தேவையில்லை. ஆனால், பலருடனும் படுக்கும் ஒரு தேவதாசி என்பது தெரிந்தபிறகும், இனி அவளைத் தனது வாழ்வில் இவன் சந்திக்கவே போவதில்லை என்பது விளங்கினாலும், ஒருமாதத் தற்காலிகப் பழக்கம், ஏன் பிரிவின் வலியைப் பதின்வயதுப் பையனிடம் தூண்டிவிட வேண்டும்? என்று எம்.வி.வி. கேட்கின்றார். அவள் விழியில் தெரியும் ஏதோ ஓர் உண்மைதான், இவனைத் தொந்தரவு செய்கிறது. காசு கொடுத்துப் பலர்

வந்துபோயிருக்கலாம்; உண்மையின் இயல்புணர்வை இவனிடமே அவள் காண்கிறாள். தன் கழுத்தில் போட்டிருந்த தங்கச்செயினைக் கழற்றிப் பையனின் கழுத்தில் அவள் போடும்போது, இவன் அம்மா, "எனக்கு இது நியாயம் என்று படவில்லை" என்கிறாள். "பவுனிலுமா, பாவம் ஒட்டியிருக்கும்?" எனப் பரிதாபமாகக் கேட்கிறாள். இந்த அன்பிற்குப் பெயரிட முடியுமா, என்ன?

உலகமறியாத சிறுபையனுக்கும் விவரமறிந்த யுவதிக்கும் ஏற்பட்ட இந்த அன்புப் பிணைப்பிற்குப் பாலுணர்வைத் தாண்டிய காரணங்களைத் தத்துவவாதிகள் தேடட்டும்! "அன்று கன்னங்களிலும் உதடுகளிலும் ரத்தம் வந்துவிடும் என்று அஞ்சிவிட்டேன்" எனத் தாசியின் முத்தங்களைக் குறிப்புணர்த்தினாலும், இவனுக்கு அவள் மேலே ஓர் உடைமை உணர்வு கிளர்ந்தெழுவதையும் எம்.வி.வி. விவரிக்கிறார். "உனக்கு என்ன? நேற்று ராத்திரி வந்தாரே, அவரோடு பேசி விளையாடிக்கொண்டிருப்பாய். நான் போனால், குடிமுழுகி விடுமா?" என இவன் கேட்பதற்கு, "சீச்சி! பேச்சைப் பார் . . . . . சரி, நான் வேறு யாருடனும் பேசவில்லை; நீ என்னோடு இருந்துவிடுகிறாயா?" எனக் கிடுக்கிப்பிடியே போடுகிறாள். "அது எப்படி முடியும்?" எனச் சோர்வடைகிறான். இயல்புணர்வின் முன்னே கருத்துக்கு இருப்பில்லை என்று இதைப் புரிந்துகொள்ளலாமோ, என்னவோ? "நீ இன்னும் சிறுகுழந்தை; உன்னைக் கடவுள் காப்பாற்றுவார்" என்கிறாள். வேறொரு தருணத்தில், "பைத்தியக்காரப்பிள்ளை! உன் வயதில், இந்தக் காலத்துப் பிள்ளைகள் எப்படியிருக்கிறார்கள்? நீ வெறும் அசடு!" என்கிறாள்.

அசட்டுத்தனமும் பைத்தியக்காரத்தனமும் வெறும் வயதுடன் மட்டும் தொடர்புள்ள மயர்வாகக் காட்டப்படுவதில்லை. இது சிலரிடம் பிறவிக்குணமாயுள்ளதாகவும் எம்.வி.வி.யே அபிப்பிராயப்படுகின்றார். உடலையும் உள்ளத்தையும் சமனே செய்துகொள்ள முடியாமல், இவர்கள் மூச்சுத் திணறுகிறார்கள். நினைப்புக்கும் நடப்புக்குமான முரண்பாட்டைக் கடக்க முடியாமல், எதிர்பார்ப்பின் ஏமாற்றத்துக்குள்ளே சிக்கிக்கொண்டு சின்னாபின்னமாகிறார்கள். இப்படியே சிதைவுறும் ஒரு ராஜத்தைப் 'பைத்தியக்காரப்பிள்ளை'யில் காண்கின்றோம். பத்துப் பிள்ளையுள்ள ஒரு பெருங்குடும்பத்தின் தலைமகன் ராஜம். குடிகாரத் தந்தையின் சாவுக்குப் பிறகு, குடும்பத்தைக் கரை ஏற்றும் முழுப்பொறுப்பும், ராஜத்தின் தலைமீது விழுகிறது. தன் பொறுப்பைச் சரியாக நிறைவேற்ற ராஜம் முயன்றாலும், பிரச்சனை, அவனின் தாய் உருவில், அவனுக்குக் காத்திருக்கிறது. பிள்ளைகளை வாட்டிவதக்கி வேலை வாங்கித் தன் வயிற்றை நிரப்பிக்கொள்கிறாள் தாய். எதிர்வீட்டுப் பங்கஜமே, ராஜத்தின் ஒரே கதி மோட்சம்! ஆனால், அவளை இவன் மணப்பதைத் தாயே எதிர்க்கிறாள்.

இவள் தாய்மையின் தியாகத்திற்கு எதிர்ப்பாத்திரமாகக் கட்டப்பட்டு உள்ளாள். "நான் உயிரோட இருக்கிறவரை, அவள் இந்த வீட்டு மருமகளா வந்துடமுடியாது" என்கிறாள். புருஷனோடு சண்டை போட்டே பத்துப் பெற்றவளுக்குச் சுயநலத்தைத் தவிரப் பிறிது எதுவும் தற்போதில்லை!

"குடிகாரன் பிள்ளை, எப்படியிருப்பான்?" என்று ராஜத்தைத் திட்டுகிறாள். "இந்தப் பீடையை, யாரால் திருப்தி செய்ய முடியும்?... இவள் தொலைய வேண்டும். அப்போதுதான், எனக்கு நிம்மதி" என்று நொந்துகொள்கிறான் ராஜம். இத்தனைக்கும், என்ன பிரச்சனை? பங்கஜத்தைத் தன் இஷ்டப்படி ராஜம் மணந்துகொண்டு மகிழ்ச்சியாய் இருந்துவிடக்கூடாது என்பதுதானே பிரச்சனை! "பெத்தவளுக்கு வாங்கித்தரணும்னா, காசு கிடைக்கல்லே. வரப்போறவளுக்கு ஜரிகைச் சேலை, தாம்புக் கயிறு சங்கிலி, பவுன் தாலி எல்லாம் செஞ்சு பெட்டியிலே பூட்டி வச்சியிருக்கியே. எனக்குத் தெரியாதுன்னா நினைச்சே?" எனப் பொச்சரிக்கும் ஒரு தாயை, எந்தப் பிள்ளைதான் பொறுக்கும்?

"ஓர் இருட்டு, வயிற்றிலிருந்து மார்புக்குப் பாய்ந்தாற்போல ஒரு சோர்வு" என்று ராஜத்தின் மனநிலையை எம்.வி.வி. துருவுகிறார். "அவ, இந்த வீட்டிலே கால்வச்சா, கொலை விழும்! ஆமா, கொலைதான் விழும்!" என்கிறாள் தாய். "பன்றிக்குட்டிபோல் போட்டதைத் தவிர, இவள் வேறு என்ன செய்துவிட்டாள்?" என்று நினைத்தாலும், தாயை எதிர்த்துப் புதுவாழ்வு கட்டும் மன வலிமை தனக்கில்லை என்றுணர்கிறான் ராஜம். "இவ்வளவு கெட்ட மனசு இருக்குமா? ராட்சசி, ராட்சசி!" எனப் புலம்பியபடி, மகாமகக் குளத்தைத் தவிர்த்து, ஓடும் ரயில்முன்னே பாய்ந்துவிடுகிறான். "பைத்தியக்காரப்பிள்ளை! கலியாணம் ஆனப்பறம், இந்த வேலை செய்யாமலிருந்தானே!" எனப் போர்வையால் தலையையும் சேர்த்துப் பங்கஜம் மூடிக்கொள்வதாகவும், குளிரோடுகூடக் கும்பகோணத்திலே கொசுத் தொல்லையும் அதிகமென்றும் கூறிக் கதையை எம்.வி.வி. துல்லியப்படுத்துகிறார்.

மனிதனின் வாழ்வுக்கும் மதிப்பில்லை; மனிதனின் மரணத்திற்கும் மதிப்பில்லை என்ற ஒரு வெறுமையை நோக்கிக் கதையை எம்.வி.வி. கொண்டுசெல்கிறார். ராஜத்தின் தாய் மட்டுமில்லை; பங்கஜமும்கூடக் கெட்டிக்காரியாய்த்தான் இருக்கிறாள்; ராஜம் மட்டும் ஏன் இவ்வளவு மக்காயிருக்கிறான் என்று யோசிக்கும் பொறுப்பைப் பிரதி வாசகரிடமே எம்.வி.வி. கடத்துகின்றார். இதற்குப் பெரிய ஆராய்ச்சி, எதற்கு? துணிவின்மையே காரணம் என்கிறாள், 'சிட்டுக்குருவி' ராதா. ராதாவைக் கிருஷ்ணமூர்த்தி நேசித்தாலும், உறவுகளை மீறி, அவளை மணக்க, அவனுக்குத் தெம்பில்லை. ராதாவுக்குக் கோபாலனை மணம் முடித்து விடுகின்றனர். மனங்கசந்து தற்சாவைத் தேடிக்கொள்கிறான் கிருஷ்ணமூர்த்தி. கிருஷ்ணமூர்த்தியின் தற்சாவுக்காகப் பரிதாபப்படும் கோபாலனிடம், "கோழைப் பசங்க! காரியம் ஆகாட்டா, ஆற்றிலே குளத்திலே விழுந்துடறது!" என்கிறாளே ராதா! இங்குப் பங்கஜமும் ராதாவும், எதன் குறியீடுகள்? நடப்பு வாழ்வோடு போராடும் வலுவின்றிக் காதலுக்காக உயிரையே விடும் இக்'கோழை'களைப் பார்த்துப் பங்கஜமும் ராதாவும் நகைக்கின்றனர்.

இந்நகைப்புக்குப் பின்னால், லௌகீக வாழ்வின் ஞானம் கனக்கிறது. இக்கனத்தின் இன்னொருவிதச் சாயையையே, 'அப்பாவும் பிள்ளையும்' பேசுகிறது. "என்ன இருந்து, என்ன? பணம் காசு இருந்தால்தான்,

மனிதனுக்கு மரியாதை" என்ற லௌகீக ஞானம், திறமையாக இதில் விவாதிக்கப்படுகிறது. பிள்ளை டி.பி.சி. சாமியின் அகடவிகடத்தைவிட, வக்கீல் குமாஸ்தா ஆராவமுதுவே, வாசகர் வியப்புக்குரியவனாகிறான். கு.அழகிரிசாமியின் கல்யாணக்கிருஷ்ணனும், காசியபனின் 'கோணல்மரம்' முகமதுவும் சேர்ந்த கலவையே ஆராவமுது! அப்பாவினும் புத்திசாலியாய்த் தன்னைப் பிள்ளை காட்டினாலும், அவர் வயதில், அவரைவிட அதிகமாய் இவன் அவதிப்படுவானோ என்ற வாசிப்புக்கும், இதில் இடமிருக்கத்தான் செய்கிறது.

பேரழகனை மணக்கவே ஆசைப்பட்டு அலியை மணந்து ஏமாறும் நீலா (மாளிகை வாசம்), தன்னைத் தனியே விட்டுத் தாய்வீட்டுக்குப் போய்த் திரும்பாத மனைவிக்காக ஏங்கித் தவிக்கும் கணவன் (கணப்பு), குடும்பத்திற்கு எதிராகக் கோர்ட்டுப் படியேறிச் சாட்சி சொல்லவும் தயங்காத அப்பா (வெயில்), ஆண்களை வெறுக்கும் சாரதாவின் கல் மனத்தைக் கரைத்துப் பலனாய்த் திரளும் காதலை அனுபவிப்பதற்குமுன் லாரியில் அடிபட்டுச் சாகும் பிரமசாரி சுந்தரம் (கருகாத மொட்டு), உடற்கொழுப்பைக் குறைக்கத் திருடிவிட்டுச் சிறைக்குச் செல்லும் பொன்னம்பலச் சாமியார் (சிறை, என்ன செய்யும்), தன்னோடு கணமும் இசைந்திராது முன்னாள் காதலனையே சதா நினைந்து உயிரையே விடும் மனைவிக்காகப் பித்துக்குளியாகும் கணவன் (எங்கே தேடுவது?), யாரோடோ ஓடிப்போன தாயைக் கடைசிக்காலத்தில் கைவிடமுடியாமல் தவிக்கும் மகன் (சித்தக் கடல்), குரூபியான மனைவியைக் கொல்ல நினைத்துக் கொன்றுவிட்டதாகச் சித்தம் சிதறும் ஓர் அப்பாவி (சிதறின சித்தம்), ஷேக்ஸ்பியரை ஒப்பிக்கும் பித்தனைப் பார்த்துச் சிரிக்கும் நடைமுறை வாழ்வைக் கண்டஞ்சும் பட்டதாரி இளைஞன் (காலேஜ் மாணவன்), வலிப்பு நோயால் வாழ்விழக்கும் அபலைப்பெண் (பாரதி), விரும்பியவள் கிட்டாதபோது கிட்டியவளைக் கைப்பற்றிக்கொள்ளத் தயங்காதவன் (ஜன்னல்) எனக் கவனத்தைக் கவ்வியிழுக்கும் எளிதில் மறக்கமுடியாத பல மாந்தர்கள், எம்.வி.வி.யின் கைவண்ணத்தில், நம் நினைவில் நீங்காதுலவுகிறார்கள்.

இன்னும், இரண்டு உதாரணங்களைப் பார்ப்போம். 1. சிகரெட் பிடிக்கும் ஆங்கிலோ இந்திய அழகி மிஸ். ஸ்டெல்லாவோடு காதலில் மூழ்கினாலும், குடும்பத்துக்கு அவள் சரிப்பட மாட்டாள் என்று ஒரு பட்டிக்காட்டுப் பெண்ணை மணந்தாலும், இப்போது ஸ்டெல்லாவோடு யார் படுக்கிறானோ என்றெண்ணி, அந்த முகமறியா மனிதனின்மீது கோபப்படும் சோனா (தோழி). 2. "உனக்காக மதத்தை மாத்திரம் அல்ல; அதனால் கிடைக்கும் என்கிறார்களே – கடவுள், அதைக்கூட நான் இழக்கத் தயார். உன்னை இழப்பதால் – நான் ஒரு நித்தியமான தத்துவத்தையே இழக்கிறேன்" எனக் காதல் வசனம் பேசினாலும், தன்னை விட்டுத் தாய்வீடு போன மனைவியின் வருகைக்காக, இன்னும் இரண்டு வருஷம், தான் காத்திருக்கப் போவதாகவும், அதற்குள் அவள் வராவிடில், தன்னை நேசிக்கும் தெரசாவை நிச்சயம் மணப்பதாகவும் கூசாமல் சொல்பவன் (மழை இடி மின்னல்). இத்தகையோர், எம்.வி.வி. வாழ்ந்த இருபதாம் நூற்றாண்டில் மட்டுமா நடமாடினார்கள்? பண்பாட்டுப்

புனிதர்களாகத் தொழப்படும் நமது இதிகாசப் புராண மகரிஷிகளும் இத்தகையவர்களே என்பதையே, ‘அகலிகை முதலிய அழகிகள்’வழி, எம்.வி.வி. அம்பலப்படுத்தினார். இந்தப் பழந்தொன்ம மனிதர்களைப் புதிய காலத்திற்குக் கொண்டுவந்து விசாரித்ததைத் தமிழ்ச் சிறுகதைக்கு எம்.வி.வி. செய்த தனிப்பங்களிப்பாகக் கொண்டாட வேண்டும்.

வேதவியாசர் படைத்த பேரழகிகளை, எம்.வி.வி. மறுபடைப்பாக்கம் செய்ததற்குப் பின்னணியில், கு.ப. ராஜகோபாலனின் மேதாவிலாசமும் செயல்பட்டுள்ளது. இவர்களைப் படைக்கச் சொல்லிக் கு.ப.ரா.வே எம்.வி.வி.யைத் தூண்டிவிடுகிறார். “1943ஆம் ஆண்டு இறுதி என்று ஞாபகம்....... ஒருமுறை அவர், ‘மகாபாரதத்தின் உபாக்யானங்களிலிருந்து பத்து அழகிகளைப் பொறுக்கிச் சிறுகதைகளில் வார்க்க வேண்டும். எனக்கு நேரமில்லை. எம்.வி.வி. சார், நீங்கள் செய்யுங்களேன்’ என்று கேட்டுக்கொண்டார். அந்தப் பொறுப்பை நான் ஏற்றுக்கொண்டு, முதல்கதையாகத் ‘திலோத்தமை’ *கிராம ஊழியனி*ல் வெளியாயிற்று. திலோத்தமையின் அழகில் பரவசமடைந்த கு.ப.ரா., ‘உங்கள் திலோத்தமை, தாகூரின் ஊர்வசியைவிட அழகாயிருக்கிறாள்’ என்று பாராட்டியது, இன்றும் எனக்கு நினைவிருக்கிறது. இரண்டாம்கதையாகப் ‘புலோமை’யை எழுதினேன்” (‘நித்ய கன்னி’, முன்னுரை) என்கிறார் எம்.வி.வி. தி.ஜானகிராமன், கரிச்சான்குஞ்சு ஆகியோரைப் பாதித்ததைப் போலவே, எம்.வி.வி.யையும் கு.ப.ரா. பாதித்தார். இதனாலேயே, மரபை வளப்படுத்தும் பல சிறுகதைகள், தமிழுக்குக் கிடைத்தன.

பேரழகிகளின் வாழ்க்கையைப் பேசும் இக்கதைகளைச் சிருஷ்டித்தது பற்றி, எம்.வி.வி., என்னதான் சொல்கின்றார்? “தினந்தோறும் நாம் சந்தித்துவிட்டு மறக்கிற வெறும் பகட்டு அழகிகளாக இல்லாமல், ஒருகருத்தை நிலைநாட்டவோ, ஒருலட்சியத்தை அடையவோ உதவுகிற பாக்கியவதிகள்....... கருத்துகளுக்கும் கற்பனைக்கும் கருவூலமாக விளங்கும் மகாபாரதத்தின் ஏடுகளிலிருந்து, இப்பேரழகிகளைத் தேர்ந்தேன். ஆனால், வியாசரின் பார்வையோடு, நான் அவர்களைப் பார்க்கவில்லை. அவர் கூறிய கதைகளை, எளிய நடையில், எல்லோருக்கும் சொல்லும் பணியாக, இக்கதைகளை நான் எழுதவில்லை. கதையம்சம் மட்டுமே அவருடையது. சில கதைகளில், பெயர் மட்டுமே அவருடையது. கதையம்சத்தையும் பெயரையும் வளர்த்து, உருவாக்கி, பருவ அழகு சேர்த்து, அணிகளைப் பூட்டி அழகு பார்த்த அழகு என்னுடையது” என்கிறார். ‘பார்வை வேறு’ என எம்.வி.வி. கூறினாலும், ‘கதையம்சம் வியாசருடையது’ என்பதையும், அதை வளர்த்து அழகுக்கு அழகு செய்ததே தன் பணி என்பதையும் அவர் ஒப்புக்கொள்கிறார். இதை மிகத்திறனுடன் அவர் செய்திருந்தபோதிலும், புதுமையினும் பழைமைக்குப் பரிந்து பேசுவதான தோற்றமே, இக்கதைகளை வாசிக்கும்போது, நம் மனத்தில் முதல் பதிவாகிறது. (இக்கட்டுரையின் முன்பகுதியிலும், இதைச் சுட்டியுள்ளேன்.)

இக்கதைகள் உருவாக்கும் ஒரு பழைய உலகமும், அதில் உலவும் பழந்தொன்மக் கதாமாந்தர்களும், இவற்றுக்குள்ளேயே செயல்படும்

வலுவான ஓர் ஆணின் நோக்கும் – வரையறுக்கப்பட்ட பண்பாட்டு மனத்தையும் தாண்டிய நிலையில், புளியமரத்தில் தலைகீழாய்த் தொங்கும் வேதாளத்தைத் தனது தோளிலேற்றிய விக்கிரமாதித்தனைப்போலும் – கணப்பொழுதும் ஓய்வின்றிக் கிழவனை முதுகில் சுமக்கும் சிந்துபாத்தைப் போலும் – நம் மனசிலேறிக்கொண்டு கீழிறங்க மறுக்கிறார்கள். ஒரு கால எந்திரத்தில் ஏறிப் புராணக் காடுகளைப் பார்த்துவிட்டு வருவதைப் போலிருக்கிறது, இவற்றை வாசிக்கும் நூதன அனுபவம்! ஆனால், சமகால உணர்வுடன் நோக்கும்போது, இவற்றில் ஒருவகைப் பழங்கண்ணோட்டம் துருத்தி உறுத்துவதையும், விமர்சனமாய்ப் பகிரத்தானே வேண்டும்!

உலகிலுள்ள காட்சிக்கினிய பல பொருள்களின் சாராம்சங்களை எள்ளளவு எள்ளளவு என்றெடுத்துப் பிருமா சிருஷ்டித்த ஒரு பேரொளிப் பெண்ணான திலோத்தமை, “நானும் மாரனைப்போலவே, யாருடைய கண்களுக்கும் புலப்படாமல் சஞ்சரிக்கச் செய்யுங்கள். அவனைப்போல் நானும் துன்புறுகிறேன் என்ற ஆறுதலாவது, எனக்கு இருக்கட்டும்” எனப் புலனுக்கு எட்டாத மன்மதனின் மீதான தன் பிரேமைக்காகப் பூர்த்தியாகாத காதற் தீயில் தன்னைக் காலமெலாம் எரிக்கத் துணிகிறாள். இதேபோலவே, இந்திரனைப் பெறத் தன்னையே ஆகுதியாக்குகிறாள் சுருதாவதி. “புலோமா! என்னைத் தொடாதே. நான் கர்ப்பிணி!” எனத் தன்னைத் தீண்டவரும் காமுகனிடம் கதறுகிறாள் புலோமை. “பெண் சஞ்சலபுத்தியுடையவள் அல்லவா?” என்கிறாள் ஊர்வசி. “பெண்புத்தியின் ஆத்திரத்தால் செய்துவிட்டேன்; என்னை மன்னியுங்கள்!” எனப் புணர்ச்சி சலிக்காத யயாதியின் அடிவீழ்ந்து அழுகிறாள் தேவயானி. “உங்களுக்கு முன், என் ஒளி அடங்குகிறது – மனைவி கணவரைப் புகழலாம்; கணவர் மனைவியை முகஸ்துதி செய்யலாமா?” எனத் தன்னைத் தானாவே தாழ்த்திக் கணவரைச் சார்ந்தொழுகுகிறாள் சாவித்திரி. இல்லம் வந்த விருந்தின் இச்சா பூர்த்திக்காகக் கணவனாலேயே தானம் தரப்படுகிறாள் பிரஜாவதி. ருருவிடம், ஏனோ ஒருசொல்கூடப் பேசுவதில்லை பிரமத்வரை. “கணவரின் கால் பிடிப்பது, அடிமைத்தனமாக எனக்குத் தோன்றவில்லை. அன்புள்ள கணவனுக்கு மனைவியாகவும், அழகான குழந்தைகளுக்குத் தாயாகவும் இருக்கும் வாழ்க்கை தெய்வீக சுகமளிக்கிறது” என்கிறாள் மேனகை.

இப்பெண்களுக்குள், சில உரிமைக்குரல்களும் ஒலிக்காமலில்லை. பங்காஸ்வனன் என்ற ஓர் அரசனாயிருந்து பின் மேனகையானவள், “வெறுக்கத்தக்கதா பெண்மை? ஆண் தன்மையை இழந்துவிட்டால், அத்துடன் உலகத்தையே இழந்ததுபோல் ஆகிவிட்டதா?” எனத் தன் பெண்மைக்குக் கொடிபிடிக்கிறாள். இப்படிப் பெண்மைக்கு மேனகைபோல் பரிவதோடு மட்டும் நில்லாமல், பெண்ணின் விருப்பத்தைத் துச்சமாக உதாசீனப்படுத்தும் ஆண் திமிருக்கெதிரான ஒரு குரலையும் புலோமை ஒலிக்கிறாள். “அக்னிதேவரே! குழந்தையைப் பயமுறுத்துவதற்காகத் தகப்பனார் விளையாட்டாகச் சொன்னால், அது எப்படி உண்மையாக முடியும்? பெண் குழந்தைகளுக்குப் பயமும் லஜ்ஜையும் உண்டுபண்ண வேண்டித் தாய் தந்தையர், இப்படி விளையாடுவது, உலக வழக்கல்லவா?

"ராட்சதா, பிடித்துக்கொள்!" என்று தகப்பனார், எந்த ராட்சதனைக் குறித்துக் கூறினார்? ஒவ்வொரு ராட்சதனும், என்னைத் தன் மனைவியாக உறவுகொண்டாட ஆரம்பித்தால்? . . . . அக்னி தேவர், எல்லோருக்கும் சாட்சியாக நிற்பார் போலிருக்கிறதே!" எனப் பரிகசிக்கும் புலோமையின் குமுறலில், பெண் குழந்தைகளுக்குப் பயமும் லஜ்ஜையும் இயற்கையானவை என்பது போன்ற சூசகம் தொனித்தாலும், உண்மையில் அதுவும் ஒரு பெண்ணிலைவாதக் குரலே! இப்படித்தான், "கேவலம், அசுரர்களுக்கிடையில் கலகம் உண்டாக்கவா, எனக்கு இந்த அழகு கொடுத்தீர்கள்?" எனச் சிருஷ்டிக் கடவுளிடமே முரண்படுகிறாள் திலோத்தமை. இத்தகைய பெண்ணாவேசக் குரல்கள், ஆங்காங்கே இப்பிரதிகளில், அவ்வப்போது முண்டி முன்வந்தாலும்கூட, இவற்றுக்குப் பின்னாலுள்ள எம்.வி.வி.யின் பார்வை, பெரிதும் ஆண் நோக்குடையது என்ற நியாயமான விமர்சனக் குறுக்கீட்டைப் புறந்தள்ளுவதற்கில்லை.

குரு தேவசருமன், தன் சீடன் விபுலனிடம், தன் மனைவி 'ருசி'யைப் பற்றிப் பேசுவதைக் கேளுங்கள். "அய்யோ விபுலா, அறியாய் பெண்ணை! உயிர் நீ உடல் நான், மலர் நீ மணம் நான், இயல் நீ இசை நான் என்பாள் மனையாள், மாறுவாள் மறுநாள் நாடுவாள் பிறனை, கரத்தால் கணவனைக் கட்டித் தழுவி, மனத்தால் கள்வனைக் கூடியும் நிற்பாள், இச்சகம் சஞ்சலம் வஞ்சகம் மாதே, எச்சில் எனவே எண்ணிடு அவளை!, அடக்கி அவளை ஆண்டார் இல்லை, கடினம் கடினம் அடக்குதல் அவளை!, ஒரு சிறு தவறும் ருசியும் செய்திலள், இருப்பினும் எனக்கு நம்பகம் இல்லை, ஒளியுடை அழகன் இந்திரன் வந்தால் – களிப்புடன் அவளும் மயங்கி விழுந்தால்?" எனத் தேவசருமன் பேசும் சொற்கள், அப்பட்டமான ஆணாதிக்க நோக்குடையவை. தன் மனைவி ருசியை மட்டுமல்லாமல், முழுப்பெண் குலத்தையே பழிக்கிறார் குரு. "பெண்ணை நம்புதல் பிசகு என்பதாய், என் குரு சொன்ன வார்த்தை மெய்யே, சஞ்சல நெஞ்சம் சரியும் எளிதில், வஞ்சக இந்திரன் இன்றிங்கு வந்தால், அன்னை போல்வாள் அழிவது நிச்சயம்" என்றே சீடனும் சிந்திக்கிறான். "காமம் கற்பைக் கிழிக்கும்" என்பதைக் குருவும், அவரின் சீடனும் அறியார் எனச் சிரிக்கிறாள் ருசி.

"பெண்ணுடை நாவும், ஆணுடைப் பேச்சும்" எனச் சீடன் விபுலன் வியப்பதற்கேற்ப, இரண்டும் ஒன்றாகியும் வேறாகியும் ஈரெல்லையிலும் எம்.வி.வி.யிடம் ஒலிக்கவே செய்கின்றன. நிலையில்லா மனமுடைப் பெண்ணென்றும், நிலையுடை மனமுடைய ஆண் என்றும் பிதற்றும் ஓர் இருமைக் குரலை, 'ருசி'யில் எம்.வி.வி. கலைக்கவில்லை. "அறியாத் தன்மையில் புரிந்தாய் தவறு, அறிந்தாய் உன்னை, இனி நீ உய்வாய்" எனச் சீடன் குறை கண்டு, அவனுக்குக் குரு நிறைவை உபதேசிக்கிறார். தேவசருமனும் விபுலனுமே, இங்குப் பிரதானப்படுகின்றனர். 'ருசி'யின் உணர்வுத்தீக்கு, எம்.வி.வி.யின் அறன் வலியுறுத்தலே ஒரு தீர்வாகப் பரிந்துரைக்கப்படுகிறது. இன்னும் வலுவாகப் பெண் கோணம், இங்கு ஏன் முன்வைக்கப்படவில்லை என்பதைக் கேள்வியாக எழுப்பலாம். இதற்குச் சிறப்பான விதிவிலக்குகளாகச் 'சசி'யும் 'லோபாமுத்திரை'யும்

புனையப்பட்டுள்ளனர். இவ்விருவரைப் பற்றியும் ஒருசிறிது விளக்கிவிட்டு, என் கட்டுரையை நிறைவுசெய்துகொள்ள நினைக்கிறேன்.

இந்திராணியான சசி, இந்திரப்பதவியைக் கைப்பற்றிக்கொண்ட நகுஷனின் காமப் பசிக்கு இரையாகாது, தன் கற்பைக் காத்துக்கொள்ளப் போராடுகிறாள். அகஸ்தியரால் நகுஷன் சபிக்கப்பட்டுப் பாம்பாகிப் பூலோகத்தில் விழுவதற்குச் சசியே காரணமாகின்றாள். ஆனாலும், ஊர்வசியால் தூண்டப்பட்டுச் சசியை இந்திரன் சந்தேகிக்கின்றான். "இன்பம் நிலவும் உலகுக்கு அரசனாக இருந்தும், அவன் மனத்தில் சந்தேகம், முள்ளம் பன்றி போன்று புரண்டு துன்புறுத்தியது" என எம்.வி.வி., இந்திர சந்தேகத்திற்கு, 'முள்ளம் பன்றி' உருவளிக்கிறார். நுனிக்கண் நோக்கிலும் இந்திரனையே வரித்திருக்கும் சசி கனல்கிறாள். "சகதர்மிணியே! நீ சத்துருவிடம் போ, சிரி, மயக்கு என்று அனுப்புவதா ஆண்மை? தேவபுருஷர் எனக் கூறிக்கொள்கிறவரின் தன்மையா இது? யுத்த தர்மத்திற்காக, ஸ்திரீ தர்மத்தைப் பணயம் வைக்கும்படி, எந்த நீதி கூறுகிறது? பரபுருஷனைத் தலைதூக்கிப் பார்ப்பதே ஸ்திரீக்குக் குற்றம் என்னும் விதி, இஷ்டப்பட்டபோது தளரும் போலிருக்கிறது! புருஷனிடம் அடங்கியுள்ள பெண்ணுக்காகப் பொருது உயிர் கொடுப்பதல்லவா புருஷ லக்ஷணம்? தேவபுருஷருக்கு, இம்மாதிரியான செயல், மகா அவலட்சணமாயிற்றே!..... ஆமாம், பரஸ்திரீ என்றும் பாராது, அகல்யையைக் கள்ளத்தனமாகப் புணர்ந்த தேவ சிரேஷ்டருக்குத் தம் ஸ்திரீயின் மானமா பெரிதாகத் தோன்றப்போகிறது?" எனப் பொங்கி வெடிக்கிறாள் சசி. எனினும், பரபுருஷனைத் தலைதூக்கிப் பார்ப்பது குற்றமென்றும், புருஷனிடம் அடங்கியவளே மனைவியென்றும் ஆணின் மனக்குரல்களே இங்கும் ஒளிந்துள்ளன!

அகஸ்தியர் மணந்த அரசகுமாரி லோபாமுத்திரை, சக்கரவர்த்தினிபோல் ஆடை அணிகலன்களோடு, சர்வாலங்காரப் பூஷிதையாக அரண்மனை விட்டு ஆசிரமத்திற்குப் புறப்படுகின்றாள். "இந்த ஆடை ஆபரணங்களை எல்லாம் கழற்றிவிட்டு, ஆசிரமப் பெண்களைப்போல் எளிய உடையை உடுத்திக்கொள்" என்கிறார் அகஸ்தியர். "அரசகுமாரி – எளிய உடை உடுப்பதா? முடியாது" என்கிறாள். "புருஷனை எதிர்த்துப் பேசுவதே, மனைவிக்கு அதர்மம்தான். நான் சொன்னபடி செய்!" என்கிறார். "அலங்காரம், பெண்ணுக்கு அதர்மம் என்று நான் நினைக்கவில்லை" என்கிறாள். சர்ச்சை நீள்கிறது. "நான் விதர்ப்பராஜன் மகள்" என்கிறாள். "நீ அகஸ்தியரின் மனைவி" என்கிறார். "தந்தை தாயின் மடியில், சர்வ சுதந்திரத்துடன் விளையாடிய பெண், மனைவியானதும், நான் அற்று, விருப்பு வெறுப்பெல்லாம் அற்றுப் போய்விட வேண்டுமா? கடமையை மீறாமல் கேட்கும் சின்னஞ்சிறு உரிமைகூட, அவளுக்கு அதர்மம் ஆகிவிடுமா? அவளுடைய உணர்ச்சிக்கு மதிப்பே கிடையாதா?" எனக் கொதிக்கிறாள் லோபா. இது இக்காலத்தின் சிந்தனையாகும். "முத்ரா! ஸ்திரீதான் புருஷனுக்கு அடங்கி நடக்க வேண்டும்; புருஷன் அவளுக்கு அடங்கமாட்டான்" என்கிறான் விதர்ப்பராஜன். "புருஷன் தானாக மனைவிக்கு அடங்கி நடக்கவேண்டிய காலமும் இருக்கிறது!" எனச் சவால் விடுகிறாள் லோபா.

"சர்வாலங்காரப் பூஷிதையாய் ஆசிரமத்திற்குக் கிளம்பிய லோபா முத்திரையைப் பார்த்த அகஸ்திய முனிவரின் மனத்தில் பயம் உண்டாயிற்று" எனக் கதை தொடங்கும் எம்.வி.வி., "அவருக்குத் தம் தோல்வியை நினைக்க, வெட்கமாக இருந்தது. அதை மறைக்க அவர் சிரித்தார், ஓர் அசட்டுச் சிரிப்பை. அவருடைய நீளமான கரிய தாடி, முழுவதும் குலுங்கியது" எனத் திரைபோடுகிறார். இப்பயமும் தோல்வியும் படுத்தும் பாட்டால், 'சித்தத்தைச் சிதற்றும் சௌந்தர்யவதி'யாக, லோபா முத்திரையைக் கண்டு அயர்கிறார் அகஸ்தியர். இது சுயமரியாதையுள்ள ஒரு பெண்ணைக் கண்டு, ஆணுக்குப் பிறக்கும் ஒரு பழைய பீதியாகும். இவ்வகையில் லோபாமுத்திரை, எம்.வி.வி.யின் பிற பல அழகிகளிடமிருந்து வேறுபட்டுத் தனித்ததோர் ஆளுமையுடனேயே அடையாளப்படுகின்றாள். அதனால்தான், லோபாமுத்திரையை உள்வாங்கிய அகஸ்தியரின் அச்சமே, பெரிதும் எம்.வி.வி.யின் சொற்கள்வழியே அவர் கதைகளைப் பகுத்தாராயும் என் ஆய்வுரைக்கும் பொருத்தமான தலைப்பாகியுள்ளது.

சித்தக்கடலுக்குள் நீள்பயணம் போன ஒரு பெருங்கலைஞராக, இயன்றவரையில் அதைப் பகிர்ந்தும் கொண்டவராகவே எம்.வி.வி.யை எடைபோடலாம். கண்டதையும் காணாததையும் ஒன்றாக்கும் பேரிருளையும், கேட்டதையும் கேளாததையும் ஒன்றாக்கும் நிசப்தத்தையும் எம்.வி.வி. சிறுகதைகளாக்கினார். "யாருக்காவது தெரிகிறதா இல்லையா என்ற கவலையே இல்லாமல், உண்மை தன்னை நிலைநாட்டிக்கொள்கிறது" (பெட்கி) என்ற தரிசனத்தையே, அவர் முன்வைத்தார். "என் நிலைமை, எனக்கே விநோதமாக இருக்கிறது. மனசுக்குள் நான் பைத்தியம்; வெளியே சித்த சுவாதீனம் உள்ளவன்போல் நிர்வாகம் செய்கிறேன். இது எப்படிச் சாத்தியமாகிறது என்று எனக்கே ஆச்சரியமாக இருக்கிறது"(என் இலக்கிய நண்பர்கள், *1993*) எனத் தம் தத்தளிப்பையும் அவர் பகிரங்கப்படுத்தினார். தம் தரிசனத்தையும் தத்தளிப்பையும், தம் மனத்திற்குள்ளேயே அமுக்கி வைத்துக்கொண்டுவிட, எம்.வி.வி.யால் முடியவில்லை. "சூல்கொண்டவள் வயிற்றிலேயே குழந்தையை வைத்துக்கொண்டிருக்க முடியுமா? என்னால் எழுதாமலிருக்க முடியவில்லை. எழுதுகிறேன். எழுதாதபோதும் எழுதுவது பற்றியே சிந்திக்கிறேன்" (*கண்ணதாசன், செப்டம்பர், 1973*) என்கிறார் எம்.வி.வி. இம்மெய்ம்மையே, இக்கதைகளின் தலையூற்று. இக்கதைகளில், எண்ணவெள்ளமாய்ப் பொங்கும் இயல்புணர்வுகள், 'சித்தத்தைச் சிதற்றும் சௌந்தர்யமாய்', வாசகர்களைத் தம்பால் ஈர்த்து வசியப்படுத்துகின்றன. 'சிதற்றும்' என்ற சொல், தமிழில் இல்லையே எனச் சிலர் இலக்கணம் பேசக்கூடும். ஒரு கலைஞனின் அகமொழி அது என்பதை உணர்வோருக்குச் சொல்லும் அது சூலுற்றுள்ள நுண்பொருளும் ஒளியூட்டாமலிராது.

அண்ணாநகர் (சென்னை) **கல்யாணராமன்**

01.04.2021

சிட்டுக்குருவி

1

மரண வேதனையின் அபயக் குரலில் 'குயிங், குயிங்' என்று அலறிக்கொண்டே, அவள் காலின் அருகில் வந்து விழுந்தது சிட்டுக்குருவி. தன் மிருதுவான கரங்களால் அதை எடுத்து மெதுவாகத் தடவிக் கொடுத்தாள். அதற்குள் அதை அடித்தவன் அங்கு வந்தான்; கருணையற்ற அவன் அதைத் தன்னிடம் கொடுக்கும்படி கேட்டான்.

முதலில் அவள் மறுத்தாள்; பிறகு "நீ இதை என்ன செய்யப் போறே?" என்று கேட்டாள்.

அவன், "வித்துக் காசு பண்ணுவேன்" என்று சொன்னான்.

அவள் காசு கொடுத்ததும் அவன் போய்விட்டான். சிட்டுக்குருவி அவள் கையில் துடித்துக்கொண்டிருந்தது. மரத்தின் மீது ஆண்குருவி அலறிக்கொண்டிருந்தது. கையிலிருந்த குருவியைப் பறக்கவிட்டாள். அது 'குயிங், குயிங்' என்று உற்சாகமாய்க் கத்திக்கொண்டே மரத்தின் மீதிருந்த ஆண் குருவியிடம் சென்றுவிட்டது.

இரண்டையும் பார்த்தபடி அவள் தரையில் புல் படுக்கையின் மீது உட்கார்ந்தாள். உயிர் காத்தவளுக்கு நன்றி காட்டுவதுபோல் இரண்டும் சேர்ந்து இனிமையாகப் பாட ஆரம்பித்தன.

2

கதவின் பின்னாலிருந்து வெளியே நடக்கும் பேச்சுக்களைக் கேட்டுக்கொண்டிருந்த அவள் மருண்டவள்போலத் தன் பெரிய கண்களை மிரள மிரள விழித்துக்கொண்டே உள்ளே ஓடினாள். பின்னால் யாரோ கூப்பிட்டதையும் அவள் கவனிக்கவில்லை. தன் அறைக்குள் ஓடிக் கதவைச் சாத்திக்கொண்டாள். குமுறும் உள்ளத்தைப் பிடித்து அழுத்திக் கொண்டே அவள் படுக்கை மீது சாய்ந்தாள்.

சில நாட்களுக்குப் பிறகு...

வீட்டில் குதூகலமாயிருந்தது. அங்கங்குப் பெண்கள் உட்கார்ந்து வம்பளந்து கொண்டிருந்தார்கள். "அடி, ராதா கொடுத்து வச்சவடி. பி.ஏ. பாஸ் பண்ணின பையன்; மூக்கும் முழியுமா இருக்கான். ஏண்டி, அவா, அவா தலை எழுத்து போலத்தானே நடக்கும்? அவர்தான் இருக்காரே பிழைக்கத் தெரியாமே, வேலை ஒண்ணும் செய்ய முடியாமே..." என்று ஒருத்தி கதையை ஆரம்பித்தாள்.

"என்ன இருந்தாலும் ராதா அதிர்ஷ்டசாலிதான்..." என்று மற்ற பெண்கள் பேசிக்கொண்டிருந்தது, அங்கு அப்போது தற்செயலாய் வந்துகொண்டிருந்த ராதாவின் காதில் விழுந்தது.

"அதிர்ஷ்டசாலி!" என்று வெறுப்புடன் தனக்குள் முணுமுணுத்தாள். அதற்குள் ஒரு பெண், "என்னடி ராதா; நல்ல ஆம்படையான் கிடைச்சதும் பேசக்கூட முடியவில்லை போலிருக்கு" என்றாள் கிண்டலாக.

"ஆமாண்டி, ஆமாம்" மேலே என்னமோ சொல்லப் போன ராதா வாயை மூடிக்கொண்டு போய்விட்டாள். அவளுடைய நடத்தை மற்ற பெண்களுக்கு ஆச்சரியமாக இருந்தது. "நல்ல கணவன் கிடைச்சதும் அவளுக்குத் தலைகால் புரியவில்லை" என்று அவர்கள் தீர்மானித்தார்கள்.

◆ ◆ ◆

தலையில் வைத்திருந்த மலர்களை எடுத்துக் கீழே எறிந்தாள். கூந்தலைக் கலைத்துவிட்டாள். தன் பெரிய கண்களால் புஷ்பங்களை எரித்து விடுவதுபோலப் பார்த்தாள். மறுபடியும் மலர்களை அள்ளிக் கசக்கத் தொடங்கினாள்.

அந்நேரம் அவள் தோழி கனகம் அங்கு வந்தாள். அங்குள்ள அலங்கோலத்தைக் கண்டதும், "என்னடி ராதா என்ன இது?..." என்று திடுக்கிட்டுக் கேட்டாள்.

"கனகா நான் இப்படியே இந்தப் பூவைக் கசக்கி எறிஞ்சுடணும்னு நினைக்கிறேன்" என்றாள் சாவதானமாக.

கனகத்திற்கு அவள் சொன்னதன் அர்த்தம் புரியவில்லை. அவளையே முறைத்துப் பார்த்தாள். பிறகு மெதுவாய், "ராதா உனக்குப் பைத்தியம் பிடிச்சுட்டுதா?" என்றாள்.

"எனக்குப் பைத்தியம்தான் பிடிச்சுருக்கு" என்று அவளைப் பார்த்துச் சிரித்தாள். அதில் தாகம் தொனித்தது.

3

"ராதா!"

அவள் பேசவில்லை. தன் கண்களைத் தூக்கி அவனைப் பார்த்தாள். தாமரை இலையில் நீர்த்துளிபோல், அவள் கன்னத்தில் நீர் தடுமாறுவதை, அவன் கண்டான். மறுபடியும் மெதுவாக, "ராதா" என்று கூப்பிட்டான்.

“நான் ஒருநாள் சிட்டுக்குருவியை விலைக்கு வாங்கினேன், நான் அதைக் கொன்று போட்டிருக்கலாம். ஆனால், அதற்கு உயிர்த்தானம் கொடுத்தேன். பிறகு அது எவ்வளவு சந்தோஷமாகப் பறந்து போச்சுது தெரியுமா?”

“ஆனா, அதுக்குச் சுயேச்சை இருக்கு. இஷ்டப்படி பறந்து போச்சு. எங்க அம்மா அப்பா எல்லோரும் இருக்கிறார்கள். என்னை ஊரார் போக்கிரி என்பார்கள். அந்த மானங்கெட்ட பிழைப்பை நான் விரும்பவில்லை” என்றான் அவன்.

“மானங்கெட்ட பிழைப்பா?”

கோபத்தில் நடுங்கிக்கொண்டே அவள் எழுந்தாள்: “சீச்சீ, உன்னைப் போல் தூர்த்தனை நான் பார்த்ததில்லை,” என்று கூறிக்கொண்டே அவனை வெறித்துப் பார்த்தாள். அந்தப் பார்வை, அவனை நடுங்கவைத்தது.

அவள் ஓடினாள். கையில் அகப்பட்ட இலைகளையும் பூக்களையும் ஒடித்து ஒடித்து எறிந்துகொண்டே போனாள். பல புஷ்பங்கள் கசங்கிக் குப்பையோடு சேர்ந்தன.

அவன் அங்கேயே நின்றான். அவள் போகும்வரை பார்த்துக் கொண்டிருந்தான்.

தலைக்கு மேலே மரத்தின் மீது இரண்டு சிட்டுக்குருவிகள் சண்டை போட்டுக்கொண்டிருந்தன. ஆண் குருவியால் அடிபட்ட பெண் குருவி, தூரத்தில் ‘குங்... ங்... ங்’ என்று கத்திக்கொண்டே, வேறொரு கிளைக்குத் தாவியது. சற்று நேரத்திற்குப் பிறகு ஆண் குருவி தானாகவே நகர்ந்து பெண் குருவியைச் சமாதானம் செய்ய முயன்றது.

தன் சிறிய அலகால் பெண்ணை மோதியது. பிறகு இரண்டும் சேர்ந்து கத்திக்கொண்டே பறந்துவிட்டன.

4

“இங்கே பாரு...” என்று அன்போடு அவளைக் கூப்பிட்டான் கோபாலன். நாணி கோணிக்கொண்டு தன் சேலை முந்தானையை முறுக்கியபடி, தரையில் பதிந்த பார்வையுடன், அவனைக் கடைக்கண்ணால் பார்த்தாள்.

அவள் மோகம் அதிகமாகியது. “அட! ரொம்ப வெட்கப்படறியே!... இப்படி வா...” என்றான்.

அவள் முகத்தில் ஒரு சிறு புன்னகை அரும்பியது. ஆனால், அந்தப் புன்சிரிப்பு, எந்த இன்பத்தை நினைத்து வந்ததென்று யாருக்குத் தெரியும்?

ஒரு புன்சிரிப்பு, அவ்வளவுதான்.

அவன் உடலில் மின்னல் பாய்ந்தாற்போல் இருந்தது. அவன் மகிழ்ந்து போனான். அவளுடைய அழகைத் தன்னால் முடிந்தவரை கண்களால் பருகியவாறு எழுந்தான். அவளை இடுப்போடு தழுவி அருகில் இழுத்தான். அப்படியே அவள் தலையைத் தன் மார்பு மீது சாய்த்தான். ஆனால் அவள், தன் இரு கரங்களாலும் முகத்தை மறைத்துக்கொண்டாள்.

களங்கமில்லாமலிருந்த வானவெளியைத் திடீரென்று மேகத் திரைகள் மூடிவிட்டன.

அன்று மாலை கோபாலன் தோட்டத்தில் உலாவிக்கொண்டிருந்தான். அவன் இதயம் மலர்ந்திருந்தது. காலையில் அவன் பருகின அவளுடைய அழகின்பம் அவன் ஹிருதயத்தில் ஊறியிருந்தது. உடலில் ஒரு புதிய சுறுசுறுப்பு. அவனால் ஓரிடத்தில் நிலைத்து நிற்கமுடியவில்லை. காலை இழுத்துக்கொண்டு இங்கும் அங்கும் நடந்தான். சிறிய தேனீ ஒன்று, மலர் ஒவ்வொன்றின் மீதும் உட்கார்ந்து பாடிக்கொண்டிருந்தது.

அவன் மனதில் பொறாமை எழுந்தது. அந்த தேனீயைப் பிடித்து நசுக்கிவிட வேண்டுமென்று எண்ணினான். அதைத் துரத்திக்கொண்டே ஓடினான். அது சற்று உயரப் பறந்து அவன் முயற்சியை வீணாக்கி விட்டது. ஒரு மாமரத்தினடியில் உட்கார்ந்தான். தலை மேலே மரத்தில் ஒரு மாம்பழம் தொங்கிக்கொண்டிருந்தது. அதைப் பறித்தான்; அது கனிந்த கனி. தோலை உரித்துப் பழத்தில் பாதி சாப்பிட்டான். அடி விதையிலிருந்து வண்டு ஒன்று வெளிப்பட்டது. 'சை' என்று அதைத் தூக்கி எறிந்தான். பிறகு, அவன் பார்வை, ஒரு மலர்ந்த ரோஜா மீது சென்றது. அதை எடுத்து ஒவ்வொரு இதழாய் உதிர்த்தான். அடியில் எறும்புகள் மொய்த்துக்கொண்டிருந்தன. அதையும் தூக்கி எறிந்தான்.

"அடே! மேலே எவ்வளவு அழகாயிருந்தது! உள்ளுக்குள்ளே இப்படி..." என்று அவன் தனக்குள் சொல்லிக்கொண்டான்.

5

"நீ ஒரு துரோகி!" என்றாள் ராதா; மானத்தையா பார்க்கிறாய் மானத்தை!"

அவள் கையிலிருந்த படம் எப்போது பேசப் போகிறது? அவள் அதைக் கையில் வைத்துக்கொண்டு, உயிர் உள்ள ஒரு மனிதனுடன் பேசுவதுபோல் பேசிக்கொண்டிருந்தாள்.

"ஊராருக்குப் பயப்படுகிறாயா?... பயப்படு, பயப்படு... சொல்லி விட்டுத் தவறுவது ஆண்பிள்ளைகள் குணம் என்று எனக்குத் தெரியும்... நீயும் அந்த இனம்தானே...?"

திடீரென்று அந்தப் படத்தைத் தரை மீது ஓங்கி அறைந்தாள். கண்ணாடி தூள்தூளாகச் சிதறியது. அதைப் பொறுக்கினாள். காகிதத்தைக் கிழித்தாள். எல்லாவற்றையும் தூக்கி விட்டெறிந்தாள், வெளியே.

வெளியிலிருந்த படம் அழிந்துவிட்டது. அவள் மனதிலிருந்த படத்தை அவளால் அழிக்க முடியவில்லை. அழித்து அழித்துத்தான் பார்த்தாள்; அது மறையவில்லை. 'சீச்சீ' என்று வாயில் எவ்வளவோ தடவை சொல்லிச் சொல்லித்தான் பார்த்தாள். ஆனால், அது இன்னும் ஆழமாகப் பதிந்தது.

"ராதா"

வெளியில் அவள் கணவன் கோபாலன் கூப்பிட்டான். திடுக்கிட்டு அவள் எழுந்தாள். சிதறியிருந்த கூந்தலை வாரி முடித்துக்கொண்டாள்.

குங்குமப்பொட்டு வைத்துக்கொண்டு கண்ணாடியில் பார்த்தாள். அதில் தெரிந்த உருவத்தைப் பார்த்துக் 'கலகல'வென்று சிரித்தாள்.

அந்த உருவமும் மௌனமாகச் சிரித்தது.

பிறகு அவள் நடிப்பதற்காகச் சென்றுவிட்டாள். ஓர் ஆண்மகனைக் கைது செய்யவேண்டும்? கத்தியை வைத்துக்கொண்டு பலாத்காரம் செய்ய வேண்டியதில்லை. ஒரு பெண்ணின் ஒரு கடைக்கண் பார்வையும் ஒரு புன்சிரிப்பும் இருந்தால் போதும். அந்த முறையில் கோபாலனும் கைதிதான்.

அவளுடைய கையாள் போலிருந்த அவன், அவள் கட்டளைக்குத் தயாராய்க் கைகட்டி நின்றான். ஆனால் அவன் உயிர் விற்பனையாகி உடல்தான் எஞ்சியிருந்தது.

6

"விஷயத்தைக் கேட்டாயா?" என்று கேட்டுக்கொண்டே, உள்ளே வந்தான் கோபாலன்.

"என்னது?"

"உங்கள் வீட்டுக்கு நாலாவது வீட்டிலே கிருஷ்ணமூர்த்தி என்று ஒரு பையனிருந்தானே, ஞாபகமிருக்கா?... இரண்டு நாளா, அவனைக் காணோமென்று தேடிண்டு இருந்தாளாம்... அகப்படலையாம்... இன்னைக்கு ஆற்றிலே ஒரு பொணம்... பாவம், என்ன நினைச்சானோ..."

"கோழைப்பசங்க! காரியமாகாட்டா, ஆற்றிலே குளத்திலே விழுந்துடறது..."

_மணிக்கொடி_ (நவம்பர் 30, 1936)

இனி புதிதாய் . . . (அக்டோபர் 1991)

எம்.வி. வெங்கட்ராம் கதைகள் (டிசம்பர் 1998)

●

தொடரும் நிழல்

நிசப்தமான இரவிலே கோயில் மணி அடிப்பதுபோல் கம்பீரமாக ஒலித்தது அந்தக் குரல். நிஜமாகவே அதில் பிரிவு ஏக்கம் நிறைந்திருப்பது போலிருந்தது. எதிர்வீட்டு மாடியின் ஹாலில் அவன் பாடிக்கொண்டிருந்தான், தன் வீட்டின் மாடியில் உட்கார்ந்துகொண்டு அப்பாட்டின் இனிமையிலும், குரலின் காம்பீரியத்திலும், பாட்டின் அர்த்தத்திலும் மனத்தை லயிக்க விட்டிருந்தாள் அவள். சிருங்கார ரஸம் நிறைந்த அந்தப் பாட்டிலே அவளுக்கு எவ்வளவு இன்பம் உண்டாகிறதோ! பாட்டின் இனிமையோடு அவள் மனத்திலும் இனிமையான ஒரு நினைவு, கனவு எழுகிறது. அந்தப் பாட்டு தன்னைக் குறித்தே பாடப்பட்டதாக இருக்கக்கூடாதா என்று அவள் மனம் ஏங்குகிறது.

ஆம், அது யௌவனத்தின் போதைதான், கரை புரண்டோடும், நதியைப் போல் அவள் உடலில் நிறைந்திருந்த இளமையின் முழுமை அவள் மனத்தின் கட்டை அறுத்துக் கொண்டு பெருகும் போலிருந்தது. அணைகட்ட அவள் மீண்டும் செய்த முயற்சிகள் பலனற்று விட்டன. ஒரே வேகத்துடன் தங்குதடைகளையெல்லாம் தட்டிக் கொண்டு சென்றது அந்தப் பெருக்கு.

காந்திக்குப் புருஷனிருந்தும் அவள் விதவை. அவள் மஞ்சள், குங்குமம், புஷ்பம் எல்லாவற்றையும் தாராளமாக உபயோகிக்கலாம்; எங்கும் தாராளமாகப் புழங்கலாம். ஆனால், அவள் விதவை! சரீரத்திற்கு வேண்டிய அலங்காரங்கள் செய்துகொண்டு, மனதிற்கு வேண்டிய அழகுகளைச் செய்துகொள்ள முடியாவிட்டால் அவளை என்னவென்று சொல்வது? உலகம் அவளுடைய வெளிச் சின்னங்களைக் கொண்டு அவளைச் சுமங்கலியாக மதிக்கலாம். ஆனால் அவள் மனதில் கணவன் என்ற பீடம் காலியாகவே இருந்தது. இருந்தும் இல்லாதவனாயிருந்தான் அவன்.

அவள் கணவன் கிழவனுமல்ல. வியாதியஸ்தனுமல்ல. நல்ல திரண்ட கட்டான தேகமுடைய இளைஞன்; பார்ப்பதற்குக் கம்பீரமான அழகன்; ஆனால்… விதியின் பயங்கர விளையாட்டு அது; அவளை ஒரு விளையாட்டுப் பொம்மையாக்கி அவளை ஆட்டி வைத்து ‘யாருக்கோ’, வேடிக்கை காண்பித்துக் கொண்டிருந்தது விதி. அந்த ‘யாருக்கோ’, அந்த விளையாட்டில் மிகமிக மகிழ்ச்சி உண்டாகிறது போலும்!

காந்தி பெரிய வீட்டுப் பெண். அவள் தகப்பனார் பரம்பரையான பணக்கார வம்சத்தில் பிறந்தவர். ஆனால் குலம், பணம், அழகு மூன்றுக்கும் சம்பந்தமிருந்துதானாக வேண்டுமென்றில்லை. பணமிருந்தால் அழகு இருந்துதானாக வேண்டுமென்று ஏதாவது விதியுண்டா? காந்தி அழகியல்ல – ஏன், குரூபி என்றுகூடச் சொல்லிவிடலாம். ஆனால், அந்த இயற்கையை யார்தான் மாற்ற முடியும்? அதற்கு என்னதான் செய்ய முடியும்?

ராமகிருஷ்ணன் அழகன்தான், சந்தேகமில்லை. அழகாயிருந்தது போலவே, அவன் சௌந்தரிய ரஸிகன்கூட. அவன் தனக்கு அழகான மனைவிதான் வேண்டும் என்று நினைத்ததும் சகஜம்தான். ஆனால், அவன் நினைவுக்கு மாறாக, அவனுக்குக் காந்தி மனைவியாகக் கிடைத்தாள். அவளுடைய குரூபத்தைக் கண்டதும் அவனுக்கு மிகவும் வருத்தமாயிருந்தது. அந்த வருத்தம் நாளடைவில் கொஞ்சம் கொஞ்சமாக வளர்ந்து துக்கமாக மாறும் சமயத்தில்தான், அவன் குற்றம் சொல்ல முடியாத அழகுடன் (ஒருத்தியைக்) கண்டான். அப்போதுதான் அவன் வருத்தம் ஒரு பயங்கரமான தீர்மானமாக உருப்பெற்றது. அதன் பலனாக, இடி விழுந்தது காந்தியின் வாழ்க்கையில்.

“நான் கமலாவை ஏன் இரண்டாவது கலியாணம் பண்ணிக் கொள்ளக் கூடாது?” என்றுதான் அவன் எண்ணம். மறு கலியாணம் கூடாது என்கிற கட்டுப்பாடுகளெல்லாம் ஸ்திரீகளுக்குத்தானே? அவனுக்கென்ன? சாகும்வரை கலியாணம் செய்துகொண்டேயிருக்கலாம்; புஷ்பம், புஷ்பமாகச் சென்று தேனைக் குடித்துக்கொண்டேயிருக்கலாம். ஆனால் குலத்தில் கருத்தாயிருப்பவர் அவன் தகப்பனார். அவர் எவ்வளவோ சொல்லிப் பார்த்தார். நயந்தும், அதட்டியும் புத்தி கூறினார். அவன் இஷ்டம்போல் மறைவாக ‘அழகிகள்’ வீட்டிற்குப் போகவும் அனுமதிப்பதாகக்கூட ஜாடைமாடையாகச் சொல்லிவிட்டார். ஆனால் தன் தீர்மானத்திலே, உடும்புப்பிடியாகப் பற்றிக்கொண்டிருந்தான் அவன். ஒன்று கமலாவைக் கலியாணம் செய்து வைக்கவேண்டும், இல்லாவிட்டால் தற்கொலை… கிழவருக்குப் பின்பகுதி நடுக்கமுண்டாகும் என்று அவனுக்கு நன்றாகத் தெரியும்.

சாந்தி முகூர்த்தம் செய்து வைத்தால் பெண்ணின் முயற்சியிலாவது அவன் மனம் திரும்பாதா என்று யோசித்தார் அவன் தகப்பனார். ஆனால், காந்திக்கு அவ்வளவு புத்தி இன்னும் வரவில்லை என்று அவருக்குத் தெரியாது. சாந்தி முகூர்த்தச் சடங்குகள் எல்லாம் முடிந்து விட்டன. நெருப்பை எட்டியிருந்து பார்க்கும்போதே வியர்த்தது. அதையே அருகில் கொண்டுவிட்டால்… அவள் தன் எதிரில் வரக்கூடாதென்று அவளை அடித்துப் பிறந்தகத்திற்குத் துரத்திவிட்டான் ராமகிருஷ்ணன்.

தலை எழுத்து! அது எந்தப் பாஷையில் எழுதப்பட்டிருக்கிறதென்று தெரியவில்லை. அது நமக்கு ஏன் புரியவில்லை? புரிந்தால் வாழ்க்கையின் போக்கை ஒருவிதமாக நிர்ணயித்துக் கொள்ளலாமல்லவா?

காந்தியின் தகப்பனார் வணங்காமுடி, செல்வத்தின் மமதையும், அதனால் உண்டான பயங்கரமான கம்பீரமும் திகழ நிமிர்ந்து நடப்பார் அவர். பேச்சிலும் அதிகாரம் ஒலிக்கும். அவர்கூடத் தம் மாப்பிள்ளையின் கால்களில் விழுந்து அழாத குறையாக வேண்டிக்கொண்டார். அதனால் ராமகிருஷ்ணனின் இரண்டாவது கலியாணம் தடைப்பட்டு விட்டாலும், காந்தி சில நாள் புக்ககத்திலும், சிலநாள் தாயாரகத்திலும் இருக்கவேண்டியது என்று தீர்மானமாகியது. எப்படியாவது தன் மகள் கணவரோடு வாழ்ந்தால் போதும் என்று அத்துடன் திருப்தி அடைந்தார் அவள் தகப்பனார்.

ராமகிருஷ்ணனின் இரண்டாவது மனைவி வாஸ்தவமாகவே ரொம்ப நல்ல அழகி. அவளையே மொய்த்துக் கொண்டிருந்தான் அவன். காந்தி அங்கேயிருந்தாலும்அவன் அவளைக் கவனிப்பதேயில்லை. ஏதோ ஒரு வேலைக்காரியாக நடத்தப்பட்டாள் அவள். கமலா தாயார் வீட்டிற்குப் போயிருக்கும்போது அவளுடன் இரண்டு வார்த்தைகள் பேசுவான். அதுவும் வேண்டா வெறுப்புடன். அரைகுறையான மனத்துடனும்தான்.

முதலில் காந்தி, ‘அவர்’ தரிசனமாவது கிடைத்தால் போதும் என்று நினைத்துக்கொண்டிருந்தாள். ஆனால் பூர்ணமாகப் பூத்திருந்த அவள் இளமைக்கு அவன் சரியான மதிப்புக் கொடுக்காமலிருக்கவே, தன் உறுதியைத் தளர்த்த ஆரம்பித்தது.

“நான் அழகாயில்லை என்றால், அதற்கு நானா குற்றவாளி? என்னைவிடக் குரூபிகளான எவ்வளவோ பேர் தங்கள் கணவருடன் சுகமாக வாழவில்லையா? நான் மாத்திரம் ஏன் கஷ்டப்பட வேண்டும்? அழகு என்று விட்டு அவர் தன் இச்சைப்படி அக்கிரமம் செய்தால், இளமை என்று நான் அக்கிரமங்கள் செய்தாலோ? சுதந்திரம் இருக்கிறதென்று அவர் வெளிப்படையாக என்னை மோசம் செய்கிறார்; எனக்குச் சுதந்திரமில்லாததால் நான் மறைவாக அவரை மோசம் செய்தால்? பாபம்! அது இருக்கவே இருக்கிறது! அது எப்படியிருந்தாலும் நான் இதை – இளமையின் இந்தச் சவுக்கடிகளை – ஏன் சகித்துக்கொண்டிருக்க வேண்டும்?”

இத்தகைய நினைவுகளில் நீந்திக் கொண்டிருந்தபோதுதான், “அவன்” எதிர்வீட்டில் குடும்பத்தாருடன் குடிவந்தது. அவன் தகப்பனார் கவர்ண்மெண்ட் உத்தியோகஸ்தர். மாற்றப்பட்டிருந்ததால் அவர் அங்கு குடி வந்திருந்தார். உத்தியோகத்தின் பகட்டுச் சின்னங்களுடன் எதிர்வீடு ஆரம்பமாயிருந்தது. ‘அவன்’ நிறம் நல்ல சிகப்பு; நீண்டு சுருண்ட மயிர்கள் அவன் காதுகளில் பாதியை மறைத்துக்கொண்டிருந்தன. ஒற்றை நாடியான சரீரமுடையவன். அவனும் மிகவும் ஆடம்பரமாகவே, பளிச்சென்றிருந்தான். கம்பீரமாகவே இருந்ததால் நன்றாகப் பாடவும் தெரியும் அவனுக்கு. அவன் வீட்டிற்கும் காந்தியின் வீட்டாருக்கும் சீக்கிரத்தில் நட்பு உண்டாகிவிட்டது, இருவரும் பணக்காரர்கள் என்ற உறவால்.

முதலிலேயே தளர்ந்துகொண்டிருந்த அவள் உள்ளக்கட்டு, அவனைக் கண்டதும் இன்னும் நழுவ ஆரம்பித்தது. அவளுடைய சந்தேகமான நினைவுகள் தீர்மானமாக மாற்றம் கொண்டன. "நாம் குற்றவாளியா யில்லாதபோது தண்டனை விதிக்கப்பட்டால், குற்றம் செய்தே அதை அனுபவிப்போமே." என்கிற நினைவு, அவளுக்குள் உறுதி பெற்றது.

ஆனால், அவளுக்குச் சந்தேகமாயிருந்தது. இந்தச் சந்தேகம் வேறு. தன் ரூபத்தை அவன் விரும்புவானா என்பதுதான் அது. தாலி கட்டின கணவனே தன்னை வெறுக்கும்போது, பிறரால் சகஜமாக அவமதிக்கப்படக்கூடும் அல்லவா? இப்போது உள்ளக்கட்டு நன்றாக நெகிழ்ந்து விட்டிருந்தது. அவனை எப்படித் தன் வயப்படுத்துவது என்ற பிரச்சனையே அவளுக்குப் பெரிதாகிவிட்டது இப்போது.

அவனை அவள் கவனிக்க ஆரம்பித்தாள். விசேஷமான, அர்த்தம் நிறைந்த பார்வை செலுத்தி, "என்ன?" என்று கண்களால் கேட்கத் தொடங்கினாள். முதலில் அவளுக்கு ஆச்சரியமாயிருந்தது. 'சரி' என்று முதல் கேள்விப் பார்வையில் சொன்ன அவன் பதில் பார்வை, அவளுக்கு ஆச்சரியமுண்டாக்கியது.

அவளுக்கு வாசிக்கத் தெரியும். அதுவும் அவள் தன் கணவனால் வெறுக்கப்பட்டதிலிருந்து அவள் தகப்பனார் அவளுக்கு நிறையப் பத்திரிகைகளும், நாவல்களும், வாங்கிக் கொடுத்திருந்தார். அவைகளில் 'காதல்' இப்படித்தான் விளையும், அது சரீரத்தின் அழகால் உண்டாவதல்ல, ஆத்மாவின் லயத்தால் உண்டாவது என்று அவள் படித்திருந்தாள். முதல் கேள்வியிலேயே அவன் சம்மதம் என்று பதிலளிக்கவே, அவளுக்கு அது 'காதல்'தான் என்று தோன்றிவிட்டது.

"குரூபியாயிருக்கும் என்னைக் கண்டதும் என் ஆசைக்கு அவர் இணங்குவதென்றால்! இதைக் காதல் என்று சொல்லாவிட்டால் வேறு எதைத்தான் சொல்வது! நான் இன்னும் 'தர்மம்' என்று ஏன் தயங்கிக் கொண்டிருக்க வேண்டும்?"

சிறிது காலத்திலேயே அவள் தன்னைச் சம்பூர்ணமாக அவனிடம் ஒப்படைத்துவிட்டாள். அது தெய்வீகக் காதல் என்றே நம்பிக்கை கொண்டிருந்தாள் அவள். ஆனால், பல நாட்களுக்குப் பிறகு, ஒரு நாள் அவள் நம்பிக்கை குலைந்தது. அவனும் தன்னைப் போலவே, அடக்க முடியாத ஓர் ஆசையால் தூண்டப்பட்டே தன் இஷ்டத்திற்கு இணங்கினான் என்பது அவளுக்குத் தெரிந்துவிட்டது. அன்று மாலை அவள் தாயார் சொன்ன 'அந்தச் செய்தி' அவளுக்கு இடிவிழுந்தாற் போலிருந்தது; அப்போது அவளுக்கு ஆறுமாதக் கர்ப்பம்.

அன்று மாலை ஏதோ ஓர் ஆசையால் உந்தித்தள்ளப்பட்டு அவள் தன் தாயிடம் கேட்டாள். 'அவனுக்குக் கல்யாணம் ஆகிவிட்டதா?' என்று: அந்த கேள்விக்கு அம்மா சொன்ன பதில்தான், அவளுக்கு பயமுண்டாக்கி விட்டது. "அப்படியா, அம்மா, அதனாலா அவனுக்குக் கலியாணம் ஆகவில்லை?" என்று கேட்டு அயர்ந்தாள்.

அந்தச் செய்தியைக் கேட்டதிலிருந்து அவளுக்கு ரொம்பவும் திகில் உண்டாகியது. பாபம் செய்யத் தூண்டிவிட்டாலும், பாபத்தின் பலனை அனுபவிக்கச் சக்தியற்றது அவள் மனது. அதைக் கேட்டதிலிருந்து தன் பாபத்தின் சாயை தன் வம்சத்தின் மீதும் விழாமலிருக்க வேண்டும் என்று கடவுளைப் பிரார்த்தித்துக்கொண்டிருந்தாள்.

இந்த மாதிரி திகில்பட்டுக் கொண்டிருக்கும்போதே, அவளுக்குக் குழந்தை பிறந்துவிட்டது. சொர்ண விக்கிரகம்போல், சிகப்பாய் அழகாயிருந்தது குழந்தை. அதனுடைய நீண்ட மூக்கு, விரிந்த நெற்றி, மற்றுமுள்ள அங்கங்கள் எல்லாம் பொருத்தமாக அமைந்திருந்தன, ஆனால்... ஆனால்...

சில நாட்கள் கழித்துப் பார்த்தபோது தெரிந்துவிட்டது அது. ஆம்: அவள் திகில்கள் உண்மையாகிவிட்டன. அவளுடைய பிரார்த்தனை பலனில்லாததாகிவிட்டது. அவள் செயலின் நிழல் குழந்தையின் இடதுகாலின் பாதத்தில் கொஞ்சம் கறுப்பாக விழுந்திருந்தது. அது வீட்டில் எல்லோருக்கும் தெரியும். ஆனால், காந்தியின் செய்கையின் சாயை அது என்று யாருக்கும் தெரியாது. எல்லோருக்கும் வருத்தமாகவே இருந்தது, இவ்வளவு அழகான குழந்தைக்கு இப்படி ஆக வேண்டுமாவென்று. ஆனால் பிறகு 'விதி' என்று தேற்றிக்கொண்டு விட்டார்கள். காந்தியோ நினைத்து நினைத்துப் புழுங்கினாள்; எண்ணி எண்ணி ஏங்கினாள்...

நிமிர்ந்து பார்த்தவள் அப்படியே திடுக்கிட்டுப் பேசாமல் நின்று விட்டாள். மூன்றாவது வீட்டின் அருகிலிருந்த எலெக்டிரிக் லைட்டின் வெளிச்சம் பிச்சைக்காரன் முகத்தில் பட்டுக்கொண்டிருந்தது. அவன் தன் உடல் முழுவதையும் போர்த்திக்கொண்டிருந்ததால் முதலில் அவளுக்குத் தெரியவில்லை, அவனுடைய முகத்தோற்றம், பார்ப்பதற்கே கோரமாய். அசிங்கமாய், பயங்கரமாயிருந்தது, மேடுபள்ளமாய், பல கட்டிகள் புறப்பட்டாற்போல் பார்ப்பவர் மனத்திலும் வேதனை எழுப்புவதாயிருந்தது.

மனத்திலிருந்து யாரோ அவள் கையைப் பிடித்துக் குலுக்கிவிட்டது போல் சாதப்பாத்திரத்தைப் பிடித்திருந்த அவள் கை நடுங்கியது. அவன் விரித்திருந்த துணியில் சாதத்தைக் கொட்டிக்கொண்டே, அவனிடம் கேட்டாள், "உனக்குப் பெரிய வியாதியா?" என்று.

அந்தப் பிச்சைக்காரன் பரிதாபமாகச் சொன்னான், "ஆமா, அம்மா,! அதுக்கு என்ன செய்யலாம்? விதிப்படிதானே நடக்கும்?"

"விதி! விதி!" பயங்கரமான எதையோ கண்டு மருண்டவள்போல் விர்ரென்று உள்ளே சென்றாள். அவள் மனத்தில் விவரிக்க முடியாத பயமும் திகிலும் உண்டாகியிருந்தன. சமையலறைக்குள் சென்றாள். சாதமிருந்த பாத்திரத்தை அப்படியே நழுவவிட்டுப் பரிமாறிக்கொண்டிருந்த தாயாரின் அருகில் உட்கார்ந்தாள். அவளுடைய உடலில் ஒருமுறை வியர்த்தது. அந்தப் பயங்கரம் இன்னும் தன் எதிரிலிருப்பதுபோல் அவள் கண்கள் நிலைத்துச் சூன்யத்தில் பார்த்துக்கொண்டிருந்தன. அந்தப் பயங்கரத்தால் உணர்ச்சி மிகுதிப்பட்டதுபோல் விரைந்து விரைந்து மூச்சுவிட்டாள் அவள்.

தற்செயலாக அவள் தாயார் அவளைக் கவனித்தாள். அவளுடைய திடீர் மாற்றத்தைக் கண்டு பதறிக் கேட்டாள், "காந்தி ! ஏன் ? என்ன விஷயம் ?" என்று.

காந்தியின் பெருமூச்சு தாயாரின் முகத்தில் பட்டது. அது மனதின் நினைவு நெருப்பால் சூடேற்றப்பட்டிருந்தது. தன்னுடைய துக்கம், வேதனை எல்லாவற்றையும் திரட்டி, காந்தி ஒரே வாக்கியத்தில் தன் ஹிருதயத்தை வெளியிட்டாள்: "அந்தப் பிச்சைக்காரன் ஒரு குஷ்டரோகி!"

தாயாருக்குப் புரிந்துவிட்டது. அவளுக்குக் காந்தியின் பதட்டத்திற்குக் காரணம் புரிந்தது. காந்தியின் வேதனை முழுவதையும் கற்பனை செய்து பார்த்துக்கொண்டாள் அவள். அந்த வேதனை அவள் ஹிருதயத்தையும் தாக்கியது. அவளால் ஒன்றும் பேச முடியவில்லை.

அந்த வாக்கியத்தைக் கேட்ட, சாப்பிட்டுக்கொண்டிருந்த காந்தியின் தகப்பனார் உள்ளத்திலும் வருத்தம் எழுந்தது. அதைக் கேட்டதும் அவர் கொஞ்சம் தயங்கி, ஒரு பெருமூச்சு விட்டு, மறுபடியும் சாப்பிட ஆரம்பித்தார்; ஆனால், முன் போலல்லாது மெதுவாக.

அந்த வாக்கியம் சிறிது நேரம் ஹிருதயத் துடிப்பு நிறைந்த ஒரு மௌனத்தைச் சிருஷ்டித்தது. 'கொடுக், கொடுக்' என்று சப்தம் எழுப்பிக் கொண்டிருந்த ஒரு விஷப் பூச்சி அவர்களைக் கேலி செய்வதுபோலிருந்தது.

காந்தியின் கண்களில் நீர் தேங்கித் துளிர்ப்பதைக் கண்டாள் அவள் தாயார். அவளால் பொறுக்க முடியவில்லை. துடிக்கும் தன் ஹிருதயத்தைக் கட்டிப் பிடித்துக்கொண்டு காந்தியைத் தேற்ற ஆரம்பித்தாள் அவள்.

"காந்தி ! இப்படி அடிக்கடி வருத்தப்பட்டுக் கொண்டிருந்தால் முடியுமா ? உனக்கு அப்படி ஒன்றும் வயது ஆகிவிடவில்லை. இன்னும் எத்தனையோ குழந்தைகள் பிறக்கலாம். இதற்காகவே வீணாகவே வேதனைப்பட்டுக் கொண்டிருந்தால் வீணாக உடம்புதான் கெடும்"

சிலைபோல் உட்கார்ந்திருந்தாள் காந்தி. அவள் ஹிருதயத்தில் யாரோ கல்லையெடுத்து அடிப்பது போலிருந்தது. அவள் பேசவில்லை. துக்கமூச்சை ஹ்ருதயத்தில் நிறைத்து நிறைத்து அதை வெடிக்கச் செய்ய நினைத்திருப்பது போலிருக்கிறது அவள் மௌனம். அந்த மௌனம், அவள் தாயாரையும் துன்புறுத்தியது.

மறுபடியும் தாயார் சொன்னாள், "காந்தி! எல்லாரும் போன ஜன்மத்தில் செய்த காரியங்களின் பலனை அனுபவித்துத்தான் தீர வேண்டும். இதற்காகவே வருத்தப்பட்டு முடியுமோ ? வானத்தின் கீழிருந்து இடிக்குப் பயப்பட முடியுமோ ?" உலகத்திலே பிறந்துவிட்டோம்: கஷ்டங் களுக்கு வருத்தப்படலாகுமோ ? கர்மபலன் என்று எல்லாவற்றையும் சகித்துக்கொண்டிருக்க வேண்டியதுதான்."

காந்தியின் உள்ளக்கிளர்ச்சி பயங்கரமான புரட்சியாக மாறிவிட்டது – "கர்மபலன் ? இது போன ஜன்மக் கருமங்களின் பலனா ? இந்த ஜன்மத்தில் செய்த கர்மத்தின் கைமேல் பலனல்லவா ?"

தாயாருக்கு ஒன்றும் பதில் சொல்லாமல் அவள் எழுந்து வெளியே போக ஆரம்பித்தாள். 'சாப்பிடவில்லையா?' என்று கேட்டாள், அவள் தாயார். அதைக் கேளாதவள்போல் பேசாமல் வெளியே வந்தாள். சமையலறையை விட்டு.

கூடத்தின் மத்தியில் தொங்கிக் கொண்டிருந்தது குழந்தையின் தொட்டில். அதனருகில் சென்று நின்றுகொண்டு, யோகக் கனவில் ஆழ்ந்திருந்த குழந்தையைக் கொஞ்சநேரம் உற்றுப்பார்த்துக் கொண்டிருந்தாள். கனவுலோகத்துக் குழந்தை வழுக்கி விழவே காந்தியின் குழந்தை சிரித்தது. அவளைப் பரிகாசம் செய்வது போலிருந்தது அந்தச் சிரிப்பு. திடீரென்று எதையோ நினைத்துக் கொண்டவள்போல், சட்டென்று தொட்டிலிலிருந்து குழந்தையைத் தூக்கினாள் காந்தி. அதிர்ச்சியில் விழித்துக்கொண்ட குழந்தை கொஞ்சம் சப்தம் செய்துவிட்டுப் பிறகு அவள் முகத்தைப் பார்த்த வண்ணமே சூன்யத்தில் தன் பார்வையை லயிக்க விட்டுவிட்டது. அதை உச்சிமுதல் ஒவ்வொர் அங்கமாய்ப் பார்த்துக்கொண்டு வந்தாள் அவள். காலில் விழுந்திருந்த அவள் பாபத்தின் நிழலைப் பார்த்ததும் துடிதுடித்தது அவள் நெஞ்சம். அக்குழந்தையின் சர்வாங்க செளந்தரியமும் அவளைச் சவுக்காலடிப்பது போலவே இருந்தது. பார்த்துக் கொண்டிருக்கும்போதே அவள் ஹிருதயம் உருகிக் கண்களின் வழியாகப் பெருகி ஓடியது. உஷ்ணமான நீர்த்துளிகள் கண்களில் விழவே, குழந்தை வீறிட்டு அலறி அழ ஆரம்பித்தது, ஆனால் அவள் குழந்தையின் அழுகையைக் கவனிக்கவில்லை; அதைத் தேற்ற யாதொரு முயற்சியும் செய்யவில்லை. அப்படியே கண்களிலிருந்து நீர் வழிய, ஹிருதயம் துடிக்க நின்றுகொண்டேயிருந்தாள்.

குழந்தையின் அழுகையைக் கேட்ட காந்தியின் தாயார் கூப்பிட்டாள் – "காந்தி!" அந்த அழைப்பும் சூன்யத்திலிருந்து வந்து சூன்யத்திலே லயித்துவிட்டது போலிருந்தது. காந்தி அதைக் கேளாதவள்போல் அப்படியே நின்றுகொண்டிருந்தாள்.

வெளியே வந்தாள் அவள் தாயார், அந்தக் காட்சியைப் பார்த்தாள். தாயின் ஹிருதயத்தை உணர்ந்த அந்தத் தாய்க்கும் மிகவும் துக்கமாக இருந்தது. அவள் குரல் குழறித் தடுமாறியது.

"காந்தி!"

அவள் கையில் குழந்தையைக் கொடுத்துவிட்டுக் காந்தி பேசாமல் படுக்கையை விரித்துக்கொண்டு படுப்பதற்காக ஆயத்தம் செய்து கொள்ள ஆரம்பித்தாள். குழந்தையும் காந்தியின் பாபக்கரங்களை விட்டு வெளியே வந்ததும் சாந்தி பெற்று விட்டதேபோல், காந்தியின் தாயார் ஆசுவாசத்தால் அழுகையை நிறுத்திக்கொண்டது.

"சாப்பிடவில்லையா, காந்தி?"

தாயார் கேட்டாள்; அவள் ஒன்றும் பதிலளிக்கவில்லை.

"காந்தி! சாப்பிடவில்லையா?"

தகப்பனார் கேட்டார், அதற்கும் பதிலொன்றும் அளிக்கவில்லை. படுக்கையில் குப்புற விழுந்துகொண்டு, தலையணையில் முகத்தைப்

புதைத்துக்கொண்டு கண்ணீர்விட்டுக் கொண்டிருந்தாள். மௌனமாக அவளுடைய முதுகு மேலும் கீழுமாகச் சென்று வரும் ரீதியிலிருந்து, அவள் அழுகிறாள் என்று பெற்றோர்களுக்குத் தெரிந்துவிட்டது. இருவரும் பெருமூச்சு விட்டுப் பேசாமலிருந்து விட்டனர்.

கொஞ்சம் கொஞ்சமாகத் தூக்கம் வந்துவிட்டது. அதிலும் உற்பாதங்கள் விளைவிக்கும் கனவுகள் தோன்றித் தோன்றி அவளுடைய ஹிருதயத்தை வேதனையில் இழுத்து இழுத்துச் சென்றுகொண்டிருந்தன.

அவள் குழந்தை வளர்ந்து வளர்ந்து பெரியவனாக வளர்ந்துவிட்டான். கூடவே அவள் பாபத்தின் நிழல் விரிந்துகொண்டேயிருக்கிறது. அழகும் இளமையும் பூர்ணமாகும் சமயத்திலே பாபத்தின் நிழலும் உடல் முழுவதும் பரவிவிட்டது. உடல் முழுவதும் கட்டிகள், பாளம் பாளமாக வெடிப்புகள், அவற்றிலிருந்து ரத்தத்துளிகள் சிந்தல், வேதனை பொறுக்க முடியாத அவள் அழுகை – அழுகையொலி கேட்டு அவள் விழித்துவிடுவாள். பிறகு ரொம்ப நேரம் வரை புரண்டுபுரண்டு படுத்த பின் தூக்கம் வரும். மறுபடியும் கனவுதான்.

யாரோ ஒருத்தி மஞ்சள் குங்குமத்தோடு வருகிறாள். காந்தி தன் உயிரையே குழந்தைக்குப் பதிலாகத் தனக்கு அர்ப்பணம் செய்தால், அதன் வாழ்க்கைக்கு ஜீவன் அளிப்பதாகக் கூறுகிறாள் அவள். அவள் குடும்பத்தின் தேவதைதான். காந்தியும் சம்மதிக்கிறாள். தன்னைத் தேவியின் பாதங்களில் அர்ப்பணம் செய்துகொண்டுவிடுகிறாள்... பிறகு யாரோ டாக்டர் வந்து, குழந்தையைப் பார்த்து ஏதோ மருந்து கொடுக்கிறார். மருந்தின் சக்தியால் குழந்தையின் அந்தப் "பாபச் சாயை" மறைந்துவிடுகிறது... அதைக் கண்ட காந்தியின் பெற்றோர் சந்தோஷ மிகுதியால் ஆரவாரம் செய்கின்றனர் – ஆரவாரத்தைக் கேட்டு விழித்தாள் காந்தி. ரொம்பநேரம் அவள் மனம் அந்தக் கனவின் பயங்கரத்திலேயே லயித்திருந்தது. பிறகு தூக்கம்; தூக்கத்தைத் தொடர்ந்து கனவுகள்தான்.

உற்பாதம், வேதனை, ஏக்கம், பயங்கரம்...

மறுநாள் காலையில் வீட்டில் கலவரமாக இருந்தது. காந்தியைக் காணோம்! அவள் தாயார் தகப்பனார் எல்லோரும் கதறி அழுது கொண்டிருந்தார்கள். தெருவில் எல்லாம் அவளைப் பற்றிப் பேச்சு. எங்கெங்கெல்லாமோ அவளைத் தேடிச் சென்றிருந்தார்கள். எல்லோரும் அவளைப் புகழ்ந்துகொண்டுதானிருந்தார்கள். குழந்தையின் கஷ்டத்திற்காக உயிரைக் கொடுத்த உத்தமியல்லவா அவள்!

மணிக்கொடி **(ஆகஸ்டு 1937)**

குயிலி (நவம்பர் 1964)

உறங்காத கண்கள் (நவம்பர் 1968)

எம்.வி. வெங்கட்ராம் கதைகள் (டிசம்பர் 1998)

தத்துப்பிள்ளை

மூன்றாவது வீட்டில் திண்டுக்கல்லிலிருந்து வியாபாரிகள் குடும்ப சகிதமாய் வந்து குடியேறினார்கள் இரண்டு நாளுக்கு முன்பு.

வலதுபுறம் 'கார்ஷெட்'; இடதுபுறத்தில் 'பேய் புகுந்த' காலிமனை; எதிர் வீட்டில் திடீர் வீழ்ச்சியடைந்த பணக்காரர்கள். மூன்றாவது வீட்டில் குடியிருந்தவர்களும் எங்கோ போய் ஒரு மாசமாகிறது. இந்தச் சுற்றுப்புறத்தில் மீனாஷிக்குப் போது எப்படிப் போகும்?

நிசப்தம் தங்கமா? வெள்ளியா? பட்டணவாஸிகளுக்கு அப்படித் தோன்றலாம். வீட்டில் ஓய்ந்து உட்காரும்போது வெளியில் சப்தத்தைக் கேட்டுக் கேட்டு அலுத்து வீட்டில் வந்து சாயும்போது அடுத்த வீட்டில் கிராம்போன் 'கிர்' என்றால் அவர்களுக்கு வேதனையாகத்தான் இருக்கும். ஆனால் மீனாஷிக்கு நிசப்தமும் பிடிக்காது; மௌனமும் பிடிக்காது. அவளுக்கு நிசப்தம் ஸ்மாசனம்; மௌனம் மரணம். பேசுவதற்கு யாருமில்லாமல் அவள் பிராணன் திண்டாடிக் கொண்டிருந்த சமயம், திண்டுக்கல்லார் மூன்றாவது வீட்டில் குடி வந்து, நிசப்த வெளியில் 'பாராசூட்டை'ப் பிடித்துக்கொண்டு தடுமாறும்போது இறங்குவதற்கு வசதியான இடம் கிடைத்தது போலிருந்தது.

மனுஷாள் குடி வந்த பிறகு சிநேகமாவது கஷ்டமா என்ன? அதுவும் மீனாஷிக்கு – ஒரே வாரம்; மீனாஷிக்கும் திண்டுக்கல்லார் பெண்களுக்கும் நெருங்கிய நட்பு உண்டாகி விட்டது.

ஒருநாள் மாலை, விளக்கேற்றும் சமயம், மீனாஷி திண்டுக்கல்லார் வீட்டில் பேசிக் கொண்டிருந்தாள். அவள் பேச்சில் சந்தோஷம் விம்மிக் கொண்டிருந்தது; காரணம், அவள் தன் பழைய இன்ப நாள்களைப் பற்றிப்

பேசிக்கொண்டிருந்ததுதான். தான் காசிக்குப் போய் வந்தது, திருப்பதியில் வெங்கடேசப் பெருமாளைத் தரிசனம் செய்தது, இன்னும், இன்னும் – இதையெல்லாம் பேசும்போது அவளுக்குத் தன்னையறியாமல் ஒரு உற்சாகம் உண்டாகிவிடும், அந்த உற்சாகத்தில் 'ஏன்' மறைந்துவிடும்; அந்தத் தீர்த்த யாத்திரை செய்தது ஏன் என்பதை அவள் மறந்தே விடுவாள்.

'திண்டு' வீட்டில் மூன்று குழந்தைகள் இருந்தார்கள். இரண்டு 'பிள்ளை'; ஒரு பெண். 'ஸெலூலாயிட்' பொம்மை போல் அழகாயிருப்பார்கள். பள்ளிக்கூடத்தில் போய்ச் சேர்த்துவிடலாமா என்று யோசனையை எழுப்பும் வயஸு; தத்திப் பேசும் பேச்சிலே கவர்ச்சி நிறைந்திருக்கும்; அன்னியர்களைக் கண்டால் பயப்படும் சுபாவமே இல்லை.

மீனாஷியின் பேச்சுக்கு முற்றுப்புள்ளி வைத்தன குழந்தைகள். உள்ளே ஓடி வந்த அவை, 'மளமள'வென்று மழலையில் பிரசங்கம் செய்யவாரம்பித்தன.

மூத்த வியாபாரியின் மனைவி மீனாஷியைக் குழந்தைகளுக்கு அறிமுகம் பண்ணி வைக்க ஆரம்பித்தாள்; இத்தனை நாளாக அதற்குச் சந்தர்ப்பம் வாய்க்கவில்லை.

"ராஜூ ! இந்த அம்மா யார் தெரியுமா ?"

"தெரியுமே !"

"யார் சொல்லு."

"பாட்டி."

"யாருக்குப் பாட்டி."

இப்போது பட்டு முன்னால் நகர்ந்தாள்

"என் பாட்டி !"

மூன்று குழந்தைகளும், "என் பாட்டி, என் பாட்டி" என்று கூச்சலிடவாரம்பித்தன. மீனாக்ஷி ஒவ்வொரு குழந்தையையும் தனித் தனியேயெடுத்து முத்தமிட்டு, "நான் எல்லோருக்குமே பாட்டி" என்று தன் அபேதவாதத்தை வெளியிட்டாள்.

மீனாக்ஷி வீட்டுக்குத் திரும்பும்போது அவள் முகம் சந்தோஷத்தால் விரிந்திருந்தது. வீட்டுவாசலைத் தாண்டிக் காலை வைத்தாள். பின்னால், "பாட்டி !" என்று கூப்பிடும் சப்தம் கேட்டு நின்றாள். பட்டு கண்ணைக் கசக்கிக்கொண்டு, சிவந்த கண்களுடன் அழத் தயாராயிருந்தாள்.

"கண்ணு, ஏன் அழறே ?"

"ராஜூ அடிச்சுட்டான் !"

"இரு வரேன், அவனை நன்னா அடிச்சிடுவோம்; அழாதே வேண்டாம் போ."

இந்தப் பேச்சு பட்டுவுக்கும் கொஞ்சம் தேறுதல் அளித்தது.

“பாட்டி, இந்த வீடே எனக்குப் பிடிக்கலே, உன்னோட வந்துடறேன், வரட்டுமா?”

“அம்மாகிட்டே கேட்டுண்டு வா...”

அவளுக்கும் பட்டுவைத் தன்கூட அழைத்துப் போகவேண்டும் என்று ஆசை உண்டாகியது. பட்டுவின் தாயிடம் கேட்டுக்கொண்டு, அவளை அழைத்துக்கொண்டு சென்றாள்.

மீனாக்ஷி சற்று வளைந்து பட்டுவின் சின்னக் கைகளைப் பற்றிக் கொண்டாள். அந்த மிருதுவான கைகளின் ஸ்பரிசம், அவளுக்கு ஆனந்தமூட்டியது. தொந்தரவு செய்து பட்டு, ராத்திரி அங்கேயே படுத்துக் கொண்டாள்.

ராத்திரியின் மத்திய பாகமாயிருக்கும், திடீரென்று “அம்மா” என்ற சப்தம் கேட்டு விழித்தாள் மீனாக்ஷி. கையை நீட்டி இருளில் தடவிப் பார்த்தாள்; புரளும் குழந்தை மீது கைப்பட்டது. குழந்தை கனவு கொண்டிருந்தது போலிருந்தது. மறுபடியும் “அம்மா” என்றது

‘அம்மா!’

மீனாக்ஷி மனசில் புரட்சி உண்டாகியது; இரவு, இருட்டு, நிசப்தம் எல்லாம் ‘அம்மா!’ என்று ஏகக் குரலில் கூப்பிடுவதுபோலத் தோன்றியது அவளுக்கு.

2

மறுநாள் காலையில் வழக்கத்திற்கு மாறாக மீனாக்ஷி ரொம்பச் சீக்கிரம் விழித்துக்கொண்டாள். சீதாராமன் முன் அறையில் மெதுவாகப் படிக்கும் சப்தம் கேட்டது. அவன் எப்போதும் காலையில் இருட்டாயிருக்கும் போதே எழுந்து படிப்பது வழக்கம். படிக்கும் சப்தம் கேட்டு மீனாக்ஷி படுக்கையில் எழுந்து உட்கார்ந்துகொண்டாள், என்ன நினைத்துக் கொண்டாளோ, சட்டென்று எழுந்து சீதாராமன் படிக்கும் அறைப் பக்கம் நடந்தாள்.

அறையின் ஒரு கதவு முழுக்க மூடப்பட்டிருந்தது; மற்றொரு கதவு பாதி மூடப்பட்டிருந்தது. மீனாக்ஷி சப்தம் செய்யாமல் பாதி திறந்த கதவைத் திறந்துகொண்டு வாசலில் நின்றாள். அவன் படிப்பதைப் பார்த்துக்கொண்டிருந்தாள். கதவின் பக்கம் முதுகைத் திருப்பிக் கொண்டிருந்தாள். அவன் அதையெல்லாம் கவனிக்கவில்லை. ‘மொண மொண’வென்று மூலையில் எழுந்து படிப்பதுபோல் படித்துக்கொண்டிருந்தான் ஆழ்ந்து.

‘சொல்லி விடு, சொல்லி விடு –’ என ஆசை தூண்டியது; மனசு பின் தாங்கியது; மறுபடியும் ஆசை எழுந்தது. சொல்லிவிடுகிறேன் என்று தீர்மானித்தாள் மீனாக்ஷி.

“சீதாராமா”!

அவன் கவனிக்கவில்லை; புஸ்தகத்தில் ‘இரண்டற’க் கலந்து போய்விட்டிருந்ததால், அவனுக்குக் கேட்கவில்லை.

மீனாக்ஷி மறுமுறை கூப்பிடவில்லை; கொஞ்ச நேரம் அங்கேயே நின்றாள்; அவனையே பார்த்துக்கொண்டிருந்தாள்; பிறகு பேசாமல் திரும்பி நடந்தாள்.

கொஞ்ச நேரத்திற்குப் பிறகு வெளியில் வந்த சீதாராமன், வீட்டு வேலையில் ஈடுபட்டிருந்த மீனாக்ஷியின் முகத்தில் ஒரு விசேஷத் துக்கக்குறியைக் கண்டான். அந்தத் துக்க குறியைக் காணும்போது மீனாக்ஷியோடு அதிகம் நெருங்கிப் பழகாமல் எட்ட இருந்து விடுவது வழக்கம். நெருங்கிப் பேசினால் நெருப்பு ஜுவாலையைத் தாங்க முடியாது!

ஆனால் அன்று மத்தியானம் நடந்த ஒரு சிறு சம்பவம் விஷயத்தைக் "களேபர"மாக்கி, அவனுக்குக் கொஞ்சம் உண்மையையும் புலப்படுத்தியது; 'கிழங்க'ளில் சண்டை உண்டானதால் அல்ல அந்தத் துக்க உணர்ச்சி, கோபம் தன்மீதுதான் என்று அறிந்துகொண்டுவிட்டான்; ஆனால் அது ஏனென்று அவனுக்குப் புரியவில்லை.

மத்தியானம் பள்ளிக்கூடத்திலிருந்து, வெயில் பசி இரண்டாலும் வாட்டப்பட்டு வந்த சீதாராமன் இலையில் வைத்திருந்த கறிகளை அவசர அவசரமாக எடுத்து வாயில் திணித்துக் கொண்டிருந்தான். முகத்திலிருந்து பசியின் அளவு அறிந்து, அதற்கேற்பச் சாதம் பறிமாறும் சக்தி மீனாக்ஷிக்கிருந்தது. என்ன கோபமாயிருந்தாலும் என்ன துக்கமாயிருந்தாலும், கைகளில் அவள் தராசு இருந்தது. அப்படியே அன்றும் பரிமாறினாள்.

சாதத்தைக் கிளறிக் கொண்டிருந்தவன் தற்செயலாக தலையைத் தூக்கிப் பார்த்தான். பல்லை 'நற நற'வென்று கடித்துக் கண்களைப் பெருக்கி உருட்டி உதட்டைக் கடித்துக்கொள்ளும் மீனாக்ஷியின் முகம் தெரிந்தது; அது கோபத்தின் எல்லை. ஆனால் அந்தச் செய்கை அவனுக்கு ஆத்திரமூட்டியது. ஆத்திரத்தை எப்படி வெளிக்காட்டுவது?

"ஏப்பா! இவ்வளவு சாதமா! பாதி எடுத்துடுங்கோ—" என்றான். அவளும் கொஞ்சம் சாதத்தை இலையிலிருந்து எடுத்துவிட்டாள்.

சாதம் சாப்பிட்ட பின், களைத்த வயிறு இன்னும் கொஞ்சம் கேட்டது.

"இன்னும் கொஞ்சம் சாதம்."

"போதும் என்னியே, மறுபடியும் ஏன் கேக்கிறே?"

"உங்க முகத்தின் சிடுசிடுப்பைப் பார்த்தா அப்படித்தான் சொல்லத் தோண்றது" என்று விட்டான், சந்தர்ப்பத்தை யோசிக்காமல்.

"ஏண்டாப்பா, என் முகத்தெ பார்த்தா அவ்வளவு பயமாயிருக்கா உனக்கு? பயந்து போய் ஜுரமா விழுந்துடாதே – நான் பூதமோல்லியோ?—"

அந்தக் குரலைக் கேட்டான்; குரலின் ஆத்திரத்தையும் கேட்டான். தலை தூக்கியும் பாராமல் சீக்கிரமே சாப்பிட்டு விட்டு எழுந்தான். யோசிக்காமல் தான் சொல்லிவிட்ட பேச்சு ஒரு தீயை ஏற்றிவிட்டதேயென்று நினைத்துக்கொண்டே பள்ளிக்கூடம் சென்றுவிட்டான். ஆனால், அந்த நெருப்பு அணையாமல் எரிந்துகொண்டேயிருக்கும் என்று அவன் நினைக்கவே இல்லை.

3

ஆறுமணியிருக்கும், மாலை, பள்ளிக்கூடத்திலிருந்து ஆயாசமாய் வீடு வந்து சேர்ந்தான், சீதாராமன். மத்தியானம் நடந்த சம்பவத்தை மறந்து விட்டான்.

உள்ளே போனான்; மீனாக்ஷி சமையலறைக்கு வெளியே 'தலைக்கோசர'க் கட்டையை வைத்துக்கொண்டு படுத்திருந்தாள். அருகில் சென்று "காப்பி இருக்கா?" என்றான். பதில் வரவில்லை. பேசாமல் உள்ளே போய் டம்பளரில் வைத்திருந்த காப்பியை 'மளமள' என்று ஒரே மூச்சில் குடித்துவிட்டு வெளியே வந்தான். அவள் அப்படி கோபமாயிருந்தது ஏன் என்று நினைத்துப் பார்க்கக்கூட அவகாசமில்லை அவனுக்கு. 'லைப்ரரி'யிலிருந்து புதிசாகக் கொண்டு வந்திருந்த தமிழ் நாவலை எடுத்துப் புரட்டிக் கொண்டிருந்தான்.

வெளியே பலகை மீது உட்கார்ந்திருந்தார் அவன் 'அப்பா'. அவன் புஸ்தகம் புரட்டுவதைக் கண்ட அவர், "அடேய்" என்றார்.

அந்தக் குரலிலிருந்த கோபமும், ஆத்திரமும் அவன் கைகளில் தாக்கியது போலும், கைகள் உதற அப்படியே புஸ்தகம் 'தொப்'பென்று கீழே விழுந்தது; அந்தச் சப்தம் அவருடைய ஆத்திரத்தை இன்னும் கிளப்பி விட்டது.

"டேய் புஸ்தகத்தைத் தொடாதே—உங்க அப்பன் வீட்டுக் காசைச் செலவழித்துப் புஸ்தகம் வாங்கியிருந்தா பத்திரமா வச்சுக்கணும் என்னு தோணும்! இல்லாவிட்டா ஒரு காசு சம்பாதிக்கத் தைரியம் இருக்கணும்—"

சீதாராமனுக்கு ஒன்றும் புரியவில்லை. நாவலைப் படித்து முடியவில்லையே என்ற ஆத்திரம் ஒருபுறமும், 'அப்பா'வின் இடி மின்னல்கள் ஒருபுறமும் அவனைத் திகைக்கச் செய்துவிட்டன.

"டேய், மத்தியானம் என்னடா நடந்தது?"

"ஒண்ணுமில்லியே—"

அவனுடைய ஆத்திரமும் அதிகரித்தது; ஆனால் அவரை எதிர்த்துப் பேச அவனுக்குத் தைரியம் உண்டாகவில்லை. மெதுவாகத் தத்திப் பேசினான் அந்த வார்த்தையையும்.

"அவளெ என்னடா சொன்னே?" அவளெக் கண்டா உனக்குப் பயமாயிருக்கு? ஆமாம் பாலைக் கொடுத்து, வேளா வேளையில் செய்ய வேண்டியதெல்லாம் சொந்தக் குழந்தைக்குச் செய்யறதுபோல செஞ்சா அவளெக் கண்டா உனக்குப் பூதம் போலத்தான் தோணும்—"

சீதாராமன் இடைமறித்துச் சொன்னான், "நான் ஒண்ணும் விகல்பமா சொல்லலியே; வேடிக்கையாகத்தானே சொன்னேன்."

"வேடிக்கையா வேடிக்கை! துணியைப் பிடிச்சு இழுத்து காசுகீசு தான்னு கேட்டா, அது ஒரு வேடிக்கையென்னு சொல்லலாம்."

'அப்பா'வின் மந்திரி வேலைக்காரக் கிழவன் வந்து நின்றான் எதிரில். தம் வீட்டு சமாச்சாரங்கள் எதுவானாலும் தயங்காமல் சொல்லி விடுவார் அவனிடம்.

“டேய் கேளுடா, எல்லாம் செஞ்சு வளர்த்தாளோல்லியோ. இங்கே வந்து பதினைஞ்சு வருஷமாறது, ‘அம்மா’ன்னு வாய் திறந்து கூப்பிட யோக்கியதை இல்லாத கழுதை? வேடிக்கை செஞ்சானாம் வேடிக்கை! “அம்மா – அப்பா”ன்னு கூப்பிட்டுத் துணியைப் பிடிச்சு இழுத்து வேடிக்கை செய்யத் தோணலியாம் பையனுக்கு –”

“இல்லீங்க, சீதாராமு நல்லவனுதாங்க. சொன்னா கூப்பிடுவான் –”

“கூப்பிடப் போறானா இவன்! கூப்பிட்டா அப்படியே வாயிலிருக்கிற முத்தெல்லாம் உதிர்ந்துவிடாதா? திருட்டு ராஸ்கல்! அவனைப் பாரு, திருட்டுப்பய மாதிரி முழிக்கிறான்? என் தலையெழுத்து. மூணாவது வீட்டிலே வந்திருக்காங்களே குழந்தைங்க – அவாளுக்கும் நமக்கும் என்ன உறவு? என்ன சம்பந்தம்? ‘தாத்தா – பாட்டி’ன்னு கூப்பிடறப்போ எவ்வளவு சந்தோஷமாயிருக்கு, அந்தக் குழந்தைகளைத்தான் நாங்க வளத்தது; இந்தப் பயலே எந்தக் கழுதை வளர்த்தது இல்லியா? –”

இடியில் உட்கார்ந்திருந்த சீதாராமன் நாவலில் மனம் செலுத்தலாம் என்று புஸ்தகத்தைப் புரட்டினான். ஆனால் மனம் புஸ்தகத்தில் செல்ல மறுத்துவிட்டது. இருப்பும் கொள்ளவில்லை. எழுந்தான்; வெளியே போகலாமென்று யோசித்தவன், ‘அப்பா’வின் தொடர்ந்த கர்ச்சனையைக் கேட்டு மறுபடியும் உக்காந்துவிட்டான்.

“படிக்கிறானாம், படிச்சுக் கிழிச்சிடப்போறான்! ஏண்டா புஸ்தகத்திலே அப்பிடித்தான் எழுதியிருக்கோ? நாங்க மலடாயிருந்தா உன்னெ தங்கமா நினைச்சிண்டு இருந்துடுவோம். பெத்துப் பறிகொடுத்தவங்கடா நாங்க! தங்கத்துக்கு நெருப்புவச்ச கைடா இது – சொல்றாளே என்று ‘அம்மா’ என்னு கூப்பிட்டுட்டா என்ன? எங்க பிள்ளையாயிருந்தா கூப்பிடமாட்டானா? என்னமோ சொல்றாளே ஊரார் பிள்ளையெயெடுத்து முத்தமிட்டா உதட்டிலே என்னமோ என்னு. அது சரியாயிருக்கு! எங்கக் குழந்தையாயிருந்தா –”

“எங்க பிள்ளெயாயிருந்தா கூப்பிடமாட்டானா?”

எல்லாவற்றையும் கேட்டுக் கொண்டிருந்த மீனாக்ஷி, இந்த வாக்கியத்தைக் கேட்டதும் திடுக்கிட்டுவிட்டாள். அப்போதுதான் அவளுக்கும் அவன் தன் சொந்தப் பையன் அல்ல என்ற ஞாபகம் வந்தது, மார்பில் தாங்கிப் பலநாள் பழகினதால் அவள் அந்த வித்தியாசத்தை மறந்தே போயிருந்தாள். அவனை அவள், தன் சொந்தப் புதல்வனாகவே பாவித்து வந்தாள். ஆனால், ஆத்திரத்தில் அந்த வித்தியாசத்தை வெளியிட்ட அவர் வார்த்தைகள், அவன் அந்நியன் என்ற நினைவை அவள் மனசில் எழுப்பிவிட்டது.

“எங்க பிள்ளெயாயிருந்தா கூப்பிட மாட்டானா?”

அவள் கண்களில் நீர் நிறைந்தது, பழைய ஞாபகத்தில் சென்று லயித்தது அவள் மனசு.

அவள் மலடல்ல; ஒரு பையனிருந்தான். நல்ல அழகான பையன், கிருஷ்ணன் என்கிற பெயருக்குத் தக்கபடி சூட்டிகை, பதினைந்து

வருஷத்திற்கு முன் சப்தஸ்நானத்தன்று மாலை மீனாக்ஷி வீட்டுக்கணக்குப் பிள்ளையுடன் பேசிக்கொண்டிருந்தாள்; அவள் கையில் தட்டான் கொண்டு வந்த கைக்காப்பு இருந்தது; பையன் பிரியமாகக் கேட்டது; திருவலஞ்சுழிக்கு, ஸ்வாமியின் பல்லக்கோடு பங்காளிகளுடன் சென்றிருந்தான்; அவனை எதிர்பார்த்துக் கொண்டிருந்தாள் மீனாக்ஷீ. வரும் சமயமாகிவிட்டது; வந்துகொண்டிருப்பான் ...

திடீரென்று 'அப்பா'வின் தங்கை ஓடி வந்தாள்; "எங்கே கிருஷ்ணன்?" என்ற அவளுடைய பதட்டமான கேள்விக்கு அவளால் பதில் சொல்ல முடியவில்லை. அவன் போய்விட்டான் என்று அவளுக்கு எப்படித் தெரியும்? ஆம்; மூன்றாவது வீட்டில் கொண்டுவந்து போட்டிருந்தார்கள். குழந்தையை. வயது பதினாலுதான் அப்போது பொட்டிலிருந்து ரத்தம் கசிந்துகொண்டிருந்தது. கத்தி செய்த வேலைதான் அது. ஆனால் கீழே விழுந்து வண்டிச் சக்கரத்தில் அகப்பட்டுவிட்டதாகச் சொன்னார்கள் பங்காளிகள் ...

பிறகு அப்படியே காசி யாத்திரை செய்யச் சென்றவர்கள்தான். புண்ணிய ஸ்தலங்களுக்கு எல்லாம் போய்ச் சுற்றிவிட்டு, ஆறுமாசத்துக்குப் பின் தங்கள் ஊருக்குத் திரும்பினார்கள். ரயிலிருந்து கீழே இறங்கியதும் நேராக வீட்டுக்குப் போகப் பிடிக்காமல், வழியில் தங்கியிருந்தார்கள். திடீரென்று 'அப்பா'வின் தங்கை கைக்குழந்தையை எடுத்துக்கொண்டு ஓடி வந்து, அவள் மடியில் கிடத்தி, "இதோ உங்கள் குழந்தை–"யென்று கடவுளின் முன்பாகச் சொல்லிவிட்டாள். அப்போது குழந்தையும் "ஆம்," என்பதுபோல் 'அம்மா'யென்று கத்தியது. அந்தக் குழந்தையின் வளர்ச்சிதான் அவன். பிறகுதான் அவனைப் பலர் முன்னிலையில் அக்னி சாக்ஷியாக ஸ்வீகாரம் செய்துகொண்டார்கள் ...

மீனாக்ஷிக்கு அழுகை வந்துவிடும்போல் இருந்தது. ஆனால் பேசாமல் எழுந்து வெளியே நடந்தாள். யாரிடமாவது தன் குழந்தையைத் தெரிவித்துக் கொள்ளும்வரை மனுஷ ஹிருதயம் திருப்தி அடையாது. அவள் நேராகச் சீதாராமனின் சொந்தத் தாயின் வீட்டுக்குச் சென்றாள்.

4

கடைசியில் 'அப்பா'வின் பேச்சுக்கும் முற்றுப்புள்ளி விழுந்தது. அவரிடமிருந்து விடுதலை பெற்றவன், பேசாமல் வெளியே வந்தான்.இஷ்டம்போல் கால் நடக்கும் திசையில் நடக்கவாரம்பித்தான். மனசும் எங்கெங்கோ திரிந்துகொண்டிருந்தது.

"பழக்கம் பதினாயிரம் பொன் தரும்" இது உண்மையும் அல்ல; பொய்யும் அல்ல.

அவனை அவர்கள் சுவீகாரம் செய்துகொள்ளும் வரையில், அவர்களை 'மாமா மாமி' என்று கூப்பிட்டுக் கொண்டிருந்தான், ஆனால் சுவீகாரம் செய்துகொண்டவுடன் அவர்களை, 'அப்பா அம்மா' என்று அழைக்கவேண்டும் என்று சொல்லிக் கொடுத்தார்கள், அப்போது அவனுக்கு ஆறு வயசு. எப்படிக் கூப்பிடுவது என்று குழப்பத்தில்

எந்த விளிச்சொல்லையும் உபயோகம் செய்யாமல் பொதுப்படையாக 'வாங்கோ போங்கோ' என்ற சொற்களை உபயோகம் செய்ய ஆரம்பித்தான்.

கொஞ்ச நாள் வரை அவர்களும் அதைப் பாராட்டவில்லை. ஆனால் எப்படியாவது அவனைத் திருத்த வேண்டுமென்று யோசித்தார்கள். சங்கோசத்தின் பூர்ணத்துவம் பிடிவாதம். ஸுபாவமாகவே சங்கோசக் குணமுடைய அவன் அப்படிக் கூப்பிடக் கூச்சப்பட்டுப் பேசாமலிருந்து விட்டான். கடைசியில் அவர்கள் சில தந்திரங்களைச் செய்தார்கள்.

அவன் குளித்துவிட்டு வந்ததும் துணி கொடுக்க மாட்டார்கள். குளிரில் நடுங்கிக்கொண்டே 'துணி கொடுங்கோ' என்பான். யாரும் துணி கொண்டுவந்து கொடுக்க மாட்டார்கள். ஆகாயத்திலிருந்தும் துணி பறந்து வராது. கடைசியில் ஈசிசேரில் படுத்திருக்கும் அவரிடம் மெதுவாகப் போய்த் துணி கேட்பான். அவர், 'அப்பா, துணி கொடு.' என்று கேட்கும்வரை துணி கொடுக்க மாட்டேன் என்று விடுவார்; அவனுக்குச் சங்கோசமாயிருக்கும்; நிர்வாணமாய்த் தூணில் கைகளைச் சுற்றிக்கொண்டு பேசாமல் கொஞ்ச நேரம் பேசாமல் நிற்பான்; அவர் கவனிக்க மாட்டார். கடைசியில் முக்கி, முனகி "அப்பா, துணி கொடு," என்பான். அவர் காதில் அது சரியாக விழாது; மறுபடியும் உரத்துச் சொன்ன பிறகு, "அம்மாகிட்டே அலமாரிச் சாவியிருக்கு. கேட்டு எடுத்துக்கோ" என்று விடுவார்.

அவளிடமும் அதே பாடம்தான். ஆனால் 'அப்பா'வைப்போல 'அம்மா' காது கேட்காததுபோல் செய்துகொள்ளமாட்டாள். ஒரு தடவை அவன் "அம்மா, துணி கொடு" என்று விட்டால் போதும். அவள் வாடின முகம் விரிந்து சந்தோஷமாய்த் துணி எடுத்துக் கொடுப்பாள்... ஆனால் அப்படிக் கூப்பிடுவதும் சமயத்திற்காகவென்றாகி விட்டது. அவ்வப்போது கூப்பிடுவதைத் தவிரப் பிறகு அவன் மறந்து விடுவான். அந்த வார்த்தைகளை. அந்தக் குழந்தைக்கால சங்கோசமும் பிடிவாதமும் அது. அந்தப் பிடிவாதத்தின் பலனாகவே 'அம்மா'வென்று அவன் கூப்பிடும் வழக்கமேயில்லாமலாகி விட்டது.

அதே வழக்கம், இப்போது 'அம்மா'வென்று கூப்பிடப்படுவதில் இனபம் நிறைந்திருக்கிறது என்று நினைக்கும் ஹிருதயத்தில் கோரமான ஒரு புயலை எழுப்பிவிட்டது...

பெருமூச்சு விட்டுக்கொண்டே அவன் நின்றான். தெருவின் மூலையில் வந்திருந்தான். அடுத்த தெருவில்தான் அவன் சொந்தத் தாயார் வீடிருந்தது. என்ன நினைத்தானோ அந்தத் தெருவை நோக்கி நடந்தான்.

அவன் வீட்டில் உள்ளே சென்றதும் அவன் தாயார் சமையலறையிலிருந்து வெளியே வந்தாள். சமையலறையில் 'இரண்டு அம்மாக்களும்' இவ்வளவு நேரம் பேசிக்கொண்டிருந்தார்கள்—மீனாக்ஷி அங்கிருப்பது அவனுக்குத் தெரியாது.

அவன் தாயார் அவனை என்னமெல்லமோ சொல்ல வேண்டும் என்று நினைத்திருந்தாள். ஆனால் அவனுடைய கருங்கின முகத்தைக் கண்டதும் அவள் மனம் இளகி விட்டது.

"ஏன் ?"

"அம்மா—"

"யார் நானா? நானா உன் அம்மா? நானா உன்னை வளத்தேன்?", என்றாள் வேகமாக உள்ளேயிருந்த மீனாஷிக்கு கேட்கும்படி.

பேசாமல் அங்கிருந்து திரும்பினான். ஆனால் அவன் கண்களில் கண்ணீர் தேங்குவதைக் கண்டாள்; பெருமூச்சுவிட்டுக் கொண்டே உள்ளே சென்றாள்.

◆ ◆ ◆

எல்லாம் சாந்தம் நிறைந்து கம்பீரமாயிருந்தது, புயலுக்குப்பின் சமுத்திரத்தில் உதிக்கும் சூரியனைப்போல்.

எல்லோரும் தூக்கத்திலாழ்ந்திருந்தார்கள்.

"அம்மா!!"

மீனாக்ஷீ திடுக்கிட்டு எழுந்தாள். யாரையும் காணோம்; ஒன்றுமில்லை; மறுபடியும் படுக்கையில் சாய்ந்தாள்.

"அம்மா!"

தெளிவாகக் கேட்டது. சீதாராமன் குரல்; அவள் காலடியில்தான் அவன் படுத்திருந்தான்.

மெதுவாக, "சீதாராமா" என்றாள்.

பதிலில்லை; கொஞ்சம் உண்டாகியது. அந்த ஒலி அவளுடைய ஆசையான சம்போதனம் தன் பிரமையென்று தீர்மானித்துவிட்டாள்.

சங்கோஜத்தை வென்று "அம்மா"வின் உள்ளத்திலே இன்ப வெள்ளத்தைப் பாய்ச்ச வேண்டுமென்று துடித்த இதயத்தின் குரல் அது, உறக்கத்திலே ஆழ்ந்த புலன்களைத் தாண்டி எழுந்தது அந்த அழைப்பு என்பதை அவளால் ஏன் அறிந்துகொள்ள முடியவில்லை! அந்த இரண்டு உள்ளங்களும் ஏன் ஒட்ட முடியவில்லை?

_மணிக்கொடி_ (அக்டோபர் 1937)

(நூல் வடிவில் இதுதான் முதல் பிரசுரம்)

●

பிராயச்சித்தம்

1

சொர்க்கமும், கடவுளும் எங்கே இருக்கின்றன? நீலவானம் சொர்க்கமா? நிலவு சிம்மாசனத்தில் உட்கார்ந்து கடவுள், நட்சத்திரத் தூதுவரை கண்காணிக்கச் செய்து ஆட்சி புரிகிறானா? அல்லது சூரிய உருத்தரித்து, குற்றம் செய்தால் தண்டித்து எரிப்பேன் என்கிறானா? அதெல்லாம் இல்லை; பின்–?

கௌரியின் மடியில் குழந்தை துள்ளி விளையாடுகிறது; பாலை வேண்டி 'இங்ங்–ஆ' என்று அவ்வப்போது கத்துகிறது.

ஞானி சொல்கிறான், சொர்க்கத்தை அடைய சுயநலம் கூடாது என்று; ஆனால் அவனே அதைப் 'பேரின்பம்' என்கிறான். துக்கம் இல்லை, இன்பம் நிறைந்தது என்பதற் காகவே ஒவ்வொருவனும் அதை அடைய விருப்பம் கொள்கிறான். அதற்காகவே பெருமுயற்சி செய்கிறான். ஆனால், கௌரி அந்தப் பேரின்பத்தை ஒருவித முயற்சியும் செய்யாமலேயே தம் வாழ்க்கையில் பெற்றுவிட்டாள்.

கௌரியின் வீட்டில் குழந்தை பிறந்து நாற்பது வருஷமாகி விட்டது, ஆம், சரியாக நாற்பது வருஷம் கௌரிக்கும் காடு வா வா என்கிற வயசாகிவிட்டது. தன் மடியில் ஒரு குழந்தை தவழும் என்று அவள் கனவில்கூட நினைக்கவில்லை. குழந்தை அவள் மடியில் துள்ளும்போது அவளுடைய மனத்தின் விரிப்பிலே சொர்க்கம் ஒரு புள்ளி ஆகிவிடும்.

குழந்தை யோகி, கண்களை மூடிக்கொண்டும் சற்றே திறந்துகொண்டும் ஆழ்ந்த சிந்தனையில் மூழ்கியிருக்கும். வயிற்றில் இருக்கும்போது சொர்க்கத்தின் ஊஞ்சலிலே தன் இனத்தவரோடு விளையாடிக் கொண்டிருக்குமாம்.

கீழே இறங்கும்போது மகா கஷ்டம், உலகம் போக மாட்டேன், என்று அழுமாம். அவன் தேறுதல் சொல்லி அனுப்புவானாம். ஒருவேளை ஒளியின் புதுமையில் மயங்கித் தன் பழமையைப் பற்றி ஆராய்ச்சி செய்து கொண்டிருக்குமா? உலகின் கவலையைப் பற்றிய சிந்தனையாக இருக்கவே முடியாது; அதனருகில் சென்று அடித்துக் கொண்டு அழுதாலும் ஏன் என்று கேட்காது; ஏனென்றால் உலகத்தின் மேடுபள்ளங்களைச் சமவெளியாகப் பார்க்கும் தன்மை வாய்ந்த மஹா ஞானி அது.

அது ஒரு முல்லைச் சிரிப்பு சிரிக்கும், ஏதோ ஒரு பெரிய உண்மையைக் கண்டுவிட்டதுபோல் . . . போதிவிருக்ஷத்தடியில் புத்தபகவான்போல் அழும். 'ஐயோ! இங்கு ஏன் வந்தோம்? அங்குச் சிநேகிதரை விட்டு?' என்று ஏங்குவதுபோல் – சொர்க்கத்திலிருந்து தள்ளப்பட்ட திரிசங்குவைப் போல். அழுதாலும் சரி, அது சிரித்தாலும் சரி. கௌரிக்கு அதுவும் இன்பம், இதுவும் இன்பம்.

"கல்யாணி! அடி கல்யாணி! இங்கே வா, வா!–" என்று கத்துவாள்; கௌரி எங்காவது உட்கார்ந்திருப்பாள்; கல்யாணி, என்னவோ ஏதோ வென்று ஓடோடியும் வருவாள்.

"போடீ போ! எத்தனை நேரம் கழித்து வருகிறாய்? குழந்தை சிரித்தது; அதைப் பார்க்கக் கொடுத்து வைக்கணுமடி, கொடுத்து வைக்கணும்; கன்னத்தில் குழி விழுந்து எவ்வளவு அழகாயிருந்தது தெரியுமா?

"இதற்குத்தானா இப்படிக் கூப்பிட்டாய்?" – என்பாள் கல்யாணி; ஆனால், அப்படிச் சொல்லிக்கொண்டே குழந்தையை வாரி எடுத்து முத்தமிடுவாள், மனதும் வாயும் ஒருங்கே குளிர. அந்தத் தாயின் உள்ளத்தில் அப்போது எழும் அலைகளை யார் அளக்க முடியும்?

பாலுக்காகக் குழந்தை துடித்து அழுகிறது, கௌரி கூப்பாடு போடுவாள்: "கல்யாணி! எங்கேயடி தொலைந்துபோய்விட்டாய்? கண்ணு, அழாதே! வந்து பால் கொடுடி!–இரு–இரு அழாதே!

"ஆராரோ ஆரிராரோ!
ஆர்வந்து உன்னை அடிச்சாரோ–ஓ–!
அடிச்சவரைச் சொல்லி அழு–"

2

திரிசங்குவின் கதி என்னவாகியது? அதே கதிதான், கௌரிக்கும் உண்டாகியது.

இரண்டு நாளாக அவள், 'சொர்க்கத்திலிருந்து' பிரஷ்டம் செய்யப்பட்டிருந்தாள். கல்யாணி தண்ணீரில் புழங்கியதன் பலனாகக் குழந்தைக்கு ஜலதோஷம் கண்டிருந்தது. குழந்தைக்கு மாந்தம் வேறு, பிறகு சொல்ல வேண்டுமா? நீரிலிருந்து வெளியே எடுக்கப்பட்ட மீனைப்போல் துடித்துக் கொண்டிருந்தது.

குழந்தைக்கு வியாதி; இன்பத்திலிருந்து அபகரிக்கப்பட்ட கௌரிக்குத் துக்கம், கல்யாணி மீது கோபம். அவள் தண்ணீரில் குளிக்காமலிருந்தால் குழந்தைக்கு ஜலதோஷம் கண்டிராதல்லவா என்று. மாந்தம் தாயின்

செயலல்ல, தெய்வாதீனம் என்பதை மறந்துபோய்விட்டாள். அது துக்கத்தின் வழக்கம்; அதனுடைய பூதக் கண்ணாடியில் அணுக்கள் அண்டமாகத் தோற்றமளிக்கும்; அப்போது அதுவும் கோப உருத்தரித்து அண்டம்போல் தோன்றும். அணுமீது சீறும். ஆனால், உண்மை அண்டத்தின் பக்கம் அதன் பார்வையும் செல்லாது – சீறுவதற்கு!

ஆனால் கௌரி, அந்தத் தாய் படும் மனவேதனையை எப்படி அறிய முடியும்? குழந்தைக்குக் கௌரி 'அவள்'. கல்யாணி 'இவள்'. அவள் பாட்டி, இவள் தாய். அவள் ஆசையின், உணர்ச்சியின், உருவம். இவள் பாசத்தில் பூர்ணத்துவம். ஆனால் அவள் பழக்கத்தில் பழமை; இவள் முற்றிலும் புதுமை.

மூச்சுவிடத் திணறுகிறது; மூச்சிலும் தொண்டையிலும் கர்ர் . . ர் என்ற சப்தம் எழுகிறது. கைகால்களில் இழுப்பு, இழுப்பு, ஒரே இழுப்பு. இமைகளைக் கொட்டு கொட்டு என்று கொட்டும் கண்கள். முகத்தில் பளபளப்பு. தொட்டால் தாங்க முடியாத உஷ்ணம். இவைதான் அந்த வியாதிக் குழந்தை. மெத்தென்று வைக்கப்பட்டிருந்த துணி மெத்தை மீது நீட்டிக் கிடந்தது.

கல்யாணி குழந்தையிலிருந்து எட்டத் தூணில் சாய்ந்து அதன்மீதே பதியவைத்த கலங்கிய, ஒளியற்ற விழிகளுடன் உட்கார்ந்திருந்தாள். கௌரி குழந்தைக்கு மருந்து செய்வதில் ஈடுபட்டிருந்தாள். ஓரிடத்திலும் நிலையாக நிற்காது, இங்கும் அங்கும் சமையலறைக்கும் குழந்தையின் அருகுக்கும் போவதும் வருவதுமாயிருந்தாள். கௌரி யாரிடமும் குழந்தைக்கு அசௌக்கியம் என்று சொல்லவில்லை; ஆனால், அந்த விஷயம், எப்படியோ பரந்துவிட்டிருந்தது; பந்துக்களும் அவர்களும் இவர்களும் விசாரிக்க வர ஆரம்பித்தார்கள். ஒருவர் போவதும், ஒருவர் வருவதுமாக வீடு அமர்க்களப்பட்டுக் கொண்டிருந்தது. ஒரு கும்பல் குழந்தையைச் சுற்றி முற்றுகை போட்டுக்கொண்டேயிருந்தது.

கடைசியில் கௌரியும் களைத்து உட்கார்ந்துவிட்டாள். இவ்வளவு நேரம் தெளிவற்று நடந்துகொண்டிருந்த பேச்சு, இப்போது தெளிவு பெற ஆரம்பித்தது. ஒவ்வொருவரும் தங்கள் தங்கள் கவலையையும், சந்தேகத்தையும், பிரார்த்தனையும் சொல்லவாரம்பித்தனர்.

"மாந்தம்தான் நம்மை மீறியது. ஜலதோஷம் எப்போது கூட வந்து சேர்ந்தது? மூச்சுவிட முடியாமே திணறுகிறதே குழந்தை–" என்று புகையும் நெருப்பைக் கிளறிவிட்டாள் ஒருத்தி.

"ஈரத்தில் நனையாதே என்று எத்தனை தடவை சொல்லுகிறது? கேட்டால்தானே? இப்போது யார் படுகிறது?–" என்றாள் கௌரி, சற்று ஆத்திரத்துடன், கல்யாணியின் பக்கம் கொஞ்சம் பார்வையைச் செலுத்தி.

"பெரியவர்கள் சொல்லுகிறபடிதான் செய்யவேண்டும்."

"அப்படி யார் செய்கிறார்கள்? எதை வேண்டாம் என்கிறோமோ, அதைத்தான் வேண்டுமென வீம்பு செய்கிறார்கள்!"

"தண்ணீரை உபயோகிக்கலாமோ? – அதில்லாமல் 'தலைச்சன்' குழந்தை; கொஞ்சம் தவறினாலும் கஷ்டப்படவேண்டியிருக்குமே"

"அதைச் சொன்னால், யார் கேட்கிறார்கள்?"

"தெரியாமல் செய்திருப்பாள்."

"நான்தான் சொன்னேன் என்கிறேனே! ஒன்று தனக்காவது தெரிய வேண்டும்; இல்லாவிட்டால் பிறர் சொல்வதையாவது கேட்கவேண்டும். அதுவும் செய்யமாட்டேன் – இதுவுமில்லை என்றால்? – நான் என்ன செய்யமுடியும்? சொல்லலாம்; அடித்துப் புத்தி சொல்ல, ஒன்றுமே தெரியாத சிறு குழந்தையா?"

அதே பல்லவிதான், மீண்டும் மீண்டும் – பிறகு மறுபடியும். ஏற்கெனவே புண்ணாகிவிட்டிருந்த கல்யாணியின் நெஞ்சை, இந்த அம்புகள் வேறு துளைத்துக்கொண்டிருந்தன. அழத் துடித்தது மனது; சே! இவ்வளவு பேர் எதிரிலா என்றொரு அணை!

பிறகு நினைவுக்குவியல்கள். கெளரி என்ன, பொய்யா சொல்லுகிறாள்? கல்யாணி ஈரத்தில் புழங்காமலிருந்தால், குழந்தைக்கு இந்த மிகுதிப் பாரம் சுமக்க நேர்ந்திராதல்லவா? சற்றுத் துணிச்சலுடன், சற்றே அஜாக்கிரதையுடன் ஒரு காரியம் செய்துவிட்டு, அதற்காக இவ்வளவு பெரிய குற்றத்திற்குக் காரணம் ஆகவேண்டியதாயிற்று. ஒருவேளை –ஏதாவது –? அந்தக் கற்பனையே, அவளைத் திகைப்புறச் செய்து கொண்டிருந்தது. இரண்டு நாள் விருந்தாளி; வந்தான், போனான் – தன் கடனைத் தீர்த்துக்கொண்டு என்று லேசான நினைவுடனிருந்து விட முடியுமா? குழந்தை அவளுடைய பாதி ஜீவன்; குழந்தை போனால் அவளுடைய ஜீவநாடி ஓய்ந்தது போலத்தான்.

அவள் கண்களிலிருந்த சில நீர்மணிகள், உருண்டு விழுந்து உடைந்தன. ஆனால், வேறு யாரும் பார்ப்பதற்குள் சமாளித்துக்கொண்டாள்.

3

இரண்டாவது நாள்.

வியாதி குறையவில்லை. கரகரப்புச் சத்தமும், துடிதுடிப்பும் ஓயவில்லை. குழந்தையைப் பார்க்கும்போதே, கல்யாணியின் சப்த நாடிகளும் ஒடுங்கிக்கொண்டிருந்தன. கெளரியின் ஏச்சு வேறு, அவளை வருத்திக்கொண்டிருந்தது.

அதில்லாமல், 'அந்த' வேதனையும் ஆரம்பமாகிறது. சகித்துச் சகித்துப் பார்த்தாள், முடிந்தவரை – சக்திக்கு அதிகமாகவே பொறுத்துப் பொறுத்துப் பார்த்தாள். முடியவில்லை. அது இயற்கை, அவளுக்கு அளித்த தண்டனை போலும்!

கடைசியில் வேதனை 'தாங்க முடியாது' என்ற எல்லையைக் கிட்டிவிடவே, பாலைச் சுவருக்கு அளித்துவிட்டாள். அப்போது, நரக வேதனைப்பட்டது மனம். பால் குடித்த சுவர், அதற்காகவே நெடுநாள்

ஏங்கிக்கிடந்ததேபோல், பாலை ஒரே மூச்சில் இழுத்துவிட்டு, மறுபடியும் அதே ஆசையுடன் நின்றிருந்தது. ஆனால், அவளுக்குத் துக்கம் உண்டாகியது; அழுகை வந்தது, கோபம்கூட. சுவர் மீதல்ல – அந்த அவன் மீது.

இரவும், இருளும் வியாதியின் நண்பர்கள். அவை வந்துவிட்டால் போதும், வியாதிக்கு கொண்டாட்டம்தான். அன்று இரவு, இருவரும் விழித்துக் கண் விழித்தபடியே தூங்காமல் உட்கார்ந்திருந்தார்கள். அந்தத் துக்க அதிர்ச்சியிலும், கல்யாணிக்கு எப்படியோ அரைகுறையாகத் தூக்கம் வந்துவிட்டது.

ஒருபக்கம் சோர்வின் முடிவா – அல்லது சந்தோஷத்தின் எழுச்சியா? அல்ல, அதிலும் நினைவின் துக்கம் விரிகிறது; கனா உருவம் தரிக்கிறது.

... குழந்தை இறந்துவிட்டது; தொட்டிலில் சலனமற்றுக் கிடக்கிறது. கௌரி, கல்யாணி, இன்னும் பலர் அழுகிறார்கள். வீடு எங்கும், ஒரே துக்க ஓலம்!

...தூங்குவதுபோல் குழந்தை கண்மூடிக்கிடக்கிறது. இருவரும், அதைத் தொட்டுத் தொட்டு முத்தமிடுகிறார்கள். அந்தத் துக்க ஓலத்திலும் கௌரி, கல்யாணி மீதே குற்றம் சாட்டுகிறாள் – "என் கண்ணைக் கொன்ற பாதகி, நீதானடி!"

... கல்யாணியும் மறுத்துச் சொல்லாது – "நான் கொலை பாதகி! நான்தான் குழந்தையைக் கொன்றவள்! மகாபாவி நான்–" என்று குற்றத்தை ஏற்றுக்கொள்கிறாள்.

காட்சி மாற்றம்.

– அதே தொட்டில்தான், அதில் உலகுக்கே ஓய்ந்து படுத்திருக்கிறது குழந்தை. ஆனால், இப்போது யாரும் அருகிலில்லை, கல்யாணியைத் தவிர.

... திடீரென்று தொட்டிலில் சிறிது அசைவு – சலனம். சூத்திரத்தால் அசையும் பொம்மைபோல், குழந்தை எழுந்து உட்காருகிறது;

... பேசுகிறது.

... "நீ தாயா?" நான் இறந்துபோக வேண்டியவன், இறக்க வேண்டியதுதான். ஆனால், என்னை நீ துடிக்கவைத்து, மூச்சுவிடத் திணறவைத்துச் சாகவைத்தாயல்லவா? உன்னை–"

தூக்கம் கலைந்து எழுந்து உட்கார்ந்தாள் அவள். வேகமாக அடித்துக்கொண்டிருந்தது இதயம். திரும்பிக் குழந்தையின் பக்கம் பார்த்தாள். குழந்தை சாகவில்லை; ஆனால் துடிதுடிக்கிறது. மாந்தத்தால் உடம்பை இழுத்து இழுத்து வருந்திக்கொண்டிருந்தது, சாவை அழைப்பதுபோல்!

தாங்கமுடியவில்லை அவளால், எழுந்து குழந்தை அருகில் சென்று, அதைக் கெட்டியாக அணைத்துக்கொண்டாள். உஷ்ணம் தீஜ்வாலைப்போல் அவளை, "என்னைத் தொடாதே!" என்று விரட்டியது.

கௌரி பார்த்துவிட்டாள்; "என்னடி?" என்றாள்.

“பயமாயிருக்கிறது, ரொம்பக் கெட்ட கனவு. குழந்தை செத்து.” சொல்லும்போதே அவள் குரல், நடுவில் தடைப்பட்டுத் தடுமாறியது. கௌரி, ஆழ்ந்த பெருமூச்சுவிட்டாள்.

“அதற்கு நாம், என்ன செய்யலாம்? எல்லாம் பிராப்தம்போல் நடக்கும்.”

4

லக்ஷ்மிபோல் வந்து சேர்ந்தாள், அந்த மருத்துவச்சி. யாரோ ஒருவர் சிபாரிசு. குழந்தைகள் வியாதிக்கு மருந்து கொடுப்பதில், அவளுக்கு நிகர் அவள்தானாம். சொன்னால், சொன்னபடி நடக்குமாம். குழந்தையின் அருகில் போய்ப் பார்த்தாள்.

“நீங்கள், நான் சொல்வதைச் செய்ய மாட்டீர்களே!”

“இல்லை! எதையும் செய்யத் தயார்.”

“கோழிமுட்டை உபயோகிக்கவேண்டுமே?”

கௌரியும், கல்யாணியும் ஒருவர் முகத்தை ஒருவர் பார்த்துக் கொண்டனர். மறுவிநாடியே உணர்ச்சி கூடின குரலில், “ஏதாவது செய்; நீயே மருந்து செய்து கொடு. அதில் நீ, எதைச் சேர்த்தாலும் சரி. சரி – சீக்கிரம்! என்றார்கள் இருவரும்.

சிறிது நேரத்திற்குப் பிறகு மருத்துவச்சி, மருந்தைக் கொண்டு வந்து கொடுத்தாள். கௌரி, குழந்தையின் வாயைத் திறந்து, மருந்து ஊற்றினாள். பார்த்துக்கொண்டிருந்த கல்யாணி – “உன் சந்நிதிக்கு வந்து, குழந்தையின் முடியை இறக்குகிறேன்” என்று ஏழுமலையானை வேண்டிக்கொண்டாள்.

மத்தியானம்வரை வியாதி அப்படியேயிருந்தது. மாலையில் இழுப்பும், கரகரப்புச் சத்தமும் ‘சொல்லி வைத்தாற்போல்’ ஓய்ந்துகொண்டே வந்தன. கொஞ்சம்–கொஞ்சம்–இன்னும் கொஞ்சமாகத் தணிந்துகொண்டே வந்தன…

கௌரியும் கல்யாணியும் சொல்லுகிறார்கள் – அது ஏழுமலையானின் மகத்துவம் என்று. மருத்துவச்சி, தன் மருந்தின் மகிமை என்கிறாள். எப்படியோ வியாதி போய்விட்டது. பெற்ற வயிற்றில் பால் வார்க்கப்பட்டது. பாட்டியின் சொர்க்கம் மறுபடியும் நிர்மானிக்கப்பட்டது; மருத்துவச்சியும் தன் மருந்தின் மகிமைக்காக ஒரு பழஞ்சேலையும், இரண்டு ரூபாய்களும் காணிக்கையாகப் பெற்றாள்.

5

சில நாட்களுக்குப் பின்…

கல்யாணி, அதே சுவருக்கு அருகில் உட்கார்ந்திருந்தாள். குழந்தை அவள் வக்ஷஸ்தலத்திலே ஆழ்ந்திருந்தது. கௌரி, அவள் எதிரில் உட்கார்ந்து, அரிவாள் மனையில் எதையோ நறுக்கிக்கொண்டிருந்தாள்.

“பாப்பா ! இதோ பார், இந்தச் சுவர்தான், உன் பாலை, இரண்டு நாள் குடித்தது. நீ பெரியவள் ஆன அப்புறம், இதை உதைத்துத் தள்ளி விடு, தாக்ஷண்யம் பார்க்காமல் ! ஆமாம் ! –” என்றாள் கல்யாணி. குழந்தையிடம் சொல்வதேபோல், தன் ஆத்மாவிடமும் கௌரியிடமும்.

ஆனால் கௌரி ? “ஆமாம். குழந்தையைச் சரியாக வைத்துக்கொள்ள யோக்கியதை இல்லை, பேச்சைப் பாரு, பேச்சை !” கேலி கலந்திருந்தாலும், அதே அம்புகள்தானே ?

அந்தச் சுவர்தான், பிராயசித்தத்தின் காணிக்கையைக் கடவுளின் பிரதிநிதியாயிருந்து ஏற்றுக்கொண்டது. மாந்தத்தால் தாய்ப்பால் சாப்பிடாமலிருந்த குழந்தைக்குப் பதிலாக, அது குடித்துக் களித்தது.

_மணிக்கொடி_ (நவம்பர் 1937)

உறங்காத கண்கள் (நவம்பர் 1968)

எம்.வி. வெங்கட்ராம் கதைகள் (டிசம்பர் 1998)

●

குந்தி

[மஹாபாரதக் காலத்தில், அரண்மனை எப்படி இருக்குமோ அப்படியேயிருக்கிறது கர்ணன் அரண்மனையும். அவன் இருக்கும் அறையும் அப்படியே. ஆம், ஓரிடத்தில் நின்று எட்டிப் பார்த்தால், மேல் ஆகாயம் கண்ணிற்குத் தெரியும் என்று சொல்ல வேண்டியது அவஸ்யம். அறையில் அரசனுக்குரிய படாடோபச் சின்னங்கள் யாவும் நிறைந்திருக்கின்றன. ஒரு மூலையில் மேடைமீது இருக்கும் ஒரு சேலை, அவ்வப்போது வீசும் காற்றில் பறப்பதால், நம் கண்ணுக்குப் புலப்படுகிறது. கர்ணன் தனியாக ஆழ்ந்த சிந்தனையிலிருக்கிறான். சற்று உட்காருகிறான்; பிறகு நடக்கிறான், மெதுவாகக் கொஞ்ச நேரம்; மறுபடி வேகமாக. இருந்திருந்து மார்பு விம்மி விழ, ஒரு நீண்ட பெருமூச்சுக் கிளம்புகிறது. இன்னும் கொஞ்ச நேரம் கழிந்தால், அந்தி மயங்கும்.]

கர்ணன்: – (தனக்குள்) தூ! ஆசை வெட்கமறியாது போலும்! நாணிக்கோணும் இந்த ஸ்திரீகளின் லஜ்ஜை, நாணம் – எங்கே ஓடிப்போய்விட்டது? நாணம்தான்; பெருமைகூட; அதற்காக–? நிர்வாணமாய் நிற்க, இவர்கள் மனம் எப்படித்தான் சம்மதப்படுகிறதோ! நிபந்தனைகள் வெறும் வேடிக்கையென்று நினைத்துவிட்டார்கள் போலிருக்கிறது... நான், யார் மைந்தன்? இந்தக் கேள்விக்கு, ஒரு பதில் கிடையாதா? ஆகாயம் பிளந்து வெளிப்பட்டு விட்டேனா? அல்லது மலர் மொட்டிலிருந்து வெளியே குதித்துவிட்டவனா? தேர்ப்பாகன் மைந்தன்! தேர்ப்பாகன் மைந்தன்!! நிறைந்த சபையில் பேசும்போது, யாராவது என் கண்களோடு கலந்து பார்த்தால் – 'அட! தேர்ப்பாகன் மைந்தன்! இவன் செருக்கைப் பார்!' என்று சொல்லுவதுபோல், எனக்குத் தோன்றுகிறது. இந்த இழிப் பேச்சிற்கு, ஒரு முடிவு இல்லையா? ஒருவேளை உண்மையாகவே நான், பிறப்பில் குறைந்தவனா?... இல்லை இல்லையென்று துடிதுடித்துச் சொல்லும் மனமே! குழந்தைக் காலத்தில்கூட நீ இருந்தாயல்லவா, அந்த ஞாபகம் உனக்கு இல்லையா? பின் ஏன் சொல்லமாட்டேன் என்கிறாய்? தேர்ப்பாகன் மைந்தன் என்றால் மாத்திரம் முணுமுணுப்பு...

ஒரு குரல்:– (வெளியிலிருந்து) கர்ணா!

கர்ணன்:– இந்தக் குரல் ஏது? இதில் இன்ப எழுச்சி? மறுபடியும் வேஷம் போட்டுக்கொள்ள, யாராவது வருகிறார்களா? சே, இந்தக் காரியத்தில், எனக்கே அலுப்பு உண்டாக ஆரம்பித்துவிட்டது.

(சோர்வும் உற்சாகமும் கலந்த நடையுடனும், முகத்துடனும் குந்தி உள்ளே வருகிறாள்)

கர்ணன்:– யார்? – குந்திதேவியா! – இங்கே ஏன்!

குந்தி:– மைந்தனிடம் தாய் வரமாட்டாளா?

கர்ணன்:– என்ன! ஓ! கண்ணனின் சதி–சூழ்ச்சி!

குந்தி:– இல்லை கர்ணா! இது கண்ணன் சதியல்ல, நீ என் மகன்...

கர்ணன்:– அதெப்படி முடியும்? அர்ச்சுனன் தாய், என் தாயா?

குந்தி:– ஆம். இது உனக்குத் தெரியவில்லையா? உன் மனம் சொல்லவில்லையா?

கர்ணன்:– என் மனமா? சொல்லுகிறது–சூன்யத்தை!

குந்தி:– குழந்தைக்குத் தாயின் ஸ்தனபாரங்கள், எங்கேயென்று சொல்லியா தெரிய வேண்டும்?

கர்ணன்:– ஆனால், அது குருடாயிருந்தால்–?

குந்தி:– உணர்ச்சி தூண்டவில்லையா?

கர்ணன்:– வீண் பேச்சு! பார்த்தன் தாய், எப்படி என் தாய் ஆகமுடியும்? சிங்கமும் யானையும் ஒரு தாய்ப் புதல்வர்கள் என்று சொல்வது போலல்லவா இருக்கிறது இது! அந்த மாயன், இப்பேர்ப்பட்ட சதி–பயந்தாங்கொள்ளிச் சூழ்ச்சி செய்வானென்று, நான் நினைக்கவில்லை. அப்படி நினைத்தால், நேரில் வந்து சொல்லிவிட்டுப் போகட்டுமே! 'பாண்டவர்கள் உன்னிடம் பயம் கொண்டிருக்கிறார்கள்; ஆகையால் கர்ணா! நீ தயவு செய்து–!' என்று வேண்டிக்கொள்ளட்டுமே!...

குந்தி:– கர்ணா! நீ நினைப்பது தப்பு. கண்ணன்மேல் ஆணையாகச் சொல்லுகிறேன், நீ என் மைந்தன்!

கர்ணன்:– மாயன் மீதுதானே ஆணை? அந்த ஆணையால், அவனுக்குத்தான் என்ன நஷ்டம்? அல்லது உங்களுக்குத்தான் என்ன?

குந்தி:– அர்ச்சுனன் மேல் ஆணை!

கர்ணன்:– (திடுக்கிட்டு) என்ன!–(உள்ளே) உண்மையாயிருக்குமா? இருந்தால்–?–!... (வெளியே) பேச்சில் எனக்கு நம்பிக்கை உண்டாகவில்லை. பரிட்சைக்குத் தயாரா?

குந்தி:– என் மகன், தன் தாயை அறிய முடியாவிட்டால்–ஒளியிலும் தடவினால்–நான் எந்தப் பரிட்சைக்கும் தயார்!

கர்ணன்:– (உள்ளே) மனம் உண்மையாகவே பாய்கிறது! ஆனால், யாராவது தன்னுடைய தாய் என்று இருந்தால் போதும் என்று

நினைவுகொண்டா? ... (வெளியே) ஆமாம், பரிட்சைக்குத் தயாராயிருக்க வேண்டியதுதான். விஷயம் சொல்லிவிடுகிறேன். அதோ, அந்த ஆடையைக் கட்டிக்கொள்ள வேண்டும்; அது சாதாரணமானதல்ல; உண்மைத் தாயாயிருந்தால்தான் அது உடலில் தங்கும்; இல்லாவிட்டால் – நெகிழ்ந்து தனியாக உதிர்ந்துவிடும்? பிடித்தாலும் நிற்காது; நிர்வாணமாய் நிற்கவேண்டியதுதான்! உங்களைப்போல் பல ஸ்திரீகள், 'தாய்' என்று பெருமைக்காக ஆசைப்பட்டு வந்து, அலங்கோலமாகத் திரும்பிச் சென்று விட்டார்கள்; தெரிகிறதா?

குந்தி:– தெரிகிறது.

கர்ணன்:– இதில் கண்ணன் சூழ்ச்சியொன்றும் பலிக்காது. இது முனிவரால் கொடுக்கப்பட்டது; கண்ணன் மனதையும் கட்டும் சக்தி வாய்ந்தவர் கொடுத்தது. இதற்குத் 'தாய்மை' என்று பெயர். இதன் உடல் 'தாய்ப்பாசம்'; கரை 'தாயின் சேவை'; முந்தானை 'தாய்ப்பால்'. கரையில் ஓடும் ஜரிகை முதலிய அழகுச் சின்னங்கள், 'தாய்மை'யின் அலங்கார அம்சங்கள். இது என் தாய்க்குத்தான் பொருந்தும்; வேறு யாருக்குமே சரியாயிராது என்பது முனிவர் சொல். ஆகையால் குந்தி தேவி, சம்மதமாயென்பதைத் தீர ஆராய்ந்து சொல்லுங்கள் ...

குந்தி:– சம்மதம்! சம்மதம்! சம்மதம்!

கர்ணன்:– பாஞ்சாலியின் கதி மறந்து ... (நிறுத்திவிடுகிறான் – உள்ளே) ஏன் இப்படிக் குரல் நடுவிலேயே அடைபட்டுவிட்டது; ஏன்? ஏன்?

குந்தி:– கர்ணா! என் அருமை மகனே! வியர்த்தமாகப் பேசி, என் மனதைப் புண்ணாக்கவேண்டாம்; நீ பேசுவது, உனக்கே வேதனை கொடுக்கவில்லையா? மனதில் புனிதமிருக்கும்போது – மடியில் கனமில்லாத போது, என்ன பயம்? நான் உன் தாயென்பது, நான் பாண்டவர்களின் தாய் என்பதில் எவ்வளவு ஸத்தியம் நிறைந்திருக்கிறதோ அவ்வளவு ஸத்தியம் நிறைந்தது. அந்த ஆடையை உன் கையால் எடுத்துக்கொடு! என்னிடம் ஸத்தியம் இருக்கிறது. அதனால் பயமில்லை; பயமிருந்தால் தானே மானத்தின் கேள்வி? சீக்கிரம், நீ அதை எடுத்துக்கொடு!

கர்ணன்:– (தயக்கத்துடன்) தீர்க்கமான யோசனை ...

குந்தி:– எதற்கு? திருடப் போகிறேனா?

[கர்ணன், ஆடையை எடுத்துக்கொடுக்கிறான். குந்தி அதைக் கட்டிக் கொள்கிறாள். ஆகாயத்தில் வெள்ளைப் புகைமேகம் காற்றில் ஓடினவுடன் மறுபடியும் நீல நிறம் தானாகப் படிவதேபோல், ஆடை அவளுக்குப் பொருத்தமாயிருக்கிறது.]

கர்ணன்:– (விம்மிதமடைந்து) இது உண்மையா? அர்ச்சுனன், என் சகோதரனாயிருக்க முடியுமா? துரியோதனன் சத்துரு பீமன், என் சகோதரனா! துரியோதனா? என் உயிரின் தோழனே! – இல்லை இருக்காது. மனமே! இது பொய், சூழ்ச்சி! இப்படி இருக்க முடியாது; எல்லாம் அந்த மாயனின் மாயவேலை; சூது; கண்கட்டுவித்தை; பயந்தாங்கொள்ளித்தனம்! கோழைகளின் தூதன் செய்யும் ஜாலம்!

குந்தி:— (அவன் அருகில் வந்து) கர்ணா! என் உயிர் மைந்தனே! இன்னும் உன் சந்தேகம் தீரவில்லையா? இதோ என்னைப் பார்; 'தாய்மை' அணிந்த என்னைப் பார்! இப்போது நான் முன்போலில்லை; இளமை பெற்றுவிட்டேன்போலத் தோன்றுகிறது. கர்ணா! என்னைப் பார்!

(மெதுவாக, அவன் தோளைக் குலுக்குகிறாள்)

கர்ணன்:— (உள்ளே) இந்த ஸ்பர்சத்தில், இவ்வளவு சந்தோஷம், ஏன் உண்டாகிறது?

குந்தி:— கர்ணா!

கர்ணன்:— (தீர்மானத்துடன்) இல்லை இல்லை, குந்திதேவி! என் சந்தேகம், இன்னும் தீரவில்லை. இன்னுமொரு பரிட்சை செய்ய வேண்டும்...

குந்தி:— அதற்கும் தயார் கர்ணா! 'ஆனால், 'தாய்மை' அணிந்தவளைக் கண்டும் தாய் என்று அறியமுடியாமல், அவ்வளவு பற்று அற்றுவிட்டதா என் மனம்? தருமத்தை நம்பும் நீ, முனிவரின் ஸத்தியத்தில் நம்பிக்கை கொள்ளவில்லையா? முனிவரின் சொல்லில் அவநம்பிக்கை கொள்ளலாமா? கண்ணனின் சூது ஒன்றும் பலிக்காது என்று சொன்னாய்; மறுபடியும் இந்தச் சந்தேகம் ஏன்?

கர்ணன்:— (உள்ளே) இல்லை; என் மனம் பற்றற்று இருக்கிறதா? இல்லை. அப்படி இருந்திருந்தால்தான், எவ்வளவோ நல்லதாயிற்றே! தாயைத் தேடும் என் இருதயத் துடிப்பு, யாருக்குத் தெரியும்? ஆனால் — இது உண்மையானால் — குந்தி என் தாயானால்! — துரியோதனா! இதை நீ அறிந்தால் — எப்படித் துடிப்பாய்! ஆனாலும் தம்பி! உன்னை நான் பிரியமாட்டேன். சே! உன் உப்பைச் சுவைத்த உடல் உன்னுடையதல்லவா?— (வெளியே) குந்திதேவி! என் மனம் ஒப்புக்கொள்ள மறுக்கிறது. நிறைந்த சபையிலும் யுத்த அரங்கத்திலும் நானும் பாண்டவர்களும் 'விரோதி விரோதி'யென்று வசைமாரி பொழிந்துகொண்டபோது, இந்த ரத்தப்பாசம் ஏன் தலைதூக்கவில்லை?

குந்தி:— தலைதூக்காமல் இருந்திராது. ஆனால், சுயோதனின் உப்பும், உன் வெளிமேன்மையும் அதை அமிழ்த்துவிட்டிருக்கும்.

கர்ணன்:— எது எப்படியானாலும் சரி; இன்னொரு தடவை பரிட்சிக்கத்தான் போகிறேன். இதில் நீங்கள் வெற்றி பெற்றால், நீங்கள் தான் என் தாய் என்று ஒப்புக்கொள்ளுகிறேன்.

குந்தி:— அதையாவது சீக்கிரம் சொல்லு. என் இருதயம் உன்னுடைய ஆசையான 'அம்மா' என்கிற அழைப்பிற்காகத் துடிக்கிறது. அதை அழுத்திப் பிடிக்க, இனி என்னால் முடியாது. 'தாய்மை' அணிந்தபின், இந்த ஆசையின் வெள்ளத்தை அணைகட்ட முடியவில்லை.

கர்ணன்:— சரி, இதைக் கேளுங்கள். நீங்கள் உண்மையாக என் தாயாரா யிருந்தால் — எனக்குப் பால் கொடுக்க வேண்டும் — பொன் கிண்ணத்தில் பிடித்து!

குந்தி:— (திடுக்கிட்டு) என்ன!

கர்ணன்:– தாய்ப்பாலின் தாகத்தினால் வருஷக்கணக்காகத் துடித்துக் கொண்டிருக்கிறேன்.

குந்தி:– பால்! கர்ணா! நீ வெறியனா? கண் தெரியும் குருடனா? உனக்கு நான் குழந்தைப் பருவத்தில் பால் கொடுக்கவில்லை என்பது வாஸ்தவம். ஆனால், ஐந்து பேர்களுக்குப் பால் கொடுத்த மார்பில், இன்னும் பால் வரும் என்று நினைக்கிறாயா நீ? கர்ணா! இதில் நான் வெற்றி பெறுவேன் என்று தோன்றவில்லை. வீணாக, வாசலில் வந்த தாயை விரட்டிவிட வேண்டாம். எத்தனை வருஷங்களாகி விட்டன! உலர்ந்து உடலோடு ஒட்டிப்போன மார்பில், பால் எப்படி வர முடியும்?

கர்ணன்:– (தயக்கம் நிறைந்த அழுத்தத்துடன்) உண்மைத் தாயானால் வந்துதானாக வேண்டும்.

குந்தி:– (சாந்தமாய்) ஆனால் மகனே! பொன் கிண்ணத்தை எடுத்துக் கொண்டு வா. பராசக்தி! தன் மக்களான ஜீவராசிகளுக்கு ஓயாது அருள்பால் கொடுத்துக்கொண்டிருக்கவில்லையா? குழந்தைக்குப் பால் கொடுப்பதில், தாய்க்கு என்ன சோர்வு? நான் 'தாய்மை' அணிந்து கொண்டிருக்கிறேன். அது வெறும் வெளிக்காக இருக்காது. ஸத்தியம் பொய்க்காது; பொய்யன் கண்ணனின் மனம் பொய் சொல்லாது. கர்ணா! நீ கிண்ணத்தை எடுத்துக்கொடு!

[கர்ணன், பொன்கிண்ணத்தைக் கொண்டுவந்து கொடுக்கிறான்.]

குந்தி:– (அதை எடுத்துக்கொண்டு) கர்ணா! என் புத்தியைச் சொல்ல வேண்டும்! 'தாய்மை' அணிந்தபின், உன்னோடு பேசிக்கொண்டிருந்த மயக்கத்தில், உடலில் நிகழ்ந்த வளர்ச்சியைக் கவனிக்கவில்லை!...

[கர்ணன் வியப்புடன் பார்த்துக்கொண்டிருக்கிறான். குந்தியின் வளர்ச்சி பெற்றிருந்த மார்பிலிருந்து – கடலை, நோக்கி ஓடும் ஆறுபோல் குழந்தையை நோக்கிப்பாயும் பாசத்தால்–பொன் கிண்ணத்தில் பால் பிடித்துக் கொடுக்கிறாள்],

கர்ணன்:– (நினைவற்ற மனதுடன், பரபரப்பாய்) குந்திதேவி என் தாய்! குந்திதேவி என் தாய்!! அம்மா! அந்தக் கிண்ணத்தை, இங்கே கொடு... (அதை எடுத்துக்கொண்டு, ஒரே மூச்சில் பாலைக் குடித்துவிடுகிறான். பிறகு வெறிகொண்டு) அம்மா! என் அருகில் வா! இந்த 'இழந்த' புத்திரனைப் பார்த்துக் கண்ணீர் விடு! அர்ச்சுனன் என் தம்பி! துரியோதனின் உயிர்ப்பகைவன் பீமன், என் சகோதரன்! என்ன ஆச்சரியம்! ஆனாலும், நீ என் தாய்! குந்தி! நீ என் தாய்! அம்மா! ஏன் திகைத்து நிற்கிறாய்? அழுவதா சிரிப்பதா என்று தோன்றாமல் திகைத்துவிட்டாய் போலும்! அம்மா! அம்மா! என்னை, இத்தனை நாளாக, ஏன் மறைத்து வைத்திருந்தாய்? நான் உன் மகனாகத் தகுதியற்றவன் என்ற நினைவா? அம்மா! அம்மா!! அம்மா!!! இன்று முழுவதும் 'அம்மா அம்மா'வென்று கதறினால்கூட, மனது சாந்தி பெறாது போலிருக்கிறது! அம்மா! வா! என்னை, உன் புத்திரனை முத்தமிடு... ...

[அருகில் வந்து குந்தி, அவனை முத்தமிடுகிறாள்]

கர்ணன்:– (உன்மத்தம் போன்ற திருஷ்டியுடன் இப்போது நான் எங்கேயிருக்கிறேன்? என் மாளிகையில் இல்லை. நக்ஷத்திர லோகத்தின்? இல்லை. இந்தப் பேரொளியில், எனக்கு ஒன்றுமே தெரியவில்லையே! என் உடலில் இந்த நடுக்கம், ஏன்? முதிர்ந்த மரம், சிறிய காற்றில் அசைகிறதா? இல்லை, எல்லாம் கனவு. நான் சிறு குழந்தை; தொட்டிலில் படுத்துக்கொண்டு கனவு காண்கிறேன். எனக்கும் வீரனாய் வெற்றி பெறுவதாக! தூரத்தில் அதோ தொங்கும் சூரியன், என்ன அம்மா? 'அன்றைக்கு'க் கதை சொன்னாயோ?

குந்தி:– கர்ணா! சூர்யபகவான் உன் தந்தை…

கர்ணன்:– என்ன? குந்திதேவி என் தாய்! சூரியபகவான், என் தந்தை! இரட்டிப்புச் சந்தோஷம்! (தொங்கும் சூரியனைப் பார்த்துக்கொண்டே) அப்பா! உன் ஒளியில் எனக்குக் குளுமை தோன்றச் செய்ய மாட்டாயா? (அந்தி சூரியனின் கிரணங்கள், கர்ணன் முகத்தில் படருகின்றன. கண்கள் கூசாததால் கர்ணன் சூரியனைப் பார்த்துக்கொண்டிருக்கிறான்.) அம்மா! (நினைத்துக்கொண்டு) ஆனால், பாண்டு மஹாராஜாவல்லவா? சூர்ய பகவான், எப்படி?

குந்தி:– அது ஒரு கதை, கர்ணா! நீ வீண் சம்சயத்தால் வாடாதிருக்க, அதைச் சொல்கிறேன், கேள். நான் கன்னிப் பருவத்தில், முனிவர்க்கு வேண்டிய சிசுருஷை செய்து, எந்தக் கடவுளை நினைத்து ஜபித்தாலும், அவர் அருளால் ஒரு குழந்தை பிறக்க மந்திரம் பெற்றதை, நீ அறிந்திருப்பாய். அவர் போனபின், அந்த மந்திரத்தைப் பரிசோதிக்க விரும்பினேன். தனியாக ஓரிடத்தில்… அதன் பயன்தான் நீ! ஆனால், உலகம் – கன்னி பதிவிரதாத்தனம் பிறழாது பிள்ளை பெற்றாள் என்றால் நம்புமா? அதற்குப் பயந்து, உன்னை – விலையில்லாத மாணிக்கத்தை, ஒரு பெட்டியில் வைத்து மூடி, நதிப் பிரவாகத்தில் விட்டுவிட்டேன். அப்போது என் மனம், எப்படித் துடித்தது! பிறகு, எவ்வளவு தடவை, உன்னை நினைத்து ஏங்கினேன் தெரியுமா!

கர்ணன்:– அப்படியானால் நானும் சந்திரக் குலமல்லவா…? பாவம்! அவருக்கு, என்ன தெரியும்! துரியோதனா? நானும் உன் உறவினன்தான்! ஆனால், இந்த உறவு, உன்னை நடுக்கமுறச் செய்யும்; உன்னிடம் இதைச் சொல்லக்கூடாது. பின், என் சந்தோஷத்தை எப்படி அனுபவிப்பது? யாரிடமும் சொல்லாமல்? தயக்கம், தயக்கம், தயக்கம் என்று தயங்கிக்கிடந்த மனமே, கேள்! உன் தாய் குந்தி தேவி! நீ பானு மைந்தன்! பிறப்பு பிறப்பு என்று கேட்ட உலகமே! இப்போதாவது தெரிந்ததா, நானும் சந்திரக் குலத்தவன் என்று?

குந்தி:– கர்ணா! இனி என்ன செய்வது? என்னுடன்…

கர்ணன்:– (அர்த்தமின்றி) இனி?–இனி?

குந்தி:– இனி, உனக்கு இங்கு என்ன வேலை? என் மகனுக்கு, விரோதியான கபடம் நிறைந்த பந்துக்கள் வீட்டில் என்ன வேலை? என்னுடன் வந்துவிடு.

கர்ணன்:– எங்கே?

குந்தி:– உன் சகோதரர்களிடம்–

கர்ணன்:– சாந்தஸ்வரூபத் தர்மனிடம்; வில்விஜயனிடம்; பலத்தின் சிகரமான பீமனிடம்; சாமர்த்தியவான் நகுலனிடம்; ஞானி ஸஹாதேவனிடம் – அல்லவா?

குந்தி:– ஆமாம்! உன் தாயின் பாசத்தில் வந்துவிடு

கர்ணன்:– சுயோதனனை விட்டா?

குந்தி:– உன் சத்துருவை விட்டு…

கர்ணன்:– (மெதுவாக) இதென்ன ஒருபுறம் பாசமும் அதிகாரமும் – ஒருபுறம் கடமையும் அடிமைத்தனமும். அம்மா! தர்மம் பெரிதா? அன்பு பெரிதா?

குந்தி:– (சிந்திக்காமல், ஸுபாவமாய்) தர்மம்.

கர்ணன்:– அம்மா! பின், ஏன் அழைக்கிறாய் என்னை?

குந்தி:– கர்ணா! உன் சகோதரர்களின் விரோதி உன் விரோதி யல்லவா? சகோதரர்களைக் காப்பாற்றுவது, உன் தர்மமல்லவா?

கர்ணன்:– ஆனால், என் உடலை அவன் விலைக்கு வாங்கிவிட்டான். அது, அவன் சொத்தல்லவா? அதை, அவன் இஷ்டப்படியல்லவா உபயோகிப்பான்?

குந்தி:– அநியாயம், உன் எதிரியல்லவா?

கர்ணன்:– அநியாயம், என் பிராணதாதாவாயில்லாவிட்டால் – (அழுகையும் ஏக்கமும் ஒலிக்க) அம்மா! இது என்னால் முடியாது. நீ லோகநியதிக்குப் பயந்து என்னை ஆற்றுப் பிரவாகத்தில் விட்டுவிட்டாய். நியாயம்தான். ஆனால் அவியும் விளக்கைத் தூண்டிவிட்டு ஜகஜ்ஜோதியாய் விளங்கும்படி செய்தவன் அவனல்லவா? என் உடலில் ஒவ்வொரு அணுவும் அவனுடைய அன்னத்தால் வளர்ந்தது. அவனுடைய உதவிக்கு, எத்தனை ஜன்மங்கள் எடுத்தாலும் பிரதி செய்யமுடியாது.

குந்தி:– அப்படியென்றால், என்னைப் பிரிந்திருக்கச் சம்மதம் என்று அர்த்தம்?

கர்ணன்:– ஆம். அம்மா, ஆம்! என்னை மன்னித்துவிடு – அம்மா! சற்று யோசனை செய்து பார்; என் தாய் என்னைத் தன் மைந்தன் என்று கொண்டாடும்படி எனக்கு மேன்மை கொடுத்தவன் அவனல்லவா? இவ்வளவு நாளாக, என் தாயை அறியாமல் பிரிந்திருந்தேன்; இனி அறிந்து பிரிந்திருக்கிறேன். ஆனால் இனி, என் மனது கர்வத்துடன் நிமிரும். 'தேர்ப்பாகன் மைந்தன்' என்று யாராவது சொன்னால், வெளியே சொல்லிக்கொள்ளாவிட்டாலும் நிமிர்ந்து நடப்பேன். 'தூ'வென்று அவர்களை இகழ்வேன். அப்போது என் மனம், விச்ராந்தி கொள்ளும். மனச்சாந்தியைவிட வேறு இன்பம் இருக்கிறதா? அம்மா நான் உன் மகன் என்று யாரிடமும், நான் இறக்கு முன்பு சொல்லாதே. இன்னும் கொஞ்ச காலத்தில் பாரதப்போர் நடக்கப்போகிறது. அப்போது நான் காண்டீபனால் இறப்பது நிச்சயம். என் மரணத்திற்குப் பின், போர்க்களத்தில் எல்லாரும் நான் உன் மகன் என்று அறிய, நீ என்னை மடிமீது கிடத்தி மார்புற அணைத்து, இந்த உண்மையை உலகம் அறியச் செய்யவேண்டும்.

குந்தி:– (கண்ணீர் உகுக்கத் தயாராயிருக்கும் கண்களுடன்) கர்ணா! மகனிறக்கப் போகிறான் என்று முன்கூட்டியே அறிந்தும், அழியாதிருக்கும் தாய் நான். அதைத் தடுக்கலாம். ஆனால், என் மகனுக்கு அபகீர்த்தி உண்டாக்கி, அவனைப் பிறர் பழிப்பதைக் காண விரும்பவில்லை...

கர்ணன்:– நீதான் என் தாய்!

குந்தி:– ஆனால் கர்ணா! உன் ஸ்தூலசரீரம்தான் அழியும்; ஆனால் நீ என் மனதில் என்றும் அழியாதிருப்பாய்!

கர்ணன்:– அதிருக்கட்டும் அம்மா! போர்க்களத்திலே எப்படி என்ன சொல்லி அழுவாய் என்று சொல்லு! அந்த இருதயத்தை, இப்போதே திறந்துவிடு! நான் அதைப் பார்க்க விரும்புகிறேன்!

குந்தி:– என் இருதயம், உனக்குத் திறந்த கதவு, உன் மரணத்தின் கல்பனை, என்னை நடுங்கச் செய்கிறதாயென்று பார்க்க விரும்புகிறாய் போலும் – என்ன சொல்லி அழுவேன் என்று கேட்கிறாய்? – கர்ணன் என் மைந்தன், பஞ்சரத்தினங்களின் மேல் ஒளிவிடும் ரத்தினம். பாவி வயிற்றில், பிறந்ததினால் சுற்றத்தாரிடமிருக்க முடியாமல், எதிரிகளிடம் வாழ நேர்ந்தது. உலகம் நினைப்பதுபோல் கர்ணன், உண்மையாகத் தேர்ப்பாகன் மைந்தன் அல்ல. அவன் சந்திரக்குலத் திலகன் என்று உலகமறிய முழக்குவேன்...

கர்ணன்:– (இடைமறித்து) அம்மா! என் உடலில், இந்தப் புத்துணர்ச்சி, எங்கிருந்து பிறந்தது? இப்போது நான், ஆயிரம் அர்ச்சுனர்களையும் எதிர்ப்பேன். பல்லாயிரம் தடவை, அவன் கணைகளை ஏற்று மடியத் தயாராகவிருக்கிறேன். இந்தப் பாழும் உலகம்! உண்மை தெரியாமல் உளறும் உலகம்! தேர்ப்பாகன் மைந்தன்! அட! நான் யார் தெரியுமா? சந்திரக்குலத்தில் தோன்றினவன்! முட்டாள் உலகமே! தெரியாததைக் குறித்துப் பழிசொல்லும் உலகமே! தேர்ப்பாகன் மைந்தனாம், தேர்ப்பாகன் மைந்தன்! நான் சந்திரக்குலச் சிகாமணி, பானு மைந்தன், துரியோதனின் உறவினன், பாண்டவரின் சகோதரனாக்கும்! –

[பொருமும் உணர்ச்சி, அன்பின் மிகுதியால் ஆலிங்கனம் செய்து கொள்கிறான்]

கர்ணன்:– அம்மா! இருதயங்களுக்குப் பேசும் சக்தி, ஏன் கொடுக்கப்படவில்லை?

குந்தி:– பின், வேதனையை எப்படி உண்டாக்குவது?

'குந்தியும் கர்ணனும்' என்ற தலைப்பில்,
***மணிக்கொடி*யில் (நவம்பர் 1937) வெளியானது.**

வியாசர் படைத்த பெண்மணிகள் (1968)

அகலிகை முதலிய அழகிகள் (அக்டோபர் 1993)

●

குயிலி

1

ஆறு உலர்ந்து ஓர் ஓரமாகத் தெளிந்த ஜலம் சலசலவென்று ஓடிக்கொண்டிருந்தது. மேற்கில் செம்மையிலே சமாதி கொள்ளும் சூரியனின் கிரணங்கள் நீரைத் தொட்டு ஆடின. ஜனக்கும்பலை விட்டு, வெகுதூரத்தில் போய் மணலில் உட்கார்ந்தேன். அருகிலேயே பிரமாண்டமான ஆலமரம் ஒன்று, காலத்தின் ரகஸீயத்தை ஆராய்ந்து கொண்டிருந்தது; இருவரின் கைவிரிப்பை மீறி இருக்கும் அதன் பருமன். அதன் மீது உட்கார்ந்து, பறவைகள் நாதத்தின் ரகஸ்யத்தைத் தேடிக்கொண்டிருந்தன.

மற்ற எல்லாப் பறவைகளின் குரல்களையும் மீறிக் கொண்டு, ஒரு குரலொலி எழுந்தது, மிகமிக இனிமை கொண்டு ஒலித்தது அது. நிமிர்ந்து பார்த்தேன். ஒரு ஜோடிக் குயில்கள் உட்கார்ந்து பாடிக்கொண்டிருந்தன, 'என்ன உல்லாசம்! இன்பம்!' என்று நினைத்ததும், என் மனத்திலும் இன்பம் அனுபவிக்க வேண்டுமென்ற ஆசை எழுந்தது,

"அடி!" என்று கொஞ்சலாகக் கூப்பிட்டேன்.

எவ்வளவு குலுக்கு, இந்த நிர்மானுஷ்யமான வெளியிலும்! நாணம் அல்ல; வெறும் குலுக்குத்தான். அவள் பரம்பரை வேசி; எவன் மீதும் மோகம் கொண்டுவிடுவாள். ஆனால், என்மீது மாத்திரம் அவளுக்கு ஏனோ வெறுப்பு! திருட்டுப்பார்வை செலுத்தி, நாலாப் பக்கங்களிலும் பார்த்தாள். நல்ல வேளையாக, அங்கு அப்போது வேறு யாருமில்லை. இருந்திருந்தால், அவள் அவனிடம் என்னை ஒப்பித்துவிட்டு ஓடிப்போயிருப்பாள்.

"அடி! நான்தான் இருக்கிறேன்; வேறு யாருமில்லை" என்று சொல்லிக்கொண்டே, அவள் கைகளைப் பிடித்துக் கொண்டேன். கைகளை உதறிவிட்டு ஓட ஆரம்பித்தாள். கடைசியில் அவளைக் கட்டுப்படுத்தி உட்கார வைப்பதற்குள் போதும் போதும் என்றாகி விட்டது. அவளுடைய அப்பன்,

பிரமன் மீது ஆணை வைத்த பின், என் அருகில் வந்து உட்கார்ந்தாள். ஆனால் நான், அவளை ஸ்பரிசிக்கவும் முடியவில்லை. இப்படி மிகவும் சிரமப்பட்டு, ஸ்ரீமதி கல்பனா தேவியைச் சரிப்படுத்தினேன்.

"அடீ! மரத்து மேலே பார்! இரண்டு குயில்கள். அவைகளின் முன்ஜன்ம விருத்தாந்தம் தெரியுமா?" என்றேன்.

"கேட்டுக்கொண்டு வருகிறேன்," என்றாள்.

"சரி" என்றேன். குயில் உருவம் எடுத்துக்கொண்டு, குயில்களிடம் போய்ப் பேச ஆரம்பித்தாள். மனிதர்களுக்குத்தான் முன்ஜன்ம ஞாபகம் வராது; ஆனால் பறவைகளுக்கு முன்ஜன்ம ஞாபகமிருக்கும், அதனால்தான், அவை பேச முடியவில்லை!... அடாடா ! உங்களிடம் தேவ ரகஸியம் சொல்கிறேனே!

குயில்களிடம் கேட்டு வந்த கதையை ஸ்ரீமதி கல்பனாதேவி என்னிடம் சொன்னாள், அதைத்தான் உங்களிடம் சொல்கிறேன்.

2

அவள் பாடுவதை நிறுத்தினாள், அவன் ஆச்சரியத்தில் – மயக்கத்தில் ஆழ்ந்திருந்தவன் திடுக்கிட்டு எழுந்தான். அவன் அவ்வூருக்குப் புதிதல்ல. ஆனால், அவளைப் பற்றி இன்றுதான் தெரிந்துகொண்டான். அவள் ஒரு குருட்டுப் பாடகி; பிச்சை எடுத்துக்கொண்டிருந்தாள்.

அவன் அவளுடைய கையைப் பிடித்துக்கொண்டு கேட்டான், "உன் பெயர் என்ன?" என்று.

அவள் சொன்னாள்: "எனக்கு யாரும் பெயரிடவில்லை, பாட்டைக் கேட்பவர்கள் என்னைக் 'குயிலி, குயிலி' என்று கூப்பிடுகிறார்கள், அதுதான் என் பெயர் என்று நினைக்கிறேன்."

"கண்ணில்லாத குயிலி! நீ அந்தக் காட்டிலிருந்து இவ்வளவு தூரம் எப்படி வருகிறாய்? கூடத் துணை யாரும் இல்லையா?" என்றான்.

"என் சகோதரர்கள் இருக்கிறார்கள். அவர்கள், கிராமம்வரை என்கூட வருவார்கள் – பிறகு திரும்பிப் போய்விடுவார்கள்."

"உன் சகோதரர்களா? உன்கூடத்தான் வசிக்கிறார்களா?"

"ஆமாம். சாப்பிடுவதற்கு உணவில்லாமல் இல்லை. நான் பாடிக் கொண்டு உட்கார்ந்திருந்தால் போதும், என் சகோதரர்கள் நான் உட்கார்ந்திருக்கும் இடத்தில் பழங்களைக் கொண்டுவந்து கொடுத்துவிட்டு, என்னைச் சூழ்ந்து உட்காருவார்கள். நான் பாடிக்கொண்டேயிருப்பேன். அந்த உணவு அலுத்துவிட்டதால், இங்கே வந்திருக்கிறேன்."

"குயிலி! உனக்குக் காட்டில் நன்றாக வழி தெரியுமா?"

"நன்றாகத் தெரியும். நான் வசிக்கும் குகைக்குப் போகும் வழியில் ஒரு குளம், ஒரு நீர்வீழ்ச்சி எல்லாம் இருக்கிறது!"

"குயிலி! என்னை நீ இருக்குமிடம் அழைத்துச் செல்வாயா?"

“ஓ! அழைத்துப் போகிறேன், ஆனால் நீ யார்?”

“ஓர் அனாதைப் பையன். உன்னைப்போல் ஒரு பிச்சைக்காரன்.”

“ரொம்ப சரி. எனக்கும் ஆசையாகத்தானிருந்தது, பேசிக்கொண்டிருக்க ஆள் யாரும் கிடைக்க மாட்டார்களா என்று. என்னோடு வா. ஆமாம் உனக்கு என் சகோதரர்களைக் காட்டவேண்டும். எவ்வளவு பிரியமுள்ள சகோதரர்கள்! உனக்குக் கூட என் மீது பொறாமை உண்டாகும், இந்த மாதிரிச் சகோதரர்கள் உனக்கு இல்லையே என்று.”

“குயிலி! அது மாத்திரம் சொல்லாதே. உன் பேரில் எனக்குப் பொறாமை உண்டாகாது... என்னைப்போல் புதியவனைக் கண்டால், உன் சகோதரர்கள் ஒன்றும் சொல்லமாட்டார்களா?”

“சே! அதெல்லாம் என் ராஜ்யம். இருக்கட்டும். உன் பெயரைச் சொல்ல வில்லையே. மொட்டை மொட்டையாய், ‘நீ, நீ’ என்று கூப்பிடுவதா?”

“நானும் அனாதைதான். எனக்கும்தான் யாரும் பெயரிடவில்லை. இந்த மூடக் கிராமவாசிகள், என்னமோ பெயர் சொல்லி என்னைக் கூப்பிடுகிறார்கள். அது என் வாயில்கூட நுழையவில்லை. உன் பெயர் குயிலி; என்னைக் ‘குயில்’ என்று கூப்பிடு, சரிதானே?”

கலகலவென்று சிரித்துக்கொண்டே அவள் சொன்னாள்: “குயில்! நல்ல யோசனை! குயிலே! என்னுடன் வருகிறாயா? போகலாமா? வீட்டில் ஏதாவது எடுத்துக்கொண்டு வரவேண்டுமா?”

“நான்தான் சொன்னேனே, குயிலி, அனாதை என்று. வீடு கிடையாது; ஒன்றும் கிடையாது எனக்கு. வா, போய்விடலாம். யாராவது உன்னைப் பார்த்தால் பாடச் சொல்லித் தொந்தரவு செய்வார்கள்.”

இருவரும் நடந்தார்கள். கிராமத்தின் குடிசைகள் சிறிதுசிறிதாகக் குறைந்து ஒளியில் மறைந்துவிட்டன. கடைசியில் காடு தெரிந்தது. வேகமாக நடந்து காட்டில் நுழைந்தார்கள். வழி முழுவதும் இருவரும் பேசவில்லை. குயிலி இரண்டு மூன்று தடவை பேச வாயெடுத்தாள். ஆனால் குயில் பேசவில்லை; புதுமையைச் சந்திக்கப்போகும் ஆவலில் அவன் மனம் துடித்துக்கொண்டிருந்தது.

காட்டில் நுழைந்ததும் சுற்றியிருந்த இயற்கையின் தோற்றமும், ஸ்பரிசமும் அவனுக்கு ஆனந்தம் அளித்தன. சொன்னான்: “குயிலி! இங்கிருப்பது சந்தோஷமாகத்தான் இருக்கும். நீ இவ்வளவு தூரம் எப்படி நடக்கிறாய்? ரொம்பவும் தூரமாயிருக்கிறதே!”

“இது ஒரு தூரமா? கொஞ்ச நேரத்தில் கிராமத்துக்குப் போய்விடுவேன்” என்று சொன்னவள், தொடர்ந்து சொன்னாள், “இது என்ன? என் சகோதரர்கள் யாரையும் காணோமே!” என்று.

சொல்லிவிட்டுக் கீச்சுக்குரலில் உரத்து, ‘குய்யாங்... குய்யாங்’ என்று கூவினாள்.

அவ்வளவுதான் ஆகாயத்தில் பறவைகள், படபடவென்று சிறகடித்துக் கொண்டு வரும் சப்தம் கேட்டது, அவள் மேலே பார்த்தாள். பக்ஷி ஜாலங்கள்

எங்கிருந்தோ உதயமாகி இருந்தன. பெரிய பெரிய, சிறிய சிறிய பக்ஷிகளும் அவளைச் சூழ்ந்துகொண்டு கூவின. சில சிறிய பக்ஷிகள் அவள் தலை மீதும் தோள் மீதும் உட்கார்ந்து, அன்புடன் கொத்தின. சிலவற்றை அவள், தன் கைகளில் பிடித்துக்கொண்டாள்; அவை, அவள் கையிலிருந்து விடுவித்துக்கொள்ளும் முயற்சியொன்றும் செய்யாமலிருப்பது, அவனுக்கு ஆச்சரியம் அளித்தது.

குயிலி சொன்னாள், "அவர்கள்தான் என் சகோதரர்கள். பார், எவ்வளவு அன்புள்ளவர்கள்."

குயில் சொன்னான், "யார் இந்தப் பறவைகளா?"

"ஆமாம், பார்த்துக்கொண்டே இரேன்!"

அவள், இரு கைகளையும் உதறினாள். பறவைகள், அவளுக்கு முன்னால் கோலாகலம் செய்துகொண்டே, மேலே பறந்தன. அவன், மேலும் கீழும் பார்த்தான். பறவைகள் பறக்குமிடத்திற்கு நேர் கீழே பாதை, முள்புதர் ஒன்றுமின்றிச் சுத்தமாயிருந்தது. அவன் இன்னும் பார்த்தான்; பக்ஷிகள் அவனையே சந்தேகம் நிறைந்த தீர்க்கமான திருஷ்டியுடன் பார்த்துக்கொண்டிருந்தன.

"புதியவன்; முதலில் இப்படித்தான் இருக்கும்! பிறகு சரிப்பட்டு விடும் என்று நினைத்துக்கொண்டிருந்து விட்டான். அவளைப் பின்பற்றி நடந்தான் அவன். அவள் பறவைகளின் தொனியைப் பின்பற்றித் தடவி நடந்துகொண்டிருந்தாள். அவள் சொன்னதுபோலவே பாதையின் ஓரம் குளமிருந்தது. அவளைச் சற்று நிற்கச் சொல்லிவிட்டு, அவன் களைப்புத் தீர நீரைக் குடித்தான். பிறகு நடந்தார்கள். அந்தப் பிரயாணமே, அவனுக்கு மிகவும் வினோதமாகத் தோன்றியது. கொஞ்ச தூரம் சென்றதும், திடீரென்று தொடங்கும் சைலமலை தெரிந்தது. அதன் சிகரங்கள் பனியில் மூடுண்டு வெண்மையாகத் தோன்றின. கொஞ்ச தூரம் தள்ளி ஓர் அருவி, அதன் கலகலநாதம் அவளைப் பரவசப்படுத்தியது.

மேலே ஆகாய வழியே பக்ஷிகள்; சப்தத்தைப் பின்பற்றிக் குயிலி; அவளைத் தொடர்ந்து நடந்தான் அவன். இன்னும் கொஞ்ச தூரம் நடந்தார்கள். அங்குச் சற்று மலை தாழ்ந்திருந்தது. 'ஆ'வென்று வாயைப் பிளந்துகொண்டு ஒரு குகை. அதற்குப் போகும் வழியில் சிறிய சிறிய பாறைகள், இடதுபுறமாக ஒரு மேடை மீது குயிலி உட்கார்ந்து குயிலிடம் சொன்னாள். "குயிலே!" வா! என் அருகிலே உட்கார்'; அவன் அவள் கழுத்திலே கையை வளைத்துக்கொண்டு உட்கார்ந்தான்.

பறவைகள் கூவிக்கொண்டே வலதுபுறத்திலும் விருஷங்கள் மீதும் உட்கார்ந்தன. அவற்றின் இசை. அவன் மனத்துள் மட்டற்ற மகிழ்ச்சியை எழுப்பியது.

சிறிது நேரத்திற்குள் அந்தி மயங்கியது, முதல் நட்சத்திரம், இரண்டாவது நட்சத்திரம், இப்படியே நிலவு அணியும் நீல ஆடையின் மின்னொளி தெரிந்தது. ஊடல் கொண்டு சினமாக இருந்ததால் ஒளி மழுங்கியிருந்த நிலவின் முகம், காதலன் மறைந்துகொண்டு கடைக்கண் பார்வை செலுத்தியதும் அந்தப் பார்வையின் தாக்குதலால் ஒளியுண்டது.

அந்தச் சந்தோஷத்தால், எங்கும் குளுமையை வாரி இறைத்தது. காற்று ஓய்ந்து மலையமாருதம் விருஷங்களின் உச்சியை மிருதுவாகத் தடவிக் கொண்டிருந்தது. அவளுக்குத் தெரியாமல் நடக்கும் இயற்கையின் கூத்து, கண்ணில்லாத குயிலியையும் பொங்கி எழச் செய்தது. தீர்க்கதரிசிபோல் பறவைகள் சப்தமற்று, சலனமற்று, அங்கங்கே சமைந்து நின்றுவிட்டன.

"குயிலி! பாடப் போகிறாயா?" என்று கேட்டான் குயில். அவள் பதில் அளிக்கவில்லை; பாடவாரம்பித்தாள்.

சிறிது நேரம் கழிந்தது; நிலவின் குளுமையால் கண்ணுக்குப் புலப் படாமல் இனிமை கலந்த மணத்தை மயக்க ஆரம்பித்தது. பிரகிருதியின் ஆகிருதியில் ஆவேசம் பாய்ந்து, உடல் சிலிர் சிலிர்த்தது. அவள் (பிரகிருதி) சப்தமும் இன்றிச் சலனமுமின்றி நின்றுவிட்டாள். அவளுடைய ஒவ்வோர் அங்கத்திலும், சேஷ்டை குன்றின ஊமைச் சுறுசுறுப்புப் பரவியது. சற்று நேரம் கழிந்தது. 'அவள்' மயக்கம் கொண்டாள். 'அவள்' உடலில் இனிமைப் போதை பரவியது, இன்னும் கொஞ்ச நேரம் 'அவள்' தன்னை மறந்து தடுமாறினாள்... குயிலி பாடிக்கொண்டிருந்தாள்.

நிலவு தூரத்திலிருந்து அவளுடைய பாட்டைக் கேட்பதற்கு, அவளை நோக்கி அருகில் விரைந்து ஓடி வர ஆரம்பித்தது. தாரைகைகள் அப்படியே கண்களைத் திறந்தபடித் திகைத்து நின்றுவிட்டன. விருக்ஷங்கள் அசையாமல் அவள் பாட்டை அனுபவித்துக்கொண்டிருந்தன. அருகிலிருந்த அருவியும் மயங்கியது போலிருந்தது!

ஓடிக் கொண்டிருந்த நிலவு, காமம் நிறைந்த குளிர்ந்த கிரணங்களை முன்னும் பின்னும் தூவிக்கொண்டே வந்தது. அந்தக் கிரணங்கள், மேலிருந்து கீழே வரும் முழுவேகத்துடன் மலர்களை அணைத்துக் கொண்டன. மலர்கள் அந்த இன்பம் நிறைந்த அணைப்பில் சந்தோஷம் கொண்டு, தீர்க்கமாகச் சுவாசம் விட்டன. மாருதம் அந்த வாசனையைச் சிதறாமல் எடுத்துக்கொண்டுபோய், முன்பே பரவியிருந்த இனிமையில் மீண்டும் இனிமை கலந்தது.

குயிலி நிறுத்தினாள். குயில் மயக்கமடைந்திருந்தவன் சமாளித்துக் கொண்டு கேட்டான். "என்ன பாடினாய் குயிலி?" என்று. அவள் "இனிமை" என்றாள். "இன்னும் பாடப் போகிறாயா?" என்று கேட்டான் அவன். "இனி நாளைக்கு" என்றாள் அவள்.

பறவைகளின் மயக்கம் தெளிந்தது. அவை திடீரென்று கூவிக்கொண்டே எழுந்தன. ஒவ்வொன்றாக அவளைத் தடவி, மெதுவாக அலகால் மோதி விட்டுக் கூட்டிற்குத் திரும்பிச் சென்றன. ஆனால், ஒன்றும் அவனைக் கவனிக்கவில்லை; அதைப் பற்றி, அவனும் கவலைப்பட்டதாகத் தெரியவில்லை.

அவன் சொன்னான்: "என் அருமைக் குயிலி! இவ்வளவு இனிய குரல் கொடுத்த கடவுள், உனக்குக் கண்கள் கொடுக்க மறந்தானே!"

அவள் சொன்னாள்: "கண்கள் கொடுக்கவில்லை! அதற்காக வருத்தப்பட்டுக்க முடியுமா?"

"குயிலி! உனக்குக் கண்கள் இல்லாததுகூட நல்லதுதான். எனக்கு இளமையில் இனிய குரல் இருந்தது. ஆனால், உன்னைப் போன்ற குரல் என்று வீண் பெருமை பாராட்டிக்கொள்ள மாட்டேன். குயிலி! இந்தப் பெண்கள் செய்த வேலையை, என்னவென்று சொல்வேன்! தங்கள் கண்களால் என்னை மயக்கி, என் குரலைக் குறைத்துவிட்டார்கள். என் குரல் விகாரமாகிவிட்டது, குயிலி! நீ பாடிக் களைத்தபிறகு, நான் கொஞ்சம் நேரம் பாடினால், எவ்வளவு சந்தோஷமாயிருக்கும் உனக்கு? அதை நினைத்தால், எனக்கு மிகவும் வருத்தமாயிருக்கிறது" என்றான், மிகவும் வருத்தம் ஒலிக்கும் குரலில்.

குயிலி அனுதாபம் காட்டும் நீண்ட பெருமூச்சு விட்டாள். பிறகு அவள், அவனை 'வா'வென்று குகைக்குள் அழைத்துச் சென்றாள். குகைக்குள் ஒன்றுமில்லை; பறவைகளின் சிறகுகள் நிறையக் கிடந்தன.

"குயிலே, படுக்கையைப் பார்த்தாயா?... நீங்கள் எதன் மேல் படுப்பது வழக்கம் கிராமத்தில்?"

"வைக்கோலைத் குவித்து மேலே துணி விரித்துக்கொண்டு படுப்பது என் வழக்கம். ஆனால், இந்தச் சிறகுகள் மேல், இன்னும் மெத்தென்று கதகதப்பாயிருக்கும்."

இருவரும் தனித்தனியாகப் படுத்தார்கள். இரவு முழுவதும் கிராம வாசிகள் எப்படிச் சாப்பிடுவார்கள், எப்படி வேலை செய்வார்கள், ஏன், கிராமத்தைப் பற்றி இல்லாததுகூடச் சேர்த்துக் குயில் கூறிக்கொண் டிருந்தான். சில சமயம் அவர்களுடைய பழக்கங்களை ஏசிப் பேசுவான். அவன் அப்படிப் பேசும் வழக்கங்களில் சில, அவளுக்குப் பிடிக்கும். அவள் அவைதான், தனக்கு நல்லதாகத் தோன்றுகிறது என்று சொல்லிவிட்டால், அவனுடைய கருத்தும் திடீரென்று மாறிவிடும். "ஆமாம், நல்லவைதான்" என்று கூறுவான். சிலசமயம் இருவரும் ஒப்புக் கொள்ளக்கூடிய சில கெட்ட வழக்கங்களைச் சொல்வான். சொல்லிவிட்டுக் குகையில் நீண்ட எதிரொலி கிளம்பும்படி உரத்துச் சிரிப்பான். அவளும் அவனோடு சிரிப்பாள். காலத்தேவன் காமம் தீர்ந்தது. ஒளி மெதுவாக எட்டிப் பார்ப்பதைக் கண்டு, இரவணங்கு பிரிவு ஏக்கத்தால் மெதுவாகத் தலைகுனிந்து கொண்டு நடக்க ஆரம்பித்தாள். கடைசியில் சூரியன், காலத்தேவனின் கரங்களைப் பற்றிக்கொண்டான்.

காலையில் எழுந்ததும், பறவைகள் கொண்டுவந்து போட்ட பழங்களை, இருவரும் தின்றார்கள். வெளியே வெயில் உக்கிரமாக இருந்ததால், குகைக்குள்ளேயே உட்கார்ந்து பேசிக்கொண்டிருந்தனர்,

"குயிலி! ஒன்று கேட்க மறந்துவிட்டேன்; உன் பெற்றோர்கள் யார்? இந்தப் பக்ஷிகள் உன் சகோதரர்கள்தானா?" என்று கேட்டான் குயில்.

குயிலி சிரித்தாள்: "என்னைக் கேலி செய்கிறாயா, குயிலே! என் தாய் தகப்பனார், இந்தக் காட்டுவாசிகள். நான் பிறந்து ஒரு வருஷம் ஆனதும் அவர்கள் என்னைத் தனியாக இந்தக் காட்டில் விட்டுவிட்டு இறந்து போனார்கள். அவர்களுக்குப் பிறகு, இந்தப் பக்ஷி சகோதரர்கள் தான் என்னை வளர்த்தது"

3

மாலை வந்தது. கவர்ச்சியுடன் வந்தது. இருட்ட ஆரம்பித்ததும் பறவைகள் கூட ஆரம்பித்தன. குயிலும், குயிலியும் குகையை விட்டு வெளியே வந்து ஒருபுறம் உட்கார்ந்திருந்தார்கள்.

“இன்று என்ன பாடப் போகிறாய், குயிலி?”

“இன்றா? அடுத்த ஜன்மச் சாயை”

குயிலி, பாட ஆரம்பித்தாள். கொஞ்சம் கொஞ்சமாகக் குரல் உச்சஸ்தாயிக்குச் சென்றுகொண்டிருந்தது. மனத்தின் உணர்வை அறுத்தது, அந்தக் குரல்.

குயிலி பாடிக்கொண்டிருந்தாள்.

அவனுடைய உருவம் சிறிது சிறிதாகக் குறைந்துகொண்டிருந்தது. தான் வரவரப் பாரமே குறைந்து குழந்தை போலாவதை உணர்ந்தான் அவன். கொஞ்ச நேரத்தில் அதுவும் குறைந்து, மிகவும் லேசான வஸ்துவாகி விட்டான். சற்று நேரத்திற்குள், அவனில் ஒரு தெய்வீக சக்தி உண்டாகியது. அவன் ஒரு ரோஜா மலர் மீது தாவியேறினான். அதை அணைத்துக்கொண்டிருந்த கிரணங்களைத் தழுவிக்கொண்டு, மேலும் மேலும் பறந்து சென்றான் அவன். சந்திரனுக்கு மேலே, கொஞ்சம் வளைவு விட்டிருந்தது. அதை நெருங்கிச் செல்லச் செல்ல, அவன் ஹிருதயத்தில் இன்ப ஊற்றுப் பெருக்கெடுத்தது. கடைசியில் அவன், அந்த வளைவின் மீது சாய்ந்து வளைத்தான். சற்று நேரத்தில் அவன், இன்பத்தில் ஆழ்ந்துவிட்டான் –.

குயிலி பாடிக்கொண்டிருந்தாள்.

சுற்றிலுமிருந்த பாறைகளில் காற்று மோதும் சப்தம் நின்றிருந்தது. மலைகள் குனிந்து பாட்டைக் கேட்கவாரம்பித்தனபோல் தோன்றின. பாறைகளிலும் விருக்ஷங்களிலும் உட்கார்ந்திருந்த பறவைகள், கனவு லோகத்தின் ககன மண்டலத்திலே பறந்துகொண்டிருந்தன. குயில்,‘அடுத்த ஜென்மத்தில்’ திரிந்துகொண்டிருந்தான்.

திடீரென்று பாட்டு நின்றது. அருகிலிருந்த பறவைகள், கொஞ்ச நேரம் கழித்துக் கூவிக்கொண்டே எழுந்தன. மரங்கள் மீது காற்று சலசலக்க ஆரம்பித்தது. பிறகுதான், அவன் தனக்குள் வந்தான்.

4

குயிலி, சகோதரர்கள் என்று சொல்லிக்கொண்டிருந்த பக்ஷிகளுக்கு உண்மையாகவே குயிலின் மீது உயிர். அவளுடைய பாட்டு மீது அவர்களுக்கு ஏகப்பட்ட மோகம். ஆனால், அவள் மீது அவற்றுக்கு ஒரு சந்தேகம்; என்னவிருந்தாலும் அவள் மனிதப் பெண்; திடீரென்று கிராமம் போகும்போது அங்கேயே தங்கிவிட்டால் – ? முன்பெல்லாம் அவள் கிராமத்திற்குப் போகமாட்டாள். எப்போதும் சகோதரர்களின் இடையில் உட்கார்ந்து பாடிக்கொண்டிருப்பாள். ஆனால், உணவிற்காகக் கிராமத்திற்குப் போகவாரம்பித்து விட்டாள். மனுஷிதானே! திடீரென்று

குணம் மாறிவிடாதா? பிறகு குயிலின் விகாரமான குரலைக் கேட்டதே, அவைகளுக்கு அவன்மீது ரொம்பவும் வெறுப்பு உண்டாகிவிட்டது. அவனை எப்படியாவது துரத்த வேண்டுமென்று அவை நினைத்தன. ஆனால், குயிலி ஏதாவது கோபம் கொண்டால், என்ன செய்வது? என்று அவைகளுக்குப் பயம். அதனால்தான் அவை, அவன் மீதுள்ள கோபத்தில் எரிந்துகொண்டு மௌனமாயிருந்தன. அது மாத்திரமல்ல, அவை குயில் மீது மிக அன்பாயிருந்ததுபோல் பாசாங்கு செய்தன. ஆனால், குயில் அவை தன் மீது அன்பு கொண்டன என்று நினைத்துச் சந்தோஷங்கொண்டான். அவை, அவனுக்கு எதிராக எத்தனையோ சூழ்ச்சி செய்துகொண்டிருந்தன. எல்லாம் மனத்தில்தான்.

பறவைகளுக்கு அப்படி; குயிலுக்கும், குயிலிக்கும் நாள் போகும் விதமே தெரியவில்லை, பாட்டு – பாட்டு – பாட்டு…

ஒருநாள் குயில் கூறினான்! "குயிலி! எங்கள் சந்தோஷம் பூர்ணமாகாமலேயேயிருக்கிறது. உனக்கும் கண் இருந்து எனக்கும் நல்ல குரலிருந்து இருவரும் பறவைகளாகவேயிருந்தால், எவ்வளவு சந்தோஷமாயிருக்கும்!"

குயிலி சிரித்துக்கொண்டே சொன்னாள், "திருப்தியே இல்லாத மனிதன் நீ! குயிலே, உன் ஆசை அடுத்த ஜென்மத்தில்தான் பூர்த்தியாக வேண்டும். இந்த ஜென்மத்தில் ஆகாது."

குயிலுக்குக்கூடப் பழங்களையும் இலைகளையும் தின்று அலுத்து விட்டது. மறுபடியும் பழைய வழக்கம் ஆரம்பமாகியது. குயில் குயிலியின் கையைப் பிடித்துக்கொண்டு கிராமத்திற்கு அழைத்துப்போவான். குயிலி பாடுவாள். கிடைத்த உணவைக் குகைக்கு கொண்டுபோய் இருவரும் சாப்பிடுவார்கள்.

மீண்டும் வளர்ந்த இந்த வழக்கம், பறவைகளுக்கு மிகவும் அதிருப்தியை விளைவித்தது.

5

அன்று குயிலி உடம்பு சரியாயில்லை என்று குயிலுடன் கிராமத்திற்குப் போகவில்லை. குயில் மாத்திரம் போயிருந்தான். தனியாகப் போக அவனுக்குப் பிடிக்காததால், சீக்கிரம் குகைக்குத் திரும்பிவிட்டான்.

குகைக்குள் குயிலியின் உயிரற்ற உடல் கிடந்தது. வாய் பாதி திறந்திருந்தது. அருகிலேயே சில, அவன் இதுவரை பார்க்காத பழங்களும், இலைகளும் கிடந்தன. அவன் திடுக்கிட்டான்.

"குயிலி! நான் இல்லாத சமயம் எதிர்பார்த்துக் கொண்டிருந்தாய் போலிருக்கிறது, இறப்பதற்கு! ஐயோ, குயிலி! சாகும்போது பாடிக்கொண்டே இறந்தாயா?"

அவளுடைய தலையைத் தொட்டுக்கொண்டு கீழே உட்கார்ந்தான். அந்த இலை, பழங்களைப் பார்த்ததும் அவனுக்குள் விகாரமான உணர்ச்சி உண்டாகியது. சற்று சிந்தனை செய்யாது, அவைகளை எடுத்து

வேகமாகச் சாப்பிட ஆரம்பித்தான். கொஞ்ச நேரத்திலே, அவன் உடலிலே அசாதாரணமான ஓர் உணர்ச்சி உண்டாகியது. கை கால்கள் மரத்துப்போவதைப்போல் தோன்றின. மரணம் அணைத்துக் கொள்ளும் அறிகுறி நன்றாகத் தோன்றியது.

"குயிலி! நான் உன்னிடம் வருகிறேன் –" என்று உரத்துக் கூறினான், ஆனால், தன் குரல் மாற்றத்தைக் கேட்டுத் திடுக்கிட்டுவிட்டான். குரல் முன்போல் கோரமாக இல்லாது, இனிமை கொண்டு ஒலித்தது. தன்னுடைய இனிய குரலைக் குயிலிக்குக் காட்ட முடியவில்லையே என்று வருத்தம் உண்டாகியது. பிறகு மயக்கம் உண்டாகியது. கண்களின் முன் எங்கும் இருண்டது. குகையெல்லாம் தாறுமாறாகச் சுழன்றன. பயங்கரமான நிசப்தம் பரவியது. மூச்சு, வேகம் வேகமாகத் திணறியது. கண்களைத் தாமாகவே இமைகள் மூடிக்கொண்டன. கைகள் அசைவிழந்தன. கால்கள் கட்டைபோல் கிடந்தன. ஒன்றும் இல்லை எங்கும் –

6

"அவர்கள்தான் இந்த ஜோடிக் குயில்களாக மாறியிருக்கின்றனர்" என்று முடித்தாள் ஸ்ரீமதி கல்பனாதேவி.

"அவர்கள் எப்படிக் குயில்களாக மாறினார்கள்?"

"இதையெல்லாம் உன்னிடம் சொல்ல, நீ என்ன கவியா?" என்றாள். நான் வெட்கிப் பேசாமலிருந்துவிட்டேன்.

"கதை எப்படி?" என்று கேட்டாள்.

இப்போது என் முறை. ஒன்றும் பதில் அளிக்காமல் உட்கார்ந்திருந்தேன். சினமுற்ற அவள், எழுந்து ஓடி மறைந்தாள். எந்தக் கவியைத் தேடிச் சென்றாளோ!

'அடுத்த ஜன்மச் சாயை' என்ற தலைப்புடன் இக்கதை, *மணிக்கொடி*யில் (1.12.1937) பிரசுரமாகியுள்ளது. (இக்கதைக்கான எம்.வி.வி.யின் கையெழுத்துப் பிரதி, பின்னிணைப்பில் தரப்பட்டுள்ளது.)

***உமா* (அக்டோபர் 1956)**

குயிலி (நவம்பர் 1964)

எம்.வி. வெங்கட்ராம் கதைகள் (டிசம்பர் 1998)

●

எங்கே தேடுவது?

என் எதிரில் உட்கார்ந்திருந்தான் அவன். அவனைப் பார்க்கவே, பரிதாபமாயிருந்தது எனக்கு! அவனுடைய சித்தக்கோளாறு, நாட்டிற்கே ஒரு பெரிய நஷ்டம் என்று சொல்லலாம். அவன் ஒரு கவி; ஆகாயத்தைப்போல் பரந்த கற்பனா சக்தியுடைய கவி; கேட்பரின் உள்ளத்திலும் உணர்ச்சிப் பெருக்கெடுக்கச் செய்யும், இனிமையான ஒலியை எழுப்பும் சக்தி வாய்ந்தவை அவன் கவிதைகள். இன்னும் சில காலம் அவன் அவனாகவேயிருந்திருந்தால், ஒரு மகாகவி ஆகியிருக்கலாம்; ஆனால்? ஆனால்தான்!

அவனுடைய மனைவி இறந்து, ஒரு மாதமாகிறது. அப்போதிருந்துதான், அவனில் ஒரு மாற்றம் உண்டாகி யிருக்கிறது. முதலில் அதை ஸ்மசான வைராக்கியம் என்று நினைத்தேன். ஆனால், அவன் மனதில், மயக்கம் அப்படியே இருக்கவே, அவனுடைய வைராக்கியம் ஸ்மசானத்திலேயே முடிவுறுமோ என்று சந்தேகம் தோன்ற ஆரம்பித்தது. அதற்காகத் தினம் அவனோடு சில மணிநேரம் கழிப்பது, என் வழக்கம். அவனுடைய கவிதையடியைப் பற்றி உயர்வாகப் பேசிப் புகழ்ந்தால், ஏதாவது அவன் மனதில் கொஞ்சம் தெளிவு உண்டாகாதா என்று யோசிததேன். ஆனால் பேச்சு, அவன் மனதைச் சாந்தப்படுத்தும் என்று தோன்றவில்லை. அன்றும் வழக்கம் போல், அவன் வீட்டிற்குப் போயிருந்தேன். என் எதிரில் உட்கார்ந்திருந்தான் அவன்.

அன்றும் பழம்பாடம்தான். பேசிப்பேசி அலுத்து விட்டது எனக்கு. நான் என்ன சொல்லியும் அவன், ‘அவள் – அவள்’ என்று, அவளைப் பற்றி நிற்பதை, என்னால் சகிக்க முடியவில்லை. எனக்குக் கொஞ்சம் கொஞ்சமாய், ஆத்திரம் வர ஆரம்பித்தது.

பிற்பகலில் வந்தவன்; மாலையாகிவிட்டது; விளக்கேற்றியு மாகி விட்டது; இன்னும் பேசுவதென்றால்? கடைசியில், “சரி,

இனி நான் உன்னோடு பேச வரவேயில்லை. இன்று கடைசி நாள்; கடைசிச் சந்திப்பு. உலகத்தில் யாருடைய மனைவியும் இறக்கவில்லையா? எல்லோரும் உன்னைப் போல் இப்படியா பைத்தியம்போல் மாறிவிட்டார்கள்?" என்றேன்.

தூண்டிவிடப்பட்ட விளக்குகள்போல், திடீரென்று கண்கள் பிரகாசித்தன.

"மனைவியா? தாலி கட்டினால் மனைவி ஆகிவிடுவாளா? அதோ – அதோ – நக்ஷத்திரங்கள் – சாணுக்குள் நெருங்கி நெருங்கி இருக்கிறதுபோல் தோன்றுகின்றதல்லவா, ஆனால், அது வெறும் தோற்றம்தானே? ஆனால், ஒன்றை ஒன்று எட்ட முடியுமோ? ஒன்றிலிருந்து எட்டிப் பார்த்தால், மற்றொன்று ஒரு புள்ளிதான். நடுவில் எவ்வளவு தூரமோ! அவள் என் அருகில்தான் இருந்தாள்; உன் வார்த்தையில் 'மனைவி'யாக இருந்தாள். ஆனால் நான், அவளை நெருங்க முடிந்ததோ? எட்டிப் பார்த்தால், அவள் மனம் ஒரு புள்ளிபோல் தோற்றமளிக்கிறது. அவள் –"

இவ்வளவு நாளாக, அவனுடைய வைராக்கியத்திற்குப் பின் காரணம் இருக்கும் என்று, நான் நினைக்கவில்லை. அவன் பேச்சிலும் அது வெளிப்படவில்லை. ஆனால், இன்று திரை அகன்றுவிட்டது, நாடகத்தை நன்றாகப் பார்க்கலாம் என்று நினைத்தேன். அசைந்து செல்லும் நீரோட்டத்தின் அடியில் சுழல்கள்; ஆமாம், – என்று நிச்சயித்துக் கொண்டேன். என்னுடைய ஆவல் அதிகரித்தது. அதன் ரகஸ்யத்தை அறிய வேண்டுமென்று, ஆசை உண்டாகியது.

"ஸரோஜாவை, நான் அப்படி மதிப்பிடவில்லையே?" என்றுவிட்டேன், கொஞ்சமும் யோசிக்காமல்.

முதலிலிருந்தே பிரகாசித்துக்கொண்டிருந்த அவன் கண்கள், நெருப்பைக் கக்க ஆரம்பித்தன. எரித்துவிடுவதுபோல், என்னைப் பார்த்தான் அவன். எனக்குப் பயமாகிவிட்டது. ஏன் அதைச் சொன்னோம்? என்று பரிதபித்தேன், மனதில்.

அவனால் பேச முடியவில்லை; ரொம்ப நேரம் அப்படியே உட்கார்ந்திருந்தான். பயத்தால் நான், அவனையே உற்றுப் பார்த்துக் கொண்டிருந்தேன். அவன் கண்களோடு கலந்து பார்க்கவே, எனக்குப் பயமாக இருந்தது. எதிர்பாராமல் கலக்கும்போது, கண்களின் கீழே, பள்ளத்தில் கருப்புச் சாயை பயமுறுத்தியது. அதன்மேல் சூன்யத்தைப் பிளந்து பார்த்துக்கொண்டிருந்த கருமணிகளின் நிலைப்பு; அதிலே பித்தத்தின் பிரகாசம் தெறித்தது. அந்தப் பேரொளி, என் மனதைத் தாக்கி, அதன் சுரணையை வெட்டிவிடும் போலிருந்தது.

அவன் பேச ஆரம்பித்தான். ஆனால், உணர்ச்சி மிகுதியால், அவன் குரலில் நடுக்கம் ஒலித்தது.

"ஸரோ – ஆம் – பாவம்; உனக்குத் தெரியாது; எப்படித் தெரிய முடியும்? நானே கண்டுபிடிக்க முடியாமல் இருக்கும்போது, உன்னால் எப்படி முடியும்? நல்ல கவிதை எழுது என்கிறாயே, அவள் நெஞ்சத்தை, என்னால் ஏன் கற்பனை செய்ய முடியவில்லை? ஏன்? ஏன்? எதனால்?"

நான் திடுக்கிட்டேன். அவனுடைய கேள்வியாக மாறும் உணர்ச்சி, ஆபத்தை விளைவிக்கும் என்று எனக்குத் தோன்றியது. அவனை, எப்படியாவது பேசாமல் இருக்கச் செய்தால் போதும் என்ற எண்ணம், எனக்குள் எழுந்தது.

"ஐயோ; நீ பேசாமல் இரேன்!" என்றேன், ஏக்கம் நிறைந்த அதிகாரக் குரலில்.

"இல்லை, இல்லை – பேசவில்லை; இனிமேல் இங்கு வரமாட்டாய்; கடைசிநாள் இல்லையா? – ஆனால் –"

அவன், மேலே பேசவில்லை. எழுந்து மேஜையைத் திறந்து, ஒரு காகிதக் கட்டை எடுத்து, என்முன் வீசி எறிந்தான்.

உனக்கு 'என்னை'ப் படிக்க ஆசையாயில்லாவிட்டாலும், ஆசையை வரவழைத்துக்கொள். படி. உனக்காகவே இதை எழுதினேன். வேறு யாருக்காக எழுதப்போகிறேன்? என்னால் பேச முடியாது; நீயும் பேச விடமாட்டாய். அதற்காகவே, என் கதையை எழுதிவிட்டேன். பேச்சைவிட எழுத்தில் என் உணர்ச்சி ஒலிக்கலாம். – சரி – நீ படி – இங்கே வேண்டாம். வீட்டிற்குப் போய்ப் படி – போ –"

அவன் 'போ' என்றதும், பேசாமல் எழுந்தேன். ஒருதடவை, அவன் முகத்தைப் பார்த்தேன். அவன் என்னையே பார்த்துக்கொண்டிருந்தான். 'இனி அவன்' என்று, எனக்குள் ஒரு பயம் எழுந்து, என்னைத் தடுமாறச் செய்தது. "வீண் பயத்தைக் கற்பனை செய்யாதே" என்று தேற்றிக்கொண்டு புறப்பட்டேன்.

அவனுடைய வீட்டை விட்டு, வெளியே வந்தேன். அமாவாசை நெருங்கிக்கொண்டிருந்ததால், மிகவும் இருட்டாயிருந்தது எங்கும். உலகத்தைவிடப் பெரிய ஒரு நீலக்காகிதத்திலே, உலகத்தாரின் தலையெழுத்து ஒளியாய் எழுதப்பட்டிருந்தது. ஒருவன், இருண்ட இரவில் ஒளியால் தலைஎழுத்தை ஏன் எழுதவேண்டும்? அவன், மனிதரைப் பரிகாசம் செய்யும் ஏற்பாடு அது. வீட்டை அடைந்தேன். கதவைத் திறந்துகொண்டு, உள்ளே சென்றேன். அங்குச் சூழ்ந்திருந்த இருட்டு, எனக்குப் பயம் காட்டியது. ஒரு சிறிய ஒளி ஏற்றிக்கொண்டேன்.

"பிரியமான நண்பனே, இருளடர்ந்த உன் விதியைப் படிக்கிறேன்" என்று சொல்லிக் கொண்டே, அவன் கொடுத்த காகிதக்கட்டைப் பிரித்துப் படிக்க ஆரம்பித்தேன்.

◆ ◆ ◆

'அவன் – அவள்' என்று அவளையே எண்ணி ஏங்கிக்கொண்டிருந்தது, என் மனம். நம்மை பிரித்து வைப்பதற்காகச் செய்யப்பட்டிருக்கும் இந்த ஏற்பாடு – இந்த மனிதர்கள் அழியமாட்டார்களா? என்று எல்லோரையும் சபித்தேன். நான் சாப்பிட்டது, படுத்தது, நினைத்தது எல்லாம் 'அவள்' மயம்தான். எனக்கு எங்கும், ஒரே அவள்தான், ஆனால், அவளோ? திடீரென்று வருவது, ஒன்றிரண்டு நாள் தங்கிவிட்டுப் போய்விடுவது. இந்த

கண்ணாமூச்சு விளையாட்டு, எனக்குப் பிடிக்கவில்லை. ஒரு வார்த்தை – ஒரு பார்வை – அதுகூடக் கிடைக்கவில்லை, எனக்கு.

கடைசியில் கோபம், என் தாயார் மீது பாய்ந்தது. நம்மை நிரந்தர மாகப் பிரித்து வைத்திருக்கும் சூழ்ச்சிக்காரி என்று கோபம் வந்தது. ஆனால், கோபத்தைச் சட்டென்று வெளியிட முடியவில்லை. ஆனால், ஆசை தாங்கவில்லை; ஆத்திரத்தைத் தூண்டிவிட்டது. 'சரி – இனி' என்ற நிச்சயத்துடன், தாயாரிடம் சென்றேன். ஓடிவந்த வெட்கத்தை ஒதுக்கித் தள்ளிவிட்டு, அவள் நம்மைப் பிரித்து வைத்திருப்பதைக் கண்டித்தேன், ஆத்திரமாக. அவள் சிரித்தாள்; அனுபவச் சிரிப்பு சிரித்தாள்; என் படபடப்பை அவள் கவனித்ததாகத் தெரியவில்லை. 'சரி – சரி' என்று கொண்டே, வெளியே வந்துவிட்டேன். ராத்திரி, அதே வார்த்தையை, மறுபடியும் சொன்னேன்.

அவள் நிரந்தரமாய் இருக்க என் வீட்டிற்கு வந்துவிட்டாள்; ஆனால் – !

ஸரோ ! அவள் வேலைக்காரியா ? வேலை – வேலை – எப்போதும் அவளுக்கு வேலைதானா ? விடிந்தது முதல் படுக்கும்வரை, அவளுக்கு ஓய்வே கிடையாதா ? ஒரு நிமிஷம்கூட ? என்னோடு பேசுவதற்குக்கூட – தனியாகச் சந்திக்கக்கூட – அவளுக்கு அவகாசம் கிடைப்பதில்லை. ஒரு நாளில், ஆயிரம் தடவை 'ஸரோ – ஸரோ' என்று கூப்பிட்டால், ஒருதடவை 'உம்' என்ற ஒரு பதில். பிறகு மௌனம்தான்; எனக்கு வருத்தம்தான்.

இதுவும் அவள் சூழ்ச்சி என்று, அம்மா மீதுதான், கோபம் வந்தது. அவள்தான், வேலையொன்றும் செய்யாமல், எல்லாவற்றையும் ஸரோவிடம் ஒப்படைத்திருக்கிறாள் என்று தோன்றியது, எனக்கு.

"அம்மா ! ஸரோவை, நீ ஒரு நிமிஷம்கூட விடமாட்டாயா ? அவளை எப்போதும், நீ வேலையில் வைத்திருப்பாயா ?" இதுவும் வெட்கத்தை துரத்திவிட்டுக் கேட்ட கேள்விதான்.

அம்மா, ஒன்றும் பதிலளிக்கவில்லை. பேசாமல் போய்விட்டாள். அவள் போனதும், 'அவள்தான் விடவில்லை – ஸரோவே வந்து பார்த்தால் என்ன கேடு ?' என்ற கோபம் ஒரு நிமிஷம், அம்மா விட்டால்தானே – நாணம் வேறேயிருக்கும், என்று பிழைதிருத்தம்.

கொஞ்ச நேரத்தில், ஸரோவின் கையைப் பிடித்துக்கொண்டு, அம்மா வந்தாள். ஸரோவை நிமிர்ந்து பார்த்தேன்; அவள் கண்களில் என் கண்கள் பதிந்தன; நிமிர்ந்த தலையை அவள் குனியவில்லை; நான் குனிந்துகொண்டேன்.

"இந்தா, உன் ஸரோஜாவை, நீயே வைத்துக்கொள்."

தாயார் போய்விட்டாள். நான், அவளைக் கவனிக்கவில்லை. ஸரோவை நெருங்கி, 'ஸரோ' என்று கொஞ்சலாகவும் கெஞ்சலாகவும் கூப்பிட்டேன். அவள், நின்ற இடத்திலிருந்து அசையவில்லை; நிமிர்ந்த தலை. குனியவில்லை. நான், அவள் கையைப் பிடிக்கப் போனேன்.

"அம்மா கஷ்டப்படுவது; நான் பஞ்சு மெத்தையில் 'ஹாயா'கப் படுத்திருக்க வேண்டுமோ ?"

என்னால், ஏனோ பேச முடியவில்லை. பிரமித்துவிட்டேன். நான், இதை எதிர்பார்க்கவில்லை. எதிர்பார்த்ததெல்லாம், நாணம் நிறைந்த ஒரு புன்சிரிப்பு – பொய்க் கோபம் – ஊடல் – ஓடல். ஆனால், எல்லாம் மனதோடு நின்றுவிட்டன. எல்லாம் நினைவுகளாகவே தங்கிவிட்டன. நிமிர்ந்து பார்த்தேன்; அவள் அங்கே இல்லை; போய்விட்டாள்!

“சரி, போ! ஆனால், என்னிடம் அகப்படவே மாட்டாயா? எங்கே போய்விடுவாய்? உன்னைப் பிடித்தே தீருவேன்” என்று நிச்சயித்துக் கொண்டேன்.

❖ ❖ ❖

சாந்தி முகூர்த்தத்திற்கு எல்லா ஏற்பாடுகளும் ஆகிக்கொண்டிருந்தன. இரவு என்ற இருளின் வரவை எதிர்பார்த்துக் கொண்டிருந்த என் மனதிலும் இருள் சூழும் என்று, நான் எப்படிப் பார்க்க முடியும்? ஹிருதயத்தில் ஒன்று ஒன்றாக அலைகள், குழம்பிக் குழம்பி விரிந்துகொண்டிருந்தன.

அவளை, நான் தனிமையாகச் சந்தித்தேன்.

அவள் வந்துவிட்டாள். ஓரிடத்தில் தனியாக ஒதுங்கி உட்கார்ந்தாள். நான், நெருங்கி உட்கார்ந்தேன். தீர்மானித்திருந்த என் வாயில், பேச்சு வரவில்லை. ஆழ்ந்த சிந்தனையில் மூழ்கினவள்போல் அவள், அசையாமல் உட்கார்ந்திருந்தாள். என்னைப் போலவே துடிக்கும் ஒரு ஹிருதயத்தை, எதிர்பார்த்துக் கொண்டிருந்தேன்.

கடைசியில் சமாளித்துக்கொண்டு, “ஸரோ!” என்றேன்.

கனவு கலைந்ததுபோல் அவள் விழித்துப் பார்த்தாள். நான், ஏதோ ஒரு சக்தியால் உந்தித் தள்ளப்பட்டு, அவள் முகத்தைப் பார்த்தேன். பார்த்ததும் திடுக்கிட்டுவிட்டேன். கன்னத்தில் நீர்த்துளிகள், என் மனம்போல் தடுமாறிக்கொண்டிருந்தன.

“ஸரோ – ஸரோ! ஏன்? என்ன விஷயம்?” என்று பரபரத்துக் கேட்டேன்.

“ஒன்றுமில்லை – அம்மா ஞாபகம்” என்று தடைப்பட்ட, தடுமாறிய, தனித்தனி வார்த்தைகளில் பதிலளித்தாள்.

“இதற்கு அழுவார்களா?” என்றேன், பரிவோடு!

“பின், எதற்கு அழுவது?”

ஆச்சரியத்தால் பிரமித்துவிட்டேன். இது என்ன அர்த்தமில்லாத கேள்வி? அவள் ஏன் இப்படிப் பேசுகிறாள்? என்ன நினைத்துக்கொண்டு பேசுகிறாள்? எனக்கு ஒன்றும் புரியவில்லை; நான் பேசவில்லை.

அவள் கண்ணீர் அதிகரித்தது. எனக்குப் பரிதாபமாய் இருந்தது. என் ஸரோ அழுவதா என்று வருத்தமாயிருந்தது. கொஞ்ச நேரத்தில் விம்மிப் பிறகு விக்கி அழவாரம்பித்தாள். அம்மா நினைவா? இந்தச் சமயத்திலா? உட்கார்ந்திருந்தவள், கொஞ்சம் கொஞ்சமாக அழுதுகொண்டே நீட்டிப் படுத்தாள்; குப்புறக்கிடந்தாள்; தலையணையில் முகத்தைப் புதைத்துக் கொண்டாள்; இரண்டு கைகளாலும் முகத்தைச் சுற்றிக்கொண்டாள்;

இன்னும் அழுதுகொண்டேயிருந்தாள். நான் ஒன்றும் பேசவில்லை; பேசாமல் பிரமை கொண்டு பார்த்துக்கொண்டிருந்தேன்; அப்படியே பொம்மைபோல் உட்கார்ந்திருந்தேன். கொஞ்ச நேரம் கழித்து விம்மலும், விக்கலும் ஓய்ந்தது. அசையாமல் கிடந்தாள். வரிசையாகச் சாதாரணமாக மார்பு விம்ம, மூச்சு போய் வர ஆரம்பித்தது. 'ஸரோ' என்று மெதுவாகக் கூப்பிட்டேன். பதில் வரவில்லை. தொட்டுப் பார்த்தேன்; அசையவில்லை. தூக்கம் வந்து விட்டது என்று நினைத்துக்கொண்டேன். அருகில் வந்து எட்டி ஓடிவிட்டாளே என்று பெருமூச்சுவிட்டேன். சரி, தூங்கிவிட்டாள் என்று கொஞ்சம் சந்தோஷம் உண்டாகியது. கொஞ்சமும் சப்தம் செய்யாமல், நானும் படுத்துவிட்டேன். ஆனால், தூக்கம் – அது ரொம்பத் தூரத்தில் இருந்தது; கிட்டவே வரவில்லை. அவளுடைய பேச்சைப் பற்றியே யோசித்துக்கொண்டிருந்தேன். அவள் நினைவு என்ன, அம்மா ஞாபகம் இப்போது ஏன் – அழுகை ஏன் – யோசனை செய்தேன். ஒன்றும் தோன்றவில்லை.

ஏன் தோன்றவில்லை? அவளுடைய நடத்தையிலிருந்து, அவள் உள்ளத்தை, ஏன் அறிய முடியவில்லை? அவளது உண்மையை, என்னால் ஏன் கற்பனை செய்ய முடியவில்லை? கற்பனை, மனிதர்களின் ஹிருதய உணர்ச்சியைத் தனதாக்கிக் கொள்ளும் என்றால், என் அருகில் இதோ எனக்குக் கொஞ்சதூரத்திலேயேயிருக்கும் அவள் உணர்ச்சியை, ஏன் அறிய முடியவில்லை?

இப்படியே யோசனைகள்; பதில் இல்லாத கேள்விகள்; அப்படிக் கழிந்தது அன்று இரவு.

◆ ◆ ◆

மறுநாள் விடியற்காலையில் எழுந்தேன். நான் எழுந்ததே அதிகாலைதான். ஆனால், அதற்கும் முன்பே, அவள் எழுந்துபோய் விட்டிருந்தாள். 'சரி சரி, ஓடு' என்று மனம் சொல்லிக்கொண்டது.

ஆனால், ஏன் ஓடுகிறாள்? இதை என் மனம் அப்போது நினைத்துப் பார்க்கவில்லை. கற்பனையிலும் காண முயலவில்லை.

அன்றுதான், என் தாயாருக்கு ஜுரம் கண்டது. எனக்கு ஒன்றும் கடுமையாகத் தோன்றாவிட்டாலும், சரோ, அவள் அருகிலேயே எப்போதும், எந்த நேரமும், இரவில்கூட இருக்க ஆரம்பித்தாள்.

அன்று ஒரு இரவுதான், அவளைத் தனியே சந்தித்தது; அதுவும் அப்படி முடிந்தது. இப்போது என் தாயின் சாக்கை வைத்துக்கொண்டு, அங்கேயே இருக்கிறாள். அதனால், என் மனதில் வேதனை எழுந்தது. அவளை மறுபடியும், சந்தோஷமாகச் சந்திக்க முடியாதா என்ற ஆவல் எழுந்தது.

அவள், மாமிக்கு சிசுருக்ஷை செய்யத்தான், இங்கு வந்தாளா? இரவில் அவள் வரலாம் என்று எதிர்பார்த்து, அவள் வராததால் ஏங்கிப் படுப்பேன். எல்லாவற்றிக்கும் அவள்தான் காரணம் என்று, மறுபடியும் தாயார்மீதுதான் பாய்ந்தது, என் மனம். ஜுரத்திற்குக்கூடவா, அவள் ஜ்வாப்தாரி? இதை நான் யோசிக்கவில்லை. ஒருமுகப்பட்டு, ஸரோவின் சிந்தனைகளில் மூழ்கியிருந்த என் மனதில், மற்றவற்றிற்கு இடமேது?

தாயார் மீது கோபம் வந்தது; ஆனால், வியாதியாயிருக்கும் அவளை, என்ன செய்வது? பதினைந்து நாட்களாகிவிட்டது; ஜுரத்தின் வேகம் தணிந்தபாடில்லை. குறைந்து குறைந்து, ஒரு நிலையில் வந்துகொண்டிருந்தது. வியாதியோடு இவளும் தொலையமாட்டாளா என்றுகூடச் சில சமயம் நினைத்தது உண்டு!

கடைசியில் ஒருநாள் ஜுரம் என்றுமில்லாதவிதமாய்க் குறைந் திருந்தது; அன்றுதான் திடீரென்று எனக்கு அந்த யோசனை தோன்றியது. அவளை, என் தங்கை இருக்கும் கிராமத்துக்கு அனுப்பிவிடுவதென்று தீர்மானித்தேன். வாசலில் வண்டியைக் கொண்டுவந்து நிறுத்திவிட்டுத் தாயாரிடம் சென்றேன். கிராமத்தில் போய்ச் சில நாளிருந்தால் உடம்பு சரியாகும் என்று, அவளுக்காக ரொம்ப அக்கறை உடையவன்போல் சொன்னேன். அவளும் ஒப்புக்கொண்டாள். ஆனால், 'வீட்டை யார் பார்த்துக்கொள்வது?' என்றதும், அவள் எண்ணத்தை அறிந்துகொண்டேன். செலவு அதிகம்; பணமுடை முதலிய காரணங்களை விரிவாக எடுத்துச் சொன்னேன். அவள் முகம் சுருங்கியது; வெறுப்பின் ரேகை படர்ந்தது. ஆனால், நான் கவனிக்காதவன் போலிருந்துவிட்டேன். அப்போது ஸரோவும், அங்கே வந்துவிட்டாள்.

அவளிடம் அம்மா விஷயத்தைச் சொன்னாள். ஸரோ, தானும் அவளோடு போவதற்காக ஆயத்தமானாள். எனக்குக் கோபமும் ஆத்திரமும் ஒருங்கே வந்தன. ஆத்திரமாய், "ஸரோ" என்றேன். என் குரலின் ஆத்திரம், வியாதியில் கிடந்த என் தாயைத் தூக்கிவாரிப் போட்டது. ஆனால் ஸரோ, ஒரு அலட்சியமான பார்வையை என்மீது வீசினாள். உறுதியுடன் நானும், அவளைப் பார்த்தேன்! என் தாயார் ஹீனஸ்வரத்தில் – "நீ வர வேண்டாம், சரோஜா! நான் போகிறேன்." என்றாள். ஸரோ, திரும்பிப் பேசாமல், உள்ளே போய்விட்டாள்.

அவள் போன பின், அம்மாவை மெதுவாகக் கூப்பிட்டேன். பதில் ஒன்றும் பேசாமல், அவள் எழுந்திருக்க முயன்றாள். என் கைத் தாங்கலில் அவளை அழைத்துக்கொண்டு, வாசலில் வந்தேன். அவளை வண்டியில் ஏற்றிவிட்டேன். கூடவே ஒரு வேலைக்காரனைத் துணைக்கு அனுப்பினேன். வண்டி புறப்பட்டுவிட்டது ஆனால், என் மனதில், ஒரு மூலையிலிருந்து பலமான எதிர்ப்பு வந்தது. "அம்மா?" என்று ஒரு குரல்; "ஸரோ?" என்று மற்றொன்று, அதை அடக்கியது. கலியாணமாவதற்கு முன், நான் எப்போதுமே இப்படி நடந்துகொண்டதில்லை. வண்டி மறைந்தது; அதோடு கவலையும் மறைந்துவிட்டது. சந்தோஷம் அனுபவிப்பதற்காக மனதைச் சுத்தப்படுத்திக் கொண்டே, உள்ளே சென்றேன்.

"இனி எங்கே போவாய், ஒளிந்துகொள்ள?" என்று உள்ளுக்குள் சிரித்துக்கொண்டேன்.

சமையல் அறையிலிருந்தாள் ஸரோ. அடுப்புப்புகைந்து கொண்டிருந்தது. அவள், கண்கள் சிவக்க ஊதிக் கொண்டிருந்தாள். அவற்றில் நீர் நிறைந்திருந்தது. அடுப்பின் புகையா – மனதின் புகையா – என்று என்னால் யோசிக்க முடியவில்லை; சமையல் வேலையில் அவளுக்கு உதவி செய்பவன் போல் அருகில் உட்கார்ந்தேன். அவள் என்னைத் திரும்பியும் பார்க்க

வில்லை. நான் வந்ததை அறியாதவள் போலவே இருந்தாள். கடைசியில், நானாகவே அவளைக் கூப்பிட்டேன். சிவந்த கண்களை, என் பக்கம் திருப்பினாள். அந்தப் பார்வை, என் உள்ளத்தைத் தாக்கி, அங்கே ஒரு கேள்வியாகவே நிலைத்தது: “எதற்காக, இப்படிச் செய்தாய்?” இது சரிதானா? எனக்காகத் தாயாரை விரட்டியது நியாயமா?” இன்னும் பல கேள்விகளை, ஒருங்காகத் திரட்டிச் செய்யப்பட்டதுபோல் இருந்தது, அந்தப் பார்வை.

மறுபடியும் நான், “ஸரோ!” என்றேன். அதற்கும் அவள் பதில் அளிக்காமல் இருக்கவே, எனக்கு வருத்தமாகிவிட்டது. “என் மேல் கோபமா?” என்று கேட்டேன்.

“ஏன் கோபப்பட வேண்டும்?”

“சரி, நீதான் சமைக்க வேண்டியவளா?”

“பின், யார் சமைப்பார்கள்?”

“சமையல்காரனை வைத்திருக்கிறேன்?”

“சமையல்காரன் சமையல், எனக்குப் பிடிக்காது.”

அது எனக்கு எப்படித் தெரியும்? எனக்கு இதன் பதில் தெரியவில்லை. மறுபடியும் அவள், என்னைக் கவனிக்காமலே சமையல் வேலையில் ஈடுபட்டாள். நான் அங்கே இல்லை போலவே நடந்துகொண்டாள். நான் பேசாமல் – என்ன செய்வது என்று தெரியாமல் உட்கார்ந்து கொண்டிருந்தேன். வேண்டுமென்றே வேலையை நீட்டி, அதில் அவள் ஈடுபடுகிறாள் என்று தோன்றியது எனக்கு. ஆனால், அவள் மீது, எனக்குக் கோபம் வரவில்லை. அவள் மீது எனக்கு வருத்தம்தான் உண்டாகியது. எழுந்து வெளியே வந்தேன்; தனி அறைக்குள் சென்றேன்.

அவள் – ஏன் இப்படி? எதற்காக? – என்று நினைத்து நினைத்து, யோசனை செய்தேன். அவளுடைய ஒவ்வொரு நடத்தையும், மிகவும் அதிசயமாயிருந்தது. நாணமா என்று கேட்டுக்கொண்டேன்; அப்படியானால் இது முடிவேயில்லாததா என்றும் நினைத்தேன். ‘இல்லை. ஏதோ அர்த்தம் இருக்கிறது’ என்று எண்ணினேன். அவள், என் அருகில் இருந்து, எட்ட எட்ட ஓடிப்போகிறாள். ஆனால், ஏன்? எதற்காக? ‘அதற்காக’த்தான் அவள் வேலையில், மாமியின் அருகில், அழுகையில் மூழ்கியிருக்கிறாள், என்று நினைத்தேன். ஆனால், எதற்காக? அதுதான் புரியவில்லை எனக்கு. கற்பனை செய்து செய்து பார்த்தேன். கவியல்லவா! ஆனால், உண்மையின் ஒருபடி மீதுகூட, என் கற்பனை ஏறவில்லை.

எழுந்து மறுபடியும் உள்ளே சென்றேன். சமையல் இன்னும் முடிவில்லாமல் நடந்துகொண்டேயிருக்கிறதோ? என்று பார்த்தேன். சமையல் முடிந்துவிட்டிருந்தது. அவள், அறையின் ஒரு மூலையில், குனிந்து உட்கார்ந்து கொண்டிருந்தாள். தலைமயிர், ஊசலாடிக் கொண்டிருந்தது. கீழே குவியலாகப் பல தினுசான புஷ்பங்கள் கிடந்தன. அவள் அவற்றை எடுத்து, ஒவ்வொன்றாகக் கோத்துக்கொண்டிருந்தாள். அந்த வேலையில்கூட அவள் இரண்டறக் கலந்துவிட்டாள் போலும். அவள் என் வருகையையே கவனிக்கவில்லை. கனைத்து வருகையைத் தெரிவித்தேன். அதற்கும் அவள் நிமிரவில்லை.

"சமையல் முடிந்துவிட்டதா?" என்று கேட்டேன்.

"தெரியவில்லையா?" என்று கேள்வியையே திருப்பினாள் அவள்.

"என்ன செய்கிறாய்?"

"நல்ல கேள்வி! உதிர்ந்த பூக்களைக் கோக்கிறேன்"

அவளுடைய 'நல்ல கேள்வி!'யை, நான் கவனிக்கவில்லை. அவளுடைய 'உதிர்ந்த பூக்களைக் கோக்கிறேன்' திடீரென்று என் மனதில், ஒரு நினைவைத் தட்டிவிட்டது.

அவள் ஏன், அப்படிப் பேசினாள்? கண்ணீர் கலந்த ஒலி? ஆனால் ஏன்? எதனால்?

"அழுகிறாயா ஸரோ? ஏன் அழுகிறாய்?" என்று பதறிக் கேட்டேன்.

"அழுகிறேனா? நானா அழுகிறேன்?"

"நீ அழுவது, உனக்கே தெரியவில்லையா?" என்று நான் சொல்லிக் கொண்டேன்; "நீ பேசுவது, எனக்குப் புரியவில்லை" என்றேன்.

"நான் பேசுவது, உங்களுக்கு எப்படிப் புரியும்?"

எனக்கு ஆச்சரியம்தான். அவளுடைய அழுத்தமான பேச்சு, அர்த்தத்துடன் ஒலித்தது. கேள்வியுடன் ஒலித்தது. அந்தப் பேச்சை மாற்றவேண்டும் என்று நினைத்தேன்.

அவளை நோக்கி ஓரடி எடுத்து வைத்ததும் அவள், "ஆ"வென்று உரத்துக் கூவினாள்.

திடுக்கிட்டு நான், "என்ன? என்ன?" என்றேன்.

அவள், கையை நீட்டினாள். ஒரு விரலிலிருந்து ரத்தம் துளித் துளியாகச் சிந்திக்கொண்டிருந்தது. ஊசி நன்றாகக் குத்திவிட்டிருந்தது; மிகவும் ஆழமாகப் பதிந்திருந்தது. அவசரமாக எடுத்ததில் ஊசி அசைந்து, காயம் அகன்றுவிட்டது. உடனே நான், விரலில் மண்ணெண்ணெய் ஊற்றினேன். ஆனால், ரத்தம் தொடர்ந்து வந்துகொண்டிருந்தது. துணியைக் கிழித்து விரலில் சுற்றினேன். களைத்தவள்போல் அவள், புஷ்பங்களைச் சிதறிவிட்டுக் கீழே சாய்ந்தாள். கண்களை மூடிக் கொண்டாள். இமையின் ரேகைகளில், நீர்த்துளிகள் தேங்கியிருந்தன. கொஞ்ச நேரத்திற்குப்பின் அவள், நீண்ட பெருமூச்சு விட்டாள். பிறகு அப்படியே சாய்ந்திருந்தாள். நான் பேசாமலிருந்தேன். என் மனதிற்குள் யோசனைக்கு நேரமேயில்லை. இப்போது அவள் பேசாமல் சாய்ந்திருக்கவே, நினைத்து யோசனை செய்தேன்.

ஊசி, அவளை அறியாமலேயே விரலில் ஏறியதா? என் பேச்சு முடிவதற்கும், ஊசி விரலில் குத்துவதற்கும் ஏன் சரியாயிருக்க வேண்டும்? என்னைத் துரத்த, இது ஒரு புதிய சூழ்ச்சியா? ஆனால், அதற்காக ரத்தத்தையா வெளிப்படுத்த வேண்டும்? அதற்கு அவளே காரணமா? தெய்வாதீனமா? இப்படியே யோசித்துக்கொண்டிருந்தேன்.

கொஞ்ச நேரத்தில் சாய்ந்திருந்தவள் எழுந்து, விரலில் சுற்றியிருந்த துணியை எடுத்து எறிந்தாள். பிறகு வேகமாகக் குழாயடியில் சென்று,

ரத்தம் காய்ந்திருந்த கையைக் கழுவ ஆரம்பித்தாள். அவள் கழுவுவதற்கான நேரத்தைக் கண்டு, எனக்குப் பயமுண்டாகி விட்டது.

"ஸரோ"! ரொம்ப நனைக்காதே! பிறகு கஷ்டப்பட வேண்டும்!" என்றேன். அவள் கவனிக்கவில்லை, நீரின் எதிரிலேயே விரலைப் பிடித்துக் கொண்டிருந்தாள். என்னால் ஒன்றும் பேச முடியவில்லை. இவள் மீது துக்கம் உண்டாகியது. கோபம்? அவளுக்காக, அது எட்டி, ரொம்பத் தூரத்தில் இருந்தது. தவறியும் அவள் மீது எனக்குக் கோபம் வந்ததில்லை. பிறரை அனாவசியமாகக் கோபித்துக்கொள்ளும் எனக்கு, அவள் மீது கோபம் வராதது, எனக்கே சில சமயம் ஆச்சரியத்தை உண்டாக்கிவிடும்.

ஈரத்தில் கையை நனைத்துக்கொண்டு வந்தவள், அந்தக் கையைத் துடைத்துக்கொள்ளவே இல்லை, மற்ற கையைத் தன் புடவையில் துடைத்துக்கொண்டாள். ஆனால், காயக்கையை துடைத்துக் கொள்ளாமலிருந்ததை, நான் கவனித்தேன். எழுந்து துடைப்பதற்காக, அவள் கையைப் பிடிக்கப் போனேன்.

விலகி அவள், ஒருமாதிரியான குரலில், "ஏன்?" என்றாள்.

"அபாயமல்லவா காயத்தில் ஈரம் பட்டால்?"

"அதனால், உங்களுக்கு என்ன?"

எனக்கு என்னவா? நான் திடுக்கிட்டுவிட்டேன். அவள் தண்ணீரில் நனைய வேண்டிய வேலைகளையே, மறுபடியும் மறுபடியும் செய்வதைக் கண்ட என்னால் பொறுக்க முடியவில்லை. என் இஷ்டத்திற்கு மாறாக, இதைச் செய்ய வேண்டுமென்றே, இவள் செய்கிறாள் என்று எனக்குத் தோன்றியது.

வருத்தமும் கெஞ்சுதலும் கலந்த குரலில், மறுபடியும், "ஸரோ! அது அபாயம்" என்றேன்.

அதற்கும் அவள் முன்போலவே, "உங்களுக்கு, அதனால் என்ன?" என்று அழுத்தந்திருத்தமாய்ச் சொன்னாள்.

அலக்ஷியமாகவே நடந்துகொண்டாள். அந்தக் காயத்தையும் என்னையும் லட்சியம் செய்ததாகவே தெரியவில்லை. எனக்கு வருத்தம் உண்டாகியது. அங்கிருந்து பேசாமல் வெளியே வந்தேன். தடுமாறிக் கொண்டிருந்தது மனசு.

"புரியாதவளே! நீ என்றுமே புரியமாட்டாயா?" என்று அது தன்னையே கேட்டுக்கொண்டது, பதில், பயங்கரமான ஒரு சூன்யமாக இருக்கவே, அது துடித்தது.

"பயங்கரமான புதிரே! உன்னை என்றுமே விளக்கமுடியாதா? ஏன் முடியாது? பார்க்கிறேன்" என்று சொல்லிக்கொண்டேன்.

"நான் நெருங்க. எட்டி ஓடுகிறவளே! உன்னைப் பிடிக்க முடியாதா?" என்று கேட்டுக்கொண்டேன்.

"மாயை போர்த்தவளே! போர்வையை அகற்றிவிட்டு, நீ என்றுமே சாதாரண உருவத்தில் இருக்கமாட்டாயா?"

யோசனை செய்துகொண்டே, திண்ணை மீது உட்கார்ந்து கொண்டிருந்தேன். தெருவில் ஜனநடமாட்டம் குறைந்தும் அதிகரித்தும் கொண்டிருந்தது. சூரியனின் சாவுக் கிரணங்கள், கடைசியாகக் கூரைகள் மீதும் தெருவின் கரையிலும் நின்று புன்னகை செய்ய ஆரம்பித்தன.

ஒளியும் மயக்கம் கொண்டது. இருட்டின் மெலிந்த கிரணங்கள், மெல்லியதாக விழுந்தன. கொஞ்சநேரம் ஒளியும் இருளும் கலந்து குழம்பின. அப்போதுதான் அருகில் யாரோ, 'ஐயா' என்று கூப்பிட்டார்கள்.

என் கனவு கலைந்து திடுக்கிட்டு விழித்தேன். எதிரில் "அவன்" நிற்பதைப் பார்த்தேன். என்னால் உடனே, சமாளித்துக்கொள்ள முடியவில்லை. ஆனாலும் – வா – ருங்கள்," என்று 'வா'வுக்குப் பின் நீட்டி வரவேற்றேன். 'நீ – நீர்––––நீங்கள் ?' என்ற சந்தேகத்தால், என் மனம் தடுமாற்றம் கொண்டதின் விளைவு அது. கடைசியில் "நீங்கள்" என்று தீர்மானித்தேன். பிறகு அவனுக்காகவும். கொஞ்சம் இடம் மனதில் ஒதுங்கினேன்.

"உட்காருங்கள்" என்றேன்; அவன் திண்ணை மீது உட்கார்ந்தான்.

ஸரோவைக் கலியாணம் செய்துகொள்ளும் சமயம், அவள் ஊரில் அவனுக்கும் எனக்கும் பழக்கம் உண்டாகியிருந்தது. சிலநாள் பழக்கம்தான். துக்கத்தின் உருவமாகத் தோற்றமளித்தாலும், அவன் பேச்சில் இன்பம் உண்டாகும்.

அவனுடைய திடீர் வருகை, எனக்கு ஆச்சரியம் அளித்தது. 'சரி, சிலநாள் பழக்கத்தின் கூலி பெற வந்தாயா ?' என்று அவனைப் பற்றிய அலக்ஷியமான நினைவு, மனதிற்குள் எழுந்தது. ஆனால் அதைச் சற்றும் முகத்தில் கொண்டுவராமல், அவனை உபசரித்தேன். எதிர்த் திண்ணையில் உட்கார்ந்திருந்தான் அவன். மெதுவாக அவனிடம் பேச்சுக் கொடுக்க ஆரம்பித்தேன்.

"காபி ஆகிவிட்டதா ?" என்று கேட்டேன்.

"ஒ," என்றுவிட்டுப் பெருமூச்சு விட்டான்.

"இவ்வளவு தூரம் தயவுசெய்தது என்னவோ ?" என்றேன்.

"ஒரு வழக்கு" என்றான்.

"வழக்கா ? இந்த ஊரில், கோர்ட் இல்லையே ?"

"கோர்ட்டுக்காக வரவில்லை. நியாயமாக என்னைச் சேர வேண்டிய சொத்து; ஆனால் சட்டம் இன்னொருவனுக்குச் சொந்தமாக்கிவிட்டது."

"அதற்காகச் சட்டத்தை மீற முடியாதே?"

"சட்டத்தை மீறுவது, என் இஷ்டமில்லை. எதிரி, இந்த ஊரில் இருக்கிறான். அவனை எச்சரித்துவிட்டுப் போக வந்தேன். அந்தச் சொத்தை, உன்னால் அனுபவிக்க முடியாது என்று சொல்லிவிட்டுப் போக வந்தேன்."

அவன், "உன்னால்," என்னும் வார்த்தையை அழுத்திப் பேசியது, எனக்கு ஞாபகமிருக்கிறது. அப்போது, அதைச் தற்செயல் என்று நினைத்துக்கொண்டேன். "அதனால், என்ன பிரயோஜனம் !" என்றேன்.

“மனதிற்குச் சாந்திதான். அந்தச் சொத்தை, அவன் அனுபவிக்கும் விதத்தைக் கண்டாவது சந்தோஷம் கொள்ளலாம், அல்லவா? அதற்காகத்தான்.”

‘மிகவும் குரூரமான மனிதன் நீ!’ என்று நினைத்துக்கொண்டு, “அவன் யார்?” என்று கேட்டேன்.

அவன், உடனே பதில் சொல்லாமல் தடுமாறியது, எனக்கு ஆச்சரியமா யிருந்தது. யோசிப்பவன்போல், கொஞ்சநேரம் உட்கார்ந்திருந்தான்.

இவ்வளவும் சொல்லிவிட்டு, அதைச் சொல்லுவதால், அவனுக்குக் கஷ்டம் உண்டாகிவிடுமா?” அதைப் பற்றி நமக்கு என்னவென்று நினைத்து, “நீங்கள் எப்போது வந்தீர்கள்?” என்று கேட்டேன்.

“இப்போதுதான் வருகிறேன்; உங்களுடைய வீட்டை விசாரித்துக் கொண்டே வந்தேன்.”

“சரி, நீங்கள் இங்கே தங்கவேண்டும். உங்களுடைய சொந்தக்காரர், இங்கு யாரும் இல்லையே?”

“இல்லை.”

“சரி, சரி, உள்ளே வாருங்கள்; பேசலாம்.”

அவனை அழைத்துக்கொண்டு, உள்ளே சென்றேன். போகும்போது தற்செயலாக அவனைப் பார்த்தேன். அவன் பார்வை வீடு எங்கும் பாய்ந்து, எதையோ தேடுவதைப் போலிருந்தது.

அவனை ஓரிடத்தில் உட்காரவைத்துவிட்டு, உள்ளே போய் வெற்றிலைத் தட்டு கொண்டுவந்து வைத்தேன். பிறகு மறுபடியும் உள்ளே போய் ஸரோவிடம், “உங்கள் ஊர்க்காரர் ஒருவர் வந்திருக்கிறார்” என்று சொன்னேன்.

“எங்கள் ஊர்க்காரரா?” என்று அவள், திடுக்கிட்டு எழுந்தாள். “ஆம்” என்றதும், அவள் வேகமாக வெளியே வந்தாள்.

“உன் ஊர்க்காரர் என்றால் அவ்வளவு படபடப்பு; நான் என்றால் அலட்சியமா?” என்ற யோசனையில், நான் அவள் பின்னால் மெதுவாக நடந்தேன். நான் அவன் இருக்குமிடத்தைக் கிட்டுவதற்கு முன்பே, அவள் திரும்பி வருவதைக் கண்டு, “ஏன்?” என்று கேட்டேன்.

“அவனா?” அவன்... ஆமாம், அவனை எனக்குத் தெரியும், தெரியும்” என்றாள். அவள், அவனோடு சகோதரன்போல் ஊரில் பேசுவதைக் கண்டிருக்கிறேன். இப்போது அவள் இம்மாதிரிப் பேசியது, எனக்கு ஆச்சரியமாய் இருந்தது.

“நீ அவனுடன் பேசுவாயே?” என்றேன்.

“பேசுவேன்–பேசுவேன்–” என்றுகொண்டே, அவள் உள்ளே தொடர்ந்து சென்று, “அவனுக்காகச் சமையல் செய்கிறாயா?” என்று கேட்டேன். அவள் ‘உம்’ என்றதும் நான் அவனைத் தனியாக விட்டு வந்திருப்பதை நினைத்து, வெளியே வந்தேன். ஸரோவை, நான் சரியாகக் கவனிக்க முடியவில்லை.

“ஐயா!” என்று கூப்பிட்டேன்.

நிமிர்ந்த அவன், “ஆமாம்” என்றான்.

“அடப் பைத்தியமே!” இது என் மனதில்!

பிறகு பேசிக்கொண்டிருந்தோம். அவன் பேச்சு, சில சமயம், என்னோடு கலக்காது விலகி எட்டிச் செல்வதை உணர்ந்தேன். கவலையுள்ள மனிதன் – பாவம் என்று எனக்கு அவன் மீது அனுதாபம் உண்டாகியது. ஒட்டாத பேச்சிலேயே இருவரும், ரொம்ப நேரம் பேசிக்கொண்டிருந்தோம்.

பிறகு, சாப்பிட உட்கார்ந்தோம். சாப்பிடும்போதுகூட, அவர்கள் பேசிக்கொள்ளவில்லை; ஒரு வார்த்தைகூட. ஒரு யந்திரம்போல் சாப்பிட்டுவிட்டு எழுந்தோம். அவனை வெளியிலேயே முன்கட்டில் ஓரிடத்தில் படுக்கச் சொல்லிவிட்டு, நான் என் அறைக்குள் போய் படுத்துக் கொண்டேன். ஸரோவும் தன் படுக்கையில் படுத்துக்கொண்டாள். நான் இன்று அவளுடன் பேசுவதற்கு முயலவில்லை. காலையிலிருந்து நடந்த சமாச்சாரங்கள், விருந்தாளி ஆகிய இரண்டு காரணங்களால் கடைசியில் களைப்பாய் இருந்ததால் தூக்கம் வந்துவிட்டது.

நிசிக்கு மேலிருக்கும்; திடீரென்று தூக்கம் கலைந்தது. ஸரோவின் படுக்கையைப் பார்த்தேன்; அவள் அங்கே இல்லை; எனக்கு ஆச்சரியமாக இருந்தது. இந்நேரம் அவள், ‘எங்கே, ஏன்?’ என்ற நினைவுகள் எழுந்தன. எழுந்து அறையின் வெளியே எட்டிப் பார்த்தேன். இருட்டுதான் இருந்தது. படுக்கை அறை விளக்கை எடுத்து, நீட்டிப் பார்த்தேன். மெலிந்த வெளிச்சம்தான் இருந்தது. விளக்கைக் கையில் எடுத்துக்கொண்டு, மெதுவாக நடந்தேன். ‘அவள்’ மீது, எனக்குச் சந்தேகம் உண்டாகியது. கொஞ்சம் நடந்ததும் புது மனிதனின் ஞாபகம் வந்தது. ‘அவனா’ என்று சம்சயம் எழுந்தது. அவன் படுத்திருந்த இடம் நோக்கி நடந்தேன்.

கொஞ்சம் தூரம் நடந்ததும், அது பொய்யாயிருக்கக்கூடாதா என்று தோன்றியது. முன்கட்டின் அருகில் சென்றேன்; கதவு முழுவதும் சாத்தப்படவில்லை. கொஞ்சம் திறந்திருந்தது. மெதுவாக எட்டிப் பார்த்தேன். நிஜம்! அவள், அங்கேதான் இருந்தாள். உடனே என் கையிலிருந்த விளக்கை ஊதி அணைத்துவிட்டேன். கோபம் வந்தது. ‘கடல் நெஞ்சமான கற்பனையே’ என்று கோபம் உண்டாகியது. ஆனால், அவர்கள் எட்டி எட்டி உட்கார்ந்திருந்ததால், பார்ப்போம் என்று சாந்தப்படுத்திக்கொண்டு பார்த்தேன்.

ஒரு லேசான ஒளி; அதிலே இருவரும் எட்ட எட்ட; வாசலில் நான். இருவரும் பேசிக்கொண்டிருந்தார்கள். மிகவும் மெதுவாகப் பேசியதால் எனக்கு ஒன்றும் கேட்கவில்லை. ஆனால், காதைத் தயாராய் வைத்திருந்தேன். முதலில் அவள் பேசினாள்; பிறகு அவனும் குறைந்த குரலில் பேசினான். அப்புறம் அவள் தன் காயப்பட்ட கையை நீட்டினாள். விளக்கைக் கையில் எடுத்து அவன், அந்த விரலை ஒருமுறை பார்த்தான். கையில் விளக்கிருந்ததால், அவள் முகம் தெரிந்தது. கேள்வி கேட்டது போலிருந்தது, அவள் பார்வை! அவள் முகம் தெரியவில்லை. என் பக்கம், அவள் முதுகு இருந்தது. இப்போது அவள் குரல், கொஞ்சம் உயர்ந்தது.

“இது உன் ஞாபகம்.”

“ஆனால் அபாயமானது.” அவன் குரலும் தடுமாறி உயர்ந்தது.

‘உதிர்ந்த பூ’ என்று ஆரம்பித்த மனம், மேலே யோசிக்க முடியவில்லை. அவர்களைக் கவனித்துக்கொண்டு நின்றேன்.

அவன் மறுபடியும் சொன்னான். “ஸரோ! நீ விளையாடுகிறாயா? இதை நீ வேடிக்கை என்று நினைக்கிறாயா? நீ அருகில் இல்லாததைக் கண்டால், உன் கணவன் என்ன நினைப்பார்?”

“என்ன நினைத்தாலும் பரவாயில்லை!”

அதையும் நான் கேட்டுக் கொண்டுதானிருந்தேன்.

“சே! அசடுபோல் பேசாதே! நான் இங்கே வந்ததே பிசகு. உன்னைக் கடைசி முறையாகப் பார்த்துவிட்டுப் போகலாம் என்று வந்தேன். புத்திசாலியாய், புருஷனுக்குச் சந்தோஷம் உண்டாக்கிக் கொண்டிரு என்று சொல்லிவிட்டுப் போகலாம் என்று வந்தேன். உன் நடத்தையைப் பார்த்தால் புருஷனை அலக்ஷியமாக நடத்துகிறாய் என்று தோன்றுகிறது. ஸரோ! இது சரியல்ல?”

“பின், எப்படி நடப்பது?”

“விதி – அவனுக்குக் கட்டுப்பட்டு நட!”

அவன் கண்கள் லேசான ஒளியில். பளபளவென்று பிரகாசித்தன; கண்ணீர் தேங்கியது போலும்.

அவன் பேச்சைக் கேட்டதும், எனக்குச் சந்தோஷம் தாங்க முடிய வில்லை. “வழக்காட வந்தவனா நீ!” அவனைக் கட்டி அணைத்துக் கொள்ள வேண்டும் என்று தோன்றியது. நிலைமையை யோசித்து அடக்கிக் கொண்டேன்.

“அது முடியாத காரியம்” என்று அவள் குரல் விம்முவது கேட்டது!

“எனக்காக முடிய வேண்டும்.”

பிறகு, பேச்சு ஒன்றும் நடக்கவில்லை; ரொம்ப நேரம் இருவரும் பேசாமல் உட்கார்ந்திருந்தார்கள். பிறகு, அவள் எழுந்தாள். உடனே, நான் வேகமாக, ஆனால் சப்தம் செய்யாமல் இருட்டில் தடவிக்கொண்டே அறைக்குப் போனேன். போய்ப் போர்த்துக்கொண்டு, ஒன்றும் தெரியாதவன்போல் படுத்துவிட்டேன். கொஞ்ச நேரத்தில் கையில் விளக்கு எடுத்துக்கொண்டு, அவள் வந்தாள். விளக்கை ஒரு மூலையில் வைத்தாள். அறையில் முன்பு இருந்த விளக்கு, எங்கே என்றுகூடப் பார்க்கவில்லை. என் மீது, ஒரு பார்வை செலுத்தினாள். ஓர் ஆழ்ந்த பெருமூச்சு விட்டாள். பிறகு பேசாமல், தன் படுக்கையில் சாய்ந்தாள். இவ்வளவையும், நான் கண்ணைக் கொஞ்சமாகத் திறந்து பார்த்துக்கொண்டிருந்தேன். அவள் மார்பு, ஒரே நிலையில் விம்மியது.

பிறகுதான் நான், அவனைப் பற்றி நினைக்க ஆரம்பித்தேன். அவன் மீது, எனக்கு ரொம்ப மரியாதை உண்டாகியது?

"பலத்த அந்தகாரத்தில் சிறு ஒளியை ஏற்றினவனே! உனக்கு நான் ரொம்பவும் கடமைப்பட்டிருக்கிறேன்" என்று, மனதிற்குள் சொல்லிக் கொண்டேன்.

பொழுது புலர்ந்தது. எனக்கும் ஒரு புதுப்பொழுது புலர்ந்தது. அவன் ஊருக்குக் கிளம்பிவிட்டான். வழக்குத் தீர்ந்துவிட்டது போலும்?" எவ்வளவு தடுத்தும் தங்கவில்லை.

அவன் போனபின், அவளுடைய நடத்தையில் திடீரென்று மாறுதல் உண்டாகியது. இப்போது அவள், என்னை முன்போல் அலக்ஷியமாக நடத்தவில்லை. கூப்பிடும்போது பதிலளித்தாள்: எதிர்பாராதபோதும் என்கூடவே இருக்க ஆரம்பித்தாள். முன்போல் அவள், எப்போதும் வேலையில் ஆழ்ந்திருப்பதில்லை. என் வேலையைச் செய்வதில், அவளுக்குப் பரமதிருப்தி. அதுதான் முதலில்; பிறகுதான் வேறு வேலைகள்.

ஆனால்!

இவ்வளவுக்கும், அவள் முகத்தில் ஒரு புன்சிரிப்புத் தவழ்ந்ததையும், நான் கண்டதில்லை. அவள், என் கட்டளைகளைச் செய்தாள். ஆனால், அதனால் அவளுக்குச் சந்தோஷம் ஏற்பட்டதா? என்பதை அறிய முடியவில்லை. ஏதோ ஒரு யந்திரம் போலிருந்தாள் அவள்.

மிகவும் வினோதமாகப் பேசி, எனக்குத் தாங்க முடியாத சிரிப்பை மூட்டுவாள். ஆனால், அவள் முகமோ, துக்கம் படர்ந்தேயிருக்கும்.

இப்படியே நாட்கள் ஒவ்வொன்றாகக் கழிந்துகொண்டேயிருக்கும்.

ஒருநாள் ராத்திரி, கனவு கண்டுகொண்டிருந்தேன். பயங்கரமான கனவு. கனவின் பயங்கரத்தில் உணர்ச்சி அதிகரிப்பால் மூச்சுத்திணறவே, திடீரென்று எழுந்து உட்கார்ந்தேன். கனவில் இன்னும் ஹிருதயம் படபடத்துக்கொண்டிருந்தது. ஆனால், என் கண்கள் தூக்க மயக்கத்திலிருந்தும், 'ஸரோ' அருகில் இல்லை என்று சொல்லின. நடுநிசி. வெளியில் மழை; அவள் எங்கே போயிருப்பாள்? என்று நினைத்து, அறையிலேயே ஒருமுறை பார்வை செலுத்திப் பார்த்தேன். அவள் அறையிலே இருந்தாள். ஜன்னலைத் திறந்து, வெளியே பார்த்துக்கொண்டிருந்தாள். ஜன்னலில் சாரல் அடிக்கும்; அவள் அங்கேதானிருந்தாள். நனைந்துகொண்டிருப்பாள் என்று தோன்றியதும், 'ஸரோ!' என்றுகொண்டே பாய்ந்து, அவள் அருகில் சென்றேன்.

அவள், திரும்பிப் பார்த்தாள். உண்மையாக, அவள் நனைந்துவிட்டிருந்தாள். முழுவதும் நனைந்துவிட்டிருந்தாள். புடவை, நன்றாக ஈரமாகிவிட்டது.

"இதென்ன ஸரோ! முதலில் வேறு புடவை கட்டிக்கொள்." என்றேன். துடைத்துக்கொண்டாள். ஆனால், ஒன்றும் பரபரப்பு அடையவில்லை. "நீங்கள் தூங்குங்கள்" என்றாள், மெதுவாக.

"நீ?" என்றேன்.

"மத்தியானம் தூங்கினேன்; தூக்கம் வரவில்லை."

“ஆனால், ஈரப்புடவையை ஏன் கட்டிக்கொண்டிருக்கிறாய்? வேறு சேலை கட்டிக்கொள்.”

அவள் பேசவில்லை. துடைக்கப்பட்ட கண்களில், மறுபடியும் நீர் தெரிந்தது. கண்ணீர்? நான், அவளை உற்றுப் பார்த்தேன். என் கண்கள், அவள் கண்களோடு கலந்ததும், அவள் திடீரென்று படுக்கையில் சாய்ந்தாள். அருகில் போய்ப் பார்த்தேன். ஆம், ஆம், ஆம் – அழுகிறாள்! என்ன சொல்லியும், அவள் அழுகையை நிறுத்தவில்லை. வேறு புடவையும் கட்டிக்கொள்ளவில்லை; ஊசிக்காயம் ஞாபகம் வந்தது; கையை இழுத்துப் பார்த்தேன். விரல் வீங்கியிருந்தது; காயத்தில் சீழ் பிடித்திருந்தது. அதை மெதுவாகத் தொட்டேன். அவள் கையை இழுத்துக்கொண்டாள்; பேசவில்லை. வலி அதிகமாயிருக்கிறது என்று தெரிந்தது. எனக்குத் திகிலாகி விட்டது.

“சரிதான். புரை ஏறிவிட்டால். மிக அபாயமல்லவா?” என்ற பயம் எழுந்ததும், “விரலில் வலி அதிகமாயிருக்கிறதா? நாளைக்கு ஒரு வைத்தியரை அழைத்து வருகிறேன்,” என்றேன்.

அவள் பதில் ஒன்றும் பேசவில்லை. எனக்கு என்ன செய்வதென்றே தோன்றவில்லை. பேசாமல் உட்கார்ந்திருந்தேன். கொஞ்ச நேரத்தில் விக்கல் கேட்டது; பிறகு விம்மல் கேட்டது பழைய ஞாபகம் கிளறி விடப் பட்டிருக்கிறது. இப்போது நான் பேசினால், கிளர்ச்சி அதிகமாகுமே தவிரக் குறையாது என்று நினைத்துக்கொண்டு, பேசாமல் உட்கார்ந்துவிட்டேன்.

காலையில் அவள், ரொம்ப நேரம் எழவில்லை; அருகில் போய்ப் பார்த்தேன். கண்களை மூடிக்கொண்டபடியே அவள் படுக்கையில் புரண்டுகொண்டிருந்தாள். தொட்டுப்பார்த்தேன்; நெருப்புபோல் சூடு – உக்ரமான ஜூரம். எனக்கு மிகவும் திகிலாகிவிட்டது. விரலின் வேதனை, ஈரப்புடவையைக் கட்டிக்கொண்டே படுத்தது, இரண்டும் அவள் ஜூர நெருப்புக்கு விறகாயிருந்தன.

ஓடிப்போய் வைத்தியரை அழைத்து வந்தேன். அவர் பார்த்தார்; மருந்து கொடுத்தார்; விரலுக்கும் ஏதோ மருந்து போட்டுக் கட்டினார். ஆனால், அவர் முகத்தில் சுருக்கமேயிருந்தது. வெற்றியின் களை இல்லை. “என்ன ஐயா?” என்று பதறிக் கேட்டேன். “புரை ஏறியிருக்கிறது நன்றாய்,” என்றார். சில மருந்துகளைக் கொடுத்துப் போய்விட்டார்.

நான், வேளா வேளையில் மருந்து கொடுத்துக்கொண்டிருந்தேன். அவள் அருகிலே, ஸதா ஸர்வதா சிசுருஷையில் ஈடுபட்டிருந்தேன். தூக்கத்தை விரட்டிவிட்டேன். சோர்வை ஒதுக்கிவிட்டேன். ஆனால், ஒன்றும் பலன் ஏற்படவில்லை. வைத்தியரால் புரை ஏறினதையும் சரிப்படுத்த முடிய வில்லை; ஜ்வரத்தின் உக்ரத்தைத் தடுக்கவும் முடியவில்லை. ஜ்வரம் கண்ணாமூச்சி விளையாடிக்கொண்டிருந்தது. திடீரென்று அது இறங்கி ஏறுவது, எனக்குப் பிடிக்கவில்லை. அது ஆபத்தை விளைவிக்கும் என்று எனக்குத் தெரியும்.

கண்ணீர் விட்டுப் பலநாள் அழுதேன். “ஸரோ – ஸரோ!” என்று கூப்பிட்டுச் சில தடவை அவளை எழுப்புவேன். கண்களைத் திறந்து

என்னைப் பார்த்துவிட்டு மூடிவிடுவாள். எப்போதாவது அவள் சொல்லும் 'ஆம்', எனக்கு அர்த்தமில்லாமல் தோன்றும்,

ஒருநாள் ஜ்வரம் கொஞ்சம் தணிந்திருந்தது. எனக்கும் சிறிது நம்பிக்கை உண்டாகியது. அன்று அவளும் என்னுடன் சில அன்பான வார்த்தைகள் சொன்னாள். அன்றுதான் அவளைக் காப்பாற்றவேண்டும் என்று கடவுளைப் பலமுறை பிரார்த்தித்தேன்; அதுவரை எனக்குக் கடவுள் ஞாபகம்கூட இல்லை; ஸரோ, ஸரோதான்.

ஆனால், மறுநாளே என் நினைவுக் கோட்டைகள், காற்றில் உதிர்ந்து விட்டன. திடீரென்று, அவளுக்கு ஜன்னி கண்டுவிட்டது. படுக்கையில் நிலைகொள்ளாது புரண்டுபுரண்டு உளறிக்கொண்டிருந்தாள். புலன்கள் மீது, அவள் ஹ்ருதயத்தின் அதிகாரம் செல்லவில்லை. வாயின் மீதிருந்த அவள் மனதின் அதிகாரம் குலைந்துவிட்டது. அது தாராளமாக, மனதின் ரகசியங்களை வெளியிட ஆரம்பித்தது.

"ராமாமிர்தம் – அமிர்தம் – அமிர்தம்"

அவன் பெயர் ராமாமிர்தம். அவள் செல்லமாக 'அமிர்தம்' என்று கூப்பிடுவது வழக்கம். அந்தப் பெயரையே, திரும்பத் திரும்ப ஜபித்துக் கொண்டிருந்தாள்.

"நீ சொன்னாய்; அதன்படி நடக்கிறேன்; என் உடல் நடக்கிறது. ஆனால், மனம்? ஐயோ! அதைக் கட்டுப்படுத்த என்னால் முடியவில்லை – உன்னை, உன்னை என்று உன்னையே தேடிச்செல்கிறதே, அது?"

இவை உடைந்த வார்த்தைகளில் சிதறின. சொற்களில் தனித்தனியாக வந்தவை. அவள் மனம், அவன் சொல்லால் கட்டுப்பட்டுவிடாது. அவனைப் பெற்றால்தான் அவள் 'அவளா'கலாம்; இல்லாவிட்டால் அவள் உலர்ந்துவிடுவாள் என்று எனக்குத் தோன்றியது.

மறுபடியும் மறுபடியும், அமிர்த ஜபம்தான்!

'அமிர்தம்–அமிர்தம்' என்று பிரிந்த வார்த்தைகள்; ஒட்டாத வார்த்தைகள்."

அமிர்தம்? அது எங்கே? சாவில்தானா?

நான், விழுந்து விழுந்து அழுதேன். அவள் எனக்கு 'இடம்' கொடுக்காமலேயே போகிறாளே என்று ஏங்கி ஏங்கி அழுதேன். அவள் குரல் குறைந்தது; தடுமாறியது; ஜபமும் தடுமாற்றத்தில் ஒலித்தது. என் உள்ளத்தில் மோதி மோதி எதிரொலித்தது. கடைசியில் 'அவள்தான்', கடைசியில்!

என் எதிரில் 'அவள்' கிடந்தது. அவளோ, புகையாகி, மேகமாகி, எலும்பாகிப் போய்விட்டாள்.

நான்? எனக்கு 'இடம்'? நான் தேடுவேன். புகையாகி, மேகமாகி, ஆகாயத்தில் அவளைத் தேடிக் கண்டுபிடித்து 'இடம்' கேட்பேன்; இல்லாவிட்டால் எலும்புகளாகி ஆற்றின் ஆழத்திலே அலைந்து தேடுவேன்.

அவள் அகப்படமாட்டாளா? ஏன் அகப்படமாட்டாள் – அவள் அகப்பட்டுவிடுவாள்; 'இடம்' கேட்பேன்; கட்டாயம்! கட்டாயம்! இனி அதுதான் என் 'வாழ்க்கை'; இவ்வளவுதான்.

❖ ❖ ❖

அவ்வளவுதான். அவன் வாழ்க்கைக் கதை முடிந்துவிட்டது. படித்து முடித்ததும் என் மனம், விவரிக்க முடியாத ஒரு பாரமான உணர்ச்சியில் நிலையாக இருந்தது. அவனுக்காக மிகுந்த துக்கம் உண்டாகியது. கவிஞன் உணர்ச்சி – பைத்தியக்காரன் உணர்ச்சி என்பதன் பொருள் தெரிந்தது.

மறுநாள் அதிகாலையில் எழுந்தேன். எழுந்ததும் முதலில் அவனைப் போய்ப் பார்க்கவேண்டும் என்று தோன்றியது. அவன், தன் கதையை முடித்திருந்த மாதிரி, எனக்குப் பிடிக்கவில்லை. விரைந்து, அவன் வீட்டிற்குச் சென்றேன்.

வாசலைத் தாண்டியதும், அவன் தாய் கதறிக்கொண்டே, என் கால்களில் வந்து விழுந்தாள். திடுக்கிட்டு விட்டேன். சமாளித்துக் கொண்டு சொன்னாள். நேற்று இரவு, எனக்குப் பின்னால் வெளியே போனவன், இன்னும் திரும்பவில்லை.

"நீ கொஞ்சம் தேடி அழைத்துக்கொண்டு வா, அப்பா! உனக்குக் கோடி புண்ணியம் உண்டாகும். பெண்டாட்டி செத்தது முதல் பித்துக்குளி போலாகிவிட்டான். கொஞ்சம் தேடேன்!" என்று கதறினாள்.

அந்தத் தாயின் அழுகையை, என்னால் கேட்கச் சகிக்கவில்லை! அவளைப் பார்க்கவே பரிதாபமாயிருந்தது. அவன் இனி வரப்போவதில்லை. நான் அவளிடம், "அவனைத் தேடி அழைத்து வருகிறேன்" என்று சொல்லிவிட்டு, வெளியே வந்தேன். வெளியே வந்து, அந்த வீட்டை ஒருமுறை பார்த்தேன். 'இழந்த' ஒரு துக்கச் சாயையின் பிரதிபிம்பம் அதில் விழுந்திருந்தது...

தெருவில் நடந்தேன். அவனைத் தேடவா? இல்லை; அவனை எங்கே தேடுவது? புகையாகி மேகமாகி ஆகாயத்திலும் எலும்பாகி, ஆற்றின் ஆழத்திலும் அவளைத் தேடப் போய்விட்டிருந்தால்?

மணிக்கொடி **(ஜனவரி 1, 1938)**

வரவும் செலவும் (ஜூலை 1964)

எம்.வி. வெங்கட்ராம் கதைகள் (டிசம்பர் 1998)

●

நூற்றறுபது

லக்ஷ்மி அம்மாள் குளிக்காமல் உட்கார்ந்திருக்கிறாள் என்றால், அதற்கு ஒரு முக்கிய காரணம் இல்லாமல் இராது. ஜாமக் கோழி கூவுவதற்கு முன்பே எழுந்து எவ்வளவு குளிராகயிருந்தாலும் சரி, தண்ணீரில் ஸ்நானம் முடித்துக் கொண்டு, நெற்றியில் காலணா அகலத்திற்குக் குங்குமப் பொட்டு வைத்துக்கொண்டு பிறகுதான் வேறு வேலை பார்ப்பாள்; அந்த மஞ்சள் பூசின முகத்திலே குங்குமப் பொட்டு வைத்துக்கொள்ளும்வரை அம்மாளுக்கு ஏதோ குறைந்தது, குறைந்தது போலத் தோன்றும்.

இன்று குளிக்கவில்லை; சுருங்கி, திரைகொண்டிருந்த முகத்திலே மஞ்சள் கிடையாது; குங்குமப் பொட்டு நேற்று இட்டுக் கொண்டது அப்படியேயிருந்தது; ‘அவர்’ படுக்கையிலிருந்தார்; இப்படியும் அப்படியுமாக இருந்தது ‘அவர்’ உயிர்.

லக்ஷ்மி அம்மாள் பாயின் அருகிலேயே உட்கார்ந்து கொண்டு வேண்டிய சிசுரூஷைகளைச் செய்துகொண்டிருந்தார். அவளுடைய முகம் களையின்றிச் சவம் போல் வெளுத்திருந்தது. பாயின் அருகில் இன்னும் சில பந்துக்கள் கூடியிருந்தார்கள்; மௌனம் நிலவியிருந்தாலும் அவர்கள் சந்தோஷமுடையவர்களாயும் இல்லை. துக்கம் எதற்கு? எத்தனையோ ‘சிறிசுகள் சுகம் காணாது, அல்பாயுசிலே செத்துப் போகவில்லையா? இது கிழந்தானே, செத்துப் போனால் உலகமே முழுகிப்போய்விடுமா?

ஆனால், லக்ஷ்மி அம்மாளுக்கு அப்படித் தோன்றவில்லை; தோணாது; விஸ்வனாதய்யர் இவளுடைய வாழ்க்கைத் துணைவர்; வெறும் கணவராயிருக்கவில்லை. அவர், வாழ்க்கை துணைவராயிருந்தார். லக்ஷ்மியின் வாழ்க்கைக்கு அவர் கயிறு போலிருந்தார். அவர் போய்விட்டால், அந்த ஒரே கயிறும் அறுந்துவிட்டால், அவளுடைய உலகம் முழுகித்தான் போய்விடும்.

அவர் பாயில் கிடக்கிறார்; முதலிலேயே சுருங்கி யிருந்த அவர் முகத்தில் கண்கள் புதைந்து, மிகவும் மெலிந்த சலனமிருந்தது. மார்பு மெதுவாக மேலும் கீழும் போய்

வருவதிலிருந்துதான் ஸ்வாசமிருப்பது தெரிந்தது. தலை வரை ஒரு போர்வையால் மறைக்கப்பட்டிருந்தது. அம்மாள் தலையின் அருகில் உட்கார்ந்து, கண்களில் பொங்கும் நீருடன், அவர் நெற்றியை மெதுவாகத் தடவிக்கொண்டிருந்தாள்.

"எல்லாம் தலை எழுத்து; பாருங்களேன், ரயிலுக்குப் போய்விட்டு வந்தவர், என்னமோ போலிருக்குன்னு சொல்லிவிட்டு உட்கார்ந்தவர்தான்; மடிக்க வெத்திலை சுண்ணாம்பு தடவியபடி அப்படியே கையிலேயே யிருந்தது; வாயைத் திறந்தார்; கண் திறந்தபடி இருந்தது; உயிர் போய் விட்டது . . .?" தன்னுடைய செல்லரித்துப்போன பழம்பாடத்தைப் புதிதாகச் சொல்வது போல் சொன்னாள் ஸரஸ்வதி அம்மாள்; அவள் ஒரு இளம் விதவை. வேலையில்லாது, பொழுது போகாமலிருந்ததால் மற்றவர்களும் அவள் சொல்வதைக் கவனமாய்க் கேட்பவர்போல நெருங்கி உட்கார்ந்தனர்.

ஆமாம்; அந்தச் சம்பவம் லக்ஷ்மி அம்மாளுக்கு நன்றாக நினைவில் இருக்கிறது. ஸரஸு – அப்படித்தான் அவளைக் கூப்பிடுவது – முழங்கைக்கு மேலே 'ஜாக்கெட்' போட்டுக்கொண்டு, வக்கீலின் மனைவி என்ற கம்பீரத்துடன், புது 'மோஸ்தரா'கத் தலை நிமிர்ந்து தெருவில் வரும்போது லக்ஷ்மிக்குப் பொங்கிக்கொண்டு வரும். ஆனால் கிட்டு, திடீரென்று எந்த ஊரிலோ வழக்குக்குப் போய்த் திரும்பியவன், இறந்ததும் ஸரஸு 'சரிமட்டமாகி' விட்டாள். ஆனால் இப்போது லக்ஷ்மிக்கு, அவள்மீது அனுதாபம் உண்டாகிறது.

இப்படிச் 'சின்ன வயதிலேயே மஞ்சள் குறைந்து' திண்டாடும் இளம் விதவைகளைக் கண்டால், லக்ஷ்மிக்குத் தன்னையுமறியாமல் ஒரு கர்வம் உண்டாகும். தான் இவ்வளவு நாட்கள் மஞ்சள் குறையாது இருப்பது பற்றி அவளுக்குத் தனி கர்வம்தான். அதை வெளியில் சொல்லிக் கொள்ளவும் தயங்க மாட்டாள்; எங்காவது சுமங்கலிப் பிரார்த்தனையாகட்டும், அல்லது வேறு சுப காரியங்களாகட்டும், லக்ஷ்மி அம்மாளுக்குத்தான் முதல் இடம். அவளுடைய கர்வம் ஊராரிடம் அவளுடைய மதிப்பை அதிகப்படுத்தியதேயொழிய, அவள்மீது வெறுப்பை உண்டாக்கவில்லை. அந்தக் கர்வம், இனி எத்தனை நாளைக்கு?

'எச்சுமீ, இன்னம் குளிக்கலியா? போ, ஒரு கொடம் 'மளமள'ன்னு ஊத்திண்டு வா. மஞ்ச இல்லாமே மூஞ்சி எப்படியோ இருக்கு. நான் பாத்துக்கிறேன்; நீ போ," என்றாள், வயது முதிர்ந்த ஒரு பாட்டி.

"ஆமா, இப்போ குளிக்கிறதுதான் கொறைச்சல்; அப்பறம் பாத்துக்க லாம்; இங்கேருந்து அசையமாட்டேன் . . ." என்றாள் லக்ஷ்மி. பாட்டி சொல்வதின் பூர்ண உண்மையைச் சீக்கிரம் அறியாமல்; அவளும் வயது முதிர்ந்தவள்தான்; அந்தப் பாட்டியைவிட இரண்டு வருஷம் குறைவு; அவளும் சம்பிரதாய உண்மைகள் அறிந்தவள்தான்; ஆனால் அந்த தலைபோகிற ஆபத்தில் அவளுக்கு அவையொன்றும் தோன்றவில்லை.

"என்னடி, ஸ்நானம் செஞ்சுட்டு வாடின்னா? பதில் சொல்லறே?" என்று கண்களை உருட்டினாள் பாட்டி. அப்போதுதான் அந்தச் சொற்களின் அர்த்தம் நன்றாகப் புரிந்தது.

உடனே எழுந்து, உள்ளே ஓடினாள்.

சிறிது நேரத்தில், குளித்துவிட்டு வெளியே வந்தவள் முகத்தைப் பெண்கள் எல்லோரும், அதிசயத்தைப் பார்ப்பவர்கள் போலப் பார்த்தார்கள். ஆனால் பார்த்த உடனே எல்லோருடைய முகமும் சலனமற்றுவிட்டன.

“நீ என்ன மஞ்சள் வச்சுண்டிருக்கே?” என்றாள் பாட்டி. அந்தக் கேள்வியும் ஸ்திரீகளுக்கு ஆவலைக் கொடுத்தது. லக்ஷ்மி அம்மாளின் பதிலுக்காகக் காத்துக்கொண்டிருந்தார்கள்.

“சேலம் மஞ்சள்தான்; கோவிலண்டே, கடைவெச்சுண்டிருக்கவன் கிட்டேதான் வாங்கறது; என் தலையைக் கண்டவொடனே, “அம்மா வர்ராங்கோ, நல்ல மஞ்சள் கொடுக்கணும்” என்று சொல்லிப் பொறுக்கிக் குடுப்பான் . . .”” என்று பதிலளித்துக்கொண்டே, லக்ஷ்மி தன் முகத்தைக் கண்ணாடியில் பார்த்தாள். அவளுடைய முகத்தில் மஞ்சள் சரியாகப் படவில்லை; ஏதோ மெழுகினாற்போலிருந்ததே தவிர, மஞ்சள் பூசியதாகவே தெரியவில்லை.

லக்ஷ்மி அம்மாள் குரலெடுத்து, உரத்து அழுதிருப்பாள். ஆனால் அதற்குள் அய்யர் குடிக்க ஜலம் வேண்டுமென்று சைகை காட்டினார். அம்மாள் பெருமூச்சு விட்டுக்கொண்டே, உடனே எழுந்து ஓடினாள்; அடுப்பில் காய்ந்துகொண்டிருந்த நீரில் கொஞ்சம் லோட்டாவில் கொண்டு வந்தாள். அவரை மெதுவாக வாய் திறக்கச் செய்து, வாயில் ஜலத்தை ஊற்றினாள். கொஞ்சம் சாப்பிட்டதும், போதும் என்று சைகை காட்டினார். பிறகு அவர் வாயைத் திறந்து லக்ஷ்மியிடம் ஏதோ சொல்ல முயன்றார்; முடியவில்லை; மேல்மூச்சு கீழ்மூச்சு வாங்கிக்கொண்டு பேசாமலிருந்துவிட்டார்.

அய்யருடைய இச்செய்கை, அம்மாளின் முன் தோன்றின கருத்தை உறுதிப்படுத்தியது; இனி அவர் ‘அக்கரை மனுஷர்’தான் என்ற எண்ணம் வலுவு பெற்று அவள் மனதை வருத்தியது.

மெதுவாகப் பாட்டியிடம் சொன்னாள், “ஏன் பாட்டி, சித்த நாடியைப் பாரேன் எப்படியிருக்குன்னு?”

பாட்டி நகர்ந்து வந்து, விஸ்வனாதய்யரின் கையைப் பிடித்துப் பார்த்தாள். அவளுடைய முகத்தில் தோன்றின கோணல் நேரிலிருந்து ‘சரி’ என்று தோன்றிவிட்டது. ஆனால் பாட்டி சொன்னாள்:

“நாடியிலே ஒண்ணுமில்லே; எல்லாம் சரியாயிருக்கு. கொஞ்சம் மெதுவாக அடிக்கிறது, ஆனால் பாதகமில்லை . . . அசடு இதிலே ஒண்ணுமில்லை . . . இன்னைக்கு நாள் போகட்டும், நாளைக்கி எல்லாம் சரியாப் போய்விடும் . . .”

“சரிதான். என் வாயிலே மண்போட்டு போயிடப் போறார்; நான் ஒண்ணு நினைச்சுண்டிருந்தேன். எப்பிடியோ அவருக்கு முன்னாலே, பூவச்சுண்டு சுமங்கலியாப் போயிடனும்னு பார்த்தேன் . . . ஆனா தெய்வத்துக்குப் பாக்க சகிக்கல்லை போலிருக்கு . . .” என்று சொல்லும் போது லக்ஷ்மி அம்மாள் கண்களில் நீர் ததும்பிற்று.

“அப்படியில்லேன்னாலும் முன்னே போயிட்டார், நம்ப அதிர்ஷ்டம் என்று இருந்துடலாம். பின்னாலே எப்படி வாழறது? ஏதாவது பிள்ளை குட்டியா, ஒருத்தருமேயில்லே; எல்லோரும் போயிட்டாங்க. பையன் ஒருத்தன் இருந்தான் ராஜா மாதிரி. அவனும் போயிட்டான் . . . பின்னாலே நான் எப்படி போறதுன்னு கவலையாயிருக்கு . . .” என்றாள் பாட்டி.

பையன் இருந்தால் . . .? லக்ஷ்மி அம்மாளின் மனம் குமுறியது. பையன் இறந்து பன்னிரண்டு வருஷங்கள் ஆகின்றன; செத்துப்போகும்போது வயது பதினைந்து. மிகவும் நல்ல பையன்தான்; ஊர் வம்புக்கெல்லாம் போக மாட்டான்; தான் உண்டு, தன் படிப்பு உண்டு என்றிருப்பான். சில ‘பாதி வயசிலே கொள்ளை போற’ பையன்களைப் போன்றவனல்ல அவன். லக்ஷ்மி அம்மாளுடைய மற்ற குழந்தைகள் எல்லாம் போன பின்பு – ஆம், பையன் ராமுவைத் தவிர. அம்மாளுக்கு அவனைவிட ஐந்து வயது மூத்த பெண் ஒருத்தியும் மற்றும் இரண்டு குழந்தைகளுமிருந்தன; அவைகள் எல்லாம் போய்விட்டன; மற்றவைகளுக்கெல்லாம் அம்மாளுக்கு அதிகக் கவலையில்லை; அந்தப் பெண்! மகாராஜா, கல்யாணம் ஆகி மூன்று வருஷங்களாயிற்று; கணவனார் செத்தார்; பிறகு கோமதிக்கு அதே பைத்தியமாகிவிட்டது; எப்போது பார்த்தாலும் ‘அவர்’ ஞாபகம்; அந்த ஏக்கத்தால் தீராவியாதிகள்; ஒருநாள் வலிக்கிறதென்று படுத்தாள்; மூன்று நாள் படுத்த படுக்கையாய்க் கிடந்து, நான்காம் நாள் காலையில் ‘அவர்கிட்டே போறேன்’ என்று சொல்லிக்கொண்டே போய்விட்டாள். அவளுக்குப் பிறகு – அந்தப் பையன்மீது அவர்களுடைய அன்பெல்லாம்.

அந்தப் பையன்! தன் பெற்றோர்கள் தன் தமக்கை கோமதிக்காக அலறி அழும்போது இருவரையும், “ஏன் கவலைப்படறிய? நான் இருக்கேன் பாத்துக்கிறேன்,” என்று சொல்லித் தேற்றுவான்; அப்படிச் சொல்லும் போது இருவருடைய கவலையும் பறந்து போகும். ஒருநாள் பையன் நாடகம் பார்க்கப் போக வேண்டுமென்றான்; லக்ஷ்மி அம்மாளுக்குப் போக இஷ்டம்தான். ஆனால் அய்யர் அனுமதியளிக்கவில்லை; ‘சரி’யென்று இருந்துவிட்டாள் லக்ஷ்மி. ஆனால் ராமுவுக்குச் சந்தேகம், தன்னைத் தூங்க வைத்துவிட்டு இருவரும் நாடகம் பார்க்கப் போவார்கள் என்று.

இரவு பன்னிரண்டு மணியிருக்கும்; லக்ஷ்மி தூக்கம் கலைந்து வெளியே போக எழுந்தாள். கொஞ்ச தூரம்தான் நடந்திருப்பாள். பின்னால் யாரோ கயிறுகட்டி இழுப்பது போல் தோன்றியது; லக்ஷ்மிக்குப் பயமாகிவிட்டது; திருடர்களோ என்னவோ! அவள் கத்தப் போனாள்; ஆனால் அதற்குள் பையன் ராமு கண்ணைக் கசக்கிக் கொண்டு, “என்னை விட்டுவிட்டுப் போறியே?” என்று சொல்லிக்கொண்டு எழுந்தான். லக்ஷ்மிக்கு விஷயம் விளங்கிற்று; ராமு தன்னைவிட்டுவிட்டுப் போய்விடுவார்கள் என்று சந்தேகித்து, அம்மாவின் சேலை முந்தாணியில் ஒரு கயிறு கட்டி, அதைத் தன் இடுப்போடு சேர்த்துக் கட்டிக்கொண்டிருந்தான்.

“நான் குடுத்து வைக்கல்லே; நாங்க எல்லாம் இப்படி சாகற வரையில் கஷ்டப்படணும்னு இருக்கும்போது, அவங்க எல்லாம் எங்கேயிருக்கப் போறாங்க? . . .” என்றாள் லக்ஷ்மி, பாட்டியிடம்.

“போறவங்கதான் நல்லவங்க; நம்ப கஷ்டப்பட்டாலும், அவங்க கஷ்டம் ஒண்ணும் படாமே போயிட்டது நல்லதுதான். . .” என்றாள் ஸரஸு.

ஆனால் பறிகொடுத்த லக்ஷ்மிக்கு அப்படித் தோன்றவில்லை; அவள் வார்த்தைகள் லக்ஷ்மியின் மனதை இன்னும் கிளறிவிட்டன.

ராமுவுக்கு அப்பாவைவிட, அம்மா மேல்தான் அதிக அன்பு. அதனாலேதான் லக்ஷ்மிக்கு அவ்வளவு துக்கமாயிருந்தது. பெண் கோமதியைக் கூட அவள் மறந்துவிடுவாள்; ராமுவை அவளால் மறக்க முடியாது.

ராமு இறப்பதற்கு ஒரு மாதத்திற்கு முன்பு லக்ஷ்மிக்கும் அய்யருக்கும் பலத்த சண்டை உண்டாயிற்று; அவர்களுடைய வாழ்க்கையிலேயே பெரிய சண்டை என்றே சொல்லலாம். ஒன்றுமில்லை; அய்யர் சீட்டாடப் புறப்பட்டார்; அம்மாள்; “ஏன் போகறிய? பையன் கோவிச்சுக்குவானே . . .” என்று சொல்லிவிட்டாள், அவ்வளவுதான்; அய்யருக்கு என்றுமில்லாத கோபம் வந்துவிட்டது. வசவு மழை பெய்து விட்டு, இரண்டு அடியும் போட்டுவிட்டார்.

ராமு அப்போது ஜவுளிக்கடையில் குமாஸ்தாவாயிருந்தான். மாதம் ஐந்து ரூபாய் சம்பளம்; மத்தியானம் வீட்டிற்குத் திரும்பினான்; விஷயம் தெரிந்தது; தெருவிலுள்ள பெரிய மனிதர்களையெல்லாம் அழைத்து வீட்டிற்குக் கொண்டுவந்தான்; தன்னுடைய தகப்பனாரை எல்லோருடைய மத்தியிலும் நிற்க வைத்து, நியாயம் கேட்கவாரம்பித்துவிட்டான்; கடைசியில் ராமுவைச் சமாதானப் படுத்துவதற்குள் போதும் போதும் என்றாகிவிட்டது.

அது நடந்த பின்பு அய்யருக்கு ராமுவிடம் பயமும், ஒரு தனி அன்பும் மதிப்பும் உண்டாகியது. ஆனால், அந்தப் பாவிப்பையன் அல்பாயுளிலே இறப்பான் என்று யார் எதிர்பார்த்தார்கள்?

செத்துப் போவதற்குக் கொஞ்ச நேரம் முன்பு, ராமு தன் தகப்பனாரை அருகில் கூப்பிட்டான்; தாயையும் அருகில் உட்காரவைத்துக்கொண்டு, குழறிக்கொண்டு “அப்பா, இன்னமே நீ அம்மாவை தொடக்கூடாது . . . வையக்கூடாது!” என்றான்.

லக்ஷ்மி அம்மாளின் கண்களில், தன் மகன், மகள் எல்லாரும் பிஞ்சிலேயே தொலைவதைப் பார்த்துப் பிரகாசம் குறைந்த கண்களில், நீர்நிறைந்திருந்தது.

இதோ, படுக்கையில் கிடக்கிறார் அய்யர் . . . கண்கள் பாதி திறந்து மூடியபடியிருக்கிறது; மார்பு மெதுவாக மேலும் கீழும் போய் வருகிறது; கால்கைகள் விறைத்துப் போயிருக்கின்றன.

இவ்வளவு நாளாகிறதே கல்யாணமாகி அவர் லக்ஷ்மியுடன் அதிகமாக சண்டை போட்டிருக்கமாட்டார். எப்போதாவது கோபம் வந்துவிட்டால் ஒரு தடவை வைது அடித்துவிடுவார்; ஆனால், பின்பு தாமாகவே தம் செய்கைக்குப் பச்சாத்தாபப்பட்டு லக்ஷ்மியைச் சமாதானம் செய்வார்.

அடிக்கிறது இருக்கட்டும்! அவர் வாழ்க்கைத் துணைவராயிருந்தார்; வெறும் கணவராயில்லை அவர். அதுதான் லக்ஷ்மி அம்மாளை, அவ்வளவு வருத்தியது.

எப்போதாவது சற்று அசந்து களைத்துப்போய் லக்ஷ்மி படுத்து விட்டால், விஸ்வனாதய்யர் சமைத்துவிட்டு, அவளுக்குச் செய்யும்

பணிவிடைகள் / அவள் சற்றும் எழுந்து கஷ்டப்படாதிருக்க வேண்டி உட்கார்ந்திருக்குமிடத்திலேயே எல்லாம் கொண்டுவந்து வைத்துவிடுவார்; வெந்நீர் வைத்து, ஏதோ தெரிந்தவரை ஒரு குழம்பு வைத்து அருகில் கொண்டு வந்து வைப்பார். பிறகு கதைகள் சொல்லிச் சந்தோசப்படுத்துவார்; 'ஒருத்தர் போயிட்டா, ஒருத்தருக்குக் கஷ்டம்தான்,' என்று சிலசமயம் சொல்வார். அதெல்லாம் இக்காலத்துப் பிள்ளைகள் செய்வார்களா? இதுதான் லக்ஷ்மியின் கேள்வி; இதுதான் வருத்தமும்.

காலையில் அடுப்பினருகில் உட்கார்ந்து கொண்டு வெந்நீர் வைக்கும் அய்யரையும், இங்குமங்கும் ஓடி, பாத்திரங்களை விளக்கி, வீட்டு வேலை செய்யும் லக்ஷ்மியையும் பார்த்தவர்களுக்கல்லவா தெரியும்.

எல்லாவற்றையும் விட, மிகவும் துக்கம் விளைவித்தது, வேறு சம்பவங்கள். குழந்தைகள் போனது, வாழ்க்கைத் துணைவராயிருந்தது, அதெல்லாம் இருக்கட்டும். உதைத்துவிட்டுப் போகும்போதாவது அய்யர் மனதில் நிம்மதியிருந்ததா? அது தான் இல்லை. படுக்கையில் கிடந்து ஸ்மரணை தப்பும்வரை ஒரே கவலை, ஒரே துக்கம்.

விஸ்வனாதய்யருக்குப் பந்துக்கள் இல்லாமல் இல்லை; இரு தங்கைகள், தன் இறந்த சகோதரன் மனைவி, இவர்களுடைய வம்சங்கள் எல்லோருமிருக்கிறார்கள்; உதவி பெற்று, அவர்கள் எதிர் உதவி செய்யாமற் போனாலும், அவர்களே அவருடைய வாழ்க்கையின் சந்தோஷத்தைக் குலைத்தார்கள்; அல்லது, அய்யருடைய வார்த்தைகளில், அவருக்கு எமன்களாக முடிந்தார்கள்.

முதல் தங்கையின் கலியாணம்; அந்த இருவரில் மூத்தவளின் இரு பெண்களின் கலியாணம்; இரண்டாவது தங்கையின் கலியாணம்; இறந்த சகோதரனின் மகனுடைய கலியாணம்; அவ்வளவுதான்! எல்லாவற்றையும் அவர் செய்து முடித்தார்.

கலியாணங்கள் மாத்திரமல்ல; முதல் தங்கையின் பேத்திகளுக்காகக் கோர்ட்டில் ஒரு வழக்கு; அதில் எவ்வளவு கஷ்டம். உழைத்தாரே, நல்ல பெயராவது கிடைக்க வேண்டுமே! பணமெல்லாம் அவர் பத்திரப்படுத்திவிட்டார் என்றும், வேறு ஊரார் அல்ல, அந்த பணத்தைச் சாப்பிட்டவர்கள் வேறு யாருமல்ல, சொந்த மூத்த தங்கையும் வம்சமும் பேசும்போது; அவர் மனம் பட்டபாடும் அவர் லக்ஷ்மி அம்மாளிடம் சொல்லி அழுததும்; அவருக்குத் தெரியும், கடவுளுக்குத் தெரியும்.

ஐந்து வருஷங்கள்! அப்படியும் தீர்ப்புச் சொல்லி முடியவில்லை.

ஒவ்வொரு தடவை 'ஈரங்கிக்கு'ம் அவர் தனியாகச் சாப்பிடாமலிருந்ததும், சாக்ஷிக் கூண்டில் நடுங்கிக்கொண்டே 'ஜட்ஜு'க்குப் பதில் சொன்னதும், வக்கீல் பீஸுக்கு ஆயிரமாகச் செலவு செய்ததும், அந்தக் குழந்தைகளின் சாப்பாட்டிற்கும், அவர்களைப் பார்த்துக்கொள்ளும் பாட்டியின் செலவிற்கும் பணம் கொடுத்ததும்; எதிர்கட்சிக்காரியிடம் – பெண்தான் – சண்டை போட்டுக்கொண்டதும் அவருக்குத் தெரியும்; கடவுளுக்குத் தெரியும்.

வயதோடு அவருக்கு கோபம் அதிகமாகிக்கொண்டிருந்தது. அந்த வழக்கு முடிந்ததும், பந்துக்கள் எதிரிலேயே திட்ட ஆரம்பித்ததும், அவருக்கு முன்கோபம் மிகவும் அதிகமாகிவிட்டது; யாராவது பேசவாரம்பித்தால் முதலில் கோபமாகப் பேசிவிட்டுப் பிறகுதான் சாந்தமாகப் பேசுவார். ஒருநாள் தாங்க முடியாத கோபத்தில் கண்டபடிப் பேசிவிட்டார். அதிலிருந்து பிடித்தது வினை ! அவர் பேரில் இல்லாததையெல்லாம் சேர்த்து திரித்துப் பரப்பிவிட்டார்கள். உண்மையறியாதவர்கள் அவைகளை நம்பி அவரை ஏசினர்.

அந்த அபவாதமே அவரைப் பைத்தியமாக்கிவிட்டது. பிறகு அவர், அதிகமாக வெளியே போவதில்லை; மனதிற்குள் நரக வேதனைப் பட்டுக்கொண்டிருந்தார். கடைசியில் அவர் மனம் நொந்தவராகி, தாம் செய்ததையெல்லாம், தம் வாழ்க்கைப் பாடம் முழுவதையும், வருபவர் போவாரிடமெல்லாம், தெரிந்தவர் தெரியாதவரிடம் எல்லாம், திருப்பித் திருப்பி ஒப்புவிக்க ஆரம்பித்தார்.

ஆனால், லக்ஷ்மி அம்மாள், அதையும் செய்யாமலிருக்கும்படி வேண்டிக்கொண்டிருந்தாள். . .

படுக்கை மீது கிடக்கிறார் அய்யர்; மெதுவாக, ஆழ்ந்த சுவாஸம் விட்டுக்கொண்டே தூங்குகிறார்.

லக்ஷ்மி அம்மாள், படுக்கையின் அருகில் கையைக் கன்னத்தில் ஊன்றிக் கொண்டு உட்கார்ந்திருக்கிறார். காலத்தோடு போராடி நரைத்த தலை மயிர் சிதறிப் பரந்து கிடக்கிறது; நெற்றியில் மஞ்சள் ஒளிவிட்டுக் கொண்டிருக்கிறது.

அவர் கண்கள் திறந்தன. அவருடைய முகத்தில் ஒரு புன்னகை மேலெழுந்தது; “இங்கே, வா” என்று உதடுகள் அசைந்தன.

லக்ஷ்மி அம்மாளுக்குச் சந்தோஷம்; கிட்ட நெருங்கினாள்.

அய்யர் வாயை மெதுவாகத் திறந்தார். லக்ஷ்மி அம்மாளுடைய கையை மெதுவாகப் பிடித்துக்கொண்டார்.

“நீ பயப்படாதே. நான் சாக மாட்டேன்” என்ற வார்த்தைகள், தேங்கித் தேங்கி அவருடைய சுருங்கிப்போன உதடுகளின் வழியே வெளிவந்தன.

லக்ஷ்மி அம்மாளின் முகத்திலே உற்சாகம் தோன்றியது. அந்த மிருதுவான கைப்பிடிப்பிலே ஒரு ராக்ஷச பலம் ஊறிவிட்டது போலிருந்தது அவளுக்கு. தெம்புடன் அவர் முகத்தைப் பார்த்தாள்.

அவளுக்கு வயது எழுபத்தைந்து. அவருக்கு வயது எண்பத்தைந்து. இருவருக்கும் சேர்ந்து நூற்றறுபது வயது.

மணிக்கொடி **(பிப்ரவரி 1, 1938)**

நூல் வடிவில் இதுதான் முதல் பிரசுரம்

•

சித்தக்கடல்

"சந்திரா !"

மழையின் ஒலியையும், ஆழ்ந்த அவன் கவனத்தையும் கடந்து அவன் புலன்களைத் தட்டி எழுப்பியது அந்தக் குரல். அந்த அழைப்பு, அவன் இருதயத்தில் மோதி எதிரொலிக்க ஆரம்பித்தது. எதிர்பாராதபோது கேட்ட அந்த அழைப்பு, அவன் உள்ளத்தில் வேதனையும் இன்பமும் நிறைந்த ஓர் உஷ்ணத்தைப் பரப்பியது.

கையிலிருந்த காகிதத்தைக் கீழே போட்டுவிட்டு, சற்று கவனித்துக் கேட்டான். இப்போது அவன் மனைவியின் குரல் கேட்டது. "சீ நாயே ! வெளியே போ ! இல்லாவிட்டால் தண்ணீர் கொட்டுவேன்."

பின்னாலேயே கதவு, தடாலென்று ஆத்திரமாய்ச் சாத்தப்பட்டது. அந்தச் சப்தத்தில் அவன் மனம் நடுக்கமுற்றுக் குலுங்கியதில், மூலையில் எப்போதிருந்தோ சாத்தப்பட்டுக் கிடந்த ஒரு சிறுகதவு திறந்தது. ஆனால், உள்ளே இருட்டாயிருந்ததால், ஒன்றும் தெளிவாக விளங்கவில்லை; குழம்பிய தோற்றமளித்தது, அங்கிருந்த ஏதோ ஒன்று.

புரட்சியின் அறிகுறி தோன்றியது. ஞாபகத்தின் தலைமையில் நினைவுகள் ஒன்றுகூட ஆரம்பித்தன. 'சந்திரா' என்றுகொண்டே பாய்ந்து வந்தது ஒரு நினைவு; 'சந்திரா' என்று கூவிக்கொண்டே இன்னொரு நினைவு; பிறகு இன்னொன்று; இன்னுமொன்று; மற்றொன்றும் – எல்லாம் திரண்டு, அவனுடைய உள்ள நிலையை நோக்கி விரைந்தன. புள்ளிபோல் தோன்றி விரிவுகொண்டது, அந்தப் புரட்சி.

அவன் மனைவி, உள்ளே வந்தாள். அவள் முகம், கோபத்தால் விகாரமடைந்திருந்தது. "யாரது ?" என்று கேட்டான் அவன்.

"யாரோ பிச்சைக்காரி."

அவளுடைய முகத்தின் கோணலும், பதில் அளித்த மாதிரியும் அவனுக்குச் சந்தேகத்தை உண்டாக்கின.

"பிச்சைக்காரியா? பிச்சைக்காரி, பெயர் சொல்லியா கூப்பிடுவாள்?"

"உங்களை யாராவது கூப்பிடும்போது கேட்டிருப்பாள்; அவள் கிழவி."

"ஆனால், என்னை யாரும், 'சந்திரா' என்று கூப்பிடும் வழக்கமில்லையே!"

"அப்படிக் கூப்பிடக்கூடாதோ?"

"கூப்பிடக்கூடாதென்றில்லை; யாரும் அப்படிக் கூப்பிடும் வழக்கமில்லை; ஒருவரைத் தவிர."

"யார் அது?"

"அம்மாதான் கூப்பிடுவாள்; ஞாபகம் இருக்கிறது."

"அம்மா! அம்மா!! எவ்வளவு பரிவு...?" உதட்டைக் கடித்துக்கொண்டு நிறுத்தினாள். "யாரோ பிச்சைக்காரி வந்து போனதுக்காக, நாம் ஏன் சண்டை போட்டுக்கொள்ள வேண்டும்?" – என்றுகொண்டே, உள்ளே போய்விட்டாள் அவள்.

அவள் போனதும், புரட்சித் தலைவன் – ஞாபகம் மறுபடியும் பயங்கரமாகக் கர்ச்சிக்க ஆரம்பித்தது. திகைத்து எழுந்து, அவன் வெளியில் ஓடிவந்தான். திண்ணை மீது நின்றுகொண்டு, தெருவில் எட்டிப்பார்த்தான். ஒரு மின்னல் திடீரென்று மின்னி மறைந்தது. தெருவின் கோடியிலே, மழையில் நனைந்துகொண்டு செல்லும் ஓர் உருவம் புலப்பட்டது. ஆனால், யாரென்று தெரியவில்லை. மறுபடியும் எங்கும் இருள் சூழ்ந்து கொண்டது.

உள்ளே சென்றான்; புரட்சித் தலைவனின் கர்ச்சனை மறுபடியும், நினைத்து, யோசித்து, சிந்தித்துப் பார்த்தான். 'சந்திரா' என்று அவனைக் கூப்பிடுபவர்கள், வேறு யாருமில்லை, அவன் அம்மாவைத் தவிர. "அம்மா!" கனவுபோல் ஞாபகம் வந்தது, அவள் உருவம். அந்த உருவத்தைக் கசக்கி எறிந்துவிடலாமா என்று ஆத்திரம் ஒருபுறம் எழுந்தது. அவளை வாரி முத்தமளிக்க வேண்டும் என்ற ஆசை, மற்றொரு புறம். இரண்டிற்கும் நடுவே திகில்கள். மறுபடியும் தன் மனைவியைக் கூப்பிட்டு, வந்தது யார் என்று கேட்டான். அவள் பதில் சொல்லாததை, அவனால் பொறுக்க முடியவில்லை.

இருவரும் படுத்தார்கள்; அவனுக்குத் தூக்கம் வரவில்லை. புரண்டு புரண்டு படுத்தான். ஆனால் தூக்கம் வரவில்லை. புரண்டு படுக்கும்போது, மனமும் புரண்டு, சிந்தனைகளைக் கிளப்பிக்கொண்டிருந்தது.

வந்தது பிச்சைக்காரியாக இருக்கமுடியாது. பிச்சைக்காரி, பெயர் சொல்லிக் கூப்பிடுவாளா? ஒரு வீட்டில் 'இல்லை' என்றால், மற்றொரு வீட்டுக்குப் போகாமல், திரும்பிப் போவானேன்? 'சந்திரா' என்ற அம்மாவின் அழைப்பைக் கேட்டு, எவ்வளவு வருஷங்கள் ஆகிவிட்டன! அம்மாதான் திரும்பி வந்துவிட்டாளோ? இருக்காது; இவ்வளவு நாட்கள் அவள் உயிரோடு இருப்பதே கஷ்டம்! பின், வந்தது யார்? ஒருவேளை, அவளே திரும்பி

வந்திருந்தால்? அவன் கௌரவம், மானம், ஜாதி? ஆனாலும் – அவள், தாயார் அல்லவா?

வெளியில் மழையின் சலசலப்புச் சப்தம்; மேகங்கள் மோதிக் கொண்டு கூக்குரலிடும் அலறல்; உள்ளும் புறமும் ஒத்திருந்தன; மனைவியைக் கூப்பிட்டு எழுப்பினான்.

“சொல்லமாட்டாயா?” என்று, திடீரென்று கேட்டான்

“அதான் சொன்னேனே!” என்றாள் அவள்

அவள் மனதிலும் குழப்பமாயிருக்கிறது போலும்! நிஜமாக அவள், ‘பிச்சைக்காரி’ வந்து போனதை மறந்திருந்தால், அவன் கேள்விக்கு ‘என்ன?’ என்ற பதில் கேள்விதான் பிறந்திருக்கும். ஆனால், அவள் பதில், அந்தப் ‘பிச்சைக்காரி’யால், அவளுக்கும் ஏதோ பரபரப்பு உண்டாகியிருக்கிறது” என்று காட்டியது.

“இல்லை; பொய்.”

“ஆமாம்; பொய்;” அவள் எழுந்து உட்கார்ந்துவிட்டாள். “யார் வந்துவிட்டார்கள் என்று நினைத்து, இவ்வளவு தடபுடல் செய்கிறீர்கள்?”

“அம்மாதான் வந்தாளோ என்று தோன்றியது.”

“அப்படித் தானிருக்கட்டுமே! வந்துவிட்டால் என்ன? உள்ளே அழைத்து வந்து, குளிப்பாட்டிக் காலைப் பிடித்துப் பணிவிடை செய்ய வேண்டும் என்று கட்டளை இடுகிறீர்களோ? ஓடிப்போன கழுதை மேலே, இவ்வளவு பிரியம்! வெட்கக் கேடு!”

அவன் ஒன்றும் பதில் அளிக்கவில்லை; வந்த கோபத்தையும் அடக்கிக்கொண்டான்; அறையில் மறுபடியும் பயங்கரமான மௌனம் நிலவ ஆரம்பித்தது.

மறுபடியும் புரட்சித் தலைவனின் கம்பீரமான கர்ச்சனை நினைவுகள், எப்படியோ சிறு ஒளியை ஏற்றின. இப்போது நன்றாகத் தெரிந்தது, அவனுக்கு. அம்மாதான் திரும்ப வந்துவிட்டாள்!

உலகம் கடவுளின் லீலைக்கு ஓர் உபகரணம் என்கிறார்கள். சரிதான். அவனுக்கு மனத்தைவிடப் பெரிய லீலாகிருகம் வேறு எங்கேயாவது கிடைக்குமா என்பது சந்தேகந்தான். மாறுபட்ட உணர்ச்சிகளை ஒன்றோடொன்று மோதவிட்டு வேடிக்கை பார்ப்பதில், அவனுக்குப் பரம சந்தோஷம் போலும். பாவம் புண்யம், ஆசை நிராசை, விருப்பு வெறுப்பு முதலிய எதிரான உணர்ச்சிகள் ஒன்றோடொன்று முட்டிக் கொள்ளும்போது, அவனுக்கு அதில் எவ்வளவு இன்பம் உண்டாகிறதோ!

“ஐயையோ! அம்மா திரும்ப வந்துவிட்டாளா?” துக்கமும் திகிலும் கலந்த குரல் ஒன்று. “என்ன அம்மாவா? என்னுடைய அம்மாவா? என்னை அன்பாக வளர்த்த அம்மாவா?” அன்பும் சந்தோஷமும் கலந்த மற்றொரு குரல். இரண்டு குரல்களும் ஏக காலத்தில் எழவே, அவன் திடுக்கிட்டான். ஆனால் –

ஆம்; 'என் தாய் என்று, அவன் பெருமை பாராட்டிக்கொள்ள முடியாது; அந்த வார்த்தையைக் கேட்டாலும், அவன் தலைகுனிந்துகொள்ள வேண்டியவன்தான்.

2

காலையில் எழுந்தவன் முகம் வெளுத்து வீங்கியிருந்தது, வியாதியஸ்தனைப் போல். மழையும் நிற்கவில்லை; தூறிக்கொண்டேயிருந்தது. மேகங்கள் கலையாது திரண்டுகொண்டிருந்தன.

அன்று இரவு நாடகம். அவன் இன்னும் தன் பாகத்தை மனப்பாடம் செய்யவில்லை. அவனுக்கு எப்போதும் ஞாபகசக்தி அதிகம். அதல்லாமல், அந்தக் கம்பெனியிலேயே அவன் பிரதம நடிகன்; ஒத்திகைக்குக்கூட அவன் போகமாட்டான். அவனை யாரும் கேட்பாரில்லை. அன்று மனம், வேறு பாடம் படித்துக்கொண்டிருந்தது; இதில் எங்கே கவனம் செல்லப் போகிறது?

திடீரென்று வந்து சேர்ந்தார் கம்பெனி மானேஜர். அவருக்கும் அவனுக்கும் நெருங்கிய தொடர்பு.

"பாலு! மழை பெய்கிறதே; என்னடா செய்கிறது?"

பாலச்சந்திரன், எந்தக் கேள்விக்கும் பதில் அளிக்கும் நிலைமையில் இல்லை. அவன் மனமே கேள்விமயமாகியிருக்கும்போது, வாய் சாதாரண மான பேச்சு எப்படிப் பேச முடியும்? அவனும் பதில் கேட்டான்; "என்ன செய்கிறது?" என்று.

"நான் உன்னைக் கேட்டால், நீ என்னையே திருப்பிக் கேட்கிறாயே? ஸிலோன் ஸகுந்தலா பாயால் பணம் வாரிவிடலாம் என்று பார்த்தேன்; ஆனால், மழை பெய்கிறதே, பாழும் மழை!"

இங்கே பாலச்சந்திரன் மனதில் பெரும் போர் நடந்துகொண்டிருந்தது. மானேஜருக்குப் பணக்கவலை! அவன் மனம் மேற்கிலும், அவர் மனம் கிழக்கிலும் பிய்த்துக்கொண்டு போகும்போது ஒருவருக்கொருவர் எப்படி யோசனை சொல்லிக்கொள்ள முடியும்? அவன் பதில் அளிக்கவில்லை.

"உன் முகம் வெளுத்து வீங்கியிருக்கிறதே; ராத்திரி தூங்கவில்லையா? என்ன விசேஷம்?"

"ஒன்றுமில்லையே"

"சரிதான்; இதோ பார். பகலில் டிக்கட் விற்பனை நடக்கிறது; டிக்கட் விற்றுவிட்டு ராத்திரி மழை நிற்காவிட்டால் என்ன செய்கிறது? நம்மை நாசம் செய்யத்தான், இந்த மழை பெய்கிறது. சகுந்தலையின் முகத்தைப் பார்த்தாலும் போதும்; ஜனங்கள் மொய்த்துக்கொள்வார்கள். உன்னிடம்தான் சொல்லுகிறேன்; சுவர் மாதிரிப் பேசாமல் உட்கார்ந்திருக்கிறாயே! ஒன்றும் உன் காதில் விழவில்லையா?"

"சொல்லுங்கள், கேட்டுக்கொண்டுதானிருக்கிறேன்."

“என்ன சொல்லுகிறது? பாலசந்திரன் ராஜபார்ட், சகுந்தலாபாய் ஸ்திரீபார்ட்! எவ்வளவு ஷோக்காயிருக்கும் நாடகம்!... நாடகத்தை ராத்திரி நடத்துவோமா, வேண்டாமா? ‘அடாது மழை பெய்தாலும் விடாது நாடகம் நடத்தப்படும்’ என்று அறிவித்துவிடலாமா?”

பாலச்சந்திரன் ஒன்றும் பேசாமலிருந்தான்.

“சொல்லப்பா? நீ சொல்லுகிறபடிதான் செய்யப்போகிறேன். சொல்லு –”

“என்ன சொல்லுகிறது?”

மானேஜருக்கு ஆச்சரியமாகிவிட்டது. “என்னப்பா! இன்று ஒரு மாதிரியாக இருக்கிறாயே, என்ன சங்கதி? விடிய விடிய ராமாயணம் கேட்டுவிட்டு, ராமனுக்கு சீதை என்ன உறவு என்று கேட்கிறாயே! நாடகம் நடத்திவிடுவோமா என்றுதான் கேட்கிறேன்.”

யோசித்துச் சொல்லவேண்டும் பதிலை. வெளியில் தூறல். ஆகாயத்தில் மேகங்களின் குமுறல். ஆனால், சட்டென்று பதில் அளித்தான் அவன்: “அதற்கென்ன, நாடகத்தை நடத்திவிடுவோம்.”

இரவு ஒன்பது மணி ஆகிவிட்டது. இருளும் மழையும் அதிகரித்ததே ஒழியக் குறையவில்லை. கொட்டகையைச் சுற்றி மழையையும் கவனிக்காமல் ஜனங்கள் கூடியிருந்தார்கள். மானேஜர் துடிதுடித்துக் கொண்டிருந்தார்; இங்கும் அங்கும் அலைந்து சற்று நின்று ‘ஐயோ’ என்று பெருமூச்சுவிட்டுக் கொண்டிருந்தார். பாலச்சந்திரன் மீது, கோபம் வந்தது அவருக்கு. ஆனால், அவனைக் கோபித்துக்கொள்ள முடியாதாகையால், வந்தவர் போனவர்களையெல்லாம் கண்டபடி திட்ட ஆரம்பித்தார். மக்கள் கொட்டகையின் உள்ளே போக அனுமதிக்கப்படவில்லை. கடைசியில் கதவை உடைத்துக்கொண்டு, உள்ளே போக ஆரம்பித்தனர். டிக்கட் வாங்கினவர், வாங்காதவர் என்ற வித்தியாசமே இல்லாமல் போய்விட்டது.

திரையின் பின்னால் நடிகர்கள் பயத்துடனும் ஆவலுடனும் எட்டிப் பார்த்துக் கொண்டிருந்தார்கள். மானேஜர், மேடைமீது ஏறி நின்று கொண்டார். கூட்டத்தைப் பார்த்து, அன்று வாங்கின டிக்கெட்டை வைத்துக்கொண்டு, மறுநாள் நாடகத்தின்போது வரலாம் என்றும், அதிக மழை பெய்வதால் நாடகம் சுவாரஸ்யப்படாதென்றும் கூறிக் கொண்டிருந்தார்...

இவ்வளவுக்கும் காரணமான பாலச்சந்திரன், இதைப் பற்றிக் கொஞ்சமும் கவலைப்படாமல், தன் நண்பன் ஒருவனோடு உட்கார்ந்திருந்தான். இதைப் பற்றின கவலைதான், உலகத்தின் கவலையா? அவன் மனதில் வேறு கவலைகள், சிந்தனைகள்.

“சந்திரா!...”

அவன் ரத்தத்தையே உறிஞ்சி இழுப்பதுபோல் ஒலித்தது அந்தக் குரல். திடுக்கிட்டுத் திரும்பிப் பார்த்தான் அவன். வாசலில் ஒரு கிழவி நின்றுகொண்டிருந்தாள். நன்றாகப் புரிந்தது; அவள்தான்! ஆனாலும் கேட்டான். “யார் நீ?” என்று.

"தெரியவில்லையா? உன்னைப் பெற்றவளடா நான்?"

அருகில் உட்கார்ந்திருந்த அவன் நண்பன் சிரித்துவிட்டான். அவனுக்குப் பாலச்சந்திரனின் பழங்கதை எல்லாம் நன்றாகத் தெரியும். அவளுடைய குரலைக் கேட்டதும் பாலச்சந்திரன் மெதுவாக வாய்க்குள் "அம்மா!" என்று சொல்லிக்கொண்டான். நண்பன் சிரித்ததும் அவன் திடுக்கிட்டான். எங்கோ ஞாபகம் வைத்துக்கொண்டு எழுதும்போது, தவறுதலாக அபத்தம் ஏதாவது எழுதிவிட்டு, அதைப் பிறர் பார்த்துவிடுவார்களோ என்ற பயத்தால், அந்த வார்த்தைகள் மீது மையைக் கொட்டி மழுப்புவதுபோல், அவன் தான் சொன்னதைக் கேட்டுவிட்டானோ என்று நண்பன் முகத்தைப் பார்த்தான். நண்பன் சிரித்தது, "இவ்வளவு வருஷங்களுக்குப் பிறகு ஒருத்தி வந்து, உன் தாய் என்று சொல்லிக் கொள்கிறாளே!" என்று வேடிக்கைக்காக இருக்கலாம். ஆனால் பாலச்சந்திரனுக்கு, அவன் சிரிப்பு கேலியாகத் தோன்றவில்லை. அந்தச் சிரிப்பே, அவனுடைய பாசத்தை அறுத்துவிட்டது. மானம், மானம் என்று துடிதுடித்துக் கூவ ஆரம்பித்தது அவன் மனம்.

"என்னைப் பெற்றவளா? உனக்கு வெட்கமாயில்லையா, இதைச் சொல்லிக்கொள்வதற்கு? இப்போது எங்கே வந்தாய்? ஏன் வந்தாய்? என்னை அவமானம் செய்யவா, இங்கே வந்தாய்? –"

"சந்திரா! உன் தம்பிக்கு உடம்பு சரியாயில்லை. மழை பெய்கிறது. அவன் படுத்திருக்கும் இடத்தில் சாரல் அடிக்கிறது. போர்த்தத் துணியில்லை. குளிரால் நடுங்கிக்கொண்டிருக்கிறான். மருந்துக்கும் காசில்லை; ரொம்பக் கஷ்டமாயிருக்கிறது –"

"யார், என் தம்பி? பெரிய வெட்கக்கேடாயிருக்கிறதே! எனக்குத் தம்பியா? அவன், என் தகப்பனின் பிள்ளையா?"

"அதையெல்லாம் மறந்துவிடு, சந்திரா! நீ எந்த வயிற்றில் பத்து மாதம் தங்கினாயோ, அதே வயிற்றில்தான் தம்பியும் இருந்தான். உனக்கு எப்படிப் பால் ஊட்டி வளர்த்தேனோ, அப்படியே அவனுக்கும் பாலூட்டி வளர்த்தேன். அவன் சாகக் கிடக்கிறான்! ஐயோ, சாகக் கிடக்கிறான்! –"

நண்பன் அவன் முகத்தைப் பார்த்தான்; அவன் கோபம் அதிகமாகி விட்டது. "நீ வெளியே போ! இங்கே நிற்காதே. ஒழுங்கு தவறிப் போனவர்களுக்கு, என்னால் உதவி செய்ய முடியாது –" என்றான் அழுத்தமாக.

"சந்திரா! நான் குற்றம் செய்தவள்தான். என்னை நீ தண்டிக்கலாம். ஆனால், அவனைக் காப்பாற்றிவிடு. முதலிலேயே நடுங்கிக் கொண்டிருந்தான்; ஐயையோ! மழை பலமாகப் பெய்ய ஆரம்பித்துவிட்டதே! சந்திரா! வா, சீக்கிரம் வா, அவன் என்ன செய்கிறானோ? நேற்று உன்னுடைய வீட்டை எப்படியோ தேடிப் பிடித்துக்கொண்டு வந்தேன். உன் பெண்டாட்டி துரத்திவிட்டாள்."

"மரியாதையாகப் போகிறாயா? யாரையாவது விட்டுக் கழுத்தைப் பிடித்துத் தள்ளட்டுமா? – யார் இவளை உள்ளே விட்டது? இந்த நாயை அடித்துத் துரத்துங்கள்! –"

நண்பன், நிலைமையை அறிந்து, தான் இனி அங்கு இருப்பது சரியன்று என்று நினைத்து எழுந்தான். அவன் தன்னைப் பிடித்துத் தள்ளத்தான் வருகிறான் என்று அவள் பயம் கொண்டாள்.

"சந்திரா! உன்னிடமிருந்து நான் இதை எதிர்பார்க்கவில்லை; பெண்டாட்டியையும் மிஞ்சிவிட்டாயே! நான் தவறு செய்தது வாஸ்தவம்; ஆனால், எனக்குப் பதிலாக அவனை ஏன் தண்டிக்கவேண்டும்? என் ரத்தம், என் குழந்தை என்பதற்காகவா? –"

நண்பன், அவள் பக்கமாக நகர்ந்தான்.

"சந்திரா! இவனைக் கூப்பிட்டு விடு; மாட்டாயா? பேஷ்!"

பைத்தியக்காரிபோலக் கத்திக்கொண்டே, அவள் வாசலைத் தாண்டி வேகமாகப் போய்விட்டாள். மெதுவாகப் பின்னால் வந்த நண்பனும் ஒன்றும் பேசாமல் வெளியே நழுவினான்.

நேற்று குளத்தில் எழும் அலைகள்போல் மனதில் நினைவுகள் தோன்றிக் கொண்டிருந்தன; இன்று, கடல் தன்னுடைய முழுக் குமுறலோடு உருண்டது. மேஜை மீது தலையைக் கவிழ்த்துக்கொண்டு, சிந்திக்க ஆரம்பித்தான் . . . .

ஒரு சிறிய கீற்று வேய்ந்த வீடு; அதில் சிறிய திண்ணை. அங்கு, மெலிந்த ஒரு பையன், வியாதியாய்க் கிடந்தான். போர்வைகூட இல்லாததால் நடுங்கிக்கொண்டிருந்தான். அவன் தாய், அருகில் உட்கார்ந்து கண்ணீர்விட்டுக் கொண்டிருந்தாள். திடீரென்று திண்ணை மீது, யாரோ ஆசாமி வந்து நின்றான். தாய், "யார்?" என்றாள். "எமன்" என்று பதில். "இல்லை, முதலில் என்னை எடுத்துக்கொண்டு போ; பிறகு அவனை அழைத்துக்கொண்டு போகலாம்." எமனும் 'சரி' என்கிறான்.

கற்பனை மிகவும் பயங்கரமாய்த் தோன்றியது. மேஜை மீது தலையை நன்றாகக் கவிழ்த்துக்கொண்டு, விம்மி விம்மி அழத் தொடங்கினான்.

"எவ்வளவு நேரம் அழுதோம்" என்று அவனுக்கே தெரியாது. திடீரென்று பின்னால், யாரோ கதவைத் திறந்துகொண்டு வரும் காலடிச்சப்தம் கேட்டதும், சட்டென்று கண்களைத் துடைத்துச் சமாளித்துக்கொண்டான்; கூடவே ஆசையும் எழுந்தது; அம்மா மறுபடியும் வந்துவிட்டாளோ?

"யார்?" என்று கேட்டுக்கொண்டே, பதிலை எதிர்பாராமல் திரும்பிப் பார்த்தான். அம்மாவல்ல; சகுந்தலை. அவள், ஏன் இங்கே வந்தாள்? இந்தக் கேள்வி தவிர, அவனால் வேறொன்றும் சிந்திக்க முடியவில்லை, மறுபடியும் தலை குனிந்துகொண்டு உட்கார்ந்துவிட்டான்.

"பாலச்சந்தர்"

நிமிர்ந்து, அவள் முகத்தைப் பார்த்தான் அவன். மானேஜர் அவளைப் பற்றிச் சொன்னது கொஞ்சம்; யௌவனமும் சௌந்தரியமும் கூடின இடத்திலே பிறந்த குழந்தை அவள். அவள் குரலில் குழலிருந்தது.

அவன் மெதுவாக, "ஏன்?" என்றான்.

“என்னோடு வீடு வரை வரவேண்டும்.”

வீடு வரை ! அவன் இப்படி எவ்வளவோ அழகிய நடிகைகளுடன் வீடு வரை கூப்பிடப்பட்டு வீட்டிற்குள் சென்றவன்; அது அவனுக்குச் சகஜம். சம்பாத்தியத்தில் பாதி, அந்தச் செலவுதான். இப்போது அவள் எண்ணம் கூடப் புரியவில்லை, அவனுக்கு. புத்தி, தன் நிலையில் இருந்தால்தானே ! மறுபடியும், “ஏன் ?” என்றான்.

“ஆம், வரவேண்டும்” என்றாள் சிரித்துக்கொண்டே.

அர்த்தமின்றி அவன், “சரி” என்றான்.

“அப்படியானால் எழுந்திருங்கள் ?”

அந்த வீட்டிற்குச் சகுந்தலை வந்து சில நாள்தான் ஆகியிருந்தாலும், எல்லா அலங்காரங்களும் நிறைந்திருந்தன. அவனைத் தனியாக ஓரிடத்தில் உட்கார்த்திவிட்டு, அவள் கீழே சென்றாள். அந்த அறை மிகவும் அலங்காரமாயிருந்தது. ஆனால், எதையும் ரசிக்கிற நிலையில், அவன் மனம் இல்லையே !

அவன், அறையைச் சுற்றி, ஒரு பார்வை ஓட்டினான். சுவர்களில் படங்கள் நிறைந்திருந்தன.

சீக்கிரம் அவளும் வந்துவிட்டாள். அவள் உடை, இப்போது மாறியிருந்தது. மெலிந்த அங்கங்கள் வெளியே எட்டிப் பார்க்கும் ஆடையில், தங்கப்பதுமைபோல் தோன்றினாள் அவள். ஒருகையில் வெள்ளித்தட்டு; அதில் நிறைய பழங்கள்; மற்றொரு கையில் வெள்ளி டம்ளர்; அதில் பால். அவளுடைய அந்த உருவத்தைப் பார்த்தபின்தான், அவன் புத்தியும் கொஞ்சம் தெளிந்தது.

“இதற்காகவா ?” என்றான், எதையோ நினைத்தவன்போல்.

“எனக்குக் குழந்தை இல்லை.”

“அதற்காக ?”

“நான் யாருக்கும் இப்படி வலுவில் அடிமையானதில்லை; உங்களைப் பார்த்ததும் என்னவோ என் மனம் கனிந்து உருகிவிட்டது.” வெற்றுத் திருஷ்டி செலுத்தி, அவளைப் பார்த்துக்கொண்டிருந்தான் அவன். அவள் தொடர்ந்து சொன்னாள். “உங்களுக்கு இஷ்டமானால், எப்போதுமே இருக்கலாம். ஆனால், உங்களுக்குக் கலியாணம் ஆகிவிட்டதா ?”

“ஆகிவிட்டது.” சற்று யோசித்துக் கேட்டான். “உனக்கு ?”

“எனக்கா ? ஆகியது ! அவர் கிழவர், நாலாவது கல்யாணம், ஓடி வந்துவிட்டேன்.”

திடுக்கிட்டு அவன் எழுந்து நின்றான். அவள், அவன் கையைப் பிடித்துக்கொண்டாள். கையை உதறி விடுவித்துக்கொண்டான் அவன்.

“நீங்கள் சன்னியாசியா ?” என்றாள் சிரித்துக்கொண்டே.”

“அது எப்படி முடியும்? பெண்டாட்டி, இரண்டு குழந்தைகள் இருக்கிறார்கள்.”

“எனக்கு ஒரு குழந்தை பிறந்து, உடனே செத்துவிட்டது” என்றாள், தளர்ந்த குரலில்.

“இல்லை, நான் அவசரமாகப் போகவேண்டும்” என்று சொல்லிக் கொண்டே எழுந்தான். அவள் முன் நகர்ந்து, அவனைக் கெட்டியாகப் பிடித்துக்கொண்டாள். ஆனால், அவன் கைகள் – பல தடவை, இத்தகைய அனுபவத்தைக் களித்த கைகள் – அவளை உதறித் தள்ளின. அவள் கீழே விழுந்தாள்; சமாளித்துக் கொள்வதற்குள் முகத்தில் செருப்பு விழுந்தது. வேகமாக ஓடுவதற்காக அவன் தன் கால்களிலிருந்து செருப்பை எடுத்து எறிந்தான்; அது அவள் முகத்தில் விழுந்தது.

“ஆயிரம் ஸகுந்தலை, எனக்குக் கிடைப்பாள். ஆனால் அவள் – ஒருத்தி – மழையூடு வந்து என் வாசலில் துவண்டு நின்று துடித்த அவள் ... அம்மா! அம்மா!!”

அவன் மாடியிலிருந்து கீழே இறங்க ஆரம்பித்தான். ஜாதி – மானம் – கௌரவம் – இன்பம் – ? எல்லாப் படிகளையும் விட்டு இறங்கித் தெருவில் வேகமாக நடந்தான்.

மின்னல் வெளிச்சம் வழிகாட்டுமா?

மணிக்கொடி **(மார்ச் 1, 1938)**

குயிலி (நவம்பர் 1964)

மறுபிரசுரம்: *சௌராஷ்டிரமணி* (செப்டம்பர் 1988)

எம்.வி. வெங்கட்ராம் கதைகள் (டிசம்பர் 1998)

ஜன்னல்

விடியற்காலையின் குளிர் தணிந்துவிட்டது. இருந்தாலும் எழுந்திருப்பதா வேண்டாமா என்று யோசனை. கால்களை நீட்டிப் படுத்தப்படியே, ஒருமுறை சோம்பல் முறித்துக்கொண்டு புரண்டு விழுந்தான். கைகளை உயரத் தூக்கி, மறுபடியும் சோம்பல் முறித்துக் கொட்டாவி விட்டுக்கொண்டே, மெதுவாக நகர்ந்தான். சுவரில் மாட்டியிருந்த காலண்டரியிலிருந்து ஒரு தேதியை அலட்சியமாகக் கிழித்துவிட்டு, அறையிலிருந்து வெளியே வந்தான்.

தூக்க மயக்கம் சரியாகத் தெரியாததால், வாசலண்டை வந்து நின்றான். வெயில் நன்றாகத் தெரு முழுவதும் பரவியிருந்தது. சில வீடுகளில் நீட்டிக்கொண்டிருந்த் கூரை களின் நிழல் மாத்திரம் தெருவின் இரண்டு கரைகளிலும் விழுந்துகொண்டிருந்தது. தெருவைச் சுற்றி எட்டி இரண்டு பக்கங்களிலும் பார்த்தான். அந்தக் கோடியின் கீற்றுக் குடிசையிலிருந்து ஆரம்பித்து, இந்தக் கோடியில் அவன் வீட்டிற்கு எதிரில் இருந்த பெரிய ஆலமரத்தில் அவன் திருஷ்டி முடிவடைந்து, சற்று அங்கேயே லயித்திருந்தது. கூவி விட்டு ஓய்ந்து உட்கார்ந்திருந்த பறவைகளைப் பார்த்துவிட்டு, பார்வையை நகர்த்தி எதிர்வீட்டைப் பார்த்தான். தெருவிலேயே அதுதான் பெரிய வீடு. அந்த வீட்டைப் பார்த்துக்கொண்டே யோசனையிலாந்துவிட்டான்.

அவன் அந்தக் கிராமத்திற்கு வந்து, பத்து நாளுக்கு மேலாகிவிட்டது. இருந்தும், அவனுக்கு ஒன்றும் ஸ்வாரஸ்ய மாகப் படவில்லை. வழிதவறிப் போன பாதசாரிபோல, அவன் மனம் அலுத்துவிட்டது. இந்நேரம் அவன் பட்டணத்திலிருந் தால் காப்பி குடித்தாகியிருக்கும். நண்பர்கள் வந்திருப்பார்கள். விடுமுறையானதால் சீட்டாடிக்கொண்டாவது இருப்பார்கள். கேலிப் பேச்சுக்கள் நடக்கும் இங்கு – ?

அவனுடைய நாகரிகத்தையோ திறமையையோ ரஸிப்பவர் யாரும் இங்கில்லை. அவனுடைய நாகரீகக் கோலத்தைக் கண்டு,

எல்லோரும் திடுக்கிடுவார்கள். அவன், நெற்றியில் பொட்டு இட்டுக்கொள்ள மாட்டான்; இந்தக் கிராமவாசிகளுக்கு அது நாகரீகம் என்று தெரியுமா? நாஸ்திகன் என்று பட்டம் கட்டுவார்கள். அவன் தனியே ஆதரவின்றிக் கிடந்தான். அவனோடு ஒட்டிக்கொள்ள வந்த ஒன்றிரண்டு பேர்களையும் அவனுக்குப் பிடிக்காததால் ஒதுக்கிவிட்டான். அவன் வரும்போது கூடக் கொண்டுவந்த நாகரீக சாமக் கிரியைகள் எல்லாவற்றையும் உபயோகிக்க, அவனுக்குச் சந்தர்ப்பமும் கிடைக்கவில்லை. இன்பமாகப் பேசிக்கொண்டிருக்கத் துணையுமில்லை. என்ன அலுப்பு!

"ஜோதி!"

தாயார் கூப்பிட்டாள். அவனுக்கு ஆத்திரம் வந்தது. முகத்தைச் சுளுக்கிக்கொண்டு பதிலளிக்காமல் இருந்துவிட்டான். மறுபடியும் வெறித்து, எதிரே பார்த்து யோசிக்க ஆரம்பித்தான். அவன் மனதில், இன்று விவரிக்க முடியாத ஒரு வேதனை உணர்ச்சி உண்டாகியது. என்ன முயன்றும், அதை ஒதுக்க முடியவில்லை அவனால்.

"பல்லை விளக்கிவிட்டுச் சாப்பிட வா!"

"சாப்பிட! என்ன மண்ணாங்கட்டியைச் சாப்பிடுவது?" தனிச் சாப்பாடு அவன் எப்போதும் சாப்பிட்டதில்லை. 'ஹாஸ்டலில்' நண்பர்கள் எல்லோரும் சேர்ந்து பரிகாசம் செய்துகொண்டே சாப்பிடுவார்கள். ஒருவர் இலையிலிருந்து மற்றொருவர் தெரியாமல் எடுத்துத் தின்பது, அதற்காக வேடிக்கைச் சண்டை – அதில் எவ்வளவு சந்தோஷம் தோன்றுகிறது! இங்கே தனியே 'சொரத்'தில்லாமல் சாப்பிட வேண்டும்.

தாயாருக்குப் பதிலளிக்காமலேயே உள்ளே போனான். பரிதாபகரமாக 'பிரஷ்'ஷை எடுத்துப் பார்த்துக்கொண்டே, 'டூத் பேஸ்டு'டன் கிணற்றடிக்குச் சென்றான். பல்லை, ஏதோ ஒருவாறு விளக்கி முடித்தான்.

சாப்பிட உட்கார்ந்ததும், அவன் மனதில் அந்த வேதனை உணர்ச்சி மிகுந்து வந்தது. தாயாருக்கு, ஏதோ சொல்லவேண்டும் போலிருந்தது. ஆவலுடன், அவன் முகத்தை அடிக்கடி பார்த்துக்கொண்டிருந்தாள். அவனுடைய முகம் களையில்லாமல் இருப்பதைக் கண்டு தயங்கிக் கொண்டிருந்தாள். பாதி சாப்பிட்டிருப்பான் –.

"ஜோதி!"

நிமிர்ந்து பார்த்துவிட்டுக் குனிந்தான்.

"கமலாவைத் தெரியுமா உனக்கு? அவள்தான், சிறிசிலே உன்னோடு சேர்ந்து விளையாடுவாளே?"

"ஆமாம்."

இந்த ஒரே வார்த்தையில், தன் ஹிருதயத்தின் ஆத்திரத்தை எல்லாம் நிறைத்துப் பதில் அளித்துவிட்டான். தாயாரின் சங்கேதம், அவனுக்குப் புரிந்துவிட்டது.

"கல்யாணமும் வேண்டாம் கல்லெடுப்பும் வேண்டாம்!"

தாயாரின் உள்ளத்தில் வேதனை எழுந்தது. அவள் பேசவில்லை. அவன் சாப்பிட்டுவிட்டு எழுந்தான். திண்ணையில் உட்கார்ந்து, மறுபடியும் 'யோகத்தில்' ஆழ்ந்தான்.

திடீரென்று எதிர்வீட்டருகில் வந்து நின்ற வண்டியின் சப்தத்தால் கவனம் கலைக்கப்பட்டு, நிமிர்ந்து பார்த்தான். முதலில் ஒரு கிழவி இறங்கினாள்; பிறகு இரண்டு மெலிந்த சிவப்புக் கால்கள் வெளியே வந்தன. அந்தக் கால்களின் சொந்தக்காரியான சிறு பெண், கீழே இறங்கினாள். முதலில் அவனுக்குப் பின்புறம் தெரிந்தது. கூந்தல், எண்ணெய் தடவப் படாமல், அப்படியே தூக்கிச் செருகப்பட்டிருந்தது. அதில் புஷ்பமோ, நகையோ, ஒன்றுமில்லை. சாமான்களை எடுக்கத் திரும்பினாள் அவள். அவன் நன்றாகப் பார்த்துவிட்டான். கிராமத்து ஆரோக்கியமும், பட்டணத்தின் நாகரீகமும் ஒருங்கே கூடினவள்போல் தோன்றும் இளம்பெண்; அழகி; முந்தானையை இழுத்து மார்பைச் சுற்றிக்கொண்டிருந்தாள்.

அழகி, சாமான்களை எடுத்துக்கொண்டு திரும்பும்போது, தன் பெரிய கண்களைச் சுழற்றிப் பார்த்துக்கொண்டு வந்தவள், தவறாது அவனுக்கு வலப்புறத்திலிருந்த தூண், இடப்புறத்துச் சுவர், இரண்டையும் பார்த்துவிட்டு, இரண்டுக்கும் நடுவில் உள்ள அவன் மீதும் தன் பார்வையைச் செலுத்தினாள். முன்பிருந்தே அவன், அவளையே உன்னிப்பாக கவனித்துக்கொண்டிருந்ததால், அவள் கண்களோடு அவன் கண்கள் கலந்துவிட்டன. வெட்க மிகுதியால் அவள் தலைகுனிந்துகொண்டாள். அவள் சாமான்களோடு மெதுவாக உள்ளே சென்றாள்.

வண்டி, ஆடி அசைந்துகொண்டு நகர்ந்தது.

"அம்மா!"

அம்மாவுக்கு ஆச்சரியமாயிருந்தது. அவன் வந்து பத்து நாளில் அன்றுதான் வாய் திறந்து அப்படி அழைத்தான். அவளுக்கு மிகவும் சந்தோஷமுண்டாகியது. வெளியே வந்து மகிழ்ச்சியுடன், "ஏன்?" என்றாள்.

"வெந்நீர் வைத்திருக்கிறாயா?"

அவள் பிரமித்துவிட்டாள். இத்தனை நாளாக, அவன் தண்ணீரில் குளிப்பது வழக்கம்.

"இதோ வைத்துவிட்டேன்!"

சீக்கிரம் தண்ணீரை வைத்து, அடுப்பில் விறகைத் தள்ள ஆரம்பித்தாள்.

அவன், தன் அறைக்குச் சென்றான். அலங்கோலமாகச் சிதறிக் கிடந்த புஸ்தகங்களையெல்லாம் எடுத்து, அடுக்க ஆரம்பித்தான். வாய், ஒரு பாட்டை முணுமுணுத்துக் கொண்டிருந்தது. மனம், இன்னொரு பாட்டைப் பாடிக்கொண்டிருந்தது. புஸ்தகங்களை, அவனால் சரியாக அடுக்க முடியவில்லை. அடுக்கி அடுக்கிச் சிதறிவிட்டு, துணிகளிருந்த அலமாரியைத் திறந்தான். அவன் தாயார், ஒழுங்காகத் துணிகளை வைத்திருந்தாள். அவைகளை எடுத்துக் கீழே போட்டுவிட்டு, மறுபடி எடுத்துவைக்கத் தொடங்கினான். ஒழுங்காக அடுக்கியிருந்தவைகளைக் கலைத்ததுதான் மிச்சம். மனம் சும்மா இருக்க மாட்டேனென்றது; கை

கால்களும் துருதுருத்துக்கொண்டிருந்தன. தனக்கு அப்போது வேண்டிய ஒரு 'ஸெட் ட்ரஸ்'ஸை எடுத்து வெளியே வைத்துக்கொண்டு, பாக்கி எல்லாவற்றையும் தூக்கி உள்ளே போட்டான்.

"ஜோதி! தண்ணீர் சூடாகிவிட்டது!"

"வந்துவிட்டேன்!" பாட்டாக நீட்டிப் பதிலளித்தான்.

மற்ற நாட்களில், ஐந்து நிமிஷத்தில் குளிக்கிறவன், இன்றைக்கு அரைமணி நேரம், தேய்த்த இடத்திலேயே எட்டுத் தடவை தேய்த்துக் குளித்தான்.

அன்றுதான், நன்றாக 'ட்ரஸ்' பண்ணிக்கொண்டான். கிராப்பை அழகாக வாரிவிட்டுக்கொண்டு, திண்ணை மீது வந்து உட்கார்ந்தான். மத்தியான வேளை; உச்சி வெயிலாதலால் ஜன நடமாட்டம் அதிகமில்லை. திடீரென்று ஒரு மனிதன் வந்து, நடந்து மறைவான். ஒரு பறவை, மெதுவாகக் குரலை வெளியிலெடுக்கும். காகங்கள் மாத்திரம், அடிக்கடி கத்திக்கொண்டிருந்தன. அவை அடித்தொண்டையில் கத்துவதால் ஏதோ ஒரு துக்க ஓலமாக ஒலித்தது. அகாரணமாகவே அலுப்புத் தோன்றும் அவனுக்கு, இவ்வளவு உலர்விலும் சலிப்புத் தோன்றவில்லை.

எதிர்வீட்டு ஜன்னல் வழியாக, உள்ளே சென்றுகொண்டிருந்தன அவன் கண்கள். ஏதாவது வேலை செய்துகொண்டிருக்கும் அவள், குறுக்கும் நெடுக்குமாக நடக்கும்போது, அவனை மறக்காமல் பார்த்துக் கொண்டிருந்தாள்.

திடீரென்று அவள், ஜன்னலருகில் வந்தாள். அவன் அசைந்து கொடுத்துச் சாய்ந்தான். ஜன்னலின் மேல்கதவைச் சாத்தினாள் அவள். அவனுக்குப் பகீரென்றது! ஆனால் அவள் போகவில்லை. மேல் கதவுகளைச் சாத்திக்கொண்டு, அங்கேயே உட்கார்ந்துவிட்டாள். தன் உடலில் நாடிகள் அடிக்கும் சப்தம்கூடக் கேட்பதாகத் தோன்றியது, அவனுக்கு.

ஆனால், தூரத்திலிருந்தபோது துணிவுடன் பார்த்துக்கொண்டிருந்த அவனால், இப்போது முன்போல் பார்க்க முடியவில்லை. நடுவிலிருந்து, தூணைப் பாதி, அவளைப் பாதியாகப் பார்த்துக்கொண்டிருந்தான். அவளும் அவனைப் பார்த்துக்கொண்டிருக்கிறாளா? சரியாக அறிய முடிய வில்லை, அவனால்! தீர்மானத்துடன் ஒருமுறை பார்த்துவிடுவதென்று நிமிர்ந்தான். இருவருடைய கண்களும் மோதிக்கொண்டன. அவன் உடல் சிலிர்த்தது. உள்ளம் பொங்கியது. தான் மனுஷ்யன் என்ற நினைவுகூட இல்லை; எங்கேயோ பறந்துபோவதுபோல அவனுக்குத் தோன்றியது.

"பானு!"

அவள், உள்ளே போய்விட்டாள்.

பைஜாமாக்கள், அடையாறு ஜிப்பா, கால்களில் 'லேடீஸ் ஷூஸ்' இந்த அலங்காரங்களுடன் உலாவுவதற்கு அவன் புறப்பட்டான். மாலையில் கிராமத்தில் இயற்கைத்தேவி கூத்தாடுவாள் என்கிறார்களே, அந்தக் கூத்தை எல்லாம் அவன் கவனிக்கவில்லை. தன் மனதில் கூத்தாடும் தேவியின் நடனத்தில் ஆழ்ந்திருந்தான்.

யோசித்துக்கொண்டே ரொம்ப தூரம் நடந்துவிட்டான். சட்டென்று அவனுக்கு ஒரு எரிச்சல் யோசனை எழுந்தது. அவள், ஜன்னலில் வந்து பார்த்திருந்தால்? அவன் இல்லாததைக் கண்டு ஏங்கித் திரும்பியிருந்தால்? அவன் உள்ளம் பதைக்க ஆரம்பித்துவிட்டது. வரும்போது ராஜ நடை போட்டுக்கொண்டு வந்ததை மறந்து, திரும்பி வேகமாக நடக்க ஆரம்பித்தான்.

அவன் அதிர்ஷ்டம், வீட்டிற்குப் போவதற்குள் இருட்டவில்லை. நிஜமாகவே அவள், ஜன்னலில் வந்து பார்த்திருந்தாள். ஒருமுறை கண்களைச் சுழற்றி, அவன் மனதைச் சுழற்றும்படி பார்த்தாள். அவன் மனம் தடுமாறியது. திண்ணையின் தூண் மீது கைகளை வைத்து, அவளையே பார்த்துக்கொண்டு நின்றுவிட்டான்.

சொல்லிவைத்தாற்போல, இருவரும் சரியாகக்கூடப் பார்த்துக் கொள்வதற்கு முந்தி, அவளை யாரோ கூப்பிட்டார்கள். அவள் போய்விட்டாள்.

கொஞ்ச நேரம் வரை அவன், அங்கேயே நின்றிருந்தான். பிறகு பெருமூச்சுவிட்டுக்கொண்டே, உள்ளே சென்றான்.

உடைகளைக் கழற்றிக்கொண்டே அவன், தன் முகத்தைக் கண்ணாடியில் பார்த்துக்கொண்டான். திடீரென்று அவனுக்கு, ஒரு சந்தேகம் எழுந்தது. சட்டென்று உள்ளே போய், விளக்கை ஏற்றிக்கொண்டு வந்தான். கண்ணாடியில் தன் முகத்தைப் பார்த்துக்கொள்ள ஆரம்பித்தான். கண்ணாடியை உயரத்தில் தூக்கியும் கீழே வைத்தும், விளக்கின் ஒளியிலும், பிறகு ஒளி பாயாத இடத்தின் மெலிந்த இருட்டிலும் வைத்துப் பார்த்தான். ஆனால், அவன் மனதில் எத்தனை விதமான நினைவுகள் எழுந்து கொண்டிருந்தனவோ, அத்தனை விதங்களாக அந்தக் கண்ணாடியிலும் பிம்பங்கள் விழுந்துகொண்டிருந்தன. சில சமயம் அவலக்ஷணமாகவும், அழகாகவும் மாறி மாறித் தோன்றின. அவலக்ஷணமாகத் தோன்றும்போது, அவனுக்கு அழுகை வந்துவிடும் போலிருக்கும். அழகு என்ற நினைவு எழும்போது, கர்வத்தால் நிமிர்வான். ஆனால், நிச்சயமாக அவனால் தீர்மானிக்க முடியவில்லை.

“நான் அழகாகத்தானிருக்கிறேன்; இல்லாவிட்டால் அவள் என்னைக் காதலிப்பாளா?” அப்போது மெலிந்த இருட்டிலிருந்து ஒளியில் வந்த அவன் முகம், ஒட்டின கன்னங்களுடனும் குழி விழுந்த கண்களுடனும் கோரமாகத் தோன்றியது.

அவனைக் கூப்பிட்டுக்கொண்டே, உள்ளே வந்தாள் அவன் தாயார். கொஞ்சமும் யோசிக்காமல், உடனே அவளிடம் கேட்டான், “நான் அழகாயிருக்கிறேனா, இல்லையா, அம்மா?” என்று.

என்னவோ கேட்டுவிட்டான். கேட்டபிறகு, அவனுக்கு வெட்கம் தாங்க முடியவில்லை. முதுகைத் திருப்பிக்கொண்டு விழிக்க ஆரம்பித்தான்.

தாயார் சிரித்துக்கொண்டே சொன்னாள்; “யார் சொன்னது? நீ அழகாயில்லை என்று?”

வெட்கத்தை மீறிக்கொண்டு சந்தோஷம் வந்தது.

சில நாள்களாகத் தன் மைந்தனின் குணத்தில் மாதுர்யம் வந்திருப்பதை அறிந்த அவன் தாயாருக்குத் தன் நினைவைத் தெரிவிக்கச் சரியான சமயம் இதுதான் என்று தோன்றியது. ஆகையால், அன்று அவன் சாப்பிட உட்கார்ந்ததும், மறுபடியும் அந்தப் பேச்சைத் துவக்கினாள்.

இன்று அவன் முன்போல ஆத்திரமாகப் பதில் சொல்லவில்லை; சாந்தமாகச் சொன்னான். "நீ என்னவோ, படிப்பு என்றால் லேசாக நினைத்துக்கொண்டிருக்கிறாய். கலியாணமானால், படிப்புப் போச்சு! அதுக்கு, என்ன அவசரம்? எல்லாம் படித்தாகட்டுமே!"

"நான் செத்துப்போய்விட்டால்?"

"நீ சாகவே மாட்டாய்!"

அவளுக்கு அழுவதா, சிரிப்பதா என்று தோன்றவில்லை. ஆனால் தன் மகனின் வெள்ளை மனதிற்காக, அவளுக்குக் கர்வம் உண்டானது என்னவோ வாஸ்தவம். தன் பையனின் வெள்ளை மனதில் ஒருத்தி வர்ணம் பூசத் தொடங்கிவிட்டாள் என்று, பாவம் அவளுக்கு எப்படித் தெரியும்?

அவன் மனத்தில் கலியாணத்தைப் பற்றிய சிந்தனை ஒன்றுமே இல்லை என்று சொல்லிவிட முடியாது. அவன் மனத்தில் கலியாணத்தைப் பற்றிய நினைவுகள்தான் குதறிக்கொண்டிருந்தன.

காதல் இல்லாத கலியாணம், ஒரு கல்யாணமா? அவன் காதல் மணம்தான் புரிந்துகொள்ளப் போகிறான். அவள், அவனைக் காதலிக்கிறாள். அவள், எப்படி இருந்தால் என்ன? இருவருடைய மனமும் ஒத்துப்போன பின்பு, யார்தான் தடை சொல்லமுடியும்?

இன்னும் அவளோடு அவன் பேசினபாடில்லை. பேசாவிட்டால் என்ன? ஹிருதயங்கள்தான் கொஞ்சிக் கொஞ்சிப் பேசிக்கொள்கின்றனவே!

நடுவல் ஒரு கல்லைத் தூக்கிப்போட்டது, அவன் மனது. அவள், அவனைக் கல்யாணம் செய்துகொள்ளச் சம்மதிக்காவிட்டால்? –

இத்தகைய அசந்தர்ப்பமான நினைவுகளுக்கு இடம் கொடுக்க, அவனுக்கு இஷ்டமில்லை. ஏன் சம்மதிக்கமாட்டாள்? காரணம், ஒன்றும் காணோமே!

அவள், அவனைக் கலியாணம் செய்துகொண்டுவிடுவாள். எல்லோரும் அவர்களை ஒதுக்கிவிடுவார்கள். ஆனால், அவர்கள் அதையெல்லாம் கவனிக்கமாட்டார்கள். மனம் ஒருமித்த காதலர்கள் தம் பாதை வழியாகத்தான் போக வேண்டியிருக்கும் என்று, கவிகளெல்லாம் சொல்லியிருக்கிறார்களே! தான் சினிமாவில் 'ஹீரோ'வாக நடிப்பது போலவும், காதலிக்காக ஏங்குவது போன்றும் ஒரு உணர்ச்சி அவனுக்கு உண்டாகியது. கர்வமாக நிமிர்ந்து, தன்னுடைய சிதறின குரலைத் திறந்து பாட ஆரம்பித்தான்:

"ப்ரேம்கா ஹை இஸ் ஜகமே –

பாக்ய நிராலா!"

அவன் பாட்டு, அவனுக்கே ஸ்வாரஸ்யப்படாததால் எழுந்து பாரதியைக் கையிலெடுத்தான். அவன் 'குயிலு'க்குப் போவதற்குள், ஆலமரத்திலிருந்து உண்மையாகவே ஒரு குயில் கத்தவாரம்பித்தது. அது அவனுக்காக ஏங்கி, சோகக் குரலில், 'காதல் – சாதல்' பாட்டைப் பாடுவதுபோலத் தோன்றியது அவனுக்கு.

தன் மனதிற்குள் தீர்மானமாகக் கூறிக்கொண்டான்: "கல்யாணம் பண்ணிக்கொண்டால் அவளை; இல்லாவிட்டால் சாவு, ஆம்!" இந்த முடிவு செய்ததில், கதாநாயகனைப் போலவே சந்தோஷமுண்டாகியது அவனுக்கு.

இப்போது விடியற்காலையில் எழுந்திருப்பது, அவனுக்கு வழக்கமாகி யிருந்தது. அன்றும் வழக்கம்போல் எழுந்து, திண்ணை மீது உட்கார்ந்திருந்தான். ஜன்னல் மூடப்பட்டிருந்ததால், தெருவில் போகிறவர்களையெல்லாம் பார்த்துக்கொண்டிருந்தான்.

தெரு முழுவதும் சுறுசுறுப்பாயிருந்தது. பெரிய 'கய்ணி'க் குடத்தை, இடுப்பின் இடப்புறத்தில் தாங்கிக்கொண்டு, பாரத்தைச் சமனப்படுத்திக் கொள்வதற்காக வலது கையை நீட்டிக்கொண்டு, முன்னோக்கும் மார்புடன் ஒரு பெண் நடந்து சென்றாள். பிறகு ஒருத்தி, தலையில் மண் தூக்கும் கூடையை வைத்துக்கொண்டு, சோற்று மூட்டை தூக்கிக்கொண்டு வரும் பையனின் கைகளைப் பிடித்துக்கொண்டு, இளமை குலுங்க நடந்து சென்றாள். ஒருவன் ஆடுகளை ஓட்டிக்கொண்டு போனான். பிறகு மனிதர்கள் மயமாகிவிட்டது தெரு. சித்திரம் எழுதப் போகிறவனைப்போல், எல்லோரையும் உற்று உற்றுப் பார்த்துக் கொண்டிருந்தான்.

பின்னாலிருந்து ஒரு இரட்டை மாட்டுவண்டி, மசி போடப்படாத சக்கரங்கள், 'காச்சு கீச்சு' என்று கத்திக்கொண்டு வர, ஊர்ந்து வந்தது. எதிர் வீட்டு வாசலில் நின்றது, அந்த வண்டி. அந்த வீட்டில், யாரோ யாரையோ கூப்பிடும் குரலொலி கேட்டது. ஒரு கிழவி வீட்டிலிருந்து இறங்கி வந்தாள். பின்னால், அந்த அழகி வந்தாள். இருவரும் வண்டியிலேறினார்கள்; அவள் வண்டியின் பின்புறம் உட்கார்ந்தாள்.

அவனைப் பார்த்தாள்; அவனும் பார்த்தான். அவள் கண்கள் கலங்கினாற்போல் தோன்றின. தெருமூலை திரும்பும்வரை, இருவரும் பார்த்துக் கொண்டேயிருந்தார்கள். பிறகு வண்டி மறைந்தது; அவள் கண்களும் மறைந்தன.

"எங்கோ போகிறாள்; சீக்கிரம் திரும்பி வந்துவிடுவாள்!" என்று நினைத்துக்கொண்டான். ஆனாலும், அவள் போகிறாளே என்று மனம் துக்கம் கொண்டு முணுமுணுத்தது. ஆலமரத்திலிருந்த பக்ஷிகளும், அவனுடைய மனப்பாஷையைப்போல், "கீச்சு! கீச்சு!!" என்று ஒழுங்கின்றிக் கத்திக்கொண்டிருந்தன.

அன்று வழக்கம்போல் ஒழுங்காக உடையுடுத்திக்கொண்டு, திண்ணை மீது உட்கார்ந்துகொண்டான். அவள் திரும்பி வருவாள், அவனைப் பார்ப்பாள் என்றுதான். மத்தியானம் போய் மாலையாகியது. அவள் வரவேயில்லை. மாலையாகி, இருட்டிவிட்டது; அவளைக் காணோம். ராத்திரி ரொம்ப நேரம் உட்கார்ந்திருந்து பார்த்தான்; அவள் வரவில்லை.

பொழுது விடிந்தது; சாய்ந்தது. ஆனாலும் அவள் வரவில்லை.

'அவள் இனி, இங்கே வரவே மாட்டாள்' என்று நிச்சயிக்க மறுத்தது, அவன் மனம்.

கடைசியில், அந்த வண்டியோட்டியைக் கண்டுபிடித்துக் கேட்டான். அவள் தாயாரோடு தமையன் ஊருக்குப் போகிறாளாம்; இனி எப்போதாவதுதான் வருவாளாம்!

சறுக்கி விழுந்துவிட்ட மனத்தை, மெதுவாகத் தூக்கி நிமிர்த்தி வைத்துக்கொண்டு, ரொம்ப நேரம் வரை, கிராமத்திற்கு வெளியிலேயே தோப்புத் துறவுகளில் சுற்றிக்கொண்டிருந்தான்.

ராத்திரி வீட்டுக்கு வரும்போது, ரொம்பத் தாமதமாகிவிட்டது. அம்மா, அவனுக்காக ஏங்கிக் காத்துக்கொண்டிருந்தாள்.

வீட்டிற்குள் வந்ததும் தாயாரிடம் கேட்டான்: "அவள் படம் இருக்கிறதா?" என்று.

தாயாருக்குப் புரிந்தும் புரியாததுபோலக் கேட்டாள்; "யார் படம்?"

"யாரோ கமலா என்றாயே! நாளைக்கு ஊருக்குப் போகிறேன்; படம் அவர்களிடம் கேட்டு அனுப்பு; பார்த்து எழுதுகிறேன்."

"ஏன்? இங்கேயே இருக்கிறது! இதோ கொண்டுவருகிறேன்!"

மீறி வரும் மகிழ்ச்சியுடன், படத்தைக் கொண்டுவருவதற்காக, வேகமாக உள்ளே சென்றாள், அவன் தாயார்.

'நவயுவன்' என்ற தலைப்பில், *மணிக்கொடி*யில் (ஏப்ரல் 15, 1938) வெளியானது.

குயிலி (நவம்பர் 1964)

மறுபிரசுரம்: *சௌராஷ்டிரமணி* (பொங்கல் மலர், 1984)

எம்.வி. வெங்கட்ராம் கதைகள் (டிசம்பர் 1998)

●

சிதறின சித்தம்

நான் அவனைச் சந்திப்பேன் என்றே நினைக்கவில்லை. எதிர்பாராத சமயத்தில், திடீரென்று சந்தித்தேன். அப்படியிராமல், கொஞ்சம் யோசிக்கவாவது நேரம் இருந்திருந்தால், அவனுக்குக் கண்மறைவாக ஓடிப்போயிருப்பேன். ஆனால், அவசரமாக நடந்துகொண்டிருந்த நான் நிமிரவும், அவன் கண்கள் என் கண்களோடு கலக்கவும் சரியாயிருந்தது. அவன், மடத்தின் கதவைச் சாத்திக்கொண்டிருந்தான்.

என்னைக் கண்டதும், "வா!" என்றான். போனேன்.

எனக்கு, உள்ளுக்குள் பயமாய் இருந்தது. அவனிடம், எதைப் பற்றிப் பேசுவது? பேசாமல் எழுந்து வருவதும் எப்படி? அவனிடம் ஏதாவது பேச வேண்டுமென்றுதான், என் எண்ணமும். என்னதான் அவன் சித்தம் சிதறிவிட்டாலும், அவனுடைய கல்யாணத்தின்போது, மாப்பிள்ளைத் தோழனாகப் போய்க் கூத்தடித்ததையெல்லாம், நான் எப்படி மறக்கமுடியும்?

நான் மாப்பிள்ளைத் தோழனாகப் போய் நடந்ததே அந்தக் கல்யாணம், அதுதான் அவன் வாழ்க்கையில் நெருப்பு வைத்தது. அப்போதிருந்துதான், அவன் உடல் உருகிற்று; மூளையும் குறுகிற்று; சித்தம் சிதறியது; அவனும் பித்துக்குளி ஆனான். வாழ்க்கையின் ஸ்திரமற்ற நிலைக்கு, அவன் ஒரு பிரத்யக்ஷப் பிரமாணம்.

கலியாணத்திற்கு ஒரு வருஷம் முன், அவன், 'ட்யூபர் குலோஸி'ஸால் மரணத்தின் எல்லைவரை இழுத்துச் செல்லப்பட்டு, தப்பி ஓடிவந்தான். பிறகு அவன் உடல், கொஞ்சம் கொஞ்சமாகத் தேறி, காந்தி பெற்றது, கலியாண சமயத்தில். அந்தக் காந்தி, இப்போது எங்கே? ஒரு வருஷத்திற்கு முன், அவன் முகத்தில் ஒரு புன்சிரிப்புத் தவழ்ந்துகொண்டிருக்குமே? அது எங்கே? இன்னும் கொஞ்ச காலத்தில், அவன் வாழ்க்கையே

ஒரு 'எங்கே'யாகப் போய்விடுமோ என்று ஒரு நினைவு, எனக்குள் எழுகிறது; நான் திடுக்கிடுகிறேன். அவனுக்காக அனுதாபப்பட்டு, ஒரு பெருமூச்சு விடுகிறேன். அந்தப் பெருமூச்சுடன், எனக்குள்ளும் ஒரு திகில் ஏற்படுகிறது. வாழ்க்கையின் இருண்ட எதிர்காலத்தைப் பற்றிப் பயம் உண்டாகிறது. அவனைப்போல, என் வாழ்க்கையும் பாலையாகப் போய்விட்டால், பாழாகி விட்டால்? அதுவும் அவனைப் போலவே, என்னுடைய கல்யாணமும் என் இஷ்டத்திற்கு மாறாக நடக்கவிருக்கும் சமயம், அவனைப் போலவே சந்தர்ப்பங்கள் ஒத்துவரும்போது?

மடத்தின் திண்ணை மீது உட்கார்ந்தேன். அவனும் என் பக்கத்திலேயே உட்கார்ந்துகொண்டான். கொஞ்ச நேரம், இருவரும் பேசாமலிருந்தோம். மௌனமாக மடத்தின் வெளிச்சுவரை வெறித்துப் பார்த்துக்கொண்டிருந்தான். நானாகப் பேச்சு ஆரம்பித்தேன்.

"இப்போது, ஜ்வரம் வருகிறதா?"

"ஜ்வரமா? இல்லை, இப்போது வருகிறதில்லை. ஜ்வரம் வருவது நின்று விட்டது. இப்போது ரத்தம் ஊறுவதற்காக மருந்துகளைச் சாப்பிட்டுக் கொண்டிருக்கிறேன். ஆனால், மருந்தால் என் வியாதி குணமடையும் என்று இந்த மடையர்கள் நினைப்பதுதான், எனக்கு ஆச்சரியமாக இருக்கிறது. ஆனால் – நீயும் ஜ்வரத்தைப் பற்றியே பேச வேண்டுமா? எல்லாம் தெரிந்த நீ என்னிடம் வேறு ஏதாவது பேசக்கூடாதா? என்னோடு யாரும் பேச மாட்டோம் என்கிறார்கள். என்னைக் கண்டாலே பதுங்கிக் கொள்கிறார்கள். பேசினாலும் இரண்டு பேச்சுதான். உனக்கு என்மீது பிரியம் இருக்கிறது என்று எனக்குத் தெரியும். இல்லாவிட்டால், நீயும் எழுந்து போயிருப்பாயே! நான் கொலைகாரன் என்று பயந்துதானே, ஒருவரும் என்னோடு பேசாமலிருக்கிறார்கள்! ஆனால் – நிஜமாக, நீயே சொல்லு; நான் கொலையாளியா? நான் கொலை செய்தேனா? கொலை செய்வேனா? இது என் மேல் சுமத்தப்பட்டிருக்கும் வீண் பழி அல்லவா? சொல்லு, உன் வாயால் சொல்லு! நான் கொலை செய்வேன் என்று, நீ நம்புகிறாயா? சொல்லு, ஏன்? மௌனமாக இருக்கிறாய்?"

"கொலை! நீயா, கொலை செய்வாய்? நீயா? சே! உன் தமையன் கொலை செய்தான் என்றாலும் ஒப்புக்கொண்டுவிடுவேன். நீ கொலை செய்யவே மாட்டாய்; அவ்வளவு கல் நெஞ்சில்லை என்று எனக்குத் தெரியும்."

"அப்பா! இன்றுதான் என் மனசு கொஞ்சம் சமாதானப்பட்டிருக்கிறது! ஆனால், நீயே சொல்லு. அவள், என் மனைவியா? என் மனைவியாயிருந்தால், நான் அவளுடன் கொஞ்சிப் பேசியிருக்கமாட்டேனா?

"இல்லை, அவள் உன் மனைவி இல்லை; நீ தாலி மாத்திரம்தான் கட்டினாய்; அவ்வளவுதான்."

"ஐயோ! நீ ஏன் இப்படிச் சுருக்கமாகப் பேசி முடிக்கிறாய்? இல்லை, உனக்கும் என் மீது பிரியமில்லை. ஆனால், என்னால் தாங்கமுடியவில்லை; பேசாமல் இருக்க முடியவில்லை. எத்தனை நாள், இந்த உணர்ச்சியை அடக்கி வைத்துக்கொண்டிருக்கிறது? இன்று நீ கேட்டாலும், கேட்காவிட்டாலும் பேசித் தீர்த்துவிட்டுப் போகிறேன். நீ தடுப்பாய். நான் கேட்கமாட்டேன். என்

வியாதி உடம்புக்கு, இந்தப் பேச்சு கெடுதலாயிருக்கும் என்பாய்; ஆனால், நான் சாவிற்குப் பயப்படவில்லை. எனக்கு நடக்கவும் சக்தியில்லை; அதிகமாகப் பேசவும் திராணி இல்லை; சுவாசமும் கஷ்டமாகிவிட்டது; ஆனால், என் நெஞ்சு! அது களைத்து விட்டதா? அலுத்துவிட்டதா? முன்போலவே நினைக்கிறது; ஆசை கொள்கிறது; ஆசையில் எரிகிறது! அதை அடக்க, என்னால் முடியாது; பிரயத்தனம் செய்யவும் மாட்டேன். அதை அலையவிடுவேன்; அந்த அலைச்சலில்தான், எனக்கு இன்பம்."

உருகியிருந்த அவன் உடல் அசைந்து கொடுத்தது. கொஞ்சம் மீந்திருந்த இரத்தம், அவன் முகத்தில் பாய்ந்தது. பார்ப்பவர்களின் மனதில் துன்பம் உண்டாக்கும் அவன் கண்களில், ஒருவிதமான ஒளி உண்டாகியது. எண்ணெய் தடவப்பெறாத தலையைக் கையால் கசக்கிக்கொண்டே, மறுபடியும் பேச ஆரம்பித்தான்.

"நான் பயப்படக்கூடாது என்றுதான் நினைக்கிறேன்; ஆனால் முடியவில்லை. அதனால்தானே, என் உடம்புக்கு வந்தது! அப்பாவுக்குப் பயந்து, கலியாணம் செய்துகொண்டேன்; ஊருக்குப் பயந்து, என் உள்ளுக்குள் வேதனையை மறைத்து மறைத்து வைத்துக்கொண்டிருந்தேன். அந்த அரிப்பால்தான், இப்படிச் சோர்ந்துவிட்டேன். இப்பொழுதும் பயத்தால்தான் பேசாமலிருக்கிறேன். என்னால், அப்பா பெயர் வீணாக அடிபடுமே என்று, எனக்குப் பயமாக இருக்கிறது. இல்லாவிட்டால், எப்போதோ தற்கொலை பண்ணிக் கொண்டிருப்பேன்! –"

நான் திடுக்கிட்டேன்.

"இருக்கட்டும் அது. அவளைப் பற்றித்தான் பேசவேண்டும். அப்பாவைப் பற்றிப் பேசக்கூடாது; அது எனக்கு மிகவும் துன்பம் கொடுக்கிறது. ஆனால் – எல்லாவற்றையும்விடப் பெரிய கஷ்டம், ஜனங்கள், என்னைக் 'கொலையாளி' என்று அழைப்பதே. இதை நினைத்தால், எனக்கு ஆத்திரம் உண்டாகிறது. எல்லாரையும் வரிசையாக நிறுத்திவைத்துக் குத்திக் கொல்லவேண்டும் என்றுதான் தோன்றுகிறது. நான், அவளைக் கொல்லவில்லை; ஆயிரம்தடவை சொல்கிறேன் – நான், அவளைக் கொல்லவில்லை! அவளாகத்தான் செத்தாள். அவள், தன்னைக் கொலை செய்யச் சொன்னது வாஸ்தவம்; நான் அவளைக் கொலை செய்ய வேண்டுமென்று நினைத்ததும் நிஜம்; ஆனால் நினைவு, செய்கை ஆகிவிடுமா? –"

"ஒருநாள் இரவு, அவள் என் அருகில் வந்தாள். நான் திரும்பி உட்கார்ந்துகொண்டேன். அவள், என் முகவாய்க்கட்டையைப் பிடித்துத் திருப்பினாள். நான் கோபமாய், 'சீ, போ!' என்றேன். அவள் அழுதுகொண்டே, 'பின் ஏன், என்னைக் கலியாணம் செய்துகொண்டீர்கள்? என்னைக் கொன்றுவிடுங்கள்' என்று சொன்னதை, என்னால் மறக்க முடியவில்லை.

"அந்த எண்ணம், எனக்குள் உருப்பெற்றுக் கொண்டிருக்கிறது. அதே நினைவுடன்தான், அவள் அறையில் நுழைந்தேன். ஆனால்... ... ..."

"இரு... ... விஷயத்தைப் புரியும்படி சொல்லுகிறேன்."

"அப்போது அவள், புல்லாங்குழல் ஊதிக்கொண்டிருந்தாள், தன் அறையில் உட்கார்ந்துகொண்டு. அவள் எவ்வளவு இனிமையாக

ஊதுவாள் என்று, உனக்குத்தான் தெரியுமே; நீதான் என் கலியாண இழவு சமயத்தில் கேட்டிருக்கிறாயே! அவள் குழல் ஊதிக்கொண்டிருந்தாள்; இனிமையாகத்தான் இருந்தது. ஆனால், அந்த இனிமைதான், என் ஆத்திரத்தைத் தூண்டிவிட்டது. பாடும்வரை, அடுத்த அறையில் உட்கார்ந்து கேட்டுக்கொண்டிருந்தேன். பாடி முடிக்கும் சமயம்! 'அவளைக் கொலை செய்வேன்' என்று தீர்மானமாகச் சொல்லிக்கொண்டு எழுந்து, அவள் அறைக்குள் நுழைந்தேன்; ஆனால், நான் அருகில் சென்று, திடுக்கிட்டு நின்றுவிட்டேன். ஏன்? அவள் ஊதி ஊதிக்கொண்டே – குழல் ஊதிக்கொண்டிருந்தாள் அல்லவா? – முடித்துவிட்டுப் பின்புறம் சாய்ந்துகொண்டிருந்தாள்! அருகில் சென்று தொட்டுப் பார்த்தேன்: மூச்சில்லை! ஆம்; உனக்கு ஆச்சரியமாயிருக்கும், இல்லையா? ஆனால், இதுதான் உண்மை! குழலை விடாமல் ஊதினதால், அவள் தொண்டை உப்பிக்கொண்டே, திடீரென்று மூச்சு நின்றுவிட்டது. அதனால்தான் தொண்டை வீங்கியிருந்தது. ஆனால், இந்த வீக்கம், நான் கழுத்தைப் பிடித்து இறுக்கியதால் என்று இவர்கள் காரணம் கற்பித்து விட்டார்கள்."

உணர்ச்சி வெறி என்கிறார்களே, அதன் உச்சஸ்தாயியில் ஆலாபனம் செய்துகொண்டிருந்தான் அவன். "என்ன பேசுகிறோம்!" என்று யோசித்துப் பார்த்தானோ, என்னவோ; தான் பேசுவது சரியா இல்லையா என்று நினைத்தானோ, என்னவோ! ஆனால், அந்தக் குரலின் உணர்ச்சி! கோரமான கற்பனையில் தடுமாறும் அந்தக் குரல்! அதை நான் மறக்க முடியாது; மறக்க முயலவும் மாட்டேன்; அது எனக்குள் பதிந்திருக்கும் அவளுடைய ஞாபகச் சின்னம்!

"ஒன்று கேட்கிறேன்: சொல்லுகிறாயா?" அவள் ஏன், இத்தனை அவலக்ஷணமாயிருந்தாள்? ஏன் என் மாமன் மகளாகப் பிறந்தாள்? என் மாமன், ஏன் பணக்காரனாயிருந்தான்? என்னை ஏன், அப்போது பணத்தாசை பிடித்துக்கொண்டது? என் தகப்பனார் எனக்கும் அவளுக்கும், ஏன் கலியாணம் செய்துவைத்தார்? பிறகு அவள், என் அன்பைப் பெற உத்தேசித்து, என் மீது ஏன் வசீகரமான மந்திரங்களைத் தூவ ஆரம்பித்தாள்? நான் வர வர, ஏன் அவள் மீது வெறுப்புக் கொள்ள ஆரம்பித்தேன்?

"ஆனால், எனக்குத் தெரியும், இதற்கெல்லாம் நீ ஒரே பதிலாய்ப் பெரிய மௌனம் சாதிப்பாய் என்று. ஆனால், எனக்குள் எரிவது, எனக்கல்லவா தெரியும்? என் வாழ்க்கை பாழாகிவிட்டது, அலுத்துவிட்டது. இனி எனக்குச் சுகம் இல்லை; சந்தோஷம் இல்லை; இன்பம் இல்லை; சிரிப்பில்லை; ஐயோ, ஐயோ, ஐயோதான்!"

திடீரென்று, என்னை வெறித்துப் பார்த்தான். என் முகத்திலிருந்து, என்னதான் படித்தானோ?

"சீ! நீ போ! ஏன் இப்படிப் பாசாங்கு செய்கிறாய்? போ! போ, போ, வெளியே!"

அவன், உரத்துக் கூவ ஆரம்பித்தான். நான் நடுங்கிக்கொண்டே, அவனுடைய கடைசிப் பேச்சின் பயத்தாலும், எழுந்தேன். திரும்பி, இரண்டடி வைத்திருப்பேன். பின்னால் வேகமாக ஓடும் காலடிச் சப்தம் கேட்டுத்

திரும்பிப் பார்த்தேன். மடத்திற்குள் அவன் ஓடிக்கொண்டிருந்தான். வாசலிலிருந்தபடியே எட்டிப் பார்த்தேன். அவன் சுவாமிப் படம் இருக்கும் அறைக்குள் போனான். நான் கவனித்துப் பார்த்தேன்.

ராதாகிருஷ்ணனின் படத்தின் இருபுறங்களிலும், இரண்டு குத்து விளக்குகள் எரிந்துகொண்டிருந்தன. அவன் படத்தின் எதிரில் மண்டி போட்டு உட்கார்ந்துகொண்டிருந்தான், கைகள் குளிர்ந்தன, திடீரென்று பேச ஆரம்பித்தான்:

“நான்தான் கொலையாளி; நான்தான் அவளைக் கொலை செய்தேன்! என்னை மன்னித்துவிடு. மாட்டாயா? ஏன் மாட்டாய்? நீ என்னை மன்னித்துத்தான் ஆக வேண்டும்!”

அப்புறம் அங்கே, நான் நிற்கவில்லை. வேகமாக வெளியே வந்து விட்டேன். எதிரில் அவன் தமையன் வந்தான். அவனைப் பார்த்து, ஓர் அசட்டு அநுதாபச் சிரிப்புச் செய்துவிட்டு வந்தேன்.

வாழ்க்கையின் பலதரப்பட்ட உருவங்களை அளக்கமுடியுமா? அவை எப்போது, ஏன், எப்படி மாறும் என்று எவராலும் கண்டுபிடிக்க முடியுமா? வாழ்க்கைப் புதிரை விடுவிக்க முடியுமா?

அவன், “நான்தான் கொலையாளி!” என்கிறான். அவன் செயல் முடிந்துவிட்டது. பின் விளைவுகளை எண்ணியெண்ணிப் புழுங்குகிறான். ஆனால், அவள் கொலையுண்ணவில்லை, உயிரோடுதான் இருக்கிறாள். அவள் அழகாயில்லை; மிகவும் குரூபிதான். இந்தக் குரூபத்தை நினைத்து நினைத்து, கோரமான கற்பனையில் இறங்கிவிட்டான் என் நண்பன். இந்தப் புல்லுருவியால், ரத்தம் வறண்டு வறண்டு, அவன் சித்தத்திலே பிரமை நிலைத்துவிட்டது. இனி அவளையே நேரில் கொண்டுவந்து நிறுத்தி, “இவளைப் பார்!” என்றாலும், “எப்போழுதோ மரித்துப்போன இந்தக் குரூபி, தான் மாண்டதையும் ஒப்புக்கொள்ள மறுக்கிறாள்!” என்று சீறிப் பாய்வானோ, என்னவோ?

மணிக்கொடி **(மே 15, 1938)**

(நூல் வடிவில் இதுதான் முதல் பிரசுரம்)

•

அழகும் குழந்தையும்

தனிக்குடித்தனம் வைத்த முதல் வருஷத்திலேயே, பாலகிருஷ்ணன் ஒரு பெண் குழந்தைக்குத் தகப்பனாகி விட்டான். அவனுக்குச் சந்தோஷம் தாங்க முடியவில்லை.

"தனிக்குடித்தனம் வைத்ததும் லக்ஷ்மி வீட்டில் வந்து விட்டாள்" என்று வீட்டில் அமர்களப்படுத்திவிட்டான்.

இரண்டாவது வருஷத்தின் ஆரம்பத்திலேயே, மறுபடியும் அவன் மனைவி கமலா கர்ப்பம் தரித்தது, அவனுக்குப் பிடிக்கவில்லை. பிடிக்காவிட்டால், யார் கேட்கிறார்கள்? அந்த வருஷமும் ஒரு குழந்தை பிறந்தது; அதுவும் பெண் குழந்தைதான். நண்பர்கள் விசாரிக்க வந்தார்கள். எல்லாரும் சந்தோஷம் காலும், கவலை முக்காலும் வெளியிட ஆரம்பித்தார்கள். அவர்களிடமிருந்து தப்ப, "இரண்டு பெண்களைச் சமாளித்துக்கொள்ள முடியாவிட்டால், அவன் ஒரு பெரிய மனிதனா என்ன?" என்று தன் அஞ்சா நெஞ்சத்தை வெளிப்படுத்தினான்.

ஆனால், அவனுடைய வீரத்தனம், மூன்றாவது வருஷ ஆரம்பத்திலயே குலைத்துவிட்டது. 'நீதான் ஆண் பிள்ளையாயிற்றே? எவ்வளவு குழந்தையாயிருந்தாலும் சமாளித்துக்கொள்வாயே' என்று அவன் மனைவி சொல்ல வில்லை. ஆனால், அவள் கர்ப்பம் தரித்தது என்னவோ அப்படிச் சொல்வது போலவேயிருந்தது!

இப்போது பாலுவுக்கும் கவலை உண்டாக ஆரம்பித்தது. முதல் இரண்டு குழந்தைகளையே சமாளிக்க முடியவில்லை; மூன்றாவது குழந்தை பிறந்துவிட்டால், என்ன செய்வது?

பாலு, அவன் தகப்பனாரின் கடைசிப் பையன். செல்லமாக வளர்க்கப்பட்டவன். அவன் எஸ்.எஸ்.எல்.சி. படிக்கும்போதே கல்யாணம் நடந்தது; அதே வருஷம் அவன் தகப்பனாரும் 'பெரிய கல்யாணம்' செய்துகொண்டுவிட்டார்.

வாழ்க்கையின் அலைகள் மிகவும் அபாயமானவை; களைத்து 'அப்பாடா' என்று நிமிரும்போதுதான் இரண்டு பெரிய அலை வந்து தலையில் மோதும். அதே கதிதான், பாலுவுக்கும் வந்தது. அவன் கல்யாண வாழ்க்கையின் இன்பத்தைச் சரியாகக்கூட அனுபவிக்க முடியவில்லை. தகப்பனாருக்குப் பிறகு வானத்தையும் பூமியையும்போல் ஒற்றுமையாயிருந்த 'சகோதரர்களுக்குள் – சகோதரிகளுக்குள்'தான் முதலில் – சச்சரவுகள் ஏற்பட்டன. பிறகு, லோக ரீதிப்படி, பிரிவினை ஆயிற்று. பாகமாகித் தனிக்குடித்தனம் வைத்த புதிதில், பாலுவுக்கு மிகவும் சந்தோஷமாக இருந்தது. ஆனால், மாணவனாயிருந்த அனுபவமேமில்லாத சமயத்தில், திடீரென்று குடும்பப் பாரம் தலையில் ஏறவே, அவனால் சமாளித்துக் கொள்ள முடியவில்லை. முதல் மாதம் கணக்கு வழக்கு இல்லாமல் செலவு ஆகிவிட்டதே, அவனுக்கு ரொம்பவும் பயமுண்டாக்கி விட்டது – ஜாக்கிதையாக இருக்கவேண்டுமென்று தீர்மானித்தான். ஆனால், அதற்கு வழிதான் தெரியவில்லை. இருந்த சொல்ப சொத்தை வைத்துக்கொண்டு ஒரு ஜவுளிக்கடை வைத்தான்; அதில் வரும் லாபத்தைக் கொண்டு, பாதிச் செலவுக்கு வழி செய்து கொண்டான். கூடவே இரண்டு குழந்தைகளின் பொறுப்பும் வந்து சேர்ந்தது. இந்த மாதிரியான அகாலத்தில்தான், கமலா மூன்றாவது குழந்தை பெறுவதற்குத் தயாராகிவிட்டாள்.

ஆனால், கமலாவின் நினைவு, குணம் எல்லாம் வேறு. கணவன், குடும்பம் முதலிய கவலைகளே, அவளுக்குக் கிடையாது. நிஜமாகக் கேட்டால், அவளுக்குப் பாலுவைக் கல்யாணம் செய்துகொள்ளவே, இஷ்டம் கிடையாது! அவளுக்கு, அவனைக் கொஞ்சம்கூடப் பிடிக்கவில்லை. ஆனால் அவளுடைய பெற்றோர்களுக்குப் பதினாறு வயது வந்த ஒரு பெண்ணைக் கல்யாணம் செய்யாமல், வீட்டில் வைத்திருக்க இஷ்டமில்லை. அதற்காகத்தான் கமலாவையும் கூட ஆயிரம் ரூபாய்களையும் பாலுவுக்குக் கட்டிக் கொடுத்தார்கள். இனி என்ன செய்வது என்றுதான் அவள், தன் வாழ்க்கையை ஆரம்பித்தாள். அதனால்தான், பழிக்குப் பழி வாங்க, அவள் வருஷா வருஷம் வம்ச விருத்தி செய்துகொண்டிருக்கிறாள் என்று சிலர் சொல்வதற்கு ஆதாரமே இல்லை. ஏனென்றால், அவளுக்கே அதிகம் குழந்தைகள் பெறுவதற்கு இஷ்டமில்லை. பணக்கவலையால் அல்ல; அழகுக் கவலையால்.

கமலா, நல்ல சுமாரான அழகி. ஆனால் அவள், தன்னை ரதிக்கு அடுத்தபடியாகத்தான் மதிப்பிட்டுக்கொண்டிருக்கிறாள். அவளுக்கு உலகத்திலேயே வேண்டியதெல்லாம், ஒரு நிலைக்கண்ணாடி, சீப்பு, வாசனைத்தைலம், இன்னும் அலங்காரத்திற்கு வேண்டிய மற்ற உபகரணங்கள். இவையிருந்தால் அவளுக்குச் சோறுகூட வேண்டியதில்லை. கமலாவை வீட்டில் எந்த இடத்திலும் காணாவிட்டால், கட்டாயம் நிலைக்கண்ணாடியின் முன் காணலாம்.

குழந்தைகளுக்குப் பால் கொடுத்தால் தன் அழகு குறைந்துவிடுமோ என்று பயந்துதான், அவள் தன் முதல் இரண்டு குழந்தைகளுக்குப் புட்டிப்பால் கொடுத்துவந்தாள். அதனால் பாலுவுக்கு, இருமடங்கு செலவு; குழந்தைகள் கல்போல் கெட்டியாய் இருந்தன. ஆமாம்; புட்டிப்பாலின்

மிதமிஞ்சிய சத்தால் குழந்தைகளின் எலும்புகள் தோலைப் பிய்த்துக் கொண்டு வெளியே வந்துவிடுவோம் என்று பயம் காட்டும்போது, தொட்டால் கல்போல் இல்லாமல் வேறு எப்படி இருக்கும்! கமலாவுக்குக் குழந்தைகள் மீது பிரேமை இல்லையென்று சொல்லிவிட முடியாது. குழந்தைகள் ஒட்டிப்போவதைக் கண்டு, அவளுக்கும் கவலையாகத்தானிருந்தது. ஆனால், அது தாய்ப்பால் இல்லாக் குறையென்று, அவள் நினைக்கவேயில்லை. எதிர்வீட்டு விசாலாக்ஷிகூடக் குழந்தைகளுக்குப் புட்டிப்பால்தான் கொடுக்கிறாள். அவள் குழந்தைகள் கெட்டாப் போய்விட்டன? "பார்க்கக் கண் வேணும் என்று சொல்லத் தோன்றுகிறது, குழந்தைகளைப் பார்த்தவுடன்!" என்று எண்ணிச் சமாதானப்படுத்திக்கொண்டாள். குழந்தைகளின் உடம்பைத் தேற்ற, எவ்வளவோ மருந்துகளையெல்லாம் வாங்கிக் கொடுத்தாள்; அதன் பலனால் சூடு அதிகமாகி, வாய் வெந்து, சாப்பாடு கொள்ளாமல் போனதுதான் பாக்கி.

இதே சமயத்தில்தான் கமலாவின் உடம்பு, மூன்றாவது குழந்தைக்காக வளர்ச்சி பெற ஆரம்பித்தது. முன்பு இரு குழந்தைகளைப் பெற்றதாலேயே தன் அழகு குறைந்துவிட்டது என்பது, அவள் நினைவு. மூன்றாவது குழந்தை பெற்றால் தன் அழகு என்ன கதியாகிவிடுமோ என்று, அவள் மிகவும் திகில் அடைந்துவிட்டாள்.

தம்பதிகள் இருவருக்கும், ஒரே சமயத்தில் கவலை ஏற்பட்டது இப்போதுதான். செலவைக் குறைக்கவேண்டுமென்பது பாலுவின் கவலை; அற்புதமான தன் அழகைக் கெடுத்துக்கொள்ளக்கூடாது என்பது கமலாவின் கவலை. இந்தப் பெரும் ஆபத்தை எப்படித் தடுப்பது என்ற யோசனையில், இரண்டு மாதங்கள் கழிந்துவிட்டன.

மூன்றாவது மாதப் பிறப்போடு, பாலுவின் மனதிலும் ஓர் அருமையான யோசனை தோன்றியது. யோசனையல்ல; தீர்மானம் என்று சொல்ல வேண்டும். அந்த யோசனை, அவனுக்கு நாளாகவே இருந்துவந்தது. இப்போதுதான் அவன், ஒரு முடிவான தீர்மானத்திற்கு வந்தான். கமலாவுக்கு அழகின் மீதிருந்த மோகம், அவனுக்கு நன்றாகத் தெரியும். அதைப் பயன்படுத்திக்கொண்டு, அவளைச் சரிப்படுத்திவிடலாம் என்று தீர்மானித்தான்.

ஒருநாள், தன் எண்ணத்தைத் தெரிவிப்பதற்காக, அவள் அருகில் போய் உட்கார்ந்து, மெதுவாகப் பேச்சை ஆரம்பித்தான்.

"என்ன கமலா! வர வர, உன் உடம்பு, ஒரு மாதிரியாக மாறிக் கொண்டிருக்கிறதே!"

கமலாவுக்குப் பிறர் தன் அழகைப் பற்றித் தாழ்வாகப் பேசுவது, கட்டோடு பிடிக்காது. பாலுவின் வார்த்தைகளைக் கேட்டதும், அவளுக்குக் கோபமும் வருத்தமும் உண்டாயின. ஆதலால், ஒன்றும் பேசாமலேயே உட்கார்ந்திருந்தாள்.

"இப்போது குழந்தை பெற்றால், உன் உடம்பு என்ன ஆகிவிடுமோ? என்று, எனக்கு ரொம்பப் பயமாயிருக்கிறது" என்றான். மறுபடியும், அவள் அழகுக்காக, மிகவும் கவலை கொண்டவன்போல்!

கமலாவுக்குத் துக்கம் தாங்கவில்லை. “அதற்கு நாம், என்ன செய்ய முடியும்? குழந்தை பெறாமலிருக்க முடியுமா?”

“ஏன் முடியாது? டாக்டரிடம் ஒரு வார்த்தை–”

கமலாவுக்குப் பாலுவின் எண்ணம் புரிந்துவிட்டது. ஆனால் அவள் மனம் உடனே கட்டுப்பட மறுத்துவிட்டது.

“சே, அது மகா பாபமல்லவா?” என்றாள்.

“பாபமாவது, புண்ணியமாவது!” பைத்தியம்போல் பேசுகிறாயே! வெள்ளைக்காரர்கள் எல்லாம் இப்போது இப்படித்தான் செய்கிறார்கள். இரண்டு குழந்தைகளுக்கு மேல் பெறுவதில்லை.”

வெள்ளைக்காரர்கள் செய்கிறார்கள் என்றால், அது மிகவும் நல்ல காரியமாகவே இருக்கும் என்பது கமலாவின் எண்ணம். அவர்கள் உலகத்திலேயே அதிபுத்திசாலிகள் என்பது, அவள் தீர்மானம்.

“செய்யலாம்தான்; ஆனால் அந்த மருந்து சாப்பிட்டால் உடம்பு கெடுதியாகும் என்று சொல்கிறார்களே?” என்றாள் மெதுவாக.

அவள் தன் வலையில் வந்து சிக்குவதைக் கண்ட பாலுவுக்கு, உள்ளுக்குள் சந்தோஷம் உண்டாகியது. “யார் சொன்னது அப்படி? அதெல்லாம் ஒன்றுமே ஆகாது; மருந்து சாப்பிட்டாற்போல்கூடத் தோன்றாது! முதலில் கொஞ்சம் கசக்கும்; அப்புறம் ஒன்றுமேயாகாது.”

“சரி” என்று கமலாவும் சந்தோஷமாக ஒப்புக்கொண்டாள்.

ஆனால் அவன், டாக்டரிடம் போகவேயிலை. அவரிடம் போனால் செலவாகும் என்று, அவனுக்கு நன்றாகத் தெரியும். ஆகையால், தனக்குத் தெரிந்த நாட்டு வைத்தியரிடம் விஷயங்களைச் சொல்லி, அவர் கொடுத்த மருந்துகளை, ஒரு சீசாவில் போட்டுக்கொண்டுவந்து கொடுத்தான். கமலாவும் சந்தோஷமாக, அதைச் சாப்பிட ஆரம்பித்தாள்.

ஏழு மாதங்களாகிவிட்டன. கமலா மருந்து சாப்பிடுவதை அரைகுறையாக நிறுத்திவிட்டாள். காரணம், அவள் உடம்பு ஒரேயடியாக மெலிந்துவிட்டது. ‘ஆப்பிள்’ பழம்போல் வீம்மியிருந்த கன்னம் வாய்க்குள் புகுந்துவிட்டது; கண்கள் பள்ளத்தாக்கில் ஒளிந்துகொண்டன; ஆனால் கர்ப்பம் கலையவேயில்லை.

இந்தச் சமயத்தில்தான், அவளுடைய ‘நோஞ்சான்’ குழந்தைகளில் பெரியது, மெலிந்து மெலிந்து, கடைசியில் காற்றில் பறந்து சுவர்க்கத்திற்குப் போய்விட்டது.

பாலு, கமலா இரண்டுபேரும் மிகக் கவலைப்பட்டார்கள். கமலாவுக்குப் பாலுமீதுதான் கோபம். அவனால்தான் இவ்வளவு தூரம் வந்ததென்று. பாலு, வைத்தியரைக் கோபித்துக்கொண்டான். அவர், “சரியாக மருந்து சாப்பிட்டால்தானே, ஐயா?” என்று, எல்லாக் குற்றத்தையும் அவர்கள் மீதே போட்டுவிட்டார்; இனி என்ன செய்வது?

எட்டாவது மாதத்தில் கமலா திடீரென்று பிரசவித்தாள். பெண் குழந்தைதான். ஆனால், செத்த குழந்தை. அழகுதான் போய்விட்டது; குழந்தையாவது இருந்திருக்கலாகாதா என்று கமலா எண்ணி வருத்தப் பட்டாள். ஒரு 'நோஞ்சான்'தான் செத்துவிட்டது; அதற்குப் பதிலாக இது உயிருடன் இருக்கலாகாதா? இதைக் கொன்ற பாவம் நம்மைத்தானே சேரும் என்று பாலு எண்ணித் துக்கித்தான்.

பிரசவ அறையிலிருந்து வெளியே வந்தபோது, கமலாவின் அடையாளமே தெரியவில்லை. ரொம்பவும் வாடிப்போயிருந்தாள்; நடக்கக்கூடச் சக்தியில்லை.

இப்போது கமலா, யாரிடமும் தன் அழகைப் பற்றிப் பெருமை பாராட்டிக்கொள்வதில்லை. அந்தப் பாக்கியிருந்த 'நோஞ்சான்' குழந்தை, இப்போது 'மதமத'வென்று இருக்கிறாள். அவள் மீது, கமலாவுக்கு அபாரப் பிரேமை. நாள் முழுவதும், அந்தக் குழந்தையின் வேலையே செய்துகொண்டிருப்பாள். குழந்தையை இடுப்பில் வைத்துக்கொண்டு தெருவில் நிற்பதில், அவளுக்குப் பரம திருப்தி. இப்போது அவள், உண்மையான 'தாயா'கிவிட்டாள். யாராவது குழந்தைகளுக்குப் புட்டிப்பால் கொடுக்கப் போனால், குழந்தைக்காகத் தாயார் தன் அழகு, உயிர் எல்லா வற்றையும் தியாகம் செய்யத் தயாராயிருக்க வேண்டும் என்று நீண்ட பிரசங்கம் செய்கிறாள்!

கர்ப்பத்தடைப் பிரசாரம் செய்பவர்கள், கமலா இருக்கும் ஊர் பக்கம் போக வேண்டாம். போனால் தடியடி வாங்கிக்கொண்டுதான் வர வேண்டும்!

ஆனந்த விகடன் (ஜூன் 5,1938)

(நூல் வடிவில் இதுதான் முதல் பிரசுரம்)

●

சோனிக் குழந்தை

தீர்த்த யாத்திரை செய்துவிட்டு, ஆறு மாதங்களுக்குப் பிறகு திரும்பி வந்திருந்த லக்ஷ்மி, மஞ்சள், குங்குமப் பரணி கொண்டுவைத்து உட்கார்ந்திருந்தாள். ஆனால் கல்யாணிக்கோ அவளோடு பேசக்கூட நேரமில்லை.வீரிட்டு அழும் குழந்தையைத் தொட்டிலில் போட்டுத் தாலாட்டுவதற்கே, அவளுக்கு நேரம் சரியாக இருந்தது. கடைசியில், அது ஒரு தினுசாகத் தூங்குவதற்குள் போதும் போதுமென்றாகிவிட்டது.

குழந்தை தூங்கினதும் கல்யாணி, லக்ஷ்மி அருகில் வந்து உட்கார்ந்து, யாத்திரையைப் பற்றி விசாரிக்கத் தொடங்கினாள். அதுவும் முடிந்து, லக்ஷ்மியின் முறை வந்தபோது, அவள் கேட்டாள், "ஏண்டீ! இதுவும் நோஞ்சனாயிருக்கு" இப்படிக் குறிப்பிடப்பட்டது குழந்தை.

கல்யாணி, மெதுவாகச் சொன்னாள். "அதுக்கு என்ன செய்யறது?" நானும் எத்தனையோ செஞ்சு பார்த்தாச்சு. ஒண்ணா, ரெண்டா, எத்தனையோ மருந்து வாங்கி அலுத்துப் போயிட்டுது. இதெல்லாம் நம்ம கையிலேயா இருக்கு?"

சொல்லிவிட்டு ஒரு பெருமூச்சுவிட்டாள் அவள். அந்தப் பெருமூச்சு, இறந்த காலத்தின் சம்பவங்களின் எதிரொலி போலும்! கல்யாணம் ஆகி மூன்று வருஷம் வரை குழந்தையே பிறக்காமல், அப்புறம் பிறந்து, ஒரு வருஷம் வளர்ந்து, பிறகு மடிந்தது. பின்னர் ஒரு குழந்தை, செத்தே பிறந்தது. எல்லாம் அப்படியே, அவளுக்கு ஞாபகத்தில் வந்தன. ஒருவேளை அவளுக்குக் குழந்தை ஒவ்வாதோ, என்னவோ? இந்த நினைவு, அவள் மனதைக் கசக்கிவிட்டது.

மறுபடியும் லக்ஷ்மி கேட்டாள்: "பால் சரியாக வருதோ?"

"அதுக்கென்ன, நிறைய வருது."

"ஒருவேளை, அந்தப் பால் தோஷமோ என்னவோ? முத ரெண்டு குழந்தை போனதுக்கும், இதுதான் காரணமோ என்னவோ?"

"நீங்க சொல்றது புதுசா இருக்கே! தாய்ப்பால்தானே, குழந்தைக்கு உசிர்!"

"ஆமாடீ, சிலபேர் உடம்புவாசி அப்படி."

"அதுக்கு என்ன செய்யறது? புட்டிப்பால் குடுக்கிறதா? புட்டிப்பால் செய்த வேலைதான், நமக்குத் தெரியுமே!"

"ஏன்? வேறே யார் கிட்டேயாவது பால் குடுக்கக் குடுத்திடலாம்?"

"நம்மைவிட அவா, ரொம்ப அக்கறையா பார்த்துக்கொள்ளப் போறாளாக்கும்?"

"ஏன் பார்த்துக்க மாட்டா? பூக்காரி குள்ளி இருக்காளே, தெரியுமோல்லியோ? அவகிட்டே குடுத்தா போச்சு. நல்லா பாத்துக்குவா. இந்தத் தெருவிலே, அவ எத்தினியோ குழந்தெங்களெ வளத்திருக்கா, தன் குழந்தையைப்போல் பார்த்துக்குவா"

"எனக்கு, என்னவோ, பிடிக்கல்லே"

"அப்புறம், உன் இஷ்டம்."

கல்யாணி, அப்புறம் ஏதேதோ யோசித்தாள். ஒன்றும் வழி புரியவில்லை; லக்ஷ்மி சொல்வதைத் தவிர வேறு வழி தெரியவில்லை! இன்னும் காலதாமதம் செய்யவும், அவளுக்கு இஷ்டமில்லை. முதலிலேயே, இரண்டு குழந்தைகளைப் பறிகொடுத்தவள் அல்லவா? அந்தக் குழந்தையும், பிறந்தவுடன் ஆரம்பித்த அழுகையை, இன்னும் நிறுத்தினபாடில்லை, பால் குடிக்கும், அழும், ஜலதோஷம் பிடித்து விக்கும். உலகத்தில் அது செய்யும் வேலை, இவ்வளவுதான். ஒருவேளை, 'பழைய' இடத்துக்குப் போன அப்புறம், சொஸ்தமாய் விடுமோ என்னவோ?

2

சில நாள் கழித்து, கல்யாணியும் குள்ளியும் பேசிக்கொண்டிருந்தார்கள்.

"ரொம்ப ஜாக்கிரதையாகப் பார்த்துக்கணுமே!"

"நீங்க என்னம்மா அப்பிடி சொல்றீங்க!" எதுத்த வீட்டு அம்மாகிட்டே கேட்டுக்குங்களேன். குள்ளி செய்த காரியத்துக்குக் குத்தம் கண்டுபிடிக்க, எந்த ஜில்லியாலும் முடியாது அம்மா!–"

"ஒனக்குக் குழந்தை பிறந்து, எத்தனை மாசம் ஆறது?"

"ரெண்டு மாசம் ஆவுதுங்கோ"

"அதுக்குப் பாலு?"

"பள்ளிப் புள்ளேக்கு, என்னாங்கோ? தண்ணி சாப்பிட்டு வளர்ந்திரும்."

"என்னமோ, ஒன் குழந்தைபோலப் பார்த்துக்கணும். எத்தனை கேக்கிறே?"

"எதுத்த வீட்டிலே கேட்டுக்குங்க!"

"நீ சொல்லுடீ! அவா பணக்காரா; அவாளுக்கும் நமக்கும் சேத்தியா?"

"ஒம்போது ரூபா கொடுங்க."

"ஏ! அப்பா! ரொம்ப அதிகமா கேட்கிறீயே; ஏழு ரூவா தந்துடறேன். அப்புறம் குழந்த பாடு; ஒம்பாடு–"

“பணந்தான் ரொம்ப குறைச்சுப்பிட்டீங்க; உங்களுக்காகப் போனாப் போவுது–”

“எத்தனை மாசம், உங்கிட்டே இருக்கணும்?”

“ஆறு மாதம் இருந்தாப் போறுங்க. அப்புறம் பாருங்கோ, உங்க குளந்தை, அடையாளமே கண்டுபிடிக்க முடியாது, கொழுகொழுன்னு ஆகாமப் போனா, என்னன்னு கேளுங்க!”

“நாளைக்கு நாள் நல்லா இருக்கு; வந்து குளந்தையை எடுத்துண்டு போ.”

மறுநாள் இரண்டு ரூபாயுடன், குழந்தையைக் குள்ளியிடம் கொடுத்தாள் கல்யாணி.

“ஆவாதது போவாதது எல்லாம் கொடுக்காதே. குழந்தையை ரொம்ப ஜாக்கிரதையாகப் பார்த்துக்கோ, சொல்லிப்பிட்டேன். பணத்துக்காக இன்னுட்டு ஒண்ணும் செய்யாதே. வேணுமானா, ஒண்ணு அரைச் செலவுக்கு வாங்கிக்கோ. நாலிலே மூணிலே, குழந்தையைத் தூக்கிண்டு வா இங்கே.”

“நீங்க ஒண்ணுமே சொல்லவேண்டியதில்லைங்கோ; எல்லாம் எனக்குத் தெரியும் – ராஸா! இங்கே வா, என் கண்ணில்லே!”

குள்ளி, கைநீட்டிக் குழந்தையை வாங்கிக்கொண்டாள். வாசலை விட்டிறங்கும் அவளைப் பின்தொடர்ந்து, கல்யாணியும் வந்தாள். “அட இழவே! எண்ணெய்க் குடமல்லவா, எதிரே வருகிறது!”

“குள்ளி! இங்கே வா; செத்தே தாகத்துக்குச் சாப்பிட்டுப் போ–”

குள்ளி திரும்பி வந்து, திண்ணை மீது உட்கார்ந்துகொண்டாள். கல்யாணி கொண்டு வந்த ஜலத்தைக் குடித்துவிட்டு, வெற்றிலைபோட்டுக் கொண்டு எழுந்தாள்.

“ஆமா, இன்னொருவாட்டியும் சொல்றேன். ரொம்ப ஜாக்கிரதையா, உன் குழந்தைப்போலப் பார்த்துக்க! குள்ளி வாசல் தாண்டி, தெரு கடந்து, திரும்பி மறைந்துபோய் விட்டாள். கல்யாணி, ரொம்ப நேரம் அங்கேயே நின்றுகொண்டிருந்தாள். எவ்வளவோ தேற்றிப் பார்த்தும் பாழும் மனசு கேட்கவில்லை. அவள் கண்களில் ஜலம் நிறைந்துவிட்டது.

3

குள்ளி, பால் வியாபாரி. தரித்திரம், அவளுடைய தாய்மையைத் தின்று விட்டது. கல்யாணியிடமிருந்து குழந்தையை வாங்கிக்கொண்டு போன சில நாளில், இன்னொரு கொழுத்த கிராக்கி வந்தது. அத்தை எப்படி விடமுடியும்? அந்தக் குழந்தையையும் வாங்கி வந்துவிட்டாள்,

இப்போது அவளிடம் மூன்று குழந்தைகள்; பணக்காரக் குழந்தை, நடுத்தரக் குழந்தை, ஏழைப் பள்ளிக் குழந்தை என்று மூன்று ரகங்கள்.

மூன்றுக்கும் பால் கொடுக்க, அவளுடைய மார்பு வற்றாத ஊற்று அன்று. என்னதான் ஊட்டம் கொடுத்தாலும், ஒரு குழந்தைக்கே பால் காணாது. மற்ற இரண்டு குழந்தைகளுக்கும், என்ன வழி? பால்காரன் பால் குறைந்தால், என்ன செய்வான்? தண்ணீர் கலப்பான். குள்ளி, பால் என்று நினைத்து, வெந்நீர் ஊற்றுவாள்.

அவள் பால் கொடுப்பதிலும் வியாபாரத் தினுசுதான். பணக்காரக் குழந்தைக்கு அதிகப் பால், கல்யாணியின் குழந்தைக்கு அடுத்தபடி, பள்ளிக் குழந்தைக்கு மீதி மிச்சம். பின், அவளைக் கபடக்காரி என்று யாராவது சொல்ல முடியுமா? தன் குழந்தைக்கு முதல் இடம் கொடுத்தால்தானே, அப்படிக் கூற முடியும்?

ஆனால், பாவிக் குழந்தைகளுக்குக் குள்ளியின் வியாபார ரகஸியம் ஏதாவது தெரிகிறதா? பள்ளிக் குழந்தை திமிரடி. பால் கிடைக்காத வரை ஓயாத அழுகை பீடிக்கும்; நீர் ஊற்றினால் வெளியில் துப்பும், ஒரு குழந்தை குடிக்கும்போதே, இன்னொன்று பால் வேண்டி, அழ ஆரம்பித்துவிடும்! சில சமயம், ஒரு குழந்தை பால் குடிக்கும்போதே ஸ்தன்பத்தைப் பிடுங்கி மற்றொன்றின் வாயில் வைக்கவும் நேரும்.

குள்ளி, மகா பொறுமைசாலி! இல்லாவிட்டால், இந்தக் கலவரங்களை யெல்லாம் பொறுக்க, யாரால் முடியும்?

4

மூன்று மாசமாகிவிட்டது. அதாவது குள்ளி, குழந்தையைக் கொழுகொழுவென்றாக்கக் கேட்டுக்கொண்ட கெடுவில் பாதி, 'நாலில் மூணில்' குழந்தையைப் பார்த்துக்கொண்டிருந்த கல்யாணிக்குத் திருப்தி உண்டாகவே இல்லை. எப்படி உண்டாகும்? குழந்தை, அன்றைப் போலவே இன்றும் இருந்தது. வயிற்றைத் தவிர, வேறு எங்கும் சதை என்பதே கிடையாது.

ஒருநாள் கல்யாணி, குள்ளி வீட்டுக்குப் போனாள். அவளுடைய தலையை முதலிலே கண்டுவிட்ட குள்ளி, அவள் குழந்தையை எடுத்து மடியில் போட்டுக்கொண்டு உட்கார்ந்துவிட்டாள். கல்யாணி உள்ளே வந்ததும், வெற்றிலைத் தட்டு எடுத்துவைத்து, உபசரணையெல்லாம் பண்ணினாள்.

குள்ளி கீழே விட்டதும், குழந்தை கூக்குரலிடத் தொடங்கியது. அதைத் தூக்கித் தொட்டிலில் போட்டுப் பாடத் தொடங்கினாள் குள்ளி.

"ஆராரோ, ஆரிரரோ, ஆரிராராரோ,
ஆரிமேலே தாமரைப் பூ ஆரராராரோ.
கும்பப்பூப் பூசை செஞ்சி வேண்டிக் கிட்டேனே!

எங்கள் ராகவன் வேண்டுமென்னு வேண்டிக் கிட்டேனே.
அரச மரம் சுத்தி வந்து வேண்டிக்கிட்டேனே!
அந்திக்கும், சந்திக்கும், காவல் இருந்து வேண்டிக்கிட்டேனே!
நம்ம பாலகிட்டன் வேணுமென்னு வேண்டிக் கிட்டேனே!
கல்லைக் கண்ட இடமெல்லாம் தெய்வமென்று வேண்டிக்கிட்டேனே!
கிணத்தங்கரை சுத்தி வந்து வேண்டிக் கிட்டேனே!
எங்க காஞ்சி காமாட்சி அம்மனை வேண்டிக்கிட்டேனே!
வேண்டிக் கிட்டேனே! வேண்டிக் கிட்டேனே!"

என்று உடைந்த கீச்சுக் குரல் பல்லவி. கல்யாணிக்குச் சகிக்கவில்லை. அந்தக் குழந்தை, அதில் என்ன இனிமை கண்டதோ! ஊங்காரம் போட்டுக் கொண்டே தூங்கத் தொடங்கியது.

கல்யாணி, குழந்தையைக்கூடச் சரியாகப் பார்க்க முடியவில்லை. குள்ளியின் வாத்சல்யம், அவளை என்னவோ ஆக்கிவிட்டது. இத்தனை பிரியமாகப் பெற்ற தாயாவது இருப்பாளா!

குள்ளி, அவள் அருகில் வந்து நின்றுகொண்டாள்.

வெத்திலை போடுங்கோ –",

"அது இருக்கட்டும்; இந்த நோஞ்சலெ தேத்த முடியாது, போலிருக்கே! –."

"ஏம்மா, அவசகுனமாட்டமா பேசறீங்க? எப்பா, அது இப்போ செய்யற லூட்டியே பார்த்தா இல்லே, தெரியும்! கொஞ்ச நாள்லே தேறிப்பூடுது, எனக்கு ஒரு யோசனை இல்லெ தோணுது –"

"என்னது?"

"'ஆருலீசு' என்கிறாங்களே; அது ஒண்ணு வாங்கிக் குடுங்களேன்–"

கல்யாணி முதலிலேயே பூரித்துப் போயிருந்ததால், சரி போட்டு விட்டாள். மறுநாள் ஹார்லிக்ஸூம் வந்தது. ஆனால், அதைச் சாப்பிட்டது குள்ளி. அவள் பால்தானே, குழந்தை குடிக்கப் போகிறது.?

5

கல்யாணி, பால்கோவா கொஞ்சம் கிண்டினாள். அதை வாயில் போடுவதற்கு, அவளுக்கு மனசு வரவில்லை. தித்திப்பு இல்லையா? குழந்தை, எவ்வளவு பிரியமாகச் சாப்பிடும்? மாலை மூன்று மணி வெயிலையும் கவனிக்காமல், கொஞ்சம் 'கோவா' எடுத்துக்கொண்டு கிளம்பிவிட்டாள், குள்ளி வீட்டுக்கு. வாசலிலிருந்து, உள்ளே எட்டிப் பார்த்தாள்.

"கழுதை, சும்மா தொல்லைப்படுத்தறியே, ஊம், சாப்பிடு, இந்தா –"

குள்ளியின் அருகில் உட்கார்ந்திருந்தது, கல்யாணியின் குழந்தை, தொந்தியை நீட்டிக்கொண்டு. அவள், ஒரு பீங்கான் பாத்திரத்தில் நீர் ஆகாரம் வைத்துக் குழந்தைக்கு ஊட்டிக்கொண்டிருந்தாள்.

கல்யாணிக்கு எரிச்சலும், ஆத்திரமும் ஒருமுகமாக வந்துவிட்டன.

"குள்ளீ!"

குள்ளி, திடுக்கிட்டு நிமிர்ந்து பார்த்தாள். கல்யாணியைக் கண்டதும், அவளுக்கு ஏக நடுக்கம். வேகமாகச் சோற்றுப் பாத்திரத்தை நகர்த்தி, குழந்தையின் வாயைத் துடைத்துவிட்டு எழுந்தாள்.

"குழந்தைக்கு, என்னடீ கொடுத்துக்கொண்டிருந்தே?"

"ஒண்ணுமில்லிங்க!"

"ஒண்ணுமில்லேன்னு ஒண்ணு இருக்கா? நிஜத்தைச் சொல்லு!"

"சோத்து நீருங்க!"

"சோத்து நீறா? சோறா?"

"அது என்னங்க, அப்பிடி கேக்றீங்க? தப்பித் தவறி, ஒண்ணு ரெண்டு பருக்கை, உள்ளே போனாத் தானுங்க–"

"சரிதாண்டீ! என் கண்ணாலே பார்த்தேன். நீ வாயிலே சோறு வச்சுதெ; என் தலையிலே அடிக்கிறீயே!"

"சாதம் கொடுத்தா குழந்தைக்கு ஆகாதுன்னு, எனக்குத் தெரியாதுங்க!"

"ஏண்டீ, அதுக்குச் சோறு ஜெரிக்குமாடீ? இப்படிக் கொடுக்கிறதத் தொட்டுத்தான், வயிறு உப்பறது. சரிதாண்டி அம்மா, மகராஜீ! எங்க குழந்தையை நாங்க வளத்துக்கத் தெரியும். நீ குடுத்துட்றீ, அம்மா!"

குள்ளி, அழும் குரலில் சொன்னாள்.

"என் பொழப்பே போயிடுங்கோ. தெரியாமே செஞ்சிப்புட்டேனுங்க. இன்னிமே சோறு குடுக்கல்லே; குழந்தை சரியாப் பூடுங்க!"

"எம்ப்ளது (80) குழந்தெங்களெ வளத்துப்புட்டேன்னு பீத்திக்கிண்டியே!"

"எல்லாக் குழந்தையும் இப்படித்தான் வளத்தேனுங்க"

"அடி, பாவி!"

"தெரிஞ்ச அப்புறம் செய்வேனுங்களா? இந்தத் தபா மன்னிச்சிடுங்க. இன்னொருவாட்டி, செய்யவே மாட்டேனுங்க."

"வேண்டாம்; நம்ம குழந்தை நம்மோடே இருக்கட்டும்."

"அப்படியெல்லாம் சொல்லக்கூடாதுங்க!"

கல்யாணியிடமிருந்து குழந்தை குள்ளியிடம் போக வேண்டுமென்று அழவாரம்பித்தது. இயற்கையின் சிருஷ்டியான இந்த அன்பு, கல்யாணியின் மனசைக் கலைத்துவிட்டது. இன்னொரு தடவை விட்டுப் பார்த்தால், என்ன?"

"இதோ பாரு, இன்னொரு வாட்டி, நீ இப்பிடிச் செஞ்சதைப் பார்த்துட்டேனோ, பார்த்துக்கோ!" குழந்தெயெ எடுத்துண்டு போறதோடு விட்டுடுவேன்னு நினைச்சுக்காதே; அவர் ரொம்பப் பொல்லாதவர்; சொல்லிட்டா போதும்!"

"நீங்க என் தாய்மாதிரி; பெரிய வார்த்தையா – வுட்டே, வுட்டேன் – இன்னமே, இப்பிடி செய்யமாட்டேனுங்க."

கல்யாணிக்குத் திருப்தி உண்டாகவில்லை. இன்னும் அவளுக்கு யோசனைதான். குழந்தையை அழைத்துக்கொண்டு போய்விட்டால், என்ன? இந்த ராக்ஷசியை, எப்படி நம்புவது? சத்தியத்துக்கென்ன, நீர் மாதிரி, இவர்களுக்கு! இவர்களை, நம்பவே கூடாது!"

அவள் திரும்பிப் பார்த்தாள்; குழந்தை குள்ளியின் மார்போடு ஒட்டிக் கொண்டிருந்தது. தூக்கமும் வந்திருக்கும் போலிருக்கிறது. கல்யாணியிடம், இப்படித் தூங்குமோ என்னவோ? இப்படி அழமாலிருக்குமோ என்னவோ?

கடைசியில் எப்படியோ தேற்றிக்கொண்டு, குழந்தையை விட்டுவிட்டுப் போய்விட்டாள். ஆனால், அவள் ஹிருதயத்தில் சுமையாகவே இருந்தது,

அப்பா! குள்ளி மீட்சியடைந்து மூச்சுவிட்டுக்கொண்டே, குழந்தையைத் தொட்டிலில் போட்டாள், ஆத்திரமாக.

6

“நீ குற்றம் செய்ததற்காகத்தானே, நான் அடித்தேன்? அப்படிக்கும் நீ பழி வாங்க எண்ணினால், என்னைத்தேனே அடிக்க வேணும்? அவனை அடிப்பானேன்?”

குள்ளி நல்லபாம்பு; வேடிக்கையாகத் தொட்டுவிட்டாலும் சீறிக் கடிக்கும் சுபாவம். கல்யாணியிடம் அவள் அயர்ந்து பேசிவிட்டாலும், அவளுக்கு உள்ளுக்குள் ஓர் எதிர்ப்புத் திட்டம் போட்டிருந்தாள்.

அதன் பலனாக, அந்தப் பணக்காரக் குழந்தைக்கு, அதிர்ஷ்டம் கிட்டியது. கல்யாணியின் குழந்தை வாயில் மண் விழுந்தது. முதலிலேயே, அதற்குப் பால் கிடைப்பது அதிகம். இப்போது, அதற்குப் பால் கொடுப்பதையே நிறுத்திவிட்டாள் குள்ளி. வயிறு நிறையப் பழையதும் வெந்நீரும் கொடுக்கிறாளே, போதாதா? எப்படியாவது வயிறு நிரம்ப வேண்டியதுதானே!

தாய்மையின் பிரேமையிலிருந்து கவரப்பட்டு வாடுகின்றது இந்த ஜீவன், பாவம்!

7

மழைக்காலம், வெள்ளிக்கிழமை மத்தியானத்திலிருந்தே ஆகாசம் மப்பாயிருந்தாலும், மழை பெய்யவில்லை. ராத்திரி, தூறல் போட்டிருந்தது.

கல்யாணிக்கும், அன்று மப்பாக இருந்தது. ஏன் என்று தெரியாத துக்கம், அவளைச் சூழ்ந்துகொண்டிருந்தது. ஓங்கி வரும் கையைக் கண்டு, ஹிருதயம் வளைந்து கொடுக்கிறது போலும்!

நாலைந்து நாளாக, அவள் குழந்தையைப் பார்க்கப் போகவில்லை. வேறு அலுவலாக இருந்துவிட்டாள். அது என்ன செய்கிறதோ? முதலிலேயே பழையது கொடுத்த அந்தப் பாவி, எப்படி வைத்திருக்கிறாளோ? இரண்டு நாளாக அடை மழை பெய்கிறது; ஒருவேளை ஜலதோஷம் பிடித்திருக்கலாம்: ஜ்வரம் கண்டிருந்தால்?

ஏகக் குழப்பமாயிருந்தது. இனி எப்படிப் போய்ப் பார்க்க முடியும்? —இருட்டாக இருக்கிறதே!

கடைசியில், அவள் படுத்தாள். சரியாகத் தூக்கம் வரவில்லை. தூங்கின கொஞ்ச நேரத்திலே, மழை வலுத்தது. மாடி மீது போட்டிருந்த தகரத்தின் மீது ஜலம் விழுவதால், ‘ஹோ’வென்று சப்தம் வேறே. தூக்கம் வருமா? திடீரென்று சப்தம்; கதவு தட்டும் சப்தமா அது? அப்படியில்லை யென்று தோன்றி, மறுபடியும் விளக்கமாகக் கேட்டது. கல்யாணி கவனித்துக் கேட்டாள்; யாரோ கூப்பிடுகிறார்கள் போலிருக்கிறதே!

“அம்மா, அம்மா!”

“குள்ளியா? ஆமாம் போலிருக்கிறதே, ஏன்? ஏன்?”

கல்யாணி பாய்ந்து எழுந்து கதவைத் திறந்தாள். குள்ளியும் அவள் புருஷனும், ஜலம் சொட்டச் சொட்ட நின்றிருந்தார்கள்.

"என்னடி அது –"

"அம்மா கொளந்தெ –!"

குள்ளி அழவாரம்பித்தாள்; கல்யாணி பதறிவிட்டாள்.

"என்னடீ! குழந்தைக்கு என்னடீ! சீக்கிரம் சொல்லுடீ"!

"இசிவு வந்து –"

கல்யாணி, அப்புறம் ஒன்றும் கேட்கவில்லை. மழை பெய்வதையும் கவனிக்கவில்லை. கையிலிருந்த விளக்கை எடுத்துக்கொண்டு, கதவைச் சாத்தியபடியே ஓட ஆரம்பித்தாள். குள்ளியும் அவள் புருஷனும், பின் தொடர்ந்து ஓடினார்கள்.

கதவை இடித்துத் தள்ளிக்கொண்டு, உள்ளே போனாள் கல்யாணி. விளக்கின் ஒளியில் குழந்தையைப் பார்த்தாள். மரணத்தின் எல்லையைக் கிட்டிவிட்டதை உணர்ந்தாள்; துக்கமும் அதன் உச்சாணிக்கிளையிலே ஆத்திரமும் உண்டாயிற்று.

"எத்தனை நாளடீ, இப்படி?"

"நாலு நாளா –"

"அப்பவே, எங்கிட்டே ஏண்டி சொல்லலே?"

"சரியாப் பூடுமின்னு நினைச்சேனுங்க –"

"சரியாப் போயிட்டுது, போ!"

ஆத்திரத்தில் கல்யாணிக்கு, ஒன்றும் புரியவில்லை. கையிலிருந்த விளக்கை எடுத்துக் குள்ளிப்பக்கம் எறிந்துவிட்டாள். நல்ல வேளையாக அது, அவளை உராய்ந்துகொண்டு சென்று, சுவரில் மோதித் தூளாகியது, வீட்டின் முன்பிருந்த லேசான வெளிச்சம் மிஞ்சியது,

குள்ளியும், அவனும் நடுங்கிப்போய் வெளியில் வந்து திண்ணைமீது நின்றுகொண்டார்கள்.

கொஞ்ச நேரத்தில் உள்ளேயிருந்து அழுகை ஒலி எழுவதை, அவர்கள் கேட்டார்கள்....

பிரகிருதி சண்டியாகிவிட்டாள்...

_மணிக்கொடி_ (அக்டோபர் 15, 1938)

(நூல் வடிவில் இதுதான் முதல் பிரசுரம்)

●

காலேஜ் மாணவன்

காலையில்தான், முகக்ஷவரம் பண்ணிக்கொண் டிருந்தேன். தளதளப்பான பாம்பே வேஷ்டியைக் கட்டிக் கொண்டிருந்தேன். 'பாடி'க்கு மேலே ஷர்ட், அதுக்கு மேலே கோட். 'ஹேஸ்லைன் ஸ்னோ'வால் முகத்தில் வெள்ளை பூசிக்கொண்டிருந்தேன். வாசனைத் தைலம் போட்டு, அழகாக வாரிவிடப்பட்ட கிராப்பு. கடுக்கண்களையும் எடுத்து வைத்தாகிவிட்டது. ஊருக்குத் தகுந்த புது மோஸ்தர் செருப்பும் வாங்கிவிட்டேன்.

இருந்தும் பயம் விட்டபாடில்லை. வெளியில் கிளம்பினதும், மனசில் ஒரு நடுக்கம் உண்டாயிற்று. நாகரீகத்தின் கூர்மையான கண்களில், ஏதாவது ஒரு குறை புலப்படக்கூடாது என்று, என் திகில்! அழகுகளின் கேலிச் சிரிப்புக்கு ஆளாகக்கூடாது என்ற எண்ணம். யாராவது என் பக்கம் பார்வையைச் செலுத்தினாலே போதும்; என் உடம்பு ஒடுங்கிவிடும். கோட்டின் கைகளை இழுத்துக்கொள்வேன்; காலரைத் தூக்கிவிடுவேன்.

என் நண்பன் சிகாமணியோ, அந்த ஊரில் படிக்க வந்து, ஆறு ஏழுமாதத்துக்கு மேலாகிவிட்டதால், எங்கும் பழக்கம் உண்டாகிவிட்டது. அலட்சியம், நாகரீகத்தின் நிமிர்வு இரண்டும் கலந்த உல்லாச நடை நடந்துகொண்டிருந்தான் அவன். கடைத்தெருவின் ஒவ்வொரு கடையினுடைய தனிப்பெருமைகளை விளக்கிக்கொண்டிருந்தான். ஆனால் அவனை நான் சரியாக எப்படிக் கவனிப்பது? கார்களையும் சைக்கிள்களையும் தப்பி, உயிரோடு வீடு திரும்பினால் போதாதா? எந்தப்புறம் திரும்பினாலும். வண்டி., கார், பஸ் – பலவித ஒலிகள்.

"அதான் 'கபே'. காபி, 'பஸ்ட் கிளா'ஸா இருக்கும். இது ஹோட்டேல், டிபன் சாப்பிடணும்னா, இங்கே சாப்பிடணும்! இதான் 'பாம்பே ஹால்'; ஊரிலே பெரிய ஜவுளிக்கடை. வாசல்லே உட்கார்ந்திருக்கிறான் பார், சேப்பா, உசரமா – டெய்லர்! இந்த ஊர் ஜென்டில்மென் எல்லாம், அவன் கிட்டேயே தய்க்கக் குடுப்பா – தையல் கன ஜோராயிருக்கும்! அங்கே பாரு, காரிலே! –"

காரிலே, இரண்டு அழகிகள்.

"பூம் – புவாங்!"

"டே அப்பா! அப்படியே பிச்சிடுவா போல, அப்படிப் பார்க்கிறாளே – அதோ பாரு – பார்க்கிறா. சின்னவ, கன கிராண்ட்."

சிகாமணியின் கண்கள், காரைத் துரத்திக்கொண்டு, ரொம்பத் தூரம் சென்றன. எச்சில் இலையைப் பறிகொடுத்த நாய் போல், ஏக்கத்துடன் திரும்பினான், என் பக்கம். கொஞ்ச நேரம் கழித்து, மறுபடியும் தன் பேச்சை ஆரம்பித்துவிட்டான்.

"அதோ அவள்! ஜாடையாப் பாரு – ஸெப்டம்பருக்கு லேடீ காண்டிடேட் – ரொம்பக் குறும்புக்காரி. ஒருநாள் –"

நான் ஒதுங்கி நின்றேன். எதிரில் வந்த ஒரு கார், தன் கடூரக் கண்களை விழித்து முறைத்துக்கொண்டே, என்னைக் கடந்தது. என் நண்பன், மௌனம் சாதிக்க ஆரம்பித்தான். ஏன் என்று கவனிக்கக் கூட, எனக்குச் சமயம் இல்லை; இங்கே உயிர் தப்பட்டும், அப்புறம் பார்த்துக்கொள்வோம் என்று நினைத்தேன்.

"டீயர்! உங்களைத்தான் –"

"பெண் குரல்! என்னையா! திடுக்கிட்டுத் திரும்பினேன். வலப்புறம். எவ்வளவு ஆவலுடன் திரும்பினேனோ, அவ்வளவு ஆவலுடன் அவளைப் பார்த்துக்கொண்டே நின்றுவிட்டேன். அவள் என்னைக் கூப்பிடவில்லை. கூப்பிட்டாலும், நான் பதிலளிக்கத் தயாராக இல்லை.

பாதி மார்பை வெளியில் காட்டும் கிழிந்த ஜாக்கெட் ஒன்று. கந்தலான பாவாடை ஒன்று. யாரோ ஆங்கிலோ இந்திய ஸ்திரீ கொடுத்திருப்பாள்; அந்த இரண்டிற்குள் ஒளிந்துகொண்டிருந்தாள் அவள். செம்பட்டைத் தலை; கத்தரித்துவிட்ட தலைமயிர்; அவள் கண்கள் ஒளி மங்கி, எதிரில் எதையோ, யாரையோ பார்த்துக்கொண்டிருந்தன போலும்! அவனேதான், அவள் பேசிக்கொண்டிருந்தாள்!

"டீயர்! இன்னைக்கு மறந்துவிடக்கூடாது. ஆமா; சொல்லிவிட்டேன். பாடீக்குக் கிளாத் வாங்கிண்டு வாங்கோ – ஆமா, ஆமா. ஸோப்புகூட இல்லே – லக்ஸ்தான்"

அப்புறம் அவலக்ஷணமான அவள் முகத்தில், ஒரு கோணல் புன்னகை.

என் நண்பன் சிரித்தான்.

"டவுன் பியூட்டி! பிடிக்குதா?" என்றான், கண்ணைச் சிமிட்டி.

"பைத்தியமா? –" என்றேன்.

"இவளா? நினைச்சாலும் –"

"டிங் – டாங்!"

பாய்ந்து ஒதுங்கி நின்றேன். கூடவே சிகாமணி, "அதோ! –" என்றான்.

இரண்டு அழகிகள். உடை அழகிகள்; நடை அழகிகள்; கூந்தல் அழகிகள் கால்களில் செருப்பு; கைகளில் பை – ஒயிலுடன் நடந்துகொண்டிருந்தனர். ஆனால், கூனிய உடம்பும்; முகமும் கோணல்தான்; பற்களோடு

ஒட்டியிருக்கும் கன்னங்கள்தான். இதையெல்லாம் நாம் கவனிக்க வில்லையா? இந்த அவலக்ஷணங்கள், நம் கண்களுக்குப் படவில்லையா? பட்டவைதான்; ஆனாலும், அந்தக் கண்களில் ஒரு ஆவல் பாய்ந்து, ஒளியுடன் பார்க்கும்போது – அந்த ஒரு பார்வையில் இன்பம், ஒரு சுகம், மனத்தில் ஒரு ஆனந்தக் கிளர்ச்சி!

அன்று வெள்ளிக்கிழமை. மலைப்பிள்ளையாருக்குக் கொண்டாட்டம். காலேஜ் மாணவர்களாகிய நமக்கும் கொண்டாட்டம். நாம் அழகின் ரஸிகர்கள்; சௌந்தரியலஹரியில் மூழ்கித் திளைப்பவர்கள்; நாம் சௌந்தரியோபாஸ்கர்கள்.

கடைசியில் பிள்ளையாரின் பிரகாரத்தைப் பிரதக்ஷணம் செய்யத் தொடங்கினோம். பிரகாரத்தில் ஒரு ஆஞ்சனேய விக்கிரகம். அதன் அருகில் நின்றுகொண்டிருந்தான் ஒருத்தன். அவனைச் சுற்றிப் பலர் நின்றிருந்தனர். அவன், எங்கள் கவனத்தையும் கவர்ந்தான். விக்கிரகத்தின் முன் நின்று, இங்கிலிஷில் பிரார்த்தனை செலுத்திக்கொண்டிருந்தான் அவன்! மானசீகமாக அல்ல; உரக்கத்தான்!

“பைத்தியம்! –” என்றேன்.

“நான், உன்னை ஒன்றும் கேட்கவில்லை. உன்னுடைய தயவு வேண்டும் எனக்கு. நான் செய்யப் போகிறது நியாயமா, அல்லவா? நம் வம்சம், நம்நாடு, நம் மதம் செழிக்கவேண்டும் என்று நாம் ஆசைப்படக் கூடதா? இந்தக் கிறிஸ்தவர்கள் ஒழியவேண்டும். அவர்கள் நம்மைக் கேவலப்படுத்தவில்லையா? இழிவுபடுத்தவில்லையா? அவர்களுடைய பிரதிநிதிதானே அண்டோனியா? நான் வட்டி வாங்குகிறேனாம்; அதற்காக என் தாடி மீது காறித் துப்புகிறான். நான் யூதனாம். அதற்காக என்னை உதைக்கிறான். அவனை – மெஸ்ஸையா! மெஸ்ஸையா!

இங்கிலீஷ்தான்; ஆனால், உணர்ச்சிப் பொம்மை!

எனக்குப் பாடப் புஸ்தகமாக வைக்கப்பட்டிருந்த ஷேக்ஸ்பியரின் வெனீஸ் வர்த்தகன் ஞாபகம் வந்தது; தன் மதத்துக்காகவும், உரிமைக்காகவும் போராடும் ஷைலக்கின் பயங்கரமான உருவமும் ஞாபகத்திற்கு வந்தது. கேள்வியுடன் திரும்பிப் பார்த்தேன், அன்பனை!

“ஆமா – படிச்சவன் – வழியிலே பார்த்தோமே பைத்தியக்காரி; ஞாபகம் இருக்கா?” –

திடீரென்று கந்தல் உடை; செம்பட்டை மயிர் – அவள் ஸ்மிருதி –

“அவ புருஷன்! –”

“ரெண்டு பேரும்?–”

“பித்துக்குளிகள்!”

அந்த இங்கிலீஷ்காரன், வாக்கிங் ஸ்டிக்கை, அழகான கொய்யாக் கழியை ஆட்டிக்கொண்டே நடந்தான். கூட்டத்தை விலக்கிக்கொண்டு எட்டிப் பார்த்தேன். கிழிந்த ஸூட்டு, கிழிந்த கோட்டு, கிழிந்த தலை, ஆளே கிழிந்த ஆள்தான்!

“ஒரு வேடிக்கை –” என்றான் சிகாமணி.

கூட்டம் கொஞ்சம் கலைந்திருந்தது; பைத்தியத்தின் அருகில் சென்றான் என் நண்பன்.

“குட் ஈவினிங்! ஷைலக்!”

“குட் ஈவினிங்!” என்றான் அவன். அலக்ஷியமாகத் திரும்பி, எங்களை ஏற இறங்கப் பார்த்தான். ஒரு இங்கிலீஷ்காரப் பார்வை! ஒரு பிரேதச் சிரிப்பு!

“மூவாயிரம் டக்கெட்களா? – சரி –” என்றது பித்துக்குளி, இங்கிலீஷில்.

“மூணு மாசத்துக்கு, ஐயா!” என்றான், குறும்புக்காரச் சிகாமணி.

“மூணு மாசத்துக்கா? சரி”

பாடப்புஸ்தகம்தான்: ஆனால் முழுவதும் நெட்டுருப் பண்ணி வைக்க முடியுமா? அதற்கு மேல், என் நண்பனுக்குத் தகராறு. தலையைச் சொறிய ஆரம்பித்தான்; பித்துக்குளி விடவில்லை.

“அண்டோனியோ சீமானே! ரொம்பத் தடவை ரொம்பப் பேர் முன்னிலையில் என்னை நாய் என்றும், பேய் என்றும், வைதாய். காறித் துப்பினாய், இல்லையா? எதற்காக? நான் யூதன் என்பதற்காக, வட்டி வாங்குகிறேன் என்பதற்காக! ஆனால், பணம் தேவையானவுடன், என்னிடம் வருகிறாய்: ‘ஷைலக்’ பணம், என்று இளிக்கிறாய், நான், என்ன சொல்லட்டும்? நாய் கடன் கொடுக்குமா என்று சொல்லட்டுமா? இல்லாவிட்டால், பணிவாகப் போன புதன்கிழமை வைதீர்களே, அன்றைக்குக் காறி உமிழ்ந்தீர்களே, இன்னொரு சமயம் உதைத்தீர்களே, அந்த மரியாதைகளுக்காக இதோ பணம், எடுத்துக்கொள்ளுங்கள்! என்று சொல்லட்டுமா?”

கூட்டத்திலிருந்து ஒரு சிரிப்பு எழுந்தது. பித்துக்குளியின் “நீ உணர்ச்சி” உயர்ந்தது. “நாம் மனுஷர் இல்லையா? நம்மைக் குத்தினால், ரத்தம் வரவில்லையா? விஷமிட்டால் நாம் சாகவில்லையா? வியாதியால் நாம் வாடவில்லையா?–”

விரைந்து நடந்து, படிகளைக் கடந்து, இறங்கி மறைந்துவிட்டான் அவன்.

இதுவும் ஒரு கூத்துதான். ஆனால், மிகவும் பயங்கரமான விதியின் கேலி. இப்படி இங்கிலீஷ் பேச, அவன் எவ்வளவு வாசித்திருக்க வேண்டும்? பாடுபட்டிருக்கவேண்டும்? பத்து வருஷமாக இங்கிலீஷில் புரண்டுகொண்டிருந்தும், இரண்டு வாக்கியங்களைச் சேர்ந்தாற்போல் பேசமுடியவில்லையே!

திரும்பிச் சிகாமணியைக் கேட்டேன்: “அவன் யார்? பெரிய மனுஷன் போலிருக்கே?”

“வெளியே வா; சொல்றேன்”

வெளியில் வந்ததும் மறுபடியும் கேட்டேன். வாயின் ஒரு கோணத்தில் சிகரெட்டைச் சொருகிக்கொண்டு, அநாயாசமாகக் கொளுத்திக்கொண்டு, ஒருதடவை புகையைச் சுருட்டிவிட்டு, அவன் சொன்னான்,

“அவன் ஒரு எம்.ஏ. – ரொம்ப வேடிக்கை –”

ஆம்! உலகம், ஒரு நாடக மேடை; அதில் நாம் எல்லோரும் நடிகர்கள் – நடிகர்கள்தான். நம் இஷ்டம் ஒன்றும் நடக்காது. அந்த வேஷம் போடுகிறவன் கையில் இருக்கிறது, சூத்திரம் எல்லாம். அவன் கதைப்படிதான் நாம் நடிக்க வேண்டும்.

அந்தப் பித்துக்குளியே பிரமாணம். உயர்ந்த இங்கிலீஷ் படிப்பு; சிறந்த அறிவாளி; கூடவே நாகரீகத்திலும் முற்றிவிட்டான்; படிப்பு முடிவதற்கு முன்பே ஒருத்தியைக் கல்யாணம் செய்துகொண்டான்; அவளும் இங்கிலீஷ் தாஸி: ஆகவே இருவருக்கும் கன குஷி.

ஆனால், மனிதனைப் பார்த்து, வாழ்க்கை சிரிக்கிறதே! பழம் கதைதான். வேலை அகப்படவில்லை; சோறு கிடைக்கவில்லை; கொஞ்சம் கொஞ்சமாகத் துணிமணிகளையும் விற்றுச் சாப்பிட்டாகிவிட்டது. சோறு சாப்பிடாவிட்டாலும் பரவாயில்லை; நாகரீகம் குறையக்கூடாது என்றுதான் அவர்கள் தீர்மானம். ஆனால் முடிகிறதா? கடைசியில், இந்தக் கோளாறு. தெருவில் திரிந்துகொண்டே, தன் கண்ணெதிரில் தெரியும் கற்பனைக் கணவனிடம் நாகரீகச் சாமக்கிரியைகளைக் கேட்கிறாள்; ஒருவேளை பெற்றுக்கொண்டும் இருக்கலாம்.

பிறகு அவனுக்கும், மூளை அதிர்ச்சி உண்டாகியது. அவனும் தன்னுடைய புலமையைக் காட்டிக்கொண்டு திரிகிறான்.

ஆனால், இருவருக்குமே அந்த நாகரீகப் பித்தம் விடவேயில்லை! பித்தத்திலும் ஒரு பித்து.

"சரி, அவர்கள் ஏன் பித்துக்குளியாக வேண்டும்? எனக்கு எப்படித் தெரியும்?"

'அவன்' அப்படிக் கதை எழுதியிருக்கிறான்; அவனுக்குத்தான் அதன் ரஸம் தெரியும்!

"அவனுக்கு பி.ஏ.யில் 'மெர்ச்சன்ட் ஆப் வெனீஸ்'தான் டெக்ஸ்ட் புக் - கைஷலக் என்ற பாத்திரத்தின் மேல் ரொம்பப் பிரியம் –

மலைமேல் ஏறின களைப்புடனும், நிகழும் என்றே எதிர்பார்க்க முடியாத் அபூர்வமான மானுஷ்ய நாடகத்தின் அதிர்ச்சியுடனும் படுக்கை விரித்தேன். ஆனால், தூக்கம் வரவில்லை.

"அவனுக்கும் பி.ஏ.வில் 'மெர்ச்சண்ட ஆவ் வெனிஸ்'தான், பாடப்புத்தகம்! அதனாலேதான் –"

இப்போது எனக்கும் கூடத்தான். எனக்கும் 'ஷைலக்' மேல் பிரியம்தான்; அப்படியானால் வாழ்க்கை? மனிதன்? நாகரீகம்? நான்? பி.ஏ.? எம்.ஏ.? அப்புறம்? பித்து?

***மணிக்கொடி* (நவம்பர் 15, 1938)**

(நூல் வடிவில் இதுதான் முதல் பிரசுரம்)

•

பாரதி

பாரதியின் தகப்பனாரும் வைத்தியரும் பேசிக் கொண்டிருந்தார்கள்.

"அம்மா, உங்களுடைய பெண்ணா?"

"ஆமாம்."

"பாவம், ரொம்பக் கஷ்டம்! உங்களண்டை ரகசியமா சொல்ல வேணும். இந்த வலிப்பு, ரொம்ப அபாயம். நேரம் கீரம் ஒண்ணுமே கிடையாது. திடீர் திடீர் என்று வந்துவிடும்; எப்போதுமே ஜாக்கிரதையா இருக்கணும்."

பாரதியின் தகப்பனாருடைய திகில் அதிகமாயிற்று. "இதைத் தடுக்க வழி இல்லையா?"

வைத்தியர் தலையை அசைத்தார்; இல்லை என்பதற்கு அறிகுறியாக.

"இது கூடப் பிறந்த வியாதி. பூர்வ ஜன்மாவிலே செய்த கர்மங்களின் பலன். ஆனால்... ஆமாம், ஒண்ணு மாத்திரம், நம்மாலே செய்ய முடியும். அதுவும் நம்ம மனசு திருப்திப்படறதுக்காகத்தான். தினம் விடியக்காலையிலே எழுந்திருக்கிறாங்க இல்லே, எவ்வளவு குளிரா இருந்தாலும் சரி, தண்ணீரிலே நல்லா ஊறிக் குளிக்கணும். வெந்நீர்லே குளிக்கவே படாது... நம்மாலே வேறே ஒண்ணும் செய்ய முடியாது. இந்த வியாதியால் ரொம்பப் பேர் செத்துப் போவதுண்டு..."

"வலிப்பு வாரத்துக்கு முந்தி ஒன்னும் அறிகுறி தோணாதோ?"

"ஊஹூம். ஆனா தூங்கறப்போ, ஆழ்ந்து குறட்டைவிட ஆரம்பிச்சாங்கனா என்னா, உடனே எழுப்பிடுங்கோ... ஆழ்ந்த தூக்கம் உதவாது."

"வெந்நீர், தூக்கம் இரண்டுமே உதவாதா?" என்று நெற்றியைத் தட்டிக்கொண்டார், பாரதியின் தகப்பனார்.

❖ ❖ ❖

வீட்டிற்குள் பாரதியும் அவளுடைய தாயாரும் பேசிக்கொண்டிருந்தார்கள்.

"பாரதி! அங்கே இருக்கிறபோதுகூட இப்படி வருவதுண்டா?"

"அங்கே" என்று அவள் குறிப்பிட்டுப் பேசினது, பாரதியின் மாமியார் வீட்டை.

"வராமல் என்ன?"

"அப்போது, யார் பார்ப்பார்கள்?"

"அங்கேகூட ஒரு நாட்டு வைத்தியர்தான் பார்ப்பார்... கடைசித் தடவை, எனக்கு வந்த சமயம்தான், மாமியாருக்கும் ஜ்வரம்... என்னை யாரும் கவனிக்கவில்லை... அந்த வீடு கூட்டி மாத்திரம் இல்லாவிட்டால், இந்நேரம் யமலோகத்திலேதான்."

கேட்டுக்கொண்டே, பாரதியின் தகப்பனார் உள்ளே வந்தார். "கிழவியின் உயிரைவிட உன் உயிர், அவ்வளவு கேவலமா அவர்களுக்கு?"

பாரதி பெருமூச்சு விட்டாள், "மாமியார் அங்கேயே இருப்பவர்கள்; வீட்டுக்கு யஜமானி; நான் நேற்றுப் போனவள்தானே?"

"உன் புருஷன்கூடக் கவனிக்கிறதில்லையா?"

"அவர் கட்டுப்பெட்டி."

"படித்த முட்டாள் என்று சொல்லிவிடேன். மூட்டை தூக்குகிறவனுக்குக்கூடப் பொறுப்பு இருக்கும்; தொட்டுத் தாலி கட்டினோமே என்கிற அறிவு இருக்கும்."

"அப்பா?"

அப்பா திடுக்கிட்டார். புருஷனை இகழ்ந்தால் அவளுக்குக் கோபம் வரும் என்று அவருக்குத் தெரியும். ஆத்திரம், அந்த 'அறிவை' மறைத்து விட்டதால் உள்ளத்தை வெளியிட்டுவிட்டார்.

"இல்லை பாரதி! நான் எதுக்காகச் சொல்ல வந்தேன், தெரியுமா? மாப்பிள்ளை புத்திசாலி இல்லை என்று நான் சொல்ல வரவில்லை. அப்பாவுக்கு அடங்கி நடப்பது நல்லதில்லை என்றும் நான் சொல்லவில்லை. ஆனாலும், அவர் தப்புச் செய்கிறார் என்று தெரிந்தும், வாய்மூடி மௌனியாக இருப்பது படித்தவனுக்கு லக்ஷணமா? அதுக்காகச் சொல்ல வந்தேன் –"

அவளைத் தேற்றுவதாக அவர் நினைப்பு; ஆனால் அவள் முகம் விழுந்துவிட்டது.

அவள் தாயாருக்கு, அவர்மீது கோபம் வந்துவிட்டது. "முதலிலேயே சோகைப்பெண்; வலிப்பு வந்துபோன சமயம்; அவளை இப்படித் துன்புறுத்தலாமா?" அவளுடைய ஆத்திரப் பார்வையையும் வாங்கிக் கொண்டார் அவர்.

"பாரதி! நீ என்மீது தப்பு எண்ணம் கொண்டுவிடுகிறாய். உனக்கு முன்னாலேயே, அவனைத் தெரிந்துகொண்டுதானே, உன்னை அவனுக்குக் கொடுத்தேன். கோபத்தில் ஏதோ பேசிவிட்டால், அதற்காக

வருத்தப்படுகிறதா? அவன் புத்திசாலி என்று எனக்குத் தெரியாதா? அவன் தகப்பனார்தான் பேராசை பிடித்தவர். இப்போது போய்ப் பணம் கொடுத்தாலும், உன்னை அழைத்துப் போய்விடுவார், மறுமூச்சு விடாமல். எப்படியோ பார்ப்போம். என் ஆஸ்தி எல்லாமே போக வேண்டியிருந்தாலும், உன்னை உன் புருஷனோடு சேர்த்து வைத்துவிடுகிறேன்."

ஆனால், இந்த அன்பு, ஹிருதயத்தைச் சமனப்படுத்துவதாகக் காணோம். பாரதியின் கண்கள் கலங்குவதைக் கண்ட அவர், பேச்சை நிறுத்திவிட்டார்.

◆ ◆ ◆

ஆனால், பாரதியின் தகப்பனாருடைய நம்பிக்கை நிறைவேற வழி இல்லாமல் போய்விட்டது. அவளுக்கு வலிப்பு வந்து போன மூன்றாம் நாள், அவருக்கு நண்பர் ஒருவரிடமிருந்து கடுதாசி வந்தது; நண்பர் மாப்பிள்ளை ஊர்க்காரர்.

"உன்னுடைய மாப்பிள்ளை இரண்டாவது கலியாணம் செய்து கொண்ட சமாசாரம், உனக்கு எட்டியிருக்கும் என்று நம்புகிறேன். நான் முதலிலேயே அறிந்து எழுதுவதற்கு, வசதி இல்லாமல் போய்விட்டது. அவர்கள் கலியாணம் நடத்தப்போவதாகவே ஒன்றும் வெளியில் சொல்லிக் கொள்ளவில்லை. உள்ளூர்ப் பெண்; ஆஸ்தி ரொம்ப. ஒருநாள் ராத்திரி நடந்துவிட்டது. காலையில்தான், எனக்குத் தெரிந்தது. என்ன செய்வது? எல்லாம், விதியின் கூத்துத்தான்."

அவர் கடிதத்தைப் படித்தார்; மறுபடியும் படித்தார்; படித்து மலைத்து நின்றுவிட்டார். அவருடைய நெஞ்சு கல்லாகிவிட்டது; கல்லுக்கு உணர்ச்சி உண்டா? இனி அது, உடைந்தால் என்ன? சிதறினால் என்ன?

கடைசியில், யோசனை வருவதற்கு, ரொம்ப நேரம் பிடித்தது. அவருக்குத் துக்கம் துக்கமாக வந்தது. பாரதியின் வாழ்க்கை, இனி என்ன ஆவது? புருஷன் இறந்துவிட்டாலும் என்னவோ என்று இருந்துவிடலாம். ஆனால், அவன் இருக்கும்போதே, அமங்கலிபோல் வாழ்வதென்றால் –? இனி, அங்கே கொண்டுபோய், எப்படி விடுவது? மானம் அழியும்; கஷ்டம் கொடுக்கும்.

அப்புறம், அவருக்குக் கோபம் உண்டாயிற்று. "அப்பன்தான் மடையன் என்றால், மகன் புத்தி எங்கே போச்சு? படித்தவனாம். படித்தவன்! படித்து, என்ன கிழிக்கிறது? அப்பா தவறு செய்தால், திருத்தப்படாதா? மடையன்!..."

ஆனால், அவன்தான் அவளைக் காப்பாற்றவேண்டுமா? மலர்ப் படுக்கையில் அவளைப் படுக்கவைக்கக்கூட, அவருக்குச் சக்தி உண்டு...

ஆனால், தெய்வம், அவரை இப்படி ஏன் சோதிக்கவேண்டும்? போன ஜன்மத்தில் செய்த கருமாக்களின் பலாபலன்கள் போலும்!

எல்லாம் விதிதான்? விதிதான்.

கடைசியில் அவருக்குப் பெரும் கவலை உண்டாகிவிட்டது. இந்த விஷயத்தைப் பாரதியிடம் எப்படிச் சொல்லுவது? அவள் ஹிருதய கதி

நின்றுவிட்டால்? இல்லாவிட்டால் மறுபடியும் வலிப்பு வந்துவிட்டால்? ரொம்ப நேரம் கழித்து, மெதுவாக அவர், தம் மனைவியைக் கூப்பிட்டு விஷயத்தைச் சொன்னார். அவளுக்கும் அழுகைதான் வந்தது!

"என் குடியைக் கெடுத்தவர்கள், நாசமாய்ப் போகட்டும்?"

"—சீச்சீ! சுகமாக வாழட்டும்! நம்முடைய அதிர்ஷ்டமே அவ்வளவுதான்; பாரேன்! அவள் ஏன், மூல நக்ஷத்திரத்தில் பிறக்க வேண்டும்? கலியாணம் ஆகாமல் கன்னியாகவே இருந்தால், நாம் என்ன செய்யப் போகிறோம்? இப்போது என்னவோ, புருஷன் இருக்கிறான் என்று பெயராவது இருக்கிறதல்லவா?... சரி, நீ அவளிடம் விஷயத்தைப் பக்குவமாக எடுத்துச் சொல்லு"

பக்குவமாக! விஷத்தைப் பக்குவப்படுத்திச் சாப்பிட முடியுமல்லவா?

பாரதியின் தாயார், பேச்சில் மகா கெட்டிக்காரி என்பதில் சந்தேகமில்லை. ஆனால், சரியான பேச்சுக்குச் சரியான ஹிருதயம் வேண்டுமல்லவா? ஆனால் இப்போதுதான், அது நிலைகுலைந்திருக்கிறதே!

"பாரதி!"

பாரதி வருவதற்குள், அவள் கண்களைத் துடைத்துக்கொண்டாள். ஆனால், தபஸ்வினிபோல் எதிரில் வந்த பாரதியைக் கண்டதும், அவள் கண்கள் மீண்டும் கலங்கின. முந்தானையை எடுத்துக் கண்களைத் தேய்த்துக்கொண்டாள்.

"ஏன், கண்ணிலே தூசி விழுந்துவிட்டதா?"

"ஆமாம்—"

கண்ணிலா? ஹிருதயத்தில் அல்லவா 'தூசி' விழுந்துவிட்டது?

"ஊரிலிருந்து கடிதம் வந்திருக்கிறது."

"கடிதமா? ஊரிலிருந்தா? என்ன?"

"உன் புருஷனுக்கு—"

"ஏன், அவர் உடம்புக்கு என்ன?"

"இரண்டாவது கலியாணம் ஆகிவிட்டது?

தொண்டையை அடைத்த உணர்ச்சி, அவள் கண்களில் நீரையும் சிருஷ்டித்தது.

பாரதிக்கு இடிவிழுந்தாற் போலாகிவிட்டது. வீசும் காற்று வறண்டு, சூடுகொண்டு புழுக்குவது போலிருந்தது. அவள் உள்ளத்தில் எழுந்த நினைவுகள், சாதாரண மனிதர்களின் ஆசாபாசங்களைப் போன்றதே ஆயினும், விஸ்வரூபம் கொண்ட அந்த உணர்ச்சிகள் விரிந்து, ஹிருதயத்தைப் பிளந்துவிடும் போலாகிவிட்டன. அவளுடைய நினைவுக்கோட்டைகள் கனவுகளாகிவிட்டன.

"பாரதி! ஏன் அழுகிறாய்?"

இது அவளுடைய தகப்பனாரின் கேள்வி; இது ஒரு கேள்விதான்!

"கவலைப்பட்டு, என்ன செய்கிறது பாரதி?"

இதுவும் ஒரு கேள்விதான்! ஆனால், கவலைப்படாமல் என்ன செய்கிறது?

"பாரதி! கவலைப்படாதே என்றுதான், நான் சொல்ல முடியும். புத்தியுள்ள பயல் செய்கிற வேலையா இது? ஒருத்தர் வயிற்றெரிச்சலைக் கொட்டிக்கொண்டு சுகம் அநுபவிக்க முடியும் என்று நீ நினைக்கிறாயா? நான் சொல்லுகிறேன்; அந்தக் குடும்பமே உருப்படாது! நீ கொஞ்சம்கூட வருத்தப்பட வேண்டியதில்லை. விதி என்று பேசாமல் இருந்துவிடு. இங்கே பார், நான் வேண்டிய மட்டும் புஸ்தகம் வாங்கிக் கொடுக்கிறேன். வேளாவேளையில் சாப்பிடு. படித்துக்கொண்டே இரு. புஷ்பம், புடவை என்ன வேணுமானாலும் சரி, எல்லாம் வாங்கித் தருகிறேன்."

"அப்பா, புஷ்பம், புடவை, புஸ்தகம் எல்லாம் வாங்கித் தந்துவிடுகிறாய்; சரிதான்; ஆனால்..."

'ஆனா'லின் தொடர்ச்சி, ஹிருதயத்தின் பாஷை! அது வாயால் பேசமுடியாதது; அது இலக்கண விதிகளுக்கும் தர்க்க சாஸ்திர விதிகளுக்கும் கட்டுப்படாதது என்பது மாத்திரம் அல்ல; அதைச் சரியாக வெளியிடவே முடியாது. இறந்த கால ஞாபகமும் நிகழ்கால உணர்ச்சியும் எதிர்காலக் கற்பனையும் மோதிக்கொள்ளும் நிலையில் – ஹிருதயத்தின் அகோசர ரூபத்தில் நிசப்தமாகப் பேசிக்கொள்ளும் பாஷை அது.

மகளின் தீராத் துயரத்தைக் கண்ட பாரதியின் தகப்பனார், ஆத்திரம் கொண்டு, மாப்பிள்ளைக்குக் கடிதம் எழுத உட்கார்ந்தார்.

"உலகத்திலே மடத்தனத்திற்கு ஒரு எல்லை உண்டு. ஆனால் இது எல்லையற்ற மடத்தனம், பேடித்தனம், போக்கிரித்தனம்... ஆனால், நீதான் என் மகளைக் காப்பாற்றவேண்டும் என்று விதியில்லை... ஆனால் நீ மட்டும் சுகமாக இருக்க முடியும் என்று நம்புகிறாயா?... என் மகள் பேரின்பத்தை அடையச் செய்வேன்..."

கடிதத்தை முடிக்காமலேயே எழுந்து, அவர் கடைவீதிக்குப் போனார். நிறையப் பூக்களை வாங்கினார். அழகான புடவை ஒன்று வாங்கினார். புதிய மோஸ்தர் நகை ஒன்று வாங்கினார். துன்பமயமாக இல்லாத, சிரிப்பு மூட்டும் நவீனங்களை வாங்கினார். 'பொதிமாடு' போல் எல்லாவற்றையும் சுமந்துகொண்டபடியே, கடைவீதியை இரண்டு மூன்று தடவை வலம் வந்தார்.

வீட்டிற்கு வரும் சமயம், அவர் மனது நிம்மதியாக இருந்தது. முதலில் எழுதின கடிதத்தை எடுத்துப்பார்த்து, தமக்குள் சிரித்துக்கொண்டு, சுக்கு சுக்காகக் கிழித்துப்போட்டார். வேறு ஒரு கடிதம் எழுதினார்.

"சிரஞ்சீவி மாப்பிள்ளைக்கு, அநேக ஆசீர்வாதம். நீ இரண்டாவது கலியாணம் பண்ணிக்கொண்ட விஷயம் கேள்விப்பட்டேன். மிகவும் சந்தோஷம். தீர்க்காயுளாக வாழ்!"

இரண்டு மூன்று மாதங்கள் கழிந்துவிட்டன. அந்தக் காலத்திற்குள் ஒருவித மாறுதலும் உண்டாகவில்லையே என்று, நாம் வியப்பு அடைய வேண்டியதில்லை. சுழலும் காலம் மேடுபள்ளத்தில்தான் உருளவேண்டும் என்பதில்லை; சமவெளியிலும் உருளலாமல்லவா?

பாரதியின் தாயாரும் தகப்பனாரும் கொடுத்த சாபங்கள் நிறைவேறவே யில்லை; அவளுடைய கணவரின் குடிமுழுகிப் போகவேயில்லை. ஆனால் அவர் (அல்லது அவன்), வாழ்க்கையின் முழு ரஸத்தையும் உறிஞ்சிக் கொண்டிருந்தார். அது மாத்திரமன்று; ஊர் பூராவுமே பழையபடியே இருந்தது!

பாரதி, பூவைத்துப் பின்னல் பின்னிக்கொள்கிறாள். புதுப் புதுப் புடவை கட்டிக்கொள்கிறாள். ஆனால், ஒரு நவீனத்தைத்தான் இரண்டு மூன்று மாதமாகப் படித்துக்கொண்டிருக்கிறாள். காரணம், படித்ததெல்லாம் மறந்துபோய்விடுகிறது; படித்ததையே திரும்பத் திரும்பப் படிக்க வேண்டியிருக்கிறது. அவளுடைய தகப்பனாருக்குப் பரம திருப்தி; சந்தோஷமல்ல.

❖ ❖ ❖

மார்கழி மாதம்; காலையில் ஊதல் உயிரையே நடுக்குகிறது. தற்செயலாய் காலையில் விழித்துக்கொண்ட பாரதியின் தகப்பனார், சமையல் அறையில் ஏதோ சப்தம் வருவதைக் கேட்டு, அங்கே போனார். பாரதி, அடுப்பு மீது பானை வைத்து, விறகைத் தள்ளி ஊதிக்கொண்டிருந்தாள்.

"பாரதி! வெந்நீர் ஏதுக்கு?"

"ரொம்பக் குளிருது. செவ்வாய்க்கிழமை இல்லையா? எண்ணெய் தேய்த்து, ஸ்நானம் செய்யணும் –"

"வெய்யில் ஏறினவுடன், குளிக்கலாமே? வெந்நீரிலே, ஏன் குளிக்கணும்?"

"ஒருநாள் குளித்தால் என்ன ஆகிவிடும்?"

பாரதி சொன்னது பொய்; தினம் அவள் வெந்நீரில்தான் குளித்து வந்தாள். ஆனால், அந்த விஷயம் யாருக்கும் தெரியாது. குளித்துவிட்டுக் காப்பிபோட ஆரம்பித்துவிடுவாள்.

அன்று மாலை, அவள் தாயார் கோயிலுக்குப் போயிருந்தாள். அவள் புஸ்தகம் படிக்கவேண்டும் என்று வீட்டில் தங்கிவிட்டாள்.

ஆனால், படிப்புக்கும் கவலைக்கும் பதினெட்டாம் பொருத்தம்தானே?

"நம்முடைய கதாநாயகன் காதலியைச் சந்திக்கப்போகிறான்... ... இந்நேரம், அவர் ஆபீஸ் வேலை எல்லாம் முடிந்திருக்கும் – ரொம்ப வேகமாகக் கடைத்தெருவிற்குப் போய்க்கொண்டிருப்பார் – புஷ்பம் வாங்கிக்கொண்டு ஓடோடி வருவார் – சீச்சீ! கதாநாயகன் காதலியைச் சந்திக்கப்போகிறான் – இப்போது 'அவர்கள்' இருவரும் கொஞ்சிக் குலாவிக் கொண்டிருப்பார்கள். அவர் அவளை முத்தமிட்டுக் கொண்டிருக்கலாம்? இல்லாவிட்டால், பின்னலைப் பிடித்து இழுத்துச் சண்டைக்கு இழுத்துக் கொண்டிருக்கலாம். அடச்சீ –!"

புஸ்தகத்தைக் கீழே போட்டுவிட்டு, யோசனையில் ஆழ்ந்தாள் அவள். யோசனை கனவாகியது. கனவு, தூக்கத்தில் முடிந்தது ... ... ஆழ்ந்த தூக்கம் ... ...

❖ ❖ ❖

பால்காரன் பால் கொண்டுவந்தான். வீட்டில் யாரும் இல்லாததைக் கண்டு கூப்பிட்டான். பதில் வராமற் போகவே, 'லோட்டா'வைத் தூணருகில் வைத்துவிட்டுப் போய்விட்டான்.

வண்டிக்காரன் மாட்டுக்குப் பருத்தி விதை வைப்பதற்காகச் சின்னம்மாவைக் கூப்பிட்டுக் கூப்பிட்டு அலுத்துப்போய்க் கடைசியில் பாரதியைச் சபித்துக்கொண்டே போய்விட்டான்.

கடைசியில் பாரதியின் தாயார் வந்தாள். மங்களாம்பிகையின் குங்குமத்தை மகளுக்குத் தடவ, ஓடோடிப் போனாள்.

ஆனால் – 'ஆனால்' – கிடந்தது.

மணிக்கொடி **(1938)**

(நூல் வடிவில் இதுதான் முதல் பிரசுரம்)

●

தோழி

மிஸ். ஸ்டெல்லாவின் அறையில் நான் நுழைந்தபோது, கால்களை மேஜை மீது தூக்கி வைத்துக்கொண்டு, சாய்வு நாற்காலியில் அலங்கோலமாக உட்கார்ந்திருந்தாள் அவள். கலைந்த ஒரு பின்னல், நாற்காலிக்குப் பின்னால் ஊசலாடிக் கொண்டிருந்தது; இன்னொரு பின்னலை, விரல்களில் சுற்றியபடி, அவள் ஏதோ யோசனையில் ஆழ்ந்திருந்தாள்.

மிகவும் உயர்ந்த தோலில், வெவ்வேறு வர்ணங்களில் செய்த ஒரு ஜதை ஸ்லிப்பர்கள், இரு ஜதை லேடீஸ் ஷூக்கள், நாலைந்து ஜதை பூட்கள், ஏழெட்டு ஜதை செருப்புகள் – எல்லாவற்றையும் தாண்டி, அவள் எதிரில் மேஜை மீது கால்களின் பக்கத்தில் உட்கார்ந்துகொண்டேன்.

“மிஸ். ஸ்டெல்லா, ஏன் முகவாட்டமாய் இருக்கிறாய்?”

முகத்தில் ‘பவுடர்’ கலைந்திருப்பதும், உதட்டில் சாயம் இல்லாமல் இருப்பதும்தான் அவளுடைய முக வாட்டத்தின் அடையாளங்கள்.

கண்ணாடிபோல் பிரகாசிக்கும் பற்களைக் காட்டிச் சிரிக்க முயன்றுகொண்டே, அவள் காலண்டரைக் காட்டினாள், ஒன்றும் சொல்லாமல்.

பார்த்தேன்; தேதி இருபத்தைந்து; அதாவது மாதத்தின் இறுதி நெருங்குவதற்குச் சூசனை.

அவளுடைய கவலைக்குக் காரணம் எனக்கும் புரிந்தது. மாசம் முடியும் சமயமானதால், அவளுக்குப் பணத்தட்டு ஏற்பட்டிருக்கிறது. அவளுடைய வழக்கமே அதுதான்; ஒவ்வொரு மாத ஆரம்பத்திலும் தகப்பனார் அனுப்பும் பணத்தைப் பதினைந்து, இருபது தேதிக்குள் ‘தாம் தூம்’ என்று செலவழித்துவிட்டு, அப்புறம் சந்தியில் நிற்பாள்.

“இது ஒரு பெரிய தொந்தரவாகிவிட்டது. ஒரு வாரம் ஆகிறது, பணம் அனுப்பும்படி, அப்பாவுக்கு எழுதி. இன்னும் பதிலே காணோம். மூளை இல்லாத பிராணிகள்! ‘எடிகட்’டே தெரியாத மூடங்கள்! பதில்கூட எழுதவில்லை... அறுநூறு ரூபாய் சம்பளம் வாங்கிக் குடியிலே தொலைகிறார். முதல் தேதி நூறு ரூபாய் பிச்சைக்காசு அனுப்பி விடுகிறார்; பம்பாயில் இருந்துகொண்டு, நூறு ரூபாயில் எப்படிக் காலம் தள்ளுவது என்பதைப் பற்றி யோசனை இல்லை—ஸோனா! நீ எனக்காக ஒரு வேலை செய்வாயா? எனக்கு நல்ல ஜுரம் அடிக்கிறது, ஆபத்து, உடனே பணம் அனுப்பு என்று அப்பாவுக்கு ஒரு தந்தி அடிக்கிறாயா? அப்படியாவது அனுப்புகிறாரா, இல்லையா என்று பார்க்கலாம்...”

அவளுடைய ஆத்திரத்தையும் படபடப்பையும் கண்ட நான், சிரித்துக்கொண்டே சொன்னேன், “ஏன் ஸ்டெல்லா, பணம் வேண்டும் என்பதற்காக, நன்றாக இருக்கும் உன் உடம்புக்கு ஏன் ஆபத்து உண்டாக்கிக் கொள்கிறாய்? தந்தியைப் பார்த்துவிட்டு, பயந்துபோய், அப்பாவே நேரில் வந்துவிட்டால், ஜ்வரத்துக்கு என்ன செய்வாய்? உன்னோடு எனக்கும் அல்லவா, கெட்ட பெயர்?”

“பின் என்னை, என்ன செய்யச் சொல்கிறாய்? ஸ்னோ, பவுடர், லிப்ஸ்டிக் எல்லாம் காலி. ‘நாற்பது சிறிய தாயார்கள்.’ இன்றோடுகடைசி; மிகவும் அபூர்வமான படம்; அதற்குப் போகக்கூடக் கையில் காசு இல்லை —சீச்சீ! என்ன பிழைப்பு!”

அவளுடைய சிவந்த முகம் இன்னும் சிவந்தது; கண்கள்கூடச் சிவந்துவிட்டன. இந்தத் தோரணையில் இன்னும் கொஞ்சம் பேசவிட்டால், அவள் அழுதுவிடுவாள் போலிருந்தது.

“நீ ரொம்ப மோசம், ஜானி! கையில் பணம் இல்லையென்றால், என்னிடம் ஒரு வார்த்தை கேட்கக்கூடாதா? இவ்வளவுநாள் பழகியும்...”

“ஒவ்வொரு மாதமும், உன்னை இப்படித் தொந்தரவு செய்வது, எனக்கே வெட்கமாக இருக்கிறது...”

“கவலைப்படாதே—எழுந்திரு; முகம் கழுவிக்கொள். உனக்கு வேண்டிய சாமான்களை வாங்கிக்கொண்டு, பிக்சருக்குப் போய்வரலாம்.”

“உன் அன்புக்கு வந்தனம்...”

நன்றியால் கனிந்த விழிகளால் என்னைப் பார்த்துக்கொண்டே, அவள் எழுந்தாள்; மறுபடியும் அவள் முகம் சுருங்கியது.

“ஸோப் இல்லை!”

“ஓ, பரவாயில்லை; நான் தருகிறேன், என்னுடையதை.”

என் அறையைத் திறந்து, ஸோப்பை எடுத்து, அவளிடம் கொடுத்தேன். அதை அவள், வந்தனத்துடன் பெற்றுக்கொண்டாள்.

அவள் முகம் கழுவி உடை மாற்றித் தலையைச் சரிப்படுத்திக் கால்களில் ‘பூட்ஸை’ மாட்டிக்கொண்டதும் இருவரும் கடைக்குப் புறப்பட்டோம்.

அவளுடன் சேர்ந்து போகும்போது, எனக்கு மட்டில்லாத மகிழ்ச்சியாகத்தான் இருந்தது; மிகவும் வசீகரமான ஓர் அழகியின் கரம் பற்றித் தெருவில் நடக்கும் சமயம் யாருக்குத்தான் சந்தோஷமாக இராது? பலபேர் பொறாமை நிறைந்த கண்களுடன், அவளையும் என்னையும் நோக்கிக்கொண்டே போனார்கள்; அதில் ஒரு திருப்தி எனக்கு.

மிஸ் ஸ்டெல்லாவைப் பற்றி, எனக்கு ஒன்றும் அதிகமாகத் தெரியாது. அவளுடைய குலம், கோத்திரம், ஊர், உறவு பற்றி நான் விசாரித்ததில்லை. அவள் சொல்வதிலிருந்து, அவளுடைய தகப்பனாருக்கு ரயில்வேயிலேயோ எங்கேயோ பெரிய வேலை என்று நினைக்கிறேன்.

அவள் ஆங்கிலோ இந்தியப் பெண்; காலேஜில் பி.ஏ. இரண்டாம் வருஷம் வாசித்துக்கொண்டிருந்தாள். என் அறைக்குப் பக்கத்தில் குடியிருந்தாள். நல்ல அழகி; ஐந்தரை அடி உயரத்தில் நல்ல கட்டுக் கோப்புடன் செக்கச் செவேலென்றிருக்கும் மேனி; நீலமான பூனைக் கண்கள், ஒளிவாய்ந்தவை; கத்தரித்துவிட்ட தலைமயிர் இரண்டு பின்னலாகப் பின்னிப் பொருமின மார்பில் புரண்டுகொண்டிருக்கும். இவ்வளவும் போதாதென்று தலைக்கு அழகு செய்வதற்கோ – அல்லது வெயிலின் உக்ரத்தைத் தடை செய்வதற்கோ ஒரு தொப்பி, காதுகளில் அழகாக ஊஞ்சலாடும் குண்டலங்கள், கையில் தங்கச் செயினுடன் கடிகாரம், கட்டுக்கடங்காமல் விளம்பரத்தை விரும்பும் யௌவனத்தை வெளியில் காட்ட வெட்கப்படுவதாலோ என்னவோ, கொஞ்சம் குனிந்து நடப்பாள். ஆனால் இந்தக் கூனல், அவளை அவலக்ஷணப்படுத்துவதற்குப் பதிலாக, நாகரீகத்தின் ஓர் அம்சமாகவே பரிணமித்திருந்தது. மொத்தத்தில் ஒரு போதைக் கனவு; நாகரீகத்தின் வசீகரண சக்தி.

அவளுக்கும் எனக்கும் பழக்கம் ஏற்பட்டது, பக்கத்து அறைவாசிகள் என்ற உறவினால்தான். நான் உத்தியோகத்துக்காகப் பம்பாய்க்கு வந்தவன்; அந்த அறையில் குடியிருந்தேன். படிக்க வந்த அவள், அடுத்த அறையில் தங்கியிருந்தாள். அவளுடைய ஆர்ப்பாட்டத்தைக் கண்ட எனக்கு, முதலில் அவளுடன் நெருங்கிப் பழகக் கொஞ்சம் பயமாகத்தான் இருந்தது. ஆனால், வெறும் உபசார வார்த்தைகளில் – குட்மார்னிங், குட்ஈவினிங், டீ குடிக்க வருகிறாயா, வந்தனம் என்ற மொழிகளில் – தொடங்கிய எங்கள் நட்பு, சிறிது சிறிதாக அதிகரித்தது. மாதக் கடைசியில் அவளுக்குப் பணமுடை ஏற்படும்போது, என்னிடம் பணம் கேட்பது, நான் கொடுப்பது, அதற்குப் பிரதியாக நன்றி செலுத்தும் முறையில் அவள் என்னை 'டீ'க்குக் கூப்பிடுவது, நன்றிப்பெருக்கில் அவள் தன் அழகின்பத்தை நான் நுகர அனுமதிப்பது, அதற்குப் பதிலாக நான் கொடுத்த பணத்தைத் திருப்பிக் கேளாமல் இருப்பது, அவளும் அதை சாதாரணமாக மறந்துவிடுவது – என்ற ரீதியில் வளர்ந்துவிட்டது. உற்சாகம் குன்றியிருக்கும்போதெல்லாம், நான் மிஸ் ஸ்டெல்லாவை நாடிச் செல்வேன். ஏதாவது ஒரு இங்கிலீஷ் படம் பார்த்துவிட்டு, ஈரானி ஹோட்டலில் சாப்பிட்டுவிட்டு, இருவரும் சேர்ந்து குஷியாக சிகரெட் குடித்துக்கொண்டு வந்து படுத்தால், மனக்கவலை மாறி நிம்மதியான தூக்கம் வரும். மறுநாள் காலையில், புத்துணர்ச்சியுடன் ஆபீஸ்க்குப் போவேன்.

அவளுக்கு வேண்டிய சாமான்களை வாங்கிக்கொண்டு, இருவரும் படம் பார்க்கப் போனோம்; 'நாற்பது சிறிய தாயார்கள்' ஒரே கலாட்டாப்படம்; மிகவும் அழகான பொழுதுபோக்கு; மனதில் ஏதேதோ இன்ப நினைவுகளைத் தூண்டிவிட்டது. ஸ்டெல்லாவும் அதே நிலைமையில் இருந்தாள். அவளுடைய கரம் என் கழுத்தை வளைத்துக்கொண்டு, என் முகத்தை மிருதுவாகத் தடவிவிட்டுக் கொண்டிருந்தது.

படம் பார்த்துவிட்டுத் திரும்பும்போது மாலையில் இருந்த சோகத் தோற்றம் மாறி, உற்சாகத்தின் உருவமாகத் தோன்றினாள் அவள். பீறிடும் சந்தோஷத்தை சகிக்கமுடியாமல், 'மைடியர் பேபீ!' என்று பாடி நடனமாடிக்கொண்டே நடந்தாள். இருக்கும் குதூகலம் போதாதென்று, கபே டீ எக்ஸல் ஸியரில் புகுந்து, ஆம்லத், குருமா, பராடா வகையில் கொஞ்சம் கொஞ்சம் ருசி பார்த்துவிட்டு வாயில் சிகரெட்டைப் பற்றவைத்தபோது, ஸ்டெல்லா மனிதப் பெண்ணாகவே இல்லை, பூமியில் கால்படாமல் நடமாடும் அப்சர ஸ்திரீபோலக் காட்சியளித்தாள்: இன்ப வெறி, ஒரே இன்ப வெறி!

அறையில் நுழைந்தவுடன் கதவைச் சாத்திவிட்டு, என் கழுத்தில் இரண்டு கைகளையும் சுற்றிக்கொண்டு, நீல விழிகளால் என்னை உற்றுப் பார்த்துக்கொண்டே, "ஸோனா, நீ எவ்வளவு வசீகரமாக இருக்கிறாய்! அதுவும் இன்றைக்கு!" என்றாள் குழறியபடி.

மார்பில் கிடந்த ஜடையை இழுத்துக்கொண்டே, நான் கூறினேன், "நீ என்ன! இன்று ஒரு வனதேவதைபோல் இருக்கிறாய்!"

சிறிது நேரம் இன்பத்தின் – அது இன்பமானால் – உச்சாணிக்கிளையிலே நிலைமறந்து தடுமாறிக்கொண்டிருந்தோம் இருவரும். அப்பால் –

"ஸோனா, விளக்கு அணைக்கட்டுமா?"

"வேண்டாம், உன்னுடைய அழகை, இன்னும் கொஞ்ச நேரம் வெளிச்சத்தில் பார்த்து, நான் சந்தோஷப்படக்கூடாதா?"

கொஞ்ச நேரம், மௌனம்.

"ஸோனா!"

"ஜானி, ஸ்டெல்லா!"

"நான், உன்னைக் காதலிக்கிறேன்!"

"எனக்குத் தெரியும்; மாத இறுதியில் பணத் தகராறு உண்டாகி, என் பணத்தில் எல்லாச் செலவுகளையும் செய்துகொண்டு, மேற்கொண்டு செலவுக்கும் வாங்கிக்கொள்ளும்போதெல்லாம், அவளுடைய உணர்ச்சி 'காதல், இல்லாவிட்டால் சாதல்' என்ற எல்லை வரைக்கும் சூடேறும் என்று; ஆனால், அவள் என் மீது அல்ல, என் பணத்தின் மீதுதான் மோகம் கொண்டிருக்கிறாள் என்ற உண்மையும் எனக்குத் தெரியாததல்ல. என்னைப் பற்றின வரையில், நான் அவளை, என் ஆயாசம் மனக்களைப்பு மாற்றும் ஒரு கருவியாகவே மதித்துவந்தேன். ஆனால் நான், அவளை மறுதலித்துப் பேசுவதேயில்லை. ஆனால் அன்று, என்னுடைய மனோநிலை மாறியிருந்தது.

நான் பம்பாயை விட்டுப் புறப்பட இருந்தேன், மறுநாள் காலையிலேயே. வேலையை ராஜினாமா செய்தாகிவிட்டது, வீட்டுக் கவலைகள் காரணமாக; ஊருக்கு – வீட்டுக்குப் போகிறோம். ஸ்டெல்லாவை விட்டு நிரந்தரமாகப் பிரிகிறோம் என்று, எனக்கு நன்றாகத் தெரிந்திருந்தது. அன்று, அவளைப் பற்றி, நான் நினைத்திருப்பதைச் சொல்லிவிட வேண்டியதுதான் என்று தீர்மானித்தேன். இனி அவள், என்னிடம் அதிருப்தி கொள்வதால் எனக்கு என்ன நஷ்டம்?

"ஸோனா, இந்த இன்பத்தை, நான் சாசுவதம் செய்ய முடியாதா? நீ என்னைக் கல்யாணம் செய்துகொள்ள வேண்டும்!"

"உன் அன்புக்கு வந்தனம், ஸ்டெல்லா! ஆனால்..."

"நான் உன்னைக் காதலிக்கிறேன், ஸோனா:"

"வெறும் புழுதி! எனக்கு அதில் எல்லாம் நம்பிக்கை இல்லை – ஆம், காதல் கீதல் – என்பதில்தான். நான் உன்னை எப்படி மணப்பது?"

"நான்..."

"நீ அழகாயிருக்கிறாய்; நாகரீகமாகவும் பேசுகிறாய்; அதனால்தான் சொல்லுகிறேன், முடியாது என்று. என்னை மணந்தால், நாலைந்து நாளுக்குப் பிறகு, விவாகரத்து வேண்டும் என்பாய்..."

"ஏன்?"

"நான் ஒரு நாடோடி; உனக்குத் தெரியுமா? ஓரிடத்தில் நிலைத்துத் தங்கமாட்டேன். நீ நினைப்பதுபோல் காரில் உட்கார்ந்துகொண்டு, உல்லாசமாக ஊர்சுற்றிவிட்டு, நண்பர்களுக்குப் 'பார்ட்டி' செய்து கொண்டு குஷாலாக இருக்கும் வாழ்க்கைக்காக, நான் பிறக்கவில்லை..."

"அந்த வாழ்க்கை, எவ்வளவு ஆச்சரியமானதாக இருக்கும்! ஊர் ஊராகச் சுற்றும் வாழ்க்கை!"

"வாயினால் சொல்லலாம்; ஆனால் காரியத்தில் இறங்கும்போது அல்லவா தெரியும், அதில் உள்ள கஷ்டங்கள்?"

"காதலுக்காக இதைக்கூட நான் செய்யமாட்டேனா?"

"மறுபடியும் காதல்! அந்த வார்த்தையைக் கேட்டாலே, எனக்கு வெறுப்பு உண்டாகிறது – ஸ்டெல்லா! ஆஸ்கார் வைல்ட், எங்கோ ஓரிடத்தில் சொல்லுகிறான்; 'வாழ்க்கை, கலையைப் பார்த்துக் காபி அடிக்கிற'தென்று."

"அதற்கும் நமக்கும் என்ன சம்பந்தம்?"

"நீ சினிமா பார்த்த போதையில் இருக்கிறாய்; அதனால்தான் இப்படிக் காதல், தியாகம் என்று பேசுகிறாய். ஆனால் வாழ்க்கை, வாழ்க்கைதான். கலை கலைதான்; வாழ்க்கை, கலையைக் 'காப்பி' அடிக்கலாம்; ஆனால் அது கலையைப்போல் உயர முடியாது..."

"உயருவதற்கு முயற்சி..."

“முயற்சி செய்யலாம், ஆக முடியாது. அதுவும் ‘பிளாட்டிங் பேப்பர்’ போல் லேசான நெஞ்சுள்ள உன்னைப் போன்றவர்களிடம், கலையின் பரிசுத்தத்தை எப்படி எதிர்பார்ப்பது? எதிர்பார்த்து ஏமாறுவது முட்டாள்தனம். என் மனவி என் சுகத்தில் மாத்திரம் அல்ல; துக்கத்திலும் என்னுடன் பங்கெடுத்துக்கொள்வதைத்தான் நான் விரும்புவேன் – சரி, அது போகட்டும். வெறும் கதை. நீ என்னைக் காதலிக்கிறாய்; இல்லையா? – ஏன்? நான் அழகாக இருக்கிறேனா? என்னைவிட அழகானவர்கள் எத்தனையோ பேர் இருக்கிறார்களே!”

“எல்லோரையும்விட, நீதான் எனக்கு மிகவும் அழகாகத் தோன்று கிறாய்!”

“உன்னுடைய புகழ்ச்சிக்கு வந்தனம். ஆனால், நீ என்னைச் சரியாகக் கவனிக்கவில்லை. என்னுடைய வெளி அழகில் உள்ள குறைகள், உனக்குத் தெரியாது... நீ வேகமாக என் உதடுகளில் முத்தமிட வரும்போதெல்லாம், உன்னை நான் தடுப்பது ஞாபகமிருக்கிறதா?”

“ஆம், ஏன்?”

“என் முன்பல்கள் இரண்டும் போலி! வேண்டும்போது எடுத்து வைத்துக்கொள்ளலாம். அவசரத்தில் உதடுகள் வேகமாகத் தாக்கினால், அவை எடுபட்டுவிடும்! சாப்பிடும்போது கொஞ்சம் அஜாக்கிரதையாக எலும்பை முன்பல்லால் கடித்துவிட்டால், உடைந்து சிதறிவிடும், எலும்பல்ல பல்!”

“நிஜமாகவா?”

“ஆம், இதோ!”

முன்பல் இரண்டையும் எடுத்து, பிறகு பொருந்திக்காட்டினேன் அவளிடம்.

“போலிப் பல், நம் வாழ்க்கை இன்பத்தை, எந்த விதத்தில் தடை செய்ய முடியும்?”

“இந்தக் கண்களைப் பற்றி அடிக்கடி புகழ்ந்திருக்கிறாய், மயக்கும் கண்கள், திருட்டுக் கண்கள் என்றெல்லாம். ஆனால் நான், இவைகளைக் கொண்டு, தூரத்தில் உள்ள எந்தப் பொருளையும் சரியாகப் பார்க்க முடியாது; அரைக்குருடு!”

“கண்ணாடி போட்டால் போகிறது; இன்னும் அழகாகிவிடுவாய்?”

ஆக, நீ என் அழகுக்காக என்னைக் காதலிக்கவில்லை. அப்படி யானால், என் பணத்துக்காகக் காதலிக்கிறாய்? நான் பெரிய உத்யோகத்தில் இருக்கிறேன்; நிறைய சம்பாதிக்கிறேன்; மாத முடிவிலும் தாராளமாகச் செலவழிக்கும் நிலைமையில் இருக்கிறேன் என்பதற்காக – ஆனால் இங்கேயும் நீ ஏமாற்றம் அடைவாய். இன்று நான், என் வேலைக்கு ராஜினாமா கொடுத்துவிட்டேன்.”

“வாஸ்தவமாகவா? ஏன்?”

“ஊரில் எனக்கு ஒரு பெரிய வீடு இருக்கிறது என்று சொன்னேன் அல்லவா? கடனுக்காக, அதை ஏலம் போடப்போகிறார்கள்...”

“பொய்!”

“இல்லை, இதோ பார் நோட்டீஸ்!”

‘நோட்டீஸை’க் காண்பித்தேன்.

மேலெழுந்துகொண்டிருந்த அவளுடைய ‘காதல்’ உணர்ச்சி, சிறிது சிறிதாக இறங்கிவிட்டது; தொடக்கத்தில் அவளுடைய குரலில் இருந்த வெறியும் தடுமாற்றமும் தணிந்துவிட்டன; மிகவும் சாதாரணமான குரலில் சொன்னாள்:

“ஸோனா, இன்றைக்கு ஏன் இப்படிப் பேசுகிறாய்? என்னை மணம் புரிய இஷ்டம் இல்லாவிட்டால் வெளிப்படையாகச் சொல்லிவிடேன்; ஏன், இப்படியெல்லாம் பயமுறுத்துகிறாய்?”

“எனக்குக் கலியாணம்கூட நடக்கப்போகிறது, மிஸ். ஸ்டெல்லா...”

“யாராவது ஒரு பட்டிக்காடாயிருக்கும்...”

“ஆமாம்; ஆனால் அவள் என் கஷ்ட காலத்திலும் கூட இருந்து உதவி புரிவாள்.”

“சந்தோஷம், சரி, பேசாமல் படு. பிக்சர் பார்த்த சந்தோஷம் எல்லாம் மறைந்துவிட்டது...”

“ஜானி, நீயும், நானும் சந்திக்கும் கடைசி இரவு இதுதான். காலையில் ஊருக்குப் போகிறேன்.”

அவள் பதில் சொல்லவில்லை; எழுந்து விளக்கை அணைத்துத் தூங்கிவிட்டாள். ரொம்ப நேரம்வரை வரப்போகும் என் மனைவியைப் பற்றி யோசித்துக்கொண்டிருந்த பிறகு, நன்றாகத் தூங்கிவிட்டேன்.

காலையில் எட்டுமணி சுமாருக்குக் கண் விழித்தேன். அவள் இன்னும் தூங்கிக்கொண்டிருந்தாள்; கூப்பிட்டுத் தட்டி எழுப்பினேன்.

“தூக்கத்தில் ஏன் தொந்தரவு செய்கிறாய், ஸோனா?”

“நான் போகிறேன், மிஸ். ஸ்டெல்லா!”

“குட்பை! உனக்கு இன்பமான மணவாழ்வு கிடைக்கட்டும்!”

“வந்தனம். எழுந்திரேன்; ஸ்டேஷனுக்கு வரவில்லையா?”

“நான் ரொம்பவும் வருந்துகிறேன்; தயவுசெய்து என்னை மன்னி. காலேஜுக்கு நேரம் ஆகிவிட்டது. என் ஹிருதயம் உன்னிடம் இருக்கும். உனக்குச் சௌக்கியமான பிரயாணம் கிடைக்கும்.”

“வந்தனம்! உனக்கு நல்ல பக்கத்து அறை கூட்டாளி கிடைக்கட்டும்!”

“வந்தனம்!”

"குட்பை!"

அவள் புரண்டு, மறுபுறம் ஒருக்களித்துப் படுத்தாள். நான் திரும்பி, என் அறைக்கு வந்து, மூட்டை முடிச்சுகளுடன் ஊருக்குப் புறப்பட்டேன்.

இப்போதுகூட, எப்போதாவது எனக்குக் களைப்பாக இருந்து, என் மனைவி பக்கத்தில் இல்லாது போனால், மிஸ். ஸ்டெல்லாவின் ஞாபகம் தானாக வருகிறது. என் மனக்கவலையை மடிக்கும் அந்த சஞ்சீவி பக்கத்தில் இல்லையே என்ற ஏக்கம் உண்டாகிறது. அவளுடைய பக்கத்து அறையில், அதாவது நான் குடியிருந்த அறையில், புதிதாகக் குடிவந்து அவளுடைய அழகின்பத்தை நுகர்ந்து மனத்துயர் ஆற்றிக்கொள்ளும் மனிதன் உருவம் மீது, சிறிது கோபம்கூட வருகிறது!

கலாமோகினி (1942)

இனி புதிதாய்... (அக்டோபர் 1991)

எம்.வி. வெங்கட்ராம் கதைகள் (டிசம்பர் 1998)

●

மூக்குத்தி

கை பிடித்துப் பார்த்த டாக்டரும் கைவிரித்துவிட்டார். இன்றோ நாளையோ சீதாராமனின் இகலோக வாழ்க்கை முடிவடைய வேண்டியதுதான்.

ஐம்பத்தைந்து வயதில் ஒரு மனிதனுக்கு இவ்வளவு நோய்கள் எப்படி வந்தன என்று டாக்டருக்கே வியப்பாக இருந்தது; அதுவும் சமூகத்தில், நாலுபேர்கள் முன்னிலையில் கட்டுக் குடுமியுடனும், நெற்றியில் பளிச்சிடும் திருநீற்றுப் பூச்சுடனும், வாயில் முருகத் தியானத்துடனும் சிவப்பழம் போல் காட்சியளித்து நகரசபையில் கவுன்சிலர் பதவி, வியாபாரிகள் சங்கத் தலைவர் பதவி போன்ற பல பதவிகளால் அலங்கரிக்கப்பட்டுப் பெரிய மனிதனாக நடமாடிய ஒரு பேர்வழிக்கு! வழுக்கி விழுந்து விலைக்கு வாங்கிய ஐசுவரியம் ரத்தத்தில் ஊறிச் செய்த கோளாறு; நெஞ்சத்தின் நாற்றத்தை வெளியிடுவது போல் துர்நீர் நிறைந்த மார்க்கட்டி ஒன்று; சர்க்கரையாக இனித்த அட்டூழியங்கள் சர்க்கரை நோயாக விளைந்த விளையாட்டு – ஆக, பலவகை நோய்களுக்குச் சீதாராமனின் உடல் வாசஸ்தலமாக மாறியிருந்தது. ஆறுமாத காலமாக, எந்த நோய்க்கு முதலில் மருந்து கொடுப்பது என்பதே டாக்டருக்குப் பிரச்சினையாக இருந்தது. அதிகமாகத் தொந்தரவு செய்யும் நோய்க்கு அப்போதைக்குத் தேவையான சிகிச்சை செய்து வந்த டாக்டருக்கே அலுப்புத்தட்டிவிட்டது. ஆனால் அந்த அலுப்பு இனியும் நீடிக்கப் போவதில்லை. இன்றோ நாளையோ அவருடைய சிரமங்களுக்கெல்லாம் முற்றுப்புள்ளி வைத்துவிட்டு, அவன் வந்த இடத்துக்குத் திரும்பியோ அல்லது சேர வேண்டிய இடத்துக்குப் போய்ச் சேர வேண்டியோ வீடு, வாசல், நிலபுலன்கள், இளம் மனைவி, குழந்தை குட்டிகள், வஞ்சனையாலும் மோசடியாலும் சேர்த்த சொத்து – எல்லாவற்றையும் ‘ துறந்து’ இறுதி யாத்திரையைத் தொடங்கப்போகிறான்...

படுக்கையில் கிடந்த சீதாராமனுக்கு இந்தச் செய்தி தெரியும்; ஆனால் அவன் சாகத் தயாராக இல்லை. அவன்

நிறைவேற்றிக் கொள்ளாத ஆசைகள் ஒன்றும் இல்லை எனலாம்; ஆனால் இப்போது ஒரு புது ஆசை ஆத்திரமாக எழுந்தது; அவன் செயலோடு இருந்தவரை அவனிடம் பெட்டிப்பாம்பாக அடங்கிக் கிடந்த மனைவியும் மக்களும். அவன் படுக்கையில் சாய்ந்ததும், வீட்டைத் துப்புரவாக்கும் துடைப்பத்துக்கு அளிக்கும் மரியாதையை அவனுக்கு அளிக்க ஆரம்பித்தனர். அவன் 'நல்லபடியாகப் பிழைத்து எழுந்திருக்க வேண்டும்; அவர்களுக்குச் சரியான விதத்தில் புத்தி புகட்டவேண்டும் என்ற ஒரே ஓர் ஆத்திரம்தான் அவனுக்கு. ஆனால் அது நிறைவேற வழி இல்லை என்று நினைத்தபோது அவனுக்குத் தாங்கமுடியாத வருத்தம் உண்டாகியது.

அவன் அசைவற்றுப் படுக்கையில் கிடந்தான்; உடம்புமீது வெள்ளைப் போர்வை போர்த்தியிருந்தது. தலையில் இரு பக்கம் கட்டு; வலது கை மார்பு மீதும், இடது கை படுக்கை மீதும் கிடந்தன. கண்கள் அனேகமாகப் பார்வை இழந்துவிட்டன. கால்களும் முடங்கிவிட்டன. ஆனால், அந்த நேரத்திலும் அவனுடைய காதுகள் நன்றாக வேலை செய்துகொண்டிருந்தன; நெஞ்சத் துடிப்பும் அவனுக்குச் செவ்வையாகக் கேட்டது!

பக்கத்தில் யாரோ வந்து நின்றார்கள்; காலடிச் சத்தமும் குரலும் கேட்டன; சீதாராமனுடைய மூத்த தாரத்தின் மூத்த மகன் கிருஷ்ணனும் அவன் மனைவி கல்யாணியும்.

மருமகள் சொன்னாள்: "இன்னும் மருந்து கொடுக்கவில்லையா? காலா காலத்தில் கொடுக்க வேண்டாமா?"

"ஆமாம், இப்போது மருந்து கொடுத்து எல்லாம் ஆகிவிடப்போகிற தாக்கும். இனி கிடைக்காது என்று டாக்டர் கெடுவைத்துவிட்டாரே! ஆறு மாசம் படுத்தியது போதாதா? இத்துடன் போய்விட்டால் சனி விட்டது என்று தலைமுழுகிவிடலாம்" என்றான் கிருஷ்ணன்.

"அதற்காக, மருந்து தராமல் இருக்கலாமா?"

"தரலாம், இரு. ஒரு விஷயம் உன்னிடம் சொல்ல வேணும். இன்று இல்லாவிட்டால் நாளை இது தீர்ந்துவிடப்போகிறது. நாம் ஏதாவது வழிசெய்துகொள்ள வேண்டாமா?"

"எதுக்கு வழி?"

"இங்கே பக்கத்தில் உட்காரு, சொல்கிறேன்... சும்மா நெருங்கி உட்காரு. யாரும் வரமாட்டார்கள். முடிந்தவரை நகை, துணிமணிகளைப் பத்திரப்படுத்திவிட வேண்டும். இல்லாவிட்டால், அந்த லண்டி, நமக்கு ஒன்றும் கிடைக்காதபடி செய்து விடுவாள்."

"லண்டி" என்று அவன் செல்லமாய்க் கூப்பிட்டது, அவனுடைய சிற்றன்னை கோமளத்தை, அதாவது சீதாராமனின் இளைய தாரத்தை.

"கணக்குத்தான் இருக்கிறதே... அதில் உள்ளது போல் எல்லாரும் பிரித்துக்கொண்டால் போகிறது."

"நீ ஒரு பைத்தியம். உன்னிடம் நானும் சொல்ல வந்தேனே!... எவ்வளவு நகை இல்லாமல் அனாமத்தாக இருக்கு, தெரியுமா? எத்தனை பேர்கள் தலையை இது தடவி நகையாய்ப் பண்ணி வைத்திருக்கு தெரியுமா?

முன்னே ஒரு மூக்குத்தி, இரும்புப் பெட்டியிலிருந்து மாயமாக மறைந்ததே, அது திருட்டுச் சொத்துத்தானே. அந்த லண்டி எடுத்துக்கொண்டு, நம் மீது பழி போடவில்லையா? நாமும் ஏன் அப்படிச் செய்யக்கூடாது?"

அப்புறம் இருவரும் மெதுவாகப் பேசிக்கொண்டது சீதாராமனின் செவிகளுக்கு எட்டவில்லை.

மறுபடியும் மருமகள் சொன்னாள்: "அது என்ன நீங்கள் அப்படிச் சொல்கிறீர்கள்? அந்தக் கடுக்கண்களை மாமனார் சாகும்வரை யாரும் எடுக்கக்கூடாது என்று சொன்னாரே எடுத்துவிட்டால் எல்லாருக்கும் தெரிந்து ரகளை ஆகிவிடுமே."

"அதுக்கும் ஒரு வழி கண்டுபிடித்துவிட்டேன்."

சிறிது நேரத்தில் யாரோ தன் இரு காதுகளையும் பிடித்து வைரக் கடுக்கண்களைக் கழற்றுவதை உணர்ந்தான் சீதாராமன்; அவற்றுக்குப் பதிலாக வேறு கடுக்கண்கள் மாற்றப்பட்டன. முதலில் துடித்துக்கொண்டிருந்த நோயாளியின் மார்பு படபடக்கத் தொடங்கியது. அந்தக் கடுக்கண் என்னுடையது. அதைத் தொடாதே, காளி ராஸ்கல் என்று வாய் விட்டுக் கத்த விரும்பினான் சீதாராமன். ஆனால், துணிப்பந்தை வைத்து அடைத்தாற்போல் வாயைத் திறக்கவும் முடியவில்லை.

அவனுடைய மகன், அவன் கண்களின் உருட்டலுக்கும் 'காலி ராஸ்கல்' என்ற அதட்டலுக்கும் அஞ்சி நடுங்கியவன்; அந்த மகனே அவனுக்குப் பக்கத்தில் நின்று ஏளனம் செய்கிறான்; அஃறிணையாக 'இது' 'அது' என்று பேசுகிறானே! இவ்வாறு நினைத்த நோயாளியின் கண்களில் நீர் கசிந்தது.

மீண்டும் இளம் தம்பதிகள் பேசிக்கொண்டனர். மகன் தான்: "இது என்ன இரண்டாயிரம் ஆகும். உள்ளே இருக்கல்லவா, வைரச் செயின் அதைப்போலவே வேறே செய்து வைத்திருக்கிறேன். அதையும் யாருக்கும் தெரியாமல் மாற்றிவிட வேணும்."

"ரொம்பவும் ஜாக்கிரதையாகச் செய்யுங்கள். உங்கள் சின்னம்மாவுக்குத் தெரிந்தால், வீடே இரண்டுபட்டுவிடும். அது சரி, மருந்து கொடுங்கள்."

"கொடுக்க வேண்டுமா?" என்று அலுத்துக்கொண்டே கிருஷ்ணன் தகப்பனின் வாயைத் திறந்து மருந்தை ஊற்றினான்.

நோயாளிக்கு மருந்தே வேண்டியிருக்கவில்லை; வாயில் ஊற்றியதை அப்படியே கக்கினான்.

"சரிதான் மருந்து இறங்கவில்லை. இனி காலாவதிதான். நம் வேலையைச் சீக்கிரம் முடிக்க வேண்டும்" என்று நகைப்பாகப் பதறினான் கிருஷ்ணன்.

பிறகு மகனும் மருமகளும் ஏதோ சொல்லிச் சிரித்துக் கொண்டே அங்கிருந்து வெளிச்செல்லும் காலடிச் சத்தம் சீதாராமனின் காதில் விழுந்தது.

'பிழைக்க வேண்டும்' என்னும் ஆவல் இன்னும் மிகுந்தது அவனுக்கு. வளர்த்த கடா மார்பில் பாயும் இந்தக் கோரத்தை அவனால் பொறுக்க முடியவில்லை: தன்னுடைய உதவியற்ற நிலைமையை எண்ணி ஏங்கினான் சீதாராமன்.

கூடவே அவனுக்குள் மற்றோர் எண்ணம் எழுந்தது. கிருஷ்ணன் புதிதாக எதையும் செய்துவிடவில்லையே! வாழையடி வாழையாகத் தன் தகப்பனைத்தானே அவன் ஒழுங்காய்ப் பின்பற்றுகிறான்? பொய்க் கணக்குகள் எழுதிப் பொய்சாட்சிகள் சொல்லிப் பொய்வழக்குகள் ஆடி எத்தனை குடும்பங்களைச் சீதாராமன் பாழாக்கியிருக்கிறான்? எவ்வளவு பேர்களிடமிருந்து சொத்தைப் பறித்து அவர்கள் 'ஐயோ' என்று கும்பி எரிந்து தவிப்பதைப் பார்த்து அவன் கேலி செய்திருக்கிறான். கிருஷ்ணன் குறிப்பிட்ட அந்த மூக்குத்தியைச் சீதாராமன் அபகரித்த கதை எவ்வளவு சோகம் நிறைந்தது?

அதன் சொந்தக்காரர் ஒரு வயோதிகர்; அவனுக்கு எட்டின உறவுகூட. அவனுக்கு அவர் கொடுக்க வேண்டிய கடன் கொஞ்சமிருந்தது; திடீரென்று நோய்வாய்ப்பட்டுப் படுக்கையில் விழுந்த அக்கிழவர், தம் மனைவி மூலம் அந்த வைர மூக்குத்தியை அனுப்பிக் கணக்கைத் தீர்த்துக்கொள்ளும்படி வேண்டிக் கொண்டார். கிழவியிடமிருந்து மூக்குத்தியை வாங்கிக்கொண்ட சீதாராமன் 'நான் உங்களுக்கு வஞ்சனை செய்ய மாட்டேன்' என்று தான் வழிபடும் தெய்வமான முருகன் முன்னிலையில் கையடித்துக் கொடுத்தான். ஆனால், மறுநாளே அந்த நகையை மறைத்துவிட்டு, அந்தக் கிழவர்மீது வழக்குப் போட்டு அவர் சொத்துக்களையெல்லாம் ஜப்தி செய்தான்; அவர் வீட்டையும் ஏலத்துக்குக் கொண்டு வந்தான்... செயல் இழந்து படுக்கையில் இருந்த கிழவர் எவ்வளவு வேதனைப்பட்டாரோ?

அதன் விளைவாகவோ என்னவோ, அந்த மூக்குத்தி சீதாராமனின் குடும்பத்தில் ஒரு விஷ விருக்ஷத்தை வளர்த்தது.

மூக்குத்தியின் வைரம் மிக நன்றாக இருந்ததால் அது தன் மனைவிக்கு வேண்டும் என்று கேட்டான் கிருஷ்ணன்; 'அது எனக்குத்தான்' என்று பிடிவாதம் பிடித்தாள் சீதாராமனின் இளம் மனைவி கோமளம். மனைவிக்கும் மகனுக்கும் இடையில் சிக்கிக்கொண்ட அவன் இருவருக்குமே அதைக் கொடுக்காமல் பெட்டியில் வைத்துப் பூட்டிவிட்டான்; ஆனால், சில நாட்களில், அது சிறகு முளைத்துப் பறந்துவிட்டது. முதலில் அவனுக்குப் புத்திரன்மீது சந்தேகம் உண்டாகியது. ஆனால், அதை எடுத்தது இளைய மனைவிதான் என்று அவனுக்குத் தெரிந்துவிட்டது. தெரிந்து என்ன செய்ய? அவளிடம் வாய் கொடுக்க அவனுக்கு எப்போதுமே பயம்.

சீதாராமன் செய்துள்ள அகடவிகடங்களில் இந்த மூக்குத்தி விவகாரம் அல்பமானது. ஆனால், யானையைச் சாய்க்கும் எறும்புபோல் இந்தச் சின்ன விஷயம் அந்தக்குடும்பத்தையே கவிழ்க்கத் தொடங்கியது. மூக்குத்தி காணாமற் போனதிலிருந்து கிருஷ்ணன் தன் சித்தியுடன் பேசுவதில்லை. வீடு இரண்டு கட்சிகளாய்ப் பிரிந்தது.

வைரத்தைத் தின்றால் மாத்திரம் விஷம் அல்ல, திருடினாலும் விஷம் ஆகி விடுகிறது என்பதை எண்ணிய அவன் நெஞ்சு 'தடதட'வென்று அடித்துக்கொண்டது.

அப்போது முதலில் தெளிவில்லாமலும், பிறகு தெளிவு பெற்றும், 'டக டக' என்று எழுந்தது ஓர் ஒலி; கவனித்துக் கேட்டான்; ஏதோ தமுக்கு

அடிக்கும் சத்தம். அதைச் செவியுற்றதும் அவனுக்கு நடுக்கம் உண்டாயிற்று. அந்த மூக்குத்திக் கிழவரின் சொத்துக்களை அவன் இப்படித்தானே தமுக்கு அடித்து ஏலம் போட்டான்!

தமுக்கு ஒலிதான். சந்தேகம் இல்லை. நெருங்கி நெருங்கி அவன் பக்கத்தில் வந்தது அது. ஏதோ சொல்லுவதும் பிறகு தமுக்கைத் தட்டுவதுமாக வந்தது அந்த ஒலி. அந்தக் குரல் அவனுக்குப் பழக்கமானது போல் தோன்றியது. உற்றுக் கேட்டான், அந்தக் கிழவரின் குரல் அல்லவா அது?

அந்தக் குரலைக் கேட்பதற்காக அவன் செவிகள் நீண்டன; அந்தக் கிழவர் சொல்லிக்கொண்டிருந்தார்:

"–கஸ்பா கும்பகோணம் புதிய தெருவில் இருக்கும் ராமநாதன் குமாரன் சீதாராமனின் உயிர் இன்று பிற்பகல் மூன்று மணிக்குப் பகிரங்கமாக ஏலம் விடப்படும்... படும்..."

அவன் திடுக்கிட்டான்; இது என்ன விந்தை! உயிரையாவது ஏலம் போடவாவது! உலகில் நடக்காத அதிசயமாக இருக்கிறதே!

மறுபடியும் தமுக்குச் சத்தம், மறுபடியும் அந்தக் குரல்!

"ஆண்டவன் சீதாராமனுக்கு விலை மதிப்பு இல்லாத உடலையும் உயிரையும் கடனாய்க் கொடுத்தார்; ஆனால் அவன் அவைகளைக் கண்ட விதங்களில் விரயம் ஆக்கிவிட்டு முதலுக்கே மோசம் நினைக்கிறான். ஆகையால், அவன் உயிரைப் பறித்துக் கொள்ளத் தீர்மானித்த ஆண்டவர் அவன் மீது 'டிக்கிரி' வாங்கி, அவன் உயிரை ஏலத்துக்குக் கொண்டு வந்துவிட்டார். வாங்க விரும்புகிறவர்கள் பிரதிவாதி சீதாராமன் வீட்டில் பிற்பகல் மூன்று மணிக்கு ஆஜராகவும்..."

அவன் உள்ளத்தில் திகில் மூண்டது. உண்மையாக அது தமுக்கு ஒலிதானா? அல்லது மார் துடிக்கும் ஒலியா என்று சந்தேகம் உண்டாகியது; இதயத் துடிப்பு கோர்ட் பாஷையாகவா இருக்கும்?

இல்லை, தமுக்கு ஒலிதான், ஐயோ, தமுக்கு ஒலிதான்! இதோ மீண்டும் கேட்கிறது!

"மிகவும் பாழடைந்துபோன அவன் உயிரை யாரும் ஏலத்தில் எடுக்காவிட்டால் ஆண்டவர் அதை இடித்து அழிக்கப் போகிறார்..."

அவனுடைய நெஞ்சுத் தோலையே உரித்து அதனைத் தமுக்கு செய்து, அதன்மீது தட்டுகிறார்போலும் அந்த வயோதிகர். மேலும் மேலும் மேலும் மிகுந்து மார்பில், வயிற்றில், தலையில், உடல் எங்குமே ஊடுருவிக் கிழித்துக்கொண்டு வெளியேற முயல்வதுபோல், ஒலித்தது அது!

அந்த ஒலியால் அமுக்குண்ட அவன் முழுப் பிரக்ஞையும் இழந்தான்.

அரைகுறையாக உணர்வு வந்தபோது, அவனுடைய இளம் மனைவி வீட்டுக் குமாஸ்தாவிடம் பேசுவது பக்கத்தில் கேட்டது.

"நீங்கள் பெட்டிச் சாவியை என்னிடம் கொடுங்கள். இன்றைக்குள் இது தீர்ந்துவிடும். என் குழந்தைகளுக்கு வேண்டியதையெல்லாம் நான் ஜாக்கிரதை செய்துகொள்ள வேண்டாமா...?"

“ஆனால் சின்ன முதலாளி?...”

சின்ன முதலாளியும் ஆச்சு, பெரிய முதலாளியும் ஆச்சு. சாவியை இப்படிக் கொடுங்கள். உங்களையும் கவனித்துக் கொள்கிறேன்; எனக்குத் தெரியாதா?... இருந்தும் சனியன், இறந்தும் சனியன் ஆகும் போல் இருக்கிறது. நாற்பத்தைந்து வயசுக்கு மேலே பதினாறு வயசுப் பெண்ணாகக் கட்டிக்கொள்ளத் தெரிந்தது; அவளுடைய பிற்காலத்துக்கு ஏதாவது செய்ய வேண்டுமே என்று அறிவு இருந்ததா? உயில்கூட எழுதாமல் இப்படி விழுந்துவிட்டதே. என் பிராப்தம் இந்தப் பிணத்தோடு மாரடிக்க வேண்டியிருந்தது... இனியும் நான் பட்டும் படாமலும் இருக்க முடியுமா? பணப்பெட்டிச் சாவி என்னிடமே இருக்கட்டும்.”

“இப்போது ராகு காலம். மூன்று மணிக்குக் கொடுக்கிறேன்.”

“எல்லாம் மூக்குத்தியால் வந்த வினை; அதைத் திரும்பவும் அந்தக் கிழவரின் குடும்பத்தில் சேர்த்துவிடு” என்று சொல்லத் துடித்த நாக்கு செத்துக் கிடந்தது. ஆனால், எப்படியாவது அதைக் கூறிவிடுவது என்று உறுதியுடன் மிஞ்சியிருந்த சக்தி அனைத்தையும் வாய்க்குக் கொண்டுவர முயன்றான்.

அவனுக்கு மேல்மூச்சு கீழ்மூச்சு வாங்குவதைக் கண்ட கோமளம் அச்சம் கொண்டாள். என்ன இருந்தாலும், கழுத்தை நீட்டிய பாசம். அவளுக்கு அவனிடம் அநுதாபம் உண்டாகியது. கணவனின் காதருகில் வாய் வைத்துக் கூறினாள்; “இனி இந்தப் பக்கத்து நினைப்பை விட்டு முருகன் பெயரைச் சொல்லுங்கள். அதுதான் நல்ல கதிக்குப் போகும் வழி.”

ஆனால், முருகன் அல்ல, மூக்குத்தியே அவனுக்குக் குலதெய்வமாகத் தோன்றியது. அது சொந்தக்காரனிடம் சேர வேண்டும் என்று கத்த விரும்பியது வாய்; மார்புக்குள் மூச்சு நிறைந்து வயிற்று நரம்புகளும் தொண்டை நரம்புகளும் புடைத்துக் கொண்டன. ‘மு... மு...’ என்று முக்கி முணுமுணுத்தான், தன் ஆற்றலை எல்லாம் திரட்டி.

“முருகா, முருகா!” என்று கூக்குரல் இட்டாள் மனைவி. “ஐயரே, சீக்கிரம் சூடம் கொளுத்துங்கள். தேங்காய் உடையுங்கள், சீக்கிரம்!”

◆ ◆ ◆

இறுதி மூச்சு பிரியும்போது சீதாராமன் முருக நாமத்தைக் கைவிட வில்லை என்று ஊரார் பேசிக்கொண்டனர்; தவறா அது? நல்லதும் கெட்டதும் சேர வேண்டிய இடம் அதுதானே?

‘தமுக்கு’ என்ற தலைப்பில், *கிராம ஊழியனி*ல் (பிப்ரவரி 1944) வெளிவந்தது.

இனி புதிதாய்... (அக்டோபர் 1991)

எம்.வி. வெங்கட்ராம் கதைகள் (டிசம்பர் 1998)

பனிமுடி மீது ஒரு கண்ணகி (டிசம்பர் 2007)

●

திலோத்தமை

எதிரில் நின்ற தம்முடைய மகத்தான சிருஷ்டியைப் பார்த்துப் பார்த்து, மனத்திற்குள் பரவசம் அடைந்து கொண்டிருந்தார் பிர்மா.

அவருக்கு எதிரில், செம்மையான மெலிந்த ஒற்றையாடைக்குள் சிலிர்க்கும் மேனி, வெளியில் தோன்ற, நுனி சுருண்டு கறுத்து அடர்ந்த அளகபாரம் முதுகுப்புறம் பரந்துகிடக்க, அவள் தலைகுனிந்து நின்றாள். அவள் நிற்கும் இடத்திலும் அழகுக் கதிர்கள் கற்றை கற்றையாகச் சிதறுவதைத் தேவர்களும் முனிவர்களும் கவனித்தார்கள். அந்த ஜோதியிலே சூரியனைப் போன்ற வெம்மையும் இல்லை; சந்திரனைப் போன்ற தண்மையும் இல்லை; ஆயினும், அந்தப் பேரொளி, தேவர்களின் விழிகளையும் கூச்சமுறச் செய்தது.

அவள் மெதுவாக – அவர்கள் அதை 'மிருதுவாக' என்று நினைத்தார்கள் – தலைநிமிர்ந்து, மூடாத கண்களுக்குள் ஊசலாடும் கருமணிகளைத் திருப்பி, எல்லோரின் மீதும் ஒரு பார்வை வீசினாள். வாயையும் இமைக்காமல் எல்லோரும் தன்னையே பிரமிப்புடன் நோக்குவதைக் கண்ட அவளுக்குப் பெருமிதம் உண்டாகியது. 'தேவர்களும் என் தாசர்கள்; நான் பிரபஞ்சத்தின் அதிகாரிணி!' என்ற மமதை, அவளுக்குள் தோன்றியது. அடிமேல் அடி எடுத்துவைத்து, அந்த அமரர் சபையின் கிழக்குப்புறத்தில் அமர்ந்திருந்த சிருஷ்டிகர்த்தரை நோக்கி நடக்கலானாள்...

தென்திசையில் வீற்றிருந்த நடனமாடும் பிரான், அவளுடைய நடையிலே நாட்டியக்கலையின் சிகரம் கண்டார்; தம்முடைய ஆனந்தக்கூத்தைவிட, அவளுடைய நடை ஒயில் இன்பகரமாக இருப்பதாகத் தோன்றியது. தம் இரண்டு கண்களையும் அகல விரித்து, அவளை நோக்கிய அவருக்குத் திருப்தி உண்டாகவில்லை. மூன்றாவது கண்ணையும் சரளமாகத் திறந்தார்; அப்போதும் திருப்தி உண்டாகாது போகவே, அவள் செல்லும் திசை எல்லாம் பார்க்க வேண்டும் போன்ற அவா மிகுதியினால், நான்முகன் ஆனார். அமரலோகம் எங்கும், அவளுடைய முகம்தான் அவருக்குத் தென்பட்டது.

காம சுகத்தையும் கலவி இன்பத்தையும் ஓயாமல் நாடும் இந்திரன், "இவளுடைய இமையாத விழிகள் கலப்பற்ற இன்பத்தை இடைவிடாமல் அனுபவிக்கச் செய்யும் ஏதோ ஓர் உலகின் திறந்த வாயில்கள்" என்று தனக்குள் சொல்லிக்கொண்டான். மோகவெறி தலைக்கு ஏறவும், அவளுடைய அவயவம் ஒவ்வொன்றையும் பார்த்து ரசிக்க வேண்டும் என்ற எண்ணம் கொண்டான்; ஆயிரங்கண்ணனாகி, அவளை உச்சி முதல் கால்வரை நோக்கி வியந்துகொண்டிருந்தான்...

உன்னதமான மார்பின் இணையையும், பின் அழகையும் மாறி மாறிப் பார்த்த சூரியனும் அக்னியும் தாங்கள் மாத்திரம் பிற பொருள்களை எரிக்கக்கூடியவர்கள் அல்ல, பிற பொருள்களும் தங்களை எரிக்கக்கூடும் என்பதை உணர்ந்தார்கள்...

பிரேமியரின் உள்ளத்தில் ஈட்டிபோல் பாயும் குளிர்ந்த கிரணங்களைப் பரப்பும் சந்திரன். நட்சத்திரப் பெண்கள் எல்லோருமே திரண்டு அந்த உருவில் வந்துவிட்டார்களோ என்று திகைத்துப்போனான்...

பூமியைக் கூட்டும் அவளுடைய கூந்தல், நீருண்ட மேகங்கள் நீரைப் பொழியாமல் மேகமாகவே பெருகி, அருவி போன்று விழுவதாகத் தோன்றியது வருணனுக்கு. கூந்தல் முகில், அருவி தன்னை அடித்துக்கொண்டு போகாதா என்று ஏங்கி, நெட்டுயிர்ப்பு விட்டான் அவன்...

வாயுவின் நிலைமையும் பரிதாபமாகத்தான் இருந்தது. சுகந்தத்தைச் சுமந்து மந்த மாருதமாகத் தவழ்ந்து வரும் அவன், அவளருகில் சென்று, பலத்த மூச்சுவிட்டாலும் சுருண்டுவிடுவாளோ என்று அச்சம் அடைந்தான்...

பிர்மரிஷிகள்? வசமிழந்து தவித்தனர்...

அஞ்சலி செய்த கரங்களுடன், அமரர் அனைவரையும் நிமிர்வுடன் கடந்து, சிருஷ்டிகர்த்தாவின் அருகில் சென்று நின்றாள் அவள்.

உயர்ந்த இடத்தில் நிற்கும் அவளை, இப்போது எல்லோரும் நன்றாகப் பார்க்க முடிந்தது. நன்றாகவே பார்த்தார்கள். அவளுடைய மேனியின் வண்ணமே இன்னதென்று, அவர்களுக்கு விளங்கவில்லை: அந்திவானம் செய்யும் ஜாலத்தைச் செய்தது அவளுடைய மேனி; ஒருமுறை வெண்மை ஒளிர்ந்தது, மறுமறை கருமை பளிச்சிட்டது. ஒருகணம் செம்மை சுடர் விட்டது. மறுகணம் பசுமை பாய்ந்தது; ஒருவினாடி நீலக்கதிர்கள். மறுவினாடி ஊதாக்கதிர்கள். அடுத்து, அடுத்து மாற்றம் கொள்ளும் உடலை மூடியிருந்த சிவந்த ஒற்றையாடை அவளுடைய நிறத்துக்குப் பொன் மெருகு கொடுத்தது. தாமரைமொட்டுப்போல் குவிந்த கரங்களில் தாரகைகள் பதித்த வளைகள், அவளுடைய சிறு சலனத்திலும் 'கலீல்' என்னும் இன்ப நாதம் எழுப்பின. அழகு ஒளியும், இன்ப ஒலியும் இணங்கி இணைந்தனபோல் இருந்தது, அவள் நின்ற காட்சி...

பிரபஞ்சத்தின் தந்தை, அமரர்களின் நிலைமையை அறிந்து, மனத்திற்குள் நகைத்துக்கொண்டார். 'என் சிருஷ்டி!' என்ற பெருமிதமான பித்ரு, வாஞ்சையுடன் அவளை நோக்கினார்; எந்தக் காரியத்துக்காக அவளை உண்டாக்கினாரோ, அந்தக் காரியம் விக்கினம் இன்றி நிறைவேறும் என்று எண்ணினார்.

“உலகத்தில் உள்ள காட்சிக்கு இனிய பொருள்களின் இனிமையான பாகங்களினால் இவளை நான் படைத்தேன்; ரத்னங்களிலுள்ள சாராம்சங்களை எள்ளளவு எள்ளளவு எடுத்து இவளை உண்டாக்கினேன்; ஆகையால், இவள் பெயர் திலோத்தமை” என்றார் அவர்.

திலோத்தமை!

கற்பகத்தருவின் அடியில் நிறைவேறக்கூடிய கனவைவிட இனிமையான கனவாய், அவள் உருவம் எதிரில் நின்றது.

‘திலோத்தமை!’ என்று எல்லோரும் ஒருதடவை, தங்களுக்குள் முணுமுணுத்துக்கொண்டார்கள்.

அழகின் செருக்குடன் அவள், தலைகுனியாமல் கைகுவித்துக் கொண்டாள். தந்தையே, நான் என்ன செய்ய வேண்டும்?

முதல்முறையாக அவள் பேசிவிட்டாள். உருவம் அப்படி என்றால் குரலின் குழைவு, அதைவிட இன்பம் ஊட்டுவதாக இருந்தது. அந்தக் குரலில், யாழ், வீணை முதலிய வாத்தியங்களும், பரத்துவாஜம், குயில் முதலிய பஷிஜாலங்களும் எழுப்பும் இன்னிசையைவிட மேலான இசை மாத்திரம் கேட்கவில்லை; அதிலே, மலர்களின் நறுமணம் தரும் ‘இனிமை’யைக் கேட்டு, எல்லோரும் வியப்படைந்தார்கள்.

வியப்பின் காரணத்தை, அவர்களுக்கு விளக்கினார் கர்த்தா. “இவளுக்குக் குரல் கொடுக்கும் சமயம், மலர்களின் கந்தத்தினுடைய இனிமையையும் கலந்தேன்!”

“ஓஹோ” என்று அவர்கள் இன்னும் திடுக்கிட்டார்கள்.

“திலோத்தமை! சுந்தோப சுந்தரர்கள் என்ற இரண்டு அசுர சோதர்கள் என்னிடம் பிறரால் சாகா வரம் பெற்று, மூன்று லோகங்களிலும் சகிக்க முடியாத அட்டூழியங்களைச் செய்கிறார்கள். அவர்கள் தங்களுக்குள் போரிட்டு மடியவேண்டும். நீ போ; அவர்களுக்கு எதிரில் மோக ஜாலத்தை விரி; மதி மயங்கி அவர்கள் சண்டையிட்டு மடிவார்கள்!”

பலகோடிக் கண்கள், திலோத்தமையின் இரு கண்களிலும் வெறுப்பு ரேகைகள் படருவதைக் கவனித்தன. அகம்பாவத்துடன் அவள் கூறினாள். “கேவலம் அசுரர்களுக்கிடையில் கலகம் உண்டாக்கவா, எனக்கு இந்த அழகு கொடுத்தீர்கள்?”

அவள் கூறியதைத் தேவர்கள் பேசாது கேட்டார்கள். முனிவர்கள் மௌனிகளாக உட்கார்ந்திருந்தார்கள்; தங்களுடைய நிலைமையையும் அசுர சகோதரர்கள் செய்யும் அட்டகாசத்தையும் மறந்தார்கள். அவள் கூறுவது உண்மை என்று மௌனமாக ஆமோதித்தார்கள். ‘மூன்று உலகங்களிலும் காணமுடியாத இந்த அற்புத அழகு, அழித்தல் வேலைகளுக்காகவா பிரயோகிக்கப்பட வேண்டும்?’ என்று அவர்கள் வாய்திறந்து கூறாவிடினும், அவர்களுடைய முகங்கள் தெளிவாய்க் கூறின.

சாம்பல் பூசும் தெய்வம், ஸ்திதியை உணர்ந்து எல்லோருக்கும் முன்னால் தம்மைச் சமாளித்துக்கொண்டார். சினம் கொண்டு விழித்தால் சுட்டுச் சாம்பலாக்கும் தன்மை வாய்ந்த மூன்றாம் கண்ணை உடைய அவருக்குத்

திலோத்தமையின் திமிர் கோபம் உண்டாக்கியது; ஆனால், அவளைப் பார்த்தபடியே அவளைக் கோபித்துக்கொள்ள முடியாது என்பதை உணர்ந்த அவர், இரண்டு கைகளால் மூன்று கண்களையும் மூடிக் கொண்டார்: "பிர்ம தேவரே! இவள் அழியவேண்டும். இவள் அசுரர்களுக்கு மாத்திரமல்ல; தேவர்களுக்கும் அழிவு தேடிவிடுவாள்!" என்றார்.

அவருடைய குரலில் ஒலித்த கோபத்தைக் கேட்ட பிர்மா, சிறிது பயம் கொண்டார். ருத்திரனின் பார்வை, தம்முடைய அற்புதமான சிருஷ்டி மீது விழுந்துவிடக்கூடாதே என்று கவலை கொண்டார். மனிதரின் விதியை இஷ்டம்போல் நிர்ணயம் செய்து லீலை செய்யும் அவர், சாந்தமாகக் கூறினார்: "ருத்திரரே! திலோத்தமை எதற்காகப் படைக்கப்பட்டாள் என்று மறந்துவிட்டீரா?"

"நான் மறக்கவில்லை; அவள்தான் மறுக்கிறாள்!" என்றார் சங்கரர், பழைய குரலில்.

"அவளால் காரிய சித்தியாக வேண்டும்; ஆகும். காரியம் ஆன பின், உம் இஷ்டம்போல் எதுவும் செய்யலாம்."

"ஆனால், அவளுடைய மமதையால் காரியத்தை ஒழுங்காக நிறைவேற்றமாட்டாள் போலிருக்கிறதே!"

"அதற்கும் நான் உபாயம் செய்கிறேன்; நீர் கொஞ்சநேரம் பேசாமல் பார்த்துக்கொண்டிரும்."

சிவபிரான் சாந்தமானார்.

சிருஷ்டியும் சம்ஹாரமும் சம்பாஷித்ததைத் திலோத்தமை கேட்கவில்லை. ஆகையால், அதே நிமிர்வுடன் மோகப் பித்துக் கொண்டு, தன்னையே நோக்குகின்ற எல்லோரையும் மிகவும் அலட்சியமாகப் பார்த்தாள்; எல்லோரும் அவள்மீது மையல்கொண்டு மயங்கியிருந்தனர். ஆனால், அவள் ஒருவரையும் பொருட்படுத்தவேயில்லை. "எனக்கு ஏற்ற இணை, இந்த அமரர் சபையில் இல்லை!" என்று தனக்குள் சொல்லிக் கொண்டாள் அவள்...

அப்போது பிர்மதேவரின் லீலை துவங்கியது.

அவருடைய நினைவுக் கட்டளையை அறிந்து, அசரீரியான மன்மதன், அங்குத் தோன்றினான். அவனுடைய திருஷ்டியும் திலோத்தமையின் மீது லயித்து நின்றது. ரதியைத் தவிர்த்து அழகி இல்லை என்று நினைத்திருந்த அவனும் கருத்தழிந்தான்; சொக்கிச் சமைந்து நின்றான்.

"திலோத்தமை மீது மலர் அம்பு தொடுத்து, மோக மயக்கம் உண்டாக்கு" என்று ஆஞ்ஞாபித்தார் கர்த்தா.

ஆனால், அவன் அசையவில்லை. கரத்திலிருந்து கரும்பு வில்லும் மலர்க்கணையும் நழுவிக் கீழே விழுந்தன. எப்போதும் பிறருடைய இருதயத்தைக் குறித்து அவன் எய்யும் புஷ்பபானம், தன்னையும் ஏமாற்றித் தன் நெஞ்சையே தாக்கிச் சஞ்சலப்படுத்துவதை, அவன் உணர்ந்தான். ஆனால் அவன், அதை எதிர்த்து இயங்க முடியவில்லை. அவன் முயலவும் இல்லை.

நிற்கும் இடத்தையும் ஆதிகர்த்தாவின் கட்டளையையும் மறந்து, "திலோத்தமை! திலோத்தமை!" என்று கூக்குரல் இட்டான். அவனுடைய குரல், எல்லோருக்கும் கேட்டது...

திரிநேத்திரதாரி மன்மதனின் வருகையையும், பிர்மாவின் திருவிளையாடலையும் எண்ணித் தமக்குள் சிரித்துக்கொண்டார்.

திலோத்தமையும், அந்தக் குரலைச் செவியுற்றாள். ஆனால், கண்ணுக்குப் புலப்படாத மன்மதனின் குரல், அவள் மனத்தைக் கடைந்தது. அக்குரலில், தன் சரீரத்தின் இனிமையைவிட மேலான இனிமையும் மிருதுத்தன்மையும் கலந்திருப்பதாகத் தோன்றியது அவளுக்கு. கூண்டுடன் உட்கார்ந்திருந்த அமரர்களில் தனக்கு ஏற்ற இணை இல்லை என்று கர்வம் கொண்ட அவளுக்கு, உருவம் தென்படாத அக்குரலுடையான் மீது மையல் உண்டாயிற்று. அவனைக் காணவேண்டும் என்று; அவளுடைய அங்கங்கள் துடிதுடித்தன!

"திலோத்தமை, உன் சௌந்தரியத்தினால் மதிமயங்கி நிற்கிறேன்; நீ ஏன், என்னைப் பார்க்கவே இல்லை?"

தன் உருவம் பிறருடைய கண்களுக்குத் தெரியாது என்பதை அவன், ஒருகணம் மறந்துவிட்டான். அந்த விஷயம் நினைவுக்கு வந்ததும், தன்னுடைய இந்த நிலைக்குக் காரணமான ருத்திரன் மீது சினம் கொண்டான். ஆனால், தன் கோபம் துர்ப்பலமானது என்று அறிந்த அவனுடைய வேதனை அதிகமாகியது.

"அவள் என்னைக் காணமுடியாது; ஆகையால், என்மீது பிரேமை கொள்ளவும் முடியாது!" என்று நினைத்த அவன், சிவனின் கண்ணால் எரியுண்டபின், முதல்முறையாகக் கண்ணீர் உகுத்துத் தேம்பித் தேம்பி அழ ஆரம்பித்தான்.

அவனுடைய அழுகையைத் திலோத்தமை கேட்டாள். அவளுக்கும் அழுகை வந்தது.

"நீ எங்கே? ஏன் அழுகிறாய்?" என்றாள் விசிப்புடன்.

"நான் உனக்காக அழுகிறேன்" என்று தடுமாறினான் மாரன்.

"நீ ஏன், என் கண்களுக்குத் தெரியவில்லை? நீ யார்? நீ எங்கே?" என்று கூச்சலிட்டாள் அவள்.

"நான் இங்குதான் – உன் பக்கத்தில் இருக்கிறேன்" என்று ஆரம்பித்த அவன், தன்னுடைய கட்டுக்கும் மீறித் தன் அருவம் நகருவதை உணர்ந்தான்...

பிர்மா விதித்தபடி, அவன் சுந்தோப சுந்தர்கள் என்ற அசுரர்கள் இருக்கும் திக்கு நோக்கிச் சென்று கொண்டிருந்தான். போகும்போதே ஏமாற்றமுற்ற காதலின் ஏக்கத்தைத் தாளமாட்டாமல் "நான் இங்கே – இங்கே!" என்று கதறிக்கொண்டே சென்றான்; அவன் குரல் வரும் திசையைப் பற்றி, அதற்குப் பின்னாலேயே, "நீ எங்கே, எங்கே?" என்று ஓலமிட்டு, நிலைகுலைய ஓடினாள் அவள்.

விந்திய மலைச்சாரல்; பூச்சூடிய விருட்சங்கள் பூரித்து நின்றன. நிருத்யத்தினாலும் கீதத்தினாலும் சரீரத்தாலும் மகிழ்வித்துக் கொண்டிருந்த அழகிய அணங்குகள் புடைசூழ, பூமாலைகள் சூட்டி, சந்தனம் பூசி, மதுபானம்

செய்துகொண்டிருந்தார்கள், சுந்தனும் உபசுந்தனும். போதையினால் இருவருடைய கண்களும் சிவந்திருந்தன.

அவர்களுக்கு எதிரில் நின்ற திலோத்தமை, பிரமையுடன் தன்னைத் தூண்டி வந்த குரலின் உரிமையாளனை, நான்கு புறங்களிலும் விழித்து விழித்துத் தேடினாள்.

மருளுகின்ற அவளை, இரு அசுரர்களும் பார்த்தார்கள். சிவந்த லேசான ஒற்றை உடைக்குள்ளிருந்து வெளியில் நோக்கும் அவளுடைய அங்கங்கள், மதுவின் மயக்கத்தையும் தாண்டி அவர்களை ஆகர்ஷித்தன. இருவரும் ஏக காலத்தில் அவள்மீது மோகம் கொண்டனர். இருவரும் அவளை அடைய வேண்டும் என்ற காமம் கொண்டனர்.

"இவள் என் மனைவி; உன் மதனி; இவளை நமஸ்காரம் செய்!" என்றான் சுந்தன்.

"இவள் என் மனைவி; உன் மருமகள்; இவளை ஆசீர்வாதம் செய்!" என்றான் உபசுந்தன்.

"என் மனைவி! என் மனைவி!" என்று முழங்கினார்கள் இருவரும். ஒருமையாக இருந்ததால் வாழ்ந்த அவர்கள், இருமை ஆனார்கள். மதம் கொண்ட யானைகளைப்போல் கதாயுதங்களைத் தூக்கிக்கொண்டு ஒருவர்மீது ஒருவர் பாய்ந்தார்கள். கைகால்கள் முறிந்து, மார்புகள் பிளந்து, மண்டைகள் சிதறி, சவங்களாகி, இரண்டு சூரியர்களைப்போல் கீழே வீழ்ந்தார்கள்...

அங்கிருந்த பெண்களின் கூட்டமும், அசுரர்களின் இந்தப் பயங்கரத்தைக் கண்டு சகிக்க முடியாமல், பயந்து பாதாள லோகத்துக்குள் ஓடிமறைந்தார்கள்...

திரிலோகங்களின் கஷ்டமும் நிவாரணமாகிவிட்டது. ஆனால், இதற்குக் காரணமான திலோத்தமையோ?

அசுரர்களின் ரத்தம் ஆறாகப் பெருகுவதைப் பார்த்த அவளுடைய மலர் மனம் நடுக்கமுற்றது. "இதற்காகத்தானா, என்னுடைய இந்த அழகு, மோகன ரூபம்?" என்று அவள் பெருமூச்சுவிட்டாள். அந்தப் பெருமூச்சுடன் தன்னைக் கவர்ந்து வந்த குரலுடையானைக் காணவில்லையே என்ற துயரமும் கலந்தது. ரத்தம் சிந்தியிருந்த தரையில் விழுந்து, அவள் விம்மினாள்.

பிரம்மதேவனின் நினைவு நிறைவேறிவிடவே, அவர் சங்கரருடன் திலோத்தமையின் முன்னால் வந்தார்....

சந்தனம் பூச வேண்டிய மார்பில் ரத்தம் பூசிச் செம்மையாக்கிக் கொண்ட அவள், இருவரையும் பார்த்துப் பணிவுடன் வணங்கினாள். பூர்த்தியாகாத காதல், சிவனின் மூன்றாவது கண் போன்று, அவளுடைய செருக்கை எரித்துவிட்டது. ஒளிப்பிழம்பாகத் தோன்றியவள், ஒளிகுன்றித் தோன்றினாள்.

பிறைசூடிக்கும் இரக்கம் உண்டாகிவிட்டது. "பாவம்!" என்றார், அநுதாபத்துடன்!

தன்னுடைய மாபெரும் சிருஷ்டியின் அலங்கோலமான நிலைமையைக் கண்ட கர்த்தா, கலக்கம் அடைந்தார். "திலோத்தமை! நீ தேவர்களுக்காகப்

பெரும் காரியம் செய்தாய்; உனக்கு என்ன வேண்டும்?" என்று அன்புடன் கேட்டார்.

"என்னை வசீகரித்து இழுத்து வந்த குரல் யாருடையது என்று நான் அறியவேண்டும்..."

"அது மன்மதனின் குரல். அவன் உரு இல்லாதவன்; நீ அவனைக் காணமுடியாதே!"

"காணமுடியாதா?" என்று அவள், சிறிது மௌனமாயிருந்து சொன்னாள்: "அப்படியானால் உங்களுடைய காரியம்தான் ஆகிவிட்டதே! என்னை அழித்துவிடுங்கள்!"

அழகின் இந்த வேண்டுகோளை வருத்தத்துடன் கேட்ட கர்த்தா, கொஞ்சம் அதிருப்தியுடன், பக்கத்தில் நின்றுகொண்டிருந்த அழித்தல் தெய்வத்தைப் பார்த்தார்.

அவரோ, மன்மதனை அருவமாக்கியதற்காக இரங்கியோ – பெருங்காரியத்தைச் சாதித்த திலோத்தமையின் பிரேமை நிறைவேறாமை குறித்து வருந்தியோ, அல்லது பிரம்ம சினத்திற்கு ஆளாக வேண்டி இருக்கும் என்று பயந்தோ – அங்கிருந்து நழுவிவிட்டார்.

பிர்மா, தழுதழுக்கும் குரலில் கூறினார்:

"திலோத்தமை! நீ என்னுடைய மகோன்னதமான சிருஷ்டி! பிரபஞ்ச சுகம் கோரி, நீ செய்த காரியமும் மகத்தானது. உன்னை அழிக்க, எனக்கு எப்படி மனம் வரும்?"

"வேண்டாம், என்னை அழிக்காதீர்கள். நானும் மாரனைப் போலவே, யாருடைய கண்களுக்கும் புலப்படாமல் சஞ்சரிக்கச் செய்யுங்கள். அவனைப்போல் நானும் துன்புறுகிறேன் என்ற ஆறுதலாவது, எனக்கு இருக்கட்டும்!"

புலனுக்கு எட்டாத பிரேமைக்காக, வாழ்க்கையையே துன்பமாக்கி விழிநீர் சிந்தும் சௌந்தரியத்தைப் பார்த்துப் பிர்மா மனம் சோர்ந்தார். "உன் உடலின் ஒளியால், யாருடைய கண்களுக்கும் தென்படாமல், மூன்று லோகங்களிலும் சஞ்சாரம் செய்!" என்று சொல்லிவிட்டு, அவரும் அங்கிருந்து நகர்ந்தார்...

"கர்த்தாவினாலும் சிருஷ்டிக்குத் துன்பம் உண்டாகிறது. சிருஷ்டி ரகசியமே இதுதானே?" என்று சொல்லிக்கொண்டே நடந்த அவரால், நெஞ்சை எதிர்த்து வந்த நெட்டுயிர்ப்பை நிறுத்த முடியவில்லை.

கிராமஊழியன் (1944)

_தேனீ_ (ஜனவரி 30, 1949)

வியாசர் படைத்த பெண்மணிகள் (1968)

மறுபிரசுரம்: _மங்கை_ (ஜனவரி 1991)

அகலிகை முதலிய அழகிகள் (அக்டோபர் 1993)

•

புலோமை

அதிதியாக ஆசிரமத்தில் நுழைந்த 'புலோமா'வின் கண்களைப் 'புலோமை' சரியாகக் கவனிக்கவில்லை. கவனித்திருந்தால், அவனுடைய கண்கள், கண்கொத்திப் பாம்பின் கண்களைப் போன்று, அவள் மீது – குறிப்பாக அவளுடைய நிறை இளமையின்மீது, நிலைத்திருப்பதைக் கண்டிருப்பாள்.

கவனிக்கும் நிலையிலும் அவள் இல்லை; தன் கணவர் பிருகு முனிவருக்குத் தர்மப்படி அவள் செய்ய வேண்டிய – முழுமனதுடன் அவள் செய்ய விரும்பிய – பணிவிடைகளை, அவளால் ஒழுங்காகச் செய்ய முடியவில்லை. கர்ப்பிணியாக இருந்த அவளுடைய சரீரம், சிறிது அதிகமாக வேலை செய்தாலும் அயர்ந்துபோய்விடுகிறது. பிருகு முனிவர் ஸ்நானம் செய்வதற்காக நதிக்குச் சென்றதும், அவள் சற்று இளைப்பாறலாம் என எண்ணி இருந்தாள். அவள் தனியாக இருக்கும் தருணத்தை எதிர்பார்த்துக்கொண்டிருந்த புலோமா, அந்தச் சமயத்தில்தான் அதிதியாக வந்து சேர்ந்தான். அலுப்பிருந்தாலும் அதிதி சத்காரத்தில் பிழை நேரக்கூடாது என்று தர்மம் கூறுவதால், அவள் அவனுக்கு வேண்டிய உபசாரங்களை, ஆயாசத்துடன் ஆரம்பித்தாள். அவனுக்குக் கால்கழுவ ஜலம் கொடுத்து, ஆசனம் அளித்து, இலை போட்டு, காய்கனி கிழங்குகளைப் பரிமாறினாள்...

ஆனால், புலோமா வயிற்றுப்பசியைத் தணித்துக்கொள்ள வந்தவன் அல்லன். அவளுடைய அழகினால் ஏற்பட்ட வேட்கையினால் தூண்டப்பட்டுத்தான், அவன் அங்கே வந்தான். இலையிலிருந்த காய்கனிகளைப் பிய்த்துச் சாப்பிட்டுக்கொண்டே, குனிந்துநின்ற அவளுடைய உடல்கட்டை நோக்கியபடியே இருந்தான்.

"உன் பெயர் புலோமை; என் பெயர் புலோமா. எவ்வளவு பொருத்தம்!" என்றான், திடீரென்று!

அவன் கூறியதன் பொருளை ஆலோசித்துப் பார்க்கும் நிலையில் இல்லாத புலோமை, நிமிர்ந்து அவன்மீது ஒரு வெற்றுப்

பார்வை செலுத்தி, மௌனமாகவே இருந்துவிட்டாள். அவளுடைய மௌனத்தை, அவன் தவறுதலாக அர்த்தம் செய்துகொண்டான்.

அப்போது அவளுடைய அஜாக்கிரதையினால், மேலாடை கொஞ்சம் நெகிழ்ந்தது. அதைச் சரிப்படுத்தத் தூக்கின அவளுடைய வலக்கரத்தைச் 'சட்'டெனப் பற்றிக்கொண்டான் அவன்.

விருந்தாளியிடமிருந்து இந்தச் செய்கையை எதிர்பாராத புலோமை திடுக்கிட்டாள்; கையை உதறி விடுவித்துக்கொண்டு ஓடி விலகி நின்றாள். இப்பொழுதுதான் அவள், அவனை உற்றுப் பார்த்தாள். கருமையான ஆகிருதியுடன், பார்ப்பதற்கே கோரமாக இருந்த அவனுடைய பார்வையில் ஜ்வலித்த காமத்தீயைக் கண்ணுற்ற அவள் உடல், நடுங்கியது!

அவன் இலையைவிட்டு எழுந்து, தன்னையே நோக்கி வர ஆரம்பித்ததும், பயம் கொண்ட பேதை, அக்னி ஹோத்திர கிருகத்துக்குள் ஓடி, ஆயிரம் நாக்குகளை நீட்டி விளையாடும் தீத்தேவதையின் பக்கத்தில் போய் நின்றாள். அவனும் அவளை விடாமல், அங்கு வந்து சேர்ந்தான்.

"புலோமை! நீ என்னுடைய மனைவி!" என்ற அவனுடைய குரலின் கரகரப்பு, அவளுடைய உள்ளத்தில் அதிகப் பீதியை எழுப்பியது. 'என் மனைவி' என்ற அவனுடைய வார்த்தைகள், அவளுக்குச் சினம் உண்டாக்கின. முனிசிரேஷ்டரான பிருகுவின் சகதர்மணியை, ஒரு நீசன் துணிவுடன் தன் மனைவி என்றால் – ?

செவ்வரி படர்ந்த அவளுடைய மீன்விழிகளில், ரத்தக்கோடுகள் நிமிர்ந்தன: "இல்லை, நான் பிருகு பத்தினி, ரிஷிபத்தினி! ஜாக்கிரதை!" என்று கூச்சலிட்டாள். கோபத்தினாலும் பயத்தினாலும், அவள் குரல் கம்மியது.

'பிருகு' என்ற பெயரைக் கேட்டதும், முன்னால் வைத்த காலைப் பின்னால் வைத்தான் புலோமா.

ஒருகணம் தயங்கினான். ஆனால், தீயின் அருகில் நின்ற அவளுடைய அழகு, அவன் மோகத்தை இன்னும் அதிகமாக்கியது. அவனுடைய மனைவியாக இருக்க வேண்டிய அவள், பிருகு பத்தினியாகிவிட்டாள் என்ற பொறாமை! என்ன நேர்ந்தாலும், உயிருக்கு ஆபத்து வந்தாலும் அவளை அடைந்தே தீருவது என்ற உறுதி – இவை அவன் உள்ளத்தில் எழுந்தன. மகரிஷி பிருகுவின் தர்மபத்தினியான புலோமையைத் தர்மத்தையே சான்றாகக் காட்டித் தன்வசப்படுத்த முயற்சிக்கலாம் என முடிவு செய்தாள்.

அவன் கூறினான்: "புலோமை, நான் உண்மையாகத்தான் சொல்லுகிறேன்; நீ என் மனைவிதான். உன் தந்தை உன்னையும் ஏமாற்றி விட்டார்; என்னையும் ஏமாற்றிவிட்டார். நான்தான் உன்னை முதலில் வரித்தேன்."

அவன் கூறியதைக் கேட்ட அவள் ஆச்சரியமடைந்தாள்; "புலோமா! வாயை அடக்கிப் பேசு; உத்தமரான என் தகப்பனாரைப் பற்றிக் குற்றம் கூறாதே!"

ஜ்வாலை விட்டுத் தகிக்கும் அக்கினியின் மீது, ஆணையிட்டான் புலோமா: "நான் அக்னிசாட்சியாகச் சொல்லுகிறேன்; நான்தான் உன் முதல்

கணவன்... அக்கினி! நீயே சொல்லு. நீ மனிதனுக்கு உள்ளும் வெளியிலும், எல்லா இடங்களிலும் நிறைந்திருக்கிறாய். சத்தியவாதியான உன்னைச் சாட்சியாகக் கொண்டுதான், உலகில் சகல காரியங்களும் நடக்கின்றன. அழகான புன்னகையுள்ள இவளை, முதலில் வரித்தவன் யார்? இவளுடைய தந்தை, இவளை என் மனைவியாகக் கொடுத்தது உண்மையா, இல்லையா? நீயே சொல்லு!"

சாட்சியாக அழைக்கப்பட்ட தீத்தேவன், புலோமாவின் வேண்டுகோளைக் கேட்டுத் தர்மசங்கடத்தில் ஆழ்ந்தான். புருஷனின் ஆதரவு இல்லாமல் அபலையாக ஒடுங்கி நிற்கும் புலோமையை, ஒருமுறை நோக்கினான். பெண்ணின் மீது உண்டான இரக்கத்தாலும், புலோமாவின் அசாதாரணமான வலிமையினால் உண்டான பயத்தாலும், அவன் மனம் குழம்பியது.

புலோமா தர்மத்தைக் காட்டிப் புலோமையை வஞ்சிக்க முயலுகிறான் என்று அக்னிக்குத் தெரியும். ஆனால் புலோமா, உண்மைதானே பேசினான்? அந்தச் சிறந்த பெண்ணை முதலில் வரித்தவன் அவன்தானே?

ஆனால், சாஸ்திரப் பிரகாரமும் அக்னி சாட்சியாகவும் பிருகு முனிவர் அவளை மணந்ததும் உண்மைதானே? 'புலோமையை முதலில் வரித்தவன் புலோமாதான்' என்று அக்கினி சொல்லவேண்டும் என்றுதானே, புலோமா காத்திருந்தான்! அக்னி அவ்வாறு கூறிவிட்டால், அவளுடைய கதி என்னவாகும்? அவளுடைய பதிவிரதா தர்மத்துக்கே, அபாயம் உண்டாகி விடுமே?"

அவ்வாறானால் தீக்கடவுளின் கடமை என்ன? நடந்ததை நடந்தபடிச் சொல்லிப் புலோமையைக் காட்டிக் கொடுப்பதா? அல்லது பொய்கூறிப் புலோமாவை வஞ்சிப்பதா?

அவன் மௌனமாகச் சிந்திப்பதைக் கண்ட புலோமா, பொறுமை இழந்து கத்தினான்: "அக்னி! உண்மை சொல்வதற்கு, ஏன் இவ்வளவு நேரம், சொல்லு!"

அவனுடைய குரலைக் கேட்டு, அச்சம் அடைந்தான் அக்னி. 'நமக்கு, எதற்கு வம்பு? உண்மையைச் சொல்லிவிடலாம்' என்று எண்ணிய அவன், புலோமையைப் பார்த்துச் சொன்னான்: "புலோமை, இவன் சொல்வது உண்மைதான்!"

அவள் திகைப்பூண்டு மிதித்தவள் போன்று திடுக்கிட்டாள்: "ரிஷிபத்தினிக்கு, இரண்டு கணவர்களா? எப்படி? எப்படி?"

அக்கினி விவரித்தான்: "புலோமை! நீ சிறு பெண்ணாக இருந்த சமயம், ஒருநாள் பிடிவாதமாக அழுதுகொண்டிருந்தாய். உனக்குப் பயம் காட்ட எண்ணிய உன் தந்தை, உன்னை வெளியில் கொண்டு வந்து, 'ராட்சதா! இவளைப் பிடித்துக்கொள்?' என்றார். எதிரில் உட்கார்ந்திருந்த இவன், அப்போதே உன்னைத் தன் மனைவியாக வரித்துக்கொண்டுவிட்டான்."

"ஆகவே, நான்தான் உன் முதல் புருஷன்!" என்று பெருங்குரலில் சொன்னான் புலோமா.

பயம் காரணமாக, அக்னி 'உண்மை' என்று நடந்ததை நடந்தபடி சொல்லுவதைப் புலோமை உணர்ந்தாள். "அக்னி தேவரே ! குழந்தையைப் பயமுறுத்துவதற்காகத் தகப்பனார் விளையாட்டாகச் சொன்னால், அது எப்படி உண்மையாக முடியும் ? பெண் குழந்தைகளுக்குப் பயமும் லஜ்ஜையும் உண்டுபண்ண வேண்டித் தாய் தந்தையர் இப்படி விளையாடுவது, உலக வழக்கு அல்லவா ? "ராட்சதா, பிடித்துக் கொள் !" என்று தகப்பனார், எந்த ராட்சதனைக் குறித்துக் கூறினார் ? ஒவ்வொரு ராட்சதனும், என்னைத் தன் மனைவியாக உறவுகொண்டாட ஆரம்பித்தால் – ? ... அக்னி தேவர், எல்லோருக்கும் சாட்சியாக நிற்பார் போலிருக்கிறதே !"

புலோமையை நோக்கியபடி, தீக்கடவுள் சுருக்கமாகச் சொன்னான்: "நான் காதால் கேட்டதைச் சொன்னேன்; சத்தியம் பேச வேண்டியது என் கடமை..."

'சத்தியம்' என்ற சொல்லை, அவனுடைய வாயிலிருந்து கேட்ட புலோமை சீறினாள். தன்னையும் மறந்து, அக்னி ஒரு தேவன் என்பதையும் மறந்து கூக்குரலிட்டாள்: "எது சத்தியம் ? அபலையை ஆத்திரக்காரனிடம் காட்டிக் கொடுப்பதா சத்தியம் ?"

"நடந்ததை, நடந்தபடி கூறுவது !"

"நடந்ததை நடந்தபடி கூறுவதை உண்மை எனலாம்; ஆனால் அக்கினி ! தேவனாக இருந்தும் சத்தியம் இன்னது என்பதை, நீ அறியவில்லை. ஸ்திரீயின் கற்புக்குத் தீங்கு இழைப்பதும் அதற்கு உதவுவதும் அசத்தியம் அல்லவா ? புருஷன் இல்லாதபோது மனைவியைப் பலாத்காரம் செய்வது அசத்தியம் இல்லையா ? சொல்லு அக்கினி ! சொல்லு; சத்தியம் சொல்லு !"

அந்தத் தர்மிணியின் வார்த்தைகள், தீயை வியப்பில் ஆழ்த்தின. சத்தியத்துக்கு அவள் செய்த வியாக்கியானம், அவனைப் பிரமிக்கச் செய்தது. ஆனால், ராக்ஷஸத்தன்மையின் உருவமாக எதிரில் நின்ற புலோமாவைப் பார்த்த அவனுடைய பயமும் குறையவில்லை.

அக்னியும் அவளும் செய்த தர்க்கத்தைக் கேட்டுக்கொண்டிருந்த புலோமா சினமுற்றான். பொறாமைத் தீயும் காமத் தீயும் அவனை ஏககாலத்தில் சுட்டன. அக்னியும் அவன் சார்பாகச் சாட்சி கூறிவிட்டான். நியாயம் அவன் பக்கம் இருக்கிறது; இனி அவன் அவளை அடைவதற்கு எந்தச் சக்திதான் தடை செய்யமுடியும் ?

அவன் சொன்னான்: "புலோமை ! பொய் தருமம் சொல்லி, அக்னியை ஏமாற்ற முயலாதே; அக்னி உண்மைதான் பேசுவான். அவன் பொய்சாட்சி சொல்லவே மாட்டான். பிருகு முனிவர் உன் இரண்டாவது கணவர்; அவரும் இப்போது உன் பக்கத்தில் இல்லை. ஆகையால்..."

ஹித மொழிகளினால், அவனைச் சாந்தப்படுத்த முயன்றான், அக்னி – "புலோமா ! புலோமையின் தகப்பனார் அப்படிச் சொன்னது உண்மைதான். ஆனால், மந்திர சாட்சியாக, நீ இவளை மணக்கவில்லை. ஆகையால் –"

புலோமா கர்ச்சித்தான்: "நான் உன்னிடம் உண்மையைக் கேட்டேனே தவிர, உபதேசத்தைக் கேட்கவில்லை. மந்திரத்துடன் நடக்கும் விவாகம்தான் விவாகம், வேறுவிதம் விவாகம் இல்லை என்பதை, நான்

ஒப்புக்கொள்ளவில்லை. என்னை ராஷஸக் குணம் உடையவன், நீசன் என்று வேண்டுமானாலும் நீ நினைத்துக்கொள். என் மனைவியான இவளை, இவள் தந்தை பிருகுவுக்கு மணம் புரிவித்ததே தவறு. இவள் எனக்குச் சொந்தம் ஆனவள்; இவளை அடைய எனக்குப் பாத்தியம் உண்டு. இவளுக்காக நான் எவ்வளவு காலம் காத்திருந்தேன்! என் பொருளை மற்றொருவன் தனதாகப் பாவித்து அனுபவிப்பதை, எவ்வளவு வேதனையுடன் பொறுத்திருந்தேன்! இன்றுதான் சந்தர்ப்பம் வாய்த்தது; இவள் இப்போது தனியாகத்தான் இருக்கிறாள்; முதல் புருஷனுடன் கூடுவதால் இவளுடைய தர்மம் கெடாது."

அவனுடைய ராக்ஷஸ நியாயத்தைக் கேட்ட புலோமை, அக்னியைப் பரிதாபமாகப் பார்த்தாள். அவளுடைய தர்மபுத்தி, சினம் எல்லாம் மறைந்துவிட்டன: "அக்னி! சத்தியம் பிறழாதே... என்னைக் காப்பாற்று!" என்று மன்றாடினாள்.

அவளுடைய சத்திய விளக்கம் அக்னிக்குப் புரியவில்லை; உண்மை பேசுவது எப்படி அசத்தியம் ஆக முடியும்? – என்றுதான் நினைத்தான் அவன். அவனுக்கு அவள் மேல் இரக்கம் உண்டாயிற்று; ஆனால் மிருக விருத்தியுடன் இருக்கும் அசுரனை எப்படி அடக்குவது என்றும் அவனுக்குப் புரியவில்லை.

"அக்னி! என் தர்மத்தை அழிக்க உதவி புரியாதே; அக்னிசாட்சியை அதர்ம சாட்சியாக்காதே!" என்று மறுபடியும் கெஞ்சினாள் புலோமை, தன்னை நோக்கி வரும் புலோமாவைப் பார்த்துப் பயத்துடன்.

"புலோமை! நான் கண்ணால் கண்டதையும் காதால் கேட்டதையும்தான் சொன்னேன்!" என்று தீத்தேவன், பதிவிரதையின் கற்பு தன்முன் அழிக்கப் படுவதைக் காண விரும்பாதவனாய், அங்கிருந்து மறைந்துவிட்டான்.

அவன் மறைந்துவிடவே, கொஞ்சநஞ்சமிருந்த அவளுடைய நம்பிக்கையும் தைரியமும் குலைந்தன. தன்னை ஸ்பரிசிக்க வந்த அந்த வெறியனிடமே முறையிட்டாள்; "புலோமா, என்னைத் தொடாதே... நான் கர்ப்பிணி!"

"அதனால்தான் என் பொறாமையும் மோகமும் அதிகம் ஆகின்றன; புலோமை! என்னுடைய மனைவியாக வாழ வேண்டிய நீ, மற்றொருவனால் கருத்தரிக்கிறாய் என்ற நினைப்பு சகிக்கமுடியாமல்தான், நான் இங்கே வந்தேன். பிருகு சக்திமானாக, ரிஷியாக இராமல் சாதாரண மனிதராக இருந்தால், நான் அவரைக் கொன்றுவிட்டு, உன்னை என் வசப்படுத்தி இருப்பேன். தவ வலிமை படைத்த அவரை எதிர்க்க எனக்குப் போதுமான பலம் இல்லை; அதனால்தான் நான் உன்னைத் தனிமையில் காண வந்தேன்..."

அவன் அருகில் நெருங்கி வருவதைக் கண்ணுற்ற அவள், ஒதுங்கி ஒதுங்கிச் சென்றாள்; ஆனால் அவனும் விடவில்லை.

இறுதியில் வேறுவழியின்றிப் பெண் அன்றிலைப் போன்று கதறியவண்ணம் கருவிலுள்ள குழந்தையைச் சுமந்துகொண்டு ஓடத் துவங்கினாள்; அவனும் காட்டுப்பன்றியைப்போல் அவளைத் துரத்தினான்.

கர்ப்பிணி; கற்பையும் கர்ப்பத்தையும் காப்பதற்காக ஓடினாள். கானகத்தில் முள்ளிலும் பாறையிலும் மோதி அவளுடைய உடலெங்கும்

வடுக்கள் பட்டு ரத்தம் சிந்தியது; அவளுடைய கண்களிலிருந்து நீர் ஆறாகப் பெருகியது; கால்கள் களைத்தன; குழந்தை வசித்த வயிற்றில் சகிக்கமுடியாத வேதனை உண்டாயிற்று; கர்ப்பம் உதரத்திலிருந்து நழுவுவதை அவள் உணர்ந்தாள்; அவள் தலை சுழன்றது; கண்முன் எங்கும் இருண்டது; மயக்கமுற்றுப் பூமியில் சாய்ந்தாள் அவள்…

◆ ◆ ◆

கண்விழித்தபோது புலோமை, தன் மருங்கில் பிர்மதேவர் அமர்ந்திருப்பதைக் கண்டாள். துரத்திவந்த புலோமாவின் பயம், அவளுக்கு இன்னும் தெளியவில்லை. "அவன் எங்கே?" என்றாள், சுற்றிலும் பார்த்தபடி.

பிர்மா சிதறிக்கிடக்கும் அவனுடைய சவத்தைக் காட்டி, அவளைத் தேற்றினார்: "புலோமை, பயப்படாதே! உன்னைத் துரத்திய அந்தக் கொடியவன் பாறையில் மோதி மடிந்துவிட்டான்… இதோ உன் கர்ப்பம் நழுவிப் பிறந்த குழந்தை. ஜோதிமயமாக விளங்கும் இவன் பிறந்ததால்தான், உன் தர்மம் தப்பியது. கர்ப்பம் நழுவிப் பிறந்ததால், இவனுக்கு 'ச்யவனன்' என்று பெயர் வை; இவன் மகரிஷியாக விளங்குவான்."

குழந்தையைக் கையில் தூக்கிக்கொண்ட தாய்க்கு மகிழ்ச்சி உண்டாகவில்லை. அக்கினித் தேவன் தன்னைக் காட்டிக் கொடுத்ததையும், அவனால் தன் தர்மத்துக்கே பங்கம் நேரவிருந்ததையும் அவளால் மறக்க முடியவில்லை. புலோமாவின் புல்லிய தன்மையைவிட, அக்னியின் நீசத்தன்மை, அவளுக்கு மிகுந்த மனவேதனையளித்தது. கண்ணீர்ப் பெருக்குடன் விக்கினாள்: "அக்னி சாட்சியும் அசத்திய சாட்சியாகி விட்டது; வேலியைப் பயிர்மேயத் தலைப்பட்டுவிட்டது. இனி ஏது தர்மம்? ஏது சத்தியம்?"

சதுர்முகன் ஆறுதல் சொன்னார்: "புலோமை, கவலைப்படாதே! சத்தையும் அசத்தையும் பாகுபடுத்திப் பார்க்க முடியாத அக்னி, தவறு செய்துவிட்டான். சிரேஷ்டரான உன் கணவர், அவனுக்குப் புத்தி கற்பிப்பார்!"

அவருடைய மொழிகள் மெய்யாகிவிட்டன. ஸ்நானம் செய்துவிட்டுத் திரும்பிய பிறகு, தம் பத்தினியின் அழுகையைக் கேட்டார்; காரணம் அறிந்தார். அக்னியின் மீது ஆத்திரம் கொண்டு சாபம் இட்டார், "சத்தியம் தவறிவிட்ட அக்னி, நல்லது கெட்டது எல்லாவற்றையும் உண்பவன் ஆகக் கடவன்" என்று.

அன்றுமுதல்—மாமிசம் முதலிய சாப்பிடத் தகாததைச் சாப்பிட்டாலும், ஜீரணம் செய்யவேண்டிய அற்பத்தொழிலைச் செய்ய வேண்டியவன் ஆனான், தீக்கடவுள்.

கிராம ஊழியன் **(1944)**

வியாசர் படைத்த பெண்மணிகள் (1968)

அகலிகை முதலிய அழகிகள் (அக்டோபர் 1993)

●

பிரமத்வரை

ருரு, காட்டின் ஒற்றையடிப் பாதையில், தனியாக நடந்து சென்றுகொண்டிருந்தான். அவன் பிரமத்வரையைச் சந்திக்கப்போகிறான்; அவளுடைய இனிய உருவம் அவனுடைய கண்களுக்கு முன்னால் ஆனந்த நடனம் செய்துகொண்டிருந்தது. புதர்கள்; அவைகளுக்குள் சுகமாகத் தூங்கும் பாம்புகள்; குகைகள்; அவைகளுக்குள் களைப்பாறும் விலங்குகள்; அருவிகள்; அவை எழுப்பும் இரைச்சல் – எதையும் பாராமல், கேளாமல் அவன் நடந்தான்.

தடாகம் வந்தது; மூடிய தாமரை மலர்களும் திறந்த அல்லி மலர்களும் தவழும் தடாகம்; அதைச் சுற்றிலும் பாறைகள். அங்குதான் பிரமத்வரை வருவதாகக் கூறியிருந்தாள்.

அவன் பாறை ஒன்றின்மீது நின்று, முன்பாதங்களை ஊன்றிச் சுற்றிலும் பார்த்தான். அவள் இன்னும் வரவில்லை.

'ஆசிரமத்தில் வேலை அதிகமாக இருக்கலாம்' என்று கூறிக்கொண்டான்; ஆனால், அவனுடைய விழிகள், மூலை முடுக்குகளில் எல்லாம் வட்டமிட்டன. ஒருவேளை அவள் வந்து, எங்கேயாவது ஒளிந்திருப்பாளோ என்று.

அப்போது இயற்கைத்தேவி, பருவம் அடைந்த பெண் தன் உடலின் புது அழகைப் பார்த்துப் பூரிப்பதுபோல், தன்னுடைய வசந்தசௌந்தரியத்தை நீரிலும் நிலத்திலும் நீள் விசும்பிலும் கண்டு கண்டு பரவசப்பட்டுக் கொண்டிருந்தாள். விண்மீன்கள் அவளை விழித்து நோக்கிக் கொண்டிருந்தன. ருரு பெருமூச்சு விட்டான்: பிரமத்வரை இன்றும் ஏனோ வரவில்லை?

◆ ◆ ◆

"ருரு!" என்று பின்னாலிருந்து ஒரு குரல் கூப்பிட்டது. அவன் திரும்பிப் பார்த்தான்; யாரும் இல்லை.

"நான் மன்மதன் ..." என்றது குரல்.

ருரு சிரித்தான்; "வா!" என்று கூறினான். "இன்னும் இரண்டே நாள்; பிரமத்வரை ஹஸ்த நக்ஷத்திரத்தன்று என் மனைவி ஆகிவிடுவாள்; என் வேட்கை தணிந்துவிடும்; அப்பால் நீ எனக்கு வேதனை தரமுடியாது."

"கனவு!" என்றான் மாரன்.

"எது கனவு? அவள் என் மனைவி ஆகப்போவதையா? அல்லது என் காதலையா?"

"இரண்டையும்தான்!"

ருருவுக்கு விளங்கவில்லை. இன்ப வினாடியை எதிர்நோக்கும் வேளையில், துன்ப நினைவு கொள்ளும்படியாக மன்மதன் பேசுவது, அவனுக்குப் பிடிக்கவில்லை. அவன் சினந்தான்; "மன்மதா, நீ யாரிடம் பேசுகிறாய் என்பதை, ஞாபகம் வைத்துக்கொள்!"

"எனக்குத் தெரியும்; நான் காதலன் ருருவுடன் பேசுகிறேன். அவன் பரம்பொருள் ஆராய்ச்சியில் மேலானவனாக இருக்கலாம்; ஆனால் காதல் பாதையின் ஊறுகளைக் கடக்க அவனால் முடியுமா என்பது சந்தேகம்தான்; ஏனென்றால், இங்கே மனத்தை ஏகாக்ர நிலைக்குக் கொண்டு வர முடியாது. ஒரு பெண் போனால் இன்னொரு பெண்ணை அவன் தழுவுவான்."

மதனனின் புதிர் புதராகியது; அவன் தன் காதல் உறுதியைச் சந்தேகிக்கிறான் என்ற நினைவை ருருவினால் சகிக்க முடியவில்லை. சொன்னான், "நீ என்ன சொன்னாலும் சரி; பிரமத்வரை இல்லாவிட்டால் நான் இல்லை; நான் இல்லாமல் அவளும் இல்லை..."

அரூபி, கேலியாக நகைத்தான். "முதலில் எல்லோரும் இப்படித்தான் நினைத்துச் சொல்லுகிறார்கள்; ஆனால் பின்னால்..."

"நான் அப்படி இல்லை!" என்றான் ருரு, கர்வத்துடன்.

"பார்க்கலாமே!" என்று கிளறினான் மாரன்.

"பிரமதா என்னுடையவள்; அவளை என்னிடமிருந்து யாரும் பிரிக்கமுடியாது..."

"வெறும் வாய்ப்பேச்சு..."

"இல்லை, அவளுக்காக நான் எதுவும் செய்வேன்–எதுவும் செய்வேன்!" என்று கூச்சலிட்டான் ருரு.

"என்ன செய்வீர்கள்?" என்ற குரலைக் கேட்டு, அவன் திடுக்கிட்டுத் திரும்பினான். அவனுக்கு முன்னால், அவனுடைய பிரமத்வரை நின்றாள். பாய்ந்து அவளை அணைத்துக்கொண்டான். "பிரமதா! நீ என்னுடையவள்; என்னிடமிருந்து உன்னை யாரும் பிரிக்கமுடியாது!" என்றான், படபடப்புடன்.

அவனுடைய மார்பில் பதுங்கிய அவள், அதன் துடிப்பைக் கேட்டாள்; வேகமாகப் பறந்த புறாவின் நெஞ்சு போன்று அது படபடத்தது. அவள் ஆர்வத்துடன் கேட்டாள், "ஏன் இப்படிப் பதறுகிறீர்கள்?" என்று.

அவளுடைய மார்பைத் தன் மார்புடன் இன்னும் இறுகத் தழுவிக் கொண்டான். கன்னியின் முத்தம், அவனுடைய கலக்கத்தைக் கலைத்தது. மகிழமலரின் மணத்தில் மயங்கிப் படுத்துக்கிடக்கும் நாகம்போல் அவள், அவனுடைய மார்பில் இன்ப மூச்சு விட்டாள்....

◆ ◆ ◆

அக்னி குண்டத்தில் ஓங்கி எரிந்துகொண்டிருந்த தீயின் பக்கத்தில் உட்கார்ந்துகொண்டிருந்தான் ருரு. நாளை விடிந்தால்! அழகிய பிரமத்வரை, அவனுடைய மனைவி ஆகிவிடுவாள். மன்மதனின் கனவு ஜாலம் சிதைந்துவிடும், பொய்யாகிவிடும் என எண்ணிய அவன் புன்சிரிப்பு சிரித்தான்.

அவனுடைய முகத்திலிருந்து புன்னகைகூட மறையவில்லை. "பிரமத்வரை செத்துவிட்டாள்; பாம்பு கடித்துச் செத்துவிட்டாள்!" என்று கதறிக்கொண்டே ஓடிவந்தார் பிரமதி முனிவர், ருருவின் தந்தை.

அவன் திகைத்து எழுந்தான்; மேல்மூச்சு கீழ்மூச்சு வாங்கும் தகப்பனாரைப் பார்த்தான். அவர் கலக்கத்துடன் கூறினார். "ருரு! காட்டில் குளக்கரையில் பாம்பு தீண்டிப் பிரமத்வரை இறந்துகிடக்கிறாள்" என்று.

அவன் மேலே ஒன்றும் கேட்கவில்லை; கையிலிருந்த சமித்து, நெய் முதலியவற்றை எறிந்துவிட்டு ஓடினான்...

◆ ◆ ◆

பிரமத்வரை மென்மையான மலர்களின்மேல் நீண்டு கிடந்தாள்; இறந்த பின்னரும் அவள் கசங்கிவிடக்கூடாது என அவை நினைத்தன போலும்! கன்னங்களின் அருகில் ரோஜா மலர்கள்; மார்பின்மேல் தாமரை மலர்கள்; வாயின் அருகில் மல்லிகையும் முல்லையும்; உடலெங்கும் வெவ்வேறு நிறப் புஷ்பங்கள். மலர்களின் மத்தியில் மலர்ந்த ஒரு மலராக அவள், தோன்றினாள். ஹிருதயத்துடிப்பு அற்றுவிட்ட அவள், உயிர் இழந்தவளாகக் காணப்படவில்லை. சோர்வு அடைந்த வனப்பே கண்வளர்வது போலிருந்தாள்.

ருரு, அவளைப் பார்த்தான். ஜிதேந்திரியர்களான முனிவர்கள், அவளைச் சூழ்ந்து கண்ணீர் விடுவதையும் பார்த்தான். ஆனால், அவன் அழவில்லை, கண்ணீரும் விடவில்லை. யானைபோல் நடந்து, அவள் பக்கத்தில் சென்று உட்கார்ந்தான். அவளுடைய நாசியின்மேல் கிடந்த முல்லை ஒன்றை எடுத்து, அவளுடைய மூடிய இமைகளை மிருதுவாகத் தொட்டுக்கொண்டே, 'பிரமதா! எழுந்திரு; இன்னும் ஏன் தூங்குகிறாய்?" என்றான்.

அவனுடைய குரலின் துக்கம், ரிஷிகளின் நெஞ்சை ஸ்பர்சித்தது. பிரமதி ரிஷி, அவன் அருகில் வந்து சொன்னார். "ருரு எழுந்திரு; இவளுடைய ஆயுள் முடிந்துவிட்டது; இறந்துவிட்டாள் –"

"இறந்துவிட்டாளா?" என்று கத்திக்கொண்டே, அவன் எழுந்தான். "பிரமதை இறக்கவில்லை; தூங்குகிறாள்; எழுவாள்."

தந்தை தேற்றினார். "ருரு விதியை வெல்ல –"

"என்னால் முடியும்!" என்று சீற்றத்துடன் சொன்ன அவனால், ஹிருதயத்தின் ஆவேசத்தை அணைக்க முடியவில்லை. உன்மத்தம் பிடித்தவன்போல், "பிரமதா, பிரமதா!" என்று கூவிக்கொண்டே, வனத்துக்குள் புகுந்து ஓடினான். ஏகாந்தம் அடைந்ததும், அவனுடைய பலஹீனம் வெளிப்பட்டு நெஞ்சு வெளிவந்தது.

"பிரமதா! பிரமதா!" என்று அலறிய அவனுடைய குரல், பர்வதங்களின் குகைகளிலும் பாறைகளிலும் மோதிப் பிரதி தொனித்தது; கானகம் முழுவதிலும் உள்ள அசேதனங்களும் அக்குரலால் தாக்குண்டு கலங்கின; அவன் குரல் உயர உயர எதிரொலியும் மேல் எழுந்தது.

அந்தக் கூக்குரல், தேவலோகத்தில் முதலில் மெதுவாக எட்டியது. பிறகு மிகுந்து மிகுந்து, அமரர்களின் செவிகளையும் அதிரச் செய்தது. காதலன் ருருவுக்கு ஆறுதல் அளிக்காவிட்டால், தங்களுக்கும் நிம்மதி இல்லாதுபோய்விடும் என்பதைத் தேவர்கள் உணர்ந்தார்கள். தேவன் ஒருவனைத் தூது அனுப்பினார்கள், அவனுக்குச் சாந்தி அளிக்க.

தேவன் வந்தான்; காதலின் வேதனையைக் கேட்ட அவனும் கலவரம் அடைந்தான்; ருருவின் பக்கத்தில் சென்று நின்றான்.

"ருரு! அசேதனங்களும் வருந்தும்படி அழுகிறாய்; ஒரு பெண் மாண்டதற்காக. உலகில் ஜனனம் அடைந்தோர், மரணம் பெறுவது நியதி. இதற்குப் பிரமத்வரையும் கட்டுப்பட்டவள்தானே?" முனிவனான நீ, இதற்காகக் கண்ணீர் விடலாமா?"

ருரு, அழுதுகொண்டுதான் பேசினான். "நான் முனிவன் அல்ல; காதலன். பிரமதை எந்த நியதிக்கும் கட்டுப்பட்டவள் அல்ல; அவள் நான் செய்யும் நியதிக்கும் நிர்ணயத்துக்கும்தான் பந்தப்பட்டவள். அவள், ஏன் இறக்கவேண்டும்?"

"ருரு! குழந்தைபோலப் பேசுகிறாய். தர்மத்தின் ரகஸ்யம் அறிந்தும்..."

"எனக்குப் பிரமதைதான் தர்மம்; அவள்தான் என் உயிர்; அவள் என் வாழ்க்கையில் பாதி; அவள் இல்லாமல் எனக்கு வாழ்க்கை கிடையாது; தர்மமும் கிடையாது. ஆகவே, அவள் இன்றி, எனக்கு ஸுகமும் கிடையாது. ஆனால், என்னுடைய வாழ்க்கையை நீண்ட பெருமூச்சாகக் கழிக்க, நான் விரும்பவில்லை. நான் வாழவேண்டும்; அதற்காகப் பிரமதாவும் வாழவேண்டும்!"

"அவள் சாசுவதமாக வாழ்வாள்."

"காவியங்களில், கதைகளில்; என்னுடன் அல்லவே?"

"ருரு! சிந்தனை செய்து சொல்லு; உன்னுடைய உயிர் வேறு; அவளுடைய உயிர் வேறு என்பது உண்மைதானே?"

"பொய் – பொய்! அவள் உயிர் என் உயிர்; என் உயிர் அவள் உயிர்."

காதல் தர்மத்தின் இந்த அடிப்படைத் தத்துவத்தைக் கேட்ட தேவனுக்கு யோசனையாகிவிட்டது. ருருவின் இஷ்டம் பூர்த்தியாகி அவள் அவனுக்குக் கிடைக்காவிட்டால், அவனுடைய அழுகை அமரலோகம் முழுவதையும் அழுகைமயம் ஆக்கிவிடும் என்பதைத் தேவன் அறிவான். ஆகவே கேட்டான்: "ருரு! உன் உயிர் அவள் உயிர் என்பது, உண்மைதானா?"

"சந்தேகம் இல்லாமல்!"

"அவ்வாறானால் – உன் ஆயுளில் பாதியைக் கொடுத்தால், பிரமதை பிழைப்பாள்."

"எடுத்துக்கொண்டு, அவளை என்னிடம் தாருங்கள்!"

"யோசித்துச் சொல்லு!"

"யோசிக்க வேண்டியதே இல்லை. என் தர்மத்தைக் காக்க, அவள் எனக்கு வேண்டும். என் வாழ்க்கையில் பாதியான அவளுக்கு, என் உயிரில் பாதி கொடுக்கிறேன். அவள் என் பாதியாகவே இருக்கட்டும்!"

"அப்படியானால் போ! பிரமதா உயிர் பெறுவாள்; ஆனால் நீ பாதி ஆயுளில் இறப்பாய்!"

"ஆனால் – அப்போது, நான் இறக்கும்போதும் அவள் என்னோடுதான் இருப்பாள்" என்று கர்வத்துடன் கூறிய ருரு, அங்கே நிற்காமல் திரும்பி, அவள் கிடந்த இடத்துக்கே ஓடினான்.

"எழுந்திரு! பிரமதா, எழுந்திரு!" என்று மகிழ்ச்சியுடன் கூப்பிட்டான்.

சலனம் நின்று சவம் ஆகிக்கிடந்த அவள் உடலில், உயிர் இயக்கம் உண்டாயிற்று. நீலோத்பலம் மலர்வதுபோல், அவள் மூடிய கண்களைத் திறந்தாள். ரோஜாவின் இதழ் அவிழ்வது போன்று, உதடுகள் பிரிந்தன. பிரம்புபோல் வளைந்து நெளிந்துகொண்டே, அவள் எழுந்து நின்றாள். எதிரில் விரிந்த மார்புடன் கம்பீரமாக நிற்கும் ருரு, அவளை வாரியணைத்தான்.

கிராம ஊழியன் **(மே 1944)**

வியாசர் படைத்த பெண்மணிகள் (1968)

அகலிகை முதலிய அழகிகள் (அக்டோபர் 1993)

•

லோபாமுத்திரை

சர்வாலங்கார பூஷிதையாய் ஆசிரமத்துக்குக் கிளம்பிய லோபாமுத்திரையைப் பார்த்த அகஸ்திய முனிவரின் மனத்தில் பயம் உண்டாயிற்று. 'கானகத்தில், ஆசிரமத்தில் எளிய வாழ்க்கை நடத்தும் பெண்களுக்கு இடையில் லோபாமுத்திரையின் கண்ணைப் பறிக்கும் ஆடைகளும் ஆபரணங்களும் அநர்த்தம் விளைவிக்குமோ?' என்று.

புது மணாளரான அவருக்கு, ஒரு கவலையும் உண்டாயிற்று. 'சித்தத்தைச் சிதற்றும் இந்தச் சௌந்தரியம், தபஸ்விகளின் தபத்துக்குத் தீங்கு உண்டாக்குமோ?' என்று.

ஐம்புலன்களையும் அடக்கியாளும் அவர், தீர்மானம் செய்துகொண்டார். 'நான் இவளை ஆசிரமப் பெண்ணாக மாற்றிவிடுகிறேன்!' என்று.

அவர் இவ்வாறு பயமும் கவலையுமுற்றுத் தம்மைத் தாமே தேற்றிக்கொள்ளும்படியான நிலையில்தான், எதிரில் நின்றாள் லோபாமுத்திரையும்! 'அவளை ஆசிரமப் பெண்ணாக்குவேன்' என்று அவர் சங்கல்பித்துக் கொண்டது என்னவோ, எளிதாகத்தான் இருந்தது. ஆனால் காரியாம்சத்தில், உடனே அப்படிச் செய்ய, அவரால் முடியவில்லை. அவருடைய கண்கள், அவளுடைய உருவத்தின் மீதிருந்து திரும்பவே மறுத்துவிட்டன. அவளையே நோக்கிக்கொண்டு நின்றார் அவர். மல்லிகையின் மென்மை மேனியில்; முல்லையின் முறுவல் முகமண்டலத்தில்; கமலத்தின் கம்பீரம் கொங்கைகளில்; ரோஜாவின் செம்மை கன்னங்களில்; அவள் மலர்களுக்குள் மலர்; உலகில் இல்லாத மலர் எழில்களுக்குள் எழில்; உலகில் இல்லாத எழில்!

இருப்பது போதாது என்று, அழகுக்கு அழகு செய்திருந்தாள் அவள். பனிபோன்று வெண்மையாக இருந்த அவளுடைய சரீரத்தை, கரையில் பொன் ரேக்குகளும், உடலில் அங்கங்கு

ரத்தின சாரமும் வைத்துப் புனைந்த, குங்கும நிறப் பட்டுத்துகில் மூடியிருந்தது. வைடூரிய வர்ணக் கஞ்சுகம் அவளுடைய மார்புக்குச் சோபை அளித்தது. அவள் கழுத்தில் அணிந்திருந்த ரத்தின மாலைகளும், மலர் மாலைகளும் உயர்ந்த மார்பில் நிலைத்து நிற்கமாட்டாமல் விரிந்து விழுந்து கிடந்தன. கைகளிலும் தோள்களிலும் ஒளிரும் வளைகள்; இடையில் மேகலை; பாதங்களில் இனிய ஒலி எழுப்பும் பாதசரங்கள்...

அகஸ்தியர் ஏகாக்கிர சித்தர்; ஆயினும் அவர் மனம் விகாரமடைந்தது; அந்த விவகாரம் முகத்தில் எங்கே தாண்டவமாடிவிடப் போகிறதோ என அவர் அச்சம் கொண்டார். தம் தடுமாற்றத்தை விளையாட்டில் மழுப்ப முயன்றார். அவர், அவளுடைய வனப்பை வேடிக்கையாகப் பார்ப்பதுபோல், அவளை ஒருமுறை சுற்றி வலம் வந்தார். அவளுக்குப் பின்புறம் சென்ற அவர், அவளுடைய கருங்குழலிலும் அழகான அணிகள் பிரகாசிப்பதைப் பார்த்தார். அவளைச் சுற்றி எதிரில் நின்றார். நீளமான கரிய தாடியை நடுங்கும் கையால் உருவிவிட்டார். தம் உணர்ச்சி, அணையை உடைத்துச் செல்ல முயலுவதை அறிந்த அவர், அதை மறைக்கவேண்டித் திடீரென்று தாடி முழுவதும் குலுங்க நகைத்தார்.

அவருடைய இந்த ஹாஸ்யச் சேஷ்டைகளை லோபாமுத்திரையும் கவனித்தாள். காரணம் விளங்காததால், அவளுக்கு வியப்பாக இருந்தது. அவர் –அவளுடைய கணவர்–அவளை ஏன் வலம் வந்தார்? இருந்தாற்போலிருந்து, என்ன அதிசயம் கண்டு சிரித்தார்?

இன்னும் சிரித்துக்கொண்டே, அகஸ்தியர் கூறினார்.

"முத்திரா! நீ ஆசிரமத்துக்குப் போகிறாய் என்பதை மறந்துவிட்டாயா? சக்கரவர்த்தினிபோல், அலங்காரம் செய்துகொண்டு கிளம்பியிருக்கிறாயே?"

ஆசிரமத்திற்கு அலங்காரம் செய்துகொண்டு ஏன் போகக்கூடாது என்பதை அறியாத லோபாமுத்திரை, மௌனம் சாதித்தாள்.

"முத்திரா! இந்த ஆடை ஆபரணங்களை எல்லாம் கழற்றிவிட்டு, ஆசிரமப் பெண்களைப்போல் எளிய உடையை உடுத்திக்கொள்; விலையுயர்ந்த ஆபரணங்கள் ஒன்றும் வேண்டாம்."

அரண்மனைப் பெண் ஆச்சரியமடைந்தாள். அவள் அரசகுமாரி – எளிய உடை உடுப்பதா? எப்படி முடியும்? மெதுவாகக் கேட்டாள். "இவற்றை அணிந்துகொண்டு, ஆசிரமத்துக்குப் போகக்கூடாதா?"

"கூடாது. அரண்மனை வேறு; ஆசிரமம் வேறு. இல்லையா முத்திரா? ஆசைகளையும் தேவைகளையும் ஒடுக்கித் தவம் செய்யும் தவசிகளுடைய எளிய வாழ்வுக்கும், இந்த விலாச வாழ்வுக்கும் ஒற்றுமைப்படாது."

நினைப்பதை ஒளிக்காமல் பேசும் தன்மை உடைய முத்திரை மொழிந்தாள்: "ஆனால், இந்த அற்புதமான ஆடை ஆபரணங்கள் இல்லாமல், என்னால் இருக்க முடியாதே!"

அகஸ்தியர் மகரிஷி; அவருடைய மொழிகளுக்கு யாரும் எதையும் கூறக்கூடாது; அவ்வாறு செய்ய யாரும் துணிந்ததும் இல்லை. ஆனால்

சுகத்தில் வளர்ந்த முத்திரை, பயமில்லாமல் அவரை எதிர்த்துப் பேசி விட்டாள். அவர் சொன்னார்: "முடியும், முடியவேண்டும். உன்னால் முடியாவிட்டால், நான் முடியச் செய்கிறேன்!"

"என்னால் முடியாது!" என்றாள் முத்திரையும், சினமுற்று.

"நான் முடியச் செய்கிறேன்; நான் கட்டளை இடுகிறேன். முத்ரா! போ! இந்த அணிகளை எடுத்து எறி; எளிய உடை உடுத்து வா!"

"நான் மாட்டேன் ... 'ஆடை வேண்டும், ஆபரணம் வேண்டும்' என்று நான் உங்களிடம் கேட்கவில்லை. என் தகப்பனார், எனக்கு அளித்தவைகளைத்தானே, நான் போட்டிருக்கிறேன்!"

"யாருடையவையாக இருந்தாலும் சரிதான்; அணியக் கூடாது என்று நான் சொல்லுகிறேன்; என் விருப்பத்துக்கு அடங்கி நடக்க வேண்டியவள் நீ!"

"பெண்ணுக்கு, இந்தச் சிறு உரிமைகூடத் தரமாட்டீர்களா?"

"பெண் வேண்டும் என்று, நான் உன்னைத் தேடி வரவில்லை! சகதர்மிணி, ஜனனி வேண்டும் என்பதற்காகத்தான் உன்னைத் தேர்ந்தேன்!"

"ஆபரணம் தர்மபங்கம் செய்யுமா?" அவளுடைய அகம்பாவம் நிறைந்த இந்தக் கேள்வி, அகஸ்தியரின் சினத்தை வரம்பு மீறச் செய்தது. கத்தினார்: "லோபா! புருஷனை எதிர்த்துப் பேசுவதே, மனைவிக்கு அதர்மம்தான்! நான் சொன்னபடி செய்!"

அவள் பயமும் அடையாமல், நின்ற இடத்திலிருந்தும் அசையாமல் கூறினாள்: "அலங்காரம் பெண்ணுக்கு அதர்மம் என்று, நான் நினைக்க வில்லை."

"ஆசிரமப் பெண்ணுக்கு அதர்மம்தான்!" என்று கூக்குரலிட்டார் அகஸ்தியர், தரையைக் காலால் உதைத்து.

"சாதாரண ஆசிரமப் பெண்ணுக்கு அப்படி இருக்கலாம்; நான் விதர்ப்பராஜன் மகள்!"

"நீ அகஸ்தியரின் மனைவி!"

கணவரும் மனைவியும் இல்லறம் தொடங்குவதற்கு முன்னரே சச்சரவிடுவதை, விதர்ப்பராஜன் கேட்டான். தன் மகள் பேரழகி என்ற செருக்கு, அவனுக்கும் இருந்தது. சக்கரவர்த்தினியாக இருக்கவேண்டிய லோபா முத்திரையை, அகஸ்திய முனிவருக்கு மணம் செய்துகொடுக்க, அவனுக்கு இஷ்டமே இல்லை. ஆனால், அவருடைய தபோ பலத்துக்குப் பயந்துதான், அவருக்குக் கொடுத்தான். இப்போது அகஸ்தியரும் முத்திரையும் சண்டையிடுவதைக் கேட்டதும், அவன் கிலி அதிகம் ஆகிவிட்டது. முனிவர் கோபமுற்றுத் தன் அழகிய மகளை மரமாகவோ, கல்லாகவோ, மாடாகவோ சபித்துவிட்டால் என்ன செய்வது என்ற கிலிதான். ஆகவே, இருவரிடையிலும் வந்து நின்றான். முனிவருடைய முடிவை மாற்ற முயலுவதற்குப் பதிலாகச் சரச நெஞ்சமுள்ள தன் பெண்ணைச் சமாதானம் செய்வது சுலபம் என்று அவனுக்குத் தோன்றியது. லோபாமுத்திரையிடம்

கூறினான்: "முத்ரா! கணவர் சொல்லுவதற்கு, எதிர்வார்த்தை பேசாதே, அது தவறு."

அவளுக்கு ஆத்திரம் வந்தது. தந்தை தாயின் மடியில் சர்வ சுதந்திரத்துடன் விளையாடிய 'பெண்' மனைவியானதும், 'நான்' அற்று, விருப்பு, வெறுப்பு எல்லாம் அற்றுப்போய்விட வேண்டுமா? கடமையை மீறாமல் கேட்கும் சின்னஞ்சிறு உரிமைகூட, அவளுக்கு அதர்மம் ஆகிவிடுமா? அவளுடைய உணர்ச்சிகளுக்கு, மதிப்பே கிடையாதா?

ஆனால், உண்மையாக அகஸ்தியர், அவளுடைய உணர்ச்சிகளை அறியவே இல்லை. அவர், அவளுடைய அழகையும் அழகு செய்யப்பட்ட அழகையும் பார்த்தார். அவருக்கே உரிமையாகிவிட்ட அந்த மகா சௌந்தரியத்தின் மீது, வேறு யாருடைய கண்ணாவது விழுந்துவிடுமோ என்ற பயம், அவருக்கு உண்டாகிவிட்டது. விசுவப்பிரம்ம ஆராய்ச்சியில் சிறந்த அவராலும், இவ்விஷயத்தில் தன்னலத்தை அடக்கமுடியவில்லை; ஏழ்மைப் போர்வைக்குள் அவளுடைய எழிலை மறைத்து, அதை வேண்டும்போதெல்லாம் வேண்டியமட்டும் நுகர விரும்பினார். முத்ரை அவருடைய வார்த்தைகளை மறுத்துவிடவே, பொறாமை மிகுந்தது. விதர்ப்பராஜன் அவர் சார்பாகப் பேசியதும், சற்று சாந்தம் அடைந்து சொன்னார்: "முத்ரா! ஸ்தீரீதான் புருஷனுக்கு அடங்கி நடக்கவேண்டும்; புருஷன் அவளுக்கு அடங்கமாட்டான்."

"புருஷன், தானாக மனைவிக்கு அடங்கி நடக்கவேண்டிய காலமும் இருக்கிறது!" என, ஆத்திரத்துடன் சொல்லிக்கொண்டே, அவசர அவசரமாக அரண்மனைக்குள் ஓடினாள் முத்ரை. அணி ஆடைகளைக் கழற்றி, பருத்திநூலில் தயாரிக்கப்பட்ட சேலையைக் கட்டிக்கொண்டாள். பின்னலையும் அவிழ்த்து, வாரி முடிந்துகொண்டு திரும்பினாள்.

தபஸ்வினிபோல் எதிரில் வந்து நின்ற முத்ரையைப் பார்த்து, முனிவர் மிக மகிழ்ந்தார். விதர்ப்ப மன்னன், வருத்தமாகக் கூறினான்: "தப சிரேஷ்டரே, முத்ரை அறியாப் பெண்; தவறு ஏதாவது செய்தால், தாங்கள் க்ஷமித்துக்கொள்ள வேண்டும்... வாசலில் பரிவாரங்கள், தங்களை ஆசிரமம் வரை கொண்டுவந்துவிடுவதற்குத் தயாராக நிற்கின்றன."

முத்ரை, சீற்றத்துடன் மொழிந்தாள்; "தபஸ்விக்கும் தபஸ்வினிக்கும் பரிகாரமும் பாதுகாப்பும் எதற்கு? அனாவசியமான ஆடம்பரங்கள் ஒன்றும் வேண்டாம்; நாங்கள் தனியாகப் போகிறோம்."

விதர்பராஜன், முனிவரின் முகத்தை நோக்கினான். அகஸ்தியருக்கு என்னவோ, பரிவாரங்கள் புடைசூழ ஆசிரமத்துக்குப் போகவேண்டும் என்கிற ஆசைதான். ஆனால், ஆசிரம எளிமையைப் பற்றி இவ்வளவு தூரம் பேசிவிட்டு, இந்த ஆடம்பரத்துக்கு இடம் கொடுத்தால் லோபாமுத்திரை 'வெடுக்' என்று ஏதாவது கேட்பதற்கு இடம் கொடுப்பதாகும் என, அவருக்குத் தோன்றியது. ஆகையால், அவள் கூறியதை ஆமோதித்துத் தாடியை ஒருமுறை உருவிவிட்டுச் சொன்னார். "லோபாமுத்திரை சொல்வது சரிதான்; நாங்கள் இருவரும் தனியே சென்றுவிடுகிறோம்."

தாய் தந்தையின் கால்களைக் கண்ணீரால் கழுவிவிட்டு, விடை பெற்றுக் கொண்டு, கணவருடன் ஆசிரமத்துக்குக் கிளம்பினாள் லோபாமுத்திரை.

வழி முழுவதும் நடந்து, ஆசிரமத்துக்கு வந்த லோபாமுத்திரைக்கு, மிகவும் அலுப்பாக இருந்தது. எதிரில் இருந்த நதியைப் பார்த்ததும், நீராடினால் உடல் களை தீரும் என்று நினைத்தாள்.

"நான் நதிக்குப் போய் ஸ்நானம் செய்துவிட்டு வருகிறேன்; எனக்கு மிகவும் களைப்பாக இருக்கிறது" என்றாள், எங்கோ பார்த்துக்கொண்டே.

அவள் சொன்ன குரலும், மாதிரியும் எப்படியோ இருந்தன. ஆயினும் 'சரி' என்று விட்டார் அவர். அவள், ஆற்றுக்குச் சென்றாள்.

அவள் போனதும், அவருக்குப் பெருத்த சந்தேகம் வந்துவிட்டது. முதலிலேயே, அவள் ஆத்திரமாக இருந்தாள். ஆசிரமத்துக்கு வரும்வரை, மனம் விட்டுத் தாராளமாகப் பேசவே இல்லை. க்ஷத்திரியப் பெண், கோபத்தில் எதையும் செய்வாள். ஒருவேளை நதிக்குச் செல்கிறேன் என்று போகிறவள், நதியுடனேயே சென்றுவிடுகிறாளோ என்னவோ? எதற்கும் முன்ஜாக்கிரதையாக இருப்பதே நல்லது என எண்ணிய அவர், அவளுக்குப் பின்னாலேயே சென்றார். ஆனால், தம் சந்தேகத்தை அவள் அறிந்துவிடக்கூடாது என்பதற்காக, மரங்களுக்கும் புதர்களுக்கும் பின்னால் மறைந்து மறைந்து, அவளை நோக்கியபடிப் போனார்.

நதி தீரத்தை அடைந்தாள் லோபாமுத்திரை. கணவரும் பக்கத்தில் இல்லை; தனிமை அவளுக்குக் கொஞ்சம் சுயேச்சை கொடுத்தது. அவளுடைய நெஞ்சை அமுக்கிக்கொண்டிருந்த துக்கம் கீழே சிந்தியது.கல்யாணத்துக்கு முன்னால் அவள் அழுகையே அறியாள்; ஆகையால் இப்போது பெரும் பிரவாகமாக அழுகை வந்தது.

அரண்மனையில் ஆடம்பரத்திலும், இன்பச் சூழ்நிலையில் சுக சாமக்கிரியைகளிலும் வளர்ந்தவள் அவள். அவள் முனிவருக்கு வாழ்க்கைப் பட்டாள். அதற்காக அவள் வருத்தப்படவும் இல்லை; தவத்தையும் ஆசிரம வாழ்க்கையையும் அவள் வெறுக்கவும் இல்லை. தன் கணவர் மகரிஷி என்று மனதில் பெருமை கொண்டிருந்தாள். ஆனால், கடவுளின் தன்மையை அறியும் சக்தியுள்ள அந்த முனிவரால், பெண்ணின் தன்மையை ஏனோ புரிந்துகொள்ள முடியவில்லை? அவள் அவருடைய தர்மத்தின் கூட்டாளி; அர்த்தாங்கினி; அவ்வாறிருந்தும் அவர் அவளுடைய சிறிய வேண்டுகோளையும் புறக்கணித்து அவளைத் தாழ்வுறுத்திவிட்டார்; ஏனோ? அவள் மீது, அவருக்குப் பற்றுதல் இல்லாததாலா?"

இல்லையோ இருக்கிறதோ என மயங்கச் செய்யும் லேசான பட்டு ஆடை அணிந்து பழக்கமான அவள், இப்போது கட்டியிருந்த கரடு முரடான பருத்திச் சேலை, அவளுடைய லேசான இடையைக் கடிப்பதுபோலிருந்தது. கெட்டியாக இடுப்பைச் சுற்றிக் கட்டி இருந்த அதை அவிழ்த்துப் போர்வைபோல் போர்த்துக்கொண்டாள். கஞ்சகத்தைக் கரையில் எறிந்தாள்; உடல் பாரம் குறைந்தது போலிருந்தது.ஆனால் மனச்சுமை? அது தீரவில்லை.

அகஸ்தியர் பார்த்துக்கொண்டிருந்தார். அவருடைய நோக்கும், புலன்கள் உணரும் புலனில் நெருப்பு வைத்தன. உடல் ஒருமுறை வியர்த்தது; ரோமங்கள் பொடித்தன; வாதனையைச் சகிக்கமுடியாமல் ஞானி தலையைக் கசக்கிக்கொண்டார்.

லோபாமுத்திரை, அவ்வாறு நின்ற காட்சியே அற்புதமானதுதான்! அந்த அற்புதத்தில், சோக நிறம் தீட்டும் இன்னொரு காட்சியைக் கண்டார் அவர்.

அவளுக்கு மருங்கில், மருளும் விழிகளுடன் ஓடிக்கொண்டிருந்த மான்கள், அவளைப் பார்த்ததும் அப்படியே உட்கார்ந்து, தலை சாய்த்து, அவளுடைய நீர் நிறைந்த விழிகளைப் பார்க்கத் தொடங்கின. மரங்களின் மீது உட்கார்ந்திருந்த சில மயில்கள், விரித்த தோகைகளைச் சுருட்டிக் கொண்டு பறந்து கீழிறங்கின. பெரிய அபாயம் ஏற்பட்டுவிட்டதுபோல் பக்ஷி ஜாலங்கள், அவளைச் சுற்றிக்கொண்டு பெரும் இரைச்சல் செய்து கூக்குரல் இட ஆரம்பித்தன.

“பிராணிகளின் அழகான பாகங்கள் எல்லாம் திரண்டு உருவான முத்ரையின் வருத்தத்தை, இயற்கையாலேயே தாள முடியவில்லை. அவளுடைய வருத்தத்துக்கு நான்தானே காரணம்?” என்று அவர், தம்மையே நொந்துகொண்டார்.

தரையில் சோர்ந்து விழுந்த அவள் பக்கத்தில் சென்று அமர்ந்து, அவளைத் தூக்கித் தன் மார்புடன் சாய்த்து உட்கார்த்திக்கொண்டார்; “முத்ரா. உனக்கு என்ன கவலை? அரண்மனையை விட்டு வந்ததற்காகவா, வருத்தம்?”

அவரை எதிர்பார்க்காத முத்ரை, வெட்கம் அடைந்து, கண்ணீரைத் துடைத்துக்கொண்டாள். தான் ஆடை மாற்றியபோது அவர் பார்த்திருப்பாரோ என்று எண்ணிய அவள் உடம்பு முழுவதும் குன்றியது.

“ஆடை ஆபரணம் வேண்டாம் என்றதற்காகவா, வருந்துகிறாய், முத்ரா?... ஆபரணபூஷிதையாக நீ இருப்பது எனக்குப் பிடிக்கவில்லை என்றா, நினைக்கிறாய்? பிராணிகளின் லட்சணமுள்ள பாகங்களை அவமானம் செய்யும் லட்சணமுள்ள உன்னைக் கண்டு, மிருகங்களும் உன்னுடன் சேர்ந்து துன்புறுகின்றன. முத்ரா, நான் எம்மாத்திரம்?”

நடுங்கும் குரலில், அவர் தாழ்ந்து பேசுவதைக் கேட்ட முத்ரை வியப்புற்று, திரும்பி அவருடைய முகத்தை நோக்கினாள். அவருடைய பார்வையில் காமஉன்மத்தம் ததும்பியது; குரலின் நடுக்கம் காதலின் தடுமாற்றம் என்பதை அறிந்துவிட்டாள்.

அவருடைய பிடியிலிருந்து, ‘சட்’டென எழுந்து, அவள் விலகி நின்றாள். காரணம் விளங்காத அகஸ்தியரும் எழுந்து நின்றார்.

“எனக்குச் சந்தானம் இல்லாததால், என் பித்ருக்கள் ஸ்வர்க்கம் செல்ல முடியாமல் தவிக்கிறார்கள். அவர்களுடைய விருப்பத்தை நிறைவேற்றவே, நான் உன்னை மணந்தேன். என் இச்சையைப் பூர்த்தி செய்து, என் பித்ருக்களைக் கரையேற்றுவாயா?”

“உங்களுடைய இச்சையைப் பூர்த்தி செய்ய, நான் காத்திருக்கிறேன்; ஆனால் – ?

அவர், ‘ஆனால்’ விரும்பவில்லை! “ஆனால், என்ன?”

“இந்த மரத்தடியில், இந்த நிலையிலா? எனக்கு விருப்பமில்லை. தூய்மையான இந்த இடத்தை அசுத்தப்படுத்தவும் எனக்கு இஷ்டமில்லை… எங்கள் அரண்மனை உப்பரிகையில் இருப்பதைப் போன்ற மெத்தென்றிருக்கும் படுக்கையில் – மல்லிகை, ரோஜா, சண்பக மலர்கள் தூவி, இனிய வாசனை பரப்பி, மனதை மகிழ்விக்க – நான் அழகான ஆடை ஆபரணங்களால் அலங்காரம் செய்துகொண்டு – தாங்களும் சந்தனம் பூசிய மார்புடன் அலங்கார பூஷிதராக இருந்து – இஷ்டம்போல் இன்பம் நுகர விரும்புகிறேன். என்னுடைய இந்தக் காமத்தை நீங்கள் முதலில் பூர்த்தி செய்தாக வேண்டும்” என்றாள் முத்ரை. சொல்லுவதை எல்லாம் கண்முன் காண்பதைப்போல், அவள் விழிகள் எங்கோ நோக்கியவாறிருந்தன.

“நான் என்ன சொல்லியும், கூறுவதையே கூறுகிறாய், முத்ரா! நான் அரசன் அன்று; முனிவன். அலங்காரப்பொருள்கள் வாங்கவும், என் கையில், பொருள் ஏது?”

“என் இஷ்டத்தைச் சொல்லிட்டேன். அதற்கு மாறாக, நீங்கள் என்னைக் கட்டாயப்படுத்தினால் – அப்புறம், உங்கள் இஷ்டம்.”

முனிவருக்கு யோசனையாகிவிட்டது. பெண்ணுக்கு விருப்பம் இல்லாதபோது, அவளைச் சேருவது மகா பாபம். அதனால் உண்டாகும் சந்ததியையும் அது பாதிக்கும் என்ற சாஸ்திரம், அவருக்குத் தெரியும். மனைவியாக இருப்பினும், அவள் வேண்டாதபோது கூடுவது விபசாரம்தான். ஆனால், அவர் கையில் பொருள் இல்லை. அரசகுமாரியின் ஆவலைத் தீர்க்க வேண்டுமாயின், யாராவது அரசனை அணுகித்தான், தனத்தை யாசிக்கவேண்டும்.

“முத்ரா! உன் முடிவு இதுதானா? நான் பொருள் கொண்டு வரத்தான் வேண்டுமா?”

“தபோதேஜஸ் வாய்ந்த நீங்கள் நினைத்தால், ஆகாத காரியமும் இருக்கிறதா?”

“அப்படியானால் நீராடிவிட்டு, நீ சீக்கிரம் வா. ஆசிரமத்தில், உன்னுடைய பந்தோபஸ்துக்குத் தேவையான ஏற்பாடுகள் செய்துவிட்டு, நான் அரசர்களிடம் சென்று பொருள் கொண்டுவருகிறேன். உன் ஆசையையும் தீர்த்துக்கொள்ளலாம்.”

முத்திரை, மகிழ்ச்சியுடன் நீரில் இறங்கினாள்.

அகஸ்தியர் திரும்பினார். அவள் அரண்மனையிலிருந்து புறப்படும்பொழுது சொன்ன வார்த்தைகள், அவருக்கு நினைப்பு வந்தன. “மனைவியிடம் புருஷன், தானாக அடங்கி நடக்கவேண்டிய காலம் வரும்!”

அப்போது அவர், அவள் அலங்காரியாக இருப்பதைக்கூட வேண்டாம் என்றார். இப்போது தம்மையும் அலங்கார புருஷர் ஆக்கிக்கொள்வதாக

ஒப்புக்கொண்டு, அரசர்களை அணுகச் செல்லுகிறார். "சரிதான்; யாரையும் எதையும் சுளுவாக வென்றுவிடலாம், பெண்ணைத் தவிர!" என்று கூறிக்கொண்டார். "நல்லவேளை! சாமக்கிரியைகள் கேட்டதோடு நில்லாமல், அரண்மனை வேண்டும், நான் அரசனாக வேண்டும், அவள் அரசியாக வேண்டும் என்று கேட்காதிருந்தாளே!"

யாரும் அவரைப் பார்க்காத அந்தச் சமயத்திலும், அவருக்குத் தம் 'தோல்வி"யை நினைக்க, வெட்கமாக இருந்தது. அதை மறைக்க, அவர் சிரித்தார், ஒரு அசட்டுச் சிரிப்பை!

அவருடைய நீளமான கரிய தாடி, முழுவதும் குலுங்கியது.

கிராம ஊழியன் **(1944)**

வியாசர் படைத்த பெண்மணிகள் (1968)

அகலிகை முதலிய அழகிகள் (அக்டோபர் 1993)

●

மழை, இடி, மின்னல்

பாத்திரங்கள்: *நானும், தெரிஸாவும் . . .*

சமயம்: *என் மனைவி, என்னை விட்டுப் பிரிந்து சென்றதால், சோக பீடிதனாக இருந்தபோது, குளிருக்குப் போர்வை போன்று என் வாழ்க்கையைப் போர்த்த தெரிஸா, என்னைச் சந்தித்த கடைசி நாள்...*

இடம்: *எங்களூர் ரயில்வே லைனுடன் செல்லும் பாதையிலும்; அந்த பாதையிலேயே ஓர் ஒதுக்கமாக உள்ள மணல் மேட்டிலும், பின்னர் தெரிஸாவின் வீட்டுக்குத் திரும்பும் வழியிலும்...*

காட்சி ஜோடனை: *முதலில் அந்தி மயக்கத்தில் ஆகாயக் கோலங்கள்; நிலவு, தாரகையின் வருகையோடு முகில்களின் குளியல்; அப்பால் கோரமான மழை, இடி, மின்னல்...*

நான்: தெரிஸா, ஏன் இருமுகிறாய், அடிக்கடி? உடம்பு அசௌக்கியமா?

தெ: இல்லையே, எப்போதும் போலவே இருக்கிறேனே...

நா: இல்லை, பொய்? உன்னுடைய விரல் நகங்களில் எல்லாம் அழுக்குப் படிந்திருக்கிறது, நீ குளிக்கவும் இல்லை என்று தெரிகிறது. தலைக்கு எண்ணெய் தடவாமல் வாரிச் செருகியிருக்கிறாய்...

தெ: உண்மை சொல்லட்டுமா?

நா: அதைத்தானே கேட்கிறேன்?

தெ: இன்றுடன் எங்கள் வீட்டுக்கும் எனக்கும் உள்ள சம்பந்தம் முடிந்து, நீங்களும் நானும் 'எங்கோ' போய்விடுவோம்; இல்லையா? உங்களுடன் போவதில் எனக்கு வருத்தமில்லை; ஆனால் பிறந்து வளர்ந்த வீட்டையும், உயிருக்குயிராக என்னை வளர்த்த தாயையும், தங்கையையும் பிரிகிறோம் என்ற நினைப்பு வருத்தம் உண்டாக்கத்தான் செய்கிறது...

நா: ஆனால்... தெரிஸா! நீ அந்த வருத்தம் அடைவதற்கே, வழி இல்லாது செய்துவிடுகிறேன்...

தெ: அது எப்படி முடியும்? நான் உங்களுடன் இருந்தால், வீடு துறக்க வேண்டியவள்தானே?

நா: வேண்டியதில்லை, இது நம் கடைசிச் சந்திப்பு...

தெ: என்ன? கடைசிச் சந்திப்பா? என்னை அழைத்துக்கொண்டு வெகுதொலைவுக்குப் போவதாக அல்லவா சொன்னீர்கள்? அதை நம்பித்தானே, இப்போது இங்கே வந்தேன்? இப்போது, ஏன் இப்படிச் சொல்லுகிறீர்கள்? என்மீது திடீரென்று வெறுப்புத் தட்டிவிட்டதா?

நா: இல்லை, உன்மீது வெறுப்பு உண்டாகவில்லை. ஆயினும், நான் யோசனைசெய்து முடிவு பண்ணிவிட்டேன்...

தெ: என்னைக் கைவிடுவதென்றா?...

நா: இல்லை – ஒருவிதத்தில் – ஆம்...

தெ: நிஜமாவா? அப்படியானால், இவ்வளவு நாளாக, என்னை ஏன் இப்படி மோசம் செய்தீர்கள்? எதற்காக, எனக்கு ஆசைகாட்டிக் கொண்டிருந்தீர்கள்? உங்களை நம்பி வீடு, வாசல், உறவு எல்லாம்விட்டுத் துறக்க நான் துணிந்தது—இதற்காகவா?

நா: பதறாதே, தெரிஸா! நான் சொல்வதைக் கேள்; நீ என் வாழ்க்கையில் மிகவும் நேரம் கழித்து வந்தாய்; அல்ல, நான் உன் வாழ்க்கையில் மிகவும் நேரம் கழித்து வந்தேன். நீ அல்லது நான் முந்திக் கொண்டிருந்தால் – நம் வாழ்வு மகிழ்ச்சிகரமாகப் பரிணமித்திருக்கும்; ஆனால், நடக்கவில்லை. எப்படியோ, எங்கோ தாமதித்துவிட்டோம்...

தெ: அதனால் என்ன?

நா: அதனால்தான் எல்லாமே முழுகிவிட்டது. தெய்வாதீனமாக நேர்ந்த இத்தவறுதலால், நான் உன்னை...

தெ: கைவிடவேண்டியிருக்கிறது!

நா: ஆம், தெரிஸா, ஆம், தெரோ! என் வாழ்க்கை வெறும் சூன்யமாகி, மனிதவர்க்கத்தின் மீதே வெறுப்புக் கொண்டு, கடவுளின் மீதும் வஞ்ச நினைவுகொண்டு, நான் ராக்ஷஸனாக மாற முயன்று கொண்டிருந்தபோது, நீ என் வாழ்க்கையில் புகுந்தாய். உன்னைக் கண்டதும், உன்னுடன் பேசியதும், கீதத்துக்கு மயங்கும் நாகம்போல் நான் ஆதிக்கத்துக்கு அடங்கிவிட்டேன். என் ஹிருதயத்தில் மரத்துப் போயிருந்த அன்புணர்ச்சியை, நீதான் மீண்டும் நீர்வார்த்துக் குளிக்கச் செய்தாய், வாழ்க்கை வெறும் வெறுமை அல்ல, நுகருவதற்குப் பசுமை உளது என்று உன்னால்தான் நான் அறிய முடிந்தது, நீ என் பக்கத்தில் இருக்கும்வரை நான் ஒரு குழந்தையுலகின் தூய்மையில் இருப்பதாகவே உணர்ந்துகொண்டிருந்தேன்; ஆனால் உன்னை விட்டுச் சற்று விலகியதும் என்னை மீண்டும் பாபவுணர்ச்சிகள் சூழ்ந்துகொண்டிருந்தன. நீ எனக்குப் போதித்த அன்புப் பாடம், உன்னைவிட்டுச் சற்று அப்பால் சென்றதும், மறந்துபோய் ஹிருதயத்தில்

வெறுப்பு உணர்ச்சி தலைவிரித்தாடியது. அன்புக்கும் வெறுப்புக்கும் இடையில் நடந்த போராட்டத்தில் – இரண்டுமே ஜயித்துவிட்டன!

தெ: அப்படியானால், நான் பக்கத்தில் இல்லாதபோது என்மீது உங்களுக்கு வெறுப்பாக இருந்ததா?

நா: அது எப்படி முடியும்? கல்லில் செதுக்குண்ட சிலைபோல் அல்லவா, உன் உருவம் என் நெஞ்சில் பதிந்திருக்கிறது?... ஆனால்... ... நான்... இப்போது, உன்னிடம் உண்மையை விளக்கி விடவேண்டும்...

தெ: நான் ஒரு கிருஸ்துவப் பெண்; ஆகையால் என்னை மணம்புரிய முடியாது என்ற உண்மையைத்தானே?

நா: இல்லை. உனக்காக மதத்தை மாத்திரம் அல்ல; அதனால் கிடைக்கும் என்கிறார்களே – கடவுள், அதைக்கூட நான் இழக்கத் தயார். உன்னை இழப்பதால் – நான் ஒரு நித்தியமான தத்துவத்தையே இழக்கிறேன் என்பதை, நான் அறிகிறேன், ஆனால்...

தெ: ஜனங்களின் பழிச்சொல்லுக்குப் பயந்து...

நா: தெரோ! இவ்வளவு நாள் பழகியும், என்னை நீ புரிந்து கொள்ள வில்லை, பார்த்தாயா? ஆனால் நான், அதற்காக உன்னைக் குறை கூறுவதற்கில்லை; பத்து மாதம் சுமந்து பெற்று இருபது ஆண்டு வளர்த்த என் பெற்றோர்கள், சிறுவயது முதல் என்னுடன் விளையாடிய என் தங்கை தமக்கைகள், ஒரு வருஷம் என்னுடன் மிகவும் நெருங்கி வாழ்ந்து கூடிக் குலாவின என் மனைவிக்குக்கூட...

தெ: (திடுக்கிட்டு) மனைவியா? உங்களுக்குக் கலியாணம் ஆகிவிட்டதா? என்னிடம் சொல்லவில்லையே?

நா: ஆம், என் மனைவிதான்; இந்த உண்மையைத்தான், இன்று சொல்ல வந்தேன்...

தெ: (கசப்புடன்) இவ்வளவு நாள், ஏன் சொல்லவில்லை?

நா: சொல்ல வேண்டிய அவசியம் ஏற்படவில்லை...

தெ: என்னை வஞ்சிக்கும் எண்ணத்தால் –

நா: தெரிஸா, நீ என்னை அற்பனாக மதித்தாலும் சரி, உயர்ந்தவனாக நினைத்தாலும் சரி; ஆனால், சொல்லு: இவ்வளவு நாளாக, நான் உன்னுடன் பழகுகிறேன்; என்றாவது உன்னைத் தீய நினைவுடன் தீண்டியதுண்டா? எவ்வளவோ சந்தோஷமாக இருந்த சமயத்திலும், உன்னை முத்தமிடவாவது நான் முயன்றதுண்டா? நான், உன்னை எப்படி மோசம் செய்யமுடியும்?... ... நான் கலியாணம் பண்ணியும் பிரமசாரி...

தெ: அப்படி என்றால்? அவள் – இறந்துவிட்டாளா?

நா: இறந்துவிட்டாளா! என்னுடன் இருக்கும் அவள் இறந்திருந்தால், அவளுடைய நினைவு என்னுடைய உள்ளத்தில் கோயிலாக எழுந்திருக்கும்; அவள் அன்பை எண்ணி நெக்குருகிக் கண்ணீர் விட்டு, என் வாழ்க்கையை கழிப்பதையே நான் மதமாகக் கொண்டிருப்பேன் ... ஆனால், அவள் இறக்கவில்லை, உயிருடன்தான் இருக்கிறாள்...

தெ: எனக்கு ஒன்றும் விளங்கவில்லை; புரியும்படி சொல்லுங்கள்—

நா: தெரிஸா, உன்னைச் சந்திப்பதற்கு முன்னரே, நான் அவளை மணம் புரிந்தேன், அப்போது ‘பெண்’ என்றால், ‘தாய்’ என்று பொருள் செய்தேன்; பெண்ணைத் தங்கை, தமக்கை, தாயாகவே பாவித்து வந்தேன்; ஆனால், கலியாணம் ஆனதும் அவள் தங்கை, தமக்கை, தாய் மாத்திரம் அல்ல, பேயாகவும் முடியும் என்று உணர்ந்தேன். அன்பு சுரக்க வேண்டிய பெண் மார்பு வெறுப்பையும் உமிழும் என்று எனக்குப் புலனாகியது... நான் என் மனைவியிடம் என்னையே சமர்ப்பித்தேன், அவளுடைய அன்பைப் பெறுவதற்காக, என் ஹிருதயத்தையே நிறைத்து அவளுக்கு எதிரில் கொட்டி அளந்து காட்டினேன், ஆனால்... அவள் என்அன்பைத் தனத்தால் அளவிட்டாள்; நான் அவள் அன்பை மனதினால் அளவிட்டேன், இருவருடைய அளவுகோலும் தவறிவிட்டது. ஆனாலும் அவளுடைய ஹிருதயத்தை அன்புகொண்டே வாங்கிவிடலாம் என்று நம்பியிருந்தேன்; அந்த நம்பிக்கையும் குலைந்தது. பெரிய வீட்டுப் பெண் என்ற அகம்பாவம் அவளுக்கு அதிகம்; அவள் தாயாருக்கு அவளைவிட அதிகம்; தாயின் தூண்டுதலினால் அவள் தாய்வீடு சென்றுவிட்டாள்; என்னுடைய வயதான பெற்றோரை விட்டு நான் தனியாக வந்தால்தான் அவள் வாழ்வாள் என, அவளுடைய தாய் கூறிவிட்டாள்.

தெ: உங்களைப் பிரிந்து வாழவா, அவள் துணிந்தாள்?

நா: ஆம், என்னைப் பிரிந்து வாழத்தான் துணிந்தாள்... தெரோ! இந்த ஏமாற்றம், என்னைப் பித்தன் ஆக்கிவிட்டது. பெண் நெஞ்சு இவ்வளவு கடுமையாக இருக்கும் என்று அறியாத நான், திடுக்கிட்டேன். கூடவே எனக்குள் வெறுப்பு உணர்ச்சியும் பிறந்தது. தாய்க்குலம் என நான் வணங்கிய பெண் குலத்தையே வெறுத்தேன்; பெண்களை மாத்திரம் அன்று; உலகத்தையும் கடவுளையுமே வெறுத்தேன். இந்த வெறுப்பு உணர்ச்சியின் சிகரத்தில் இருக்கும்போதுதான் உன்னைச் சந்தித்தேன். உன் உருவம் என் பழைய உருவத்திற்குப் புத்துயிர் அளித்தது; வாழ்க்கை, பட்ட மரம் அல்ல என்று போதித்தது; வாழ்வில் கொஞ்சம் கொஞ்சமாகப் பற்றுக் கொள்ள ஆரம்பித்தேன்...

[குளிர்க் காற்று, என் உடம்பை அணைத்தது அறிந்து, வானம் பார்த்தேன்; மேகங்கள் குவிந்துகொண்டிருந்தன; மழை வரும் என்று தோன்றியது; ஆனாலும், அந்த இடத்திலிருந்து எழுந்திருக்க, இருவருக்குமே விருப்பமில்லை.]

தெ: என்னை மணப்பதாகவும் சொல்லிக்கொண்டிருந்தீர்கள். ஆனால், இப்போது உங்களுடைய மாறுதலுக்குக் காரணம் என்ன? அவள் திரும்பிவிட்டாளா?

நா: இல்லை; குறுக்கிடாமல் கேள். உன்னுடன் பழகியதால், மீண்டும் வாழும் ஆசை பெற்றதாகச் சொன்னேன். ஆனால், உன்னைவிட்டுத் தனியாக இருக்கும் சமயம் எல்லாம், என் மனைவி செய்த துரோகம் ஞாபகம் வந்துகொண்டிருந்தது; அப்போது பெண்களையே நாசம் செய்துவிடவேண்டும் என்ற பைத்தியக்கார நினைப்புத் தோன்றும்! உனக்கு நினைவிருக்கும்; நான் உன்னிடம்கூடச் சில சமயம் நிஷ்டூரமான

முறையில் நடந்துகொண்டிருக்கிறேன். ஒருமுறை, எதற்காகவோ உன்னிடம் பணம் கேட்டேன். மறுநாள் கொண்டுவருவதாகச் சொன்ன நீ, மறதியால் கொண்டுவரவில்லை. இந்த அற்பக்காரணத்துக்காக, நான் உன்னை அறைந்தேன்! மனைவியை ஒரு கடும்வார்த்தைகூடச் சொல்லாத நான், உன்னை அடித்தேன்! ஆனால் நீ பொறுத்துக் கொண்டாய். ஒரு பைத்தியக்கார உணர்ச்சி வசமாகித்தான், நான் அப்படியே செய்தேன். தெரிஸா, என்ன முயன்றும், என்னால் இந்த வெறுப்பைக் களைய முடியவில்லை; ஆனால், உன் சேர்க்கையால் விளைந்த அன்பும் ஊற்றெடுத்துக்கொண்டுதான் இருந்தது. என் மனைவி என்னை விட்டுப் பிரிந்த வேகத்தால், நான் அவளை மிகவும் வெறுக்கத் துவங்கினேன்... ஆனால், உன்னால் பிறந்த அன்பு உணர்ச்சி, அவளை மன்னிக்கும்படி என்னைத் தூண்டியது... நான் அவளை மன்னிக்க ஆயத்தம் ஆகிவிட்டேன்: என்றாவது ஒருநாள் அவள் தன் தவறை உணர்வாள்; பச்சாத்தாபப்படுவாள், அப்போது நான் மன்னிக்க வேண்டியவன்தானே? இல்லையா. தெரோ?

தெ: ஆம். செய்த தவறுக்கு வருந்துகிறவர்கள், மன்னிப்புக்கு உரியவர்கள்தான். அதுவும் தாலிகட்டிய மனைவியின் பிசகை மன்னிப்பது, முதல் கடமை...

நா: அவள் இரங்கி மன்னிப்புக் கோரும்போது, நான் மன்னிக்கும் நிலையில் இருக்கவேண்டும், அந்தச் சமயத்தில் நீ என்னுடன் இருந்தால் – அல்லது நான் உன்னுடன் இருந்தால் – அவள் மன்னிப்புப் பெறுவதற்கு நீ ஒரு தடையாகி விடுவாய், ஆனால், அன்புத் தெய்வமான உன்னை, அந்தத் தடையாக வைக்க, நான் விரும்பவில்லை...

தெ: நானும் அவளுடைய வாழ்வுக்கு ஒரு தடையாக இருக்க விரும்பவில்லை. அவள் திரும்பினால், நீங்கள் அவளை ஏற்றுக்கொள்ள வேண்டும்...

நா: தெரிஸா, தெரிஸா! நான், உன்னிடமிருந்து இதை எதிர்பார்த்தேன்... இதோ, தூற ஆரம்பித்துவிட்டது; எழுந்திரு; நடந்துகொண்டே பேசலாம் –

[துளிகள் பலமாகவே விழத்தொடங்கின. இருவரும் எழுந்து நடக்கலானோம், மழை பெரிதாக வரும் என்றுதான் தோன்றியது; ஆகாயம் அப்படிக் குமுறியது] தெரிஸா பேசினாள், முதலில்:

ஒருவேளை, உங்கள் மனைவி திரும்பாவிட்டால்? நீங்கள் துணையற்றுத்தானே இருக்கவேண்டும்?

நா: அதற்கு, என்ன செய்ய முடியும்?

தெ: அதுவரை நான் உங்களுடன்...

நா: அது முடியாத காரியம்...

தெ: ஏன்?

நா: எனக்காக, உன் வாழ்வைக் குலைக்கவேண்டுமா? மனைவி வரும்வரை, என்னுடன் இருக்கிறாய்; அப்புறம்?

தெ: சாகிறேன்!

நா: பைத்தியம்!... ஆனால், தெரிஸா, உன்னையும் நான் நம்பவில்லை.

தெ: என்ன?

நா: உன்னையும் நான் நம்பவில்லை!

தெ: நானும் மனைவிபோல் ஏமாற்றுவேன் என்று நினைக்கிறீர்களா? என் மீதும் நம்பிக்கை இல்லையா?

நா: இருக்கிறது; இல்லை, நீ இப்போது சொன்னதுபோல்தான் அவளும் சொன்னாள். 'நீங்கள்தான் எனக்குத் தெய்வம்; உங்களைப் பிரிந்தால் என் உயிரே போய்விடும்,' என்றாள். கடைசியில்? – வெறும் கல் என எண்ணும்போது, தெய்வத்துக்கு ஜீவனில்லாமல் ஆகிவிடுவதுபோல், 'வெறும் ஆண்டி' என எண்ணியதும் அவள் போய்விட்டாள்...

தெ: அப்படி நானும் செய்வேன் என்று நினைக்கிறீர்களா?

நா: அப்படித்தான் நினைக்கிறேன். ஆனால், அது உன் குற்றம் அல்ல; என் குற்றம்தான் தெரிஸா! உன்னை நான் தேவியாக மதிக்கிறேன்; உன்னைச் சந்தேகிப்பது அறிவீனம் என்று எனக்குத் தெரியும். ஆனாலும், மனைவி ஏமாற்றியதால் உண்டான கேவல உணர்ச்சி, உன்மீதுகூட என்னைச் சந்தேகம் கொள்ளத் தூண்டுகிறது! இந்த அற்பநினைவு எழுவதை, என்னால் அமுக்கவே முடியவில்லை... தெரிஸா, உன்னை என்னுடன் வைத்துக்கொண்டால், என்னுடைய இந்த அற்பத்தனத்தால் உனக்கு மிகவும் சிரமம் உண்டாகும்...... வா! மழை பெரிதாகப் பெய்ய ஆரம்பித்து விட்டது; வேகமாக வா...... காற்று அடிப்பதைப் பார்த்தால், புயல் வரும் போலிருக்கிறது –

தெரிஸா, எவ்வளவு மணமுள்ள மலரானாலும், கசக்கி எறிந்தால் நாறத்தான் செய்யும்; எவ்வளவு வளமான பூமியானாலும், பயிரிடாதிருந்தால் பலனற்றதாகிவிடும்; நீ எவ்வளவு உயர்ந்தவளானாலும் என்மீது கசப்பு தட்டிவிடும்; அதற்கு இடம் கொடுக்க நான் விரும்பவில்லை... போ, விளக்கு எல்லாம் அணைந்துவிட்டது!... மின்னல் – மின்னல்! இங்கே வா, என் பக்கத்தில்; என் கை இதோ, பிடித்துக்கொள்... நீ ஏன், இப்படி நடுங்குகிறாய், தெரோ? மரம் ஒடிந்து விழுகிறது; ஜாக்கிரதையாக நட.

[சொட்டச் சொட்ட நனைந்துவிட்டோம் இருவரும். ஊழி நெருங்கிவிட்டதுபோல் கூத்தடித்தது இயற்கை. அவளுடைய கைப்பற்றி, அடிமேல் அடிவைத்து நடந்தேன். மரங்கள் முறிந்து விழுந்ததால் பயந்த அவள், என்னை ஒண்டி ஒண்டி நடந்தாள். அந்த ஸ்பரிசம், என் மனதைக் கலைக்க ஆரம்பித்தது. வருவாளோ, மாட்டாளோ என நிச்சயம் இல்லாத மனைவிக்காக, நான் ஏன் காத்திருக்க வேண்டும்? தெரிஸாவை – என்னைத் தெய்வமாக பணிகிறவளை – ஏன் நிராகரிக்கவேண்டும்? என் வாழ்வை, மீட்டும் ஏன் துயர வழியில் திருப்பவேண்டும்? – இந்த நினைவுகள் எழுந்ததும், திடீரென்று அவளை இழுத்து –]

தெ: ஐயையோ, ஏன், ஏன் என்னை முத்தம் இட்டீர்கள்? உனக்கும் எனக்கும் தொடர்பு இல்லை என்றீர்கள். வழிகாட்டுகிறேன் என்று –

நா: தெரிஸா, தெரிஸா, இரு ஓடாதே, வழியில் மரம் – நல்லவேளை! இல்லை, தெரோ! நான் உன்னை விடமுடியும் என்று நினைத்தது தப்பு. என்னால் முடியாது. நான் உன்னை......

தெ: என்னை, என் வீட்டுக்கு அழைத்துப் போகிறீர்களா? அல்லது நானே போகட்டுமா?

நா: தெரிஸா!

தெ: சரி, நான் போகிறேன்...

நா: இரு, இரு. நானும் வருகிறேன்.

தெ: தூர இருந்தபடி, கைப்பிடித்துக் கொள்ளுகிறீர்களா?

நா: சரி...

தெரிஸா, நம் சம்பந்தம் இப்படித் திடீரென முடிய வேண்டியதுதானா? நாம் மீண்டும் ஒருவரை ஒருவர் காணவே முடியாதா?... ... நான் ஒரு யோசனை சொல்லுகிறேன். நான், என் மனைவிக்காக, இன்னும் சரியாக இரண்டு வருஷம் காத்திருக்கிறேன். அதற்குள் அவள் வராவிட்டால், நான் உன்னையே மணம் புரிகிறேன். நீ எனக்காகக் காத்திருப்பாயா? சொல்லு, தெரோ?

[அவள் பேசாமலேயே நடந்தாள்; பலமுறை கேட்டும், அவள் மௌனம் சாதித்தாள். கடைசியில் அவளுடைய வீடு நெருங்கிவிட்டது.]

தெ: வெளியில் கொஞ்ச நேரம் நிற்கிறீர்களா? நான் இதோ வருகிறேன்...

[அவள் உள்ளே போய் திரும்பி வந்தாள்; கையில் எதையோ எடுத்துக்கொண்டு.]

நா: இது என்ன?

தெ: நீங்கள் எனக்கு எழுதிய கடிதங்கள்...

நா: என்னிடமே திருப்பித் தருகிறாயா? ஏன்? இரண்டு வருஷம்! எனக்காக நீ...

தெ: இரண்டு வருஷம் நான் உயிருடன் இருந்தால், பிறகு அதை பற்றி யோசிக்கலாம். ஒருவேளை நான் அதற்குள் இறந்துவிட்டால்... என் கல்லறையில், இவைகளையும் வைத்துப் புதைத்துவிடுங்கள்... மறக்காதீர்கள்!

_கிராம ஊழியன்_ (நவம்பர் 16, 1944)

வியாசர் படைத்த பெண்மணிகள் (1968)

'முச்சந்தி' என்ற தலைப்பில், _சுதேசமித்திரனி_ல் (தீபாவளி மலர்: 1974), இது மறுபிரசுரமாகியுள்ளது.

அகலிகை முதலிய அழகிகள் (அக்டோபர் 1993)

ஏன்?

“நிசமாகச் சொல்கிறேன், ராஜா! நீ அழகாக இருக்கிறாய் பெண்களைப்போல், பட்டுப்போல் இருக்கும் உன் கன்னங்களைக் கிள்ளிக் கிள்ளிக் கசக்கவேண்டும் என்று தோன்றுகிறது...”

என் கன்னங்களைக் கிள்ளி, உதடுகளை நெருடியவாறு, என் அழகை வியந்துகொண்டிருந்தாள் மனோரமா.

நானோ, வெட்கத்தால் ஒடுங்கிக்கொண்டிருந்தேன். சிவப்பு முகம் வெட்கத்தால் மேலும் செம்மைகொள்ளும் என்பது உண்மையானால், அப்போது என் முகம் ரத்தச் சிவப்பாகி இருக்கலாம். அவள் கிள்ளியதால், பட்டு ரோஜாவைப்போல் கருஞ்சிவப்பாகவும் ஆகியிருக்கும்.

ஒரு சின்னப் பையனிடம், ஓர் இளம்பெண் பேசத் தகாத வார்த்தைகளை – அவன் கேட்கவும் தகாதவை – சொல்லுகிறாள் என்பதைப் போன்ற உணர்ச்சி ஒன்று, எனக்குள் ரேகையிட்டது. ஆனால், அவள் கூறியதில், தகாத வார்த்தை எது? தகுந்த வார்த்தை எது? – என்பதைப் பாகுபடுத்தி அறியும் வயதோ, அனுபவமோ எனக்கு இல்லை. ஆனால், அவள் பேசும்போது எனக்கு வெட்கமாக இருப்பினும், இனிமையாகத் தோன்றியது. அந்த இனிமை, என் உடல் முழுவதும் சுமையாக இருந்திருக்கவேண்டும். இல்லாவிட்டால், எழுந்து போய்விடவேண்டும். போய்விட வேண்டும் என்று நினைத்துக்கொண்டே, இருந்த இடத்தை விட்டு அசையாமல் இங்கேயே நான் ஏன் உட்கார்ந்திருந்தேன்?

என் நிலைமையை, அவள் கவனித்ததாகத் தெரியவில்லை. ஏதாவது பேசிக்கொண்டே இருந்தாள்; கேட்டாள். “உனக்கு என்ன வயசு?”

“எனக்கா?... பதினாலு...”

“அவ்வளவுதானா? இதற்குள் ஆளை மயக்கும் வித்தை கற்றுவிட்டாயே!”

எனக்குப் புரியவில்லை.

“நீ பெரியவனாக வளர்ந்த பிறகு, என்னை ஞாபகத்தில் வைத்திருப்பாயா?”

நான் தலையாட்டினேன்.

“எங்கே? சிலநாள் பழக்கம் ஊருக்குப் போனதும் மறந்துவிடுவாய்!”

நான் தைரியத்தை வரவழைத்துக்கொண்டு, “இல்லை மறக்க மாட்டேன்” என்றேன்.

“ஏன்?”

“நீ ரொம்ப அழகாயிருக்கிறாய்!”

“நானா? நிசமாகவா? அழகாகவா இருக்கிறேன்?”

அடக்கமுடியாத சிரிப்பு ஒன்று, என் மீது விழுந்து புரண்டு ஓய்ந்த பிறகு, அவள் கேட்டாள்.

“உனக்கு, எப்படித் தெரிந்தது? பதினாலு வயதில், முப்பது வயசுப் பேச்சுப் பேசிவிட்டாயே! நான் அழகு என்று, உனக்கு எப்படியடா தெரிந்தது?”

உண்மையாகவே, அவள் அழகுதான். எலுமிச்சம்பழம் போன்ற மேனியுடன், அதிகப் பருமனாகவோ ஒல்லியாகவோ இல்லாமல், அவள் கச்சிதமாக இருந்தாள் என்பது மட்டும் அல்ல; நாளுக்கு ஒரு விதமாக உடுத்து அவள் ஒய்யாரமாக இருந்தாள் என்பது மட்டும் அல்ல; அவளுடைய உடல் முழுவதும் ஆட்சி செய்த இளமையின் கோலாகலம்தான் என்னை அழகாய்க் கவர்ந்தது. இது உண்மை; எனினும் விவரம் விளங்காத ஓர் உணர்ச்சி; அதை வெளியிடுவதற்குத் தேவையான மொழியே, எனக்குள் அப்போது உதயமாகவில்லை.

“நான் கேட்டதுக்குப் பதில் சொல்லவில்லையே?”

“எனக்குத் தெரியாது; நீ அழகாக இருக்கிறாய்; எனக்குக் கண் இல்லையா?”

“கண் இருந்தால், அழகைக் கண்டுபிடித்துவிட முடியுமா?”

இதுவும் எனக்குப் புரியவில்லை.

“சரி, அது போகட்டும். நான் அழகாக இருக்கிறேன் என்பதற்காகவா, என்னை மறக்காமலிருக்கப் போகிறாய்? நான் பிரியமாக இருந்ததற்காகக் கூட, என்னை நினைவில் வைத்திருக்கமாட்டாயா?”

இது வேடிக்கையான கேள்வி, இல்லையா?

அழகாய் இருப்பவர்களை மறக்க முடியுமா? ஆனால், அழகினால் அவள்மீது எனக்கு அன்பு ஏற்பட்டதா? அல்லது அன்பினால் அவள் அழகைக் கண்டேனா என்கிற முடிவு காண முடியாத தத்துவ விசாரம் செய்யும் அளவுக்கு, என் மூளை முதிரவில்லையே!

வெள்ளை நகையுடன், மீண்டும் அவள் கூறினாள்: ‘உண்மையாகவே நீ ஆண்பிள்ளைதான். இன்னும் ஐந்து வருஷங்களுக்குப் பிறகு என்னைப் பார்த்தால், என்னோடு இப்படிப் பேசுவாயா?’

அவளுடைய தீ விழிகளை என்னால் பார்க்க முடியவில்லை; தலை குனிந்தவாறு எழுந்தேன்.

"போகிறாயா?"

"உம்"

"மறுபடி, எப்போது வருவாய்?"

"இனி, இங்கே வரவே மாட்டேன்."

என்னைப் பிடிக்கவந்தவளிடம் பிடிபடாமல், நான் வெளியே ஓடிவந்துவிட்டேன்.

அப்போது எனக்குப் பதினாலு வயசுதான். நாலாவது 'பாரம்' படித்துக்கொண்டிருந்தேன். ஆண் என்றால் வேட்டி கட்டும் பிராணி, பெண் என்றால் பாவாடை அல்லது சேலை உடுத்தும் ஜீவன் என்ற அளவுக்குத்தான், என் அறிவு முதிர்ந்திருந்தது. வீட்டுக்கு ஒரே பிள்ளையான நான் தங்கை, தமக்கை, தாய் என்பது போன்ற பெண் வாடையில் வளர்ந்தது, அதற்கு ஒரு காரணமாக இருக்கலாம். 'பெண் மாறுபட்டவள்' என்ற பிரக்ஞை, எனக்குள் உருவாகவில்லை.

என் தாயின் சிநேகிதி ஒருத்தியின் – அவள் பெயர் நாகமணி – மகளுக்குச் சித்தக் கோளாறு உண்டாகிவிட்டது. பைத்தியம்; நாலு குழந்தைகளின் தாய். எவ்வளவோ வைத்தியம் செய்தும், அவளுக்குக் குணமாகவில்லை. இறுதியில் எங்கள் ஊருக்குப் பக்கத்தில் உள்ள திருவிடைமருதூர் மகாலிங்கேசுவரரின் ஆலயத்தை, ஒரு மண்டலம் பிரதட்சிணம் செய்தால் பித்தம் தெளியும் என்று யாரோ கூறியதின் பேரில், பித்தியை அங்கே அழைத்துச் சென்றாள், அவள் தாய். அவர்களைப் பார்த்து வருவதற்கு என் தாயார் கிளம்பியதும், நானும் உடன் புறப்பட்டேன். அப்போது எனக்குக் கோடை விடுமுறை.

ஊருக்குச் சமீபம் என்றாலும், திருவிடைமருதூர் எங்களுக்குப் புதிதுதான். நாகமணி, சிறிய வீடு ஒன்றை வாடகைக்கு அமர்த்திக்கொண்டிருந்தாள். அங்கேயே நாங்களும் தங்கினோம். பைத்தியத்தின் கால்களுக்குக் கனமான கட்டையோடு இணைத்த பெரிய விலங்கு பூட்டியிருந்தது. அதைச் சுமந்துகொண்டு, அட்டகாசமாய் அவள், கோயிலை வலம் வருவாள். நாகமணி, அவளுக்குப் பின்னால் ஒரு சவுக்குடன் மிரட்டிக்கொண்டே செல்வாள். ஆனால், என் தாயார், அங்கே போன மறுநாளே கால் விலங்குகளைக் கழற்றச் செய்தாள். பைத்தியத்துக்கு என்னவோ, என் தாயிடம் ஒரு பைத்தியக்காரப் பயம். அவள் மேல் பார்வையில் கொஞ்சம் அடங்கி நடந்தாள். ஆனாலும் அம்மா சற்று அயர்ந்தால் போதும். கடையில் விற்கும் வாழைப்பழம், தேங்காய், பட்டாணி முதலியவற்றை எடுத்து வாயில் திணித்துக்கொண்டுவிடுவாள். கடைக்காரர்கள் சண்டைக்கு வந்தால், அம்மா காசு கொடுத்துச் சமாதானம் செய்வாள். எனக்கு இவையெல்லாம் வேடிக்கையாக இருந்தன.

ஒருநாள் மத்தியானம் படுத்திருந்தேன். அம்மாவும் நாகமணியும் ஏதோ பேசிக்கொண்டிருந்தார்கள். பித்தி, எங்கோ வெளியில் ஓடிவிட்டாள்.

எனக்கு அரைகுறையாகத் தூக்கம் வரும் சமயம், பைத்தியம் ஹோவென்று இரைந்துகொண்டே ஓடிவந்தாள். கண்விழித்துப் பார்த்தேன். கையில், வைர மோதிரம் ஒன்றை வைத்திருந்தாள்.

"இது எப்படிக் கிடைத்தது?' என்றாள் அம்மா."

"எங்கிருந்து எடுத்து வந்தாய்? சொல்கிறாயா, இல்லையா?" என்று அதட்டினாள் நாகமணி.

"என்னுடையதுதான்; என்னிடம் மோதிரம் இல்லையா? நான் வைரம் வைத்துக்கொண்டு வாழவில்லையா? நான் ஆண்டியின் பெண்டாட்டியா?" என்று பெருங்குரலில் சிரித்தாள் பைத்தியம், மோதிரத்தை விரலில் மாட்டி அழகு பார்த்துக்கொண்டே!

'உன்னாலே எனக்குத் திருட்டுப் பட்டம் வேறா?' என்றவாறு, சவுக்கை எடுத்தாள் நாகமணி.

பித்தி, என் தாயிடம் முறையிட்டாள்.

"மோதிரம் என்னுடையதுதான்; இந்தச் சிறுக்கி என்னை ஏன் அடிக்க வருகிறாள்?"

அவள், அழத் தொடங்கினாள். அம்மா தடுப்பதற்குள், சவுக்கு அவளை ஒருமுறை வளைத்துக்கொண்டது.

"வீணாக, அவளை ஏன் அடிக்கிறீர்கள்? புத்தி சுவாதீனம் இருந்தால் எடுப்பாளா?" – புதிய குரலைக் கேட்டுத் திரும்பிப் பார்த்தோம். வாசலில், ஓர் அழகான பெண் நின்றுகொண்டிருந்தாள். அவளை, அதுவரை நான் பார்த்ததில்லை.

"நான் குளிப்பதற்காக மோதிரத்தைக் கழற்றிவைத்தேன். இவள் வந்ததை, நான் கவனிக்கவில்லை. எடுத்துக்கொண்டு வந்துவிட்டாள்."

நாகமணி அமைதியுற்று மோதிரத்தை வந்தவளிடம் கொடுத்தாள்.

"யார் அம்மா நீ?" என்று விசாரித்தாள் அம்மா.

"பக்கத்து வீட்டில் இருக்கிறேன்."

"உட்கார் அம்மா!" என்று உபசரித்தாள் அம்மா.

அந்தப் பெண்ணும் உட்கார்ந்தாள்.

"பக்கத்துவீடு என்கிறாய்; நான் பார்க்கவேயில்லையே?"

"உங்களுக்குத்தான், தலைக்கு மேலே கவலை இருக்கிறதே!"

"இவளுக்கு விலங்கு மாட்டுகிறேன்" என்று சொல்லி, மகளை உள்ளே இழுத்துச் சென்றாள் நாகமணி.

"உன் பெயர் என்ன?"

"மனோரமா."

"சொந்த ஊர் இதுதானா? குழந்தை குட்டிகள் உண்டா?"

"இது சொந்த ஊர் இல்லை; சும்மாத்தான் வந்தேன்."

“உன் புருஷனுக்கு, என்ன வேலை?”

மனோரமா, பதில் சொல்லாமல் கேட்டாள். “உங்களுக்கு, இந்தப் பைத்தியம் உறவா?”

“இல்லை, வேண்டியவர்கள். நாகமணிக்கும் எனக்கும் அடிநாளி லிருந்தே சிநேகம். கூட இருக்கச்சொல்லித் தொந்திரவு செய்கிறாள். இந்த ஊர் எனக்குப் புதுசு; கொஞ்ச நேரம் பேசக்கூட யாரும் இல்லை.”

“என் வீட்டுக்கு வாருங்களேன்; மாலை வருகிறீர்களா?”

“வருகிறேன்” என்று அம்மா சொன்னதும், அவள் எழுந்தாள்.

என் செவிகளைவிடக் கூர்மை பெற்றிருந்தன என் விழிகள். அவள் பேசியது எதுவும், என் காதுகளில் சரியாக விழவில்லை. அவள் என்னை நோக்கும் போதெல்லாம், என் உடல் கூசியது.

“அம்மா, நாகமணியிடம் கேட்டாள். ‘யார் இந்தப் பெண்? உனக்குத் தெரியுமா?”

“இவளா?... வைத்தீஸ்வரன் கோயிலாம்; தேவதாசி என்கிறார்கள்.”

“நிசமாகவா?”

“அப்படித்தான் சொல்லுகிறார்கள்.”

“புருசனுக்கு என்ன வேலை என்று கேட்டேன். அதுதான் பதில் சொல்லவில்லை போல் இருக்கிறது. யாராயிருந்தால் என்ன? ஓழியும்போது பேச்சுக்குத் துணை கிடைத்தது. பார்ப்பதற்குக் குடும்பப் பெண் போலவே இருக்கிறாளே!”

எனக்கு, மிகவும் வியப்பாக இருந்தது. தாசியா? அது ரொம்பக் கெட்டவார்த்தை அல்லவா? அப்படியானால் மனோரமா கெட்டவளா? இத்தனை அழகாக இருப்பவள் கெட்டவளாக இருக்க முடியுமா? நாகமணி மீது, எனக்கு நம்பிக்கை ஏற்படவில்லை. வேண்டுமென்றே பொய் சொல்லுகிறாள் என்று நினைத்தேன். எதற்கும் மாலையில் அம்மாவுடன் போனால் எல்லாம் தெரிந்துவிடுகிறது என்று தீர்மானம் செய்துகொண்டேன்.

மாலையில் அம்மா, மனோரமாவின் வீட்டுக்குக் கிளம்பியபோது, நானும் பின்தொடர்ந்தேன்.

“அங்கே எல்லாம் நீ வரக்கூடாது” என்றாள் அம்மா.

“நீ மாத்திரம் போகலாம்; நான் போகக்கூடாதா?”

அதை நினைத்தால், இப்போது சிரிப்பு வருகிறது. என் தாயார் வயதானவள்; ஆகையால் மனோரமாவுடன் தனித்துப் பேசலாம். சிறுவனாயினும் நான் ஆண்மகன்தானே? ஒரு யுவதியை, அதுவும் ஒரு வேசியைக் கண்டு பேச அவள் எனக்கு அனுமதி மறுத்ததில், ஆச்சரியம் இல்லை. அப்போது, எனக்கு என்னவோ ஆச்சரியமாகத்தான் இருந்தது. அம்மாவின் முன்றானையைப் பற்றி நின்றேன்.

என் பிடிவாதத்தைக் கண்டு, அம்மாவுக்குச் சிரிப்புத்தான் வந்தது. "நீ எப்போதுதான் ஆண்பிள்ளை ஆகப்போகிறாயோ! எந்நேரமும் பெண்களோடு சுற்றுகிறாயே, உனக்கு வெட்கமாக இல்லையா...?"

உண்மையாக அவளுக்குத்தான் புரியவில்லை. என் பௌருஷம்தான், அந்தப் புதியவளைப் பார்க்க என்னைத் தூண்டிக்கொண்டிருந்தது என்பதை, அவளும் அறியவில்லை.

இருவரும் பக்கத்து வீட்டுக்குப் போனோம். வீடு பெரிதாயிருந்தது. மூன்று பகுதிகள். முதல் பகுதியில் சுவர்மீது கண்ணன் கோபியருடன் ராஸக்ரீடை செய்யும் பெரிய சித்திரம் ஒன்று இருந்தது.

இரண்டாவது பகுதியின் ஒரு கோடியில் இரண்டு கட்டில்கள், பெரியமெத்தைகள், பல தலையணைகள். மூன்றாம் பகுதியில் குளியல் அறை, சமையல் அறை. அங்கே இருந்த மனோரமாவிடம், எங்களை அழைத்துச் சென்றாள். வேலைக்காரி.

"வாருங்கள்" என்று கலகலப்பாக வரவேற்றாள் மனோரமா. அம்மாவும் நானும் உட்கார்ந்தோம்.

இரண்டு கிளாஸ்களில் காபி கொண்டுவந்தாள் மனோரமா.

"நான் சாப்பிட்டுவிட்டேன்" என்றாள் அம்மா.

'வெறும் காபிதானே?'

அம்மாவுக்கு, அவள் வீட்டில் சாப்பிட, விருப்பம் இல்லை என்று அறிந்தேன். மனோரமாவும், அதைப் புரிந்துகொண்டாள் போலும் அதற்காக அவள் வருத்தம் அடைந்தவளாய்க் காட்டிக்கொள்ளவில்லை. சிரித்துக்கொண்டே, "பாலுக்கும் தண்ணீருக்கும் தோஷம் இல்லை என்பார்களே" என்றாள்.

அவளைப் புண்படுத்த அம்மாவும் விரும்பவில்லை. கிளாஸை என்னிடம் நீட்டி, "ராஜா, சாப்பிடு" என்றாள்.

அம்மா சாப்பிடாததை ஏற்க நானும் விரும்பாததால், அதை எடுத்துக் கொள்ளவில்லை. வரளாத சிரிப்புடன் மனோரமா சொன்னாள்.

"நீ சாப்பிடலாம்; பெரியவர்களுக்குத்தானே இந்த வித்தியாசம் எல்லாம்."

வேண்டாம் என்று மனம் முடிவு செய்வதற்குள், என் கரங்கள், காபியை வாங்கி வாயில் ஊற்றிவிட்டன.

"ராஜா, உங்கள் பிள்ளையா?"

"ஆமாம்"

"எந்தக் கிளாஸ் படிக்கிறாய் ராஜா?"

நான் மகிழ்ச்சியுடன் சொன்னேன்.

"போர்த் ஃபாரம்"

"தேவலையே... எட்டாவது ஹென்றியைப் பற்றித் தெரியும் அல்லவா?"

அவளுடைய கேள்வி, எனக்கு ஒருவகையில் ஆச்சரியத்தை அளித்தது. இவளுக்கு, எங்கள் வகுப்புப் பாடம், எப்படித் தெரிந்தது? படித்தவளா, அப்படியானால்? படித்துமா கெட்டவள்? மற்றொரு வகையில், எனக்குக் கோபமும் உண்டாகியது. இவள் யார், என்னைக் கேள்வி கேட்க?

“தெரியாமல் என்ன?” என்றேன், அலட்சியமாக.

“அவனுக்கும் போப்பாண்டவருக்கும் ஏன் தகராறு உண்டாயிற்று?”

இக்கேள்வியை, வகுப்பில் நூறுமுறை வாத்தியார் கேட்டிருக்கிறார். ஒப்பித்தேன்; அவன் தன்னுடைய மனைவியை ஒதுக்கிவிட்டு, இரண்டாம் தாரமாக ஆனிபொலீன் என்பவளை மணக்க விரும்பினான். அதற்குப் போப் பாண்டவர் அனுமதி அளிக்கவில்லை; ஆகையால் இருவருக்கும் சச்சரவு உண்டாயிற்று.’

‘பேஷ்’ என்று பாராட்டினாள் அவள்.

“ஆனியை, அவன் மணம் புரிய விரும்பியது ஏன்?”

இந்தக் கேள்வியைப் பரிட்சையில் யாரும் கேட்பதில்லை; மௌனம் சாதித்தேன்.

“தெரியவில்லையா? ஆனி மிகவும் அழகாக இருந்தாள்; அதனால். தான். புத்தகத்தில் இருக்கிறதே, கவனிக்கவில்லையா?”

இந்தச் சின்ன விஷயத்தை மறந்து, அவளுக்குப் பதில் கூற முடியாமற் போனதற்காக, நான் வெட்கமடைந்தேன்.

பிறகு, அம்மாவும் அவளும், வெகுநேரம்வரை ஏதேதோ பேசிக் கொண்டிருந்தனர். இருட்டும் சமயம், அவள் எழுந்து, விளக்கு ஏற்றினாள். வாசலில் திண்ணை மாடத்தில் ஓர் அகல் விளக்கு, சமையல் அறைக்குள் இருந்த பூஜை அறை ராதாகிருஷ்ணன் படத்துக்கு முன் ஒரு பெரிய குத்துவிளக்கு, பிறகு நாங்கள் இருந்த இடத்தில் ஒரு பவர்லைட் இவ்வளவையும் ஏற்றினாள்.

விடைபெற்றுக்கொண்டு அம்மா எழுந்தபோது, இருவரும் வெகுநாள் பழகியவர்கள்போல் ஆகிவிட்டனர். சுமூகமாகப் பேசுகிற இருவர், நெருங்குவதில் ஆச்சரியம் என்ன?

“ஒழியும்போது, உங்கள் வீடுபோல் நினைத்துக்கொண்டு வாருங்கள்.”

“கட்டாயம் வருகிறேன்; நாள் முழுவதும் பைத்தியத்துடன் அல்லல்பட யாரால் முடியும்?”

என் தோளைப் பலமாய் அழுத்திக்கொண்டே, மனோரமா கேட்டாள். “ராஜா, நீயும் வருகிறாயா”?

கர ஸ்பரிசத்தை எதிர்பாராத நான், ‘உம்’ என்று நெளிந்தபடி, அம்மாவையும் கடந்து வெளிச்சென்றேன்.

வீடு திரும்பிய பிறகும், அவளைப் பற்றியே நாகமணியிடம் பேசிக்கொண்டிருந்தாள் அம்மா.

“நாகமணி, அந்தப் பெண், வீட்டை எவ்வளவு சுத்தமாக வைத்திருக்கிறாள் தெரியுமா? அவளைப் பற்றி, உனக்கு ஒன்றும் தெரியாதா?”

“இந்தப் பயித்தியத்தை ஆள்வதற்கே பொழுது போதவில்லை; ஊர்வம்பு பேச எனக்கு ஏது நேரம்?”

“ரொம்ப நல்ல பெண். பூர்வ ஜன்மத்து வினை என்கிறார்களே, சரிதான். இவ்வளவு நல்ல பெண், இந்தத் தொழில் செய்கிறாளே!”

“ஏன் இந்தத் தொழில் என்று அவளைக் கேட்பதுதானே? என்னிடம் பேசியவரை, அவள் கேவலம் இல்லை.”

“நிறையப் படித்திருக்கிறாள்.”

“பத்தரை மாற்றுத் தங்கம் தான் போ!” என்று பரிகசித்தாள் நாகமணி.

வெள்ளிக்கிழமைகூட வாயிலில், தீபம் ஏற்றச் சோம்பும் நாகமணி, மனோரமாவைக் குறை கூறுவது, எனக்குச் சிறிதும் பிடிக்கவில்லை.

அப்புறம் அம்மாவும் நானும், அடிக்கடி பக்கத்து வீட்டுக்குப் போனோம். மனோவினுடைய தாராள பாவத்தால், என் சங்கோசம், வெகு எளிதாக மறைந்தது.

நான், அவளுடன் சகஜமாகப் பழகத் தொடங்கினேன். நான் போகாவிட்டால், வேலைக்காரியை அனுப்பிவிடுவாள். முதல்நாள் அவள் கொடுத்த காபியைச் சாப்பிட்டேனாயினும், அவள் வீட்டில் சோறு சாப்பிடக்கூடாது என்று அம்மாவின் கண்டிப்பான கட்டளை. ஆனால் நான் தனியாகப் போகும்போதெல்லாம், மனோ ஏதாவது உண்பதற்குத் தருவாள். நான் ஏற்க மறுத்தால், விளையாட்டாகப் பேச்சுக்கொடுத்து, நான் வாய்திறக்கும் சமயம்பார்த்துத் திணித்துவிடுவாள். வலுக்கட்டாயமாக ஊட்டிவிட்டாள் என்பதற்காக, நான் எதையும் துப்பியதில்லை.

“நான் கொடுத்ததைச் சாப்பிட்டுவிட்டாய் அல்லவா! இரு, இரு, அம்மாவிடம் சொல்கிறேன்,” என்று அவள் அச்சுறுத்துவாள். நான் பயப்படுவேன். சில சமயம், கண்கள் கலங்கும்வரை பயமுறுத்துவாள். ஆனால், அவளை விட்டு வரும்போது மகிழ்ச்சியாகவே இருப்பேன். சிரிப்பும் விளையாட்டும், அவள் உடன்பிறந்த தன்மைகள்.

இவ்வளவு நெருங்கியும், அவள் எனக்கு ஓர் அதிசயமாகவே இருந்தாள். அவளுடைய சிரிப்பு மட்டும் அல்ல; உடையும் அதிசயம். ஒவ்வொரு நாளும், அவள் புதுப்புதுக் கோலத்தில் தோன்றுவாள். ஒருநாள், சாதாரணமாக மற்றப் பெண்களைப்போல், புடவை கட்டியிருப்பாள். மறுநாள் முஸ்லீம் மாதரைப்போல் முக்காடு; மூன்றாவது நாள் பாவாடையும் மேலாக்கும்; வங்காளி, பஞ்சாபி பெண்களைப் போல் பலவிதமாய் உடுத்துக்கொள்வாள். எந்த ஆடையும் அவளுக்குப் பொருத்தமாக இருந்தது.

என் தாயார், எப்போதாவது புதுப்புடவையும் நகைகளும் அணிந்தால் – நானும் என் தமக்கையும் அவளைப் பரிகசிப்போம். “கிழடு தட்டியும் ஆசை குறையவில்லையே!” என்று.

“எல்லாம் உங்க அப்பாவுக்காகத்தான்” என்பாள் அம்மா, சிரித்துக்கொண்டே.

ஆனால் மனோரமா, யாருக்காக இவ்வளவு அலங்காரம் செய்து கொள்கிறாள்? ஒருநாள் அம்மாவிடம் கேட்டேன்.

“அவள், அப்படித்தான் இருப்பாள்” என்றாள் அம்மா.

“அவளுக்குப் புருஷனே இல்லையா, அம்மா?”

“சீ! கேள்வியைப் பாரு? தாசி என்றால். புருஷன் இருப்பானா?”

அம்மாவின் பதில் திருப்தி அளிக்கவில்லை; அன்றே மனோவிடம் கேட்டுவிட்டேன்.

“உனக்குப் புருஷனே இல்லையா, மனோ?”

“இல்லை என்று யார் சொன்னது?”

“அம்மா சொன்னாளே.”

“அவர்களுக்கு, எப்படித் தெரியும்.”

“புருஷன் இருந்தால், இங்கே காணோமே?”

“கடவுள், உன் கண்ணுக்குத் தெரிகிறாரா?” என்றாள் அவள், வழக்கம்போல் நகைத்தவண்ணம்.

“உன் கணவர் கடவுளைப்போல் மாயாவியா? எங்கும் நிறைந்தவரா? எல்லாம் வல்லவரா?”

“ஆமாம்டா, ஆமாம்!”

“இதை நம்புவதற்கு; நான் சிறு குழந்தையும் அல்லவே!” அவள் கூறியதைக்கொண்டே கேட்டேன்.

“அவருக்காகவா, நீ நாளுக்கொரு அலங்காரம் செய்துகொள்கிறாய்? துணி வாங்குவதற்கு, அவர் பணம் தருகிறாரா? கண்ணுக்குத் தெரியாமல், எப்படிப் பணம் தருவார்? அவர் வருவது போவது எல்லாம், உனக்கு எப்படித் தெரியும்?” என்று சாமர்த்தியமான கேள்விகளாய் அடுக்கினேன். அவைகளுக்கு, அவளால் பதில் கூறமுடியாது என்றும் நம்பினேன்.

“பைத்தியக்காரப்பிள்ளை! உன் வயதில், இந்தக் காலத்துப் பிள்ளைகள் எப்படி இருக்கிறார்கள்? நீ வெறும் அசடு!” என்றாள்,

“நீதானே, உன் கணவர் கடவுளைப்போல மாயாவி என்றாய்?”

“சரி, எலிசபெத் மகாராணியைப் பற்றிக் கேள்விப்பட்டிருக்கிறாயா?” என்று ஆரம்பித்துக் கன்னிராணி எலிசபெத், ருஷ்யாவை ஆட்டிப்படைத்த காதரைன் ஆகியவர்களின் வாழ்க்கையைப் பற்றி எல்லாம் கூறியவள், மேலும் கதை கதையாகச் சொன்னாள். அரசர்களையும் அரசிகளையும் பற்றி, அவர்களுடைய குடும்ப வாழ்க்கையின் கோலாகலங்கள் பற்றி வர்ணித்தாள். ஜொலிக்கும் அரண்மனைகளில் வாழ்ந்து வைரமாகவே உடலை இழைத்துக்கொண்டிருந்த பிரான்ஸ் தேசத்து ராணிகளைப் பற்றி; முகலாய பாதுஷாக்களின் ‘ஜனானா’க்களைப் பற்றி, ஹிந்து சிற்றரசர்களின் அந்தப்புர வாழ்க்கை பற்றி…

எல்லாவற்றையும் கேட்ட நான் திகைப்புண்டேன். இப்படியும் இருப்பார்களா பெண்கள்? ராமாயணம், மகாபாரதம், நளசரித்திரம் முதலியவற்றைப் பாராயணம் செய்யும் சூழ்நிலையில் நான் வளர்ந்தவன். சீதை, கண்ணகி, தமயந்தி, அநுசூயை முதலிய பதிவிரதைகளைப் பற்றி

அறிவேன். மனோரமா கூறியது போன்ற கதைகளை, நான் கேட்டதேயில்லை. பதிவிரதை என்ற சொல்லின் மெய்ப்பொருள் அறியேன். எனினும், அவர்களைத் தேவியராகவே வணங்கினேன். அவர்கள், தம் கணவரைத் தவிர, வேறு ஆடவரைத் தலையெடுத்தும் பார்க்கமாட்டார்கள் என்பதும் தெரியும். ஆகையால், மனோரமா சொன்ன கதைகளின் பாத்திரங்களான காதரைன் முதலியோர் மீது, எனக்கு வெறுப்பும் கதை சொன்னவள் மீது சினமும் உண்டாயிற்று.

“சை! இந்த மாதிரிக் கதை சொல்வதற்காகவா, என்னை அழைத்தாய்? அம்மாவிடம் சொல்கிறேன்!”

“டேய்! வேண்டாம், சொல்லாதே! அப்புறம் உன்னை இங்கே அனுப்பவே மாட்டார்கள். வேடிக்கையாகக் கதை சொன்னால் கோபித்துக் கொள்கிறாயே!”

அவள் கொடுத்ததைச் சாப்பிடுவதற்காக, அம்மாவிடம் சொல்வதாக என்னை அவள் மிரட்டுவாள் அல்லவா? அவளை விரட்ட, நான் இந்தச் சந்தர்ப்பத்தைப் பயன்படுத்திக்கொண்டேன்.

“இந்த மாதிரிக் கதை, இனிச் சொல்லாதே ! இல்லை என்று சொல்லு!”

“இல்லை, இல்லை, இல்லை” என்றாள் மும்முறை.

பதினைந்து இருபது நாட்களில், அவளும் நானும் பலநாள் பழகியவர்கள்போல் ஆகிவிட்டோம். ஒரு விஷயம் மாத்திரம், நான் நிச்சயமாய்க் கூறமுடியும். சகோதர உணர்ச்சி என்கிறார்களே, அந்த மாதிரிப் பாசம் ஒன்றும் எனக்கு அவளிடம் ஏற்படவில்லை. அவளுடைய உடல் அழகு, உடையழகு, சொல்லழகு இவைகளால் கவரப்பட்டுத்தான், நான் அவளை நாடி, அடிக்கடி சென்றுகொண்டிருந்தேன்.

அந்த உணர்ச்சியை வெளியிடும் அநுபவமோ, ஆற்றலோ, வயதோ எனக்கு வரவில்லை என்பதைத்தான் தொடக்கத்தில் கூறினேன். அவளிடமும் அதைத்தான், “நீ அழகு; ஆகையால் மறக்கமாட்டேன்” என்று வலுவற்ற (வலுவான என்பதுதான் சரியோ?) பாஷையில் மொழிந்தேன். அதற்காகத்தான், அவளுடைய ஏளனத்துக்கும் இலக்கு ஆனேன். அவளுடைய பார்வையின் இனிமைச்சுமையைத் தாளமாட்டாமல், “இனி இங்கே வரமாட்டேன்” என்று ஓடிச்சென்றேன். ஆனால், அன்று இரவே, அவள் வீட்டில் அடைக்கலம் புகவேண்டிய அவசியம் ஏற்பட்டது.

அன்று மாலையிலிருந்தே ஆகாசத்தில் மேக மூட்டம் கண்டது. ராத்திரி நாங்கள் படுக்கு முன், பலமாக மழை பெய்யத் தொடங்கியது. வீடு சிறியது. கூரை கிழிசல். வீடு முழுவதும் ஈரம் ஆகிவிட்டது. ஓர் அறையில் மாத்திரம் ஒழுகல் இல்லை. அம்மாவும் நானும் அங்கே படுத்துக்கொண்டோம். பைத்தியமும் நாகமணியும் சாரலில் ஒடுங்கியிருந்தனர். நள்ளிரவு; என்மீது திடீரென்று அருவிபோல் தண்ணீர் கொட்டுவதை உணர்ந்து விழித்துக் கொண்டேன். அம்மாவும் எழுந்தாள். கூரைதான் பிய்ந்து விட்டது என்று முதலில் எண்ணினோம். ஆனால் இல்லை; அறைக்கு வெளியில் இருந்துகொண்டு பைத்தியக்காரி நீரைக் கைகளால் வாரி வாரி அறைக்குள் இரைத்துக்கொண்டிருந்தாள்.

அம்மாவுக்குக்கூடக் கோபம் வந்துவிட்டது; அங்கிருந்த சவுக்கால் பித்தியை அடிக்கலானாள்.

இயற்கையின் கும்மாளத்தால் பைத்தியத்துக்குக் குதூகலம் உண்டாயிற்று போலும்! அம்மாவையும் அடியையும் லட்சியம் செய்யாமல், ஆபாசமான பாட்டு ஒன்றைப் பாடிக்கொண்டே, அறை முழுவதையும் தெப்பம் ஆக்கிவிட்டாள். அயர்ந்து தூங்கிக்கொண்டிருந்த நாகமணி, சந்தடி கேட்டு விழித்து, சவுக்கினால் பலமாக விசாரித்தபிறகுதான், பைத்தியம் அடங்கிற்று.

அடங்கி, என்ன செய்ய? அறையில் படுக்கமுடியாது. பாதி இரவு கழியவேண்டும்! அம்மாவின் முகம் சுண்டிவிட்டது. வீட்டுச் சுவர்களின் பாதுகாப்பில் சுகமாகக் காலம் கழித்துவிட்ட அவளுக்கு, மிகவும் சங்கடமாக இருந்தது; எனக்கும்தான்.

“மனோரமாவின் வீட்டுக்குப் போனால் என்ன?” என்றேன்.

“அங்கேயா?” என்று கொஞ்சம் தயங்கினாள் அம்மா. வேறு வழியில்லாததால் ஒப்புக்கொண்டாள். இருவரும் பக்கத்து வீட்டுக்கு ஓடினோம்.

மழையின் கோரமான கூக்குரலில், அவளை எழுப்புவது கஷ்டமாகத் தான் இருந்தது. வெகுநேரம் கதவைத் தட்டிய பின், கையில் அரிகேன் லைட்டுடன் மனோரமா கதவைத் திறந்தாள். அந்நேரத்திலும் பூ மணமும், புனுகு மணமும் ‘குப்’பென்று என் நாசியைத் தழுவின.

அம்மா, சுருக்கமாக விஷயத்தைத் தெரிவித்தாள்.

“அதனாலென்ன? இங்கே படுத்துக்கொள்ளுங்களேன்” என்று வீட்டின் முன்கட்டைக் காட்டினாள்.

“தலையணை தரட்டுமா?”

“வேண்டாம்! கட்டை ஒன்று கொடு!” போதும்.

“ராஜா, உனக்குத் தலையணை வேணுமா?”

அதுவரை, கட்டை மீது தலைவைத்து, நான் படுத்ததில்லை.

“சரி, உனக்குத் தலையணை கொண்டுவருகிறேன்.” அம்மாவிடம் கட்டை ஒன்று கொடுத்துவிட்டு, உள்ளே சென்றாள் அவள்.

சிறிது நேரம் பொறுத்தேன். தூக்கக் கலக்கத்துடன் குளிர் வேறு; மனோவிடம் ஒரு போர்வையும் கேட்கலாமென்று, இருட்டில் தடவிக்கொண்டே, உள்ளே போனேன்.

இரண்டாம் கட்டில், நான் கண்ட காட்சி, என்னை ஓர் உலுக்கு உலுக்கிவிட்டது. கட்டில் மீது யாரோ ஒருவன் மனோவின் வலது கையைப் பற்றியிருந்தான். இடது கையிலிருந்த படுக்கையறை விளக்கு கீழே விழாமல் சமாளித்தவாறு, சிரித்தவண்ணம் அவனிடமிருந்து திமிறிக்கொண்டிருந்தாள் மனோ. என்னைக் கண்ட இருவரும் திகைத்து விட்டனர்.

"யார் இந்தப் பையன்?" என்றான், அந்த மனிதன், அவள் கையை விட்டுவிட்டு. அவள் கூறியது, என் காதில் விழவில்லை. திரும்பிக் கொண்டிருந்த என்னை, அவள் ஓடிவந்து பிடித்துக்கொண்டாள்.

"ஏண்டா, இங்கே வந்தாய்? நான்தான் வருகிறேன் என்றேனே?"

அவள் மீது ஆத்திரமும் வெறுப்பும் கொண்டு மௌனமாக நின்றேன்.

"ராஜா, இங்கே யாரையும் பார்த்ததாய் அம்மாவிடம் சொல்லாதே" என்றாள் கெஞ்சும் குரலில். அதற்கும் நான் பேசவில்லை. என் மோவாயைப் பிடித்துக் கூறினாள். 'சொல்வாயா ராஜா'? வேண்டா வெறுப்புடன் 'இல்லை' என்று தலையாட்டினேன். இரண்டு தலையணைகளுடன், அவளும் நானும் நடந்தோம்.

"கவலை இல்லாமல் தூங்குங்கள். இங்கே ஒழுகாது" என்று அம்மாவிடம் கூறிவிட்டு, அவள் உள்ளே போய்விட்டாள்.

படுத்தவுடன் அம்மாவுக்குத் தூக்கம் வந்துவிட்டது. இருட்டில் நான் படுத்ததில்லை. ஆகையால், மனோரமா வெளிச்சம் வைத்திருந்தாள்.

அவள் கொடுத்த தலையணைகளும் அழகாயிருந்தன. வெள்ளை உறை, அதில் பூ வேலை, செண்டின் பரிமளம், அவள்தான் வாசனை உபயோகிக்கிறாள். தலையடியில் கிடக்கப்போகும் இந்த தலையணைக்கு, மணம் எதற்கு?

அந்தப் புதிய மனிதனின் தோற்றம், என்னைச் சஞ்சலப்படுத்தியது. யார் அவன்? எங்கிருந்து முளைத்தான், திடீரென்று? என்றெல்லாம், எனக்கு விளங்கவில்லை. அவன் மீது அசூயையும் அவள் மீது வெறுப்பும் வளர்ந்தன. இனி நிச்சயமாக, அவள் வீட்டுக்குள் நுழைவதில்லை என்று உறுதிசெய்துகொண்டேன். அந்த யோசனையோடு கண் அயர்ந்தேன்...

மறுநாள் கருக்கலில், வீடுகூட்டி கதவைத் தட்டியபோது, அம்மாவும் நானும் வெளியே வந்துவிட்டோம். மழை நின்றுவிட்டது. உறுதிசெய்து கொண்டபடி நான், அவள் வீட்டுக்குப் போகவில்லை. வேலைக்காரி இரண்டு மூன்று தடவை வந்து அழைக்கவே, அம்மா என்னைப் போய்வரும்படி சொன்னாள். தெருவில் வந்ததும், வேலைக்காரியிடம் கேட்டேன் "அங்கே, வேறு யாராவது இருக்கிறார்களா?"

"யாரும் இல்லை."

"பொய்; நேற்று யாரோ..."

"காலையில் போய்விட்டாரே"

"அவர் யார்? அவளுக்கு உறவா?"

வேலைக்காரி சிரித்தாள்: "அவர், இந்த ஊரில் பெரிய மிராசுதார்."

"நான், அங்கே வரவில்லை."

"அம்மா, உங்களுக்காகப் போளி செய்து வைத்துக்கொண்டு, சாப்பிடாமல் காத்திருக்கிறார்கள்."

போளி என்றால் எனக்கு மிகவும் பிரியம். அந்த ஆசை ஒருபுறம் இழுக்கத் தயங்கிக்கொண்டே சென்றேன். மனோவின் தோற்றத்தில், யாதொரு மாறுதலும் இல்லை. மலர்ச்சியாகவே இருந்தாள்.

என்னைக் கண்டதும், "அப்பா, கவர்னர் துரையைப் பேட்டி காண்பது போல் இருக்கிறதே!" என்றாள்.

என்னை அவள் அவ்வளவு மலிவாக நினைத்தது, எனக்குப் பிடிக்கவில்லை "நீ கூப்பிட்டவுடன் வந்துவிட வேண்டுமாக்கும்."

"உனக்காக நான், காபி சாப்பிடாமல் காத்திருக்கிறேன், தெரியுமா?"

சாப்பிடும்போதும், நான் பேசவில்லை. சாப்பிட்டபிறகு, அவள் கேட்டாள்: "ராஜா, அம்மாவிடம் சொல்லவில்லையே?"

"சொன்னேன்" என்றேன் ஆத்திரமாய்.

"பொய்! சொல்லியிருந்தால், நீ இங்கே வந்திருக்க முடியாதே!... ராஜா, நீ இன்றைக்கு ஏன் என்னுடன் சரிவரப் பேசவில்லை."

"நாங்கள், நாளைக்கு ஊருக்குப் போகிறோம்!"

அந்தச் செய்தியை, அவளுக்குத் தண்டனையாகவே கருதினேன். அவளும் எதிர்பார்க்கவில்லை.

"நிசமாகவா" என்றவள், சிறிது நேரம் கழித்துக் கூறினாள். "சரிதான்; அப்புறம் உன்னைப் பார்க்கவே முடியாது."

அவளுடைய குரலின் குழைவு, என்னைக் கலவரப்படுத்தியது, என்னை இழுத்துப் பக்கத்தில் உட்காரவைத்துக்கொண்டாள்.

"இதற்குள், என்னடா அவசரம்?"

"இங்கே வந்து, ஒரு மாதம் ஆகிறது. இரண்டு நாளில், எனக்குப் பள்ளிக்கூடம் திறக்கிறது. அப்பா, ஆளை அனுப்பிவிட்டார்."

"நீ போய்விட்டால், எனக்கு வெறிச் என்று இருக்கும்; நீ மறுபடி வரமாட்டாயா?"

என் சினமும் வெறுப்பும் வருத்தமாக மாறின.

"உனக்கு என்ன? நேற்று ராத்திரி வந்தாரே, அவரோடு, பேசி விளையாடிக் கொண்டிருப்பாய். நான் போனால் குடிமுழுகிவிடுமா?" என்றேன், ரோசமாக.

அவள் முகம் சிறுத்தது, "அதற்கும் நீ போவதற்கும் என்னடா சம்பந்தம்? தலைகால் இல்லாமல் பேசுகிறாயே?"

"நான் போனால் வருத்தமாக இருக்கும் என்று பொய்தானே சொல்லுகிறாய்? அவரோடு, நீ சிரித்துப் பேசவில்லையா?"

"சீச்சீ! பேச்சைப் பார்" என்ற அவள் முகத்தில், முறுவல் மீண்டது.

வழக்கத்துக்கு மாறாக, அவள் நெடுநேரம் மௌனமாயிருந்தாள். என் தலையைக் கோதியவண்ணம், "அந்த மனிதருடன் பேசியதற்காக, என் மேல் உனக்குக் கோபமா?" என்றாள்.

நான், பதில் சொல்லவில்லை.

என் மனம் புண்பட்டுள்ள விதத்தை, அவள் கண்டுகொண்டாள் போலும்.

“சரி, நான் வேறு யாருடனும் பேசவில்லை; நீ என்னோடு இருந்து விடுகிறாயா?”

“அது எப்படி முடியும்?” என்றேன், சோர்வுடன்.

“அவள் இவ்வளவு ஆழ்ந்த மூச்சுவிட்டதை, முதல்முறையாகக் கண்டேன்.”

“நீ இன்னும் சிறு குழந்தை; உன்னைக் கடவுள் காப்பாற்றுவார்.”

அவள் விசனத்துடன் பேசினாள். எனக்கும் வருத்தமாக இருந்தது. அவள் மீது உண்டான கோபதாபம் எல்லாம் பறந்துவிட்டன. அன்று கன்னங்களிலும் உதடுகளிலும் ரத்தம் வந்துவிடும் என்று அஞ்சிவிட்டேன்.

மறுநாள் காலையிலிருந்து, அவளுடைய வீட்டிலேயே இருந்தேன்.

அவளிடம் விடைபெற்றுக்கொள்ள அம்மாவும் வந்தாள்; வாசலில் வண்டி காத்திருந்தது.

“வரட்டுமா, மனோரமா?”

“ஊருக்குப் பக்கம்தானே? இதுவும் ஒரு ஷேத்திரம். விசேஷதினத்தில் வாருங்களேன். வருவீர்களா? ராஜாவையும் அழைத்துவாருங்கள்.”

“வருகிறேன். வந்தால் உன்னைப் பார்க்காமல் போவேனா?”

அம்மாவோ நானோ, எதிர்பாராத காரியம் ஒன்றைச் செய்தாள் அவள். தன் கழுத்தில் அணிந்திருந்த செயினை எடுத்து, என் கழுத்தில் போட்டாள். செயினில் ‘லாக்கெட்’ ஒன்று இருந்தது.

அம்மா, என்ன சொல்லியும், அவள் அதைத் திரும்ப எடுத்துக் கொள்ளவில்லை. அம்மாவுக்குத் தர்மசங்கடமாயிருந்தது.

“ராஜா புத்திசாலி, என் பிரியத்துக்காகப் போட்டேன். என் ஞாபகம், உங்களுக்கு வேண்டாமா?”

“இந்தச் செயின் இல்லாமலே, உன் ஞாபகம் இருக்கும், மனோரமா ஒருமாதப் பழக்கத்துக்கு, இவ்வளவு பெரிய நினைவுச் சின்னம் எழுப்புவதை அம்மாவினால் புரிந்துகொள்ள முடியவில்லை; எனக்கு மட்டும் புரிந்துவிட்டதா?

“எனக்கு என்னவோ, இவன் மீது ஒரு பாசம் உண்டாகிவிட்டது. நீங்கள் தடை செய்யக்கூடாது.” என்று கூறிய மனோவின் கண்கள், கலங்குவதைக் கண்டேன்.

“எனக்கு இது நியாயம் என்று படவில்லை,” என்று அம்மா, மீண்டும் ஆட்சேபித்தாள்.

“பவுனிலுமா பாவம் ஒட்டியிருக்கும்?”

அவள் அழுதுவிடுவாள்போல் இருந்தது. அம்மாவின் கண்களும் ஈரமுற்றதைக் கண்டேன். மேலும் தடைபுரியாமல், அன்பை ஏற்றாள், மனோவின் முகம், சிறிது மலர்ந்தது.

"நீங்களே பாருங்கள். இவன் கழுத்துக்கு, இந்தச் சங்கிலி எவ்வளவு எடுப்பாக இருக்கிறது!"

அம்மா மகிழ்வுற்றாள்; அவள் காலில் விழுந்து மனோ நமஸ்காரம் செய்தாள்.

'சுகமாயிரம்மா' என்று வாழ்த்தி, அவளைத் தூக்கினாள் அம்மா. நாங்கள் வண்டியில் ஏறினோம்.

"இந்தப் பக்கம் வந்தால், என்னை மறந்துவிடாதீர்கள். ராஜா, உனக்கும்தான் சொல்லுகிறேன்."

உண்மையாக, அவள் அழுதுகொண்டிருந்தாள்!

நான், பலமாகத் தலையை ஆட்டினேன், என் கண்ணீரை மறைப்பதற்காக.

வண்டி தெருக்கோடி திரும்பியதும், மனோவின் உருவம் மறைந்தது.

"இவ்வளவு நல்ல பெண். இவள் ஏன் இப்படி..." என்றுகொண்டே, அம்மா சங்கிலியிலிருக்கும் 'லாக்கெட்'டைத் திறந்தாள். மனோவின் நகை முகம், அதில் படமாக இருந்தது.

◆ ◆ ◆

அப்போது நடந்ததைச் சொன்னேன். சுவையான நிகழ்ச்சிகளாய் அவைகளை நினைத்துப் பார்க்கையில் – உலகம் அறியாத அச்சிறுவனுக்கும், விவரம் தெரிந்த அந்த யுவதிக்கும் இடையில் ஏற்பட்ட பிணைப்பு இருக்கிறதே, அது என்ன அது?

நடுத்தெருவில், பட்டப்பகலில், ஒளிவுமறைவில்லாமல் நடமாடிய மர்மத்தைக் கண்டுகொள்ள முடியாதது, ஏன்?

_சிவாஜி_ (தீபாவளி மலர்: 1944)

'என்ன அது?' என்ற தலைப்பில், _கல்கி_யில் (தீபாவளி மலர்: 1963) வெளியானது.

மறுபிரசுரம்: _சௌராஷ்டிரமணி_ **(ஜனவரி 27, 1991)**

இனி புதிதாய்... (அக்டோபர் 1991)

எம்.வி. வெங்கட்ராம் கதைகள் (டிசம்பர் 1998)

●

சசி

இந்திரன் மிகவும் துயரமாக இருந்தான்.

ஆனால், உண்மையாகப் பார்த்தால் அவன் இப்போது மிகவும் மகிழ்ச்சியாக இருக்கவேண்டும். காரணம், பிரம்மஹத்தி தோஷம் நேர்ந்துவிட்டதால், அவன் இந்திரன் பதவியை இழந்துவிட்டான். தேவர்களும் முனிவர்களும் வேண்டிக்கொண்டதன் பேரில், மனிதர்களில் சிறந்த நகுஷ சக்கரவர்த்தி இந்திரலோகத்தை நிர்வகித்து வந்தான். ஆனால் இந்தப் புதுப்பதவியும் வலிமையும் அவனை மோகவெறியில் ஆழ்த்திவிட்டன. அமரலோகத்தில் அவன் சகிக்க முடியாத அட்டூழியங்களைச் செய்துவந்தான்.

இந்திரனுடைய தோஷம் நிவர்த்தியாகியும், அவனால் நகுஷனிடமிருந்து பதவியை மீட்கமுடியவில்லை. பலமுறை அவனுடன் போரிட்டுத் தோல்விதான் கண்டான். நகுஷனுக்குப் பயந்து பூலோகத்தின் ஏதோ ஒரு மூலையில் இருந்த ஒரு தடாகத்தின் தாமரைத் தண்டு ஒன்றில் சூக்ஷ்மரூபியாக ஒளிந்திருந்தான். இறுதியில் நகுஷனுடைய ஆட்சியில் வெறுப்புக் கொண்ட முனிவர்கள், அவனுக்கு எதிராகச் சூழ்ச்சி செய்தனர். அகஸ்திய முனிவரை, அவன் அவமதித்ததால் அவர் சினமுற்றுப் பாம்பாகிப் பூலோகத்தில் விழும்படி சபித்துவிட்டார். இந்திரனுக்குத் திரும்பவும் தன் ஸ்தானம் கிடைத்துவிட்டது. ஆனாலும், அவனுக்கு மனதில் சந்துஷ்டி ஏற்படவே இல்லை.

அவனை வாட்டிய துயரம் வேறு. அவன் தேவர்களுக்கு எல்லாம் அதிபன். மிகுந்த வலிமை படைத்தவன். ஆயினும், அவனால் நகுஷனைக் கொல்ல முடியவில்லை. அவன் தேவ ஸாம்ராஜ்யத்தை மீண்டும் அடைவதற்கு, ஒரு முனிவரின் உதவியால்தான் முடிந்தது. அகஸ்தியர் இல்லாதிருந்தால், அவன் கதி என்ன ஆகியிருக்கும்? அவன் தலைமறைவாக இருந்த அந்த தாமரைத் தண்டிலேயே அழுகிப்போயிருப்பான்.

இம்மாதிரியான கவலைகள் உண்டாகும்போதெல்லாம், அதை மறப்பதற்காக அவன் மேற்கொள்ளும் செயல் ஒன்றே

ஒன்றுதான். ரம்பை, திலோத்தமை, மேனகை, ஊர்வசி ஆகிய நான்கு அப்ஸரஸ்களுடன் கூடிக் குலாவுவதுதான், அந்தச் செயல். அவன் முறையாக ஒவ்வோர் அணங்காக முதல் மூவரிடம் சென்றான்; ஆனாலும் அவனுக்குச் சாந்தி கிடைக்கவில்லை. கடைசியாக, அவன் ஊர்வசியை நாடினான். அவள், அவனுடைய மனநோயை நிச்சயமாக மாற்றிவிடுவாள். இன்பக்கலையின் நுட்பங்களை, மிகவும் தெளிவாக அறிந்தவள் அவள்.

ஊர்வசி பாடினாள்; பாட்டுக்கு ஏற்ற அபிநயம் பிடித்து ஆடினாள். இந்திரனை அணைத்துச் சுகம் அளித்தாள். அவனும் கொஞ்சங் கொஞ்சமாகப் போகத்தில் திளைத்து, தோல்விக் கவலையை மறந்துகொண்டிருந்தான்.

திடீரென்று பாதசரங்கள் குலுங்கும் சப்தமும், கீதமும் நின்றன. மதோன்மத்தனாக இருந்த இந்திரன், "ஏன்?" என்றான், பார்வையிலேயே. அவள், மறுமொழி கூறவில்லை. மெதுவாக, அழகாக நடந்துவந்து அவன் பக்கத்தில் ஒன்றி உட்கார்ந்தாள். அவளும் ஏதோ யோசனையில் ஆழ்ந்திருப்பதை அறிந்தான் இந்திரன்.

"ஊர்வசி, ஏன் ஆடலைத் திடீரென்று நிறுத்திவிட்டாய்? என்ன யோசிக்கிறாய்?"

சிறிது கழித்துத்தான், அவள் பேசினாள்: "ஒன்றும் இல்லை... அந்த நகுஷனின் ஞாபகம் வந்துவிட்டது. அப்பா! அவன் எவ்வளவு பயங்கரமானவன்! தேவலோகத்தையே ஒரு கலக்குக் கலக்கிவிட்டான். அவனை நினைத்தாலே, நெஞ்சு நடுங்குகிறது!"

அவன் துணுக்குற்றான். அமரசுந்தரிகளும் அஞ்சும்படி இருந்த அந்த நகுஷனை அவன் வெல்ல முடியவில்லை என்பது, வெட்கத்திற்குரிய விஷயம் அல்லவா?

ஊர்வசி கூறினாள்: "நல்ல வேளையாக அகஸ்தியர் மீட்டுவிட்டார். இல்லாவிட்டால் சசிதேவிக்கும் ஆபத்து நேர்ந்திருக்கும்."

எந்தக் கவலையை மறந்துவிடவேண்டும் என்று அவன் அங்கே வந்தானோ, அதையே கிளறிக்கொண்டிருந்தாள் ஊர்வசி. அப்படிச் செய்ய வேண்டும் என்பதுதான் அவளுடைய நோக்கமும். மஹா வீரனான நகுஷன் மீது, அவள் மையல் கொண்டிருந்தாள். அவனும் முதலில், அவளிடம் பிரியமாகவே இருந்தான். ஆனால், சசிதேவியைக் கண்டதும், அவளிடம் அவனுடைய நாட்டம் திரும்பிவிட்டது. அவளை அடைவதற்காகப் பெரு முயற்சி செய்தான். ஊர்வசியைக்கூட ஒருபுறம் ஒதுக்கிவிட்டான். அதனால் அவளுக்குச் சசி மீது பொறாமையும், நகுஷனிடம் குரோதமும் உண்டாயின. அவன் வீழ்ந்துவிட்டான், அரவாகி. சசியையும் பங்கம் செய்ய விரும்பினாள் ஊர்வசி. இந்திரனுக்கும் சசிக்கும் இடையில் கலக நெருப்பு மூட்டி வேடிக்கை பார்க்க எண்ணினாள் அவள். இந்திரன் தன்னை நாடிவந்த இந்தத் தருணத்தைப் பூரணமாகப் பயன்படுத்திக்கொள்ளத் தீர்மானித்தாள். மாதுர்யம் மணக்கும் குரலில், "எப்படி இருந்தாலும், இந்திராணி நகுஷனைத் தனியாகச் சந்தித்துப் பேசியது பெரிய பிசகு" என்றாள்.

இந்திரன் உள்ளம் தொய்ந்துவிட்டது. "ஏன், அப்படிச் சொல்கிறாய்?" என்று கேட்டான்.

“பெண் சஞ்சல புத்தி உடையவள் அல்லவா?”

“ஆனால் சசி, மகா உத்தமி...”

“அவள் உத்தமி அல்ல என்று நான் சொல்லவில்லையே! ஆயினும், நகுஷன் மிகுந்த பராக்ரமசாலி! மங்கையரை வசீகரிக்கும் உருவமுடையவன். அவனுடன் ஒரு பெண் ஏகாந்தமாகப் பேசுவது என்றால்? அவள் உத்தமியாக இருக்கலாம்; ஆனால் அவன் உத்தமன் அல்லவே!”

இந்திரனால் பொறுக்க முடியவில்லை; அவளுடைய அணைப்பை உதறிவிட்டு எழுந்து நின்றான். “ஊர்வசி, நீ நர்த்தகி; அவள் என் நாயகி என்பது ஞாபகமிருக்கட்டும்.”

“நான் நர்த்தகிதான். ஆனால், நான் சசியின் நிலையில் இருந்திருந்தால், அடைக்கலம் புகுந்த பிருஹஸ்பதியின் வீட்டிலேயே உயிர்விட்டிருப்பேன்.”

நகுஷன் செய்த தொந்தரவுக்கு அஞ்சி, சசி பிருகஸ்பதியிடம் சரண் புகுந்தாள். தேவர்கள் அவளை நகுஷனிடம் ஒப்படைக்கும்படி கூறியும், அவர் அவளைப் பாதுகாத்தார். அந்த சம்பவத்தைத்தான், ஊர்வசி குறிப்பிட்டாள்.

குற்றச்சாட்டைக் கேட்ட இந்திரன், சினம் காரணமாக மெய்மறந்தான். “இந்திராணி மீதா பழி சுமத்துகிறாய்?” என்று கூக்குரல் இடும்போதே, பல வீரர்களை ஹதம் செய்த அந்த மஹா வீரனின் வலது கரம், அவளுடைய மிருதுவான கன்னத்தின் மீது பாய்ந்தது.

“ஐயோ” என அலறியவண்ணம் கீழே விழுந்த அவளை, லக்ஷியம் செய்யாமல், அவன் வெளியே போய்விட்டான்.

அவன் மறைந்ததும், அந்த அழகான அப்ஸரஸ், அசுரத்தன்மை நிறைந்த ஒரு சிரிப்பு, சிரித்தாள். அவளுடைய கன்னத்தில் விழுந்த ஓர் அடி, சசியின் கௌரவத்திற்கே விழப்போகும் பல அடிகளுக்குப் பூர்வாங்கம் என்பதில், அவளுக்குச் சந்தேகமே இல்லை.

◆ ◆ ◆

ஊர்வசியைவிட்டு வந்த இந்திரன், சசியின் பவனம் நோக்கி நடந்தான். இன்பம் நிலவும் உலகுக்கு அரசனாக இருந்தும், அவன் மனதில் சந்தேகம் முள்ளம்பன்றி போன்று புரண்டு துன்புறுத்தியது.

தன்னால் நகுஷனை அடக்க இயலவில்லை எனும் வருத்தம் முன்னாலேயே இருந்தது; அதோடு நகுஷன் அவன் மனைவியையே பலாத்காரம் செய்தான் என்றால்?

அவன் இந்திராணியை நம்பினான். தேவர்களும் முனிவர்களும் நகுஷனுக்குப் பயந்து அவளைக் கைவிட்ட சமயத்தில், அவள் சூழ்ச்சி செய்து நகுஷனைத் தொலைக்கவேண்டும் என்பதற்காக, அவள் அவனைச் சந்தித்துப் பேச ஒப்புக்கொண்டாள். அப்போது இந்திரன்கூட, வேறு வழியில்லாததால் அதற்கு ஒப்புக்கொண்டான். அவள் நகுஷனைச் சந்தித்து, அவன் ரிஷிகளை வாகனமாக்கிக்கொண்டு வந்து தன்னைக் காண வேண்டும் என்ற நிபந்தனை விதித்தாள். அவளுடைய மோகத்தில் பித்துக் கொண்டிருந்த

அவனும், அவ்வாறே செய்தான். முடிவு, அகஸ்தியர் சாபம்! ஆனால், ஊர்வசி சொன்னாளே, அதில் உண்மை இருக்க முடியுமா?

அவன் கணவன்; அவனால் அதை நினைத்துக்கூடப் பார்க்க முடியவில்லை. அவள் கூறியதும் ஒருவிதத்தில் உண்மைதான். சசி நகுஷனைக் கண்டு உரையாடியது வஞ்சனைக்காகத்தான்! ஆயினும், நடிப்புக்காக வேண்டியாவது, அவள் அவன்மீது ஒரு நுனிக்கண் நோக்கம் செலுத்தியிருக்கலாம்! முறுவல் பூத்து மோகம் உள்ளவள்போல் காட்டிக் கொண்டிருக்கலாம். சூழ்ச்சிக்காகத்தான்; என்றாலும், ஊர்வசி மொழிந்ததுபோல், இருக்கும் இடத்திலேயே உயிர்விடுவது உத்தம பத்தினிக்கு லக்ஷணம் அல்லவா? சசி, ஏன் அவ்வாறு செய்யவில்லை?

அதிருப்தியும் ஆத்திரமும் ஆக்கிரமித்துக்கொண்ட உள்ளத்துடன், சசியின் மாளிகையில் புகுந்தான் இந்திரன். ஆனால், அவள் இருந்த நிலை கண்டதும், அந்தப் பெண் பித்தனின் ஆத்திரம் ஓடி ஒளிந்தது. அவன் பிரமித்துவிட்டான்.

பதவியைத் திரும்பவும் அடைந்த இந்திராணி, தலைவிரிகோலமாகக் கண்ணீர்விட்ட வண்ணம் வானை நோக்கிக்கொண்டு படுத்திருந்தாள். அவன் வந்ததைக்கூட, அவள் கவனிக்கவில்லை.

இந்த அலங்கோலத்தின் காரணம் அறியாது, அவன் மெதுவாகக் கூப்பிட்டான்: "இந்திராணி!"

பலமுறை கூப்பிட்ட பிறகு, அவள் படுத்தவாறே விசிப்புடன், "இங்கே இந்திராணி இல்லை" என்று உத்தரம் அளித்தாள்.

"இந்திராணி இல்லையா? நீ யார், அப்படியானால்?" என்றான், அவன் வியப்புக் கொண்டு.

"நான் சசி; நாதன் அற்ற அபலை!"

"ஓஹோ! நகுஷன் ஞாபகத்தில் பேசுகிறாயா?"

அவனையும் அறியாமல், அவன் சந்தேகம் கீழே சிந்திவிட்டது.

"ஸ்திரியின் மானத்தைக் காப்பாற்றச் சாமர்த்தியம் இல்லாத புருஷருடைய வாய்க்கு அலங்காரமான வார்த்தைகள்தான்!"

சிலையாகச் சமைக்கும் முனிவரின் சாபம், சசியின் மொழிகளைவிட மேலானது என அவனுக்குத் தோன்றியது. சொல் இழந்து, வாய் திறந்தான் அவன். ஆயினும், அவனுடைய ஆத்ம கௌரவம், மெதுவாகத் தலைதூக்கியது.

"சசி, நீ நினைப்பது பிசகு; நான் பலஹீனன் அல்ல. தேவர்களின் அரசன்; விதிவசத்தால்..."

"விதிவசத்தினால் மனைவியின் மானத்தைத் தள்ளாட வைத்து விட்டீர்கள். தேவர்களுக்கு அரசர்! தங்கள் அரசியின் கற்புக்கு அபாயம் விளைந்துள்ளது என்று அறிந்து வாய் மூடி இருந்தார்களே, அந்த தேவர்களுக்குத்தானே நீங்கள் மன்னர்? உங்களிடமிருந்து, வேறு என்னதான் எதிர்பார்க்க முடியும்?"

"தேவர்கள் என்ன செய்வார்கள்? அவர்கள்..."

"தேவர்கள் என்ன செய்வார்கள்! இந்த முப்பத்து முக்கோடிதேவர்களும் ஒன்றாகச் சேர்ந்து எதிர்த்திருந்தால், ஆகாத காரியம் இருக்கிறதா? 'நகுஷன் உன்மீது ஆசை வைத்திருக்கிறான். அவனை வெல்ல, எங்களால் முடியவில்லை. நீ போய், அவனுடைய விருப்பத்தைப் பூர்த்தி செய்!' என்று என்னிடமே சொன்னார்களே, கோழைகள்! கோழைகளின் அதிபர், தாமரைத் தண்டில் ஒளிந்துகொண்டு, தன் மனைவியை எதிரியிடம் சென்று பேசும்படி அனுப்புவதில், என்ன ஆச்சரியம்!"

இந்திரன் தடுமாறிவிட்டான்; சசியிடமிருந்து அவன் இத்தகைய சொற்களை எதிர்பார்க்கவில்லை. அவள்மீது கோபமாக வந்த அவன், அவளுடைய கோபத்துக்கும் குற்றச்சாட்டுக்கும் இலக்காகிவிட்டான். ஹீனஸ்வரத்தில் மொழியலானான்: "சசி, அப்போது நான் என் வீரியம் இழந்திருந்தேன். நகுஷனுக்குத் தேவர்களும் முனிவர்களும் அசாத்யமான வலிமை கொடுத்துவிட்டார்கள். அவனை எதிர்த்தால் தோல்வி நிச்சயம் என்று தெரிந்தும், போர் புரிவதால் என்ன லாபம்? யுத்த தர்மமே அதல்ல."

"அதற்காக ஸஹதர்மிணியை, 'நீ சத்துருவிடம் போ, சிரி, மயக்கு' என்று அனுப்புவதா, ஆண்மை? தேவ புருஷர் எனக் கூறிக்கொள்கிறவரின் தன்மையா, இது? யுத்த தர்மத்திற்காக ஸ்திரீ தர்மத்தைப் பணயம் வைக்கும்படி, எந்த நீதி கூறுகிறது? பரபுருஷனைத் தலைதூக்கிப் பார்ப்பதே ஸ்திரீக்குக் குற்றம் எனும் விதி, இஷ்டப்பட்டபோது தளரும் போலிருக்கிறது! புருஷனிடம் அடங்கியுள்ள பெண்ணுக்காகப் பொருது உயிர் கொடுப்பது அல்லவா, புருஷ லட்சணம்? தேவ புருஷருக்கு, இம்மாதிரியான செயல், மகா அவலக்ஷணம் ஆயிற்றே?"

இந்திரன் தலைகுனிந்தான். சசி நிறுத்தவில்லை. "ஆமாம்! பரஸ்திரீ என்றும் பாராது, அகல்யையைக் கள்ளத்தனமாகப் புணர்ந்த தேவசிரேஷ்டருக்குத் தம் ஸ்திரீயின் மானமா, பெரிதாகத் தோன்றப் போகிறது?"

அவன் அங்கிருந்து நகர்ந்தான். குனிந்த தலை மாத்திரம் சரிந்து சரிந்து கீழே, பூவுலகத்தை விட்டுக் கீழே, பாதாள லோகத்தைவிட்டும் கீழே விழுவதுபோல் பட்டது அவனுக்கு.

அபலை அழுதுகொண்டுதானிருந்தாள்.

'இந்திராணி' என்ற தலைப்பில், *கலாமோகினி*யில் (டிசம்பர் 1, 1944) வெளியானது.

வியாசர் படைத்த பெண்மணிகள் (1968)

அகலிகை முதலிய அழகிகள் (அக்டோபர் 1993)

•

ருசி

தேவசருமன் – குரு

விபுலன் – சீடன்

ருசிதேவி – தேவசருமன் மனைவி

வேதக் கண்ணன், ஞானக் கன்ஷன்
சாதகம் செய்த யோக மனத்தன்,
தேவரும் அஞ்சும் தவத்தின் மேனியன்,
தேவ சருமன் கவலையில் மூழ்கி

விழியும் செவியும் உடலும் சோர்ந்தான்
வழியிலா வனத்திடைச் சிக்கியவன் போல்:
'என்ன வழி?' எனப் பெருமூச் செறிந்து
நின்றும், நடந்தும், அமர்ந்தும் அலுத்தான்.

தருப்பையும் சமித்தும் கொணர்ந்த சீடன்
உருவம் குன்றிய குருவைக் கண்டு
'குருதேவ் வந்தேன்!' என்றான் பணிந்தே:
'தேஜோ மயமாய் விளங்கும் வதனம்
தேஜஸ் குறையக் காரணம் அறியின்
ஏழை மாணவன் இயன்றதைச் செய்வேன்...'

"ஏழை நானே ஆனேன் விபுலா,
குடும்பம் ஏற்றேன், பரத்தை வேண்டி,
விடுதலைச் சுகமும் இழந்தேன் அதனால்"
"உன்னத ஒழுக்கம் வாய்ந்த தேவியின்
உத்தமத் துணையுடன் இல்லறம் நடத்தி
இன்பம் வாயிலாய் யோகமும் பயின்றும்
இத்துணை குறைப்பட ஏது நடந்தது?"

"அறத்தை எழுப்பி உலகை வாழ்த்தும்
பெரிதொரு யாகம் செய்தல் விரும்பி
உலகை ஆளும் மன்னன் அழைக்க
உவகை கொண்டு நானும் ஒப்பினேன்;

இல்லம் விடுத்து நகரம் சென்றால்
இல்லாள் தனியாய் இருக்க நேருமே!"

குருவின் எண்ணம் அறியா விபுலன்
வருத்தம் உற்றதை உணர்ந்தான் சருமன்,
"அறிவேன் நானும் உந்தன்குரு பக்தியை;
காரணம் வேறு; சொல்லவோ வெட்கம்!"
என்று சருமன் தலையைக் குனிந்திட
பின்னும் வியப்பில் ஆழ்ந்தான் சீடன்;
வித்தகர் குருவா பேசுவார் இப்படி?

"வேதமும் வணங்கும் பெருமை பெற்றீர்!
நீரும் மனதில் வெட்கம் கொண்டாள்.
யாரும் அதனை நம்பார் சுவாமி!"

அழுத்தப் பார்வை சீடனை அழுத்த
எழுந்து நின்றான் அந்தணத் தகையும்
"சரிசரி, விபுலா, போதும் நிறுத்து,
அறவுரை வேண்டாம். சொல்வதைக் கேட்பாய்!

உத்தமத் துணைவி என்றாய் தேவியை
உண்மை எனினும் ஒரு திகில் எனக்கு;
உம்பர் உலகத் (து) அரசன் இந்திரன்
காமம் மிகவும் படைத்த நீசன்,
கன்னியா கற்பைக் கலைக்கும் கயவன்
கந்தருவப் பெண் பக்கலில் இருக்க
சிந்தை செலுத்துவான் முனிவன் மனைமேல்;
மந்திரம் அறிந்த அந்தணன் போலும்,
சிந்தை மயக்கும் உருவம் கொண்டும்,
தந்திரம் பலவும் செய்ய வல்லான்;
இந்திரன் உயர்வான், முனிவன் அயர்ந்தான்;
இமையில் மணியாய், உயிரின் மூச்சாய்,
இத்தனை நாளும் காத்தேன் தேவியை,
இன்று கிடைத்தது கடமையின் அழைப்பு;
கடமை தட்டவோ முடியாதென்றால்,
குடிலை விடுவதும் மிகவும் கஷ்டம்."

"கற்புக் கனலாள் தேவியை நெருங்கக்
கயவன் இந்திரன் துணியான் சுவாமி"

"அய்யோ விபுல அறியாய் பெண்ணை!
'உயிர் நீ. உடல் நான்' 'மலர் நீ, மணம் நான்'
'இயல் நீ, இசை நான்' என்பாள் மனையாள்,
மாறுவாள் மறுநாள், நாடுவாள் பிறனை;
கரத்தால் கணவனைக் கட்டித் தழுவி
மனத்தால் கள்வனைக் கூடியும் நிற்பாள்;

இச்சகம் சஞ்சலம், வஞ்சகம் மாதே
எச்சில் எனவே எண்ணிடு அவளை!
அடக்கி அவளை ஆண்டார் இல்லை.
கடினம் கடினம் அடக்குதல் அவளை!
ஒரு சிறு தவறும் ருசியும் செய்திலள்
இருப்பினும் எனக்கு நம்பகம் இல்லை
ஒளியுடைய அழகன் இந்திரன் வந்தால் –
களிப்புடன் அவளும் மயங்கி விழுந்தால்?"

செவிகளைக் கரத்தால் பொத்திய மாணவன்
'சிவசிவ' என்றான் கண்களும் மூடி;
"தேவியை வீணே குறைகூறாதீர்,
தேவன் வந்தால் துரத்துவேன் அவனை,
கவலை ஒழித்த நகரம்செல்வீர்!"
சருமன் சற்றே ஆறுதல் கொண்டு
கூறினான் மீண்டும் சீடனை நோக்கி:
"கேட்டதில்லையா நீ இந்திர ஜாலம்?
காற்றாய், கனலாய், நீராய், வானாய்,
உருவாய், அருவாய், அதிலும் எழிலாய்
உடலை மாற்றி மாயம் இழைப்பான்!"

"மூச்சாய் அருவாய் இந்திரன் வரினும்
மூட்டுவேன் அவனுக்(கு) அழிவுத் தீயை;
குருவிடம் கற்ற வித்தை காட்டத்
தருணம் கொடுக்க அவனும் துணியான்!"

ஆதியும் அந்தமும் இடையும் அறிந்த
வேதியன் மிகுதியும் திருப்தி அடைந்து
மனையை விளக்கும் ருசியை அழைக்க
வினயமாய் வந்தவள் வணங்கி நின்றாள்.

"ருசியே, மன்னவன் அழைப்பை ஏற்று
நகரம் போகிறேன் யாகம் செய்ய;
விபத்துக்கள் உன்னைத் தொடரா இருக்க
விபுலன் குடிலில் துணையாய்க் காப்பான்;
விழிப்புடன் இருந்திடு, விழிப்புடன் பெண்ணே!
அழிவாய் சற்றும் அயர்ந்திட்டாலும்"

"ஆக்ஞை, பிரபோ!" என ருசி பணிய,
ஆசியை அளித்துக் கிளம்பினான் அந்தணன்.

2

நாதன் நகரம் சென்ற பின்னர்
நாள்சில உதிர்ந்து சருகாய் உதிர,
நாயகி ஏதோ ஏக்கம் கொண்டு
நதியும் வனமும் அடிக்கடி செல்வதும்

நெடிய மூச்சாய் உடலைப் புகைப்பதும்
கண்டான் விபுலன் கவலை கொண்டான்,
'கற்பைக் கோட்டையாய்க் காப்பாய் என்னும்
குருவின் கட்டளை தாங்கினேன். சிரமேல்
வேதனையுடன் தாய் துடிப்பதன் காரணம்
ஏதெனக் கேட்பேன்' என்று கருதி
ருசியின் பக்கலில் நின்றான் குனிந்து;
'நமஸ்தே மாதா! சிலதினம் கழியுமுன்
உடல் மிக இளைத்தீர் ஏனோ?' எனவும்
மாதவள் மாற்றம் பகரா தொழிந்தாள்
விழியை அவன்மேல் வெறுப்புடன் குத்தி
விரைவாய் ஆசிரமம் அடைந்தாள் ஓடி.

இளமை ஏக்கமும் பருவ மருமமும்
இன்னும் விபுலன் அறியான் எனினும்
பெண்ணின் எண்ணம் போம்வழி அறிந்தான்,
'பெண்ணை நம்புதல் பிசகு என்பதால்
என்குரு சொன்ன வார்த்தை மெய்யே;
சஞ்சல நெஞ்சம் சரியும் எளிதில்
வஞ்சக இந்திரன் இன்றிங்கு வந்தால்
அன்னை போல்வாள் அழிவது நிச்சயம்!'

சிந்தனை செய்தான் சிறிது நேரம்
பின்னொரு முடிவும் தனக்குள் செய்தான்;
'உயர்ந்த தபமும் ஆழ்ந்த யோகமும்
சிறந்த சக்தியும் பெற்றேன் குருவிடம்;
(இருந்தும்)
மாயம் படைத்த தேவனுக்(கு) அஞ்சினேன்.
மாயனை மாய்ப்பேன் மாயை கொண்டே;
கட்டுக்கடங்கா பெண்ணின் மனதையும்
கட்டிப் போட்டுக் கலங்கச் செய்வேன்;
அறவோர் உள்ளம் திருப்தி அடைந்திட
ஒரு பெரும் காரியம் செய்து காட்டிடுவேன்!"

3

ஆசிரமம் படைத்த ருசியோ அழுதாள்,
ஆயிரம் ஆயிரம் எண்ணி அழுதாள்:
'தனியாய் மனையாள் உடலம் ஏங்கத்
தவம்தான் செய்யச் செல்வனாம் கணவன்!
தபத்தால் உடலைத் தபித்துப் பின்னும்
உடலும் மனமும் மனையில் எரிய
உலகம் காக்கச் செய்வனாம் ஹோமம்;
கட்டிய பெண்ணைப் பலியிட்டுப் பின்
மாட்டைக் கொண்டு செய்வனாம் யாகம்!

காவலாம் விபுலன் காப்பனாம் கற்பை
காமம் கற்பைக் கிழிக்கும், அறியார்!
ஆளப் பிறந்தும் அடிமை ஆனேன்,
வாழ வந்தும் சாகிறேன் தினமும்!'
புரண்டாள் தருணி, புலம்பினாள் கதறி,
கீறினாள் உடலெல்லாம் தருப்பை எடுத்து;
சோர்வால் சாய்ந்தாள் 'ஐயோ' என்று;
நேரமும் விசித்து மெதுவாய் நகர்ந்தது...

சந்தன வாசமும் சுந்தர னாசையும்
சிந்தை கலக்கித் திடீரென்(று) எழுந்து
செவியில் கூறும் ஏதோ மர்மம்:

'மெல்லியள் தன்மையள், கொல்லியல் தன்கண்மையள்
வில்லியல் தன்மையள், வல்லியல் பெண்ணிவள்
சொல்லரும் துயரால் நொந்தனள் அந்தோ!'

ஓசை கேட்டாள், மணமும் நுகர்ந்தாள்,
உருவம் காணாள், அமர்ந்தாள் எழுந்து
மேலும் கீழும் கண்களைப் பரப்பிக்
களிப்புடன் விரைவாய்க் குலுங்கி நின்றாள்
விதிர்ப்புடன் வியப்பும் கால்களை நடுக்க
மெதுவாய்க் கதவம் நோக்கி நடந்தாள்.

'என்ருசி, இன்ருசி, இங்குநான் உள்ளேன்'
என்று மீண்டும் அழைத்த(து) அக்குரல்;
காதல் கொண்டாள் காணாமலேயே
காமத் தாலவள் கூக்குரலிட்டாள்;
'யார் நீ? யார் நீ? வாராய், வாராய்
உருவுடைய உடலுடன் வந்தென்னை ஆளாய்!'

'இந்திரன் நானே, அமரர் இறைவன்'
என்றெதிர் வந்தான் கபடியும் உடலுடன்.
அழகாய் வந்து, அழகாய் நின்று
அழகுடன் பேசும் தேவனைக் கண்டு
அழகவள் குலைந்தாள் மயிர்க்கூச்செறிந்தாள்.

'நீர்தொடா பூமி உலருதல் போலும்
பனியால் வாடும் கொடியைப் போலும்
தனிநீ வாடுதல் பார்த்ததும் வந்தேன்;
முனிவர் மிகவும் பெரியவர் எனினும்
மணியைக் குப்பையில் எறிந்தார் பாவம்!
பாவம் பெண்ணே! இது பெரும் பாவம்.
பேரெழில் படைத்தும் பெரும்சுமை ஏற்றாய்!"
பசித்திடும் உடலுக்(கு) உணவு கண்ட
ருசி தேவியோ மிகமயக்க முற்று
அசையா உடலுடன் மோனமாய் நின்றாள்.

இன்சொல் வஞ்சகன் வெற்றி மகிழ்வுடன்
இன்னும் மேலும் கிளறினான் பெண்மையை;
அமரரின் உலகிலும் பெண்களைக் கண்டேன்;
தமனிய பூமி உன்போல் காணேன்;
வெண்ணிலா போலே ஒளிரும் உன்முகம்...”
பெண்ணவள் மறித்தாள் மேலவன் பேசுமுன்:
‘நிலவு நானோ? உண்மையே சொன்னாய்!
நிலவைத் துகளாய்ச் சுண்ணம் செய்து
கதிரவன் தணலில் வேக வைத்தாய்;
மதியுலக அரசே, எரிகிறேன் எரிகிறேன்!’

காமக் குறிப்பை அறிந்திட்டாலும்
காதல் கலையின் நுணுக்கம் அறிந்தான்.
வாதனை தூண்டி முழுதும் கவர
வருணனை புரிவதில் ஆழ்ந்தான் மேலும்;
‘சருமத்(து) எழிலே, உருவின் எல்லையே...’
பொறுமை இழந்தது ருசியின் நெஞ்சம்
குறுக்கில் விழுந்து ‘நெடுஞ்சாண் கிடையாய்’
‘என்னுடல் இன்புறும் இன்னுரை இன்றுரை!’
என்றவள் இறைஞ்சினாள் நாணமும் இழந்து.

‘உன்னுடல் பொன்னுடல்; என்னுடல் புண்ணுடல்
கண்டால் வலிமுனி? வேண்டேன் அம்மா!’
கள்வன் நகர்ந்தான் நகர்வது போலே
காரிகை மறந்தாள் சூழ்நிலை எல்லாம்.
இடையினை ஒடித்துக் கரங்களை நீட்டி,
ஆடை பறக்க அணைக்க முயன்றாள்!
‘கணவனாம் கணவன்! முனிவனாம் கணவன்!
எனக்கும் இன்பம் அளியாக் கணவன்!
நெருப்பு மூட்டி நீ சென்றிடுவாயோ?
நெருப்புனைச் சுடுமுன் வந்தெனைக் காத்திடு!’

கனிந்து காதல் காலில் விழவும்
புன்னகை அணிந்தான் புல்லிய புருடன்;
‘ரம்போ... ஓ! மதாலஸா!’ என்றவன்
அம்புக் குரலில் தொடங்கி நெருங்க,
‘ஓம்! ஓம்!’ என ருசி கத்தினாள் உரத்து
‘கயவா காமுகா, நீசா, தேவா,
மயலுடன் முனிமனை கலைக்க வந்தவா,
மூடா, மடையா, நில்லடா எட்டி!’

பெண்ணவள் மாறிய திகைப்புத் தாக்க
இந்திரன் நீராய் நனைந்து போனான்
நோக்கினான் அவளை, அவளே தானே!
‘சொக்கெழில் படைத்த...’ என்றவன் துவக்க
‘மக்கி மடிவாய்!’ என்றவள் துவைத்தாள்!

இமையா விழியால் பார்த்தான் பார்த்தான்,
இமைக்கும் விழியுள் வெறுப்பே பார்த்தான்.
நகையுடன் இன்பம் வேண்டிய ருசியே
பகையுடன் பேசும் விந்தை இடிக்க,
திகைத்தான் இந்திரன் 'ஏன் ஏன்?' என்று

4

குடிலின் வெளியில் இருந்த விபுலன்
புரளும் ருசியைச் சற்றே மறந்து
சமாதி நிலையில் மூடினான் கண்களை
மருண்டான் குரலொலி உள்ளே கேட்டதும்
கருத்துடன் செவியைத் தீட்டிக் கேட்டான்;
புகையுடன் நெருப்பின் வாடை முகர்ந்தான்,
பகைவன் படையுடன் இருளில் புகுந்தே,
ஊரைச் சூறை இடுவது மறிந்தான்;
'இந்திரா அழிந்தாய், இன்றுடன் நீ தொலைந்தாய்!'
என்றவன் பரம் பொருள் சிந்தனை செய்து
உடலை ஒடுக்கி, மூச்சைப் பிடித்து,
உயிரைத் தனியாய் வெளியில் எடுத்து,
உடலைக் கட்டையாய் ஆங்கே கிடத்தி,
சூக்கும சரீரியாய்ப் புகுந்தான் குடிலுள்;
சொக்கும் மார்பகம் மேலும் சொக்க
ஊக்கும் காமம் உணர்வை இழுக்க
மக்கிய நிலையில் கண்டான் ருசியை
ஒரு கணம், ஒரு கணம், ஒழிவாள் ருசியாள்!
மறுமுறை சிந்தையில் நில்லா விபுலன்
உருவிலா உயிருடன் புகுந்தான் அவளுள்;

வாயும் வாயுமாய், இதழும் இதழுமாய்,
மாரும் மாருமாய், அங்கமும் அங்கமாய்
அமர்ந்தவன் தானே அவளாய் மறைந்தான்;
நடந்த(து) ஒன்றும் அறியா ருசியோ,
தன்கண், தன்செவி, தன் உடல், தன்மனம்,
தனதெல்லாம் இழந்து, தன்வசம் அற்றாள்;
முன்னுரை எல்லாம் அவளே மறக்க,
உள்ளூரை விபுலன் உரைத்தான் பதிலை;
பெண்ணுடை நாவும், ஆணுடைப் பேச்சும்!

விருப்புடன் இனிமையாய்ப் பேசிய பெண்ணே
வெறுப்புடன் பேசவும் மலைத்தான் இந்திரன்
'ஏன் ஏன், பெண்ணே, ஏன்' எனக் குழறவும்,

தபஸ்வி நகைத்துக் கூறினான் அவனிடம்:
"தேவர் தன்மை தலைகுனிந்திடவும்,

மனிதரும் 'தூத்து' வென்(று) இகழ்ந்திடவும்,
மானம் கெட்டுக் கரந்து வந்தாய்
தேவ தேவா, வீரருள் வீரா,
தவத்தின் சிறப்பை மறந்தாய் திமிரால்;
மதியிலா மூடா யார் நான் அறிவையோ?"

'இருடியின் பத்தினி' என்றான் இந்திரன்
சிரத்தைக் கரத்தால் வருடிய வண்ணம்

"கருமக் கண்கள் ஆயிரம் பெற்றும்
குருடாய் அலையும் அமரர் அரசே!
பெண் நான் அல்லேன், விபுலன் நானே,
முனித்தகைச் சருமனின் சீடன் நானே;
யோகமூலம் இருக்கிறேன் ருசியினுள்
போக வெறியனே, அழிப்பேன் உனையும்!"

விதிர் விதிர்த்(து) உடலம் நடுங்கித் தேவன்
பெண்ணுரு விபுலன்பாதம் பிடித்தான்;
"சிரேஷ்டரே, க்ஷமித்திடும், பெருபிழை புரிந்தேன்;
வாரேன் இனிநான் இக்குடில் அருகே;
வீழ்த்திட வேண்டாம் சாபம் தந்தெனை
ஒருமுறை இரங்கும், இம்முறை இரங்கும்!"

இரங்கினான் முனிவனும்; 'போபோ, இந்திரா,
இனி நீ இச்செயல் புரிந்திட வேண்டாம்,
முனிவர் அறிந்தால் நீறாய் ஒழிவாய்
பிழைத்தாய் அவரும் வெளியில் இருப்பதால்;
போ போ ஓடி' என்று கூறவும்,
'பிழைத்தேன்' என்று மறைந்தான் இந்திரன்;
உருவிலா உடலை உருவுடை உடலுடன்
ஒருங்காய் ஒளித்த விபுலனும் உயிரை
வெளியில் எடுத்தான் வெளியில் வந்தான்
உடலின் முன்போல் மீண்டும் ஆனான்

ருசியோ? பாவம்! தரையில் படுத்தாள்.
உணர்வின் புணர்வால் களைமிக வுற்று.

இந்திரன் சென்று சிறிது கழியவும்
சருமன் திரும்பினான் யாகம் முடித்து;
சிதிலமடைந்த சீடனைக் கண்டதும்
'விபுலா, விசேடம் உண்டோ?' என்றான்

'உண்மை ஆகியது உம்மொழி சுவாமி,
இந்திரன் வந்தான் இல்லைக் கெடுக்க,
எடுத்தான் ஓட்டம் என்னைக் கண்டதும்'
என்றான் விபுலன் விவரம் ஒளித்து;

‘நலமே செய்தாய் மைந்தா வாழ்க!
குருகுல வாசம் உனக்கினி போதும்.
விருப்பிடம் செல்லலாம், என்மனம் மகிழ்ந்தது,
இல்லறம் ஏற்று நீ இன்பம் பெறுவாய்!’

‘நமஸ்தே தேவா நமஸ்தே தேவா,
ஆசியால் உய்வேன்’ என்ற விபுலன்
ஆசாரியரின் பாதம் வணங்கி,
அனுமதி பெற்றான், விடுதலையுற்றான்,
தனியாய் மகிழ்வுடன் கானில் நடந்தான்.

5

‘ஒருமையின் உருவெளித் தோற்றமே பன்மை
உருவின் தொடக்கமும் மருளே’ என்னும்
சிருஷ்டியின் ரகஸியமும் சீருற விளங்கும்
வசந்த தத்துவம் இயற்கை ஓதிட
வனமெல்லாம் வனப்புடன் வணங்கிக் கேட்கும்;
பசுமையில் பதித்த வெண்மையும் செம்மையும்—
வண்ணம் பலபல பளிச்சிட் டொளிக்கும்
எண்ணம் ஒன்றே வெளியிட் டுரைக்கும்
மயல்கமழ் மலர்கள் அணியும் மரங்கள்;
இணையின் இனிமையும் எழிலின் ஏற்றமும்
இரையின் வாயில் வைக்கும் பறவைகள்;
சுனையும் அருவியும், பிடியும் களிறும்
பிணையும் மரனும், ஜடமும் உயிரும்,
திகட்டாக் காட்சியாய்த் திளைக்கும் தோற்றம்
கண்ட விபுலன் பரவசம் கொண்டு
நடக்கும் வழியினி மறந்து நின்றான்
காதலின் கற்பனை மலையாய் வளர்ந்து
சுமையாய் அமுக்கப் புல்லில் அமர்ந்தான்;
முறுவல் பூத்தான் ஏதோ எண்ணி,
பெரிதொரு மூச்சும் கழித்தான் பின்னர்.

‘குருகுலம் வாசம் முடிந்(து) இன்றுடன்
பிரம்ம சரியம் எனக்கினி வேண்டாம்;
இல்லறம் ஏற்கும் பருவமும் பெற்றேன்
பொலிவுடன் இளமையின் மலர்வும் நெளியும்
ஒரு பெரும் அழகுடன் நடத்துவேன் இல்லறம்;
ருசிப்பேன் நானும் ருசிபோல் மடந்தையை
ரசிப்பேன் நானும் இளமையின் இனிமையை!

மறந்தான் குருவை, தேவனை மறந்தான்,
திறந்தான் நெஞ்சம் கற்பனை வானில்
ருசியின் தோற்றம் கண்டு மகிழப்

பசுமைப் படுக்கையில் புரண்டான் விபுலன்
ருசியின் உருவமே கண்டான் எங்கும்;

'சுருளும் கேசமும், சுருட்டும் நுதலும்,
உருளும் விழிகளும், உருட்டும் இமைகளும்,
மருளும் இடையும், மருட்டும் மார்பும்
ஒருபெரும் ஓஹ்ஹோ! மம்.... மம்.... மருட்சி!'

இருட்டு சுற்றிலும் சூழ்ந்து வந்ததும்
தண்ணொளி விசிறி நிலவு வந்ததும்
பெண் ருசி நினைவில் காணாள் விபுலன்;

வெள்ளியின் நாதம் ஒளியில் மீட்டும்
நிலவின் கீதம் இனிமையை எழுப்ப,
விழித்து விபுலன் சுற்றிலும் பார்க்க
வானும் கானும் நாணம் இன்றி
இளமை ருசிக்கும் விந்தை கண்டான்;
நடக்க நினைத்து எழுந்து நின்று
சுகன மண்டலம் நோக்கினான் மீண்டும்;
துளியாய்க் கயல் போல் மீன்கள் மின்ன
இருளொளித் தோணி உருளும் கடலோ!

'தூண்டில் புருவம் கயல்கண் எனினும்
வண்டனை மார்பினில் மீண்டும் மர்மம்
பூர்ணிமை நிலா போல் மார்பெழில் உடையாள்
பூரண வஞ்சகம் மார்பிலும் படைத்தான்;
இந்திரன் சென்றதும் எதிர்சென்(று) அழைத்து
இன்னுரை ஆடிய மழுங்கிய ருசியாள்,
ருசியாள் போலெனில் ருசியாள், ருசித்திடாள்,
ருசியும் அன்பும் அறமும் இல்லாள்,
இல்லின் மேன்மை மென்மையாள் ஒடிந்து
இல்லாள் என்னும் சிறப்பு இல்லாள்!
வேண்டேன், ருசிபோல் மனையாள் வேண்டேன்
வேண்டேன் களங்கம், அதர்மம் வேண்டேன்.

அறமே நிறைந்த அழகே வேண்டும்,
மறமே இல்லாப் பண்பே வேண்டும்,
மணமே நிரம்பிய மனமே வேண்டும்,
கணமும் மறவா இணையே வேண்டும்'

என்று நினைத்து நடக்க லுற்றான்
மீண்டும் நிறுத்தும் இயற்கை அவனை
'ஏடா, பெண்ணைப் பழித்துநீ நடந்தாய்,
அடாது செய்த பாபியடா நீ!
உடலுடன் சூக்கும உடலைச் சேர்த்து
உடலின் இன்பம் துய்த்ததும் அன்றி,
மடப்பம் மீது களங்கம் வைத்தாய்!'

என்றொரு குரலொளி இடித்துக் கூறவும்
ஏதெனப் பார்த்தால் ஒலிவரும் வானம்;

அதிசயம் கண்டான் வான அரங்கில்
மதியும் காற்றுடன் முகிலும் கண்டு
விதியால் அவைகள் பேச்சும் கேட்டான்;
புதிதொரு நாடகம் நிகழ்வது அறிந்து
விரிந்த வாயுடன் வானம் பார்த்து
பிரமை அடித்துத் தேங்கி நின்றான்;
விந்தை நாடகம் தொடங்கும் மேலே
மதியும் முகிலும் காற்றும் ஆட

6

இரவும் பொய்கையின் கருநீராடி,
ஈரம் கலையா உருவை ஆட்டி,
பரதம் பயின்று பாலம் பிடிக்கும்
ஈரக்கனலே நிலவுப் பெண்ணே!
மண்ணிலும் மனதிலும் மகிழ்வு படரக்
கண்ணொளி முத்தம் தந்து நீ நடந்தாய்;
திக்குகள் எட்டும் தேக்கினாய் இன்பம்
கலக்க முற்றுத் தவிக்கிறேன் நானும்
எண்ணம் நீயாய் வாடினேன் வாடி!'
என்று கூறிக் காற்றுத் தேவன்
பெண்ணின் பின்னால் படர்ந்தான் புகையோல்
மதியாள் மலைத்து வதனம் கருத்தாள்,
மதியை இழந்தாள் உடலம் வெளுத்து;
மதாளித்(து) ஓடினாள், 'சம்மத நடையுடன்;
ஜாடை அறிந்து காற்றும் அவளின்
ஆடை இழுத்து இறுகத் தழுவும்
மயலின் மம்மரில் முயங்கினர் இருவரும்.

காற்றும் நிலவும் காதல் புரிவதைக்
கார்முகில் அரக்கன் கண்டு காய்ந்தான்,
மருங்கில் சென்றான் பறந்து பறந்து,
அணங்கியின் கரத்தை இழுத்தான் பிடித்து;

மடப்பம் நாணி அச்சம் பயின்று
உடலெலாம் நடுங்கினாள் மெல்லியள் மதியாள்;
கடுகினான் காற்றும் காரைக் கண்டு,
'தடுத்தவன் யாரடா?' என்றான் கனன்று;

கருப்பன் நகைத்துக் காற்றை உதைத்தான்,
தருக்குடன் தருணியைத் தழுவினான் நெருங்கி;
விழுந்த தேவன் எழுந்து நின்று

முனைத்து முகிலை முட்டும் முன்னம்
விரிந்த வாயுள் விண்ணெழில் அரசியை
விழுங்கி வயிற்றுள் போட்டாள் பாவி.

வேறு

தண்ணொளிப் பெண்ணெழில் ‘விண்’ணென வீழ்ந்ததைக்
கண்டதும் காற்று வெகுண்டுப் பாய
விண்ணிலே மூண்டது பெரும் போர்
சீற்ற முற்றான் காற்றரசன்,
கிறுகிறுத்துச் சுழற்ற,
முழங்கியும் முழக்கியும்
தாங்கியும் தாக்கியும்
புடைத்திடும் கடவுளைத்
துடித்து முகிலும் முடக்கிடக்
கலங்கினான் காற்றுக் கடவுள்
மோதினான் மேகம் மேலும்
புரண்டவர் வீழ்ந்தனர் இரவுக் குளத்தில்,
அதிர்வுற்றதுவும்
அணையெல்லாம் உடைபட,
வெள்ளம் பெருகிப்
பள்ளமாம் தரையினை நோக்கி
நீராய், மழையாய்ப்
பெய்ததே கொட்டிக் கொட்டி!
உடலுக்குயிர் செய்யும் மூச்சிறை
உடலெலாம் நனைந்து சோர
இருளன், கறுப்பன், கள்வன், முகிலின்
அருளிலா ஆட்சி அடக்கி அடர்ந்ததே!

மெதுவாய் எழுந்தான் மெலிந்த தேவன்
காதலைத் தேடும் கருத்து கொண்டு,
மின்சார விளக்கம் ஏற்றி இருளில்
வெண்மதிப் பெண்ணைத் தேடி அலுத்தான்
அரக்கன் நகைத்து மின்னலை அணைத்ததால்
இழந்த காதலை மீட்க வேண்டி
கலைந்த மூச்சை ஒன்றாய்க் கட்டி
மறைந்து நின்று சமயம் பார்த்து
மேகநாதன் வயிற்றின் மீது
இடியைக் கொண்டு குத்தினான் காற்று
உதரம் வெடித்து மேகம் வீழ்ந்திட
உதயம் ஆனாள் பெண்மதி நல்லாள்;
வெற்றியின் மகிழ்வுடன் முகில்மேல் அமர்ந்து
காற்றும் காதலின் முகத்தை நோக்கிடக்
கண்டான் அந்தோ, ஒரு பெரும் களங்கம்!

7

விபுல வான நாடகம் கண்டு
விபுலன் நனைந்து சொட்டி நின்றான்,
கருத்தும் அதற்குக் கண்டு கொண்டான்,
பெருங்குரல் எழுப்பினான் வானம் இடிய:
‘குற்றங்கூறும் நாடகம் நடித்தீர்
குற்றம் ஏதெனக் காட்ட வாரீர்!’
எனவும்
இரவும் பகலும் ருதுக்கள் ஆறும்
இயக்கும் தேவர் எதிரில் தோன்றி
‘நரகம் உனக்கு லபிக்கும்’ என்றார்.

மறுமொழி சொல்வான் முனிவன்விபுலன்:
‘குற்றமோ தேவரே, கற்பைக் காத்தது?
குற்றமோ சொல்வீர் குருவைக் காத்ததும்?’
‘தந்திரம் வென்றாய் தந்திரம் செய்து
இந்திரம் சாலம் துடைத்தாய் கலைத்து
தந்திரம் கொன்றதே பெண்ணின் கற்பை!’

‘நிலையிலா மனமுடைப் பெண்ணைக் காத்திட
இலையே வேறொரு வழியும் தேவரே!’
‘குற்றம் குற்றமே, செல்வாய் நரகம்!
நிலையுடை மனமுடை ஆடவா செல்வாய்;
குற்றமே இல்லை என்பது மெய்யோ?
சூக்கும சரீரியாய்த் தீண்டிய இன்பம்
சொக்கி நீ திளைத்தாய் சிறிது முன்னும்;
பழித்தாய் பெண்ணை, பழியே செய்தாய்;
களங்கம் விரும்பிக் களங்கம் முயன்றாள்
களங்கம் தடுக்க முயன்ற நீயோ?
ஆக்கினாய் களங்கம் அறியாப் பெண்ணை,
ஏற்றாய் களங்கம் அருவாய்க் கலந்து,
நிலையுடை மனமுடை ஆடவா சொல்வாய்,
இலையோ கலவி உன்னுயிர் துய்த்தது?
இலையோ காமம் உன்னுடல் இன்மையால்?
மடமுடை மாதே குறைந்தாய் என்றாய்,
நிலையுடைய ஆடவா யாதோ உன்கதி?
அறியாத் தன்மையில் செய்தும் பின்னர்
அறிந்தும் உடலின் சுகமே நினைத்தாய்
மறந்திலை அவளுரு, மறந்திலை அங்கமும்

‘ஆணொரு பாதி, பெண்ணொரு பாதி
நிறைவிலும் குறைவிலும் அதுவே நீதி’
மறந்தனை சிருஷ்டியின் இப்பெரும் சத்தியம்

குற்றம் ஈதிலை என்றாய்த் துணிந்து,
குற்றம் என்பது எதனையோ வேறு!'

குற்றம் சுமத்திய தேவர் மறைந்தார்,
குற்றவாளியோ குறுகி நின்றான்!

'சத்தியம் சொன்னார் தேவரும் தேர்ந்து
நித்தியம் நிற்கும் தத்துவம் மறந்தேன்
குற்றம் உடைய நெஞ்சம் ஒளித்தது,
குருவிடம் உண்மை சொல்லாமலேயே;
குறை இரந்திடுவேன் குருவை அடைந்து,
நரகம் போகா மார்க்கம் காண்பேன்.
குறைந்து மிகவும் குறைத்தான் தன்னை
வசந்தம், மாருதம், வனத்தின் மதுரம்
மறந்தான் விபுலன், குற்றம் நாறிட
சுருண்டு மிகமிக, திரும்பினான் குருவிடம்
பெரியார் பாதம் பற்றி வீழ்ந்தான்:
'பெரும் பிழை புரிந்தேன், தேவா பொறுப்பீர்,
காக்கவே கருதிக் கனவு செய்தேன்
ஆக்கவே கருதி அழிக்கலானேன்
சிறியேன் செய்த தவறை க்ஷமிப்பீர்
நரகம் போகாப் பாதை காட்டீர்!'
அழுவதும் சிரிப்பதும் நிகரெனும் மாமுனி
முழுவதும் உணர்ந்தான், சிரித்தான் மெதுவாய்,
தொழுதான் ஆதியை இருகரம் குவித்து
தன்னரும் சீடனை நோக்கிச் சொன்னான்:
'என்னரும் மைந்தா மாசிலா விபுலா,
குறை செய்திடுவீர் குறையே உடையார்,
நிறைவு வேண்டும் குறையினை நீக்க,
நிறைவு நீ பெறுவாய் வாழ்க்கையும் பயின்று,
அறியாத் தன்மையில் புரிந்தாய் தவறு
அறிந்தாய் உன்னை, இனி நீ உய்வாய்!
அலையிலாக் கடல்போல் பரந்த குருவைக்
கலங்கிய சீடன் வியப்புடன் நோக்கி,
நிறைய முயல்வேன்' என்றே பணிந்தான்.

கலாமோகினி **(1945)**

வியாசர் படைத்த பெண்மணிகள் (1968)

அகலிகை முதலிய அழகிகள் (அக்டோபர் 1993)

•

உடம்பும் வேறுதான்

காபி சாப்பிட்டு வெளியே வந்ததும், புகார் ஒன்று எனக்காகக் காத்திருப்பதைக் கண்டேன். சொர்ணம் எதிரில் நின்றாள்.

என்னைப் பார்த்ததும் மிகவும் பணிவாக உடம்பைச் சுருட்டிக்கொண்டு; 'சாமி, இதெ பாருங்க?' என்றாள். நான் விசாரிப்பதற்குள், ரவிக்கையற்ற முதுகைத் திருப்பிக் காட்டினாள். பாளம் பாளமாகத் தடித்திருந்தது; கைவிரல்களில் எல்லாம் செங்காயங்கள்.

"உன் புருஷன் … …"

"ஆமாங்க, அடிச்சிறிச்சி" என்றாள் அவள், சர்வ சகஜமாக.

"ஏண்டியம்மா, உங்களுக்கு வேறே பிழைப்பு இல்லையா? பொழுது விடிந்தால், பொழுது சாய்ந்தால் …?"

"நா ஒண்ணும் பண்ணலீங்க. பளெயது எடுத்து போட்டுக்கிட்டிருந்தேன்; படபடன்னு அடிச்சிது …"

"சும்மா இருக்கிறபோது, ஒருத்தன் அடிப்பானா?"

"அந்தத் தேவடியா மவ போதனெ சாமீ; அவ பேச்ச கேட்டுக்கிட்டுல்ல, இது ஆடுது … …"

"அடிக்கிறதுக்குக் காரணமே இல்லையா?"

2

அவள் காரணத்தை விளக்கினாள் …

இது முதல் முறையன்று; இந்த வீட்டிற்கு நான் குடி வந்து மூன்று மாசம் ஆகிறது. சொர்ணத்துடன் பழக்கமாகி இரண்டு மாசம் இருக்கும். இதற்குள் இருபது முப்பது முறை, இம்மாதிரி நடந்துவிட்டது. என் வீட்டினரும் நானும் இந்தத் தாம்பத்யக்

கலகத்தை எங்கள் கண்களால் பார்த்திருக்கிறோம், சில சமயம் சமாதானமும் செய்திருக்கிறோம். ஆனால், இந்தச் சமாதானம் தற்காலிகமாகத்தான் நிலைக்கும்; மீண்டும் சச்சரவு ரகளை தான்…

எங்கள் தெருவின் திருப்பத்தில் எதிர்க் கோடியில் உள்ள சிறிய மொட்டைமாடி வீடுதான், சொர்ணத்தின் வீடு. அவளுடைய பெற்றோருக்கு, மூன்று பெண்கள். அவள் மூத்தவள்; இரண்டாவது பெண், அஞ்சலை; மூன்றாவது, அமுதம். தகப்பன் இறந்துவிட்டான். இறக்கும் சமயம், பெரியவள் மீதுள்ள பிரியத்தினால், வீட்டை அவள் பெயருக்கு எழுதி வைத்துக் கையிலிருந்த ரொக்கப் பணம் கொஞ்சத்தைப் பாக்கி இரண்டு பெண்களுக்கும் பங்கிட்டுவிட்டான்; தாய் உயிருடன் இருக்கிறாள்…

'தேவடியா மவ' என்று சொர்ணம் குறிப்பிட்டது, தன்னுடைய பெரிய தங்கை அஞ்சலையைத்தான். அவர்கள் தமக்கை – தங்கைகள் மாத்திரம் அல்ல; சக்களத்திகள்கூட…

முதலில், உத்தண்டி பெரியவளை மணந்தான். சொந்த வீட்டை விட்டுப் புருஷனுடன் அயலூர் சென்று வாழ அவள் சம்மதியாததால், அவன் தன் தகப்பனிடமிருந்து தனக்குரிய பாகத்தைப் பிரித்துக்கொண்டு. பெண்டாட்டியுடனேயே வசிக்கத் தொடங்கினான். கையிலுள்ள பொருளும், சொர்ணத்தின் உடம்பும் செலவாகும்வரையில் அவனுக்கு எல்லாம் ரம்யமாகவே இருந்தது. இரண்டு குழந்தைகளைப் பெற்றதும், அவளுடைய உடம்பு உளுத்துப்போயிற்று. உத்தண்டிக்கும் வாழ்க்கையில் கசப்புத் தட்டியது. கலியாணத்திற்கு முன்பிருந்தே, அவனுக்குக் குடிப்பழக்கம் உண்டு. தாம்பத்தியத்தில் தண்டோபாசனையும் தொடங்கியது.

இந்த இடைக்காலத்தில் அஞ்சலைக்கும் வயது வந்து, இரண்டு வருஷமாக வீட்டிற்குள் அடைப்பட்டுக் கிடந்தாள். இயற்கையாகவோ அல்லது செயற்கையாகவோ, உத்தண்டிக்கும் அவளுக்கும் தொடர்பு ஏற்பட்டு, அதனுடைய பலன் விபரீதமாக உலகில் வெளிவருவதற்கு முன்னால், முன் ஜாக்கிரதையாகத் தாயின் பூர்ணசம்மதத்துடனும், ஜாதியினரின் முன்னிலையிலும் இருவருக்கும் கலியாணம் நடந்துவிட்டது.

சகோதரிகள், சக்களத்திகளாக மாறினார்கள். உத்தண்டியின் புதுவாழ்க்கை, சொர்ணத்திற்குப் பெரும் சனியனாக வாய்த்தது. பெரியவளுக்கு அடி, உதை வாங்கித் தருவதில் இளையவளுக்கு ஒரு திருப்தி. அஞ்சலை வாய் திறந்தால் போதும்; கணவன் கையில் எது இருப்பினும் சொர்ணத்தின் மீது பறந்துவிடும். அவளுக்கும் 'உதை தின்று தின்று' பழக்கம் ஆகிவிட்டது. இப்போதெல்லாம் மண்டை உடைந்து ரெத்தம் கொட்டினால்கூட, அவள் கண்களிலிருந்து ஒருதுளி ஜலம் வராது. பதிலுக்கு வாய்வீசிப் புருஷனையும் சக்களத்தியையும் எதிர்த்து நிற்பாள்.

தினம் ஒருமுறை, அந்த வீட்டில் ஒரு சொட்டு ரத்தம் சிந்தியாக வேண்டும். சொர்ணத்தின் மீதோ, அல்லது அவளுடைய இரண்டு குழந்தைகள் மீதோ, ஏதாவது ஒரு புகார் கிளம்பிக்கொண்டே இருக்கும்.

இரண்டாவது மனைவியின் புது மோகத்தில் அவன் அளவுக்கு மீறி ஆழ்ந்ததால், அவளும் கருத்தரித்து, ஆறு மாசமோ – ஏழு மாசமோ

ஒரே வீட்டில் மூன்று பிரிவுகள்:

உத்தண்டி இரட்டை மாட்டு வண்டி வைத்திருக்கிறான்; ஆற்றிலிருந்து மணலை வெட்டிக்கொண்டு வந்து, வீடு கட்டுபவர்களிடம் விற்று, அதனால் கிடைக்கும் பணத்தைக் கொண்டு தன்னையும் தன் இரண்டாம் மனைவியையும் காத்து வந்தான்.

சொர்ணம் எங்காவது வீடுகளில் கூலி வேலை செய்து, சோறும் பணமும் பெற்றுத் தன் வயிற்றையும் குழந்தைகளின் வயிற்றையும் நிரப்பிக் கொள்வாள்.

மூன்றாவது பிரிவில், மூன்றாவது பெண் அமுதமும், பெண்களின் தாயாரும். அவ்விருவரும் திண்ணையிலேயே அடுப்பு மூட்டி, தோசை சுட்டு, விற்று, சாப்பிட்டுக் காலம் கழித்தார்கள். அவர்கள், பாக்கிப்பேர்களின் சண்டை சச்சரவுகளில் கொலைவிழுந்தாலும் சரி, கலந்துகொள்ளவே மாட்டார்கள்! கலப்பதால் உத்தண்டியின் உடல் பலம் அவர்களையும் கொஞ்சம் சோதித்துவிடும் என்று பயம். ஆயினும் அவளுக்கு, உள்ளுக்குள் சொர்ணத்தின் நிராதரவான நிலையில் ஆத்மார்த்தமான அனுதாபம் இருந்ததால், குட்டுப்படும் சமயங்களில் அவளுக்கு ரகஸ்யமாக ஒத்தாசை செய்வது உண்டு. அமுதம் பரமசாது; அவளுக்குக் கலியாணம் ஆக வேண்டிய வயது வந்துவிட்டது. சரியானபடி மணமகன் கிடைக்காததால், அது ஓதுங்கிச் சென்றுகொண்டிருந்தது. அவள் எல்லோருக்கும் நல்லவளாய் நடந்து வந்தாள்.

எங்கள் வீட்டில் சாப்பிட்டு எஞ்சும் இட்டிலி, சாதம் அல்லது குழம்பு ஏதாவது கேட்பதற்கு அந்த வீட்டுப் பெண்களும் தாயும் அடிக்கடி வருவார்கள்; எல்லோரும் தத்தம் குறைகளைத் தனித்தனியே முறையிடுவார்கள்; அவர்களுக்கு ஆறுதல் அல்லது யோசனை கூறிக் குடும்பத்தில் ஒற்றுமை ஏற்படுத்திவிடலாம் என முயலுவது வீண் முயற்சி. ஆகவே, அவர்கள் ஏதாவது குறை கூறினாலும், நான் சொல்லும் ஒரே பதில், "உங்கள் தலைவிதி!" என்பதுதான்.

உடம்பையும் வயிற்றையும் சுற்றி வாழ்க்கை நடத்தும் அக்குடும்ப நிலை இதுதான்...

3

அன்று நடந்த போராட்டத்திற்குக் காரணம் இது:

காலையில் பானையிலிருந்து நீராகாரத்தை எடுக்கும்போது, சொர்ணத்தின் முதுகுமீது ஒரு கம்பு விழுந்தது; திடுக்கிட்டு நிமிர்ந்தாள். கையில் கம்புடன் உக்கிரமாக நின்றான் உத்தண்டி; மேலும் அடிப்பதற்கு எடுத்த மூங்கிலை அவள் கெட்டியாகப் பிடித்துக்கொண்டாள்.

உத்தண்டி, கோழி ஒன்றை வாங்கி மேயவிட்டிருந்தான். அது முட்டையிடும், முட்டையிடும் என்று அவன் வெகுநாளாக எதிர்பார்த்தும் அது இடுவதாகக் காணோம். முட்டை இடவில்லை; அறுத்துப்போடலாம் என எண்ணியிருந்தான். ஆனால் கோழி நாள் தவறாமல் முட்டையிடுகிறது, சொர்ணம்தான் அதைத் திருட்டுத்தனமாக எடுத்து விற்றுக் காசு

வாங்குகிறாள் என்ற விஷயம், அவனுக்கு அன்றுதான் தெரிந்தது. வழக்கம்போல் இந்த வழக்கிலும், ‘பிராசிகியூஷன்’ தரப்பில் சாட்சி, அஞ்சலைதான். இந்த வழக்கை அவன் விசாரிப்பதற்காகத்தான், சொர்ணத்தின்மீது மூங்கில் தண்டத்தை ஏவிவிட்டான்.

அவளும் மசியவில்லை; முட்டை வைக்கவே இல்லை, என்று சாதித்தாள். ஆனால் அவன், அஞ்சலையைச் சாட்சி சொல்லக் கூப்பிட்டான். முட்டைகளைச் சேலைத் தலைப்பில் மறைத்துக்கொண்டு, சொர்ணம் வெளியில் சென்றதைத் தனது இரண்டு கண்களாலும் பார்த்ததாக மகமாயி பேரில் ஆணைவைத்துக் கூறிவிட்டு, சாட்சிக் கூண்டிலிருந்து நழுவினாள் அவள்.

அவ்வளவுதான். உத்தண்டி, மீண்டும் தன் பூஜையைத் தொடங்கி விட்டான். குற்றவாளியோ, குற்றத்தை ஒப்புக்கொள்ளவேயில்லை.

புருஷனுக்குக் கோபம் அதிகம் ஆகிவிட்டது. பெண்டாட்டியைக் ‘காளியாத்தா’ கோவிலுக்கு வரும்படி அழைத்தான்; குழந்தைகளைப் போட்டுத் தாண்டி ஆணை வைப்பதற்காக.

அவளுக்கும் கோபம் மூண்டது; ஆணையிட மறுத்து முட்டைகளை எடுத்ததாக ஒப்புக்கொண்டாள்.

“என்னுடைய கோழி முட்டைகளை விற்றுச் சாப்பிட்டாயே; உன் உயிரை ஏன் வாங்கக்கூடாது?” என்பது கணவனின் கட்சி.

“என் வீட்டில் வாடகை கொடுக்காமல் இருக்கிறாயே; அதற்கும் இதற்கும் சரியாகிவிட்டது.” என்பது, மனைவியின் எதிர்க்கட்சி.

“பெண்டாட்டியின் வீட்டில் புருஷன் இருக்கக்கூடாதா?”

“புருஷனுடைய கோழி முட்டைகளைப் பெண்டாட்டி எடுத்தால், குடிமுழுகிப் போய்விடுமா?”

“ஜாதிப்புத்தி போகுமா? திருட்டுத்தனமாய்...”

“அடச்சே! நீயும் ஒரு ஆண்பிள்ளை, என் வயிற்றுக்குச் சோறு போடுகிறாயா? என் குழந்தைகளைப் பார்த்துக்கொள்கிறாயா? இல்லை, என்னோடு இருக்கிறாயா? ‘சாக்கி’ சொன்னாளே, அந்த சிறுக்கியோடு, என் வீட்டை விட்டு வெளியே போ”

“முண்டச்சி மகளே! களவாடினதும் இல்லாமல், வீராப்பு வேறா? உன் மண்டையைப் பிளக்காவிட்டால்...”

இவ்வளவு நேரம், அவன் கையிலிருந்த கம்பை, அவள் பிடித்துக் கொண்டிருந்தாள். உதறி விடுவித்துக்கொண்டு, அவளை அடிக்கக் கிளம்பினான் உத்தண்டி.

“இந்தா, நீ அடிக்கணுமிங்கறே; இந்தா அடிச்சிக்கோ!” அவள் நன்றாகக் குனிந்து முதுகை விரித்துக் காண்பித்தாள்.

உத்தண்டி, இதை எதிர்பார்க்கவில்லை: கழியைத் தூக்கி எறிந்தான். “நானும் ஒரு ஆம்புள்ளேட்டம் ஒன்னை அடிக்க வந்துட்டனே! இந்தா –

ஏ! இன்னமே இப்பிடி செஞ்சே, மண்டெ ரெண்டாயிரும், சாக்கிரதை!" என்று எச்சரித்துவிட்டு, அவன் வெளியில் போய்விட்டான்.

அரைகுறையாக அடித்ததனால் உண்டான காயங்களைத்தான், சொர்ணம் என்னிடம் காட்டினாள்.

"சாமி, அது வெளியே போயிறிருச்சி. அந்தக் குச்சிக்காரியை நல்லா திட்டிட்டேனுங்க. சாமி, அவ வவுத்துலேயும் ஒரு கொளந்தெ இருக்குது. கொளந்தை பெத்தப்பறம் அவளுக்கும் எம்பாடு உண்டுங்க. உடம்பிலே சத்தே இல்லாட்டா, அது எங்கே சாமி நீந்தப் போவுது?"

"அது சரி, வீடு உன்னுடையதுதானே? அவளை வீட்டிலிருந்து துரத்திவிடேன். ஒரே வீட்டிலிருந்தால்தானே; இந்த தொல்லை?"

"அதுதான் மாட்டேங்குதே"

"புருஷனைத் தள்ளிவைக்கிற வழக்கம், உங்கள் ஜாதியிலே இருக்கிறதே?"

"சாமி, அதயும் சொல்லியாச்சு, நாட்டாமெகாரக்கிட்ட சொல்ரேன்னே, கொன்னுடுவேங்குது..."

"கொல்லுகிறவர்கள், ரொம்ப பேர்தான்!"

"அது செய்யுங்க..."

"சரி அப்புறம், உன் தலைவிதி!"

அவள், கொஞ்சநேரம் மௌனமாக நின்றாள். "சாமி, இட்டிலி கிட்டிலி, மிச்சம் மீதி..."

கொடுத்து அவளை அனுப்பினேன்.

4

அன்று சொந்த வேலையாக வெளியூர் சென்று விட்டு, மறுநாள் மத்தியானம் திருப்பி, அவசரமாகச் சாப்பிடுவதற்குச் சென்று கொண்டிருந்தேன். அந்தவேளை பார்த்துச் சொர்ணமும் அஞ்சலையும் கூடிவந்தார்கள். அவ்விருவரும் சேர்ந்து வந்தது, எனக்கு ஆச்சரியமாக இருந்தாலும், அகாலத்தில் பசிவேளையில் வந்ததற்காக எரிச்சலும் உண்டாயிற்று.

"சாமி!" என்றார்கள், ஏககுரலில்.

"சாப்பிடப்போகும் சமயம்..."

"இல்லீங்க, பெரிய ஆபத்தா போச்சிங்க!" என்றாள் அஞ்சலை.

"என் வாயிலே, சக்கரே போடுங்க சாமி!" என்றாள் சொர்ணம்.

"விஷயம் சொல்லாமல்..."

"அது இருக்கில்லை, அதான் என் ஆம்பிள்ளே..." என்று ஆரம்பித்தாள் அஞ்சலை.

“இன்னம்மே உன் ஆம்பிள்ளேன்னு சொல்லிக்காதே” என்று குறுக்கிட்டாள் சொர்ணம்.

“எனக்குப் பசிக்கிறது...”

“ஆமாங்க. இது வந்து நம்ம தங்கச்சி இருக்கில்லே, அதான் அமுதம், நேத்தி மத்தியானம் படுத்திறிந்திச்சு. அதுக்குத் தெரியாமே, இது திருட்டுத்தாலி கட்டிறிச்சி!”

“அடப்பாவமே! இரண்டும் போதாமல் மூன்றாவது ஒன்றா?” அவ்விருவரும் ஒற்றுமைபட்டதன் காரணம், எனக்கு விளங்கியது, அவர்களுடைய நலம் பிணைந்துவிட்டதல்லவா?

“அந்தக் குட்டி என்ன செய்கிறாள்?”

“நேத்தி அழுதுகிட்டிருந்தா; இன்னிக்குப் புருசனும் பெண்சாதியும் சிங்காரிச்சிக்கிட்டுக் கோயிலுக்குப் போவுதுங்க!”

“சாமி, நா சொன்னது சரியா போச்சுங்களா, இல்லியா? தாயும் மவளும் ஆனாலும் வயுறு இல்லே, உடம்பும் வேறேதான்னு சொல்லல்லீங்களா? இன்னமே அஞ்சலைக்கும் எம்பாடு உண்டுங்க!”

“அது எம்மேலே கை வைக்கட்டும், கொடலே கிளிக்கிறேனா இல்லியா பாரு!” என்றாள் அஞ்சலை, ஆக்ரோஷத்துடன். தன்னுடைய ஸ்தானம் நழுவியதில், அவளுக்கு அவ்வளவு ஆத்திரம்! சொன்னது போலவே அவள் செய்வாள் என்று, எனக்குத் தோன்றியது.

நான் சாப்பிடப் போனேன்.

கலாமோகினி **(பிப்ரவரி 1945)**

மறுபிரசுரம்: *சௌராஷ்டிரமணி* (தீபாவளி மலர்: 1984)

(நூல் வடிவில் இதுதான் முதல் பிரசுரம்)

பிரஜாவதி

பாத்திரங்கள்:

சுவேதகேது :– நசிகேதரின் மைந்தன்

நசிகேதர் :– சுவேதகேதுவின் தந்தை

பிரஜாவதி :– நசிகேதரின் மனைவி

ஓர் அதிதி :– யாரோ ஒரு பிராமணன்

காலம் : எத்தனை எத்தனையோ ஆண்டுகளுக்கு முன்னர் 'உதிரி மனிதன்' –'சமூக மனிதனா'வதற்கு முயன்று கொண்டிருந்தபோது

இடம் : பாரதபூமியில் ஏதோ ஓரிடத்தில் அமைக்கப் பெற்றிருந்த ஆசிரமம் ஒன்றில்

ஜோடனை : மத்தியான வேளை: நசிகேதருடைய குடிலின் வெளிப்புறத்திலுள்ள ஒரு மரத்தின் நிழலில் அமர்ந்தவண்ணம் நசிகேதரும் அதிதியும் அளவளாவிக் கொண்டிருக்கின்றனர் பிரஜாவதி, குடிலின் வாயிலுக்குப் பின்னால் சாய்ந்தவாறு பதியும் அதிதியும் உரையாடுவதைக் கேட்டுக் கொண்டிருக்கிறாள். சுவேதகேது அங்கில்லை.

நசிகேதர்: சுவாமி, அதிதி சத்காரத்தில் குறை எதுவும் ஏற்படவில்லை என்று நம்புகிறேன்.

அதிதி: குறை இல்லை, திருப்தியுற்றேன்.

நசி: சந்தோஷம்.

அதி: ஆனால் விருந்துண்டபின் சஞ்சலம் ஒன்று மனதில் புகுந்துவிட்டது; அதைத் தவிர்ப்பதற்கு உன்னால் ஆகுமா என்றுதான் ...

நசி: என்னால் தவிர்க்கக் கூடியதாயின் என்னாலானதைச் செய்வேன். அதிதியின் உள்ள நிறைவுதானே, எனக்கும் இன்பம் அளிக்கும்.

அதி: அவ்வாறானால் என் மனோபீஷ்டத்தைப் பூர்த்தி செய்வாயா?

நசி: அது என் தர்மம்,

அதி: தயங்க மாட்டாயே?

நசி: மாட்டேன்.

அதிதி: எனக்குப் புத்திர பாக்கியம் இல்லை; எனக்கு வேண்டும்!

நசி: அதற்காக நான் என்ன செய்ய வேண்டும்?

அதி: நசிகேத, நீ மரணம் அடைந்த பிறகு உனக்குப் பிண்டம் வைப்பதற்கும் உனது ஆத்மா சாந்தி பெறுவதற்காகச் சிரார்த்தம் செய்வதற்கும், ஒரு புத்திரன் இருக்கிறான்; காளைப் பருவத்தினனாகிய சுவேதகேது தந்தைக்கு உறுதுணையாக இருக்க வல்லவன்...

நசி: உங்களைப் போன்ற பெரியோர்களின் ஆசிதானே?

அதி: என் துர்பாக்கியம் எனக்கு அத்தகைய மைந்தனில்லை...

நசி: ஆண்டவன் அருள் புரிவான்!

அதி: எனக்கு மணமே ஆகவில்லை; ஆண்டவன் எப்படி அருள் புரிய முடியும்? அதற்காகத்தான் உன் உதவியைக் கோருகிறேன் மகவு பெறும் வாய்ப்பு உள்ள ஸ்திரீ ஒருத்தி எனக்கு மனைவியாக இருந்து, குழந்தை ஈன்று தர வேண்டும்.

நசி: அதற்காக... நான்...?

அதி: அதற்காக நான்... உன் மனைவி மீது மையலுற்றேன்!

நசி: (திடுக்கிட்டு) சுவாமி?

அதி: அவள் என் மனைவியாக வேண்டும்.

நசி: நிஜமாகவா சொல்லுகிறீர்கள்?

அதி: விளையாட்டிற்காகவும் நான் பொய் பேசியதில்லை.

நசி: சுவாமி, இருபது வருஷங்களாக நான் அவளுடன் வாழ்க்கை நடத்துகிறேன், அவளைப் பிரிவதென்றால்.

அதி: மனம் வராதுதான்! ஆதித்தியத்தில் பிசகு என்றால் மாத்திரம்... ?

நசி: இல்லம் நாடி வந்த விருந்தாளியின் மனம் கோணாதவாறு உபசரிக்க வேண்டுவது தர்மம், அதிதி தேவசமானர், ஆயினும் என்னை மிகவும் சங்கடமான நிலையில் வைத்துவிட்டீர்கள்...

அதி: நீ தயங்குவாய் என அறிவேன், கேவலம் ஒரு பெண் ஜன்மம். பாபஜன்மத்திற்காக அதிதி தர்மத்தை நெகிழவிடுவாயா, நசிகேத?

நசி: பெண் பாப ஜன்மம்தான். ஆனால்... எனது சுகதுக்கங்கள் அவளுடன் இணைந்துவிட்டன. என்னுடைய வாழ்க்கையின் ஒவ்வோர் அம்சத்திலும் அவள் வியாபித்திருக்கிறாள். அவள் துணையில்லாமல் ஒருநாள்கூட என்னால் தனியாகக் கடத்த முடியாது. என்னிடமிருந்து அவளைப் பிரிக்க முயற்சிக்காதீர்கள்!

அதி: பெண்ணை, ஆடவன் மணப்பது எதற்காக?

நசி: பிரஜை உற்பத்திக்காக...

அதி: உன்னைப் பொறுத்தமட்டில், அந்த லட்சியம் பூர்த்தி ஆயிற்றா?

நசி: ஆகிவிட்டது...

அதி: பின்னும் ஏன் அவளைச் சுமக்க விரும்புகிறாய்? எனக்கோ குழந்தைகள் இல்லை; வேண்டும்; எதற்காக...

நசி: நான் வேறு ஒரு பெண் தேடி உங்களுக்கு.... .

அதி: அதற்கு உன் உதவி எனக்குத் தேவையில்லை; நானே செய்துகொள்ள முடியும். பிரஜாவதியைப் பார்த்தேன் அவளுடைய லட்சணம் என்னை வசீகரித்தது. இருபதாண்டு மைந்தன் ஒருவன் இருப்பினும் சுகுமாரியாகவே தோற்றம் அளித்தாள். வலிவும் உறுதியும் வாய்ந்த வம்சம் அளிக்கும் பேறுபெற்ற அவள் மூலம் என் குறையைப் போக்கிக் கொள்ள விரும்புகிறேன். என் மனம் அவளிடம் சென்றுவிட்டது.

நசி: அவளைவிட லட்சணமாக அவளைவிடத் தேக உறுதி உடைய...

அதி: ஸ்திரீ எனக்குத் தேவையில்லை (கடுமையான குரலில்) நசிகேத என் இச்சைப்படி செய்யப் போகிறாயா, இல்லையா? சொல்லு? இல்லை எனில், இப்போதே நான் போகத் தயார், அதிதியை அவமதிக்கத் துணிந்தவனின் வீட்டில் விருந்து ஏற்றதே பாபம்!

நசி: (வினயமாக) அதிதி சேவை–கிருகதர்மம்; பங்கமுற்ற விருப்புடன் நீங்கள் திரும்பினால், நான் மகாபாதகம் செய்தவன் ஆவேன்; என்னை அதற்கு உடந்தை ஆக்காதீர்கள், – சுவாமி என்னை க்ஷமியுங்கள் மீண்டும் ஒருமுறை என்னுடைய ஸ்திதியை ஆராய்ந்து கூறுங்கள்...

அதி: தீர்க்கமாக யோசனை செய்தே கூறுகிறேன். உன்னுடைய ஜீவியத்திற்குப் பெரும் துணையாக உனது மகன் சுவேதகேது இருக்கிறான். உன்னைப் பற்றிய பொறுப்பு எல்லாம், அவன் தாங்கக் கூடியவன். அவன் தர்மம் அறிந்தவன்; புதிய தர்மம் வகுக்கும் ஆற்றலும் படைத்தவன். முதுமையிலும் அவன் உன்னைக் காத்து நிற்பான். மனைவி ஒருத்தி பக்கத்திலிருந்து பணியாற்ற வேண்டும் என்ற அவசியம் உனக்குக் கிடையாது.

நசி: சுவாமி, நான் அவளை...

அதி: சரி, உன்னுடன் பேசிப் பயனில்லை, உதறி எறிய வேண்டிய பெண், மோகத்தை விடாது பற்றிக்கொண்டு நிற்கிறாய். போ. இரு. சுகமாக வாழ்! நான் திரும்புகிறேன். முடிவுறாத எண்ணத்துடன் (போகிறான்)

நசி: சுவாமி, பொறுங்கள். என்னை நரகத்தில் தள்ளிவிட்டுப் போகாதீர்கள். பிரஜாவதியை உங்களுடனேயே அனுப்பிவிடுகிறேன்...

அதி: மனப்பூர்வமாக அளிக்கப்படாத ஆதித்யத்தை நான் ஏற்பது எப்படி?

நசி: மனப்பூர்வமாக அளிக்கிறேன்; அமருங்கள், பிரஜாவதி! பிரஜாவதி!

(பதில் குரல். இல்லை. நசிகேதர் குடிலுக்குள் சென்று பார்க்கிறார், பிரஜாவதியைக் காணோம், பின்புறத்துக் கதவு திறந்துகிடக்கிறது, வியப்புடன் வெளியில் வருகிறார். சுவேதகேதுவும், பிரஜாவதியும் வருகின்றனர். அவள் மேல்மூச்சு கீழ்மூச்சு வாங்குகிறாள், ஓடினதற்கு அறிகுறியாக,)

சுவேத: அப்பா அன்னை கூறுவது உண்மையா?

நசி: ஆம்

சுவேத: அப்படியானால் என் தாயை, உங்கள் மனைவியை இந்த அதிதியிடம் ஒப்படைப்பீர்களா?

நசி: (ஈனஸ்வரத்தில்) ஆம்...

சுவேத: 'ஆம்' என்று கூறுவதற்கு உங்களுக்கு லஜ்ஜை உண்டாகவில்லையா? இதற்குப் பதிலாக உயிரைத் துறக்கலாம் என்று தோன்றவில்லையா?

நசி: அறியாது பேசுகிறாய், சுவேதா!

சுவேத: நீங்கள்தான் அறியாது செய்கிறீர்கள்.

அதி: சிறுவன் நீ, பதறுகிறாய்...

சுவேத: பதறாமல் கைகட்டி வாய்புதைக்க வேண்டுமா இச்சமயத்தில்? மாற்றான் ஒருவன், அன்னையை அபகரிக்கும்போது மௌனம் சாதிக்க வேண்டுமா?

அதி: ஸ்திதியைச் சிந்தித்துப் பார்...

சுவேத: நீங்கள்தான் சொல்லுங்களேன்! ஒருவன் மனைவியை அன்னியன் சூதாகக் கவருவது தவறு அல்லவா?

அதி: தவறோ, சூதோ இல்லை. என் செயலில் ஒரு காலத்தில் மனிதர்கள் மிருகப் பிராயத்தில் இருந்தார்கள். சமூக உணர்ச்சியற்றுத் தனித்து வாழ்ந்தார்கள். பெண்களும் ஆடவர்களும் தங்கள் தங்கள் இஷ்டம்போல் கூடினார்கள்; பிரிந்தார்கள். அக்கால தர்மம் அது, இப்போது நிலைமை மாறியுள்ளது. பெண் ஆணின் உடைமைகளில் சேர்ந்தவள். உன்னுடைய தந்தைக்குச் சொந்தம் என உரிமை கொண்டாடுகிறார் அல்லவா? இது அனுபவபாத்யம். உன் தந்தையிடமிருந்து பலவந்தமாக யாரும் இதைப் பறிக்க முடியாது. அவராக விரும்பினால் இந்தக் குடிசையை யாருக்கும் தானம் செய்யலாம். அதைப் போலவே உன் தாயாரும் உன் தகப்பனார் விரும்பினால்...

சுவேத: அவர் விரும்புகிறாரா?

அதி: விரும்புகிறார்; விரும்பி எனக்குத் தானமாகவும் அளித்துவிட்டார். இனி இந்த மாது எனக்குச் சொந்தம். என்னுடன் அவள் வர வேண்டும்... நசிகேத! எனக்கு அளிக்கப்பட்ட தானப் பொருளை நான் எடுத்துச் செல்லலாமா?

நசி: எனக்கு... எனக்குத் தடையில்லை!

சுவேத: அப்பா! இதுதான் தர்மமா?

நசி: அறத்தின் ஆக்ஞை இதுதான்.

சுவேத: இது மனிதத் தன்மையா ?

நசி: எனக்குத் தெரியாது.

சுவேத: நான் சொல்லுகிறேன். இது மிருகத்தன்மை; காட்டுமிராண்டித்தனம் என்கிறீர்களே! அதைவிடக் கேவலம் பெண்ணை ஸ்தாவர ஜங்கமப் பொருள்களுடன் சேர்த்துப் பேசுகிறீர்கள்: மிருகவர்க்கத்திலும் பட்சி இனத்திலும்கூட கொஞ்சம் ரத்தப்பாசம் இருக்கிறது. அவற்றினும் நீசத்தனமாக நடக்கிறீர்கள்!

நசி: (வருத்தமாக) உன் தாயைப் பிரிவதற்கு, என் மனம் மகிழ்ச்சியுடன் இணங்குவதாக நினைக்கிறாயா? என்னுடைய உடலில் ஒரு பாகம் ஆகி விட்டாள் அவள்; அவளைப் பிரிவதென்றால் என் அங்கம் ஒன்றை வெட்டுவதுபோலத்தான். ஆனால் வீடு தேடிவந்த விருந்தாளியின் இச்சையைப் பூர்ணமாக்குவது கிருஹஸ்தனின் முதல் கடமை என்று சாஸ்திரம் கூறுகிறது; அதனால்தான் உன் தாயை...

சுவேத: விருந்தாளி, நியாயாதீதமாகச் செயலாற்றும் குணஹீனனாக இருப்பினும் அவனுடைய எண்ணத்தை நாம் நிறைவேற்ற வேண்டுமா?'

அதி: சுவேதகேது, அந்தணரை அவமதிக்கிறாயா?

சுவேத: (ஏளனமாக) அந்தணரா நீர்? காமாதுரன் என்று எண்ணி விட்டேன்....! மாற்றான் மனைவிமீது காம நோக்கு செலுத்துவது அந்தணருக்கு...

அதி: காலதர்மத்தை அனுசரித்து நடக்க வேண்டும்... நான் உன்னுடன் வாதாடத் தயாராயில்லை; பிரஜாவதி எனக்கு உரியவள். அவளை அழைத்துப் போகிறேன். பெண்ணே, என்னோடு வா!

பிரஜா: (பலிபீடத்தினருகில் நிற்கும் பசுவைப் போல் மௌனமாக எல்லா வற்றையும் கவனித்துக் கொண்டிருந்தவள் பரிதாபமாக) சுவேதா! உன் தந்தை என்னைக் கைவிட்டார். நீயும் என்னைக் கைவிடுவாயா? குரூரமான செங்கண்களையுடைய இந்த மனிதரிடமிருந்து என்னைக் காப்பாற்றமாட்டாயா?

(அவள் சுவேதகேதுவின் பின்னால் ஒதுங்கி ஒண்டி நிற்கிறாள்; அதிதி அவளை அணுகுகிறார்.)

சுவேத: (ஆத்திரமுற்று) அந்தணரே, அதிதி தேவரே அன்னையைத் தீண்டாதீர்; தீண்டும் கரம் துண்டம் ஆகும். ஜாக்கிரதை! (அதிதி நின்றுவிடுகிறார்.)

நசி: சுவேதா, அதிதியை அவமதியாதே!

அதி: இளம் ரத்தம் துள்ளுகிறது. என் பொருளை எடுத்துச் செல்ல இடையூறு செய்பவன் யார்? நானும் என்னாலானதைச் செய்கிறேன்.

சுவேத: (உறுதியுடன்) பார்க்கலாம்.

நசி: வேண்டாம், சுவேதா, தர்மத்தை...

சுவேத: போதும்; உங்கள் தர்மத்தைக் கட்டிவையுங்கள். பிராமணரே, நீர் போகலாம்!

அதி: பெண்ணே!

சுவேத: நாவை அடக்கிப் பேசும்; இனி ஒருமுறை இவ்வாறு முறையின்றிப் பேசினால்!

நசி: இவள் இவருக்குச் சேர வேண்டியவள்!

அதி: ஆகையால் என்னைப் பின்தொடர்ந்து வர வேண்டியவள்! இவள் எனக்குத்தான் பாத்தியப்பட்டவள்...

சுவேத: இவள் என் தாய்!

நசி: இவள் என் மனைவி. நான் தானம் செய்துவிட்டேன்.

சுவேத: அப்பா, உங்களுடைய மனைவி என்ற உறவு இவ்வளவு எளிதாக அறுவது ஆச்சரியம்தான் இருபது வருஷங்களுக்கு மேல் இவளை ஆண்டு அனுபவித்தீர்கள். நலம் கோரி நீங்கள் நோயுற்று உயிருக்காக ஏங்கியபோதெல்லாம் உங்கள் பக்கத்திலிருந்து இரவெல்லாம் கண்விழித்துப் பணியாற்றியவள், உங்களைத் தெய்வமாகக் கொண்டாடியவள் நன்றியுணர்ச்சி சிறிதுமின்றித் 'தானம்' செய்யத் துணிந்துவிட்டீர்கள்,! ஏனென்றால் பெண் ஸ்தாவர ஜங்கமங்களைப்போல் உங்களுடைய உடைமை என்கிறீர்கள். உங்களுக்கு அவ்வளவு அழுத்தமாக ரத்தபாசம் இருக்கிறது! நீங்கள் மனைவியைக் கைவிடலாம்; நான் என் தாயை நிராகரிக்க முடியாது!

அதி: பெண்ணுக்கு உடையவன் கணவன். அவன் இஷ்டம் போல் அவளை எதுவும் செய்யலாம்!

சுவேத: மைந்தனுக்குத் தாயிடம் உரிமை இல்லையா? நான் என் கடமை தவற மாட்டேன். என் மாதாவை ரட்சிக்கும் பொறுப்பு என்னைச் சேர்ந்தது. சிறகறுத்த பறவைபோல் என் கால்களில் விழுந்து 'என்னைக் காப்பாற்று' என அவள் துடிக்கும்போது காது கேளாதவன் போல் நான் அவளை நிர்க்கதியாக விட்டால் – தர்மத் துரோகம் செய்தவன் ஆவேன்! நான் அவளிடம் தோன்றியவன். ஊண் கொடுத்து எனக்கு உயிரும் உடலும் கொடுத்து, தன் ரத்தமும் ஊட்டி என்னை வளர்த்தவளை, என் கால்கொண்டு ஊன்றி நிற்கும் வலிமை பெற்றபின், ஆதரிக்கும் பொறுப்பு என்னைச் சேர்ந்தது; அவள் என்

ஜனனி. தெய்வம் துராக்ரஹமாகத் தீண்டினால் என் தெய்வத்தைக் களங்கப்படுத்துவதுபோல். நான் அதை அனுமதிக்க முடியாது!

அதி: சிறுபிள்ளைத்தனமாகப் பேசுகிறாய்!

நசி: இல்லறத்தை நான் காக்க வேண்டும். அதிதியை பாராமுகமாக அனுப்புவது மறம். அதனால் நரகம்தான் லபிக்கும்.

சுவேத: அந்தப் பொறுப்பும் நானே ஏற்கிறேன். அற்பனான அதிதியின் நீசத்தனமான ஆசையைத் திருப்தி செய்யாதவர்களுக்காக ஒரு நரகம் இருக்குமெனில் அந்த நரகத்திற்கு நான் போகிறேன். இம்மாதிரி தண்டனை விதிக்கும் கடவுளின் அருகில் இருப்பதை விட, நரகத்தில் வாழ்வதே மேல்.!

நசி: உன் இஷ்டம்!

அதி: தந்தையும், மகனும் ஒத்துப்போய்விட்டால், என் பொருளை நான் விடுவித்துச் செல்ல வேண்டாமா?

(மீண்டும் பிரஜாவதியை நெருங்குகிறான்.)

சுவேத: பிராமணரே, எச்சரிக்கை ஞாபகமிருக்கட்டும்! என் அன்னையைத் தீண்டும் கரம் உடம்பிலிருந்து துண்டாகும்.

(அவன் அதிதியை நெருங்குகிறான்.)

அதி: (பயமுற்று) அறத்தை அழிக்கத் துணிகிறாயா?

சுவேத: எது அறம்? மனிதரில் பாதியான இனத்தை அலட்சியம் செய்து பெண்மையைத் துண்டாடுவதா அறம்? ஒரு பாபியின் இச்சா பூர்த்திக்காக, வாழ்க்கைப் பாதியான மனைவியைத் தாராளமாகக் கேட்கும் அறம் அரக்கத் தன்மை வாய்ந்ததாக இருக்க வேண்டும். மனிதனுக்கு ராட்சச தர்மம் எதற்கு?

அதி: உன் பிதா தானம் செய்தபிறகு...

சுவேத: அவளைத் தானம் செய்வதற்கு அவருக்கோ, எனக்கோ, அல்லது அவளுக்கோ எவ்வித அதிகாரமும் கிடையாது, இன்று இவ்வீட்டிற்கு வந்து நீங்கள் அவளை அழைத்துப் போகிறீர்கள். நாளை உங்கள் வீட்டிற்கு வரும் விருந்தாளி அவளை வேண்டினால்? அப்படியே கைமாறிக் கொண்டிருக்க பெண் ஜடம் அல்ல; உங்களுடைய இந்திரிய மிருகம். தன் இஷ்டம்போல் வேட்டையாடுவதற்கோ விற்பனை செய்வதற்கோ ஏற்பட்ட பிராணியும் அல்ல;

அதி: இன்றைய தர்மம் அப்படிக் கூறவில்லையே?

சுவேத: தர்மம் காலத்திற்கு ஏற்றபடி மாறுதல் கொள்ள வேண்டும்; அதுவும் ஸ்திரீ புருஷ சம்பந்தம் மிகவும் நுட்பமானது, இருளுணர்ச்சி என வருணிக்கப்படும் காம உணர்ச்சிக்கு உதவும் பெண் அவயங்களே புனிதமான புத்திரப் பேற்றுக்கும் கருவிகளாகின்றன. என்ற பேருண்மையை மனதில் வைத்துக்கொண்டுதான், ஸ்திரீ புருஷ சம்பந்தமான தர்மத்தை வகுக்கவேண்டும். இன்றைய தர்மம் அதற்கு

மாறாக இருக்கிறது என்றால், நான் புதுதர்மம் வகுக்கிறேன்; ஒரு பெண்ணை ஒரு புருஷன்தான் மணக்க வேண்டும். பரபுருஷனுடன் அவளை அனுப்புவதற்குக் கணவனுக்கு உரிமை கிடையாது; செல்வதற்கு அவளுக்கும் அதிகாரம் இல்லை. அவள் தன் கணவனைச் சார்ந்தே வாழ வேண்டும். மாற்றானின் மனையாள் மீது காம நோக்கு செலுத்துவதும் ஆடவனுக்கு அதர்மம். அன்னியனை மனதில் நினைப்பதும் ஸ்திரீக்கு அதர்மம். நான் விதிக்கிற புத்தறம் இது. எங்கும் நிறைந்து எல்லாமுமாக இருக்கும் அக்னிமீது ஆணை! இனி வேறு நல்லறம் தோன்றும். தோன்றும்வரை இந்தத் தர்மமே நிலவும். இதை மீறி நடப்பவர் அதற்குரிய தண்டனையைப் பெறுவர்...! அம்மா! நீ உள்ளே போகலாம். நான் கூறியதே இந்த யுகத்திற்குத் தர்மம். அது உன்னைக் காத்து நிற்கும். அந்தணரே! நீர் போகலாம். இந்தப் புதிய தர்மத்தைப் போகும் இடமெல்லாம் சொல்லிக் கொண்டே செல்லும்.

அதி: (நெடுமூச்சுடன்) நசிகேத! இது நியாயம் என அங்கீகரிக்கிறாயா?

நசி: (திருப்தியுடன்) சுவாமி, கொஞ்ச நேரத்திற்கு முன்னால் சுவேதகேது யுகதர்மம் ஏற்படுத்தவும் தகுதிவாய்ந்தவன் என நீங்களும் கூறினீர்களே?

அதி: கல்வியும் வல்லமையும் உடைய வல்லவன் வகுப்பதே தர்மம் ஆகிவிடுகிறது. அவ்வாறானால்...

சுவேத: நீங்கள் போகலாம். ஆனால் எனது புதுதர்மம் நினைவிலிருக்கட்டும். அதைமீறி விருந்தோம்பல் இடத்தில் தாம்பத்தியத்தைச் சிதைக்க முயலாதீர்கள்.

(அதிதி தலைகுனிந்தவாறு நடக்கிறார், தாய், தந்தை, தனயன் – மூவரின் முகத்திலும் மகிழ்ச்சிக் கதிர்கள் ஒளிவிடுகின்றன.)

(குறிப்பு: சுவேதகேது என்னும் பெயரைத் தவிர, வேறு பெயர்கள் ஆசிரியர் சூட்டியவை.)

சிவாஜி **(1945)**

வியாசர் படைத்த பெண்மணிகள் (1968)

அகலிகை முதலிய அழகிகள் (அக்டோபர் 1993)

மேனகை

1

தடாகத்தில் அமுங்கித் தலை தூக்கிய ஒரு பின்ன க்ஷணத்தில் யுகாந்தரம் போன்ற மாறுதலை அனுபவித்தான் பங்காஸ்வனன். ஊழிக்காலத்தில் நிகழும் என்பதாய்க் கற்பனை செய்யப்பெறும் கொந்தளிப்பையும் குமுறலையும் தன் உள்ளத்துள் கண்டதால், தனிமையில் தன்னுடன் தானே வாய்விட்டுப் பேசும் உன்மத்த நிலைக்கு, அவன் வசமானான்.

"நானா நான்?" என்றான், மெதுவாய்.

சந்தேகம் தெளிவித்துக்கொள்வதற்காக, "நான் பங்காஸ்வனனா?" என்றான், உரத்து.

தன்னை மீண்டும் பார்த்துக்கொண்டான்; உண்மை, அவன் பங்காஸ்வனன் இல்லைதான்.

'நான் பங்காஸ்வனன் இல்லைதான்; நான் யார்? பின் அரசனாய்த்தானே இருந்தேன்? இப்போது ஏன் இப்படி?'

'ஏன் இப்படி?' என்பதைத் தன்னிடங்கூட விளக்கமாய்க் கூற, அவனுடைய நாக்கு மறுத்தது. ஆனால், சொல்லாமல் இருக்கவும் முடியவில்லை.

"நான் ஏன் எப்படிப் பெண்ணாக மாறினேன்?" என்று கூக்குரலிட்டான்.

அரசன் அவன்; அரிவையாக மாறிவிட்டான். தடாகத் தண்ணீரைத் தீண்டியதும் மாயை செறிந்த அக்குளத்தில் மீண்டும் நீராடினால், ஆண்தன்மை மீளுமோ என்று நினைத்து நீரில் குதித்தான்; மிதந்தான்; அமுங்கினான்; ஆனால் மாறுதல் மாறவில்லை.

திகைப்பு, திகைப்பாகவே நின்றது. உயிரைத் திருணமாக எண்ணி, எதிரிகளின் மீது பாயும்படி போர் வீரர்களுக்குக் கட்டளையிட்ட அவனுடைய கம்பீரமான குரல், இப்போது மாதுரியம் இணைந்த குரலாக மாறிவிட்டது.

அவனுக்கு வெட்கம் உண்டாயிற்று. உருவற்ற காற்று, விருஷங்களில் சலசலப்பதைக் கேட்டாலும், அவன் உடல் கூசியது. பறவைகளைப் போன்ற வான சஞ்சாரிகளும், மான்களைப் போன்ற வனவாசிகளும் தன்னைப் பார்க்கக்கூடாது என்றுதான் விரும்பினான்.

இனி? இனி அவன் – அவனே அல்ல, அவள் – என்ன செய்வது? ராஜ பரிவாரங்கள் கானகத்தில் உள்ள ஏதாவது ஒரு மூலையில் நின்று தங்கள் அரசனுக்காகக் காத்திருப்பர்; அவர்களின் முன்னால் அவள் எப்படிப் போவது? பொய்கையில் அமுங்கியதும் பெண்ணாய் மாறிய அதிசயத்தை, அவர்களுக்கு எப்படி விளக்குவது? அவர்கள், அதை நம்பும்படி செய்வது எவ்வாறு? மனைவியரும் மைந்தரும் மந்திரிகளும் மக்களும் என்ன கூறுவர்?

குறுகிக் குறுகிக் குதிரை நின்ற இடம் நாடி நடந்தாள். ராஜப் பரிவாரங்களிடம் சென்று நடந்த விபரீதத்தை விவரித்துவிட்டுப் பிறகு ஏதாவது செய்யலாம் என்று நினைத்தாள்.

தன் யஜமானனுக்குப் பதிலாகப் பெண் ஒருத்தி தன்னைப் பிடிக்க முயலுவதைக் கண்ட குதிரை, முரண் செய்தது. ஆனால், அசுவ சாஸ்திரத்தில் வல்லுநனாக இருந்த அரசனின் கரங்கள், பெண்மை பெற்றதால், அந்தத் திறமையை இழந்துவிடவில்லை. பரியை அடக்கி, பரிவாரம் இருந்த இடத்திற்கு மெதுவாய் ஓட்டினான்.

தங்கள் அரசனின் வருகையை அச்சத்துடனும் ஆவலுடனும் அவர்கள் எதிர்பார்த்துக் கொண்டிருந்தனர். தூரத்தில் வரும் புரவியைக் கண்டதும், 'அரசர்தாம்' என்னும் ஆறுதல் உண்டாயிற்று. ஆனால் அருகில் வந்ததும் அந்த வேஷத்தில் வந்தவள் ஒரு பெண் என்று அறிந்ததும் அவர்களைப் பெரும் திகில் வளைத்துக்கொண்டது.

ஏக காலத்தில் எல்லோரும் முன்வந்து, அவளைச் சுற்றிக் கொண்டார்கள். "அரசர் எங்கே? நீ யார்? அவருடைய உடையுடன் நீ வரக் காரணம் என்ன?" –கலவரத்தால், கேள்விகளின் மேல் கேள்விகள் இடித்துக்கொண்டு வந்தன.

அவள், சாமந்த ராஜனை நோக்கிக் கூறினாள்; "நான்தான் உங்கள் அரசன்."

தயங்கி தயங்கிப் பேசும் அவள், மேலும் சொல்வதற்குள் "பைத்தியக்காரி" என்ற வார்த்தை, அந்தக்கூட்டத்தில் பாய்ந்தது,

"இல்லை; தெய்வ சாபத்தாலோ, பூர்வத்து வினையாலோ திடீரென்று இப்படி ஆகிவிட்டேன்: பானுமதி எங்கே?"

மகாராணி முன்வந்தாள்.

"நான் ... பங்காஸ்வனன் ... உன் கணவன்தான்" என்று, "அவள்" தடுமாறினாள்.

"நீயா – நீங்களா? என் கணவர் அரசர்; ஆடவர்; நான் ஒரு பெண்ணை மணம் புரியவில்லை!"

'அவள்' உடல் சங்கோசத்தால் குன்றியது. குரலைத் தெளிவுபடுத்திக் கொண்டு கூறினாள். "பானு! வேட்டையாடிய அயர்வால், எனக்கு நாவறட்சி

உண்டாகியது. எங்கு எங்கோ அலைந்து ஒரு குளம் கண்டேன். தாகம் தணித்துக்கொண்டு வெம்மையாற ஜலத்தில் விழுந்து எழுந்ததும், இப்படி ஆனேன்!"

'அவளு'டைய குரலில் ஒலித்த உண்மை, எல்லோருடைய வாயையும் அடைத்தது. விதிர்விதிர்ப்புற்ற வியப்புடன், 'அவளை'யே நோக்கினர் அனைவரும்.

"நிஜமாகவா?" என்று, முதலில் தன் பிரமிப்பைச் சொல்லாய்ப் பெயர்த்தாள் பானுமதி.

"நிஜந்தான்; உனக்கு இன்னும் நம்பிக்கை உண்டாகவில்லையா? கல்யாணம் ஆன புதிதில்..."

அப்போது நடந்த, அவ்விருவர் மாத்திரம் அறிந்த, ஒரு செய்தியைப் பானுமதியின் நினைவுக்குக் கொணர்ந்தாள் 'அவள்'.

பானுமதியின் வதனம் வெளிறியது. "உண்மைதான், அய்யோ!" என்ற அவளுடைய கிசுகிசுப்பு, கூட்டம் முழுவதும் நிரம்பியது.

உண்மை; மகாரதனும், பல யாகங்களைச் செய்தவனும், குடிகளைப் பேணிக்காத்தவனும் புருஷோத்தமனுமான மன்னன் ஸ்திரீயாக மாறி விட்டான்!

உத்தமமான லக்ஷணம் பொருந்திய அந்தக் கன்னியின் எழிலினால், அந்தக் கூட்டத்தில் யாருக்கும் திருப்தி உண்டாகவில்லை. மைந்தர்கள் 'அவளை'த் தாயெனப் போற்றுவதா, தந்தையாகப் பணிவதா என்று புரியாமல் தலைகுனிந்தார்கள். மந்திரிகள் ஆண் தகையான அரசனுக்குப் பதிலாய் ஸ்திரீயாய் அடைந்த துக்கத்தினால் நெட்டுயிர்த்தார்கள். சுமங்கலியாகவே கணவனை இழந்த வேதனையினால் உள்ளம் புலம்ப, கண்களில் நீர் தவிக்க, மௌனமாக நின்றாள் பானுமதி.

செயலற்று நின்ற அக்கூட்டத்தில், 'அவளே', முதலில் பேசினாள்: "இனி யோசனை செய்வதால் பயன் இல்லை; இதற்கு நான் மாற்றம் காண வேண்டும். முனிவர்களை யாசித்தும் பழைய உருப்பெற்றுத் திரும்புகிறேன். திரும்பும்வரை, என் மைந்தர்கள் நாட்டை ஆளட்டும்."

யாரும் பேசவில்லை. 'அவள்' பானுமதியை நெருங்கி, "பானு, பெண்மையுடன் ஆண் உடையில் இருக்க, எனக்கு வெட்கமாக இருக்கிறது" என்றாள், மெதுவாய்.

இருவரும் தனித்துச் சென்றனர். புடவையும், அணிகளும் அணிந்த அவளைப் பார்த்த பானுமதி, "ஜகன் மோகன ரூபம்!" என்றாள். அவள் கண்ணீர் ஆத்திரமுற்று, வெளியில் கொட்டியது,

"பானுமதி, உன் சகோதரிகளிடமும் எனக்கு நேர்ந்ததைக் கூறி, அவர்களுக்கு ஆறுதல் சொல்லு. வீணாகக் கவலைப்பட்டு, உன் உடலையும் அழகையும் குலைத்துக்கொள்ளாதே! நான் விரைவில் திரும்பிவிடுவேன்."

இருவரும் வெளியில் வந்தனர். ஆண் தோற்றத்தின் சாயலையும் இழந்த தன்னை, எல்லோரும் இமையா விழியுடன் நோக்குவதைக் கவனித்தாள் 'அவள்'.

“மேலும் தாமதிக்கக் கூடாது, நான் முனிவர்களை ஆசிரயித்து, இந்தச் சாபத்தைப் போக்கிக்கொள்ளப் பிரயத்தனம் செய்கிறேன்.”

மூத்த மைந்தன் அஷ்டாவக்கிரனிடம், ராஜ்யபாரத்தை ஒப்பித்துக் கானகத்திற்குள் திரும்பினாள்.

ஸாமந்த ராஜா சொன்னார்: “அரசரே, யாராவது ஆண் துணை ...”

“என் வாள், என்னிடம் இருக்கிறது” என்று கூறிக்கொண்டே, திரும்பியும் பாராமல், வனத்துக்குள் புகுந்துவிட்டாள் ‘அவள்’.

2

பழமைக்கும் பழமையான ஒரு காலத்தில், பாரததேசத்தில் இருந்த ஏதோ ஒரு ராஜ்யத்தின் அரசன் பங்காஸ்வனன். அரசனுக்கு எளிதில் கிடைக்கக்கூடிய சகலவிதமான இன்பச் சாதனங்களும் அவனுக்கு இருந்தன. பொன்னும் பொருளும் நாட்டு மண் வளமும் தவிர, அவனுக்குப் பானுமதி முதலான பல அழகான மனைவியரும் இருந்தனர். அவர்களை ஆண்டு, அவர்களாலும் ஆளப் பெற்று, அவன் மிகவும் மகிழ்ச்சியாகவும் திருப்தியாகவும் வாழ்ந்தான். ஆயினும், இவ்வளவு சௌபாக்கியங்களுக்கு இடையிலும், அவனுக்குப் புத்திரப்பேறு இல்லாத, வழக்கமான குறை இருந்தது.

வழக்கம்போல் அவன் கிலேசம் அடைந்தான். வழக்கம்போல் தன் அமைச்சர்களையும் அந்தணர்களையும் கலந்தாலோசித்துத் தேவர்களுக்குப் பிரீதி செய்யக்கூடிய ஓர் யாகம் செய்ய முனைந்தான். யாகம், வெற்றிகரமாய் முடிந்தது. அரசன் புத்திர பாக்கியம் பெற்றான்.

ஆனால், அதனுடன் தேவராஜனின் விரோதத்தையும் சம்பாதித்துக் கொண்டான். அந்த யாகம், தேவேந்திரனுக்கு விரோதமாக, அவனைப் புறக்கணித்துச் செய்யப்படுவது. பங்காஸ்வனன், வேண்டுமென்றே தன்னை அவமானம் செய்ததாக நினைத்தான் அவன். தருணம் வாய்க்கும்போது, அரசனிடம் பழிவாங்கக் காத்திருந்தான். தர்மப்பிரியனான மன்னன் தவறு ஏதும் செய்யாததால், அவன் வெகுகாலம் காத்திருக்க நேர்ந்தது.

ஒருசமயம் பங்காஸ்வனன், தன் அன்பிற்குப் பாத்திரமான மனைவி பானுமதியுடனும் புத்திரப் பரிவாரங்களுடனும், வனத்திற்கு வேட்டையாடச் சென்றான். ஏதோ மிருகம் ஒன்றைத் துரத்திக்கொண்டு சுற்றத்தைப் பிரிந்து காட்டில் நெடுந்தூரம் சென்றுவிட்டான். அப்போது மாயையில் வல்ல இந்திரனுக்கு, ஒரு யோசனை உதயம் ஆயிற்று. மனைவி மக்களுடன் குலாவி மகிழும் பங்காஸ்வனனை, அவ்வாறு செய்ய இயலாதவாறு தடுத்துவிட்டால்?

அரசன், நாவறட்சியுடன் பக்கத்தில் இருந்த தடாகத்தில் இறங்கிய போது; தன் மாயா சக்தியை அதில் பிரயோகித்தான் இந்திரன். அதன் பயனாகத்தான், கம்பீர புருஷனாக இருந்த பங்காஸ்வனன், அழகான பெண்மணியாக மாறிவிட்டான். இந்திரன் மிகவும் மகிழ்ச்சியடைந்தான்.

3

சிறிது தூரம், சிறிது நேரம் நடந்த பிறகு, அவளுக்குச் சிறிது ஆறுதலும் தெளிவும் உண்டாயின, ‘அவளை’த் தேடி, இனி யாரும் வர மாட்டார்கள்;

மனிதத் தொடர்பே இல்லாத முழுத்தனிமை, அவளுடைய ஏவலுக்காகத் தலைகுனிந்து நின்றது.

சிந்தனையை மேலும் ஓட்டாமல் முடிவான தீர்மானம் செய்தான்; நடந்தது நடந்துவிட்டது. சென்றதைக் குறித்து ஏங்கினால், வருவதும் அழிந்து போகும். பெண்ணாக இருந்தால்தான் என்ன? நல்லவேளை, சாபத்தின் பயனாகவோ அல்லது சூதின் காரணத்தாலோ, அவள் மகா குரூபி ஆகி இருந்தால்? இப்போதோ அவளிடம் நேர்த்தியான அழகு இருக்கிறது. யாராவது முனிவர் ஒருவரை அணுகி, அவர் மனம் கோணாமல் சேவை செய்தால், அவர் திருப்தியடைவது நிச்சயம். பிறகு, எளிதில் தன் சுய உருவை, அவள் அடையலாம்.

ஆனால், அப்படி வெறுக்கத்தக்கதா பெண்மை? ஆண்தன்மையை இழந்துவிட்டால், அத்துடன் உலகத்தையே இழந்ததுபோல் ஆகிவிட்டதா?

காற்றுடன் விளையாடி நெளியும் மெலிந்த ஆடையுடன், சுற்றிச் சுற்றி நோக்கினாள். எல்லையற்ற உலகம், முடிவற்ற சுகதுக்கங்களுடன் எதிரில் கிடக்கிறது. ஆணுக்கு மாத்திரம் அன்று, பெண்ணுக்கும் அது உண்டு. உலகம் ஒருமுறை, மீண்டும் புதிதாக ஆரம்பத்திலிருந்தே ஆரம்பித்து இயங்குவதாக, அவனுக்குத் தோன்றியது. கர்ணக் கடூரமான கூச்சலாகவும் ஓய்வு ஒழிவு இல்லாத கடமையின் கர்ம ஸ்தலமாகவும் 'அவனு'க்குக் காட்சியளித்த உலகம், 'அவளு'க்கு எழிலுக்கும் இன்பத்திற்கும் கேந்திரமாகப் புலப்பட்டது. புதுமை புனைந்து, ரஸபங்கம் இல்லாத ஒரு மகா காவியத்தை அதன் கர்த்தாவே இசைப்பதுபோன்று, இனிமை கலந்து இயற்கையும் பரவசப்படுத்தியது. வானத்தில் ஜாலம், பக்ஷி ஜாலங்களில் நாதம், மரங்களின் சிலிர்ப்பு, அருவிகளின் சலசலப்பு முதலிய புறத்து இயற்கையில் மாத்திரம் அல்ல, அகத்து இயற்கையிலும் புதுமையும் இளமையும் இணைந்திருந்தன.

மகிழ்ச்சியுற்றாள், திமிரும் கொண்டாள்; மாறுதலிலே உண்டான வெட்கத்துடன் சினம் சிறிதும் அவள் மனத்தில் இல்லை; பசுமைமீது சாய்ந்தாள்! இடையில் செருகியிருந்த வாளை, வெறுப்புடன் எறிந்தாள்.

"அழகு—புலனுக்கு எட்டாத தத்துவம் அல்ல; ஐம்புலன்களும் அறியும் உருவம். அது நானே!" என்று, மனத்தில் நினைத்ததை வாயாலும் சொன்னாள்.

"நான் அழகி. எனக்கு நானே ஒரு பெயர் சூட்டிக்கொள்கிறேன்."

பெயர்களைப் பொறுக்கும் கவலையில் ஆழ்ந்தாள் அவள். தேவலோகத்துச் சுந்தரிகளான அப்சரசுகளின் ஞாபகந்தான், அவளுக்கு முதலில் வந்தது. ஏகாக்கிர சித்தத்துடன் தவமியற்றும் விசுவாமித்ரனைக் கலைத்த மேனகையைபற்றி, அடிக்கடி நினைத்தாள்.

"மேனகை, இனி நான் மேனகை" என்றாள் அவள், தன்னுடைய புதுப்பெயரின் இனிமையை வியந்துகொண்டே. அவள் விழிகளை மூடிக்கொண்டு, நீண்ட நேரம் கிடந்தாள்.

கண்ணைத் திறந்தபோது, இருள் தன்னை முற்றுகையிடுவதைக் கவனித்தாள் மேனகை. இராப்பறவைகளின் கூச்சலும், எங்கோ ஊளையிடும்

மிருகங்களின் கூக்குரலும், இருட்டின் கருமையும் அவளுக்குத் திகில் உண்டாக்கின. 'சாமந்தர் சொன்னாரே; துணைக்கு யாரையாவது அழைத்து வந்திருக்கலாமே!' என்று எண்ணினாள். வனத்தில் எங்காவது ஆசிரமம் இருக்காதா? இரவுக்கு ஒதுங்க இடம் கிடைக்காதா என்கிற கவலையுடன், எட்டிய மட்டும் பார்த்தாள்.

அவளுடைய வருகையையே எதிர்பார்ப்பதுபோல் தொலைவில் ஒரு சிறு ஒளி கண் சிமிட்டியது, எறிந்த வாளை மறுபடியும் எடுத்து உருவிக் கையில் வைத்துக்கொண்டாள். பிசாசுபோல் துரத்தும் இருளுக்குப் பயந்து, படபடக்கும் நெஞ்சைக் கெட்டியாகப் பிடித்துக்கொண்டு, அவள் வெளிச்சம் வந்த திக்கை நோக்கி நடந்தாள்.

4

இடியை ஆயுதமாகக் கொண்டவனும், இருடி மனையில் இருட்டில் புகுந்து, பெண்ணின் கரம் வருடிக் கற்புக்கு வஞ்சனை செய்தவனும், மாயாவியுமான இந்திரன் 'மேனகை'யைப் பூர்ணமாகப் பழிவாங்க நினைத்து, மன்மதனையும் தன் உதவிக்கு அழைத்துக்கொண்டான்.

அவ்விருவரும் இருளுடன் இருளாய், காற்றுடன் காற்றாய், அவளைத் தொடர்ந்து, அவளையும் அறியாமல் அவளை அழைத்துக்கொண்டு சென்றனர்.

5

அக்கினிதத்தன் என்னும் பிரம்மசாரியின் ஆசிரமம் அது. சிறு தீ மூட்டி, ஒளியில் அமர்ந்து, அவன் காய்கனிகளை உண்டுகொண்டிருந்தான்.

மனித உருவைக் கண்டதும், மேனகையின் பயம் சிறிது தெளிந்தது. ஆனால், அவனை நெருங்கி இடம் கேட்க, அவளுடைய பெண்மை துணியவில்லை. நின்று நின்று, மெதுமெதுவாய் அவனுடைய கண்களுக்குத் தென்படும்படி நின்று, சிறு சப்தம் உண்டாக்கினாள்.

தத்தன் நிமிர்ந்தான். தீ ஒளியில், கையில் உருவின வாளுடன், ஆபரணப் பூஷிதையாக ஒரு லாவண்யவதி நிற்பதைக் கண்டதும், அவனுக்கு வியப்பு உண்டாயிற்று.

"யாரம்மா நீ?" என்றான்.

அவனுடைய உருவத்தை, அவளும் உற்றுநோக்கினாள். நெருப்பின் பிரகாசம்போல் நகையாடும் இளமைப்பொலிவுடன் விளங்கிய யுவனின் முன்னிலையில், அவள் மொழியற்றாள்.

"நீ யார்? இந்நேரத்தில், இங்கே வரக் காரணம்?" என்றான் தபஸ்வி, திரும்பவும்.

அவள் பூமியைக் கிளறினாள். முகத்தைத் துடைத்தாள். ஆனால், ஒளியில் ஒடுங்கும் மின்மினிபோல், அவன் முன் அவள், ஒடுங்கிப்போனாள்.

அவன் எழுந்து, அவள் அருகில் சென்றான். ஒருவேளை, ராத்திரி தேவதையே தன்னைச் சோதிக்க விரும்பி, அந்த உருவில் வந்திருக்கிறாளோ என்ற ஐயத்துடன், பணிவாக நின்றான்.

"என் குடிலைத் தேடிவந்த நீங்கள் யார் என்று அறியலாமா?"

"நான் மேனகை."

தத்தனுக்கு அமரலோகத்து அப்சரசுகளின் ஞாபகந்தான் வந்தது. தேவர்களுக்கு வருத்தம் அல்லது பயம் உண்டாகும்படியாகத் தவம் அல்லது யாகம் செய்தால், இந்திரன் அப்சரஸ்களை ஏவிவிடலாம்; ஆனால், சாதாரணமான தபஸ்வியும் எளிய பிரம்மசாரியுமான அவனை நாடி, மேனகை வரக் காரணம் என்ன?

"என்னிடம் என்ன காரியமாய் வந்தீர்கள்? நான், தேவர்களுக்கு ஒரு தீங்கும் நினைக்கவில்லையே?"

"நான் பங்காஸ்வனன்," என்று தயங்கினாள் அவள்.

தத்தனுக்கு இன்னும் சந்தேகம் ஆகிவிட்டது. "ஆம், பங்காஸ்வனன், அரசருக்கு அரசன். நீங்கள்..."

மிகவும் கஷ்டப்பட்டுக் காட்டில் நடந்ததை மேனகை விளக்கினாள்; பின் கூறினாள், "இன்று இரவு, தங்குவதற்கு இடம் வேண்டும்."

தத்தன் யோசித்தான்; என்ன இருந்தாலும் பெண், பெண்தானே? பெண்ணுக்கு, எப்படி இடம் கொடுப்பது? மேனகையின் நடை உடை பாவனை எல்லாவற்றையும் கவனித்தால், ஆணாக இருந்தவள் என யாரும் நினைக்கவே முடியாது. துணையில்லாத அழகு, அவனுடைய வாயிலில் நின்று கரம் நீட்டி, ஆசிரமம் யாசிக்கிறது. எவ்வளவு கொடியவனானாலும் மறுக்கமுடியுமா?

"சரி, நீ உள்ளே வரலாம். இதோ, காய் கனிகள் இருக்கின்றன. உண்டு பசியாறிப் படுத்துக்கொள்."

அவன் கூறியபடி, அவள் உள்ளே சென்று, புசிக்கத் தொடங்கினாள். அவனும் ஒருபுறம் அமர்ந்து, குறையாகாரத்தையும் முடித்துக்கொள்ள ஆரம்பித்தான்.

இருமையுற்ற இளமை ஏகாந்தம், பிரம்மசாரியைக் கவர்ந்தது.

"காலையில் என்ன செய்வாய்?" என்றான், கவலையுடன்.

"நானா?" என்றாள் அவள், உண்பதை நிறுத்தி.

யாராவது ஒரு மகரிஷியை அணுகித் தன் மாறுதலுக்கு மாற்றம் காண முயல வேண்டும் என்பதும், பானுமதி முதலானோர் தனக்காக ஏங்கிக்கொண்டிருப்பர் என்பதும் அவளுக்கு மறந்தேவிட்டன. எதிரில் வீற்றிருந்த இளமையே தனது எதிர்காலம் என்று, அவளுக்கு ஏனோ தோன்றியது!

"காலையில், என்ன செய்யப் போகிறேனோ?"

அவளுடன் அவன், மேலும் பேச விரும்பினான். "அந்தக் குளம், மாயாவிக் குளம்போல் இருக்கிறது."

காற்றில் கலைவுறும் கீற்று முகில்போல், தனிமையால் அவளுடைய நாணம் கலைந்தது. "அப்படித் தோன்றவில்லை. என் பூர்வ வினையால் இப்படி ஆகியிருக்கும் என நினைக்கிறேன்" என்றாள்.

“உனக்கு மிகவும் வருத்தமாக இருக்கும்; இல்லையா?”

“எனக்கு என்ன வருத்தம்? பெண் ஆவது என்றால், வருத்தப்பட வேண்டிய விஷயமா?”

“இருந்தாலும்—”

“எனக்கு என்னவோ, முதலில் கொஞ்சம் வருத்தமாகவே இருந்தது. இங்கே வந்த பிறகு, அதுவும் இல்லை.”

“ஓஹோ!”

இருவரும் சாப்பிட்டு எழுந்தனர். புல்லைப் பரப்பிய படுக்கையைக் காட்டி, அவன் அவளைப் படுக்கச் சொன்னான். “அரண்மனையில் பொன் மஞ்சத்தில் படுத்த உனக்கு, இதன்மேல் படுப்பதென்றால் கஷ்டமாய்த்தான் இருக்கும். ஆனால், எனக்கும் வேறு உபாயம் இல்லை.”

“நான் அரண்மனையில் பொன்மஞ்சத்தில் படுக்கவே இல்லையே!”

“என்ன இருந்தாலும் அரசனாக இருந்து...”

“இப்போது நான் ஒரு சாதாரணப் பெண்; இந்தப் படுக்கை எனக்குச் சுகநித்திரை அளிக்கும்.”

“சந்தோஷம்; படுக்கிறாயா?”

அவளை ஆசிரமத்தில் விட்டு, அவன் வெளியில் படுத்தான்.

6

மேனகை கண்களை மூடிக்கொண்டாள்; கண் மூடியதும் சுகநித்திரை வந்துவிடும் என்று நினைத்தாள். ஆனால், இரவில் பலம் அதிகம் பெறும் ராக்ஷஸனைப்போல், அவள் உள்ளம் விழித்துக்கொண்டிருந்தது; அவளுக்கு, அது ஓய்வளிக்கவில்லை. தூக்கம் வரவேண்டும், வரவேண்டும் என்று ஜபித்தாள். கூனிக்குறுகி வளைந்து ஒருக்களித்துப் படுத்தாள்; தூக்கம் பக்கத்திலும் வரவில்லை; மீண்டும் மீண்டும் அவளுக்கு அக்னிதத்தன் ஞாபகமே வந்தது.

அரசனாக இருந்ததை அவள் நினைத்தாள்; ஆனால் ஏதோ முன் ஒரு காலத்துச் சம்பவம் போலத்தான் தோன்றியது. பானுமதியின் ஞாபகம் வரத்தான் வந்தது. ஆனால், அவளிடம் மேனகை, அனுதாபம்தான் அடைந்தாள். நேரம் தலைசுற்றும்படி விரைந்துகொண்டிருந்தது. தூங்கியும் தூங்காமலும் அவள் தவித்துக்கொண்டிருந்தாள்.

இரவுப் பெண், தன் பல்லாயிரம் விழிகளால் பார்த்து அனுதாபம் அடைந்தாள். நிலவுக் கிண்ணியில் ஒளிப்பாலை நிரப்பி, கதிர்க் கரங்கள் கொண்டு நீட்டி, ஆசிரமத்தின் கூரையின் இடுக்குகள் வாயிலாக மேனகையின் முகத்தில் ஊன்றினாள். ஆசிரமத்தில் இங்கும் அங்கும் தெளித்தாள்; ஒளியால் மெழுகப் பெற்ற ஆசிரமம் மண இல்லம்போல் தோற்றியது.

விடியற்காலையின் குளிரையும் கவனியாமல், வெளியில் எங்கேயோ நாதத்தீயை மூட்டியது, பாரத்துவாஜம்.

அவள், தீர்மானமாய் எழுந்தாள். மெதுவாய், வெளியில் வந்தாள்.

"இவ்வளவு காலையிலா கிளம்பிவிட்டாய்?" என்றது, தத்தன் குரல்.

அவனும் தூங்கவில்லை என்பதை அந்தக் குரல் காட்டிக் கொடுத்து, ஒருவருக்கு ஒருவரை நன்றாகப் புரிந்துகொள்ளும்படி விளக்கிக் கூறியது. அவனுடைய மனதில் குதுகுதுப்பும் குதூகலமும், கிறுகிறுப்பும் கிளர்ச்சியும் உண்டாயின, தன் சரீரச் சாம்ராஜ்யத்தை அவனுடைய ஆதிக்கத்தில் ஒப்படைப்பதுதான் நல்லது என நினைத்தாள். முற்ற முற்ற முதிர்ந்த பெண்ணுணர்ச்சி அவளைத் தூக்கி அவன் காலடியில் எறிந்தது.

தத்தனின் பாதத்தைப் பற்றிக்கொண்டு, விநயமாய், "அநாதரவாய் என்னை விடாதீர்கள்; நீங்களே எனக்குப் புகல் தரவேண்டும்" என்றாள்.

"அரசனாக இருந்த நீயா, இவ்வளவு அதைரியம்..."

அவன் குரல் நடுங்கியது.

"நான் பெண்தான்; ஆதரவு இல்லாமல் பெண் வாழ முடியாது."

தத்தன் மறுமொழி உரைக்கவில்லை. நடுநடுங்கும் கரங்களால், அவளைத் தூக்கினான்.

பொழுதும் விழித்தது.

7

இந்திரன் நகைத்தான்: "நான் பழி வாங்கிவிட்டேன். நாவசைத்து நாட்டை நடுக்கியவள், தவத்திமிரினால் தேவர்க்குத் தீங்குசெய்யத் துணிந்தாள். இப்போது? பெண்ணாய், ஆணின் அடிபணிகிறாள். நான் வென்றேன்." என்றான், எக்களிப்புடன்.

"நானுந்தான்!" என்றான், மருங்கில் நின்ற மலர்க்கணையோன். "ஆனால், நீ கூறுவதுபோல், அவள் மட்டுமா அடிபணிந்தாள்? அவனும்தான் அவன்முன் குனிந்தாள். இரண்டுக்கும் ஈடாகிவிட்டது" என்றான்.

"எப்படி ஆகும்?" என்றான் ஆயிரங் கண்ணன்: "அவள்தானே காலில் விழுந்து கெஞ்சினாள்?"

காதலுக்கு அரசான மதனன், அதை ஏற்கவில்லை. "அப்படி வாயால் சொல்லலாம். ஆனால், அவன் அடைந்த வேதனை, அவளுக்கு ஏற்பட்டதைவிடக் குறைந்ததா? உனக்குமா புரியவில்லை? முனிவரின் சாபம் நிச்சயம் என்று தெரிந்தும், ரிஷிபத்தினி..."

"போதும் போதும்" என்று இடைமறித்தான் தேவராஜன், சற்றுச் சினமுற்று.

"என் மலர்ச் சரங்களுக்கு ஆண் பெண் என்னும் பேதம் இல்லை. இருவரும் ஒருவரை ஒருவர் ஆளுவர்; ஒருவருக்கு ஒருவர் அடிமை ஆவர்! என் நீதி இதுதான்."

"பார்க்கலாம்."

“பாரேன். உன்னுடைய பழைய அனுபவம். சொல்லவில்லை என்றால், இந்தப் புது அனுபவம் சொல்லும். இந்த நவத் தம்பதிகளை கவனித்துக் கொண்டிரு!”

மன்மதன் நழுவினான். அவன் ஏதோ சூழ்ச்சி செய்யப்போவதாய் எண்ணிய இந்திரன், மேனகைத் தம்பதிகளை, மிகவும் ஜாக்கிரதையாகக் கவனித்துவந்தான்.

8

அக்கினி சாட்சியாய்த் தம்பதி ஆயினர் தத்தனும் மேனகையும். தாம்பத்தியத்திற்கு ஓர் உதவிக்கரமாய் விளங்கியது, அவர்கள் வாழ்க்கை.

இயற்கையன்னை, அவர்களுக்கு வாழ்க்கையின் ஒவ்வொருதுறையிலும் சுகம் நிரப்பும் வழியைக் கற்பித்தாள். விருஷங்கள் தரும் ருசிகரமான கனிகளும், சுனைகள் தரும் நீரும் அவர்களுடைய உடலுக்கும் மனதிற்கும் உரம் அளித்தன.

ஓர் ஆயுட்காலத்தில், இருவகை வாழ்க்கை நடத்த நேர்ந்ததை, மேனகை மறக்கவில்லை. அரசனாக இருந்ததையும் ஆட்சி புரிந்ததையும் யாரால் மறக்கமுடியும்? ஆனால், அந்த வாழ்வை, மீண்டும் பெற வேண்டும் என்ற எண்ணம், அவளுக்கு அறவே இல்லை. ஆத்மத் திருப்தியுடன், தனக்கும் தத்தனுக்கும் பிறந்த நான்கு மைந்தர்களுக்கு, அவ்வக் காலத்தில் செய்ய வேண்டிய கடமைகளை எல்லாம் ஒழுங்காய்ச் செய்தாள். இல்லறத்து இன்பத்தைப் பதியுடன் பகிர்ந்து, சந்தோஷமாக இருந்தாள்.

தத்தனும் ஆதரிச புருஷன்தான். மனைவியிடம் குறைவுறாத பிரியம். பிராமணர்களுக்கு அவசியமான கல்வியுடன், க்ஷத்திரியர்களுக்குத் தேவையான கல்வியையும் மைந்தர்களுக்குக் கற்பித்தான்.

மைந்தர்கள் நால்வரும், பருவம் வந்த காளைகளாய், வேதம் அறிந்த வித்தகர்களாய், வலிமை வாய்ந்தவர்களாய் வளர்ந்து, தங்கள் பெற்றோர்களுக்குப் பெரும் துணையாக இருந்தனர்.

ஆனால், நான்கு பிள்ளை பெற்ற பின்னரும், அந்தத் தம்பதிகளுக்கு வாழ்க்கை கசக்கவில்லை! மணமான புதிதில் இருந்ததைப் போலவே, இப்போதும் இருந்தனர். அவர்கள் விஷயத்தில், காலத்திற்குத்தான் வயதாயிற்று.

மேனகைக்கு, மட்டில்லா மகிழ்ச்சி. மணாளனையும் மைந்தரையும் பார்த்துப் பார்த்து வியந்தாள். காலப்போக்கில் தனக்கு ஏற்பட்ட மாறுதல் சாபத்தின் விளைவு அன்று; தெய்வ அருளின் விளைவு என்றுகூடக் கருதத் தொடங்கினாள்.

அவளுக்கு ஒரு யோசனை உண்டாயிற்று. தன் பிள்ளைகளை, ராஜ்யம் ஆளும் பிள்ளைகளுடன் சேர்த்துவிட்டால், அவர்களும் பெருவாழ்வு வாழ்வார்கள் அல்லவா? கணவனுடன் கலந்து சம்மதமும் பெற்றாள்; புத்திரர்களுடன், தனது பழைய நகரத்தை நோக்கி நடந்தாள் மேனகை.

9

மேனகை சிதிலமுறுவாள் என எதிர்பார்த்த இந்திரன், ஏமாந்தான்.

"உன் மேனகை எப்படி இருக்கிறாள்?" என்றான் மன்மதன், அவனிடம்.

"உன்னால் வந்த வினை!"

"நீ சொன்னது போலத்தானே, நான் செய்தேன். நீதான் பிசகு செய்கிறாய். ஆணுக்கும் பெண்ணுக்கும் உள்ள பேதத்தை, நீ அறியவில்லை. பங்காஸ்வனனைப் பெண்ணாக மாற்றியதே தவறு?"

"ஏன்? எண்ணிய இன்பம் காலடியில் கிடக்க, நாட்டை ஆண்டவன் ரிஷிபத்தினியாக அடங்கி வாழ்வதே துக்கத்திற்குப் போதுமான காரணம் அல்லவா? ஆனாலும் மேனகை, திருப்தியுடன் இருப்பதுதான் ஆச்சரியமாக இருக்கிறது."

10

நகரத்தை நெருங்கியதும், மேனகையின் கால்கள் துவளத் துவங்கின. களைப்பினால் அன்று, சீறி எழுந்த பழைய ஞாபகங்களினால், நகரிலுள்ள ஒவ்வொரு தெருவும் ஒவ்வொரு மூலையும் அவளுக்குப் பழைய கதைகளைக் கூறின. அரசனாக இருந்த காலத்தில், வேற்றரசர் மீது படையெடுத்துச் சென்று, வெகுகாலம் வெளியில் தங்கி, பிறகு வெற்றி வீரனாகத் திரும்பியது உண்டு. மன்னனை வரவேற்பதற்குத் தெருவில் தலைகளும் வீட்டுச் சாளரங்களில் முகங்களும் காத்திருக்கும். ஆனால் இப்போது? எவ்வளவு மாறுதல்! அவள்தான் அரசனாக இருந்தவள் என்று, ஒருவரும் புரிந்துகொள்ளவும் இல்லை.

மனைவியரும் மைந்தரும் என்ன கூறுகிறார்களோ? திடீரென்று மேனகை போவதால், அவர்கள் மகிழ்வார்களோ? எப்படி மகிழ முடியும்? கதறி அழுவார்கள்.

அவளுக்கு மிகவும் கலக்கம் உண்டாகியது. எவ்வாறாவது காரியத்தைச் சீக்கிரம் முடித்துக்கொண்டு ஆசிரமம் சென்றுவிட வேண்டும் என்று எண்ணிக் கால்களையும், புதுமை வியப்புடன் நகரத்தை நோக்கும் புத்திரர்களையும் இழுத்துக்கொண்டு அரண்மனையை அடைந்தாள். பிள்ளைகளை வெளியில் நிறுத்திவிட்டு, அந்தப்புரத்தில் புகுந்தாள். தபஸ்வினி உடையில் இருந்த அவளைக் காவற்காரர் யாரும் தடை செய்யவில்லை.

அந்தப்புரத்தில் புகுந்ததும், மேனகை பெருமூச்சுவிட்டாள். பானுமதியைக் கூப்பிட்டாள்.

பெயர் கூறிக் கூப்பிடும் குரலைக் கேட்டதும், அரசி வெளியில் வந்தாள். ஒரே முறை பார்த்தாலும் மறக்க முடியாத மேனகையைப் புரிந்துகொண்டு, அவள் துணுக்குற்றாள்.

"நீங்களா!"

எத்தனை நாட்கள், எத்தனை மாதங்கள், எத்தனை வருஷங்கள் கழித்துக் கணவனும் மனைவியும் சந்திக்கின்றனர்! ஆனால், கணவனும் மனைவியுமாக அல்ல; பெண்ணும் பெண்ணுமாக!

"நான்தான்!"

"இவ்வளவு காலத்திற்குப் பிறகும், இதே உருவில்தானா?"

பானுமதி அழுதுவிட்டாள். மேனகைக்குச் சங்கடமாக இருந்தது. பானுமதியின் கண்ணீரைத் தன் சேலைத் தலைப்பினால் துடைத்தாள்.

"நான் காத்த விரதங்கள், நோன்புகள், செய்த தான தர்மங்கள் எல்லாம் வீண்தானா?"

"மிகவும் வாடிவிட்டாய் பானு!"

இளமை கூத்தாடிய பானுமதியின் சரீரத்தை, அகால வயோதிகம் பீடித்திருந்தது. தலையில் நரை; உடம்பு திரைந்து, மெலிந்து, எலும்பாக இருந்தது.

"வாடாமல் செழித்திருப்பேன் என்று எதிர்பார்த்தீர்களா? யாருக்காக என் உடம்பைக் காப்பாற்றவேண்டும்? நீங்கள் முன்போலவே திரும்புவீர்கள் என்று காத்திருந்தேன்; நீங்கள் வரவில்லை. உங்கள் இருப்பிடமோ, உயிருடன் இருக்கிறீர்களா என்ற தகவலோ தெரியவில்லை. வருவீர்கள் என்ற நம்பிக்கை, எனக்குக் குறையவில்லை. உங்களுடைய மற்ற மனைவிகள், இதே கவலையினால் இறந்துவிட்டார்கள். நான் மகாபாவி; மறுபடியும் பெண் உருவில் உங்களைக் காண்பதற்காக உயிர் வைத்திருக்கிறேன்!"

பேச்சு, பானுமதியின் துயரத்தை நெஞ்சின் அடியில் தள்ளிவிட்டது. அவள், மேனகையை உற்றுப் பார்த்தாள். எதைப் பற்றியும் எள்ளளவும் கவலையுள்ளவளாக, மேனகை தோன்றவில்லை.

"நீங்கள், என்ன செய்கிறீர்கள்? எங்கே இருக்கிறீர்கள்?"

"நான், அதே கானகத்தில், ஒரு ரிஷியை மணந்து வாழ்கிறேன். என் மைந்தர்கள் வெளியில் காத்திருக்கிறார்கள்."

"உங்களுக்கு மணமா! மைந்தர்களா! இதென்ன அக்கிரமம்! பழைய உருவத்தை அடைய, நீங்கள் முயலவே இல்லையா? எங்கள் ஞாபகம், உங்களுக்கு இல்லவே இல்லையா?"

"இல்லாமல் என்ன, பானு? ஆனால், நம்மால் என்ன முடிகிறது? விதியின் எதிரில் நாம் பலஹீனர்கள்."

"ஆனால், முனிவர்களை அணுகி, மாறுதல் பெற முடியாதா? நீங்கள் சுகமாக இருக்கிறீர்கள்: எங்களைப் பற்றி ஏன் கவலைப்படுவீர்கள்?"

'ஏன் இங்கு வந்தோம்?' என்று ஆகிவிட்டது மேனகைக்கு; "பானுமதி, எனக்குக் குடும்பக் கவலைகள் அதிகம் இருப்பது உண்மை. என் கணவருக்கு அவசியமான பணிவு செய்யவே, நேரம் சரியாய் விடுகிறதே" என்றாள்.

பானுமதி, வெறுப்புடன் அவளைப் பார்த்தாள்.

"உங்களுக்குத் திருப்தி உண்டாகிவிட்டது. என் கவலை, உங்களுக்கு எப்படி விளங்கும்? உங்கள் கணவர், உங்கள் பிள்ளைகளைப் பற்றி நினைக்கவே நேரம் போதாது. அமங்கலியாகவும் இல்லாமல், சுமங்கலி யாகவும் இல்லாமல், நான் படும் வேதனை..."

"கணவரை உயிருடன் இழந்த உன் வேதனை, எனக்கு நன்றாகப் புரிகிறது. என் கணவரை விட்டு, ஒருகணம் என்னால் பிரிந்திருக்க முடியவில்லை. வருஷக்கணக்காய்ப் பிரிந்து வாழும் உனக்கு, எப்படி இருக்கும்? ஆனாலும், நான் செயலற்றவள்."

சிறிது நேரம் கழித்து, மேனகை மீண்டும், "நம்... உன் புத்திரர்கள் எங்கே?" என்று கேட்டாள்.

"வருவார்கள்... ஆனால் இப்போது, இங்கே எதற்காக வந்தீர்கள்? வராமல் இருந்தால், எவ்வளவோ நன்றாக இருந்திருக்குமே! எங்கிருந்தோ எங்களுக்காக ஏங்குகிறீர்கள் என்னும் ஆறுதலாவது இருக்கும். பெண் ஆனாலும் சௌக்கியமாக இருக்கிறேன் என்று காட்டி, என்னைத் துன்புறுத்தவா, இப்போது இங்கே வந்தீர்கள்?"

"அந்த எண்ணமே, எனக்குக் கிடையாது. என் புதல்வர்களை உன் புதல்வருடன் சேர்த்துவிட்டு, எல்லோரும் சேர்ந்து நாடாளட்டும் என்று சொல்லிப்போக வந்தேன்."

"ஓஹோ! உங்கள் பிள்ளைகளுக்கு, ராஜ்யத்தில் பங்கு கேட்க வந்தீர்களாக்கும்! இல்லாவிட்டால், வந்திருக்கவே மாட்டீர்கள். ராஜவம்சத்துப் பிள்ளைகள் அல்லவா? ராஜ்யம் வேண்டும்தான்!".

பானுமதியின் வார்த்தைகள், மேனகையைச் சரியாகத் தீண்டுமுன்னர், அவ்விருவரின் குமாரர்களும் உள்ளே வந்தனர்.

"இவரே உங்கள் தந்தை!" என்றாள் பானுமதி, ஆத்திரமாய். அவளுடைய புத்திரர்கள், மேனகையை வணங்கினர்.

"இவள் உங்கள் தாய் போன்றவள்" என்றாள் மேனகை. அவளுடைய புத்திரர்கள், பானுமதியை நமஸ்கரித்தனர்.

"ஏன் நிற்கிறீர்கள்? உட்காருங்கள்!" என்றான் அஷ்டாவக்கிரன், மேனகையிடம். அவளும் அமர்ந்தாள்.

பொருமிக் கொண்டிருந்த பானுமதி கூறலானாள்: "உங்களுடைய... இவருக்குக் கல்யாணமாகிச் சந்தோஷமாய் இருக்கிறார். நம் ஞாபகமே இல்லையாம். கணவர் இறந்து அவருடன் சககமனம் செய்தால், சொர்க்கம் கிடைக்கும் என்கிறார்கள். அதற்கும் நான் கொடுத்து வைக்கவில்லை."

"அம்மா, அவரை வீணாக நொந்துகொள்ளுவதால், என்ன பயன்? அவராலோ நம்மாலோ, என்ன செய்ய முடியும்? தெய்வ சாபத்திற்கு எதிராக, யாரும் ஒன்றும் செய்ய முடியாது."

அஷ்டாவக்கிரனின் அதிகாரக் குரல், பானுமதியைச் சற்று அடக்கியது. மேனகைக்கும் சிறிது ஆறுதல் ஏற்பட்டது.

“அஷ்டாவக்கிரா, அதைத்தான் நானும் சொன்னேன். இவள் ஆற்றாமையினால் பேசுகிறாள். சரி, நான் வந்த காரியத்தைச் சொல்லுகிறேன். இதோ, இவர்கள் உங்கள் சகோதரர்கள். அந்தண புத்திரர்கள் ஆயினும், க்ஷத்திரிய சிட்சையும் நன்றாகப் பெற்றவர்கள்.”

“உங்களுடைய ராஜ்யாதிகாரத்தில் இவர்களுக்குப் பங்கு வேண்டுமாம்; அதற்காகத்தான் வந்திருக்கிறார்கள்!” என்றாள் பானுமதி, குறுக்கிட்டு.

அஷ்டாவக்கிரன், அன்னையிடம் வருத்தமாகக் கூறினான் “அம்மா, இவ்வளவு தாபத்தை, உன் பலஹீனமான உடல் தாங்காது. அப்பா சொன்னால், அதன்படி நாம் நடக்க வேண்டியவர்கள்தானே?”

“மனச்சம்மதம் இல்லாமல், கட்டாயப்படுத்தி வாங்க, நான் விரும்பவில்லை” என்றாள் மேனகை.

“மனப்பூர்வமாய்ச் சொல்லுகிறேன். ராஜ்யம் பெரும் பாரம். அதைச் சுமக்க, இன்னும் நான்கு சகோதரர்கள் கிடைத்தால், சந்தோஷப்பட வேண்டிய விஷயம்தானே?” என்ற வண்ணம், தன் சகோதரர்களின் முகத்தை நோக்கினான் அஷ்டாவக்கிரன். அவர்களும் தலையசைப்பின் மூலம், தங்கள் சம்மதத்தைத் தெரிவித்தார்கள்.

இந்தப் பெருந்தன்மையால் பின்னும் மகிழ்ந்தாள் மேனகை.

“பானுமதி, இவர்களையும் உன் பிள்ளைகளைப் போலப் பாவித்துக் கவனித்துக்கொள்ள...”

பானுவின் முகத்தைப் பார்த்த மேனகை, இடையில் நிறுத்தினாள். பானுவின் முகம் விகாரமுற்று, விழிகள் கீழே விழுந்துவிடுவனபோல் புடைத்துக்கொண்டிருந்தன.

“பானு! பானு!” என்று கூச்சலிட்டாள் மேனகை.

“அம்மா, அம்மா!” என்று புத்திரர்கள் கூப்பிட்டனர்.

மிகவும் துர்ப்பலமுற்ற இருதயங்களில் கூரிய உணர்ச்சிகள் குத்தியதால், உயிரற்று விழுந்தாள் அவள். மேனகை ஏந்திய கரங்களில், பல ஆண்டுகள் பதியை எதிர்பார்த்த ஏக்கம் தாங்கிய உடல், இற்றுச் சாய்ந்தது.

அரசியின் மரணத்தினால், அரண்மனை அல்லோல கல்லோலப் பட்டது.

மேனகை? சாவைக் கண்ணுறும் பெண்ணால், எவ்வாறு அழாதிருக்க முடியும்?

பானுமதியின் இறுதிச் சடங்குகள் முடியும்போது, மாலை ஆகிவிட்டது. அழுது அரற்றிக் களைத்துப்போன மேனகை, மேலும் ஒருவிநாடிகூட அங்கே தாமதிக்க விரும்பவில்லை. கணவன் ஞாபகம், அவளை விரட்டியது. தன் குமாரர்கள் அனைவரையும் அழைத்து, ஒற்றுமையாய் நாடாளும்படி ஆசீர்வதித்துவிட்டு, ரதம் ஒன்றில் ஏறி, ஆசிரமம் திரும்பினாள்.

அவளுடைய வரவைப் பரபரப்புடன் எதிர்பார்த்துக் கொண்டிருந்தான் தத்தன். காலையில் சென்றவள் மாலையாகியும் வராததைக் கண்டு,

அவனுக்கு அச்சம் உண்டாகிவிட்டது. "போன காரியம் என்ன ஆயிற்றோ? அரண்மனையின் ஆடம்பரங்களினால், மதிமயங்கி அங்கேயே தங்கிவிட்டாளோ என்னவோ? அல்லது ஒருவேளை அங்கே சென்றதும், பழைய ரூபம் மீண்டிருக்குமோ? என்பதைப் போன்ற பீதிகளினால் தவித்தவாறு, வாயிலில் நின்றுகொண்டிருந்தான்."

ரதத்திலிருந்து இறங்கிய மேனகை, அவனுடைய புஜங்களைக் கெட்டியாகப் பற்றிக்கொண்டாள். பானுமதிக்காக அழுத துக்கம், அந்த ஸ்பரிசத்தில் சாம்பல் ஆகிவிட்டது!

"நான் போனேனா? பானுமதி மிகவும் கோபித்தாள். என்னிடம் பேசிக்கொண்டே, அவள் செத்துப் போய்விட்டாள்!" என்று அவள் தழுதழுத்தாள்.

"பாவம்!" என்றான் தத்தன், வார்த்தையளவில் தோன்றும் அனுதாபம் காட்டி. முகம்கூடப் பாராத பானுமதிக்காக, அவனுக்கு எப்படி வருத்தம் உண்டாகும்?

"அவள் செத்ததுதான் நல்லது; கணவன் இல்லாமல் ஒருத்தி உயிர் வாழ்வதென்றால்...?"

"கஷ்டம்; உண்மைதான்."

"நம் பிள்ளைகள், இனி ராஜ்ய அதிகாரிகள்!"

"ஓஹோ!"

"நான் பழைய உருவைப் பெறுவதற்கு ஒரு முயற்சியும் செய்யவில்லை என்று பானுமதி, எவ்வளவு ஆத்திரப்பட்டாள் தெரியுமா? நான் எப்படி முயற்சி செய்ய முடியும்?"

"அப்புறம் என் கதி? நான் பெண்ணாக மாறி, உன்னை மணம் புரிவதற்காகத் தவம் இயற்ற வேண்டும். ஒரு பகல் பிரிந்திருப்பதற்குள்ளேயே, என் பிராணன் போய்விடும்போல் ஆகிவிட்டதே. அப்புறம் நீ–" என்று, அவளுடைய கூந்தலை நீவினான் அவன்.

11

அதைப் பார்த்து விண்ணழகன் மன்மதன் சிரித்தான்.

வானுலகம் வீறிடும்படி, வஜ்ராயுதத்தை வீசினான் இந்திரன்.

"பானுமதி இறந்ததுகூட, அவளுக்கு உறைக்கவில்லை. அதுவும் நல்லதற்கு என்று கூறிக்கொண்டே, கணவனுடன் குலவுகிறாள். இனியும் ஒதுங்கி நின்றபடி, நான் பழி வாங்க முடியாது. நானே நேரில் செல்லுகிறேன். பங்காஸ்வனன் வம்சத்தையே பூண்டுடன் ஒழிக்கிறேன்!" என்று தேவராஜன், கங்கணம் கட்டிக்கொண்டான்.

அந்தண வடிவத்துடன் பானுமதியின் புதல்வர்களிடம் சென்று, ஒற்றுமையாக இருந்த சகோதரர்களுக்குள் மித்திரபேதம் செய்யத் தொடங்கினான்.

“பங்காஸ்வனன் குமாரர்களாகிய நீங்கள், உலகவியல் அறியாமல் இருப்பது ஆச்சரியம்தான். க்ஷத்திரியர்களாக இருந்தும், நீங்கள் க்ஷத்திரிய தர்மம் அறியவில்லை. ஒரு தந்தைக்குப் பிறந்த குழந்தைகளுக்குள்ளேயே ஒற்றுமை இருப்பதில்லை. நீங்களோ க்ஷத்திரியனுக்குப் பிறந்தவர்கள். அவர்கள் யாரோ, பிராமணர்களின் பிள்ளைகள். அப்படி இருந்தும், அவர்களுக்கும் ராஜ்யத்தில் சமமான பங்கும் உரிமையும்! தெய்வ சாபத்தால் உன் தந்தை பெண்ணாக மாறிவிட்டாள்; அந்தப் பெண் தந்தையின் ஸ்தானத்தில் எவ்வாறு இருக்க முடியும்?”

பிறகு இந்திரன், மேனகையின் மைந்தர்களுக்கும் தூபம் போட்டான். “உண்மையாகப் பார்த்தால், இந்த ராஜ்யத்தில் உங்களுக்கு நியாயமான உரிமை உண்டு. ஆயினும், வழிப்போக்கர்களைப் போலவும், தானம் பெறுகிறவர்களைப் போலவும் அவர்களிடம் கைகட்டி நிற்கிறீர்கள். இது அடிமைத்தனம் அல்லவா? இதற்குப் பதிலாய்க் காட்டில் தபஸ்விகளாகவே வாழலாமே!”

கலகத்தை விதைத்துவிட்டு, இந்திரன் நழுவினான்.

அவனுடைய சூழ்ச்சி பலித்தது. சகோதரர்களுக்குள் விரோதமும் துவேஷமும் மூண்டன. முதலில் உள்ளுக்குள் புரையேறி வெடித்தது. ஒருநாள், ஒருவரை ஒருவர் தாக்கிக்கொண்டு, அவர்கள் அனைவரும் சவங்களாகி வீழ்ந்தனர். ராஜ்யத்திற்காகப் போராடி, உலகத்தையே இழந்தனர்.

12

அக்கினிதத்தன் சுள்ளிகளைப் பொறுக்கி வருவதற்காக வெளியில் போயிருந்த சமயம், அந்தச் செய்தியை மேனகை கேட்டாள், மாறுவேஷத்துடன் வந்த இந்திரன் மூலம்.

“ஐயோ!” என்று நின்ற இடத்திலேயே உட்கார்ந்துவிட்டாள் அவள், மரத்துப்போய்.

கவலை உயிர்த்து, உருப்பெற்று வளர்ந்து, அவளுடைய உடலைக் கீறிக்கொண்டு வெளிவர முயன்றது. பெண்ணாய் மாறின அன்று அவளுக்குண்டான துக்கத்தைக் காட்டிலும், புத்திரசோகம் மிகவும் கொடியதாக இருந்தது.

உணர்வு பெற்று உண்மையைக் கண்டதும், அவள் புதல்வர்கள் பொருத இடத்திற்கு ஓடினாள். மூச்சு மூட்டச் சவங்களைப் பார்த்தாள்; அவற்றின் மீது புரண்டு அழுதாள்; எங்கும் கொட்டி உறைந்து கொண்டிருந்த ரத்தத்தை வாரி வாரித் தன் தலையிலும் மார்பிலும் பூசிக்கொண்டாள். சிசு ஜனனத்தால் வலிமை இழக்காத அவள், அந்த மரண பயங்கரத்தைச் சகிக்க முடியாமல், வலிமை குன்றிச் சோர்ந்து விட்டாள். அழவும் இல்லாமல் பிள்ளைகள் ஒவ்வொருவரின் பக்கத்திலும் சென்று உட்கார்ந்தாள். அவர்களுடைய முகங்களைத் தொட்டுத் தொட்டு விக்கினாள். துக்கம், தன் இருள் குகையில், அவளுடைய நெஞ்சில், கழுத்தை நெறித்துவிட்டது.

அவளுடைய துயரத்தைக் கண்ட இந்திரன், தன் பழி தீர்ந்தது என்று முதலில் திருப்தியுற்றான். ஆனால், அந்தத் தாயின் சோகம், அவனுடைய

ஆயிரம் கண்களிலும் கலக்கம் உண்டாக்கிவிட்டது. இரக்கமுற்றுப் பிராமண உருவிலேயே அவன், மேனகையின் முன் சென்றான். உள்ளுக்குள் தன்னையே எரித்துக்கொண்டிருந்த அவளைக் கூப்பிட்டான்.

"அரசனே!"

மேனகையின் செவிகளில், அவ்வார்த்தை விழுந்ததாகவே தோன்ற வில்லை. மீண்டும் கூப்பிட்டான்.

"பங்காஸ்வனா!"

அவள் துணுக்குற்று நிமிர்ந்து, தலைகுனிந்தாள்.

"நான் மேனகை" என்றாள் அவள், க்ஷீணித்த குரலில்.

"ஆம் மேனகை, நான் யாரென்று தெரிகிறதா?"

"இல்லை."

"நான் தேவராஜன்."

"ஓ!"

ஒருகாலத்தில் இந்திரனுக்கு விரோதமாய் யாகம் செய்த ஞாபகம், அவனுக்கு வந்தது.

"அரசனாக இருந்த அகம்பாவத்தால், தேவராஜனை அவமதிக்கத் துணிந்ததன் பலனைப் பார்த்தாயா? உன் உருவம் மாறும்படி செய்தவன் நான்தான். பானுமதியும், உன் அருமைப் புதல்வர்களும் என் சக்தியினால்தான் மடிந்தனர். அகம்பாவத்தின் முடிவு இதுதான்!"

வறட்சியற்ற விழிகளால் அவனை நோக்கிய அவள், "என்னையும் கொன்றுவிடுங்கள்!" என்றாள்.

"உன்னை, நான் கொல்ல விரும்பவில்லை. புத்திர சோகத்தினால், துளித்துளியாக நீ சாக வேண்டும்" என்றான் அவன், கடுமையாக.

தளர்ந்து, அவன் கால்களில் விழுந்தாள் மேனகை. "தேவராஜரே, குழந்தை வேண்டும் என்கிற ஆசையினால், அரசனாக இருந்த காலத்தில் நான் யாகம் செய்தேன். அதற்காகவா, இவ்வளவு கொடிய தண்டனை விதித்தீர்கள்? நான் செய்த பிழைக்கு, மன்னிப்பே கிடையாதா? நான் படும் துயரத்தைவிட, இன்னும் அதிகம் பட வேண்டுமா?"

இந்திரன் இரங்கினான்.

"சரி, போகட்டும். உன் துக்கம் கொஞ்சமாவது ஆறும்படி, ஓர் உதவி செய்கிறேன். அரசனாக இருந்து, நீ பெற்ற பிள்ளைகள் வேண்டுமா? அல்லது ரிஷிபத்தினியாகப் பெற்ற பிள்ளைகள் வேண்டுமா? உனக்கு இஷ்டமானவர்களை உயிர்ப்பித்துத் தருகிறேன்."

மேனகை, கண்களைத் துடைத்துக்கொண்டாள். முகத்தில் களிப்புத் தளிர்த்தது.

"எனக்கு, என் புத்திரர்களே வேண்டும்."

இந்திரன் வியப்படைந்தான். "அரசனாக இருந்தபோது பிறந்தவர்கள் மூத்தவர்கள். நாடாளும் அனுபவமும் சாமர்த்தியமும் பெற்றவர்கள். அப்படி இருந்தும், நீ அவர்களைக் கேட்கவில்லையே, ஏன்?"

"ஏனா? நான் அவர்களுக்குத் தந்தைதானே? இவர்களுக்கோ நான் தாய்."

"ஐயோ! இவர்கள் உயிர்பெற்று எழுவர். அரசனாக இருந்த உனக்கு ஸ்திரீயாக இருப்பது சிரமமாக இருக்கும்; உன்னை முன்போல் ஆடவனாக மாற்றிவிடட்டுமா?"

"வேண்டாம், வேண்டாம். ஸ்திரீயாகவே இருக்கிறேன்!"

தேவேந்திரன் திகைத்துவிட்டான்: "மேனகை, உன் பதில், என்னைக் குழப்புகிறது. சிம்மாசனத்திலிருந்து கட்டளை இட்ட நீ, முனிவரின் கரம் பிடிக்கிறாய். இருந்தும் பெண்மையை வேண்டுகிறாயே!"

"கணவரின் கால் பிடிப்பது, அடிமைத்தனமாக எனக்குத் தோன்றவில்லை."

"பெண்ணாகப் பிறப்பதே குறை என்கிறார்களே?"

"கூறுகிறவர்கள் கூறட்டும்; எனக்கு அப்படி இல்லை."

"அரசனாக இருப்பதை விடவா, இது இன்பமாக இருக்கிறது?"

"அரச வாழ்வு சுகமற்றது. அன்புள்ள கணவனுக்கு மனைவியாகவும் அழகான குழந்தைகளுக்குத் தாயாகவும் இருக்கும் வாழ்க்கை தெய்வீக சுகம் அளிக்கிறது. இந்த இன்பத்திற்கு அரச வாழ்வு ஈடு ஆகாது."

மேனகையின் வார்த்தைகளைக் கேட்ட இந்திரன், அவளுடைய குமாரர்கள் அனைவரையுமே உயிர்ப்பித்துவிட்டு, ஏதோ சிந்தனையில் ஆழ்ந்தவனாய்த் தேவலோகம் திரும்பினான்.

கலாமோகினி **(1945)**

வியாசர் படைத்த பெண்மணிகள் (1968)

மங்கை **(ஜூலை–ஆகஸ்ட் 1993)**

அகலிகை முதலிய அழகிகள் (அக்டோபர் 1993)

•

யுக தர்மம்

ஒருநாள் இரவு, பதினோரு மணிக்குப் பூனாவில், 'ஆர்.பீ. ஈரானீ ரெஸ்டாரண்டில்', டீ சாப்பிட்டுக் கொண்டிருந்தேன். சிறிது நேரத்திற்குப் பெய்து நின்ற மழையின் காரணமாய்க் குளிர் அதிகமாயிருந்தது, ஸாஸரில் இருந்த சூடான டீயைத் துளித் துளியாகச் சாப்பிட்டபடியே, உட்கார்ந்திருந்தேன்.

என் எதிரில் நாற்காலியில் உட்கார்ந்திருந்தான் – ஹோட்டல் முதலாளி – தொழிலாளி – சமையற்காரன் – பரிசாரகன் ஆர்.பீ. ஈரானீ. அவன் கிழவன். கொழுப்பு அதிகம் கலந்த சவுக்காரத்தின் நுரைபோல், வெளுத்துப்போன தலையுடன், வாய்கள் புதைந்துபோன கன்னங்களுடன், குடுகுடுப்பைக்காரன் சட்டைபோல் தொளதொளத்துப்போன உடலுடன், ஒருகாலை நாற்காலியின் மேல் வைத்துக்கொண்டு, ஒருகையைக் கன்னத்தில் ஊன்றிக்கொண்டு, பகற்கனவு கண்டு கொண்டு, எண்ணெய்த் திரை இட்டுப்போன கண்களால் எங்கெங்கோ பார்த்து விழித்துக்கொண்டு!

அவனுடைய வாழ்க்கை நெருப்புப் பிடிக்காத ஈரக் கரியைப் போன்றது, அடிக்கடி டீ சாப்பிட வருகிறவன் என்ற பரிச்சயத்திலும், அவனுடைய பேத்தி உமையாவின் அன்புக்குப் பாத்திரமானவன் என்ற உறவிலும், யாரும் திரும்பிப்பாராத அவனிடம் நான் அனுதாபத்துடன் பேசுகிறேன் என்ற அன்பிலும், அவன் தன்னுடைய வாழ்க்கையை என்னிடம் கூறியிருக்கிறான். அவன் பெரியதொரு கனவில், தன் ஜீவியத்தைத் துவக்கினான். பம்பாயில் ஒரு பெரிய 'பாக்டரி' நடத்தி, அதன் முதலாளியாக இருக்க வேண்டும் என்று அவனுக்கு ஆசை. அதற்கு வேண்டிய முதலும் அவன் கையில் இருந்தது. ஆனால், அவனுடைய மனைவியின் மேற்கத்தி நாகரிகத் தேவைகளைப் பூர்த்தி செய்வதிலேயே, முதலும் மூளையும் விரயம் ஆகிவிட்டன. அவள், ஒரு பெண்ணைப் பெற்ற பிறகு, செத்துவிட்டாள். அந்தப் பெண்ணை வளர்த்தான்

ஈரானீ. மணப் பருவம் அடைந்ததும், அவளுக்குக் கலியாணம் செய்து வைத்தான். ஏழைக் குடும்பத்தைச் சேர்ந்த மாப்பிள்ளை, அவன் வீட்டிலேயே தங்கிவிட்டான். 'ஆர். பீ. ஈரானீ, ஹோட்டல் வைத்துக் காலம் தள்ளினான், ஆனால் ஒரு பெண்ணுக்குத் தகப்பனானதும், மாப்பிள்ளை இறந்தான். ஈரானீ தன் மகளையும், பேத்தியையும் வைத்துக்கொண்டு, வாழ்க்கை நடத்தி வருகிறான். சிறுபிராயத்தில் கணவனை இழந்த அவனுடைய மகள், வேறு கலியாணம் செய்துகொள்ளாவிட்டாலும், கொஞ்சம் அப்படி இப்படியாகத்தான் இருக்கிறாள். ஆனால், இப்போது மெருகு போய்விட்டது. அவளுடைய பெண் உமையாவுக்குப் பதினாறு வயது. பார்ஸிப் பெண்கள் ஹைஸ்கூலில் ஆறாவது ஸ்டாண்டர்டில் வாசிக்கிறாள். கிழவன், வாழ்க்கையில் எவ்வளவோ மாறுதல்களைப் பார்த்திருக்கிறான். ஆனால், ஒரு விஷயத்தில் மாத்திரம், யாதொரு மாறுதலையும் காணோம். அவனுடைய மனைவியிடமிருந்து ஆரம்பமான நாகரிக மோகம், உமையா வரையில் கொஞ்சம்கூடக் குறையாமல் அப்படியே இருந்து வருகிறது. உமையா, பெரிய பெரிய முதலாளி வீட்டுப் பெண்களுடன் சேர்ந்து படிக்கிறாள். பழகுகிறாள். அவர்களைப் போலவே 'ஸம்பூரணமாக' இருக்கவேண்டும் என்று அவளும் ஆசைப்படுகிறாள். ஆனால், அவளுடைய ஆசையை நிறைவேற்றக் கிழவனிடம் காசு இல்லை. கஷ்ட ஜீவனம்தான். பெண் வைகிறாள்; பேத்தியும் வைகிறாள். ஆக, கிழவனுக்கு நிம்மதியே இல்லை! டீ ஹோட்டல், அதற்கு வேண்டிய கப்–ஸாஸர்கள், புழுதி படிந்த பழைய பிஸ்கட்டுகள், கறுப்பு ரொட்டிகள் ஏராளமாக இருக்கின்றன. ஆனால், நாகரீக ஸ்திரீ புருஷர்களின் கவனத்தை ஆகர்ஷிப்பதற்கு அவசியமான புது மோஸ்தர் நாற்காலி, மேஜைகள், ரேடியோ முதலியவை இல்லாததால் நாகரிகமானவர்கள் அங்கே மிக மிக அபூர்வமாகத்தான் வருவார்கள்...

நான் அங்கே போவதற்குக் காரணம் டீயோ, நாற்றம் எடுக்க ஆரம்பித்துவிட்ட பிஸ்கட்டுகளோ அல்ல. இளமையைத் தூக்க முடியாமல் தூக்கிக்கொண்டு, சஞ்சலம் நிறைந்த கண்களைச் சுழற்றிக்கொண்டே நடமாடும் உமையாதான்.

எனக்கும் அவளுக்கும் பழக்கம் உண்டான கதை, மிக ரஸமான விஷயம். திடீரென்று ஒருநாள், என் வாழ்க்கையில் 'காதல்' கவுனைக் கட்டிக்கொண்டு வந்து, என் முன் சலாம் போட்டு நின்றது.

மேலே சொன்ன 'ஆர்.பீ. ஈரானீ ரெஸ்டாரெண்ட்', நான் குடியிருந்த வீட்டுக்கு மூன்றாவது வீடு. அதைத் தாண்டித்தான் நான் சிகரெட் கடைக்கும், ஆபீசுக்கும் போகவேண்டும். காலையிலும் மாலையிலும் அதன் வாசலில் நின்று, உமையா என்னைப் பார்த்துக்கொண்டிருப்பாள். அவளுடன் இன்னும் சில சினேகிதிகளும், சில சமயம் இருப்பார்கள். உமையா அல்ல, அவளுடைய தோழிகளில் ஒருத்தி ரொம்ப அழகாயிருப்பதாக, என் கண்கள் என்னிடம் சொல்லி முறையிட்டன. அந்தப் பெண்களைப் பார்ப்பது போலவும், பார்க்காதது போலவும் போய்விடுவேன்.

ஒருநாள் அந்த ஹோட்டலின் பக்கம் போகும் சமயம், அதிலிருந்து ஒரு சிறுபையன், பத்து வயசு இருக்கும்–என் கண் முன் ஓடிவந்து நின்றான். சிகரெட் பிடித்துக்கொண்டிருந்த என்னிடம் வந்து, கொச்சையான

இங்கிலீசில், "ஸார், உங்களிடம் காலியான சிகரெட் பெட்டிகள் இருக்கிறதா?" என்று கேட்டான். அவன், அந்த ஹோட்டலிலிருந்து வந்தவன் என்கிற காரணத்தால், இருக்கிறது, என் ரூமுக்கு வந்தால் தருகிறேன்" என்றேன். அவன் வந்தான். என்னிடம் வேறு எதுவும் உருப்படியாக மிஞ்சாவிட்டாலும், நூற்றுக்கணக்கில் சிகரெட் பாக்கெட்டுகள் மாத்திரம் மிச்சமாகியிருந்தன. எல்லாவற்றையும் தராமல், சிலவற்றை மாத்திரம் அவனிடம் கொடுத்துக்கொண்டே கேட்டேன்: "இதெல்லாம், உனக்கு எதுக்கு?" என்று.

"எனக்கு அல்ல, என் தங்கை உமையாதான், உங்களிடம் கேட்டு வரச் சொன்னாள்."

"இதை, என்ன செய்வாள்?"

'ஒரு பிரேம்' செய்து, உங்களுக்குப் 'ப்ரஸண்ட்' செய்யப் போகிறாளாம்.

"எனக்குப் பரிசா? பேஷ்!"

பையன், ரூமுக்கு அடிக்கடி வர ஆரம்பித்தான். சும்மா வருவதில்லை, உமையாவிடமிருந்து, ஏதாவது 'செய்தி' கொண்டுவருவான். ஒருநாள் பையன் சொன்னான்: "ஸாப்! உமையா உங்களிடம் ஒரு கடிதம் கேட்டாள்!" என்று.

அதற்காகக் காத்திருந்த நான், "தருகிறேன்" என்று ஒப்புக்கொண்டு, ஐந்து பக்கங்களில் என் திறமை எல்லாம் காட்டி, ஒரு கடிதம் வரைந்து தள்ளினேன். பிறகு ஒன்று, இரண்டு என்று பல கடிதங்களை எழுதிப் பாதியை அப்படியே மையமாகக் கொட்டினேன். அவளுக்கு உண்டான ப்ரீதியை, மகிழ்ச்சியைச் சொல்ல முடியாது, வாசலில் நின்று, நான் போய் வரும்போது எல்லாம் அழகாக 'ஸலாம்' வைத்து, ஒரு புன்சிரிப்புச் செய்வாள். கடைசியில் டீ சாப்பிடுவதற்கு, மாலை ஆறு மணிக்கு மேல், என்னை வரும்படிக் கூறி அனுப்பினாள். நான் பயத்துடன் ஒப்புக் கொண்டேன். உமையாவுக்கு என் மீது பற்று இருக்கலாம். ஆனால், அந்த வீட்டில் இருக்கும் இரண்டு ஸ்திரீகளுக்கும், கிழவனுக்கும் என்னைப் பிடிக்குமா? ஹோட்டல்தானே, டீ சாப்பிட்டுக் காசு கொடுத்தால் போகிறது என்ற துணிச்சல் கொண்டு, மாலை போனேன். அங்கே நான் எதிர்பார்த்ததுக்கு மாறாக நடந்தது உமையா, அவர்கள் முன்னாலேயே என்னிடம் ஸல்லாபம் செய்தாள். இரண்டு ஸ்திரீகளில் ஒருத்தி அவளுடைய தாய், இன்னொருத்தி அத்தை என்று அறிந்தேன். இருவரும் என்னைத் தூண்டிக்கொண்டிருந்தார்கள். பாட்டன் பேசாமல் உட்கார்ந்திருந்தான்... அப்புறம் என்னைக் கேட்க வேண்டுமா? நான் அடிக்கடி, 'டீ' சாப்பிடப் போகிறேன்" என்று நண்பர்களிடம் கூறிவிட்டு, ரெஸ்டாண்டிற்குப் போவேன். அழகி உமையாவுடன் சேர்ந்து கூத்தடிப்பேன். அங்கிருந்து திரும்பும்போது, என் 'பர்ஸின்' கனம் குறைந்தது என்னவோ உண்மை. ஆனால், உமையாவின் சாமிப்பயம், அதற்கு அதிகமாகவே ஈடு செய்தது. அவள் ரொம்ப நல்ல பெண்.

அன்று குளிர் அதிகம் காரணமாக, இரவு அங்கே போனேன்.

ஆனால், உமையாவைக் காணோம். அவளுடைய தாய் உள்ளேயிருந்து வெளியில் எட்டிப் பார்க்கவும் இல்லை. எப்போதும் கவலையாக இருக்கும்

கிழவன், இன்னும் அதிகக் கவலையாகவே இருந்தான். எனக்கு டீ கொண்டுவந்து கொடுத்த அவன், என்னிடம் பேசாமலேயே என் எதிரில் உட்கார்ந்துவிட்டான். எனக்கு விஷயம் ஒன்றும் புரியவில்லை. ஆகையால், சிகரெட்டைப் பற்றவைத்து ஒருமுறை புகை உறிஞ்சுவது, ஒருமுறை டீ உறிஞ்சுவது... இப்படியே உட்கார்ந்திருந்தேன்.

வெகுநேரங்கழித்து உமையாவின் தாய் வெளியில் வந்தாள். மூலையில் பாதி இருட்டில் உட்கார்ந்திருந்த என்னை, அவள் கவனிக்கவில்லை, எனக்குப் புரியாத குஜராத்தி பாஷையில், கிழவனிடம் 'கோசே, மோசே' என்று கத்தினாள். பிறகு என்னைப் பார்த்ததும், குரலைத் தாழ்த்திக் கொண்டு, 'ஓ! ஸோனாவா? நான் பார்க்கவே இல்லையே? எப்போது வந்தாய்?' என்றாள், ஹிந்தியில்.

'ஸாஸரை'க் கீழே வைத்துச் சொன்னேன்: "கொஞ்ச நேரம் ஆகிறது, உமையா எங்கே?"

அழாத குறையாக, அவள் சொன்னாள். "சாயங்காலம் பள்ளிக்கூடத்திலிருந்து வந்ததும் வெளியே போனவள், இன்னும் காணோம்."

"காணோமா? எங்கே போயிருப்பாள்? யாராவது சிநேகிதி வீட்டுக்குப் போயிருப்பாளோ?"

"போனால் மோதீயின் வீட்டுக்குத்தான் போவாள்; ஆனால் அங்கேயும் இந்நேரம் சாப்பிட்டுத் தூங்குவார்களே...!

மேலே ஒன்றும் பேசாமல், அவள் உள்ளே போய்விட்டாள்.

கிழவன் சொன்னான்: "செய்கிறதையும் செய்துவிட்டு, என்னிடம் கத்துகிறாள்!"

ரகசியத்தின் வாடையை முகர்ந்த நான், அவனைப் பார்த்தேன். அவன், என்னிடம் எதையும் ஒளிப்பதில்லை. "உமையா, எங்கேதான் போயிருப்பாள்? அவளுடைய தாய் என்ன செய்தாள்? உன்னை, ஏன் திட்டுகிறாள்?" என்று விசாரித்தேன்.

"நான் என்ன சொல்ல? எல்லாம் இவளுக்குத் தெரிந்துதான், உமையா வெளியில் போயிருக்கிறாள்."

"தெரிந்தா?"

"ஆமாம்."

கிழவன் சொன்னதைக் கேட்டபடி, மறுபடி வெளியில் வந்தாள், உமையாவின் தாய்.

"இந்தக் கிழவனால்தான், இந்த வம்பு எல்லாம். பெண்ணுக்கு வயது வந்துவிட்டதே, அவளுக்கு வேண்டியதை வாங்கித் தராவிட்டால்..."

அவள் பேசி முடிப்பதற்குள் – வாசலையே பார்த்தவண்ணம் பேச்சை நிறுத்திவிட்டாள். இவ்வளவு கலவரத்துக்கும் கவலைக்கும் காரணமான உமையா, வாசலில் நின்றாள். அவளைப் பார்த்த எனக்கு, ஆச்சரியமாக இருந்தது. ஏதோ பெருத்த அபாயத்திலிருந்து தப்பிவருகிற தோற்றம்!

தலைமயிர் தாறுமாறாகப் பிய்ந்தும், உடலுக்குப் பொருத்தம் இல்லாத கவுன் கிழிந்தும் இருந்தது.

தாய், அவளை ஆத்திரத்துடன் உள்ளே இழுத்துச் சென்றாள். தாய் ஏதோ கத்துவதும், மகள் மெதுவாக ஏதோ பதில் சொல்வதும் எனக்குக் கேட்டது. சிறிது நேரம் கழித்து உமையா, என் பக்கத்தில் ஒரு நாற்காலியில் உட்கார்ந்தாள். அவளுடைய கண்கள் கலங்கியிருந்தன.

"உமையா! என்ன விஷயம்? இவ்வளவு நேரம், எங்கே போயிருந்தாய்? ஏன் கலக்கமாயிருக்கிறாய்?"

"சொன்னால், உனக்குக் கோபம் வரும்!"

"எனக்கு, என்ன கோபம்? எப்போதாவது உன்மேல், நான் கோபப்பட்டிருக்கிறேனா?"

"இதைச் சொன்னால்..."

"எதைச் சொன்னாலும் சரி; உன்னைக் கோபித்துக்கொள்ள மாட்டேன்."

"உள்ளே வா, சொல்லுகிறேன்."

நான் எழுந்து, அவளுடன் அறைக்குப் போனேன். அங்கே போனதும், அவளுடைய துக்கம் பொத்துக்கொண்டு வந்துவிட்டது. அழ ஆரம்பித்தாள். காரணத்துடனும், காரணம் இல்லாமலும், காலத்திலும், அகாலத்திலும் பெண்கள் அழுவதைப் பலமுறை கேட்டிருக்கிற எனக்கு ஆச்சரியம் உண்டாகவில்லை. ஆனால், விஷயம் அறிய வேண்டும் என்ற ஆவலுடன், அவளுடைய கலைந்த தலையைச் சரிப்படுத்திக்கொண்டே, "ஏன் உமையா? ஒன்றும் சொல்லாமலேயே அழுகிறாயே?" என்றேன்.

தன்னைத்தானே தேற்றிக்கொண்டு, அவள் சொன்னாள். "அம்மா, என்னை ரொம்பத் தொந்தரவு செய்கிறாள்..."

"என்ன தொந்தரவு?"

"பணம், பணம் என்றுதான்..."

"என்னைக் கேட்டால்..."

"ஸோனா, உன்னைப் பணம் கேட்க, எனக்குப் பயமாக இருக்கிறது"

"அது சரி, இன்று நடந்ததுக்கும் பணத்துக்கும் என்ன சம்பந்தம்?"

"அதுக்காகத்தான், நான் வெளியில் போனேன்."

"அதுக்காகவா? வெளியில் போனால் பணம் கிடைத்துவிடுமா?"

அவள் பதில் பேசவில்லை.

"உமையா, எனக்குப் புரியும்படி சொல்லப் போகிறாயா? இல்லையா?" என்றேன், பொறுமையிழந்து. நான் பொறுமையிழந்தால், அவள் நடுங்குவாள்!

"சொன்ன பிறகு, என்னை..."

"கோபிக்கவில்லை – கோபிக்கவில்லை! சீக்கிரம் சொல்லித் தொலை!"

எனக்குத் தூக்கம் வருகிறது. நான் இங்கே வந்தது தப்பு! நான் வரவில்லை. என்று சொல்லிவிட்டால், அவளுக்கு அழுகை வந்துவிடும்.

“பார்த்தாயா?” என்று, அவள் பரிதாபமாக என்னை நோக்கினாள். “நான், ஒரு சோல்ஜருடன் ஊர்சுற்றப் போனேன்.”

இப்போதுதான் எனக்கு விளங்கியது. பூனாவில், ‘கன்டோன்மென்டில் இங்கிலீஸ், இந்திய சோல்ஜர்கள், பார்ஸி ஆங்கிலோ – இந்தியர், கிறிஸ்தவ ஹிந்துப் பெண்களுடன் உல்லாச நடை நடப்பதை நான் பார்த்திருக்கிறேன். அந்தப் பெண்கள், பரம சாதுக்கள்போல் கையில் ஒரு புத்தகமோ, பையோ, தூக்கிக்கொண்டு குதிகால் உயர்ந்த பூட்ஸால் இனிமையான டக்–டக்’ என்ற சப்தம் எழுப்பியவண்ணம் நடந்து செல்வார்கள். எதிரில் வரும் சோல்ஜர்கள், அவர்களிடமிருந்து கண்களை ஏவி விசாரிப்பார்கள். உடனே நடுத்தெருவிலேயே பேரம் ஆரம்பமாகும். ஓர் இரவுக்கு, சினிமாவுக்கு, டான்ஸுக்கு எல்லாவற்றுக்கும் எவ்வளவு பணம் என்று தீர்த்துக்கொள்வார்கள். ‘பேரம் கட்டிவிட்டால்’, சோல்ஜருடைய வலது கையும் பெண்ணின் இடக்கையும் கோர்த்துக்கொண்டு, ‘ஆதாமும், ஏவாளும்போல், “இந்த உலகில் தங்களிருவரைத் தவிர, வேறு யாரும் இல்லை என்று நினைத்துக்கொண்டு, ‘ஜில்’ என்று நடந்துசெல்வார்கள்... இந்த வியாபாரம் நடத்தத்தான் உமையாவும் போயிருக்கிறாள்!

அவள் எதிர்பார்த்ததுபோலவே, எனக்கு அவள் மேல் கோபம் உண்டாயிற்று. ஆனால், நான் அடக்கிக்கொண்டேன். நான் அவளை ஏன் கடிந்துகொள்ள வேண்டும்? நானும் அவளுக்கு, ஒரு ‘வாடிக்கைக்காரன்’ போலத்தான். அவள் என்னிடம் விலைக்கு விற்கப்பட்டவள் அல்லவே. நான் பணம் கொடுக்கிறேன், அவள் என்னுடன் இருக்கிறாள். ‘பணமும் வேண்டாம், நீயும் வேண்டாம்’ என்று அவள் சொன்னால், நான் போக வேண்டியவன்தானே?

சாவதானமாக க் கேட்டேன்: “சரி, சோல்ஜருடன் போனாய். நிறையப் பணம் கிடைத்திருக்குமே? கவலை என்ன?”

“பணம் கிடைக்கவில்லை!”

“கிடைக்கவில்லையா? ஏன்?”

“என்னை ஏமாற்றிவிட்டான்.”

“ஏமாற்றிவிட்டானா? சரி. இங்கொரு வார்த்தை, அங்கொரு வார்த்தை சொல்லாதே. நீ இங்கிருந்து போனதிலிருந்து, நடந்ததை எல்லாம் சொல்லு?”

என் ஆவல் அதிகம் ஆகிவிட்டது,

அவள் சொன்னாள்: “சாயங்காலம் பள்ளிக்கூடத்திலிருந்து வந்ததும், அம்மா இதை என்னிடம் சொன்னாள். நான் சம்மதிக்கவில்லை; அவள் ‘ராத்திரி சாப்பாடு போடமாட்டேன்; வீட்டை விட்டுப் போ’ என்று திட்ட ஆரம்பித்துவிட்டாள். போட்டுக்கொள்ள, நல்ல கவுன்கூட இல்லை என்று சாக்குச் சொன்னேன். இரண்டு வருஷத்துக்கு முந்தித் தைத்த இந்த ஸில்க் கவுனைப் போட்டுக்கொள்ளக் கொடுத்தாள். ஸோனா, நீயே சொல்லு! இரண்டு வருஷத்துக்கு முந்தி, நான் சின்னப் பொண்ணு. இப்போது பெரியவளாக வளர்ந்துவிட்டேன், எனக்கு இந்தக் கவுன் சரியாக இருக்கிறதா?

“அது சரி, உன் கதையைச் சொல்லு.”

“கடைசியில் வேண்டா வெறுப்புடன், இதையே போட்டுக்கொண்டு, கண்டோண்மெண்டுக்குப் போனேன். எனக்கு, ஒரே வெறுப்பாக இருந்தது. இந்தப் பக்கமும், அந்தப் பக்கமும் யாரையும் பார்க்காமல் நடந்துகொண்டிருந்தேன், மழை தூற ஆரம்பித்தது. அம்மா இரண்டு ரூபாய் பணம் தந்திருந்தாள். ஒரு காண்டீனுக்குள் நுழைந்து, டீ சாப்பிட்டுக் கொண்டிருந்தேன். அங்கே சோல்ஜர்கள் ஏராளமாகக் கூட்டம் போட்டுக் கொண்டிருந்தார்கள். என்னைப் பார்த்த ஒரு சோல்ஜர், என்னிடம் வந்து, “நீ தனியாகவா இருக்கிறாய்? என்னுடன் சினிமாவுக்கு வருகிறாயா?” என்று கேட்டான்.

“உயரமாகப் பருமனாக இருந்த அவனைப் பார்க்கவே, எனக்குப் பயமாக இருந்தது. பயத்துடன், “பணம்” – என்றேன், “தருகிறேன், வா” என்று என்னைப் பிடித்து இழுத்துக்கொண்டு போனான். சினிமாவுக்கு அழைத்துப்போகவில்லை. ஒரு ‘பார்க்கு’ போனோம். இரண்டு பேரும் ரொம்ப நேரம் அங்கே இருந்தோம். பிறகு திரும்பவும் ‘கபே’க்குச் சென்றோம். ரொம்ப நேரம், அவன் குடித்துக்கொண்டிருந்தான். ‘ஏஞ்சல்’ (தேவதை) என்று சொல்லி, என்னைத் தூக்கிக்கொண்டு கூத்தாடினான். எனக்கு வீட்டுக்குப் போகவேண்டும் என்று பரபரப்பு. மெதுவாக, “நான் போகவேண்டும், பணம் தருகிறாயா?” என்றேன். குடி மயக்கத்தில் இருந்தவன், என்னைக் கண்டபடி திட்ட ஆரம்பித்தான். ‘யூ பிளாக்கி! கெட் அவுட்!’ என்று கொண்டே, என் கவுனைப் பிடித்துக் குலுக்கி, வெளியே தள்ளிவிட்டான்.”

அவள் அழத் தொடங்கினாள். அவள், நல்ல பெண். முதலிலேயே சொல்லியிருக்கிறேன், இல்லாவிட்டால் நடந்த விஷயங்களை ஒளிக்காமல், இப்படிக் கூறுவாளா? ஆனால், எனக்கு வருத்தம் உண்டாகவில்லை. ஆடத் தெரியாமல் அரங்கேறினால், அவமானம்தானே கிடைக்கும்? ஒரு விதத்தில் எனக்குத் திருப்திகூட. என்னிடம், “ஸோனா, நீ அழகன், அப்படி இப்படி!” என்றெல்லாம் சொல்லிவிட்டு, இப்படிச் செய்தவளுக்குச் சரியான தண்டனைதான்.

அவள் மறுபடி சொன்னாள்: “ஸோனா? எனக்கு ஒன்றும் பிடிக்கவில்லை; செத்துவிடலாம் போலிருக்கிறது...”

எவ்வளவோ பெண்கள் செத்திருக்கிறார்கள். இந்த ஒரு பெண் போய்விடுவதால், ஜனத்தொகை குறைந்தா போய்விடும்? ஆனாலும் கேட்டேன்: “என்ன பிடிக்கவில்லை?” என்று.

“பணத்துக்காக, இப்படிச் செய்வதுதான்...”

“பணம் கிடைத்திருந்தால், நீ நாளைக்கே புது கவுன், ஸ்னோ, பவுடர், லிப்ஸ்டிக், பூட்ஸ், ஸாக்ஸ் எல்லாம் வாங்கியிருக்கலாம்!”

“ஸோனா, பரிகாசம் செய்கிறாயே? அம்மாவால்தான், நான் போனேன். இல்லாவிட்டால், நான் போகவே மாட்டேன்.”

அவளுடைய உண்மைநிலை எனக்குத் தெரியும். எனக்கும் அவள்மீது கொஞ்சம் இரக்கம் உண்டாகிவிட்டது. ‘பர்ஸி’லிருந்து ஒரு

பத்து ரூபாய் எடுத்து, அவளிடம் கொடுத்துக் கூறினேன்: "உமையா, இதை அம்மாவிடம் கொடு."

பணத்தை வாங்காமல், அவள் சொன்னாள். "ஸோனா, உன்னிடம் இனி, பணம் வாங்கமாட்டேன்..."

"வேறு யாரிடம் வாங்குவாய்?"

என் கிண்டலைப் புரிந்துகொண்ட அவள், "என்னை நீ மறுபடியும் கேலி செய்கிறாய்!" என்றாள். நான் பேசவில்லை; அவளே சொன்னாள். "இன்று பத்து ரூபாய் தருகிறாய். மறுபடியும் அவள் கேட்பாள். இப்படியே போனால் – அப்புறம் நீ, என்னைத் திரும்பிக்கூடப் பார்க்கமாட்டாய்..."

நான் திரும்பி அவளைப் பார்க்கவேண்டும் என்று, இவ்வளவு சிரத்தை காட்டுகிற அவளை, நான் எப்படிக் கைவிட முடியும்? "சரி, நான் பணம், தராமலிருந்தால் – உன் தாய், இங்கே வரவேண்டாம் என்று என்னை விரட்டிவிட்டால்?"

உமையா கவலையுடன், "அவள் அப்படியும் செய்வாள்" என்றாள்.

இருந்தாற்போலிருந்து அந்த அர்த்தராத்திரியில்கூட, எனக்கு ஓர் அருமையான யோசனை உதயம் ஆயிற்று. உமையாவுடன் வரும் பள்ளிக்கூடத் தோழி, அந்த அழகி உண்மையாகப் பணக்காரி, உமையாவின் மூலம் அவளுடன் ஏன் அறிமுகம் செய்துகொள்ளக்கூடாது?

"உமையா, உன்னுடன் படிக்கிறாளே, இங்கேகூட அடிக்கடி வருவாளே, அவள் பெயர் என்ன? ஆமாம், மோதீ, அவள் பணக்காரிதானே?"

அவள், மனத்தாங்கலுடன் என்னைப் பார்த்தாள். அவளிடம் நான், இன்னொரு பெண்ணைப் பற்றிப் பேசியதால், அவளுக்குப் பொறாமை!

"உன் நல்லதுக்குத்தானே கேட்கிறேன்; அவள் பணக்காரிதானே?"

"ஆமாம்."

"அவளை, எனக்கு அறிமுகம் செய்து வை."

"செய்து வைத்தால்?"

"அவளிடம் நான் பணம் வாங்குகிறேன்; அதை உனக்குத் தருகிறேன்!"

"பணக்காரியுடன் பழக்கம். ஆனால், நீ என்னை மறந்துவிடுவாய்!"

"சேச்சே! உனக்காகத்தான் நான், அவளுடன் நட்பு வைத்துக் கொள்வேன்."

"நிஜமாகவா?"

"நிஜமாகத்தான்."

"சரி, நாளைக்குச் சாயங்காலம் பள்ளிக்கூடத்திலிருந்து வந்த அப்புறம், அவளை அழைத்து வருகிறேன்... உன்னைப் பற்றி, அவளுக்கு முன்னாலேயே தெரியும். நீ எனக்கு எழுதினாயே காதல் கடிதங்கள், அவற்றை அவளிடம் காட்டினேன். அவள் ரொம்ப ஆச்சரியப்பட்டாள். இந்த மாதிரி அவளுக்கு

எழுதுகிறவர் யாரும் இல்லையே என்று வருத்தப்பட்டாள். உன்னைப் பார்க்க வேண்டும் என்றாள். நான்தான் காட்டவில்லை."

எனக்கு ஒரே மகிழ்ச்சியாக இருந்தது. என்னைப் பார்க்காமல், என் கடிதங்களைப் படித்துவிட்டு என் மீது மோகம் கொண்டு, என்னைக் காண வேண்டும் என்று ஒரு பெண் துடிக்கிறாள்! அவளும் சாதாரணப் பெண்ணல்ல; நல்ல அழகி; பணக்காரியும்கூட. யாராவது ஒரு பெண்ணை வருணிக்க வேண்டுமானால், என்னிடம் வார்த்தைகள் ஏராளமாக இருக்கின்றன. "நான்தான், அவளை முதலில் வருணிப்பேன்" என்று அவை போட்டிகூடப் போடுகின்றன! எந்த வார்த்தையை முதலில் சொல்லுவது என்பதுதான், என் கஷ்டம்.

மறுநாள் நான், ஆபீசுக்குக் கூடப் போகவில்லை. சாயங்காலம் 'ரெஸ்டாரண்டிற்குச்' சென்றேன். உமையாவின் தாய், என்னை முகமலர்ச்சியுடன் வரவேற்று உபசரித்தாள். ஒரு தனி அறையில், அங்கே ஒரு மேஜையைச் சுற்றி, மூன்று நாற்காலிகள் போடப்பட்டிருந்தன – என்னை உட்காரச் சொன்னாள். அவளே டீயைக் கொண்டுவந்து கொடுத்தாள். நான் இன்று கேட்காத கேள்விக்குப் பதில் அளித்தாள். "உமையா, மோதியைக் கூட்டிவரப் போகிறாள்!" என்று.

சொல்லிவிட்டு அவள் சிரித்தாள். கொஞ்ச நேரம், நாங்கள் ஏதேதோ பேசிக்கொண்டிருந்தோம். ஆனால், என் கவனம் என்னவோ, வாசலில்தான் இருந்தது.

இருட்டி விளக்குப் போட்டதும் உமையாவும், மோதியும் வந்தார்கள். உமையா என்னைக் கண்டதும், எதிர்பாராதவள்போல், 'ஹலோ, ஸோனா! எப்போது வந்தாய்?' என்று கேட்டாள். பிறகு எனக்கு மோதியையும், மோதீக்கு என்னையும் அறிமுகம் செய்துவைத்தாள், இங்கிலீஸ் தோரணையில், "ஹௌடு யூடு?" என்று கேட்டபடி, அவளுடைய கைப்பற்றிக் குலுக்கினேன். பதிலுக்கு அதே கேள்வியை, என்னிடம் கேட்டாள். முறைப்படி இருவருக்கும் பரிச்சயம் உண்டாகிவிட்டது. மூவரும் நாற்காலிகளில் உட்கார்ந்தோம்; முன் ஏற்பாட்டின்படி நான் நடுவிலும், இரண்டு பெண்களும், இரண்டு பக்கத்திலும்.

உமையாவின் தாய் மறுபடியும் டீ, பிஸ்கட்டுகள், சிகரெட். கொண்டு வந்து வைத்துவிட்டுப் போய்விட்டாள். மூவரும் சிகரெட்டைப் பற்ற வைத்துக்கொண்டு, பேசியபடி சாப்பிட ஆரம்பித்தோம்,

கொஞ்ச நேரம் எங்கெங்கோ திரிந்த பேச்சு, என் கடிதங்களின் பக்கம் திரும்பியது.

"நீ ரொம்ப அழகாகக் கடிதம் எழுதுகிறாய்!" என்றாள் மோதீ. அவளுடைய நீலக் கண்கள், அப்போது என்னிடம் கொஞ்சின.

"நீ பேசுவதுபோல!" என்றேன். அவள் இங்கிலீஷ் பேசும் அழகு, உண்மையாகவே அவ்வளவு ஜோராக இருந்தது. யார் என்ன சொன்னாலும் சரி, இங்கிலீஷ் ரொம்ப இனிய பாஷைதான். அதுவும் மோதீயைப் போன்ற பெண்கள் பேசும்போது, அந்த பாஷையின் இனிமை எல்லை மீறிவிடுகிறது.

மோதீயின் உற்சாகம் அதிகமாகிவிட்டது. சிகரெட் புகையை வளையம் வளையமாக வெளியிட்டுக்கொண்டே, "ஸோனா, நீ எனக்கும் கடிதம் எழுதுவாயா?" என்று கேட்டாள். அவள் கேட்கும்போது, இரண்டு 'பூட்ஸ்கள்', மேஜைக்கடியில் உராய்ந்தன.

"ஆயிரக்கணக்கில் எழுதுகிறேன்!" என்றேன். என் வாயிலிருந்த புகையை, அவள் கண்களில் விட்டுக்கொண்டே.

நீண்ட நேரம் கழித்து நாங்கள் வெளியில் வந்தபோது, எப்போது ஆரம்பித்தது என்று தெரியவில்லை. பெருமழை பெய்துகொண்டிருந்தது. பூனா பருவ காலமே, இப்படித்தான் ஆகாயம் சுத்தமாக இருக்கும்; ஐந்து நிமிஷத்தில் எங்கிருந்தோ மேகங்கள் சேர்ந்து ஊரையே கரைத்துவிடப் போவது போல மழை கொட்டும். அப்பால் ஆரம்பித்தது போலவே, 'திடு திப்' என்று நின்றுவிடும். எங்கள் பேச்சு சுவாரசியத்தில், நாங்கள் மழையைக் கவனிக்கவில்லை. வாசலுக்கு வந்த பின்தான், கவனித்தோம்.

மோதீ, பரபரப்புடன் சொன்னாள். "நான், 'ரெயின்' (மழை) கோட்கூடக் கொண்டு வரவில்லை. வீட்டுக்குப் போக வேண்டுமே; என்ன செய்வது?"

நான் சொன்னேன்: "மூன்றாவது வீட்டில்தான் நான் இருக்கிறேன். ஓடிப்போய், என் ரெயின் கோட்டைக் கொண்டு வரட்டுமா?"

"இரண்டு பேரும் ஒரே கோட்டைப் போர்த்துக்கொண்டு போகலாம். உங்கள் வீட்டுக்குப் போனதும், உன்னை விட்டுவிட்டு வந்துவிடுகிறேன்."

"வந்தனம்!" என்றாள் அவள். மழையிலேயே ஓடிப்போய், என் 'கோட்டை' எடுத்து வந்தேன். உமையாவிடம் விடைபெற்றுக்கொண்டு, மோதீயும் நானும் அந்தக் கோட்டில் பதுங்கிக்கொண்டு புறப்பட்டோம்.

பெரிய மழை! சாரல் அடித்தது. மழை ஜலம் அவள் மீது படாதிருக்க வேண்டிக் கோட்டுடன் அவளையும் அணைத்துக்கொண்டு நடந்தேன். அவள் என்னைவிடக் குட்டை. ஆகையால், அவளும் தன் வலக்கரத்தால் என் முதுகுப்புறம் அணைத்தபடி நடந்தாள். இதனால் மழையின் குளிரே, எங்களுக்கு உறைக்கவில்லை.

"ஸோனா, நாளைக்கு நீ, உமையா வீட்டுக்கு வருகிறாயா?"

"வருவேன். ஆனால், இன்றைக்கு இதற்குள் உன்னைவிட்டுப் பிரிய, எனக்கு மிக வருத்தமாயிருக்கிறது."

"எனக்கும்தான்!"

"நான் ஒரு யோசனை சொல்லுகிறேன். நாம் இன்னும் கொஞ்ச நேரம் சேர்ந்திருக்கலாம்."

"அம்மா பயப்படுவாளே!"

"அப்பா இல்லையே?"

"பம்பாயில்தான் இருக்கிறார்; ஏ.பி.ஸி. மில்ஸின் சொந்தக்காரர். அங்கேதான் இருப்பார்; எப்போதாவதுதான் வருவார்."

"நல்லதாயிற்று. உமையா வீட்டுக்குப் போவதாய்த்தானே, அம்மாவிடம் சொன்னாய்?"

"ய்யா–" என்றாள் அவள். ஆம், என்று பொருள்படும் 'எஸ்' என்ற இங்கிலீஷ் வார்த்தையை, அமெரிக்கர்கள் எப்படியோ, 'ய்–யா' ஆக்கியிருக்கிறார்கள். அதைப் பின்பற்றித்தான், அவளும் பேசினாள்.

"மழை வந்துவிட்டது; ரெயின் கோட் இல்லாததால் அங்கேயே தங்கிவிட்டேன் என்று சொல்லிவிட்டால் போகிறது."

"ரொம்ப சரி!"

இருவரும் ஒரு பெரிய கபேக்குள் புகுந்தோம். குடும்பத்துக்கு என்று தனியாக இருக்கும் ஒரு ரூமில் உட்கார்ந்து இன்பத்தையே பருகினோம். பிறகு வெளியில் வந்தபோதும், மழை நிற்கவில்லை.

மெதுவாகச் சொன்னேன்: "மோதீ, மாடியில் ரூம் காலியாக இருந்தால், ஒன்றை வாடகைக்கு எடுப்போமா? தனியாக உட்கார்ந்து இஷ்டம்போலப் பேசலாம். என்ன?"

"ய்யா!" என்றாள் அவள்.

சாப்பிட்டதற்கும், ரூம் வாடகைக்கும் பணம் நாலைந்து ஐந்து ரூபாய் நோட்டுகளை என்னிடம் அவள் கொடுத்தாள். கொடுத்துவிட்டுப் பாக்கியை என் ஸூட் பையில் போட்டுக்கொண்டேன்.

ஜகஜ்ஜோதியாக எரியும் எலக்ட்ரிக் லைட்டின் ஒளியில், 'பளிச்'சென்று இருக்கும் அறை. பக்கத்தில் அழகி; பருகி மகிழப் பிராந்தி – உமார்கய்யாமின் கனவு எனக்கு நனவாகிவிட்டது!

பிராந்தி சாப்பிடச் சாப்பிட, என் மயக்கம் அதிகரித்துச் சம்பந்தா சம்பந்தம் இல்லாத நினைவுகள் என் மூளையில் தடுமாறின. வேஷ்டி கட்டிக்கொண்டு, எங்கோ ஒரு மூலையில் தவித்தேன். 'ஸூட்' போட்டுக் கொண்டால் எவ்வளவு அழகாயிருக்கிறது! மோதீ! மோதீ! ஆஹா, இந்த இங்கிலிஷ் நாகரீகம்! இந்தியர்கள் காட்டுமிராண்டிகள்! நாகரீகமே இல்லை... சீச்சீசீ!

"மோதீ!... நீ... பா... டு!"

நான் பாடினேன்.

◆ ◆ ◆

மறுநாள் மோதீயிடமிருந்து வாங்கிய பணத்தில் மீதியிருந்ததை, உமையாவிடம் கொடுத்துவிட்டேன்.

கலாமோகினி **(1945)**

கதிர் **(நவம்பர் 1966)**

(நூல் வடிவில் இதுதான் முதல் பிரசுரம்)

●

கணப்பு

காலையிலிருந்தே, அளவுக்கு மீறி அடித்த வெயிலால், புழுக்கம் மிகவும் அதிகமாக இருந்தது. பொழுது சாயும் சமயத்தில், ஆகாயம் மேக மூட்டம் கண்டு, வழக்கத்துக்கு முன்பாகவே இருட்டு பூமியைக் கவ்விக்கொண்டது; திரண்ட மேகங்கள் காற்றினால் அலைக்கப்பட்டு, பயங்கரமாகக் கர்ச்சித்துக் கொண்டிருந்தன. கொஞ்சம் கொஞ்சமாகத் தூறல் போட்டது, முதலில்.

ஜன்னல் வழியாகச் சாரல் அடித்தது. அதன் அருகில் நின்ற அவனுக்கு, முதலில் அந்த லேசான குளிர், ஒரு விடுதலை மகிழ்ச்சியை உண்டாக்கியது. ஏதோ ஒரு கவலை காற்றோடும், நீரோடும் கலந்து மறைந்துபோவதைப் போன்ற ஓர் உணர்ச்சி. பிறகு மேக முழக்கங்களுக்கும் மின்வெட்டுகளுக்கும் மத்தியில் மழை பெரிதாகப் பெய்ய ஆரம்பித்தது. கொட்டிக் கொட்டி உலகத்தையும், அதில் அடங்கியுள்ள சகல ஜீவராசிகளையும் சேர்த்துக் கழுவிக்கொண்டு போய்விடும்போல் பெரிதாகப் பெய்தது.

சாரல் அடித்தது. ஆனால் அவன், தன் இடத்தை விட்டு நகரவேயில்லை. அந்த இருட்டில், மழையில், மின்னல் வெளிச்சத்துக்கும் மத்தியில், திடீரென்று தோன்றி மறையும் உலகம், அதில் உள்ள ஊழல்கள் ஒன்றையும் வெளிப்படுத்தாது – ஒரு நேர்த்தியான கற்பனை லோகம் போல் – அழகாகத்தான் இருந்தது. அவனுக்கு அது, இன்னும் அழகாகத் தோன்றியது...

அவன் கவனிக்கவில்லை. அவனுடைய உடம்பு நனைந்து ‘தெப்பல்’ ஆகிவிட்டதை. வேஷ்டி, சட்டை எல்லாம்தான். நனைந்து, நனைந்து மரம், வீடு, காற்று எல்லாமே குளிர ஆரம்பித்தது. அவனுக்கு மிகவும் அதிகமாகக் குளிருகிறது. பற்கள் ஒன்றோடொன்று சேராமல் நடுங்கத் தொடங்கின; கால்கள் வாழைக்கட்டைகள் போல் ஜில்லிட்டு மரத்துவிட்டன.

குளிருகிறது, அம்மாவையாவது தட்டி எழுப்பலாம்; கணப்பு போட்டுக் கொடுக்கச் சொல்லலாம். ஆனால்,

வயதான அவளை எழுப்பித் தொந்தரவு செய்வது தப்பு. அதற்குப் பதிலாக, அவனே கொஞ்சம் சிரமப்பட்டால், இரும்புச்சட்டியைக் கொண்டுவந்து, சுள்ளிகளைப் போட்டு, கணப்பு மூட்டிவிடலாம் – ஒன்றும் பிரமாதமில்லை.

ஆனால், அவனுக்கு நடுக்குகிறது. நகரக்கூட முடியவில்லை, நிற்கும் இடத்தைவிட்டு. 'அவள்' இருந்தால், அவனுக்காக மிகவும்அக்கறை எடுத்துக்கொள்வாள். அவன் நடுங்குவதைக் கண்டு, அநுதாபத்துடன், தன் சிரமத்தையும் கவனியாமல், கணப்புப் போட்டுக் கொடுப்பாள். இல்லாவிட்டாலும், 'அவள்'...

ஆனால், 'அவள்'தான், அவனை ஏமாற்றிவிட்டுப் போய்விட்டாளே...

குளிர் பொறுக்க முடியாமல், அவன் மெதுவாகப் படுக்கை மீது வந்து விழுந்தான் ஈரத்துணிகளோடேயே. கம்பளி, பெட்ஷீட் எல்லாவற்றையும் எடுத்துப் போர்த்துக்கொண்டும் குளிர் நடுக்கியது. சுருட்டிக்கொண்டு படுத்தும் முடியாததால் உடம்பு முழுவதும் போர்வையைச் சுற்றிக்கொண்டு எழுந்து உட்கார்ந்தான். முழங்கால்களில் கைகளை வளைத்துக்கொண்டு, நடுங்கியபடி இருந்தான்.

மழை பெய்துகொண்டுதான் இருந்தது. குளிர்க் காற்றும் உடம்பை ஊடுருவிச் செல்லும்போல் வீசிக்கொண்டுதான் இருந்தது.

இந்தக் – குளிரிலும் மழையிலும்கூட, யாரோ கதவைத் தட்டுகிறார்கள். அவர்கள் மனிதர்களாக இருக்க முடியாது; பேய்களாகத்தான் இருக்க வேண்டும். ஆனால், அவன் எழுந்திருக்கப் போவதில்லை. – அவனால் முடியாது.

ஆனால், கதவு தட்டும் சப்தம் வலுக்கிறது. திறக்காவிட்டால், கதவே இடிந்துவிடும் போலிருக்கிறது.

அலுப்புடன் அவன் எழுந்தான்; விளக்கைப் போட்டான்; கதவைத் திறந்தான். வாசலில் சொட்டச் சொட்ட நின்ற ஓர் உருவம், நடுக்கத்துடன் உள்ளே கால் எடுத்து வைத்தது? விளக்கின் வெளிச்சம், அதன் முகத்தில் பட்டது. அவன் பார்த்தான் – 'அவள்!'

அதிகமாகக் குளிருகிறது: இல்லாவிட்டால் அவன் சந்தோஷம் தாங்கமாட்டாமல் கூச்சல் போட்டிருப்பான். வாய்தான், பேசக்கூட முடியாமல் உதறுகிறதே!

"நீ... நீயா?" என்றான், நடுங்கிக்கொண்டே.

அவள், 'ஆம்' என்பதுபோலத் தலையசைத்தாள்.

வெதிர்வெதிர்த்துக்கொண்டிருந்த அவன், மறுபடியும், "சேலையை மாற்றிக் கட்டிக்கொள்," என்றும் சொல்லிவிட்டான்.

வெகுசீக்கிரத்தில் அதுவும் நடந்தது. அவனுக்குத்தான், இவ்வளவு குளிருகிறது போலும். அவள் அவனைப் போல் நடுங்கவில்லை; சேலையை மாற்றிக்கொண்டு அவள் மௌனமாக நின்றாள்.

அவனுடைய முதல் பிரச்சனை குளிர்தான்; கூறினான்: "நீ எனக்குக் கணப்பு போடுகிறாயா?"

அவள், 'சரி' என்பது போன்று தலையை ஆட்டிவிட்டு, வீட்டுக்குள் சென்றாள். இருப்புச் சட்டி, சுள்ளி, மண்ணெண்ணெய், தீப்பெட்டி எல்லாவற்றையும் கொண்டு வந்து, அவள் கணப்பு போடத் தொடங்கினாள்.

அவள் இவ்வளவு வேகமாகக் காரியம் செய்வது, அவனுக்கு ஆச்சரியமாகத்தான் இருந்தது. அவள், அந்த வீட்டை விட்டுப்போய் ஒரு வருஷத்துக்கு மேல் ஆகிறது. அதற்கு முன்னால், ஆறு ஏழு மாதம்தான் இருந்தாள். ஆனால், அவள் ஒன்றையும் மறக்கவில்லை. எந்த எந்தச் சாமான் எங்கெங்கே இருக்கும் என்பதெல்லாம் அவளுக்கு நன்றாக நினைப்பிருக்கிறது. ஒரு நிமிஷத்தில், எல்லாவற்றையும் கொண்டுவந்து விட்டாள்.

கணப்பு மூட்டிவிட்டாள்; நெருப்பு 'தண தண' என்று எரிய ஆரம்பித்தது. லைட்டை அணைத்துவிட்டு, அவன் கணப்பண்டை உட்கார்ந்தான். அவள் மறுபுறம் உட்கார்ந்தாள். கைகளை ஒன்றோடொன்று தேய்த்து, நெருப்பின் மேல் காட்டினான். தலைமயிரை நன்றாகக் கலைத்துவிட்டு, அதற்கும் சூடு காட்டினான். குளிர், சிறிது சிறிதாகத் தணிந்தது; சூடு ஏறியது. மழை பெய்துகொண்டுதான் இருந்தது; ஆனால் இப்போது குளிர் இல்லை; நடுக்கம் இல்லை; அவனால் இப்போது பேசக்கூட முடியும்.

நெருப்பு ஒளியில் அவளுடைய முகம் தெரிகிறது. அவளை நிமிர்ந்து பார்க்கவோ, அவனுடன் பேசவோ, அவள் வெட்கப்படுகிறாள்போல் இருக்கிறது. ஆனால் அவனால், பேசாமல் இருக்க முடியுமா?

என்னவோ நினைத்து, ஏதோ கேட்டான். "நீ வந்தது, அம்மாவுக்குத் தெரியுமா?"

"தெரியாது" என்று, அவள் தலையை ஆட்டினாள்.

"தெரியாதா?"

அம்மாவுக்குத் தெரிந்தால், மிகமிகச் சந்தோஷம் அடைவாள்; ஒருவேளை, மிகமிகக் கோபம் அடைந்தாலும் அடையலாம். ஆனால், அவனுடைய நன்மையை உத்தேசித்து, அவன் இஷ்டத்துக்கு மாறாக, ஒன்றும் செய்ய மாட்டாள்.

பேச வேண்டும்; அவள் ஒரு வருஷத்திற்கு அப்பால் வந்திருக்கிறாள்; அதுவும் இருட்டிலே மழையில் நடந்துகொண்டே தனியாக வந்திருக்கிறாள்; துக்கத்தின் உருவமாகத் தோன்றுகிறாள்; பேச வேண்டிய விஷயங்கள் ஏராளமாக இருக்கின்றன. ஆனால், இப்போது எங்கெங்கோ மறைந்து விடுகின்றன.

சிறிது நேரம் கழித்து, கணப்பில் நெருப்பை மூட்டிக்கொண்டே கூறினான்: "நீ என்னை விட்டுப் போனவுடனே, நான் பட்டணத்துக்கு ஓடிப் போனேனே, ஞாபகம் இருக்கிறதா?"

"உம்," என்று அவள் தலையசைத்தாள்.

"ஏன் போனேன் தெரியுமா? நீ என்னை ஏமாற்றிவிட்டுப் போனாய். என்னால் அவமானம் தாங்க முடியவில்லை. உன்மேல் எனக்கு ஆத்திரம் உண்டாயிற்று. உன்னைநான் மறக்க விரும்பினேன். ஆனால், எங்கே சென்றாலும், அவமானத்துக்குப் பயந்து நூற்றுக்கணக்கான மைல்களைக்

கடந்துபோனாலும், உன்னுடைய நினைவும் உருவமும் என்னைத் தொடர்ந்து தொடர்ந்து வந்துகொண்டிருந்தன. உன்னுடைய அழகு அல்ல, உனக்கும் எனக்கும் உள்ள சம்பந்தம்தான்; உன் இளமை அல்ல, உனக்கும் எனக்கும் ஏற்பட்டுள்ள ரத்தபாசம்தான்; உன்னுடைய பணம் அல்ல, உனக்கும் எனக்கும் உண்டாகியுள்ள வாழ்க்கையின் பிணைப்புதான்; உன்னால் ஏற்படவேண்டிய கௌரவம் அல்ல, உன்னால் உண்டான அவமானம்தான்! – அதனால்தான் பட்டணத்துக்கு ஓடிப் போனேன்; அதனால்தான் திரும்பியும் வந்தேன்...”

அங்கே நடந்த ஒவ்வொரு விஷயத்தையும், அவளிடம் சொல்லப் போகிறான். அவள் அவனை ஏமாற்றினாலும், அவனுடைய நடத்தையில் உண்மையும் ஒழுங்கும் இருந்தன என்பதை, அவளுக்கு எடுத்துக்காட்டப் போகிறான்.

“நான் இறங்கியிருந்த இடத்திற்குக் கீழே ஒரு குடும்பம் இருந்தது. அங்கே ஒரு பெண் இருந்தாள். முதல்நாளே அவளுடைய பார்வை, எனக்கு ‘ஒரு தினுஸா’கப் பட்டது; பிறகு, அது ஊர்ஜிதம் ஆகியது – அவள் ‘ஒரு தினுஸு’தான் என்று, உண்மையாகத்தான் சொல்லுகிறேன். எனக்கும் சஞ்சலமாகத்தான் இருந்தது. நீயோ என்னை விட்டுப் போய்விட்டாய்; அழகான அவளோ என் மீது பிரியம் கொள்கிறாள்.

“இரண்டு மூன்று நாளில் அவளுக்கும் எனக்கும் சிநேகம் ஆகி விட்டது. இரண்டு பேரும் வீட்டில் தனித்தனியாகக் கிளம்பி கடற்கரைக்குச் சென்று சேர்ந்து உட்கார்ந்து, வம்பு அளந்துகொண்டிருப்போம். பிறகு அவள் என்னிடம் சொன்னாள் ஒருநாள், அவளை என்னோடு கூட்டிக்கொண்டு போகச்சொல்லி. இருவரும் தனியாகச் சந்தோஷமாக இருக்கலாம் என்பது அவள் நினைப்பு.

“ஆனால், எனக்கு என்னவோ பயமாகத்தான் இருந்தது. அவள் பார்க்கிற பார்வை, பேசுகிற பேச்சு ஒன்றும் எனக்குப் பிடிக்கவில்லை. அவளைக் கூட்டிக்கொண்டு போய்விடலாம்; அவளும் பணம் கொண்டு வருவதாகச் சொன்னாள். ஆனால், அப்போதும் உன் ஞாபகம்தான். ‘மனைவி உன்னை ஏமாற்றினால், நீ அவளைக் கைவிடவேண்டும்’ என்ற நினைப்பு, எனக்குத் தடுமாற்றம் தந்தது. மறுநாள் காலையிலேயே அவளுக்குத் தெரியாமல் மூட்டை கட்டிக்கொண்டு கிளம்பிவிட்டேன் – ஊருக்குத்தான்.”

அவனுக்கே சந்தேகமாயிருந்தது, குழந்தைத்தனமாகப் பேசிவிட்டோமோ என்று. சொன்ன சம்பவம், அவளுக்கு எத்தகைய உணர்ச்சிகளை ஊட்டியிருக்கும் என்பதை அறிய விரும்பியவன்போல், கணப்பின் தீ ஒளியைக் கிண்டிவிட்டான் அவன்; அசையாமல், கற்சிலைபோல் ஒடுங்கி உட்கார்ந்திருந்தாள் அவள்; அவள் முகத்தில் ஒன்றும் புரியவில்லை.

சற்றுநேரம்தான் பேசாமல் இருக்க முடிந்தது; மீண்டும் ஆரம்பித்தான்.

“ஆனாலும் நீ, என்னை இப்படி ஏன் ஏமாற்றிவிட்டுப் போக வேண்டும்? நான் உன்னிடம் அன்பு காட்டவில்லையா? சிரத்தை காட்டவில்லையா? நான் பணக்காரன் இல்லை என்று யாரோ சொன்னால், ‘புருஷன் வேண்டாம்’ என்று தாய் வீடு போய்விடுவதா?”

“பிறந்தகம்தானே போனேன் என்கிறாயா? ஆனால், உன் பெற்றோர்கள், என்னை அவமானப்படுத்தியதால்தானே நான் உன்னை அங்கே போகக் கூடாது என்று சொல்லியிருந்தேன்? நீயாகத்தானே என்னிடம் சொன்னாய், உன் பெற்றோர்கள் என்னையும் உன்னையும் சரியாக நடத்தவில்லை, அதனால் உனக்கு வருத்தமாக இருக்கிறது என்று? ஞாபகம் இல்லையா உனக்கு?”

“நீயே ‘தாய் வீடு’ போதும் என்று என்னுடன் தங்கிவிட்டாய்; என்னுடைய சுகங்களுக்கும் துக்கங்களுக்கும் பங்காளி என்று சொல்லிக் கொண்டாய்; எனக்காக வருத்தம் அடைந்துகொண்டிருந்த என் தகப்பனாரிடம் போய், ‘நான் என் புருஷரைக் கைவிட்டுவிடுவேனா?’ என்று ஆறுதல் சொன்னாய். ஆனால், கடைசியில்...”

சென்ற காலத்தில் நடந்த ஒவ்வொரு சிறு சம்பவமும், அப்படி அப்படியே, அவனுக்கு ஞாபகம் வருகிறது. கணப்பின் சூட்டில் ஏற்றப்பட்ட உணர்ச்சி உஷ்ணத்தில், அவன் பேசிக்கொண்டே போகிறான். ஆனால், அவள் ஒன்றும் பேசாமல், தலைகுனிந்தபடி தீயைத் தூண்டிவிட்டுக் கொண்டிருந்தாள்.

“ஆனால், கடைசியில் நீ, என்னை ஏமாற்றினாய். என்மீது அன்புள்ளவள்போல் நீ பேசின பேச்சு, செய்த செய்கை எல்லாம் வெறும் பாசாங்கு என்பதைக் காட்டினாய். புருஷனுக்கு மனைவி அவசியமாக வேண்டியிருக்கும் சமயத்தில், நீ அவனைக் கைவிட்டுச் சென்றாய்!”

“நீ பிறந்தகம் சென்ற அந்தச் சமயத்தை நினைத்துப்பார். எனக்கு வியாபாரத்தில் நஷ்டம் ஏற்பட்டிருந்தது. கடன்காரர்களின் தொந்தரவு சகிக்க மாட்டாமல் கலங்கிக் கண்ணீர் விட்டுக்கொண்டிருந்தேன். அவர்களுக்குக் கையில் இருந்ததையெல்லாம் கொடுத்துத் தீர்த்துவிட்டேன். கடைசி ஒருவனுக்கும் அம்மாவின் நகை ஈடாகக் கொடுத்தாகிவிட்டது; இனி நிம்மதியாக இருக்கலாம் என்று நான் நினைத்திருந்த சமயம். அப்போது திடீரென்று கடைசிக் கடன்காரன் அவன் எடுத்துக்கொண்ட நகைகளை மறைத்துவிட்டு, என்மேல் வழக்குத் தொடர்ந்தான். கிரிமினல் கேஸ் ஒருபக்கம்; சிவில் கேஸ் ஒருபக்கம். இந்தக் கேஸ்களின் தொந்தரவு பொறுக்கமுடியாமல், இரவும் பகலும் தூக்கம் இல்லாமல் நான் கதறிக்கொண்டிருந்தேன். அப்போது ஒருநாள் சொன்னாய்: ‘நான் இருக்கும்போது நீங்கள் ஏன் கவலைப்பட வேணும்? இப்போது என்ன குடிமுழுகிவிட்டது? என்னிடம் நகைகள் இருக்கிறது; அவைகளை விற்று...”

“நீ காட்டிய அன்பைக் கண்டு ஆச்சரியம் அடைந்தேன்; சொன்னேன்;” உன்னுடைய நகைகளை நான் தொடக்கூடாது, மாட்டேன். ஆனால் குஞ்சம்! இந்தக் கஷ்டக் காலத்தில், நீ எனக்கு ஒரே ஒரு ஒத்தாசை செய்ய வேண்டும்; பணவுதவி ஒன்றும் நான் கேட்கவில்லை. அதை நான் சம்பாதிக்க முடியும் – ஆனால் இந்தக் கஷ்ட காலத்தில் என்னை விட்டுப் பிரிந்து போவதில்லை, கைவிடுவதில்லை என்று வாக்களிப்பாயா? அழுதுகொண்டே அப்போது சொன்னாய்: ‘என்மேல், ஏன் இப்படிச் சந்தேகப்படுகிறீர்கள்?’ என்று. அந்தத் துன்பத்திலும் நான் கொஞ்சம் இன்பம் அடைந்தேன், இவ்வளவு சிறந்த மனைவி எனக்கு வாய்த்திருக்கிறாளே என்று, கர்வத்துடன் உன்னைக் கட்டிக் கொண்டேன்...

“ஆனால், மறுநாளே அந்தக் கடன்காரன் ஜப்தி கொண்டுவந்தான்; கொடுத்துத் தீர்ந்துபோன கடனுக்கு ஜப்தி வந்தது. வீட்டில் உள்ள சாமான் ஒன்று ஒன்றாக வெளியேறியது. நான் சிறுகுழந்தைபோல் தேம்பித் தேம்பி அழுதேன்; அப்போதும் நீ வாயால் தேறுதல் சொன்னாய். வீட்டில் இருப்புக் கொள்ளாமல் வெளியில் எங்கோ அலையச் சென்றுவிட்டேன் – அந்த நாள், உனக்கு நன்றாக நினைவிருக்கலாம். அன்றைக்கு ஆடி வெள்ளிக்கிழமை. வீட்டிலிருந்த சுவாமியின் படம்கூட அகற்றப்படாமல் வீடு லக்ஷ்மிகரம் இழந்திருந்தது. சாயங்காலம் விளக்கு வைக்கும் சமயத்தில், வீடு திரும்பிக்கொண்டிருந்த நான், உனக்காகப் புஷ்பம் வாங்கி வந்தேன்; உன்னாலாவது வீடு இழந்த களையைத் திரும்பப் பெறாதா என்ற ஒரு குருட்டு ஆசைதான்.”

“ஆனால், நான் வீட்டுக்கு வந்ததும், நீ அங்கே இல்லாததைக் கண்டேன். நீ போய்விட்டாய், தாய் வீட்டுக்குத்தான். ஆனால், நம் இருவருக்கும் இருந்த அன்புப் பந்தத்தை உடைத்து எறிந்துவிட்டுப் ‘புருஷன் வேண்டாம், தாய்தான் காப்பாற்றுவாள்’ என்று உறுதி கொண்டு. நான் திடுக்கிட்டுப் போனேன். காலையில் வீட்டில் சாமான்கள் ஜப்தி, மாலையில் மனைவி ஜப்தி!”

“என்னால் துக்கம் பொறுக்க முடியவில்லை. கூடவே ஆத்திரமும் பிறந்தது, உன்மீதுதான். கௌரவத்தையும் மானத்தையும் கவனிக்காமல், நேராக நான் உங்கள் வீட்டுக்கு வந்தேன். உன்னை நேரில் கூப்பிடுவது, வரமுடியுமா, முடியாதா என்று கேட்பது. உண்டு – இல்லை’ எனத் தெரிந்து கொள்வது என்று. உங்கள் வீட்டில், எனக்கு அபூர்வமான வரவேற்பு கிடைத்தது.”

“அப்போது உன் தாயார் கீழே இருந்தாள்; நீ மாடியில் இருந்தாய். என்னைக் கண்டதும் அவள், ‘எங்கே வந்தீர்கள்?’ என்று கேட்டாள். நான் நேராக, மாடியில் உன்னிடமே வந்துவிட்டேன். அவளும் என்னைப் பின் தொடர்ந்து வந்தாள். உனக்கும் எனக்கும் மத்தியிலிருந்த வாசலில் என் வழியை மறித்துக்கொண்டு நின்று, அவள் கேட்டாள். ‘என்ன வேண்டும்?’ என்று. ‘என் மனைவியை நான் பார்க்க வேணும்’ என்றேன். அதற்கு அவள், என்னைப் பார்த்துப் பரிகாசமாகச் சொன்னாள், ‘பெண்டாட்டி வேறு வேண்டியிருக்கிறதாக்கும்!’ நான் அதைப் பொறுமையுடன்தான் கேட்டேன்! நீ எனக்காகப் பரிந்து பேசிவிடப் போகிறாய் என்று, நான் தப்பு எண்ணம் கொண்டிருந்தேன். அமைதியாகக் கௌரவத்தை விட்டுத்தான் – சொன்னேன்: ‘அவளை, என்னுடன் அனுப்புங்கள். வேண்டுமானால், இரண்டு மூன்று நாள் கழித்து அழைத்து வரலாம்’ ஆனால், உன் தாயார் சொன்னாள். ‘இனிமேல் அவள், அங்கே வர மாட்டாள்!’

“பிரமித்துப்போய்க் கேட்டேன்: வரமாட்டாளா? ஏன் வர மாட்டாள்? புருஷன் இருக்கும்போதே விதவைபோல் இருப்பாளா?”

“அதற்கு அவள், எவ்வளவோ சிறு பெண்கள், சின்ன வயதிலேயே புருஷனை இழப்பதில்லையா? அவளுக்குப் புருஷனை நம்பித்தான் வாழவேணும் என்பதில்லை...” என்று சொல்லிவிட்டாள்.

“உன் நினைப்பை அறிய, உன்னைப் பார்த்தேன். நீயும் – நீயும் அதைக் கேட்டுக்கொண்டுதான் இருந்தாய்! நீயும், உன் மௌனத்தின் மூலம், அதை ஒப்புக் கொண்டுதான் இருந்தாய்! நீ பேசவில்லை; ஒன்றும் சொல்லவில்லை.”

“அப்புறமும் உன் தாயார், என்னைச் சேர்ந்தவர்களையும் தூஷணையாகப் பேசினாள். எல்லாவற்றையும் மௌனமாகக் கேட்டு விட்டு, அவமானம் தாங்கமுடியாமல் திரும்பிவிட்டேன்...”

ஆம். அவன் அவளுடைய மனப்போக்கை அறிய வேண்டும், அவள் திரும்பி வந்திருப்பதால். ஏன் வந்தாள், உண்மையாகத் தவறை உணர்ந்து பச்சாதாபப்படுகிறாளா, அல்லது முன்போலவே ஏமாற்றிவிட்டுச் செல்லும் மனோபாவம் இன்னும் இருக்கிறதா என்பதை அறிய வேண்டித்தான் அவளையும் பேச விடாமல் அவன் ஓயாமல் பேசிக்கொண்டே போகிறான். அவள் பிசகுக்காக வருந்தினால், அவன் மன்னிக்கத்தயார். ஆனால், அதைத் தவறு என்று நினைக்கவில்லை எனத் தெரிந்தால், அவனால் மன்னிக்க முடியாது.

அவள் இப்போது கணப்பைக் கிளறிவிடவில்லை; அது அணைந்து விட்டது. ஆனால் அவனோ அவளோ, அதைக் கவனித்ததாகத் தெரியவில்லை.

“சின்ன வயசில் சிறுபெண்கள் புருஷனை இழப்பதில்லையோ?” அந்தச் சொற்களை என்னால் மறக்க முடியவில்லை. மறக்கவே முடியவில்லை. வாழ்க்கையைப் பொறுக்க முடியாமல், பட்டணத்துக்குப் போனேன்; அங்கேயும் இருக்க முடியாமல் திரும்பிவந்தேன்.

“வந்த சில நாளுக்கெல்லாம் என் தகப்பனார் படுக்கையில் விழுந்தார். அவர் உன்மேல் பிரியமாக இருந்தவர்; இரண்டு நாள் வரை உயிர் ஊசலாடிக்கொண்டிருந்தது. ‘குஞ்சம்’ என்று பல முறை, மெதுவாக உன் பெயரைச் சொல்லிக் கூப்பிட்டார். சாகும் சமயத்திலாவது, நீயும் நானும் சேர்ந்திருப்பதைப் பார்க்க வேணும் என்று அவர் ஆசைப்பட்டார். யமனுடன் போராடும் அந்த உயிரைப் பார்க்க முடியவில்லை என்னால்; மேலே யாருக்கும் தெரியாமல், உனக்குச் சொல்லியனுப்பினேன். ‘நீ இங்கே வந்து தங்க வேண்டியதில்லை. சாகும் சமயத்திலிருக்கும் என் தகப்பனாரின் வாயில் ஒரு சொட்டு ஜலம் விட்டுவிட்டு, உடனே போய்விடு,’ என்று சொல்லி அனுப்பினேன். ஆனால், அப்போதும், அந்தச் சமயத்திலும், இறக்கும் உயிரின், உயிரின் ஆசையைத் தீர்ப்பதற்காகக்கூட நீ வரவில்லை! உனக்கும் உன் புருஷனுக்கும் அவனைச் சேர்ந்தவர்கள் எல்லோருக்கும் உன் சம்பந்தம் எல்லாமே விட்டுப் போய்விட்டது என்று தீர்மானம் பண்ணிவிட்டாய்! கடைசியில் அவர், தள்ளாடும் உயிருடன் இறந்து விட்டார். பிறருக்காக என்றே, அவர் வாழ்வை வாழ்ந்தார். அந்தப் பெரியவர் – அப்போது அவருக்கு எழுபத்தைந்து வயது – மனநிம்மதி இல்லாமலேயே இறந்துவிட்டார்.”

அவனுடைய குரல் தழுதழுத்தது. நடந்துவிட்ட சம்பவம், அவன் கண் முன்னால் மறுபடி நடக்கிறது. அந்தக் கொடுமை, அவனை வதைக்கிறது. அது பெண்கள் செய்யும் செயல் அல்ல. ஒரு குற்றமும் செய்யாத ஒரு வயோதிகர்

மரணமடையும்போது, அவருடைய வாய்க்கு ஜலம் ஊற்றக்கூட வராத ஜன்மத்தைப் பெண் ஜன்மம் என்று எப்படிக் கூறமுடியும்?

இல்லை, அது பெண் ஜன்மம் அல்ல; அவன் அதை மறக்க முடியாது, மன்னிக்க முடியாது. அவளைத்தான்; வேறு யாருடைய தூண்டுதலின் பேரிலோதான் அப்படிச் செய்திருக்கிறாள்; ஆனால் குற்றம், குற்றம்தான்; முடியாது, மன்னிக்க முடியாது. அவள் திரும்பிவிட்டாள் என்பதற்காக மன்னித்துவிட வேண்டுமா? இறந்த காலம் தீர்ந்து மறைந்துவிடும் காலமாகி விடுமா? அது நிகழ்காலத்தில், தன் நிழலை வீசாதா?

ஆத்திரத்துடன் எழுந்து, அறையில் நடந்தான். வெளியில் மழை, கோரமாகப் பெய்துகொண்டுதான் இருந்தது. கணப்பு நீறு பூத்துவிட்டது; அவன் உடம்பில் மறுபடியும் குளிர் பாய்ந்தது.

ஆனால், அவன் சினத்துடன் சொன்னான்: “இப்போது எதற்காகத் திரும்பி வந்தாய்? எனக்கு மிகவும் அவசியமாய் வேண்டியிருந்த சமயத்தில், என்னை ஏமாற்றிவிட்டுப் போனாய். தெருவின் காலி நாய்களும் என்னைக் கேலி செய்யக் காரணம் ஆனாய். உன்னால், எனக்குச் சமூகத்தில் கிடைத்திருக்க வேண்டிய மதிப்பு அழிந்தது. என் தகப்பனாரைக் கொலை செய்தாய்? இப்போது வந்திருக்கிறாய். எதற்காக? என்னுடைய உயிரையும் வாங்குவதற்காகவா? வேண்டாம், போ, எந்த நரகத்திற்குப் போகத் துணிந்தாயோ, அங்கேயே போ! வேண்டாம்; உன்னுடைய சம்பந்தமே எனக்கு வேண்டாம்; உன்னை விஷத்தைவிட மேலாக வெறுக்கிறேன்; உன்னைத்துண்டு துண்டாக வெட்டினாலும், எனக்குச் சாந்தி உண்டாகாது!”

அவன் நிறுத்திவிட்டான். இறந்த தகப்பனாரை நினைத்தான்; இருக்கும், கவலை உருவான தாயாரை நினைத்தான். எதிரில் அவனுடைய துன்பங்களுக்குக் காரணமான அவள் ஒன்றும் அறியாதவள்போல் உட்கார்ந்திருப்பதையும் பார்த்தான்; பெருமூச்சுவிட்டான்.

குளிர்க் காற்று, அவனை நன்றாகப் போர்த்துவிட்டது. மறுபடியும் குளிரால் நடுங்க ஆரம்பித்தான்.

அப்போது அவள், மறுபடியும் கணப்பைக் கிளறிவிட்டாள். திரும்பவும் வெளிச்சம் உண்டாயிற்று. கடைசியில் அவளும் சொன்னாள்; “நான் தெரியாமல் செய்துவிட்டேன்.”

அவளுடைய முகத்தைப் பார்த்தான். அவளுடைய உள்ளம், கண்களில் கண்ணீர் உருவத்தில் தடுமாறியது. அவள் தன் செயலுக்காக வருந்துகிறாள்! அவள் செய்த அந்தக் கொடுமை – ஆனால் அழுகிறாளே! தகப்பனாரின் இழவுக்குக்கூட வராமல் – ஆனால் அவள், தான் செய்த செயலுக்காக வருந்துகிறாளே!

உலகத்தில் உள்ள எல்லாவற்றையும் இடித்துத் தள்ளுவதுபோல், ஓர் இடிமுழக்கம் உண்டாகியது.

அவனுக்குத் தெரியும், அவள் இடி என்றால் பயப்படுவாள். ஆகாசத்தில் இடி முழக்கம் கேட்கும்போதெல்லாம், அவனைக் கெட்டியாகத் தழுவிக்கொள்வாள், குழந்தைபோல்; பயந்தாங்கொள்ளி!

மறுபடியும் இடி முழக்கம் கேட்டது...

அவன் சென்றதையெல்லாம் மறந்து, அவளுடைய பயத்தைப் போக்க வேண்டி, பாய்ந்து அவளைத் தன் மார்புடன் உறுதியாகச் சேர்த்து அணைத்துக்கொண்டான். அவளுடைய உடல் துவண்டது.

அவனுக்கும் குளிருக்கு அடக்கமாக இருந்தது...

◆ ◆ ◆

கண்விழிக்கும்போது அவன் படுக்கையிலேயே கிடந்தான். அவனைச் சுற்றித் தாயார், தங்கை, தமக்கை, உறவினர்கள் எல்லோரும் சூழ்ந்துகொண்டிருக்கிறார்கள். 'யூ–டீ–கொலோன்' வாசனை, தலையில் ஈரத்துணிக்கட்டு, சுற்றிலும் தலையணைகள்; அவனுக்கு ஒன்றும் விளங்கவில்லை.

தாயார் சொன்னாள்: "ஈரத் துணியோடேயே படுத்துக்கொண்டாயா? இப்போது, யார் கஷ்டப்படுகிறது?"

ஒன்றும் புரியாமல் விழித்தான் அவன்.

"காலையில் ரொம்ப நேரம் எழுந்திருக்கவில்லையே என்று பார்த்தால், ஜ்வரம் அடிக்கிறது, பிரக்ஞை இல்லாமல் கிடந்தாய்!"

அவன் அறிந்தான், நேற்று ராத்திரி நடந்தெல்லாம், வெறும் நினைப்புதான். அவன் தனக்குள் ஏதோ முணுமுணுத்தான்.

தாயார் கேட்டாள்: என்ன வேணும்?"

"சாரல்... குளிர்–கணப்பு..."

ஆனால், அவன் நினைத்து முணுமுணுத்தது வேறு; அவனுடைய உணர்ச்சியின் மொழிபெயர்ப்பு இது: "நான் அவளை மன்னிக்கத்தான் விரும்புகிறேன். அவள் தன் குற்றத்தை ஒப்புக்கொண்டால் மன்னிக்கத் தயார். ஆனால், அவள் அதை ஒப்புக்கொள்வாளா?"

அவனுக்குக் குளிர் ஜுரம்; அவனுடைய வயதான தாயார்தான் அவனுக்காகக் கணப்பு மூட்டுகிறாள்.

_கலாமோகினி_ (இதழ் 11, கார்த்திகை 15 1945)

குயிலி (நவம்பர் 1964)

மாளிகை வாசம் (நவம்பர் 1968)

உறங்காத கண்கள் (நவம்பர் 1968)

எம்.வி. வெங்கட்ராம் கதைகள் (டிசம்பர் 1998)

●

மாறவில்லை

மூன்று வருஷங்களுக்கு அப்பால், நான் உயிருடன் ஊருக்குத் திரும்பியதும் அன்றி, சதை விழுந்து, துளிர் மீசையுடன் 'ராஜா' மாதிரி வந்தேனா, எங்கள் தெருவில் உள்ளவர்கள் எல்லோருக்கும் என்மேல் ஏதோ ஒரு பிரியம் ஏற்பட்டுவிட்டது. வீட்டுக்கு வீடு என்னை அழைத்து, அமோகமாக உபசாரம் செய்தார்கள். விருந்து அளித்து மகிழ்ந்தனர் பலர். விருந்துக்கு என்னை அழைத்தவர்களில், தைலம்மையின் தாயும் ஒருத்தி. சிறு வயது முதல் பழக்கமான அவளுடைய வீட்டிற்கு, நானாகச் சென்று, அவளை விசாரிக்காதது பற்றி அவளுக்குக் குறை இருந்தாலும், பழைய பாசத்தை மறக்கமுடியாமல் அவள் எனக்கு விருந்து சொல்ல வந்தாள்.

"என்னடா, சின்னா? நீ இப்போது பெரிய மனிதன் ஆகிவிட்டாயல்லவா? எங்களைக் கண்டால், உனக்கு ஒரு மதிப்பாகத் தெரியவில்லை," என்ற பீடிகையுடன், அவள் ஆரம்பித்தாள்.

"இல்லையே, ஊரிலிருந்து வந்தது முதல் வேலைத் தொந்தரவு. அதனால்தான் வரமுடியவில்லை; ஒழிந்தால் உங்கள் வீட்டுக்கு ஓடிவந்துவிட மாட்டேனா?"

"ஓடிவந்துவிடுகிறவர்கள், ரொம்ப பேர்தான்! சின்னக் குழந்தையாகப் போனாய்..."

"பெரிய ஆளாய்த் திரும்பி வந்துவிட்டேன், இல்லையா" என்றேன், சிரித்துக்கொண்டே. நான் ரொம்பவும் மாறிவிட்டதாக என்னைச் சந்தித்தவர்கள், எல்லோருமே சொன்னார்கள்.

"சரி, போன இடத்தில் சௌக்கியந்தானே?"

"சௌக்கியம் இல்லாவிட்டால், இப்படித் திரும்ப முடியுமா? . . . இங்கே தைலம்மை என்ன செய்கிறாள்? சுகம்தானே?"

"சுகத்துக்கு என்ன? அவளுக்குக் கலியாணம் ஆன சமாச்சாரம், உனக்குத் தெரியும் அல்லவா?"

“தைலம்மைக்கு கலியாணம் ஆகிவிட்டதா?” என்றேன் வியப்புடன்.

சிறு வயதுமுதல், தைலம்மையை எனக்குத் தெரியும். அழுக்குப் பாவாடை கட்டிக்கொண்டு, சடைசடையாக உள்ள பரட்டைத் தலையுடன், அழுமூஞ்சி! எதற்கெடுத்தாலும் அழுவாள். ஆகையால், வேறு குழந்தைகளுக்கும் அவளுக்கும் சேருவதில்லை. எனக்கு மாத்திரம், அவளுடன் சினேகம் இருந்ததற்குக் காரணம், அவளுடைய கோணல் பற்கள்தான். பெரிதும் சிறிதுமாய் இரண்டு வரிசைப் பற்கள்; அவையும் ஒவ்வொன்றும் ஒரு திக்குப் பார்த்திருக்கும். இந்தக் கோணல் போதாது என்று, அழுவதற்கோ சிரிப்பதற்கோ வாயைத் திறந்தால், வாயையும் ஏகமாய்க் கோணிவிடுவாள். பக்கத்தில் உள்ளவர்களால் – அவர்கள் எவ்வளவு கம்பீரமானவர்களாக இருந்தாலும் சரி – சிரிப்பை அடக்க முடியாது. அவளைக் கிளறிச் சிரிப்பதில் எனக்குப் பிரியம்; அவளுக்கும் என்னைப்போன்ற அனுதாபிகள் அதிகம் இல்லையாதலால் என்னையே சுற்றிக்கொண்டிருப்பாள். இந்த லக்ஷணம் உள்ளவளுக்கு மணம் ஆகிவிட்டது என்பதற்காக, நான் ஆச்சரியப்படவில்லை; இதற்கு மேலாக ஒரு காரணம் இருந்தது; தைலம்மைக்குக் கொஞ்சம் கைநீளம்’.

அவள் ஏழைக் குடும்பத்தைச் சேர்ந்தவள்; விரும்பும் சாமான் எல்லாம் கிடைப்பது துர்லபம், ஆனால், அவளுக்குப் பிடித்த பொருள் எங்குக் கண்டாலும், யாருடையதாக இருந்தாலும், அதைத் தனதாக்கிக்கொண்டு விடுவாள். நான் அவளுக்குத் தூரத்து உறவு ஆயிற்றே; சினேகிதன் ஆயிற்றே என்பதற்காக என்னிடம் தன் கைவரிசை காட்டாதிருப்பாளா? என்னோடு விளையாடிக்கொண்டிருக்கும்போதே, என் பொத்தான், பென்சில் முதலியவற்றை எனக்குத் தெரியாமல் எடுத்துவிடுவாள். என்னுடன் எங்கள் வீட்டுக்கு வந்தாலும் நோட்டு, சில்லறைச் சாமான் எதையாவது சுருட்டிவிடுவாள். அவளுடைய வீட்டிலும் அப்படித்தான்; தாயார் கொஞ்சம் அயர்ந்தால் போதும். காசு முதலியவை மாயமாய்ப் போய்விடும்.

இவ்வளவிற்கும் அவளுக்குத் தேவை இல்லாததையோ, அல்லது மனதுக்குப் பிடிக்காததையோ கண் எடுத்தும் பார்க்கமாட்டாள்; அது எவ்வளவு விலை உயர்ந்த பொருள் ஆனாலும் சரி தான், எடுத்தபின் அவளைச் சந்தேகித்துக் கேட்டால், உடனே அதை ஒப்புக்கொண்டு விடுவாள்.

‘ஏன்டீ எடுத்தாய்?’ என்று அதட்டினால், ‘எனக்குப் பிடித்தது, எடுத்துவிட்டேன்’ என்று கூறித் தன்னுடைய கோணல் அழுகையை ஆரம்பிப்பாள்; என் கோபம் பறந்துபோகும். ‘போனால் போகிறது’ என்று பேசாதிருந்துவிடுவேன். பிறரும், அப்படி இருப்பார்களா? தைலம்மையின் தாய்க்கு, அவளால் தினம் ஒரு சண்டை வந்து கொண்டிருக்கும். தைலம்மையின் இந்தக் குணம் தெருவில் பிரசித்தம். யார் வீட்டிலும், அவளை நம்பி உள்ளே அனுமதிக்கமாட்டார்கள்; உள்ளே வந்துவிட்டால், வீட்டில் உள்ளவர்களின் கண்கள், அவளையே வளைத்துக்கொண்டிருக்கும்.

நான் ஊரைவிட்டுப் போகும்போது அவளுக்குப் பதினாலு வயது. கலியாணம் ஆகவேண்டிய காலம்தான். ஆனால், அப்போதும் அவள், அந்தக் குணத்தோடு ஒட்டிக்கொண்டுதான் இருந்தாள். இப்படி இருந்தால்

கலியாணம் ஆகாதே என்ற கவலையினால், அவளுடைய தாயார் நயந்தும் அதட்டியும் உதைத்தும் அவளை மாற்ற முயன்றாள்; ஒரு பலனும் ஏற்படவில்லை.

இம்மாதிரி குணம் உடைய ஒரு பெண்ணை, ஒருவன் துணிந்து கட்டிக்கொண்டது ஆச்சரியம் இல்லையா?

"அவளுக்கு ஒரு குழந்தையும் இருக்கிறது," என்றாள் தைலத்தின் தாய்.

ஒருவேளை வெளியூர்க்காரன் எவனாவது, விஷயம் அறியாமல் மணந்தானோ என்று நினைத்தேன்.

"மாப்பிள்ளை எந்த ஊர்?"

"நம் மாரிமுத்துதான்" என்று அவள் சொன்னதும், எனக்குத் தூக்கிப் போட்டது.

மாரிமுத்துவும் எங்கள் தெருவில் இருப்பவன்; என்னுடைய பால்ய சினேகன்தான்; மகாமுரடன். என்னுடன் படிக்க ஆரம்பித்தவன், இடையிலேயே நிறுத்திவிட்டான். சரிதான், அவனுடைய முரட்டுத் தனத்துக்குப் பயந்து, தைலம்மை திருந்தியிருப்பாள் என, முடிவு கட்டினேன்.

"குழந்தைக்கு, என்ன வயசு?"

"ஆறு மாசம்தான் ஆகிறது. சரி, சின்னா, மத்தியானம் உனக்கு எங்கள் வீட்டில்தான் சாப்பாடு. நீ வந்திருப்பது தெரிந்ததும், தைலம் என்னை விரட்டிக்கொண்டிருந்தாள். நீயாக வருவாய் என்று இருந்தேன். நீதான் முன்போல இல்லையே! ரொம்ப மாறிவிட்டாய். எங்கள் வீட்டுக்கு வருவதென்றால், உனக்கு வெட்கமாக இருக்கும்..."

அவள் மேலும் அடுக்குவதற்குள் குறுக்கிட்டேன்; "மத்தியானம் பன்னிரண்டு மணிக்கு 'டாண்'ணு வந்துவிடுகிறேன். நான் மாறியிருக்கிறேனா இல்லையா என்று அப்புறம் சொல்லுங்கள்..."

அவள் போய்விட்டாள்.

மத்தியானம், அவளுடைய வீட்டுக்குச் சாப்பிடச் சென்றேன். தைலம்மை, அங்கேதான் இருந்தாள். கலியாணம் ஆகிவிட்டதால், என்னைக் கண்டதும் நாணுவாள் என்று எதிர்பார்த்தேன். அதற்கு மாறாக அவள், என்னைக் கண்டதும், சிரிப்பு மூட்டும் தன் சிரிப்பைக் காட்டி வரவேற்றாள். ஒரு கிழிந்த பாய்மீது உட்கார்ந்தேன். அவள் தாய், என் பக்கத்தில் அமர, அவள் கொஞ்சதூரம் தள்ளி நின்றாள்.

அவர்கள் பேசுவதற்கு இடம்கொடாமல், நானே ஆரம்பித்தேன். தைலம்மையின் குடும்ப வாழ்க்கை பற்றி, அறிய எனக்கும் ஆவலாய் இருந்தது.

"தைலம், புருஷன் வீட்டிலிருந்து எப்போது வந்தாய்? குழந்தை எங்கே?" என்று விசாரித்தேன்.

அவள் பதில் சொல்லாமல் இருந்தாள்; தாயார் சொன்னாள்; "குழந்தை அங்கேதான் இருக்கிறது."

“பச்சைக் குழந்தையைத் தனியாகவிட்டு, இப்படி வரலாமோ? எனக்காக வந்தாயா?”

‘இல்லை,’ என்று சொல்லிய தைலம்மையின் கண்களில் ஜலம் தழுதழுத்தது; அவள் உள்ளே போய்விட்டாள்.

“என்ன விஷயம்? ஏதாவது சண்டையா?” என்றேன், அவள் தாயிடம்.

“மாரியைத்தான் உனக்கும் தெரியுமே; எடுத்ததெற்கெல்லாம் இவளை முரட்டுத்தனமாய் அடிக்கிறான். இவளும் குழந்தைதானே; குழந்தை பெற்றுவிட்டால் மாத்திரம் பெரியவள் ஆகிவிட முடியுமா? தெரியாத்தனமாய் ஏதாவது செய்துவிட்டால்...”

“தெரியாத்’ தனமாகத் தைலம்மை என்ன தவறு செய்கிறாள் என்று அறிய விரும்பினேன். ‘ஒரு குழந்தைக்குத் தாய் ஆகியிருக்கிறாள்; பால் சாப்பிடும் குழந்தையை விட்டு இருப்பது என்றால்... நீங்கள் சொல்வது, எனக்குப் புரியவில்லையே! மாரிமுத்துதான் அடித்துத் துரத்தினானா? அல்லது இவளாக வந்துவிட்டாளா?”

“இவளாக வருவாளாடா? அவன்தான் துரத்திவிட்டான், குழந்தைக்குப் புட்டிப்பால் போட்டு வளர்க்கிறானாம். இவளைத் திரும்பிக்கூடப் பார்க்கமாட்டேன் என்கிறான்...”

“இவள், அப்படி என்னதான் செய்துவிட்டாள்?”

குழந்தையிடமிருந்து பிரிக்கப்பட்ட தாயின் வேதனையை, என்னால் கற்பனை செய்ய முடிந்தது. தைலம்மையை, ஒரு சாதுவான பிராணியாகவே நான் கருதினேன். அவளாலும் அந்த வேதனையைப் பொறுக்க முடியவில்லை என்பதை, அவள் கண்ணீர் காட்டியது. எனக்குப் பரிதாபமாக இருந்தது. மறுபடியும் கேட்டேன்; “சும்மா இருக்கும்போது ஒருத்தன் துரத்துவானா? இவள் என்ன செய்தாள்?”

“அப்படிப் பிரமாதமாக ஒன்றும் செய்துவிடவில்லை. அவனுடைய தங்கை வீட்டுக்கு தைலம் சாப்பிடப் போயிருந்தாள்; அங்கே ஒரு குழந்தைச் சட்டை கிடந்ததாம். வரும்போது, கேட்காமல் அதைக் கொண்டுவந்துவிட்டாள். அதற்காகத்தான்...”

அவள் எவ்வளவுதான் மறைக்க முயன்றாலும், எனக்கு விஷயம் விளங்கிவிட்டது. தைலம்மை சட்டையைக் களவாடிவிட்டாள். அதனால் கோபமடைந்த கணவன் அடித்துத் துரத்திவிட்டான்.

ஆனால், அவள் அப்பாவி; அந்த ஒரு துர்குணத்தைத் தவிர, அவளிடம் வேறு எவ்விதப் பிசகையும் யாராலும் காண முடியாது; வேறு பிசகுகள் அவளுக்குத் தெரியவும் தெரியா. அவளுடைய குணத்தை நன்றாக அறிந்துதானே, மாரிமுத்துவும் அவளை மணந்தான்? அதற்காக, அவளைக் குழந்தையிடமிருந்து பிரிப்பதென்றால்?

ஆனால், மாரிமுத்துவைக் குறை கூறவும் முடியாது. ஒரு குழந்தை பெறும்வரையில் அவளுடன் குடும்பம் நடத்தியவன்தானே? அவனும் நிர்ப்பந்தத்தினால்தான், அவளை விரட்டியிருப்பான்.

ஆனாலும், தைலம்மை அறியாதவள், பாவம் என்ற உணர்ச்சிதான் என்னைப் பூர்ணமாக ஆட்கொண்டது.

நான் சாப்பிட்டு முடியும்வரை, தைலம் என் எதிரில் வரவில்லை. வெற்றிலை போடும்போது, அவள் தாய் சொன்னாள்: "சின்னா, மாரிதான் உனக்கு ரொம்ப வேண்டியவன் ஆச்சே? அவனிடம் சொல்லித் தைலத்தைக் கூட்டிக்கொண்டு போகச் சொல்லு; நீ சொன்னால் கட்டாயம் கேட்பான்..."

அவள் சொல்வதற்கு முன்னரே, அப்படிச் செய்வது என்று நான் தீர்மானம் செய்துவிட்டேன். வாயில்லா ஜீவனைப் பலியிடுவது போல்தான், அவளை வாழாவெட்டியாக வைப்பதும் என்றும் எனக்குத் தோன்றியது.

கொலுவில் வைத்த புதுப் பொம்மையைப்போல் என்னைப் பார்க்கவந்த கூட்டத்தால், மூன்றுநாள் வரை எனக்கு ஒழியவே இல்லை. நான் தைலம்மையை மறந்துவிடவில்லை, மறக்கமுடியாத உருவினள் அல்லவா அவள்? நாலாவது நாள் மாரிமுத்துவிடம் சென்றேன்.

படித்துவிட்டுச் சர்க்கார் உத்தியோகத்தில் இருக்கும் நான், அவனைக் காணவருவேன் என்று அவன் எதிர்பார்க்கவே இல்லைபோலும். என்னைக் கண்டதும் குடியானவனைப்போல் குழைந்துகொண்டே, என்னை மரியாதையாக வரவேற்றான். கொஞ்ச நேரம் ஊர்ச் செய்திகளைப் பேசி, நான் அவனுடைய பழைய நண்பன்தான் என அவனுக்கு உணர்த்திய பிறகு, அவனுடைய குடும்பத்தைப் பற்றிப் பேச்சைத் திருப்பினேன்.

"என்னப்பா, கலியாணத்துக்குத்தான் விருந்துபோடவில்லை. குழந்தை பிறந்ததுக்குக்கூடவா சர்க்கரை தரமாட்டாய்? குழந்தை எங்கே?"

குழந்தையைக் கொண்டுவந்தான் அவன். நல்லவேளை, அது தாயைக் கொண்டு பிறக்கவில்லை, தகப்பனைப் போலவே முக ஜாடை. ஆனாலும், அருகில் தாய் இல்லாததால், அவ்வளவு கலகலப்பாக இல்லை; சிணுங்கிக்கொண்டே இருந்தது.

"ஏண்டா மாரி, தைலத்தை துரத்திவிட்டாயாமே? தாய்ப்பால் இல்லாமல், இந்தக் குழந்தை என்ன ஆகிறது?..."

"புட்டிப்பால்தான் இருக்கிறதே," என்றான் அசட்டையாய்.

"தாய்ப்பால்போல் ஆகுமா? சின்ன விஷயத்துக்காக, நீ இப்படிச் செய்தால்... எனக்குப் பிடிக்கவில்லை அப்பா..."

அவன், பதில் கூறத் தயங்கினான்.

"அவள்தான் அப்பாவி; வாய் இல்லா ஜீவன்போல் ஏதாவது தப்பு செய்தால் நாலு வசவு வைது, வைத்துக்கொள்கிறதா? அடித்துத் துரத்தி விடுகிறதா? கட்டினவனே கைவிட்டால், பிறத்தியார் பேசுவதற்குக் கேட்கவா வேண்டும்?"

"சின்னா, உனக்கு விஷயம் தெரியாது. மல்லாந்து படுத்துத் துப்பினால் மாரிலேதான் விழும் என்கிறார்களே, அந்தச் சங்கதி இது. என்னிடம், இதைப் பற்றி ஒன்றும் கேட்காதே." என்றான் அலுப்புடன்.

"குழந்தைச் சட்டையைக் கேட்காமல் எடுத்துவந்து விட்டாளாம், அதைப் பெரிசாய்..."

"சின்னா, நீ எனக்கு வேண்டியவன், உன்னிடம் சொல்வதால் என்ன? அவளுடைய களவாணித்தனத்தை, என்னால் பொறுக்க முடியவில்லை. அவளால், தெருவிலே நான், தலைநிமிரமுடியாதுபோல் இருக்கிறது!"

"அப்படியானால் அவள், இன்னும் எதையாவது எடுத்தாளா, என்ன?"

"அதை ஏன் கேட்கிறாய் போ! இவளுக்குக் காவல் செய்யும் வேலையே, எனக்குச் சரியாக இருக்கிறது. எந்தச் சமயத்தில் என்ன எடுப்பாள் என்று சொல்ல முடியாது. வீட்டில் திருடினால் புடைத்துவிட்டு மறைக்கலாம். வெளியிலும் திருட ஆரம்பித்தால், நாலுபேர் என்னைப் பற்றி என்ன சொல்லுவார்கள்? கலியாணம் ஆனபிறகு கொஞ்ச நாள் ஒழுங்காயிருந்தாள். அப்புறம் ஆரம்பித்துவிட்டாள். வீட்டிலிருந்து செம்பு, பானை எல்லாம் முதலில் போச்சு, கேட்டால் அழ ஆரம்பித்துவிடுவாள். ஒருமுறை இந்த வீட்டு நடுக்கட்டில் குடியிருந்தவர்கள் வீட்டைப் பூட்டிக்கொண்டு வெளியே போயிருந்தார்கள். அப்போது என்ன செய்தாள், தெரியுமா?

"பூட்டை உடைத்து..."

"இல்லையே; ஒருநாள் ராத்திரி, சந்தடி செய்யாமல் இவள் எழுந்து நடுக்கட்டுச் சமையல் அறையின் சுவர்மீது ஏறி உள்ளே குதித்து, சில சாமான்களை எடுத்துவந்துகொண்டிருந்தாள். தூக்கம் கலைந்து, ஆளைக்காணோமே என்று நான் வெளியே வந்தால், இவள் சுவர் மீதிருந்து கீழே குதிக்கிறாள்! தலைப்பில் சாமான்களை முடிந்து கொண்டிருந்தாள்! நான், என்ன செய்வது? சத்தம் போட்டால் என் மானம்தானே போகும்? அவளிடமிருந்த சாமான்களை வாங்கி, சுவர் ஏறி உள்ளே குதித்து வைத்துவிட்டு வந்தேன். இவளுக்காக நானும் சுவர் ஏறிக் குதிக்க வேண்டியதாயிற்று. நான் நன்றாக உதைத்தேன், வெளியில் தெரிந்தால் – வெளியில் இதையெல்லாம் சொல்லிக்கொள்ள முடியுமா?" அவன் கலக்கத்துடன் பேசினான்.

"நீ அவளுக்குச் செலவுக்குப் பணம் தருகிறாயோ?" என்றேன், அவள் திருடுவதற்குக் காரணம் கற்பிக்க.

"நான் என்ன மாசம் ஆயிரம் சம்பாதிக்கிறேனா? இந்த ஏழைக் குடும்பத்தில் முடிகிறவரை தருகிறேன்... சொன்னால் நம்பமாட்டாய். குழந்தை பிறந்த புதிசில் கால் பவுனில் ஒரு மோதிரம் தட்டிப் போட்டேன். மூன்றாவது நாளே, அது காணாமல் போய்விட்டது!"

"அடப்பாவமே! குழந்தை நகை கூடவா எடுத்தாள்?"

மௌனமாக அவன் தலைகுனிந்தான். "திருடி அவள் என்ன செய்கிறாள்?" என்றேன்.

"சாமானானால் விற்றுக் கண்டதை வாங்கிச் சாப்பிடுகிறாள். மிட்டாய் கடலை, பொறி, அது, இது என்று."

விசித்திரம்தான். ஆனால், எந்த கணவனால், இந்தத் தொல்லையைப் பொறுக்கமுடியும்? ஆனாலும், அதற்காக ஒரு குடும்பம் பாழடைய விடுவதும் தப்பு அல்லவா?

மாரிமுத்து, மேலும் சொன்னான்: "கடைசியாகத் தங்கை வீட்டில் ஏதோ விசேஷம் என்று போயிருந்தாள். அந்த வீட்டில் குடியிருப்பவளின் குழந்தைச் சட்டைகள் நாலைந்து சுருட்டிக்கொண்டு வந்துவிட்டாள். அந்தப் பெண்பிள்ளைக்குச் சந்தேகம் உண்டாகி, பிரமாதமாய்ச் சண்டைக்கு வந்துவிட்டாள்! சட்டைகளைக் கொடுத்து அவளைச் சமாதானம் செய்வதற்குள் எனக்குப் போதும், போதும், என்று ஆகிவிட்டது. இந்த மாதிரிப் பெண்ஜாதி இருந்தால் என்ன, போனால் என்ன?"

ஆத்திரத்தைவிட, வருத்தம்தான் அதிகம் இருந்தது, அவன் பேச்சில்.

"மாரி, நீ என்னவோ கட்டிவிட்டாய். நல்லதோ கெட்டதோ, அவளுக்கு நீதானே?"

"போதும், அந்தக் கழுதையின் பேச்சை, என்னிடம் எடுக்காதே..."
"அவள் தாய் வீட்டில் இருப்பதாலும், உனக்குக் கெட்டபெயர்தானே?"
"திருட்டுப்பட்டத்தை விடவா?"

"இந்தக் குழந்தையின் முகத்துக்காகவாவது, நீ அவளை அழைத்து வந்துவிட வேணும்,"

அழவாரம்பித்த குழந்தையை ஆட்டிக்கொண்டே சொன்னான்: "மரம் வைத்தவன் தண்ணீர் ஊற்றுகிறான்."

"இது மரம் அல்ல அப்பா; குழந்தை. தாய் பக்கத்தில் இல்லாமல், துவண்டுபோயிருக்கே அப்பா...!"

மாரிமுத்து முரடன் என்கிறார்கள்; அவனுக்கும் கண்கள் கலங்கி இருந்தன.

"என்னவோ நடந்துவிட்டது. தைலமும் அறியாதவள். குடும்பத்தில் பொறுப்பு உண்டாய்விட்டால் சரியாகிவிடுவாள்"

"சரியாவாள் என்று தோன்றவில்லையே."

"நீ பாரேன்; எதற்கும் ஒரு காலம் இருக்கிறதல்லவா?"

"குழந்தை படுகிற துன்பத்தைப் பார்த்தால், எனக்கும் யோசனையாகத்தான் இருக்கிறது. சரி, தலையெழுத்துப்போல் நடக்கிறபடி நடக்கட்டும்!"

"நாளைக்கு நல்ல நாள்! அவளை அனுப்பச் செய்கிறேன்."

"நீகூட சொல்லப்பா..."

"சொல்லாமல்?"

திரும்பும்போதே தைலம்மையின் வீட்டிற்குச் சென்றேன்; அவளுடைய தாயும் இருந்தாள்.

“என்ன தைலம், புருஷன் குழந்தை எல்லாம் மறந்துவிட்டாயா?”

“இல்லை... ‘அது’தான்...”

“அவன், என்ன செய்வான்? நீ செய்வதும் சரியாயில்லையே! உனக்கு, இன்னும் ஏன் இந்தத் துர்புத்தி? சின்ன வயசில் தெரியாமல் செய்தால்; இப்போதும் அப்படிச் செய்யலாமா? சட்டை மோதிரம், எல்லாம் ஏன் எடுத்தாய்?” என்று அதட்டினேன்.

“எனக்குப் பிடித்தது... எடுத்துவிட்டேன்” என்றாள்; எப்படியோ அழுகையை அடக்கிக்கொண்டு.

எனக்கும் வியப்பாகத்தான் இருந்தது. குழந்தைப்பருவத்தில் சொன்ன அதே பதிலை அல்லவா, இன்றும் சொல்கிறாள்? அவளுடைய கோணல் வாயைப் பார்த்து, எனக்குச் சிரிப்புத்தான் வந்தது.

“தைலம் நீ மாறவே இல்லையே?” என்றேன்.

வெகு வெட்கத்துடன், அவள் தலைகுனிந்தாள்.

போலி அதட்டல் குரலில் கூறினேன்: “இந்தா தைலம்! இனிமேல் இப்படிச் செய்வாயா? செய்தால் உன் புருஷன் கழுத்தைத் திருகிடுவான். செய்வாயா, சொல்லு!”

“செய்வதில்லை” என்று, தன் குழந்தை மீது ஆணையிட்டு வாக்களித்தாள். அவளுடைய தாயையும் எச்சரித்துவிட்டு, மறுநாள் கொண்டுவிடும்படி சொன்னேன்.

அவர்கள் என்னை மனமார வாழ்த்தினார்கள். தைலம் மறுபடியும் ஆணையிட்டு உறுதி சொன்னபின், நான் திரும்பினேன். சிதறவிருந்த குடும்பத்தைச் சேர்த்துவைத்துவிட்டோம் என்கிற திருப்தி எனக்கு.

ஆனால், தைலம்மை ஆணையிட்டபடி நடப்பாள் என்று எனக்கு நம்பிக்கை இல்லை. அதற்காக அவள் மேல் குற்றம் சாட்டவும், நான் தயாராக இல்லை.

அவள் பாவம், குழந்தை, அறியாக்குழந்தை!

கிராம ஊழியன் **(அக்டோபர் 1, 1945)**

(நூல் வடிவில் இதுதான் முதல் பிரசுரம்)

ஏமாந்த பூனை

ஒருநாள் ஒரு பூனை, ஒரு வீட்டின் முன்புறத்தில் படுத்துக்கொண்டிருந்தது. அதன் எதிரிலே, "அதிரசம்" ஒன்று கிடந்தது. அச்சமயம் ஒரு நாய், எங்கேயாவது சாப்பாடு கிடைக்காதா என்று மிக ஊக்கத்தோடு மூலை முடுக்கெல்லாம் தேடி ஓடிவந்துகொண்டிருந்தது.

நாய், பூனை இருக்கும் இடத்திற்கு வந்தது. பூனையின் எதிரில் இருக்கும் அதிரசத்தைப் பார்த்தது. சரி, எப்படியாவது பூனையை ஏமாற்றி அதிரசத்தைக் கவ்விக்கொண்டு போக வேண்டும் என்று எண்ணியது. ஆகவே, அந்த நாய், பூனையுடன் உறவாட ஆரம்பித்தது.

நாய்:– அருமைத் தோழியே! நீ ஏன், இன்று விசனமாய் இருக்கிறாய்?

பூனை:– (தன் முகத்தைத் திருப்பிக்கொண்டு) நான் உன்னோடு பேசவில்லையே! நீ ஏன் வலிய வந்து என்னோடு பேசுகிறாய்?

நாய்:– அம்மணி, நீ விசனமாயிருப்பதைப் பார்த்துத்தான், உன்னுடன் பேசினேன். நீ விசனமாயிருப்பது, எனக்குச் சகிக்கவில்லை.

பூனை:– எனக்கு விசனமாயிருக்கிறதென்று, உனக்கு நான் சொன்னேனா? எனக்கு விசனமுமில்லை; நீ வருத்தப்படவும் வேண்டியதில்லை, போ!

நாய்:– உன் முகத்தையும் குரலையும் பார்த்தாலே, நீ விசனமாயிருக்கிறாய் என்பது தெரிகிறதே! என்ன விசனம் என்று எனக்குச் சொல்லேன்.

பூனை:–நீ வந்து பேசுவதுதான், எனக்கு விசனமாயிருக்கிறது. கண்களை மூடிக்கொண்டு, நான் தூங்கப்போகிறேன், நீ போ!

நாய்:– அருமையான "அதிரசம்" முன்னே கிடக்கும்போதா, உனக்குத் தூக்கம் வருகிறது ?

பூனை:– அதிரசமும் வேண்டாம்; அமிர்தமும் வேண்டாம், எனக்கு.

நாய்:– என்ன வெறுப்பம்மா. உனக்கு! அதிரசம் என்றால் மிக்க இனிமையுடையதாயிற்றே; அதுவுமா உனக்கு வேண்டாம்!

பூனை:– காட்டிற்கிடக்கின்ற ஆட்டு நாய்களுக்கு அதிரசம் அருமையாக இருக்கலாம். அந்தப்புரத்தில் வசிக்கும் பூனைகளுக்கு, அதிரசம் ஒரு பிரமாதமா!

நாய்:– நீ சொல்வது சரிதான், அம்மா. ஆனால், நான் வீட்டு நாயாயிருந்தாலும், எனக்குக் குறையொன்றுமில்லை. உனக்கு எதிரில் கிடக்கும் இந்த அதிரசம் மிகவும் தித்திப்பாயிருக்கும் போலிருக்கின்றதே!

பூனை:– அது எப்படியிருந்தாலும், அது எனக்கு வேண்டாம்! இந்த வீட்டு வேலைக்காரி தெரிந்து பாதி, தெரியாமல் பாதி எவ்வளவோ தின்கிறாள்! என்னை மாத்திரம் துடைப்பக்கட்டையால் அடித்து, வெளியே துரத்திவிட்டாள்!

அவள் தின்று முடித்தவுடன், தன் எச்சில் கையாலே இந்த அதிரசத்தை எனக்கு எதிரே எறிந்தாள். அவ்வளவு மானங்கெட்டா இருக்கிறேன், அதை எடுத்துத் தின்ன!

நாய்:– ஐயோ, பாவம்! துடைப்பக்கட்டையால் அடித்துத் துரத்தி விட்டாளா! எச்சிற்கையாலா, இதை எடுத்து எறிந்தாள்?

பூனை !– அவ்வளவு மானமில்லாமலா இருக்கிறேன்? துடைப்பத்தால் அடித்த பிறகும், இதை நான் தொடுவேனா?

நாய்:– தொடவே,தொடாதே! அவளுக்கு வேறொன்றும் கிடைக்க வில்லையா! துடைப்பக்கட்டைதான் கிடைத்ததா? பூனையை அடித்தால் பெரும் பாவம் என்று பெரியவர்கள் சொல்வார்களே; இது அவளுக்குத் தெரியவில்லையே! போனது போகட்டும். 'சிறியோர் செய்த பிழையெல்லாம் பெரியோர் பொறுப்பது கடமையாகும்' இதை எடுத்துச் சாப்பிடு.

பூனை:– கிழக்கே உதிக்கிற சூரியன் மேற்கே உதித்தாலும், நான் அதைத் தின்னப் போகிறதில்லை.

நாய்:– ஆயிரம் ஆனாலும், உன்னைத் துடைப்பத்தால் அடித்திருக்கக் கூடாது.

பூனை:– அதுகூட எனக்கு வருத்தமில்லை; நான் வாய் வைத்த பண்டத்தை ஒருவரும் தின்னக்கூடாதாம். அவள் கையில்அடித்ததைப் பார்க்கிலும் வாயால் அடித்ததுதான் எனக்கு மிகவும் வருத்தமாயிருக்கிறது,

நாய்:– இயல்புதானே? தீயினாற் சுட்டபுண் ஆறும்; நாவினாற் சுட்ட புண் ஆறாது என்பது உண்மைதானே!

பூனை : எனக்கு வேண்டவே வேண்டாம்.

நாய்:. வீணாய்ப் போகுமே! காகம் ஏதாவது கொண்டுபோய்விடுமே!

பூனை:— அதற்கு, என்ன செய்வது?

நாய்:— எனக்கும், உங்கள் எஜமான் வீட்டு வேலைக்காரிக்கும் மனஸ்தாபம் ஒன்றுமில்லை. என்னைத் துடைப்பக்கட்டையால் அடிக்கவில்லை. ஆகவே, அதை வீணாக்க வேண்டாம். அதை நீ தின்னவும் போவதில்லை. இவ்வாறு சொல்லிக்கொண்டு, நாய் அதிரசத்தைக் கவ்விக்கொண்டு ஓட்டம் பிடித்தது.

சுதேசமித்திரன் **(டிசம்பர் 23, 1945)**

(நூல் வடிவில் இதுதான் முதல் பிரசுரம்)

●

பூமத்திய ரேகை

ஒரு சிலரே ஆயினும், அறிவாளிகளே நிறைந்த அந்தக் கூட்டத்தில், அவன் மிகவும் அழகாகத்தான் பேசிவிட்டான். கவிதா வேகத்தில் ஒன்றுடன் ஒன்று மோதிக்கொண்டு வந்த உவமைகள், சபையினரின் பிரமை பூண்ட கரகோஷத்துக்குக் காரணமாயின. அவைகளிலும் அவனுக்கே வியப்பு அளித்த உவமை ஒன்று. அதைப் பற்றி, அவன் முன்னதாக நினைக்கவில்லை. மேலும் மேலும் விரியும் அவனுடைய பிரசங்கத்தில், அது தானாகவே முளைத்தது.

அவன் பேசினான்.

"பூகோளம் படித்த நீங்கள் அறிவீர்கள். பூமத்திய ரேகையைப் பற்றி பூமிக்கு இடையில் உள்ளதாகக் கூறப்படும் அந்தக் கோடு வெறும் கற்பனை என்பதையும், நீங்கள் அறிவீர்கள். ஆனால், விஷயம் அறியாத ஒருவன், அந்த ரேகை உண்மையாகவே உள்ளது என்று நம்பி, அது காலப்போக்கில் விரிந்துகொண்டே போகும் என்று எண்ணினால்? அப்படியே விரிந்து, பூகோளம் முழுவதையும் அந்தக் கோடு ஆக்கிரமித்துக்கொள்ளும் என்றும் அவன் கற்பனை செய்தால்...? இவ்வாறெல்லாம் எவனும் நினைக்கவும் மாட்டான்; நம்பவும் மாட்டான்.

ஆனால், இன்றைய மனித ஜாதியின் நிலைமை அப்படித்தான் இருக்கிறது. மனிதனுள் பூமத்திய ரேகை, 'நான்' என்னும் உணர்ச்சி. பூகோள ஞானத்துக்கு அந்தக் கற்பனைக்கோடு எவ்வளவு அவசியமோ, மனித முன்னேற்றத்திற்கும் அமைதியான வாழ்க்கைக்கும் அந்த உணர்ச்சியும் அவ்வளவு அவசியந்தான். ஆனால், துர்ப்பாக்கியவசமாக மனிதன், இந்த ரேகைக்கு அளவுக்கு மீறிய முக்கியத்துவம் கற்பித்துவிட்டான். 'நான்' என்னும் அகங்காரம்தான் உயர்வு தரும் என்று நம்பி ஏமாறுகிறான். நம் சமுதாயத்தில், ஆத்மீக வீழ்ச்சிக்கு மூலக் காரணம் இதுதான்."

அத்துடன் அவனுடைய பிரசங்கம் முடிவுற்றது. நீண்ட கரகோஷம் செய்தார்கள். அவனுடைய சொற்பொழிவில்

மயங்கிய சிலர், அவனை அணுகிப் பாராட்டினர். பிறகு அவன், அனைவரிடமும் விடைபெற்றுக்கொண்டு வீடு திரும்பினான். பூமாலையையும், செண்டையும் எடுத்துவரும் சுமைதாங்கிச் சிறுவன் ஒருவன், பின்னால் வந்தான்.

அவனுடைய கால்கள், பூமி மீது பாவவில்லை என்றே கூறவேண்டும் பேனா பிடித்தவனுக்கு வாய் ஊமை என்பதைப் பொய்ப்பித்துவிட்டோம் என்கிற மகிழ்ச்சி. மிகவும் அழகான மொழியில், உயர்ந்த ஓர் உண்மையை வெகுலாவகமாக வெளியிட்டுவிட்டோம் என்கிற பெருமிதம்கூட…

"பூமத்திய ரேகை" என்று மனத்துக்குள் முணுமுணுத்தான். "நான் என்னும் உணர்ச்சி, அது ஓரளவு தேவைதான். ஆனால், "நான்"தான் நித்யம் என்பதுதான், சமுதாயத்துக்குச் சாபம்."

வீட்டு வாயிலில் கால்கள் நின்றபோதுதான், அவனுக்குத் தன் நினைவு வந்தது. தாழிடாமல் சாத்தியிருந்த கதவைத் திறந்துகொண்டு, உள்ளே சென்றான். வீட்டு முன்கூட்டில் வெளிச்சம் இல்லாததால், அவன் விளக்கைப் போட்டான்.

"ராஜம்!"

பதில் வரவில்லை. பிறகுதான் பூமத்திய ரேகையிலிருந்து, அவன் வீட்டுக்கு வந்தான். பூமாலை கழுத்தில் விழுந்த விஷயம் ராஜத்துக்கு மகிழ்ச்சிக்கு அளிக்குமோ என்னும் எண்ணம், ஓர் அற்ப விநாடி அவனுக்குள் எழுந்தது. அவள்தான் அப்படி நினைக்கும் வழக்கம் இல்லையே என்ற மறுநினைவு, முதல் நினைவை விழுங்கியது.

"ராஜம்!" என்று மீண்டும் அழைத்துக்கொண்டே, இரண்டாவது கட்டுக்குச் சென்றான். அங்கு இருந்த இருட்டை விலக்கினான்.

ராஜம் அங்கே இருந்தாள்; கிடந்தாள்; ஆடை அலங்கோலமாய்த் தலையைக் கவிழ்த்துக்கொண்டு

"உடம்புக்கு என்ன ராஜம்?" என்று பதறி, அங்கவஸ்திரத்தை அங்கேயே எறிந்துவிட்டு, அவள் அருகில் வந்து உட்கார்ந்தான். 'என்னவோ?' என்ற பயம், அவனுக்கு உண்டாகிவிட்டது!

"ஒன்றுமில்லை" என்றாள் அவள்.

"ஸார்!" என்றது சிறுவனின் குரல்.

வெளியே சென்று, மாலையை வாங்கிக்கொண்டு, கதவைத் தாழிட்டான். மாலை மேஜையின் மீது விழுந்தது. அதை ராஜத்திடம் காட்டி, அதனால் தனக்குண்டான பெருமையைக் கூறவேண்டும் என்ற அவன் நினைப்புக் கரைந்துவிட்டது. மனைவியின் பக்கம் அவன் சென்றான்.

"ராஜம்! ஜுரம், கிரம்…"

"ஒன்றும் இல்லை" என்ற பதில்தான்.

தலையை, உடம்பைத் தொட்டுப் பார்த்தான். சாதாரணமாகவே இருந்தது. கொஞ்சம் ஆறுதல் உண்டாயிற்று.

“நான் சாப்பிட...”

“நான் சமைக்கவில்லை” என்றாள், மிகவும் மெதுவாய்...

“ஏன் ?”

“இல்லை.”

“முன்பே சொல்லியிருந்தால், அந்தப் பையனையாவது ஹோட்டலுக்கு அனுப்பி, ஏதாவது வாங்கிக்கொண்டு வந்திருக்கலாமே ?”

அவள் பேசவில்லை.

“சரி, நான் போய், இரண்டு பேருக்கும் ஏதாவது வாங்கி வருகிறேன்” என்று அவன் கிளம்பினான்.

ஹோட்டலுக்குப் போகும்போதும் திரும்பும்போதும்கூட, அவனுக்கு அந்தக் கரகோஷம்தான் ஞாபகம். வீட்டைவிட அவனுக்குப் பூமத்திய ரேகை இதமாக இருந்தது. அறிவாளிகள் அநாவசியமாகக் கைதட்டுவார்களா ? தங்களையும் நாகரீகத்தையும் மறந்து அவர்கள் கரகோஷம் செய்தால், அது அவனுக்கு விசேஷக் கௌரவம் அல்லவா ?

ஆம், ஆனால் அவனுக்குக் கிடைத்த இந்தப் பெருமையை, பெருமையின் மகிழ்ச்சியை அவளும் தன்னுடன் பகிர்ந்துகொள்ள வேண்டும் என்று விரும்பினான். ஆனால், என்றுமே அவள் அப்படி இருந்ததில்லையே ! இன்று மாத்திரம் எதிர்பார்ப்பது தவறு என்ற நினைவு, ஒரு பெருமூச்சை அவனிடமிருந்து பறித்தது.

இரவு பத்து மணிக்கு மேல் ஆகிவிட்டதால், ஹோட்டலில் சாப்பாடு கிடைக்கவில்லை. மாலை டிபனில் மீந்திருந்ததைக் கட்டிக்கொண்டு, அவன் வீடு திரும்பினான்.

“ராஜம் ! எழுந்திரு; சாப்பிட்டுவிட்டுப் படுக்கலாம்.”

“நீங்கள் சாப்பிடுங்கள்”

“சாப்பாடு கிடைக்கவில்லை; டிபன்தான்” என்று கூறிச் சாப்பிட்டு முடித்தான், விரைவாய்.

“நீயும் சாப்பிட்டால் தூங்கலாமே ?”

“நீங்கள் போய்த் தூங்குங்கள். கொஞ்சம் நேரம் ஆகட்டும், பார்க்கிறேன் !”

இம்மாதிரிச் சந்தர்ப்பங்களில், அவளுடன் அதிகம் பேசக்கூடாது. முன்கட்டுக்குச் சென்று, படுக்கையை விரித்து உடலைச் சாய்த்தான்.

மனம் நிலைகொள்ளவில்லை. பூமத்திய ரேகைக்குப் பாய்ந்தது. பின் தன் பெருமைக்கு நகர்ந்தது. அங்கிருந்து தன் குடும்ப வாழ்க்கையின் அசாந்தியில் அமுங்கியது.

வழக்கமாய்ச் சொல்வதுண்டு. பெண் ஒரு புதிர் என்று. அதை அவன் ஏற்பதில்லை. ஆணும் ஒரு புதிர்தான் என்பது அவன் கருத்து. ஆனால், ராஜம் என்னவோ, அவனுக்கு ஒரு புதிராகவே இருந்தாள். அவளை மணந்தநாள்

முதல், அதாவது அவளுடைய திவ்யமான சௌந்தரியம் அவன் வாழ்க்கையின் சுக துக்கங்களைப் பங்கிட்டுக்கொள்ளும் என்பதாய் அக்கினி சாட்சி சொன்ன நாள்முதல் இன்றுவரையில் மூன்று வருஷங்கள் கழிந்துவிட்டன. அவனால் அவளைப் புரிந்துகொள்ள முடியவில்லை; அவன் கதையையும் கவிதையையும் எழுதுகிறான்; நெஞ்சிலுள்ள நுணுக்கமான மர்மங்களையும் அலசுகிறான் எனப்பெரிய விமரிசகர்கள்கூடக் கூறுகின்றனர். ஆனால், அவளுடைய விசித்திரமான போக்கு, அவனுக்கு அர்த்தம் ஆகவில்லை.

அவளுடைய அழகு, அவனுடைய கற்பனைக்கு உரம் அளித்தது. கவிதைக்குக் கண் வைத்தது. கதைகளுக்கு மெருகு பூசியது. ஆனால் அவளுடைய நெஞ்சுக்கு வெறுமையைத்தான் அள்ளித் தந்தது. அவள் மனப்பூர்வமாய்த் தன் வாழ்க்கையில் கலந்துகொள்ளவில்லை என்றுதான், அவனுக்குப் பட்டது.

மனப்பூர்வமாய்க் கலக்கிறாள் என்றால், அவனுக்கு ஏன் மன அமைதி கிடைக்கவில்லை? அழகு சிரித்தால் அமைதி கிடைக்கும்; அழகு அழுதால்? அழகின் மனக்குறை போதுமே; வாழ்க்கையைப் பாழ்ப்படுத்த!

அவளுக்கு, அப்படி என்னதான் மனக்குறை? விருந்தாளி போன்ற மனப்பான்மையுடன், அவனுடன் அவள் பழகுவானேன்? வாழ்க்கையைக் கூட்டு வியாபாரம் எனக் கற்பனை செய்தால், அதில் முதல் போட்ட முதலாளி யார்? வேலை செய்யும் கூட்டாளி யார்? அவளை வேலை செய்யும் கூட்டாளியாய் அவன் கருதவே இல்லை. ஆயினும் நஷ்டத்தில் அல்ல, லாபத்தில்தான், அவளுக்குப் பங்குதர ஆசைப்பட்டான். அதையும் அல்லவா, அவள் மறுக்கிறாள்?

ஆணின் அழகுக்குறைவு, பெண்ணுக்குக் குறையாகப்படும் என்கிறார்கள். ஆனால், அவன் அழகன், கம்பீர புருஷன் எனப் பல வாய்கள் புகழ்ந்துள்ளன. அவன் குணஹீனனும் அல்ல. அத்துடன் மிகவும் பொறுமைசாலி. தெரிந்தோ தெரியாமலோ, அவள் செய்யும் தவறுகளையெல்லாம் அவனைப்போல் வேறு எந்தக் கணவனாலும் பொறுக்கமுடியுமா என்பது சந்தேகந்தான். அவன் அவளைச் சினந்ததே இல்லை. அன்பினால் அன்பைப் பெறலாம் என்றே நம்பினான்; எதிர்பார்த்தான்; ஏமாற்றம் அடைந்தான்.

அவள் சிரிக்காதது மாத்திரம் இல்லை; முகம் கொடுத்து அவனுடன் சரியாகப் பேசாதது மாத்திரம் அல்ல; தன்னுடைய விருப்பு வெறுப்புகளைத்தான் அவள் பூர்த்தி செய்ய முயன்றுகொண்டாளே தவிர, அவனுடைய இச்சைகளைப் புறக்கணிப்பதில் மிகவும் தீவிரமாக இருந்தாள். சின்னஞ்சிறு காரியத்திலும் அப்படித்தான். குடும்ப வாழ்க்கைக்கு ருசி அளிக்கும் விஷயம் உணவு. அதுகூட அவள் நினைத்தால்தான் உண்டு. இல்லாவிட்டால் தடிப் பிரம்மச்சாரியைப்போல் ஹோட்டலில்தான் வயிற்றைக் கழுவவேண்டும்.

அவன் துடித்துக்கொண்டே படுக்கையிலிருந்து எழுந்தான்.

"அவள் குழந்தை; இன்னும் பொறுப்பு உணரவில்லை; அதனால்தான் இப்படி..."

அவளுக்காக ஒரு சமாதானம் கூறிக்கொண்டு, ஜன்னலுக்குப் பக்கத்தில் சென்று நின்று, வெளியே இரவைப் பார்த்தான்,

இரவு ஒய்யாரமாய் உறங்கியது. வானப்பொய்கையில் மிதக்கும் நிலவு ஒளிக்கொப்பளம் விட்டுக்கொண்டே நீந்தியது. ஆங்காங்கு நுரை முகில்கள்.

கண்ணுக்கு எட்டும் தூரம் வரையில் இந்த அழகான இரவில் கவலையோ, வேதனையோ இல்லை என்று கூறமுடியுமா? ஆனால் இரவும், வானும் எல்லாவற்றையும் போர்த்துவிட்டன. ஆகையால், எங்கே பார்த்தாலும் அமைதி, ஒரே அமைதியாகத் தென்படுகிறது. அந்த அழகான அமைதியில் ஈடுபடுகிறவர்களின் மனத்துக்கும் அமைதி அளிக்கிறது.

அமைதியாக அவன் நெடுநேரம் நின்றான். இயற்கை அமைதியைத்தான் அளிக்கிறது. ஆனால், மனிதன் தன் மன விவகாரங்களினாலும், உடலின் வசதிக் குறைவினாலும், செயற்கையினாலும் இயற்கையைக் குழப்பிச் சேறாக்கி விடுகிறான். அமைதியாகச் சிந்தித்துக்கொண்டே மனைவியை நாடிச் சென்றான், மீண்டும்...

அங்கு விளக்கு முன்போலவே எரிந்துகொண்டிருந்தது. ராஜம் அங்கேயே, பழைய இடத்திலேயே முடங்கிக்கிடந்தாள். தூக்கம் வந்திருக்கும் எனத் தோன்றியது. அவன் கொண்டுவந்த டிபனும் வைத்தது வைத்தபடியே இருந்தது.

"ராஜம்!"

அவளைத் தொட்டு எழுப்பினான்."

"சாப்பிடவில்லையா நீ?"

"எனக்குப் பசி இல்லை."

"முதலிலேயே சொல்லியிருந்தால்?..."

"சொல்லவில்லை!"

"விளக்கை அணைத்துவிட்டாவது தூங்கக்கூடாதா?"

"அணைக்கவில்லை!"

பரீட்சையில் இந்தக் காலத்தில் கேட்கிறார்களே, துணுக்குக் கேள்வி, துணுக்கு விடை என்று. அது மாதிரிக் கேள்வியும் பதிலும்! பரீட்சைக்காரனுக்குத் திருப்தி அளிக்கலாம், வாழ்க்கையில்?

நிலை பிசகும் அமைதியுடன் சிறிதுநேரம் பேசாது இருந்தான். அவள் அவிழ்த்து வைத்திருந்த ஜரிகைப் புடவையின் மீது, அப்போதுதான் அவன் கவனம் சென்றது.

அவ்விருவருக்கும் மணம் ஆன காலத்தில் வாங்கியது அது. முழு ஜரிகைப் புடவை. கட்டிக்கொண்டால் தங்கத் தகடுபோல் ஜ்வலிக்கும். ஆனால், அதை உடுத்துகிறவள், பழங்காலத்துத் திடப்பெண்ணாக இருக்க வேண்டும். எருமைபோல் கனப்பதோடு உடலையும் கீறிவிடும். அதை

உடுக்கவேண்டாம் என்று பல முறைகள் கூறியிருக்கிறேன்; அவளால் அவ்வளவு பாரம் சுமக்கமுடியாது.

ஆனால், அதை உடுத்துக் கொளரவம் பெறுவதற்காக, எங்கோ வெளியில் போயிருக்கிறாள். யாராவது சிநேகிதி வீட்டில், விசேஷமாக இருக்கலாம். போன இடத்தில், அவளுடைய மனம் புண்படும்படி ஏதாவது நடந்திருக்கலாம். ஆகையால் சோர்ந்து படுத்துவிட்டாள் போலும்! சோகத்திலும் சோபை, அவனைக் கவர்ந்தது.

“ராஜம்! நான் வெளியில் போன சமயம், நீ வெளியே போனாயா?”

“ஆமாம், ராதையின் குழந்தைக்கு நாமகரணம்!”

“இந்தப் புடவையையா கட்டிக்கொண்டு போனாய்? ஜரிகை, உடம்பெல்லாம் கீறி இருக்குமே?”

“கீறினால் என்ன?”

“கீறினால் என்னவா?... உம்... அங்கே என்ன நடந்தது?”

“நாமகரணம்”

“அதைக் கேட்கவில்லை. நீ இப்படி முகம் சுண்டிப் படுத்திருக்கிறாயே! உன் மனசுக்கு வருத்தம் உண்டாகும்படி...”

“ஒன்றும் இல்லை”

“என்னிடம் சொல்லக்கூடாதா?”

“என்ன சொல்ல?”

“இத்தனை நாட்கள் என்னுடன் பழகியும், நீ என்னைப் புரிந்து கொள்ளவில்லையா ராஜம்? என்னிடம் உன் குறையைச் சொல்லக் கூடாதா?”

“எனக்குத் தூக்கம் வருகிறது.”

“என்னை இன்னும் அந்நியன் என்றுதான் நினைக்கிறாயா, ராஜம்?...”

அவன் பொறுமையுடன் மாத்திரம் பேசவில்லை; குழைந்து குழைந்தும் பேசினான்; தோல்வியுற்றவன்போல்!

“நீங்கள் என்னதான் சொல்ல வேண்டும் என்கிறீர்கள்?” எழுந்து உட்கார்ந்தாள்.

“நீ ஒன்றும் சாப்பிடாமல் வருத்தமாகப் படுத்துவிட்டாய்?”

“பசிக்கவில்லை என்றேனே!”

“பொய். நீ என்னை ரொம்பவும் அவமானம் செய்கிறாய்.”

“நான் பேசினாலும் அவமானம்; பேசாவிட்டாலும் அவமானம் என்கிறீர்களே!”

“பேசாதிருப்பதே அவமானம் ஆகாதா?”

“எனக்குத் தெரியாது”

“அதைத்தான் கேட்கிறேன். நீ ஏன் என்னிடம் சரிவரப் பேசுவதில்லை? ஆயிரம் கற்பனைகளைக் கட்டிக்கொண்டு, வீட்டுக்கு வருகிறேன். ஆனால், உன்னுடைய வாடிய முகம், எல்லாவற்றையும் கவிழ்த்துவிடுகிறது. என்னால் பிறகு எழுத முடியவில்லை.”

“நான் தடுக்கவில்லையே?”

“அமைதி இழந்த குடும்ப வாழ்க்கை, எழுதுவதற்கு முட்டுக்கட்டை தானே? திருப்தியும் சந்தோஷமும் நிறைந்த குடும்பந்தான் ராஜ்யம் நிலைக்க உதவும் என்று ஒரு பெரிய சரீர சாஸ்திரி கூறுகிறார்!”

“எனக்குப் புரியவில்லை, நீங்கள் பேசுவதெல்லாம்!”

“எத்தனை எத்தனையோ பேர், என்னை எத்தனையோ விதமாகப் புகழ்கிறார்கள். என்னைக் காண்பதையே பாக்கியம் என்று நினைக்கிறவர்களும் உண்டு; எனக்குக் கிடைக்கும் இந்தப் பெருமை உனக்கு இல்லையா?”

“உம்!”

“பின் ஏன் என்னை அலட்சியம் செய்கிறாய்? நான் ஏழை என்கிற அற்பக் காரணத்துக்காகத்தானே? பணம்தான் சாசுவதம் என்று நினைக்கிறாயோ?”

“எதுதான் சாசுவதம், இந்த உலகில்?”

“ஜரிகைப் புடவையாலும் வைர நகையாலும் உண்மையான பெருமை அடைந்துவிட முடியாது!”

“நான் ஜரிகைச் சேலை கட்டக்கூடாது; நகை அணியக்கூடாது என்கிறீர்கள். அதுதானே?”

அவனுடைய பதில் வளர்ந்தது. “நான் அதைச் சொல்ல வரவில்லை. இருக்கிறோம், இறப்பதற்கு! அதற்குள் நம்மால் உலகத்துக்குச் செய்ய முடிந்ததைச் செய்துவிடவேண்டும் என்றுதான் எண்ணம். அதுவும், இது ஒரு யுக சந்திக்காலம். சந்தி என்றால் பொழுது விடிவதற்கு முன்னதா என்றே புரியவில்லை. மேல்நாட்டு நாகரீகமும், கீழ்நாட்டு நாகரீகமும் மல்லுக்கு நிற்கின்றன. உடல்தான் எல்லாம் என்று அழுத்தமாய்ச் சொல்லுகிறது மற்றொன்று. இரண்டும் வகைதெரியாமல் மோதிக்கொள்கின்றன. ஒன்றுக்கொன்று முரணானவை என்று அவை நினைக்கின்றன. ஆனால், இரண்டையும் சமமாகவும் சமாதானமாகவும் இணைக்கலாம். அப்படி இணைப்பதில்தான் மனித ஜாதிக்குக் கதி மோட்சம் என்பதைத்தான், நான் உலகுக்கு என் எழுத்துக்கள் மூலம் காட்ட விரும்புகிறேன். உலகம் நான் எழுதுவதை ஏற்றாலும், ஏற்காவிட்டாலும் நான் உணர்வதை எழுதவேண்டியது என் கடமை.”

இரவின் முன்பகுதியில், மேடையின் மீது நின்று பிரசங்கமாகப் பொழிந்தபோது இருந்த உக்கிரம், இப்போது அவனை ஆட்கொண்டுவிட்டது. அவள் தன்னைக் கவனிக்கிறாளா, புரிந்துகொள்கிறாளா என்பதைக் கவனிக்கக்கூட அவனுக்கு நேரம் இல்லை. “நான் எழுதுவதற்கு, நீதான் ஊக்கம் அளிக்கவேண்டும்!”

“உங்களை எழுதவேண்டாம் என்று நான் தடை செய்யவில்லையே?” அவள் கொட்டாவியை விட்டவண்ணம் கூறினாள்...

"ஆனால், என்னை உன் பக்கத்தில்கூட வரவிடாமல் துரத்துகிறாயே?"

"நீங்கள் எப்போதும், என் பக்கத்தில்தானே இருக்கிறீர்கள்?"

"எங்கே? எவ்வளவோ நம்பிக்கையுடன் மனநிறைவுடன் உன் அருகில் வருகிறேன். நீதான் சந்தோஷம் இல்லாத வார்த்தையாலோ, மௌனத்தாலோ என்னைத் துரத்தியடிக்கிறாய்."

"நீங்கள் அப்படி நினைத்துக்கொண்டால், நான் என்ன செய்கிறது?"

"சரி, போனது போகட்டும், இன்றையிலிருந்து நாம் புதிய வாழ்க்கையை ஆரம்பிப்போம். ராஜம்! அக்கினி சாட்சியாக நாம் செய்துகொண்ட பிரதிக்ஞையைத் தெய்வ சந்நிதானத்தில் புதுப்பித்துக்கொள்வோம்."

மகிழ்ச்சியுடன், அவளுடைய கரங்களைப் பற்றி, அவன் தூக்கினான். ஆனால், அவள் அசையவில்லை. வெகுநேரம் கழித்து, அவளுடைய வாயிலிருந்து வார்த்தைகள் வெளிவந்தன. "நாளைக்கு நான், ஊருக்குப் போகிறேன். கொஞ்ச நாட்கள் இருந்து வரவேண்டும்!"

அவள் குழந்தைத்தன்மை உடையவள் என்றால், குழந்தை இப்படியா பேசும்? இருபது வயதுப் பெண்கள், முழுப்பொறுப்பையும் ஏற்றுக் குடும்பம் நடத்தவில்லையா? எவ்வளவோ தோழிகளுடன் பழகுகிறவள், இப்படிச் செய்தால்... பேசினால்?

சில நாட்களுக்கு முன்னால்தான், நண்பர்கள் சிலர் அவனைக் காண வந்தனர். அவர்களுக்குக் காப்பி கொடுக்க விரும்பி, அவர்களிடமும் சொல்லிவிட்டு, அவளிடம் தயாரிக்கும்படி சொன்னான். கொஞ்சநேரம் நண்பர்களிடம் பேசிவிட்டு உள்ளே சென்றான், காப்பி தயாராக இருக்கும் என்று. ஆனால், அவள் இருந்த இடத்தைவிட்டு நகரவே இல்லை.

"காப்பி போடவில்லையா?" என்று கேட்டான் திடுக்கிட்டு, நண்பர்களிடம் அவமரியாதை ஏற்படும் என்று பயம்.

"இல்லை!"

"சொன்னேனே!"

"எனக்கு வேலை இருக்கிறது."

"இதை விடவா?"

அவள் மௌனம் சாதித்தாள். நேரம் ஆகிவிட்டது. அவளுடன் பேசிக்கொண்டிருந்தால், வந்தவர்களை இன்னும் காக்க வைக்க நேரிடும். ஆகையால், மேலும் பேசாமல், அவர்களிடம் சென்று, "பால் முறிந்துவிட்டது. இதோ நொடியில் கொண்டுவருகிறேன்" என்று கூறிவிட்டுக் கிளப்புக்குக் கிளம்பினான்.

இன்னொருமுறை, பித்தம் மிகுந்ததால், மார்பில் ஒரே வலி. இரவு முழுவதும் தூக்கம் இல்லாமல் துடித்துக்கொண்டிருந்தான். முதலில் அவன் சொன்னதன் பேரில் ஏதோ பற்றுப் போட்டவள், பிறகு அவனை ஏனென்றுகூடத் திரும்பிப் பார்க்கவில்லை.

இந்த மாதிரி, எத்தனை எத்தனையோ! சிறுவிஷயங்கள்தாம் என்றாலும், சிறுவிஷயங்களின் தேவைதானே வாழ்க்கை? சிறு விஷயங்களில் தானே மனமும் பிரதிபலிக்கிறது!

ஜன்னலுக்கு அருகில் நின்று, மறுபடியும் எட்டிப் பார்த்தான். மூலைக்கு மூலை நகைகளைச் சிதறிவிட்டு, கோபக்கிருகத்தில் புகுந்துகொண்டு, முகம் கவிழ்ந்து அழுகின்ற கைகேயியைப்போல, நட்சத்திரங்களுக்கிடையில் உள்ள நிலவு கார்முகில் ஒன்றின் மீது உறங்கியது. அங்கு நிற்கமாட்டாமல், படுக்கையின் மீது விழுந்தான். ஆனால், மனசு நிச்சயமாகப் படுக்க மறுத்தது.

நாளுக்கு இரண்டு கணவர்கள் வீதம், விவாகமும் விவாகரத்தும் செய்துகொள்ளும் சினிமா நட்சத்திரங்களின் ஞாபகம், அவனுக்கு வந்தது. உயிரை மாய்த்தாலும் கணவன் கணவனே என்று உறுதிகொள்ளும் இந்தியப் பெண்ணையும் நினைத்தான். இந்த இரண்டும் இல்லாது, இரண்டும் கெட்ட பெண்ணுடன் வாழ்க்கையும்...

எறும்பு உணர்ச்சிகளின் துள்ளலைத் தாளமுடியவில்லை அவனால்., அப்போதுதான் அவன், முதல்முறையாகப் பொறுமையை இழந்தான்.

"என்னுடன் வாழ, உனக்கு விருப்பம் இருக்கிறதா? இல்லையா?" என்றான் உள்புகுந்து.

அவளுடைய மவுனம், அவனைக் குதறியது. பூமத்திய ரேகைக்குப் பக்கத்திலுள்ள சூரியனின் வெம்மை தன்னைச் சுட்டுக் கருக்குவதுபோல் அவன் உணர்ந்தான்.

"உயிருடன் என்னைப் புதைக்கவா, என்னை மணம் புரிந்தாய்?"

அதற்கும் அவள் பேசவில்லை. புதையுண்டுபோன தன் சவத்தின் துர்க்கந்தத்தைத் தானே சுவாசிப்பதுபோல், அவனுக்குத் தோன்றியது மூச்சு தவிதவித்தது.

"நான் ஆணாய்ப் பிறந்ததே குற்றம்!" என்றான், ஆற்றாமையுடன்!

"இல்லை; நான் பெண்ணாய்ப் பிறந்ததுதான் குற்றம்!"

கலைமகள் **(1945)**

இனி புதிதாய்... (அக்டோபர் 1991)

மறுபிரசுரம்: *மங்கை* (நவம்பர் 1991)

எம்.வி. வெங்கட்ராம் கதைகள் (டிசம்பர் 1998)

முத்துக்கள் பத்து (2007)

•

மணமும் மரணமும்

கோயிலில், அம்மன் சந்நிதியில் நேற்று ஸரஸாவைக் கண்டேன்; முதலில் அவள் அவள்தான் என்று எனக்கு அடையாளமே புரியவில்லை. உலர்ந்து போன முருங்கைக் குச்சி போன்ற நிரஸமான தோற்றத்துடன், இடுப்பில் ஒரு குழந்தையைச் சுமந்து, கையில் குழந்தையைப் பிடித்துக் கொண்டு, தலைகுனிந்து வணங்குகின்ற பெண் – 'சிறு வயதில் குழந்தைகளைப் பெற்றுப் பெற்று, அகாலத்தில் வயோதிகமும் பக்தியும் பெற்றுவிடும் ஆயிரக்கணக்கான நமது பெண்களில் ஒருத்தி,' என்கிற அலட்சிய பாவத்துடன் அவளைக் கடக்கும் சமயம்; அவளுடைய முன்நெற்றியில் உள்ள வடுவைப் பார்த்தேன்: 'இவள் ஸரஸா அல்லவா!' என்கிற ஆச்சரிய நினைவு, எனக்குள் நடமாடியது ...

... சுமார் ஆறு வருஷங்களுக்கு முன்னால், இதே கோயிலில், இதே அம்மன் சன்னதிக்குப் பின்னால் உள்ள பன்னீர் மரத்தடியில், அவளை முதலில் சந்தித்தேன் அப்போது அவள், பாவாடை கட்டிய சிறுமி.

வழக்கம்போல் அன்று மாலை, அம்மன் சன்னதியை வலம் வரும்போது, அந்த மரத்தின் கீழ் நின்று, அவள் பரக்க பரக்க விழித்துக்கொண்டிருந்தாள். நான், என் பாட்டில், அவளைத் தாண்டிச் சென்றேன்.

"சார், சார்?" என்று மரியாதையாகக் கெஞ்சும் குரலில் அவள் கூப்பிட்டாள்.

என்னைத்தான் என்று அறிந்து – அச்சமயம் அங்கே வேறு யாரும்? இல்லை – "ஏன் ?" என்று கேட்டேன்.

"கொஞ்சம், இங்கே வாருங்களேன் ..."

போனேன்.

"அதோ !" என்று மரத்தின் உச்சியைச் சுட்டிக் காட்டினாள்; அங்கே ஏழு எட்டு பன்னீர்ப் பூக்கள் பூத்திருந்தன. "அதைப் பறிக்கவேண்டும்; எனக்கு எட்டவில்லை."

ஒல்லியாய் அழகாய் இருந்தாள் அந்தச் சிறுமி. குரலில் ‘தோரணை’ ஒன்று இருப்பினும் வசீகரமாக இருந்தது. குழந்தைகளை நேசிக்கின்ற எவனும் அவள் சொல்லும் வேலையைப் புறகணிக்க முடியாது. எட்டாவது வயதிலேயே மகாகல்மிஷம் அறிந்துவிட்டவர்களைப்போல் நாணிக் கோணித் தலைகுனிந்து நடக்க ஆரம்பித்து விடுகிறார்களே சில பெண் குழந்தைகள், அப்படி இல்லாமல் – வழியோடு போகிறவனிடம் இவ்வளவு தாராளமாப் பேசுகிறாளே என்று மகிழ்ச்சியாகவே இருந்தது.

“எனக்கும் எட்டாதே?”

அவள், கொஞ்சம் யோசித்தாள்.

“எனக்கு, அந்தப் பூ வேண்டுமே, சார்!”

“சரி, நான் உன்னைத் தூக்குகிறேன்; நீ பறி...!”

உடன்பட்டாள்; லேசாக இருந்த அவளுடைய இடுப்பைப் பற்றித் தூக்கினேன். மலர்களைப் பறித்துக்கொண்டு கீழே இறக்கியபோது, அவளுக்கு ஒரே குதூகலம்.

“சார், ரொம்ப தாங்க்ஸ்?” என்றாள் அவள்.

“அட, இதை உனக்கு யார் சொல்லித் தந்தார்கள்?”

“இதுகூடவா எனக்குத் தெரியாது? நான் “போர்த் பாரம்” படிக்கிறேனாக்கும்?... இன்னொரு சின்ன வேலை, எனக்காகச் செய்வீர்களா?”

“என்னது?”

“பன்னீர்க் காய் நாலைந்து வேணும்?”

“காய் எதுக்கு?”

“தம்பியுடன் கோலி விளையாட...”

“போர்த் பாரம் படிக்கும் பெண், கோலி விளையாடுவாளாக்கும்?” என்று சொல்லிக்கொண்டே, கைநிறையக் காய்களைப் பறித்துக் கொடுத்தேன்.

“உன் பெயர் என்னம்மா? அதைச் சொல்லாமலேயே, என்னிடம் வேலை வாங்குகிறாயே?”

“ஸரஸா.”

மேலும் அவளுடன் பேசுவதற்குள், “வெரி மெனி தாங்க்ஸ்” என்று கூவிக்கொண்டே, ஓடியே போய்விட்டாள் அவள்.

“விஷமக்காரி” என்று சொல்லிக்கொண்டேன்.

மறுநாள் மாலை, கோயிலில் சுவாமி சன்னதியில் பிரதட்சிணம் வரும் சமயம், அங்குள்ள கிணற்றடியில் அவள் நின்றுகொண்டிருந்தாள். முதல்நாளைப் போலவே அன்றைக்கும் சுற்றிப் பார்த்து விழித்துக்கொண்டு நின்றாள்; உதவி புரிய அங்கு யாரும் இல்லை.

“சார்! சார்” என்றாள் சந்தோஷமாய், என்னைக் கண்டதும்! “கயிறு சக்கரத்தில் சிக்கிவிட்டது; கொஞ்சம்...”

கிணற்றில் ஏறிக் கயிற்றை எடுத்துவிட, அவளுக்குத் தைரியம் இல்லை,

"இவ்வளவு பேசுகிறாயே, மேலே ஏறித்தான் அதை எடுத்துவிடேன்...!"

"நான் பெண்பிள்ளைதானே சார்?" என்றாள் பளிச்சென்று.

கயிற்றைச் சிக்கிலிருந்து எடுத்துக் கொடுத்தேன். அவள் கொண்டு வந்திருந்த குடம், ரொம்பப் பெரிதாகயிருந்ததைக் கவனித்தேன், "ஏன் ஸரஸா, இவ்வளவு பெரிய குடத்தை, உன்னால் தூக்க முடியுமா?"

"தூக்கத்தானே வேணும்? பெண்ணாய்ப் பிறந்து, இதுக்கெல்லாம் பயந்து முடியுமா?"

முதல்நாள் அவளைச் சுமந்ததால், அவளுடைய கனம் எனக்குத் தெரியும்; நீர் நிரப்பின குடம் அவளுடைய எடையில் பாதியாவது இருக்கும் போலிருந்தது. வளைந்து நெளிந்துகொண்டே வெகு லாகவமாய்க் குடத்தை இடுப்பில் தூக்கிக்கொண்டு சரளமாக நடந்தாள் அவள். 'தாங்க்யூ' என்று எனக்கு வந்தனம் கூறவும் மறக்கவில்லை.

பிறகு நாங்கள் இருவரும், ரொம்பவும் பழகிவிட்டோம். அந்தக் கோவிலில் அதிக ஜனமாட்டம் இராது; சேவை செய்ய வரும் பக்தர்கள் மிகக்குறைவு. சொத்து அதிகம் இல்லாத தெய்வத்தின் ஆலயத்தில், கூட்டம் எப்படிச் சேரும்? வைர நகைகளா? உற்சவக் காலத்தில் தேவதாசிகளின் நாட்டியமா? ஒன்றும் இல்லை. அந்தக் கோயிலில் சிலையாக அமர்ந்துள்ள சாமிக்கு, அங்கு உள்ள கிணறு ஒன்றுதான் ஆஸ்தி. அதன் ஜலம் இனிமையாக இருப்பதால் ஒரு கூட்டம் பெண்கள் நீர் எடுக்க வருவார்கள். அவர்களைப் பார்த்து மகிழ்வதுதான், கோயிலின் சாமிக்குப் பொழுதுபோக்கு. ஸரஸாவும் தண்ணீர் மொண்டு போகத்தான் வந்துகொண்டிருந்தாள். கோயிலின் பெரிய பிரகாரம், நிம்மதியான இடம்தான்; அங்கு யாருமே வரமாட்டார்கள். அங்கே போய் உட்கார்ந்து கொண்டுதான், மௌனச் சிந்தனையில் ஆழ்ந்து, கதைகளுக்கு 'பிளாட்' தேடுவது என் வழக்கம். ஸரஸாவுடன் பழக்கம் ஆனபின், அவளையும் அழைத்துச்சென்று அரட்டை அடித்துக் கொண்டிருப்பேன்.

அவளுடன் பழக்கமான சில நாட்கள் கழித்துக் கேட்டாள்; "நீங்கள் என்ன செய்கிறீர்கள் சார்?"

"உன்னுடன் பேசிக்கொண்டிருக்கிறேன்..." என்றேன். வாயாடியான அவளிடம் இப்படி இடக்காகப் பேசினால்தான், அவளுடைய வாயிலிருந்து பிழைக்க முடியும் என்பதை, நான் முதலிலேயே கண்டுபிடித்துவிட்டேன்.

"அதைக் கேட்கவில்லை; உங்களுக்கு என்ன வேலை? என்று கேட்டேன்."

"நான் – ஹைஸ்கூலில் வாத்தியார்..."

"வாத்தியாரா?" என்றாள், அவநம்பிக்கையுடன்!

"வாத்தியாரேதான்! என்ன சந்தேகம், உனக்கு?"

"அப்படி இல்லையே, நீங்கள்?"

"பல பேர் சொன்னது உண்டு. நான் ரொம்பக் குள்ளம், பையன்களோடு பையன் ஆகிவிடுவேன். வாத்தியார் வேலைக்கு லாயக்கு இல்லை என்று."

“வாத்தியார் என்றால், எப்படி இருப்பார்?”

“அழுக்குத் துணி, அழுக்குச் சட்டை, அழுக்குக் கோட்டு, உர்...ர்... என்று மூஞ்சி...”

“நாலு காலையும் சேர்த்துக்கொள்...”

“ரொம்ப வாத்தியார்கள், அப்படித்தானே இருக்கிறார்கள்!”

“நீ எங்கள் பள்ளிக்கூடத்தில் மாத்திரம் படிக்க வேணும்; இப்படி வாய் வீசும் உன்னை மூன்று நாள் சேர்ந்தாற்போல் பெஞ்சு மேலே நிறுத்திவைப்பேன்...”

‘ஓகோ’ என்று அவள் சிரித்தாள். “எங்கள் பள்ளிக்கூடத்துக்குத்தான் நீங்கள் வாத்தியாராய் வாருங்களேன்; பெஞ்சு மேலே நிறுத்தி விடுவாராமே, பெஞ்சு மேலே!”

அவள் சொன்னது உண்மை. அவள் வாசிக்கும் பள்ளிக்கூடத்தில், நான் வாத்தியாராகத்தான் இருந்தேன். அங்கு வாத்தியார் வேலை காலியாக இருந்ததை அறிந்து, நான் மனுப் போட்டேன். அந்த ஸ்கூல் தலைமை உபாத்தியாயர், மாதிரி வகுப்பு ஒன்று நடத்திக் காண்பிக்கச் சொன்னார். நடத்திக்கொண்டிருந்தேன்.

வகுப்பில் மாணவிகளும் இருந்தார்கள். தீண்டத்தகாதவர்கள் என்று சொல்லிச் சிலரைக் கண்டால் நாம் எட்டி நிற்கச் சொல்லுகிறோம் அல்லவா? அதுமாதிரி அவர்கள், வகுப்பின் ஒரு மூலையில் தனியாக உட்கார்ந்துகொண்டிருந்தார்கள். மாணவர்களைக் கேள்வி கேட்ட நான், ஒரு பெண்ணையும் கேள்வி கேட்கத் தொடங்கினேன். பெண்கள் எழுந்து நின்று கேள்விக்குப் பதில் சொல்லும் வழக்கம், அங்கே கிடையாதோ என்னவோ – அது எனக்குத் தெரியாது. அந்தப் பெண், வெகு சிரமத்துடன் எழுந்து நின்றாள். நகத்துடன் விரலையும் பலமாகக் கடித்தாள். முந்தானை துணியை மெல்ல ஆரம்பித்தாள். எனக்குக் கோபம் வந்து, அவளை பதில் சொல்லும்படி மிரட்டிக்கொண்டிருந்த வேளை பார்த்து, ஹெட்மாஸ்டர் வந்து சேர்ந்தார். நான் வகுப்பு நடத்துவதைப் பார்க்க... முடிவு என்ன? காலி ஸ்தானத்தில் வேறு ஒருவர் – கிழவர் அமர்த்தப்பட்டார்.

“பெண்களைக் கேள்வியே கேட்கக்கூடாத ஒரு பள்ளியில், அவர்களைப் பெஞ்சு மேலே நிறுத்தமுடியுமா?”

“அப்படியானால், உங்கள் பள்ளிக்கூடத்தில், நான் வாத்தியார் ஆக முடியாது என்கிறாயா?”

“வந்தால், எனக்குச் சௌகரியமாக இருக்குமே?”

“நான்தான் கெட்ட வாத்தியார் என்றாயே?”

“அப்படிச் சொன்னேனா? பாக்கி வாத்தியார்களைப்போல், இல்லை என்றேன். நீங்கள் அழகாய்க் கிராப் வாரிக்கொண்டு, கோட்டும் சூட்டும் போட்டு வந்தால், எவ்வளவு ஜோராக இருக்கும்!”

இதற்குப் பயந்துதானோ என்னவோ, அந்த ஹெட்மாஸ்டர், எனக்கு வேலை தரலை!

“ரொம்ப ஜோராக இருக்குமா?” என்றேன், சிரித்துக்கொண்டே!

“நான் ரொம்பக் கவனமாய்ப் படிப்பேனே, அப்போது!”

சில மாதங்களுக்குப் பிறகு, எனக்கு வேறொரு பெரிய வேலை கிடைத்தது. வாத்தியார் வேலையை ராஜினாமா செய்துவிட்டுக் கிளம்பினேன். ஸரஸாவிடம் சொல்லிக்கொள்ளவும் நேரம் இல்லை. நேரம் இல்லை என்பது பொய். கோயிலில் வேடிக்கையாகப் பேசிக் கொண்டிருக்கும் சின்னஞ்சிறு பெண்ணிடம் சொல்லிக்கொள்ள வேண்டியது அவசியம் என்று நான் நினைக்கவே இல்லை.

சுமார் இரண்டு வருஷங்கள், புதிய வேலையில் ஒட்டிக் கொண்டிருந்தேன். சக்கரத்தைக் காலில் கட்டிக்கொண்டுள்ள எனக்கு, அந்த வேலையும் ருசிக்கவில்லை. அதற்கும் முழுக்குப் போட்டுவிட்டு, ஊருக்குத் திரும்பினேன். ஊரில் இருக்கும்போது, என் நண்பர்களிடமிருந்து என்னைக் காப்பாற்றும் ‘ஷெல்டர்’ அந்தக் கோயில்தான். மறுநாள் மாலையே, நான் அங்குப் போனேன். ஸரஸாவின் ஞாபகம், அப்போதுதான் வந்தது. அந்த விஷமக்காரி வந்தால், உல்லாசமாகப் பொழுதுபோகுமே என்று நினைத்தவாறு நடந்தேன்.

கலகலத்துக்கொண்டே குடம் சுமந்து வரும் அழகிகளின் கூட்டத்துக்கு வழிவிடுவதற்காக, ஒதுங்கி நின்றேன். கூட்டத்தின் கொம்மாளம், அவர்களைக் கவனிக்கும்படி என்னைத் தூண்டியது.

அவர்களுக்கு இடையில் இருந்தாள் – ஸரஸாவும். ஆனால் எவ்வளவு மாறுதல்? ஒல்லியாய் இருந்த அந்தச் சிறுமி, மறைந்தே போய்விட்டாள். அதற்குப் பதிலாக, இடையில் பெருங்குடம் தூக்கி, உடலில் இளமைச் சுமைதாங்கி, பருவத்தின் தலைவாயிலில் நுழைகின்ற ஓர் இளம்பெண்ணைக் கண்டேன். குரலில்கூட, ஓர் அதிசயமான மாறுதல். அவள் பேசினால் – பேசிக்கொண்டே இருந்தால் – மற்றப் பெண்களின் குரல் ஒடுங்கிவிடும். இரண்டு வருஷங்களில் நடந்து விட்ட இந்த அற்புதத்தை, நான் வியப்புடன் பார்க்கும்போது, அவளும் என்னைக் கண்டுவிட்டாள். ஆனால், அவ்வளவு பேர் முன்னிலையில், எப்படிப் பேசுவது? அறியாதவள்போல் தலைகுனிந்து நடந்தாள். பருவம், அவளுக்கு நாணம் போதித்துவிட்டதுபோலும்! அவளுடைய சாதுர்யத்தைக் கண்டு, எனக்குச் சிரிப்பு உண்டாகியது.

“இனி ஸரஸா, சிறுமி அல்ல, அவளுடன் இனி பேச முடியாது, – கூடாது” என்று நினைத்துக்கொண்டேன்.

இரண்டு நாட்களுக்குப் பிறகு, பெரிய பிரகாரத்தில் யதாஸ்தானத்தில் உட்கார்ந்து, மரங்களின் சிலிர்ப்பைப் பார்த்துக்கொண்டிருந்தேன்.

“சார்?”

“நீயா, ஸரஸா?” அவளை நான் எதிர்பார்க்கவே இல்லை. “யாராவது பார்த்தால்?”

“சீக்கிரம் போய்விடுவேன்...”

“படிக்கிறாயா?”

“எஸ்.எஸ்.எல்.ஸி. பரீட்சைக்குப் போகிறேன், இந்த வருஷம்...”

"கெட்டிக்காரி நீ?"

"திடீர் என்று, எங்கே போய்விட்டீர்கள் சார்? என்னிடம் சொல்லவே இல்லையே?"

"அவசரமாய்க் கிளம்பினேன். உன்னிடம் சொல்லமுடியவில்லை ஸரஸா..."

"உங்கள் தங்கை தமக்கையிடம் சொல்லவாவது நேரம் இருந்ததா?" என்றாள் வருத்தமாக.

அவளிடம் சொல்லாமல் போனது பிசகுதான் என்று, அவளுடைய வருத்தத்தின் தீவிரம், எனக்கு உணர்த்தியது. முன்னமே அவளை, என் தங்கையாக ஏற்காதது என் பிசகு என்பதையும் வற்புறுத்தியது. என் சொந்தத் தங்கை ஒருத்தி இருக்கிறாள்; ஸரஸாவைச் சின்னத் தங்கையாக அப்போதே மனதில் சுவீகரித்துக்கொண்டேன்.

"நீங்கள் வருவீர்கள், வருவீர்கள் என்று ரொம்ப நாள் காத்திருந்தேன். உங்களைக் காணவே காணோம். எனக்கு எவ்வளவு வருத்தமாக இருந்தது தெரியுமா?" அப்புறம் நீங்கள் வரவே மாட்டீர்கள் என்று நிச்சயமாய்த் தெரிந்துவிட்டது..."

முன்னைப் போலவே, அவளுடைய குரல் குழந்தைபோல் தவழ்ந்து தவழ்ந்து பேசியது. காலம் அவளுடைய உடம்பை அதிசயமான முறையில் மாற்றிவிட்டது என்னவோ உண்மைதான். அதனால் அவள் மனசிலும் குறிப்பிடத்தகுந்த மாறுதல்கள் உண்டாகி இருந்தன என்றாலும், அவளுடைய குறும்பு நிறைந்த குழந்தைத்தன்மை ஏராளமாய் மிஞ்சி இருந்தது என்பதை உணர்ந்தேன். அதனால்தான், அவளுடைய அழகு குறையவில்லை. களங்கம் அவளைத் தீண்டவும் முடியவில்லை என்பதையும் அறிந்தேன். இல்லாவிட்டால், எஸ்.எஸ்.எல்.ஸி. படிக்கும் பெண்களில் பலர், உலகத்தில் களங்கமே நிறைந்துளது என்று நினைத்துக்கொண்டு, களங்கத்திலிருந்து ஒதுங்கித் தப்பிவிடவேண்டும் என்று நினைத்துக்கொண்டே களங்கினிகள் ஆகிவிடும் விஷயமும், எனக்குத் தெரியாதது அல்ல!

நல்லவேளை என் தங்கை ஸரஸா, களங்கத்தை நினைக்கவில்லை. ஆகையால் களங்கம் உடையவளாக ஆகவும் இல்லை.

அவள் கேட்டாள்: "எங்கே போயிருந்தீர்கள், சார்?"

"மதறாஸிலே பெரிய வேலை கிடைத்தது. உடனே டூட்டியில் சேர வேண்டும் என்று ஆர்டர். அதனால்..."

"உங்களுக்குப் பெரிய வேலை என்றால், நான் சந்தோஷப்பட மாட்டேனா? இந்த வாத்தி பிழைப்பே, ரொம்ப மோசம். லொள்... லொள்... என்று நாள் முழுதும் கத்தவேணும்!"

"உனக்கு எப்போது கல்யாணம்?" என்றேன், பேச்சை மாற்றி.

கல்யாணம் என்றால், பெண்களின் உடம்பு எப்படிக் கோணுகிறது? காற்றில் அலைபடும் பட்டுப்புடவை போல்!

"நான் கல்யாணமே பண்ணிக்கொள்ளப் போவதில்லை..."

“யாராவது ஓர் அசட்டுப்பையனை அப்பா இழுத்துவந்து, ‘இவன் கழுத்தில் மாலை போடு’ என்றால், மாட்டேன் என்று ஓடிவிடுவாயாக்கும்!”

“போங்கள், சார், பரிகாசத்துக்கு ஆரம்பித்துவிட்டீர்களே! எப்போது பார்த்தாலும், இப்படித்தான்...”

“ஐயோ பாவம், குழந்தைக்குப் பேசவே தெரியாது?”

அவளுடன் பேசினால், சந்தோஷமாய்த்தான் இருந்தது! ஆனால், உலகத்தின் கண்களுக்கு, எதைப் பார்த்தாலும் விகல்பமாகத்தானே தோன்றும்? அவளும் நானும் சகோதர பாவத்துடன்தான் பழகுகிறோம் என்று யாராவது நம்புவார்களா? என்னைப் பற்றிப் பயமோ, கவலையோ இல்லை; நான் செய்யும் லட்சத்துசொச்சம் தவறுகளையும் பாராட்டாமல் எனக்குப் பெண் கொடுக்கப் பல ஆயிரம் புண்யசீலர்கள் இருக்கிறார்கள். ஆனால், அவளைப் பற்றி, அப்படி நிச்சிந்தையாக இருக்க முடியாதல்லவா?” அவளும் நானும் தனியாக இருப்பதை, ஏதாவது ஒரு கண் பார்த்து விட்டால் போதும் – ஸரஸாவின் வாழ்க்கைக்கு அனர்த்தம்தான். அவள் நல்ல இடத்தில் வாழ்க்கைப்பட்டுச் சுகமாய் இருக்கவேண்டும் என்று எனக்குக் கவலையாகவே இருந்தது... அவள் சீக்கிரம் போவதாயும் இல்லை; இரண்டு வருஷத்துப் பேச்சுக்களையும் முடித்துவிட்டுத்தான் எழுவாள்போல இருந்தது. அவளை, நானாகக் கிளப்பி அனுப்ப வேண்டியதாயிற்று.

திரும்பி அவள் நடந்தாள். முன்புபோல், பட்பட் என்று கிளைக்குக் கிளை தாவும் சிட்டுக்குருவி போன்ற குழந்தை நடை அல்ல; மேனி சிலிர்த்து, ஒயிலுடன் நடை பயிலும் ‘ஜாதிப்’ புறாவின் கம்பீர நடை. கோயில் பிரகாரத்தின் நெடிய சுவரும், உயர்ந்த மரங்களும், பலவிதப் பறவைகளின் கூச்சலும் பகைப்புலமாக, அவள் நடப்பதைப் பார்த்த என் மனதில் கதை அல்ல, ஒரு பாட்டே பிறந்துவிட்டது.

ஊர்வசியடி, ஊர்வசி நீ,
ஊர்வசியம் செய்திடுவாய்!
மேனகையடி, மேனகை நீ,
மேனகை, உனக்கு ஏதுக்கடி?
திலோத்தமையடி, திலோத்தமை நீ
திளைத்திடுதே இளமை, உன்மேல்! . . .

நானே சிருஷ்டித்த ஒரு ராகத்தில், இந்தப் பாட்டை முணுமுணுத்துக் கொண்டேன்.

பின்னர் பலநாள், அவளைச் சந்திக்கவே முடியவில்லை. கண்டாலும் தெரியாதவர்கள்போல் சென்றுவிடுவோம். ஒரு மாசமோ என்னவோ கழித்து, மீண்டும் பழைய இடத்தில் அவள் என்னைச் சந்தித்தாள். அவள் விசனமாக இருப்பதைக் கண்டேன்.

“என்ன ஸரஸா, வருத்தமாக இருக்கிறாயே?”

“சார்...” என்று தயங்கினாள்.

“பரீட்சையில் மார்க் ஏதாவது குறைந்துவிட்டதா?”

“இல்லை சார், . . . எனக்குக் கல்யாணமாம், அப்பா சொல்லி விட்டார் ...”என்னும்போதே, அவளுடைய கண்களில் நீர் பெருகியது.

“நல்ல பெண் நீ? கல்யாணம் என்றால், எல்லோரும் சந்தோஷப் படுவார்கள். நீ என்னடாவென்றால், அழுகிறாயே? கண்ணைத் துடைத்துக்கொள் ...”

“எஸ்.எஸ்.எல்.ஸி படிப்பு ஆன அப்புறம் பண்ணிக் கொள்வேன் என்று சொன்னேன். அப்பா கேட்கவில்லை. நல்ல வரன், நிறுத்தமுடியாது, பங்குனியில் கல்யாணம் என்று கண்டிப்பாய்ச் சொல்லிவிட்டார் ...”

“நல்லதுதானே? இன்னும் நாலே மாசம், நடுவில். அப்புறம் உன் தலை, தோள்மேல் நிற்காது.”

“போங்கள் சார் ...” என்று கழுத்தை முறித்தாள் அவள். கண்ணீர் போயே போய்விட்டது. “எனக்கு என்னவோ, கல்யாணம் என்றால் பயமாயிருக்கிறது?”

“ச் ... ச் ... பாவம்?”

“நீங்கள் சும்மா கேலி செய்கிறீர்கள். உங்களிடம் ஒன்றும் கேட்கக் கூடாது ...”

“கல்யாணம் என்றால், சந்தோஷச் சமாச்சாரம். இதற்குக்கூடப் பரிகாசம் செய்யமாட்டார்களா?”

“உங்களுக்குப் பரிகாசம். எனக்கு பிராணாவஸ்தையாய் இருக்கிறது. முன்னே பின்னே தெரியாத மனுஷரிடம் பேசுவது என்றால், எனக்குக் கூச்சமாக இருக்காதா?”

வழியோடு போகிறவன் மீது வாய் வீசி வேலை வாங்கிய அதே ஸரஸாதான், இவளும்!

“கூச்சம் என்ன! உன்னைக் கண்டு, அவனல்லவா கூசவேண்டும்? என்னுடன் அரட்டை அடிப்பதுபோல், தடதட என்று ஆரம்பித்து விடு! அப்புறம் பார் ...”

“உங்களிடம் நான் ஒன்றும் கேட்கவில்லை; நான் போகிறேன்” என்று சொல்லிக்கொண்டே, அவள் எழுந்தாள்.

“இரு, இரு, சரஸா! கலியாணப்பேச்சு வந்தால், இப்படிக் கோபப்படுகிறாயே!”

“எனக்குப் பயமாக இருக்கிறது என்று உங்களைக் கேட்டால் ...”

“உனக்கு யாரும் சினேகிதிகள் கிடையாதா?”

தோழிகளிடம் கேட்க வேண்டியதைத்தான், அவள் என்னிடம் கேட்டுக் கொண்டிருந்தாள். அவர்களிடம் கேட்க, அவளுக்குச் சங்கோஜமாக இருக்கலாம். ஆனாலும், நானும் கல்யாணமாகாதவன்தானே?

“சிநேகிதிகளுக்கு என்ன தெரியும்? நீங்கள் கதை எழுதுகிறீர்களே ...”

“நான் சொல்வதைத்தான், நீ கேட்கமாட்டேன் என்கிறாயே!”

“சொல்லுங்கள்…”

“உன்னைப் புருஷன் சந்திக்கிறான் என்று வைத்துக்கொள்…”

“முதல்முதலில், அவர் என்ன கேட்பார்?” என்றாள் ஆவலுடன்.

“அவன் முதலில் பேசுவதற்குச் சந்தர்ப்பம் அளிக்கக்கூடாது என்றுதான் சொல்லுகிறேன். உனக்கு நாகரீகமே தெரியவில்லையே? உன் புருஷனுக்கு உத்தியோகம்தானே?”

“உம்…”

“அவனைப் பார்த்ததும், நீயே ஆரம்பித்துவிடு. ‘ஹலோ. டியர் ஐ ஹோப் யூ வில் பி குட்’ என்று வெளுத்து வாங்கு…”

“சீச்சீ!” என்று சொன்ன சரஸா, எழுந்து கிளம்பிவிட்டாள்.

அவளைச் சமாதானப்படுத்தினேன்.

“கல்யாணம் என்றால் ஒன்றுமே இல்லை, சரஸா. ஆகும்வரையில் என்னவோ என்று பயமாக இருக்கும்; ஆனபிறகு இதுதானா என்று தோன்றிவிடும்.”

பிறகு வெகுநேரம் பேசியபின், அவள் கேட்டாள்: “நீங்கள் கலியாணத்துக்கு வருவீர்களா?”

எப்படிப் போவது? கல்யாணப் பெண்ணுக்கு அண்ணன் முறை என்றால், யார் நம்புவார்கள்? பதில் சொல்லாமல் மழுப்பிவிட்டேன்.

கிளம்பிப் போகும்போது கூறினாள்: “இனிமேல் உங்களைப் பார்க்க முடியாது. அம்மா, கோயிலுக்குத் தண்ணீர் எடுத்து வருவதற்கு, என்னைப் போக வேண்டாம் என்று சொன்னாள். அப்பாதான், இன்னும் கொஞ்ச நாள் போகட்டும் என்று அனுமதித்தார்.”

“பள்ளிக்கூடம்…”

“முந்தாநாள் இருந்தே போகவில்லை… நான் வரட்டுமா சார்?”

நான் தங்கை என்று வலுவாக உறவு பிடித்த சரசா, என்னிடம் கடைசிமுறையாக விடைபெற்றுக்கொள்கிறாள் என்று தோன்றிய அந்தச் சந்தர்ப்பத்தில், எனக்கு மிகவும் வேதனையாக இருந்தது.

“போய் வா, சுகமாக இரு, அம்மா!” என்று ஆசி கூறினேன், பெரிய கிழவன்போல.

அவள் சிறிது தூரம் சென்ற பின், எனக்கு ஒரு சந்தேகம் தோன்றியது. அவளைக் கூப்பிட்டேன்.

“உனக்கு நிச்சயம் ஆகி இருக்கும் வரனை, நீ பார்த்ததே இல்லையா?”

“ரொம்ப நாளைக்கு முன்னே பார்த்திருக்கிறேன்; ஒரே ஒரு முறை. எங்களுக்குத் தூரத்து உறவாம்.”

“நல்ல மாதிரிதானே ?”

“அப்படித்தான் கேள்வி; அப்பா ரொம்பத் திருப்தியாக இருக்கிறார்.”

“உனக்கு ?”

அவளுடைய முகத்தில் ஏற்பட்ட மாறுதல்களால், அவளுக்கும் திருப்திதான் என்று அறிந்தேன். புக்ககத்தில் கணவனுடைய அன்பில் அவள் சுகமாக இருப்பாள் என்ற ஆறுதல் எனக்கும் உண்டாகியது.

பிறகு அவள் போய்விட்டாள் – கண்களில் நீருடன்.

அதை எல்லாம் இப்போது நினைத்தால், ‘இப்படியும் நடக்குமா ?’ என்று எனக்கே ஆச்சரியமாக இருக்கிறது. திடீர் என்று சந்தித்து, திடீர் என்று பிரியும் ஒரு பெண்ணுடன், எனக்குச் சகோதர நட்பு இருந்தது என்பதை யாரும் நம்ப முடியாது. முதல் காரணம், ஜாதி வேறு வேறு. இரண்டாவது ஒரு யுவனும் யுவதியும் நெருங்கிப் பழகுவதில், ஏதாவது கோளாறு இருந்தே தீரும் என்ற சமூகத்தின் கருத்து.

சரி. பிறகு பங்குனி மாதம் வந்தது. அவளுக்குக் கல்யாணம் நடந்த தினத்தன்று, நான் மானஸீகமாக மணக் கிருகத்தில் ஆஜராகி, அவளுக்காகப் பிரார்த்தனை செய்தேன். “என் தங்கை சரஸா இன்னும் குழந்தைதான்; அவளுடைய மண வாழ்வு மணம் நிறைந்ததாக இருக்கட்டும் !”

பின்னர், நினைவுப் பெட்டகத்தின் ஒருமூலையில், சரஸாவைப் பத்திரப்படுத்தி வைத்துக்கொண்டேன் ...

தங்கையாகப் பழகிய அதே சரஸாவைத்தான், முதல்முதலில் கண்டது போலவே எதிர்பாராதவிதமாய்த் திடீரென்று கண்டுபிடித்தேன், நேற்று.

“சரஸா !” என்றேன், வியப்புடன் !

“நீங்களா சார் ?”

“சௌக்கியம்தானே ?”

“சௌக்கியம்தான்” என்றவள், சன்னதியை வலம்புரியப் புறப்பட்டாள். நானும் பேசிக்கொண்டே நடந்தேன்.

அவளுடன் பேசியவாறு நடக்கும்போது, கிளைக்குக் கிளை தாவும் சிட்டின் ஞாபகமோ, கம்பீர நடை பழகும் புறாவின் ஞாபகமோ எனக்கு வரவில்லை. காலில் அடிபட்டுக் கர்ண கடூரமாய்க் கரைந்து கொண்டே, நொண்டி நொண்டி நடந்த ஒரு காகத்தை, எப்போதோ பார்த்தேன் ? அதன் ஞாபகம் – ச்சீ, ஏனோ – வந்தது.

“இப்போது எங்கே இருக்கிறாய் ?”

“கல்கத்தாவில் முதலில் ஜபல்பூரில் இருந்தோம். பிறகு கல்கத்தாவிற்கு, டிரான்ஸ்பர் ஆகிவிட்டது.”

“உன் உடம்புக்கென்ன ? உருத்தெரியாமல் இளைத்துவிட்டாயே ?”

“முதல்குழந்தை பிறக்கும்போதே, எனக்கு இசிவு வந்து, ரொம்பக் கஷ்டமாகிவிட்டது. தெய்வாதீனமாகப் பிழைத்தேன். இந்தக் குழந்தை

பிறந்த அப்புறம் என்னால் தாள முடியவில்லை. உடம்பைப் பார்த்துக் கொள்ளத்தான், இப்போது ஊருக்கு வந்தேன்."

"இதுக்கு முன்னால், ஒரு தடவைகூட வரவில்லையா?"

"எப்படி வருவது? ஒரு தடவை வந்து போகிறது என்றால், எவ்வளவு செலவு ஆகிறது? அதற்குப் பதிலாகக் குழந்தைகளுக்கு ஏதாவது பண்ணலாம் என்று..."

இடுப்பில் இருந்த சோனிக் குழந்தையை அரவணைத்து முத்தமிட்டாள்.

"உங்களுக்கு இன்னும் கல்யாணம் ஆகவில்லையே சார்?"

"இல்லையே, பண்ணிக்கொள்ளும் உத்தேசம் இல்லை."

"சாக்ஷாத் பீஷ்மர்போலப் பேசுகிறீர்களே? குழந்தையால், மனசுக்கு எவ்வளவு நிம்மதி உண்டாகிறது?"

தரையில் நின்ற பெரிய குழந்தைக்குப் பொறுக்கவில்லை. தன்னையும் இடுப்பில் தூக்கிக்கொள்ளச் சொல்லி, அழத் தொடங்கியது! சரஸா அலுத்துக்கொள்ளவே இல்லை; அதையும் காலியாக இருந்த இடுப்பில் தூக்கிக்கொண்டாள்.

சிறுமியாய் அவள் பெரும் குடம் தூக்கியபோது பயந்தது போலவே இப்போதும் விழுந்துவிடுவாளோ என்று பயந்தேன். அவள் விழவில்லை.

அவள் குழந்தைகளைச் சுமந்து நின்றதைப் பார்த்தவுடன், சிறு காம்பில் தொங்கும் பெரிய பலாப் பழங்களின் ஞாபகம் வந்தது. பழம் என்னவோ உபயோகமானதுதான்; ஆனால், காம்பின் கதி?

"உன் உடம்பைப் பார்த்தால், எனக்கு ரொம்பக் கவலையாக இருக்கிறது சரஸா?"

"எனக்கும்தான். வேதனை பொறுக்கமுடியாத சமயத்தில், செத்துவிடலாம் என்றுகூடத் தோன்றுகிறது. வயிற்றுவலி வந்தால்... குழந்தைகளுக்காகத்தான் உயிரோடு இருக்க வேணும் என்று ஆசையாக இருக்கிறது..."

"நல்ல டாக்டரிடம் உடம்பைக் காண்பி ... உன் புருஷன், உன்மேல் பிரியமாக இருக்கிறானா?"

"ஆபீஸ் நேரம் தவிரப் பாக்கி நேரங்களில், வீட்டை விட்டு வெளியே போகமாட்டார். இப்போதுகூட உடம்பு பலஹீனமாக இருக்கிறதே என்றுதான், ஊருக்கு அனுப்ப ஒப்புக்கொண்டார். இந்த விஷயத்தில், நான் பாக்கியசாலிதான் சார்" என்றாள் பெருமிதத்துடன்.

"போகிறது."

துர்ப்பலமான இரண்டு குழந்தைகளுடன் உள்ள துர்ப்பலமான ஒரு ஸ்திரீயுடன் தனித்துப் பேசுவதால், யாரும் சந்தேகிக்க மாட்டார்கள். எனினும், அவளுடன் பேசும்போது, எனக்கு உற்சாகம் உண்டாகவில்லை. தங்கையாகவே இருக்கட்டுமே, மரணத்தின் மனிதத் தோற்றம் போன்ற

பெண்ணுடன் அதிக நேரம் பேசிக்கொண்டிருக்க, யார் மனம்தான் ஒப்பும்? அவளுக்கும் பேச்சில் முன்போல் குதூகலம் இல்லை. வியாதிக்காரிக்குக் குதூகலமாவது? குழந்தைகளின் கையில் கொஞ்சம் பணம் கொடுத்து விட்டு, விடை பெற்றுக்கொண்டு திரும்பினேன்.

திரும்பும்போது, என் மனம் மிகவும் குழம்பியிருந்தது. எனக்கு இன்னும் கல்யாணம் ஆகவில்லை; இனி ஆகும். ஆனால், என்னைவிட எவ்வளவோ, சிறிய ஒரு பெண், மணம் புரிந்து, ஈன்று, வாழ்க்கையையே முடிக்கும் காட்சியை, என் கண் முன்னாலேயே பார்த்துவிட்டேன். பதினொன்று பன்னிரெண்டில் சிறுமி; பதினாலு பதினைந்தில் யுவதி; பதினேழு பதினெட்டில் ஸ்திரீ; இருபது ஆகிவிட்டால் – கிழவி; பிறகு… இதுதான் பெண்ணின் வாழ்க்கையா?

“பெண்ணை மலருக்கு ஒப்பிட்டுப் பேசுகிறார்களே, அது மிக மிக வாஸ்தவம். மலருவதற்கு முன்னால் மொட்டு, சிலநாளாவது உயிரோடு இருக்கிறது. மணம் பெற்று மலர்ந்துவிட்டால், மலரின் ஆயுளும், விரைவில் முடிவை நெருங்கிவிடுகிறது. மணத்துடன், மரணமும் மலரைத் தொடருகிறது. பெண்ணுக்கும் அப்படித்தான். சிறுமியாக இருக்கும்வரையில் அவள் குதூகலமாகத்தான் இருந்தாள். மணம் – அதாவது புருஷனும் மனைவியும் தர்மத்தின் பங்காளிகள் என்று சொல்லி நடக்கிறதே திருமணம் – நடந்த சிறுகாலத்திலேயே, மரணமும் அவளைப் பின்தொடருகிறது.”

இவ்வளவு நினைத்தபின், சரஸாவின் கணவனைப் பற்றி நினைக்காமல் இருக்கமுடியுமா?” நினைத்தேன். அவனை அடைந்ததில் சரஸாவுக்கும் வெகு திருப்தி. அவன் அவளிடம் அன்பாக இருக்கிறான். சரஸாவின் இரு குழந்தைகளும், அந்த அன்பிற்குப் பிரத்யட்சப் பிரமாணங்கள். ஆனால்… மாமிசம் சாப்பிடுகிறவனுக்கு, ஆட்டுக்குட்டி மீது அன்போ இரக்கமோ உண்டாகாது என்று யாராவது சொல்ல முடியுமா?’ இவ்வளவு அழகான, துடியான, ‘வாயில்லாத’ ஆட்டுக்குட்டிதான் தனக்கு உணவாகிறது என்பதைத்தான், அந்த மாமிசபக்ஷிணி நினைப்பதில்லை. சரஸாவின் கணவனும்…

வாய்விட்டுச் சொல்லிவிட்டேன்: “சே, மிருகம்!”

சந்திரோதயம் **(பிப்ரவரி 1946)**

வரவும் செலவும் (ஜூலை 1964)

எம்.வி. வெங்கட்ராம் கதைகள் (டிசம்பர் 1998)

அரை மனிதன்

மிதமான குடியால் உண்டான மிதமிஞ்சிய உற்சாகத்துடன் வெளி வந்தபோது, மழை முரட்டுத்தனமாய்க் கொட்டிக்கொண்டிருந்தது. நனையாமல் காத்துக்கொள்ள நான், 'மழைகோட்டும்' கொண்டுவரவில்லை. எங்காவது தங்கி இரவைக் கழிக்கலாம் என்றால், துணையில்லாத் தூக்கத்தில், இனிமை ஏது? உடலையும் மூளையையும் ஒட்டிக்கொண்டிருந்த உற்சாகத்தைச் சேதமாக்காமல் அழகாக நனைந்துகொண்டே ரயில்வே ஸ்டேஷனுக்குச் சென்றுவிடுவதே நலம் என்று நிச்சயித்து, கால் சட்டையை, முழங்கால்கள் வரை மடித்து விட்டுக்கொண்டு புறப்பட்டேன்.

மழையில் நனைந்துகொண்டே இரவில் தனியாக நடந்து செல்வதிலும், இன்பம் இருக்கிறதல்லவா? அந்த இன்பத்தைச் 'சீட்டி' அடித்து அனுபவித்துக்கொண்டே, ஸ்டேஷனுக்கு விரைந்தேன். பிளாட்பாரத்தில் நின்றது ரயில்: புறப்படுவதற்கு இன்னும் ஒன்றிரண்டு நிமிஷங்கள்தான் பாக்கி. அவசரஅவசரமாய் டிக்கெட் வாங்கிக்கொண்டு, சேற்றை வாரி இறைக்கும் பூட்ஸ்கள் கால்வாரி விடாதபடி ஓடி...

ஒரு வண்டி – நாலுபேர் படுக்கலாம் – ஒரே ஒரு வெள்ளைக்காரனைத் தவிர, காலியாகக் கிடந்தது; அவனும் தூங்கிக்கொண்டிருந்தான், கதவைத் தள்ளினேன்; உள்பக்கம் தாழிடப்பட்டிருந்தது. திறந்து கிடந்த ஜன்னல் வழியாக நான் உள்ளே ஏறிக்குதிக்கவும், ரயில் ஊதவும் சரியாக இருந்தது.

முதலில் என்னைக் கவனித்துக்கொண்டேன். ஈர உடைகளை பிழிந்தும், தொப்பியை உதறிக்கொண்டும். 'அப்பாடா' என்று அலுத்துக்கொண்டே படுத்திருந்த ஆளைக் கவனித்தேன். அவன் அசல் வெள்ளைக்காரன்: அசல் என்றால் அசல்தான்! கருப்பு மனைவிக்கும் வெள்ளைக் கணவனுக்கும் பிறக்கும் 'அரை ஜாதி' அல்ல; நேராக எங்கோ மேற்கு நாட்டிலிருந்து வந்தவன். நல்ல வெள்ளை நிறத்தை நீளமாய்ப்

பரப்பி நன்றாய் உறங்கிக்கொண்டிருந்தான். வெண்மை படுக்கையில்கூட அழகாகவே இருந்தது. அதிலும் ஆச்சரியம் என்னவெனில், அவன் தன் உடுப்பைக் கழற்றவே இல்லை. கால் சட்டை (பாண்ட்), கோட், பூட்ஸ்கள், நெக்டை, ஏன்? மூக்குக் கண்ணாடியைக்கூட அவன் கழற்றவே இல்லை. லேசாக மேலும் கீழும் போய்வரும் மார்பு – ரயிலின் ஆட்டத்தினால் அசையும் உடம்பு – அவனைப் பார்த்தால் ஒரு அழகான பொம்மையைப் படுக்கவைத்திருப்பதுபோலத் தோன்றியது.

நான் வருத்தத்துடன் நினைத்தேன்: ‘எவ்வளவுதான் நாங்கள் – அதாவது, பனிக்கட்டி போன்ற நிறம் படைத்த அல்லது நிறத்துடன் படைக்கப்பட்ட நாங்கள் – எவ்வளவுதான், மேற்கு மோஸ்தருக்குள் உடம்பைத் திணித்துக்கொண்டாலும், அசல் மேற்கத்தியானுக்கு உள்ள கம்பீரமோ நேர்த்தியோ உண்டாகப் போவதில்லை. பிறவியுடன் வருபவை அவை; அவைகளை அடைபவர்கள் பாக்கியசாலிகள்!

“ஆனால், பிறந்துவிட்டோம் இப்படி, இந்த நிறத்துடன் இந்த நாட்டில்; எப்படியாவது வாழ்ந்து முடிக்க வேண்டியதுதான். குறைந்தபட்சம் மேற்கு முறையில் நம்மை உயர்த்திக்கொள்ள முயற்சியாவது செய்ய வேண்டியது பொறுப்பு, கடன்...”

நாம் உட்காரவேண்டும். முடிந்தால் ஈரவுடையுடனே, கொஞ்சம் கைகால்களை நீட்டிக்கொண்டு படுக்கவாவது வேண்டும். அவன் – கண் அயரும் என் மேற்கத்தித் தோழன் – ஒரு ‘பெர்த்தில்’ தூங்கிக்கொண் டிருந்தான், கீழுள்ள மற்றொரு ‘பெர்த்தி’லாவது படுக்கலாமா என்று பார்த்தேன். அங்கே உடைக்காத பிராந்தி பாட்டில் ஒன்று, ஒரு காலி பாட்டில். சிகரெட் பெட்டி ஒன்று, ஒரு தீப்பெட்டி, ஒரு ‘வாக்கிங் ஸ்டிக்’ எல்லாவற்றையும்விடப் பயப்படும்படியாக ஒரு கைத்துப்பாக்கி – கிடந்தன. எல்லாவற்றையும் கீழே எடுத்து வைத்துவிட்டுப் படுப்பதற்கு, எனக்கு உரிமை இல்லை.

“ஒருவேளை, இந்தக் கம்பார்ட்மென்ட் முழுவதும், இவன் ரிஸர்வ் செய்திருப்பானோ?” என்று நினைத்தேன். அப்படியாயின், இந்த வண்டியில் ஏறியதே தப்பு. என் தூங்கும் தோழன் விழிப்பின், சாதுவாக இருந்தால், மன்னிப்புக் கோரித் தப்பிவிடலாம். அதுவும் அவனுடைய உயர்ந்த பண்பாட்டிற்குச் சிஷ்யனாகத் தோற்றம் அளிக்கும் நான், மன்னிப்புக் கோரினால், அவன் அளித்துக் கொஞ்ச நேரம் பேசவும் செய்யலாம். ஆனால், அவன் சாதுவாக இராமல் முரடனாக இருந்தால்? கைத்துப்பாக்கி...

அதைப் பார்த்தேன். ‘சட்டம் என்றால் சட்டம்தான்,’ என்று நினைத்துச் சொல்லிச் செய்யும் வெள்ளைக்காரனின் முன்கோபத்திற்குப் பாத்திரம் ஆகிவிட்டால் அவன் என்னை நாயைப்போல் சுட்டுக்கூடத் தள்ளலாம்...

நான் அதற்காகப் பயந்துவிடவில்லை. இன்னும் நான்குமணிநேரத் திற்கு மேலாகும், ரயில் புனாவை அடைய. அதுவரையில் மேல் ‘பெர்த்’தில் சந்தடி செய்யாமல் படுத்திருக்கலாம் என்று முடிவுகட்டி, மற்றொருமுறை அந்த அழகான வெள்ளைப் பொம்மையைப் பார்த்துப் பெருமூச்சு விடுத்து, மேலே ஏறி, ஈரவுடலைத் தளர்த்தினேன்.

ஈர நாய் உதறிக்கொள்வதைப்போல், ரயில் இடமும் வலமும் புரண்டு நின்றது. கீழே படுத்துள்ள தோழன் விழித்துக் கொண்டு என்னைப் பார்த்துவிடக்கூடாது என்பதற்காக, மூக்கைக் கையால் பிடித்துக்கொண்டு மூச்சை வெளியில் விட்டேன். வீண் கலாட்டா எதற்கு? அதுவும் ஒரு வெள்ளைக்காரனுடன் என்பதுதான், என் அடக்கத்திற்குக் காரணம்; பயம் அல்ல, இல்லவே இல்லை.

கீழே ஜன்னலிலிருந்து, யாரோ கூப்பிட்டார்கள்: "ஜான்!" படுத்திருந்தவன் பதில் அளித்தான்: "ஓ, இருக்கிறேன்."

பிறகு கீழிருந்து ஆள் ஜன்னலுக்கு நடந்து செல்வது, தெளிவாய்க் கேட்டது. சாதாரணமாகவே வெள்ளையர் நடக்கும்போது, நல்ல குதிரை மலை மீது ஓடுவதுபோல் சத்தம் கேட்கும்.

கீழே குரல்கள் பேசின: மறந்துவிட்டேன். படுத்திருந்த ஆளின் குரல் கிளாரிநெட் வாசிப்பதுபோல் 'நொய்ங்' என்றிருந்தது.

வெளிக்குரல், "உடம்பு எப்படியிருக்கிறது?"

உள்குரல்: "நல்ல தூக்கம்."

"மார்வலி இல்லையே? அந்த டோஸ் எடுத்துக்கொண்டாயா?"

"ஓ! மார்வலி இல்லை."

"பிராந்தி இருக்கிறதா?"

"இருக்கிறது... ஆனால் உடம்புதான் ரொம்பக் கனக்கிறது; புனாவுக்குப் போக, இன்னும் நாலு மணி நேரமாவது ஆகும். நான் உடம்பை லேசாக்கிக் கொள்ளட்டுமா?"

"செய். ஆனால், ஜன்னலை நன்றாக மூடிவிடு. வெளியிலிருந்து யாரும் பார்க்க முடியாதபடி."

"ஓகே!"

ரயிலின் குரல் அவர்களைப் பிரித்தது; வெளிக்குரல், "அடுத்த ஸ்டேஷனில் பார்க்கிறேன்," என்றுவிட்டு ஓடியது.

அந்தச் சம்பாஷணை எனக்கு அதிசயமாக இருந்தது. உடல் கனத்தைக் குறைக்க நண்பனின் அனுமதியை ஏன் கேட்க வேண்டும்? என்று எனக்குப் புரியவில்லை. ஆடைகளைக் கழற்றுவதனால், யாரும் பார்க்காதபடியாய் ஜன்னலைக் கெட்டியாக மூடும்படி, நண்பன் ஏன் யோசனை கூற வேண்டும்? ஒருவேளை – ஒருவேளை – முழுக்க முழுக்க உடையின் கனத்தைக் குறைக்க...

சே, வெள்ளையர் காட்டுமிராண்டிகள் அல்ல; சூரியன் எப்படிக் கொதித்தாலும், அவர்கள் உடை குறைக்கமாட்டார்களே...

அவர்கள் பேசியதன் பொருள், என்னவென்று புரியவில்லை...

ஜன்னலை – கண்ணாடி உள்பட – இறுக மூடிவிட்டு . . . பிறகு 'கடபுட'வென்று சிறிதுநேரம் கீழே ஏதேதோ சப்தம் கேட்டுக்

கொண்டேயிருந்தது. நான் அசையவே இல்லை. இன்னும் சிறிது கழித்து, கீழே மௌனம் நிலவியது.

அவன் என்னதான் செய்கிறான் என்று பார்க்கத் தோன்றியது; ஒருபுறம் கூச்சமாகவும் இருந்தது, தலையை மட்டும் மெதுவாய்க் கீழே நீட்டிப் பார்த்தேன்;

மறுநிமிஷம் 'ஐயோ' என்று வாய், தொண்டைக்குள் தானாகக் கதற, கைகள் தாமாக ஊன்ற, கால்கள் பாய, மார்பு படபடக்க எழுந்து உட்கார்ந்தேன்.

அழகாய்ப் படுத்திருந்த வெள்ளைக்காரன் அங்கே இல்லை; அவனுக்குப் பதிலாகத் தாறுமாறாகவும் கோரமாகவும் வெட்டுண்டது போன்று ஓர் அரை உடல் அங்கே கிடந்தது!

நான் எதற்கும் பயந்ததில்லை; ஆனால் இப்போது பயந்துவிட்டேன். உன்னால் பயப்படாமல் இருக்க முடியுமா, கேட்கிறேன்? கொஞ்ச நேரத்திற்கு முன்னால், ஓர் ஆளைத் தனியாகப் பார்க்கிறாய்; ஆனால் திடீரென்று அவன் இருக்கும் இடத்தில், பார்வைக்கே பயங்கரமான அரை உடல் கிடந்தால், பயப்படாமல் இருக்கமுடியுமா உன்னால்? கண்கட்டு வித்தை நடக்கும் இடம் அல்ல என்பதையும் மறந்துவிடாதே.

நீ எப்படிப் பயந்திருப்பாயோ, நானும் பயந்துவிட்டேன். கீழே பார்க்கவும் எனக்குப் பயமாக இருந்தது. சிரித்துப் பயத்தை விரட்டலாம் என்று நினைத்தால் சிரிப்பும் வாயை இளித்துவிட்டது. ரயிலிலிருந்து இறங்கி விடலாம் என்றால், அது தலைகிறுகிறுக்கும்படி ஓடிக்கொண்டிருந்தது. அபாயச் சங்கிலியை இழுக்கலாமே என்று நீ சொல்லலாம். ஆனால், ஆனால், அபாயக் காலத்தில் அந்த நினைப்பே உண்டாவதில்லையே!

பயம் ஐந்து நிமிஷங்களைச் சாப்பிட்டபின், என்னைத் தட்டிக் கொடுத்து சமாளித்துக்கொண்டேன். உயிராசை ஒருபுறம் இழுக்க, பயம் மறுபுறம் இழுக்க, இறுதியில் பயம் சிறிது பின்வாங்கியது.

பேய் பிசாசுகளைப் பற்றி, நான் எப்போதும் நம்பியதில்லை; 'எப்போதும்' என்று சொல்லுவதில் பொய்க்கலப்பு இருக்கிறது; சிறுவயதில் இருட்டில்கூடப் போகமாட்டேன்; விவரம் அறிந்தபின், நான் பேய் பிசாசுகளை நம்பியதில்லை. அவை ரயில் பிரயாணம் செய்ததாய் – அதுவும் மனித நண்பர்களுடன் – நான் கதையில்கூடப் படிக்கவில்லை. ஆகவே, கீழே கிடப்பவன் – அல்ல – கிடப்பது பேயோ, பிசாசோ அல்ல.

பின்?

அவன், தன்னைத்தானே வெட்டிக்கொண்டிருப்பானா?

இது பைத்தியக்கார எண்ணம். வெட்டிக்கொள்ளும்போது, ஒருத்தன் கூச்சல்கூடப் போடமாட்டானா? வெள்ளைக்காரனுக்கு ரத்தம்கூட உண்டு; இல்லையா?

என்ன யோசித்தும், எனக்குச் சமாதானப்படவில்லை. யோசனையால் அச்சம் மங்கலுற்றுவிட்டது. குனிந்து நன்றாய்ப் பார்த்தேன்.

‘பாண்ட், கோட்’ இல்லாமல் ஒரு ட்ரௌஸர் மட்டும் அணிந்து கொண்டு அந்த உருவம் கிடந்தது. வலது கையும், வலது காலும், இருக்க வேண்டிய இடங்கள் காலி; மார்பின் வலப்பாகம் சரிந்திருந்தது. எல்லாவற்றிலும் கோரம், அந்த உருவத்திற்கு மூக்கே இல்லை!

நான் முதலில் பார்த்த பொம்மை அழகுக்குப் பதிலாகப் பயங்கரமான – அல்ல; அசிங்கம், சே, அசிங்கமான உருவம்...

நினைப்பில் தடுமாறி, என் கால் ஒன்று கீழே சாய்ந்து, சப்தம் எழுந்தது.

‘யாரது?” என்றது உருவம், குயிலொத்த குரலில்.

நிர்ப்பந்தத்தால் கீழே இறங்கினேன். உருவம் கண்களையும் திறந்து விட்டது; வலது கண் இருக்க வேண்டிய ஸ்தானத்திலிருந்து ஒரு பள்ளம் முறைத்தது. அங்கே கருவிழி, ஒன்றுமே இல்லை! மொத்தத்தில் அந்த உருவம், மனிதவுடலில் இடதுபாதியாகத் தோன்றியது...

“யார் நீ?” அதுவும் பயந்துள்ளது என்று அதன் குரலும், இடது கண்ணும் சாட்சி சொல்லின.

“நானா?... நான்...,” என்று குழறினேன்.

“நீ எப்படி இந்த வண்டியில் வந்தாய்?” அந்த வெள்ளை அரை உடல், தன் இடது கையை ஊன்றி எழுந்திருக்க முயன்றது; முடியாமல் கீழே தொப்பென்று சாய்ந்தது; மீண்டும் சிரமப்பட்டு எழுந்து உட்கார்ந்து விட்டது.

“இது ரிஸர்வ் வண்டி என்று உனக்குத் தெரியாதா? கறுப்பு நாயே, உனக்குப் புத்தி இல்லையா?”

கடவுளே! உனக்கு (கடவுளுக்கு அல்ல, உனக்கு) இந்த மாதிரி அனுபவம் ஏற்படவே கூடாது. எமனுக்கும், பதில் சொல்லிவிடலாம்; அரை உடலுடன் பேசுவது என்றால்...

“தெரியாமல்”

“உடம்பு கறுப்பு என்றால், புத்தியுமா கறுப்பு உனக்கு?”

இருமியது; மறுபடி மெத்தை மீது விழுந்து, இடது கையால் சரிந்திருந்த மார்பின் வலப்பக்கத்தைத் தடவிக் கொடுத்தது. அதனுடைய முணுமுணுப்பின் அர்த்தம், நான் நாசமாய்ப் போகவேண்டும் என்பதுதான். நான் ஏன் பேசுகிறேன்?

“ஏய், அந்த பெர்த் மீது பாட்டிலுக்குப் பக்கத்தில் கிடக்கிறதே, சின்ன சீசாவிலிருந்து இரண்டு துளி வாயில் ஊற்று.”

அப்படியே செய்தேன், உலகத்தை ஆட்டும் மகா சக்தியின் கட்டளைக்குப் பணிவதுபோல்.

சிறிது நேரம் அந்த உருவம் துடிதுடித்தது. கழுத்து அறுபட்டதும் கோழி துடிக்குமே, அது போல!

கடவுளே, புனாவைக் கொஞ்சம் முன்னாலாவது அனுப்பக்கூடாதா? – என்று என் நெஞ்சு துடிதுடித்தது.

கொஞ்ச நேரத்தில் அந்த உருவம் நிதானமுற்றது; இடது விழியையும் வலது பள்ளத்தையும் விழித்து விழித்த அந்தப் பார்வை!

மறுபடியும் அது கஷ்டப்பட்டு எழுந்து அமர்ந்தது,

"நீ எப்போது இங்கே வந்தாய்?" அதன் குரலில் அதிகாரமோ, ஆத்திரமோ இல்லை. சாதா உணர்ச்சி ஒலித்தது. நான் உண்மையைக் கூறினேன்.

"அப்படியானால், நீ என்னை உடையுடன் பார்த்திருக்கிறாய்!"

நான் ஒப்புக்கொண்டேன்.

"உட்காரேன்" என்று குரலில் சாமானியத்தன்மை மட்டும் அல்ல; ஒருவிதப் பணிவும் இருந்தது, உட்கார்ந்தேன்.

"பிராந்தி கொஞ்சம் சாப்பிடுகிறாயா? எடு..."

எடுத்துக் கொடுத்தேன், நான் சாப்பிடவில்லை. இடது கையில் கிளாஸைப் பிடித்துக் குடித்துக்கொண்டே, அந்த அரை உடல் கேட்டது; "என்னை இப்பவும் பார்க்க, உனக்குப் பயமாக இல்லையா?"

நான் இப்போது பயப்படவில்லை, இந்த உருவம் பேய் பிசாசு அல்ல என்று எனக்கு நிச்சயமாகிவிட்டது. சாதாரண மனித ஜென்மம்; ஆனால் வெள்ளைப் பிறப்பு.

"நீ கொடுத்தாயே, சின்ன சீசாவிலிருந்து மருந்து, அது மார்வலிக்கு–"

அதற்குச் சிகரெட் பற்றவைத்துக் கொடுத்தேன்.

"ஆடை எல்லாம் அணிந்திருந்தபோது, நான் எப்படி இருந்தேன்?"

"உம்" என்ற முனகலின் பொருள் வைத்துப் பதில் சொன்னேன்.

"இப்போது?"

பதிலை வேண்டுகிற கேள்வி அல்ல அது; பதில் அந்த உருவிலேயே இருந்தது. இடது கண்ணில் நீர் பிறந்தது; வலது பள்ளத்தின் அடியில் நீர்ஊற்று இரக்கலாம். தென்படவில்லை. அந்த உருவம் – பாவம் மனிதன் என்று சொல்ல முடியாவிட்டாலும், அரை மனிதன் என்பதால் என்ன நஷ்டம்? அரைமனிதன் வருந்தினான்.

"நான் பிறவியிலேயே இப்படி இருந்தேன் என்று நினைக்கிறாயா?"

அவனை அறியவேண்டும் என்று ஆவல், எனக்கும் அதிகமாய் இருந்தது.

"நான் குழந்தையாக இருக்கும்போது, ரொம்ப அழகாய் இருந்தேன். என் தாயாரின் குழந்தைகளில் நான்தான் ரொம்ப அழகு என்று பெருமைப்படுவாள். இப்போது அவள் என்னைப் பார்த்தால்... நல்ல வேளை! அவள் போய்விட்டாள், அவள் ஆன்மா சாந்தி அடைவதாக!"

அரைமனிதன் பெரிய மூச்சு ஒன்றைச் சீறினான், அதாவது, மூக்கு இருக்க வேண்டிய இடத்திலிருந்த துவாரத்திலிருந்து, 'புஸ்ஸ்' என்று சத்தம் வந்தது.

“எத்தனை பெண்கள், என் காதலை வேண்டி என் பின்னால் அலைந்தார்கள்? எத்தனை பெண்களுடன் நான் காதல் நாடகம் – சட்டத்திற்கு விரோதமாக நடத்தினேன். இப்போது மேரிகூட, என்னைப் பார்க்கப் பயப்படுவாள்...”

“மேரி யார்?” என்றேன்; என் ஆத்திரம் எனக்கு.

அவனுடைய இடது கண், ஒரு முழுச் சூரியனைப்போல் பிரகாசித்தது.

“மேரி, என் கண்மணி, என் காதலி. என் உயர்வான பாதி! லண்டனிலுள்ள ஒரு பெரிய ஹோட்டலில் நடனவிருந்து நடக்கும்போது, அவளைச் சந்தித்தேன். கன்னியர் கும்பலில், அவளிடம் என் மனம் ஏனோ சென்றது. டான்ஸ்க்கு அவளை அழைத்தேன்... அந்த டான்ஸை நினைத்தாலே – ஆஹா! எவ்வளவோ பெண்களுடன் ஆடியிருக்கிறேன்; ஆனால், அவள் எவ்வளவு ஹிதமாக இருந்தாள்! மறுநாள் விருந்தாளியாக, அவளால் அழைக்கப்பட்டேன்...”

“தனியாகவா இருந்தாள்?”

“இல்லை, தகப்பனாருடன் பிரயாணம் செய்துகொண்டிருந்தாள். விருந்தின்போது, அவளுடைய தகப்பனாரிடம் என் நிலைமையைச் சொல்லி, அவளை மணக்க விரும்புவதையும் ஜாடையாகச் சொன்னேன். நல்ல மனுஷர். ஒப்புக்கொண்டார். பிறகு அவளிடம், தனிமையில் என் காதலை விவரித்து, விவாகத்தைப் பிரேரேபித்தேன்... அப்போது அவளுடைய முகம் எப்படிச் சிவந்தது? ரோஜா, ரோஜா!”

புனா நெருங்கிக் கொண்டிருந்தது. அரைமனிதனின் காதல் காப்பியத்தைக் கேட்டுக் கொண்டிருக்க எனக்கு நேரமில்லை. கதையின் முடிவுக்கு அவனைத் துரத்தினேன்.

“நீ எப்படி இப்படி மாறினாய்?”அரைமனிதன் பரிதாபமாய்ச் சொன்னான்: “மேரி, இனி என்னைத் திரும்பியும் பார்க்கமாட்டாள். நான் எந்தப் பெண்ணுடனும் டான்ஸ்கூடச் செய்ய முடியாது! ஐயோ, நான் செத்திருக்கக்கூடாதா?...”

“மனைவியின் காதல், உனக்கு ஆறுதல் அளிக்கும்...”

“யார் கண்டார்? அவளுக்கோ இளம் பருவம்... நான் என்னை மனிதன் என்று யாரும் கூறமுடியாது. எனக்குக் கல்யாணமாகி மூன்று வருடங்கள் ஆகின்றன. என்னால் அவளுக்கு இரண்டுமாதங்கூடச் சுகம் இல்லை – அந்தப் பாழும் ஜெர்மன் எருமைகள், எதற்காகவோ சண்டை போட ஆரம்பித்து விட்டார்கள்; அவர்கள் நாசமாகப் போக! எனக்கு யுத்தத்தில் சேருவதற்கு இஷ்டமில்லை; ஆனால், சர்க்காரின் கட்டளையை, யாரால் மீற முடியும்? ஜெர்மானியனோடு சண்டை போட்டு உயிர் விட்டாலும் கௌரவமுண்டு. இந்த மஞ்சள் பேய்களுடன், குள்ள ஜப்பானியர்களுடன் சண்டை போட ஆரம்பித்துவிட்டார்கள். அஸ்ஸாமில் ஜாப்கள் குண்டு போட்டார்கள் அல்லவா? அப்போதுதான் எனக்கு உடம்பெல்லாம் காயம். ஒரு கையும், ஒரு காலும் போச்சு. ஒரு கண்ணில் கண்ணாடி புகுந்தது, மூக்கு காணாமல் போய்விட்டது. இதோ இந்த மார்பைப் பார். ஒரு பக்கம்

சரிந்துள்ளதல்லவா? அடிக்கடி சகிக்க முடியாதபடி வலி எடுக்கிறது. அதற்கு மருந்து... என் மண்டையைப் பார்...”

பார்த்தேன்; ஒட்டுப் போட்டாற்போல் தோன்றியது இருபிளவாக.

“என் மூளைகூட சரியாக வேலை செய்வதில்லை? அதற்காகவும் அடிக்கடி மருந்து சாப்பிடுகிறேன்... இவ்வளவும் போனபிறகு, உயிர் மாத்திரம் ஏன் தப்பியதோ தெரியவில்லை! ஆஸ்பத்திரியில் ஒரு வருஷம் கிடந்தேன்; என்னைக் கொன்றுவிடும்படி டாக்டர்களைக் கெஞ்சினேன். என் மூளை மிகவும் உயர்ந்ததாம்; கைகால் எது போனாலும், அது நாட்டுக்கு உபயோகப்படுமாம். அதற்காக என் உயிரை, உடலுடன் ஒட்டிவைத்துவிட்டார்கள், பாவிகள்! ஆனால், என் மூளை சரியாக இல்லையே!”

அரைமனிதனின் புலம்பல், எனக்கு இரக்கத்தை உண்டாக்கியது. சிறிது கழித்துக் கேட்டேன்: “நான் முதலில் பார்க்கும்போது, நீ முழுமனிதன் போல் இருந்தாயே?”

“அந்தக் கண்ராவியைப் பார்க்கிறாயா? இதோ, இந்த கோட்டையும் பாண்டையும் எடுத்துப் பார்...”

அந்த இரண்டிற்கும், கீழே கட்டையால் செய்யப்பட்ட ஒரு கை, ஒரு கால் பூட்டுடன்! ஒரு போலி மூக்கு, மூக்குக் கண்ணாடி, சின்ன மருந்து சீசா,... இவ்வளவையும் தரித்துக்கொண்டால், அவன் முழுமனிதன்போல் காட்சி அளிப்பான்!

எனக்கு ஒரே திகைப்பு: நீக்கிவிட அவன் விரும்பவில்லை போலும்.

“பத்து நிமிஷத்தில் புனா வந்துவிடும், நீ கொஞ்சம் ஜன்னலுக்கு வெளியில் பார்த்துக்கொண்டு இரேன்.”

என் தலையை வெளியே அனுப்பினேன்; சுமார் பத்து நிமிஷங்கள் நான் உள்ளே பார்க்கவே இல்லை,

“சரி!” என்றான் அவன்; திரும்பினேன். கைகால் மூக்கு எல்லாவற்றையும் கோத்துக்கொண்டு, முன்போலவே முழுமையாகத் தோற்றமளித்தான் அவன். அந்தப் போலி மூக்குதான் எவ்வளவு அழகாய் பொருந்தியிருந்தது! ‘பொம்மைபோல்’ அல்ல பொம்மைதான் பாவம், அவன் உடல், இப்போது கனமாய்த்தான் இருக்கும்!

அவனுடைய இடது கையில் கைத்துப்பாக்கியிருந்தது; அதை என்னிடம் காட்டிக் கூறினான், “சகிக்க முடிந்தவரையில் சகித்துப் பார்ப்பேன்; கடைசியில் இந்தக் கைத்துப்பாக்கி இருக்கவே இருக்கிறது; மாய்த்துக் கொண்டுவிடுவேன்!”

அவனுடைய பேச்சில் வீரத்தன்மை பீறிட்டது.

புனா ஸ்டேஷனில் ரயில் நின்றது, அவன் தொப்பியைத் தலைமீது வைத்துக்கொண்டான். போலியான வலது கரத்தைக் கால் சட்டையில் புகுத்தினான். இடது கையில் ‘வாக்கிங் ஸ்டிக்கை’ எடுத்துக்கொண்டு கம்பீரமாக, ஆனால் சற்று சிரமத்துடன் கதவருகில் சென்றான். பக்கத்து

வண்டியில் உட்கார்ந்திருந்த நண்பன் கைலாகு கொடுத்துக் கீழே இறக்க, இருவரும் புறப்பட்டனர்.

"என் நண்பனே, நான் வருகிறேன்." என்று என்னிடம் விடைபெற்றுக் கொண்டு, 'டக்டக்' என்று அவன் நடந்ததைப் பார்த்தால், அவன் அரை மனிதன் என்று எவனாலும் கண்டுகொள்ளமுடியாது.

அவன் நடந்து செல்வதைப் பிளந்த வாயுடன் பார்த்துக் கொண்டிருந்தேன். வெள்ளைக்காரர்கள் கெட்டிக்காரர்கள் என்பதில் சந்தேகமில்லை. அரை மனிதனை முழுமனிதனாய்த் தோன்றச் செய்யும் சாமர்த்தியமும் அறிவும் உனக்கு உண்டா? வெள்ளைக்காரன், வெள்ளைக்காரன்தான்.

ஆகையால், வெள்ளையரின் ஈடும் இணையும் அற்ற அறிவுக்கு, என் வணக்கம் செலுத்துகிறேன்.

முல்லை **(பிப்ரவரி 1946)**

மாளிகை வாசம் (நவம்பர் 1964)

எம்.வி. வெங்கட்ராம் கதைகள் (டிசம்பர் 1998)

●

போதையும் போதமும்

மனைவியின் சினம் கொண்ட மனத்தை, முகத்தில் கண்ட நான், பயந்து போனேன்! பயப்படுவதற்குக் காரணம் உண்டு. நேற்று நான் எழுதிய டைரிக் குறிப்பை, அவள் படித்துக்கொண்டிருந்தாள். நேற்றைய என் மனோநிலையை, அதில் எழுதியிருந்தேன்.

"பிராந்தி. பீர் வாசனை கண்டு நாட்கள் – ஏன், மாதங்கள் – பல ஆகின்றன. சிகரெட்டின் பின்னால் புகையைக் கண்டும், ரொம்பக் காலம் ஆகி விட்டது. பிராந்தி சாப்பிட வேண்டும்; சிகரெட் பிடிக்க வேண்டும் என்ற எண்ணம் சவுக்குக் கொண்டு அடிக்கிறது. அது மாத்திரமா, அந்தப் பெண்களின் அழகான கும்பலைப் பற்றிய ஞாபகம் எதிரில் நின்று குமிண் சிரிப்பு சிரிக்கிறது. சாந்தினி, உமையா, மோதி, மேரி, ஸ்டெல்லா, லக்ஷ்மி...

"மீண்டும் புனாவுக்குச் சென்று, அந்தப் பெண்களில் யாராவது ஒருத்தியின் கரம் பற்றிக்கொண்டு, கன்டோன்மென்டிலோ, டெக்கான் ஜிம்கானாவிலோ உள்ள ஏதாவது ஒரு ஹோட்டலில் புகுந்து, உண்டு, குடித்து... இந்தத் தாபம் எழுகிறது; அடிக்கடி! ஏனோ? குடும்ப வாழ்க்கை அமைதியாகத் தேக்கம் கொண்ட நீர் சலனமற்று அமைதியாக இருக்குமே, அது போலவா? – இருப்பதாலா? அமைதியுமா அலுக்கும் ..?"

இந்தக் குறிப்பைத்தான்; மனைவி படித்துவிட்டாள். வீட்டை விட்டு வெளியே சென்று அவளுடைய சினம் தணிந்தபின் வரலாம் என்றாலும், வழி இல்லை! குழந்தை, என்னை முற்றுகை இட்டிருந்தது. புஸ்தகம் ஒன்றை எடுத்து, என்னை அதற்குள் ஒளித்துக்கொண்டேன். ஆனால், அவள் என்னை விடவில்லை. "புனாவுக்கு, நீங்கள் உத்தியோகம் பார்க்கத்தான் போனீர்களா? அல்லது..."

என் கையிலிருந்த புஸ்தகம், சுவர் மீது மோதி, விரிந்து கீழே விழுந்தது. அவளுக்கு மிகவும் கோபம் வந்துவிட்டது. ஆனாலும், அவள் மிகவும் பொறுமைசாலி.

"இல்லை, அது ஒரு கதையின் குறிப்பு" என்று, அவளை ஏமாற்ற முயன்றேன்.

அவள் நகைத்தாள். "கதையின் குறிப்புதான் என்று, எனக்கும் தெரியாதா? புனாவில் இருந்தபோதும் இம்மாதிரிக் கதைகளின் குறிப்பு எழுதியிருப்பீர்களே? அந்த டைரியை எடுங்கள், பார்க்கலாம்,!"

"அந்த டைரி, அலமாரியில் எங்கேயாவது..."

"சரி, நீங்கள் தரமாட்டீர்கள்; நானே எடுக்கட்டுமா?" – அவளுக்கு, என்னைப் பற்றிய உண்மை தெரியும். மனைவி அல்லவா? என் அனுபவங்களை விமரிசனத்துடன், டைரியில் எழுத நான் தவறுவதில்லை. டைரியையும் பத்திரமாக வைத்திருப்பேன்; அந்த அனுபவங்கள், ஏதாவது கதைகளுக்கு உபயோகப்படும் என்றுதான்.

அலமாரியைத் திறந்து, புனாவில் நான் எழுதிய ஒரு டைரியை எடுத்து, அவளிடம் கொடுத்தேன்.

"சுவாரசியமாக இதில் ஒன்றுமே இல்லை; குழந்தையைப் பாரேன்" என்று நான் கொஞ்சியது, எனக்கே அசட்டுத்தனமாகப் பட்டது.

"குழந்தையை, நீங்கள் கொஞ்சம் பார்த்துக்கொண்டிருங்கள். உங்கள் புனா வாழ்க்கையின் ஒரு கோடியாவது நான் காண்கிறேன்–." அவள் படிக்கவும் தொடங்கினாள். வகைதெரியாமல் விழித்துக் கொண்டே, என்ன படிக்கிறாள் என்று எட்டிப் பார்த்தேன். அங்கே நான் நடத்திய திருவாழ்க்கையில், அது ஒரு முக்கியமான அத்தியாயம்!

நான் எழுதியிருந்தேன்:–

–நேற்று மிலிட்ரி அக்கவுண்ட்ஸ் ஆபிஸ் வேலையை ராஜினாமா செய்துவிட்டேன். காலை பத்தரை மணிக்குப் போவதும், நாலரை மணிக்குத் திரும்புவதும், உண்பதும், உறங்குவதுமாய் நாள் கழிக்கும் அந்த வாழ்க்கை புளித்துவிட்டது. பக்கத்தில் உள்ள தேகு ரோட் என்ற கிராமத்தில், யுத்தத்துக்குத் தேவையான பொருள்களை உற்பத்தி செய்யும் பல தொழிற்சாலைகள் இருக்கின்றன. அதிகாலையில் எழுந்து போக வேண்டும். என்னைப் போன்ற பட்டதாரிகளுக்கு ஊதியம் அதிகம் கிடைக்கும் என்று, அங்கே வேலை செய்யும் நண்பர்களும் சொன்னார்கள். அங்கு, ஆபீசுகளில் பெண்களும் வேலை செய்கின்றனர். அங்கே ஏன் போகக்கூடாது? –இந்த எண்ணத்துடன், பழைய உத்தியோகத்தை ராஜினாமா செய்தேன். அது ஏற்றுக்கொள்ளப்பட்டு என்னை விடுவித்து விட்டார்கள். நான் இனி, புது வாழ்க்கை ஆரம்பிக்கவேண்டும், அதற்குத் தயாராகவும் இருந்தேன்.

அந்தத் தொழிலாளிகளின் வேலை நேரம், காலை எட்டுமணி முதல் மாலை ஆறுவரை. புனாவிலிருந்து அங்கு வேலை பார்க்கச் செல்பவர்களுக்கென்று, மாலை ஆறுமணி முதல் "ஸ்பெஷல்" ரயில்கள் போகின்றன. ஆகையால், ஸ்டேஷனுக்குப் போக, ஐந்து (யுத்தக் கால மணிப்படி) மணிக்கு எழுந்திருக்கவேண்டும். என்றாலும், இன்று முதல் நாளாகையால், நாலு மணிக்கே விழித்துக்கொண்டேன். குளிர் அதிகமாக இருந்தது. போர்த்திக்கொண்டு படுத்துவிடலாமா என்று நினைத்தேன்.

ஆனால், புதுமை மோகம் என்னைத் தட்டி எழுப்பியது. முகம் கழுவிய பின், குளிரை விரட்டுவதற்காகச் சிறிது தேகப்பயிற்சியும் செய்தேன். பிறகு உத்தியோக புருஷனின் அடையாளச்சின்னங்களைத் தரித்துக் கொண்டு, ஸ்டேஷனுக்குக் கிளம்பினேன்.

ஸ்டேஷனை அடைந்தபோது, ரயில் புறப்பட வெகு நேரம் இருந்தது. ஆபீசுக்குப் போகும் கூட்டம், இன்னும் சரியாகக் கூடவில்லை. குளிர், என்னைக் கட்டையாக்கி விடுமோ என்று தோன்றியது. ஒன்றுக்குப் பின் ஒன்றாய் அணையாச் சுடராய்ச் சிகரெட்டுகளைப் பற்றவைத்து, உடம்புக்குச் சூடு கொடுத்தவாறு, பிளாட்பாரத்தின் ஒரு மூலையிலிருந்த ஒரு பெஞ்சின் மீது உட்கார்ந்திருந்தேன், புது இடத்தில் சம்பளம் நிறையக் கிடைக்கவேண்டும். குஷியாக இருக்கவேண்டும் என்பதைத் தவிர, வேறு யோசனை ஒன்றும் இல்லை. அந்நேரம் பக்கத்தில் யாரோ உட்கார்ந்த சப்தம் கேட்டு, சிகரெட் புகையைத் துரத்திக்கொண்டிருந்த கண்களைத் திருப்பினேன். கவுன் அணிந்த பிராணி ஒன்று.

“ஸாரி,” என்றாள் அவள்.

“பரவாயில்லை,” என்றேன் திரும்பியும் பாராமல்.

“இந்தச் சிகரெட்டைத் தயவுசெய்து ஏற்றுகிறீர்களா?”

ஓ! என்று அவள் வாயிலிருந்த சிகரெட்டை, என் சிகரெட்டால் பற்ற வைத்தேன்.

“வந்தனம்” என்றாள்.

“பரவாயில்லை”

கொஞ்ச நேரம் அவள் பேசவில்லை. திடீரென்று லாடம் கட்டிக் கொள்ளும் மாடு உதைத்துக்கொள்வதுபோல், அவள் பூட்ஸ் கால்களைக் கீழே உதைக்கவே, என்னவோ என்று திரும்பினேன். “மன்னிக்கவேண்டும். நீங்கள் ஏதாவது ஆபீசில் வேலை பார்க்கிறீர்களா?” என்று பேச்சுக் கொடுத்தாள் அவள்.

பெண் என்பதாலேயே நானும் பேச விரும்பினேன். சொன்னேன். “இல்லை; வேலைக்கு முயற்சி செய்யத்தான் போகிறேன்.”

“அப்படியா? எந்த ஆபீசில் அப்ளிகேஷன் போட்டிருக்கிறீர்கள்?”

“போடவில்லை; கையோடு கொண்டு வந்திருக்கிறேன். அங்கேதான் உடனேயே எடுத்துக்கொள்கிறார்களாமே?”

“அங்கே எத்தனையோ ஆபீசுகள் இருக்கின்றன; எதற்கு என்று நிச்சயம் செய்துகொள்ள வேண்டாமா? நான், உங்களுக்கு உதவி செய்யலாமா?”

“நான், உனக்கு நன்றியுள்ளவனாக இருப்பேன்.”

அவள், என் வேலை மனுவை எடுத்துப் பார்த்தாள். “உங்கள் பெயர் ஸோனாவா? இந்த மாதிரிப் பெயரை, நான் கேட்டதே இல்லை!... அட, நீங்கள் கிராஜுவேட்டா? அப்படியானால், நிறையச் சம்பளம் கிடைக்கும். என்னுடன், என் ஆபீசுக்கு வாருங்கள். வேலைக்கு ஆள் எடுக்கும் ஆபீசர்,

எனக்கு ரொம்ப வேண்டியவர். உங்களுக்கு அதிகச் சம்பளமும் வாங்கித் தருகிறேன்."

"அவளிடம் எனக்கு உண்டான நன்றியை, மறுபடியும் தெரிவித்தேன் – பிறருக்கு உதவிபுரியத் தாமாக முன்வரும் மனிதர்கள், பரந்த உலகில் மிகவும் குறைச்சல், இல்லையா? – அவளுடனேயே சென்றேன்; என்னைப்போல ஏராளமான பேர்கள் வேலை மனுவுடன் நிற்பதைக் கண்டு, "பட்டதாரி" என்ற கர்வம் அடங்கிவிட்டது எனக்கு. ஆனால், கூட இருந்தவள் சக்தி உடையவள்; அவள் மூலமாகவே என் மனுவை ஆள் எடுக்கும் ஆபீசரிடம் சேர்த்தேன். கொடுத்துவிட்டு வந்தவள் கூறினாள்; "பத்து நிமிஷம் நிற்போம்; ஆபீசர் வரிசைக் கிரமமாய்ப் பெயர்களைக் கூப்பிடுவார். உங்கள் முறை வந்ததும்..."

நான் போனேன். ஆபீஸர் ஒரு பார்ஸி. என்னைக் கண்ணால் அளந்தார். சர்ட்டிபிகேட்டுக்களைப் பார்த்தார். ஏதோ கேள்விகள் கேட்டார். பிறகு, நாள் ஒன்றுக்கு ஐந்து ரூபாய் சம்பளம் போட்டு, சூபர்வைசராக நியமித்து, "ஆர்டர் எழுதிக் கையில் கொடுத்தார்; ஆபீசுக்குப் போய் வேலை ஒப்புக்கொள்ளும்படி சொன்னார்.

ஆர்டரைப் பார்த்ததும் அவள் தாவிக் குதித்தாள். "நாள் ஒன்றுக்கு ஐந்துரூபாய்! நல்லது; மாதம் நூற்றைம்பது; அதிக நேரம் வேலை செய்தால், அதற்குத் தனிச் சம்பளம். இராத்திரி டூடி போட்டால், இரண்டு பங்குச் சம்பளம். எல்லாம் சேர்த்து மாதம் இருநூறுக்குக் குறைவில்லை; நீ அதிர்ஷ்டசாலி!"

நான் என்னையே பாராட்டிக்கொண்டு, அவளுக்கும் நன்றி செலுத்தினேன்.

"சரி, வாருங்கள்; டீ சாப்பிட்டுப் போகலாம்"

"ஆபீஸ்..."

"எனக்குத் தெரியும்," என்று அவள், நான் எதிர்பாராத விதத்தில், பரபரவென்று இழுத்துச் சென்றாள், ஹோட்டலுக்கு.

பிஸ்கத்தும். டீயும் சாப்பிடும்போது, நான் அவளை நன்றாகக் கவனித்தேன். அதிகச் சம்பளத்தில் வேலை கிடைத்ததற்குக் காரணமான "நகர" தேவதைபோலத் திடீரென்று என் முன் தோன்றி உதவி புரிந்த அவளை, இனியும் கவனியாமல் இருப்பது நன்றியற்ற தன்மை அல்லவா? – அந்த நகர தேவதையின் வாய்தான், முதலில் என்னை ஆகர்ஷித்தது. ஏனென்றால், அது சாப்பிட்டுக் கொண்டிருந்தது. போரிட்டுப் பெருச்சாளியை வென்று ரத்தத்தில் தோய்ந்த நாயின் வாய் போல் இருந்தது அதன் வாய்; கொஞ்சம் அதிகமாகவே உதட்டுச்சாயம் பூசி விட்டதால்! தலைமயிரைத் தாறுமாறாக முள் வேலியைப் போன்று கோணலும் மாணலுமாய் வெட்டிக் கொண்டிருந்தது. பெண்கள் கிராப் வைத்துக்கொள்வதால் அழகு குன்றிவிடுவதாக, நான் நினைக்கவில்லை. ஆனால், என் தேவதைக்கு நன்றாயில்லை. கண்களை மறக்கமுடியாது; வருணனைக்கும் எட்டாது. அது அணிந்த கவுன், அதனுடைய உடலமைப்பின் லட்சணக் குறைவை வெளியிட்டது. பல இயந்திரங்களின் உறுப்புகளை நன்றாய்க் கோத்துச்

செய்யப்பட்ட உருவம்போல் இருந்தது அது – மொத்தத்தில் அழகு என்பதற்காக, அந்தத் தேவதையை ஞாபகத்தில் வைத்துக்கொள்ள முடியாது; அதன் லட்சணக் குறைவுகள்தான், மனதை விட்டு அகலா!

நான் என்னையே நொந்துகொண்டேன் – என் துரதிர்ஷ்டம், அவள் அழகாய்க்கூட இல்லை என்பதுதான் என் வருத்தம்.

சாப்பிட்டு முடிந்தபின் இருவரும் ஆபீஸிற்குக் கிளம்பினோம். டிபன் அவள் செலவுதான்; என்னைத் தள்ளிவிட்டு அவளே கொடுத்தாள். உடல் அவலட்சணம் என்றாலும் மனோலட்சணம் உடையவள். "ஆகா" என்று நான் கொஞ்சம் மயங்கிவிட்டேன்; ஆகையால், என் கரத்தை அவள் பற்றியபோது நான் தடை செய்யவில்லை.

ஆபீசுக்குள் புகுந்தோம். நான் வேலை பார்த்த பழைய ஆபீஸ், ஒரு சாதாரணமான ஒரு கட்டடத்தில் இருந்தது. ஆனால், இந்த ஆபீஸ் – அல்ல, தொழிற்சாலை ஒரு சிறு கிராமம் போலவே இருந்தது. கிராமம் என்றால் பட்டிக்காடு அல்ல. ராணுவத் தேவைகளை உற்பத்தி செய்து விநியோகம் செய்யும் விஸ்தாரமான இடம். எங்குப் பார்த்தாலும் தகரக் கூடாரங்கள், சிறு சிறு சந்துகள், "இந்த இடத்தில், ஊசி முதல் வினாடி காட்டும் கடிகாரம் வரை, படுக்கை முதல் அரிய மருந்துகள் வரை, துப்பாக்கிக் குண்டுகள் முதல் டாங்குகள் வரை எல்லாம் கிடைக்கும்" என்றாள் அவள்.

கிடைக்கும் போலத்தான் இருந்தது, அந்த இடத்தின் தோற்றமும் இரைச்சலும். கொத்தர்கள், தச்சர்கள், சிற்றாள்கள், மெக்கானிக்குகள், சிப்பாய்கள், குமாஸ்தாக்கள், ஸூபர்வைஸர்கள், இவர்கள் எல்லோரையும் வேலை வாங்கும் இங்கிலீஸ் ராணுவங்கள், இந்திய அதிகாரிகள் – இப்படி நூற்றுக்கணக்கில், ஆயிரக்கணக்கில் ஜனங்கள் – (நான் உள்பட) கால்களும் வயிறுகளுமாய் நடந்தனர். ஸ்திரீகளும் இருந்தனர். ஏராளமான யுவதிகளும்தான். அவர்களில் சிலர், உடலைக் கொண்டு நாள் ஒன்றுக்கு ஐந்து ரூபாய் சம்பாதிக்க வந்தவர்கள் என்பதை, அவர்களுடைய நடையும் நோக்கும் பிரசாரம் செய்தன. ஆனால், பலர் உழைப்பின் மூலம் நாளுக்கு இரண்டு ரூபாய் பெறலாம் என்று வந்தவர்கள் என்பதை, அவர்கள் முகம் பார்த்தே கூறிவிடலாம். ஆண்களும் சரி, பெண்களும் சரி, எல்லோருடைய முகத்திலும் திருப்தி இருப்பது போலவே தோன்றியது.

இரைச்சல் காதுகளைத் துளைத்தது. உருவம் கண்களைத் தோண்டியது. வாழவேண்டும் என்பதற்காகப் போர்க்கோலம் பூண்ட மனிதன் செய்யும் பெரு முயற்சிகளில், ஒரு சிறிய குறிப்பிடவும் முடியாத – அம்சம், இந்தத் தொழிற்சாலை. கள்வனிடமிருந்து பொருளைக் காப்பாற்ற வேண்டும் என்பதற்காக, மின்சாரம் பாய்ச்சிய நாற்காலியில் உட்கார்ந்து கொள்கிற கனவான்தான் இன்றைய மனிதன். உயிருடன் இருப்பதற்காக உயிரைக் கொடுக்க வேண்டும் என்ற அரிய தத்துவத்தைப் பிரசாரத்தின் மூலம் மேற்கு நாகரிகம் வற்புறுத்தியதன் விளைவேதான், இந்தத் தொழிற்சாலை. யுத்தத்துக்காக எவ்வளவு அறிவுச் செலவு?

கடைசியில், நாங்கள் வேலை செய்ய வேண்டிய கூடாரத்தை அடைந்தோம். அங்கும் ஓர் இங்கிலீஷ் ஆபீசர்; இராணுவத்தில் காப்டன் பதவி வகிப்பவர். அவரிடம் 'ஆர்டரைக்' கொடுத்துச் செய்ய வேண்டிய

வேலையைத் தெரிந்துகொண்டேன். சம்பளம்போல் வேலையும் அதிகம். இருக்கும் என்று பயந்தேன். வேலை அதிகம் இல்லை. ஆனால், வேலை செய்பவன்போல் இங்கும் அங்கும் நடமாடிக்கொண்டே இருக்க வேண்டும்; அவ்வளவுதான்.

ஆபீசில் வந்த பின்தான், அவள் பெயரைக் கேட்டேன்; மேரியாம். அவள் அங்கே ஒரு டைப்பிஸ்ட். டைப் மிஷின் பக்கத்தில் இருந்ததைவிட, என் பக்கத்தில்தான் அதிகம் இருந்தாள். அது, இது, ஏன் என்று ஏதாவது பேசிக்கொண்டேயிருந்தாள். புதிய இடமானதால், எனக்கு வேறு நண்பர்களும் இல்லை. அவள் பேச்சைக் கேட்டு, என் காதுகள் ஓலமிட்டன. மாலை ஆறுமணிக்குத்தான், தொழிற்சாலையை விட்டு வெளியில் போகவேண்டும்; உள்ளேயே காண்டீன்கள் நாலைந்து இருந்தன. ஏதோ உணவுப்பொருட்கள் கிடைத்தன, வாங்கிச் சாப்பிட்டோம்! அவள்தான் செலவை ஏற்றாள், என் விருப்பத்துக்கு மாறாக.

சாயங்காலம் ஆறுமணி ஆனதும், இருவரும் வெளியில் வந்தோம். தொழிற்சாலை விஸ்தாரமான இடம்தான். ஆனால், உள்ளே இருந்தபோது மூச்சு தவித்தது போலவும், வெளிவந்தபோது ஆறுதலடைந்தது போலவும் தோன்றியது. மூச்சு பெருமூச்சாய் வெளிவந்தது. "முதல் நாள் அல்லவா? சிரமமாக இருக்கும். அதற்குள் உங்கள் முகம் இப்படிச் சிவந்து, சோர்ந்து வாடிவிட்டதே?" என்றாள் அனுதாபத்துடன்.

தானாகவே முன்வந்து எனக்கு வேலை வாங்கிக் கொடுத்ததுமன்றி, வலுக்கட்டாயமாய்ச் செலவுகளையும் தானே ஏற்கும் அந்தப் புண்ணியவதியின் பெருமனம் என்னை மேலும் மயக்கிவிட்டது. முதலில் "ஆகா" என்றிருந்த என் உணர்ச்சி, "ஆகா, ஆகா" என்று மாறியது. ஆனாலும், சாயங்காலம் அல்லவா? எனவே, சோர்வு, பசி. அதனால் ஹோட்டல், டிபன் – மீண்டும் அவள் செலவில்தான்.

புனா ஸ்டேஷனை அடைந்ததும், அவள் என்னை பிரிந்துவிடுவாள் என்று நம்பினேன். ஆனால், அவளுடைய பெருமனம், அதற்கு இடம் தரவில்லை என்று அறிந்தேன். "இன்று இரவு கொஞ்ச நேரம் உல்லாசமாய்ப் பொழுது போக்கலாமா?" என்றாள். அவள், புனாவை அடைந்ததும்.

எனக்கு ஐயையோ என்றாகி விட்டது. இன்னுமா அவளுடன் ...?– "நீ என் நெருங்கிய சிநேகிதி; ஆனாலும் ... –?" என்று இழுத்தேன்.

"சந்தோஷம், சந்தோஷம்." என்று என் முதுகைத் தட்டினாள் அவள்.

நான் சொன்னதை அவள் தவறாகப் பொருள்படுத்திவிட்டாள். ஆனால், அதைத் திருத்துவது எப்படி? "எனக்காக, அவர்கள் காத்திருப்பார்களே?" என்றேன், தீனமாக.

"வாருங்களேன், இருவரும் போய்ச் சொல்லிவிட்டு வரலாம்."

அவளுடன் நண்பர்கள் எதிரில் போக, எனக்குத் துணிவு இல்லை; அவளை மறுத்துப் பேசவும் முடியவில்லை. தாட்சண்யம். "எங்கே போகலாம் என்கிறாய்?" என்றேன், விரக்தியுடன்.

"கெய்டி டாக்கீஸில், ரொம்ப ஜோரான இங்கிலீஸ் படம்."

“சரி,” என்று கூறும்படி நாக்கைக் கட்டாயப்படுத்தினேன். சினிமாவுக்குப் போனோம்; டிக்கெட் என் செலவு, சிகரெட் அவள் செலவு. சினிமா பார்த்தபோது, அவளுடைய கைகள் மிகவும் உறுதியானவை என்பதை அறிய, என் கழுத்துக்குச் சந்தர்ப்பம் வாய்த்தது.

படம் முடிந்து வெளியே வரும்போது, என் பையிலிருந்த பர்ஸை அவள் கையில் எடுத்துக்கொண்டாள். திறந்து பணத்தை எண்ணிப் பார்த்தாள். சுமார் அறுபது ரூபாய் இருந்தது. “நல்லது; வாருங்கள் போகலாம்” என்றாள்.

“எங்கே இன்னும்?”

பக்கத்திலிருந்த ஒரு “கபே”யைக் காட்டினாள். அங்கே ஆடும், கோழிக்குஞ்சும் ஆர்டர் செய்ததோடு, அவள் நிற்கவில்லை. வயிற்றுக்குள் போகின்ற ஆடும், கோழியும் வேக வேண்டும் என்பதற்காகவோ என்னவோ, ஒரு பிராந்தி பாட்டிலும் கொண்டுவரும்படி உத்தரவிட்டாள். “நீ குடிப்பாயா?” என்றேன்; குடிக்கும் முன்பே சுற்றும் தலையுடன்.

“உங்களைப் போன்ற நண்பர்களுடன் உல்லாசமாக இருக்கும்போது மட்டும்” என்றபடி அவள் குடித்தாள். நானும் குடித்தேன். இல்லாவிட்டால், அவளே என் வாயைத் திறந்து ஊற்றுவாள் போலிருந்தது.

இரவு மணி பதினொன்றுக்கு மேல் ஆகிவிட்டது. நாங்கள் வெளியில் வரும்போது, அவளால் நடக்க முடியவில்லை; தள்ளாடத் தொடங்கினாள்; என் மீது சாய்ந்து சாய்ந்து நடந்தாள். அவள் வீடு எங்கே என்று கேட்டுப் பார்த்தேன். சரியான பதில் கிடைக்கவில்லை. ஒன்றும் புரியாமல் கூடவே நடந்தேன். இன்றும் கொஞ்ச தூரம் சென்றதும், ஒரு மதகின் பக்கத்தில் அவள் கீழேயே விழுந்துவிட்டாள்.

எனக்கு ஒரே கலவரம். எவ்வளவுதான் உதாரகுணம் உடையவள் என்றாலும், அலங்கோலமாய் அவள் விழுந்து கிடந்த அந்நிலையில், அருகில் இருக்க எனக்கு அருவருப்பாயிருந்தது. அவளை அப்படியே விட்டுப் போகவும் எனக்கு மனம் வரவில்லை. ஹோட்டலுக்குச் சென்று சோடா ஒன்று வாங்கி வந்தேன்.

அவள் பக்கத்தில் உட்கார்ந்துவிட்டேன். நேரம் ஆகிக்கொண்டிருந்தது; ஜனநடமாட்டம் மிகவும் குறைந்துவிட்டது. சோர்வும் குடி மயக்கமும், என் கண்களைத் தாலாட்டின. பெரிய உத்தியோகம் கிடைத்த மகிழ்ச்சியை நடுத்தெருவில், நள்ளிரவில், குடிமயக்கத்தில் கிடந்த ஒரு பெண்ணுக்கு பக்கத்தில் கொண்டாட நேர்ந்த என் அதிருஷ்டத்தை எண்ணியபடித் தூங்கி விழுந்துகொண்டே உட்கார்ந்திருந்தேன்.

சுமார் ஒரு மணிக்கு, அவள் சுய உணர்வு பெற்றாள். “மிஸ்டர் ஸோனா!” என்பதுதான், அவள் முதல் கூப்பாடு.

“இருக்கிறேன்” என்றேன்.

“மணி என்ன?”

“இரண்டுதான் ஆகப் போகிறது.”

“இவ்வளவு ஆகிவிட்டதா? என் கணவர், எனக்காகக் காத்திருப்பாரே?”

"கணவரா?"

"ஆம்!" என்று அவள் கூறிய பின்கூட, என் உயிர் போகவில்லை. அவளுடன் மேலும் பேசி அவள் குடும்பம், கணவன் முதலியவைகளைப் பற்றிக் கேட்கும் ஆர்வம் எனக்கு உண்டாகவே இல்லை. அவள் விட்டால் போதும் என்றிருந்தது. என் பர்ஸைக் கேட்டு வாங்கிக்கொண்டு, "குட்பை!" என்றுவிட்டு, ஓடாத குறையாகத் திரும்பினேன், என் ரூமை நோக்கி...

மறுநாள் ஆபீசுக்குப் போகவில்லை. இருநூறு ரூபாய் வேலை கிடைத்த மகிழ்ச்சியை இருபது ரூபாய் செலவில் கொண்டாடின அதிர்ச்சி, லேசான ஜுரத்தை எனக்குப் பரிசாக அளித்தது...

மூன்றாம்நாள் காலையில் ஸ்டேசனில் மேரியைக் கண்டேன். ஆனால், அவளுடன் பேச, எனக்குக் பயம். ஆனால், அவள் பயம் அறியாதவள். முந்தாநாள் இரவை என் ஜன்மத்தில் மறக்க முடியாது. இவ்வளவு சந்தோஷமாய் நான் ஒருநாளும் கழித்ததில்லை. சனிக்கிழமை ராத்திரி, இன்னும் ஜோராய்க் கழிக்கலாம், ஞாயிறு விடுமுறை; கவலை இல்லாமல் தூங்கலாம் என்றாள்.

இன்னும் ஜோராகவா? கட்டாயம் நான் செத்துவிடுவேன் – நான் பதில் பேசவில்லை.

"மிஸ்டர் ஸோனா, நீங்கள் ஒரு "பெர்ஸனாலிடி"தான்," என்றாள் அவள், யோசித்தவாறு.

அவள் என்னைப் புகழ்ந்த சமயத்தில்தான், என் மூளை குறுக்கு வழியில் வேலை செய்யத் தொடங்கியது. அவளை விரட்டி விடுவது என்று தீர்மானித்தேன். "நீயும்தான் அழகாயிருக்கிறாய்." அதைக் கேட்டதும் வாய் மாத்திரம் அல்ல, முகமே பல்லாகிவிட்டது.

"ஆனால் சில குறைகள் மாத்திரம் இல்லாதிருந்தால், நீ பேரழகி என்றே சொல்லிவிடலாம். உதாரணமாக, நீ வாயை மூடிக்கொண்டிருக்கும் போதும், உன் பற்கள் வெளியே நடமாடுகின்றன" என்று தொடர்ந்தேன்.

"பற்கள் கொஞ்சம் பெரிசுதான் எனக்கு" என்றாள், கொஞ்சம் வருத்தமாய்.

"மூக்கு இவ்வளவு கட்டையாக இராமல், கொஞ்சம் நீளமாக மாத்திரம் இருந்தால் – இன்ஷ்யூர் செய்யலாம்."

அவளுக்கு இன்னும் வருத்தம்; பேசவில்லை.

"தலைமயிர் இன்னும் கொஞ்சம் மிருதுவாகவும், பளபளப்பாகவும் இருந்தால் பட்டுதானோ என்று தொட்டுப்பார்க்கத் தோன்றும்." – இதைச் சொன்னபின், அவளுடைய கண்களின் அழகைக் கவனித்தேன்.

"என்னைப் பரிகாசமா செய்கிறீர்கள்?" – நான் அவள் பக்கத்தில் நின்றிருந்தால், அவளுடைய கை என் கன்னத்தைக் கட்டாயம் பதம் பார்த்திருக்கும். நான் கூட்டத்தில் புகுந்து ஓடி மறைந்தேன்.

ஆபீசில் அவள் ஒன்றும் செய்ய மாட்டாள் என்ற தைரியம் எனக்கு. அப்படியே அவள் ஒன்றும் செய்யவில்லை. ஆனால், முஷ்டியைக் காட்டி, “நசுக்கி விடுகிறேன்” என்று சைகை செய்தாள். நான் கவனிக்கவில்லை, கொஞ்ச நேரத்துக்கெல்லாம் ஆபீசர் என்னைக் கூப்பிட்டார். “மேரியிடம் ஆபாசமாய் நடந்துகொண்டதாக, அவள் புகார் செய்கிறாளே, என்ன சொல்லுகிறாய்?” என்று கேட்டார்.

“நான் ஆபீசில், அவளுடன் பேசவே இல்லையே.”

“பொய். துர்நடத்தைக்காக உன்னை வேலையிலிருந்து நீக்குகிறேன்.” என்று அவர் கர்ஜித்தார்.

“வந்தனம்,” என்று வெளியில் நடந்தேன்.—பெண்ணே புகார் செய்தால், அதற்கு மாறாக யார் என்ன செய்ய முடியும்? இங்கில்லாவிட்டால் இன்னொரிடத்தில் வேலை கிடைத்துவிடும்; ஆனால் மேரி இருக்கும் இடத்தில் வேலை...

“நீங்கள் வேலை பார்த்த லட்சணம் நன்றாக இருக்கிறது,” என்று கூறியபடியே டைரியை எறிந்துவிட்டுக் குழந்தையை என்னிடமிருந்து பிடுங்கிக்கொண்டு உள்ளே சென்றாள் மனைவி. அவளால் அடுத்த அத்தியாயம் படிக்க முடியவில்லை.

சினந்துகொண்டு அவள் உள்ளே சென்றதைக்கூட, நான் கவனிக்கவில்லை. யோசனையில் ஆழ்ந்தேன். மேரியின் ஞாபகம் புனா போக வேண்டும் என்ற நினைப்பைக் கத்தரித்துவிட்டது. டைரியை எடுத்து அந்தச் சம்பவத்தின் கீழ் ஒரு குறிப்பு எழுதினேன். “மேற்கு நாகரிகத்தில் லட்சணக் குறைவுகள் அதிகம் என்று, மறுபடியும் எழுதினேன். பிராந்தி, சிகரெட், மேலை நாகரிகம் எல்லாம் போதைப் பொருள்கள்; ஒரே ரகம், பிடித்தால் விடமுடியாது.”

மனைவியின் கோபம் பற்றிக் கவலையில்லை; அவளைச் சமாதானம் செய்துவிடலாம்.

சந்திரோதயம் (ஏப்ரல் 30, 1946)

மறுபிரசுரம்: _சுதேசமித்திரன்_ (தீபாவளி மலர்: 1967)

இனி புதிதாய்... (அக்டோபர் 1991)

எம்.வி. வெங்கட்ராம் கதைகள் (டிசம்பர் 1998)

இனி புதிதாய் . . .

மத்தியானம் பன்னிரண்டு மணிக்கு ரயிலை விட்டு இறங்கியபோது, சூரியன் வெகு தாராளமாய் வெயிலை அள்ளி வீசிக்கொண்டிருந்தான்; காசா பணமா கருமித்தனம் செய்ய? காலுக்குத்தான் செருப்பு இருந்தது; தலைக்குக் கவிழ்த்துக்கொள்ள ஒன்றும் இல்லை; தலைக்குள் இருப்பதும் உருகிவிடும் என்று தோன்றியது. களைப்புடன்; பட்டணத்து, 'ஜோப்மாறி'கள், 'முடிச்சவிக்கி'களைப் பற்றிய பயமும் சேர்ந்ததால் பக்கத்தில் இருந்த பெரிய ஹோட்டலில் தங்கிக் களைப்பாறிச் சாயங்காலம் வந்து காரியத்தைக் கவனிக்கலாம் என்று தீர்மானித்தேன்.

சரக்குப் பிடிப்பதற்காக முதலாளி கொடுத்த ஆயிரம் ரூபாயும், தோல் 'பெல்டின்' அடியில்தான் வைத்திருந்தேன். என்றாலும், மாயாவிகளைப் போன்ற பட்டணத்துக் காவாலிகளின் கண்ணுக்கும் கைக்கும் எதுவும் தப்பாது என்று பல கதைகள் கேட்டிருக்கிறேனாதலால், இடுப்பில் உள்ள பெல்ட் சௌக்யமாக இருக்கிறதா என்று தொட்டுப் பார்த்துக்கொண்டே ஹோட்டலுக்குச் சென்றேன்.

பட்டணத்து ஹோட்டல்களில் ராஜபோகம் கிடைக்கும் என்கிறார்களே, முதலாளியின் பெயர் சொல்லி, அதையும் கொஞ்சம் அனுபவித்துப் பார்க்கலாம் என்கிற சந்தோஷம் எனக்கு. மாடியில் அறை ஒன்றை வாடகைக்கு அமர்த்திக் கொண்டு, க்ஷவரம், ஸ்னானம், சாப்பாடு எல்லாம் முடிந்த பின் படுக்கையில் சாய்ந்தேன், கதவைத் தாழிட்டுக்கொண்டு. ரயில்அலுப்பும், வெயில் களைப்பும் சுகமாகத் தாலாட்ட, என் ஜன்மத்திற்கும் கண்டிராத பஞ்சு மெத்தையில் (அப்படித் தான் தோன்றுகிறது) தூங்கியவன், விளக்கு வைத்த பிறகுதான் விழித்தேன்.

கண் விழித்த பிறகுகூட, எனக்குத் தூக்கக் கலக்கமாகவே இருந்தது. மெத்தையையும் அணையையும் விட்டு எழுந்திருக்கவே மனம் வரவில்லை. வெகுநேரம் சாய்ந்தவாறு இருந்தேன்.

வியாபார விஷயம் மறுநாள் கவனித்தால் போகிறது; முதலாளிக்கு அதனால் பிரமாத நஷ்டம் ஏற்பட்டுவிடாது. "டிராவலிங்" செலவு கொஞ்சம் அதிகம் ஆகும்; சரக்குக் கொள்முதல் செய்யும்போது "கமிஷன்" வாங்கியோ, அல்லது செலவு அதிகமாய் எழுதியோ "பில்"லைச் சரிக்கட்டிவிடலாம். இந்தச் சுகம் இன்று இல்லாது போனால், நாளைக்கு எனக்குக் கிடைக்குமா?

வெளியில் வந்து காபி சாப்பிட்டு – அந்நேரத்தில் காபி வேண்டியதில்லை; இருந்தாலும் – வராந்தாவிலிருந்து பட்டணத்தைப் பார்த்தேன்; அது எரிந்துகொண்டு இருந்தது, பேரிரைச்சலுடன்; அழகாகச் சுறுசுறுப்பாகவும் இருந்தது. அந்தக் காட்சியில் லயித்து, ரொம்ப நேரம் நின்றேன். எங்கள் ஊர் கிராமம் அல்ல, சின்னப் பட்டணம்; என்றாலும் இருட்டிவிட்டால் தூங்கி வழியும்; இவ்வளவு அழகாயும் இராது. அதனால்தான் பட்டணம் என்றால் அவ்வளவு மௌவுசு...

தூங்கும்போது தலையைச் சரியாக வைத்துப் படுக்கவில்லையோ என்னவோ, கழுத்து எப்படியோ வலித்தது; ஆட்டி ஆட்டி விட்டும் அது நேராகவில்லை; ஆனால் அதனால், தூக்கப் பிராந்தி நன்றாய்த் தெளிந்தது.

காசும் பணமும் உள்ளவனுக்குத்தான் பட்டணம் லாயக்கு, கேவலம் என்னைப் போன்ற குமாஸ்தாவுக்கு அது தோதுபடுமா? முதலாளியின் செலவில் இரண்டு நாள் குஷியாக இருந்துவிடலாம்; அப்புறம் பழைய கறுப்பன்தானே? எனக்கு வருத்தம் உண்டாயிற்று...

"சார்!" ஹோட்டல் பையன் பின்னால் நின்றான், "ராத்திரி மீல்ஸ் ரூமுக்குக் கொண்டு வந்துடட்டுமா?"

அடக்க ஒடுக்கமாக அவன் பேசினான். என்னுடைய சோம்பல் போக்கையும் தூக்கத் தோரணையையும் பார்த்து என்னையும் ஒரு முதலாளி என்று நினைத்தான் போலிருக்கிறது. இருக்கட்டுமே; அதை நான் ஏன் வீணாய்க் கலைக்கவேண்டும்?

"கொண்டு வாயேன்!" என்று கட்டளையிட்டுவிட்டு, அறையில் சென்று உட்கார்ந்தேன். ஆகாரம் கொண்டு வந்து பரிமாறினான். பசிக்கவில்லை. எனினும், கொஞ்சம் கொஞ்சம் ருசிபார்த்துக் கொண்டிருந்தேன்.

"சாருக்கு, எந்த ஊரோ?" என்று பையன் விசாரித்தான்.

"உம்... கும்பகோணம்..."

"நெனச்சேன்..."

"ஏன்?"

"சாப்ட்றதைப் பார்த்தா, யார் எந்த ஊர் தெரியாதா?... நீங்க பட்டணத்துக்குப் புதுசோ?"

"உம்..."

"வியாபார விஷயமா வந்தாப் போலிருக்கு... எனக்கும் தஞ்சாவூர் ஜில்லாதான்..."

கை அலம்பிக்கொண்டு எழுந்ததும் கேட்டான்: 'சிகரெட், பீடா ஏதாவது...'

நிஜமாகச் சொல்லுகிறேன்: பதினைந்தாவது வயசில் பீடி பிடித்திருக்கிறேன், அப்போதெல்லாம் நான் கொஞ்சம் 'தத்தாரி'யாகக் கூட இருந்தேன், அப்பா அம்மா இருந்ததால். அதற்குப் பிறகு பீடி, சிகரெட் எதுவும் நான் தொட்டதில்லை. தொடுவதற்கு வசதி இல்லை. எங்கள் கடைக்கு—அதுதான் முதலாளி கடைக்கு—சேட்டுகள் வருவார்கள். மோதிர விரலுக்கும் நடுவிரலுக்கும் மையத்தில் சிகரெட்டை வைத்து, "உப்..." என்று புகை உறிஞ்சி, சுவாரஸ்யமாய் வெளிவிட்டுக் கொண்டே உற்சாகமாய் அவர்கள் பேசுவதைப் பார்க்கும்போது, எனக்கும் கொஞ்சம் சபலம் தட்டும். ஆனால், முதலாளியின் முன்னால் அதெல்லாம் செய்யலாமா?... ஆனால், இன்று நான்தான் முதலாளி! என் இஷ்டம்போல் எதுவும் செய்யலாம்...

நான் பணம் கொண்டு வந்ததும், அவன் சிகரெட் கொண்டு வந்தான். தலையணையில் சாய்ந்தபடி, 'ஷோக்'காக சிகரெட்டைப் பற்ற வைத்தேன், சேட்டுகளைப் போல்.

பையன், மறுபடியும் வந்தான்.

"இன்னும் தூங்கலையா, சார்?"

"மத்தியானம், நல்ல தூக்கம்..."

"இப்ப... அப்படியானா, உங்களுக்குத் தூக்கம் வராதே?

பொழுதுபோக்கா, கொஞ்சம் நேரம் சீட்டு ஆடலாமே... பதிமூணா நம்பர் ரூம்லே ஆடறா..."

சீட்டிலும்கூட எனக்கு அதிகப் பரிச்சயம் கிடையாது. உடம்பை அடகு வைத்து, வட்டிக்காக உயிரையும் வாங்கும் குமாஸ்தா உத்தியோகத்தில், அதற்கெல்லாம் போது ஏது? ஜாதி சேர்க்கிற ஆட்டம், 'அமெரிக்கன் ஆஸ் –தெரியும். அது ரொம்பவும் சின்ன ஆட்டம். 'நாலு பேருடன், போயும் போயும், அந்த ஆட்டமா ஆடுவது?

"எனக்குத் தெரியாதே அப்பா; ஜாதி சேர்க்கிற ஆட்டம் மாத்திரம் தெரியும்; இங்கே பெரிய ஆட்டம்தானே போடுவாங்க?"

"அதான் இங்கேயும் ஆட்றா; தூக்கம் வரலே என்னேளேன்னு சொன்னேன். தூக்கம் வந்தா படுத்துட்றது..."

தூக்கமும் வரவில்லை; சற்று நேரம் ஆடிவிட்டுத்தான் வருவோமே என்று கிளம்பினேன்.

அங்கே உட்கார்ந்திருந்தவர்கள் எல்லோரும் பெரிய மனிதர்களாய்த்தான் தோன்றினார்கள். தயக்கத்துடன் உள்ளே நுழைந்தேன். முதலாளி வேஷத்தில் தயங்கினால் கேலிக்கு இடமாகும் என்று மனசைத் திடப்படுத்திக்கொண்டேன். தஞ்சாவூர்ப் பையன் என்னை அவர்களுக்கு அறிமுகப்படுத்தி, எனக்கு ஒரு 'சான்ஸ்' தரும்படி சொல்லிவிட்டுப் போனான்.

ஒரு பெரிய மனிதர் சொன்னார்: "கொஞ்சம் உட்காருங்கோ... பத்து நிமிஷத்தில் உங்களுக்குச் சான்ஸ் தருகிறோம்..."

அப்போதுதான் கவனித்தேன், அவர்கள் காசு வைத்து ஆடுவதை. ஜாதி சேர்க்கிற ஆட்டம்கூடப் பெரிய ஆட்டம்தான் என்று தெரிந்தது. ஒரு 'பாயிண்டு'க்கு நாலணாவாம்! ஆனால், முன்வைத்த காலைப் பின்வைப்பதில்லை என்று உறுதியுடன் உட்கார்ந்தேன்.

எனக்குச் "சான்ஸ்" தருவதாய்ச் சொன்ன மனிதரின் கையைக் கவனித்தேன். அவர் மிகவும் மட்டமாக ஆடிக்கொண்டிருந்தார். ஒன்று, அவர் கற்றுக்குட்டியாக இருக்கவேண்டும்; அல்லது தூக்கக் கலக்கமாக இருக்கவேண்டும்; இல்லாவிட்டால் ஏதாவது போதை. "ஒஸு"க்கு எண்ணிக்கை குறைச்சல் என்பதற்காகக் கழிக்காமலேயே வைத்திருந்தார்; அவர் பிரித்து ஆடியிருந்தால் கட்டாயம் கெலித்திருந்திருக்கலாம்... ஆனால்... ஆட்டம் போச்சு! ஒன்று, இரண்டு, மூன்று ஆட்டத்தில் பாவி மனுஷன் முப்பது ரூபாய் தொலைத்துவிட்டான்.

இந்த முட்டாள்களின் கோஷ்டியில் விளையாடினால் நிச்சயமாய், ஜெயிக்கலாம் என்று எனக்கு நம்பிக்கை உண்டாயிற்று. எனக்கு 'சான்ஸ்' கிடைக்காமல் போய்விடுமோ என்று துடித்துக்கொண்டிருந்தேன். நல்லவேளை, ஒருவன் எழுந்தான், காலியான ஸ்தானத்தை நான் பூர்த்தி செய்தேன்.

நான் நினைத்ததும் நிஜம் ஆயிற்று. அவர்கள் எல்லோரும் முட்டாள்தனமாகத்தான் ஆடினார்கள். அதிகமாய் சீட்டாடாத நான்கூட அறுபது ரூபாய் வரை ஜயித்துவிட்டேன் என்றால்!

எனக்குச் சந்தோஷம் தாங்கவில்லை. மறுநாள் முதலாளி தயவை எண்ணாமலேயே, பட்டணத்தை நன்றாகச் சுற்றிப் பார்க்கலாம் அல்லவா?

அச்சமயம் புதிதாய் நாலைந்து பேர்வழிகள் வந்தார்கள், ஹாட்டும் பூட்டும் போட்டுக்கொண்டு, எங்கள் கோஷ்டியில் விறுவிறுப்பு உண்டாகியது.

"பெரிய கோஷ்டிக்கு வருகிறீர்களா ஸார்?" என்றார் பழைய பெரிய மனிதர், என்னிடம்.

"பெரிய கோஷ்டி" என்றால், பணம் அதிகம் என்று புரிந்தது; தயங்கினேன்: முதலாளி – ஊரான் பணத்தைக் கொண்டு...

"இவ்வளவு சாதுரியமாக ஆடும் நீங்கள் தயங்கினால்..."

அதுவும் உண்மைதான். அவர்கள் எல்லோரும் மட்டமாக ஆடினார்கள். அதிர்ஷ்டம் வேறு என் பக்கம் இருந்தது. சின்னக் கோஷ்டியில் அறுபது மிச்சமானால், பெரியதில் எவ்வளவு ஆகும்? ஒருகை பார்த்துவிடலாம் என்று முடிவு கட்டினேன்.

"ஆளுக்கு ஐநூறு டிபாஸிட் செய்ய வேணும்," என்றார் ஒருத்தர்.

எல்லோரையும் போல் நானும் டிபாஸிட் செய்தேன், பெல்டில் இருக்கும் பணத்தை.

ரொம்ப நேரம் ஆடினதாகத் தெரியவில்லை. முதலில் ஜயித்த பணத்துடன் கையில் இருந்ததும் கரைந்தது, மறு ஆட்டத்தில் நிச்சயம் வெற்றி என்ற நம்பிக்கை; பந்தயம் வலுத்துக்கொண்டே போயிற்று; பத்து, இருபது

என்பது போய் ஐம்பது, நூறு என்று ஏறியது. நானும் துணிந்துவிட்டேன்; போனதை மீட்கவேண்டும் என்ற ஆத்திரம்; இரண்டு ஆட்டம் சேர்ந்தாற் போல், ஜெயித்தால் போதும். ஆனால்...

அதிர்ஷ்டம் என்னைக் கைவிட்டுவிட்டது?

இரண்டு மணி அடிக்கும்போது கையில் இருந்தது எல்லாம் போய் 'டிபாஸிட்'டிலிருந்தும் கடன் வாங்கியாகி விட்டது. என், நம்பிக்கையும் மறைந்தது. 'டிபாஸிட்'டில் முன்னூறுதான் பாக்கி... சுரீல் என்றது. அதுவும் தொலைந்துவிடுமோ என்று பயந்துபோனேன்.

"தூக்கம் வருகிறது... பாக்கி தாருங்கள்... இன்றைக்குப் போதும்..."

"இன்னும் ஓர் ஆட்டம்..."

"போதும், போதும்..."

பணத்தை எடுத்துக்கொண்டு எழுந்தேன். சீட்டையே உற்றுப் பார்த்ததாலோ என்னவோ, கண்ணுக்கு முன்னால் பஞ்சு தெறிப்பது போல் இருந்தது. தலை கிறுகிறுத்தது. இடுப்பை நேராக வைத்துக்கொள்ளவும் முடியவில்லை. உடம்பு தாறுமாறாக வலித்தது. அறைப்பக்கம் திரும்பினேன், அப்போதுதான், வெகு அவசரமாக ஓர் ஆள், என் பக்கத்தில் வந்து நின்றான்.

"அம்மா, உங்களை அழைத்து வரச் சொன்னார்கள்..."

ஆள் மாறாட்டமாக இருக்கும் என்று எண்ணி, "நான் இல்லை" என்று கூறிக்கொண்டே நடந்தேன்.

"உங்களைத்தான் சார்", என்றான் அவன், அழுத்தமாய். "வந்து பதில் சொல்லிவிட்டுப் போய்விடுங்கள்..."

யாருக்கு என்னவோ என்று பயந்து, நான் அவனுடன் சென்றேன். அங்கே ஒரு பெண் தனியாக, அப்போதுகூட அழகாய் உடுத்திக்கொண்டு உட்கார்ந்திருந்தாள்.

"இவ்வளவு நேரம் உங்களுக்காகத்தான் காத்திருந்தேன்" என்றாள் அவள் எழுந்து, பக்கத்தில் வந்து, ஒரு நாற்காலியில் என்னை உட்கார வைத்து.

"எனக்காகவா? நான்"

"சாயங்காலம் தேடினீர்களாம்... நான் வெளியே போயிருந்தேன்..."

ஆள் மாறாட்டம் என்று ஊர்ஜிதப்பட்டது.

"நான்..."

அவள், என்னைப் பேச விடவில்லை.

"எதற்காகத் தயங்குகிறீர்கள்?"

"உன்னைத் தெரியவே இல்லையே!"

"நிஜமாகவா? நன்றாய்ப் பாருங்கள்; என் ஞாபகம் வரவே இல்லையா?"

பல நாளாய் என்னை அறிந்தவள்போல், அவள் பேசினாள். அவள் முகத்தைப் பார்த்தேன், தெரிந்த முகமாக இல்லை; ஆனால் தெரிந்துகொள்ளத் தூண்டும் முகம்தான்.

"எங்கேயோ பார்த்திருக்கிறேன்; நினைவுக்கு வரவில்லை."

"நீங்கள் சினிமாவே பார்ப்பதில்லையா?"

"எப்போதாவது பார்ப்பேன்; அதற்கெல்லாம் நமக்கு ஓய்வு ஏது?"

"நான் ரொம்ப சினிமாவில் 'ஆக்ட்' பண்ணியிருக்கிறேன்."

என்னால் திகைப்பைத் தாங்க முடியவில்லை. சீட்டாட்டத்தில் கைவிட்ட அதிர்ஷ்டம், மறுபடியும் என்னைப் பற்றிவிட்டது, சினிமா நடிகையுடன் பேசுவது என்றால் – அதுவும் அவளாகவே அழைத்து – லேசான காரியமா?

அவள் பல படங்களின் பெயர் சொன்னாள்; எந்தப் படத்திலும் அவளைப் பார்த்ததாக எனக்கு ஞாபகம் வரவில்லை. அதை அவளிடம் ஒப்புக்கொள்ளவும் எனக்கு விருப்பம் இல்லை.

"இன்னும் கொஞ்ச நாளிலே, எனக்குக் கதாநாயகி பார்ட் தருவதாய், டைரக்டர் சார் சொல்லியிருக்கார்."

கதாநாயகி ஆவதற்கு அவள் தகுதி வாய்ந்தவள்தான். அவள் பெயர் மிஸ் ஸரோஜாவாம். பெயருக்கு முன்னால் 'மிஸ்'ஸைப் போட்டால், ரொம்பவும் அழகாய்த்தான் இருக்கிறது.

மறுநாள் காலை ஒன்பது மணிக்குத்தான், எனக்குப் பொழுது விடிந்தது. வெந்நீரில் அமுக்கிப் பித்த மயக்கத்தைத் தெளிவித்த பிறகுதான், என் புத்தி, ஸ்வாதீனத்தில் வந்தது.

'பெல்டை'த் திறந்து பார்த்தேன். இரண்டு நூறு ரூபாய் நோட்டுகளும் சொச்சமும் இருந்தன. ராத்திரி எனக்குச் சனியன்தான் பிடித்தது. முதலாளிக்கு என்ன பதில் சொல்லுவது? சரக்கு வாங்கக் கொண்டு வந்த பணத்தை நான் விரயம் செய்த விஷயம் தெரிந்தால், சுட்டெரித்து விடுவார்.

நம்பிக்கைத் துரோகம் செய்துவிட்டோம் என்று தோன்றியது.

அவர், எவ்வளவோ ஆயிரங்கள், இதைவிட மோசமாக விரயம் ஆக்கவில்லையா? நானும், இதர குமாஸ்தாக்களும் உழைப்பதால்தானே?

ஆனால், இதையெல்லாம் அவர் ஒப்புக்கொள்வாரா? உண்மையாக நடந்ததைச் சொன்னாலும் நம்பமாட்டார். நிச்சயம், நான்தான் மறைத்துவிட்டுப் பொய் சொல்வதாக நினைப்பார். வடிகட்டின கஞ்சன் அல்லவா? கொஞ்சம்கூட ஈரம் இல்லாத மனிதர். போலீஸில் சொல்லி, கையில் விலங்கு மாட்டி, வார்ப்பட்டையால் தோலை உரிக்கச் செய்தாலும் செய்வார்; 'செய்தாலும்' என்ன, கட்டாயம் முதுகுத்தோல் உரிந்து போகும்...

ஹோட்டல் பில்லையும் மரியாதையாகக் கொடுத்துவிட்டு . . . ஹோட்டல்காரனிடம் கெட்ட பெயர் எதுக்கு? – ரயில்வே ஸ்டேஷனுக்குச் சென்றேன். ஊருக்கு டிக்கெட் வாங்க, எனக்குத் தைரியம் இல்லை.

ஊரில் அப்படி என்னதான் கொட்டி வைத்திருக்கிறது? பெண்டாட்டி, பிள்ளை, வீடு, வாசல், அது, இது என்றெல்லாம் எனக்கு ஒரு கட்டும் இல்லை. நல்லவேளை, தனிக்கட்டை! குமாஸ்தா வேலைதான், ஒரே பந்தம், அதுவும் விட்டது.

கைகால் உள்ள மனுஷன் எங்கிருந்தால் என்ன? பிழைப்பதற்கா வழி இல்லை? பட்டணத்தை அப்புறம் பார்த்துக்கொள்ளலாம். இங்கே இருந்தால் நாலு பேர் தெரிந்தவர்கள் காணக்கூடும். பேசாமல் தூரமாய் வடக்கே போய்விட்டால்?

பம்பாய்க்கு டிக்கெட் வாங்கினேன்; இனி, புதிசு புதிசாய் ஊர் பார்க்கலாம்...

கிராம ஊழியன் **(மே 1, 1946)**

இனி புதிதாய்... (அக்டோபர் 1991)

எம்.வி. வெங்கட்ராம் கதைகள் (டிசம்பர் 1998)

பனிமுடி மீது ஒரு கண்ணகி (டிசம்பர் 2007)

•

மறதி மாயம்

நாளேடு, வார இதழ், மாத மலர், ரேடியோ, டெலிவிஷன், ஒலிபெருக்கி, சினிமா என்பதாய் உலகத்தில் வெளிச்சமும் சத்தமும் அதிகமானதால் மனிதனுக்கு ஏற்பட்ட பெரும் கஷ்டம் – என்னவென்றால், அவன் உண்மையைக் கண்ணுக்கு முன்னால் கண்டாலும், அவன் அதைக் கண்டுகொள்ள முடியவில்லை. பின், உண்மையை அவன் எப்படி நம்ப முடியும்? மிகவும் சமீபத்தில், எனக்கு நேர்ந்த உண்மையான அனுபவத்தைச் சொல்லப்போகிறேன், நம்ப முடிகிறதா என்று பாருங்கள்.

1969 நடப்பு ஆண்டுதான்; அக்டோபர் மாதம் 17ம் நாள்; நவராத்திரிப் பண்டிகையில் சக்திக்குரிய ஒருநாள் என்பதைத் தவிர, அந்த நாளுக்கு வரலாற்றுச் சிறப்பு எதுவும் இருப்பதாகத் தெரியவில்லை. வழக்கப்படி – ஆப்பிரிக்க அரசியல்வாதிகளைப்போல், கத்தியாலும் துப்பாக்கியாலும் சண்டையிடாமல் நம் அரசியல்வாதிகள் மிகவும் நாகரிகமாக அறிக்கைகளால் சண்டையிடுகிறார்கள் அல்லவா? அன்றும் அம்மாதிரி – பல அறிக்கைகள் வெளிவந்தன என்பதைத் தவிர வேறு ஒரு விஷயமும் இல்லை.

காலை சுமார் ஒன்பது மணிக்குப் பாண்டி பஜார் ஹோட்டல் ஒன்றில் சிற்றுண்டி அருந்திவிட்டு, வெளியில் வந்தேன். ஹோட்டல் வாசலிலே பஸ் ஸ்டாப்; சிற்றுண்டி உண்டாக்கிய கிறக்கத்துடன் தியாகராய நகர் பஸ்ஸுக்காகக் காத்திருந்தேன்.

நாம் எதிர்பார்க்கிறபோதுதான் பஸ் வராதே! 12, 12ஏ, 12பி, 12சி, 12டி என்ற பஸ்கள் போய்க்கொண்டேயிருந்தன. தி.நகர் பஸ் வரக் காணோம்.

அரைமணி நேரத்திற்கு மாற்றி மாற்றி நின்று கால்கள் கடுக்கத் தொடங்கின. மாணவர்களுக்கும் டிரைவர்களுக்கும்

மோதல் நடந்ததாய்த் தெரியவில்லை. பெரிய தலைவர் யாரும் இயற்கை எய்தியதாய்ச் செய்தி இல்லை. ஆளும் கட்சியோ, எதிர்க் கட்சியோ, கிளர்ச்சி செய்வதாய்த் தகவல் இல்லை. பின் தி நகர் பஸ்கள், என்ன ஆயின?"

முக்கால் மணி நேரத்துக்கு மேலான பிறகு, சாப்பிட்ட சிற்றுண்டி சீரணமாகி மற்றொரு காபி தேவைப்பட்டபோதுதான், எனக்கு ஞாபகம் வந்தது. நான் தி.நகரில் இருந்துகொண்டே, தி.நகர் போகக் காத்துக் கொண்டிருக்கிறேன் என்று! நான் மயிலாப்பூர் பஸ்ஸுக்குப் போக வேண்டியவன்; பாண்டி பஜாருக்கும் லஸ்ஸுக்கும் பெயர்ப் பொருத்தம் கூட இல்லை. ஆனால், சென்னையில் மாதக் கணக்கில் தங்கியிருந்தும் இரண்டு பெயர்களையும் குழப்பிக்கொள்வது என் வழக்கம். லஸ்ஸில் மயிலை பஸ்ஸுக்காகக் காத்திருப்பதும், பாண்டி பஜாரில் தி.நகர் பேருந்துக்காகக் காத்திருப்பதும் எனக்கு அது முதன்முறை அல்ல.

இந்த மறதிக்கு, என்ன காரணமோ? (வழக்கம்போல் "ஆண்டவனுக்குத்தான் தெரியும்" என்று எழுதப்போனேன். அறிவாளியாகிக் கொண்டிருக்கும் என் பேனா நிறுத்திவிட்டது. "கடவுள் இல்லை; கடவுளைக் கும்பிடுகிறவன் காட்டுமிராண்டி" என்று அறிவாளிகள் சிலாசாசனம் செய்துவிட்டபின், இவ்வளவு வலுவாகத் தாக்குண்டபிறகும் வாளாவிருக்கும் கடவுளை – அப்படி ஒரு நபர் இருந்தால்தானே – எல்லாம் வல்லவன், எல்லாம் தெரிந்தவன் என்று எப்படி நம்புவது? அந்த "இல்லாத" கடவுளை, என் கதையிலிருந்து பிரஷ்டம் செய்துவிட்டு, தூய பகுத்தறிவுக் கதையாக (அல்லது கட்டுரையோ இது?), என் அனுபவத்தை விவரிக்க முடிவு செய்துவிட்டேன்.)

ஹோட்டலில் இன்னொரு காப்பி குடித்துவிட்டு, உற்சாகமாய் வெளியே வந்தேன். 12–டி வந்தது; பஸ்ஸில் கூட்டம் அதிகமில்லை; ஊரெல்லாம் சுற்றிக்கொண்டு லஸ்ஸுக்கும் போகும். எனக்கு அவசரமில்லை; தொத்திக்கொண்டேன். சற்று நேரம் நின்றுகொண்டிருந்தேன். பெண்கள் சீட்டில் ஒருவர் கீழே இறங்கினார். இரண்டு மூன்று பேர் அந்த இடத்திற்குப் போட்டியிட்டனர். வெற்றி எனக்குத்தான்; உட்கார்ந்துவிட்டேன்.

எனக்கு இடதுபுறத்தில் ஓர் இளைஞன்; பிறகு ஒரு பெண். கணவன் மனைவியாக இருக்கலாம், இவ்வாறு ஜோடியாகப் போகிறவர்களைப் பார்த்தால், எனக்குப் பொறாமையாக இருக்கும். எனக்கு அந்த பாக்கியம் கிட்டவில்லை. எனக்கு இப்போது ஐம்பது வயது நடப்பு; பத்தொன்பது வயதிலே எனக்குத் திருமணம் நடந்துவிட்டது. இளம் தம்பதிகள் கைகோத்துக்கொண்டு நடந்து செல்வதை அடாவடித்தனம் என்பதாகக் கும்பகோணத்தார் (இதுதான், என் ஜன்ம பூமி) எண்ணிய காலம் அது, ஆயினும் நான், சென்னைவாசிகளைப்போல் முற்போக்கான எண்ணங்கள் படைத்தவன்; வயதான என் பெற்றோரும் என் சுயேச்சையில் தலையிடவில்லை; ஆயினும், இல்லறத்தின் புதுமையை நுகர முடியாமல் எத்தனையோ அல்லல்கள் – ஓ, அது எல்லாம் சுயசரிதம். இங்கு அதற்கு இடமில்லை.

தோளோடு தோள் இணைந்து உட்கார்ந்திருந்த தம்பதியை நினைவுச் சுழலிலிருந்து விடுவித்துக்கொண்டு கவனித்தேன். முதலில், பெண்ணிடம்

நாட்டம் சென்றது, நல்ல அழகு; ஆரோக்கியமான உடற்கட்டு. "இந்த இளைஞன். அதிர்ஷ்டசாலி" என்று பெருமூச்சு விட்டபடி, அவனைப் பார்த்தேன்.

எங்கோ பார்த்த முகமாய்த் தெரிந்தது. தஞ்சாவூர் காவிரிக்களை முகத்தில் துலங்கியது. கூர்ந்து சற்றுநேரம் உற்றுப்பார்த்த நான், திடுக்கிட்டேன்.

இருபத்தைந்து ஆண்டுகளுக்கு முன்பு, அதாவது என் இருபத்தைந் தாவது வயதில் நான் எப்படி இருந்தேனோ, அப்படியே இருந்தான் அவன்! உடல் அமைப்பு; வலது பக்கமாகச் சற்றே தலை சாய்த்துப் பார்க்கும் விதம்! எனக்கு இப்போது தலை நரைத்துவிட்டது; அவனுக்கு கருகருவென்று இருந்தது. வலது பக்கம் வகிடெடுத்துத் தலைவாருவது என் வழக்கம். அவனும் டிட்டோ, உடையில்கூட ஒற்றுமை, என்னைப் போலவே அவனும் வெள்ளைச் சட்டை, வெள்ளை வேட்டி, வெள்ளை மேல்துண்டுடன் காட்சியளித்தான்.

என் உருவத்தில் ஏற்பட்டு வந்துள்ள மாறுதல்கள், எனக்குத் தெரியாமலா இருக்கும்? இருபது முதல் முப்பது வயதான என்னைப் பார்த்தவர்கள், நாற்பது முதல் ஐம்பது வயதான என்னைச் சட்டென்று அடையாளம் கண்டுகொள்ள முடியாது. உடல் பருப்பதும் இளைப்பதும் என் பொருளாதார வளத்தைப் பொறுத்திருக்கும். திரை என்னைத் தீண்டவில்லை; சுமார் ஒன்றேகால் டஜன் குழந்தைகளுக்கு உயிர்த்தானம் வழங்கிய பின்னும் என் உடலின் மெருகு குலைந்துவிடவில்லை. நரைதான் என் வயதைக் காட்டிக் கொடுத்துவிட்டது. வயதின் இந்தச் சேதம் ஏதும் இல்லாமல், இருபத்தைந்தாவது வயதில் நான் இருந்ததுபோலவே இருந்தான் அவன்.

வெறும் உருவ ஒற்றுமைதானா? அல்ல; என் இடதுகை மணிக்கட்டுக்கு மேல் ஒரு கருப்பு மச்சம் இருக்கிறது; அவனுக்கும் இருந்தது. என்னைப் பார்க்கிறவர்கள், "இவன் ஒரு ஏமாளி" என்று எண்ணும்படியாக, ஒரு அசடு (தெளிவோ?) என் முகத்தில் இருக்கிறது. அவனுக்கும் இருந்தது. (ஆயிரக்கணக்கான பாத்திரங்களை அழகாய் வருணிக்கும் எழுத்தாளர்கள், தங்களை வருணித்துக்கொள்ள முடிகிறதா என்று முயற்சி செய்து பார்க்கட்டும்!) "சுருக்கமாய்ச் சொன்னால், என் பக்கத்தில் உட்கார்ந்திருந்தவன், இருபத்தைந்து வயது நான்!

நான், பிரமிப்புடன் அவனைப் பார்த்தேன், உண்மை; அவன் "முன்னாள் நான்!" ஆனால், எப்படி நம்புவது? "பிரமை, பிரமை" என்று என்னைத் தெளிவித்துக்கொண்டு பார்த்தேன்; ஹோட்டல் காப்பியின் விளைவோ என்று கண்ணைக் கசக்கிக்கொண்டு பார்த்தேன். எப்படி எந்த திசையிலிருந்து நோக்கினாலும், அவன் இருபத்தைந்து வயது நான்தானே!

அவனோடு பேசவேண்டும், அவனைப் பற்றி அறியவேண்டும், என்று எனக்கு ஆர்வம் ஏற்பட்டது. எனக்கு எப்போதும் சங்கோஜம் அதிகம்; மூன்று நாட்கள் சேர்ந்து பிரயாணம் செய்தாலும் மற்ற பிரயாணிகளுடன் நானாகப் பேச்சு கொடுக்க மாட்டேன். அவனும் என்னைப் போலவே

சங்கோஜியாக இருப்பானோ? நான் அவனைக் கண்டுபிடித்தாற்போல், அவன் என்னைக் கண்டுபிடித்ததாகத் தெரியவில்லை. அவன், என் பக்கம் திரும்பவேயில்லை. அவனுடைய கவனம் முழுவதும், தன்னைத் தழுவியிருந்த பூங்கொடியிடமே இருந்தது.

பூங்கொடிதான் அவள்; சந்தேகமே இல்லை. என் கவனம் அவனிடமிருந்து விடுபட்டு, அவளிடம் லயித்தது. இருபத்தைந்து வயது நான் அழகியைப் பார்ப்பதற்கும், ஐம்பது வயது நான் அவளைப் பார்ப்பதற்கும் என்ன வித்தியாசம்? இருபத்தைந்து நான், பெண்ணின் முக அழகைப் பார்த்ததும் ஏமாறுகிறேன். அவள் கைப்பட்டாலே கிறங்குகிறேன். ஐம்பது வயது நான், அவளுடைய உடலழகு முழுவதையும் ஆராய்கிறேன். ஆரோக்கியம் இல்லாத வெறும் பூச்சழகு, இல்லற வாழ்க்கைக்கு ஏற்காது என்பதையும் நான் மறக்கவில்லை.

ஐம்பது வயதானதும் மனிதன் ஐம்புலன்களையும் அவித்துப் பரமஞானி அல்லது பேரறிஞன் ஆகிவிடவேண்டும் என்று, இருபத்தைந்து வயது அசடுகள் எண்ணுகிறார்கள். ஆனால், அனுபவ மிகுதிதான் இன்பத்தை ரசமயம் ஆக்குகிறது என்று நான் சொல்லுகிறேன். மோக வெறி என்கிறீர்களா? மோகம் இல்லாவிட்டால், நீங்களும் நானும் இந்த உலகமும் ஏது? வேலியைத் தாண்டி இன்பம் துய்க்கும்படி, நான் போதிக்கவில்லை. அதனால் எம்.பி.பி.எஸ்.களுக்குத்தான் வேலை அதிகமாகும் என்று எனக்குத் தெரியும். மனச் சபலத்தை, ஐம்பது ஆண்டுகள் வென்றுவிடவில்லை என்பதைத்தான் சொல்லவந்தேன்.

இருபத்தைந்து வயது நானுக்குப் பக்கத்தில் அமர்ந்திருந்த பெண், என் ஆய்வில் தேர்ச்சி பெற்றாள்.

இருபத்தைந்து ஆண்டுகளுக்கு முன்பு நான் இருந்ததைப்போல், அவன் இருந்தான். இருபத்தைந்து ஆண்டுகளுக்கு முன்னால் என் மனைவி இருந்ததைப்போல் இந்தப் பெண் இருந்தாளா? – இல்லவேயில்லை. அப்படியானால் இந்தப் பெண் அழகி என்றால், என் மனைவி அழகியல்ல என்று அர்த்தம் ஆகிவிடுமா? மனைவியைக் குரூபி என்பவனுக்கு, வீட்டில் சோறு கிடைக்குமா? நானும் அப்படிச் சொல்லவில்லை. அழகில்தான் எத்தனை சாயல்கள்? என் மனைவிக்குப் பெரிய கண்கள்; மிக அடர்ந்த புருவங்கள்; நீண்ட ஆனால் தாழ்ந்த மூக்கு; தடித்த உதடுகள்; தலைமயிர் அடர்த்தி; ஆனால் நீளமில்லை; கால் நெற்றியைத் தலைமயிர் மூடியிருக்கும். ஐந்தடி உயரம்; அந்த உயரத்திற்குரிய மீறிய கனம். (இருபத்தைந்து ஆண்டுகளுக்கு முந்தின விஷயத்தைக் கூறுகிறேன்.) இந்தப் பெண்ணுக்குச் சிறு கண்கள்; குறுகுறுவென்று பளிச்சிட்டன. மைக்கோடு போன்ற புருவங்கள்; கூரிய நாசி; கூந்தல் மார்பு மீது லாவகமாக ஏறி முழங்கால்மீது தவழ்ந்தது; மெல்லிய உதடுகள். என் மனைவி மாநிறம்; இவள் நல்ல சிகப்பு.

என் பழைய உருவத்தில் அவன் இருக்க, அவளும் என் மனைவியின் முன்னாள் உருவத்தோடு இருந்தால், கதை எவ்வளவு சுவாரசியமாய் இருக்கும்! ஆனால், அவள் அப்படி இல்லையே! யார் இவர்கள்?

சங்கோசத்தை ஒருவாறு சுருட்டிவைத்துவிட்டு, அவனிடம் மெல்லப் பேச்சுக் கொடுத்தேன்: "எங்கோ பார்த்த மாதிரி இருக்கிறது; தஞ்சாவூர்ப் பக்கமோ?" என்று கேட்டேன்.

"கும்பகோணம்" என்று அவன் ஒரு அசட்டுப் புன்னகை புரிந்தான். இருபத்தைந்து ஆண்டுகளுக்கு முன்னால் நானும் இப்படித்தான் புன்னகை செய்வேன். அப்போது அது அழகுப் புன்னகை என்று எண்ணினேன். இப்போது அசடு வழிவதாய்த் தோன்றுகிறது!

"எனக்கும் கும்பகோணம்தான்: எந்தத் தெரு?"

ஒரே ஊர்க்காரன் என்பதற்காகக்கூட, அவன் என்னோடு பேசத் தயாரில்லை. பெரிய ரகஸியத்தை வெளியிடுகிறவன்போல், "பெரிய தெரு" என்றான்.

பேச்சைத் தொடர விரும்பிய நான், "பெரிய தெருவா? எனக்கு நடுத்தெரு. இங்கு ஏதாவது உத்யோகமா?" என்று கேட்டேன்.

"இல்லை; வியாபாரம்" என்றவன், மனைவியிடம் ஏதோ மகாமுக்கியமான விஷயத்தைப் பேச விரும்பியவன்போல், அந்தப் பக்கம் திரும்பிவிட்டான்.

அவனை நான், எப்படிக் குறைகூற முடியும்? அந்த வயதில் நானும், பெற்றோரையும் உற்றாரையும் நண்பர்களையும் மனைவி பக்கத்தில் இருந்தபோது – கரித்தவன்தானே?

வேறொன்றும் தோன்றாமல், அவனைப் பார்த்தபடியே சிந்தனையில் ஆழ்ந்தேன். அவனுக்குப் பெரிய தெரு என்றான். எங்கள் நடுத் தெருவுக்கு இரண்டு தெருக்கள் தள்ளித்தான் பெரிய தெரு. அத்தெருக்காரன் என்றால், எனக்குத் தெரிந்திருக்கவேண்டுமே!

பஸ் வந்துவிட்டது, மயிலாப்பூருக்கு நான் வந்த வேலையை மறந்துபோனேன். அவர்கள் தொடர்ந்து பயணம் செய்தால், நானும் பின்தொடர்வதென்று தீர்மானித்தேன். அவர்கள் லஸ்ஸில் இறங்கவே, நானும் இறங்கினேன்.

அவனுக்குப் பின்னால் அவள் நின்றாள். அவள் உயரமில்லை. நானே ஐந்தடி இரண்டு அங்குலம். இருபத்தைந்து வயது நானும் அதே உயரம்; அவள் இரண்டு அங்குலம் குள்ளமாகத்தான் இருந்தாள், ஐந்தடி உயரத்தில் பெண்ணழகு எவ்வளவு நேர்த்தி பெற முடியும் என்பதை, அவள் உருவம் காட்டியது.

"இப்போது என்ன செய்யப்போகிறீர்கள்?" என்று அவனிடம் அவள் கேட்டாள்.

"ஏதாவது நல்ல ஹோட்டலில் ரூம் எடுக்கப் போகிறேன்." என்றவன், தயக்கத்துடன் என்னை நெருங்கி, "பக்கத்தில் சௌகரியமான லாட்ஜ் ஏதாவது இருக்கிறதா?" என்று கேட்டான்.

“இது கச்சேரி ரோட், இதன் கோடியில், ஒரு விடுதி இருக்கிறது. வசதியான ரூம்கள். சாந்தோம் கடற்கரையும் சமீபம்” என்ற நான், “நானும் அங்கேதான் போறேன், வருகிறீர்களா ?” என்று கூப்பிட்டேன்.

அவன் சற்றுத் தயங்கினான். என்னுடைய நரைக்குப் போதிய மதிப்புத் தரலாமா என்று அவன் யோசிப்பதாய்த் தோன்றியது. அவனை அவள் முந்திக்கொண்டாள்.

“நீங்களும் அறை எடுக்கப் போகிறீர்களா ?”

“ஆமாம்.”

“நல்லதாயிற்று. எங்களுக்கும் துணையாக இருக்கும். இருவரும் ஒரே ஊர்க்காரர்கள் இல்லையா ?”

இந்தக் குரலை நான் முன்பே கேட்டிருக்கிறேன்; எப்போது, எங்கே ?

விடுதியில் அவர்கள் ஒரு டபிள் ரூம் எடுத்துக்கொண்டார்கள்; பக்கத்து அறையை, நான் பிடித்துக்கொண்டேன்.

அவர்கள், தங்கள் அறைக்குச் சென்று, கதவைத் தாழிட்டுக் கொண்டார்கள்; நான், அறை எடுக்கவா வந்தேன் ? பட்டப்பகலில், ஒரு மர்மச் சுழலில் சிக்கி, அங்கு வந்தவன் அல்லவா ? என்னிடம் ஒரு பையைத் தவிர, வேறொன்றும் இல்லை. அதையும் “கோட் ஸ்டாண்டில்” மாட்டிவிட்டு, அடுத்த அறைக் கதவு எப்போது திறக்கும் என்று காத்திருந்தேன்.

கோடிக்கணக்கான மக்கள் இருக்கிறார்கள். ஒவ்வொருவரும் ஒவ்வொரு விதமாக இருப்பதுதான் சிருஷ்டியின் பெருமை. இரட்டையாகப் பிறப்பவர்களுக்கு இடையில்கூட அடையாளம் கண்டுகொள்ள, ஏதாவது ஒரு வேற்றுமை இருக்கிறதே. ஆனால் அவன், இருபத்தைந்து வயதில் நான் இருந்ததுபோலவே தோற்றம் அளிக்கிறான். இந்த விந்தை ஒற்றுமை, எப்படி நிகழ்ந்தது ?

எவ்வளவு நேரம் யோசனையில் மெய்மறந்திருந்தேன் என்று தெரியவில்லை. தாழிடப்படாத அறைக் கதவு திறக்கப்படுவதை உணர்ந்து, நிமிர்ந்தேன்.

முகம் முழுவதும் ஒளிரும் சிரிப்புடன் அவள் அறைக்குள் நுழைவதையும், கதவை உட்பக்கம் தாழிடுவதையும் கண்டேன். வியப்புற்ற நான், “அவன் எங்கே ?” என்றவாறு கட்டிலை விட்டு எழுந்தேன்.

“அவர் இனி, சாயங்காலம்தான் வருவார், இங்கே இப்போது நீங்களும் நானும்தான், நம் ஆட்சிதான், இனி !” என்று சொல்லும்போதே, அவளுடைய உடலே சிரிப்பதாய் எனக்குத் தோன்றியது.

“இங்கே இப்போது நீங்களும் நானும்தான்; நம் ஆட்சிதான்; நம் ஆட்சிதான் இனி !” என்று அவள் சொன்ன கணத்தில், அவள் யார் என்று எனக்கு ஞாபகம் வந்துவிட்டது.

முப்பது ஆண்டுகளுக்கு முன்னால், நான் அவளைச் சேலத்தில் சந்தித்தேன். அங்கு நான், ஹிந்தி ஆசிரியராகப் பணியாற்றி வந்தேன்.

சிறுவர் சிறுமிகள் மட்டும் அல்ல; வயதானவர்களும் என்னிடம் ஹிந்தி பயின்றார்கள். இந்த நிர்மலாவும் ஒரு மாணவி; அவர்கள் வீட்டுக்குச் சென்று பாடம் கற்பிப்பது வழக்கம்.

அவளுடைய வீட்டில் நான் மணமாகாதவன் என்று தவறாக எண்ணி விட்டார்கள். நிர்மலாவிடம் நான் அன்பாயிருப்பதைக் கண்டு, அவளை என்னோடு தாராளமாகப் பழக அனுமதித்தார்கள். விடுமுறை நாட்களில், அவர்கள் வீட்டில் எனக்கு விருந்து நடக்கும். நிர்மலா பரிமாறுவாள், சாப்பிட்டபின் பாடுவாள். அவளும் தன்னை, என் மனைவியாகப் போவதாய்க் கற்பனை செய்துகொண்டிருந்தாள் – எனக்கு இந்த அந்தரங்கங்கள், எல்லாம் தெரியாது.

ஒருநாள் மாலை நான் போனபோது, அவள் வீட்டில் தனியாக இருந்தாள். “இங்கே, இப்போது நீங்களும் நானும்தான். நம் ஆட்சிதான் இனி!” என்று இதே சொற்களால்தான் வரவேற்று, கதவைத் தாழிட்டு என்னை அலங்கரித்தாள்.

முப்பது ஆண்டுகள்! கால்நூற்றாண்டுக்கு மேல்! மனித ஆயுளில் எவ்வளவு நீண்ட காலம்! இவ்வளவு காலமான பிறகும்கூட, அந்த மாலை நேரத்தின் நினைவு, எனக்கும் புன்சிரிப்பு உண்டாக்கியது,

“நீ சேலம்தானே?” என்றேன், மருள் வந்தவன்போல.

“உங்களுக்கு எப்படித் தெரிந்தது?”

“உன் தாயார் பெயர் நிர்மலாவா?”

“என் பெயர் நிர்மலா.”

“நீ நிர்மலாவா?”

இருபத்தைந்து வயது நானைக் கண்டபோது உண்டான பிரமிப்பு, இப்போது மீண்டது.

“அதெப்படி, நீ நிர்மலாவாக இருக்க முடியும்?”

“உன் தாய் உன்னைப் போலவே இருப்பாளா?”

“இருக்கமாட்டாள். அவள் கறுப்பு, அப்பாதான் நல்ல சிவப்பு. நான் அப்பாவைக் கொண்டு பிறந்தவள்.”

அவள் சொன்ன ஒவ்வொரு வார்த்தையும் உண்மை; எனக்குத்தான் அந்த குடும்பத்தைப் பற்றி எல்லாம் தெரியுமே?

அப்படியானால் முப்பதுஆண்டுகளுக்கு முன் கண்ட நிர்மலாவும், அதே உருவத்தில் இருபத்தைந்து ஆண்டுகளுக்குப் பிறகு! நடக்கக்கூடிய சங்கதியா?

ஆனால், நடந்தேறிக் கொண்டிருக்கிறதே!

“நீ சேலம்; கும்பகோணத்துக்காரனை எப்படி மணந்தாய்?”

"அவர் ஹிந்தி ஆசிரியராக அங்கே வந்தார்; அவர் கல்யாணமானவர் என்று எனக்குத் தெரியாது. அவரைத்தான் கலியாணம் செய்துகொள்வது என்று பிடிவாதம் பிடித்தேன். அவருக்கும் விருப்பம்தான், ஆனால், ஒரு மனைவி இருக்க, இரண்டாம்தாரமாக என்னை மணக்க, அவர் தயங்கினார். என் பெற்றோரும் சம்மதிக்கவில்லை."

"இப்போது, கணவன் மனைவியாக வந்திருக்கிறீர்களே?"

"அப்போது அவர் ஊருக்குத் திரும்பிவிட்டார். சில வருஷங்களுக்குப் பிறகு, மறுபடியும் அவர் சேலத்துக்கு வந்தார். மனைவி பிரசவத்தின்போது இறந்துவிட்டாள். நான் அவருக்காகக் காத்திருப்பதை அறிந்து, என்னை மணந்தார். இப்போது அவர் ஆசிரியர் இல்லை; வியாபாரம்.

எல்லாம் சரி; என் மனைவி எனக்குத் தெரியாமல் எப்படி இறந்திருக்க முடியும்? ஏழு குழந்தைகளை ஈன்று தந்து, ஒவ்வொரு நாளும் என்னைப் படுத்திக்கொண்டிருக்கிறவளை, இருப்பவளை இறந்தவளாக எண்ணுவதே பாவம், மகா பாவம்!

"முப்பது வருஷங்களுக்கு முன்னால், நான் உன்னைச் சேலத்தில் சந்தித்தேன்; அப்போது உனக்குப் பதினாறு வயதிருக்கும்..."

அவள் பயந்துவிட்டாள் என்று எண்ணுகிறேன். "எனக்கு இருபது வயதுதான் ஆகிறது..." என்று சொல்லிக்கொண்டே, அவள் தன் மெல்லிய இதழ்களால், என் வாயை மூடினாள்.

எனக்கு இருபத்தைந்து வயது குறைந்துவிட்டது, முன்பே எனக்கு மணமாகியிராவிட்டால், நான் நிர்மலாவை மணந்து பாக்கியவான் ஆகியிருப்பேன். அந்தப் பாக்கியத்தை இழந்த ஏக்கம், இத்தனை காலமும் எனக்குள் பதுங்கியிருந்தது போலும்! அந்த ஏக்கம், இப்போது வெறி ஆனது,

"பயமாக இருக்கிறதா?"

"இல்லை" என்று அவள் தலையைக் குலுக்கினாள். "முப்பது வருஷங்களுக்கு முன்னால், என்னைப்போலவே ஒருத்தியைப் பார்த்தீர்களா? அவள் பெயரும் நிர்மலாதானா?"

"ஆமாம்; அவள் இடுப்பில் – இடது பக்கம் சிவப்பாய், ரூபாய் அகலத்துக்கு ஒரு மச்சம் இருக்கும்; அழகாயிருக்கும்..."

"ஆச்சரியமாயிருக்கிறதே?"

"உனக்கும், அப்படி ஒரு மச்சம் இருக்கிறதா?"

"எனக்கு என் இடுப்பில் இருப்பது எப்படித் தெரியும்?" என்றாள் அவள், விஷமமாய் நகைத்தபடி.

"சந்தேகம் எதற்கு? பார்த்துச் சொல்லட்டுமா?"

"ஓ!"

"அன்று உன்னிடம் புனுகு வாசனை வீசியது. இன்றும் புனுகு வாசனை வீசுகிறது..."

“எனக்கு ஒரு வாசனையும் தெரியவில்லை, நான் செத்துக்கொண்டிருப்பதாய்த் தோன்றுகிறது…”

இன்பம் என்ற அனுபவத்திற்குள் எவ்வளவு வேதனை பொதிந்துள்ளது என்பதைத்தான், அவள் அப்படிக் கூறினாளா?…

◆ ◆ ◆

அவள் கெட்டிக்காரி; எப்போது போனாள் என்றே தெரியவில்லை. பிரமை தெளியாமல் வெகுநேரம் கிடந்தேன்; பிறகு தூங்கிவிட்டேன்.

யாரோ கதவைத் தட்டினார்கள்; தூக்கம் கலைந்து எழுந்தேன். மறுபடியும் அவள் வந்துவிட்டாளோ என்று மனம் தவித்தது. கதவைத் திறந்தேன்.

இருபத்தைந்து வயது நான் – என் எதிரில் நின்றான்; அவனுக்குப் பின்னால் அவள் கூந்தல் நுனியை முறுக்கியவாறு நின்றாள்.

“நாங்கள் புறப்படுகிறோம்; உங்களிடம் சொல்லிக்கொள்ளக் கூப்பிட்டேன்”

“அதற்குள்ளா? என்ன அவசரம்?”

“நண்பன் ஒருவனைக் கண்டேன்; அவன் வீட்டுக்குப் போகிறோம்.”

“உட்காருங்கள்.”

இருவரும் கட்டில் மீது உட்கார்ந்தனர்.

“பழகிவிட்டோம், பிரிவதென்றால் கஷ்டமாக இருக்கிறது… ஒரு விஷயம், கும்பகோணத்தில் பெரிய தெரு என்றா சொன்னாய்?

“ஆம்; டோர் நம்பர் 24.”

“டோர் நம்பர் இருபத்துநாலா?”

இருபத்தைந்து ஆண்டுகளுக்கு முன்னால், என் விலாசம் அதுதான்.

“பெயர் ராகவன்தானே?” என்று கேட்டேன்; சந்தேகம் எதற்கு?

“ஆமாம்.”

“என் பெயரும் ராகவனே; அப்போது எனக்கு ஜவுளி வியாபாரம்தான்.”

“என்னைப் புரியவில்லையா, உனக்கு?”

“உங்களைப் பார்த்ததாய், எனக்கு நினைவு இல்லை.”

“நீ என்னைப் பார்த்திருக்க முடியாது? இருபத்தைந்து ஆண்டுகளுக்குப் பிறகு, நீ நானாகப் போகிறாய்!”

பைத்தியக்காரனைப் பார்ப்பதுபோல், ஒரு மாதிரியாக அவன் என்னைப் பார்த்தான். இருவரையும் பார்த்துக் குறும்புக்காரி சிரித்தாள்.

“இருபத்தைந்து வருஷங்களுக்குப் பிறகு, இவர் இவராகப் போகிறார் என்றால், நான் என்ன ஆகப் போகிறேன்?”

நல்ல கேள்வி! அவள் என்ன ஆகப் போகிறாள் என்பது அல்ல கேள்வி; என்ன ஆகியிருக்கிறாள் என்பதுதான் கேள்வி; இல்லையா?

வாசகர்களுக்கு ஒரு குறிப்பு

கதை இன்னும் இருக்கிறது என்று எதிர்பார்த்து ஏமாறவேண்டாம். கதை முடிந்துவிட்டது. இதை ஒரு ஹாஸ்யக் கதையாகத்தான் எழுதத் தொடங்கினேன். கதையைப் படித்த பிறகும் உங்களுக்குச் சிரிக்கத் தோன்றவில்லை என்றால், கதையில் செக்ஸ் தத்துவம் ஏதாவது மறைந்துகிடக்கிறதா என்று யோசியுங்கள். அதுவுமில்லையென்றால், வேதாந்தமாய் விரித்துரைக்க வழியுண்டா என்று பார்க்கலாம். அதற்கும் வழியில்லையென்றால், “கதையில் ஒன்றுமில்லை” என்ற முடிவுக்கு, மிகவும் சுலபமாக வரலாம்.

ஒன்றில்லாத பொருளைப் பற்றி, ஒரு கதை எழுதிவிட்டேன் என்பதே, எனக்குப் பெருமைதானே!

_கிராம ஊழியன்_ (1946)

_சுதேசமித்திரன்_ (தீபாவளி மலர்: 1969)

இனி புதிதாய்... (அக்டோபர் 1991)

எம்.வி. வெங்கட்ராம் கதைகள் (1998)

•

தாலிக்காகத்தான்

நிச்சயமாக, யாரோ கதவு தட்டும் சப்தம்தான் அது.

நாகமணி சற்றுத் தயங்கினாள். இரவின் அந்நேரத்தில், யார் கதவைத் தட்டி எழுப்பக் கூடும்? ஒருவேளை, அவளுடைய தாய்வீட்டிலிருந்து யாராவது–

எழுந்து சென்று கதவைத் திறந்தாள். வெளியில் பார்த்தாள்; ஒருவருமில்லை!

காற்று வீச்சினால் கதவு ஒலிக்கலாம். ஆனால் 'தட தட' வென்று மனிதர்கள் தட்டுவது போலவா சப்தம் உண்டாகும்?

தூக்கத்தினால் ஏற்பட்ட பிரமைதானோ என்று எண்ணி நாகமணி கதவை அடைத்துக்கொண்டு உள்ளே திரும்பினாள்.

ஆனால், அந்தச் சப்தம் வெறும் பிரமைதானா? அவள் சரியாகத் தூங்கவில்லை; நன்றாகக் கேட்டாளே? ஒருவேளை– அவளுக்கு யார் யாரோ, எவ்வப்போதோ சொன்ன கதைகள் ஞாபகம் வந்தன - மரணமே கதவு தட்டியிருக்குமோ?

அவள் பயத்துடன் விரைந்து, கணவனுக்குப் பக்கத்தில் சென்றாள். அரூபமாக மரணம் தன்னைப் பின்தொடர்ந்து துரத்திக்கொண்டு வருவது போலவே அவளுக்கு ஒரு பாவனை.

தூங்கிக்கொண்டிருந்த புருஷனின் கால்களைப் பிடித்து மிருதுவாக வருடிக்கொண்டே உட்கார்ந்தாள். மங்கலாக எரிந்துகொண்டிருந்த விளக்கைத் தூண்டிவிட்டாள்.

நோயினால் மெய்மறக்கத்தில் தூங்கிக்கொண்டிருந்த ஆறுமுகம் நிதானமாக, ஆனால் அழுத்தமாக மூச்சுவிடுவது புலப்பட்டது. நோயாளியாகச் செயலற்றுப் படுக்கையில் சாய்ந்திருந்தாலும் கணவன் துணை அவளுக்குச் சிறிது ஆறுதல் உண்டாக்கியது.

ஆனால் முழுப் பயமும் அவளை விட்டு அகலவில்லை. அவனைத் தட்டி எழுப்பினாள்.

தூக்கக் கலக்கத்தில் அவன் கேட்டான்: "நாகமணி, நீ இன்னும் தூங்கவில்லையா? ரொம்ப நேரம் ஆகியிருக்கும் போலிருக்கிறதே" என்று ஆயிரம் முனகல்களுடன்.

"எனக்குத் தூக்கம் வரவில்லை... ... ... நீங்கள் கொஞ்சம் பானம் ஏதாவது சாப்பிடுகிறீர்களா?"

"வேண்டாம்" என்றான் அவன் தலையசைப்பினால்.

"எனக்கு இன்றைக்கு என்னவோ ரொம்பப் பயமாயிருக்கிறது. என்ன என்னவோ எண்ணம் தோன்றுகிறது."

"நீ ரொம்பக் கவலைப்படுகிறாய், நாகம்; நடப்பதுபோல் நடந்து போகட்டும்... ... ... தூங்கேன்."

"நீங்கள் தூங்குங்கள்."

தூங்காவிட்டாலும் அவன் கண்களை மூடிக்கொண்டான். பேசுவதற்கும் உடம்பில் அவனுக்கு வலுவில்லை.

அவள் ஒன்றும் யோசிக்கவில்லை; ஆயினும் தூக்கமும் வரவில்லை. அவன் கால் கைகளை எல்லாம் பிடித்துக்கொண்டே இருந்தாள்.

அவன் மறுபடியும் கேட்டான்: 'நாகம், டாக்டர் என்ன சொன்னார்? என்னிடம் ஒன்றுமே சொல்லுவதில்லை. நான் பிழைப்பேனா, மாட்டேனா?'

அவன் கண்களுக்குத் தெரியாதவாறு முகம் திருப்பிக்கொண்டாள் அவள்.

"நீங்கள் வீணாக அதைரியப்படுகிறீர்கள். இன்னும் ஒரு ஊசி போட்டால் குணம் ஆகிவிடும்" என்றுதான் சொன்னார்... ... ...'

"ஊசிக்குப் பணம்?" என்றான் ஆறுமுகம் சோர்வுடன்.

"கடவுள் கொடுப்பார்!"

அவளால் மேலும் தாங்க முடியவில்லை. பெருகும் கண்ணீருடன் அவனுடைய கால்களின் மீது தன் தலையைச் சாய்த்துக்கொண்டாள்.

அவனால் அசைய முடியவில்லை. "நாகம்... ... நாகம்... ..." என்று அவன் ஹீனஸ்வரத்தில் கூப்பிட்டான். நோயாளியான அவனுக்குத் தனியான அழுகையென்பதே இல்லை. அவனுடைய ஒவ்வொரு மூச்சும், ஒவ்வொரு பேச்சும் அழுகையாகவே இருந்தன. ஆகவே, அவன் மௌனம் சாதிக்கவாரம்பித்தான். சிரமப்பட்டுப் பேசியதால் அவன் தலையும் சுற்றி மயக்கம்வரும்போலிருந்தது.

வெகுநேரம் கழித்து நாகமணி எழுந்திருந்தாள். விளக்கை மங்கலாக்கி வைத்துவிட்டுக் கதவைத் திறந்துகொண்டு வெளியில் வந்தாள். துக்கத்தின் முன்னிலையில் பயம் எங்கோ ஒளிந்துகொண்டது.

தெருவிலிருந்த புஷ்கரிணியில், தூரத்தில் நின்ற தீபஸ்தம்பத்தினால் பிறந்த ஒளி நாகம் மின்னி நெளிந்தது. வாழ்க்கையின் தத்துவத்தை விரித்து வைத்தாற்போல் வானக்குட்டையில் மீன்கள் பரிதவித்தன.

அவள் ஏக்கத்துடன் எல்லாவற்றையும் பார்த்தாள். நாளைக் காலையில் கணவனுடைய 'இஞ்செக்ஷ'னுக்கு வழிசெய்யாவிட்டால் – அவன் கதி அதோகதிதான். அவன் உயிர் பிழைப்பது கஷ்டம் ஆகிவிடும். அப்பால் அவள் சந்தியில் நிற்கவேண்டியதுதான்.

வீட்டில், விற்கும்படியாக இருந்த சாமான்களையெல்லாம் விற்றுப் பணம் ஆக்கிச் செலவும் செய்து ஆகிவிட்டது. இனி மண்சட்டிக்கும் மண்பானைக்கும் விலை கொடுப்பார் யார்? அண்டை அயலில், கேட்க வேண்டிய அளவுக்கு அதிகமாகவே கடன் வாங்கியாகிவிட்டது. அவளைக் கண்டாலே அவர்கள் கதவை 'மூடிக்கொள்கின்றனர்'. அவர்களை மீண்டும் 'கடன்' என்று அணுகுவது எப்படி?

அந்நிலையிலும் அவளுக்குச் சிறுஆறுதல் ஒன்று உண்டாகியது. நல்ல வேளையாக, அவளுடைய நான்கு வயதுக் குழந்தை ஒருமாதத்திற்கும் முன் வைசூரி போட்டு மடிந்துவிட்டது.

நாகமணியின் கண்களில் ஜலம் பெருகிக்கொண்டிருந்தது.

அந்தக் குழந்தை எவ்வளவு அழகாக இருந்தது, மழலை பேசியது, விளையாடியது? மிகவும் சோகமான சமயத்திலும், கணவனுக்கும் மனைவிக்கும் ஓர் இன்ப இணைப்பாக அல்லவா அது இருந்தது? நாலு வயதில் நாற்பது வயதுப் பெண்போன்ற ஞானத்துடன் பக்கத்து வீடுகளுக்குச் சென்று "அப்பாவுக்கு உடம்பு சரியாயில்லை, அம்மா சோறு ஆக்குகிறாள். அப்பா, பசிக்குது என்கிறார். கொஞ்சம் சோறு தாருங்கள்" என்று கேட்டு வாங்கிவந்து போட்டாளே! "நீ சாப்பிட்டால்தான் நான் சாப்பிடுவேன்... ... கொஞ்சம் இருந்தால் என்ன, நீ பாதி நான் பாதி!" என்று பட்டினியில் பங்கு போட்டுக்கொண்டது குழந்தை... ...

அம்மனுக்கு அதுவும் பொறுக்கவில்லை. அவளையும் அழைத்துக் கொண்டு சென்றுவிட்டாள்.

ஆனால், ஒருவிதத்தில் அக்குழந்தை அதிர்ஷ்டசாலி என்றே கூற வேண்டும். இந்தத் துர்ப்பாக்கியமான வேளையில், அவளும் இருந்தால், கஷ்டப்பட்டுக்கொண்டுதானே இருக்க வேண்டும்? நல்லவேளைக்குத்தான் அவள் செத்தாள் போலிருக்கிறது.

குழந்தை செத்தாள். கணவனும் சாகக் கிடக்கிறான்; அவனைக் காப்பாற்றவும் வழியில்லை. அவனும் போய்விட்டால் அவள் இந்த உலகில் தனித்துவிடுவாள். கோடிக்கணக்கான மனிதர்கள் உலகில் இருக்கலாம். ஆனால் அவர்களால் அவளுக்கு என்ன லாபம்? அவளுடைய சொந்தப் பெற்றோர்களே அவளைக் கவனியாதபோது வேறு யார்தான் கவனிப்பார்? தன்னுடைய கஷ்டத்தை விவரித்து எழுதி அவர்களுக்குக் கடிதம் போட்டுப் பதினைந்து நாளாகிறது; பதிலும் இல்லை. ஆளும் யாரும் வரவுமில்லை. ஆமாம்; ஏழைப்பட்டவர்களுக்குத் துணை கடவுள்தான்! மனிதர்களை நம்பி முடியுமா?

ஆனால், அவர்களுடைய பெற்றோர்கள் உதாசீனம் செய்கிறார்கள் என்றால், அதற்குக் காரணம் அவளுடைய கணவன்தான். எவ்வளவோ தடவை அவர்கள் அவனுக்குப் பண உதவி செய்தார்கள். சிறு வியாபாரம்

வைத்து, முன்னேறுவதற்கு உபாயம் கற்றுக் கொடுத்தார்கள். ஆனால், அவன்தான் எல்லாவற்றையும் குடியிலும் கூத்தியிலும் தொலைத்தான். கணவனை விட்டு வந்துவிட்டால் அவளுக்கு வேண்டியதெல்லாம் செய்வதாகப் பிறந்த வீட்டில் அவளைக் கூப்பிட்டார்கள். ஆனால் கணவன் அடுத்து இல்லாமல் 'வேண்டிய உதவி'களால் என்ன இருக்கிறது ஒரு மனைவிக்கு? அவள் தாய்வீட்டிற்குப் போகவில்லை. கணவனுடனேயே தங்கிவிட்டாள். ஆனால் அதற்குப் பரிசாக அவளுக்குக் கணவனிடமிருந்து அடியும் உதையும்தான் தினசரி கிடைத்தன. அவன் படுக்கையில் விழும் வரை அவளைப் படுத்திவைத்த பாட்டைக் கூற முடியாது. ஒரு வருஷமாக அவன் நோயாகக் கிடக்கிறான். அவளும் ஏதேதோ செய்து மருந்து வாங்கிக் கொடுத்து அவனுடைய உயிர் உடலோடு ஒட்டியிருப்பதற்கு வேண்டிய யத்தனங்கள் எல்லாம் செய்து வருகிறாள்.

ஆனால், சிறிதளவும் இரக்கம் என்பதில்லாமல் துன்புறுத்திய கணவனுக்காக, அவள் இல்லறக் கஷ்டங்களை ஏற்க வேண்டியவள்தானா?

நாகமணி விசனமுற்றாள் ... ...

இனி அவள் தாய்வீட்டிற்குத் திரும்பினால் அவளுடைய ஆத்மாபிமானத்திற்கு இழுக்கு ஏற்படும். கணவனுக்குப் பணியாற்றவும் அவளால் முடியாது.

அவள் ஏன் –

எதிரில் அரக்கனைப்போல வாய்பிளந்து கொட்டாவிவிடும் புஷ்கரிணி அவளைப் பார்த்துச் சிரித்தது. அந்தத் தடாகம் எவ்வளவு ஆத்மாக்களுக்குச் சாந்தி அளித்துள்ளது!

ஆம்; அதுதான் சரி. அவள் ஆத்மஹத்தி செய்துகொள்வதன் மூலம் அவளுடைய துயரம் அனைத்தும் நிவர்த்தியாகிவிடும்.

எழுந்தாள். வீட்டுப் படிகள் இறங்கிக் குளத்தருகில் நடந்தாள். உயிர், அவளுடைய உடலைப் பிரிந்து வெளியில் வருவதற்கு முயலுவதுபோல் அவளுக்குத் தோன்றியது. இறப்பதற்கு முன்னரே, உடல் எல்லாம் கனத்தது. உடம்பு முழுவதும் அவள் கெட்டியாகத் தொட்டாள் ... ... கழுத்தில் அவள் கை பட்டது! தாலி!

அவளையும் ஆறுமுகத்தையும் இணைத்துவைத்த பொன் மாங்கல்யம் அதுதான். கலியாணமான புதிதில், அவர்களிருவரும் இன்ப வாழ்வு கண்டதில்லையா? பட்சிகள்போல் சொர்க்க வாழ்வு கண்டதில்லையா? ஏதோ பொல்லாத வேளையினால் அவனுடைய புத்தி மாறி, தவறான வழியில் சென்றுவிட்டால், அதற்காக அவள் அவனை ஒரேயடியாக நிராகரித்துவிட வேண்டுமா? படுக்கையில் நோயாளியாக விழுந்ததும் அவன் இரு கரமும் கூப்பி, 'நாகம், நான் உன்னை ரொம்பவும் கஷ்டப்படுத்தி விட்டேன். அதையெல்லாம் மனதில் வைக்காதே. என் உயிரைக் காப்பாற்று' என்று அவன் எவ்வளவோ முறை மன்றாடினான். "உங்களுக்காகத்தானே நான் இவ்வளவும் செய்கிறேன். நான் உயிருடன் இருக்கும்வரை என்னால் முடிந்ததை எல்லாம் செய்கிறேன்" என அவளும் எவ்வளவோ முறை

வாக்களித்தாள். மிகவும் சங்கடமான நிலையில், அவன் உயிரைத் தவிக்கவிட்டு, தள்ளிவிட்டு, அவள் உயிரைத் துறப்பதா?

சீச்சீ!

கணவன் உயிரை அவள் எவ்வாறாவது காப்பாற்றியே தீர வேண்டும்... ... ...

எங்கோ, கடிகாரத்தில் ஐந்து மணி அடித்தது. அவள் தீர்மானமான முடிவுக்கு வந்தவள்போலப் புது உற்சாத்துடன், நடந்தாள். டாக்டர் வீட்டை நோக்கி, பொழுது விடியும் சமயம்.

டாக்டர் வீட்டுக் கதவைத் தன் உற்சாகத்தில் கொஞ்சம் கெட்டியாகவே தட்டிவிட்டாள் அவள்.

தூக்கக் கலக்கத்துடன் அவர் கதவைத் திறந்துகொண்டு வெளியே வந்தார்.

"யாரது?"

"நான்தான் –"

"சனியன்! இந்த வேளையில் –"

"இல்லை, உங்களுக்கு வரவேண்டிய பீஸ் பணம் கொண்டு வந்திருக்கிறேன் ... ... இதோ ... ..."

அவர் கையை நீட்டி, எடுத்துக்கொண்டு வெளிச்சத்தில் பார்த்தார்.

அவள் அவரிடம் கொடுத்தது பணம் அல்ல; தாலி!

_கவிக்குயில்_ மலர் (1946)

(நூல் வடிவில் இதுதான் முதல் பிரசுரம்)

•

ராஜ குடும்பம்

சினிமாவிலிருந்து வீடு திரும்பும்போதே ராஜாவுக்கு மிகவும் களைப்பு; களைப்புக்குக் காரணங்கள் உண்டு.

கோயிலிலும் கடைத்தெருவிலும் தெருச் சந்தடியிலும் கதை எழுதுவதற்காகச் சம்பவத்தைக் கண்டுபிடிக்க எண்ணி, அதிகமாய் எண்ணியதால் மூளைக்குச் சோர்வு.

வியாபார விஷயமாய் வாடிக்கைக்காரன் ஒருவனைக் கண்டு பணம் கேட்க, அவன் சால்ஜாப்பு செய்துவிட்டதால், மறுநாள் தன் கம்பெனிக்குப் பணம் அனுப்ப வேண்டுமே என்கிற கவலை.

உடலுக்குப் பயிற்சி அவசியம் என்பதற்காக, ஊரெல்லாம் சுற்றி வந்த அயர்வு.

சினிமாவில் கதாநாயகி வேஷம் தாங்கி வந்தவளுடைய முகம், எங்கேயோ எப்போதோ பார்த்ததுபோலத் தோன்றியது. அவள் இந்த ஊர்க்காரியோ என்றுகூடச் சந்தேகமாக இருந்தது. அவள் தனக்கு அறிமுகம் ஆனவள்தானா என்று தனக்குள் விசாரித்துக் கொண்டிருந்தான் அவன்.

சினிமாவைப் பார்த்துவிட்டு, நண்பர்களுடன் வேடிக்கையாகப் பேசிக்கொண்டே, பக்கத்தில் உள்ள முஸ்லிம் ஹோட்டலுக்குச் சென்று 'டீ' சாப்பிடுவது என்று நினைத்தவர்கள், வயிறார முழுச்சாப்பாடே சாப்பிட்டு விட்டார்கள். அப்போது சாப்பிட்ட 'பிரியாணியை', அவனால் சுலபத்தில் மறக்கமுடியவில்லை. மாமிசம் என்றே புரியாமல் வாயில் வைத்ததும் வெண்ணெய்போல் அல்லவா அது உருவிவிட்டது? அந்த ருசியின் ஞாபகமே, அவனுக்குச் சுகமாக இருந்தது. முஸ்லிம் ஹோட்டல்களில் கிடைக்கும் 'பிரியாணி'போல், ஒரு ஹிந்து அல்லது ஈரானி அல்லது சைனாக்காரன் ஹோட்டலில் கிடைக்காது. பிரியாணி, முஸ்லிம்களுக்கு ஒரு 'ஸ்பெஷாலிடி'.

‘பிரியாணி’ சாப்பிட்டுவிட்டதால், அவனுக்கு ராத்திரி உணவு தேவையில்லை. வீட்டுக்குப் போனதும், நேராகப் படுக்கையில் சாயவேண்டியதுதான்.

வீடு சேரும்போது, மணி பதினொன்றுக்கு மேல் ஆகிவிட்டது. அவனுடைய ராணி, சேலைத் தலைப்பைத் தலையில் சுற்றிப் போர்த்துக் கொண்டு படுத்திருந்தாள். இளவரசுத் தொட்டிலில் உறங்கிக்கொண்டிருந்தது.

“ராணி?”

அவள், தூக்கத்தைக் கலைத்துக்கொண்டு எழுந்தாள். “எங்கே போய்விட்டீர்கள், இத்தனை நேரம்? சீக்கிரம், சாப்பிட்டு முடியுங்கள்... குழந்தைக்குக் காய்ச்சல்.”

“நான் சாப்பிட்டாச்சு, ராணி! நீ சாப்பிடவில்லையா? பத்துமணிக்கு மேல் ஆனால், எனக்காகக் காத்திருக்க வேண்டாம் என்று சொல்லியிருக்கிறேனே.”

தொட்டிலில் கிடந்த குழந்தை, சிணுங்க ஆரம்பித்தது. ராணி தொட்டில் ஆட்டியும் அது அடங்காது போகவே, கையில் தூக்கிக்கொண்டாள். ஜ்வரதாபத்தால் கண்களைக் கனமாய்த் திறந்து, தந்தையின் முகம் பார்த்தது.

“சரி, கொஞ்ச நேரம் நீங்கள் குழந்தையை வைத்திருங்கள். நான் சாப்பிட்டு வருகிறேன்.”

“எனக்குத் தூக்கம் வருகிறதே...” என்று அவன் கொஞ்சினான்.

“ஒருநொடியில் வந்துவிடுகிறேன். அதற்குள்ளா தூக்கம் வந்துவிடும்?” என்று அவள் சீறினாள், பொய்யாக.

அவள் சமையல் அறைக்குள் போய்விட்டாள். அவன் இளவரசியை மடியில் உட்கார்த்தி, மெதுவாக ஆட்டினான். நெருப்பாய்ச் சுட்ட அதன் உடம்பு, அவனுக்குக் கவலை உண்டாக்கிற்று.

“ராணி, குழந்தைக்கு மருந்து ஒன்றும் கொடுக்கவில்லையா?”

“கொடுத்திருக்கிறேன், காலையில் சரியாகிவிடும்” என்று அவள் அனுபவம், பதில் சொல்லியது.

இளவரசியின் துளித்துளிக் கைவிரல்களையும், தளிர்போன்ற கால்விரல்களையும் மிருதுமிருதுவாகத் தடவிக்கொண்டே இருந்தான் ராஜா. இளவரசி மெல்லினகீதம் இசைக்கத் தொடங்கியதால், அவனுக்குச் சற்று மனஆறுதல் உண்டாயிற்று. ஆறுதல், பழைய துக்கத்தைக் கிளப்பித் தலையை ஆட்டியது.

சொன்னதுபோல் நொடிக்குள் சாப்பிட்டுப் பாத்திரங்களைக் கழுவி விட்டு வெளியில் வந்த ராணி இளவரசியை வாங்கிக்கொண்டாள்.

“இனிமேல் நீங்கள் தூங்கலாம்; இங்கே படுத்தால் தூக்கம் வராது. குழந்தை அழுதுகொண்டேயிருக்கும்; வெளியே படுக்கிறீர்களா?”

அங்கிருந்து நகர இஷ்டம் இல்லாத அவன், பக்கத்தில் விரித்திருந்த படுக்கையில் விழுந்தான். கொஞ்ச நேரம் ஏதாவது கதை எழுதலாமா

என்று நினைத்தான். சினிமாக் கதாநாயகியின் ஞாபகம் வந்தது. அவள் யாராய் இருக்கலாம் என்று யோசித்தான்; பிடிபடவில்லை. பணம் தராத தன் வாடிக்கைக்காரனை நினைத்தான். நாளைக்குக் கம்பெனிக்கு பணம் அனுப்பவேண்டுமே? சரி, காலையில் பார்த்துக்கொள்ளலாம் என்று அக்கவலையையும் ஒதுக்கினான். இளவரசிக்குக் காய்ச்சல் அடிக்கிறது; ராத்திரி முழுவதும் தொந்தரவு செய்துகொண்டேயிருப்பாள். ராணி தூங்கினாற்போல்தான். பாவம், இரவு முழுவதும் அவளுக்குத் தூக்கம் கிடையாது. கொட்டாவி வந்தது; மறுபடியும் வந்தது. அப்பால் குறட்டை மெதுவாக விடும் சப்தம் அவனுக்கே கேட்டது. எனக்குத் தூக்கம் வந்து விடுகிறது; வந்துவிடுகிறது என்று நினைக்கும்போதே அவன் நன்றாய்த் தூங்கி, குறட்டையும் விட ஆரம்பித்தான், நன்றாய்.

ஆனால், ராணி தூங்கவில்லை. ஜலதோஷத்தால் மூச்சுவிட முடியாமல் 'கர்புர்' என்று தவித்து வாயால் மூச்சு வாங்கிக்கொண்டிருந்த குழந்தைக்கு, பிசைந்து வைத்திருந்த 'ஹார்லிக்ஸ்' மாவைக் கொஞ்சம் கொஞ்சமாக ஊட்டினாள். சாயங்காலம் வயிற்றுக்குச் சாப்பிட்ட குழந்தை, இரவு முழுவதும் எப்படிப் பசியைப் பொறுக்கும்? ஆனால், ஆறுமாத சிசுக்கு, அவ்வளவு ஞானம் இல்லை. வாயில் மாவை வைத்ததும் மூச்சுவிட இயலாததால், 'வீல்' என்று, மறுபடியும் அது அழ ஆரம்பித்தது.

மாவை அப்படியே கீழே போட்டுவிட்டு, அதை மார்புடன் அணைத்துக்கொண்டாள். வாய், ஏதோ பாட்டை முணுமுணுத்தது. குழந்தை என்னவோ, அழுகை நிறுத்த, அரைமணி ஆயிற்று. தொட்டிலில் அதை மெதுவாய்க் கிடத்தி, மெதுவாய் ஆட்டி, அதைக் கண் அயரச் செய்தாள்.

கையைக் கழுவிக்கொண்டு ராணி தன் படுக்கையில் உட்கார்ந்தாள். அவளுக்குத் தூக்கம் தூக்கமாய் வந்தது. ஆனால்...

இளவரசி பலவிதங்களில் அதிர்ஷ்டசாலிக் குழந்தை என்றாலும், ஒருவிதத்தில் மட்டும் துர்பாக்கியசாலி. இளவரசியுடன்தான் தங்களுக்கு அதிர்ஷ்டமும் பிறந்தது என்று ராஜாவும் ராணியும் நம்பியதால், அதன்பேரில் கணக்கு வழக்கு இல்லாமல் அன்பைச் சொரிந்தார்கள். ராணியின் ஹிருதயத்தில் பெருகிய அன்பு ஊற்றைச் சாப்பிடக் குழந்தை கொடுத்து வைக்கவில்லை. அது வம்பு பண்ணி தாய்ப்பால் உண்ணும். ஆனால், உடம்புக்கு ஒத்துக்கொள்ளாமல், வயிற்றுப் போக்கால் கஷ்டப்படும். லேடி டாக்டர் சொல்லிவிட்டார்! ராணி, குழந்தைக்குப் பால் தரக்கூடாது என்று. பால் கெட்டுவிட்டதாம்.

அது, ராணிக்கு மகாவேதனை தந்தது. குழந்தையிடம் அன்னைக்குள்ள உடல் அன்பு வெளிப்பட வழியில்லாததால், மனவேதனை ஒருபுறம். குழந்தை சாப்பிடவில்லை என்பதற்காகத் தாய்ப்பால் குறைந்துவிடுவதில்லை. ஊற்றுப்போல் சுரந்துகொண்டுதான் இருந்தது. அமுதம் பெருகிப் பெருகி மார்பு நிறைந்து வலிக்கும் கொடுமையை, உலகைச் சிருஷ்டித்தவளாலும் சகிக்கமுடியாது. அமுதத்தை வெளியில் எடுத்துவிடவேண்டும்.

எடுத்துவிட வேண்டும்தான். ஆனால், அவளுக்குத் தூக்கம் வந்தது, பலமாய். அவள், அதற்குப் பணிந்துவிட்டாள். குழந்தை புரண்டதுபோல் எண்ணத்தில் தோன்றியதால், மறுபடியும் கண் திறந்து, 'இல்லை' என்று

தெரிந்ததும், தொட்டிலை மெதுவாக ஆட்டிவிட்டாள், கயிற்றைப் பிடித்து இழுத்துக்கொண்டிருந்த கை, தானாகக் கீழே விழுந்தது. அவள் தூங்கிவிட்டாள்.

தூக்கம், எத்தனை அழகாயிருக்கிறது!

அவளுடைய மூச்சு, அவளுடைய உடலை அப்படியே தூக்கிக் கொண்டு, வானத்திற்குமேல் உள்ள எங்கோ அழைத்துச் சென்று, ஏதேதோ அற்புதங்களைக் காட்டுகிறது, பேசுகிறது...

உடல் இருக்கிறது; ஆனால் உயிர் மட்டும் தனித்து இயங்குகிறதுபோல ஒரு பாவனை... உடலை அழித்துவிட்டு, உயிர் மட்டும் உலகில் சஞ்சாரம் செய்வதாய், மற்றொரு பாவனை...

உலகம் முழுவதும் உயிர் நிறைந்துள்ளது என்பது உண்மை. ஆனால் உடலில் இருக்கும் சமயத்தில்தான், உயிருக்கு ஓர் உருவம் அமைகிறது. உயிரைப் பிரிக்கலாம்; உடலைப் பிளக்க முடியாது. ஆனால், அவளுக்கு மட்டும் உடலின் ஒரு பாகத்தைக் கொடுத்து, உயிருக்கு ஓர் உருவம் தரும் சக்தி இருக்கிறது.

விண்ணுக்கும் மேல் நின்று அவள், இந்தத் தத்துவ விளக்கத்தைக் கேட்டுக்கொண்டிருக்கிறாள்...

வானத்திற்கு அப்பால் போனவள், 'அப்பாலுக்கும் அப்பால்' போகிறாள். அங்கு என்ன நடக்கிறது என்றே அவளுக்கு விளங்கவில்லை. அங்கு உருவம் இல்லை, உடல் இல்லை, தோற்றமும் இல்லை. ஆனால் அங்கு எங்கும், உயிரும் ஓர் தரிப்பும் நிறைந்துள்ளன; அங்குதான் ஸ்ருஷ்டி ஆரம்பம் ஆகிறது. அங்கு எங்கும் உள்ள உயிர்தான் தவிப்பைத் தாங்காமல், தன்னைத்தானே கோடிக் கோடிப் பின்னங்களாய்ப் பிளந்து கொண்டு, கீழிறங்கி, உடல்களில் சென்று உருப்பெறுகிறது என்பதைப் போன்றெல்லாம், புரியாத – கொஞ்சம்கூடப் புரியாத – பிரமைகளில் அவள் புரண்டுகொண்டிருக்கிறாள்...

இளவரசியின் அழுகை ஒலி, அவளைப் 'பரபர'வென்று இழுத்து, அப்பாலுக்கும் அப்பாலிருந்து, கீழே அவளுடைய வீட்டில், அந்த அறையில் கொண்டுவந்து தள்ளியது. திடுக்கிட்டு விழித்தாள்.

கைகால்களை உதறிக்கொண்டு பலமாக அழுதுகொண்டிருந்தது குழந்தை. அதைத் தூக்கித் தோள் மீது சாத்திக்கொண்டாள். அறைக்குள் இப்படியும் அப்படியும் நடந்தாள். முதுகையும் தலையையும் வருடிவிட்டாள்; ஆனால் அது ஓயவில்லை; இன்னும் உரத்து அழுதது, கண்களை மூடிக்கொண்டே!

அவளுக்குப் பயம். ராஜாவின் தூக்கம் கலைந்துவிடுமோ என்று. அவனும் அவளுடன் அனாவசியமாய் ஏன் விழிக்கவேண்டும்? பொழுது விடிந்தால், அவனுக்கு எத்தனையோ தொல்லைகள்...

அறைக்கு வெளியே வந்தாள். கூடத்தில் குறுக்கிலும் நெடுக்கிலும் நடந்து நடந்து, தூக்கத்தையும் கடந்து நடந்தும், கொஞ்சி முத்தமிட்டு உரத்து உரத்துப் பாடியும் அது அழுதுகொண்டேயிருந்தது.

பசிக்கிறதோ என நினைத்தாள். பத்திரமாய் மூடிவைத்திருந்த ‘ஹார்லிக்ஸை’ உலாவிக்கொண்டே ஊட்ட முயன்றாள். ஆனால் குழந்தை, கண்டிப்பாய் உண்ண மறுத்தது. அழுகைக்குப் பயந்து, பால் கொடுத்தாவது அழுகையை நிறுத்திவிடலாம் என்று கீழே உட்கார்ந்தாள். மிகவும் ஆவலுடன், அதுவும் வாய் திறந்தது. ஆனால் பெருகிப் பெருகி வந்த அமுதம், அதன் வாயை நிறைத்து, அடைத்துக்கொண்டிருந்த மூக்கின் மூச்சைத் தடுத்தது. மறுபடியும் அழுகை…

அவளுக்கு அலுப்பாய் இருந்தது. அக்கம்பக்கம் வீடுகளில் யாராவது எழுந்துவிட்டால் சாபம் இடுவார்களே என்று பயம் வேறு. கடைசியில் ஆறுதல் அடைந்து ஓயாமல், சக்தியின்மையால் ஓய்ந்து படுத்தது இளவரசு, விசித்துக்கொண்டே –தூக்கத்திலும் விக்கிக்கொண்டே. ஆனால், உடனே அதைத் தொட்டிலில் இடவில்லை ராணி. அசைவினால், அதன் தூக்கம் கலைந்துவிடுமோ என்றும் பயம் அவளுக்கு. கூடத்தின் நீள அகலத்தைக் கால்களால் கணித்துக்கொண்டே இருந்தாள்; நடக்கும்போதே தூக்கம் வந்தது.

மெதுவாய்க் குழந்தையைத் தொட்டிலில் இட்டு, கம்பளியால் போர்த்தினாள்.

அவளுக்கு இப்போது அசாத்தியமாய்த் தூக்கம் வருகிறது. ஆனால், மார்பின் வேதனையும் அசாத்தியமாய் வாட்டத் தொடங்கியது. எப்படியும் பாலை வெளியேற்றாவிட்டால், நரம்புகள் தெறித்துவிடும்போல் இருந்தன. பாத்திரத்துடன் உட்கார்ந்தாள்.

வீடு முழுவதும் இருட்டு; அறை நடுவில் ஒரு சிறு விளக்கு மங்கலாய் எரிகிறது. ஆனால், அச்சிறு ஒளிக்கு, அங்குத் தேங்கியிருந்த இருளை எதிர்க்கும் வலிமை இல்லை. அந்த இருளில், ஓர் இருளுருவமாய், ராணி தூங்கிவழிந்துகொண்டே, அமுதத்தை வழித்துக்கொண்டிருக்கிறாள். பாத்திரம் நிறைந்துகொண்டிருக்கிறது.

“இவ்வளவும் குழந்தை சாப்பிட்டு வளர்ந்தால், எப்படி இருக்கும்? இவ்வளவும் ரத்தம்தானே? ஹூம், இது கொடுத்துவைத்தது இவ்வளவுதான். முதல் குழந்தை சோனியாகவா இருக்கவேண்டும்?” என்று அவளுடைய தாய்மை, வாய்விட்டே பேசுகிறது.

சிருஷ்டிக்கு முன்னாலும் இருந்ததாய்ச் சொல்லப்படுகிற, சிருஷ்டியைப் பார்த்த, சிருஷ்டிக்கும் காரணமான இருள், அந்த அன்னையின் வேதனையை உணர்ந்து நெட்டுயிர்ப்பு விடுகிறது.

இந்த இரவு மட்டும் அல்ல; தாயானது முதல் அவள் ஓர் இரவுகூடச் சரியாக தூங்கியது இல்லை. சகஜமாய்த் தாய்ப்பால் உண்ணும் குழந்தையானால், ஒன்றிரண்டு முறை எழுந்து எடுத்துவிட்டால் போதும். ஆனால், இளவரசிதான் விதிவிலக்காயிற்றே! இரவில் அடிக்கடி எழுந்து, ரோதனம் ஆரம்பித்துவிடும். ராணி இயற்கையில் நல்ல ‘தூக்கசாலி’. தூக்கத்தில் உலகம் இடிந்தாலும் புரியாது. ஆனால் இளவரசி, கொஞ்சம் சிணுங்கினால் போதும், உலுக்கி எழுவாள். ஆக, அவளுக்கு ராத் தூக்கம் ஆறுமாதமாய்க் கிடையாது; அத்துடன் இந்த வேதனை வேறு.

அமுதம் பாத்திரத்தில் நிறைகிறது. கைவிரல்கள்கூட வலிக்கின்றன. தூக்கமும் அவளை மொத்தமாய் விழுங்கிவிட முயலுகிறது. அவளுடைய உடல் முழுவதுமே தூக்கத்துடன் கொஞ்சிக் கொண்டிருக்கிறது. கூந்தல்கூடத் தூக்கப் போதையால் சரிந்துவிழுகிறது. கைகால்கள் 'தல தல'வென்று ஆடுகின்றன. கண் இமைகள் ஒட்டிக்கொண்டு பிரிய மறுக்கின்றன.

அயர்வுடன் எழுந்து, உலகம் வளர்க்கும் அமுதத்தைக் கொட்டிவிட்டுத் திரும்பினாள்.

இளவரசி மறுபடியும் முனங்கியது. அதன் தலையைத் தொட்டுப் பார்த்தாள்; இன்னமும் சுட்டது. சாயங்காலம் பிடித்த ஜுரம் இன்னும் விடவில்லையே என்று கவலை தோன்றியது. தாய்ப்பால் ஈரத்துடன், துணித்துண்டு ஒன்றைக் குழந்தையின் நெற்றியில் போட்டாள். தலைக்கனம் குறையும் என்று மேலே ஒத்தடம் கொடுத்தால், இன்னும் நல்லது.

கொசுக்கள் கடித்தன. மூக்கிலும், காதுகளிலும் கண்களிலும் ரீங்காரம் செய்தன. அவள் சுத்தமாய்த் தூங்கிவிட்டாள்; வேறோர் உணர்வும் அவளுக்கு இல்லை. தூங்கிக்கொண்டே, இரும்புச்சட்டி, அடுப்புக்கரி, விறகுச்சுள்ளிகள், தீப்பெட்டி எல்லாம் கொண்டுவந்தாள். தூங்கிக்கொண்டேதான் கணப்பு மூட்ட முயன்றாள். கரியும் விறகும் ஈரம்; கணப்பு உடனே பற்றவில்லை. மண்ணெண்ணெய் இருந்தால் நல்லது. ஆனால், தூங்கிக்கொண்டே இருந்ததால், ராஜாவை எழுப்பக்கூடாது என்பதை மறந்து, அவனைத் தட்டி எழுப்பிவிட்டாள்.

குறட்டையை நிறுத்திவிட்டு மன்னன் எழுந்தான். இந்தப் பக்கமும் அந்தப் பக்கமும் புரண்டுகொண்டே கேட்டான்: "உனக்கு மூளை, புத்தி கித்தி ஏதாவது இருக்கிறதா, ராணி? நல்ல தூக்கத்தை..."

"மண்ணெண்ணெய் வேண்டும்..."

"இப்போது எதுக்கு?" என்று அவன், எழுந்து உட்கார்ந்தான்.

"குழந்தைக்குச் சாயங்காலம் ஆரம்பித்த காய்ச்சல், இன்னும் தணியவில்லை – டின்னை எடுங்களேன்."

டின்னை எடுத்துக் கொடுத்துவிட்டுப் பக்கத்தில் உட்கார்ந்திருந்தான். "நீ தூங்கவே இல்லையா, ராணி?"

"தூங்கினேன், கொஞ்சநேரம். இதுதான் நிமிஷத்திற்கு இரண்டு தடவை அழுகிறதே, தூங்குவது எப்படி?"

"ஜுரம், தணியவே இல்லையா?"

இளவரசியின் உடம்பைத் தொட்டுப் பார்த்தாள் ராணி.

"இப்போது தேவலை!"

அவள், கரியில் எண்ணெய் ஊற்றினாள். இருவரும் கணப்பு ஏற்றினார்கள். 'திகு திகு' என்று எரியத் தொடங்கியது. சிறிது நேரத்தில், நன்றாய் நெருப்பு விழுந்துவிட்டது.

கணப்புச் சூடு, உடம்பில் ஏற ஏற, ராணியின் தூக்கம் இளகிக் கரைந்துகொண்டிருந்தது.

"இனிமேல், நீங்கள் தூங்கலாமே!"

"அது சரி, இப்போது மணி என்ன? விடியும் சமயமாய் இருக்கும்போல் தோன்றுகிறதே."

"இராது; இரண்டு மணி இருக்கும்."

"குளிர்க்காற்று வீசுகிறதே!"

"மணி பாருங்களேன்..."

பார்த்தான்; மணி நாலே முக்கால்.

"நாலே முக்காலா?" என்றாள் ராணி. அவளுக்கு ஒரே ஆச்சரியம். "இனிமேல் நான் படுத்தால் எட்டுமணிக்குத்தான் எழுந்திருக்க முடியும். இன்றைக்கு இவ்வளவுதான் தூக்கம். பொழுது விடிந்தால் வெள்ளிக்கிழமை; சமையல் அறை மெழுகவேணும்."

சோம்பல் முறித்துக்கொண்டு, அவள் எழுந்தாள். தூக்கம் எங்கோ மறைந்துவிட்டது.

"நீங்கள், காலைத் தூக்கத்தை, ஏன் கெடுத்துக்கொள்ள வேண்டும்? தூங்குங்களேன்..."

"சரி" என்றுகொண்டே, அவளுடைய பாயில், கணப்பருகில் படுத்தான். அவள், அடுப்பங்கரைக்குச் சென்றாள்.

அவள் தூங்கவே இல்லை என்று அவனுக்கு நிச்சயமாய்த் தெரிந்தது. தூங்குவதற்கு உபாயமும் இல்லை என்றும் தெரியுமாதலால், ஒரு பெருமூச்சு விட்டான். "சே, ராணியை அதிகமாய் நாம் கோபிக்கக்கூடாது. பாவம்!" என்று சொல்லிக்கொண்டான். பிறகு கதை எழுதுவதைப் பற்றி, பணத்தைப் பற்றி, சினிமாக்காரியைப் பற்றிச் சிந்தனை பிரிந்தது. அப்பால், மெதுவாய்க் குறட்டை விடும் சப்தம், அவனுக்கே தெளிவாய்க் கேட்டது.

ராஜா நன்றாய்த் தூங்கி விட்டான். இளவரசி, கணப்பின் கதகதப்பினால் மெய்வேதனை மறந்து தூங்கிக்கொண்டிருந்தது. ராணி, சமையல் அறையில் பாத்திரங்களை விளக்கிக்கொண்டிருந்தாள்.

_தேனீ_, முதல் இதழ்: மாசி 1948 (பிப்ரவரி 1948)

உறங்காத கண்கள் (நவம்பர் 1968)

எம்.வி. வெங்கட்ராம் கதைகள் (டிசம்பர் 1998)

•

வர்ணபேதம்

1. ஐந்தரை மணிக்கு

கடிகாரம் மணி அடிக்கிறது. ஒன்றிலிருந்து ஐந்து வரை.

இன்னும் அரைமணி நேரம் கழிந்தால், ஐந்தரை மணி ஆகிவிடும்.

நேற்றும் அதற்கு முன்னாலும், நாளைக்கும் அதற்குப் பின்னாலும், ஐந்து ஆகி அரைமணி ஆனால் ஐந்தரை மணிதான் ஆகிக் கொண்டிருக்கிறது, ஆகவும் போகிறது. ஆனால் இன்று, இன்னும் அரைமணியில் ஐந்தரை மணி என்கிற நினைப்பு, மேரிக்குப் புதுமையான ரகஸ்யம் நிறைந்த ஆறுதல் அளித்தது.

அந்த ஆறுதலினால், அவளுக்கு மிகவும் மகிழ்ச்சி உண்டாகிறது. நீண்ட ஒரு மாதத்திற்குப் பிறகு, ரகு வருகிறான். அவனுடைய கம்பீரமான உருவத்தை, அவள் மீண்டும் காணப்போகிறாள். அவனுடைய உயர்ந்த தோள்களில் ஒதுங்கிப் பரவசம் ஆகப்போகிறாள் – ஆகையால்தான், அவளுக்கு மகிழ்ச்சி.

அந்த ஆறுதலினால், மிகவும் மகிழ்ச்சி மட்டும் அல்ல, வேதனையும் உடனிருந்தது. அவனுடைய வருகையை எதிர்பார்த்துப் பார்த்து, ஏமாந்து அவள் முப்பது நெடுநாட்களைக் கழித்துவிட்டாள். இன்று அவன் வந்ததும், கால்களில் விழுந்து, இவ்வளவு நாளும் அவள் அனுபவித்த நிலையையும் ஏக்கத்தையும் கொட்டப் போகிறாள்; இவைகளுக்கு எல்லாம் அவன்தான் பரிகாரம் தேடவேண்டும் என்று கெஞ்சப் போகிறாள்; அந்தரத்தில் ஊசலாடும் அவளுடைய வாழ்க்கையை இன்பகரமாகவோ துன்பகரமாகவோ அவன் விருப்பம்போல் முடித்துவிடும்படி அவனிடம் கதறப்போகிறாள் – ஆகையால்தான், அவளுக்கு வேதனை…

கண்ணாடியில் முகம் பார்த்தாள். ஒரு மாதம் சரியாகத் தூங்காமலும், சாப்பிடாமலும் ஏதேதோ எண்ணி நெஞ்சைப் பிழிந்ததால், முகம் சாரம் இழந்து வெளிறித்தான் இருந்தது.

ஆனால், இன்று அவன் வரப்போகிறான் என்று கேட்டதும் ஏற்பட்ட பூரிப்பு, அவளுடைய இயற்கை அழகைத் தூண்டிவிட்டாற்போலத் தோன்றியது. பின்னால் காதுக்கருகில் கன்னத்திற்கு மேல் உள்ள கற்றைச்சுருள், தாய்மையைத் தாங்கும் மார்பில் மின்னும் பொன் சங்கிலி, அவளுக்குப் பிடித்த ஆகாய நிறப் புடவை எல்லாம் சேர்ந்து அவளுடைய அழகுக்கு மணம் கொடுத்தன.

அறையைச் சுற்றிப் பார்த்தாள்: எல்லாம் ஒழுங்காக இருந்தன. அறையில் நுழைந்ததும் தலைக்கு மேலே, சுவரின் நடுவே சிலுவையில் அறையுண்ட ஏசுநாதரின் படம்; அதற்கு நேர் எதிரில் கன்னிமேரி சிசு ஏசுவுடன் நிற்கும் காட்சி. இடது பக்கத்து வாசலுக்கு மேலே குழந்தை கிறிஸ்து! யூதக் குருமார்களுக்குத் 'தேவகுமாரன்' உலகத்தில் உதித்துவிட்ட செய்தியை அறிவுறுத்தும் சித்திரம். இன்னொருபுறம் ஆதியும் பாதியும் ஆடிய கூத்து; நான்கு படங்களும் ஒழுங்காய் மாட்டப்பட்டிருந்தன. கீழே தரைமீது புதிய விரிப்பு; மேஜை மீது சலவை செய்த வெண்மையான துணி; அறை மிகவும் வசீகரமாய் இருந்தது. எதுவும் அழகாய் இல்லாவிட்டால் அவளுக்கே பிடிக்காது; ஆனால், அறை ஏற்பாடுகள் எல்லாம் அவனுக்காக என்றே, அதிஜாக்கிரதையாகச் செய்யப்பட்டவை! மேரிக்குச் சிரிப்பு வந்தது. அவன் எதையும் திருத்தமாய்ச் செய்கிறவன் அல்ல. சட்டை வேஷ்டி எல்லாம் கழற்றின இடத்தில் கிடக்கும். தலையை அரைகுறையாக வாரிக்கொண்டு, ஏதோ ஞாபகமாய் வேறு வேலை செய்யத் தொடங்கி விடுவான். புஸ்தகங்கள் வைக்கும் அலமாரியில், உலகிலுள்ள சாமான்கள் அத்தனையும் காணலாம். ஒரு புஸ்தகம் வேண்டுமானால், அலமாரியையே ஒருமுறை புரட்டவேண்டும். ஆனால், பிறர் செய்யும்போது ஒவ்வொன்றும் 'அழகாக' இருக்கவேண்டும் என்று 'கெடுபிடி' செய்வான். சிறு தவறு நேர்ந்தாலும் கோபம் வந்துவிடும்; கோபம் என்றால் என்ன? திடீரென்று எரிந்து, திடீரென்று அணைந்துவிடும்...

மேரி கூப்பிட்டாள். "ராதா, குழந்தை என்ன செய்கிறான்?"

"தூங்கிவிட்டான் அம்மா" என்று, பக்கத்து அறையிலிருந்து பதில் வந்தது.

"அங்கே என்ன செய்கிறாய் – இங்கே ஊதுவத்தி ஏற்றி வைக்க வில்லையே?"

"இல்லை அம்மா; காபிக்காக ஜலம் கொதிக்கிறது."

"சரி, ஊதுவத்தி பாக்கெட் கொண்டுவா. நான் ஏற்றிவைக்கிறேன்."

'பாக்கெட்'டுடன் அறையில் வந்த ராதா, புதிதாய்ப் பார்ப்பவள் போல் மேரியைப் பார்த்தாள், கொஞ்ச நேரம்.

"என்னடி, இப்படிப் பார்க்கிறாய்?"

"ஒன்றும் இல்லை..." என்று சிரித்தாள் ராதா. நீண்டகாலம் மேரியிடம் வேலை பார்த்த உரிமை, அவளுக்கு இருந்தது,

"புதிர் போடுகிறாயே, சொல்லேன்?"

"இன்றைக்கு அவர்... சொக்கிப்போய்–நீங்கள் என்ன சொன்னாலும் செய்வார். நான் சொல்லுகிறேன், அம்மா! கல்யாண விஷயத்தை, இன்றைக்குக் கேட்டுவிடுங்கள். கட்டாயம் ஒப்புக்கொள்வார்..."

மேரி, தன்னைப் பாராட்டுவாள் என்று ராதா எதிர்பார்த்தாள் ஆனால் வேலைக்காரி இப்படிப் பேசுவாள் என்று எதிர்பாராத மேரிக்கு, முதலில் ஆச்சரியமும் பிறகு கோபமும் உண்டாயிற்று.

"சரிதான், உன் வேலையைப் பார்த்துக்கொண்டு போ" என்று சீறினாள்.

ஏமாற்றம் அடைந்த ராதா, வத்தியை மேஜை மீது வைத்துவிட்டுத் தலைகுனிந்து திரும்பினாள்.

"அது சரி; ரகுவை நீ எங்கே கண்டாய்?"

ராதா நின்று பதிலளித்தாள்; "கடைத்தெருவில்"

"இவ்வளவு நாள், ஏன் வரவில்லை என்று கேட்டாயா – ?"

"இல்லை."

"எத்தனை மணிக்கு வருவதாய்ச் சொன்னார்?"

"ஐந்தரை மணிக்கு."

"இதுவும் குறும்புதானா? அல்லது நிஜமாக..."

"நிஜம்தான்; கட்டாயம் வந்துவிடுவார்."

"நீயாய்க் கேட்டாயா? அவராகச் சொன்னாரா?"

"அவர்தான் கூப்பிட்டுச் சொன்னார்."

"சரி!"

ராதா போய்விட்டாள்.

"என்னைப் பார்த்துச் சொக்கிவிடுவாராம்" என்று எண்ணிக் கொண்டே, மீண்டும் கண்ணாடியைப் பார்த்தாள்.

கண்ணாடியில் தெரியும் உருவம் அழகாய் இருக்கலாம். ஆனால் புற அழகு காரணமாகவா அவளுக்கும் அவனுக்கும் தொடர்பு ஏற்பட்டது? இல்லை என்றுதான் அவள் நினைக்கிறாள்; இல்லை என்றுதான் அவன் சொல்கிறான் பின், இன்று அழகு காட்டி அவனை வசீகரிக்க வேண்டிய பிரமேயம் என்ன? ராதா அவளைப் பற்றி என்ன நினைக்கிறாள்? வேசி என்றா?

வேண்டியதில்லை; பட்டுப்புடவையாலும் பவுடர் நிறத்தினாலும் நீண்ட பின்னலாலும் அவனை வசீகரிக்கத் தேவையில்லை. அவனிடம் அவள் எதையும் மன்றாடிக் கேட்க வேண்டியதில்லை. சதையற்ற உடலுடன், அலங்கோலமாய் நின்று, எதைக் கேட்டாலும் அவன் செய்ய வேண்டியவன், செய்யக் கடமைப்பட்டவன், அவன்.

நாற்காலியில் சாய்ந்து உட்கார்ந்தாள். பின்னலை அவிழ்த்து முடித்துச் செருகினாள்; தலையிலிருந்த பூவைக் கூந்தலுக்குள் ஒடுக்கினாள். பட்டுப்புடவை நூல் சேலையாக மாறியது. மேஜை மீது இரு கைகளையும் ஊன்றி, உள்ளங்கைகளில் மோவாயை ஏந்திக்கொண்டு, அவள் உட்கார்ந்திருந்தாள், சிந்தனையை நெடுந்தூரம் அலையவிட்டு.

அவன் வந்தவுடன், அவள் கண்டிப்பாய்க் கேட்கப் போகிறாள். கல்யாணம் செய்துகொள்ள முடியுமா? முடியாதா?' என்று. முடியும் என்றால், உடனே அவன் அதற்கு ஏற்பாடு செய்ய வேண்டும். கொஞ்சம் தயங்கினாலும், அவனுடன் அவள் வைத்துள்ள தொடர்பை அறுத்துவிட வேண்டியதுதான்...

அறையில் பரவியிருந்த ஊதுவத்தியின் மணம், அவளுடைய நாசியில் படிந்தது. உறுதியுடன் வெறுமையைப் பார்த்தபடி இருந்த அவளுடைய விழிகள், பலமடைந்து சுவரில் இருந்த ஏசுநாதரின் படத்தில் நின்றன.

சிலுவையில் அறையுண்ட ஏசு! அவருடைய உடல் முழுவதும் ரத்தம் கசிந்துகொண்டிருந்தது. ஆனால், சாகும் காலத்திலும், அவருடைய முகத்தில் எல்லையற்ற அமைதி! அவர் உங்களுக்காக, உங்களால் உயிர் இழந்தார்.' என்று படத்தின் அடியில் எழுதியிருந்தது.

கிறிஸ்துவின் ஞாபகம், அவளைக் கனமாய் அழுத்தியது. கண்களை மூடி, உள்ளுக்குள் தூங்க முயன்றாள், முடியவில்லை.

தன்னைப் பற்றி மாத்திரம் நினைத்தது தப்பு என்று அவளுக்குப் பட்டது. அவள் துயருறுகிறாள் என்பது உண்மை; ஆனால் அவன் இன்னும் பெரும் இக்கட்டில் இருப்பதும் உண்மைதானே? உடல் முழுவதும் மனமாய், மனம் முழுவதும் கவலையாய், கவலை முழுவதும் 'மனிதனாய்' வாழவேண்டும் என்பதாய் அவன் செயலாற்றி வருவது அவளுக்கு நன்றாய்த் தெரியும். அவனுடைய துன்பத்தை அதிகரிக்க, அவள் நினைப்பது தவறு. மனித ஜென்மத்தை,'மனித ஜென்மம்' என்று சொல்வது எளிதாயிருக்கிறது.

சிதறிக்கிடந்த உடையைச் செவ்வையாய் எடுத்து வைக்கும்படி ராதாவுக்குக் கட்டளை இட்டாள். பின்னர் மௌனமாக, அவன் வருகையை எதிர்நோக்கும் விழிகளைத் தெருவுக்கு ஏவிவிட்டு உட்கார்ந்தாள்.

கடிகாரம் மணி அடிக்கிறது; ஒன்றிலிருந்து ஏழுவரை.

அவள் திடுக்கிட்டாள். வரம்பில்லாத காலம் ஏழு மணியுடன் ஒரு முடிவு பெற்றுவிட்டதைப்போல்.

அவன் இன்னும் வரவில்லை.

'வரவே மாட்டாரோ?' என்று எண்ணிய அவளுக்கு, மறுபடியும் கலக்கம் உண்டாயிற்று.

2. அஸ்திவாரம்

எந்தக் குரலைக் கேட்க வேண்டுமென்று ஆவலாய்க் காத்திருந்தாளோ, அந்தக் குரல், வெகு நேரம் கழித்து அவளை அழைத்தது.

"மேரி!"

நினைவுத்துயில் நீங்கி, அவள் எழுந்தாள். வாசலில் கைகளை விரித்து நிற்கும் அவனைக் கண்டதும், அவளுடைய பெண்மை, ஒருகணம் தன்னை மறந்து, பாய்ந்து சென்று அவனுடைய மார்பைத் தழுவிக்கொண்டு தழுதழுத்தது.

“ஒரு மாதமாய் நீங்கள் ...”

அவளுடைய முதுகை மிருதுவாகத் தடவிவிட்டு, மெதுவாகச் சிரித்தபடி, அவன் சொன்னான்: “நான் வரவில்லை, வருவானோ, மாட்டானோ என்று உனக்கு ஒரே கவலையாய் இருந்தது. உன்னை இப்படியே சந்தியில் விட்டுவிடுவேனோ என்று பயந்துவிட்டாய்.இல்லையா, மேரி?”

அவன் சொன்ன வார்த்தை ஒவ்வொன்றும் உண்மை என்று அவளுக்குத் தெரியும். ஆயினும் மறுதலித்து, ஹீனஸ்வரத்தில் ஆரம்பித்தாள்: “இல்லை...”

“பொய் சொல்லுகிறாயே: உனக்கும் என்மேல் நம்பிக்கை இல்லை.”

சொல்லிவிட்டு மறுபடியும் அவன் சிரித்தான். அவனுக்கு அவள் பதில் கூறவேண்டிய தேவை ஏற்படவில்லை. அவனுடைய சிரிப்பில் அவளுக்கு உள்ளம் நிறைந்த நிம்மதி உண்டாயிற்று. ஆனால், நிம்மதியிலும்தான் மனது தொல்லைப்படுகிறது. ஒருமாதக் காலம், கண்ணீர் பழகிய கண்களின் முனைகளில் நீர்மணிகள் கூடின.

கண்ணீரைத் துடைத்து, அவள் சொன்னாள்: “காரணம் இல்லாமல், நான் வராமல் இருப்பேனா?”

குரலைக் கண்ணீர் தடுத்திருந்ததால், அவள் பேசவில்லை. அவளை நாற்காலியில் அமர்த்தி, மீண்டும் சொன்னான்:

“வீட்டில், கௌரிக்கு அசௌக்கியம். டாக்டர் வீட்டுக்கு அலைவது. மருந்து கொண்டுவந்து அவளுக்கு – ஒவ்வொரு வேளையும் தருவது, ஒரு மாசமாய் இதே வேலை! தூங்குவதற்குக்கூட நேரமில்லை.”

இனியும் பேசாமல் இருந்தால், தன் முழுப் பலஹீனத்தையும் வெளியிடுவதாகும் என்று நினைத்தாள் மேரி; “கௌரிக்கு என்ன உடம்பு? இப்போது எப்படி இருக்கிறது?”

“டைபாயிட்; இப்போது சரியாகிவிட்டது; கடுமையான ஜ்வரம். இன்னும் ரொம்பப் பலஹீனமாய்த்தான் இருக்கிறாள். அவளைப் பிறர் ஆதரவில் விட்டுவரப் பயமாயிருக்கிறது.”

“என்னை மட்டும், இப்படி ஆதரவில்லாமல் விட்டுவைக்க, உங்களுக்குப் பயமாக இல்லையா?”

உணர்ச்சி உருவாக்கின இந்தக் கேள்வி, அவளுடைய நாக்கை மீறி நழுவிவிட்டது. சொன்னபிறகு, ‘ஏன் சொன்னோம்?’ என்ற வருத்தம் அவளுக்கு உண்டாயிற்று.

“நீ இவ்வளவு பலஹீனம் காட்டுவாய் என்று நான் எதிர்பார்க்க வில்லை” என்றான் அவன், நெட்டுயிர்ப்புடன்.

மறுபடியும் சொன்னான்: “நீ விரும்பினாலும், விரும்பாவிட்டாலும் என் கடமையை நான் செய்தாகவேண்டும். என் மனைவி என்பதற்காக மட்டுமல்ல; வியாதியாக இருக்கும் ஒரு பெண்ணை அனாதையாக விட்டுவர என் மனம் ஒப்பாது,”

பின்னர் தனக்குத்தான் பேசிக்கொள்வதுபோல், மெதுவாகக் கூறினான்; “எப்படியோ, இந்தத் தவறு நடந்துவிட்டது. ஒரு மாதம் வராமல் இருந்தது

தவறு அல்ல. ஒருபுறம் நீ; ஒருபுறம் கௌரி இருக்க நேர்ந்ததைத்தான் சொல்லுகிறேன். மதத்தைப் பற்றி, நான் கவலைப்படவில்லை. என்று உனக்குத் தெரியும். கௌரிக்கும் இதை உணர்த்திவிட்டால், நம் மூவரின் வாழ்க்கையும் லகுவாகிவிடும். அவளுக்கு உணர்த்தும்வரைதான், இந்தக் கஷ்டம் ...”

பிறகு, அவன் மௌனம் ஆனான். அவள்மீது அவன், அளவு கடந்த நம்பிக்கை வைத்திருந்தான். ஆனால், எந்தச் சமயத்திலும் அவள் நிலைகுலையாமல் இருக்கவேண்டும் என்று அவன் எதிர்பார்ப்பது, தவறு அல்லவா? மனிதர்களுக்குள்ள மனத்தளர்வு அவளிடமும் தென்பட்டால், அதற்காக அவளுடைய உண்மை உணர்வைக் குறைகூற முடியுமா?” ஒருமாதம் அவளைப் பயங்கரமான நிலையில் தடுமாறச் செய்து விட்டதால் அவள் அயர்ந்துபோனாள் – அது இயற்கைதானே? பேச்சு மாற்றத்தைக் கருதிச் சொன்னான்: “இன்று உனக்கு ஒரு சந்தோஷச் சமாச்சாரம் கொண்டுவந்தேன், ஆனால் நீ...”

அவளும் அதை வேண்டினாள்: “சொல்லுங்கள், என்ன விஷயம்?” என்றாள், சிரிக்க முயன்றபடி.

“நீ கண்ணீர் விடுகிறாய்; அழுகிறாய்: எதனால்? என்னால்தானே?”

“உங்களாலா? உங்களால் எனக்கு என்ன துன்பம்? நீங்கள் பக்கத்தில் இல்லாதபோதுதான், எனக்குத் துன்பம் உண்டாகிறது.”

“எப்படியோ வருத்தம்; பக்கத்தில் இருப்பதாலோ, இல்லாததாலோ, என்னால்தான் இல்லையா? சரி, இந்த மாதிரிப் பந்தங்களே உலகத்தில் இல்லாவிட்டால்?”

அவன் கூறுவதன் பொருள் விளங்காமல், அவள் கேட்டாள்: “இல்லாவிட்டாலா? அது எப்படி இல்லாமல் போகும்?”

“எப்படி இல்லாமல் போகும் என்பது இப்போது கேள்வி இல்லை, இந்தக் குடும்ப பந்தமே உலகில் இல்லாவிட்டால், எவ்வளவு சுகமாயிருக்கும்? இத்தனை துயரங்களுக்கும் காரணமான இந்தக் கட்டுப்பாட்டை முதல் மனிதன் மீது பிரயோகம் செய்தபோது, அவன் எப்படித் தடுமாறியிருப்பான் என்பதைப் பற்றி, ஒரு கவிதை எழுதியிருக்கிறேன் ...”

“கவிதையா? எங்கே?” என்றாள் மேரி, முகமலர்ச்சியுடன்.

சட்டைப்பையிலிருந்த ஒரு கடிதக்கட்டை அவளிடம் கொடுத்து, “படித்துவிட்டு, உன் அபிப்பிராயம் சொல்லு” என்றான்.

அவசர அவசரமாக, அதைப் பிரித்துப் படிக்கத் துவங்கினாள் அவள்.

கவிதை, ஒரு கதை உருவில் அமைந்திருந்தது.

3. குடும்பம் தேவையா?

அரசியல் , சமூக, மதக் கட்டுப்பாடு ஒன்றும் இன்றிப் பொதுநலம் கருதாமல் ஜனங்கள் சுயேச்சையாக உண்டு, உடுத்து, உறங்கிய மிகப் பழைய காலம்.

ஜனவிருத்தியாலும், நோய்ப் பெருக்கத்தாலும் தனிமனிதர்கள் திரண்டு 'சமூகமாக' மாறவேண்டிய கட்டாயம் ஏற்பட்டதால்தான், ஒன்றுக்கு மேல் ஒன்றாய்ப் பந்தங்கள் தோன்றத் தொடங்கின.

உலகத்தின் ஏதோ ஒரு மூலையில், சமூகம் ஆக முயல்கிறது ஒரு கூட்டம்.

இயற்கை வேண்டியபோது, விரும்பியவன் விரும்பியவளுடன் இன்பம் கண்ட கூட்ட மனிதனுக்குக் கட்டுப்போட்டு, 'ஒரே ஒரு பெண்ணுடன் வாழ்க்கையை நடத்தவேண்டும், அவ்விருவருக்கும் பிறக்கும் குழந்தை களையும் அவளையும் அவனே காப்பாற்ற வேண்டும், என்றால், அவன் கட்டுப்பட்டு இருப்பானா? என்று அந்தக் கூட்டத்திற்குச் சந்தேகம் உண்டாகிவிட்டது. இந்தப் பந்தத்தை, ஓர் இரட்டைமீது பிரயோகித்துச் சோதனை செய்து பார்க்கலாம் என்று முடிவு கட்டியது கூட்டம். முதலில் அச்சோதனைக்கு உள்பட யாரும் முன்வரவில்லை. இறுதியில் அழகன் ஒருத்தனும் அழகி ஒருத்தியும் கல்யாணக்கட்டை ஏற்று, ஒழுங்காய்க் குடும்பம் நடத்திக் காண்பிப்பதாக இசைந்தனர். கூட்டம் மகிழ்ச்சி அடைந்தது. வேறு யாரும், அவர்களுடைய வாழ்க்கையில் குறுக்கிடக்கூடாது என்று விதி செய்தது. இவ்வாறு தோன்றினர், உலகத்தின் முதல் தம்பதிகள்.

கட்டழகனையும் கட்டழகியையும், மையல் கட்டுப்போட்டது; தங்களுடைய 'இன்பத்தின் வேலியை'க் கடந்து வேறு யாரும் நுழைய மாட்டார்கள் என்னும் களிப்பு வேறு. இருவரும் நினைத்தனர்.

ஒருவருஷம் அறுந்தது; அவர்களுடைய தாம்பத்ய விருஷம் முதல் கனியை உதிர்த்தது. மகவு கண்ட பெற்றோர், 'நம் குழந்தை' என்று கூக்குரல் இட்டனர். அந்தக் குழந்தையின் மழலையிலே, கங்குகரை இல்லாத இன்பம் கண்டார்கள்.

ஆனால், சில நாட்கள்தான் அந்த இன்பம் நீடித்தது.

அவன் கவனித்தான். உடலழகு தேய்ந்ததால், அவள் முன்போல் வசீகரமாக இல்லை. குழந்தை வேறு, இடையூறாக இருக்கிறது!

அவள் கவனித்தாள்; அவனுடைய நாட்டம் தன்னை விட்டு வேறு அழகிகள் மீது பாய்வதை.

பொறாமையில் அவள் தீய்ந்தாள்.

பொறாமையால் அவன் வாடினான்.

இரண்டாவது குழந்தை அழுதுகொண்டே பிறந்தது.

அவனுக்கு மாத்திரம் அல்லாமல் வேறு மூன்று வயிறுகளுக்குக் கனி கொடுத்து நீர்வார்க்க வேண்டிய தொல்லை. பிற அழகிகள் அவனை எட்டிப்பார்த்தும், அவன் அவர்களை எட்டியும் பார்க்க முடியாத நியதிக் கஷ்டம். அவனுடைய அழகியும் குழந்தைகளுக்கு அமுதபானம் செய்விப்பதால், உடல் இன்பம் கண்டு அவனைக் கவனியாததால் சிரமம் –இவற்றையெல்லாம் அவனால் பொறுக்க முடியவில்லை. சுயேச்சையாக அலைந்த அவன் நெஞ்சு, மீண்டும் சலிக்க ஆரம்பித்தது. வளர்ச்சி பெறாத அவனுடைய அறிவு, புரட்சி செய்தது. "எனக்கு ஏன் இந்தத் தொல்லை?"

என்று வெகுண்டான். 'இந்தப் புதிய உருவங்களைத் தொலைத்துவிட்டால், இவளிடமாவது கொஞ்சம் இன்பம் பெறலாம் என்று சீறியது, நியாய அநியாயத்தைப் பாகுபடுத்தும் சக்தி அற்ற அவன் மூளை.

சினத்துடன் எழுந்தான். இரண்டு குழந்தைகளின் தலைமீது கோடாரியைப் போட்டான். அழவும் நேரமின்றி அவை மடிந்தன. தாய் கண்டாள், அவளுடைய உடல் வெட்டுண்டதுபோலத் தோன்றியது அவளுக்கு அரிவாளைத் தூக்கிக்கொண்டு எழுந்தாள்.

ஆணுக்கும் பெண்ணுக்கும் பயங்கரமான சண்டை.

இரண்டு குழந்தைகளைப் பெற்ற அவள் சீக்கிரம் ஓய்ந்தாள்; சில வினாடிகளில் அவளும் பிணமாகிச் சாய்ந்தாள்.

அவனுடைய பாதை, இப்போது தடையற்றுச் சுத்தமாக இருந்தது, சிரித்தான், சிரிக்கத் தோன்றியதால் சிரித்தான்.

4. அறிவுப் பொறி

கவிதையைப் பற்றி மேரியின் கருத்து அறிய, ஆவலுடன் அவளுடைய முகத்தைப் பார்த்தான் ரகு.

"குடும்பத்தில் உங்களுக்கு உள்ள அதிருப்தியைக் கவிதை செய்து விட்டீர்கள். இதற்காக இவ்வளவு அழகாய், இனிய ஒலி உள்ள வார்த்தைகளைக் கோத்தா வீணாக்கவேண்டும்?" என்றாள் மேரி.

விளக்கம் இல்லாமல், காரணம் காட்டாமல் அவள் விமர்சனம் செய்தது, அவனுக்கு ஆச்சரியமாய் இருந்தது.

"இவ்வளவுதானா?"

"வீட்டில் கௌரிக்கு அசௌக்கியமாக இருந்ததால், டாக்டருக்கும் மருந்துக்கும் அலைந்து உங்களுக்கு அலுப்பு உண்டாகிவிட்டது. குடும்பத்தின் மீது உங்களுக்கு உண்டான வெறுப்பு..."

"எனக்குக் கௌரி மீது வெறுப்பு இல்லை" என்று குறுக்கிட்டான்.

"கௌரி மீது அல்ல; குடும்பத்தின் மீது"

"சமூகத்தில் உள்ள குறைகளின் மீது, கலைஞனுக்கு அதிருப்தி..."

"இருக்கவேண்டும். ஆனால் இந்த அதிருப்தியைச் சமூக நாசத்திற்கு உபயோகிக்கக் கூடாது."

"இந்தக் கவிதையில், அப்படி என்ன இருக்கிறது?"

"மனிதனின் இயற்கை நிலையை, நீங்கள் நீள வருணிக்கிறீர்கள். ஆணும் பெண்ணும் தங்கள் இஷ்டப்படி இருந்து பிரிந்த காட்டுமிராண்டி நிலையை, நீங்கள் இன்ப நிலை என்று நினைக்கிறீர்கள் போலும்! மேற்குத் திசையில் நாகரிகத்தின் பெயரால் பல தவறுகள் நடந்துவருகின்றன, அவைகளை நாம் பெரிய உண்மைகள் என்று தடுமாற ஆரம்பித்து விட்டோம். கல்யாணம் அங்கு ஒரு சமூகச் சடங்கு. அல்லது தேவை ஆகிவிட்டது; ஆனால், கிழக்கில் உள்ள நாம், விவாகத்தை இன்னும் ஒரு மத பந்தமாக

நினைக்கிறோம். ஆனால், மேற்கு மோகத்தில் ஆழ்ந்தவர்கள், இதை ஒரு தாழ்வு என்று எண்ணுகிறார்கள்."

"நான் நினைக்காததை எல்லாம், என் கவிதையில் நீ காண்கிறாய்."

"இருக்கலாம். நினைத்தபடியே நீங்கள் எழுதிவிட்டீர்கள் என்று சொல்லிவிட முடியாதே? இந்தக் கவிதையை யார் படித்தாலும், குடும்பத்தின் மீது ஒரு வெறுப்புதான் ஏற்படும். சமூகத்தில் கோளாறு உள்ளது உண்மை. அதற்குப் பரிகாரம், 'இயற்கை நியதி' என்கிறீர்கள். நோய்க்கு மருந்தாக, நோயைத் தருகிறீர்கள் ..."

"நான் மருந்து தரவில்லை; மருந்து தருவது கலைஞனுடைய வேலையும் அல்ல ..."

மேரி, ஏதோ சொல்ல வாயெடுத்தாள். அதற்குள் ராதா, குழந்தையைத் தூக்கிக்கொண்டு குறுக்கிட்டாள்.

"குழந்தை, உங்களைத் தேடுகிறான்."

"நீங்கள் எடுத்துக்கொள்ளுங்களேன்" என்றாள் மேரி, ரகுவிடம்.

கவிதை ஞாபகத்தில் இருந்த ரகு, தலையை ஆட்டினான்: "நீயே வைத்துக்கொள்"

அவனுடைய குரலில் இருந்த அலுப்பு, அவளுக்கு உறுத்தியது. அதை வெளியில் காட்டிக்கொள்ளாமல், "குழந்தை ரொம்ப இளைத்து விட்டான்; இல்லையா? அடிக்கடி இருமல் ஏற்படுகிறது." என்றாள்.

"எல்லாம் சரியாகிவிடும், குழந்தைதானே?"

அவனுடைய குரலில் அலட்சியம் ஒலிப்பதாக, அவளுக்குப் பட்டது. குழந்தையின் கன்னத்துடன், தன் கன்னத்தை ஒட்டிக்கொண்டாள்.

ரகு, அவளைக் கவனிக்கவில்லை. கவிதையில்தான் இருந்தான். "கவிதையில் உருப்படியாய் ஒன்றுமில்லை என்கிறாயா?"

"இல்லை என்பதுதான் என் அபிப்பிராயம். சமூகத்தில் ஆண் பெண்களை வைத்துக்கொண்டு வார்த்தைகளை உருட்டிச் சூதாடுகிறீர்கள்?" என்றாள் தீர்மானமாய். "இயற்கை நிலையைப் பாராட்டிக் குடும்பத்தை வெறுக்கிறீர்கள் அல்லவா? அந்தக் காட்டுமிராண்டிபோல – இந்தக் குழந்தையின் விரலுக்குச் சிறுகாயம் உண்டாக்கத் துணிவீர்களா?"

அவள் விபரீதமாகப் பேசிவிட்டாள்; பேச்சுவாக்கில் அவனும் அதை உணரவில்லை,

"நான் காட்டுமிராண்டிதான்?" என்றான் கேலியாக, அவளுடைய படபடப்பைக் கண்டு.

அவள் சீறினாள்: "சந்தேகம் இல்லாமல். கவிதையில் வரும் காட்டுமிராண்டி நீங்கள்தான். அவனைப்போலவே, நீங்களும் குழந்தையையும் என்னையும் கொஞ்சம் கொஞ்சமாகக் கொன்றுகொண்டுதானே இருக்கிறீர்கள் ..."

அவள் கவிதையைப் பற்றிப் பேசவில்லை என்பதற்கு, ஒரு விளக்கம் தேவைப்படவில்லை. "மேரி!" என்று அவன் கத்தினான்: "என்னை, அவ்வளவு கேவலமாகவா நினைக்கிறாய்?"

"பின் என்ன? என்ன என்ன ஆசைகளைக் காட்டி, என்னை வஞ்சனை செய்கிறீர்கள்? கல்யாணம் செய்துகொள்வதாய்ச் சொல்லி என்னை உங்கள் இஷ்டத்துக்கு ஆளாக்கிக்கொண்டது, வஞ்சனை இல்லையா? வேலைக்காரிகூட, என்னை விபசாரி என்று நினைக்கிறாள். குழந்தைக்கு என்ன பெயரிடுவது என்று தெரியவில்லை. கலை என்றும் கவிதை என்றும் கதைத்து, உண்மை மனிதர்களை வெறுக்கிறீர்கள். அவர்களுடைய மனவேதனையை உங்களால் அறியவும் முடியவில்லை... உங்களுடைய மனோபாவம்தான் காட்டுமிராண்டியின் உருவம்...!"

அவள் பேசிய அதிர்ச்சியில், குழந்தை வீறிட்டு அழத் தொடங்கியது. அணைத்துக்கொண்டு, அவள் அப்பால் சென்றாள்.

மேரியின் சினத்தைக் கண்டு ரகு மறுபடியும் திடுக்கிட்டான். தாயும் குழந்தையும் சேர்ந்து அழும் காட்சி, அவனுடைய குற்றத்தை உறுதி செய்வதுபோல இருந்தது.

ஆனால், அவனும் குற்றவாளி அல்ல என்பது மேரிக்குத் தெரியும்; இப்போது மறந்திருக்கிறாள்.

பேசாமல் எழுந்து படுக்கையில் விழுந்தான். மேரி குழந்தைக்குப் பாலூட்டி, ஆசுவாசப்படுத்தினாள். சிறிது நேரத்திற்கு முன்னால் பெரிதாய் அழுத குழந்தை ஒன்றுமே நடக்கவில்லைபோல அமைதியாக அவளுடைய மடியில் தூங்கிவிட்டது. அந்த அமைதி அவளையும் தழுவி, அவளுக்குள் இருந்த சலசலப்பை அடக்கியது. குழந்தையை முத்தம் இட்டாள், மிருதுவாக. ஏசுவின் ஞாபகம் வந்தது. 'அவர் உங்களுக்காக, உங்களால் இறந்தார்' என்பதையும் நினைத்துப்பார்த்தாள்.

"நான் இன்றைக்கு, ரகுவிடம் இப்படி ஏன் நடந்துகொண்டேன்?"

அற்பத்தனமாய் நடந்துவிட்டாள்.

அவனுக்கு வருத்தம் தரக்கூடாது என்று அவன் வருமுன் நினைத்தாள்; வந்தபின் துன்புறுத்தினாள்; அவளுக்கு இன்னும் அறிவு வரவில்லை.

தொட்டாற்சுருங்கியான அவனுடைய மனம், என்ன பாடுபடுகிறதோ?"

முகத்தை நன்றாய்த் துடைத்துக்கொண்டாள்; கட்டிலுக்குப் பக்கத்தில் நின்று மெதுவாகக் கூப்பிட்டாள்: "ரகு!"

அவளுடைய குரலின் கனிவு, அவனை மௌனம் சாதிக்க அனுமதிக்கவில்லை; எழுந்து உட்கார்ந்தான்.

"நான் ரொம்ப ஆத்திரப்பட்டுவிட்டேன்; எனக்குத் தெரியாது, நீங்கள்..."

"உன்னை ஏமாற்ற வேண்டும் என்ற எண்ணம் இல்லை. அப்படி இருந்தால் உன்னைப் பட்டணத்திலேயே விட்டு வந்திருப்பேன்... நீ என்னால் எவ்வளவு கஷ்டம் அடைகிறாய் என்பது எனக்குத் தெரிகிறது. ஆனால், என் நிலைமை... இன்னும் கொஞ்சம் காலம் பொறுக்க வேண்டும், என்னை நம்பவும் வேண்டும்."

“சரி, இன்று நமக்கு என்னவோ ஆகிவிட்டது. சாப்பிடலாம் வாருங்கள்”

இருவரும் சாப்பிட்டார்கள், பேசாமல். பிறகு அவன், கொஞ்ச நேரம் குழந்தையுடன் கொஞ்சிக் கொண்டிருந்தான். இருவரும் அதிகமாய்ப் பேசவில்லை. பேசப் பயந்தார்கள்.

அப்பால் அவன் படுத்தான்; கட்டிலின் கீழே அவளும் அயர்ந்தாள்.

வெள்ளி முளைப்பதற்கு முன்னரே, அவன் தூக்கம் கலைந்தது. இரவு முழுவதும் அவனுக்கு நல்ல தூக்கம் இல்லை; யோசனைகள். மேரியைப் பார்த்தான்; போர்வையே இல்லாமல் உடலை ஒடுக்கிக் கொண்டு படுத்திருந்தாள். கட்டிலின் மேலே கிடந்த போர்வையை எடுத்துப் போர்த்திவிட்டு, வெளியில் தெருவுக்கு வந்தான்.

உலகம் இன்னும் விழிக்கவில்லை. உதயத்துக்கு முன் வேலைக்குப் போக வேண்டிய மனிதர்கள் தவிர, வேறு நடமாட்டம் கிடையாது. பகல்போல் வெளிச்சம் இருந்தும் பாழ்வெளிபோலத் தோற்றம் அளித்தது தெரு. குளிர்ந்த பனிக்காற்று, அவனை ஆலிங்கனம் செய்தது. இரவில் எழுந்த எண்ணங்கள், ஒவ்வொன்றாய் மறைந்தன. நெஞ்சு குளிர்ந்தது. ஆனால், அதிகம் குளிர்ந்துவிட்டதால் நினைக்கும் சக்தியை இழந்தது. நோக்கம் இன்றி நடந்தான்.

◆ ◆ ◆

மேரி விழித்தபோது, அவன் தனக்கு முன்னால் எழுந்து சென்று விட்டதைக் கண்டாள்.

தன்மேல் உண்டான கோபம் குறையவில்லை என்று நினைத்ததும், அவளுக்கு மறுபடியும் துக்கம் உண்டாகியது.

5. இக்கரையில்

அந்த இரவு, மேரி விழிநீரைப் பெருக்கினாள். ரகுவுக்கு நிம்மதி இல்லை என்றால், கௌரியும் கவலையாகத்தான் இருந்தாள்.

ஒருமாத காலம் அவள் நோய்வாய்ப்பட்டிருந்தபோது, பக்கத்தில் இருந்து அவன் பணி செய்ததைக் கவனித்திருந்தாள். படுக்கையில் கிடந்து அவனை வேலை வாங்குவது, அவளுக்கு வருத்தமாக இருந்தது. ஆனால், வேறு வழி இல்லாமல், அதற்கு உடன்பட்டாள். இப்போது, குணமான பிறகு, அவனுக்குப் பிரியமான காரியங்களை எப்படிச் செய்வது என்று மனதிற்குள் திட்டமிட்டு வைத்திருந்தாள்.

நோயினால் அவளுக்கு ஒரு நன்மைகூட உண்டானதாகத் தோன்றியது. அதற்கு முன்பெல்லாம், ஒருநாள் இரண்டு நாளுக்கு ஒருமுறை, அவன் ஒன்றிரண்டு நாட்கள் வெளியில் தங்கிவிடுவான். எங்கே போனான், ஏன் போனான்? என்று கேட்கவே முடியாது. கேட்டால் விளையாட்டாய்ப் பேசி மழுப்பிவிடுவான். சொல்லும்படிப் பிடிவாதம் செய்தால், சீறுவான்! அவன் அவளிடம்அன்பாக நடந்துகொண்டது உண்மை. ஆனால், இந்தக் குறை, அவள் மனதில் சந்தேகம் உண்டாக்கிக் கொண்டிருந்தது. ஒரு மாதம் அவன் அவளுக்குப் பக்கத்தில் இருந்ததால், இனியும் அவன் அப்படியே இருந்துவிடுவான் என்று எதிர்பார்த்தாள்.

ஆனால், அவளுக்குச் சற்று நடமாடும் சக்தி வந்ததும், அவன் மறுபடியும் தன் பழைய வழக்கத்தைத் தொடங்கிவிட்டான். அவளுக்குப் பொறாமையும் ஆத்திரமும் உண்டாயின. இரவு ஏறி இருளின் கனம் அதிகமாக ஆக, அவளுடைய மனதில் அச்சம் பரவ ஆரம்பித்தது. அதற்கு முன்னாலும் அவள், இவ்வாறு பல இரவுகளை அவன் இல்லாமல் தனியாகக் கழித்திருக்கிறாள். அப்போது வீட்டு வேலைக்காரப் பெண் ஒருத்தியைத் துணையாக வைத்திருப்பாள். அவளுடன் கதை பேசிக்கொண்டே, தூங்கிவிடுவாள். ஆனால், இன்று அவளும் வரவில்லை. அந்தப் பெரிய வீட்டின் தனிமை, அவளுக்குப் பயம் காட்டியது.

பூதப் பிரேதங்களில் அவளுக்கு மிகவும் நம்பிக்கை. பூனைகள் சண்டை போடும் கூக்குரல், அவளுக்குப் பேய்களின் ஓலமாகப் பட்டது. காற்று சற்று வேகமாக வீசி ஒலித்தால் – அவைகளின் பெருமூச்சாய்த் தோன்றியது. நகை நட்டுகள் அதிகமாய் வைத்திருந்ததால், அவளுக்குத் திருட்டுப்பயம் வேறு. கூரை மீது எலிகள் ஓடுவதாலோ, அல்லது தூங்கும் பறவைகள் தடுமாறுவதாலோ உண்டாகும் ஓசையைக் கேட்டாலும், நெஞ்சு படபடக்கத் தொடங்கியது. இந்தப் பயங்களெல்லாம், ஆத்திரமாய் அவன் மீது பாய்ந்தன. நோய் காரணமாய்த் துர்ப்பலமாக இருக்கும் மனைவியைத் தனியே விட்டுச்செல்ல, அவனுக்கு எவ்வளவு நெஞ்சழுத்தம் இருக்கவேண்டும்?

ஏதேதோ நினைவுகளுடன் அவள் அரைகுறைத் தூக்கத்தில் இரவைக் கழித்துவிட்டாள். மறுநாள் அவள் கண்விழிக்கும்போது, காலை வெயில் 'சுள்'ளென்று அடித்துக்கொண்டிருந்தது.

அன்று வெள்ளிக்கிழமை. வீடு முழுவதையும் அவளே கூட்டி மெழுகிக் கோலம் போட்டாள். வெந்நீரில் ஸ்நானம் செய்ய வேண்டியவள், தண்ணீரில் ஸ்நானம் செய்தாள். படத்திற்குக் கற்பூரம் காட்டினாள். காபி சாப்பிட்டதும், பாதி உயிரை இழந்தது போன்ற களைப்புடன், தூணோடு சாய்ந்துகொண்டு உட்கார்ந்தாள். அவன் வரவில்லை; ஆனால் அதைப் பற்றி ஆழ்ந்து சிந்திக்கக்கூட அவளுக்குத் தென்பு இல்லை.

6. குழப்பம்

வீடு திரும்பியபோது, ரகு தெளிவாகத்தான் வந்தான். மேரியின் அழுகையைக் கேட்டபின், இன்று கௌரியின் கண்ணீரைக் காணப் போகிறோம் என்று அவனுக்குத் தெரியும்.

தூக்கக் கலக்கத்துடன் தூணோடு சாய்ந்துகொண்டிருந்த கௌரியைக் கண்டதும் கேட்டான், "ராத்திரி, தூங்கவே இல்லையா?" என்று.

"தூங்காமல் என்ன? நன்றாய்த் தூங்கினேன்." என்று கொண்டே எழுந்தாள். "என்னை நீங்கள், என்ன செய்யப் போகிறீர்கள்?"

கௌரி மேலும் பேசியிருப்பாள். ஆனால், அதற்குள் வர வேண்டிய கண்ணீர் வந்துவிட்டது. சற்று நிதானித்துக் கேட்டாள்.

"ராத்திரி எங்கே போயிருந்தீர்கள்? என்னை இப்படித் தனியாக விட்டுப் போனால்... பயத்தால், நான் சாகவேண்டும் என்றா?"

"கௌரி, இங்கே வா. நீ பைத்தியக்காரி. எங்கே போனேன் என்று சொல்லமாட்டேனா?"

சொல்லவேண்டும் என்பதுதான், அவனது விருப்பமும்.

மேரியிடம் அவன் சென்றிருந்ததைச் சொல்லலாம். அவளுக்கும் அவனுக்கும் நட்பு ஏற்பட்டதற்குக் காரணம் கௌரிதான் என்பதையும் சொல்லலாம். மேரி மிகவும் உயர்ந்த குணம் படைத்தவள் என்பதை விளக்கலாம்.

ஆனால் கௌரி, இதையெல்லாம் எப்படி ஏற்பாள்?

"இப்படிப் பலஹீனமாக இருக்கும் சமயத்தில், தனியாக என்னால் இருக்க முடியுமா? என்று பக்கத்தில் வந்து குழைந்தாள் அவள்.

"காலையில் தலைமுழுகினாயா? கௌரி?"

"இன்று வெள்ளிக்கிழமை அல்லவா?"

"குளித்தால் போதாதா? எதற்காகத் தலைமுழுகவேண்டும்? உடம்புக்கு ஆகுமா?"

"உடம்புக்கு ஆகிறது; ஆகவில்லை. நான் இருப்பதால், யாருக்கு என்ன சந்தோஷம்? நான் உங்களை நம்பி இருக்கிறேன். நீங்கள் என்னைக் கைவிடுகிறீர்கள்?... ஜ்வரமாய் இருந்தபோதே நான் செத்திருக்க வேண்டும்..."

"கௌரி, நீ கொஞ்சம் அழாமல் சாந்தமாய் இருந்தால், உன்னிடம் ஒரு ரகஸியம் சொல்கிறேன். நீ அழுதுகொண்டிருந்தால், நான் ஒன்றும் சொல்லமாட்டேன்" என்று கொண்டே ஈரமாய் இருந்த அவளுடைய கூந்தலை விரித்தான்.

"போ, தலைக்குக் கொஞ்சம் சாம்பிராணிப் புகை பிடி..."

"நீங்கள்..."

"நீ போயேன்..."

அவள், உள்ளே போனாள்.

ரகு தலையைப் பிசைந்துகொண்டான். வீட்டுக்கு வந்தபோது இருந்த தெளிவு மங்கிவிட்டது. கௌரி சொன்னது உண்மை; அவள் அவனையே நம்பி இருக்கிறாள். மனைவி கணவனை நம்புவதில் வியப்பில்லை: ஆனால் அவன், அவளைக் கைவிடவேண்டும் என்று எண்ணவே இல்லை.

அவள் ஹிந்துப் பெண்; வைதீக ஸம்ஸ்காரங்களைச் சாஸ்திர ரீதிப்படி அறியாவிட்டாலும் கேள்வி ஞானம் உள்ளவரை ஸம்பிராதங்களை ஒழுங்காக அனுஷ்டிக்கிறாள். உடல்நிலையையும் கவனியாமல் வெள்ளிக்கிழமை என்பதற்காக, வீட்டைச் சுத்தம் செய்து, பூஜையும் முடித்திருக்கிறாள். இந்த மனப்பான்மை கொண்டவளிடம், 'அவன் ஒரு கிறிஸ்தவப் பெண்ணுடன் தொடர்பு வைத்திருக்கிறான், அவனால் அவளுக்கு ஒரு குழந்தையும் இருக்கிறது' என்பதைக் கூறுவது? கணவன் – இன்னொரு பெண்ணைப் பார்ப்பதையே மனைவியால் சகிக்கமுடியாது. அதுவும் ஒரு கிறிஸ்தவப் பெண், கிறிஸ்தவர்கள் பறையர்கள் என்பது கௌரியின் நினைப்பு – என்று தெரிந்தால், அவள் உடனே உயிர் விட்டுவிடுவாள்!

அவனைப் பற்றிய வரையில், மதம் – மனிதன் பூரணத்துவம் பெறுவதற்கான முயற்சி அது விசால மனப்பான்மைக்கு ஒரு தடை ஆகிவிடக்கூடாது என்பதுதான், அவன் எண்ணம். பூஜை புனஸ்காரங் களால் கடவுளைத் திருப்தி செய்ய முயலுவதைவிட, மானுஷ்யத்தைப் பெருக்குவதால் அவனை வயப்படுத்த முடியும் என்று அவன் நினைத்தான். ஆனால், இந்த விஷயங்களை எல்லாம், அவளுக்கு உணர்த்துவது எப்படி? மதம் – கடவுள் முதலியவைகளைப் பற்றி, அவளுக்குப் பரந்த ஞானம் கிடையாது. அவளுக்கு ராமனும், கிருஷ்ணனும்தான் தெரியும். கடவுள் என்று ஒரு பேர்வழி ஆகாயத்தில் உட்கார்ந்துகொண்டு, மனிதர்களின் பாப புண்ணியங்களைப் பார்த்துக்கொண்டிருக்கிறார்; அவர் நம்மைவிடவும் பலசாலி; அவரைப் பூஜை முதலியவற்றால் மகிழ்விக்க வேண்டும் என்பதுதான், அவளுடைய மதஞானம், சீதை, சாவித்திரி முதலியவர்களின் கதைகளைக் கேட்டவள். ஆகையால், கணவனே தெய்வம் என நம்பி இருக்கிறாள்.

மேரி, பெரும் துயரம் சகிக்கிறாள் என்பது உண்மை. ஆனால் கௌரியும் – காரணம் சொல்லாமல், வெளியில் அலையும் கணவனைப் பொறுக்கிறாள். இதைவிட அவளுக்குப் பெரும் துயரம் ஏது? மேரி அறிவாளி; ஆகையால் பொறுக்கிறாள் என்றால், கௌரி அறிவின்மையால் பொறுமை பெற்றுவிட்டாளா? யோசனை புகைந்து புகைந்து, அவன் மூச்சைப் பிடித்தது.

கௌரி காபி கொண்டுவந்தாள். எதிரில் இல்லாதபோது அவன் மீது உண்டான கோபம், ஆத்திரம் எல்லாம் அவன் முன்னால் பதுங்கிவிட்டன, முயல் கூட்டம்போல! காபி தயாரிக்கும்போதே அவள் தன்னைச் சமாதானப்படுத்திக்கொண்டு விட்டாள். அவனை இப்போது தொந்தரவு செய்யக்கூடாது என்று. 'உங்கள் மீது எனக்குச் சந்தேகமாயிருக்கிறது' என்று அவனிடம் எப்படிச் சொல்வது? என்ற தயக்கம் வேறு. அப்படிக் கூறுவதன் அர்த்தம், 'உங்கள் மீது எனக்கு நம்பிக்கை இல்லை' என்பதாகிவிடுமோ என்னவோ!

ஆனால், அவன் மீது அவளுக்கு, அத்தகைய சந்தேகம் அறவே கிடையாது.

"நீங்கள் கொஞ்ச நேரம் தூங்கினால் நல்லது, முகம் எண்ணெய்ப் பசையால் 'பிசுபிசு'வென்று இருக்கிறது…"

அவன் இரவு எங்குப் போனான் என்பதைக் கேளாமல், அவள் தூங்கச் சொன்னதுகூட, அவனுக்கு உறுத்தியது. பேச்சைவிட, மௌனமாகக் கிடப்பதால், மனம் தெளிவு பெறும் என்று அவனுக்குத் தோன்றியது.

"நீ என்ன செய்யப் போகிறாய்? சமைக்க வேண்டாமே, இன்றைக்கு?"

"சரிதான், ராத்திரி தூக்கத்தையும் கெடுத்துக்கொண்டு, ஹோட்டல் சாப்பாடுச் சாப்பிட்டால், உடம்புக்கு ரொம்ப நல்லதுதான்."

தலையணை எடுத்துக் கொடுத்துவிட்டு, அவள் உள்ளே போனாள். அவன் கீழே சாய்ந்தான்.

கண்களை மூடிக்கொண்டு உடலைத் தளர்த்தினான். மிகவும் இதமாக இருந்தது. ஒரு நிமிஷம்தான்; மறுபடியும் சிந்தனை கொட்டத் தொடங்கியது.

கௌரி இவ்வளவு அமரிகையாக நடந்துகொள்வாள் என்று அவன் எதிர்பார்க்கவில்லை. ஒருவேளை துர்ப்பலத்தால் அவள் இப்படி இருந்திருக்கலாம். பலமோ துர்பலமோ, அவள் பொறுமையாக இருந்தாள்.

அந்த வாயில்லா ஜீவனைத்தான், அவன் ஏமாற்றிக் கொண்டிருக்கிறான்.

மேரியும், இவளை அவன் ஏமாற்றுவதாய்க் குற்றம் சாட்டினாள்.

அந்த இருவரையும் மட்டுமல்ல; தன்னைத்தானே ஏமாற்றிக் கொள்வதுபோலத் தோன்றியது. அவனுக்கு. உண்மை அதுதான்.

கௌரி செய்த தவறுதான் என்ன? வாழ்க்கையில் மிகமிகச் சாதாரணமானது.

அப்போது ரகுவின் பெற்றோர்களுக்கு மிகவும் கஷ்டகாலம். ரகுவுக்குக் கல்யாணமான புதிது. பெற்றோர்களின் துயரத்தால், அவனுடைய மணவாழ்வு பரிமளிக்க வழியில்லாமல் ஆகிவிட்டது. கௌரியின் பெற்றோர்கள், அவனை மனைவியுடன் தனித்து வந்துவிடும்படி வற்புறுத்தினர். ஆனால் அவன், தாய் தந்தையரை நிர்க்கதியாய் விட்டுப் பிரிய மனம் இல்லாததால், அவர்களுடைய விருப்பிற்கு இணங்க மறுத்து விட்டான். கௌரியின் பெற்றோர்கள், அவன் 'நல்லபடியாக இருக்கும்போது, அவளைக் கொண்டு வந்துவிடுவதாய்க் கூறி அவளை வலுக்கட்டாயமாய் அழைத்துச் சென்றுவிட்டார்கள். மூன்று வருடங்கள் அவள் பிறந்த வீட்டில் தங்கிவிட்டாள், பிறகு, வாழ்க்கையில் எத்தனையோ மாறுதல்கள். அவள், இனி வரவே மாட்டாள் என்று நினைத்தான். ஆனால் அப்பால், அவள் தானாகத் திரும்பி, அவனிடம் சேர்ந்தபோது ...

அவன், தன் பெற்றோர்களைக் கைவிடாமல் இருந்தது, சிறந்த காரியம்தான்; அவள் 'நல்லபடியாக இருக்கும் கணவனுடன் இருப்பேன்' என்று, பிறந்த வீடு சென்றது தவறுதான். ஆனால், அந்தத் தவறின் முழுப்பங்கும் அவளையே சேராது. அவளுடைய பெற்றோருக்கும்தான் பெரும் பங்கு. ஆனால், அந்தத் தவறு காரணமாக, அவளுடைய வாழ்வையே குலைக்க, அவனுக்கு என்ன உரிமை இருக்கிறது? அம்மி மிதித்து, அருந்ததி காட்டி, அக்கினி சாட்சியாய் ஏற்றவளை ஒரு சிறு தவறு செய்ததால் வாழ்க்கை முழுவதும் கைவிடுவதற்கு, அவனுக்கு அதிகாரம் கிடையாது.

கௌரியைப் பிரிந்திருந்த இடைக்காலத்தில் மேரி குறுக்கிட்டாள். எப்படியோ சந்தித்தார்கள். ஏதேதோ பேச்சுகளால் உலகையும் வானையும் அளந்தார்கள். மனமும் அறிவும் மயங்கியிருந்த சமயத்தில், உடல்களை ஒன்றாக்கிவிட்டார்கள். தனக்குக் கல்யாணம் ஆகிவிட்டது என்பதை அவன், அப்போது அவளிடம் சொல்லவில்லை. தேவை இல்லை என்று நினைத்தான்; மேரியை மணந்துகொள்ளவே விரும்பினான்.

ஆனால் கௌரி, தன் தவறை உணர்ந்து, பெற்றோரைப் புறக்கணித்து, அவனுடைய வாயிலில் தீனமாய் நின்றபோது – அரக்கனாக நடந்துகொள்ள, அவனால் இயலவில்லை.

சிக்கல் நேர்ந்துவிட்டது இவ்வாறு.

தன் தவறுக்குப் பிராயச்சித்தம் செய்துகொள்பவள்போல், அவனுடன் தன்னை ஐக்கியப்படுத்திக்கொண்டு, அவனுடைய கண்களாகவும்; கரங்களாகவும் கால்களாகவும் உழைத்துவந்தாள் கௌரி.

அவனுடைய மூளைக்கும் நெஞ்சுக்கும் ஒரு முக்கிய அங்கமாகத் திகழ்ந்தாள் மேரி.

இருவரில் எவரையும் நிராகரிக்கும் பிரச்சனை, அவனுக்குக் கிடையாது.

மிகவும் சுலபமான பரிகாரம் உண்டு; மேரியைக் கிறிஸ்துவச்சியாகவே இருக்க அனுமதித்து மணப்பது…

பிறகு, கௌரி… அவ்வளவுதான்…

இரண்டு மனைவிகளுடன் வாழ்க்கை… விசித்திரமாக இருக்கும்.

லக்ஷிய வாழ்க்கைக்கு, மிகவும் பொருத்தம்!

லக்ஷியம், ஆதாரம், கவி… சீச்சீ!

பைத்தியம் பிடிக்கும்போல் இருந்தது அவனுக்கு. எழுந்தான். சிறிது நேரம் குழம்பி உட்கார்ந்திருந்தான்.

முன் இரவில் தூக்கம் இழந்தது, மேரியுடன் மனப்போராட்டம், கௌரியைக் கண்டதும் மனதை வெட்டிய எண்ணங்கள் – எல்லாம் சேர்ந்து அவனைத் துர்ப்பலம் ஆக்கின. சிக்கலைப் பிரிக்க முடியாததால், வெறி ஒன்று அவனை ஆட்கொண்டது.

சாரிசாரியாய் எதிரே ஊர்ந்த எறும்புகள், பிரமாண்டமாய் வளர்ச்சிபெற்று – மனிதர்களைவிடப் பெரியனவாய் – அவனைக் கீழே அமுக்குவதுபோல் ஒரு பிரமை.

ஆற்ற முடியாமல், கௌரியை அழைத்தான்: “கௌரி?”

அவளிடமே, தன் இக்கட்டான நிலையைக் கூறிவிடுவது, என அவன் தீர்மானித்துவிட்டான்.

கௌரி வெளியில் வந்தாள், தலையை விரித்துப் போட்டுக்கொண்டு, மிகவும் சாதாரணமாய்.

“நீங்கள் தூங்கவில்லையா?…”

“எனக்குத் தூக்கம் வரவில்லை. நான் ஒரு பெரிய தவறு செய்து வருகிறேன். இனியும் அதை, உன்னிடம் ஒளித்துவைக்க, என்னால் முடியாது. கௌரி! நேற்று ராத்திரி, நான் எங்கே போயிருந்தேன் என்று, உனக்குத் தெரியுமா?”

அவனுடைய படபடப்பைக் கண்ட அவளுக்கு, வியப்பாக இருந்தது. அதைப் பற்றி அறிய ஆவல்தான். ஆனால், கேட்டால் அவனுக்கு மனவருத்தம் உண்டாகும். ஒருவேளை சச்சரவும் தோன்றலாம் என்பதே அவளுடைய பயம்.

“அதைப் பற்றி இப்போது என்ன? சாதம் கொதிக்கிறது… நீங்கள் கொஞ்சம் தூங்கினால், நல்லதில்லையா?”

“தூக்கம் வராது. சாதத்தை இறக்கிவிட்டுச் சீக்கிரம் வா...”

மறுபடியும், அவள் உள்ளே சென்றாள்; ஆவலைச் சிறிதும் வெளிக்காட்டாமல், அவள் பேசினதைக் கவனித்தான் அவனும். எப்படியானாலும் சரி, தன்னுடைய ஆபத்தான நிலையை அவளிடம் வெளியிட்டுவிடுவது என, மீண்டும் உறுதி செய்துகொண்டான்.

அவன், அதை அழகாய்ச் செய்யவேண்டுமே?

கௌரி பிரமிக்கத்தக்க விதத்தில், மேரியின் சித்திரத்தை மிகமிக அழகாய்த் தீட்டிவிடவேண்டும் என்று வர்ணங்களைக் குழைத்துக் கொண்டே, கௌரிக்காகக் காத்திருந்தான் அவன்.

7. சித்திரம்

மனம், பொன்னைப் புடமிடும் வலிமை பெற்ற தீயைப்போல், மேரியைப் பொசுக்கியது. தன் மேல் சினம் கொண்டதால் தன்னிடம் சொல்லிக்கொள்ளாமல் போனதாய், முதலில் நினைத்தாள். ஆனால், சினத்துக்கும் அவனுக்கும் வெகு தூரம் என்ற விஷயம் ஞாபகம் வந்ததும், தாங்கமுடியாத மனக்கவலையால் போயிருக்கவேண்டும் என்று உணர்ந்தாள்.

சிந்தனையும் கற்பனையும் அவனைப் பற்றியிருக்கும் இரு கொடிய நோய்கள். அவனைப் பற்றி மட்டுமல்ல; மேரியையும் கௌரியையும் பற்றி மட்டுமல்ல; உலகத்தில் உள்ள ஜீவன்கள் அத்தனையும் பற்றி யோசித்துக் கற்பனை செய்து, எல்லோரும் எல்லாம் மகிழ்ச்சியுடன் வாழவேண்டும் என்று அவன் கனவு கண்டான். ஆனால், நடைமுறை வாழ்க்கையில், உலக மக்கள் எல்லோருக்கும் இன்பம் அளிக்கும் வலிமை தனியொருவனுக்குக் கிடையாது என்பதை நினைக்கும்போது, அவன் துடித்துப்போவான். எல்லோருக்கும் இன்பம் வேண்டும் என்று விரும்பியதாலேயே, அவனுக்குப் பல துன்பங்கள் உண்டாயின. வாழ்க்கையை லேசாக நினைத்து, அதைப் பார்த்துப் பரிகாசம் செய்ய அவனால் முடியாது. அவனிடம் குறைகள் இருக்கலாம்; ஆயினும் அவன் சாதாரண மக்களைவிட உயரமாய்த்தான் விளங்கினான். அதைக் கண்டதால்தான் அவள், அவனுடன் தன்னைப் பிணைத்துக்கொண்டாள்.

அவனுடைய வாழ்க்கையில் இடைப்படும் தடைகளை நீக்குவதற்குத் துணைசெய்யவேண்டும் என்று அவள் விரும்பினாள்... அவளே அவனுக்கு ஓர் இடையூறு ஆகிவிட்டதுடன், அவனுடைய துன்பத்திற்குத் தூபம் போடவும் ஆரம்பித்துவிட்டாள்...

நேற்று இரவு; அவளும் ரகுவும் சண்டை இடுவதற்குக் காரணமான அவனுடைய கவிதை படுக்கை மீது கிடந்தது. அதை மறுபடியும் எடுத்துப் படித்தாள், பலமுறை.

காட்டுமிராண்டி என்று அவள் ரகுவைக் குற்றம் சாட்டினாள். வயிற்றுப் பசியையும், உடற்பசியையும் தவிர வேறு உணர்ச்சி ஒன்றும் இல்லாதவன் காட்டுமிராண்டி. ஆனால், அழகான உணர்ச்சியும், உயர்ந்த அறிவும் உள்ள ரகுவை அவள் காட்டுமிராண்டி என்று விட்டாள். அது உண்மையும் ஆகிவிடலாம் என்று, அவளுக்கு இப்போது தோன்றியது.

சுயநலத்துடன் அவள் ஒருபக்கமும், கௌரி மறுபக்கமும் இழுத்தால் அவளும் இவளுமாகத் தவித்து, அறிவும் உணர்ச்சியும் மழுங்கி, அவன் உண்மையாகக் காட்டுமிராண்டி ஆகிவிடக்கூடும்.

காட்டுமிராண்டி ஆகாவிட்டால், ஒரு மிருகம் ஆகிவிடலாம்; இல்லாவிட்டால் எதற்கும் பயனற்ற பிணம்போல் ஆகலாம். சூழ்நிலைதான் மனிதனை உருவாக்குகிறது; தாழ்வான சூழ்நிலையை மீறி மேல் எழுபவன்தான் உயர்ந்த மனிதன். ஆனால், உயர்ந்த மனிதனைச் சூழ்நிலை காலைவாரிவிடுவதும் உண்டு.

ராதா வந்தாள். மேரியின் ஒளியற்ற தோற்றத்தைக் கண்டாள். இங்கும் அங்குமாய் நின்று, உள்ளும் வெளியும் சென்று, ஏதோ வேலையைக் கவனிப்பதுபோல் ரகு வீட்டில் இருக்கிறானா என்று பார்த்தாள். காணவில்லை. மெதுவாய், "அவர் ..." என்று ஆரம்பித்தாள்.

"துரத்திவிட்டேன், துரத்திவிட்டேன் ..."

"ஏனம்மா ?"

மேரி பதில் கூறவில்லை. அவள் குணம் அறிந்த ராதா, தன் வேலையைக் கவனிக்க ஆரம்பித்தாள்.

மேரி, ஜன்னலருகில் நின்று வெளியில் எட்டிப் பார்த்தாள். வெளியில் ஒரு இடத்தில்தான் ரகு இருக்கிறான். ஏன் இருக்கிறான் ? எப்படி இருக்கிறான் ? என்று உலகம் கவலைப்படவில்லை. அவளுக்குத்தான், அந்தக் கவலை எல்லாம். ரகுவின் உருவத்தை அவள் கற்பனை செய்தாள், அந்த உருவம் அழகாயிருந்தது.

அந்த உடல் அழகானது.

அந்தச் சிரிப்பு அழகானது.

அவனுடைய ஸ்பரிசமும் அழகானது ... வாஸ்தவம். ஒரு மாதம் அவன் வரவில்லை என்று ஏங்கினதும், அவன் வந்து போனபின் அவன் போனதற்காக ஏங்குவதும் எதனால் ? புற அழகு காரணமாக அவளுக்கும் அவனுக்கும் தொடர்பு ஏற்படவில்லையெனில், அவளுக்கு இவ்வளவு ஏக்கம் எப்படி வந்தது ? உடலை அவள் வென்றுவிட்டாள் என்றால், இந்தக் குழந்தை மண்ணிலிருந்தா முளைத்துவிட்டது ?

கண் விழித்த குழந்தைக்குப் பால் ஊட்டக் கீழே உட்கார்ந்தாள். மார்பில் வாய் வைத்த குழந்தை, தன் வயிற்றுக்கு மாத்திரம் மகிழ்ச்சி அளிக்கவில்லை. அவளுடைய உடலில் உள்ள ஒவ்வொரு நரம்பிலும், நாதம் எழுப்பியது.

அவள் உடலைப் பற்றினவரையில்—அதற்குப் பயன் கிடைத்துவிட்டது. குழந்தை அவள் உடலை ஆளவேண்டுமே தவிர, உடல் அவளை ஆள அனுமதிக்கக்கூடாது என்று நினைத்தாள் அவள்.

அவள் இப்படி இங்கு எண்ணங்களைத் திரட்டிக்கொண்டிருக்கும் அதே சமயத்தில் ரகு, அங்குக் கௌரியுடன் அவளுக்காக மன்றாடிக் கொண்டிருக்கக்கூடும்.

கௌரி ஹிந்துப் பெண், அவளுடைய உலகம் குறுகியது என்றாலும் ரகு மீது உரிமை கொண்டவள். ஜாதி மத பேதங்கள் மனிதனால்தான்

தோன்றியவை என்றாலும், அவைகளை ஒருநொடியில் மாற்றிவிடலாம் என நினைப்பது அறிவீனம். பல தலைமுறைகள் செய்ய வேண்டிய காரியம் அது. அதை ரகு—ஒரு தனி மனிதன் சில நாட்களில் செய்து முடித்துவிடுவான் என்று எதிர்பார்ப்பது மிகப்பெரிய மடமை. அவள், அப்படித்தானா எதிர்பார்க்கிறாள்?"

ரகுவின் கட்டாயத்தால், கௌரி வழிக்கு வந்துவிடுவதாக வைத்துக் கொண்டாலும், மேரி இரண்டாவது மனைவியாய் இருக்க, ஏன் விரும்புகிறாள்? அவனுடைய உடலுக்காகத்தானே? அவளுடைய உடலின் வேட்கைக்காகத்தானே?

அந்த வேட்கையை அவள் மறக்கவேண்டும்; மறந்தால் ரகுவுக்கு நன்மை; கௌரிக்கு நன்மை; அவளுக்கும் நன்மை.

அவள் முடிவு கண்டுவிட்டாள், பிரச்சனைக்கு... குழந்தையை முத்தம் இட்டாள், மீண்டும் மீண்டும். இந்த ஸ்பரிச சுகம் போதாதா, பெண்ணுக்கு?"

"ராதா...!"

அவள் வந்தாள். மேரி கலகலப்பாய் இருப்பதைக் காண, அவளுக்கு ஆச்சரியமாய் இருந்தது.

"ஏணி கொண்டுவந்து, இந்த நான்கு படங்களையும் எடுத்துக் கொடு..."

படங்களை ராதா எடுத்தாள். நான்கு படங்கள். ஆதியும் பாதியும் ஆடிய கூத்து, கன்னி மேரியும் சிசு ஏசுவும், தேவகுமாரன் உலகில் உதித்ததை யூத குமாரர்களுக்கு அறிவுறுத்தும் குழந்தை ஏசுநாதர், உங்களுக்காக, உங்களால் உயிர் இழந்த ஏசுநாதர். நான்கையும் மேரி பத்திரமாய்க் கட்டிவைத்தாள்.

"ராதா, என் துணிமணிகள், குழந்தையின் துணிமணிகள் எல்லா வற்றையும் மூட்டை கட்டிக்கொண்டுவா."

ராதா, அப்படியே செய்தாள். அவளுக்கு ஒன்றும் விளங்கவில்லை.

"எங்காவது வெளியூர் போகிறீர்களா அம்மா? அவரும் வருகிறாரா?

"நான் மட்டும் போகிறேன்..."

ராதா பயந்துவிட்டாள். மேரி அலுத்துப்போய்த் தற்கொலை செய்துகொள்ளத் தீர்மானித்துவிட்டாளா?

"குழந்தையின் கதி...?"

மேரி சிரித்தாள். "நான் மட்டும் என்றால், குழந்தையும் நானும் என்றுதானே அர்த்தம்?"

"அப்படியானால், அவருக்குத் தெரியாமலா போகிறீர்கள்?"

மேரி தலையாட்டினாள். "நான் ஒரு கடிதம் தருகிறேன், அவரிடம் நாளைக்குக் கொடுக்கிறாயா?"

கடிதம் எழுதிக்கொடுத்தாள். ரகுவின் உடலை மறக்கத்தான், அவள் வெளியில் செல்லுகிறாள். அவள் தன் உடலை வென்றதும், மறுபடியும் அவனைக் கட்டாயம் சந்திப்பாள் என்று எழுதினாள்.

“நீங்கள் செய்வதைப் பார்த்தால், எனக்குப் பயமாக இருக்கிறது அம்மா, நீங்கள் ...”

மேரி சிரித்தாள்; “நான் செத்துப் போய்விடுவேன் என்றா பயப்படுகிறாய்? செத்துப்போக வேண்டுமானால், வெளியிலா போகவேண்டும்?”

“எனக்கு ஒன்றும் புரியவில்லை, அம்மா! எங்கே போய் என்ன செய்யப் போகிறீர்கள்?”

“எங்காவது போய், ஏதாவது செய்து பிழைக்க, என்னால் முடியாதா?”

மேரியிடம் இருந்த சாமான்கள் யாவும் கொஞ்சம். அவைகளை மூட்டைகட்ட நேரம் ஆகவில்லை; மீந்தவற்றை ராதாவிடம் கொடுத்து விட்டாள்.

அதிக நேரம் அங்குத் தாமதிக்க, மேரி விரும்பவில்லை. எந்த வேளையிலும் ரகு வந்துவிடலாம். அவன் வருவதற்கு முன்னால், அவள் புறப்பட்டுவிட வேண்டும்.

ராதா வண்டியை அழைத்து வந்து, சாமான்களை ஏற்றினாள். வாசலுக்கு வந்த மேரியின் கண்கள், திரும்பி வீட்டை நோக்கின. மனம் ரகுவை நினைத்தது. குழந்தையை மார்புடன் இறுக்கிக்கொண்டாள்.

“ராதா, நீ ரெயிலுக்கு வரவேண்டியதில்லை... நான் வரட்டுமா?” மேரி விடைபெற்றுக்கொண்டாள்...

◆ ◆ ◆

ராதா நல்லவள். வெகுநேரம் வரை அவள் அழுதுகொண்டிருந்தாள். மேரி தனக்காக விட்டுப்போன சாமான்களைக் கணக்கிட்டபோது, அவளுக்கு இன்னும் அழுகை வந்தது.

அழுகை ஓய்ந்த பிறகு, ‘மேரி, ஏன் இப்படிக் கிளம்பிவிட்டாள்?’ என்று ஆராய ஆரம்பித்தது, அவளுடைய மூளை.

‘எங்காவது சென்று, ஏதாவது செய்து பிழைக்க முடியும்’ என்றாள் மேரி. அதற்கு என்ன அர்த்தம்?

ராதாவுக்குச் சந்தேகம் உண்டாயிற்று. ரகுவை வெறுத்துவிட்டுதான், மேரி வெளிக்கிளம்பி விட்டாள், என்று.

“சரி, இப்படி இருப்பதால்தான், பெண்களை நம்பக்கூடாது என்கிறார்கள்” என்று நினைத்தாள் அவள்.

உலகம் இப்படித்தான் நினைக்கிறது; நடக்கிறது; வாழ்கிறது.

தேனீ (ஏப்ரல் 13, 1948)

மோகினி (நவம்பர் 1964)

எம்.வி. வெங்கட்ராம் கதைகள் (டிசம்பர் 1998)

●

வேதனா

“இவர்தான் மிஸ்டர். விமலநாத்; வேதனா ஸ்தாபனத்து வாசகசாலையின் டைரக்டர்” என்று விட்டு, விமலநாதருக்கு என்னை அறிமுகப்படுத்தினார் கூட வந்த நண்பர். “இவர் மிஸ்டர் ஸோனா; சென்னையைச் சேர்ந்தவர்; வியாபாரி; ஒழிந்தவேளையில் பத்திரிகைகளுக்குக் கட்டுரைகள் எழுதுவார்.”

“சந்தோஷம்,” என்றார் விமலநாதர். “வியாபாரி ஆசிரியராக இருப்பது பெரிய விஷயம்தான்.”

“வேதனா ஸ்தாபனம் எங்கிருக்கிறது? நோக்கம் என்னவோ?”

“ஸ்தாபனம் இங்குதான் இருக்கிறது. ஒரு வாசகசாலை, ஒரு சாப்பாட்டு விடுதி, நடனக்கூடம், தோட்டம், பொதுக் கூட்டம் நடத்தும் ஹால்... எல்லாம் இந்தக் கட்டடத்தில் இருக்கின்றன... வாசகசாலையின் பெயர் ‘ஸரஸ்வதி நிவாஸ்’ – சாப்பாடு விடுதியின் பெயர். ‘சைனா கபே’ ஒவ்வொன்றுக்கும் தனித்தனிப் பெயர்... ஆத்மஞானத்தில் சிறப்புப் பெற்றுள்ள கிழக்கையும் விஞ்ஞானத்தில் முன்னேற்றம் அடைந்திருக்கும் மேற்கையும் ஒற்றுமைப்படுத்துவதுதான் ‘வேதனா’வின் நோக்கம்.”

இந்த கிழக்கு – மேற்கு விவகாரத்தைக் கொஞ்ச காலமாய் நான் மறந்திருந்தேன்; விமலநாதர் அதை மறுபடியும் ஞாபகப்படுத்திவிட்டார். ஸ்தாபனத்தின் நோக்கம் நல்லதாய்த்தான் இருக்கிறது; இதை எப்படி நிறைவேற்று கிறார்கள். என்று அறிய விரும்பினேன்.

விமலநாதருடன் கட்டடம் முழுவதையும் சுற்றிப் பார்த்தேன். பெரிய கட்டடம்தான்; பளிங்குக்கற்களால் செய்யப்பட்ட கலை உணர்ச்சி மிகுந்த அழகிய சிலைகள் நிறைந்த கட்டடம். விமலநாதர் சொன்ன பல்வேறு இலாக்காக் களும், வெவ்வேறு ‘டைரக்டர்’களின் மேற்பார்வையில், அக்கட்டிடத்தில்தான் இருந்தன. இரவு நேரம் ஆனதால்

‘சைனாகபே’யையும் ‘மீட்டிங்’ ஹாலையும் தவிர்த்து மற்ற இலாக்காக்கள் மூடியிருந்தன. விமலநாதர் வாசகசாலையைத் திறந்துகாட்டினார். அழகாய்த்தான் இருந்தது; இங்கிலீஸ் புத்தகங்கள் ஏராளமாய்க் குவிந்திருந்தன. கடைசியாக மீட்டிங் ஹாலுக்குள் நுழைந்தோம்... அலுப்பூட்டும் பம்பாய் இரைச்சலில், அழகும் அமைதியும் உள்ள இடம் ஒன்று இருக்கும் என, நான் நினைக்கவே இல்லை.

அந்த ஹாலில் ஏழெட்டு வட்ட மேஜைகள்; அவைகளைச் சுற்றிப் பத்துப் பன்னிரண்டு ஆண்களும் பெண்களும் உட்கார்ந்து பேசிக்கொண் டிருந்தனர். முதல் பார்வையிலே, பெண்கள் அதிகம் என்பது தெரிந்தது. சுவர்களில் பரமஹம்ஸர், விவேகானந்தர், ரமண மகரிஷி, ஏசுநாதர், கன்னிமேரி – முதலியவர்களின் சித்திரங்கள். ஹாலில் நுழையும்போதே, ஒரு நறுமணம் என்னைச் சூழ்ந்தது.

“மிஸ்டர், ஸோனா, ‘வேதனா’வின் தலைவரை, உங்களுக்கு அறிமுகம் செய்துவைக்கிறேன்.”

தலைவரின் பெயர்: மிஸ்டர், காஸ்வாலா; பார்ஸி; ஆனால் பார்ஸி போன்ற தோற்றம் இல்லை, அவருக்கு; கவி ரவீந்திரரைப் போன்று கத்தரிக்கப் பெற்ற தலைமயிர். பெண்களைப்போல் கவர்ச்சி நிறைந்த முகம்; பேச்சும்கூட; கவனித்துப் பார்த்தால் நாற்பது வயது என்று தோன்றும். அவருக்குப் பக்கத்தில் அவருடைய மனைவி; பார்ஸிதான் என்பதை வற்புறுத்தும் நீண்ட மூக்குடன் – அழகு அஸ்தமிக்கும் வயது. அப்பால் அவர்களுடைய பெண்; எவரையும் அலக்ஷியமாய்ப் பார்க்கும் விழிகளில், ஊர் சுற்ற விரும்பும் இளமைத் துடுக்கு. அவளருகில் இருந்த நாற்காலியில் உட்கார்ந்திருந்தேன்.

“இந்த ஸ்தாபனத்தின் லக்ஷியத்தை, எப்படி நிறைவேற்றுகிறீர்கள் ?” என்று தலைவரைக் கேட்டேன்.

அவர் சொன்னார்: “வாசகசாலையைப் பார்த்துவிட்டீர்கள், இங்கு நடன வகுப்புகள் நடத்துகிறோம். மேல்நாட்டுப் பாணியில் நம்மவர்களுக்கு நடனம் கற்றுக் கொடுக்கிறோம். பரத நாட்டிய வகுப்புகள் உண்டு. அதற்காக என்றே தஞ்சாவூரைச் சேர்ந்த ஒரு நிபுணர், ஆசிரியராக இருக்கிறார்; தமிழ்நாட்டிலிருந்து வந்த ஒரு நடனமாது இருக்கிறாள்; பல பார்ஸி ஆங்கிலோ இந்தியப் பெண்களுடன் சில வெள்ளைக்காரப் பெண்களும் நாட்டியம் கற்கிறார்கள். இந்திய நடனத்தின் உயர்வு இப்போதுதான் வெள்ளைக்காரர்களுக்குத் தெரிய ஆரம்பித்திருக்கிறது... நாங்கள் நடத்தும் கலைக்கண்காட்சியை, நீங்கள் பார்க்கவேண்டும். நம் கலைகள் இவ்வளவு உயர்ந்தவையோ என்று நீங்களே பிரமித்து விடுவீர்கள்...”

“போன வருஷம் கண்காட்சியின்போது விஜயம் செய்த அமெரிக்கக் கோடீஸ்வரர் வில்ஸன், மூன்று நாள் இங்கேயே தங்கிவிட்டார், ப்ரமித்துப்போய்...” என்று பெருமையுடன் சொன்னாள், ஸ்ரீமதி காஸ்வாலா.

தலைவர் தொடர்ந்தார்: “என் மகள் என்பதற்காகச் சொல்லவில்லை. மிஸ் காஸ்வாலா, மிகவும் அற்புதமாய்ப் பரதநாட்டியம் செய்வாள். போன

வருஷம் ஸ்வீடன் தேசத்து மாபெரும் விஞ்ஞானி–பெயர் மறந்துவிட்டது – வந்திருந்தார். நாட்டியத்தைப் பார்த்துப் பரவசம் ஆகிவிட்டார். மேடை மீது ஏறி, 'விஞ்ஞானத்தைவிட இந்த நாட்டியம் அதிக சக்தி வாய்ந்தது,' என்று நீண்ட பிரசங்கமே செய்து…"

"அயோக்கியத்தனமாய் என் கன்னத்தில் முத்தமிட்டான்!" என்று முடித்தாள், மிஸ். காஸ்வாலா!

அவள் பேசியது, விபரீதமாக எனக்குத் தோன்றியது. ஆனால், மிஸ்டர் காஸ்வாலா, அதைக் கவனிக்கவே இல்லை.

"நம் ஸ்தாபனம் ஜாதி பேதமோ, மதபேதமோ, மாகாண பேதமோ பாராட்டுவதில்லை. நான் பார்ஸி; உங்களுக்குத் தெரியும். விமலநாத் ஆந்திராவைச் சேர்ந்தவர். தஞ்சாவூரிலிருந்து ஒரு தமிழ் நாட்டிய நிபுணர் வந்திருக்கிறார். மற்றும் குஜராத்திகள், மார்வாரிகள், மகாராஷ்டிரர்கள், பெங்காலிகள், எல்லோரும் இந்த ஸ்தாபனத்தில் அங்கத்தினர்கள்."

"நல்லவேளை! பொதுவாகத் தமிழர்கள் என்றால், பிற மாகாணத்தவர்கள் விரும்புவதில்லை. நீங்கள் அப்படி இல்லை என்று அறியச் சந்தோஷம்…"

"எங்களுக்கு மாகாண மனப்பான்மையே கிடையாது, எந்தவிதமான பேதத்தையும் நாங்கள் ஏற்பதில்லை" என்றாள் ஸ்ரீமதி காஸ்வாலா.

"கிழக்கும் மேற்கும் கிடக்கட்டும். வடக்கையும் தெற்கையும் ஒற்றுமைப்படுத்துவதில் நீங்கள் ஓரளவு வெற்றி பெற்றுவிட்டதாகவே தோன்றுகிறது…"

"ஓரளவு என்ன? நன்றாக வெற்றி பெற்றுவிட்டோம். உதாரணமாக, நான் இப்போது உங்களுக்கு விருந்தளிக்கப் போகிறேன்" என்று, மறுபடியும் குறுக்கிட்டாள், மிஸ். காஸ்வாலா.

அவளுடைய தந்தையின் முகம் பார்த்தேன்.

"சாப்பிட்டு வாருங்களேன்; நாங்கள் எல்லோரும் கொஞ்ச நேரத்தில் வருகிறோம்." என்றார் அவர்.

மிஸ். காஸ்வாலாவும் நானும் ஹாலை விட்டு வெளியே வந்தோம். அந்த இடத்தில், இரவுக்கும் இருளுக்கும் உள்ள சம்பந்தமே அற்று விட்டது. தனிமைக் கனவுகள் பேசும் தத்துவங்களை மறதியில் அமுக்கிவிட்டுப் பெண்ணுடன் பேசத் தொடங்கினேன்.

"நீங்கள், பம்பாய்க்கு ஏன் வந்தீர்கள்?" என்றாள் அவள்.

"வியாபார விஷயமாய் வந்தேன்; நாலைந்து நாளில் திரும்பி விடுவேன்…. உனக்குப் பம்பாய்தானா?

"ஆம்…"

"கல்யாணம் ஆகிவிட்டதா?"

"இதுவரை தேவை ஏற்படவில்லை"

"சரி… இந்த ஸ்தாபனத்தின் நோக்கம் பூர்த்தி ஆக, நீ என்ன செய்கிறாய்?"

“ஸ்தாபனமாவது, நோக்கமாவது? அதைப் பற்றி, எனக்கு அக்கறை இல்லை. இங்கு வந்தால் பொழுது சுவாரசியமாய்க் கழிகிறது. புதிது புதிதாய் ஆண்களும் பெண்களும் வருகிறார்கள்; புதிதாய்ப் பேசுகிறார்கள். ஆடுகிறோம், பாடுகிறோம். சந்தோஷமாக இருக்கிறோம். இந்த ஸ்தாபனம் இல்லாவிட்டால், நான் உங்களுடன் இப்போது இருக்க முடியுமா? இன்பமுடன் இருக்கத்தானே வாழ்க்கை?”

அவள் அழகி என்று ஆரம்பத்திலேயே சொல்லியிருக்கிறேன்.

அவளுடைய பேச்சும் ஸ்பரிசமும், என்னுடைய பழைய நாடோடித் தனத்தைக் கிளறிவிட்டன. காதல் கதையைத் துரத்திப் பிடிக்கிற ஒரு பெண்ணுடன் இருக்கிறோம் என்பதைக் கடுமையாய் உணர்ந்தேன். ‘இப்போதைக்கு இதெல்லாம் எதுக்கு?’ என்று மனம் பலமில்லாமல் முணுமுணுத்தது. ஆத்மா, ஞானம், விஞ்ஞானம் எல்லாவற்றையும் நான் மறக்கவில்லை, அவள் ஒளித்துவிட்டாள். இந்த இரவில் இன்பத்தை நிரப்பிவிட வேண்டியதுதான் என்ற தீர்மானம், தானாகவே எனக்குள் உண்டாகிவிட்டது.

‘சைனா கபே’யில் நுழையும்போது, நான் அந்த முதல் மனிதன் ஆதாமைப் (*adam*) போலவே ஆகிவிட்டேன். எனக்கு மதமோ, இனமோ இல்லை. விஞ்ஞானமும் தெரியாது. உடல் மீது ஆடை இருந்தது உண்மை. ஆனால், ஆடை அணிவதன் நோக்கம், வெறும் பிரமை என்கிற நினைப்பு. இந்த உலகில், அவளையும் என்னையும் தவிர, வேறு ஜீவன்கள் இன்னும் படைக்கப்படவில்லை. அவளுக்கு நானும், எனக்கு அவளும்தான் குறிக்கோள்கள்.

அவளுக்கும் என்னைப்போலத்தான் இருந்தது என்பதை, அவள் வாய்திறந்து சொல்லவில்லை – அவளுடைய உடல் கூறியது,

‘கபே’யில் சாப்பிட்டோம். நன்றாய்க் குடித்தோம். என்னால் எப்போதுமே, அமிதமான குடியைத் தாளமுடியாது. ஆனால், அவள் உண்ணும்போது . . . உண்பிக்கும்போது . . . மேலும் மேலும் ஊற்றிக் கொண்டிருந்தேன். என் உள் நினைவு . . . பிரக்ஞை தவறவில்லை. என் பக்கத்தில் இருப்பவள்தான் மிஸ். காஸ்வாலா என்ற ஞாபகம் எனக்கு மிகவும் தெளிவாக இருந்தது. ஆனால் அங்கு உட்கார்ந்திருந்த ஒவ்வொருவனும் ஒவ்வொருத்தியும் அவளாகவே தோன்றினார்கள். இனியும் அங்கு இருப்பது ஆபத்து என்று தெளிவாய்த் தெரிந்தது.

“போதும். எழுந்திரு!” என்றேன், எழுந்து.

“எனக்கு, இன்னும் பசிக்கிறதே!”

“பரவாயில்லை” என்று இழுத்தேன். “நான் இருக்கிறேன்; ரொம்பப் பசித்தால் என்னையே துண்டுபோட்டுச் சாப்பிடலாம்.”

அவள் சிரித்தாள்.

வெளியே வந்து, நடந்து, மீட்டிங் ஹாலுக்கு நான் போனது – கழைக்கூத்துதான்; வாழ்க்கையே அப்படித்தானே. நிற்பது – நடப்பது

– விழுவது என்பதெல்லாம் எனக்குப் பேதமற்றிருந்தது. யோகநிலை இதுதானே! மிஸ். காஸ்வாலாவின் கரம், விலங்குபோல் என்னைப் பிடித்துக் கொண்டிருந்தது.

மறுபடியும் மீட்டிங் ஹால்; அவளும் நானும் நாற்காலிகளில் விழுந்தோம்.

அவர்கள் ஏதோ பேசிக்கொண்டிருந்தார்கள். தலைவர்தான் அதிகமாய்ப் பேசினார்; அவருக்கருகில் விமலநாதரும் ஸ்ரீமதி காஸ்வாலாவும் இருந்தனர்; அப்பால், யார் யாரோ?

நானும் அவர்கள் பேச்சில் கலந்துகொள்ள விரும்பிக் கவனித்தேன். அரைகுறையாகத்தான் புரிந்தது. ராதாகிருஷ்ணன் நடனம், நீச்சல் போட்டி, இப்படி என்னவோ.

நானும் அறிஞன்தான் என்பதை நிரூபிக்கவேண்டும் என்ற ஆசை, எனக்குப் பலமாய் உண்டாகிவிட்டது.

"மிஸ்டர் காஸ்வாலா!" என்றேன்.

"சொல்லுங்கள்."

"இந்த ஸ்தாபனத்திற்கு 'வேதனா' என்று, ஏன் பெயர் இட்டீர்கள்?"

"இதுகூடவா தெரியவில்லை?" என்றார், அவர்.

"ஆச்சரியமாய் இருக்கிறதே!" என்றாள் அவருடைய மனைவி.

"அவருக்கு எப்படிப் புரியும்?" என்று உரத்துச் சிரித்தான், யாரோ ஒருவன்.

எனக்குக் கோபம் வந்துவிட்டது; அவர்களை அடக்குவதென முடிவு செய்தேன்.

"இது மாத்திரம் அல்ல, இன்னும் எத்தனையோகூடப் புரியவில்லை. கீழ்நாடுகளையும் மேல்நாடுகளையும் ஒற்றுமைப்படுத்தவேண்டும் என்கிறீர்கள். பரமஹம்ஸர், விவேகானந்தர் முதலியவர்களின் படங்களை வைத்திருக்கிறீர்கள்; சரி. ஆனால் மேற்கில் இருப்பதுபோல் இங்கு என்ன இருக்கிறது? பாரீஸில் 'அழகிகள்' வேண்டியமட்டும் கிடைப்பார்கள் என்கிறார்கள்; அந்த மாதிரி இங்கு என்ன ஏற்பாடுகள் செய்திருக்கிறீர்கள்? அங்கு இருப்பதுபோல இங்குக் கணப்பு (hearth) ஏன் வைக்கவில்லை? எனக்குக் குளிருகிறது. ஆனால், கணப்பு இல்லை! நீங்கள் வெள்ளையர்களைப்போல் உண்டு உடுத்தால் மட்டும் போதுமா? மேற்கினிடமிருந்து நாம் இன்னும் எவ்வளவோ கற்கவேண்டும். நான் சொல்லுகிறேன், கேளுங்கள்..."

"கேளுங்கள், கேளுங்கள்!" என்று மேஜையைத் தட்டினாள் மிஸ். காஸ்வாலா. என் உற்சாகம் மிகுந்தது. மேஜை மீதிருந்த கிளாஸை எடுத்துக் குடித்தேன். அதுவும் 'பானம்'தான்.

"யாராவது ஒருவர் – ஏன் நானே இந்த ஸ்தாபனத்தின் பிரதிநிதியாக ஐரோப்பாவுக்கும், அமெரிக்காவுக்கும் போகிறேன். அங்கு ஒவ்வொரு நாட்டையும் வீட்டையும் சுற்றிப் பார்க்கிறேன். அவர்கள் எப்படிக் காதல்

புரிகிறார்கள், மணம் புரிகிறார்கள், எப்படி விவாகரத்து செய்கிறார்கள், எப்படி அழகிகளை உற்பத்தி செய்கிறார்கள் – இன்னும் எந்தெந்த விதங்களில் முன்னேறி இருக்கிறார்கள் என்பதை ஆராய்ச்சி செய்து உங்களுக்குப் புள்ளிவிவரங்கள் தருகிறேன். கிழக்கு நாடுகள் பற்றித்தான் உங்களுக்கு ஏராளமாய்த் தெரியும்; இதோ, பரமஹம்ஸர் முதலிய மகான்களின் படங்கள் வைத்திருக்கிறீர்களே! ஆக, இரு திசைகளுக்கும் உள்ள ஒற்றுமை வேற்றுமைகளைக் குறித்துக்கொள்ளுங்கள். அப்போதுதான் இந்த ஸ்தாபனத்திற்கு, ஒரு சரியான வேலைத்திட்டத்தை வகுத்துக் கொள்ளலாம்…"

நான் மேலும் பேச விரும்பினேன். ஆனால், வார்த்தைகள் என் கால்களைப்போல, எங்கெங்கோ சலிப்பதை உணர்ந்து உட்கார்ந்தேன். ஒரு விஷயம் உண்மை. நான் பேச நினைத்ததற்கும், பேசியதற்கும் அதிகம் சம்பந்தம் இல்லை.

"அற்புதமாய்ப் பேசுகிறீர்கள்" என்று பாராட்டினாள், மிஸ். காஸ்வாலா.

புளித்த ஏப்பம் தலையைச் சுழற்றியது; சமாளிக்க முயன்று கொண்டிருந்தேன்.

தலைவர் எழுந்து கனைத்தார். "நண்பர்களே! என்னால் நிற்க முடியவில்லை; மன்னிக்கவும்" என்று உட்கார்ந்தார்.

விமலநாதர், அவருடைய தலையைத் தடவியவாறு சொன்னார்; "தலைவர் உட்கார்ந்துகொண்டு பேசலாமே."

தலைவர், நாதரின் தோள் மீது கை வைத்துக்கொண்டார்.

"நண்பர்களே, நம் புதிய நண்பர், அறிவு மிக்க அதிதி, தமிழ்ப் பேராசிரியர் பேசினதை, நீங்கள் கேட்டீர்கள். ஆனால் அவர், நம் லக்ஷியத்தை இன்னும் சரியாய் அறியவில்லை என்று அஞ்சுகிறோம்."

"'வேதனா' என்ற பெயருக்குக் காரணம் என்ன என்று கேட்டேன்; பதில் வரவில்லை" என்று ஞாபகப்படுத்தினேன்.

"சொல்லுகிறோம்…"

"நான்தான் சொல்லுகிறேனே" என்று, பரபரப்புடன் எழுந்தாள் அவர் மனைவி: "உலகம் எங்கேயோ எப்படியோ போகிறது. எங்குப் பார்த்தாலும் ஒரே இருள். உலகம் அழிந்துவிடும் என்று தோன்றுகிறது. ஆனால், உலகம் தப்புவதற்கு ஒரே வழி உண்டு. மேற்கிலும் ஒளி இருக்கிறது; கிழக்கிலும் ஒளி இருக்கிறது. இந்த இரு ஒளிகளும் ஒன்றானால்தான், உலகம் உயிர் வாழமுடியும். அதற்கான அறிகுறிகள் புலப்படுகின்றன. காலம் கர்ப்பம் தரித்திருக்கிறது; வேதனையால் துடிக்கிறது. பிறக்கப் போவது ஆண் குழந்தையா, பெண் குழந்தையா என்று தெரியவில்லை…"

"அலியாய் பிறக்கவேண்டும் என்கிறீர்களா?"

"நான் சொல்லவில்லை. அப்படியும் ஆகிவிடலாம்."

"கர்ப்பச் சிதைவுகூட ஆகி விடலாமே!"

“என்னது?” என்றாள் ஸ்ரீமதி காஸ்வாலா.

“நான்சென்ஸ்!” என்று அவள் உட்கார்ந்துவிட்டாள் திடீரென்று; அவள் முகம் கோணியதற்குக் காரணம், அந்த ஏப்பமாக இருக்கலாம். விமலநாதர், அவளுக்கு ஆறுதல் சொல்லிக்கொண்டிருந்தார்.

எல்லாவற்றையும்போல, இதுவும் எனக்குப் புரியவில்லை. பக்கத்திலிருந்த மிஸ். காஸ்வாலா, மெதுவாய்க் கூறினாள்; “அவளுக்கு இப்போது, ஆறு மாதக் கர்ப்பம்.”

“ஓ ஹோ!”

“பிறக்கப் போவது ஆணோ, பெண்ணோ! அப்பா, ‘என் குழந்தை’ என்று சொல்லிக்கொள்ளுவார். ஆனால் உண்மை எனக்குத் தெரியும். விமலநாத்தான், அதற்கு அப்பா.

“பாவம், காலத் தேவதையின் குழந்தைக்கா, இக்கதி!”

“கர்ப்பச் சிதைவு” என்றால், அவளுக்கு மிகவும் பயம்...

எல்லாம் புரிந்துவிட்டதுபோல், பலமாய்த் தலையாட்டினேன். சொல்லத்தகாததைச் சொல்லிவிட்டதாய்த் தோன்றியது.

“மிஸஸ். காஸ்வாலா, நான் கொஞ்சம் அதிகமாய்க் குடித்துவிட்டேன். என்னை மன்னிப்பீர்களா?”

அவள் பதில் சொல்லவில்லை; மிஸ்டர் காஸ்வாலா சமாதானம் செய்தார்: “பரவாயில்லை, ஸோமபானம் செய்து, தேவர்களே போரிடவில்லையா?”

அங்கிருந்த எல்லோரும் தேவர்கள்தான்; எல்லோரும் ஸோமபானம் செய்திருந்தோம். என் தலைச்சுற்று ஓயவில்லை. பேச்சு அனாவசியம். ஏன் பேசவேண்டும்? பேசுவதில்லை என்று தீர்மானித்தேன். அந்த இடத்தில், நானே அர்த்தமற்றுவிட்டதாய்த் தோன்றியது. மேஜை மீது தலையைக் கவிழ்த்தேன். இமைகள் கனமாய் அழுத்த, தூக்கம் போன்ற ஒரு மம்மரில் அழுந்தினேன். தூக்கம் அல்ல; வேட்டை நாய்கள் மோப்பம் பிடித்து முன் செல்ல, நான் ஏதோ காட்டில் வேட்டைக்குப் போகிறேன். பயங்கரமாய்க் கர்ச்சித்துக்கொண்டு சிங்கம் துரத்துகிறது. உலகரக்ஷகர் ஏசுநாதர், காத்தல் பொறுப்பை என்னிடம் ஒப்படைக்கிறார். உலகத்தின் எதிர்காலம், எனக்குத் தெரியும்... சுற்றிச் சுற்றி ஒளி இருளாய், இருள் ஒளியாய்...

வெகுநேரமோ, சிறிது நேரமோ, எனக்குத் தெரியாது. மிஸ். காஸ்வாலா, என்னை உசுப்பி எழுப்பினாள். கண்ணைத் திறந்தேன். எதிரில் இருந்த தலைவர், மேஜை மீது கவிழ்ந்திருந்தார். வெற்று கிளாஸ் கீழே கிடந்தது. விமலநாதர் ஸ்ரீமதி காஸ்வாலாவுக்கு அமுதபானம் செய்வித்துக் கொண்டிருந்தார். வேறு ஒருவரையும் காணோம். சுவரில் இருந்த யோகிகளும், மகரிஷிகளும் சோமபானம் செய்துவிட்டுத் தள்ளாடுவது போலப் பிரமை.

“போகலாமா?” என்றாள்.

“எங்கே? என்னால் நடக்கமுடியாது.”

“பக்கத்தில்தான்.”

அவளுடைய கைத்தாங்கலில், பக்கத்தில் இருந்த அறைக்குள் சென்றேன்.

அறையில் நுழைந்தபோது, ஆதாம் – ஏவாள் தனிமை, தனிமையைத் தவிர வேறு ஞாபகமே இல்லை.

அவளுடைய கன்னங்களில் இரு கைகளாலும் ஓங்கி அறைந்தேன்.

“மிருகம்!” என்று கூக்குரலிட்டாள் அவள், என் கைகளைக் கடித்தவாறு.

“மிருகமாயிருப்பதில் தவறில்லையே!”

மறுநாள் காலையில் கண் விழித்தபோது, உடல் மிகவும் கனத்தது. இரவு இருளாய்த் தான் ஞாபகம் வந்தது. பக்கத்தில் கிடந்த மிஸ். காஸ்வாலாவைப் பார்த்தேன். அஃறிணையாகவே நினைத்தேன், அவளை. அது தூங்கிக்கொண்டிருந்தது. உதைத்தேன்; எழுந்திருக்க வில்லை; கிடக்கட்டும் என்று வெளியில் வந்தேன்.

◆ ◆ ◆

நாடகம் முடிந்தது. வேஷத்தைக் கலைத்துக்கொண்டேன். வேறு எந்த திசையைக் காட்டிலும், தெற்குதான் மேல் என்று கனமாகவே நினைத்தேன்.

_தேனீ_ (ஜூலை 1948)

(நூல் வடிவில் இதுதான் முதல் பிரசுரம்)

வாடகைத் தங்கை

எனக்குப் புனாவில் வேலை கிடைத்ததும் பெண்டாட்டி, பிள்ளைகள், தங்கை, தமக்கைகள், தாயார் எல்லோரையும் விட்டு நான் அங்குப் போன விஷயம் உனக்குத் தெரியும். நல்ல ஜாகை அகப்பட்டால் குடும்பத்தை வைத்துக்கொள்ளலாம் என்பது, என் திட்டம்.

ஆனால், யுத்த காலத்தில் வீடு கிடைப்பது சுலபமாக இல்லை. ஆகவே, கலியாணம் ஆகியும் பிரமசாரியாய்த் தனியாகவே, ஹோட்டல் சாப்பாட்டுடனும் நண்பர்களுடனும் காலம் கழித்துவந்தேன்.

புனாவில் இருக்கிற தமிழர்கள் எல்லோரும், உத்தியோகம் தேடி, அங்குச் சென்றவர்கள்தான். புனாக்காரர்களுக்குப் பொதுவாக மதராஸிகள் என்றாலே ஒரு வெறுப்பு. இதற்குக் காரணம் மதராஸிகளினால் விலைவாசிகள் ஏறிவிட்டன என்று அவர்கள் நினைத்தனர். குறைந்த சம்பளத்திற்கு மதராஸிகள் வேலை ஒப்புக்கொண்டு, தங்கள் வருமானத்துக்கு உலைவைக்கிறார்கள் என்பது ஒரு காரணம். தவிரத் தமிழர்களின் நடை, உடை, பாவனைகளும், சிலருடைய குடுமிகளும் அவர்களுக்குச் சற்று விசித்திரமாகப்பட்டதும் ஒரு காரணம்தான்.

இக்காரணங்களினால் மட்டும் அல்ல; என் சங்கோசத்தினாலும் நான் மகாராஷ்டிரர்களுடைய குடும்பம் எதிலும் நெருங்கிப் பழக முடியவே இல்லை. இப்படி ஆறுமாதங்கள் கழிந்துவிட்டன.

வீட்டைவிட்டு நான், அதிகமாய் வெளியில் போகாதவன். வீட்டு ஞாபகம் என்னைப் பலமாகப் பிடித்துக்கொண்டது. பெண்டாட்டி ஞாபகம் வந்தது. குழந்தைகளின் மழலையைக் கேட்கவேண்டும்போலிருந்தது;வயதான தாயின் வேடிக்கையான பேச்சுக்களை நினைத்தேன். என் தங்கை தமக்கைகளைப் பற்றிய நினைப்பும், அடிக்கடி வந்தது. எவ்வளவுதான் கடிதங்கள் பரிமாறிக்கொண்டாலும், நேரிடையாய்ப் பேசுவதால் உண்டாகும் ஆறுதல் கிடைக்குமா?

அப்பால் ஒரு தீவிரமான ஆசை, என்னைப் பேய் போலப் பிடித்துக் கொண்டது. யாராவது ஒரு பெண்ணுடன் கொஞ்சநேரமாவது, எதைப் பற்றியாவது, தாராளமாகப் பேசிக்கொண்டிருக்க வேண்டும் என்ற ஆசைதான் அது. நீ சிரிப்பதன் காரணம் எனக்குப் புரிகிறது; ஆனால் நீ நினைப்பது போன்றது அல்ல, என் ஆசை. வயதான ஸ்திரீயாயிருந்து தாய் என்கிற உறவிலோ, வாலிப ஸ்திரீயாயிருந்து தங்கை அல்லது தமக்கை என்னும் உறவிலோ, பேசிக்கொண்டிருக்க வேண்டும் என்பதுதான் என் விருப்பம். வெகுகாலம் ஸ்திரீகளுடன் பழகச் சந்தர்ப்பம் இல்லாதவர்களுக்கு, இந்த ஆசையின் உண்மை தெரியும். ஆனால், உனக்குப் பெண் என்றதும், என்னவோ தோன்றுகிறது...

என் ஆசையை, ஒரு நண்பனிடம் தெரிவித்தேன். அவன் 'வியாபகன்', உன்னைப் போலவே அவனும் சிரித்தான். நான் எவ்வளவு சொல்லியும், அவன் நம்பவில்லை; எனக்குப் 'பெண்ணாசை'தான் என்று தீர்மானித்து விட்டான். அவன் என்ன வேண்டுமானாலும் நினைக்கட்டும், நான் பெண்ணுடன் பேசிப் பழக ஆத்திரமாயிருந்தேன். அதற்காகக் கொஞ்சம் பணம் செலவழிக்கவும் தயார் என்றேன்.

செலவழிக்கத் தயார் என்றதும் நண்பனின் சந்தேகம் வலுவடைந்தது; என் ஆசையைத் தீர்த்துவைப்பதாய் ஒப்புக்கொண்டு, ஒருநாள் சாயங்காலம் என்னை அழைத்துக்கொண்டு புறப்பட்டான்.

நாங்கள் கன்டோன்மென்டில், ஒரு வீட்டு மாடிக்குச் சென்றோம்.

அங்கு, ஓர் அறையில், ஒரு பார்ஸி மாது எங்களை வரவேற்றாள். நண்பன், அவளுக்கு மிகவும் அறிமுகம் ஆனவன் போலும்! தாராளமாய்ப் பேசினான். அவர்கள் இருவரும் தனித்துச் சென்று, கொஞ்சநேரம் பேசிக் கொண்டிருந்தார்கள். திரும்பியபோது அந்த மாது, என்னைப் பார்த்துச் சிரித்துக்கொண்டிருந்தாள்.

"அப்படியானால், அருமை நண்பா, உனக்குத் தங்கை வேண்டுமா, தமக்கை வேண்டுமா? அதாவது உன்னைவிட வயதில் சின்னவளா, பெரியவளா?"

அவள் சிரித்தாள், என் உடம்பு பூராவும் வியர்த்தது. அவள் விபசார விடுதி நடத்துகிறவள் என்பதை, நான் அறியாமல் இல்லை. எதிர்பார்த்து, வந்ததும், அங்குதானே?

அவளுடைய கிண்டலைத்தான், என்னால் பொறுக்கமுடியவில்லை.

"எனக்குத் தங்கை தமக்கை வேண்டும் என்ற அவசியமும் இல்லை. ஒரு தாயுடன் பேசுவதுபோல உன்னுடன் இன்று முழுவதும் பேசிக்கொண்டிருக்கத் தயார். அதற்காக நீ சார்ஜ் செய்யும் பணமும்..."

இந்தப் பதில் சொல்லும்போது, என் வாய்கூட நடுங்கியது. அவள் அடங்கிவிடுவாள் என்று எதிர்பார்த்தேன். ஆனால் அவள், உலகத்தைக் கற்றவள், சிரித்தாள்.

"நீ கெட்டிக்காரன்... சரி, உனக்குத் தாயாயிருக்க எனக்கு நேரமில்லை; என் பெண்கள் இரண்டு பேர் இருக்கிறார்கள்; அழைக்கிறேன். யாராவது ஒருத்தியுடன், ஊர் சுற்றி விட்டுவா."

இந்த அனுபவம் எனக்கு முற்றிலும் புதிது. இது கண்ணியமும் நாகரீகமும் வாய்ந்த விபசார நிலையம். ஆனால், ஒரு தாய், தன் மகளைக் கூடப் பயன்படுத்திக்கொள்ள முனைவது, எனக்கு வியப்பாய் இருந்தது. ஆனால், எது எக்கேடு கெட்டாலும், நான் ஒரு பெண்ணுடன் பேசியாகவேண்டும்.

முதலில் ஒருத்தி வந்தாள். அவளைப் பார்த்ததும் நான் பயந்து விட்டேன். மிகவும் அழகி. என் புத்தி குலைந்துவிடலாம் என்ற பயம். 'இவள் வேண்டாம்', என்றேன்.

நண்பனுக்கும் அந்தப் பார்ஸி ஸ்திரீக்கும் ஒரே ஆச்சரியம். பெண் போனதும் அவன் கேட்டான். 'இவளை விடவா, அழகான பெண் வேண்டும்?'

"அழகான பெண் வேண்டுமென்று, உன்னிடம் சொன்னேனா? படித்த பெண்ணாயிருந்தால் நல்லது; புத்திசாலித்தனமாய்ப் பேச வேண்டும். அவ்வளவுதான்."

"இங்கு எல்லாப் பெண்களும் படித்தவர்கள்தான்."

இன்னொருத்தி வந்தாள்; அழகென முடியாது. ஆனாலும், அந்த இடத்திலும், அவள் முகத்தில் குடும்பத்துக்களை தெரிந்ததுதான் விசித்திரம். பஞ்சாபி உடையில் இருந்தாள்; மனசைக் கலக்கும் பார்வை இல்லை. இளமை இருந்தது; ஆனால் இளைஞனை வெறியனாக்கும் இளமை அல்ல. நான் இந்த மாதிரிப் பெண்ணைத்தான் வேண்டினேன். சம்மதத்தைத் தெரிவித்தேன்.

தாய் ஸ்திரீ சொன்னாள்; "ஆனால், இவளுக்கு இரவு பத்து மணிக்குமேல், ஓர் எங்கேஜ்மெண்ட் இருக்கிறதே!"

"பரவாயில்லை; பத்துமணி ஆனதும் நான் திரும்பிவிடுகிறேன்," என்றேன்.

"சாந்தா, இவருடன் நீ பத்துமணிவரை இருக்கவேண்டும். அப்புறம் . . . ஹோட்டல் மாடியில் 5. நெ. அறையை வாடகைக்கு எடுத்துக்கொண்டு, ஒருவர் உனக்காகக் காத்திருப்பார்; நீ அவரைச் சந்திக்கவேண்டும். சரியாகப் பத்து மணிக்கு; மறந்துவிடாதே."

அந்த ஸ்திரீயும் நண்பனும் வேறு அறைக்குச் சென்றுவிட்டனர்.

சாந்தா, என்னைத் திரும்பியும் பார்க்கவில்லை. மேஜைமீது கிடந்த கண்ணாடியில் முகம் பார்த்து, தலைமயிரை ஒழுங்குபடுத்தி, உதட்டுக்குச் சாயம் பூசத்தொடங்கினாள்.

இந்த நேரத்தில் நான், என்னைத் தட்டிக் கொடுத்துச் சமாளித்துக் கொண்டேன்; என்ன இருந்தாலும், புதுப்பெண் அல்லவா? என் சங்கோசம் உடல் முழுவதும் பரவியது. அதை லேசில் உதற இயலவில்லை.

"நீங்கள் ஐந்து நிமிஷம் காத்திருக்கிறீர்களா? நான் உடை மாற்றிக் கொண்டு வருகிறேன்," என்று கேட்டாள் அவள். அவள் என்னவோ, தயக்கம் இல்லாமல்தான் பேசினாள்.

"எதற்காக, உடைமாற்ற வேண்டும்? வெளியே போவோமே?"

"எங்கே போகலாம்?"

“பத்து மணிக்கு நீ போக வேண்டிய ஹோட்டலுக்குப் போவோமே? ஹோட்டலைச் சுற்றித்தான் பெரிய தோட்டம் இருக்கிறதே; அங்கு உட்கார்ந்து பேசிக்கொண்டிருக்கலாம்.”

“தோட்டத்திலா?”

“ஆம்.”

“நீங்கள் அறை எதுவும் எடுக்கவில்லையா?”

“எதற்காக?”

“தோட்டத்திலேயே பேசிக்கொண்டிருக்கலாம் என்கிறீர்களா?”

“ஆமாம், பத்து மணி ஆனதும் நான் திரும்பிவிடுகிறேன்; நீ ஹோட்டலுக்குப் போய்விடலாம்.”

ஏதோ சொல்ல வாய் எடுத்தவள், நிறுத்திவிட்டாள்.

இருவரும் ஹோட்டலுக்குப் போனோம். டிபன் முடிந்ததும், தோட்டத்தின் ஒரு மூலையில் கிடந்த பெஞ்சில் உட்கார்ந்தோம். அதுவரை நாங்கள் விசேஷமாய் ஒன்றும் பேசவில்லை; ஆனால் இதற்குள் என் தயக்கம் பறந்துவிட்டது.

“இப்போது மணி ஆறு ஆகிறது. பத்து மணிவரை, நாலுமணி நேரம், இங்கேயே இப்படியே உட்கார்ந்து பேசிக்கொண்டிருக்கலாம் என்கிறீர்களா?”

“ஆமாம்,”

“பின் என்னை, எதற்காக அழைத்து வந்தீர்கள்?”

“நான் தனியாக வந்து, இந்த மரத்துடன் பேசிக்கொண்டிருக்க முடியுமா?”

“ஆனால், என்னைப் பணம் கொடுத்து அழைத்துவரக் காரணம்?”

என் விருப்பத்தைத் தெரிவித்ததும் அவள் மலைத்துவிட்டாள்.

“இது என்ன வேடிக்கை! பேசுவதற்காக ஒரு பெண்ணை வாடகைக்கு அமர்த்திக்கொண்டது பற்றி, நான் கதையில்கூடப் படித்ததில்லையே! பைத்தியமாக இருக்கிறதே!”

“அப்படி இருப்பதற்கு, உனக்கு ஏதாவது ஆட்சேபம் உண்டா?”

“ஆட்சேபமா!”

அவள் மிகவும் மகிழ்ச்சி அடைந்தாள் என்பது நன்றாய்த் தெரிந்தது. எழுந்து என் கைகளைப் பிடித்துக்கொண்டாள்; வியப்புடன் என் முகம் பார்த்தாள், கொஞ்ச நேரம்.

“இதுவரை நான் வாடகை மனைவியாகத்தான் இருந்திருக்கிறேன்; ஒவ்வொருத்தனும் என்னிடம் மிருகமாய்த்தான் நடந்துகொள்கிறான். வாடகைத் தங்கையாக இருக்க, எனக்கு இப்போதுதான் சந்தர்ப்பம் கிடைத்தது. என் அதிர்ஷ்டம்!”

கொஞ்சநேரம் பேசாமல் இருந்தோம்.

“அது சரி சாந்தா, உன் தாயார் சொன்னாள்... ...”

“யார் அவள், என் தாயார்?”

“அந்தப் பார்ஸி மாது...”

“அவள் என் தாய் என்று யார் சொன்னது?”

“அவள் சொன்னாளே...”

“சும்மா சொல்லியிருப்பாள்; அவள் என் எஜமானி,”

“எஜமானியா?”

“ஆமாம், அவள் எனக்கு மாதச் சம்பளம் தருகிறாள்; நான் சம்பாதித்துத் தருகிறேன்!”

“ஓஹோ!”

“என்னைப்போல அவளிடம் பத்துப் பெண்கள் இருக்கின்றனர். அதைத் தவிர, பல பணக்காரப் பெண்கள் அவள் மூலம் தங்கள் ஆசையைத் தீர்த்துக்கொள்வதும் உண்டு!”

“அட!”

“இதில் ஆச்சரியப்படுவதற்கு, என்ன இருக்கிறது?”

“அதுதான், இன்றுவரை, எனக்கும் புரியவில்லை.”

பிறகு கேட்டேன்: “நீ படித்திருக்கிறாயா?”

“கொஞ்சம் படித்திருக்கிறேன்”

“படித்துமா, இந்தத் தொழிலைச் செய்கிறாய்?”

“படித்ததால்தான், நான் கெட்டேன்!”

“படித்ததால் கெட்டாயா? அது எப்படி? படித்தால் புத்தி வரும், ஒழுக்கம் தெரியும். படித்த பெண்கள் எல்லோரும், உன்னைப் போலவா இருக்கிறார்கள்?”

“அது என்னவோ எனக்குத் தெரியாது. என் விஷயத்தில், இது உண்மை. படிப்புதான், என்னை இத்தொழிலுக்குக் கொண்டுவந்துவிட்டது.

“நீ சொல்வது புரியவில்லை.”

“புரியும்படி சொல்கிறேனே! என்னைப் பற்றி, இவ்வளவு ஆவலாக யார்தான் விசாரிக்கிறார்கள்? என்னை நாடி வரும் புருஷன் ஒவ்வொருவனும், சிங்கமும் புலியுமாய்த்தானே வருகிறான்..”

“அது சரி, விஷயத்தைச் சொல்லு.”

“என் படிப்பு முழுவதும் ஓர் ஆங்கிலோ இந்தியப் பள்ளிக்கூடத்தில் தான். என் தகப்பனார் பெரிய சர்க்கார் உத்தியோகத்தில் இருப்பவர், எனக்கு ஆங்கிலப் பழக்க வழக்கங்கள் தெரியவேண்டும் என்பது, அவர் ஆசை. நானும் நன்றாகத்தான் படித்தேன். அந்தப் பள்ளியின் நாகரீகத்தையும் நன்றாகப் படித்தேன். என்னுடன் படித்த பையன்களில் ஜான் என்று ஒருவன்.

விளையாட்டுகளில் *(Sports)* மிகவும் கெட்டிக்காரன், அவன் மீது, எனக்குக் காதல் உண்டாகிவிட்டது; அவனும் என்னைக் காதலித்தான். இம்மாதிரிக் காதல்கள், அங்கு மிகவும் சகஜம். ஜான், எவ்வளவோ பெண்களைக் காதலித்திருக்கிறான் என்ற விஷயமும், எனக்குத் தெரியாதது அல்ல. ஆனாலும் அவன், என்னை வசீகரித்து விட்டான். நான் அவனுக்கு உடன்பட்டுச் சந்தோஷமாகவே இருந்தேன்.

"யுத்தம் ஆரம்பம் ஆனதும், அவன் படையில் சேருவதற்குப் புறப்பட்டான். நானும் அவனுடன் கிளம்பினேன். அப்பாவுக்கு ஆங்கிலப் பழக்கங்களில் மோகம் என்றாலும், ஓர் ஆங்கிலோ இந்தியனுக்கு என்னை மணம் புரிவிக்க ஒப்பமாட்டார். ஆகையால், வீட்டில் சொல்லாமலே புனாவுக்கு வந்தேன் ஜானுடன். ஒரு மாதம் ஜோராகத்தான் இருந்தது. பிறகு ஜான், போன இடம் தெரியவில்லை. இரண்டு மாதங்கள் காத்திருந்தேன். அப்பா முன்கோபி; அவரிடம் சென்றால் சுட்டுத்தள்ளிவிடுவார். கையிலிருந்த பணம் தீர்ந்துகொண்டிருந்தது ..."

அப்புறம் என்ன? பழைய கதைதான். எப்படியோ அந்தப் பார்ஸீ மாதிடம் வந்து சேர்ந்துவிட்டாள். மாதம் நூற்றைம்பது ரூபாய் சம்பளம்; நல்ல உடை, நல்ல உணவு, நல்ல படுக்கை கிடைக்கின்றன. மாதத்தில் பத்துநாட்கள் விடுமுறை.

"இந்த வாழ்க்கை, உனக்குப் பிடித்துவிட்டதா?"

"பிடித்துவிட்டதா? பழகிவிட்டது. அவ்வளவுதான்."

"இந்த மாதிரி வாழ, உனக்கு வெட்கமாக இல்லையா?"

"என்ன வெட்கம்? யாரிடம் வெட்கம்? பெண் வெட்கப்படும் நாகரீகம் மறைந்துவிட்டது. அது இருக்கட்டும் நான் ஒருத்தி; என்னைத் தேடித் தினம் நாலைந்து புருஷர்கள் வருகிறார்கள்; அவர்கள் வெட்கப்படுவதில்லையே!"

"அவர்கள் வெட்கப்படுவதில்லை என்பதற்காக, நீயும் வெட்கப்படக் கூடாது என்றில்லையே! மிருக புத்தி ஆணுக்கு அதிகம். அவன் வெட்கத்தை இழந்துவிடுகிறான். பெண்ணுக்கு அப்படி இல்லையே!"

"நான், அதைப் பற்றியெல்லாம் நினைக்கவில்லை. இந்த வாழ்க்கையால், என் உயிரைக் காப்பாற்ற முடிகிறது."

"திருந்துவதற்கு வழி இல்லையா?"

"என்ன வழி? இனித் திருந்தி, என்ன செய்வது?"

"ஏதாவது சாதாரண உத்தியோகத்தை ஏற்றுக்கொள்ளேன். பிறகு யாரையாவது மணம்புரிந்து, குடும்பம் நடத்தலாம்."

"கலியாணம் என்பது, சமூகமும் சட்டமும் அனுமதித்த விபசார ஏற்பாடுதானே?"

அவள் இப்படிப் பொதுப்படையாய்ப் பேசியது, எனக்குப் பிடிக்கவில்லை.,

“உன் விஷயத்தில் அப்படி ஆகலாம்; எல்லோருக்கும் அப்படி இல்லை,” என்றேன்.

“என்னைப் பற்றின வரையில் கல்யாணம், அப்படித்தான் இருக்க முடியும்.”

“சாந்தா, நீ சொன்னது ரொம்பவும் சரி. உன் படிப்பு, உன்னை மிகவும் கெடுத்துவிட்டது.”

பிறகும் அவளுடன் பேசிக்கொண்டிருந்தேன். இருவரிடையிலும் ஒரு நெருக்கம் தோன்றியது. ஆனால், இந்த வாடகை உறவு இன்னும் கொஞ்ச நேரம்தான். அப்பால் அவள் ‘எவனுடனோ’ குலாவிக்கொண்டிருப்பாள் என்ற எண்ணமே, எனக்கு எரிச்சலாக இருந்தது.

பத்துமணி ஆவதற்குக் கொஞ்ச நேரம்தான் இருந்தது. அவள் எழுந்தாள். அவளைப் பிரிய, எனக்குச் சங்கடமாயிருந்தது.

“நாளைக்கு மறுபடியும் சந்திப்பாயா, சாந்தா?”

“நிச்சயமாய்ச் சந்திப்பேன். ஆனால் இனி நீங்கள் வாடகைப் பணம் தரவேண்டியதில்லை; நான் வாடகைத் தங்கையாக இருக்க விரும்பவில்லை.”

திரும்பித் திரும்பிப் பார்த்துக்கொண்டே, அவள் சென்று விட்டாள். நான், அவளைப் பற்றிய யோசனையில், அங்கேயே உட்கார்ந்திருந்தேன்.

திடீரென்று ஹோட்டலில் மேஜைகள் கவிழும் சப்தம் கேட்டது. யாரோ ஒருவன் இரைந்துகொண்டிருந்தான். தோட்டத்தில் ஆங்காங்கு உட்கார்ந்திருந்தவர்கள், பரபரப்பாய் எழுந்து ஹோட்டலுக்குள் ஓடினார்கள். நானும் போனேன்.

ஹோட்டலின் முன் ஹாலில் நாலைந்து மேஜைகள் தலைகீழாய்க் கிடந்தன. மானேஜருக்குப் பக்கத்தில், ஒரு வெள்ளை ஸோல்ஜரை, நாலைந்து பேர் கெட்டியாகப் பிடித்துக்கொண்டிருந்தனர்.

அவன் அவர்களுடைய பிடியிலிருந்து திமிறியவண்ணம், இரைந்து கொண்டிருந்தான்.

என்னவென்று விசாரித்தேன். அந்த ஸோல்ஜர், அறை ஒன்று வாடகைக்கு எடுத்துக்கொண்டு, யாரோ ஒரு பெண்ணை அழைத்து வந்தானாம். அறைக்குள் போவதற்குள், அவனுக்கும் பெண்ணுக்கும் ஏதோ தகராறு! அவள் ஓடிவிட்டாள். ஹோட்டல் மானேஜரிடம் அறைக்காகக் கொடுத்த பணத்தை வாபஸ் கேட்டான்; அவர் மறுத்தார்; குடிவெறியில் கலாட்டா செய்கிறான்.

எனக்குச் சாந்தாவின் ஞாபகம் வந்தது.

“இவன், எந்த அறையை வாடகைக்கு அமர்த்திக்கொண்டான்?” என்று மானேஜரைக் கேட்டேன்.

“மாடி, 5–நெ. அறை.”

சாந்தாதான். சந்தேகம் இல்லை.

“மிலிட்டரி போலீசுக்குப் போன் செய்யுங்கள் – இவனை அரெஸ்ட் செய்தால்தான் புத்தி வரும்,” என்று யாரோ கத்தினார்கள்.

அந்தக் கலாட்டாவின் முடிவைக் காண, நான் காத்திருக்கவில்லை, சாந்தாவைத் தேடிப் புறப்பட்டேன்.

அவளை முதலில் சந்தித்த வீட்டின் அருகிலேயே கண்டேன். பரபரப்புடன் ஓட்டமாய் நடந்துகொண்டிருந்தாள்.

"என்ன சாந்தா, இது?"

அவள் நின்றாள்.

"ஏன் இப்படி ஓடிவருகிறாய்? அவன் உன்னை, ஏதாவது தொந்திரவு செய்தானா?"

"இல்லை. அங்கே நான், ஒரு வெள்ளைக்காரனைச் சந்திக்கப் போவதாகவே, எனக்குத் தெரியாது. அவனைக் கண்டதுமே, 'முடியாது' என்று திரும்பினேன். குடிவெறியில் இருந்த அந்த முட்டாள், என்னைப் பிடிக்க வந்தான். கன்னத்தில் ஓங்கி ஓர் அறை கொடுத்துவிட்டு, ஓடி வந்துவிட்டேன். அங்கே, ஏதாவது கலாட்டா செய்கிறானா?"

"செய்கிறான். ஆனால், நீ ஓடிவருவதற்குக் காரணம்?"

"அவன் வெள்ளைக்காரன் அல்லவா? அதனால்தான்."

"அதனால், உனக்கு என்ன?"

"எனக்கு என்னவா? இந்த வெள்ளைக்காரர்கள், நம்மை எவ்வளவு கேவலமாக நினைக்கிறார்கள்? ஆகஸ்ட் மாசம், இந்த வெள்ளைப்பிசாசுகள், நம்மவர்களை எல்லாம் 'கறுப்பு நாய்கள்' என்று சிரித்துக்கொண்டே சுட்டுத்தள்ளியதை, என் கண்ணால் பார்த்தேன். அதை எல்லாம், நான் மறப்பது எப்படி?"

நான் திடுக்கிட்டேன்.

"அதெல்லாம் சரி – அதைப் பற்றி எல்லாம், உனக்கு என்ன கவலை? அவர்களுடைய நாகரீகத்தில் மூழ்கித் திளைக்கிற நீயா, அவர்களை இப்படி வெறுக்கிறாய்?"

"அவர்களுடைய நாகரீகத்தில் ஏமாந்து மயங்கிவிட்டேன் என்றால், அவர்களிடம் என் உடலைக்கூட விற்றுவிட வேண்டுமா?"

"யஜமானி கோபிக்கமாட்டாளா?"

"கோபித்தால், அவளையும் அறைந்துவிட்டு ஓடிவிடுவேன்."

◆ ◆ ◆

அப்புறமா?

இவ்வளவுதான்; இந்தக் கதை இத்துடன் முடிந்துவிட்டது.

***தேனீ* (அக்டோபர் – நவம்பர், 1948)**

(நூல் வடிவில் இதுதான் முதல் பிரசுரம்)

●

ஒருநாள் புரட்சி

ஆறு வருஷ காலம் பம்பாய் சர்வ கலாசாலையில் படித்து, டாக்டர் பட்டம் பெற்றுத் திரும்பும் பாலசுந்தரம், புதுமையின் சின்னமாய்த் தொப்பியும் கால்சட்டையும் அணிந்து தடபுடலாக வருவான் என்றுதான், அவனுடைய தகப்பனார் ரிட்டையர்டு ஜட்ஜ் சோமநாதரும் அவருடைய தர்மபத்தினி சிவகாமி அம்மையாரும் எதிர்பார்த்தார்கள். வாயில் பற்றவைத்த சிகரெட் செருகிக்கொண்டு அவன் வந்திருந்தாலும், அவர்கள் திடுக்கிட்டிருக்க மாட்டார்கள். ஆனால் வண்டியிலிருந்து இறங்கிய பாலசுந்தரத்தைப் பார்த்து, அவர்கள் திடுக்கிட்டுத்தான் போனார்கள்.

தொப்பி, கால்சட்டைக்குப் பதிலாகத் துவைத்த சட்டையும் துவைத்த வேஷ்டியும், (அதுவும் நாலு முழம்தான்) அணிந்து, வாரிவிடவேண்டிய தேவையில்லாதபடி கட்டையாக வெட்டிவிட்ட தலைமயிருடன் மிகவும் சாதாரணத் தோற்றத்துடன் விளங்கினான் அவன். ஊரை விட்டுப் புறப்படும்போது இருந்ததைவிட, அதிகமாய் நாட்டுப்புறத்தானாகவே தென்பட்டான் என்றுகூடச் சொல்லலாம்.

மகன் வண்டியில் வந்து இறங்கும் ஒய்யாரத்தை அண்டை அயலில் உள்ளவர்கள் பார்த்துப் பிரமிக்க வேண்டும் என்று ஆசைப்பட்டுக் கொண்டிருந்த சிவகாமி அம்மையார், ஏமாற்றம் அடைந்தாள். 'ஒருவேளை சென்னையில் இறங்கியபின், இந்தக் கோலம் பூண்டிருக்கலாம்,' என்று சமாதானம் செய்து கொண்டார் மாஜி ஜட்ஜ்.

ஆனாலும் இந்த ஏமாற்றம், வெகுகாலமாய்ப் பிரிந்திருந்த ஒரே மைந்தனைக் காணும் அன்பைக் குறைத்துவிடவில்லை. இருவரும் கண்களில் நீருடன் அவனை வரவேற்றார்கள். சந்திப்பினால் ஏற்பட்ட உணர்ச்சித் தத்தளிப்பு அடங்கி, அவன் காப்பி சாப்பிட்டு உட்கார்ந்ததும், தாயும் தந்தையும் தனயனின் பம்பாய் வாழ்க்கையைப் பற்றிப் பேசத் தொடங்கினர்.

ஹாலுக்கு வெளிப்புறமாய் இருந்த கதவருகில் மறைவாய் நின்றுகொண்டு, கள்ளவிழிகளினால். பாலசுந்தரத்தைப்

பார்ப்பதும், அவர்களுடைய பேச்சைக் கவனமாய்க் கேட்க முயலுவதுமாய்த் தவித்துக் கொண்டிருந்தது. ஒரு ஜீவன். அது கமலாம்பிகை, பாலசுந்தரத்தின் அத்தை மகள்.

"தம்பி, இது என்ன வேஷம்?" என்றார் சோமனாதர்.

"என்ன வேஷம்?"

"பைஜாமாக்கூட இல்லாமல், பட்டிக்காட்டான்போல வந்திருக்கிறாயே..."

"ஓ அதுவா!" என்று ஒரு மாதிரியாகச் சிரித்தான் அவன். "இதுதானே, நமது உண்மை உருவம்? பைஜாமாக்கள் அணிவதுதானே, வேஷம் அப்பா?" இங்கே, எல்லாரும் சௌக்கியம்தானே ...?"

"எல்லோருடைய சௌக்கியத்தைப் பற்றியும், இவருக்கு ரொம்பக் கவலைதான்" என்று கதவின் பின்னேயிருந்த ஜீவன் முணுமுணுத்தது.

"எல்லோரும் சௌக்கியந்தான். நீதானே எப்போதாவது, ஞாபகம் வந்த சமயம் கடிதம் போட்டுக் கொண்டிருந்தாய்! நாளைக்கு ஒரு தபால் எழுதக்கூடவா, உனக்கு நேரம் இல்லை?" என்று குறைப்பட்டாள் தாய்.

"அப்படியே எழுதினாலும் சௌக்கியம், சௌக்கியத்துக்கு எழுதவும் என்று இரண்டு வரிக் கார்டில் எழுதுவதா? விவரமாய் எழுதினால் என்ன?"

"என்ன விபரம் இருக்கிறது அப்பா? நான் ஒழுங்காய்ப் படிப்பேன் என்பதில், உங்களுக்குச் சந்தேகம் கிடையாது. வேறு என்ன இருக்கிறது? எழுத...?" ராத்திரி முழுவதும் எனக்குத் தூக்கம் இல்லை, வெந்நீர் இருக்கிறதா, அம்மா? முதலில் குளிக்கவேண்டும்."

"செகண்ட் கிளாஸிலுமா, தூங்க முடியாதபடி கூட்டம் இருக்கிறது?"

"நான் செகண்ட் கிளாஸில் வரவில்லை."

"பம்பாயிலிருந்து சென்னைக்குக்கூட மூன்றாம் வகுப்பில் வந்தாயா?"

"ஆம்."

"இரண்டாம் வகுப்பில் வந்தால், சௌக்கியமாய்ப் படுத்திருக்கலாமே..."

"இரண்டாம் வகுப்புப் பிரயாணமே, எனக்குப் பிடிக்கவில்லை. பக்கத்திலிருப்பவர்கள்கூட வாய் திறந்து பேசமாட்டார்கள். வழி முழுவதும் ஏதாவது வாசித்துக்கொண்டே வரவேண்டும். அல்லது படுத்துத் தூங்கவேண்டும். மூணாம் வகுப்பில் தாராளமாய் அரட்டை அடித்துக் கொண்டு வரலாம்... அதையும் தவிர, நூற்றுக்கணக்கான ஜனங்கள் மூணாம் வகுப்பில் பிரயாணம் செய்யும்போது, நமக்கு மாத்திரம் தனிச் சௌகரியம் எதற்கு?

மாஜி ஜட்ஜுக்குத் தம் மகனின் மனப்போக்கு ஒருவாறு 'அத்துப்படி' ஆயிற்று.

"அது சரி தம்பி, பணக்காரன் இப்படிச் சிக்கனம் பிடிப்பது சரியான பொருளாதாரம் இல்லையே!" என்றார் அவர், கொஞ்சம் கேலியாக.

"பணக்காரன் எளிய வாழ்க்கை கடைப்பிடிக்கக்கூடாதா?" –மகனும் விட்டுக்கொடுக்கத் தயாராயில்லை.

“பணக்காரன் எளிய வாழ்க்கை ஏற்பதற்கு முன்னால், எளியவன் ஆக வேண்டும், லட்சக்கணக்கில் சொத்து உள்ளவன் சிக்கனம் செய்து மிச்சம் பிடிப்பது கருமித்தனம். கருமித்தனம் பொருளாதாரப்படி மட்டும் அல்ல; மதத்தின்படியும் தவறு.”

“நீங்கள் சொல்லுவது, ரொம்பச் சரி.”

“நான் மிச்சம் பிடிக்கவில்லையே! இரண்டாம் வகுப்பில் பிரயாணம் செய்வதால் ஏற்படக்கூடிய அதிகப்படி ரூபாயை, என் ஏழை நண்பன் ஒருவனுக்குச் சம்பளமாய்க் கட்டிவிட்டேன்.”

தாயும், தந்தையும். மனதிற்குள் பூரித்தனர். தங்கள் குமாரனின் பரந்த சிந்தனையை எண்ணி. ஆனால், அதை அவர்கள் வெளியில் காட்டிக்கொள்ளவில்லை.

“அது போகட்டும். பம்பாயிலிருந்து, எனக்காக என்ன கொண்டு வந்தாய்? அங்குப் பீங்கான் சாமான்கள் சல்லிசாய்க் கிடைக்கும் என்கிறார்களே?”

“அதையெல்லாம் யாரம்மா தூக்கி வருவது? அதில்லாமல் பம்பாய் கொள்ளைக்காரப்பட்டணம். ஒவ்வொரு சாமானும் யானை விலை. குதிரை விலை. ஆள் ஏமாந்தால் – அதோ கதிதான்.”

“கமலாம்பிகைக்காகவது ஏதாவது கொண்டு வந்தாயா?” என்றாள் சிவகாமி, சற்றே அதிருப்தியுடன்.

“உனக்காகவே ஒன்றும் கொண்டு வரவில்லையாம்; அவளுக்காக என்ன கொண்டுவருகிறது? ... நானே உருப்படியாக வந்துவிட்டேனே. உனக்கு வேறே என்ன வேண்டும்.?”

சிவகாமி அம்மையாரின் அதிருப்தி என்னவோ, ஆறுதல் பெறவில்லை.

◆ ◆ ◆

ஸ்நானம், மத்தியானச் சாப்பாடு எல்லாம் முடிந்ததும் பம்பாய்ப் பேச்சு முடிவு பெறவில்லை. தாயின் கைப்பாகத்தைச் சுவைத்த பாலசுந்தரத்துக்கும் உற்சாகமாகவே இருந்தது.

“தம்பி, எதிர்காலத்திற்கு உன் ‘பிளான்’ என்ன?” என்று கேட்டார் சோமனாதர். “எங்கே பிராக்டீஸ் செய்வதாக உத்தேசம்? இந்தக் கிராமத்தில் தொழில் செய்தால் சுவாரசியப்படாது. கும்பகோணத்தில் செய்யலாம்...”

“வேறே வேலை இல்லை. மறுபடியும் வெளியூருக்கு இவன் ஏன் போக வேண்டும்? இவன் சம்பாதித்து என்ன செய்யப் போகிறான்? இங்கேயே இருந்து, கிடைத்தவரை சம்பாதித்தால் போதும். இங்கேயும் என்ன? ஒவ்வொருவருக்கும் ஏதாவது வியாதி இருந்துகொண்டேயிருக்கிறது. வேறு டாக்டரும் இல்லை...” தன்னுடைய ஒரே புதல்வனை நீண்ட காலம் பிரிந்திருந்துவிட்ட சிவகாமி, மீண்டும் அவனைப் பிரிந்திருக்க மனம் ஒப்பவில்லை.

“சிவகாமு, நாமும் அவனோடே கும்பகோணம் போனால் போகிறது. தம்பி, உன் எண்ணம் என்ன?”

“நான், இந்தக் கிராமத்தில்தான் இருக்க விரும்புகிறேன்.”

“அதுதான் சரி” என்றாள் தாய்.

“இவ்வளவு படித்து இந்தப் பட்டிக்காட்டில்தான் இருக்க வேண்டுமா?”

“அப்பா, நீங்கள்கூடப் பட்டிக்காடு என்று அலட்சியமாய்ப் பேசுகிறீர்களே! நம் தேசமே ஒரு பட்டிக்காடுதானே? பட்டிக்காடுதானே பட்டணத்திற்கு உணவும் உடையும் தருகிறது? பட்டிக்காடு வாழ்ந்தால்தான் பட்டணம் வாழமுடியும். கிராமவாசிகள் அப்பாவிகள்; ஏழைகள்; அவர்கள் உயரவேண்டும். இப்போது பட்டணங்களுக்கு டாக்டர்கள் தேவையில்லை. கிராமங்களுக்குத்தான் தேவை. அறியாமையாலும் மூட நம்பிக்கையாலும் கிராம ஜனங்கள் பல நோய்களுக்குப் பலியாகிறார்கள். அவர்களுக்கு என்னாலான சேவை செய்யவேண்டும் என்பதுதான் என் திட்டம். இந்தக் கிராமத்தில் உள்ள ஒவ்வொரு வீட்டிற்கும் போய், அவர்களிடையே உள்ள நோய்களைக் கவனிக்கப் போகிறேன். இலவச ஆஸ்பத்திரி வைத்து, ஏழைகளுக்கு மருந்தும் இலவசமாய்த் தரப்போகிறேன்.”

“நல்ல யோசனை!” என்று சொன்ன தந்தை, தன்னை ஆதரிக்கிறாரா இல்லையா என்பதை, அவனால் அறிய இயலவில்லை.

அவன் ஊரில் இருக்க வேண்டும் என்று ஆசைப்பட்ட தாயாருக்கு, அவனுடைய ‘பிளானை’க் கேட்டுக் கொஞ்சம் பயமாகவே இருந்தது.

“பாலு, நீ சம்பாதிக்காவிட்டாலும் போகிறது. உன் யோசனையைப் பார்த்தால், இருப்பதையும் தொலைத்துவிடுவாய்போல் இருக்கிறதே!” என்றாள் அவள்.

“அம்மா, இந்த விஷயம் எல்லாம் உனக்குப் புரியாது, அப்பாவுக்குத் தெரியும்.”

“எனக்கு நன்றாய்ப் புரிகிறது.” என்றார் மாஜி ஜட்ஜ், நகைப்புடன்.

“கமலாம்பிகையைக் கட்டிக்கொண்டால் எல்லாம் சரியாகிவிடும்...” என்றாள் அன்னை.

“எப்படிச் சரியாகாமல் போகும்?” என்று தனக்குள் சொல்லிக் கொண்டது கமலாம்பிகை என்ற ஜீவன். அது எப்போதும் கதவருகில் உட்கார்ந்துகொண்டு அவர்களுடைய பேச்சைக் கவனித்துக்கொண்டிருந்த விஷயம், அவர்களுக்குத் தெரியாது. எதிரில் உள்ளவர்களின் கண்களுக்குப் புலப்படாமல் மறைந்து இருக்கும் வித்தை, இம்மாதிரி ஜீவன்களுக்கு இயற்கையாக வந்துவிடும் போலும்!

“நான் யாரையும் கலியாணம் செய்துகொள்ளப் போவதில்லை.” என்றான் பாலசுந்தரம்.

“கலியாணம் செய்துகொள்ளப் போவதில்லையா?” என்று திடுக்கிட்டுக் கேட்டாள் தாயார். உனக்காக, ஆறு வருஷமாய், அந்தப் பெண் காத்திருக்கிறாள். நீ டாக்டராக வரப்போகிறாயே என்று அவளும் பெரிய பரீட்சைக்குப் படிப்பவள்போல் இரவும் பகலும் விழுந்து விழுந்து படிக்கிறாள். நீ என்னடாவென்றால், கலியாணம் வேண்டாம் என்கிறாயே!”

“தம்பி, கமலாம்பிகையை உனக்குப் பிடிக்கவில்லையா? அல்லது அதற்கும் ஒரு பொருளாதாரக் காரணம் இருக்கிறதா?”

“கலியாணம் என் லட்சியம் பூர்த்தியாவதற்குத் தடையாக இருக்கும்.”

சோமனாதர் ஆச்சரியப்படவில்லை. ஆனால், சிவகாமி அம்மையாரின் மனம் உடைந்துவிடும் போலிருந்தது. பிறந்த வீட்டிலும் புகுந்த வீட்டிலும் ஒருவிதக் கஷ்டமும் காணாமல் வாழ்ந்தவள் அவள்; கணவரும் அவளுடைய மனதைப் புண்படுத்தும்படி ஒன்றையும் செய்ததில்லை. மகன் மணம் புரிந்து சந்தோஷமாய் வாழவேண்டும் என்பதைத் தவிர, அவளுக்கு வாழ்க்கையில் வேறோர் ஆசையும் இல்லை. அவள் மறுதலித்துப் பேசவே, நீர் காணாத அவள் கண்களில் நீர் துளிர்த்துவிட்டது.

“அம்மா, நீ இப்படிச் செய்தால், எனக்கு மிகவும் சங்கடமாயிருக்கிறது; அப்பா நீங்கள்தான் அம்மாவைச் சமாதானம் செய்யவேண்டும். கலியாணம் செய்துகொண்டவர்கள் எத்தனை பேர் சந்தோஷமாக இருக்கிறார்கள்? நானும் அவர்களைப்போல அவதிப்பட வேண்டுமா?”

“ஆனாலும் தம்பி, உன்னால் ஒரு பெண் கலியாணம் ஆகாமல் இருக்கிறாள். அவள் கதி?...”

“என்ன ஆகிவிடும்?”

“என்ன ஆகிவிடுமா? அவளை இனி, யார் கலியாணம் செய்து கொள்வார்கள்?”

“நான் அவளுக்கு நல்ல வரனாகத் தேடித் தருகிறேன்.”

“பேஷ்! நீ விரும்பாத ஒரு காரியத்தை, இன்னொருவர் செய்யும்படித் தூண்டலாமா?”

“அவளும் கலியாணம் செய்துகொள்ளாவிட்டால், என்ன?”

“இந்த நாட்டில் கலியாணம் ஆகாத பெண்ணை, ஒரு மாதிரியாகத் தான் நினைப்பார்கள்.”

“நினைக்கிறவர்கள் நினைக்கட்டும்... அப்பா, நான் மனம் விட்டுச் சொல்கிறேனே, இந்த நாட்டில் ஜனத்தொகை, தேவைக்கு அதிகமாகவே இருக்கிறது. உணவும் உடையும் இல்லாமல் எவ்வளவு கஷ்டப்படுகிறார்கள்! இந்நிலையில் கலியாணம் செய்துகொள்ளாமலே இருப்பதின் மூலம், ஒவ்வொரு யுவனும் யுவதியும் நாட்டுக்குச் சேவை செய்யலாம். விஷயம் தெரிந்த வாலிபர்களும் மணம் புரிந்து ஜன விருத்தி செய்வதால், நாட்டின் சிரமம் எப்படிக் குறையும்! அதனால்தான் கமலாவும் மணம் புரிய வேண்டாம் என்கிறேன்.”

“தம்பி. காலேஜ் பேச்சுப் போட்டியில், பரிசு ஏதாவது வாங்கினாயா? அழகாய்ப் பேசுகிறாயே. இந்த விஷயம் முன்பே தெரிந்திருந்தால், டாக்டருக்குப் படிப்பதற்குப் பதிலாய் வக்கீலுக்குப் படித்திருக்கலாமே...”

“அப்பா, நீங்கள் பரிகாசம் செய்கிறீர்கள். என் மனோநிலையை உங்களாலும் புரிந்துகொள்ள முடியவில்லையே என்பதுதான், எனக்கு வருத்தமாக இருக்கிறது. இங்குத் தஞ்சாவூர் ஜில்லாவில் இருந்துகொண்டு

நிம்மதியாய் உண்டு உடுத்துவிடுவதால், உலகமே சுகமாயிருக்கிறது என எண்ணிவிடக்கூடாது, நீங்கள் ஒருமுறை வட இந்தியாவுக்குப் போய் பார்க்கவேண்டும். வங்காளம், பஞ்சாப், ஸிந்து முதலிய இடங்களிலிருந்து வருகிற அகதிகளைப் பார்க்கவேண்டும். அகதிகள் இருக்கட்டும். இந்நாட்டின் ஏழைக் குடியானவனும், தொழிலாளியும் எவ்வளவு துயரப்படுகின்றனர்? அவர்களுடைய கஷ்டங்களை ஓரளவாவது நிவர்த்தி செய்ய வேண்டியது படித்தவர்களின் பொறுப்பு இல்லையா?..."

மூச்சுவிடாமல் அரைமணி நேரம் பேசி முடித்தான் பாலசுந்தரம்.

"தம்பி, கலியாணம் செய்துகொள் என்றால், கதை சொல்கிறாயே! கலியாணம் செய்துகொண்டு, தேச சேவை செய்ய முடியாதா?"

"இன்றைய சமூகத்தில், கலியாணம் பந்தங்களைத்தான் உண்டாக்குகிறது."

"அப்படியானால் நீ கலியாணம் செய்துகொள்ளப் போவதில்லையா?" என்றாள் தாய், கவலையுடன்.

"அம்மா! சந்தோஷப்பட வேண்டிய விஷயத்திற்கு வருத்தப்படுகிறாயே!"

"தம்பி, ராத்திரி எல்லாம் தூங்காமல் உன் புத்தி குழம்பியிருக்கிறது. போ, போய்க் கொஞ்ச நேரம் உறங்கு."

"புத்தி குழம்பி நான் ஒன்றும் சொல்லவில்லை. நீங்கள் என்னதான் கேலி செய்தாலும் தீர்க்கமாய் யோசித்துச் செய்த முடிவை, நான் மாற்றப் போவதில்லை."

"இப்போது மாற்றவேண்டாம்; போய்த் தூங்கு."

பாலசுந்தரம் தன் அறைக்குச் சென்றதும், சோமனாதர் மனைவியின் பக்கம் திரும்பினார்.

"பைத்தியமாக இருக்கிறாயே, சிவகாமு! பையன் இவ்வளவு யோக்கியனாக இருக்கிறானே என்று சந்தோஷப்படாமல், அழ ஆரம்பித்து விட்டாயே."

"சன்யாசிபோல் அவன் பேசுகிறான்; நீங்கள் யோக்கியன் என்கிறீர்களே?"

"அப்படிப் பேசுவதால்தான் யோக்கியன் என்கிறேன். அங்கே இருக்கும்போதே, கலியாணப் பித்துப் பிடித்துத் தறுதலையாகத் திரியவில்லையா? வெளியூர்ப் பையன்கள் இப்படி இருபது அபூர்வம்."

"அது சரி. ஆனால் இப்போதுகூட, இப்படிப் பிடிவாதமாகப் பேசுகிறானே?"

"ஒரு சொப்பனத்திலே, பொழுது விடிந்துவிடுமோ, சிவகாமு? இப்போதுதான் பிள்ளையாண்டன், படித்துவிட்டு வெளியில் வந்திருக்கிறான். அதற்குள்ளே, படித்த புத்தகங்களை மறந்துவிட முடியுமா?"

"பின்னே கலியாணம் செய்துகொள்வான் என்கிறீர்களா?"

"செய்துகொள்ளாமல், எங்கே போகிறான்? அவன் செய்து கொள்ளவில்லையென்றால், கமலாம்பிகைக்குச் சாமர்த்தியம் போதாது என்றுதான், நாம் நினைக்கவேண்டும்."

அவர் பேசிய விதத்தைக் கேட்டால் கதவுக்குப் பின்னால் ஒண்டிக் கொண்டு ஓர் உயிர் சங்கடப்படுகிறது என்பதை அவர் அறிந்திருப்பாரோ என்று கொஞ்சம் சந்தேகப்பட இடம் இருந்தது.

◆ ◆ ◆

மத்தியானம் படுக்கையை விரித்த பாலு, வெகுநேரம் தூங்கிவிட்டான். மாலை ஐந்து மணிக்குத் தாயார் அவனைத் தட்டி எழுப்பினாள். முகத்தை அலம்பிக்கொண்டு, சூடாகக் காப்பி சாப்பிட்ட பின்னரும், சோம்பலாகவே இருந்தது. அவன் நாற்காலியில் உட்கார்ந்ததும் தாயார் சொன்னாள்: "பாலு, நீ சௌக்கியமாய் ஊர் வந்து சேர்ந்ததும் சுப்பிரமணியசுவாமிக்கு ஓர் அபிஷேகம் செய்வதாய் வேண்டிக்கொண்டேன். ஐயரிடம் சொல்லி ஏற்பாடு செய்திருக்கிறேன். கோயிலுக்குப் போய் வரலாம். டிரஸ் செய்து கொண்டு புறப்படு... கமலாம்பிகையும் வருகிறாள்."

"கோயிலுக்கா?" என்றான் அவன், அசிரத்தையால்.

"ஏன்?"

"நான் வரவில்லை; நீங்கள் போய்வாருங்கள்."

அப்போது அங்கு வந்த சோமனாதரும், அவனை அழைத்தார்: "நீயும் வாயேன் தம்பி..."

"நான் எதுக்கு? நீங்கள்..."

"உனக்காகச் செய்யும் அபிஷேகம்; நீ இருந்தால் நல்லது. கொஞ்ச நேரத்தில் திரும்பிவிடலாம்" என்றாள் தாயார், கெஞ்சலாக.

"நான் வரவில்லை."

சோமனாதர் கொஞ்சம் பொறுமையற்றுக் கேட்டார்: "இங்கே உட்கார்ந்திருப்பதற்குப் பதிலாய்க் கோவிலுக்கு வந்தால், என்னவாம்?"

"கோயில், விக்கிரகம் – இதில் எல்லாம் எனக்கு நம்பிக்கையில்லை, அப்பா, என்னை வீணாய்த் தொந்தரவு செய்யாதீர்கள்."

சிவகாமி அம்மாளின் ரத்த ஓட்டம், அப்படியே நின்றுவிட்டது போலிருந்தது. "சாமி இல்லை என்றா, சொல்கிறாய்?" என்றாள் அவள், தீனக்குரலில்!

"அம்மா, நீ ரொம்ப மோசம்; சாமி இல்லை என்று நான் சொன்னேனா? அப்பா, நீங்கள் செய்யும் கெடுபிடியில், அம்மா பயந்து போகிறாள், பார்த்தீர்களா?"

சோமனாதர் சிவகாமியைப்போல் பயந்துவிடவில்லை. வக்கீலாகவும், ஜட்ஜாகவும் இருந்து மனிதனின் பல மனக்கோலங்களைப் பார்த்த அவர், பயப்படுவதற்கான காரணத்தையும் காணவில்லை. புத்திரனருகிலேயே, ஒரு நாற்காலியில் உட்கார்ந்துகொண்டார்.

"சிவகாமி, போய்க் கோவிலுக்குப் போகத் தயார் செய்துகொள். இன்றைக்கு இல்லாவிட்டால் தம்பி நாளைக்குக் கோயிலுக்குப் போகிறான்.

இவன் மனப்பான்மை, உனக்குப் புரியாது. இவனே, கடவுளுக்குச் சமானனாய் ஆகிவிட்டான். கோயிலும் குளமும் இவனுக்கு எதுக்கு? இதை எல்லாம் புரிந்துகொள்ள, உனக்குப் புத்தி இல்லை. உன் மகன், ரொம்பப் பெரியவன். நான் சொல்லுகிறேன், நம்பு! நீ போ."

அவருடைய குரலில் இருந்த அதட்டலைக் கேட்ட சிவகாமி, மறுமொழி சொல்லாமல் வெளியே சென்றுவிட்டாள். அவருடைய குரலில் ஒலித்த ஏளனம், பாலுவைத் தைத்தது; தலைகுனிந்து கொண்டு மௌனமாய் இருந்தான். அவனாலும் கிண்டலாகப் பதில் சொலல முடியும். ஆனால் பெரியவர், தந்தை என்கிற நிர்ப்பந்தத்தால் பேசாதிருந்தான். சோமனாதர் மிகவும் அமரிக்கையாக வெற்றிலையின் முதுகுக் காம்பைக் கிள்ளிச் சுண்ணாம்பு தடவத் தொடங்கினார்.

பாலசுந்தரம்தான் பேச்சை ஆரம்பிக்க வேண்டியிருந்தது.

"அப்பா, நீங்கள் என்னை அடிக்கடி கிண்டல் செய்கிறீர்கள். நீங்கள் இப்படியே செய்துகொண்டு இருந்தால், நான் அதிகநாள் இங்குத் தங்கி இருக்க முடியாது."

"நான் கிண்டலாக ஒன்றும் சொல்லவில்லையே . . . நீ படித்த புஸ்தகங்களின் புது மெருகு, உன் மனதிலிருந்து இன்னும் கலையவில்லை. நீ எவ்விதமான கொள்கைக்கும் வரவில்லை என்பதுதான், என் அபிப்பிராயம்."

"அது எனக்கும் புரிகிறது... நான் என்ன செய்ய வேண்டும் என்பதை, இன்னும் ஆழ்ந்து யோசித்துத்தான் முடிவுசெய்ய வேண்டும். ஆனால் ஒன்று, பழமைப் பித்துதான் இந்த நாட்டின் சாபக்கேடு. நான் பழமையை வெறுக்கிறேன்."

"நான் சிரித்தால், நீ கிண்டல் என்று நினைப்பாய். ஆகையால், சிரிக்காமல் இருக்கிறேன். பழமை இல்லாமல் புதுமை, ஏது தம்பி? இன்றைய புதுமை, நாளைக்குப் பழமைதானே? நான், என் தகப்பனார், என் பாட்டனார், அவருடைய பாட்டனார் எல்லோரும் பழமைதான்; நீ புதுமை, ஆனால் நாங்கள் எல்லோரும் இல்லாமல் எப்படி வந்தாய்?"

"நீங்கள் அவ்வளவு பேரும் இல்லாமல் நான் இல்லை என்பதால், நீங்கள் எல்லோரும் சிறந்தவர்கள் ஆகிவிட முடியுமா?"

"நீ சொல்வது சரி. அதைப் போலே,நாங்கள் சிறந்தவர்கள் இல்லை என்று சொல்லிவிடுவதால், நீ சிறந்தவன் ஆகிவிட முடியுமா?"

"முடியாதுதான். ஆனால், பழமைக் குட்டையில் ஊறி நம்நாடு அழுகுகிறது என்பதை, நம் கண் முன்னால் காணவில்லையா?"

"ஏன் புதுமைச் சேற்றில் விழுந்து கொண்டிருப்பதால்தான் நாடு நாறுகிறது என்று, நான் சொல்லுகிறேன்..."

பாலசுந்தரம், இந்தப் பதிலை எதிர்பார்க்கவில்லை. அவன் சொன்னது மறுக்கொணாத உண்மை. அதை அவர் ஏற்றே தீரவேண்டும் என்று, அவன் எதிர்பார்த்தான். ஆனால், அதையும் அவர், அனாயசமாக மறுதளித்துவிடவே, மேலே விவாதத்தை எப்படிக் கொண்டுபோவது

என்று அவனுக்கு யோசனை ஆகிவிட்டது. இதுவரை இம்மாதிரியான ஒரு கேள்வி அவனிடம் கேட்கப்பட்டதில்லை. ஆகையால், அவன் பதில் அளிக்க ஆயத்தமாகவும் இல்லை. தோல்வி அடைந்துவிட்டோம் என்ற உணர்ச்சி, அவனைக் கவ்விக்கொண்டது, அவன் முகம் சுண்டிவிட்டது.

சோமனாதர் விடவில்லை. மேலும் ஒரு கல்லைத் தூக்கிப் போட்டார். "தெய்வம் என்பது, ரொம்ப ரொம்பப் பழமையான விஷயம். அதைப் புரட்சி செய்தாயா, இல்லையா?"

பாலசுந்தரம், ஆபரேஷன் கத்தியால் கையைக் கீறிக்கொண்ட டாக்டர்போல் சீறினான், "பழமையில் நம்பிக்கை இல்லை."

நல்லவேளையாக இந்த நெருக்கடியான தருணத்தில், சிவகாமியின் குரல் வெளியிலிருந்து கேட்டது! "நீங்களாவது கோயிலுக்கு வரப் போகிறீர்களா, இல்லையா?"

"வருகிறேன்," என்று கொண்டே எழுந்த சோமனாதர், மகனைப் பார்த்துக் கூறினார்: "உன் நம்பிக்கை இன்மையில், எனக்கு நம்பிக்கை இல்லை... தம்பி, நான் உன்னைக் கிண்டல் செய்வதற்காகப் பேசவில்லை, நீ பழமையை வெறுப்பதுபோல் நான் புதுமையை வெறுக்கவில்லை. பழமையிலும் கெடுதல் உண்டு; புதுமையிலும் கெடுதல் உண்டு. இரண்டிலும் உள்ள நல்லதைத் தேர்ந்து ஏற்பதுதான், புத்திசாலிகளுக்கு அழகு!"

வாசலைக் கடக்கும்போது, அவருக்கே சுபாவமான சிரிப்புடன், மீண்டும் கூறினார்: "நான் பழைய ஆசாமி, எனக்குக் கோயில்தான் கதி." உபதேசம் செய்வதுபோல அவர் பேசினாலும், தர்க்கத்தில் வெற்றி பெற்றவர் குரலாகவே, அவனுக்கு அவர் குரல் கேட்டது. மனதுக்குள் தவித்துக்கொண்டே, அவனும் வெளியில் கிளம்பினான். தெருவில் வந்ததும் தாய் தந்தையருடன், ஒரு பெண்ணுருவம் செல்வதைக் கண்ணுற்றான். அவள் கமலாம்பிகைதான்.

கமலாம்பிகை நல்ல பெண் என்று தனக்குள் சொல்லிக்கொண்டான். "என்னைத்தான் கலியாணம் செய்துகொள்வேன் என்று, ஆறு வருஷமாய் உறுதியாய் இருக்கிறாள். நான் சம்மதிக்கவில்லை என்று தெரிந்ததும், அவள் மிகவும் வருத்தப்படுவாள். ஆனால் அவளையும், என் பக்கம் இழுத்துவிடவேண்டும்..."

அவர்கள் சென்றதற்கு எதிர்த்திசையில் அவனும் புறப்பட்டான், மாலை நேரம்; நாள் முழுவதும் வேலை செய்த அழுக்குடன் குடியானவர்களும் தொழிலாளர்களும் வீடு திரும்பிக்கொண்டிருந்தனர். அவர்களில் அவனுக்குத் தெரிந்தவர்கள், அவன் கொஞ்ச தூரத்தில் வரும்போதே, இடுப்பில் துணி சுற்றிக் கைகட்டி விலகி நின்றனர். வண்டிகள் தூசி எழுப்பியவாறு ஊர்ந்துகொண்டிருந்தன. வீதி முழுவதுமே சாணமும், மலமும் சிதறிக் கக்கூஸைப் போன்ற தோற்றமே அளித்தது.

அவனுக்கு எரிச்சலாயிருந்தது. எதிரில் வரும் ஒவ்வோர் ஆணும் பெண்ணும், நோயின் நடமாடும் உருவங்களாக, அவனுக்குத் தோன்றினர். உடலில் மட்டுமல்ல; மனதிலும் அவர்கள் நோயாளிகள்தான். அவர்களுடைய

நோய்க்கு, மருந்து என்ன? மருந்து தருவது யார்? நோயாளியைச் சிகிச்சை செய்யும் பொறுப்பை, மற்றொரு நோயாளியிடம் ஒப்படைக்கலாமா?

பாலசுந்தரம் நோயாளி இல்லை என்று யார் சொல்வது? அவனுடைய தந்தையே, அவனை அப்படிச் சொல்லவில்லையே? பின், அவன் இந்த வாயில்லாத மக்களுக்கு, எப்படி உதவ முடியும்? நிதானமாகவும், பொறுமையாகவும் வேலை செய்ய வேண்டும், அப்போதுதான் அவர்களை உயர்த்த முடியும் என்றால், குறைந்தபட்சம் நாலைந்து தலைமுறைகள் வீணாக வேண்டும். மனித உயிர் இப்படி வீணாகித்தான் தீரவேண்டுமா? கூடாது. சேதம் அதிகம் இல்லாமல், மக்கள் உயரவேண்டும் என்றால், புரட்சிதான் அதற்குச் சரியான வழி...

சிந்தனையின் வேகம், அவனுக்குக் களைப்பு உண்டாக்கியது; அங்கிருந்த குளக்கரையில், ஆலமரத்தடியில் உட்கார்ந்தான். தன் சிந்தனையே தனக்கு நோயோ என்று அவனுக்குத் தோன்றியது. மூளை குழம்பியது, ஆனாலும், புரட்சி ஞாபகம் அவனை விடவில்லை.

"என் தாய் தந்தையருக்காகவும், நான் என் போக்கை மாற்றிக் கொள்ளமாட்டேன்." என்று அவன் தன்னிடம் சொல்லும்போது, எதிரில் உள்ள தடைகளை அகற்றுபவன்போல் கண்களின் முன்னால் கைகளை விசிறினான். அவன் கண்கள் ஒளியுண்டன.

ஒளியுண்டபின்தான், அவைகளுக்குப் பார்வையும் வந்தது. அப்போதுதான், குளத்துப் படிக்கட்டின் மீது நின்றுகொண்டு, கமலாம்பிகை தன்னையே பார்ப்பதை அவன் உணர்ந்தான். அவன் உணர்ந்தான் என்பதைவிட, அவனுடைய உடலின் ஒவ்வொரு அணுவும் உணர்ந்தது என்று சொல்வதுதான் சரி.

"அட, கமலாம்பிகையா? நான் கவனிக்கவே இல்லையே!"

"நீங்கள்தான், இனிமேல் என்னைக் கவனிக்க மாட்டீர்களே!"

"நீ வந்து, ரொம்ப நேரமாச்சா?"

"நான் வந்து பத்தொன்பது வருஷம் ஆகிறது..."

"நீ எப்படி மாறியிருக்கிறாய்?"

"நீங்கள் மாறாமல், அன்றைக்கு இருந்ததுபோலவே இருக்கிறீர்கள்; இல்லையா?"

அவன் பதிலளிக்கவில்லை. ஆறு ஆண்டுகளுக்கு முன்னால், இந்த ஜீவன், பதின்மூன்று வயதுச் சிறுமியாய் இருந்தது. இந்த இடைக் காலத்தில், அவள் அர்த்தம் விளங்காத புதிரைப் போன்ற ஒரு வளர்ச்சி அடைந்திருந்தாள். அர்த்தம் புரியாததாலேயே, அவ்வளர்ச்சியில் கவர்ச்சி மிகுதியாய் இருந்தது. முதலிலேயே அவள் அழகு. பருவ வளர்ச்சியின் காரணமாக, அது இப்போது அனலாகத் தெறித்தது: அவளைக் காணும் இளைஞர்கள், அவளை அடைவதற்காகத் தலைபிய்ந்துவிழும் வரை தலைமயிரைப் பிய்த்துக்கொள்வார்கள். ஆனால் அவளுடைய அழகு, காற்றில்லாத துருத்தி அல்ல. மனோபலமும் அவளுக்கு அதிகம்.

இல்லாவிட்டால் ஆறு வருஷங்கள், அவனுக்காகக் காத்திருப்பாளா? அவள் உடல் ஓர் ஆச்சரியம்; அவளுடைய உள்ளமும் ஓர் ஆச்சரியம்; ஆகையால் அவன் ஆச்சரியப்பட்டான். ஆச்சரியப்படுகிறவனின் மற்ற உணர்ச்சிகள் அடங்கிவிடுவது இயற்கைதானே?

"என்ன யோசிக்கிறீர்கள்? நான் இவ்வளவு தாராளமாய் உங்களுடன் எப்படிப் பேசுகிறேன் என்றா – ? நீங்கள் என்னை மணப்பதில்லை என்று முடிவு செய்துவிட்டாலும், உங்களை மணப்பதில்லை என்று நான் முடிவு செய்யவில்லை! அதனால்தான், இவ்வளவு தாராளமாய் உங்களுடன் பேசுகிறேன்!"

அவளுடைய பேச்சு, அவனுக்கு ஹாஸ்யமாகப் படவில்லை. ஏதோ ஒரு துயரம், அவனைப் பிடித்தது. உனக்கு எப்படி, இந்த விஷயம் தெரியும்? அம்மா சொன்னாளா?"

"நான் நாள் முழுவதும் அங்கேதான் இருந்தேன்; என் காதால் நீங்கள் பேசியதை எல்லாம் கேட்டேன்."

"நீ அங்கேயே இருந்தாயா? எனக்குத் தெரியவில்லையே!"

"உங்களுக்குத்தான், இப்போது ஒன்றும் தெரிவதில்லையே!"

"நீ இருந்தது தெரிந்திருந்தால், நான் அப்படிப் பேசியிருக்க மாட்டேன்."

"வேறு எப்படிப் பேசியிருப்பீர்கள்? கமலாம்பிகையை நான் இப்போதே கட்டிக்கொண்டாக வேண்டும் என்று பேசியிருப்பீர்களா?"

பாலசுந்தரம் விழித்தான், பதில் சொல்லும் வகை புரியாமல், அவன் மனதில் வாஸ்தவமாகவே ஒரு மாபெரும் புரட்சி, கத்தியின்றி ரத்தமின்றி நடக்கும் புரட்சி நிகழ்ந்துகொண்டிருந்தது.

"என்னைத்தான் மணப்பதாய், இங்கு நின்றுதானே உறுதி கூறினீர்கள்?"

"ஆம்" என்று சின்னஞ்சிறு குழந்தைபோல், தலையாட்டினான் அவன்.

"பம்பாய் போனபின், நாலு வருஷங்கள் வரை எனக்கு எழுதிய கடிதங்களில் எல்லாம், அப்படித்தானே எழுதினீர்கள்?"

"ஆம்"

"அப்புறம், எனக்கு நீங்கள் கடிதம் எழுதவில்லை. போகட்டும், என்னை வெறுக்கும்படியாய், அப்புறம் என்ன நடந்துவிட்டது?"

"நான் உன்னை வெறுப்பதாய், எப்போதாவது யாரிடமாவது சொன்னது உண்டா?"

"பின் கலியாணம் வேண்டாம் என்பதன், காரணம் என்ன?"

"கலியாணம் செய்துகொண்டால்தான், எனக்கு உன் மேல் அன்பு இருப்பதாக அர்த்தமா?"

"கலியாணம் செய்துகொள்ளாது, எவ்வளவுநாள்தான் என் மேல் அன்பாக இருந்துவிடுவீர்கள்? ஆறு வருஷத்திலே, உங்கள் அன்பின் பெருமை தெரிகிறதே!"

“ஆத்திரப்படாமல், நான் சொல்வதைக் கவனமாய்க் கேள் கமலா. அப்பாவிடம் நான் சொல்வதை எல்லாம் கேட்டுக்கொண்டுதானே இருந்தாய்? நான் மேற்கொள்ள விரும்பும் வாழ்க்கைக்குக் கல்யாணம்...”

“தடை செய்யாது; நான் தடை செய்யமாட்டேன், கலியாணம் செய்துகொண்டால் – செய்துகொண்டதும் நீங்கள் ஒன்றுமே செய்ய முடியாமல் போய்விடும் என்றால், அதற்கு அர்த்தம் என்ன? உங்களுக்கே உங்கள் மீது நம்பிக்கை இல்லை என்பதுதானே? உங்களுக்கு வேறு எதிலும் நம்பிக்கை இல்லையென்றால், உங்கள் மீதாவது நம்பிக்கை வேண்டாமா?”

இருளில் நடக்கிறவன்போல் பாலுவின் வாய்மொழி தடுமாறியது. “அது மட்டும அல்ல; ஜனத்தொகை...”

“நல்ல ஜனத்தொகை...! நாட்டின் ஜனத்தொகை அதிகரிக்கக் கூடாது. ஆகையால் படித்த யுவனும், யுவதியும் மணம்புரியக்கூடாது என்கிறீர்கள்; அதுதானே? படித்தவனும், படித்தவளும் மணம் புரிந்து தேவைக்கு மேல் குழந்தை பெறாமல் இருப்பதே படிப்புக்கு லக்ஷணம் ஆகாதா? படித்தவர்களுக்குப் பிறக்கும் குழந்தைக்குத்தான் கல்வி வசதி அதிகமாக இருக்கும்; அவர்கள்தாம் தம் குழந்தைகளுக்குக் கல்வி தர வேண்டும் என்று சிரத்தையாயிருப்பார்கள்; ஆகையால், அவர்களுடைய குழந்தைகள்தான் நாட்டுக்குப் பயன்படும்... நாட்டின் ஜனத்தொகை விருத்தி ஆவதற்குக் காரணம், கல்வியறிவு பெறுவதற்கு வசதி இல்லாத ஏழை மக்கள்தான்; அவர்கள் அதிகமாகக் குழந்தை பெறுகிறார்கள்; குழந்தைகளைச் சரியாக வளர்ப்பதும் இல்லை. அது அவர்கள் குற்றமல்ல. அவர்களுக்கு விமோசனம் பிறக்க வழிதேட வேண்டும். ஆனால், அந்த விமோசனம், நீங்களும் நானும் – அதாவது படித்தவர்கள் மணம் புரியாததன் மூலம் ஏற்பட்டுவிடாது!”

அவன் தந்தையிடம் பிரசங்கம் செய்ததைவிட, நீளமாவே அவள் அவனிடம் சொல்மாரி பொழிந்துவிட்டாள். அவள் சொன்னது உண்மை போலவும் பட்டது; இல்லை போலவும் தோன்றியது. அவள் சொன்னது உண்மை என்று அவன் மனம் புரட்சி செய்தது. புத்தி என்னவோ, இன்னும் கொஞ்சம் தர்க்கம் செய்ய விழைந்தது.

“கலியாணம் செய்துகொண்டால் பொறுப்பு...”

“பொறுப்பு இல்லாமல் வாழ்க்கை நடத்தக்கூடியவர்கள் – ஒன்று மகரிஷிகளாக இருக்கவேண்டும், அல்லது பைத்தியக்காரர்களாக இருக்க வேண்டும். பொறுப்பற்றவர்கள் உலகத்தில் நல்ல காரியம் செய்ய முடியுமா? உலகத்துக்குப் பொறுப்பாக இருக்க விரும்புகிறவர்கள், தான் பொறுப்பை ஏற்கத் தயங்கலாமா?”

பாலசுந்தரம் பிரமித்துப்போனான்; இவ்வளவு சாதுர்யமாய் அவளால் பேச முடியும் என்று அவன் கனவிலும் கருதவில்லை.

மேல்வானில் வர்ணக் குழப்பம். ஆல மரத்தின் மீது குருவிகள் ஏதேதோ பேசிக் கத்திக்கொண்டிருந்தன. குளத்தில் விழுந்த செங்கதிர்கள் நீரைப் பொன்னாக்கின. படிக்கட்டின்மீது இடுப்பில் கரம் ஊன்றி நின்ற பெண்ணுருவம், அவனை ஆட்கொண்டது.

“இவ்வளவு வாய், உனக்கு எங்கிருந்து வந்தது, கமலா? நான் பம்பாய் போவதற்கு முன்னால், பரம சாதுவாக இருந்தாயே!”

“வேறொன்றும் இல்லை. இந்த ஊரில் எனக்கு ஏழெட்டுச் சிநேகிதிகள் இருக்கிறார்கள். எங்களுக்கு வேறு வேலை இல்லை; ஏராளமாய்ப் புத்தகங்கள் வரவழைத்துப் படிக்கிறோம். சோம்பலாயிருக்கும்போது நாங்கள் இப்படி எதையாவது பற்றித் தர்க்கம் செய்வோம்... அந்தப் பழக்கந்தான்...” அவனுடைய தகப்பனார் இப்படிப் பேசியிருந்தால், ‘கிண்டல்’ என்று அவன் சீறியிருப்பான். ஆனால், அவளுடைய வாய்மொழி, அவனுக்குச் சர்க்கரையாக இருந்தது.

“அப்படியானால், என் லட்சியத்திற்கு நீ துணைசெய்வாயா?”

“நீங்களே எனக்கு லட்சியமாக இருக்கும்போது, நான் எப்படித் துணை செய்யாமல் இருக்கமுடியும்?... கொஞ்சம் பொறுங்கள். இது குளக்கரை. நாலுபேர் வருகிற போகிற இடம், யாராவது பார்த்தால்...”

❖ ❖ ❖

புரட்சி முடிந்து ஆக்க வேலையும் ஆரம்பம் ஆகிவிட்டது. கலியாணம் ஆன இரண்டாவது மாதமே, டாக்டர் – பாலசுந்தரம் தகப்பனாரிடம், கும்பகோணத்தில் ‘பிராக்டீஸ்’ செய்ய அனுமதி கேட்டார்; அழகாய் வாரிவிட்ட கிராப்புடன், தொப்பியும் கால்சட்டையும் அணிந்து ஆசாமி ஜோராகத்தான் இருந்தார்.

“தம்பி, இந்தக் கிராமத்தில் இலவச ஆஸ்பத்திரி வைத்து ஏழைகளுக்கு உதவவேண்டுமே! நீ கும்பகோணம் போய்விட்டால், இந்த வாய் இல்லாத மக்களைத் தட்டி எழுப்ப, வேறு யார் இருக்கிறார்கள்?”

மாஜி ஜட்ஜ் சிரித்தார்; புரட்சிக் கனல் அணைந்து கரியாகி, இப்போது அந்தக் கரி சரீரக் கனலாகச் சுடர்விடுகிறது என்பதை, அவர் அறிவார். டாக்டருக்கும் அவருடைய கிண்டல் உறைக்கவில்லை. ஏன் என்றால், அவர் பெற்றோரின் தொந்திரவே இல்லாமல், தம் புது மனைவியுடன் கும்பகோண வாசம் செய்யப்போகிறார்.

“கலியாணம் ஆகாதிருந்தால், நீங்கள் சொல்வது போலவே செய்திருப்பேனே! கலியாணம் ஆகிவிட்டதால், பட்டணத்து நோயாளிகளுக்கு மருந்து தரப்போகிறேன்! அவர்களுக்கும் மருந்து தேவைதானே?” என்றார் டாக்டர் பாலசுந்தரம், வேடிக்கையாக.

வழக்கம்போல் தகப்பனார் சிரித்தார்; தாய் சிரித்தாள்... உள்ளே இருந்த கமலாம்பிகை சிரித்தாள். டாக்டரும் சிரித்தார் என்றால், அதில் ஆச்சரியம் இல்லை.

சக்தி **(பொங்கல் மலர்: ஜனவரி 1949)**

(நூல் வடிவில் இதுதான் முதல் பிரசுரம்)

●

ஞானபானு

இந்தக் கதை, நாஜி ஜெர்மனியில், ஹிட்லர் நாடாண்ட காலத்தில் நிகழ்ந்ததாய்க் கூறப்படுகிறது. ஆனால், இந்தக் காலத்தில், எந்நாட்டில் இது நிகழவில்லை என்பதை, யாராலும் கூற முடியாது.

அப்போது கடவுள், பூலோகத்தில் யாத்திரை செய்து கொண்டிருந்தார். அவர் தம் உருவில் மனிதனைப் படைத்தார். அவன் பரிணாமக்கிரமத்தில் உருவானவன் என்று அவர் நம்பினார். அவன் தன்னுடைய சரித்திரத்தை எப்படி உருவாக்கிக் கொண்டிருக்கிறான் என்பதை அறியவே, அவர் பூலோக யாத்திரையை மேற்கொண்டிருந்தார்.

நீராசையையும் துயரத்தையும் வாழ்க்கையில் நிரப்பிக் கொண்டு, ஆசையால் உயிர்வாழ முயலும் மனிதனைக் கண்ட அவரையும் நிராசை பீடித்தது. பூவுலகம் தம்முடைய மிகவும் கோரமான ஒரு கற்பனை ஆகிவிடுமோ என்ற அச்சம், அவரைப் பற்றியது.

இறுதியாகப் பாக்கியிருந்த ஒரே பிரதேசத்தைப் பார்வையிட்டுத் திரும்பும் உத்தேசத்துடன், அவர் காலடி வைத்த நாடு, ஜெர்மனி. அச்சமயத்தில் அங்கு அறிவு, ஆயிரம் நாக்குகளைத் தொங்கவிட்டுக்கொண்டு, மனிதனைச் சாப்பிட்டவாறு இருந்தது. ஹிட்லர், அதற்கு நாளுக்கு ஒரு விருந்து அளித்துக்கொண்டிருந்தான்.

“இந்தத் தேசத்தில், எனக்கு நல்ல வரவேற்பு இருக்கும்” என்று நினைத்தார் கடவுள்.

அவருக்கு எதிரில், ஒரு பெரிய மாளிகை இருந்தது. அதைச் சுற்றிலும் இரும்புச் சுவர்கள்; சுவர்களைச் சுற்றிச் சைன்யத்தின் கட்டுக்காவல். இவ்வளவு காவலுடன் இருக்கும் மனிதனைக் காணும் ஆவலுடன், அவர் அதற்குள் புகுந்து, ஒவ்வோர் அறையாய்ப் பல அறைகளைக் கடந்து , கடைசியில் வீட்டு யஜமானைக் கண்டுபிடித்தார். ஒல்லியாய், உயரமாய் இருந்தான் அவன்.

“நீர் யார்? எப்படி உள்ளே வந்தீர்?” என்றான் அவன், திடுக்கிட்டு.

கடவுள் சபலத்துடன் சொன்னார்: “நான் யார் என்று அறிந்தால், எப்படி வந்தேன் என்று ஆச்சர்யப்படமாட்டாய்”

“அவ்வளவு பெரிய நீர் யார் என்று சொல்லுமே!”

“நான் கடவுள்” என்றார் அழுத்தமாய்.

ஆனால், அவர்தான் ஏமாந்தார்.

“கடவுளா!” என்று அவன் சிரித்தான். அவர் பக்கத்தில் வந்து, தலைமுதல் கால் வரை பார்த்தான். இல்லை என்று தலையாட்டினான்.

“எங்களுக்கு ஒரே கடவுள்தான் இருக்கிறார். அவர் எங்கள் பக்கத்திலே இருக்கிறார். அவரைத் தவிர, வேறு கடவுளை நாங்கள் அறியோம்.”

இந்தப் புதிய பக்தி, கடவுளுக்கு விளங்கவில்லை.

“உங்களுடைய அந்தக் கடவுள் யார்?”

“உமக்குத் தெரியாதா? சிறு குழந்தைகூட அறியுமே. அவர் சர்வ வல்லமை படைத்தவர். அவரால் ஆகாதது ஒன்றுமே இல்லை. அவர் பெயர் ஹிட்லர். அவர் எனக்கு நண்பருங்கூட” என்றான் அவன் கர்வத்துடன்.

“ஓ!”

“நீர் யாருடைய கடவுள்” என்று அவன் கேட்டான். அவர் மௌனமாயிருக்கவே, அவன் மீண்டும் சொன்னான்: “எங்கள் கடவுள் எனக்கு நாளுக்கு ஒருமுறை தரிசனம் தருவார்; இப்போது வருகிற சமயம்தான். நீரும் அவரைத் தரிசிக்கலாம்.”

பக்தன் நினைத்ததும் பிரத்யட்சம் ஆகும் தெய்வம்போல், அதே சமயத்தில் ஹிட்லர் உள்ளே வந்தான். அவன் சொர்க்கலோகத்துக் கடவுளைக் கவனிக்கவில்லை.

“நண்பா ஸேடனல்ஸ், சௌக்கியமா?” என்று முதல் மனிதனைக் கட்டித் தழுவிக்கொண்டான். இருவரும் வெகுநேரம் மெய்மறந்திருந்தனர்.

“மறந்துவிட்டேன், யாரோ ஒரு கடவுள் வந்திருக்கிறார்; நீங்கள் பார்க்கவில்லையே?” என்றான்.

“எனக்குத் தெரியாமல், இங்கே எப்படி வந்தார்?” என்று ஹிட்லர் கடவுளைக் கவனித்தான். “நீர் யாருக்குக் கடவுள்?” என்றான்.

கடவுளுக்கு வியர்த்தது.

“மனிதனுக்கும் ஜீவராசிகளுக்கும்...”

“அது நீர்தானா? வேறு தேசத்துக் கடவுளோ என்று நினைத்தேன். உமக்கு வயதாகிவிட்டது. இல்லையா?”

அவர் மௌனம் சாதித்தார்.

“பாவம், வாயைத் திறவும் பார்க்கலாம்... பல் எல்லாம் உறுதியாகத்தானே இருக்கிறது?... அது சரி, இங்கு வந்த காரணம்?”

“இப்படியே பூமியைச் சுற்றி வந்து, மனிதனின் சரித்திரம் எப்படி உருவாகியுள்ளது என்பதை அறியவே வந்தேன்.”

“மனிதச் சரித்திரம், சரியாகத்தானே உருவாகியுள்ளது?”

“எனக்கு அப்படித் தோன்றவில்லை.”

“உமக்கு எப்படித் தோன்றும்? உமக்கு எதிராக நடைபெறும் போராட்டம்தானே மனிதச் சரித்திரம்? அவ்வழியில் சரியாகத்தான் உருவாகிறது.”

“எனக்கு எதிராக நடக்கும் போராட்டமா, மனிதச் சரித்திரம்?”

“வேறு என்ன? எவ்வளவோ மர்மங்களை ஒளித்துவைத்திருக்கிறீர். அவற்றை வெளிப்படுத்தி, உம்மையும் மீறி மனிதன் வாழ முடியும், என்பதை நிரூபிக்கப்போகிறோம்.”

“‘நான்’ மனிதனைப் படைத்த காரணம்...”

“எதுவாயிருந்தால் என்ன? மனிதன் உமக்கு அடி பணிந்து நடக்க வேண்டும் என்று எதிர்பார்க்கிறீரா? உமக்கு எதிராக நாங்கள் நடத்தும் போர், இறுதி வெற்றி பெறும் காலம் நெருங்கிவிட்டது.”

“நிஜமாகவா?”

“சந்தேகமே இல்லாமல்”

“சிருஷ்டி ரகஸ்யம் என் கையில் இருக்கும்வரை, அது சாத்தியமில்லை.”

“மனிதனுக்கு அசாத்யம் என்பது எதுவும் இல்லை. சிருஷ்டி ரகஸ்யம் உம்மிடம் பத்திரமாக இருக்கலாம். மனித ரகஸ்யத்தை நாங்கள் அறிந்து கொண்டோம் என்பது, உமக்குத் தெரியாது போலும்... ஸேடனல்ஸ்! இவரிடம் நீங்கள் பேசவில்லையா?”

தாங்கள் அறியாமல் நான் பேசவில்லை.

“ஸேடனல்ஸ் யார்?” என்றார் கடவுள்.

“உலகத்திலேயே மிகச் சிறந்த அறிஞர்; அறிவின் சிகரம். இவருடைய சக்தியில்தான் ஜெர்மனி உயர்ந்தது; இவர் எல்லாம் வல்லவர்.”

ஸேடனல்ஸ் பயபக்தியுடன் குறுக்கிட்டான்: “கடவுளான தங்கள் உதவி இல்லாமல், என்னால் ஒன்றும் முடிந்திருக்காது.”

ஹிட்லரையும் ஸேடனல்ஸையும் மாறி மாறிப் பார்த்தார் கடவுள்.

“உம் சிருஷ்டி ரகஸ்யம் எனக்குத் தேவையில்லை... என்னைப் படைத்தவர் நீர்தானே?”

“ஆம்”

“என்னைப் படைத்தபோது, என்ன நினைத்தீர்?”

“மிருகவெறிக்கு நீ ஒரு பிரமாணமாய் விளங்குவாய் என்று நினைத்தேன். போன ஜென்மத்தில், நீ ஒரு சிங்கமாய்...”

"அந்தக் கதை எல்லாம் வேண்டாம்; நான் உனக்குப் போட்டியாக ஒரு பெருங்கடவுள் ஆவேன் என்று எதிர்பார்த்தீரா?"

கடவுள் பதில் சொல்லவில்லை.

"மரணத்தை நாங்கள் வென்றது எப்படி என்பதை அறிய, உமக்கு ஆசையாக இருக்குமே!"

கடவுள் விழித்தார்.

"ஸேடனல்ஸ்! இவருக்கு உன் சக்தியைக் காண்பிக்க வேண்டாமா?"

ஸேடனல்ஸ் மணியடித்தான்; வெளியிலிருந்த ஒரு காவல்காரன் உளளே வந்தான்.

ஸேடனல்ஸ், தன் சட்டைப் பையிலிருந்த ஒரு கைத்துப்பாக்கியை, ஹிட்லரிடம் கொடுத்தான்.

"இது என்ன?" என்றான் ஹிட்லர், கடவுளிடம்.

"கைத்துப்பாக்கி"

"இதனால், இந்தக் காவல்காரனைச் சுடட்டுமா?"

"வேண்டாம், வேண்டாம்" என்றார் கடவுள், பரிதாபமாய். "இதுதான் நீங்கள், மரண ரகஸ்யத்தை அறிந்த நிலையா!"

"தயவுசெய்து என்னைச் சுடுங்கள்; ஹெய்ல் ஹிட்லர்!" என்ற காவல்காரனைக் கடவுள் வியப்புடன் பார்த்தார்.

ஹிட்லர் அவரைப் பார்த்து நகைத்துக்கொண்டே, காவல்காரனைக் குறிவைத்துச் சுட்டான். அதே கணத்தில், துடிதுடித்துக் கீழே விழுந்தான் அவன்.

மறுகணம், காவல்காரனின் சவத்தை, ஒரு மேசையின் மீது கிடத்தினான் ஸேடனல்ஸ். ஏதேதோ திராவகங்களை, காயத்தின் மீது ஊற்றினான். பலமுறை ஊசி குத்தினான். பத்து நிமிஷங்கள் கழிந்தன. கடவுள் ஆச்சரியத்துடன் பார்த்துக்கொண்டிருந்தார்.

சவத்தில் உயிரின் சலனம் தென்பட்டது. முதலில் கால்கள் சற்று அசைந்தன; கைகள் நடுங்கின; இமைகள் சற்றே திறந்தன.

கடவுள், திறந்த கண்களை மூடவில்லை!

செத்த காவலன் எழுந்து உட்கார்ந்தான்; நிமிர்ந்து நின்றான்; ஹிட்லரை நாஜி முறையில் வணங்கி நின்றான். "கடவுளின் கட்டளைக்குக் காத்திருக்கிறேன். ஹெய்ல் ஹிட்லர்!" என்றான்.

ஹிட்லர், செருக்குடன் கடவுளை நோக்கினான். கடவுளின் ஆச்சரியம் தணிந்து, விஷயம் விளங்கத் தொடங்கியது.

"ஆக, உங்களால் புதிய மனிதனைப் படைக்க முடியாது. செத்த மனிதனைத்தான் உயிர்ப்பிக்க முடியும். அப்படித்தானே?"

"ஆம். எங்கள் வெற்றி இன்னும் பூர்த்தியாகவில்லை. செத்தவுடன்– ரத்தத்தின் சூடு ஆறுமுன், மருந்து செலுத்திவிட வேண்டும்" என்றான் ஹிட்லர்.

"அதனால் என்ன? முக்கியமாக வேண்டிய மனிதர்களுக்கு, மறுபடி மறுபடி, உயிர் கொடுத்துக் கொண்டேயிருக்கலாம்" என்றான் ஸேடனல்ஸ்.

"உம்முடைய சிருஷ்டியைவிட, எங்களுடைய இந்த மறுபடைப்பு, எவ்விதத்தில் குறைந்துவிட்டது?"

கடவுளும் அதைத்தான் யோசித்துக்கொண்டிருந்தார். செத்துப் பிழைத்த அந்தக் காவல்காரன் அருகில் சென்று, ஒவ்வோர் அங்கமாய்ப் பார்வையிட்டார். எல்லாம் அவர் சிருஷ்டியைப்போல் இருந்தன.

மூளை இருக்கிறதா என்று அவனித்தார்; தேவைக்கு அதிகமாகவே இருந்தது; ரத்த சக்தியும் நிறைய இருந்தது.

பிறகுதான் அவர் கண்டுபிடித்தார். மனித சிருஷ்டியான மனிதனுக்கு ஹிருதயமே இல்லை; கடவுள் பலமாகத் திடுக்கிட்டார்.

"இவனுடைய ஹிருதயம் எங்கே?" என்று கூச்சலிட்டார்.

"ஹிருதயமா? அது எதற்காக?" என்று அவருக்கு மேல் உரத்துக் கத்தினான் ஸேடனல்ஸ்.

"ஹிருதயத்தை அழிக்க முடிந்ததுதான், மனிதனின் பெரிய சாதனை!" என்று பெருமையுடன் கூறினான் ஹிட்லர்.

"ஹிருதயம் எதற்காகவா! அது இல்லாத சிருஷ்டியை, மனிதன் என்பது எப்படி?"

"அது மனிதனின் பெரிய பலஹீனம்; அதை ஒழிப்பதில்தான் வாழ்வு இருக்கிறது!" என்று மேலும் விளக்கினான் ஹிட்லர்.

"சரிதான்; நான் மனிதனைப் படைத்ததே முட்டாள்தனம்!"

கடவுள் தொங்கிய தலையுடன் வெளியே நடந்தார்.

மணிக்கொடி **(ஜனவரி 1950)**

(நூல் வடிவில் இதுதான் முதல் பிரசுரம்)

●

மருந்து

அன்று நல்ல பொழுது விடியவில்லை. கண்களை விழிக்கும்போதே பக்கத்து வீட்டில் கூச்சல் கேட்டது. கண்களைக் கசக்கும்போது எதிரில் வந்து நின்றாள் கோமதி. பதட்டத்துடன்.

“அண்ணா. அண்ணா! கொஞ்சம் வீட்டுக்கு வாருங்கள். அவருக்கு உடம்பு...”

தூரத்து உறவினர்களாய்ப் பக்கத்து வீட்டில் இருப்பதோடு எனக்கு வயது அதிகம் என்பதால் மட்டும் நான் அவளுக்கு அண்ணன் ஆகவில்லை. என்னிடம் கொஞ்சம் பணம் இருப்பதோடு அது அவர்களுடைய முடைக்கும் உதவுவதால் தான் நான் அவளுக்கு அண்ணன் முறை. அவளுடைய கணவன் சுந்தரமூர்த்திக்கு ஏதோ வியாதி. ஒரு மாதமாய்ப் படுத்திருந்தான்.

அவளுடன் சென்று பார்த்தபோது, அவள் சொன்னது போலவே அவனுடைய நிலைமை ஒரு மாதிரியாகத்தான் இருந்தது. திறந்த கண்களை மூடாமல் எங்கோ பார்த்துக் கொண்டிருந்தான் அவன். அவற்றில் ஒளியே இல்லை, உடம்பு அனல் போல் சுட்டது.

‘ எனக்கு உயிர் போகுது’ என்று திரும்பத் திரும்பக் கூறிக் கொண்டிருந்தான். உயிர் போவதானால் இப்படிச் சொல்லிக் கொண்டே போகும் என்று நான் நம்பவில்லை. அவனுக்கு உயிர் போகிறது என்றால் எனக்குக் கவலையாக இருந்தது. காரணம், அவனுக்குச் சொத்து இல்லாத வாரிசுகள் ஜாஸ்தி. அவை பெரும்பாலும் எங்கள் வீட்டில்தான் அரை வயிற்றையாவது கழுவிக்கொள்ளும். அது ஒரு புண்ணியம் என்று நான் விட்டுவைத்தால் என் வாரிசுகளுக்கும் அந்தக் கதி வரக்கூடிய அபாயகரமான நிலையில்தான் என் பொருளாதாரம் இருந்தது. இந்தக் கொள்ளையில் அவனும் உயிரை விட்டுவைத்தால் என் வாரிசுகளுக்கு ஆபத்து அதிகமாகுமே என்பதுதான் என் கவலை.

“எப்படியாவது இவரைக் காப்பாற்றுங்கள், அண்ணா! உங்களுக்குக் கோடி புண்ணியம் உண்டு” என்று கெஞ்சினாள் கோமதி.

“வைத்தியர் என்ன சொன்னார்?”

“என்ன சொல்லுவார்? குணமாகிவிடும் என்றுதான் சொல்கிறார்.”

“ரொம்ப கெட்டிக்காரர் ஆயிற்றே.”

“பதினைந்து இருபது நாளாய் அவரும்தான் மருந்து கொடுக்கிறார். ஒரு குணமும் காணோமே. யாராவது ஒரு டாக்டரிடம் காட்டுங்கள் அண்ணா.”

டாக்டர் என்றதும் எனக்கு டாக்டர் ராமநாதனின் ஞாபகம் வந்தது. எங்கள் ஊர் பெரிய டாக்டர்களில் அவர் ஒருவர். அரசு ஆஸ்பத்திரியிலும் சர்ஜன். மிகவும் கைராசிக்காரர் என்று எல்லோரும் சொல்வார்கள்.

கூட்டம் அதிகம் ஆக ஆக, அவர் உங்கள் முகத்தைக்கூடப் பார்க்கமாட்டார். நீங்கள் போட்டிருக்கும் சட்டைப்பையை ஸ்டெதாஸ்கோப்பால் சோதனை செய்துவிட்டு மருந்து எழுதிக் கொடுத்து விடுவார். தொழிலில் அவ்வளவு அனுபவம் அவருக்கு. எனக்கு நண்பர். நாளது வரை நடந்துள்ள மருத்துவ ஆராய்ச்சிகளை எல்லாம் அவர் அறிவார். புது மருந்து கண்டுபிடிக்கப்பட்டாலும் அவர் பார்வைக்கு வராமல் இராது.

சுந்தர மூர்த்தியையும் கோமதியையும் கூட்டிக்கொண்டு அவர் வீட்டுக்குப் போனேன். நல்லவேளை அவர் வீட்டில் இருந்தார், கூட்டமும் அதிகம் இல்லை.

மூர்த்தியின் நோயை நான் விவரித்தேன்.

நான் கூறுவதை எல்லாம் கேட்டுக்கொண்டு, வழக்கத்துக்கு மாறாக நிதானமாய் நோயாளியைச் சோதனை செய்தார்.

“எவ்வளவு காலமாய் இவருக்கு இந்த வியாதி?”

“ஒரு மாசத்துக்கு மேல் இருக்கும்.”

“இதுவரை யார் பார்த்தார்கள்?”

“முதலில் திரௌபதி அம்மன் கோவில் பூசாரி ஒரு வாரம் விபூதி போட்டார். ஒன்றும் குணம் தெரியவில்லை. பதினைந்து இருபது நாளாய் வேலாயுத வைத்தியர் பார்க்கிறார்.”

“இந்த இருபதாம் நூற்றாண்டில்கூட இந்த மடமை தொலைய வில்லையே!” என்றார் டாக்டர். என்னிடம் இங்கிலீஷில். “மந்திரத்தாலும் மூக்குப்பொடி மருந்திலும் நம்பிக்கை வைத்திருக்கிறார்களே! எல்லாம் முடிந்து உயிர் போகிற கடைசிக் கட்டத்தில் இவர்களுக்கு டாக்டர் ஞாபகம் வருகிறது. உயிர் போய் விட்டால் அவர் தலையில் பழியைப் போடலாம் அல்லவா?”

“அப்படியானால்...” என்று பயத்தோடு கேட்டேன்.

“கேஸ் ஸீரியஸ்தான்.”

“பிள்ளைக்குட்டிக்காரர். எப்படியும் நீங்கள்தான் காப்பாற்ற வேண்டும்.”

“பத்து நாட்களுக்கு முன்னால் வந்து இருந்தால் நிச்சயமாகச் சொல்லியிருக்கலாம். இப்பொழுதும் பரவாயில்லை; முயற்சி செய்கிறேன்.”

இன்ஜெக்ஷன் செய்துகொண்டு மருந்து வாங்கிய பின் நாங்கள் புறப்பட்டோம். டாக்டரிடம் என் பர்சில் இருந்து பத்து ரூபாய் நோட்டு ஒன்று கைமாறியபோது எனக்கு உயிரின் விலையும் நோய் தீர வேண்டியதன் அவசரமும் தெரிந்தன.

அண்டை வீட்டுக்காரன் வியாதி என்னை மிகவும் படுத்திவிட்டது.

மூர்த்தி சற்று அகலமாய்க் கண்களைத் திறந்தாலும் சரி அல்லது கொஞ்ச நேரம் அதிகமாய் மூடியிருந்தாலும் சரி உடனே கோமதி என்னிடம் ஓடி வருவாள். நான் போய் மூர்த்தியைத் தேற்ற வேண்டும். என் தலை மறைந்தால் அவனுக்கு உயிர்போய்விடும்.

விரைவிலேயே எனக்கே ஏதோ வியாதி வந்துவிட்டாற்போலத் தோன்றத் தொடங்கியது. வாழ்க்கையே ஒரு பெரிய நோய் என்று நினைக்கும் நிலைக்கு வந்துவிட்டேன். எப்படியாவது மூர்த்திக்குக் குணமாகி விட்டால் அவனுக்குமுன் நான் செத்துவிடுவேன் என்றுகூடத் தோன்றியது. ஆகையால், அவனை நாள் தவறாமல் டாக்டரிடம் அழைத்துச் செல்வதில், மிகவும் சிரத்தையாக இருந்தேன்.

டாக்டர் ராமநாதன் கொடுத்துவந்த மருந்துகள் தீவிரமாய் வேலை செய்தன. ஏழெட்டு நாட்களில் மூர்த்தியின் காய்ச்சல் அடியோடு நின்றுவிட்டது. வலி மட்டும் நிற்கவில்லை. பத்தாவது நாள் வலி, தாங்க முடியாத அளவுக்கு ஏறிவிடவே, அவனுடன் டாக்டரிடம் ஓடினேன்.

“என்னது?” என்றார் அவர்.

“வலி தாங்க முடியவில்லை” என்று அலறினான் மூர்த்தி: “இதோ, இங்கே வலிக்கிறது… இப்போது இங்கே… இங்கே…”

“மூர்த்தி’ நீர் இப்படி அதைரியப்படுவது ரொம்பத் தப்பு. மனசைத் திடமாய் வைத்துக்கொண்டால்தான் வியாதி குணமாகும். மருந்து என்ன செய்யும்? வியாதியை ஓரளவு கண்டிக்கும். நீர் மனத்தைத் தளரவிட்டால் வியாதி கும்மாளம் அடிக்கும். வியாதியே இல்லை என்று உறுதிசெய்துகொள்ளும். அது தானாகப் பறந்துபோகும்.”

“நான் ‘இல்லை’ என்று நினைத்தாலும் வலி ஞாபகப்படுத்திக் கொண்டே இருக்கிறதே!” என்று பெஞ்சுமீது இருந்தபடியே ஒரு குதி குதித்தான் மூர்த்தி.

“கொஞ்சம் பல்லைக் கடித்துக்கொள்!” என்றேன்.

“பல்தான் நொறுங்கும்” என்றான் அழுகையை நிறுத்தாமல்.

எனக்குக் கண்ணராவியாக இருந்தது. ஆனால் டாக்டர் மறுபடியும் ஓர் இன்ஜெக்ஷன் செய்துவிட்டு வேறுபக்கம் கவனம் செலுத்தினார். அரை மணி நேரத்துக்குள் மூர்த்தி அமரிக்கையாக உட்கார்ந்துவிட்டான்.

“இப்போது வலிக்கிறதா” என்றார் டாக்டர்.

“இல்லை” என்று சந்தோஷப்பட்டான் மூர்த்தி.

“மருந்து செய்கிற வேலையைப் பார்த்தீரா? உமக்கு என் மேல் நம்பிக்கை இல்லாவிட்டாலும், மருந்து மேலாவது நம்பிக்கை வேண்டும் மூர்த்தி. எதையும் நம்பாவிட்டால் வியாதி எப்படிக் குணமாகும்?”

“நான் உங்களைத்தான் நம்பியிருக்கிறேன், டாக்டர்.”

என் திருப்தி மறுநாளே தூளாயிற்று. மூர்த்தியின் வியாதி அன்று விசித்திரமான நிலையை அடைந்தது. அவனுடைய கழுத்து இடதுபுறமாகச் சாய்ந்து விறைத்துக்கொண்டது. பார்வையில் ஒரு கலக்கம். ஆளைப் புரிந்துகொண்டான். ஆனால், பேச்சு குழறியது. அவனைப் பார்த்த டாக்டரின் முகத்திலும் கவலை குடிகொண்டது.

என்னை அவர் தனியாக அழைத்துப் போய்க் கூறினார்: “ஆரம்பத்தில் நான் சந்தேகப்பட்டது சரியாகிவிட்டது. அதனால்தான் இந்த கேசில் தனிப்பட்ட சிரத்தை எடுத்துக்கொண்டேன். இது ஒரு புதிய வியாதி. காஸ்மாஸிலினியா என்று பெயர். இதைப் பாருங்கள்” என்று ஒரு புத்தகத்தை நீட்டினார்.

அது ஒரு மருந்து கம்பெனியின் விலைப்பட்டியல். அவர் குறிப்பிட்ட இடத்தைப் பார்த்தேன். ருஷ்ய டாக்டர் ஒருவர் புதிதாய் ஒரு மருந்து கண்டுபிடித்திருக்கிறார். பெயர் காஸிமாஸிலின். இம் மருந்தை இருவித நோய்களுக்குப் பயன்படுத்தலாம். வழி நின்று பார்வை இடதுசாரியானால் அது காஸ்மாஸிலினியா. வலதுசாரி ஆனால் அது காஸ்மாஸிலான். ஜுரம் இருந்தால் அபாயம் அதிகமில்லை. நின்றுவிட்டால் அபாயம் அதிகம். ஆனால், எப்படியும் தொண்டைக்குழியில் ஆப்பரேஷன் செய்தாக வேண்டும். மருந்தைக் குழாய் மூலம் உள்ளே செலுத்த வேண்டும்.”

“ஜுரம் நின்றுவிட்டதே டாக்டர்!”

“ஆபரேஷன் செய்து பார்த்துவிடலாம். இது காஸ்மாஸிலினியாதான்.”

“தொண்டைக்குழி ஆபரேஷன் என்றால் அபாயம் ஆயிற்றே?”

“நீங்களே இப்படிச் சொன்னால் என்ன செய்வது? ஆபரேஷன் செய்யாவிட்டாலும் அபாயம்தானே?”

“எதற்கும் அந்த அம்மாவைக் கேட்டுச் சொல்கிறேன்...”

“நீங்கள் தைரியம் சொல்லுங்கள். முதலில் பயப்படுவாள். எடுத்துச் சொன்னால் ஒப்புக்கொண்டு விடுவாள். காஸ்மாஸிலின் அற்புதமான மருந்து; அதை முதல்முறையாகப் பிரயோகம் செய்ய எனக்குச் சந்தர்ப்பம் கிடைத்திருக்கிறது.” – அவர் முகத்தில் அசாதாரண மகிழ்ச்சி.

கோமதியிடம் விஷயத்தைக் கூறியதும் அவள் பெரிதாய்ப் புலம்பத் தொடங்கினாள். “எதாவது ஆகிவிட்டால் என்ன செய்வது அண்ணா?”

“ஆபரேஷன் செய்தாக வேண்டும் என்று டாக்டர் சொல்கிறார். செய்யாவிட்டாலும் உயிருக்கு ஆபத்து என்கிறார். அவரை நம்பித்தான் செய்ய வேண்டும்.”

“என்ன செய்யலாம்?” என்று அவள் என்னிடமே கேட்டாள்.

“நீங்கள்தான் அதைச் சொல்ல வேண்டும். பிறகு என் மேல் குறை சொல்லக்கூடாது. டாக்டர் கெட்டிக்காரர்; மருந்து நல்ல மருந்து; ஆனால் முடிவு நம் கையில் இல்லை. தெய்வத்தை நம்பித்தான் செய்யவேண்டும்.”

கடைசியில், வேறு வழி தெரியாமல் அவள் ஆபரேஷனுக்குச் சம்மதித்தாள்.

ஆபரேஷன் தியேட்டருக்கு வெளியே கோமதி, அவளுடைய குழந்தைகள், நான் – எல்லோரும் கூடியிருந்தோம். நர்ஸ்கள் உள்ளே சென்று வெளியே வரும்போதெல்லாம் எனக்குப் ‘ பகீர்’ என்றது, கோமதி சந்தடி செய்யாமல் கண்ணீர் பெருக்கிக் கொண்டிருந்தாள்.

கடைசியில் வெளியில் வந்த டாக்டர் கைகளைத் துடைத்தவாறு என்னைத் தனியாக அழைத்தார். ஆபரேஷன் வெற்றியா, தோல்வியா என்று அவர் முகத் தோற்றத்திலிருந்து கண்டுகொள்ள முடியவில்லை.

“என்ன டாக்டர்?”

“வருந்துகிறேன், உயிர் போய்விட்டது” என்றார், அவர் நிதானமாய். “ஆனால் நான் அதற்காக விட்டுவிடப் போவதில்லை.”

“அப்படியானால்... பிழைத்து விடுவார் என்கிறீர்களா?” –என்றேன் நம்பிக்கையுடன்.

“பிழைப்பதாவது, செத்த பின்! காஸ்மாஸிலின் அற்புதமான மருந்து. அதை எப்படி உபயோகம் செய்தால் என்ன பயன்கள் ஏற்படும் என்பதைக் கண்டுபிடிக்காமல் நான் விடப்போவதில்லை, ஒரு கேஸ் தோல்வியானால், அதற்காக அந்த மருந்தையே கைவிட முடியுமா?” என்றார் டாக்டர் நம்பிக்கையுடன்.

‘மருந்தும் நம்பிக்கையும்’ என்ற தலைப்பில், *தினமணிகதி*ரில் (அக்டோபர் 15, 1950) வெளியானது.

இனி புதிதாய்... (அக்டோபர் 1991)

எம்.வி. வெங்கட்ராம் கதைகள் (டிசம்பர் 1998)

●

அதிர்ஷ்டம் அடித்தது!

மூன்று நான்கு மாதங்களாகப் பரசுராமன் நடத்தி வந்த நாடகம், அன்று உச்சஸ்தாயியை அடைந்துவிட்டது. அதற்கான சூழ்நிலையை, அவன் மிகவும் அழகாகச் சிருஷ்டித்துவிட்டான்.

அன்று மாலை ஆபீஸிலிருந்து திரும்பிவந்து, வீட்டு வாசலைத் தாண்டும்போதே, அவன் முகத்தில் விசனம் பள்ளமிட்டது. லோகபாரம் பூராவையும் சுமப்பவன் போல், அவன் தள்ளாடிக்கொண்டே வந்தான். அழுக்குச் சட்டையைக் கழற்றி லக்ஷ்மியிடம் விசிறி எறிந்துவிட்டு, கட்டை ஒன்றைத் தலையணையாக வைத்துக்கொண்டு தரையில் சாய்ந்தான்.

அவன் முகத்தைப் பார்த்த லக்ஷ்மி, ஒரு வார்த்தையும் பேசத் தைரியம் வராமல், சட்டையை மாட்டிவிட்டுக் காபியைக் கொண்டுவந்து அவன் பக்கத்தில் வைத்துவிட்டுப் பேசாமல் நின்றாள்.

“நாய் போல் உழைத்தாலும், நல்ல பெயர் இல்லை, நல்ல பிழைப்பு?” என்றான் பரசுராமன், கூரை முகட்டைப் பார்த்தபடி.

“பணம் சேருகிற இடத்தில்தான் மேலும் மேலும் சேருகிறது; தரித்திரம் மகா தரித்திரம் ஆகிறது,” என்றான், மறுபடியும் சுவரை நோக்கியவாறு.

“இந்த வேலை செய்வதற்குப் பதிலாக, எங்காவது கொள்ளையடிக்கப் போகலாம்,” என்றான், தூண் ஒன்றைப் பார்த்து.

லக்ஷ்மி ஒன்றுக்கும் பதில் சொல்லாதிருக்கவே, அவன் சற்றுச் சூடாகவே சொன்னான்: “நாளையிலிருந்து, இந்த வேலைக்கு முழுக்குப் போட்டுவிடப் போகிறேன்.”

அவள், திகிலுடன் வாய் திறந்தாள். “என்ன நடந்தது? எதற்காக வேலைக்கு முழுக்குப் போடப் போகிறீர்கள்?”

“என்ன நடந்ததா? குறையும் விலையில் கொள்முதல் செய்வதற்கு, என் யோசனை, முதலாளி ஐயாவுக்குத் தேவையாக

இருக்கிறது. சரக்கு கிராக்கி ஆகும்போது, விலை கூட்டி விற்க, என் ஒத்தாசை அவனுக்கு வேண்டியிருக்கிறது. மிளகு மூட்டைகளில் மாத்திரம் அவனுக்கு இந்த மாசம் ஆயிரம் ரூபாய் முழுசாய் லாபம். லாபத்தை மூட்டை கட்டும்போது மட்டும், வாயெல்லாம் பல்லாகிறது ...”

“அவர் முதல் போட்டுத் தொழில் செய்து லாபம் கட்டுகிறார்; அதனால் என்ன? பொறாமைப்பட்டு, என்ன பிரயோசனம்?”

“அவன் முதல் என்றால், என் மூளை இல்லாமல், அவனுக்கு எங்கிருந்து லாபம் கிடைத்துவிடும்? உனக்கென்ன? வீட்டில் குந்திக் கொண்டு வேதாந்தம் பேசுவாய். வெயில், மழை பாராமல் காடும் மேடும் சுற்றும் எனக்கல்லவா அந்த வயிற்றெரிச்சல் தெரியும்?”

“அதற்காக வேலையை விட்டால், இப்போது கிடைக்கிற அரைவயிற்றுச் சோற்றிலும் மண்தான் விழும்.”

“நான் மானியாக இருக்க வேண்டுமானால், இனி இந்த வேலையில் இருக்கக் கூடாது.”

“வர வர, உங்களுக்குப் பைத்தியம்தான் முதிர்கிறது. ஆமாம் ...”

பரசுராமன், கோபமாய் எழுந்து உட்கார்ந்தான். “எவன் எதைப் பேசினாலும், நான் தலை வணங்கிக் கேட்டு வரவேண்டும். பதில் பேசினால், நான் பைத்தியக்காரன்; அப்படித்தானே?”

“உங்களை யார், என்ன சொல்லிவிட்டார்கள்? தலையும் காலும் இல்லாமல் இப்படிப் பேசினால், என்ன புரிகிறது?”

“வீட்டு வாடகை மூன்று மாதமாய்ப் பாக்கி; தெரியும் அல்லவா?”

“தெரியும்”

“வீட்டுக்காரன் பாக்கி கேட்டால், என்ன சொல்வது?”

லக்ஷ்மி மௌனமாயிருந்தாள்.

“சனிக்கிழமைக்குள் ரேஷன் அரிசி வாங்கவேண்டும்; காபி பவுடர், அது, இது என்று உன் லிஸ்ட் ஒன்று இருக்கிறது. ஜயராமனின் பள்ளிக்கூடச் சம்பளமும் கட்டவேண்டும்; இவ்வளவுக்கும் பணம் வேண்டுமா, வேண்டாமா?”

லக்ஷ்மி, குனிந்த தலை நிமிரவில்லை.

“முதலாளியிடம் இதை எல்லாம் சொல்லிப் பணம் கேட்டால், அவன் கணக்குப் புஸ்தகத்தைத் தூக்கி மூஞ்சியில் அடிக்கிறான்!”

“மூஞ்சியில் அடித்தாரா?”

“அப்படித் தூக்கி எறிந்தான். முதலிலேயே இருநூறு ரூபாய்க்கு மேல் அதிகப் பற்று இருக்க, மேலே கடன் கொடுப்பது எப்படி என்றான். சாப்பிடாமல் வேலை செய்வது எப்படி என்று கேட்டேன். அது அவனுக்குத் தெரியாதாம்! யாருக்குத்தான் கோபம் வராது? ‘உனக்கு மாத்திரம் ‘பசி’ என்றால் ஒருநிமிஷம் தாங்க முடியவில்லை; நாளுக்குப் பத்து முறை தீனி

தின்கிறாயே, அது போலத்தானே எனக்கும்?' என்று கேட்டேன். அதற்கு அந்த நன்றி கெட்டவன், என்ன சொல்கிறான் தெரியுமா? 'இஷ்டம் இருந்தால் வேலை பார்; இல்லாவிட்டால் கடையை விட்டுக் கீழே இறங்கு' என்கிறான். இவ்வளவு தூரம் ஆனபின், அவன் கடையில் கால் வைப்பது எப்படி?"

"அவரிடம் நீங்கள், இன்னும் கொஞ்சம் நயமாகப் பேசியிருக்க வேண்டும்."

"நயமாய்ப் பேசாமல், 'வள்வள்' என்றா விழுந்தேன்! நான் பேசுவதற்கு, இனிமேல் உன்னிடம்தான் பாடம் கற்கவேண்டும்."

"கொஞ்ச நாளாய் நீங்கள் ஒரு மாதிரியாத்தான் இருக்கிறீர்கள்..."

"ஒருமாதிரி என்ன, பல மாதிரியாய் இருக்கிறேன். நீதான் ஒரே மாதிரியாய் இருக்கிறாய்!"

"சரி, நான் ஒன்றும் பேசவில்லை. காபி ஆறுகிறது. சாப்பிடுங்கள்."

ஜில்லிட்டுப் போன காபியைக் கையில் எடுத்த பரசுராமன், அதைத் தூக்கித் தூர எறிந்தான். சை! இந்த வீட்டில் ஒன்றுமே உருப்படாது. இதற்குப் பதிலாக ஒரு டம்பளர் பானை ஜலம் கொண்டுவா; போ; காப்பியாம் காபி!"

கீழே கொட்டிய காபியைப் பார்த்ததும், லக்ஷ்மிக்கு அழுகை வந்தது, காபியானாலும் பால் அல்லவா? பால் சிந்துவதால், குடும்பத்துக்குக் கேடு அல்லவா?

"அழுகைக்கு ஆரம்பித்துவிட்டாயா? ஒரு குறைச்சலும் இல்லை!"

கணவன் – மனைவி போராட்டம் மேலும் படருவதற்குள், வெளியிலிருந்து ஒரு குரல் கூப்பிட்டது: "பரசுராம், பரசுராம்!"

2

அது வீட்டுக்காரர் குரல்; வாடகை வசூலிக்க வந்திருந்தது. அதைக் கேட்டதும் லக்ஷ்மி எழுந்து உள்ளே சென்றாள். பரசுராமன், இருந்த இடத்தைவிட்டு அசையாமல், அப்படியே உட்கார்ந்திருந்தான். வீட்டுக்காரர் உள்ளே வந்ததைக் கவனித்ததாய்க்கூட அவன் காட்டிக் கொள்ளவில்லை. அவர் நுழைந்தபோதுதான், மடியில் கட்டி வைத்திருந்த சிகரெட் ஒன்றை எடுத்துப் பற்ற வைத்தான்.

எப்போதும் மரியாதையாகவும் பணிவாகவும் நடந்துகொள்ளும் பரசுராமன், இப்படித் தன்னை அலட்சியம் செய்வது, வீட்டுக்காரருக்கு ஆச்சரியமாயிருந்தது.

"பரசுராம்! நான் வந்திருப்பதுகூட, உனக்குத் தெரியவில்லையா?"

"நீர் வந்திருப்பது நன்றாய்த் தெரிகிறது. அதற்காக, நான் என்ன செய்ய வேண்டும்?"

வீட்டுக்காரருக்குத் தூக்கிவாரிப் போட்டது. 'நீங்கள்' என்பது 'நீர்' ஆக மாறியதுடன், அந்த 'நீரு'க்குப் பின் 'போடா' தொனியும் கேட்டது அவருக்கு.

“என்ன செய்ய வேண்டும் என்றே, உனக்குத் தெரியவில்லையா? வாடகை பாக்கியைக் கொடுத்தால் போகிறது...?”

“தூக்கி எறிந்துவிட வேண்டும் என்றுதான் என் எண்ணமும். முடியவில்லையே, கல்லைத்தான் எறிய முடியும்?”

“ஏது, பேச்சு ரொம்ப ஜோராய்த் தெரிகிறதே!”

“ஆமாம், நீர் உழைத்து உழைத்து எனக்குப் போடுகிறீர் அல்லவா? அதுதான் எனக்கு ஜோராய் இருக்கிறது”

“பரசுராம், நீ பேசுவது கொஞ்சமும் ஒழுங்காயில்லை.”

“நீர் ரொம்ப ஒழுங்காய்ப் பேசிவிட்டீராக்கும்! மரியாதை கொடுத்தால்தான் மரியாதை கிடைக்கும்.”

“உன்னை நான் என்ன அவமரியாதையாய்ப் பேசிவிட்டேன்? சரி, வீண் பேச்சு எதற்கு? மூன்று மாசமாய் வாடகை பாக்கி நிற்கிறது. அதைக் கொடுத்துவிட்டால், உன்னிடம் நான் எதற்காகப் பேசுகிறேன்?”

“நாளைச் சோற்றுக்கு நான் தாளம் போடுகிறேன். வாடகை வாடகை என்று நீர் குதித்தால், பணம் ஆகாசத்திலிருந்து குதித்துவிடுமா?”

வீட்டுக்காரர் பொறுமை பூராவும் இழந்துவிட்டார். “பாக்கி கொடுக்க வக்கில்லை என்றால், வீட்டைக் காலி செய்கிறது!”

“காலி செய்ய முடியாது; உம்மாலானதைப் பார்த்துக்கொள்ளும்!”

“பணத்துக்கு யோக்கியதை...”

“ஓய், யோக்கியதை கீக்கியதை என்று பேசவேண்டாம். வார்த்தைகளை அளந்து உபயோகியும்; இல்லாவிட்டால் மரியாதை கெட்டுவிடும்,” என்று சொல்லிக்கொண்டே எழுந்து நின்றான் பரசுராமன்.

வீட்டுக்காரர் பணக்காரர்; உடலில் தெம்பு இல்லாதவர்; துணையும் யாரும் இல்லை; ஆகையால் நிலைமையைக் கட்டு மீறவிட அவர் துணியவில்லை.

“சரி, சரி. உன்னைப் பார்க்க வேண்டிய இடத்தில் பார்த்துக் கொள்கிறேன்,” என்று சொல்லிக்கொண்டு, வேகமாக வெளியே சென்றார் அவர்.

“கும்பிக்குக் கொட்ட கஞ்சியைக் காணோம்; கேட்க வந்துவிட்டானாம் வாடகை பாக்கி! கடன்பட்டுவிட்டால், என்ன வேண்டுமானாலும் பேசலாம் என்று நினைத்து விடுகிறார்கள்! அயோக்கியர்கள்!” என்றான் பரசுராமன், உள்ளேயிருந்த லக்ஷ்மியின் காதுகளில் விழும்படியாக.

3

லக்ஷ்மி மறுபடியும் வெளியே வந்தாள். வீட்டுக்காரரிடம் அவன் பேசியதை எல்லாம் கேட்டு, அவளுடைய கிலேசம் விழுந்துவிட்டது. அவனால் குடும்பத்துக்கும் பெருங்கேடு வந்துவிடுமோ என்று பயந்தாள். மிகவும் பொறுமையுள்ள அவளுக்கும் கோபம் கீறிக்கொண்டு வந்தது.

“வீட்டுக்காரரிடம் இப்படித்தானா பேசுவது? வாடகை பாக்கி நின்றால், கேட்காமல் விட்டுவிடுவார்களா? அவரிடம் கொஞ்சம், நல்லபடியாகப் பேசியிருந்தால் என்ன?”

“புறத்தியாரின் கஷ்டத்தைத் தெரிந்துகொள்ளாதவன் மனிதனா?”

“என்ன இருந்தாலும் நாம் இருக்கிற நிலைமைக்கு நாவை அடக்கமாய் வைத்துக்கொள்ள வேண்டும். நீங்கள் என்ன நினைத்துக்கொண்டு, இப்படி எல்லாம் செய்கிறீர்கள் என்று தெரியவில்லை. ரேஷன் அரிசி வாங்கப் பணம் இல்லை; வாடகைப் பணம் இல்லை என்று சொல்லிவிட்டுச் சிகரெட் பிடிக்க மாத்திரம் எங்கிருந்து காசு கிடைக்கிறதோ, தெரியவில்லை. இன்னும் சம்பளம் வாங்கியதும் ஹோட்டல், சினிமா என்றெல்லாம் கும்மாளம் அடிக்கிறீர்கள்...”

“இந்த வீட்டில் கிடைக்கிற சுகத்துக்கு வேறே என்ன செய்கிறது?”

“வீட்டில் இருக்கிறவர்கள் எக்கேடும் கெடட்டும். நீங்கள் மட்டும் ஹாயாகச் சுற்றலாம் என்கிறீர்களா?”

“வீட்டில் உள்ளவர்களுக்கு, என்ன குறை வந்துவிட்டது?”

“ஒன்றும் குறையில்லை! சம்பளப் பணத்தை...”

“சம்பளம் ஆயிரம் ரூபாய் வருகிறது. அது இல்லாமல் சுகம் தவறிப் போகிறது. ஐம்பது ரூபாய் பிச்சைக் காசில், இரண்டு நாள் நிம்மதியாக இருக்க ஆசைபடக்கூடாது என்கிறாய்? நான் நிம்மதியாய் இருப்பது, உனக்குப் பிடிக்கவில்லை!”

“எங்கள் எல்லோரையும் எங்கேயாவது அனுப்பிவிட்டு, நீங்கள் ஒருபாடாய் நிம்மதியாய் இருங்கள்!” அவள் கண்களில், மறுபடியும் நீர், பெருவாரியாய்ச் சுரந்தது.

“இந்த நீலிக் கண்ணீர் என்றைக்கு நிற்கிறதோ, அன்றைக்குத்தான் நமக்கு விடிவுக்காலம்!”

“அப்பா, அப்பா, ராஜா ஜானகியின் தலை கண்ணிலே எல்லாம் மண்ணைப் போட்டுவிட்டான்... கேட்டால் என்னையும் அடிக்க வருகிறான்...” என்று புகார் செய்துகொண்டே உள்ளே வந்தான் மூத்த பையன் ஜயராமன்; குழந்தை ஜானகி அவன் பின்னால் விசித்துக் கொண்டு வந்தது. கடைசியாக ராஜாராமன், பயந்து பயந்து உள்ளே வந்தான். பரசுராமன், தன் அஸ்திரபலத்தை, அவர்கள் மீது திருப்பிப் பொசுக்கத் தொடங்கினான்.

“பள்ளிக்கூடத்திலிருந்து வந்ததும், உங்களுக்குத் தெருவிலே என்னடா வேலை?” என்று கர்ஜித்தான் அவன்; மூத்தவன் தலையில் ஒரு குட்டு விழுந்தது; அவன் அலறிக்கொண்டே தெருவில் ஓடினான். இளையவன் முதுகில் ‘பள பள’வென்று அறைகள் கொட்டின; அவன் கதறிக்கொண்டே தாயிடம் ஓடினான். குழந்தை ஜானகியைக்கூடப் பரசுராமன் பதம் பார்த்திருப்பான்; ஆனால் அது முன்னாலேயே தாயின் இடுப்பில் ஏறிக்கொண்டது.

“குழந்தைகளாம் கோட்டான்கள்! எனக்கென்று எங்கிருந்து வந்தனவோ?”

லக்ஷ்மி சீறினாள்: "தென்னை மரத்தில் தேள்கொட்டப் பனைமரத்திலே நெறிகட்டிய கதையாய், யார் கோபத்தை யாரிடம் காட்டுகிறீர்கள்? குடும்பத்தைக் காப்பாற்ற வக்கில்லாவிட்டால், குழந்தைகளைப் போட்டா கொல்லவேண்டும் . . ?"

அவள் மேலே பேச வாய் திறப்பதற்குள், 'விண்'ணென்று ஓர் அறை, அவள் வாயை மூடியது: "நாயே, நாயே, இடம் கொடுத்தால் மடியா கடிக்கிறாய்? மூடு வாயை!" – இரண்டாவது முறை அறைய ஓங்கிய அவன் கை, தானாகக் கீழே இறங்கிவிட்டது. இருந்தாலும் விட்டுக் கொடுக்க விரும்பாதவனாய், "எக்கேடும் கெட்டுத் தொலை!" என்று சொல்லிக்கொண்டே, வெளியில் பாய்ந்து சென்றான் அவன்.

எல்லாம் மின்னல் வேகத்தில் நடந்துவிட்டன. கலியாணம் செய்து கொண்ட நாள் முதல் இன்று வரை, அவன் அவளை அடித்ததே இல்லை. இன்றைய புது அனுபவம், அவளைப் பிரமிக்கச் செய்துவிட்டது. அங்கேயே, அப்படியே உட்கார்ந்து அழத் தொடங்கினாள் அவள்.

4

அவள் ஆறு குழந்தைகளைப் பெற்றவள்: உடம்பில் ரத்த பலம் இல்லாதவள்; அவளுடைய மிருதுவான கன்னத்தில் பரசுராமன் ஓர் அறை அறைந்து விட்டாலும் இரண்டாவது அறை விடுவதற்குள் அவன் கை வலித்தது; வெளியில் வந்துவிட்டான். அவனுக்குப் பச்சாத்தாபம் உண்டாகியது. 'பாவம்' அவள் அழுதுகொண்டிருப்பாள் என்று வருத்தப்பட்டான். ஆயினும், அந்த அறை காரணமாக, அவனுக்கும் சரி அவளுக்கும் சரி, பிற்காலத்தில் மிகவும் நிம்மதி உண்டாகலாம் என்பதை நினைத்தபோது, அவனுக்குள் சந்தோஷம் தழைத்தது.

அவன் பிறவிக் குமாஸ்தா அல்ல; எப்போதும் எளிய வாழ்க்கையில் வாழ்ந்து வந்தவனும் அல்ல.

அவனுடைய தகப்பனார், பெரிய மளிகைக்கடை ஒன்று சொந்தத்தில் வைத்து, அந்தஸ்தாய் வியாபாரம் நடத்திக்கொண்டிருந்த காலத்தில், அவனை மிகவும் செல்லமாய் வளர்த்து 'ஸ்கூல் பைனல்' வரை படிக்கவும் வைத்தார். அவர் அவனிடம், அளவுக்கு மீறி அபிமானம் வைத்ததற்குக் காரணம், அவருக்குப் பிறந்த எட்டுக் குழந்தைகளில் எஞ்சி நின்றவன் அவன் ஒருத்தன்தான். மற்ற எல்லோரும் துளிர்க்குமுன் பட்டார்கள்; அல்லது பிஞ்சிலேயே உதிர்ந்துவிட்டார்கள். ஆகையால் அவர், அவன் மீது உயிரையே வைத்திருந்தார் என்று சொல்லலாம். ஆனால், துரதிருஷ்டவசமாக, அவன் 'ஸ்கூல் பைனல்' படித்து முடித்த சமயத்தில், அவருடைய வியாபாரம் நொடித்தது. அவரும் மனம் நொடித்து மரணம் அடைந்தார்.

பரசுராமன் சாமர்த்தியமாகவே குடும்பப்பொறுப்பை ஏற்று நடத்தினான். தந்தை பட்ட கடன்களை எல்லாம் அடைத்தான். அவனிடம் மிச்சப்பட்டது, நான்காவது வகுப்பில் படிக்கும்போதே கலியாணம் செய்துகொண்ட மனைவி மட்டும்தான். அவன் உள்ளூரிலேயே ஒரு மளிகைக்கடையில் குமாஸ்தா வேலையில் அமர்ந்து, தன் புத்திக்

கூர்மையாலும், நேர்மையாலும் முதலாளியின் அன்புக்குப் பாத்திரம் ஆகி, ஐம்பது ரூபாய் சம்பளம் என்ற பெரிய கோட்டையையும் பிடித்து விட்டான். அதே சமயத்தில், அவனுடைய முப்பதாவது வயதுக்குள், ஒன்று ஒன்றாக ஆறு குழந்தைகளுக்குத் தகப்பனும் ஆகிவிட்டான். ஆறில் மிச்சம் மூன்று; பாக்கி மூன்றும் அகாலத்தில் காலம் ஆயின.

நிதானமான பழக்க வழக்கங்களில் தயாரான அவன், தன் குறைவான சம்பளத்தில், கௌரவம் குன்றாமல், கடனும்படாமல் குடும்பத்தை நிர்வகித்துவந்தான். அவனுடைய இந்த அமைதியான வாழ்க்கையில், எங்கிருந்தோ வந்த ஓர் அதிர்ஷ்டம் புகுந்து குடையவும் ஆரம்பித்தது.

அவனுக்குத் தாய் மாமன் ஒருவர்; பணக்காரர்; இருபது இருபத்தைந்து ஆயிரத்துக்குச் சொத்திருக்கும். வீடு வாசல், சொத்து, சுதந்திரம் எல்லாம் இருந்த அவருக்கும் ஒரு குறை இருந்தது; புராணப் பிரஸித்தமான பிள்ளையில்லாக் குறைதான். சேக்ஷத்ராடனம், சுமைதாங்கி ஸ்தாபனம், அரச மரம் சுற்றல் முதலிய பல உபாயங்களின் மூலம் முயன்றும் அக்குறை தீரவில்லை. கடைசியில், அவருடைய வயது நாற்பத்தைந்து தாண்டி, உடம்பில் தென்பும் குறைந்துவிடவே, அவருக்குக் குழந்தை பிறக்கும் என்ற நம்பிக்கையும் குறைந்துவிட்டது. இனி யாருடைய குழந்தையையாவது தத்து எடுத்துக்கொள்ள வேண்டும் என்று அவர் நிச்சயித்தபோது, அவருடைய பார்வை மருமான் பரசுராமனின், இரண்டாவது மகன் ராஜா மீது விழுந்தது.

அவர் அவனுக்குத் தாய்மாமன் ஆனாலும், இரு குடும்பங்களுக்கும் இடையில் பந்தம் குறைந்து, வெகுகாலம் ஆகிவிட்டது. பரசுவின் தந்தை உயிருடன் இருந்த காலத்திலேயே விரோதம் புகைந்துகொண்டிருந்தது. அவர் தம் மைத்துனனிடம் கொஞ்சம் கடனும் வாங்கியிருந்தார். ஊராருடன் சேர்ந்து அவரும் பரசுராமனின் தகப்பனார் மீது வியாஜ்யம் போட்டு, வட்டிப்பணத்திலும் தம்பிடி தள்ளுபடி செய்யாமல் பாக்கி பூராவும் வசூல் செய்துகொண்டார். இதனால் இரு குடும்பங்களுக்குள் பேச்சு வார்த்தையும் நின்றுவிட்டது.

பரசுராமன் தலைதூக்கிய பிறகு, இந்த விரோதம் ஓரளவு மறைந்து விட்டதென்றே சொல்லலாம். சுபாவத்திலே பரசுராமன் மிகவும் சாது; யாரிடமும் விரோதம் பாராட்டமாட்டான். ஆகவே, எப்போதாவது மாமாவைக் கண்டால், ஷேபலாபங்களை விசாரிப்பதும் எதாவது விஷேசக் காலங்களில்அவர் வீட்டுக்குச் சென்று வருவதுமாய், அவருடன் சகஜமாகப் பழகிவந்தான்.

ஆகவே அவர், அவனுடைய மகனை ஆயிரம் ரூபாய் கொடுத்து ஸ்வீகாரம் செய்து கொள்வதாய்க் கூறி, அவன் சம்மதத்தைக் கேட்டபோது, அவன் மிகவும் மகிழ்ச்சி கொண்டான் அப்படிச் செய்வதன் மூலம், அவர் தங்களுக்கு இழைத்த அநியாயம் நிவர்த்தி ஆவதுடன், அவனுடைய கஷ்டங்களுக்கும் விமோசனம் ஏற்படும் என்று நம்பினான். அந்த அதிர்ஷ்டத்தை ஏன் உதறவேண்டும்? கொஞ்சமும் தயங்காமல், தன் சம்மதத்தைத் தெரிவித்துவிட்டான்.

ஆனால், வீட்டில் லக்ஷ்மி, அவனுடைய எண்ணத்தை ஆதரிக்காதது மட்டும் அல்ல, உக்கிரமாக எதிர்க்கவும் தொடங்கினாள். அவள்,

மொக்காயிருந்தபோதே குடும்ப பாரத்தை ஏற்றவள். மாமனார் வாழ்ந்த வாழ்வைக் கண்ணால் கண்டவள்; அவ்ளுக்குத் தன் மாமனாரிடம் மிகுந்த பக்தியும் இருந்தது. அவர் அவமானத்தால் குன்றிக் குன்றித் தெருவில் தலைநீட்டுவதற்குப் பயந்து வீட்டிலேயே ஒடுங்கி உயிர் விட்டதற்குக் காரணம், அந்தத் 'தாய் மாமன்'தான் என்று அவள் உறுதியாக நம்பினாள். ஆகவே, தன் மகனை அவருக்குத் தத்து கொடுக்க, அவள் சிறிதும் இஷ்டப்படவில்லை.

அதற்கு மற்றொரு காரணமும் இருந்தது. பரசுராமன் பரம்பரை, ஒற்றைப்பிள்ளைப் பரம்பரை. அவன் தகப்பனாருக்கு எட்டுக் குழந்தைகள் பிறந்து, கடைசியாக எஞ்சியவன் அவன் ஒருவன்தான். அவனுடைய பாட்டனார் பதின்மூன்று குழந்தைகளைப் பெற்றும், இறுதியில் பிழைத்தவர் பரசுராமனின் தந்தை மட்டுமே. அவருடைய தந்தையைப் பற்றியும், இப்படித்தான் சொல்லுகிறார்கள். பரசுவிற்குப் பிறந்த ஆறில் மூன்று தொலைந்து விட்டன. விதியை, யாரால் அறிய முடியும்?

பரசுராமன், எவ்வளவோ சொல்லிப் பார்த்தான். அவளுடைய நம்பிக்கை மூடத்தனமானது என்று. ஸ்வீகாரம் கொடுப்பதால் தங்கள் குடும்பமும் நல்ல நிலைக்குத் திரும்பும்; பையனும் நல்லபடியாய் வாழ்வான் என்பதை விளக்கினான். என்ன நேர்ந்தாலும், அந்த யோசனைக்கு இணங்கமுடியாது என்று அவள் கூறிவிட்டாள். அவன் மிகவும் நிர்ப்பந்தம் செய்தபோது அவள் கிணறு, குளம், ஆறு, ஏரி ஏதாவது ஒன்றில் ஐக்கியம் ஆகிவிடுவதாகச் சொல்லவே, அவன் அவளை மேலும் வற்புறுத்தாமலிருந்து விட்டான்.

அவனுக்கு மாமா வீட்டுப் பக்கம் போகவும் வெட்கமாயிருந்தது. ஆறுமாதமாய் அவர் கண்ணில் படவில்லை. அவரிடம் வாக்குக் கொடுத்துவிட்டு, அதன்படி செய்ய முடியவில்லையே என்கிற வெட்கம் ஒரு காரணம். நல்லதோர் அதிர்ஷ்டத்தை வீணாக்குகிறோம் என்கிற வருத்தம் இன்னொரு காரணம்.

இரண்டாவது காரணம், அவனுக்குள் தீவிரமாய் வேலை செய்தது. இதுவரை திருப்தி அளித்து வந்த குமாஸ்தா வேலையில் அலுப்புத் தோன்றிவிட்டது. கைகட்டிச் செய்யும் சேவகம்தானே? சுதந்திரமாய் என்ன செய்ய முடியும்? ஒருவேளை சினிமாவுக்குப் போனால் கால்வயிற்றுச் சோற்றைக் குறைக்கவேண்டும்; கொஞ்சம் ருசியான பொருளை இச்சித்தால், நாக்கு ருசிப்பதற்கே ஒன்றும் கிடைக்காது. வெள்ளை வேஷ்டி ஒன்றுக்கு இரண்டாக ஆசைப்பட்டால், வீட்டுக்காரரிடம் பல்லை இளிக்கவேண்டும். ஆகையால், ஆசாபாசம் இல்லாத ஞானி போல, ஒரு நிர்ப்பந்த வாழ்க்கையை அவன் நடத்தவேண்டியிருந்தது.

இவ்வளவுக்கும் அவனுக்குள்ள தொழில் திறமை அபாரமானது. மளிகைச் சாமான்களை எந்த எந்தப் பருவங்களில் எந்த எந்த இடங்களில் சல்லிசாய்க் கொள்முதல் செய்யலாம் என்பதை அவனைப்போல் அறிந்தவர்கள் மிகவும் சொற்பம். எந்தச் சரக்குடன் எந்தப் பொருளைக் கலவை செய்யலாம் என்பதைப் பற்றி, அவன் பெரிய ஆராய்ச்சியே செய்திருந்தான். எந்தக் காலத்தில் எந்தச் சாமானைப் பதுக்கிவைத்தால் லாபகரமாயிருக்கும்

என்பது, அவனுக்குத் தலைகீழாய்ப் பாடம். எல்லாவற்றுக்கும் மேலாக, வருமான ஆபீஸரின் கண்களில் மண்ணைப் போட்டு லாபத்தைக் குறைத்துக் காட்டும் கணக்குத் தயாரிப்பதில், அவன் ஒரு புலி. அவனுடைய இந்தத் திறமை முழுவதும், யாரோ ஒருவனுக்காகப் பயன்படுகிறது. அதைத் தன் சொந்த நலத்திற்காக உபயோகித்துக்கொள்ள, ஒரு சந்தர்ப்பம் வாய்த்தது. அதை அவன் மனைவி அழிக்க முயன்றாள்.

சொந்தக் கடை, சுகவாழ்வு என்ற கனவு அவன் மனதைத் தட்டிக் கொடுத்தது. மனைவியின் விருப்பத்திற்கு விரோதமாய், அவனுக்குக் குமாரனை ஸ்வீகாரம் கொடுக்கத் துணிவில்லை. கடைசியில், கடுமையான யோசனைகளின் விளைவாக, அவன் ஒரு தீர்மானத்துக்கு வந்தான்.

அதற்கிணங்க, ஐம்பது ருபாய் சம்பளத்தில் நூறு ரூபாய் வாழ்க்கை வாழத் தொடங்கினான். சம்பளம் வாங்கியவுடன் ஹோட்டல், சினிமா, டிராமா என்று கும்மாளமாய்ச் செலவழித்தான். கடனே வாங்காத அவன், முதலாளியிடம் ‘முடை, முடை’ என்று கடன் வாங்கி, அது இருநூறுக்கு மேல் சென்றது. வீட்டிலும் எதிலும் சிரத்தை ஏற்கவில்லை. சிரமங்களைக் குவியலாகப் போட்டுக் காண்பித்தால்தான் மனைவி வழிக்கு வருவாள் என்பதுதான், அவன் திட்டம். திட்டத்தை நிறைவேற்றுவதற்காக, அவன் பெரியதொரு நாடகமே ஆடவேண்டியிருந்தது. சிலசமயம், அவன் மனம் முரண்டது, இருந்தாலும் அவன் விட்டுக் கொடுக்கவில்லை.

கணவனுடைய செலவுகள் குடும்பத்தை அதோகதிக்கு இழுத்துச் செல்வதைக் கண்டு, திகில் கொண்டாள் லக்ஷ்மி. அவனிடம் இதைப் பற்றி ஏதாவது கேட்டால், அவன் வழக்கமில்லாத வழக்கமாய்ச் சிடுசிடுவென்று எரிந்துவிழ ஆரம்பித்தான்.

இந்த விபரீத நாடகம்தான், அன்று ஓர் உச்சத்தைத் தொட்டு, லக்ஷ்மியின் கன்னத்தில் அறையாகவும் விழுந்தது.

5

பரசுராமன் அதிக நேரம் வெளியில் தங்கவில்லை. மனைவியை என்றுமே அடித்திராத அவன் உள்ளுணர்வு, அந்த நாடகத்தின் முடிவைத் துரிதப்படுத்தத் துரத்தியது. அவன் திரும்பிய சமயம், வீட்டில் அமைதி நிலவியது. ஜயராமன், ராஜாராமன் இருவரும் புஸ்தகங்களைக் கையில் வைத்துக்கொண்டு படிப்பதுபோலப் பாசாங்கு செய்துகொண்டிருந்தனர், குழந்தை ஜானகி பக்கத்தில் கிடக்க, லக்ஷ்மி சமையலறையில் படுத்திருந்தாள் அவளிடம் அழுகை இப்போதுதான் விடைபெற்றது என்பது அவள் முகத்திலிருந்து நன்றாகத் தெரிந்தது.

பரசுராமன், அவள் தலைமாட்டில் உட்கார்ந்துகொண்டான். கொஞ்ச நேரம் அவனும் பேசவில்லை; அவளும் பேசவில்லை. பேசுவாள் என்றும் தோன்றவில்லை; ஆகையால் அவனே முதலில் பேச ஆரம்பித்தான்.

“லக்ஷ்மி! அறை பலமாய் விழுந்துவிட்டதா?”

அவள் அசையவில்லை.

“அறையவேண்டும் என்ற எண்ணமே எனக்கு இல்லை; நாசமாய்ப் போகிற கோபத்தில் ஒன்றும் புரியாமல் செய்துவிட்டேன்.”

அவனை ஏறிட்டுப் பார்த்துவிட்டு, அவள் ஒருக்களித்துப் படுத்தாள் அவளுடைய பார்வையில் இருந்த அனுதாபம், அவனுக்குத் தன் வெற்றியில் நம்பிக்கை அளித்தது.

"லக்ஷ்மி, உனக்கு என்மேல் கோபமாயிருக்கும். நமக்குக் கல்யாணமாகி, இவ்வளவு காலமாய் உன்னை நான் அடித்ததுண்டா? எழுந்திரு."

அவன், அவளைத் தூக்கி உட்கார வைத்தான். அவனுடைய இந்தப் பரிவினால், அவளுக்கு மீண்டும் அழுகை வந்தது.

"பார்த்தாயா, பார்த்தாயா? இன்னும் அழுகிறாயே?" என்று அவன், மிகவும் கெஞ்சினான்.

"நீங்கள் ஏன் இப்படி மாறிவிட்டீர்கள்?" என்றாள் அவள், தேம்பிக்கொண்டே.

"இல்லை, லெக்ஷ்மி, இனிமேல் நான் சிகரெட்டைத் தொடப் போவதில்லை; சினிமா, ஹோட்டல் பக்கம் போகமாட்டேன். இனிமேல் பாரேன்!"

அவன் சொன்னவிதம், முதலிலேயே குழைந்துவிட்ட அவள் மனத்தை, மேலும் இளக்கிவிட்டது. சினம் மறைய, இரக்கம் தலைதூக்கியது.

"அவன்தான், என்ன செய்வான்? விவஸ்தை தெரிந்த காலம் முதல், அவனுக்கு இந்தப் பாடுதானே? அவளிடம் அவன் வைத்த அன்பிலும் ஆதரவிலும், மாசு காணமுடியுமா? இடைவிடாத தொல்லைகளுக்கு இடையில், அவனுக்கும் அலுப்பு ஏற்பட்டுவிட்டால், அதில் தவறு ஒன்றும் இல்லையே" என்று நினைத்தாள் அவள்.

"லக்ஷ்மி, நீ சொன்னது ரொம்ப உண்மை. எனக்கு என்னவோ பைத்தியம் பிடித்துவிட்டது. நான் முதலாளியிடம் அப்படியெல்லாம் பேசியிருக்கக்கூடாதுதான். எந்த மளிகைக்கடை முதலாளியாவது, குமாஸ்தாவுக்கு ஐம்பது ரூபாய் சம்பளம் தருகிறானா? அதை எண்ணாமல், அவரிடம் தாறுமாறாகப் பேசிவிட்டேன்..."

"அவருக்கு, எவ்வளவு பாக்கி?"

"இருநூற்றுச் சில்லறை இருக்கும். எவ்வளவாவது இருக்கட்டும். காலையில் அவர் வீட்டுக்குச் சென்று காலில் விழுந்து கெஞ்சி மன்னிப்புக் கேட்கிறேன். இந்த வேலை போய்விட்டால், நம் கதி அதோகதி ஆகிவிடும்."

எதையோ யோசித்துக்கொண்டிருந்த லக்ஷ்மி சொன்னாள். "இல்லை, இனிமேல் நீங்கள் அவரிடம் போவது தப்பு."

"தப்போ, சரியோ, வேற வழி? வீட்டுக்காரரிடம் வேறே நாய்போல் விழுந்துவிட்டேன். அவரையும் சமாதானம் செய்யவேண்டும்."

"எனக்கு ஒரு யோசனை தோன்றுகிறது" என்றாள் அவள், தீர்மானமாய்.

"என்ன அது?" என்றான் அவன், ஆவலாய்.

"நீங்கள் இப்படிக் கஷ்டப்படுவதை என்னால் சகிக்க முடியவில்லை. சுமக்க முடியாத அளவுக்குச் சுமந்தால் இடுப்பு ஒடிந்துவிடும். நீங்கள்

சொன்னதுபோல், ராஜாவை உங்கள் மாமாவிடம் தத்துக் கொடுத்து விடுவோம். கையில் ஆயிரம் ரூபாய் கிடைக்கும். கடனை அடைத்துவிட்டுச் சின்னக்கடை ஒன்று வைத்துக்கொள்ளலாம். அப்புறம், நம் அதிர்ஷ்டப்படி நடக்கட்டும்!"

அப்பாடா! பரசுராமனின் நாடகம் அற்புதமான வெற்றி பெற்றது. ஆனாலும் அவன் திடுக்கிட்டவன் போல் சொன்னான்: "அது சரி, லக்ஷ்மி. உனக்கு மனம் இல்லாத காரியத்தைச் செய்ய, எனக்கு இஷ்டமில்லை"

"மனம் ஒப்பித்தான் சொல்லுகிறேன். மாமா என்றால், எனக்கு ஆத்திரம் பொத்துக்கொண்டு வருகிறது. இருந்தாலும், எவ்வளவு காலம் தான், இப்படி இருப்பது? அவர் நம் பணத்தையும் கௌரவத்தையும் பறித்ததற்குப் பதிலாக, நம் ராஜா, அவர் சொத்தை ஆளட்டும்!"

"இது என்ன லக்ஷ்மி, திடீரென்று? எனக்கு ஒன்றும் பிடிக்கவில்லை. முதலில் அவர் சொன்னபோது, எனக்கும் கொஞ்சம் ஆசை தட்டியது. அப்புறம் நீ சொன்னது சரியென்று பட்டு, அந்த எண்ணத்தையே கைவிட்டுவிட்டேன். நீ என்னடா என்றால்..."

"சரி, நீங்கள் இப்போது மறுக்க ஆரம்பித்து விடவேண்டாம். நல்ல காலத்தை, அதிகக் காலம் தள்ளிப்போடக்கூடாது."

"உம்... ம்..." என்று அவன் தயங்கினான்.

"ஒன்றும் யோசிக்காதீர்கள். ஒவ்வொருத்தர், பட்டினிக்குப் பயந்து, ஒரு ரூபாய்க்கும் இரண்டு ரூபாய்க்கும் குழந்தையை விற்கிறார்களாம். நம் குழந்தை நம் கண் முன்னால் நல்லபடியாய் இருக்கும். நம் குடும்பமும் சௌகரியம் அடையும்; நாம் பட்டது போதும்."

"நான் இனிமேல் என்ன சொல்வதற்கு இருக்கிறது? உன் இஷ்டம்!... டேய் ராஜா! அந்த பாப்ளின் ஷர்ட்டைப் போட்டுக்கொண்டு புறப்படு."

அழகாகவும் சுறுசுறுப்பாகவும் வந்த ராஜாவை அழைத்துக்கொண்டு. மாமா வீட்டிற்குப் புறப்பட்டான் பரசுராமன்.

6

"ராஜா, இனி நீ ராஜாதான்!" என்று நினைத்தான் பரசுராமன்.

"ராஜா, மாமா வீட்டுக்குப் போனதும், என்ன செய்ய வேண்டும் தெரியுமா? மாமியிடம் ஓடிப்போய், 'அம்மா' என்று கட்டிக்கொள்ள வேண்டும், என்ன?"

"வெட்கமாயிருக்குமே, அப்பா!"

"என்னடா வெட்கம்? இனிமேல் மாமிதான் உனக்கு அம்மா! மாமாதான் உனக்கு அப்பா..."

சிறுவனுக்கு ஒன்றும் புரியவில்லை: "நீயும். அம்மாவும்..."

"நாங்களும் இருப்போம், மாமா புது அப்பா, மாமி புது அம்மா, மாமியை அம்மா என்று கட்டிக்கொள்கிறாயா?"

ராஜா தயக்கத்துடன் ஒப்புக்கொண்டான். இருவரும் மாமா வீட்டை அடைந்தபோது, இரவு எட்டரை இருக்கும். ஜகஜ்ஜோதியாய் மின்சார விளக்கில் பிரகாசிக்கும் அந்தப் பெரிய வீடு, ஒருகாலத்தில் தன் ஆட்சியின் கீழ்வரும் என்று நினைத்தபோது, அவனுக்கும் பெருமிதம் உண்டாகியது. மாமா பெட்டியடியில் உட்கார்ந்து, கையிருப்புப் பணத்தை எண்ணிக்கொண்டிருந்தார்.

"அட, பரசுராமனா? வா, அப்பா, வா! ஊரில்தான் இருக்கிறாயா? ஆறு மாசமாய், ஆள் இந்தப் பக்கம் தலைகாட்டவில்லை; எங்கேடா போயிருந்தாய்?"

"ராஜா, நீ உள்ளே மாமியிடம் போ" என்று அவனை அனுப்பி விட்டு, தூணுடன் ஒண்டிக் கைகட்டி நின்றுகொண்டு, பரசுராமன் சொன்னான்; "ஊரில்தான் இருக்கிறேன் மாமா; கடையில் வேலைத் தொந்தரவு ஜாஸ்தி; ஓய்வே இல்லை."

"ஆளைக் காணவே காணோமே என்று, நாளைக்கு உனக்கும் லஷ்மிக்கும் சொல்லி அனுப்பலாம் என்றிருந்தேன். நல்லவேளை! நீயே வந்துவிட்டாய்."

பரசுராமன் ஆனந்தம், கரையை உடைத்துக்கொண்டுவிட்டது. அன்று மாலையிலிருந்து அவனுடைய அதிர்ஷ்டம் ஆரம்பித்துவிட்டது.

"பரசு, லக்ஷ்மியிடம் சொல்லு. அவள் ரொம்பவும் பிடிவாதக்காரி. போனதை எல்லாம் மறந்து, நாம் ஒரு குடும்பம்போல் இருக்கவேண்டும். எனக்கும் வேறு யார் இருக்கிறார்கள்?"

பரசுராமனின் ஹிருதயம், சந்தோஷத்தால் துள்ளி, வெளியில் குதித்துவிடும் போலிருந்தது, "இல்லை மாமா, லக்ஷ்மி முன்னைப்போல் இல்லை" என்று அவன் வாயிலிருந்து வந்த சொற்கள் திணறின.

"இன்னும் ஐந்து நாள்தானே இருக்கிறது? நீங்கள் எல்லோரும் நாளைக்கிருந்தே இங்கே வந்துவிடவேண்டும்."

"என்ன விசேஷம் மாமா?" என்றான் பரசுராமன், ஒன்றும் தெரியாதவன் போல். அவர் வாயிலிருந்தே விஷயம் வெளியாகட்டும் என்று அவன் நினைப்பு.

"என்ன விசேஷமா? உனக்குத் தெரியாதா? நீ இந்தப் பக்கம் வந்தால்தானே? உங்கள் மாமிக்கு வருகிற வியாழக்கிழமை வளைகாப்பு" என்றார் மாமா.

_கல்கி_ (தீபாவளி மலர்: 1950)

இனி புதிதாய்... (அக்டோபர் 1991)

எம்.வி. வெங்கட்ராம் கதைகள் (டிசம்பர் 1998)

●

ஸித்தி

மழையும், இடியும், மின்னலும் கூடி அமளியுடன் ஜன்னல்களையும் கதவுகளையும் குலுக்கி விளையாடும் ஓர் இரவில்...

காற்றும் குழைந்த தன்மை பெற்றபோது மஞ்சத்தில், பஞ்சணையில், கம்பளிப் போர்வையில் புகுந்த கதகதப்பில் ஓர் இதம் கண்டதால்,

'இந்நிலையில் காதல் பெண் ஒருத்தி கிட்டத்தில் இருப்பின் இன்பம் நிறையுமே', என்னும் எண்ணம் ஒன்று ஈரம் காணில் விளையும் பசுமையெனத் தானே எழுந்தது என்னுள்;

எழவே,

மழையின் ஆர்ப்பாட்டத்தை அடக்கிக்கொண்டு, கதவு தட்டும் சப்தம் ஒன்று செவியை அழைத்தது. அகாலத்தில் கதவிடிக்கும் வேண்டாத விருந்தாளியை வரவேற்க அலுப்புடன் எழுந்து கதவு திறக்க—

மின்னலின் படபடப்பில் என்னுடல் சிலிர்த்தது. வெளியில் கொட்டும் வானருவியில்,

எழில் ஓர் உடலாய் நின்றது; காதல் ஒரு சதைச்சித்திரமாய் நின்றது; என் கற்பனைக் கருவில் உதித்த மோகினியை வெட்கச் செய்யும் ஓர் அழகி நின்றாள்...

அவளைப் பார்த்ததும், என் வாய் சிசுவின் மொழி பெற்றது. அவளுடைய முகத்தில் சுடர்விட்ட நகை மின்னலால் கூச்சமுற்ற என் கண்கள் சமிக்ஞையற்றன; அவள் நீட்டிய கரத்தை என் கரத்தால் பற்றி அவளை வீட்டுக்குள் இழுத்துக்கொண்டேன்.

கதவெனும் வீட்டு விழியின் பார்வை அவள் மீது விழாதிருக்க, அதையும் மூடினேன்.

பிறகு,

எண்ணியதை எண்ணியவாறு எண்ணியாங்கு ஈந்த பஞ்சணையின் மகிமை எண்ணி,

'என் பஞ்சணையின் எழில் கனவே, யார் நீ?' என்றேன் மதலையில்.

என் நுதல் தொட்டு, அதரம் தொட்ட அவள், 'நானா? நான் சாவு.' என்றாள். இனிக்க.

நிறைவாகும் இன்பத்தில் அச்சம் ஏது?அவளுடைய பெயர் கேட்டு நான் அஞ்சவில்லை.

"அழகுக்கு ஏற்ற பெயர்தான். ஆனால்... சாவை இதுவரை ஓர் ஆடவனாய்த்தான் நினைத்திருந்தேன். என் நினைப்பு தவறு; நான் முட்டாள்; இல்லையா?"

"ஆணுக்கு நான் ரதி; பெண்ணுக்கு நான் மன்மதன்" என்றாள் அவள் இனிமை தொடர.

"புரிந்தது," என்றேன், புரிந்துகொண்டவன்போல், அப்பால்.

தனிமை என்னை அழைத்து, அணைத்து, முத்தமிட்டு, எல்லை சொல்லமுடியாத இன்பத்தை ஈந்தது.

"இந்த இன்பத்தின் சிகரம் காணலாம். என் இருக்கை வந்தால்!" என்றாள்.

"வருகிறேன்," என்று அவளைத் தொடர்ந்தேன்; போனோம்.

அது மாளிகையும் அல்ல, உத்தியானமும் அல்ல, அங்கு மலர்களின் மணம் இல்லை, தென்றலின் கீதமும் இல்லை. கல்லுக்குப் பதிலாக இருள் அந்த இடத்திற்கு எல்லை கட்டியது. மழைகழித்த முகில்கள் வானத்தை மூடியிருந்தன. மரங்கள் தலைவிரித்தாடிப் புலம்பின. மூலைக்கு மூலை, திடீர் திடீரென்று இருளைத் தீக்கங்குகள் பிளந்தன. மனிதச் சடலங்களின் எரிநாற்றத்தால் வீசும் காற்றும் கலக்கமுற்றது. நடுக்கத்துடன் அவளை உறுதியாகப் பற்றினேன்.

"இது என்ன?" என்று குழறினேன்.

"நீ வந்த இடம்; நீ போகும் இடமும் இதுதான்."

"அன்பே திரும்பி விடலாம், சுகத்தின் சிகரம் காண."

"காணலாம், பொறு; இங்கு, இப்போது."

"நான் உன்னைக் காதலிக்கிறேன்; வெளியே போவோம்; வா!" என்றேன்.

"நான் உன்னைக் காதலிக்கிறேன்; இங்கே இருக்கலாம், இரு. இங்குதான் காதலின் தொடக்கம்." என்றாள்.

அவளுடைய விழிகளின் ஒளியூடு என் விழிகளும் ஓடின. திடீரென்று காற்று உயிரற்றது; மரங்கள் உயிரற்றன; மண்ணும் உயிரற்றது; சடத்தன்மை எங்கும் விரவியது. எலும்புக்கூடுகள் கூட்டம் கூட்டமாய் எழுந்து கூத்தாடின.

வானையும் தரையையும் தொட்டுத் தொட்டு ஆடின. அந்த ஆனந்தக்கூத்தில் நானும் பங்கு கொள்ளத் துடிதுடித்தேன்.

"இது சுக சிகரமா?" என்றேன்.

"ஆம்" என்ற அவள் என் கால்கள் மீது விராட்டிகளை அடுக்கி மூடினாள்.

"நீ என்னைப் பிரிய மாட்டாயே?"

"மாட்டேன்" என்றவள், என் உடலின் இடைப்பகுதியை விராட்டிகளால் மூடினாள்.

"காதல்தானே நித்யமான பொருள்?"

"அது சிருஷ்டி ரகஸ்யம்." என்றவள், என் நெஞ்சகத்தை விராட்டிகளால் மூடினாள்.

"உன்னை நினைத்தாலே ஏன் எல்லோரும் பயப்படுகிறார்கள்?"

"நான் அழகாயிருப்பதால்; நான் எல்லோரையும் காதலிப்பதால்!" என்றவள், என் முகத்தை விராட்டிகளால் மூடினாள். "நான் உன்னைக் கண்டும் அஞ்சவில்லை; ஏனென்றால் நான் உன்னைக் காதலிக்கிறேன்."

அவள் விராட்டிகளுக்குத் தீ மூட்டினாள்; நான் எரியத் தொடங்கினேன். நான் எரிந்து நீறான பின், அவள் என்னை விட்டு மறைந்தாள்.

ஆனால்,

நான் எரிந்த நீற்றை அள்ளிப் பார்த்தேன்; ஒரு பிடி இருந்தது.

அந்த ஒரு பிடி சாம்பலிலும் இன்பம் மணத்தது; காதலும் மணத்தது.

நான் ஆனந்தக்கூத்து ஆடினேன்.

_காதல்_ (ஆண்டு மலர்: நவம்பர் 1950)

குயிலி (நவம்பர் 1964)

மாளிகை வாசம் (நவம்பர் 1964)

எம்.வி. வெங்கட்ராம் கதைகள் (டிசம்பர் 1998)

முத்துக்கள் பத்து (2007)

●

வேலைக்காரி தூங்குகிறாள், நாயும் காக்கிறது . . .

கதவைத் திறந்து, தெருவிளக்கின் வெளிச்சத்தில் வாசலில் நின்ற சேகரனைக் கண்டபோதுதான், 'கதவைத் திறந்தது பிசகு' என்று செல்லத்திற்குத் தோன்றியது. தனிமையாக அவனைச் சந்திக்கும் சந்தர்ப்பம் ஏற்பட்டுவிடக் கூடாது என்பதற்காகச் சில நாட்களாக அவள் மிகவும் முன்னெச்சரிக்கையோடு இருந்தாள். ஆனால் இப்போது, இராவேளையில் கணவரும் ஊரில் இல்லாத சமயம் சேகரனைக் கண்டதால், அவள் முதலில் கொஞ்சம் மலைப்புற்றாள். ஆயினும், வாசலில் இருந்தபடியே அவனை விடைகொடுத்து அனுப்பி விடலாம் என்றெண்ணி, "ஓ... நீ... நீங்களா?... அவர் ஊரில் இல்லையே?" என்றாள்.

"நீபோகலாமே!" என்று அவள் சொல்லாமல் சொன்னதைச் சேகரன் புரிந்துகொண்டதாகத் தெரியவில்லை. வெகு சகஜ பாவத்துடன் சிரித்துக்கொண்டே, "அட, எனக்குத் தெரியாதே! என்னிடம்கூட சொல்லவில்லையே?" என்று சொல்லியவாறு அவளைத் தாண்டி வீட்டுக்குள் நுழைந்தவன், கழுத்தைச் சுற்றியிருந்த துண்டை எடுத்து 'ஸ்டாண்டில்' மாட்டிவிட்டுச் சோம்பல் முறிப்பவன்போல் உடம்பை நெளித்துக்கொண்டு அங்கே கிடந்த ஈஸிசேரில் சாய்ந்தான்.

அஜாக்கிரதையாகக் கதவைத் திறந்த தன்னுடைய புத்திக்குறையை உள்ளுக்குள் நொந்துகொண்டாள் செல்லம்! ஆனால் இனி வருந்திப் பயனில்லை, அவனைச் சமாளித்துக்கொள்ள வேண்டியதுதான், என்கிற தீர்மான புத்தி கொண்டவளாய் அவளும் சற்றுத் தூரத்திலிருந்த ஒரு நாற்காலியில் உட்கார்ந்தாள்.

"எங்கே போயிருக்கிறார்? ரொம்ப அவசரக்காரியமா? ஆபீஸில் எனக்குக்கூடத் தகவல் தரவில்லையே?" என்றான் சேகரன்.

“அவர் தங்கை புருஷனுக்கு ஏதோ ஆபரேஷனாம்; ஸீரியஸ் என்று தந்தி வந்தது; உடனே புறப்பட்டார்; மூன்று நாள் லீவு கேட்டு லெட்டர் அனுப்பினாரே, உங்கள் வீட்டில் கொடுத்து வந்ததாகப் பையன் சொன்னான்...”

“நான் பார்க்கவில்லை” என்று சேகரன் அழகாகப் பொய் சொன்னாலும், கில்ட் தங்கநகைபோல் பொய் இளிப்பதை அவள் கண்டுகொண்டாள். அவளுடைய தனிமையை அறிந்துதான் அவன் வந்திருக்கிறான் என்பதைப் புரிந்துகொண்ட அவளுக்கு, அவனை எப்படிக் கௌரவமாக வெளியேற்றுவது என்கிற கவலை அதிகரித்துவிட்டது.

“நீங்கள் வந்த வேளை இரண்டுங்கெட்ட வேளை. காபி போடலாம் என்றால் பால் இல்லை. சாப்பாடு முடிந்து சாதத்தில் நீர் ஊற்றியாகி விட்டது...”

அவளுடைய எண்ணத்தை அவன் புரிந்துகொண்டதாகத் தெரியவில்லை. “அதனால் என்ன செல்லம்? நானும் சாப்பிட்டுத்தான் வந்தேன்!” என்றான்.

“அவர் அவசரமாய்க் கிளம்பிவிட்டார். உங்களிடம் நேரில் சொல்லக்கூட நேரமில்லை. லீவ் ஸாங்ஷன் செய்துவிடுவீர்கள்; இல்லையா! ஆபீஸ் விஷயம், வீட்டில் பேசக்கூடாது; இருந்தாலும்...”

“நீ எந்த விஷயத்தையும் எந்த இடத்திலும் என்னிடம் பேசலாம்” என்றான் சேகரன். அவளுக்கு ஜீவாதாரமான உரிமைகள் அளிப்பவன் போல்! “அது போகட்டும் செல்லம்! நீ என்னை ‘நீங்கள் தாங்கள். என்று பேசுவது எனக்குப் பிடிக்கவில்லை! எப்போதும்போல் பேசலாமே! இந்த லௌகீகமான மரியாதைகள் நமக்குள் எதற்கு?”

“என்ன இருந்தாலும், நீங்கள் என் கணவரின் மேலதிகாரி; அந்த மரியாதையை நானும் காட்ட வேண்டாமா?”

“அப்படியானால், நான் உன்னை மிஸஸ் செல்லம் என்று அழைக்கட்டுமா? மேலதிகாரி என்பதால் நமக்குள் இருந்த சிநேகிதத்திற்கு மதிப்பு இல்லாமல் போய்விடுமோ?”

சேகரன் சிரித்தான்; செல்லமும் சிரித்துக்கொண்டே எழுந்து, ஹாலில் இருந்த மூன்று விளக்குகளையும் கூடத்தில் இருந்த இரண்டு விளக்குகளையும் எரியவிட்டுத் தன் ஸ்தானத்தில் உட்கார்ந்தாள். அவர்கள் இருந்த இடம் பூராவும் பகலைப் போன்ற வெளிச்சம் நிறைந்தது.

“இத்தனை லைட்டுகள் எதுக்குச் செல்லம்? அனாவசியமாகக் கரண்ட்...”

“எனக்கு இருட்டுப் பிடிக்காது. இருட்டில் உட்கார்ந்து பேசினால் எனக்கு மூச்சுத் திணறும்...” என்றாள் செல்லம், புன்னகையுடன்.

ஆனால், அவன் வெளிச்சத்தை விரும்பவில்லை, வேண்டவுமில்லை. இருளையும் இருளின் துணையையும் நாடித்தான் அவன் அங்கு வந்தான்; ஏனெனில் அவன் அகத்தில் இருள் இருந்தது; அவன் ஒளியைக் கண்டு அஞ்சினான்.

பரபரப்பை மூட இயலும் மௌனத்துடன் அவன், அந்த ஹாலைச் சுற்றிப் பார்த்தான். தூசும் மாசும் இல்லாமல் நேர்த்தியாக இருந்தது; கச்சிதமான கவர்ச்சிகரமான சில சிறிய படங்களுக்கு இடையில் செல்லமும், அவள் கணவனும் சிரிப்பாகச் சிரித்துக்கொண்டு நிற்கும் பாவனையில் ஒரு பெரிய படம் இருந்தது. உலகத்தையே துரும்பென நினைத்து அவர்கள் சிரிப்பதுபோலத் தோன்றியது – சேகரனுக்கு.

கூடத்தில் மெத்தை மீது செல்லத்தின் ஐந்து வயதுப் பையன் மோகன் படுத்திருந்தான். தூளியில் இரண்டு வயதுக் குழந்தை பட்டு உறங்கிக் கொண்டிருந்தாள். பாக்கியசாலிகளுக்குத்தான் அவ்வளவு அழகும் புத்திக் கூர்மையும் உள்ள குழந்தைகள் பிறக்கும். செல்லத்தின் கணவன் மாற்றலாகி இந்த ஊருக்குச் சேகரின் கீழ் வேலை பார்க்க வந்து ஒரு வாரம் ஆகிறது. அவன் செல்லத்தின் கணவர் என்பதைத் தெரிந்துகொண்டே, சேகரன் தான் மேலதிகாரி என்பதை மறந்து அவள் வீட்டுக்குப் பலமுறை விஜயம் செய்துவிட்டான். சேகரனைப் புரிந்துகொண்ட காரணத்தினா லேயே செல்லம் தனக்குத் திரையிட்டுக் கொண்டிருந்தாள்; அவளை எட்டியிருந்து பார்ப்பதால் உண்டாகிக் கொண்டிருந்த தாபத்தை, அக்குழந்தைகளின் மழலையும் ஸ்பரிசமும் அடக்கிக் கொண்டிருந்தன. அழகு, வெள்ளத்தில் மிதந்துவரும் ஒளிமலர்களையொத்த அந்தக் குழந்தை களுக்குப் பிறவி அளித்த மூலப் பொருள்.

அந்த மூலப் பொருள் செல்வமும், பகல்போல ஒளிரும் விளக்குகளுக்கு வெளிச்சம் தருகிறவள்போல் அவனுக்கு எதிரில் உட்கார்ந்திருந்தாள். அவன் அவளை நெருங்கிப் பார்த்து எட்டு வருஷங்கள் ஆகின்றன. இந்த நீண்ட காலத்தில் எந்தப் பெண்ணும் வனப்பும் சேதமுறாமல் இருக்க முடியாது. ஆனால், இரு சேய்களுக்குத் தாயான பின்னரும் அவளுடைய அழகிலும் இளமையிலும் தேய்மானமே இல்லாததை, அவன் அதிசயத்துடன் கவனித்தான். ஏன் அவை முன்பைவிட வளம் பெற்றுள்ளதாகக் கூடத் தோன்றியது, சேகரன் கண்களுக்கு. சதையில் செதுக்குண்ட சிலையை நிகர்த்த அவள் அவனுக்கே சொந்தமாக இருக்கவேண்டிய ஒரு பொருள்; மடத்தனமாய் அதைக் கைநழுவவிட்டோம் என்பதை நினைத்தபோது, அவனையும் மீறி ஒரு பெருமூச்சு வெளிவந்தது.

அந்தப் பெருமூச்சின் பொருள் செல்லத்துக்கு நன்றாக விளங்கியது. விளக்குகளின் வெளிச்சம் அவளுக்குத் துணையாக மட்டும் அமையவில்லை. சேகரனின் மனப்புழு துடிக்கிற துடிப்பைக் காணவும், அது அவளுக்கு உதவியது. இந்த மனப்புழு, கடைசியில் தன் மீது பாய்ந்து கடிக்க முயலும் என்பதை உணர்ந்த அவள் எதிர்ப்பைக் கண்டதும் சிறகடித்துச் சீறிச் சிலிர்த்து நிற்கும் சேவலெனத் தன் மனத்தை விழிப்புடன் வைத்துக் கொண்டாள்.

"செல்லம், நீ இன்னும் ஆஸனப் பயிற்சிகள் செய்கிறாயா?"

"ஒருநாள்கூடத் தவறாமல் செய்கிறேன்"

"ஓ, அதுதான் நீ இப்படி?" என்று சிரிக்க முயன்றான், சேகரன்.

"நீ ஒரு பயிற்சியும் செய்யவில்லை என்று தோன்றுகிறது."

“காலேஜை விட்டதுமே எல்லாம் நின்றுவிட்டது! அதற்கெல்லாம் நேரம்?...”

“நேரம் இல்லாமல் என்ன? சோம்பல், அப்போதெல்லாம் எல்லா ‘கேம்’களிலும் உனக்குத்தான் முதல் பரிசு கிடைக்கும். பி.ஏ. படித்த இரண்டு வருஷம் உனக்குத்தான் ‘சாம்பியன் கப்’ கிடைத்தது; இல்லையா?”

“ஆமாம்,” என்றான் சேகரன், மலர்ச்சியுடன்.

“ஆனால், இப்போது என் கையால் ஓர் அறை வாங்கினாலும், மூர்ச்சை போட்டு விழுந்துவிடுவாய் போல் சோனியாக இருக்கிறாயே?”

அவள் தன் வலக்கரத்தை நீட்டி, அதன் வலிமைக்காக மகிழ்கிறவள் போல், அதைப் பார்த்துக்கொண்டாள். அந்தக் கை தன் கையை விட எவ்வளவோ மடங்கு வலுவுடையதாக இருக்கவேண்டும் என்பதை, அவன் வெட்கத்துடன் கவனித்தான்.

“காலேஜில் படித்த அந்தக் காலமே தனியான காலம்; மறுபடியும் மாணவர்களாகிய நாம் காலேஜ் படித்தால் எவ்வளவு இன்பமாயிருக்கும்! செல்லம், அப்படி இருக்கவேண்டும் என்று உனக்கு ஆசை உண்டாக வில்லையா?”

கடைசியில் மிகவும் லாவகமாகவும் சாதுரியமாகவும் அம்பை எய்துவிட்டான் சேகரன்.

“அது ஒரு பைத்தியக்காரத்தனமான காலம்; உணர்ச்சிகளின் கிறுகிறுப்பை இன்பம் என்று ஏமாறும் காலம். அப்போது அது ஒரு சந்தோஷம். இப்போது அதை எல்லாம் நினைத்தால், எனக்கு வேடிக்கையாக இருக்கிறது. சிரிப்பும் வருகிறது!”

“நான் அப்படி நினைக்கவில்லை . . . என்ற சேகரனுக்குத் தன் உணர்ச்சிகளை உருவாக்கச் சொற்கள் கிடைக்கவில்லை; அவனுடைய இந்தத் தடுமாற்றத்தைக் கொண்டு, பேச்சின் திசையை மாற்ற முயன்றாள் செல்லம்.

“சேகர், உனக்கு எத்தனை குழந்தைகள்?”

“எனக்கா இல்லை...”

“பிறக்கவே இல்லையா?” அல்லது பிறந்து...?”

“பெறுகிறவளே இல்லையே?”

“அட, உண்மையாகவா? உன் மனைவி இறந்துவிட்டாளா? எப்போது?”

கூடத்தில் இருந்த தூளியைப் பார்த்தவண்ணம், “நான் பெரிய பிசகு செய்துவிட்டேன்” என்று அவன் முணுமுணுத்தான், தனக்குள் பேசிக்கொள்கிறவன்போல்.

“உன் மனைவி உடம்புக்கு என்ன?”

“அவள் செத்தால் போதும் என்று இருந்தது எனக்கு”

ஒருக்ஷணம் செல்லம் சிந்தனையில் ஆழ்ந்தாள். "ஏன் அப்படி?" என்றாள் மெதுவாய். "ரொம்பச் சண்டைக்காரியோ?"

"சண்டைக்காரியானால் சமாதானமாகப் போய்விடலாமே! கல்யாணமாகி நாங்கள் தனிக்குடித்தனம் வைத்த வருஷமே, அவளை டி.பி. பிடித்துக்கொண்டது. அதன் பிடியிலிருந்து அவள் மீளவேயில்லை. வீடு ஒரு ஆஸ்பத்திரியாகவும், நான் அவளுக்கு ஒரு நர்ஸாகவும் மாறிவிட்டோம். ஒரு நாள், இரண்டு நாளா? கொஞ்சம் கொஞ்சமாய் அவள் செத்ததுடன், என்னையும் சித்ரவதை செய்துவிட்டாள்."

"பாவம், கஷ்டம்தான்..."

"அவளையும் நான் குற்றம் சொல்லமுடியாது. மிகவும் பிரியமாகத்தான் இருந்தாள். நான் சந்தோஷமாக இருக்கவேண்டும் என்று ரொம்பப் பிரயாசைப்பட்டாள். அது மிகவும் வேடிக்கையான வாழ்க்கை; அவளும் சரி, நானும் சரி, சந்தோஷமாக இருப்பதாய்ப் பாசாங்கு செய்துவந்தோம். இருவருக்குமே மருந்து இன்பம் தரவில்லை."

அவனிடம் அனுதாபம் கொண்ட செல்லம் கூறினாள்: "மறுபடியும் கல்யாணம் செய்துகொண்டிருக்கலாமே?"

"ஒருமுறை செய்த தவறை மறுபடியும் செய்ய நான் விரும்பவில்லை,"

"நோய் நொடி இல்லாத அழகான பெண்கள் இல்லையா? நல்ல பதவி இருக்கிற உனக்கு, 'நீ–நான்' என்று பெண் கொடுக்க வருவார்களே?"

"வருகிறார்கள். ஆனால் என் மனது இடம் தரவில்லை. திரும்பத் திரும்ப, அந்தப் பழைய ஞாபகம் எனக்கு வருகிறது. என் பிசகின் பலனை நான் அனுபவித்துவிட்டேன் செல்லம்."

"என்ன பிசகு?"

"உனக்குப் புரியவில்லையா? இவ்வளவு சுலபத்தில், அந்தக் காலத்தை உன்னால் எப்படி மறக்க முடிந்தது?"

"மறக்க முடியாதபடி என்ன நடந்தது?"

"நான் உனக்காகவும், நீ எனக்காகவும் துடித்துக்கொண்டிருப்போமே! அது மறக்கக்கூடிய விஷயமா? காலேஜ் விட்டதும் கடற்கரையில் தனித்திருந்து, பொழுதுபோவதே புரியாமல் பேசிக்கொண்டிருப்போமே, அந்த இன்பம் மறந்துபோகுமோ?"

"மணல் வீடு கட்டி, அப்பாவும் அம்மாவுமாய் நடித்துக் குடும்பம் நடத்தும் குழந்தை விளையாட்டு அந்தப் பருவத்தில் சந்தோஷம் தரும்."

"செல்லம் உன்னைத்தான், நான் மணப்பேன் என்றும், என்னைத்தான் நீ மணப்பாய் என்றும் உறுதி பேசினோமே, அதுவும் குழந்தை விளையாட்டுத்தானா?"

"அந்தப் பருவத்தின் உணர்ச்சி போதையால் விளையாடின விளையாட்டுத்தான் அது, அதை நீ இவ்வளவு பிரமாதப்படுத்துவது ஆச்சரியமாயிருக்கிறது."

“எனக்கு அது பிரமாதமாகத்தான் அப்போது இருந்தது, இப்போதும் இருக்கிறது. பணத்தாசை கொண்ட என் பெற்றோர், யாரோ ஒரு பெண்ணை என் கழுத்தில் கட்டுவதாக என்னை நிர்ப்பந்தம் செய்ததை உன்னிடம் சொன்னபோது, நீ கண்ணீர் விட்டாய். கலியாணப் பந்தலிலும் எனக்கு மனநிம்மதி இல்லை. தாலி கட்டும்போது எனக்குச் சுயபிரக்ஞையே இல்லை. மனைவி நோய்வாய்ப்பட்டு அவளுக்குப் பணிவிடை செய்யும் போதெல்லாம் உன்னை ...”

“என்னை நினைத்திருப்பாய். நோய் வராதபடி நான் உடம்பை ஜாக்கிரதையாகக் காப்பாற்றுகிறேன் அல்லவா? என்னை மணந்திருந்தால் தொல்லை இருந்திராது என்று வருந்தியும் இருப்பாய். பாவம் ஆரோக்கியமான பெண் கிடைத்தால் என்னைச் சுலபமாக மறந்திருக்கலாம். ஆனால், என் துர்பாக்கியம் உனக்கு நோயாளி மனைவி வாய்த்தாள். இப்போதும் காலம் கடந்துவிடவில்லை. உனக்கும் அதிக வயது ஆகிவிடவில்லை, வியாதி இல்லாத அழகான பெண்ணுக்குப் பஞ்சம் ஏற்பட்டுவிடவில்லை. நீ ஏன் மறுமணம் புரியக்கூடாதென்று கேட்கிறேன்?”

“வேறு எந்தப் பெண்ணாலும் எனக்கு மனநிம்மதி உண்டாகும் என்று தோன்றவில்லை, செல்லி!”

“செல்லி” என்று அவன் அழைத்ததும், அவள் திடுக்கிட்டாள். வாழ்க்கையின் வைகறையில், பருவத்தின் மோகனத்திற்கு அவள் வசப்பட்டிருந்ததை, அக்காலத்தில் அவன், அவளைச் செல்லி என்று அழைப்பது வழக்கம். அப்போது அந்த அழைப்பு, அவளுக்குக் குதூகலம் அளித்தது, இப்போது அது அவளையே அவமானப்படுத்தியது,

“செல்லி, செல்லி! அந்தக் காலம் மறுபடி வரவே வராது.”

“சேகர், கொஞ்சம் மெதுவாகப் பேசுகிறாயா; உள் கட்டில் வேலைக்காரி தூங்குகிறாள்; நாயும் படுத்திருக்கிறது. புதுக்குரலைக் கேட்டால் குரைக்க ஆரம்பித்துவிடும்.”

சேகரன் குரலைத் தாழ்த்தினான். ஆனால், அவனால் தவிப்பைத் தாழ்த்த முடியவில்லை. தலையைக் கைகளினால் தாங்கிக்கொண்டான்.

“நீ சந்தோஷமாக இருக்கிறாயா செல்லம்?”

“நான் கந்தர்வலோகத்தில் இருக்கிறேன். என் முகமலர்ச்சியால் அகம் மலரும் கணவர். அழகுப் பிம்பங்களான இரு குழந்தைகள். திகட்டாத அளவுக்கு வருமானம். – சுகத்துக்கு வேறு என்ன தேவை?

“அவ்வளவுதானா? என் ஞாபகமே உனக்கு இல்லையா?”

“இல்லாமலென்ன? எப்போதாவது நினைத்துச் சிரித்துக்கொள்வேன்”

“சிரிப்பாயா?”

“ஆமாம்! என்னைப் பொய் சொல்லச் சொல்லுகிறாயா? என் கலியாணம் முடிவு செய்யப்பட்டபோது, உன்னைப் போல எனக்கும் திகிலாக இருந்தது. உன்னைப் போலவே திடப்படுத்திக்கொண்டேன்.

கலியாணப் பந்தலில் அவர் முகத்தைப் பார்த்ததும், சுயபிரக்ஞை இழந்தேன். அன்றிலிருந்து அவர் பிரக்ஞைதான் என் பிரக்ஞை. சந்தோஷமாக இருக்கிறேன்!"

"செல்லம், நம் கனவுகள்..."

"கனவுகளை நம்புவது மதியீனம்"

"செல்லி"

"நீ என்னை அப்படி அழைக்கக்கூடாது. உள்ளே வேலைக்காரி தூங்குகிறாள்; நாயும் இருக்கிறது..."

சேகரன் பெருமூச்சுவிட்டான்: "நீ இப்படி மாறியிருப்பாய் என்று நான் நினைக்கவே இல்லை, உன்னைக் கண்டதும்...?"

"அடைந்துவிடலாம் என்று புதிய கனவு காண ஆரம்பித்துவிட்டாய். ஆனால், எனக்குக் கனவுக்கும் நனவுக்கும் உள்ள வித்தியாசம் தெரியும்?"

உன்னை நினைத்து நான் எப்படி ஏங்கினேன்; தூக்கம் இல்லாமல் நான் கழித்த இரவுகள் எத்தனை?"

"ஏழு இரவுகளாவது இருக்கும்; நான் இவ்வூருக்கு வந்து ஒரு வாரம்தானே ஆகிறது? நல்ல அழகுள்ள ஆரோக்கியமான பெண்ணாகப் பார்த்து மணம் செய்துகொள், தூக்கம் வரும். வியாதி தெளியும்."

"இதுதான் உன் யோசனையா?"

"நீ நன்றாக இருக்கவேண்டும் என்று நினைக்கிற யாரும் இந்த யோசனையைத்தான் சொல்வார்கள்.

"உன்னால் எனக்குக் கொஞ்சம் ஆறுதல் கிடைக்கும் என்று நம்பி வந்தேன்..."

"நான் ஆறுதல் சொல்வதுதான் உனக்கு அர்த்தம் ஆகவில்லையே, ஆறுதல் என்பதற்கு உன் அகராதியில் என்ன அர்த்தம் இருக்கிறது என்றும் எனக்குப் புரிகிறது. அந்த ஆறுதல் வெளியில் மலிவாய்க் கிடைக்கும். என் கணவரின் மேலதிகாரி என்ற முறையில் நான் கொடுக்கும் மரியாதையை..."

"அந்த முறையில் நான் இங்கு வரவில்லை."

"எந்த முறையில் வந்திருக்கிறாய் என்று தெளிவாய்த் தெரிகிறதே!"

தூளியில் படுத்திருந்த குழந்தை வீரிட்டு அழத் தொடங்கியது.

"இதற்காகத்தான் சொன்னேன்," என்று சொல்லிக்கொண்டே, தூளியை ஆட்டிக் குழந்தையைச் சமாதானம் செய்ய முயன்றாள்; ஆனால், இடுப்பில் தூக்கிக்கொண்ட பிறகுதான், அது அழுகையை நிறுத்தியது.

பசுங்கிளையில் தளிர்விட்டதுபோல, குழந்தையுடன் வந்தவளை அவன் வியப்புடன் நோக்கினான்.

"பட்டு, என் குழந்தையாக இருக்கவேண்டும்! ஆனால் விதி என்னை வஞ்சித்துவிட்டது!"

“வேலைக்காரியிடம் குழந்தையைவிட்டு வருகிறேன். சாவகாசமாகப் பேசிக்கொண்டிருப்போம். சரிதானே?”

“நான் போகட்டுமா...?”

“நான் படுக்கவேண்டும்!”

“இவ்வளவு பெரிய வீட்டில் தனியாக இருக்க உனக்குப் பயமாக இல்லையா?”

“நான் தனியாக இல்லையே! வேலைக்காரி தூங்குகிறாள், நாய் வேறு இருக்கிறது, முரட்டு நாய். இரவில் புது ஆளைக் கண்டால் கடித்துக் குதறிவிடும்; இத்தனை நேரம் அது இங்கே வராமல் இருந்தது, உன் அதிர்ஷ்டம்தான்.”

“செல்லம், நம் சம்பந்தம் இப்படியே முடிய வேண்டியதுதானா?”

“வேறு எப்படியும் முடிய முடியாதே!”

கைகளைப் பிசைந்துகொண்டு சேகரன் எழுந்தான். அவனுக்குப் பின்னால் வாசல்வரை வந்த செல்லம், அவன் மறதியாக வைத்துவிட்ட மேல்துண்டை அவனிடம் எடுத்துக் கொடுத்துக் கதவைப் பாதி அடைத்துக் கொண்டு நின்று கேட்டாள், புன்னகையுடன்: “ஒரு விஷயம் கேட்கட்டுமா?”

“என்னது?” என்றான் சேகரன், ஆவலுடன். ஒரு விநாடி வான்முகட்டைத் தொட்டு நின்றது, அவன் மனம்.

“சின்ன விஷயம்தான்...”

“எதுவானாலும் சரி...”

“கல்ச்சர் என்று இங்கிலீஷில் சொல்கிறார்களே, அந்த வார்த்தைக்குத் தமிழில் என்ன அர்த்தம்?”

“பண்பாடு – கலாசாரம் என்று சொல்லலாம். இப்போது என்ன திடீரென்று?...”

“ஒன்றுமில்லை; உனக்குத் தெரியுமோ என்று கேட்டேன்”, என்று சிரித்துக்கொண்டே கதவைத் ‘தடால்’ என்று சாத்திக்கொண்டாள் செல்லம்.

விளக்குகளை எல்லாம் அணைத்துவிட்டுப் படுத்த அவளுக்குத் தூக்கம் வரவில்லை. தவிர்க்கமுடியாத வகையில் சேகரனுடன் பகை ஏற்பட்டு விட்டது. அவன் மேல் அதிகாரி அவள் கணவருடைய உத்தியோகத்துக்கே உலை வைக்க முயலலாம் என்னும் அச்சம் அவளுக்கு உண்டாயிற்று.

“அதைப் பிறகு பார்த்துக்கொள்ளலாம். இந்த இரவு சேகரன் கதை முடிந்தது. அப்பா!” என்று நிம்மதியுடன் நினைத்தாள் அவள்.

ஆனால், அவன் கதை முடியவில்லை என்பதற்குச் சாட்சியாக பத்தாவது நிமிஷமே மீண்டும் கதவைத் தட்டும் சத்தம் கேட்டது.

சீற்றத்துடன், “யாரது?” என்றாள் உரத்து.

“நான்தான்” என்றான் சேகரன்.

"அகாலத்தில் இப்படித் தொல்லை செய்தால்...?"

"இல்லை, செல்லம், ஒரே ஒரு வார்த்தை. கொஞ்சம் கதவைத் திற."

கெஞ்சுகின்ற அவன் குரலைக் கேட்டாள். வருவது வரட்டும் சரியான பாடம் கற்பித்துவிடுவோம் என்று துணிச்சலோடு கதவைத் திறந்தாள். ஆனால், அவள் எதிர்பார்த்ததற்கு மாறாக, அவன் வாசலில் நின்றபடியே, ரகசியம் பேசும் குரலில் பேசினான்:

"செல்லம், உன்னிடம் இன்று மிகவும் கேவலமாக நடந்துகொண்டு விட்டேன், ஏதோ ஒரு வெறியால் என் புத்தி பேதலித்துவிட்டது. என்னை மன்னிப்பாயா?"

செல்லம் திகைத்துப்போனாள்; ராவண வேஷமோ! அதுகூட அவளுக்குச் சந்தேகமாயிருந்தது.

"இந்த சம்பவத்தை நீ மறந்துவிட வேண்டும். இனி ஒருபோதும் இப்படிச் செய்யமாட்டேன்."

அவன் குரலில் ஒலித்த உண்மையை உணர்ந்த செல்லம் சொன்னாள்:

"கலியாணம் செய்துகொள்: உன் கவலை பறந்துவிடும். சரிதானே!"

"சரிதான்... இன்று நடந்ததை உன் கணவரிடம் சொல்லிவிடாதே... வரட்டுமா?"

"அவர் வந்த பிறகு, உன்னைச் சந்திக்கிறேன்..."

சேகரன் வாசலைவிட்டுத் தெருவில் இறங்கிச் செல்வதைச் செல்லம் வியப்புடன் பார்த்துக்கொண்டு நின்றாள்.

"கடைசியில் கதை, ஒன்றுமில்லாமல் வெத்துவாணமாக முடிந்து விட்டதே! ஆனால், நல்ல வேளை, வேலைக்காரியும், நாயும் துணைக்கு இல்லாவிட்டால் என்கதை இன்றைக்கு எப்படி முடிந்திருக்குமோ?" என்று தனக்குள் சொல்லிக்கொண்ட செல்லத்துக்கு, அடக்கமுடியாத சிரிப்பு வந்தது; ஏன் என்றால் அந்த வீட்டில் வேலைக்காரியும் இல்லை, நாயும் இல்லை!

_காதல்_ (நவம்பர் 1953)

உறங்காத கண்கள் (நவம்பர் 1968)

எம்.வி. வெங்கட்ராம் கதைகள் (டிசம்பர் 1998)

•

அகலிகை

1

சினமும் பொறாமையும் கௌதமரின் சிந்தனையை அழித்தன. தம்முடைய பௌருஷம் புண்பட்டதாகக் கருதிய அவர் தவித்தார், தத்தளித்தார், தடுமாறிவிட்டார்.

அகலிகையை ஏறெடுத்துப் பார்த்தார்; அருவருப்பும் ஆத்திரமும் உண்டாயின. அங்கே, அவளுக்கு முன்னால் நிற்க முடியாதபடி, அவருடைய உள்ளத் தீ அவரைச் சுட்டது. ஆசிரமத்திலிருந்து வெளியே வந்தார்.

மனத்துக்குள் மாசுகளை அலம்பும் வலிமை படைத்த காலை இளங்காற்று, அவருக்கு ஆறுதல் கூற முயன்று தோற்றது. வசந்த காலத்துப் பூர்ணிமைச் சந்திரன் ஒளியிழந்து வானத்தில் வெறிச்செனக் கிடந்தது. இல்லறத்திலிருந்து அவர் ஞானத்தீ வளர்க்கத் துணைபுரிந்த ஆசிரமம், அவருக்கு இருள் அடைந்த சூனியப் பிரதேசமாகத் தோன்றியது.

வைகறையில் துயில் நீங்கிக் கண்விழித்த ஆசிரமத்துப் பந்துக்களான கிள்ளைகள் 'ஸோகம், ஸோகம்' என்றும், 'தத்வமஸி, தத்வமஸி' என்றும் மழலை பேசுவதை அவர் கேட்கவில்லை. அவருடைய செவிகள் கேள்வி அறிவை இழந்துவிட்டன. ஆசிரமத்தை ஆசிரயித்திருந்த மான்கள், அவருடைய கால்களைச் சுற்றிச் சுற்றி வலம் வந்ததையும் அவர் கவனிக்கவில்லை. அவருடைய விழிகள் நோக்கத்தை இழந்துவிட்டன. ஏன், ஒரு நெறியில் பழகியிருந்தது – அல்ல. அவரால் பழக்கி வைக்கப்பட்டிருந்த புலன்கள் ஐந்தும் தம் தொழிலை மறந்தன.

கௌதமரின் எண்ணம் கைத்துவிட்டது. சினத்தால் அவருடைய கை கால்கள் குறுகுறுத்தன. தரையில் கிடந்த கோடாரி ஒன்றைக் கையில் எடுத்துக்கொண்டார். அநாதியான அறமே ஆயிரம் கால்களை ஊன்றித் தரையில் நிற்பது போன்று,

விழுதுகளைப் பூமியில் புதைத்துக்கொண்டு சாகோப சாகையாய்ப் பரந்து விரிந்து வானளாவ உயர்ந்து, ஆசிரமத்திற்கு எதிரில் நின்ற ஆலமரத்தின் விழுதுகளில் ஒன்றைக் கோடாரியால் பிளந்தார் கௌதமர். திருப்தி ஏற்படாது போகவே, மூல விருட்சத்தையே வெட்டத் தொடங்கினார்.

ஆம், காமத்தால் கண்ணிழந்த அகலிகையையும் வெட்டிச் சாய்க்க வேண்டியதுதான். எனக்கும் என் தர்மத்திற்கும் ஓர் அவமானச் சின்னமாய் இருப்பதைவிட அவள் உயிரை இழப்பதே மேல் என 'முடிவு' செய்தவர், ஆசிரமத்தை நோக்கி வெறியனைப்போல் விரைந்தார். வாயிலை அடைந்ததும், ஸ்திர புத்தி அற்றவனைப்போல் நின்றார். திடீரென்று அறிவீனனைப்போல் மலைத்துத் திரும்பினார். கையில் இருந்த கோடாரி யுடன் நடந்தார்.

சிறிது தூரத்தில், அவருடைய இளைய புதல்வன் சிரகாரியின் ஆசிரமம் இருந்தது. ஆசிரமத்துக்கு வெளியிலேயே, ஒரு மரத்தடியில், இடது கரத்தைத் தலையணையாக வைத்தபடி தூங்கிக்கொண்டிருந்தான் சிரகாரி. கௌதமர் மனநிலை கெடாதிருந்தால் அவன் தூங்கிய அழகைக் கட்டாயம் வியந்திருப்பார். உடலில் குறுகல் கோணல் சிறிதும் இல்லாமல், குறட்டையின் கொனஷ்டை இல்லாத உசுவாச நிசுவாசத்துடன் மெய்மறந்து, குழந்தைபோல் எவ்வளவு அழகாய்த் தூங்கிக்கொண்டிருந்தான்! அத்தனை அழகான தூக்கம் அதிருஷ்டசாலிகளுக்குத்தான் வாய்க்கும்; அந்தத் தூக்கத்தைக் கெடுக்கக் கல் நெஞ்சமும் குறையறிவுமே துணியும்.

சொந்தச் சௌந்தரியத்தைப் பறிகொடுத்த கௌதமர், சிரகாரியின் துயிலழகை எப்படி ரசிப்பார்? அவருடைய கோபம் மிகுந்தது. "சீ, இன்னுமா தூங்குகிறான் சோம்பேறி?" என்று உறுமினார். "சிரகாரி, சிரகாரி!" என்று கூப்பிட்டார்.

அவன் அசையவில்லை. நித்திரை யோக சமாதி ஆகிவிட்டான் போலக் கிடந்தான்.

"தூங்குமூஞ்சி, எழுந்திரு, அருணோதயமாகி எவ்வளவு நேரமாகிறது? இன்னுமா தூக்கம்?"

"சுளீர் என்று சிரகாரியின் துடையில் அடித்தார் கௌதமர். அவன் துள்ளியெழுந்து உட்கார்ந்தான். கோடாரியுடன் நிற்கும் தந்தையைக் கண்டதும், வாயைக் கிழித்துக்கொண்டு வெளிவர முயலும் கொட்டாவியை மறைத்துக்கொள்வதற்காக வாயைப் பொத்திக்கொண்டு நின்றான்.

"சிரகாரி, ஆசிரமத்தில் உன் தாய் கிடக்கிறாள். அவள் சிரத்தைப் பிளந்துவிடு!" என்று கோடாரியை நீட்டினார்.

அதைக் கையில் எடுத்துக்கொண்ட சிரகாரி, தன்னையும் மீறிவந்த கொட்டாவியுடன், "எந்த மரத்தைச் சொல்கிறீர்கள்?" என்றான் விநயமாய்.

கௌதமர் தரையை உதைத்தார்; "தூங்குமூஞ்சி ஜடம்! கவனமாய்க் கேள். மரத்தை வெட்டச் சொல்லவில்லை. அந்தச் சண்டாளி, உன் தாய் இருக்கிறாளே, அவள் தலையைப் பிளக்கச் சொல்கிறேன், புரிகிறதா? உன் தாயின் தலையை!"

“சரி, செய்துவிடுகிறேன்” என்றான் சிரகாரி, மிகவும் விநயமாய்.

ஏதோ சொல்ல வாயெடுத்த கௌதமரால் பேச முடியவில்லை. அங்கே நிற்கவும் முடியவில்லை. நித்திரைப் போதையோடு விழித்துக் கொண்டிருந்த சிரகாரி மேலும் பிரமிக்க, அவர் விரைந்து வெளிச்சென்று கானகத்தில் மறைந்துவிட்டார்.

சிரகாரியின் தூக்கக்கலக்கம் தெளியவில்லை. மேலும் மேலும் கொட்டாவி வந்தது. “நல்ல தூக்கம்; கெடுத்துவிட்டார். சரி, தலையைப் பிளப்பதற்கு எவ்வளவு நேரம் ஆகிவிடப் போகிறது?” என்று சொல்லிக் கொண்டே, கோடாரியைக் கீழே போட்டான். இடக்கரத்தைத் தலையணையாக்கி மீண்டும் படுத்தான். கொஞ்ச நேரத்தில் நன்றாய்த் தூங்கிவிட்டான்.

2

இருளில் ஏமாந்த அகலிகை அழுதாள், அரற்றினாள், புலம்பினாள். பிறகு ஓய்ந்தாள்; சிந்தனை; நாகம்போல் படம் விரித்துச் சீறியது; கடித்தது.

போகப் போகப் போகிற ஒற்றையடிப்பாதையைப்போல், ஒருநாள்போல மறுநாளாய், அதற்கு அடுத்த நாளாய், கடமையின் நெடிய பாதையாயிருந்த அவள் வாழ்க்கையில் திடீரென்று ஒரு திருப்பம்; ஆனால், எவ்வளவு பயங்கரமான திருப்பம்!”

எப்படியோ இது நடந்துவிட்டது.

தூயவளாய் இரவில் படுத்தவள் காலையில் கறைப்பட்டு நிற்கிறாள். ஏன்?

சேவல் கூவியதை அவளும் கேட்டாள். கணவரோடு கண் விழித்தாள். “அதற்குள் பொழுது விடிந்துவிட்டதா?” என்று அவள் வெளியில் சென்று எட்டிப் பார்த்தாள். அவருடைய பாதங்களுக்குக் குறடுகள் அணிவித்தாள். கையில் கமண்டலத்தை எடுத்துக் கொடுத்தாள். அவர் ஆற்றுக்குப் புறப்பட்டார்.

வாயில் வரையில் அவருடன் வந்த அவள், ஆசிரமத்தைச் சூழ்ந்த பசுமை ஒளிப்புனலில் மிதப்பதைப் பார்த்தாள். நிலா அருவி கொட்டியது; கொட்டிக் கொண்டேயிருந்தது. அது அவளை எப்படிக் கொட்டியது!

நிலா அவளைப் பிடித்தது, பீடித்தது. கதவைத் தாழிட்டுக் கொண்டு, கடமையைச் சற்றே மறந்தது. ஆறு நோக்கிச் சென்ற நாயகரை நினைத்தவளாய்த் தரையில் சாய்ந்தாள்.

நிலா எரிந்தது; எரிந்தது; அன்புருவான கணவரின் உருவம் அவள் கண்முன் தோன்றியது, சிரித்தது, குலாவியது.

கதவு தட்டும் சத்தம் கேட்டது. அவர்தாம். திரும்பிவிட்டார்; பொழுது விடியவில்லை; திரும்பிவிட்டார். நிலா அவரையும் எரித்தது போலும்! திரும்பிவிட்டார்.

அவன் இந்திரனா? ஐயோ! இந்திரனா அது? அவளுக்குப் புரியவில்லையே! அவன் ஆட்சியும் அவளுக்கு விளங்கவில்லையே, ஏன்?

அவளுடைய பெண்மை அவ்வளவு உணர்ச்சி அற்றுவிட்டதா? அந்தப் பெண்மை நாசமாய்ப் போகட்டும்! சீ, சீ, சீ!

கௌதமரைக் கண்டதும் அந்தக் கீழ்மகன் ஓடிவிட்டதாக நினைத்தாள். முனிசிரேஷ்டரின் சாபம் அவனைத் தொடர்ந்தது. பிரபஞ்சத்தின் மறுகோடிக்குச் சென்றாலும், அது அவனை விடாது.

அவளும் ஓடத்தான் விரும்பினாள்; ஓடி, ஒளிந்து, இல்லாமல் ஒழிந்துவிடத்தான் விரும்பினாள். ஆனால், தன்னை விட்டு, எப்படி ஓடமுடியும்? முடியவில்லை; ஆகையால் ஒடிந்து விழுந்துவிட்டாள்.

அந்த வெறியனைச் சபித்தாரே முனிவர், அவளை ஏன் சபிக்கவில்லை? அவளை ஏன் மண்ணாக்கவில்லை? அவள் மீது உயிராய் இருக்கிறவர் அவர். அவளைச் சபிக்கவோ, ஏன் தூற்றவுங்கூட அவருக்கு மனம் வரவில்லை போலும்! எல்லாம் தெரிந்த அவருக்குத் தெரியாதா? அவளிடம் ஒரு வார்த்தைகூடப் பேசாமல் போய்விட்டார். அவர் துக்கம் அடைந்திருப்பார். வாழ்க்கையில் வெறுப்பும் ஏற்பட்டிருக்கலாம். விரக்தியுற்று எங்காவது தூரதூரத்திற்குப் போயிருப்பாரோ? கள்ளம் அறியாமல் களவு கொடுத்த அவளுக்காக, அவர் ஏன் எங்காவது போக வேண்டும்? அவள் எங்காவது தொலையவேண்டியதுதான் நியாயம். அவர் எங்கிருந்தாலும் கண்டுபிடித்து அழைத்து வரவேண்டும். அவர் பாதங்களைத் தீண்டுவதற்கும் அருகதை அற்றவள் அவள்! பாதங்களில் விழுந்த தனக்கு விமோசனம் என்ன என்று அறியவேண்டும். அவர் மகாஞானி, மகா தபஸ்வி, மகரிஷி; இருளில், அறியாமையில் அவளுக்கு இழைக்கப்பட்டு அவளோடு ஒன்றிவிட்ட களங்கத்திற்கு நிச்சயம் பரிகாரம் காண்பார்.

எழுந்தாள். வெளியே வந்தாள். வேதனையால் படபடத்துக் கொண்டே எங்கே போவது, என்ன செய்வது, என்று விளங்காமல் ஆசிரமத்தைச் சுற்றிச் சுற்றி வந்தாள். அநாதியான அறமே ஆயிரம் கால்களை ஊன்றித் தரையில் நிற்பது போன்று, விழுதுகளைப் பூமிக்குள் புதைத்துக்கொண்டு சாகோப சாகையாய்ப் பரந்து விரிந்து, வானளாவ உயர்ந்து நின்ற ஆலமரத்தின் அடியில் விழுது ஒன்றைப் பற்றிக் கொண்டு நின்றாள் வெகுநேரம் நின்றாள்.

பொழுது நன்றாகப் புலர்ந்து, கதிரொளி உடலைக் குத்தியபின் உணர்வு வரப்பெற்றவளாய், ஆழ்ந்த அறிவு படைத்த இளைய புதல்வன் சிரகாரியின் துணையுடன் கணவரைக் காண முயல வேண்டும் என்ற முடிவுக்கு வந்தவளாய், அவனுடைய ஆசிரமம் நோக்கி நடக்கலானாள் அகலிகை.

3

அப்பொழுதுதான் தூக்கம் கலைந்து எழுந்து உட்கார்ந்தான் சிரகாரி. அந்த இடத்தை விட்டு அந்த ஓய்வை விடுத்து எழுந்து புதுநாளின் கடமைக்குத் தன்னைப் பணித்துக்கொள்ள வேண்டுமே என்ற அலுப்புடன் கண்களைக் கசக்கிக் கொண்டிருந்தான்.

மைந்தனைக் கண்டதும், அகலிகையின் துக்கம் கண்களைக் கீறிக் கொண்டு தளும்பியது. “சிரகாரி!” என்றாள் விசித்துக்கொண்டே.

"வா, அம்மா, உட்கார். விடியலில் கெட்ட கனவு ஒன்று கண்டேன். அதற்கு ஏற்ப நீயும் அழுதுகொண்டு வருகிறாய்?"

"கெட்ட கனவா! என்ன அது?"

"அப்பா மிகவும் கோபமாய் என்னைத் தட்டி எழுப்பினார் போல் இருந்தது. எழுப்பி, "உன் தாயைச் சிரச்சேதம் செய்!" என்று ஆக்ஞையிட்டுக் கையில் கோடாரியும் கொடுத்ததுபோல் கனவு."

"கனவா? அல்லது உண்மையாகவே அவர் வந்து அப்படிச் சொன்னாரா?"

"கனவுதான். உன் தலையைப் பிளக்கச் சொல்வதற்கு, அவருக்கு என்ன பைத்தியமா?"

"அவருக்கு அல்ல, எனக்குத்தான் பைத்தியம். ஆனால், இந்தக் கோடரி எங்கள் ஆசிரமத்திற்குரியது. இங்கே எப்படி வந்தது?"

தரையில் கிடந்த கோடாரியை அப்போதுதான் சிரகாரியும் கவனித்தான். "அடடா! ஆமாம், ஆமாம்; நிஜமாகவே அப்பா வந்தார். என் துடையில்கூட அடித்து எழுப்பினார். கோடாரியும் என் கையில் கொடுத்தார். எனக்கு ஒரே தூக்க மயக்கம். ஆமாம், உன் தலையைப் பிளந்து, அவர் என்ன செய்யப் போகிறார்?"

சிரகாரியின் கனவு மட்டும் அல்ல, அகலிகையின் கனவும் மெழுகென உருகியது. அவளுடைய கணவர் அன்பு நீரால் அவளை அபிஷேகம் செய்து, உள்ளத் தட்டத்தில் கடமை மலர்கள் ஏந்தி அவளை ஆராதிக்கிற நாயகர், சுகமும், சொர்க்கமும், தெய்வமும் என அவள் நம்பித் தொழுகிற பதிதேவர், அவர்கூட அவளைக் குற்றவாளி எனக் கருதுகிறார்! கருதித் தண்டனையும் விதிக்கிறார்! – என்ன நியாயம்? என்ன தர்மம்? – அவளுடைய உணர்ச்சிகள் புகைந்த புகை நெட்டுயிர்ப்பாய் வெளி வந்தது. அவள் அழுகை வற்றியது. உலர்ந்தது.

"உன் தந்தையார் என்னைச் சிரச்சேரதம் செய்யச் சொன்னது உண்மைதானா?" என்று மீண்டும் ஒருமுறை கேட்டாள். சிரகாரி உண்மையாகவே கனவு கண்டிருக்கக் கூடாதா?

"உண்மைதான்; ஆனால்..."

"அவர் மகாஞானி; அவர் மகா தபஸ்வி; அவர் மகரிஷி; அவர் கூறியபடி செய். தாமதிக்காதே!"

சொல்லுக்குச் சுவை தெரியாது; தெரியுமானால், அவளுடைய வாய்க் கசப்பினால், அவள் பேசிய சொற்கள் செத்திருக்கும்!

சிரகாரியோ விழித்தான்: "எனக்கும் ஒன்றும் புரியவில்லையே! 'அவள் கழுத்தை வெட்டு' என்கிறார் அவர்; 'இதோ கழுத்து' என்று நீ நீட்டுகிறாய். ஏன்? என்ன நடந்தது?"

"ஏன்? என்ன? என்பதைக் கேட்க, உனக்கு அதிகாரம் இல்லை. தந்தையாரின் கட்டளையை நிறைவேற்று" என்று அவன் கையில் கோடாரியை எடுத்துக் கொடுத்தாள் அவள்.

அகலிகை அதைத்தான் விரும்பினாள். வேண்டினாள். அவன் கையால் வெட்டுண்டு உயிர் துறக்கும் மரணத்தை, மரணம் அரவணைத்தால் கடமை இல்லை. கணவரும் இல்லை; காமம் இல்லை; கயவனும் இல்லை; அமைதி இருக்கும்; ஏராளமாய் இருக்கும், அல்லவா?

ஆனால், சிரகாரி அவ்வளவு எளிதாக, அவளுக்கு முடிவளிக்க விரும்பவில்லை. அவள் கொடுத்த கோடாரியை உத்தரீயம்போல் தோளில் சாத்திக்கொண்டான். "அப்பா ஆத்திரப்படுகிறார்: நீ அவசரப்படுகிறாய். என்ன நடந்தது என்று தெரிந்துகொள்ளாமல், இந்தக் கொடிய செயலை நான் எப்படிச் செய்வது? வெட்டுவதற்காகவும் வெட்டிக் கொல்வதற்காகவுமா கடவுள் கழுத்தைப் படைத்தார்? அப்படி ஓர் இரவில் என்னதான் நேர்ந்துவிட்டது?"

என்ன சொல்வாள் அகலிகை? இருள் திரையிட்ட ஒளியில், பொய்யுடல் புனைந்த பாவி ஒருவன், அவளுடைய பொக்கிஷப் பேழையைச் சூறையாடிவிட்டான் என்று மைந்தனிடம் தாய் எப்படிக் கூறுவாள்? பொக்கிஷத்தைப் பறிகொடுத்ததும் அன்றிக் களவாணிப் பட்டமும் சூட்டப்பெற்ற விந்தையை எவ்வாறு விளக்குவாள்?

"சிரகாரி, நீ வீணாக ஏன் துயரத்தையும் துன்பத்தையும் வளர்த்துகிறாய்."

"சரி, நீ சொல்லப் போவதில்லை. விஷயம் அறியாமல் நானும் ஒன்றும் செய்யப் போவதில்லை. தலையை உடைத்து உள்ளே என்ன இருக்கிறது என்று ஆராய்ச்சி நடத்தும் ஆவல் எனக்கு இல்லை. நரபலி கொடுப்பதாய் எந்தத் தேவதையையும் நான் வேண்டிக்கொள்ளவில்லை. ஆற்றுக்குப் போய்க் காலைக் கடன்களை முடித்து வருகிறேன். அதுவரை, தலையையும் கழுத்தையும் பத்திரமாக வைத்துக்கொள், சரிதானே?"

அவளுடைய மறுமொழியையும் எதிர்பாராமல், தோளில் சாத்திய கோடாரியுடன் கிளம்பினான் சிரகாரி.

4

அகலிகை அங்கேயே நின்றுகொண்டிருந்தாள். அறிவின் அமைதியுடன் காளையைப்போல் கம்பீரமாய்ச் செல்லும் சிரகாரியைப் பார்த்தபடி நின்றாள். ஒருகணம் அவளுடைய தாய்மை சிறிது பூரித்தது. மறுகணமே கருகியது. அவளுடைய உள்ளம் விதைப்பதற்கும் முளைப்பதற்கும் தளிர்ப்பதற்கும் வளர்வதற்கும் பல்கிப் பெருகுவதற்கும் தகுதியற்ற பாலை ஆகிவிட்டது. வெறும் பாழாகிவிட்டது.

5

ஆற்றை நோக்கி நடந்த சிரகாரி சிரித்தான்.

அத்தி பூத்தாற்போல், அன்னையும் பிதாவும் மன வேற்றுமைப் பட்டுப் பிணங்குவதை அவன் அறிவான். ஆனால், அந்தப் பிணக்கு, கழுத்தை வெட்டிக்கொள்ளும் அளவுக்கு வளர்ந்து அவனிடம் கோடாரியோடு வந்தது வியப்புதான். நேற்றுவரை அன்றில் இணைபோல் அறம் வளர்த்தவர்கள், இன்று இத்தனை வேகப்படும்படி என்னதான் நடந்தது?

‘இருட்டறையில் கண்மூடித் தூங்கும் கறுப்புப் பூனையை, ஏன் தேட வேண்டும்? எல்லாம் தானாக அம்பலத்திற்கு வருகிறது!’ என்று அவன் சமாதானம் செய்துகொண்டான்!

“சிரகாரி!”

திரும்பிப் பார்த்தான். குளிரால் நடுங்குகிறவன்போல், கழுத்து முதல் கால் வரையில் சரீரத்தை இறுக்கிப் போர்த்துக்கொண்டு, மற்றோர் ஒற்றையடிப்பாதை வழியாக வந்தான் இந்திரன்.

“தேவராஜனா? இந்நேரத்தில் எங்கே புறப்பட்டாய்? வெயில் ஊசிபோல் குத்துகிறது. உடம்பை இப்படிப் போர்த்தியிருக்கிறாயே!”

ரிஷி குமாரன் தன்னை ஏளனம் செய்கிறானோ என்று நினைத்தான் தேவன். செய்தாலும் தவறு ஒன்றும் இல்லையே! கௌதமர் போன்று சிரகாரி ரௌத்திராகாரமான சினம் கொள்ளமாட்டான் என்ற ரகசியம் அறிந்து அவனிடம் துணிந்து வந்த இந்திரன் தைரியமாகவே பேசினான்.

“சிரகாரி, உடலை மூடிக்கொள்ளும் நிலையில் என்னை வைத்து விட்டார் உன் தந்தையார்.”

“என் தந்தையார், வெயிலுக்கு உடம்பைப் போர்த்துக்கொள்ளச் சொன்னாரா!”

“இல்லை; நேற்று நான் அவர் அதிதியாக இருந்தேன்.”

“அதிதிக்கு அவர் போர்வை பரிசளித்தாராக்கும்!”

“இல்லை. உன்னிடம் சொல்லவே எனக்குப் பயமாகயிருக்கிறது. என்னைக் காப்பதாய் உறுதி கூறினால், நான் எல்லாவற்றையும் கூறுகிறேன்.”

“தேவர்களின் அரசனை நான் காப்பதா! அப்படி உனக்கு என்ன நேர்ந்துவிட்டது?”

“முதலில் எனக்கு வாக்குறுதி வேண்டும்!”

“அபயம் என்று அண்டியவரை ஆதரிப்பது மனித தர்மம். அதற்கு வாக்குறுதி தேவையில்லை. விஷயத்தைச் சொல்.”

புகையைக் கண்ட சிரகாரி, நெருப்பும் இருக்கும் என்று ஊகித்தான்.

இருவரும், வெயில் எட்டமுடியாத நிழலில் அமர்ந்தனர்.

“ஆரம்பத்திலிருந்தே எல்லாவற்றையும் சொல்கிறேன். பொறுமையாய்க் கேட்டு என்னைக் காத்தருளவேண்டும்” என்றான் கபடி.

“எனக்கு அவசரம் இல்லை” என்றான் நிஷ்கபடி.

பழைய கதையைக் கூறினான் இந்திரன். பிரம்மதேவர், எழிலை ஏந்திழையாகப் படைத்து அகலிகை என்று அடையாளமிட்டு வளர்த்ததையும், இந்திரன் அவளைத் தன் மறுவுயிராய்க் காதலித்ததையும் அவளுக்கு மணப்பருவம் வந்தபோது, “மூவுலகும் சுற்றி முன் வருவோனுக்கே அகலிகை மாலையிடுவாள்” என்று நான்முகன் விதி ஒன்று ஏற்படுத்தியதையும், அவன் உலகங்களை வலம் வரப் புறப்பட்ட பின், காமதேனுவைச் சுற்றிச்

சூழ்ச்சியால் அகலிகையைக் கௌதமர் மணந்ததையும் சுருக்கமாக அவன் உரைத்தான்.

"இந்தப் பழைய கதை எனக்குத் தெரியும். சொல்லின் பொருள் நயம் அறியாத நீ போட்டியில் தோற்றாய்! அதனால் என்ன இப்போது?"

"சிரகாரி நீ பிரம்மச்சாரி. மன்மதனின் கணைகளுக்கு நீ இன்னும் இலக்கு ஆகவில்லை. ஆகையால் சுளுவாகப் பேசிவிட்டாய். அகலிகையை இழந்ததால் நான் தவித்த தவிப்பை, உன்னால் கற்பனை செய்ய முடியவில்லை!"

"நீ தவித்திருக்கலாம். அது அர்த்தமற்ற தவிப்பு! அதிக்கிரமமானது. இந்திராணியும் அப்சரசுகளும் உன் இச்சையின் ஏவலுக்குக் காத்திருக்க, நீ ரிஷி பத்தினியை எண்ணி ஏங்கியது அநீதம்."

"நீதமோ அநீதமோ, நான் தவித்தேன். என் மனையை அலங்கரித்து எனக்குச் சுகம் அளிக்க வேண்டியவள், ஆசிரமத்தில் ரிஷிபத்தினியாக இருக்கிறாள் என்ற நினைப்பு என்னைப் பொசுக்கியது."

"உன் இயற்கைதானே அது? கிடைக்காத பொருளுக்காக ஏங்குவதும், பிறகு அதனால் துன்பப்படுவதும் – இதுதானே உன் சரித்திரம்?"

"இருக்கலாம். ஆனால், உன் தந்தையின் வஞ்சனை என்னை வதைத்தது. அகலிகையை என்னால் மறக்க முடியவில்லை."

சசிநாதன் சற்றுத் தயங்கினான். சிரகாரியின் முகத்தைக் கூர்ந்து பார்த்தான்; அந்த முகத்தில் துளியும் சலனம் இல்லாததைக் கண்டு, தெம்புடன் மறுபடியும் பேசத் தொடங்கினான்.

"நேற்று எனக்கு ஒரு சபலம் தட்டியது. என் கெட்ட வேளைதான், அந்தச் சபலமாக வந்தது. அவளை அங்கிருந்து பார்த்து ஒருநாளாவது மகிழ்வோமே என்ற எண்ணத்தோடு, உன் தந்தையின் ஆசிரமத்திற்கு அந்தணர் வேடம் தாங்கி அதிதியாகப் போனேன். அவரும் அவளும் என்னை மனப்பூர்வமாக உபசரித்தார்கள். அவர்கள் என்னைக் கண்டுகொள்ளவில்லை. மனமொத்த தம்பதிகளாய் அவர்கள் வாழ்வதைக் கண்டு மகிழ்ச்சியடைந்தேன். என் உலகத்தில் இருப்பதைவிட, ரிஷிபத்தினியாக இருப்பதால்தான் அகலிகை சோபிக்க முடிகிறது என்றுகூட நினைத்தேன்."

"பரவாயில்லையே! உனக்குக்கூட இவ்வளவு தர்ம புத்தி இருக்கிறதே!"

குள்ள மனமும், கள்ள புத்தியும் படைத்த கொடியவன், உள்ளொன்றும் பார்வையால் சிரகாரியைப் பார்த்தவாறு தன் கதையைத் தொடர்ந்தான்.

"அந்த உயரிய தம்பதிகளின் சத்காரத்தால் உவகைகொண்ட உள்ளத்தோடு இரவு படுத்தேன். நிசிக்குமேல் இருக்கும். மனத்தையும் அறிவையும் மயங்கச் செய்யும் ஒரு கனவு கண்டு விழித்தேன். இளவேனிலின் எழில் பூர்ணிமை நிலாவில் மாறியாடுவதைக் கண்டேன். மலர்களின் சுகந்தம் நாசியை நிறைத்தது. இரவின் மோன இசை என்னைக் கிறுகிறுக்கச் செய்தது. என் மனதில் பழைய தவிப்பு முளைவிட்டுத் தலை தூக்கியது.

அன்னம் இட்ட வீட்டில் அநாசாரம், அபசாரம் கூடாது – கூடாது என்று மனத்தைத் தேற்றிப் பார்த்துத் தோற்றுவிட்டேன். உறவாடிக் கெடுக்கும் என் சகாக்களான மாரனும் வசந்தனும் மறைவிலிருந்து என்னைத் தங்கள் சதிக்கு உடந்தை ஆக்கிக்கொண்டதை உணர்ந்தேன். பாவிகள்! தூங்க முயன்றேன், முடியவில்லை. எழுந்து ஓட முயன்றேன், முடியவில்லை. கால்கள் ஆசிரமத்தையே நாடின. கண்களை மூடியபடி கிடந்தேன். நிலவு வெளிச்சத்தைக் கண்டு, விடிந்ததென எண்ணிச் சில காகங்கள் கரைந்தன. அந்தச் சண்டாளர்கள் மதனனும் வசந்தனுந்தான் காகங்களைப்போல் கரைந்தார்களோ என்னவோ! எப்படி நேர்ந்தது என்று எனக்குத் தெரியாது. இப்போதும் புரியவில்லை. சேவலைப் போல் நானும் குரல் கொடுத்தேன், மூன்றுமுறை. சிறிது நேரத்தில் கௌதமர் வெளியில் வந்தார். விடிந்ததாய் நிச்சயப்படுத்திக்கொண்டு, ஆற்றுக்குக் கிளம்பிவிட்டார்.”

“பாவி, பிறகு என்ன செய்தாய்? சீக்கிரம் சொல்!”

“பிறகு, நான் தயங்கினேன். மன்மதன் தூண்டினான். வசந்தன் உசுப்பினான். நான் மதிமயங்கினேன். கௌதமரைப் போலவே உருத்தாங்கி ஆசிரமத்தில் புகுந்து ஐயோ, கணவர்தாம் என்று நம்பும்படியும் செய்து...”

“போதும், போதும், நிறுத்து!” என்று கூக்குரலிட்டான் சிரகாரி. அச்சமுற்ற இந்திரன் வாயடைத்துப் போனான். சினமறியாத சிரகாரி, இவ்வளவு சினம் கொள்வான் என அவன் எதிர்பார்க்கவில்லை.

அன்னையின் கற்பை அபகரித்த அதமன், தன்னிடமே அந்தக் கதையைக் கூறத் துணிந்த துணிவைக் கண்ட சிரகாரி சினமுற்றான். காலையில் நடந்த நிகழ்ச்சிகளோடு இந்திரன் சொன்னதையும் முடிச்சிட்ட அவனுக்குத் தந்தையின் பரபரப்பும் தாயின் வேதனையும் விளங்கின. அவர்களுடைய அழகிய இல்லத்தில் வெந்தழலிட்ட காமுகனை, வெறுப்புடன் நோக்கினான்.

இருவரும் மௌனத்தில் தவித்தனர்.

தந்தையின் சாபத்தோடு தனயனின் சாபமும் சேர்ந்துவிடுமோ என்று உள்ளுக்குள் பயந்த இந்திரன் கண்ணீர் தாங்கும் விழிகளோடு சிரகாரியைப் பார்த்தான். கௌதமரைப்போல், சினத்தால் சிரகாரியின் முகம் கறுக்கவில்லை. கண்கள் சிவக்கவில்லை. அவன் படபடப்பும் கொள்ளவில்லை. அவன் சினத்தில் ஒரு நிதானம் ஒரு நெறி இருந்ததையும், சினத்தை, விஷம் விழுங்கிய நீலகண்டனைப்போல் அவன் தன் தொண்டைக்குள் அடக்கிக்கொள்வதையும் இந்திரன் கவனித்தான். சற்று ஆறுதல் அடைந்தான். பேசுவதற்கு வாயும் பெற்றான்.

“சிரகாரி, நான் குற்றவாளி என்று நீயும் நினைக்கிறாயா? உணர்ச்சிவசப் பட்டு ஒரு முடிவு சொல்லக்கூடாது. உறவும் சுற்றமும் பார்த்து ஒரு நியாயம் வகுக்கக் கூடாது. உன்னைத் தூங்குமூஞ்சி என்றும், சோம்பேறி என்றும், தாமதித்துக் காரியங்களைச் செய்கிறவன் என்றும் ஜனங்கள் சொல்கிறார்கள். ஆனால், எனக்குத் தெரியும்; எந்தக் காரியத்தையும் நீ ஆழ்ந்து ஆலோசித்துச் செய்கிறவன். நீயே சொல், நான் குற்றவாளி என்றால், மாரனும், வசந்தனும் குற்றவாளிகள்தாம். அப்படி இருக்க, அவர் என்னைச் சபித்தது நியாயமா?”

“உன்னை அவர் சபித்தாரா?”

“ஆம்” என்ற இந்திரன், ஒருகையால் தன் இமையா விழிகளைப் பொத்திக்கொண்டு, மறுகையால் போர்வையை நீக்கித் தன் உடலைக் காண்பித்தான். “ஆயிரம் கண்கள் உள்ள இந்த உடலைத் தேவலோகத்தில் எப்படிக் காட்டுவேன்? சிரகாரி, என்னைக் காப்பாற்று!”

அவன் உறுதியாகப் பிடித்துக்கொண்ட கால்களை விடுவித்துக் கொண்டு, சிரகாரி சொன்னான். “நீ செய்த குற்றத்தைப் பிறர் மீது ஏற்றிவிட்டுத் தப்ப முயலுகிறாய். தேவன் என்பதால், உனக்குத் தர்மம் மாறுபடுமா? உன் வினை என் தோள்மீது கோடாரியாக அமர்ந்திருக்கிறது. என் தாயைச் சிரச்சேதம் செய்யும்படி தந்தையார் எனக்குக் கட்டளை இட்டிருக்கிறார்.”

இந்திரன் திடுக்கிட்டான்: “ஏன், அந்தப் பேதை என்ன செய்தாள்? அவளை எதற்காகச் சிரசேதம் செய்வது? இது என்ன அக்கிரமம்!”

“அதைப் பற்றி, உனக்கு என்ன கவலை? நீ மூட்டிய தீ எங்கெங்கோ பாய்ந்து தர்மத்தையே சூழ்ந்துவிட்டது. நீயோ சாமர்த்தியமாகப் பேசிக் குற்றவாளி அல்ல என்கிறாய்.”

தன் ஆயுதமான இடி, திருப்பி ஏவப்பட்டுத் தன் தலைமீதே விழுவது போல் தோன்றியது இந்திரனுக்கு. தலைகுனிந்தான்.

“இந்திரா! நீ போ. தேவன் என்று பெயர் கொண்டதால் மட்டும் நீ மனிதரைவிட உயர்ந்தவன் ஆகிவிடவில்லை. என் தந்தையாரின் முன்னிலையில் நீ ஒரு புழு. புழுக்கடியால் பரவுகிற விஷத்தை இறக்குவதற்கு முயலாமல், ஓடிவிட்ட புழுவை யாராவது தேடிப் போவார்களோ? நீ போ! உன்னைத் தண்டிக்க வேண்டிய பொறுப்பு, தர்மத்தைச் சேர்ந்தது. உன்னை அவர் தண்டிக்க முற்பட்டதே தவறு. போ, போ, உனக்காக நான் அவரிடம் மன்னிப்புக் கோருகிறேன்.”

இந்திரன் வந்த காரியம் வெற்றியுடன் முடிந்துவிட்டது. ஆனால் அவனுக்குத் திருப்தியோ மகிழ்ச்சியோ ஏற்படவில்லை. அகலிகையின் கதையைப் பற்றிய துயரத்தையும் மூட்டை கட்டிக்கொண்டு, ஒன்றும் பேசத் தோன்றாதவனாய் அந்த இடத்தைவிட்டு அகன்றான்.

6

இருட்டறையில் கறுப்புப் பூனையை எதிர்பார்த்தான் சிரகாரி. ஆனால், அதிலிருந்து ஒரு கரும்பூதமே வெளிவந்தது; அவன் தோள்மீதிருந்த கோடாரியில் அது புகுந்துகொண்டது.

கோடாரி கனத்தது. தோள்மாற்றித் தோள் சாத்திக்கொண்டான். பெருஞ்சுமையாகவே இருந்தது. அந்தச் சுமை தாங்கமாட்டாமல் சிரகாரி தவித்தான்; தத்தளித்தான்; ஆனால் அவன் தடுமாறவில்லை.

இருளில் ஒளிந்து இந்திரன் செய்த கபடத்தால், அகலிகையின் தர்மம் நொந்தது. கௌதமரின் தர்மம் குழம்பியது; சிரகாரியின் தர்மம் சிக்கலடைந்தது. தர்மத்தின் சிக்கலை உடைக்க, அந்தக் கோடாரி பயன்படுமா? அல்லது சிக்கலோடு தர்மத்தையும் உடைத்துவிடுமா? மரம் வெட்டுவதற்காகத் தோன்றிய கோடாரி சிரம் வெட்டினால், அது அறம் பிளக்கும் கோடாரி ஆகாதோ?

முழு மரத்தையே சுமக்கும் வலிமை படைத்த சிரகாரி, அந்தக் கோடாரியின் சுமையால், ஆற்றங்கரையை அடைவதற்குள் இளைத்து விட்டான்.

ஆழ்ந்து நிறைந்த அறிவின் அமைதியையும் தெளிவையும் பிரதிபலிப்பதுபோல் இரு கரைகளையும் முட்டிக்கொண்டு நதி பிரவகித்தது. சுற்றிச் சுழன்று சுழற்றிச் செருகி மறையும் சுழல்களைப் பார்த்துக் கொண்டே நின்றான் சிரகாரி. அவன் சிந்தனை சுழன்றது. காலைக் கடன்களை மறந்தான். காலத்தையே மறந்தான். பூதம் புகுந்த கோடாரியைத் தரையில் எறிந்தான். நதித் தீரத்தில் அமர்ந்தான்.

அவன் அமரவில்லை. அவன் உடல் அமர்ந்தது. அவனோ சிந்தனை வனாந்தரத்தில் வழி புரியாமல் அலைந்தான். என்ன அலைச்சல்! எவ்வளவு கரடுமுரடான நெடும்பாதை!

தந்தை சொல்கிறார் இல்லை; தந்தை ஆணையிடுகிறார். அந்த ஆணையைத் தலைமேல் ஏற்று அதன்படி செய்ய வேண்டியது தனயன் கடமை; தலையாய தர்மம். அவனுடைய உடலுக்கு ஜீவரத்தினம் அளித்த தந்தை ஆணையிடுகிறார். அவனுக்கு உணவளித்து, உடை அளித்து, குருவாய் நின்று கல்வி அளித்து, கடமையைப் போதித்து, அவனை ஒரு மனிதனாய் உருவாக்கிய தந்தையின் ஆணை அது. தந்தையால்தான் இகம், தந்தையால்தான் பரம்; தந்தையே தெய்வம்; தந்தையே சொர்க்கம்; தந்தை சொல் துறந்தார்க்கு அங்குமில்லை இங்குமில்லை என்பது மறையின் கூற்று, ஆம், அது மகத்தான கூற்று.

பெண் அபலை; தன்னைக் காத்துக்கொள்ள வலுவற்றவள். உயிர்களிலும் பெண்ணுயிரை வாங்குவது அற்பத்திலும் அதமமான பாதகம். தந்தை ஒரு பெண்ணை வெட்டச் சொல்கிறார். வெட்டி விடலாம். தந்தை சொல்லுக்கு மீறிய மந்திரம் இல்லை; மறையும் இல்லை. ஆனால், அந்தப் பெண் அவனுடைய தாய்.

சத்தியம் அவனை நோக்கிச் சிரித்தது. எள்ளி நகையாடியது. தர்மமோ தவித்தது. தாயை வெட்டுவதா? அரசு சுற்றியும் நோற்றும் மகவு வேண்டிய அன்னையைக் கோடாரியால் பிளப்பதா?... அரசிலையில் ஏந்தி ஆலிலையில் ஏற்றுக் கருவூரில் அரசென் அரண் அமைத்துக் காத்து, தான் உண்ணும் உணவையும் உயிர்ச் சத்தையும் விண்டு உந்திக் கருவுக்களித்து உதரத்தில் உதைகளை ஏற்று, தாங்கமுடியாத நோவைத் தாங்கித் தன் உடலைத் தானே பிளந்துகொண்டு ஒரு மனித உயிராய் அவனை உலகிற்குத் தன் உடல் சத்தையும் வாழையடி வாழையாக வருகின்ற ஞானத்தையும் அமுதமாக்கி ஊட்டிய அன்னையை வெட்டிச் சாய்ப்பதா? இரவைப் பகலாக்கி, பகலையும் விழிப்பாக்கி, தனக்கென ஓர் இன்பம் கொள்ளாமல், அவன் சிரிக்கத் தான் சிரித்து, இமையென்று அவனைக் காத்தவள் அல்லவா அவள்? அவன் செய்யும் ஆயிரம் குற்றங்களையும் எண்ணாமல் மறந்து, மறைத்து அன்புடன் அரவணைத்துக்கொள்ளும் அன்னையை, அவன் உயர்ந்தான் என்பதைக் கேட்டே தான் உயரும் அம்மையை வெட்டுவதா? கோடாரி கொண்டு பிளப்பதா? மறை அதை அனுமதிக்கிறதா? அனுமதித்தால் அது மறை ஆகுமா?

தரையில் கிடந்த கோடாரியைச் சிரகாரி தூக்கினான். அது கனத்தது. அதற்குள் புகுந்த பூதம் அட்டகாசம் செய்து சிரித்தது. அதைத் தூக்கி எறிந்தான்.

சிரகாரியின் தலை ஆடியது; நிலைகுலைந்தான்; சிரிக்கத் தொடங்கினான். தன் அறிவின் அறியாமையை எண்ணிச் சிரித்தான். தனக்கு வழி தென்படவில்லை என்பதனால் சிரித்தான்.

நதி சிரித்தது. அறிவின் ஆழத்தையும், நிறைவையும் பிரதிபலிக்கும் நதி சிரித்தது. நதியின் சுழல் சிரித்தது. அறத்தின் கரை உடையாமல் காக்கும் அறிவைப்போல், ஆற்றின் கரையைக் காக்கும் நாணல் சிரித்தது.

நதி அவனை அழித்தது; அந்தரங்கத்தில் அவனை அழைத்துச் சென்று அவனுடைய தர்மசங்கடத்திற்குப் பதில் அளிப்பதற்காக அவனை அன்புடன் அழைத்தது அவன் குதித்தான். குதித்தவன், மணலைத் தொட்டு, மேற்பரப்புக்கு வந்து, வெள்ளத்தோடு சென்று எதிர்த்து முன்னேறி, மறுகரை தொட்டு, இக்கரை பாய்ந்து விளையாடினான். நதியன்னை அகமகிழ்ந்தாள்; அவனை அரவணைத்தாள். அவளுடைய தழுவலிலே அவனுடைய உடல் வலி குறைந்தது. உள்ளத்து வேதனை ஓய்ந்தது.

கரையேறிய சிரகாரி, புதிதாய்ப் பிறந்த சிசு அலம்பப் பெற்றதும் தோன்றுவதுபோல் அவ்வளவு தூய்மையாக இருந்தான்! அவனுடைய முகத்தில் ஒளி; கண்களில் ஒளி; ஏனைய புலன்கள் நான்கும் தங்கள் சக்தி முழுவதையும் நோக்கும் புலனுக்கே அளித்துவிட்டனவோ என்னும்படி அவன் கண்கள் பிரகாசித்தன.

7

சிரகாரி சிரித்தான்.

கௌதமர் சீறினார்; தரையை உதைத்துக் கட்டளை இட்டார். “போ, அந்தச் சண்டாளியைச் சிரச்சேதம் செய்!”

சூரியனுக்கு வெம்மையும், நீருக்குத் தண்மையும் எப்படி இயற்கையோ, அப்படியே மாரனுக்கும் வசந்தனுக்கும் காமத்தைத் தூண்டும் தொழில் இயற்கை; அவர்களுடைய கருவியாக இழிசெயலாற்றுவது இந்திரன் இயற்கை. இம்மூவரும் சேருமிடத்தில் ஒரு நெறி இராது. அங்கு ஒழுக்கத்திற்கு இடமில்லை. அவர்களைத் தூரத்தில் இருத்தி உபசரிக்க வேண்டிய ஜாக்கிரதை ஒவ்வொரு கிருகஸ்தனுக்கும் அவசியம். அந்த ஜாக்கிரதையைக் கௌதமர் ஏன் இழந்தார்? காகம் பொய்யாய்க் கரைந்ததையும் பொய்ச் சேவல் கூவியதையும் கேட்டு அவரே ஏமாந்த போது, பொய்யுருவைத் தன் கணவன் என்று அந்தப் பேதை ஏமாந்தத்தில் வியப்பில்லையே! இருட்டில் அவளுக்கு இழைக்கப்பட்ட கொடுமை, அவளுடைய குற்றம் ஆகிவிடுமா? அபலையைக் காக்கும் கடனுள்ள கௌதமர்தாம் தம் கடமையில் தவறிவிட்டார்.

“மனித உணர்ச்சிகளைப் பகடை உருட்டி, உலகைச் சதுரங்கம் ஆடுகின்ற மகாசக்திக்குக் கௌதமரும் ஆளாகிவிட்டார். அவர் பெரியவர்தாம். ஆனால், சத்தியமும் தர்மமும் செய்த சோதனையில் அவர் தவறிவிட்டார்.

வீழ்ந்துவிட்டார். பாவம்! வீழ்ச்சியுற்ற கௌதமரின் ஏவலுக்குப் பணிந்து, நான் ஏன் அறம் கொல்லவேண்டும்?"

தனக்குள் சர்ச்சை செய்து தர்மத்தின் சிக்கலை அவிழ்த்த சிரகாரி, சர்ச்சையற்ற மோனத்தில் ஆழ்ந்து நீண்ட காலம் கிடந்தான்.

சுயவுணர்வு வரப்பெற்ற சிரகாரி, தரையில் கிடந்த கோடாரியை எடுத்தான்.

"ஆழ்ந்த வேரோடி, கிளைகளும் துணைக்கிளைகளுமாய் பரந்து உயர்ந்து வளர்ந்துள்ள தர்மம் என்னும் விருட்சத்திலும், அவ்வப்போது வேண்டாத கிளைகளையும் காய்ந்த இலைகளையும் செகுத்துத் தள்ள வேண்டியது அவசியம்தான். ஆனால், அதற்கு இந்த இரும்புக் கோடாரி பயன்படாது. ஞானம் என்னும் உலோகத்தில் செய்த கோடாரிதான் அதற்குத் தேவை!" என்று சொல்லிக்கொண்டே, அந்தக் கோடாரியை ஆற்றில் எறிந்தான் அவன்.

கோடாரி தொலைந்ததும், பெருஞ்சுமையைத் தலையிலிருந்து இறக்கிய ஆறுதல், அவனுக்கு உண்டாயிற்று. மகிழ்ச்சி கொண்டான்.

"சரி, இனிக் காலைக் கடன்களை முடித்துக்கொள்ளலாம்" என்று சோம்பல் முறித்துக் கண்களைக் கசக்கியவன், தன்னை நிலவின் ஒளி சூழ்ந்திருப்பதையும், பத்து மாதம் சுமந்து பெற்ற அன்னைபோல் நதி அசதியாக அசைவற்றுக் கிடப்பதையும் கண்டான். ஆகாயத்தில் சந்திரன் ஓடம்போல் ஓடிக்கொண்டிருந்தது. 'நேற்றுப் பௌர்ணமி. பிரதமைச் சந்திரன் இவ்வளவு தேயக் காரணம் என்ன?' என்று அவனுக்கு வியப்பாக இருந்தது.

இரவென்றதும் அவனுக்கும் அசதி உண்டாகிவிட்டது. 'அன்னைகளுக்கு எல்லாம் அன்னை நித்திராதேவிதான். அவளுடைய தழுவல் எவ்வளவு இன்பம் பயக்கிறது! நித்திராதேவி வாழ்க!' என்று வாழ்த்தியவாறு, நதிக்கரையிலேயே வெண்மணலில் இடது கரத்தைத் தலையணையாக்கிப் படுத்தவன், சிறிது நேரத்தில் நன்றாய்த் தூங்கிவிட்டான்.

8

கௌதமர் விழித்தார்.

அகலிகையை வெட்டும்படி அவர் கட்டளை இட்டபோதே அவர் நிலைகுலைந்துவிட்டார். பொறாமை உடும்புப்பிடியாக அவரைப் பிடித்திருந்தது; சினம் அவரைக் காலால் உதைத்தது. அகலிகை தன் மனைவி என்பதையே அவர் மறக்க விரும்பினார். தம் வாழ்க்கையில் நிழலிட்டு அவள் மறைந்தே போனதாக, நிச்சயம் செய்துகொள்ள முயன்றார். கானகத்தில் ஒரு குறிப்பற்று அலைந்து திரிந்துகொண்டிருந்தார்.

காலத்தோடு அவருடைய சினம் ஆறியது. பொறாமை தன் பிடியைச் சற்றே தளர்த்திற்று. மனைவியான அகலிகையோடு அவர் வாழ்ந்த காலம், முழு வைபவத்தோடு அவர் முன்னிலையில் வந்து நின்றது.

அகலிகை அவர் வாழ்க்கையில் அழகைக் கொண்டுவந்தாள். வைராக்கியமும் சௌந்தரியமும் சேர்ந்து கலந்த அவர்கள் வாழ்க்கை,

எவ்வளவு ரம்மியமாக இருந்தது! பசுவை வலம்வந்து அவர் அவள் கைப்பிடித்த நாள் முதல் இன்றுவரை, அவள் அன்பில் தளர்ச்சி ஏற்பட்டதில்லை. அவர் மனம் கோண அவள் முகம் கோணியதில்லை. முகம் நோக்கியே அவர் விருப்பறிந்து, விருப்பின்படி ஏவல் புரிந்த சகதர்மிணி அல்லவா அவள்? அவருடைய உடலின் ஒரு பகுதியாக, அவருக்குக் கைகளும் கால்களுமாய் உழைத்து அவருடன் அறம் வளர்த்த தர்மபத்தினி அவள்.

அவளைச் சிரச்சேதம் செய்யும்படி அவர் கட்டளை இட்டார்; ஏனோ? அற்பன் ஒருவன் வஞ்சனையால் அவள் கற்பைக் கவர்ந்தான்; அவள் தர்மம் இழுக்குற்றது என்னவோ உண்மைதான். எனினும், அறியாமையில் நேர்ந்த அந்தப் பிழைக்காக, அவள் உயிரை வாங்குவது எப்படி நியாயமாகும்?

"கோபத்தில் கல்விநெறி இல்லாத காட்டுமனிதனைப்போல் (நானும் காட்டில்தானே வசிக்கிறேன்?) நடந்துவிட்டேன். இந்நேரம், சிரகாரி அவளுடைய தலையைப் பிளந்திருப்பான்..."

கௌதமரின் கண்களில் நீர்கூட அரும்பியது. "பாவம் அகலிகை" என்று கழிவிரக்கம் கொண்டார்; எனக்குத் தெரியாமல் எனக்குள் இந்த ரத்தவெறி இருந்தது ஆச்சரியந்தான்!"

மறுபடியும் அவருக்கு ஒரு சந்தேகம் உண்டாயிற்று; "தீர்க்கமாய் ஆலோசித்த பின்னரே சிரகாரி, எந்தக் காரியத்தையும் செய்வான். அறம் அறிந்த அறிவாளி; ஒருவேளை, தர்மசங்கடமுற்று அவளை வெட்டாமலிருக்கலாம்."

அவனைச் சந்திக்கவேண்டும் என்ற பரபரப்போடு விரைந்தார் கௌதமர்.

9

வழியில் ஆற்றங்கரை வெண்மணலில் கண்ணயர்ந்து கொண்டிருந்த சிரகாரியைக் கண்ட கௌதமர் அச்சமுற்றார். தாயின் தலையை வெட்டிய துயரம் தாளாமல் நதித் தீரத்தில் சாய்ந்துவிட்டானோ என்னவோ?

அருகில் சென்று கூப்பிட்டார். அவன் அசையவில்லை. தூக்கத்தில் சிரித்தான். சிரித்துக்கொண்டே தூங்கினான். 'தாயைக் கொன்றதால், இவன் புத்தி பேதலித்திருக்கலாம்' என்று நினைத்தார் கௌதமர்.

அவனைத் தட்டிப் புரட்டி எழுப்பினார். "என்ன செய்தாய் சிரகாரி?" என்றார் பதறிக்கொண்டே.

தந்தையைக் கண்டதும், அவனுடைய தூக்கக் கலக்கம், நன்றாய்த் தெளிந்துவிட்டது. அவர் கட்டளையை அவன் நிறைவேற்றவில்லை; அதற்காக அவர் சினம் கொள்ளலாம். அந்தச் சினத்தின் விளைவுகளை ஏற்கத் தனக்குள் நிமிர்ந்து நின்றான்.

"கோடாரியை ஆற்றில் எறிந்துவிட்டேன்" என்றான் அமைதியாக.

"அப்படியானால் – அவளைச் சிரச்சேதம் செய்துவிட்டாயா?"

"என்னை மன்னிக்கவேண்டும். நான் செய்யவில்லை. அப்படிச் செய்வதும் தவறு, செய்யச் சொன்னதும் தவறு என்று தீர்மானித்துவிட்டேன்."

"உண்மையாகவா!" என்று மைந்தனை ஆலிங்கனம் செய்துகொண்டார் கௌதமர். "சிரகாரி, நீ சிரஞ்சீவி. நீ அகலிகையின் உயிரை மட்டும் காக்கவில்லை. என் தர்மத்தையும் காப்பாற்றினாய். ஆத்திரத்தில் நான் ஆணையிட்டது தவறு!"

சிரகாரி மகிழ்வுற்றான்.

"வா, போவோம். பொழுது விடிவதற்குள் ஆசிரமத்தை அடைந்துவிட வேண்டும். ஏழு நாளாய் அவள் என்ன அவஸ்தைப்படுகிறாளோ?"

"ஏழு நாளா?" என்றான் சிரகாரி வியப்புடன்.

"பொழுது விடிந்தால் அஷ்டமி. அதுகூடத் தெரியவில்லையா உனக்கு? சரி கிளம்பு"

"ஏழு நாட்கள் எப்படிக் கழிந்தன? எத்தனை நாட்கள் யோசித்தேன்? எத்தனை நாட்கள் தூங்கினேன்? ஒன்றும் புரியவில்லை! சரி, காலம் என்பதே ஒரு பொய்க் கணக்குத்தானே?" என்று தனக்குள் ஆச்சரியப்பட்டுக் கொண்டே, தந்தையைத் தொடர்ந்தான் சிரகாரி.

10

ஆசிரமம் நெருங்க நெருங்கக் கௌதமரின் சிந்தனை சகதியாகத் தொடங்கியது.

அகலிகையின் மனம் மாசுறவில்லை என்பது உண்மைதான். ஆனால், அவள் இந்திரனால் தீண்டப்பெற்ற களங்கம் உடையவள்தானே? அவளை அவர் ஏற்பது எப்படி? அவர் உள்ளம் அருவெறுத்தது; அவளை ஏற்க மறுத்தது. நிச்சயமாய், நிர்த்தாட்சண்யமாய் மறுத்தது.

இருவரும் ஆசிரமத்தை அடைந்தபோது அருணோதயம் ஆகிவிட்டது.

ஆசிரமம் திறந்துகிடந்தது. பரபரப்புடன் உள்ளே சென்றார்கள். உயிரற்ற உடல் அழுகிக்கிடப்பதைப்போல, ஆசிரமம் அவலட்சணமாய்க் காட்சியளித்தது. அகலிகை அங்கே இல்லை. இருவருக்கும் ஏககாலத்தில் ஒரே திகில் ஏற்பட்டது; அவள் எங்காவது ஆற்றில் குளத்தில் விழுந்து –

"விழுந்திருக்கக்கூடாதா?" என்றுகூட, கௌதமரின் உள்ளம் சற்று ஏங்கியது.

"விழுந்திருப்பாளோ?" என்று சிரகாரியின் உள்ளம் அஞ்சியது.

இருவரும் வெளியில் வந்தனர். ஆசிரமத்துக்கு எதிரில் இருந்த ஆலமரத்தின் அடியில் அகலிகை முடங்கிக்கிடந்தாள்.

"அம்மா!"

அவள் தலைநிமிர்ந்து பார்த்தாள்; எழுந்தாள்; தலைகுனிந்து நின்றாள்.

லோகமாதாவே சோகமுற்று நிற்பதுபோல் தோன்றிய அவளைப் பார்த்ததும் சிரகாரியின் அறிவு பண்பட்டு உணர்ச்சி வசப்பட்டது. தொண்டையில் தடைப்படும் குரலுடன், "அம்மா" என்று கூவிக் கொண்டே அவள் காலடியில் விழுந்தான்.

கௌதமர் அகலிகையைப் பார்த்தார்.

அவளுக்குப் பின்னால் அந்தக் கயவனும் நிற்பதுபோல, அவர் கண்களுக்கு ஏனோ தோன்றியது!

"அகலிகை, நீ மனமறிந்து ஒரு குற்றமும் செய்யவில்லை. நான் ஆத்திரப்பட்டு உன்னை வெட்டச் சொல்லிவிட்டேன். உன் களங்கம் அகலும்வரையில், நான் தீர்த்த யாத்திரை போய் வருகிறேன். வரட்டுமா?"

அகலிகை, குனிந்த தலை நிமிரவில்லை; வாய் திறந்து பேசவும் இல்லை. அவள் வெட்கிவிட்டாள். தர்மத்தை நினைத்து வெட்கினாள். மனிதப் பிறவியாக இருக்க நேர்ந்த கொடுமையை எண்ணி வெட்கினாள். மகா தபஸ்வியான கணவரின் உணர்ச்சி அறிவற்றதைக் கண்டு வெட்கினாள். மகா ஞானியான சிரகாரியின் அறிவு ஏழு நாட்கள் உணர்ச்சி அற்றதற்காக வெட்கினாள். வெட்கம் அவள் உணர்ச்சியை வெட்டியது. வெட்கம் அவள் அறிவை வெட்டியது. வெட்கம் அவள் சிந்தனையை வெட்டியது. அபலை, அபலை, சிலையெனவே நின்றுவிட்டாள்!

அநாதியான அறமே ஆயிரம் கால்களை ஊன்றித் தரையில் நிற்பது போன்று, விழுதுகளைப் பூமியில் புதைத்துக்கொண்டு, சாகோப சாகையாய்ப் பரந்து விரிந்து, வானளாவ உயர்ந்து நின்ற ஆலமரத்தை அடுத்த கிள்ளைகள் வைகறையில் துயில் நீங்கி விழித்து, 'ஸோஹம், ஸோஹம்' என்றும் 'தத்வமஸி தத்வமஸி' என்றும் 'அஹம் ப்ரம், அஹம் ப்ரம்' என்றும் மழலையாடிக் கொண்டிருந்தன!

'கோடரி' என்ற தலைப்பில், *கலைமகளில்* (டிசம்பர் 1953) வெளியானது.

மறுபிரசுரம்: ***தீபம்*, (ஜூன் 1967)**

வியாசர் படைத்த பெண்மணிகள் (1968)

மறுபிரசுரம்: ***மங்கை*, (ஜூன் 1991)**

அகலிகை முதலிய அழகிகள் (அக்டோபர் 1993)

மறக்க முடியுமா?

"என்ன செட்டியார்வாள், ஒரு மாதிரியாக இருக்கிறீர்கள்? ஏதாவது விசேஷம் உண்டா?" என்று கேட்டுக் கொண்டே குப்புசாமி செட்டியாரின் பக்கத்தில் ஒரு பலகை மீது உட்கார்ந்தேன்.

"வாருங்கள். ஒன்றும் இல்லையே..." என்று செட்டியார் இழுத்த விதத்திலிருந்தே ஏதோ விஷயம் இருக்கிறது என்ற பொருள் தொனித்தது.

குப்புசாமி செட்டியார், எங்கள் வட்டாரத்தில் உள்ள ஒரு பெரிய மளிகைக் கடையின் உரிமையாளர். அவருடைய வாடிக்கைக்காரனான எனக்கும் அவருக்கும் ஏற்பட்ட பரிசயம் நாளடைவில் நெருங்கிய நட்பாகவே மாறிவிட்டது. ஊர்க் காரியங்களுக்காகப் பணவசூல் செய்யும் பொதுநலப் பணியில் நான் அடிக்கடி ஈடுபடுகின்றவன். ராதாகல்யாணம், பஜனை, கதா காலட்சேபம், அரசியல் கூட்டம் – எதற்கும் வசூலுக்குக் கிளம்பும் கோஷ்டியில் நானும் ஒருவனாக இருப்பேன். எப்போது வசூல் புத்தகம் எடுத்துப்போனாலும், முகம் கோணாமல் ஏதாவது எழுதுவார் அவர். சத்விஷயம் நடக்கும் எந்தக் கூட்டத்திலும் தவறாமல் கலந்துகொள்வார். பரம ஆஸ்திகர். முருக பக்தர். பட்டை பட்டையாகத் திருநீறணிந்த நெற்றியுடன்தான், நாள் முழுவதும் காட்சி அளிப்பார். மொத்தத்தில் நல்ல மனசு உடையவர்; கலப்படம் இல்லாத சாமான்கள்தாம் அவர் மளிகையில் கிடைக்கும் என்றால், அவருடைய நல்ல மனசு பற்றி, வேறு என்ன அத்தாட்சி வேண்டும்?

ஓய்ந்த வேளையில் அவர் கடையில் உட்கார்ந்திருப்பேன். வியாபாரம் சுறுசுறுப்பாக இருக்கும்போது, அவருக்குத் துணையாக உதவி செய்வேன். மற்ற நேரங்களில், பரம்பொருள் முதல் பரமாணுவரை, எல்லா விஷயங்களைப் பற்றியும் பேசிக்கொண்டிருப்போம்.

பதினைந்து இருபது நாட்களாய், செட்டியாருடன் ஒரு சாமியாரும் கடைக்கு வரத் தொடங்கினார். அவர் யார், எந்த ஊர் என்பது செட்டியார் உட்பட யாருக்கும் தெரியாது; சந்நியாசிகளின் குலமும் கோத்திரமும் விசாரிக்கவும் முடியாது.

இரண்டு நாட்களாய் அந்தச் சாமியார் செட்டியாருடன் வரவில்லை; செட்டியாரும் முகவாட்டமாக இருந்தார். இரண்டுக்கும் ஏதாவது சம்பந்தம் இருக்குமோ என்பதுதான், என் சந்தேகம்.

"முருகா!" என்று பெருமூச்சுவிட்டுக்கொண்டே, பட்டுப் பையில் வைத்திருந்த திருநீற்றை எடுத்துப் பூசிக்கொண்டார் செட்டியார். அவர் என்னிடம் ஏதோ சொல்ல விரும்புகிறார் என்பதை, அந்தப் பெருமூச்சு எனக்குத் தெரிவித்தது.

"வியாபார விஷயமாக இருந்தால் நான் கேட்கவில்லை" என்றேன்.

"அதெல்லாம் ஒன்றும் இல்லை. தெருவோடு போகிற வண்டியைக் காலில் இழுத்துவிட்டுக் கொண்ட கதை ஆகிவிட்டது."

"என்ன விஷயம்? சாமியார் எங்கே?"

"என்னிடம் சொல்லிக்கொள்ளாமல் எங்கோ கிளம்பிவிட்டார். வேளைக்குத் தக்க புத்திதான் வருகிறது. என்னுடைய கெட்ட காலந்தான், அவரை என்னிடம் கொண்டுவந்து சேர்த்தது."

மத்தியான வேளை. ஆகாயம் மேகமூட்டம் கொண்டு, மழை பிசுபிசுவென்று தூறிக்கொண்டிருந்தது. ஊதல் காற்று வேறு. நான்கு சுவர்களின் பாதுகாப்பில் வாழும் ஜனங்கள் வெளியில் கிளம்புவதற்குத் துணியாதபடி பருவம் இருந்தது. செட்டியார் கடை சோம்பலாக இருந்தது. அவரும் சாவகாசமாக இருந்தார். கதை சொல்கிறவனுக்கு மட்டும் அல்ல கதை கேட்கிறவனுக்கும் சௌகரியமான சூழ்நிலை; கதை எழுதுகிறவனுக்கு மிகவும் ஹிதமான சந்தர்ப்பம்.

"செட்டியார்கள், சாமியாரைப் பற்றிப் பிரமாதமாய் வருணித்தீர்கள். மகான், மகா சக்திமான் என்றெல்லாம் சொன்னீர்கள். இப்போது இப்படிப் பேசுகிறீர்களே?"

"அவர் சக்திமான்தான்; எனக்குச் சந்தேகமே இல்லை. நடந்ததை அப்படியே சொல்லிவிடுகிறேன்; உங்களிடம் சொன்னால் என்ன? யாரிடமாவது சொன்னால்தானே மனசுக்கும் ஆறுதலாயிருக்கும்? ஆனால், நீங்கள் யாரிடமும் சொல்லிவிடக்கூடாது."

"நான் யாரிடம் சொல்லப்போகிறேன்?"

"சாமிக்கு ஆஞ்சநேயஸ்வாமி பிரத்தியட்சம்."

"அவர் முகத்தைப் பார்த்தபோதே, எனக்கும் அப்படித்தான் தோன்றியது. அவர் எப்படி உங்களுக்கு அறிமுகமானார்?"

"இன்றோடு பதினெட்டு நாட்களுக்கு முன், ஒருநாள் மத்தியானம் வீட்டுக்குச் சாப்பிடப் போனேன். திண்ணையில் உட்கார்ந்திருந்த அவர்

என்னைக் கண்டதும், பல நாள் பழகியவர்போல் பக்கத்தில் வந்து, 'செட்டியார், உங்களைத்தான் எதிர்பார்த்துக் கொண்டிருந்தேன்' என்றார். யாரோ யாசகம் கேட்டு வந்த ஆசாமி என்று அலட்சியமாக, 'என்ன செய்ய வேண்டும்?' என்று கேட்டேன். 'இன்றைக்கு உங்கள் வீட்டில் சாப்பிடும்படி ஆஞ்சநேயப் பிரபுவின் கட்டளை' என்றார். இரண்டணாக் காசு கொடுத்தேன்; அவர் வாங்கிக்கொள்ளவில்லை. மிகவும் கோபத்துடன், 'என்னை ஆண்டிப்பயல் என்று நினைத்தீரா? வீட்டில் சோறு போடுகிறீரா, இல்லையா?' என்று அதட்டிக் கேட்டார். அதிகாரப் பிச்சையாக இருக்கிறதே என்று கொஞ்சம் தயங்கினேன். அவருடைய முகத்தின் ஒளி என்னை வசீகரித்தது. எந்தப் புற்றுக்குள் எந்தப் பாம்பு இருக்குமோ, விஷயமில்லாத ஒருவன் இப்படிப் பேசுவானா என்று யோசித்தேன். 'சரி சாமி, உள்ளே வாருங்கள்' என்று வீட்டுக்குள் அழைத்துப் போனேன். ஒரு விருந்தாளிக்கும் சேர்த்து இலை போடும்படி சம்சாரத்திடம் சொல்லிவிட்டுச் சாமியாரிடம் பேச்சுக் கொடுத்தேன்.

"அவர் என் க்ஷேமலாபங்களையும் வியாபார விஷயங்களையும் கேட்டுத் தெரிந்துகொண்டார். அவரைப் பற்றி விசாரித்தேன். இமயம் முதல் குமரி வரை சுற்றி வந்தவர் என்று அவருடைய பேச்சிலிருந்து தெரிந்தது. அவருடைய உபாசனா தெய்வம் மாருதி பகவான் என்பதை அறிந்துகொண்டேன். பத்தே நிமிஷங்களில் இருவரும் மிகவும் சௌஜன்யமாய் மனம்விட்டுப் பேச ஆரம்பித்தோம். இலை போடுவதற்கு இன்னும் கொஞ்ச நேரம் ஆகும் என்று உள்ளேயிருந்து சமிக்ஞை வந்தது. பேச்சை வளர்த்துக்கொண்டே போனேன். திடீரென்று அவர், 'இன்று வெள்ளிக்கிழமை; வெங்கடா லாட்ஜில் ஸ்பெஷல் சாப்பாடு. பாதாம்கீர் போடுவார்கள்; சாப்பிடுவோமா?' என்று கேட்டார். வீட்டில் சாப்பாடு தயாராயிருக்க, ஹோட்டலில் சாப்பிடுவதை நான் விரும்பவில்லை. அவரிடம் சொன்னேன். அவர் சிரித்துக்கொண்டே, 'பாதாம் கீர் மட்டும் சாப்பிடலாமே!' என்றார். யாரையாவது பையனை அனுப்பலாம் என்று எண்ணி எழுந்தேன். அதற்குள் அவர், 'யாரும் வேண்டாம். நானே வாங்கி வருகிறேன். எட்டணாச் சில்லரை எடுங்கள்' என்றார். பணமும் ஒரு பாத்திரமும் கொடுத்தேன். அவர் எழுந்து தெருக் கதவைச் சாத்தினார். பணத்தையும் பாத்திரத்தையும் அலமாரிக்குப் பின்னால் வைத்துவிட்டு, தம் மேல்வேஷ்டியில் முடிந்துவைத்திருந்த கொஞ்சம் அவலையும் ஒரு சூடக் கட்டியையும் எடுத்துச் சூடத்தைக் கொளுத்திவைத்தார்.

"பாதம்கீர் வாங்கிவருவதாய்ச் சொன்ன மனுஷ்யர், ஏதோ பூஜை ஆரம்பித்துவிட்டாரே என்று யோசித்துக்கொண்டிருந்தேன். திடீரென்று அவர் கொர் . . .ர் . . .ர் என்று கத்தத் தொடங்கினார். நான் பயந்து, அவரைப் பார்த்தேன். குரங்கைப்போல் அவர் தம் முகத்தைக் கோணிக் கொண்டிருந்தார். ஐந்து நிமிஷங்கள்; பிறகு அவர் எப்போதும்போல மாறிவிட்டார். 'செட்டியார், பாத்திரம் எடுத்து வாருங்கள்' என்றார். அலமாரிக்குப் பின்னால் போய்ப் பார்த்தால், பாத்திரத்தில் பாதாம்கீர் இருந்தது. பக்கத்தில் வைத்த எட்டணாப் பணமும் காணோம். எனக்கு ஒரே ஆச்சரியமாக இருந்தது."

“நல்ல கதை போங்கள். தெருவிலே பிச்சை எடுக்கிற சில பண்டாரங்கள்கூட இந்த வேலை செய்வார்களே! இந்த வேலை செய்ய ஆஞ்சநேயர் வேண்டாமே!” என்றேன்.

“அதென்னவோ, எனக்குத் தெரியாது. சாமியாரை, ஒரு பெரிய மகானாகவே நினைத்தேன். என்னுடன் கொஞ்சகாலம் தங்கும்படி வேண்டிக்கொண்டேன். முதலில் மறுத்தார். மிகவும் வற்புறுத்தியதன் பேரில் சம்மதித்தார். அவரால் ஆகாத காரியம் ஒன்றுமே இல்லை என்று எனக்குத் தோன்றியது. கார்த்திகையன்று, இங்கிருந்தபடியே, பழனியாண்டிக்கு அர்ச்சனை செய்த பிரசாதங்களை வரவழைத்துக் கொடுத்தார்; பஞ்சாமிர்தமும் வந்தது; ஒரு ரோஜா மாலையைப் பழனிக்கு அனுப்பிவைத்தார். மற்றொரு நாள் ஏதோ நினைத்துக்கொண்டவர், பென்சிலும் நோட்டும் கொடுத்து, என் எதிர்காலம் முழுதும் எழுதித் தரச் சொன்னார். பத்தே நிமிஷங்களில், பதினைந்து பக்கங்களில் ஏட்டுச் சுவடிகளில் இருக்குமே அது மாதிரிப் பொடிப் பொடி எழுத்துக்களில் என் எதிர்காலம் எழுதி வந்தது. மிகவும் சிரமப்பட்டுத்தான் படித்தோம்; ஆனாலும், பல சோதிடர்கள் எனக்குச் சொல்லியிருந்ததை அநுசரித்துத் தான் மாருதி பகவானும் எழுதியிருந்தார்.”

“சரிதான். அப்புறம் என்ன நடந்தது?”

“மாருதி சோதிடத்தில், சமீபத்தில் எனக்கு ஒரு தனயோகம் இருப்பதாகச் சொல்லியிருந்தது. அதைப் பார்த்த சாமியார், ‘செட்டியார், உங்களுடைய நல்ல மனசுக்கு நீங்கள் ஆயுள் உள்ளவரை என்னை மறக்க முடியாதபடி உங்களுக்கு ஏதாவது செய்து கொடுத்தால்தான் எனக்கும் மனசு நிம்மதிப்படும். என்ன செய்யட்டும்?’ என்றார். யோசித்துப் பதில் அளிப்பதாக அவரிடம் சொன்னேன்.

“கடைசியில் ஒரு முடிவு செய்தேன். காரைக்காலிலிருந்து கைக்கடிகாரங்கள், பேனாக்கள் முதலிய சாமான்களைக் கொண்டு வந்தால் என்ன? ரூபாய்க்கு ஆறணா லாபம் நிற்கும். இந்த யோசனையை, அவரிடம் தயங்கிக்கொண்டே தெரிவித்தேன். என் பேராசையைக் கண்டு அவர் கோபித்துக்கொள்வாரோ என்று எனக்குப் பயம். ஆனால் அவர் சிரித்துக்கொண்டே சொன்னார்; ‘நல்ல யோசனை. ஆனால், செட்டியாரே, ஒரே ஒருமுறைதான் என் குருதேவர், உங்களுக்காக இந்த வேலையை செய்வார். இரண்டாவது முறை இப்படிச் செய்யும்படி கேட்கக்கூடாது; என்ன? குருநாதர் குறிப்பிட்ட தனயோகம் இதுதான் போலிருக்கிறது?’ என்றார்.

“இரண்டு நாட்களுக்குப் பிறகு, இருவரும் காரைக்காலுக்குப் போனோம். அங்கும் சாமியாருடைய சிஷ்யர் ஒருவர் இருந்தார். அவர் வீட்டில் தங்கினோம். ஆயிரம் ரூபாய்க்குக் கைக்கடிகாரம், பேனா முதலிய சாமான்கள் வாங்கி, புதிய பெட்டி ஒன்றில் வைத்துக்கொண்டோம். நான் காரைக்காலில் தங்கியிருப்பது, சாமியார் ஊருக்குச் சென்று சாமான்களை வரவழைத்துக்கொள்வது என்பது எங்கள் ஏற்பாடு. சாமான்கள் வைத்திருந்த பெட்டியைச் சாயங்காலம் திறந்து பார்த்தேன்; ஒன்றுமில்லை. ‘சரி. எல்லாம்

வீட்டுக்குப் போயிருக்கும்' என்று எண்ணிக் காரைக்கால் நண்பரிடம் சொல்லிக்கொண்டு ஊருக்குத் திரும்பினேன். வீட்டுக்கு வந்தால், சாமியாரையும் காணோம்; சாமான்களையும் காணோம்! எனக்குப் பகீர் என்றது."

"நன்றாய் ஏமாந்தீர்கள்! போலீசுக்கும் தகவல் தர முடியாதே!"

"சம்சாரத்தைக் கேட்டேன். என்னுடன் புறப்பட்ட சாமியார், திரும்பி வீட்டுக்கு வரவே இல்லை என்று சொல்லிவிட்டாள். மறுநாள் காலையிலே மறுபடியும் காரைக்காலுக்குப் போனேன். நான் தங்கியிருந்த வீட்டுக்காரரை விசாரித்துப் பார்க்கலாம் என்பது என் யோசனை. ஆனால், வீடு பூட்டிக் கிடந்தது. வீட்டுச் சொந்தக்காரரைக் கண்டுபிடித்துக் கேட்டேன். அந்த வீட்டில் நிரந்தரக் குடி யாரும் இல்லை என்றும், ஒருநாள் தங்குவதற்காக யாரோ ஒருவன் அந்த வீட்டை வாடகைக்குப் பேசிக்கொண்டான் என்றும் அவர் சொல்லிவிட்டார். நான் ஏமாந்துவிட்டேன் என்பது நிச்சயம் ஆகிவிட்டது. ஆனாலும், எனக்கு இன்னும் குழப்பமாகவே இருக்கிறது. காரைக்காலில், புதிய பெட்டியில் என் கையால் வைத்த சாமான்கள், என்ன ஆயிருக்கும்?"

"செட்டியார்வாள், அந்தச் சாமான்கள் எங்கேயும் மறையவில்லை. புதிய பெட்டியில்தானே அவைகளை வைத்தீர்கள்? நாள் முழுவதும் பெட்டியை உங்கள் கண்முன்னாலா வைத்திருந்தீர்கள்?"

"இல்லை, மத்தியானம் நன்றாய்த் தூங்கிவிட்டேன்."

"அதே மாதிரிப் பெட்டி, கடைத்தெருவில் கிடையாதா? பெட்டியைச் சமயம் பார்த்து மாற்றிவிட்டான், சாமியாருடைய காரைக்கால் சிஷ்யன். சில்லரை வித்தைகளைக் காட்டி அந்தச் சாமியார் உங்களை ஏமாற்றிவிட்டான். அது போகட்டும். காரையிலிருந்து சுங்கம் தராமல் சாமான் கொண்டுவருவது ராஜாங்கத் துரோகம் அல்லவா? அதற்கு மட்டும் மாருதி சம்மதிப்பாரா?"

"நீங்கள் சொல்வதும் நியாயம். விலை கொடுத்துத்தானே சாமான் வாங்குகிறோம் என்று நினைத்தேன். சுங்கம் கொடுக்காமல் ஏமாற்றுகிறோம் என்கிற நினைப்பே எனக்கு இல்லை. ஒருவேளை, ராஜாங்கத் துரோகம் செய்ய நினைத்ததற்காக மாருதி பகவான் எனக்கு இந்தத் தண்டனை விதித்திருக்கலாம்; அல்லவா?" என்றார் செட்டியார்; அவர் கெட்டிக்காரர்; விட்டுக்கொடுத்துப் பேசுவாரா?

கலைமகள் **(பிப்ரவரி 1954)**

(நூல் வடிவில் இதுதான் முதல் பிரசுரம்)

•

பூனையைக் காதலித்த யானை

முன்னுரை

சோமுவும் நானும் நண்பர்கள். பள்ளிக்கூடத்தில் ஐந்தாம் வகுப்பில் ஆரம்பமான எங்கள் நட்பு கோலி, கிட்டிப்புள் முதலிய விளையாட்டுக்களில் வளர்ந்து படிப்பை நிறுத்திவிட்டுக் குடும்ப பாரம் ஏற்ற பிறகும் நீடித்தது.

குடும்பத்தில் நான் ஒரே பிள்ளை; பள்ளிப் படிப்பு முடிவடைந்ததும் தகப்பனார் காலமானதால், அவர் செய்து வந்த தொழிலில் ஈடுபட்டேன்.

சோமுவின் குடும்பம் பெரியது. மிகவும் வேகமாகக் குழந்தைகளைப் பெற்ற அவன் தகப்பனார், வேகமாகவே செத்துவிட்டதால், தாயார்தான் குடும்பத்தை நிர்வகித்து வந்தாள். சோமுவுக்குப் பின்னால் மூன்று தம்பிகள்; இரண்டு தங்கைகள். இவ்வளவு பெரிய குடும்பத்தை ஒற்றைப் பெண் எவ்வளவு காலம்தான் சமாளிப்பாள்? சோமு எஸ்.எஸ்.எல்.ஸி. தேறியதும், படிப்பை நிறுத்திவிட்டாள். அவன் ஏதாவது வேலையில் அமர்ந்தால், தன் தொல்லை தீரும் என்று நினைத்தாள். ஆனால், சோமுவுக்கு நிரந்தரமான உத்தியோகம் ஏதும் கிடைக்கவில்லை. உள்ளூரிலேயே கடைகளில் அவ்வப்போது கணக்குவேலை பார்த்துக் குடும்பத்தைக் காப்பாற்றி வந்தான்.

சோமு புத்திசாலி, கெட்டிக்காரன், சங்கீத ரசிகன்; அவனுக்கு நல்ல சாரீரம்; இனிமையாகப் பாடுவான். ஒல்லியா யிருந்தாலும் அழகான இளைஞன். எல்லாவற்றுக்கும் மேலாக அவன் மிகவும் நல்லவன். பயந்த சுபாவம். பிறர் வம்புக்குப் போகமாட்டான். கொடுப்பதற்கு ஒன்றும் இல்லாததாலோ என்னவோ, இளகிய நெஞ்சு. பிறர் துன்பப்படுவதைக் கண்டால் அவன் கண்களில் நீர் கசியும். இவ்வளவு இருந்தும், அவனுடைய துர்பாக்கியம், அவனை அரைப்பட்டினியாக ஆட்டி வைத்தது.

நிரந்தரமான வேலை ஒன்றும் இல்லாததால், அவன் அடிக்கடி எங்கள் வீட்டுக்கு வருவான். பொழுது போவது புரியாமல் அரட்டை அடிப்போம். ஆற்றங்கரையில் சந்திப்போம். காவேரி மணலில் உட்கார்ந்து ராத்திரி பன்னிரண்டு, ஒருமணி வரை உலக விவகாரங்கள் பேசுவோம். பாடிக் கொண்டிருப்போம். பரஸ்பரம் குடும்பத் தொல்லைகளைப் பரிமாறிக் கொள்வோம். 'இன்றைக்கு எங்கள் வீட்டில் சமையல் இல்லை; தலைக்கு இரண்டு சேர் கஞ்சி சாப்பிட்டோம்;' என்று அவன் சந்தோஷமாய்ச் சொல்வான். என் தொழில் கஷ்டங்களை நானும் சிரித்துக்கொண்டே விளக்குவேன். இளைஞர்களான எங்களுக்கு வாழ்க்கையின் இடர்களை எதிர்ப்பதில் ஓர் உற்சாகம், ஓர் ஆனந்தம்.

இளமையின் கனவுகளும் எங்களைத் தொந்திரவு செய்தன. வேலியையோ சுவரையோ தாண்டி இன்பம் தேடுவதற்கு எங்களுக்குத் துணிவில்லை. ஆனால், கலியாணம் செய்துகொண்டு, மனைவியுடன் ஜோராகக் குடும்பம் செய்ய வேண்டும் என்கிற இச்சை, எங்களுக்கு இருக்கத்தான் இருந்தது. அரசனானால் அரச குமாரியை எதிர்பார்க்கலாம்; கோடீஸ்வரனானால் பணக்காரியை மணக்கலாம்; ஏழைகளான எங்களுக்கு அவ்வளவு பேராசை இல்லை. பெட்டிபோல் அடக்கமான, 'ஐயோ' என்று அஞ்சுமளவுக்கு அவலட்சணமில்லாத, நாங்கள் சொன்ன சொல் மீறாத பெண் கிடைத்தால் போதும் என்றுதான் ஆசைப்பட்டோம்!

நாங்கள் இப்படிக் கனவு கண்டுகொண்டிருக்கும்போது, காலம் ஓடிக்கொண்டிருந்தது. படிப்பை நிறுத்தி மூன்று வருஷமாகியும். சோமுவுக்குச் சாசுவதமான வேலை கிடைக்கவில்லை; நிலையான வரும்படியும் இல்லை. அவன் மீதே முழு நம்பிக்கையை வைத்திருந்த அவன் தாயார், அவனை நொந்துகொள்ளத் தொடங்கினாள். ஹாஸ்யம் பண்ண முடியாத அளவுக்கு, அவனுடைய குடும்ப நிலை க்ஷீணித்துவிட்டது. அவனும் கொஞ்சம் கொஞ்சமாய் வாழ்க்கையில் வெறுப்புகொள்ளத் தொடங்கினான்.

2

ஒருநாள் இரவு காவேரி மணலில் உட்கார்ந்து, அவனை எதிர்பாத்துக் கொண்டிருந்தேன். அன்று அவன் வரும்போதே மிகவும் உற்சாகமாயிருந்தான்.

"ராஜா! எனக்குக் கலியாணம்!" என்றான், உட்கார்ந்தும் உட்காராததுமாய்.

"அட, நிஜமாவா? சோற்றுக்குத் தாளம் போடும் ஐயாவுக்குக் கலியாண ஜோர் பிறந்து விட்டதாக்கும்?"

"என் கலியாணத்தில் அதுதானே விசேஷம்! கலியாணத்தோடு எங்கள் சோற்றுப் பஞ்சம் பறந்துவிடும். கலியாணச் செலவு ஒரு தம்பிடி கிடையாது. பெண் இரண்டு வேலி நிலம், மூவாயிரம் ரூபாய் நகை, பத்தாயிரம் ரொக்கத்தோடு வருகிறாள். ஏன் கலியாணம் செய்துகொள்ளக்கூடாது? என்கிறேன்"

"டேய், எனக்கும் அப்படி ஒரு சான்ஸ் பார்க்கக்கூடாதா?" என்றேன் வேடிக்கையாய்.

"ரொம்ப சரி. இந்த சான்ஸை உனக்கே கொடுத்து விடுகிறேன். நண்பனுக்காக இந்தத் தியாகம்கூடச் செய்யாவிட்டால் நான் மனிதனா? உனக்குச் சம்மதமா?"

"பெண் யார் என்று சொல்லு; நீ தியாகம் செய்வதைப் பார்த்தால் எனக்குப் பயமாயிருக்கிறது."

"பெண் யாராயிருந்தால் என்ன? பணம் கிடைக்கிறது. சம்மதம் என்றால் சொல்லு."

"நொண்டி, முடம், பொட்டையாக இருந்தாலும் கட்டிக்கொள் என்கிறாயா?"

"அதெல்லாம் சத்தியமாக இல்லை!"

"பெண் யார் என்று சொல்லாமல், கதை அளக்கிறாயே?"

"எங்கள் தெரு சுப்பய்யாவின் பெண்..."

"அந்தப் பர்வதத்தையா!"

"பணம் சும்மவா கிடைக்கும்?"

அவனுடைய தெருவில்தான் சுப்பய்யாவும் இருந்தார்; பணக்காரர்; ஒரே பெண் அவருக்கு; ஆண் வாரிசு கிடையாது. அந்தப் பெண்ணும் ஹிமாசலத்தைப் போலிருப்பாள்; வெட்டி எடுத்தால் ஒரு டன் கொழுப்பு எடுக்கலாம். லக்ஷணமும் எட்டேகால்தான். அவளுடைய உடல் அமைப்பே ஒரு புதுமை உடல். இலக்கணப்படித் தாழ்ந்திருக்கக்கூடாத இடங்களில் தாழ்ந்தும், உயர்ந்திருக்கக்கூடாத இடங்களிலும் உயர்ந்தும் படைப்புக் கடவுள் தான் சிரிப்பதற்காக என்றே படைத்தது போன்ற ஒரு ஹாஸ்ய ஜந்து, உடம்பு பூராவும் வைரமும் தங்கமும் இழைத்துக் கொண்டு, ஜரிகைச்சேலை கட்டிக்கொண்டு ஒரு பூக்கூடையைத் தலையில் கவிழ்த்துக்கொண்டு – அவள் தெருவோடு போகும்போது குழந்தைகளுக்கு எல்லாம் ஒரே கொண்டாட்டம்; நாய் முதலிய பிராணிகள் எல்லாம் காத தூரம் விலகி வழிவிடும்.

சுப்பய்யா உயிரோடு இருந்தவரை, அவளுக்கு மணம் முடிக்க எவ்வளவோ முயற்சி செய்தார். அவளுக்காகப் பிறந்து வளர்ந்த வரன் எங்கு ஒளிந்து கொண்டிருந்தாலும் கண்டுபிடித்துவிடுவது என்று மூலைமுடுக்குகளில் எல்லாம் தேடினார். ஆனால், பணத்துக்கு ஆசைப்பட்டு வந்த பயல்கள், பெண்ணைப் பார்த்ததும், சொல்லிக்கொள்ளாமல் நழுவிவிட்டார்கள்.

"அப்படியானால்... நீ ஒப்புக்கொண்டு விட்டாயா? அல்லது விளையாடுகிறாயா? அவளுக்கு வயசும்..."

"என்னைவிட ஐந்து அல்லது ஆறுவயது கூட இருக்கும். புதிய ஜாதகப்படி, என்னைவிட அவளுக்கு ஒரு வருஷம் குறைவுதான். இதெல்லாம். 'அட்ஜஸ்ட்' பண்ணிக்கொள்ள வேண்டிய விஷயம்தானே?"

"தெருவிலேயே மாப்பிள்ளை இருக்க, ஊரெல்லாம் சுற்றி, உயிரை விட்டாரே சுப்பய்யா, பாவம்!"

“பாவி மனுஷரால் எனக்கு வரவேண்டிய பணம் அல்லவா குறைந்து விட்டது? அவர் பிள்ளை தேடியதற்காக அலைந்த பணத்தைக் கொண்டு, இரண்டு தடவை சர்வதேச யாத்திரை செய்யலாம்!”...

“உன்னிடம் பேசியது யார்?”

“சுப்பய்யாவின் மைத்துனர்; இன்று மத்தியானம் என்னைப் பிடித்துக் கொண்டார். முதலில் என் தாயாரைச் சரி செய்துவிட்டார்கள். அவள் என்னை நச்சரித்துக் கொண்டிருந்தாள். நான் ஒன்றும் பிடி கொடுத்துப் பேசவில்லை. மத்தியானம் அவர் வந்தார். ஊர்க் கதை எல்லாம் பேசிவிட்டு, மெதுவாய் இந்தப் பேச்சை எடுத்தார்.”

“என்ன சொன்னாய்?”

“கதையைக் கேளேன். பெண்ணுக்கு வயது ஜாஸ்தி இருக்குமே என்றேன். அப்படித் தோன்றுகிறதே தவிர, ஜாதகப்படி அவளுக்குப் பத்தொன்பதே கால்தான் ஆகிறது என்று எந்தக் கோயிலில் வந்து சத்தியம் செய்யச் சொன்னாலும் தயார் என்றார். அவர் என்னை விடுகிற வழியாயில்லை; எழுந்திருக்கவும் இல்லை; நான் பொறுமை இழந்தேன்; எப்படியவாது அவரைக் கிளப்பிவிட வேண்டும் என்று முடிவு செய்தேன். கலியாணத்திற்காகப் பெண் பார்க்கவந்த ஒரு பையனுக்கு, அவளைப் பார்த்துவிட்டுப் போனதும் பைத்தியமும் பிடித்ததும், இன்னொரு பையனுக்குப் பேயோட்ட நேர்ந்ததும் வாஸ்தவமா என்று பேச்சுக்கிடையில் கேட்டேன். ஆசாமி அதற்கும் மசியவில்லை. ஒன்றுக்கு ஒன்பதாய்ச் சொல்லும் ஊர்ப் புரளிகளை நம்பக்கூடாது என்று நீளமாகப் பிரசங்கம் செய்தார். அவர் பேசப் பேச என் ஆத்திரம் எல்லை மீறிவிட்டது. நான் அவளைக் கட்டாயம் கட்டிக்கொள்கிறேன். ஆனால், ஒருவருஷத் தவணை கொடுக்க வேண்டும் என்றேன். இருவருக்குமே கலியாணப்பருவம்தானே, ஒரு வருஷ தவணை எதற்கு என்றார். கிங்காங்கோடு தங்கி உடலையும் எடையையும் ஏற்றிக்கொள்ள, ஒரு வருஷம் கட்டாயம் ஆகும் என்றேன். அவ்வளவுதான். மனுஷன் பிறகு பேசவே இல்லை. என்னிடம் சொல்லிக்கொள்ளாமல் கிளம்பிவிட்டார்!”

அவன் சிரித்தான்; நானும் சிரித்தேன். பிறகு வெகுநேரம் வரை, நாங்கள் அந்தப் பெண்ணை – சுந்தரி, அவள் பெயர்! – பரிகாசம் செய்துகொண்டிருந்தோம்.

வீட்டுக்குப் போய்ப் படுத்த பிறகுகூட அவன் பேசியதை நினைத்து நினைத்துச் சிரித்தேன். சோமுவுக்கும் சுந்தரிக்கும் திருமணம் நடந்தால், எவ்வளவு வேடிக்கையாக இருக்கும்! யானைக்கும் பூனைக்கும் கலியாணம் செய்வதுபோல்!

3

பிறகு ஒரு மாதம், நான் அவனைச் சந்திக்கவில்லை. ஒருநாள் தபாலில் அவனுடைய விவாகப்பத்திரிகை வந்தது. ஐயோ! சோமுவுக்கும் சுந்தரிக்கும் திருமணம்!

எனக்கு முதலில் ஆச்சரியமாக இருந்தது. நடக்காது என்று சோமுவும் நானும் நினைத்த விஷயம் நடந்தேவிட்டது. யானையை மணக்கப் பூனை சம்மதித்துவிட்டது. சந்தர்ப்பம் நிர்ப்பந்தித்துவிட்டது. நான் அவனுக்காக வருந்தினேன். போகட்டும், இந்தக் கலியாணத்தால் அவன் குடும்பத்துக் கஷ்டங்களாவது தீரட்டும் என்று ஆறுதல் செய்துகொண்டேன்.

அந்தக் கலியாணத்துக்கு நானும் போயிருந்தேன். எவ்வளவு ஆறுதல் சொன்னாலும், என் மனம் சங்கடப்பட்டது. அன்று இரவு நான் சுந்தரியைப் பற்றிப் பேசிய பரிகாசமொழிகளை, என்னால் மறக்க முடியவில்லை. அவனும் மறக்கவில்லை என்பற்குப் பிரமாணமாக, அவன் என்னுடன் சரியாக முகம் கொடுத்துப் பேசவில்லை. நானும் வெட்கப்பட்டு ஒதுங்கியே இருந்தேன்.

ஒரு விஷயம்; அழகில்லாத பெண்ணையும் பருத்த பெண்ணையும் யாரும் மணக்கக்கூடாது என்று நினைக்கிறவன் அல்ல நான். அழகான மனைவியைவிட, அழகுக் குறைவான மனைவிதான், குடும்பத்துக்கு ஏற்றவள் என்பதுதான் என் அபிப்பிராயம். ஆனால், கணவனைவிட அதிக வயதான மனைவியை என்னால் ரசிக்க முடியாது. மணப்பந்தலில் சோமுவும் சுந்தரியும் சேர்ந்து நிற்பதைப் பார்த்தபோது, எனக்குத் 'திக்'கென்றது. என்ன பொருத்தம்! கணவன் – மனைவியாக அவர்கள் தோன்றவில்லை; தாயும், பிள்ளையும்போல் காட்சியளித்தனர். உள்ள குறைகள் போதாவென்று, கறுப்புப் பருக்கள் வேறு அவள் முகத்தைப் பாழ்படுத்தின. வைரமும் தங்கமும் அவளுடைய வயதையும் அவலட்சணத்தையும் எடுப்பாய்க் காட்டின. கலியாணத்துக்கு வந்தவர்கள் எல்லோருமே சிறு சிறு கூட்டமாய்க் கூடிக்கூடி மணமகளைப் பார்த்துப் பரிகாசம் செய்துகொண்டிருந்ததைக் கவனித்தேன். எனக்குச் சிரிக்கத் தோன்றவில்லை; கலியாண வீட்டில் எப்படி அழுவது?

4

சோமுவுக்குத் திருமணம் நடந்த பின்னர், நான் அவனைப் பார்க்க வேண்டும் என்று எனக்குத் தோன்றவில்லை. அவனும் என்னைக் காண வரவில்லை. இரண்டு பேருக்கும் தெரிந்த சிலர் மூலம், அவனும் அவன் குடும்பத்தாரும் சந்தோஷமாயிருப்பதாய்க் கேள்விப்பட்டேன். எப்படியாவது சந்தோஷமாக இருந்தால் சரிதான். 'நம்மைச் சந்திப்பதால் அவனுக்குப் பழைய ஞாபகங்கள் வந்து வீண் சங்கடப்படுவான்' என்று எண்ணி, நானும் அவனைச் சந்திக்க முயலவில்லை! இப்படியே, ஆறு மாதங்கள் கழிந்தன.

ஒருநாள் மாலை, கடைத்தெருவில் அவனைத் தற்செயலாய்ச் சந்தித்தேன். அவனை என்னால் அடையாளம் கண்டுகொள்ளவே முடியவில்லை; அவன் தோற்றத்தில் அவ்வளவு மாறுதல் ஏற்பட்டிருந்தது. மணத்துக்கு முன்னால் எலும்பும் தோலுமாய் ஒற்றை நாடித் தேகத்துடனிருந்தவன் இப்போது நன்றாய்ப் பருத்துவிட்டான்; இளம் தொந்தி வேறு. அழகாய் மீசை வளர்த்திருந்தான். ஆறு மாதங்களுக்கு முந்தி, 'என்னடா தம்பி!' என்று கூப்பிடும்படி இருந்த குழந்தைபோல இருந்தவன், இப்போது 'என்ன ஸார்!' என்று மரியாதை தரும் அளவுக்கு உருமாறிவிட்டான்.

“என்னடா இது!” என்றேன், வியப்புடன். அவன் புரிந்துகொண்டு, வெட்கத்துடன் அசட்டுச் சிரிப்பு ஒன்று சிரித்தான்.

“பெரிய மனிதன் ஆகிவிட்டாய். கலியாணமானால் நண்பர்களை மறந்துவிடுவது உலக வழக்கம். நீயும் அதற்கு விதிவிலக்கு இல்லை என்று காட்டிவிட்டாய்...”

“அதெல்லாம் ஒன்றும் இல்லை. உன் வீட்டுக்கு வரவேண்டும் என்று பலமுறை நினைத்தேன். ஓய்வு இல்லை...”

“ஏன், எங்கேயாவது உத்தியோகம் கிடைத்துவிட்டதோ?”

“இல்லை...”

ஏராளமான சொத்துடன் பெண்ணை வரித்துள்ள அவனுக்கு, உத்தியோகம் எதற்காக?

“ஏதாவது தொழில் ஆரம்பித்திருக்கிறாயா?” என்று கேட்டேன். அதற்கும் அவன் உதட்டைப் பிதுக்கினான்.

“பின், நாள் முழுவதும் ஓய்வு இல்லாமல் உனக்கு என்னதான் வேலை?”

கலியாணத்துக்கு முன்னால் ஆற்று மணலில் வேடிக்கையாய்ப் பேசிய பேச்சு, எங்கள் நட்புக்கு உலைவைத்துவிட்டதே என்று எனக்கு ஆச்சரியமாயிருந்தது என்றாலும், அதை அவன் இன்னும் மறக்காமலிருக்கிறானே என்று அவனிடம் வருத்தமாகவும் இருந்தது.

“கிராம வேலை -- அவ்வப்போது கவனிக்கிறேன். இப்போதும் கிராமத்திலிருந்து அவசரமாய் வீட்டுக்குப் போகிறேன்...”

என்னைச் சந்திக்காததற்கு நொண்டிச் சாக்கு சொல்லிவிட்டு, என்னிடமிருந்து அவன் நழுவ முயலுகிறான் என்பதை, அவன் குரல் காட்டிக் கொடுத்தது.

“எப்படியாவது நீ சந்தோஷமாயிருந்தால் சரி...”

“நான் உன்னைச் சாவகாசமாய் வந்து பார்க்கிறேன்...”

“எப்போது?”

“ஒருநாள் வருகிறேன். உங்கள் வீட்டுக்கு வருவதற்கு நாள் பார்க்க வேண்டுமா?”

மறுபடியும் அவன் முகம் வெட்கத்தால் சிவந்தது. விடைபெற்றுச் சென்றான் அவன்.

அவன் என்னைச் சந்திப்பதாய்ச் சொன்னாலும், நான் அவனை எதிர்பார்க்கவில்லை. அவன் வரமாட்டான் என்று எனக்கு நிச்சயமாகப் புரிந்தது. அவனும் வரவில்லை. நான் அவனைச் சற்றே மறந்து சொந்த அலுவல்களில் ஈடுபட்டேன். மேலும் சில மாதங்கள் கழிந்துவிட்டன.

◆ ◆ ◆

[இனி நீங்கள் கதையைப் படிக்கலாம்]

அன்றைக்கு நல்ல பொழுது விடியவில்லை. காலையில் கண் விழித்ததும் காதில் விழுந்த முதல் செய்தி, என் குமாஸ்தா ஒருவன் கடைப்பணத்தில் நூறு ரூபாய் கையாடிவிட்டு, ஊரைவிட்டு மறைந்து போனான் என்பது. நம்பிக்கைத் துரோகம் செய்த அவன் வீணாக நரகத்தில் விழுந்து துன்பப்படுவானே என்ற எண்ணம், என் மனநிம்மதியைக் குலைத்து விட்டது. பணம் பறிகொடுத்த ஏமாற்றத்தால் உண்டான கையாலாகாத கோபத்துடன் நான் சீறிக்கொண்டிருந்த சமயம் – ஒன்பது மணி சுமாருக்கு – சோமு வந்து நின்றான், திடீரென்று.

சோமுதானா என்று கவனித்துப் பார்த்தேன்; அவன்தான்; ஆறு மாதங்களுக்கு முன்னால், கடைத்தெருவில் கண்ட சோமு அல்ல; மறுபடியும் ஒரு மாறுதல், அவன் உருவில் – கலியாணத்துக்கு முன்பு இருந்தானே, அதைவிட மோசமாக இளைத்திருந்தான். திடசரீரியான அவன் உடல் திரைந்திருக்கக் கண்டேன். வறுமை மிகவும் மோசமாய் அவனைப் பீடித்த காலத்தில், அவன் முகத்துக் களை குன்றியது. உண்மைதான்; ஆனால் அப்போதும் முகத்தில் ஒரு தெளிவு இருக்கும்; இப்போது, அங்கே சவக்களைதான் இருந்தது. பார்ப்பவர்கள் 'பாவம்' என்று இரங்கும்படி இருந்தது அவன் தோற்றம்.

"வா, சோமு, ஏது அத்தி பூத்தாற்போல்?"

"நினைத்தேன்... வந்துவிட்டேன் என்று உட்கார்ந்த அவன் சிரித்தான். சிரிப்பா அது?"

"உடம்பு அசௌக்கியமா? ஏன் இப்படி இளைத்துவிட்டாய்?"

"உடம்புக்கு ஒன்றும் இல்லையே?"

அவன் ஏதாவது சொல்வான் என்று எதிர்பார்த்தேன். ஆனால் அவன், வாய் திறந்தவன், கொட்டாவி விட்டுக்கொண்டே இருந்தான்.

பையன் ஒருவனைக் கூப்பிட்டு இரண்டு காப்பி வரவழைத்தேன். அவன் சாப்பிடும்போது, 'டம்ளர்' பிடித்த கரம் நடுங்குவதைக் கவனித்தேன். ஆறே மாதத்தில் அவனுக்கு இவ்வளவு பலஹீனம் எப்படி உண்டாயிற்று என்று எனக்கு ஆச்சரியமாக இருந்தது.

வீட்டில் ஏதாவது தகராறு செய்துகொண்டு வந்திருப்பானோ என்று நினைத்தேன். ஆனால், அவன் குடும்ப விஷங்களைப் பற்றிப் பேச், என் வாய் துணியவில்லை. மறுபடியும் காவேரிப் பேச்சு நினைப்பு வந்து சங்கடப்படுவானே என்று நினைத்தேன். ஆகையால், என் தொழில் தொந்திரவுகளைப் பற்றி அவனிடம் பேசத் தொடங்கினேன்; நூறு ரூபாய் கையாடிய குமாஸ்தாவைப் பற்றிச் சொன்னேன். அதைப் பற்றிப் பேசும்போதே என் உணர்ச்சி சூடுண்டது. அந்த குமாஸ்தாவை நான் எவ்வளவு நம்பினேன், நூறு ரூபாய் மோசம் செய்ததால் எவ்வளவு காலம்தான் அவன் நிம்மதியாக இருக்கமுடியும், இந்த ஊர்ப்பக்கம் அவன் தலைவைத்துப் படுக்கவும் முடியுமா என்றெல்லாம் நான் விரிவாகவும் விளக்கமாகவும் சொல்லிக்கொண்டிருந்தேன்.

"போலீஸில் எழுதி வைத்தால் என்ன?" என்ற கேள்வியுடன் நிறுத்திக்கொண்டு, அவன் பதிலை எதிர்பார்த்தேன்.

ஆனால், என் கேள்வி அவன் காதிலும் விழுந்திராது; நான் சொன்னவை எல்லாமே அவன் கேட்டிருக்க முடியாது. மேஜையின்மீது தலையைக் கவிழ்ந்து நன்றாகத் தூங்கிக்கொண்டிருந்தான் அவன். இளம் குறட்டைச் சப்தமும் கேட்டது!

'பாவம், ராத்திரி கண்விழித்திருப்பான் போலிருக்கிறது!' என்று நினைத்தேன். ஆனால் காலையில் வியாபாரஸ்தலத்தில் தூங்கலாமா? அவனை மெதுவாகத் தட்டி எழுப்பி, மாடியில் ஒரு தனி அறையில் நிம்மதியாகப் படுக்கச் சொல்லிவிட்டுக் கீழே வந்தேன்.

பன்னிரண்டு மணி ஆயிற்று; ஒரு மணியும் ஆயிற்று. அவன் கீழே வரவில்லை. எனக்குப் பசி எடுத்தது; அவனை எழுப்பலாம் என்று மாடிக்குப் போனேன். அறையில் பாடும் குரல் கேட்டது; என்ன பாட்டு என்று புரியவில்லை; பாட்டில் ஒலி இருந்தது, சொல் இல்லை; பைத்தியக்காரன் பாடுவது போலிருந்தது எனலாம். அறையில் எட்டிப் பார்த்தேன். கைகளை முழங்கால்களில் கட்டிக்கொண்டு உட்கார்ந்திருந்தான் அவன். நான் வந்ததைக்கூட அவன் அறியவில்லை.

அவனுக்கு என்ன கவலையோ? ஒருவேளை – பெண்டாட்டி கொண்டுவந்த பணத்தையும் தொலைத்துவிட்டுக் கடனாளி ஆகியிருப்பானோ? பணத்தைப் பெற்று இழந்தவனுக்கு எப்போதும் அதிகக் கவலைதான்; இல்லையா? ஆனால், ஆறு மாதத்திலா அவன் அவ்வளவு பணமும் தொலைத்திருப்பான்?

"சோமு!" என்று மெதுவாய்த்தான் கூப்பிட்டேன். ஆனால் அவன், பெரும் அதிர்ச்சி அடைந்தவன்போல் உலுக்கி எழுந்தான். "ஏன்? என்ன விஷயம்? என்னைத் தேடிக்கொண்டு யாராவது வந்தார்களா?" என்றான் படபடப்புடன்.

என் சந்தேகம் வலுத்தது. கடனாளியாகி வாரண்ட் ஏதாவது வந்து, அதனால் இங்கு ஒளிந்துகொள்ள வந்திருக்கலாம் என்று நினைத்துக் கொண்டேன்.

"யாரும் உன்னைத் தேடவில்லை. சாப்பிட நேரம் ஆகிவிட்டதே என்று நான்தான் உன்னைக் கூப்பிட வந்தேன்..."

"அவ்வளவுதானா?"

அவன் சரியாகச் சாப்பிடவில்லை. ஏதோ பேயடித்தவன்போல் வெறித்து வெறித்து நோக்கி விழித்துக்கொண்டிருந்தான்.

அவனைப் பற்றிய என் கவலை மிகுந்தது. அவனுடைய நிலை கெட்ட நடத்தையின் காரணம் அறியவேண்டும் என்று ஆவல் உண்டாயிற்று. சாப்பிட்டானதும் அவனைத் தனியாக மாடிக்கு அழைத்துச் சென்றேன்.

"சோமு, என்ன விஷயம்? ஏன் ஒரு மாதிரியாக இருக்கிறாய்? வீட்டில் அம்மாவோடு சண்டை போட்டுவந்தாயா?"

"அம்மா என்னோடு சண்டை போடுவதே இல்லை. கலியாணமான பிறகு நான் சண்டை பிடித்தாலும் அவள் ஒதுங்கி விடுகிறாள். எல்லோரும் நல்ல சோறு சாப்பிடுகிறார்கள். சண்டை எதுக்கு?"

“ஆறு, ஏழு மாசங்களுக்கு முன்னால் உன்னைக் கடைத் தெருவில் பார்த்தபோது எப்படி இருந்தாய்! இப்போது இப்படி மாறியிருக்கிறாயே! உன் நடத்தையே எனக்குப் புரியவில்லை. பைத்தியக்காரனைப்போல்…”

“பைத்தியக்காரனைப் போல் என்ன? எனக்குப் பைத்தியமே பிடித்து விட்டது. ஆறு ஏழு மாசம் ராத்திரி தூங்காமல் பகலிலும் சரியாகத் தூங்காமல் இருந்தால் பைத்தியம் பிடிக்காமல் என்ன ஆகும்?”

எனக்கு ஆற்று மணல் பேச்சு ஞாபகம் வந்தது. சுந்தரியின் உருவம் ஞாபகம் வந்தது. ‘பெண் பார்த்த ஒரு பையனுக்குப் பைத்தியம் பிடித்தது உண்மையா?’ என்று சோமு கிண்டலாகக் கேட்ட கேள்வியும் நினைவுக்கு வந்தது.

“காலையில் நாலு மணி நேரம் இங்கே தூங்கினேனே, எவ்வளவு நிம்மதியான தூக்கம்? மனிதன் மனிதனாக இருக்க வேண்டுமானால், நன்றாகத் தூங்கவேண்டும்!”

அவன் எழுந்து, ஜன்னலிலிருந்து வெளியில் எட்டிப் பார்த்தான். “இன்னும் மூன்றுநாள் சேர்ந்தாற்போல் – சாப்பிடுவதற்குக்கூட எழுந்திருக்காமல்–தூங்கினால்தான் என் பித்தம் கொஞ்சமாவது தெளியும்!”

மாடிக் கதவை இழுத்துச் சாத்திவிட்டு, மறுபடியும் என் அருகில் வந்து கேட்டான்: “இங்கே பேசினால் யாருக்கும் கேட்காதே?”

“கேட்காது; தாராளமாய்ப் பேசலாம்,” என்றேன். அவனுக்குக் கடன் தொல்லை இல்லை என்பது முன்பே எனக்கு விளங்கிவிட்டது. ஆனால் அவனுடைய ரகசியக் குரல், எனக்குப் பயம் உண்டாக்கிவிட்டது.

“உனக்கு ஞாபகம் இருக்கிறதா? காவேரி மணலில் நான் சுந்தரியைப் பற்றிச் சொன்னதெல்லாம்?”

நான் வெட்கப்பட்டுச் சொன்னேன்: “சோமு, இதென்ன அசட்டுத் தனமான கேள்வி? அப்போது ஏதோ பேசினோம், பரிகாசப் பேச்சு. அதை எல்லாம் இப்போது ஏன் கிளறுகிறாய்? சுந்தரி மிகவும் நன்றாய்க் குடும்பத்தை நிர்வகிக்கிறாள் என்று எல்லோரும் சொல்கிறார்கள். குடும்ப அமைதிக்கு வேறு என்ன வேண்டும்? ரதிபோல் பெண்ணைத் தேடிக் கலியாணம் செய்துகொள்கிறார்கள்; கலியாணமான கொஞ்ச காலத்தில் பெண்ணுக்கு க்ஷயமோ, குஷ்டமோ, தீராத நோய் ஏதாவதோ வந்து அவதிப்படுகிறார்கள்... மனைவி அழகாயிருந்தால்தான் குடும்பம் நடக்குமா என்ன?”

“அதற்குள், எனக்கு ஆறுதல் சொல்லக் கிளம்பிவிட்டாயே! கலியாணத்துக்கு முன்னும் என்னை அப்படித்தான் ஆறுதல் செய்து கொண்டேன். காவேரியில் அன்று உன்னோடு பேசிவந்த பிறகு, எங்கள் நிலைமை மோசமாகிக் கொண்டேயிருந்தது. என் தாய் வியாதி கண்டு படுத்த படுக்கையாகிவிட்டாள். அவளுடைய தாலியையும் விற்றுச் செலவு செய்தாகிவிட்டது. நான் சுந்தரியை மணந்தால் இந்தத் தொல்லை எல்லாம் ஒருவழியாகத் தீர்ந்துவிடும் என்று அவள் அங்கலாய்க்க ஆரம்பித்தாள். வீட்டில் தம்பி தங்கைகள் சோற்றுக்காகவும் துணிக்காகவும் படுகின்ற

அவஸ்தையை என்னால் கண்கொண்டு பார்க்க முடியவில்லை. நான் ஒருவன் கலியாணம் செய்துகொண்டால் வீட்டில் எல்லோரும் சுகம் அடைவார்கள் என்று எண்ணி, அவளை மணக்கச் சம்மதித்தேன். பெண் வீட்டார் தருவதாகச் சொன்ன நிலத்தையும் பணத்தையும் கலியாணத்துக்கு முன்னாலேயே என் பெயருக்கு எழுதி வைத்துவிடவேண்டும் என்றேன். அப்படியே செய்தார்கள். நான் சொன்னபடி எல்லாம் அவர்கள் செய்தார்கள். பெண்ணுக்கு எப்படியாவது புருஷன் கிடைத்தால் போதும் என்கிற கவலை அவர்களுக்கு. அவர்களுடைய நடத்தை, என் மனத்தை இளக்கிவிட்டது. சுந்தரியின் உருவம் எப்படி இருந்தால் என்ன? அவளுடைய பணத்தினால்தான் எங்கள் குடும்பத்துக்கு விமோசனம் பிறக்கிறது என்கிற நன்றி உணர்ச்சி கொண்டேன். கேவலம் வெளித்தோற்றத்துக்காக அவளை வெறுப்பது தவறு, அவளிடம் அன்பாய் இருக்கவேண்டும் என்று முடிவு செய்தேன். ஆனால், என் நன்றி உணர்ச்சியே எனக்குப் பகையாகிவிட்டது."

"ஏன்? சுந்தரி உன்னிடம் அன்பாக இல்லையா?"

"அவளுக்கு என் மீது பைத்தியம்... அவள் மனம் நோகாதவகையில், இணக்கமாக நடந்துகொள்ள முயற்சித்தேன். என் குடும்பம் பூராவுமே அவளை ஒரு தெய்வமாக மதித்தது. நாங்கள் கொடுத்த செல்வாக்கை அவளும் தாராளமாக உபயோகித்துக்கொண்டாள். பணக்காரி என்ற திமிர் அவளுக்கு ஜாஸ்தி; என் குடும்பத்தாரிடம் அவள் காட்டிய அன்புக்குப் பின்னால் ஓர் இரக்கம், ஓர் ஆணவம்தான் இருந்தது; அதையும் நான் பொருட்படுத்தவில்லை; ஏனென்றால் அவள் என்மீது அன்பாகவே இருந்தாள். அன்பு தெய்வீகமானது என்கிறார்கள்; ஆனால் அவள் அன்பு பேயாட்டம் ஆடியது!"

சோமுவுக்குக் கொஞ்சமாவது புத்தி பேதலித்திருக்க வேண்டும் என்று நினைத்தேன்; இல்லாவிட்டால் இப்படிப் பேசுவானா?

"அவள், வீட்டு விவகாரங்களை ஒழுங்காக நிர்வகித்தாள். அவளுடைய உடலைச் சுமந்துகொண்டு, அவளால் வீட்டு வேலைகளைச் செய்ய முடியாது. ஒரு வேலைக்காரியை அமர்த்தலாம் என்றேன். அவள் ஒப்புக்கொள்ளவில்லை. அவளே எல்லாக் காரியங்களையும் செய்தாள். என் தாயாரை, ஒரு துரும்பு நகர்த்தவிடுவதில்லை. சமையலில் அவள் மிகவும் கெட்டிக்காரி. அதுவும் என் ஆகார விஷயத்தில் அவள் எடுத்துக் கொண்ட சிரத்தையை வருணிக்க முடியாது...

"காலையில் எழுந்தவுடன், பல் விளக்குவதற்கு முன்பு, பச்சை முட்டை ஒன்று உடைத்துக் கொடுப்பாள். பிறகு இரண்டு, மூன்றுவகை சிற்றுண்டி; காப்பி சாப்பிடக்கூடாது என்று எனக்குத் தடை உத்திரவு. பசும்பாலை நன்றாய்க் காய்ச்சிக் கொடுப்பாள். பத்து மணி சுமாருக்குப் பழவகைகள். ஆரஞ்சு, ஆப்பிள், வாழைப்பழம் இப்படி மத்தியானம் ஒரு மணிக்குச் சாப்பாடு. சாப்பாடு என்றால் காய்கறிகளின் வாசனையே இராது; மாமிசம், மீன், முட்டை பட்சி வகையறாக்கள்; சமையலறை ரணகளமாகவே இருக்கும். சாயங்காலம் டிபன் கிடையாது. ஓவல் ஒரு சேர். இரவு சோறு கிடையாது. ரொட்டி, பூரி ஏதாவது இருக்கும். பிறகு பாதம், பிஸ்தா பருப்புகளுடன் குங்குமப்பூ, பச்சைக் கர்ப்பூரம் மணக்க,

சுண்டச் சுண்டக் காய்ச்சிய பசும்பால். நான் சுவைத்துச் சாப்பிட்டேன்; வீட்டில் எல்லோருமே சாப்பிட்டார்கள்; சுந்தரி வஞ்சனை இல்லாமல் சாப்பிட்டாள். தன் வீட்டிலிருந்து கொண்டுவந்த பணத்தைக் கொண்டு மனைவி இப்படி எல்லாம் சமைத்துப் போட்டால், எந்தப் புருஷனாவது சந்தோஷப்படாமல் இருப்பானா?"

"கொடுத்து வைத்த அதிர்ஷ்டசாலி!" என்றேன். அவன் பேசும் தீவிரத்தில் கொஞ்சம் ஹாஸ்யம் கலக்கவேண்டும் என்று என் எண்ணம்.

"நானும் அப்படித்தான் நினைத்தேன். எனக்கு ஒரே ஆனந்தமாயிருந்தது. சுந்திரியின் உருவம் எப்படி இருந்தாலும், அவள் மனசு நல்ல மனசு என்று சந்தோஷப்பட்டேன். நாளாக ஆகத்தான், எனக்கு உண்மை புலப்பட ஆரம்பித்தது. அவள், என் உடலுக்காக எடுத்துக்கொண்ட ஜாக்கிரதைக்கு அர்த்தம் புரிந்தது. ஆமாம், நீயும் நானும்தான் படித்தோம்; பருவகாலத்தில் வலுக்கட்டாயமாக அடக்கிவைக்கப்பட்ட இச்சை நடுவயதில் வெறியாக வெளிப்படும் என்று. என்ன புஸ்தகம் அது?" என்று நிறுத்தினான் அவன்.

"ஏதோ ஒரு இழவு புஸ்தகம்; எனக்கு ஞாபகம் இல்லை. புஸ்தகத்தில் எழுதுவது எல்லாம் அப்படியே சத்தியமா?"

"அது உண்மை என்று அனுபவத்தில் தெரிந்துகொண்டேன். இருபத்து நான்கு மணி நேரமும் அவளுக்குச் சரீர மோக ஞாபகம்தான். ஞாபகம் என்றுகூடச் சொல்லமுடியாது – மிருகவெறி. இல்லை; மிருகங்களுக்குக்கூட ஒருநெறி இருக்கிறது. ஆனால், அவளுக்கு நெறியோ நியாயமோ இல்லை..."

"முதலில் அதையும் நான் இன்பமாக நினைத்தேன். ஆனால், பிறகு எனக்கு வெறுப்பு உண்டாயிற்று. கூடவே, பயமும் உண்டாயிற்று. அவளிடம் எனக்கு இருந்த நன்றி உணர்ச்சி மறைந்ததால், அவளுடைய அவலக்ஷணங்கள் எல்லாம் ஒன்றுக்குப் பத்தாய்த் தெரிய ஆரம்பித்தன. நான் அவளை வெறுத்தேன். அவள் உருவத்தைப் பார்க்கவும் எனக்கு அருவருப்பு உண்டாயிற்று. அவள் குரலைக் கேட்டாலும் நான் பயந்தேன். எவ்வளவு சமாளித்தாலும், என் வெறுப்பையும் பயத்தையும் உதற முடியவில்லை. அவள் என்னைப் பேயாகப் பிடித்துக்கொண்டிருந்தாள்..."

நான் குறுக்கிட்டேன். "குற்றம் உன்னுடையதுதான். நீ அவளுடன் சதாசர்வகாலமும் இருந்தது தவறு. ஏதாவது வேலைக்குப் போயிருக்கலாம். அல்லது தொழில் தொடங்கியிருக்கலாம். இருவருடைய கவனமும் திரும்பியிருக்கும்..."

"அங்கேயும் ஒரு கோளாறு. அவளுக்கு என்னைவிட வயது அதிகம் என்றுதான் உனக்குத் தெரியுமே. கணவனாக அவள் எனக்கு மரியாதை கொடுத்தது உண்மை. ஆனால், அவள் என்னை ஒரு தம்பி அல்லது குழந்தை போலத்தான் நடத்தினாள். நான் எதைச் சொன்னாலும், அவள் ஏற்பதில்லை. சின்ன விஷயம் ஆனாலும், பெரிய விஷயம் ஆனாலும் அவளுடைய அனுபவம் நிறைந்த சொல்படிதான் நான் நடக்க வேண்டும். எனக்கு லோக ஞானம் போதாது என்பது அவள் எண்ணம். வேலைக்குப் போகிறேன் என்றேன்; பிறத்தியாரிடம் கைகட்டி நிற்கும் சேவகம் நமக்கு வேண்டாம் என்று விட்டாள். தொழில் செய்கிறேன் என்றேன். காலம் சரியில்லை

என்று தடுத்தாள். 'அவருக்குக் குழந்தைபோல மனசு; மோசக்காரர்கள் அவரை ஏமாற்றிவிடுவார்கள்,' என்று அவள் தாயிடம் சொல்லியிருந்தாள்... என்னை, என் உடலை விட்டுப் பிரிந்திருக்க அவள் விரும்பாததுதான், இவ்வளவுக்கும் காரணம்..."

"சோமு, இப்போதும் என்ன குடி முழுகிவிட்டது? பணம், உன் கையில் இருக்கிறது. ஏதாவது தொழிலை ஆரம்பித்துவிடு. சின்ன விஷயத்தை, இப்படிப் பிரமாதப்படுத்துகிறாயே!"

"சின்ன விஷயமா? எனக்கு அவள் மீது ஒரே வெறுப்பாயிருந்தது. அவளை மட்டும் அல்ல; என் தாய், தம்பி, தங்கைகள் எல்லோரையும் வெறுத்தேன். உயிரோடிருப்பதற்கே எனக்கு வெறுப்பாயிருந்தது. ஆனால் அவள் என் மனப்போக்கைப் புரிந்துகொள்ளவில்லை; அதைப் பற்றி, அவளுக்குக் கவலையும் இல்லை. அவளுக்கிருந்த கவலை எல்லாம், என் உடலைப் பற்றித்தான்."

"ஆனால், என் உடம்பும், என் மனத்தைப்போல் தளர ஆரம்பித்தது. அவளே, என்னை வைத்தியரிடம் காண்பித்தாள். அஜீரணம், பித்தக் கிறுகிறுப்பு, நாடித் தளர்ச்சி, மூலச்சூடு ... இன்னும் பல வியாதிகள் சொன்னார் வைத்தியர்; அயத்தங்கமும், தங்கபஸ்பமும் சாப்பிட்டேன். பிறகு டாக்டரிடம் இஞ்செக்ஷன் செய்துகொண்டேன். ஆனால் மோகப் பேய் பக்கத்தில் இருக்கும்போது, எந்த மருந்துதான் வேலை செய்யும்?

"இந்த நல்ல சமயத்தில், அவளுக்குக் குழந்தை வேண்டும் என்கிற ஆசை உண்டாகிவிட்டது. பக்கத்து வீட்டுக் குழந்தை ஒன்றைக் கொஞ்சிக்கொண்டேயிருப்பாள். 'இந்த மாதிரி ஒரு குழந்தைக்கு, நீங்கள் எப்போதுதான் அப்பா ஆகிறீர்களோ?' என்று என்னைக் கிண்டல் செய்யவும் ஆரம்பித்தாள். மாமிசப் பர்வதம் போன்ற தனக்குத்தான் குழந்தை பிறக்காது என்பதை அவள் உணரவில்லை. என்னிடம் பலமுறை அந்தக் கேள்வியைக் கேட்டாள். என் தாயிடம், அதே குறையை வேறு விதமாக வெளியிட்டாள். 'சரி நமக்குக் குழந்தை எது? ஊர்க் குழந்தை ஒன்றைச் சுவீகாரம் செய்துகொள்ள வேண்டியதுதான்' என்று கண்ணீர் விடவும் ஆரம்பித்தாள்.

"என் ஆண்மையை அவள் குற்றம்சாட்டியதும் அவளிடம் எனக்கிருந்த வெறுப்பும் பயமும் வெறியாக மாறின. எனக்கு இராத் தூக்கமும் இல்லை; அவள் விழித்திருக்கும்போது, நான் தூங்கமுடியாது; அவள் தூங்கும்போது எனக்குத் தூக்கம் வராது. பகல் முழுவதும் அவள் உருவமும் குரலும் என்னை விரட்டின. என் மூளை மரத்தது; கிறுகிறுத்தது. அவளோ நானோ செத்தால்தான் விமோசனம் என்று தோன்றியது. அவளைப் பார்த்தால் அறையவேண்டும் போலிருந்தது; குரலைக் கேட்டால் கொலை செய்யலாம் என்று தோன்றியது. பலமுறை, இரவில் அவள் தூங்கும்போது கழுத்தை நெரித்துக் கொன்றுவிடலாம் என்று நினைத்தேன். மனசு துணியவில்லை; வெறுத்தது; பயந்தது; கோரமாய்த் தூங்குகின்றவளைத் தானாய் தீண்டக் கை அருவருத்தது. எனக்குப் பைத்தியமே பிடித்துவிட்டது. நாள் முழுவதும் எனக்கு ஒரே சிந்தனை, ஒரே வெறி, கடைசியில் இன்று காலையில் படுக்கையிலிருந்து எழுந்தபோது தலைசுற்றிக்கொண்டிருந்தது; கண்கள்

இருளடைந்தாற்போல் இருந்தன; நடக்கவும் முடியவில்லை. சுந்தரி மருந்து கொடுத்தாள்; சாப்பிட்டு வாந்தி செய்தேன். நெஞ்சு எரிந்தது. குடல் குமட்டியது. அந்த நேரம் பார்த்து அவள், 'மூன்றாவது வீட்டில் நாய் குட்டி போட்டிருக்கிறது; இரண்டும் அழகாயிருக்கிறது; ஒன்று கேட்டு வாங்குங்கள்; நாம் வளர்ப்போம்' என்றாள். எங்களுக்குப் பிள்ளை இல்லாத குறையைத்தான், அவள் மறுபடியும் இடித்துக் காட்டினாள். அதைக் கேட்டதும், என் மூளை கொதித்தது. இனியும் அவள் உருவையும் குரலையும் சகிக்கமுடியாது என்று தோன்றியது. அவள் தொலைய வேண்டியதுதான் என்று நினைத்தேன். எனக்கு ஒரே மயக்கமாயிருந்தது; மூளை வேலை செய்யவில்லை. ஒரே யோசனையும் ஓடவில்லை. திடீரென்று யோசனை தோன்றியது ..."

சோமு அதைச் சொல்லி நிறுத்தியதும், நாங்கள் பேசிக்கொண்டிருந்த மாடிப்படியில் 'தடதட'வென்று யரோ ஓடிவரும் சப்தம் கேட்டது.

"யாரது?" என்று கேட்டுக்கொண்டே துள்ளி எழுந்தான் அவன். சோமுவின் தம்பி, இரைக்க இரைக்க ஓடிவந்தான்.

"அண்ணா, உன்னை எங்கே எல்லாம் தேடுவது? அண்ணி தவறுதலாக விஷ மருந்து சாப்பிட்டுவிட்டாள்... ராத்திரி விஷ மருந்து பூசிக்கொண்டு, சாப்பிடும் மருந்து வைக்கிற இடத்தில் மாற்றிவைத்துவிட்டாள் போலிருக்கிறது. கவனிக்காமல் குடித்துவிட்டாள்... ஒரே ரத்தம் ரத்தமாய் வாந்தி செய்கிறாள் ... டாக்டர் வந்து பார்த்துக் கைவிரித்துவிட்டார்.." என்று சொல்லிக்கொண்டே, சோமுவின் தம்பி அழத் தொடங்கினான்.

_காதல்_ (ஆகஸ்ட் 1954)

(நூல் வடிவில் இதுதான் முதல் பிரசுரம்)

•

மஞ்சுளாவின் சபதம்

மஞ்சத்தில் பஞ்சணையில் தூவியிருந்த மலர்களின் மேல் அலையலையாக நெளியும் கூந்தல்மீது தலை சாய்த்துக் கொண்டு படுத்திருந்தாள் மஞ்சுளா. கட்டிலில் வலது காலும், தரையில் இடது காலும் நிலைகுலைந்து கிடப்பதையும் அவள் கவனிக்கவில்லை. ஏதோ கனவின் இனிமைச் சுமையால் அவளுடைய இமைகள் மூடியிருந்தன. அவ்வப்போது அதரங்களில் விளையாடின புன்னகை, கதுப்புகளுக்கும் செம்மை பூசியது.

அவளுடைய காலடியில் அமர்ந்து வீணையில் நாத ஜாலம் விரித்து, நித்திரா தேவிக்கு முகமன் கூறிக் கொண்டிருந்தாள் மாதவி.

அந்த அறை முழுவதும், மலர்களின் மணத்துடன், அகில், சந்தனம் முதலிய வாசப் பொருள்களின் நறுமணம் பாந்தமாய்க் கலந்து வீசியது. கண்களை உறுத்தாத, ஆனால் பொறிகளைப் பரவசப்படுத்துகிற குளுமையான ஒளி அங்கு நிறைந்திருந்தது.

அழகும் மணமும், ஒலியும் ஒளியும் நேர்த்தியாகக் கலவையுண்ட அந்த இடத்தில் கால் வைப்பவர்கள், அது மன்மதனின் உல்லாசக் கிருகமோ என்று ஐயம் கொள்வார்கள். 'மஞ்சத்தில் உறங்குபவளிடந்தான் ஒளி பிறக்கிறது. அந்த ஒளியில்தான் நாதம் எழுகிறது. அந்த நாதந்தான் மணக்கிறது!' என்று பிரமை அடைவார்கள்.அவளால்தான் இன்னொலி தோன்றி, அந்த ஒலி ஒளியாகி, அந்த ஒளி மணக்கிறது.' என்று அவர்களுக்கு மலைப்புத் தட்டும். 'வாசனைக்கு உற்பத்தி ஸ்தலம் அவள்தான். வாசனையில் ஒளி உண்டாகி நாத வடிவாகிவிட்டது!' என்று புத்தி பேதலித்துப் போவார்கள். 'நறுமணத்திலும் நாதத்திலும் ஒளி வெள்ளத்திலும் மிதந்து வருகிறாளோ அழகுப் பாவை!' என்று கிறுகிறுத்துக் கீழே சாய்ந்துவிடுவார்கள்.

அவந்தி நாட்டுத் தலைநகரான உஜ்ஜயினியின் ராஜ நர்த்தகி மஞ்சுளா. அவளுடைய அழகின் கவர்ச்சியும் வடிவத்தின்

அழகும் நாடு முழுவதும் பிரசித்தி அடைந்திருந்தன. அவந்தி நாடு மட்டுமல்ல; மற்ற நாடுகளைச் சேர்ந்த அரசர்களும், அரச குமாரர்களும், படை வீரர்களும், கலைவல்லுநர்களும் அவளுடைய ஆடலைக் காண்பதற்கும் பாடலைக் கேட்பதற்கும் அவளை நாடி யாத்திரையாக வந்தவண்ணம் இருந்தனர். ஒருமுறை அவளைக் கண்டவர்கள், அவளைச் சுற்றிச் சுற்றி வண்டுகளைப்போல் வட்டமிட்டனர். அவளுடைய உல்லாசக் கிருகத்தில் கால் வைக்கும் பாக்கியம் பெற்ற அரசர்கள், தங்கள் மகுடங்களை அவள் கால்களுக்கு அணையாக்கக் காத்திருந்தார்கள்; அவளுடைய புன்சிரிப்பால் சொக்கிய அரச குமாரர்கள், அரசு துறந்து அவள் ஏவலுக்கு இரங்கினார்கள். அணியும் ஆடம்பரமும் நிறைந்த அவளுடைய பேச்சில் மதிமயங்கிய கவிஞர்கள், அவளை அழகின் இலக்கியமாக்கி, காப்பியங்களும் காதைகளும் இயற்றி ஊர் ஊராகப் பாடிக்கொண்டு அலைந்தார்கள். இடை அழகில் மனமிழந்த பல சிற்பிகள், அவள் வடிவத்தைப் பெண்ணழகுக்கு இலக்கணமாக்கி அவளைப் போன்ற சிலைகளைச் செதுக்கத் தொடங்கினர். வண்ணத்தில் அவளை உருவாக்குவதையே தங்கள் லட்சியமாய்க் கொண்டனர், பல ஓவியர்கள். இசையும் நாட்டியமும், அவள் பாணியைப் பின்பற்றிப் பெருமைப்பட்டன. ஆக, நாட்டின் செல்வமும், கலையும், அந்தக் காலத்தில் உஜ்ஜயினியைச் சேர்ந்த அந்த அழகரசியின் சொல்லுக்கும் விருப்புக்கும் ஏற்றபடி இயங்கின என்றால் மிகையாகாது.

மன்னர்களை மகிழ்வித்துக் கலைஞர்களைக் கௌரவித்துச் செல்வர்களின் செருக்கழித்த மஞ்சுளா பொன்னையும் பொருளையும் குவை குவையாகக் குவித்தாள். உஜ்ஜயினியின் அரண்மனையைவிட உயர்ந்த, அழகு மிகுந்த அரண்மனையில் வாசம் செய்தாள்.

அந்த அற்புதமான அழகு மாளிகையில், மஞ்சத்தில், பஞ்சணைமீது சாய்ந்துகொண்டிருந்த மஞ்சுளாவுக்கு, அந்த இரவு தூக்கம் வரவில்லை. வீணையின் இன்னிசையாலும், தன்மையான ஒளியாலும், இதமான மணத்தாலும் அவளுக்குத் தூக்கம் வரவில்லை. அலங்கோலத்தை அழகு செய்யும் நிலையில் அவள் புரண்டுகொண்டிருந்தாள்.

அவளுடைய தவிப்பு, மாதவிக்கு வேதனை அளித்தது. "மஞ்சுளா, தூங்கிவிட்டாயா?" என்றாள், வீணையைக் கீழே வைத்தபடி.

"தூக்கம், நகரத்துக்கு வெளியே உள்ள வனத்துக்குள் ஓடி ஒளிந்து கொண்டிருக்கிறது! அதைப் பிடித்து வருவதென்றால் எளிய வேலையாக இல்லையே!"

"சதானந்தர் நகரத்துக்கு வெளியில் ஆசிரமம் ஏற்படுத்திக்கொண்டு, ஒரு மாதம் ஆகிறது. இந்த ஒரு மாத காலமாக, நீயும் தினம் தினம் அவரைத் தரிசிக்கச் செல்கிறாய். உன்னைத் தரிசிக்க வரும் அரசர்களும் பிரபுக்களும் ஏமாற்றம் அடைந்து திரும்புகிறார்கள். அவர்கள் வருவதையே வெறுக்கிறாய். உள்ளே இருந்துகொண்டே, 'இல்லை' என்று அவர்களைத் திருப்பி அனுப்பிவிடுகிறாய். மஞ்சுளா, அவர் உலக இன்பங்களைத் துச்சமாக நினைத்து ஒதுக்குகிறவர்; நீயோ நர்த்தகி; நர்த்தகிகளிலும் மகா ராணி. இன்பத்தை இடையீடு இல்லாமல் வேண்டுகிறவள்; சந்நியாசினி ஆகவேண்டும் என்கிற வைராக்கியம் உனக்கு உண்டாகிவிட்டதா?"

மஞ்சுளா முறுவலித்தாள். "நான் ஏன் சந்நியாசினி ஆகவேண்டும்? என் ஏவலுக்குக் காத்துக் கைகட்டிக் கிடக்கும் ராஜாதிராஜர்களையும், எண்ணி முடிக்குமுன் எதிரில் தோன்றுகிற போக போக்கியங்களையும், நிழலினும் இனிய சுகம் தருகின்ற இந்த அரண்மனையையும் நான் ஏன் துறக்கவேண்டும்? இன்பத்தில், தெவிட்டாத இன்பத்தில் எனக்குள்ள ஆசை குறையவில்லை; குறையவும் குறையாது. என்னால் எப்படிச் சந்நியாசினி ஆகமுடியும்? இன்பம் காண்பதற்கென்றே தோன்றிய இந்த உடலைத் துறவில் தீய்ப்பதற்குப் பதிலாகத் தீயிலே குதிப்பேன்!"

"அப்படியானால், நீ ஏன் சதானந்தரை வலம் வருகிறாய்? இன்று மாலை, உன்னைக் காணும் ஆவலோடு ஆயிரக்கணக்கான காதங்களைக் கடந்து சேர நாட்டு இளவரசர் தனஞ்சயர்..."

"தனஞ்செயரை அல்ல, பீஷ்மரை வெல்லவேண்டும் என்பதுதான் என் தாபம்" என்றாள் மஞ்சுளா, ஆத்திரமாய். "மாதவி! உனக்குமா புரியவில்லை?" என்று தொடர்ந்தாள்.

மாதவி வியப்புடன் அவளை நோக்கினாள். அவளால் நினைக்கவோ நம்பவோ முடியவில்லை. "மஞ்சுளா. நீ சொல்வது உண்மையா? மொட்டைத் தலையுடன், காவி ஆடை அணிந்த, காட்டில் திரியும் துறவி மீதா...?"

மஞ்சுளா உரத்துச் சிரித்தாள்: "ஆம், ஆம். அந்த மொட்டைத் தலைமீது எனக்குக் காதல் உண்டாகிவிட்டது! பைத்தியக்காரி கேள், சாம்ராஜ்யங்களின் அதிபதிகள் என் முன்னிலையில் மண்டியிட்ட போதும், அவர்கள் இச்சைக்கு நான் இசைந்ததுண்டா? என் விருப்பு வெறுப்புகளுக்குத்தானே அவர்களைக் கருவி ஆக்கிக்கொண்டேன்? எல்லாரையும் என் வசப்படுத்தியதன்றி, நான் யாருக்கும் வசப்பட்டதில்லையே! எல்லாரும் என்னைப் பற்றிக் கனவு காண்கிறார்கள்; நான் கனவு கண்டதோ, காண்பதோ இல்லை!"

"கனவோ, கனலோ இல்லாமலா நீ இப்படித் தூக்கம் இல்லாமல் புகைந்துகொண்டிருக்கிறாய்?"

மஞ்சுளா அழகான பாஷையில் ஆடம்பரமாகப் பதில் அளித்தாள்; "மாதவி! நான் நர்த்தகி. உடல் இன்பத்தை வழிபடுகிறவள். உலகம் இன்பத்துக்கும் அழகுக்கும் உறைவிடம் என்று கருதுகிறவள். சதானந்தர் துறவி, யோகி, உடலையும் உலகத்தையும் வெறுத்து அழகையும் இன்பத்தையும் அவமதிக்கிறார். சிருங்கார ரசத்தைக் கண்டித்து வைராக்கிய வாழ்க்கையை உபதேசம் செய்கிறார் அல்லவா? அவர் இந்த நகரத்து எல்லையில் வரும்வரை, நான் அவரைப் பற்றி அக்கறை கொள்ளவில்லை; ஆனால், அவர் இந்த நகருக்கு விஜயம் செய்ததும் அன்றி, பக்கத்தில் ஆசிரமமும் ஏற்படுத்திக்கொண்டதை எனக்கு இழைக்கப்பட்ட அவமானமாகவே நினைத்தேன். நானும் என் வாழ்க்கையும் அற்பமானவை என உலகத்திற்குக் காட்டத்தான் அவர் சூழ்ச்சி செய்கிறாரோ என்று கூட எனக்குத் தோன்றியது. இதில் வேடிக்கை என்னவென்றால், என் தரிசனத்திற்காகக் காத்திருக்கும் அதே அரசர்கள், அதே பிரபுக்கள், அதே கலைஞர்கள்தாம் அவருடைய தரிசனத்துக்காகவும் தவம் கிடக்கிறார்கள். என் சொற்படி ஆடுகிறவர்களே, அவர் சொற்படியும் ஆடுகிறார்கள். காதங்கள் பல கடந்து என்னைக் காண

வருகிறவர்கள், அவரைக் காணவும் எங்கு எங்கிருந்தோ வருகிறார்கள். இவையெல்லாம் எனக்கு அவமானம் இல்லையா? என்மீது அவர் சேற்றை வாரி இறைப்பதை, நான் எப்படி அனுமதிக்க முடியும்?"

"அதற்காக, நீயும் அவரைத் தரிசிக்கப் போய், அவர் கால்களைக் கழுவ வேண்டுமா?"

"மாதவி, சதானந்தர் தம்மைப் பீஷ்மர் என்று நினைக்கிறார். பெண்ணழகால் தம் உறுதியைக் குலைக்க முடியாது என்னும் அகங்காரம் அவருக்கு இருக்கிறது. பார்வை இல்லாத கண்களால், எவ்வளவு அலட்சியமாகப் பெண்களைப் பார்க்கிறார் அவர்! அவர் பார்வையைக் கவரவேண்டும்; அவர் மனத்தைக் கலைக்கவேண்டும்; அவரும் மற்ற மனிதர்களைப் போலவே என் காலடியில் விழுந்து புரளவேண்டும் என்பதற்காகவே, நான் அவர் காலில் விழுகிறேன்!"

மஞ்சுளாவின் அகங்காரத் தரிசனம் மாதவிக்கு அர்த்தம் ஆகவில்லை: "எவ்வளவு விசித்திரமான சபதம் இது என்றாள்!"

"என்ன விசித்திரம் இதில்? ஒரே ராஜ்யத்தில் இருவர் ஆட்சி நடக்க முடியாது; ஒன்று நான் இருக்க வேண்டும் அல்லது சதானந்தர் இருக்க வேண்டும்!"

"ஆனால், உன் சபதம் நிறைவேறும் என்று எனக்குத் தோன்றவில்லை. சதானந்தர் மலை முடி மீதும் குகைகளிலும் தவம் செய்து உடலையும் மனத்தையும் கட்டுப்படுத்திய வைராக்கிய சீலர். சிங்கம், புலி முதலிய கொடிய மிருகங்களும் நாகம் போன்ற விஷப்பிராணிகளும் அவருக்கு முன்னிலையில் ஒடுங்கி ஒதுங்கி ஓடிவிடுகின்றன என்று பேசிக்கொள்கிறார்கள். அவர் பொன்னையும் தொடுவதில்லை. 'பெண்' என்கிற சொல்லுக்கு விசேஷமான அர்த்தம் தராத, நெறி தவறாத பிரமச்சாரி. அவரை வசப்படுத்த முயல்வது..."

"முடியாத காரியம் என்று நினைக்கிறாய். மேனகை முன் விசுவாமித்திரர் கதி என்ன ஆயிற்று?"

"விசுவாமித்திரர் அரசராக இருந்தவர். இல்லறத்தில் இருந்தவராதலால் வீழ்ந்தார். சதானந்தர் அப்படி அல்லவே!"

"அப்படி அல்ல என்பதே பலவீனம் அல்லவா?"

"ஒருமாத காலமாக நீ முயற்சி செய்கிறாய்; வெல்ல முடியும் என்று உனக்கு நம்பிக்கை இருக்கிறதா?"

"ஒருமாத காலமாக அந்த எளிய துறவி ஒரே இடத்தில் தங்கியிருப்பதே, என் வெற்றிக்கு அறிகுறி அல்லவா?"

"ஆனால், உன்னால்—உனக்காகத்தான்—தங்கிவிட்டார் என்று எப்படிச் சொல்வது? அடியாரின் வற்புறுத்தலுக்கு இணங்கி அவர் இருக்கக்கூடாதா?"

"இருக்கலாம். இருக்கலாம்!" என்று மறுபடியும் ஒரு வெள்ளை நகை புரிந்தாள் மஞ்சுளா. "ஆனால் இந்த நிலவும், இந்தக் காற்றும் என்னிடம் வேறொரு கதைதான் சொல்கின்றன!"

“ஆனால், இவையெல்லாம் வீண் வேலைகள் என்று எனக்குத் தோன்றுகிறது. போயும் போயும் ஒரு துறவியை மயக்கவா, நீ முனைய வேண்டும்?”

மஞ்சுளா சரேலென்று எழுந்து உட்கார்ந்தாள்; “மாதவி, குருட்டுப் பெண்ணே, அவரை நீ நெருங்கி நின்று பார்க்கவில்லையா? அவர் முகம் எப்படிப் பிரகாசிக்கிறது! அவர் கண்கள் எப்படி ஜொலிக்கின்றன! யானையை மதமலை என்கிறார்கள். கட்டுக்குலையாத உடலில் மிளிரும் கூறுகுன்றாத இளமையுடன் அவர் உறுதியாக நடந்து வரும்போது, மதமலை அவர்தாம் என்று எனக்குத் தோன்றுகிறது. மாதவி, என்னை நாடி வருகிறவர்கள் லோலர்கள், சிற்றின்பப் பிரியர்கள். மனத்தை ஒரு நெறியில் நிறுத்திப் புலன்களைக் கட்டுப்படுத்தி உடலழகைக் காத்துக் கொண்டிருக்கிற அவரை வசப்படுத்த முடியுமானால்...”

அவளுடைய குரல் தழுதழுப்பதை மாதவி மலைப்புடன் கவனித்தாள். தருக்குடன் பேசிய மஞ்சுளாவின் நெஞ்சு கடைசியில் கீழே சிந்திவிட்டது. அரசாங்கங்களை ஆட்டி வைக்கும் அழகி, ஆண்டிக்காக ஏங்குகிறாளே என்று வருத்தம் அடைந்த மாதவி, பெருமூச்சு விட்டுக்கொண்டே வீணையைக் கையில் ஏந்தினாள்.

“மாதவி, எழுந்திரு, நீ போ, நான் தூங்குகிறேன். இரவு வெகுநேரம் ஆகிவிட்டது.”

அவள் அறை வாயிலை அடைந்தபோது, திரும்பவும் அழைத்தாள் மஞ்சுளா.

“மொட்டைத் தலைச் சாது இரவு எந்நேரம் வந்தாலும், தடை சொல்லாமல் என்னிடம் அனுப்பும்படி காவலனை எழுப்பிச் சொல்லு.”

“இன்று இரவா?” என்று திடுக்கிட்டாள் மாதவி.

“இந்த இரவுதான் பூர்ணிமை நிலா எவ்வளவு அழகாய் இருக்கிறது!”

“ஆனால், அவர் சொன்னாரா?”

“அவர் இதுவரை என்னுடன் ஒரு வார்த்தைகூடப் பேசியதில்லை. சந்நியாசியோடு பழகுகிறேன் அல்லவா? எனக்கும் ஞான திருஷ்டி உண்டாகிவிட்டது!”

“அரசருக்கு அனுமதி இல்லை; ஆண்டிக்குத் திறந்த கதவு! கேடு காலத்திற்குத்தான் இப்படிப் புத்தி போகிறது” என்று தனக்குள் முணுமுணுத்தவாறு, மாதவி வெளியே போனாள்.

மஞ்சுளா புரண்டு புரண்டு தூங்க முயன்றாள். ஆனால் தூக்கம், அவள் கூறியதுபோல், நகரத்துக்கு வெளியிலிருந்த வனத்துக்குள் ஒளிந்து கொண்டிருந்தது. அவள் அருகிலும் அது வரவில்லை.

“மயக்கப் போனேன், மயங்கி வந்தேன். கனவு மூட்டச் சென்றேன், கனவு மூட்டிக்கொண்டு வந்தேன்! என்று எண்ணியபடியே, அவள் ஒரு கனவு காணத் தொடங்கினாள்.

மஞ்சுளா வீணையை இசைத்தாள். மதனன் நாதத்தில் இழைந்தான். ரதி வாசத்தோடு இசைந்தாள்.

நிலவு ஜன்னல் அருகில் நின்றது. அதிலிருந்து அறையில் இறங்கினாள் நிலா நர்த்தகி. காதல் போதை கொண்ட அவள், தத்தித் தத்தி நடந்து வந்தாள். நிலா நர்த்தகியும் ராஜநர்த்தகியும் கரம் கோத்துக்கொண்டனர்; ஒயிலாக நிலவில் அமர்ந்தனர்.

இருவரையும் சுமந்து நிலவு பறந்தது. மஞ்சுளா குனிந்து கீழே நோக்கினாள். நிலவு நகர எல்லையைத் தாண்டியது. வயல்களைக் கடந்தது. வனத்தின்மீது வித்தாரமாய் ஊர்ந்தது. சதானந்தர் ஆசிரமத்துக்கு மேலே தயங்கியது.

நிலவு காட்டிய வெளிச்சத்தில், ஆசிரமத்துக்குள் எட்டிப் பார்க்கிறாள் மஞ்சுளா.

சதானந்தர் புலித் தோல்மீது உறங்குகிறார்; இல்லை, உறங்கவில்லை; புரள்கிறார். புலித்தலை எவ்வளவு பயங்கரமாக இருக்கிறது! புலிக் கனவு கண்டு புரளுகிறாரோ என்னவோ! எழுந்து உட்காருகிறார், நிற்கிறார்; நிமிர்ந்து நிற்கிறார்; தலை குனிந்து துவண்டு அமருகிறார். மறுபடியும் எழுந்து, போர்வையால் தம்முடைய விசாலமான மார்பைப் போர்த்திக் கொண்டு, ஆசிரமத்துக்கு வெளியே வந்து...

இல்லை திரும்பவும் ஆசிரமத்துக்குள் புகுந்து, இங்கும் அங்குமாய் நடக்கிறார். விரோதியுடன் போர் புரியும் வீரனைப்போல் வேகமாகச் சிறிது நேரம்; ஆடி அயர்ந்த நர்த்தகியைப்போல் சோர்வாகச் சிறிது நேரம் நடக்கிறார்.

அப்பால், போர்வையை இறுக்கிக்கொண்டு ஆசிரமத்திலிருந்து வெளிவந்து, திரும்பியும் பாராமல் வேகம் வேகமாகப் புறப்படுகிறார்; புறப்பட்டார்.

நிலவும் தொடர்ந்தது. நெஞ்சைப் பற்றிக்கொண்டு குனிந்து பார்த்தபடி இருந்தாள் மஞ்சுளா. சதானந்தரின் நெடிய உருவம், மதமலையென நடந்து செல்வது, நிலவு ஒளியில் நன்றாய்த் தெரிகிறது.

வனம் தாண்டி, வயல்கள் தாண்டி, நகர எல்லை தாண்டி, அப்பால், அப்பால், மஞ்சுளா வசிக்கும் தெருவில் புகுந்த – என்ன வேகம் அவர் நடையில்!

வீடுதாண்டி, மறுவீடு தாண்டி, மஞ்சுளா வீட்டு வாயிலில் நின்று விட்டார். மாளிகைக் காவலன் பணிவாகக் கதவைத் திறந்துவிட்டான். அவன் எவ்வளவு நல்லவன்! அவர் மாளிகைக்குள் கால் வைத்துவிட்டார்.

மஞ்சுளா, அறையில் குதித்தாள்.

'அவருக்காக நான் தவிப்பதுபோல் எனக்காக அவரும் தவித்து, ஆசிரமத்திலிருந்து புறப்பட்டு வந்து அறை வாசலில் தயங்கி நிற்கிறாரோ?' என்னும் எண்ணம், அவள் மனத்தில் மின்னிய அதே கணத்தில், அந்தக் குரல் ஒலி அவளை அழைத்தது: "மஞ்சுளா"

கனவை நனவாய்க் காணப்போகும் பரபரப்புடன், அவள் ஓடோடிக் கதவைத் திறந்தாள். அதே மொட்டைத் தலை; அதே காவி உடை; அதே ஒளி முகம்; அதே மதமலை!

"நீங்களா சுவாமி, இந்நேரத்தில்"

"நான்தான்; முடியவில்லை; வந்துவிட்டேன்" என்று சொல்லிக் கொண்டே அறைக்குள் வந்தவர், கதவை மூடினார்.

நாணத்தைச் சொச்சமில்லாமல் என்றோ செலவழித்துவிட்ட மஞ்சுளா நாணத்தால் சிவந்துவிட்டாள். "நான் அதிருஷ்டசாலி. இங்கே, இங்கே அமருங்கள்" என்று சொல்லியபோது, அவள் குரல் விக்கியது.

சதானந்தர் மஞ்சத்தில் பஞ்சணை மீது சாய்ந்தார், வேர்வை கொட்டுகிற முகத்தைப் போர்வையால் துடைத்தார். காலடியில் சுருண்டு உட்கார்ந்து, அவர் பாதங்களை மிருதுவாக வருடினாள் மஞ்சுளா.

அழகாய்ப் பேசும் இருவர் இருந்தும், அப்போது மௌனந்தான் அழகாய்ப் பேசியது.

அரசர்களும் அறிஞர்களும் தங்கள் தலையையும் நெஞ்சையும் பலி கொடுத்த அந்த அறையின் இயலுக்குத் தம் ஆத்மாவையும் சேர்த்து அர்ப்பணிக்கத் தயாராகிவிட்டார் அந்தத் துறவி, சொடுக்கும் நேரத்தில்.

அதே நேரத்தில், மஞ்சுளா மீளவும் ராஜ நர்த்தகி ஆனாள். அவளுடைய ரசனை உணர்ச்சி தலையெடுத்தது. பிரமசாரியின் வைரம் பாய்ந்த உடலுக்குள் எங்கோ ஒளிந்துகொண்டிருக்கும் மனத்தை வெளியில் உருவி எடுத்து வெளிச்சத்தில் நன்றாகப் பார்த்துவிட வேண்டும் என்று உறுதி செய்துகொண்டாள்.

"இந்தப் பாதங்களின் ஸ்பரிசம் பெறுவதற்கு இந்தக் குடிசை என்ன புண்ணியம் செய்ததோ! சுவாமி, நீங்கள் வந்த நேரம் இக்கட்டான நேரம். உபசாரத்தில் குறை இருந்தால் மன்னிக்க வேண்டும். இந்த அறையின் வாசனையே, உங்களுக்கு வெறுப்புதான் உண்டாக்கும்."

"நாசி இல்லாதவனுக்கு வெறுப்புத் தட்டலாம். மஞ்சுளா, நான் இப்போது துறவியாக உன்னிடம் வரவில்லை. என் வைராக்கியம் குலைந்து விட்டது. நீ குலைத்துவிட்டாய். உன் அழகு..."

"அழகு அநித்தியம் அல்லவா, சுவாமி?"

"கண்களை இழந்தவனுக்கு அழகு அநித்தியந்தான். நான் சந்நியாசி; என்னை நீ ஏற்பாயா?"

“நான் வேசிதானே ? ஆனால், அழுகிப் புழுத்துவிடும் தன்மை வாய்ந்த உடலுக்கு ஆசைப்பட்டு நீங்களும்...”

“மஞ்சுளா, நீ பரிகாசம் செய்கிறாய். எனக்கு முப்பத்தைந்து வயசாகிறது. இவ்வளவு காலமும் நான் என் உடலை உணர்ச்சியும் ஈரமும் இல்லாத மரக்கட்டையாகப் பழக்கி வைத்திருந்தேன். சந்நியாசியாகப் பல இடங்களில் சுற்றினேன். அரண்மனைகளிலும் குடிசைகளிலும் தங்கியிருக்கிறேன். எவ்வளவோ பெண்களுடன் பழகுவதற்குச் சந்தர்ப்பங்கள் இருந்தன. அரசன் தவிர வேறு ஆண் வாடை வீசப்படாத அரசிகளின் அந்தப்புரங்களில் நேரங்கெட்ட நேரத்திலும் சுதந்திரமாய்ப் போயிருக்கிறேன். பெண்மணிகள் கூட்டமாக வந்து என் உடல் முழுவதும் சந்தனம் பூசிக் குளிப்பாட்டியபோதும் நான் சலனம் அடைந்ததில்லை. முதலில் உன்னைப் பார்த்தபோதும், நீ யார் என்று கேள்வி கேட்டபோதும் உன்னை நல்வழிப்படுத்த வேண்டும் என்றுதான் நினைத்தேன். நீ அடிக்கடி என்னை நாடி வரத் தொடங்கினாய். உன்னை நெருங்க நெருங்க, இந்தக் கட்டையில் நெருப்புப் பற்றிக்கொண்டது. உன்னையும் திருத்தவேண்டும்; உன் அருகில் இருந்தவாறே என் மனத்தையும் ஒடுக்கவேண்டும் என்று பிடிவாதம் கொண்டேன். ஆனால், நாளாக நாளாக, என் மனம் மேலும் மேலும் துவண்டது. தலைநிமிர்ந்து உன் முகம் பார்க்கவே எனக்குப் பயமாக இருந்தது. ஆசிரமத்தைக் கலைத்துவிடலாமா என்றுகூட யோசித்தேன். அதற்கும் மனம் இடம் தரவில்லை. பிறகு, நீ எப்போது வருவாய், எப்போது வருவாய் என்று உனக்காக ஏங்கத் தொடங்கினேன். என்னை நமஸ்கரித்துவிட்டு நீ திரும்பும்போதுதான், என்னால் உன்னைத் தைரியமாய்ப் பார்க்க முடிந்தது. நீ நடந்தபோது என் ஆவி முழுதும் உன் பின்னால் ஓடியது. பாதங்களைத் தீண்டுகின்ற உன் கூந்தல், கருநாகம்போல் என்னைத் தீண்டியது!”

“நாகத்தின் விஷக்கடி உங்களைப் பாதிக்காது என்கிறார்களே?”

“அது விஷக்கடியாக எனக்குத் தோன்றவில்லை; அமுதக்கடியாக எனக்குத் தோன்றியது. எவ்வளவோ சுற்றினேன்; எத்தனையோ பார்த்தேன்; என் பிரமசரிய விரதம் பங்கம் அடையவில்லை. ஆனால், உன் நினைவை என்னால் வெல்ல முடியவில்லை. இந்த இரவு, என்னை மிகவும் துன்புறுத்தி விட்டது. நிலவில் உன் உருவம் தோன்றிச் சிரிப்பதுபோல் பிரமை கொண்டேன். தூக்கம் வராமல் தவித்தேன். போராடியும் மன்றாடியும் மனம் அடங்கவில்லை. தயங்கினேன். கடைசியில், எழுந்து உன்னை நாடி வந்துவிட்டேன்.”

சற்று மௌனமாக இருந்தது. அவர் மீண்டும் கூறினார்: “நான் சந்நியாசி; இல்லை, நான் சந்நியாசி இல்லை; நான் ஏழை; பொன்னையும் பொருளையும் நான் தொட்டதில்லை. என்னை நீ ஏற்பாயா, மஞ்சுளா?”

தவத்தின் சிகரத்தில் நின்று தூய்மையின் வெள்ளமாய்க் கம்பீரமாகப் பேசிய பிரமசாரியின் குரல் குழைந்து குமுறுவதை அவளால் மேலும் தாள முடியவில்லை. அக்காலத்து ராஜ நர்த்தகிகள் வாய்க்கு அணியான மிருதுவான பாஷையில் அவள் பதில் அளித்தாள்.

“ஊனமில்லாத இளமையென்னும் பெருநிதி படைத்த சரீரச் சாம்ராஜ்யத்தின் அதிபதியான நீங்கள், ஏழை என்று ஏன் குறைப்படுகிறீர்கள்?”

“அப்படியானால்… நீயும்… நீயுமா…?

அவள், அவர் பாதங்களை உறுதியாக அணைத்துக்கொண்டாள். அவளுடைய இரு கரங்களையும் பற்றித் தூக்கி நிறுத்தினார் அவர்.

கனவைச் சிருஷ்டிக்கும் கண்மணி, மறுபடியும் ஒரு கனவு காணத் தொடங்கினாள்.

வான வெளியில் நிலா உலா வந்தது. கருமுகில் ஒன்று படர்ந்து வந்தது.

வேறு கனவு

நிலா சிரித்தது; முகில் சிரித்தது. நிலவு தவித்தது. முகில் துடித்தது. ஒளி இருளை இருள் இருளை நாடியது. இருள் ஒளியை ஒளியை ஒளியை நாடியது. நிலா ஒல்கி ஒல்கி ஓடியது. முகில் வெள்கி வெள்கி விரைந்தது. இருளுகந்த ஒளியால் ஒளி ஒளியாயிற்று. ஒளியுகந்த இருளால் இருள் இருளாயிற்று. விளிம்பிகந்த ஒளியால் ஒளி இருளாயிற்று; வரம்புகந்த இருளால் இருள் ஒளியாயிற்று. முகில் நிலாவாயிற்று, நிலா முகிலாயிற்று. இருள் ஒளியாயிற்று, ஒளி இருளாயிற்று, ஒளி ஒளியாய் ஒளிய, இருள் அடர்ந்து அடர்ந்து அடர்ந்தது…

◆ ◆ ◆

வெள்ளி முளைக்கும் முன்னரே கண் விழித்துக் காலைக் கடன்களை முடித்துக்கொண்டு பரமனைத் தியானிக்கும் பழக்கமுடைய சதானந்தர், அன்று பொழுது புலர்ந்து வெகு நேரம் கழித்துத் தூக்கம் கலைந்து எழுந்தார். காலையில் முதல் கடனாக அவருக்கு மஞ்சுளாவின் ஞாபகம் வந்தது. அறையைத் துழாவிய கண்கள், அவள் அங்கே இல்லை என்பதைக் கூறின. அறையின் நறுமணம் அவர் நாசியைச் சூழ்ந்துகொள்ள, மீண்டும் கண் மூடி இரவை எண்ணிய அவர் முகத்தில் ஒரு சிரிப்புப் பரவியது. அசதியோடு கண்களைக் கசக்கித் திறந்தபோது, அவருக்கு எதிரில், வெள்ளைப் புடைவை அணிந்த மொட்டைத் தலை மாது ஒருத்தி தரிசனம் அளித்தாள். மஞ்சுளாவின் எழில் முகத்தில் விழிக்க விரும்பிய அவருக்கு, அவளைத் தலையெடுத்துப் பார்க்கவே அருவருப்பாய் இருந்தது.

“யார் நீ? மஞ்சுளா எங்கே?” என்றார் கண்களை மூடிக்கொண்டே.

“நான்தான்; சுவாமி!”

சதானந்தர் உலுக்கி எழுந்து உட்கார்ந்தார்.

“நீ… மஞ்சுளாவா?”

அவர் கவனித்துப் பார்த்தார்; அவள்தான். மஞ்சுளாதான்!

“கூந்தல் எங்கே?” என்றார் திடுக்கிட்டு.

“இதோ இருக்கிறது!” என்றவாறு, ‘கருநாகம்’ என அவர் வருணித்த நீண்ட கருங்குழலை, அவர் கையில் கொடுத்தாள் அவள்.

“ஓ! கூந்தலை வெட்டி, அழகைப் பாழக்கிவிட்டாயே, பாவி!”

"கூந்தல் போனால் அழகு போகிறது; பல் போனால் சொல் போகிறது இல்லையா சுவாமி?"

அவள் சிரித்தபோது, அவளுடைய சில பற்கள் உடைந்திருப்பதை, அவர் பயத்துடன் கவனித்தார்.

அவர் தம்மை மறந்தார். கையில் இருந்த அவளுடைய கூந்தலினால், மொட்டைத் தலையைப் பிசைந்து கசக்கிக்கொண்டே கத்தினார்.

"கூந்தலை வெட்டிக்கொண்டு, பல்லை உடைத்துக்கொண்டு—உனக்குப் பைத்தியம் பிடித்துவிட்டதா, மஞ்சுளா?"

"இல்லை. எனக்குப் பைத்தியம் தெளிந்துவிட்டது. நேற்றுவரை நான் உடலுக்குள் வாழ்ந்து வந்தேன். நேற்றுவரை இந்த உடலுக்கு இன்பம் தருவதற்காக நான் ஏங்கிக்கொண்டிருந்தேன். சுவாமி, எனக்கு அந்த வாழ்க்கை தெவிட்டிவிட்டது. உடலுக்கு அப்பால் உள்ள இன்பத்தைக் காண்பதற்காக நான் வெளியே போகிறேன். இந்த மாளிகையும், இதில் உள்ள பொருள்களும் உங்கள் உடமைகள். நீங்கள் இருங்கள்; நான் போகிறேன்."

மஞ்சுளா போனாள்; சதானந்தர் இருந்தார்.

'மஞ்சுளாவின் சபதம்' என்ற தலைப்பில்,
***கலைமகளில்* (ஜனவரி 1955) வெளியாளது.**

மாளிகை வாசம் (நவம்பர் 1964)

மறுபிரசுரம்: ***சௌராஷ்டிரமணி* (தீபாவளி மலர்: 1979)**

மறுபிரசுரம்: ***அமுதசுரபி* (தீபாவளி மலர்: 1995)**

எம்.வி. வெங்கட்ராம் கதைகள் (டிசம்பர் 1998)

●

ஊஞ்சல்

அந்த உல்லாச மண்டபத்து ஊஞ்சலில் அமர்ந்து ஆடியவண்ணம் நோக்கிய பத்மினிக்குக் கீழே தென்பட்ட உலகம் மிகவும் கீழே வீழ்ந்துவிட்டது போலவும், தான் மிகவும் உயர்ந்து ஆகாயத்தைத் தொடப்போவது போலவும் தோன்றியது.

இன்பத்தின் உச்சியிலிருந்தே இன்பத்தைத் தேடுகின்ற பெண்ணின் ஆட்டத்தை அழகுற எடுத்துக்காட்டவே, அந்த ஊஞ்சல் ஆடியது போலும்!

'ஓட்டமும் வேகமும் அர்த்தமற்றவை' என்று கற்பனை செய்யும் கவியின் கற்பனை, வானில் ஒன்றன்பின் ஒன்றாக ஒளிரும் எண்ணத்துணுக்குகள், ஆகாயத்தில் சுடர்விட்ட விண்மீன்கள், நிலவை ஏறெடுத்துப் பார்க்கவும் வெட்கி இமையா விழிகளைச் சலித்தன.

சந்திரலோகத்திலிருந்து அப்போதுதான் கீழிறங்கி வந்தது போன்ற கம்பீரத்துடன் விளங்கிய அந்த அழகு மாளிகையின் மேல்மாடியின் கைப்பிடியைப் பற்றி நின்ற சேகரனைக் கண்களாலேயே அள்ளி விழுங்க விரும்புகின்றவள்போல் பார்த்துக்கொண்டிருந்தாள் பத்மினி.

"ஊஞ்சலுக்கு வரக்கூடாதா?" என்று கேட்ட குரலில், பெண் குரலின் வேட்கை ஒலித்தது.

ஆனால், எதிர்க்குரலில் அந்த வேட்கையில்லை. "ஆட்டத்தைவிட நிலைத்து நிற்பது, சந்தோஷமாக இல்லையா?" என்றான் சேகரன்.

"திடீர் திடீர் என்று, இப்படி உங்களுக்கு என்ன வந்துவிடுகிறது? புரியாதபடி ஏதாவது பேச ஆரம்பித்து விடுகிறீர்களே? இங்கே வாருங்கள்!"

நின்ற இடம் விட்டு, அவன் அசையவில்லை. அவளுடைய அழைப்பைக் காதில் வாங்காதவனாய், இரவின் மோனத்தோடு அவன் ஒன்றி நின்றான். அவனுடைய அந்த ஒருமையே, அவளுடைய கிளர்ச்சியை மேலும் தூண்டிவிட்டது. வாரி

முடித்த கூந்தலைப் பிரித்துப் பறக்கவிட்டு, பறக்கின்ற தலையில் ஒற்றை ரோஜா செருகி, நிலாவின் மணத்தை மேலே தெளித்துக்கொண்டு, காற்றின் பரபரப்பை ஆடைக்கு அணியாக்கி, 'நான் காதல் – நான் இன்பம்' என்று குரல் கொடுக்கும் வடிவெடுத்து, ஊஞ்சலிலிருந்து குதித்து, அருகில் சென்று அவனுடைய தோள் தொட்டு நின்றாள் அவள்.

இரும்பையும் பாகாக்கும் ஆற்றலுடைய அந்தச் சொக்கெழில், நிலையாக நிற்க விரும்பிய அவனை, ஆட்டிக் குலுக்கத்தான் செய்தது.

"இந்த அழகான பொழுதைப் பாழாக்க வேண்டுமா? பகல் முழுதும் பணத்துக்குப் பின்னால் ஓடுகிறீர்கள்: நிம்மதியாக இருக்க வேண்டிய இந்த நேரத்தை, அர்த்தமற்ற யோசனைகளில் கழிக்க வேண்டுமா? உங்களுக்காகக் காத்திருக்கிற எனக்கு, நீங்கள் கொடுக்கின்ற மதிப்பு இதுதானா?" என்று அவள் கெஞ்சும்போதே, இருவரும் ஊஞ்சலில் ஆடிக்கொண்டிருந்தனர்.

ஊடலின் மயக்கத்தில் அவன் மூழ்கினாலும், மனம் அவன் உடலுக்கு வரவில்லை என்பதை, அவன் பேச்சு காட்டிக் கொடுத்தது.

"பத்மினி, எனக்கும்தான் புரியவில்லை. பகல் முழுவதும் நீ சொல்வது போல் – பணத்துக்குப் பின்னால் ஓடும்போது, 'இரவு வர வேண்டும். உன்னுடன் களித்திருக்க வேண்டும் என்று ஏங்குகின்றேன். ஆனால் இரவு வந்ததும், 'பகல் முழுவதும் பணத்துக்குப் பின்னும், இரவு முழுவதும் பெண்ணுக்குப் பின்னும் ஓட வேண்டியதுதானோ?' என்று, ஏனோ எனக்குத் தோன்றுகிறது. அமைதியாகத்தான் இருக்கிறேன். உன்னிடம் எனக்கு, உள்ள பந்தமும் உறுதியாக இருக்கிறது. ஆயினும், உல்லாச மண்டபத்து அழகான ஏகாந்தத்தில், நான் இப்படி ஏன் நினைக்கிறேன்?"

"ஏன் என்றால், என் மீது உங்களுக்கு உள்ள அன்பு தளர்ந்துவிட்டது!" என்று அவள் சிணுங்கினாள்.

"நீ நினைப்பது தவறு. பகல் முழுவதும், உன் நினைவாகவே இருக்கிறேன். குவியலாகச் சேரும் 'கரன்ஸி' நோட்டுக்களில் ராஜாவின் தலைக்குப் பதிலாக, உன் முகம்தான் தென்படுகிறது. என்றாவது ஒரு நாள், அந்தத் தலைக்குப் பதிலாக உன் தலையை அச்சிட வேண்டும் என்று, பல முறை நான் யோசித்ததுண்டு. உன் மேல் உள்ள வெறுப்பினாலா, இப்படி நினைக்கிறேன்?"

"நீங்கள் இப்படியெல்லாம் பேசினால், எனக்குப் பயமாக இருக்கிறது. உங்கள் உடம்பில் ஏதாவது கோளாறு இருக்குமோ? நல்ல சமயத்தில், நல்ல விஷயம் பேசாமல்..."

"எனக்கே சந்தேகம் வந்து டாக்டரைக் கலந்தேன். உடம்பில் மட்டுமல்ல; மனத்தில்கூடக் கோளாறு இல்லை என்று கூறிவிட்டார். எனக்கு என்ன குறை? நோய் நொடி இல்லாத உடல் இருக்கிறது; நினைத்ததை நிறைவேற்றிக்கொள்ளப் பொருள் வலிமை இருக்கிறது; 'அழகு' என்ற சொல்லுக்கு இலக்கணமான நீ, என் மனைவி; நம் குலம் விளங்க ஓர் ஆண் குழந்தை இருக்கிறான்; நான் அமைதியாக இருப்பதாய்த்தான் தோன்றுகிறது; ஆனாலும்..."

பத்மினி பெருமூச்சு விட்டபோது ஊஞ்சல் மட்டுமல்ல, விண்மீன்கள்கூட நடுங்கின; மோக நிலா கேலியாக நகைத்தது.

“உங்களுக்குச் சந்தோஷம் உண்டாக்க முடியவில்லை என்கிற கவலை, என்னைத் துன்புறுத்துகிறது…”

“உனக்குப் புரியும்படி, எப்படிச் சொல்வது என்றே புரியவில்லை: ஏனென்றால், எனக்கே அது புரியவில்லை. உன் உடலின் சொகுசான எழிலும், மணத்தின் நறுமணமும் என்னைப் பரவசப்படுத்துகின்றன. உடல் எடுத்ததன் பயனைக் கண்டுவிட்ட ஒரு நிறைவு, உன் அருகில் வந்ததும் என்னுள் தென்படுகிறது. நீ என்னை மகிழ்விக்கவில்லை என்று, எப்படிக் கூறுவது? என் ஏக்கம், உடலின் ஏக்கம் அல்ல. என் மனம் வேதனைப்படுவதாகவும் சொல்ல முடியாது…”

“இப்படித்தான் கவிதைபோல் கனவு கண்டு…”

“அடடா, மறந்துவிட்டேன். கனவு என்றதும் ஞாபகம் வருகிறது. நேற்று இராத்திரி ஒரு வேடிக்கையான கனவு கண்டேன். மறக்க முடியாத கதை போலவே இருந்தது. ஒருவேளை, என் மனத்தின் தவமே, அந்தக் கனவாக வந்ததோ, என்னவோ?”

“என்ன அது?” என்றாள், பேச்சு மாறுதல் வேண்டிய பத்மினி.

“உனக்கு வருத்தமாக இருக்கும்…”

“கனவுக்கு வருந்துவார்களா?”

“வருந்தும்படியாகத்தான் இருக்கும்; சொல்லட்டுமா?”

கனவு கேட்கும் காரணம் காட்டி, அவனோடு அவள் நெருங்கினாள்.

அவன், கனவைக் கூறத் தொடங்கினான்:

“வெறும் சொப்பனம். இந்த ஆடம்பரமான ஆடைகளுக்குப் பதிலாகக் கிழிந்து கந்தலான அழுக்குத் துணியைக் கட்டிக்கொண்டு, கையில் ஒரு பாத்திரம் ஏந்திய பிச்சைக்காரனாய், முன்பின் அறியாத ஏதோ ஓர் ஊரின் தெருவில், இரவில் அலைந்தேன்.”

அந்த இரவில், அவ்வூரைப் பாழ்படுத்த விரும்புவதுபோல் ஆகாயத்தில் மேகங்கள் உறுமிக்கொண்டிருந்தன.

எளியவர்களை வதைக்கும் கொள்ளைக்காரர்களைப்போல், செடிகொடிகளைப் பிடுங்கி எறிந்து, மரங்களை ஆட்டிக் குலுக்கி முறுக்கிய காற்று, வீடுகளையும் சுருட்டிக்கொள்ள முயன்றுகொண்டிருந்தது.

அந்த அமளிக்கு அஞ்சிய அத்தெரு மக்கள், வீட்டுச் சுவர்களின் பாதுகாப்பில் ஒளிந்துகொண்டார்கள். இடிக்கும் இடி சிரிக்கும் சிரிப்பின் வெளிச்சத்தில் அந்தத் தெரு, ‘என்னைக் காப்பாற்று’ என்று வானை நோக்கிக் கெஞ்சுவதுபோல் பரிதாபமாகக் காட்சியளித்தது.

இவ்வளவு தடபுடலையும் பொருட்படுத்தாமல், வீடு வீடாக ஏறிப் பிச்சை கேட்டுக்கொண்டிருந்தான் சேகரன். இடியையும் சூறாவளியையும் எதிர்த்து நிற்கும் வலிமையை, அவனுடைய பசி கொடுத்தது. அவனுடைய பசி மட்டுமல்ல; ஊருக்குப் புறம்பே – அருகில்தான் – ஒரு பாழடைந்த மண்டபத்தில் காய்ச்சலாகப் படுத்துக் கிடந்த, அவனுடைய பிச்சைக்கார

வாழ்வின் துணைவியான பத்மினியின் பசிதான், அவனுக்கு அத்தனை துணிச்சல் தந்தது.

அவனுக்கே பசி; காலையிலிருந்து வெறும் நீருண்ட அவன் வயிறு நீருண்ட மேகம் போலவே குமுறியது. மரங்களைக் குலுக்கும் காற்றுத்தான் தன் தலையைச் சுற்றுகிறதா? அல்லது தானாகவே அது சுற்றுகிறதா என்று நிர்ணயம் செய்ய முடியாத நிலையில், அவன் தள்ளாடியவாறு நடந்தான்.

அவ்வூரில் அவன் பிறவிப் பிச்சைக்காரன்; வேலை செய்ய மாட்டான் என்பதில்லை; வேலை கிடைக்கும்போது வேலை; வேலை இல்லாதபோது பிச்சை. வேலை செய்வதைவிடப் பிச்சை எடுத்துப் பிழைப்பதே இன்பம் என்று அவன் முடிவுகட்டி வெகுகாலம் ஆகிவிட்டது. வயிறு என்கிற தொல்லைப் பொறுப்பைத் தவிர, வேறு பொறுப்பற்ற அவனுக்குப் பத்மினி இன்பப் பொறுப்பாக வந்து சேர்ந்தாள். தெருவோடு பிச்சை கேட்டு வந்த அவனுக்கும் அவளுக்கும் இடையில், காதல் என்கிற பிணைப்பு ஏற்படுவதற்கு நிலவோ, தென்றலோ, இசையோ துணைசெய்யவில்லை.

வயிற்றை நிரப்பிக்கொண்டு, இரவுக்காகத் தனித்தனியே பாழ்மண்டபத்தில் ஒதுங்கியவர்கள், காலையில் தம்பதியாய்க் கண் விழித்தார்கள். நலிந்த தோற்றம் அளித்தாலும் வீறுள்ள உடல் படைத்தவன் அவன்; அழகே வடிவான பெண் அவள்; பிச்சைச் சோறானாலும் சம பங்கு கண்டு மரத்தடியிலும் திண்ணைகளிலும் இடிந்த மண்டபத்திலும் அவ்விருவரின் குடும்பம் குதூகலமாய் நடந்தது. வயிற்றுக்குக் கிடைக்காத காலத்திலும் அவர்களுடைய மகிழ்ச்சி சிறிதும் சிணுங்கவில்லை என்பதுதான் அதிசயம். “இன்ப வாழ்வின் பயனை நான்கைந்து மாசங்களில் காணலாம். பிச்சை கேட்பதற்கு ஒரு நல்ல ‘காரணம்’ கிடைக்கும்” என்று அவர்கள் ஆசையாக எதிர்பார்த்துக் கொண்டிருந்தபோது, அன்றைக்கு அவள் காய்ச்சல் என்று படுத்துவிட்டாள்.

பகல் முழுவதும் அவன் ஏதேதோ பச்சிலை வைத்தியம் செய்தான். பிச்சைக்காரனுடைய கஷ்ட காலத்தில் தர்மவான்களின் தாராளபுத்தி மங்குகிறது என்று அவன் பழக்கத்தில் அறிந்த உண்மையை அனுசரித்து, அன்று பகலில் கிடைத்த ஆகாரம் அவளுக்கே அரைவயிற்றுக்குப் போதவில்லை. இரவிலாவது இருவருக்கும் நிம்மதியான ஆகாரம் கிடைக்காதா என்று அவன் கிளம்பியபோது, ஆகாயமே அவனை எதிர்த்துப் புரண்டது.

அவ்வூரில், அத்தெருவாசிகள் தர்மவான்கள்; பசித்த வேளைக்கு ஏதாவது கிடைக்கும் என்று அவனுக்குத் தெரியும். ஆயினும், இடியும் புயலுமாக இருந்த அந்த நேரம் கெட்ட நேரத்தில், பிச்சைக்காரனுக்குப் பரிந்து வெளிவர யாருக்கும் மனம் இரங்கவில்லை. வெறும் கையோடு கடைசி வீட்டு வாசற்படி ஏறிய அவன் நிலைகுலைந்து போனான்.

“அம்மா! அம்மா!” என்று நெருப்புச் சுட்டுப் பதறுகிறவன்போல், அவன் ஓலமிட்டான்.

“யாரது?” என்று கேட்டபடி, ஒரு குரல் கதவைத் திறந்தது.

“அடப் பாவி! பிச்சை கேட்கிற லட்சணமா இது? யாருக்கு என்னவோ ஏதோ என்று அலறிக்கொண்டு வந்தேன்!”

“தாயே, மகாலட்சுமி, நீங்கள்தான் காப்பாற்றவேண்டும். பாழ்மண்டபத்தில் அவள் சாகக்கிடக்கிறாள். எனக்கும் பசி மயக்கம் தலைசுற்றுகிறது...”

“பரவாயில்லையே, இரண்டு பேருக்கும் சாப்பாடு கேட்கிறாயே, நல்ல வேடிக்கை, ராத்திரியில்!” என்று சிரித்துக்கொண்டே உள்ளே சென்ற மகாலட்சுமி, இலையில் கொண்டுவந்த சோறு உண்மையாகவே இருவருடைய வயிற்றை அடைக்கும் அளவு இருந்தது! அவளை மனமார வாழ்த்திவிட்டுத் தெருவில் இறங்கினான் சேகரன்.

சோற்றைக் கையில் வாங்கிய நொடியில், அவனுடைய பசி அடங்கி, பத்மினியின் பசி நினைவுக்கு வர, ‘மழைக்கு முன் அவளை அடைந்துவிட வேண்டும்’ என்று அவன் வேகமாய்க் காலெடுத்து வைக்கும்போதே, அவனுடைய வழியை மறிப்பதுபோல் மழை கொட்டத் தொடங்கியது. கையில் உள்ள சோறு வீணாகிவிடக்கூடாது என்று அஞ்சிய அவன், போட்டிருந்த சட்டையை எடுத்துச் சோற்று மூட்டையின் மேல் சுற்றிக்கொண்டு, மழையையும் காற்றையும் வெட்டிக்கொண்டு நடந்தான். அவன் வாழ்க்கை ஒளி தங்கியிருந்த மண்டபத்தை அடைந்து, கையிலுள்ள சோற்று மூட்டையை அவள் அருகில் வைக்கும்போது, பசியும் ஈரமும் அவனைக் கீழே தள்ளின.

அவன் பத்திரமாக வந்து சேர வேண்டுமே என்ற கவலையோடு காத்திருந்த பத்மினி, பக்கத்தில் வந்து அவன் விழுந்ததும் பதைத்துப் போனாள். அவனுடைய உடலைத் தேய்த்துச் சூடு உண்டாக்கினாள். தான் கட்டியிருந்த எட்டுமுழ நீளமுள்ள சேலையைத் தலைப்பிலிருந்து அவன் உடலுக்கும் அவள் சுற்றினாள். இரு தலைகளும், நான்கு கைகளும் உள்ள ஓர் அவதாரம், அங்குப் பிறவி எடுத்தது.

அவனுக்கு வெகுநேரம் கழித்து உணர்வு வந்தது; அவளுக்கும் உயிர் வந்தது.

“சாப்பிட்டாயா, பத்மினி?” என்றான் அவன், முதல் கவலையாக.

“சாப்பிடுவதா? நன்றாக இருக்கிறதே! நீங்கள் பிழைத்தால் போதும் என்று இருந்தது. ஒருநாள் சாப்பிடாவிட்டால்தான், என்ன? இந்த மழை நேரத்தில், ஏன் வெளியே போகவேண்டும்?”

“போனது போகட்டும்; மூட்டையைப் பிரி; கோடி வீட்டு மகாலட்சுமி நிறையச் சோறு கொடுத்தாள்; நிம்மதியாகச் சாப்பிடலாம்.”

பெண் கை ஆண் வாய்க்கு ஊட்ட, ஆண் கை பெண் வாய்க்கு ஊட்ட, வயிற்றில் சென்ற அமுது எவ்வளவு ருசியாக இருந்தது!

“உனக்குக் காய்ச்சல் இல்லையே?” என்ற சேகரன் குரலில் இருந்த குழைவு – காதல் என்பது, அதுதானோ?

“மழை ஈரத்தில் காய்ச்சல் இருக்குமா?” என்று அவள் கூறிய பதிலைக் கேட்டு, இடிகூடச் சற்று ஸ்தம்பித்துவிட்டது.

“பத்மினி!” நமக்கு வீடு வேண்டாம்; வாசல் வேண்டாம்; தோப்பு வேண்டாம்; துரவு வேண்டாம்; இருவருக்கும் இரண்டு வேளை வயிறாரச் சோறு கிடைத்தால் – அப்புறம் நீதான் ராணி.”

“இந்த அரண்மனைக்கு, நீங்கள்தான் ராஜா!”

“அடடா, மறந்துவிட்டேன். அரண்மனை என்றதும், ஞாபகம் வருகிறது. மயக்கம், போட்டு விழுந்தேனே, அப்போது ஒரு வேடிக்கையான கனவு கண்டேன்; கதை போலவே இருந்தது. என் மனத்தின் தாபமே, அந்தக் கனவாக வந்ததோ என்னவோ!”

“என்ன அது?” என்று ஆவலுடன் கேட்டவாறு, அவள் மேலும் நெருங்கினாள்.

“சொல்லமாட்டேன், ஜோரான கனவு!”

“உங்களோடு நானும் சந்தோஷப்படக்கூடாது இல்லையா?” என்ற அவள், குழறினாள்.

“அதற்குள் கோபித்துக்கொள்கிறாயே!” என்றவன், அவள் கன்னத்தைக் கிள்ளினான்.

“சொல்லுங்கள்!” என்று அவள் அவனை அடர்ந்தபோது, அர்த்தநாரீ ரூபத்தில், அவர்கள் காட்சியளித்தனர்.

அவன், கனவைக் கூறத் தொடங்கினான்:

“வெறும் சொப்பனம். ஒரு பெரிய அரண்மனையின் மூன்றாவது மாடியில், நான் நிற்கிறேன். எட்டுமுழச் சேலையில் இரண்டு பேர் பதுங்கியிருக்கிறோமே, அந்த மாதிரி அல்ல. விலை சொல்ல முடியாத உயர்ந்த துணி கட்டியிருக்கிறேன். நீ எப்படி இருக்கிறாய்? ராணி என்றால் ராணிதான்! அந்த மேல்மாடியிலேயே செடி கொடிகளும் மொட்டும் மலருமாக வாசனை வீசும் ஒரு மண்டபம்; அந்த மண்டபத்துக்கு நடுவே ஓர் ஊஞ்சல்; அதில் உட்கார்ந்தபடி நீ ஆடுகிற ஆட்டத்தை...”

அந்த உல்லாச மண்டபத்து ஊஞ்சலில் அமர்ந்து ஆடியவண்ணம் குனிந்து நோக்கிய பத்மினிக்குக் கீழே தென்பட்ட உலகம் கீழே வீழ்ந்து விட்டது போலவும், தான் மிகவும் உயர்ந்து ஆகாயத்தைத் தொடப்போவது போலவும் தோன்றியது...

கலாவல்லி (1955)

இக்கதை, ‘பத்மினி’ என்ற தலைப்பில், *கல்கி*யில் (பிப்ரவரி 1, 1970) வெளியாகியுள்ளது.

மறுபிரசுரம்: இ.எஸ்.தேவசிகாமணி (தொ.ஆ.), மூத்த தலைமுறைக் கதைகள்: ‘தலைவாழை’ – தொகுப்பில் (மே 1994) இடம்பெற்றுள்ளது.

(இதுவரை வெளிவந்த எம்.வி.வி.யின் எந்தச் சிறுகதைத் தொகுப்பிலும் இக்கதை இடம்பெறவில்லை.)

(இக்கதை, ‘Swing’ என்ற தலைப்பில் ஆங்கிலத்தில் மொழிபெயர்க்கப்பட்டு, *Indian Horizon*இல் (1976) வெளியாகியுள்ளது.)

●

மங்கையும் பங்கனும்

மூச்சு முட்டி, வாயில் நுரை தள்ளும் வேகத்தில் ஓடி வருகிற மாதவனைக் கண்ட முனிவர்களும், அவர்களுடைய மனைவியரும் மக்களும், அவனுடைய முகத்தை நேருக்கு நேராகப் பார்க்கக் கூசியவர்களாய்த் தலைகுனிந்து கொண்டிருந்தனர். தலைகுனிந்தாலும் அவர்களுடைய விழிகள், அடிப்பார்வையால் அவனையே கவலையுடன் கவனித்தன.

மாதவனோ நிமிர்ந்த தலை தாழாமல், அவர்களையே நோக்கி ஓடி வந்தான். ஆயினும் அவன் கண்கள், அவர்களைக் காணவே இல்லை. அவர்களையெல்லாம் கடந்து ஓடி, பசும்புல் மீது சுருண்டு கிடந்த மாலதி மீது நின்றது, அவன் பார்வை.

அவன் ஓடி வருகிற அதே பாதையோடுதான், விடியலில் மாலதி—புறவுபோல்—நடை பழகி வந்தாள்; பெண் வடிவெடுத்த மலரென நடந்து வந்தவள், செடிகளிலிருந்து மலர்களைக் கொய்துகொண்டே நடந்தாள்; அவள் கனவு கண்டுகொண்டே நடந்தாளா, அல்லது கனவிலேயே நடந்தாளா என்பது யாருக்குத் தெரியம்? வழிமறித்த நாகத்தைக் கவனியாமல், காலால் மிதித்துவிட்டாள்; ஓரறிவுள்ள அது வெகுண்டு சீறி, அவளைப் பலமுறை கடித்தது; அவள் கீழே விழுந்து துடிதுடித்து இறந்தாள்!...

அந்தச் செய்தியைக் கேள்வியுற்ற மாதவன், பரபரப்புடன் ஓடிவந்து, அவளுக்குப் பக்கத்தில் உட்கார்ந்தான்.

பசுமையான விரிப்பின் மீது படுத்துக் கிடக்கும் பளிங்குச் சிலைபோலக் கிடந்தது மாலதியின் சடலம். விஷக்கடியால் அவள் உடலில் நீலம் பாரித்தாலும் அதனால் அவளுடைய மேனி வண்ணம் கவர்ச்சியை இழந்து விடவில்லை. மரணம் அவளுடைய உடலில் இருந்து உயிரைப் பிரித்தது; ஆனால், உடலின் எந்தப் பாகத்தையும் அது இன்னும் தீண்டவில்லை.

"மாலதி! எழுந்திரு! புல்தரையும் வெளிக்காற்றும் உன் உடம்புக்கு ஒத்துக்கொள்ளுமா? எழுந்திரு, மாலதி!" என்றான் மாதவன்—அவன் குரல் தொண்டையில் சிக்கிச் சிக்கித் தவித்தது...

“பாவம்!” என்று வெள்ளைத்தாடிக்குள் இருந்த உதட்டைக் கடித்துக் கொண்டார் கௌதமர்.

“நாளைக் காலை இதே நேரத்தில் விவாகம் நடக்கவேண்டும். ஆனால், மணப்பெண் இன்றே போய்விட்டாள். நாளைப்பொழுது விடிவதை, எவ்வளவு ஆசையுடன் இருவரும் எதிர்பார்த்தார்களோ! பூப்பறிக்க வந்தவள், என்ன என்ன கோட்டை கட்டிக்கொண்டு வந்தாளோ!” என்று பெருமூச்சு விட்டார் காலவர்.

அஷ்டாவக்கிரர் தலையாட்டினார்; “அவள் ஆயுள் முடிந்தது, போய்விட்டாள்; அவ்வளவுதான். மாதவன் இரண்டு நாள் அழுதுகொண்டு இருப்பான். பிறகு வேறு ஓர் அழகான பெண்ணைக் கல்யாணம் செய்துகொண்டு விடுகிறான். கதை புதிது அல்லவே!” வாழ்வை வெறுத்த அந்தத் தபஸ்விக்கு, நெஞ்சின் மென்மையான பாகம் புலப்படவில்லை.

“அப்படி அல்ல, அஷ்டாவக்கிரா! மாலதியும் மாதவனும் சிறு வயது முதல் நெருங்கிப் பழகியவர்கள்; ஒருவருக்காக மற்றொருவர் படைக்கப்பட்டதுபோல் அந்நியோன்யமாக இருந்தவர்கள். மாலதி அழகுக்கொடி, மாதவன் இளைஞன்; என்றாலும் தவசிரேஷ்டன். பண்பட்ட மனமுள்ள இருவர், ஒருவரை ஒருவர் மனப்பூர்வமாய்க் காதலித்து, பொழுது விடிந்ததும் கல்யாணம் என்று இருக்கிற நிலையில், மரணம் இப்படி இடைப்பட்டால்... சீச்சீ... என்ன வேதனை!” என்றார் காலவர்.

“பண்பட்ட மனம் வேதனைப்படுவதே பிசகு இல்லையா? வேதனை, பண்பாட்டுக்கு லட்சணம் ஆகாது. இந்த வேதனை உடலின் வேதனை. கிடைக்கும் என ஏங்கிய உடல் கிடைக்கவில்லை. இந்த ஏக்கத்தைத்தானே காதல் என்கிறாய்; காலவா?” என்று பதிலளித்தார் அஷ்டாவக்கிரர்.

அவர் குரல், பேச்சு சுவாரசியத்தில் உயர்ந்துவிட்டது போலும். அது மாதவனுக்கும் எட்டிவிட்டது. அழுகையை ஆத்திரமாக்கிக்கொண்டு, அவரருகில் வந்தான் அவன்.

“பெரியவரே, வேதனை என்பது உடலுக்குத்தான் என்று நினைக்கிறீர்களா? உடலோடு வாழ்க்கை முடிவடைகிறது என்று சித்தாந்தம் செய்கிறீர்களா? அகில பிரபஞ்சத்துக்கும் ஓர் உயிராய்ப் பரம்பொருளை வழுத்துகிற உங்களுக்கு, உயிருக்கும் வாழ்க்கை உண்டு என்பது ஏன் புரியவில்லை? உடலுக்கு உள்ளதைப் போலவே உயிருக்கும் ஆசை உண்டு, பாசம் உண்டு, காதல் உண்டு, கருணை உண்டு. இதை உங்களால் புரிந்துகொள்ள முடியவில்லையா?” என்று கூறிய மாதவன், வக்கிரரைப் பிடித்துக் குலுக்கினான்; அச்சமடைந்த அவர், வாயடைத்து நின்றார்.

மாதவனின் ஆத்திரம் மறுபடியும் அழுகை ஆயிற்று. “உங்களுக்கு புரியாது. மாலதி உடலை ஒழித்ததால் என்னை அவள் ஒழித்துவிட்டாளா? இல்லையே! அவள் என்னைவிட்டு எங்கும் போகமாட்டாள்; அவளால் போகவும் முடியாது, அவள் இங்கேதான் என் பக்கத்தில்தான் இருக்கிறாள்... மாலதி! உயிராய் சஞ்சரிக்கும் மாலதி, என் உயிரே, வா, வா, வா!”

அவனுடைய கூக்குரல் மலையையும், நதியையும், மரத்தையும், பறவையையும், குலுக்கியது. ‘வா, வா!’ என்றெழுந்த எதிரொலி, வனாந்தரங்களில் எல்லாம் பரவியது. சோகத்தின் அந்தக் கொடிய சொரூபத்தைக் காணப்பொறாமல் முனிவர்கள் கலங்கினார்கள்.

"வா, என் உயிரே, வா, வா!" என்றவாறு, மாலதியின் பக்கத்ததில் அமர்ந்தான் மாதவன். "வா, மாலதி, வா, நான் உனக்காகச் கதறுவது, உனக்குத் தெரியவில்லையா?"

அவனையும் மாலதியின் சடலத்தையும் எல்லோரும் பார்த்துக் கொண்டிருந்தனர்.

"என்ன இது? மாலதி கண்ணீர் விடுகிறாள்! அவள் கண்களைப் பாருங்கள்!" என்றார் காலவர், வியப்புடன்.

"ஆமாம், அவள் இறக்கவில்லை, மயக்கமாய் இருக்கிறாள்; அவளும் அழுகிறாள்!" என்றார் அஷ்டாவக்கிரர்.

"என் மகள் சாகவில்லை; உயிரோடுதான் இருக்கிறாள்..." என்று கூவிக்கொண்டே, மாலதியின் தந்தை பிரமதி முனிவர் தம் புத்திரியிடம் ஓடினார்; மற்றவர்களும் அவரைத் தொடர்ந்தார்கள்.

பிரமதி முனிவர், புதல்வியின் நாடியையும் ஹிருதயத்தையும் சோதித்துப் பார்த்து, உதட்டைப் பிதுக்கினார். இல்லை; உயிர் இருப்பதன் அறிகுறியே இல்லை. உடலின் சூடுகூட ஆறிவிட்டது. வெட்டுண்டு கிடக்கும் வாழைக்கட்டைபோல் மாலதியின் சடலம் குளிர்ந்துகிடந்தது.

ஆனால், அவள் கண்களிலிருந்து தாரைதாரையாக நீர்பெருகிக் கொண்டிருந்தது.

முனிவர்கள் வியப்பாய்ச் சமைந்தனர்.

ஆனால், மாதவன் அவர்களைக் கவனிக்கவில்லை. அவன், உயிரோடுள்ள மாலதியுடன் பேசுவது போலவே பேசினான்.

"மாலதி, அழாதே, இதோ பார். நான் அழவில்லை. அழுவதால் என்ன பயன் ஆகும்? நேற்று நீ சொன்ன கனவு, அரைகுறையாகப் பலித்து விட்டது. நீ உமை ஆகிவிட்டாய்; ஆனால் நான் ஈசனாகவில்லையே! மாலதி, நேற்றுக் காலைதானே சந்தோஷமாய்க் கனவைச் சொன்னாய்? இப்போது சொல்லு; உன் தந்தை கேட்கட்டும்"

மாலதியின் பிரேதத்தில் கண்ணீர் நின்றது; ஆனால், அவளுடைய இதழ்க் கடையில் ஒரு முறுவல் அரும்பி, மின்னலென மறைந்தது!

"பிரமையா, என்ன இது?" என்று கண்களைக் கசக்கிப் பார்த்தார் அஷ்டாவக்கிரர்.

"பிரமை அல்ல; உயிருக்கும் வாழ்க்கை இருக்கிறது என்று மாதவன் சொன்னானே, அந்த உண்மை நமக்குப் பிரத்தியட்சம் ஆகிறது" என்றார் கௌதமர்.

"மாலதி, உன் தந்தையிடம் கனவைக் கூறினாயா?... பிரமதி முனிவரே, உங்களிடம் சொன்னாளா?"

"இல்லை" என்றார் அவர், மெதுவாக.

"அழகான ஆடையும் அணிகளும் அணிந்துகொண்டு, எங்கு என்று தெரியாத எங்கோ மாலதி நடந்துகொண்டிருந்தாளாம். உயிரையும் பரவசப்படுத்தும் ஓர் இசை அவளுக்கு வழிகாட்டிச் சென்றது. சிறிது

தூரம் சென்றதும் இசை நின்றது. அந்த இசையைவிட இனியதொரு குரல், 'மாலதி, இங்கே வா!' என்று அழைத்தது; அவள் நிமிர்ந்து பார்த்தாள்..."

"மங்கையும் பங்கனுமாய், உமையும் பதியுமாய், அர்த்தநாரீ வடிவத்தில் அம்மையும் அப்பனும் மேலே காட்சி அளித்தனர். உமாதேவி தன்னைப் போல இருப்பதை உணர்ந்தாள் மாலதி; பதி–என்னைப்போல இருந்தாராம். மாலதியை அழைத்தது தேவியின் குரல்தான். ஒரு சொடக்கு நேரம்–மாலதி உமையோடு ஒன்றி மறைந்தாள். மாலதி தூக்கம் கலைந்து எழுந்துவிட்டாள்...

"மாலதி, உன் கனவு பாதி பலித்தது. நீ உமை ஆனாய்; ஆனால், நான் பதி ஆகவில்லையே! நீ உயிராகவும், நான் உடலாகவும் இருந்தால், நாம் எப்படி உமாபதி ஆக முடியும்? மாலதி அன்பே, நீ உடலுக்கு வா! அல்லது என் உடலில் இருந்து என்னை அழைத்துப் போ"

பிரமதி முனிவர் கரங்களில் தலையைக் கவிழ்த்துக்கொண்டார். ஆகாயத்தில் மலரவேண்டிய தாமரை அவருடைய அகத்தில் மலர்ந்தது; ஆனால், அது அகாலத்தில் வாடிவிட்டதே!

"அப்பா! மகாஞானியான உங்களுக்கும் இந்த அஞ்ஞானமா? உடலை இழந்ததால், நான் இல்லாமல் போய்விடுவேனா?"

பிரமதி முனிவர் திடுக்கிட்டார். கண்ணீர் விட்டுப் புன்னகையும் புரிந்த மாலதியின் பிரேதம் பேசவும் ஆரம்பித்துவிட்டதோ என்று கவனித்தார்.

மாதவன்தான் பேசிக்கொண்டிருந்தான்.

"இல்லை, அப்பா, நான் அங்கிருந்து பேசவில்லை. என் கணவரின் உடலில் இருந்து பேசுகிறேன். அவரைப் பிரிந்திருக்க என்னால் முடியுமா அப்பா? உடலாக இருந்தாலும் உயிராக இருந்தாலும், நான் அவரைப் பிரிய முடியாது!"

பிரமதி முனிவரும், மற்றவர்களும் மாதவனைப் பரிதாபமாகப் பார்த்தார்கள். அவன் தன்னை மாலதியாகப் பாவித்துப் பேசிக்கொண்டிருந்தான்–அப்படித்தான் அவர்கள் நினைத்தார்கள்.

காதலியை இழந்ததால் மாதவனுடைய புத்தி பேதலித்துவிட்டதென்று, அவர்கள் முடிவு கட்டினார்கள்.

"அப்பா, நீங்கள் நினைப்பது தவறு. என் பதி தேவருக்குப் பைத்தியம் பிடிக்கவில்லை. என்னுடைய அரவணைப்பால் அவர் சொக்கி நிற்கிறார். சந்தேகப்படாதீர்கள். அவர் உடலைக் கவனித்துப் பாருங்கள். அவருடைய உடலின் இடது பாகத்தில் நானும் இருக்கிறேன்."

எல்லோரும் இமையா விழிகளால் கவனித்தார்கள்.

மாதவனுடைய ஆடை, தானாகச் சரிந்து விழுந்தது.

"ஆ ஆ!" என்று முனிபுங்கவர்கள் வாய் பிளந்தார்கள்.

மாதவனுடைய உடல், ஒரு விசித்திரமான மாறுதலுக்கு வயப்பட்டது.

உயர்வும் தாழ்வும், அழகும் மென்மையும் கொண்ட பெண்மையின் லட்சணங்கள் அவனுடைய உடலின் இடது பாகத்தில் தோன்ற,

வலிவும் வனப்பும் கொண்ட ஆண்மையின் லட்சணங்கள் அவனுடைய உடலின் வலது பாகத்தில் தோன்ற,

மங்கைபங்கனாய், உமாபதியாய், அர்த்தநாரீ வடிவத்தில் காட்சி அளித்தது, மாதவனின் உடல். அவன் நின்ற இடத்தில் ஓர் இசை பிறந்தது.

அந்த இடத்தில் ஒரு சுகந்தம் நிறைந்தது.

அந்தக் காட்சியைப் பார்த்தவர்கள் – முதலில் – பயந்தார்கள்...

பிறகு – வியந்தார்கள்...

அப்பால் – பரவசமாய், 'சரணம், சரணம்' என்று கரம் குவித்துப் பூமியில் விழுந்து வணங்கினார்கள்.

ஒருநொடி – அவ்வளவுதான்.

மாதவனின் உடல், தன் சொந்த நிலைக்கு மீண்டது. அவன் தூக்கத்திலிருந்து விழித்தவன்போல், கண்களைக் கசக்கியவாறு கீழே அமர்ந்தான்.

"மாலதி எங்கே?"

மாதவன் பெருமூச்சுவிட்டான்.

"மாலதி, உனக்கு இனி உடல் இல்லை. எனக்கு மாத்திரம் உடல் எதற்கு? நானும் உயிர் ஆகிறேன் – அதுதானே உன் விருப்பம்?" என்று கூறியவாறு அவன் எழுந்தான். மாலதியின் சடலத்தைத் தூக்கித் தன் இடது தோள் மீது – உத்தரீயம்போல் – போட்டுக்கொண்டான்.

போட்டுக்கொண்டவன்; மாலதியைச் சுமந்தபடியே காலெடுத்து நடக்க முயன்றபோது, தள்ளாடிக் கீழே சாய்ந்தான்...

அவனுடைய உயிரும் உடலைவிட்டுப் பறந்ததை முனிவர்கள் உணர்ந்தார்கள்.

❖ ❖ ❖

"நேரில் நான் பார்த்திராவிட்டால் நம்பவே மாட்டேன். இந்தக் காட்சியைக் கண்ட நாம் பாக்கியசாலிகள்! மனத்துக்கு உள்ள வலிமைதான் என்ன?" என்று வியந்தார் அஷ்டாவக்கிரர்.

"நாம் எப்படி நினைக்கிறோமோ, அப்படி ஆகிறோம். கொட்டக்கொட்டப் புழுவும் குளவி ஆகும் என்கிற நியாயம் இது தானே?" என்றார் காலவர்.

"ஓம்" என்று ஆமோதித்தார் கௌதமர்; அவர் வயதால் மட்டும் அல்லர், அனுபவத்தாலும் முதியவர்.

சுதேசமித்திரன் **(நவம்பர் 13, 1955)**

மாளிகை வாசம் (நவம்பர் 1964)

மறுபிரசுரம்: *சௌராஷ்டிரமணி* (ஜனவரி 16, 1983)

எம்.வி. வெங்கட்ராம் கதைகள் (டிசம்பர் 1998)

•

ஊர்வசி

(தேவலோகத்தில், அழகிய மாளிகை ஒன்றில் அர்ச்சுனன் தனியாக, இனிய கனவுபோன்ற சிந்தனையில் ஆழ்ந்திருக்கிறான்.)

அர்ச்சுனன்: நாடகத்திற்கு அங்கப் பிரிவினை அழகும், அணியும் அளிப்பதுபோல், அங்கங்களுடைய வளைவு நெளிவுகள் சதை என்னும் குளுமைக்கு எவ்வளவு கவர்ச்சி தருகின்றன! வானவில்லின் சிறுமையான வண்ணத்தின் ஒளி விசிறி நடந்துவரும், நடமாடும், நடமிடும் அவள்—அவள் ஊர்வசி! இதயத்தை வசீகரிக்கும் எழிலரசி!

ஊர்வசி: (தோன்றி) அப்புறம்?

அர்: (வியப்புடன்) நான் நினைத்தேன்.

ஊர்: நான் வந்தேன்... இது தேவலோகம் என்பதை மறந்தாயா?

அர்: தேவலோகம் என்பதால்?

ஊர்: சொல்லும், நினைவும் இங்குப் பேதப்படுவதில்லை.

அர்: மர்மமாக, மனத்துக்குள் அந்தரங்கமாக—இங்கு எதுவும் செய்ய முடியாது, அப்படியானால்...

ஊர்: மர்மமும் ரகசியமும் மனிதருக்கு; எங்களுக்கு ஏன்?

அர்: என்ன கஷ்டம் இது!

ஊர்: யாருக்கு, எது கஷ்டம்?

அர்: அந்தரங்கம் இல்லாத இடத்தில் இன்பம் எப்படி இருக்கும்?

ஊர்: இது என்ன புது தத்துவம்!

அர்: புதிதில்லை; பொய்யும் இல்லை. உடல் காணும் இன்பம் வெளிப்படையானது; மனம் நுகரும் இன்பத்திற்கு, அந்தரங்கமும் ரகசியமும் வேண்டாமா?

ஊர்: 'வேண்டும், வேண்டாம்' என்று சொல்ல எனக்குத் தெம்பில்லை. மனத்தால், மர்மத்தால் நான் காணாத இன்பம் பற்றி நான் எப்படி அபிப்பிராயம் சொல்ல முடியும்? நான் உன்னையே நினைத்துக் கொண்டிருந்தேன்; நீ என்னை நினைத்தாய்; நான் வர வேண்டும் என்று நினைத்தேன்; நீ அழைத்தாய் – வந்தேன்!

அர்: நான் அழைத்தேன் என்பது பொய்; அல்லவா?

ஊர்: 'ஊர்வசி!' என்று நீ கூப்பிடவில்லையா?

அர்: வேடிக்கைதான்!

ஊர்: வேடிக்கை என்ன, இதில்? என் நாட்டியத்தைப் பாராட்டிப் பரிசளித்தாய். என் அழகை வியந்தாய். என் அழகையே உனக்குப் பரிசளிக்க வந்தேன்!

அர்: நீ பேசுவது என்ன பாஷை என்றே புரியவில்லையே!

ஊர்: ஸமஸ்கிருதம் – பண்பட்ட பாஷை – லளிதமான சொற்களை உபயோகிக்கிறேன்; புரியாமல் போகக் காரணம் இல்லையே! (குறும்புப் புன்னகையுடன்) சரி, மேலே சொல்லு. வானவில்லின் குளுமையான வண்ணத்தின் ஒளி விசிறி நடந்துவரும் – நடமாடும் – நடமிடும் அவள் – அவள் ஊர்வசி எழிலரசி!

அர்: உணர்ச்சிகளையும் ஹிருதயத்தின் கிளர்ச்சிகளையும் அப்படியே வெளியிடும் வல்லமை சொல்லுக்கு ஏது? இருந்தால் காவியம், நாடகம், வசனம் என்பதைப் போன்ற பிரிவினைகள் எல்லாம் இலக்கியத்தில் தோன்றியிருக்க முடியாதே!

ஊர்: இப்போது நீ பேசுவது எனக்குப் புரியவில்லை. என் அழகை வருணித்துக் கொண்டிருந்தாய். அழகுக்கு, அழகு எனப்படுவதால் என்ன மகிழ்ச்சி உண்டாகிறது?

அர்: ரசிகனுக்கு ரசிக்கத்தக்க பொருள் கிடைத்தால், அதேமாதிரி மகிழ்ச்சிதான் உண்டாகிறது.

ஊர்: நான் ரசிக்கத்தக்க பொருள் என்பது உன் கருத்து.

அர்: என் தீர்ப்பு – பரிசும் அதானே! என்னால் முடிந்தால்...

ஊர்: சொல்லு, சொல்லு ஏன் நிறுத்துகிறாய்?

அர்: உன்னைப் பூலோகத்திற்கு அழைத்துச் செல்வேன். தேவலோகத்தில் ரசிகர்கள் குறைவு என்று எனக்குத் தோன்றுகிறது.

ஊர்: (சிரித்து) தேவலோகம் பற்றி மிகப் புதிய குற்றச்சாட்டாக இருக்கிறதே! ஏன் அப்படி?

அர்: மூவுலகிலும் காண முடியாத பேரழகி, நவரசங்களையும் அபிநயித்து ரசமயமாகி, அரங்கத்தில் ஆடும்போது – இமையா விழி படைத்தும், தேவர்களின் பார்வை சஞ்சலப்படுவதை நான் கவனித்தேன்.

ஊர்: (விஷமமாய்) ரம்பை ஆடியபோதா?

அர்: இல்லை; நீ ஆடியபோதுதான்.

ஊர்: அப்படியா? ஆனால், என் ஆடலை மட்டும் கவனித்த நீ, அவர்களுடைய அலட்சியத்தை எப்படி அறிந்தாய்?

அர்: போட்டிக்கு முடிவு சொல்லவேண்டிய பொறுப்பு எனக்கு இருந்தது. ஆவலுடன், ரசிகர்களுடைய கவனத்தையும் கவனிக்க வேண்டியது என் கடமை ஆகிவிட்டது.

ஊர்: ஓ, சரிதான்; அதனால், தேவலோகத்தில் ரசிகர்கள் குறைவு என்பதற்காக என்னைப் பூலோகம் அழைத்துச் செல்லத் திட்டமிடுகிறாயா?

அர்: சொன்னேன்... திட்டமிடவில்லை.

ஊர்: பூலோகம் காணவேண்டும் என்ற ஆசை எனக்கும் உண்டு.

அர்: வந்திருக்கலாமே?

ஊர்: இன்று உன் கையால் பரிசு வாங்கியபோதுதான், இந்த ஆசை உண்டாயிற்று!

அர்: அப்படியா! சந்தோஷம். பூலோகம் உனக்கு ரசப்படும் என்று எனக்குத் தோன்றவில்லை.

ஊர்: ரசிக்கப்படும் இடத்தில்தான் காவியமும் நாடகமும் கலையும் அழகும் பரிமளிக்கும், இல்லையா?

அர்: நான் ஏதோ ஆர்வ வேகத்தில் சொன்னதை, நீ இப்படித் தப்பர்த்தம் செய்யலாமா? அப்சரசுகளிலேயே தலைசிறந்த உன் முன்னிலையில், தேவேந்திரன் முதல் தேவர்கள் எல்லோருமே மரியாதை செலுத்துகிறார்கள்.

ஊர்: இருக்கலாம். ஆனால், கலையின் நுணுக்கம் அறிந்து ரசிக்கிற ரசிகனைக் கலைஞன் விரும்புவதில் ஆச்சரியம் என்ன இருக்கிறது?

அர்: பூலோகத்தில் அத்தனை மனிதர்களும் ரசிக சிகாமணிகள் என்று நினைத்துவிட்டாயா?

ஊர்: பூலோகத்தில் அத்தனை மனிதர்களைப் பற்றி எனக்கு என்ன கவலை? அங்கே அர்ச்சுனன் ஒருவன் இருப்பானே!

அர்: (சிரித்தபடி) நன்று, நன்று. எனக்காகவே பூலோகம் வேண்டுகிறாயா?

ஊர்: ஆம், ஆம். என் அழகையும் கலையையும் உனக்குச் சமர்ப்பிக்கிறேன்.

அர்: நான்... எனக்கு நீ சொல்வது விளங்கவில்லை.

ஊர்: (புன்னகையுடன்) ஊர்வசி என்கிற தேவலோகத்து ஆடலழகியான நான், மகாரசிகனான அர்ச்சுனனுடன் பூலோகம் வருகிறேன்! இப்போது புரிகிறதா?

அர்: புரிகிறது... உம்... புரியவில்லை...

ஊர்: தனஞ்சயா, கேள். இன்றைய ஆடலில் நான் வெற்றி பெற்றேன் என்றால், அதற்குக் காரணம் நீதான். வீறுடைய வனப்புடன், கம்பீரமான

அமைதியுடன் நீ என் ஆடலை ரசிப்பதைக் கவனித்தபடியே, நான் ஆடினேன்.

அர்: அதனால்?

ஊர்: பரவசமுற்று, உன்னை நாயகனாய்ப் பாவித்து, நவரசங்களையும் அபிநயம் பிடித்தேன். அது அபிநயம் அல்ல, வெறும் ஆடலும் அல்ல, கற்பனையைப் பொய் என முடியுமா? நான் உன்னைக் காதலித்தேன், உன்னோடு சிரித்தேன், அழுதேன், சினந்தேன், நயந்தேன்; கற்பனைதான் என்கிறாயா? என்னைப் பொறுத்தமட்டில், அது கற்பனைகூட அல்ல; உண்மை!

அர்: சரி

ஊர்: என்ன சரி?

அர்: அந்தக் கற்பனை காரணமாக உன்னால் அழகாக ஆட முடிந்தது என்கிறாய். அழகான கற்பனை; அதில் நான் நாயகம் ஆனது பற்றி மகிழ்கிறேன்.

ஊர்: நாயகம் ஆகவில்லை, நாயகன் ஆனாய்!

அர்: ஓ! 'ம'கரத்துக்கும், 'ன'கரத்துக்கும் அவ்வளவு வேற்றுமையா?

ஊர்: இல்லையா, பின்? பொருள் எவ்வளவு மாறுபடுகிறது!

அர்: கற்பனை செய்து ஆடினாய், வென்றாய், அப்புறம்?

ஊர்: அப்புறமா?

அர்: அப்புறம் நான் உனக்குப் பரிசளித்தேன், அதுதானே?

ஊர்: பார்த்தா, என்னை என்ன சொல்லச் சொல்கிறாய்?

அர்: நான் ஒன்றையும் சொல்லச் சொல்லவில்லையே!

ஊர்: என்னை என்ன செய்யச் சொல்கிறாய்?

அர்: அப்படியும் நான் சொல்லவில்லையே?

ஊர்: நான் சொல்வது உனக்குப் புரியவில்லையா?

அர்: முதலில் புரியவில்லைபோல் இருந்தது; இப்போது புரிகிறதுபோல் இருக்கிறது.

ஊர்: புரிந்தும் இப்படிப் பேசுகிறாயா?

அர்: நீ இப்படிப் பேசினால்தான் எனக்குப் புரியவில்லை. நீ என்னைக் கற்பனை நாயகனாய்ப் பாவித்து ஆடினாய், வென்றாய், பரிசும் பெற்றாய்; இவ்வளவும் புரிகிறது. இதைப் புரிந்துகொண்டதால், நான் வேறுவிதமாகப் பேசவேண்டும் என்று நீ சொல்வதுதான் எனக்குப் புரியவில்லை.

ஊர்: சிருங்காரத்தில் நீ மிகவும் தேர்ந்தவன் என்று கேள்விப்பட்டிருக்கிறேன்; இருந்தும்...

அர்: சிருங்காரம் மட்டும் அல்ல ஹாஸ்யம், பயானகம், பிபத்ஸம் முதலிய மற்ற ரசங்களும் கொஞ்சம் அறிவேன்; தேர்ந்தவன் என்று நான் என்னைக் கூறிக்கொள்ளலாமா?

ஊர்: என்ன சொல்வது என்றே எனக்குத் தெரியவில்லை!

அர்: நீ சொல்லழகி என்றும் கேள்விப்பட்டேன்; உனக்கே சொல் தடுமாறுகிறதே! சொல்லுக்கு வல்லமை போதாது என்று ஆரம்பத்தில் நான் சொன்னது உண்மையாகிவிட்டது; இல்லையா?

ஊர்: ஆரம்பத்தில் வேறு என்னவோகூடச் சொன்னாய், என் அழகை வியந்து.

அர்: உன் அழகை வருணிக்கச் சொல்லுக்கு வல்லமை இல்லை என்றேன்.

ஊர்: அப்போதைவிட, இப்போது என் அழகு குறைந்துவிட்டதா?

அர்: அப்போதைவிட, இப்போது என் கண்ணின் பார்வை குறைந்திருந்தால் – உன் அழகு குறைந்து இருப்பதாகச் சொல்லலாம்.

ஊர்: பின் ஏன் என்னை நிராகரிக்கிறாய்?

அர்: ஏற்பதையும் நிராகரிப்பதையும் பற்றி நீயோ நானோ இதுவரை பேசியதாக எனக்கு ஞாபகம் இல்லை.

ஊர்: (பரபரப்புடன்) என் அழகுள்ளிட்ட என்னை உன் உடமை ஆக்குகிறேன். ஏற்றுக்கொள்.

அர்: உன் அழகு உள்ளிட்ட உன்னை வணக்கத்துடன் ஏற்றுக்கொண்டு தேவலோகத்திலேயே விட்டுச் செல்கிறேன்; ஏனென்றால், தேவலோகத்து அழகைப் பூலோகத்தால் தாங்க முடியாது.

ஊர்: தனஞ்சயா, என் ஆடலைப் பாராட்டிப் பரிசளித்தாய், என் அழகை வியந்தாய். உடலின்பம் வெளிப்படையானது, மர்மம் இல்லாதது என்று நீதானே கூறினாய்?

அர்: அடப்பாவமே, நான் சொன்னதன் பொருள் இதுவல்லவே!

ஊர்: (போதை கொண்டவளாய் நெருங்கி வந்து) என் தாபத்திற்குத் தூபமிட்டு, இப்போது, இப்படி அறியாதவனாக நடித்தால்?

அர்: ஊர்வசி, தொடாதே, விலகி நின்று பேசு. பேசு, பாடு, கேட்டு மகிழ்கிறேன். நாட்டியமாடு, பார்த்து மகிழ்கிறேன். என் ரசனை அவ்வளவுதான், அதற்குமேல்...

ஊர்: நெருங்கிப் பழகி ரசித்து மகிழத் தெரியாது; அப்படித்தானே?

அர்: (விலகி நின்று) ஊர்வசி, ரசிகத்தன்மைக்குப் புதிய அர்த்தம் செய்கிறாய்.

ஊர்: அப்படியானால், என்னை உதாசீனம் செய்கிறாய்.

அர்: இல்லவே இல்லை.

ஊர்: பின் ஏன் இப்படித் துன்புறுத்துகிறாய்?

அர்: என்னைத்தான் நீ – ஏதேதோ சொல்லி – ஹிம்சிக்கிறாய்.

ஊர்: அர்ச்சுனா, சுந்தரா, இமையாத என் விழிகளில் பார் – இன்பலோகம் காட்டுகிறேன்.

அர்: இன்பம் உலகத்தில் இல்லை; மனத்தில் இருக்கிறது. நீ எப்படி அதை எனக்குத் தரமுடியும்?

ஊர்: தேவர் பதிக்கும் பணியாத நான் வேண்டுகிறேன்; என் ஆவலைப் பூர்த்தி செய். ஒரு பெண் இதைவிட அதிகமாய் என்ன சொல்ல முடியும்?

அர்: இதைவிட அதிகமாய் என்னதான் சொல்லவேண்டும்?

ஊர்: (கெஞ்சும் குரலில்) பார்த்தா!

அர்: மன்னிக்க வேண்டும்.

ஊர்: சிருங்கார ரசம் அறிந்த சிறந்தவனே, விண்ணுலகத்து உயர்வும் எண்ணாமல், நான் உன் முன்னால் தலைகுனிகிறேன். என்னை நிராகரிக்காதே!

அர்: மண்ணுலகத்து உயர்வும் பாராமல் நான் தலைகுனிகிறேன்; உன் அழகையும் ஆடலையும் வணங்குகிறேன்; என் தந்தையான தேவேந்திரனின் உல்லாச நாயகி என்பதால், என் தாய் என்பதால் உன்னிடம் மன்னிப்புக் கோருகிறேன்.

ஊர்: நான் உனக்குத் தாயா? நல்ல வேஷம் தருகிறாய்!

அர்: உனக்கு வேஷமாகத் தோன்றலாம்; எனக்கு அது உண்மை. தாய்முறையில் உள்ள ஒரு பெண், முறைமீறிப் பேசுவதைக் காது கொடுத்துக் கேட்பதும் மனிதனுக்கு அதர்மம்.

ஊர்: ஓகோ, புரிந்தது! இதற்காகவா தயங்குகிறாய்? நான் அப்சரசு; எனக்கு அந்தப் பேதங்கள் இல்லை.

அர்: நான் மனிதன். எனக்கு அந்தப் பேதங்கள் உண்டு; மீறிப் போக எனக்கு விருப்பம் இல்லை.

ஊர்: அர்ச்சுனா, பேதமற்றால்தானே இன்பம் பரிபூர்ணமாக இருக்க முடியும்?

அர்: இது தேவலோகத்தின் சித்தாந்தமாய் இருக்கலாம். பேதமற்று இன்பம் அநுபவிப்பதை நாங்கள் – மனிதர்கள் – மிருக இச்சை என்போம்; புலன்களின் வெறியாட்டு என்போம்.

ஊர்: (அலுப்புடன்) உன்னை மகாரசிகன் என்று நினைத்தேன்; நீ மகா அரசிகனாக இருக்கிறாயே!

அர்: (கர்வத்துடன்) மகா அரசிகனாக இருந்தால் – என் கையால் பரிசு வாங்கத் தேவலோகத்து அப்சரசு இசைந்திருப்பாளா? அழகான சிலை கல்லில் செதுக்கப்பட்டது என்பதால், கல்லை ‘அழகு’ என்று ரசிக்க முடியுமா?

சித்திரத்தில் உள்ள பன்றி அழகாயிருக்கும் காரணத்தால் பன்றியை 'அழகு' என்று போற்ற முடியுமா? எங்கு, எதற்காக, எப்படி அதைக் காணவேண்டும் என்பதை நான் அறிவேன். தொட்டுப் பார்க்கவேண்டிய அழகைத் தொட்டு ரசிக்கலாம்; சுட்டுப் பார்க்கவேண்டிய அழகைச் சுட்டுத்தான் சுவைக்கலாம்; வெட்டிக் காணவேண்டிய அழகை வெட்டி அறியலாம்; கண்டு மகிழ வேண்டிய அழகைக் கேட்டு மகிழ முடியுமா? கேட்டு மகிழவேண்டிய அழகைத் தொட்டு மகிழ முடியுமா? கண்டும் கேட்டும் மகிழ வேண்டிய அழகு நீ; அந்த அளவுக்கு நான் உன்னை வியக்கிறேன். அந்த வியப்பு 'ஊர்வசி ஒரு பெண்' என்ற நினைவு வந்ததும், அவள் என் தந்தை இந்திரனின் நாயகி ஆகையால், என் அன்னை, அதனால் வணங்கப்பட வேண்டியவள் என்கிற ஞாபகமும் எனக்கு உடனே வருகிறது. தாயின் வாயிலிருந்து வரத்தகாத வார்த்தைகளை இனியும் பேசி, சொல்லை அவமதிக்காதே!

ஊர்: (ஆத்திரமாய்) ஐவருக்கு ஒரு மனைவி என்பது மட்டும் மனித நெறி ஆகிவிட்டதோ?

அர்: ஆகாது, ஆகவில்லை. அது ஒரு விதிவிலக்கு; தர்மம் சம்மதித்த விதிவிலக்கு. சுகப்பிரம்மம் ஆடையற்று அலைந்தார் என்பதால், பிறர் அப்படி இருக்க முடியுமா – இருப்பதை அனுமதிப்பார்களா?

ஊர்: நான் விதிவிலக்கு ஆக முடியாதா? அப்சரசு மனிதனை நாடுவது...

அர்: அந்த அப்சரசு – தகப்பனின் மனைவியாக இராமல், அந்த மனிதனுக்கு விருப்பம் இருந்தால் – விதிவிலக்கு ஆகலாம்.

ஊர்: நான் உன்னைத் தேவன் ஆக்குகிறேன்!

அர்: நான் தெய்வம் ஆகத்தான் பார்க்கிறேன்!

ஊர்: அதற்காகத் தேவன் ஆகலாமே! இன்பம் நுகர்ந்துகொண்டே தெய்வம் ஆகலாமே!

அர்: தெய்வம் அறியாத சிறுமி பேசுகிற பேச்சு இது!

ஊர்: அர்ச்சுனா, உனக்கு நான் அமிர்தம் தருகிறேன்!

அர்: நானே அமிர்தமாக இருக்கிறேன். எனக்கு வேறு அமிர்தம் எதற்கு? தேவலோகத்துப் பைத்தியக்காரி, கவனி! நான் அமிர்தம், நான் அமரன்; நான் பிறப்பதும் இல்லை; இறப்பதும் இல்லை. உனக்குப் புரிகிறதா இது?

ஊர்: மனிதப் பிறவியைவிடத் தேவ ஜன்மம் உயர்ந்தது இல்லையா?

அர்: நான் அப்படி நினைக்கவில்லை. கனவு கண்டேன் அப்படி; இங்கு வந்தபின் அப்படி நினைக்க முடியவில்லை. மனிதன் கனவாய்க் காணுகின்ற இன்பங்களையெல்லாம் நீங்கள் நினைத்தமட்டில் அடைகிறீர்கள்! மனிதன் பேராசையிலும் பேராசையாக ஆசைப்படுகிற வல்லபங்கள் எல்லாம் உங்களுக்கு இலகுவாக இருக்கின்றன. இருந்தும், ஆசைப்படுகிறீர்கள், பயப்படுகிறீர்கள், பொறாமைப்படுகிறீர்கள், போட்டியிடுகிறீர்கள், வென்றால் சிரிக்கிறீர்கள், தோற்றால் அழுகிறீர்கள் – எந்த விதத்தில் நீங்கள் மனிதரைவிட உயர்ந்தவர்கள்? நீங்கள் தூங்குவதில்லை; ஆகையால், விழிப்பின் இன்பம் உங்களுக்குத் தெரியாது. உங்களுக்குப் பசியில்லை;

ஆகையால் பசியின்மையின் பெருமையை நீங்கள் அறியவில்லை. உங்களுக்கு மரணம் இல்லை; ஆதலால், ஜீவனின் மகத்துவத்தை மறந்துவிட்டீர்கள். பசி, தாகம், மூப்பு, தூக்கம், மரணம் முதலியவைகளை மனிதனுடைய பலஹீனங்கள் என்று நினைக்கிறாய். ஆனால், அந்தப் பலஹீனங்களால்தான் தேவரும் அறியாத தெய்வ நிலைக்கு மனிதன் உயரமுடிகிறது. அந்தப் பலஹீனங்கள் இல்லாததால், நீங்கள் ஹிருதயத்தையும் மூளையையும் வளையச்சுற்றி வீழ்ந்து துயரப்படுகிறீர்கள். வலியறியாத தேவனின் வீழ்ச்சி மிகுந்த வேதனை நிறைந்ததாக இருக்கும். மனிதன் வீழ்ச்சிக்கு அஞ்சுவதில்லை; ஏனென்றால் அவன் பொய்யான உயரத்துக்கு ஏறுவதில்லை!

ஊர்: இனிய குரலில் அழகான பேச்சு – ஆனால், நீ பேசுவது...

அர்: சிருங்காரம் அல்ல, பீபத்ஸமாக ஒலிக்கிறதோ?

ஊர்: நான் பொறுமை இழக்கிறேன்.

அர்: இழக்கக் கூடாது!

ஊர்: என் கோபத்தைக் கிளறாதே–

அர்: கோபத்தால் மனத்தின் அழகு மட்டும் அல்ல, உடலின் அழகும் குலையும். ஆகையால், கோபிக்காதே!

ஊர்: அர்ச்சுனா, தேவலோகத்து அப்சரசைப் பரிகாசம் செய்கிறாய். சபித்துவிடுவேன், ஜாக்கிரதை!

அர்: கோபத்தின் உச்சம் சாபம். சாபத்தால் சொல்லின் தரம் குறைந்து போகும். தேவலோகத்துக்கு இழிவு இல்லாத முறையில், நல்ல சொற்களைப் பிரயோகித்துச் சாபமிடு!

ஊர்: அழுகி நாறிவிடும் மனிதப் பிண்டத்துக்கு என்ன துணிச்சல்!

அர்: சதை மட்டும் அல்ல, மனமும் அழுகி நாறும் என்பதை நிரூபிக்கிறாயே!

ஊர்: நிறுத்து, பேசாதே! வீறும் வீரியமும் படைத்துள்ள ஆணவத்தால் என்னைப் பழிக்கத் துணிந்த கீழ்மகனே, கேள்! தேவ ஸ்திரீயான என் இச்சையை அவமதித்ததால், நீ வீறும் வீரியமும் இழந்து பேடியாக அலைவாய்!

அர்: ஓ ஓ! சினத்திலும் உன்னுடைய பாஷையின் தரம் குறையவில்லை. என்ன சொல்லழகு!

(ஊர்வசி தலையில் கைவைத்தபடிக் கீழே சாய்கிறாள். சிறிது நேரத்தில் தேம்பிக்கொண்டே எழுகிறாள்.)

ஊர்: ஐயோ, என்ன செய்துவிட்டேன்!

அர்: அதற்குள் மறந்துபோனாயா? எனக்குச் சாபம் கொடுத்தாய், நான் ஏற்றேன்.

ஊர்: என் கதி என்ன ஆகும்?

அர்: கதிகள் எல்லாம் உன் நடையிலேயே இருக்கும்!

(பதில் பேசாமல் ஊர்வசி அழுகிறாள்.)

அர்: இது என்ன புது சாகசம்! சாபத்தை என்னால் தாங்க முடியும்; சாகசம் சகிக்க முடியாது.

ஊர்: ஆத்திரத்தில் அறிவீனமாய் நடந்துவிட்டேன். மூவுலகும் போற்றும் மகாவீரனைப் பேடியாகச் சபித்தேன் – ஐயோ!

அர்: நடந்தது பற்றி வருந்துவதால்?

ஊர்: தேவர் பதிக்கு நான் என்ன பதில் சொல்வேன்?

அர்: அதற்காகப் பயப்படுகிறாயா? பயப்படாதே, நான் அவரைச் சமாதானம் செய்கிறேன். உன் சாபம் எனக்குத் தேவை.

ஊர்: என்ன! சாபம் உனக்குத் தேவையா?

அர்: ஆம், பிரபஞ்சத்தில் எந்த அற்ப விஷயமும் காரணம் இல்லாமல் நடப்பதில்லை. எந்தக் காரியத்துக்கும் விளைவு இல்லாமல் போவதில்லை. உன் சாபத்துக்குக் காரணமும் இருக்கும், விளைவும் இருக்கும். எந்த வினையையும் விளைவையும் ஏற்கும் வலிமை எனக்கு உண்டு. நான் உன் சாபத்துக்காக அஞ்சவில்லை என்றால், தேவேந்திரன் ஏன் சினம் கொள்கிறார்? ஆகையால், கவலைப்படாதே.

ஊர்: (பணிவுள்ள அமைதியுடன்) அர்ச்சுனா, என்னை மன்னித்துவிடு.

அர்: பார்த்தாயா, பலிக்கிற சாபம் கொடுக்கிற சக்தி உங்களுக்கு இருக்கிறது; மனிதர்களுக்கு இல்லை. சபித்துவிட்டுப் பின் வேதனைப்படும் துன்பம் தேவர்களுக்கு இருக்கிறது; மனிதர்களுக்கு இல்லை. மனிதனுடைய பலஹீனம் தேவனுடைய பலத்தைவிட உயர்ந்தது என்பதை ஏற்கிறாயா?

ஊர்: ஏற்கிறேன்... பொறுமை இழந்த இதயம் செய்த காரியத்திற்காக என்னை வெறுக்காதே. இனி உன்னிடம் தகாத முறையில் நடக்கமாட்டேன். என்மீது பிரியமாயிரு!

அர்: கண்டும் கேட்டும் மகிழவேண்டிய அழகு நீ – நான் உன்னை வியக்கிறேன். என் தந்தைக்கு இன்பம் நீ; ஆகையால், என் தாய். ஆதலால், நான் உன்னை வணங்குகிறேன். உன்னை வெறுக்க என்னால் எப்படி முடியும்?

ஊர்: (திருப்தியுள்ள மகிழ்ச்சியுடன்) சிரஞ்சீவியாய், ஆடவர்களில் சிறந்தவனாய், மகா வீரனாய் வாழ்வாய்!

(திரை)

சுதேசமித்திரன் (டிசம்பர் 18, 1955)

வியாசர் படைத்த பெண்மணிகள் (1968)

அகலிகை முதலிய அழகிகள் (அக்டோபர் 1993)

❖

தேவயானி

கோல் ஊன்றியும் நடை தள்ளாடும் யயாதியைக் கைத்தாங்கல் கொடுத்து ஆசனத்தில் அமர்த்தினான் பூரு.

"அப்பா, நீங்கள் கொஞ்சம் அமைதியாக இருக்க வேண்டும்; அதிகமாய் நடக்கக்கூடாது ..." என்றான்.

"நான் அதிகமாய் நடக்கக்கூடாது; இல்லையா பூரு? நான் குமரன் அல்ல, கிழவன். சுக்கிராசாரியாரின் சாபத்தால் என் இளமை குலைந்துவிட்டது. ஊன்றுகோலும் துணையும் தேட வேண்டிய நான் அதிகமாய் நடக்கக்கூடாது ... என் உடல் நடக்க மறுக்கிறது; நடக்க முடியாமல் தடுமாறுகிறது. ஆனால், என் மனம் உட்கார மறுக்கிறது; துள்ளிப் பறக்க முயலுகிறது. உடலுக்கு அடங்காத மனத்தையும், மனத்துக்குக் கட்டுப்படாத உடலையும் வைத்துக்கொண்டு, எவ்வளவு காலம் நான் உயிரோடு இருக்கமுடியும், பூரு?"

"அப்பா, தர்மம் அறிந்த நீங்கள், இப்படி அதைரியம் கொள்ளலாமா?"

"என்ன தர்மம் தெரிந்தென்ன; உடலைக் காத்துக் கொள்ளவும் என்னால் முடியவில்லையே... தேவயானி எங்கே? அவளைக் கூப்பிடு. அவள் என் அழகைப் பார்க்கட்டும்; அவள் தந்தையின் சாபத்தால் என்னைப் பீடித்துள்ள மூப்பைப் பார்த்துச் சிரிக்கட்டும்!"

"அம்மா இங்கே, பக்கத்தில் நின்று அழுகிறாள்."

"அழுகிறாளா? அவள் ஏன் அழவேண்டும்? அவள் சிரிக்கவேண்டிய நல்ல சமயம் அல்லவா இது?"

தலைகுனிந்தபடி தேம்பிக்கொண்டிருந்த தேவயானி, யயாதியின் கால்களைப் பிடித்துக்கொண்டாள்.

"சுவாமி, நானும் நினைக்கவில்லை; பெண் புத்தியின் ஆத்திரத்தால் செய்துவிட்டேன். என்னை மன்னியுங்கள்."

அவள் பக்கம் பார்த்த அரைக்குருடான கண்களை, வேறு பக்கம் திருப்பிக் கொண்டார் யயாதி, வெறுப்புடன்.

"என் இளமை உனக்கே உரியது என்று நினைத்தாய்; உனக்கு மட்டும் அல்ல, சர்மிஷ்டைக்கும் சொந்தம் என்றேன். அதில் என்ன பிசகு? தபோபலம் வாய்ந்த தந்தையை அழைத்து, எனக்குச் சாபம் வாங்கித் தந்தாய். நீ ஏகபோக உரிமை கொண்டாடிய இளமையை இழந்து, எதற்கும் பயன்படாத சொத்தை உடலுடன், உன் கணவன், உன் எதிரில் நிற்கிறேன்; திருப்திதானே உனக்கு?"

"ஆத்திரத்தில் ஏதோ செய்தேன்; ஏதோ விளைந்துவிட்டது. தயவு செய்து..."

"நான் சக்தி இல்லாதவன். என் தயவு யாருக்குத் தேவை?"

"சுவாமி!" என்று மன்றாடினாள் தேவயானி.

"அப்பா, விதி செல்லும் வழி அறிந்த நீங்கள் அன்னையை உதாசீனம் செய்வதில் அர்த்தம் இல்லை. நடந்தது நடந்துவிட்டது. மேற்கொண்டு ஆகவேண்டியதைக் கவனியுங்கள்," என்று தந்தைக்கு ஆறுதல் கூறினான் பூரு.

மௌனமாக ஒதுங்கி நின்று, கணவனின் அலங்கோலத்தைப் பார்த்துக் கண்ணீர் உகுத்துக்கொண்டிருந்த சர்மிஷ்டை தலைநிமிர்ந்து சீறினாள்; "பூரு, அப்பாவைத் தேற்றுகிறாய். கணவரைப் பரிபூரணமாக மகிழ்விக்க முடியாத, அதிருப்தியுள்ள என் இளமைக்கு என்ன ஆறுதல் கூற முடியும் உன்னால்? ஒரு பொறாமைக்காரியால்—ஒரு சாம்ராஜ்யம் சக்கரவர்த்தியை இழந்து தவிக்கிறது; ஒரு மனைவியின் மனம் ஆசைத் தீக்கு உணவாகிறது; ஐந்து மைந்தர்களின் வாழ்க்கை கலங்குகிறது, எல்லாம் இந்த ஒருத்தியால்!"

சக்காளத்தியின் ஏச்சைக் கேட்டுச் சற்றே சினம் கொண்டாள் தேவயானி; தன் ஆத்திரம் தன் கணவரின் வாழ்வுக்கே உலை வைத்துவிட்டது என்னும் ஞாபகம், அவளுடைய சினத்தை அடக்கியது.

"சர்மிஷ்டை, நீ என் மீது சாட்டும் குற்றத்தை நான் ஒப்புக்கொள்கிறேன். கணவர் அளிக்கும் இன்பத்தை இன்னொருத்தி ரகசியமாகப் பங்கிட்டுக் கொள்கிறாள் என்கிற நினைவு, ஒரு மனைவிக்கு எவ்வளவு துன்பம் தரும் என்பது—பெண்ணான உனக்குப் புரியாதா? அந்த ஆற்றாமையால் என் தந்தையை அழைத்தேன்; ஆனால், என் மீதுள்ள அன்பு காரணமாக, எனக்கே துன்பம் உண்டாகும்படி, இவ்வளவு விபரீதமாக அவர் சாபமிடுவார் என்று நான் எதிர்பார்க்கவில்லை. கணவரைக் கிழவராக்குவதற்கு, உடம்பு படைத்த ஒரு பெண் சம்மதிப்பாளா?"

2

அசுர குரு சுக்ராசாரியாரின் புத்திரி தேவயானி; அசுர ராஜா விருஷ பர்வாவின் மகள் சர்மிஷ்டை. இருவரும் சிறு வயது முதல் தோழிகள். இருவருமே அகங்காரிகள். அரசன் மகள் என்ற செருக்கு சர்மிஷ்டைக்கு; குரு புத்திரி என்கிற செருக்கு தேவயானிக்கு.

ஒருமுறை தோழியர் இருவரும் சகிமார்கள் புடைசூழத் தடாகத்திற்கு நீராடச் சென்றனர். குளித்துக் கரை ஏறியபோது, காற்று செய்த குழப்பத்தால், தேவயானியின் ஆடையை அணிந்துகொண்டாள் சர்மிஷ்டை. தன் புடவையைத் தன்னிடம் தரும்படிக் கேட்டாள் குரு புத்திரி.

ராஜகுமாரிக்குக் கோபம் வந்துவிட்டது. 'பிச்சைக்காரியின் மகளுக்கு இவ்வளவு ஆணவமா?' என்று இகழ்ந்து பேசியதும் அல்லாமல், தேவயானியை ஒரு பாழ் கிணற்றிலும் தள்ளிவிட்டு அரண்மனைக்குத் திரும்பிவிட்டாள் அவள்.

அச்சமயம் அவ்வழியே வேட்டையாட வந்த சக்கரவர்த்தி யயாதி, கிணற்றிலிருந்து வந்த அழுகுரலைக் கேட்டு, தேவயானியைக் கண்டு, அவளுடைய வலக்கரம் பற்றிக் கரை ஏற்றினார்.

தன் வலக்கரம் பற்றிய அவரே தன்னை மணக்கவேண்டும் என்று வேண்டினாள் அவள். சுக்ரரின் தவ வலிமைக்கு அஞ்சிய யயாதி, அவளுடைய வேண்டுகோளுக்கு இணங்காமல் நழுவிவிட்டார்...

தேவயானி வீடு திரும்பால் ஒரு மரத்தடியில் அமர்ந்து அழுது கொண்டிருந்தாள். மகளைக் காணாமல் தேடி வந்த சுக்ரர், அவளுடைய அழுகையின் காரணம் அறிந்து, வெகுண்டு அசுர ராஜாவை விடுத்துத் தேவர்களிடம் செல்வதாக விருஷபர்வாவைப் பயமுறுத்தினார். அசுர ராஜா தன் குருநாதரின் பாதங்களைப் பிடித்துக்கொண்டு மன்னிப்புக் கோரினான்; தன் மகளைக் குரு புத்திரிக்கு அடிமையாக்குவதாகவும் ஒப்புக்கொண்டான். அதன்படி, ஆயிரம் தாதியருடன் சர்மிஷ்டை தேவயானியின் தாதி ஆகிவிட்டாள்.

தேவயானி மகிழ்ச்சிகொண்டு, ராஜகுமாரியிடம் வேலை வாங்கினாள். ஒருமுறை, அவள் தன் அடிமைகளோடு நந்தவனத்தில் உல்லாஸமாக உட்கார்ந்திருந்தாள்; அவளுடைய கால்களை மிருதுவாக வருடிக்கொண்டிருந்தாள் சர்மிஷ்டை.

தெய்வாதீனமாக, மீண்டும் அவ்வழி வந்த யயாதி, சர்மிஷ்டையைப் பார்த்ததும் மையல் கொண்டார்; அவளைப் பற்றி விசாரிக்கும்போது தேவயானி அவரைக் கண்டாள். அவரை அணுகி, அவர் மேல் தனக்குள்ள மோகத்தை வெளியிட்டுத் தன்னை மணக்கும்படி வேண்டினாள்.

அவருக்கு ராஜகுமாரி மேல் மோகம்; குரு குமாரியிடம் அச்சம். "சுக்கிரரின் அனுமதி இன்றி அவளை மணக்க முடியாது;" என்று போக்குக் காட்டினார். ஆனால் தேவயானி, தன் தந்தையை அந்த இடத்திலேயே வரவழைத்து, அவருடைய அனுமதி பெற்றிடவே, வேறு வழி இல்லாமல், தேவயானியை மணந்தார் யயாதி.

அவளோடு சர்மிஷ்டையும், ஆயிரம் அடிமைப் பெண்களும் சக்கரவர்த்தியின் அரண்மனைக்குச் சென்றனர். அசுர ராஜகுமாரியும் அவளுடைய தாதியரும் தங்குவதற்குத் தனியாக ஒரு மாளிகை கட்டிக் கொடுத்துவிட்டுத் தேவயானியுடன் சுகித்திருந்தார் யயாதி; அவர்களுக்கு யது, துர்வசு என்னும் இரண்டு புதல்வர்கள் பிறந்தார்கள்.

அப்பால், உடல் வளம் செழித்த சர்மிஷ்டையைத் தேவயானி அறியாமல் காந்தர்வ மணம் புரிந்துகொண்டார் யயாதி; அவர்களுக்குத் திருஹ்யு, அனு, பூரு என்னும் மூன்று மைந்தர்கள் பிறந்தனர்.

ஒருநாள் சர்மிஷ்டையின் மக்களைக் கண்ட தேவயானி, அரசனின் சாயலை அவர்கள் முகத்தில் கண்டாள். அவர்களுடைய தந்தை யார் என்று அவர்களையே கேட்க, "சக்கரவர்த்தியின் மைந்தர்கள்" என்று அவர்கள் கூறினார்கள்.

உண்மை அறிந்த தேவயானி, பொறாமையும் சினமும் கொண்டாள்; தன் தந்தையாரை வரவழைத்து, தனக்கே தனக்குச் சொந்தமான சொத்தைத் தன் கணவர் மற்றொருத்தியுடன் பகிர்ந்துகொள்ளும் அநியாயத்தை அவரிடம் தெரிவித்தாள். ஏக புத்திரியிடம் அளவில்லாத வாஞ்சை வைத்திருந்த சுக்ரரும் கோபம் கொண்டார். "இளமைச் செருக்கால் இந்த அநீதி செய்யத் துணிந்த யயாதி, தன் இளமை இழந்து மூப்பு அடையட்டும்" என்று சாபம் கொடுத்தார்.

அவருடைய கால்களைப் பிடித்துக்கொண்டு, சாபத்திற்கு விமோசனம் சொல்லும்படி கெஞ்சினார் யயாதி.

"உன்னுடைய புதல்வர்களில் யாராவது தன் இளமையை உனக்கு அளித்தால், உன் மூப்பை அவனுக்குக் கொடுத்து, ஆயிரம் வருஷ காலம் நீ இளமை நலம் நுகரலாம்" என்று தம் சாபத்துக்கு விமோசனம் சொல்லிவிட்டுப் போனார் சுக்ரர்.

அவருடைய சாபத்தின் விளைவாகத்தான் யயாதி, திடீர் வயோதிகம் அடைந்தார்...

3

மிகுந்த வலிமை உடையவரும், சிறந்த தவம் இயற்றியவரும், அறத்திற்கு மேற்கோளாகத் திகழ்ந்தவருமான யயாதியாலும் இளமையைத் திடீரென்று இழந்த துன்பத்தைத் தாங்க முடியவில்லை; தடதடவென்று ஆடுகின்ற தலைக்கு, நடுங்குகின்ற கைகளால் முட்டுக் கொடுத்துக்கொண்டு அழவும் தொடங்கினார்.

அவருடைய அன்புக்குப் பாத்திரமாகும் பாக்கியம் பெற்ற சர்மிஷ்டை, அவர் காலடியில் அமர்ந்து ஆறுதல் கூறினாள்: "அரசே, நீங்களே இப்படிக் கலங்கினால், என் கதி என்ன ஆகும்? போர்க்களத்தில் பகைவரை அஞ்சவைத்த குரல் அழுவதை, நான் எப்படிச் சகிக்க முடியும்? தவவொளி வீசிய கண்கள் நீர் பெருக்கலாமா? மனத்தைத் தேற்றிக்கொள்ளுங்கள், பிரபு."

"சர்மிஷ்டா, அழகான நிதம்பம் உடையவளே, எனக்காக மட்டும் அல்ல, உனக்காகவும் தேவயானிக்காகவும் நான் கவலைப்படுகிறேன். உங்களுடைய சரீர சாம்ராஜ்யம், ஆளுகிறவர்கள் இல்லாமல் பாலை ஆகுமே என்கிற நினைப்பே என்னைப் பொசுக்குகிறது."

"தவ வல்லமையும் மன அடக்கமும் உடைய நீங்கள், இவ்வளவு வருந்துவதைக் காண எனக்கு வியப்பாக இருக்கிறது அப்பா!" என்று ஆச்சரியப்பட்டான் பூரு.

"பூரு, குழந்தாய், வாழ்க்கையை – ஒரு வினாடியும் – ஒரு நொடியும் வீணாக்காமல் முழுமையாக அனுபவிக்க விரும்புகிறவன் நான். சிறந்த

தவம் செய்தேன்; அறம் கோணாமல் நாட்டை ஆளுகிறேன்; அவை என் கடமைகள்! கடமை செய்வதால் மனதுக்குத் திருப்தி உண்டாகிறது; அதனால் ஆனந்தம் கிடைக்காது. என் உடலைப் பார். நர சிரேஷ்டனாக இருந்தவன் வானரம்போல் மாறிவிட்டேன். பெண்களின் உள்ளத்தைக் கவரும் என் இனிய குரல் – கரகரப்புக் கொண்டு நடுங்குகிறது. என் பார்வை பற்றிக் கூறினாள் சர்மிஷ்டை. கானகத்தில் தேவயானியின் கால் வருடிக்கொண்டிருந்த அவள் மீது, நான் மோகம் கொண்டேன்; என் கண்களோடு தன் கண்கள் கலந்த அந்தக் கணமே, தான் என் அடிமை ஆகிவிட்டதாக அவளே சொன்னாள். அத்தகைய கண்கள் ஒளியிழந்து, பஞ்சடைத்து, பார்வை மங்கிவிட்டன. தேவயானியைக் கேள்; அவள் சொல்வாள். கிணற்றில் கிடந்த அவள் கரம் பற்றிக் கரை ஏற்றினேன்; அந்த என் ஸ்பரிசத்தைத் தன் ஆயுள் உள்ளவரை மறக்க முடியாது என்று அவளே பலமுறை கூறினாள். இரு மனைவியரும் ஏககாலத்தில் அணைத்துக்கொண்டாலும் எஞ்சும்படியான விசாலம் உள்ள மார்பகம் – அழுகிய பழம்போல் வாடிவிட்டது. அரண்மனையிலும் தோட்டத்திலும் மனையரசிகளுடன் ஓடி விளையாடிக் களித்த கால்கள் நடப்பதற்கும் கோலின் துணையைத் தேடுகிறது; அக்கோலைத் தூக்கவும் வலி இன்றிக் கைகள் நடுங்குகின்றன. வெளிறிய குழலுடனும், குறுகிய உடலுடனும் இருக்கும் என்னை என் மனைவியரும் அருவருப்பார்கள்; நானே என்னை விரும்ப முடியவில்லையே!" என்று அங்கலாய்த்தார் சக்கரவர்த்தி.

"அப்பா, நான் சிறியவன்; அறியாதவன். உடல் இன்பத்தை நீங்கள் – அதுவும், நீங்கள் – இவ்வளவு போற்றுவது எனக்குப் புரியவில்லை."

யயாதி நெடுமூச்சு கழித்தார்.

"பூரு, நீ அனுபவிக்காதவன்; உனக்குப் புரியவும் புரியாது. என் உடல் இளமையை இழந்தது உண்மை; ஆனால், மனம் இளமையைத் துறக்கவில்லையே! திருப்தி செய்யப் பெறாத மோகம் நிறைந்த நெஞ்சு, இன்பம் நுகர வலுவற்ற உடல், இளமை எழில் மிக்க மனைவியர் – இந்த வக்கிரங்களோடு நான் தவம் செய்ய முடியுமா? நாட்டைத்தான் ஆள முடியுமா?"

"ஒருமுறை மனித இறைச்சியை உண்ட புலி, மீண்டும் அதையே நாடுவது போல்..."

"அது போல்தான் மோகமும்; நான் அதை மறுக்கவில்லை, பூரு!"

சக்கரவர்த்தியின் புலம்பலைத் தாங்கமுடியாத தேவயானி குறுக்கிட்டுச் சொன்னாள்: "சுவாமி என்னால் வந்த இந்தத் துன்பத்தை, நானே நீக்க முடியும் என்று நினைக்கிறேன்..."

"நீ என்ன செய்ய முடியும், தேவயானி? சாபத்தை வாங்கித் தர முடியும்; அதைத் தவிர்க்க உன்னால் முடியாது!" என்றார் யயாதி, அலுப்புடன்.

இனிய குரலில், அழகாய்ப் பதில் சொன்னாள் அவள்: "மனம் நொந்திருக்கும் என்னை மேலும் துன்புறுத்தாதீர்கள். வேட்கை தணியாத துயரம் தவசிரேஷ்டான உங்களையே இவ்வளவு வாட்டி வதைக்கிறதே.

அதே துயரம்தான் எனக்கும் சினம் உண்டாக்கி, தந்தையை வரவழைத்து உங்களுக்கு இந்தச் சாபத்தை வாங்கித் தந்தது. என்னை மன்னியுங்கள். இந்தச் சாபத்தை கடக்க எனக்கு ஒரு வழி தோன்றுகிறது. என் மைந்தர்கள் இருவரையும் வரவழைத்து அவர்களில் ஒருவனுடைய இளமையை நீங்கள் வாங்கிக்கொண்டு இந்த மூப்பை அவனுக்குக் கொடுத்துவிடலாம். ஆயிரம் வருஷ காலம், நம் விருப்பம்போல் சுகம் காணலாம்."

"தேவயானி, பெற்றோரின் துயரத்தை நீக்க வேண்டியது புத்திரர்களின் கடமைதான். ஆனால், கொடுமையான இந்த மூப்பை எவன் ஏற்பான்? எந்தப் புதல்வன் எனக்குத் தன் இளமை தருகிறானோ, அவனுக்கு இந்த ராஜ்யத்தின் அரசுரிமை தருகிறேன்" என்றார் யயாதி.

பெற்றோர் அழைப்பதை அறிந்து யதுவும், துர்வசுவும் அங்கு வந்தனர். கதையின் நீதியைக் கேட்ட அவர்கள் முகத்தில், அருவருப்புப் படர்ந்தது.

"காதல் இன்பத்தை மறுக்கும் இந்தக் கிழப்பருவத்தை நீங்களே வெறுக்கும்போது, நான் அதை எப்படி விரும்ப முடியும்" என்றான் யது.

"உண்ண முடியாமல், உடுத்த முடியாமல், உறங்க முடியாமல், பல குற்றங்களைச் செய்யத் தூண்டுகிற இந்த மூப்பை என்னால் ஏற்க முடியாது" என்றான் துர்வசு.

ஆட்சி உரிமைக்காகவும் இளமையை இழக்க விரும்பாத அவ்விருவரும் பெற்றவர்களைத் திரும்பியும் பாராமல் வெளியில் சென்றுவிட்டனர்.

தேவயானியின் ஆசை தோல்வி அடையவே, சர்மிஷ்டை தன் புத்திரர்களை வரவழைத்தாள்.

"நல்ல வேடிக்கை!" என்று கிண்டல் செய்தான் திருஹ்யு: "மூப்பை வாங்கிக்கொள்வதா? பிறகு யானை ஏறலாம், குதிரைமேல் சவாரி செய்யலாம்; எதிரிகளை ஓட ஓட விரட்டலாம். அந்த மூப்பு உங்களிடம் பத்திரமாக இருக்கட்டும்!"

"காலம் தவறாமல் அறம் செய்ய முடியாது; ஆதலால் எனக்கு மூப்பு வேண்டாம்" என்று தர்மத்தின் மீது பாரத்தைப் போட்டுவிட்டு நழுவினான் அனு.

மைந்தர்கள் நால்வரும் மூப்பை நிராகரித்துவிடவே, ஆசனத்திலேயே சாய்ந்துவிட்டார் யயாதி.

"சர்மிஷ்டா, தேவயானி, பார்த்தீர்களா? கண்மணிகளாய் நாம் காத்த புதல்வர்கள், நமக்காகத் துன்பம் ஏற்கத் துணியவில்லை. பூரு, நீ என்னுடைய இளைய மகன். மூப்பின் துன்பத்தை உன்மீது சுமத்த வேண்டாம் என்பதற்காகவே, அருகில் இருக்கும் உன்னைக் கேளாமல், மூத்தவர்களை அழைத்துக் கேட்டேன். என் துன்பத்தைப் பக்கத்தில் இருந்து பார்க்கிற நீ, என்ன சொல்கிறாய்?"

"பூரு, உன் தந்தையாரின் அறமே உருவெடுத்து வந்தவன் நீ. வேட்கையை வேட்டுத் தவிக்கிற எங்களுக்கு, நீதான் ஆறுதல் அளிக்க வேண்டும்" என்று கெஞ்சினாள் சர்மிஷ்டை.

"பூரு, நீ என் வயிற்றில் பிறந்தவன் அல்லன் என்றாலும், உன்னைச் சொந்த மைந்தனாக நினைக்கிறேன். உன்னிடம் பிச்சை கேட்கிறேன்; உன் தந்தையாருக்கு உடல் கொடு" என்று தழுதழுத்தாள் தேவயானி.

அவர்களுடைய வேண்டுகோளைக் காதில் வாங்காதவன்போல், எங்கோ வெறித்து நோக்கியவாறு மௌனமாயிருந்தான் பூரு; அந்த மௌனத்தை, யயாதியால் தாளமுடியவில்லை.

"என்ன சொல்லுகிறாய், பூரு?"

"அப்பா, நான் யோசிக்கிறேன்" என்றான், அவன் மிகவும் அமைதியாக.

"யோசிக்கிறாயா? யோசனை செய், செய்! யோசித்து நீயும் எங்களைக் கைவிடு. நீ யோசிக்கிறாய்; பாம்பு உரித்து எறிந்த சட்டைபோல் என் உடல் துவளுகிறது. ஆனால், என் மனமோ, வீறுள்ள உடல் வடிவெடுத்து, அழகான இரு மனைவியரையும் மகிழ்வோடு அணைத்துக்கொண்டு மலர்கள் மணக்கும் சயனக் கிருகத்திற்கு உல்லாசமாய்ப் போகிறது; என் மனமோ, வீறுள்ள உடல் வடிவெடுத்து, கடலில் பாய்ந்து, அலைகளில் குதித்து அழகிகளோடு விளையாடுகிறது; என் மனமோ வீறுள்ள உடல் வடிவெடுத்து, மகா மேருவின் கொடுமுடி ஏறி, எழிலின் சூட்டினால் பனியை உருகியோடச் செய்கிறது; என் மனமோ வீறுள்ள உடல் வடிவெடுத்து, வானகம் தாவி, அப்சரசுகளுடன் நடனம் புரிகிறது; என் மனமோ, வீறுள்ள உடல் வடிவெடுத்து, காற்றில் பறந்து, கந்தர்வ சுந்தரிகளுடன் ஆனந்த கானம் இசைக்கிறது. ஐயோ, கனவாடா எல்லாம், கனவு; வீண் கனவு!" என்று பொருமினார் யயாதி.

"நானும் அதைத்தான் யோசிக்கிறேன்" என்றான் பூரு.

"எதைத்தான் நீ யோசிக்கிறாய்?" என்றார் யயாதி பொறுமையிழந்து.

"ஐயா, நான் காம சுகம் காணாதவன். காமம் மனிதனை விகாரப்படுத்தும் என்று நூல்களில் படித்திருக்கிறேன். உடலை மட்டும் அல்ல; மனத்தையும் அது எவ்வளவு விகாரப்படுத்துகிறது என்பது உங்களைப் பார்த்தாலே தெளிவாகிறது."

"என்னைக் கேலி செய்கிறாயா, பூரு?" என்று சற்றுச் சினம் காட்டினார் யயாதி.

"அப்பா, உங்களைக் கேலி செய்ய, எனக்கு வலிமை இல்லை. என் பெற்றோர்களிடமிருந்து நான் பாடம் கற்கிறேன். சிற்றின்பம் நாடுகிறவர்கள் தவத்தையும் தர்மத்தையும் தனத்தையும் பணயம் வைப்பார்கள் என்கிற ஏட்டுப் படிப்பு உங்களால் எனக்குப் புரிகிறது. உடலை வழிபடுகிறவர்கள் நெஞ்சுறுதி மட்டும் அல்ல, ஆன்ம பலமும் இழப்பார்கள் என்று சுவடிகளில் படித்தேன்; அது எனக்குப் புரியாத புதிராக இருந்தது; உங்களால் அது எனக்கு விளங்குகிறது..."

மூப்பினால் நடுங்கும் உடலை ஆத்திரத்தால் ஆட்டிக்கொண்டே ஆசனத்திலிருந்து, கோல் ஊன்றிக்கொண்டு எழுந்தார் யயாதி.

"பூரு; உன்னிடம் இளமை கேட்டேன்; உபதேசம் கேட்கவில்லை."

“ஐயா, அமருங்கள். தந்தைக்கு மகன் உபதேசம் செய்யத் துணிவது மடமை என்பதை அறிவேன். உங்களிடம், உங்களால் கற்றதைக் கூறுகிறேன்; பொறுமையாய்க் கேளுங்கள்” என்று, அன்புடன் யயாதியை அணைத்துக்கொண்டு உட்கார்த்தினான் பூரு.

“இன்னும் என்ன சொல்லப்போகிறாய்?” என்றார் யயாதி, மூச்சுத் திணறியபடி.

“அறமும் தவமும் செய்தவர்கள்கூட மனத்தை அடக்கிக் காமத்தை வெல்ல முடியாமல் தவிப்பார்கள் என்று நூலில் படித்தபோது எனக்கு விளங்கவில்லை; என் குருநாதரிடம் ‘தவம் செய்கிறவர்கள் காமத்தை வெல்ல முடியாது என்பது சரியல்ல’ என்றுகூட நான் வாதித்தது உண்டு. ஆனால் அறமும் தவமும் காதலுக்கு முன் மண்டியிடும் என்பது பற்றி, இப்போது எனக்குச் சந்தேகமே இல்லை.”

“பூரு! அதிகமாய்ப் பேசி, என் ஆத்திரத்தைக் கிளறுகிறாய். உன் தமையன்மார்களைப் போல் சுருக்கமாய்ப் பதில் சொல்; உன் இளமையை என் மூப்புக்கு மாற்றிக்கொள்ள விரும்புகிறாயா இல்லையா?”

பூரு, நகைமுகத்துடன், நிதனமாகப் பதில் கூறினான்:

“காமத்தைப் பெரும் சுகமென வருணிக்கிறீர்கள். நெருப்புகள் அனைத்தையும்விடக் கொடிய நெருப்பு காமம் என்றும், மோகத்திற்கு அடிமையானவர்கள் தீராத் துன்பம் அடைவார்கள் என்றும் பெரியவர்கள் கூறுகிறார்கள்; நீங்களும் பலமுறை சொன்னது உண்டு. மோகத்திற்கு இரையானவர்கள் எவ்வளவு இழிவான துயரமும் துன்பமும் அடைவார்கள் என்பதை, நீங்கள் படுகின்ற வேதனையால் அறிகிறேன். உங்களுடைய தவிப்பைப் பார்த்து, மோகத்தையும் நினைத்தால், எனக்குப் பயமாக இருக்கிறது. ஆகையால், அப்பா, மோகத்திற்கு வயப்பட்டு, அதன் ஹிம்சைக்கு என்னை ஆளாக்கக்கூடிய இந்த இளமை எனக்கு வேண்டாம்; நீங்கள் எடுத்துக்கொள்ளுங்கள். காமத்தை நிர்ப்பந்தத்தால் வென்று மனத்தை ஒடுக்கிப் பேரின்பம் காண்பதற்கு மூப்பு ஒரு நல்ல சந்தர்ப்பம்; அதை எனக்கு அளியுங்கள்.”

‘யௌவனம் தந்த யுவன்’ என்ற தலைப்பில், *சுதேசமித்திர*னில் (பிப்ரவரி 26, 1956) வெளியானது.

வியாசர் படைத்த பெண்மணிகள் (1968)

அகலிகை முதலிய அழகிகள் (அக்டோபர் 1993)

●

வெளியே போ

"தன்னைத்தானே அடக்கி ஆள முடியாதவனுக்குச் சுயராஜ்யமோ, ராம ராஜ்யமோ கிடையாது. தன்னை ஆள அறியாது பிறரை ஆள முயலுகிறவன் – வர்ணம் பூசிய மண் கனியை ஒத்தவன்; வெளிப் பார்வைக்குப் பகட்டாகவும், உள்ளே வெறும் சூனியமாகவும் இருப்பான்"

"மனித வர்க்கத்தின் வேதனை எவ்வளவு ஆழ்ந்தது என்பதை உணர்ந்த எவனும், சிற்றின்ப இச்சைக்கு அடிமை ஆகமாட்டான்."

"சகோதர மக்களின் நன்மைக்காக ஒருவன் எவ்வளவு பாடுபடுகிறானோ, அந்த அளவுக்கு அவன் உயருகிறான்."

– **மகாத்மா காந்தி**

பாத்திரங்கள் : *கபிலவஸ்துவை ஆண்டு வந்த சுத்தோதனரின் குமாரர் கெளதமர். ஸித்தார்த்தர் என்பதும் இவர் பெயரே. பிற்காலத்தில் 'புத்தர்' – புத்தியில் உயர்ந்தவர் – என்ற சிறப்புப் பெயர் பெற்றவர். அவருடைய மனைவி யசோதரையும், குழந்தை ராகுலனும்.*

காலம் : *சுமார் 2500 ஆண்டுகளுக்கு முன்.*

(இரவு நிலவு காய்கிறது. உப்பரிகையில் அழகான மஞ்சம் ஒன்றில் கெளதமர் படுத்திருக்கிறார். தூக்கம் என முடியாது. எதற்காகவோ தவிப்பவர்போல் படுக்கையில் புரண்டவாறிருக்கிறார். பகலில் மற்றொரு மஞ்சத்தில் சிசுவை அரவணைத்துக்கொண்டு இன்பத்துயிலில் ஆழ்ந்திருக்கிறாள் யசோதரை.)

குரல்:— ஸித்தார்த்தா!

(ஸித்தார்த்தர் திடுக்கிட்டுக் கண் விழிக்கிறார். தம்மைக் கூப்பிட்டவர் யாரெனச் சுற்றிலும் பார்க்கிறார். யாரையும் காணோம். ஏதோ பிரமை என்றெண்ணிப் படுத்துக் கண்களை மூடிக்கொள்கிறார்.)

கு:— கௌதமா, கண்ணைத் திற, இன்னுமா தூக்கம்?

(தெளிவாய்க் கேட்ட அக்குரல், அவரை மீண்டும் எழுப்பியது. கண்களை நன்றாகக் கசக்கிக்கொள்கிறார். நிச்சயமாக வேறு யாரும், எழிலரசி யசோதரையையும் குழந்தை ராகுலனையும் தவிர்த்து, வேறு யாரும் இல்லை.)

கௌ:— குரல் கேட்கிறது, ஆனால் யாரையும் காணோமே!

கு:— நீ உன்னுடன்தான் பேசுகிறாய்!

கௌ:— நான் என்னுடன் பேசுகிறேனோ?

கு:— ஆம்! தூக்கம் வருகிறதா உனக்கு?

கௌ:— வந்தது.

கு:— இருளில் அல்லல்படும் மனித ஜாதியைப் பார்த்த பின்பும் உனக்குத் தூக்கம் வருகிறது! ஆச்சரியம்தான்!

கௌ:— அதற்காக, என்னால் என்ன செய்ய முடியும்?

கு:— என்ன செய்ய முடியாது உன்னால்? அங்கங்கள் குறைந்த புழு நெளியும் உடலைச் சுமந்துகொண்டு வயிற்றுத் தீயைத் தணிக்கப் பிச்சையெடுக்கும் நோயாளியை மறந்துவிட்டாயா? இளமையின் ரத்தத் திமிருடன் வஜ்ரத் தேகியாக நடமாடியவன், கோலின் உதவியால் நடை தடுமாறுவதை மறந்துவிட்டாயா? நாலு பேரை ஒரு கையால் தாங்கியவன், நாலு பேரால் தாங்கப்பெற்று மயான பூமியில் நீறாவதை மறந்துவிட்டாயா? பிறந்த உயிர் இறப்பது உறுதி எனில், பிறப்புக்கும் இறப்புக்கும் இடையேயுள்ளதுதான் வாழ்க்கை எனில், இந்த வாழ்க்கை இவ்வளவு அவலமாக இருப்பானேன்?

கௌ:— ஆனால், நான்...

கு:— கௌதமா, நீ பொன் கூண்டிலிருக்கிறாய். பந்தங்களெல்லாம் உனக்குச் சுகமாய் இருக்கின்றன. மென்மையான மஞ்சத்தில் மெல்லியலாளின் மம்மரில் இருப்பவனுக்கு, எல்லாம் இன்பமாய்த்தான் தோன்றும்.

கௌ:— நான் என்ன செய்ய வேண்டும்?

கு:— வெளியில் எட்டிப்பார். உலகம் கொடும் தீயில் எரிந்து கொண்டிருக்கிறது. வெளியே போ. நீ உலகத்துடன் சேர்ந்து எரிய வேண்டும். அல்லது அத்தீயை அணைக்க முயல வேண்டும்!

கௌ:– வெளியில் போவதா? அழகையும் அன்பையும் விட்டா?

கு:– அழகும் அன்பும் வேண்டித் தவிக்கும் உலகத்தைப் பார்க்க வெளியே போ!

கௌ:– என் மனைவி யசோதரை என்னைப் பிரிந்தால் வாழ்வாளா? பிறந்தவுடன் தந்தையை இழந்தால் என் குழந்தையின் கதி என்ன ஆகும்? எனக்கு முடிசூட்டிக் களிகொள்ள நாள் பார்க்கும் என் தந்தையார் என்ன செய்வார்?

கு:– (ஏளனமாக) உன் பரிவாரங்களுக்காக நீ ஏங்குகிறாய். ஆயிரக்கணக்கான மனைவியர்கள் தங்கள் கணவன்மார்களைப் பறிகொடுத்துக் கலங்குகிறார்கள்; தாயும் தந்தையும் இருந்தும் அனாதைகளாய்க் கேட்பாரற்று வீதியில் கிடக்கும் குழந்தைகள் அலறுவது உன் செவிகளுக்கு எட்டவில்லை! அரண்மனையில் அரியாசனத்தில் நீ அமருவாய்! அதோ, அந்தோ! நிற்கவும் இடமின்றிக் கோடி கோடி மக்கள் பரிதவிக்கின்றனர் நீ கல் நெஞ்சன்!

கௌ:– (குழறி) இல்லை!

கு:– கண்ணீர் விடும் மக்கள் குலத்தை, நீ கேலி செய்கிறாய்!

கௌ:– இல்லவே இல்லை...

கு:– பின்? கர்ம காண்டத்தின் வசமாகித் துயருறும் மாந்தருக்காக, நீ என்ன செய்தாய்?

கௌ:– அவர்களுக்காக என் ஹிருதயம் ரத்தக் கண்ணீர் வடிக்கிறதே, உனக்குத் தெரியவில்லையா?

கு:– எண்ணத்திலே ஏக்கம் இருக்கிறது; சொல்லிலும் இரக்கம் இருக்கிறது; ஆனால் செயலிலே–கொடுமை!

கௌ:– நான் கொடியவனல்லன்; எனக்கு வழிகாட்டு!

கு:– வெளியே போ; மக்களின் கண்ணீரைத் துடை!

கௌ:– வீட்டைத் துறக்காமல் முடியாதா?

கு:– முடியாது, உன்னைக் கட்டியுள்ள பாச வலையைக் கிழித்தெறி; எழுந்திரு!

(அவர் எழுந்து நிற்கிறார்)

கௌ:– ஆனால்... என் மனைவி... என் குழந்தை...

(குழந்தையை முத்தமிடுகிறார்)

கு:– (சிரிக்கிறது) விடுதலை தேடுகிறவனைப் புலன்களுக்கு ஆயுளடிமை ஆக்குவது இந்தப் பாசம்தான்!

கௌ:– உண்மைதான் ... இருந்தாலும், ஒருகணமும் என்னைப் பிரிந்தறியாத யசோதரை என்ன செய்வாள்?

(யசோதரையை முத்தமிடக் குனிகிறார். ஆனால், குரலின் பலத்த நகையொலியால் திடுக்கிட்டு நிமிர்கிறார்.)

கு:– மனைவி அழகானவள்; சதைப் போர்வைக்குள் உள்ள எலும்புக் கூடும் அழகானதா? அதை மனமொப்பி முத்தமிடுவாயா? உடலுக்கு அடிமையாகாதே, ஸித்தார்த்தா; உடலை உன் அடிமையாக்கு! அரசைத் துறப்பதுகூட எளிது; ஆனால் இந்த ஆசையைத் துறப்பது கஷ்டம். துறக்கிறவனுக்கு ஏன் இந்த ஆசை? அமுத குமாரனே! உலகம் இருளில் இடர்ப்படுகிறது; அதை ஒளிக்கு அழைத்துச்செல்; எழுந்திரு!

(யசோதரை மீதிருந்த கௌதமரின் கண்கள் பின்வாங்குகின்றன.)

கௌ:– (நெட்டுயிர்ப்புடன்) ஆம், யசோதரையும் எலும்புக்கூடுதான். வெளியே போகிறவனுக்கு உடல் பற்று எதற்கு? சாணிக் குவியலில் தோன்றி வளரும் புழுக்கள்போல் கருப்பையில் உருவாகும் இந்த உடல் மீது பற்று! ஜலதாரைபோல் நவத்துவாரங்களின் வழியாக அருவருப்பான நாற்ற நீர் கசியும் இந்த உடலுக்கு, அழகான ஆடை கட்டி, கூந்தலை நீவி, கண்ணுக்கு மையிட்டு, கச்சை கட்டி, ஆபரணங்களணிவித்து, 'அழகி' என்று பெயரிட்டுக் கட்டி அணைத்து முத்தமிட்டால், அது ஓர் இன்பம் ஆகிவிட்டது! அநித்தியமானது என்று அறிந்தும் இந்த உடல் மீது எவ்வளவு மோகம்! இதைக் காப்பதற்காக எத்தனை துயரங்களை ஏற்கிறது மனித ஜாதி! பிறந்து, போகம் போகம் என்று ரோகத்தைப் பெற்று, இறப்பதற்காகத்தான் இந்த உயிர் தோன்றுகிறதா? அப்படியானால் இவ்வுயிர் தோன்றக் காரணம் என்ன? விதை துளிர்கிறது; மொக்கு மலர்கிறது; மலர் காயாகி, கனியாகும் சமயம் காலன் தன் விருப்பம் போல் அதைப் பிய்த்தெறிகிறான்; ஜீவ விருக்ஷம் ஓங்கி வளருவது வீழ்வதற்குத்தானா?

கு:– வெளியே போ; ஒளிக்குப் போ; உண்மை தெரியும்.

கௌ:– மனிதர்களின் அழுகையையும் மரண வேதனையையும் நீக்கும் வழிகாணச் செல்கிறேன்.

(மனைவியும் குழந்தையும் உள்ள பக்கம் திரும்பியும் பாராமல், உப்பரிகையை விட்டு இறங்கி வருகிறார். அங்கு ஒரு சிறு விடுதியில் உறங்கிக்கொண்டிருந்த 'சந்தகன்' என்னும் தேரோட்டியைத் தட்டி எழுப்புகிறார்.)

ச:– (திடுக்கிட்டு) யார்? தாங்களா?

கௌ:– சந்தகா! சீக்கிரம் கண்டகனைப் பூட்டி, ரதத்தை ஆயத்தம் செய்!

ச:– யுவராஜா, இந்த நள்ளிரவில்...

கௌ:–இந்த நள்ளிரவில்தான் எனக்குப் பொழுது புலருகிறது. சூரியனின் செங்கதிர்களைவிட, சந்திரனின் ஒளி குளுமையானது; இல்லையா?

ச:– (தயக்கத்துடன்) மகாராஜாவின் அனுமதி இல்லாமல்...

கௌ:– (கம்பீரமாய்) ரதம் கொண்டு வா!

ச:– சரி, ஆனால், வெளியில் மாளிகையின் கதவு தாழிட்டிருக்கிறதே...

கௌ:— மாயை என்னும் சாவியால் உறுதியாகப் பூட்டப்பட்டிருந்த மனக்கதவைத் திறந்துவிட்டவனுக்கு அரண்மனைக் கதவு தடை ஆகாது...

ச:— அப்பால் நகர எல்லையில் பலமான காவல் இருக்கிறதே...

கௌ:— கண் கொட்டாமல் காவல் காக்கும் ஐம்புலன்களைக் கடந்தவனை, அந்தக் காவல் என்ன செய்யும்?

(பிரமை பூண்டவனாய், கண்டகன் என்னும் அற்புதப் பூரவி பூட்டி, ரதத்தைக் கொண்டு வருகிறான் சந்தகன். கௌதமர் அமருகிறார்.)

கௌ:—துன்பத்தில் தோன்றி, துன்பத்தில் தோய்ந்து வாழ்ந்து, துன்பத்தில் மடியும் என் தாய் நாட்டு மக்களுக்காக, அமிருதமான தத்துவம் ஒன்று காணாமல், இம்மண்ணில் காலடி வைக்கமாட்டேன். இது சத்தியம்!

_சுதேசமித்திரன்_ (மே 20, 1956)

(நூல் வடிவில் இதுதான் முதல் பிரசுரம்)

ஒருநாள் திருடர்கள்

எனக்குப் பேராசை கிடையாது; என்றாலும் சுளுவாகப் பணம் சேரும் என்றால் யாருக்குத்தான் ஆசையாக இராது? அந்த மாதிரி அரிய சந்தர்ப்பம் ஒருநாள் விடியற்காலையில் என் நண்பன் குப்புசாமியின் வடிவத்தில் என்னைத் தட்டி எழுப்பியது.

அவனுடைய அவசரத்தையும் பதட்டத்தையும் கண்ட நான், யாருக்கு என்னவோ என்று பயந்து கேட்டேன்! "என்னடா சேதி?"

"பல்லை விளக்கிக்கொண்டு சீக்கிரம் வீட்டுக்கு வா. வழியில் காபி சாப்பிடலாம். நல்ல சேதிதான்" என்று அவன் முடித்த பின்தான் எனக்கு ஆறுதலாயிற்று.

வழியில் அவன், அந்த நல்ல சேதியைச் சொன்னான்.

இப்ராஹீம் என்பவன் குப்புசாமிக்குத் தெரிந்த ஒரு திருச்சிக்காரன். டீ ஸ்டால் நடத்துகிறான். அவன் இரண்டு நாளாய்க் குப்புசாமியின் வீட்டில் ஒரு புதிய தொழில் சம்பந்தமாய் முகாமிட்டு, அந்தத் தொழிலில் ஈடுபடும்படிக் குப்புவை வற்புறுத்திக்கொண்டிருந்தான்.

எங்களுக்குத்தான் அத்தொழில் புதிது; இப்ராஹீமுக்கு நெடுநாளாய்ப் பழக்கம்; குப்புசாமிக்கும் ஒரு சந்தர்ப்பம் அளித்துப் பணக்காரன் ஆக்கிவிட வேண்டும் என்று அவனிடம் வந்திருந்தான்.

'தொழில் வேறொன்றும் அல்ல;' நோட்டு அச்சடித்து வைத்துக்கொள்ள வேண்டும் என்று சாதாரணமாய் நாம் அங்கலாய்க்கிறோமே, அந்த வேலையை நாகர்கோயிலுக்குப் பக்கத்தில் எங்கோ உள்ள ஒரு காட்டின் மத்தியில், ஒரு கோஷ்டியினர் மேற்கொண்டு வெற்றிகரமாக நடத்திக்

கொண்டும் இருந்தார்கள். அந்தக் கோஷ்டிக்கு ஏஜண்ட்தான் இப்ராஹீம். காட்டில் தயாராகும் நோட்டுகளை நாட்டில் உலாவ விடுவதற்கு உதவுவது அவன் வேலை. சர்க்கார் அச்சிடும் ஒரு நோட்டுக்குப் பதிலாக, அந்தப் போலியில் ஐந்து கொடுப்பதாக அவன் சொன்னான்.

"சில்லறை வியாபாரம் கூடாது என்று சொல்கிறான். ஐயாயிரத்துக்குக் குறைந்து அவன் பேரம் பேசத் தயாராகவே இல்லை. முதலில் மூவாயிரத்துக்குப் புது நோட்டு மாற்றித் தரும்படி கேட்டான். ஒப்புக் கொண்டுவிட்டேன்" என்று முடித்தான் குப்புசாமி.

புதிய தொழிலில் உள்ள அபாயம் என்னை மிரட்டியது. வனவாசத்துக்கும் துணிந்த கட்டைக்குத்தானே அது ஏற்கும்?

"ரொம்பவும் தப்பான விவகாரம்; எனக்குப் பிடிக்கவில்லை. உன் தைரியம்."

"நான் சொல்வதைப் பூராவும் கேள். எனக்கும் முதலில் பயமாகத்தான் இருந்தது. இப்ராஹீம் சொல்வதைக் கேட்டால், இந்த ஊர் பெரிய மனுஷர்கள் எல்லோரும் இந்தச் சரக்கு வாங்கியிருப்பதாகத் தெரிகிறது."

"சரி ஒன்று, ஐந்து ஆனாலும் என்னை மறந்துவிடாதே!" என்றேன் சிரித்துக்கொண்டே.

"நீ இல்லாமல் நான் மட்டும் இதில் இறங்கும் உத்தேசம் இல்லை. சுப்பராமய்யரும் நம்மோடு கூட்டு, தலைக்கு ஆயிரம்" என்றான் குப்புசாமி.

சுப்பராமய்யரின் பெயரைக் கேட்க, எனக்கு ஆச்சரியமாக இருந்தது. எங்கள் வட்டாரத்தில் அவர் ஒரு பெரிய புள்ளி; பெரிய ஜரிகை வியாபாரி. அவரும் இத்தொழிலில் கூட்டுச் சேருகிறார் என்றால், என் மனமும் தளரத் தொடங்கியது, கூடப் பழகி என் சுபாவத்தை அறிந்த குப்புசாமி, இந்தத் தளர்ச்சியைப் பயன்படுத்திக்கொண்டான்.

"நாம் இதைப் பழக்கமாகக் கொள்ள வேண்டாம். இரண்டு மூன்று தடவை செய்வோம். அப்புறம் டக் என்று நிறுத்தி விடுவோம்" என்றான்.

"இந்த இப்ராஹீம் எப்படி?"

"நம்பிக்கையான ஆள். இரண்டு வருஷமாகத் தெரியும்"

"சரக்கு, நம் வீட்டுக்கு வந்துவிடுமா?"

"தஞ்சாவூருக்கு வரும்; அங்கிருந்து கொண்டு வரவேண்டியது நம் பொறுப்பு."

"இப்ராஹீமிடம் சரக்கு இருக்கிறதா?"

"இல்லை; சரக்கு முதலாளி வேறொருவர். நாளைக்கு அவரைத் தஞ்சையில் பார்க்கலாம். அவர்தான் சரக்கை நேரில் கொடுப்பாராம். இப்ராஹீம் ஏஜண்ட்; அவனுக்குக் கமிஷன் கிடைக்கும்"

"எனக்கு என்னவோ நம்பிக்கை உண்டாகவில்லை. பணம் போனதோடு மானமும் போகாமல் இருக்க வேணுமே" என்றேன், மறுபடியும் சோர்வுடன்.

“ஒருநாள் கஷ்டம். சுப்பராமய்யர்தான் எனக்குத் தைரியம் கொடுத்தார்.”

பேசிக்கொண்டே அவன் வீட்டை அடைந்தோம். இப்ராஹீமைப் பார்த்தபோது, அவன்மேல் எனக்கு நம்பிக்கை உண்டாகவில்லை. அவன் பேசியதைக் கேட்டபின், கொஞ்சம் நம்பிக்கை உண்டாயிற்று. ஐந்து ரூபாய் நோட்டுகளை அவன் அள்ளி வீசினான்; எவ்வளவு முறை பார்த்தாலும், நல்ல நோட்டுக்கும் அதற்கும் வித்தியாசமே காண முடியவில்லை.

“நான் இரண்டு நோட்டு மாற்றச் செய்தேன்” என்றான் குப்பு.

“முதலில் கொஞ்சம் பயமாகத்தான் இருக்கும். பிறகு பாருங்கள். நீங்களே என்னைத் தேடி வருவீர்கள். உங்களுடைய நல்ல குணத்துக்கு ஒரு நன்மை செய்யவேண்டும் என்றுதான் வந்தேன்” என்ற இப்ராஹீம், குப்புசாமியைக் கோடீசுவரன் ஆக்கிவிடுவான் என்று தோன்றியது.

கடைசியில், ஐந்நூறு ரூபாய் ‘அட்வான்ஸ்’ வாங்கிக்கொண்டான் அவன். நான் தயங்கிக் கொண்டிருக்கும்போதே பேரம் திகைந்துவிட்டது. மறுநாள் மாலை நான்கு மணிக்கு, தஞ்சாவூர் ‘ராணி லாட்ஜில்’ முதலாளியுடனும் சரக்குடனும் சந்திப்பதாக வாக்களித்துவிட்டு, அவன் விடைபெற்றுக்கொண்டான்.

* * *

அன்று இரவே, என் ஹிருதயம் நழுவத் தொடங்கியது. தூங்கினால் தூக்கம் வரவில்லை. தூக்கம் வந்தால் கனவு வந்தது. பணக்காரனாக, ஐந்து ரூபாய் நோட்டுகளாய் விசிறுவதாய் நல்ல கனவுகள் வரக்கூடாதா? ஒரு பெட்டி நிறையப் ‘புதுச் சரக்கு’ கொண்டுவந்து பிரிக்கும் சமயம், போலீஸ்காரர்கள் எங்கள் மூவரையும் பிடிப்பதுபோலவும், இன்னும் இம்மாதிரி ஏதேதோ அசட்டுக் கனவுகளாகவே வந்தன. புதிய தொழிலைக் கைவிட்டுவிடலாமா என்று சில சமயம் யோசித்தேன். சுப்பராமய்யரைப் போன்ற பெரிய மனிதருக்கு வருகிற கஷ்டம்தானே நமக்கும் வரும் என்கிற எண்ணம், எனக்குத் துணிச்சல் உண்டாக்கியது. எப்படியாவது, பயந்துகொண்டோ நடுங்கிக்கொண்டோ இரண்டே தடவைகள் செய்தால் போதுமே!

மறுநாள் பிற்பகல் சுப்பராமய்யர், குப்புசாமி, நான் – மூவரும் தஞ்சாவூருக்குப் புறப்பட்டோம். ரயிலுக்குப் போகும் போதும் நாங்கள் புதிய தொழில் பற்றி ஒரு வார்த்தைகூடப் பேசவில்லை; பயத்துக்கு ஜாக்கிரதை என்று பெயர் கொடுத்துப் பேசாதிருந்தோம். ஆனால், தஞ்சையில் கால் வைத்த வினாடியே, நாங்கள் மூவரும் அசல் திருடர்களாக மாறிவிட்டோம். ஒரு லட்சம் கண்கள், எங்களையே கவனிப்பதுபோல் எங்கள் மனம் கூசியது.

‘ராணி லாட்ஜில்’ யார் பெயருக்கு அறை எடுப்பது என்கிற சிறு விஷயம், எங்களுக்குள் பெரிய சர்ச்சையைக் கிளப்பியது. என் பெயரில் கூடாது என்று நான் கண்டித்துக் கூறிவிட்டேன்; அன்றைக்கு நான் தஞ்சையில் இருந்ததாய்ச் சாட்சியம் ஏற்படக்கூடாது என்பது என் அந்தரங்க நோக்கம். முதல் வகுப்பு அறை எடுப்பதற்கு, எனக்குத் தகுதி இல்லை என்று குப்புசாமி சொன்னான். கடைசியில், சுப்பராமய்யர் தம் பெயருக்கே அறை வாடகைக்கு ஒப்புக்கொண்டார். மூவரில் அவர் தைரியசாலி என்று அப்போது தோன்றியது.

மாலை நாலு, ஐந்து, ஆறு மணி ஆகியும் இப்ராஹீமைக் காணவில்லை. நேரம் ஆக ஆக, எங்களுடைய பரபரப்பும் ஏறிக்கொண்டிருந்தது. சுமார் ஏழு மணிக்கு அவன் வந்தபோது, எனக்குக் கொஞ்சம் கோபம் வந்தது.

"முதலாளி அரை மணியில் இங்க வருவார். பணம் தயாரா?" என்றான் அவன்.

"சரக்குத் தயாரா?" என்றேன்.

"தயார். நேராக 'மெயிலு'க்கே வந்துவிடும். பணம் பூராவும் ரெடியா?"

"ரெடி" என்றான் குப்புசாமி.

"எதற்கும் எச்சரிக்கையாக இருங்கள்."

"எதற்கு எச்சரிக்கை?"

"தொழில் அப்படிப்பட்டது! நீங்களோ மூன்று பேர் சேர்ந்து கூட்டமாக வந்திருக்கிறீர்கள். முதலாளியோடு வருகிறேன்" என்று அவன் விடைபெற்றான்.

அவன் போனபின் கேட்டேன்:

"சரக்கை இங்கே கொண்டுவந்து தருவதாய் ஊரில் சொன்னான்! இப்போது மெயிலுக்கு வரும் என்கிறானே?"

"அப்படி வந்தால், நமக்கு இன்னும் நல்லதுதானே?" என்றான் குப்புசாமி.

சுப்பராமய்யர் முகம் சுளித்தார்! "நாம் செய்வது அபாயமான காரியம்! பகலில் பக்கம் பார்த்துப் பேசவேண்டும்; இரவில் அதுவும் கூடாது."

அவர் சாய்வு நாற்காலியை இழுத்து வராந்தாவில் போட்டுக் கொண்டார்! விஷ்ணு பக்தரான அவர், ஆயிரத்தெட்டு திருநாமங்களைச் சொல்லிப் பகவானைத் துணைக்கு அழைக்க ஆரம்பித்தார்!

குப்புவும் நானும் அறையில் கிடந்தோம்! சுப்பராமய்யரின் யோசனை எங்கள் வாயைப் பூட்டிவிட்டது! பேச வேண்டியவைகளை எல்லாம் எங்கள் நெஞ்சங்கள் நினைத்தன! அவன் நினைத்ததை நான் கேட்டேன்; நான் நினைத்தது அவனுக்குக் கேட்டது! அவனை நானும், என்னை அவனுமாக விழித்து வெறித்தபடி இருந்தோம். மெயில் தஞ்சையை விட்டுச் செல்லும் நேரம் ஆகியும் சரக்குக்காரரோ ஏஜண்டோ வரவில்லை! வராமலிருந்துவிட்டால் நல்லது என்றுகூட நான் நினைத்தேன்!

இந்தச் சமயத்தில் சுப்பராமய்யர் அறைக்குள் வந்து, மிகவும் ஜாக்கிரதையாகக் கதவைத் தாழிட்டார். அவர் முகத்தில் கூக்குரல் இட்ட பயம், எங்களை அதிரவைத்தது!

"என்ன விஷயம்?" என்றோம் இருவரும், ஏககாலத்தில்!

"மூலை ரூமில் இருக்கிறவர்களைப் பார்த்தால், எனக்குச் சந்தேகமாயிருக்கிறது."

"ஏன் என்ன சேதி?"

“தாகத்துக்குச் சாப்பிடக் குழாயடிக்குப் போனேன். அந்த ரூமில் இருக்கிற இருவரில் ஒருவன் என் பின்னால் வந்து, சுவர் மறைவில் நின்று கொண்டான்! நான் அவர்களைக் கவனிக்காததுபோல் கவனித்தேன். ஒருவன் மாற்றி ஒருவன் வெளியே போய் வந்தான்! சாப்பிடுவற்காக என்று நினைத்தேன்!”

“ஒருவேளை ...”

“ஸி–ஐ–டி–யாக இருக்குமோ? ஏதாவது தகவல் கிடைத்து, வேவு பார்க்கிறார்களோ?” என்றான் குப்புசாமி!

“எனக்கு அந்தச் சந்தேகம் இல்லை! எதற்கும் எச்சரிக்கையாக இருப்போம்! ராமு, நீங்கள் போய்ச் சாப்பிட்டு, எங்களுக்கு ஒரு ‘ஸெட்’ கொண்டு வருகிறீர்களா?”

“ஹோட்டல்காரரை எனக்குத் தெரியாதே?” – உண்மையாகவே, தனியே வெளியில் போக எனக்குப் பயமாயிருந்தது.

“நீங்கள் போகிறீர்களா, குப்புசாமி? ஸெட்டுக்காக ஏதாவது பணம் கொடுத்தால் போகிறது. மூலை அறைக்காரர்களை, நான் கவனித்துக் கொள்கிறேன்.”

அவர் சொல்லிக்கொண்டிருக்கும்போதே, அறைக் கதவை யாரோ தட்டும் சப்தம் கேட்டது.

மூவருடைய மூச்சும் ஒருங்கே நின்றுவிட்டதுபோல், அங்கே நிசப்தம் நிலவியது. யார் அது? சரக்கு முதலாளியா? போலீஸா?

சுப்பராமய்யர் தைரியமாகக் கதவைத் திறந்தார். இப்ராஹீமும் அவனோடு புதிய நபர் ஒருவனும் உள்ளே வந்தனர். சுப்பராம் கதவை மூடினார்.

“கதவை ஏன் மூடுகிறீர்கள்? சந்தேகத்துக்கு இடமாகும். நன்றாக இரண்டு கதவுகளையும் திறந்து வையுங்கள்” என்றான் புதிய ஆசாமி. எங்களுக்கு உபதேசம் செய்த சுப்பராம், அவன் சொல்படி நடக்க வேண்டியதாயிற்று.

புதியவனைக் கூர்ந்து கவனித்தோம். அவனுடைய மன ஆழத்தைக் கண்களால் அளவிட முயன்றோம். மிகவும் கண்ணியமான தோற்றம். பார்க்கிறவர்களுக்கு ‘இம்மாதிரி’ ஒரு தொழில் செய்கிறவன் என்று சிறிதும் தோன்றாத கனவானான நடை, உடை, பேச்சு. மூவாயிரம் என்ன, முப்பதாயிரம்கூட அவனை நம்பிக் கொடுத்துச் சரக்கு ‘ஆர்டர்’ செய்துவிட்டு, ஊருக்குத் திரும்பிவிடலாம் என்று தோன்றியது. அவன் பெயர் ‘சோமுப் பிள்ளை’ என்று இப்ராஹீம் சொன்னான்.

“நீங்கள்தானே சுப்பராமய்யர்?” என்றான், என்னைப் பார்த்து; நான் அவரைக் காட்டினேன்.

“நீங்கள் எல்லாம் ஒரு விஷயத்தில் இறங்குவது என்றால், இப்படிச் சில்லரையாக வியாபாரம் செய்யலாமா? ஒரே ‘லாட்’டாக ஒருமுறை

செய்தாலும் ஐம்பது, அறுபது ரூபாய்க்குச் செய்ய வேண்டாமா?" என்றான் சோமு, எடுத்த எடுப்பிலேயே.

"இது மாதிரி ஆர்டர்தான். ஒருமுறை பழகித் தொழில் தெரிந்துவிட்டால் பிறகு தைரியமாக இருக்கும்" என்றான் சுப்பராம்.

"அதுவும் நியாயம்தான். உங்கள் பெயருக்காகவே, இந்தச் சின்ன பேரத்தில் இறங்குகிறோம். நாங்கள் தர்பார் கபேயில் தங்கியிருக்கிறோம். சரக்கு அங்கேதான் இருக்கிறது. அட்வான்ஸ் குறைச்சலாக அனுப்பி விட்டீர்களே. 'பிப்டி பெர்சன்ட் அட்வான்ஸ்' இல்லாமல் நாங்கள் தொழில் பண்ண முடியாது. எதற்கும் ஆயிரம் கொடுங்கள். இரண்டரை மணி ரயில்தான் நமக்கு வசதி. நானே சரக்கோடு ஸ்டேஷனுக்கு வருகிறேன். நீங்கள் தொழிலுக்குப் புதுசு. சரக்கை ஊருக்குக் கொண்டுவந்து சேர்த்துவிட்டுப் பாக்கியை வாங்கிக்கொள்கிறேன்" என்றான் சோமு.

முதலில் கொடுத்த ஐநூறு போக, அவன் மேலும் ஆயிரத்தை வெகு நாசூக்காய்க் கேட்டதும், நான் குப்புசாமியைப் பார்த்து விழித்தேன். அவன் சுப்பராமைப் பார்த்து விழித்தான். அவர் இப்ராஹீமையும் சோமுவையும் பார்த்து விழித்தார். அப்பால் ஆறு கண்கள் அளவளாவின. நயனபாஷை, வாய்மொழியைவிட எவ்வளவு சிறந்தது என்று அப்போதுதான் எனக்குப் புரிந்தது. இப்ராஹீம் நம்பிக்கையான ஆசாமி என்று கண்களால் தெரிவித்தான் குப்புசாமி. ஆற்றில் இறங்காமல் நீந்த முடியாது என்றார் சுப்பராம். நீந்துவோம் என்றேன் நான். மூவரும் ஏககாலத்தில் பெருமூச்சுவிட்டோம் – இவ்வளவும் சில வினாடிகளில் நடந்துவிட்டன.

"வருஷத்தில் மூன்று கோடிக்குக் குறையாமல் சரக்கு தயாராகிறது. கோயம்புத்தூர்தான் எங்களுக்கு முக்கியமான செலவாணி ஸ்தலம். இப்ராஹீம் போன்றவர்களின் தொந்தரவால்தான் வெளிஜில்லாக்களில் கொஞ்சம் செலவு செய்கிறோம். என்ன இப்ராஹீம்?" என்றான் சோமு.

"முதலாளி, நாங்களும் பிழைக்க வேண்டாமா?" என்றான் இப்ராஹீம், பணிவாக.

"சரக்கைப் பார்க்காமலே அட்வான்ஸ் என்றால்..." என்று நான் ஆரம்பித்தேன்.

சோமு முகம் சுளித்தார். இப்ராஹீம் தன் முதலாளிக்கு அவமானம் இழைக்கப்பட்டதுபோல், என்னைக் கோபமாய்ப் பார்த்தான்.

"பரஸ்பரம் நம்பிக்கை இல்லாவிட்டால் வேண்டாம்" என்றான் சோமு.

"நம்பிக்கை இல்லாமலா இவ்வளவு தூரம் வந்தோம்? இரண்டரை மணி வண்டிக்கு வந்துவிடுங்கள்" என்று சொல்லிக்கொண்டே சுப்பராம், பத்து நூறு ரூபாய் நோட்டுகளை அவன் கையில் கொடுத்தார்.

அவன் நோட்டுகளைப் பையில் திணிக்கும் சமயம், அறை வாசலைத் தாண்டி ஒருவன் போவதைக் கதவு நோக்கி அமர்ந்திருந்த சுப்பராம் கவனித்துவிட்டார். "இவன்தான்!" என்றார் அச்சத்துடன்.

"யார் அவன்?"

“மூலை ரூமில் இவனும் இன்னொருவனும் இருக்கிறார்கள். நாங்கள் வந்தது முதல் எங்களையே கவனிக்கிறார்கள். இப்போதும் அறைப்பக்கம் பார்த்தபடியே போகிறான்.”

“எவனாயிருந்தால் என்ன? இப்போது யாரைப் பார்த்தாலும், உங்களுக்குச் சந்தேகமாக இருக்கும். இரண்டரை வண்டிக்கு வருகிறீர்களா? உங்கள் பெட்டியில் நானும் ஏறுகிறேன்.”

இப்ராஹீம் குறுக்கிட்டான். “எதற்கும் முன் ஜாக்கிரதையாக இருப்பது நல்லது. உங்களுக்குச் சந்தேகமாயிருப்பதால், ரூமைக் காலி செய்துவிட்டுச் சினிமாவுக்குப் போய், நேரத்தில் ஸ்டேஷனுக்கு வந்துவிடுங்கள்.”

அந்த யோசனை எனக்குப் பிடிக்கவில்லை. “ரூமைக் காலி செய்வது தப்பு; மேலும், சந்தேகத்துக்கு இடம் தரும். சுப்பராம் மட்டும் ரூமில் இருக்கட்டும். குப்புவும் நானும் பத்தரை வண்டிக்கு ஊர்போய்க் காத்திருக்கிறோம். சரக்கு வந்தால் பத்திரப்படுத்த வேண்டாமா?”

என் யோசனை சுப்பராமுக்கு ஏற்கவில்லை: “எங்கள் வீட்டுக்குத்தானே சரக்கு வருகிறது? நான் ஊருக்குப் போகிறேன். நீங்கள் சரக்கோடு வாருங்கள்” என்றார் அவர்.

“சரி, யாராவது ரூமில் இருப்பீர்கள் அல்லவா? அவசியமானால், நாங்கள் மறுபடியும் வருகிறோம். இல்லாவிட்டால், ஸ்டேஷனில் பார்ப்போம்” என்று இரண்டு ‘வியாபாரிகளும்’ கிளம்பினார்கள்.

அவர்கள் போனபிறகு, எங்கள் மூவருக்கும் இடையில் தகராறு வலுத்தது. ஊருக்கு உருப்படியாய்ப் போய்ச் சேர்ந்தால் போதும் என்று இருந்தது எனக்கு. சரக்குடன் ரயில் பிரயாணம் செய்ய, என் மனம் துணியவில்லை. உள்ளூரில் இருந்தால், அந்தப் பலமே தனி; வெளியூரில் என்ன செய்ய முடியும்? என்னைப்போலவே அவர்களும் எண்ணுகிறார்கள் என்பதற்குச் சாட்சியாக அவர்களும் ஊருக்குக் கிளம்ப முயன்றார்கள். நாங்கள் இப்படி வாதாடுகையில், மூலை ரூம்காரர்கள் இருவரும் இரண்டு தடவை அறைக்குள் பார்த்தபடி சென்றதையும் கவனித்துக்கொண்டோம்.

“முதலில் சாப்பிட்டு வருவோம்” என்றேன்.

“அதுதான் சரி, இந்த இடம் அவ்வளவு பந்தோபஸ்தாக இல்லை” என்றார் சுப்பராம்.

இரவு மணி பத்து ஆகிவிட்டது. பக்கத்தில் இருந்த ஒரு சிறு ஹோட்டலில், டிபன் சாப்பிட உட்கார்ந்தோம். இரண்டு மூன்று மேஜைகளுக்கு அப்பால் எங்கள் மூலை ரூம் ஆசாமிகள் இருவரோடு போலீஸ் கான்ஸ்டபிள் ஒருவர், ரொட்டிக்கும் டீக்கும் ஆர்டர் கொடுப்பதைக் கண்டோம்!

டிபன் எங்கள் தொண்டையில் முள்ளாய்க் குத்தியது. ஏதும் சரியாகச் சாப்பிடு முன்பே வயிறு நிறைந்துவிட்டது. மூலை ரூம்காரர்களையும் கான்ஸ்டபிளையும் கவனித்தபடி இருந்தோம். அவர்கள் எங்களைத் திரும்பியும் பாராமல் மெதுவாகப் பேசிச் சிரித்துக்கொண்டே சாப்பிட்டார்கள்.

“அப்படியானால் நான் வருகிறேன். நீங்கள் இருவரும் தஞ்சாவூர் வசூலை முடித்துக்கொண்டு, நாளை ராத்திரிக்குள் வந்துவிடுகிறீர்களா?” என்று எங்களைப் பார்த்துக் கண்சிமிட்டியபடி, தம் குமாஸ்தாக்களுக்குக் கட்டளை இடுவதுபோல் பேசினார் சுப்பாராம்.

பத்தரை வண்டிக்கு ஊருக்குக் கிளம்ப அவர் செய்த சூழ்ச்சி, எங்களுக்கு விளங்கியது. ஆனால், ஹோட்டலில் நாங்கள் என்ன சொல்ல முடியும்? சொல்வதற்கும் நேரம் தராமல் வெளியில் விரைந்து, ஒரு ஜட்காவில் ஏறிவிட்டார் அவர்.

‘லாட்ஜு’க்குத் திரும்பியபோது நாங்கள் பேயறை வாங்கியவர்களைப் போல் இருந்தோம். சுப்பராமைப்போல் நாங்களும் கெட்டிக்காரத்தனமாக ஊருக்குப் போய்விடலாம். ஆனால், அட்வான்ஸ் தொகை என்ன ஆகும்?

மூலை அறைக்காரர்களைப் பற்றிய கிலி, எங்களைப் பந்தாடியது. அவர்கள் யார்? அவர்கள் எங்களை வேண்டுமென்றே பின் தொடர்கிறார்களா அல்லது அது தற்செயலா? ஹோட்டலில் அவர்கள் கான்ஸ்டபிளோடு இருந்ததும் தெய்வாதீனமாக இருக்குமோ? எங்களைக் கவனிக்காமல் இருப்பதுபோல் இருந்ததே, எங்கள் சந்தேகத்துக்குப் பயங்கரமான பேய் வடிவம் கொடுத்தது.

வாழ்க்கையில் இவ்வளவு பெரிய தவறு செய்ததில்லை என்று நினைத்தேன். ‘அற்ப சகவாசம் பிராண சங்கடம்’ என்கிற வசனம் உண்மையாகிவிட்டது. சும்மா இருந்தவனை, இந்த வம்பில் மாட்டிவைத்த குப்புவை நொந்தேன்.

“நீ அவ்வளவு புத்திசாலி என்றால், ஏன் கூட வந்தாய்? இப்போதும் என்ன முழுகிவிட்டது? சரக்கு இருக்கிற பெட்டியில் நாம் ஏறவேண்டாமே!”

“ஆனால், ஊருக்குப் போன பின்னும், ஸ்டேஷனிலிருந்து சரக்கு சுப்பராம் வீட்டுக்குப் போக வேண்டுமே?” என்றேன்.

“அதற்குச் சரக்குக்காரர்கள்தான் பொறுப்பு; நாம் அவர்களோடு போவதில்லை; எட்டிப் பின்னால் போவோம்.”

“அந்த ஆள்கள் என்ன செய்கிறார்கள்? ஜன்னலில் எவனாவது இருக்கிறானா?”

விளக்கை அணைத்துவிட்டு, இருட்டில் படுத்துக் காதோடு காது வைத்து நாங்கள் பேசிக்கொண்டிருந்தோம். குப்புசாமி எழுந்து, பூனைபோல் அடிமேல் அடிவைத்து, எங்கள் ஜன்னலிலிருந்து எட்டிப் பார்த்துவிட்டுத் திரும்பினான்.

“ஜன்னலில் ஒரு தலை தெரிகிறது” என்றான் ரகசியமாய்.

“ஒருவன் மாற்றி ஒருவன் பாராபோல் இருக்கிறது” என்னும்போதே, என் நெஞ்சு வெடித்துவிடும் போலிருந்தது.

பயம், எவ்வளவு பயங்கரமாக இருக்கிறது!

நிச்சயமாகக் கையும் களவுமாகச் சிக்கிவிடப் போகிறோம் என்ற திகில், என் அடிவயிற்றில் நெருப்பு மூட்டியது. திடீர் பணக்காரன் ஆவதற்குப் பதிலாகத் திடீர் அயோக்கியன் ஆகப் போவதாய் அஞ்சினேன். போலீஸில் மாட்டிக்கொண்டு விஷயம் அம்பலமானால், ஊரார் என்ன சொல்லுவார்கள்? மிகவும் நல்லவன் என்று ஊராரிடம் பெயர் வாங்கியவன் நான்; போலிப் பணம் தேடி நான் அரசின் விருந்தாளியான செய்தி பத்திரிகைகளில் வெளிவந்தால், 'ஐயோ! பிரபல எழுத்தாளர் ராமசாமி பொய்நோட்டுக் கேஸில் சிக்கினார்' என்ற வதந்தியைப் பத்திரிகைகளில் கொட்டை எழுத்தில் அல்லவா போடுவார்கள்! மானம் போவது இருக்கட்டும்; என் மனைவி, கிழத் தாயார், குழந்தைகளின் கதி என்ன ஆகும்? குப்புசாமி பற்றிக் கவலை இல்லை. அவன் பெற்றோர், வயது வந்த தம்பிகள் இருக்கிறார்கள். குடும்பத்தைக் கவனித்துக்கொள்வார்கள். என் குடும்பத்துக்கு நான் தனித்தலைவன் ஆயிற்றே!

என்ன நடந்துவிட்டது, இவ்வளவு பயப்பட? மூலை ரூம்காரர்கள் நம்மைத்தான் கண்காணிக்கிறார்கள் என்பது என்ன நிச்சயம்? 'மருண்டவன் கண்ணுக்குத் தெரியும் தோற்றம்' என்று நாங்கள் அட்வான்ஸ் கொடுத்த ஆயிரத்தைந்நூறு, என் மனசுக்குச் சமாதானம் சொல்லியது. இருந்தாலும் மனக்குரங்கு தாவித் தாவி அபாய எல்லைக்கே பாய்ந்தது. திருடப் போவதற்கு எவ்வளவு துணிச்சல் தேவைப்படுகிறது, அப்பா!

என்னைப் போலவே குப்புசாமியும் தவிப்பதை இருட்டில் புகைந்த பெருமூச்சுகளால் உணர்ந்தேன்.

"என்ன முட்டாள்தனம் செய்தோம்! பணம் கொடுக்காவிட்டால், நாமும் சுப்பராம் போலவே ஊருக்குப் போயிருக்கலாம்" என்றான் அவன்.

"ஐந்தை இருபத்தைந்து ஆக்கும் பேராசை இல்லாவிட்டால்—மனிதரைப் பார்த்து, இப்படிப் பயப்பட வேண்டாமே!"

"நீ புத்திசாலி ஆகிவிடப் பார்க்கிறாயோ?"

"ஆரம்பத்தில் நான் வேண்டாம் என்று சொன்னேனா, இல்லையா? நீதான் பிடிவாதம் பிடித்தாய்!"

"கடைசியில் நீயும் வந்துவிட்டாயே, புத்திசாலி!"

நாங்கள் இப்படி மல்லுக்கு நிற்கையில், அறைக் கதவை யாரோ மெதுவாகத் தட்டுகிற சப்தம் கேட்டது. பயத்தால் நிமிஷத்துக்கு ஒரு முறை, எங்கள் மூச்சு நிற்பது சகஜமாயிருந்தது. கதவு தட்டுவதைக் கேட்கவில்லைபோல் இருவரும் பேசாதிருந்தோம்.

"சார்!" என்று ரகசியம் பேசியது குரல்.

"கதவைத் திறந்து பாரேன்!" என்றான் குப்புசாமி.

"அந்தக் காலரா ஹோட்டல் டிபன் வயிற்றைப் புரட்டுகிறது. நீ திற!"

ஒருவாறு அவன் எழுந்து, விளக்குப் போடாமலேயே, ஒரு கதவைத் திறந்தான். திறக்கிற கதவைத் தள்ளிக்கொண்டு, யாரோ உள்ளே நுழையவே, வயிற்றுவலிக்காரனான நான், துள்ளி உட்கார்ந்தேன்.

உள்ளே வந்தவன் இப்ராஹீம். அவனே அறைக் கதவை உள்பக்கம் தாழிட்டு, எங்கள் இருவரையும் பக்கத்தில் இழுத்து, கிசுகிசுக்கும் குரலில் கூறினான்: “சரக்கு தஞ்சாவூருக்கு வந்த விஷயம், போலீசுக்கு எப்படியோ எட்டிவிட்டது. தர்பார் கபேயில் போலீஸ் சோதனை நடக்கிறது” என்று அவன் சொல்லும்போது, என் உடலில் எங்கோ ஒளிந்துகொண்டிருந்த உயிர் வெளியே ஓடத் தொடங்கியது; தடுத்துப் பிடித்துக்கொண்டேன்.

“சரக்குப் பிடிபட்டுவிட்டதா?” என்றான் குப்பு.

“நாங்கள் அவ்வளவு முட்டாள்களா? அப்புறப்படுத்தி விட்டோம். எப்படியும் இரண்டரை மணி வண்டிக்கு வந்துவிடும். எதற்கும் எச்சரிக்கையாக இருக்கவேண்டும். நீங்கள் ரூமைக் காலி செய்துவிட்டு, ஸ்டேஷனில் இருங்கள். எங்களை ஸ்டேஷனில் கண்டால், தெரிந்தவர்களைப்போல் காட்டிக்கொள்ளக் கூடாது.”

வந்ததுபோல் ரகசியமாக இப்ராஹீம் வெளியேறினான்.

காலரா ஹோட்டலில் மூலை ரூம்காரர்களோடு போலீஸ்காரனைக் கண்ட பிறகும், இப்ராஹீம் சரக்கு விஷயம் போலீசுக்கு எட்டிவிட்டது என்று சொன்ன பிறகும் என் உயிர் என் உடலில் தங்க விரும்பவில்லை. அந்த நொடியில் என் மனம், ஓர் அற்புதமான முடிவு கண்டது; நாங்கள் மூன்று கூட்டாளிகள்; தலைக்கு ஐந்நூறு நஷ்டத்தோடு தலை தப்பினால் போதும்; போதும் இந்தப் பயம் என்பதே அந்த முடிவு. சரக்கு வந்தாலும் வராவிட்டாலும், குப்புசாமி என்னைப் பின்பற்றினாலும் பின்பற்றாவிட்டாலும், இரண்டரை மணி ரயிலில் ஊருக்குச் சென்று நிம்மதியாகத் தூங்கவேண்டியதுதான் என்று உறுதி செய்துகொண்டேன். இந்த உறுதி செய்துகொண்டவுடன், என் மனம் வழக்கமான தெளிவு பெற்றது; உயிரும் உடலில் நிலைத்தது.

ஸ்டேஷனில் டிக்கெட் வாங்கிய குப்புசாமி, அங்கும் மூலை அறைக்காரர்கள் எங்களைப் பின்தொடருவதைக் காண்பித்தான்.

“வரட்டுமே, நமக்கென்ன? நாம் திருடப்போகிறோமா?” என்ற என் துணிவு, அவனுக்கு அர்த்தம் ஆகவில்லை. எஞ்சினில் பூட்டாத ஒரு காலி வண்டியில் உட்கார்ந்த பிறகு, இருவரும் தாராளமாய்ப் பேச முடிந்தது.

“எனக்கு ஒரு சந்தேகம். இந்த இப்ராஹீம், சோமுப் பிள்ளை, மூலை அறைக்காரர்கள் எல்லோரும் ஒரு கோஷ்டி; நம்மை ஏமாற்றிப் பணம் கறந்துவிட்டார்கள்; போலீஸ் பயம்காட்டித் துரத்துகிறார்கள்” என்றேன்.

“இப்ராஹீம் அப்பேர்ப்பட்டவன் அல்ல. சோமு அப்படித் தெரிகிறானா?”

“சரி, இரண்டரை வண்டியைப் பார்த்தால் தெரிகிறது.”

இரண்டரை வண்டிக்கு 'வியாபாரிகள்' வரமாட்டார்கள் என்று நம்பினேன். வந்தாலும், ஐந்நூறு கைப்பொருளோடு என் கூட்டை ரத்து செய்துகொள்வது என்ற முடிவை, நான் அப்போது அவனிடம் சொல்ல விரும்பவில்லை. நான் எதிர்பார்த்தபடி சரக்கோ, வியாபாரிகளோ அந்த வண்டிக்கு வரவில்லை.

"காலையில் இப்ராஹீமைப் பார்த்துக் கேட்போமே?" என்றான் அவன்.

"நீ இருந்து பார்த்துவிட்டுவா" என்று நான் வண்டியில் ஏறினேன்.

"நான் மட்டுமா?"

"சர்க்காரோடு அச்சுத் தொழிலில் போட்டியிட, எனக்கு வலு இல்லை" என்றேன், சிரித்துக்கொண்டே.

"கொடுத்த பணமாவது கேட்போமே?"

"அதற்கு நீ மட்டும் போதும்; உனக்குத் தெரிந்தவன்தானே?"

ரயில் ஊதியதும் அவன் தாவி ஏறினான். புத்திக் கொள்முதல் கணக்கில் ஐந்து நூறு ரூபாயை, அப்போதே செலவு எழுதிவிட்டேன்!

_சுதேசமித்திரன்_ (நவம்பர் 18, 1956)

மாளிகை வாசம் (நவம்பர்: 1964)

எம்.வி. வெங்கட்ராம் கதைகள் (டிசம்பர் 1998)

●

ரம்பை

தேவலோகத்து நாட்டிய அரங்கில் ஊர்வசிக்கும் ரம்பைக்கும் இடையில் நிகழ்ந்த ஆடல் போட்டியில், ஊர்வசியின் ஆடலே உயர்ந்தது எனத் தீர்ப்புக் கூறி அவளுக்குப் பரிசும் அளித்தான் அர்ச்சுனன்.

அவன் மீது மையல் கொண்ட ஊர்வசி, அன்று இரவு அவனைத் தனிமையில் அணுகினாள். தேவேந்திரனின் ஆசை நாயகி ஆகையால் அவள் தன் தாய் என்று காரணம் காட்டி அவளுடைய விருப்பத்துக்கு இணங்க மறுத்த பார்த்திபன், அவளைக் கிண்டலும் செய்தான். அதனால் சினமுற்ற அவள், அவன் பேடி ஆக வேண்டும் என்று சபித்துவிட்டு, அங்கிருந்து அகன்றாள்.

◆ ◆ ◆

அர்ச்சுனன்: (தனக்குள்) சிருஷ்டியில் பெரிய விசித்திரம், இந்த ஆண் – பெண் பாகுபாடுதான். பிரபஞ்சம் பூராவும் ஒரு நெறியாக இயங்குவதற்கும், சிருஷ்டி தடைப்படாத ஒரு வெள்ளமாகப் பெருகுவதற்கும் இந்த வேற்றுமைதான் ஆண்டவனுக்கு உதவுகிறது. ஆணும் அல்லாத – பெண்ணும் அல்லாத ஒரு ஜீவன் – பேடி ! இந்த வகை உயிரை அவன் படைத்ததன் மர்மம் என்ன ? (தனக்குள் சிரித்துக்கொண்டே) தன் ஹாஸ்ய உணர்ச்சியைத் திருப்தி செய்துகொள்வதற்காகவே, ஆண்டவன் படைத்த பிறவியோ அது ! அப்படியானால், நான் பேடியானால் ஆண்டவன் நகைக்க உதவியவன் ஆகிறேன் !... பேடித்தன்மை அவ்வளவு வெறுப்புக்கு உரியதாகவும் தோன்றவில்லை. ஆண்மை அடையக்கூடிய சுக சௌகரியங்களை நுகர்ந்துவிட்டேன். பெண்மையின் இன்பத்தை நுகர முடியாவிட்டாலும், பெண்ணின் அருகிலிருந்து அவளுடைய உணர்ச்சிகளின் எழுச்சியையும் வீழ்ச்சியையும் கண்டு மகிழப் பேடித்தன்மை ஒரு சுதந்திரம் அளிக்கிறது. அர்ச்சுனன் பெண்களின் அந்தப்புரத்தில் நுழையவேண்டுமெனில், ஆயிரம் கேள்விகள் எழும். பேடிக்கு

எங்கும் சுதந்திரம்! (வாய்விட்டுச் சிரித்து) பேடித்தன்மையிலும் ஓர் அழகு இருக்கிறது! பேடியானால், அழகான ஓர் அரசகுமாரியின் தோழி ஆவேன்; ரசமான கதைகள் சொல்லி அவளை மகிழ்விப்பேன்; அவளுடைய கூந்தலை ஐம்பிரியாகப் பிரித்து, வாசனை எண்ணெயிட்டு, அழகாகப் பின்னி முடிப்பேன்; அவள் கன்னம் வருடி, 'அன்பன் வருவான், முத்தம் தருவான்,' என்று அவள் முகம் சிவக்கப் பாடுவேன். பெண் வேடம் தரித்து ஆடக்கூடாது என்கிற விதி ஆடவர்களுக்குத்தானே? நானே பெண் வேடம் தரித்து, ஆடல் கலையின் அற்புதமான நுணுக்கங்களை, அவளுக்குக் கற்பிப்பேன்!

(பெண்ணாகத் தன்னை பாவித்து அபிநயம் பிடிக்கிறான்.)

ரம்பை: (வந்து) சபாஷ்! ஊர்வசிக்குக் கொடுத்த பரிசை, அர்ச்சுனனுக்கே கொடுத்திருக்கலாம்போல் இருக்கிறதே!

அ: (வெட்கி) பரிசு பெறும் பாக்கியம் பெண்ணுக்குத்தானே?... ஏன் நிற்கிறாய்? உட்காரு.

(அவன் காட்டின ஆசனத்தில் அமராமல், அவனருகில் இருந்த ஓர் ஆசனத்தில் ரம்பை உட்காருகிறாள்.)

அ: (தனக்குள்) நல்லது. ஊர்வசி போனாள். ரம்பை வந்துவிட்டாள். போக பூமியில் உள்ள இந்த அப்சரசுகளுக்குத் திருப்தியே ஏற்படாது போலும்! ரம்பையின் பொறாமையைத் தூண்டி, ஊர்வசி சாபத்துக்கு ஒரு பரிகாரம் காண முயலவேண்டும்.

ர: (சிரிக்கிறாள்.)

அ: என்ன விஷயம்?

ர: நான் ஊர்வசி அல்ல; ரம்பை.

அ: நான் அப்படிச் சொல்லவில்லையே?

ர: என் பொறாமையை நீ தூண்டிவிட முடியாது.

அ: (வெட்கி) மறந்துவிட்டேன். தேவலோகத்தில் அந்தரங்கமாக ஏதும் நினைக்கமுடியாது என்று ஊர்வசி சொன்னது மறந்துபோய்விட்டது...

ர: அழகான பெண், ஆடவன் ஒருவனைத் தனியாகச் சந்தித்தால், அது தவறு, உங்கள் உலகத்தில்; இல்லையா?

அ: இந்த லோகத்தில், ஊர்வசி நடந்துகொண்ட விதம்...

ர: அர்ச்சுனன் சுத்த வீரன் என்றால் பூலோகத்து ஆடவர் அனைவரும் சுத்த வீரர் ஆகிவிடுவார்களா? அர்ச்சுனன் ஸ்திரீலோலன் என்பதால் ஆண் இனமே அப்படி என்று முடிவுகட்டுவதா? ஊர்வசி பிசகினால் ரம்பையும் பிசகுவாள் என்பது தர்க்க சாஸ்திரம் ஆகுமா?

அ: இருந்தாலும்... நிலவு, இசை, மணம், ஸ்தலம், முன் அனுபவம் – இவைகளையெல்லாம் மறக்கமுடிகிறதா? என்ன இருந்தாலும் மனம் அஞ்சத்தான் செய்கிறது.

ர: கள்ள மனம் அஞ்சுகிறது என்று சொல்லு, ஒப்புக்கொள்கிறேன்.

அ: (கர்வத்துடன்) கள்ள மனமா? தேவலோகத்து அழகரசி ஊர்வசியை உதறியவனுக்குக் கள்ள மனம் இருக்கமுடியுமா?

ர: ஊர்வசிக்குப் பரிசு அளித்த மனம், கள்ள மனம்தானே?

அ: ரம்பை, பொறாமையால் மதிமயங்கிப் பேசுகிறாய்.

ர: பொறாமை, என் இயற்கை அறியாத உணர்ச்சி. ஊர்வசிக்குப் பரிசு அளிப்பதென நீ முடிவு செய்தபோது – உன் ரசனையின் அளவுகோல் தவறிவிட்டது.

அ: என் ரசிகத்தன்மையில் நம்பிக்கை இல்லை என்றால், என் தீர்ப்புக்கு ஏன் விட்டாய்?

ர: ஏமாந்தேன். மகாரசிகன் என உன்னை எண்ணினேன். ஆனால், பற்றற்ற நடுநிலை மனப்பான்மை உனக்கு இல்லை என்பதைப் பிறகுதான் கண்டேன்.

அ: (கேலியாக) உனக்குப் பரிசு அளித்திருந்தால், நடுநிலையான முடிவு என்பாய் போலும்!

ர: அப்படி அல்ல; போட்டி முடிவைச் சொல்லும் பொறுப்பு ஏற்ற நீ, அப்பொறுப்பை சரியாகச் செய்யவில்லை என்கிறேன். பேடித்தன்மையின் அழகை வியக்கும் சுத்த வீரன் நடுநிலைமையில் எப்படி இருக்க முடியும்?

அ: (ஆத்திரமுற்று) ரம்பா, நீ முறை தவறிப் பேசுகிறாய். நான் தேவலோகத்து விருந்தாளி. அதிதிக்கு அளிக்கவேண்டிய மரியாதைகூட, உனக்குத் தெரியவில்லை...

ர: அதிதிக்கும் தர்மம் உண்டு. இல்லையோ?

அ: ஏன் இல்லை? என் அறிவுக்கு உகந்தபடி, போட்டி முடிவு சொன்னேன். அது அதர்மமா?

ர: அல்ல. பொறுப்பை ஒழுங்காக நிறைவேற்றாததுதான் அதர்மம். என் ஆடலில் என்ன தவறு கண்டாய்? பாவத்திலா? அழுத்தத்திலா? ரசபங்கம் இருந்ததா?

அ: இருவரையும் ஒப்பிட்டேன்...

ர: அதைத்தான் கேட்கிறேன். இருவரையும் ஒப்பிட்டாயா? எனக்குப் பரிசு கிடைக்கவில்லை என்பதற்காக வருந்தி, நான் உன்னிடம் வரவில்லை. மகாவீரன் ஒருவன் தன்னை அறியாமலே பேடியாகும்படியான வினை செய்தானே என்று வருந்தித்தான் உன்னிடம் வந்தேன்.

அ: பேடியாகும் வினை செய்தேனா? எப்போது?

ர: வினைக்குக் காரணம் உண்டு, விளைவும் உண்டு என்று நம்புகிறாய். ஊர்வசி உன்னைப் பேடியாகச் சபித்தாள்; இந்தச் சாபத்தின் விளைவை நீ அனுபவிக்கப் போகிறாய். ஆனால், இந்தச் சாபத்தின் காரணம் என்ன என்று எண்ணிப் பார்த்தாயா?

அ: காலகர்ப்பத்தில் புதைந்துள்ள ரகசியம் அது!

ர: அதைக் கண்டு தெளிகிறவன்தான் அறிஞன். பேடியாக – ஆண், பெண் அல்லாத அற்ப ஜீவனாக அலையும்படி, நீ என்ன வினை செய்தாய்? பேடித்தன்மையைப் பேறாகப் போற்றும் அற்பமதி, உனக்கு ஏற்படக் காரணம் என்ன? உன் உடல் பேடித்தன்மை பெறுமுன்னரே, உன் மனம் அதை அடைந்துவிட்டது. ஏன்?

அ: நான் அப்படி நினைக்கவில்லை.

ர: உன்னால் நினைக்கமுடியாது என்கிறேன். உன் அறிவு மழுங்கிவிட்டது.

அ: (ஆத்திரமாய்) போகம் அதிகமாய் நுகருகிறவர்களுக்கு அறிவு குறைவு. போக பூமியில் நான் கால்வைத்த பயனாக, என் அறிவு மழுங்கியிருக்கலாம்!

ர: இன்பம் நுகரத் தகுதியுடைவர்கள்தான், இந்தப் போகபூமியில் பிறக்கிறார்கள். கர்மபூமியிலிருந்து வந்த நீ, சாபத்தை மூட்டை கட்டிக்கொண்டு போகிறாய். அந்தப் பூமியில் உள்ள களங்கத்தை இங்கே கொண்டு வந்ததால், உனக்குச் சாபம் கிடைத்தது என்கிறேன்.

அ: தெளிவாகப் பேசு. போட்டி முடிவு கூறி ஏதோ வினை செய்தேன் என்கிறாய். என்ன அது?

ர: உனக்குப் புரியாதுதான். உன் மனம் உன்னிடமே கள்ளத்தனம் புரிகிறது. நினைத்துப்பார்; அரங்கில் அவளும் நானும் தோன்றியபோது – கேவலம் தன் வடிவழகால் அவள் உன்னைக் கவர்ந்தது உண்மையா இல்லையா? அவள் அழகில், உன்னையும் அறியாமல் உன் மனம் ஈடுபட்டது. என் ஆடலைக்கூட நீ சரியாகக் கவனிக்கவில்லை. என்னைவிட அவள், உன் கண்களுக்கு அழகாகத் தென்பட்ட ஒரே காரணத்துக்காக, அவளுக்குப் பரிசளித்தாய் என்கிறேன்.

அ: மறுக்கிறேன். நீ ஆடியதை...

ர: பார்த்தாய்; கவனிக்கவில்லை. ஊர்வசியின் ஆடலைக்கூட, நீ சரியாகக் கவனிக்கவில்லை. மது உண்டவன்போல் மெய்மயங்கி இருந்தாய்... பொய் சொல்லி மற்றொரு குற்றம் செய்யாதே; சொல்!

அ: (விழிக்கிறான்.)

ர: ஊர்வசியை அன்னை என்கிற காரணம் காட்டி உதறின பெருந்தன்மை, அப்போது மறைந்தது. மனத்தால் அவளை ரசித்த குற்றத்தின் பயன்தான், இந்தச் சாபம் அடைந்தாய்...

அ: ஆ!... நான்...

ர: கர்மபூமியில் பிறப்போருக்குத்தான் பிறவித்தளையை அகற்றிக் கொள்ளும் வாய்ப்பு இருக்கிறது. ஆனால், வினையை ஒழிப்பது அவ்வளவு லகு அல்லவே!

அ: போகமும் யோகமும் பொருந்தா என நினைத்தேன்; நீ பேசிய பின் அவை பொருந்தமுடியும் என்று கண்டேன்.

ர: உன் பேச்சுவன்மைக்காக மயங்கியோ அல்லது ஊர்வசி மீதுள்ள பொறமையாலோ, நான் உனக்கு நன்மை செய்ய வரவில்லை. உன் பிறவி ரகசியத்தை நீ மறந்தாய்; அறம் நாட்டவந்த பிறவி உன் பிறவி; இந்த உயர்ந்த பிறவிக்கு வினைத்தொல்லை நீடிக்கக்கூடாது என்பதற்காக ஊர்வசியின் சாபத்துக்கு நான் ஒரு பரிகாரம் சொல்கிறேன். அவள் சபித்தது உண்மையாகும்; ஆனால் நீ வேண்டும்போது, வேண்டிய காலத்துக்கு மட்டும் பேடித்தன்மை உன்னைப் பீடிக்கும்; உன் தேவை தீர்ந்ததும் அது உன்னை விட்டு அகலும்.

அ: நமஸ்காரம்.

சுதேசமித்திரன் **(தீபாவளி மலர்: 1956)**

(நூல் வடிவில் இதுதான் முதல் பிரசுரம்)

•

அஞ்சணா

அற்ப விஷயம் என்றாலும், என் மனம் என்ன துன்பம் அடைந்துவிட்டது!

பண விஷயத்தில் நான் எப்போதுமே அஜாக்கிரதை. கணக்குப் பார்ப்பதும் எழுதுவதும் எனக்கு வெறுப்பான வேலைகள். ஓட்டுவதுதான் ஒட்டும், ஓடுவது ஓடித்தான் போகும் என்கிற ‘பரந்த’ புத்தியுள்ள எனக்கு, சட்டைப்பையில் போட்டுக்கொண்ட பணத்தில் செலவானது போக எஞ்சி நிற்பது இருப்பு என்ற சுளுவான கணக்குத்தான் வைத்துக்கொள்ளத் தெரியும்.

ஆனால், அன்று தெய்வாதீனமாக – ‘தற்செயலாக’ என்று பகுத்தறிவுவாதிகள் கொள்வதை நான் ஆட்சேபிக்கவில்லை – நடந்தது: காலையில் சில நண்பர்களுடன் ஏதோ வேலையாக வெளியில் சுற்றிவிட்டு முற்பகல் பதினோரு மணி சுமாருக்கு வீடு திரும்பியபோது, சட்டைப்பையில் எவ்வளவு சில்லரை இருக்கிறது என்று எண்ணிப் பார்த்தேன். வெறும் ஓரணா, இரண்டணாக் காசுகளாகச் சரியாய் மூன்று ரூபாய் ஐந்தணா இருந்தது. அப்படியே பையில் போட்டுவிட்டுக் கதை எழுதுவதில் முனைந்துவிட்டேன்.

மாலை வெளியில் புறப்பட நினைத்து, தெய்வாதீனமாக மறுபடியும் சில்லரையை எண்ணிப் பார்த்தபோது, மூன்று ரூபாய்தான் பையில் இருந்தது. ஐந்தணா குறைந்தது.

என் சட்டைப்பையில் உரிமையோடு கைவைக்கிற பாத்தியம் உடையவர்கள் இரண்டு பேர்தான்: என் மனைவி, என் தாய். ஆமாம், இவ்விஷயத்தில் தாரத்துக்குப் பின்தான் தாய். அவர்களுக்கும் அந்த உரிமையை நான் எக்காலத்திலும் வாய்மொழியாகக்கூட வழங்கியதில்லை; அப்படிச் செய்யக்கூடாது என்று பல தடவை கண்டிப்பான உத்தரவிட்டிருந்தேன். தவிர்க்கமுடியாத அதிஅவசரமான நெருக்கடிகளைக் காரணமாய்க் காட்டி, அவர்கள் அந்த உரிமையைப் பயன்படுத்திக்கொண்டுதான் இருந்தார்கள். ஊதாரித்தனமாய் எவ்வளவு செலவானாலும் பரவாயில்லை, வீட்டுப் பெண் பிள்ளைகள் சட்டைப்பையையும்

ரொக்கப்பெட்டியையும் கையாடுவது தகாது என்கிற எண்ணம் கொண்ட எனக்கு, ஐந்தணா குறைவு என்றதும் உடனடியாக மனைவி மீது கோபம் உண்டாயிற்று.

"ஸ்ரீமதி குஞ்சம்மாள் அவர்களே, அடுப்படி காரியம் பிறகு பார்க்கலாம், இங்கே வாருங்கள்!" என்று கர்ஜித்தேன்.

கிண்டலும் கோபமும் கலந்த என் குரலைக் கேட்டு, அவள் வெளியில் வந்தாள்.

"சட்டையைத் தொடக்கூடாது என்று எத்தனை தடவை சொன்னாலும் மண்டையில் ஏறாதோ?"

"சும்மா பேசாதீர்கள். உங்கள் சட்டையில் நான் கைவைக்கவில்லை. அவ்வளவு சந்தேகமாயிருந்தால் சட்டையை இரும்புப்பெட்டியில் பூட்டி வைத்துக்கொள்ளுங்கள்" (இங்குச் சொல்லத் தேவையில்லாத விஷயம் என்றாலும் சொல்லிவிட வேண்டும் என்பதால் சொல்லுகிறேன்; அவள் பெரிய வீட்டுப் பெண்; அனாவசியமான, பொய்க் குற்றச்சாட்டை அவள் பொறுக்கமாட்டாள். அவள் பொறுமை இழந்தால், என் கோபம் அவளுக்கு அடிமை ஆகிவிடும்.)

"காலையில் எண்ணிப் பார்த்து வைத்தேன், மூன்று ரூபாய் ஐந்தணா. இப்போது ஐந்தணா மாத்திரம் குறைகிறது. ஏதாவது செலவுக்கு எடுத்திருப்பாய் என்று கேட்டேன்; காய்கறிக்காக எடுத்தாயோ?" என்று தணிவாகக் கேட்டேன்.

"காலையில் நீங்கள்தானே காசு கொடுத்தீர்கள்? வேறே எதற்கும் நான் எடுக்கவில்லை."

"பழம் கிழம்..."

"கையில் இருக்கிறதே..."

"அம்மா எடுத்திருப்பார்களா?"

"அது எனக்குத் தெரியாது. நீங்கள் ஆயிற்று உங்கள் தாயார் ஆயிற்று. அவர்களையே கேட்டுக்கொள்ளுங்கள்."

"அம்மா எங்கே?"

"எங்கேயாவது? அவர்கள் பெண்வீட்டுக்குப் போயிருப்பார்கள். என்னிடம் சொல்லிக்கொண்டா போகிறார்கள்?" என்று முகம் சுளித்துக் கொண்டே, அக்கினி பகவானைச் சேவிக்கச் சென்றுவிட்டாள் அவள்.

அதற்குமேல் அவளை நிறுத்திவைக்க எனக்குத் தைரியமில்லை. ஐந்தணாவை ஒரு குடும்பக் கலகத்துக்குக் காரணம் ஆக்கி அவதிப்பட நான் தயாராக இல்லை. என் தாய் தன் பெண்ணைப் பார்க்கப் போனாள் என்றால், இவளுக்கு ஏனோ இவ்வளவு பொறாமை? இவள் தாயார் இவளைப் பார்க்க வராவிட்டால் நானா பொறுப்பாளி என்று யோசிக்கையில், வெளியில் போன அம்மா திரும்பினாள்.

"ஆமாம், பையிலிருந்து எவ்வளவு காசு எடுத்துக்கொண்டீர்கள்? வேணும் என்றால் சொல்லிவிட்டு எடுக்கக்கூடாதா?"—என் தாயார்தான்

எடுத்திருக்கவேண்டும் என்கிற நிச்சயத்தின் பேரில், கண்டிப்பான குரலில் பேசினேன்.

"உன் சட்டைப்பையிலிருந்து காசு எடுக்க எனக்குப் பைத்தியம் பிடிக்கவில்லை. உன் சம்சாரத்தைக் கேள்" என்று ரத்தினச்சுருக்கமாக அவள் அளித்த பதிலில், சட்டைப்பையில் கையிடும் (கையாடும்) பிறப்புரிமை நேற்று வந்த பெண்டாட்டிக்குத்தான் உண்டு, பெற்று வளர்த்த அன்னைக்கு இல்லையே என்னும் நித்யத் துக்கம் கேட்டது.

"நீங்களும் எடுக்கவில்லை, அவளுக்கும் தெரியாது; பையில் வைத்த சில்லரைக்கு இறக்கையா முளைத்துவிட்டது? மூன்று ரூபாய் ஐந்தணாவில், ஐந்தணாவுக்கு மட்டுமா திருடன் வந்துவிட்டான்?"

"அது எனக்குத் தெரியாது. எங்காவது காபி ஹோட்டலுக்கு அழுதுவிட்டு, வீட்டில் அமர்க்களம் பண்ணாதே!"

"நான் ஹோட்டலுக்கு அழுகிறேன். ஒரு சினிமா தவறாமல் நீங்கள் போவது மாத்திரம் நியாயமான செலவு" – என் தாய்க்கு எண்பத்தாறு வயதாகிறது; கிழவி என்று சொல்லமுடியாத வயசு! முடிந்தவரை சாப்பிட்டு, நடக்க முடிந்தவரை நடந்து, ஒரு 'புரோகிராம்' தவறாமல் சினிமா பார்ப்பதுதான் அவளுடைய தற்போதைய வாழ்க்கை. அதைத்தான் சுட்டிக்காட்டிக் கத்தினேன்.

ஐந்தணா ஆத்திரத்தில் நான் பிரயோகித்த அந்த அஸ்திரம், அவளை மிகவும் பலமாகத் தாக்கிவிட்டது.

"உன் பையிலிருந்து காசு திருடிச் சினிமா போகிறேன் என்கிறாயா?" என்று அவள் சீறினாள்.

"நான் சொன்னேனா? நீங்களாகச் சொல்லிக்கொண்டால்? பையில் காசு குறைகிறது. எடுத்தீர்களா என்றேன்."

"காசு காணோம் என்றால், என்னைத்தான் கேட்கவேணும். இந்த வீட்டில் நான் ஒருத்தி திருடி; இல்லையா, அப்படித்தானே? இன்னும் என்ன சொல்ல வேணுமோ சொல்லு..."

வயது எண்பத்தாறு என்றாலும் என் அம்மையின் குரல், கோயில் கண்டாமணிபோல் தெருவை அதிரவைக்கும் ஒலி வலிமையுடையது. என் தந்தையார் அவளைப் போற்றிய நேர்த்தியையும், மனைவி சொல் கேட்டு நான் அவளைப் படுத்தும் பாட்டையும் அவள் தன் மணிக் குரலில் விளம்பரம் செய்யத் தொடங்கவே நான் அதிர்ந்துவிட்டேன். வேண்டாம் என்று நான் வேண்டிய குடும்பக் கலகம் ஏற்பட்டுவிட்டது. என் வாழ்க்கைத்துணைக்கு வாய் இல்லையா? 'வேண்டுமானால் உங்கள் பிள்ளையைச் சொல்லுங்கள்; என்னை ஏன் வம்புக்கு இழுக்கிறீர்கள்' என்று அவள் வார்த்தைகளை வீச, என் அன்னையார் அதற்கு எதிர்வீச்சுப்போட, ஒரே அமர்க்களம் ஆகிவிட்டது. இவ்வளவு தொல்லைகளுக்கும் காரணமான ஐந்தணா இன்னும் கிடைக்கவில்லை!

எனக்கு ஞாபக சக்தி குறைவு. ஒருவேளை நானே செலவு செய்து மறந்துவிட்டேனா என்று யோசித்தேன். அப்படி நேருவதும் உண்டு. ஆனால்

அன்றைக்குப் பிற்பகல் வீடு திரும்பியவுடன், கதை எழுத உட்கார்ந்தேன். சாப்பாட்டையும் அவசரமாக முடித்துக்கொண்டு மேலும் எழுத முனைந்துவிட்டேன்; வெளியில் எங்கும் போகவில்லை; ஆகையால் நான் செலவழித்திருக்கக் காரணம் கிடையாது.

அம்மா எடுக்கவில்லை என்ற பின், அவள்தான் எடுத்திருப்பாள் என்று முடிவுகட்டுவது பாவம்: இல்லையா? பையில் உள்ள காசை எடுத்துக்கொண்ட பிறகு எடுக்கவில்லை என்று பொய் சொல்கிற பலவீனம் உலகத்தில் யாருடைய மனைவிக்கும் இருக்கமுடியாது; என் மனைவியும் அதற்கு விலக்கு அல்ல.

பின், ஐந்தணா எப்படி மறைந்தது? நிச்சயமாகக் களவுதான் போயிருக்க வேண்டும். மூன்று ரூபாய் இருக்கச் சொச்சத்தை மட்டும் யார் களவாடுவார்கள்? அந்நியர்களோ தெரியாதவர்களோ யாரும் வரவில்லை; நண்பர்கள்கூட வரவில்லை. இந்த மாதிரிச் சில்லரைத் திருட்டுக்களின் பாரம் சுமக்கும் வீடுகூட்டி காலை ஒன்பது மணிக்கே போனவள், இன்னும் வரவில்லை. ஆகையால், அவளைக் குற்றவாளி ஆக்க முடியாது.

வீட்டுக்குள் சட்டைப்பையில் வைத்த சில்லரை பத்திரமாக இல்லை என்றால், வீடு எதற்கு? சத்திரம் சாவடிகளில் தங்கலாமே? உடைமைகள் இருக்கக் கொண்டுதானே அவைகளைப் பத்திரப்படுத்த வீடு தேடுகிறோம்? இன்று ஐந்தணா, நாளை ஐந்து ரூபாய், ஐம்பது, ஐந்நூறுகூட ஆகலாம். சொல்லாமல் கொள்ளாமல் பணம் காசு ஓட ஆம்பித்துவிட்டால், அது என்ன வீடா? ஐந்தணா என்று அலட்சியமாக இருந்தால், பிறகு பெரிய அனர்த்தம் உண்டாகும். எப்படியாவது இத்திருட்டைக் கண்டுபிடிக்க வேண்டும் என்று உறுதிகொண்டேன்.

என் குழந்தைகள் குருதேவும் கிரிஜாவும் சிறு குழந்தைகள்; காசின் மதிப்புத் தெரியாதவர்கள். காசு கொடுத்தால் செலவழிக்கத் தெரியாது; தொலைக்கத்தான் தெரியும். சட்டைப்பை அவர்களுக்கு எட்டாது; எட்டினாலும் அவர்களுக்காக எடுக்கத் தோன்றாது; எடுத்தால் எங்களுக்குத் தெரியாமல் வெளியில் போகாது; ஆகையால் அவர்களைச் சந்தேகிக்க முடியாது.

மூத்த பெண் சத்யவதி; வயது பத்து ஆகிவிட்டது. மத்தியானம் அவள் சாப்பிட வந்தாள். அவள் சட்டையருகில் சென்றாளா இல்லையா என்பதை நான் கவனிக்கவில்லை. பள்ளிக்கூடம் போகும்போது பார்த்தேன். பிறகு சந்திரன் – என் மூத்த மகன் – பள்ளியிலிருந்து வந்தான், என்னோடு சாப்பிட்டான். எனக்கு முந்தியே எழுந்துவிட்டான். அவன் பள்ளிக்கூடம் போனது எனக்குத் தெரியாது. ஐந்தணாவை இருவரில் ஒருவர் எடுத்திருக்கவேண்டும்; கூட்டுச்சதிக்கு வழி இல்லை. வீட்டில் வேறு போக்குவரத்து இல்லாததால், அவர்கள் இருவர் மீதும் சந்தேகம் ஏற்பட்டது. இந்த வழக்குக்கு முடிவு காணாமல் வெளியே போவதில்லை என்று தீர்மானித்தேன்.

எங்கள் தெரு பள்ளியில் வாசிக்கும் சத்தியவதி, முதலில் வீட்டுக்குத் திரும்பினாள்.

"சத்தியா, வா இங்கே!"

சோனிக் குழந்தையான அவள், என் குரலின் கடுமையால் பயந்து கொண்டே வந்து, "என்ன அப்பா?" என்றாள்.

"பையிலிருந்து காசு எடுத்தாயா?"

"நான் எடுக்கலே அப்பா."

"நிஜத்தைச் சொல்லிவிடு. வீணாக முதுகுத்தோல் உரிந்துவிடும்."

"நிஜமாக அப்பா, நான் எடுக்கல்லே. எனக்குத் தெரியாது. சாப்பிட்டவொடனே பள்ளிக்கூடம் போயிட்டேன்," என்று சொல்லும் போதே, அவள் கண்கள் நீர்க்குட்டைகள் ஆயின; இந்த விஷயத்தில் அவள், தன் தாயைக் கொண்டிருந்தாள்.

"எடுக்கவில்லை என்றால், ஏன் அழ வேணும்? அழுதால், விட்டுவிடுவேன் என்றா?"

"இல்லே அப்பா, பையிலே நான் காசு பாக்கல்லே."

"காசு பார்க்காமல் என்ன பார்த்தாய்?"

"ஒன்றும் பாக்கல்லே. சட்டையண்டைகூடப் போகல்லெ, அப்பா!"

அவள் அழுகை வலுத்தது. நோஞ்சான் என்பதால், என் அன்புக்குப் பாத்திரமானவள் அவள். அடி தாங்கமாட்டாள் என்று அவளை நான் தொடுவதில்லை. அவள் அழுகை, அவள் குற்றம் செய்யவில்லை என்று நன்றாய்க் காட்டிவிட்டது.

"போடீ பைத்தியம், காபி சாப்பிட்டு நிஜம் சொல்லு"

ஆக, சந்திரன் ஒருவனைத்தான் விசாரிக்கவேண்டும்; என் முதல் வாரிசு; அவன் வயது எட்டு என்றாலும், எனக்கு உற்ற நண்பன். பள்ளி இல்லாத நேரம் எல்லாம் என்னோடு இருப்பான். எள் என்பதற்கு முன் எண்ணெயாக நிற்பான், சூரப்பயல். என் முகக்குறிப்பைப் பார்த்து என் காரியம் செய்து கொடுத்துத் தன் காரியத்தைச் சாதித்துக்கொள்வான். அவன் பக்கத்தில் இல்லாவிட்டால், என் மனம் எதிலும் செல்லாது. நான் அறிந்து, இதுவரை, அவன் பொய் சொன்னதில்லை; இந்த மாதிரி பைக்கொள்ளை செய்தது இல்லை. இப்போது அவனா குற்றவாளி? என்னால் அப்படி நினைக்க முடியவில்லை. சந்தர்ப்ப சாட்சியங்களைப் பார்த்தால், அப்படி நினைக்காமலும் இருக்க முடியவில்லை. அவன் குற்றவாளி என்று தோன்றினால், ஐந்தணாவைத் தருமர் செலவுக் கணக்கில் எழுதிவிடுவோம். இனிமேல் சட்டைப்பையில் சில்லரை வைக்கக்கூடாது – என்று எண்ணிக்கொண்டேன்.

புஸ்தக மூட்டைகளுடன் வந்த அவன், தலைச்சுமையை இறக்கிவிட்டு, கைகால் கழுவிக்கொண்டு, "அம்மா, காபி!" என்று ஆவலோடு கொடுத்த குரலோடு, 'டேய் சந்துரு' என்கிற என் பயங்கரமான குரலும் கலந்தது.

என் பக்கம் திரும்பியவன் முகம் பார்த்தேன்; அவன்தான் காசு எடுத்தவன்! அவன் முகத்தில் அப்படி எழுதி ஒட்டியிருந்தது!

என் குரலைக் கேட்டதும் நீர்ததும்பும் கண்கள், நிரபராதியின் கண்களா? சத்தியவதியின் அழுகை அவள் நிரபராதி என்றது; சந்திரனின் அழுகை, அவன் குற்றவாளியென்றது; அழுகையின் பொருள்கூட மாறுபடுகிறது!

அவன் குற்றவாளி என்று உணர்ந்ததும் – மறக்கமுடியாத தண்டனை அளிக்கவேண்டும் என்பதை மறந்து – என் மனம், கீழே பாதாளத்தில் குந்திவிட்டது.

"சட்டையிலிருந்து எடுத்த காசை, என்னடா செய்தாய்?"

"நான் சட்டை பாக்கல்லே அப்பா. நேத்து நீங்க இரண்டு அணா எடுத்துக் கொடுக்க..."

"இன்றைக்கு மத்தியானம் எடுத்ததைக் கேட்கிறேன். நிஜம் சொன்னால், மன்னித்து விடுகிறேன். இல்லை, தொலைத்துவிடுவேன்! எட்டணா குறைகிறது, என்ன செய்தாய், சொல்லிவிடு."

"நான் எட்டணா எடுக்கல்லே..."

"எவ்வளவு எடுத்தாய்?"

"நான் எடுக்கல்லே... என்று" அவன் குமுறினான்.

கோபமாய்க் கத்தினேன்: "நிஜம் சொல்லமாட்டாய்?"

"நான் எடுக்கல்லே..." என்று அவன் விம்மினான்.

"இனிமேல் உனக்கு இந்த வீட்டில் காபி, சோறு ஒன்றும் கிடையாது; போ, வெளியில்!"

"நான் எடுக்கல்லே..." என்று அவன் விக்கினான்.

"திருட்டு ராஸ்கல்! வேஷம் போடுகிறாயா?" என்று கையை ஓங்கிக்கொண்டு, அவன் அருகில் போனேன்.

"எனக்குத் தெரியாது அப்பா!" என்று தேம்பித் தேம்பி அழத் தொடங்கினான் அவன்.

'திருட்டு ராஸ்கல்' என்று என் நாவால் சொன்னாலும்–அந்த வார்த்தை என்னைச் சுட்டது; அடிக்க எழுந்த கை, கீழே விழுந்தது. குஞ்சம்மாளைக் கூப்பிட்டேன்.

"பார், உன் அழகான பையன் செய்திருப்பதை. காசு எடுத்துவிட்டு, இல்லை என்று சாதிக்கிறான்."

அவன் முகத்தைப் பார்த்தவுடன் உண்மை தெரிந்துகொண்ட அவளுடைய முகம் விழுந்துவிட்டது.

"சந்துரு தெரியாமல் செய்துவிட்டேன் என்று அப்பாவிடம் மன்னிப்புக் கேள். ஒன்றும் செய்யமாட்டார். இல்லாவிட்டால் வீணாக உதை விழும்."

"நான் சட்டை கிட்டேகூட போகல்லே, அம்மா!"

"பார்த்தாயா, அப்பா உன்மேலே எவ்வளவு பிரியமாக இருக்கிறார்! நீ கேட்கிறதை எல்லாம் வாங்கித் தருகிறார். நீ இப்படிச் செய்தால், அப்பா மனசு எவ்வளவு கஷ்டப்படும்?" என்று கூறும்போதே, அவள் குரல் விசித்தது.

என் மனம் மிகவும் வேதனைப்பட்டது. நெஞ்சழுத்தம் உடைய அமைதிக்கு நான் பெயர் பெற்றவன். என் தகப்பனார் காலமானபோது, வயதானவர் போய்விட்டார் என்று தமாஷ் பண்ணி, வாணமும் வெடியுமாக அவரை ஊர்வலம் விட்டபோது, என் நண்பர்கள்கூட என் அழுத்தத்தைக் கண்டித்தார்கள். தந்தையின் மரணத்துக்குக் கலங்காத நெஞ்சு, தனயன் ஐந்தணா 'கையாடிவிட்டான்' என்று தெரிந்ததும் கலங்கிவிட்டது! கலங்கியது என்பதுகூடப் பொய்; எனக்கும் அழுகை வரும் போலிருந்தது.

என் மகனா, இந்த அடாத காரியம் செய்தான்! விளையும் பயிர் முளையிலே என்பார்கள். எனக்குப் பிற்காலத்தில் 'எல்லாம்' செய்வான் என்று எதிர்பார்த்து, நானே அவனுக்குப் பயிற்சி அளிக்கிறேன்; அந்தப் பயிற்சி, இந்த விளைவா தந்தது?

எனக்குச் சோதிடத்தில் நம்பிக்கை உண்டு. சோதிடர்களிடம் அவ்வளவு நம்பிக்கை இல்லை. கிறிஸ்து போதித்த மதம் உயர்வானதாக இருந்தும், ஒன்றும் அறியாப் பேதைகளை மதம் மாற்றுவதே தங்கள் மத லட்சியம் என்று பாதிரியார்கள் பலர் கேவலமாக நினைப்பதுபோல், விஞ்ஞானத்தின் முடிவுகள் அற்புதமாக இருந்தும் அவைகளை உபயோகிப்போர் சுயநலத்தால் உலகத்தைத் துன்பத்தில் தோய்ப்பதுபோல், ஹிந்து தர்மத்தின் அழகான அங்கமான சோதிட சாஸ்திரமும்—அரைகுறைச் சோதிடர்களால் பழிக்குப் பாத்திரமாகிவிட்டது என்று நான் நினைக்கிறவன். சந்திரன் பிறந்ததும், ஜாதகம் கணித்த சோதிடர், அவன் என்னைப்போலவே இலக்கியக்காரன் ஆவான் என்றபோது மகிழ்ச்சி அடைந்தேன். பண விஷயத்தில் என்னைப்போல் ஏமாளியாக இருக்க மாட்டான்; விருச்சிக லக்னத்தில் பிறந்த அவன் வெடுக் வெடுக் என்று கொட்டுவான் என்று அவர் சொன்னபோது மகிழ்ந்தேன். அவனுக்குக் கலியாணம் ஆனதும், மனைவி சொல் கேட்டு, பெற்றவர்களை உதாசீனம் செய்து தனிக்குடித்தனம் வைப்பான் என்று சொன்னபோதும் மகிழ்ந்தேன். ஆயினும், நான் அதை நம்பவில்லை. சோதிடம் சொன்னது உண்மை ஆகும் என்பதற்கு இந்தச் சிறு கையாடல் போதாதா? இந்த வயதில் என் பையைச் சோதித்தவன், கலியாணம் செய்துகொண்ட பிறகு, என்ன செய்யமாட்டான்? என்ன கேவலம்! அவனுக்கு நான் ஒருகுறையும் வைக்கவில்லை. அப்படி இருந்தும், இப்படிச் செய்து விட்டானே, பாவிப் பயல்! இந்தத் துர்ப்புத்தி அவனோடு வளர்ந்தால், எனக்கு அல்லவோ அவமானம்?

"சந்துரு, நான் உன்னை அடிக்கவில்லை. நிஜமாகக் காசு பூராவும் செலவாகிவிட்டதா?" என்னும்போது, நான் – உண்மையாக – அழுது கொண்டிருந்தேன்.

"சொல்லிவிடு, சந்துரு!" என்று கெஞ்சிய குஞ்சமும் அழுது கொண்டிருந்தாள்.

"எட்டணா எடுக்கல்லே, அஞ்சணாதாம்பா எடுத்தேன். சிறுவர் பத்திரிகை வாங்கினேன். காபி சாப்பிட்டேன். செலவாயிடுத்து. இன்னமே செய்யல்லே" என்று சந்திரனும் அழுதுகொண்டிருந்தான்.

முதலில் நான் சமாளித்துக்கொண்டேன்.

“என்னிடம் கேட்டால் தரமாட்டேனா? நீ இப்படிச் செய்தால், எனக்கு எவ்வளவு அவமானமாயிருக்கிறது? நீ இந்தக் காரியம் செய்வாய் என்று நான் எதிர்பார்க்கவில்லை. செய்யலாமா?”

“சந்துரு, அப்பா காலில் விழுந்து மன்னிப்புக் கேள். இனிமேல், இப்படிச் செய்யாதே?” என்றாள் அவன் தாய்.

குற்றத்தை ஒப்புக்கொண்டாலும், அந்தச் சிறுவன், என் காலில் விழத் தயாராக இல்லை.

வெளி ஹாலில் இருந்தபடி இந்த நாடகம் முழுவதையும் கேட்டுக் கொண்டிருந்த என் தாயார், உள்ளே வந்தாள். திருடியவன் ஒருவன் இருக்க, தன்னைத் ‘திருடி’ ஆக்கியதற்காக அவள் புதுச்சத்தம் போடப் போகிறாளோ என்று எனக்குப் பயமாக இருந்தது.

“பள்ளிக்கூடத்திலிருந்து வந்த பிள்ளைக்குக் காபிகூடத் தராமல் ஏண்டா, இப்படி வதைக்கிறீர்கள்? புஸ்தகம் படிக்கிற ஆசையிலே ஏதோ தப்புச் செய்துவிட்டால், அதற்கு இத்தனை கூத்தா? நீ மகா யோக்கியன். திருப்பதி உண்டியலைக் காலி செய்தது மறந்துவிட்டாயா” என்றாள் அம்மா.

காசு எடுத்ததாக நான் அவன்மேல் குற்றம் சாட்டினேன் அல்லவா, அதை அப்படியே திருப்பி, நானும் ஒருகாலத்தில் திருட்டுக் குற்றம் செய்தவன்தான் என்பதை அவள் எனக்கு ஞாபகப்படுத்திவிட்டாள்! அந்தச் சம்பவம், எனக்கு நன்றாக நினைவு வந்தது.

அப்போது எனக்குப் பன்னிரண்டு அல்லது பதின்மூன்று வயசு இருக்கும். பத்திரிகைகள் படிக்கவேண்டும் என்கிற ஆர்வம் எனக்கு அதிகம்; அவைகளை வாங்கக் காசு கேட்டால் அப்பாவோ, அம்மாவோ தரமாட்டார்கள்; அவைகளைப் படிக்கக்கூடாது என்று கண்டிக்கவும் செய்வார்கள். அவர்களைக் கேட்காமல் சுளுவாகப் பத்திரிகைகள் வாங்க ஒருவழி கண்டுபிடித்தேன். திருப்பதி வெங்கடாசலபதி ஸ்வாமிக்கு வேண்டிக்கொண்டு, பூஜை அறையில் ஒரு மண் உண்டியல் கட்டி வைத்து, கால், அரை, ஒரு ரூபாயாக நிறைத்து வைத்திருந்தார்கள். வேண்டியபோது வேண்டியதை அந்த உண்டியிலிருந்து எடுத்துப் பல பத்திரிகைகள் வாங்கிப் படித்து வந்தேன். என் தகப்பனார் திருட்டைக் கண்டிபிடித்தபோது, அம்மாதான் என் சிபாரிசுக்கு வந்தாள். அப்போது – நானும் குற்றத்தை ஒப்புக்கொண்டேன்; ஆனால், என் தகப்பனாரின் காலில் விழுந்து மன்னிப்புக் கேட்கவில்லை.

அந்த நிகழ்ச்சி ஞாபகத்திற்கு வந்ததும், சிறுபிள்ளைத்தனத்துக்குப் பெரும் பொருள் தரக்கூடாது என்று முடிவு கண்ட என் நெஞ்சம், கொதிப்பு அடங்கிக் குளிர்ந்துவிட்டது.

_சுதேசமித்திரன்_ (டிசம்பர் 9, 1956)

உறங்காத கண்கள் (நவம்பர் 1968)

எம்.வி. வெங்கட்ராம் கதைகள் (டிசம்பர் 1998)

●

பாட்டியின் கதை

"பட்டணத்திலே உனக்கு என்ன பிடிச்சது பாட்டி?" என்று கேட்டுக்கொண்டே, பக்கத்தில் உட்கார்ந்தாள் அஞ்சலி.

"பிடிக்கிறதுக்கு, இங்கே என்ன இருக்கிறது? காவிரிப்பட்டினம்போலச் சமுத்திரம் இருக்கு. உசிரு காலேசு, விளக்குக் கம்பம் எல்லாம் நல்லாத்தான் இருக்கு. இவ்வளவு இருந்தும் என்ன செய்யறது? தெருவிலே ஹாயா நடக்கணும்னா வழி இல்லியே! இந்தப் பக்கம் போனா மோட்டாரு வண்டி, அந்தப் பக்கம் திரும்பினா புஸ் வண்டி, முட்டிக்கிறத்துக்கு மனுசன் வண்டி. இந்தச் சத்தம் ரெண்டு நாளக்கி வேடிக்கையாயிருக்கு. எனக்கு என்னவோ வூட்டோட குந்தி அஞ்சலைக் கண்ணுவோட பேசிண்டே இருக்கணும்னுதான் தோணுது. ஆனா, உனக்குத்தான் ஒரு நாளி ஒளியமாட்டேங்குதே."

"என் பேர் அஞ்சலை இல்லை; பட்டிணம் வந்தப்புறம் அஞ்சலின்னு மாத்திட்டேன். அஞ்சலின்னு கூப்பிடு; உன்கிட்டேயே உக்காந்து பேசிண்டிருப்பேன்."

"அஞ்சலியாவது, மஞ்சளியாவது. பட்டணம் வந்தா பேர் மாத்திக்கணுமா? புதுப் பேரு வச்சப்போ, என்னெ கூப்பிட்டியா?"

அஞ்சலி சிரிப்பதற்கு முதலிலேயே காரணம் இருந்தது. பாட்டியின் அறியாமை, அவளுக்கு மேலும் சிரிப்பு உண்டாக்கியது. பெயர் மாறுதலை நாமகரணம்போல் ஒரு சடங்காய் நினைத்துப் பேசுகிறாள் பாட்டி; 'கெஜட்டில்' ஓர் அறிக்கை விட்டதுதான், 'பெயர் மாற்றச் சடங்கு' என்பதைப் பாட்டிக்கு எப்படிப் புரிய வைப்பது? 'அஞ்சலை' என்கிற பெயர் பதினைந்து வருஷங்கள் தனக்கு வழங்கியது என்பதை நினைக்கவே, அவளுக்கு வெட்கமாக இருந்தது. அந்தப் பெயர், இப்போது ஏறக்குறைய எல்லோருக்கும் மறந்துவிட்டது; இந்த சமயத்தில், சுவாமிமலையில் பெரிய அப்பாவின் வீட்டிலிருந்த

பாட்டி, பேரன், பேத்திகளையும் பட்டணத்தையும் பார்ப்பதற்காக வந்து சேர்ந்தவள், பழைய பெயரையே மறுபடியும் அம்பலத்துக்கு இழுத்தாள். பாட்டியோடு வம்பு பேச அஞ்சலிக்கும் இஷ்டம்தான். ஆனால், அவள் 'அஞ்சலை' என்று அழைத்ததால், அதிகம் நெருங்கவில்லை.

"நான் சொல்றதைக் கேளு அஞ்சலை. நம்ம குலத்திலே இப்பிடி யாரும் செஞ்சதில்லே. சின்னையாவைக் கேட்டா சிரிக்கிறான். நீ என்னடி என்னா, அஞ்சலை என்னு கூப்பிட்டா பேசமாட்டேங்கிற. தெய்வ சாச்சியா வச்ச பேரை மாத்தறது பாவம். பளையபடி பேரை மாத்திக்கோ"

"படிப்பு நடுவில் மாத்த முடியாது. படிப்பு முடிஞ்சதும் பழைய பேரை வச்சிக்கிறேன்" என்று பெயர்ப் பிரச்னையை முடித்தாள் அஞ்சலி.

"ஆமா, இப்பிடி ராப்பகலா விளுந்து விளுந்து படிக்கிறயே; படிச்சி என்ன செய்யப்போறே? நாளக்கி ஒருத்தனைக் கட்டிக்கிறவளுக்கு, இதெல்லாம் எதுக்கு?"

"நான் யாரையும் கட்டிக்கப் போறதில்லே!"

"கட்டிக்காம?"

"டாக்டருக்குப் படிக்கப் போறேன்."

"கை, கால் வெட்றதுக்கா? பொம்ளப்பிள்ளெ செய்ற வேலையா அது?"

"பெண் பிள்ளைக்குச் சீக்குன்னா பெண்பிள்ளைதானே பாக்கணும்?"

"அதுக்கு? கலியாணம் கட்டாம எப்படி இருக்கிறதாம்? நல்லா இருக்கே!"

"அது போகுது பாட்டி, உன்கிட்டே கதை கேட்டு, ரொம்ப நாளாச்சு. ஏதாச்சும் நல்ல கதையா சொல்லேன்."

அன்று ஞாயிற்றுக்கிழமை. அஞ்சலிக்கு விடுமுறை நாள். மாலை நாலு மணிக்கு அவளுக்கு ஓர் 'எங்கேஜ்மெண்ட்' இருந்தது; அவளுடைய காலேஜில் நாலாம் வருஷம் படிக்கும் தியாகராஜன், மாலையில் அவளை அழைத்துக்கொண்டு கடற்கரைக்குப் போவதாய்க் கடிதம் எழுதியிருந்தான். மத்தியானச் சாப்பாட்டிற்குப் பிறகு, அவள் எங்கும் வெளியில் போகவில்லை. தியாகராஜன் வரப்போவதையும், கடற்கரையில் அவனோடு உல்லாசமாகப் பேசப் போவதையும் எண்ணிப் பார்த்து அவள் மனம் பரபரத்துக்கொண்டிருந்தது. கவனம் எதிலும் செல்லவில்லை. சாப்பாட்டுக்குப் பிறகு, அலங்காரத்தையும் மூன்று மணியோடு முடித்துக்கொண்டாள். பிறகு, புஸ்தகத்தைப் படிக்க முயன்றாள். பொழுது போகவில்லை; தியாகராஜன் வரும்வரை பட்டணம் பார்க்கவந்த பாட்டியோடு வம்பு வளர்க்கத் தீர்மானித்தாள்.

பாட்டி புதிய தலைமுறையின் பழக்கவழக்கங்களை அறியாதவள். அவளுக்கு இரண்டு பிள்ளைகள். மூத்தவன் பெரியசாமி, சுவாமிமலையில் வசித்தபடியே நிலத்தைக் கவனித்து வந்தான். இளையவன் சின்னய்யா கும்பகோணம் கல்லூரியில் பி.ஏ. படித்து, சர்க்கார் ஆபீஸ் ஒன்றில் உத்தியோகம் வகித்து வந்தான்; சென்னைக்கு மாற்றலாகி ஐந்து வருஷம்

ஆகிறது. ஐந்து வருஷமாக அவனையும், அவன் குழந்தைகளையும் பார்க்காத பாட்டி, அதற்காகச் சென்னை வந்திருந்தாள். அங்கே மற்ற எல்லாவற்றையும்விட, அவளுடைய மனசை மிகவும் கவர்ந்தது, அஞ்சலிதான்.

பாவாடை கட்டிக் கொண்டு சிட்டுப்போல் சுற்றிக்கொண்டிருந்த அஞ்சலை, அஞ்சலியாகி, தாவணி கட்டி, ரதியாட்டம் இருந்ததைப் பார்க்க அவளுக்கு ஒருபுறம் சந்தோஷமாக இருந்தது. ஆனால் அஞ்சலி எப்போது பார்த்தாலும்—பள்ளிக்கூடம் போகிற வேளை தவிர—நிலைக்கண்ணாடி முன் நிற்பதும், 'பூதர் மாவை' அப்பிக்கொள்வதும் நன்றாக இருக்கிற உதடுகளுக்கு ரத்தச்சாயம் பூசுவதும், செருப்புப் போட்ட காலோடு சமையலறைக்குள் வருவதுமாய் இருப்பதைக் கண்டு பாட்டியின் மனசு 'குந்தி'விட்டது. எப்படியாவது அஞ்சலியின் கலியாணத்தை முடித்துவிட்டால்தான் ஒழுங்கு என்று அவளுக்குத் தோன்றியது.

மகனிடம் தன் எண்ணத்தை வெளியிட்டபோது அவன் சிரித்தான்; 'பார்க்கலாம், செய்யலாம்' என்ற ரீதியில் பதில் சொன்னான். அவள் வறுபுறுத்தியதும், அஞ்சலியின் மண விஷயத்தில் அவளுக்கு அக்கறை வேண்டாம் என்பதுபோலக்கூட ஜாடைமாடையாகப் பேசிவிட்டான். ஆனால் கிழவி, தன் பொறுப்பை அவ்வளவு லேசாகத் தட்டிக் கழிக்க விரும்பவில்லை. சென்னைவாசம் பூர்த்தி ஆவதற்குள் கலியாணத்துக்கு வழிசெய்யவேண்டும் என்று சமயம் பார்த்துக்கொண்டிருந்தாள்.

"ஒன் புஸ்தகத்துலே இல்லாத கதையா, நா சொல்லிடப் போறேன்?"

"என் புஸ்தகத்திலே என்ன இருக்கு? உன் கதையிலே இருக்கிற சுவாரசியம், புஸ்தகத்திலே இல்லையே பாட்டி?"

"ஒனக்குப் பிடிச்ச கதையா சொல்றேன். கவனமா கேப்பியா?"

"கேட்கத்தானே வந்தேன்?"

"ரொம்பக் காலத்துக்கு மின்னாலே, அயோத்தி என்கிற ராஜ்ஜியத்துலே—"

"ராமாயணமா, பாட்டி? புதுசா சொல்லுவே என்னு பாத்தா—"

"பேசாம கேளு, நா சொல்றது ராமாயணம் இல்லே, அதுக்கு மிந்தி நடந்தது. அந்தத் தேசத்து ராஜகுமாரன் மனசுக்குப் புடிச்ச பொண்ணைத்தான் கட்டிக்குவேன்னு சொல்லிட்டானாம். எத்தனையோ தேசத்து ராஜகுமாரிங்க, அவனைக் கட்டிக்க 'நீ நான்'னு காத்துண்டிருந்தாங்களாம். ஒருத்திகூட அவன் மனசுக்குப் புடிக்கல்லியாம். அவன் செஞ்ச சோதனையிலே ஒரு பொண்ணும் தேறல்லே."

"என்ன சோதனை?"

"சொல்றேன் கேளு. ஆம்பிள்ளெயாட்டம் தலைநிமிர்ந்து பாக்காமே, கால் பாத்து நடக்கிறாளா, கிடெச்சதெ கொண்டு திருப்தியா இருக்கிறாளான்னு சோதனெ பண்ணிப் பார்ப்பான்."

"பெண் என்னா ஆடு மாடுபோல ஒரு மிருகமா நினைச்சுட்டான் அந்த ராசகுமாரன்; இல்லையா?"

“பொண்ணுன்னா கோயில் மாடுபோல இருக்கணுமா? பொண்ணுன்னா அடக்கம் வாணாம்? புருஷனோட மனசு அறிஞ்சு நடக்கத் தெரிய வேணாம்? காலம் விபரீதமாப் போயிரிச்சு. பின்னே ஏன் ஓடம்பிலே சீவன் இல்லாமே, இப்படிச் செத்த பொணம்போல இந்தக் காலத்துப் பொண்ணுங்க இருக்கு? இந்த வயசிலேகூட, நா எலும்பெ கடிச்சித் திம்பேனே; இப்பத்தான் பதினஞ்சி வயசிலே பவுன் பல் கட்டிக்கிறீங்களே! நடக்கக்கூட முடியாத நொண்டிங்க, தெருவிலே எறங்கினா வண்டியில்லே தேடுது!...”

“கதை சொல்றேன்னு திட்ட ஆரம்பிச்சுட்டியே. ராசகுமாரனுக்குப் பொண்ணு எங்கே கிடச்சுது?”

“கிடெக்காமா போயிருமா? ஏளெ பொண்ணு ஒண்ணெ பாத்து, அவன் மனசு இரங்கிட்டுது. லச்சணமா இருந்த அவமேலே, அவன் மனசு விளுந்துட்டுது. மாறுவேசம் போட்டுண்டு, அவ வீட்டுக்குப் போனான். தாவத்துக்கு நீர் வேணும்னு கேட்டான்; லச்சுமி மாதிரி குனிஞ்ச தலை நிமிராமே தண்ணி தந்தா. சுண்ணாம்பு கேட்டான்; வெத்திலையிலே வேண அளவு கொண்டாந்தா. ராசகுமாரனுக்குத் திருப்தி ஆயிரிச்சு.”

“கலியாணம் ஆகிக் குழந்தை குட்டிகளோடு சௌக்கியமா இருக்காங்களா?” என்று, கைக்கடியாரத்தைப் பார்த்தாள் அஞ்சலி.

“உங்க புஸ்தகத்திலே அப்படித்தான் இருக்குமா? கதையே ஆரம்பமாகல்லே, அவசரப்பட்றியே. இன்னமேதான் வேடிக்கையாயிருக்கும். கேட்கிறாயா?”

“கேட்கிறேனே?”

“ராசகுமாரன் ஏளெ பொண்ணெ கட்டிக்கிறத்துலே ராசாவுக்கு வருத்தம். ஆனா, பொண்ணே பாத்ததும் ராசா மனசு குளுந்து போச்சு, ராசகுமாரனுக்கும் கலியாணம் ஆச்சு. அந்தப் பொண்ணோடு சொவமா இருந்தான். அப்பிடி இருக்கிறப்போ . . கையிலே என்ன கடுதாசி? கதை கேக்கிறாயா? கடுதாசி படிக்கிறியா?”

“கதை கேட்கிறேன்; கடுதாசியும் படிக்கிறேன்.”

“என்ன கடுதாசி அது?”

“கதை சொல்லு பாட்டி”

“ராகுமாரன் பொண்சாதி ரொம்ப அளகுன்னு சொன்னேனா? அவளெ பாத்து மந்திரிகுமாரன் புத்தி தடுமாறிப் போச்சு. அவன் ஒரு துர்ப்புத்தி; ராசகுமாரனுக்கும் பொண்சாதிக்கும் ஆகாதபடி செஞ்சு, அந்தப் பொண்ணே கெடுக்கணும்னு பாவி தீர்மானிச்சுட்டான். ஒருநா, ராசகுமாரன் கிட்டேபோய், நீ என்ன என்னவோ பரிச்சை வச்சித்தான் பொண்ணெக் கட்டினே, ஆனா, ஊரிலே அவளெ பத்தி நல்ல அபிப்பிராயம், இல்லே. சனங்க பேசறதைக் கேட்டா வருத்தமா இருக்குன்னான். ராசகுமாரனுக்குப் பெண்டாட்டி மேலே பிரியம். யார் என்ன சொன்னா, நமக்கு என்னன்னுட்டான். துர்ப்புத்தி கேட்பானா? அப்பிடி இல்லை, நாளக்கி ராசாத்தியா வர்ரவ நல்லவன்னு ஊருக்குத் தெரியப் பண்றது நல்லதுன்னான். நீ கதை கேக்கல்லே, படிச்சிண்டே இருக்கியே?”

“மந்திரிகுமாரன் பெண் மேலே கோள் சொல்றான் இல்லியா?”

“நீ என்ன படிக்கிறே?”

“பள்ளிக்கூடத்திலே படிக்கிற சிநேகிதன் ஒருத்தன் கதை எழுதிக் குடுத்தான்.”

“ஆம்பிள்ளெயா எளுதியிருக்கான்?”

“சிநேகிதன்னா பொண் பிள்ளையா?” என்று சிரித்தாள் அஞ்சலி;

தியாகராஜன் கடிதம் வந்தது முதல், அவளுக்குச் சிரிப்பாகத்தான் இருந்தது.

“கலியாணம் ஆவாத பொண்ணு, இப்படிச் சிரிக்கக்கூடாது” என்று சிரிப்பையும் ஆட்சேபித்தாள் கிழவி.

“மந்திரி குமாரனுக்கு, அவன் என்ன பதில் சொன்னான்?” என்று பேச்சைக் கதைப் பக்கம் திருப்பினாள் அஞ்சலி.

“துர்ப்புத்தி சொன்னது நியாயம்னு ராசகுமாரனுக்கு பட்டுப் போச்சு. பொண்சாதிகிட்டே போனான். ‘இன்னிக்கி சாயங்காலம் நா கப்பல்லே தூரதேசம் போறேன். திரும்பி வர்ரதுக்கு ஒரு மாசம் ஆவும், நான் வர்ற வரை நீ உங்க அப்பா வூட்டோட இருக்கணும். நா வர்றத்துக்குள்ளே நீ முழுசா முப்பது ஆயிரம் வெள்ளிப்பணம் சம்பாரிச்சி வைக்கணும், கற்பு கெடாமெ ஒரு ஆம்பிள்ளைக் குழந்தையும் பெத்து வைக்கணும்னு சொல்லிட்டு, அவ பதிலுக்குக்கூட நிற்காம போயிட்டான்... அப்பிடி அதிலே என்னதான் இருக்கு? என்னை கதை சொல்லச் சொல்லிட்டு, நீ பாட்டிலே அதைப் படிச்சா? அதிலெ கதை எளுதி இருக்கா என்ன?”

“இதுவும் ஒரு கதைதான். இந்தக் கதையிலே மந்திரி குமாரன் இல்ல, ராசகுமாரன் வர்ரான்”

“படிக்கிற புள்ளைங்க எளுதுவாங்களா? நல்லாவா இருக்கும்”

“அப்படிச் சொல்லிவிடாத. பாட்டி, நாங்க எல்லாம் கதை எழுதறதுண்டு. எங்க பள்ளிக்கூடத்திலே தியாகராஜன்னு ஒருத்தர் வாசிக்கிறார்... கதை எழுதி எங்கிட்டே குடுத்தாரு.”

“உங்கக் கதையிலே, புருசன் இல்லாமே, கற்பு கெடாம குழந்தை பொறக்க வளி சொல்வீங்களா”

“ஓ, சொல்வோமே”

“எப்படி?”

“கலியாணம் கட்டிக்காட்டா புருஷன் இல்லே; புருசன் இருந்தாத்தானே கற்பு கெட்டுப் போகும்”

“அடி! சமத்துப் பொண்ணே” என்று கிழவியும் சிரித்தாள்.

வெளியில் பூட்ஸ் சப்தம் கேட்டது.

“பங்சுவலா வந்துட்டாரு பாட்டி, நான் சொன்னேனே வந்துட்டாரு; வரட்டுமா?”

“இங்கே எதுக்கு வந்திருக்காரு”

“நாங்க ரெண்டு பேரும் கடற்கரைக்குப் போய்க் கதை எழுதறதைப் பத்தி யோசிக்கப் போறோம்.”

“கலியாணம் ஆவ வேண்டிய பொண்ணு, ஊர் பேர் தெரியாத பையனோட தனியா கடக்கரைக்குப் போவதா?” என்று திகைத்தாள் பாட்டி.

அதற்கும் சிரித்தாள் பேத்தி. “போனா, என்ன தப்பு?” என்று கேட்டுக்கொண்டே வெளியில் சென்றாள்.

அஞ்சலியும் இளைஞனும் ஒருவரை ஒருவர் இடித்துக்கொண்டு சிரித்தபடிச் செல்வதைப் பார்த்துப் பாட்டிக்கு பகீர் என்றது. ‘பட்டணம் கூத்தாடிக் கொட்டகை ஆயிரிச்சி’ என்று வாய் முணுமுணுத்தது. அவர், அன்று ராத்திரி வண்டிக்கே சுவாமிமலைக்குப் புறப்பட்டார்.

_சுதேசமித்திரன்_ (டிசம்பர் 30, 1956)

உறங்காத கண்கள் (நவம்பர் 1968)

எம்.வி. வெங்கட்ராம் கதைகள் (டிசம்பர் 1998)

●

இந்திர ஜாலம்

"நீ யார்?"

"நான் ஒரு சித்தன். வித்தைகள் செய்து, மன்னரை மகிழ்விக்க வந்தேன்."

"உனக்கு என்ன வித்தைகள் வரும்?"

"எனக்குத் தெரியாத வித்தைகள் இல்லை, யாருக்கும் தெரியாத வித்தைகள் செய்வேன், நீருக்குள் மூழ்கி வானில் தோன்றுவேன்; விறகோ எரிபொருளோ இல்லாமல் பெரும் தீ மூட்டுவேன்; அத்தீயை நின்ற இடத்திலிருந்தே வாயால் ஊதி அணைப்பேன்; நீர் இல்லாத இடத்தில் வெள்ளம் உண்டாக்குவேன், அந்த வெள்ளத்தைக் குறுமுனிபோல் வாயால் உறிஞ்சுவேன். இருப்பதை இல்லாததாக்குவேன்: இல்லாததை இருப்பதாக்குவேன். இருப்பது என்பதும் இல்லாதது என்பதும் ஒன்றுதான் என்றும் காட்டுவேன்!"

"வித்தை காட்டிப் பரிசு பெற வந்தாயா?"

"பரிசுப் பொருளும், வெறும் ஜாலம் என்கிற ரகஸியம் தெரிந்தவன் நான்! அவை எனக்கு வேண்டாம்."

"வித்தையாடியை வெறுங்கையனாக அனுப்புவது அரசனுக்கு அழகல்ல. பரிசு வாங்கிக்கொள்ளச் சம்மதமானால், வித்தைகள் காட்டலாம்!"

சம்மதம். பரிசாகப் பொன்னும் பொருளும் நான் வேண்டவில்லை. நேற்று, இன்று, நாளை என்றும் வாரம், மாதம், வருஷம், நூறு, ஆயிரம் ஆண்டுகள் என்றும், புகழ், கற்பம் என்றும் நீங்கள் கணக்கிடுகிறீர்கள் அல்லவா? அந்தக் காலக்கணக்குக்கு ஆதாரம் என்ன என்பதை, இந்தச் சபையில் உள்ள அறிஞர்களும் கலைஞர்களும் எனக்கு விளக்கவேண்டும். வித்தை காட்டுவதற்குப் பரிசாக, இந்த அறிவு விளக்கம் தரவேண்டும்."

உத்தரபாண்டவ தேசத்து அரசன், லவணன். அரிச்சந்திரன் பரம்பரையில் பிறந்த அவன், அறம் தவறாத ஆட்சிக்கு அக்காலத்தில் பெயர் பெற்றவன். அமைச்சர்களும் அறிஞர்களும் கலைவல்லுநர்களும் பரிவாரங் களும் புடைசூழ அவன் ஒருநாள் அரசவையில் அமர்ந்திருந்தபோதுதான் அந்த வித்தையாடி வந்தான்.

கோமாளியைப்போல் உடை உடுத்து நின்ற அந்தச் சித்தனை, வியப்புடன் அரசன் நோக்கினான். கையில் ஒரு மயில் இறகை வைத்துக் கொண்டு, அதன் மணத்தை நுகருகிறவன்போல், மோந்தவாறு நின்றான் அந்தச் சித்தன்.

"உன் பெயர் என்ன?"

"சாம்பிரியன்"

"சபையில், உன் சாமர்த்தியம் காட்ட அனுமதிக்கிறேன்"

அப்போது அரண்மனைக் காவலன் உள்ளே வந்து பணிந்தான்.

"மன்னர் மன்னா! சயிந்தவ தேசத்து அரசர் தங்களிடமுள்ள அன்புக்கு அடையாளமாய்க் குதிரை ஒன்றை அனுப்பியுள்ளார். குதிரையோடு தூதர் வாசலில் காத்திருக்கிறார். தங்களைக் காண அனுமதி வேண்டும்."

"வரச் சொல்" என்றான் லவணன்.

அழகான வெள்ளைக்குதிரை பின்தொடர அவையில் வந்த தூதன், அரசனை வணங்கினான்.

"எவ்வளவு அற்புதமான குதிரை! ஒரு கோடியில் ஒன்று இது!" என்றான் சித்தன்.

"அவலட்சணங்கள் இல்லை என்றேனே!"

"எங்கே, குதிரைகளில் இது எந்த வகை என்று சொல்லு."

குதிரையைக் கூர்ந்து பார்த்த வண்ணம் சாம்பிரியன் சொன்னான்: "வெண் முத்து நிறம், விசாலமான நெற்றி; முக்கோண வடிவமுகம்! அடர்த்தியான இமை மயிர்கள்; அமர்ந்த பார்வை; மாந்தளிர்போல் சிவந்த நாக்கு; சதை அதிகம் இல்லாத உடல் வாளிப்பு; நெளிப்பான முதுகு: பருத்த துடைகள்; வலுவான குளம்புகள்; ... மன்னவ; அசுவங்களின் எட்டு ஜாதிகளில், 'புரவி' என்ற ஜாதிக் குதிரை இது. மலை ஏறும்; அகழியும் ஆறும் தாண்டும், வலிமையுடையது."

"நன்று, நன்று!" என்று வியந்தான் வேந்தன்.

"குதிரையைச் சோதித்துப் பாருங்கள். தலையில் இரண்டும், நாபியில் நான்கும், மார்பில் இரண்டும், நெற்றியில் ஒன்றும் உதட்டில் ஒன்றுமாகக் பத்துச் சுழிகள் இருக்கும்!" என்று தொடர்ந்தான் சித்தன்.

"வித்தையாடி சாதாரண ஆளாகத் தோன்றவில்லை" என்று முதல் மந்திரி பாராட்டினார்.

"புஜபல பராக்கிரமம் வாய்ந்த மன்னர் பெருமான் இக்குதிரை ஏறிச் சோதனை செய்ய வேண்டும்," என்று சயந்தவத் தூதன் வேண்டினான்.

“குதிரையின் அருமை அறிந்த அரசர், இப்போதே அதன்மீது ஏறிச் செலுத்தப் போகிறார்” என்ற சித்தன், கையில் இருந்த மயில் இறகை வட்டமாகச் சுற்றினான், பித்தன்போல.

“இப்போதேயா?” என்று கேட்டுக்கொண்டே லவணன் பரியைப் பார்த்தான். எவ்வளவு நேர்த்தியான மிருகம்! இவ்வளவு உயர்ந்த புரவியை அன்பளிப்பாக அனுப்பச் சயந்தவ மன்னனுக்கு எப்படி மனம் வந்ததோ? அவனுக்கு மிகவும் நல்ல மனம்!

2

“சாம்பிரியா, இந்தக் குதிரைக்கு நீ கூறிய பத்துச் சுழிகளும். இருக்கும் என்கிறாயா?”

“அரசர் பிரான், நேரில் பார்த்துக்கொள்ளலாம்.”

அரியாசனத்திலிருந்து இறங்கிய லவணன், குதிரையருகில் சென்று பரீட்சித்தான். சித்தன் சொன்னபடியே சுழிகள் இருந்தன.

குதிரையேற்றத்தில் வல்லவனான அவனால், அதற்கு மேல் தாள முடியவில்லை. அதன் மீது ஏறிச் செலுத்தும் பாக்கியத்தைத் தள்ளிப் போட விரும்பவில்லை. குதிரை மீது தாவி ஏறிக் கடிவாளத்தைப் பற்றிக்கொண்டான்.

முதன் மந்திரியைப் பார்த்து, “வேட்டையாடி விட்டு மாலைக்குள் திரும்புகிறேன்” என்று கூறி விடைபெற்றுக் குதிரையைத் தட்டிவிட்டான்.

அவன் கையில் சவுக்கைக்கூட எடுக்கவில்லை. அவனுடைய எண்ணமே சவுக்காய்ச் சுழன்று குதிரையைச் சாடியதோ என்னவோ! அது சிங்கம்போல் பாய்ந்து ஓடத் தொடங்கியது.

நகரத்தைத் தாண்டி, வழக்கமாக வேட்டையாடும் கானகத்தை அடைந்தான் லவணன். சாத்வீகமான உணவு உண்ணும் பழக்கம் உள்ள அவன், மாமிசத்துக்காக என்று முயல், மான் போன்ற சாதுவான பிராணிகளை வேட்டையாடும் வழக்கம் இல்லை. மக்களைத் துன்புறுத்தும் சிங்கம், புலி, முதலிய காட்டு விலங்குகளைத்தான் அவன் கொல்வான். அன்று அவை ஒன்றும் எதிர்ப்படாது போகவே, வேட்டையாடுவதற்குப் பதிலாகப் புதுப்பரியின் சவாரி சுகத்தை அனுபவிக்கலாம் என எண்ணிய அவன், அதை மேலும் மேலும் வெருட்டினான்.

அவன் எண்ணத்தை முந்திக்கொண்டு ஓடியது குதிரையும். மேலே அமர்ந்துள்ளவனுக்கு ஆட்டத்தால் அலுப்பு ஏற்பட்டுவிடக்கூடாது என்று எண்ணியதுபோல் மிகவும் லாவகமாக அது ஓடிக் காட்டைத் தாண்டியது.

காடு கடந்து அப்பால் செல்லாத லவணன் வாகனத்தை நிறுத்தலாமா, திருப்பலாமா என்று யோசித்து ஒரு முடிவு செய்யுமுன் குதிரை ஒரு பாலை நிலத்தின் வழியே விரைந்தது. சூரியன் உச்சிக்கு வந்த நேரம்; வெயில் அனலாகத் தகித்தது. காற்றும் ஆகாயமும் சுட்டன. லவணனுக்கு நா வறண்டது; கூடப் பசியும் சேர்ந்தது. குதிரையும் பசியாலோ தாகத்தாலோ வாயில் நுரை கக்கியபடி பறந்தது. அதை விட்டுக் கீழே இறங்கலாம் என்றால், அந்தப் பாலையில் இறங்கி என்ன செய்வது? கானல் நீரைக் கண்டு குதிரை

முன்னேறி ஏமாற்றம் அடைந்து; வெகுண்டு மேலும் விரைந்தது. செயல் வகை புரியாத அரசன், குதிரையின் பிடரியோடு சாய்ந்துவிட்டான்.

அந்தி மயங்கும் நேரத்தில் அவர்கள், பாலையைக் கடந்து ஒரு பெரிய தோப்பில் நுழைந்தார்கள். பிழைத்தோம் என்று ஆறுதல் அடைந்த அவன், குதிரையை நிறுத்த முயன்றான். ஆனால் அதுவோ, மரணத்தால் துரத்தப்படுவதுபோல் அவனுடைய குறிப்பைப் பொருட்படுத்தாமல் ஓடிய வண்ணம் இருந்தது. கீழே குதித்துவிட்டால் என்ன என்று மறுமுறை அவன் யோசிக்கும்போது, தாழ்ந்திருந்த ஒரு மரக்கிளையில் தலைமோத, அவன் குதிரை மேலிருந்து கீழே வீழ்ந்தான்; அதையும் கவனியாத அப்புரவி ஓடிக் காட்டில் மறைந்தது.

3

இரவு முழுவதும் மயங்கிக் கிடந்தான் லவணண். இடையிடையில் முக்கி முனகியது அவனுக்கு ஞாபகம் இல்லை; காலை வெயில் சுட்டபின்தான் அவனுக்குத் தெளிவு பிறந்தது.

மெதுவாக எழுந்திருந்தான். தலையிலிருந்து கசிந்த இரத்தத்தைத் துடைத்தான்; தன்னுடைய அநாதரவான நிலையை நினைத்தான். பசி வயிற்றைக் கிள்ளியது. வறட்சி நாவைத் தொண்டையோடு ஒட்டிவிட்டது: கால்கள் தள்ளாடின. உண்பதற்குக் கனிகள் கிடைக்குமா என்று நிமிர்ந்து பார்த்தான். மரங்களில் கனிகள் இருந்தன. எட்டாத உயரத்தில் இருந்தன. மரமேறுவதற்கு அவனுக்குத் திராணி இல்லை; செடி கொடிகளில் ஏதாவது பழங்கள் இருக்குமா என்று தேடினான்; ஒன்றும் இல்லை.

"என்ன சாமி, என்னத்தைத் தேட்றே?" என்று கரகரப்பான் பெண் குரல் கேட்டுத் திரும்பினான்.

"எதிரில் நிற்பவள் ஒரு கருப்புப் பெண் என்பதையும் பதினெட்டு வயதுள்ள பருவயுவதி என்பதையும் அவன் கவனிக்கவில்லை. அவள் கையில் இருந்த மூட்டையைத்தான், முதலில் கண்டான். பசி வந்திட மனிதனுக்கு மோப்பசக்தியும் வந்துவிடுமோ?"

"கையில் என்ன அது?"

"சோத்து மூட்டைங்க, அப்பனுக்கு எடுத்துட்டுப் போறேன்." என்று இளித்தாள் அக்கரியவள். லவணனின் கம்பீர வதனம், அவள் மனதைச் சூறையாடிவிட்டது.

எது, எங்கே, எப்படிக் கொள்ளைப் போகிறது என்று கவனிக்கும் நிலையில் லவணன் இல்லை. சோறு என்றதும் அவன் நாக்கில் ஜலம் ஊறியது. தான் அரசன் என்பதை மறந்தான்; ஆயிரக்கணக்கானவர்களுக்கு அன்னதானம் செய்ததை மறந்தான்; பசி என்கிற ஒரே பிரக்ஞைதான் அவனுக்கு.

"எனக்குக் கொஞ்சம் சோறு தருகிறாயா?" என்று கைநீட்டினான், மன்னர் மன்னன்!

“நல்லாச் சொன்னே சாமி, எங்க அப்பன் என்னை அவித்துத் தின்னுடும்.” என்று சொல்லிச் சோற்று மூட்டையைப் பின்னால் மறைத்துக் கொண்டாள் கரியவள்.

“உன் தகப்பனிடம் நான் வந்து சொல்கிறேன்; மிகவும் பசிக்கிறது, நா வறளுகிறது; கொஞ்சம் சோறு போடு!” என்று இரந்தான் அரசன்.

கருப்புப்பெண் நிலையை ஊகித்துக்கொண்டாள். தன்னிடம் சோற்றுப்பிச்சை கேட்பவன் “உயர்” குலத்தான். தாங்கமுடியாத பசியாலும் தாகத்தாலும் தவிக்கிறான் என்று அவள் உணர்ந்தாள். பண்படாத அவள் உள்ளத்தில் அவனுடைய அழகான தோற்றம், இனக் கவர்ச்சியின் கிளர்ச்சியைத் தூண்டிவிட்டது.

“நான் நீச சாதிங்க; என் கையாலே தின்னலாங்களா?”

ஆபத்துக்குப் பாபம் இல்லை. தயவுசெய்து மூட்டையைக் கொடு என்று இரு கைகளிலும் தலையைப் பிடித்துக்கொண்டு, லவணன் கீழே உட்கார்ந்தான்.

“தின்னுட்டுப் போயிடுவியா? நல்லா இருக்கே நியாயம்! எனக்குக் கண்ணாலம் ஆகலே, சாமிக்கு எங்கையாலே சோறு தின்னணும்னா என்னெக் கண்ணாலம் கட்டணும். இது எங்க சாதிப் பளக்கம்.”

அவளுடைய நிபந்தனை அவனுக்கு உரைக்கவில்லை; “சோறு கொடு!” என்று அலறினான். அவன் கண்களில் நீர் பெருகியது. சோற்றைக் கண்முன் கண்டதும், பசியின் வலிமை மிகுந்து விட்டதுபோலும்!

“என்னெ கண்ணாலம் கட்டிக்கிறீயா?” என்று இரக்கமில்லாமல் கேட்டாள் கரியவள்; அவனை விட்டு எட்டிநின்று!

“உன்னைக் கலியாணம் செய்துகொள்வதா?”

“நான் சோறு போட்டா, உன் பொண்டாட்டி ஆயிடுவேன்; இல்லாவிட்டா, சாதிசனம் கொன்னுட மாட்டாங்க?”

கோரமான பசி, அரசனின் அரசத்தன்மையை நசுக்கிவிட்டது.

“உன்னைக் கலியாணம் செய்துகொள்கிறேன். சம்மதம், சோற்று மூட்டையை இப்படிக் கொடு.”

“ஆணையா?”

“ஆண்டவன் மேல் ஆணை; சோறு, சோறு!”

“கையடிச்சுத் தா சாமி”?

அருகில் வந்து, அவள் கையடித்து ஆணை வைத்தவன், மூட்டையைப் பிடுங்கிப் பிரித்துச் சோற்றை அள்ளி அள்ளி வாயில் போட்டான். அரண்மனையில் ஆரணங்குகள் ஊட்ட, அறுசுவை உணவு அருந்தியவனுக்கு, அந்தக் காய்ந்த சோறு தேவாமிர்தமாக இனித்தது!

கரியவள் முகம் மலர்ந்து நிலா போலே தன் மணாளன் ஆவலோடு உண்பதைக் களிப்போடு பார்த்தாள். அவன் தாகமாற, நாவல் ரசம் அளித்தாள்.

வயிறு நிறைந்து தொண்டை நனைந்ததும், லவணனுக்குத் தெம்பு திரும்பியது. காலத்தால் உதவியவளை நன்றியோடு பார்த்தான்.

"உன் பெயர் என்ன?"

"நீலி!" என்னும்போது, வெட்கத்தால் அவள் முகம் நீல நிறம் பெற்றது.

"நீலி, பசிக்குச் சோறு கேட்டால், இப்படி விளையாடுவதா?"

"வெளயாட்டா? நல்லா இருக்கே; கையடிச்சு ஆணை வச்சே. இப்ப இப்படிச் சொல்றீயே. எழுந்திருச்சு, என்னோட வா சாமி!"

"நிஜமாகவா?"

"என் உப்பெத் தின்னுட்டு மோசம் செய்யப் பாக்கிறியா? உம்மேலே எனக்கு ஆசை விழுந்திடுச்சு. கண்ணாலம் செஞ்சிக்கோ; நீலி ஒங்கால் கட்டை."

அரசன் பெருமூச்சு விட்டான்; சத்தியத்தைக் காப்பாற்றுவதற்காக மனைவியை விற்கத் துணிந்த தன் மூதாதையான அரிச்சந்திரனை நினைத்தான். அந்தப் பரம்பரையின் பெருமையை நிலைநாட்ட வேண்டியது தன் கடமை என்று தீர்மானித்தான்.

"என்ன யோசனெ? நாளியானா அப்பன் நாயாட்டம் விழுவான். எளுந்திருச்சி வா சாமி" என்று கைப் பிடித்து இழுத்த நீலியின் பின்னால் தலைகுனிந்து நடந்தான்.

4

சேரியில் நுழைந்த லவணனின் உடலும் மனமும் குன்றின.

ஆடு, மாடு, பன்றி முதலிய பிராணிகள் துண்டாடப்பட்டுக் கொடிக் கயிறுகளில் தொங்கின. நாலுகால்களும் கட்டப்பெற்ற பன்றி ஒன்றைக் கீழே மூட்டிய நெருப்பில் உயிரோடு சிலர் வாட்டுவதைக் கண்டு குலைநடுக்கம் எடுத்தது.

கௌபீனம் மட்டும் தரித்த சிறுவர்கள், மீன் துண்டுகளைச் சுவாரசியமாய்க் கடித்துத் தின்னும் காட்சி, அவனுக்குக் குமட்டியது, திசைகள் எல்லாம் நாற்றம், அசுத்தம், அருவருப்பு!

வெற்றிக் கொடிகளும் தோரணங்களும் கட்டி ஜெயகோஷத்தோடு மக்கள் கைதட்டி அரசனை வரவேற்கும் வைபவம் எங்கே? சந்தனம் முதலிய வாசனைப் பொருள்களைக் காலடியில் மிதித்து நடந்த இன்பம் எங்கே! எல்லாம் கனவாய், வெளியில் சொல்லவும் முடியாத வெட்கக் கதையாகப் போயின!

லவணன், முகம் சுளிப்பதை, நீலி கவனித்தாள்.

"எல்லாம் பளகிப் போவுது. வாங்க, வாங்க" என்று வைக்கோல் வேய்ந்த ஒரு சிறு குடிசையில், அவனை அழைத்துச் சென்றாள் அவள். நாலுகாலால் நடப்பதுபோல் குனிந்து குடிசைக்குள் நுழைந்தான்.

"அய்யா, நா ஆம்புள்ளெயெ அளச்சிட்டு வந்துட்டேன்! என்றாள் நீலி.

அவளுடைய தகப்பன், அவளைவிட ஒரு மாடம் கறுப்பாயிருந்தான். வெற்றிலையும் புகையிலையும் குதப்பிக் கறுத்திருந்த அவன் வாயிலிருந்து, கள் வாடை வீசியது. போதையில் சிவந்த கண்களால், அவன் நீலியை விழித்து நோக்கினான்.

"யார் புள்ளே அது?"

"உஸ்......ஸ்... நல்லாப் பாரு, ராஸாவாட்டம் இருக்கார் இல்லையா? இல்லையா?... அடச்சீ! இந்தாலே பாருன்னா, சுவத்தைப் பார்க்கிறீயே!"

"அம்மாடீ, யாரு நீலி இது? பெரிய வூட்டு எசமானாத் தெரியுது..."

நீலி, சோலையில் நடந்த காதல் கதையைக் கூறினாள்.

"வீரன் பொண்ணு வீரன் பொண்ணுதான். புலிக்குப் பிறந்தது பூனையாகுமா? கண்ணாலம் வெளுத்துக் கட்டிடலாம், ஏஞ்சாமி, ஒம் பேரென்ன?"

"லவணன்" என்றாள், வெட்கத்துடன்.

"லாவணாவா?"

"இல்லை லவணன்!"

"லாவணா! என்னா சுளுவாயிருக்கு, கோவிச்சுக்காதே!"

வெளியிலிருந்து திரும்பிய கருப்பாயியும் மகளின் சமர்த்தைக் கேட்டுப் பூரித்துவிட்டாள்.

"சாமி! பசிவேளைக்குச் சோறு போட்டுதே பொண்ணு, நல்ல கொணமா இல்லியா? உங்க ஊரு பட்டணத்திலே இத்தினி அளகா பொண்ணு கிடைக்குதா? குடுகுடுப்பை சோசியன் சொல்லிச்சு சாமி. நீலி ராஸாவைத்தான் கட்டிக்கும்னு, நெசமாரிச்சு..."

லவணன் திடுக்கிட்டான், தன் ரகசியம் அவர்களுக்குத் தெரியுமோ? என்று.

"கறுப்பி, வாயை மூடிக்கிட்டு இருக்கமாட்டே? லாவணாவுக்குச் சோறு போட வேணாம் பளய கள்ளுத் தண்ணி கொண்டா. ஊர்லசொல்லிவிடு. நாளக்கிக் கண்ணாலம்."

5

நீலி கூறியது உண்மையாயிற்று.

கலியாணமான சில மாதங்களிலேயே அவனுக்குச் சேரி பழகி விட்டது. பழகியது மட்டுமல்ல. சேரியில் பரம்பரையாக வாழ்ந்தவன்போல் ஒன்றிவிட்டான்.

அரச வாழ்வின் ஆடம்பரமும், வாசனையும் மறந்து சேரியின் அசுத்தமான எளிமை அவனை அழுத்தமாக ஆட்கொண்டது. சிங்கம்

புலிகளை வேட்டையாடியவன், பன்றிகளைத் துரத்தி அவைகளை மேய்த்தான். ஜீவ ஹிம்சை செய்ய விரும்பாத அவன் மரக்கனி உணவு உண்பதையே கைவிட்டான். நாள் முழுவதும் குடி மயக்கத்தில் கிடந்தான். கறுப்பு என்றும் அவலட்சணம் என்றும் முதலில் அவன் வெறுத்த நீலியை இப்போது அழகு வடிவாய்க் கண்டான்; இருவரும் கள் குடித்து மண்ணிலும் சேற்றிலும் புரளுவதை அவன் இணையில்லாத இன்பமாகக் கருதினான்.

அரசனாக வாழ்ந்த வாழ்வு, லேசாக நினைவு வரத்தான் செய்தது. ஆனால், பொறுப்பும் செயற்கையுமான அரசனாக வாழ்வதைவிட இயற்கையோடு இயைந்த இந்த வாழ்வு உயர்ந்தது என்று அவன் முடிவு செய்துவிட்டான்!

புதுமையான இந்த இன்ப வாழ்க்கையின் பலனாகப் பத்து ஆண்டுகளில் மூன்று ஆண் குழந்தைகளுக்கு லவணன் தந்தையானான்.

6

நீலியுடன் நடத்திய நெறியற்ற போக வாழ்வு, அவனுடைய உடலைத் தளர்த்திவிட்டது. தலை நரைத்து. உடல் திரைந்து மூப்புப் பெற்றான் அவன். அவளோ நோயாளியாக அரைக்கிழவி ஆனாள். நன்றாக உழைத்து வயிறார உண்ண முடியாத இந்நிலையில், அவ்வூரில் கோரமான பஞ்சம் உண்டாகியது.

மூன்று வருடங்கள் தொடர்ந்து மழை இல்லாததால் சேரிப் பக்கத்திலிருந்த சோலைகளும், தோப்புகளும் பாலையாகின. வயல்கள் மகவீன்ற மகளிர் வயிறென வெறித்துக் கிடந்தன. கிணறுகள், குளங்கள், குட்டைகள் எல்லாம் வற்றி உலர்ந்துவிட்டன.

உணவுக்காகவும் நீருக்காகவும் சேரி அல்லோகல்லோலப்பட்டது. தீனி கிடைக்காமல் அவர்களிடமிருந்த கால்நடைகள் செத்தன. அவைகளின் மாமிசத்தை உண்டு குட்டையின் சேற்றுநீர் குடித்துச் சிறிதுகாலம் கழித்தார்கள். கால்நடைகளும் தீர்ந்து, குட்டைச் சேறும் காய்ந்துவிடவே மக்கள் ஒருவரை ஒருவர் அடித்துச் சாப்பிடவேண்டிய பயங்கரமான நிலையைச் சேரி எட்டியது. லவணனுடைய புதிய உறவினர்கள் பலர் பசியால் புழுக்கள்போல் செத்தனர்; பலர் ஊரைவிட்டு ஓடினார்கள்.

வேறு வழியில்லை என்று கண்ட லவணன், இரண்டு குழந்தைகளைத் தோள்மீது சுமந்து, மனைவியும் மூத்த மகனும் பின்னால் நடந்து வர, பசுமையைத் தேடிக் கிளம்பினான்,

பஞ்சத்தின் அடிச்சுவடுகள் பாதை எங்கும் தெரிந்தன. கண்ணுக்கு எட்டிய மட்டும் பசுமையின் சாயல்கூடத் தெரியவில்லை. மரங்கள், இலைகளின்றி வெந்து நின்றன. வழியின் இருமருங்கிலும் பட்டினியால் கீழே விழுந்து உயிர் இழந்தவர்களின் சடலங்கள்.

உயிரைக் கையில் பிடித்துக்கொண்டு லவணன் குடும்பம் நடந்தது. நடக்க நடக்க வெறிச்சோடி அனலுமிழும் மணல்வெளியாக வழி நடந்ததே ஒழிய, அதற்கு ஒரு முடிவு இல்லைபோல் தோன்றியது.

“என்னாலே இன்னமே நடக்க முடியாது” என்று சொல்லிக்கொண்டே, ஒரு பட்ட மரத்தின் அடியில் விழுந்தாள் நீலி.

“நான் செத்துட்டேன்! ஆமா” என்றபடிச் சாய்ந்த மூத்த மகன், உண்மையாகச் செத்துச் சருகுபோல் விழுந்தான்.

“அடப்பாவி!” என்று தீனமாகக் கத்திக்கொண்டே, தோள் மீதிருந்த குழந்தைகளைக் கீழே இறக்கினான் லவணன். பஞ்சம் காரணமாக மரணம், அவனுக்கு மிகவும் சாதாரண விஷயமாகிவிட்டது. எனினும் பிள்ளைப் பாசம், அவன் நெஞ்சை உலுப்பியது. ஆனால், இறந்த பிள்ளையைவிட உயிருள்ளவர்களைக் கவனிப்பதன் அவசியத்தை, அவன் அலட்சியப்படுத்தவில்லை.

“நீலி, கொஞ்ச தூரம் போனா, ஏதாச்சும் ஊரு வந்திடும். செத்தே தைரியமா இரு” என்று பக்கத்தில் உட்கார்ந்து, அவளுக்கு ஆறுதல் கூறினான்.

வயிறார உண்டவர்கள் நீருக்கு விக்குவதைப்போல் – நீலி விக்கிக் கொண்டிருந்தாள். அவள் கண்கள் பஞ்சடைந்து செருகின. தலை ஆடியது.

“நாக்கைச் சப்பிட்டுக்கோ, எச்சலை முளுங்கு, செத்தே தூரம்.” என்று அவளை உற்சாகப்படுத்த முயன்றான் அவன்.

“பசிக்குது அய்யா. பன்னி அடிச்சிப் போடு” என்று அழுதான் இளைய குழந்தை.

“ஆயியைப் பாரு உடம்புக்குச் சரியில்லை.”

லவணன் தாங்கிய கரங்களில் தலையைத் தொங்கவிட்டுக் கண்கள் செருகி உயிரைப் பறிகொடுத்தாள் நீலியும்.

“என்ன வாழ்வு இது! இல்லை என்று வந்தவர்களுக்கு நெற்களஞ்சியங்களைத் திறந்துவிட்டது ஒரு காலம் இப்போது சொந்த மனைவியும் குழந்தைகளும் சோற்றுக்குத் தவித்துக் கண்முன் சாகிறார்கள்! வாழ்க்கையில் உயர்வு தாழ்வு இரண்டும் கண்டுவிட்டேன். இந்தக் குழந்தைகளும் இறப்பதைக் காண்பதற்குப் பதிலாக, நான் உயிர் துறப்பதே உத்தமம்!” என்று மனதில் ஒரு முடிவு கண்டான்.

மேலாடையை முறுக்கிக்கொண்டே, குழந்தைகளை விட்டு விலகிச் சென்றான். முறுக்கேறிய துணியைக் கழுத்தில் இறுக்கி, கைப்பலம் கொண்ட மட்டும் இழுத்து இறுக்கிக்கொண்டே மயங்கி விழுந்தான்.

7

லவணனுக்கு உணர்வு வந்தது மீண்டும், நான் சாகவில்லையா என்றான்?

அவன் முகத்தில் குளுமையான நீர்த்துளிகள் விழுந்தன.

“மழை பெய்கிறது! ஆண்டவர் கருணை”

“மன்னர் மன்னா! கண்திறந்து பாருங்கள்!” என்று வெகு தொலைவிலிருந்து பேசுவதுபோல் ஒரு குரல் கேட்டது.

கண்களைக் கசக்கிக்கொண்டு சுற்றிலும் நோக்கினான் – ராஜசபை, மந்திரிகள், கலைஞர்கள், புலவர்கள், சயிந்தவ நாட்டுத் தூதன்; வெள்ளைப் புரவி; அதோ சித்தன்.

துள்ளி எழுந்து உட்கார்ந்தான் அவன்.

சந்தேகமே இல்லை, அரண்மனையில் அரியாசனத்தின் அருகில்தான் இருந்தான்!

பக்கத்தில் நின்ற மந்திரியிடம் கேட்டான், "நான் எப்படி இங்கே வந்தேன்?"

"அரசே! தாங்கள் இங்கேதான் இருக்கிறீர்கள், எங்கும் வெளியில் போகவில்லையே? வித்தை காட்டுவதாகச் சொன்ன சித்தன், சயிந்தவ நாட்டுக் குதிரையை வருணித்துத் தங்களை அதன் மீது ஏறச் சொன்னான். அவன் வருணிக்கும்போதே, தாங்கள் குதிரையை வெறித்துப் பார்த்தபடி இருந்தீர்கள். சுமார் நான்கு கடிகை நேரம் அப்படி இருந்திருப்பீர்கள்; மயங்கிக் கீழே விழுந்தீர்கள், நாங்கள் ஓடிவந்து தாங்கினோம். பன்னீர் தெளித்து மயக்கம் கலைத்தோம்."

"நான்கு கடிகை நேரமா? அதற்குள் பத்து வருஷம் வாழ்ந்து முடித்துவிட்டேன். நீலி, வீரன், கறுப்பி, குழந்தைகள், சேரி, பஞ்சம், என்ன கோரம், என்ன அவஸ்தை? எங்கே, அந்த அற்புதச் சித்தன்?"

"இங்கே இருக்கிறேன்"

"உன்னுடைய இந்திரஜால வித்தைக்கு மகிழ்ந்தேன். வித்தைக்குப் பரிசாக, அறிவு விளக்கம் கேட்டாய் அல்லவா? அறிஞர்களும் புலவர்களும் வேண்டாம். நானே உனக்குப் பதில் அளிக்கிறேன். நேற்று இன்று நாளை என்றும், வாரம் மாதம் ஆண்டு என்றும், நூறு ஆயிரம் ஆண்டுகள் என்றும் யுகம் கற்பம் என்றும் காலக்கணக்கிடுவதற்கு ஆதாரம் மனம்தான். மனம் கணத்தைக் கற்பம் ஆக்கும்; கற்பத்தைக் கணம் ஆக்கும். சரிதானே?"

"எனக்கு அது தெரியாது" என்று கூறியவாறு, அரசவை விடுத்து வெளியில் நடந்தான் சித்தன்.

(இந்தக் கதைக்கு ஆதாரம், ஞானவாசிஷ்டம் என்னும் நூல்)

_காதல்_ (ஆண்டுமலர்: 1956)

மாளிகை வாசம் (நவம்பர் 1964)

மறுபிரசுரம்: _சௌராஷ்டிரமணி_ (தீபாவளி மலர்: 1982)

மறுபிரசுரம்: _கலைமகள்_ (தீபாவளி மலர்: 1995)

எம்.வி. வெங்கட்ராம் கதைகள் (டிசம்பர் 1998)

முத்துக்கள் பத்து (2007)

●

யாருக்குப் பைத்தியம்?

நான் ஜரிகை வியாபாரம் ஆரம்பித்த சமயம், சரக்குக் கிராக்கி தேடி, நெசவுத் தொழில் பிரதானமாக நடக்கும் ஊர்களுக்குச் சென்று, பட்டு நூல் ஜவுளி உற்பத்தியாளர்களை அணுகி 'ஆர்டர்' வாங்கிக் கொண்டிருந்தேன்; உறையூருக்கும் போனேன். எத்தனையோ தடவை திருச்சிக்குப் போயிருந்தும், உறையூருக்கு அதற்கு முந்தி நான் போனதில்லை. அங்கே எனக்குத் தெரிந்தவர்களும் கிடையாது; பெரிய ஜவுளி வர்த்தகர்களின் விலாசங்களைக் குறித்துக்கொண்டு போய் விட்டேன். அவ்வூரை அடைந்தபோது, மத்தியானம் ஒரு மணிக்கு மேல் இருக்கும். சாப்பாட்டு நேரமாதலால் கடைகள் மூடியிருக்கும், யாரையும் காண முடியாது, நாமும் வயிற்றுப்பாட்டை முடித்துக்கொண்டு மாலை நாலு மணி சுமாருக்கு வியாபாரிகளைப் பார்க்கலாம் என்ற முடிவோடு, ஒரு ஹோட்டலில் புகுந்தேன்.

சரியாகச் சாப்பிட ஆரம்பிக்கக்கூட இல்லை. 'சாருக்கு தஞ்சாவூரோ?' என்று எங்கள் பாஷையில் கேட்டுக்கொண்டே ஒருவர் என் அருகில் வந்து உட்கார்ந்தார். சௌராஷ்டிர மொழியைத் தாய்மொழியாகக் கொண்டவன் நான். என்னை அவர் புரிந்துகொண்டது, எனக்குக் கொஞ்சம் ஆச்சரியமாக இருந்தது; என்னை யாரும் அவ்வளவு சுளுவாகச் 'சௌராஷ்டிரன்' என்று கண்டுகொண்டதில்லை. ஜாதி ஒழிய வேண்டும் என்பதுதான், என் தீவிரமான கருத்து. ஆனால் ஐயர் ஐயரையும், ஐயங்கார் ஐயங்காரையும், முதலியார் முதலியாரையும், செட்டியார் செட்டியாரையும் முகம் பார்த்தே புரிந்துகொள்ளுவதைப் பார்த்தால் – ஜாதி ஒழியாதோ என்றுகூடத் தோன்ற ஆரம்பித்துவிடுகிறது!

அவ்வளவு அக்கறையாக என்னை விசாரித்தவரைக் கவனித்துப் பார்த்தேன். ஏனென்றால், முன்பின் தெரியாதவர்களோடு தாராளமாகப் பழகிவிடாதபடி, என் கையில் ஐயாயிரத்துக்கு மேல் பெறுமானம் உள்ள ஜரிகை

நிறைந்த 'டிரங்க்' பெட்டி இருந்தது. உறையூர், சென்னை அல்ல என்றாலும், ஜாக்கிரதையாக இருப்பது தவறு அல்லவே?

அவர் வயதானவர்; அறுபது தாண்டிச் சில வருஷம் ஆகியிருக்கலாம். கறுப்புக் கோடுகள் ஓடும் வெள்ளைக் குடுமி; கட்டைவிரல் பருமனுக்குத் திருமண் துலங்கும் நெற்றி; ஒரு மாத க்ஷவரம் காணாத முகம்; ஆணா, பெண்ணா என்று ஊகிக்க முடியாதபடி திரைந்த மார்பு; அதை இரண்டாகப் பிரிக்கும் மொத்தமான பூணூல்; சலவை காணாது பழுப்புற்ற வேஷ்டி இடுப்பில்; இந்தக் கோலத்தில் கள்ளன் வர முடியாது என்று கொஞ்சம் நம்பிக்கை உண்டாகவே, சாப்பிட்டபடி நானும் அவரோடு பேச்சுக் கொடுத்தேன்.

"நான் கும்பகோணம்; நீங்கள்?"

"நான் இந்த ஊர்தான்; பண்டா வீடு; (செளராஷ்டிரத்தைச் சேர்ந்தவர்களுக்குக் குடும்பப் பெயர் ஒன்றாக இருக்கும்) நன்னய்ய பாகவதர் என நாமதேயம். கும்பகோணத்தில் செளராஷ்டிரர் பெரிய தெருவோ?" என்றார் அவர். என் 'ஜாதி'யைக் கண்டுகொண்டவர், தெருவையும் ஊகித்துவிடவே, அவரோடு மேலும் தாராளமாகப் பேசத் தொடங்கினேன்.

"ஆமாம், பெரிய தெருவில் யாரையாவது தெரியுமோ?" என்று கேட்டேன்.

"அந்தத் தெருவில் ஒவ்வொரு வீடும் தெரியும். ஜானகி, ஜகந்நாத பாகவதரைத் தெரியுமா உங்களுக்கு?"

"தெரியும், எங்கள் பக்கத்து வீட்டில்தான் இருந்தார். இப்போது வேறு எங்கோ குடியிருக்கிறார்."

"அப்படிச் சொல்லுங்கள் ... இங்கே ஜவுளிக் கொள்முதலுக்காக வந்தீர்களோ?" என்றார் அவர், விடாமல்.

"ஆமாம்" என்று பொய் கூறினேன்.

"எனக்கு ஒரு ஒத்தாசை செய்வீர்களா? நாலணா டிபனுக்குச் சாங்ஷன் செய்யுங்கள். இந்த ஊர் ஜவுளி வியாபாரிகள் வீடுகளை எல்லாம் காட்டுகிறேன்."

சாப்பிடும்போது பக்கத்தில் நின்று யாசகம் கேட்டால், எப்படி மறுப்பது? அனுமதி கொடுத்தேன்.

சாப்பாடு முடிந்ததும், என்னையும் முந்திக்கொண்டு அவர் பெட்டியைத் தூக்கினார். ஜரிகை மிகவும் கனமான பொருள்; அவர் சுளுவாகத் தூக்கினாலும் ஓடிவிட முடியாது. வெயில் கடுமையாக இருந்தது. சாப்பிட்ட பிறகு, ஹோட்டலில் 'சும்மா' உட்கார்ந்திருக்க எனக்குப் பிடிக்கவில்லை. பக்கத்தில் இருக்கும் பஞ்சவர்ண சுவாமி கோயிலில் போய் உட்கார்ந்திருந்தால், சாயங்காலமாய்ப் புறப்படலாம் என்று எண்ணிப் பெரியவர் பெட்டியோடு முன் நடக்க, நான் கோயிலுக்குப் போனேன். என் துரதிஷ்டம், அங்கும் கதவு மூடியிருக்கவே, வாசலில் நிழலாயிருந்த இடத்தில் உட்கார்ந்தோம்.

“பெட்டி, ரொம்பக் கனக்கிறது! ஜரிகையோ?” என்றார் பெரியவர். மீன் குட்டிக்கு நீந்தவா தெரியாது? அவரும் சௌராஷ்டிரர்; நெசவுத் தொழிலில் ஊறியவர்; அவரை எப்படி ஏய்க்க முடியும்?

“ஆமாம், எனக்கு ஜரிகை வியாபாரம். ஜவுளியும் ரகத்தோடு இருந்தால் கொள்முதல் செய்வேன்” என்று, பொய்யை ஊர்ஜிதம் செய்தேன்.

“சரிதான்” என்றவர், உறையூரில் உள்ள பெருத்த ஜவுளி உற்பத்தியாளர்களைக் கூறி, அவர்களோடு என்னை அறிமுகப்படுத்தி வைப்பதாய்ச் சொன்னார். பெட்டி தூக்கத்துணை ஆயிற்று; புது ஊரில் விலாசம் தேடித்திரிய வேண்டிய அலைச்சலும் குறையும் என்று நான் முடிவு பண்ணிக்கொண்டேன்.

சிறிது நேரத்தில் எங்கள் பேச்சு கட்டுப்பட்டது. எவ்வளவு நேரம் ஜவுளி, ஜரிகை பற்றிப் பேசமுடியும்? கிழவருடைய வாயைக் கிண்ட ஆரம்பித்தேன்.

“சரி, எங்கள் தெரு ஜகந்நாத பாகவதரோடு, உங்களுக்கு எப்படிப் பழக்கம்?” என்றேன்.

“அவர் தகப்பனாரும் என் தகப்பனாரும் அடிநாட்களிலிருந்தே சிநேகம், நாங்கள் இரண்டு பேரும் அப்படியே பழகினோம். பாகவதர் பரம பக்தராக இருக்கிறாரே என்று நம்பிய பலன்தான், இன்றைக்கு ‘ஓசி’ டிபன் சாப்பிடும் நிலைக்குக் கொண்டு வந்தது. பாகவதரைத் தெரியும் அல்லவா?”

“தெரியும். என் தகப்பனார்கூட, அவரிடம் தொகை கோட்டை விட்டார். உங்களுக்குப் பெரு நஷ்டமோ?”

“அதை ஏன் கேட்கிறீர்கள்? அது ஒரு பெரிய கதை” என்றார் பெரியவர்.

வியாபாரியாக அவ்வூருக்கு நான் போனாலும், என் கதைக்கார உணர்ச்சி மறைந்துவிடுமா? கதைக்கும் ஏதாவது பொருள் கிடைக்கும், நேரமும் கழியும் என்று அவரைத் தூண்டினேன்.

“சொல்லுங்கள். ஏதாவது பேசாவிட்டால் தூக்கம் வந்துவிடும்.”

2

பெரியவர் தம் கதையை ஆரம்பித்தார்:

“எனக்கு ஜவுளி வியாபாரம். சொந்தத்தில் இருநூறு ‘மக்கம்’ (தறி) போட்டிருந்தேன்; கொள்முதலும் இருந்தது. கடைத்தெருவில் பெரிய கடை வைத்திருந்தேன்; அங்கே விற்பனை. கடையில் நூல் ஜவுளி தவிர, மில் துணிகள், காஞ்சீபுரம், கும்பகோணம், ஆரணி பட்டுச் சேலைகள் எல்லாம் கிடைக்கும். சாதாரண காலத்தில் ஒருலட்சத்துக்குக் குறையாத ஸ்டாக் இருக்கும். தீபாவளி, பொங்கல் ஸீஸன் என்றால் மூன்று ‘ல’வுக்கு மேல் ஓடும். அந்தக் காலத்தில் லட்சம் என்றால், இப்போது யோசித்துப் பாருங்கள். கடையைக் கவனித்துக்கொள்ள, ஒரு டஜன் கணக்குப்பிள்ளைகள் இருந்தார்கள்.

‘எல்லாவற்றையும் நான்தான் கவனித்துக்கொள்வேன். சரக்கு வாங்க நான்தான் போவது வழக்கம். கும்பகோணத்துப் பட்டுச் சேலைகள்

கொள்முதல் செய்யப் போவேன். போனால், ஜகந்நாத பாகவதர் வீட்டில்தான் தங்குவேன்.

"பாகவதரை நேரில் பார்த்திருக்கிறீர்களா? இரண்டு காலும் நொண்டி; தொடைக்குக் கீழே இரண்டு கால்களும் சப்பை; பிறவியே அப்படி. கைகளையும் தரையில் ஊன்றி அவர் நடந்து வருவதைப பார்த்தால் தவழும் கண்ணன் ஞாபகம் வரும்; கண்ணபிரான் இந்தவிதம் ஒரு லீலை செய்கிறாரோ என்று நினைக்கத்தோன்றும். வழுக்கைத் தலையும், கருத்த மேனி பூராவும் பன்னிரண்டு திருமண்ணுமாய்த் தவழுகிற அவரைப் பார்த்தால் கையெடுத்துக் கும்பிடத் தோன்றும். தொடையும் உடம்பும் பார்த்தால் இடும்பன்போல் இருப்பார். இப்படி அங்கஹீனமாயிருந்ததால் தானோ என்னமோ, வியாபாரத்தில் மகா 'வில்லனாக' இருந்தார். அவரும், குமாஸ்தாக்களும் இருக்கிற இடம் தெரியாமல், வீடு பூராவும் கோறா (கச்சாப்பட்டு) பேல்கள் நிறைந்து கிடைக்கும். காலை ஏழு மணிக்கு ஆரம்பிக்கும் வியாபாரம் ராத்திரி பத்து மணிவரை ஓயாது. ஆனால், சனிக்கிழமை மட்டும், யார் உயிர் எப்படிப் போனாலும், ஏழுமணிக்கே கடையைக் கட்டிவிடுவார். சனி தவறாமல், அவர் வீட்டில் பஜனை நடக்கும். பஜனையில் கலந்துகொள்கிறவர்களுக்குத் திவ்யமான சாப்பாடு கிடைக்கும். பாகவதரின் வியாபாரத் திறமையையும், பக்தியையும் பார்த்து நானே மலைத்துப்போனேன்."

"என் கடைக்குச் சொந்த முதல் ஐம்பதாயிரம் இருந்தது. முதலைவிடக் கடனுக்கு வாங்கிய சரக்கு அதிகம். ஜவுளிக் கடை ரகசியமே அதுதான். சொந்த முதல் கூடாது; ஊரான் முதல் கொண்டுதான் நடத்தவேண்டும். என் கேடுகாலத்துக்கு ஒரு விபரீத யோசனை உண்டாயிற்று. என் கடைமுதலைத் தனியாக எடுத்துவிட்டால் தனியாக வட்டி வருமே என்று யோசித்தேன். ஜகந்நாத பாகவதர்போல் நாணயமான ஆசாமியிடம் வட்டிக்குப் போட்டால் பயமில்லை என்று அவரையே கலந்தேன்."

"பாகவதர் கைநீட்டி என்னிடம் பணம் வாங்கவே மறுத்தார். பண விஷயம் சிநேகித பங்கம் செய்யும் என்று கூறிவிட்டார். பணத்தை அவர் வியாபாரத்தில் ஈடுபடுத்தி லாபம் சம்பாதிக்கப் போவதால், நூற்றுக்கு ஒரு வட்டி வீதம் நான் வாங்கிக்கொள்வதாக இருந்தால்தான், அதை எடுத்துக் கொள்வதாக ஒருவாறு ஒப்புக்கொண்டார். நான் அவரைக் கேட்டது அரை வட்டிதான். இவ்வளவு பெருந்தன்மையாக இருப்பவரை நம்பாமல் இருக்க முடியுமா?"

"இவ்வளவு விபரமாக ஏன் சொல்லுகிறேன் என்றால், உனக்குச் சிறு வயது; உன் தொழிலோ பெரிது, ஆள்தோற்றம் பார்த்து மயங்கிவிடக் கூடாது என்பதற்காகத்தான். கடைசியில் என்ன ஆயிற்று?"

"இரண்டு வருஷம் வரையில் வட்டி 'கரெக்டாக வந்தது. பிறகு ஒருநாள் காலை கும்பகோணம் சிநேகிதர் ஒருவரிடமிருந்து ஒரு தந்தி வந்தது. 'ஜகந்நாத பாகவதர் 'டல்', உடனே வரவும்!' என்று. அலறிப் புடைத்துக்கொண்டு ஓடினேன். ரயிலில் போகும்போது ஒரு நம்பிக்கை; பாகவதர், எனக்குத் துரோகம் செய்யமாட்டார் என்று.

“ஆனால், அவர் வீட்டில் ‘ஜே ஜே’ என்று கூட்டம் இருந்தது. வியாபாரிகள் மட்டும் அவருக்குக் கடன் தரவில்லை; வட்டிக்கு ஆசைப்பட்டு. புருஷனுக்குத் தெரியாமல் மனைவியும், அண்ணனுக்குத் தெரியாமல் தங்கையும் ‘தாலி அறுத்துக் கூலி’ வாங்கிய விதவையும் அவரிடம் பணம் கொடுத்துவிட்டு. அங்குப் பரிதவித்துக் கொண்டிருந்தார்கள். அவர் இருக்கிற இடத்திற்குப் போகவும் முடியவில்லை என்னால். அன்று சாயங்காலம் கடன்காரர்கள் எல்லோரும் கூடி, மூன்று டிரஸ்டிகளை நியமித்துப் பத்திரம் எழுதினார்கள்; என்னையும் ஒரு டிரஸ்டியாக இருக்கும்படி சொன்னார்கள்; நான் மறுத்துவிட்டேன். ரூபாய்க்கு இரண்டணா தேறலாம், அதுவும் மூன்று நான்கு வருஷத்தில் கிடைக்கும் என்று டிரஸ்டிகள் சொன்னபோது, எனக்கு அடிவயிற்றில் பற்றிக்கொண்டது. அங்கே நிற்கப் பிடிக்காமல், வெளியே வந்துவிட்டேன்.

3

பெரியவரின் கதை, எனக்கு அவ்வளவு சுகப்படவில்லை. பணக்காரன் ஏழை ஆவதும், ஏழை பணக்காரன் ஆவதும் புது விஷயமல்லவே? ஜகந்நாத பாகவதர் கதை, எங்கள் தெருவில் சிறு குழந்தைகளுக்கும் தெரியும். அவரால் அடிபட்ட குடும்பங்களில் பெரியவர் குடும்பமும் ஒன்று. அவ்வளவுதான். வறட்சியான அப்பழங்கதையைக் கேட்ட எனக்குத் தூக்கம் வந்தது.

“பாகவதரிடம், உங்கள் பணம் நஷ்டம் ஆனதைக் கேட்டு, உங்களுடைய கடன்காரர்கள் உங்களைத் தொந்தரவு செய்திருப்பார்கள், இல்லையா?” என்றேன்.

“தம்பி! அந்த ஒரு கண்ணராவியோடு போயிருந்தால், பரவாயில்லையே? அன்றே இன்னொரு பெரிய விஷயம் நடந்துவிட்டது.”

கதையில் ரஸமான கட்டம் ஏதாவது வராதா என்று எதிர்பார்த்த நான், “என்ன அது?” என்றேன் ஆவலுடன்.

“பாகவதர் வீட்டை விட்டு வந்தேனோ? என் புத்தி என்னிடம் இல்லை. கால் போனபடி எல்லாம் நடந்தேன். கும்பகோணத்தில் ஒவ்வொரு அங்குலமும் எனக்குத் தெரியும்; ஆனால், அப்போது எந்தத் தெருவில் நடக்கிறோம் என்ற பிரக்ஞையே எனக்கு இல்லை. அப்போது ‘கரண்ட்’ வெளிச்சம் ஏது? அங்கு ‘லாந்தர்’ வெளிச்சம் இருந்தாலும், இருட்டாகத்தான் இருக்கும். அதோடு பெரிய மழையும் சேர்ந்து கொண்டது. காலையில் காப்பி சாப்பிட்டு ரயிலில் ஏறினவன், சாப்பாட்டு ஞாபகமே எனக்கு இல்லை. முழுவதும் நனைந்த பிறகு, கொஞ்சம் சுரணை வந்தபோது, ஏதோ ஒரு திண்ணையில் ஒதுங்க முயன்றவன், அப்படியே மயங்கி விழுந்துவிட்டேன்.

மூர்ச்சை தெளிந்தபோது நான் முன்பின் பார்த்திராத ஓர் இடத்தில் இருப்பதை உணர்ந்தேன். அழகாய்ப் பூவேலை செய்த வெள்ளை உறையிட்ட பெரிய மெத்தையில் நான் படுத்திருந்தேன். அறைச் சுவர்களிலெல்லாம் பாரீஸ் லேடிகளின் அழகான படங்கள் தொங்கின. லேசாகச் சென்ட் வாசனை கமழ்ந்தது. பாகவதர் வீட்டிலிருந்தது ஞாபகம் வந்தது. ‘இவ்வளவு சௌகரியமான இடத்தில் எப்படி வந்தோம்?’ என்று யோசித்துக்கொண்டே

எழுந்திருக்க முயன்றேன். அடித்துப் போட்டது போல் கைகால்கள் வலித்தன; மறுபடியும் சாய்ந்துவிட்டேன்.

'என்ன வேணும்?' என்று கேட்ட ஒரு பெண் குரல் என் கால்களை மிருதுவாகத் தடவியது. திடுக்கிட்டுப் பார்த்தவன் மேலும் திடுக்கிட்டேன். என் காலடியில் நின்றது யார் என்று உன்னால் ஊகிக்க முடியுமா? ரமாமணி! ஆமாம், அந்த ரமாமணிதான்."

"நீ கேள்விப் பட்டிருப்பாயே அவளைப் பற்றி? அந்தக் காலத்தில் கும்பகோணம் ரமாமணி என்றால், கைக்குழந்தைகூடத் தலைதூக்கிப் பார்க்கும். அவள் வேஷம் போட்டு நாடகமாடுகிறாள் என்று நோட்டீஸ் போட்டால், ஊரே அல்லோலகல்லோலப்படும். இந்தக் காலத்திலும் 'டான்ஸ்' என்று ஆடுகிறார்களே, அன்று ரமாமணி ஆடுவதைப் பார்க்க வேண்டும். இன்றைக்குப் பூராவும் பார்த்துக்கொண்டிருக்கலாம். ரூபவதி என்றால் ரூபவதி. எனக்குக் கூத்து, நாடகம் எல்லாம் அவ்வளவாகப் பிடிக்காது; ஸ்திரீ சபலமும் இல்லை. ஒன்றிரண்டு தடவை அவள் நாடகம் பார்த்தேன். ஆனால், அவளை ஒரு நொடி பார்த்தால் போதும், ஆண் மகனாகப் பிறந்தவனானால், அவளை ஆயுசு உள்ளவரை மறந்துவிட முடியாது. அந்த ரமாமணி என் பக்கத்தில் நிற்கிறாள், என்ன வேணும் என்று கேட்கிறாள். என் கால்களைத் தடவிக் கொடுக்கிறாள் என்றால், எனக்கு எப்படி இருக்கும்? இப்போது நினைத்தாலும், என் உடம்பு சிலிர்க்கிறது...?"

அந்த நாளைக் கண்முன் மீண்டும் காண்கிறவர்போல் அவர் கொஞ்ச நேரம் மெய்மறந்து எங்கோ பார்த்துக்கொண்டிருந்தார். கதை ரஸமான பகுதியை அடைந்துவிடவே, என் தூக்கக் கலக்கம் தெளிந்தது. கிழவர் குமரன் ஆகும்போது எனக்கு விறுவிறுப்பு உண்டாகாதிருக்குமா?

"அங்கே எப்படிப் போய்ச் சேர்ந்தீர்கள்."

"நான் மூர்ச்சித்து விழுந்தது, அவள் வீட்டுத் திண்ணையில்தான், காலையில் தற்செயலாகத் திண்ணைக்கு வந்திருக்கிறாள்; என்னைப் பார்த்ததும் விதி வேலை செய்துள்ளது; நாலு ஆளைவிட்டுத் தூக்கச் சொல்லி படுக்கையில் படுக்கவைத்து டாக்டரையும் வரவழைத்துப் பார்த்திருக்கிறாள். ஒருநாள் பூராவும் எனக்குப் பிரக்ஞை வரவில்லை, 'என் உயிர் போய்விடுமோ?' என்று அவள் கலங்கிவிட்டாளாம்...!"

"எனக்கு எப்படி இருந்தது என்று வருணிக்க முடியுமா? நிமிஷத்துக்கு ஒரு முறை அவள் 'என்ன வேணும்?' என்று கேட்பதும், 'தலை வலிக்கிறதா, கால் நோகிறதா' என்று வருடுவதுமாயிருந்தால், எனக்கு எப்படி உயிர் இருக்கும்? பாகவதரிடம் பணம் போச்சே என்ற கவலைக்கு ஈடாகத்தான், பகவான் இந்த ஆனந்தம் கொடுத்தாரோ என்னவோ! இதைத்தான் விட்டகுறை தொட்டகுறை என்பது; இல்லையா? இல்லாவிட்டால் கடன்காரர்களுக்கு அஞ்சி நான் நடுங்குகிறேன் என்பதை அறிந்தும், அவள் என் மேல் அப்படிப் பைத்தியக்கார மோகம் கொள்வாளா? அல்லது ஊரையும் தொழிலையும், குடும்பத்தையும் மறந்து நான் அவளிடம் பைத்தியமாய் இருப்பேனா? பணத்துக்காகக் கவலைப்பட வேண்டாம்;

என்னிடம் ஏராளமாக இருக்கிறது. கொடுக்க வேண்டியவர்களுக்கு எல்லாம் கடையில் உள்ள சரக்கைக் கொடுங்கள்; பாக்கிப்படுவதை நான் தருகிறேன்,' என்று சொன்னவளைப் 'பைத்தியக்காரி' என்றுதானே சொல்லமுடியும் தம்பி? அந்தக் காலத்திலும் எனக்கு ஸ்திரீ சபலம் கிடையாது. ஆனால், அவ்வளவு ரூபவதி அப்படிப் பேசும்போது, சுகப்பிரம்மமாகவே இருக்கட்டுமே, சொக்காமல் மீள முடியுமா? இரண்டு மாசம் எப்படிப் போயிற்று என்றே புரியவில்லை; அவள் ஞாபகப்படுத்திய பிறகுதான் ஊர் விவகாரத்தை முடிப்பதற்காக, அவசரம் அவசரமாய்க் கிளம்பினேன்."

"பாகவதரிடம் பணம் பறிபோனதால், நான் ஊரை விட்டே ஓடி விட்டதாக அங்கே கதைகட்டி விட்டார்கள். கடன்காரர்கள் கோர்ட் மூலம் ஸீல் வைத்து, ஸ்டாக் எடுத்து, சரக்குகளையும் ஏறக்குறையப் பிரித்துக் கொண்டுவிட்டார்கள். ரூபாய்க்குப் பதினாலு அணா தேறியிருந்தது. நான் ஊருக்குத் திரும்பியதும் கடன்காரர்கள் எலலோரையும் அழைத்து, பாக்கி இரண்டணாவையும் கொடுத்தேன்; 'வெள்ளியாக' இருபது ஆயிரம் ஆயிற்று. ரமாமணியின் பணம்தான்."

"அந்த விவகாரம் தீர்ந்ததும், கும்பகோணம் திரும்பிவிட வேண்டும் என்று பறந்தேன். ஆனால், என் சம்சாரம் விசுவாசம் கெட்டவள்; அவள் தாசியோடு சேர்ந்து வாழ முடியாது என்று விட்டாள்; இரண்டு குழந்தைகளையும் என்னோடு அனுப்பச் சம்மதிக்கவில்லை; 'அதுவும் ஒரு நன்மைக்குத்தான்' என்று எனக்குத் தோன்றியது. மாசம் நூறு ரூபாய் அவர்கள் செலவுக்கு அனுப்புவதாகச் சொல்லிவிட்டு ரமாமணியிடம் திரும்பினேன்."

"அவள் உங்களை, நீங்கள் யார் என்று கேட்டுவிடுவாளோ?"

"என்ன வார்த்தை சொன்னாய் தம்பி? ரமாமணி மகாராணியாகப் பிறக்கவேண்டியவள்; அல்பத்தனம் அவள் அண்டையிலும் வர முடியாது. என்னோடு பழகுமுன் எப்படியோ... என்னைக் கண்ட பிறகு பிறத்தியாரைத் தலைதூக்கிக்கூடப் பார்ப்பதில்லை. என்னைப் பார்த்ததும் அவள் அழுதுவிட்டாள்; அந்தப் பதினைந்து நாள் பிரிவை அவளால் தாங்க முடியவில்லை. சம்சாரமும் குழந்தைகளும் வரவில்லை என்று தெரிந்ததும், மறுபடியும் அழுதாள்."

"அப்புறம் இரண்டு வருஷம், விடிந்தது அஸ்தமித்ததுகூடப் புரியாமல் போய்விட்டது. எனக்கு முப்பத்து மூன்று வயசு; அவளுக்கு இருபது இருக்கலாம். தம்பி, அந்தக் காலம் திரும்பாதுதான்; ஆனால் அந்த ஞாபகம் வந்தாலே என் உடம்பில் புதுத்தெம்பு உண்டாகிறது."

"ஆனால், நல்லகாலம் நீடித்திருப்பதில்லை. ரமாமணி திடீரென்று 'காயலா'வாகப் படுத்தாள். நாலைந்து நாள்தான்; அவளுக்கே பிழைப்போம் என்கிற நம்பிக்கை போய்விட்டது. புண்ணியவதி என்ன செய்தாள் என்கிறாய்? ஒரு வக்கீலை வரவழைத்து, அவளுடைய சகல சொத்துகளையும் என் பெயருக்கு உயில் எழுதி வைத்துவிட்டாள். கண்ணை மூடும் கடைசி நிமிஷத்திலும் இந்தப் பாவியின் மடியில் தலை வைத்திருந்தாள்..."

சுமார் முப்பது வருஷங்களுக்கு முன் உடலை நீத்த ரமாமணிக்காகக் கிழவரின் கண்களிலிருந்து நீர் கசிவதைப் பார்க்க எனக்கு வியப்பாக இருந்தாலும், அவர்மேல் ஒரு பரிவும் ஏற்பட்டது. கொஞ்சநேரம் அவர் பேசவில்லை.

"அவள் போனபிறகு, எனக்கு உயிரே வெறுத்துவிட்டது. கும்பகோணத்தில் இருக்கவும் பிடிக்கவில்லை. அவளுடைய வீடு உள்பட எல்லாவற்றையும் விற்று ரொக்கமாக ஒன்றரை லட்சம் கையில் எடுத்துக் கொண்டு உறையூருக்குத் திரும்பினேன். தொழில் செய்யவும் மனம் இல்லை; பணத்தை அப்படியே பாங்கில் போட்டு, வட்டியில் காலக்ஷேபம் செய்து வந்தேன்."

"அவ்வளவு பணமும் என்ன ஆயிற்று?"

"என்ன ஆகும்? பெரிய பையன் தலை எடுத்தான்; மகா மூர்க்கன்; கடோத்கஜன்போல் இருப்பான்; மண்டையில் ஒன்றும் இல்லாவிட்டாலும் திமிர்பிடித்த பயல், ஜவுளிக்கடை வைக்கவேண்டும் என்று பிடிவாதம் பிடித்தான். நான் என்ன சொன்னாலும் கேட்கவில்லை. சேலைக்கடை வைத்ததும் பையனுக்கு 'ஷோக்' பிறந்துவிட்டது. எனக்கு அந்தத் தத்தாரிப் பயலோடு பேசவும் பயம். அவன் விளையாடுவதை வேடிக்கை பார்க்கத்தான் முடிந்தது. 'எந்த வழியில் சம்பாதித்தோமோ, அந்த வழியிலேதான் பணம் போகும்' என்று என் மனசை ஆற்றிக்கொண்டேன். இதிலே வயிற்றெரிச்சல் என்னவென்றால் சின்னவனும் பெரியவனோடு சேர்ந்துகொண்டான். இரண்டு 'மைனர்'களும் மூன்றே வருஷத்தில் எல்லாவற்றையும் காலி பண்ணிவிட்டுக் கடன்காரர்களாய் நின்றார்கள். வயசான காலத்தில் இப்படி என்னைப் பரிதவிக்கவிட்டார்கள். ரமாமணி தீண்டிய இந்த உடம்பு, இப்படி வெயிலிலும் மழையிலும் வாடுகிறது."

4

'உறையூர் நன்னய்ய பாகவதர் கதையை முடித்தார்; நானும் வியாபாரத்துக்காகக் கிளம்பினேன்' என்று இந்தக் கதை முடிகிறது என்று எல்லோரும் எதிர்பார்க்க முடியும். அவர் கதையை மேலும் வளர்த்துவது 'உத்திக் குறை' என்றுகூட விமரிசகர்கள் குற்றம் காணலாம். ஆனால், துர்பாக்கியவசமாகப் பெரியவரின் கதை முடியவில்லை.

கிட்டத்தட்டப் பதினைந்து வருஷத்து வரலாற்றை அவர் சுமார் அரைமணி நேரத்தில் கூறி முடித்துவிட்டார். அதற்குமேல் அவரால் பேசமுடியாது; ரமாமணியின் ஞாபகம் அவர் வாயை அடைத்துவிட்டது. வெயில் அன்று மிகவும் உக்கிரமாயிருந்தது. கோயில் வாசலில் உட்கார்ந்திருந்த எனக்கு, நெருப்பருகில் இருப்பதுபோல் பட்டது; வியர்வையைப் பிழிந்து எடுக்கலாம்போல் நனைந்துவிட்டேன். கதை முடிவதோடு அடுக்கடுக்காய்க் கொட்டாவி வர ஆரம்பித்தது. என் அவஸ்தையைக் கிழவர் கவனித்தார்.

"எங்கள் வீடு பக்கத்துத் தெருவில்தான் இருக்கிறது. கொஞ்சநேரம் படுத்திருந்து வெயில் தாழ்ந்தபின் கிளம்பலாமே?" என்றார்.

இந்த விஷயத்தை அவர் ஆரம்பத்தில் சொல்லியிருந்தால், அவரை நம்பிப் போயிருக்க மாட்டேன். அவருடைய வாழ்க்கை வரலாறு கேட்டபின், அவரிடம் எனக்கு நம்பிக்கை விழுந்துவிட்டது. அவரோடு கிளம்பினேன்.

பக்கத்துத் தெருவை அடைந்ததும், "இதான் என் வீடு" என்று சுட்டிக்காட்டிய பாகவதர், வீட்டை நெருங்கும்போது பின்தங்கத் தொடங்கினார்.

"என்ன விஷயம்." என்றேன்.

"ஒன்றும் இல்லை; வாசலில் நிற்கிறவன் என் பையன்."

"அதனால் என்ன ?"

"நான் சொல்லவில்லையா ? ரொம்ப முரடன்" என்று, அவர் கூறியதும், எனக்குச் சிரிப்பு வந்தது. அவர் சொன்னதுபோல், 'பையன்' கடோத்கஜனாகவோ பீமனாகவோ,இல்லை; மிகவும் சாதாரணமாயிருந்தான்.

"பரவாயில்லை, வாருங்கள். பையனை நான் சமாதானம் செய்கிறேன்" என்று அவருக்குத் தைரியம் அளித்து அழைத்துச் சென்றேன்.

"வா வா, உதை தின்றால்தான் உனக்குப் புத்தி வரும்" என்று பையன் – நாற்பது வயசுக்குக் குறையாது – கர்ஜிக்கவே, நான் மலைத்து நின்று விட்டேன். தகப்பனை இவ்வளவு அழகாக மைந்தன் வரவேற்பதை, நான் அதுவரை பார்த்ததே இல்லை.

"இல்லை, இவர் ..." என்று கிழவர் நீட்டினார்.

"இவர் என்ன, அவர் என்ன, போ உள்ளே ?" என்று அவன் கத்தினதும், பெட்டியை அப்படியே திண்ணையில் வைத்துவிட்டு, அவர் உள்ளே பறந்துவிட்டார்.

"நீங்கள் வாருங்கள் சார் !" என்று அவன் என்னை வரவேற்றபோது, தந்தையை அதட்டும்போது குரலில் இருந்த வெறி இல்லை. அதற்கு மாறாக மரியாதையும் ஒழுங்கும் இருந்தன. தந்தையும் மைந்தனும் புதிய முறையில் பழகுகின்ற அந்த வீட்டில் கால்வைக்கவே, அருவருப்பாக இருந்தது. இவ்வளவு தூரம் வந்தபின் திரும்புவது சரியல்ல என்று, அவனோடு உள்ளே சென்றேன். உட்காருவதற்குள், என்னைப் பற்றிய விஷயம் முழுவதையும் நயமாக விசாரித்துத் தெரிந்துகொண்டான் அவன்.

"அது எல்லாம் போகட்டும். அப்பாவை இப்படிப் பேசலாமா ? வயசான காலத்தில், ஊர் சுற்றத் தோன்றுவது சகஜம். அதற்காக..."

"உங்களுக்குச் சேதி தெரியாதா ?" என்றான் அவன் – பெயர் அழகர்சாமி"

"எந்தச் சேதி ?"

"அவருக்குக் கொஞ்சம் புத்தி ஸ்வாதீனம் இல்லை. ஒரேடியாகப் பைத்தியம் என்றுவிட முடியாது. நெசவு நெய்கிறார்; வீட்டு வேலை எல்லாம் செய்கிறார். திடீர் என்று சொல்லாமல் கொள்ளாமல் வெளியே கிளம்பிடுவார். சில சமயம், நான் சங்கிலியால் கட்டி வைத்து விடுவேன்" என்று அழகர்சாமி சொன்னபோது, ஆகாசத்தில் பறப்பது போல் இருந்தது

எனக்கு! பைத்தியத்தோடு சுவாரஸ்யமாகப் பேசிக் கொண்டிருக்கிறவனைப் பார்க்கிறவர்கள், என்ன நினைப்பார்கள்?

அவன், என் அருகில் உட்கார்ந்தான்.

"நான் அவரைப் பற்றி, அப்படிக் கொஞ்சமும் சந்தேகப்படவில்லை. புத்தி ஸ்வாதீனம் இல்லாதவர், எல்லா விஷயம் பற்றியும் எவ்வளவு ஜோராகப் பேசினார்! கதையாக ஜோடித்து, என்ன வர்ணனை?"

"அவர் பிதற்றியதை எல்லாம் நிஜம் என்று நம்பிவிட்டீர்களா?" என்றான் அவன், சிரித்தபடி.

"அவர் சொன்னது அவ்வளவும் பொய்யா? ஜகந்நாத பாகவதரிடம் ஐம்பதாயிரம் தொலைத்தது, ரமாமணியோடு அவர் வாழ்ந்தது எல்லாம் பொய்யா? ஏதாவது நிஜக்கலப்பு இருக்கிறதோ?"

'சரிதான், அப்பா உங்களைப் பைத்தியமாக அடித்துவிட்டாரே. ஜகந்நாத பாகவதர் உங்கள் தெரு என்கிறீர்கள்; உறையூர் ஆசாமி ஒருவரிடம் அவர் ஐம்பதாயிரம் கடன்பட்டிருப்பாரா என்று தெரியவில்லையே. பாகவதரும் அப்பாவும் சிநேகிதர்கள் என்பது வாஸ்தவம். ஆனால், அப்பா எந்தக் காலத்திலும் ஜவுளிக்கடை வைத்ததில்லை; ஐம்பது ஆயிரம் சம்பாதித்ததும் இல்லை. ஒரு ஜவுளிக்கடையில் முப்பத்தேழு ரூபாய் சம்பளத்தில் குமாஸ்தாவாயிருந்தார். நல்ல அனுபவஸ்தர். வேலை செய்தபடியே எப்படியோ நூறு ரூபாயை மிச்சம் பிடித்துப் பாகவதரிடம் வட்டிக்குப் போட்டார். பாகவதர் அவுட் ஆனதும் அப்பா இங்கிருந்தே அலறிக்கொண்டு கும்பகோணம் போனார். பணம் தேறாது என்று தெரிந்ததும், அவருக்கு மூளைக் குழப்பம் உண்டாகி, அங்கேயே சுற்ற ஆரம்பித்துவிட்டார்..."

"கும்பகோணம் போனவர் இரண்டு நாள் ஆகியும் திரும்பாமற் போகவே, எனக்குக் கவலை அதிகம் ஆகிவிட்டது. அவரை அழைத்து வரப் புறப்பட்டேன். உங்கள் ஊர் எனக்குப் புதுசு. ராத்திரி நேரம் போய்விட்டேன். மழைவேறு பெய்ய ஆரம்பித்தது. நனைந்த ஈரத்தோடு, ஏதோ ஒரு திண்ணையில் குந்தினேன். குளிர் ஜுரம் கண்டு, எனக்குப் பிரக்ஞை பிசகிவிட்டது.

"இரண்டு மூன்று நாட்கள் கழித்துக் கண் விழித்தபோது, ரமாமணி வீட்டில் இருந்தேன். அவளுக்கு என்மேல் ஏதோ ஓர் அசட்டுப் பிரியம். ரமாமணி பற்றி உங்களுக்குத் தெரியும் அல்லவா? ஆறு மாசம் அவளோடு விளையாட்டாகப் போயிற்று. அப்புறம், அவளே என்னைக் கூப்பிட்டு, கையில் ஐந்நூறு ரூபாய் வைத்து, 'ஊருக்குப் போய்க் கல்யாணம் செய்து கொண்டு இரு! என்று சொல்லி அனுப்பிவிட்டாள். என் அதிர்ஷ்டம் அவ்வளவுதான்" என்று பெருமூச்சு விட்டான் அழகர்சாமி.

"இப்போதுதான் எனக்குப் புரிகிறது. உன் அனுபவத்தை எல்லாம் பெரியவர் தனக்கு நடந்ததாய் என்னிடம் சொல்லிவிட்டார். ரமாமணியை, நீகூட அவ்வளவு அழகாக வருணிக்க முடியாது!"

“கொஞ்ச நேரம் நீங்கள் தூங்குங்கள். அப்பாவை நெசவில் உட்கார வைத்துவிட்டு வருகிறேன்” என்று பாயும் தலையணையும் கொடுத்து விட்டுப் போனான் அழகர்சாமி.

பாயில் புரண்டுகொண்டே, ‘எல்லாம் உண்மைபோல, எவ்வளவு அழகாய்ப் பேசினார்!’ என்று பெரியவரை வியந்தவாறு, கண் அயரும் சமயம், தேள் கொட்டுவதுபோல் ‘வெடுக்’கென்று ஓர் எண்ணம் கொட்டியது; ஜகந்நாதபாகவதர் நொடித்த விஷயம் முப்பது வருஷத்துக்கு முன்னால் நடந்தது. அழகர்சாமிக்கு இப்போது நாற்பது வயசு இருக்கலாம்; பத்துப் பன்னிரண்டு வயசுப் பையன், ரமாமணியோடு விளையாடி இருக்க முடியுமா?’ இந்தச் சந்தேகம் உண்டானதும், எனக்குப் பைத்தியம் பிடித்துவிட்டதுபோலத் தோன்றியது. அப்பனிடம் ஏமாந்ததுபோல் பிள்ளையிடமும் ஏமாந்துவிட்டேனா, அல்லது இருவரும் சேர்ந்து என்னைப் பைத்தியமாக அடித்துப் பெட்டியைப் பறிக்கச் சூழ்ச்சி செய்கிறார்களா? அதற்குமேல் அந்த வீட்டில் எனக்கு இருப்புக் கொள்ளவில்லை. அவசரமாய்ப் பெட்டியைத் தூக்கிக்கொண்டு எழுந்தேன்.

“புறப்பட்டீர்களா?” என்றான் அழகர்சாமி. ஆமாம். சோமசுந்தரம் செட்டியார் கடையில் மூன்று மணிக்கு வரச் சொன்னார்கள். மறந்து விட்டேன்.” என்று அவன் கையில் ஒரு ரூபாய் கொடுத்துவிட்டுத் தெருவுக்கு வந்த பிறகுதான், என் பரபரப்பு அடங்கியது.

பக்கத்து வீட்டிலிருந்து வெளியில் வந்த ஒருவரிடம், பெரியவரைப்பற்றி விசாரித்தேன்.

“அந்தக் குடும்பமே ஒரு மாதிரி. அப்பா பிள்ளையைப் பைத்தியம் என்பார். வேலை கொடுத்தால் மாடு மாதிரி உழைப்பார்கள். பேச்சுக் கொடுத்தால் வந்தது ஆபத்து. சுற்றி வளைத்து ஒரு தாசி கதையில் கொண்டு வந்துதான் முடிப்பார்கள். அழகர்சாமிக்குத் தம்பி ஒருத்தன் இருந்தான்; அவன்கூட இப்படித்தான். பெரியவர் தன் சொந்த அனுபவம் என்று தாசிக் கதைகள் சொல்லியே, தன் மனைவியைத் தீர்த்துவிட்டார்,” என்று அவர் கூறியபோது, ‘நான் ஏமாறவில்லை’ என்ற திருப்தி ஏற்பட்டது.

‘பெரியவரும் அழகர்சாமியும் முன்பிறவியில் சிறுகதை ஆசிரியர்களாக இருந்திருப்பார்களா?’ என்றுகூடத் தோன்றுகிறது.

_சுதேசமித்திரன்_ (ஜனவரி 13, 1947)

குயிலி (நவம்பர் 1964)

எம்.வி. வெங்கட்ராம் கதைகள் (டிசம்பர் 1998)

பனிமுடி மீது ஒரு கண்ணகி (டிசம்பர் 2007)

•

அந்தக் காலத்திலே . . .

1. விஞ்ஞானத்தை வென்ற காதல்

சித்ராவின் கண்கள் நினைத்து, கற்பனை செய்து, கவிதையாகப் பொழியும்போது நான் எப்படி மையல் கொள்ளாதிருக்க முடியும்?

சித்ராவின் அதரங்கள் சிவந்து, துளிர்த்து, என்மீது படரும்போது நான் எப்படி மயங்காமல் இருக்க முடியும்?

சித்ராவின் வடிவம் உல்லாசமாய் ஆடி அசைந்து கண்ணுக்கும் எட்டாமல் மறையும்போது நான் எப்படித் துன்புறாதிருக்க முடியும்?

அவள் பேசுவதைக் கேட்கும்போது இன்பமாக இருக்கிறது என்பது ஒருபுறம் இருக்கட்டும்; அவள் அருகில் இருக்கையில், நான் பேசும் மொழிதான் எத்தனை இனிமை கொள்கிறது!

"உலகம் எவ்வளவோ விதத்தில் வளர்ச்சியும் மாறுதலும் பெற்றுவிட்டது; ஆனால் ஒரு விதத்தில் மட்டும், பல ஆயிரம் ஆண்டுகளாக அப்படியே, மாறுதலற்று இருக்கிறது" என்றேன்.

"எந்த விஷயத்தில்?" என்றாள் சித்ரா.

"கவிதையும் காவியமும் கற்பனையை அடிப்படையாகக் கொண்டவைதானே? ஆதிகாலத்து மனிதனுக்கு அது தேவைப்பட்டது; விஞ்ஞானம் ஆட்சி செலுத்தும்போது இக்காலத்திலும் தேவைப்படுகிறது. மனித வாசத்துக்குத் தகுதி இல்லாத ஒரு கிரகம் சந்திரன் என்று அறிவு உள்ள எவனுக்கும் தெரியும்; ஆனால், நிலாவையும் காதலையும் எந்தக் கவி எந்தக் காலத்தில் பிணைத்துப் பாடினானோ, தெரியவில்லை. இன்றுவரை அந்தக் கற்பனை வாழ்கிறது..."

"விஞ்ஞானிக்குக் கவிதை பேசவும் வருகிறதே!" என்று அவள் என் கன்னத்தைக் கிள்ளியபோது, அதை வலி என்று விஞ்ஞானி சொல்வேனா?

“நான் விஞ்ஞானிதான். ஆனால் எனக்கு மனித இதயம் இல்லையா? கவிதைக்குப் பொருள் ஆகவும், கவிதை ஆகவும், கவிதையின் ரஸமாகவும்–”

“ஒரு காதலி கிடைத்துவிட்டேன். ஆனால், காதல் என்பதே ஒரு வெறிச் சொல்லாக ஒலிக்கும்படி செய்துவிட்டீர்களே, உங்கள் விஞ்ஞான ஆராய்ச்சிகளைக் கொண்டு”

“ஏன் அப்படிச் சொல்லுகிறாய்? மனித வரலாற்றைப் பார்; உணவுப் பிரச்சனையைத் தீர்க்கும்வரை, மனித வரலாறு வயிற்றைச் சுற்றியே வட்டமிட்டது. ஏழைக் கட்சி, பணக்காரன் கட்சி என்றும், அரசியல் பொருளாதாரவாதிகள் என்றும், மனிதர்கள் கோஷ்டி பிரிந்து நடத்தின போராட்டங்கள் எத்தனை? இப்போதோ மனிதர்கள் தங்கள் விருப்பம் போல் இன்பம் காண்கின்றனர். பழங்காலத்தில் காதல் என்பது ஒரு கற்பனையாக இருந்தது; இப்போது அது மனிதருக்கு எளிதில் கிட்டும் இன்பம் ஆகிவிட்டது. விஞ்ஞான மேதை ஹரனின்...”

“என்னிடம் அவரைப் பற்றி பேசாதீர்கள்...”

“அவருடைய ஆராய்ச்சியின் முடிவுகளை உலகமே வியக்கிறது...”

“நான் வெறுக்கிறேன். அவரைப் பற்றிப் பேசுவதையே வெறுக்கிறேன்.”

“உன்னைப் பற்றிப் பேசவும் மறுக்கிறாயே, நீ யார்?”

“உங்கள் காதலி!”

“உன் பெற்றோர் யார்?”

“என்னைப் பெற்றவர்?”

“எங்கிருந்து என்னைக் காண வருகிறாய்?”

“நான் வருகிற இடத்திலிருந்து?”

“சித்ரா, உன்னை ஏன் மர்மத்துக்குள் மூடிக்கொள்கிறாய்? கற்பனை அரசிபோல்–எங்கிருந்தோ வருகிறாய், என் உள்ளத்தைப் பிசைகிறாய், எங்கோ மறைந்துவிடுகிறாய்; என்னிடம் நீ இவ்வளவு மர்மம் பாராட்டலாமா?”

“காலம் வரும், சொல்கிறேன். இப்போது உங்கள் பக்கத்தில், நான் இன்பத்தில் இருக்கிறேன்; போதாதா?”

“எப்போதும் இப்படியே இருக்க...”

“விரைவில் வழிபிறக்கும், அது போகட்டும். இன்றைக்கு உங்களிடம் ஒரு யாசகம் கேட்க வந்தேன்!”

“சோற்றுக்காக மக்கள் பறந்த காலத்தில், யாசகம் கேட்டார்கள்; இப்போது கேட்பதும் இல்லை, கொடுப்பதும் இல்லை”

“அப்போது வயிற்றுப்பசிக்காகப் பிச்சை கேட்டார்கள்; இப்போது மனத்தின் பசியாறப் பிச்சை கேட்கிறார்கள்; சோறு கொடுத்தால் வயிற்றுப் பசி தணிந்தது; ஆனால் மனத்தின் பசியோ – எவ்வளவு தீனி கொடுத்தாலும் அடங்குவதில்லை.”

"என்? அரசியின் இதயப் பசி என்னவோ?"

"என் கூந்தலின் கருவண்ணம் எனக்குப் பிடிக்கவில்லை; அதைப் பொன்னிறத்துக்கு மாற்றவேண்டும்; என் கண்களின் கருமணிகள் நீலமாகவேண்டும்; செய்வீர்களா?"

"செய்யலாம். ஆனால் கூந்தலுக்கும் கண்மணிக்கும் கறுப்புதான் ஏற்ற நிறம்; என் கண்மணிக்கும் அப்படியே இருக்க வேண்டும். உன் அழகில் என் கண்ணுக்குக் குறை தென்பட்டால் அதைத் திருத்த நான் முயலலாம்; என் வடிவத்தில் மாறுதல் வேண்டும் என்றால், அதைச் சொல்ல வேண்டியவள் நீ!"

"இருப்பது போலவே நீங்கள் அழகாக இருக்கிறீர்கள்"

"இல்லாத அழகுகள் எல்லாம் உன்னிடம் இருக்கின்றன" என்று கூறும் என் வாயை, அவள் வாய் மூடியது.

அப்படி, இந்த மனித உடலில் என்னதான் இருக்கிறது? எலும்பு, தசை, நார், நரம்பு, ரத்தம், சதை – எல்லாமே ஆபாசப் பொருள்கள்; பண்டைக் காலத்துப் புலவர்கள் கூறுவார்களே, ஜலதாரைபோல் நவத்துவாரங்கள் வழியாக நாற்ற நீர் கசியும் ஆபாசம்தானே இந்த உடல்? ஆனால், சித்ரா ஆகி என்னைத் தழுவிக்கொள்ளும்போது?

... அப்போது என் உடலிலும் உள்ளத்திலும் கிறுகிறுத்துச் சுற்றுகிறதே ஓர் உணர்ச்சி, அதற்காக என் ஆராய்ச்சிகளை மட்டும் அல்ல, என் உயிரையே இழக்கத் துணிகிறேன், ஏன்?

"என்ன யோசனையில் ஆழ்ந்துவிட்டீர்கள்?"

"தூக்கம் இல்லாதபடி செய்ய..."

"ஏனோ?"

"எந்நேரமும் உன்னோடு இருக்க, சிரிக்க, பேச, மகிழ..."

பிறகு தூக்கம் ஒழிந்த மௌனத்து இன்பத்தில் மூழ்கினோம்.

2. அட்டமா ஆராய்ச்சிகள்

3333இல் – அதாவது, சரியாக ஐம்பது ஆண்டுகளுக்கு முன்னர் – தமிழக அரசினர், 'விஞ்ஞான மேதை' என்று அகிலவுலக அரசாங்கத்தாரால் போற்றப்பட்ட ஹரன் தலைமையில், ஓர் ஆராய்ச்சிக் குழுவை நியமித்ததை எல்லோரும் அறிவார்கள். உலக வாழ்க்கையை மேலும் லகுவாக்குவதற்கும், மனிதனின் பிரச்னைகளை ஆய்ந்து திட்டமான முடிவுகளைக் காண்பதற்கும் இந்தக் குழு ஆராய்ச்சிகள் நடத்தவேண்டும் என்பதுதான் தமிழகரசின் நோக்கம். அந்த விஞ்ஞானிகள் கோஷ்டியில் நானும் ஒருவன்.

நாங்கள் எட்டு விஞ்ஞானிகள்; எங்களுக்குத் தேவைப்படும் எந்தப் பொருளையும் உடனுக்குடன் கொடுத்து உதவ உலகநாடுகள் அனைத்தும் முன்வந்தன. ஏன் என்றால், நாங்கள் ஆராய்ச்சிப் பொறுப்புக்கு எனத் தேர்ந்த விஷயங்கள் அவ்வளவு முக்கியமானவை; எங்களுடைய ஆற்றலையும் உலகம் நம்பியது.

எங்கள் தலைவர் ஹரன் உலகத்து வரலாற்றையே புரட்டி அமைக்கும் பல முடிவுகளைக் கண்டு உலகப் பிரசித்தம் அடைந்தவர். உலக அரசாங்கமே அவரை மிகவும் உயரிய முறையில் கௌரவித்தது; ஆப்ரிக்கா, ருசியா, ஜெர்மனி போன்ற பல நாடுகள் தனிப்பட்ட முறையிலும் அவரை வரவேற்று உபசரித்தன. அவர் தலைமையில் ஓர் ஆராய்ச்சிக்குழு அமைத்து ஆராய்ச்சிகளை மேற்கொள்ளப் போகிறது என்றதும், உலகம் முழுவதின் கவனமும் தமிழகத்தின்பால் திரும்பியது. ஹரனோடு வேலை செய்வதை நான் அப்போது பெரியதொரு வாய்ப்பாகவே கருதினேன்; எங்கள் கோஷ்டியில் இருந்த ஏனையோரைவிட, என்னிடம் அதிக அன்பு கொண்டு அவர் நெருங்கிப் பழகினார்.

ஆராய்ச்சிகள் நடத்தக் கும்பகோண மாநகரை, ஹரன் தேர்ந்தார். இரண்டு மைல் அகலத்தில் அழகாக ஓடும் காவேரி நதிக்கரையில், அடர்த்தியாக மரங்கள் வளர்ந்துள்ள ஒரு பெருந்தோப்பில் ஆராய்ச்சிக் கூடம் நிர்மானம் ஆகியது. நாங்கள் எண்மரும் எட்டு வகை ஆராய்ச்சிகளை மேற்கொண்டோம். 'மனித சிருஷ்டி சாத்தியம்' என்பதை நிரூபிக்கும் பெரிய பொறுப்பை ஹரன் ஏற்றுக்கொண்டார்; 'தூக்கத்தை ஒழித்து மனிதன் ஆரோக்கியமாக வாழ முடியும்' என்பதைச் சாத்தியமாக்க வேண்டியது என் பொறுப்பு; மற்ற அறுவரைப் பற்றிக் குறிப்பிட வேண்டிய தேவை இல்லை; எட்டுப் பேருடைய ஆராய்ச்சிகளும் வெற்றி பெற்றால், உலகம் – புராணங்களில் வருணிக்கப்பெறும் – சொர்க்க பூமிபோல் மாறிவிடும் என்பதில் யாருக்கும் சந்தேகம் இல்லை.

நாங்கள் தனிமையாகவே ஆராய்ச்சிகள் நடத்தினோம்; தேவைப்படும்போது கூடி யோசிப்போம்; ஹரனையும் என்னையும் தவிர, மற்றவர்கள் பெரும்பாலும் பிரயாணம் செய்தவண்ணம் இருப்பார்கள். ஹரனும் நானும் வெளியூருக்குச் செல்ல நேர்ந்தாலும், இரவுக்குள் எங்கள் கூடத்துக்குத் திரும்பிவிடுவோம்; இதனால், நாளுக்கு ஒருமுறையாவது நாங்கள் இருவரும் சந்திக்க முடிந்தது.

அவர் பிரம்மசாரி; வயதான தாயைத் தவிர, அவருக்கு வேறு பந்தம் இல்லை. நான் மணமானவன்; ஆறு குழந்தைகளும் இருந்தன; ஆயினும், குடும்பப் பந்தம் என் ஆராய்ச்சியை எள்ளளவும் பாதிக்கவில்லை; அதுவும், ஹரனோடு சேர்ந்தபின் குடும்பத்தையே நான் மறந்துவிட்டேன் எனலாம். மேற்கொண்ட காரியத்தை முடிக்கிறவரை, என்னுடைய நாட்டம் வேறு பக்கம் திரும்பாது என்று நினைத்தேன்.

ஆனால், என் நாட்டத்தைத் திரித்துவிடக்கூடிய ஒரு பொருளைக் கண்டேன். ஒருநாள் இரவு ஆராய்ச்சிக்கூடத்திலிருந்து வீடு திரும்பிக் கொண்டிருந்தேன். பந்தல்போல் அடர்ந்த மரங்களை மீறி நிலவின் ஒளி லேசாக விழுந்துகொண்டிருந்தது; வழிபழகிவிட்டதால் நான், கூடத்தில் ஈடுபட்ட மனத்துடன் செல்லுகையில், மரக்கிளையிலிருந்து கீழே குதித்த ஓர் உருவம் வழிமறித்தது.

"யார்?" என்றேன், அச்சத்தோடு.

"உங்கள் காதலி!" என்று பதில் கூறியது பெண் குரல் என்று தெரிந்ததும் என் அச்சம் அடங்கியது; குரலின் சொந்தக்காரியை நான் அந்த அரை

இருளில் பார்க்க முடியவில்லை என்றாலும், ஒலியின் மென்மையும் இனிமையும் எனக்கு இதமாக இருந்தன; அவள் சொன்ன விந்தைப் பதிலும் எனக்கு மகிழ்ச்சி அளித்தது.

“என் காதலி இன்னும் மரம் ஏறப் பழகவில்லை. விலகி வழிவிடு!”

“என்னை அவ்வளவு எளிதாக உதறிவிடுவீர்களா?” என்று அவள் என் கரத்தைப் பற்றியபோது – பெண் குரல் வலிய அழைக்க, விலகிச் செல்லும் ஆடவன் உண்டா?

“உன்னைக் கேட்டே, உன்னைக் காதலிக்க வேண்டுமா? பார்க்க வேண்டாமா?”

“கேட்பது போதாதா?” என்ற அவள் குரலின் இன்பம், ‘கேட்பதே போதும்’ என்று எனக்கு உணர்த்தியது; கேள்வியால் வெறியுண்ட நான், இருட்டிலேயே அவள் அடிமை ஆனேன்.

இருவரும் வெளிச்சத்துக்கு வந்தபோது, அவளுடைய உடலழகைப் பார்த்து பிரமித்துப் போனேன். சதையின் சிறுமையும் பெருமையும் அவள் வடிவத்தில் எத்தனை நேர்த்தி பெற்றன? அந்த இணையில்லாத அழகு தானாகவே என்னைத் தேடி வந்ததால், பெருமிதம் கொண்டேன்.

அன்று தொடங்கிய எங்கள் நட்பு, ஒருமாத காலம் நீடித்தது. விஞ்ஞானத்தில் எனக்கு இருந்த ஈடுபாடு குறைந்தது; பகலில் கூடத்தில் அவள் நினைவாகவே இருப்பேன்; அஸ்தமனத்தை ஆவலுடன் எதிர்பார்த்து, இருட்டில் அவளைச் சந்திக்க விரைவேன். அவளை மணந்து, இக்கள்ளக் காதலை ஒழிக்கத்தான் விரும்பினேன்; விஞ்ஞானியான எனக்கு எல்லாவிதச் சட்டப் பாதுகாப்பும் இருந்தது; எங்களை மகிழ்ச்சியாக வாழ்விப்பதற்கு அரசினர் எந்த வசதியும் அளிக்கக் காத்திருந்தனர்; இந்நிலையில் என் மனத்தைக் கவர்ந்தவளோடு ஏன் களவொழுக்கம் வைத்துக்கொள்ள வேண்டும்? ஆனால் அவளோ, இருட்டில்தான் வந்தாள்; எங்கிருந்து வருகிறாள் என்று கூறுவதில்லை; தான் யார், பெற்றோர் யார், வசிக்குமிடம் – எதனைப் பற்றியும் அவள் பேச மறுத்தாள்; வற்புறுத்தினால் – ‘காலம் வரும், காத்திருங்கள்’ என்னும் பதில்தான், அவளிடமிருந்து கிடைத்தது.

சித்ராவின் தோற்றத்தால் என் ஆராய்ச்சி தளர்வுற்றது என்றேன்; ஆனால், ஹரன் இரவு பகலாய்த் தம் ஆராய்ச்சிக்கூடத்தில் அடைபட்டுக் கிடந்தார். ‘தூக்கம்’ என்கிற ஒரே தொல்லை தவிர வேறு தொந்தரவு இல்லாத அவர், இவ்வாறு ஆராய்ச்சியில் மூழ்கி மறைந்துபோவதை நான் பலமுறை பார்த்திருக்கிறேன். அவர் அப்படிக் கூடத்தில் இருந்ததால், எனக்கு ஒருவிதத்தில் நிம்மதியாகவும் இருந்தது; ‘எவ்வளவு தூரம் முன்னேறி இருக்கிறாய்?’ என்று என்னைக் கண்காணிப்பதற்கு, யாரும் அங்கே இல்லை, அல்லவா?

3. ஆட்சியைப் பிடிக்க ஆயுதம்

அன்று இரவு சித்ராவுடன் வெகுநேரம் விளையாடிவிட்டு வீடு திரும்பிய போது, அங்கு ஹரன் எனக்காகக் காத்திருந்ததைக் கண்டேன். ஒரு மாத காலமாய்க் காணாமல் அன்று கண்டதால் மகிழ்ச்சியாகவும் இருந்தது.

பெண் வடிவுக்குச் சித்ராவை ஓர் எல்லையாகக் கொண்டால், ஆண்மையின் சிறப்புக்கு ஹரனை மறுஎல்லையாய்க் கொள்ளலாம். உயரமான அவர் முன்னிலையில், மற்றவர்கள் குழந்தைகளாய்த் தோன்றுவார்கள்; அவரைப் பிரமசாரி என்றேன்; கலியாணம் செய்துகொள்ளாததோடு, பெண் இச்சையே இல்லாதவர். அதனால்தானோ என்னவோ, அவருடைய சிந்தனையும் கற்பனையும் விஞ்ஞான சாத்தியம் ஆயின – மணம் புரிந்தால் உடமை உணர்ச்சி உண்டாகும். அந்த உணர்ச்சியால் பொறுப்பு ஏற்படும்; பொறுப்பு ஆராய்ச்சிக்கு இடையூறாகும் என்று அவர் கருதினார். தனக்குக் கலியாணம் வேண்டாம் என்றாரே ஒழிய, பிறர் மணப்பதை ஆட்சேபித்தவர் அல்லர். அவரிடம் நான் மிகவும் மதிப்பு வைத்திருந்தேன் என்பதையும் கூற வேண்டியதில்லை.

என்னைக் கண்டதும், “உன் ஆராய்ச்சி வெற்றி அடைந்துவிட்டதாய்த் தெரிகிறது” என்றார் ஹரன்.

“ஏன் அப்படி நினைக்கிறீர்கள்?”

“இரவில் மனைவி மக்கள் ஞாபகமும் இல்லாமல் அலைகிறாயே, அதனால் கேட்டேன். கூடத்தில் பார்த்தேன்; அங்கே காணோம் என்று இங்கே வந்தால் இங்கேயும் இல்லை; எங்கே இருந்தாய் இவ்வளவு நேரம்?”

மனத்தின் மூலையில் ஒரு சந்தேகம் எழுந்தது; என் காதல் விவகாரமும் அவருக்கு எட்டி இருக்குமோ?

“ஏதோ யோசனை செய்தபடி, எங்கெங்கோ அலைந்து கொண்டிருந்தேன்” என்று ஓர் அழகான பொய் கூறினேன். விஞ்ஞானி அப்படி இருப்பதில் வியப்பு இல்லையே?

“சரி, நான் ஒரு முக்கியமான விஷயம் பற்றி உன்னிடம் பேசவந்தேன்” என்று அவர் கூறியதும், என் சந்தேகம் வலுத்தது.

“சொல்லுங்கள்.”

“முதலில் உன் சேதி சொல்லு. உன் ஆராய்ச்சி எவ்வளவு தூரம் முன்னேறியுள்ளது?”

ஒரு மாத காலம் நான் தூக்கத்தை வென்றுவிட்டேன் என்பது என்னவோ உண்மை; ஆனால், அந்த வெற்றிக்கு உதவியது விஞ்ஞானம் அல்ல, காதல் என்பதை அவரிடம் எப்படிக் கூறுவது? ஒரு மாதமாய் என் ஆராய்ச்சியே தூங்கிவிட்டது என்பதையும் அவரிடம் கூற முடியுமா?

“ஓரளவு நடந்துள்ளது. ஆறு மாதத்தில் நிச்சயமான சில முடிவுகள் காண முடியும் என்று நம்புகிறேன். உங்கள் ஆராய்ச்சி முடிவடைந்துவிட்டதா?”

“மனித சிருஷ்டி சாத்தியம் என்பது தீர்ந்துபோன விஷயம். ஆனால் அந்த முயற்சி முழுவெற்றி பெற இன்னும் காலம் ஆகும். ஆனால், அதற்கிடையில் மற்றொரு நல்ல விஷயம் கண்டுபிடித்தேன்.”

“என்ன அது?”

“எவ்வளவு கோடிப் பேரானாலும் ஒருநொடியில் கொல்லுவதற்கு ஒரு சாதனம் கண்டுபிடித்திருக்கிறேன்.”

“அது புதிய விஷயம் இல்லையே?”

“ஒருவிதத்தில் புதிது; நமக்கு எவ்விதக் கஷ்டமும் ஏற்படாமல் எத்தனை பேரையும் கொல்லலாம் என்பது ஒன்று; இந்தக் கருவியை உபயோகித்தால் எவ்விதச் சப்தமும் உண்டாகாது என்பது இரண்டாவது. சாதாரணமாய் நாம் அதைச் சட்டைப்பையில் எடுத்துச் சென்றுவிடலாம்.”

“காற்றா?”

“ஜலம்.”

“மனித குலத்துக்கு ஆக்கம் தரும் ஆராய்ச்சி செய்ய முனைந்து, அழிவுக் கருவியைக் கண்டுபிடித்து என்ன பயன்?” என்றேன். இந்தப் புதிய ‘கண்டுபிடிப்பு’, மனித ஜாதியைக் குழப்பத்தில் ஆழ்த்தத்தான் உதவும் என்பதில் என்ன சந்தேகம்? போரும் அராஜகமும் உலகத்தில் தடுக்கப்பட வேண்டும் என்பது அல்லவா, விஞ்ஞானிகள் லட்சியம்?

விஞ்ஞானிகளாகிய நமக்கு, இப்போது மிகவும் அவசரமான தேவை இக்கருவி; ‘விஞ்ஞானிகள்’ என்கிற வார்த்தையை அழுத்தமாகக் கூறினார் ஹரன்; இவ்வளவு ஆங்காரத்துடன் அவர் பேசியதை, நான் இதற்குமுன் கேட்டதில்லை.

அவர் கூறுவதை மறுக்காமல் ஏற்கும் பழக்கம் எனக்கு; இருந்தும், அவர் இப்போது சொன்னதை என்னால் ஒப்புக்கொள்ள முடியவில்லை; “நீங்கள் உலக சரித்திரத்தை இருபதாம் நூற்றாண்டுக்குப் பின்தள்ளுகிறீர்கள். அழித்தல் கருவிகள் விஞ்ஞானிகளுக்கு எதற்காக?”

“கவனமாய்க் கேள். உலக வரலாற்றைப் படித்து நீ கண்ட முடிவுகள் என்ன? சரித்திரம் அறியாத காலம் முதல் பலசாலிகள், அரசர்கள், பிரபுக்கள், மதவாதிகள், அரசியல்வாதிகள், பொருளாதாரவாதிகள் – முதலியவர்கள்தான் உலகத்தை ஆண்டு வருகிறர்கள்; ஜனநாயகம் என்றும், சமதர்மம் என்றும் பொதுவுடமை என்றும் அழகான வார்த்தைகள் சொல்லி ஒரு சிலர் தங்கள் கையில் அதிகாரம் வைத்துக்கொண்டு உலகத்தை ஏய்த்தார்கள். இன்றோ உலகம் முழுவதும் ஒரே அரசாங்கத்தின் மூலம் இயங்குகிறது; உலகத்தில் முன்போல், ‘உணவு, உடை, வீடு’ என்கிற பிரச்னைகள் கிடையாது; என்றாலும் அரசாங்கம் நடத்துவோரின் கையில்தான் அதிகாரம் இருக்கிறது. இந்தப் பூமண்டலத்தை இந்த உயர்ந்த நிலைக்குக் கொண்டுவந்தவர் யார்? விஞ்ஞானிகளாகிய நாம்தான்; உலகத்தில் நமக்கு அந்தஸ்து இருக்கிறது; அதிகாரம் இல்லை. ஆட்சியாளர் எல்லாக் காலத்திலும் நம்மை அவர்களுடைய அடிவருடிகளாகவே உபயோகித்து வருகிறார்கள். இந்த நிலையை இனியும் நீடிக்கவிட, நான் விரும்பவில்லை”

உலகின் தலைசிறந்த விஞ்ஞானியாகிய ஹரன் சரித்திரத்திற்குக் கூறிய இந்த உரை புதியது என்றாலும், அதில் உண்மை உள்ளது என்பதை நான் மறுக்க முடியவில்லை. ஆயினும், ‘நான் விரும்பவில்லை’ என்று அவர் உறுதியோடு கூறியதன் பொருள், ஓரளவு எனக்குப் புலப்பட்டது.

நான் யோசனையில் ஆழ்ந்ததைப் பார்த்த அவர் சொன்னார்: “நன்றாக யோசித்து நான் தீர்மானித்துவிட்டேன். உலகத்தை ஆளத் தகுதி

உடைய இனமாகிய விஞ்ஞானிகள் கையில்தான் ஆட்சிப்பொறுப்பு இருக்கவேண்டும். நான் கண்டுபிடித்துள்ள கருவியைக் காட்டியே உலகத்தை நம் கையில் கொண்டுவர முடியும்; அதை உபயோகிக்க வேண்டிய அவசியம் ஏற்பட்டால் அப்படியும் செய்ய வேண்டியதுதான். எப்படியும் உலகம் நமக்கு அடிபணியவேண்டும்."

"நீங்கள் சொல்லுவது ஒருவிதத்தில் சரி; ஆனால், ஆட்சிப் பொறுப்பு ஏற்றால் – ஆராய்ச்சி நடத்த முடியுமா?"

ஹரன் நகைத்தார்: "முட்டாள்? உலகத்தின் ஆட்சிப் பொறுப்பு, இன்றுபோல எந்தக் காலத்திலும் இன்பகரமாக இருந்திருக்க முடியாது. மனித ஜாதியின் பிரச்னைகள் குறைந்துவிட்டன; உணவுக்குக் கவலை இல்லை; தூக்கக் கவலையை நீ சீக்கிரம் ஒழித்துவிடுவாய்; வெயில், மழை பற்றிய தொல்லையையும் வென்றுவிட்டோம். இருப்பதை நெறியாகப் பகிர்ந்துகொள்வது எப்படி என்கிற ஒரே பிரச்னைதான், இன்றைக்கு நம்மிடையே உள்ளது. உலகத்தை விஞ்ஞானிகள் இஷ்டம்போல் ஆட்டிவைக்க இது ஓர் அற்புதமான காலம். மனித சிருஷ்டி சாத்தியம் என்று ருசிப்பித்தவுடன் – நான் ஆராய்ச்சியை நிறுத்திவிடப்போகிறேன். உலக அரசாங்கத்தின் தலைமை – விஞ்ஞானியின் கையில் இருக்க வேண்டும்; இதுதான் என் திட்டம்; என் முடிவு, நீயும் அதை ஏற்பாய் என்று நம்புகிறேன்."

ஒப்புக்கொள்வதில் வெட்கம் என்ன? என் மனத்திலும் கனவுகள் முளைத்தன.

"இன்று விஞ்ஞானி என்றால் ஹரன்தான்; ஹரன்தான் உலக ஆட்சிக்குத் தலைவர்" என்றேன் உற்சாகமாய்; "தங்கள் திட்டத்தை ஏற்கிறேன். உங்கள் ஆட்சியின்கீழ் இருக்க உலகத்துக்கு வாய்ப்புக் கிடைக்க வேண்டுமே?"

அவருடைய தெளிவான முகம், மேலும் பிரகாசம் அடைந்தது! "நான் கண்ட கருவியைக் கொண்டு ஆட்சிப்பீடத்தில் அமர்ந்ததும் நான் மணம்புரியப் போகிறேன்."

"நீங்கள் கலியாணமா?"

"நான் என் அரசியை முன்னரே தேர்ந்தெடுத்துவிட்டேன். உலகம் மட்டுமல்ல, இந்தப் பிரபஞ்சம் முழுவதுமே ஆளுவதற்குத் தகுந்த ஓர் அரசி" என்றார் ஹரன் பெருமிதத்துடன்.

தனக்கு என்று ஓர் ஆசையும் இல்லாமல் பிரம்மசாரியாக இருந்த ஹரனுக்குத் திடீரென்று அதிகாரம், ஆட்சி என்கிற வெறிபிடித்ததன் ரகசியம் இப்போது விளங்க ஆரம்பித்தது.

"அந்தப் பாக்கியவதி யாரோ?"

"பிறகு, காட்டுகிறேன். அவ்வளவு அழகான பெண் இதுவரை உலகில் பிறந்ததில்லை" என்னும்போது, ஹரன் மனிதனாகவே இல்லை!

என் சித்ராவைவிட அழகியோ – என்று கேட்கத்தான் தோன்றியது. யாரிடமும் தன்னைப் பற்றிப் பேசக்கூடாது என்ற அவள் கட்டளை நினைவு வந்ததும் அடக்கிக்கொண்டேன்.

“நானும் இரண்டாவது கலியாணம் பண்ணிக்கொள்ளப் போகிறேன்” என்றேன்.

“அதுதான் இரவு நடமாட்டம் அதிகம் ஆயிற்றோ? யார் அவள்?”

“உங்கள் அரசியைக் காட்டும்போதுதான், அவளை நான் காட்டுவேன்” என்றேன் சிரித்துக்கொண்டே.

“ஆட்சிப் பொறுப்பில் எனக்கு அடுத்த ஸ்தானம் உனக்குத்தான். உன் அந்தஸ்துக்குக் குறையாதவளாக இருப்பாள் அல்லவா?–சரி நான் சொன்னது ஞாபகம் இருக்கட்டும். விரைவில், நம் வேலையை ஆரம்பிக்க வேண்டியிருக்கும்.”

அவர் போன பிறகு, வெகுநேரம் அப்படியே உட்கார்ந்து விட்டேன். சுயநலம் துளியும் இல்லாதவர், உலக ஆட்சியைக் கைப்பற்ற எண்ணம் கொள்வது விந்தை அல்லவா? காதலி என்று ஒருத்தி வந்ததும். அவளை உயர்த்தவேண்டும் என்கிற பேராசை அவருக்கு உண்டாகிவிட்டது. அந்தப் பேராசை என்னையும்தான் பீடித்தது. ஹரனின் மனைவிக்கு அடுத்த கௌரவம் சித்ராவுக்கு; உலகமே அவள் ஏவலுக்குத் தலைகுனியும்.

நான் யோசனையில் இருக்கும்போதே, திறந்தவாயில் வழியாகச் சித்ராவே வருவதைக் காண வியப்பாக இருந்தது. அந்த இரவு என் அறை உலக வரலற்றை நிர்ணயிக்கும் இடம் ஆகிவிட்டது!

அறைக்குள் வந்த அவள், கதவை மூடினாள்.

“உங்களை எச்சரிப்பதற்காக வந்தேன். எக்காரணத்தைக் கொண்டும் ஹரனிடம் நம் காதல் விவகாரத்தை வெளியிட்டுவிடாதீர்கள். அவருக்குத் தெரிந்தால் – உங்களைக் கொன்றுவிடுவார். நான் அவசரமாய்ப் போகவேண்டும். நாளை இரவு சந்திக்கும்போது விவரம் சொல்லுகிறேன்.”

நான் வாய்திறந்து ஒரு வார்த்தை பேசுமுன்னர், வந்ததுபோலவே போய்விட்டாள் அவள்.

4. இதயத்தின் பிரச்னைகள்

சித்ரா மறைந்ததும், என்னை மரணபயம் சூழ்ந்துகொண்டது; கையில் உள்ள ஆராய்ச்சியைக்கூடப் பிறகு பார்க்கலாம்; முதலில் மரணத்தை வெல்ல வழி காணவேண்டும் என எண்ணினேன். ஆனால், அந்த ஆராய்ச்சி நடத்துவதற்கே உயிர் வேண்டுமே! என் மதிப்புக்குரிய ஹரனே உன் உயிரை வாங்கலாம் என்று சித்ரா எச்சரிக்கிறாள்; விருப்பம்போல் எவரையும் எளிதில் கொல்லும் கருவியைக் கையில் வைத்திருப்பவருக்கு என்னைக் கொல்ல நேரமா ஆகும்? ஆனால், நான் சித்ராவைக் காதலிக்கிறேன் என்றால், அவர் என்னை ஏன் கொல்ல வேண்டும்?

ஒருவேளை, சுயநலம் இல்லாத பிரமசாரியாக இருந்த ஹரன், ஒருத்தியின் காதல் வலையில் வீழ்ந்ததும் அன்றி, அவளை உலக ராணியாய் உயர்த்த முற்படும் அளவுக்குச் சுயநலம் கொள்கிறார் எனில்–அந்த ஒருத்தி சித்ராவாக இருப்பாளோ? தான் காதலிக்கும் பெண்ணை நான் காதலிக்கிறேன் என்று

அறிந்தால், அவர் எதற்கும் துணியலாம் என்பதுதான், சித்ரா எச்சரித்ததன் பொருளோ?

"அப்படித்தான் இருக்கவேண்டும்" என்று முடிவு செய்தேன்.

பிறகு, என் மனம் குழம்பியது. "அவர் அவளைக் காதலிக்கட்டும்; அவள் அவரைக் காதலிக்கிறாளா? அவளுக்கும் அவருக்கும் உள்ள தொடர்பு என்ன? இருவருக்கும் எத்தனை காலமாய், எப்படிப் பழக்கம்? அவள் என்னை எச்சரித்ததால், அவள் பிறரைக் காதலிக்க முடியாது என்று தோன்றுகிறது. ஆனால், பெண் உள்ளம் விஞ்ஞான அறிவையும் ஆராய்ச்சியையும் குட்டை ஆக்கும் வலிமை உடையதாயிற்றே!" – இந்த எண்ணம் – உலக மகாமேதை என்று நான் போற்றிய ஹரனிடம், எனக்குப் பொறாமை உண்டாக்கியது; அது கையாலாகாத பொறாமை என்பதும் எனக்குத் தெரியும். அவர் மகாசக்திமான்; அவரை என்ன செய்ய முடியும் என்னால்?

"ஆனால் சித்ரா, எனக்குத் துரோகம் செய்யமாட்டாள். இரவில் மரத்திலிருந்து குதித்துத் தானாகவே தன் காதலை வெளியிட்டவளை, இப்படிச் சந்தேகிக்கலாமா?" என்று பொறாமையை நெரித்தது ஒரு நினைவு.

"ஹரன் அறிஞர். காலம் பார்த்து அவரிடம் என் காதலை வெளியிட்டால் அவர் அதை நிறைவேற்றி வைக்கலாம்" என்றது, நப்பாசை கொண்ட மற்றொரு நினைவு.

"அவளுக்காக உலக சாம்ராஜ்யம் ஸ்தாபிக்க முற்படுகிறவர் – ஒரு சாதாரண விஞ்ஞானிக்காக, அவ்வளவு தூரம் விட்டுக்கொடுப்பாரா? மாட்டார் என்பதால்தான் சித்ரா எச்சரிக்க வந்தாள்." என்றது ஜாக்கிரதை.

"ஹரனிடம் பயங்கரமான ஆயுதம் இருக்கிறது; அவர் விரும்பினால் உன்னை மட்டும் அல்ல, உலகத்தையே நிர்த்தூளி செய்யமுடியும். ஆகையால் சித்ராவிடம் உனக்குள்ள காதலை, இதயத்துக்குள் பத்திரமாக வைத்துக்கொள்!" என்றது பெருமூச்சு.

அதைரியம் அழுதது: "அப்படியானால், சித்ராவை நான் மறக்க வேண்டுமா?"

"நான் சித்ராவை மறக்கமுடியாது; அவளை நான் அடைந்தே தீருவேன். நான் அவளை அடையவில்லை என்றால், ஹரனும் அவளை அடையக்கூடாது. அவளுக்காக நான் சாகவேண்டுமானால், அவரும் சாகவேண்டியதுதான். விஞ்ஞானத்தில் அவர் பெரியவராக இருக்கலாம்; சாதுரியத்தால் அவரை நான் வெல்லுவேன்" என்று தட்டிக்கொடுத்தது தைரியம்.

"வாழ்க நீ!" என்று போற்றியது காதல்.

இந்தக் குழப்பத்தில், எனக்குத் தூக்கம் வரவில்லை. நடப்பது நடக்கட்டும், தூங்கலாம் என வருந்தி அழைத்தால் தூக்கம் விலகி ஓடியது. மனித ஜாதிக்குத் தூக்கம் எவ்வளவு இன்றியமையாதது என்பதை, அந்த இரவு எனக்கு மிகவும் நன்றாய் உணர்த்திவிட்டது.

5. சிருஷ்டி

காலையில் வெகுநேரம் கழித்துக் கண்விழித்தபோது, என்முன் அச்சம் 'அய்யே' என்று தலை நிமிர்ந்து எள்ளுவதைக் கண்டேன்; "சித்ராவும் நீயும் நடத்தும் காதல் நாடகம் அறிந்துதான் உன்னை எச்சரிக்க ஹரன் வந்தார்" எனச் சொல்லி, என் நெஞ்சை அதிர வைத்தது அது.

மம்மரில் இருப்பினும், இருட்டு எங்களைக் காத்தது; அவர் எங்களைப் பார்த்திருக்க முடியாது எனச் சமாதானப்படுத்திக்கொண்டேன். எதற்கும் – இனித் துணியவேண்டியதுதான் – அவரைக் கண்டு வரலாம் என்று புறப்பட்டேன்.

அவருடைய கூடத்து வாயிலை அடைந்ததும், உள்ளே பெண் குரலைக் கேட்டுத் திகைத்து நின்றுவிட்டேன்; அது சித்ராவின் குரல்; ஆயிரம் பேர் இரைச்சலிலும், அவள் குரலை நான் புரிந்துகொள்ள முடியும்; முதலில் நான் காதலித்ததே, அவள் குரல் ஒலியைத்தானே?

ஒரு விநாடியில், சமாளித்துக்கொண்டேன்.

ஹரனும் சித்ராவும் பேசுவதைக் கவனித்தால், அவர்களுக்கு இடையில் உள்ள உறவு வெளிப்பட்டுவிடும். அவர்களுக்குத் தெரியாமல் ஒளிந்து கொண்டு ஒட்டுக்கேட்பதென நிச்சயித்தேன். ஆராய்ச்சிச்சாலையில் மறைந்து நிற்கவா இடம் இல்லை? ஒளிந்துநின்றேன். சித்ராவின் முகமும், ஹரனின் முகமும் என்னை நோக்கி இருந்தன. இருவரும் உட்கார்ந்திருந்தார்கள்.

ஹரன்தான் பேசினார்: "சித்ரா, நேற்று ராத்திரி, பிரபாகரனுடன் கலந்து முடிவு செய்துவிட்டேன்; இந்த உலகம் விஞ்ஞானத்தின் ஆட்சிக்குள் வரவேண்டியதுதான்; நான் அதன் தலைவன், நீ தலைவி, பிரபாகரன் நம் பிரதிநிதி. உனக்காக நான், இன்னும் என்ன செய்ய வேண்டும்? உலகத்து மக்கள் அனைவரும் உன் காலடியில் கிடப்பார்கள். உன்னை அலட்சியமாகப் பார்க்கிறவனும் உயிரை இழப்பான் ... பிரமசாரியாக, ஆசையில்லாது இருந்தேன்; ஆனால், உன் காதலைப் பெறுவதற்காக நான் எதுவும் செய்யத் தயார் ..."

கொஞ்சம் கொஞ்சம் சந்தேகமாக இருந்த விஷயம் உறுதி ஆயிற்று; அவர் சித்ராவைத்தான் காதலிக்கிறார்; ஆனால், அவள் நிலை என்ன? ஆவலோடு, அவள் சொல்வதைக் கேட்கக் காத்திருந்தேன்.

"யாரிடமோ பேச வேண்டியதை, யாரிடமோ பேசுகிறீர்கள். உலகத்துக்கு என்ன, பிரபஞ்சத்துக்கே என்னை அரசி ஆக்குவதினாலும், உங்கள் விருப்பத்துக்கு நான் இணங்கமுடியாது" என்று அவள் கூறியபோது, என் மனம் எவ்வளவு உயரத்துக்கு உயர்ந்தது! அவள் எனக்குத் துரோகம் செய்யவில்லை; இனி சாவதானாலும் – நிம்மதியாகச் சாகலாம்!

எப்படியோ நடந்துவிட்டது; அநாதியான முக்கோணக் காதல் சக்கரத்தில் சிக்கிவிட்டோம். ஹரன் சுபாவத்தில் சாது; இப்போது சூழ்நிலையில் பயங்கரன் ஆகலாம். எண்ணியதை எண்ணியபடி பெறுகிறவரின் எண்ணத்துக்கு இடையூறு ஏற்பட்டால் தாங்கமுடியுமா?

அவர் போக்கு எவ்விதத்தில் மாறுகிறது என்று நான், உன்னிப்பாய்க் கவனித்துக்கொண்டிருந்தேன்.

“சித்ரா, பிரமசாரியாக இருந்து இனக்கவர்ச்சியை வென்றுவிட்டதாக நினைத்தேன். ஆனால் – எனக்கும் தெரியாமல் அவ்வுணர்ச்சி, என்னுள் மணடிக் கிடந்தது. மனித சிருஷ்டி சாத்தியம் என்று காட்டுவதற்காக நான் முயலுகையில், என்னால் ஆண் வடிவத்தைச் சமைக்க முடியவில்லை, கற்பிக்கவும் முடியவில்லை. என்னுள் இருந்த இன உணர்ச்சி, பெண் வடிவத்தையே வார்த்தது. இச்சையின் சக்தியால்தான், கடைசியில் வெற்றி பெற்றேன். என் இச்சா சக்தியால்' பிறந்த நீ, என் இச்சையைப் பூர்த்தி செய்யத் தோன்றியவள்; மாட்டாயா, சித்ரா? சம்மதிக்க?”

ஹரன் பேசுவதைக் கேட்கக் கேட்க, என் உடலில் ஓடும் ரத்தம் குதிநடை போட்டது.

ஹரன் வெற்றி அடைந்துவிட்டார்! வெற்றி என்னும் வார்த்தையை மீறிய வெற்றி! சித்ரா என்னும் எழிலைப் படைத்தவரைப் பாராட்டச் சொல்லுக்குத் திறன் ஏது? ‘ரகசியம்’ என்று காலம் எல்லாம் மூடிக்கிடந்த விஷயம், விஞ்ஞான சாத்தியம் ஆகிவிட்டது! உலகம் இந்த உண்மையை அறிந்தால், ஹரனை எப்படி எல்லாம் வாழ்த்தும்!

ஆனால், தன் ஆராய்ச்சி இன்னும் முடிவு பெறவில்லை என்றாரே ஹரன்; அதன் பொருள் என்ன? தன் சிருஷ்டி வழியையும் சிருஷ்டித் திறனையும் அவர் உலகத்துக்கு வெளியிட விரும்பவில்லை என்பதுதானே?

ஆம், தன் சிருஷ்டியின் மகாசௌந்தரியத்தின்மீது மோகம் கொண்டவர், தன் ஆராய்ச்சியின் முடிவை உலகத்துக்குக் கூற விரும்பவில்லை...

அவர் வெற்றி அடைந்ததை அறிந்த பரபரப்பில், சில நிமிஷங்கள் அவர்கள் பேசுவதைக் கவனிக்க முடியவில்லை. என்னை நேசிக்கும் சித்ராவைச் சிருஷ்டித்தவரே அவளை நேசிக்கிறார்; அவள் அவரை நேசிக்க மறுக்கிறாள்! இந்த விந்தை நாடகத்தில் நான்தான் கதாநாயகன் என்பதை அறியாமலே நான் ஒரு மாத காலம் நடித்துள்ளேன் என்பது, சுவையான விஷயம் இல்லையா? நான் கதையின் நாயகன் என்று நினைவு வந்ததும், ஹரனின் ஆராய்ச்சிப் பெருமை பின்விழுந்து, சித்ராவின் மோஹரூபம் முன்வந்து ஜாக்கிரதை ஆனேன்.

“அறிவு இருக்கிறது; ஆராய்ச்சித் திறன் இருக்கிறது; ஆனால் – என்ன சொல்ல? – உங்களிடம் நெறியைக் காணோமே!” என்றாள் சித்ரா.

“என் இன்ப நிறைவு வேண்டி நான் படைத்த பொருளை, நான் அனுபவிப்பது கூடாதா? சடமாக இருந்த உனக்குள் உயிர் பெய்தவனுக்கு, நீ செய்யும் கைம்மாறு இதுதானா?”

“நான் உங்களிடம் உயிரை வேண்டவில்லை; வேண்டாத ஒன்றை நீங்கள் என்மீது திணித்தீர்கள்; நான் வேண்டாத ஒரு செயலைச் செய்ய முயலுகிறீர்கள். நான் இக்காலத்து மனிதப் பெண்ணாக – அதாவது, நெறி இல்லாத மனித இனத்தின் வயிற்றிலிருந்து வெளிவந்தவளாக இருந்தால் – உங்கள் விருப்பத்தை உடனடியாக நிறைவேற்றியிருப்பேன். சடமாயிருந்து

உயிர் பெற்றதால், மனித குலத்தின் மாசு என்மேல் இன்னும் படியவில்லை; நான் படியவிடப்போவதும் இல்லை."

"சித்ரா, நீ புராணம் பேசுகிறாய்..."

"இருக்கலாம்; புதுமை என் இயற்கைக்கு ஒத்துக்கொள்ளவில்லை என்பதைத்தான், இவ்வளவு நேரம் சொன்னேன்."

"நீ இணங்காவிட்டால் – நான் இணங்க வைப்பேன்."

"ஹரனுடைய குரலில், ஆரம்பத்தில் இருந்த குழைவு மறைந்து, கடுமை நிறைந்திருந்ததைக் கேட்டேன். அவளை எவ்விதத்திலும் அடைய வேண்டும் என்கிற ஆத்திரம் அதிகரித்துக்கொண்டிருந்தது.

அவர் அவளைப் பலாத்காரம் செய்ய முனைந்தால், நான் என்ன செய்வது? அவரைச் சுட்டுத் தள்ளிவிடலாம்; அதற்கு நான் தயாராக வரவில்லை. எதிர்நின்று சண்டை போட, எனக்கு அவரைப் போன்ற வலிமை கிடையாது. அவளைத் தீண்டினால் அவர் மண்டையைப் பிளக்க வேண்டியதுதான் என்கிற உறுதியுடன், கீழே கிடந்த சுத்தியலைக் கையில் எடுத்து வைத்துக்கொண்டேன்.

சக்கரத்தில் சிக்கியவரைப்போல் இங்கும் அங்குமாய் ஹரன் தவிப்பதைப் பார்த்தேன்; சக்கரத்தை அநாயசமாய்ச் சுற்றுகிறவள்போல், சிரிப்பாகச் சிரித்துக்கொண்டு சித்ரா நிற்பதைப் பார்த்தேன்; அவள் சிரிக்காமல் இருக்கக்கூடாதா? கண்ணீர் விடுவதுபோலப் பாசாங்காவது செய்யக்கூடாதா?

"நான் உங்கள் மனத்தைப் புண்படுத்த விரும்பவில்லை. என்னைச் சிருஷ்டித்த நீங்கள் என் தந்தை. உங்கள் இச்சை அதிக்கிரமமானது. உலகத்தில் அழகிகளா இல்லை?"

"இருபதாம் நூற்றாண்டின் முட்டாள்கள் பேசியதை, நாற்பதாம் நூற்றாண்டில் பேசுகிறாய். சித்ரா, நீ என்னை ஏற்கவேண்டும்."

"நீங்கள் என்னை மன்னிக்கவேண்டும்."

"உன்னை இணங்கவைக்கிறேன்!" என்றவாறு, அவர் முன்நகர்ந்தார்.

சுத்தியலோடு நானும் நகர்ந்தேன், இருவரையும் கவனித்தபடி.

சித்ரா, நிதானமாகச் சில அடிகள் பின்சென்று, அவர் கைக்கு அகப்படாத விதத்தில் நின்று, கூறினாள்: "நீங்கள் இனி ஓரடி எடுத்துவைத்தால், உங்களோடு இந்த நகரத்தையும் தூளாக்கிவிடுவேன்."

அவள் கையில் இருந்த சிறு புட்டியைப் பார்த்ததும், முன்வைத்த காலைப் பின்வைத்தார் ஹரன்.

"இது எப்படி உன் கையில் வந்தது?" என்று கத்தியவாறு, பழைய இடத்தில் அமர்ந்துவிட்டார்.

நாடகத்தில் இந்தத் திருப்பத்தை எதிர்பாராத நானும், வியப்புடன் சுத்தியலைக் கீழே வைத்தேன்.

“பறந்துவந்தது! மனிதரைப் பயமுறுத்தும் கருவியை உங்களால் கண்டுபிடிக்க முடிகிறது என்றால், அதற்கு இறகு கொடுத்து என்னிடம் பறந்து வரும்படி செய்ய, என்னால் முடியாதா? உங்களிடம் இப்போது இருப்பது இந்த ஒரு புட்டிதான் என்பதும், இதைப்போல் இன்னொன்று நீங்கள் தயாரிக்கப் பல நாட்கள் ஆகும் என்பதும் எனக்குத் தெரியும். இந்தப் புட்டியில் உள்ள திரவம் ஒருகோடி பேரைச் சிறிது நேரத்தில் மாய்க்கும் என்பதுகூட எனக்கு தெரியும்.”

ஹரனின் தலை, மார்போடு ஒட்டிக்கொண்டது.

“நீ அதைத் திருடிவிட்டாய். என் குறிப்புக்களையும் கள்ளத்தனமாகப் பார்த்திருக்கிறாய். சரி, சித்ரா, போ. உன்னைவிட அழகான ஒரு பெண்ணை, நான் சிருஷ்டித்துக்கொள்கிறேன்.”

“அதைப் பற்றி, எனக்கு அக்கறை இல்லை. மூன்று நாட்கள்வரை, நீங்கள் இந்த அறையைவிட்டு வெளியே வரக்கூடாது.”

“சம்மதம்” என்று அவர் சொல்லும்போதே, நான் வந்ததுபோலவே அக்கூடத்தை விட்டு வெளிவந்தேன்.

ஹரன், அவளை என்ன செய்ய முடியும்?

என் கூடத்தை நோக்கி விரைந்தேன். உலகத்தை நடுங்கவைக்கும் கருவியோடு சித்ரா என்னை நாடிவருவாள் என்கிற எண்ணம், எனக்கு மிகவும் மகிழ்ச்சி அளித்தது.

6. சம்ஹாரம்

நான் எதிர்பார்த்ததைப் போலவே, ஹரனை ஆராய்ச்சிக்கூடத்தில் வைத்துப் பூட்டிவிட்டு, நேராக என்னிடம் வந்தாள் சித்ரா. ஒன்றும் அறியாதவன்போல், நான் கண்ணாடி ஜாடிகளைப் புரட்டிக் கொண்டிருந்தேன்.

“சித்ராவா? ராத்திரிதானே வருவதாகச் சொன்னாய்? இராப்பறவை பகலில் தலைநீட்டுகிறதே!”

“பகலில் நான் உங்களைப் பார்க்கக்கூடாதா?”

பகலில் அப்போதுதான் முதன்முறையாக அவளைப் பார்த்தேன். விந்தையிலும் விந்தை! மனிதன் படைத்த பெண்ணா இவள்? சிருஷ்டிகர்த்தா என்று புராணங்கள் சொல்லுகின்றன அல்லவா, அப்படி ஒருவர் இருந்தாலும், அவர் இவ்வளவு அழகான பெண்ணுருவைக் கற்பனை செய்திருக்க முடியாது. கேசம் முதல் பாதம் வரை எலும்பு, தசைநார், ரத்தநாளம், ரத்தம், சதை உள்பட ஹரன் ஒரு உருவத்தைச் சமைத்த விந்தை இருக்கட்டும்; அதற்கு இயக்க சக்தி அளித்த விந்தையும் இருக்கட்டும், அந்த உருவத்துக்குள் சிந்தனா சக்தியையும் அறிவையும் கற்பனையையும் உணர்ச்சிகளையும் எப்படி விதைத்தார்? பதார்த்தங்களையும் சக்திகளையும் விஞ்ஞானம் ஆராய முடியும் என்பது பொய். குணங்களையும் அவர் வயப்படுத்தியது எவ்வாறு? அவரே படைத்து முடுக்கிவிட்ட தத்துவங்களை, அவரால் அடக்க முடியாதது ஏன்?

இத்தனை வியப்புகளோடு இன்னொரு வியப்பும் ஏற்படத்தான் செய்தது: உலகத்தின் சரித்திரம் காணாத இந்த அற்புதம் செய்த ஹரன், உலகத்தைக் காலடியில் வைத்துக்கொள்ளும் சுயநலம்கொண்டது ஏன்?

சித்ரா சிரித்தபடி கேட்டாள். "என்ன யோசிக்கிறீர்கள்? தூங்குவதற்கா – தூங்காமல் இருப்பதற்கா?"

"நீ அருகிலிருந்தால் – நான் தூங்கிவிடுகிறேன். சித்ரா. நீ பகலில் வெளிவந்ததே ஆச்சரியமாக இருக்கிறது. இப்போதுகூடச் சொல்லக்கூடாதா, நீ யாரென்று?"

"காலம் வரும்..." என்று பழம் பதிலையே கூறினாள் அவள்.

"காலம் வந்துவிட்டது என்று நீ சொல்லமாட்டாய்; நான் சொல்லட்டுமா?"

"நான் யாரென்று தெரியுமா உங்களுக்கு?"

"நீ ஹரனின் புத்திரி, தாயில்லாமல், தந்தையால் சிருஷ்டிக்கப்பட்டவள்."

"உங்களுக்கு எப்படித் தெரிந்தது?"

"தத்துவங்களையும் விஞ்ஞான வயப்படுத்திய ஹரனைக் கர்வபங்கம் செய்தவள்?"

சித்ரா சிரித்துவிட்டாள்.

"நாங்கள் இருவரும் சண்டை இட்டதை, எங்கிருந்து பார்த்தீர்கள்?"

நடந்ததைச் சொன்னதும், அவள் மிகவும் மகிழ்வுற்றாள்.

"சித்ரா, நம் காதல் பாதை தடையற்றதாகிவிட்டது. ஹரனின் கைக்கு எட்டாத்தூரம், நாம் எங்காவது சென்று–?"

"விஞ்ஞானியாக இருந்தும் நீங்கள் இப்படிப் பேசுகிறீர்களே! இடம், தூரம் என்பவை இந்தக் காலத்தில் ஏது? எந்த மூலையில் பதுங்கினாலும் ஹரன் நம்மைச் சுளுவாகக் கண்டுபிடித்துத் தொலைத்துவிடுவார்."

அவள் சொன்னது உண்மை என்று பட்டது: "அப்படியானால், என்ன செய்யலாம்? நம் காதல் வாழவேண்டும்!"

"நம் காதல் மட்டும் அல்ல, உலகமே வாழவேண்டுமானால், ஒரே வழிதான் உள்ளது; ஹரன் சாகவேண்டும்."

"உலகம் இதுவரை காணாத அற்புத மேதையைக் கொல்வதா?"

"மேதை உலகை மிதித்தால் – உலகம் மேதையை மிதிக்கக்கூடாதா?"

அவள் உறுதியாகப் பேசினாள். அமைதியாக அமர்ந்து முகமூடியை அணிந்தாள். ஹரன் கண்டுபிடித்த அந்தத் திரவம் இருந்த புட்டியைத் திறந்தாள். அதிலிருந்து ஒரு சிறு துளியை மற்றொரு சிறு சீசாவுக்குள் இறக்கினாள். புட்டியைத் தன் ஆடைக்குள் கட்டி, சீசாவை மட்டும் கையில் வைத்துக்கொண்டாள்.

இவ்வளவையும் பார்த்துக்கொண்டிருந்த எனக்குள் ஒரு பேராசை வளர்ந்தது. அந்த அழித்தல் திரவம் கண்ட ஹரனை அழிக்க அவள்

முனைந்திருக்கிறாள் என்பதையும் மறந்து, அந்தப் பேராசை வளர்ந்தது. 'அந்தத் திரவத்தைப் பயன்படுத்தி ஹரன் கண்ட கனவை, நான் நனவாக்கிக்கொண்டால் என்ன?' என்பதே, அந்த ஆசை.

"சித்ரா, ஹரன் விரும்பிய சாம்ராஜ்யத்தை நாம் ஸ்தாபிப்போம் – நீ தலைவி, நான் தலைவன்!"

நான் செய்த தவறு அதுதான். அவள் முகத்தில் முதலில் வேதனை படர்ந்தது, பிறகு அது வெறுப்பாகவும் மாறியது, அப்பால் சாந்த நிலைக்கு மீண்டது.

"செய்யலாம்" என்று மிகச் சுருக்கமாகப் பதில் அளித்தாள் அவள்.

உலக சாம்ராஜ்யத்தின் தலைமை என்கிற ஆசை – ஹரனைக் கொல்வதற்கு என் மனதைத் தட்டிக்கொடுத்து, எப்படியும் அவளை என் இஷ்டம்போல் நடக்கச் செய்துவிடலாம் என்று நம்பினேன் ஹரனை அவள் வெறுக்கிறாள், என்னைக் காதலிக்கிறாள். என் விருப்பத்துக்கு, ஏன் சம்மதிக்கமாட்டாள்?

"இந்த முகமூடியை அணிந்துகொண்டு என்னோடு வாருங்கள். இந்தக் கருவி ஒலியையும் ஒடுக்கிவிடும் தன்மை உடையது என்று ஹரன் சொன்னார். இருந்தாலும் நாம் ஜாக்கிரதையாக இருப்போம்."

இருவரும் அவருடைய ஆராய்ச்சிக் கூடத்திற்கு நடந்தோம். அவர் அதே இடத்தில் அப்படியே இருப்பதைக் கண்டு திரும்பி, முப்பது அடி தூரம் எட்டி நின்றோம்.

அவரோடு பழகிய பழக்கம் என்னை ஆட்டத்தான் செய்தது, "சித்ரா, அவரைக் கொல்லாமல் விட்டுவிட்டால் என்ன? இனி அவர் எவ்வித ஆராய்ச்சியும் செய்யாதபடி தடைசெய்துவிடலாமே?"

அவள் எனக்குப் பதில் கூறவில்லை, கையில் இருந்த சீசாவைத் தூக்கி எறிந்தாள்.

கண் இமைக்கும் நேரத்தில் –

கூடமோ, ஹரனோ இருந்த அடையாளம் புரியாமல், அந்த இடத்தில் ஒரு கற்குவியல்தான் கிடந்தது.

அறிஞரின் வாழ்க்கை இப்படி முடிந்தது.

7. சிருஷ்டி ரகசியம்

சற்று நேரம்தான் எனக்குக் குழப்பமாயிருந்தது. "உலகத் தலைமையும், தலை சிறந்த அழகும் எனக்குக் கிடைக்க வேண்டுமானால், ஹரன் அழிய வேண்டியதுதானே" என்பதுபோல ஒரு அமைதிகூட அடைந்தேன்.

வானளாவி நின்ற கட்டடத்தோடு ஹரன் பட்டப்பகலில் மறைந்ததைப் பார்க்க, நகர மக்கள் திரளத் தொடங்கினார்கள். அவர்களுடைய பார்வைக்கு எட்டாத தனிமைக்குச் சித்ராவை அழைத்துச் சென்றேன்.

"சித்ரா, நீ செய்தது எல்லாம் சரிதான்; ஒரு பெரிய தவறு நடந்துவிட்டது."

"என்ன ?"

"ஹரன் அழிந்ததும் சரி. ஆனால், அக்கூடத்தை ஏன் அழித்தாய்? அவருடைய ஆராய்ச்சியின் குறிப்புக்கள் நமக்கும் உலகத்துக்கும் எவ்வளவோ பயன்படுமே! இந்த நினைப்பு, இப்போதுதான் எனக்கும் வருகிறது."

"அவர் மட்டும் அல்ல, அவருடைய ஆராய்ச்சிகூட உலகத்துக்கு ஆபத்து என்று எண்ணித்தான் அப்படிச் செய்தேன். மனிதனால் ஆகாதது ஒன்றும் இல்லை; ஆனால் ஆவதைப் பயன்படுத்திக்கொள்ளும் இதயவிசாலம் அவனுக்கு உண்டாகவில்லை; குறுகிய நெஞ்சுள்ளவனின் அறிவு அழிவுக்குத்தான் பயன்படும்."

அவளோடு வாதாட நான் விரும்பவில்லை; வாதாடுவதால் என்ன பயன்? முடிந்துபோன சேதி ஆயிற்றே?

"அது போகட்டும்; நீ அவருடைய சிருஷ்டி என்கிறாய். அவரோடு நெருங்கிப் பழகியவள்; அவரும் அறியாமல் அவருடைய ஆராய்ச்சிக் குறிப்பைப் படித்தவள்; என்னுடைய சந்தேகங்களை, நீ தெளிவாக்க வேண்டும்."

"எனக்குத் தெரிந்ததைச் சொல்கிறேன்."

"உயிர் இழந்த சடலத்துக்குள் அவர் உயிர் ஊட்டினாரா? அல்லது உன் உடலையும் அவர் படைத்தாரா?"

"எனக்குத் தெரியாது."

"சடலமாயிருந்ததில் உயிர் ஊட்டியதாக அவர் சொன்னார். நீயும் அப்படியே சொன்னாயே, அதன் பொருள் என்ன?"

"அவர் சொன்னதற்குப் பதில் சொன்னேன்; வேறு ஒன்றும் எனக்குத் தெரியாது."

அவள் என்னிடம் உண்மையை மறைக்கிறாள் என்று கருதினேன். அவளை மடக்கக் குறுக்குவழியில் பாய்ந்தேன்.

"ஐம்பூதங்களை, அவர் எப்படி வெல்ல முடிந்தது?"

"எனக்குத் தெரியாது."

"உடல் படைத்தது இருக்கட்டும். சிந்தனை, கற்பனை, உணர்ச்சிகள், ஞாபகசக்தி – முதலிய குணங்களை அவர் உனக்குள் சஞ்சரிக்கவிட்டது எப்படி? உலகத்தில் பல ஆண்டுகள் வாழ்ந்து, எல்லாவற்றையும் கற்றவள் போல், நீ பேச முடிந்தது எப்படி?"

"எனக்குத் தெரியாது. என் சிருஷ்டி பற்றி எனக்கு ஒன்றும் தெரியாது; நான் யார் என்பதும் எனக்குத் தெரியாது, அவர் என்னைப் படைத்தார் என்பதை மட்டும் அறிவேன். அது எப்படிச் சாத்தியம் ஆயிற்று என்பது பற்றிய குறிப்புகளை அவர் எங்காவது மறைத்துவிட்டாரோ என்னவோ, எனக்குத் தெரியாது."

அவள் கூறியதை, என்னால் நம்பமுடியாவில்லை. சந்தேகமும் உண்டாயிற்று.

“உன்னை அவர் படைக்கவில்லை; உண்மையாக நீ – மனிதப் பெண். உன்னைக் காதலித்த அவரை, அவருடைய சிருஷ்டி என்கிற பிரமைக்கு வசமாக்கி ஏமாற்றினாய் – இப்படி நினைக்கலாமா?”

“அப்படியும் நினைக்கலாம்; ஏனென்றால் நம்மால் எப்படியும் நினைக்க முடிகிறது” என்றாள் நகைத்தபடி.

“எதற்கும் நீ தெளிவான பதில் சொல்லவில்லையே! அவருக்கும் உனக்கும் எவ்வளவு காலமாய்ப் பழக்கம்?”

“ஒரே மாதம் – அதை நிச்சயமாய் என்னால் சொல்ல முடியும். அதற்கு முந்தி எனக்கு அவரையும் தெரியாது, என்னையும் தெரியாது.”

“நீ இப்படியே பேசினால், எனக்குப் பைத்தியம் பிடித்துவிடும், அவருடைய காதலை ஒருமாத காலமாக எதிர்த்தாயா?”

“ஆம். இரவில் நான் அவர் கண் முன்னால் படுவதில்லை; பகலில் ஏதாவது சொல்லிப் பசப்பி வந்தேன். அவர் கடைசியாகக் கண்டுபிடித்த அழிவுக் கருவியை, நான் நேற்று இரவுதான் களவாடினேன். அது எதற்குப் பயன்படும் என்பதை, அவர் எழுதிவைத்த நாட்குறிப்பிலிருந்துதான் தெரிந்துகொண்டேன் . . . இரவில் தோட்டத்தில் மரங்களின் மீது வேடிக்கையாக நான் சஞ்சரிக்கும்போது உங்களை நிலாவில் ஒருநாள் பார்த்தேன். அதன் விளைவு நீங்கள் அறிவீர்கள். நான் சொன்னதைத் தவிர, எனக்கு வேறொன்றும் தெரியாது; இல்லை, இன்னொரு சேதியும் தெரியும். இந்த அழித்தல் கருவி இருக்கிறதே, இதன் பலஹீனம் உங்களுக்குத் தெரியுமா?”

“தெரியாதே!”

அவள் அந்த சக்தி பீஜத்தை வெளியில் எடுத்தாள்.

“இதற்கு ஜலத்தில் பலம் கிடையாது; நீரில் போட்டால், இதற்கு அழிக்கிற சக்தியே கிடையாது. நான் சொல்லுகிற எதையும் நீங்கள் நம்பவில்லை; இதோ பாருங்கள்!” என்று சொல்லிக்கொண்டே, உலகத் தலைமையின் கனவை என்னுள் மூட்டிய அப்புட்டியை, அருகில் ஓடும் காவேரி ஆற்றில் அவள் எறிந்தாள்!

நான் சிறிதும் எதிர்பாராத இந்தச் செயல் கண்டு பிரமித்துவிட்டேன்.

“என்ன செய்தாய்!”

“உலகத்துக்குத் தேவை இல்லாத ஒரு பொருளை ஆற்றில் எறிந்தேன். வருத்தமாயிருக்கிறதா?”

“சித்ரா, நமக்கு அது தேவை என்று நீ நினைக்கவில்லையா?”

“நான் நினைக்கவில்லை. வறட்டு அறிவும் எவ்வளவு கொடுமை செய்ய முடியும் என்பதை உலக வரலாறு நிரூபிக்கிறது. தேவையையும் ஆசையையும் வளர்க்கும் அறிவு, அழிவுக்குத்தான் விதை இடுகிறது. வயிற்றுப் பசி அற்ற மனிதர்கள் இதயப் பசியை அடக்கிக்கொள்ள வழி அறியாமல், பிச்சை கேட்டு அலைவது என்ன கோரம்!”

ஆற்றின் கரையோடு இருவரும் கைகோத்து நடந்துகொண்டிருந்தோம்.

"உன் வயது ஒரு மாசம் என்கிறாய். அதற்குள் இவ்வளவு விசயம், எப்படித் தெரிகிறது உனக்கு?"

"எப்படியோ தெரிகிறது. உடல் பசியையும் மனப்பசியையும் தீர்த்துக்கொள்ள மனிதர்கள் இரவிலும் இருட்டிலும் திரிவதை, நான் இந்த நகரத்தில் கண்டேன். நீங்கள் தூக்கத்தையும் ஒழித்துவிட்டால் – மனிதர்கள் மிகச்சுளுவாய்க் காட்டுமிராண்டிகள் ஆகிவிடுவார்கள். பேரறிஞர் என்று உலகம் போற்றும் ஹரனுடைய இதயம் இவ்வளவு விசாலமாக இருந்தால் – சராசரி மனிதன் இதயம் எப்படி இருக்கும்?"

என் ஆயுளில், இதுவரை யாரும் என்னிடம் இத்தகைய வார்த்தைகள் பேசியதில்லை. அவள் குரல் இனிமையாக இருந்தது; அவள் சொன்னது உண்மை என்றும் தோன்றியது. உலகத் தலைமை என்னும் கனவு ஆற்றிலே அமுங்கிவிட்டது; அவளையும் இழந்துவிடக்கூடாது என்கிற அச்சம் என்னைச் சூழ்ந்தது.

"சித்ரா! நீ சொல்லுவதை ஒப்புக்கொள்கிறேன். நான் ஆராய்ச்சி வேலைகளை நிறுத்திவிடுகிறேன். நாம் எப்போதும் இன்பமாக வாழ வழி செய்வோம்!"

"நம் காதல் பூர்த்தி ஆகிவிட்டது!" என்று அவள், என்னை முத்தமிட்டாள்.

"காவேரி ஆற்றைப் பாருங்கள். சரித்திரத்துக்குத் தெரியாத காலம் முதல் அது ஓடிக்கொண்டே இருக்கிறது; இருக்கும். ஒரு காலத்தில் இது சிறு வாய்க்கால்போல் இருந்ததாக வரலாறு கூறுகிறது. இன்று, இரண்டு மைல் பரப்பில், கப்பல்களும் உல்லாசமாகச் செல்லும்படி ஆழ்ந்து ஓடுகிறது! எவ்வளவு அமைதியாக ஓடுகிறது! மனித நாகரீகமும் இப்படித்தான் அமைய வேண்டும். மனிதனின் மூளை விரிவடையும் அளவுக்கு, இதயமும் ஆழமாயிருக்க வேண்டும்; இல்லாவிட்டால், அமைதி கிடைக்காது."

கேட்டுக்கொண்டே ஓரடி முன் நடந்தவன், அவள் தொடர்ந்து பேசாது இருக்கவே திரும்பிப் பார்த்தேன். அவளைக் காணவில்லை.

துணுக்குற்று ஆற்றில் பார்த்தேன்; அவள் விழுந்திருக்கலாம் என்பதற்கு அடையாளம்போல், ஆற்று நீரில் ஒரு சுழல் வட்டமிட்டு விரிந்தது.

அவளுடைய சடலமும் கிடைக்கவில்லை

8. சிந்தனை

நான் இன்னும் வெகுகாலம் ஜீவித்திருப்பேன் என்கிற நம்பிக்கை எனக்கு இல்லை; என் ஆயுள் இனி மாதக்கணக்கில்தான். சாவைச் சந்திக்குமுன் எனக்கு நேர்ந்த அநுபவங்களை உலகம் அறிய வேண்டும் என்னும் நோக்கத்தோடு, இந்த முக்கியமான உண்மைகளை வெளியிட்டேன்; இந்த உண்மைகளைக் கேட்டு எல்லோரும் திடுக்கிடுவார்கள் என்பது எனக்குத் தெரியும்.

ஹரன் மறைந்ததும், நான் ஆராய்ச்சிப் பொறுப்பிலிருந்து விடுதலை பெற்று, என் மனைவி மக்களுடன் தனித்து வாழ்கிறேன் என்பது உலகறிந்த செய்தி.

சுமார் ஐம்பது வருஷமாக, இந்த விஷயம் பற்றியே சிந்திக்கிறேன்; ஆனால், சந்தேகங்கள்தான் வலுக்கின்றன. ஹரனும் சித்ராவும் மறைந்து சில வருஷங்கள் வரை, அவள் அவரால் படைக்கப்பட்டவள் என்று நம்பிக்கொண்டுதான் இருந்தேன் அவள், அவர் சிருஷ்டி என்பது உண்மையானால், அவளுக்குள் 'குணங்களையும்' நிறைக்க முடிந்தவரால், அவளை ஏன் தன் வசப்படுத்திக்கொள்ள இயலவில்லை என்ற கேள்வி எழுந்தபோது, அவர் அவளைச் சிருஷ்டித்திருக்கமாட்டார் என்று சந்தேகிக்க ஆரம்பித்தேன். அப்படியானால் அவள் யார்? எங்கிருந்து வந்தாள்? சித்ரா என்னும் லாவண்யவதி பற்றி, இதுவரை யாரும் ஏதும் பேசவில்லை! எங்கிருந்தோ எப்படியோ வந்தவள் – ஹரனைக் கொல்வானேன்? அவரைக் கொன்றதும் ஆற்றில் விழுவானேன்? ஆற்றில் விழுந்தாள் என்பதே உண்மைதானா? விழுந்ததை நான் பார்க்கவில்லையே! ஆற்றுச் சுழல் சாட்சி ஆகுமா?

எங்கே ஆரம்பம், எங்கே முடிவு என்று விளங்காத இந்த மர்ம நாடகத்தை நடத்துகிறது யார் அல்லது எது? அது – விஞ்ஞானத்துக்கு எட்டுமா? – என்பதைப் பற்றித்தான், நான் இத்தனை காலமாகச் சிந்தித்துக் கொண்டிருக்கிறேன்.

உலகம் சிந்திக்கவேண்டும் என்றும் கேட்டுக்கொள்கிறேன்.

சுதேசமித்திரன் **(ஜனவரி 27 & பிப்ரவரி 3, 1957)**

வரவும் செலவும் (ஜூலை 1964)

மோகினி (நவம்பர் 1964)

எம்.வி. வெங்கட்ராம் கதைகள் (1998)

•

வாழ வைத்தவன்

கிணற்றிலிருந்து வாளி வாளியாகத் தண்ணீர் இழுத்துத் தலையில் கொட்டிக்கொள்வது ஒரு சுகம்; குழாயடியில் கைகளைக் கட்டிக்கொண்டு உட்கார்ந்து குளிப்பது வேறொரு மாதிரி சுகம்; ஆகாசத்திலோ, பாலத்திலிருந்தோ, மரத்திலிருந்தோ ஆற்றில் குதித்து, நீரில் அமுங்கி, மேலே மிதந்து, வாயில் நீர் வாங்கி, மார்பில் கொப்பளித்து, நீந்திக் கும்மாளம் அடித்துக் குளிப்பது மற்றொரு வகை சுகமாக இருக்கவேண்டும். பட்டுவுக்கு அந்தச் சுகம் தெரியாது. பெண்களும் நீந்துகிறார்கள் என்கிற விஷயம் அறியாத பெண் அவள். ஆனால் அவள் கடலில் ஸ்நானம் செய்திருக்கிறாள்; அலைகள் எகிறிக்குதித்து வரும்போது பயமாகத்தான் இருக்கிறது; ஆனால், உயரும் அலைமேல் ஏறிச்சவாரி செய்தும், குனிந்து அலைக்குள் புகுந்தும் எவ்வளவு ஜாக்கிரதையாகக் குளித்தாலும், ஓர் அலையிலிருந்து தப்பித் தலைதூக்குவதற்குள் மற்றோர் அலை அவளைக் கீழே தள்ளி, சுருட்டி, ஆடையைக் கண்ட கண்ட பக்கம் இழுத்து, கை ஒருபுறம் கால் ஒருபுறமாய் உடலைக் கோணக் கோண வளைத்து ஒடித்து, மணலோடு தேய்த்துக் கரையில் உருட்டிவிடும்போது, ‘குளியல் போதும்’ என்று தோன்றும். மறுநிமிஷம் வாயில் எலுமிச்சம்பழம் கவ்விக்கொண்டு அலைகளோடு விளையாடுகிறவர்களைப் பார்க்கும்போது, மீண்டும் அலைகளோடு ஆடுவதற்கு ஓடிவிடுவாள்; அது ஒரு தனிச் சுகம். குளியலில் இத்தனை சுகங்களையும் மீறின ஓர் இன்பம் அளிப்பது அருவி ஸ்நானம்தான்.

முதலில் பட்டுவுக்கு அச்சமாயிருந்தது. “நீ பெண்கள் பக்கம் போய்க் குளி; நான் அந்தப் பக்கம் போகிறேன்” என்று சொல்லிக்கொண்டே சந்தானம், அருவியை நோக்கி ஓடி விட்டான். கொஞ்ச நேரம் அவள் தயங்கி நின்றாள். உயர்ந்த மலையிலிருந்து பொங்குமாங்கடலில் குதித்து, அங்கிருந்து ஒரு ‘எகிறு’ எகிறிக் கீழே கொட்டுகிற அருவியின் இரைச்சலும் வேகமும் அவளுக்குப் பயம் உண்டாக்கின. ஆண்களும்

பெண்களும், எல்லா வயதினரும், எண்ணெய் தேய்த்த உடம்பினராய் அருவி நோக்கி உல்லாசமாக விரைவதைப் பார்த்து, அவளுக்குச் சற்றுத் தெம்பு வந்தது. சீயக்காய், அரைப்பு ஒன்றும் இல்லாமலே நீர்வீழ்ச்சி எண்ணெய்யை எடுத்து விடுகிறதே! அவளும் தலைமுதல் கால்வரை சொட்டச் சொட்ட எண்ணெய் தேய்த்துக்கொண்டிருந்தாள். வேடிக்கை பார்த்துக்கொண்டிருந்தால் கண் எரிச்சல்தான் அதிகமாகும். குளிக்காமல் திரும்பலாமா? அரைப்புத் தேய்த்துக் குளித்தால் இந்த இடத்தில் வெகு வேடிக்கையாக இருக்கும்; எல்லோரும் அவளைப் பார்க்க ஆரம்பித்துவிடுவார்கள். பத்து, எட்டு வயதுக் குழந்தைகள் கூடி ஆனந்தமாய்க் குளிக்கின்றன. அவளுக்கு மட்டும் அப்படி என்ன பயம்?

கடல் ஸ்நானம் அவளுக்குப் புத்தி புகட்டியிருந்தது; சேலையையும், ரவிக்கையையும் இறுக்கிக்கொண்டு அருவியை நெருங்கினாள்; சாரல் மேலே பட்டதும் அவளுக்குக் குளிருகிறாப்போல் இருந்தது. அப்பால் அவள் எப்படி அருவியடியில் புகுந்தாள் என்று அவளுக்கே தெரியாது. பின்னாலும் தள்ளப்பட்டு அருவி கனமாகக் கொட்டும் ஓரிடத்துக்குச் சென்றுவிட்டாள்; ஒரு பெரிய நெல் மூட்டையை அப்படியே தலையில் தூக்கிப்போட்டாற் போலிருந்தது. தரையில் விழுந்து மூக்கு உடையப்போகிறது என்று அவள் நினைப்பதற்குள், ‘சடசட’ என்று அவளைத் தட்டிக்கொடுத்து ஆசுவாசப்படுத்தியது அருவி. சிறிது நேரத்தில் அருவி ஸ்நானம் அவளுக்குப் பழக்கம் ஆகிவிட்டது. பிடித்துக்கொள்வதற்காகவும், பாதுகாப்பிற்காகவும் போட்டிருக்கும் கம்பியைக் கெட்டியாகப் பற்றிக்கொண்டு, கனமாக நீர் கொட்டும் இடத்தில் நின்றாள்; தலைகொடுத்தாள்; முதுகு காட்டினாள்; இடுப்பு வலி தீர வளைந்து நின்றாள்; மார்பை நீட்டினாள்; வலக்கையையும், இடக்கையையும் மாற்றி மாற்றிக் காண்பித்தாள். உடம்பின் இண்டு இடுக்குகளில் உள்ள வலி எல்லாம் தண்ணீரோடு ஓடுகிறது; குளிக்கக் குளிக்கக் குளித்துக்கொண்டே இருக்கலாம் என்று தோன்றுகிறது.

கொஞ்சம் களைப்புத் தட்டியது; அலுப்பு அல்ல, களைப்பு. சிறிது வெளியே நின்று பிறகு திரும்பலாம் என்று எண்ணி, எல்லோரையும் முண்டித் தள்ளிக்கொண்டு வெளியில் வந்து நின்றாள். ஜனங்கள் ஒருவர் மேல் ஒருவர் விழுந்து அருவிக்குப் போவதன் ரகசியம் அவளுக்கு விளங்கிக் கொண்டது. சுகத்துக்கு சுகம்; ஆரோக்கியத்துக்கு ஆரோக்கியம். இரண்டு மாசம் தொடர்ந்து அருவியில் ஸ்நானம் செய்தால் இருக்கிற வியாதிகள் நீங்கிவிடும், உடல் ‘தளதள’ வென்று ஆகிவிடுமாமே? ஏன் ஆகாது? நிச்சயம் ஆகும். அருவியின் சப்தத்தில் மனக்கவலைகள்கூட மறைந்துவிடுகின்றன. பெரியவர்கள் குழந்தைகள் மாதிரி ஆகிவிடுகின்றனர். மூன்று வயசுக் குழந்தையை அருவியில் நீட்டுகிறாள் ஒருத்தி; அது முதலில் கத்துகிறது; பிறகு அதற்கும் குஷி பிறந்துவிடுகிறது. தலை முகத்தில் புரள, வாயில் ஜலம் புகுந்து மூச்சுத் திணறுகிறாள் ஒருத்தி; உப்...ப்... என்று அவள் சமாளிக்கும்போது, அவள் கன்னங்கள் பலூன்போல உப்புகின்றன. பாவம், பட்டுவைப்போலப் புதிசாக வந்த ஒருத்தி; ஆனால் பட்டுவைப்போல் ஜாக்கிரதை இல்லாதவள்; ஆடை அலங்கோலப்பட்டு எல்லோருடைய பார்வைக்கும் இலக்கு ஆகிறாள். பட்டுவுக்குச் சுவாரஸ்யமாயிருந்தது. எண்ணெய்ப் பாட்டில்களோடு நின்றபடி, அருவியோடு பெண்களையும் பார்க்கும் சீமான்களைப் பார்க்க

அவளுக்கு அருவருப்பாயிருந்தது. சிலர் அவசரமாகவும், சிலர் மெதுவாகவும் எண்ணெய் தேய்த்துக்கொண்டிருந்தனர். ஸ்நானத்தை முடித்துக்கொண்டு, ஓடுகிற அருவி ஜலத்தில் துணியை அலசிக்கொண்டும் பிழிந்துகொண்டும் இருந்தனர் சிலர். நல்ல ஆண் பிள்ளைகள்! விளையாட்டாகக் குளிக்கட்டும். இதற்கு இவ்வளவு கூப்பாடு போடுவானேன்? உய் என்று கத்துகிறார்கள், விசில் அடிக்கிறார்கள், சினிமாக் கொட்டகைகளில் கூத்தடிக்கிறது போல். அருவிகளின் இரைச்சலோ, அவர்களுடைய சப்தத்தை அள்ளித் தரையில் அடிக்கிறது.

அந்தக் கூட்டத்திலும் அவனைக் கண்டுபிடிக்க, அவளுக்குக் கஷ்டமாக இல்லை. ஆயிரம் பேர் கூட்டத்திலும் அவள், அவனை எளிதில் கண்டுகொள்ள முடியும். 'கடகட'வென்று ஆவேசத்துடன், நீர்ப்பாறைபோல் ஜலம் கொட்டுகிற ஓரிடத்தில் அவன் நிற்கிறான். மற்றவர்கள் அவனருகில் சென்று, தலைமுட்டி மேல்மூச்சு கீழ்மூச்சு வாங்கித் தடுமாறிக்கொண்டே அப்பால் ஓடுவதைப் பார்க்க, அவளுக்கு வேடிக்கையாக இருந்தது. ஓரிருவர் அவனோடு போட்டி போட்டுப் பக்கத்தில் நிறக முயன்று, இரண்டு நிமிஷங்கள்கூடத் தாக்குப்பிடிக்க முடியாமல் நகருகின்றனர். ஆனால், அவனோ நிற்கிற இடம்விட்டு அசையாமல், பாறைபோல் நிற்கிறான். கம்பியைக் கூடப் பிடித்துக்கொள்ளாமல், இரு கரங்களையும் தலைக்கு மேலே குவித்துப் பிரார்த்தனை செய்வதுபோல் கொஞ்ச நேரம்; விழுகின்ற நீரை முஷ்டியால் குத்துவதுபோல் கொஞ்ச நேரம். பிறகு என்ன செய்கிறான்? அட, பஸ்கி எடுப்பதுபோல் குந்திக் குந்தி எழுகிறான். பட்டுவுக்கு அவன் குளிப்பதைப் பார்க்க ஆனந்தமாக இருந்தது. அவன் மற்றவர்களைப் போலவா இருக்கிறான்? இல்லை, அவ்வளவு கூட்டத்தில் அவனைப்போல் ஒருவரும் இல்லை. வியாதியும், 'வெக்கை'யுமாக இருக்கிறவர்கள்தான் குளிக்க வருகிறார்களா, என்ன? சுருங்கின மார்பு, துவளுகிற மார்பு, எலும்பு மார்பு, கூடை மார்பு, 'பலூன்' வயிறு, 'டயர்' வயிறு, ஒருவருக்காவது வயிறு, 'கொள, கொள' வயிற்றைக் காணோம். அவனைவிட உயரமானவர்கள் இருக்கிறார்கள்; ஆனால், அவனைப் போல் உருவத்துக்கு ஒத்த அங்க வெட்டு இல்லை. சோனிகளும் நோஞ்சான்களும் நிறைந்த அந்தக் கூட்டத்தில், உளியால் கடைந்தது போன்ற அங்கவெட்டுகளுடன் கோலாகலமாய் ஸ்நானம் செய்கிறவன், அருவி நீரின் வேகத்துக்கு ஈடுகொடுக்கும்போது அவனுடைய விசாலமான மார்பு மேலும் விரிகிறது; கை முண்டாக்கள் உருண்டு திரளுகின்றன. பணக்காரர்கள் மாதத்துக்கு நூறு, ஐம்பது என்று கொடுத்து அவனிடம் மாலிஷ் செய்துகொள்கிறார்கள். இருபத்தைந்து ரூபாய் செலவில் நீர்வீழ்ச்சி அவனுக்கு 'மாலிஷ்' செய்கிறது! அவனைப் பார்க்கப் பார்க்க மகிழ்ந்து மாய்ந்து போனாள். தெரிந்தவர்கள் யாராவது பக்கத்தில் இருந்தால், "அவரைப் பாரு, என்ன அட்டகாசம் செய்கிறார்?" என்று வாய்விட்டே சொல்லியிருப்பாள்.

சந்தானம் அப்பாலிருந்தான். களைத்திருப்பானோ? அவனுக்கா களைப்பு? அவளைப் பார்த்துவிட்டான். 'பட்டு, ஏன் நிற்கிறாய்? போ, அருவிக்குப் போ! என்று அங்கிருந்தபடியே,' கைகாட்டிக் கத்திவிட்டு, மீண்டும் அருவியில் புகுந்துவிட்டான். அவனுடைய உற்சாகம் அவளையும் தொத்திக்கொண்டது. அவளும் குளிப்பதற்காக ஓடினாள்.

அவள் ஒருவாறாகக் குளியலை முடித்துக்கொண்டு தலையாற்றி, புடவையும் ஓரளவு காய்ந்த பிறகுதான், சந்தானம் வந்து சேர்ந்தான்.

"என்ன பட்டு, ரொம்பச் சீக்கிரம் முடித்துவிட்டாயே, பயமாயிருந்ததா?"

"முதலில் பயமாயிருந்தது. பிறகு சரியாகிவிட்டது. அதற்கென்று, ஒரு மணி நேரமா குளிப்பது?"

"அதற்காகத்தானே இங்கே வருகிறோம்? வேறே வேலை? குளிக்க வேண்டியது, சாப்பிட வேண்டியது. சினிமா பார்க்க வேணுமானாலும் நாலு மைல் பஸ்ஸில் தென்காசிக்குப் போகவேணும். அது சரி, இன்றைக்கே தேனருவிக்குப் போய்வந்துவிட்டால், அப்புறம் ஐந்தருவி, சிற்றருவி, புலியருவி எல்லாம் ஒரே நாளில் பார்த்துவிடலாம்!"

"தேனருவிப் பாதை பயம் என்கிறார்களே?"

"ஆ...ங் என்ன பயம்?"

"வழியிலே கடுவா, புலி, நரி, ஓநாய் எல்லாம் வரும் என்கிறார்களே. பாறைக்குப் பாறை தாவ வேண்டுமாம், சில இடத்தில். கூட்டமாய்ப் பத்துப் பேர் சேர்ந்து போனால் நல்லது என்கிறார்கள்!"

சந்தானம் சிரித்தான். "கடுவா மந்தை வந்தாலும், நான் பார்த்துக் கொள்கிறேன். நாம் மட்டும் தனியாகப் போனால், ஏதாவது பேசிக்கொண்டே போகலாம். தமாஷாகப் பொழுதுபோகும். பிறத்தியார் இருந்தால், நாம் தாராளமாகப் பேச முடியுமா? தேனருவிக்கு இரண்டு வழி இருக்கிறது. பாறை தாண்டாத வழியே போகலாம். தேனருவிக்குப் பக்கத்தில், ஒரே இடத்தில் மட்டும் மலை துருத்திக்கொண்டிருக்கும்; நாலு தப்படி கொஞ்சம் ஜாக்கிரதையாக நடக்கணும். தேனருவியைப் பார்க்க வேணும்! அப்பா! பார்த்தாலே மனசு நிறையும். இந்த அருவிபோல் அதில் குளிக்க முடியாது; சாரலில்தான் குளிக்க வேணும். மர உயரத்திலிருந்து அது விழுவதைப் பார்த்தால், நீர் கொட்டுவது போலவே இருக்காது; புகைபோலத் தெரியும்!..." அருவியை வர்ணித்து, அவள் ஆவலைத் தூண்டிவிட்டான் அவன்.

"ரொம்ப உயரம் ஏற வேண்டுமோ?"

"ஒன்றரை மைல் இருக்கும். வழியில் அங்கங்கே உட்கார்ந்து போகலாம். இன்றைக்கே போக ஏன் ஆசைப்படுகிறேன் என்றால், மழை இல்லை. லேசாக மோடம் போட்டு ஸீஸன் ஜோராக இருக்கிறது. மழை பெய்தால் தேனருவிக்குப் போகமுடியாது; வழி சறுக்கும். நடக்கப் பயமாக இருந்தால் சொல்லு, தோளில் தூக்கிக்கொண்டு போகிறேன். சரிதானே?"

அவன் தமாஷுக்குத்தான் சொன்னான் எனினும், அப்படிச் செய்யக்கூடியவன் அவன். அவளைப் பந்துபோல் ஒருகையால் தூக்குகிற பலம் அவனுக்கு உண்டு என்று அவள் அனுபவப்பூர்வமாக அறிவாள். மூன்று ஆண்டுகளாகப் 'பளு தூக்கும் போட்டி'யில் அவனுக்குத்தான் மாகாணத்து முதல் பரிசு; இரண்டு வருஷமாய் உடலழகுப் போட்டியில் முதல் பரிசு வாங்குகிறான். முன்காலத்தில் ஆஞ்சநேயர், பீமசேனன் முதலியவர்கள் நடக்கும்போதும், ஓடும்போதும், காற்று வேகத்தில் மரம்,

செடிகள் தெறித்துவிழும் என்று அவள் கதைகளில் படித்திருக்கிறாள். அவ்வளவு பலம், இக்காலத்தில் யாருக்காவது இருக்கிறதா என்று அவளுக்குத் தெரியாது. ஆனால் சந்தானம், எவ்வளவோ தடவை, குஷியான நேரங்களில், அவளை ஒருகையால் குழந்தையைத் தூக்குவது போல் தலைக்கு மேலே தூக்கி, சக்கரவட்டமாய்ச் சுற்றி, 'போதும்' என்று அவள் கதறின பிறகு, கீழே விட்டிருக்கிறான். அவளைத் தூக்கிக்கொண்டு அவனாலா நடக்கமுடியாது? தன் எடையைப்போல் இரண்டு பங்கை அனாயாசமாய்த் தூக்குவானே?

"நீங்கள் ஒன்றும் என்னைச் சுமந்துவர வேண்டாம். நான் சோனி இல்லை; நானும் ஆசனப் பயிற்சிகள் எல்லாம் செய்கிறேனாக்கும்!"

"பின் எதற்காக, இத்தனை தயக்கம்? ரூமுக்குப் போய்த் துணி மாற்றிக்கொண்டு, ஏதாவது பட்சணம் வாங்கிக்கொண்டு, உடனே புறப்பட்டால்தான் மத்தியானம் இரண்டு மணிக்காவது திரும்பலாம்!"

அறைக்குப் போகும் வழியிலே, சந்தானம் பழங்கள் வாங்கினான். 'மங்குஸ்தான்' பழம் மலிவாக இருந்தால், ஊருக்கு எடுத்துப் போவதற்காக என்று, நூறு பழங்கள் கூடை போடச் சொன்னான்.

"ஊருக்குப் போகிறபோது வாங்கினால் என்ன?"

"உனக்கு விஷயம் தெரியாது. இன்றைக்குக் கூட்டம் இல்லை. நாளைக் காலையில் கூட்டம் சேர்ந்தாலும் – இந்த ஓரணா பழம் ஆறணா ஆகிவிடும். திருக்குற்றாலத்திலே குளியலுக்கு அடுத்தபடியாக, இந்தப் பழத்துக்குத்தான் மவுசு!"

பட்டு ஒரு பழத்தை விண்டு சாப்பிட்டாள்; "மேலே பனம்பழம்போல் இருக்கிறது; உள்ளே உள்ளிப்பூண்டுபோல் இருக்கிறதே. இனிப்பாகவும் இல்லாமல், புளிப்பாகவும் இல்லாமல் – இது ஒரு மாதிரி ருசி,"

"உன்னைப்போல்!"

"நான் புளித்துவிட்டேன், இல்லையா?

"இனிப்பு அதிகமாகி, தெவிட்டாமல் இருக்கப் புளிப்பு சேர்ந்துள்ளது போல் இருக்கிறாய் என்றேன்..."

"ஆரம்பித்தாயிற்று; தேனருவியோடு நிறுத்துவீர்களா?"

"தேனே அருவியாகக் கொட்டுவதுபோல் நீ பேசிக்கொண்டிருந்தால்..."

"போதும், போதும்."

வழிநடைக்குத் தேவையானவைகளைக் கட்டிக்கொண்டு அவர்கள் கிளம்பும்போது, மணி ஒன்பதுக்கு மேல் ஆகிவிட்டது.

"இதுதான் சிற்றருவி. ராஜாக்கள், மந்திரிகள், பெரிய மனிதர்கள் இங்கேதான் குளிப்பார்கள். அறையாகக் கட்டியிருக்கா; கதவை மூடிக்கொண்டு நம் இஷ்டத்துக்குக் குளிக்கலாம். வரும்போது இரண்டு பேரும் ஜாலியாகக் குளிப்போம்" என்று அவளை நடத்திக்கொண்டு போனான் சந்தானம்.

பிறகு மலைப்பாதை, அவள் எதிர்பார்த்ததுபோல், அது செங்குத்தாகவோ பாறையாகவோ இல்லை. பட்டணத்து வீதியைப்போல்

ரஸ்தாவாகவே இருந்தது. ஏறுவழியாகவே தோன்றவில்லை. பாதையின் இருபக்கங்களிலும் எவ்வளவுவகை மரங்கள், செடிகள், கொடிகள்! அவைகளின் பெயர்கூட அவளுக்குத் தெரியாது. கொடிகள்தான் விசித்திரம்; நீளமாகவும், 'ஸ்பிரிங்'போல் சுருளாகவும் மலைக்கு மாலையிட்டதுபோல அழகாயிருக்கின்றன. அந்த இடத்தில், 'கும்... கும்' என்று பச்சிலை மணம் கமழ்ந்தது. பச்சையில்தான் எத்தனை தினுசு! கரும்பச்சை, துளிர்ப்பச்சை, செம்பச்சை, பழுப்புப் பச்சை; பார்க்கும்போதே உடலும் மனசும் குளிருகிறது.

"இவ்வளவும் பணம்" என்றான் சந்தானம்.

"இந்தக் கொடிகள் கூடவா?"

'மலைச் செல்வம்' என்று படித்ததில்லையா? இங்கே இருக்கிற ஒவ்வொரு பொருளும் விலையாகக் கூடியதுதான். மலையில் மட்டும் வளருகிறது. பழ மரங்கள், ஏலக்காய், கிராம்பு, ஜாதிக்காய் எல்லாம் இங்கேதான் கிடைக்கின்றன. மரம் விறகுக்காகும்; மருந்துக்கான பச்சிலைகள் கிடைக்கும். நீ காட்டினாயே, கொடிகள்; அவைகளைப் பெரிய வீட்டுக் கலியாணங்களில் பந்தல் அலங்காரத்துக்கு உபயோகிப்பார்கள். இந்தக் கொடிகளை வெட்டி 'வாக'னுக்கு ஐநூறு, ஆறுநூறு வாங்கிவிடுவார்கள். பத்துவருஷத்துக்கு முந்தி எனக்குத் தெரிந்து சாதாரண பழவியாபாரியாகக் காண்டிராக்ட் எடுத்து மூன்று பங்களா வாங்கிவிட்டார்..."

"உங்களுக்கு இத்தனை விஷயம் எப்படித்தான் தெரிகிறதோ?" என்று ஆச்சரியப்பட்டாள் பட்டு. தன் கணவனுக்கு மிஞ்சின பலசாலி இல்லை, அவனுக்குத் தெரியாத விஷயம் இல்லை என்பது அவள் தீர்மானம்; மனைவிக்கு இருக்கவேண்டிய நியாயமான புத்திதானே?

"குத்தாலத்துக்குப் பத்துத் தடவைக்கு மேல் வந்திருக்கிறேன். நாலு பேரோடு பழகினால் நாலு விஷயம் தெரிகிறது. இதிலே ஆச்சரியப்படுவதற்கு என்ன இருக்கிறது? உனக்கு என்மேல் அன்பு இருக்க வேண்டியதுதான்; ஆனால், நீ என்னைப் பற்றிக் குருட்டுத்தனமாகப் பெருமை பேசினால் எனக்கு வெட்கமாக இருக்கிறது."

"ஏன் இராது? கட்டினவள் புகழ்ந்தால் கஷ்டமாக இருக்கும். பிறத்தியார் பேசினால்..."

"எந்தப் பிறத்தியார்."

"இம்... ம்..." என்று மென்றாள் அவள்.

"பிறத்தியார் என்றால் யார்?"

"ஊரில் என்று அர்த்தம்."

"போக்கிரி, வார்த்தையை மாற்றிவிட்டாய். பிறத்தியாரைத் தலைதூக்கிப் பார்க்க முடியாதபடி, என் கண்களை மூடிவிட்டாயே! கலியாணத்துக்கு முந்திச் சொக்குப் பொடி, பிறகு தலையணை மந்திரம், மருந்து எல்லாம் வைத்து என்னை மயக்கிவிட்டாயே!"

"நீங்கள் என்ன செய்தீர்களாம்."

"நான் என்ன செய்தேன்? பேசாமல் பயிற்சி செய்து, உடலைக் கோட்டையாக்கி வைத்துக்கொண்டிருக்கிறேன்."

"அந்தக் கோட்டைக்குள் என்னைப் பூட்டி வைத்துவிட்டீர்களே!"

"பேஷ், நன்றாகப் பேச வருகிறதே!"

"இத்தனை காலம் மழலையாடிக் கொண்டிருந்தேனா?"

"நீ பேசுவதைக் கேட்டால் கைத் தட்டலாம்போல் இருக்கிறதே!"

"கைத் தட்டலாம், காலும் தட்டலாம். அது போகட்டும், கலியாணத்துக்கு முந்திப் பட்டமரம்போல் இருந்தேனே, என்மேல் உங்களுக்கு எப்படி அபிப்பிராயம் விழுந்தது?"

"என் போதாத காலத்துக்குப் புத்தி மழுங்கிவிட்டது!" என்று வருத்தப்படுகிறவன்போல் அவன் முகத்தைத் தொங்கவிட்டான்.

"நிசமாகக் கேட்கிறேன், அப்போது கண்ணாடியில் முகம் பார்த்தால் எனக்கே அழுகை வரும், வரன்கள் வந்து பார்த்துவிட்டுக் கைவிரிக்கும் போது, இந்தப் பெண் ஜன்மம் போதும் என்று இருக்கும். தப்பித் தவறி யாராவது சம்மதித்தால் ஐயாயிரம் கொடு, பத்தாயிரம் கொடு என்று கேட்பார்கள். அம்மாவிடம் ஐந்நூறுகூட முழுசாக இல்லை; ஐயாயிரத்துக்கு எங்கே போவது. எனக்குக் கலியாணம் ஆகாது என்று அம்மா தீர்மானம் பண்ணிவிட்டாள். திடீரென்று வந்தீர்கள். கிடைக்காத பொருள் கிடைத்து விட்டதுபோல், வரதட்சிணைகூடக் கேளாமல் கலியாணத்துக்கு ஒப்புக்கொண்டுவிட்டீர்களே, ஏன்?"

"இந்தக் கேள்வியை நீ ஆயிரம் தடவை கேட்டு, நானும் ஆயிரம் தடவை பதில் சொல்லிவிட்டேன்."

"என்ன இருந்தாலும், அதை நினைத்தால்கூட, எனக்குப் புல்லரிக்கிறது."

பெண்களுக்குக் கலியாணமாவது என்பது ஒரு பெரிய விஷயம்தான். பட்டுவுக்கு மணம் ஆனது மிகப்பெரிய விந்தை... அவளுக்கு அது ஒரு விந்தைதான்.

அவள் ஏழைக் குடும்பத்தைச் சேர்ந்தவள். ஏழைக்குடும்பம் என்பதால் பெரிய குடும்பம். அவளுடைய தகப்பனார் வக்கீல் குமாஸ்தாவாக அகடவிகடம் செய்து காலக்ஷேபம் நடத்தி வந்தவர். திடீரென்று ஒருநாள் மண்டையைப் போட்டுவிட்டார். அப்போது பட்டுவுக்குப் பதினாறு வயசு; அவளுக்குத் தமையன் ஒருவன், தம்பி ஒருவன்; அவளைத் தவிர இரண்டு பெண்கள். இவ்வளவு பேரையும் அவள் தாயும், தமையனும் தான் எப்படியோ கட்டிக்காத்து வந்தார்கள். இந்தச் சமயத்தில் அவளுக்கு ஜுரம் என்ற சின்னப் பெயரோடு ஒரு வியாதி பிடித்தது. ஆறு மாதம் அவளைப் படுக்கையில் கிடத்தி, எலும்புக் கூடாக்கி நடமாட வைத்தது. பிறகும் என்ன? ஏதோ நடமாடினாள் என்பதைத் தவிர, ஒரு வருஷம் வரை எதற்கும் உதவாதவளாகத்தான் இருந்தாள். அப்பால், சத்தான உணவும், கவனமும் இருந்தால் உடம்பு தேறியிருக்கும். ஆனால், சக்கையால் வயிற்றை நிரப்பினால் போதும் என்கிறபோது, சத்துக்கு எங்கே போவது? அவளுடைய தாயும் அண்ணனும் கலியாணத்துக்காக எவ்வளவோ முயற்சி செய்தார்கள்; யாருக்கும் பெண்ணைப் பார்த்தால் பிடிக்கவில்லை. பிடிக்கவைக்கப் பணமும் இல்லை. ஆகவே, கலியாண விஷயம் சந்தடி இல்லாமல் உறங்கிவிட்டது.

பட்டுவும் நிராசை கொண்டாள். சிவப்பு நிறம், நல்ல உயரம், வாளிப்பான உடலமைப்பு... எல்லாம் நிறைந்த அழகு, எங்கோ ஒளிந்துவிட்டது. தனக்குக் கலியாண பாக்கியம் கிடையாது என்று அவள் முடிவு செய்த சமயத்தில், அவளுடைய அண்ணனின் நண்பன் ஒருவன் சிபாரிசின் பேரில் சந்தானம் அவளைப் பார்க்க வந்தான். அவனைப் பார்க்கவே அவள் பயந்தாள். அவன் 'ஸாண்டோ' மாதிரி இருந்ததைக் கண்டதும், அவன் தனக்கு எட்டாப்பழம் என்றே தீர்மானித்துவிட்டாள்.

ஆனால், அவளை மணப்பதற்கு அவன் சம்மதிக்கவே, அவளுக்கு அவன்மேல் சந்தேகம் உண்டாகிவிட்டது. பைத்தியமாக இருக்க முடியாது. எஸ்.எஸ்.எல்.ஸி படித்து ஏதோ ஆபீஸில் சுமாரான சம்பளத்துக்கு இருந்தவன் பைத்தியக்காரனாக இருக்கமுடியுமா? 'நோய் நொடிகள்' அவன் பக்கத்தில் அண்டமுடியாது என்பதை, அவன் உடலைப் பார்த்தே சொல்லிவிடலாம். 'தெய்வம் தன்னை வாழவைப்பதற்காக அனுப்பிய தூதுவன் அவன்' என்று அவள் செய்த முடிவை, இன்றுவரை மாற்றிக்கொள்ளவே இல்லை.

'உங்களுக்கு என்மேல் இரக்கம் உண்டாகித்தானே, மணத்துக்கு ஒப்பினீர்கள்?'

'இன்னும் நீ கலியாணத்திலேயே இருக்கிறாயா? உன்மேல் எனக்கு என்ன இரக்கம்? எனக்கே தெரியவில்லை; அந்தச் சோனிப் பெண் என்னை மயக்கிவிட்டாள் என்பது உண்மை. மலையைப் பார்த்ததும், அதற்குள் அழகான உருவங்களைப் பார்ப்பானாம் சிற்பி. உன்னைப் பார்த்ததும், உனக்குள் அழகு தூங்குவதை நான் பார்த்துவிட்டேன்."

"அப்படியே இருக்கட்டும், உங்கள் அண்ணா எப்படிச் சம்மதித்தார்."

"உனக்கு வேறே பேச்சு இல்லையா? பழைய கதையெல்லாம் பேசிக்கொண்டு!"

"இப்பொழுது எதையாவது பேச வேண்டாமா? பழைய கதையைப் பேசிக்கொண்டே நடக்கலாமே? உங்கள் முடிவைச் சொன்னதும், அண்ணா என்ன சொன்னார்?"

"என்ன சொல்வார்? நான் தமாஷ் பண்ணுவதாய் நினைத்துச் சிரித்தார், நான் நிசமாகச் சொல்கிறேன் என்று தெரிந்ததும், அவர் முகத்தைப் பார்க்க வேணுமே! 'என்னடா, அசடு வழிகிறாய்?' என்றார். கலியாணத்துக்கு ஆயிரமாவது செலவு ஆகும். இருநூறில் அதை முடித்துக்கொண்டு, பாக்கி ரூபாயைக் கொண்டு, அவள் உடம்பைத் தேற்றுகிறேன்; பாருங்கள்' என்றேன். அவருக்குக் கொஞ்சமும் மனம் இல்லை. வரதட்சிணை கிடைக்காவிட்டால் போகிறது, நல்ல பெண்ணாய்ப் பார்த்து கட்டிக் கொள்ளக்கூடாதா என்பது, அவர் கட்சி. என் பிடிவாதத்தைப் பார்த்துத்தான், கலியாணத்தை முடித்தார். நாம் வெளியூருக்குச் சென்று தனிக்குடித்தனம் வைக்கக் கிளம்பியபோது, என் கையில் ஆயிரம் கொடுத்தார். அண்ணாவுக்குத் தங்கமான மனசு!" என்று முடித்தான் சந்தானம்.

கலியாணத்துக்கு வழிவிட்டவர் மனம் தங்கமான மனம் என்றால், கலியாணம் செய்துகொண்டவர் மனத்தை என்னவென்பது?

சந்தானம் சொன்னது போலவே எல்லாம் நடந்தது. கோயிலில், சுருக்கமாகக் கலியாணம்; பிறகு தனிக்குடித்தனம். மணத்தின்போதும், பிறகும் பட்டுவுக்கு வெட்கமாகவே இருந்தது. தன் தகுதிக்கு மீறிய கணவனாகவே அவளுக்குப் பட்டது; அவனிடம் முதலில் அவளுக்கு அன்பைவிட நன்றி உணர்ச்சிதான் அதிகம் இருந்தது. உடம்பில் தெம்பு இல்லாவிட்டாலும், முடிந்ததை ஒழுங்காகச் செய்தாள். அவன் தன்மேல் பிரியமாக இருந்தாலும் என்றாவது அவனுக்கு வெறுப்பு ஏற்படலாம் என்ற அச்சம் அவளுக்குள் இருந்து வந்தது.

ஆனால், காலத்தோடு அவன் அன்பு வளருவதாகத் தோன்றியது; கூறியதுபோலவே, அவள் உடம்பைத் தேற்றுவதில் அக்கறை கொண்டான். காலை ஐந்து மணிக்கு எழுப்புவான்; அவனே பக்கத்தில் நின்று ஒவ்வொரு ஆசனமும் சொல்லித் தருவான்; முதலில் எந்த ஆசனமும் அவளுக்குச் சரியாக வரவில்லை; ஆனால் அவன் விட்டால்தானே? அவளுடைய இரண்டு கால்களையும் பிடித்துத் தலைகீழாக நிறுத்தி வைப்பான். ஆசனங்கள் பழகியதும், ஒவ்வொன்றையும் எவ்வளவு நேரம் செய்ய வேண்டும் என்ற கால நிர்ணயம் செய்து கொடுத்தான். ஒரே வருஷத்தில் தன் உடலில் ஏற்பட்ட மாறுதல் அவளுக்கே வியப்பு அளித்தது. புதிய ரத்தம் ஊறி, ஒரு கலகலப்பு உண்டாயிற்று. அது மட்டுமா? பதினாறாவது வயசுக்குப் பிறகு மறைந்த அழகு, புது மலர்ச்சியும் புது மணமும் பெற்று அவளைப் புது மனுஷி ஆக்கிவிட்டது. பெண்கள் அழகாயிருக்கலாம்; ஆனால், தன்னைப்போல் ஆரோக்கியமான அழகு அதிகம் பேருக்கு இருக்கமுடியாது என்று அவள் பெருமிதம் கொள்ளும் அளவுக்கு, அவள் புது மனுஷி ஆகிவிட்டாள். இரண்டாவது வருஷமும் சந்தானம் அவளைக் கட்டுப்பாட்டிலேயே வைத்திருந்தான். அந்தக் காலத்தில் அவனும், இடைவிடாத உடற்பயிற்சியினால் உடலைக் கோட்டை ஆக்கிக்கொண்டான்.

எவ்வளவு பேருக்கு இந்த நல்ல மனசு இருக்கும்? வரதட்சிணை கேளாததே அதிசயம்; வியாதிக்காரியை மணந்ததும் அதிசயம்; பிறகு இரண்டு வருஷகாலம் அவளுக்குப் பணிவிடை செய்து, உடம்பைத் தேற்ற முனைந்ததை, வெறும் அதிசயம் என்று சொல்ல முடியுமா?

"நீங்கள் ஒரு அதிசயமான மனிதர்!"

"ஏன்?"

"இரண்டு வருஷம், பொறுமையாகக் காத்திருந்தீர்களே? ..."

"என்ன என்ன அதிசயம் கண்டுபிடிக்கிறாய்! உன் உடலின் விகாரம் இடைக்கால விஷயம் என்று எனக்குத் தெரியும். எனக்கும் கலியாணம் ஆகிவிடும், உன் கலியும் தீர்ந்துவிடும் என்று முடிவு செய்தேன்."

"மனசு வரணுமே அதற்கு?... இங்கே கொஞ்சநேரம் 'ரெஸ்ட்' எடுக்கலாமா."

"தோளில் தூக்கிக்கொள்கிறேனே" என்றான் அவன், சிரித்தபடி.

"ஐய்யே..."

சுகமான காற்று வீசியது. நடையின் களையால் கால் நரம்புகள் தந்தி பேசினாலும், இடத்தின் இனிமை அவளைப் பரவசம் செய்தது.

“இந்த இடத்துக்கு எவ்வளவோ தடவை வந்திருக்கிறேன். ஆனால், இந்த இடத்தில், இன்றுபோல் காற்று ஒருபோதும் இத்தனை சுகமாயிருந்ததில்லை’ என்றுகொண்டே, சடக்கென்று அவளைக் குழந்தையாகத் தூக்கித் தோள் மீது அமர்த்திக்கொண்டான் அவன். அவளால் உதைத்துக்கொள்ளவும் முடியவில்லை; பிடியிலிருந்து திமிறிக் கொள்ளவும் முடியவில்லை. மனித நடமாட்டம் இல்லாவிட்டாலும் அவளுக்கு வெட்கமாயிருந்தது; மிகவும் சந்தோஷமாகவும் இருந்தது.

“கொஞ்ச தூரத்தில்தான் சண்பகாதேவி... நிம்மதியாக உட்கார்ந்து, மூட்டையைக் காலி செய்துவிட்டுக் கைவீசி நடக்கலாம்...”

“அது சரி; என்னை விடுங்கள்; வெட்கமாக இருக்கிறது...”

“என்ன வெட்கம்? கணவனும் மனைவியும் குலாவுவதைப் பார்த்து, மரமும் காற்றும் கோபித்துக்கொள்ளாது. மனிதப் பிராணிகள்கூட இவ்வளவு குஷியாக இருக்கிறார்களே என்று அவைகளும் சந்தோஷப்படும்!”

“போதும், பின்னால் யாரோ வருகிற...”

“எங்கே, எங்கே.” என்றவாறு அவளைக் கீழே போட்டான் சந்தானம்; அவன் ஏமாந்ததைப் பார்த்துச் சிரித்தாள் பட்டு.

சண்பகாதேவி அருவிக்கரையில் அமர்ந்து இருவரும் பழமும் பட்சணங்களும் சாப்பிட்டும், குளிர்ந்த ஜலத்தை அள்ளிக் குடித்தும் நடை அலுப்பை மறந்துவிட்டார்கள். அருவி விழுகின்ற இடத்தருகில் உள்ள குகையில் ஒரு சாமியார் உட்கார்ந்திருந்தார். சாமியாராகத்தான் இருக்கவேண்டும்; காவி வேட்டி இல்லை; தாடி இருக்கிறது; குகையில் இருக்கிறார் என்றால் சாமியார்தானே? அவர்களைப் பார்த்து, அவர் சிரிப்பதுபோலப் பட்டது; கைக் குவித்து அவள் கும்பிட்டாள்.

“ராத்திரி கூடவா, இங்கே இருப்பார்? குளிர் தாங்கமுடியுமா? மிருகங்கள் தொல்லை இருக்கிறதே.”

“ராத்திரி இங்கே யாரும் தங்குவதில்லை என்று கேள்வி. அப்புறம் என்னவோ! இந்தச் சாமியார்களைப் பற்றி ஒன்றும் சொல்ல முடியாது.”

“மலைமேலே, இத்தனை உயரத்தில் துணிந்து வசிக்கிறவர்களைக் கூட நம்பக்கூடாதா?”

“அதில்கூடப் போலிகள் கிளம்பிவிட்டன. தரையில் இருந்தால் நாலு ஊரைத்தான் ஏமாற்றலாம்; மலை உச்சியில் இருந்தால் உலகத்தையே ஏய்க்கலாம் என்று சில சாமியார்கள் கண்டுபிடித்திருக்கிறார்கள். சரி, சாமியார் பேச்சுப் பேசினால் தேனருவிக்குப் போக முடியாது. கிளம்பு!”

மறுபடியும் அவர்கள் நடையாத்திரை புறப்பட்டார்கள்.

சந்தானத்திடம் பட்டு கண்ட விசேஷம் அதுதான். வியாதியற்ற உடல் இருந்தும் திமிர் பிடித்த மனம் இல்லை; நல்ல மனம் இருந்தும் விதண்டாவாதம் செய்யும் அறிவு இல்லை. போதுமான சம்பளம் கிடைக்கிறது; வருஷத்துக்கு வேண்டிய நெல்லை அண்ணா அனுப்பி விடுகிறார்; அவனுக்குச் சிறு வீடு ஒன்று இருக்கிறது; இவ்வளவு இருந்தும்

அவனுக்குத் தெய்வ நம்பிக்கை குறையவில்லை. காலையில் எழுந்து ஸ்நானமும் பயிற்சியும் முடிந்ததும் பூஜை செய்வான்; சாயங்காலம் ஆபீஸிலிருந்து திரும்பியதும் அரைமணிக்குக் குறையாமல் தியானத்தில் இருப்பான். மாருதி பகவானிடம் அவனுக்கு விசேஷ பக்தி; அவரைப்போல் பலசாலியாகவும் புத்திசாலியாகவும் இருக்கவேண்டும் என்று அடிக்கடி சொல்லுவான்.

களையாறின உற்சாகம், அவளை அதிக நேரம் மௌனமாயிருக்க விடவில்லை.

"ஒரு கேள்வி கேட்கிறேன்; ஒளிக்காமல் பதில் சொல்லுகிறீர்களா?"

"ஏன், உன்னிடம் எப்போதாவது ஒளித்துப் பதில் சொன்னேனா?"

"கேட்கிறேன், சொல்கிறீர்களா?"

"இதோ பார் பட்டு, நான் சர்வக்ஞன் அல்ல; எனக்கு எல்லாவற்றுக்கும் பதில் சொல்லத் தெரியாது."

"தெரிந்த விஷயம்தான்."

"ஏதோ என் சிற்றறிவுக்கு எட்டியவரை பதில் சொல்கிறேன். பிழை இருந்தால் மன்னித்துக்கொள்."

"பரிகாசம் செய்தால் கேட்கமாட்டேன்."

"செய்யவில்லை."

"நான் அழகாயிருக்கிறேனா?"

அவனுக்கு, எப்படித்தான் அப்படிச் சிரிப்பு வந்ததோ?

"அடப்பாவி, இவ்வளவு கஷ்டமான கேள்வி கேட்டால், எப்படிப் பதில் சொல்வது?"

"ஒரு விஷயத்துக்காகக் கேட்கிறேன்; உண்டு, இல்லை என்று சொல்லுங்கள்."

"நீ அழகாய் இருக்கிறாய் என்றே வைத்துக்கொள்ளேன்."

"உங்கள் அபிப்பிராயம் கேட்டால்." என்று முரண்டாள் பட்டு.

"நீ அழகாயில்லை என்றால், உன்மேல் எனக்குப் பிரியம் ஏற்பட்டிருக்காது, அழகாயிருப்பதற்காகப் பிரியம் அதிகம் ஆகிவிடவில்லை" என்று அவன் சொன்ன பதில், அவளுக்குத் திருப்தி அளித்தது.

"சரி, கலியாணம்..."

"மறுபடியும் கலியாணமா? வேறே ஏதாவது புதிதாகக் கேட்பாய் என்று நினைத்தால்..."

"நான் கேட்க வந்தது வேறே; அவசரப்படுகிறீர்களே!"

"கேட்டுவிடு; களேபரத்தில் மறந்துவிடப் போகிறது."

“இரண்டு வருஷகாலம் பத்மாசனம் போடு, சர்வாங்காசனம் போடு, உட்காரு, நில்லு, எழுந்திரு என்றெல்லாம் பக்கத்தில் நின்று சொல்லிக் கொண்டிருந்தீர்களே? உங்களால் எப்படி ஆசையை அடக்க முடிந்தது?”

“நல்ல கேள்வி, ஆசையை அடக்குவது அவ்வளவு கஷ்டமோ?”

“இல்லையா? இங்கே காற்று ஜில் என்று மேலே பட்டதும், என்னைத் தோள்மேல் தூக்கிப் போட்டுக்கொண்டீர்களே. அப்போது இல்லாத அழகு, இப்போது வந்துவிட்டதா?”

சந்தானம் விழிப்பதைப் பார்க்கப் பட்டுவுக்குக் கர்வமாயிருந்தது.

“அது சரி; தேனருவிக்குப் போகிற ஒற்றையடிப் பாதை, எங்கே பிரிகிறது?” என்றான் அவன்.

“சரியாகப் போச்சு, என்னையே வழி கேட்கிறீர்களா?” என்று சொல்லிக்கொண்டே உட்கார்ந்தாள். அவனும் பக்கத்தில் உட்கார்ந்திருந்தான்.

“யாராவது சுள்ளிகிள்ளி பொறுக்கிக்கொண்டு வருவார்கள்; கேட்டுக்கொண்டு போவது நல்லது.”

“நான் தூங்கட்டுமா?”

“தூங்கு; நள மகராஜாவைப்போல் நான் புறப்பட்டு விடுகிறேன்.”

“தமயந்திபோல் நான் செய்யமாட்டேன்... பேசாமல், ஒரு புலியைக் கூப்பிட்டு, அதன் வாயில் புகுந்துவிடுவேன்.”

நல்ல வேளையாக விறகு தலைச்சி ஒருத்தி வந்தாள்; “தேனருவிப் பாதை எங்கே?” என்று அவளிடம் கேட்டான் அவன்.

“அதைவிட்டு அரைக் கல்லு வந்துட்டீங்க. என்னோடு வாங்க, அந்த வழியாகத்தான் போறேன். காட்டறேன்.”

“நல்ல வேளை!” என்றாள் பட்டு. “வழி தெரியும் என்று உச்சிக்கு அழைத்துப் போகாமல் இருந்தீர்களே!”

விறகுக்காரி பாதை பிரிகிற இடத்தைக் காட்டிவிட்டு நடந்தாள், அந்தப் பாதையைப் பார்க்கப் பட்டுவுக்கு அச்சமாயிருந்தது. ஒரு பக்கம் மலை; மறுபக்கம் சரிவு. ஒற்றையடிப்பாதை ஓராள் நடக்க விசாலமாயிருந்தது என்றாலும், கொஞ்சம் தவறினாலும், மருந்துக்குக்கூட ஆள் அகப்படமாட்டான்.

“வழி முழுவதும் இப்படியே இருக்குமா?”

“எல்லா இடத்திலும் இப்படி இராது. ஏன், விழுந்து உயிர் போய்விடும் என்று பயமாக இருக்கிறதா?”

“போகிற உயிராக இருந்தால் எப்போதோ போயிருக்குமே,” என்று தைரியப்படுத்திக்கொண்டு, அவனைத் தொடர்ந்தாள்.

கீழே கிடந்த அழுத்தமான குச்சி ஒன்றைக் கையில் எடுத்துக் கொண்டான் அவன்.

அருவிபோல் பேசிக்கொண்டிருந்தவள் வாய், வெகுநேரம் அடைத்துவிட்டது. ஏதாவது பேசி, அவளை உற்சாகப்படுத்த எண்ணினான்.

“அருவிச் சப்தம் கேட்கிறதா? கிட்டத்தில் வந்துவிட்டோம்!”

“இன்னும் ஒரு மைல் இருக்காது?”

“நீ ஒன்று; ஒரே பர்லாங்...”

“நமக்கு முந்தி யாராவது போயிருப்பார்களோ?”

“இருக்கலாம்; ஏன்?”

“சுவடு தெரிகிறது; அங்கங்கே ஆபாசமாக இருக்கிறது...”

“ஏதாவது மிருகம்...” என்று ஆரம்பித்தவன் சமாளித்துக் கொண்டான். மிருகம் இந்தப் பக்கம் வரக் காரணம் இல்லை; நம்மைப் போல் யாராவது அருவி பார்க்கப் போயிருக்கலாம்... ஏன் பட்டு, அடுத்த வருஷமும் வரலாமா?”

“வருஷா வருஷம் ஐம்பது நூறு செலவு செய்ய, நமக்குக் கட்டுப்படி ஆகுமா? அதுவும் தவிர...”

“இன்னொரு சின்னப் பிராணியும் நம்மோடு சேர்ந்துவிடும்!”

“வரமுடியுமா?”

“ஒரு விஷயம் சொல்லிவிடுகிறேன். நாம் குழந்தை விஷயத்தில் கட்டுப்பாடாக இருக்கவேண்டும்.”

“நானும் ஒரு விஷயம் சொல்லிவிடுகிறேன். கட்டுப்பாடு என்று நீங்கள் சொல்வதற்கு மருந்து சாப்பிட்டுக் கருவழிப்பது என்று அர்த்தமானால், நான் அதற்குச் சம்மதிக்கமாட்டேன்.”

“ரொம்ப ரைட்! முதல் பிள்ளைக்குப் பிறகு.”

“முதலில் பெண்தான் பிறக்கும்; லட்சுமி என்று பெயர் வைக்கப் போகிறேன்.”

“பிள்ளையாக இருந்தால்தானே, நமக்கு ஒத்தாசை?”

“தலைச்சன் பெண் ஆனால், வீட்டில் லட்சுமி கடாட்சம் உண்டாகும்.”

“சரி, நான் சொன்ன இடம் இதுதான். மலை இங்கே தொந்திபோல் துருத்திக்கொண்டு இருக்கிறதா? இதுதான் அருவியை மறைத்துக் கொண்டிருக்கிறது. மலை வயிற்றில் நாலு தப்படி நடந்தால், அந்தப் பக்கம் அருவி தெரியும்.”

கீழே குனிந்து பார்த்த பட்டு வெலவெலத்துப் போனாள். அவன் சொன்னதுபோல் மலை தொந்திபோல் துருத்தியிருந்தது. அதன் மேல் நடக்கும்போது கால் வழுக்கினால் ஆளைக் கூடையில்தான் அள்ள வேண்டும். கூடையிலும் அள்ள முடியாதோ என்னவோ? கீழே இறங்க வழியா இருக்கப்போகிறது?

“எனக்குப் பயமாக இருக்கிறது!” என்று கூறும்போதே, அவள் குரல் குழறியது.

“எதுக்குப் பயம்? இதோ பார்,” என்று அந்த மலை வயிறுமீது ஏறி, மெதுவாக அந்தப் பக்கம் நடந்து காட்டித் திரும்பி வந்தான் அவன்.

“பார்த்தால் வழவழவென்று தெரியும். கால் வைத்தால் கரடுமுரடாக இருக்கும்.”

“நான் வரவில்லை. நீங்கள் போய்ச் சீக்கிரம் குளித்துவிட்டு வாருங்கள். நான் இங்கேயே உட்கார்ந்திருக்கிறேன்.”

“பைத்தியம், பைத்தியம்! இவ்வளவு தூரம் வந்து, நாலு தப்படிக்குப் பயந்து அருவி பார்க்காமல் போனால் புத்திசாலித்தனம்தான்; எவ்வளவு சுளுவாகப் போகலாம் பார்!”

முன்னைவிடச் சற்று வேகமாக ஓடுவதே போல் நடந்து அப்பக்கம் சென்று திரும்பினான்.

“ஒரு தென்னை உயரத்திலிருந்து அருவி விழுவதைப் பார்த்தால், அப்பா ஜலமாகவா தெரிகிறது அது? ஆவியாகப் பறக்கிறது. அருவி விழுகிற இடத்தில் இவ்வளவு பெரிய தேனடை; இப்போதும் ஈக்கள் மொய்க்கின்றன. எத்தனையோ காலமாக இப்படியே இருக்கிறதாம்...”

“அவள் கைப்பற்றி இழுத்தான் அவன். ‘எழுந்திரு, பயப்பட மாட்டேன் என்று விட்டு...”

அவள் கைகளைப் பின்னுக்கு இழுத்துக்கொண்டாள்; “விளையாடுவதற்கு இதுவா இடம்? என் கால்களைப் பாருங்கள். வெடவெடவென்று நடுங்குகிறது. இந்த நடுக்கமே, என்னைக் கீழே தள்ளிவிடும்...”

“நீ அந்தக் காட்சியைப் பார்க்காவிட்டால், என் மனசு சமாதானப்படாது. தூக்கிக்கொண்டு போகிறேனே?”

“வேண்டாம். நீங்கள் குளித்துவிட்டுச் சீக்கிரம் வாருங்கள்.”

“பாரு! பட்டு! என் கையைப் பிடித்துக்கொள். மெதுவாக அந்தப் பக்கம் அழைத்துப்போய் விடுகிறேன்.”

“விழமாட்டாய்; அடிமேல் அடியாக வைத்து, ஓரடி, இரண்டு அடி... என்ன அது?... கால் மடங்குகிறதா?”

பட்டு துள்ளி எழுந்தாள்.

மலை, ‘ஐயோ’ என்று அலறியது. ‘பட்டு’ என்ற எதிரொலியோடு, அவன் தலைகீழாகக் கீழே போய்க்கொண்டிருந்தான்.

_சுதேசமித்திரன்_ (பிப்ரவரி 24, 1957)

குயிலி (நவம்பர் 1964)

மறுபிரசுரம்: _புதிய பார்வை_ (ஜூலை 16, 1996)

எம்.வி. வெங்கட்ராம் கதைகள் (டிசம்பர் 1998)

பனிமுடி மீது ஒரு கண்ணகி (டிசம்பர் 2007)

•

வரவும் – செலவும்

தறியிலிருந்த சேலையை அறுத்து மேடைமீது வைத்துவிட்டுக் கீழே இறங்கிய சொன்னப்பன் கொஞ்ச நேரம் தலையைச் சொரிந்து கொண்டு நின்றான். பேன்கள் பிலுபிலுக்கும் தலையிலிருந்து கை நகத்தில் சிக்கிய ஒரு பேனை நகத்தில் வைத்து நசுக்கினான். காரை உதிர்ந்த சுவர் போல் வெள்ளையும் கருப்புமாயிருந்த தாடியைச் சுகமாகத் தேய்த்துக்கொண்டான். உடம்பை ஒடித்துச் சோம்பல் முறித்துக்கொண்டே, பாய் ஒன்றை எடுத்து விரித்து, சேலையைப் பிரித்துப் பரப்பி, அதில் உள்ள சிண்டு சிடுக்குகளைக் கத்தியால் சுத்தம் செய்யத் தொடங்கினான்.

ஒற்றைக் கரைப் பட்டுப் புடவை அது; கூரையிலிருந்து ஒழுகிய ஒளிப் புழுதியில், சேலையின் வெல்வெட் நிறமும் கருப்புக் கரையில் ஜரிகைத் தாமரையும் ஒலியலைகள் எழுப்பின. ஆனால், ஒளியையும் இருட்டையும் பிரித்துப் பார்க்கத் தெரியாதவன்போல் – குழந்தைகள் கோடுகளைக் கீறி வரையும் மனித உருவம்போல் சப்பென்றிருந்து சொன்னப்பன் தோற்றம்.

சேலையில் இருந்த சிடுக்குகளைக் கத்தியால் சுரண்டிய படியே அவன் நிமிர்ந்து பார்த்தான். அவன் மனைவி கெங்கம்மாள் போர்வையாகப் பயன்படும் கிழிந்த சேலைக்குள் கால்களை விறைத்து நீட்டியபடியே கிடந்தாள். அவளுக்கு அருகில் ஒரு வருஷக் கைக் குழந்தை. உடையப் பார்க்கும் ஊதிய பலூன் போல் உப்பிய வயிற்றுடன் படுத்திருந்தது. மூத்த பெண் பைனு – அவளுக்கு நாலுவயது ஆகிவிட்டது – கையில் ஒரு உடைந்த ரயிலைப் பிடித்துக்கொண்டு தூங்கினாள். அவர்களைச் சுற்றிலும் நெசவுச் சாமான்கள் இறைந்துகிடந்தன. அந்த இரண்டு குழந்தைகளுக்கும் அவைதான் விளையாட்டுச் சாமான்கள்; அவர்களுக்கு மேலே, கீழே, எங்கும் புழுதி பறந்தது; துடைப்பத்தையும் சாணத்தையும் காணாத தரையும் மண்ணை விண்டு புழுதியாக்கிக் கொண்டிருந்தது. எல்லாவற்றையும் கண்களில் வாங்கிய சொன்னப்பன் தலையைச் சொறிந்தான்.

'சீச்சீ, என்ன தலை, என்ன தலை? தேள், நட்டுவாக்கிளி, பூரான் குடியிருந்தால்கூடத் தெரியாது போலிருக்கிறதே! கூலி வாங்கிக்கொண்டு வந்ததும் முதலில் தலையை நைசாக மொட்டையடித்துக் கொண்டுவிட வேண்டும்' என்று யோசித்தவண்ணம், 'கெங்கா ... ஒரு தம்ளர் ...' என்று மனைவியைக் கூப்பிட்டவன், சட்டென்று தயங்கி நிறுத்தினான். 'தண்ணீர் வேண்டுமென்றால் கங்கா, வெற்றிலை சீவல் வேண்டுமென்றால் கங்கா, எதற்கெடுத்தாலும் அவளைக் கூப்பிட்டுக் கூப்பிட்டுப் பழக்கமாகிவிட்டது. ஆனால் இனிமேல் அவள் எங்கே வரப் போகிறாள்? இந்நேரம் அவள் உயிர் போயிருக்கும்.'

◆ ◆ ◆

கும்பகோணத்தின் தென்பகுதியில், அரசலாற்றங்கரையை அடுத்து உள்ள தெருக்களில் செளராஷ்டிரச் சமூகத்தைச் சேர்ந்த மக்கள் அதிகமாய் வசிக்கிறார்கள். அந்தச் சமூகத்தைச் சேர்ந்தவர்களில் பெரும்பாலோர் பட்டு நெசவுத் தொழிலில் ஈடுபட்டவர்கள்; ஏழைகள் கூலி நெசவு நெய்வார்கள்; பணக்காரர்கள் கூலிக்கு நெசவு கொடுத்து உற்பத்தி செய்வார்கள் – பொதுவாக, பட்டு நெசவும் அது சம்பந்தமான தொழிலும் தவிர வேறு எதிலும் அவர்கள் அக்கறை காட்டுவதில்லை.

அந்தப் பிராந்தியத்தில் செளராஷ்டிரப் புதுத் தெரு, நெசவாளர்கள் அதிகம் நிறைந்த ஒரு வீதி. அந்தத் தெருவில் 224ஆம் எண் வீடு மொட்டை மாடி, ஓட்டுவில்லைப் பகுதி, கீற்று வேய்ந்த பாகம், சுண்ணாம்புச் சுவர், மண் சுவர், காரைச் சுவர், இப்படிப் பல கலவைகள் உள்ளதாய், பல பேருக்கு, கால், அரைக்கால், வீசம் பங்கு சொந்தமாக இருப்பதாய், ஏறக்குறைய அறுபது எழுபது பேருக்கு, 'வீடு' என்று புகல் தருவதாய் உள்ள ஒரு வீடு. அந்த வீட்டின் கடைசிப் பகுதியில் எட்டாவது கடைசிக் குடியாய் வசிக்கிறது சொன்னப்பன் குடும்பம்.

அவனுடைய குடும்பம் சிறியதுதான். அவன், அவன் மனைவி, இரண்டு பெண் குழந்தைகள் – அவ்வளவுதான். ஆனால் அந்தச் சிறுகுடும்பத்தை ஒழுங்காக நடத்துவதற்கு ஒரு மாகாணத்து முதன் மந்திரியின் திறமை வேண்டியிருந்தது.

சொன்னப்பன் அப்பாவி; ஜனநாயகம், சமதர்மம், பொதுவுடைமை முதலிய அரசியல் தகிடுதத்தங்கள் இன்னும் அவனைச் சரியாகத் தீண்டவில்லை. 'கடவுள் கொடுத்த கை கால்கள் திடமாயிருக்கும்வரை உழைத்துச் சாப்பிடுவோம்', என்கிற திருப்தியான மனம் அவனுக்கு. வாழ்க்கையில் அவனுக்கு ஆசைகள் அதிகம் இல்லை எனலாம்; ஐந்து வருஷங்களுக்கு முன்பு பிரம்மச்சாரியாக இருந்த அவனுக்குப் 'பெண்டாட்டி வேணும்' என்ற ஆசை ஏற்பட்டது; நெசவு நெய்யும் முதலாளியிடம் இருநூறு ரூபாய் கடன் வாங்கி அந்த ஆசையைப் பூர்த்தி செய்துகொண்டான். கெங்கம்மாளைக் கலியாணம் செய்துகொண்டதால் இருநூறு ரூபாய் கடன் ஏற்பட்டாலும் மொத்தத்தில் அவனுக்கு லாபம் தான். அவனைப் போலவே அவளும் நெசவுவேலைகளில் கெட்டிக்காரி. கோர்வைச் சேலைகளுக்கு அவனோடு உட்கார்ந்து நாடா போடுவதும், அவனுக்குத் தேவையான பட்டு ஊடையை இழைத்துக் கொடுப்பதும், வாய்க்கு வழங்கும்படியாக

நன்றாய்ச் சமைத்துப் போடுவதுமாக அவனுக்குப் பல விதங்களில் உதவியாக இருந்தாள். சொன்னப்பன் கலியாணமான வருஷத்தில் ஒரு சுற்றுப் பருத்துவிட்டான். சோற்றுக்கு நெசவும் சுகத்துக்கு மனைவியுமாக அவன் வாழ்க்கை சுகமாய்ச் சென்றது.

கலியாணத்திற்காகப் பட்ட கடன் ஓரளவு அடைபடுவதற்குள் முதல் ஆண்டிலேயே கெங்கம்மாள் ஒரு பெண்குழந்தைக்குத் தாயானாள். என்ன வியாதியோ அது, எப்போது பார்த்தாலும் இருமல், வாந்தி, வயிற்றுப் போக்கு. கைப் பாகமாகத் தெரிந்த மருந்துகளையும் சாப்பிட்டுக்கொண்டே அவள்தான் வீட்டுக் காரியங்களையும் கவனித்து வந்தாள். இந்நிலையில் இரண்டாவது ஓர் ஆண் குழந்தை செத்துப் பிறந்தது. ஆண் குழந்தை போய்விட்டதே என்று இருவருக்கும் வருத்தம். அந்த வருத்தம் அவள் நோய்க்குப் புது மெருகு கொடுத்தது. மூன்றாவது குழந்தை ஏழாவது மாதத்தில் குறைப் பிரசவத்தில் போயிற்று; அதுவும் ஆண் குழந்தை. கடைசியாகப் பிறந்த பெண் குழந்தை தாயின் நோய்கள் எல்லாம் கூடி ஓர் உருவில் வந்ததுபோல் இருந்தது. இந்த நான்கு பிரசவங்களால் கெங்கம்மாளுடைய உடல் எதற்கும் உதவாத சக்கையாகிவிட்டது. அப்போதுகூட அவள் அவனுக்குத் துணையாகக் 'கூடமாட' இருந்தாள். இரண்டு குழந்தைகளையும் கவனித்துக்கொண்டாள்; பட்டு இழைத்துக் கொடுத்தாள். முடிந்தவரை சமையலும் செய்தாள். தரும ஆஸ்பத்திரிக்குப் போய்வர நேரமாவதால் அவள் மருந்து சாப்பிடுவதையே நிறுத்திவிட்டாள். தன்னைக் 'கொண்டுபோக'த்தான் அந்த வியாதி வந்ததாக அவள் தீர்மானம். ஆனால் குழந்தைகளைக் கவனிக்காமல் இருக்க முடியுமா? கிறிஸ்தவர்களின் 'மிஷன்' ஆஸ்பத்திரி வண்டி அடிக்கடி அவர்கள் தெருவுக்கு வரும்; இரண்டு வெள்ளைக்காரிகள், வெள்ளை முக்காடு போட்டுக்கொண்டு அதில் வருவார்கள். குழந்தைகள் என்றால் அவர்களுக்கு உயிர். அவர்களாகவே கெங்கம்மாவின் குழந்தைகளுக்கு இனாமாக மருந்து தர ஆரம்பித்தார்கள். அவளுக்கும் தருவதாய்ச் சொன்னார்கள்; ஆனால் எந்த மருந்தையும் அவள் நம்பவில்லை.

கெங்கம்மாள் இப்படி நோய்களோடும் குழந்தைகளோடும் போராடும்போது சொன்னப்பன் கடனோடு மல்லுக்கு நின்று கொண்டிருந்தான். கலியாணக் கடனும் குழந்தைகளைப் பெற்று, வளர்ந்து மூன்று நூறு ரூபாய் என்கிற பருவத்தை அடைந்தபோது, முதலாளி மேற்கொண்டு கடன் தர மறுத்ததோடு, கூலியாய் ஒரு பாகத்தையும் கடனுக்காகப் பிடித்துக்கொள்ளத் தொடங்கினார். சொன்னப்பன் முதலாளியைக்குறை கூறவில்லை. அவர் நல்லவர்; கலியாணம் என்றதும் இரண்டு நோட்டுகளைக் கையில் கொடுத்தார். அந்தக் கடனைத் தீர்க்க வேண்டியது தன் கடமை என்று அவனுக்குத் தோன்றியது. முதலாளி பெரிய பணக்காரர் அல்ல; பத்துப் பட்டுத்தறி போட்டுத் தொழில் செய்கிறார். அவனைப்போல் கடன் வாங்கியவர்கள் திருப்பித் தராவிட்டால் அவர் கதி என்ன ஆகும்? ஆகையால், கூலியில் அவர் பிடித்தம் செய்துகொண்டதைப் பற்றி அவன் வருந்தவில்லை. ஆனால், அதன் பயனாக வீட்டில் இரு வேளைக்குப் பதில், ஒருவேளை மட்டும் அடுப்பு மூட்ட வேண்டிய கட்டாயம் ஏற்பட்டது. அந்தக் கட்டாயத்தால் கெங்கம்மாளின் வியாதிகளும், குழந்தைகளின் வியாதிகளும் நன்றாய்க் கொழுத்தன.

சொன்னப்பன் அப்பாவியானாலும் கெட்டிக்காரன். கடன், வியாதி, பசி எல்லாம் அவனுக்குப் பழகிவிட்டன. அவன் தைரியமாகவும் திடமாகவும் நின்று எல்லாவற்றையும் சமாளித்தான். எது எக்கேடு கெட்டாலும் அவன் நெசவுக்குப் போகத் தவறுவதில்லை. அவனும் சேர்ந்து நோயாளியாகி விட்டால், குடும்பம் என்ன ஆகும்? ஒரே ஓர் ஏக்கம் மட்டும் அவனுக்கு அடிக்கடி ஏற்படுவதுண்டு. இவ்வளவு கடன் பட்டுக் கலியாணம் செய்துகொண்டு மனைவியால் கிடைக்க வேண்டிய சுகம் கிடைக்கவில்லையே என்கிற ஏக்கம். எலும்பும் மெலிந்து நடமாட்டமும் குறைந்து படுத்த படுக்கையாகிவிட்ட கெங்கம்மாளைப் பார்க்கும் போது அவனுக்கு விசனமாகத்தான் இருந்தது.

ஆறுமாசமாய்ப் படுக்கையில் கிடந்தவள் நிலைமை அன்று மோசமாயிற்று. காலையில், 'எனக்கு என்னவோபோல இருக்கு', என்றாள் அவனிடம்; 'கொஞ்சம் சூடா ஒருவாய் காபி சாப்பிடு; தெம்பு வரும்', என்று தைரியம் சொல்லிக் கொஞ்சம் காபி கொடுத்தான்; சாப்பிட்டவள் அப்படியே வாயிலெடுத்ததைச் சுத்தம் செய்துவிட்டு, அவன் நெசவுக்குப் போனான். முற்பகல் சுமார் பதினோரு மணிக்குத் தற்செயலாக அவளைக் கவனித்தவன் அவள் ஏதோ சொல்வதைக் கேட்டு நெசவிலிருந்து இறங்கிப் பக்கத்தில் சென்றான். "என்ன சொல்லுகிறாய் செங்கம்மா?" என்று பரிவோடு அவன் கேட்ட கேள்விக்குப் பதிலாக, "நான் வரமாட்டேன் போங்க" என்றபோதுதான், அவனுக்கு விஷயம் விளங்கிற்று. அவள் சாகப் போகிறாள் என்று அவனுக்கு உறுதி ஆயிற்று. "உங்களுக்கு இங்கே என்ன வேலை? போகிறீர்களா இல்லையா? எனக்குப் பயமாக இருக்கிறது. உங்களோடு நான் வரமாட்டேன்" என்று கெங்கம்மாள் எங்கே பார்த்தபடி முணு முணுத்ததைக் கேட்டு அவன் பெருமூச்சு விட்டான். "பாவம், என்ன சுகம் காண்பதற்காக இவள் இங்கே இருக்க ஆசைப் படுகிறாளோ?" என்று தனக்குள் பேசிக்கொண்டே கைக் குழந்தையைத் தூளியிலிட்டு ஆட்டித் தூங்க வைத்துவிட்டு – நெசவுக்குப் போனான். மத்தியானம் ஒருமணிக்கு மூத்த பெண் பைனு பள்ளியிலிருந்து திரும்பியதும் அவளுக்குப் பழையது போட்டு அனுப்பிவிட்டுக் கெங்கம்மாளைப் பார்த்தபோது, பேச்சும் அடங்கி மூச்சு மட்டும் இழை இழையாக வருவதைக் கண்டதும் அவனுக்குப் 'பகீர்' என்றது. அடிவயிற்றிலிருந்து அழுகை குமட்டிக் கொண்டு வந்தது. அழுகை வருவதற்கு முன்னால் அவனைக் கவலை பிடித்தது. கெங்கம்மாள் சாகப் போகிறவள்தான்; அவளை வழியனுப்பச் செலவுக்குப் பணம் வேண்டுமே!

அந்த எண்ணம் தோன்றியதும் அவன் நெசவு மேடைக்கு விரைந்தான். சேலையை அறுக்க வேண்டிய குறியைப் பார்த்தான்; இன்னும் ஒரு முழம் நெய்து சேலையை அறுக்க வேண்டும். சேலை கொண்டு போனால்தான் முதலாளியிடம் பணம் கிடைக்கும். புதுக்கடன் அவர் தரமாட்டார்; கேட்கவும் அவன் விரும்பவில்லை. எமதூதர்கள் மனைவியின் உயிரை வாங்குவதற்குள் ஒரு முழம் துணி நெய்துவிட வேண்டும் என்கிற பரபரப்போடு அவன் வேகம் வேகமாக நாடாபோட ஆரம்பித்தான்.

மாலை நான்கு மணி சுமாருக்குத்தான் சேலையை அறுக்க முடிந்தது.

சேலையிலிருந்த சிடுக்குகளைச் சுத்தம் செய்து பழைய துணியில் அதைச் சுருட்டி, கக்கத்தில் இடுக்கிக்கொண்டு கெங்கம்மாள் இருந்த

பக்கம் பார்த்தபோது அவனுக்குப் பயமாக இருந்தது. அருகில் சென்று அவளுக்கு இன்னும் உயிர் இருக்கிறதா என்று பார்க்கலாமா என்று ஒரு வினாடி தங்கினான். எம தூதர்கள் தன்னைவிடக் கெட்டிக்காரர்கள் என்று அவனுக்கு நிச்சயமாகத் தெரியும்.

"பார்த்து என்ன ஆகப்போகிறது? நிச்சயமாகச் செத்திருப்பாள். செத்துவிட்டாள் என்று தெரிந்துகொண்டுவிட்டால் முதலாளி வீட்டிற்குப் போகமுடியாது. பணம் வந்த பிறகு இறந்துவிட்டாளா, பிழைத்திருக்கிறாளா என்று பார்த்துக்கொண்டால் போகிறது" என்று தீர்மானித்துக் கொண்டு கக்கத்தில் இடுக்கிய புடவையுடன் பக்கத்துத் தெருவில் இருந்த முதலாளியின் வீட்டுக்குப் போனான் சொன்னப்பன்.

அங்கும் அவனுக்கு ஏமாற்றம்தான் காத்திருந்தது. முதலாளியின் ஸ்தானத்தில் குமாஸ்தா உட்கார்ந்திருந்தார். அவனைப் போல பல நெசவாளர்கள் அறுத்த சேலைகளுடன் பணத்திற்காகவும் பட்டுக்காகவும் காத்திருந்தார்கள். வந்த காரியம் அவசரம் என்பதற்காக எல்லோரையும் முந்திக்கொண்டு சேலையைக் குமாஸ்தாவிடம் நீட்டினான்.

"வந்தது, வராததுமா இப்படி அவரசப் பட்டால் நடக்குமா சொன்னப்பா?" என்று கோபித்துக்கொண்டார் குமாஸ்தா.

"அப்படியில்லை... வீட்டிலே மனைவி செத்துவிட்டாள்."

"என்னது?"

"இல்லை . . . சாகக் கிடக்கிறாள். சேலையை எடைபோட்டு எடுத்துவைத்துக்கொள்ளுங்கள். பணம் கொடுத்தால் நான் போகிறேன். சற்று சீக்கிரமாக முடியுங்கள்."

குமாஸ்தா சேலையை எடைபோட்டு எடுத்துவைத்துவிட்டு, ஐந்து ரூபாய் நோட்டை அவனிடம் நீட்டினார்.

"போதாதே ஐயா... முதல்நாள் செலவிற்கே இது காணாதே."

"நீ ஒண்ணு! அவள் ஒன்றும் சாகமாட்டாள்; ஆறு மாசமா நீயும் இப்படியேதான் சொல்லிக்கொண்டு வருகிறாய். வேண்டுமானால் பாரு, அவள் பிழைத்து விடுவாள். முதலாளி வருவதற்கு இரண்டு நாட்களாகும். பிறகு பார்க்கலாம்."

"அப்படி இல்லை, இன்னும் அரைமணியோ ஒருமணியோ என்று இருக்கிறது. இனிமேல் தாங்காது. பதினைந்தாகக் கொடுத்தால் கொஞ்சம் உதவியாக இருக்கும்."

"பாவம், நான் என்னப்பா செய்யறது? இருபது ரூபாயை வைத்துவிட்டு முதலாளி வசூலுக்குக் கிளம்பிவிட்டார். நீ சொன்ன சந்தர்ப்பத்துக்காகத்தான் இந்த ஐந்து ரூபாயைக் கொடுக்கிறேன். இதுபோக பெட்டியிலே மூன்றே கால்தான் இருப்பு. எப்படியாவது சமாளித்துக்கொள். முதலாளி வந்த பிற்பாடு பார்க்கலாம்," என்று முடிவுகட்டிப் பேசினார் குமாஸ்தா.

அவரிடம் வாதாடிப் பயன் இல்லை என்று அவனுக்கு நன்றாகத் தெரியும். முதலாளியும் சரி, குமாஸ்தாவும் சரி பெட்டியில் பணம்

இருந்தால்தான் பொய் சொல்லுவார்கள், இல்லாதபோது உண்மைதான் பேசுவார்கள் என்பதை அவன் அநுபவபூர்வமாக அறிவான். முதலாளி இருந்தால் சந்தர்ப்பத்தை உத்தேசித்து எப்படியும் கொடுத்துவிடுவார்; குமாஸ்தா என்ன செய்ய முடியும்? ஐந்துரூபாயை எடுத்துக்கொண்டு அவன் புறப்பட்டான்.

வீடுபோகிற வழியெல்லாம் பணக் கணக்கு அவனை வதைத்தது. சவத்தை எடுக்கவும், நன்காட்டுச் செலவுக்கும் ஐந்து ரூபாய் போதும். இரண்டாம் நாள் 'பால் தெளி'க்கு அதிகச் செலவில்லை. ஆனால் செத்தவர்களுக்காக இருக்கிறவர்கள் சாப்பிடாமல் இருக்க முடியுமா?

வீட்டு வாசலில் 'மிஷன்' வண்டி நிற்பதைக் கண்டதும் அவனுக்கு ஒரு நப்பாசை உண்டாயிற்று. ஒருவேளை கெங்கம்மாள் சாகாதிருந்தால், அவளுக்கு ஏதாவது மருந்து கொடுத்து முதலாளி திரும்பிவரும்வரை அவளைப் பிழைக்க வைக்க முடியுமா என்று ஒரு முயற்சி செய்து பார்த்தால் என்ன? ஏழுகட்டு ஜனசமுத்திரத்தையும், குப்பைமேடுகளையும், சாக்கடைப் பிரவாகத்தையும் கடந்து வீட்டுக்குள் விரைந்தான் அவன்.

நீலநிற 'டால்' அடிக்கும் வெண்மையான கவுன் அணிந்து, வெள்ளையாகப் புன்னகை செய்யும், வெள்ளைக்காரியிடம் அவனுடைய கைக்குழந்தை விளையாடிக்கொண்டிருந்தது. அவளோடு வந்த வேலைக்காரி மூத்த பெண்ணோடு கொஞ்சிக் கொண்டிருந்தாள்.

"வாங்க ஸிஸ்டர்" என்று அவர்களை வரவேற்றான் சொன்னப்பன்.

"எங்கே போய்ட்டே? பேபி எல்லாம் அழுவப்போட்டு சுத்தப் போய்ட்டே?" என்றாள் வெள்ளை மாது; அவளுடைய சினத்தில் ஒலித்த அன்பு அவன் நெஞ்சைத் தொட்டது.

"சேலையை அறுத்து எடுத்துக்கொண்டு முதலாளி வீடுவரை போயிருந்தேன். அதுக்கு இன்றைக்கு ரொம்பவும் சரியில்லை; கொஞ்சம் பார்க்கிறீர்களா?" என்று மனைவி பக்கம் காட்டினான்.

'ஸிஸ்டர்' குழந்தையைக் கீழே விட்டுத் தாயாரிடம் சென்று பார்த்தாள்.

"என்ன ஆம்புள்ளே நீ! இதுக்கு உசிரு போய் ரெண்டு மணி ஆவுது. அதுவும் பாக்கல்லே?"

"செத்துவிட்டாளா?" என்று தலையைப் பலமாகச் சொறிந்தான் அவன்.

வெள்ளை மாது 'சூள்' கொட்டினாள். 'பாவம், சின்ன சிசு பொணத்தைப் பால் கேட்குது' என்று கொண்டே, குழந்தையை அவள் எடுத்துக் கொண்டாள்.

குழந்தை குளறுபடி செய்த சேலையைச் சரிப்படுத்திக் கொண்டிருந்த சொன்னப்பனுக்குத் திடீரென்று ஒரு யோசனை உதித்தது.

"ஸிஸ்டர், கையிலே பணமில்லை. ஒரு பத்து ரூபாய் கடனாகக் கொடுக்கிறீர்களா? எங்கள் முதலாளி ஊரில் இல்லை; வந்ததும் பணம் வாங்கித் தந்துவிடுகிறேன்."

"பாவம்" என்றாள் வெள்ளை மாது.

“பொணத்தை எடுக்கவே ஐந்து ரூபாய் வேண்டும், இரண்டாம் நாள் செலவு இருக்கு. வீட்டிலே அரிசியும் இல்லை—”

“ரொம்பக் கஷ்டம்.”

“ஆமாம்... பத்து ரூபாய் இருந்தால்...”

ஸிஸ்டர் அழகாய்ப் புன்னகை புரிந்தாள்; “நம்பள்கிட்டே பணம் ஏது? சாமி பணம்தான் இருக்கு. அது கடனுக்கு வராது. மருந்து வேணுமா”

தன் எண்ணம் நடவாது என்று கண்ட சொன்னப்பன் தலையைப் பிசைந்தான்.

“நான் ஒண்ணு சொல்லட்டும். ரூபா கிடைக்கும்.”

“சொல்லுங்கள்” என்றான் ஆவலுடன்.

“பேபீயை ஏன் கொல்றே? அம்மா பால் இல்லை; மருந்து இல்லை; சோறு இல்லை. பேபி செத்துடுது. நம்பள் சாமிகிட்டே பேபியைத் தந்துடு. ரூபா கொடுப்பாங்க.”

அவள் கூறியதன் பொருள் அவனுக்கு விளங்கியது.

“குழந்தையை நீ எப்ப வேணாலும் வந்து பார்க்கலாம். ஆறு மாசத்திலே லேடி குட்டி மாதிரி ஆயிடும்” என்று சிபாரிசு செய்தாள், ஸிஸ்டரோடு வந்த வேலைக்காரி.

சொன்னப்பன் மௌனமாக இருந்தான்.

“பெரிசு நீ வளக்கிறே. பேபியைக் கொல்றே?”

சொன்னப்பன் தன் மூளை விரிந்த அளவுக்கு யோசனை செய்தான். அவள் கூறியது நியாயமாகப்பட்டது. கைக்குழந்தை ஒரு வயது ஆகிறது. தாய்ப்பாலுக்கு வழி இல்லாவிட்டாலும் இதுவரை தாய்ப்பாசம் இருந்தது. அதுவும் இப்போது போய்விட்டது. அவனே தறி நெய்து சமையல் செய்து, குழந்தைகளையும் கவனித்துக்கொள்ள வேண்டும்; அவைகளின் வியாதியையும் கவனிக்க வேண்டும், முடியுமா? எங்கே முடியப் போகிறது? பெரிய குழந்தை எப்படியாவது உருவாகி விடும்; கைக் குழந்தையை அவனால் காப்பாற்ற முடியுமா?

“ஒனக்கு இஸ்டம் இல்லை... விட்டுடு.”

“என்ன தருவீர்கள்?” என்றான் அவன், திடப்படுத்திக்கொண்டு?

“எட்டே முக்கால் ரூபா தருவது வழக்கம்” என்றாள் வேலைக்காரி.

“இவ்வளவுதானா?”

“பெரிசுக்கும் நாம்பள் மருந்து தர்றோம். புட்டிப்பால், நெய், வெண்ணெய் எல்லாம் வருது” என்றாள் ஸிஸ்டர்.

“எட்டே முக்கால் ரூபாதான் கொடுப்பாங்க. வாங்கிக்கோ. அத்தோடு முடிஞ்சுதா? குழந்தையை வளர்க்க என்ன செலவு ஆகும்? உனக்கும் வாராவாரம் பால், நெய், பவுடர் எல்லாம் கிடைக்கும். நான் கொண்டுவந்து

தர்றேன். சரின்னு சொல்லு. ஒன் குழந்தைக்கு நல்ல காலம் வந்துடுச்சி!" என்றாள் வேலைக்காரி.

சொன்னப்பன் மனக் கணக்குப் போட்டான். ஐந்தும் எட்டே முக்காலும் பதின்மூன்றே முக்கால் ஆகிறது. இரண்டு நாள் செலவுக்கும் அதைக் கொண்டு சரிப்படுத்தி விடலாம். தன்னிடம் இருந்து வீணாகப் போகும் குழந்தைக்கும் உயிர் கொடுத்ததுபோல் ஆகும்.

"சரி, ரூபாய் கொடுக்கிறீர்களா?"

"இங்கே தரமாட்டார்கள். மேரி மாதா கோயிலுக்குக் குழந்தையை எடுத்துண்டு வா" என்றாள் வேலைக்காரி.

'சரி, ரெண்டு மணி நேரம் கிடந்த பொணம் இன்னும் இரண்டு மணி அதிகமாகக் கிடக்க வேண்டியிருக்கும்; இருக்கட்டுமே – செத்த பிறகுகூட கெங்கம்மாவுக்கு வீட்டை விட்டுப் போக மனசு வரவில்லை. பதிமூன்றே முக்கால் ரூபாயிலே, இரண்டு நாள் செலவைத் தன்னைக்கட்டி விடலாம். இரவோடு இரவாகப் பொணத்தை எடுத்தால் செலவு குறையும், குழந்தையும் அவர்களிடம் நன்றாக இருக்கும்' என்று பல திசைகளில் ஓடியது அவன் மூளை.

"நாம்பள் முந்தி போறோம்" என்று சொல்லிக்கொண்டே கிளம்பினாள் 'ஸிஸ்டர்'. அஞ்ஞானத்தில் உழலவேண்டிய ஒரு ஜீவனை, கர்த்தரின் கருணைக்குப் பாத்திரமாக்கிய திருப்தி அவள் முகத்தில் துலங்கியது.

"சுருக்க வந்துடு" என்ற வேலைக்காரியின் முகத்தில், தன் இனம் பெருகுகிற மகிழ்ச்சி ஒளிர்ந்தது.

"சுருக்க வராமே? ரூபாய் வந்துதானே காரியமெல்லாம் ஆக வேண்டும். விஷயத்தை இன்னும் வெளியிலே சொல்லவில்லையே!" என்று கூறிய சொன்னப்பன் குரலில் மனைவியின் இரண்டு நாள் செலவுக்காகப் பணம் சேர்த்துவிட்ட திருப்தி கொஞ்சம் ஒலித்தது.

வெள்ளியோடு கண் விழித்து, நெசவு மேடை ஏறிய சொன்னப்பன், காலை சுமார் ஏழுமணிக்குக் கீழே இறங்கி, வாயைக் கொப்பளித்து வெற்றிலை போட்டுக்கொண்டே, 'பைனு! பைனு!' என்று குரல் கொடுத்துத் தன் மகளைக் கூப்பிட்டான்.

'வந்துவிட்டேம்பா!' என்று தொலைவிலிருந்து கேட்ட குரலுக்குப் பின்னால், நாட்டியமாடத் தயாராக உள்ள பெண்போல், உடலோடு ஒட்டாத இரு கரங்களைக் கோணக் கோண வளைத்துக்கொண்டு எதிரில் வந்து நின்றாள் பைனு – அவனுடைய ஆறு வயதுப் பெண். அவளுக்கு உடம்பு முழுவதும் சொறியும் சிரங்கும்: சுகமாகச் சொறிந்து உடம்பில் கைவைக்க முடியாதபடி ரணமாக்கிக்கொண்டிருந்தாள்.

"ஆற்றுக்குப் போய்க் குளித்துவிட்டு வருவோம்; புறப்படு" என்றான் சொன்னப்பன்.

"வேணாம்பா, மீன் கொத்தினா ஒரே எரிச்சலா இருக்கு, நீ போயிட்டு வா" என்றாள் பெண்.

“மீன் நல்லாக் கொத்தினாத்தான் சொறி சுத்தமாகும். நமக்கு மீன்தான் சவுக்காரம். மீன் கொத்தின அப்புறம் மருந்து பூசினா, சீக்கிரம் குணமாகும், கொஞ்சம் எரிச்சலாத்தான் இருக்கும்; பல்லைக் கடித்துக்கொண்டு இரு... இன்று உங்கம்மா வர்றா... தெரியுமா இல்லையா?”

“போப்பா, அம்மாதான் செத்துட்டுதே – அது எப்படி வரும்.”

“அம்மாவுக்கு இன்று தெவசம் கொடுக்கப் போகிறேன். அவள் போய் இன்றோடு ஒரு வருஷம் ஆகிவிட்டது. ஸ்நாநம் பண்ணிவிட்டுச் சுத்தமாக இருக்கவேண்டும், புறப்படு.”

பைனு ஓர் அழுக்குப் பாவாடை, இரண்டு கிழிந்த சட்டைகள், அவனுடைய வேட்டி, மேல் துண்டு எல்லாவற்றையும் ஒரு சிறிய கூடையில் போட்டு, அதை இடுப்பில் வைத்துக்கொள்ள முயன்றவள், ‘அம்மா!’ என்று அலறிக்கொண்டே கூடையைக் கீழே போட்டாள்.

“உடம்புதான் ஒரே ரணமாக இருக்கிறதே – துணியை எல்லாம் மூட்டையாகக் கட்டிக்கொள்.”

பெண் கொடுத்த அழுக்கு மூட்டையை அவன் தூக்கிக் கொண்டான்; இருவரும் பக்கத்தில் உள்ள அரசிலாற்றை நோக்கி நடந்தார்கள்.

மனைவி கெங்கம்மாள் இறந்து ஒரு வருஷம் ஆகிவிட்டது என்கிற விஷயம் அவனுக்கு வியப்பாகத்தான் இருந்தது. அவள் காலமானது தை மாதம் 25ஆம் தேதி; இன்று தை 20ஆம் தேதிதான்: தேதிக் கணக்கில் பார்த்தால் இன்னும் நாலு நாளுக்குப் பிறகுதான் ஒரு வருஷம் பூர்த்தி ஆகிறது. புரோகிதர் திதிக் கணக்குப் பார்த்து இன்று வருஷாப்தீகம் என்று அறிவித்துவிட்டார். ‘சாப்பிட்டதும் தெரியவில்லை; செரிமானம் ஆனதும் தெரியவில்லை; வருஷம் ஆகிவிட்டதே!’ என்றுதான் அவனுக்கு ஆச்சர்யம்.

அவனைப் பற்றின வரையில், காலம் ஸ்தம்பித்துவிட்டது. விடிவதும் பொழுதுசாய்வதும் அவனுக்கு அர்த்தமற்ற விஷயங்கள் ஆகிவிட்டன.

காலமான மனைவியை நினைக்க அவனுக்கு வருத்தமாக இருந்தது. கல்யாணத்திற்கு முன்பு அவனுக்கிருந்த ஒரே ஆசை, கலியாணம் செய்துகொள்ள வேண்டுமென்பதுதான். அந்த ஆசையைக் கெங்கா மிகவும் அழகாகப் பூர்த்தி செய்தாள். பகலில் அவன் நெசவுக்கு வேண்டிய உதவி செய்து, வாய்க்கு வழங்கும்படியாகச் சமையலும் செய்தாள்; இரவுகளையோ இன்பத்தால் நிரப்பினாள். அவள் உடல் ஈடுகொடுத்தவரை அவனுக்காக உழைக்கவோ, அவனுக்குச் சுகம் தருவதற்கோ அவள் சிணுங்கவில்லை. பிறகு அவளுக்குக் குழந்தைகள் பிறந்தன. சீக்குக்காரி ஆனாள். படுக்கையோடு கிடக்க வேண்டிய கட்டாயம் ஏற்பட்டது. அப்போது அவள் பிரார்த்தனை, சீக்கிரம் சாக வேண்டும் என்பதுதான். தன்னால் கணவனுக்கு ஒரு பயனும் இல்லாதபோது, உயிரோடு இருந்து என்ன பிரயோசனம் என்பது அவள் எண்ணம்.

அவள் படுக்கையாகிவிட்ட பிறகு அவனுக்கும் அவ்வப்போது அலுப்புத் தட்டியது உண்டு. பகல் முழுவதும் நெசவு மேடையில் பாடுபட்டுவிட்டு, இரவிலாவது மனைவியால் கொஞ்சம் நிம்மதி கிடைக்கும் – என்று எதிர்பார்த்தால், அவளோ அவனுடைய பணிவிடையை எதிர்பார்த்தாள்.

ஆனால் அவனால், அவள் என்ன சுகம் அடைந்துவிட்டாள்? அவள் சாகும்போதுகூட அவன் தறிமேடையைவிட்டு இறங்கவில்லை. செத்தாளா, உயிரோடு இருக்கிறாளா என்று பார்ப்பதற்குக்கூட அஞ்சி, அவள் அருகில் கூடப் போகாமல் செத்துவிட்டாள் என்று தெரிந்தபின், கண்ணீர் விடவும் நேரம் இல்லாமல் – பணம், பணம் என்று அவன் அலைந்துகொண்டிருந்தான்.

அவளுடைய ஈமக் கிரியைகளைச் செய்வதற்கு அவன் தன் குழந்தையை 'மிஷன்' சிஸ்டரிடம் விற்க வேண்டியிருந்தது. ஊரில் ரொம்பப் பேருக்கு இந்த விஷயம் தெரியாது. அய்யம்பேட்டையில் அவனுடைய சொந்தக் காரர்கள் வீட்டில் குழந்தை வளருவதாக எல்லோரும் எண்ணிக் கொண்டிருந்தார்கள். ஆனால் ஊர்க்காரர்களுக்குத் தெரியுமோ இல்லையோ, குழந்தையை விற்று மனைவியின் 'காரியங்களை' நடத்த நேர்ந்ததை நினைக்க அவனுக்குக் கஷ்டமாக இருந்தது. குழந்தை சீக்குக் குழந்தைதான்; அதைப் போஷிக்க அவனுக்கு வக்கில்லை. அவனோடு இருந்தால் அதுவும் தாய்போன வழி போயிருக்கும். அதை மிஷன்காரர்கள் எவ்வளவு அன்போடு வளர்க்கிறார்கள்! அது வளரும் இடத்திற்கு இரண்டு மூன்று தடவை அவன் போனான். அதைப் படுக்கவைத்திருந்த தூளி வெள்ளையாக – மிகவும் நேர்த்தியாக இருந்தது. குறித்த நேரத்தில் பால் புகட்டுகிறார்கள்; மருந்து தருகிறார்கள்; விளையாட்டுப் பொம்மைகள் கொடுத்து ஒத்த வயதுக் குழந்தைகளோடு விடுகிறார்கள். ஊர்க் குழந்தைகளை இவ்வளவு உபசாரம் செய்யும் மிஷன்காரர்கள் மிகவும் நல்லவர்கள். அவனுடைய ஜாதி ஜனங்களுக்குத் தெரிந்தால் ஆத்திரப்படுவார்கள். பறையர்களிடம் குழந்தையைக் கொடுத்ததற்காக – ஒரு வேளை அவனைச் சாதிப் பிரஷ்டம் செய்யலாம். இந்தக் காலத்தில் சாதிப் பிரஷ்டம் செய்ய யாருக்கும் துணிச்சல் இல்லை. இருந்தாலும் கேவலமாக நினைக்கிறவர்கள், இம்மாதிரி நாதி இல்லாத – குழந்தைகளைக் காப்பாற்றுவதற்கு ஓர் ஏற்பாடு செய்யட்டுமே!

சொன்னப்பனுக்கு 'உண்மை' நன்றாக உறைத்தது. பணம் இருந்தால்தான் ஊரில் நிமிர்ந்து நிற்க முடியும் என்ற உண்மை அவனுக்குத் தெரியாமல் இல்லை. பணம் இல்லாதவனுக்கு நல்லதும் இல்லை, கெட்டதும் இல்லை; கல்யாணமும் இல்லை; கருமாதியும் இல்லை. கடன் வாங்கி அவன் கல்யாணம் செய்துகொண்டான். மனைவி தீர்ந்தும் கடன் தீரவில்லை. அவள் இறந்து ஓராண்டு ஓடாக உழைத்தும் நூற்று இருபது ரூபாய் பாக்கி இருந்தது. மனைவி மக்கள் இல்லாமல்கூட வாழ்ந்துவிடலாம்; கடனோடு எவனும் மனிதனாக – வாழ்ந்துவிட முடியாது. முதலாளி நல்லவர்தான்; சுமார் பதினைந்து வருஷங்களாக அவன் அவரிடமே நெசவு நெய்கிறான். அவனிடம் அவருக்கு அலாதியான அபிமானம் என்று கூடச் சொல்லலாம். அப்பேர்ப்பட்டவரே, நாலு இரண்டில், கடனைப்பற்றிக் குத்தலாக இரண்டொரு வார்த்தை சொல்லி விடுகிறார். போதாதா, நல்ல மாட்டுக்கு ஒரு சூடு?

◆ ◆ ◆

கடவுள் கொடுத்த கை கால்கள் அவனுக்கு நன்றாக இருந்தன. நன்றாகவும் உழைத்தான். பெண்சாதி இல்லையென்றால் என்ன உழைத்து என்ன பிரயோசனம்? காலத்தில் சோறு கிடைக்க வழியில்லையே! வயிற்றுக்குத்தானே பாடுபடுகிறோம்? பாடுபட்டும் வயிற்றுக்கு நிம்மதி இல்லையென்றால், பாடுபட்டு என்ன பயன்? மனைவி இறந்த கொஞ்ச

காலத்திற்கு அவனே பொங்கிச் சாப்பிட்டான். அடுக்களை வேலை, தறிவேலைக்கு இடையூறாக இருந்தது. கடைசியில் அதே தெருவில் அவன் வீட்டிற்கு இருபது வீடுகளுக்கு அப்பால் வசிக்கிற, நன்னம்மாளிடம் மாசம் முப்பது ரூபாய் கொடுத்துவிட்டு அவனும் பெண்ணும் சாப்பிட்டு வந்தனர்.

நன்னம்மாள் ரொம்ப நல்லவள். இருபத்தைந்து வயது இருக்கும். செத்துப்போனாளே அவன் மனைவி, அவளைவிட திடமான உடம்பு. சின்ன வயசிலேயே – பதினெட்டில் – புருஷனை இழந்துவிட்டாள். தாலி அறுத்த கூலியாக அவளுக்கு இருநூறு ரூபாய் கிடைத்தது. அவள் உழைப்பாளி, சொந்தத்தில் ராட்டினம் ஒன்று வைத்துக்கொண்டிருந்தாள். ராத்திரி பனிரெண்டு மணிவரையில் சோம்பல் இல்லாமல் வேலை செய்வாள். அதில் மிச்சம் பிடித்து கையில் உள்ள பணத்தை வட்டிக்குக் கொடுத்து வாங்கி அதையும் பெருக்கிக்கொண்டிருந்தாள். அவள் தனிக்கட்டையாதலால், தன் அண்ணன் ராமய்யன் குடும்பத்தோடு இருந்தாள். அவன் குடிகாரன். பொழுது விடிந்தால் காலைக் கடனைக் கழிப்பதற்கென்று அரசலாற்றுக்குப் போகிறவன், அப்படியே அக்கரைக்குச் சென்று ஒரு புட்டி 'போட்டுக்' கொண்டுதான் தறிமேடை ஏறுவான். அவனுடைய ஏச்சையும் பேச்சையும் கேட்டுக்கொண்டு, சில சமயம் அவனிடம் உதையும் வாங்கிக் கொண்டு நன்னம்மாள் அவன் குடும்பத்திற்கு உதவியாகத்தான் இருந்தாள். அவளுடைய அண்ணன் சம்மதத்தின் பேரில் அவள் சொன்னப்பனுக்கும் அவன் மகளுக்கும் சோறுபோட ஒப்புக் கொண்டாள். அவள் அவனிடம் மிகவும் அன்பாக நடந்து கொண்டாள். அவனுக்கும் பெண்ணுக்கும் திருப்தியாகச் சோறு போடுகிறாள். அவனுக்கு முடையாக இருக்கிறபோது நாலு, ஐந்து என்று கைமாற்றும் தருகிறாள்.

அவன் பெண்ணுக்கு இரண்டு மாதமாக உடம்பெல்லாம் ஒரே சொறி. 'மிஷன் ஸிஸ்டர்கள்' மருந்து கொடுத்து வந்தார்கள். ஆனால் குணமாகும் சமயம் அவள் சொறிந்து ரணமாக்கிக் கொண்டு சொறியை வளர்த்து வந்தாள். நன்னம்மாள் பைனுவைத் தன் சொந்தப் பெண்ணைப்போல் கவனித்துக்கொண்டாள். அவளே பக்கத்தில் உட்கார்ந்து சோறு ஊட்டினாள்.

நன்னம்மாள் அவனிடமும் பெண்ணிடமும் பிரியமாக இருப்பதைப் பார்க்க அவளுடைய அண்ணனுக்குப் பிடிக்கவில்லை. குடிகார புத்தி இப்படித்தானே இருக்கும்? அவன்தான் சொன்னப்பனை நன்னம்மாளிடம் சோற்றுக்காகச் சொல்லிவிட்டான்; இப்போது அவனுக்குப் பொறாமை உண்டாகிவிட்டது. சொன்னப்பன் சாப்பிட வரக்கூடாது என்று சாடையாக அவன் ஒன்றிரண்டு முறை சொல்லிப் பார்த்தான்; ஆனால் நன்னம்மாள் அவனை அப்படிக் கைவிட விரும்பவில்லை.

❖ ❖ ❖

இவ்வளவும் சரி, ஆனால் வீட்டில் கிடைக்கக் கூடிய நிம்மதி வெளியில் கிடைக்குமா? பணம் இல்லாதவனுக்கு வீட்டில்தான் நிம்மதி கிடைக்குமா?

ஒருவாரத்துக்கு முன்னரேயே புரோகிதர் அவன் மனைவிக்கு வருஷாப்திகம் என்று தகவல் கொடுத்துவிட்டார். அதை விமரிசையாகச் செய்ய வேண்டுமென்று அவனுக்கு ஆசை. தன் சொந்தக்காரர்களை

அழைத்து விருந்திடவேண்டுமென்று திட்டமிட்டான். முப்பது ரூபாய்க்குக் குறையாமல் செலவாகும் என்று கணக்கிட்டதும், திட்டத்தைக் கைவிட்டான். திவசம் கொடுக்கலாம் என்றால்கூட – வழி இல்லை. வீட்டில் தெவசம் கொடுத்துவிட்டுப் பிறத்தியார் வீட்டில் சாப்பிடலாமா? இங்கே அடுப்பு ஏற்ற வசதி ஏது? கடைசியாக ராமசுவாமி கோவில் காராம்பசுவுக்கு அகத்திக் கீரை வாங்கிப்போட்டு வருஷாப்திகத்தை நடத்த வேண்டியது என்கிற முடிவுக்குத்தான் அவனால் வரமுடிந்தது. அவனால் முடிந்தது அவ்வளவுதான்.

காலையில் ஸ்னானம் முதலியவைகளை முடித்துக்கொண்டு சுத்தமாக இருக்க வேண்டியது; நன்னம்மாள் குளித்து முழுகிவிட்டு விரதச் சமையல் செய்வதாக ஒப்புக்கொண்டாள்; ஒரு ரூபாய் அதிகப்படிச் செலவு; வடை, பாயசத்தோடு சாப்பாடு. பிறகு சாயங்காலமாக, ராமசுவாமிக் கோவில் வாசலில் நிற்கிற பசுமாட்டிற்குக் கீரை வாங்கிப்போட வேண்டியது. பசுவின் வயிறு குளிர்ந்தால் செத்தவர்களின் வயிறு குளிரும் என்று சாத்திரமே சொல்லுகிறது. ஆத்மா குளிர வேண்டுமானாலும் பணம் வேண்டியிருக்கிறதே?

வேளைக்குச் சோறும் ஓய்வுக்கு நிழலும் வேண்டும் என்கிற ஆவல் உண்டானதும் பெருமூச்சு விடத்தான் முடிந்தது அவனால். இரண்டாம் கல்யாணம் செய்துகொள்ளலாம் என்றாலும் கடன் வாங்க வேண்டும். தெய்வத்தின் நியாயம் என்ன என்றுதான் புரியவில்லை; சேருகிற இடத்தில்தான் மேலும் மேலும் சேருகிறது. பெண்ணைப் பெற்றவர்கள் ஆயிரக்கணக்கில் கொடுத்துக் கல்யாணம் செய்கிறார்கள். மணமகன் கிடைத்தால் போதுமென்று இருக்கிறது அவர்கள் பாடு. ஆனால் அவனைப் போன்ற தொழிலாளிக்கு மனைவி கிடைத்தால் போதும் என்று இருக்கிறதே. மனைவியும் கடனுக்கல்லவா வாங்க வேண்டியிருக்கிறது?

“அப்பா, மீன் கொத்துதப்பா நான் கரை ஏர்றேன்” என்று கதறிக்கொண்டே கரைப் பக்கம் ஓடினாள் பைனு.

அழுக்குத் துணிகளையெல்லாம் துவைத்து, ஒருவாறாய்க் குளியலை முடித்துக்கொண்டு, தந்தையும் மகளும் வீடு திரும்பினார்கள்.

“பைனு, இடுப்பிலே துண்டு கட்டிக்கொண்டு உட்காரு. நான் இட்லி கொண்டு வருகிறேன். சாப்பிட்ட பிறகு உடம்புக்கு மருந்து பூசிக் கொள்ளலாம்,” என்று கூறிக்கொண்டே ஈரவேட்டியை மாற்றிக் கட்டிக்கொள்வதற்காகத் தறிப்பக்கம் போனவன், மேடையின் கீழே உட்கார்ந்திருந்த உருவத்தைப் பார்த்ததும் மலைத்துவிட்டான்.

“அட, நன்னம்மாளா? எங்கே இந்த நேரத்திலே?”

அவள் பதில் பேசாமல் இருந்ததோடு – அழுவதையும் கவனித்தான் அவன்.

“ஏன், மறுபடியும் அண்ணன் அடித்தானா?” கன்னங்கள், கைகள், முதுகைக் காட்டினாள் அவள்; ஒரே ரணகாயங்கள்.

“என்ன சேதி? குடிக்கறதுக்குக் காசு கேட்டானா?”

“இல்லை, காலையிலேயே போட்டுண்டு வந்துட்டான். பெண்பிள்ளைகிட்டே பணம் இருந்தா, கெட்டுப் போவாளாம். எங்கிட்டே இருக்கிறதையெல்லாம் கொடுத்திடுன்னு கேட்டான். மாட்டேன்னேன், கம்பை எடுத்து நொறுக்கிட்டான்.”

“குடிக்கிறதை நிறுத்தினால்தான் அவன் உருப்படுவான். பாவிப்பயல் இப்படியா அடிப்பான்?” என்றான் சொன்னப்பன் ஆறுதலாக.

அவள் பதில் பேசாமல் தாரை தாரையாகக் கண்ணீர் பெருக்குவதைக் கண்ட அவன் வேடிக்கையாகப்பேசி அவளைச் சமாதானப்படுத்த முயன்றான். “அது சரி, முழி இரண்டும், கீழே விழுந்துவிடும்படி இப்படி அழுது என்ன செய்யப் போறே? நடந்தது நடந்துவிட்டது. குடிகாரன் பேச்சு, விடிந்தால் போச்சு...”

“நான் இன்னமே அண்ணனோட இருக்கப் போறதில்லே” என்றாள் நன்னம்மாள்.

“பின்னே?” என்ற சொன்னப்பன் பார்வை, அவள் மீது நிலைத்தது. விதவை என்பதால் உடலின் கவர்ச்சி குறைந்து விடுகிறதா? இறந்துபோன கெங்காவைவிட நன்னம்மாளுக்கு நல்ல உடம்பு. அவளிடம் அவனுக்கு அநுதாபம் மட்டும் ஏற்பட்டதாகச் சொல்ல முடியாது.

“எனக்கு ஒரு யோசனை தோன்றுகிறது, அதன்படிச் செய்கிறாயா?” என்றான்.

“என்ன?”

“எனக்குப் பெண்டாட்டி இல்லை; உனக்கும் புருஷன் இல்லை. உனக்குத் துணைவேணும், எனக்கும் துணைவேணும். நீ என்னுடனேயே இருந்துவிடு. வீட்டைப் பார்த்துக் கொள், ராட்டினமும் வைத்துக்கொள் சரிதானா?”

“ஊரிலே நாலுபேர், நாலுவிதமாப் பேசுவாங்க.”

“யார் என்ன சொன்னா என்ன? நம்ம கையிலே நாலு காசு இருந்தால் ஒரு பயல் நம்ம பேச்சுக்கு வரமாட்டான்; உனக்குப் பிரியமில்லையென்றால் விட்டுவிடு.”

அவள் மௌனமாக எழுந்தாள். சொன்னப்பன் மனைவிக்கு அன்றைக்கு வருஷாப்திகம் என்பதை மறக்கவில்லை என்பதற்கு அறிகுறியாக, அவள் வீட்டை மெழுகத் தொடங்கினாள்.

◆ ◆ ◆

“என்ன விசேஷம் சொன்னப்பா, சந்தனமும் மார்புமாக இருக்கிறாயே?” என்று கேட்டுக்கொண்டே வந்தார் கிருஷ்ண பாகவதர், அவருக்குப் பின்னால் சக்ரபாணி வந்தான்.

“வாருங்கள், வாருங்கள், இப்படி உட்காருங்கள். அவளுக்கு இன்றைக்கு வருஷாப்திகம்” என்ற சொன்னப்பன் வந்தவர்களிடம் சந்தனக் கிண்ணத்தையும் வெற்றிலைத் தட்டையும் வைத்தான்.

“சாப்பாடு பலமோ? எங்களையெல்லாம் கூப்பிடவில்லையே?” என்று சிரித்தவாறு கேட்டார் கிருஷ்ண பாகவதர்.

அப்படி ஒன்றும் பலமில்லை. எல்லோரையும் கூப்பிட்டு, விசேஷமாகச் செய்ய வேண்டும் என்று எனக்கும் ஆசைதான். எதுக்கும் துட்டு வேண்டியிருக்கிறதே...” என்றான் சொன்னப்பன் அசட்டுச் சிரிப்புடன்.

“அதனால் என்ன, ஆன்ம சாந்திக்காகச் செய்கிற விஷயம். சுருக்கமாக இருந்தால்தான் நல்லது. ஸ்ரீராம பஜனை மடத்தில் – வழக்கம்போல், நரசிம்ம ஜயந்தி உற்சவம் வருகிறது. வருகிற வெள்ளிக்கிழமை. ஒரே நாளில் ஹிரண்ய நாடகத்தை முடித்துவிட வேண்டுமாம்,” என்றார் பாகவதர்.

“ஜோராக வசூல் செய்து, மூன்று நாளாகச் செய்தால் என்னவாம்?” என்று கேட்டான் சொன்னப்பன்.

“வசூலுக்குப் போனால் யார் பணம் தருகிறார்கள் முன்போல? அதுவும் தெய்வ காரியம் என்றால் வீட்டில் இருந்துகொண்டே இல்லை என்கிறார்களே! ஒருநாளாவது செய்கிறார்களே என்று நாம் சந்தோஷப்பட வேண்டியதுதான். அதிலேயும் இப்போதுதான் புதுசு புதுசாக் கட்சிகள் வேறே. தெய்வத்துக்கு ஆபத்தான காலமாச்சே” என்று பொரிந்து தள்ளினான் சக்ரபாணி. அவன் இளைஞன். கடவுளுக்கு விரோதமான எந்தச் செயலையும் எதிர்க்கும் சுபாவம்.

“அது இருக்கட்டும் சொன்னப்பா! வழக்கம்போல் நீதான் பிரகலாதன். பாடம் எல்லாம் கவனம் இருக்கிறதா?” என்று கேட்டார் பாகவதர்.

“அது எப்படி மறக்கும்?”

“பத்ருசாமி ஆஸ்பத்திரியிலே இருக்கிறான். அவனுக்குப் பதிலாக சக்ரபாணிதான் இந்த வருஷம் ஹிரண்யன்.”

“ஆமாம்! என் பாகத்தை நான் உருப்போட்டு விட்டேன்” என்றான் சக்ரபாணி உற்சாகமாக.

“நீங்கள்தானே நரசிம்மம்?”

“பின்னே?... வரட்டுமா?”

“நீங்கள் இருக்கிற வரை நரசிம்மமாக வேறு யாராவது வந்துவிட முடியுமா?” என்று மரியாதை கலந்த பக்தியோடு பாகவதரைப் பார்த்தான் சொன்னப்பன்.

வந்தவர்கள் விடைபெற்றுக் கொண்டார்கள். அவர்கள் தலை மறைந்ததும் “நன்னம்மா... நன்னம்மா...” என்று குரல் கொடுத்தான் அவன். “இன்னும் உன் வேலை முடியவில்லையா? பாத்திரங்களைச் சாயங்காலம் தேய்த்துக்கொண்டால் போதாதா?”

சமையல் உள்ளிலிருந்து நன்னம்மாள் வெளியில் வந்தாள். “நரசிம்ம ஜயந்திக்காக பாகவதர் சொல்ல வந்தார் போலிருக்கிறதே.”

“ஆமாம், கிருஷ்ண பாகவதர் நரசிம்மமாக வருவதை நீ பார்த்ததில்லையோ?”

“இல்லை! வெள்ளிக்கிழமை பார்த்தால் போச்சு.”

“அடடா, பாகவதருக்கு நரசிம்மம ஆவேசம் வரும்போது பார்க்கக் கொடுத்துவைக்க வேண்டும். சாமியாவது, பூதமாவது என்று சில பேர்வழிகள் சொல்லுகிறான்களே, அவர்கள் பாகவதர் நரசிம்மம் ஆகும்போது பார்க்கவேண்டும். நடுங்கிச் செத்து விடுவான்கள். ஆள் ஊதினால் விழுந்துவிடுவார்போலத்தானே இருக்கிறார்? ஆனால், அந்தச் சமயம், அவரைக் கட்டிப்பிடிக்க, இருபது ஆள்களாலும் முடியாது. பிடிக்கிறவர்களையெல்லாம் உதறிவிட்டு, ஹிரண்யனை நோக்கிப் பாய்வார். அவரைப் பிடித்துக் கொண்டிருக்கிறவர்கள் கொஞ்சம் அசட்டையாக இருந்தால் போதும்; நிச்சயமாக ஹிரண்யனைக் கிழித்தே விடுவார்போலப் பயமாக இருக்கும்.

“அப்போது பாகவதர் கைவிரல்களில் நகம்கூட நீளமாக வளர்ந்து விடுமோ?” என்றாள் நன்னம்மாள்.

“ஆமாம் இவ்வளவு நீளம், அரை அங்குலம் நகம் வளர்ந்து விடுகிறது. நானே பார்த்தேன். நரசிம்மம் கலியுகத்தில் கண்கண்ட தெய்வம் இல்லையா?”

“வெள்ளிக்கிழமை நானும் நரசிம்ம ஸ்வாமியை தரிசிக்க வருகிறேன்” என்றாள் நன்னம்மாள்.

பொதுவாக, செளராஷ்டிர சமூகத்தைச் சேர்ந்த மக்கள், மிகவும் தெய்வ நம்பிக்கை உடையவர்கள். பெரும்பாலும் பட்டு நெசவையே நம்பி வாழ்கின்ற அவர்களுள், தொண்ணூறு சதவிகிதத்தினர், அன்றன்று உழைத்து உண்ண வேண்டிய தொழிலாளர்கள். பணக்காரர்கள் மிகவும் குறைவு என்றாலும், அவர்கள் தங்கள் சம்பாத்தியத்தில் ஒரு பகுதியைத் தெய்வத்துக்கென ஒதுக்குவதைப் பெரியதொரு புண்ணிய கைங்கர்யமாகவே கருதினார்கள்.

செளராஷ்டிரர்கள் வசிக்கின்ற பகுதியில் தெருவுக்கு ஒரு பஜனை மடத்தைக் காணலாம். அது தனிநபர் ஒருவர் ஒரு குறிப்பிட்ட ஓர் ஆலயத்தின் தெய்வத்திற்கென்று கட்டியதாக இருக்கலாம், அல்லது தெருவாசிகள் எல்லோரும் நன்கொடை அளித்துக் கட்டிய பொதுமடமாக இருக்கலாம். சுமார் இருபத்தைந்து ஆண்டுகளுக்கு முன்வரை இந்தப் பஜனை மடங்கள், ஏழை நெசவாளர்களுக்கு நல்ல பொழுதுபோக்கு இடங்களாக இருந்தன. அப்போது சினிமாத் தியேட்டர்களும் ஹோட்டல்களும் இவ்வளவு ஏது? பகல் முழுவதும் நெசவில் உட்கார்ந்திருப்பவர்கள், இரவில் பஜனையில் கலந்துகொள்வார்கள்; தெய்வ நாமத்தைப் பாடிய புண்ணியத்துடன், வயிற்றுக்கும் ஆகாரம் கிடைத்துவிடும். ராதா கல்யாணம், நரசிம்ம ஜயந்தி ஜன்ம நட்சத்திரப் பஜனை, புரட்டாசி சனி பஜனை என்று செளராஷ்டிரர் தெருக்களில் மிருதங்கமும் ஜாலராவும் முழங்காத நாளே இராது எனலாம்.

காலத்தால் ஏற்பட்ட மாறுதல்கள் – மற்ற சமூகங்களைப் பாதித்ததைப் போலவே அந்தச் சமூகத்தையும் பாதித்துவிட்டது. முன்னைப் போல அவ்வளவு விமரிசையாகப் பஜனை நடைபெறுவதில்லை. ஆயினும் பரம்பரையாக உள்ள பழக்கத்தைக் கைவிடக் கூடாது என்கிற உறுதி உள்ளவர்கள் பலர் உள்ளனர். முன்னோர்கள் பஜனை செய்வற்கென்றே

மடத்துக்குச் சொத்து எழுதிவைத்துவிட்டதால், அந்த நிர்ப்பந்தம் காரணமாக விடாமல் பஜனை செய்வோரும் உள்ளனர். மற்ற சமூகத்தவர்களோடு ஒப்பிட்டுப் பார்த்தால், பஜனையின் வாயிலாகப் பகவானைத் திருப்தி செய்ய முயலுகிறவர்களில் சௌராஷ்டிரர்களே அதிகம் எனலாம். இவர்கள் பஜனை செய்யும் கோலாகலத்தைப் பார்த்துப் பிராமணத் தெருக்களிலும் பஜனை நடத்தத் தொடங்கினார்கள்.

நரசிம்ம ஜயந்தியை இந்தப் பாகவதர்கள் கொண்டாடுகிற அழகே தனி. ஹிரண்யன், பிரகலாதன், சுக்ராச்சாரியார், நரசிம்ம மூர்த்தியாகத் தனித்தனி நபர்கள் தோன்றுவார்கள்; தங்கள் தங்கள் பாகத்தை வசனத்திலும் பாட்டிலும் உணர்ச்சியுடன் நடிப்பார்கள். பக்திப் பரவசத்தால் இரைச்சல் கொஞ்சம் அதிகமாகத்தான் இருக்கும்.

❖ ❖ ❖

சொன்னப்பன் அன்றைக்கு உற்சாகமாக இருந்தான். நன்னம்மாள் கைச் சாப்பாடு வயிற்றை மட்டும் நிரப்பவில்லை; அவன் மனத்தையும் நிரப்பி விட்டது. அவனுடைய பெண் குழந்தை பைனு தூங்கிக்கொண்டிருந்தது. நன்னம்மாள் அடுக்களையில், 'பத்துப் பாத்திரங்களை' அலம்பிக்கொண் டிருந்தாள். அவன் தூணில் சாய்ந்துகொண்டு உடம்பை நீட்டினான். பாகவதர் சொல்லிவிட்டுப்போன நாடகச் செய்தி அவன் உற்சாகத்தை அதிகப்படுத்திவிட்டது. அவன் பிரகலாதனாகவே மாறிவிட்டான்.

"வா, வா, ஹரி, ஹரி, ஹரியே –
தூணில் வந்து –
வாவா ஹரி, ஹரி, ஹரியே"

என்று அவன் வாய்விட்டே உரத்த குரலில் பாடத் தொடங்கினான். 'எங்கே ஹரி' என்று முழங்கும் ஹிரண்யனுக்கு 'தூணிலும் இருக்கிறான், துரும்பிலும் இருக்கிறான்' என்று பதிலளிக்கிறான் பிரகலாதன். 'இந்தத் தூணிலுமா இருக்கிறான்?' என்று உறுமுகிறான் அப்பன். அந்தத் தூணில் வந்து, தன் சொல்லை மெய்யாக்கும்படி, கல்லைப் பிளக்கும் குரலில் கதறுகிறான் பிரகலாதன் –அந்தக் காட்சி அப்படியே அவன் கண்முன்னால் விரிந்தது.

நன்னம்மாள் சமையலறையிலிருந்து வெளியே வந்தவள், அவனுடைய அபயக் குரலை மெய்ம்மறந்து ரசித்துக் கொண்டிருந்தாள். அவளைக் கண்டதும் சொன்னப்பனுக்கு வெட்கமாகிவிட்டது! பாட்டும் தடைப்பட்டது.

"ஒரு வாரம்தானே இருக்கிறது? பாட்டை எல்லாம் ஒரு முறை சொல்லிப் பார்த்தேன்" என்றான், தலையைச் சொறிந்தவண்ணம்.

"பாட்டை நிறுத்திவிட்டாயே, பாடு; உனக்கு இவ்வளவு அழகாகப் பாட வரும் என்றே எனக்குத் தெரியாதே!"

பஜனை கோஷ்டியில் பாடிப் பழக்கம் இருந்தும், அவளுக்கு முன்னால் வாயிலிருந்து குரல் எழவில்லை; அவள் புகழ்ந்து பேசியதும் பாட்டு அவன் வயிற்றுக்குள்ளேயே அடங்கிவிட்டது.

அவன் இனிப் பாடமாட்டான் என்பதைத் தெரிந்துகொண்ட நன்னம்மாள், “நான் இங்கே இருக்கிற சேதி அண்ணனுக்குத் தெரிந்தால் பெரிதாகச் சண்டைக்கு வருவான்” என்றாள்.

“இதிலே சண்டைக்கு என்ன இருக்கிறது? உனக்கு அவன் சோறு போடுகிறானா? உனக்கு இஷ்டமில்லை அவனை விட்டுவிட்டு வந்துவிட்டாய்; இதிலே என்ன தப்பு?”

“என்ன தப்பா? மானமே போச்சு என்று கூச்சல் போடுவான். அவன் வந்தால் நீ தைரியமாகப் பேசவேண்டும் தெரியுமா? வழவழா என்று பேசினால், அவன் மிஞ்சிப் போவான்.”

“எனக்கு என்ன பயம்? நீ என் வீட்டிலே வாடகைக்கு இருப்பதாகச் சொல்லி விடுகிறேன். நான் உன்னிடம் பணம் கொடுத்துச் சாப்பிடுகிறேன். இவ்வளவுதானே! அவன் என்னை என்ன செய்து விடுவான்” என்றான் சொன்னப்பன் தைரியமாக.

“நல்ல யோசனை, அவன் இங்கே வராமல் இருக்கமாட்டான். குடித்துவிட்டுத்தான் வருவான். ஏகமாய்ச் சத்தம் போடுவான்; நீ அவனுக்கு மேலே கத்த வேணும்.”

“நீயும் என்னோடு சேர்ந்து சத்தம் போடவேண்டும்...”

“அது எனக்குப் பழக்கம். உடம்பு எல்லாம் ஒரே வலியாக இருக்கிறது. நான் கொஞ்ச நேரம் தூங்குகிறேன். இன்றைக்கே நீ நெசவுக்குப் போக வேண்டாம். நாளையிலிருந்து ஒழுங்காக வேலையை ஆரம்பித்துவிட வேண்டும்; என்ன?”

தலையில் ஒரு கட்டையைப் போட்டுக்கொண்டு நன்னம்மாள் படுத்தாள்.

சொன்னப்பன் இருந்த இடத்திலேயே சாய்ந்தான், பஜனை உற்சாகம் மறைந்துவிட்டது. நன்னம்மாள் கூறிய தன் பொருள் இப்போதைக்குத்தான் அவனுக்கு உறைத்தது. என்ன இருந்தாலும், நன்னம்மாள் விதவை; ராமய்யனின் தங்கை. முன்னோ பின்னோ அவளுக்கு அண்ணனோடுதான் வாழ்வு. உதைத்தாலும் அண்ணன்தான் அவளுக்குக் கதி. ஊராரும் அப்படித்தான் நியாயம் சொல்லுவார்கள். மூன்றாவது மனுஷ்யன் வீட்டில் அவள் தங்கி இருக்கிறாள் என்றால், ஊரில் விகற்பமாகத்தான் அர்த்தம் செய்வார்கள். ராமய்யன் பக்கம்தான் ஊர் சேரும்.

ஆனால் நன்னம்மாளைக் கைவிடவும் அவனுக்கு மனமில்லை. அவளிடம் பணம் இருக்கிறது உண்மை; அவளிடம் உடம்பு இருக்கிறது, உண்மை; அவைகளால் மட்டும் அவளிடம் அவனுக்கு அன்பு ஏற்படவில்லை. அவளிடம் அவனுக்குப் பரிவும் அனுதாபமும் ஏற்பட்டது என்பதும் உண்மை. அவளைவிட்டு அரைநாள்கூடத் தன்னால் வாழமுடியாது என்று அவனுக்குத் தோன்றியது.

அவனுடைய மனைவி இறந்து இன்று ஒருவருஷம் ஆகிறது. அவள் போன புதிதில், அவனே பொங்கிச் சாப்பிட்டான்; பிறகு நன்னம்மாள் கைச் சாப்பாடுதான்; என்றாலும், வீடு என்னும் நாலு சுவர்கள் கொடுத்த

தனிமையில் அவள் பரிமாறிச் சாப்பிட்ட இன்பத்துக்கு ஈடு கிடையாது. அவன் மனைவிகூட அவனுடைய வாய் ருசியைப்பற்றி இவ்வளவு அக்கறை எடுத்துக்கொண்டது கிடையாது. அவனுக்கு எது பிடிக்கும், எது பிடிக்காது என்பதை அவள் அவ்வளவு லாவகமாய்க் கண்டுகொள்கிறாள்! சொறியும் சிரங்குமாயிருந்த அவனுடைய குழந்தைக்கு அவளே தன் கையால் ஊட்டினாள் பெற்ற தாயைத்தவிர வேறு யாருக்கு இந்தப் பரிவு ஏற்படும்?

வீட்டில் ஒரு பெண் வேண்டும் என்று எல்லோரும் ஆசைப்படுவது இந்த நிம்மதிக்காகத்தானே! நன்னம்மாளால் கிடைத்த நிம்மதியை இழக்க அவன் தயாராக இல்லை. அவளுக்கும் அவனைப்பிரிய விருப்பமில்லை என்பதுதான் நன்றாகத் தெரிகிறதே!

"அந்த ராமய்யன் எப்படிக் குதித்தாலும் சரி, ஊர்க்காரர்கள் என்ன சொன்னாலும் சரி, அவளைக் கைவிட மாட்டேன்" என்று உறுதிசெய்துகொண்டாலும் அவன் நெஞ்சு படபடவென்று அடித்துக்கொண்டது. 'நரசிம்ம மூர்த்திதான் எங்களைக் காப்பாற்றவேண்டும்' என்று மனப்பூர்வமாகப் பிரார்த்தனை செய்தான்.

◆ ◆ ◆

அவன் எதிர்பார்த்தபடி இரவுவரை சம்பவம் ஒன்றும் நடைபெறவில்லை. ராத்திரி விரதத்திற்காக ஹோட்டலுக்குச் சென்று 'டிபன்' சாப்பிட்டு அவன் திரும்பும்வரையில்கூட ஏதும் நடக்கவில்லை.

ஒருவேளை நன்னம்மாளுடைய அண்ணனுக்கு அவள் எங்கேயிருக்கிறாள் என்று தெரியாமல் தேடிக்கொண்டு அலைகிறானோ என்று அவன் முதலில் நினைத்தான். அப்படித் தேடுகிறவன் தன் வீட்டிற்கு வராமல் இருப்பானா? தான் சாப்பாட்டிற்கு வராததைக்கொண்டே ராமய்யனுக்கு விஷயம் விளங்கியிருக்கவேண்டும்.

சிமினி விளக்கின் புகை வெளிச்சத்தில் நன்னம்மாள் தூணில் சாய்ந்தபடி, குழந்தைக்குக் கதை சொல்லிக்கொண்டிருந்தாள். சொன்னப்பன் நெசவுமேடைக்குப் பக்கத்தில் உட்கார்ந்து பிரகலாதன் பாடல்களை முணுமுணுத்துக்கொண்டிருந்தான். ஆனால் ராமய்யனுடைய வரவை எதிர்பார்த்து அவனுடைய மனசு நடுங்கிக்கொண்டிருந்தது.

"அண்ணன் உன்னைத் தேடிக்கொண்டு வரவில்லையே. ஒருவேளை எக்கேடும் கெட்டுப்போகட்டும் என்று அலட்சியமாக இருந்துவிடுவானோ?" என்று கேட்டான் அவன்.

"அவன் குணம் உனக்குத் தெரியாது. நன்றாகக் குடித்து விட்டு நடுராத்திரியில் சண்டைக்கு வருவான். உனக்குப் பயமாக இருக்கிறதா?"

"சே, சே எனக்கு என்ன பயம்?" என்னும்போதே அவன் வயிறு புரட்டியது.

"அவன் ரொம்பச் சத்தம் போடுவான். ஆனால் பெரிய பயந்தாங்கொள்ளி. எதிரி சத்தம் போட்டால் அடங்கிவிடுவான். நீ வாயை மூடிக்கொண்டிருந்தால் அவன் மிஞ்சிப் போவான்."

அவள் பேசிக்கொண்டிருக்கும்போதே அவர்கள் எதிர்பார்த்த ‘படையெடுப்பு’ நிகழ்ந்துவிட்டது.

“எங்கே அந்தக் காலிப்பயல்? உண்ட வீட்டுக்கு ரெண்டகம் நினைக்கிற அந்தக் கழுதையை ஒரே வெட்டு வெட்டப் போகிறேன்” என்று இரைந்துகொண்டே வந்தான் ராமய்யன். அவன் கையில் உண்மையாகவே ஓர் அரிவாள் இருந்தது; அளவுக்கு மீறிய குடியால் அவன் கால்கள் நிலைகொள்ளாமல் தள்ளாடின.

வாய்ச்சண்டையை மட்டும் எதிர்பார்த்த சொன்னப்பன், அரிவாளும் கையுமாக மதுரை வீரனைப்போல் நிற்கிற ராமய்யனைப் பார்த்ததும் வெலவெலத்துவிட்டான். இருந்த இடத்திலிருந்து அவனால் எழுந்திருக்கவும் முடியவில்லை; வாயிலிருந்து வார்த்தைகளும் வரவில்லை. எப்போதுமே வம்புதும்பு என்றாலே, காததூரம் விலகி ஓடும் தைரியசாலி அவன்; அரிவாள் யுத்தம் என்றதும் அவனுக்கு வேர்த்துக்கொட்டியது.

அண்ணனுடைய குணத்தை அறிந்த நன்னம்மாள் எழுந்து முன்னால் வந்தாள். “என்ன அண்ணா, யாரை வெட்ட வந்தாய்? என்ன சேதி” என்றாள் மிகவும் அலட்சியமாக.

“பாவி! குலத்தைக் கெடுக்கவந்த கோடரிக்காம்பு, உன்னாலே என் மானமே போய்விட்டது. தெருவிலே நிமிர்ந்து நடக்காதபடி பண்ணிவிட்டாயே... சண்டாளி...!”

“சும்மா, கொட்டிக்கொட்டி அளக்காதே! உனக்கு இப்போது என்ன மானம் போய்விட்டது? அனாதையாக வீட்டிலே இருக்கிற முண்டச்சியை அடிக்கிறபோது மானம் போகவில்லையா?”

“உன்னைச்சொல்லி என்ன செய்ய? இந்தப் பயல் உன்னை ஆசைகாட்டி மயக்கி...”

“சீ, வாயை மூடு; அண்ணன் என்கிற மரியாதை கொடுத்தால்? குடித்துவிட்டால் அவ்வளவு ‘நிகா’ தவறிவிடுமோ?” என்று சீறினாள் நன்னம்மாள்.

அவளுடைய துணிவைக் கண்ட சொன்னப்பனுக்கும் ரோசம் வந்தது. இருந்த இடத்தைவிட்டு நகர்ந்து முன்வந்து குரலை வெளியில் காட்டினான். “எப்போது பார்த்தாலும் அவளை நீ வதைத்துக்கொண்டிருந்தால் அவள் என்ன செய்வாளாம்? அடிதாங்க முடியாமல் இங்கே வந்துவிட்டாள். ஒரு மூலையில் பொங்கிச் சாப்பிடுகிறேன் என்றாள்; இதிலே என்ன தப்பு?”

அதற்குள் வீட்டில் குடியிருந்தோரும் தெருவாசிகளுமாய் அங்கே ஒரு பெரிய கூட்டம் கூடிவிட்டது. சிலர் ராமய்யனுடைய கையிலிருந்த அரிவாளைப் பிடுங்கினார்கள்; சிலர் சொன்னப்பனைத் திமிராமல் பிடித்துக்கொண்டார்கள்.

கூட்டத்தை விலக்கிக்கொண்டு “என்னடா இரைச்சல் இங்கே?” என்று கேட்டபடி நரசிம்மமூர்த்தி கிருஷ்ண பாகவதர் முன் வந்தார்.

கூட்டத்தைக் கண்டதும் ராமய்யனுடைய குடிகாரப்போக்கு வேறுவிதமாக மாறியது. ஹோவென அழத் தொடங்கினான்; “பாகவதரே

நீங்களே சொல்லுங்கள் இந்த நியாயத்தை! பெட்டிக்குள் வைத்திருப்பதுபோல் என் தங்கையை நான் காப்பாற்றி வந்தேன், வளர்த்தகிடா மார்பில் பாய்வதுபோல் அவள் இந்தக் காலிப்பயலோடு சேர்ந்து…"

"பாகவதர்வாள், பாருங்கள்; என்னைத் திட்டுகிறான்; நான் அப்புறம் பொல்லாதவனாக இருப்பேன்" என்றான் சொன்னப்பன். இவ்வளவு தைரியம் தனக்கு எங்கிருந்து வந்தது என்று அவனுக்கே வியப்பாக இருந்தது.

"டேய் சொன்னப்பா, வாயை மூடு; ராமய்யா, நீயும் மூச்சுவிடக் கூடாது. முதலில் கூட்டம் கலையட்டும். பிறகு நியாயம் பேசலாம்" என்றார் பாகவதர்.

சில இளைஞர்கள் கூட்டத்தைக் கலைத்தார்கள். அப்படியும் அங்கே இருபது பேருக்குக் குறையாதகூட்டம் இருந்தது.

"ராமய்யா, இப்போது என்ன குடி முழுகிவிட்டது? நாலுபேரை வைத்துக்கொண்டு பஞ்சாயத்து செய்துகொண்டால் போச்சு" என்றார் பாகவதர்.

"செய்யுங்கள், நாலுபேர் பார்த்துச் சொல்வதற்கு நான் கட்டுப்படுகிறேன்" என்றான் சொன்னப்பன்.

ராமய்யன் மறுபடியும் வக்கிரமானான். "இதிலே பஞ்சாயத்து என்ன வந்தது? என் தங்கையை நான் கூட்டிக் கொண்டுபோக நாலுபேர் உத்தரவு எதுக்கு?"

சொன்னப்பனுக்கு என்ன பதில் சொல்வதென்று புரியாமல் மௌனம் சாதித்தான்.

"நன்னம்மா, புறப்படு மரியாதையாகச் சொல்கிறேன் புறப்படு!"

"ஏன், இன்னும் மரியாதை வேறு பாக்கியிருக்கிறதோ? இனிமேல் உன் வீட்டு வாசலை நான் மிதிக்கமாட்டேன். அப்பா அம்மாவோடு, அண்ணனுக்கும் நான் முழுக்குப் போட்டுவிட்டேன். இங்கேயே ஒரு மூலையில் குடியிருந்து என் வயிற்றைக் கழுவிக்கொள்ள எனக்குத் தெரியும்."

"மரியாதையாகச் சொன்னால் கேட்கமாட்டாய்."

"உன் மிரட்டலுக்கு எல்லாம் இனிமேல் நான் பயப்படப் போவதில்லை. பாகவதர்வாள், நீங்கள் சொல்லி அண்ணனை அனுப்புகிறீர்களா; இல்லை, போலீசுக்குப் போகிறேன். குடித்துவிட்டு, வெட்ட வந்ததுக்கு நீங்கள்சாட்சி" என்றாள் நன்னம்மாள்.

"அவளுக்கு இஷ்டம் இருந்தால்தானே அண்ணனோடு இருப்பாள்? பஞ்சாயத்துக்குக் கட்டுப்படமாட்டேன் என்றால் என்ன நியாயம்?' என்றான் சொன்னப்பன்.

ராமய்யன் சொன்னான்: "பஞ்சாயத்துக்குக் கட்டுப்படமாட்டேன் என்று நான் எப்போது சொன்னேன்? பாகவதரே, நீங்கள் ஒருத்தர் சொன்னாலும் எனக்குச் சரிதான். அண்ணனை விட்டு விட்டு, அவள் அவனோடு தங்கினால் என்ன அர்த்தம்?"

"சரி, இப்படி உட்காரு; நீ சொல்வதையும் நன்னம்மாள் சொல்வதையும் கேட்டு கிருஷ்ண பாகவதர் முடிவு சொல்வார்; இரண்டுபேரும் அவர் சொல்லுக்குக் கட்டுப்பட வேண்டும்" என்று ராமய்யன் தோள்களை அமுக்கிக் கீழே உட்கார வைத்தான் ஒருவன்.

"நம் குடும்பத்துக்கே அவமானம் இல்லையா இது? இந்தப் பயல் பைத்தியம் மாதிரி வீட்டுக்குள்ளே வந்து குடியைக் கெடுத்துவிட்டானே?" என்று மறுபடியும் அழத் தொடங்கினான் ராமய்யன்.

கிருஷ்ண பாகவதர் குறுக்கிட்டார். "ராமய்யா, சொன்னப்பன் தங்கமான பிள்ளை. நன்னம்மாளைப் பற்றி இதுவரை ஒரு தப்புத் தண்டா உண்டா? நீயே உன்மேல் துப்பிக்கொள்கிறாயே! நீ என்னம்மா சொல்கிறாய்? அண்ணனோடு இருப்பதுதானே உனக்குக் கெளரவம்?"

"அண்ணனோடு இருப்பதுதான் கெளரவம்; ஆனால் என் உடம்பில்தான் தெம்பு இல்லை" என்று முதுகை, கால் முதலிய இடங்களைச் சிமினி விளக்கு வெளிச்சத்தில் காட்டினாள் நன்னம்மாள். புது ரணங்களோடு ஆறிப்போன காயங்களின் தழும்புகளும் தெரிந்தன. "என் புருஷன் என்னை ஒரு வார்த்தை சீ என்று சொன்னதில்லை. அண்ணா, அண்ணா என்று நானும் பொறுத்துப் பார்த்துவிட்டேன். பொறுமைக்கும் ஒரு எல்லை உண்டு. இந்தச் சாண் வயிற்றைக் கழுவிக்கொள்ள என்னால் முடியும். இதுவரை நான் அண்ணனால் அநுபவித்த சுகம் போதும்," என்றாள் நன்னம்மாள்.

"இவளை இந்த அயோக்கியப் பயல் மயக்கிவிட்டான்" என்றான் ராமய்யன்.

சொன்னப்பன் வெடித்தெழுந்தான். வரிந்துகட்டிக் கொண்டு, "யாரடா அயோக்கியன்? வீட்டுக்கு வந்த பெண்ணுக்கு ஒரு வேளை சோறு போட வக்கில்லை; அவள் உழைக்கிறதைக் கொண்டு பிழைக்கிறதும் இல்லாமல், அவளை உதைக்கிறது வேறே. குடிகாரப் பயலே, என்னையா அயோக்கியன் என்கிறாய்."

பாகவதர், "அட, நீ என்னடா திடீரென்று பாய்கிறாய்?" என்று அவனைப் பிடித்து அமர்த்தினார்.

"நீங்களே சொல்லுங்கள்; நான் மீறி நடந்தால் என்ன சிட்சை செய்தாலும் ஏற்கிறேன். இந்தக் குடிகாரன் என்னை அயோக்கியன் என்றால்..."

"அது சரிதானப்பா, அசல் வீட்டுப் பெண்ணை வீட்டில் வைத்துக்கொண்டால், நாலு பேர் நாலு தினுசாகத்தான் பேசுவார்கள். அண்ணன்காரனுக்குக் கோபம் வராதா?" என்றான் கூட்டத்தில் ஒருவன்.

"அயோக்கியனுக்கு, அயோக்கியத்தனம்தான் நினைக்க வரும்" என்றான் சொன்னப்பன் ஆத்திரமாய். "நன்னம்மாளை நான் கூப்பிடவில்லை. அவளாகத்தான் வந்தாள். உதை தின்னமாட்டாமல் வந்தாள். காப்பாற்றும்படிக் கெஞ்சினாள். பெண்பிள்ளைக்கு இரக்கம் காட்டினால் அதிலே என்ன தப்பு? நரசிம்ம சுவாமிமேல் ஆணையாகச் சொல்லுகிறேன்; அவளை என் தங்கைபோல்தான் நினைக்கிறேன்."

வாயிலிருந்து வார்த்தைகள் வெளிப்பட்ட பிறகுதான் அவன் படபடப்பு அடங்கியது. சொல்லத் தகாததைச் சொல்லிவிட்டதாக நினைத்த அவன், பேசுவதை நிறுத்தினான்.

பாகவதருக்கு அவன் குணம் நன்றாகத் தெரியும்; நரசிம்மத்தின் மீது ஆணை வைத்துவிட்டால், உயிர் போவதானாலும் அவன் அதை மீறமாட்டான் என்பதை அவர் அறிவார்.

"அப்படியானால், இங்கேயே குடியிருக்கத் தீர்மானித்து விட்டாயா?" என்று நன்னம்மாளைக் கேட்டார் அவர்.

"ஆம், சொன்னப்பனுக்குத் தயக்கமாக இருந்தால் வேறு வீடு பார்த்துக் கொள்கிறேன்."

"கழுதை, எப்படிப் போனால் என்ன?" என்று சொல்லிக்கொண்டே, 'விடுவிடு' என்று வெளியில் நடந்தான் ராமய்யன்.

சிமினி விளக்கு, புகை கக்கியபடி எரிந்தது. குழந்தை ஒரு மூலையில் சுருண்டு தூங்கினாள். வீட்டில் பழைய அமைதியும் நிசப்தமும் நிலவின.

"அழுகிறாயா, நன்னம்மா?"

"நான் ஏன் அழுகிறேன், உனக்கு இவ்வளவு கோபம் வந்ததை நினைத்தால் ஆச்சர்யமாக இருக்கிறது."

"பின்னே என்ன? சும்மா, சும்மா அயோக்கியன் என்றால் யாருக்குத்தான் கோபம் வராது?"

"நான் இங்கே இருப்பதில் உனக்கு ஆட்சேபம் இல்லையே?"

"எனக்கு என்ன ஆட்சேபம்? ஆனால்......" என்று அவன் நிறுத்தினான்.

அன்று காலையில் அவன் போட்ட கணக்குத் தவறிவிட்டது. அவளோடு அவள் பணத்தையும் அநுபவிக்கலாம் என்று அவன் கனவு கண்டான். அது தவறு என்பதை நரசிம்மமூர்த்தி அவனுக்கு உணர்த்திவிட்டார்......

"நரசிம்மம் கண்கண்ட தெய்வம்; ரொம்ப உக்கிரமான தெய்வம்" என்று அவன் தனக்குள் சொல்லிக்கொண்டான்.

"நன்னம்மா, நீ தூங்கு. காலையிலிருந்து உனக்கும் சரியாகத்தானிருக்கிறது. நானும் திண்ணையில் படுக்கிறேன்" என்றவன் தலையணையை எடுத்துக்கொண்டு திண்ணையை நாடி நடந்தான்.

'செலவும் வரவும்' என்ற தலைப்பில், *சுதேசமித்திரனில்* (மார்ச் 31, 1957; ஏப்ரல் 13, 1958; ஜூலை 20, 1958) இக்கதை வெளிவந்துள்ளது.

வரவும் செலவும் (ஜூலை 1964)

எம்.வி. வெங்கட்ராம் கதைகள் (டிசம்பர் 1998)

●

நடிகை

பாத்திரங்கள்: *ரஞ்சனி, பூபதி, காளிங்கராயன்*

ரஞ்சனி: வந்தீர்கள், உட்கார்ந்தீர்கள். என் முகத்தையே பார்த்துக்கொண்டிருக்கிறீர்களே, ஒரு வார்த்தையும் பேசாமல்?

பூபதி: பார்க்க வேண்டிய முகத்தைப் பார்க்கத்தானே வேண்டும்?

ர: அப்படி என் முகத்தில் என்னதான் இருக்கிறது? நானும் கண்ணாடியில் பார்க்கிறேன்; இரண்டு கண்கள், இரண்டு புருவங்கள், இரண்டு காதுகள், ஒரு மூக்கு – வேறு யாருக்கும் இல்லாததாய், புதிதாக என் முகத்தில் ஏதும் காணோமே?

பூ: பின் ஏன், என் வாய் இப்படி அடைந்துவிட்டது?

ர: அதை நீங்கள் அல்லவா சொல்லவேண்டும்?

பூ: சொல்ல முடியாததால்தானே என் வாய் மூடிவிட்டது?

ர: நீங்கள் கவி பாடுகிறவர்கள்; உங்களோடு பேச என்னால் முடியாது?

பூ: நீ நடிகை; நடிப்பு உலகச் சக்கரவர்த்தினி; நான் மிகச் சாதாரண இளவரசன்தானே? உன் முன், என் வாய் பேச்சு இழந்ததில் வியப்பு இல்லையே?

ர: நீங்கள் அளவு கடந்து என்னைப் புகழ்கிறீர்கள். வயிறு வளர்ப்பதற்காக, நான் மேற்கொண்ட தொழில் இது. கேவலமானது என்றுகூட நினைத்திருக்கிறேன், பலமுறை. ஆனால், நாடகம் ஆடிப் பழக்கம் ஆகிவிட்டதால், இதை விட முடியவில்லை.

பூ: உனக்குள் உள்ள கலையார்வம், உன்னை எப்படி விட்டுச் செல்லும்?

ர: ஒருவிதத்தில் அது உண்மை. நாடகம் ஆடுவதில் எனக்கு ஆர்வம் அதிகம்தான்... அது போகட்டும்; நீங்கள் என் முகத்தையே பார்த்தபடி மௌனமாயிருந்த காரணத்தைச் சொல்லவில்லையே?

பூ: சொல்லிவிட்டேனே!

ர: எங்கே சொன்னீர்கள்?

பூ: சக்கரவர்த்தினி முன், இளவரசன் பேசமுடியுமா?

ர: ஓர் இரவு இப்படிப் பேசி ஆனந்தமாகக் கழிக்க வேண்டி, ஆடவர்கள் சாதாரணமாகப் பேசுகிற பேச்சு இது. ஆனால், நான் அப்படி ஏமாறுகிறவள் அல்லள்.

பூ: நீ சொல்வது புரியவில்லை.

ர: நான் நடிகை. இந்த ஊருக்கு வந்ததும், உங்கள் தாய் மாமன் காளிங்கராயர் இருக்கிறாரே, அவர் வேண்டுகோள் பேரில்தான். அவர் என்னை நாடகமாடத்தான் கூப்பிட்டார், கலையைக் கவுரவிப்பார் என்று எதிர்பார்த்தேன். ஆனால், எல்லோரையும்போல் அவரும் ஒருவர் என்று நேற்று ராத்திரிதான் புரிந்தது.

பூ: ஏன்? என்ன நடந்தது?

ர: என்ன நடக்கும்? பெண் ஒருத்தி நாடகமாட வந்தால், அவள் தன் உடலையும் விற்க வந்துவிட்டாள் என்று நினைப்பது, பாமரர்களின் வழக்கம் ஆகிவிட்டது... என்னை மன்னிக்கவேண்டும். உங்கள் மாமாவைப் பற்றிப் பேசுகிறேன்; உங்களுக்கு வருத்தமாக இருக்கும்.

பூ: மாமாவிடம் எனக்கு மதிப்பு உண்டு. பதினைந்து வருஷமாக அவர், என் 'எஸ்டேட்'டை மிகவும் திறமையாகக் கவனித்து, எவ்வளவோ முன்னேற்றம் அடையச் செய்தார்; இன்னும் சில நாட்களில் 'எஸ்டேட்' நிர்வாகம் பூராவையும் என்னிடம் ஒப்படைப்பதாக அவரே சொன்னார்... அதெல்லாம் வேறு. விஷயம். உன்னிடம் அவர் முறைப்பிசகாய் நடந்தாரா?

ர: அவரைக் குறை கூறி என்ன பயன்? பணம் என்றால் பிணமும் வாய் திறக்கும் என்பது பழமொழி.

பூ: அவருக்கு ஐம்பது வயது ஆகிவிட்டது, ரஞ்சனி?

ர: பார்த்தால், நாற்பதுக்கு மேல் மதிப்பிட முடியாது. ஏழு, எட்டு நூறு வேலி நிலம் அவர் ஆட்சியில் இருக்கிறது; இன்றுவரை இருக்கிறது; லட்சக்கணக்கான பணத்தில் மிதக்கிறார்; நடிக்கிறபோது, பவுடரோடு என் முகம் பளபளப்பதைப் பார்த்திருக்கிறார்; சபலம் தட்டிவிட்டது.

பூ: அப்புறம்?

ர: அப்புறம் என்ன? ராத்திரி வந்தார். ஆயிரத்தில் ஆரம்பித்தார்; பதினாயிரம் வரை உயர்த்தினார்.

பூ: (கோபத்துடன்) இந்த வயதில், இவ்வளவு அற்ப புத்தியா? நீ என்ன சொன்னாய்?

ர: எனக்குப் பயமாக இருந்தது.

பூ: எதற்குப் பயம்?

ர: என்ன இருந்தாலும், அவர் பணபலம் உடையவர். அவருடைய எல்லைக்குள் வேறு மாட்டிக்கொண்டிருக்கிறேன்.

பூ: அவர் எல்லைக்குள் இருந்தால் – தலையை இறக்கிவிடுவாரோ?

ர: நீங்கள் கவி எழுதுகிறவர்கள்; உங்களுக்குத் தெரியாத விஷயம் அல்ல. பணம் என்ன செய்யாது?

பூ: சரி, நீ என்ன செய்தாய்? கதையைச் சீக்கிரம் சொல்லு.

ர: கதைதான். அவர் இஷ்டத்துக்கு இணங்குவதுபோல் போக்குக் காட்டிப் பேசினேன்; அவர் என்ன சொன்னாலும் செய்யத் தயார், நான் அவர் அடிமை என்றேன்; இன்னும் ஐந்து நாள் பொறுத்தால், அவர் விருப்பத்தைப் பூர்த்தி செய்வதாய்ச் சொன்னேன். அத்தோடு மனுஷன் எழுந்து போகிறாரா? என்னோடு பேசுவது, அவருக்குப் பேரின்பமாம். ஒருமணிவரை பிதற்றிக்கொண்டிருந்தார். என்னைத் தொந்தரவு செய்யாமல் போனால் போதும் என்று இருந்தது எனக்கு... இந்த ஐந்து நாளுக்குள், இங்கிருந்து நான் தப்பவேண்டும்.

பூ: ரஞ்சனி, மாமா இப்படிச் செய்யக்கூடியவர் என்று நான் கனவிலும் நினைக்கவில்லை.

ர: அவருக்கு விரோதமாக, நான் கோள் சொல்லுகிறேன் என்று நினைக்கிறீர்களா?

பூ: அதனால் உனக்கு என்ன லாபம்? ஆனால், இவ்வளவு வயதான பிறகா, மனிதனுக்குச் சபலம்? ரஞ்சனி! என்னிடம் விஷயத்தைச் சொல்லிவிட்டாய். நீ இனி பயப்பட வேண்டிய தேவை இல்லை. அவர் உன்னை நெருங்காதபடி, நான் உனக்குப் பாதுகாப்பு அளிக்கிறேன்.

ர: சந்தோஷம். ஆனால், ஒரு வேண்டுகோள். நான், சில தினங்கள் நாடகம் ஆடிவிட்டுப் போகிறவள்; எனக்காக நீங்கள் அவரைப் பகைத்துக்கொள்ளக் கூடாது; எனக்கும் கஷ்டம் கூடாது – அப்படி ஒரு யோசனை செய்யுங்கள்.

பூ: மாமாவிடம் எனக்கு விசுவாசம் இருக்கிறது. ஆனால், முறைப் பிசகாய் நடப்பவர் யாரானாலும், அதற்குரிய தண்டனை அனுபவிக்க வேண்டியதுதான். அந்த உபதேசத்தை அவரிடமிருந்து நான் கற்றேன்; அவருக்கே சொல்லித் தருகிறேன்.

ர: நீங்கள் ஆத்திரப்படுவதைப் பார்த்தால், என்னால் உங்கள் குடும்பத்தில் பெரிய கலகம் ஏற்படும் என்று தோன்றுகிறதே!

பூ: அதைச் சமாளிக்க எனக்குத் தெரியும்.

ர: உங்களிடம் சொன்னால் எனக்குத் தொல்லை ஏற்படாது என்று நம்பித்தான், உங்களுக்குச் சொல்லி அனுப்பினேன். உங்கள் பலம் என் பக்கம் இருக்கிறது என்று தெரிந்ததும் என் கவலை தீர்ந்துவிட்டது. இனி வேறு எதைப் பற்றியாவது பேசலாமே?... ஆமாம், ஆரம்பித்தீர்களே, என் முகத்தைப் பற்றி...

பூ: நடிப்புக்காக என்றே, பாவங்களை மிகச் சுளுவாக உணர்த்தும் வகையில், படைக்கப்பட்ட முகம். உன் முகத்தை, ஒரு விசித்திரம் என்றுகூட சொல்லலாம்.

ர: விசித்திரம் என்றால், அவலட்சணம் என்று அர்த்தமா?

பூ: (சிரித்து) அழகில் ஒரு விசித்திரம்...

ர: கண்ணாடியில் பார்த்தால், எனக்கு அப்படித் தெரியவில்லையே?

பூ: கவனித்துப் பார்த்தால், தெரியும்.

ர: கவி எழுதுகிறவர் என்றால் –

பூ: இதோ பார், ரஞ்சனி, நான் 'காமாசோமா' என்று நாலு பாட்டு எழுதினேன். அதற்காக, நீ என்னைக் கவி, கவி என்று புகழ்ந்தால்...

ர: நடிக உலகச் சக்கரவர்த்தினி என்று நீங்கள் புகழ்ந்தால்...

பூ: நான் உண்மை சொல்லுகிறேன். மனோபாவங்களை அழகாக வெளியிடுவதற்கென்று படைக்கப்பட்டவள் நீ. உன் முகத்தை வலது புறத்திலிருந்து பார்த்தால், இன்பத்தை இடையீடு இல்லாமல் தேடும் உல்லாசம் அதில் தோன்றுகிறது. இடதுபுறமாகப் பார்த்தால், வாழ்க்கையின் அவலட்சணத்தை வெறுக்கிற வெறுப்பு, உன் முகத்தில் தோன்றுகிறது. அதற்கு ஏற்றபடி வலது புருவம் வில்போல் வளைந்து அடங்கியுள்ளது; இடது புருவம் மேலே உயர்ந்துள்ளது. வலது கண்ணில் காணும் மென்மை இடக் கண்ணில் இல்லை –

ர: சுருக்கமாகச் சொன்னால் – என் முகம் ஒழுங்கற்றது என்கிறீர்கள்.

பூ: நான் அப்படிச் சொல்லவில்லை. புது ஒழுங்கு அதில் இருக்கிறது என்கிறேன். குருடன் உன் அழகில் குறை காண முடியாது. நீயே சொன்னாயே – ஐம்பது வயது கடந்த என் மாமாவையே மயக்கிய அழகு சாமான்யமானதா? ஐம்பது வயதை மடக்கிய அழகு, இருபதை மடக்க எவ்வளவு நேரம் ஆகும்?

ர: விவகாரம் இதுதானா? நீங்களும் மயக்கத்தில் பேசுகிறீர்கள், அப்படித்தானே?

பூ: என் மாமாவின் மயக்கம் வேறு, என் மயக்கம் வேறு.

ர: உங்களுடைய பெருந்தன்மை பற்றி நான் கேள்விப்பட்டிருக்கிறேன். அதனால்தான், உங்கள் மாமாவைப் பற்றிச் சொல்லி நியாயம் கேட்க, உங்களைத் தனியாகச் சந்திக்கத் துணிந்தேன்.

பூ: நேற்று வேஷத்தோடிருந்த உன்னைப் பார்த்தேன். உன் முகத்தில் உள்ள இந்த அற்புதமான அம்சம், ஒருவேளை பவுடரும் வெளிச்சமும் உண்டாக்கின பிரமையோ என்று நினைத்தேன். அதை நேரில் பார்த்துத் தெளிய வேண்டித்தான், இங்கே வர நினைத்தேன்.

ர: நீங்கள் அபரிமிதமாய்ப் புகழ்கிறீர்கள். இவ்வளவு புகழ்வது – ஒரு வேளை இகழ்வதற்குத்தானோ என்று சந்தேகம் உண்டாகிறது அல்லவா? அதுவும் கவிவாணர்கள் எறும்பை ஏறு ஆக்குவார்கள், பழுதையைப் பாம்பாக்குவார்கள்.

பூ: என்னைக் கவிவாணன் என்று இனியும் நீ சொன்னால், எனக்குப் பைத்தியம் பிடித்துவிடும். எழுத்துக்களை எண்ணிக் கோத்து ஏதோ சில பாட்டு எழுதினேன். அதிலும் தமிழ்ப் பண்டிதர் ஒருவர், சுமார்

நூறு திருத்தம் செய்து கொடுத்தார். புஸ்தகத்தைப் பார்த்துவிட்டு, என்னை ஒரேயடியாகக் 'கவி' என்று வெட்டிச் சாய்க்கிறாயே?

ர: என் முகத்தைப் புகழ்ந்து என்னை வெட்டிப் புதைக்கிறீர்களே!

பூ: நீ சாய்க்க வேண்டாம், நான் புதைக்க வேண்டாம்—நான் வந்த விஷயம் சொல்லட்டுமா?

ர: நான் அழைத்தேன், வந்தீர்கள். நீங்கள் வர நினைத்ததாய்ச் சொன்னீர்கள். இன்னும் விஷயம் இருக்கிறதா? எது சொன்னாலும் கேட்கக் காத்திருக்கிறேன்.

பூ: என் அந்தஸ்து உனக்குத் தெரியும்.

ர: நன்றாகத் தெரியும். நீங்கள் இளவரசர், இதுவரை. சமீபத்தில் பட்டம் சூடி அரசாளப் போகிறீர்கள்.

பூ: நீ பேசுவது துதிப் பாடகர்களின் பாஷை. இன்னும் ஒரு மாதத்தில், என் மாமாவிடமிருந்து, எஸ்டேட் நிர்வாகம் பூராவையும் நான் ஏற்கப் போகிறேன்.

ர: அது மட்டும் அல்ல, அதற்கு மேலும் எனக்கு விஷயம் தெரியும்.

பூ: (பரபரப்பாக) உன்னைப் பார்த்தது முதல் –

ர: ஏன் நிறுத்திவிட்டீர்கள்?

பூ: நீ கோபித்துக் கொள்ளக்கூடாது.

ர: இளவரசரான நீங்கள் இப்படிப் பேசக்கூடாது. நீங்கள் உத்திரவிட வேண்டியது. நான் செய்யக் கடமைப்பட்டவள்.

பூ: உன்னைப் பார்த்தது முதல் என் மனம் நிலைகுலைந்துவிட்டது. எங்கள் குல முறைப்படி, உன்னை நான் என் மனைவியாக ஏற்க முடியாது. ஆகையால், உன்னை என் அபிமான நாயகியாக ஏற்க விரும்புகிறேன். அபிமானம் என்றால், உனக்கு, மனைவிக்கு உள்ள சகல அந்தஸ்தும் இருக்கும். ரகசியமோ மர்மமோ இல்லை. நீ தனி மாளிகையில் இருப்பாய்; உனக்கும், உனக்குப் பிறக்கும் குழந்தைகளுக்கும் ஓரளவு நிலமும் சொத்தும் எழுதி வைத்துவிடுகிறேன்.

ர: நான் சம்மதிக்காவிட்டால்?

பூ: உன்னைக் கட்டாயப்படுத்தமாட்டேன். நீ என்னைப் பரிபூர்ணமாக நம்பலாம். என் மாமாவும் உன்னைத் தொட விடமாட்டேன்.

ர: எனக்கு மூன்று நாள் அவகாசம் தருகிறீர்களா?

பூ: மாமாவிடம் ஐந்து நாள், என்னிடம் மூன்று நாள் தவணையா?

ர: நான் இப்போதே உங்கள் கையில் இருக்கிறேன்; விரும்பினால் நீங்கள் என்னைப் பலாத்காரம் செய்ய முடியும். ஆனால், உங்கள் பெருந்தன்மை என்னைக் கவருகிறது. நீங்கள் எனக்கு அளிக்க விரும்புகிற கௌரவமோ சாமானியமானது அல்ல. அவ்வளவு கௌரவத்துக்கு நான் அருகதையானவளா என்பதை நானும் யோசிக்க வேண்டாமா?

பூ: சாதகமான பதிலைத் தருவாய் என்று நம்புகிறேன். வரட்டுமா?

ர: அதற்குள் புறப்படுகிறீர்களா? நீங்கள் பக்கத்திலிருந்து பேசும்போது எனக்கும் மனசு ஒப்புகிறது. வந்தவர்கள் தாம்பூலம்கூடத் தரிக்காமல் போகலாமா?

பூ: நான் போடுவதில்லையே.

ர: நான் கொடுத்தால்கூடப் போட மாட்டீர்களா?

பூ: உன் கையால் விஷம் கொடுத்தாலும் நான் சாப்பிடத் தயார்!

ர: முகலாய பாதுஷாக்களின் அரண்மனையில் தாம்பூலம் தரிப்பதற்காக என்றே பல கலைஞர்கள் இருந்தார்களாம்...

பூ: வெற்றிலை போடக் கலைஞர்களா?

ர: நீங்கள் அப்படி நினைக்கலாம். சாரமில்லாமல் பிசுக் பிசுக் என்று சுண்ணாம்பு தடவி, பாக்கைக் கடித்து, தாம்பூலத்தைக் குதப்புவதில் என்ன சுவாரசியம் இருக்கிறது? போடுகிற விதத்தில் போட்டால், தாம்பூலத்தின் சுவையே தனி. அந்தச் சுவையை முகலாய பாதுஷாக்கள் நன்றாக அறிந்தவர்கள்.

பூ: கதைதான்! சொல்லு.

ர: கதை இல்லை; சரித்திரம். பீகம்கள் பாதுஷாக்களைத் தங்கள் வசத்தில் வைத்துக்கொள்ளத் தாம்பூலத்தின் துணைதான் நாடுவார்களாம். சுண்ணாம்பில் இருக்கிறது சூக்ஷ்மம் என்று சொல்லுவதை, நீங்கள் கேட்டதில்லையா? முகலாய அரண்மனையின் தாம்பூலக் கலைஞர்கள் அந்த சூக்ஷ்மத்தை அறிந்தவர்கள். சுண்ணாம்போடு கத்தைக் காம்பும் ஏலம், கிராம்பு முதலிய வாசனைப் பொருள்களும் கலப்பதை அவர்கள் ஒரு பெரிய வித்தையாகவே ஆக்கிவைத்திருந்தார்களாம். அந்தக் கலவையின் சூக்ஷ்மம் இன்றுவரை எனக்குக் கிடைக்கவில்லை. எத்தனையோ சரித்திர ஆசிரியர்கள், விஞ்ஞானிகளைக் கேட்டுவிட்டேன். ஒருவருக்கும் தெரியவில்லை.

பூ: அந்த கலவையில் என்ன விசேஷம் அப்படி?—காரசாரமாயிருக்கும்; அதுதானே?

ர: அதுதானோ? வெடவெட என்று நடுக்கும் குளிர்காலத்தில், அந்தக் கலைஞர் தருகிற தாம்பூலம் போட்டால், 'குப்' என்று வேர்த்துக் கொட்டுமாம். வேர்வை வழிகின்ற கோடையில் போட்டால், ஜில்லென்று குளிருமாம்.

பூ: நிசமாகவா?

ர: சரித்திரக்காரர்களைக் கேட்டுப் பாருங்கள்—

பூ: நீ தருகிற தாம்பூலம் போட்டால், என்ன ஆகும்? வேர்க்குமா, நடுக்குமா?

ர: போட்டுப் பார்த்து, நீங்கள்தானே சொல்லவேண்டும்?

(வாசனைச் சுண்ணாம்பு, ஏலக்காய், கிராம்பு, ஜாதிக்காய் முதலியவைகளின் வாசம் கமழும் 'பீடா'வை அவனிடம் நீட்டுகிறாள் அவள்).

பூ: (தாம்பூலத்தைக் குதப்பிக்கொண்டே) உன் தாம்பூலம் என்ன செய்யும்? உன் கை விசேஷத்தால், என் மோகத்தைத் தலைக்கேற்றும்!

ர: உங்களிடம் பேசிக்கொண்டே இருக்கத் தோன்றுகிறது. நேரம் ஆக ஆகப் பயமாகவும் இருக்கிறது.

பூ: எதற்காகப் பயம்?

ர: என்னை நீங்கள் மன்னிக்கவேண்டும். ஒருவிஷயத்தை நான் உங்களிடம் மறைத்து வருகிறேன். இந்த இடம், உங்களுக்கு அவ்வளவு பத்திரமானதல்ல.

பூ: என்ன சொல்கிறாய்? நீ எதை, ஏன் மறைத்தாய்?

ர: உங்களிடம் சொல்லாமல் இருக்கத்தான் விரும்பினேன். ஆனால், களங்கம் இல்லாத உங்கள் சுபாவம் என்னைப் பரவசப்படுத்துகிறது. உங்களுக்கு ஆபத்து ஏற்பட்டால், என்னால் தாளமுடியாது.

பூ: (பதறி) என்ன விஷயம்? புரியம்படி பேசு!

ர: உங்கள் மாமா, உங்களைக் கொல்லச் சதி செய்கிறார்.

பூ: (திடுக்கிட்டு) உண்மையாகவா? உனக்கு எப்படித் தெரியும்?

ர: அவருடைய சதி எனக்கு மட்டும் தெரியும். ஆகையால், அவர் இங்கு வந்தாலும் வரலாம்; சுருக்கமாகச் சொல்லுகிறேன். கேட்டுக் கொண்டு, எப்படி ஜாக்கிரதை செய்துகொள்ள வேண்டுமோ, செய்துகொள்ளுங்கள்.

பூ: மாமா, என்னைக் கொல்வதா? அவ்வளவு துணிச்சலா ...?

ர: அவசரப்படாதீர்கள்; ஆத்திரப்பட்டுக் காரியத்தைக் கெடுத்துவிடக் கூடாது. அவர் மகளை மணக்க, நீங்கள் மறுத்தீர்களா?

பூ: மறுத்தேன். மனத்துக்குப் பிடிக்காதவளை, எப்படி மணப்பது? நான் மறுத்ததும் அவர் வருத்தப்பட்டதாகத் தெரியவில்லையே? என் இஷ்டத்துக்குப் பெண் பார்க்கச் சொன்னாரே?

ர: வேறு என்ன சொல்லுவார்? உங்கள் எஸ்டேட் பூராவையும் பதினைந்து வருஷமாய் அவர் நிர்வகிக்கிறார். அவருக்கு இருப்பதும் ஒரே பெண்; அவளை உங்களுக்கு மணம் புரிவித்து, இந்த எஸ்டேட்டைத் தன் ஆட்சியிலேயே வைத்திருக்கலாம் என்று கனவு கண்டு வந்தார். அந்த எண்ணத்தில் நீங்கள் மண்ணைப் போட்டு விட்டீர்கள். இவ்வளவு பெரிய எஸ்டேட், தன் கைவிட்டுப் போவதில் அவருக்கு இஷ்டம் இல்லை.

பூ: அதற்காக?

ர: அதற்காகத்தான் உங்களைத் தீர்த்துக்கட்ட முடிவு செய்துவிட்டார். உங்களுக்குப் பிறகு, அவர் மகள்தான் வாரிசு என்பதை மறந்து விட்டீர்களா? நேற்று ராத்திரி அவர் என்னிடம் வந்ததும் அதற்காகத்தான். முதலில் என் மேல் மோகம் என்றார். ஐந்து நாள் தவணை கேட்டுப்

போக்குக் காட்டிவிட்டேன். பிறகும் அவர் போகவில்லை. ஏதேதோ பேசி, என் மனதைச் சோதித்துக் கொண்டிருந்தார். கடைசியில்தான் அவருடைய சொரூபம் தெரிந்தது. எப்படியாவது உங்களை மயக்கி, ஆகாரத்தில் விஷம் கலந்து கொடுத்து, உங்களை மாய்ப்பதனால், ஒரு லட்சம் சம்பளம் அளிப்பதாகச் சொன்னார். கொலை என்று தெரியாமல் – கொல்ல வேண்டுமாம்!

பூ: மாமாவா! அவரா, இப்படிச் சொன்னார்?

ர: பதறாமல் கேளுங்கள். அவருடைய இஷ்டத்துக்கு, நான் இணங்க வில்லை. மிகவும் வற்புறுத்தினார்; பிடிவாதமாக மறுத்து விட்டேன். அவருக்குக் கோபம் வந்துவிட்டது. 'லட்ச ரூபாய் உனக்குக் கசக்கிறது. நாளை இரவோடு இரவாக படுக்கையிலே வைத்து அவனைத் தொலைக்கிறேன்' என்றார், ஆத்திரமாய்.

பூ: பாவி!

ர: கோபத்தில் சொல்லிவிட்டார். 'இந்த விஷயம் வெளியில் தெரிந்தால், உன்னையும் தொலைத்துவிடுவேன்' என்று என்னையும் எச்சரித்துவிட்டுப் போனார். அவர் என்ன செய்வார் என்று எனக்குத் தெரியாது. நீங்கள் இருக்கிற வீட்டுக்கே நெருப்பை வைக்கலாம்; யாராவது நாலு குண்டர்களை ஏவி விடலாம்...

பூ: இப்போதே போய், அவனை...

ர: அதற்குத்தான் நிதானம் வேண்டும் என்கிறேன். நிர்வாகம் அவர் கையில் இருக்கிறது. ஆள்பலம் அவர் பக்கம் இருக்கிறது. இந்த இராத்திரியில் நீங்கள் போய் வம்புக்கு இழுத்தால், உங்களுக்கே அபாயம் ஏற்படலாம்.

பூ: (நிதானித்து) என்ன செய்யலாம் என்கிறாய்?

ர: நீங்கள் என்னைப் பார்க்க வந்த விஷயம், யாருக்காவது தெரியுமா?

பூ: யாருக்கும் தெரியாது.

ர: மிகவும் சரி. இங்கிருந்து வெளியே போன பிறகும், யாரிடமும் சொல்லாதீர்கள். இந்த ராத்திரி வீட்டுக்குப் போகாதீர்கள். நம்பிக்கையான நண்பர்களாகப் பத்துப் பேரோடு வேடிக்கையாக – கொண்டாடிக்கொண்டு – பொழுது போக்குங்கள். மாமா உங்களை வீட்டில் காணாமல், தேடிவந்து தாக்க முயன்றால் – அதற்கு முன் எச்சரிக்கைதான் இது. ஆனால் மாமா உங்களைத் தாக்க வரலாம் என்கிற விஷயத்தை, அந்த நண்பர்களிடம்கூட இப்போது வெளியிடக்கூடாது. பொழுது விடிந்ததும் நிம்மதியாக யோசித்து செய்ய வேண்டியதைச் செய்யலாம். இன்று இரவு மிகவும் ஜாக்கிரதையாக இருக்கவேண்டும். என் யோசனை, உங்களுக்குப் பிடிக்கிறதா?

பூ: நீ சொல்வது சரிதான்.

ர: பயப்படாதீர்கள். ஒரு பெரிய பொறுப்பை ஏற்கப் போகிற நீங்கள், இம்மாதிரிப் பல சூழ்ச்சிகளை எதிர்க்க நேரும்; மனசைத்

தளரவிடக்கூடாது. இந்த இரவைப் பத்து பேருக்கு மத்தியில் சந்தோஷமாகக் கழியுங்கள். மாமா, உங்களை வீட்டுக்கு வெளியே பகிரங்கமாகத் தாக்குவதற்கு துணியமாட்டார்.

பூ: அப்படியே செய்கிறேன். நீ செய்கிற இந்த உதவிக்கு, என்ன பிரதி செய்யப் போகிறேன்? என் ஆசையைப் பூர்த்தி செய்தால் –

ர: அந்தப் பாக்கியத்தை நான் இழப்பேனா? இனி நீங்கள் தாமதிப்பது உசிதம் அல்ல. மாமாவின் ரகசியம் எனக்கு மட்டும் தெரியும். என்னை அவர் கண்காணிப்பார் என்று நினைக்கிறேன். நீங்கள் அவரை எதிர்க்க முடியும்; நான் என்ன செய்ய முடியும்?

பூ: யார், யாரை என்ன செய்கிறார்கள் என்று நாளைக் காலை பார்த்துவிடுவோம் –

ர: நீங்கள் இங்கிருந்து ரகசியமாக வெளியேறி, நண்பர்களுடன் –

பூ: நீ கொடுத்த தாம்பூலத்தை, அப்படியே விழுங்கிவிட்டேன்.

ர: சரி பரவாயில்லை; ஜாக்கிரதையாகப் போகிறீர்களா?

பூ: நீ செய்த உதவியை உயிர் உள்ளவரை மறக்கமாட்டேன். வரட்டுமா?

(பூபதி போன சிறிது நேரத்தில், காளிங்கன் மிகவும் கோபமாக உள்ளே வருகிறான்.)

கா: பக்கத்தில் என்னை ஒளித்து வைத்துக்கொண்டே, அவனிடம் என் சூழ்ச்சியைச் சொல்ல, உனக்கு எவ்வளவு நெஞ்சழுத்தம்!

ர: இதற்கெல்லாம் நெஞ்சழுத்தம் இல்லாமல் முடியுமா?

கா: அபிமான நாயகி என்றதும், சொக்கிவிட்டாய். இல்லையா? பூபதியோடு உன்னையும் தொலைக்க, எனக்கு வழி தெரியும்.

ர: உட்கார்ந்து, பேசுங்களேன். தாம்பூலம் போடுகிறீர்களா?

கா: விளையாடுகிறாயா?

ர: நான் தயாரிக்கும் தாம்பூலம் போட்டால் கோடையில் குளிரும், குளிர்காலத்தில் வேர்க்கும், சுளுவாக, சுகமாக உயிர் பறக்கும்!

கா: அடப் பாவி, நிசமாகவா?

ர: லட்சம் எங்கே?

கா: இதோ, ஒன்றுக்கு இரண்டு!

***சுதேசமித்திரன்* (ஏப்ரல் 21, 1957)**

(நூல் வடிவில் இதுதான் முதல் பிரசுரம்)

●

ஒரு பழைய கதை

ஒரு பழைய கதையைச் சொல்லுகிறேன்.

அப்போது எனக்கு முப்பது வயதிருக்கும். இரண்டாவது உலக மகா யுத்தம் நடந்து கொண்டிருந்தது; படித்தவர்களுக்கும் படிக்காதவர்களுக்கும் யுத்தம் வேலை கொடுத்தது; சம்பளமும் நிறையக் கிடைத்தது. சம்பாதிக்க வேண்டும் என்ற ஆசை கொண்டவனாய், சொந்த ஊரில் வாத்தியார் வேலையை ராஜினாமாச் செய்துவிட்டுப் புனாவில் இருந்த ராணுவக் காரியாலயத்தில் நல்ல சம்பளத்தில் வேலைக்கு அமர்ந்தேன்.

நான் வீட்டை விட்டு அதிகமாக வெளியே போகாதவன். படிப்பு முழுவதையும் ஊரிலேயே முடித்துக் கொண்ட நான் வடக்கே சென்னையையும், தெற்கே திருச்சியையும் தாண்டிப் போனதில்லை. என் பெற்றோர் வைதீகமானவர்கள்; பூஜையிலும் பஜனையிலும் நம்பிக்கை வைத்தவர்கள்; ஒரே பிள்ளையான என்னையும் ‘கட்டுக் காவலில்’ அவர்கள் அளவில் என்னை வளர்த்தார்கள். அவர்களுடைய பிடியிலிருந்து விடுதலை பெற்ற பிறகுதான், நான் ஊரைவிட்டு வெளியே போகும் துணிவு கொண்டேன். மனைவியையும் குழந்தைகளையும் ஊரில் விட்டுப் புனாவுக்குச் சென்றேன்.

போர்க்காலத்துப் புனா, இப்போதைய புனா போல் அமைதியாக இல்லை. அங்கும், அதைச் சுற்றியுள்ள கிர்க்கீ, தேவ்லாலீ போன்ற கிராமங்களிலும், ‘ராணுவ முக்கியம்’ வாய்ந்த தொழிற்சாலைகளும் பட்டறைகளும் ராணுவமுகாமும் இருந்தன. ஆகவே, நகரம் சுறுசுறுப்பாகவும் ஜன நெருக்கடி மிகுந்ததாகவும் இருந்தது. நான் பாராத அந்தப் புதிய தோற்றம், எனக்கு ரசமாக இருந்தது.

பரஸ்திரீகளைத் தாயாகப் பாவிக்கும் பரம்பரையில் பிறந்தவன் நான். இருட்டு சரியாய்ப் பிரிவதற்கு முன் அதிகாலையில் மகாராஷ்டிர மாதர், ஒரே நிறப் புடவைகளைக்

கச்சமாக உடுத்தி, கையில் சிலம்பங்களை ஏந்தி, அணிவகுத்துப் பயிற்சிக் கூடங்களுக்குச் செல்வதைப் பார்க்கும் போது, ஹிந்து தர்மத்தைக் காத்துக் கொடுத்த மகாவீரன் சிவாஜியின் நாட்கள் எனக்கு நினைவு வரும். தமிழ்நாட்டுப் பிராமண ஸ்திரீகளைப் போன்ற மென்மையுடனும் வெண்மையுடனும் நடமாடும் குஜராத்தி ஸ்திரீகளை மனதில் கொண்டுதான், கலைகளுக்கு அதி தேவதையான கலைமகளின் உருவம் கற்பிக்கப்பட்டதோ என்று நினைப்பேன். கூந்தலில் நடுவகிடு எடுத்து, வகிடு தொடங்கும் நெற்றி ஸ்தலத்தில் பெரிய குங்குமப் பொட்டுடன் துலங்கும் வங்காள மகளிர் சிரத்தைக்கும் பக்திக்கும் உருவமாகத் தோன்றுவர். கால்களைத் தரையோடு ஒட்ட வைக்கும் கனமான வெள்ளிக் கொலுசுகள் அணிந்து, அழுக்கடைந்த முக்காட்டின் துவாரங்களிலிருந்து உலகத்தைப் பார்க்கின்ற மார்வாடிப் பெண்டிர், 'விரக்திக்கும்' வைராக்கியத்திற்கும் உதாரணமாக எனக்குத் தோன்றினார்கள். நீளச் சட்டையும் மேலங்கியும் அணிந்த பஞ்சாபி ஸ்த்திரீகள், கலங்காத நெஞ்சத்தவராய்க் காட்சியளித்தார்கள். ஆக, இந்தியப் பெண்மையின் பெருமையையும் பண்பாட்டையும் புனாவில் கண்டதாகக் கருதினேன்.

அது ஒரு உண்மை. புனாவில் ஒரு பொய்யையும் கண்டேன். யுத்த கால தர்மம், சமாதான கால தர்மத்துக்கு மாறானது என்கிறார்கள். அது எத்தகைய மாறுதல் என்பதைப் புனா கண்டோன்மென்ட் பகுதியிலும், வேறு சில பகுதிகளிலும் கண்டேன்.

எனக்குச் சுவாரசியமாகப் பொழுது கழிக்க, நான் ஆபீஸ் நண்பர்களுடன் ஒரு அறையில் குடியிருந்தேன். ஒவ்வொருவருக்கும் ஆபீஸ் நேரம் வெவ்வேறு. இரவு பத்துமணிக்கு மேல்தான் நாங்கள் நால்வரும், ஒருவர் முகத்தை ஒருவர் பார்க்க முடியும். நான் யுத்தகால மணிப்படி, காலை ஆறு மணிக்கு (இப்போது ஐந்து மணி) ஆபீசுக்குப் போய், மாலை ஆறு மணிக்குத் திரும்பி விடுவேன். அறையில் தனியாக இருக்க மனமில்லாமல் கண்டோன்மென்ட் பக்கம் உலாவச் செல்வது என் வழக்கம். நகரத்துக்குள் பட்டாளக்காரர்கள் மேலதிகாரிகளின் அனுமதி இல்லாமல் வர முடியாது. கண்டோன்மென்டில் அவர்கள் தாராளமாகப் புழங்கலாம். ஆங்கிலேயர்கள், அமெரிக்கர்கள், ஆஸ்திரேலியர்கள், நீக்ரோக்கள் எல்லோரும் அங்கே பலவிதக் கேளிக்கைகளில் ஈடுபட்டுள்ளதைப் பார்ப்பதிலேயே எனக்கு நேரம் போய்விடும். போர் இல்லாதபோது, ராணுவ வீரர்களுக்கு என்ன வேலை? வீடு வாசல், மனைவி மக்களை விட்டு வெகு தூரத்தில் இருந்த அவர்களுடைய உடலுக்கு ராணுவப் பயிற்சியும் போஷாக்கும் உரமூட்டிக் கொண்டிருந்தன. தெருவோடு போகிற பெண்களைப் பட்டாளக்காரர்கள் அபகரித்ததைப் பற்றிப் பத்திரிகைகளில் அடிக்கடி செய்தி வரும். இன்னொரு சேதி, பட்டாளத்துக்காரர்களை வலைவீசிப் பிடிப்பதற்கென்றே பல பெண்கள் அந்தப் பக்கம் நடமாடுவதைப் பார்க்க, எனக்கு மிகவும் வேதனையாக இருந்தது. அந்த வேதனைக்குச் சிறு ஆறுதல், அந்தப் பெண்களில் பெரும்பாலோர் ஹிந்துக்களோ, சீக்கியரோ, முஸ்லீம்களோ அல்ல என்பதுதான். ஆரம்பத்தில் விவரித்ததுபோல் நான் மிகவும் பிற்போக்கான பழக்க வழக்கங்கள் உடையவன். பெண்கள் மனம்போல் சுற்றுவதை என்னால் பொறுக்க முடிவதில்லை.

2

என் அறையிலிருந்து கண்டோன்மென்ட்டுக்குப் போகிற வழியில், ஒரு சிறிய ஹோட்டல் இருந்தது. அது ஒரு அதிர்ஷ்டம் கெட்ட ஹோட்டலாக இருக்கவேண்டும். ஏனென்றால், யுத்தம் கரன்ஸி நோட்டுகளாக அச்சடித்துத் தள்ளிக் கொண்டிருந்த அந்தக் காலத்திலும், அந்த ஹோட்டலில் வியாபாரம் நடக்கவில்லை. புழுதியடைந்த பழைய கண்ணாடி ஜாடிகளில் பிஸ்கோத்தும் ரொட்டியும் இருக்கும். யாராவது கிராக்கி உள்ளே நுழைந்தால்தான், தேநீர் தயாராகும். சந்தடி இல்லாத ஹோட்டலாகவும், என்னுடைய நீண்ட நடைக்கு இடையில் ஓய்வு எடுத்துக்கொள்ள வசதியாகவும் இருந்ததால் நான் அங்கே டீ சாப்பிடுவது வழக்கம். தெருவைப் பார்த்துக்கொண்டே, அரைமணிநேரம் நிம்மதியாகக் கழிக்கலாம்.

நாள் தவறாமல் நான் அங்கே போனதால், அந்த ஹோட்டல்காரருக்கும் பெரிய உதவி செய்ததாக என் எண்ணம். ஹோட்டல் எஜமானர் ஒரு தொண்டுக்கிழம். எப்போதும் குடிபோதையில் இருப்பார். மேஜை அடியில் நாற்காலியில் உட்கார்ந்து தூங்கி விழுந்துகொண்டிருப்பார். ஒளி மங்கிக் குடியால் சிவந்துள்ள கண்களிலிருந்து நீர் கசிந்துகொண்டிருக்கும்; இரண்டு கண்களிலும் பீளை கட்டியிருக்கும். அவர் முகத்திலும் மேஜை மேலுள்ள ரொட்டி ஜாடிகளிலும் ஈக்கள் மொய்த்துக்கொண்டிருக்கும். வாடிக்கைக்காரர்கள் யாராவது வந்தால், அவர் கண்கள் திறக்கும். 'மேரீ, டீ போடு' என்று விட்டு, மறுபடியும் போதைத் தூக்கத்தில் லயித்து விடுவார்.

மேரீ, அவர்களுடைய பேத்தி வாடிக்கைக்காரர்களின் தலையைக் கண்டதும், 'குட்மார்னிங்' ரொட்டி சாப்பிடுவதற்குள் டீ ரெடியாகிவிடும் என்று சொல்லியபடி, அணையும் நெருப்பைத் தூண்டிவிடுவாள்.

தொடர்ந்து ஒவ்வொரு மாலையும், அந்த ஹோட்டலுக்கு நான் விஜயம் செய்யவே, அக்குடும்பத்திற்கு நான் மிகவும் பரிச்சயமானவன் ஆகிவிட்டேன். உள்ளே புகுந்ததும், ஈக்களின் இடையிலிருந்து பெரியவர், 'ஆயியே, ராம் பாபூ' என்று வரவேற்பார். மேரியோ அல்லது அவள் தமக்கை மார்க்கரெட்டோ, அல்லது இருவருமோ என்னைப் புன்முறுவலுடன் உட்கார வைப்பார்கள். பிஸ்கோத்துகள் சாப்பிட்டபடி, அவர்களோடு பேசிக் கொண்டிருப்பேன். சிலசமயம் என் செலவில், அவர்களுக்கு டீ தருவேன். பெரும்பாலும் மேரிதான் இருப்பாள். அவள் மூலம், அவர்களுடைய நிலைமையைத் தெரிந்துகொண்டேன்.

அந்தக் குடும்பத்தின் அழகும், அழகின்மையும் ஏழ்மையும்தான் என்னை மிகவும் கவர்ந்தன. மேரியும் மார்க்கரெட்டும் முறையே பதினைந்து, பதினெட்டு வயதுப் பெண்கள். தங்கை பள்ளியில் எட்டாவது வகுப்பில் படித்துக்கொண்டிருந்தாள். தமக்கை காலேஜில் முதல் வருஷம். இருவரும் நல்ல அழகிகள், பார்ஸி மோஸ்தர் அழகு. இருவரிலும் என் மனசுக்குப் பிடித்தவள் மேரிதான். வயதான குழந்தைபோல் மழலையாடுவாள். உலக விவகாரங்கள் எல்லாமே அவளுக்குப் புதியவை என்று நினைக்கிறேன்; பள்ளிப் புத்தகங்களுக்கு அப்பால் ஏதும் அறியாதவள். மார்க்கரெட், கல்லூரியில் கால் வைத்ததும், எல்லா விவகாரங்களையும் அறிந்து

விட்டாள்போல் இருந்தன, அவளுடைய நடை, உடை பாவனைகள். அவள் பேச்சில் கபடு இருந்தது, பணம் தேடி இன்பம் சுவைக்க, எதையும் செய்யக்கூடிய துணிச்சல் இருந்தது. இந்த ஒரு காரணத்துக்காக, நான் அவளிடம் அதிகம் நெருங்குவதில்லை.

அவர்களுடைய தாயாரை, நான் பார்த்திருக்கிறேன், அவ்வப்போது சில வார்த்தைகள் பேசியிருக்கிறேன். பெண்கள் மாலையில் திரும்பும்வரை, அவள்தான் ஹோட்டல் வேலைகளைக் கவனிப்பாள். அவள் சீக்குக்காரி. ஓய்ந்த வேளைகளில் சுருண்டு படுத்துவிடுவாள். ஞாயிற்றுக்கிழமைகளில் மட்டும் இருப்பவைகளில் நல்ல கவுனாக அணிந்து, பெண்களையும் அழைத்துக்கொண்டு, மாதா கோயிலுக்கும் தவறாமல் போய்விடுவாள். வெளியுலகத்தோடு அவளுக்குள்ள தொடர்பு, அவ்வளவுதான்.

அவர்களுடைய தகப்பனாரை, நான் போட்டோவில்தான் பார்த்தேன். பழைய காலத்து அயல்நாட்டு மாலுமிகளின் படம் சரித்திர புஸ்தகத்தில் இருக்குமே, அம்மாதிரி தோற்றம். ராணுவக் காரியாலயம் ஒன்றில் நாள் ஒன்றுக்கு எட்டு ரூபாய் சம்பளத்தில் வேலை. காலையில் ஐந்து மணிக்கு வீட்டைவிட்டுப் புறப்பட்டால், ராத்திரி பதினொன்று பன்னிரண்டு மணிக்குத்தான் திரும்புவார். திரும்பும்போது வெறும் ஆளாக இருக்கமாட்டார். மூக்கிலிருந்து சொட்டும்வரை சாராயம் குடித்துவிட்டு வருவார். வந்ததும் ஹோட்டலில் நடந்த வியாபாரம் பற்றிக் கணக்குக் கேட்பார். குறைவாகச் சொன்னால் அப்பாவுக்கு நாலு அடி, மனைவிக்கு ஐந்து அடி, பெண்களுக்கு தலைக்கு ஆறடி வீதம் விநியோகம் செய்துவிட்டு மூக்கால் வழியும் சாராயத்தைக் கூடத் துடைக்காமல் கீழே விழுகின்ற இடத்தைப் படுக்கை ஆக்கிக் கொள்வார். அவர் பெயர் ஜோஸப்.

ஜோஸப்பின் தந்தைதான் பெரியவர். ஹோட்டல் நிர்வாகி. அவர் வயதில் அவர் குடிகாரர் ஆகலாம். பையன் குடிக்கத் தொடங்கியதும் அவருக்கும் ரோசம் வந்துவிட்டது. பிள்ளை ஒரு பாட்டில் போட்டால், அவர் இரண்டாகப் போட ஆரம்பித்தார். பையன் அவரை அடிக்கத் தொடங்கிய புதிதில், அவரும் தம்மால் முடிந்தவரை பதிலுக்குப் பதில் கொடுத்தார். வயதாக ஆக, அதற்கும் சக்தி குறைந்துவிடவே, பரமபிதாவிடம் முறையிட்டுவிட்டு உறங்கிவிடுவார்.

மேரியின் வாயிலாக, அக்குடும்பம் பற்றி நான் அறிந்த விஷயம் இவ்வளவுதான்.

3

ஒருநாள் மேரி, என்னுடன் சிற்றுண்டி அருந்த உட்கார்ந்தாள். பெரியவர் வழக்கம்போல் மேஜையடியில் தவம் செய்துகொண்டிருந்தார். அவரைச் சுற்றிலும் ஈக்கள் பிலாக்கணம் பாடிக்கொண்டிருந்தன. எங்களிடமிருந்து ஏதாவது கடிக்கக் கிடைக்காதா என்று எதிர்பார்த்து, இரண்டு பூனைகள் என் மேஜையடியில் உஷாராக உட்கார்ந்திருந்தன. மேரியின் குடும்பத்தில் அவை இரண்டும் வளர்ப்பு.

"உங்களை ஒரு விஷயம் கேட்கவேண்டும். என்ன சொல்வீர்களா?" என்று ஆரம்பித்தாள் மேரி.

"எதைப் பற்றி?"

"காதல் என்றால் என்ன?"

அவளிடமிருந்து இக்கேள்வியை எதிர்பாராத நான் திடுக்கிட்டேன். என்னோடு நாடகமாட விரும்பி, அதற்காகப் பீடிகைப் போடுகிறாளோ என்று சந்தேகம் உண்டாயிற்று. இதே கேள்வியை மார்க்கரெட்டு கேட்டிருந்தால், எனக்குச் சந்தேகமே ஏற்பட்டிருக்காது. ஆனால், மேரியை ஒன்றும் அறியாத குழந்தை என்றல்லவா எண்ணிக் கொண்டிருந்தேன்!

என் மௌனத்தைக் கண்டு, அவள் கேட்டாள், "உங்களுக்குத் தெரியாதா? உங்களைப் பார்த்தால் ரொம்பப் படித்தவராகத் தெரிகிறது..."

"உனக்கு இந்த மாதிரி விஷயங்களை யார் சொல்லித் தருகிறார்கள்?"

"அக்கா சொன்னாள், காதல் செய்தால் காசு வரும் என்கிறாள். அவள் பவுடர், ஸ்னோ, ஷாம்பூ, லிப்ஸ்டிக் எல்லாம் வாங்குகிறாள். புதுப்புது கவுன் தைத்துக்கொள்கிறாள். ஏதடி என்றால், காதல் கொடுத்தது என்கிறாள். எனக்கும் அவளைப்போல் இருக்க ஆசையாக இருக்கிறது," என்று அவள் சொன்னபோது, எனக்கு விஷயம் விளங்கியது. வேதனையாகவும் இருந்தது.

தன்வழிக்கு மேரியையும் இழுத்துக்கொள்ள மார்க்கரெட்டு முயலுகிறாள் என்பதை உணர்ந்தேன். பதினைந்து வயதில் பெண்கள் எத்தனையோ சேதிகள் கற்றுவிடுகிறார்கள். அதுவும் யுத்தகாலச் சூழ்நிலையில், சிறு குழந்தைகளுக்கும் 'எல்லா' விஷயங்களும் அத்துப்படியாகி விடுகின்றன. ஆனால், மேரி மிகவும் நிதானமாகக் காதல் பற்றி என்னிடம் விளக்கம் கேட்கிறாள் என்றால், அவளுடைய உள்ளம் எவ்வளவு நிஷ்களங்கமாக இருக்கவேண்டும்? உத்தியோகம் தேடிச் சென்ற இடத்தில், ரயில் நட்புபோல் அவளுடன் பழக்கம் ஏற்பட்டது என்றாலும், அவளிடம் எனக்கு அனுதாபம் உண்டாயிற்று. வழி தவறும் ஆட்டை மறித்து நேர்வழிக்குத் திருப்பிவிட வேண்டும் என்று முடிவு செய்தேன்.

"அக்கா செய்வது தப்பு; நீ அப்படிச் செய்யக்கூடாது?'

"அவள் மட்டும், தனக்கு வேண்டியதை வாங்கிக்கொள்கிறாள். எனக்கும் ஆசையாக இருக்காதா?"

"அம்மாவுக்கு, அக்கா செய்வது தெரியுமா?"

"அம்மா இதையெல்லாம் எங்கே கவனிக்கப்போகிறாள்? அவளுக்குத் தன் உடம்பைப் பார்த்துக்கொள்ளவே நேரம் போதவில்லை. உடம்பு குணமானால், அப்பா கொடுக்கிற உதையில், மறுபடியும் கோளாறு வந்துவிடுகிறது."

"அம்மா கவனிக்கவில்லை என்றால், அக்காவின் நடத்தை சரியாகிவிடுமா? நீ கல்யாணம் செய்துகொள்ளமாட்டாயா மேரி?"

"செய்துகொள்வேன்; அதனால் என்ன?"

"கல்யாணம் செய்துகொண்டு கணவனோடு சந்தோஷமாக வாழ்வதுதான் காதல்."

“அப்பாபோல் உதைக்கிற கணவனாய் இருந்தால், எப்படிச் சந்தோஷமாக இருக்கமுடியும்?”

“எல்லோரும் அப்பா போல் இருக்க மாட்டார்கள். யாராவது ஒருவர் இரண்டு பேர்தான் அப்படி இருப்பார்கள். நீ சின்னப் பெண். அழகாகவும் இருக்கிறாய். உனக்கு நல்ல அழகான கணவன் கிடைப்பான். சந்தோஷமாக இருக்கலாம்.”

“அக்காவும் நான் அழகாக இருப்பதாகச் சொல்கிறாள். ஆகையால், நிறைய பணம் கிடைக்கும் என்கிறாள். நீங்கள் சொல்வதுபோல், கல்யாணம் ஆனபின் சந்தோஷமாயிருக்கலாம். இப்போது சந்தோஷமாக இருப்பதில், தவறு என்ன?”

பெருந்தன்மையாகவும் பெரிய விஷயமாகவும் பேசிப் புரியவைத்து, அவளுடைய மனத்தை மாற்றமுடியாது என்பதை ‘நான் அறிவேன். மகிழ்ச்சி, இன்பம் என்பவை எல்லாம் மனத்தைப் பொறுத்தவை என்று சொன்னால், அவளுக்குப் புரியுமா?’ உடலையும் உள்ளத்தையும் மகிழ்விக்க, நெறி தவறாது பரத்திற்கும் இகத்துக்கும் ஒவ்வாத செயல் என்றால், அவளுக்குப் புரியுமா? கட்டிய கணவனைத் தவிர, பிற ஆடவர்களை மனத்தால் நினைப்பதும் பாபம் என்று கருதுவது இந்தியப் பெண்மையின் பெருமை என்று சொன்னால், அவள் புரிந்துகொள்வாளா? மேனாட்டவரின் நாகரீகத்தைப் பின்பற்றுவதால் உடலின் ஆரோக்கியம் மட்டும் அன்று மனத்தின் ஆரோக்கியமும் குலையும் என்பதை, அவளுக்குப் புரியும்படி செய்வது எப்படி? தர்க்கத்தாலோ, பண்பாட்டின் பெயராகவோ, அவளைத் திருப்ப முயல்வது வீண் முயற்சி என்பது எனக்கு நன்றாகத் தெரிந்தது. ஆகையால், அவளைப் பயமுறுத்தத் தீர்மானித்தேன்.

“மேரி, நீ பைபிள் படிப்பதுண்டோ?” என்றேன்.

“படிக்காமல் என்ன?”

“விபசாரம் செய்யாதே என்று ஏசுநாதர் சொல்லியிருப்பதைப் படித்திருக்கிறாயா?”

“சொல்லியிருக்கிறது, அதனால் என்ன?”

“உன் அக்கா செய்வதும், உன்னை அவள் செய்யத் தூண்டுவதும் அதுதான். விபசாரம் செய்கிறவர்கள் பாபிகள். பாபிகள் நரகத்துக்குப் போவார்கள், நரகத்தில் சொல்ல முடியாத துன்பம் அடைவார்கள்” என்று சொல்லிவிட்டு, அவள் முகத்தைக் கவனித்தேன்.

அவள் சிந்தனையில் ஆழ்வதைக் கண்டு, எனக்குத் தைரியம் உண்டாயிற்று.

“பாபிகள் சந்தோஷமாக இருக்கமுடியுமா?” என்று கேட்டாள் அவள். அவளுடைய சிறு மூளைக்கு எட்டியவரை யோசனை செய்து, எனக்குப் பதில் அளிக்க முயன்றாள்.

“ஒருக்காலும் முடியாது.”

“மார்க்கரெட், எவ்வளவு சந்தோஷமாக இருக்கிறாள்? பாபியானால், அவள் இப்படிச் சந்தோஷமாக இருக்கமுடியுமா?”

அவளுடைய கேள்வியின் அறியாமை, என்னைத் திகைப்பில் ஆழ்த்தியது. அறியாமை என்று நான் நினைக்கிறேன், அறிவு என்று அதைக் கருதுகிறாள் அவள். இந்த ‘அறிவு’ அவளுக்குள் விதைக்கப்பட்டதற்காக, யாரைக் குறை கூறுவது?

“மேரீ, நீ சின்னக் குழந்தை, மார்க்கரெட் சந்தோஷமாக இருப்பது போல் இப்போது தோன்றும். ஆனால், அவள் பிறகு மிகவும் கஷ்டப்பட வேண்டியிருக்கும்.”

அவள் மேலும் பேசுவதற்குள் இரண்டு, மூன்று வாடிக்கைக்காரர்கள் உள்ளே நுழைந்தார்கள். அவர்களைக் கவனிக்க அவள் எழுந்தாள், எனக்கு நேரமாகிவிட்டதால் மறுநாள் பேசிக்கொள்ளலாம் என்று நினைத்து, அவளிடம் விடைபெற்றுக்கொண்டேன்.

4

மேரியின் பேச்சு, என் சிந்தனையைத் தூண்டிவிட்டது. பிற்போக்கான பழக்க வழக்கங்கள் உள்ள, அதாவது பூஜை, பஜனை, தெய்வ நம்பிக்கை, போன்ற பழக்க வழக்கங்கள் உள்ள ஒரு குடும்பத்தில் நான் பிறந்தவன் என்பதை முதலிலேயே சொல்லிவிட்டேன். என் மனப்போக்கின்படி, மேரி செய்ய விரும்பியது அடாத செயலாகவே தோன்றியது,

பருவகாலத்தில் பெண்களுக்கு, ‘ரகசியங்களை’ அறியும் ஆர்வம் ஏற்படுவது இயற்கை. அதனால்தான் அக்காலத்தில், அவர்களை மிகவும் கடுமையான கட்டுப்பாட்டில் நம்மவர்கள் வைக்கிறார்கள். பெண்கள், அந்தச் சமயத்தில் ராமாயணம் போன்ற நூல்களைப் படிக்க வேண்டும். மனத்தை நல்ல விஷயங்களிலேயே செலுத்த முயல வேண்டும் என்று நம் பெரியவர்கள் வற்புறுத்துகிறார்கள். பருவமடைந்த பெண்களுக்குச் சீக்கிரம் மணம் முடித்துவிட வேண்டும் என்றும் முயலுகிறார்கள்.

ஆனால், பழமை எல்லாம் தாழ்ந்தவை என்று நினைக்கத் தொடங்கி விட்டோம். மேல்நாட்டவர்களைவிட நாம் பண்பாட்டால் உயர்ந்தவர்கள் என்று கூறிக்கொண்டே, நம்மையும் அறியாமல் அவர்களைத்தான் பின்பற்றுகிறோம். இருபதாவது வயதில்தான் மேனாடுகளில் பெண்கள் மணக்கிறார்கள் என்றால், நம் பெண்களும் இருபதாவது வயதில்தான் மணக்கவேண்டுமென்று சொல்லத் தொடங்குகிறோம். பெண்கள் படிக்க வேண்டியது அவசியம்தான்; அது என்ன கல்வி என்பதை நிர்ணயிக்க என்னால் முடியவில்லை.

மேரியைப் பற்றி எழுந்த இந்தச் சிந்தனைகளோடு, மறுநாள்தான் நான் ஆபீசுக்குச் சென்றேன்.

எங்கள் ஆபீஸ் என்பது, தனிப்பட்டதொரு கட்டிடம் அல்ல. கிர்க்கி என்கிற கிராமத்தையே வளைத்து ஒரு பெரிய ஆபிஸ் ஆக்கியிருந்தார்கள். தனித்தனியாகத் தகர ஷெட்டுகளில் தனித்தனி இலாக்காக்கள் இயங்கின.

குண்டூசி முதல் டாங்குகள் வரை அங்கே புழங்கும். ஜப்பான்காரனோ ஜெர்மன்காரனோ படையெடுத்தால் தடை செய்வதற்காக நேச நாடுகளின் படைகள் இந்நாட்டில் ஆங்காங்கு முகாமிட்டிருந்தன அல்லவா? அவைகளுக்குத் தேவையான ஆயுதங்கள், உடுப்புகள் முதலியவைகளை உரிய காலத்தில் அனுப்ப வேண்டியது எங்கள் வேலை.

நான் வேலை பார்த்த அலுவலகத்தின் மேலதிகாரி, ஜான் என்ற ஓர் ஆங்கிலேயன்.

சுதந்திரம் கிடைக்காத அந்தக் காலத்தில், ஆங்கிலேயர்கள் என்றாலே ஓர் அருவருப்பு இருந்தது. அவர்களும் அப்படித்தான் ஒரு உயர்வு மனப்பான்மையோடு இந்தியர்களுடன் பழகினார்கள். போர்க்காலத்தில், உடல் வலிமைக்கு அறிவுக்குச் சமமான மதிப்பு உண்டாகிறது. இங்கிலாந்தில் சாதாரண உத்தியோகத்தில் இருப்பவன், கட்டாய ராணுவச் சட்டம் காரணமாகப் படையில் சேர்ந்து இந்தியாவுக்கு வந்துவிட்டால், தன்னை மாபெரும் அதிகாரியாக நினைத்துக்கொண்டு விடுவான், ‘ஸார்ஜெண்ட்’ என்கிற பதவி, அப்படி ஒன்றும் உயர்ந்தது அல்ல. எனினும், அவர்கள் ராணுவ ஆபீஸ்களில் வேலை செய்யும் அமர்க்களத்தை வருணிக்க முடியாது. ஆடவர்கள் மட்டுமல்ல; சரீரபலமுடைய வெள்ளை மாதரும் ஏராளமாகப் படையில் சேர்ந்து இந்நாட்டிற்கு வந்தனர், அந்த ‘மாசற்ற’ தோற்றம்தான் அளித்தார்கள். ஆனால், இந்தியா போன்ற உஷ்ணப் பிரதேசத்தில் இருந்தாலும் அவர்கள் குளிப்பதில்லை; முகத்தை மட்டும் சோப்பால் கழுவிவிட்டு, காக்கி உடுப்பை மாற்றிவிடுவார்கள். அவர்கள் ஆங்கிலம் என்னும் அற்புதமான மொழி பேசினார்கள். ஆனால் அவர்கள், மிகவும் கேவலமான வார்த்தைகளை – தனிமையில் நாம் பேசக்கூடிய சொற்களைக்கூட – தாராளமாகப் பேசிக்கொள்வார்கள். விளையாட்டாக ஆணும் பெண்ணும் நடுத்தெருவில் ஒருவரை ஒருவர் அடித்துக்கொண்டும், உதைத்துக்கொண்டும் அவர்கள் கும்மாளம் அடிப்பதைப் பார்க்கும்போதெல்லாம், கால்சராயும் புஷ் கோட்டும் கவுனும் மனிதர்களை நாகரீகர்கள் ஆக்குவதில்லை; அவை மனிதர்களை மிருகப் பிராயத்தவர்களாக ஆக்கிவிடுகின்றனவோ என்று எனக்குத் தோன்றும்.

எங்கள் அலுவலகத்து அதிகாரி ஜான், அந்தக் கீழ்த்தரக் கூட்டத்தைச் சேர்ந்தவர் அல்லர். லண்டனுக்கு அருகாமையில் உள்ள ஏதோ ஒரு கிராமத்தில் பிறந்த அவர், நடுத்தர வகுப்பைச் சேர்ந்தவர். கல்லூரியில் படித்து, ஒரு பாங்க் அக்கவுண்டண்டாக உத்தியோகம் பார்த்து வந்தார். கட்டாய ராணுவச் சட்டம், அவரை இரண்டாவது லெப்டினெண்ட் என்கிற விருது அளித்து, இந்தியாவுக்கு அனுப்பிவைத்தது.

ஜான், அமைதியான குடும்ப வாழ்க்கையை விரும்பியவர். சந்தடியையும் சண்டையையும் விரும்பாத அவர், போரை விரும்ப முடியுமா? மனைவி மக்களை மனப்பூர்வமாக நேசித்த அவர், ஜெர்மன்காரனைச் சபித்துக்கொண்டே கப்பல் ஏறினார். அவருக்கு நாற்பத்தைந்து வயது இருக்கும். மற்றவர்களைப்போல் அன்றி, எங்களோடு அவர் மிகவும் சகஜமாகப் பழகினார். எங்கள் கோஷ்டியில், நான் அவருக்கு மிகவும் நண்பனாகி விட்டேன்.

ஒவ்வொருவனுடைய வாழ்க்கையும் ஒரு அழகான கதைதானே? ஜான், தன் கதையை என்னிடம் விவரமாய்க் கூறினார். மிஸஸ் ஜானை அவர் காதலித்ததையும், அவருக்குப் போட்டியாகப் பிலிப்ஸ் என்கிற பணக்காரன் ஒருவன் முளைத்ததையும், மிஸஸ் ஜான் அவனை நிராகரித்துவிட்டுத் தன்னைத் தேர்ந்து மணந்ததையும் அவர் சுவாரஸ்யமாகச் சொல்வார். ராணுவ ஆபீசுகளில், வேலை செய்வது போன்ற பாசாங்குதான் அதிகம். ஆபீசில் கிடைக்கிற நேரம்கூடப் போதாமல், ஆபீஸ் நேரத்திற்குப் பிறகு வெளியே சீனத்தவர்கள் நடத்தும் 'சைனா கபே'க்கு அழைத்துச் சென்று காபியோ, தேநீரோ அருந்திக்கொண்டே தம் குடும்பப் பிரதாபத்தைக் கூறுவார். தம் மனைவி அல்லது மகள் எழுதிய கடிதத்தை, என்னிடம் படிக்கக் கொடுப்பார். நானும் என் குடும்பம் பற்றி, அவரிடம் ஏதாவது கதை அளப்பேன்...

மேரியைப் பற்றிய நினைவுகளில் நான் வேலையில் அசட்டையாக இருப்பதை ஜான் கவனித்து, என் பக்கத்தில் வந்து உட்கார்ந்தார்.

"மிஸ்டர் ராமு, என்ன சேதி?" என்று வினவிய அவரிடம், மேரியைப் பற்றின விவரங்கள் எல்லாம் சொன்னேன்.

"அதனால் என்ன? நீங்கள், அதற்காக ஏன் கவலைப்படுகிறீர்கள்? காதல் கதை, யுத்த காலத்தில் மிகவும் சகஜமாயிற்றே!"

"அவளோடு பழகிவிட்டேன். சிலநாள் பழக்கம்தான், என்றாலும், ஒரு பெண் இப்படி வீணாகிறாளே என்பதை நினைக்க வருத்தமாயிருக்கிறது."

"அவளுக்கு என்ன வயது?"

"பதினைந்து"

"பூ! குழந்தை! ஏதோ ஒரு ஆர்வம், அவ்வளவுதான்" என்றார் ஜான், அலட்சியமாக.

"பதினைந்து வயதில் எங்கள் பெண்கள் தாய்மார்கள் ஆகிவிடுவது சகஜம். உங்களுடைய ஆட்சியும், நாகரிகமும், எங்கள் ஆயுளைக் குறைத்து விட்டன!"

"உங்களுடைய ஒவ்வொரு குறைக்கும் எங்களைக் குறை கூறினால்..."

"கூற வேண்டியதாகத்தானே இருக்கிறது? மேரியுடைய கதையின் பொருள் என்ன? நாங்கள் பெண்களுக்குப் பல கட்டுப்பாடுகள் விதித்துள்ளோம்; அவர்களுக்குரிய பெருமையும் அளிக்கிறோம், ஆட்சியாளர்களாகிய நீங்கள், உங்கள் மொழியையும் பழக்க வழக்கங்களையும் இந்நாட்டில் பரப்பினீர்கள்; உடலுக்கு இன்பம் தருவதையே உயர்வாகக் காட்டினீர்கள். ஆளுகிறவர்களைப்போல் இருப்பதுதான் உயர்வு என்று மக்களில் சிலர் ஏமாந்துவிட்டதன் விளைவுதான் மேரி, மார்க்கரெட் போன்றவர்கள்."

"உடலைப் பொருட்படுத்தக்கூடாது என்று கொண்டே, உடலுக்கு இவ்வளவு கட்டுப்பாடுகளை ஏன விதிக்க முயலுகிறீர்கள்?" என்றார் ஜான்.

“அதுதான் உங்களுக்கும் எங்களுக்கும் உள்ள பேதம். உடல் இன்பத்தை அறம் தவறி அடைவதை, நாங்கள் பொறுக்க முடியாது.”

“பதறாமல் பேசுங்கள், ராமு. எங்களுக்கும் சமூக வாழ்க்கை உண்டு. தகப்பன், தாய், மனைவி, கணவன் முதலிய உறவுமுறைகள் உண்டு. உங்களுக்கும் எங்களுக்கும் பழக்க வழக்கங்களில் வேற்றுமை இருக்கலாம். ஆனால், மனித இயற்கை எங்கும் ஒன்றுதான். மேரியைப்போல் வழி தவறும் ஆடுகள், எங்கள் நாட்டிலும் உண்டு. இந்த உண்மைகளை, நீங்கள் மறந்து விடுகிறீர்கள் ?”

“நான் மறக்கவில்லை. உங்களுடைய நாகரிகத்தில், கீழ்த்தர மானவைகளை எங்களிடையே நீங்கள் பரப்புகிறீர்கள் என்பதுதான் எங்கள் குறை. எங்களிடையே குற்றங்கள் மலிந்ததற்குக் காரணம், நீங்கள்தான் !”

“உங்களுடைய பண்பாட்டையும் நாகரீகத்தையும், நான் மிகவும் மதிக்கிறவன் என்பதை அறிவீர்கள். இந்தியப் பெண்மையின் பெருமை எனக்குத் தெரியும். ஆனால், மேரியைக் காக்க கிளம்பிய நீங்கள், உங்கள் சுக்கிரவார் பேட்டையிலும், கண்டோன்மென்டிலும் நடப்பதற்காக என்ன செய்யப் போகிறீர்கள் ?”

சுக்கிரவாரப்பேட்டை, புனாவின் ஒரு பகுதி. வேசிகள் அதிகமாக வசிக்கின்ற இடம் அது. பட்டாளத்தைச் சேர்ந்த நீக்ரோக்கள், கீழ்த்தரச் சிப்பாய்கள், பகல் நேரத்தில் பாஷை தெரியாத காரணத்தால், ஊமைச்சாடை பேசுவதைக் காணக் கண்றாவியாக இருக்கும். புனா கண்டோன்மென்டில் விபசாரம் உயர்ந்த முறையில் கவுனும் கோட்டும் அணிந்து நடந்தது... ஓர் ஆங்கிலேயன் அதைச் சுட்டிக்காட்டிய போது, என் உடல் எரிந்தது.

“மிஸ்டர் ஜான், உங்களுக்குப் புரியாது. ஆனால், இவையெல்லாம் உங்கள் ஆட்சியின் விளைவுகள். தரித்திரம் காரணமாக உடலை விற்கிறவர்கள் சுக்கிரவாரப் பேட்டைக்காரர்கள்; உங்கள் நாகரீகத்தால் மயங்கி, இன்பம் வாங்க நினைக்கிறவர்கள் கண்டோன்மென்டில் திரிகிறவர்கள்.”

“ராமு, நீங்கள் சொல்லுவது ஓரளவு உண்மையாகவே இருக்கலாம், ஆனால், இந்தத் தவறுகள் இப்போது மிகுதியாவதற்குக் காரணம் யுத்தம்தான். யுத்தம் உங்கள் நாட்டிற்கு நேரடியாக இன்னும் கால் வைக்கவில்லை, வந்தபிறகுதான் அந்தக் கொடுமை உங்களுக்கு விளங்கும். அது மனிதனை மிருகம் ஆக்குகிறது. சமூக வாழ்க்கையை அடியோடு அழிக்கிறது. யுத்த காலத்தில் தர்மம் பேச நேரம் இல்லை. யுத்தத்துக்கும் காதலுக்கும் தர்மம் இல்லை என்கிற பழமொழியை, நீங்கள் கேள்விப்பட்டதில்லையா ? போர் வீரர்கள், தங்கள் தாய்நாட்டிலிருந்து சொந்தக் குடும்பத்திலிருந்து பிரிக்கப்படுகிறார்கள். அவர்களுடைய நெஞ்சத்தின் மென்மையான பாகம் ராணுவக் கட்டுப்பாட்டினாலும், உணவாலும் நசுக்கப்படுகிறது. அன்பு, பாசம், முதலிய நல்லுணர்ச்சிகளை அவர்கள் மனதிலிருந்து அறவே நீக்க முயலுகிறது யுத்தம். போர்க்களத்திற்குக் கணவனையோ, தந்தையையோ அனுப்பிவிட்டுத் தனித்து வாழும் பெண்களின் நிலைமையும் அதுதானே ? அது மட்டும் அல்ல; யுத்தப் பிரகடனத்தோடு வாயுமண்டலமே நாறிடும்

என்று நினைக்கிறேன். போர்வீரர்கள் கப்பலில் வந்து இறங்குகிறார்கள் என்று கேள்விப்பட்டு, அவர்களை வரவேற்பதற்காகத் துறைமுகத்துக்கு ஓடுகிற பெண்களைப் பற்றி, நீங்கள் கேள்விப்பட்டதில்லையா? வீட்டு ஆடவர்களைக் கொலை புரிந்து, உணவுப்பொருள்களைக் கொள்ளையடித்த ஜெர்மன் நாய்களிடம், 'எங்களைப் பாராமுகமாக விட்டுச் சென்றீர்களே?' என்று கெஞ்சிய பிரெஞ்சு மாதர்களைப் பற்றிக் கேள்விப்பட்டதில்லையா? போரில் ஈடுபட்டுள்ள நாடுகளில் எல்லாம் நிலைமை இதுதான். கடைசி ஜெர்மானியர்களையும், ஜப்பானியக் குள்ளனையும் கொன்று தீர்த்தால்தான் உலகத்தில் தர்மம் நிலைக்கும்.' என்று ஆத்திரத்துடன் நீண்ட பிரசங்கம் செய்து முடித்தார், ஜான்.

சிறிது நேரத்திற்குப் பிறகு, அவர் சிரித்துக்கொண்டே சொன்னார்: "நான் இன்று உங்களிடம் ஒரு நல்ல செய்தி சொல்ல வந்தேன். வம்பு பேசி, எனக்குப் போர் வெறி உண்டாக்கி விட்டீர்களே?"

"என்ன நல்ல சேதி?"

"வீட்டிலிருந்து இன்று வந்தது!" என்று ஒரு கடிதத்தை, என்னிடம் நீட்டினார். அவர் மனைவி எழுதிய கடிதம் அது. பழைய கடிதங்களையும் படித்திருந்ததால், அக்கடிதத்தின் செய்தி எனக்கு விளங்கியது.

ஜான், இந்தியாவுக்கு வந்து ஆறுமாதங்கள் ஆகின்றன. இங்கே வந்த பின்பு, அவர் மனைவியின் கடிதங்களில், அவளுக்கு அடிக்கடி வயிற்று நோய் காணப்படுவதாகவும், மருந்து உண்பதாகவும் எழுதிக் கொண்டிருந்தாள். அன்று வந்த கடிதத்தில் அவள் கருத்தரித்திருப்பதாக டாக்டர் சொன்னதாகவும், இன்னும் நாலு மாதங்களில் தாயாவாள் என்றும் எழுதியிருந்தது.

ஜானுக்குப் பன்னிரண்டு வயதில் ஒரு பெண் இருந்தாள். பிறகு குழந்தைகளே பிறக்கவில்லை. பல ஆண்டுகளுக்குப் பிறகு, மீண்டும் தந்தையாகவிருக்கும் மகிழ்ச்சி, அவர் முகத்தில் தெரிந்தது.

"இம்முறை ஆண் குழந்தையாகப் பிறக்கட்டும்" என்று என் வாழ்த்துக்களைத் தெரிவித்தேன்.

அன்று அவர், எனக்கு டீ கொடுத்தார்.

5

ஒரு வாரம் வரையில், மேரியையோ மார்கரெட்டையோ, நான் சந்திக்கவில்லை. தினம் மாலையில், நான் அந்த ஹோட்டலுக்குச் சென்று பார்த்துக் கொண்டுதான் இருந்தேன், நான் மனத்தைக் குழப்பிக் கொண்டதுதான் மிச்சம். அவர்களுடைய பாட்டனாரிடம் பேசிப் பயனில்லை என்று அறிந்த நான் தாயாரிடம் பேசிப் பார்த்தேன்; அவள் தன் பெண்களைப் பற்றி எள்ளளவும் கவலைப்பட்டதாகத் தெரியவில்லை. "எங்கேயாவது சிநேகிதிகள் வீட்டிற்குப் போயிருப்பார்கள்" என்ற அசட்டையான பதில் கிடைத்தது. அதற்கு மேல் அவளிடம் கிளறிப் பேச, எனக்கும் துணிவு இல்லை.

இந்த ஏழு நாட்களில் எனக்கு ஒரு அதிகப்படி பரிச்சயம் ஏற்பட்டது. மேரியின் தந்தையை இரண்டு முறை சந்திக்க நேர்ந்தது. அவள் அவரைப் பற்றிக் கூறியது கொஞ்சம்; குடிகாரர் என்றால், "அசாத்தியக் குடிகாரர்" கையில் எப்போதும் ஒரு பாட்டில் வைத்துக்கொண்டுதான் இருந்தார். ஏறி வந்த சைக்கிளை, வாசலில் 'தடால்' என்று போட்டுவிட்டு, அவர் உள்ளே வந்ததைப் பார்த்த எனக்குப் பயமாக இருந்தது. தள்ளாடியபடி தலைசாய்த்துக்கொண்டு நாற்காலியில் விழுந்தார் அவர்.

அந்த நேரத்திலும் மேரியின் தாய், அவருக்கு என்னை அறிமுகம் செய்து வைக்கத் தவறவில்லை, "இவர் ராம்பாபூ, நம்முடைய வாடிக்கைக்காரர்" என்றாள் அவள்.

'ஹூம்' என்று ஹூங்காரம் செய்தார் அவர்: 'ஒரு கிளாஸ் பிராண்டி சாப்பிடுவோமே?' என்றபடி, கோட்பையிலிருந்து பாட்டிலை உருவினார் அவர்.

'இதையும் சொல்லிவிடுகிறேன்' பில்லுக்கு நீங்கள்தான் பணம் தர வேண்டும் என்று அவர் கூறும்போது, அவரிடமிருந்து எப்படித் தப்புவது? என்று விழித்துக்கொண்டிருந்தேன்.

குடிக்காமல் இருந்தால் அவருடைய கோபத்துக்கு ஆளாக வேண்டும்; எனக்கு அந்தப் பழக்கம் கிடையாது; மனைவி கொண்டுவந்த கிளாஸில் அவர் பிராந்தியை நிரப்பிவிட்டார்.

'சாப்பிடுங்கள்' என்று உளறிக்கொண்டே, வாயில் கொட்டிக் கொண்டார் அவர். நான் சாப்பிடுவதுபோல் பாசாங்கு செய்து, கிளாஸில் இருந்ததை, மேஜைக்கடியில் கொட்டினேன்.

"எனக்கு அவசர ஜோலி இருக்கிறது. 'பில்' பணம் இதோ, இருக்கிறது, வரட்டுமா?" என்று மூன்று ரூபாயை மேரியின் தாயிடம் நீட்டினேன். துயர மாசு படிந்திருக்கும் அந்த அம்மையின் முகம், என் சங்கடத்தைக் கண்டு மலருவதைப் பார்த்தேன். என்னால் அவளாவது சிரித்தாளே என்கிற திருப்தி எனக்கு.

"இப்படி, இப்படி" என்று ஜோசப், மூன்று ரூபாயை வாங்கிக் கொண்டார். 'நோ, நோ பில் ஐந்து ரூபா ஆகிறது, நாட்டுச் சரக்கு என்று நினைத்தீர்களா?' என்று மிகவும் நயமாகப் பேசினார் அவர். அந்த நயத்தின் நாற்றமே, என் வயிற்றைப் புரட்டியது.

இன்னும் இரண்டு ரூபாயை அவர் கையில் வைத்துவிட்டு, நான் அவசரமாக வெளியேறினேன்.

இதுதான் ஜோசப்புக்கும் எனக்கும் நடந்த முதல் சந்திப்பு. அத்தோடு, அந்த ஹோட்டலுக்கும் குடும்பத்துக்கும் கும்பிடு போட்டிருந்தால், புத்திசாலித்தனமாக இருந்திருக்கும். ஆனால் வேலை, சீர்திருத்தம் என்று கூறிக்கொண்டு எவ்வளவு அசட்டுத்தனங்களைச் செய்கிறோம்! 'மேரி' என்னும் அறியாச் சிறுமி மிகவும் ஆபாசமான சூழ்நிலையில் சிக்கிக் கீழே வீழ்கிறாள், அவளை எப்படியாவது கரையேற்றிவிட வேண்டும் என்கிற சேவை உணர்ச்சி—என்னை அங்கு இழுத்துக்கொண்டே இருந்தது.

ஜோஸப்பை இரண்டாவது தடவை சந்தித்தபோது, எனக்கு எவ்விதச் சங்கடமும் ஏற்படவில்லை. வாசலுக்கு வந்தவுடன், அவர் சைக்கிளோடு கீழே சாய்ந்துவிட்டார். தெருவோடு போன சிலர் உதவியுடன், அவரைத் தூக்கி உள்ளே கொண்டுபோய்ப் போட வேண்டிய பொறுப்பு, என்னை அடைந்தது. நல்லவேளையாக, அவருக்குப் பலமான காயம் ஒன்றும் இல்லை, சாராயத்தை வாந்தியெடுத்ததால், 'எக்கசக்கமாய்' அவரிடம் மணத்தது. அவருடைய மனைவி, அவரை உருட்டிப் புரட்டி, உடுப்பை மாற்றினாள். இரண்டாவது சந்திப்பின்போது, அந்த அம்மையாரின் மனம் குளிரும்படி, நான் ஒன்றும் செய்ய முடியவில்லை.

மேரியை நல்வழிப்படுத்த முயலும் என் திருத்தொண்டு இப்படி வீணாகும்போது, ஜானின் மகிழ்ச்சி மிகுந்துகொண்டிருந்தது. தினம் ஆபீசில் என்னைக் கண்டதும், "மிஸ்டர். ராமு, உங்கள் சீர்திருத்த இயக்கம் எவ்வளவு தூரம் முன்னேறியுள்ளது?" என்று பரிகாசமாகக் கேட்டார்.

நான் சீர்திருத்த விரும்பும் நபரே கண்ணுக்குத் தென்படவில்லை என்றதும், அவர் 'புலிக்குப் புல்லைப் போட முயலுகிறீர்கள். கடைசியில் அது உங்கள் மேலேயே பாயப் போகிறது' என்பார்.

ஜோஸப்பை நான் சந்தித்த விஷயத்தைக் கூறியபோது, ஜானின் ஆனந்தம் அளவு கடந்தது. கைக்காட்டி, என் முதுகிலும் தட்டி, 'அவன் ஒரு மனிதன்!' என்று கூக்குரல் போட்டார்.

விளையாட்டு உணர்ச்சியோடு, அவர் என்னை எச்சரித்தார். "நான் கதைகளில் படித்திருக்கிறேன். காதல் உணர்ச்சி உள்ளுக்குள் இருப்பதே விளங்காமல், சிலர் காதல் வலையில் சிக்கிவிடுவார்கள் என்று. உங்களைப் பற்றியும், அந்தப் பயம் உண்டாகிறது. ஒருவேளை உங்களுக்கு மேரியிடம்..."

'நான்சென்ஸ்! நான் மணமானவன். குழந்தையும் இருக்கிறது' என்றேன்.

"இருந்தால் என்ன? சட்டப்படி உங்களுக்குத் தடை இல்லை, மேரியை மணந்துவிடுங்கள்" என்றார் ஜான், சிரித்துக்கொண்டே.

நான் அவளை மணக்கமுடியாது என்பது மட்டுமல்ல; அந்த மாதிரி எண்ணம் என் மனதில் எழுந்ததும் கிடையாது. ஆனால், ஜான் சொன்னதில் உண்மையுண்டு. ஸ்னோ, பவுடர், லிப்ஸ்டிக், ரேடியோ மோட்டார் முதலிய வசதிகளோடு ஒரு கணவன் கிடைத்துவிட்டால், மேரி நிச்சயம் திருந்திவிடுவாள் என்பது உண்மைதானே?

"அந்நியப் பெண்ணோடு மனத்தால் குலாவுவதைவிட, மணம்புரிந்து கொண்டு விடுவது நல்லதில்லையா?" என்றேன்.

"சரிதான், மறுபடியும் வாதத்துக்கு வருகிறீர்கள். பலதார மணத்துக்குச் சாதகமாகத் தர்க்கங்களை வீசப்போகிறீர்கள் இல்லையா?"

"இல்லை... அது போகட்டும். வீட்டிலிருந்து மேற்கொண்டு சேதி இருக்கிறதா?"

வீடு என்றதும், அவர் முகம் மேலும் பிரகாசமுற்றது.

"கிட்டி (Kiddy) எழுதியிருக்கிறாள். இந்த வயதில் அவள் எவ்வளவு அழகாக எழுதுகிறாள், அவள் ஒரு கவி ஆகிவிடுவாள் பாருங்கள்!"

"பையனை இந்தியாவின் வைசிராயாக அனுப்பிவிடுங்கள். அவருக்குப் பிறக்கப் போகும் பையனைப் பற்றித்தான், நான் அப்படிக் குறிப்பிட்டேன்."

"அப்படி நேராதபடி இறைவன் தடுப்பாராக! யுத்தம் முடிந்ததும் எங்கள் கட்சி (தொழிலாளர் கட்சி) ஆட்சிப்பீடத்துக்கு வரும்; நீங்கள் விடுதலை அடைந்துவிடுவீர்கள். நீங்கள் சொல்வதுபோல எனக்கு ஆண் குழந்தை பிறந்தால் – கீழ் உதட்டை வாய்க்குள் செருகிக்கொண்டு தயங்கி நிறுத்தினார் அவர்.

"பிறந்தால்?"

"அவனை விஞ்ஞானி ஆக்கப் பாடுபடுவேன். மிகவும் பயங்கரமான வெடிகுண்டுகள் தயாரிக்கும்படி தூண்டுவேன். ஜெர்மனி என்ற தேசமே பூகோளப் பாடத்தில் இல்லாதபடி செய்வதற்கு, அந்தக் குண்டுகள் பயன்பட வேண்டும்."

என்ன வஞ்சக உணர்ச்சி இது!

முதலில் ஜெர்மனி, பிறகு ஜப்பான், அப்பால் ருஷ்யா என்று அழித்துக் கொண்டே போகலாமா – என்று நான் சுலபமாகக் கேட்டிருக்கலாம். ஆனால், அன்பும் அமைதியும் நிறைந்த குடும்ப வாழ்க்கை சிதறியதால், மனம் புண்பட்ட ஒரு மனிதனின் பிரலாபம் இது. ஜான் மட்டும் அல்ல; ஆங்கிலேயர்கள் அனைவருமே அப்போது அப்படித்தான் எண்ணி இருந்தார்கள். ஜானுடன் இவ்விஷயமாக வாதாட விரும்பவில்லை.

"மிஸ் ஜான் (அவர் மகள்), அப்படிக் கவியாக என்னதான் எழுதியிருக்கிறாள்?" என்று பேச்சைத் திசை மாற்றினேன்.

"ஓ! நான் கடிதத்தைக் கொண்டுவர மறந்துவிட்டேன். ஆயிரக் கணக்கான மைல்களுக்கு அப்பால் இருந்தாலும், அவள் பிரிவையே உணரவில்லையாம். தினம் காலையில் எழுந்ததும் என்னை மிருதுவாக முத்தமிட்டு, 'குட்மார்னிங்' பப்பா என்று தட்டி எழுப்புகிறாளாம். இரவு படுக்கைக்குப் போகும்போதும், "உனக்கு நல்ல கனவுகள் வரட்டும்" என்று நான் சொல்லுவதைக் கேட்டுக்கொண்டே, சந்தோஷமாகப் போகிறாளாம்! பாருங்கள், எவ்வளவு சக்தியுள்ள கற்பனை!"

"ஆனால், – கடிதம், மிஸஸ் ஜான் (மனைவி) சொல்லி எழுதியிருப்பாளோ?" என்றேன் சிரித்துக்கொண்டே.

"இருக்கும், இருக்கும்", ஆரவாரத்துடன் என்னை ஆதரித்தார் அவர். "ராமு! மிஸஸ் ஜானின் படத்தைப் பார்த்ததில்லையே? என் குவார்டர்ஸில்' ஒன்று வைத்திருக்கிறேன். நாளை வரும்போது காட்டுகிறேன். மிகவும் கவர்ச்சியாக இருப்பாள்; அவள் ஒரு ஏஞ்சல்! எங்களுக்கு மணமாகி இத்தனை வருஷங்கள் ஆகியும் நாங்கள் ஒருநாளாவது சச்சரவிட்டதே கிடையாது. நான் பாங்கிக்குப் போய்த் திரும்பும் நேரத்தில், ஆவலுடன் காத்திருப்பாள் அவளைப் பார்த்ததும், என் களைப்புப் பறந்துவிடும்..."

பிரிவுத் துயரத்தை ஆனந்தமாக வர்ணித்தார் அவர். பிரிவு துன்பகரமானதுதான்; ஆனால், அது எவ்வளவு காவியங்களுக்கு ரஸமளித்துவிட்டது!

அவர் பேசிக்கொண்டே இங்கிலாந்துக்குப் போய்விட்டார். நான் காவேரிக் கரையில் உள்ள என் ஊருக்குப் போய்விட்டேன். எனக்கு மட்டும் பிரிவுத் துன்பம் இல்லையா? போரின் நிர்ப்பந்தத்தால்தான், ஜான் நாட்டைத் துறக்க வேண்டியதாயிற்று. என் விஷயத்தில் அதுவும் இல்லையே! கேவலம், பணத்தாசையால் அல்லவா, குடும்பத்தை விட்டு வந்தேன்?

“அவளுக்கு இப்போது நாற்பது வயசாகிறது. ஆனால், இருபத்தைந்துக்கு மேல் மதிப்பிட முடியாது. நேற்றுப் பார்த்தவள் இவள் அல்ல, என்று தினம் தோன்றும் எனக்கு. அவளுடைய உடலில் அப்படி என்னதான் இருக்கிறதோ! ஒவ்வொரு நாளும், அதில் புது மெருகு ஏறுவதுபோல் இருக்கும்! அவளுடைய மனசும் உடலைப் போலவே நளினமானதுதான்... யுத்தம் ஆரம்பமானவுடன், ‘உங்கள் சேவை ராணுவத்திற்குத் தேவைப்படு கிறது’ என்று அரசாங்கத்தின் அழைப்பு வந்தது. அதைப் பார்த்ததும், அவள் கண்கள் கலங்கினாள்; கிட்டியும் கலங்கினாள்; எனக்கும் கலக்கமாகவே இருந்தது. ஆனால், மூவரும் சிரித்தோம்; ‘ஆம், நல்லது’ என்று நான் சொல்லும்போதே, மூவரும் அழுதுவிட்டோம். அடுத்துக் ‘கப்பல்’ ஏறத் தயாராக இருக்கவேண்டும் என்று அரசாங்கம் உத்தரவிட்டது; கப்பல் ஏறவேண்டியதுதான் எங்கள் கடமை; எங்கே போகிறோம் என்பதே தெரியாது; போய்ச் சேர்ந்த பிறகுதான் அது எந்த நாடு, இடம் என்பது தெரியும். கப்பல் ஏறும் நாளன்று எல்லோருமே உறுதியாக இருந்தோம். நாட்டுக்கு வந்துள்ள ஆபத்து எங்களுக்குத் தெரியும்; நாங்கள் வாழ்வதற்காகப் போர்க்களம் செல்லுகிறோம்; அதற்காக நாங்கள் யாரும் வருந்தவில்லை. ஆனால் – பிரிவு! கடைசி நேரத்தில் எங்கள் உறுதி குலைந்துவிட்டது. அவள் என் கழுத்தில் கைகளைச் சுற்றிப் பின்னிக்கொண்டு, ஓயாமல் முத்தமிட்டுக் கொண்டே அழத் தொடங்கினாள்; கிட்டியும் என்னைக் கட்டிக்கொண்டாள். அழுது பழக்கமில்லாத எங்களுக்கு, அழுகையின் துன்பம் நன்றாக வாட்டியது. ஒருவாறாக அவளுடைய பிடியிலிருந்து விடுவித்துக்கொள்வதற்குள் போதும் என்றாகிவிட்டது.”

வீட்டைவிட்டு வெளிச்செல்லாத நான், உத்தியோகம் தேடிக் கிளம்பியபோது, என் குடும்பத்தவர் பட்ட அவஸ்தை, எனக்கு நினைவு வந்தது, என்னைவிட, வருந்தத்தக்க அவர் நிலைமை – பரிதாபமாக இருந்தது.

“பன்னிரண்டு வருஷங்களுக்குப் பிறகு, அவள் மறுபடியும் தாயாகப் போகிறாள். நீங்கள் சொன்னதுபோல் ஆண் குழந்தை பிறக்கலாம்... ஆனால் நான், அவளையோ, குழந்தையையோ பார்ப்பேன் என்று எப்படி நம்ப முடியும்? இந்த யுத்தம், எத்தனை குடும்பங்களை நாசம் செய்துவிட்டது!”

‘காக்கி’ ராணுவ உடுப்பில், உயரமாய், அதற்குத் தக்க அடையாளங் களுடன், பெரும் வீரனாகக் காட்சியளித்த ஜான், தன் துயரத்தை மறைத்துக்கொள்வதற்காக, மேஜை மீது தலையைக் கவிழ்த்துக்கொண்டு தேம்புவதைக் கண்டேன்; என்னால் பெருமூச்சுவிடத்தான் முடிந்தது.

சிறிது நேரத்தில் ஜான், தம்மைத் தேற்றிக்கொண்டார்: 'சரி, ஆண்டவன் சித்தம்போல் நடக்கட்டும்... நல்லது. "ராமு. நான் மிஸஸ். ஜானுக்கு ஒரு பரிசு அனுப்ப விரும்புகிறேன். நேற்று கண்டோன்மெண்டில் ஒரு 'நைட் கவுன்' பார்த்தேன்: மிகவும் அழகாயிருக்கிறது. இருநூறு ரூபாய் சொல்கிறான்; நீங்கள் பேரம் பேசினால் ஐம்பது குறைத்து வாங்கலாம். இந்த மாதிரி கவுன் இங்கிலாந்தில் ஐந்நூறு ரூபாய்க்குக்கூட கிடைக்காது... கிட்டிக்காக இருபத்தைந்து ரூபாயில் ஒரு ஜதை பூட்ஸ் வாங்கினேன். எல்லாவற்றையும் இரண்டு நாளில் பார்சல் செய்துவிட வேண்டும், சாயங்காலம் கண்டோன்மெண்டிற்கு வருகிறீர்களா?"

நான் ஒப்புக்கொண்டேன்.

6

மேரி காதல் விசாரம் செய்த எட்டாவது நாள் என்று ஞாபகம். மாலையில் ஜானும் நானும் கவுன் வாங்குவதற்காகக் கண்டோன்மெண்டிற்குப் போனோம்.

இப்போது புனா கண்டோன்மெண்ட் போர்க்காலத்துத் தோற்றத்தை இழந்துவிட்டது. யுத்த சமயத்தில், அது மேற்கு நாகரீகத்தின் ஒரு சிறு உதாரண ஸ்தலமாக விளங்கியது. எப்போது பார்த்தாலும் கூட்டம். பல நாடுகளைச் சேர்ந்த பலவகை மனிதர்களின் நடமாட்டம். கடைகளில் எல்லாம் தடபுடலாக வியாபாரம் நடந்தது. தாய்நாடுகளில் சாமான்களின் விலைகள் மிகவும் ஏறிவிட்டதால், அந்நிய நாட்டவர்கள் இந்தியச் சாமான்களை மலிவான விலை என எண்ணி, நல்ல விலை கொடுத்து வாங்கினார்கள். சினிமா கொட்டகைகளிலும் ஏராளமான கூட்டம். சினிமா முடிந்தவுடன், வெள்ளையர்கள் தேசியகீதம் முடியும்வரை நின்று வணங்குவதும் ஒரு நல்ல காட்சிதான்.

வெளிப்படையாகத் தெரிந்த இந்த வெளிச்சத்துக்குப் பின்னால், கனத்த இருள்தான் இருந்தது என்பதை நான் உணர்ந்தேன். வெள்ளையர்களால்தான் இரண்டு உலக மகா யுத்தங்கள் ஏற்பட்டன என்கிற உண்மையே, வெள்ளையரின் உள்ளம் வெள்ளையாக இல்லை என்பதைக் காட்டவில்லையா? ஐம்பெரும் பூதங்களை அடக்க முடிந்த அவர்கள், ஐம்புலன்களுக்கு அடங்கிவிட்டதைப் புனா கண்டோன்மெண்டில் நடமாடிய வெள்ளையர்கள் நிரூபித்தார்கள். குடித்துக் குடித்துக் கும்மாளம் அடிப்பது; அவர்களுக்கு ஒரு களியாட்டம், தெருவோடு போகும் பெண்களைப் பரிகாசம் செய்வதும், வம்புக்கு இழுப்பதும் அவர்களுக்கு ஒரு லீலை. இரவையும், இருட்டையும் பிறர் கண்ணுக்கெட்டாத மறைவிடத்தையும் தேடி இந்தியர்கள் அனுபவிக்கிற இன்பத்தை, அவர்கள் பட்டப்பகலில் நடுத்தெருவில் அடைவதற்குக் கூசுவதில்லை. 'இவையெல்லாம் யுத்தத்தின் விளைவுகள்' என்று ஜானைப் போன்ற ஆங்கிலேயர்கள் கூறுவார்கள். ஆனால், இந்தியப் போர்வீரர்கள், அத்தகைய இழிசெயலைச் செய்ததை நான் காணவில்லை.

நேச நாடுகள் என்று கூறிக்கொண்ட நாட்டைச் சேர்ந்தவர்களுக்குள்ளும் விரோத மனப்பான்மை இருக்கத்தான் செய்தது. ஆங்கிலேயர்களுக்கு

அமெரிக்கர்களிடம் ஒரு பொறாமை; அமெரிக்கப் போர் வீரர்களுக்குச் சம்பளமும் படியும் அதிகம்; பணத்தைத் தண்ணீர்போல் செலவழிப்பார்கள்; ஆங்கிலேயர்களுக்கு முன்னால் ஒன்றுக்கு இரண்டாகச் செலவழிப்பார்கள். ஆஸ்திரேலியருக்கு ஆங்கிலேயரிடம் மதிப்பு; ஆனால், ஆங்கிலேயர்கள் தாங்கள் உயர்ந்தவர்கள்போல் நடப்பார்கள். ராணுவத்தில் தங்களை விட உயர்ந்த அதிகாரிகளை எங்குக் கண்டாலும் நின்று ராணுவ வணக்கம் செலுத்த வேண்டுமென்பது விதி. ஆனால், அமெரிக்கப் போர்வீரர்கள் ஆங்கில ஆபீசர்களைப் பார்க்கும்போதும், ஆங்கிலச் சிப்பாய்கள் அமெரிக்க ஆபீசர்களைப் பார்க்கும்போதும் எங்கோ பராக்குப் பார்ப்பது போல ஒதுங்கிப் போய்விடுவார்கள். ஆனால், இந்தியச் சிப்பாய்களும் நீக்ரோக்களும் அதிகாரிகளைக் கண்ட இடங்களில் ஒழுங்காக நின்று சல்யூட் அடித்தார்கள். நவீன யுத்தத்தில், வீரத்தைக் காட்டிலும் கட்டுப்பாடுதான் முக்கியம். அதிலும் மேலைநாட்டவர்களைவிட இந்தியர்கள்தான் உயர்ந்தவர்களாகத் தோன்றினார்கள்.

மேற்கு நாகரீகத்தின் வீழ்ச்சிக்கு ஒரு சிறிய உதாரணமாக அப்பொழுது விளங்கிய புனா கண்டோண்மெண்டில் நடக்கும்போதெல்லாம், 'இந்த வீழ்ச்சிகளுக்குக் காரணம் என்ன?' என்று யோசிப்பது, என் வழக்கம், மதத்தையும், தெய்வத்தையும் பற்றிய உண்மைகளை மேல்நாட்டவர்கள் மறந்துவிட்டார்கள்; தெய்வத்தையும் மதத்தையும் பற்றி அறிவுறுத்த வேண்டிய பொறுப்புள்ளவர்களும், தங்கள் பொறுப்பை மறந்துவிட்டார்கள். என்கிற முடிவுக்குத்தான், என்னால் வர முடிந்தது. நான் பிற்போக்கானவன் என்பதை, ஆரம்பத்திலேயே கூறிவிட்டேன். ஆகையால், நான் கண்ட முடிவு சரியானது என்று யாரும் ஏற்க வேண்டியதில்லை. யுத்தமும் ஒருவரை ஒருவர் பகைப்பதும், பெண்களைப் பொதுவுடைமையாக்கி நடுத்தெருவில் ஆடுவதும் நாகரீகத்திற்கும் முற்போக்கிற்கும் லட்சணங்களாக இருக்கலாம். என் அறிவுக்குப் பட்டதைச் சொல்லிவிட்டேன். இந்தியப் பெண்களும், ஆடவர்களும் வெள்ளையரின் கூத்துக்கு உடந்தையாக இருக்கவில்லையா என்கிற கேள்வி நியாயமானது. அவர்கள் மேற்கு மோகத்தால் வீழ்ந்தவர்கள் என்பதுதான், பதில்!

"ஜான், நீங்கள் இன்றுவரை கண்டுபிடித்துள்ள விஞ்ஞான உண்மைகளை, ஒரே வருஷத்தில் நாங்கள் அறிந்துகொள்ள முடியும், ஆனால், எங்கள் ஆன்மீக உண்மைகளை, ஆயிரம் ஆண்டுகளானாலும் நீங்கள் அறிந்துகொள்ளமுடியாது" என்றேன்.

"ராமு, எப்போது பார்த்தாலும், நீங்கள் யோசனை செய்தபடி இருக்கிறீர்கள்? யோசனையும், அளவுக்கு மீறினால் வியாதிதான். இப்போது சந்தோஷமாக இருக்க முயலுவோம். பையில் பணம் இருக்கிறது. எதற்காக அனாவசியமான சிந்தனைகள்? மனைவி மக்களோடு நீங்கள் கழித்த இன்ப நாட்களைப் பற்றிப் பேசுங்கள். நீங்கள் பேசாவிட்டால், பேசுவதையாவது கேளுங்கள். பொம்மைபோல் மௌனமாக நடப்பதை, நான் விரும்பவில்லை" என்று சிகரெட்டைப் பற்றவைத்தார் ஜான்.

"பேசுவதைவிடக் கேட்பதே சிறந்தது. சொல்லுங்கள்" என்றேன்.

பேசிக்கொண்டே, ஜான் குறிப்பிட்ட கடைக்குச் சென்றோம். கவுனை நூற்று எண்பது ரூபாய்க்கு விலை தீர்த்து வாங்கிக்கொண்டோம். மகளுக்காகவும் சில உடுப்புகளை வாங்கிக்கொண்டார். மற்றொரு கடையில், அவர் மகளுக்கு என் பரிசாக, ஒரு அழகான நடராஜர் சிலையை வாங்கிக் கொடுத்தேன். எல்லாவற்றையும் பையில் வைத்துக்கொண்டு இறங்கித் தெருவுக்கு வந்ததும், பின்னால் 'ராம் பாபூ' என்ற பழக்கமான குரலைக் கேட்டுத் திரும்பினேன்.

யாரைத் திருத்த வேண்டுமென்று நான் மனப்பால் குடித்துக் கொண்டிருந்தேனோ, அதே மேரியும், அவளுடைய வழிகாட்டித் தமக்கை மார்க்கரெட்டும் பின்னால் வந்துகொண்டிருந்தனர்.

"ராம் பாபூ, உங்களைப் பார்க்கவே முடியவில்லையே!" என்றார்கள் இரு பெண்களும், அருகில் வந்து. அவர்கள் சந்தோஷமாக இருப்பதைக் காண, எனக்கு வருத்தமாக இருந்தது. அவர்கள் கையில் இருந்த 'பான்ஸி' பைகளில் இருந்து எட்டிப் பார்த்த சாமான்களும், வீசின வாசனையும் அவர்களுடைய சந்தோஷத்திற்குக் காரணம் கூறின. அவர்களை ஜானுக்கு அறிமுகப்படுத்தினேன். ஆங்கிலேயனைப் பார்த்த இரு யுவதிகளும், இன்னும் மகிழ்ச்சியடைந்தார்கள்.

"ஆக, நீங்கள் சொன்னீர்களே மேரி, இந்தக் குழந்தைதானே?" என்றார் ஜான். ஒல்லியாக நாலரை அடி உயரமிருந்த அவள், ஆறரை அடி ஜானுக்குக் குழந்தையாகத்தானே தோன்றினாள்!

"எங்களைப் பற்றி ராம்பாபூ சொன்னாரா?" என்று மார்க்கரெட்டு ஆவலோடு கேட்டாள்

"ஓ! ஏராளமாகச் சொல்லுவார். எப்போது பார்த்தாலும் உங்கள் இருவரைப் பற்றிதான் பேசிக்கொண்டிருப்பார்." என்று குறும்பாகப் பதில் சொன்னார்.

மார்க்கரெட்டு கைதட்டிச் சிரித்தாள்: 'நேராகச் சொர்க்கத் திலிருந்து வந்தவர்போல் மேரியிடம் பேசியிருக்கிறார்; புருஷர்கள் கெட்டிக்காரர்கள்தான்!"

ஜானுடன் பேசிக்கொண்டே, என் இடது கையை இழுத்துத் தன் கையோடு கோத்துக்கொண்டாள் அவள். எங்கோ வேடிக்கை பார்க்கிறவன்போல் நடித்து, அவள் மனம் புண்படாதபடி, என் கையை விடுவித்துக்கொண்டேன்.

என் அவஸ்தை, ஜானுக்கு ஹாஸ்யமாக இருந்தது. சிரித்துக் கொண்டிருந்தார் அவர்.

"எங்கள் வீடு பக்கத்தில்தான் இருக்கிறது. டீ சாப்பிட்டுப் போகலாம் வாருங்கள்" என்று அழைத்தாள் மேரி.

"இன்னும் இரண்டுமணி நேரம் நான் வெளியில் தங்கலாம். எனக்கு ஆட்சேபணை இல்லை. வருகிறீர்களா ராமு?"

வேறுவழியின்றி ஒப்புக்கொண்டேன். நாங்கள் பேசும்போதே, எங்கள் பக்கத்தில் வந்தான் ஒரு வெள்ளை வாலிபன். அவன் கானடா தேசத்தைச் சேர்ந்த ஸார்ஜெண்ட் என்பதை, உடுப்பின் சின்னம் காட்டியது. அவனுக்கு இருபது வயதிருக்கும். "இங்கே என்ன செய்கிறாய்?" என்று சொல்லிக்கொண்டே, மார்க்கரெட்டு முதுகில் ஒரு குத்துக் கொடுத்தான் அவன்.

"ஓ! பத்மாஷ்!" என்று கத்திக்கொண்டே திருப்பி, அவன் கன்னத்தில் அறைந்தாள் மார்க்கரெட். மேரி, அவனுடைய கை ஒன்றை இழுத்துக் கடித்தாள். மூவரும் அடித்துக்கொண்டும், கடித்துக்கொண்டும், ஹோவென்று சிரித்தார்கள்.

"முகாமுக்குத் திரும்புவதற்கு, உனக்கு நேரம் ஆகவில்லையா?" என்று ஜான் அந்த வாலிபனிடம் கத்தியபோதுதான், அவன் அவரைக் கவனித்தான். அவர் 'ஸெகண்ட் லெப்டினென்ட்' என்று அறிந்ததும் போய்க்கொண்டே இருக்கிறேன்" என்று வெறுப்போடு சொல்லிவிட்டுத் திரும்பியும் பாராமல் நடந்துவிட்டான் அவன்.

"தயவு செய்து மன்னியுங்கள். இவன் எப்போதும் மிருகத்தனமாகத்தான் நடக்கிறான்." என்று தன் செயலுக்காக உபசார மன்னிப்புக் கேட்டாள் மார்க்கரெட்டு. "வீட்டுக்குப் போவோமா?"

நாங்கள் எல்லோரும் கிளம்பினோம். மேரியையும் மார்க்கரெட்டையும் பார்த்தவுடன், முதலில் எனக்கு வருத்தமாக இருந்தது. வெள்ளத்தோடு போக விரும்பிப் போகிறவர்களைக் கரை ஏற்ற முடியாது என்கிற தெளிவும் உண்டாகிவிட்டது. ஆனால், ஜானின் முன்னிலையில், நான் தோல்வி அடைந்ததாக ஓர் உணர்ச்சி, என்னைக் குழப்பிக்கொண்டிருந்தது,

"சியர் அப், ராமு, இது ஒன்றும் இல்லை: யுத்தம்!" என்று என்னைத் தட்டிக் கொடுத்து மகிழ்வூட்ட முயன்றார் அவர். ஆனால், எனக்கு என்னவோ சமாதானம் ஏற்படவில்லை.

மேரியின் வீட்டில் டீ அருந்தும்போது ஜானும், இரு பெண்களும் கலகலப்பாகப் பேசியபடி இருந்தனர். நான், அவர்கள் பேச்சில் அதிகம் கலந்துகொள்ளவில்லை.

டீ சாப்பிட்ட கொஞ்ச நேரத்துக்கெல்லாம், நானும் ஜானும் புறப்படத் தயாரானோம். பையிலிருந்த சாமான்கள் தாறுமாறாகக் கிடந்ததால், அவைகளைச் சரிப்படுத்திக்கொண்டிருந்தார் ஜான், கீழே குனிந்து.

அந்தச் சமயத்தில், வாசலில் சைக்கிளைப் போட்டுவிட்டு, பெண்களின் தந்தை உள்ளே வந்தார். பெண்கள் இருவரும், அப்போது என்னோடு பேசிக்கொண்டிருந்தார்கள்.

"என்ன செய்கிறீர்கள்?" என்று கர்ஜித்தார் அவர். "என் பெண்களோடு விளையாடுகிறீர்களா?"

ஜோஸப், என்னிடம் இவ்வளவு முரட்டுத்தனமாகப் பேசுவதை எதிர்பாராத நான், திடுக்கிட்டேன். அவருக்குப் பதில் சொல்லத் தெரியவில்லை.

மார்க்கரெட்டு ஏதோ சொல்ல வாயெடுத்தாள். 'ஷட் அப்' என்று அவளை அதட்டிவிட்டு, என்னிடம் சொன்னார். "பெண்களோடு விளையாடியதற்கு, ஐந்து ரூபாய் 'பில்' எடுங்கள் பணத்தை; இல்லாவிட்டால்' —என்று கண்களை உருட்டி விழித்தார் அவர்.

மிகவும் சாதுதான் நான். ஆயினும், என் ரத்தமே சீறியது. ஜோஸப் நீசன் என்பது எனக்குத் தெரிந்த விஷயமே. ஆனால், அவன் இவ்வளவு நீசத்தனமாக நடந்துகொள்வான் என்று நான் நினைக்கவில்லை. அவனை அறையவேண்டும் என்னும் ஆத்திரம் எழுந்தது அடக்கிக்கொண்டேன்.

அப்போது ஜான் உதவிக்கு வந்தார். "இங்கே, இப்படி உட்காரு" என்று ஜோஸப்பின் தோள்பட்டையைப் பிடித்துக் குலுக்கி, ஒரு நாற்காலியில் உட்கார்த்தினார்.

அந்தப் போதையிலும் எதிரில் ஓர் ஆங்கிலேயன் நிற்பதைக் கண்டதும், ஜோசப்பின் வெறி ஓடிவிட்டது.

"உனக்கு என்ன வேண்டும்?" என்றார் ஜான்.

கைகளைப் பிசைந்துகொண்டே, "ஒன்றும் வேண்டாம். ஏதாவது... 'பக்ஷீஸ்' கொடுத்தால் போதும்" என்று துவண்டான் ஜோசப்.

ஐந்து ரூபாய் நோட்டு ஒன்றை அவனிடம் விசிறிவிட்டு, நாங்கள் வெளியே வந்தோம்.

"நீங்கள் நிதானமாக இருந்ததால்தான், என்னால் நிதானமாக இருக்க முடிந்தது. என்னிடம் அவன் அப்படிப் பேசியிருந்தால், அவனை நொறுக்கியிருப்பேன் என்று கூறி என்னிடம் விடைபெற்றுச் சென்றார் ஜான்.

மறுநாள் ஆபீசுக்குப் போவதற்குள், என் மனத்திலும் மூளையிலும் ஒரு தெளிவும் அமைதியும் ஏற்பட்டன. சேவை செய்வதற்கு வழிவகைகள் தெரியவேண்டும். சீர்திருத்தத்திற்குச் சூழ்நிலை வேண்டும். நாய் வாலை நிமிர்த்த முயலுவது சேவையா, சீர்திருத்தமா?

ஏழே நாட்களில் மேரி எவ்வளவு முன்னேறிவிட்டாள்! அவளுக்கு அது முன்னேற்றம்தான். நாட்டைக் காக்கப் போராடும் வீரர்களின் ஆசையைப் பூர்த்தி செய்வதற்காகத் தன் உடலையே அர்ப்பணித்த தியாகி என்றுகூட அவள் கூறிக்கொள்ளலாம். அவளை முற்போக்காளர்கள் ஆதரிக்கவும் செய்வார்கள், அவளைப் போன்றவர்களுக்குச் சிலையும், கோவிலும்கூட எழுப்புவார்கள். யாரைக் கும்பிடுவது, ஏன் கும்பிட வேண்டும் என்பதை மறந்துவிட்ட காலம் அல்லவா?

"இனி இம்மாதிரிச் சீர்திருத்த வேலைகளில் ஈடுபடுவதில்லை, கண்டோன்மெண்ட் பக்கம் போவதில்லை," என்று தீர்மானித்தேன்.

ஆனால், ஆபீசுக்குப் போனதும், ஜான் கேலி செய்வாரே! அவருக்குச் சுடச்சுடப் பதில் தயார் செய்துகொண்டேன்: "உங்கள் நாகரீகம் விதைத்த வினை" என்று தொடங்கி, என்னவெல்லாம் பேசலாம் என்பதை மனதில் திட்டம் செய்துகொண்டேன்.

ஆனால், ஜெர்மன்காரனால் அடியுண்டதுபோல், மிகவும் சுண்டிய முகத்துடன் இருந்த ஜானைக் கண்டதும், நான் தயாரித்திருந்த பதில் கரைந்தது. பக்கத்தில் உட்கார்ந்திருந்த என்னையும் கவனிக்காமல், ஏதோ கவலையாக இருந்தார் அவர். ஒரு வேளை மனைவி அல்லது மகளைப் பற்றி ஏதாவது கெட்ட செய்தி வந்திருக்கலாம் என்று நினைத்தேன். அவர் வாய்மொழியாகச் சொல்லட்டும் என்று நான் ஆபீஸ் அலுவல்களில் ஈடுபட்டேன்.

வெகுநேரம் மௌனமாயிருந்த பிறகு, அவர் வாய் திறந்தார். "ராமு, இந்தியாவுக்கு யுத்தம் வரவில்லை. வருமா, வராதா என்றும் நிச்சயமாகச் சொல்ல முடியாது. எனக்குப் போர் நடக்கின்ற இடத்திலிருந்து நேரடியாகப் போரில் கலந்துகொள்ள வேண்டும் என்று ஆசையாயிருக்கிறது. போர் நடக்கும் இடத்துக்கு என்னை அனுப்புமாறு கோரி கர்னலிடம் 'அப்ளிகேஷன்' போட்டிருக்கிறேன், ஒருவாரத்தில் 'ஆர்டரும்' கிடைத்துவிடும், உங்களைச் சீக்கிரத்தில் பிரிய வேண்டியிருக்கும்."

அவர் கூறியதைக் கேட்டுத் திடுக்கிட்டேன். போர் நடக்காத இடத்திலிருந்து உயிர் தப்பினால் போதும் என்றுதான் சாதாரணமாக எல்லோரும் ஆசைப்படுவார்கள். நாட்டுப்பற்றுக் காரணமாகப் போரில் நேர்ப்பங்கு கொள்ள அவர் விரும்புகின்றாரெனில், இந்தியாவுக்கு வந்தவுடனேயே அப்படி விண்ணப்பித்துக் கொண்டிருக்கலாமே. களத்தில் உயிரைத் துறப்பதுதான் அவர் விருப்பம் என்பது எனக்குப் புலப்பட்டது. ஆனால், உயிரை வெறுக்கும்படியாக, ஒரே இரவில் அப்படி என்னதான் நடந்துவிட்டது என்பதை ஊகிக்க, என்னால் முடியவில்லை.

"இந்த முடிவுக்கு, என்ன காரணம்?" என்று தயங்கிக்கொண்டே கேட்டேன்.

வாய் திறந்து பேசாமல், என் கையில் ஒரு கடிதத்தைக் கொடுத்தார் ஜான், அவருடைய மகள் எழுதிய கடிதம் அது. அதன் சுருக்கத்தைக் கீழே தருகிறேன்.

"... இதற்கு முன் நான் எழுதிய கடிதங்கள் எல்லாம், அம்மா சொல்லியபடி எழுதியவை. இந்தக் கடிதத்தை அம்மாவுக்குத் தெரியாமல் பள்ளிக்கூடத்திலிருந்து எழுதித் தபாலில் சேர்க்கிறேன். படித்துக் கிழித்து விடுங்கள்.

"... நீங்கள் எங்களை விட்டுப் போன பிறகு, எனக்கு மிகவும் வருத்தமாக இருக்கிறது. அம்மா பிரியமாகத்தான் இருக்கிறாள். ஆனால், எனக்கு அவள் மேல் வெறுப்பாக இருக்கிறது. அவள் உடம்புக்கு ஒன்றும் இல்லை; வயிற்று வலி என்று அவள் எழுதியதுபோல்! நீங்கள் கப்பல் ஏறிய சில நாட்களுக்கெல்லாம், பிலிப்ஸ் என்று ஒருவன் வீட்டுக்கு வந்தான். அம்மா, அவனை அன்பாக வரவேற்றாள். பிறகு அவன், அடிக்கடி வர ஆரம்பித்தான். அம்மாவும் அவனும், ராத்திரி வெகுநேரம் சிரித்துச் சீட்டாடுகிறார்கள். இருவரும் சேர்ந்து, 'பார்'களுக்குப் போகிறார்கள். சினிமாவுக்குப் போகிறார்கள். உங்களைப் போலவே, அவன் அம்மாவுடன் விளையாடுகிறான். சில சமயம் ராத்திரி நேரத்தில் வீட்டிலேயே தங்கி

விடுகிறான். இதையெல்லாம் பார்த்தால், எனக்குக் கோபம் வருகிறது. நான் பிலிப்போடு பேசுவதில்லை, "அவர் கர்னல், அவரோடு அன்பாகப் பேசு" என்கிறாள் அம்மா. "அப்பாவுக்கு எழுதுகிறேன்" என்று ஒருதடவை சொன்னேன். என்னை அறைந்துவிட்டாள்; எழுதினால் கொன்று விடுவாளாம்..."

கடிதத்தைப் படித்து முடிக்கும் முன்னரே, ஜானின் பரிதாபமான கதை முழுவதும் எனக்கு விளங்கிவிட்டது. இந்த பிலிப்ஸ்தான், ஜானோடு அவர் மனைவியை மணக்கப் போட்டியிட்டவன். ஜான் அயல்நாடு போனதும் அவன் அவளை அபகரித்துவிட்டான்.

ஜானின் மனைவி அவனுக்கு உடன்பட்டது மட்டுமல்ல; நடக்கப் போவதை எதிர்பார்த்து, வயிற்று வலி என்று தொடங்கி, கர்ப்பத்தில் கொண்டுபோய் முடித்துவிட்டாள். அவளுடைய சாமர்த்தியமான எழுத்துக்களை ஜானும் நம்பிவிட்டார்.

கடிதத்தை மடக்கி, அவர் கையில் கொடுத்தேன், "நான் வருந்துகிறேன்" என்பதற்கு மேல், நான் ஒன்றும் சொல்ல முடியவில்லை.

கடிதத்தைத் தூள் தூளாகக் கிழித்து எறிந்த அவர் கண்களில், களத்தில் போராடும் வீரனின் வெறி நிறைந்திருந்தது.

"போர்க்களத்துக்குப் போகுமுன், என்னை இங்கிலாந்துக்கு அனுப்புவார்கள். ஊருக்குப் போனதும் முதல் வேலை அவளைச் சுட்டுத்தள்ளப் போகிறேன்."

_சுதேசமித்திரன்_ (மே 19 & 26, 1957)

வரவும் செலவும் (ஜூலை 1964)

எம்.வி. வெங்கட்ராம் கதைகள் (டிசம்பர் 1998)

•

எதிரொலி

எதிரில் நின்ற சாமியாரைப் பார்க்கவே, பலராமனுக்கு அருவருப்பாயிருந்தது.

சடைத்த தலையும், பஞ்சடைத்த கண்களும், குழிந்த கன்னங்களும், யாரையோ கேலி செய்வதுபோல் திறந்து திறந்து மூடுகிற வாயும், வரிசை கலையாத வெள்ளைப் பற்களும், பிரம்பால் பின்னியது போன்ற மார்பும் அவருடைய உடலின் மேல் பாகத்தை அவலட்சணப்படுத்தின. ஆடை இல்லை; இடையில் பருத்த செப்புச் சங்கிலி ஒன்றைச் சுற்றி இருந்தார்; அதோடு சேர்த்துக் கட்டிய கந்தலான கௌபீனம்; தொங்கு சதையோடு ஆடுகின்ற கால்கள்; செருப்புக்குப் பதிலாகக் கிழிந்த சாக்குத் துண்டுகளைக் காலில் கட்டிக்கொண்டு, தவளை தத்துவதுபோல் நடந்து வந்து, எதிரில் இருந்த நாற்காலியில் உட்கார்ந்தபோது, பலராமனுக்குக் கொஞ்சம் வெட்கமாயிருந்தது.

"சாமி, மகா வரப்பிரசாதி. இது வேஷம். சங்கிலிச்சாமி என்றால் அழுகிற பிள்ளையும் வாய் மூடும். சாமி நினைத்தால் ஆகாதது ஒன்றும் இல்லை..." என்று சாமியாரை அழைத்துவந்த சாமாவய்யர் அறிமுகம் செய்துவைக்கும்போதே, அவர் குறுக்கிட்டார்.

"சாமி நினைத்தால் ஆகாதது ஒன்றும் இல்லை; ஆனால் சாமி ஏதும் நினைப்பதில்லை" என்றார், இளித்துக் கொண்டே.

சாமாவய்யர், பலராமனின் மூன்று குமாஸ்தாக்களுக்குத் தலைவர்; ஆடாமல் அசங்காமல் சம்பாதிப்பது முதல் வருமான வரி ஆபீசர் கண்ணில் மண் தூவுவதுவரை, சகலவித வேலைகளுக்கும் அவனுக்கு மூளை 'சப்ளை' செய்பவர் சாமாவய்யர்தான். அவர் கூறிய பிறகுதான், அவனுக்கு நம்பிக்கை ஏற்பட்டது. எழுந்து, ஸ்டாண்டில் ஊசலாடிக் கொண்டிருந்த ஜரிகை விசிறிமடியை இடுப்பில் சுற்றிக்கொண்டு, சாமியாரின் கால்களில் விழுந்தான்.

“எழுந்திரு, எழுந்திரு. கல்லைக் கும்பிட்டாலும் லாபம் உண்டு. சதையைக் கும்பிட்டு, என்ன கிடைக்கும்?”

“சாமிதான், என்னைக் காப்பாத்தணும்” என்றான் அவன், எழுந்து கொண்டே.

“ஆண்டி, உன்னை எப்படிக் காப்பாற்ற முடியும்? நான் ஆண்டி; திருச்செந்தூர் வேலாண்டி; பழனிமொட்டை ஆண்டி. இந்தச் சங்கிலிதான் என் சொத்து. இது எதுக்குத் தெரியுமா? நான் எங்கேயாவது ஓடிப்போகாமல் இருப்பதுக்காக!”

“சாமி, நான் மிகவும் கஷ்டத்தில் இருக்கிறேன். நீங்கள் மனசு வைத்தால், என் கலி தீரும்.”

சாமியாரின் சிரிப்பு, அவன் வாயை மூடியது. இரண்டு மூன்று வீடுகள், சேர்ந்தாற்போல் இடிந்துவிழுவதுபோல் தாறுமாறாகச் சிரித்தார் அவர். அதைக் கேட்கவே, அவனுக்குப் பயமாக இருந்தது.

“கெட்டிக்காரப் பயல்! பரதேசியிடமே பிச்சை கேட்கிறாயே!”

பக்கத்தில் வாய்பொத்தி நின்ற சாமாவய்யர் மறித்துக் கூறினார்: “சாமி, முதலாளி ரொம்பவும் கவலையாயிருக்கிறார். நிவர்த்தி செய்ய வேணும்.”

பலராமனுக்கு இன்னும் சந்தேகமாயிருந்தது. வந்திருப்பவர் சாமியாரா, பைத்தியமா என்பதே புரியவில்லை; அவர் பேசுவதையும் சிரிப்பதையும் கேட்டால் அசல் பைத்தியமாகத் தோன்றுகிறது. ‘எந்தப் புற்றுக்குள் எந்தப் பாம்பு இருக்குமோ?’ என்று மனசைத் திடப்படுத்திக்கொண்டு, பொறுத்துப் பார்க்கத் தீர்மானித்தான்.

“உனக்கு என்னடா குறைச்சல்? கொள்ளைப் பணம் குவிந்து கிடக்கிறது ...”

“பணம் என்ன செய்யும்?” என்றான் பலராமன்.

“பணம் என்ன செய்யுமா? போடா, போடா, இந்த ஆண்டிப் பயலிடம் பணம் இருந்தால், இந்தத் தெருவையே விலைக்கு வாங்கி, என்னைத் தவிர வேறே ஒரு பயல் இல்லாதபடி அடித்துவிடமாட்டேன்? என் எதிரில், எவனாவது நிமிர்ந்து நடக்கவிடுவேனா?”

சாமியார் தன்னைப் பரிகாசம் செய்கிறாரோ என்று சந்தேகித்த பலராமன். பெருமூச்சுவிட்டான். “என்ன பணம் இருந்து என்ன செய்ய? நாலு நாளாய்ச் சோறு, தூக்கம் இல்லை ...”

“எப்படி இருக்கும்? பணம் என்றால் சும்மாவா? அதைக் கட்டிக்காப்பது என்றால், லேசான வேலையா? ராத்திரி நாம் தூங்கிவிட்டால் பணத்துக்குத் துணை யார்? சேசே, தூங்கவே கூடாது; ராத்திரி பூராவும் பணம் இருக்கிற இடத்திலேயே இப்படியும் அப்படியும் உலாவிக்கொண்டே இருக்கவேணும்; நடப்பதற்கு அலுப்பாயிருந்தால் தெருவில் எட்டி நின்றாவது வீட்டுக் கதவு மேல் ஒரு கண் வைத்திருக்க வேணும். பணத்தை நாலு பேருக்கு முன்னால் எண்ணிப் பார்க்க முடியுமா? இரவோடு இரவாக அதைச் சரிபார்க்கணும். நாய் வளர்த்தால் கூட நல்லது. உனக்கும் துணை, பணத்துக்கும் காவல். நாய் இருக்கிறதோ?”

அவர், தன்னைத்தான் மறைமுகமாய்க் கிண்டல் செய்கிறார் என்பது, பலராமனுக்கு நிச்சயமாயிற்று. இவ்வளவு சூக்குமமாய்ப் பேசுகிறவர் பைத்தியமாக இருக்க முடியுமா? 'சரக்கு' இல்லாதவரானால், அவனுடைய மனப்போக்கை எப்படிப் புரிந்துகொண்டார்? அவர் பிதற்றுவதைப் பொறுத்துக்கொண்டு, தன் காரியத்தைச் சாதித்துக்கொள்ள வேண்டும் என அவன் முடிவு செய்துகொண்டான்.

"சாமி, உங்களுக்குத் தெரியாத சேதி இல்லை; எப்படியாவது என் கஷ்டத்தைத் தீர்த்து வைக்க வேணும்" என்று மிகவும் பணிவாக வேண்டிக்கொண்டான்.

"சாமியைத் தங்கள் வீட்டுக்கு அழைத்துப் போக, எத்தனையோ பேர் தவம் கிடக்கிறார்கள். நான் அழைத்ததும், 'மடமட'வென்று வந்துவிட்டார்களே! நம்மைக் கைவிடமாட்டார்கள்!" என்று சாமியார்மேல் முகஸ்துதி வலையை வீசினார் சாமா.

அவர்கள் இருவருக்கும் பதிலாக இல்லாமல் சங்கிலிச் சாமியார் பேசிக் கொண்டே போனார்: "உழைத்துச் சேர்த்த காசு கஷ்டப்பட்டுக் காப்பாற்ற வேண்டாமோ? கண்ணே கண்ணு என்று ஒரே வாரிசு; அவனுக்குச் சொத்து சேர்க்க வேண்டாமா?"

அவர் பேச்சுப் போக்கை மாற்றித் தன் வழியில் திருப்ப விரும்பிய பலராமன், "என் சம்சாரத்துக்குக்கூட முருகனிடம் அதிக பக்தி" என்றான், குறுக்கிட்டு.

"அப்படியா? முருகன் அதிர்ஷ்டசாலி! ஆண்டிப்பயல்தானே? கொஞ்சம் வைரத்தைத் தூக்கி எறிந்தால் ஓடி வருகிறான்."

"சாமி, நீங்கள் இப்படியே கேலி செய்தால் நாங்கள் என்ன செய்வது? மனிதன் என்றால் குற்றம் குறைகள் இல்லாமல் இருக்குமா? விஷயம் தெரியாதவன். தப்பு இருந்தால் சொல்லுங்கள். திருத்திக்கொள்கிறோம்."

சாமியார், அவனைக் கவனித்ததாகத் தெரியவில்லை. நாற்காலி மீது எழுந்து நின்று கூத்தாடத் தொடங்கினார்:

"ஆண்டி – திருச்செந்தூர் வேலாண்டி!

கந்தன், கடம்பன், குகன்,

கன்ன வள்ளி லோலன்."

"சாமி இப்படித்தான் பரவசமாயிடுது! கொஞ்ச நேரத்தில் சரியாகிவிடும்" என்று சாமாவய்யர், அவன் காதில் ரகசியமாகக் கூறினார்.

அவனுக்கு முள்மேல் நிற்பதுபோலிருந்தது. சாமியாரின் கூச்சலைக் கேட்டு, கூட்டம் சேர்ந்துவிடுமோ என்கிற கவலை ஒரு பக்கம்; ஒரு பைத்தியக்காரன் காலைப் பிடிக்க நேர்ந்த துர்ப்பாக்கியத்தை நொந்து கொண்டான். அவருடைய பிதற்றல், அவனை மட்டும் அல்ல, அவன் குடும்பத்தையே சாடுவதைக் கேட்டு, அவனுக்கு ஆத்திரம் வந்தது. அவரை என்ன செய்ய முடியும்? துரத்தி விடலாம் என்றால், அவரால் காரியமும் ஆகவேண்டியிருந்தது!

சாமாவின் நிலை தர்மசங்கடமாக இருந்தது. சாமியின் மகிமையை ஊரார் சொல்லக் கேள்விப்பட்டு, அவரை அழைத்து வருகிற பொறுப்பை ஏற்று நிறைவேற்றி வைத்தது அவர்தான். சாமியார், நேரடியாக வந்த வேலையைக் கவனித்துவிட்டுப் போய்விடுவார் என்று எதிர்பார்த்தார். ஆனால், அந்தப் பண்டாரம், முதலாளியை நையாண்டி செய்ய முனையவே, சாமாவுக்குத் திகிலாகிவிட்டது. பலராமனின் அந்தரங்கங்கள் எல்லாம் அறிந்து அவர் ஒருவர்தான்; அவர் கூறித்தான், சாமியார் இவ்வளவு விஷயமும் அறிந்துவிட்டதாக முதலாளி நினைத்தால், அவர் பிழைப்பில் அல்லவா மண் விழுந்துவிடும்? அவனிடம் அவர், பல வருஷங்களாகக் காரியஸ்தர் உத்தியோகம் பார்க்கிறார்; சிறு பதவியாகத் தோன்றினாலும் நேர்வழியிலோ கோணல் வழியிலோ அவருக்கு நல்ல வருவாய் கிடைத்து வந்தது. அதை இந்தப் பண்டாரம் கெடுத்துவிடுமோ என்கிற பயம், அவரைப் பீடித்தது.

ஆடல் பாடலை முடித்துக்கொண்டு மேஜைமீது தாவி உட்கார்ந்தார் சாமியார்; நாற்காலியில் கால்களை ஊன்றிக்கொண்டு, "பலராமா" என்று மெதுவாக அழைத்தார்.

"சாமி!"

"நீங்களும் சினிமா பார்க்கிறீர்களே! நான ஒரு சினிமா காட்டுகிறேன், பாரக்கிறாயா?"

"சாமி, உங்களை நாங்கள் அழைத்தது—"

"டேய், நீ அழைத்து வருவதற்கு, நான் உன் வேலைக்காரனா? இன்றைக்கு உன்னோட விளையாட வேணும் என்று என் தலையெழுத்து; வந்தேன்—"

"உங்களால் எனக்கு ஒரு காரியம் ஆக வேணும்..."

"என்னால் ஒரு காரியமும் ஆகாது. உன் வினை நீ அனுபவித்துத்தான் தீரும். அது போகட்டும். சினிமா..."

"சினிமாவும் வேண்டாம். டிராமாவும் வேண்டாம். நான் நினைத்திருப்பதை—?" என்று அலுத்துக்கொண்டான் பலராமன்.

"நினைத்திருப்பதைச் சொன்னால், என்ன தருவாய்?"

"நீங்கள் கேட்பதைத் தருகிறேன்."

மறுபடியும் பண்டாரம், ஓகோ என்று நகைத்தார்.

"எனக்கு ஒரு கலியாணம் பண்ணி வைக்கிறாயா?"

"சாமி! விளையாட்டுப் போதும். எனக்குப் பிராணாவஸ்தையாக இருக்கிறது."

"சாமி பெரிய மனசு பண்ணவேணும்" என்று சாமா, சிபார்சுக்கு வந்தார்.

"அதெல்லாம் முடியாது. முதலில் நான் சினிமா காட்டுவேன்" என்று பிடிவாதம் பிடித்தார் சாமியார். பலராமன் பெருமூச்சுவிட்டான்; பெரிய தவறு செய்தவர்போல் சாமா விழித்தார்.

“சரி. சினிமா முடிந்ததும், என் வேலையை முடித்துக் கொடுக்க வேண்டும்” என்று தீர்ப்பளித்தான் பலராமன்.

“எனக்கு என்ன தருவாய் என்று கேட்டேன். பதில் காணோமே!”

“பத்து ரூபாய் தருகிறோம்” என்று முதலாளியையும் முந்திக்கொண்டு சொன்னார் சாமா; அத்தொகையில் வேலை நடந்தால், முதலாளியின் சந்தோஷத்துக்குப் பாத்திரம் ஆகலாம் என்கிற ஆசை அவருக்கு.

“பத்து என்ன சாமி, காரியம் ஜயமானால் இருபது தருகிறேன்,” என்றான் பலராமன்.

“நிஜமாகவா? பத்து ரூபாயா? ஒன்று இரண்டு ... பத்து ரூபாயா? ஆண்டிக்கு நாமம் போடப் பார்க்கிறாயா? முதலில் பத்து ரூபாய் இங்கே போடு! காரியம் ஆன பிறகு, இன்னும் பத்துத் தரலாம்.”

தயங்கியபடி, ஒரு பத்து ரூபாய் நோட்டை, அவரிடம் கொடுத்தான் அவன். அதை மேலும் கீழும் அவர் திருப்பிப் பார்த்தார். “சர்க்கார்க்காரன், அழகாய்த்தான் நோட்டுப் போடுகிறான்! அதை முருகனுக்கு அனுப்பிவிடட்டுமா?” என்று சொல்லிக்கொண்டே, அதைத் தூள்தூளாய்க் கிழித்துக் காற்றில் பறக்கவிட்டார்.

“சாமி, சாமி” என்று பலராமனும் சாமாவும் கூக்குரல் இட்டதை, அவர் காதிலும் வாங்கவில்லை.

“இப்போது சினிமா காட்டப் போகிறேன், சாமா! வண்டி மை கொஞ்சம் கொண்டுவா.”

“சினிமா பிறகு ஆகட்டுமே. முதலில் நம் வேலையைக் கவனிப்போமே?” என்றார் சாமா.

ஆண்டி அதட்டினார்! “மை கொண்டு வருகிறாயா, நான் போகட்டுமா?”

சாமா தெருவுக்கு ஓடி, வாசலில் நின்ற வண்டியின் சக்கரத்திலிருந்து மையை ஒரு காகிதத்தில் வழித்துக்கொண்டு, சாமியாரிடம் கொடுத்துவிட்டுக் கை கழுவ உள்ளே சென்றார்.

அந்த மையைப் பண்டாரம் தம் இடது உள்ளங்கையில் தடவிக் கொண்டார்: “இந்தக் கையில் பாருடா, பைத்தியம்! சினிமாப் படம் தெரியும்!”

“பைத்தியம்” என்று அழைக்கப்பட்ட பலராமனுக்குக் கோபம் வந்தது. ‘இவ்வளவு தூரம் பொறுத்தபின் இன்னும் கொஞ்சம் பொறுத்து விடுவோம். ஆண்டியால் ஒன்றும் ஆகவில்லை என்றால், தூணோடு கட்டித் தோலை உரித்துவிடலாம்’ என யோசித்தபடி, வெறுப்புடன் முன் நகர்ந்து, அவருடைய உள்ளங்கையில் குனிந்து பார்த்தான்.

பார்த்ததும் நெருப்பைத் தொட்டவன்போல், “இதுதான், இதுதான்!” என்று கூச்சலிட்டான் அவன்.

“என்னடா, இது? பைத்தியம்போலக் குதிக்கிறாயே, என்ன சேதி?”

"வேஷம் போடாதீர்கள், சாமி. உங்களுக்குத் தெரியாததும் இல்லை. உங்களால் ஆகாததும் இல்லை. உங்கள் உள்ளங்கையில் தெரிகிறதே படம் – அது என் அகத்துக்காரியின் 'பாஜபந்து'. நாலைந்து ஆயிரம் ஆகும். மூன்று நாளாகக் காணோம். அது இருக்கிற இடத்தைக் காட்டுங்கள். என்னைச் சோதனை செய்யாதீர்கள் சாமி!"

கை கழுவிக்கொண்டு உள்ளே வந்த சாமா, பலராமன் பரவச நிலையில் ஆனந்தக் கண்ணீர் விடுவதைக் கண்டார். சாமியார் தன்னைத் தந்திரமாக வெளியேற்றிவிட்டு, அவனுக்கு ஏதோ அற்புதம் காட்டிவிட்டார் என்றுதான் நினைக்க முடிந்தது.

"சாமா, நீங்கள் சொன்னது ரொம்பச் சரி; சாமி, பெரிய மகான். நம்மைக் காப்பாற்ற முருகனே இந்த வேஷத்தோடு வந்திருக்கிறார். அவர் என்னைத் திட்டட்டும்; அடிக்கட்டும்; எல்லாம் நம் நன்மைக்குத்தான். சாமியாரின் உள்ளங்கையில் பாருங்கள், தொலைந்துபோன பாஜபந்து தெரியுது!" என்றான் பலராமன், ஆவேசம் வந்தவன்போல்.

"நிசமாகவா?" என்று வியப்புடன் சாமியாரின் கையில் பார்த்த சாமா, "ஒன்றும் தெரியவில்லையே" என்றார்.

"ஒன்றும் இல்லையா? எனக்குத் தெரியுமே, அதை அப்படியே போட்டோ பிடித்து வைத்ததுபோல் பளிச்சென்று இருக்கிறதே!"

சாமாவுக்குத் தம் முதலாளியின் சித்த சுவாதீனம் பற்றிச் சந்தேகம் உண்டாகிவிட்டது. பண்டாரம் பைத்தியம் அல்ல, அவர் தங்களைப் பைத்தியமாக அடிக்கிறார் என்று தோன்றியது. சாமா ஜாக்கிரதையாகச் சாமியாரைக் கவனித்துக் கொண்டிருந்தார்.

பலராமன், மறுபடியும் சாமியாரின் கையைப் பார்க்கத் தொடங்கினான்.

"உன் கண்ணுக்குத் தெரிவதைச் சொல்லிக்கொண்டே போ!" என்று உத்தரவிட்டார் ஆண்டி.

"ஒரு வீடு தெரிகிறது. அது, பக்கத்துத் தெருவில் உள்ள எங்கள் வீடுதான். கதவு பூட்டியிருக்கிறது. தெருவும் தெரிகிறது. ராத்திரி நேரம். ஒரு விளக்கின் வெளிச்சமும் தெரிகிறது."

"அப்புறம்?"

"யாரோ ஒருத்தன் – வாசலில் நிற்கிறான். இப்படியும் அப்படியும் பார்த்தபடியே, பூட்டைத் திறக்கிறான்."

"சரி, மேலே?"

"உள்ளே போனதும், உள்பக்கம் பூட்டுகிறான். அறையில் உள்ள அலமாரியைத் திறந்து – சாமி, இதெல்லாம், இப்போது எதுக்கு? பாஜபந்து பற்றி ஒன்றும் காணோமே?" என்று நிறுத்தினான் பலராமன்.

"வரும், வரும்; வருவதைச் சொல்லிக்கொண்டே போடா!"

பலராமன், அவர் கையைப் பார்த்துக் கூறினான்: "... அலமாரியைத் திறந்து, அதில் உள்ள தங்கக்கட்டிகள், வைரங்கள், நகைகள் எல்லாவற்றையும் மேல் வேஷ்டியில் மூட்டை கட்டுகிறான்."

"என் கை பார்க்காமல் நீயே சொல்கிறாயே, என்ன விஷயம்?"

"சாமி, நீங்கள் என்னை ரொம்பவும் அவமானம் செய்கிறீர்கள்..."

"நானா? எனக்கு என்னடா தெரியும்? குரங்குச் சாமி, மாருதி, படம் காட்டுகிறார். உனக்கு என்ன அவமானம்?"

"படத்தில் தெரிகிற ஆள் நான்தான் சாமி" என்றான் அவன், வெட்கத்துடன்.

"அப்படியா? மேலே பார்த்துச் சொல்லு–"

"சொந்த வீட்டில் – இதே வீட்டில் இருக்கிறேன். என் தம்பி பக்கத்தில் நிற்கிறான். அழுகிறான். ஒன்றும் இல்லை என்பதுபோல், நான் கையை விரிக்கிறேன்."

சாமியார் கையைப் பின்னுக்கு இழுத்துக்கொண்டார்: "இது என்ன கதை; எனக்குப் புரியவில்லையே!"

"இந்தப் பழைய கதை எல்லாம், இப்போது எதுக்கு? ஏதோ நடந்துவிட்டது."

"என்ன நடந்துவிட்டது? இந்தக் கதையை, எனக்குப் புரியும்படி சொன்னால்தான் கைகாட்டுவேன்."

அவன் வெட்கத்துடன் சாமாவின் முகத்தைப் பார்த்தான். சாமா அவனுடைய ரகசியங்கள் எல்லாம் அறிந்தவர். அவரைத் தவிர, அங்கே வேறு யாரும் இல்லை. அவருக்கு முன்னால் ஏன் வெட்கப்படவேண்டும்? எப்படியாவது, காணாமல் போன நகை கிடைத்தால் போதும் என்று இருந்தது அவனுக்கு.

"ஒன்றும் இல்லை. அப்பா சாகக் கிடந்தார். வீட்டில் கும்பலும் சந்தடியுமாக இருந்தது. பக்கத்துத் தெரு வீட்டில்தான், அவர் நகை நட்டுக்கள் வைத்திருந்தார். யாருக்கும் தெரியாமல், இரவோடு இரவாகப் போய், அங்கே இருந்தவைகளை மூட்டை கட்டிக்கொண்டு வந்துவிட்டேன்."

"பேஷ், பேஷ்! இதைச் சொல்ல இவ்வளவு நேரமா? தம்பி சின்னவன்; பணத்தைக் கட்டிக் காக்கத் தெரியாது என்று எல்லாவற்றையும் நீ எடுத்துக்கொண்டு வந்துவிட்டாய். அவ்வளவுதானே?... அடேடே, சங்கிச் சாமி, ஓடாதே, ஓடாதே, கொஞ்சம் நில்லு!" என்று கத்திக்கொண்டே, இடுப்புச் சங்கிலியை இழுத்துத் தம்மை நிறுத்திக்கொண்டார் சாமியார்.

மீண்டும் அவர் கையைப் பார்க்கத் தொடங்கினான் பலராமன்.

"யாரோ ஒரு பையன் சைக்கிளில் போகிறான். அடிக்கடி, மடியைத் தொட்டுப் பார்த்துக்கொண்டே போகிறான்... என் உருவம் தெரிந்ததுபோல், இவன் உருவம் சரியாகத் தெரியவில்லையே!"

"பிலிம் தேய்ந்திருக்கும்!"

"இவன்தான் திருட்டுப்பயலா சாமி?"

"அதிலே வருகிறதைச் சொல்லிக்கொண்டே போடா முட்டாள்!"

"... பையன் வெகுவேகமாகச் சைக்கிள் விடுகிறான். நேர் எதிரில் ஒரு லாரி வருகிறது. மடியைத் தொட்டுப் பார்த்துப் பையன் தடுமாறுகிறான். ஐயையோ! சைக்கிள் லாரியோடு மோதுகிறது. பையன் சக்கரத்தடியில் சிக்கியிருக்கிறான். அவன் மடியிலிருந்து பாஜபந்து உருண்டு ஓடுகிறது. நான் போகட்டுமா? கடைத்தெருதானே சாமி?"

"அதுக்கு அவசரம் இல்லை–"

"திருட்டுப்பயல் செத்துவிட்டானா சாமி?"

"அவன் ஏன் சாக வேண்டும்? இருக்கிறவரை நொண்டிக் குதிரை!"

"அவன் தொலையட்டும். நகை கிடைக்குமா?" என்றபடி, அவன் சாமியார் கையில் பார்த்தான்.

"சங்கிலிக்கு வேறே ஜோலி இருக்கிறது. ஓடியே போய்விட்டான்" என்று சொல்லிக்கொண்டே, மேஜை மீதிருந்து தாவிக் குதித்துத் தெருவை நோக்கி ஓட்டம் பிடித்தார் சாமியார்.

"சாமீ, சாமீ!" என்று இருவரும், அவரின் பின்னால் அலறிக் கொண்டே வந்ததை அவர் லட்சியம் செய்யவில்லை. அவர்கள் திண்ணைக்கு வருமுன், அவர் கீழ்த் திசையில் ஓடி, தெருக்கோடியும் திரும்பி மறைந்துவிட்டார்.

"இது என்ன பைத்தியக்காரக் கதை ஆகிவிட்டதே! பத்து ரூபாய் நோட்டு கிழிந்ததுதான் மிச்சம்போல் இருக்கிறது" என்று சூள் கொட்டினார் சாமா.

"அவர் கையில் தெரிந்ததே, அது நடந்த விஷயமா? நடக்கப் போகிற விஷயமா என்றே புரியவில்லையே!" என்று சாமியார் ஓடிய திசையைப் பரிதாபமாகப் பார்த்தான் பலராமன்.

எதிர்த் திசையிலிருந்து வெகுவேகமாக வந்த கார் ஒன்று, திடும் என்று வாசலில் நின்றபோதுதான், அவர்கள் கவனம் கலைந்தது. காரிலிருந்து ஒரு போலீஸ் ஜவான் கீழே இறங்கினான்.

"நீங்கள்தானே பலராம்?"

"ஆமாம்; ஏன், பாஜபந்து ஏதாவது கிடைத்ததா?"

"உங்கள் பையனுடைய சைக்கிளும் லாரியும் மோதி..."

_சுதேசமித்திரன்_ (ஜூன் 23, 1957)

உறங்காத கண்கள் (நவம்பர் 1968)

எம்.வி. வெங்கட்ராம் கதைகள் (டிசம்பர் 1998)

முத்துக்கள் பத்து (2007)

•

கவர்ச்சி

நினைக்கிறேன். ஏனென்றால், நான் நினைக்க வைக்கப்படுகிறேன், சொல்லுகிறேன். ஏனென்றால், நான் சொல்ல வைக்கப்படுகிறேன். செய்கிறேன்; ஏனென்றால், நான் செய்ய வைக்கப்படுகிறேன். என்னால், எவ்வளவு அழகாய் நினைக்கப்படுகிறது!

அந்த இரவின் பிற்பகுதியில், என் தூக்கம் கலைந்தது. தூங்கப்போகுமுன் என் மனத்தில், 'ஏதோ வருகிறது, ஏதோ வருகிறது' என்னும் ஒரு நினைவு வலுவாக இருந்தது. என்ன வரும், எப்படி வரும் என்பது எனக்குத் தெரியாது. ஆனால் 'வரும்' என்கிற நினைவு மட்டும், வேறு ஒரு நினைவுக்கும் சிறிதும் இடம் தராமல், மனம் முழுவதையும் அடைத்துக் கொண்டு கிடந்தது. அந்த ஒரே நினைவோடு நான் படுத்தேன். விழித்தபோது, அந்த நினைவும் என்னோடு விழித்தது.

'ஏதாவது வந்திருக்கிறதா?' என்று சுற்றிலும் பார்த்தேன். ஏதும் வந்ததாகத் தெரியவில்லை. வழக்கமாய் வருகிற புலி, நரி, ஓநாய், பாம்பு முதலிய ஜீவராசிகள்கூட வந்ததாகத் தெரியவில்லை.

'அது வெறும் நினைப்புத்தான் போலும்!' என்று முடிவு செய்தவனாய், இரவைப் பார்த்தேன். ஒளிக்கறைப் பட்ட இருள் செறிந்த இரவு எவ்வளவு கவர்ச்சியுடையதாக இருக்கிறது! பஞ்செனப் பறக்கும் வெண்முகில்கள் மிதக்கும் நீலவானும், வானத்து மீன்மாதர் நிலாக் கண்ணாடியில் முகம் பார்த்து மகிழும் விந்தையும், மழைபோல் கொட்டுகிற பனியின் தன்மையும், மலைப்பாறைகளின் மீது இருள் மெழுகிய ஒளிக்கோலமும், ஓங்கி வளர்ந்த மரங்கள் வெடவெடவென நடுங்கும் அழகும், மலையினிடம் சரணாகதி அடைந்துவிட்டவைபோலச் சுருண்டு கிடக்கும் கொடிகளின் எழிலும் என்னைக் கவர்ந்தன. அந்தக் கவர்ச்சியால், என் உடல் கலகலப்புக் கொண்டது. மனத்தில் ஒரு தெளிவு. உற்சாகமாய் நான் என்னுடன் பேசிக்கொண்டேன்:

“தூக்கம் என்பதே ஒருவகைத் தவந்தான். வினைச் சுமையான உடலை மறதி என்கிற சமாதியில் ஆழ்த்தும் நித்திரை, ஒரு யோகமே!”

மேலும் சொன்னேன்: “நான் அதிருஷ்டசாலி; என்னால் நன்றாகத் தூங்க முடிகிறது; ஆகையால் நன்றாக விழிக்கவும் முடிகிறது.”

பேச வேண்டும் என்கிற என் ஆவல் மட்டுப்படவில்லை; தொடர்ந்து பேசினேன்: “அருவியின் இரைச்சலையும் நிசப்தத்தோடு கூட்டும் அமைதியான இரவு!”

நான் பேசிய வாயை மூடும்முன், ஒரு குரல் கேட்டது: “இத்தனை அழகுகளையும் சுவைக்க உடல் வேண்டாமா? உடலைப் பொசுக்கிக் கண்களை அவித்து, காதுகளையும் கட்டிவிட்டால், எந்த அழகைச் சுவைக்க முடியும்?”

கேள்விகளுக்குப் பதில் சொல்லத் தோன்றவில்லை. அந்தச் சொற்கள், எங்கிருந்து வந்தன? மலைமுடியில் இருக்கிறேன்; அருவியின் தலையில் அமர்ந்திருக்கிறேன். அந்த இடத்துக்கு வரத் துணிகின்றவர் சிலர்தாம்; அவர்களும் இருட்டுக்கு முந்தி—இறங்கிவிடுவார்கள். பின், அந்தச் சொற்கள் எங்கிருந்து வந்தன?

சொற்கள் என்பவைதாம் என்ன? ஒலிப்பாறையில் ஒழுங்காய்ச் செதுக்குண்ட வடிவுகள்தாமே? மனிதன், தான் நினைப்பதை வெளியிடுவதற்காக உருவாக்கிய ஒலி வடிவமாகத்தானே, சொற்களைக் கருதுகிறோம்? அது ஓர் உண்மைதான். ஆனால், சொற்களைச் சொல்லுவதற்கு உதவுவது என்ன? தொண்டையும் நாவுமா? மனிதர்களைவிடப் பெரிய தொண்டையும் நாவும் விலங்குகளுக்கு உள்ளன; அவை சொற்களை உபயோகிக்கவில்லையே!

தொண்டையும் நாக்கும் சொல்லுக்கு ஆதாரம் என்று நான் நம்ப வில்லை. மூளைதான் சிந்தனைக்கு ஆதாரம் என்றும் நான் நம்பவில்லை. நாவில்லாமல் சொல்ல முடியும், மூளை என்னும் பொருள் இல்லாமல் சிந்தனை செய்ய முடியும் என்று நம்புகிறேன். நம்புவது என்ன? எனக்குத் தெரியும். நான் கண்டவன். ஒருமுறை…

◆ ◆ ◆

நான் ஒருமுறை தியானத்தில் இருந்தேன். குருத் தியானம் செய்வது என் வழக்கம். குருநாதரை நான் நேரில் பார்த்ததில்லை; ஆனால் அவர் எந்நேரமும் என்னோடு இருக்கிறார். இருந்து என்னை வழிநடத்திச் செல்கிறார். அணுவை ஆயிரம் கூறிட்ட பரமாணுவிலும் உள்ள அவரை, முருகன் என்பேன்; குமரன் என்பேன்.

அன்றைக்குத் தியானம் கூடவில்லை. மனம் கிளைவிட்டுக் கிளை தாவியது. அதைக் கட்டவேண்டும் என்னும் கவலையில், பார்வையைப் புருவ நடுவுக்கு ஒடுக்கினேன். சுழிமுனையில் பார்வை நிற்க, சிர பூமி மாபெரும் வானவெளியாக விரிய, அந்த விரிவில் ஒடுங்கிக் குருத் தியானம் செய்வது என் வழக்கம். அன்றைக்குப் பார்வை உள்ளே செல்ல மறுத்தது. வெளியே ஓடியது.

மனத்தோடு நான் மல்லுக்கு நிற்கும் அந்தச் சமயத்தில், மிகவும் தெளிவான ஒரு குரல் என்னை அழைத்தது. அது பெண் குரல்; பெண்ணுக்கு இருக்கும் மென்மையான குரல் என்று புரியும் அளவுக்கு, அது அத்தனை தெளிவாகக் கேட்டது.

"பசுபதி, எழுந்திரு. உடலை ஏன் இப்படி வாட்டுகிறாய்? அழகையும் உடல் வலிமையையும் இழந்தவனுக்கு உலகம் இல்லை, சுகமும் இல்லை. மலையையும் தனிமையையும் விட்டுக் கீழே இறங்கு. உனக்குத் தேவையான இன்பங்களையெல்லாம் அள்ளித் தருவதற்கு, உலகம் காத்திருக்கிறது."

ஒருமையுறாத தியானம் முழுவதும் கலைந்தது. அந்த மலையுச்சிக்கு, மாலை மயங்கும் நேரத்தில் துணிந்து வந்ததோடு, எளிய துறவியிடம் ஆசை மூட்டும் சொற்களைப் பேசவந்த பெண் யார் என்று அறிய எண்ணியவனாய்க் கண்திறந்து சுற்றிலும் பார்த்தேன். யாரும் இல்லை; எழுந்து நாலு திசைகளிலும் கொஞ்ச தூரம் சென்று பாறை மறைவுகளிலும் பார்த்தேன்; யாரையும் காணவில்லை.

ஏதோ பிரமை என்று எண்ணி, மீண்டும் தியானத்துக்கு முயன்றேன்.

"எவ்வளவு அழகான உடலைப் பாழாக்குகிறாய்! பசுபதி, தவமும் யோகமும், அறிவு வளராத காலத்தின் ஆதி மனிதனுடைய இளம் பிராயத்து மழலைச் சொற்கள். அறிவு மிகுந்த இக்காலத்தில், அச்சொற்களுக்குப் பொருள் காண முயலுவது அறிவீனம்" என்று மறுபடியும் அந்தப் பெண் குரல், சந்தேகிக்க முடியாத தெளிவோடு பேசியது.

ஜாக்கிரதை கொண்டேன். என்னைக் கீழே இழுக்க முயலும் அந்தக் குரலில் கவனம் செலுத்தவோ, அந்தக் குரலுக்கு உரியவளை அறியவோ நான் விரும்பவில்லை. கலையும் தியானத்தைக் கூட்ட முயலாமல், குருநாதரின் திருப்புகழை வாய்விட்டு உரத்துப் பாடத் தொடங்கினேன்.

பிறகு, அந்தக் குரலை நான் கேட்கவில்லை.

அப்போது நான் கண்டேன். தொண்டையும், நாவும் மட்டும் அல்ல, மனித வடிவமே இல்லாத சொல் தோன்றும் என்பதை. கனவில் பேசும் குரலுக்கு நாக்கு உண்டா? அது நம் மூளை செய்யும் ஜாலம் என்று எளிதில் பதில் கூறிவிடலாம். கனவு மட்டும் அன்று, நாம், நம் வாழ்க்கைக்கு இந்த உலகம் மட்டும் அன்று, அப்பாலும் உள்ள உலகங்கள் எல்லாமே ஜாலம் என்கிறேன்; என் குருநாதரின் விளையாடல் என்கிறேன். அது இருக்கட்டும்.

அந்த இரவின் கவர்ச்சியால், பேச வேண்டும் என்னும் முனைப்பு எனக்கு ஏற்பட்டது என்றேன். மண்டுகள்போல் கிடக்கும் பாறைகளோடும் மௌனம் சாதிக்கும் மரங்களோடும் பேசுவதற்குப் பதிலாக, உருவம் இல்லாத குரலோடும் பேச நினைக்கிறேன்.

"அழகுகளைச் சுவைக்க உடல் வேண்டும் என்று எனக்கு அறிவுரை வழங்குவது யார் என்று தெரியவில்லை! உடலைப் பெருமைப்படுத்து கிறவளுடைய உடல் எங்கே?" என்று கேட்டேன்.

"உடல் இன்பம் தேவைப்படும்போது, உடல் எடுக்க என்னால் முடியும்; உடல் தேவைப்படாதபோது நான் சக்தியாக உலாவுவேன்" என்றது குரல்.

“அவ்வளவு சக்தி வாய்ந்த உன்னை, என்னவென்று அழைப்பது?”

“மோகினி என்று அழை. உலகத்திலுள்ள அத்தனைக்கும் நான்தான் ஆதாரம். உலகத்தை இயக்கி ஆட்டி வைக்கிறவள் நான்தான்.”

“மோகத்தை வெல்ல முயலும் ஏழையிடம், மோகத்தை உண்டாக்குகிறவளுக்கு என்ன வேலை?”

“இருக்கிற கவர்ச்சிகளைக் கவனியாமல், இல்லாத கவர்ச்சிகளை நாடிப் புலன்களை வருத்துகின்ற உன்மேல் இரக்கம் கொண்டு, உன்னை நேர்வழியில் அழைத்துச் செல்ல வந்தேன். மேடும் பள்ளமுமான மலைப்பாதை வேண்டாம்; சுகமாக நடக்கும் ராஜவீதிக்குப் போகலாம் வா. நீ பேரழகன், உலக இன்பங்களை அநுபவிக்கப் பிறந்தவன்.”

அவள் கூறுவதைப் புரிந்துகொள்ள முடிந்தது. அவள் மோக சக்தி; என் புலன்களைக் கவர வந்தவள்; உலகை ஒதுக்க முயலும் என்னை உலகத்துக்குக் கவர வந்தவள். அவளோடு அபாயம் என்று எண்ணினேன். அவளை ஏமாற்றிவிட வேண்டும் எனக் கருதி ஓடலானேன்.

அவள் பின் தொடர இயலாதவாறு, ஒதுங்கிப் பதுங்கி ஓடினேன். உட்கார்ந்தபடியே செல்ல வேண்டிய குகை ஒன்றில் நுழைந்தேன்; பாறைகளைச் சுற்றி வளைத்தேன்; ஊர்ந்துபோக வேண்டிய மற்றொரு குகையை ஊர்ந்து கடந்தேன். மலையடிவாரத்தில் இருக்கும் சிற்றூரை அடைந்த பிறகுதான், எனக்குத் துணிவு வந்தது. ‘மோகினி, மலையிலும் பாறைகளிலும் கானகத்திலும் தேடிக்கொண்டிருப்பாள். அவள் எட்ட முடியாத தொலைவுக்கு வந்துவிட்டேன்’ என்று திருப்தி அடைந்தேன்.

அப்போது பொழுது புலர்ந்து, அவ்வூர் சுறுசுறுப்புக் கொள்ளலாயிற்று. வீடு என்ற ரகசியத்திலிருந்து மக்கள் வெளிவரலாயினர். அவர்களைக் கவனிக்க, எனக்கு மனம் இல்லை. ஆனால், என் கவனத்தை அவர்கள் ஈர்த்தனர். வியப்புடன், என்னை உற்று நோக்கிய ஆண் விழிகள், மலைப்பதைக் கண்டேன். பெண் விழிகளோ, என் உடல் மீது, தலை முதல் கால் வரை அங்கம் அங்கமாய் நின்று ஊர்ந்து, ஏறி இறங்கி, விளையாடுவதை நான் கவனியாதிருக்க முடியவில்லை. ஆணோடு ஆணும், பெண்ணோடு பெண்ணும் என்னைச் சுட்டிப் பேசுவதைக் கண்டேன். அதற்கு முன்னரும் அவ்வூரில் திரும்பிப் பார்ப்பவர் இன்றி, நான் அலைந்தது உண்டு. அன்று, திடீரென்று நான் ஒரு வியப்பு ஆகி, என்னிடம் அவர்கள் மிகவும் கவர்ச்சி கொள்கின்றனர் என்பதை உணர்ந்தேன். இந்தக் கவர்ச்சியால் துன்பமே விளையும் என அறிந்து, விரைவாக நடந்தேன். எவ்வளவு விரைந்தும், என் விரைவுக்கு நேரான விரைவுடன் பின்தொடரப்படுவதை உணர்ந்த எனக்கு, அச்சமாக இருந்தது; திரும்பிப் பார்க்கவும் தயக்கமாக இருந்தது; திரும்பினால் கேள்வியும் பதிலுமாய்ப் பேச்சு பிறக்கும். மனிதர் கண்ணுக்கு அப்பால் செல்லுவதே மேல் என எண்ணி, மேலும் விரைந்தேன்.

ஊர் எல்லை கடந்த பின்னும், பின்னால் காலோசை கேட்டது. “ஐயா! ஐயா!” என்றும் அழைத்தது.

நின்று திரும்பின என் முன், ஒரு பெண் நின்றாள். இளமையின் பசுமை அவள்மேல் மண்டியிருந்தது. அந்தப் பசுமையின் கவர்ச்சியை, அவள் கண்களில் கண்டேன்.

"நீ யார்! என்ன வேண்டும்?" என்றேன்.

"உங்கள் பின்னால் நான் வருகிறேன், நீங்கள் கவனிக்கவில்லை."

"கவனிக்கத் தேவையில்லை."

தன் கண்மணிகளில் என்னை அப்படியே சுமந்து, அச்சுமையால் சொக்கிக் கூறினாள்: 'நீங்கள் எனக்குத் தேவை. ஆகையால், உங்கள் பின்னால் வருகிறேன், வரலாமா?"

அவளுடைய துணிவு, எனக்கு வியப்பளித்தது. ஆனால், நான் ஏன் அங்கிருந்து நகரவில்லை? நகர வேண்டும் என்ற நினைவே, ஏன் எழவில்லை?

"உன் விருப்பம்போல் நீ எங்கும் போகலாம்; எனக்குப் பின்னால், நீ ஏன் வரவேண்டும்?"

"காலையில் எழுந்து வெளியே வந்தேன். நீங்கள் எதிரில் வந்தீர்கள். உங்கள் உருவம் என்னைக் கவர்ந்தது. மனத்தோடு நான் உங்களைத் தொடருகிறேன்; கூட இருக்க அனுமதியாவிட்டாலும், உங்களோடு வருவதற்கு அனுமதி கொடுங்கள்" என்று அவள் கெஞ்சியபோது, என் புத்தி வட்டவட்டமாய்ச் சுற்றியது; குழம்பியது; வாய், சொல்லை இழந்தது.

அவள் சொன்னாள்: "நான் என் பெற்றோருடன் அருவி ஸ்நானத்திற்கு வந்தேன். அவர்களுக்கு நான் ஒரே புதல்வி. கண்ணுக்குக் கண்ணாய் என்னை வளர்க்கிறார்கள். எங்களுக்கு ஒரு குறையும் இல்லை. நான் வசீகரிப்பவளாக இருந்தேன்; உங்களால் இன்று வசீகரிக்கப்பட்டேன். என்னை ஏற்றுக்கொள்ளுங்கள்."

நான் பேசாமல் நிற்பதைப் பார்த்த அவள், மேலும் துணிந்தாள். "என்னோடு வாருங்கள், இன்பம் காண்போம்."

என்னோடு வருவதாகக் கூறியவள், தன்னோடு என்னை அழைத்தாள்.

"நான் சந்நியாசி; பிரமச்சாரி."

"நான் கன்னி; செல்வம் என் காலடியில் கிடக்கிறது" என்ற வண்ணம் அவள் மண்டியிட்டு, என் இடுப்பை அணைத்துக்கொண்டபோது, என் உடல் ஆடியது; உடலில் உள்ள நார் நரம்புகள் ஆடின; புத்தியும் ஆடிவிட்டது.

அவள் என் கழுத்துக்கு ஊர்ந்தபோதுதான், அவளுடைய சுமையை அறிந்தேன். மோகினியிடமிருந்து தப்பியவன், ஒரு பேதைப் பெண்ணிடம் சிக்கிய பேதமையை உணர்ந்தேன். இருபது ஆண்டுகளின் தவத்தையும், உடலை அடக்கும் முயற்சியையும் ஒரு பெண்ணிடம் தோற்கிறாயே என்று பகுத்தறிவு என்னை இகழ்ந்தது. பட்டப் பகலில் வெட்கம் கெட்ட அவளை, மோகினியைப்போல, ஏமாற்றிவிட்டு நழுவினேன்.

அவளுடைய குரலுக்கும் கண்ணுக்கும் எட்டாத தூரம் அடைந்த பிறகு, ஒரு மரத்தடியில் அமர்ந்தேன். அலைச்சலால் நான் களைப்புற்றிருந்தாலும் சூழ்நிலை மிகவும் களையாக இருந்தது. காலையைக் கானத்தால் நிரப்பும் பறவைகளும், அந்தக் கானத்தால் பூரித்து மலர்ந்தவைபோல மணம் பரப்பும் மலர்களும், அந்த மணத்தாலும் கானத்தாலும் மயங்கித் தலையாட்டும் மரங்களும் எல்லாமே கவர்ச்சி வடிவுதான். இருந்தும், என் நெஞ்சு என்னைச்

சுட்டது. சிறிது நேரந்தான் என்றாலும், வழிமறித்த பெண்ணிடம் மதி இழந்த தவறு தவறுதானே?

“நீ செய்தது தவறு!” என்று குரல் கேட்டுத் திடுக்கிட்டேன்.

மலையுச்சியில் நான் விடுத்து வந்த மோகினியின் குரல்தான். ஓடி ஓடி நான் கடந்த தூரத்தைச் சுளுவாக அவள் எப்படிக் கடந்தாள்?

“அந்தப் பெண்ணை நீ ஏற்காதது தவறு, அவள் கன்னி; அழகி; நல்ல செல்விகூட; அவளால் உனக்கு எல்லாச் சுகங்களும் கிடைத்திருக்கும்!”

“நீ எப்படி வந்தாய்?”

“நான் வந்தேனா? நீ என்னைச் சுமந்து வந்தாய். உன்னோடு உனக்குள் நான் இருக்கிறேன். நீ சந்தோஷமாக இருக்க வேண்டும் என்பதுதான், என் ஆசை. அதனால்தான் ஊரார் அதிசயிக்கும்படியான கவர்ச்சியை, உன் உடலுக்கு அளித்தேன். அந்தப் பெண்ணைத் தூண்டியதும் நான்தான். பாவம்! அவள் நடுத்தெருவில் அழுதுகொண்டு நிற்கிறாள்.”

“அவளைப் பற்றி, எனக்கு அக்கறை இல்லை. நீ எப்படி எனக்குள் இருக்க முடியும் என்பதைத்தான் யோசிக்கிறேன்.”

“பசுபதி பேதையாய்ப் பேசுகிறாய், ஐயோ! இருபது ஆண்டுத் தவம், உன் அறிவைத் தீட்டிவிட்டது போலும்! உன்னுள் இருக்கும் எனக்கு, உன் அந்தரங்கங்கள் எல்லாம் தெரியும். நீ தாய் தந்தை இல்லாத அனாதை. தாய்மாமன் வீட்டில் தங்கிப் படித்து வந்தாய். அவர் உன்னிடம் மிகவும் அன்பாக இருந்தார். பள்ளிப் புத்தகங்களைத் தவிர, வேறு அறிவு அறியாத பதினாறாவது வயசில், ஒருநாள் இரவு நீ நிம்மதியாகத் தூங்குகையில்...”

ஆகா! மோகினி குறிப்பிடுகின்ற அந்த இரவுதான், என் வாழ்க்கையில் ஒரு திருப்பம் உண்டாக்கியது. அந்த அற்புதமான இரவை, நான் எப்படி மறக்க முடியும்?

அன்று, நன்றாகத் தூங்குகையில், விடியலுக்குச் சற்று முன்னர், ஒரு கனவு கண்டேன்.

கனவிலும் நான் தூங்குகிறேன்.

அழகான குழந்தை ஒன்று. குறுநடை நடந்தது. குறும்பாகத் தள்ளாடியவாறு, என்னை நோக்கி வருகிறது.

அவன் கரத்தில், அவனைவிட உயரமான வேல் ஒன்று! சுமக்க மாட்டாமல் சுமப்பவன்போல, இரு கைகளாலும் அதைப் பிடித்துக் கொண்டு என் மருங்கில் வருகிறான். மெதுவாக, வேலால் என்னைத் தொட்டு எழுப்புகிறான்.

“பசுபதி, கண்ணைத் திற; தூங்கியது போதும்!” என்று அந்தக் குழந்தையின் மழலையைச் செவியுறும் பாக்கியம் எனக்குக் கிடைக்கிறது.

எழுந்து நான், அவனை அன்போடு அழைக்கிறேன். வம்பாக ஓடுகிறவனைத் துரத்திப் பிடிக்கிறேன். இடுப்பில் ஏந்துகிறேன்.

அவன், தன் இடதுகரத்தை என் கழுத்தில் மாலையாகச் சுற்றிக் கொண்டு, வேலைத் தன் வலத்தோளில் சார்த்திக்கொண்டு, என் காதில் மிருதுவான சொற்களைச் சொல்லுகிறான்.

"நீ பள்ளிக்கூடத்தில் படித்தது போதும், என்னை நம்பி வீட்டை விட்டு வெளியே வா! உனக்கு நான் சொல்லித் தரவேண்டியவை ஏராளமாக இருக்கின்றன. உன்னோடு நான் எப்போதும் இருப்பேன். தேவைப்படும்போது தேவையானவற்றைக் கூறுவேன். உன்னைத் தேடி வந்த என்னை மறந்துவிடுவாயோ?" என்று சிரித்தது, அந்தக் குழந்தை.

அவ்வளவுதான் கனவு. வெறும் கனவு. அதனால் என்ன என்று எவரும் எளிதில் கூறலாம். ஆனால், அந்தக் கனவோடு கண் விழித்த என்னை, அந்தக் குழந்தைப் பைத்தியம் பிடித்தது. மாமாவையும் மாமியையும் விட்டு, இரவோடு இரவாகக் கிளம்பியவன்தான். எந்த ஒரு பொருளைக் கற்பதால் எல்லாப் பொருளையும் கற்பதாகுமோ, அந்த ஒரு பொருளை அந்தப் பொருளினிடமே இருபது ஆண்டுகளாய்க் கற்கிறேன்.

மோகினி, அந்தக் கனவை நினைவுபடுத்தியதும், நிதானித்துக் கொண்டேன். கனவில் தோன்றி என்னை ஆட்கொண்ட அண்ணலை, இந்நேரம் மறந்த பிழையை உணர்ந்தேன். 'பெயரே கடவுள்' என்கிற சத்தியத்தை அனுபவவாயிலாக அறிந்த நான், அவருடைய பெயரை இடைவிடாமல் உச்சரித்தேன். என்னை முற்றுகையிட்டு வளைக்க முயலும் மோகினியிடமிருந்து என்னை விடுவிக்கும்படி முறையிட்டேன்.

அப்போது, என் புலன்களில் ஒளி ஒன்று பாய்வதை உணர்ந்தேன். அந்த ஒளியின் துணையோடு பார்வையை எனக்குள் செலுத்தி நோக்கவும், என் உடலில், உள்ளத்தில், புத்தியில் மோகினி என்ற அந்தச் சக்தி அழகாக அமர்ந்திருப்பதைக் கண்டேன். ஒளியுண்ட என் புத்திக்கு, அவளுடைய சரித்திரமே புலனாயிற்று!

எனக்குள் புத்தொளி பரவியதை, அவள் அறிந்துகொண்டாள். எனினும், அவள் என்னைவிட விரும்பவில்லை: "உன் குருநாதன் பெயரைக் கேட்டு அஞ்சிவிடுவேன் என்று நினைக்காதே. என்னைப் பார்க்க முடிகிறது; பார்! நான் சர்வலோக நாயகி; உன் நாயகியாக ஆசைப்பட்டேன். எனக்கு இணங்கு. உனக்கு எல்லாம் தருகிறேன்" என்றாள்.

அவளை நான் பார்த்துக்கொண்டுதான் இருந்தேன். மனித இறைச்சியில் எத்தகைய மேடு பள்ளங்கள் இருந்தால், 'அழகான பெண்' என்று வருணிப்பார்களோ அப்படித்தான் இருந்தாள் அவள். என் கண்களோடு அவள், தன் கண்களைக் கோத்துக்கொண்டாள். கனலும் காமத்தை உமிழும் அவ்விழிகள்!

"நான் உன்னைத் தாயாக வணங்குகிறேன்" என்றேன், அமைதியாக.

"தாய் என்பதும் தகப்பன் என்பதும் மனிதர் வகுத்த தர்மம். அவை எனக்கு ஏது? என் விருப்பமே என் தர்மம். கவர்ச்சி அளிக்கும் நான், உன்னிடம் கவர்ச்சி கொண்டு வந்தேன். எனக்குத் தெரியாத வித்தை இல்லை; முடியாத திறமை இல்லை; என்னைச் சுவை; எனக்கு இன்பம் தா"

ஆம்! நாடக நாயகிகள் போலத்தான், அவள் பேசிக் கெஞ்சினாள்.

“மோகினி, உன் நாடகம் என்னிடம் நடவாது. உன் உண்மை, எனக்குத் தெரியும். கருங்குழலும், காதல் நோக்கும், சிவந்த மேனியும் உடை காட்டும் அழகும் உன் வேஷம். நீ யார் என்பதை அறிவேன்.”

“நிஜமாகவா?” என்றாள் அவள், சற்றே அச்சத்துடன்.

“சொல்லுகிறேனே, உன் வடிவத்தை வருணிக்கட்டுமா? விரிந்த சடை, வெறித்த விழிகள், கரியெனக் கறுத்த மேனி, அதைவிடக் கறுத்த உள்ளம், செவ்விரத்தம் கொட்டும் நாக்கு, செம்மை பூசிய பற்கள், கொழுத்த கொங்கைகள், கபால மாலை ஆடை – உன் வடிவம் இதுதானே? மோகினி என்று அழகான பெயர் சொன்னாய். அதுவும் பொய். நீ காளி; சக்தி; காளிகளிலும் நல்லது செய்யும் காளி அல்ல நீ. உன் பெயர் நாசகாளி அல்லவோ? மயானத்தில் அலைந்து சவங்களைப் பிடுங்கி உண்பது உன் இன்பம். ‘அம்மா’ என்று பணிகின்றவர்களின் உதிரம் உண்பது, உனக்கு விளையாட்டு. ஜகதாம்பிகை, உமாதேவி, திரிபுவன சுந்தரி, பரமேசுவரி. என்று பல பெயர்களால் அறியப்படும் அன்னை பார்வதியும் நீயும் ஒன்றுதான் என்று பலர் ஏமாறுகிறார்கள். நீ அசுத்தம்; நீ மாயை; நீ இருட்டு. அருள்நெறி நடப்போரை இருள் நெறிக்கு இழுப்பதே, உன் லட்சியம். நீயும் கெட்டு, உன்னை நம்புவோரையும் கெடுக்கும் இழிமதி படைத்தவளே, எட்டிச்செல்!”

“அழகாய்ப் பேசிவிட்டாய்! மோகினி என்று அழை, காளி என்று அழை, என் காமத்தைப் பூர்த்தி செய்!”

“நாசகாளி வெளியே போ. என் குருநாதரிடம் முறையிடுவேன், அழிவாய்.”

“அவன், என்னை என்ன செய்வான்? என் அருகில் வர அவன் துணிவானா?” என்றாள் அவள், தருக்குடன்.

எனக்குச் சினம் வந்தது; “என் குருநாதரை நிந்தனை செய்தால், உன்னை மாய்ப்பேன்!”

“பசுபதி, இச்சையோடு வந்த பெண்ணைக் கொல்லுவது தர்மமா?”

“உத்தமிபோல் அறம் பேசுகிறாய்! ‘அம்மா!’ உன்முன் குனிகின்றவர்களிடம் முறைப்பிசகாய்ப் பழகுகின்ற நீ பெண்தானா? அஹிம்சை பேசுகிறாய். அறம் கொல்லுகிறவர்களிடம் அஹிம்சை தெய்வநீதி ஆகாது. சத்தியம் நிரந்தரமானது; அதனைப் பல பெயர்களால் அழைக்கிறோம். அதனை ‘முருகா’ என்று அழைத்தால், வேலும் படைகளும் தாங்கி வருகிறது. ‘ராமா!’ என்று குரல் கொடுத்தால், வில்லும் அம்பும் ஏந்தி வருகிறது. ‘பரமேசுவரா’ என்று கூப்பிட்டால், திரிசூலம் சுமந்து வருகிறது. ஆயுதம் தரியாத கடவுள் வடிவங்களே இல்லை. அந்த ஆயுதங்கள், வெறும் அழகுக்காகவா இருக்கினறன? உன்னைப்போலத் தமோகுணம் நிறைந்த துஷ்டர்களை மாய்க்கத்தானே, அவை இருக்கின்றன?”

“நீ பாசத்துக்குக் கட்டுப்பட மாட்டாய். உன்னையும், உன்னைக் காக்க வருகின்றவர்களையும் தூளாக்குகிறேன்!” என்று வீரம் பேசியவாறு, தன்

சொந்த வடிவமெடுத்து என்னை அணைத்து, அப்படியே அரைத்துவிட முற்பட்டாள் அவள்.

குருநாதரை நினைத்தேன். தேவைப்படும்போது, தேவையைப் பூர்த்தி செய்வதாக, அவர் அளித்த வாக்குறுதியை நினைத்தேன். எனக்குள் அகங்காரம் மூண்டது. அது சுத்த அகங்காரம்.

மண்ணை அழைத்தேன்; வந்தது. சூலம் சுற்றிக் குதிக்கிற அவளைக் கட்டப் பணித்தேன்.

தீயை அழைத்தேன்; வந்தது; கட்டுண்ட அவளை எரித்திடப் பணித்தேன். காற்றை அழைத்தேன்; வந்தது. அவளை எரிக்கின்ற நெருப்பை ஊதிப் பெருக்கிடப் பணித்தேன்.

நீரை அழைத்தேன்; வந்தது. அவள் எரிந்த எச்சத்தைக் கரைத்திடப் பணித்தேன்.

வானை அழைத்தேன்; வந்தது. அவள் ஞாபகமும் அறுமாறு செய்திடப் பணித்தேன்.

அவள் ஒழிந்தவுடன், நான் சத்துவன் ஆயினேன்.

அக்கணம், நானே எனக்குக் குரு ஆகிறேன். ஆறுமுகத்தன் ஆகிறேன். ஈராறு கரத்தன் ஆகிறேன். சக்திவேல், என் கைக்கு வருகிறது. மயில், எனக்கு வாகனம் ஆயிற்று. அப்பால்...

அப்பால்... அப்... அ...

கலைமகள் (ஜூலை 1957)

உறங்காத கண்கள் (நவம்பர் 1968)

மறுபிரசுரம்: _ஓம் சக்தி_ (செப்டம்பர் 1996)

எம்.வி. வெங்கட்ராம் கதைகள் (டிசம்பர் 1998)

•

இது ஒரு கதை

கதையைச் சொல்லுவதற்கு முன்னால் முன்னுரை யாகச் சில விஷயங்களைச் சொல்லிவிடுகிறேன்.

முதலாவதாக – எனக்குக் கதை எழுதத் தெரியாது. எல்லோரும் எழுதுகிறார்களே, நாமும் எழுதிப் பார்க்கலாம் என்ற ஆசையால் எழுதலானேன். இக்காலத்தில், வக்கணையாக, நல்ல தமிழில் கதை எழுதுகிறார்கள். அவ்வளவு 'தினுசு' எழுத, எனக்கு வராது. ஆகையால், சொல் சோரம், பொருள் சோரம் ஏதாவது இருப்பின், நான் மன்னிக்கப்பட வேண்டும்.

இரண்டாவதாகக் கதை என்றால், ஒரு விஷயத்தை 'மூக்கும் முழியும்' வைத்துச் சொல்வது என்றுதான் எண்ணியிருந்தேன். ஆனால், முன் காலத்தில் நாடகத்துக்கும் காப்பியத்துக்கும் இலக்கண வரையறை இருந்ததுபோல், கதைக்கும் இலக்கணம் இருப்பதாகப் பத்திரிகைகளில் படித்தேன். எனக்கு விவகாரம் ஒன்றும் பிடிபடுவதில்லை. ஒரு 'நிகழ்ச்சியை' எழுத விரும்பி, 'அந்த நிகழ்ச்சி' பற்றி நீள எழுதிவிட்டேன். இதுவும் இலக்கணப்பிழையோ என்னவோ, விமரிசகப் பெருமக்களின் மன்னிப்பைக் கோருகிறேன். நான் சொல்ல வந்தது, கிருஷ்ணய்யருடைய பெண்ணின் கதை.

கிருஷ்ணய்யர் யார் என்பதைச் சொல்ல வேண்டும். அவன் கிருஷ்ணனாகவும், நான் ராமனாகவும் ஒரே தெருவில் அவதரித்து, ஒரே பாடசாலையில் 'ஹரி ஓம்' தொடங்கி, ஒரே கல்லூரியிலிருந்து பி.ஏ. பட்டதாரிகளாக வெளிவந்தவர்கள் நாங்கள். நண்பர்கள் என்கிற சொல்லுக்கு, நாங்கள் பொருள் கொடுத்தோம் எனலாம். இருவருக்குமே சாத்திரங்களிலும் ஆசாரங்களிலும் பரம நம்பிக்கை. படித்துப் பட்டம் பெற்ற பிறகும், அந்த நம்பிக்கை குறையவில்லை என்பதைப் பற்றி, இக்காலத்தில் பெருமைப்பட்டுக்கொள்ள முடியுமா? வேலை தேடி, பிறரிடம் கைகட்டி வாழ விரும்பாத நாங்கள், கிடைத்த உத்தியோகங்களை விட்டுவிட்டு, ஜவுளிக்கடை வைத்துக்கொண்டோம்.

தொழில் ஒன்றானாலும் எங்களுக்குள் போட்டி மனப்பான்மை கிடையாது. எல்லோரும் வாழ வேண்டும் என்கிற மறைமொழியில் நம்பிக்கை கொண்ட எங்களுக்குள், கொள்ளை லாபம் சம்பாதிக்கும் எண்ணம் கிடையாது. ஆகக் கிருஷ்ணனும், நானும் பிறவி முதல் நண்பர்கள்.

பலவிதங்களில் ஒற்றுமையாக இருந்த எங்களுக்குக் குடும்ப வாழ்க்கை பற்றிய வரை வேற்றுமை ஏற்பட்டுவிட்டது. கிருஷ்ணனுக்குச் சிறு வயதிலேயே மணமாகிவிட்டது. பி.ஏ. படிக்கும்போது, அவன் இரு குழந்தைகளுக்குத் தகப்பன். எனக்கு அப்போதுதான் விவாகம் நடைபெற்றது. பின் மூன்று ஆண்டுகள் கழித்துத்தான், எனக்குக் குழந்தை பிறந்தது. என் மூத்த மகனுக்கு இப்போது பதினான்கு வயசு ஆகியிருந்தது; ஒன்பதாவது வகுப்பில் படிக்கிறான். கிருஷ்ணனுடைய மூத்த மகன் டாக்டருக்கு—கடைசி வருஷம் படிக்கிறான்; அடுத்த பெண் 'இண்டர்மீடியட்' படிக்கிறாள். இந்த விதத்தில் கிருஷ்ணன் என்னைவிடக் கொடுத்து வைத்தவன்தான். தொழிலை விட்டு ஓய்வெடுத்துக்கொள்ள விரும்பினால், பொறுப்புகளை ஏற்க வயது வந்த மைந்தன் அவனுக்கு இருக்கிறான். என் மகனை இன்னும் ஆறு, ஏழு வருஷங்கள் என் பொறுப்பில்தானே வளர்க்கவேண்டும்? தொழில் செய்வது என்றால், முன்னைப்போல் எளிதாகவா இருக்கிறது? நாளுக்கு ஒரு வரி போடுகிறார்கள். நம் அரசு, வரி கொடுக்கலாம் என்று நினைத்தாலும், வரி வசூல் அதிகாரிகள் தொல்லையைப் பொறுத்துக்கொண்டு யாரும் மானத்தோடு தொழில் நடத்தமுடியாது. லாப—நஷ்டங்கள், அதிகாரிகள், குடும்பத் தொல்லைகள் போன்ற வாழ்க்கைச் சந்தையில் அமைதிக்கு இடமேது? 'எனக்கு நாற்பது வயதாகிறது, இதற்குள் வாழ்ந்தது போதும் என்கிற அலுப்புத் தட்டிவிட்டது, 'கிருஷ்ணனுக்கு இருப்பதைப் போல், நமக்கும் ஒரு வயது வந்த மகன் இருந்தால், பொறுப்பை அவனிடம் இறக்கி விட்டு நிம்மதியாக இருக்கலாமே' என்று கிருஷ்ணனிடம் பொறாமை ஏற்படுகிறது, இதையெல்லாம் பார்க்கிறபோது, "சிறு வயதில் கல்யாணம் செய்வதுதான் நல்லது" என்கிற முடிவுக்குத்தான் வர வேண்டியிருக்கிறது. இந்த நாட்டில் முக்கி முக்கி வாழ்ந்தாலும், அறுபது வயதுக்கு மேல் இருப்பவர்கள் அரிது. அதற்கு முந்தி இறப்பவர்கள்தான் அதிகம். இந்த லஷ்ணத்தில் இருபத்தைந்து வயதில்தான் கல்யாணம்—என்றால், அப்புறம் குழந்தைகளைப் பெறுவதற்கும், அவைகளை 'முழுமையாக வளர்ப்பதற்கும்' ஆயுள் எங்கே? பணக்காரர்கள் எப்பொழுது வேண்டுமானாலும் மணக்கலாம். ஆனால், எங்களைப் போன்ற நடுத்தர வகுப்பினரும் ஏழைகளும் சிறுவயதில் மணப்பதுதான் நல்லது. இந்த முடிவை யாரும் ஏற்கவேண்டும் என்பதில்லை. சமூகச் சிக்கல்களைப் பற்றி, மிகவும் நுட்பமாகப் புள்ளி விவரங்களுடன் ஆராய்கிற சீர்திருத்தச் செம்மல்களும் முற்போக்காளர்களும் சிந்தனைச் சிற்பிகளும், என் முடிவைப் பரிகாசம் செய்யலாம். அவர்களோடு வாதிக்க, எனக்கு வல்லமை கிடையாது. சொந்தக் கஷ்டத்தைச் சமூகக் கஷ்டமாகப் பாவிக்கும் தவறை, நான் செய்கிறேனோ என்னவோ! என்றாலும், எனக்குள்ள மூளையைக் கொண்டு எவ்வளவு யோசித்தாலும், நாற்பது வயசுக்கு மேல் வாழ முடியும் என்ற நம்பிக்கை இல்லாத நாட்டில், இருபது வயதுக்கு மேல் கல்யாணம் செய்துகொள்வதன் கருத்து என்ன என்பதை, என்னால் புரிந்துகொள்ள முடியவில்லை. நான் இவ்வளவு தூரம் எழுதியது ஆண்களைப் பற்றி; பெண்களைப் பற்றிப் பின்னால் எழுதுகிறேன்.

மற்றொரு விதத்தில், நான் கிருஷ்ணனைவிட அதிர்ஷ்டசாலி. அவனுடைய மனைவி அதிகம் படித்தவள் அல்ல என்றாலும், கொஞ்சம் நாகரீக மோகம் கொண்டவள். சினிமா பாணியில் தினுசு தினுசாக உடுப்பதிலும் ஆறு குழந்தைகளைப் பெற்ற பின்னரும் மேக்கப்போடு இருப்பதிலும் அவளுக்கு ஒரு ஆசை. இந்த வகையில் கிருஷ்ணனுக்குக் கொஞ்சம் செலவு அதிகம்தான். பாவம், அவனுக்கும் கொஞ்சம் சஞ்சலப் புத்திதான். என் மனைவியோ கட்டுப்பெட்டி; நாகரீகம் தெரியாதவள் என்று ஐயமறச் சொல்லலாம். மானம் காக்கத்தான் அவளுக்கு ஆடை. நல்ல படம் என்றால், சினிமாவுக்குப் போவாள். புத்தகம் என்றால், கம்பராமாயணமும் திருக்குறளும் எடுப்பாள். அவளுக்கு ஆசைகள் இல்லை என முடியாது. கணவரும் மக்களும் நன்றாக இருக்க வேண்டுமென்பதே அவள் ஆசை. நான் அமைச்சரோ, சட்டசபை அங்கத்தினரோ, சீர்திருத்தவாதியோ, முற்போக்காளரோ, புரட்சிவாதியோ அல்ல. ஆகையால் சட்டமும் உரிமையும் பேசத் தெரியாத மனைவி வாய்த்தது பற்றி, எனக்கு மகிழ்ச்சி. அவளை மகிழ்விப்பதில், எனக்குத் தனி மகிழ்ச்சி.

எங்கள் இருவரின் குடும்பச் சூழ்நிலையை, ஓரளவு விவரித்துவிட்டேன். இனி, நான் கூற வந்த நிகழ்ச்சியைக் கூறிவிடுகிறேன்.

2

ஒருநாள் மாலை, சுமார் ஒன்பது மணிக்கு, கிருஷ்ணனிடமிருந்து அவசரமாக அழைப்பு வரவே, அவன் வீட்டுக்குப் போனேன், மூடியிருந்த கதவைத் திறந்த கிருஷ்ணன், எனக்குப் பின்னாலே கதவைத் தாழிட்டான். என்ன சேதி? என்று கேட்க நான் வாய் திறக்குமுன், அவன் மேல்துண்டினால் வாயைப் பொத்திக்கொண்டு 'ஹோவென்று' அழத் தொடங்கினான்.

"என்ன விஷயம், யாருக்கு என்ன?"

"மானம் போச்சு! இனி நான், வெளியே தலைதூக்க முடியாது?" என்று கூறிக்கொண்டே, பெண்களைப்போல் தலையில் அடித்துக்கொண்டான் அவன்.

வியாபாரத்தில் பெருநஷ்டம் ஏற்பட்டு, இப்படிக் கதறுகிறான் என்றுதான் நான் ஊகிக்க முடிந்தது.

"என்ன ஆகிவிட்டது? எதற்காகப் பயப்படுகிறாய்?"

அவன் வாய்ப்பட விஷயம் வெளிப்படவில்லை. அவனுடைய மனைவி ராஜி, வெளியே வந்தாள். அவள் முகத்திலும் அவக்களை தாண்டவமாடியது. அவள்தான் செய்தியைச் சொன்னாள்.

காலையில் அவர்கள் எழுந்தபோது சாவித்திரியைக் காணவில்லை. எங்காவது வெளியில் போயிருப்பாள் என்று கொஞ்ச நேரம் அசட்டையாக இருந்தார்கள். நேரம் ஆக ஆக, அவர்களுக்கே சந்தேகம் தோன்றி, அவள் போகக்கூடிய இடங்களில் எல்லாம் பார்த்துவிட்டார்கள். எங்கும் அவளைக் காணோம்.

"இதனால்தான் பெண்ணைப் படிக்க வைக்க வேண்டாம் என்றேன், கேட்டாயா பாவி?" என்று மனைவியின் பக்கம் திரும்பினான் கிருஷ்ணன்.

படித்த பெண்கள் எல்லாம் இப்படித்தான் செய்கிறார்களா என்று, அந்தத் துயர நேரத்திலும் அவள் பதில் கூறத் தயங்கவில்லை.

"விஷயத்தைக் கேள்விப்பட்ட எனக்கே, அதிர்ச்சியாகத்தான் இருந்தது, கொஞ்ச நேரம் ஒன்றும் தோன்றவில்லை. கிருஷ்ணனைப் போன்ற நேர்மையான ஒருவன் குடும்பத்தில் நிகழக்கூடியதா இது? என்னைச் சமாளித்துக்கொண்டு சொன்னேன். அநாவசியமாக விவகாரத்தை வளர்த்தக்கூடாது, நாமே ஊரில் அக்கப்போர் பேசுவதற்கு இடம் தந்தால் நாளைக்குக் கல்யாணம் ஆக வேண்டிய பெண் – சத்தம் போடாதீர்கள். யார் மேலாவது, உங்களுக்குச் சந்தேகம் இருக்கிறதா?"

"எனக்கு ஒன்றும் தோன்றவில்லை" என்றான் கிருஷ்ணன்.

"இதுவரை அவளிடம் , ஒரு தப்பும் நான் பார்க்கவில்லை. ஆனால், ஐந்தாறு நாளாக, அவள் காலேஜிலிருந்து ஏழு மணிக்குத்தான் வீடு திரும்பிக் கொண்டிருந்தாள்" என்றாள் ராஜீ.

நான் சாவித்திரியின் அறையைச் சோதித்தேன். விஞ்ஞானம், சரித்திரம், பொருளாதாரம், பூகோளம், முதலிய கல்லூரி நூல்களுடன் காதல் கதைகளும் சினிமா புஸ்தகங்களும் ஏராளமாக இருந்தன. அந்தப் புஸ்தகங்களைப் புரட்டும்போதே, எனக்கு வேதனையாக இருந்தது. இவ்வளவும் – ஒழுக்கத்ததை நேர்ப்படுத்தும் ஒரு புஸ்தகம் இன்மையால் – வீணாகிவிட்டன என்று நினைத்தேன்.

சாவித்திரி கல்லூரியில் 'இளநிலை' வகுப்பில் படிக்கிறாள். குழந்தை முதல் அவளை நான் அறிவேன். மிகவும் அடக்கமான பெண். வாயிலிருந்து வெளிவரும் வார்த்தைகள் அளவோடு இருக்கும். உணர்ச்சிகளை எளிதில் விடமாட்டாள். வீட்டில் அவளுக்கு என்ன குறை? உணவு, உடை, புத்தகம் – எல்லாம் கேட்டமட்டில், அவளுக்குக் கிடைத்தன. இந்த நிலையில், அவள் ஏன் வீட்டைவிட்டு வெளியேற வேண்டும்?

எனக்குச் சந்தேகம் இல்லை. ஏன் பருவம் வந்த பெண் தனியாக வெளியேறியிருக்க முடியாது. அவளோடு போனவனைக் கண்டு பிடிக்க விரும்பினேன். சினிமா புஸ்தகம் ஒன்றில் இருந்த ஒரு துண்டுக் கடிதம், துப்புத் துலக்க உதவியது. கிருஷ்ணன் வீட்டுத் திண்ணையில் தையல்காரன் ஒருவன் கடை வைத்திருந்தான். பெயர் கண்ணுராவ். பார்ப்பதற்கு லட்சணமாக இருப்பான். அவன் சாவித்திரிக்கு எழுதிய கடிதம் அது. அவளுக்காக அவன் உயிரையும் அடகு வைக்கத் தயார் என்று எழுதியிருந்தான். அக்கடிதம், அவள் எழுதியதற்குப் பதில் என்பதும் தெரிந்தது.

கிருஷ்ணனை அழைத்தேன். சாவித்திரி வீட்டை விட்டுச் சென்ற விவரத்தை யாரிடமும் வெளியிட வேண்டாம் என்றும், வெளியூருக்குத் தன் சகோதரி ஒருத்தியைப் பார்க்கப் போயிருப்பதாக எல்லோரிடமும் சொல்லும்படி சொன்னேன்.

"ஓடுகாலியை வீட்டில் சேர்ப்பதா" என்று கிருஷ்ணன் தயங்கினான். நான் சொன்னதன் பேரில், அவள் திரும்பினால், ஏற்பதாக ஒப்புக் கொண்டான். விரைவில் அவளை அழைத்து வருவதாக, உறுதி கூறி விட்டு, நான் அங்கிருந்து கிளம்பிவிட்டேன்.

3

அடுத்தப்படியாக, நான் கண்ணுராவ் வீட்டுக்குச் சென்றேன். ஆளைத் தெரியுமே தவிர, அவன் குடும்பத்தாரைப் பற்றி எனக்கு ஒன்றும் தெரியாது. அதை நேரில் கண்ட நான், திடுக்கிட்டேன். ஒரு வீட்டில் நாலாவது குடியாக இருந்தது அவன் குடும்பம். கண்ணுராவின் பெயரைச் சொல்லி அழைத்துக்கொண்டே, நான் உள்ளே போனதும், வெளியே வந்த அவன் மனைவியைப் பார்க்கப் பரிதாபமாயிருந்தது. என்னைக் கண்டதும் கட்டாந்தரையில் விளையாடிக்கொண்டிருந்த மூன்று குழந்தைகள், தாயுடன் ஒண்டிக்கொண்டன.

"கண்ணுராவ் எங்கே?"

"ஊரில் இல்லை."

"எந்த ஊருக்குப் போயிருக்கிறான்?"

"தெரியாது."

அவளிடம் சாவித்திரியைப் பற்றி, நான் ஒன்றும் சொல்லவில்லை. அவள் வாயிலிருந்து ஏதாவது சேதி கிடைக்குமா என்று நயமாகவும், சிறிது அதட்டியும் கேட்டுப் பார்த்தேன். அவளுக்கு விஷயம் ஒன்றும் தெரியாது என்று புரிந்தது. கணவன் ஏதோ தப்பு செய்து ஓடிவிட்டான் என்ற திகில், அவளைப் பிடித்தது.

"வெளியூர் போனால், எங்கே போகிறான் என்று சொல்லாமல்தான் போவானா?"

"நீங்கள் கேட்பதைப் பார்த்தால், பயமாக இருக்கிறது. என்ன செய்திருக்கிறார்?"

விலையுயர்ந்த துணிகளை அவனிடம் தைக்கக் கொடுத்ததாகவும், அவைகளை அடகு வைத்திருப்பதாகவும் அவளிடம் சொன்னேன்.

"அதற்காகத் தாங்கள் வருத்தப்பட வேண்டாம். கண்ணுராவ் கெட்டிக்காரன், ஏதோ வேளைக் கோளாறு. அவன் மேல் நடவடிக்கை ஒன்றும் எடுக்கப்போவதில்லை. உங்களைப் பார்த்தால் மனசு கஷ்டப்படுகிறது. எனக்காகப் பயந்துகொண்டு ஊர்சுற்றப் போகிறான். எதற்கும் அவனிடமிருந்து கடிதம் ஏதாவது வந்தால், எந்த ஊரில், இருக்கிறான் என்று கண்டுபிடித்து, அவனை அழைத்து வருகிறேன்" என்று அவளுக்கு நான் சொல்லிய பொய்க்கு ஆறுதலும் கூறினேன்; அவளும் என்னைப் பரிபூர்ணமாக நம்பினாள்.

கண்ணுராவ் மீது எனக்குக் கோபம்தான். ஆயினும், அவன் மனைவியும் மக்களும் என்ன தீங்கு செய்தார்கள்? அவளை மேற்கொண்டு விசாரித்ததில், அவர்களுக்கு ஐந்து குழந்தைகள் என்று தெரிந்தது, மூத்தவை இரண்டும் பள்ளிக்கூடம் போயிருந்தன. தம்பதிகள் மிகவும் அந்நியோன்யமானவர்கள். கணவன் மீது அவள் குறைப்பட்டுக் கொள்ளவில்லை. தங்கள் வறுமைக்காக, விதியினைத்தான் நொந்தாள்.

4

கிருஷ்ணனும் நானும் பாரிய சகோதரர்கள் என்றேன். அவனுக்கு ஒரு துன்பம் அவமானம் என்றால், எனக்கும் வந்ததுபோலே தோன்றியது.

பதினெட்டு ஆண்டுகள் பெற்றோரின் ஆதரவில் வளர்ந்த ஒரு பெண், யார், எப்படி என்று இனம் தெரியாத ஒருவனை நம்பி வீட்டை விட்டு வெளியேறுவது சாதாரண துணிச்சல் என முடியுமா? கண்ணுராவின் செய்தி வேறு; அவனுக்கு முப்பத்தெட்டு வயதிருக்கும். ஐந்து குழந்தைகளுக்குத் தகப்பன். வறுமைகளில் உழலுபவன், சாவித்திரி அணிந்துள்ள தங்கநகைகள் அவனைக் கவர்ந்திருக்கலாம். சோறும் கிடைத்திருக்கிறது, அவனுக்கு. அதனால் துணிவு கொண்டதில் வியப்பில்லை. ஆனால், சாவித்திரியின் நிலை என்னவோ? பருவ வேட்கையினால்தான், அவளுக்குத் துணிச்சல் வந்திருக்கிறது என்பது உண்மை. ஆனால், பருவக்கோளாறுக்குச் சமூகச் சூழ்நிலை, நம் கல்வி அமைப்பு எல்லாமே காரணம் என்று எனக்குத் தோன்றுகிறது.

மேல்நாட்டு நாகரீகம், இந்த நாட்டில் பரவிய வேகத்தால், நம் இளைஞர்களுக்கு ஒழுக்கத் தாம்பத்திய அறிவு குறைந்து வருவதாக அறிந்தேன். நாட்டுக்கு நாடு, இனத்துக்கு இனம், ஒழுக்கம் வேறுபடத்தான் செய்யும். வேறுபட்டுத்தான் இருக்கிறது. குளிர்நாடுகளில் உள்ள மிகவும் சாதாரணமான பழக்க வழக்கங்கள், இப்பகுதியினருக்கு அநாகரீகமாகத் தோன்றும், நம் பழக்கங்கள் அவர்களுக்கு நகைப்பைத் தரும். மேல் நாடுகளில் ஆண்கள் பெண்கள் கூடி நடனமாடுகிறார்கள். இந்நாட்டில் ஒருத்தன் மனைவி, இன்னொரு ஆடவனுடன் கைகோத்து ஆடுவதைப் பொறுப்பார்களா...

அந்த நாடுகளில், இனவுணர்ச்சி மெதுவாக ஏற்படுவது இயற்கை. கடினமாகப் பாடுபடுகிறவர்கள் என்பதாலோ என்னவோ, நீண்ட ஆயுளும் உண்டு. இந்நிலையில் அவர்கள், முப்பது வயசுக்கு மேல் மணப்பதையும், நெருங்கிப் பழகுவதையும் விரும்புகின்றனர். மேலும், கல்யாணத்தை அவர்கள் தெய்வச் சடங்காகக் கொள்வதில்லை. இந்நாட்டு நிலை வேறு. பெண்கள் பதினொன்று அல்லது பன்னிரண்டாவது வயதில் பருவமடைவது மிகவும் சகஜம். பருவமெய்திப் பல ஆண்டுகளுக்குப் பின் மணம் செய்வதால், இடைக்காலத்தில் அவர்களுடைய நிலை என்ன? கல்வி கற்ற இடத்தில் ஒழுக்கம் பற்றிய பேச்சே கிடையாது; மேல் நாடுகள் மிகவும் முன்னேறியுள்ளன; அவைகளைப் பின்பற்றுவதுதான் நாகரீகம் என்று கூறி, நம் கல்வி முறை அவர்களுடைய ஒழுக்கத்தரத்தைக் குறைக்கின்றன.

நம் பத்திரிகைகளைப் பற்றியோ சொல்ல வேண்டாம். காரில் ஏறி உட்கார்ந்த ஐந்தாவது நிமிடம் ஒருத்தி ஒருத்தனைப் பார்த்ததும் காதல் கொள்வதையும், வயல்வரப்பில் வள்ளியைப் பார்த்த சிங்காரம் மயங்குவதைப் பற்றிய கதைகள், காரில் கண்ட காதலை மணக்கப் பெற்றோர் சம்மதிக்காததால் காதலை நிராகரிக்கும் சமூகம் ஒழிக என்று கடிதம் எழுதி வைத்துவிட்டுக் கதாநாயகனும் கதாநாயகியும் விஷம் உண்டு இறப்பதைப் படிக்கிறோம். ஒழுக்கம் குறைவதற்குச் சினிமாவை மட்டும் குறை கூறுவதை

நான் ஏற்கமாட்டேன். நம் எழுத்தாளர்களுக்கும், (நானும் ஒரு எழுத்தாளன் இப்போது) இதில் அநேகமான பங்கு உண்டு.

இருபது ஆண்டுகளுக்கு முன்னால், எந்தப் பத்திரிகையைப் புரட்டினாலும், விதவையின் கண்ணீரைப் பற்றி ஒரு கதையாவது கட்டாயம் இருக்கும். இப்போது கன்னியின் கண்ணீர்தான் அதிகமாக வருகிறது. கைம்பெண்ணைவிட, இன்று கன்னியின் நிலை கேவலம் என்பது உண்மையே. வரதட்சணை முதலிய கொடுமைகள் மட்டும், பெண்களுக்கு உரிய வயதில் கல்யாணம் ஆகாததற்குக் காரணம் அல்ல. பதினாறு வயதுக்குப் பிறகு கல்யாணம் செய்வதுதான் நல்லது என்கிற பிரச்சாரமும், சட்ட நிர்ப்பந்தமும் அதற்கு ஒரு காரணம் என்கிறேன். பெண்களுக்கு உரிய காலத்தில் மணமாகாததற்குக் காரணம், 'பணம் இன்மை' என்றுதான் பெண்ணைப் பெற்றவர்களே சொல்கிறார்கள். பணம் இருந்தால், எந்த வயதிலும் பெண்களுக்கு மணம் முடிக்கலாம் என்பதே இன்றைய நிலை. இந்நிலையில், கல்யாண வயது நிர்ணயம் அவசியமா என்பதே சந்தேகம். சிறுவயதில் பிறக்கும் குழந்தைகள் நோஞ்சான்களாகவே இருப்பர் என்கிறார்கள். பதினெட்டாவது வயதில் தகப்பனான கிருஷ்ணனின் குழந்தைகள், என் குழந்தைகளைவிட வலுவாகத்தான் இருக்கின்றன. ஆக, என் கட்சி இதுதான். இந்நாட்டில், இந்நிலையில் சிறுவயதில் மணம்புரிவதுதான் நல்லது. இப்படி நான் கூறுவதைப் பெரும்பாலானவர்கள் ஒப்புக்கொள்ளமாட்டார்கள். நான் பிற்போக்காளன் என்று எண்ணவும் படலாம். எனக்குப் பட்டதைக் கூறினேன். யாரும் ஏற்காததால், நான் சொன்னது பிசகு என்று ஆகிவிடுமோ? அல்லது நான் சொன்னதால் சரி என்றுதான் ஆகிவிடுமா?

சாவித்திரியின் கதையைக் கூற வந்தவன், ஏதேதோ எழுதிவிட்டேன். மனசுக்கு வேதனை உண்டானால் யாரிடமாவது வெளியிட்டால்தான், ஆறுதல் உண்டாகும். கதை எழுதுகிறவன் எழுதித்தானே ஆற்றிக்கொள்ள வேண்டும்! சாவித்திரி மகா பாபி என்று நான் நினைக்கவில்லை. அறியாமையால் அவள் தவறு செய்துவிட்டாள்; அதனால் அவளுடைய வாழ்க்கையே பாழாகிவிடக்கூடாது என்பது என் முதல் கவலை. அவளுடைய பிசகு, கிருஷ்ணனுடைய குடும்பத்துக்கு இழுக்கு ஏற்படுத்திவிடக் கூடாது என்பது எனது அடுத்த கவலை. அதற்காக விரைவில் அவளைக் கண்டுபிடித்து, ஊரார் காதில் அவள் விஷயம் விழாமல் தடுக்க வேண்டும் என்பதைப் பற்றி, மிகவும் எச்சரிக்கையாக இருந்தேன்.

5

மூன்றாவது நாளே புரிந்துவிட்டது. கண்ணுராவும் சாவித்திரியும் காஞ்சிபுரத்தில் இருந்தார்கள். எதிர்பாராத நேரத்தில் நான் சாவித்திரியின் எதிரில் தோன்றவே, அவள் திடுக்கிட்டாள். அப்போது கண்ணுராவ், அங்கே இல்லை. அவள் என்னமோ சந்தோஷமாகத்தான் இருந்தாள். ஆனால், அவள் இருந்த நிலை, என்னைத் துன்புறுத்தியது. எனக்கு ஆத்திரம் வரவில்லை; அழுகை வந்தது. பலிக்குப் போகிற ஆடு, கழுத்தில் கட்டியுள்ள தழையைத் தின்பது போன்ற அவளுடைய அறியாமையை என்ன என்பது? ஏறக்குறையப் பன்னிரண்டு ஆண்டுகள் கல்வி கற்றபின், முதிர்ந்த அறிவின் விளைவு இது.

“என்ன சாவித்திரி, காஞ்சீபுரம் பார்த்தாகிவிட்டதா? ஊருக்குப் புறப்படலாமா?” என்றேன், சிரிக்க முயன்றபடி.

அவள் பதில் கூறவில்லை. நானே சொன்னேன்: “நீ செய்த காரியம், படித்த பெண் செய்கிற காரியமா? குடும்பத்துக்கே அவமானம் தேடி விட்டாயே? அப்பாவும் அம்மாவும் இராப்பகலாக அன்ன ஆகாரமின்றி அழுதுகொண்டிருக்கிறார்கள்.”

வெகுநேரம் கழித்து, நான் ஏராளமாகப் பேசிய பிறகு, அவள் வாய் திறந்தாள்: “அப்பா, அம்மாவை நினைத்தால் எனக்கு வருத்தமாக இருக்கிறது. ஆனால், என் விதியைத் தீர்மானிக்கிற வயது, எனக்கு வந்துவிட்டது! தீர்மானமும் செய்துவிட்டேன்.”

“இப்படிச் செய்வதால், எதிர்காலத்தில் என்ன நேரும் என்பதை யோசித்தாயா?”

“யோசித்துத்தான் செய்தேன். எவ்வளவு கஷ்டங்கள் குறுக்கிட்டாலும் அவைகளை எதிர்த்து நிற்க, எனக்குச் சக்தி உண்டு.”

“சினிமாவில் காட்டுவதுபோல, ‘கஷ்டம்’ என்றால் கண்ணீர் விட்டு மூக்கைச் சிந்திவிட்டுச் சம்பளம் வாங்குகிற விஷயம் என்று நினைத்து விட்டாயா சாவித்திரி?”

“நான் அப்படி நினைக்கவில்லை. என்னை அவர் கைவிடமாட்டார் என்கிற நம்பிக்கை, எனக்கு உண்டு.”

“ஒரு நகைதானே தீர்ந்துள்ளது? நகைகள் எல்லாம் காலியானதும், நம்பிக்கையும் காலியாகும். ஒரு காலிப் பயலை நம்பி –”

“சித்தப்பா, அவரைப் பற்றி, அனாவசியமாகப் பேசாதீர்கள்!”

காய்கறிகளுடன் உள்ளே வந்த கண்ணுராவ், என்னைக் கண்டதும் அயர்ந்து நின்றுவிட்டான்.

“என்ன கண்ணுராவ், ஸ்டூடியோவுக்கு வேலை தேடி வந்தாயா?” அப்படித்தான் அவன், தன் மனைவிக்கு எழுதிய கடிதத்தில் குறிப்பிட்டிருந்தான். அக்கடிதத்தைக் கொண்டுதான், அவன் காஞ்சியில் இருப்பதைக் கண்டு பிடித்தேன்.

சாவித்திரியிடம் எனக்கு ஏற்பட்ட பரிவு அவனிடம் ஏற்படவில்லை. அவன் வேண்டுமென்றே அவளை ஏமாற்றினான் என்பதைப் பற்றி, என்ன சந்தேகம்? ஐந்து குழந்தைகளைப் பெற்றவன், ஒரு பேதைப் பெண்ணைக் கடத்தி வந்தது அற்பத்தனம் இல்லையா?

அவன் பேசாதிருக்கவே, என் ஆத்திரம் மூண்டது. “அயோக்கியப் பயலே!” உன்னை –

“அவரை ஒன்றும் சொல்லாதீர்கள். நான்தான் –” என்று மறித்தாள் சாவித்திரி.

“நீ சும்மா இரு. இந்தப் பேமானிப் பயல், உன்னை ஏமாற்றிவிட்டான்,”

“நான் ஏமாற்றவே இல்லை. அவள்தான் எனக்கு முதலில் கடிதம் எழுதினாள்” என்று அவன், குற்றத்தை அவளிடம் தள்ள முயன்ற போதுதான், அவனுடைய சுயரூபம் அவளுக்குக் கொஞ்சம் தெரிந்தது.

“எல்லாக் கடிதங்களையும், இங்கே எடு” என்று கண்ணுவை அதட்டினேன்.

சாவித்திரியின் பக்கம் திரும்பாமல் விடுவிடுவென்று நடந்தான். அங்கிருந்த ஒரு பெட்டியிலிருந்து, ‘காதல் கடிதங்களை’ எல்லாம் கட்டாக என்னிடம் எடுத்துக் கொடுத்தான். அவைகளைப் பத்திரமாக என் பையில் போட்டுக்கொண்டேன். முதல் குற்றவாளி யார் என்பதைக் கண்டுபிடிக்க, எனக்கு விருப்பமில்லை. சாவித்திரியின் தவறை மறைப்பதற்காகத்தான், அக்கடிதங்களை வாங்கினேன்.

“இன்னும் ஏதாவது கடிதம் இருக்கிறதா?”

“இல்லை”

“அவளுக்குத்தான் அறிவு வராத வயசு உனக்கு ஏன், இந்த அற்பப் புத்தி?”

“தெரியாமல் செய்துவிட்டேன்,” என்று கண்ணுராவ், கையைப் பிசைந்தான்.

தன்னைப் போலவே அவனும் காதலுக்காகப் போராடுவான் என்று எதிர்பார்த்த சாவித்திரியின் போதை தெளிந்துகொண்டிருந்தது.

“சாவித்திரி, எதற்காகம்மா நகைகள்? என்ன திட்டம் போட்டீர்கள்?”

“நாங்கள் ‘ரிஜிஸ்டர்’ கல்யாணம் செய்துகொள்ளலாம்” என்றார், அவர் தையல் வேலை செய்வது என்றும், நான் வாத்தியார் ஆவதாகவும் பேசிக்கொண்டோம்.”

“இவனுடைய குடும்பம் பற்றி, ஏதாவது சொன்னானா?”

“அம்மா மட்டும் இருப்பதாகச் சொன்னார்.”

“ஒரு சம்சாரம், ஐந்து குழந்தைகள் இருப்பதைச் சொன்னானா?”

“நிசமாகவா?”

சாவித்திரியின் போதை முழுவதும் தெளிந்துவிட்டது.

◆ ◆ ◆

இது பழைய கதை. சாவித்திரி நல்ல இடத்தில் வாழ்க்கைப்பட்டு, ஓர் அழகான ஆண் குழந்தைக்குத் தாயாக, இன்பமாக வாழ்கிறாள். கணவரிடம் மிகவும் ஈடுபாட்டுடன் இருக்கிறாள் என்பதையும் நான் மகிழ்ச்சியுடன் குறிப்பிடலாம் அல்லவா?”

_சுதேசமித்திரன்_ (தீபாவளி மலர்: 1957)

(நூல் வடிவில் இதுதான் முதல் பிரசுரம்)

●

விவகாரமும் விவாகமும்

வக்கீல் குமாஸ்தா பராங்குசம் நாயுடு, "வாங்க, வாங்க, பார்த்து ரொம்ப நாளாச்சு, உட்காருங்க" என்று எங்களை மலர்ச்சியாக வரவேற்றுக்கொண்டே, திண்ணையில் பாயை விரித்தார்.

நாங்கள் மூவரும் – ராமநாதன் செட்டியார், வீராசாமி படையாச்சி, நான் – பாய்மீது உட்கார்ந்தோம்.

"காலையிலே எங்கே இந்தப் பக்கம்? ஏதாவது விசேஷம் இருக்கா? வடயம் கொண்டு வந்திருக்கிறீங்களா? உங்க கையிலே எப்பவும் ஸ்டாக்கா இருக்குமே, நாயக்கர் கடை வாசனை புகையிலை; உங்களைப் பார்த்தா ... அந்தப் புகையிலை ஞாபகம் வந்துடுது. இந்த வட்டாரத்திலே அதை மிஞ்சறதுக்குப் புகையிலே கிடையாது. வீட்டுக்கு வந்தவங்களுக்கு வெத்திலை வைக்கிறது மரியாதை; உங்ககிட்டேயே கேக்கிறேன் பாருங்க; இதான் வக்கீல் குமாஸ்தா பிழைப்பு என்கிறது!"

அவர் கேட்பார் என்று எதிர்பார்த்தே, நான் அதிகப்படியாகக் கொண்டுபோயிருந்த வடயத்தையும் வாசனைப் புகையிலையையும் அவரிடம் நீட்டினேன். ஒவ்வொரு தடவையும், தம் பிழைப்பை நொந்து கொண்டேதான், அவர் வெற்றிலையோ காபியோ கேட்பது பழக்கம். தாம்பூலம் வாயில் இல்லாவிட்டால், அவர் மூளை ஸ்டிரைக் செய்துவிடும். நாலாவதை வாயில் திணித்தவுடனே, அவர் மூளையில் யோசனைகள் ஊறத் தொடங்கிவிடும். பிரபல வக்கீலுக்குக்கூடத் தோன்ற முடியாத அற்புதமான யோசனைகளை உதிர்த்துத் தள்ளுவார்.

"என்ன சேதி? தொழில் எல்லாம் எப்படி இருக்கு? இவங்க யாருன்னு சொல்லல்லியே?" என்று விசாரித்தார் நாயுடு, வாயில் புகையிலையைத் திணித்தபடி.

என்னோடு இருந்த இருவரில் செட்டியாரைத்தான், தொழில் முறையில், பல வருஷங்களாக எனக்குத் தெரியும்.

படையாச்சி அவருக்கு வேண்டியவர்; படையாச்சியின் குடும்பத்தில் ஒற்றுமைக் குறைவு ஏற்பட்டு, விவகாரம் கச்சேரி ஏற வேண்டிய நிலையில் இருந்தது. அதைப் பற்றி என்னைக் கலந்து, வக்கீலைப் பார்க்க வேண்டும் என்பதற்காகச் செட்டியார், படையாச்சியை என்னிடம் அழைத்து வந்தார். சட்ட ஆலோசனை கேட்பதற்கும், விவகாரங்கள் நடத்துவதைப் பற்றியும் வக்கீலைக் கலப்பதைவிடக் குமாஸ்தாவைக் கலப்பது மேல் என்பது, என் அனுபவம்; அதனால்தான் அவர்களை நாயுடுவிடம் அழைத்துப் போனேன்.

“இவர் பேர் வீராசாமி படையாச்சி. குடும்பத்திலே ஏதோ தகராறு. உங்களைக் கலந்துக்கலாம் என்று அழைத்து வந்தேன்” என்று சுருக்கமாக நாயுடுவுக்குப் படையாச்சியை அறிமுகப்படுத்தி வைத்தேன்.

“சொல்லுங்க; என்ன விஷயம்?”

படையாச்சி செட்டியாரிடம், “நீங்க சொல்லுங்க” என்றார்.

“ஒண்ணுமில்லே. படையாச்சிக்குப் பத்துக் காணி நெலம், மூணு வீடு எல்லாம் இருக்கு. இருபதாயிரத்துக்குச் சொத்து தேறும்” என்று ஆரம்பித்தார் செட்டியார்.

“அவ்வளவு இருக்காதுங்க... நாங்க வந்த வெவரம் பேசாம, சொத்து வெவரம் சொல்ல ஆரம்பிச்சுட்டீங்களே.”

“அப்படி இல்லீங்க. வக்கீல், டாக்டர் ரெண்டு பேரண்டையும் உண்மையை ஒளிக்கப்படாது. அப்புறம் உங்களுக்குத்தான் கஷ்டம்” என்றார் நாயுடு; சொத்து விவரத்தைப் பொறுத்துத்தான் விவகாரமும் இருக்கும் என்பதை அறிந்தவர் அவர்.

படையாச்சி ஆரம்பித்தார்: “நான் சொல்றேன், கேளுங்க. எனக்கு ஒரு பிள்ளை இருந்தான்; பெண் ஒன்றும் இருக்கு. பையனுக்குக் கல்யாணம் பண்ணி வச்சேன். மூணு வருஷம் ஆச்சு; குழந்தையே பிறக்கல்லே. அப்பறம், முதல் தாரத்துத் தங்கச்சியை ரெண்டாந்தாரமா கட்டி வச்சேன். இந்த ரெண்டாவது பெண்டாட்டி மைனர், இன்னம் மேசராவல்லே. இப்படி இருந்துதா? ரெண்டாங் கலியாணம் ஆன ஒரு வருசத்துலே, பையன் செத்துட்டான். ரெண்டாவது பொண்ணு சாதகத்தை மாத்திக் காட்டி ஏமாத்திவிட்டாளுங்க. அந்தச் சாதகத்துக்குத் தாலி பெலம் குறைச்சலாம்—”

“பாவம், ஒரே பையன். அவனும் போயிட்டான்னா, மனசுக்கு ரொம்ப வேதனையாயிருக்கும். இது எல்லாம் எப்போ நடந்தது?” என்று கேட்டார் நாயுடு.

“இப்பத்தான். பையன் போய் ஒரு வருடம் ஆகுது. அதுக்குள்ளாற, அந்தக் குட்டிங்க ரெண்டு பேரும் அடிக்கிற லூட்டியைப் பாத்தா, மானக்கேடா இருக்குது.”

“ஏதாவது தப்பு தண்டாவா?—”

“அதெல்லாம் நான் கண்ணாலே பார்க்கல்லே. நாள்விட்டு நாளு, பக்கத்து ஊருக்குச் சினிமா பார்க்கக் கௌம்பறாங்க. ராத்திரி அகாலத்திலேதான் திரும்பறாங்க. மொதல்லே, சாடைமாடையாகக்

கேட்டேன்; ரொம்பக் கேட்டா, என் மரியாதை போயிடும்னு, நானே கௌரதையா ஒதுங்கிட்டேன். வீட்டிலே அடுப்பு ஏத்தறதில்லே; எனக்கு வெந்நீர் வேணும்னாலும் நாமதான் வச்சுக்கணும். இப்படி இருக்கா? இப்ப, பதினைஞ்சு நாளா, அவங்க பாகம் பிரிச்சித் தரச்சொல்றாங்க. வெயிலிலேயும் மழையிலேயும் நான் சுத்தி அலைஞ்சு சம்பாதித்த சொத்து. அந்த ஊர்சுத்திக் கழுதைங்களுக்குத் தரணுமா? ஆயிரம் ரெண்டாயிரம் குடுத்து ஒதுக்கி விட்டுவிடலாமான்னுதான், ஒங்களைக் கேக்க வந்தேன்."

நாயுடு கேட்டார். "உங்களுக்குப் பூர்வீக சொத்து ஏதாவது இருந்துதா? அல்லது எல்லாம் சொந்தச் சம்பாத்தியமா?"

"எங்க அப்பன், அப்படி என்ன வச்சுட்டான்?"

"ஒன்றும் இல்லையா?"

"ஒரு காணி நிலம் அரை மனை; நான் தலை எடுத்தப்பறம்தான் எல்லாம் சேர்ந்தது."

"படையாச்சி, உம்ம ரெண்டாவது மருமகள் மைனர் என்கிறீர்; அவ கலியாணம் செல்லாது என்று அடிச்சுடலாம். ஆனா, முதல் மருமகளுக்குச் சொத்தில் 'ரைட்' உண்டு. சொத்தை ரெண்டா பிரிச்சு, அவளுக்குப் பாதி கொடுத்தாகணும்."

"என்னங்க, நான் பாடுபட்டு–"

"பெரியவங்க சொத்து ஒன்றும் இல்லைன்னா, ஜீவனாம்சத்தோடு தீர்த்துக் கட்டிவிடலாம். உங்கப்பா சொத்து இருந்ததா, சொல்றீரே!"

"பிரிச்சுத் தந்தாகணும்னு யோசனை கேக்கிறதுக்கா, உங்கிட்டே வந்தேன்?" என்றார் படையாச்சி.

"நான் ஒரு யோசனை சொன்னேன். படையாச்சி ஒரு தலைவலி, காய்ச்சல்னா கவனிச்சுக்க யாரும் இல்லே. அவர் கலியாணம் செய்துட்டா என்ன? அந்தப் பொண்ணுக்கும் ஒரு பாகம் கிடைக்கும் இல்லியா?" என்று செட்டியார் ஒரு புது யோசனை வெளியிட்டார்.

நான் வீராசாமிப் படையாச்சியைப் பார்த்தேன்; தமக்கு அறுபத்தைந்து வயசு என்று காலையில் அவரே சொன்னார்; ஆனால், நாற்பத்தைந்துக்குமேல் மதிக்க முடியாத தோற்றம். கலியாணம் என்றதும் அவர் முகம் மலருவதைக் கண்டேன். அவர் மணம் புரிந்துகொள்ள வேண்டும் என்பதற்காகவே மருமகள்கள் மீது புகார் செய்யத் தொடங்கி இருக்கிறாரோ என்று, எனக்குச் சந்தேகம் உண்டாயிற்று.

"ரெண்டாந்தாரம் கட்டிக்கிறத்திலே வாரிசும் உண்டாகலாம்; வீராசாமியைப் பாத்தா, அவ்வளவு வயது மதிப்புப் போடமுடியுமா?" என்றார் செட்டியார், மீண்டும்.

"இந்த வயசிலே கலியாணமா?" என்றேன், தயங்கிக்கொண்டே.

"பண்ணிக்கக் கூடாதுன்னு புதுச்சட்டம் வந்திருக்காமே; நிசமா?" என்று கேட்டார் வீராசாமி.

"அதெல்லாம் ஒண்ணும் இல்லே. குஷாலா கலியாணம் செஞ்சுக்கலாம்" என்றார் நாயுடு. வீராசாமியின் நாட்டத்தை அவர் அளந்துவிட்டார். தான் கலியாணம் செய்துகொள்ளவேண்டும்; மருமகள்களுக்கு ஏதாவது கொஞ்சம் தந்து ஒதுக்கிவிட வேண்டும் என்பதுதான் வீராசாமியின் நினைப்பு.

"ரெண்டாவது கலியாணத்திலே ஆண் வாரிசு தோணுது; அப்போ?" என்றார் வீராசாமி.

அவருடைய தன்னம்பிக்கையைக் காண, எனக்கு வியப்பாகத்தான் இருந்தது.

"படையாச்சி, ஒண்ணுல்ல, ஒன்பது பெத்தாலும் மருமகளுக்குச் சொத்தில் பாதி தந்தாகணும்" என்றார் நாயுடு.

வீராசாமி சோர்ந்துவிட்டார். "அப்படின்னா தந்துட வேண்டியதுதான். வேறே வளி இல்லே; அப்படித்தானே?"

"தந்தாகணும் ஓய், இந்தக் காலத்திலே பெண்பிள்ளை பக்கம்தான் சட்டம்" என்றார் நாயுடு, அழுத்தமாக. "ஆனா, பாவம், உமக்கும் வருத்தமாயிருக்கும். எங்கே இருந்தோ வந்த இரண்டு குட்டிங்களுக்கு, உம்ம சொத்தில் பாதி தர்ரதுன்னா–"

"அது இல்லீங்க. அவங்க ஒழுங்கா இருந்தாலும் பரவாயில்லை–நீங்க ரொம்பக் கெட்டிக்காரங்கன்னு அய்யா சொன்னாங்க. ஏதாவது ஒரு யோசனை பண்ணுங்க. கொலை பண்ணிவன்கூடத் தப்பிக்கிறான். சட்டம் அதுக்கு இடம் தருது. நீங்க இதுக்கு ஒரு வளி சொன்னாத் தேவலைங்க" என்று அழாக்குறையாகக் கூறினார் படையாச்சி.

"பாவம், உம்மைப் பார்த்தா, பரிதாபமாயிருக்கு. ஒரு வழி இருக்கு. தந்திரமா செய்யணும். பொறுமையாவும் இருக்கணும். சொத்திலே கொஞ்ச பாகம் கொடுத்து, அந்தக் குட்டிகளை ஒதுக்கிவிடலாம்" என்றார் நாயுடு.

இம்மாதிரி ஓர் அஸ்திரத்தை நாயுடு ரகசியமாக வைத்திருப்பார் என்று, நானும் எதிர்பார்க்கவில்லை.

"என்னங்க அது? சொல்லுங்க" என்றார் படையாச்சி, ஆவலுடன்.

நாயுடு வெற்றிலைக் குழப்பத்தைத் துப்பிவிட்டு, மறுமுறை வாயை நிறைத்தபடி கூறினார்: "நீர் நம்ம மனுஷரா போயிட்டீர். எனக்குப் பணம் காசு பெரிசில்லே. மனுஷன்தான் வேணும். யோசனை சொல்றதுக்கு, எவ்வளவு நேரம் ஆகப் போகிறது? அப்படி நடக்க வேணுமே?"

"செய்றேன், சொல்லுங்க."

"சொத்தின்பேரிலே கடன் உற்பத்தி செய்யணும்–"

"ஒருத்தன்கிட்டே நான், ஒரு தம்பிடி கடன் வாங்கினதில்லையே"

"அது சரிதான் ஓய். உம்ம பிள்ளை காலத்திலேயிருந்து கடன் இருக்காப்போல தஸ்தாவேஜு தயார் செய்யணும். மாடு வாங்கறதுக்கும், எருவுக்கும் செலவுக்கும் வாங்கினாப்போல எழுதி வைத்துக்கொள்ளணும்.

அதுக்கு நம்பிக்கையா நாலஞ்சுபேர் வேணும். மருமகளுங்க பாகம் கேட்டா, கடன் போகப் பாக்கியைப் பிரிச்சுக்கச் சொல்லலாம். புரியுதா?"

"நல்ல யோசனைங்க. அரியலூர்லே வக்கீலைக் கேட்டேன். பாகம் தர்றதைத் தவிர, வளி இல்லேன்னு உதறிவிட்டாரு."

"வக்கீல்களுக்கு என்ன தெரியும்? நாங்க பாயிண்ட் பாயிண்ட்டா எடுத்துக் கொடுத்தா, பேசுவாங்க. நாங்க இல்லாமல், வக்கீல் ஒரு கேசை நடத்திவிடுவானா? நேத்துப் பாருங்கோ. ஒரு கட்சிக்காரன் எமர்ஜண்டா ஜப்தி வாங்கணும்னு அவசரப்பட்டான். வக்கீல் முடியாதுன்னு கையை விரிச்சுட்டான். கட்சிக்காரன் கதர்றான். ஆர்டர் வாங்கித் தர்ரதா, நான் ஒப்புக்கொண்டேன். உள்ளே போய், கிளார்க் பையிலே ரெண்டுக்கு நாலா சொருகினேன். காரியம் பலித்துப் போச்சு. இவ்வளவும் செஞ்சு கொடுத்தா, நமக்குக் கிடைக்கறது அஞ்சு ரூபாய்; வக்கீலுக்கு இருபத்தஞ்சு. வக்கீலுக்குத் தர்ரதுன்னா இளிச்சிண்டே தர்ரான். நமக்குத் தரணும்னா, கண்ணிலே ரத்தம் சொட்டுது. அது போகட்டும். படையாச்சி, நான் சொல்றதைக் கவனமா கேட்டுக்கும். அந்தக் குட்டிகளுக்கும் புத்தி கற்பிக்கலாம். தஸ்தாவேஜுகளைக் கச்சிதமா தயார் பண்ணித் தர்ரது என் பொறுப்பு. பழைய ஸ்டாம்பு, பழைய பத்திரம் நான் தயார் பண்றேன். நீர் நம்பிக்கையான ஆள் அஞ்சு பேரைத் தயார் செய்யணும். ஆள் கிடைக்குமா?"

"கிடைக்காம என்னாங்க, அஞ்சுக்குப் பத்து பேரா அளைச்சு வர்றேன்."

"அப்புறம் உமக்கே நாமம் போடறவனா இருந்துடப்படாது–ரொம்ப ஜாக்கிரதையா ஆளைப் பொறுக்கணும்."

வீராசாமி படையாச்சி, நாயுடுவை மிகவும் மரியாதையோடு பார்த்தார்.

எனக்கு விவகாரம் முழுதும் விளங்கிவிட்டது. முதலில் நினைத்ததுபோல், படையாச்சி வெறும் பட்டிக்காட்டு அப்பாவி அல்ல. என்னிடம் வருவதற்கு முன்னாலேயே, வக்கீல்களைக் கலந்து ஆலோசித்ததைப் பற்றி, அவர் வெளியிடாமல், இப்போது கூறியதிலிருந்து, அவர் ஒன்றும் தெரியாதவர்போல் நடித்து வந்திருக்கிறார் என்பது புரிந்தது. கலியாணம் செய்துகொண்டு மருமகள்களின் தொந்தரவு இல்லாமல் குஷாலாக இருக்கவேண்டும் என்று அவருக்கு ஆசை; அந்த ஆசையைப் பயன்படுத்திக்கொள்ள வேண்டும் என்று நாயுடுவின் ஆசை; படையாச்சி வயசான காலத்தில் கஷ்டப்படக்கூடாது என்று செட்டியாரின் ஆசை. இந்த ஆசைக் கொள்ளையில் நான் சொல்லுவதற்கு என்ன இருந்தது? சாட்சியாக அமர்ந்து? எல்லாவற்றையும் கவனித்துக் கொண்டிருந்தேன்.

"இன்னொரு யோசனை" என்றார் நாயுடு. அவர் யோசனைகளைக் கேட்பதற்கு ஆள் கிடைத்துவிட்டால், ஒன்றுக்குப்பின் ஒன்றாக யோசனை புறப்பட்டவண்ணம் இருக்கும்.

"சொல்லுங்க" என்ற படையாச்சியின் குரலில் பணிவும் குழைவும் இருந்தன.

"தஸ்தாவேஜு எல்லாம் தயார் ஆகிறவரை, அந்தக் குட்டிகளோடு சண்டை வளைக்கக்கூடாது. அவர்களைத் தாஜா பண்ணி வைத்துக் கொள்ளணும்."

"அதெல்லாம், நான் பாத்துக்கறேன்."

"வீட்டிலே வண்டி, மாடு, அது, இதுன்னு விலை போறதா சாமான்கள் இருக்குமே? அதை எல்லாம் வித்து, ரொக்கமா மாத்தி வைத்துக்கொள்ளும்."

"அப்பவே செய்ய ஆரம்பிச்சிட்டேனுங்க" என்று தம் பங்கு கெட்டிக்காரத்தனத்தை வெளியிட்டார் படையாச்சி. "நான் ஊருக்குப் போய், நீங்க சொன்னபடி நாலு பேரைக் கூட்டிண்டு, அடுத்த ஞாயித்துக்கெளமை வெர்றேன். நீங்க மைத்த சேதிகளைக் கவனிச்சு வைக்கிறீங்களா?"

"அது என் பொறுப்பு. பழைய ஸ்டாம்ப், பழைய பத்திரம் விலை கூடக் கேட்பாங்க. எதுக்கும் ஒரு ஐம்பது ரூபா கொடுத்துட்டுப் போங்க. செலவானது போகப் பாக்கியைத் தர்ரேன்."

வீராசாமி, இடுப்பு வேட்டியில் முடிந்து வைத்திருந்த நோட்டுகளிலிருந்து ஐந்து பத்தை நாயுடுவிடம் கொடுத்தார். அதை வாங்கிக்கொண்டே நாயுடு, "படையாச்சி, தஸ்தாவேஜு எல்லாம் பக்குவமா தயாரான உடனே கலியாணத்துக்குத் தேதி வைத்துவிடலாம். சரிதானே?" என்றார்.

"நீங்கதான் இந்த வேலை எல்லாம் சுருக்க முடிச்சுத் தரணும்" என்றார் வீராசாமி, கொஞ்சம் வெட்கத்துடன்.

"நிசமாகவே பெரியவருக்குக் கலியாணமா?" என்று செட்டியாரைத் தனித்துக் கேட்டேன்.

"ஆமாங்க. அவர் என்ன செய்வார்? வயசான காலத்துலே வெந்நீர் தண்ணி வேணும்னாலும் ஆள் இல்லே, பாவம். பொண்ணும் ஏற்பாடு பண்ணிட்டோம்."

"பொண்ணு ஏற்பாடு பண்ணிட்டுத்தான், விவகாரத்துக்குப் புறப்பட்டீர்களா?"

இந்த விவகாரமும் விவாகமும் அக்கிரமம் என்று எனக்குத் தெரிகிறது. ஆனால், அதில் என் பங்கு என்ன என்று புரியவில்லை.

சுதேசமித்திரன் **(ஏப்ரல் 27, 1958)**

(நூல் வடிவில் இதுதான் முதல் பிரசுரம்)

●

சிரிக்கத் தெரிந்தவன்

பிரபல ஹாஸ்ய எழுத்தாளர் சுந்தா, என்னுடைய மிகவும் நெருங்கிய நண்பன் என்பதில் எனக்கு ஒரு பெருமை. அவன், என் கல்லூரித் தோழன். அந்தக் காலத்திலேயே, விகடமாகப் பேசுவதற்கு அவன் பெயர் பெற்றவன். அவன் இருக்குமிடம் ஒரே கும்மாளமாக இருக்கும். அந்தச் சிரிப்புப் பழக்கம்தான், அவனை ஹாஸ்ய எழுத்தாளன் ஆக்கிவிட்டது என்று நினைக்கிறேன்.

சர்க்கார் உத்தியோகத்தில் இருந்த என் தகப்பனார் பம்பாய்க்கு மாற்றல் ஆகிவிட்டதால், நான் சுந்தாவை விட்டுப் பிரிய நேர்ந்தது. இப்போது பதினைந்து ஆண்டுகள் ஆகின்றன. எவ்வளவோ மாறுதல்கள் நிகழ்ந்துவிட்டன. சிறிது காலம்வரையில், அவனைப் பற்றி, எனக்கு ஒன்றும் தெரியவில்லை. பிறகு, தமிழ்நாட்டின் தலைசிறந்த ஹாஸ்யப் பத்திரிகைகளில் எல்லாம், அவன் பெயர் அடிபடத் தொடங்கியதும், அவன் என் நண்பனேதான் என்பதைப் பற்றி, எனக்குச் சந்தேகம் ஏற்படவில்லை. அவனுடைய ஆயிரக்கணக்கான ரசிகர்களில் நானும் ஒருவன் ஆனேன். அவனுடைய கட்டுரைகளைப் படித்த வாசகர்கள் சிரிப்பாகச் சிரிக்கும்போது, நானே கட்டுரை எழுதிப் பாராட்டப்படுவதைப் போன்ற ஆனந்தம், எனக்கு உண்டாகும். அவன் எழுதுவது தரமான ஹாஸ்யமா, தரக்குறைவான ஹாஸ்யமா என்பது எனக்கு ஒன்றும் தெரியாது; உத்தியோகஸ்தனுக்கு இலக்கிய விஷயம் என்ன தெரியும்? ஆனால், அவனுடைய கதை, கட்டுரைகளைப் படிக்கும்போது மனத்தில் ஓர் அமைதி ஏற்படும். நாள் முழுவதும் அலுவலகத்தில் அலுத்து வந்தவர்கள், அவனுடைய எழுத்துக்களை நாடி ஓடியதில் வியப்பு என்ன? வாசகர்களின் அபிமானத்துக்குப் பாத்திரமான அவனை, என் நண்பன் என்று கூறிக்கொள்வது எனக்கே பெருமையாக இருந்தது. அவனோடு நான் கடிதத் தொடர்பும் ஏற்படுத்திக்

கொண்டேன். அவனுக்குச் சொந்த ஊர் கும்பகோணம்; சில வருஷங்களுக்கு முந்தி அவன் சுவாமிமலைக்கு ஜாகை மாற்றிக்கொண்டு எனக்கும் புதிய விலாசத்தைத் தெரிவித்தான்.

சுமார் பதினைந்து ஆண்டுகளுக்குப் பிறகு, தெற்கு நோக்கி வருவதற்கு எனக்கு ஒரு சந்தர்ப்பம் கிடைத்தது. அதைப் பயன்படுத்திக்கொண்டு, சுந்தாவையும் பார்த்துப் போகலாம் என்கிற எண்ணத்தோடு, அவனுக்குக் கடிதம் எழுதினேன். அவனும் ஸ்டேஷனுக்கு வந்து, என்னை வரவேற்றான்.

சுந்தா என் நண்பன் என்பதோடு, எனக்கு மிகவும் பிடித்த ஆசிரியனும் ஆகிவிட்டபடியால், அவனைக் காணவேண்டும் என்ற ஆவல் அதிகமாக இருந்தது. நான் எதிர்பார்த்ததுபோலவே, மற்ற எழுத்தாளர்களைப்போல், 'தொள தொள'வென்று குடுகுடுப்பைக்காரன் சட்டை இருக்குமே, அது போன்ற ஒரு கதர்ச் சட்டையோடும், வாயில் வெற்றிலைப் புதையலோடும் அவன் காட்சியளித்தான். பதினைந்து ஆண்டுகள், அவன் உருவத்தில் பிரமாதமான மாறுதலைச் செய்ததாகத் தெரியவில்லை. நான் 'வகை தொகை' இல்லாமல் பருத்துவிட்டேன். தொந்தியும் விழுந்துவிட்டது நரையும் காண்கிறது. ஆனால், அவன் ஊதவும் இல்லை, சுருங்கவுமில்லை. வயதும் அதிகம் ஆகியதை முகத்தில் லேசாகத்தான் காண முடிந்தது. இதற்குக் காரணம், அவனுடைய சிரிக்கத் தெரிந்த மனப்பான்மையாகத்தான் இருக்கவேண்டும். சிரிக்கத் தெரிந்தவர்களும் சிரிக்கிறவர்களும் நீண்ட ஆயுளோடு வாழ்வார்கள் என, விஞ்ஞானிகளே சொல்லவில்லையா?

"ராமு, பதினைந்து வருஷம் ஆகிறது, உன்னைப் பார்த்து. அடையாளம் கண்டுபிடிக்கவே முடியவில்லையே! ஒற்றை நாடி, இரட்டை நாடி ஆகிவிட்டது. இது கலியாணத் தொந்தியா; பணத் தொந்தியா?"

"எல்லாக் கேள்விகளையும் ஒரே மூச்சில் முடித்துவிடாதே! எனக்குக் கலியாணம் ஆகிவிட்டது. இரண்டு பயல்கள் இருக்கிறார்கள். நிம்மதியாக இருக்கிறேன். உன் கட்டுரைகள் வேறு, என் நிம்மதியில் சிரிப்பைச் சேர்க்கின்றன. என் கதை இவ்வளவுதான்; உன் சேதி என்ன?"

"என் கதை இன்னும் சுருக்கம். எனக்கும் மணம் நடந்துவிட்டது. குழந்தை குட்டி என்ற தொந்தரவு கிடையாது. வேடிக்கையாகப் பொழுது போகிறது. பங்களாவுக்குத்தான் வருகிறாயே, சாவகாசமாகப் பேசலாம்."

வழியிலிருந்த ஒரு வெற்றிலைக் கடையில் நின்ற சுந்தா, கடைக்காரனை எனக்கு அறிமுகப்படுத்தினான். "மாரிமுத்துதான், என் கட்டுரைகளுக்குத் தாய்ச் சரக்கு சப்ளை செய்கிறவன். மாரி, சரக்கு வந்துவிட்டதா?"

கடைக்காரன் சிரித்துக்கொண்டே, "ஐயா வந்தால் அமர்க்களம்தான். எவ்வளவு கவலை இருந்தாலும் பறந்துபோகும்" என்றான்.

அவன் கொடுத்த புகையிலை மட்டையைப் பிரித்துத் திருநீறு அள்ளுவதுபோல் இரு விரல்களால் அள்ளி அள்ளி வாயில் போட்டபடி, சுந்தா சொன்னான். "இந்த வாசனைப் புகையிலை, எனக்காக என்றே கும்பகோணத்திலிருந்து ஸ்பெஷலாக வருகிறது. மாரிமுத்து, தினம் எனக்காக நாலணா மட்டை கொண்டுவருகிறான். இந்தச் சரக்கு வாயில்

இருந்தால்தான், என் பேனாவுக்கு மூளை வரும்; பிரளயமாக எழுத ஆரம்பித்துவிடும்."

"கும்பகோணத்திலிருந்து இங்கே ஏன் ஜாகை மாற்றிவிட்டாய்? புகையிலைக் கடைக்குப் பக்கத்திலே குடி இருந்தால் நல்லதல்லவா?"

"உனக்கு விஷயம் தெரியாதா? கும்பகோணம் என்கிற பெயர் அவமானகரமானது என்று ஆராய்ச்சியாளர்கள் தீர்ப்பளித்துவிட்டார்கள். குடந்தை என்பதுதான் வரலாறு ஏற்கும் பெயர். புதுப் பெயர் சூட்டிய பிறகுதான், அங்கே ஜாகை வைப்பதாகச் சபதம் செய்திருக்கிறேன். ஏதாவது சபதம் செய்து, அதற்காக வாழ்வதுதானே வாழ்க்கை?"

கல்லூரி நாட்களில் இருந்ததைப் போலவும், இப்போது தன் கட்டுரைகளில் எழுதுவது போலவும், அவன் கலகலப்பாகப் பேசுவதைக் கேட்க எனக்கும் உற்சாகமாக இருந்தது. நான் வாழ்க்கையில் மிகவும் அடிபடாதவன்; சுகபுருஷன் என்றே சொல்லலாம். என்னைப் போலவே அவனும் மகிழ்ச்சியாக இருப்பதைக் காண, எனக்குத் திருப்தியாக இருந்தது.

2

"இதுதான் என் பங்களா" என்று அவன் காட்டின வீட்டைப் பார்த்தபோது, எனக்குக் கொஞ்சம் தயக்கமாக இருந்தது. அதை வீடு என்றும் சொல்ல முடியாது; குடிசை என்றும் தீர்மானிக்க முடியாது. ஒட்டுக் கூரை என்று சொல்லலாம்; தென்னங்கீற்றுகளால் ஆங்காங்கு செய்துள்ள ஒட்டு வேலைகளைக் கொண்டு 'ஓட்டுக் கட்டடம்' என்றும் கூறலாம். சுவாமிமலையில் முருகப்பிரான் தம் தந்தையாருக்கு உபதேசம் செய்த அந்தக் காலத்தில், கட்டிய வீடாகத்தான் அது தோன்றியது. நீள அகலத்தில் பெரியதுதான்; பழுதுகளும் அப்படித்தான் இருந்தன. பிரபல ஆசிரியனான என் நண்பன், அந்த வீட்டில் இருப்பதை அறிய, எனக்குச் சங்கடமாக இருந்தது. கட்டுரைகள் எழுதி, அவன் ஏராளமாகச் சம்பாதித்து அமோகமாய் வாழ்கிறான் என்று நான் செய்த கற்பனை, பொய் ஆயிற்று.

"என்ன மலைக்கிறாய் ராமு? இவ்வளவு வசதியான வீடு, உங்கள் பம்பாயில் கிடைத்துவிடுமா? இந்த அளவுக்கு அங்கே இடம் கிடைத்தால், ஆயிரம் ரூபாய் வாடகை கிடைக்குமே!"

அதுவும் சொந்த வீடு அல்ல. அவன் எழுத்தாளர்களுக்கு உடன் பிறவியான வறுமையோடுதான் வாழ்கிறான் என்று தெரிந்தபோது, என் வேதனை மிகுந்தது.

"நீ அப்பாவை மறக்கவில்லையே?" என்றான் அவன்.

அவனுடைய தகப்பனாரை, எனக்கு நன்றாகத் தெரியும். அவரைப் பற்றியும் சில வார்த்தைகள் சொல்லவேண்டும். புகையிலை வியாபாரத்தில் ஏராளமாகச் சம்பாதித்தவர் அவர். குடிகாரர் என்பதைத் தவிர, அவரைப் பற்றிக் குறை சொல்வதற்கு ஏதும் இல்லை. அவர் காலமாகி இருப்பார் என்று எண்ணித்தான், அவரைப் பற்றி, நான் அவனிடம் கேட்கவில்லை.

"அப்பாவா?" என்றேன்.

“அப்பாவேதான். வயதாகிவிட்டது. பார்வை மட்டும் தடுமாற்றம். மற்றபடி திடமாக இருக்கிறார்.”

“அது சரி. அவர் புகையிலையில் ஏராளமாகச் சம்பாதித்தாரே, நான் ஏன் வாடகை வீட்டில் குடியிருக்கிறேன் என்றுதானே கேட்கிறாய்? புகையிலையில் வந்தது புகையாகி இலையாகிவிட்டது! அப்பா ஓரளவு சொத்து சேர்த்ததும், அம்மா போய்விட்டாள். அந்தக் கவலையில், அப்பா தொழிலை நிறுத்திவிட்டார். அத்தோடு, சாப்பாட்டையும் மறந்துவிட்டார். பசி, தாகத்துக்குத் தீர்த்தம்தான். சொத்து போன இடம் தெரியவில்லை. மதுவிலக்கு வந்தது. அப்பாவுக்கு இடி விழுந்தாற்போல் ஆகிவிட்டது. கள்ளச் சரக்கு கிடைத்தாலும் அசல் சரக்கில் உள்ள நயம், அதில் ஏது? அவரோடு பேசிப் பாரேன்.”

வீட்டின் நடைபாதையில் உட்கார்ந்திருந்த அவனுடைய தந்தையருகில் போனேன்.

“அப்பா!”

“வந்துவிட்டாயா? கும்பகோணம்தானே போயிருந்தாய்? பீமா லாட்ஜ் ஹல்வா கொண்டுவந்தாயா?” என்றார் அவர்.

“அந்த ஹல்வாவை, உங்களால் கடிக்க முடியாது. உங்களுக்காகப் பம்பாய் மிட்டாய் வாலாவிடம் ஸ்பெஷல் ஆர்டர் கொடுத்திருக்கேன். ஒரு வீசைக்குச் சொல்லிவிட்டேன். ஒரு வாரம் சாப்பிடலாம். என்னோடு ராமு வந்திருக்கிறான். என்னோடு காலேஜில் படித்தானே—”

“வா ராமு, எப்போது வந்தாய்? எங்கே இருக்கிறாய்?” என்று தன் குருட்டு விழிகளை, என் பக்கம் திருப்பினார் அவர்.

“நீ அப்பாவோடு பேசிக்கொண்டிரு. நான் ஐந்து நிமிஷத்தில் வந்துவிடுகிறேன்” என்று சுந்தா உள்ளே போனான்.

“இப்போதுதான் ரயிலிலிருந்து வருகிறேன். பம்பாயில் உத்தியோகம்.”

“அங்கேயும், இந்த மதுவிலக்கு அமுலில் இருக்கிறதோ?”

“இருக்கிறது.”

“ஆனாலும், ‘பிளாக்’கில் நல்ல சரக்குக் கிடைக்கும். இல்லையா?”

“எனக்குப் பழக்கம் இல்லை.”

“கெட்ட பழக்கம் கூடாதுதான். ஆனால் பழக்கம் பண்ணிக் கொண்டால் விட முடியாது. ராமு, உனக்குக் கேட்கப் பிடிக்காது. இருந்தாலும் சொல்லி விடுகிறேன். பிரின்ஸ் பிராண்டி என்று கேள்விப்பட்டிருக்கிறாயா? இங்கிலீஷ் சரக்கு. அதைத் தொட்டவன், வேறு சரக்குத் தொடமாட்டான். ஒருமுறை டில்லிக்குப் போயிருந்தேன். என்னோடு இரண்டு பேர். அங்கே ஒரு இங்கிலீஷ்காரனோடு பழக்கம் ஆயிற்று. எங்கள் நாலு பேருக்கு இடையில் ஒரு பந்தயம் வைத்தோம். மூன்று முழு பாட்டில் போட்டாலும் தடுமாறக்கூடாது என்று.”

அவருடைய பேச்சோடு இழைந்து போவதைத் தவிர, வேறு வழி இல்லாமல், “பந்தயத்தில் நீங்கள்தானே ஜயித்திருப்பீர்கள்” என்றேன்.

“அதுதான் இல்லை. அந்த இங்கிலீஷ்காரன்தான் ஜயித்தான். மூன்று என்ன, அதற்குமேல் போட்டால்கூட அசையமாட்டான் போலிருந்தது. தலைக்கு ஐந்நூறு அவனிடம் கொடுத்தோம். மறுநாள் இன்னொரு போட்டி. பனங்கள்ளு இருக்கிறதே – இங்கே மொந்தையாகத் தருவார்கள்; அங்கே பாட்டிலில் கொடுத்தார்கள். இரண்டுக்கு மேல் சாப்பிட, என்னால் முடியவில்லை. குமட்டிவிட்டது. என்னோடு வந்த சாமிராஜ நாயுடுவுக்கு, இந்தப் போட்டியில் ஜயம். தலைக்கு ஐந்து நூறு கொடுத்தோம்.”

அவருடைய ஆஸ்தி கரைந்த கதை முழுவதையும் நான் ஊகிக்க முடிந்தது. குடியைத் தவிர, வேறு எதைப் பற்றியாவது அவரைப் பேச வைக்கவேண்டும் என எண்ணியவனாய், “சுந்தாவுக்கு, எந்த ஊரில் பெண் வாங்கினீர்கள்?” என்று கேட்டேன்.

“உனக்குத் தெரியாதா? பெரிய இடத்துச் சம்பந்தம்தான். மாயாவரத்துப் பெண். பெட்டிபோல் அடக்கம். ராமு, நான் குடித்துக் கெட்டேன் என்று சுந்தாவுக்குக்கூட வருத்தம். மாயவரம் சம்பந்தி இருந்தாரே, அவருக்குக் குடி என்றாலே பிடிக்காது. குடிகாரன் பிள்ளைக்குப் பெண் கொடுப்பதா என்று ரொம்ப யோசித்தார். பலமாகச் சிபாரிசு வைத்துத்தான் பெண் வாங்கினேன். அத்தனை நெறியான ஆசாமி, போகிறபோது ‘சர்வ பாப்பர்’. அவன் பிள்ளைகள் எல்லாம் சோற்றுக்குத் தவிக்கின்றன. எதற்காகச் சொல்லவந்தேன் என்றால், கெட்டுப் போகவேண்டும் என்று விதி இருந்தால், குடித்துத்தான் கெட வேண்டும் என்பதில்லை; குடிக்காமல் இருந்தாலும் கெட வேண்டியதுதான்; இல்லையா? விதியை வெல்ல முடியுமா? மதியாலேயே வெல்ல முடியாது; சட்டத்தால் வென்றுவிட முடியுமா? இந்தச் சுயராச்சியம் வந்து, ஊரே வறண்டு போச்சு.”

நல்லவேளையாக, இந்த நேரத்தில் சுந்தா, இரண்டு டம்ளர் காபியோடு வந்து சேர்ந்தான்.

“அப்பாவுக்கு மிகவும் வருத்தம். இந்த மதுவிலக்கு, அவர் உற்சாகத்தையே மாய்த்துவிட்டது. எனக்குக்கூட, அது இருந்தால் இன்னும் ஜோராகக் கற்பனை ஓடுமே என்று சில சமயம் ஏக்கமாய் இருக்கிறது.”

“உன் கிண்டலை, உன்னோடு வைத்துக்கொள். என்னிடம் காட்டினால், பொல்லாதவனாக இருப்பேன்” என்று சொல்லிக்கொண்டே, அவன் தந்தை காபியை உறிஞ்சினார்.

“கிண்டல் இல்லை, அப்பா. நிசமாகத்தான் சொல்லுகிறேன். காளிதாசன் போன்ற மகாகவிகள், மதுரசம் அருந்திவிட்டுத்தான் எழுத உட்காருவார்களாம். அது சரி, காபி என் தயாரிப்பு. எப்படி இருக்கிறது? பிரின்சுக்கு ஈடாகாது. இருந்தாலும்...”

அவன் தகப்பனார், டம்ளரைக் கீழே போட்டார். “கிறுக்குப் பயல், பத்திரிகைகளுக்குக் கதை எழுதிவிட்டால், மேதாவி என்ற எண்ணம். இந்த மாதிரி ஒரு பெண்சாதி அமைந்திருக்கிறபோதே, உனக்கு இவ்வளவு திமிர் இருக்கிறது –”

சுந்தா சிரித்துக்கொண்டே எழுந்தான்: “அப்பாவுக்கு வேலை கொடுத்தாகிவிட்டது. என் அறைக்குப் போகலாம்.”

அந்தச் சூழ்நிலையிலிருந்து வெளியேற விரும்பிய நான், அவனைப் பின்தொடர்ந்தேன். அவனுடைய அறை சுத்தமாய் இருந்தது. நிறையப் புத்தகங்கள் இருந்தன.

"நிறையப் படிக்கவேண்டும். படித்தால்தான் எழுத முடியும். இல்லையா?" என்றேன். அவன் எப்படித்தான் எழுதுகிறானோ என்று, நான் பலமுறை வியந்தது உண்டு. அந்தக் கேள்வியை, அவனிடமே கேட்டேன்.

"படித்தால்தான் எழுத முடியும் என்பது உண்மைதான்; படித்ததைத்தான் எழுத முடியும் என்று சிலர் சொல்கிறார்களே, அதுவும் உண்மைதான்."

3

எங்களுடைய சுவாரசியமான பேச்சு தடைப்பட்டது. அறைக்குள் ஒரு பெண்மணி நுழைந்து, காலியாகக் கிடந்த ஒரு நாற்காலியில் உட்கார்ந்தாள்.

"ராமு, வனஜா என் மனைவி. வனஜா, இவரை உனக்குத் தெரியாது. என்னோடு காலேஜில் படித்தவர். ராமு என்று பெயர்."

கைக்கூப்பிய அவளை, நானும் வணங்கினேன்.

"ராமு, வனஜா பெரிய வீட்டுப் பெண் என்று அப்பா சொல்லியிருப்பாரே. என் மாமனாருக்கு மாயவரத்தில் முப்பது வீடுகள் இருக்கின்றன; நூறு வேலி நிலம்."

சொத்து பூராவையும் அவர் தொலைத்துவிட்டார் என்று அவன் தகப்பனார் கூறியது, ஞாபகத்துக்கு வந்தது.

சுந்தா சிரித்துக்கொண்டே கூறினான்: "வனஜா பிறந்த வீட்டுக்கே போவதில்லை; அப்பாவுக்குப் பிறகு அவளுக்கு அங்கே என்ன உரிமை இருக்கிறது?"

வனஜா குறுக்கிட்டாள்: "ஆண்பிள்ளைகள் செய்கிற சட்டம், அவர்களுக்குச் சாதகமாகத்தானே இருக்கும்? தந்தையின் சொத்தில் மகளுக்குப் பங்கு இல்லை என்பது, மோசடி இல்லையா? பாரதியார் மகாகவி என்றால் மகாகவிதான். சட்டங்கள் செய்வதும், பட்டங்கள் ஆள்வதும் இனி பெண்களின் உரிமை என்று அவர் தீர்க்கதரிசனமாகப் பாடியதிலிருந்தே அவர் மகாகவி என்று தெரியவில்லையா? பாரதி ஓர் ஆடவர்தானே என்று கேட்கலாம். அவர் தேவியை வழிபட்டவர்; அதனால்தான், அவரிடம் பெண்மை அம்சம் மிகுந்திருந்தது."

"ராமு, வனஜா புதுமைப்பெண். பெண் விடுதலையில் ஆர்வம் உடையவள். அவள் சொல்வதில் உள்ள நியாயத்தை, நீ ஒப்புக்கொண்டுதான் ஆகவேண்டும்."

"பார்த்தால் ஒப்புக்கொள்கிறவராகத் தெரியவில்லையே!" என்றாள் வனஜா.

"என்ன சொல்கிறீர்கள் என்பதே தெரியாமல், எதை ஒப்புக்கொள்வது?" என்றேன், ஒன்றும் விளங்காமல்.

“பெண் விடுதலை வேண்டுமா, வேண்டாமா?” என்றாள் வனஜா. ‘கர்ச்சனை புரிந்தாள்’ என்று பத்திரிகைக்காரர்கள் எழுதுவார்களே, அப்படி அதட்டிப் பேசினாள் அவள்.

அவர்கள் ஹாஸ்யமாகப் பேசுகிறார்களா அல்லது விவகாரமாகப் பேசுகிறார்களா என்று, என்னால் கண்டுகொள்ள முடியவில்லை “வேண்டாம் என்று யார் சொல்ல முடியும்? ஆனால்...”

வனஜா இடைமறித்தாள்: “பெண் விடுதலையில் ‘ஆனால்’ கிடையாது. ‘ஆனால்’ என்பதே, ஆடவரின் அற்ப புத்திக்கு அடையாளம். எத்தனை ஆயிரம் ஆண்டுகளாய் நீங்கள் எங்களை அடக்கி ஆளுகிறீர்கள்? இனியும் எங்களை ஏமாற்ற முடியாது; ஏமாறவும் மாட்டோம்.”

அவளுடைய குரல் ஆவேசமாக ஒலித்தது. விளையாட்டாகப் பேசிப் பொழுது போக்க வந்த இடத்தில், இந்தப் போர்க்குரல் எனக்குப் பிடிக்கவில்லை. ஆனால், சுந்தா அசையவில்லை. அவன் கூறினான்: “ராமு, வனஜா சொல்லுவதில் என்ன தவறு? நெடுங்காலமாக மாதரை ஆடவர் துன்புறுத்திவிட்டார்கள். இனி அவர்களும் விடுதலை வாழ்க்கை வாழவேண்டும். நான் வனஜாவைத் துணைவியாகத்தான் நடத்துகிறேன். அவளை நான் ஒரு வேலையும் செய்ய விடுவதில்லை. உனக்கு நான் கொடுத்த காபி, என் சொந்தத் தயாரிப்பு. சாப்பாடு ஹோட்டலில் இருந்து வருகிறது...”

“ஹோட்டலில் ஆண்கள் சமைத்த சாப்பாடு. பெண்களைச் சமையற்காரிகள் என்று கேவலப்படுத்தியதன் பலன்தான்—” என்றாள் வனஜா.

“இனி, சமையல் தொழில் ஆண்களுக்கு. ஆளும் தொழில் பெண்களுக்கு.”

“அப்படிச் சொல்லுங்கள்!” என்று கைத் தட்டிவிட்டு, வனஜா வெளியேறியதும், நாடகத்தில் ஒரு காட்சி முடிவடைந்தாற்போல் இருந்தது எனக்கு.

“என்ன ராமு, வனஜா எப்படி?”

“அது சரி—” என்று மென்று விழுங்கினேன்.

“பைத்தியம் எப்போது பிடித்தது என்றுதானே கேட்கிறாய்? கலியாணத்துக்கு முந்தித்தான். கலியாணம் ஆனால், பைத்தியம் தெளியும் என்று என்னிடம் ஒப்படைத்தார்கள். பைத்தியமாக இருப்பதால், எவ்வளவு சந்தோஷமாக இருக்கிறது! அவளோடு நானும் பைத்தியமாக நடிக்கிறேன்; நல்ல பொழுதுபோக்காகவும் இருக்கிறது...”

4

“மாமா, கிளாஸ்லே எனக்குத்தான் முதல் மார்க்!” என்று கத்திக்கொண்டே, ஒரு பெண் குழந்தை, சுந்தாவின் கால்களைக் கட்டிக் கொண்டது.

அவளை வாரி அணைத்து முத்தமிட்டுச் சுந்தா கூறினான்: “அப்படியானால் உனக்குப் பிரைஸ் கிடைக்குமே!”

“அண்ணாவுக்கு கிடைக்காது; இல்லை?”

“உன் சமர்த்து அவனுக்கு வருமா? கீழே போய் விளையாடு. அண்ணா வந்தால் இங்கே அனுப்பு.”

அவள் போனதும், “குழந்தை யார்?” என்று கேட்டேன்.

“சொல்லவில்லையா? என் தமக்கை ஒருத்தி இருந்தாளே, தெரியுமா?”

“தெரியும்.”

“ஐந்து வருஷத்துக்கு முந்திக் காலராவில் அவளும் அவள் புருஷனும் போய்ச் சேர்ந்தார்கள். இந்தப் பெண்ணும் ஒரு பையனும் குடும்பத்தில் மிச்சம். நான் வளர்க்கிறேன். கல்யாணி ரொம்பச் சூடிகையான பெண். குழந்தைகளோடு விளையாடிக் கொண்டே இருந்தால், பொழுது போவதே தெரியாது–”

5

அவனுக்குப் பொழுது எப்படிப் போகிறது என்பதைப் பற்றி, நான் யோசிக்கவில்லை. குடிப் பைத்தியமான தந்தை, புதுமைப் பைத்தியமான மனைவி, அனாதைகளான இரு குழந்தைகள், வறுமையின் அட்டகாசம்– இந்தச் சூழ்நிலையில், அவனால் எப்படிச் சிரிக்க முடிகிறது என்பதைத்தான், யோசித்துக்கொண்டிருந்தேன்.

“நான் எப்படிச் சிரிக்க முடிகிறது?”–என்றுதானே யோசிக்கிறாய்.

“அதுதான் எனக்குப் புரியவில்லை.”

“பெர்னார்ட்ஷா மீது டால்ஸ்டாய்க்குக் கோபம். ஷா அதிகப்படியாகச் சிரிக்கிறார், அழவேண்டிய இடத்தில்கூடச் சிரிக்கிறார் என்று டால்ஸ்டாய்க்குக் கோபம்; அப்படியே ஷாவுக்குக் கடிதமும் எழுதினார். ‘சிரிப்பதற்கு இல்லாமல் உலகத்தில் வேறு என்னதான் இருக்கிறது?’ என்று ஷா பதில் எழுதினாராம். ஷா சொன்னது உண்மை என்றுதான் எனக்குப் படுகிறது. அப்பா பேசுவது வேடிக்கையாக இல்லையா? வனஜாவோடு பைத்தியமாகப் பழகுவது ஹாஸ்யம் இல்லையா? குழந்தைகள் கொஞ்சுவது இனிமையாக இல்லையா? இதற்காக எல்லாம் சிரிக்காமல், வேறு எதற்காகச் சிரிப்பது?” என்றான் சுந்தா.

_சுதேசமித்திரன்_ (ஜூன் 22, 1958)

உறங்காத கண்கள் (நவம்பர் 1968)

எம்.வி. வெங்கட்ராம் கதைகள் (டிசம்பர் 1998)

•

புரட்சிப் பெண்

எளிமையே வடிவெடுத்து வந்ததுபோல், வெண்மையான நூல் சேலையும் ரவிக்கையும் உடுத்திக் கொண்டு, பிரகாசமாய் உள்ளே புகுந்த சாவித்திரியைப் பார்த்த சீனிவாசய்யரின் மனத்தில், முதலில் இயற்கையான ஓர் அமைதிதான் ஏற்பட்டது. ஆனால், மறு விநாடி, தம்முடைய மகள் இவ்வளவு ஏழ்மைக் கோலத்தில் காட்சி அளிக்கிறாளே என்ற எண்ணம், அவளுக்குக் கொஞ்சம் வருத்தம் உண்டாக்கத்தான் செய்தது.

"வா அம்மா, உட்காரு."

"சொந்த வீட்டிலேயே, என்னை விருந்தாளி ஆக்கி விட்டீர்களே!" என்று சிரித்துக்கொண்டே, தகப்பனாருக்கு எதிரில் இருந்த நாற்காலியில் உட்கார்ந்தாள் சாவித்திரி: "யாரோ, பெரிய ஆபீசரைப் பேட்டி காண்பது போல், சீட்டு எழுதி அனுப்பிவிட்டீர்களே அப்பா?"

"பின் என்ன? காலையில் வந்தவள், கொஞ்ச நேரம் தனித்துப் பேசுவோம் என்று நானும் பார்க்கிறேன், உனக்கு ஓயாத வேலையாக இருக்கிறது, அதனால்தான் பேட்டி கேட்டுச் சீட்டு எழுதினேன்."

"எப்போதும் உங்களோடு, இருக்கப் போகிறவள்தானே நான்? பார்க்க வந்த ஊராரை, முதலில் அனுப்பிவிட்டுப் பிறகு உங்களோடு பேசலாம் என்று நினைத்தேன். நான் என்ன, சாதாரணப் பெண்ணாகவா திரும்பியிருக்கிறேன்? சாவித்திரி எம்.ஏ.–மாகாணத்திலேயே முதலாவதாகத் தேறியிருக்கிறேன். பத்திரிகைகளில் எல்லாம் பெயர் வந்திருக்கிற பெண்ணைப் பார்க்கக் கூட்டம் கூடாமல் இருக்குமா?"

"ஆனாலும், பத்திரிகைகளுக்குப் புகைப்படம் தருவதற்கு, நீ மறுத்திருக்க வேண்டாம்."

"எனக்கு, எதற்கப்பா விளம்பரம்? நாளைக்கு, அதைப் பார்த்துவிட்டுச் சினிமாவில் நடிப்பதற்கு யாராவது அழைத்தாலும் அழைக்கலாம்"

"நாளைக்கு நீ, ஒரு கலெக்டரின் மனைவி ஆகப் போகிறவள்."

"விடிந்தால்தானே நாளைக்கு?... பேட்டிச் சீட்டில் சொந்த விஷயம் பற்றிப் பேச என்று குறிப்பிட்டீர்களே! என்ன அப்பா அது?"

"சொல்லத்தானே கூப்பிட்டேன்!" ஆமாம். நளினி, ஏன் உன்னோட வரவில்லை?"

இரண்டு நாளில் வருவாள். சென்னையை விட்டு வருவதற்கு, அவளுக்கு மனமே இல்லை. அவளும்தான் பி.ஏ.வில் மாகாணத்தில் முதலாவதாகத் தேறியிருக்கிறாள். முரளி, அவளை விட்டால்தானே? நாளைக்கு ஒரு விருந்து, நண்பர்களுக்கு அறிமுகம். பத்திரிகைகளில் அவள் புகைப்படம் அமர்க்களப்படுகிறதே, அதற்காக நீங்கள் சந்தோஷப்பட வேண்டாமா, அப்பா?

"மாகாணத்திலே எம்.ஏ., பி.ஏ.வில் முதன்மையாகத் தேறிய சகோதரிகள் என்று உங்கள் இருவருடைய புகைப்படங்களும் சேர்ந்து வந்தால், எவ்வளவு நன்றாயிருக்கும்?"

"தஞ்சாவூர் பிரபல வக்கீல் சீனிவாசய்யரின் புதல்விகள் என்றும் குறிப்பிட்டு வந்தால், அழகாய்த்தான் இருக்கும். ஆனால், எனக்கு என்னவோ, என் படத்தைப் பார்க்கவே பிடிக்கவில்லை."

"அது சரி, நளினிதான் உன்னோடு வரவில்லை என்றால், முரளியுமா உன்னோடு வரவில்லை?"

"சொன்னேனே, அப்பா, அவருக்கு நளினியை விளம்பரப்படுத்தவே நேரம் போதவில்லை. கலெக்டர் உத்தியோகத்தையும் துறந்து, அவர் நளினியின் காரியதரிசி ஆயிடுவார்போல் இருக்கிறது. ஊருக்குத் திரும்பி வரும்போது அவரிடம் சொல்லிக் கொள்ளலாம் என்று, அவர் வீட்டுக்குப் போனேன். அவரும் நளினியும் சினிமாவுக்குப் போய்விட்டதாகத் தெரிந்தது. பேசாமல் திரும்பிவிட்டேன்."

"சரிதான்" என்று மனத்தாங்கலுடன் சொன்ன ஐயர், வழுக்கைத் தலையைத் தேய்த்துக்கொண்டார். சாவித்திரி பேசுவதில் உள்ளர்த்தம் ஏதாவது இருக்குமோ, என்று அவள் முகத்தைப் பார்த்தார்; வெள்ளைப் பளிங்கு சிலைபோல் அமர்ந்திருந்த அவள் முகத்தில் அழகையும், அமைதியையும் தவிர, வேறொன்றையும் அவரால் காண முடியவில்லை.

"முரளி, உன்னோடு வராதது தவறு" என்றார் அவர், உறுதியான குரலில். அவளிடம் பேச விரும்பிய விஷயத்தைச் சொல்லுவதற்கு, இது சரியான தருணம்தானா என்று அவருக்குச் சந்தேகம் உண்டாகியது. வேலையாளை அழைக்கும் மணியின்மீது கைவைத்தார்.

"என்ன வேண்டும், அப்பா?"

ஏதாவது சாப்பிட்டபடி பேசுவோமே. உனக்கு என்ன வேண்டும்? காப்பியா, ஓவலா?"

“நீங்கள் சாப்பிடுங்கள், அப்பா. நான் காபி, ஓவல் ஒன்றும் சாப்பிடுவதில்லை”

“குளிர்ச்சியாக ஏதாவது...”

“அதுவும் நான் சாப்பிடுவதில்லை.”

“இது என்ன ஆச்சரியம்! சென்னையில் இருந்து படித்த பெண், காபிகூடச் சாப்பிடமாட்டாயா?” உள்ளே வந்து கைகட்டி நின்ற வேலைக்காரனை, வெளியே போகும்படி சைகை காட்டிவிட்டு, வக்கீல் மறுபடியும் சொன்னார்: “நூல் சேலை, நூல் ரவிக்கை, சிவப்புத்தோடு, பவுடர் பூச்சு இல்லாத முகம் பானங்கள் எதுவும் சாப்பிடுவதில்லை. ஆச்சரியமாக இருக்கிறதே!”

“ஆடம்பரப் பொருள்களெல்லாம் உங்களுக்குத் தேவைப்பொருள்கள் ஆகிவிட்டன. அதனால், இந்தச் சாதாரண விஷயங்களெல்லாம் உங்களுக்கு ஆச்சரியம் தருகின்றன. தேவைக்கு அதிகமாக, நான் எதையும் உபயோகிப்பதில்லை; தேவை இல்லாததை நான் தொடுவதில்லை. நான் ஒரு விதவைதானே?”

“விதவை” என்ற சொல்லைக் கேட்டதும், தம் மீதே கொலைக்குற்றம் சாட்டப்பட்டதுபோல் பதறியெழுந்தார் வக்கீல்.

“அந்த வார்த்தையை, இனி நீ சொல்லக்கூடாது, அம்மா” என்றார் அவர், தழுதழுக்கும் குரலில்.

“நான் சொல்லவில்லை” என்றாள், சாவித்திரி.

திடீரென்று, அந்தச் சூழ்நிலையே இருண்டுவிட்டது போன்ற பிரமை, சீனிவாசய்யருக்கு ஏற்பட்டது. அவளை அழைத்துப் பேச முயன்றது தவறு என்று அவருக்குத் தோன்றியது. தம்முடைய விவாதத் திறன் முழுவதும் எதிரிக்குச் சாதகமாகித் தம் கட்சி தோல்வியுறுவது போன்ற ஒரு சோர்வின் வசப்பட்டார்அவர்.

❖ ❖ ❖

தஞ்சாவூர் ஜில்லாவின் சீனிவாசய்யர், மிகவும் பிரபலமான கிரிமினல் வக்கீல். நாற்பது வருஷங்களுக்கு மேலாக, அவர் அத்துறையில் இணையற்று விளங்கினார். அவரிடம் ஒப்படைக்கப்பெறும் எந்த வழக்கும் கட்டாயம் வெற்றி பெறும் என்ற நம்பிக்கை, கட்சிக்காரர்களுக்கு இருந்தது. அவருடைய உதவியால் நிரபராதிகள் மட்டும் தப்பினார்கள் என்று கூற முடியாது. குற்றம் இழைத்தவர்கள்தான், அவரைப் பெரிதும் நம்பினார்கள். தாம் மேற்கொண்ட வழக்கைக் கெலிப்பதற்காக அய்யர், சட்டத்தை மட்டும் நம்பவில்லை, நீதிபதியைக் கவிழ்ப்பது முதல் எதிர்சாட்சிகளைக் கலைப்பதுவரை – அவர் சகல வழிகளையும் கையாண்டார். அதனால் அவருடைய வருமானம் ஏறிக்கொண்டிருந்தது.

குற்றத்தோடும் குற்றம் செய்தவர்களோடும் பழகுவதாலோ என்னவோ, அவருக்கு எந்தக் குற்றமும் பெரிதாகப் படுவதில்லை. தொழிலில் மட்டும் அன்றி, சொந்த வாழ்க்கையிலும் அவர் நெறியற்ற மனிதராகவே இருந்தார்.

அவருடைய கணக்குப்படி, அவர் வாழ்க்கையை வெற்றி என்று சொல்லலாம். ஏனென்றால், அவருக்குக் கிட்டாத இன்பம் எதுவும் இல்லை. அவ்வளவு இன்பத்துக்கும் ஈடுகொடுத்த பிறகும் குறையாத பாங்கிக் கணக்கு இருந்தது.

அய்யருடைய குடும்ப வாழ்க்கையும் அமைதியானதுதான். குடித்துவிட்டு வந்தாலும் கூத்தாடிவிட்டு வந்தாலும் தட்டிப் பேசாத மனைவி வீட்டில் இருந்தால் அமைதிக்குக் குறைவு ஏது? இரண்டு புத்திரிகளை எடுத்துக் கொடுத்துவிட்டு, அவர் மனைவி காலமானாள்.

அய்யரின் நெஞ்சத்தில் பலவீனமான அம்சம், அவருக்குத் தம்முடைய பெண்களிடம் இருந்த அளவற்ற பாசம்தான் எனலாம். சாவித்திரி, நளினி – இருவரையும் இரு கண்களாகவே கருதினார். பிள்ளை இல்லாக் குறை, அவரை ஒருபோதும் உறுத்தியதே இல்லை. இரண்டு சகோதரிகளுக்கும் இடையில் நாலு வயது வித்தியாசம். இருவரும் நல்ல அழகிகள்.

மூத்த பெண் சாவித்திரி பி.ஏ. தேறியதும், அவளுக்கு நல்ல வரனாகத் தேர்ந்தெடுத்து, அவளுடைய முழுச் சம்மதமும் பெற்றுத் தடபுடலாக மணம் செய்துவித்தார். ஆனால், இரண்டே ஆண்டுகளில், அவள் கைம்பெண்ணாக வீடு திரும்பினாள். அய்யரின் வாழ்க்கையில் பெரும் அதிர்ச்சி உண்டாக்கிய நிகழ்ச்சி இதுதான்; மனைவியின் மரணம்கூட அவரை அசைக்கவில்லை. ஆனால், புதல்வியின் துர்ப்பாக்கியம், அவரைக் கவிழ்த்துவிட்டது.

சாவித்திரி வீட்டுக்கு வந்ததும் அவர் வக்கீல் தொழிலைத் துறந்தார். எப்படியாவது அவள் வாழ்க்கையில் மறுபடியும் பசுமை தழைக்கவேண்டும் என்னும் ஏக்கம், அவரைப் பீடித்தது. அதற்கு அவர் ஒரு வழியும் கண்டு பிடித்தார். சாவித்திரிக்கு மறுமணம் செய்துவைப்பதென முடிவு செய்து, அவளை மேல்படிப்புக்காகச் சென்னைக்கு அனுப்பிவிட்டு, நல்ல வரன் தேடுவதில் முனைந்தார். அவருடைய அதிர்ஷடம்தானோ என்னவோ, ஐ.ஏ.எஸ் தேறிக் கலெக்டராக இருந்த முரளிதரன், சாவித்திரி எம்.ஏ. தேறும்வரை இரண்டு ஆண்டுகள் காத்திருந்து, அவளை மணக்க இசைந்தான்.

அய்யரின் மனம், மறுபடியும் அமைதியுற்றது. “முரளிதரன் என்ற அற்புதமான கணவனைக் கைப்பிடிக்கத்தான் சாவித்திரி, தன் முதல் கணவனை இழந்தாள் போலும்” என்றுகூட, அவர் சில சமயம் நினைப்பதுண்டு.

◆ ◆ ◆

அவர் எதிர்பார்த்தது போலவே, சாவித்திரி எம்.ஏ. தேறிவிட்டாள். அடுத்தபடியாக, அவளுக்கும் முரளிக்கும் மணம் முடித்து வைக்க வேண்டும் என்பதைப் பற்றிப் பேசத்தான், அவர் அவளை அழைக்க முற்பட்டார். ஆனால் அவளுடைய நடை, உடை, பேச்செல்லாம் அவருக்குக் கலவரம் உண்டாக்கியது.

“முரளி, உன்னைப் பார்க்க வருவதில்லையா?” என்றார் கவலையுடன்.

“வராமல் என்ன அப்பா? ஞாயிற்றுக்கிழமை தவறாமல் எங்களைக் காண வருவார். பரீட்சை முடிவு தெரிந்ததும் எங்கள் இருவருக்கும் சேர்த்து

ஒரு விருந்து ஏற்பாடு செய்தார். நான்தான் கலந்துகொள்ளவில்லை; நளினியை மட்டும் அனுப்பினேன்.”

“நீ கலந்துகொள்ள வேண்டியது அவசியம் இல்லையா சாவித்திரி?”

“நளினிதானே, உலகத்தைப் பார்க்க வேண்டியவள்.”

“ஆமாம், உனக்குத் தொண்ணூறு வயதாகிவிட்டது. உலகமெல்லாம் பார்த்தாகிவிட்டது, இல்லையா?”

“எல்லா உயரங்களையும், நான் எனக்குள் காண வேண்டியவள்; நளினி வெளியில் காண வேண்டியவள்.”

“நீ ஒளிவுமறைவாகப் பேசுவது, எனக்கு அர்த்தம் ஆகவில்லை. நான் உன்னோடு பேச விரும்பிய சொந்த விஷயம் இதுதான். நான் எதிர்பார்த்ததுபோல் நீ எம்.ஏ. தேறிவிட்டாய். உனக்காக முரளி இரண்டு வருஷங்களாய்க் காத்திருக்கிறான். சீக்கிரத்தில் இருவருக்கும் கலியாணம் செய்து முடிக்க வேண்டும் என்பதற்காகத்தான், உன்னைக் கூப்பிட்டேன்.”

சாவித்திரி, சிறிது நேரம் பேசவில்லை. பாதத்தில் தொடங்கி உச்சந்தலையில் முடிவது போன்ற ஒரு நீண்ட பெருமூச்சுடன், அவள் சொன்னாள்: “... நளினியும் முரளியும்தான் சரியான இணை.”

“நீ பேசியதிலிருந்தே, நான் ஊகம் செய்தேன். முரளியின் சூழ்ச்சியா இது?” என்றார் வக்கீல், ஆத்திரமாக.

“நீங்கள் நினைப்பது தவறு. அவர்கள் இருவரும் சந்தோஷமாகப் பேசுவதற்கும் சுற்றுவதற்கும் அனுமதி அளித்தவள் நான்தான். இருவர் பேரிலும், எனக்கு நம்பிக்கை இருக்கிறது.”

“அப்படியானால்... சாவித்திரி, நீ சந்தோஷமாக வாழவேண்டும் என்பதற்காகத்தான், நான் முரளியைத் தேர்ந்தெடுத்தேன். நீ வேறு விதமாக முடிவு செய்வதை, நான் எதிர்பார்க்கவில்லை. ஒருவேளை, நீ யாரையாவது...?

“என் மனதில், ஒருவருக்கு இடம் கொடுத்துவிட்டேன்.”

“யார் அது?” என்றார் தந்தை, ஆவலோடு.

தன் கையோடு எடுத்து வந்து அருகில் வைத்திருந்த புத்தகத்தைப் பார்த்து, அவரிடம் ஒரு சிறு புகைப்படத்தை நீட்டினாள் அவள், படத்தைப் பார்த்தவர், “இது உன் முதல் புருஷன் ராகவனின் படம் அல்லவா?” என்றார், சோர்ந்து போய்.

“என் முதல் புருஷர்—கடைசிப் புருஷர், எல்லாம் இவர்தான் அப்பா, எனக்கு.”

சீனிவாசய்யர் திகைத்துப் போனார். அவளுடைய மனப்போக்கு, அவருக்குப் புரிந்தது. ஆனால், அது காலத்துக்கு ஏற்காத மனப்போக்கு மட்டும் அல்ல. அவளுடைய வாழ்க்கையை வீணாக்கும் மனப்போக்கு என்றும் கருதினார்.

"நீ வாழவேண்டும் என்பதற்காகத்தானே அம்மா, இந்த ஏற்பாடும் செய்தேன்? முரளி பெரிய குடும்பத்தைச் சேர்ந்தவன்; நல்ல உத்தியோகத்திலும் இருக்கிறான்."

"அது நளினியின் அதிர்ஷ்டம்."

"சாவித்திரி, ஏதோ ஒரு மன மயக்கத்தில் நீ பேசுகிறாய் என்றே எனக்குத் தோன்றுகிறது. ராகவன் நல்ல பையன், உன்னிடம் மிகவும் அன்பாயிருந்தான் என்பதெல்லாம் உண்மை. ஆனால், இரண்டு வருஷங்கள்கூட, அவனுடன் நீ சரியாக வாழவில்லை."

"அந்த இரண்டு வருஷத்தில் ஒரு வாழ்க்கை முழுவதையும் வாழ்ந்து முடித்துவிட்டதாக, எனக்குத் தோன்றுகிறது. அவர் என்னிடம் விடை பெற்றுக்கொண்ட நாள், எனக்கு நன்றாக நினைவில் இருக்கிறது. ஆபீஸ் வேலையாகக் கல்கத்தாவுக்குப் புறப்பட்டவர், "ஒரு வாரத்தில் வந்துவிடுவேன், ஜாக்கிரதையாக இரு" என்று சொல்லிக்கொண்டார். விமானம் கவிழ்ந்த செய்தியைத் தந்தியில் படித்ததும், நான் பிரக்ஞையற்று விழுந்துவிட்டேன். வயிற்றில் இருந்த கர்ப்பமும் சிதைந்தது. அவர் ஞாபகமாக, அந்தக் குழந்தையாவது இருந்திருக்கலாம். அதற்கும் நான் கொடுத்து வைக்கவில்லை. அப்போதே நானும் போயிருக்கவேண்டும். அப்பா, உங்களுக்குத் தெய்வ நம்பிக்கை, விதியில் நம்பிக்கை இல்லை. எனக்கு நம்பிக்கை உண்டு. முற்பிறவியின் விளைவை, நாம் ஏற்கத்தான் வேண்டும்."

"நடந்தது நடந்துவிட்டது. அதற்காக, வாழ்க்கை முழுவதையும் வீணாக்கிக் கொள்ளவேண்டுமா?"

"நடந்ததற்காக, நான் கண்ணீர்விட்டுக் கதறிக்கொண்டு இருக்கிறேனா? என் விதியை, நான் சமாதானப்படுத்திக்கொண்டேன். அவர் என்னுடன் இருப்பதாக, எனக்கு ஒரு பிரமை. சாப்பிடும்போதும் தூங்கும்போதும், எந்நேரமும் அவர் என்னோடு இருப்பதாகவே எனக்குத் தோன்றுகிறது. அவருடைய ஸ்தானத்தில், இன்னொருத்தர் எப்படி இருக்க முடியும்?"

"நீ, இந்தக் காலத்துப் பேச்சுப் பேசவில்லை..."

"இல்லை, எதிர்காலத்துப் பேச்சுதான் பேசுகிறேன். நான் பேசுவது, உங்களுக்குப் புரட்சிகரமாக இருக்கிறது; இல்லையா, அப்பா?"

"புரட்சியா? பத்தாம்பசலியான பேச்சைப் புரட்சி என்கிறாயே, அம்மா? காலத்தால் ஏற்காத புராணத்தைச் சொல்லிப் புரட்சி என்கிறாயா? எவ்வளவோ விதவைகளுக்கு, என் தலைமையில் கலியாணம் நடந்திருக்கிறது. சமூகத்தில் விதவைமை ஒரு பெருநோயாக இருப்பதை அறிந்துதான், அறிவாளிகள் பெண்ணுக்கு மறுமண நியாயம் சொன்னார்கள். ஆனால்..."

"நான் அதை மறுக்கவில்லையே! இருபது வயதாகியும் கலியாணம் ஆகாமல் காத்துக்கிடக்கும் கன்னிப் பெண்கள் அதிகமாக உள்ள சமூகத்தில்—விதவா விவாகத்தை ஆதரிப்பது சரியாகுமா? அதனால்தான், நான் பேசுவதைப் புரட்சி என்றேன்."

"ஆனால், வாழ்க்கையில் இன்பம் மறுப்பது, அதுவும் பெண்களுக்கு எளிய காரியமா? அம்மா?"

“நீங்கள் சொல்லுவது, எனக்குத் தெரிகிறது. உடலை வெல்லுவது அவ்வளவு இலகுவான, வேலையல்லதான். ஆனால் கணவரின் உருவத்தைச் சாதனமாக்கி, என்னைப் படைத்த கடவுளுக்கு வாழ்க்கையைச் சமர்ப்பிக்க, – இந்தக் கைம்மையை, ஒரு நல்ல சந்தர்ப்பமாகப் பயன்படுத்துகிறேன்.”

சீனிவாசய்யர், தம் கட்சி தோற்றதை உணர்ந்தார். ஆயினும், உள்ளத்தில் மகிழ்ச்சி நிறைந்தது.

“முரளிக்கும் நளினிக்கும் திருமணம் செய்ய நாள் பாருங்கள்” என்றாள் சாவித்திரி.

சுதேசமித்திரன் **(அக்டோபர் 31, 1959)**

(நூல் வடிவில் இதுதான் முதல் பிரசுரம்)

•

அன்னை

அவளும் என்னைப் பைத்தியம் என்றாள். சொல்லட்டுமே; அதனால் என்ன? சடத்தை மூடம் எனக் கூடுமோ?

ஆனால், இங்கே, இந்த உலகத்தில் உயிர்கொண்டு இயங்குகிற அனைத்தையுமே, 'பைத்தியங்கள்' என்கிறேன். சிந்தனை செய்யுங்கால் – உணர்கிறேன் என்பதுவும், உறங்குகிறேன் என்பதுவும், ஏன்? உயிர் வாழ்கிறேன் என்பதுவும்கூடப் 'பைத்தியக்காரத்தனம்' அல்லவா? உயிருக்கு எதிரில், 'ஆ'வென்று வாய் பிளந்து நிற்கும் மரணமும், உலகத்திற்கு எதிரில் 'ஓ'வென்று உறுமும் பிரளயமும் உள்ளவரை, இருப்பதும் வாழ்வதும் இறப்பதும், பித்துக்கொள்ளித்தனம்தான் என்கிறேன்.

ஆனால், அவள் – அன்னை – மங்கள நாயகி, பொய் கூற மாட்டாள். அவள் என்னைப் பைத்தியம் என்றால், நான் பித்தன்தான் ...

அவள் சொன்னது உண்மை, எனக்குப் பைத்தியம்தான் ... அந்தப் பித்து, ஒன்பதாவது வயதில் என்னைப் பிடித்தது ... மங்களம், அப்போது எட்டு வயதுச் சிறுமி. பாவாடை உடுத்து, ஆடி ஓடிப் பாடும் பருவம்.

மனிதர்களை, 'நீங்களும் நாங்களு'மாய்ப் பிரிவினை செய்துவைக்கும் வீடுகளின் இடைச்சுவர், எங்களைப் பிரிக்க முயன்று தோற்க, 'நாமாகவே, நாங்கள் வாழ்ந்தோம்; எந்நேரமும் சேர்ந்து இருப்போம்; விளையாடுவோம்; மழலைக் கனவுகளில் குதூகலிப்போம்.'

அவள் பக்கத்து அகத்தில் இருந்தாள் என்று சொல்வது கூடப் பிசகு. அவள், என் அகத்தகத்தில் என்னோடுதான் இருந்தாள்.

அவள் அகத்தில், நானும் அவளோடு இருந்தேன் என்பதை நான் அறிவேன் ...

அவளைப் பற்றி, எனக்கு எல்லாம் தெரியும். ஒருநாள் அவளைத் திடீரென்று கண்டுகொண்டேன், கண்டுபிடித்தேன் என்றே கூறுவேன்.

அன்றைக்கு –

கதிரின் கடுமை குளிர்ந்த நிழலில், நாங்கள் விளையாடிக் கொண்டிருந்தோம். அச்சமயம், என் உள்ளத்தில், விளையாட்டாக ஓர் ஆசை எழுந்தது. ஆசை துன்பங்களின் வேர் என்பது உண்மைதான்; ஆசை இன்பங்களுக்கு விதை ஆகும் என்பதும் உண்மைதான்; முக்தி வேண்டும் என்ற எண்ணமே ஆசைதானே ?

என் மனத்தில் ஒரு சிறு ஆசை, அவளுடைய அழகான கருங்குழலைக் கையில் எடுத்துப் பின்னிவிட வேண்டும் என்று.

"மங்களம். நான் உனக்குப் பின்னிவிடப் போகிறேன்" என்றவாறு, அவளுடைய கூந்தலைக் கையில் அள்ளிக்கொண்டேன். அவளுக்கு நெளிநெளியாகச் சுருண்ட குழல்; கைப்பிடியில் அடங்காது; இடுப்புவரை ஊசலாடும்.

குழலைக் கையில் எடுத்த நொடியே, எனக்குள் ... (அவளுக்கு எட்டு. எனக்கு ஒன்பது வயது. அப்போது, நடந்ததைச் சொல்லுகிறேன்; நம்புவதற்கு வலிமை படைத்தவர் நம்புங்கள். நம்புகின்ற தெம்பு இல்லாதவரைப் பற்றி எனக்கு அக்கறையில்லை.)

எனக்குள் ஒரு பரவசம்; நான் என்னை மீறுகின்ற ஒரு கிறுகிறுப்பு ஏற்பட்டது ...

கூந்தலுக்கு மணம் உண்டா ?

இல்லை என்று புலவன், அறியாதவன் ... இருக்கிறது என்பதை அறியாத சிறுமதி, புலமைக்கு மாசு என்பதை உலகம் அறியத்தான், அவன் கரும நோய் கண்டு துடித்தான் ...

கற்பனையை மெய்யாக்கும் ஆற்றல் உடைய புலவன், மெய்யையே அறியவில்லை எனில் – அவன் புலவன் ஆவானோ ?

கூந்தலுக்கு மணம் உண்டு.

மணம் மட்டுமா ? இசையும் உண்டு.

கூந்தலுக்கு மட்டுமா ?

உடலுக்கே மணம் உண்டு; உடலுக்கே இசை உண்டு !

என்னால் அதைச் சொல்ல முடியவில்லை. அந்த மணமும், இசையும் எப்போதும் உள்ளனவா, அல்லது இப்போதுதான் என்னால் நுகரப்படுகின்றனவா என்பதை, நான் கூற இயலவில்லை. உயிரை வெளியே உருவி இன்பத்தில் தோய்க்கும் – அந்த மணமும் அந்த இசையும் ...

"என்னடா சிவம், பின்னுகிறேன் என்று பேசாமல் இருக்கிறாய் ? எனக்கு முன்னால், கூந்தலை என் கரத்தில் கொடுத்துவிட்டுத் தலை குனிந்து உட்கார்ந்திருந்த அவள் கேட்டது, என் காதில் விழுந்தது.

அவளுடைய கேள்வியில் இருந்த 'டா' காரம், என் நெஞ்சகத்தின் ஏதோ ஒரு பாகத்தை மென்மையாக வருடியது போலும்... தவழ்ந்து, தள்ளாடி விழுந்து, கைகால்களை உதைத்துக்கொண்டு அழுகின்ற சிசுவாக, நான் எனக்குள் தோற்றம் கொண்டேன்...

அவள் மீண்டும், "என்னடா சிவம்?" என்றாள்.

"நீ... அம்மா..." என்றேன்.

(எனக்கு நன்றாக நினைவிருக்கிறது, நான் அப்படித்தான் சொன்னேன். பொய் அல்ல, புனைந்து உரைக்கவும் இல்லை.)

"போடா!" என்றாள் அவள்,

"நீ அம்மாதான்!" என்றேன், மறுபடியும்... நான் ஏன் அப்படிப் பேசினேன் என்று, எனக்குத் தெரியாது; ஒன்பது வயதில் இவ்வாறு பேச வருமா என்பதற்கும் என்னால் காரணம் கூற முடியாது. எனக்குத் தெரியாது என்கிறேனே தவிர, நான் அப்படிப் பேசியதற்கு, 'ஒரு காரணமும்' இல்லை என்றே கூறவில்லை, ஒவ்வொரு சிறு துரும்புக்கும், அதன் சிறுசலனத்துக்கும் காரணம் உண்டு. நமக்குத் தெரியவில்லை என்பதால் காரணம் என்பதே இல்லை என்று ஆகிவிடுமா...

"சிவம், நீ, பைத்தியம்," என்றவள், என் கையிலிருந்த கூந்தலைப் பறித்துக்கொண்டு ஓடிவிட்டாள்.

அந்த இரவே, நான் ஒரு கனவு கண்டேன்...

அது கனவா?"

... தூலமாக இல்லை. ஆகையால், கனவு என்றே கொள்வோம்...

ஏணையில் சிறு சிசுவாய் உறங்குகிறேன். துளித்துளி விழிகளைத் திறந்து, ஒளியாய்க் கூசி, பசியால் பதைத்து, கைகால்களைக் காற்றில் உதைத்து, பெருங்குரலெடுத்து அழுகிறேன்...

கேட்க வேண்டியவள், கேட்டுத் தேவையைப் பூர்த்தி செய்ய வேண்டியவள், என் அழுகையைக் கேட்டதும் ஓடி வந்து என்னை அள்ளி எடுத்து உச்சி மோந்து, முத்தமிட்டு மார்பகத்துடன் கூட இறுக அணைத்து அமுதபானம் செய்வித்து என் அழுகையை ஆனந்தம் ஆக்குகிற அவள் – மங்களம். ஆம், மங்களம் என் தாய். (என் கனவைத்தான் கூறுகிறேன்.) மறுநொடி, நான் சிறு சிசுவாய், அணுவிலும் சிறு துகளாய், வெட்ட வெளியில் எங்கோ கிடக்க – அவளுடைய வடிவம், வான முகட்டைப் பிளந்து வளர்ந்து, முடிவுக்கு அப்பால் முட்டி, தொடக்கத்துக்கு அப்பால் மோதி உயர்ந்து, உயர்ந்தது...

அப்போது அவளுடைய ஒளிமுகம், எனக்குத் தென்படுகிறது. ஆ! அந்தப் புன்னகை!...

கனவு கலைந்தபோது, "நான் கண்டுகொண்டவனாக; கண்டு பிடித்தவனாகக்" கண்விழித்தேன்.

மங்களம் எனக்கு மட்டுமல்ல, இந்தப் பிரபஞ்சத்திற்கும் அன்னை. சதையும் குருதியும் உள்ள மனித உடலுக்கு, ஒரு பெருமை ஏற்படுத்த வந்த பிறவி அவள் என்பதை, நான் அறிந்துகொண்டேன்!...

அவள் அகிலாண்டேஸ்வரி.

2

அவளும் என்னைப் பைத்தியம் என்றாள்.

சொல்லட்டுமே; அதனால் என்ன, சடத்தை மூடம் எனக் கூடுமோ?

ஆனால், இங்கே, இந்த உலகத்தில் உயிர்கொண்டு இயங்குகிற அனைத்தையுமே 'பைத்தியங்கள்' என்கின்றேன். ஆனால் அவள், என் அன்னை, அகிலாண்டேஸ்வரி, மங்கள நாயகி பொய் சொல்லமாட்டாள். அவள் என்னைப் பித்தன் என்றால், நான் பித்தன்தான்...

அவளே, என்னைப் பித்தனாகப் படைத்தாள்? அவளே, என் ஒன்பதாவது வயது முதல், அந்தப் பைத்தியத்தை என்னுள் வளர்த்தாள்...

நாங்கள் வளர்ந்தோம்.

உலக வழக்கப்படி என் உடலும், மனமும், அறிவும் வளர்ந்தன.

படித்தேன்; எல்லாவற்றையும் புரிந்துகொண்டு படித்தேன். படித்ததை, எல்லோருக்கும் புரியும் வண்ணம் சொன்னேன், அழகாகவும் சொன்னேன். என்னைக் கற்றவன் என்றார்கள்; பிறவி அறிஞன் என்று வியந்தார்கள்.

மங்களம் தன் நகையால், நோக்கால், நினைப்பால் என் அறிவை வளர்த்தாள். அவளை அறியும் அறிவை, எனக்குள் வளர்த்தாள்,

வளர, வளர...

ஆண்டுகள் என்னும் மனிதக் கணக்கில் கரைந்து மறைந்து, அவள் பதினெட்டாம் பிராயத்தை அடைந்த சமயம் – ஏணையில் சிறு சிசுவாய் உறங்கி விழித்த என் அழுகையைக் கேட்டதும், ஓடி வந்து என்னை அள்ளி எடுத்து, முத்தமிட்டு, மார்பகத்துடன் இறுக அணைத்து அமுதபானம் செய்வித்து, என் அழுகையை ஆனந்தம் ஆக்கினாளே – (அன்றொரு நாள் இரவு, கனவில் தோன்றினாளே) அதே வடிவத்தைக் கண்டேன். அணுவளவும் வித்தியாசம் இல்லை; மங்களத்தின் சௌந்தரியத்துக்கு உவமை ஏது?

அவள் திரிபுவன சுந்தரி...

விளங்காததை விளக்கிக் கொள்ளத்தான் உவமை உதவும். ஆத்மத் திருப்திக்கு, அது பயன்படுகிறது. மங்களத்துக்கு உவமை உரைக்க, உலகத்துப் பொருளைத் தேடினால் –

மென்மையும் வனப்பும் புனிதமும் உறையும் மலர்களின் அரசான தாமரையைத்தான் கூறலாம். அவளுடைய ஒளி முகம் தாமரை; கருணை பொழியும் விழிகள் தாமரை; சுவறாத அருள் காக்கும் கொங்கைகள் தாமரை; இந்த மண்ணில் இல்லாத தாமரை; வானத் தாமரை!

அந்த விண்ணுலக மலரை, மண்ணில் போட்டு மிதித்து மாசுபடுத்த முனைகிறார்கள் என்பதை, ஒருநாள் அறிந்து துணுக்குற்றேன்.

அவளை ஒருவனுக்கு மனைவி ஆக்கி, எலும்பையும் தோலையும் நரம்பால் பொதிந்த பொதிதனையும் சுமக்கும் பொதிமாடாக்க முயலுகிறார்கள் என்று செவியுற்றபோது, நான் பதறிவிட்டேன். அதை என்னால் எண்ணவும் முடியவில்லை; என் மனம் வெகுண்டது; முப்பது இரவுகள் நான் தூங்கவில்லை; முப்பது நாட்களும் அவளே நினைவாக இருந்தேன்; ஒருமுகமாய் மங்களம் நினைவாக இருந்ததால் என் மனமே மங்களம் ஆகிவிட்டது; அந்த மங்களம் ஒரு மாமிசப் பிண்டத்துக்கு உடலணை ஆவதை அனுமதிக்கக்கூடாது என்று முடிவு செய்தேன். மறுநாள் இரவு நிலவு, வீடு என்னை வெளியேற்றியபோது...

அவளும், தன் அகத்திலிருந்து வெளிப்பட்டு, என்னைப் பாராதவள்போல் தலைகுனிந்து, நிலம் மகிழ மென்மையாக நடந்து, தெருவைக் கடந்ததும் வழிமறித்து நின்று, "அம்மா—" என்றேன் தீனமாக.

"இந்த நேரத்திலுமா உங்களுக்கு விளையாட்டு?" என்றாள் மங்களம்.

நிலாவில், அவளுடைய விழிகளில் நீர் முத்துக்கள் ஒளிருவதைப் பார்த்தேன், எனக்கு ஏக்கமாயிருந்தது, "அம்மா, நீயும் இந்தக் கல்யாணத்துக்கு ஒப்புக்கொண்டாயா?" என்றேன்.

"நான் ஒப்பவில்லை, நீங்கள்தான் என்னை மறந்துவிட்டீர்கள்."

அதைக் கேட்டு, நான் பூரித்துப் போனேன்.

"நீ என்னை மறக்கவில்லை என்றால், நான் உன்னை எப்படி மறக்க முடியும்? நீ மணம் புரியக்கூடாது" என்று தழுதழுத்தேன்.

"வீட்டில் இருந்தால், இந்த மணத்துக்குத் தப்ப முடியாது."

"வெளியே போய்விடுவோம்" என்று, அவளுடைய தாமரைக் கரங்களைப் பற்றினேன்.

3

உலகத்தை நாங்கள் கடக்கவில்லை; ஆனால் உலகம் எங்களைக் கடந்து வெளியே சென்றுவிட்டது; அன்னையும் நானும் மனிதர்களின் பாவிக் கண்கள். அடைய முடியாத தனிமையில் இருந்தோம்; என்ன பாக்கியம் இது!

பொருள் கடந்த பரம்பொருள், பொருளில் பொதிந்து மறைந்து தன்னை மறைத்துக்கொண்ட விந்தை. காரணம் கடந்த மகா காரணம் காரியமாய் விளைந்து விவரிக்கும் விந்தை. பூதம் கடந்த மகா பூதம், ஐம்பூதங்களில் ஒடுக்கம் கொண்ட விந்தை?

இந்த விந்தை, என் பக்கத்தில் நின்று நடந்து, அமர்ந்து தீண்டி, பேசி, நோக்கி, கேட்டு, நெட்டுயிர்த்து, நகைத்து —

இந்த மகா பாக்கியத்தை, உலகில் அடைந்தவன் எவன்—?

நகைத்துச் சொன்னாள் மங்களம்: "இரவு முழுவதும், இப்படி என்னைப் பார்த்துக் கொண்டேயிருப்பீர்களா?"

“என் கண்களே உடலாகிவிட்டன” என்றேன்.

“ஆனாலும் நீங்கள்–”

“அம்மா, இனி என்னை நீங்கள் எனக் கூடாது.”

“என்ன பரிகாசம் இது!”

“பரிகாசம் அல்ல, உண்மை.”

“போதும். அறியாத வயசில் விளையாட்டாக ஏதோ பேசியதை, இத்தனை காலமாக மறக்காமல் இருக்கிறீர்களே, ஆச்சரியம்தான்!”

“மறப்பதா? தாயை மறக்க–”

என் வாயைப் பொத்தினாள் அவள், அவளுடைய கருவிழிகளில் சிருஷ்டி வெறி சீறிச் சிலிர்த்துப் பெருகுவதைக் கண்டேன். அந்தச் சிருஷ்டி வெறி, என் உடலிலிருந்து என்னைக் களைந்திட, நான் வெளியில் நின்றேன்.

அந்த வெளியில் புதுப்புது அண்டங்கள், புதிய உலகங்கள், புதிய சூரியர்கள், புதிய சந்திரர்கள், தோன்றித் தனக்கெனத் தனக்கெனத் தனித்தனிப் பாதையை வகுத்துக்கொண்டு ஒன்றை ஒன்று தொடாமலும் –ஆனால்–விடாமலும், சிதறாமலும் கீழே சிந்தாமலும் அடுக்கு அடுக்காய்த் தாமே அடுக்கிக்கொண்டு ஓடுவதை நான் கண்டேன்.

“எவ்வளவு நேரம் நிற்பீர்கள்? உட்காருங்கள்,” என்றாள். குரல் ஒலி, என்னை எனக்குள் சேர்த்தது. அன்னையின் மருங்கில் குந்தினேன்.

அவள் பேசினாள்: “உங்கள் விளையாட்டுக்கு, ஓர் எல்லை இல்லையா? என்னைக் காணாமல் வீட்டில் எல்லோருமே தவித்துக் கொண்டிருப்பார்கள். நீங்கள் பக்கத்தில் இருப்பதால், எனக்கு வீட்டுக் கவலைகூடத் தோன்றவில்லை. ‘நீங்கள் அம்மா, அம்மா என்று பேசிக் கொண்டிருந்தால் எனக்கு வேதனையாக இருக்கிறது.”

“மங்களம், நீ யார் என்று அறிவாயா? என்னை ஏமாற்ற முயலாதே?”

“நான் யார் என்று எனக்குத் தெரியும், இப்போதும் இனியும் உங்கள் மனைவி.”

அந்தச் சொல், என் செவிகளைச் சுட்டது.

“அந்த வார்த்தை சொல்லாதே, நீ என் தாய். உலகங்கள் எல்லா வற்றுக்கும் நீ தாய், நீ அகிலாண்டேஸ்வரி.”

“என்ன பிதற்றுகிறீர்கள்?” என்றவாறு எழுந்தவளின் கண்கள், கனல் கக்கின.

அந்தக் கனல் வெறி, என் உடலிலிருந்து என்னைக் களைந்து வெளியில் எறிந்திட, அந்த வெளியில்... பழைய அண்டங்களும், பழைய உலகங்களும், பழைய சூரியர்களும் பழைய சந்திரர்களும் சுவடு தவறி ஒன்றோடு ஒன்று முட்டி மோதிக்கொண்டு பொடிப்பொடியாகச் சிதறிச் சிந்துவதை, நான் கண்டேன்.

என்னை எனக்குள் அடைக்கும் குரலில் அவள் கேட்டாள்: "நீங்கள் ஏன் இப்படிப் பேசுகிறீர்கள்?"

"நீ பேச வைக்கிறாய். நான் பேசுகிறேன்."

பதறியவள்போல், என் முகத்தைப் பார்த்தாள்.

"ஐயோ, ஒரு பைத்தியத்தை நம்பி, என் வாழ்வைப் பாழாக்கிக் கொண்டேனே!" என்று கண்ணீர்விடுவது போன்று நடித்தாள்.

என்னை ஏமாற்றப் பார்த்தாள். நான் ஏமாறவில்லை; கண்களைப் பொத்திக்கொண்டவளின் தலையை நிமிர்த்தி, "என்னைப் பார்!" என்றேன்.

"நான் குருடு" என்றாள், தேம்பியவாறு.

கெஞ்சினேன்; "நான் சொல்வதைக் கேட்க மாட்டாயா?"

விசித்துக்கொண்டே, "நான் செவிடு" என்றாள்.

பிறகு, வெகுநேரம் மௌனம் ஆழ்ந்தது.

"என்னோடு பேச மாட்டாயா?" எனக் கொஞ்சினேன்.

"நான் ஊமை."

"மங்களம் என்றால் சிவம் என்பது, எனக்குத் தெரியாதா? மங்கள நாயகி, அகிலா–"

"போதும், போதும். நான் ... நான் ... சிவம் ... சிவம் ... சி ... வ ... ம் ..." என்ற வண்ணம், மங்களம் மங்களமே ஆனாள். அவளுடைய உடல் கீழே சாய்ந்தது.

கீழே கிடந்தது வெறும் பொருள்தான். எனினும், பரம்பொருள் சிறிது காலம் வாசம் செய்து புனிதம் ஆக்கிய அப்பொருளைத் தொட்டுக் கும்பிட்டேன்.

4

அவளும் என்னைப் பைத்தியம் என்றாள்; சொல்லட்டுமே, அதனால் என்ன?

அவள் – என் அன்னை – மங்கள நாயகி பொய் சொல்லமாட்டாள். அவள் என்னைப் பைத்தியம் என்றால், நான் பித்தன்தான்.

ஆனால் நான் கேட்கிறேன் – பைத்தியம் பிடிக்காத சிவன் உண்டோ உலகில்?

பைத்தியம் தெளிந்த சிவனே, சிவன்!

அமுதசுரபி **(அக்டோபர் 1959)**

(நூல் வடிவில் இதுதான் முதல் பிரசுரம்)

●

உறங்காத கண்கள்

"நான் நினைக்கக் கூடாது . . . நினைப்பே, எனக்கு நோய் ஆகிவிட்டது" என்று நினைத்தவாறு, ஜன்னல் அருகில் நின்ற சேகரன், பார்வையோடு மனத்தையும் வெளியில் அனுப்பித் தனக்குள் ஓர் அமைதி நினைப்பதற்கு, வலு இல்லாத மலட்டு அமைதி அல்ல என்று அவனுக்குத் தெரியும்; அந்த அமைதியிலிருந்து எண்ணற்ற நினைவுக் குவியல்கள் பிறக்கும் என்பதையும் அறிவான்.

ஒளியும் இருளும் குழம்பிய நிலையில் உலகம் உறங்கியது. அவன் பார்வை எட்டாத திசையில் இருந்த நிலா, வீதியில் பாதியை ஒளியால் மெழுகியது. மாவாய்க் கொட்டிய பனியில், விண்மீன்கள் மங்கலுற்று ஒடுங்கின. எதிர்வீட்டு ஓட்டுக்கூரை, அதன் பின்னால் இருந்த இரட்டை மாடி, அப்பால் நாலைந்து தென்னை மரங்கள், ஒளியில் உருவம் கொள்ள முயன்று, முடியாமல், கறுத்து நின்றன. எல்லாவற்றுக்கும் விளிம்பு கட்டுவதாக, இருள்தான் முழு வடிவோடு காட்சியளித்தது.

ஒலியைவிட இருளுக்கு அதிக வலிமை இருப்பதாக, அவனுக்குத் தோன்றியது. ஒளிதான் உயர்ந்தது என்று, ஏன் நினைக்கவேண்டும்? இருளில் காணாததை ஒளியில் காணலாம் என்பது உண்மையா? அல்லது ஒளியில் காண்பதுதான் உண்மையா? ஒளியில் ஒருவன் தன்னையாவது கண்டுகொள்ள முடிகிறதா? வெளிச்சத்தில், நீண்டு வளர்ந்து குறுகிச் சுருங்கும் நிழலைத்தான் காண முடிகிறது. இலையின் பச்சையும் வானத்தின் நீலமும், ஏன், நிலவின் வெண்மையும்கூடப் பொய்தான். கண்ணுள்ளவன் காணும் காட்சிகளைவிடக் கண் இல்லாதவன் காணும் காட்சிகளில்தான் நிறம் அதிகம்!

"இவை தேவை இல்லாத நினைவுகள் என்று அவன் நினைத்தான். தேவையான கேள்விகள்தான் என்ன? கேட்டுக்கொண்டே போனால், நாம் ஏன் வாழ்கிறோம் என்கிற கேள்வியில்தான் முடிகிறது...

அடையாததை அடையத் தவிப்பதும், அடைந்ததோடு அமைதியுறாது ஏங்குவதுமாய் வாழ்க்கை கழிகிறது, "லட்சியத்தை அடைந்துவிட்டோம்" என்று எண்ணுகையில், மரணம் இறுதி லட்சியமாய் எதிர்ப்படுகிறது. மரணத்தின் முன்னிலையில் வாழ்க்கை அர்த்தமற்றதெனத் தோன்றுகிறது. சாவதற்காகக் காத்திருப்பதுதான் வாழ்க்கையா?

கௌரி இறந்துவிட்டாள். அவள் மரணத்துக்காக அஞ்சவில்லை. வாழ்க்கையின் ஒரு பகுதியாக, அவள் மரணத்தைக் கருதினாள் போலும்! முதலில் அவள், தன் கணவன் சேகரனுக்குள் வாழ்வதாக நினைத்தாள்; பின்னர் பெரிய புத்தகத்தின் சிறிய கைப்பதிப்புப் போல, தன் 'அச்சில்' குழந்தை ஸச்சுவை ஈன்றதோடு, அவளுக்கு நிறைவு ஏற்பட்டுவிட்டது. கோணாமலும் குமையாமலும் நகைமுகத்தோடு சாவை ஏற்றாள்.

ஸச்சுவும் கௌரியைப் பின்பற்றிவிடுவாளோ என்னும் எண்ணம், அவனைச் சுட்டது. மரணம் அஞ்சத்தக்கதுதான்; தன் மரணம் அல்ல; தன் அன்புக்கு உரியவரின் மரணம். எப்போது குழந்தையின் அருகில் வந்தோம் என்றே அவனுக்குப் புரியவில்லை. உலையாய்க் கொதித்த அதன் உடலை மிருதுவாக வருடினான். அம்மா, என்று குழந்தை முனகியது. 'ஸச்சு! நான்தான் அம்மா. பக்கத்தில் இருக்கிறேன், பயப்படாதே!' என்று, மெதுவாகச் சொன்னான் அவன்.

"லேடி டாக்டர் வந்துவிட்டார்கள்!" என்ற வேலைக்காரியின் குரல் கேட்டு, அவன் உலுக்கி எழுந்தான்.

"வாருங்கள், டாக்டர்! சாயங்காலம் கேள்விப்பட்டேன். சர்க்கார் ஆஸ்பத்திரிக்கு நீங்கள் புதிதாக வந்திருக்கிறீர்கள் என்று. குழந்தை வைத்தியத்தில் மிகவும் கைராசி என்று சொன்னார்கள். என் ஸச்சுவைக் காப்பாற்றுங்கள்! டாக்டர்."

சேகரன், டாக்டரின் உருவத்தைப் பார்த்துப் பேசினாலும், அவளுடைய வடிவம் அவன் மூளைக்கு எட்டியதாகத் தெரியவில்லை. வந்தவளோ, அவனுடைய அவசரத்தை உணராதவளாய்ப் பேசாமல் நின்றதால், அவனுக்கு ஆத்திரம் உண்டாயிற்று.

டாக்டர் குழந்தையின் பக்கம் சென்றபோது, அவனுக்குள் 'ஏதோ சமாதானம்' ஏற்பட்டது. அவள் கழுத்தில் இருந்த ரப்பர்க் குழாய் குழந்தையின் மார்பில் நெளிந்தபோது, அவன் நெஞ்சு நெடுமூச்சாக விரிந்து தணிந்தது. கைப்பெட்டியிலிருந்து மருந்து எடுத்து, ஸச்சுவின் தோளில் ஊசி குத்தியபோது, – ஊசிமுனையிலிருந்து குழந்தையின் உடலில் உயிர் பாய்வதுபோல் அவனுக்குப் பட்டது.

"என்ன டாக்டர் இது? நன்றாக விளையாடிக் கொண்டிருந்தவள்..."

"ஒன்றுமில்லை, சாதாரணமாகக் காய்ச்சல்தான். இரண்டு நாட்களில் வழக்கம்போல் விளையாட ஆரம்பித்துவிடுவாள்."

"நிஜமாகவா?" ஸச்சுவுக்குக் குணமாகும்வரை, நாளுக்கு இரண்டு முறை நீங்கள் வரவேண்டும். காலையில் நான் கார் அனுப்பட்டுமா?" என்று சொல்லிக்கொண்டே, ஐந்து பத்து ரூபாய்களை அவளிடம் நீட்டினான்.

அவள், பணம் வாங்கவில்லை. "காலை வரையில், நான் இங்கே இருக்கப் போகிறேன். இரவு, இரண்டு மணிக்கு ஒருமுறை ஊசி போட வேண்டும்."

"மிகவும் சந்தோஷம். நீங்கள் இங்கேயே படுத்துக்கொள்ளுங்கள். நான் வெளியே ..."

வெளிச்சத்தில் அவள் முகத்தைக் கவனித்த சேகரன் துணுக்குற்றான். எதிரில் கௌரி நின்றுகொண்டிருந்தாள்! கௌரியா இது? இறந்து போனவள், எப்படி இங்கே வந்தாள்? தன் குழந்தையைக் காப்பதற்காக, டாக்டராக வந்துவிட்டாளா? ஆனால், கௌரிக்கு இவ்வளவு நீளமான மூக்கு ஏது? கண்கள், இவ்வளவு பெரிதாக இராது. இவ்வளவு அகன்ற நெற்றியும் கிடையாது.

ஆற்றில் மூழ்கியவன் மணலை உதைத்துக்கொண்டு நீர்மட்டத்துக்கு எழும்புவதுபோல்–நினைவு ஒன்று, மனத்தின் மேல் மட்டத்துக்குப் பாய்ந்தது.

"நீங் ... நீ பார்வதி இல்லை?"

அவள் மனஸ்தாபம் அடைந்தவளாய்க் கூறினாள். "டாக்டர் பார்வதி என்றதும், என் ஞாபகமே உங்களுக்கு வரவில்லையே!"

"எத்தனையோ டாக்டர்கள், எத்தனையோ பார்வதிகள். நிற்கிறாயே, உட்காரு. குழந்தைக்கு ஒன் ... ஒன்றுமில்லையே?"

"கவலைப்படும்படி ஒன்றும் இல்லை. காலையில் ஜுரம் தணிந்து விடும். பெயர்தான் மறந்துவிட்டது; என்னைப் பார்த்து அடையாளம் கண்டுகொள்வீர்கள் என்று எதிர்பார்த்தேன். வீட்டுக்குள் கால்வைத்த போதே ... என்னை அறியாமல் ஒரு பரபரப்பு உண்டாயிற்று. உங்களைப் பார்த்ததும், என் உடம்பு கரைந்துவிட்டதுபோலத் தோன்றியது. குழந்தையின் ஞாபகம் வந்ததும், சமாளித்துக்கொள்வதற்காகத்தான், கொஞ்ச நேரம் தயங்கினேன். என்னைப் பார்த்துக்கொண்டுதான் பேசினீர்கள். ஆனால், என்னை நீங்கள் கண்டுகொள்ளவில்லை."

"நீ ஒரு பைத்தியம், உன் பெயர்தான் நீயா? உன் உடல்தான், உனக்கு அடையாளமா?" என்றான் சேகரன்.

"அவ்வளவு தூரம் என்னை வெறுத்துவிட்டீர்கள்; இல்லையா? நான் குற்றம் செய்தவள்: நீங்கள் ... உங்கள் மனைவி எங்கே?"

"இல்லை ... பார்வதி செத்துவிட்டாள் ..."

"அவள் பெயரும் பார்வதியா?"

"இல்லை, இல்லை. கௌரி, கௌ ... கௌரி ..."

அந்தச் செய்தி, பார்வதிக்கு ஆறுதல் அளித்ததோ என்னவோ! குழந்தையருகில் சென்றாள். சிறிதுநேரம் அதன் முகத்தை மெதுவாகத் தடவிக்கொண்டிருந்தாள், மீண்டும் அவனுக்கு எதிரில் வந்து அமர்ந்தாள். "கௌரி ... பிரசவத்தின் போதா ...?"

"ஸச்சுவுக்கு, அப்போது ஒரு வயசு. கௌரி போனதும், நான் அம்மா ஆகிட்டேன். ஸச்சு, மிகவும் சமர்த்து. நான் அம்மா இல்லை, அப்பாதான்

என்கிறாள். அடுத்த மாதம் பிறந்தநாள் கொண்டாட்டம். பயப்படும்படியாக ஒன்றும் இல்லையே, பார்வதி?"

"உறுதியாகச் சொல்லுகிறேன். பயப்படக் காரணம் இல்லை. அதிக வியாகூலப்பட்டுத் திக்கிப் பேச ஆரம்பித்துவிட்டீர்களே! ஒன்றும் இல்லாததற்கு எல்லாம், இப்படிக் கலங்கலாமா?"

"கலங்கக்கூடாதுதான். உன்னைப் பற்றி ஒன்றும் கேட்கவில்லையே; உனக்கு எத்தனை குழந்தைகள் . . . மறந்துவிட்டேனே? கலியாணம் செய்துகொள்ளாமல் சமூக சேவை செய்யப் போவதாகச் சொன்னாயே?"

"அந்த முட்டாள்தனத்தின் பயனைத்தான் அனுபவிக்கிறேன்."

"ஸச்சுவைப் போல் எவ்வளவு உயிர்களைக் காத்திருப்பாய்? இந்தச் சேவை முட்டாள்தனமா? உனக்கு என்ன வருத்தம், பாரு?"

"உங்களுக்கு என்ன வருத்தம்? ஐந்து வருஷங்களில், ஏன் இப்படி இளைத்துவிட்டீர்கள்?"

"நான் இளைத்துவிட்டேனா? உனக்குத் தெரியாது. கௌரி எனக்குப் பழக்கப்படுத்திவிட்டாள், காலத்தில் சாப்பிடவும், காலத்தில் தூங்கவும்."

"கௌரி அதிர்ஷ்டசாலி. அவளை நான் குறை கூறவில்லை... என் பெயர் உங்களுக்கு நினைவு இல்லை. என்னைப் பார்த்தும் புரிந்து கொள்ளவில்லை. நான் இல்லாமல் வாழ முடியாது என்று ஒரு காலத்தில் சொன்னதும், நீங்கள்தானே?"

"நான் உன்னை மறந்துவிட்டதாக நினைத்து வருத்தப்படுகிறாயா? நன்றாக இருக்கிறதே! உன்னை எப்போது மறந்தேன்? இப்போது நினைப்பதற்கு? சிலந்தி, தன் உடலுக்குள்ளிருந்து இழைகளைச் சிருஷ்டிப்பதுபோல், கடவுள் உலகங்களைப் படைத்தார் என்பார்கள். உன்னைப் பற்றிய நினைவுக்குள்ளிருந்துதான், என் எண்ணங்கள் தோன்றுகின்றன. என் மனத்தின் அடிப்படை நினைவு நீதான்!"

"என்னை மறக்கவில்லை என்கிறீர்களா?"

"என்ன கேள்வி இது!... மனித உணர்ச்சிகளில் சோகம்தான் அடிப்படை உணர்ச்சி! சோகத்தைவிடக் கவர்ச்சி மிகுந்த உணர்ச்சி இல்லை; அந்தச் சோகம் காதலில் அடைந்த ஏமாற்றமாக—நீயாக—என்னை வந்தடைந்தது. வேறு மாலை நேரம் எனக்கு ஞாபகம் இல்லை. ஆனால், அந்த மாலை நேரம், எனக்குள் அப்படியே இரவு ஆகாத மாலையாக, என் மனதில் நிற்கிறது. காவிரி ஆற்று மணலில் வீடு கட்டி இடித்து விளையாடுகிற குழந்தையாக, நீ உட்கார்ந்து இருக்கிறாய்; பக்கத்தில் நான்; என் நெஞ்சில் தாபங்கள்; அவைகளை வெளியிடமுடியாமல் தவிக்கிறேன். உன் உடலினாலும் அழகினாலும் நான் வசீகரப்பட்டிருக்கிறேன் என்பது உண்மை. ஆனால், அதற்கு அப்பால், உன் வாழ்க்கையோடுதான் என் வாழ்க்கை இருப்பதாய் எனக்குத் தோன்றுகிறது. என் விருப்பத்தைச் சொல்லாமல் தவிக்கிறேன், கடைசியில் குளறுகிறேன். அதைக் கேட்டதும், உன் பார்வையில் ஏளனம் தோன்றுகிறது. 'உங்களிடம் இதை எதிர்பார்க்கவில்லை; பெண்களோடு பழகுகிற ஆண்களால் கனவான்களாக நடந்துகொள்ள முடியாதா?'

என்கிறாய். பிறகும், என் காதலை வற்புறுத்துகிறேன். 'டாக்டருக்குப் படித்துச் சமூக சேவை செய்யப் போகிறேன்; மணம் புரிந்துகொள்ளப்போவதில்லை' என்கிறாய். ஞாபம் இருக்கிறதா? ஞாபகம் என்ன? சொன்னபடிதானே இருக்கிறாய்?"

சமூகசேவை செய்வதற்காக, நான் மணம் புரியாமல் இருக்கவில்லை. அப்போது, நான் அறியாதவளாக இருந்தேன். உங்கள் காதலைத் துடுக்குத்தனமாக நிராகரித்த மறுநாள் முதல், நீங்கள் கல்லூரிக்கு வரவில்லை. வராததால் உண்டான ஏமாற்றமும், வருவீர்கள் என்று எதிர்பார்த்த வேட்கையும் என் மனநிலையை எனக்கு உணர்த்தின. பிறகு உங்கள் தாயாரோடு ஊரைவிட்டே போய்விட்டதாக அறிந்தபோதுதான், நான் இழந்த பொருளின் தேவை எனக்குப் புலப்பட்டது. பெண் – காதலிக்கக் கூடாது. அறியாமையால் காதலை இழந்தவள், என்ன செய்ய முடியும்? கண்ணீர் காதலை வளர்க்கத்தான் உதவுகிறது. ஓரளவு வளர்ச்சி பெறுகிற வரைக்கும்தான், செடிக்குத் தண்ணீர் ஊற்றுகிறோம். பிறகு வேர், தானாக நீரைத் தேடிக்கொள்கிறது. நான் வாழ்நாள் முழுவதும் உங்களுக்காகக் காத்திருக்கிறேன். ஆனால், நீங்கள் ஒரு பெண்ணை மணந்து தந்தையும் ஆகிவிட்டீர்கள்!"

"உன்னை மறந்து, இன்னொருத்தியோடு இன்பமாக இருந்தேன் என்கிறாயே? உடலின் இச்சையை அடக்குவதற்கே, எவ்வளவோ கஷ்டப்பட வேண்டியிருக்கிறது; உயிரின் இச்சையை அடக்குவது எப்படி? உன்னை அடைய வேண்டும் என்பது என் உயிரின் வேட்கை. ஆனால் நீயோ – என் காதலை ஏற்கவில்லை. அந்தச் சோகம், அதிர்ச்சியாக இருந்தது. ஆற்றில் உன்னைவிட்டுப் பிரிந்து வீடு திரும்பும்போது, நிலைகுலைந்துவிட்டேன். வாழ்வதற்கு ஒன்றும் இல்லை என்று விரக்தி. செத்துக் கொண்டிருப்பதாகச் சிலசமயம் தோன்றியது; பைத்தியம் பிடிப்பது போலவும் அச்சமாக இருந்தது. என் ஏக்கத்தின் காரணம் அறியாத என் தாயார் பயந்துவிட்டாள். இடம் மாறினால் என் மனம் மாறலாம் என்று நினைத்து, என்னைப் பெங்களூருக்கு அழைத்துச் சென்றாள். அங்குதான் என் அத்தையும், அவர்கள் பெண் கௌரியும் இருந்தார்கள். அங்குச் சென்ற பின், எனக்கு ஆறுதல் ஏற்படவில்லை; எனக்குப் பார்க்கவும் தெரியவில்லை; கேட்கவும் முடியவில்லை; உயிரின் இந்தப் பயங்கரமான தாபத்தைத் தாங்கமாட்டாமல் என் உடல் சாய்ந்துவிட்டது. இரண்டு மாதங்கள் மரணத்தோடு போராடிக் கொண்டிருந்தேன். அதற்கும் சேர்த்து வைத்தியம் நடந்துவந்தது. ஏன் அழுகிறாய் பாரு? நான்தான் பிழைத்து, நல்ல பார்வையோடு நன்றாக இருக்கிறேனே?"

"அந்தச் சமயம் கௌரி, உங்களுக்குப் பக்கத்தில் இருந்து வேண்டியதைச் செய்து உங்கள் அன்பைக் கவர்ந்தாள். நான் பாவி!"

"உன் கணக்குத் தவறு. என் தாயும் அத்தையும், கௌரியை நான் மணக்கவேண்டும் என்று விரும்பினார்கள். அவளுக்கும் அந்த ஆசைதான். நான் குருடன் ஆகியிருந்தாலும் அவள் என்னை ஏற்றிருப்பாள். ஆனால் அதற்காக, நான் அவளை மணந்தேன் என்று நீ நினைப்பது தவறு. உடல் குணமான பிறகும் கட்டிய கண்களோடு படுக்கையில் கிடந்தேன். உடலின் துர்ப்பலம் ஒருபுறம்; அகத்தில் சோகமாய் நிறைந்திருந்த உன் நினைவு

மறுபுறம். சாகத்தான் விரும்பினேன். ஆனால், இந்தச் சமயத்தில், உன் நினைவு ஒரு அற்புதம் செய்தது. என் பக்கத்தில் இருந்து வேண்டியதைச் செய்து, என் உயிரைக் காப்பாற்ற முனைந்தவள் கௌரியாக இருக்க முடியாது; இருக்கவும் கூடாது; அவள் பார்வதி என்று நினைத்து – அவளைப் பார்வதியாக உருவாக்கத் தொடங்கினேன்!"

"கௌரியைப் பார்வதியாக உருவாக்கினீர்களா? என்ன புதிர் இது?"

"புதிர் அல்ல, மிகச் சாதாரண உண்மை. பார்வதியாகக் கருதியே, அவள் செய்ததையெல்லாம் ஏற்றுக்கொண்டேன். கண்கள் கட்டுண்டிருந்ததால், அது எனக்கு எளிதாகிவிட்டது. கண்களைத் திறந்தால்தான் காட்சி என்று எண்ணுகிறோம். அது தவறு. கண்களை மூடிக்கொண்டாலும் காட்சி உண்டு. துணியால் இறுகக் கட்டிய கண்களுக்குள் பார்வதி என் அறைக்கு வருவதைப் பார்த்தேன்; மருந்து கலப்பதைப் பார்த்தேன். என் உடலில் சாய்ந்து என்னை மிருதுவாகப் படுக்க வைத்தவளைப் பார்வதியாக உணர்ந்தேன் . . . என் கண்களின் கட்டுகளை அவிழ்த்தபோதும், என் பாவனை மாறவில்லை. என் எதிரில் கவலையே வடிவாக நின்றவளை, நான் கௌரியாகப் பார்க்கவில்லை; பார்வதியாகவே கண்டேன்! அத்தையும் அம்மாவும், அவளுக்கும் எனக்கும் மணம் முடிக்க விரும்பியபோது, நான் மனப்பூர்வமாகச் சம்மதித்தேன். உனக்குப் புரிகிறதா, பாரு? மணமனையில் என்னோடு உட்கார்ந்தவள் நீதான்; என்னிடம் தாலிக்காகக் கழுத்தை நீட்டியவளும் நீதான்."

"இரண்டு வருஷங்கள்தான், கௌரி என்னோடு வாழ்ந்தாள். தன் உயிரில் பெரும் பகுதியை எனக்குள் செலுத்தி என்னைக் காப்பாற்றிவிட்டு, அவள் விரைவில் முடிந்துவிட்டாள் என்று தோன்றுகிறது. எவ்வளவு சந்தோஷமாக இருந்தாள்; அவள்! என்னை எவ்வளவு சந்தோஷமாக வைத்திருந்தாள்! தாய் ஆனபோது, லோக நாயகி ஆகிவிட்டதுபோல் கர்வம் அவளுக்கு. 'நான், அப்படியே என் குழந்தையாக இருக்கிறேன்' என்று, அடிக்கடி கூறுவாள். நான் அவளைப் பார்வதியாகக் கொள்ள, அவள் என்னைக் குழந்தையாக்கிக் கொண்டுவிட்டாள்!

"ஒருநாள் – வெளியிலிருந்து வீடு திரும்பியவன், "பாரு, பாரு!" என்று கதவைத் தட்டிவிட்டேன். அன்று என் வேஷம் கலைந்து, நெஞ்சு உதட்டுக்கு வந்துவிட்டது. கௌரி என் அருகில் வந்து நின்று, 'இன்னும் பார்வதியை உங்களால் மறக்க முடியவில்லையா? என்னிடம் உங்களுக்குப் பிரியமே உண்டாகவில்லையா?' என்றாள். அவளை அணைத்துக்கொண்டு, "ஏதோ நினைவாய்க் கதவைத் தட்டினால், ஏதேதோ பேசுகிறாயே" என்று ஆறுதல் கூற முயன்றேன். 'நீங்கள் பொய் சொல்லுகிறீர்கள். எனக்கு உங்கள் கதை தெரியும். இரண்டு மாதங்கள் பிரக்ஞை இல்லாமல் படுக்கையில் இருந்தபோது, காட்சி காட்சியாக வர்ணித்தீர்கள். பார்வதியிடம் உங்களுக்குள்ள காதலையும், காவேரி மணலில் அவள் கேலி செய்ததையும் அப்படியே ஒப்பித்தீர்களே! அவளை நீங்கள் மறக்கும்படி நான் நடந்துகொள்ளவேண்டும் என்று நினைத்தேன். அப்படி நடந்துகொள்ள முடியவில்லையே? இன்னும் முயற்சி செய்கிறேன்!' என்று அழுதுவிட்டாள். "நான் உன்னைப் பார்வதியாகவே நினைக்கிறேன்!" என்று வேடிக்கையாகச் சொல்வதுபோல் உண்மையைச்

சொன்னேன். 'அது எனக்குத் தெரியும், என்னைக் கௌரியாக உங்களை நினைக்க வைக்க என்னால் முடியவில்லையே!' என்று அழுதாள். மறுநாளே, அவள் வழக்கம்போல் குழந்தையோடு கொஞ்சுவதும், என்னுடன் குலாவுவதுமாகச் சந்தோஷமாக இருக்கத் தொடங்கினாள். ஆனால், தான் கௌரி இல்லை என்னும் எண்ணம், அவளைக் கொன்றுவிட்டது.

தனக்காக வாழ்ந்து மறைந்த கௌரியை நினைத்து, பார்வதியின் கண்கள் கலங்கின.

"பாரு, சோகம்தான் முதல் உணர்ச்சி. சோகத்தில்தான் எல்லாம் சாசுவதமாகவே இருக்கிறது. சோகத்தில்தான் நினைக்கவும் முடிகிறது. சோகத்தை அறியாதவனால் நினைக்கவே முடியாது. தானே தானாக இருந்த சோகத்தில்தான், கடவுள் தனக்குள்ளிருந்து சிருஷ்டிக்க நினைத்திருக்க வேண்டும். நீயே நீயாக இருந்த என் சோகத்தில், எத்தனையோ நினைவுகள் தோன்றின. தன் சிருஷ்டியில் தானே கடவுள் மறைந்திருப்பதைப் போல், என் நினைவுகளில் எல்லாம், என் சோகம் மறைந்திருந்தது. கௌரி போனதும், ஸச்சுவிடம் என் நினைவுகளைச் செலுத்தினேன். என்னை, அவளுக்குத் தாயாக்கிக்கொள்ள முயன்றேன். ஆனால், இந்த மூன்று வயது குழந்தைக்குக்கூட, நான் அம்மா அல்ல என்பது எப்படித்தான் தெரிகிறதோ! பாரு! அடுத்த பிறவியில் நான் பெண்ணாகத்தான் பிறக்கப்போகிறேன். மனம் நிறையும்வரை குழந்தைகளை ஏந்திப் பெற்று ஊட்டி வளர்க்கப் போகிறேன். பிறகு எனக்குப் பிறவியில்லை. வேண்டவும் வேண்டாம்."

"நான் தவறு செய்துவிட்டேன். எனக்கு, அந்தப் பாக்கியம் அளிக்க மாட்டீர்களா?"

"என்ன சொல்கிறாய் பாரு? தாய் ஆவதென்றால்?"

"என்னைக் கொல்லாதீர்கள். ஸச்சு, என் குழந்தை என்று நீங்கள்தானே சொன்னீர்கள்? ஸச்சுவின் தாயாக இருக்க அனுமதியுங்கள்!"

"அது எப்படி முடியும்? கௌரி என்ன நினைப்பாள்?"

"என்னைப் பழிவாங்காதீர்கள்!"

"பழிவாங்குவதா? அவளை நான் கௌரியாக ஏற்கவில்லை என்ற ஏக்கம்தான், அவளைக் கொன்றது. நான் உன்னை எப்படி..."

பார்வதி, ஸச்சுவை இடுப்பில் ஏந்தி அணைத்துக்கொண்டாள். "ஸச்சு, என் குழந்தை. நான் கௌரியாகத்தான் வந்திருக்கிறேன். இது என் வீடு" என்றாள், உரிமையுடன்.

_கல்கி_ (ஏப்ரல் 17, 1960)

உறங்காத கண்கள் (நவம்பர் 1968)

எம்.வி. வெங்கட்ராம் கதைகள் (டிசம்பர் 1998)

முத்துக்கள் பத்து (2007)

•

தெரியாத அப்பாவின் புரியாத பிள்ளை

கலியாண விஷயத்தில், என் மகனுடைய பிடிவாதமான போக்கு, எனக்குப் பிடிக்கவில்லை. நான் சொல்லி அவன் மீறின விஷயம் கிடையாது என்பது எவ்வளவு உண்மையோ, அவ்வளவு உண்மை, அவன் மீறும்படியான விஷயம் எதுவும் நான் அவனுக்குச் சொன்னதில்லை என்பதும்–

என் மகனைப் பற்றி நானே புகழ்ந்து பேசினால், "கலியாணம் ஆகாத பையன்; குறைத்துப் பேசினால் 'மார்க்கெட்' ஆகுமா?" என்று பெண்ணைப் பெற்றவர்கள் நினைக்கலாம். 'காக்காயின் பொன்குஞ்சு' என்று பரிகாசம் செய்கிறவர்களும் இருப்பார்கள். என் மகனை நான் இகழ்ந்தால், "பிள்ளையைப் பெறத் தெரிந்ததே தவிர, வளர்க்கத் தெரியவில்லையே, ஐயா" என்று என்னையே சாடுவார்கள். ஆகையால், பொதுவாக அவனைப் பற்றி, என் அபிப்பிராயத்தைச் சொல்லிவிடுகிறேன்.

அவன் பெயர் சந்திரன். என்னுடைய மூத்த மகன். வயது இருபத்திரண்டு முடிந்துவிட்டது. சட்டப் பரிட்சையில் தேறி, 'பிராக்டீஸ்' செய்யாமல் வீட்டோடு இருக்கிறான். என்னோடு வியாபாரத்தையும் நிலபுலங்களையும் கவனிக்கிறான். சட்டக் கல்லூரியில் சேரும்வரை வக்கீல் ஆகவேண்டும் என்று ஒரே ஆத்திரமும், ஆவலுமாக இருந்தான். கல்லூரியில் சேர்ந்ததும், அவனுக்குக் கதை எழுதும் பைத்தியம் பிடித்தது. படித்தபடியே கதைகளும் கட்டுரைகளும் எழுதிப் பத்திரிகைகளுக்கு அனுப்பத் தொடங்கினான். சில (பல என்றுகூடச் சொல்லலாம்) பத்திரிகைகளில், அவை வெளியாயின. வக்கீல் பட்டம் பெற்று வெளியே வந்ததும், அவனுக்கு வக்கீல் தொழில் பிடிக்கவில்லை. பத்திரிகை நடத்துகிறேன் என்று என்னிடம் அனுமதி கேட்டான். அனுமதி கேட்பதென்ன, 'ஆரம்பிக்கட்டுமா?' என்று கேட்டான், ஆரம்பித்துவிட்டான். அதுவும் ஒரு தொழில்தானே என்று நானும் பேசாமல் இருந்தேன்.

அவன் செய்யும் எந்தக் காரியத்திலும் நான் குறுக்கிடுவதில்லை. அவன்மேல் எனக்கு அத்தனை நம்பிக்கை, தவறு செய்யமாட்டான் என்று பத்திரிகை நடத்தப் பணம் கொடுத்தேன். 'ராகம்' என்ற அந்த பத்திரிகை அழகாகத்தான் இருந்தது. மற்ற பத்திரிகைகள் எல்லாம், அதை மரியாதையுடன் வரவேற்றன. அவை மலை உயரத்துக்கு என் மகனைப் போற்றிப் பாராட்டி வாழ்த்தியதைக் காண, எனக்கு மிகவும் பெருமையாகத்தான் இருந்தது.

ஆறு மாதங்கள் கழித்துக் கணக்குப் பார்த்தேன். ஆறு மாத இலக்கியத்தின் விலை ஐயாயிரம் ரூபாய் என்று கணக்குக் காட்டியது. எனக்குப் 'பக்'கென்றது.

அவனைக் கூப்பிட்டு, "சந்திரா பத்திரிகை நன்றாக நடக்கிறதா?" என்று கேட்டேன்.

"இதோ பாருங்கள் அப்பா" என்று அன்று தபாலில் வந்த இருபது முப்பது கடிதங்களை, என்னிடம் நீட்டினான் அவன்.

"அது சரி, கணக்குப் பார்த்தாயா?"

"அப்பா, பத்திரிகை ஒரு லட்சியம், தொழில் அல்ல" என்றான் அவன், உணர்ச்சியோடு.

"லட்சியம் அல்ல என்று நான் சொன்னேனா? அதற்காகச் சொல்ல வரவில்லை. என் தகப்பனார் எனக்காக விட்டுப்போன சொத்து, பல பூஜ்யங்களுக்கு இருக்கும். நேர் வழியிலோ குறுக்கு வழியிலோ கொஞ்சம் சம்பாதித்துச் சேர்த்து வைத்திருக்கிறேன். கூடவே, புத்திர சம்பத்துக்கும் குறைவில்லை. உன் லட்சியத்தை மட்டும் கவனித்தால், மற்ற சத்புத்திரர்களின் லட்சியம் என்ன ஆகும்?"

"பத்திரிகையை நிறுத்திவிடு என்கிறீர்கள்; அதுதானே? ராகத்துக்கு மங்களம் பாடிவிட்டேன். சரிதானே?"

"நீ கதை, கட்டுரை எழுதிப் பத்திரிகைகளுக்கு எல்லாம் அனுப்பு. மார்க்கெட்டில் பெயர் உண்டாகிவிடும். பிறகு பத்திரிகை ஆரம்பம் செய். தொழில் எப்படி நடக்கிறது பார்" என்றேன், ஆறுதலுக்கு.

"இலட்சியம் வேறே, தொழில் வேறே. இலட்சியம் தொழில் ஆக முடியாது. சரி, இதெல்லாம் உங்களுக்குத் தெரியாது. 'ராகம்' முடிந்து விட்டது."

சொன்னபடி செய்துவிட்டான் அவன். அதனால் அவனுக்கு வருத்தமாக இருந்ததா என்பதுகூட எனக்குத் தெரியவில்லை. என்னோடு வியாபாரத்தைக் கவனித்துக்கொண்டே, பத்திரிகைகளுக்கு விஷயதானம் செய்து, பத்து இருபது என்று சம்பாதிக்கத் தொடங்கினான்.

மொத்தத்தில் என் அபிப்பிராயத்தில், என் பையன் நல்லவன். என் சொல்லைத் தட்டமாட்டான் என்பதால் மட்டும், நான் இப்படிச் சொல்லவில்லை. பள்ளியிலும் கல்லூரிகளிலும் ஏராளமாக மார்க்கு வாங்கித் தேறியதோடு, வருஷந்தவறாமல் நன்னடத்தைப் பரிசும் அவனுக்குத்தான் கிடைக்கும். சிகரெட், பொடி, புகையிலை வகையரா தெரியாது.

சீட்டாட்டத்தில் ஜாதிப் பிரிவினைகூடத் தெரியாது. பெண்களுடன் சங்கோசம் இல்லாமல் பழகுவான். நானும் பயப்படாமல் பழகவிட்டேன் என்பதைச் சொல்லிக்கொள்வதில், தப்பு ஒன்றும் இல்லையே? ஆனால், அவன் வேலியைத் தாண்டியது கிடையாது. அப்படிப் போனதாக அபவாதம்கூட இல்லை. படித்த பையனின் லட்சணம் ஒன்றும் அவனிடம் காணோம் என்று நான்கூட ஆச்சரியப்படுவது உண்டு. நான் கண்டிக்கும்படியாக அவன் ஒன்றும் செய்யவில்லையே என்று எனக்கு அவன் மேல் குறை; எனக்குக் கண்டிக்கத் தெரியவில்லை என்று என் மேல் அவனுக்குக் குறை. அவனும் நானும் பழகுவதைப் பார்த்தால், அப்பனும் பிள்ளையுமாகத் தோன்றாது. இரண்டு நண்பர்களாகத்தான் தோன்றும்.

இப்பேர்ப்பட்ட பிள்ளை, கலியாண விஷயத்தில் மட்டும் என்னிடம் மனம் விட்டுப் பேசாமல் மர்மமாக இருப்பதன் காரணம், எனக்குப் பிடிபடவில்லை. அவன் பையன்; நாற்பது வயதில்கூட மணம் செய்து கொள்ளலாம். ஆனால், மகாலட்சுமி பெண். அவனைக் கலியாணம் செய்துகொள்வதற்காகக் காத்திருக்கிறவள், அவளை ஊறுகாய் போடமுடியுமா?

மகனுக்கு என்னதான் சுதந்திரம் கொடுத்தாலும், தகப்பனின் உரிமையை மறந்துவிட முடிகிறதா? நாள் ஆக ஆக, எனக்கும் பொறுமை போய்விட்டது. அவனைக் கண்டித்துக் கேட்டுவிடுவது என்று முடிவு செய்து, அதற்கு ஒருநாளும் குறித்துக்கொண்டேன்.

அன்று விடுமுறை நாள். காலையில் எனக்கு முன்னால் எழுந்து, அவன் எங்கோ போய்விட்டான். மத்தியானம் சாப்பிட வரட்டும் என்று கோபமாக இருந்தேன்; ஆனால் இரவு ஏழுமணிக்கு அதாவது நான் கோபித்துக்கொள்வதற்குத் தயாராக இல்லாத ஒரு நேரத்தில், அவன் வந்து சேர்ந்தான்.

கோபம், என் இயற்கைக்குப் பொருந்தாத ஓர் உணர்ச்சி. கோபம் வந்தால் முகம் கடுமையாக இருக்கவேண்டும் என்பது, எனக்குத் தெரியும். முகத்தை 'உர்'ரென்று வைத்துக்கொண்டிருந்த சமயத்தில் எல்லாம் வரவில்லை. அவன் வந்தபோது, நான் குருமூர்த்தியோடு சந்தோஷமாக விளையாடிக்கொண்டிருந்தேன். அவன் என் கடைசிப் பையன். வயது மூன்று இன்னும் பூர்த்தி ஆகவில்லை.

இருபதில் ஒரு பையன்; மூன்றில் ஒரு பையன்; இதில் என்ன வெட்கம்? இரண்டிற்கும் இடையில் எத்தனை என்பதை, என் வாயால் சொல்லமாட்டேன். குடும்பக் கட்டுப்பாடுத் திட்டத்தில் எனக்கு நம்பிக்கை கொஞ்சம் உண்டு. நானும் அவளும் கட்டுப்பாடாகத்தான் இருந்தோம். நாங்கள் மனிதர்கள்தானே? கட்டுப்பாடு செய்துகொண்ட ஒரே காரணத்தால் – அதை மீறிவிட்டோம். பிறகு டாக்டரைப் பார்த்து அவள் நாலைந்து இஞ்செக்ஷன்கள் செய்துகொண்டாள். ஏதோ மாத்திரைகள்கூட அவள் சாப்பிட்டதாக ஞாபகம். கட்டுப்பாடு, டாக்டர், இஞ்செக்ஷன், மாத்திரை எல்லாவற்றையும் ஏமாற்றிவிட்டுப் பிறந்த குழந்தை குருமூர்த்தி.

'சுத்தபிண்டம்; கல்லைப் போட்டாலும் கலைக்க முடியாது ஸார்' என்று பிறகு சொன்னார் ஜோசியர். சுத்தபிண்டம் என்பதாலோ என்னவோ,

வீட்டிலுள்ள எல்லோரையும் குழந்தைகள் ஆக்கிவிட்டு, குருமூர்த்தி பெரியவன் ஆகிவிட்டான்.

சந்திரன் இரவு வீடு திரும்பும் சமயம், குருமூர்த்தி பென்சிலும் நோட்டுமாக எழுதிக்கொண்டிருந்தான். நான் செலவுகளைச் சொல்லிக் கொண்டிருந்தேன்.

“என்னடா எழுதினே?”

“மஞ்சள் ஓரணா,” என்றான் குருமூர்த்தி.

“எழுது, சந்தனம் ஓரணா.”

“ஆயிடுத்து.”

“பழம் ரெண்டணா.”

“எழுதிட்டேன்.”

“எல்லாம் என்ன ஆச்சு?”

“ரெண்டணா.”

முட்டை முட்டையாகக் கிறுக்கி, அவன் கணக்கு எழுதுவதைப் பார்த்துச் சந்திரன் சிரித்தபோதுதான், அவன் வந்ததை நான் கவனித்தேன். உடனே, கோபம் வந்தது. குருமூர்த்தியை அப்படியே விட்டுவிட்டு எழுந்து, நாற்காலியில் உட்கார்ந்தேன்.

“ஆசிரியர் வந்தாயிற்றா? காலையிலிருந்து எங்கே மறைந்து விட்டீர்கள்?” என்றேன். என் குரலில் கொஞ்சம் கடுமை இருந்ததை, நானே கேட்டேன்.

அவன், அதை லட்சியம் செய்ததாகத் தெரியவில்லை.

“ஏன் அப்பா, ஏதாவது அவசர ஜோலி இருந்ததா? மகாலட்சுமி வீட்டுக்குப் போனேன், ரகுராமன் வந்தார். மகாலட்சுமி, அங்கேயே சாப்பிடச் சொல்லிவிட்டாள். பேசிக்கொண்டேயிருந்தோம்; பொழுது போனதே தெரியவில்லை.

மகாலட்சுமியின் பெயரைக் கேட்டதும், நான் வரவழைத்த கோபம் எங்கோ போய்விட்டது.

“உனக்கு என்ன வயது தெரியுமா?”

“இருபத்திரண்டு” என்றான், அவன் சிரித்தபடி.

“இவ்வளவு வயசாகியும் இந்தக் குருமூர்த்திக்கு இருக்கிற தெளிவு கூட, உன்னிடம் காணோமே? வீட்டுக்கு வந்ததும் செலவுக்கணக்கு கேட்கிறான். நீ–”

“நான்தான் பத்திரிகையை எப்போதோ நிறுத்திவிட்டேனே–”

“அதை நான் சொல்லவில்லை. எந்த விஷயத்திலும் தெளிவு வேண்டும் என்றேன். வயது வந்த ஒரு பையனும் ஒரு பெண்ணும் நாள் முழுவதும் கதைபேசி அரட்டை அடித்துக்கொண்டிருப்பதை, யாராவது கண்டால் என்ன நினைப்பார்கள்?”

“பிறத்தியார் ஒன்று சொல்வார்கள் என்பதற்காக, நமக்குப் பிடித்ததைச் செய்யாமல் இருக்க முடியுமா, அப்பா ?”

“அப்படியானால் மகாலட்சுமி உன் மனசுக்குப் பிடிக்கிறாள் என்று சொல்லு.”

“பிடிக்காமல் என்ன அப்பா ?”

“அப்படியானால், முகூர்த்தத்துக்கு நாள் பார்க்கலாமா ?”

“யாருக்கு ?”

“என்னடா அது ? மகாலட்சுமிக்குத்தான்.”

“மகாலட்சுமிக்கா ? என்னிடம்கூடச் சொல்லாமல் வரன் பார்த்து விட்டீர்களா ?”

“என்ன அது ? என்ன அது ? வரன் பார்த்துவிட்டீர்களாவா ? என்னடா, புதிசாய்ப் பேசுகிறாய் ? உனக்காகவே பிறந்து வளருகிறாள். வேறு வரன் எதற்காகத் தேடுவது ?”

“வேண்டாம் –”

“அதுதானே பார்த்தேன். வருகிற பங்குனியில் நாள் பார்த்து விடட்டுமா ?”

“வேண்டாம் என்றேனே, அப்பா ?”

“எப்போது வேண்டாம் என்றாய் ? நாள் பார்க்காமல் சீர்திருத்தத் திருமணம் செய்துகொள்ளப் போகிறாயா ? இதற்குத்தான் ஆகட்டும், ஆகட்டும் என்றாயா ? எனக்கு என்னடா இதில் ? மகாலட்சுமியும் சரி என்றால் எனக்குச் சம்மதம். இதைச் சொல்லவா, இவ்வளவு தயங்கினாய் ?”

“அது இல்லை அப்பா, மகாலட்சுமியை வேண்டாம் என்றேன்.”

“ஆரம்பித்துவிட்டாயே ! என்ன விளையாட்டு இது ? இரண்டு பேரும் சேர்ந்து கும்மாளம் அடிக்கிறீர்கள். கல்யாணம் செய்துகொள்ள மாட்டேன் என்றால் ? கல்யாணப்பேச்சில் மகாலட்சுமியைப் பற்றி விளையாடாதே, சொல்லிவிட்டேன்.”

“நிஜமாகத்தான் சொல்லுகிறேன் –”

“ஏன் கறுப்பாயிருக்கிறாள் என்பதாலா.”

“அதுக்காக இல்லை –”

“ஒண்ணரைக் கண் என்றா ?”

“வந்து – அப்பா –”

“சதா நாட்டியம் ஆடுகிறாளே, அதனாலா ?”

“நான் சொல்ல வந்தது –”

“அவள் ஆண்பிள்ளைக் குரலில் பேசுகிறாள் என்றுதானே சொல்லப் போகிறாய் ?”

“நீங்கள் இப்படிப் பேசிக்கொண்டே போனால், நான் எப்போது பேசுவது?”

“மனசுக்குப் பிடிக்கிறது என்று கலியாணம் வேண்டாம் என்றால், என்னடா அர்த்தம்? போடா, போடா! கலியாணம் என்றால் இவ்வளவு வெட்கமா? போ, போ! நாள் பார்த்துவிட்டுச் சொல்கிறேன்.”

“இரண்டு நாள் தவணை கொடுங்கள் அப்பா. முடிவாகச் சொல்லி விடுகிறேன்.”

“நல்ல பிள்ளை! உனக்கு இவ்வளவு தூரம் இடம் கொடுத்துப் பழகியது பிசகு என்று தோன்றுகிறது.”

“அப்பா, பிறகு உங்களுக்குத் தெரியும்”

“எனக்கு ஒன்றும் தெரியாது. உனக்கு எல்லாம் தெரியும், வக்கீலுக்குப் படித்து பத்திரிகை நடத்திவிட்டால்!”

“அப்பா ஒரு நியூஸ், நாளைக்கு ரகுராமனும் மகாலட்சுமியும் இங்கே சாப்பிட வருவார்கள். நீங்களும் நானும் கடைக்குப் போகவேண்டாம்.”

“யார் இந்த ரகுராமன்?”

“அவர் ஒரு கவி. ரொம்ப நல்லவர்.”

“கதாசிரியனாலேயே வீடு இவ்வளவு அமளிப்படுகிறது; கவி நல்லவராம் –என்ன வயசு அவருக்கு? மகாலட்சுமியோடு அவருக்கு என்ன வேலை?”

“அவருக்கு ? ஐம்பது, ஐம்பத்திரண்டு இருக்கும்.”

“சரி, இரண்டு நாளில் உன் சம்மதத்தைச் சொல்லிவிட வேண்டும்.”

அவன், அங்கே இருந்தால்தானே பேசமுடியும்?

எனக்கு என்னவோ வருத்தமாகத்தான் இருந்தது. மகாலட்சுமியை மணப்பதற்குத் தவணை கேட்கும் பையனைப் பற்றி, என்ன சொல்லுவது?

மகாலட்சுமியை நான் சாதாரணப் பெண் என்று சொல்லமாட்டேன். நல்ல சிவப்பு. களையான முகம். எஸ்.எஸ்.எல்.சி வரை படிப்பு. சிறந்த சங்கீத ஞானம். பாடுவதற்கு இனிமையான குரல். நாட்டியமாடத் தெரியாது. தமிழிலும் சமஸ்கிருதத்திலும் நல்ல பாண்டித்தியம். பெட்டி போல் அடக்கமான பெண். வீட்டுவேலைகளிலும் கெட்டிக்காரப்பெண் அவள். வரதட்சணை நான் எதிர்பார்க்கவில்லை. மகாலட்சுமி என் வீட்டுக்கு வந்தாலே போதும் என்பது, என் ஆசை.

இந்த ஆசைக்கு, மற்றோர் அடிப்படையான காரணமும் உண்டு. நானும் அவள் தகப்பனாரும் அடிவயதுமுதல் சிநேகிதர்கள். எங்கள் இருவருடைய குடும்பங்களும் மிகவும் நெருங்கிப் பழகி வந்தன. தெய்வத்தின் தயவில், இரண்டு குடும்பங்களுக்கும் ‘இல்லை’ என்று ஏங்கும்படியான நிலைமை இல்லை. இந்த அமைதியில், இரண்டு வருஷங்களுக்கு முன்னால் மகாலட்சுமியின் தந்தை, திடீரென்று மாரடைப்பு என்ற வியாஜம் – தலையைக் கீழே போட்டுவிட்டார். உயிர்பிரியும் தறுவாயில் – தம்

குடும்பத்தைச் சம்ரட்சிக்கும் பொறுப்பை என்னிடம் ஒப்படைத்து விட்டார். அவருடைய மனைவி உள்பட, அந்தக் குடும்பம் பூராவுமே, என்னைக் கலந்துகொள்ளாமல் ஒன்றும் செய்வதில்லை. மகாலட்சுமி, நான் சொல்வதற்கு மாறாக, ஒரு வார்த்தை பேசமாட்டாள்.

அவள் தகப்பனார் உயிரோடு இருந்தபோதே இரு குடும்பங்களுக்கும் இடையில் கொடுக்கல் வாங்கல் ஏற்படவேண்டும் என்கிற ஆவல், அவருக்கும் எனக்கும் இருந்தது. அதற்கு ஏற்பச் சந்திரனும் மகாலட்சுமியும் ஒற்றுமையாகப் பழகுவதைக் கண்டபோது, நாங்கள் அவர்களை எதிர்காலத் தம்பதிகள் ஆக்கத் திட்டமிட்டோம். “இவனுக்கு அவள், இவளுக்கு அவன்” என்று முடிச்சுப் போட்டிருந்தோம்.

இப்போது இந்த நிலையில் சந்திரன், அவளை மணப்பதற்குச் சால்ஜாப்பு சொல்லிவந்ததோடு, தவணையும் கேட்பதன் மர்மம் எனக்குப் புரியவில்லை.

சிறிது காலம் போனால் சரியாகிவிடுவான்; இருவரும் ஒற்றுமையாகத் தானே இருக்கிறார்கள்? எதற்காகவோ தயங்குகிறான். பின்னால் ஒப்புக் கொண்டுவிடுவான் என்று சமாதானம் செய்துகொண்டு படுத்தேன்.

காலையில் மகாலட்சுமியின் முகத்தில் கண்விழித்தேன்.

“வா, அம்மா” என்று வெளியில் வந்தபோது, சந்திரனோடு ஓர் இளைஞன் பேசிக்கொண்டிருப்பதைக் கண்டேன்.

“அப்பா, நான் சொன்னேனே, இவர்தான் ரகுராமன்.”

“இவரா? ஐம்பது வயது என்றாயே? இருபது இருபத்திரண்டுதான் இருக்கும்போல –”

“வேடிக்கையாகச் சொன்னேன்.” ரகுராமன் கவியாகத் தோன்றவில்லை; மிகவும் அடக்கமாக இருந்தான்; அழகாய்ப் பேசினான்.

அன்று, நாள் போன போக்கே, எனக்குப் புரியவில்லை. அந்த மூன்று யுவர்களுடைய பேச்சு, அவ்வளவு சுவாரசியமாக இருந்தது. கம்பர், இளங்கோ, வால்மீகி, காளிதாசன் முதலிய கவிகள் எல்லோரும் அவர்களுடைய பேச்சில் தாராளமாய்க் கலந்துகொண்டார்கள்.

மூவருடைய பேச்சிலும் என்னைக் கவர்ந்தது, மகாலட்சுமியின் பேச்சுதான். அவளை மருமகளாக அடைந்ததும் தொழிலைச் சந்திரனிடம் ஒப்படைத்துவிட்டு வீட்டில் இருந்துகொண்டு, அவளிடம் எவ்வளவோ விஷயங்களைத் தெரிந்துகொள்ளலாம் என்று நினைத்தேன். வயதுக்கு மீறித்தான், அவளுக்கு ஞானம் இருந்தது.

மாலையில், முதலில் மகாலட்சுமி விடைபெற்றுக்கொண்டாள். பிறகு ரகுராமன் கிளம்பினான். இருவரும் போனபின், சந்திரன் என்னைச் சூழ்ந்துகொண்டான்.

“அப்பா, ரகுராமன் எப்படி?” என்றான்.

“எப்படி என்றால்?”

"அவனைப் பற்றி, உங்கள் அபிப்ராயம் என்ன?"

"ஏதாவது சிபாரிசுக் கடிதம் வேண்டுமோ?"

"காலேஜ் லெக்சரர் வேலை போதும் அவனுக்கு. ரகு நல்ல பையனா? கெட்ட பையனா?"

"என்ன கேள்வி இது? உன்னைவிட நல்ல பையன்தான்," என்றேன், அவனுக்கு உறுத்தட்டும் என்பதற்காக.

"அப்படிச் சொல்லுங்கள் அப்பா" என்று அவன், சந்தோஷமாய்க் குதித்தான்.

"இது என்ன அற்ப சந்தோஷம்?"

"ரகுராமனுக்குக் கலியாணம் ஆகவில்லை. வயது என் வயதுதான். சுமாராகச் சொத்து, சுதந்திரம் இருக்கிறது. பெரிய குடும்பம் இல்லை காலேஜில் லெக்சரர். ஒரு சின்ன கெட்ட பழக்கம்கூட இல்லை. எல்லா விவரங்களையும் தீர்க்கமாக விசாரித்துவிட்டேன்."

"நம்மிடம் அவனுக்குக் கொடுக்கிற வயசில் பெண் இல்லையே!" என்றேன், சிரித்துக்கொண்டே.

"இருக்கிறதே!"

"பத்மாவுக்குப் பத்து வயதுதானேடா? அழகுதான் போ! சின்னக் குழந்தையை..."

"பத்மா இல்லை அப்பா; மகாலட்சுமியைச் சொன்னேன்."

நான் அப்போதுதான், முதன்முறையாக அதிர்ச்சி எனப்படும் உணர்ச்சிக்கு வசப்பட்டேன். சில நிமிஷங்கள், எனக்கு ஒன்றும் புரியவில்லை.

"என்னடா சொல்லுகிறாய்?"

"அப்பா, ஆத்திரப்படக்கூடாது."

"எனக்கு ஆத்திரப்படத் தெரியவில்லை என்றுதானே, நீ என்னை இப்படி ஹிம்சிக்கிறாய்? மகாலட்சுமியை நான் மருமகளாக அடைய..."

"கொஞ்சம் பொறுங்கள். உங்கள் வார்த்தையை நான் எப்போதாவது தட்டியது உண்டா? நான் சொல்வதில் தப்பு இருந்தால் சொல்லுங்கள், ஒப்புக்கொள்கிறேன்."

"என்ன சொல்லப்போகிறாய்? இப்படி எல்லாம் பழகிவிட்டு, இது என்ன முடிவுடா, திடீரென்று?"

"அப்பா, மகாலட்சுமி நீங்கள் சொல்வதுபோல், மகாலட்சுமி மட்டும் அல்ல, சரஸ்வதியும்கூட. வயது வந்த பிறகும் நான் அவளுடன் இவ்வளவு அதிகமாய்ப் பழகினேன் என்றால்,... அதற்குக் காரணத்தைச் சொல்லவே, எனக்கு வெட்கமாயிருக்கிறது."

'அவன் முகம் சுண்டுவதைக் கவனித்தேன். அதை ஒருபோதும் என்னால் சகிக்க முடியாது. என்னுடைய வருத்தத்தை மறைத்துக் கொண்டு, அவனுக்கு ஆறுதலாகப் பேசினேன்.

"சும்மா சொல்லு, என்னிடம் சொல்வதற்குமா வெட்கம்?"

"மகாலட்சுமி படித்தவள் என்று மட்டும் நீங்கள் நினைக்கிறீர்கள். எனக்கு அவள், அப்படித் தோன்றவில்லை. எனக்கு அவள், ஒரு பிறவி மேதையாகத் தோன்றுகிறாள். இல்லாவிட்டால், இந்த வயதில், அவளுக்கு இவ்வளவு ஞானம் இருக்க நியாயம் இல்லை. நான் சட்டம் படித்தேன்; பத்திரிகை நடத்தினேன்; ரொம்பத் தெரிந்தவன் என்றுதான் நினைத்திருந்தேன். ஆனால், அவளுக்குத் தமிழிலும் சமஸ்கிருதத்திலும் உள்ள புலமையைக் கண்டு... எனக்கு மலைப்புத் தட்டுகிறது. அப்பா, சொல்ல வெட்கமாக இருக்கிறது; சொல்லாவிட்டால் உங்களுக்கு வருத்தமாயிருக்கும்; அதனால் சொல்லுகிறேன். நான் அவளை அடிக்கடி பார்க்கப் போவது அவளிடம் ஏதாவது கற்கலாம் என்றுதான். அவளுக்கு முன்னால் நான் சின்னக் குழந்தையாக, மாணவனாக மாறிவிடுகிறேன். அவளை நான் மனைவியாக நினைப்பதெப்படி? அந்த நினைப்பே, எனக்குக் கூச்சம் உண்டாக்குகிறது. என்னைவிட ரொம்ப ரொம்ப வயது முதிர்ந்த ஒருத்தியைக் கலியாணம் செய்துகொள்வதுபோல் எனக்கு தோன்றுகிறது! அப்படிச் செய்யலாமா அப்பா? அவளுக்கு ஏற்ற புருஷன் ரகுராமன்; அவளுடைய அறிவுக்கு ஈடுகொடுக்க அவனால்தான் முடியும்... எனக்கு ஏன், நீங்கள் சமஸ்கிருதம் சொல்லித் தரவில்லை?"

"தமிழையாவது, நீ ஒழுங்காய்ப் படித்திருக்கலாமே?"

"சரி அப்பா, ரகுவைப் பற்றி யோசித்து முடிவு சொல்லுங்கள்."

சொல்லிவிட்டு எங்கோ வெளியில் போனான் அவன். இந்தப் பிள்ளையைப் பற்றி, நான் என்ன சொல்வது? அழகு இல்லை, படிப்பு இல்லை, ஆரோக்கியம் இல்லை, வரதட்சணை இல்லை என்பது போன்ற காரணம் காட்டிப் பெண்ணை நிராகரிப்பது உலக வழக்கு. தனக்குக் கல்வி குறைவு என்று சொல்லிப் பெண் வேண்டாம் என்று சொல்கிறான், என் பிள்ளை. 'என்னைவிட ரொம்ப ரொம்ப வயது முதிர்ந்த ஒரு பெண்ணைக் கலியாணம் செய்துகொள்வதுபோல்' என்று அவன் சொன்ன பிறகு, அவளையே மணம் புரியும்படி, அவனை நான் எப்படிக் கட்டாயப்படுத்தமுடியும்?

இரவு சுமார் பத்து மணிக்கு அவன், மறுபடியும் என்னிடம் வந்தான்.

"என் மேல் கோபமா, அப்பா?"

"உன் மேல் எனக்கு எப்போது கோபம் வந்தது? நீ சந்தோஷமாக இருக்கவேண்டும் என்பதுதான் என் ஆசை. நீ சொல்வது போலவே செய்யலாம். மகாலட்சுமியின் அபிப்பிராயம் தெரியாமல், என்ன செய்வது?"

"அவளையும் ஜாடையாக கேட்டேன். நீங்கள் பார்த்து முடிவு செய்தால் சரி என்றாள்."

"அடப்பாவி! அவள் சம்மதமும் வாங்கிவிட்டாயா?" சிறிது நேரம், அவர் மௌனமாக உட்கார்ந்திருந்தார்.

"உனக்குக் கல்யாணம் வேண்டாம் என்று சொல்லப் போகிறாயா, அடுத்தபடி?" என்றேன், அவன் தயங்குவதைக் கண்டு.

"என்னைப் பற்றி நீங்கள் தெரிந்துகொண்டது இவ்வளவுதானா? அப்படியெல்லாம் நான் சொல்வேனா அப்பா? உங்கள் இஷ்டத்துக்கு, நீங்கள் ஒரு பெண் முடிவு செய்யுங்கள்."

'அப்புறம் ஆடுபோல் ஒரு பெண் வாங்கி மாடுபோல் ஒரு பையனை விற்றார் எங்கள் அப்பா என்று கதை எழுதுவதற்கா?"

"கலியாண விஷயம் எனக்கு என்ன தெரியும்? உங்கள் திருப்திக்குச் செய்யும் முடிவு என் நன்மைக்குத்தான் இருக்கும் என்று எனக்குத் தெரியும்."

குடும்பத்துக்கு ஏற்றவள் என்று எனக்குத் தோன்றிய ஒரு பெண்ணை, நான் அவனுக்காகத் தேர்ந்தெடுத்தேன். பெண்ணின் பெயர் சரசா. மகாலட்சுமி போல் அழகோ, கல்வியோ, ஞானமோ இல்லாவிட்டாலும் வீட்டுக்கு ஒளியாக விளங்குவாள் என்று எனக்குத் தோன்றியது. நான் எவ்வளவோ வற்புறுத்தியும் சந்திரன், நான் தேர்ந்தெடுத்த பெண்ணைப் பார்ப்பதற்குக்கூட வரவில்லை.

ஒரு ஜோடி விவாகங்கள், விமரிசையாக நடந்தன. ஒரு ஜோடித் தம்பதிகளும் சந்தோஷமாகத்தான் வாழ்கிறார்கள்.

'இரண்டு திருமணங்கள்' என்ற தலைப்பிலும் இக்கதை வெளிவந்துள்ளது.

சௌராஷ்டிரமணி **(அக்டோபர் 1960)**

மாளிகை வாசம் (நவம்பர் 1964)

மறுபிரசுரம்: *சௌராஷ்டிரமணி* (நவம்பர் 1984)

மறுபிரசுரம்: *சௌராஷ்டிரமணி* (மார்ச் 1989)

எம்.வி. வெங்கட்ராம் கதைகள் (1998)

●

அழகி

"நான் ஏன் இவ்வளவு அழகாயிருக்கிறேன்?"

நிலைக்கண்ணாடியில் தன் உருவத்தைப் பார்த்துக் கிறங்கிக்கொண்டிருந்த சாயாதேவி, தன் அழகின் இனிமையை நாவில் சுவைத்தவள்போல் வாய்விட்டே சொன்னாள். சொல்லிய வாயை மூடும்முன் கண்ணாடியில் ஆண் உருவம் ஒன்று தோன்றியதைக் கண்டு திரும்பினாள்.

அறை வாயிலில் நின்றான் இளைஞன் ஒருவன். காளைப் பருவத்தினன் என்றாலும், பெண்களின் மென்மை அவன் தோற்றத்தில் இருந்தது. முதல் பார்வையிலேயே மனிதர்களை மதிப்பிடும் திறமை வாய்ந்த சாயாதேவி வியப்படைய வில்லை. "நீங்கள் யார்? இங்கே எப்படி வந்தீர்கள்?" என்றாள், நிதானமாக.

"நான் யார் என்பதே எனக்கு மறந்துவிட்டது!" என்றான் அவன்.

"இது என் தனிமைக்காக ஏற்பட்ட அறை. அரசர்களையும் இங்கே அனுமதிப்பதில்லை. எப்படி இங்கே வந்தீர்கள்?"

"பரமனின் பார்வை பட்டு மன்மதன் நீறானான் என்கிறார்கள்; உன் பார்வை பட்டு மன்மதன் உயிர்த்து விட்டான்."

"களைப்பாக இருக்கிறேன்; கவிதை கேட்க நேரம் இல்லை. நீங்கள் யாராக இருந்தாலும் சரி; வந்தவழியே திரும்புங்கள்."

"வந்த வழி அவ்வளவு சுருக்கமாக இல்லையே, திரும்பிச் செல்ல? பல நூறு யோசனை தூரம் செல்ல வேண்டுமே!"

"ஓ, வெகுதூரத்திலிருந்து வருகிறீர்களா? உட்காருங்கள்!" என்று ஓர் ஆசனத்தைச் சுட்டிக் காட்டினாள் சாயாதேவி.

"நீ நிற்கிறாயே!"

அவள் மஞ்சத்தில் அமர்ந்தாள்; அவன் எதிரில் உட்கார்ந்தான்.

"இப்போது சொல்லுங்கள்; நீங்கள் யார்? பகலில், கட்டுக் காவலைக் கடந்து எப்படி இங்கே வந்தீர்கள்?"

"நான் மன்மதன் என்றேன்!"

"சிவனார், மறுபடியும் உடல் கொடுத்துவிட்டாரோ?"

"உண்மையாகச் சொல்லுகிறேன். வங்கத்திலிருந்து வருகிறேன்; என் பெயர் மன்மதன்தான். கங்கைக் கரையில் செத்துக் கிடந்தேன், உன் கண்கள் பட்டதும் நான் தழைத்துவிட்டேன்."

"அப்படியா!" சாயாவின் முகத்தில் முறுவல் பூத்தது; முகஸ்துதி களைப்பையும் ஆற்றிவிடுகிறது. "இத்தனை தூரத்தையும் நீங்கள் தாண்டிவந்து, என் அந்தரங்க அறையிலும் நுழைந்து..."

"உன் அழகில் நீ சொக்குவதையும் பார்த்து–"

"பெண்களைப் போல், இனிய குரலில் பேசுகிறீர்களே, எப்படி முடிகிறது உங்களால்?"

"காற்று எப்படி உன் அறையில் வீசுகிறது என்று கேட்பாய்ப் போலிருக்கிறதே!"

"அழகாய்ப் பேசுகிறீர்களே!"

"உன் முன்னிலையில், வேறு எப்படித்தான் பேச முடியும்?"

"நீங்கள் கவிஞரா?"

"நான் கவிஞன் அல்ல; நான் கவிஞர்கள்! உன்னைப் பார்த்ததும் எனக்குள் ஏககாலத்தில் பல கவிஞர்கள் தோன்றிவிட்டார்கள்!"

பஞ்சணையில் உடலைத் தாழ்த்திச் சாய்ந்தவாறு, சாயா தேவி சொன்னாள்: "பேசுங்கள்; இனிமையாக இருக்கிறது."

"களைப்பாக இல்லையா?"

செவ்வரி படர்ந்த விழிகளில் அவனைச் செருகிக் கொண்டு, அவள் கூறினாள்: "அழகாக இருப்பதே ஓர் இன்பம். ஆனால், அந்த அழகு ரசிக்கப்படுவதாக உணரும்போது ஏற்படும் இன்பத்துக்கு ஈடு இல்லை. எவ்வளவு தூரம் வந்திருக்கிறீர்கள், என்னை நாடி? அங்கே – உங்கள் கங்கைக்கரைப் பிரதேசத்தில், என்னைப் பற்றிப் பேசுகிறார்களா?"

"இது என்ன கேள்வி? மலர் மணக்கும் என்று பிரசாரம் செய்ய வேண்டுமா? கங்கைக்கரை என்ன, கன்னியாகுமரி சாலையில் எல்லா நாடுகளும் உன் அழகைப் பற்றித்தான் பேசுகின்றன."

மஞ்சத்தில் தூவியிருந்த மலர்களை நெருடிக்கொண்டிருந்த சாயா கேட்டாள்: "நீங்கள் யார் என்பதை, இன்னும் கூறவில்லையே?"

மன்மதன், சற்றுத் தயங்கிப் பேசினான்: "உன்னை நாடிவந்த ரசிகன் என்பதைத் தவிர, என்னைப் பற்றி, வேறு அறிமுகம் வேண்டுமா?"

“வேண்டாமா? என்னைப் பற்றி யார், என்ன, எங்கே சொன்னார்கள்? என்னைக் காணவேண்டும் என்கிற அவா, உங்களுக்கு எப்படி ஏற்பட்டது என்பதை, நான் அறிய வேண்டாமா?”

“நான் யார் என்பதை அறிந்தால், என்னை நீ மதிக்க மாட்டாயோ என்று அச்சமாக இருக்கிறது.”

“ஏன் நீங்கள் அவ்வளவு சின்னவரோ?” என்றாள் சாயா, ஏளனமாக. “உங்களை நீங்களே மதிப்பதாகத் தெரியவில்லையே!”

“என்னை நான் மதியாதவனாக இருந்தால், உன் அந்தரங்க அறைக்குள் கால் வைக்கத் துணிவேனா?”

“இவ்வளவு நேரம் இங்கே இருக்கவும் பேசவும் அனுமதித்த பிறகும் உங்கள் அச்சம் தெளியவில்லை என்றால், எனக்கும் ஓர் அச்சம் உண்டாகிறது; நீங்கள் ஆண் வேடம் பூண்ட பெண்ணோ என்று!”

“நான் இங்கே வந்ததைப் பற்றி, விவரமாய்ச் சொல்கிறேன்!”

“சொல்லுங்கள்; கேட்கிறேன்.”

“கங்கைக்கரையில் அரவிந்தர் என்றொரு மகான் இருக்கிறார்.”

சாய்ந்திருந்த சாயாதேவி, அந்தப் பெயரைக் கேட்டதும் நிமிர்ந்து உட்கார்ந்தாள். “ஒரு மகான் இருக்கிறார் என்று மெதுவாகச் சொல்கிறீர்களே; அவர் மகிமை உலகம் அறியுமே!”

“அவருடைய சீடன் நான்.”

“மிக்க மகிழ்ச்சி, எத்தனை ஆண்டுகளாக, அந்தப் பெரியவரின் ஆசிரமத்தில் நீங்கள் இருக்கிறீர்கள்?”

“ஒன்பது ஆண்டுகளாய்.”

“ஆக, ஒன்பது ஆண்டுகளாய் அந்த மகாத்மாவின் திருவடியின் கீழ் அமர்ந்து, அவருடைய அறவுரைகளைக் கேட்டு, அவைகளின் படி பயிற்சி செய்யும் சாதகர் நீங்கள்; இதைக் கூறிக்கொள்ளவா வெட்கப்படுகிறீர்கள்? தபஸ்வி என்று கூற வெட்கப்படுகிறவன், தவம் செய்தாற்போலத்தான்!”

“ஆண்டிதானே என்று என்னை இழிவுபடுத்திவிடுவாயோ என்று பயந்தேன்.”

“நான் அப்படி நினைக்கவில்லை. ஒரு மகா புருஷரிடம் ஒன்பது ஆண்டுகள் பயிற்சி பெற்ற மாணவர், என்னைத் தேடி வந்திருக்கிறார் என்று பெருமைப்படுகிறேன். மேலும் சொல்லுங்கள்.”

“எங்கள் ஆசிரமத்துக்குப் பல நாடுகளில் இருந்து பக்தர்களும் யாத்ரீகர்களும் அறிஞர்களும் வருவார்கள். வருகிறவர்கள், கிழவர்களாகட்டும், இளைஞர்களாகட்டும் உஜ்ஜயினியின் ராஜநர்த்தகி சாயாதேவியைப் பற்றிப் பேசாமல் இருக்கமாட்டார்கள். அவளுடைய மாளிகை வாயிலில் காவலாக நிற்கும் மன்னர்களையும் செல்வர்களையும் பற்றிக் கதை கதையாக வருணிப்பார்கள். அவளை நேரில் பார்த்த அதிர்ஷ்டசாலிகளோ, வேறு

எதைப் பற்றியும் பேசுவதில்லை. வாய்மொழியாக அவளைப் பற்றிக் கேட்டுக் கேட்டு, 'இவ்வளவு தூரம் எல்லோரும் வருணிக்கும்படி அவள் அவ்வளவு அழகானவளா' என்னும் எண்ணம், என் மனத்தில் தோன்றிவிட்டது. அப்பால் வருகிறவர்களிடம், 'உஜ்ஜயினி போனீர்களா, சாயாதேவி என்னும் ராஜநர்த்தகியைப் பார்த்தீர்களா ?' என்று நானே கேட்கத் தொடங்கினேன். கண்ணால் காணாத அவள் அழகு என் உள்ளத்தில் நிறைந்தது; என் தவம் நெகிழத் தொடங்கியது ..."

சாயாதேவி பெருமூச்சுவிட்டாள்: "பாவம்! அப்புறம் ?"

"சில மாதங்களுக்கு முன்னால், ரசநிதி என்றோர் ஓவியன் ஆசிரமத்துக்கு வந்தான்."

"பித்தனைப் போல் அவன், என்னைச் சுற்றிக் கொண்டிருந்தான், மாறுவிழி அவனுக்கு, இல்லையா ?"

"அவனேதான், மிகவும் செருக்குக் கொண்டவன். பிறவி எடுத்த பயனை அடைந்துவிட்டதாக, அவன் நினைப்பு!"

"என்ன அப்படி ?"

"உன் உருவத்தைச் சித்திரமாக வரைந்து, அதை எந்த நேரத்திலும் தன்னோடு எடுத்துக்கொண்டு திரிகிறான். அந்தச் சித்திரத்தைப் பார்த்ததும்..."

"உங்களுக்கும் பித்துப் பிடித்துவிட்டது!"

"தவத்தை மறந்தேன் ..."

"குருநாதரை மறந்தீர்கள்; தூக்கத்தை மறந்தீர்கள். ஆண்டவன் கொலுவிருக்க வேண்டிய இதயபீடத்தில் சாயா தேவியை அமர்த்தி விட்டீர்கள்; இல்லையா ?"

"நீ கேலி செய்கிறாய்; என்றாலும் அது உண்மை. என் காதலை யாரிடம் வெளியிட முடியும் ? தோழர்களிடம் சொல்லவும் பயம், மனத்தில் மனத்தைப் புதைத்துக்கொண்டு உருகியவாறு இருந்தேன். ஒரு நாள் காலையில் குருதேவர் என்னை அருகில் அழைத்தார். 'குழந்தாய்! நீ சாயாதேவியைப் பார்த்து வா' என்று அவர் சொன்னதும், நான் திடுக்கிட்டுவிட்டேன்."

"என்ன அதிர்ஷ்டம் இது! தேடாத புதையல் காலில் தடுக்குவது போல்! அந்தப் பெரியவரே, என்னைப் பார்த்து வரும்படி உங்களை அனுப்பினாரா ?" என்று கூறியபோது, சாயாவின் குரல் தழுதழுத்ததை மன்மதன் கவனிக்கவில்லை.

"அப்படித்தான் சொன்னார்; அவர் திருவடிகளில் விழுந்து அழுதேன். என்னைச் சினந்துகொள்வார் என்ற பயம் எனக்கு. ஆனால் அவர், மிருதுவாக என் முதுகைத் தடவிக்கொடுத்து, "உண்மையாகத்தான் சொல்கிறேன்; இப்போதே புறப்பட்டுப் போய் வா!" என்று அன்போடு சொன்னார். அவரைப் பிரிய வேண்டுமே என்று விசனமாகத்தான் இருந்தது. ஆனால், 'உன்மீதுள்ள மையல் என்னைத் துரத்தியது. அவர் மேலும் தூண்டவே, அவரை வணங்கி, விடைபெற்றுக்கொண்டேன்."

சாயாதேவியின் கண்களில் ஏதோ ஓர் உணர்ச்சி நிறைந்தது; அவனை அந்த உணர்ச்சியால் குத்தியவாறு அவள் சொன்னாள்; "என்னைப் பார்த்து வரும்படி உங்கள் ஆசிரியரின் கட்டளை, பார்த்துவிட்டீர்கள்; நீங்கள் திரும்பலாமே!"

"மலைமுடியிலிருந்து கீழே குதிக்கும் ஆற்றைப்போல், வீழ்கிற இந்த மனத்தோடு அவரிடம் திரும்புவதா?"

"திரும்பும்படி அவர் கட்டளை; நீங்கள் போகலாம்."

அவளுடைய இனிய குரலுக்கு இவ்வளவு கடுமை வரும் என்று, அவன் சிறிதும் எதிர்பார்க்கவில்லை.

"நான்... நான்..."

"நான்தான் இங்கே கொட்டிக் கிடக்கிறதே! மன்மதரே, தவம் செய்யத்தான் தெரியவில்லை என்றால் ரசிக்கக்கூடத் தெரியவில்லையே உங்களுக்கு!"

"ஏன்?"

"என்னை நாடி வந்தவர்கள் யாரும், இப்படிக் கவிமாரி பொழிந்த தில்லை, உங்களைப் போல். நான் நர்த்தகி, அழகாய் இருந்து, அழகாய்ப் பார்த்து, அழகாய்ப் பேசி, அழகாய்ப் பாடி, அழகால் பிழைக்கப் பிறந்தவள்தான். அழகைப் பார்த்துப் பேசுகிறவன் ரசிகனாக இருக்க முடியாது; பார்த்தும் வாய்ச் சொல் இழந்து ஊமையனாகிறவன்தான் உண்மை ரசிகனாக இருக்கமுடியும். பேசிப் பசப்புவது எனக்குக் கைவந்த தொழில்; அதை என்னிடம் செய்துகாட்ட வேண்டாம்."

அவளுடைய குரல், அவனை வெளியில் தள்ளியது. புண்பட்ட ஆங்காரத்துடன், தலைகுனிந்தவனாய் நடந்தான் மன்மதன்.

கூந்தலை அணையாக்கிச் சாய்ந்துகொண்டிருந்தாள் சாயாதேவி. அவளுடைய முகத்தில் விழுந்து புரண்டு நறுமணத்துடன் எழுந்த வெண்புகை, அறையை நிறைத்தது. மனத்தில் நடமாடும் நிழல்களைக் கூர்ந்து கவனித்துக்கொண்டிருந்தாள் அவள்.

அருகில் உட்கார்ந்திருந்தாள், அவளுடைய அந்தரங்கத் தோழி ராதை. "சாயா! பெரும் சிந்தனையில் மூழ்கிவிட்டாயே! அந்த ஆண்டி வந்து போன பிறகு, உன் மனநிலை சரியாக இல்லை. இப்படி நாள் முழுவதும், இந்த அறைக்குள் ஒளிந்துவிட்டாயே?"

"பாவம், அவரை நான் மிகவும் அவமதித்துவிட்டேன். ஆனால் – அந்த மகானின் கட்டளையை, நான் எப்படி மீறுவேன்?"

"எந்த மகான், உனக்கு என்ன கட்டளை இட்டார்? மகான்களுக்கு நீதான் கட்டளை இடுகிறாய்..."

பணிப்பெண் ஒருத்தி, பணிவாக வந்து நின்றாள். "வங்கத்திலிருந்து வந்தவளாம், பெண் ஒருத்தி, பார்த்தால் பெரிய இடத்தைச் சேர்ந்தவளாய்த் தெரிகிறது. உங்களை இப்போதே பார்க்க வேண்டும் என்று பிடிவாதம் செய்கிறாள். என்ன சொன்னாலும் கேட்கவில்லை..."

“இழுத்து வெளியே விடாமல் இங்கே சொல்ல வந்து விட்டாயா?” என்று வேலைக்காரியை அதட்டினாள் ராதை.

“வேண்டாம். அவளை இங்கே அனுப்பு” என்று கூறிய சாயாவின் ஆணையை ஏந்திக்கொண்டு வெளிச்சென்றாள் பணிப்பெண்.

ராதை தோளை இடித்துக்கொண்டாள். “இன்று நீ செய்வதெல்லாம் வேடிக்கையாக இருக்கிறது. சக்கரவர்த்திகளும் கால் வைக்க முடியாத இந்த இடத்தில் ஒரு துறவிக்கு இடம் கொடுத்தாய்; இப்போது யாரோ ஒரு பெண்ணை அழைக்கிறாய்.”

சாயாதேவி நகைத்தாள்; “ராதே, இது இன்றைய விதி. இன்று ஒரு நல்ல நாள். புனிதமான கங்காநதி, இன்று இங்கே வந்திருக்கிறது.”

உள்ளே நுழைந்த புதிய பெண் மருட்சியுடன் சுற்றி நோக்கி விழித்தாள். அங்கு விரவியிருந்த மணமும், தண்ணொளியும், பூங்கட்டிலில் மிதந்த அழகும் அவளைப் பிரமையில் ஆழ்த்தின போலும்.

“உட்கார்ந்து சொல்லு; யார் நீ?” என்று கேட்டாள் சாயா தேவி; காலடியில் அமரப்போனவளை இழுத்துத் தன் பக்கத்தில் உட்கார்த்திக் கொண்டாள் அவள்.

“நான் வங்கத்தைச் சேர்ந்தவள்.”

“பகலில் நடந்த நாடகத்தின் தொடர்ச்சியாகத்தானே, நீ வந்திருக்கிறாய்?”

“ஆம், உன்னைப் பார்க்க வந்தேன்.”

“உன்னைப் பார்த்தால் குடும்பப் பெண்ணாகத் தெரிகிறது. ஒரு நர்த்தகியைக் காணவா இவ்வளவு தூரம் யாத்திரை செய்தாய்? குடும்பப் பெண்ணுக்கு, அழகான காரியமா இது?”

“நான் வந்த வேலை வேறு. காலையில் இங்கே வந்த பிரமச்சாரியைத் தான் தேடிவந்தேன்.”

“வந்தார்; துரத்திவிட்டேன்.”

“அதையும் கேள்விப்பட்டேன்.”

“பின், என்னைப் பார்க்க வந்த காரணம் என்ன?”

“அரவிந்தர் பெரிய ஞானி என்று உங்களுக்குத் தெரியும். மன்மதர், அவருடைய முதல் மாணவர். ஆசிரியரின் அன்புக்குப் பாத்திரமானவர். தவத்தில் ஓரளவு சித்தியும் அடைந்தவர்.”

“அரவிந்தரின் கடைக்கண் பார்வை போதுமே, அவரைப் பரமஞானி ஆக்குவதற்கு!” என்றாள் சாயாதேவி, பணிவாக.

ராதை சிரித்தாள்: “உன் கடைக்கண் பார்வை மங்கிவிட்டதா, சாயா?”

புதுப்பெண் தொடர்ந்தாள்; “மன்மதநாதரின் விதி வேறுவிதமாக இருந்தது போலும்... ஆசிரமத்துக்கு மலர்களையும், பூசனைக்குரிய பொருள்களையும் அடிக்கடி நான் எடுத்துச் செல்வேன். மன்மதநாதரை அடிக்கடி காண்பேன்.”

"ஏன் தயங்குகிறாய்? வெட்கப்படும்படி நீ ஏதும் செய்யவில்லை. நீ அவர்மேல் மையல் கொண்டாய்; அப்படித்தானே?" என்று தூண்டினாள் சாயா.

"ஆனால், மன்மதநாதரின் தவத்தைக் கலைக்க, எனக்கு மனம் இல்லை. அவரும் என்னோடு பேசிப் பழகினார். ஆனால் அவர், என்னைத் தீய நோக்குடன் பார்த்ததும் இல்லை. தம் ஆசிரியரை மிகவும் நெறியாகப் பின்பற்றினார் அவர். கனலாக எரியும் காதலை, மனத்தில் கட்டிக்கொண்டிருந்தேன். அவரை அங்கிருந்து பார்த்தே ஆறுதலடைந்தேன்."

"ஐயோ பாவம்!" என்றாள் ராதை, ஏளனமாக.

சாயா பரிவுடன் கூறினாள்: "குடும்பப் பெண்ணுக்கு, அதுதான் அழகு!"

"ஆனால் மன்மதநாதரோ, என்னை மட்டும் அல்ல, தவத்தையும் கைவிட்டார்."

"அந்தக் கதை எனக்குத் தெரியும். அவரே சொன்னார். என்மேல் உனக்கு ஆத்திரமாக இருக்கும் இல்லையா?"

"இல்லை, அருகில் இருந்த என்னைத் தலைதூக்கியும் பாராத அவர், பல யோசனை தூரத்துக்கு அப்பால் உள்ள உன்னைப் பற்றிக் கேள்விப்பட்டதும் உன்மேல் காதல் கொண்டார் என்றால், நீ எவ்வளவு பேரழகியாக இருக்கவேண்டும்!"

"முத்து முத்தாகப் பேசுகிறாயே. ரதிதேவிதானே உன் பெயர்?"

"என் பெயர் சுமதி."

"ரதி தேவிதான், உனக்குப் பொருத்தமான பெயர். வந்தவரை விரட்டிவிட்டேன் என்று உனக்குத் தெரியும். அவரை இங்கே தேடுவதில் அர்த்தம் இல்லையே!"

"அவரைத் தேடிக் கண்டுபிடிக்க என்னால் முடியாது. ஆனால் அவர் உன்னைக் கட்டாயம் தேடி வருவார். உன்னைப் பார்த்த பிறகு, எனக்கு இன்னொரு ஆசை..."

"என்ன அது?"

"அவர் மனத்தைக் கவர்ந்தவள் நீ. அவர் வரும்வரை, உன்னோடு தங்கி, உனக்குப் பணி செய்ய அனுமதி தர வேண்டும்" என்று வேண்டினாள் சுமதி.

"அம்மம்மா! ஒரு நர்த்தகியின் பணிப்பெண்ணாக நீ இருப்பதா?" என்று மூக்கின் மீது விரல் வைத்தாள் சாயா.

"இது சாவடி இல்லை, அம்மா, வங்கப்பெண்ணே!" என்றாள் ராதை.

"நான் இங்குதான் இருக்கப்போகிறேன்" என்று தீர்மானமாகச் சொன்னாள் சுமதி.

"நீ இருப்பதை நான் பார்த்துவிடுகிறேன்" என்றாள் ராதை, சினமாக.

“உனக்குப் பதிலாகச் சுமதியே இன்று என் நகைகளைக் கழற்றி, கூந்தலைப் பிரித்து ஆற்றி, சந்தனம் பூசி, விசிறி, இனிமையாகப் பாடி – ஏன் சுமதி, உனக்குப் பாட வருமோ...?”

“வராது” என்றாள் சுமதி, வெட்கத்துடன். “நீ சொன்ன மற்ற வேலைகளையெல்லாம் நான் செய்கிறேன். ராதா தேவி பாடட்டும்.”

அரிய பேற்றை அடைந்தவள் போன்ற அமைதியுடன், புன்னகை புரிந்தவாறு சாயாதேவி பணித்தாள். “ராதே, எழுந்திரு, சந்தனக்கிண்ணியைக் கொண்டுவா. சுமதி நீ இந்த நகைகளை எடுக்கிறாயா? இந்தச் சுமைகளை இறக்கிவிட்டுத்தான், நான் படுப்பது வழக்கம்.”

வெறுப்புடன் சுமதியைப் பார்த்துவிட்டு ராதை எழுந்தாள். நகைகளைக் கழற்றுவதற்காகச் சாயாதேவியின் கழுத்தில் கை வைத்தாள் சுமதி.

“சாயாதேவி, எழுந்திரு; விடிந்துவிட்டது!” என்ற ஆண் குரலைக் கேட்டுக் கண் திறந்தவள் எதிரில் மன்மதனைக் கண்டதும் திகைத்தவள்போல் துள்ளிக்கொண்டு எழுந்தாள்.

“நீங்களா? எப்போது, எப்படி இங்கே வந்தீர்கள்?”

மன்மதன் தலைகுனிந்தான்: “என்னை மன்னிக்க வேண்டும், சுமதி என்ற பெண் வேடத்தில் வந்தவன் நான்தான்.”

“அடப்பாவி! என்ன நெஞ்சழுத்தம் உனக்கு!” என்று கூச்சல் இட்டாள். அப்போதுதான் கண்விழித்த ராதை, “உன்னைத் தூணோடு கட்டி...”

“ராதே, பேசாமல் இரு” என்று சாயா அவளை அடக்கிவிட்டு, அவனிடம் கூறினாள். “ஒரு மகா ஞானியின் சீடர் நீங்கள். மன்னிப்புக் கேட்கும்படி, நீங்கள் என்ன செய்து விட்டீர்கள்?”

பிரமச்சாரி கலக்கத்துடன் பேசினான்.

“நான் என்ன தவறு செய்யவில்லை? முதலில் மோக வசப்பட்டேன். குருத்துரோகம் செய்தேன். கள்ளத்தனமாய்ப் பெண் உருவில் உன் அறையினுள் புகுந்தேன். வேறு என்ன செய்ய வேண்டும்?”

ராதை மறித்துச் சொன்னாள்: “நகைகளையெல்லாம் சுருட்டிக் கொண்டு, ஓடியிருந்தால், கதை நன்றாக முடிந்திருக்கும்!”

“ராதே! இனியும் நீ பேசினால், நான் உன்னைக் கடுமையாகத் தண்டிப்பேன். நாட்டில் தர்மதேவதையாக இன்று வாழ்கிறவர் அரவிந்தர்; அவருடைய மாணவரை அவமதிப்பதை என்னால் பொறுக்க முடியாது... ஐயா! நீங்கள் ஒரு தவறும் செய்யவில்லை. மன்மதராக வந்தீர்கள், மன்மதநாதராகத் திரும்புகிறீர்கள்.”

“ஆசிரியர் முகத்தில் எப்படி நான் விழிப்பேன்?” என்று கைகளைப் பிசைந்தான் பிரமச்சாரி.

“எனக்குப் புரிவது கூடவா, உங்களுக்குப் புரியவில்லை? எது அழகு என்பதை உங்களுக்கு உணர்த்துவதற்காகத்தான், அவர் உங்களை என்னிடம்

அனுப்பியிருக்கவேண்டும். நான் வெறும் நிழல்; நிழலை அழகாக எண்ணி ஏமாந்தீர்கள். போகும்முன் என்னை ஆசீர்வதியுங்கள்."

"சாயா! நிசமாகவே நீ அழகிதான். உன் உடலைக் கூறவில்லை!" என்று கூறியவண்ணம் வெளியேறிய மன்மதநாதரின் முகத்தில் தெளிவு இருந்தது.

ராதைக்கு ஒன்றும் விளங்கவில்லை; வேந்தர்களும் வீரர்களும் பொன்னும் மணியும் கொட்டிப் பணியும் பேரழகி, கள்ளத்தனமாய் அறையில் புகுந்த ஆண்டியின் கால்களில் விழுந்து வணங்கியதைக் கண்டதும் அவள் பொறுமையிழந்தாள்.

"இது என்ன கூத்து சாயா? கள்வனின் கால் கழுவி, ஞானம் பெறுகிறாயா?"

"ராதே! அவரை இழிவாகப் பேசும் நாக்கைத் துண்டிப்பேன். ஜாக்கிரதை!"

சாயா இவ்வளவு ஆத்திரமாகப் பேசிக் கேளாத ராதை நடுங்கி விட்டாள். அவள் கண்கள் கலங்கின.

"ராதே! நீ அசடு. அவர் ஏமாற்றவும் இல்லை; நான் ஏமாறவும் இல்லை. பெண்ணாக வந்தவர் அவர்தான் என்று, எனக்கு முன்பே தெரியும்."

"தெரிந்துமா ...?"

"ஐயோ, ராதே! நீ வெறும் அசடு. அரவிந்தர் மிகவும் பெரியவர். அவர் என்னை ஏற்பாரா என்று பயந்தேன்."

"அவரைத் தெரியுமா உனக்கு?"

"நேரில் பார்த்தால்தான் தெரியுமா? புழுவுக்குச் சமமான என்னைப் பயன்படுத்தி, அவர் தம் மாணவருக்கு அறிவூட்டினாரே, அவருக்கு என்மேல் எவ்வளவு கருணை!"

ராதைக்கு இன்னும் புரியவில்லை. சாயா தேவியின் பரவசத்தைப் பார்க்க, அவளுக்கு ஒரே வியப்பாக இருந்தது.

கல்கி (டிசம்பர் 4, 1960)

உறங்காத கண்கள் (நவம்பர் 1968)

எம்.வி. வெங்கட்ராம் கதைகள் (டிசம்பர் 1998)

முத்துக்கள் பத்து (2007)

பனிமுடி மீது ஒரு கண்ணகி (டிசம்பர் 2007)

●

மழை

நாலைந்து நாட்களாக மழை, பலமாகப் பெய்து கொண்டிருந்தது. மேகங்களுக்குப் பின்னால் பதுங்கிய சூரியன், வெம்மையோடு தெளிவையும் இழந்துவிட்டது போலும்! பகல், அந்தியின் கருக்கலைப்போல் சோகையாக இருந்தது. இரவோ, நீருக்கும் இருளுக்கும் இடையில் நடைபெறும் போராட்டமாய் விளங்கியது. மழையின் வழியை மறித்தது இருட்டு; இருட்டைக் குடைந்து தூளாக்கி இருட்டிலேயே தூவியது மழை.

எனக்குத் தூக்கம் வரவில்லை. உடலில் அசதியில்லை என்பது காரணம் அன்று. கம்பளிப் போர்வையின் கதகதப்பை உடல் வேண்டியது. ஆனால், உடம்பை வாகனமாக்கிக் கொண்டு மேலேறிய மனம், அதை விரட்டிக்கொண்டிருந்தது. இமைகளைப் பிரித்து விழிகளில் கனவுகளை ஊற்றியது.

கதவைத் திறந்து, வீதியை எட்டிப் பார்த்தேன். மழையில் நனைந்த இருட்டுத் தள்ளாடிக்கொண்டிருந்தது. தெருவில் இருந்து மூன்று படிகள் ஏறித்தான் வீட்டுக்குள் வரவேண்டும். ஆனால், படிகளின் உதவியின்றியே, காற்று மேலே தாவி விழுந்து தழுவியது. மழைக்கம்பிகள், நாகங்களைப்போல் என்னைப் பிடிக்கச் சீறின. சீறுகின்ற அந்த நீர்த் தாரைகளின் குளுமை, எனக்கு ஆனந்தமாக இருந்தது.

நிற்கவும் பிடிக்கவில்லை; யாரையாவது எதிர்பார்த்தால் என்ன?

மேலிருந்து தவறிக் கீழே விழுந்து உடைந்ததைப்போல் வீதியும், வீடுகளும் அப்பால் மரங்களும், பிறகு கருப்பு வானங்களும் சிதைந்து சிதறிக் கிடந்தன. அந்தப் பாழ்த் துணுக்குகளை அள்ளித் திரட்டி இருட்டில் செருகிக் கூத்தாடும் இந்த மழையில் நடமாட, யாருக்குத் துணிவு வரும்?

எல்லாமே தண்ணென்று ஒடுங்கிக்கிடக்கும் இந்த இன்பத்தைச் சுவைக்கிறவர்கள் யாராவது இருக்கக்கூடாதா? மாசு இல்லாத சிசுவைப்போல் இருளை அளைந்து மழையை

வெட்டி நிலத்தைப் 'பட் – பட்' என்று உதைத்துச் சிரித்து விளையாடுகிற ஒரு ஜீவன், உலகத்தில் இல்லையா?

நிச்சயமாக யாராவது வருவார்கள் என்றுதான், எனக்குத் தோன்றியது. தெருவின் இருபுறமும் கழுத்தை ஒடித்துப் பார்த்தேன். யாரும் வருவதாகத் தெரியவில்லை. வருகிறவர்கள் வருகிறபோது வரட்டும் என்ற நினைப்புடன், கதவைத் திறந்தபடியே வைத்துவிட்டு, வாசலுக்குப் பக்கத்திலேயே மழைநீர் தீண்டமுடியாத தொலைவில் சாய்ந்துகொண்டேன்.

மனத்தைப் படுக்கையாகப் பரப்பி, அதன்மீது உடல் தூங்க முயன்றது. கண்களில் 'சுரு சுரு' என்று ஒரு மயக்கம் நெளிந்தது. எதிர்பார்த்ததைப் போலவே, வாசலில் 'ஏதோ ஒன்று நிற்பதாகத் தோன்றியது. தயக்கத்துடன் மெதுவாக உள்ளே நுழைவதும் தெரிந்தது. ஆனால், சோம்பிக் கிடந்த கண்கள், 'வந்ததை' ஏறெடுத்துப் பார்க்க முடியவில்லை.

கதவைக்கூடச் சாத்திக்கொள்ளாமல், சாரலில் "யாரது?" என்ற சொற்கள், என் கலக்கத்தைக் கலைத்து எழுப்பின. இருட்டில் இனம் கண்டுகொள்ள முடியாமல் இரண்டு உருவங்கள்.

"ராஜுவா" என்ற அந்தக் குரல், மிகவும் பழகிய குரலாகக் கேட்டது.

"நான்தான், நீ யார்?"

"கல்யாணி தெரியவில்லையா? இந்தக் குரல் கூடவா மறந்துவிட்டது?"

"கல்யாணியா?"

எந்தக் கல்யாணி? அந்தக் கல்யாணியா!

"நீயா? எங்கிருந்து வருகிறாய்? எங்கே இருக்கிறாய் இப்போது? இந்த அகாலத்தில் எப்படி வந்தாய்?" என்று, கேள்விகளாலேயே அவளைப் புரட்டிப் பார்க்க முயன்றேன்.

"முதலில் வெளிச்சம் வேண்டும். நானும் கண்ணனும் மழையில் நனைந்திருக்கிறோம். மாற்று உடை வேண்டும். கண்ணன் பசியால் துவண்டுவிட்டான். அவனுக்கு ஏதாவது ஆகாரம் வேண்டும். இவ்வளவும் ஆனபிறகு, நாம் பேசலாம்."

வந்தவளை நான் உபசரித்த விதம், எனக்கே சங்கோசமாக இருந்தது. மனைவியை எழுப்பலாமா என்று யோசித்தேன். பார்வதிக்குக் கல்யாணியின் பழைய கதை தெரியும். இந்த நடுநிசி விருந்தாளியை, அவள் எப்படி வரவேற்பாளோ என்று அச்சமாக இருந்தது.

மழையில் மின்சாரம் செத்துவிட்டது. பார்வதியின் இரு குழந்தைகளும் தூங்கிய இடத்தில் வெளிச்சத்துக்காக வைத்திருந்த சிறு மண்ணெண்ணெய் விளக்கை எடுத்துக்கொண்டு சேலைகளைப் புரட்டியபோதும், எனக்குத் தயக்கமாகவே இருந்தது. பார்வதிக்கு உடைமை உணர்ச்சி அதிகம். அவள் அதிகமாக விரும்பாத அரக்குச் சேலை ஒன்று, ரவிக்கை, என் பையனின் டிரவுஸர், சட்டை, ஒரு துண்டு இவ்வளவையும் எடுத்துக் கல்யாணியிடம் நீட்டினேன்.

கை விளக்கின் ஒளியில் கண்ணனின் உருவம் பரிதாபமாக இருந்தது. சிவப்பாய், அழகாய் இருப்பதுபோலத் தோன்றினான். ஆனால் வயிற்றுக்கு மீறி அதிகமாக உண்ட எலி விழிப்பது போன்ற அந்த அசட்டுப் பார்வை! ஊனம் புத்தியோடு நின்றுவிடவில்லை. முழங்காலுக்குக் கீழே இரண்டு கால்களும் சப்பை. 'நாலு கால்' நடைதான். அதனால்தான் அவள், அவனை இடுப்பில் தூக்கிக்கொண்டு வந்தாள்.

"என் கண்ணன் தவழும் கண்ணன்தான்" என்று சொல்லி, மெதுவாக நகைத்தாள் கல்யாணி. இருவரும் உடம்பைத் துவட்டி, உடை மாற்றிக் கொண்டனர்.

அடுத்த பிரச்சனை உணவு.

"நீராகாரம்தான் இருக்கிறது. பார்வதியை எழுப்பி, அரைமணி நேரத்தில் சமையல் செய்து—"

"வேண்டாம். கண்ணனுக்கு நீராகாரம் போதும்."

"மழையில் நனைந்துவிட்டு நீராகாரம் சாப்பிட்டால்—"

"எனக்கு ரொம்பப் பசிக்குது அம்மா. நீராகராம் போதும்" என்றான் கண்ணன்.

"பார்வதியை எழுப்பவேண்டாம். கண்ணனுக்கு எதுவும் ஒத்துக் கொள்ளும். இருக்கிறதைக் கொண்டுவா, பிசைந்து கொடுக்கிறேன்."

வேறு வழியின்றி நீராகாரம் இருந்த பானையை அப்படியே கொண்டு வந்தேன். அதோடு, நல்ல வேளையாக, இருவருக்கும் போதுமான அளவு சாதமும் சாம்பாரும் இருந்தன.

"நீயும் சாப்பிடு, கல்யாணி!"

"எனக்கு வேண்டாம். இன்னும் மூன்று நாளைக்கு, எனக்குச் சோறு தேவையில்லை."

அவள் ஊட்ட, அவசரம் அவசரமாகச் சோற்றை விழுங்கிக்கொண் டிருந்த கண்ணன், "இரண்டு நாட்களாச்சே அம்மா நீ சாப்பிட்டு! நீயும் சாப்பிடேன். இந்தச் சாம்பாருக்கும் சோற்றுக்கும் ரொம்ப ருசியாக இருக்கிறது" என்றான்.

கல்யாணி, இரண்டு நாட்களாகச் சாப்பிடவில்லை. இன்னும் மூன்று நாட்களுக்கு அவள் சாப்பிட விரும்பவில்லை என்பதும், அவள் சொல்லால் தெரிந்தது. அவளைச் சாப்பிடும்படி வற்புறுத்தினேன்.

"நான் பிறர் தருவதைச் சாப்பிடுவதில்லை; நானே சமைத்துச் சாப்பிடுவது வழக்கம்."

"மறந்துவிட்டேன் மாமா. அம்மா எப்பவுமே இப்படித்தான். அப்பா தொட்டதைக்கூடச் சாப்பிடமாட்டாள்."

இது என்ன கூத்து!

“அப்படி ஒரு பழக்கம் ஆகிவிட்டது. அதனாலேயே அவரோடு சண்டை வளரும். சமையல் ஆனதும் அவர் வீம்புக்காகவே எல்லாவற்றையும் தொடுவார். நான் பட்டினி கிடப்பதைப் பார்க்க, அவருக்கு ஒரு திருப்தி” என்று திருப்தியாகப் பேசினாள் கல்யாணி.

“பட்டினி கிடந்தாலும் வம்புதான். ஏன் சாப்பிடலேன்னு அப்பா அம்மாவை நொறுக்குவார். மாமா! அம்மா ஒட்டகம் மாதிரி. ஒரு நாள் சாப்பிட்டால் மூணு நாள் பட்டினி கிடப்பா. என்னால் ஒரு வேளைகூடச் சாப்பிடாமல் இருக்க முடியாது” என்று மேலும் வருணித்தான் கண்ணன்.

அவன் வாயில் சோற்று உருண்டையைத் திணித்துக்கொண்டே, கல்யாணி கூறினாள்; “கண்ணனுக்கு நாக்கு ருசி தவிர, வேறு ஒன்றும் தெரியாது. ஏதாவது அரைத்துக்கொண்டே இருக்கவேண்டும். ஓர் இரையைத் தின்று முடித்ததும் அடுத்த இரைக்காகக் காத்திருக்கும் பல்லியைப்போல்; இல்லையா, கண்ணா?”

சொல்லிவிட்டு, அவள் சிரித்தாள். அவனும் சிரித்தான். எனக்குச் சிரிக்கத் தோன்றவில்லை. முரட்டுக் கணவனுடனும் அசட்டுக் குழந்தையுடனும் அவள் வாழ்கின்ற குடும்ப வாழ்க்கை, என் கண்முன் சித்திரமாக எழுந்தது. இந்த வாழ்க்கையை, அவள் ஏன் தனக்காக விதித்துக்கொண்டாள் என்பதுதான், எனக்கு விளங்கவில்லை.

“தூங்குகிறேன் அம்மா.”

“கண்ணனின் இரண்டாவது அவஸ்தை தூக்கம்” என்றாள் கல்யாணி.

அவனுக்காகப் பாய்விரித்தேன். சப்பைக்கால்களைச் சுருட்டிக் கொண்டு அவன் படுத்தான். என் பையனின் சட்டை அவனுக்குச் சிறியதாக இருந்தது. வயிறு கொள்ளாமல் சாப்பிட்டதால், பலூனில் செய்த பெங்குவின் பொம்மைபோல் அவன் தோற்றம் அளித்தான். அரை நிமிஷத்தில் சன்னமாகக் குறட்டைவிடத் தொடங்கினான்.

“கண்ணன் சாப்பிட்டால் என் வயிறு நிறைகிறது. அவன் தூங்கினால்தான் என் களைப்புத் தீருகிறது.”

கல்யாணியின் இந்த அசட்டுப் பெருமை, எனக்கு அர்த்தம் ஆகவில்லை. அதைப் பற்றிப் பேச, எனக்கு மனம் இல்லை. “ஸ்டௌ இருக்கிறது. சாதம் மட்டும் நீ வடித்துக்கொள்ளேன். இரண்டு நாட்களாய், நீ சாப்பிடவில்லையாமே!”

“வேண்டாம். பசி எனக்குப் பழக்கமான விஷயம்.”

“கல்யாணி! இந்தப் பத்து வருஷமும் நீ எங்கிருந்தாய்? ஏன் திடீரென்று மறைந்தாய்? உன் கதையைச் சொல்லலாமே!”

“சொல்லாமல் எங்கே போகிறேன்? அகல் விளக்கு இருக்கிறதா?”

“அகல் விளக்கு எதற்கு? இந்தக் கைவிளக்கு இருக்கிறதே!”

“இன்று இதுவரை நான் பூசை செய்யவில்லை. செய்யாமல் தூங்கவும் முடியாது. ஒரு அகல் விளக்கு ஏற்றிக் கொடுத்துவிட்டு நீ தூங்கு. பூசை முடிந்ததும் உன்னை எழுப்புகிறேன்.”

எனக்கு ஆச்சரியமாக இருந்தது. ஆனால், காரணம் கேட்பதற்கு என்ன இருக்கிறது? பத்து ஆண்டுகளுக்குப் பிறகு அவளைக் காண்கிறேன். அவளுடைய வாழ்க்கை விதி எனக்கு என்ன தெரியும்? அவள் கேட்டபடி அகல் விளக்கை ஏற்றிவைத்தேன். நாலு ஊதுவத்திகளையும் அவளிடம் கொடுத்தேன்.

வத்தி மணம் சுருள் சுருளாகப் பரவி நிறைந்தது. விளக்கின் முன்னால் அவள் பத்மாசனமிட்டு அமர்ந்து கண்களை மூடிக்கொண்டாள். சற்று நேரத்தில், எந்த ஒன்றைக் குறித்து அவள் தியானத்தில் இருந்தாளோ, அந்த ஒன்றுடன் அவள் லயித்துவிட்டதைக் கண்டேன்.

அவளையே பார்த்துக்கொண்டிருந்த எனக்கு, அந்த இரவே விசித்திரமாகத் தோன்றியது. அர்த்தம் அற்றவை என்று நாம் நினைப்பவைகளுக்கு எல்லாம் அர்த்தம் உண்டு என்று, அந்த இரவு சொல்லியதோ?

பார்வதியைத் திரும்பிப் பார்த்தேன். மகளை இறுகத் தழுவிக்கொண்ட சுகத்தில், அவள் மெய்ம்மறந்து தூங்கினாள். பையன், அவளைக் கால் அணையாக்கிக் கொண்டிருந்தான். அவளுக்கு விழிப்புக் கண்டு குளிருகின்ற இந்த இடத்தில், பத்மாசனமிட்டு உட்கார்ந்துள்ள பெண்ணைப் பார்த்தால், என்ன தோன்றும் அவளுக்கு?

முதலில் அஞ்சுவாள். பின்பு, பாதுகாப்புக்கு என்னைத் தேடுவாள்.

கல்யாணி யார் என்று நான் சொன்னதும், பார்வதி என்ன செய்வாள்? இரண்டு குழந்தைகளுக்குத் தாயாகிவிட்ட அவள், என்மேல் சீறி விழுவாள். அவளுக்கு உடைமை உணர்ச்சி அதிகம். நான் அவள் உடைமை.

யார் இந்தக் கல்யாணி? இவ்வளவு உரிமையுடன், இந்த நடுநிசியில் உறவு கொண்டாடுகிற இவள் யார்?

அவளைத் திரும்பிப் பார்த்தேன். இருட்டை நகத்தால் கீறி வரைந்த கோட்டுருவாகத்தான், அவள் காட்சியளித்தாள். இந்தக் கல்யாணிதான் அந்தக் கல்யாணியா? அல்ல, இவள் வேறு, அவள் வேறு.

அந்தக் கல்யாணி, பத்து ஆண்டுகளுக்கு முன், என் வாழ்க்கையில் புகுந்தாள்.

அப்போது நான் கல்லூரியில் படித்துக்கொண்டிருந்தேன். பக்கத்து வீட்டை விலைக்கு வாங்கிக்கொண்டு, அவள் பெற்றோர்கள் வந்தார்கள். முதல்நாள் அவளைப் பார்த்தபோதே – காந்த எல்லைக்குள் வந்ததும் வலுக்கட்டாயமாக இரும்பைக் காந்தம் இழுக்கிறதல்லவா? அந்த வலுவுடன் –அவளிடம் நான் ஈர்க்கப்பட்டேன். அவளும் என்னிடம் கவர்ச்சியுற்றாள் என்பதை, என் பாக்கியமாகவே அப்போது கருதினேன்.

பிறகு என்ன? சொல்லால் சொக்கினோம். செயலாலும் சொக்கினோம். அவளுடன் பழகும்வரை உண்பதற்கும் படிப்பதற்கும் உறங்குவதற்கும்தான் உடல் இருக்கிறது என்று நினைத்திருந்தேன். உடல் ஒரு மாயாஜால மகேந்திரஜாலப் பேழை. அதில் கோடானு

கோடிச் சுகங்கள் மறைந்துகிடக்கின்றன என்பதை, அவள்தான் எனக்கு உணர்த்தினாள். எவ்வளவு அழகாகவும் உணர்த்தினாள்!

மனத்து மாசுடனே அவளோடு நான் பழகவில்லை. அவளை மணந்து இன்பத்தைப் பேரின்பமாக்கத்தான் விரும்பினேன். என்னைப் பெற்றவர்களும் அவளைப் பெற்றவர்களும் ஒப்பினார்கள், திருமணத்துக்கு நாளும் குறித்தாகிவிட்டது.

ஆனால், கல்யாணம் நடைபெறவில்லை. திடீரென்று கல்யாணி மறைந்துபோனாள். எங்கே போனாள், யாருடனாவது போனாளா, ஏன் போனாள் என்ற பல கேள்விகளாக அவள் மறைந்துபோய்விட்டாள்.

அவளுடைய மறைவினால் மனமுடைந்த அவள் பெற்றோர், தங்கள் வீட்டை விற்றுக்கொண்டு எங்கோ போய்விட்டார்கள். ஆனால், என்னோடு வருவதாக நான் எண்ணிய இன்பம், எந்தத் திருப்பத்தில் திரும்பியது? ஏன் திரும்பியது? உயிரை மாய்த்துக்கொள்வதற்காக அவள் போயிருப்பாள் என்று நான் நம்பவில்லை. வாழ்க்கை வேட்கையின் குதுகுதுப்பு நிறைந்த சரீரத்தை ஒழிக்க அவள் விரும்ப முடியாது என்பது, எனக்குத் தெரியாதா? எங்கே மறைந்தாள் என்ற கேள்வியின் பதில், என் பௌருஷத்தையே அவமதித்ததா?

பிறகு என்ன? எனக்குள் அடங்கியிருக்க முடியாமல் பார்வதியிடம் நான் அடங்கினேன். இரு குழந்தைகளுக்கும் தந்தையாகி வளர்ந்துவிட்டேன். கல்யாணியின் குழந்தைபோல் உடலிலும் அறிவிலும் ஊனம் உள்ள குழந்தைகள் அல்ல; என் குழந்தைகள் நல்ல அழகு; புத்திசாலிகள்.

அந்தக் கல்யாணிதான், இந்தக் கல்யாணியாக வந்திருக்கிறாள். என்னை அவள் வஞ்சித்ததன் பலனாக, எல்லாவற்றையும் தோற்று விட்டு, எதையோ தேடிக்கொண்டு என்னிடமே வந்திருக்கிறாள்.

அவள் கண் விழிக்க வேண்டும்; அவளுடைய பத்தாண்டு வாழ்க்கையை அவள் வாயால் கேட்கவேண்டும் என்று நான் காத்திருந்தேன்.

மழை பலமாகப் பெய்துகொண்டிருந்தது. எங்கும் நிறைந்துவிட்ட மழைக் குளுமை, என்னை ஆனந்தமாகத் தழுவியது. கண்களில் ஒரு மயக்கம் நெளிந்தது. காலம் சூல்கொண்ட யானைபோல், மெதுவாக நகர்ந்தது.

மழையைவிடக் குளுமையான ஸ்பரிசத்தால், நான் விழித்தேன். கல்யாணி பக்கத்தில் இருந்தாள்.

“நீயா? கொஞ்சம் அயர்ந்துவிட்டேன் கல்யாணி. இந்தப் பத்து வருஷங்களும், உனக்கு எப்படிக் கழிந்தன? எங்கே இருக்கிறாய்?”

அவளுடைய கதையைக் கேட்கும் நேரம் வந்துவிட்டதாக நினைத்தேன். ஆனால் என்னுடைய பேச்சு எதுவும் அவள் காதில் விழுந்ததாகத் தெரியவில்லை.

“உன் மனைவியையும் குழந்தைகளையும் நான் பார்க்க வேண்டும்” என்றாள் அவள்.

“பார்வதியை எழுப்பட்டுமா?”

“வேண்டியதில்லை; தூங்கும்போதே பார்த்தால் போதும்” என்றவள், உள்நோக்கி நடந்தாள்.

அவர்கள் உறங்கிய இடத்தில் இருந்த விளக்கில், எண்ணெய் வற்றிவிட்டதால், திரி கருகிப் புகையுடன் எரிந்தது.

மங்கலுற்ற அந்த வெளிச்சத்தில், கல்யாணியோடு நானும் குனிந்து அவர்களைப் பார்த்தேன். அந்த நொடியில் நானே விகசித்து, என் மனைவியாகவும் குழந்தைகளாகவும் அங்கே தூங்குவதாக, எனக்குள் ஓர் உணர்வு.

“நீ அதிர்ஷ்டசாலி” என்றவாறு, அவள் கண்ணன் இருந்த இடத்துக்குத் திரும்பினாள். நான் பின்தொடர்ந்தேன்.

“சொல்லு கல்யாணி.”

“நான் பட்டணம் போகிற வழியில்தான், இங்கே இறங்கினேன். கையில் பணம் இல்லை; எனக்குக் கொஞ்சம் பணம் வேண்டும்” என்றாள் அவள்.

“அதற்கு இப்போது என்ன அவசரம்? காலையில் தருகிறேனே – உன்னைப் பற்றி?”

“இப்போதே பணம் வேண்டும். புறப்படுகிறேன்.”

“இப்போதா? இந்தப் பேய் மழையில் எங்கே போகிறாய்?”

“ஸ்டேசனுக்கு. பட்டணம் போகிற எந்த ரயில் வந்தாலும் ஏறிவிடுவேன்.”

என்னுடைய எவ்விதமான வற்புறுத்தலையும், அவள் கேட்பவளாகத் தெரியவில்லை. “நான் கேட்டதற்குப் பதிலே சொல்லவில்லையே கல்யாணி. முரட்டுக் கணவன், அசட்டுக் குழந்தை, பட்டினி கிடக்கின்ற அவல வாழ்க்கை, இந்தப் பூசை இவை எல்லாம் என்ன? நீ எங்கே இருக்கிறாய்? இப்போது எங்கே போகிறாய்?”

“நமக்குக் கல்யாணப் பேச்சு வந்தபோது, எனக்குப் பத்தொன்பது வயதுக்கும் மேலே ஆகிவிட்டாற் போன்ற மனநிலை வந்துவிட்டது. ஐம்பது அறுபது வருஷங்களில் உடலை வழித்து எடுத்துவிட்டேன். இனி உடலே வேண்டாம் என்று முயற்சி செய்கிறேன். என் கதை இவ்வளவு தான். பணம் தருகிறாயா?”

சொல்வதற்குத் தேவையில்லாமல் அவள் சொல்லுக்கும் முன்னால் போய் நின்றாள். நானோ கேள்விகளுக்குப் பின்னாலேயே சோர்ந்துபோய் நின்றுவிட்டேன்.

நான் கொடுத்த பணத்தையும் குடையையும் அவள் வாங்கிக் கொண்டாள். தூங்கிய கண்ணனை இடுப்பில் ஏந்தினாள். தூக்கக் கலக்கத்தில் அவன், இரு கைகளையும் அவள் கழுத்தில் மாலையாய்க் கோத்து அவளோடு ஒட்டிக்கொண்டான்.

“உன்னோடு இந்தக் குழந்தையையும் மழையில் நனைக்க வேண்டுமா?”

"என் உடலில் தோன்றியதன் பலனை, இவனும் அனுபவிக்க வேண்டியவன்தானே ? கண்ணன் வெறும் பிண்டம். இனிமேல்தான் இவன், முழு உருவத்துடன் பிறக்கப் போகிறான்."

வாசலுக்கு வந்தோம். இடிக்காமலும் மின்னாமலும் மழை பலமாகவும் நிதானமாகவும் பெய்துகொண்டிருக்கிறது. குளிர்க் காற்று தாவி விழுந்து எங்களைத் தழுவுகிறது. இருட்டு குளிர்ந்து நடுங்குகிறது. வீதி, வீடுகள், மரங்கள், அப்பால் ஆகாசம் எல்லாமே குளிரால் விதிர்க்கின்றன. குளிர், என்னை எனக்குள் செருகும் மயக்கத்தில் ஆழ்த்துகிறது.

இடுப்பில் கண்ணனுடன், கல்யாணி தெருவில் இறங்கி, இருளை அளைந்து, மழையை வெட்டி, பூமியை உதைத்துக்கொண்டே நடந்தபோது, என் உடலின் ஒரு பகுதியை நானே செதுக்கி இரு உடல்களாக்கி, வீதியில் எறிந்தது போன்ற ஓர் உணர்வு. இதுவும் இருக்கவேண்டிய பகுதிதான்! இருக்கட்டும்' என்று நான் நினைக்கிறேன்.

என்ன குளிர் இது ? மழையினாலா இந்தக் குளிர் ? மழைதான் எங்கே? வெளியேயா ? எனக்குள்ளேயுமா ?

நானா, இப்படி நினைக்கிறேன் ...?

***கல்கி* (டிசம்பர் 2, 1962)**

உறங்காத கண்கள் (நவம்பர் 1968)

எம்.வி. வெங்கட்ராம் கதைகள் (டிசம்பர் 1998)

முத்துக்கள் பத்து (2007)

பனிமுடி மீது ஒரு கண்ணகி (டிசம்பர் 2007)

(இக்கதை, '*Rain*' என்ற தலைப்பில் ஆங்கிலத்தில் மொழிபெயர்க்கப்பட்டு, *Caravan* (01.08.1968) இதழில் வெளியாகியுள்ளது.)

●

பிரமை

நேற்று முதல் பிரமைகள், அவனை வசப்படுத்திக் கொண்டிருந்தன. இன்று நிசிக்கு மேல், அவனுக்குத் தூக்கம் கலைந்தது.

நிசிக்கு முந்தியும் அவன் தூங்கினான் என்று கூற முடியாது; கண்களை மூடி, உடலைத்தான் அயரப் போட்டிருந்தான். அடித்தொண்டையிருந்து கிளம்பி நாசி மாறிவந்த மூச்சு, கரடுமுரடான குறட்டை ஒலி எழுப்புவதைக் கேட்டான்; 'நான் இவ்வளவு அசிங்கமாகவா குறட்டை விடுகிறேன்?' என்று வியப்புடன் நினைத்தான்; தான் தூங்கிவிட்டதாகவும் நினைத்துக்கொண்டான்.

அப்பால், கனவென்று சொல்ல முடியாத ஓர் அவஸ்தை; தன் உடல் இல்லாத தான், வெளியில் எங்கெங்கோ சஞ்சரிப்பதாக அவனுக்குத் தோன்றியது; அந்நிலையில், அவனை யார் யாரோ காண வந்தாற்போல் இருந்தது; ஒருவர் இருவராக வந்தவர்கள் நூறு, ஆயிரமாய், கும்பல் கும்பலாக வந்தார்கள்; அவர்கள் யார் என்று அவனுக்கு விளங்கவில்லை. விளங்கவில்லையா? அவர்கள் எல்லோரும் அவனுக்கு வெகுகாலமாய்த் தெரிந்தவர் களாகத் தோன்றினார்கள்; எல்லோரும் ஏககாலத்தில் தாங்கள் சொல்ல வேண்டியவைகளையெல்லாம் சொல்லித் தீர்த்துவிட விரும்புகிறவர்கள்போல் பேசிக்கொண்டேயிருந்தனர்; அவர்கள் ஏன், எதைப் பற்றி அப்படிப் பேசுகிறார்கள் என்று அவனுக்குப் புரியவில்லை; புரியவில்லையா? அவர்கள் பேசுகின்ற ஒவ்வொரு செய்தியும் அவனுக்கு நன்றாகத் தெரிந்ததுதான்.

அந்தக் கூட்டம் அதிகமாகிக் கொண்டிருந்தது. வெறுமையாக இருந்த அந்த வீடு, முழுவதும் கூட்டம் நிறைந்து வழிந்தது. உட்கார்ந்திருந்தவர்கள் நின்றார்கள்; நின்ற பிறகும் கூட்டம் அருவிபோல் கொட்டிக் கொண்டிருந்தது; ஒருவர் மீது ஒருவராக நின்றார்கள்; கூட்டமும், அதோடு பேச்சு ஒலியும் பெருகிக்கொண்டேயிருந்தன. மூச்சுவிட முடியாமல் நசுக்கப் பெறும் அந்த நேரத்திலும், அவர்களால் எப்படித்தான் பேச முடிகிறதோ?

அவனுக்கே மூச்சுத் திணறியது. பத்துப்பேர் இருக்க முடிந்த இடத்தில் நூறு பேர் இருப்பது போன்ற நெருக்கத்தை

உணர்ந்தான். கண் விழித்தான். குளிருக்காகப் போர்த்தியிருந்த போர்வையை எடுத்து விசிறினான். வேர்வையைத் துடைத்துக்கொண்டு சுற்றிலும் பார்த்தான். எப்படியாவது அந்த நெருக்கடியை விட்டு வெளியேறினால்தான் நிம்மதியாக மூச்சு விடமுடியும் என்று தோன்றியது. அவன் விருப்பத்துக்கு விரைந்து ஓடவா முடிகிறது? கால்கள் ஒன்றோடு ஒன்று பின்னிக்கொள்ளத் தடுமாறிக்கொண்டே, கூட்டத்திலிருந்து பிதுங்கி வெளியே விழுந்தவன் போல், கதவு மீது மோதித் திறந்துகொண்டு தெருவுக்கு வந்தான். பிறகுதான் அவனால், இயற்கையாக மூச்சுவிட முடிந்தது. ஆனால், நெஞ்சில் இனம் விளங்காத திகிலும் தலையில் கிறுகிறுப்பும் இருந்தன.

தெருவின் மறுகரையில் இருந்தவாறு வீட்டைப் பார்த்தான். இருட்டை விளக்க முயன்ற பனி நரைத்துவிட்டது. தெரு விளக்குகள் பனியை விலக்க முயன்று குளிர்ந்தன. வானச்சேற்றில் கிடந்த மீன்கள் துள்ளிக் கீழே விழ முயன்றன. தெரு நீண்டு வளைந்து செத்துக் கிடந்தது. சில எலிகள் குறுக்கும் நெடுக்குமாக அலைந்தன. கீரி ஒன்று இக்கரையிலிருந்து அக்கரைக்கு ஓடியது. திடீர் என்று கழுத்தை வெட்டும்போது ஆடு கத்துமே அது போல் 'மே...' என்றொரு சத்தம், நிசப்தத்துக்குப் பொருள் கூறியது. எதிரில் இருந்த வீடு, கருவூரில் வயிற்றுச் சாமான்களுக்கு இடையில் உருவாகாமல் கிடக்கும் பிண்டம்போல் இருட்டில் கலங்கலாய்க் கிடந்ததைப் பார்த்தான். அவன் உடல் சிலிர்த்தது, நீராடிய நாய் உடலைக் குலுக்குவதுபோல் அல்ல, தன் உடலை யாரோ மேலே தூக்கி, உலுக்கி, குலுக்கிவிடுவது போலிருந்தது அவனுக்கு.

அடுத்த நொடி, தன் தலை மீது ஒரு பாம்புக் கூடை இருப்பதாக உணர்ந்தான். கூடையின் மூடி நழுவி விழ, அதற்குள்ளிருந்து படம் விரித்துச் சீறிக்கொண்டே ஒரு கருநாகம் வெளிவந்தது. ஒரு கருநாகமா? ஒன்று, பிறகு ஒன்றாக, எண்ணி மாளாத கருநாகங்களின் படை; அவன் உடல் வழியாக ஊர்ந்து, தெருவில் இறங்கி, சரசரவென்று அவன் வீட்டிற்குள் நுழைந்தன. இந்தப் பாம்புகளின் கூட்டம் போனதும், அங்கு முன்பிருந்த கூட்டம் அஞ்சி ஓடியிருக்குமோ? வீட்டுக்குள் நுழைந்த பாம்புகள், யாரையோ எதிர்ப்பார்ப்பவை போல் வீதியை எட்டிப் பார்த்துக்கொண்டிருந்தன.

பிறகு, அவன் தலைமேல் இருந்த பாம்புக்கூடை மறைந்தது. கைகளால் முகத்தை அழுத்தமாய்த் தேய்த்துத் துடைத்துக்கொண்டான்.

"நான் இல்லாததையும் பொல்லாததையும் நினைத்துக் கொண்டிருக்கிறேன். நான் இயற்கையாக நினைக்கவேண்டும்."

"நான் என் வீட்டுக்கு எதிரே உள்ள வேப்பமரத்தடியில் நிற்கிறேன். இப்போது இரவு நேரம். நிசிக்குமேல் ஆகியிருக்கும். பனி பலமாகப் பெய்கிறது; குளிரினால் எலும்புகூட மரத்துவிடும்போல் இருந்தது."

"இந்த வேப்பமரத்தைப் பற்றியே நினைத்துப் பார்க்கலாமே? நான் பிறப்பதற்கு முன்பிருந்தே இங்கே இது இருக்கிறது. தினம் ஒரு மூட்டை கொட்டை உதிர்க்கிறது. எத்தனை விதமான பறவைகள், இந்த மரத்தில் தங்குகின்றன! இரவானதும், எல்லாம் கூட்டிலே தங்கிவிட்டன போலும். இந்தக் குளிரில், இவை எப்படித்தான் வெளிவரும்?"

"நான் ஏன் வீட்டை விட்டு வெளியில் வந்து நிற்கிறேன்? வீட்டில் யாரும் இல்லை. ஆனால், ஏதோ ஒரு பெரும் கூட்டம் என்னை நெருக்கி

வெளியில் தள்ளிவிட்டாற்போல் இருந்தது. எனக்குத் திகிலாக இருக்கிறது. இந்தத் திகில் ஒரு பிரமைதான். பிரமையானாலும் திகில் திகிலாகவே இருக்கிறது. நான் பயப்படக்கூடாது. வீட்டுக்குள் என்ன இருக்கிறது? அங்கே போனால் என்ன ஆகிவிடும்...?"

அவனுடைய நினைவுகள் ஒரு முடிவைக் காணும்முன் – வெகு பக்கத்தில் தம்பட்டங்களின் சத்தம் கேட்டது. யாரோ சிலர் – சிலர் என்ன? நாலு பேர்; அவன் சரியாக எண்ணிப் பார்த்தான். நல்ல கறுப்பர்கள், அரையில் கட்டிய அழுக்குத் துணி தவிர, வேறு ஆடை இல்லை தலையில் முண்டாசு; கழுத்தில் மாலையாகத் தொங்கிய கயிற்றோடு கட்டிய தம்பட்டங்களைக் குச்சிகளால் 'டம்... டம்' என்று தட்டிக்கொண்டே வந்தார்கள். என்ன உற்சாகமோ அவர்களுக்கு! கும்மி அடிப்பவர்கள்போல் குனிந்தும் நிமிர்ந்தும் குதித்தார்கள். அவனுக்கு அருகில் வந்ததும். தம்பட்டம் தட்டுவதை நிறுத்திவிட்டு, அவனை உற்றுப் பார்த்தார்கள்.

"எதிர்வீட்டுச் சாமி இல்லே? இருட்டிலே ஏன் நிக்கிறீங்க?"

"வீட்டிலே எனக்கு ரொம்பப் பயமாயிருக்கு. நீங்கள் என்னோடு வீட்டுக்கு வருகிறீர்களா?" என்று விரும்பாததைச் சொன்னான் அவன்.

"பயமா? எதுக்குப் பயம், ஏன் பயம்...ம்?" என்று நால்வரும் ஒரே சமயத்தில் கூக்குரல் இட்டுக்கொண்டே தம்பட்டத்தைக் கிழிக்க முயலுகிறவர்கள் எனத் 'தம்... தம்... யம்... யம்... டம்... டம்... பம்... பம்... பயம்... பயம்' என்று ஓங்கி ஓங்கித் தட்டினார்கள்.

அந்தச் சத்தம், அவன் செவிப் புலனை உடைத்துவிடும்போல் இருந்தது; இரண்டு காதுகளையும் அவன் பொத்திக்கொண்டான். 'இவர்கள் இல்லாவிட்டால் ஏது சத்தம்?' என்று கண்களை மூடிக்கொண்டான். கண்களை மூடியதும், 'அவர்கள் போய்விட்டார்களா?' என்று காணக் கண் திறந்தான். நால்வர் என்ன; ஒருத்தன்கூட இல்லை. செத்துக் கிடந்த தெரு, நிசப்தமாக இருந்தது!'

எல்லாக் காட்சிகளையும் நான்தான் தோற்றுவிக்கிறேன். எல்லாச் சத்தங்களையும் நான்தான் எழுப்பிக்கொண்டிருக்கிறேன். யாரும் இல்லாத வீட்டில் ரொம்பப் பேர் இருப்பதாக நினைத்தது பிரமை; நாலு பேர் தம்பட்டம் அடிப்பதாய்ப் பிரமை. எல்லாமே பிரமைதான். நான் வீட்டுக்குப் போகிறேன்.

ஆனால், தரையில் புதையுண்டவைபோல் கால்கள் அசைய மறுத்தன. ஹிப்நாடிஸம் செய்கிறவர்கள் மனத்தை ஒருமுகப்படுத்தித் 'தூங்கு... தூங்கு' என்று சொல்லி எதிரியைத் தூங்க வைக்கிறார்கள் அல்லவா? அது அவனுக்கு ஞாபகம் வந்தது. "நடக்க வேண்டும் என்று சொல்லித்தான், எனக்கு நடக்க வரும் போலும். இந்தப் பிரமைகளை விலக்கிவிட்டு, நான் வீட்டுக்குப் போகிறேன்" என்று பலமுறை கூறிக்கொண்டேன்.

அடக்கமாக அடிமேல் அடி எடுத்து வைத்து அவன் வீட்டுக்குள் நுழைகிறான். திறந்த கதவு; தடையின்றி நடந்தான்; வாயிலைத் தாண்டியதும் காட்டினிடையில் உள்ள ஒரு குகையின் இருட்டுக்குள் மறைவதுபோல–

அவன் நிதானித்துக்கொண்டான். பழக்கப்பட்ட கைகள், மூன்று விளக்குகளை எரிய வைத்தன.

“பார்த்தாயா? இங்கே யாரும் இல்லை; ஒன்றும் இல்லை” என்று அவன் தன்னையே முன்னிலைப்படுத்தித் தைரியம் சொல்லத் தொடங்கினான்.

“இங்கே வழக்கமாக இருப்பவைதான் இருக்கின்றன. ஒரு மேஜை, ஆறு நாற்காலிகள், மூன்று அலமாரிகள்... அலமாரிக்குள் ஏதாவது இருக்கிறதா என்று பார்ப்போமா?”

அலமாரிகளைத் திறந்தான்.

“என்ன இருக்கிறது? புத்தகங்கள், வெள்ளிச் சாமான்கள், என் வேஷ்டி சட்டைகள்... ஆக, பயன்படுத்துவதற்கு இங்கே ஒன்றும் இல்லை. அப்புறம்?”

“அப்புறம் என்ன? கூடத்தையும், சமையலறையையும் பார்த்து விட்டால், சந்தேகமே இராது” என்று தன் கேள்விக்கு, அவனே பதில் அளித்துக்கொண்டான்.

திறந்த அலமாரிகளை அப்படியே போட்டுவிட்டுக் கூடத்தை அடைந்தான். அங்கிருந்த விளக்குகளையும் எரிய வைத்தான். கீழே, சில பாத்திரங்கள் உருண்டு கிடந்தன. கொடிக் கயிற்றில், இரண்டு வேட்டிகளும் ஒரு சேலையும் உலர்ந்துகொண்டிருந்தன.

“சேலையா? எனக்கு எதற்குச் சேலை?”

அந்த ஹாஸ்யத்தைக் கேட்டுச் சிரித்தான்; சிரித்தவுடன் அவனுக்குச் சந்தேகம் வந்துவிட்டது. சிரித்தது அவன்தானா?

“பகல் போல் வெளிச்சம் இருக்கிறது. என்னைத் தவிர வேறு யாராவது இருந்தால், கண்ணுக்குத் தெரியாதா?” என்று முடிவோடு நிமிர்ந்தபோது, கொடியில் சேலை ஊசலாடியது.

“நான் சிரித்தது உண்மை. இந்தச் சேலைதான் பிரமை.”

கண்களை வேறுபக்கம் திருப்பிக்கொண்டு, நேராகச் சமையல் அறையை நோக்கி நடந்தான். அங்கிருந்த இருட்டும் வெளிச்சத்தில் கரைந்தது.

தன் வீட்டைத் தனக்கே அறிமுகப்படுத்திக் கொண்டிருந்த அவன் அந்த அறையைப் பார்வையிட்டான். அடுப்பிலிருந்து வெளியே இழுக்கப்பட்ட விறகு, அடுப்பு மீது கலயம், தரையில் சோற்றுப்பானை, குழம்புச்சட்டி, ரசக் கிண்ணி, கவிழ்ந்து கிடக்கும் இரண்டு டம்ளர்கள்...

“இவைகளைத் தவிர, இங்கே வேறு என்ன இருக்கிறது?”

சந்தேகம் அறவே தீர்ந்ததாய், அவனுக்கே தோன்றவில்லை; இடதுபுறம் திரும்பியபோது, எதிரில் படுக்கை அறை தென்பட்டது. அதை நோக்கி நடந்தான். பத்தடி தூரம் நடப்பதற்குள், சொல்லி மாளாத் தூரம் நடப்பதுபோலப் பட்டது அவனுக்கு; பின்னால் யாரோ வருவது போன்ற பிரமையை அமுக்கிக்கொண்டு, திரும்பிப் பாராமல் கடந்து படுக்கை அறை வாயிலில் நின்றான்.

“வீடு முழுவதும் பார்த்து எங்கும் ஒன்றும் இல்லை என்று உறுதியாகி விட்டது. இந்தப் படுக்கை அறையைத் திறந்து பார்க்காவிட்டால் என்ன? வேறு எங்கும் இல்லாதது, அங்கு மட்டும் இருந்துவிடப் போகிறதா?” என்று நினைத்தான்.

"வேறு எங்கும் இல்லாததைத் தேடித் தான் இங்கு வரவில்லையே? எங்கும் ஒன்றும் இல்லை என்பதைக் காணத்தானே வந்தேன்?" என்றும் நினைத்தான்.

"கூட்டமாக வந்தவர்கள், படையாக வந்த பாம்புகள், தம்பட்டம் அடித்த நிசப்தம் எல்லாமே இந்த அறையில் ஒளிந்திருக்கலாம் அல்லவா?"

இப்படி நினைத்தவன் சிரித்தான். சிரித்தபோது, அவன் உடல் அதிர்ந்தது. அந்த அதிர்ச்சியில், தான் மிக மிக, ஏழு எட்டு அடி உயரத்துக்கு வளர்ந்து தரையில் கால்கள் பாவாமல் நிற்பதுபோல் தோன்றியது. மிகவும் குனிந்து அறைக்குள் நுழைந்தான்.

அங்கிருந்த பொருள்கள் வெளிச்சத்தில் தென்பட்டாலும், அவை மீண்டும் இருட்டில் பதுங்கி மறைய விரும்புகிறவைபோல் தோற்றம் கொடுத்தன.

"இது என் கட்டில், மெத்தை, தலையணை, போர்வை, பிறகு நீ யார்? நீ யார்?"

நிசப்தம், மௌனமாய்க் கண்ணீர் சிந்தியது. "நீ யார் என்பதையே மறந்துவிட்டேன். பார்த்தாயா? இந்த வீட்டில் சேலை கட்டுகிறவள், அடுப்பை ஏற்றுகிறவள், என்னை ஆள்கிறவள் நீதான். சேலை இருக்கிறது, அடுப்பு இருக்கிறது. ஆனால் நேற்றோடு நீ போய்விட்டாய். இன்று நீ... இல்லை..."

தன் உடலில் உள்ள உதிரம் அவ்வளவும் கீழே கொட்டிக் குளிர்ந்து உறைவதுபோலத் தோன்ற, அவன் அவள் கிடந்த கட்டில்மீது சாய்ந்தான்.

... அறை, கட்டில், அதன்மீது கிடந்தவன், அவளைக் காட்டும் வெளிச்சம் எல்லாம் இருட்டில் அமுங்கிவிட, அந்த இருட்டில் – ஆற்று நீரால் உண்டாகுமே அதுபோல – சுழல்கள் தோன்ற, நாலு பேர் தம்பட்டம் அடிக்கும் சத்தம், படையாக ஊர்ந்த பாம்புகள், இருட்டு, வெளிச்சம், கட்டில், தலையணை, போர்வைக்குள் அவள் –

"நீ இல்லாமல் எனக்குப் பயமாக இருக்கிறது ராஜி, உண்மையாகவே நீ இல்லையா?"

"நீ எங்கே ராஜி"

"என்னையே எனக்குத் தெரியவில்லையே?"

***கல்கி* (பிப்ரவரி 23, 1964)**

உறங்காத கண்கள் (நவம்பர் 1968)

எம்.வி. வெங்கட்ராம் கதைகள் (டிசம்பர் 1998)

●

வயிறு பேசுகிறது

திங்கட்கிழமை, ரகுவுக்கு நிர்மலாவிடமிருந்து கடிதம் வந்தது; அன்றிலிருந்து இன்று – வியாழன் – வரை, அவன் மிகவும் முன் எச்சரிக்கையாக, அவளைச் சந்திப்பதற்கான ஏற்பாடுகளைச் செய்துகொண்டிருந்தான்.

ஏற்பாடுகள், சுளுவாகவா இருந்தன?

அவனிடம் இருந்தது ஒரே ஒரு எட்டு முழம் வேட்டி; அதையும் இருப்பவைகளில் நல்லதாக ஒரு சட்டையையும் நன்றாகத் துவைத்துக் குருவி நீலம் கரைத்த கஞ்சி நீரில் அலசிக் காயவைத்து, நண்பன் ஒருவனிடம் மன்றாடி அவைகளை 'இஸ்திரி' செய்து முடித்தபோது, திங்கள் போய்விட்டது. ஆள்பாதி, ஆடைபாதி என்பார்கள்; நிர்மலாவுக்கு எதிரில் அழுக்கும் கந்தலுமாகப் போகலாமா?

அல்லது, ஐந்து நாள் தாடியுடன் பக்கிரிபோல்தான் போகமுடியுமா? ஐந்து காசுகளைச் சேமித்து, 'பிளேட்' ஒன்றை வாங்கிவைத்துக் கொள்வதற்குள், செவ்வாய் போய் விட்டது. வியாழனை எதிர்பார்ப்பதில் புதன் கழிந்தது. இன்று காலையில், முகத்தைச் சுத்தம் செய்துகொண்டு, –கண்ணாடியில் முகத்தைப் பார்த்தபோது, – அவன் முகத்தைப் பார்க்கவும் தெம்பில்லாத குருட்டுக் கண்ணாடி அது. 'ஆறணாவுக்கு ஒரு கண்ணாடி வாங்கக்கூட நமக்கு வக்கு இல்லாமல் போய்விட்டது. சே, நல்ல பிழைப்பு' என்று முணுமுணுத்துக்கொண்டான், 'நிர்மலாவினால் இந்தத் துன்பங்களுக்கு எல்லாம் ஒரு முடிவு காணலாம்' என்ற எண்ணம், அவனுக்கு ஆறுதல் அளித்தது.

நல்ல பாட்டுப் போல் மனப்பாடம் ஆகிவிட்ட அவள் கடிதத்தை, ஆயிரத்து எட்டாவது முறையாகப் படித்தான்.

"அன்பருக்கு,

ரயில் பாதையருகில், நாம் முன்பு வழக்கமாய்ச் சந்தித்த ஆலமரத்தடியில், வியாழக்கிழமை மாலை ஐந்து மணிக்குத் தங்களுக்காகக் காத்திருப்பேன். நிர்மலா"

இரண்டு ஆண்டுகளுக்குப் பின் அவனைக் காண வருகிறவள், இந்த நீண்ட பிரிவின் துயரத்தையெல்லாம் கொட்டி, நீளநீளமாய்க் கடிதம் எழுதக் கூடாதா? எல்லாவற்றையும் நேரில் தன் வாயால் சொல்ல வேண்டும் என்பதற்காக, அவள் ரத்தினச் சுருக்கமாக எழுதியிருக்கிறாள். சளசளவென்று அவளுக்குப் பேசவோ எழுதவோ தெரியாது. நல்ல செய்தி சொல்லத்தான், அவனைச் சந்திக்க வருகிறாள்.

அதை எப்படி, அவ்வளவு நிச்சயமாக எதிர்பார்க்க முடியும்? நல்ல செய்தி என்று கடிதத்தில் ஒரு வரி, அந்தத் தொனி கொடுக்கும்படியாக வாவது எழுதியிருக்கமாட்டாளா? அவள் ஆசை நிராசையாகி, அந்தத் துயரத்தை அவனோடு பகிர்ந்துகொள்ளத்தான் வருகிறாளோ என்னவோ?

அப்படி இருக்க முடியாது. தீய செய்தியாக இருந்தால், வரவே மாட்டாள். தனிமைக்கு அவனை அவள் அழைப்பதன் நோக்கம், அவள் நம்பிக்கை பலித்து, அவனோடு உல்லாசமாக இருக்க வேண்டும் என்கிற ஆர்வமாகத்தான் இருக்கவேண்டும். 'நிர்மலாவோடு புதுவாழ்வு ஆரம்பம் ஆகும். அம்மாவின் கஷ்டங்கள் தீர்ந்து போகும். அந்த நேரத்தின் வருகையைத்தான், நிர்மலாவின் கடிதம் அறிவிக்கிறது.'

"ரகு! இன்றைக்கு யாரையோ பேட்டி காணப்போகிறேன் என்றாயே?" என்று அம்மா, அவன் சிந்தனையைக் கலைத்தாள்.

அவன் அம்மாவிடம் நிர்மலாவின் கடிதம் பற்றி ஒன்றும் கூறவில்லை. ரகசியம் என்பதால் அல்ல. நிர்மலாவுக்கும் அவனுக்கும் உள்ள பந்தம், அம்மாவுக்குத் தெரியும். அந்தப் பிணைப்பு கலியாணமாக உருவெடுக்கும் என்ற நம்பிக்கை, அவளுக்கு என்றும் இருந்ததில்லை. ஆகையால் அவள், அவனை எச்சரித்தும் கண்டித்தும் வந்தாள். நிர்மலா, தன் பெற்றோருடன் ஊரை விட்டுச் சென்று, இரண்டு ஆண்டுகளும் கழிந்தவுடன், அவள் அந்த விஷயத்தை மறந்தே போனாள். நிர்மலாவைச் சந்தித்துப் பேசிய பிறகு, அந்த நல்ல செய்தியைத் தெரிவித்து, அம்மாவைத் திடுக்கிடவைக்க வேண்டும் என்பது அவன் எண்ணம். அதனால்தான், வியாழக்கிழமை ஐந்து மணிக்கு வேலைக்காகப் பேட்டி என்று, அவளிடம் பொய் சொல்லி வைத்தான்.

"ஆமாம், அம்மா. இந்த வேலை கட்டாயம் கிடைக்கும். உன் கஷ்டத்துக்கு எல்லாம் விமோசனம் பிறக்கும் என்று தோன்றுகிறது. ராகுகாலம் கழிந்ததும் புறப்படுகிறேன். காலையில்தான் ஒன்றும் செய்யவில்லை. மத்தியானத்திற்காக என்னவோ செய்துகொண்டிருந்தாயே!"

"நான் என்னடா செய்வேன்? எதிர்வீட்டு அம்புஜத்தைத்தான், தொந்தரவு செய்தேன். அவளும் பிள்ளைக்குட்டிக்காரி. நாலு குழந்தைகளை வைத்துக்கொண்டு நூறு ரூபாய்ச் சம்பளத்தில் எப்படியோ ஒப்பேற்றுகிறாள். முந்தி வாங்கிய எட்டு ரூபாயும் கொடுத்தபாடில்லை. அவளிடம் நாலணா இருந்தது, கொடுத்தாள். நீ பேட்டிக்குப் போகவேணும் என்றாயே? சோறு என்று ஏதோ ஆக்கி வைத்திருக்கிறேன்; முதலில் நீ வேலை தேடிக்கொள். என்னால் இந்தக் கஷ்டத்தைத் தாங்க முடியவில்லை."

அவள் கண்கள் கனிவதைக் கண்ட அவன் குறுக்கிட்டான்: "அம்மா! நான் காரியமாக வெளியில் புறப்படும்போது நீ அழுதுகொண்டிருந்தால், என் மனசும் கெட்டுப்போகும், இன்று வேலை ஆகும் என்று ஏதோ ஒரு நம்பிக்கை."

"எப்படியோ அந்த மங்களாம்பிகை கண் திறந்து பார்த்தால் சரி" என்று கண்களைத் துடைத்துக்கொண்டாள் தாயார்.

"நீ சாப்பிடவில்லையா, அம்மா?"

"சாப்பிட்டுவிட்டேன். இருக்கிறதைச் சாப்பிட்டு, நீ தெம்பாகப் போய் வேலையை முடித்துக்கொண்டு வா."

அவள் பொய் சொல்லுகிறாள் என்று அவனுக்குத் தெரியும். வேறு சமயமானால், இருந்த சோற்றை அவளோடு பகிர்ந்துகொண்டிருப்பான். ஆனால், இன்று நிர்மலாவைச் சந்திக்கப் போகும்போது, சற்றாவது தெளிவாகப் பேச வேண்டாமா? இந்த மூன்று நாட்களாய் அவர்களுக்கு மூன்றுவேளை ஆகாரம்தான்; மூன்று வேளையும் அரை வயிற்றுக்குத்தான்.

மனசைத் திடப்படுத்திக்கொண்டு சாப்பிட்டான் வயிற்றுக்குள் ஈயம் பூசுவதுபோல் சோறு மறைந்தது. நல்ல வேளை! தண்ணீர் காசில்லாமல் கிடைக்கிறது; வயிறு நிறையக் கொட்டிக்கொண்டு எழுந்தான். சேலைத் தலைப்பை விரித்து, சுருண்டு கிடந்த தாயாரைப் பார்த்தபோது, அவனுக்கு ஒரு மாதிரியாகத்தான் இருந்தது.

கீழ்வானில் மேகங்களுக்கு இடையில் தலைதூக்கும் சூரியனைப் போல், நிர்மலாவின் முகம், அவன் மனத்தில் உதித்தது. அவளை அவன் சந்தித்தது, அவர்களுக்கு இடையில் நட்பு உருவானது, தங்கள் காதலைக் கலியாணமாக முடிப்பது என இருவரும் உறுதி செய்துகொண்டது – எல்லாம் அவனுக்கு ஞாபகம் வந்தன. அம்மாவைப் போல், அவனுக்கும் அவளுடைய அந்தஸ்து பற்றிய அச்சம் இருந்தது. அவளை ஒதுக்கத்தான் முயன்றான்; அவனால் ஒதுங்க முடியவில்லை. அவன் எதிர்பார்த்ததைப் போலவே, அவளுடைய பணக்காரத் தந்தை, அவர்கள் காதலில் மண் போட முனைந்தார். அவளைக் கட்டுப்படுத்த முடியாது என்று கண்ட அவர், குடும்பத்தோடு சென்னைக்குக் குடியேறினார்.

கடைசியாகச் சந்தித்தபோது அவள் கூறிய வார்த்தைகளை, அவனால் மறக்கமுடியாது. "அப்பா சீமைக்குப் போனாலும் சரி, நான் மாற மாட்டேன். கடிதம் எழுதுகிறேனோ இல்லையோ, நீங்கள் காத்திருக்க வேண்டும். நான், கட்டாயம் உங்களைத் தேடி வருவேன்" என்றாள் அவள்.

காத்திருப்பதாக அவனும் வாக்களித்தான். காத்தும் இருக்கிறான்.

சொன்னபடி அவள், என்னைத் தேடி வருகிறாள். தகப்பனாரை, அவள் வழிக்குத் திருப்பிய செய்தி, சொல்லத்தான் வருகிறாள். இவ்வளவு காலமாய், கடிதம்கூட எழுதாமல், திடீரென்று அவள் வருவதன் பொருள், வேறு என்ன?

ஒரு பெருமூச்சு, அவன் நெஞ்சின் இறுக்கத்தைச் சற்றுத் தளர்த்தியது.

“இன்னும் ராகுகாலம் போகவில்லையா, ரகு?”

“அடுத்த வீட்டுக்குப் போய் மணி பார்த்து வாயேன்.”

திரும்பி வந்து அம்மா சொன்னாள். “இரண்டே முக்கால் ஆகிறது. நீ தயார் செய்துகொள்வதற்குள் மூன்று ஆகிவிடும்.”

அம்மா உட்கார்ந்தவள், சுவரோடு சாய்ந்துகொண்டதை அவன் கவனித்தான். கவனியாதவன்போல் உடைகளை மாற்றிக்கொண்டான்.

“கேட்கிற கேள்விகளுக்கு எல்லாம் பதற்றம் இல்லாமல் நிதானமாகப் பதில் சொல்லு, சந்தோஷமாகப் போய் வேலையை முடித்துக்கொண்டு வா” என்று வாழ்த்துகிறவள்போல் பேசினாள் அம்மா.

“உன் கையால் ஒரு டம்ளர் தண்ணீர்...”

கேட்ட பிறகு, ‘ஏன் கேட்டோம்’ என்று அவனுக்கு விசனமாக இருந்தது; அவள் மெதுவாக எழுந்து, கொண்டுவந்து கொடுத்தாள். முகமலர்ச்சியை இருவரும் கட்டாயப்படுத்தி வரவழைத்துக்கொண்டனர். தண்ணீர் பருகினதும், அவனையும் அறியாமல், அவள் கால்களில் விழுந்து வணங்கினான்.

“மங்களாம்பிகை காப்பாற்றுவாள், தைரியமாகப் போய் வா.”

“வருகிறேன் அம்மா!”

வெயில் நெருப்பாக எரிந்தது; தெரு நடமாட்டம் அற்று வெறிச்சோடிக் கிடந்தது. செருப்பும் குடையும் இருந்தால் –இருந்தால் நல்லதுதான்; சைக்கிள் இருந்தால்... இனனும் அதற்கு மேலும் ஆசைப்படலாம்; கார் ஒன்று இருந்தால்...

நிர்மலாவின் கரம் பற்றினால், இந்த ஆசைக் கனவுகளெல்லாம் எளிதில் நனவாக வேண்டியவைதானே? அவள் குறிப்பிட்ட இடத்தை அடைய, அவன் இரண்டு மைல்கள் நடந்தாக வேண்டும்.

அவனைக் கண்டதும், நிர்மலா என்ன கூறுவாள்? வாடி வதங்கியுள்ள அவனைப் பார்த்தால், என்ன நினைப்பாள்? அவன் ஏழை என்பதை அறிவாள். ஆனால், அவளைச் சந்திப்பதற்காக அவன், தாயை முழுப்பட்டினி போட்டுவிட்டு, அவன் முக்கால் பட்டினியாக வருகிற அளவுக்கு அவன் கையாலாகாதவன் என்று அவளுக்குத் தெரியாது. அவனுடைய இந்த இழிநிலையை, அவள் அறியக்கூடாது. அவள் அவனை மணக்க முன்வந்தாலும், அவன் ஒரு வேலை தேடிக்கொண்ட பிறகுதான், அவளை மணம் புரியவேண்டும். நிர்மலா உயர்ந்தவள்தான்; ஆனால் தாழ்ந்தவனாக அவன் அவளை அணுகுவது தவறு.

“ரகுவா, நல்ல வெயிலில் எங்கே கிளம்பினாய்?”

குரல் கொடுத்தவன், சைக்கிளிலிருந்து இறங்கினான். ரகுவின் நண்பன் கோவிந்தன். நண்பனாவது? ஏழைக்கு நண்பர் என்றும், உதவுகிறவர்கள் என்றும் யாராவது இருப்பதாக அவனுக்குத் தோன்றவில்லை.

“டீ.பீ.யில் ஒருவரைப் பார்க்கப் போகிறேன்.”

“ஏதாவது உத்தியோக விஷயமோ.”

“ஆமாம்” என்ற ரகுவுக்கு, ஒரு யோசனை எழுந்தது. கோவிந்தனிடம் ஓர் எட்டணா வாங்கினால் ஹோட்டலில் வயிறாரச் சாப்பிட்டுவிட்டுப் போகலாம் அல்லவா? “கோவிந்து, எட்டணா சில்லறை இருக்குமா? அடுத்த வாரம் தருகிறேன்.”

வெயிலால் வாடாத நண்பனின் முகம், அந்தச் சொற்களைக் கேட்டதும் சுண்டியது.

“அடப்பாவமே, இல்லையே அப்பா?” நழுவினான் கோவிந்தன்.

அவனிடம் எட்டணாவா இராது? கொடுக்க மனம்தான் இல்லை. இந்தச் சமயத்தில் எட்டணா, அவனுக்கு எவ்வளவு உபகாரமாக இருக்கும்!

‘ஹோட்டலில் சாப்பிட்டு’ என்ற நினைப்பே, அவன் வயிற்றை முள்ளாய்க் குத்திக் கிளப்பிவிட்டது. வயிற்றுக்குள் அப்படி என்னதான் இருக்கிறது? யாரோ உள்ளே குந்தி முனகிக்கொண்டே இருப்பதாகத் தோன்றியது. அப்பால் வயிற்றுக்குள் நெருப்பு மூட்டுவதுபோல் உடம்பு முழுவதும் வலித்தது. வாய், பாலைவனம்போல் நீரற்ற பிரதேசம் ஆகி விட்டது. நாக்கு, நீர் தேடித் தவித்தது.

தெரு ஓரங்களில் இருந்த வெற்றிலைப் பாக்குக் கடைகளில் சோடா, ஆரஞ்சு, சர்பத் முதலியவை அழகான பாட்டில்களில் கவர்ச்சிகரமாக அடுக்கி வைக்கப்பட்டிருந்தன. ஏதாவது ஒரு கடையில், ஒரு ‘கிளாஸ்’ தண்ணீர் கேட்டுச் சாப்பிடலாம் என்று நினைத்தான். இரண்டு காசுக்கு வெற்றிலைகூட வாங்காமல், தண்ணீர் மட்டும் கேட்க, அவனுக்கு நாணமாக இருந்தது. நீர்ச்சத்து இல்லாத நாக்கை உறிஞ்சி, தொண்டை வலித்தது. ‘இனி பொறுக்க முடியாது’ என்ற எல்லை தொட்ட பிறகு, ஒரு கடையில் துணிந்து தண்ணீர் கேட்டான். ரகு பயந்ததுபோல், கடைக்காரன் அவனை விரட்டிவிடவில்லை. பேசாமல், ஒரு கிளாஸில் தண்ணீர் கொடுத்தான். தாகம் முழுசாக அடங்காவிட்டாலும், சிறிது ஆறுதலாக இருந்தது. மறுபடியும் நிழல் தேடி நடக்கத் தொடங்கினான்.

நிர்மலாவைத் தவிர, வேறு எதைப் பற்றி, அவனால் இப்போது நினைக்க முடியும்?

அவளிடம் அவன், ஏன் ஒளிவுமறைவாக நடக்கவேண்டும்? தன்னுடைய உண்மையான நிலைமையைத் தெரிவித்து, அவளிடம் உதவி கேட்டால் என்ன?

‘அது கேவலம்’ என்று ஒருமுறை தோன்றியது.

‘அவளிடம் மறைப்பதுதான் கேவலம்’ என்று ஒருமுறை தோன்றியது.

இந்தச் சமயத்தில், அவனுடைய முழுக் கவனத்தையும் வயிறு கோரியது.

எப்படியாவது நிர்மலா குறித்த இடத்துக்குச் சென்றுவிட வேண்டும் என்று கால்களை எட்டியே வைத்தான். ரயில்வே ஸ்டேஷனைக்

கடக்கும்போது மணி நாலு. ரயில் குறித்த காலத்தில் வருமா என்று விசாரிக்க விரும்பினான். ஆலமரத்தடிக்குச் சென்று களைப்பாற வேண்டும் என்னும் ஆவல் மிகுதியாக, அவன் மேலும் விரைவாக நடந்தான்.

அந்த ஆலமரத்தடியை அடைந்தபோதுதான் – இவ்வளவு தூரம் நடந்துவந்ததே ஒரு சாகஸம் என்று தோன்றியது. வயிற்று நரம்புகள் வக்கிரமாகப் புடைத்துக்கொண்டன. தோள்கள்மீது ஒரு பெரும் மூட்டை இருப்பதுபோலத் தோன்றியது. கால்கள் மரத்தன. முதுகுத்தண்டு நுனியில், மூலாதாரத்தில் கொதிப்பு உண்டாயிற்று. மரத்தின் மீது சாய்ந்தவாறு கால்களை நீட்டினான், சொல்லி முடியாத சோர்வுடன் கண்களை மூடினான்.

"நான் வந்ததைக்கூட நீங்கள் கவனிக்கவில்லையே?" என்ற குரல், அவனை ஆகாசத்துக்குத் தூக்கியிருக்க வேண்டும். துள்ளி எழுந்திருக்க விரும்பிய அவனால், சிரமத்துடன் நிமிரத்தான் முடிந்தது.

"வந்துவிட்டாயா?" என்று அவன் கேட்ட கேள்வி, வாயைவிட்டு வெளியே வருவதற்குப் பதிலாக வயிற்றுக்குள்ளேயே குதிப்பதை, அவன் உணர்ந்தான்.

"நீங்கள் வருவதைப் பார்த்துத்தான், மரத்துக்குப் பின்னால் ஒளிந்துகொண்டேன்" என்றாள் நிர்மலா.

அவள் பேசியதை, அவன் கேட்டான். அவன் பதிலைத் தயாரிப்பதற்குள், தலைக்குள் சிங்கங்கள் உறுமின; காதுகளில் வண்டுகள் ரீங்காரம் செய்யும் ஒலி; பேச அஞ்சிய நாக்கு மேலண்ணத்தோடு ஒட்டிக்கொண்டது; கண்கள் அவளைப் புரிந்துகொள்ளத் தவித்தன.

"உங்களுக்கு என்ன உடம்பு? ஏன் ஒரு மாதிரியாக இருக்கிறீர்கள்?" என்று பதைத்தவாறு, அவனுடைய இரண்டு கைகளையும் கெட்டியாகப் பற்றிக்கொண்டாள் நிர்மலா.

அந்த ஸ்பரிசம், அவனுக்குச் சற்று தெம்பு அளித்தது. இவ்வளவு உரிமையுடன் அவனைத் தீண்டுவதால், அவள் கூற வந்தது நல்ல செய்திதான் என்பதை ஊகித்துக்கொண்டான். தன் உடம்பிலும் மனத்திலும் உள்ள சக்திகளையெல்லாம் திரட்டிப் பேசமுனைந்தான். "அப்பா ஒப்புக்கொண்டாரா?"

"ஒப்புக்கொள்ளாமல் எங்கே போகிறார்? கடைசிவரை முடிவு சொல்லாமல், உங்களைத் திணறவைக்கவேண்டும் என்று வந்தேன்; நீங்கள் ஏன் இப்படி இருக்கிறீர்கள்?... என்ன பார்க்கிறீர்கள்?"

மூளை அவனைக் கைவிட்டது; ஹிருதயம் அவனைக் கைவிட்டது; கைகால்களும் அவனைக் கைவிட்டன; வெறும் வயிறாகவே அவன் மாறிப்போனான்.

"அந்தத் தோடுகள் வைரம்தானே?"

"வைரம்தான், ஏன்?"

“என்ன பெறும்?”

“மூவாயிரம் ஆகும்.”

“மூவாயிரமா? நூற்றைம்பது மூட்டைகள் நெல் வாங்கலாம். ஒரு வருஷம் என்ன, இரண்டு வருஷங்கள்கூட நிம்மதியாகச் சாப்பிடலாம்.”

அவனுடைய வார்த்தைகள், அவளுக்குப் புரிந்தன; அவன் ஏன் இப்படி, இப்போது பேசுகிறான் என்று புரியாமல் அவள் விழித்தாள். “நீங்கள் என்ன சொல்கிறீர்கள்?”

கிசுகிசுக்கும் குரலில் அவன் கூறினான்: “அம்மாவுக்கு ரொம்பப் பசி... இல்லை, சும்மா சொன்னேன். அம்மாவும் நானும்தான் சாப்பிட்டோம்... இல்லை, பொய். எனக்கும் ரொம்பப் பசி...”

_கல்கி_ (மார்ச் 29, 1964)

உறங்காத கண்கள் (நவம்பர் 1968)

எம்.வி. வெங்கட்ராம் கதைகள் (டிசம்பர் 1998)

முத்துக்கள் பத்து (2007)

பனிமுடி மீது ஒரு கண்ணகி (டிசம்பர் 2007)

•

அம்மையே! அப்பா!

இரவு நிசியைக் கடந்துவிட்டது. மனைவியும் குழந்தைகளும் குளிருக்கு அஞ்சிச் சுருண்டு சுருட்டிக்கொண்டு நன்றாகத் தூங்கிக் கொண்டிருந்தார்கள். வெங்கட்ராமன் மட்டும் பேறு காலத்துப் பெண்மணியைப் போல், இங்கும் அங்குமாய்த் தவித்துக் கொண்டிருந்தான்; அழகான கதை ஒன்று, பிறப்பதற்காக அவனுக்குள் உதைத்துக் கொண்டிருந்தது; கருப்பையில் ஏற்படும் சிக்கலால் சிசு வெளியே வர முடியாமல் சிரமப்படுவதுபோல் – எண்ணங்களுக்கும் செயல்களுக்கும் இடையில் சிக்கித் தடுமாறும் முயற்சியில், அவன் ஈடுபட்டிருந்தான். இந்த வேதனை லயத்தில் அவன் வீடு, நேரம், சுற்றம் யாவும் மறந்துவிட்டான்.

வீட்டின் ‘காம்ரா உள்ளில்’ அவன் இருந்தான். வீதிப் பக்கமாக, அதற்கொரு கதவு இருந்தது. மூடிக் கிடந்த அக்கதவை –அடுத்தடுத்து யாரோ இடிக்கவே அவன் கவனம் கலைந்தது; ஆத்திரமாய்க் கதவைத் திறந்தான்.

வந்தவர் புதியவர்; தன்னை அறிமுகப்படுத்திக்கொள்ளும் நாகரிகம்கூட அறியாதவராக – உள்ளே நுழைந்து, ஒரு நாற்காலியில் சுவாதீனமாக உட்கார்ந்தார்.

அந்த நள்ளிரவு விருந்தாளியை அவன் கவனித்துப் பார்த்தான். முன்பு ஒருபோதும் பார்த்ததில்லை என்று தோன்றியது; எப்போதும் கூட இருந்து பழகியவர் போலவும் தோன்றியது. செவ்வானுருவில் திகழ்ந்த மேனி, மிகவும் கவர்ச்சிகரமாக இருந்தது. அரையில் ஒரு வேட்டியும், மேலே ஒரு துண்டும்தான் இருந்தன. தலைமயிர், பிடரி வரை புரண்டது. வயது நிர்ணயிக்க முடியாத சூக்கும இளமை. பார்க்க முடியாததைப் பார்க்கிற ஒரு பயம் உண்டாயிற்று; சொல்ல முடியாத மகிழ்ச்சியும் ஏற்பட்டது.

இந்தக் கவனத்தை அவன் கலைத்துக்கொண்டான். முன்பின் பழக்கம் இல்லாத ஓர் ஆசாமி, இவ்வளவு சகஜ பாவத்துடன் நள்ளிரவில் வீட்டில் புகுந்து ஆசனம் ஏற்கும்போது – வீட்டுக்காரன் கோவித்துக்கொள்ள வேண்டும் என்கிற

உணர்வு, இப்போதுதான் அவனுக்கு வந்தது. கதைகூடக் கர்ப்பத்தில் அசையாமல் இருந்துவிட்டது.

"யார் நீங்கள்? நான் உங்களைப் பார்த்ததில்லையே?"

"அப்படியா? அவ்வளவு மாறிவிட்டேனா நான்? என்னைப் புரியவே இல்லையா உனக்கு?"

அவர், தன்னை ஏக வசனத்தில் குறிப்பிட்டுப் பேசியதை, அவனால் ஏற்க முடியவில்லை. "நான் உங்களைப் பார்த்ததே இல்லை. நீங்கள் யார் என்பதை முதலில் சொல்லுங்கள்."

"தானாக உனக்கு ஞாபகம் வராது; இல்லையா?"

"வரவில்லை. இரவில் அகாலத்தில் வந்திருக்கிறீர்கள். எனக்கும் வேலை இருக்கிறது."

"வெளியே போகச் சொல்கிறாயா?" என்று கால்மேல் கால் போட்டுக் கொண்டார் புதியவர்.

"நான் சொல்லவில்லை. நீங்கள் யார் என்றுதான் கேட்டேன்."

"அப்படிக் கேட்கிற அளவு, நான் தெரியாதவனா என்று கேட்டேன்."

"தெரியாதவர்தான் என்றேனே?"

"என் துரதிர்ஷ்டம்தான். பழனியிலிருந்து வருகிறேன். இப்போதாவது புரிகிறதா?"

"பழனியில் மலைமீது இருக்கும் தண்டபாணியைத் தவிர, வேறு யாரையும் எனக்குத் தெரியாது."

"நான் அதுவாக இருக்கக்கூடாதா?"

"எந்தத் தண்டபாணி?"

"உனக்குத் தெரிந்த தண்டபாணிதான்."

வெங்கட்ராமனுக்குச் சந்தேகம் உண்டாகிவிட்டது; கனவு அல்ல என்பது நிச்சயம்; வந்தவரைப் பைத்தியம் என்று கூறவும் முடியவில்லை; பின் அவர் இந்நேரத்தில் வந்து, இவ்வாறு ஏன் பேசுகிறார்?

"இப்படி நீங்கள் விளையாடினால்..."

"விளையாட்டுதான்!" என்று நகைத்தார்; அவர் பற்களின் ஒளி, அவனைக் கூச வைத்தது.

"எனக்கு நேரம் வேண்டாமா? உங்கள் பெயர் தண்டபாணியா?"

"எனக்கு அப்படியும் ஒரு பெயர் உண்டு. ஆனால், அதுதான் பெயர் என்பது இல்லை. எனக்கு யாரும் பெயரிடவில்லை. அவரவர்களுக்குத் தோன்றும் பெயர் சொல்லிக் கூப்பிடுகிறார்கள்."

வெங்கட்ராமனுக்குத் தெளியவில்லை. பழனிக்காரரா இவர்? அவருக்கு நம்மிடம் என்ன வேலை? ஊசி முனையில் நின்றுகொண்டு – தலைகீழாய் நின்றும் – நெருப்பிடை நின்றும் – தவம் செய்கிறவர்கள் எல்லாம் இருக்கிறார்களாமே! அவர்களிடம் போகாமல் கேவலம் ஒரு

கதாசிரியனான நம்மிடம் ஏன் வருகிறார்? திருப்புகழுக்கும்–திருமுருகாற்றுப் படைக்கும் – கந்தர் கலிவெண்பாவுக்கும் – கந்தபுராணத்துக்கும் பதம் பிரித்துப் பொருள் கூறி மக்களை அறநெறிப்படுத்தும் பணியை மேற்கொண்ட புண்ணியவான்கள் ஏராளமாக இருக்கிறார்களே; அவர்களை நாடாமல் –கந்தர் அனுபூதியை மட்டும் பாராயணம் செய்யும் நம்மைத் தேடி இவர் எதற்காக வருகிறார்? அதுவும்–இவ்வாறு அகாலத்தில் ஏன் வரவேண்டும்? அவன் கந்தர் அனுபூதியில் திளைத்ததற்காக இரங்கியா–மலையிலிருந்து இறங்கி வந்திருக்கிறார் மகானுபாவர்? எப்படி நம்புவது?

"என்ன யோசிக்கிறாய்?" என்று அவர் கேட்டதும், அவன் சந்தேகம் வலுத்தது.

"தண்டபாணி என்று சொல்லிக்கொள்கிறீர்கள். யோசனை என்ன என்று, என்னையே கேட்கிறீர்களே?"

ஒரு சிரிப்புத்தான் பதிலாய்க் கிடைத்தது.

"அகாலத்தில் வந்திருக்கிறீர்கள், பசியாக இருந்தால் சாப்பிட ஏதாவது தருகிறேனே?"

"எனக்குப் பசிதான்; உன்னையே விழுங்க வந்திருக்கிறேன்" என்று அவர் சொன்ன மாதிரியால், அவனுடைய ஐயங்கள் குழம்பிவிட்டன. அவனை ஒரு பீதி பீடித்தது.

"என்ன சொல்கிறீர்கள்? என்னை மாய்க்க வந்தீர்களா?"

தண்டபாணி நகைத்தார்; "யானாகிய என்னை விழுங்கி, வெறும் தானாய் நிலை நின்றது தற்பரமே என்று பாடுகிறாயே! பயமாக இருக்கிறதா?"

எங்கிருந்து அவனுக்குத் துணிவு பிறந்தது என்று அவனுக்கே தெரியவில்லை: "யான் என்னை விழுங்கத் தயாராக இல்லையே!" என்று எவ்வாறோ கூறிவிட்டான்.

"உடலாசை இப்படி உன்னைப் பேச வைக்கிறது. உடலை ஒழிப்பதென்றால், உனக்கு அச்சமாக இருக்கிறது. உன் கதைகளிலும் உடல்தானே தாண்டவமாடுகிறது! இல்லையா?"

"வெறுப்பதற்காகவா, இவ்வளவு நேர்த்தியான உடலைப் படைத்தீர்கள்? உடம்பை இழுக்கு என்பதால் – உடலைச் சிருஷ்டித்த உங்களை அவமதிப்பது ஆகாதா?"

"நன்று – நன்று!" என்று மூரல் சிந்தினார் குறிஞ்சிக்கிழவர்.

சரி – நாம் கதை பேசியது இருக்கட்டும்; நீங்கள் யார்? எங்கிருந்து வருகிறீர்கள்? இந்த அகாலத்தில் வம்பு வளர்ப்பதற்கு, என்னை எப்படித் தேர்ந்தெடுத்தீர்கள்?"

"நான் கதை பேச வரவில்லை; உன்னை அழைத்துப் போக வந்தேன்."

"பழனியிலிருந்து எப்படி வந்தீர்கள்? காரிலா, ரயிலிலா?"

"ரயிலும் காரும் ஏற, ஆண்டியிடம் சில்லறை ஏதப்பா? நான் காசைக் கையாலும் தொடுவதில்லை."

“மயில் ஏறி வந்தீர்களோ?” என்றான் வெங்கட்ராமன், ஏளனமாக.

அவர் மௌனமாகத் தெருப் பக்கம் பார்த்தார். அவன் ஏதோ சந்தேகம் கொண்டவனாய் வாயிலுக்குச் சென்று திண்ணைப் பக்கம் எட்டிப் பார்த்தான். திண்ணையில் ஒரு பெரிய மயில், தோகை வரிக்காமல் மிகவும் அடக்கமாக அமர்ந்திருந்தது. எட்டிப் பார்த்த அவனைக் கழுத்தை நிமிர்த்தி நோக்கிவிட்டுக் கம்பீரமாக வேறுபுறம் தலைதிருப்பிக்கொண்டது.

வெங்கட்ராமன் வெலவெலத்துவிட்டான். வந்தவரின் இரு பாதங்களையும் கெட்டியாகப் பற்றிக்கொண்டான்;

“சுவாமி, என்னைக் காப்பாற்றுங்கள்.”

“காப்பாற்றத்தானே வந்தேன்.”

“வேலும் கொண்டு வந்தீர்களா?”

“வேல் வேண்டாமா?”

“வேலால், என்னை வீழ்த்தி விடுவீர்கள்!”

“அதற்குத் தானா வேல்?”

“வேறு எதற்காக—ஐயா? அது எதற்காக இருந்தாலும் சரி—என்னை உயிரோடு விட்டுச் செல்லுங்கள்.”

“உடம்பு உன்னைப் பலமாகத்தான் பிடித்துக்கொண்டு ஆட்டுகிறது. உன்னைக் கொல்ல வரவில்லை; உனக்கு ஒரு வரம் அளிக்க வந்தேன்” என்றார் மலையரசு.

“வரமா? சாமி வேண்டாம்; உங்களிடம் வரம் வாங்கியவர்கள் மிகவும் கஷ்டப்படுகிறார்கள்.”

“நீ ஜாக்கிரதையாகத்தான் கேளேன்.”

அவன் சிறிது யோசித்துக் கூறினான்: “கேட்கிறேன்; அதில் ஏதாவது மோசம் செய்துவிடாதீர்கள்!”

“என்னை மோசக்காரனாக எண்ணிவிட்டாய்! சரி—கேள்!” என்று பெருமூச்சுவிட்டார் பழனிக்காரர்.

“ஆணாகவும், பெண்ணாகவும் இருந்து நான் சுகம் நுகர வேண்டும். அதற்கு ஏழு பிறவிகள் எடுக்கவேண்டும். ஏழு பிறவியிலும் நோயற்ற உடலும், இடையீடு இல்லாத இன்ப நுகர்ச்சியும் கிடைக்க அருள் புரியங்கள்—ஐயா! பிறகு, உங்கள் திருவடியில் என்னைச் சேர்த்துக்கொள்ளுங்கள்!”

இப்போது கௌரிபுத்திரர் சிந்தனையில் ஆழ்ந்தார். “இப்படி ஒரு பைத்தியமா! உனக்கு இது கடைசிப் பிறவி; ஏழு பிறவி கிடைக்க, வழி இல்லை!”

“இப்படி ஏதாவது சொல்வீர்கள் என்றுதான், நான் வரம் கேட்க மறுத்தேன்—” என்று அவன் சிணுங்கினான்.

“நான் ஒரு மாற்று யோசனை சொல்கிறேன்.”

“ஏதாவது சொல்லி ஏமாற்றுங்கள்!”

“இந்தப் பிறவியிலேயே பெண்ணாகவும் சிறிது காலம் இருந்து அனுபவித்துப் பார்க்கிறாயா?”

“என்னைப் பெண் ஆக்குகிறேன் என்கிறீர்களா? நானா? பெண்ணா?” என்றான் வெங்கட்ராமன், தயக்கத்துடன்.

“ஆம்.”

“கடைசிவரையிலா? இந்த மனைவி குழந்தைகளின் கதி?”

“கடைசிவரை வேண்டாம். பதினெட்டு மாதம் பெண்ணாக இரு. பெண்மை அனுபவத்தையும் கண்டுகொண்ட பிறகு – மீண்டும் இந்தக் குடும்பப் பாரத்தை ஏற்றுக்கொள்ளலாம்.”

எழுத்தாளன் யோசித்தான்; அது யோசிக்கிற பிறவி. வாழ்க்கையில் எழுச்சி வீழ்ச்சியையும் – சுக துக்கத்தையும் – இழிவு உயர்வையும் கண்டவன் அவன். வாழ்க்கைக் கடலில் இறங்கி அலைகளோடு முட்டி மோதாமல் – கரையில் நின்று வேடிக்கை பார்ப்பவன் இலக்கிய சிருஷ்டி செய்ய முடியாது என்று அவன் உறுதியாக நம்பினான். வெறும் ஏட்டுப் படிப்பு எழுத்தாளனுக்கோ கவிக்கோ உள்ளொளி தராது என்றும் எண்ணினான். இதற்காகவே அவன், தன் வாழ்க்கையை ஒரு சோதனைக்கூடம் ஆக்கிக் கொண்டவன். பெண்ணாக இருக்கும் ஒரு புதுமை அனுபவத்தை வழங்க உமைபாலன் முன்வந்திருக்கிறார்; அந்தப் புதிய வாய்ப்பை ஏன் துறக்கவேண்டும்? ஒரே வாழ்க்கையில் ஆணாகவும் பெண்ணாகவும் இருந்து, உணர்ந்து, அனுபவித்து வெளியிடுகிற பாக்கியம் எந்த எழுத்தாளனுக்காவது எளிதில் கிட்டுமா?

“ஆனால் – நீங்கள் என்னைக் கைவிட்டுவிட மாட்டீர்களே? பதினெட்டு மாதம் ஆனதும் மறுபடியும் நான் கணவன் ஆகிவிட வேண்டும்.”

“சத்தியம் செய்யச் சொல்கிறாயா?”

“சத்தியம் எதன்மீது சத்தியம் செய்யும்? அதை எப்படி நம்புவது? நீங்கள் உறுதி சொன்னால் போதும்.”

“முதலிலேயே சொல்லிவிட்டேனே! இப்போதே –”

“இப்போதேயா? இவர்களை...” என்று குடும்பத்தினர் இருந்த திசையில் பார்த்தான்.

“நான் கவனித்துக்கொள்கிறேன். ஒன்றரை ஆண்டில் அவர்களுக்கு ஆபத்து ஏதும் நேர்ந்து விடாது. தயார்தானே?”

“ஆனால் ஒன்று. பெண்ணாக மாறிய பிறகு, நான் யார் என்பது எனக்கு மறந்துவிடக்கூடாது.”

“சரி, அப்புறம்?”

“குறிப்பிட்ட காலத்தில் நீங்கள் தோன்றிக் காப்பாற்றிவிட வேண்டும்.”

“அப்போது நீ பெண்ணாகவே இருக்க வரம் கேட்டால், எனக்குத் தர்மசங்கடம் ஆகிவிடுமே! நான் என்ன செய்வது என்பதை, இப்போதே சொல்லிவிடு.”

"அப்படி அப்போது நான் வரம் கேட்டாலும், நீங்கள் அதை ஏற்க வேண்டியதில்லை. பெண் ஆன பிறகு, நான் என்ன செய்ய வேண்டும்?"

"குழந்தை பெற வேண்டாமா?"

"கணவன் வேண்டாமா?"

"அதை எல்லாம், நீதான் ஏற்பாடு செய்துகொள்ள வேண்டும். கையில் ரொக்கமாக எடுத்துக்கொள்; செலவு ஏராளமாய் ஆகும்."

"கணவனுக்கு என்ன வழி? நீங்களே ..."

"ஐயோ! குறத்தி காதைப் பிய்த்துவிடுவாள்!"

பேசி முடிக்குமுன் குறத்தி மணாளன் மறைந்தார்; அவர் மறையுமுன்—

2

பெண்ணாக மாறிய வெங்கட்ராமன் திகைத்துவிட்டான். எப்படி நிகழ்ந்தது—என்ன நிகழ்ந்தது என்ற கேள்வி எழுமுன்னரே—அது நேர்ந்து விட்டது. நேர்ந்ததை அவன் அந்தரங்கமாகவும் பகிரங்கமாகவும் உணர்ந்தான். அவனுக்கு முதலில் ஏற்பட்ட உணர்ச்சி—அச்சம். இந்த மாற்றம் வேண்டாம்—எப்போதும் போல் ஆணாகவே இருந்தால் போதும் என்று தோன்றியது. ஆனால், இந்த மாற்றத்தை மாற்றுவது எப்படி? பழனிக்காரர் கூப்பிட்ட வேளைக்கு வருவாரா? இனிப் பதினெட்டு மாதங்கள் கழிந்தபிறகுதானே வருவார்? அதுவரை என்ன செய்வது? எங்கே போவது?

நெஞ்சைத் திடப்படுத்திக் கொண்டான். நிர்ப்பந்தம் துணிவு தந்தது. விரும்பிய அனுபவத்தை அடைந்து நுகர்ந்து பார்த்து விடுவோமே என்ற தவிர்க்க முடியாத முடிவு செய்தான்; பதினெட்டு மாதத்தில் இன்பத்தை நிரப்பிடத் தீர்மானித்தான்.

இரவு முற்றிக் கொண்டு இருந்தது. அவன் அறையில் மாத்திரம் விளக்கு வெளிச்சம் இருந்தது. தெருவில் வெளிச்சம் தனிமையாக மௌனமாய்க் கிடந்தது. பழனிக்காரர் வந்தபோது அவன் அரையில் வேட்டி மட்டும் கட்டியிருந்தான். கதை எழுதுகிற எழுச்சியால், அதுவும் தழைந்திருந்தது. ஜன்னல் கதவுகளையும் சாத்தினான்.

முதுகில் பரந்து விரிந்து இடுப்பளவு தொங்கிய கூந்தலை இழுத்துத் தோள் வழியாக எடுத்துத் தடவிப் பார்த்தான். என்ன கருமை! எவ்வளவு மென்மை! இளமையின் கனமான நெருக்கடி அவனை மெய்சிலிர்க்கச் செய்தது. கண்ணாடியில் தன்னைப் பார்த்துக்கொண்டான்; அவனுடைய ஆண் மனம் தன் பெண் வடிவத்தைக் கண்ணாடியில் பார்த்துச் சொக்கியது. ஆகா, இந்த வனப்பு—அருளால் தோன்றியது என்பதாலா—இப்படி ஓர் அதிசயமாக விளங்குகிறது! இதுவரை—அவன் ஆணாக இருந்தவரை—இத்தகைய பேரழகு, ஏன் காணக் கிடைக்கவில்லை?

பெண்ணழகு, அவளுக்கு (இனி அவள் என்று குறிப்பிடலாமே?) நாணம் உண்டாக்கியது. மனைவியின் பட்டுப்புடவையும், 'லான்' ரவிக்கையும் அணிந்தாள். கூந்தலை நேர்த்தியாகப் பின்னிவிட்டாள். பழகியவைபோல் கைகள் இவ்வேலைகள் செய்தன; பெண்ணுக்குத் தேவையான எந்த லாகவமும், அவளிடம் குறைவாக இல்லை!

நேரம் ஆக ஆக, அவளுக்குத் திகில் உண்டாகத் தொடங்கியது. இனி அவள், இவ்வீட்டில் தாமதிக்கக் கூடாது. மனைவியும் இரு குழந்தைகளும் அமைதியாகத் தூங்கிக் கொண்டிருந்தனர். கணவனின் பிரேமையும் தந்தையின் பாசமும் புதுப் பெண்ணின் உள்ளத்தில் பொங்கி எழுந்தன; மனைவியைத் தழுவி முத்தமிட வேண்டுமென்ற மனமுனைப்பு உண்டாயிற்று; மெதுவாக மனையரசியின் கன்னங்களை வருடினாள்; அவள் விழித்துக்கொள்வாளோ என்னும் அச்சம் கையைப் பின்னால் இழுத்தது. குழந்தைகளை அணைத்து முத்தமிட்டாள். இவர்களைப் பிரிய வேண்டுமே என்கிற ஏக்கம் அழுத்தியது; அழுகை வந்தது.

"பதினெட்டு மாதங்கள்! ஒன்னரை ஆண்டுதானே! பறந்துவிடும்! புதிய அனுபவம் கிட்டப் போகிறது. இத்துயரத்துக்கு இடம் தரக்கூடாது–" என்று அவள் தேற்றிக்கொண்டாள். சத்தம் இல்லாமல் அலமாரியைத் திறந்து தேவையான அளவு பணம் எடுத்துக்கொண்டாள். மற்றொரு முறை, மனைவி மக்களை ஏக்கத்துடன் நோக்கிப் பெருமூச்சு கழித்துவிட்டு – தன் அறைக்குத் திரும்பினாள். மனைவிக்கு ஏதாவது கடிதம் எழுதி வைக்கலாமா என்று யோசித்தாள். அதனால், குழப்பம் அதிகமாகும் என்று தோன்றியது. பழனிக்காரர் பார்த்துக்கொள்ளட்டும் என்று தீர்மானித்தாள்.

மீண்டும் கண்ணாடியில் பார்த்துக்கொண்டாள். ஆலிவ் வண்ணச் சேலையும், பச்சிலை பளிச்சிடும் ரவிக்கையும், மார்புமீது ஏறி இறங்கும் நெளியும் பின்னலுமாக – என்ன அழகுக் கொள்ளை இது? மாஜி ஆண் என்று அவளை யாராவது கூற முடியுமா? 'நான் ஆணாக இருந்தவன்' என்கிற பிரக்ஞை, அவள் மனத்தில் இருந்ததைத் தவிர – ஆண்மையின் சின்னங்கள் யாவும் அவளிடம் அற்றுவிட்டன. பழனிக்காரர் மிகவும் கெட்டிக்காரர்; நல்ல வேலைக்காரர்; எவ்வளவு அழகான பெண்ணை ஆக்கிவிட்டார்! அவளுடைய ஆண் பிரக்ஞை – ஆண் மனம் – இந்தப் புதுமைப் பெண்ணைப் பார்த்துக் கிறங்கியது. இந்தப் பெண்மையைத் தானே நுகர முடியாதே என்கிற தாபம், சற்று நிழலாடிவிட்டு மறைந்தது.

'இனியும் தாமதிக்கக்கூடாது' என்று உறுதி கொண்டாள். கதவைச் சாத்திக்கொண்டே, வீட்டை விட்டு வெளியில் வந்தாள். ஆணாக இருந்த வழக்கப்படி வெகுசகஜமாக வெளிவந்துவிட்டாள். வாசலுக்கு வந்து தெருவை எட்டிப் பார்த்தபோது இரவின் தனிமையையும், ஒளிக்குப் பின்னால் ஒளிந்திருந்த இருளையும், பாதுகாப்பற்ற தன் நிலைமையையும் கண்டு அவளுடைய பெண்மை அஞ்சியது. வீட்டுக்குள் திரும்பி–மனைவியிடம் நடந்ததை விவரித்து, அவளுடைய துணைகொண்டே –

கதவைத் தள்ளினாள். திறந்துகொள்ளவில்லை; பின்புறம் தாழிடப்பட்டிருந்தது. பழனிக்காரர் வேலையாகத்தான் இருக்க வேண்டும். கதவைத் தட்ட, அவளுக்கு மனமாகவில்லை.

யோசனை புரண்டது. மனைவியிடம் சொன்னால் நம்புவாளா? நம்புவதாகவே வைத்துக்கொள்ளலாம். மனைவி என்ன செய்வாள்? பதினெட்டு மாசங்கள், வீட்டிலோ வேறு எங்கோ, புதிய பெண்ணைப் பதுக்கி வைப்பாள். ஒதுங்குவதற்கும் பதுங்குவதற்குமா, இந்தப் பெண்ணழகு உருவாயிற்று? மென்மையான அழுத்தமும், அடர்த்தியான மென்மையும்

உள்ள இந்தப் பெண்மை பாலை நிலா ஆவதற்காகவா தோன்றியது? அதன் ரகசியங்களையும் இன்பங்களையும் அவள் காணவேண்டாமா? காணவேண்டும் என்று ஆண் மனம் விரும்பியது; நுகர வேண்டும் என்று பெண் மனம் ஏங்கியது.

அதற்கு என்ன வழி?

திடீரென்று அவளுக்கு, நண்பன் சிவராமன் ஞாபகம் வந்தது; இவ்வளவு நேரம் ஞாபகம் வராமல் இருந்ததுதான் ஆச்சரியம். இரவு பத்து மணிவரை, அவன் அரட்டை அடித்துவிட்டுப் போனான். அவன் பிரமச்சாரி; யோகாசனப் பயிற்சிகளும் பிராணாயாமமும் செய்து உடம்பைத் 'திகுதிகு'வென்று வைத்திருந்தான். 'கலியாணம் செய்து கொள்வதற்காகத் தயார் செய்துகொள்கிறேன்' என்று அவன் கூறுவது வழக்கம்.

அவள் கண்ணுக்கு முன்னால் சிவராமன் உருவம் தோற்றம் கொடுத்தது. நண்பனின் உருவம் அல்ல அது; வீறும் தேகம் வீறிடும் தேகம் படைத்த ஆணழகனின் உருவம். அவனைக் காணவேண்டும்; கண்டு நடந்ததைக் கூறவேண்டும்; அவன் புத்திசாலி; நம்புவான்; அவனைத் துணையாக்கிக்கொள்ளவேண்டும்.

சிவராமன் வடிவம் கவர்ச்சிக்கு அவள் பரபரப்புக் கொண்டாள். அவன், ஒரு வீட்டில், அறை ஒன்றை வாடகைக்கு எடுத்துக்கொண்டு தங்கியிருந்தான். அந்த அறையை நோக்கி விரைந்தாள்.

3

சிவராமன் விளக்குப் போட்டுக் கதவு திறந்ததும் – அவள் உள்ளே சென்றாள். உலகத்து நாணம் எல்லாம் அவளுக்குள் புகுந்துகொண்டதா என்ன? சிவராமனைத் தலைதூக்கிப் பார்க்கவே அவளுக்கு வெட்கமாயிருந்தது; பெண்ணாய் மாறுதல் கொண்டதை வெளியிடுவதற்காக உண்டான வெட்கம் அல்ல என்பது நிச்சயம். புது மணாளனைச் சந்திக்கும் புதுப் பெண்ணின் வெட்கம்தான் அது; அவள் தலை மார்புமீது சாய்ந்தது.

சிவராமனோ தர்மசங்கடப்பட்டுக் கொண்டிருந்தான். நிசமான பிரமச்சாரி அவன். பெண்ணைப் பார்க்கவே கூசுகிறவன். நள்ளிரவில் ஓர் அழகி அறைக்குள் திடீர் விஜயம் செய்யவே, அவனுக்கு வேர்த்துக் கொட்டியது. கதவை மூடுவதா – திறந்தபடி வைப்பதா என்று அவன் யோசிக்கும்போதே – வந்தவள் தரை நோக்கியவாறே நடந்து, கதவை மூடினாள். கதவும் அடைபட்ட தனிமை, சிவராமனை நடுக்கியது.

"நீங்கள் யார்? தவறுதலாக இங்கே வந்துவிட்டீர்கள் என்று தோன்றுகிறது –" என்று எவ்வாறோ, சொல்லைக் கண்டுபிடித்துக் கேட்டு விட்டான்.

அவளாலும் பேச முடியவில்லை; கால் கட்டைவிரலால் தரையைக் கீறியபடி நின்றாள்.

"நான் சிவராமன்; நீங்கள் யாரைத் தேடி வந்தீர்கள்?"

"உன்னைத்தான் –" என்றாள் அவள்.

"என்னையா? உங்களை நான் பார்த்ததில்லையே?"

“நான் வெங்கட்ராமன்…”

“அவன் என் நண்பன்; நீங்கள் அவனைப் பார்க்க வேண்டுமா?”

“இல்லை–நான் வெங்கட்ராமனேதான்…”

“என்ன சொல்லுகிறீர்கள்? புரியும்படி பேசுங்கள். வெங்கட்ராமன் உங்களுக்கு உறவா?”

“உறவு இல்லை. நானே வெங்கட்ராமனாக இருந்தேன்.”

அவளைப் பேச வைப்பதற்காக–அவளைப் பார்த்துக்கொண்டிருந்தான் சிவராமன். அவள் தலைகுனிந்து நின்றதால், நன்றாக – அழுத்தமாகவே – பார்த்தான். அந்த அழகு, அவனைச் சிறிது சிறிதாக ஆக்கிரமித்துக் கொண்டிருந்தது. ஆனால், அவள் கூறிய பதில், அவனுக்குச் சந்தேகம் உண்டாக்கியது. அழகான பெண் – இவ்வளவு ‘பதவிசாகப் பேசுகிறவள் – பைத்தியக்காரியாக இருக்க முடியுமா?’

“நான் பைத்தியம் அல்ல” என்ற பெண், நடந்ததைச் சுருக்கமாகச் சொல்லி முடித்தாள்.

நடந்ததைத்தான் அவள் சொன்னாள். ஆனால், நம்புவதற்குப் பைத்தியமா சிவராமனுக்கு? அவள் பைத்தியக்காரி என்றுதான், அவன் எண்ணினான்.

“நீங்கள் முருகன் அருளால் பெண் ஆனவராக இருக்கலாம். இந்த அறையில் பெண்களுக்கு இடம் கிடையாது. தயவுசெய்து வெளியே போய்விடுங்கள்” என்றான், குரலில் கண்டிப்பு ஏற்றிக்கொண்டு.

பெண் நடுங்கிவிட்டாள். சிவராமனே நம்பவில்லையே; இனி அவள் எங்கே போக முடியும்? என்ன செய்வது? கண்களில் நீர் தளும்ப, “சிவராமா! நீயும் என்னைக் கைவிட்டு விடுவாயா? உன்னை நம்பித்தானே இங்கே வந்தேன்?” என்று பரிதாபமாய்க் கேட்டாள் அவள். நிமிர்ந்து, நேருக்கு நேராகப் பார்த்துக் கேட்டாள்.

கண்களோடு கண்கள் கலந்தபோது, சிவராமன் மனத்தில் அப்பெண்மீது இரக்கம் உண்டாகவில்லை; அவளை மாஜி வெங்கட்ராமன் என்று அவன் நம்பிவிடவும் இல்லை; பெண்மையின் கவர்ச்சி, அவனைக் கொக்கியிட்டு இழுத்தது. திரட்டிச் சேகரித்து வைத்திருந்த பிரமச்சரிய சக்தி கொந்தளித்தது. இந்த அழகும், இந்த இளமையும் அவனை நாடி, அவனுக்காகவே வந்திருக்கிறபோது, அதை ஏற்கத் தயங்கினால், அது பௌருஷம் ஆகுமா? அவ்வப்போது அவளுக்குச் சித்தப்பிரமை ஏற்படுவதாகவே கொண்டாலும் – அது இந்த உடலையும் இளமையையும் அழகையும் என்ன செய்யும்? அப்படிக்கூட அவன் நினைக்கவில்லை; அவன் மனத்தில் மற்ற எண்ணங்கள் அனைத்தும் அவிந்துவிட்டன. ஒரே எண்ணம் – ஒரே பிரக்ஞைதான், அவனுக்கு இருந்தது.

“என்னைத் தேடித்தான் வந்தாயா? என்னை உனக்கு எப்படித் தெரியும்?”

“சிவராமா! இன்னும் இப்படிப் பேசுகிறாய்! என்னை நம்பு. நான் வெங்கட்ராமன் –”

சிவராமன் மூளை சிந்திக்கும் சக்தியை இழந்துவிட்டது. தானாகத் தேடிவரும் பெண்ணை அதிகாரம் செய்து அதட்டுவது, ஆண் இயல்பு தானே?

"இதோ பார்; இனியும் நீ உன்னை மாஜி வெங்கட்ராமன் என்று சொல்லிக்கொண்டால் எனக்குக் கோபம் வரும்."

"இனி அப்படிப் பேசவில்லை."

சிவராமனின் கண்களைப் பார்க்கவே, அவளுக்குக் கூசியது. மீண்டும் தலைகுனிந்தாள்.

"உன் பெயர் என்ன?"

"நீதான் பெயரிட வேண்டும்."

"இன்னும் பிடிவாதமாய்ச் சாதிக்கிறாயே. பெயரைப் பற்றியோ – நீ யார் என்பதைப் பற்றியோ, எனக்கு அக்கறை இல்லை."

சிவராமன் மோகவசப்பட்டு, மன்மத பாஷை பேசலானான். "ராணி என்று, நான் உன்னை அழைக்கட்டுமா?"

"உம்"

"பெயர் உனக்குப் பிடித்திருக்கிறதா?"

ராணி, தலை ஆட்டினாள்.

"நிமிர்ந்துதான் பேசேன்!"

அவள் தலை, மார்புக்கும் கீழே சரிந்தது.

"பேசமாட்டாயா?" என்றவாறு, சிவராமன் எழுந்து, அவள் மோவாயைக் கையில் ஏந்தித் தலையை நிமிர்த்தினான்.

அம்மம்ம! சிவராமனா இவன்? எப்படிச் சிவந்து, எவ்வளவு அழகனாகி விட்டான்? அவன் கண்களில் அதென்னது?

"நீ... உங்கள்... நீங்கள்..."

அறை இருளவில்லை. சிவராமனும் ராணியும் அங்கு இருந்தார்களா? அவர்கள் இருந்ததாய், அவர்களுக்கே தெரியவில்லை!

4

மறுநாள் கருக்கலில் இருவரும் சென்னைக்குக் கிளம்பினார்கள். ஒருவாரம் லாட்ஜில் தங்கியிருந்த பிறகு, மயிலாப்பூரில் வசதியான் சிறு வீடு ஒன்றை வாடகைக்கு எடுத்துக்கொண்டார்கள்.

கற்பகாம்பிகையின் சந்நிதியில், சிவராமன் ராணியின் கழுத்தில் தாலியைக் கட்டினான். தாலி இல்லாத பெண் ஓர் இளைஞனோடு இருந்தால், பல சந்தேகங்களுக்கு இடம் ஏற்படும் என்பது ஒரு காரணம். பதினெட்டு மாதமும் பதிவிரதையாக இருக்கவேண்டும் என்று மனசுக்குள் ராணி உறுதிகொண்டது, மற்றொரு காரணம்.

இருவரும் ஆனந்தமாக வாழ்க்கையைத் தொடங்கினார்கள். ராணி விதம்விதமாக அலங்கரித்துக்கொண்டாள். சிவராமனும் அவளை அலங்கரித்தான். ஒவ்வொரு நாளும் அவளுடைய இளமையும் கவர்ச்சியும் புதுப்பித்துக்கொண்டன போலும். சிவராமன் அவளைப் பார்த்தும்– கேட்டும் – தொட்டும் – சிரித்தும் மகிழ்ந்தான். அவளை அழைத்துக் கொண்டு, கோயில் – கடற்கரை–சினிமா என்று சுற்றினான்.

வீதியில் ராணி, ஒரு கவர்ச்சிப் பொருளாக நடமாடினாள். இளமை மட்டும் அன்று – வயோதிகம்கூட அவளைப் பார்த்து ஏங்கிக் கலங்கிப் பெருமூச்சுடன் செல்லுவதைப் பார்க்கச் சிவராமனுக்குப் பற்றிக்கொண்டு வரும். அப்படிப் பார்க்கப்படுவதில் ராணிக்கு ஒருவகை திருப்தி ஏற்பட்டது; தன் ஆட்சி வலிமை மிக்கது என்கிற மகிழ்ச்சி அவளுக்கு.

ஒருநாள் சிவராமன், எங்கோ வெளியில் போயிருந்தான். அவள் வாசலில் நின்றாள். தெருவோடு சென்றான் யாரோ ஒருவன்; செல்லவில்லை – நின்றுவிட்டான் – அவளைப் பார்த்ததும், நிறைவன் இந்திரனாக – ஆயிரங் கண்ணனாகி, அவளை நோக்கினான்.

ஒருகணம் ராணி சஞ்சலம் அடைந்தாள். அவன் மிக அழகன்; சிவராமனைவிடப் பலசாலி. சிவராமன் யார்? அவனோடு அவள் ஏன் கட்டுண்டு கிடக்கவேண்டும்? புதுப்புது இன்பங்களை, அவள் ஏன் தேடக்கூடாது? எதிரில் சொக்கி நிற்பவனை அடிமைப்படுத்திக் கொண்டால் என்ன? ருசி பேதத்தைச் சுவைத்து அறியும்படி – ராணிக்குள் மறையாமல் இருந்த ஆண் மனம், அவளைத் தூண்டியது.

ஆனால் ராணி, கழுத்துத் தாலியைத் தொட்டுப் பார்த்துக் கொண்டாள். ரத்தத்தோடு ஊறியிருந்த தமிழ்ப் பண்பாடு தலையெடுத்தது. பதினெட்டு மாதப் பெண் வாழ்வுதான் என்றாலும் ஒருத்தனுக்கென்று வாழ்க்கைப்பட்டாகி விட்டது. அவனுக்கு உண்மையாக நடந்துகொள்ள வேண்டும் என்று உறுதிகொண்டாள். "பழனிசாமி! என் தர்மத்தைக் காப்பாற்றுங்கள்!" என்று தொழுதுகொண்டாள்.

அவளையே இன்னும் வெறித்துப் பார்த்துக்கொண்டிருந்த கயவன் நின்ற திசை பார்த்துக் காறித் துப்பினாள். அதைக் கண்டதும் அந்த வெறியன், தன் உணர்வு வரப்பெற்று அங்கிருந்து அகன்றான். ராணி வீட்டினுள் சென்று கதவைத் தாழிட்டுக்கொண்டாள்.

சிவராமன் திரும்பியதும் அவன் கழுத்தில் ஊஞ்சாலாடிய வண்ணம், அவள் கொஞ்சினாள்: "இனிமேல் நான் எங்கும் வெளியே வரமாட்டேன்."

"ஏனாம்?"

"ஆண்கள் பொல்லாதவர்கள்; அவர்கள் கண்களில் கொள்ளி வைக்கவேண்டும்."

"ஆண்கள் எல்லாருக்கும் இந்த அற்ப புத்தி இருக்கிறது. அதற்குப் பயந்தால் முடியுமா?"

"நீங்கள் அப்படி இல்லையே?"

"நான் அப்படி இல்லை என்று உனக்கு எப்படித் தெரியும்? இல்லை என்று பொய் சொல்லச் சொல்கிறாயா?" என்று சிரித்தான் சிவராமன்.

"எல்லா ஆண்களும் அற்பர்கள் அல்ல; நான் ஆணாக இருந்த போது..."

"மறுபடியும் பிதற்ற ஆரம்பித்துவிட்டாயா? இந்தப் பைத்தியம், உனக்கு அடிக்கடி வருமா?" என்று சிவராமன் அதட்டினான்.

"இல்லை–இல்லை, விளையாட்டுக்காக நான் அப்படிச் சொன்னேன்."

"விளையாட்டுக்காக அப்படி சொன்னவள், நீ யார் என்ற உண்மை சொல்ல மறுக்கிறாயே?"

உண்மையை அவன் நம்பவில்லை. பொய்யாக – நம்பத்தகுந்த விதத்தில் ஒரு கதையை ஜோடனை செய்யவும் முடியவில்லை. ஏதாவது ஒன்றைச் சொல்லி – அவன் அதைப் பற்றி விசாரிக்கத் தொடங்கினால், புதிய தொல்லைகள் மூளலாம் என்று அவள் அஞ்சினாள். ஆகையால், சிவராமன் இந்தக் கேள்வியைக் கிளப்பும்போதெல்லாம் – அதை மறக்கும் வண்ணம் அவனுக்கு மோக லாகிரி உண்டாக்குவது அவள் வழக்கம்.

அவன் ஆண் இயல்பு பற்றிக் கூறிய கருத்தையும் அவளால் மறக்க முடியவில்லை. சிவராமன் இவ்வளவு அல்பனா என்று அவளுடைய ஆண் மனம் சினந்தது. ஆனால், பதினெட்டு மாதமாவது, அவனைக் கற்பு நெறியில் பழக்க வேண்டும் என்று எண்ணம் கொண்டாள். முன்பைவிட அதிகமாக, அவன்மீது அன்பையும் மோகத்தையும் சொரிந்தாள்.

ஆனால், அவள் நினைவு நிறைவேறவில்லை. கண் கண்ணாடி, அவள் அழகைக் குறைத்துக் காட்டவில்லை. ஆனால், சிவராமனின் கண்கள், வேறு அழகை நாடுவதை அவள் புரிந்துகொண்டாள்.

ராணி மூன்று மாதக் கர்ப்பவதி என்று தெரிந்ததும், சிவராமன் மிகவும் குழம்பிவிட்டான். அவள் அழகிதான், கவர்ச்சியும்தான்; ஆயினும் அவள் பெற்றோர் யார் என்று தெரியவில்லை. கேட்டால் நம்ப முடியாத கதை ஒன்றைச் சொல்லுகிறாள். அந்தச் சமயத்தில் மாத்திரம் பைத்தியம் போல் நடிக்கிறாள்; அவள் கணவனைத் துறந்து ஓடிவந்தவளாக இருக்கலாம்; அல்லது கன்னியாகவே வழிதவறியவளாகவும் இருக்கலாம். அவளுக்கு மனைவி என்கிற அந்தஸ்து தர, அவன் மனம் ஒப்பவில்லை. அவனுக்குத் தாயும் சகோதரிகளும் இருந்தார்கள்; உறவும் சுற்றமும் இருந்தன; அவர்களுக்கு முன்னால் அவளுடைய அழகா அறிமுகம் ஆகும்? குலமும் கோத்திரமும் அல்லவா அவர்கள் கேட்பார்கள்?

குழந்தை வேறா? இந்தப் புதிய பந்தம் பல இக்கட்டுகளை உண்டாக்கும். அவன் ஏன், பொறுப்புகளை ஏற்று, எதிர்காலத்தைப் பாழாக்கிக்கொள்ள வேண்டும்? அவளைக் கைவிடுவதென்ற முடிவுக்குத்தான், அவன் வர முடிந்தது. அது அவ்வளவு சிரமமான வேலையாகவும் இல்லை. ஓர் இரவு, அவள் மிகையாக விளையாடி, அசதியால் மெய் மறந்து தூங்கும்போது, அவன் சென்னையை விட்டே நழுவிவிட்டான்.

காலையில் ராணி, அவனை எதிர்பார்த்தாள். மத்தியானம் மாலையாகி, மாலை இரவாகி, இரவும் ஏமாற்றிய பிறகுதான், அவளுக்கு விவேகம் வந்தது.

அவள் இழக்க விரும்பாத இரவை, அவன் ஏன் இழக்கத் துணிந்தான்? அவனுக்கு ஆபத்து–விபத்து என்றெல்லாம் அவள் சந்தேகப்படவில்லை. பொறுப்பு ஏற்க அஞ்சி அவன் ஓடிவிட்டான் என்கிற உண்மையை, அவள் எளிதில் ஊகித்துக்கொண்டாள்.

"சிவராமன், இவ்வளவு அதமனா?" என்று அவளுடைய ஆண் மனம் வெகுண்டது. "அவருக்கும்–பாவம்–பெரியவர்கள் இருக்கிறார்கள். என்னைப் பற்றி அவர்களிடம் என்ன சொல்ல முடியும் அவரால்? நடந்த வரையில் சரிதான். பதினெட்டு மாசத்துக்காக, அவர் ஏன் வாழ்க்கை பூராவையும் இழக்கவேண்டும்?" என்று பெண் மனம் ஆற்றிக்கொண்டது. ஆற்றிக்கொண்டாலும் இழந்ததை எண்ணி ஏங்காமல் முடிகிறதா? நன்றாக அழுதாள். "பெண்ணுக்கு எவ்வளவு சீக்கிரம், கண்களில் நீர் சுரக்கிறது!" என்று ஆண் மனம் உள்ளே வியந்துகொண்டிருந்தது.

5

இப்போது ராணிக்குப் புதிய பிரச்சனைகள் எதிர்ப்பட்டன. நாள்கள் மாதமாகப் பருத்தும் சிவராமனைக் காணாததால், அக்கம்பக்கத்தில் உள்ளவர்களும் பழகியவர்களும் தங்களுக்குத் தோன்றியபடி எல்லாம் "உண்மை"யை ஊகித்துக்கொண்டார்கள்; அவள் யாரோ ஒருத்தனுடன் ஓடிவந்தவள் – அவனாலும் கைவிடப்பட்டாள் என்று எல்லாரும் எண்ணினார்கள். அவளிடம் அனுதாபம் கொண்டவர்கள் சிலர்தான்; அருவருத்தவர்கள்தான் அதிகம்; அழகான பெண்ணை மற்ற பெண்கள் வெறுப்பார்களோ என்னவோ? சில பெண்கள், அவளை முகத்துக்கு எதிரிலேயே ஏளனம் செய்யத் தயங்கவில்லை. ஆண் கூட்டத்தின் போக்கு வேறுவிதமாக இருந்தது; கன்றுடன் பசுவை ஏற்கப் பலர் தயாராக இருந்தார்கள்! உலகத்தில் நல்லவர்கள் அற்றுப்போய்விட்டனரா? நல்லவர்களும் இருந்தார்கள்; ஆனால் அவர்களுடைய சாந்தமான நல்ல போக்கு உலகத்தில் எடுபடுவதில்லை. அதனால் ராணியின் தனிமை அவளுக்குப் பயங்கரமான சுமை ஆகிவிட்டது. வீட்டுக்கு வெளியே தலைதூக்க முடியவில்லை; தேவைக்கு வீட்டிலிருந்து வெளிச் செல்லாமலும் இருக்க முடியவில்லை.

அவள் உடம்பு பசலை நிறம் கொண்டது; கோடு போட்டதுபோல் பச்சை நரம்புகள் வெளித்தெரிந்தன. அடிக்கடி வாந்தி செய்தாள். தலைசுற்றி மயக்கம் வந்தது. கிழவி ஒருத்தி, "மசக்கை" என்று ஏதோ கைப்பாகம் சொன்னாள். ராணியின் நாக்கு புளிப்பும் காரமும் சாம்பலும் கேட்டன; மிகச் சிரமப்பட்டுக் கட்டுப்படுத்திக் கொண்டாள். பலவீனமாக இருந்தது.

இந்த நிலையில் ஆதரவு தேடிக்கொள்வது தவறாகாது என்று ஆண் மனம், இடைவிடாமல் அவளைத் தூண்டியது. இன்னொரு இளைஞனைத் தேர்ந்துகொள்ளும்படி உந்தியது. ஆனால், அவளுக்குள் இருந்த அறவுணர்ச்சி சிறிதும் மயங்கவில்லை. கருவில் உருவாகிற சிசுவின் ஞாபகமும், அவளுக்கு ஒரு வேலியாக அமைந்தது.

இந்தப் பிரச்சனைகளுக்கு உச்சியில், பெரிய பிரச்னை நின்றது; குழந்தையை ஈன்றுவிடலாம்; பிறகு அதை என்ன செய்வது? எப்படி – எங்கே வளர்ப்பது?

ஒவ்வொரு சமயம் கருச்சிதைவு செய்துகொண்டுவிடலாமா என்று எண்ணினாள். பொறுப்பை எப்போதும் உதறுவதையே விரும்புகிற ஆண் மனம், "அதுதான் சரியான வழி" என்று போதித்தது. குழந்தை பலப்பல தொல்லைகள் உண்டாக்கும்; பழனிக்காரரின் சூழ்ச்சியும் சூதும் குழந்தையில்தான் இருக்கிறது; குழந்தையை அகற்றிவிட்டால் – பழனிக்காரரின் வரம் என்னும் சதி தோற்கும் என்று ஆண் மனம் வற்புறுத்திக் கொண்டேயிருந்தது.

ஆனால்–சதையோடு சதையாக–ரத்தத்தோடு ரத்தமாக–உயிரோடு உயிராக விளைந்து வளரும் ஒரு ஜீவனை மாய்க்க, அவள் தாய் மனம் வெறுத்தது. குழந்தையை எடுத்துக்கொண்டே மனைவியிடம் திரும்புவது; அவளிடம் உண்மையை கூறுவது; நம்பமாட்டாள்; சந்தேகப்பட்டுப் பல அல்லல்கள் தருவாள்; அவள் என்ன சொன்னாலும் சரி–மற்ற குழந்தைகளுடன், இந்தக் குழந்தையையும் வளர்க்கவேண்டியதுதான்.

"இந்தக் குழந்தையை!" என்று எண்ணியபோது, அவள் வயிற்றைத் தொட்டுப் பார்த்துக்கொண்டாள்; வயிற்றில் சிறிது சலனம் தெரிந்தது. முழுக்குழந்தையும் உருவாகியிருக்குமா? கை – கால்கள் எல்லாம் "முழுசாக" உண்டாகியிருக்குமா? உள்ளே கருவூரில் சிசு கண்களை மூடிக்கொண்டிருக்குமா? திறந்துகொண்டிருக்குமா? மூடியிருந்தால் என்ன – திறந்திருந்தால் என்ன – இருட்டுத்தான் தெரியும். அது எப்படிச் சாப்பிடும்? அது எப்படிச் சாப்பிடுகிறதோ – அவள் சாப்பிட்டவை எல்லாம் அடிக்கடி வாயிலெடுத்தாள்; சிலசமயம் வயிற்றுப்போக்கும் இருந்தது. ஒரு லேடி டாக்டரைக் கலந்து மருந்தும் டானிக்கும் சாப்பிட்டதில், உடம்பின் பலவீனம் குறைந்து மயக்கம் வருவதும் நின்றது.

குழந்தை பற்றிய சிந்தனைகள், அவளை மகிழ்வித்தன. வயிற்றுக்கரு எப்படி வளருகிறது என்பதை அறியச் சில புத்தகங்கள்கூட வாசித்தாள். அவைகளில் சொல்லியிருந்தபடி உணவுகளையும் பழக்கவழக்கங்களையும் மாற்றிக்கொண்டாள். இரண்டு குழந்தைகள் பெற்ற மனைவி, இந்தச் சமயத்தில் பக்கத்தில் இருந்தால், மிகவும் உதவியாக இருக்குமே என்று சிலசமயம் தோன்றியது. சிவராமனை அவளால், எப்படி நினைக்காமல் இருக்கமுடியும்? கோழை என்று ஆண் மனம் சினந்தது. ஆண் துணை இல்லையே என்று மனைவியானவள் மனம் நொந்து அழுதாள்.

வீட்டுக் கதவைப் பெரும்பாலும் அவள் மூடியே வைத்திருந்தாள். ஆயினும், வம்பு பேசுகிறவர்களுக்கு கதவு ஒரு தடையாகுமோ? கதவை இடித்து – அவளைக் கூப்பிட்டு, அக்கப்போர் பேசி ஹிம்சிக்கிறவர்கள் இருக்கத்தான் இருக்கிறார்கள்.

இந்தச் சமயத்தில், அவளுக்கு ஒரு நல்ல யோசனை தோன்றியது; உடனே அதையும் செயல்படுத்தினாள். ஒரு நல்ல "தாய்சேய் நலவிடுதி"யில் சேர்ந்துவிட்டாள். அது தனியார் நடத்துகிற விடுதி; அவள் வேண்டிய அளவு பணம் கொடுத்ததால் பல சௌகரியங்கள் செய்து தந்தார்கள்; விசாலமான காற்றோட்டம் உள்ள அறை கிடைத்தது; மற்ற எந்த வசதிக்கும் அங்குக் குறைவில்லை.

விடுதியில் சேர்ந்த பிறகு அவள் மனம், ஒருவகையில் அமைதி பெற்றது. வம்புப் பேச்சு அறவே ஒழிந்தது. லேடி டாக்டரும் நர்ஸுகளும் அவளை

மிகவும் அன்பாகவும் மரியாதையாகவும் உபசரித்தார்கள்; கூப்பிட்ட குரலுக்கு ஓடிவந்து தேவையானதைச் செய்தார்கள்; புஷ்டியான ஆகாரம் அவளுக்குக் கொடுக்கப்பட்டது.

சூழ்நிலை சுத்தமானதால் தாய்மை பூரித்தது. சிவராமனையும்–மனைவி மக்களையும் அறவே மறந்துவிட்டுத் தாய்மையின் அனுபவத்தை முழுமையாக ஏற்று–கவனித்துச் சுவைக்கலானாள்.

மாதங்கள் ஏறின; எட்டு–ஒன்பது என்று. வயிற்றில் முழுக்குழந்தையும் புரண்டுவிழுவதை அவள் வியப்புடன் கவனித்தாள்; "இந்த இடத்தில் தலையால் முட்டுகிறது – இந்த இடத்தில் காலால் உதைக்கிறது –" என்று வலிக்கிற வயிற்றைத் தொட்டுத் தொட்டுப் பார்த்துக்கொண்டாள். "நீ ஆணாடா? பெண்ணாடீ?" என்று யாரும் பக்கத்தில் இல்லாத நேரமாகப் பார்த்து, வயிற்றுச் சிசுவைக் கேட்டாள்; பதில் சொல்லாமல் அது உதைத்ததை ஏற்றுக்கொண்டாள். "பெரிய போக்கிரியாக இருப்பாய் போல் இருக்கிறதே! உள்ளேயே இவ்வளவு பாடுபடுத்துகிறாயே–வெளியே வந்து என்ன விஷமம் செய்வாயோ? இவ்வளவு குதியாட்டம் போடுகிற நீ முருகன்தான்!" என்று சொல்லிக்கொண்டு சந்தோஷப்பட்டாள். "டேய் முருகா! பசிக்கிறதா?" என்று அவள், ஹார்லிக்ஸும் ஆப்பிளுமாகச் சாப்பிட்டாள்!

வயிற்றில் முருகன் உதைத்ததால் வலித்தது; ஆனால் அந்த வலி இனித்தது; வலி தித்திப்பதை அவள் வியப்புடன் சுவைத்தாள். மார்பகம் கனத்தது; பெருத்தது; அவளுடைய ஊனையும் உருக்கிப் பாலாக்கி நிறைத்துக்கொண்டு அமுதக் கலசமாகியது; வலித்தது; அந்த வலியும் தித்தித்தது; சிலசமயம் வயிற்று வலியாலும் மார்பு வலியாலும் அவளுக்கு அழுகை வந்தது; அந்த அழுகையும் தித்தித்தது.

அவளுடைய ஆண் மனமோ – வலியாலும் அழுகையாலும் மகிழ்கிற தாய்மையைப் பார்த்துப் பிரமித்தது; "நான் தாயும் ஆனவன்" என்ற எண்ணம், அதையும் பரவசப்படுத்தியது. சிறிதும் சோர்வுகொள்ளாமல்–அகலத் திறந்த விழிகளுடன்–தாய்மையின் கிளுகிளுப்பை, அது கவனித்து வந்தது.

அவளுக்கு இப்போதுதான் இன்னொரு ஞாபகம் வந்தது. மயிலையின் சிறிய வீட்டைக் காலி செய்து, தாய்சேய்நல விடுதிக்கு வந்ததால் புறச்சூழ்நிலை சுத்தமானது உண்மைதான்; அதைவிட அகத்தூய்மை மிகத் தேவை இல்லையா? அவளுக்கு இவ்வளவு காலமும், அது ஏன் தோன்றவில்லை? "நான் ஆணாக இருந்த தோஷத்தால்தான், இதை மறந்துவிட்டேன். எவ்வளவு கேவலமான எண்ணங்களால், மனசை மாசுபடுத்திவிட்டேன். அதனால் குழந்தையின் மனசும் கெட்டிருக்குமோ?" என்று அவளுக்குக் கவலை உண்டாயிற்று. "அப்படி இராது; பழனிக்காரர் கருணையால் பிறக்கிற குழந்தை லேசுபட்டதாக இருக்கமுடியாது. நான் இனியாவது அவரை மறவாமல் இருக்கிறேன்"–என்று கந்தர் அநுபூதியை, அடிக்கடி பாராயணம் செய்தாள்; ஆணோ–பெண்ணோ, சிசு அதைக் கிரகித்துக் கொள்ளட்டும்!

கடைசியில் – காத்திருந்த வேளையும் வந்துவிட்டது. அவளுக்கு ஒரே பயமாக இருந்தது. இடுப்பு வலித்தது; அரசிலையும் ஆலிலையும்

நோவால் நொந்தன; உடம்பு பூராவும் வலித்தது; என்ன வலி! அம்மா! இது என்ன வலி! இந்த வலியை ஏற்பதற்கா, பெண் பிறவி தோன்றியது? போதும் – போதும் – நான் பெண்ணாக இருந்தது போதும். பெண் ஜன்மமே வேண்டாம்!

சீச்சீ! ஏன் வேண்டாம்? இது என்ன அற்பபுத்தி? வலி போய்விடும். நான் என்னையே பெருக்கிக்கொண்டு சாசுவதமாகிறேனே, அதற்காக இந்த வலியை ஏற்கக்கூடாதா? சிருஷ்டி சக்தி கேவலமானதா? எந்த இயக்கத்திலும் ஒரு வேதனை இருக்கத்தான் செய்யும்; வேதனைக்கு அஞ்சி இயங்காமல் இருக்க முடியுமா? உயிர்க்குலத்தை வாழ்விக்கும் இந்த வேதனைக்காக அழுவதுகூடத் தவறு. அழுதுகொண்டே ராணி சிரித்தாள்.

அம்மா! வலிக்கிறது; பல்களைக் கடித்துக்கொள்கிறாள்; முனகுகிறாள்; இங்குமங்கும் நடக்கிறாள்; முடியவில்லை; உட்காரப் பார்க்கிறாள்; வயிறு இடிக்கறது; முடியவில்லை. நர்ஸுகள் அருகில் இருந்து தைரியம் சொல்கிறார்கள். "தலைச்சன் இல்லையா? முதலில் பயமாக இருக்கும்; பிறகு பழகிப்போகும். இரண்டு – மூன்று என்று ஆகிவிட்டால், அப்புறம் நர்ஸுகளை ஏன் தேடுகிறீர்கள்?" என்று ஹாஸ்யமாகப் பேசுகிறாள் ஒரு நர்ஸ். அந்நிலையிலும் ராணிக்குச் சிரிப்பு வந்தது. "அடுத்து – குழந்தைகளா? எனக்கு ஏது அந்தப் பாக்கியம்?" என்று எண்ணிக்கொண்டாள்.

எண்ணி முடியும்முன்னே – வலி அவளைப் பிடுங்கியது. கண்கள் இருண்டன. மூளையும் மனமும் சோர்ந்தன. மயக்கத்துடனும் வலியுடனும், அவள் தன்னைக் கவனித்துக்கொண்டிருந்தாள். ஐயோ! என்ன இது? உதரம் வெடிக்கிறதா? உடல் இரண்டாகப் பிளந்ததை, அவள் நன்றாக உணர்ந்தாள். வயிற்றுச்சுமை இறங்கியதும் வலி குறைந்ததை அறிந்தாள். "ஆண் குழந்தை! கண்ணன்!" என்று நர்ஸுகள் கத்துவதைக் கேட்டபோது, அவள் முகத்தை ஒரு முறுவல் மலர்த்தியது. குழந்தையைப் பார்க்கும் ஆசையுடன் தலைதிரும்பும்போது, அவளுக்கு அசதியால் மயக்கம் வந்துவிட்டது.

தெளிந்தபோது – பக்கத்தில் நின்ற நர்ஸ், சிசுவை ராணியின் மார்பருகில் இட்டாள். அதைத் தொட்டுத் தொட்டு முத்தம் இட்டாள் ராணி. இவ்வளவு மென்மை, பூவுக்கும் இருக்க முடியாது என்று அவளுக்குத் தோன்றியது. சிவராமன் முதல்முதலில் அவளைத் தீண்டியபோது எழுந்த மகிழ்ச்சியில், ஒரு பரபரப்பான வெம்மை இருந்தது; ஆனால், சிசுவை ஸ்பரிசித்தபோது, அடங்கி அமைந்த தண்மையான ஒரு மகிழ்ச்சி உண்டாயிற்று. சிசு பூர்ணமாக உருவாகவில்லை. ஆனால் – சிவராமனின் ஜாடையை, அதனிடம் அவள் கண்டாள். அந்த மூக்கும் கண்ணும் சிவராமனையே உரித்துவைத்தாற்போல் இருந்தன. "போக்கிரிக் கழுதை! என்னடா பார்க்கிறாய்? இப்படி ஒரு பிறவி எடுப்போம் என்று உனக்குத் தெரியுமாடா? பேசமாட்டாய் – பேசமாட்டாய்?" என்றவாறு, சிசுவின் கன்னங்களை மெதுவாக இடித்தாள். அது வாய் விரித்ததைச் சிரிப்பு என்று அவள் ஏற்றுக்கொண்டாள். அவள் தாய்மை புளகமுற்றது.

"பெற்ற குழந்தையைப் பார்த்துக் களிக்கவேண்டிய தந்தை எங்கே? நேர்மையான திருமணம் நடந்து இக்குழந்தை பிறந்திருந்தால் – அவர் எவ்வளவு மகிழ்ச்சி அடைவார்?" என்று எண்ணியதும், அவள் கண்கள் கலங்கிவிட்டன.

“பச்சை உடம்பு அம்மா! இந்த நேரத்தில் அழுதால், குழந்தைக்கு ஆகாது. பால் கொடுங்கள் அம்மா!” என்ற நர்ஸே, சிசுவின் வாயை மார்பில் வைத்தாள்.

பால் சுரக்கும் இடம் புரியாமல் சிசு தடுமாறியது; ராணி பக்குவமாக எடுத்துவிட்டாள். குழந்தை உடம்பைச் சப்பியபோது—ஐயோ! என்ன இன்பம் அது! அவளுக்குள் ஒளிந்திருந்த சுகம் வெளிப்பட்டு, அவளையே ஆட்கொள்கிறது!

6

குழந்தை பிறந்து பதினைந்து நாள் ஆகியது. உடம்பில் தெம்பு, சற்று ஊறிவிட்டது.

“இனி நீங்கள், வீட்டுக்குத் திரும்பலாம். எங்கே போக வேண்டும்? இந்த நேரத்தில்கூட, யாரும் உங்களைப் பார்க்க வரவில்லை. நீங்களும் யாருக்கும் சொல்லி அனுப்பவில்லை—” என்று தயக்கத்துடன் கேட்டாள் நர்ஸ்.

அவளும் விடுதியில் இருந்த மற்றவர்களும் – ராணி பெரிய வீட்டுப் பெண் – தப்புத்தண்டாவாகக் குழந்தை பெற்றுவிட்டு, அதை உருவாக்கி வளர்க்க விழைகிறாள் என்று கருதினார்கள். கருப்பச்சிதைவோ சிசுஹத்தியோ செய்ய முனையாமல் குழந்தையை வளர்க்கிற நல்ல எண்ணம் இருந்ததற்காக, அவர்கள் ராணியைப் பாராட்டினார்கள். அவள் எதிர்பார்த்ததைவிட அதிகமாய்ப் பணம் கொடுத்ததாலும், மிகவும் விநயமாக நடந்துகொண்டதாலும் அவர்கள் அவளிடம் மிகவும் பிரியம் காட்டினார்கள். அதனாலேயே—“பிறப்பு—இறப்புப் பதிவு” பற்றி, அவர்கள் அவளிடம் பேசவில்லை.

விடுதியை விட்டுப் போகலாம் என்றதும், ராணிக்கு யோசனை ஆகிவிட்டது. எங்கே போவது? கைக்குழந்தையுடன் ஒரு பெண் இருக்க, யாராவது இடம் தருவார்களா? பதினைந்து மாதங்கள் பறந்துபோய் விட்டன. பாக்கி மூன்று மாதங்களையும், விடுதியிலேயே கழித்துவிடுவதுதான் உசிதமாக அவளுக்குப் பட்டது. இந்த எண்ணத்தை அவள் வெளியிட்டதும் டாக்டரும் நர்ஸுகளும் மகிழ்ச்சி அடைந்தார்கள்.

அப்புறம் என்ன ஆகும்? பழனிக்காரர் வருவாரா? அவர் சொன்னபடி, மீண்டும் அவள் வெங்கட்ராமன் ஆகிவிடுவாளா?

வெங்கட்ராமனாக ஆன பிறகு, அவன் என்ன செய்வது? மூன்று மாசச் சிசுவுடன் வீட்டுக்குத் திரும்பி, மனைவி எதிர்த்தாலும் அஞ்சாமல் மற்ற குழந்தைகளோடு வளர்க்க வேண்டியதுதான் என்ற பழைய முடிவை ஊர்ஜிதம் செய்துகொண்டாள்.

பழனிக்காரர் சொன்னபடி வராவிட்டால் – அவள் மீண்டும் ஆண் வடிவம் பெறாவிட்டால்—என்ன செய்வது? அப்படி நேர்ந்தால், குடியா முழுகிவிடும்? பெண்மையுடன் வாழக்கூடாதா என்ன? பழனி சாந்தசொரூபி; அவரே சத்தியம் தவறினால்—அவளுக்குத் தர்மம் ஏது? கற்பு ஏது? இன்னொரு கணவனை அவள் ஏற்பாள்; இன்னொரு குழந்தை—பிறகு ஒரு குழந்தையாக ஈன்று, தன்னைப் பெருக்கிக் கொண்டே போவாள்!

முதல் மாசம் – ராணிக்குப் பலவீனமாக இருந்தது. டானிக்கும் சத்தான உணவும் அவள் உடம்பைப் போஷித்தன. சிசுவுக்குத் தேவையானதைவிட அதிகமான பால் சுரந்ததால் மார்பு இறுகிக் கட்டியாகி வலித்தது. பேறு காலத்து வலியைவிட இது மிகுதியா? அவ்வளவு இராது; ஆனால், ஆயிரம் ஊசிகளை, நகக் கண்ணில் ஏக காலத்தில் ஏற்றுவதுபோல் வலிக்கிறது. வலிகளைத் தராதரம் பார்த்துப் பிரிப்பதில், அவளுக்கு ஒரு மகிழ்ச்சி ஏற்பட்டது. வலியைத் தீர்த்துக்கொள்ளவும் நர்ஸுகள் பக்குவம் சொல்லித்தந்தார்கள். ஏதோ மருத்துவமும் செய்தார்கள். மருந்தால் வலி குறைகிறதா, சிசுவின் குறுநகையால் வலி தணிகிறதா என்பதும் அவளுக்கு ஓர் ஆராய்ச்சி ஆகிவிட்டது. சிசு சிரித்தால் – பூ இதழ் பிரிகிற நினைவு அவளுக்கு வரும்; அதன் வாயில் வீசிய "ஊறல்" நாற்றம், அவளுக்குப் பூமணமாகத்தான் பட்டது.

கட்டிலின் அருகில் இருந்த சிறு தொட்டிலைப் படுத்தவாறே மெதுவாக ஆட்டிவிட்டாள். கண்மூடி உறங்கும் குழந்தையைக் கண் இமைக்காமல் பார்ப்பதே ஆனந்தமாக இருந்தது. "திருந்தப் புவனங்கள் ஈன்ற பொற்பாவை திருமுலைப்பால் அருந்தி – அறுவர் கொங்கை"யும் விரும்பிய குருந்துதான், இங்கே – இந்த சரவணப் பூந்தொட்டிலில் – இப்படிச் சுடராய்க் கண்வளருகிறது என்று தோன்றும். தன்னை உமையாகப் பாவிப்பாள். முருகனைத் தாலாட்டுவதாய்க் கருதிக்கொண்டு, – "முருகனே! கண்வளராய்! தாலேலோ!" என்று தாலாட்டுவாள். யாராவது அவளுக்குப் பாட்டு சொல்லித் தர வேண்டுமா? "பூர்வத்தில்" எழுத்தாளி அல்லவா? சொந்தத்தில் இட்டுக்கட்டிக்கொண்டு பாடினாள். பாடிக்கொண்டேயிருந்தாள். குழந்தை அவளை இசை ஆக்கிவிட்டது! தாலாட்டுப் பருவத்தில் பாடித் தாலாட்டிக் குழந்தையை உறங்கவைக்க முடியாதே என்ற கவலையும் அவளுக்கு இல்லாமல் இல்லை.

இரண்டாவது மாசம் – அவள் உடம்பு நன்கு வலுப்பெற்றுவிட்டது. பாலும் ஓரளவு சீராகச் சுரந்தது. குழந்தையும் தடுமாறாமல் இடம் கண்டு அமுதம் உண்ணப் பழகிவிட்டது. அதன் உருவமும் ஓரளவு ஒழுங்காய் விட்டது. மென்சிரிப்பும் மோகனப்பார்வையும் அவளைக் கிறங்கவைத்தன. "போக்கிரி! சிரிக்கிறாயா? சிரி! சிரி! அப்பாவை விரட்டி விட்டுச் சிரிக்கிறாயா? அவர் கொடுத்துவைத்தது அவ்வளவுதான்!" என்று மனைவியான தாய் மனம் மகிழ்ந்தது! ஆண் மனமோ, "அறிவு கெட்ட பயல்!" என்று சிவராமனை ஏசியது!

இன்னொரு வேதனை உண்டாயிற்று. அது குழந்தை மழலையாடுவதை, அவள் "அவனாக" இருந்துதான் கேட்க முடியும். "அம்மா!" என்று அழைக்கப்படும் திருப்புகழ், அவளுக்குக் கிடைக்க வழி இல்லையே! அம்மாவை அம்மாவாகக் குழந்தை இனம் கண்டுகொள்ளாதே! ஐயோ! என்ன துர்ப்பாக்கியம்!

மூன்றாவது மாசம் நாள் நாளாக உதிர்ந்தது. இந்த மாசம் அவளை மிகவும் படுத்திவிட்டது. இன்னும் சில நாட்களில், அவள் தாய்மை இழந்துவிடுவாள். மூன்றாவது மாசமே தாய்ப்பால் உண்ணும் பாக்கியத்தைக் குழந்தை இழந்துவிடும்; தாயாரையும் இழந்த துர்ப்பாக்கியசாலி ஆகிவிடும்; தந்தைதான் அதை ஏற்க மறுத்து ஓடிவிட்டானே! அப்புறம் இதன் கதி

என்ன ஆகும்? பெற்றவளைப்போல் இதை யார் கவனித்துக்கொள்வார்கள்? வெங்கட்ராமனின் மனைவி இரக்க குணம் உள்ளவள்தான் – ஆயினும் அவளுக்கு, இக்குழந்தையிடம் எப்படி அனுதாபம் ஏற்படும்?

ராணிக்கு மற்றொரு யோசனை உதயமாயிற்று. பெண் வடிவுடனேயே – குழந்தையை ஏந்திக்கொண்டு வீட்டுக்குப் போவது; நடந்ததை எல்லாம் மனைவியிடம் விவரிப்பது; இக்குழந்தையையும் வளர்க்கவேண்டும் என்று கேட்டுக்கொள்வது. அப்படிச் செய்தால், நிச்சயமாக அவள் இச்சிசுவைச் சுவீகரித்துக்கொள்வாள்.

நல்ல யோசனைதான். மனைவியின் முன்னிலையிலேயே ராணி – வெங்கட்ராமனாக மாறுவதால், பல பிரச்னைகள் தீர்ந்துபோகும். மனைவி கணவனைச் சந்தேகப்பட மாட்டாள்; குழந்தைக்கும் பத்திரமான புகல் கிடைத்துவிடும். இவ்வளவும் சரிதான். ஆனால், பழனிக்காரர் வாக்களித்தபடி மாறுதல் நிகழாவிட்டால், பெருத்த அவமானமாகப் போய்விடாதா? இப்போது மனைவி "கணவனைக் காணோம்." என்னும் ஒரு குழப்பத்தோடு இருக்கிறாள். ராணி, "நான்தான் கணவன்" என்று கூறிக்கொண்டு போய் – கணவனாக அவள் மாறாவிட்டால் – என்ன பயங்கரமான விளைவுகள் ஏற்படுமோ?

செக்குமாடுபோல் சுற்றிச் சுற்றி, ஒரே முடிவுக்குத்தான், அவள் வர முடிந்தது. சுற்றாமலும் இருக்க முடியவில்லை. ஆண் வடிவம் பெற்றால் – குழந்தையுடன் வீட்டுக்குத் திரும்பலாம் என்ற முடிவுதான் அது. ஆனால், குழந்தை தாயும் அற்ற அனாதை ஆகிவிடும் என்று எண்ணிய போது, அவளுக்கு அழுகை வந்தது.

ராணிக்கு – ஆண் மனத்துக்கும் பெண் மனத்துக்கும் – ஒரு விஷயம் தெளிவாயிற்று. ஆணுக்காயினும் பெண்ணுக்காயினும் இன்பம் வலிக்கத்தான் செய்கிறது; வலியில் பல சாயல்கள் (ஷேட்ஸ்) இருக்கின்றன; இந்தச் சாயல்களில்தான் மனிதன் இன்பம் தேடிக் காண்கிறான் என்கிற உண்மை, அவனுக்குத் தெளிவாகப் புரிந்தது. ஆனால், இன்பம் தேடும் ஆர்வம் என்னவோ – புரிந்தபின்னும் – குன்றிவிடவில்லை!

இன்னும் மூன்றே நாள் இருந்தது, பதினெட்டு மாதம் முடிவடைய! குழந்தையை நர்ஸிடம் விட்டுவிட்டு ராணி கடைத் தெருவுக்குப் போனாள்; வேட்டியும் சட்டையும் வாங்கி வந்து யாருக்கும் தெரியாமல் பதுக்கி வைத்துக்கொண்டாள்.

அன்று இரவு குழந்தையின் உடம்பு லேசாகச் சுட்டது. டாக்டர் மருந்து கொடுத்தார். இரவில் காய்ச்சல் கடுமை ஆயிற்று. ராணியின் உடம்பெல்லாம் எரிந்தது. நர்ஸுடன் இரவு முழுவதும் கண்விழித்தாள். புதுமலர்போல் சிரித்துக்கொண்டிருந்த குழந்தை சருகாய்ச் சுருண்டு கிடந்தது. தலையைத் துவளவிட்டு அலைந்தது. சத்தம்கூடப் போட மாட்டாமல் மெல்லெனச் சிணுங்கியது. ராணியால் அழத்தான் முடிந்தது. டாக்டரும் நர்ஸுகளும் விழிப்புடன் கவனித்தார்கள். மறுநாள் பிற்பகல் காய்ச்சல் தணிந்தது; ஆனால் இரவு தெர்மாமீட்டரைக்கூடக் கடந்து விட்டது. மூன்றாம் நாள் விடியற்காலை – அதாவது பதினெட்டாம் மாதம் முடிவடைகிற அன்று – அது பழனிக்காரரின் பாதாரவிந்தத்தைச் சேர்ந்துவிட்டது.

ராணி பார்த்துக்கொண்டுதான் இருந்தாள். இரண்டு நாளாக அவள் தூங்கவில்லை; மயக்கமாக இருந்தது. அழுகை, பாறையாக அவளுக்குள் கிடந்தது. அதை உடைக்க அவளால் இயலவில்லை. உலகமே அழிந்ததுபோல் அவள் துடித்தாள். அந்தத் துடிப்பால் அழுகைப் பாறை வெடித்துக் கண்ணீர் அருவியாகக் கொட்டியது! தரையில் விழுந்து புரண்டு அழுதாள். இனி உயிர் வாழ்ந்து என்ன ஆகப்போகிறது என்று தோன்றியது அவளுக்கு. உயிரை எப்படி மாய்த்துக்கொள்வது என்று யோசிக்கும்போது, அவள் மயங்கி விழுந்துவிட்டாள். குழந்தையை அடக்கம் செய்யும் கோரத்தையும் தாங்கினாள்; தன் உடம்பையே வெட்டிப் புதைப்பதுபோல் அவளுக்கு வலித்தது. அன்று மாலைக்குள் ராணி பொலிவு மட்டும் இழக்கவில்லை; அவள் உடம்பே வற்றிவிட்டது.

தாய்மையின் இந்தச் சோகத்தின் முன்னிலையில், ராணியின் ஆண் மனம் செயலும் சொல்லும் அற்று ஸ்தம்பித்துவிட்டது.

இருட்டத் தொடங்கியதும் ராணி சிறிது சுயவுணர்வு பெற்றாள். ஆண் மனம் அவளை எச்சரித்தது: “இன்று இரவு நிசிக்குமேல் பழனிக்காரர் வருவார்; நீ அழுதுகொண்டிருந்தால் நர்ஸுகள் உடன் இருப்பார்கள். மாற்றம் நிகழும்போது யாரும் அருகில் இருக்கக்கூடாது.”

“நான் வெங்கட்ராமன் ஆகிவிடுவேனா? ஏந்திச் சுமந்து – என்றும் மகிழும் பாக்கியத்தை நான் இழந்துவிடுவேனா? எனக்குள் என்னைப் பெறுவதற்கு, என்னால் இனி முடியாதா? நான் பெற்றது எங்கே? என் குழந்தை எங்கே?” என்று அரற்றினாள். அப்போது ராணிக்குள் இருந்த வெங்கட்ராமனுக்குத் தன் குழந்தைகளின் ஞாபகம் வந்துவிட்டது. “ஐயோ! அப்பாவைக் காணாமல், அவர்கள் எப்படி வாடி இளைக்கிறார்களோ?” என்ற ஆண் மனம் புலம்பியது. இரண்டில் எந்தத் துக்கம் பெரிது? தாய் குழந்தை இழந்த துக்கமா—அல்லது தந்தை குழந்தை இழந்த துக்கமா? தாயின் துக்கம்தான், ராணிக்கு மிகக் கொடுமையாகப்பட்டது.

அன்று இரவு, அவள் நர்ஸுகளை வெளியேற்றிவிட்டுத் தனியாகப் படுத்தாள். அல்ல – மகாசோகம் துணையாகப் படுத்தாள். பழனிக்காரர் வந்தால், அவரையே கேட்கலாம். வரமா கொடுத்தார் அவர்? இந்தக் கொடுமையை அனுபவிக்கவா, வரம் அளித்தார்? குழந்தையை மீட்டுத் தரும்படி, அவரைக் கேட்கலாம். அவரால் முடியாதா?

நேரம் போயிற்று; ஆனால் அவர் வரவில்லை. நள்ளிரவு ஆயிற்று; கண்கள் காத்திருந்து பூத்துவிட்டன; வரமாட்டாரோ என்று எண்ணும்போது, ராணி தன்னை அறியாமல் கண் அயர்ந்துவிட்டாள்.

சில நிமிடங்களுக்குப் பிறகு – திடுக்கிட்டுக் கண்விழித்தாள். அவள். வேட்டி கட்ட வேண்டிய தேவை ஏற்பட்டிருந்ததை உணர்ந்தாள். பழனிக்காரப் பாவி வரவே இல்லை! பாவி! பாவி!

7

பகலில் வீட்டுக்குப் போக வெங்கட்ராமனுக்கு ஏனோ வெட்கமாயிருந்தது. இரவு எட்டு மணிக்குமேல் அவன் ஊருக்கு வந்து சேர்ந்தான். பெற்று

இழந்த தாய்மையின் சோகம் மனத்தின் ஒருபகுதியில் குத்திக்கொண்டு கிடந்தது; அது சிவராமனைப் பார்க்கத் தூண்டியது. வெங்கட்ராமனுக்கோ அவனை நினைத்தாலே ஆத்திரம் வந்தது; எதையோ எண்ணி வெட்கமும் அடைந்தான். ஆனால், தாய் மனத்தின் தூண்டுதல்தான் வெற்றி பெற்றது. அவன், நேராகச் சிவராமன் அறைக்குச் சென்றான்.

அவனைக் கண்டதும் சிவராமன் உற்சாகமாய்க் கத்தினான்: "அடப் பாவி! சொல்லாமல் கொள்ளாமல் எங்கேடா போய்விட்டாய்? உன் சம்சாரமும் குழந்தைகளும் துன்பப்படுகிறார்கள்!"

அறைக் கதவை மூடிய வெங்கட்ராமன் – "போதும் நிறுத்து! நான் எங்கே இருந்தேன் என்று உனக்குத் தெரியாதா?" என்று சீறினான்.

"என்னடா பிதற்றுகிறாய்? என்னிடம் சொல்லிக்கொண்டா போனாய்? நான்தான் டிக்கெட் வாங்கிக் கொடுத்தேன் என்பாய் போல் இருக்கிறதே!"

"பாவி! சண்டாளா! நம்பி வந்த பெண்ணை, நடுத்தெருவில் நிறுத்திவிட்டு வந்தாயே. கோழை! நீ நபும்சகன்" – வெங்கட்ராமனுக்குள் காயமுண்டு ரத்தம் சிந்திக்கொண்டிருந்த தாய் மனம்தான், இவ்வாறெல்லாம் வார்த்தைகளை எறிந்தது.

சிவராமன் குற்றம் செய்த மனம் உள்ளவன்; எப்படியோ நம் சேதி இவனுக்குத் தெரிந்துள்ளது; ராணி இவனுக்குச் சொந்தக்காரி போலும்; அதனால்தான் இவன் இப்படிச் சாடுகிறான் என்று எண்ணிய சிவராமன் – "என்னடா உளறுகிறாய்?" என்றான், மெதுவாக.

"நான் உளறுகிறேனா? நான் அப்போதே சொன்னேன்; நீ நம்பவில்லை. நான்தானே ராணியாக இருந்தேன்?"

சிவராமனின் கண்கள் இரண்டும் அளவுக்குமேல் விரிந்தன. அப்போதும் ராணி, அடிக்கடி "நான்தான் வெங்கட்ராமன்" என்றும் முருகன் – பழனி – அருள் என்றும் கதை சொல்லிக்கொண்டிருந்தாள். இப்போது வெங்கட்ராமன் – "நான்தான் ராணி!" என்கிறானே! அப்படியானால் –

இது என்ன கூத்து! உண்மையா அது! ஆணாக இருந்து பெண்மை பெற்றவளோடா அவன் இன்பம் கண்டான்? அய்யே! வெங்கட்ராமனைப் பார்க்கவே, அவனுக்குக் குமட்டியது.

"என்னடா கதை விடுகிறாய்? கதைக்காரன் என்றால் இவ்வளவு பயங்கரமாகவும் விபரீதமாகவுமா கற்பனை செய்யவேண்டும்? ஒன்னரை வருஷம் காணாமல் போனதற்காக, ஒரு புதிய கதையை அளக்கிறாயா?"

"பாவி! இன்னுமா உனக்குச் சந்தேகம்?" என்ற வெங்கட்ராமன் – ராணிக்கும் சிவராமனுக்கும் மட்டுமே தெரிந்த சில அந்தரங்கங்களை வெளியிட்டான். அதைச் சொல்லும்போது, அவனுடைய தாய் மனம், சினம் ஆறித் துக்கத்தை மேற்கொண்டது.

"சிவராமா! குழந்தை உன்னை அப்படியே உரித்து வைத்தாற்போல் இருந்தது. உன் குழந்தை செத்துப் போச்சுடா" என்னும்போது, வெங்கட்ராமன் தாயாகி உருகி, விக்கி அழலானான்.

சிவராமனுக்கோ, அடிவயிற்றில் குமட்டி, வாயில் எடுக்க வந்தது. குழந்தை செத்தது என்று தெரிந்ததும், “நல்ல வேளை!” என்று மனத்தில் சொல்லிக்கொண்டான். அவன் தன்னை ஒருவாறு சமாளித்துக்கொண்டு, வெங்கட்ராமனைத் தேற்றி முடிக்கும்போது, வெகுநேரம் ஆகிவிட்டது.

வெங்கட்ராமனின் தாய் மனம் சோர்ந்து உறங்கிவிட்டதுபோலும்; கணவனாகவும் தந்தையாகவும் அவனுடைய உள்ளுணர்வு, முழுமையாக உயிர் பெற்றது.

அவன் கிளம்பிய சமயம் – “இதை யாரிடமும் சொல்லிவிடாதேடா!” என்று அழாக்குறையாகக் கெஞ்சிக் கேட்டுக்கொண்டான் சிவராமன். மறுநாளே அவன் ஆபீசுக்கு லீவ் போட்டுத் தன் ஊருக்குத் திரும்பினான் என்பதும் – அங்கிருந்தே ஆபீஸ் மேலதிகாரிகளுக்கு எழுதி, வடக்கே வெகு தூரத்திற்கு இடம் மாற்றம் செய்துகொண்டான் என்பதும் வெங்கட்ராமனுடன் கடிதப் போக்குவரத்துகூட வைத்துக்கொள்ளவில்லை என்பதும் இக்கதைக்கு அப்பாற்பட்ட செய்திகள்.

“நான் ஏண்டா வெளியில் சொல்கிறேன்? அவளை எப்படிச் சமாதானப்படுத்துவது என்றுதான், எனக்குக் கவலையாக இருக்கிறது. அவள் முகத்தில் எப்படியடா விழிப்பேன்?”

8

மனைவியையும் குழந்தைகளையும் சமாதானப்படுத்த, அப்படி ஒன்றும் சிரமம் ஏற்படவில்லை.

அவனை உருப்படியாக எதிரில் கண்டதும், மனைவி “ஓ”வென்று அலறிக்கொண்டே ஓடிவந்து, அவன் கால்களைக் கட்டிக்கொண்டு விழுந்தாள். இரண்டு குழந்தைகளும், “அப்பா! அப்பா!” என்று அவனை இரண்டு பக்கங்களிலும் இழுத்தன.

இடது கையால் மனைவியையும்–வலது கையால் குழந்தைகளையும் உறுதியாக அணைத்துக்கொண்டான் வெங்கட்ராமன். இல்லத்தரசியின் மென்மை, ஆண் மனத்தைக் களிப்பில் ஆழ்த்தியது. பதினெட்டு மாதங்கள் கழித்தல்லவா, அவன் அவளைத் தீண்டிக்கொண்டிருந்தான்!

குழந்தைகளின் ஸ்பரிசம், அவனுடைய தாய் மனத்துப் புண்ணைக் கீறிச் சுரண்டிவிட்டது. “ஐயோ! என் குழந்தை எங்கே?” என்று அவனையும் அறியாமல் வாய் சிந்திவிட்டது.

மனைவிக்கு முதலிலேயே சந்தேகம்தான்; அவன் யாரோ ஒரு பெண்ணுடன் ஓடிவிட்டான் என்று. குழந்தையும் பிறந்துவிட்டது என்று அவள் ஊர்ஜிதம் செய்துகொண்டாள்.

“என்ன சொல்கிறீர்கள்? எந்தக் குழந்தையை எங்கே என்கிறீர்கள்?”

வெங்கட்ராமன் ஜாக்கிரதையானான். பழனிக் கதையைக் கூறினால், நம்புவாளா அவள்?

“இந்தக் குழந்தைகளைத்தான் சொன்னேன். இத்தனை காலம், எப்படித்தான் பிரிந்திருந்தேனோ? துரும்பாக இளைத்துவிட்டார்களே!” என்றவன், தாயாகிப் பெற்று இழந்த குழந்தையை எண்ணித்தான் தேம்பினான்.

மனைவி விவேகம் உடையவள். கேள்வியால் அவனை ஹிம்சிக்க அவள் விரும்பவில்லை. திரும்பியவனை ஏமாந்து மீண்டும் இழந்துவிடக் கூடாது என்று தீர்மானித்துக்கொண்டாள். அவனை ஆதரவுடன் தழுவிக்கொண்டு, சமையலறைக்கு அழைத்துச் சென்றாள். குழந்தைகளையும் அவனையும் உட்காரவைத்துத் தன் கையால் மூவருக்கும் ஊட்டினாள்; தானும் உடன் உண்டாள்; அவளே மூவர் கையும் கழுவிவிட்டாள்; கைவாய் துடைத்தாள்; வெளியில் வந்ததும் வாசனையாகத் தாம்பூலம் தந்தாள்.

அவள் செய்த உபசாரங்கள், அவனை மகிழ்வித்தன. அது ஒருபுறம். இதே மாதிரி ராணியாக இருந்து – சிவராமனுக்குச் செய்த பணிவிடைகள் நினைவு வந்ததும், அவனுக்கு வெட்கமாக இருந்தது.

அந்த வெட்கத்தோடு, ஒரு சந்தேகம் எழுந்தது. இப்போது அவன் வெங்கட்ராமன்; மாஜி பெண்; பெண்மை முழுசாக அற்றுப் போயிருக்குமா? இரவு – கணவனான பிறகுதான், சந்தேகம் தெளிந்தது.

9

சில மாதங்கள் கழிந்தன.

வெங்கட்ராமன் வீட்டில் வழக்கமான அமைதி நிலவியது. மீண்டும் எழுதுவதற்கு ஏற்ற எழுச்சியும் சூழ்நிலையும் தோன்றின.

இந்த இரவும் – நிசிகடந்த பின்னும் – அவன் எண்ணங்களை உருவாக்கும் முயற்சியில் ஈடுபட்டிருந்தான். சிருஷ்டி ஆனந்தத்தில் மூழ்கித் திளைத்துக்கொண்டிருந்தான் அவன். எந்த எழுத்தாளனுக்கும் கிடைக்காத – கிடைக்க முடியாத – கற்பனையாலும் எட்ட முடியாத ஒரு மகத்தான அனுபவம், அவனுக்குக் கிட்டிவிட்டது. அதை எந்த வடிவத்தில் வெளியிட்டால் உலகம் ஏற்கும் என்றுதான், அவன் சிந்தித்துக் கொண்டிருந்தான். அறிவின் பெயரால் அறிவை இழந்துவிட்டு, அறிவு என்பதாக எதையோ தொடர்ந்து ஓடுகிற நவயுகம், அவனுடைய அனுபவத்தை நம்புமா? மனைவியே நம்பாதபோது – மற்றவர்கள் நம்புவார்கள் என்று எப்படி எதிர்பார்க்க முடியும்? ஆனால் – யாராவது நம்புகிறார்களா என்பது இலக்கியத்தில் பிரச்னை அல்லவே. நம்பத்தகாததையும் நம்பமுடியாததையும் ஜீவனுடன் நடமாடவிட்டு, – வாசகர்களை நம்பவைக்கும் ஆற்றல்தானே, இலக்கியத்தின் சிறப்பு? நடந்ததை – நம்பும்படி எழுதுவது எப்படி என்றுதான், அவன் தன்னைக் குடைந்து – சொற்களைத் தேடிக்கொண்டிருந்தான்!

“பலமான யோசனையாகத் தெரிகிறதே!” என்று குரல் கேட்டு நிமிர்ந்தான்.

எதிரில் பழனிக்காரர் நின்றார்.

“சுவாமி!” என்று, அவர் கால்களில் விழுந்தான் வெங்கட்ராமன்.

அவர், அவனைத் தூக்கி நிறுத்தினார்.

“மயில் மீது தானே வந்தீர்கள்?”

“இல்லை அப்பா! நடந்து வந்தேன்.”

“உட்காருங்கள் சுவாமி!”

அமர்ந்தவரின் திருவடிகளை வருடியவாறு அவன் – "நீண்ட தூரம் நடந்திருக்கிறீர்கள். களைப்பாக இருக்குமே சுவாமி! மயிலேறி வரக்கூடாதா?" என்று கேட்டான்.

"வள்ளி மயிலைக் கட்டிப் போட்டுவிட்டாள். குழந்தை செத்தபோதே உன்னைத் தேற்றுவதற்காக வர முயன்றேன்; அப்போதும் போகக்கூடாது என்று தமிழ்ப்பெண் தடுத்துவிட்டாள். அவளுக்குத் தெரியாமல்தான், இப்போதும் வந்தேன்."

"என்னிடம் அவ்வளவு கருணையா, சுவாமி!"

"என் கருணை மட்டும் என்னப்பா செய்யும்? வள்ளியின் கருணையும் வேண்டாமா?"

அவர் பாதங்களைத் தடவிக்கொண்டே, அவன் –"உங்கள் கருணை வேறு–வள்ளிப் பிராட்டியார் கருணை வேறா?" என்றான்.

அதற்குப் பதில் உரைக்காத குமரன் கேட்டார்: "இப்போது என்ன சொல்கிறாய்? பெண்ணாகவும் அனுபவித்துப் பார்த்துவிட்டாய். பிறவி போதும் அல்லவா?"

"வேல் எங்கே சுவாமி?"

"என் கேள்விக்கு நீ சொல்கிற பதிலைப் பொறுத்துத்தான், வேல் வருவதும் வராமலிருப்பதும்."

"நல்ல வேளை!"

"என்னடா, நல்ல வேளை? வேல் வேண்டாமா? பிறவி வேண்டுமா?"

"வேண்டும் ஐயனே! ஒரே ஒரு பிறவி!"

"என்னடா இது?"

"பதினெட்டு மாதப் பெண்மை அனுபவம் எனக்கு மனநிறைவு தரவில்லை. அடுத்த பிறவியில், நான் பெண்ணாகப் பிறக்கவேண்டும். பெண்ணாக இருந்து பெறுகிற அனுபவத்தை வெளியிடுகிற ஆற்றலை, எனக்கு நீங்கள் அருள வேண்டும். நீங்கள் எப்போதும், என்னை உடனிருந்து காக்கவேண்டும்."

குஹன் திடுக்கிட்டுவிட்டார்;

"என்னடா இது! ராம ராம!"

***சுதேசமித்திரன்* (தீபாவளி மலர்: 1964)**

நானும் உன்னோடு... (செப்டம்பர் 1993)

•

பனிமுடி மீது ஒரு கண்ணகி

ஹிமாசலத்தின் அந்தரங்கமான அந்தப்புரம். உயிர், உருவங்களில்தான் இருக்க வேண்டுமென்பதில்லை என்று மட்டும் அல்ல, உருவற்றும் உயிர் தோன்றி வளர்ந்து உலாவும் என்னும் ரகசியத்தை மலையரசன் மறைத்து வைத்திருந்த இடம் அது.

பாறைக் கருப்பைகளை விரித்து, உயிருக்கு ஒரு தொடக்கமோ, ஒரு முடிவோ இல்லை என்பதைத் தூலமாய்க் காட்டிக் கொண்டிருந்தது இயற்கை...

சிருஷ்டிக்கு ஆணும் பெண்ணும் தேவை என்ற மனிதக் கற்பனையின் பொருளற்ற தன்மையை விளக்குவதற்காக, பாறைகள் ஈரமாகி, கருத்தாங்கி, வயிறுபிளந்து ஈன்ற விருட்ச ராசிகள், மதம் கொண்ட அஞ்ஞானிகள்போல் உண்டு கொழுத்துப் பருத்து உயர்ந்து விரிந்து, விரிந்தும் உயரத்தை எட்ட முடியாமல் தவித்து, உயரத்துக்கு மேல் உயரமும், பெருமைக்கு மேல் பெருமையும் இருப்பதை அறியாமல், மேலும் உயர்ந்து, மேலும் விரிந்து, மேலும் தவிக்க...

நீண்டு வளைந்து நெளிந்து, ஓடோடியும் முடியாமல் களைத்துச் சுருண்டு துவண்டுகிடந்த கொடிகள். ஆழத்தின் கீழ் ஆழம் உண்டு. அந்த ஆழம் கண்டால் அற்புதம் காணலாம் என்று தேடுவனவேபோல்,பாறைச் சந்துகளிலும் பள்ளத்தாக்குகளிலும், இறங்கிக் குனிந்து தேடும்போது தம்மை அறியாமல் தாம் பெற்ற மணத்தை 'எங்கும்' பரப்பிக்கொண்டு மகிழ...

தேடியதைக் கண்டறிந்து பரவசமுற்றவர்களைப் போல், "மேடும் பள்ளமும் எமக்கு இல்லை" என்று கலகலவென நகைத்தவண்ணம் சிற்றருவிகள் களித்து வெறித்துக் குதித்தாட...

என்ன என்பதையும், ஏன் என்பதையும் நிரூபிப்பதற்காக அறிவின் புதுப்புது ஆராய்ச்சிகளைத் தொடுத்து ஓயாத வாதப்போர் புரியும் தர்க்கவாதிகளைப் போன்று வண்ணப் பறவைகள் மரங்கள் மீது அமர்ந்தும், ஆகாசத்தில் பறந்தும் ஓயாமல் ஆரவாரம் செய்ய...

சிகரங்கள் மீது அலைஅலையாக வந்த வெண் முகில்கள் ஒன்றன் பின் ஒன்றாக வருவதும், ஒன்றன் மீது ஒன்று அமருவதும், ஒன்றும் ஒன்றும் ஒன்றாய்க் கலப்பதுமாய், இருப்பது ஓர் ஒன்றுதான் என்பதை வரையறுக்கும் ஒரு தோற்றம் எழுப்ப...

ஓர் அமைதி, மலையாக அங்கு நிற்கிறது.

அந்த இடத்திலும் மனிதக்குரல் கேட்கிறது.

ஆகா, மனிதன் ஏறாத உயரம் இல்லையா? கம்பீரமும் இனிமையும் செறிந்த அந்தக் குரல் பாடுகிறது.

ஒளியில் விளைந்த ஞானப்
பூதரத்துச்சியின் மேல்
அளியில் விளைந்த தோர் ஆனந்தத்
தேனை அநாதியிலே
வெளியில் விளைந்த வெறும் பாழைப்
பெற்ற வெறுந்தனியைத்
தெளிய விளம்பியவா முகமாறுடைத்
தேசிகனே!

திரைகடல் ஓடித் திரவியம் தேட முற்படாமல் பருவத்தின் உச்சி ஏறி அறிவு தேட முனைந்த தமிழகத்து இளைஞன் அவன். இல்லாவிட்டால் தமிழின் இனிமை, அந்த மலைப் பிரதேசத்தில், இவ்வளவு பாங்காக எவ்வாறு இசையும்?

அவன் பெயர் கண்ணன்.

ஆரோக்கியமே வடிவெடுத்தது போன்ற உடற்கட்டு. அப்போதுதான் அருவியில் குளித்த புதுமெருகு, அந்த உடலுக்கு ஒரு பொலிவு அளித்தது. கௌபீனதாரியாக, தன் இசையில் பரவசமுற்றவனாகச் செடிகொடிகளையும் மலைப்பாம்புகளையும் மிதித்துக்கொண்டும், எதிர்ப்பட்ட விலங்குகளைத் தடவிக் கொடுத்தவாறும் அவன் நடந்தான்.

பாட்டு முடியும்போது, அவன் எதிரில் ஒரு குடிசைதான்.

அடைத்திருந்த கதவிடம், அவன் குரல் கொடுத்தான்.

“கண்ணகி! சூரியோதயம் ஆகிவிட்டது; இன்னுமா தூக்கம்?”

“ஏன் வெளியில் நின்று கூச்சல் போடுகிறாய்? உள்ளே வந்தால் என்ன?” என்ற பதில் குரல்! பெண் குரல்; அதுவும் தமிழ்க்குரல்தான்.

“கதவு மூடியிருக்கிறதே!”

“என்னடா கேள்வி இது? தாழில்லாத கதவு என்று இன்று புதிதாகத் தெரிந்துகொள்கிறாயா? மிருகங்களின் அல்லலுக்காகத்தான், கதவை அடைத்தேன். நீ மிருகம் இல்லையே?”

கதவைத் தள்ளிக்கொண்டு கண்ணன் நுழைந்தான்.

குடிலுக்குள் இருபது வயதுப் பெண் ஒருத்தி; இரண்டாயிரம் ஆண்டு இளமைப்பாறை மீது இரண்டு முழத்துண்டு ஒன்றைப் பெயருக்குப் போர்த்திக்கொண்டு உட்கார்ந்திருந்தாள்.

கண்ணன் பார்த்தான்; கண்கள் இருக்கின்றனவே! ஒரு பெருமூச்சைத் தொண்டைக்குள் நெறித்து மறைத்துக்கொண்டான்.

“இப்போதுதான் எழுந்தாயா, கண்ணகி?”

“என்னைப் பார்த்தால், அப்படித் தோன்றுகிறதா?”

“குளிக்க வரவில்லையே நீ என்று கேட்டால் –”

“குளிக்கவேண்டுமா?”

“வேண்டாமா? மனசுக்கு ஒரு கலகலப்பு; தியானத்துக்கு ஒரு தெளிவு.”

“அப்படியா? குளித்தால் கலகலப்பும் தெளிவும் வருமா?” என்று முறுவலித்தாள் கண்ணகி.

“என்ன, இன்று இடக்காகவே பேசுகிறாய்? முதலில், என்னை மிருகம் என்றாய்.”

“நீ மட்டும் உள்ளேவர, வழிதெரியாமல் தயங்கலாமா?”

“கதவு மூடியிருக்கிறதே, நீ உள்ளே என்ன செய்கிறாயோ என்று தயங்கினேன்... !”

“உனக்குத் தெரியாமல் என்னிடம் இன்றுவரையில் ரகசியம் ஏதாவது இருந்திருக்கிறதா?”

“அதற்கல்ல, என்ன இருந்தாலும் நீ பெண் –”

“திடீரென்று இன்று நீ ஆணாகிவிட்டாயாக்கும். அது போகட்டும், நாம் நம் குருதேவரோடு ஹிமாசலம் வந்து, நேற்றோடு பன்னிரண்டு ஆண்டுகள் பூர்த்தியாகின்றன; இல்லையா கண்ணா?”

கண்ணன் கூறினான்: “எனக்கு ஞாபகம் இருக்கிறது. குருதேவர் நம்முடன் ஒன்பது ஆண்டுகள் இருந்தார். எல்லாவிதப் பயிற்சிகளையும் கூட இருந்து சொல்லிக் கொடுத்தார்; செய்ய வைத்தார். தியானம், பிரணாயாமம், யோகசாதனைகள்...”

“குளிக்கவும் சாப்பிடவும் தூங்கவும் கூடத்தான் கற்பித்தார். நமக்கு ஒரு சின்னக்குறைகூட அவர் வைக்கவில்லை; இல்லையா கண்ணா?”

“உண்மை.”

“நாம் எங்கிருந்து எங்கு வந்திருக்கிறோம் என்பதை, இந்த நல்ல நாளில் நினைத்துப் பார்க்க வேண்டாமா?”

“நான் எதையும் மறக்கவில்லை. பன்னிரண்டு வருடங்களுக்குமுன் நான் பதினான்கு வயதுச் சிறுவன், அனாதை; ஆண்டி... பெற்றவர்கள் யார் என்கிற செய்தியே எனக்குத் தெரியாது. அதைப் பற்றி, அப்போது நான் கவலைப்பட்டதாகவும் ஞாபகம் இல்லை. பசி ஒன்றுதான்; ஊரார் ஊட்டினார்கள். யாரோ சில பாடல்களைச் சொல்லித் தந்தார்கள். நல்ல குரல் இருந்ததால், பாட்டு வயிற்றுப்பையை நிறைத்தது. திருச்செந்தூரில் இருந்தேன் ஒருமுறை. “தெள்ளிய ஏனலிற் கிள்ளையைக் கள்ளச் சிறுமியெனும் வள்ளியை வேட்டவன்தான் வேட்டிலை” என்று ஆனந்தமாகப் பாடிக்கொண்டே, ஒருநாள் அலையாடிக் கொண்டிருந்தேன். அலையின் குடலுக்குள் சிக்கி மூச்சுக்குத் தவிக்கும்போது, யாரோ என் கரம் பற்றி வெளியில் இழுத்தார்கள். ஒரு பெரியவர்; நான் அதற்குமுன் பார்த்ததில்லை. “என்னோடு வருகிறாயா தம்பி?” என்றார். “எங்கே” என்றேன். “அங்கேதான்”

என்றார் சிரித்துக்கொண்டே. அலைகளுக்குள்ளே வெளியில் வந்து, அவரைப் பார்த்தேன். ஏதோ ஒன்று, அவருடன் போகும்படி உள்ளிருந்து உந்தியது. பிச்சை எடுக்கிற பிழைப்பு, எங்கு நடந்தால் என்ன என்று முடிவு செய்தேன். கால்களில் விழுந்து கும்பிட்டேன். அவரோடு கிளம்பினேன்."

கண்ணகி தொடர்ந்தாள்: "நீ எங்கெல்லாமோ சுற்றிவிட்டுப் பழனிக்கு வந்தாய், உன்னைப்போல் நானும் அனாதைதான். பெற்றவள் முகம் மட்டும் நிழலாய் நினைவிருக்கிறது. பழனி அடிவாரத்தில் நடுவீதியில் என்னை எறிந்துவிட்டுப், "பிச்சை எடுத்துப் பிழைத்துக்கொள்", என்று உபதேசம் அளித்துப் போய்விட்டாள். எட்டு, ஒன்பது வயசு இருக்கும் எனக்கு. "முருகா, முருகா" என்றும், "தண்டபாணிக்கு அரோகரா" என்றும் கத்துவதைத் தவிர, வேறு ஒன்றும் தெரியாது. அடிவாரத்தில், பிச்சைக்காரர்களின் வரிசையில் உட்கார்ந்திருந்தபோது, நீங்கள் இருவரும் என் பக்கத்தில் வந்து நின்றீர்கள். குருநாதர், அன்புடன் என் தலையும் முதுகும் வருடினார். "கண்ணகி, என்னோடு வா. இந்தப் பிழைப்புக்காக, நீ பிறக்கவில்லை" என்றார். ஓர் அப்பா கிடைத்த நிம்மதியோடு, அவருடன் நடந்தேன்."

ஒவ்வொரு க்ஷேத்திரமாகத் தரிசனம் செய்துகொண்டே, இந்த உச்சிக்கு அழைத்து வந்தார். ஆறு ஆண்டுகள், தமிழ் ஞானம் முழுவதும் அளித்தார். மூன்று ஆண்டுகள், மௌனச் சாதனை செய்வித்தார்."

"பிறகு, மூன்று ஆண்டுகள், நீயும் நானும் தனித்திருந்து சாதனை செய்ய வேண்டும் என்று கூறி, நம்மை நம் பொறுப்பில் விட்டு, எங்கோ போயிருக்கிறார்."

நூறாவது பெருமூச்சைத் தொண்டைக்குள் நெறித்துக் கண்ணன் சொன்னான்: "ஆனால், நம்மைத் தனியாக சாதனை செய்ய விட்டு, அவர் போனது தவறு என்று தோன்றுகிறது. இல்லையா ?"

"தவமே தவறு என்று உனக்குத் தோன்றவில்லையா, கண்ணா ?"

"பார்த்தாயா, நீ என்னைப் பரிகசிக்கிறாய்."

"குருநாதர் தவறு செய்கிறார் என்று சொல்லும் அளவுக்கு, நீ உயர்ந்த சித்தி அடைந்துவிட்டாயே, அதனால் கேட்டேன்."

"அதல்ல கண்ணகி, நான் அப்படிச் சொல்வேனா ? அவரைக் குறை சொல்வேனா ? குருநாதர் எவ்வளவு பெரியவர் ! நான் நன்றி கெட்டவனா ? அவரைக் குறை சொல்வேனா ? ஆனால் –"

"ஆனால் என்ன ?"

"இந்தத் தனிமை…"

"தனிமைதானே, சாதனைக்கு அவசியம் ?"

"நான் தனியாகவா இருக்கிறேன் ?" என்றான் கண்ணன்.

"ஓ, நான் உன் தவத்துக்கு இடையூறாக இருக்கிறேன் என்கிறாயா ? என்னை உன்னுடன் பெரியவர் விட்டுச் சென்றது தவறு என்கிறாய். நான் வெளியேறிவிடுகிறேன். சரிதானே ?" அவள் அரையில் சேலைத் துண்டு கட்டிக்கொண்டு எழுந்து, குடிசை வாயில் நோக்கி நடந்தாள்.

அவன் பாய்ந்து, வழிமறித்தான், இருகரங்களைப் பரப்பி எதிர்நின்று, "எங்கே போகிறாய் கண் ...ணகி?"

அவள் பதில் சொல்லவில்லை.

"என்னைத் தனியாக விட்டு, நீ போய்விடுவாயா?"

"எப்போது சொன்னேன்?"

"தனிமை, அதாவது நீயும் நானும் இருக்கும் தனிமை பிடிக்கவில்லை என்று கூறினாய்."

"நான், அப்படிக் கூறினேனா? உட்கார்ந்துகொள்."

அவளுடைய இரண்டு தோள்களையும், பிடித்து அமுக்கி, அவளை உட்காரவைத்தான். மலர் மிருது; பாறை உறுதி; ஆனால் பூவின் மென்மையும் பாறையின் திண்மையும் அவள் உடலுக்கு எப்படி வந்தன, ஏக காலத்தில்?

அவள் இருகால்களையும் நீட்டிக்கொண்டு உட்கார்ந்தாள். அவன் வாசலை அடைத்துக்கொண்டு உட்கார்ந்தான், எதிரில்.

அவள் சிரித்தாள்.

"ஏன் சிரிக்கிறாய், கண்ணகி?"

"நீ என் உடலைத் தொட்டாயா? எனக்குச் சிரிப்பு வருகிறது."

"நான் தொட்டால், உனக்குச் சிரிப்பு வருகிறதா?"

உட்கார்ந்தவாறே நகர்ந்து, அவன் அருகில் போனாள். அவனுடைய இரண்டு கைகளையும் எடுத்து வருடினாள்; அவன் மார்பகத்தைத் தடவிக் கொடுத்தாள்; தலையைக் கோதிவிட்டாள். "நீ என்னைத் தொட்டாயா, எனக்கும் சிரிப்பு வருகிறது!" என்று அவன், கிளி மிழற்றுவதுபோல் 'கீகீ' என்று சிரித்தான்.

"நீ எவ்வளவு அழகாயிருக்கிறாய் கண்ணா!"

"நான் அழகா?" என்று குரங்குபோல் இளித்தான் அவன்.

"பிராணாயாமமும், யோகசாதனைகளும் உன் உடம்பை நன்கு உரப்படுத்திவிட்டன. பாவம், அதனால் நீ எவ்வளவு சிரமப்படுகிறாய்!"

அவன் கண்களில், சிருஷ்டி வெறி வெறித்தது.

"பாவம்!" என்றாள் கண்ணகி.

அவன் கண்களில், சிருஷ்டி வெறி வெறித்தது.

"ஹிமாச்சலத்திற்கு நாம் வந்து நேற்றோடு, பன்னிரண்டு ஆண்டுகள் முடிந்துவிட்டன. இல்லையா, கண்ணா?"

"ஆம்" என்பதுபோல், கண்ணன் தலையாட்டினான்.

"நம் பாக்கியம், நமக்கு ஒரு மகாப் பெரியவர் குருவாகக் கிடைத்தார். அவர் ஆதரவிலும், ஹிமவானின் அரவணைப்பிலும் இருந்துகொண்டு, நாம்

பன்னிரண்டு ஆண்டுகளாக அறிவுத் தேட்டத்தில் ஈடுபட்டிருக்கிறோம். இல்லையா, கண்ணா?"

"ஆம்" என்பதுபோல், கண்ணன் மறுபடியும் தலையாட்டினான்.

"ஆனாலும் நீ, என்னை ஏன் அப்படி வெறித்துப் பார்க்கிறாய்?"

கண்ணன் திடுக்கிட்டான். எங்கோ பார்த்து விழித்தான்.

"அஞ்சாமல், என்னைப் பார் கண்ணா! சில நாட்களாக, நான் உன்னைக் கவனித்துக் கொண்டிருக்கிறேன். எந்த நேரத்திலும் உன் உடல், என் உடலைத் தியானித்துக் கொண்டிருக்கிறது. இரவு நேரம்தான், உனக்கு மிகவும் கொடுமையாக இருக்கிறது. இந்தக் குடிசையின் அடர்த்தியும், ஆண் பெண் ஏகாந்தமும்தான். நேற்று இரவு உடலை விடுத்து, உயர்நிலையில் நின்று, ஆத்மானந்தம் நுகர்ந்துகொண்டிருந்தேன். உணர்வு வந்து என் உடல் புரண்டபோது, நீ எட்டிச் சென்று வெளியில் ஓடுவதைக் கண்டேன்."

"உனக்குத் தெரியுமா?" என்று கேட்பவன்போல், அவன் அவளை நோக்கினான்.

"இந்த உடம்பு, ஒரு விந்தைப் பொருள். எந்தப் பயன் கருதி இது சிருஷ்டிக்கப்பட்டதோ, அதன் பயனைக் குருதேவரின் உதவியால் அடைந்துவிட்டேன். இனி, இந்த உடல் எனக்குத் தேவையில்லை. உனக்கு இதனிடம் கவர்ச்சி ஏற்பட்டுள்ளது. நீ உன் விருப்பம்போல், இதை உபயோகித்துக்கொள்ளலாம். ஆனால், பன்னிரண்டு வருஷங்களாக நீ தேடிய பொருள், இதனால் கிடைக்கும் என்று ஏமாந்துவிடாதே!"

கண்ணன் கேட்டுக்கொண்டிருந்தான். கேட்டு முடிந்ததும் திரும்பினான்.

எதிரில் மலைச் சிகரங்கள் தீப்பற்றி எரிந்தன. மரங்கள், பறவைகள், ஆகாயம், செடிகள், கொடிகள், பாறைகள், அனைத்திலும் தீ தொத்திப் பரவி எங்கும் நிறைந்தது.

மீண்டும் திரும்பினான்.

எதிரில் சிவப்பு, நெருப்பு…

O

"ஹரஹர மஹாதேவ்!" என்று கணீரென வாசலில் கேட்டது குருதேவரின் குரல்.

கல்கி **(தீபாவளி மலர்: 1964)**

உறங்காத கண்கள் (நவம்பர் 1968)

எம்.வி. வெங்கட்ராம் கதைகள் (டிசம்பர் 1998)

முத்துக்கள் பத்து (2007)

பனிமுடி மீது ஒரு கண்ணகி (டிசம்பர் 2007)

●

சுருதாவதி

மண்டியிட்டு வணங்கிய சுருதாவதி, "ஸ்வாமி! தங்கள் திருவடி தீண்டி, இந்தக் குடிசை புனிதமாயிற்று. இந்த ஆசனத்தில் எழுந்தருளுங்கள்" என்றாள் பணிவாக.

அவளையே கூர்ந்து நோக்கியவாறு, சுகாசனமிட்டு அமர்ந்தார் வசிஷ்டர். வெண்மையான முடிக்கும் தாடிக்கும் பின்னிருந்து அவளைப் பார்த்த விழிகளில், இளமையின் குதுகுதுப்பு விளையாடுவதை, அவள் கவனித்தாள்.

"கட்டளைக்குக் காத்திருக்கிறேன், சுவாமி!"

வசிஷ்டர் சிரித்தார்: "எனக்கு வேண்டியதைச் செய்ய, உன்னால் முடியுமா?"

"என் உடலையும் உள்ளத்தையும் தங்களுக்கு வழங்க என்னால் முடியாது. வேறு எதைக் கொண்டும், தங்களுக்குச் சேவை செய்யக் காத்திருக்கிறேன்."

"உன் உடலுக்கும் உள்ளத்துக்கும் என்ன நேர்ந்தது?" – ஒன்றும் அறியாதவர்போல் கேட்டார் மகரிஷி.

"முக்காலமும் அறிந்த மகாஞானியான தங்களுக்குத் தெரியாதா? இந்த உடலையும் உள்ளத்தையும் தேவர் பதிக்கு நிவேதனம் செய்துவிட்டேன்."

"மகரிஷிகளில் சிரேஷ்டரான பரத்வாஜரின் மகள்; கன்னிப் பெண்; கலியாணத்துக்காகக் காத்திருப்பவள்..."

"தேவராஜாவையே மணப்பதென உறுதிகொண்டு, அதற்காகத் தவம் கிடக்கிறேன், நோன்புகள் நோற்கிறேன், விரதங்கள் காக்கிறேன்..."

"ஹூம், அப்புறம்?"

"கணவராக வரித்துவிட்ட அவருக்காகவே மூச்சு விடுகிறேன், உணவு கொள்கிறேன், உடையும் அணிகிறேன்."

“சரியான வரனாகத்தான் தேர்ந்தெடுத்திருக்கிறாய். இந்திரன் நல்ல அழகன்; மதனனும் வசந்தனும் அவனுக்குக் கீழ்ப்பட்டவர்கள்தானே?”

அதைக் கேட்டு வெட்கித் தலைகுனிந்தாள் சுருதாவதி. அவள் முகம் மிகவும் சிவந்தது; கண்கள் மிகக் கனிந்தன; ஹிருதயம் மிகப் பூரித்தது.

வசிஷ்டர் மேலும் கூறினார்: “அமுத பானம் செய்கிறவன் அமரன். அமரர்களின் இறைவன். அழகிய அப்சரசுகளால் அர்ச்சிக்கப்படுகிறவன். அவனை அடைந்தால், நீ அதிர்ஷ்டசாலிதான். ஆனால், அவ்வளவு எளிதாக, அவனை அடைய முடியுமா?”

“ஐயா! பலிக்காத தவமும் உண்டோ?”

“தவம் பலிக்கும். உண்மைதான். ஆனால், நாம் எதிர்பார்க்கிறபோது பலிக்கிறதில்லை என்பதும் உண்மைதானே? முக்தி வேண்டுவோர், இந்தப் பிறவியில் இல்லாவிட்டாலும் எந்தப் பிறவியிலாவது விடுதலை பெறலாம் என்று நம்பித் தவம் இயற்றுகின்றனர். ஆனால், இப்பிறவியில் இப்போதே பலன்தர வேண்டியதாயிற்றே உன் தவம்?”

“என் லட்சியம் நிறைவேற, நான் மட்டும் காத்திருக்கக் கூடாதா?”

“அது எப்படி? இந்தப் பெயரில், இந்த உடலோடு சுகம் காண வேண்டித்தானே, உன் தவம்?”

“எந்தப் பெயரிலும், எந்த உடலோடும் நான் வரித்தவரை அடைய வேண்டித்தான் என் தவம் ஐயா.”

“குழந்தாய்! நான் கிழவன். இந்தப் பிரேமைத் தத்துவத்தின் குழப்பங்கள், எனக்கு விளங்குவதில்லை.”

“என்னைக் கேலி செய்யாதீர்கள்; ஐயா, ஆசீர்வதியுங்கள்.”

“என் ஆசி உனக்கு நிறைய உண்டு. எனக்குப் புரியப் பேசவில்லையே நீ? அடுத்த பிறவியில் மணம் புரிய, இப்பிறவியில் தவமா?” என்று, மீண்டும் அவளைக் குறும்பாக உசுப்பினார் கிழவர். “தேவேந்திரன் கரம் பற்றிப் போக பூமிக்குப் போக விழையும் நீ, இந்த உடலுக்கு இன்பம் அளிக்க விரும்பவில்லையா? பின் எதற்காகத்தான், தவம் செய்துகொண்டே, இந்த உடலையும் மிக விழிப்பாகப் பேணுகிறாய்...?”

பெரியவர், வீடு தேடி வந்த விருந்தாளி. அவள் வாயிலிருந்து பதில்களை வரவழைப்பதற்காகக் கேள்விகளால் கொட்டிக்கொண்டிருந்தார். இந்த விஷயம் பற்றி, அவருடன் பேசவே, அவளுக்கு நாணமாக இருந்தது. பேசாமலும் இருக்க முடியாது என்பதும் அவளுக்குத் தெரியும். அடக்கமாகவே மறுமொழி கூறினாள்: “தாங்கள் சொல்வது ஓரளவு உண்மைதான். காத்துக்கொள்ள வேண்டியவைகளைக் காத்துக்கொண்டு, தவம் காலத்தில் பயன் தரும் என்ற நம்பிக்கையோடு வாழ்கிறேன். அடுத்த பிறவி, அதற்கு அடுத்த பிறவி என்று என் லட்சியம் எட்டிச் செல்வதானால், நான் காத்திருக்கக் கடமைப்பட்டவள்தானே?”

ஆழ்ந்து யோசிப்பவர்போல் வசிஷ்டர் பேசினார்: “இந்தப் புதிர்தான், எனக்கு விளங்கவில்லை என்றேன். என் ஆயுளில், இளம் பருவத்தினர்

பலரைப் பார்த்துவிட்டேன். உன் நிலையில் விரும்பிய கணவர் பருவத்தில் கிடைக்கவில்லை என்று பெண்கள் ஆற்றாமைத் தீயில் பொசுங்குவதைப் பார்த்திருக்கிறேன். உன்னைப்போல் இப்படிப் புத்திபூர்வமாக ஒரு பெண் பேசி, நான் கேட்டதில்லை. உன் விஷயத்தில், இதுதான் எனக்குப் புதுமை. தீயே இல்லாமல், ஒரு தவமா?"

"நான் கண்ணீர் விட்டுக் கதறவில்லையே என்று வியக்கிறீர்களா? ஐயா, தேவர்கோனை நான் இதயபூர்வமாக வரித்தேன். இப்போதே அடையவேண்டும் என்பது, என் ஆவல். காத்திருக்க நேர்ந்தால், அதுவும் என் தர்மம். சுவாமி! இந்த முடிவு இதயபூர்வமானதுதானே? இன்றில்லாவிட்டாலும் என்றாவது ஒருநாள் விரும்பியது கிடைக்கும் என்ற நம்பிக்கை இருக்கிறபோது, அழுவதற்கும் அரற்றுவதற்கும் காரணம் இல்லையே!"

"நன்று!" என்று வியப்பவர்போல் பேசினார், பெரியவர். "தவத்தால் ஆகாதது ஒன்றும் இல்லை... சரி, நான் நதிக்குச் சென்று நீராடிவிட்டு வருகிறேன். இந்த ஐந்து பழங்களை மட்டும் சமைத்து வை. எனக்கு வேறொன்றும் வேண்டாம். விரைவில் திரும்புகிறேன்."

வசிஷ்டர் வெளிச்செல்வதைப் பார்த்துக்கொண்டு நின்றாள் சுருதாவதி. அந்த மகாசாது, தன் வாயை இவ்வாறு கிண்டிக் கிளறியது ஏன் என்பதை நினைக்க, அவளுக்கு வியப்பாக இருந்தது. மறுநொடி, கடமைக்குத் தன்னை ஏவிக்கொண்டாள். சுள்ளிகளைத் திரட்டி, நெருப்பு மூட்டினாள். பழங்களைக் கலத்திலிட்டு அடுப்பு மீது வைத்தபிறகு, அவள் மனசுக்குச் சிறிது ஓய்வு கிடைத்தது.

வசிஷ்டர் சொன்னதன் பொருள்தான் என்ன? ஆசிரமத்துக்கு அதிதியாக வந்தவர், அவள் மணத்தைக் குறித்து, இவ்வளவும் ஏன் பேசினார்?

அவர் எந்தக் காரணத்தை மனத்தில் வைத்துப் பேசியிருந்தாலும், அவளுடைய உறுதி மாறப்போவதில்லை.

அடுப்பு நன்றாக எரிந்துகொண்டிருந்தது. கலத்திலிட்ட கனிகள் வேகாததைக் கண்டு, மேலும் சுள்ளிகளைப் போட்டுத் தீயைத் தூண்டினாள்.

தவவலியால் ஐந்தும் அவித்த அறிஞர் வசிஷ்டர். அவரே, அவளுடைய அடக்கத்தை வியந்தாரே! அதை நினைத்த அவள் முகத்தில், பெருமிதமான ஒரு முறுவல் தோன்றியது.

சிந்தனை வயப்பட்டவளாகவே, ஆசிரமத்திலிருந்த சுள்ளிகள் அத்தனையும் அடுப்பில் இட்டுவிட்டாள். நெருப்பும் அழகாக நாக்குகளை நீட்டி விளையாடியது. ஆனால், அது கலத்திலிருந்த கனிகளைத் தீண்டவேயில்லை போலும்; அவை போட்டபடியே கிடந்தன, வேகாமல்!

சுருதாவதியின் கவனம் முழுவதையும், கனிகள் கவர்ந்தன. ஆசிரமத்துக்கு அருகில் கிடைத்த சுள்ளிகளையெல்லாம் பொறுக்கிக் கொண்டுவந்து, அடுப்பில் போட்டாள். சுள்ளிகள் திவ்வியமாக எரிந்தன. கனிகள்தாம் வேகவில்லை!

இப்போதுதான், அவளைக் கவலை பீடித்தது. அதிதி தேவர் திரும்புவதற்குள், அவள் சமையலை முடிக்கவேண்டும், அவர் மனம் கோணாமல் ஒழுகவேண்டியது, அவள் கடமை அல்லவா? வசிஷ்டர் சாந்த சொரூபி; சினந்து சபித்துவிட மாட்டார். எனினும், அவர் அதிருப்தியுற்றால், அவளுடைய தவத்துக்கு, அது ஒரு மாசு ஆகாதா?

என்ன செய்வது, என்ன செய்வேன் என்று பரபரப்புக் கொண்டாள். அடுப்பு நெருப்புச் சுள்ளிகளைத் தின்று தீர்த்துவிட்டுத் தணிவதைக் காண, அவளுக்குத் 'திக்'கென்றது. தன் தவத்தின் பயனே தணிவது போன்ற அச்சம் ஏற்பட்டது. வசிஷ்டர் வருகிற நேரம் ஆகிவிட்டதை நினைக்க, அவளுக்குத் 'திகீர்' என்றது; அடுப்பில் அவிந்துகொண்டிருந்த நெருப்பு, அவள் அடிவயிற்றில் மூண்டது. எந்த நெருப்புக்கும், அந்தக் கனிகள் வேகவில்லை!

கனிந்த கனிகள்; இவ்வளவு நெருப்புக்கும் ஏன் வேகவில்லை? வசிஷ்டர் மிகவும் பெரியவர்; அவர் ஏதாவது சூழ்ச்சி செய்திருக்கக் கூடுமா? சூழ்ச்சியோ, சோதனையோ, தவம் ஊனம் ஆகாமல் பார்த்துக் கொள்ள வேண்டியதுதானே அவள் கடமை?

மணாளனாக வரித்த தேவர்பதியை ஸ்மரித்தாள்.

"எனக்கு வழிகாட்டுங்கள், பிரபு!" என்று, மிகவும் தீனமாகப் பிரார்த்தனை செய்தாள்.

'தவத்தால் ஆகாதது ஒன்றும் இல்லை' என்ற வசிஷ்டரின் குரல், அவளுக்குத் தெளிவாய்க் கேட்டது. "என் தவத்துக்கே இழுக்கு ஏற்படும்போல் இருக்கிறதே!" என்ற பீதி, அவளுக்குள் உதைத்துக்கொண்டது.

"உன்னையொத்த பெண்கள், ஆற்றாமைத் தீயில் பொசுங்குவது வழக்கம்... தீயே இல்லாமல், ஒரு தவமா?" என்று அந்தப் பெரியவர் கூறியது, அவளுக்கு நினைவு வந்தது.

அந்த ஞாபகத்தோடு, அவளுக்கு வழியும் தோன்றிவிட்டது!

நெருப்பு, மேலும் அடங்கிக்கொண்டிருந்தது.

அந்த நெருப்பு அணையாத வகையில், மிக நிதானமாகவும் எச்சரிக்கையாகவும் அடுப்புக்குள் இடது காலை இட்டாள்; கிண்ணி யிலிருந்த பசு நெய்யைச் சொரிந்தாள். அந்தக் காலில் தீப்பற்றிக்கொண்டதும், வலது காலையும் நெருப்பில் வைத்தாள்.

இரண்டு கால்களும் உற்சாகமாக எரிந்தன.

அதற்காகவே காத்திருந்தவர்போல், உள்ளே நுழைந்தார் வசிஷ்டர்.

"குழந்தை! என்ன இது? கால்களை, எதற்காக இப்படி எரித்துக் கொள்கிறாய்? கால்களை வெளியில் எடு!" என்று கூக்குரல் இட்டார் வசிஷ்டர்.

"கால்கள் பின்னப்பட்டதால் எழுந்து அஞ்சலி செய்ய முடியவில்லை. மன்னியுங்கள், சுவாமி! தாங்கள் கொடுத்த கனிகளை வேகவைக்கத்தான், கால்களை அடுப்பில் இட்டேன். இதோ, கனிகளும் வெந்துவிட்டன!"

“இது என்ன அக்கிரமம்! எனக்காகவே கால்களை எரித்ததாய்ச் சொல்கிறாயா?” என்றார் வசிஷ்டர், சினமுற்ற குரலில்.

“இல்லை, எனக்காகவேதான் எரித்துக்கொண்டேன்...”

“உனக்காக எரித்ததாக, எப்படிச் சொல்கிறாய்? பழங்களை நீ சாப்பிடப் போகிறாயா?” அவளை, அப்படியும் பேசவிடாமல் மடக்கப் பார்த்தார் முனிவர்.

“என் தர்மத்தைக் காத்துக்கொண்டால்தானே, என் தவம் பலிக்கும்? அதிதியை மகிழ்விக்கவேண்டியது, என் கடமை. தவம் ஸித்தி பெறவேண்டித்தான், என்னையே ஆகுதி ஆக்கிக்கொண்டேன்” என்றாள் அந்தக் காதல் கோமகள்.

“நன்று, நன்று, நான்தான் பாக்கியவான்!” என்ற கம்பீரமான குரல் புதியதாக, மிக இனியதாக ஒலித்தது.

சுருதாவதி நிமிர்ந்தாள்.

வசிஷ்டர் நின்ற இடத்தில், அவளுடைய லட்சியம் நின்றது. தேவதேவன், தேவலோகச் சக்கரவர்த்தி! இந்திரன்!

காதலுக்குக் கால்கள் முளைத்தன.

வில்லிலிருந்து விடுபட்ட பாணம் என, அவள் அவனை நோக்கிப் பாய்ந்தாள்.

விசாலமான மார்பில், அழகான முகம் புதைந்தது.

‘கால்கள்’ என்ற தலைப்பிலும், இக்கதை பிரசுரமாகியுள்ளது.

கல்கி **(ஜூன் 21, குரோதி, 1964)**

வியாசர் படைத்த பெண்மணிகள் (1968)

அகலிகை முதலிய அழகிகள் (அக்டோபர் 1993)

●

மாளிகை வாசம்

கண்ணாடியில் என் உருவத்தைப் பார்த்த எனக்கே திடுக்கிட்டது. இதைப் போன்ற இதயச் சுமையுடன், இன்னும் கொஞ்சநாள் வாழ்ந்தால், என் உடலையும் அழகையும் மரணத்திடம் ஒப்படைக்க வேண்டியதுதான் என்ற திகில் எழுந்தது.

ஆறு மாசத்துக்கு முன்னால், நானும் என் கணவரும் சேர்ந்து எடுத்துக்கொண்ட முழு உருவப்படம், பக்கத்தில் நின்றது. அந்தப் படத்தைக் கவனித்துப் பார்த்தேன். அந்தக் காலத்தில் இருந்த என்னுடைய அழகையும், இப்போது உதிரும் அழகையும் காண, எனக்கு மிகவும் கிலேசமாக இருந்தது.

அப்போது—ஆறு மாதத்திற்கு முன்னால்—நான் ஒரு கனவு உலகத்தில் வாழ்ந்து வந்தேன். என் அழகைப் பற்றி, எனக்கு மிகுந்த கர்வம் இருந்தது.

செக்கச் செவேலென்று இருக்கும் என் மேனியில், யௌவனத்தின் கட்டுக்கோப்பை வெளியிடும் மெலிந்த பூனா சேலையைக் கட்டிக்கொண்டு, முழங்காலைத் தொடும் நீண்ட கருத்த அளகபாரம் ஊசலாட, ஒயிலுடன் நான் தெருவில் நடக்கும்போது இளமை மனிதன் இமை கொட்டாமல் விரிந்த, வெறி நிறைந்த கண்களுடன் பார்த்துக்கொண்டு நிற்பான். அதில் ஒரு திருப்தி எனக்கு. நான் விரும்பியிருந்தால் — நான் ஒரு விரலை அசைத்திருந்தால் ஆயிரம் மனிதர்கள் என் காலடியில் வந்து விழுந்திருப்பார்கள். என்னுடைய ஒரு புன்முறுவலுக்கு ஆயிரம் இளைஞர்கள் உயிர் கொடுக்க ஆயத்தம் ஆகியிருப்பார்கள். ஆனால், நான் மனிதனை நோக்கிச் சிரித்தேன். அவன் மனத்தில் எரிச்சலை மூட்டி, அவன் கலங்குவதைக் கண்டு சந்தோஷமடைந்தேன்.

தாயும் தகப்பனாரும் என் கலியாணத்திற்கு வரன் தேடும் முயற்சியில் இருந்தார்கள். எனக்கும் விவாகத்தில் வெறுப்பு இல்லை. பெண்களுக்கோ ஆண்களுக்கோ, அந்தப் பந்தம்

எவ்வளவு அவசியமானது என்று எனக்குத் தெரியும். சரியான சமயத்தில் சரியான காரியம் சரியான முறையில் நடைபெற வேண்டிய அவசியத்தையும் நான் உணர்ந்திருந்தேன். ஆனால் அதற்காக, என்னுடைய பேரழகை, அதன் மதிப்பு அறியாதவனிடமோ, குரூபமானவனிடமோ அடிமையாக்க எனக்கு இஷ்டமில்லை. எனக்குத் தகுந்த புருஷனுடன் – அவன் அழகன், அறிவாளி இன்பமாகக் கூடிவாழவேண்டும் என்ற ஆசைதான், எனக்கு இருந்தது; நியாயமான ஆசைதானே?

அதை, என் பெற்றோரிடம் தெரிவித்தேன். என் விருப்பத்தைப் பூர்த்தி செய்வதாக அவர்கள் ஒப்புக்கொண்டார்கள். என் தகப்பனாருக்கு, என் மனோபாவம் நன்றாகத் தெரியும். அவருக்கும் என் அழகில் ஒரு பெருமை; ஆகவே அவர் எனக்காக மிகவும் அழகான புருஷனைத் தேடிக்கொண்டிருந்தார்.

என்னிடம் பல இளைஞர்களின் 'போட்டோக்கள்' வந்து குவிந்தன. பெரிய பணக்காரரின், அழகான ஒரே பெண்ணை மணம் செய்துகொள்ள, யாருக்குத்தான் தயக்கமாக இருக்கும்? ஆனால் ஒருவனுடைய படமும் எனக்குப் பிடிக்கவில்லை. எனக்கே, சில சமயம் ஆச்சரியமாகக்கூட இருந்தது – அந்தப் படங்களை அனுப்பியவர்கள், கண்ணாடியில் முகம் பார்த்துக்கொள்வதே இல்லையா! அத்தனை கோரம்!

கடைசியில் அவருடைய படம், எப்படியோ என்னிடம் வந்து சேர்ந்தது. அதைப் பார்க்கும்போதே, நான் என் மனதைப் பறிகொடுத்தேன். இவ்வளவு அழகான மனிதன்கூட இருக்கிறானா என்று எனக்கு ஆச்சர்யமாக இருந்தது. ரவீந்திரரைப்போல் தலைமயிரைக் கத்தரித்து விட்டுக்கொண்டு, மிகவும் அழகான உடையில், கம்பீரமாக நிற்கும் அந்த உருவத்தைப் பார்க்கப் பார்க்க, என் உள்ளம் பூரித்தது. அந்தப் படத்திடம், நான் என்னைப் பரிபூரணமாக ஸமர்ப்பித்துக்கொண்டேன்.

இரவு முழுவதும், அந்தப் படம் என் மார்பிலே கிடந்தது. தூக்கம் கலையும்போதெல்லாம், நான் அதைப் பலமுறை முத்தமிட்டேன். என்னுடைய எதிர்காலப் புருஷரின் அந்த அழகு, ஓயாத சஞ்சலத்தை உண்டாக்கிக்கொண்டிருந்தது.

என்னுடைய நினைவைப் புரிந்துகொண்டார்கள் என் பெற்றோர்கள். தங்களுடைய ஒரே பெண்ணின் நலத்தை வேண்டி, அவர்கள் அந்தப் படத்தின் சொந்தக்காரருக்கு எழுதி, என்னுடைய விவாகத்துக்கு முடிவு செய்தார்கள். முடிவு செய்வதற்கு முன், என் தகப்பனாரே ஒருமுறை நேரில் சென்று, 'அவரைப் பார்த்துவிட்டு வந்தார்; மிகவும் திருப்தியுடன் சொன்னார்; "நீலா! நீ அதிர்ஷ்டக்காரிதான். பையன் மிகவும் அழகாக இருக்கிறான்; ரொம்ப ஸாது; அதிகம் படிக்கவில்லையாம்; ஆனாலும் நல்லவன்; வெகுளி; ஏராளமாகச் சொத்தும் இருக்கிறது. தகப்பனார் இல்லை; தாயாரோ ரொம்ப நல்லவளாக இருக்கிறாள். உனக்கு என்ன குறைச்சல்?"

கடைசியில் கல்யாணம் நடந்துவிட்டது. பெரிய வீட்டு முகூர்த்தத்தில், நெருக்கடிக்குச் சொல்லவா வேண்டும்? அந்த நெருக்கடியிலும் கும்மாளத்திலும், அவரை நான், எப்படியோ கள்ளத்தனமாகப் பார்த்தேன்.

அவருடைய அழகு என்னைப் பரவசப்படுத்தியது. அழகான தலைமயிர், விசாலமான நெற்றி, சலிக்கும் கருவிழிகள், அகன்ற மார்பு – எல்லாம் எனக்கு ஒரு போதைக் கனவுபோல்தான் இருந்தது. என்னுடைய பாக்கியத்தை எண்ணிப் பூரிப்படைந்தேன்.

தடபுடல் எல்லாம் முடிந்து, என் ஹிருதயத்தில் தம்முடைய உருவப்படத்தைப் பதித்துவிட்டு, அவர் ஊருக்குச் சென்றுவிட்டார்; பிறகு சிறிது காலம், எதிர்கால இன்பக் கற்பனையிலும் நிகழ்காலத் துயரத்திலும், எவ்வாறோ கழிந்தது!

அப்பால் ஒரு கத்தைக் கனவுகளுடன், புக்ககம் போகப் புறப்பட்டேன்; அவரிடம் எப்படிப் பேசுவது, அவருக்கு எப்படி எப்படிப் பணிவிடை செய்து திருப்தி செய்வது என்பதைப் பற்றி எல்லாம், பல யோசனைகள் செய்துவைத்திருந்தேன்.

வந்துசேர்ந்தேன் புக்ககத்திற்கு. முதலாவதாக. அங்கே எனக்கு ஆச்சரியம் ஊட்டிய விஷயம் – மாமியார்தான். கதைகளில் படித்திருக்கிறேன், வாழ்க்கையிலும் பார்த்திருக்கிறேன். மாமியார்கள் செய்யும் 'லூட்டி'யை. ஆனால், என்னுடைய மாமியார், பரம ஸாது. என் அகத்துக்காரர் என்னை விட்டுவிட்டுச் சென்றவுடனே, என்னைக் கூப்பிட்டாள் அவள். தழுதழுத்த குரலில் கூறினாள்: "நீலா, ஜம்பு குழந்தைபோல்; மிகவும் செல்லமாக அவனை வளர்த்துவிட்டேன். ஒரே குழந்தை; அப்பாவும் சிறுவயதிலே போய்விட்டார். உலக விவகாரம் ஒன்றுமே, அவனுக்குத் தெரியாது. நீதான், அவனைப் பார்த்துக்கொள்ள வேண்டும்!"

பதில் பேசாமல் தலைகுனிந்துகொண்டிருந்தேன். அவள் மறுபடியும் சொன்னாள்: "எனக்கும் வயதாகிவிட்டது; போகவேண்டிய காலம்தான்; அவன் நாதி இல்லாதவன் ஆகிவிடுவான்; நீதான் கவனித்துக்கொள்ள வேண்டும்."

பேசும்போதே, அவளுடைய குரலில் அழுகை ஒலித்தது; எனக்கு மிகவும் தர்மசங்கடமாகிவிட்டது. 'வயதானவர்களே இப்படித்தான்' என்று நினைத்துக்கொண்டு, மௌனமாக இருந்துவிட்டேன்.

என் மனத்திற்குள்ளும், அவிக்க முடியாத ஆசை பெருகிக்கொண்டேயிருந்தது. மாமியார் இல்லாத சமயத்தில், 'அவருடன்' பேச வேண்டும் என்ற இச்சை, அதிகமாகி வந்தது. அவள் இருக்கும்போதே பேசலாம்; ஆனால் எனக்கு ஸங்கோசமாக இருந்தது. ஒரே வீட்டில் இருக்கிறோம்; என்னைப் போலவேதானே அவரும். வெட்கத்தினால் பேசாமல் இருக்கிறாரோ என்று நினைத்துக்கொண்டேன். நான் சமையல் அறையிலிருந்து, வெளியே தலைகாட்டுவதில்லை.

இரண்டு மூன்று நாளைக்குப் பிறகு, மாலையில் மாமியார் கோயிலுக்குப் போயிருந்தாள். அந்தச் சமயத்தில், வெட்கத்தால் ஏற்பட்ட தயக்கத்துடன், 'அவர்' இருந்த அறைக்குச் சென்றேன். அதே சமயம் 'அவரும்', அறையின் வெளியே வந்துகொண்டிருந்தார்.

"நீலா!" என்றார் அவர்.

அந்தக் குரலைக் கேட்டதும் எனக்கு மனம் ஜில்லிட்டது; பெண்களைப் போல் நீட்டிக் கீச்சுக்குரலில் பேசினார் அவர்! நடக்கும்போதும், கைகளை வளைத்து, நடனமாது போன்று நடந்தார்.

என் மனதில் ஏதோ ஒன்று அழுத்தியது. ஆனால் சமாளித்துக்கொண்டு, பேசாமல் நின்றேன்.

"நீலா, அம்மா கோயிலுக்குப் போயிருக்கிறாள். எனக்கு உன்னோடு பேச ரொம்ப ஆசையாயிருந்தது. ஆனால் அவள் இருக்கும்போது வருவதற்கு வெட்கமாயிருந்தது. இங்கே வா," என்றார் 'அவர்.'

அந்தக் குரல், எனக்கு ஏனோ அருவருப்பு உண்டாக்கிற்று. அழுகையும் வந்தது. ஆனால் அடக்கிக்கொண்டு, அறையைச் சுற்றிப்பார்த்தேன், அவரைப் பார்க்காமல்.

அறையில் ஏராளமான படங்கள் இருந்தன. ஆனால் எல்லாவற்றிலும் என் மனதை மிகவும் கவர்ந்த படம் – 'அவரை'ப் போலவே முகத்தோற்றமுள்ள ஒரு பெண்ணின் படம். ஒருவேளை 'அவருடைய' சகோதரியாக இருக்குமோ என்று நினைத்தேன்; ஆனால் அவருக்கு அப்படி யாரும் இல்லை என அப்பா நிச்சயமாகச் சொன்னாரே!

இனி, 'அவருடன்' பேசாமல் இருப்பதும் எப்படி? ஆகையால் மெதுவாகக் கேட்டேன். "இந்தப் படம் யாருடையது? உங்களுக்கு யாராவது தங்கை, தமக்கை இருக்கிறார்களா?"

அவர் சிரித்தார். ஐயோ, அந்தச் சிரிப்பு, பெண்கள் சிரிக்கும் அந்தச் சிரிப்பு! சகிக்கமுடியவில்லை என்னால்!

"அந்தப் படம் நான்தான்!"

இதைக் கேட்டதும், திடீரென்று எனக்கு ஒரு சந்தேகம் பிறந்தது. ஒருவேளை, அவர் சிறந்த நடிகராக இருக்கலாம்; ஸ்திரீ வேஷத்தில் அந்தப் படத்தைப் பிடித்துக்கொண்டிருக்கலாம். புதிதாக மனைவியைச் சந்திக்கும் இச்சமயத்தில், தமாஷ் செய்ய வேண்டி, இவ்வாறு நடித்துக் கொண்டிருக்கலாம் என்று தோன்றியது எனக்கு.

நாற்காலியில் உட்கார்ந்திருந்த அவர் கூப்பிட்டார்; "நீலா, என் பக்கத்தில் வா."

போனேன்; நாற்காலிக்கு எதிரிலிருந்த மேஜைமீது, ஒரு பெரிய நிலைக்கண்ணாடி பொருத்தியிருந்தது, மேஜைமேல் வரிசையாகப் பலவித சென்ட் பாட்டில்கள், ஸ்னோக்கள், ஹேர்பின்கள், வாசனைத் தைலங்கள் – எல்லாம் இருந்தன. பெண்களின் 'டிராயிங்ரூம்'போல் இருந்தது, அந்த அறை.

அவர் தலைவாரிக்கொண்டிருந்தார். "நீலா, இந்த 'ஹேர்பின்'னைக் காதின் பக்கமாகச் சரியாகப் போட்டுவிடு பார்க்கலாம்,"என்றார்.

நான் செய்தேன்; சந்தோஷத்துடன்தான். அவர், எனக்கு ஏதோ 'நடிப்பு' காட்டப்போகிறார்! அந்தக் கலையில் எவ்வளவு உயர்ந்திருக்கிறார் என்று பார்க்கலாமே என்ற ஆவல்.

ரொம்ப நேரம் வரை கிராப்பை வாரிவிட்டுக்கொண்டார்; பின்னர் 'ஸெண்ட்'எடுத்துப் பூசிக்கொண்டார். அப்பால் குழைத்து வைத்திருந்த சந்தனத்தை எடுத்துத் தடவிக்கொண்டார்; கழுத்தில்கூட.

அவருடைய 'ஸ்திரீ பார்ட்டை'ப் பார்க்க ஆர்வத்துடனிருந்த என்னால், அதிக நேரம் பொறுக்க முடியவில்லை. ஆனால், வெட்கம் என்னைப் பேசவிடவில்லை. அதற்குள் மாமியார் குரல் கேட்டது; "நீலா!"

நான் சங்கோசத்துடன் ஓடிப்போய்விட்டேன், உள்ளே.

அன்றிரவு நன்றாகத் தூங்கினேன். 'அவருடைய' கலா மேதையைக் காண்பதற்குள் கரடிவிட்டாளே மாமியார் என்ற குறை, எனக்கு! மறுநாள் காலையில், எனக்கு எழுந்திருக்கும்போது வெகுநேரம் ஆகிவிட்டது. விழிக்கும்போதே 'அவர்' இருக்கும் அறையில், ஏதோ சத்தம் கேட்டது, 'அவருக்கும்' மாமியாருக்கும் ஏதோ தகராறு நடந்துகொண்டிருந்தது.

அவள் சொல்லிக்கொண்டிருந்தாள்: "பாவி, என் மானத்தை வாங்குகிறாயே! நல்லவேளையாக, அவள் இன்னும் விழித்துக் கொள்ள வில்லை. இதென்ன கூத்து! வேண்டாமடா! அந்தச் சேலையை இப்படிக் கொடு! அதைக் கீழே போடு, சீக்கிரம்... முகத்திலே பூசியிருக்கிற மஞ்சளைக் கழுவு; போ! சீக்கிரம்!"

சேலையாவது மஞ்சளாவது? எனக்கு ஒரே பிரமிப்பாயிருந்தது. சுவருக்குப் பக்கத்தில் நின்று கவனித்துக் கேட்டேன்.

"இல்லை, அம்மா. நான் இன்றைக்குச் சேலைதான் கட்டிக்கொள்ளப் போகிறேன். நீலாவுக்கு, ரொம்பப் பிடிக்கும்!"

"அடப் பாவி! அவளுக்கு வேறு தெரியும்படி செய்துவிட்டாயா?"

அவர்... கோபமாகப் பேசினார்:

"நீ இப்போது அந்த வளையல்களையும் சேலைகளையும் கொடுக்கப் போகிறாயா, இல்லையா? எனக்கு ரொம்பக் கோபம் வந்துவிடும், தெரியுமா?"

எனக்கு ஒன்றும் புரியவில்லை. இது என்ன நாடகம்? அறையை விட்டு, மெதுவாக வெளியே வந்தேன். அவர்கள் இருந்த அறை உள்பக்கம் தாழிட்டிருந்தது. சாவித்துவாரம் வழியாகப் பார்த்தேன்.

அவருடைய ஒருகையில் பொன் கண்ணாடி வளையல்களும், இன்னொரு கையில் ஒரு சேலையும் இருந்தன. 'அவர்' முகத்தில் சுமங்கலிபோல் மஞ்சள் பூசிக்கொண்டு, அந்தச் சேலையும் வளையல்களும் கொடுக்கும்படி வம்பு செய்துகொண்டிருந்தார். கடைசியில் அவரைப் பிடித்துத் தள்ளி, எல்லாவற்றையும் தூக்கி அலமாரியில் வைத்துப் பூட்டிவிட்டு, வேறுவாயில் வழியாக அவரை வெளியில் இழுத்துச் சென்றார் மாமியார்.

எல்லாம் விளக்க முடியாத ஒரு புதிர் போன்று இருந்தது எனக்கு. ஏதேதோ எண்ணிப் புலம்பும் மனதுடன், மறுபடியும் படுக்கைமேல் போய் விழுந்தேன். முந்தின நாள் நடந்த நிகழ்ச்சிக்கும், இன்று நடப்பதற்கும் உள்ள சம்பந்தம் ஒன்றுமே எனக்குப் புரியவில்லை. கண்களை மூடிக்கொண்டு, பேசாது கிடந்தேன்.

கொஞ்ச நேரத்துக்கப்பால், அறையில் காலடிச் சத்தம் கேட்டது. பாதிக் கண்களைத் திறந்து பார்த்தேன் – 'அவர்?' மெதுவாக, பூனைபோல் கால்மேல் கால் எடுத்துவைத்து வந்தார். என்னுடைய துணிகள் உள்ள இடத்துக்குச் சென்று, என் 'பாடி' ஒன்று, ரவிக்கை ஒன்று, சேலை, மூன்றையும் சுருட்டிக்கொண்டு வெளியே புறப்பட்டார். அந்தச் சமயத்தில் வந்து சேர்ந்தாள் மாமியார்!

"அட, மறுபடியுமா! சொன்னால் கேட்கமாட்டாயா? அதையெல்லாம் கீழே போடு!" என்று கத்தினாள் அவள்.

"மாட்டேன், மாட்டவே மாட்டேன்," என்று அவளைவிட, உரத்துக் கத்தினார் 'அவர்.'

தாங்கமுடியாமல், அப்போதுதான் கண்விழிப்பவள்போல் எழுந்து உட்கார்ந்தேன். நான் எழுந்ததைப் பார்த்ததும் அவர், "இதோ பார் நீலா, நான் சேலை கட்டிக்கொள்கிறேன் என்றால், அம்மா விடமாட்டேன் என்கிறாள். எனக்கு வெட்கமாயிருக்கிறது?" என்றார்.

வயதான மாமியார் கூக்குரலிட்டாள். அவர்மேல் பாய்ந்து, கையிலிருந்த துணிகளை எடுத்து எறிந்துவிட்டுப் 'பரபர'வென்று இழுத்துச் சென்று பக்கத்து அறையில் அடைத்துவிட்டாள். உள்ளிருந்து அவர் கொஞ்ச நேரம் கத்திக்கொண்டிருந்தார்; பிறகு அடங்கிவிட்டார்.

மாமியார், என் முகத்தில் விழிக்கவே வெட்கப்பட்டாள் போலும். ஏதேதோ வேலையில் ஈடுபட்டிருப்பவள்போல், பாசாங்கு செய்து கொண்டிருந்தாள்.

ஆனால், என் நெஞ்சு தத்தளித்துக்கொண்டிருந்தது. உண்மையை அறிய வேண்டும் என்ற ஆவலுடன், வலுக்கட்டாயமாக நானே அவளிடம் சென்றேன்.

"இது என்ன மாமி?" என்று மெதுவாகக் கேட்டேன்.

அவள் தயங்கினாள். ஏதோ கூறி மழுப்ப முயன்றாள்; ஆனால் நான் விடவில்லை. கடைசியில் கூறினாள்; "அவனுக்கு இது ஒரு பைத்தியக்காரக் குணம் – எப்போதாவது இப்படி வேஷம் போட்டுக்கொள்ள வேண்டும் என்று தகராறு செய்வான்."

"அந்தப் படம்? பெண் வேஷத்துடன்..."

"ஆமாம். பெண் வேஷத்துடன், ஒருமுறை எடுத்தது..."

பிறகு, அவள் நழுவிட்டாள். என்னுடைய நாடிகள் அனைத்துமே, இடம் பெயர்ந்து நழுவுவது போன்ற உணர்ச்சி, எனக்குள். ஒருவேளை 'அவர் பைத்தியமேதானோ?' என்ற சந்தேகம், என் மனதைப் பிளந்தது. 'அது எப்படி முடியும்? கலியாண சமயத்தில் மிகவும் அமரிக்கையாக நடந்துகொண்டாரே?' என்ற சிந்தனை, மறுபுறம். ஒன்றுமே தோன்றாமல், திகைப்பு உண்டானதுதான் மிச்சம்.

ஆனால், என்னுடைய சந்தேகம், இரண்டுமூன்று நாட்களில் தீர்ந்துவிட்டது. அன்று மாமியார் – தற்செயலாக வெளியே போயிருக்கும் சமயம் – 'அவரை' அண்டினேன்.

அப்போதுதான், எனக்கு உண்மை புலப்பட்டது. ஐயோ! 'அவர்' அல்ல' – அவனே' அல்ல – ஆணோ அல்ல – பெண்ணும் அல்ல – 'அவர்' என்று நான் நினைத்தது, தொழுதது எல்லாம் ஒரு வெறும் 'அது'தான் – அலி! பேடி!

எனக்கு இடிவிழுந்தாற்போல் ஆகிவிட்டது. சிரிப்புடன் பிறந்த என் வாழ்க்கை அழுகையாகிறது; அந்த மாமியார் மீது சொல்ல முடியாத அருவருப்பு உண்டாயிற்று. பேடியைப் பெற்றெடுத்த அந்தப் பெண் பிள்ளையின் சூதுதான் இவ்வளவும். அதனால்தான் 'அதை', என் தகப்பனாரின் முன்னிலையில், அதிகமாகப் பேசவிடவில்லை. அதனால்தான் கலியாண சமயத்திலும், மணமகனுக்கு 'அதிக தடபுடல் வேண்டாம்' என்று, அடிக்கடி குறுக்கிட்டுக்கொண்டிருந்தாள்.

நான் தனிமையில் அழுதேன். அவள் வந்ததும் பாய்ந்து அருகில் சென்றேன், அழுகையுடனேயே.

"ராக்ஷஸி! சூதுக்காரி! என்னுடைய வாழ்க்கையையே நாசம் செய்துவிட்டாய்!" என்று கத்தினேன்.

திடுக்கிட்டவள் போல் கூறினாள்:

"ஏன் என்ன விஷயம்? மெதுவாகச் சொல்லு, அம்மா!"

அவளுடைய சாந்தமான பேச்சு என் நெருப்பை இன்னும் அதிகப்படுத்தியது.

"சண்டாளி, அலிக்குக் கலியாணம் செய்துபார்க்கவேண்டும் என்று உனக்குத் தோன்றியதா? பேடியைப் பெற்றதும்அல்லாமல், கல்யாணம் செய்து 'சொகுசு' வேறு பார்க்க நினைத்தாயா?"

அவள் பிரமிப்புடன் விழித்துக்கொண்டே, மெதுவாகக் கூறினாள்: "நிஜமாகவா? எப்போதாவது சேலைகட்டிக்கொண்டால் – அலியாகி விடுவானா?... இல்லை..."

"போதும், போதும்! 'அவன்' என்று சொல்லாதே அது, அது, அது?"

தாங்கமுடியாத அழுகையுடன், கீழே விழுந்தேன். அவள் போய்விட்டாள். அந்தப் பெரிய வீடு, பெரிய சுடுகாடுபோல் தோன்றியது. கடினமான நினைவுகள், வந்து வந்து மோதின. என்னுடைய இந்த நிலைமைக்குப் பொறுப்பாளி யார்? என்னுடைய அந்தக் கற்பனைக் கல் கோட்டை, அகம்பாவ அஸ்திவாரம் தகர்ந்துபோனதற்குக் காரணம் என்ன? அழகான புருஷனை வேண்டினால், அதற்கு இந்த மாதிரியான தண்டனையா தெய்வம் கொடுக்கும்?

குப்புறக்கிடந்து, வெகுநேரம் அழுதுகொண்டிருந்தேன். யாரோ என் முதுகை மெதுவாகத் தடவினார்கள். நிமிர்ந்து பார்த்தேன்... அவள்.

மெதுவாகச் சொன்னாள்: "நீலா"

இப்போது நான் ஆத்திரப்படும் நிலையில் இல்லை. மனதில் வேதனை மிகுந்த பாரம் தேங்கியிருந்தது. ஆகையால், மௌனமாக இருந்தேன்.

“நான் இப்படி நினைக்கவே இல்லை... நிஜமாக ஒரு பைத்தியக்காரக் குணம் என்றுதான் எண்ணியிருந்தேன். சின்ன வயதிலேயே அவனுடைய தகப்பனார் செத்துவிட்டார். நான் அவனை, ரொம்பச் செல்லமாக வளர்த்தேன். அந்தக் காலத்தில், அவனுக்குச் சடைபின்னி, பெண்போல் அலங்காரம் செய்து அழகு பார்ப்பதில் எனக்கு ஒரு திருப்தி. அதனால்தான் அவன் படிக்கவுமில்லை; வீட்டை விட்டு வெளியே போவதேயில்லை. வயது வந்த பிறகுகூடத் திடீர் திடீர் என்று சேலை கட்டிக்கொள்ள வேண்டுமென்று சொல்லி, கட்டியும் கொள்வான். நானும் அவன் கேட்பதற்குத் தடை சொல்வதில்லை. அவன் வளையல்கள்; தொங்கல், மாட்டல் எல்லாம் கேட்டபோது உடனே வாங்கிக்கூடத் தந்தேன். இவையெல்லாம், ஒருகாலத்தில் என் மருமகளுக்கு உபயோகப்படப் போகிறது என்பதற்காகத்தான், இப்படிச் செய்தேன். நீலா! மகனுக்குக் கலியாணம் செய்து சந்தோஷப்படுவதைப் பார்க்க வேணும் என்றுதான் நான் ஆசைப்பட்டேன். ஆனால் – இது இப்படி முடியும் என்று நான் நினைக்கவேயில்லை... ... ...”

ஒரே மூச்சில் அவள் சொல்கிறாள்; அவள் தெரியாமல் செய்த பிழை என்கிறாள்; மகனுக்குக் கலியாணம் செய்து களிக்க ஆசைப்பட்ட தாய் அவள்; அவள்மீது யாதொரு தவறுமில்லை. ஆனால், என் வாழ்க்கை என்ன ஆவது, இனி?

“அவனை நான், உன் தகப்பனார் முதலானவர்களிடம் அதிகம் பேசவிடாமல் தடுத்ததற்குக் காரணம்கூட அதுதான்; அவனுடைய பேச்சு, நடையினால் கலியாணத்துக்கு மறுத்துவிடுவாரோ என்று நான் பயப்பட்டேன். ஆனால் நான், இப்படி நினைக்கவேயில்லையடீ! உன்னுடைய வாழ்க்கையைக் கெடுப்பதால், எனக்கு என்ன லாபம் வந்துவிடப்போகிறது?...”

கிழவி பேசினாள்; அழுதாள்; அவள்மீது வந்த என்னுடைய சினம் தணிந்துவிட்டது; பரிதாபம் மேலிட்டது; நான் அழுதேன்.

அன்று இரவே, அவளுக்குக் கடுமையான ஜ்வரம் கண்டது. இரண்டு நாட்கள் வாய்க்கு வந்தபடிப் பிதற்றிக்கொண்டிருந்தாள். தெரியாமல் செய்த பிழைக்காக, என்னிடம் மன்னிப்பு கேட்டாள். பணப்பெட்டியின் சாவியை என்னிடம் கொடுத்தாள்; கால்களில் விழுந்து கெஞ்சினாள். அப்பால் இரண்டு மூன்று நாளில் அவள் கதை முடிந்துவிட்டது.

அவளுக்குப் பக்கத்தில் பணிவிடை செய்துகொண்டிருந்த எனக்கு, வேறு ஒரு சிந்தனை செய்யவும் நேரம் இல்லை. அவள் இறந்த செய்தியைத் தகப்பனாருக்குத் தெரிவிக்கவே இல்லை; சடங்குகளை எல்லாம் இரவோடு இரவாக முடித்துவிட்டேன்; ‘அது’வும் நானும், புருஷனும் மனைவியுமாக நின்று, கருமாதிகளை முடித்தோம். ஆமாம்; புருஷனும் மனைவியுமாகத்தான்!

இப்போது வீட்டில் நாங்கள் இருவர்தான்; அந்தப் பெரிய மாளிகை என் கைவசம்; பெட்டிச் சாவியும் என்னிடம்தான். நான் நினைத்தால் பணத்தில் புரளலாம்; ஆனால், பணம் புருஷனாகுமா?

ஆகும். ஆனால், உலகம் ஏற்குமா? என் பெற்றோர்கள்தாம் சம்மதிப்பார்களா? எனக்குப் 'புருஷன்' இல்லை; எனக்கு நடந்த கலியாணம் ஒரு பொம்மைக் கலியாணம்தான்; எனக்கு இன்னும் கன்னி கழியவில்லை என்று எப்படிச் சொல்வது? அவர்கள் நகைக்கமாட்டார்களா? கழுத்தில் இருக்கும் இந்தத் தாலி, இது வாஸ்தவமில்லை என்று எப்படி விளக்குவது?

அப்பாவிடம் போகலாம்; ஆனால் பயன்? அவர் என்ன செய்வார்? நான் தர்மப்படியும் சட்டப்படியும் கலியாணம் ஆகாதவள்தான் என்று, அவரிடம் நிரூபிப்பதுதான் எப்படி?

அந்தப் பெரிய வீட்டை நோக்கினேன். பெரிய பீரோவில் உள்ள நகை, பணத்தையும் பார்த்தேன். அவைகளை, நான் ஏன் அனுபவிக்கக் கூடாது? அவைகளை நான் ஏன் விட்டுச்செல்ல வேண்டும்?

ஒரே திகைப்பில் இருந்த நான், இறுதியான ஒரு முடிவுக்கு வந்தேன். இந்த வெட்கக்கேட்டை வெளி உலகில் சொல்லிக்கொண்டு, அவமானப் படுவதைவிட, வாழ்க்கையையே ஒரு 'நடிப்பாக'க் கழித்துவிடுவது என்று தீர்மானித்தேன். 'அதை' அதனுடைய இஷ்டப்படி விட்டுவிட்டு, நான் ஊரில் உள்ள பெண்களுடன் சேர்ந்து திரிய ஆரம்பித்தேன்.

புதுமைப்பெண் சமூகம், என்னை மிகவும் பிரியத்துடன் ஏற்றுக் கொண்டது. 'டீ'க்காக உடுத்துக்கொண்டு, சகல அலங்காரத்துடன் ஊரின் பெண் முன்னேற்றத்துக்குப் பாடுபட ஆரம்பித்தேன்! ஆனால், வெளியில் எவ்வளவுதான் நிம்மதியாகத் தோன்றினாலும், உள்ளுக்குள் திகிலாகவே இருந்தது. என்னுடைய தாம்பத்ய ஜீவியத்தின் உண்மை நிலையை, அந்தச் சமூகம் அறிந்தால், என்னுடைய மதிப்புக்குப் பங்கம் ஏற்பட்டுவிடுமே என்ற பயம். புருஷனும் மனைவியுமாகச் சேர்ந்து சந்தோஷமாகச் செல்வதைப் பார்த்தால், சகிக்க முடியாத வியாகூலம்; குழந்தைகளைக் கண்டால் விவரிக்க முடியாத ஏக்கம்; கட்டுப்படுத்தப்பட்ட யௌவனத்தின் சவுக்குகள் வேறு; என்னுடைய கர்வத்துக்குக் காரணமான அழகு சரிந்து போகும் பரிதாபம். ஆனால், வெளியிலோ, முகத்திலோ ஒரு 'பாவனை' மகிழ்ச்சி! இந்தப் போலி இரட்டை வாழ்க்கை, எத்தனை நாள்தான் நிலைக்கமுடியும்? எத்தனை நாள்தான் 'சரியாக' நடிக்கமுடியும்? என்றாவது ஒருநாள், என் நடிப்பில் தவறு ஏற்படாதா? அந்தத் தவறை, உலகம் காணமுடியாவிட்டாலும், எனக்குக் கூடவா தோன்றாமல் போய்விடும்? அந்த நாள், என் கதி, என்ன ஆகும்?

அந்த நாளே வந்தது! என்னுடைய வாழ்க்கையின் போக்கை நிர்ணயிக்கும் அந்தத் தினமே வந்துவிட்டது!

அன்று, என்னுடைய தோழி ஒருத்தி வந்து சேர்ந்தாள். அந்த வீட்டில், என் சிநேகிதிகளில் யாரையுமே நான் வரவிடுவதில்லை; தவறி வந்துவிட்டாலும், 'அது' வெளியே வந்துவிடாதபடி ஜாக்கிரதை எடுத்துக் கொள்ளுவேன். ஆனால், எதிர்பாராத சமயத்தில் அவள் வந்துவிட்டதால், என்னால் ஒன்றும் செய்ய முடியவில்லை.

அவள் ஏதோ ஊர்வம்பு அளந்துகொண்டிருந்தாள், சிறிது நேரம். விஷமக்காரியான அவளுடைய பார்வை, 'அது'வும் நானும் சேர்ந்து

கலியாண சமயத்தில் பிடித்துக்கொண்ட படத்தின் மீது விழுந்துவிட்டது. கேலியாகக் கூறினாள்; "சரியான ஜோடிதான்! ஏண்டி, இவ்வளவு அழகான புருஷனை விட்டுவிட்டு ஊர் சுற்றுவதற்கு, உனக்கு எப்படித்தான் மனசு வருகிறது?"

எனக்குச் 'சுரீர்' என்றது; பேசவில்லை. அவள் மறுபடியும் நையாண்டி செய்தாள்; "அவருக்குத்தான், உன்னை விட்டுவிட்டு எப்படி இருக்கமுடிகிறது? இவ்வளவு வாசனையுள்ள புஷ்பமாச்சே, வேறு யாராவது முகர்ந்து பார்த்துவிடப் போகிறார்களே என்ற பயமே, அவருக்கு ஏற்படுவதில்லையோ?"

அசட்டுச் சிரிப்புடன், "அவர் ஒரு புஸ்தகப் பைத்தியம் எப்போதும்," என்றேன்.

"சரிதான். அதுக்குள்ளே, இந்தப் புஸ்தகத்தை, எவனாவது தட்டிக்கொண்டு போய்விடுவான்," என்று சொல்லிக்கொண்டே அவள், என் கன்னத்தைத் தட்டினாள்.

அதே சமயத்தில், பின்புறம் யாரோ கதவைத் திறக்கும் சத்தம் கேட்டது. அவள் திரும்பிப் பார்த்துச் சொன்னாள்; "யாரோ, உனக்கு வேண்டியவர்கள்..."

நான் பார்த்தேன் – 'அது'!

சேலையுடன், முகத்தில் ஸ்னோவையும் பவுடரையும் பூசிக்கொண்டு, கைகளில் வளையல்களை அணிந்துகொண்டு, தலையில் முக்காடு போட்டுக்கொண்டு!

பொறுக்கமுடியாமல் எழுந்து ஓடி, 'அதை' இழுத்துக்கொண்டு வெளியில் வந்தேன். ஆத்திரத்தில் ஒன்றும்புரியாமல் சொன்னேன்: "பிணமே, இப்போது ஏன் இங்கே வந்தாய்? உன் நாடகத்தை, இப்போதுதானா காட்டவேண்டும்?"

"நீலா..." என்று ஏதோ ஆரம்பித்த 'அதனு'டைய வாயை மூடி ஓர் அறையில் தள்ளிக் கதவைச் சாத்தினேன்.

ஒன்றும் விளங்காமல் விழித்துக்கொண்டிருந்த தோழியிடம், பாசாங்குச் சிரிப்புடன், "அவள் ஒரு பைத்தியம்" என்றேன்.

"அப்படியா? நான் யாரோ ஒரு பெரிய மனுஷி என்று நினைத்தேன். ரொம்ப ஜோரா, 'டிரஸ்' பண்ணிக் கொண்டிருந்தாளே!"

பிறகு ஏதேதோ பேசிக்கொண்டிருந்தோம்; பின்னர் அவள் போகும்போது சொன்னாள்: "நாளைக்கு நான் என் 'ஹஸ்பெண்'டுடன் சினிமாவுக்குப் போகப்போகிறேன். நீயும் உன் புருஷனைக் கூட்டிக்கொண்டு வரவேண்டும், என்ன? கட்டாயம்! 'மிஸ்' பண்ணக் கூடாது..."

அப்பா! அவள் போய்விட்டாள். எனக்கு மிகவும் ஆயாசமாக இருந்தது. புருஷனுடன் சினிமாவுக்கு! புருஷன், ஏது எனக்கு? புருஷன் என்று ஒருவன் இருந்தால்தானே, அவன் என்னுடைய அழகில் மயங்கி,

என்னை வெளியில்கூடப் போகவிடாமல் பக்கத்தில் வைத்துக்கொண்டு பாதுகாக்கப் போகிறான்? எனக்குத்தான், புருஷன் இல்லையே!

எதிரிலிருந்த கண்ணாடியில், அஸ்தமிக்கத் தொடங்கும் என் அழகைக் கண்டேன். என் அழகும் இளமையும் வீணாக வேண்டியவைதானா? நான் ஏன் வீணாக்கவேண்டும்? இந்தப் 'பொய்' வாழ்க்கையை, ஏன் நடத்தவேண்டும்?

வெகுநேரம் யோசித்தேன். கடைசியில் குரூரமானதொரு எண்ணம் பிறந்தது. ஆம்; ஒன்று, அது தொலையவேண்டும். உறுதியுடன் எழுந்தேன். கடைவீதிக்குச் சென்று, சாப்பிட்டவுடன் கொல்லக்கூடிய ஒரு விஷத்தை வாங்கிவந்தேன்.

கொலை! நான் கொலை செய்ய, முடிவு கட்டினேன். பாலில் அந்த விஷத்தைக் கலந்து, 'அதை'த் தீர்த்துவிட வேண்டியதுதான். இரவு நெருங்க நெருங்க, என் நடுக்கம் அதிகமாகிக்கொண்டிருந்தது.

இன்னொரு நினைவு முளைத்தது. இறுதிக்காலத்திலாவது, 'அது' கொஞ்சம் சந்தோஷப்படட்டுமே? 'அதனிடம்' சென்று, பிரியமாகப் பேச்சுக் கொடுத்தேன்.

'அது' மிகவும் மகிழ்ச்சியடைந்தது. நான் அங்கே வந்ததிலிருந்து, 'அதனுடன்' அப்படி நெருங்கிப் பேசினதே கிடையாது. 'அதன்' மீது எனக்கு அருவருப்பு ஏற்பட்டதால், நான் ஒதுங்கியே இருந்தேன். இன்று என்னுடைய மாறுதலைக் கண்டதும் பேரானந்தம் அடைந்தது.

ஏதேதோ பேசின பிற்பாடு, "நீலா, நீ ருக்மணியின் பரதநாட்டியம் பார்த்திருக்கிறாயா? நான் அது போலவே செய்வேனே! நீ பேசுவதில்லை, பார்ப்பதில்லை. இல்லாவிட்டால் முன்பே காட்டியிருப்பேன்." என்றது.

"எங்கே, இன்றைக்குத்தான் பார்க்கலாமே."

உடனே 'அது' ஓடி, உள்ளே சென்றது. கொஞ்சநேரத்தில் நாட்டியத்துக்கு வேண்டிய சகல அலங்காரங்களுடன் வந்து நின்றது; மூக்குத்தி, புல்லாக்கு, ஜடை பில்லை, காலில் சதங்கைகள் – எல்லாம் மிக நேர்த்தியாயிருந்தன.

பாட்டுடன் பாவம்பிடித்து நடனம் செய்யத் தொடங்கியது; "பாலும் கசந்ததடீ, கிளியே!"

நான் பார்த்தேன். அந்த நிலைமையில், பெண் உடையில், நாட்டியம் செய்யும் சமயத்தில் யாரும் 'அதை' ஆண் அலி என்று கருதமாட்டார்கள். அழகான மிகவும் அழகான ஒரு பெண் என்றே நினைப்பார்கள். அழகு மோகம் பிடித்த எந்த ஆண் மகனும், 'அதன்' மீது மையல் கொள்ளக்கூடும். அவ்வளவு அழகாகயிருக்கிறது; எதற்கும் உதவாத இதுவும் அழகாகத்தான் இருக்கிறது; நான் இதை ஏன் கொலை செய்ய வேண்டும்? உலகில் எவ்வளவோ வேண்டாத அழகுகள் இருக்கின்றன; இதுவும் இருந்துவிட்டுப் போகட்டுமே! 'அதனால்' என்னுடைய வாழ்க்கை குலைகிறது என்றால், 'அதை' என் பாதையிலிருந்து விலக்குவதற்குப் பதிலாக, நானே 'அதன்' பாதையிலிருந்து விலகிவிட்டால் என்ன? – நினைவுக் குழப்பம்.

‘அது’ களைத்து நின்றது. நான் வைத்திருந்த பால் ‘கிளாஸை’, ஆவலுடன் கேட்டது. ஆனால் நான், அதைத் தூக்கித் தூர எறிந்தேன்; அது உடைந்து, தூளாகியது.

“அதில் என்னவோ விழுந்திருக்கிறது; தண்ணீர் சாப்பிடலாம்...”

‘அது’ சாப்பிட்டு, கொஞ்ச நேரத்துக்கப்பால் படுத்துவிட்டது.

நிச்சயம் செய்துகொண்டு படுத்தேன்; நிச்சயம் கலையாமல் எழுந்தேன். தாலியையும் கழற்றிப் ‘பீரோ’வில் வைத்தேன். ‘அதனி’டம் எல்லாவற்றையும் ஜாக்கிரதையாக வைத்துக்கொள்ளும்படி சொல்லி, சாவியைக் கொடுத்தேன். விழித்துக்கொண்டு நின்ற ‘அதை’க் கவனிக்க வில்லை; உறுதியுடன், என்ன நேர்ந்தாலும் சரி. அப்பாவிடம் சரண் புகுவதென்ற முடிவுடன், நான் அந்த வீட்டிலிருந்து வெளியே வந்தேன்.

தாம்பத்ய சுகம் பெற, அந்த வீட்டிற்கு வந்தேன். ஆனால் ஒரு சுகமுமின்றி, ஹிருதயச் சுமையுடனும் தீராத ஏக்கத்துடனும்தான் செல்கிறேன்.

இக்கதை, ‘மாளிகை வாசம்’ தொகுப்பில் இடம்பெற்றுள்ளது. இதற்குப் பத்திரிகைப் பிரசுர விவரம் கிடைக்கவில்லை.

மாளிகை வாசம் (நவம்பர் 1964)

எம்.வி. வெங்கட்ராம் கதைகள் (டிசம்பர் 1998)

பனிமுடி மீது ஒரு கண்ணகி (டிசம்பர் 2007)

●

ஆகஸ்டு சம்பவம்

நான் சொல்லப்போகும் சம்பவம், நாட்டுக்காக உயிரை அர்ப்பணிக்கும் வீரபுருஷர்களையும் வீரமணிகளையும் பற்றியது. இந்த உயர்ந்த மனிதர்கள் சரித்திரத்தில் அநாமதேயங்கள் ஆகிவிடுவர் என்பது, எனக்குத் தெரியும். ஆனால், இவர்களுக்குச் சரித்திரத்தில் ஒரு ஸ்தானம் உண்டு என்பதை, யாராலும் மறுக்கமுடியாது.

1942ஆம் வருஷம் ஆகஸ்டு மாதம் 9ஆம் தேதி, ஞாயிற்றுக் கிழமை. இந்த நாளை, நீங்களோ நானோ, அல்லது இந்த நாட்டில் பிறந்த எவனுமே லேசில் மறக்கமுடியாது. நம் தலைவர்களும், அவர்களோடு தலைவர்கள் என்று கூறிக் கொண்டவர்களும் நாடெங்கும் கைது செய்யப்பட்டனர் அல்லவா?

அன்றுமாலை ஆறுமணிக்கு, நாங்கள் நான்குபேர், பூனாவில், ஒரு வீட்டு மாடியின் ஓர் அறையில் அமர்ந்து தலைவர்கள் கைது செய்யப்பட்ட விஷயத்தைப் பற்றி, மிகவும் விசனமான பாவத்துடன் பேசியவாறு, தேயிலைப்பானம் தயாரித்துக்கொண்டிருந்தோம்.

நாங்கள் நால்வர் யார் யார் என்பதை, முதலில் சொல்லி விடுகிறேன்.

நான் ஒரு நாடோடி; வாழ்க்கையை வேடிக்கை பண்ணிப் பார்க்கும் அடிப்படையான நோக்கத்துடன் ஊர்சுற்றி வந்து, பூனாவில் ஒரு மிலிட்டரி ஆபீசில் தினக்கூலி வாங்கிக்கொண்டிருந்தேன்.

மிஸ்டர் எட்டீ, ஒரு பார்ஸி யுவன்; ஷோக்கான ஆசாமி. பூனாவில் ராணுவ நாகரிகம் பரவியுள்ள இடங்களில் எல்லாம், அவனைக் காணலாம். அவன் என் ஆபீஸ் சகபாடி. சம்பளத்துக்காக உத்தியோகம் ஏற்றவன் அல்ல; பகல்பொழுதைக் கழிக்கும் வகைபுரியாமல் வேலை ஒப்புக் கொண்டிருந்தான். அவன் தகப்பனாருக்குப் பிராந்திக் கடை; ராணுவக் 'காண்டினு'க்கு மாமிசம் சப்ளை செய்வதற்கு ஒப்பந்தம் வேறு; வருமானத்துக்கும் நண்பர்களுக்கும் எட்டீக்குக் குறைவே இல்லை.

மோதீ, சின்னப் பெண்; குழந்தைபோல் இருப்பாள். கண்கள், "ஒன்றரைக் கண்கள்"போல இருக்கும்; ஆனால், அப்படி இருந்ததிலேயே, அவளுடைய முகத்தின் கவர்ச்சி இருந்தது. பிராந்தி பீர் வகையறாக்களைத் தொடமாட்டாள். சிகரெட், எப்போதாவது பிடிப்பாள். கன்னங்களில் கற்பை மட்டும்தான் இழந்திருந்தாள் என்பதும், குறிப்பிட வேண்டிய விஷயம்.

கடைசியாக, ஸ்ரீமதி ஹீராவாலா. இவள்தான், என் கதையின் முக்கிய நாயகி; இவளைப் பற்றிக் கொஞ்சம் விவரமாகச் சொல்லவேண்டும்.

ஸ்ரீமதி என்று சொன்னதும் தெரிந்திருக்கும், அவள் மணமானவள் என்று. வயது இருபத்தைந்துக்குள்ளிருக்கும். கணவன் பணக்காரன்; பங்களாவாசம். அவனுக்கு வயது அறுபது, அறுபத்து ஐந்து இருக்கும். பொருத்தமான தம்பதிகளாகத் தோன்றவில்லையா? அந்தக் கல்யாணக் கதையும் சுவாரசியமானது.

ஒருநாள், நானே அவளைக் கேட்டேன்: "நீ ஏன் இவ்வளவு வயதான புருஷனை மணந்தாய்" என்று.

"எனக்கு அழகான, பனிக்கட்டி போன்ற வெண்மையான குழந்தை பிறக்க வேண்டும் என்பதற்காகத்தான்" என்றாள் அவள், தன் கண்களைக் காட்டியவாறு.

இந்தப் புதிர் புரியவில்லை அல்லவா? எனக்கும் அப்போது புரியவில்லை!

"கிழவனை மணந்தால் அழகான பனிக்கட்டிக் குழந்தை பிறக்கும் என்று, உடற் கூறு சாஸ்திரத்தில் இருக்கிறதா?"

"கிழவருக்குத்தான் இளம்மனைவியிடம் அதிகம் பிரியம் இருக்கும்."

"வாஸ்தவம். அதனால்?"

"அவர், எனக்கு ஏராளமாய்ச் சுதந்திரம் தருகிறார். அதிகச் சௌகரியங்களும் செய்துகொடுக்கிறார். என் இஷ்டம்போல நான் சுற்றுவதற்கு அனுமதிக்கிறார். வாலிபனாயிருந்தால் எதற்கும் பொறாமைப்படுவான்; சந்தேகப்படுவான்."

"அதெல்லாம் சரி; அழகான குழந்தை, எப்படிப் பிறக்கும்?"

"உலகிலேயே அழகான இனத்தவர் வெள்ளையர்தான். அந்த அமெரிக்க ஸோல்ஜரைப் பார். அவனுடைய உயரம், நடை, பார்வை எல்லாம் எவ்வளவு கவர்ச்சிகரமாயிருக்கின்றன!"

அந்த வெள்ளை ஸோல்ஜரை வருணித்ததிலிருந்து, அவளுடைய கிழவன் – குமரி திருமணத் தத்துவத்தின் பொருள், எனக்கு விளங்கியது.

அது போகட்டும்! என் கதைக்கு வருகிறேன்.

அவளை அழகி என்றும் சொல்லமாட்டேன். அவளைப் பார்க்கும்போதெல்லாம், பெண்களைப்போல் உடுத்துப் பேசி சிரித்துக் கொண்டு வருகிறார்களே அலிகள், அவர்களுடைய ஞாபகம்தான் எனக்கு வரும். அவள் உருவத்தில் ஆண்மை ஒளி வீசியது; குறிப்பாக

அவளுடைய அழகான மீசையைச் சொல்லவேண்டும். அதனால்தான் தன் முகத்தின் அழகே குறைந்துவிட்டது என்று அவளுக்கு வருத்தம். அதைக் கத்தரித்துக் கொள்ளலாமா என்று, பலமுறை என்னிடம் யோசனை கேட்டாள். அப்படிச் செய்தால் அவள் முழு ஆண்பிள்ளை ஆகிவிடுவாள் என்று நான் பயமுறுத்தியதன் பேரில், அவள் அந்த மீசையை உயிருடன் விட்டுவைத்திருந்தாள். பாவம், மீசை; எல்லோருடைய கண்களிலும் படும்படியா இருக்கவேண்டும்? அவளை நான் கொஞ்சமும் விரும்பவில்லை என்பதுடன், அவள் பக்கத்தில் இருந்தால், எனக்குக் கொஞ்சம் அருவருப்பாகவும் இருந்தது. ஆயினும், அவளுடைய பணத்தின் அழகும் கவர்ச்சியும் குறைந்துவிடாதல்லவா?

சரி; ஆகஸ்ட் சம்பவத்தைச் சொல்லிவிடுகிறேன்.

"அப்படியானால், நீங்கள் இன்று காலை, தலைவர்களைப் பார்த்தீர்களா?" என்று கேட்டாள், ஸ்ரீமதி ஹீராவாலா.

"ஏன்? தலைவர்களை ஸோல்ஜர்கள் நொறுக்கிவிட்டார்களாமே?" என்றான் எட்டீ.

"தலைவர்களை, ஸோல்ஜர்கள் அடிப்பதா? இந்த வெள்ளைப் பேய்களுக்கு, அவ்வளவு துணிச்சல் இருக்கிறதா?" என்றாள் மோதி, பரபரப்புடன்.

ஸ்ரீமதி ஹீராவாலாவின் முகம் சிவந்தது. "அந்த வெள்ளைப் பேய்களிடம், இந்தக் கருப்புப் பூதங்கள் வாலாட்ட முடியாது" என்றாள், வெள்ளையருக்குப் பரிந்து.

"மோதி, சின்னப்பெண் அல்லவா? கோபம் வந்துவிட்டது."

"மிஸஸ் ஹீராவாலா, உனக்குத் தேசப்பக்தி கொஞ்சமும் இல்லை. பிறந்த நாட்டைத் துவேஷிக்கிற உன்னைப் போன்றவர்களைச் சுட்டுத் தள்ளுகிற காலம், தூரத்தில் இல்லை!"

"எனக்கா, தேசபக்தி இல்லை என்கிறாய்? தாய்நாட்டுக்காக நான் உயிரை விடவும் தயார். மகாத்மா காந்தி என்ன சொல்கிறார்? வெள்ளையரின் ஆட்சி மீதுதான் நமக்கு வெறுப்பே ஒழிய, வெள்ளையர்மீது நமக்குத் துவேஷம் இல்லை என்று அவர் அடிக்கடி சொல்லவில்லையா?"

"சைத்தான் பைபிளிலிருந்து மேற்கோள் காட்டுவதுபோல இருக்கிறது" என்று சீறினாள் மோதீ. "இன்று காலை, நீ ரயில்வே ஸ்டேஷனுக்கு வந்திருந்தால் தெரிந்திருக்கும், உன் வெள்ளைக்காரன் யோக்கியதை!"

"ஸோனா, காலையில் என்ன நடந்தது? மோதி, ஏன் இப்படிக் குதிக்கிறாள்?"

"நீங்கள் இருவரும் பேசாதிருந்தால், சொல்லுகிறேன்" என்று நிபந்தனை விதித்தேன்.

"இன்று விடுமுறை நாள் அல்லவா? காலையில் தாமதமாகவே கண் விழித்தேன். கண்களைக் கசக்கிக்கொண்டு வாசலுக்கு வந்தபோது, என் நண்பன் ஒருவனைக் கண்டேன். நேற்று நிசியிலேயே மகாத்மா, நேரு, படேல் முதலிய தலைவர்கள் கைது செய்யப்பட்டார்களாம். இன்று காலை ஒரு

ஸ்பெஷல் ரயிலில் பூனாவுக்கு இவர்களை அழைத்து வருவார்கள் என்றும், ஸ்டேஷனுக்குப் போனால் அவர்களைக் காணலாம் என்றும் அவன் சொன்னான். சில மதராஸி நண்பர்களுடன், ஸ்டேஷனுக்குப் புறப்பட்டேன். வழியில் கண்ட மோதியையும், உடன் அழைத்துக்கொண்டேன்."

"காலை எட்டுமணியிலிருந்து பதினோரு மணிவரை, ஸ்டேஷன் பிளாட்பாரத்தில் காத்திருந்தோம். ரயிலோ தலைவர்களோ, வருகிற வழியாய்த் தெரியவில்லை. நடுவழியில் எங்காவது ரயிலை நிறுத்தித் தலைவர்களை ஆகாகான் மாளிகைக்கு அழைத்துச் சென்றுவிட்டார்களோ என்னும் சந்தேகம், எங்களுக்குத் தோன்ற ஆரம்பித்தது. இங்குக் காத்திருப்பதற்குப் பதிலாய், அங்காவது போய் அவர்களைப் பார்க்கலாம் என்று யோசித்துக்கொண்டிருந்தபோது, ரயில் பாதை நெடுகிலும் சிப்பாய்கள் பலர் அணிவகுத்துப் பாரா கொடுக்கத் தொடங்கினர். தலைவர்கள் வருகிறார்கள் என்று, எங்களுக்கு நம்பிக்கை உண்டாகியது!

"அரைமணி நேரம் கழித்து, ரயில் வந்தது. படபடப்புடன், ஒவ்வொரு வண்டியிலும் பார்த்துக்கொண்டு, ரயிலுடன் ஓடினேன். எல்லா வண்டிகளிலும், வெள்ளை ஸோல்ஜர்கள் நிறைந்திருந்தனர். திடீரென்று, எங்களுக்கு முன்னாலிருந்த வண்டியிலிருந்து, 'நாங்கள் இங்கே இருக்கிறோம், இங்கே!' என்று குரல் கேட்டு, நிமிர்ந்து பார்த்தோம்!

"வண்டியில் ஜன்னலிலிருந்து வெளியில் தலைநீட்டிக் கையாட்டி அழைத்தார் ஆச்சாரிய கிருபாளினி; அவரை நெருங்க, நாங்கள் ஓடிக் கொண்டிருந்தோம். அதே சமயம், ரயிலிலிருந்த சில ஸோல்ஜர்கள், கீழே குதித்து, எங்களை மறித்து நிறுத்த முயன்றனர். அவர்களைத் தள்ளிக்கொண்டு முன்னால் செல்ல, நாங்கள் முயன்றுகொண்டிருந்தோம். கிருபாளினி இருந்த அதே வண்டியில் நரேந்திரதேவ், சங்கரராவ்தேவ், பட்டாபி, சரோஜினி நாயுடு முதலியவர்கள் உட்கார்ந்திருப்பது தெரிந்தது. 'இந்த நாய்களை, உள்ளே விட்டது யார்?' என்று கூக்குரலிட்டுக்கொண்டே, காப்டன் ஒருவன், கையில் பிஸ்டலும் வலது கையில் தடியும் எடுத்துக்கொண்டு, எங்கள் முன்னால் வந்தான்."

"அதே சமயத்தில், 'நேருஜி!' என்று, எங்களில் ஒருவன் கூக்குரலிட்டான். கிருபாளினி நின்ற இடத்தில், நேரு உட்கார்ந்திருந்தார். அந்த மாதிரிப் பயங்கரமான தோற்றத்தை, நான் அதற்குமுன் பார்த்ததில்லை. அவருடைய கண்களிலிருந்து, நெருப்புப் பறந்தது. நிமிர்ந்து அவரைப் பார்க்கவே எங்களுக்குப் பயமாயிருந்தது. கைகால்கள் நடுங்கத்தொடங்கின; தொண்டை உலர்ந்தது; கைகுவித்து வணங்கினோம்!"

அதற்குள், கேப்டன் கத்தினான்! 'இந்தப் பயல்களை உதைத்து விரட்டுங்கள்' என்று. அவ்வளவுதான்; எங்களுக்குப் பக்கத்திலிருந்த ஸோல்ஜர், தடியை வீசத் தொடங்கினான். சில அடிகளும் அடித்து விட்டான். அப்போது ஓர் அற்புதம் நடந்தது. ஜன்னலிலிருந்து கீழே குதித்தார் நேரு. 'அந்த நிரபராதிகளை, ஏன் அடிக்கிறாய்?' என்று கேட்டபடி, அந்த ஸோல்ஜரை நெருங்கினார். 'அதை, நீங்கள் கேட்க வேண்டியதில்லை'. என்று முரட்டுத்தனமாய் பதில் அளித்தான். அவர், 'நான் கேட்க வேண்டியதில்லையா?' என்று, ஓங்கி ஓர் அடி அடித்தார். அவனை மேலும் அடிப்பதற்குள், நரேந்திரதேவும் சங்கரராவ்தேவும் ஜன்னல் வழியாகப்

பாய்ந்து, நேருவின் இரு கைகளையும் பிடித்துக் கொண்டனர். 'மிருகம்' என்று வெறுப்புடன் சொல்லிக்கொண்டே நேரு, மற்றிருவருடன் ரயில் ஏறினார். உடனே, ரயில் புறப்பட்டது. 'விட்டுக் கொடுக்காதீர்கள்' என்று நேரு, உரத்த குரலில் கூறும்போது போலீஸ்காரர்கள், எங்கள் எல்லோரையும் பின்னால் தள்ளிக் கொண்டிருந்தார்கள் ..."

அந்தச் சம்பவத்தைக் கண்டது, முதல் என் மனம் மிகவும் கலக்கம் அடைந்திருந்தது. நாடு முழுவதும் பின்னால் ஏற்பட்ட அமளி பற்றி, எனக்கு ஒன்றும் தெரியாது. எனினும், 'அந்தப் போராட்டத்தில், ஏதாவது செய்ய வேண்டும்' என்ற ஆத்திரம், எனக்கும் உண்டாயிருந்தது.

"நீங்கள் அதிர்ஷ்டசாலிகள்; தலைவர்களைப் பார்க்க நான் கொடுத்து வைக்கவில்லையே!" என்றாள், ஸ்ரீமதி ஹீரா. அவள், மிகவும் உணர்ச்சியுடன் பேசினாள்.

"இந்தப் போராட்டம்தான் கடைசிப் போராட்டம் என்கிறார் மகாத்மா. பிரிட்டிஷ்காரர்களோ யுத்தத்தில் தோல்விக்குமேல் தோல்வியடைகிறார்கள். தலைவர்கள் மீது கடுமையாக வஞ்சம் தீர்க்கப் போகிறார்களாம். எல்லோரையும் தென்னாப்பிரிக்காவுக்கு அனுப்பப் போகிறார்களாம். யுத்தத்தில் பிரிட்டிஷார் தோற்றுவிட்டால் தலைவர்களை உயிருடன் காண முடியாது என்றும் சொல்லுகிறார்கள்" என்று கூறும்போது மோதியின் கண்களில் நீர் ததும்பியது.

"நிஜமாகவா?" என்றாள் ஸ்ரீமதி ஹீராவாலா, என்னிடம்.

"அப்படித்தான் சொல்கிறார்கள்."

"உங்களுடைய இந்தியாவும் தலைவர்களும் நாசமாகப் போகிறார்கள். நான் பெர்ஸியாவுக்குப் போய்விடுவேன். அங்கு ஹிந்து முஸ்லீம் சண்டை, இங்கிலீஷ்காரனோடு சண்டை எல்லாம் கிடையாது. நிம்மதியாக இருக்கலாம்" என்றான் ஏட்டீ. அவனுக்கு இந்திய அரசியல் பிடிக்காது. ஏனென்றால், அவனுக்கு இந்தியா பிடிப்பதில்லை. பல தலைமுறைகளாய் அவனுடைய குடும்பத்தார், இந்தியாவில்தான் வசிக்கின்றனர். பாரஸிகம் என்றால், கருப்பா வெள்ளையா என்றுகூட அவனுக்குத் தெரியாது, ஆனால் அவன் காந்திஜி, நேரு முதலியவர்களைத் தன் ஜன்ம விரோதிகளாய்ப் பாவித்துப் பேசுவது வழக்கம். இந்தியா காட்டுமிராண்டிகளின் தேசம், அதில் வாழ்வது தனக்கு நேர்ந்த ஒரு பெரிய அவமானம் என்பது, அவன் நினைப்பு. பெர்ஸியாவைத்தான் தாய்நாடு என்று சொல்வான், ஆங்கிலோ இந்தியர்கள் இங்கிலாந்தைக் கூறிவந்ததுபோல்.

"ஏட்டீ! உனக்கு எப்போது பார்த்தாலும் வேடிக்கைதான். தலைவர்கள் எல்லோரும் சிறைக்குச் சென்றுவிட்டால், நாடு என்ன பாடுபடுமோ" என்று துயரத்துடன் சொன்னாள் மோதி.

"என்ன பாடு? ஒத்தனை ஒருத்தன் அடித்துக்கொண்டு சாவான்கள்" என்று சொல்லிக்கொண்டே, வெளியில் புறப்பட்டான் ஏட்டீ. அவனுக்குக் கண்ணீரும் வருத்தமும் பிடிக்காது.

மோதியின் ஆத்திரம், ஸ்ரீமதி ஹீராவாலா மீது பாய்ந்தது. "நாட்டுக்காக உயிர் கொடுக்கத் தயார் என்றாயே, எந்த நாட்டுக்காக? இந்தியாவுக்காகவா? பெர்ஸியாவுக்காகவா?"

“மோதி, சின்னக் குழந்தைபோல் மேலே பேசிக்கொண்டு போகிறாயே! என்னையும் எட்டீ என்று நினைத்தாயா? நான் பார்ஸிதான்; ஆனால் இந்த நாடுதான் என் தாய் நாடு; இதற்காக உயிரைக் கொடுக்க நான் தயங்க மாட்டேன்” என்று சவால் விடுத்தாள், ஸ்ரீமதி ஹீராவாலா.

“உயிரை, உன் கவுன் என்று நினைத்துக்கொண்டிருக்கிறாயா?” இஷ்டப்படி மாற்றிக்கொள்வதற்கு? என்றாள் மோதி. “நீதான் வெள்ளையரை வெறுப்பதில்லையே, அவர்களுடன் எப்படிப் போராடி உயிர்விடப்போகிறாய்!”

“சுதந்திரப் போராட்டத்தின்போது, சொந்த விருப்பு வெறுப்புகளைக் கவனிக்க முடியுமா? பொறு, சமயம் வரும்போது நிரூபிக்கிறேன். இந்தப் போராட்டத்தில் என்னாலானதைச் செய்வேன். பெரிய பெரிய தலைவர்கள் எவ்வளவோ கஷ்டங்கள் ஏற்கும்போது, நம் உயிர் மட்டும் வெல்லமா? நான் தாய்நாட்டு விடுதலைக்காக, உயிரைத் துறக்கத் தயார்!” என்று தழுதழுக்கும் குரலில், உருக்கமாகப் பேசினாள், ஸ்ரீமதி ஹீராவாலா!

நான் சொன்னேன்.

“பேஷ்! அப்படியானால் உன் பெயர், சரித்திரத்தில் இடம் பெறும். 1942ஆம் ஆண்டின் ஜான்ஸி ராணி என்று, எல்லோரும் உன்னை வணங்குவார்கள். உலகம் பூராவும், உன்னை வீரமணி என்று பாராட்டும். பத்திரிகைகளில் உன் புகைப்படம் வெளிவரும். கூட்டங்களில் எல்லாம் உன்னைப் பற்றிப் பேசுவார்கள்... ஆமாம், நல்ல போஸில் சில போட்டோக்கள் பிடித்துப் பையிலேயே வைத்துக்கொண்டிரு...”

ஸ்ரீமதி ஹீராவாலாவின் கண்களில், நீர் பெருகியது.

வெளியில் சென்றிருந்த எட்டீ, அச்சமயத்தில் திரும்பிவந்தான். அவனுடைய முகத்தில் கவலைக்குறிகள் தென்பட்டன.

“என்ன சேதி?”

“என்ன சேதி! நான் சொன்னது நிஜமாகிவிட்டது; ஊர் முழுவதும் கலாட்டா. வெளியில் தொப்பி வைத்துக்கொண்டு போனால், பிடுங்கி எறிகிறார்கள். மின்சாரக் கம்பம், தந்திக் கம்பங்களையெல்லாம் சாய்க்கிறார்கள். ஒரு போலீஸ் ஸ்டேஷனுக்கு, நெருப்பு வைத்து விட்டார்களாம். முட்டாள்கள்! காலிகள்! குண்டர்கள்!”

சரிதான். தலைவர்கள் கைது செய்யப்பெற்றதால், பொங்கிய மக்களின் எழுச்சி என்று அறிந்தேன்.

“தந்திக் கம்பத்தையும் தொப்பியையும் எரித்துச் சுதந்திரம் வாங்கப் போகிறார்கள்!” என்றான் எட்டீ, பரிகாசமாய்.

ஹீராவாலா ஆட்சேபித்தாள். “நீ சும்மா இரு, எட்டீ! அடிமை வாழ்வில் உள்ள வெறுப்பை, எப்படி வெளியிடுவது? வெளியில் என்ன நடக்கிறது? என்பதைப் பார்க்கலாம். வருகிறீர்களா?”

“தாராளமாய்ப் போய் உயிர்விடு; நான் வரவில்லை” என்றான் எட்டீ.

“என்னால், என்ன செய்ய முடியும்?” என்று வருந்தினாள் மோதீ.

“நீங்கள் இருவரும் இங்கே இருங்கள், ஸோனா, வா! நாம் போகலாம்.”

அவளும் நானும் தெருவில் வந்தோம்; ஜனநடமாட்டமே இல்லை. நடுத்தெருவில் நின்று இருபுறமும் பார்த்தோம்.

ஒருபுறமாய் லாரி ஒன்று, மெதுவாய் வந்துகொண்டிருந்தது.! ஜாக்கிரதை! தெருவில் வராதீர்கள். ஊரடங்குச் சட்டம், காலை ஏழுமணிவரை. தெருவில் வருகிறவர்களைச் சுட்டுத் தள்ளுவோம்.

"அட, சுட்டுத்தள்ளி விடுவார்களாமே, புலிகள்!" என்று ஹீராவாலா, உறுதியாக நின்றாள்.

நான் பதில் சொல்லவில்லை; என்னால் ஒன்றையும் தீர்மானிக்க முடியவில்லை.

லாரி நெருங்கியது; எங்களை லாரியிலிருந்த ஸோல்ஜர்கள் பார்த்து விட்டார்கள்.

"கபர்தார்! 'கர்ப்யூ', காலை ஏழுமணிவரை அமுலில் இருக்கிறது; உள்ளே ஓடுங்கள்!"

பத்து இருபது துப்பாக்கிகளைத் தெருப்பக்கமாக நீட்டிக்கொண்டு, அவர்கள் உட்கார்ந்திருப்பது தெரிந்தது.

அவ்வளவுதான். மறுகணமே, என் கையைப் பிடித்து, வீட்டுக்குள் அழைத்துச் சென்றாள், ஹீராவாலா.

அவளுடைய உடல் நடுங்கியது.

"அவர்கள் கையில் பார்த்தாயா?"

"துப்பாக்கிதான்."

"சுடுவதற்குத் தயாராய் இருக்கிறார்கள், இல்லையா?"

"ஆமாம்."

"சுடுவார்களா?"

"நிச்சயமாய்; துப்பாக்கியால் பின்னே மீசையா வெட்டுவார்கள்?" என்றேன் தமிழில்; அவளுக்குத் தமிழ் தெரியாது...

இந்தப் பழைய கதை, இப்போது ஏன் என்கிறீர்களா? சரித்திரத்தில் எங்களுக்குக் கிடைக்கவேண்டிய ஸ்தானம் தவறிவிடக்கூடாது என்பதற்காகத்தான். நியாயம்தானே?

இக்கதை, 'மாளிகை வாசம்' தொகுப்பில் இடம்பெற்றுள்ளது. இதற்குப் பத்திரிகை பிரசுர விவரம் கிடைக்கவில்லை.

மாளிகை வாசம் (நவம்பர் 1964)

எம்.வி.வெங்கட்ராம் கதைகள் (டிசம்பர் 1998)

முத்துக்கள் பத்து (2007)

•

மோகினி

முதல் வியப்பு

சுந்தரத்தின் வீட்டு வாசலில் கால் வைத்தவன், எதிரே இருந்த ஹாலின் கோடியில், அவர் அந்தப் பெண்ணின் கூந்தலில் பூச்சூட்டுவதைக் கண்டதும், உள்ளே போவதா அல்லது திரும்பிவிடுவதா என்று தயங்கி நின்றேன்.

ஒளிவுமறைவு இல்லை.

தெருக்கதவு திறந்துகிடக்கிறது.

வாசலில் இருந்தபடியே, அவர் அவளுக்குப் பூச்சூட்டுவதை யாரும் பார்க்கலாம்.

கைநிறைய மல்லிகைப்பூ, வாரி முடிந்த கூந்தல் மீது ஏறிக்கொண்டிருந்தது.

இம்மாதிரிக் காட்சியை, யாரோ பார்த்துவிட்டுத்தான், அவரைப் பற்றிக் கிண்டலும் கேலியும் பரப்பிவிட்டனர். அவருடைய நெருங்கின நண்பர்களுக்குக்கூட, அவர்மீது அருவருப்பு உண்டாகிவிட்டது.

அந்த வதந்திதான், அவரைக் காணச் செல்வதற்கு, என்னைத் தூண்டியது. நானும் அந்த வதந்தியை, உண்மைத் தோற்றமாய் கண்முன்னால் காண்கின்றேன்: அவர் அவளுக்கு மலர் சூட்டுகிறார்.

வியப்பு...

உடலுடன் மாத்திரம் வாழ்க்கை முடிந்துவிடவில்லை; உடலுக்கு அப்பால் மனத்திலும், மனத்திற்கு அப்பாலும் மனிதன் வாழ்கிறான். உடலின் தேவைகளையும் சௌகரியங்களையும் பூர்த்தி செய்துவிட்டால், வாழ்க்கை பூரணம் ஆகிவிடும் என்று இன்றைய அரசியல், பொருளாதார, தத்துவ நிபுணர்கள் தவறாக நினைத்துக் கொண்டிருக்கிறார்கள் என்று இந்தச் சுந்தரமே என்னிடம் பலமுறை சொல்லியிருக்கிறார்.

விசித்திரமான மனிதர் – ஏராளமாய்ப் படித்தவர் மட்டும் அல்லர், பெரிய அறிஞர். அவரெதிரில் யார் நின்றாலும், உன்னதமான பெருங் கோபுரத்தருகில் நின்று நிமிர்ந்து பார்ப்பவனுக்கு உண்டாகுமே, அந்தச் சிறுமை உணர்ச்சிதான் ஏற்படும்.

விசித்திரமான மனிதர் என்றேன். இப்போது மட்டும் அல்ல; முதல்முதலில், அவரைச் சந்தித்தபோதும், அப்படித்தான் எனக்குத் தோன்றியது.

பழைய விஷயம்: அறிமுகம்

மூன்று வருஷங்களுக்கு முன்னால்:

வேலை வேண்டியிருந்த நிர்ப்பந்தத்தால், ஒரு பள்ளிக்கூடத்தில் ஆசிரியர் வேலைக்கு மனுப்போட்டுத் தலைமையாசிரியரின் முன் போய் நின்ற சமயம்.

அவர் ஏதோ எழுதிக் கொண்டிருந்தவர், என்னை நிமிர்ந்து பாராமல் ரொம்ப நேரம் இருக்கவே, நான் அலுத்துக்கொண்டிருக்கும்போது தலைதூக்கி என்னைக் கண்டு, "யார் அப்பா நீ?" என்று ஒரு சிறுவனைக் கேட்பதுபோல் கேட்டதும்,

எனக்குக் கொஞ்சம் சினம் வந்தது. முன்பின் அறியாத ஒருவனிடம் ஏக வசனத்தில் ஆரம்பிக்கும் இந்த தலைமையாசிரியர், 'கிறுக்'காக இருக்க வேண்டும் என்று. ஆனால், வேலை வேண்டும் என்கிற ஞாபகத்தால், கோபத்தை வெளிக்குக் காட்டாமல்,

"நான் ராஜகோபாலன். வாத்தியார் வேலைக்கு மனுப் போட்டிருக்கிறேன்" என்றபோதும்கூட,

அவர் தம்முடைய ஏக வசனத்தை விடாமல், "அட! நீதான் ராஜகோபாலனா? வா, அப்பா, வா. உட்கார். நீதானே அந்தப் பிரசித்தி பெற்ற எழுத்தாளன், கதாசிரியன்?" என்று கேட்டார்.

ஒரு திருப்தி எனக்கு. என் எழுத்துக்களின் பெருமை, இந்தச் சாதாரணமான பள்ளியிலும் பரவியிருக்கிறதே என்று. 'ஆம்' என்றேன், உட்கார்ந்துகொண்டே.

"இந்த மாதிரி எழுத்துக்களால், யாருக்கு என்ன லாபம்? உணர்ச்சிகளின் போக்கினால் வாழ்க்கையை அளந்து, அறிவை மறந்து விடுவதால், என்ன பிரயோசனம்?"

... என்று அவர் கேட்டதும், எனக்குக் கொஞ்சம் இறக்கமாய் விட்டது. நான் வேலைக்காக வந்தேனே தவிர, அவரிடம் இலக்கிய சர்ச்சை செய்ய வரவில்லை. அவர், தம் விருப்பம்போல் இலக்கியம் பற்றிப் பேச, ஓர் இலக்கிய ஆசிரியன் அனுமதிக்கக்கூடாது என்று எனக்குத் தோன்றியது.

"வாழ்க்கையைப் பிரதிபலிக்கும் இலக்கியம், மனித உணர்ச்சிகளை விவரிக்காமல் இருப்பது எப்படி?" என்று கேட்டேன்.

“நீங்கள் செய்யும் இலக்கியம் வாழ்க்கையை ரொம்பத்தான் பிரதிபலிக்கிறது. வாழ்க்கை இருக்கட்டும், எழுதுகிறவர்களின் மனதைக் கூட, உங்கள் எழுத்துக்கள் பிரதிபலிக்கவில்லை. முதிர்ந்து உருவாகாத கருத்துக்களை, உணர்ச்சிவெறி நிறைந்த நடையில் மறைப்பதுதானே உங்கள் இலக்கியம்?”

“எழுத்தாளர்கள் எல்லோரும், அப்படி இல்லையே?”

“நான் பொதுவாய்ச் சொல்லுகிறேன்... ஆணுக்கும் பெண்ணுக்கும் உள்ள கீழ்த்தரமான காம உணர்ச்சி பற்றி எழுதுவது, உங்களுடைய மற்றொரு இலக்கியப் பாணி.”

“ஆணையும் பெண்ணையும் கொண்டு எழுதக்கூடாது என்கிறீர்களா?”

“அப்படி நான் சொல்லவில்லை. ஆனால், இந்த உணர்ச்சிதான், உலகத்தில் மகா முக்கியம்போல் நினைக்கிறது உங்கள் இலக்கியம். நீங்கள் இப்படி எழுதுவதன் காரணம், எனக்குத் தெரியும். மிகவும் சுளுவாய்ப் பிரசித்தி பெற்று விடலாம் என்று...!”

“பிரசித்தி, எழுத்தாளனுக்குத் தேவைதானே?”

“வாசகர்களின் எண்ணிக்கையைக் கொண்டு, ஓர் எழுத்தாளன் தன் இலக்கியத்தின் பெருமையை அளந்தால், அவன் ஆசிரியனாக இருக்கமுடியாது.”

நான், பதில் சொல்லவில்லை.

“சரி, நம் வேலையைக் கவனிப்போம். இந்த வேலை, உனக்குப் பிடிக்குமா? அல்லது பரீட்சை பார்க்கப் போகிறாயா?”

“பிடிக்கும் என்றுதான் நினைக்கிறேன்.”

“கல்யாணம் ஆகிவிட்டதா?”

“ஆகிவிட்டது.”

“குழந்தைகள்?”

“ஒரு பெண் குழந்தை...”

“என்ன வயசு..?”

“இருபத்தெட்டு”

“உனக்கு அல்ல, உன் குழந்தைக்கு!”

என் குடும்ப விவரங்களுக்கும், வாத்தியார் வேலைக்கும் என்ன சம்பந்தம் என்று எனக்குப் புரியவில்லை.

“நாலு வயசு...” என்றேன், தயங்கியவாறு.

“நல்லவேளை. பிரமசாரியாகவோ, கல்யாணம் ஆகிக் குழந்தை பெறாதவனாகவோ, அல்லது வருஷத்துக்கு ஒரு குழந்தை பெறுகிறவனாகவோ இருந்திருந்தால், உனக்கு இந்த வேலை கொடுத்திருக்கவே மாட்டேன்!”

“ஏன்?” என்றேன், புரியாமல்.

“இந்தப் பள்ளிக்கூடத்தில், மேல் வகுப்புகளில் பெண்கள் அதிகம். நீயோ, உணர்ச்சி மிகுந்த கதாசிரியன்!”

அவர் இவ்வளவு வெளிப்படையாகப் பேசியது, எனக்கு ஆச்சரியமாய் இருந்தது.

நான் வாலிபன்; எழுத்தாளன்.

அவர் –

கம்பீரப் புருஷர். அவரைப் பார்க்கும் யாரும், மறுமுறை திரும்பிப்பாராமல் இருக்கமுடியாது.

“என்ன யோசிக்கிறாய்? எனக்குக் கல்யாணம் ஆகவில்லை; நான் பிரமசாரி… உண்மையாக!”

என் எண்ணத்தை அறிந்துவிட்டவர்போல், அவர் தொடர்ந்து சொன்னார்: “என் மேல், எனக்குப் பரம நம்பிக்கை.”

இருக்கத்தான் வேண்டும்; இல்லாவிட்டால் இப்படிப் பேச முடியுமா, ஒருவரால்?

“சரி, உனக்கு வேலை ஆகிவிட்டதே, ஏன் உட்கார்ந்திருக்கிறாய்?”

நான் எழுந்து, அறையிலிருந்து வெளியே வந்ததும்,

“ராஜூ!” என்று கூப்பிட்டார். மறுபடியும் திரும்பினேன்.

“வேலைக்கு எப்போது வருவது என்று கேட்கவில்லையே?”

உண்மையாகவே நான் மறந்துவிட்டேன்.

“நாளைக்கே வந்துவிடு.”

“சரி” என்று திரும்பினேன்.

“கதாசிரியனாக இருந்தும் உனக்கு வேலை தருகிறேன், தெரியுமா? உன் எழுத்துக்களில் கொஞ்சம் புத்திசாலித்தனம் இருப்பதால்தான்…” என்று அவர் ‘படபட’வென்று சிரித்தது, நான் வெளியில் வரும்வரை, என்னைத் தொடர்ந்து வந்தது.

சாதாரணப் பள்ளிக்கூடத்துத் தலைமையாசிரியர்தானே என்று நான் அலட்சியமாய் நினைத்த பேர்வழி, பெரிய ‘ஆளாய்’ இருப்பதை அறிய, எனக்கு ஒரே வியப்பாயிருந்தது.

“விசித்திரமான மனிதர் போலிருக்கிறதே” என்று நினைத்தேன்…

முதல் வியப்பு: தொடர்ச்சி

அவர் விசித்திரமான மனிதர்; அறிஞர்; பிரமசாரி; உணர்ச்சிகளை அடக்கியவர்; அதனால்தானோ என்னவோ, பெண்களைத் தீண்டியதே கிடையாது – அவரே சொல்லியிருக்கிறார்; அவர் பொய் சொல்லுவதில்லை.

அவருக்கு வயது, ஐம்பத்தைந்து!

ஆமாம்; எங்கிருந்தோ அழைத்து வந்த அந்தப் பெண்ணின் தலையை அவர் அழகுபடுத்தும்போது, அவருக்கு ஐம்பத்தைந்து வயது...

அதனால்தான், வதந்தியில் கிண்டலும் கேலியும் இருந்தன...

உடலின் பசியை அதிகநாள் அடக்கிவைத்தால், அதுவும் – பருவகாலத்தில் அதன் தேவையைப் பூர்த்தி செய்யாவிட்டால், நடுத்தர வயதில் அது பயங்கரமான வேகத்துடனும் வீரியத்துடனும் வெளிப் பட்டு, மனிதனைப் பேயாட்டம் ஆட்டும் என்கிற சரீரசாஸ்திரம் நான் படித்திருக்கிறேன். நடுத்தர வயதையும் தாண்டி, வயோதிகம் எனச் சொல்லவேண்டிய வயதல்லவா அவருக்கு? ஆசைகளை விடுத்துச் சந்நியாசம் வாங்கிக்கொள்ள வேண்டிய காலம்; அவரும் உத்தியோகத்தை விடுத்து ஓய்வு எடுத்துக்கொண்டிருந்தார்.

ஆனால் –

வயதுக்கும் அவருடைய உடலின் தோற்றத்திற்கும் ஒற்றுமை இல்லை. தலையில் ஒன்று இரண்டு நரைதான் காண முடியும்; உடலின் திரை இல்லை – கண்களில் இளமை ஒளி. கட்டுக்குலையாத தேகம்; சிற்றின்பத்தை மறுத்ததால் போலும், உடலில் அசாதாரணமான சுடர்!

ஒருக்கால் –

உடலின் புலமிகுதி, காலத்தைக் கொன்றுவிட்டு, உடல் ஆசையைத் தூண்டியிருக்கலாம்.

அவ்வாறானால் –

அவரைத் திருத்தித் திருப்பிவிடவேண்டும் என்ற எண்ணம், எனக்குக் கிடையாது. திருத்தலும் திருப்பலும் தவறியவனுக்குத்தானே? அவர் பிசகு செய்வார் என்று, என்னால் எளிதில் நம்ப முடியவில்லை...

"சுந்தரம் சார்!"

குரல் கொடுத்து, தயக்கத்தை ஒதுக்கிவிட்டு, உள்ளே சென்றேன்.

திரும்பியும் பாராமல், அந்தப் பெண் மறைந்துவிட்டாள். பின்னழகைப் பார்த்தபோதே, உடல் எழில் வாய்ந்தவளாய்த்தான் இருக்கவேண்டும் என்று நிச்சயித்தேன்.

"வா, ராஜூ! உன்னை எதிர்பார்த்துக்கொண்டிருந்தேன்" என்று வரவேற்றார் சுந்தரம்.

வழக்கம்போலத்தான் இருந்தன, அவர் பேச்சும் தோற்றமும். புதுமையாக – விபரீதமாகவுந்தான் – ஏதோ செய்கிறோம், யாரோ பார்த்து விட்டார்களே என்பதைப் போன்ற சங்கோஜம், அவருடைய முகத்திலோ நடையிலோ தென்படவில்லை.

நான்தான் குமுறிக்கொண்டிருந்தேன். இயற்கைக்கு முரணான, ஓர் அதிசயத்தைக் கண்டுவிட்டவன்போல்.

“நீங்கள் ஊருக்கு வந்ததே, எனக்குத் தெரியாது. நண்பர்கள் சொன்னார்கள்...”

உட்கார்ந்து, என்னை உட்காரவைத்து, அவர் கேட்டார்: “என்ன சொன்னார்கள்?”

“நீங்கள் வந்துவிட்டீர்கள் என்றும், யாரோ...”

“டேய்!” என்றார், அவர் சிரித்துக்கொண்டே. “ஏன் இப்படி மென்று விழுங்குகிறாய்? கூட ஒரு பெண்ணை அழைத்து வந்திருக்கிறேன் என்று சொல்லியிருப்பார்கள்...”

இந்தப் பிடியை, நான் நழுவவிட விரும்பவில்லை.

“ஆமாம்; யார் இவள்?”

ரொம்பவும் அறிந்துவிட்டவன்போல், ‘இவள்’ என்று குறிப்பிட்டேன். ஆனால் ‘அவள்’ என்பதற்கும் அப்பால்தான் இருக்கிறாள், இன்றும்.

“இவள் என்னுடன் இருக்கிறாள்; ஒரு பெண். இதைவிட அதிகமாய், உனக்கு என்ன தெரிய வேண்டும்?”

“ஒரு பெண்; உங்களுடன் இருக்கிறாள்; எனக்கு இவ்வளவும் தெரிகிறது. ஏன் என்பது பற்றித்தான், எல்லோருக்கும் சந்தேகமும் கலவரமும்.”

“எல்லோருக்கும் என்றால், இந்த உலகத்தில் இருக்கிற அத்தனை பேருக்குமா?”

“உங்களை அறிந்த எல்லோருக்கும்.”

“என்னை யார் அறிந்துவிட்டார்கள்? ஜனங்கள் பேசுகிறார்கள்; நாம் அதைக் கவனித்துக்கொண்டு இருக்கமுடியுமா?”

“ஆனால், அவர்களுக்கு மத்தியில் நாம் வாழநேர்ந்திருக்கும்போது, அவர்களுக்கு ஒரு சமாதானம் செய்யவேண்டாமா?”

“வேண்டாமே!” என்றார் அவர், ரத்தினச் சுருக்கமாய்.

“அவர்களுக்கு வேண்டாம்; எனக்கு வேண்டும்” என்றேன், உரிமை பாராட்டிக்கொண்டு.

“நீ மட்டும் என்ன, கொம்பு முளைத்தவனா?”

அவர் இப்படி ‘எறிந்து’ பேசுவது சகஜம்; சிறிது கழித்துக் கேட்டேன்.

“இவளை, உங்கள் தாய்போல நினைக்கிறீர்களா?”

“அவளுக்கு வயது இருபத்திரெண்டு; எனக்கு ஐம்பத்தைந்து”

“தங்கை அல்லது மகள்போல்...”

“இல்லை...”

“மனைவியாகவா?”

“இல்லை”

இன்னொரு கேள்விதான் பாக்கி; கேட்கக்கூடாதோ என்று நினைத்தேன்.

"காதலியா?"

"ஆம், ஆம்," என்று சிரித்துக்கொண்டிருந்தார், கொஞ்ச நேரம்.

"டேய், நீ கெட்டிக்காரன்தான்; இவள் யார் என்பதைக் கண்டுபிடித்து விட்டாயே!"

அவர் பேசிய விதமும், சிரிப்பும் அவர் சொன்னது உண்மையா, கேலியா என்பதை அறிய முடியாமல் மறைத்துவிட்டன. அவளை, நான் எங்கே அறிந்துவிட்டேன்?

"காதலி என்கிறீர்கள்; ஆனால், முன்னொருமுறை நீங்கள், 'நான் பெண்ணை விரும்பவும் இல்லை; வெறுக்கவும் இல்லை' என்றீர்களே; ஞாபகம் இருக்கிறதா?"

பழைய விஷயம் தொடர்ச்சி

பெண் விடுதலை

எனக்கு, அந்த ரஸமான சந்தர்ப்பம், நன்றாய் ஞாபகம் இருக்கிறது;

எங்கள் பள்ளிக்கூடத்துக் கேள்வித்தாள் ஒன்றில், 'பெண் விடுதலை' என்பது பற்றி வியாசம் எழுதும்படி, ஒரு கேள்வி. பத்தாவது வகுப்பு மாணவனால், இவ்வளவு கடுமையான கேள்விக்குப் பதில் எழுத முடியாது என்று சுந்தரத்திடம் சொன்னேன்.

"அந்தப் பேப்பரைத் தயாரித்தவர் யார், தெரியுமா? ஜெயராமய்யர்" என்று சிரித்தார் சுந்தரம். "அவருக்குப் பெண்டாட்டி என்றால், சிம்ம சொப்பனம்!"

"மாணவர்களிடமா, அந்தப் பழியைத் தீர்த்துக்கொள்வது?" என்றேன்.

"பெண் விடுதலை என்பது, வெறும் பித்தலாட்டம்; இல்லையா? பெண்ணுக்கு யாரிடமிருந்து விடுதலை வேண்டும்?" என்றார் அவர்.

"ஆணிடமிருந்துதான். பல ஆயிரம் வருஷங்களாய் அவன், அவளை அடக்கி ஆண்டுதானே வருகிறான்? பெண்ணின் பெருமையை ஆண் அறியவில்லை; அல்லது, அறிந்தும் குரூரமாய் நடந்துகொள்கிறான்–"

"இது வெறும் பிரமை; தனக்குக் கிடைத்த உயர்ந்த ஸ்தானத்தை அவள் நழுவவிடுகிறாள் என்பதுதான் உண்மை."

"அடுப்பங்கரைதான், அவளுக்கு உரிய இடமா?"

"அடுப்பங்கரை என்று கொச்சையாகச் சொல்லிவிட்டால், அதன் பெருமை குறைந்துவிடுமா? பெண் ஒரு புஷ்பம் – வீட்டுக்கு மணம் தரக்கூடியவள். அவளுக்கு விடுதலை என்றால், என்ன உரிமைகள் வேண்டும்?"

"ஆணுக்கு இருப்பது போன்ற உரிமைகள், எல்லாமே வேண்டும்..."

“மூளையின் அமைப்புப்படி பார்த்தால், ஆணைவிடப் பெண்ணுக்குப் புத்தி குறைவுதான் என்று ஒரு டாக்டர் சொல்லியிருக்கிறான் – நான் அதைப் பூராவாய் நம்பவில்லை. பெண்ணுக்கு விடுதலை என்று ஆண்கள் பேசிப் பெண்ணின் தரத்தைக் குறைத்துவிட்டார்கள் ...”

“நீங்கள் சொல்லுவது விபரீதமாயிருக்கிறதே?”

“என்ன விபரீதம்? உலகத்து ஊழலில், நாள் முழுவதும் உழைத்து உழைத்து மனநிம்மதி இழந்துவிட்ட ஆண்கள்தான், பெண்களின் விடுதலை பற்றி அதிகமாய்ப் பேசுகிறார்கள். தங்களைப் போலவே பெண்களையும் ஆக்கி, அவர்களுடைய அழகைக் குலைக்க முயன்று வெற்றி கண்டு வருகிறார்கள் ...”

“பெண் விடுதலை வேண்டுகிற பெண்கள் இல்லையா?”

“ஏன் இல்லை? இருக்கிறார்கள். சட்டம் படித்து உரிமை பேசும் பணக்காரப் பெண்கள் – அவர்கள் விரல் அசைத்தால், எதிரில் நாலுபேர் கைகட்டி நிற்பார்கள். அவர்களுக்கு வசதி இருக்கிறது – தங்கள் மனம்போன போக்கில் வாழ்வதற்கு, மேலும் வசதி செய்துகொள்ளத்தான், அவர்கள் ‘பெண் விடுதலை’ என்று பேசுகிறார்கள்.”

“அமெரிக்கப் பெண்கள் அடைந்துள்ள முன்னேற்றத்தைப் பார்த்தால்...”

“முன்னேற்றமா அது? நீ சொல்வதுபோல், அவர்களுக்கு விடுதலை கிடைத்துவிட்டது உண்மைதான். ஆனால், அவர்களால் ‘சுயமாக’ என்ன சாதிக்க முடிந்துள்ளது, இதுவரை?” ஆண்களைப்போல் கிராப் வெட்டிக்கொள்கிறார்கள்; சூட்டும் தொப்பியும் அணிகிறார்கள்; ஆண்களுடன் விமானம் ஓட்டுவதிலும் துப்பாக்கி சுடுவதிலும் போட்டி போடுகிறார்கள். எல்லாம் ஆண்களைப் பார்த்து, ஆண்களைப் போல! ஒரே காப்பிதான்! தமக்கென்று புதுமாதிரியான ஆடை ஒன்றைத் தயாரித்துக்கொள்ளக்கூட, அவர்களால் முடியவில்லையே! பெண் உணர்ச்சியின் அழகுருவம்; வீட்டில் இருந்து கட்டளையிட வேண்டிய தேவதை! அவளைச் சந்தியில் இழுத்து வேடிக்கை பார்க்கத்தான், பெண் விடுதலை!”

உலகம் முழுவதும் பெண்ணுக்கு ஓட் உரிமை, இந்த உரிமை என்று சொல்லிக்கொண்டிருக்கும்போது –

“அப்படியானால், பெண் விடுதலை தேவையில்லை என்கிறீர்களா?”

“பெண் விடுதலை என்பது பித்தலாட்டம் என்கிறேன். மலரைச் சிறையிலிட்டால் வாடித்தான் போகும்; பெண் வாடிவிடவில்லை என்பதற்கு மனிதகுலம் இன்னும் உயிருடன் இருப்பதே அத்தாட்சி... என் மனைவி விமானம் ஓட்டப் போய்விடுகிறாள்; நான் வாத்தியாராய் இருக்கிறேன். எங்கள் குழந்தைகளைக் (எங்கள் குழந்தையாயிருக்குமோ, அல்லது வேறு யாருடைய குழந்தைகளாக இருக்குமோ என்பதும் யோசிக்கவேண்டிய விஷயம்தான்.) காப்பது யார்? அவர்களுக்குத் தகுந்த முறையில் கல்வி தருவது யார்?...”

"சர்க்கார், ஏற்பாடு செய்கிறது..."

"குடும்பத்தில் நேரிடையாய்த் தலையிடும் எந்தச் சர்க்காரும் நீடிக்காது என்பதுடன், மனிதகுலத்துக்கே ஆபத்துதான் உண்டாகும்... டேய், விடுதலை, உரிமை என்பதைப் போன்ற வார்த்தைகள் மக்களைச் சுலபமாய் ஏமாற்றிவிடுகின்றன. பெயரும் பதவியும் வேண்டுகிறவர்கள், அந்த வார்த்தைகளைக் கொண்டு, ஊரை ஏமாற்றுகிறார்கள்... 'பெண் விடுதலை'யால், இன்னொரு விபரீதமும் இருக்கிறது. பெண் ஆணாகி, ஆண் பெண்ணாகும் விபரீதம்தான் அது."

"அது எப்படி!"

"அமெரிக்காவைப் பாரேன்! எந்த உத்தியோகத்திற்கும் பெண்கள் போட்டியிடுகிறார்கள்; அவர்களுக்குத் தனிச் சலுகைகள். எல்லா உத்தியோகங்களையும் பெண்களே எடுத்துக்கொண்டுவிட்டால், ஆண்களுக்கு என்ன வேலை?"

"ஆணுக்கு நிம்மதியும் பெண்ணுக்கு உத்தியோகத் தொல்லையும் இருக்கும்; நல்லதுதானே?"

"அதிலும் சிரமம் இருக்கிறது. பெண்தானே குழந்தை பெற முடிகிறது?... 'பெண் விடுதலை' என்பது குடும்பத்தை அழிக்கும் ஒரு முயற்சி. உலகப் பெண்ணுக்கு 'விடுதலை' கிடைத்துவிட்டால் – உலகக் குடும்பமே அழிந்துவிடும். குடும்பம் இல்லாவிட்டால், உலகத்தின் எவ்வளவோ அழகுகள் போய்விடும். ஆணுக்கு மட்டுமல்ல; பெண்ணுக்கும்தான்..."

"குடும்பத்தை இவ்வளவு சிலாகித்துப் பேசும் நீங்கள், ஏன் ஒரு பெண்ணை மணக்கவில்லை?" என்றேன், கடைசியில்.

"அதுவா..." என்று யோசித்தார், அவர்.

"எனக்குப் பெண்கள் என்றாலே பிடிக்கவில்லை."

"பெண் என்றால், அருவருப்பா உங்களுக்கு?"

"அது எப்படி இருக்கமுடியும்? என் தாய் வயிற்றில் பிறந்தவன்தானே நான்?"

"பின்?"

"நான் பெண்ணை விரும்பவும் இல்லை; வெறுக்கவும் இல்லை."

"அதனால்தான், பிரம்மசாரியாய் இருக்கிறீர்களோ?"

"இல்லை; அது வேறு விஷயம்."

முதல் வியப்பு

"... ஞாபகம் இருக்கிறதா?" என்று கேட்டேன்.

"இப்போது மாத்திரம் அப்படிச் சொல்லவில்லையா? நான் பெண்ணை விரும்பவும் இல்லை; வெறுக்கவும் இல்லை. இவளையும்தான்."

நான் குழம்பிக்கொண்டிருந்தேன். புரியாத விஷயத்தை இன்னும் புரியாதபடி செய்தது, அவருடைய பேச்சு. இவ்வளவு புதிர் போடுபவராக, அவரை நான் எப்போதும் கண்டதில்லை. எதையோ மறைக்கிறார் என்று தோன்றியது; இது அவருடைய வழக்கத்திற்கு விரோதம்.

"நீங்கள் என்னிடம் எதையோ மறைக்கிறீர்கள்!"

"டேய்! உணர்ச்சிகளை வைத்துக் கதை எழுதி, உன் அறிவுகூட மழுங்கிவிட்டது. நான் எதற்காக, எதையாவது மறைக்கவேண்டும்?"

"இல்லை, மறைக்கிறீர்கள்!" என்றேன், பொறுமை இழந்து.

"என்னுடன் ஒரே ஒரு பெண் இருக்கிறாள்; அவளை நான் எங்கும் மறைத்து வைத்துவிடவில்லை; வேண்டுமானால் நீ அவளைப் பார்க்கிறாயா?"

பார்க்கவேண்டும் என்றுதான், நானும் விரும்பினேன்.

இரண்டாவது வியப்பு

ஐம்பத்தைந்து வயதில், சுந்தரம் ஒரு பெண்ணுடன் தனியாக வசிப்பது ஒரு வியப்பு எனில் –

இருபத்திரண்டு வயதுப் பெண், ஊரில் வதந்தி தோன்றும் விதத்தில் அவருடன் இருக்க இணங்கியதும், இருந்ததும் ஒரு வியப்புதானே? அவளாலாவது ஏதாவது உண்மை வெளிப்படாதா என்று, அவளைப் பார்க்க விரும்பினேன்.

"மோகினி, விருந்தாளி வந்திருக்கிறார்; காபி கொண்டுவருகிறாயா?" என்றார் சுந்தரம், உள்ளே நோக்கி.

"மோகினி! பெயர் அழகாய் இருக்கிறது."

"பெயர் மட்டுமல்ல, தம்பி..."

உள்ளிருந்து அவள் வெளிவந்தாள். எதிரில் தலைகுனிந்து நின்றாள். அவளைப் பார்த்தேன். தாமரை இலை நீர்போன்ற, பற்றற்ற பார்வை கொண்டுதான் பார்த்தேன். ஆனால் –

அவள் அழகி.

மெல்லிய 'வாயில்' சேலை; அவளுடைய அழகை மறைக்க முடியவில்லை.

தலையில் முக்காடு அணிந்து, வடக்கத்தியாளைப்போல இருந்தாள்.

தலையை, கூந்தலை, மார்பகத்தைப் பார்த்துக்கொண்டிருந்தேன்; சதை என்ற சிறுமைக்கு, 'அழகு' என்னும் பெரும் பொருள் கொடுக்கிறவள்.

அடங்கி இருக்க வேண்டிய இடங்களில் அடங்கியும், உயர்ந்திருக்க வேண்டிய இடங்களில் உயர்ந்தும், இளமை என்ற அறியாமைக்கு 'அழகு' என்னும் அரும்பொருள் கொடுக்கிறவள்.

கையில் கொண்டு வந்திருந்த காபி டம்ளரையும், வெற்றிலைப் பெட்டியையும் மேஜை மீது வைத்தாள்.

“சாப்பிடு” என்றார் சுந்தரம்.

“சாப்பிடுங்கள்” என்றாள் மோகினி.

சாப்பிட்டு, வெற்றிலை எடுத்தபோது,

“ஏன் கூப்பிட்டீர்கள்?” என்று, என்னைப் பார்த்துக் கேட்டாள் மோகினி.

கேட்க முடியாத பல கேள்விகள் இருக்கின்றன. மனிதன் சாக வேண்டுமா என்று யாரும் கேட்பதில்லை. அவளுடைய அந்தக் கேள்வியும் அந்த வகைதான் என்று தோன்றியது, எனக்கு!

அவளிடம் பேச வேண்டும், ஏதோ உண்மை அறியலாம் என்று முன் நினைத்ததை எல்லாம், நான் மறந்துபோய்விட்டேன்.

“நான்... கூப்பிடவில்லையே!”

நேருக்கு நேராய், என்னைப் பார்த்தாள் அவள்.

அவள் கண்கள்...

திரிபுரத்தை எரித்த அந்தக் கண்கள், ஞாபகம் வந்தன. எதிரில் உள்ளவைகளைச் சாம்பலாக்கும் வலிமை உடைய கண்கள்.

காப்பி, வெற்றிலைப் பெட்டி போன்ற சாமானிய விஷயங்கள் மட்டும் அல்ல; ஆயிரம் ஆண்டுகளாயினும் என் உடலுடன் ஊறி ஊன்றியிருக்கும் பழக்க வழக்கங்களும், சம்பிரதாயங்களும், ஏன், பண்பாடும்கூடத்தான், அவளுக்கு முன்னிலையில் இடிந்து, துகள் ஆகி விழுகின்றன...

அவள் முன் எல்லாம் – நான்கூடப் பார்த்துத்தான் போகிறேன்.

ஆனாலும்...

காலம், இடம் என்பன போன்ற எவ்வித வரம்பும் கட்டிக் கொள்ளாமல், கானகத்தில் ஆயினும் சரி, மலைக்குகையில் ஆயினும் சரி, அவளைத் தொடர்ந்து செல்ல, நான் தயார்!

இந்த இடத்தில், இந்த நிமிஷத்தில், நான் அவள் அடிமை! அவளுக்காக, நான் வெறும் பாழாகத் தயார்.

உணர்ச்சிமிக்கவன் நான்; அழகை விரும்புகிறவன்; எனக்கு அறிவு குறைவுதான்.

“வேறு ஏதாவது வேண்டுமா?” என்று, மீண்டும் கேட்டாள் மோகினி.

“நீ போகலாம்” என்றார் சுந்தரம்; அவள் உள்ளே போய்விட்டாள்.

“என்னடா அது? வெறும் காட்டுமிராண்டிபோல, அவளை அப்படிப் பார்த்துக்கொண்டிருந்தாய்?”

“யார் இவள்? இவள் யார்?” என்றேன், ஆவலுடன். என் குரல் – அது என் குரல் என்று சொல்லமுடியாது; வேறு யாரோ எனக்குள்ளிருந்து

பேசுவதுபோல உணர்ந்தேன். சுந்தரத்தைப் பற்றி அறியவந்தவன் குரல் அல்ல; அது தன்னையே அறிந்துகொள்ள முடியாதவன் குரல்.

"இங்கே பார், ராஜூ!"

அதிகாரக் குரலைக் கேட்டுத் திரும்பிப்பார்த்தேன். அவர் வழக்கம்போல், ஒருவித மாறுதலும் இல்லாமல் நிதானமாகவே இருந்தார்.

"ராஜூ, உனக்கு இன்று புத்தி சரியாய் இல்லை; ஒரு பெண்ணிடம் எப்படி நடந்துகொள்வது என்பதுகூட மறந்துவிட்டாய். இவ்வளவு மரியாதைக்குறைவாய் நடப்பாய் என்று, நான் நினைக்கவில்லை. கொஞ்சம்கூட வெட்கம் இல்லாமல்..."

எனக்குக் கொஞ்சம் அறிவும் உணர்வும் வந்தன.

"சுந்தரம், இன்று எனக்கு எப்படியோ இருக்கிறது. மரியாதைக் குறைவாய் நடந்திருந்தால் – மன்னித்துவிடுங்கள்."

"டேய், உன்னை நான் மன்னிப்பதாவது! போ, அவள் கால்களில் விழுந்து மன்னிப்புக் கேள்!... சின்னப்பையன்; அழகாயும் இருக்கிறாய். என்னுடன் போட்டி போடும் எண்ணம் இருந்தால், இந்த வீட்டுப் பக்கம் தலைகாட்டக்கூடாது; ஞாபகம் இருக்கட்டும்!"

வெகுநேரம், விடாமல் சிரித்தார் அவர். அவருக்கு, என் மீது கோபம் இல்லை. பரிகாசம் செய்கிறார் என்று புரிந்தது. எனக்கு ஆறுதல்தானே உண்டாகவேண்டும்? இல்லை; ஆத்திரம் உண்டாயிற்று, அவர் மீது.

"மோகினி யார்? இங்கு ஏன் இருக்கிறாள் என்பதைச் சொல்ல மாட்டீர்களா?" – இந்தக் கேள்வியை, அவரிடம் கேட்ட விதத்தை, இப்போது நினைத்தாலும் வேடிக்கையாக இருக்கிறது.

"ஒரு பெண்; என்னுடன், எனக்காக, என் வீட்டில் இருக்கிறாள்."

அந்த மாலை முழுவதும், என்னைக் குழப்பிவிடுவதென, அவர் தீர்மானித்துவிட்டார் போலும்.

அவர் சொன்னதுபோல் சின்னப்பையன் அல்ல நான்; எனக்குப் புத்தி நிறைய உண்டு என்று நண்பர்கள் சொல்லுகிறார்கள். உணர்ச்சி அதிகம் என்கிறார் அறிஞர் சுந்தரம்; நான் அழகன் என்பதை மோகினியின் விழிகளில் கண்டேன்.

ஆகையால் சுந்தரத்திடம், அந்தப் பழைய கேள்வியைக் குழறினேன்: "மோகினி, உங்களுடைய காதலியா?"

"ஆமாம்" என்றவர், உண்மையா அல்லது பொய்யா, அல்லது இரண்டுமா என்பது விளங்காதபடி நகைத்துக்கொண்டிருந்தார், முன்போலவே.

தவித்துப்போனேன்.

சுந்தரத்திடமிருந்து அன்று ஒன்றும் அறிய முடியாது என்று தெரிந்து விட்டது.

அந்த வீட்டை விட்டு வெளிச்செல்ல, எனக்கு விருப்பம் இல்லை – அங்கு மோகினி இருக்கிறாள்.

அங்கு இருக்கவும் முடியாது – சுந்தரம் இருக்கிறார்.

“அப்புறம் வருகிறேன்” என்று எழுந்தேன்.

“என்னடா அது? இந்தப் பெண்ணைப் பற்றித்தான், பேச வந்தாயா? உட்காரேன், என்ன அவசரம்? நான் பம்பாய் போனபிறகு, ஏதாவது கதை எழுதினாயா?”

“கதையும் எழுதவில்லை, ஒன்றும் எழுதவில்லை!” என்றேன், அலுப்புடன். அதற்குள் ஏனோ பெரும்பாரம் இழுத்தவனைப்போல், களைத்திருந்தது எனக்கு. “வேலை இருக்கிறது, வருகிறேன்” என்றவாறு, அவருடைய பதிலைக்கூட எதிர்பாராமல், விரைவாக வெளியில் வந்தேன்.

“நாளைக்குக் கட்டாயம் வா!” என்று, எனக்குப் பின்னால் அவர் குரல் கேட்டது.

“என்ன மனிதர்! என்று அலுத்தேன்.

மனையும் மக்களும்

வீட்டிற்கு வந்தேன்.

எனக்கு வீடு இருக்கிறது; நல்ல பணிவுள்ள ஒரு மனைவி இருக்கிறாள்; இரண்டு அழகான குழந்தைகள் இருக்கின்றன.

ஆனால். அந்த இரவு?

மனையும் மக்களும் திகட்டின.

கல்யாணம் என்னும் வழக்கம் மனித குலத்தில் இருக்க நேர்ந்ததே பெரிய மடமை என்று தோன்றியது.

உணவு என்கிற நித்தியரோகம் எவ்வளவு துன்பகரமானது என்பதை உணர்ந்தேன்.

தூக்கம் என்னும் தற்காலிக மரணத்தைப் பெற்று, அந்த அமைதியில் மோகினியின் நினைவுக்கும் கல்லறை கட்ட முயன்றேன்.

ஆனால், அந்தச் சிறு மரணமும் எனக்கு வாய்க்கவில்லை.

சுந்தரத்தின் வீட்டிற்குப் போகும்போது, ஏதோ நாடகம் பார்க்கச் செல்கிறவன் போலத்தான் போனேன். ஆனால் திரும்பும்போது, நானும் வேஷம் போட்டு ஆடத் தொடங்கிவிட்டேன். அதுவும் பிரதான பாகம்! விசித்திரம்தானே!

அவர் விசித்திரமான மனிதர்; காலத்தை வெல்லும் ஆற்றல் உடையவர்; அவரை என் குருதேவராக வணங்குகிறேன்; அவரால்தான் என் மனமும் புத்தியும் ஓர் உருப்படியான உருப்பெற்றன.

ஆனால்...

ஐம்பத்தைந்து வயதில், அவருக்கு இந்தப் பெண்ணுடன் என்ன தொடர்பு? அவருக்கும் அவளுக்கும் உள்ள தொடர்பை அறிந்து கொள்ளாமல், அவரைக் குறை கூறுவது எப்படி?

சொல்லை ஏமாற்றும் அவளுடைய அழகின் முன்னால், நான் சொல்லற்றுப் போவதில் ஆச்சரியம் இல்லை. ஐம்பத்தைந்து அல்ல, ஐயாயிரம் வயதுகூட, அவள் முன் அறிவை இழந்துவிடும். மோகினியின் கூந்தலில், அவர் பூச்சூட்டிய காட்சியின் பொருள் என்ன?

அவர்மீது எனக்குப் பொறாமைகூட உண்டாயிற்று; இந்த வயதில் அவருக்கு இந்த மோகினி எதுக்கு என்று?

ஆனால், அவர் செய்கை தவறு எனில், என் விருப்பம்போல் சூறையாடிய மனைவி தூங்குகிறாள் உள்ளே. என் ஆபாசமான எண்ணத்தின் அழகிய விளைவுகளான குழந்தைகளும் உறங்குகின்றன. அவர் அவளை அடைவதற்கு ஒரே தடைதான் – வயது; நான் அவளை அடைய மூன்று தடைகள்.

ஆகாயவீதி முழுவதும் தீத்திவலைகளைக் கொளுத்திவைத்து, அந்த மோகினியாள் அங்கும் விளையாடுகிறாள், எங்கும் விரவி.

எனக்கு முன்னால் இரண்டு கண்கள், தலைக்கு மேல் என்னைக் குனிந்து நோக்கின.

புருவமும் நெற்றியும் தோன்றின. கூந்தல் கழுத்தில் மார்பகம், ஆடையால் மூடுண்ட அழகு... காற்றிலே முக்காடு பறக்கிறது.

தாழ்வும் உயர்வும் இலக்கண சுத்தமாய் அமைந்து முழு எழிலாய் அவள், என்னைப் பார்த்துச் சிரித்தாள். எனக்கு முன்னால், தலைக்கு மேலே, வானவெளியில் நின்றவாறு.

"ஐயோ" என்றேன், அந்த அழகைத் தாங்கமாட்டாமல்.

அவளை ஒரு உருவெளித் தோற்றமாகவோ, அர்த்தமற்ற வெறும் பிரமையாகவோ ஒதுக்கிவிட என்னால் முடியவில்லை. அழுகி, நாறிவிடும் வெறும் சதையாகவும் நான் அவளை வெறுத்துவிட முடியாது.

அப்படி நான், என் மனைவியை வெறுத்துவிடவில்லையே!

பொய்யான தூக்கத்தில் இரவைக் கழித்துப் பொழுது புலர்ந்ததும் கண் விழித்த என்னை, முதல் நினைவும் முதல் செயலும் சுந்தரத்தின் வீட்டிற்குத் துரத்தின.

போகும் வழியில்

வழியில் ஒரு கோயில்; மனிதன் தன் அழகுணர்வைக் கோபுரமாய் உயர்த்திப் பார்த்த விந்தை.

அந்த உயர்வை வணங்கக் குனிந்தேன்.

கடவுளைத் தொழும்போது, மனதில் ஒரு நிலையான அமைதி உண்டாகி, முன் நெற்றி முனையில் 'ஓம்' எனும் சொல்லை ஒளியாமல் எழுதி, அதில் ஒலியையும் எழுப்பி, என்னை மறப்பது என் வழக்கம்.

ஆனால் – நெற்றிமுனையில் இன்று தோன்றிய உருவம், மோகினியின் உருவம்தான்.

முதலும் முடிவும் இல்லாதது பரம்பொருள்; அதற்கொரு கோயில்; அதற்கொரு வடிவம். மோகினி அழிந்துவிடும் ஒரு பொருள் என்றால், இந்தக் கோயிலுக்கும் வடிவுக்கும் அழிவு உண்டு.

விக்கிரகம் அழகு எனில், மோகினியும் அழகுதான். நான் வழிபடுவது, எந்த அழகை?

தன் ஆறுதலுக்காகவும் புகலுக்காகவும், மனிதன் கோயிலை உண்டாக்கினான். எனக்கு, அவள்தான் ஆறுதலும் புகலும்.

கோபுரவாயில் புகுந்துவந்த காற்று, என்னை நடுக்கியது. அந்த உயர்வு, வாய் பிளந்து என்னைத் தனக்குள் சேர்த்துக்கொள்ள முயலுவதுபோல, ஒரு பிரமை!

காதுகளைப் பிடித்துக்கொண்டு தோப்புக்கரணம் போட்டுக் கைகளும் குவித்தேன்.

பிரார்த்தனையில் எனக்கு நம்பிக்கை உண்டு; நெஞ்சத் தெளிவு தரும் என்று. கோவிலுக்குள் உள்ள கடவுளைக் கண்டபின், சுந்தரத்திடம் போகலாம் என்று முடிவு செய்து, இடுப்பில் மேல்வேஷ்டியைச் சுற்றிக் கொண்டு உள்ளே புகுந்த நான், திடுக்கிட்டேன்.

கோபுரத்தைக் கண்டதும், அங்கிருந்த பெரியதொரு மரத்தடியில் சுந்தரமும் மோகினியும் உட்கார்ந்திருந்ததைக் கண்ணுற்று.

அவர்களுக்கும் பொழுது சீக்கிரமாகவே விடிந்து, கோயிலுக்கு வந்துவிட்டார்கள் என்பது அல்ல. சுந்தரம்கூடக் கோயிலுக்குள் புகுந்திருப்பதுதான், எனக்குத் திகைப்பு.

கோயிலும் சிலைகளும், அவருக்குப் பிடிக்காத விஷயங்கள்.

பழைய விஷயம் – தொடர்ச்சி

சிலைகளும் கல்யாணமும்

ஆமாம். சிலை எனும் கல்லழகு என்றால், அவருக்கு அருவருப்பு. அதனால்தான் அவர், ஆலயத்திற்குப் போவதில்லை

நான் பக்தன்; நம்புகிறவன். நீறுபூசிக் குங்குமம் இட்டுக்கொள்வதிலும் எனக்கு மிக நம்பிக்கை.

ஒரு வெள்ளிக்கிழமை. கோயிலில் இருந்து திரும்புகையில், சுந்தரத்தின் வீட்டிற்குச் சென்றேன்.

“குங்குமமும் விபூதியும் பட்டையாய் இருக்கிறதே, என்ன விசேஷம்?” என்று கேட்டார்.

“வெள்ளி அல்லவா? கோயிலுக்குப் போயிருந்தேன்; அர்ச்சனை செய்தேன். இதோ, பிரசாதம்!” என, அவரிடம் நீட்டினேன்.

"ஐயே, எனக்கு வேண்டாம்" என்றார் அவர்.

எனக்கு ஆச்சரியமாயிருந்தது. வருத்தமும்கூட; தேவப் பிரசாதத்தை அவமதிக்கிறாரே என்று.

"நீகூடக் கோயிலுக்குப் போகிறாயா?"

"அதனால் என்ன? நீங்கள் போவதில்லையா?"

"எதற்காகப் போகவேண்டும்?"

"ஸ்வாமி தரிசனத்திற்காகத்தான்."

"மனிதனைப்போல, அங்குள்ள கல் உருவத்தைத்தானே 'ஸ்வாமி' என்கிறாய்?"

"நம்புகிறவர்களுக்குத்தான் கடவுள் . . . அப்படியானால், நீங்கள் நாஸ்திகரா?"

"நான் நாஸ்திகன் அல்ல; ஆனால் மனித உருவில் உள்ள கடவுள் எனக்கு வேண்டாம்."

"உங்களுக்கு வேண்டாம்; எனக்கு வேண்டும். பிறந்தது முதலே நீங்கள் கோயிலுக்குப் போனதில்லையா? அங்குள்ள சிலைகளின் அழகைப் பார்க்கவேண்டாமா?"

யோசனையில் ஆழ்ந்துகொண்டே, அவர் கூறினார்: "நான் கோயிலும் சிலையும் பார்த்திருக்கிறேன். அதனால்தான், அவற்றை வெறுக்கிறேன். கடவுள் தன்மையை அவைமீது ஏற்றிப்பார்க்கவே, எனக்கு அருவருப்பாக இருக்கிறது."

"நீங்கள் சொல்வது, எனக்குப் புரியவில்லை. கோயில் கெட்டுவிட்டது என்று, அங்குப் போகத் தயங்குகிறவர்களை அறிவேன். கோயிலாவது தெய்வமாவது என்கிற நாஸ்திகர்கள் இருக்கிறார்கள். ஆனால், நீங்கள் அருவருப்பதற்குக் காரணம் என்ன?"

"என் சொந்தக் காரணம் இருக்கிறது."

"சொல்லுங்கள்."

"எங்கள் குடும்பம் பணக்காரக் குடும்பம்; என் தகப்பனார், தமையனார் எல்லோரும் பெரிய சர்க்கார் உத்தியோகத்தில் இருந்தார்கள் என்பதெல்லாம் சொல்லியிருக்கிறேன் அல்லவா?"

"ஞாபகம் இருக்கிறது."

"என் இருபதாவது வயதில், எனக்குக் கல்யாணம் செய்யத் தகப்பனார் முடிவு செய்தார்."

"உங்களுக்குக் கல்யாணமா? நீங்கள் சம்மதித்தீர்களா?"

சம்மதித்தேனா – இல்லையா என்பதை, இப்போதுகூட என்னால் நிச்சயமாகச் சொல்ல முடியவில்லை. என் அத்தைமகள் ஒருத்தி. பெயர் சுசீலா. படித்தவள். எனக்கு நன்றாய்த் தெரிந்தவள். அவளை மணக்கச்

சம்மதமா என்று அப்பா கேட்டார். நான் யோசித்துச் சொல்வதாகப் பதில் அளித்தேன்.

"யோசனை என்றால், மிகவும் நீளமான யோசனை. ஒருநாள் இரண்டு நாள் அல்ல; ஆறு மாதங்கள் யோசித்தேன். கல்யாணம் எதற்காக? எல்லோருமே, ஏன் மணம் புரிகிறார்கள்? எல்லோருமே ஒரு காரியம் செய்கிறார்கள் என்றால், அது ஒன்று முட்டாள்தனமாக இருக்க வேண்டும்; அல்லது, தவிர்க்கமுடியாத தேவையாக இருக்க வேண்டும். கல்யாணம் என்பது மடமையா, தேவையா? முடிவில்லாமல் நான் இப்படி யோசித்துக்கொண்டிருந்த சமயம், பலமுறை என் சம்மதத்தை அப்பா கேட்டார். நான் மௌனமாக இருக்கவே, எனக்கு விருப்பம்தான் என்று முடிவு கட்டிக் கல்யாணத்திற்கும் ஏற்பாடுகள் செய்ய ஆரம்பித்துவிட்டார்.

"எங்கள் குடும்பம் நாகரீகமானது. சுசீ படித்தவள்; நிச்சயம் ஆன பிறகும் என்னுடன் சகஜமாகவே பழகினாள். அவளும் நானும் ஏதாவது பேசிக்கொண்டேயிருப்போம்; நெருங்கி நெருங்கிப் பழகுவாள்; கூச்சத்துடன் சீண்டுவாள்; பேசும்போதே திடீரென்று சிரிப்பாள்; முகம் சிவக்கும். அவளுடைய இந்த சேஷ்டைகளின் பொருளை நான் கொஞ்சம்கூடப் புரிந்துகொள்ளவில்லை. அசடு என்கிறாயா? சரி."

ஒருநாள், அவளும் நானும், எங்கள் ஊர் ராமன் ஆலயத்திற்குப் போயிருந்தோம். கடவுள் என்னும் பெரும் பெயர் சுமக்கும் நாலைந்து விக்கிரகங்கள், பகலிலும் இருளடைந்த அவ்விடத்தில் இருந்த சிறு அகல்விளக்கின் ஒளியில், கோயில் கூரை முகடுவரை உயர்ந்து நின்றன. கற்பூரம் ஏற்றி, அர்ச்சகர், அவைகளின் முன் காண்பித்தபோது, அவைகளின் நிழல்கள், அவைகளுக்குப் பின்னால் இன்னும் உயர்ந்து ஆடின. எண்ணெய்த் தேய்த்துக் குளிப்பாட்டப்பட்ட விக்கிரகங்கள், இருளின் சூழலில் கருங்கறுப்பாய்ப் பிரகாசித்தன. எண்ணெய், கற்பூரம், எலிப்புழுக்கை கலந்த ஏதோ ஒரு வாசனை, அங்கு நிலவியது. எல்லாமாய்ச் சேர்ந்து ஒரு மருமமான பயம் உருவாகியது. மிகச்சிறிய உருவில் உள்ள மனிதனே எவ்வளவோ விபரீதங்கள் செய்கிறான்; இந்தப் பெரிய மனித உருக்களுக்கும் உயிர் இருந்துவிட்டால், இன்னும் பெரிய விபரீதங்கள் அல்லவா செய்யும்? கற்பூர வெளிச்சத்தில் பிரகாசித்த வைரங்கள், என் கண்களைக் குத்தின. கற்பூரம் அணைந்ததும், மீண்டும் இருளிடையில் மர்மமாய், அந்த விக்கிரகங்கள் நின்றுவிட்டன. அர்ச்சகர் கொடுத்த குங்குமத்தை, நான் இட்டுக்கொள்ளவில்லை; தேங்காய், பழம் முதலியவைகளைக் கொடுத்தபோது கைநீட்டியவன் அவைகளைக் கீழே போட்டுவிட்டேன். சுசீ எடுத்து, கண்களில் ஒற்றிக்கொண்டாள். வெளியில் வந்ததும் அவள் சொன்னாள்: "இந்தக் கோயில் சிலைகள், சரித்திரப் பிரசித்தம்! பார்க்கலாம்" என்று. ஒவ்வொரு சிலையாய்ப் பார்த்துவந்தோம். உண்மையாய், நான் ஒன்றும் பார்க்கவில்லை; என் எண்ணம், இந்தச் சிறுசிறு சிலைப் பிரஜைகளை ஆள்கின்ற அந்தப் பெரிய விக்ரகங்களில்தான் இருந்தது.

"இங்கே பாருங்கள்" என்ற சுசீயின் குரல் கேட்டுக் கவனித்தேன். ஒரு நாட்டியப் பெண்ணின் சிலை. விக்கிரகங்களுக்கும் சிலைகளுக்கும் உள்ள வித்தியாசம்தான், உனக்குத் தெரியுமே! சிலையில் ஏராளமாய் அழுக்குச்

சேர்ந்திருந்தது; பக்கத்தில் இருந்த கிணற்றிலிருந்து ஒரு வாளி நீர் கொண்டு வந்து சிலையைக் கழுவ ஆரம்பித்தாள் சுசீ.

“எவ்வளவு இயற்கையாக இருக்கிறது? ஒவ்வொரு நரம்பும் நகமும்கூடத் தெளிவாய்த் தெரிகிறது, எவ்வளவு அழகாயிருக்கிறது, கவனித்தீர்களா?” என்றாள்.

கவனித்தேன். வளைவும் நெளிவும் உள்ள சிலை. வளைவும் நெளிவும் உள்ள பெண்ணின் உடல், ஆணின் உடலைவிட ஆபாசமானது என்று யாரோ சொன்னது ஞாபகம் வந்தது. கல்யாணம் என்பதன் அர்த்தம், தெளிவு பெறலாயிற்று. ஆண் பெண் என்ற உடல் வேறுபாட்டை அடிப்படையாகக் கொண்டு, இருவரையும் இணங்கச் செய்வதுதானே கல்யாணத்தின் நோக்கம்? சிலையைப் பார்க்க, எனக்குள் அசிங்கமும் அருவருப்பும் அதிகரித்தன. சுசீ, அதைக் கழுவிக் கொண்டிருந்தாள். பல நாளாய்ச் சேர்ந்திருந்த அழுக்கினால், ஒரு துர்நாற்றம் உண்டாயிற்று. என் வெறுப்பு, இன்னும் மிகுந்தது.

“இந்தச் சிலை மட்டும், இப்போது உயிர் பெற்றால், என்னைப் பிறகு மணம் புரிய ஒப்புவீர்களா?” என்றாள் சுசீ. மங்கலான அந்தி ஒளியில், கழுவப்பெற்ற அந்தச் சிலையைப் பார்த்தேன்: சுசீயைப் பார்த்தேன். அது கல்; இவள் மாமிசம். கல்லைவிட மாமிசம் அருவருப்புத் தருவதுதானே? அவளுடைய நெற்றியில் இட்ட குங்குமம், வியர்வையில் நனைந்து, ரத்தம் கசிவதுபோலத் தோன்றியது.

“என்ன யோசனை?” என்று கேட்டுக்கொண்டே, அவள் என்னைத் தீண்டியதும் – என் உடம்பு சிலிர்த்தது, அருவருப்பினால்; தவறுதலாய்க் கையில் ஓணானைத் தூக்கிவிட்டால், எப்படி இருக்கும்? அதுபோல.

மறுபடியும் என்னைத் தொட்டுவிடுவாளோ என்று எனக்குப் பயம் ஆகிவிட்டது. பதில்கூடச் சொல்லாமல், ‘தடதட’வென்று வீட்டுக்குத் திரும்பினேன்.

அப்பாவைக் கண்டவுடன் சொன்னேன். “எனக்குக் கல்யாணம் வேண்டாம்” என்று. அதற்கான ஏற்பாடுகளைச் செய்துகொண்டிருந்தவர், ஆச்சரியத்துடன், “என்னடா இது? திடுக்கென்று?” என்றார்.

“எனக்கு வேண்டாம்.”

“இவ்வளவும் தயாரான பிறகு, வேண்டாம் என்றால்? சுசீக்கும் உனக்கும், ஏதாவது தகராறா?”

“இல்லை; எனக்குப் பிடிக்கவில்லை.”

“முதலில் எல்லாம் இப்படித்தான் சொல்லுவார்கள். ஆனால், யாரும் கல்யாணம் செய்துகொள்ளாமல் இருப்பதில்லை.”

“எல்லோரும் கல்யாணம் செய்துகொள்வதால்தான், எனக்கு வேண்டாம் என்கிறேன்.”

என் பிடிவாதம், அப்பாவுக்குத் தெரியும். என்னைப் பலவந்தம் செய்வதால் பயன் இல்லை என்று, கல்யாண ஆயத்தங்களைக் கைவிட்டார்.

தம் பிரமசரியத்திற்கு அவர் கூறியது அர்த்தமற்றதாகவோ அல்லது விபரீதமாகவோதான் தோன்றியது. அவருடைய பல செயல்களின் பொருள், எனக்குச் சரியாக விளங்கவில்லை; இது மற்றும் ஒன்று.

“அந்தப் பெண் சுசீ, என்ன ஆனாள்?”

“அந்தப் பெண், இப்போது நாலு பையன்களுக்கும் இரண்டு பெண்களுக்கும் தாயார். எனக்குப் ‘பித்துக்குளி’ என்றே பெயர் வைத்திருக்கிறாள். எப்போதாவது கண்டாலும், அப்படித்தான் கூப்பிடுகிறாள்” என்று அவர் சிரித்தார்.

“பெண்ணைத் தீண்டும் எண்ணமே, உங்களுக்கு உண்டானதில்லையா?”

“ஒருபோதும் இல்லை. அந்த எண்ணமே, எனக்கு அருவருப்பு உண்டாக்குகிறது. கோயிலில் உள்ள சிலைகளைப் பார்க்கும்போதும், அப்படித்தான். ஆகையால்தான், கோயிலுக்குப் போவதே இல்லை.”

போகும் வழியில்

“ஆக, கடைசியில் நீங்களும் கோயிலுக்கு வரவேண்டியதாகி விட்டது, பார்த்தீர்களா?” என்றேன், சுந்தரத்தை மட்டும் பார்த்து.

“மோகினி, பார்க்க வேண்டும் என்றாள், அழைத்துவந்தேன்... காலையில் நீ எங்கடா வந்தாய்? நேற்றுச் செய்த பாவங்களை, இன்று கழுவிவிடவா?”

அவர் சிரித்தார்.

“சிலைகளைப் பார்த்தீர்களா?”

“நான், உள்ளே போகவே இல்லையே. மோகினி, சுற்றிப் பார்த்துவிட்டு வந்தாள்; நான் இங்கேயே உட்கார்ந்திருக்கிறேன்.”

“நான் எவ்வளவு கூப்பிட்டும் உள்ளே வரவில்லை; ஏன்?” என்று, என்னைக் கேட்டாள் மோகினி.

“இவருக்குச் சிலைகளைப் பார்க்கவே பிடிக்காது,” என்று பதில் சொன்னேன், அவளை நேருக்கு நேராய்ப் பாராமல், எங்கோ பார்த்தவாறு.

“எவ்வளவு அழகாயிருக்கின்றன! இப்போதே உயிர்த்து எழுந்து விடும்போல! இத்தனை அழகிய சிலைகளை, நான் பார்த்ததேயில்லை. இவைகளைப் பார்க்கவா, இவருக்குப் பிடிக்கவில்லை?”

அந்தக் குரல், என்னை அழைத்தது, திரும்பினேன்.

அங்கேயே, உலர்ந்த இலைகளின் மேல், வான்நோக்கிப் படுத்திருந்த அந்தத் தோற்றம்... இலைகளும் குச்சிகளும் மேலே போட்டுக்கொண்டு...

சுந்தரத்தைப் பற்றிய பயமும் உள்ளிருந்தது எனக்கு. அந்தக் கோயிலில், அவரைப் புரிந்துகொண்டுவிடலாம் என்று நினைத்தேன்.

“இப்போதுகூட உங்களுக்குச் சிலைகள் என்றால், அருவருப்புத்தானே?”

“டேய், நீ கேட்டதற்கெல்லாம், நான் பதில் சொல்லித்தான் ஆக வேண்டுமா?”

நான் அப்படியே சிறுத்துவிட்டேன்; அவளுக்கு முன்னால் அவமானம் செய்யப்பட்டதால், எரிச்சலாகவும் இருந்தது. குனிந்தபடி, அவளை நோக்கினேன். அவள் அப்படியே படுத்திருந்தாள்; அந்தப் புன்னகை அப்படியே இருந்தது; அந்தக் கண்களில் – உலகத்து முதல் பெண், முதன்முறையாய்க் காதல் வேண்டிய கூர்மை, அப்படியே இருந்தது. சுந்தரத்தையோ, அவர் என்னை அவமதித்ததையோ, நான் நினைக்கவில்லை; மறந்துபோனேன்.

“மோகினி, நீ வா; வீட்டுக்குப் போகலாம்,” என்று அவளை அழைத்தார் சுந்தரம்.

“இந்த இடம் அழகாய் இருக்கிறது. இன்னும் கொஞ்ச நேரம் இருக்கலாமே,” என்றாள் மோகினி.

நானாகச் சொன்னேன்: “காற்றும் இங்கு நன்றாய் வீசுகிறது.”

“இல்லை, நாம் போவோம்.”

சுந்தரம் எழுந்தார்; அவளும் உடையை உதறிக்கொண்டு எழுந்தாள். அவர் என்னை அழைக்கவில்லை என்றாலும், நான் பின்தொடர்ந்தேன்.

“டேய், ராஜு !” என்றார், நின்று.

“ஏன் ?”

“நீ, இப்போது வீட்டுக்குப் போ; சாயங்காலம் வா.”

நான் செத்துவிட்டேன்; ஆனால் மோகினி என்னை எவ்வளவு வலுவாக அடிமைப்படுத்தினாளோ, அதைப் போலவே அவருக்கும் நான் அடங்கிக்கொண்டிருந்தேன். அவரை மறுத்துப் பேச, என்னால் என்றும் முடிந்ததில்லை.

“கொஞ்சநேரம் பேசவேண்டும் போலிருந்தது,” என்றேன், அச்சத்துடன்.

“யாருடன் ? எனக்குத் தெரியும், போடா,” என்று, அவர் சிரித்தார்.

“வரட்டுமே, ஏதாவது பேசிக்கொண்டிருக்கலாம்,” என்று மோகினி சொன்னதும், எனக்குத் தெம்பு வந்தது.

“வீட்டில் இருந்தால் ஏதாவது எழுதுவான்; நாம் ஏன் கெடுக்க வேண்டும் ?”

“எனக்கு, எழுத்து வேலை ஒன்றும் இல்லை.”

“படி, நீ ஏராளமாய்ப் படிக்கவேண்டும். படித்தால்தான், புத்தி வரும்.”

ஏமாற்றத்துடன், அவளைப் பார்த்தேன்.

“சாயங்காலம் வருகிறாயா ?”

“மறந்துவிடாதீர்கள்,” என்று மோகினியும் வேண்டினாள்.

சுந்தரத்தை, மனதில் நொந்துகொண்டே, வீடு திரும்பினேன்.

எங்கே?

பரபரப்புடன் காத்திருந்தவன், மாலையானதும், சுந்தரத்தின் வீட்டுக்குப் புறப்பட்டேன். முன்பெல்லாம் அங்குப் போகும்போது, ஆலயம் செல்வதுபோல், தூய நெஞ்சுடன் போவது வழக்கம். இப்போது—

ஆலயமா கெட்டுவிட்டது?

வீட்டுக் கதவு சாத்தியிருந்தது; தனிமையில் அவ்விருவரும் இருக்கின்றனர் என்ற நினைப்பையே என்னால் சகிக்க முடியவில்லை.

கைப்பலம் கொண்ட மட்டும் கதவைத் தட்டினேன்; பதில் இல்லை.

அப்பால்தான் கவனித்தேன். வீடு வெளிப் பக்கம் பூட்டியிருந்தது!

தலையில் கைகளை வைத்துக்கொண்டு, அயர்ந்து உட்கார்ந்து விட்டேன், திண்ணைமீது.

இரவில் போய்ப் பார்த்தேன்; அவர்கள் திரும்பவே இல்லை.

ஒருநாள்;

மறுநாள்;

மூன்றாவது நாள்;

தினம் ஒருமுறை, அந்த வீட்டைப் போய்ப் பார்த்தேன்! பூட்டித்தான் கிடந்தது.

நண்பர்களை விசாரித்தேன். அந்தப் பெண்ணுடன் உல்லாச யாத்திரை போயிருப்பார் என்று, அவர்கள் பரிகாசம் செய்தார்கள்.

நான் எவ்வளவு கொடியவன் என்பதை, அந்த மூன்று தினங்களில் என் மனைவி அறிந்துகொண்டாள். நான் எவ்வளவு கொடியவன் ஆக முடியும் என்று, நானும் உணர்ந்தேன்.

எனக்குப் பைத்தியமே பிடிக்கிறது. நாலாவதுநாள் காலை தபால் வருகிறது, சுந்தரத்தின் கையெழுத்தில் ஆத்திரத்துடன் பிரிக்கிறேன்;

முடிவு

"டேய் ராஜூ,

இப்போதே, உன்னிடம் கொஞ்ச நேரம் பேச வேண்டும் என்று ஆசை உண்டாகிறது. அதனால்தான் எழுத உட்கார்ந்தேன். எனக்கு நேற்று இரவு ஒரு அனுபவம்; அதை உன்னிடம் சொல்லவே இக்கடிதம்.

'மாலையில் வா' என்று உன்னிடம் சொல்லிவிட்டு, வீட்டைப் பூட்டி உன்னை ஏமாற்றியதற்குக் காரணம், நீ மோகினியின் பிடியிலிருந்து விடுபடவேண்டும் என்பதுதான். உனக்கு எவ்வளவு வேதனையாக இருக்கும் என்பதையும், நான் அறிவேன்... சரி.

நேற்று மாலைதான், மோகினியும் நானும் இங்கு வந்தோம். ஆறு மணி இருக்கும். வேண்டும் என்றே ஒரு சிறிய ஹோட்டலில் அறை ஒன்று வாடகைக்குக் கேட்டேன். ஒரு படுக்கை அறை உள்ள அறைதான் காலியாக இருக்கிறது என்று ஹோட்டல் மேனேஜர் கூறினார். அது போதும் என்றுவிட்டாள் அவள்.

'நீங்கள் யார் என்பதைப் பதிவு செய்யவேண்டும்' என்றார் மானேஜர்.

இருவர் பெயரையும் சொன்னேன்.

'என்ன உறவு?' என்றார் அவர்.

'மகள் ...'

'இல்லை,' என்று குறுக்கிட்ட மோகினி, 'மனைவி' என்றாள்.

மானேஜர், எங்கள் இருவரையும் ஒருவிதமாய்ப் பார்த்தார். அவள் என் இரண்டாம் தாரம் என்றும், அதை வெளியில் சொல்ல வெட்கப்படுகிறேன் என்றும் சந்தோஷம் அவருக்கு. அதைக் கெடுக்க, நான் விரும்பவில்லை.

அறை, மாடியில் இருந்தது. சிறிய அறை. ஒரு படுக்கை; ஒரு நாற்காலி; ஒரு ஜன்னல்; எங்கள் பெட்டி படுக்கைகள்; சில சாமான்கள்; நெருக்கம்தான். நான், அதைத்தான் வேண்டினேன்; தனிமையை.

மாலை கழிந்து, இருள் கவிந்து, உலகின் கண்கள் குருடாகிவிட வேண்டும் என்று பரபரப்பு, மோகினியின் ஒவ்வொரு சொல்லிலும் செயலிலும் தொனித்தது. நானும்தான், இரவின் வருகையை ஆவலுடன் எதிர்பார்த்தேன்.

இரவாகிவிட்டது. சீக்கிரமாகவே, சாப்பாட்டையும் முடித்துக் கொண்டோம். களைப்பாறத் தெருவில் நின்று காற்று வாங்கிவிட்டு, மாடிக்குச் சென்றோம்.

நான், நாற்காலியில் உட்கார்ந்தேன்.

அவள், படுக்கையில் விழுந்தாள்.

இருவரும் வெகுநேரம் மௌனமாக இருந்தோம். நானாகப் பேச விரும்பவில்லை; அவளால் பேச இயலவில்லை.

நான், சூன்யம் பற்றிச் சிந்தித்துக்கொண்டிருந்தேன்.

தன் எண்ணத்தைச் சொல்லில் பெயர்க்க முயன்று கொண்டிருந்தவள், "ரொம்ப புழுக்கமாயிருக்கிறது; இல்லையா?" என்று விட்டாள், எப்படியோ.

"உனக்கு இருக்கும்; எனக்குத் தெரியவில்லையே!"

"எனக்கு உடம்பெல்லாம் நெருப்பாய் எரிகிறது; நீங்கள் சொல்வது ஆச்சரியமாய் இருக்கிறதே!"

அவளுடைய கண்கள் – உடல் பூராவுமே வெம்மையுற்று, அறையின் காற்றையும் வெம்மையாக்கிக்கொண்டிருந்தும், அவள் உண்மையாகவே எரிகிறாள் என்பதும் எனக்குத் தெரியும். ஆனால்–

அவள் எழுந்து, அறைக் கதவைச் சாத்தினாள்.

“புழுக்கம் என்று சொல்லிக்கொண்டே, கதவைச் சாத்துகிறாயே?”

“இப்பொழுது இன்னும் அதிகமாகப் புழுங்குகிறது, இல்லையா?” என்றாள்; சிரித்தாள்.

சிறிது நேரம், மௌனமாய் இருந்தபின் –

– மௌனம் என்பது சப்தத்தின் கர்ப்பம்தானே? வெண்மை, பல நிறங்களின் கலவைதானே? –

– “எனக்கு, இப்போது குளிருகிறது” என்றாள்.

நான் பேசவில்லை.

“நான் தூங்கிவிடப் போகிறேன்.”

“தூங்கு, தூங்கு,” என்றேன்.

ஆனால், அவள் கண்கள் மூடவில்லை. என்னைப் பிளக்க விரும்புபவைபோல், அவை என் மீது நிலைத்தன.

“நான் தூங்கமாட்டேன்” என்று சிணுங்கினாள். “எனக்கு ரொம்பக் குளிருகிறது.”

“போர்த்திக்கொள்ளேன்...”

“மாட்டேன்...”

“என்ன மோகினி இது? இப்போதுதான் பிறந்த குழந்தைபோல...”

அவள் பேசவில்லை; பேச்சு தேவைப்படவில்லை; ஆதிகாலத்தில் பாஷை தோன்றாதபோதும், மனிதர்கள் தங்கள் எண்ணத்தை வெளியிடவில்லையா?...

(எனக்குச் சோதனைக்காலம் என்று நீ நினைப்பாய்; அல்ல, நான்தான் அவளைச் சோதித்துக்கொண்டிருந்தேன்...)

நானும் பேசவில்லை. ஆனால் சூன்யத்தில் இணைந்திருந்த, என் சிந்தனை விடுபட்டது.

அறையில், ஒரு சிறிய மின்சார விளக்குதான் எரிகிறது. சிறிய அறை; ஒரு படுக்கை; ஒரு நாற்காலி; ஒரு மேஜை; பெட்டி படுக்கைகள்; சில சாமான்கள். மின்சாரத்தின் சிறு ஒளி, அறையின் பழமையையும் நோயையும் பரிதாபமாய் எடுத்துக் காட்டுகிறது. கூரையில் சிலந்தி வலை; நிழலுக்கும் அதற்கும் உள்ள வேற்றுமை புரியாதவாறு அசைந்தாடுகிறது. சிலந்தி ஒன்று, தன் நீண்டகால்களை நீட்டி நீட்டி வைத்து, வலையில் சிக்கிய ஒரு பூச்சியைக் கவ்வுகிறது. பல்லி ஒன்று, ஏதோ ஒரு கறுப்புச் சலனத்தைக் கண்டு, உணவு என்று அதன் மீது பாய்ந்து, ஏமாந்து அப்பால் செல்லுகிறது. சுவரின் சில பாகங்களில் சுண்ணாம்பு பெயர்ந்த தழும்புகள். அறிவற்ற உணர்ச்சிப்புழுவாய், பெண்மையின் கொச்சை வடிவாய், அவள் படுக்கையில் கிடக்கிறாள். தரையில் கட்டெறும்புகள், சாரிசாரியாய், ஏதோ பரபரப்புடனே ஓயாமல் ஓடிக்கொண்டிருக்கின்றன.

அறையில் ஒரு ஜன்னல்.

தெருவில் திடீரென்று வண்டி ஒன்று, 'தடதட'வென்று சப்தித்துக் கொண்டு ஓடுவது கேட்கிறது; நாய்கள் இருந்தாற்போலிருந்து குரல் எழுப்பி ஓய்கின்றன; அதற்குப் பயந்து கழுதை ஒன்று கதறி ஓடுகிறது; ஊர் ஜனங்கள் தூக்கத்திலோ, கனவிலோ, கவலையிலோ, காமத்திலோ தங்களை மறக்க முயன்றுகொண்டிருக்கிறார்கள்.

ஊருக்கு வெளியே...

வயல்காடுகள், தங்கள் உடலை ஊருக்கு அர்ப்பித்துவிட்டு, அவ்வேதனையால் வெடித்து வெடித்துப் பெருமூச்சு விடுகின்றன; இருளில் செருகப்பட்டவைபோல, கரிய பகைப்புலனில், மரங்களும் செடிகளும் கறுப்பாய்க் 'கொத்துக் கொத்தாய்'க் குத்திட்டு நின்றன. காகம் ஒன்று, காரணம் தெரியாமல் கரைகிறது;

எங்கும் ஒரு போலி அமைதி தென்படுகிறது. எனினும், அதற்கடியில் அமுங்கியுள்ள அழுகையும் அழுகலும், நன்றாய்த் தெரிகின்றன.

இன்னும் கொஞ்ச தூரம்.

இந்த நாட்டிலேயேதான்.

ஹைதராபாத், பம்பாய், கல்கத்தா, காஷ்மீர், எல்லைப்புறம் முதலிய இடங்களிலும்தான்.

நாட்டுக்கு வெளியே:

சீனத்திலும், ஜப்பானிலும், பாலஸ்தீனத்திலும், ஜெர்மனியிலும், இன்னும் பல நாடுகளிலும்,

ஏன், உலகம் பூராவிலும்தான்.

மனிதன், தான் கண்டுபிடித்த ஆயுதங்களால் தன்னைத்தானே குத்திக்கொண்டும் – வாலைப்பிடித்து விழுங்க முயலும் பாம்புபோல– தன்னைத்தானே சாப்பிட முயன்று, அந்த வலியைத் தாளமாட்டாமல் – உள்ளத்தை மட்டும் அல்ல – உடலையும் உருக்கும் குரலில் ஓலமிடுவது கேட்கிறது.

தெளிவாகவும் கேட்கிறது.

மேலே; தூராதி தூரத்தில்...

வானம் என்னும் பிரமை; வாயு மண்டலம் காற்றின்மை; அப்பால் எத்தனை சூரியர்கள், எத்தனை சந்திரர்கள், எண்ணில் அடங்காக் கிரகங்கள், கற்பனைக்கு எட்டா உலகங்கள், கற்பகக் கோடி ஜீவன்கள்;

மலைகள், நதிகள், கடல்கள்.

பூகம்பங்கள், பிரளயங்கள்.

தோன்றுவதும், மறைவதும்;

மறைவதும், தோன்றுவதும்...

சாதாரண மனிதனின் ஆறுதலுக்குச் சிலைகள் தேவையாயிருக்கலாம்; ஆனால், அவன் கற்பனை செய்வதுபோலக் கடவுள் கருணைக் கடவுளாகவும் ஆபத்பாந்தவனாகவும் இருந்துவிட்டால் – பிரபஞ்சத்தின் கூக்குரலைக் கேட்டு அது உருக ஆரம்பித்தால் – சிருஷ்டிக்குக் காரண காரியத் தொடர்பு, எப்படி இருக்கும்? அப்புறம் பிரபஞ்சம் இருக்கவேண்டிய தேவை இல்லை; கடவுளும் கிடையாது; ஆனால் அது உணர்ச்சித் தொகுப்பு அல்ல – அறிவு வடிவு:

எண்ணில் கோடி ஜீவராசிகள் போடும் பின்னலில், எந்தப் பிரி, ஜீவனுக்குச் சொந்தம் என்பதெல்லாம் அதற்குத் தெரியும். மனிதனுடன் மனிதனும், சமூகத்துடன் சமூகமும், நாடுடன் நாடும், உலகத்துடன் உலகும் –ஒன்றை ஒன்று ஆகர்ஷித்துக் கொண்டிருக்கின்றன; ஒவ்வொன்றும் தன் வாழ்க்கை விதியைத் தானேதான் வகுத்துக்கொள்ள வேண்டும்...

"என்ன இது? பித்துக்குளித்தனமாய் இருக்கிறதே! என்ன யோசிக்கிறீர்கள்?" என்று, தோளைக் குலுக்கினாள் மோகினி.

"ஒன்றும் இல்லை" என்றேன்.

"உங்களுக்குக் கண் இல்லையா?" என்றாள், அவள் சிரித்தவாறு.

"என் பார்வை, என்னை ஏமாற்றியதே இல்லை."

"பின் ஏன் –இப்படி...?"

"பின் ஏன் –இப்படி என்பதைத்தான், நானும் யோசிக்கிறேன்."

"தூக்கம் வரவில்லையா, உங்களுக்கு?"

"இல்லை; நீ ஏன் இன்னும் தூங்கவில்லை?"

"எப்படி வரும்?"

"உடம்பை நன்றாகப் போர்த்திக்கொண்டு, கண்களை நன்றாக மூடிக்கொள்; தூக்கம் வந்துவிடும்."

அவள், பதில் சொல்லவில்லை. கோபமும் வந்தது அவளுக்கு. பிறகு தலையணையில் முகம் புதைத்துக்கொண்டு, அவள் அழுதாள். தேம்பித் தேம்பி, நன்றாகவே அழுதாள்.

அவளுடைய அழுகையைக் கண்டு, நான்–
வருந்தவில்லை.

நகைக்கவில்லை.

இரங்கவில்லை.
ஏன் என்று, கேட்கவும் இல்லை;

அவள் வாழத் தெரியாதவள்,

அறிவற்ற உணர்ச்சிப் புழு;

உடலுக்குள் வாழ்ந்து மடிகிறவள்.

ஜன்னலிலிருந்து, கொஞ்சம் கனமாய்க் காற்று வந்தது. படுக்கை மீது கிடந்த அவள் புரண்டதால், அங்கிருந்த கண்ணாடி மெதுவாய்க் கீழே விழுந்தது. அந்தக் கண்ணாடியை நான் பிடித்திருக்கலாம். ஆனால், அது கொஞ்சம் கொஞ்சமாய், மெதுமெதுவாய்க் கீழே விழுந்து உடைவதைப் பார்த்துக்கொண்டேயிருந்தேன். ஆயிரம் ஆண்டுகளாய் அந்தக் கண்ணாடி, இப்படியே கீழே நழுவிக்கொண்டேயிருப்பது போலவும், நானும் இப்படியே பார்த்துக்கொண்டிருப்பது போலவும் – ஒரு பிரமை எனக்குள்.

அவன் படைத்த ஒரு மோகினியையோ, அல்லது தானே எதிரில் தோன்றிய ஒரு மோகினியையோ மனிதன் பின்பற்றி, அடங்காத பசியுடன், ஓடிக்கொண்டுதான் இருக்கிறான்; அது – அந்த மோகினி – அவன் கையில் சிக்குவதுபோல் தோற்றம் கொடுத்து ஏமாற்றுகிறது; அல்லது சிக்கினாலும் அதனுடைய பசிக்குத் தன்னையே உணவாகக் கொடுத்து விடுகிறான் அவன்.

பிரபஞ்சத்தின் பெருமையில், மிக மிக அற்பமான சில அணுக்களைக் கண்டுபிடித்துவிட்டு, ‘அறிந்துவிட்டேன், அறிந்துவிட்டேன்’ என்று இறுமாந்து அறியவேண்டியதை அவன் மறந்துவிடுகிறான்.

நின்ற இடத்திலேயே நின்று, தன்னைத்தானே சுற்றிக்கொண்டு, ‘முன்னேறிவிட்டேன்; முன்னேறிவிட்டேன்’ என்று மனிதன் மகிழ்ந்திருக்கிறான். தனக்கு முன்னால் நீண்டு முன்னேறியிருப்பது தன் நிழல்தான் என்பதையும், அது மீண்டும் குறுகிக் காலடிக்கே திரும்பி மறைந்துவிடும் என்பதையும் அவன் மறந்துவிடுகிறான்...”

“என்னை இங்கு ஏன் அழைத்தீர்கள்?” என்றாள் மோகினி, அழுதுகொண்டே.

“நானா, அழைத்து வந்தேன்? நீயாக வந்தாய்.”

கண்களைத் துடைத்துக்கொண்டு, பக்கத்தில் வந்து குழைந்தாள். “நீங்கள், என்னைப் புரிந்து கொள்ளவில்லையா–”

“இல்லை; நீதான் என்னைப் புரிந்துகொள்ளவில்லை” என்ற நான், என் கழுத்தைச் சுற்றிய அவள் கரங்களை எடுத்துவிட்டதும்–

அவள் சீறினாள்: “நீங்களும் ஒரு ஆண்பிள்ளை என்று நினைத்தேனே! உங்கள் தோற்றத்தைக் கண்டு மலைத்து, உங்கள் பின்னால் வந்த என் புத்தியைச் செருப்பால் அடிக்கவேண்டும். கிழட்டுப் பிணம். இந்தச் சட்டையும், இந்தக் கிராப்பும், இந்த வேஷ்டியும் உங்களுக்கு எதற்கு? இதோ, இந்தச் சேலையும் ரவிக்கையும் போட்டுக்கொள்ளுங்கள்.”

“என்னை நீ ஆண், பெண், அலி, கிழவன், குமரன் என்று எப்படி அழைத்தாலும், நான் அதற்காக வருந்தப்போவதில்லை.”

அவள் மிருகமாக மாறி, என் மீது பாய்ந்தாள். கட்டிப்போட்டுத் தட்டிக்கொடுத்து, ‘சும்மா இரு, அம்மா’ என்றேன். அந்த மிருகம், பிறகு பல்லியாக மாறியது, அப்பால், சிலந்தியாக மாறியது. பின்னர் –வெறும் புழுதியாய், மண்ணுடன் மண்ணாய்க் கலந்தது.

வெகுநேரம் கழித்து, மோகினி, அமரிக்கையாய்க் கூறினாள்:

"சரி, நீங்கள், இந்த அறையை விட்டு வெளியில் செல்லுங்கள். உங்கள் மீது, எனக்கு நம்பிக்கை இல்லை."

"சரி" என்றேன்.

"உங்கள் நண்பர் – அந்தக் கதாசிரியர் இருக்கிற தெருவின் பெயரென்ன ?"

சொன்னேன்.

"காலையில் நான் புறப்படுகிறேன், அவரைக் கண்டுகொள்ள ... நீங்கள், இன்னும் இங்கே ஏன் நிற்கிறீர்கள் ?"

"என் சாமான்களை ..."

"காலையில் எடுத்துக்கொள்ளலாம்; வெளியே போங்கள் !"

வெளியே வந்துவிட்டேன்.

"பைத்தியம் !" என்றாள் அவள்.

என்னைத்தான் பைத்தியம் என்றாள்.

சரி, போகட்டும் ...

மோகினி, என்னுடன் ஏன் இருக்கிறாள் என்று கேட்டாய் – இப்போது ஒருவிதமாய்ப் புரிந்திருக்கும். அவள் யார் என்றும் கேட்டாய் – அவள்தான் உன்னைத் தேடி வருகிறாளே; அவளையே கேட்டுத் தெரிந்துகொள், அவள் யார், அவள் குலம் என்ன, அவள் ஊர் என்ன என்பதை எல்லாம். ஆனால் –

"உனக்கு ஒரு மனைவி இருக்கிறாள்; இரண்டு குழந்தைகள் இருக்கின்றன; ஞாபகம் இருக்கட்டும் !"

ஆரம்பம்

கடிதத்தை முடிக்கும்போது – மோகினி சொன்னது உண்மை என்று பட்டது, எனக்கு. சுந்தரம் பைத்தியம்தான். அவர் அறிஞர் என்பது வாஸ்தவம்; ஆனால் தாழ்வும் உயர்வும் இலக்கண சுத்தமாய் அமைந்த அழகு, கரம் விரித்து அவருடைய அணைப்பை வேண்டும்போது, ஜடம்போல இருக்கக் கூடியவர் –

"பாவம், அவருக்கு ரொம்பவும் வயதாகிவிட்டது" என்று தீர்மானித்தேன்.

எனக்கு நல்ல வேளை.

ஆகா ! மோஹ் ... ஹினி !

அவள், என்னைத் தேடி அல்லவா வருகிறாள் ? என் கனவு, என்னை ஆட்கொள்ள வருகிறது.

மனையும் மக்களும் – இருக்கட்டுமே ! அவர்களை இருக்கவேண்டாம் என்று, நான் சொல்லவில்லையே.

நான் வாலிபன், கட்டழகன்; மோகினி, நீ என்னை நாடி வருகிறாய்.

உன்னை எதிர்பார்க்கிறேன்.

காத்திருக்கிறேன்.

எதிர்நோக்கி, எதிர்நோக்கிக் காத்திருக்கிறேன்.

ஏழு நாட்கள், கிருமிகளைப் போன்று, எனக்குள் புகுந்து குதறின.

அவள் வரவில்லை; துடித்துப் போனேன்; சுந்தரம் மறுபடியும் ஏதாவது விஷமம் செய்திருப்பாரா?

அவருக்குத் தந்தி அடித்தேன்: "மோகினி வரவில்லை; அங்கு இருக்கிறாளா?" என்று.

பதில் இல்லை.

அவர் தங்கியிருந்த ஹோட்டலின் மானேஜருக்குத் தந்தி அடித்தேன்; "சுந்தரம் அங்கு இருக்கிறாரா?"

பதில் வந்தது: "மாரடைப்பால், அவர் இறந்துபோனார்!" என்று.

நான் திடுக்கிட்டேன்; ஒரே மர்மமாக அல்லவா இருக்கிறது எல்லாம்?

சுந்தரம் இருந்த இடத்துக்குப் பறந்தேன்; ஹோட்டல் மானேஜரைக் கண்டு விவரம் கேட்டேன். அவர் சொன்னார்:

"... சுந்தரம், ஓர் இரவுதான் இங்கு தங்கினார். மறுநாள் விடியற்காலை மூன்று மணி இருக்கும். கீழே வந்து, என் அறைக் கதவைத் தட்டினார். என்னவென்று விசாரித்தேன். 'அவசரமாய்ப் பேனா, கடிதம் தேவை' என்றார். கொடுத்தேன். நடைபாதையில் விளக்கைப் போட்டுக்கொண்டு, எழுத உட்கார்ந்தார். நான் படுத்துவிட்டேன்.

"காலையில், நான் அவரைக் கண்டதும், 'அவசரமாய் ஒரு கடிதம் எழுதினேன்', என்று பேனாவைத் திருப்பிக் கொடுத்தார். அவருடன் நான் பேசிக்கொண்டிருக்கும்போதே, அவர் மனைவி, பெட்டி படுக்கைகளுடன் கீழே இறங்கிக்கொண்டிருந்தாள். 'இதற்குள் புறப்பட்டாயா? காபி சாப்பிட்டுப் போகக்கூடாதா?' என்று அவர், அவளைக் கேட்டார். அவள், பதில் பேசவில்லை. ஹோட்டல் பையன் ஒருவனிடம் சொல்லி, வண்டி வைத்துக்கொண்டு போய்விட்டாள். இருவரும், இராத்திரி சண்டை போட்டிருப்பார்கள் என்று நினைத்தேன். அந்த அம்மாள் கண்கள் சிவந்து, முகம் வீங்கியிருந்தது. ஆனால் அவர், மிகவும் சகஜமாய்த்தான் இருந்தார். 'கடிதம் போட்டு வருகிறேன்' என்று சொல்லி வெளியே போனவர், கொஞ்ச நேரத்தில் திரும்பித் தம் அறைக்குப் போய்விட்டார். மத்தியானம் பையன் சாப்பாடு வேண்டுமா என்று கேட்கப் போனான். அவர் நாற்காலியில் உட்கார்ந்தபடியே – செத்துக்கிடந்தார்; செத்தது புரியவில்லை; பலமுறை கூப்பிட்டும் அவர் பேசாதிருக்கவே – பையன் அவரைத் தொட்டு எழுப்ப முயன்றபோதுதான், தெரிந்தது!"

"பிரேதப் பரிசோதனை நடந்ததா? விஷம் ஏதாவது ..."

"இரண்டு மூன்று டாக்டர்கள் சோதனை செய்தார்கள். அப்படி ஒன்றும் இல்லை; மாரடைப்பால்தான் மரணம் என்று பதிவு செய்துகொண்டார்கள்.

யார் என்று கண்டுபிடிக்கப் படுக்கையைப் புரட்டிப் பார்த்தார்கள் போலீஸ்காரர்கள். ஒரு தகவலும் கிடைக்கவில்லை. முட்டாள்தனமாய் நானும், அதை முதலில் கேட்கவில்லை—"

"அவள் மறுபடியும் வந்தாளா?"

"வரவில்லை – கடைசியில், மூன்றுநாள் காத்திருந்து, பிணத்தை எரித்துவிட்டார்கள்."

நான் திரும்பினேன்.

ஆக, இறுதியில், சுந்தரம் என்கிற ஜீவனின் உலக வாழ்க்கை முடிவு பெற்றுவிட்டது. அவருக்காக நான் வருந்துகிறேன்; அவரை நினைத்து 'ஐயோ' என்று கலங்குகிறேன்.

ஆனால் –

மோகினி –

என்னை நாடிச் செல்வதாய்ப் புறப்பட்ட என் கனவு—

மோகினி வரவில்லை.

எனக்கு முன்னால், தலைமேலே, வானவெளியில் நின்று, குனிந்து பார்க்கிறாள். அந்தப் புன்னகை அப்படியே இருக்கிறது; அந்தக் கண்களில் – உலகத்து முதல்பெண் முதல்முறையாய்க் காதல் வேண்டிய கூர்மை, அப்படியே இருக்கிறது. அந்த நினைவு முகம், என் நெஞ்சை விட்டு நீங்குமா?

'ஐயோ' என்கிறேன், அந்த அழகைத் தாங்க மாட்டாமல்.

அவளை உருவெளித் தோற்றமாகவோ, அர்த்தமற்ற வெறும் பிரமையாகவோ ஒதுக்கிவிட என்னால் முடியவில்லை. அழுகி நாறிவிடும். வெறும் சதையாகவும் நான் அவளை வெறுத்துவிட முடியாது—

"அப்படி நான் என் மனைவியை வெறுத்துவிடவில்லையே!"

இக்கதை, 'மோகினி' தொகுப்பில் இடம்பெற்றுள்ளது.
இதற்குப் பத்திரிகை பிரசுர விவரம் கிடைக்கவில்லை.

மோகினி (நவம்பர் 1964)

எம்.வி. வெங்கட்ராம் கதைகள் (டிசம்பர் 1998)

•

சாவித்திரி

பௌர்ணமி நிலவுப் பெண், ஒளி விசிறி ஆடுவதை, விண்மீன்கள் வியப்புடன் பார்த்தன. கானகத்தில் நெடிதுயர்ந்து நின்ற மலைகளும் மரங்களும், நிலா நடிகையின் ஆடலை எட்டி நோக்கிப் பரவசம் ஆயின.

அமைதியை இன்பம் என்பதானால், அது ஓர் இன்ப இரவு.

இருவரும் குடிலுக்கு வெளியே வந்தார்கள். அவளுடைய –கழுத்தையும், வலது தோளையும் அவனுடைய வலது கரம் மாலையாகத் தழுவிக்கொள்ள, அவளுடைய இடது கரம் அவன் முதுகை வருட, இந்த ஸ்பரிசத்தால் சொல்லிழந்தவர்களாய் அவர்கள் நடந்து சென்ற காட்சி, இளமையும் அழகும் ஆணாகவும் பெண்ணாகவும் தோன்றி, பிரிந்து, சேர்ந்து நடை பயிலுவதைப் போலிருந்தது.

பல ஒலிகளுக்கு இடையில் நிலவிய நிசப்தத்தையும், பல நிழல்களுக்கு நடுவில் கிடந்த வெளிச்சத்தையும் கடந்து, உணர்ச்சிகள் பொங்கிப் பொருமும் மௌனத்தோடு நடந்தார்கள்.

ஓரிடத்தில் கால்கள் நடக்கச் சிணுங்கித் தேங்கவே, அவன் அவளை அணைத்துக்கொண்டான்.

"நான் பாக்கியவான்..."

"எதைச் சொல்கிறீர்கள்?"

"உன்னை அடைந்ததை."

"அப்படி என்னை முகஸ்துதி செய்யாதீர்கள்; முதலிலேயே கர்வியான எனக்குத் திமிர் உண்டாகிவிடும்."

"முகஸ்துதி அல்ல; உண்மை. என்னையே மணப்பேன் என்று பிடிவாதம் பிடித்தாயே; என்னிடம் என்ன இன்பம் எதிர்பார்த்தாய்?"

"உங்களிடம் நான் இன்பத்தை எதிர்பார்க்கவில்லையே?"

"பின்?"

“உங்களையே, என் இன்பமாய் ஏற்றேன்.”

“ஓஹோ, இதுதான் எனக்குப் புரியவில்லை. ராஜகுமாரன் என்று பெயர்தான்; எனக்கு ராஜ்யம் இல்லை. காட்டில் துறவிபோல் வாழ்கிற என்னால்…”

“கணவருக்குத் தொண்டு செய்வதைப் பேறு என்று எண்ணுகிற எனக்கு…”

“இதைத்தான் பாக்கியம் என்கிறேன். என்னோடு என் பெற்றோருக்குச் சேவை புரிகிறாய்; சுவையான காய்கனி கிழங்குகளாய்த் தேர்ந்து எங்களுக்கு ஊட்டுகிறாய். பின் தூங்கி முன் எழுந்து, ஓயாமல் வீட்டுக் காரியங்களில் ஈடுபட்டு, உனக்குச் சோர்வே ஏற்படாதா?”

“நீங்கள் பக்கத்தில் இருக்கையில், எனக்கு என்ன சோர்வு? கடமையைக் காரியம் என்று எண்ணலாமா? கடமை எனக்கு இன்பம் ஆகிறது; என் பெண்மை உங்களால் நிறைவு பெறுகிறது; உங்களைவிட நானே பாக்கியவதி!”

“என்ன நிறைவோ அது? பொன்னிழைத்த பட்டாடை அணிந்து…”

“எனக்கு இந்த மரவுரி பாந்தமாக இல்லையா? பட்டாடைக்குள் உடம்பு புழுங்கும். ஓடுவதற்கும் நடப்பதற்கும் அமர்வதற்கும் அமைவதற்கும்கூடச் சிரமமாக இருக்கும்.”

“எளிதாக எளிமைக்குள் எவ்வளவு பெரிய செல்வத்தை மறைத்துக் கொண்டிருக்கிறாய்?”

“ஓ, அப்படியா? என்னிடம் பெரிய செல்வமா இருக்கிறது?” என்று கலகலவெனச் சிரித்தாள் அவள். “செல்வத்தை மறைத்துத்தானே வைத்துக்கொள்ள வேண்டும்?”

இருவரும், நிலா ஒளியின் கரையில் இருந்தார்கள்.

“மறைத்துவிட்டதாக நினைப்போ? மறைப்பில் உன் நிறைவு, எவ்வளவு பகட்டாகவும் கவர்ச்சியாகவும் தெரிகிறது, தெரியுமா? இங்கேயே சாய்கிறாய்?”

“மலர்கள் சிந்திய இப்புல்வெளி மெத்தென்று, தண்ணென்று திண்ணென்று…”

“ஆனால்…”

“இந்நேரத்தில், ஆனால் என்று பேச, உங்களால் எப்படி முடிகிறது?”

“அரண்மனையில், மென்மையான மஞ்சத்தில் சந்தனம் பூசி, வாசனைத் திரவியங்கள் மணக்க…”

“அன்பே…”

உடல் உடலை மாந்தி மயங்க, அவன் அவளாவதும், அவள் அவனாவதும், இருமை ஒருமையாவதும், ஒருமை இருமையாவதும்…

கடவுளே, உடல் என்ற கருவிக்குள், இவ்வளவு இனிய விந்தை நாதமா ஒளிந்துள்ளது?

இயற்கையே மம்மரில் சிலிர்த்து அமைந்தது. நிழலில் பதுங்கிய ஒளி, எட்டிப் பார்த்துப் பரவசமுற்றது. வானத்தில் நட்சத்திரத் தோழிகள்

புடைசூழப் பவனி வந்த சந்திரமதி, பிரமித்து வெட்கி முகிலுக்குள் முகம் புதைத்துக்கொண்டாள்.

"ஆ… ஆ… செத்தேன்!" என்று புல்மீது புரண்டான் அவன்.

"என்னது!" என்று துள்ளி எழுந்து உட்கார்ந்தாள் அவள். அவசரமாக மரவுரியைத் திருத்திக்கொண்டாள். லயம் கலைந்துவிட்டது கணத்தில்.

உணர்ச்சிச் சுழிப்பால் விரைவாக மூச்சுவிடுவதைத் தவிர, அவனுக்கு ஆபத்து ஏதுமில்லை என்பதைக் கண்டு, அவள் கேட்டாள்: "இந்த நேரத்தில், இந்த அவச்சொல் சொல்லலாமா?!"

"அவச்சொல்லா? நான் ஒன்றும் சொல்லவில்லையே?"

"சொன்னீர்களே! சொல்லிக்கொண்டே புல் மேல் விழுந்தீர்களே?"

"ஓ! செத்தேன் என்றேனே, அதைச் சொல்கிறாயா? ஆனந்தத்தைத் தாங்கமாட்டாமல் நான் கூவியதை…"

"இனி அப்படி, விளையாட்டுக்காகவும் சொல்லக்கூடாது; சொல்வீர்களா?"

அவளுடைய கவலை பொருளற்றது எனத் தோன்றினாலும், அவள் மனம் நோவதை, அவன் விரும்பவில்லை.

"இனி, சொல்லவில்லை. சரிதானே? இதற்காகவா பதைக்கிறாய்?"

"நாம், வேறு எதைப் பற்றியாவது பேசுவோம்."

ஆனால், பிறகு அவளால், வேறு எதைப் பற்றியும் பேச இயலவில்லை.

"இன்னும் ஆறே மாதங்கள். அப்புறம் தெய்வமே, என் தெய்வமே, என்ன ஆகும்? என்ன நடக்கும்?" என, எண்ணிச் சோர்ந்தாள்.

சுக சிகரத்திலிருந்து, அவள் ஏன் கீழே குதித்தாள் என்று விளங்காமல், அவன் தவித்தான்.

அவனுடைய பௌதிக இன்பங்களையெல்லாம் சூறையிட, மரணம் என்ற கொள்ளைக்காரன் ஓடி வருவதை, அவன் காணவில்லை.

2

தமனசேனர் சைப்யாவின் முகத்தையும் உடலையும் தொட்டுத் தடவிப் பார்த்தார். குருடர் அவர்; அகத்தால் பார்த்தார்.

"ஓ! சைப்யா! நீ ஆனந்தமாக இருக்கிறாய்!"

"எப்படிக் கண்டுபிடித்தீர்கள்?"

"உன் மூச்சும் நெஞ்சுத் துடிப்பும் சொல்கின்றன. முப்பது ஆண்டுகளுக்கு மேலாகி விட்டன, நமக்கு மணமாகி. அப்போது நான் ராஜா; நீ ராணி. முதல் முதலில் ஒருவரை ஒருவர் புரிந்துகொள்வதற்காக அரண்மனைப் பூங்காவிலும் பள்ளியறையிலும் ஒளியிலும் இருளிலும் நாம் நிரம்பி இருந்தோமே, நினைவிருக்கிறதா? அப்போது உன் மூச்சில் இருந்த அதே

வெம்மையும், விரைவும், உன் நெஞ்சில் இருந்த அதே படபடப்பும் இப்போதும் இருக்கின்றன."

"அதே வெம்மை, விரைவு, படபடப்பு என்று இத்தனை வருடங்களுக்குப் பிறகும் உங்களுக்கு ஞாபகம் இருக்கிறதா?"

"உனக்கு மறக்கிறதா?"

"நீங்கள் இப்படிக் கேட்டால், எனக்கு வெட்கமாயிராதா?"

"மனைவிக்கு மட்டுமல்ல, கணவனுக்கும் வெட்கம், ஓர் இனிய போதை."

"சுவாமி, அப்போது அந்தக் காலத்தில், இளமைப் பிராயத்தில் பேசிக் கொண்ட அதே மொழியில் பேசுகிறீர்கள். எனக்கு ஒரே மகிழ்ச்சியாக இருக்கிறது. இந்நேரத்தில் மருமகளும் மகனும் வந்தால்..."

"வரமாட்டார்கள். ஓடி ஆடி விட்டுப் பொழுது விடியுமுன் வந்து சேருவார்கள். நீராடிவிட்டு, நமக்குத் தேவையான காரியங்களில் ஈடுபடுவார்கள்."

"மருமகள், அரண்மனையில் எவ்வளவோ சுகமாக இருக்க வேண்டியவள். நமக்குத் தெரியாமல் கஷ்டங்கள் வந்தன; கஷ்டங்களை அவள் வலுவில் ஏற்றுக்கொண்டாள். பாவம், இரண்டு குழந்தைகளும் இரவெல்லாம் கண் விழித்துவிட்டுப் பகலிலும் ஓயாமல் வேலை செய்கிறார்களே, அவர்கள்..."

"ஒன்றும் ஆகாது. பகல் முழுவதும் நம்மோடு இருந்துவிடுகிறார்கள். அவர்களுக்குத் தனிமை இன்பம் வேண்டாமா? நாம் தூங்கிவிட்டோம் என்று எண்ணி, வெளியே போகிறார்கள்..."

"அவர்கள் போக வேண்டும் என்பதற்காகவே நீங்கள், தூங்கிவிட்டது போலக் குறட்டை விடுகிறீர்கள்."

"நீ மட்டும், நிசமாகத் தூங்குகிறாயா?"

"நீங்கள் பர்ணசாலையே அதிரும்படி குறட்டை விட்டால் எனக்கு எப்படித் தூக்கம் வரும்?... அவர்களுக்கு இளமைப் பிராயம்; விளையாட்டுப் புத்தி இருந்தால் நியாயம் இருக்கிறது. நமக்கு என்ன வந்துவிட்டது?"

"இளமைப்பிராயம்."

"அப்படித்தான் எனக்கும் தோன்றுகிறது. ஆனால், இப்படி நினைத்தாலே வெட்கமாயிருக்கிறது. அதெப்படி, இளமை மீளும்?"

"புரியவில்லையா, சைப்யா? இந்தச் சாவித்திரி சாதாரணப் பெண் இல்லை. உணமையாகச் சொன்னால், 'பெண்' என்று இவளைத்தான் கூற வேண்டும். மண வினை முடிந்து, கிருகப்பிரவேம் செய்துகொண்டு, அவள் நம் கால்களில் விழுந்து வணங்கினாள் அல்லவா? அப்போது தாமரை மலர்களின் தூய்மையான மணத்தால் என் மெய் சிலிர்த்தது. ஒரு பெண்ணிடமிருந்து இவ்வளவு துல்லியமான வாசனை வீசுவது அபூர்வம்! முதலில் நான் அவளைத் தேவஜாதிப் பெண் என்று நினைத்தேன். பிறகு இங்கு நடப்பதையும், அவள் நடந்துகொள்வதையும் பார்த்து என் எண்ணம் தவறானது என்று தெரிந்தது. சாவித்திரி தேவஜாதி அல்ல; தெய்வ ஜாதி...

“அவளை மனைவியாகப் பெற்றவன் பாக்கியவான்; அவளை மருமகளாக அடைந்தது நம் பாக்கியம்.”

“இந்தத் தெய்வ ஜாதிப் பெண் நடமாடும் இடத்தில், காலத்துக்கு வேலை இல்லை. சாவித்திரியைப் போன்ற பெண்ணுக்கு முன்னால், நம் காலக் கணக்குப் பொய் என்று நிரூபிக்கப்படுகிறது. இறந்த காலம் எதிர்காலம் ஆவதும், நிகழ்காலம் எதிர்காலம் ஆவதும், இறந்த காலம் நிகழ்காலமாவதுமாய்க் காலக் கணக்குப் பொய்த்துப் போகிறது.”

“இறந்த காலம் நிகழ்காலமான நிலையில் நாம் இருக்கிறோம்; இது சாவித்திரியால் நமக்குக் கிட்டிய பேறு.”

“சாவித்திரி போன்ற பெண் உள்ள இடத்தில், இடக் கணக்கும் பொருட் கணக்கும் தடுமாறுகின்றன. ராஜ்யம் இழந்ததைப் பெரிய இழப்பாய் எண்ணிப் பெரிதும் துயரப்பட்டோம். இப்போது என்ன தோன்றுகிறது? இந்தக் குடிசைக்கு வந்திராவிட்டால், சத்தியவானின் அருமை நமக்குத் தெரிந்திராது. சாவித்திரி என்ற மகா பாக்கியம், நமக்குக் கிடைத்திராது. இனி, அரண்மனை வேண்டாம். இக்குடிலே போதும் என்று தோன்றவில்லையா?”

“நரைத்தும் திரைந்தும் சுண்டி வற்றியும் போன உடம்பில் கரந்துள்ள மனத்தால் உடற்சுவையைக் காண வேண்டிய இந்த வயதில், காளைப் பருவத்து இன்பம் காண்கிறோமே, இது நமது பொருட்கணக்கின் பலவீனத்தைக் காட்டவில்லையா? உடலை வெல்வதைப் பெரிய சாதனை என்பார்கள்; எவ்வளவு சுலபமாக உடலை வெற்றி கொண்டுவிட்டோம்!”

“சுவாமி, உங்களைப் போல, எனக்குத் தெளிவாய்ப் பேச வரவில்லை. எனக்கு, ஒரே வியப்பாக இருக்கிறது. சரீரங்கள் இசைந்து இன்பம் எழுதுகிறது என்பது உண்மை என்றாலும், நம் உடல்களைக் களைந்து எறிந்துவிட்டு, உடலற்றதோர் இடத்தில், இன்பத்தில் திளைப்பதாய்த் தோன்றுகிறது.”

“இது சாவித்திரி நமக்கு வழங்கிய பாக்கியம். கண்ணே, சைப்யா! நீயும் நானும், இனிச் சாகமாட்டோம்.”

“நீங்கள், மிகவும் அழகாய்ப் பேசுகிறீர்கள், சுவாமி!”

“ஏனெனில், அவ்வளவு அழகாக நீ என்னோடு இழைந்திருக்கிறாய்!”

3

சாவித்திரி! நேற்று ஒரு கனவு கண்டேன். கனாக்கள் எல்லாவற்றுக்கும் காரணமும் விளைவும் உண்டு. என்னுடைய இந்தக் கனவுக்குக் காரணம் என்ன என்று எனக்குத் தெரியும்.

முன்னொரு நாள், நாம் இருவரும் மலர் மஞ்சத்தில் இருந்தபோது, நீ பெருமிதமாக, ‘உங்களைவிட நானே பாக்கியவதி’ என்றாயே, நினைவிருக்கிறதா? நீ சொன்ன சொற்களைவிட, அவற்றை நீ சொன்ன விதம், என் மனத்தில் ஒரு சலனம் உண்டாக்கியது. மெய்யாகவே நீ என்னைவிடப் பாக்கியவதிதானோ என்று எனக்குச் சந்தேகம் வந்துவிட்டது.

நான் உன்னிடமிருந்து பெறும் சுகத்தைவிடப் பெரிய சுகம் வேறில்லை என்று இறுமாந்திருந்தேன். ஆனால், என்னிடமிருந்து நீ பெறும் சுகம்,

என் சுகத்துக்கு மிஞ்சியதோ என்று எனக்குச் சந்தேகம் வந்துவிட்டது. இல்லாவிட்டால், உன் வாயிலிருந்து வந்த சொற்கள், அவ்வளவு இனிமையுறக் காரணம் இல்லை!

நீ என்னைவிட மிகுதியான இன்பம் துய்க்கிறாய் என்ற எண்ணம், எனக்கு உன் மீது பொறாமையை உண்டாக்கிவிட்டது! சிறுமைப் புத்திதான். ஆனால், இந்தப் பொறாமையை, என்னால் தவிர்க்க முடியவில்லை.

நீ நுகரும் அதிசுகம் எப்படி இருக்கும் என்பதை, அநுபவபூர்வமாக அறியவேண்டும் என்ற அர்த்தமற்ற தாபம் எனக்குள் எழுந்தது.

அர்த்தமற்ற தாபமா? தவறு. அர்த்தமுற்ற இந்தத் தாபம்தான், நேற்று நான் கண்ட கனவின் கரு.

கண்மணி,

சில சமயம், உன் உடல் தாமரை மணம் வீசி என்னை மகிழ்விக்கிறது. அப்போது நான், உன்னை மலராய்க் கையில் ஏந்தி, மோந்து நுகர்ந்து களிக்கிறேன். சில சமயம் உன் சரீரத்தில் சந்தன வாசம் கமழ்கிறது. அப்போது நான், உன்னை அள்ளி அள்ளி என் உடம்பு முழுவதும் பூசிக் கொண்டு பூரிக்கிறேன். உன் பார்வை பட்டால், என் அகத்தகத்துள் உள்ள இருட்டுகள் எல்லாம் ஓடி ஒளிய, நான் தூயவனாய் உயருகிறேன். நீ என்னைத் தொட்டால், நான் மகாபுருஷனாய், உன்னைவிட நானே உயர்ந்தவன் என்ற கர்வம் எனக்குள் எழுகிறது. இவ்வளவும் இருக்க, எனக்கு உன்னிடம் பொறாமை உண்டாகிவிட்டது.

அந்தப் பொறாமையின் விளைவே, கனவு.

என்னுயிரே,

கனவில்,

அகண்டமான ஒளி வெளியில், நான் பொறுக்கொணா வேட்கையுடன், உன்னைத் தேடி அலைந்துகொண்டிருக்கிறேன். இதில் என்ன விந்தை எனில், நான் யார் என்பதும், என் பெயர் என்ன என்பதும், நீ யார் என்பதும் உன் பெயர் என்ன என்பதும் எனக்கு நினைவில்லை. ஆயினும், அவ்வொளி வெளியில், தாங்க இயலாத வேட்கையுடன் உன்னைத் தேடுகிறேன்.

அலைவதால் அயராமல் மேலும் அலைகிற நான், ஒளிப்பரப்பில் நிமிர்ந்து நோக்குகையில், என்னை நோக்கி ஓர் உருவம் விரைந்தோடி வருவதைக் கண்டேன். ஓடிவந்து, என் கரம் பற்றி, 'இன்பமே, என் சாவித்திரி!' என்று என்னைத் தழுவியபோது என் பெயர் சாவித்திரி என்று எனக்கு நினைவு வருகிறது. என்னை ஆலிங்கனத்தில் இறுக்கியிருந்த நீ, சத்தியவான் என்றும் தெரிகிறது!

நாம் இருவரே நிறைந்த அந்த இன்ப வெளியில், சாவித்திரியான நான் நாயகனான உன்னை நுகர்ந்து, என்னை உன்னுள் இழந்து, இந்த இழப்பிலே சொக்கி, மேலும் என்னை உனக்குள் இழக்க முயன்று இழந்து, இந்த இழப்பால் நிறைவுபெறாமல் இன்னுமின்னும் நான் என்னை உன்னிடம் இழக்க விரும்ப, நாதனான, சத்தியவானான நீயோ, 'இன்பமா காண்கிறேன், எனக்குள் இன்பம் நிறைவு காண்கிறது' என்று எண்ணியெண்ணித் தடுமாற,

இந்த உன்னுடைய இன்பத் தடுமாற்றத்தில், சாவித்திரியான நான் என்னை இழந்ததால், சத்தியவானைவிட மிகுதியாக இன்பத்தைச் சுவைக்கிறேன்!

நாம் ரமிக்கையில், சாவித்திரியான நான், சுகத்தின் அளவைக் கணக்கிடத் தவறிவிட்டேன். இல்லை, அப்படிக் கூறுவது தவறு. என்னை உன்னிடம் இழந்துவிட்ட நான், உன் இன்ப அனுபவத்தையும் எனக்குள் கிரகித்துக்கொண்டதால், அந்தச் சுகம் மனக்கணக்குக்கு எட்டாத அதிசுகம் என்பதை உணருகிறேன்.

சத்தியவானைவிடச் சாவித்திரியே பாக்கியவதி என்ற உண்மை, எனக்கு நிதரிசனம் ஆகிறது.

சாவித்திரி!

பிறவிக்குப் பின் பிறவி வருகிறது, வினைப் பயனாகத்தான், இந்த உடம்பு நமக்கு வருகிறது என்கிறார்கள். அவ்வாறானால், நல்ல நல்ல அழகு அழகான வினைகளாய்த் தேர்ந்து முன்பிறவிகளில் நான் செய்திருக்க வேண்டும். இல்லையெனில், சாவித்திரி என்னும் பேரெழிலை மாந்தும் பாக்கியம், இந்த என் உடலுக்கு எவ்வாறு கிட்டும்?

இந்த என் உடலை, நான் வணங்குகிறேன்.

சொர்ப்பன சாவித்திரியான நான், சத்தியவானைவிட மிகுந்த இன்ப நிறைவு பெறுவதை அனுபவத்தால் அறிந்ததுடன், என் பொறாமை அகன்றுபோகிறது. ஆயினும், சாவித்திரிக்கு மிகை இன்பம் உண்டாகக் காரணம் என்ன என்று, என்னால் புரிந்துகொள்ள முடியவில்லை.

(சுவாமி, நான் உங்களைத் தெய்வமாக ஏற்று அணுகுகிறேன்.

உருவமாக உடம்போடு என் நாயகரே என் தெய்வமாக வந்து, எனக்கு இன்பம் அளிக்கிறார்.

தெய்வத்தால் கிடைக்கும் இன்பத்துக்கு, பேரின்பத்தின் ஒரு பகுதியான சிற்றின்பத்துக்கு, ஈடு தேட முடியுமா?

என் தெய்வமே, உங்களை, உங்கள் உருவத்தை, ஆண்மை எழில் செறிந்த இந்த உங்கள் உடலை, நான் வணங்குகிறேன்.)

தேவி,

என் கனவின் தொடர்ச்சியைக் கூறுகிறேன்.

சொர்ப்பன சாவித்திரியான நான், சத்தியவானோடு மகிழும்போது என் மனத்தில் அச்ச மேகம் கவிகிறது. என் மணவாளன் திடீரென்று மாண்டு பிரிந்து, இந்தத் தெய்வ சுகானுபவத்திற்கு முடிவு வந்துவிடும் என்ற அச்சம்.

சதாசிவமே, அப்படி நேரக்கூடாது, நேர விடக்கூடாது, கூடாது, கூடாது என்று கண்ணீரோடு பிரார்த்தனை செய்கிறேன்.

கனவு; கனவில் பெண்ணான என்னுள் எழுந்த வெறும் கற்பனை; ஆனால், எவ்வளவு கொடிய வேதனை! அதனால் அவ்வொளி வெளியே சிறிது நேரம் இருளடைகிறது. சொர்ப்பன சாவித்திரியான என் மனத்துக்குள்,

நிஜ சாவித்திரியான உன்னுடைய எண்ணங்களே வருகின்றனவா? சத்தியவானின் மடியில் தலையை வைத்துக்கொண்டு, அவனுடைய அன்புமொழிகளைக் கேட்டவண்ணம், என் உடலை நீத்துச் செல்லும் பாக்கியம் அருளும்படி, சதாசிவத்தைத் தொழுது வேண்டுகிறேன்; அழுது வேண்டுகிறேன்.

சாவித்திரி, நீ ஏன் அழுகிறாய்?

நான் சாக விரும்பவில்லை; நான் எதற்காகச் சாக வேண்டும்?

சாவித்திரி என்ற மகோன்னதமான தெய்வ போகப்பொருளைத் துய்ப்பதற்கு எனக்கு,

உடல் வேண்டாமா?

உயிர் வேண்டாமா?

பேதை, பேதை, கண்ணீரைத் துடைத்துக்கொள். இன்பக் குவை மீது இருந்துகொண்டு, இந்த வீண் அச்சத்துக்கு இடம் தரலாமா?

என்னுயிர்ப் பிம்பமே.

வா, உடலை வழுத்தி, உயிரை வளர்த்து, இன்ப சாசுவதத்தில் சிரஞ்சீவிகளாயிருப்போம்...

4

இந்தச் சூரியனுக்குத் தான் சிரஞ்சீவி என்கிற ஆங்காரம்.

எரிவது மட்டும் அல்ல, எரிப்பதும் இவன் தொழில்; கொடியவனுக்குக் கொடுமை புரிவது இயற்கைபோல்.

விரைவு விரைவாய் உதித்தும் அஸ்தமித்தும் ஒருநாள், ஒருநாள், ஒருநாள் என்று ஊதி எறிந்துவிட்டான் ஓராண்டை. இன்றும் மிக வேகமாக உதயமாகிறான். என்ன அவ்வளவு அவசரம்? என் காதலரைக் காலன் கவரத் துணைநின்று களிப்பதற்காகவா?

சூரியன் நல்லவனானால், இன்று மட்டும் உதிக்காமல் இருக்கக் கூடாதா? என் துயரத்தைக் கண்டு இரங்குகிறவனானால், இன்று வானவெளியில் தோன்றாமல் இருக்கக்கூடாதா?

இன்று ஒருநாள் மட்டும் விடியாமல் இருந்தால் –

காலக் கணக்கு, என்ன ஆகும்? இன்று என்ற இந்த நாளே இல்லாவிட்டால், காலன் என் கணவரை அணுகமுடியுமா?

ஆனால், சூரியனுக்கு இரக்கமில்லை. உதித்துவிட்டான் பாவி. ‘விதி அது; உதித்தாக வேண்டும்’ என்பானா? சிரஞ்சீவிக்கு விதி ஏது? விதிக்கு அவன் ஏன் கட்டுப்பட வேண்டும்? விதியை, அவன் கட்டுப்படுத்தலாமே?

சிரஞ்சீவியா இவன்? இவனுடைய உலகம் அணைந்து கரியாகி மக்கித் தூளாக நாளாகுமா? இவனுடைய நெருப்பே, இவனைப் பொசுக்கித் தீய்க்காதா? சூரியனே உள்ளே புகுந்தாற்போல், என் வயிறு பற்றி எரிகிறதே. அது வீணாகுமா?

காலம் என்ற கரையற்ற அகண்டத்தைத் தன் தோற்றத்தாலும், மறைவாலும், நாள், வாரம், மாதம், வருடம் என்றெல்லாம் துண்டாடி விட்டதாய் நடித்து உயிரினங்களைக் காலனின் எரிவாயில் தள்ளி மகிழ்கிறானே, இந்த அதிக்கிரமம் செய்ய, இவனுக்கு யார் அதிகாரம் அளித்தார்கள்? இந்தப் பொய்க் கணக்கால், ஜீவ ராசிகளின் விதியை எழுதுவதற்கு, யார் இவன்?

சத்தியத்தை ஆதாரமாய்க் கொண்ட இந்தப் பிரபஞ்சம்... இது பிரபஞ்சம்! வெறும் மாயை, வெறும் கபடம், வெறும் சூழ்ச்சி. இங்கே சத்தியத்தைத் தேடித்தான் கண்டுபிடிக்கவேண்டும். மாயையை, பொய்யை, இல்லாததை, இல்லாததை இருப்பதுபோலக் காட்டுவதை விலக்கித்தான் சத்தியத்தை, உண்மையை, என்றும் உள்ளதைக் காண முடியும். இந்த மாயைக்கு எண்ணற்ற கருவிகள். இந்தச் சூரியனும் ஒரு கருவி; பெரிதாக எரிந்து, விரிவாக வெளிச்சம் போட்டு, இல்லாதனவற்றை இருப்பன போலாகக் காட்டவல்ல ஒரு சின்னஞ்சிறு கருவி. கர்த்தா இருக்கக் கருவியை நோவது அறிவீனம்.

என் அறிவு குழம்பிவிட்டது; என்னை அறிவு குழப்பிவிட்டது. பல நீண்ட இரவுகள் நான் தூங்கவில்லை. விழித்தவாறு, நாயகரின் உருவத்தை நோக்கிய வண்ணம், சதாசிவத்தை வழிபடுகிறேன்.

மூன்று நாட்களாக, நான் உணவு கொள்ளவில்லை. விரதம் காக்கிறேன். ஒற்றைக்காலால் நின்று லோக மாதாவிடம் மாங்கலியப் பிச்சை கேட்கிறேன். விழிப்பாலும் பசியாலும், உடல் சோர்ந்துவிட்டதா?

இல்லை; புதிய வலிமை திரட்சியாக என்னுள் சேர்ந்துள்ளாற் போலிருக்கிறது. நான் ராஜகுமாரி, க்ஷத்திரியப் பெண்; என் கணவர் மீது எவனாவது கைவைக்கத் துணிந்தால், வாளால் வெட்டி வீழ்த்துவேன்.

என் அறிவு குழம்புகிறது. துயரம் அறிவைக் குழப்புகிறது. அறிவு என்னைக் குழப்புகிறது. இந்தக் குழப்பத்தைத் தவிர்க்கவேண்டும். நீராடிவிட்டுச் சூரிய நமஸ்காரம் செய்ய வந்தவள் – சூரிய தேவனை வாழ்த்துவதற்குப் பதிலாக வசை பாடிவிட்டேன்.

“செங்கதிர்த் தேவன் சிறந்த ஒளியினைத் தேர்கிறோம் – அவன் எங்கள் அறிவினைத் தூண்டி நடத்துக.”... என்னுள் கதிரொளி பாய்ந்ததா?

ஆனால், என் அச்சம், இன்னும் ஏன் நீங்கவில்லை? இன்று மரணம் – ஹா! என் கணவருக்கு! என்று முனிவர் உரைத்தவாறு கோரமாக வருகிறபோது, அச்சத்தை எப்படி அகற்ற முடியும்?

மரணம் எனக்கு வரக்கூடாதா? என் நாயகரைத் துறந்து, என்னை ஏற்கக்கூடாதா?

மரணத்துக்கு இம்மாதிரிப் பகுத்தறிவோ, பரந்த மனப்பான்மையோ இருப்பதாய்த் தெரியவில்லை. இந்த மரணம், என் கணவரை இலக்கு ஆக்கிக்கொண்டு வருகிற மரணம் அஞ்சத்தக்கது; மிக அஞ்சத்தக்கது

ஆனால், இந்த மரணம் எப்படி வரப்போகிறது? இன்று எப்போது வரப்போகிறது? என்ன செய்யப்போகிறது?

இவை யாவும் சிருஷ்டி ரகசியங்கள். இந்த ரகசியங்கள் எனக்குத் துலங்கவேண்டும்; நான் துலங்கவேண்டும்; அதற்காகவே விடிந்தது முதல் எந்நேரமும் அவரையே சூழ்ந்து கொண்டிருக்கிறேன்.

என் குழப்பத்தில், நான் பெரியவர்களுக்குச் செய்யும் பணி விடைகளில், சில பிழைகள் நேர்ந்தன. அவர்கள் பூசைக்கு அமர்ந்தபோது, கைத்தவறுதலாய்ச் சில சாமான்களைக் கீழே போட்டேன். சில பொருள்களை எடுத்துவைக்க மறந்தேன். காலை ஆகாரத்தில், கனிகளென்று சில காய்களை வைத்தேன். அப்புறம், அவர்களுக்கு முன்னிலையில் பாராயணம் செய்யும்போது, சில வாசகங்கள் விட்டுப் போயின. உச்சரிப்பும் பிசகியது.

மத்தியானம் பெரியவர்களும், என்னுடையவரும் உணவு கொள்ளும்போது தண்ணீர் வைக்கவில்லை. அவருக்கு விக்கல் எடுத்தது. நான் பதறிவிட்டேன். தண்ணீர் வைக்காத என் தவறால், அவருக்கு அபாயம் நேரப்போகிறதோ என்று. நீர் அருந்தி, அவர் சகஜமாக உண்ணத் தொடங்கிய பிறகே, நெஞ்சில் வழிந்த திகிலுக்கு இடையில் சிறு சமாதானம் உண்டாயிற்று.

என்னுடையவருக்கு, என் தடுமாற்றத்தைக் கண்டு, ஆச்சரியமான ஆச்சரியம்! அவர், என் மீது சினமுற்றாரா? என்னிடம், அவருக்குச் சினம் வருமா?

என்னிடம் ஆராக் காதல் கொண்டவர் அவர்.

சிறிய மனிதனின், சிறிய காதல் அல்ல அது.

என் நாதர் மகாபுருஷர்;

தேவர்களைவிட உயர்ந்தவர்;

தேவர்களும் வணங்கத்தக்கவர்;

அவர் சதாசிவம்;

அவருக்கு, இந்த மஹத்துக்கு மனைவிமீது கோபம் உண்டாகுமா?

காலை முற்பகலாய், மத்தியானமாய், பிற்பகலாய், மாலை நெருங்கியது. மரணம் வரவில்லை.

கடவுளே, வருவதற்கு மிருத்யு மறந்துவிடுமோ? மறந்துவிடக்கூடாதா?

இல்லை, மரணத்திற்கு மறதி இல்லை. பெரியோர் கூறியபடி, அது கட்டாயம் வரும், வந்துவிடும்.

அது, எந்தத் திசையிலிருந்து வரும்? எந்த உருவத்தில் வரும்? எப்போது வரும்? வந்து, என்ன செய்யும்?

எனக்குத் தெரியாமல், அது வந்துவிடுமா? எனக்குத் தெரியாமல்... எனக்குத் தெரியாமல், ஏதாவது நடந்துவிடுமா?

எனக்குத் தெரியாமல் எதுவும் நடக்கக்கூடாது. என் உடம்பெல்லாம் கண்களாகட்டும். மரணம் எந்தத் திசையிலிருந்து வந்தாலும், எந்த உருவத்தில் வந்தாலும், அல்லது அருவமாகவே வந்தாலும், எனக்குத் தெரியவேண்டும்.

என் உடம்பெல்லாம் செவிகளாகட்டும். மரணம் ஒலியாக வந்தாலும், ஏதாவது சொன்னாலும், எண்ணினாலும் எனக்கு விளங்கக் கேட்க வேண்டும்.

என் உடம்பெல்லாம் அறிவாகட்டும்; எந்தச் சூக்குமத்தையும் உணரும் சக்தி எனக்கு வேண்டும்.

நான் ஜாக்கிரதை ஆகிறேன்.

அவர் தோள்மீது கோடரி சாத்திக்கொண்டு, கானகத்துக்குப் புறப்பட்டார்.

"அம்மா, அப்பா, காட்டுக்குப் போய் விறகு வெட்டிக்கொண்டு வருகிறேன். அப்படியே, நாளைக்குத் தேவையான பூக்களும் பறித்து வருகிறேன்."

அவருக்கு, 'நாளைக்கு' உண்டு. உண்டா ...? உண்டு.

"சாவித்திரி, அம்மாவையும் அப்பாவையும் பார்த்துக்கொள். விரைவில் வருகிறேன்."

"தனியாகவா? நானும் உங்களோடு வருகிறேன்."

"எப்போதும் தனியாகத்தானே போகிறேன்? காட்டுக்கு, இன்று புதிதாய்ப் போகிறேனா?"

"இன்றைக்கு நானும் வருவேன்."

"இன்று உனக்கு, என்ன நேர்ந்துவிட்டது? உன் மனம், ஏனோ குழப்பமாயிருக்கிறது! வேலையில் தவறு ஏற்படுகின்றது. கை தவறுகிறது, ஒரு நிமிஷமும் என்னைத் தனியாக இருக்க விடுவதில்லை; என்ன விஷயம், சாவித்திரி?"

நான் கூற முடியுமா? இந்த உண்மை, எனக்கு மட்டும் தெரிந்த உண்மை! பொய்யைவிடத் தீது! கொடிது! அதை, என் நாவால் சொல்லலாமா? சொல்ல முடியுமா?

"ஒன்றுமில்லை. இன்று உங்களோடு வனத்துக்கு வந்து, பூப்பறித்து வரலாம் என்று ..."

"சத்தியவான், அவள் ஆசைப்பட்டால் அழைத்துக்கொண்டு போ" என்றார் மாமனார்.

"உங்களைப் பார்த்துக்கொள்ள ..."

"எங்களை நாங்கள் பார்த்துக்கொள்ள முடியும். அவள் விரும்பிக் கேட்கிறாள்; ஏன் மறுக்கிறாய்? அவள் மனம் நோகும்படி, ஒன்றும் சொல்லாதே" என்றார் மாமியார்.

பெரியவர்களுக்கு, என்னிடம்தான் என்ன அன்பு! இந்த அன்பும் குலையப்போகிறதா?

நான் அவர்கள் பாதங்களைத் தொட்டு வணங்கும்போது, என்னையும், மீறி விசும்பிவிட்டேன்.

"ஆசீர்வதியுங்கள், அம்மா, அப்பா!"

"தீர்க்க சுமங்கலியாக இரு, அம்மா!" மாமியார் வாழ்த்தினார்.

"நீ மங்கலநாயகி. எப்போதும் அப்படியே இருப்பாய்!" என்ற மாமனார்தான், என் அழுகையைப் புரிந்துகொண்டார். "சாவித்திரி ஏன் அழுகிறாய்? சத்தியவான் ஏதாவது..."

"இல்லை, அப்பா. நீங்கள் என்னிடம் காட்டும் அன்பை எண்ணினேன்; எனக்கும் தெரியாமல் அழுகை வந்துவிட்டது."

"பைத்தியக்காரி! குடிசையில், ராஜபோகத்தைவிட மேலான சுகமும் அமைதியும் உன்னால் எங்களுக்குக் கிட்டியுள்ளன. உன்னிடம் அன்பு கொள்ள முடியாதவர்கள், வெறும் ஜடமாயிருக்க வேண்டும்."

அவர்கள் மேலும் என்னைப் புகழ்வதை, நான் கேட்க விரும்பவில்லை.

"நாங்கள் வருகிறோம், அம்மா; அப்பா, நாங்கள் வருகிறோம்" என்று கொண்டே, வாயிலில் நின்ற அவரை நெருங்கினேன்.

"சாவித்திரி, என்ன இதெல்லாம்? உன் மனத்தில் என்னவோ இருக்கிறது; என்னிடம்கூடக் கூறக்கூடாதா?"

"என் மனத்தில், வேறு என்ன இருக்கும்? நீங்கள்தான் இருக்கிறீர்கள்!" என்று சிரிக்க முயன்றேன்.

"உன் மனத்தில் உள்ள நான், இன்று உனக்குக் கவலைப்பொருள் ஆகிவிட்டேனா?" என்று அவர் சிரித்தார்.

தொட்டது தெரியாமல் அவர், உண்மையைத் தொட்டுவிட்டார். என்னை இழுத்துத் தோளைத் தழுவிக்கொண்டார்.

மனித உடலா இது!

வீறும் தேசும் சிவந்த சருமத்தைப் பாங்காக உடுத்திக்கொண்டு நடமாடுவதுபோல்! முதுகுமீது புரளுவதும், அடக்கமான செவிகளை மூடுவதுமான கறுப்புக் குழலைப் பகைப்புலமாய்க் கொண்டு, மைக்கோடு போன்ற புருவத்துக்குக் கீழே ஒளிரும் கண்கள் பொருளை நோக்குவதோடு பொருள் கடந்த பொருளையும் நோக்கும். திரட்சியான தோள்களும் முழங்கால்கள் வரை நீண்டு தொங்கும் கரங்களும் கரைகளாக, பௌருஷத்தின் அகத்தன்மைக்குப் புறச்சான்றுபோல் சுருண்டு அடர்ந்த ரோமங்களோடு பொலியும் விசாலமான மார்பகம் எனக்குப் புகல் தருவதற்கெனவே அமைந்தன போலும். இரு தூண்களை நிகர்த்த வலுவான துடைகள் பம்மிப் புடைக்க, மதமலை போன்று அடிமேல் அடியிட்டு நடக்கும் நேர்த்தி!

இவ்வளவும் திரண்ட முழுமைத் தவத்தாலும், கடமைத் தொண்டாலும் சுடரோ சுடர் என ஜொலிக்கிறது. பிறப்பதும் இறப்பதுமாக உழலும் மனித ஜன்மத்துக்கு, இந்த உருவம் அமையுமா?

லட்சணங்கள் யாவும் வாய்ந்த மகாபுருஷர்!

தன் விருப்பத்துக்கு உடலை ஏற்கவும் துறக்கவும் வல்லவர்களுக்குத்தான், இந்த உருவம் சித்திக்கும்.

என் நாயகர் இவர்; என்றைக்கும் இவரே என் தலைவர்.

5

“இந்த முழு மரத்தையும் வெட்டிச் சாய்க்கப் போகிறேன்!” என்ற சத்தியவான், கோடரியை மேலே தூக்கித் தன் திண்மையான தோள்களை வியப்பவன்போலப் பார்த்துவிட்டு, ஒரு பெரிய மரத்தின் அடிப்பகுதியை வெட்டலானான். சாவித்திரியை உற்சாகப்படுத்த வேண்டும் என்பதே, அவன் எண்ணம்.

“வேண்டாம்,வேண்டாம்! சிறு சிறு கிளைகளாய்ப் பார்த்து வெட்டுங்கள். பலப் பரீட்சை செய்ய வேண்டாம்.”

அடிமரத்தின் மீதிருந்த கோடரியை எடுத்து, முதிர்ந்த கிளை ஒன்றை வெட்டத் தொடங்கினான். ஒரு வெட்டுக்கும் மறு வெட்டுக்கும் இடையில், அநாயாசமாக நகைத்தவாறு உரைத்தான்:

“சாவித்திரி, இத்தனிமையிலும் நீ துயரத்தை மறக்கவில்லை. உன் மனத்துன்பம் என்ன என்பதையும் என்னிடம் கூற மறுக்கிறாய். நீ அருகில் வந்தாலே என் மனச்சோர்வு மறைகிறது. நான் பக்கத்தில் இருக்கையில், நீ வருத்தமாக இருக்கிறாயே! இதிலிருந்து, என்ன தெரிகிறது?”

“எனக்கு உங்களிடமுள்ள அன்பைவிட, உங்களுக்கு என்மீது அன்பு அதிகம் என்று தெரிகிறது!” என்று, மெல்ல முறுவலித்தாள் சாவித்திரி.

வெட்டிய கிளையை இடது கையால் தூக்கி, ஒரு புறமாக எறிந்து விட்டு, அவன் உரைத்தான்: “நமக்கு இடையில் அன்புக் கணிதம் இல்லை. தன்னை மறந்த லயத்தில் இருக்கிறோம் இருவரும். மணமாகி ஓராண்டு ஆகிறது; அதற்குள் ஓர் ஆயுட் காலத்தின் இன்பத்தை நீ எனக்கு அளித்துவிட்டதாய்த் தோன்றுகிறது ...”

“ஆயுட் காலத்து இன்பம் என்ன என்று நமக்குத் தெரியாது. தெரியாததைப் பற்றிப் பேசாதீர்கள்.”

“அப்படி ஒரு திருப்தி எனக்கு ஏற்படுகிறது. சாதாரண மனிதப் பெண்ணாகவா, நீ என்னை மணந்தாய்? பல நாட்டு அரசர்களும், இளவரசர்களும், உன் அழகைப் பற்றிக் கேள்விப்பட்டு உன்னை மணக்க விரும்பி, உன்னைப் பார்க்க வந்து, உன் உடல் ஒளியால் கூசி, உன்னை நிமிர்ந்து நோக்கவும் அஞ்சித் தலைகுனிந்து திரும்ப ...”

“நீங்கள் ஒருவரே, என்னை நேராக நோக்கவும் தீண்டவும் முடிந்தது என்றால், உங்களுக்கு முன்னால் என் ஒளி அடங்குகிறது என்றுதானே பொருள்!”

“என்னைப் புகழ்வதே, உன் வேலை ஆகிவிட்டது.”

“நீங்கள் வேறு என்ன செய்கிறீர்கள்? மனைவி கணவரைப் புகழலாம்; கணவர் மனைவியை முகஸ்துதி செய்யலாமா?”

சாவித்திரியின் வாயிலிருந்து நிதானம் கலையாமல் சொற்கள் வெளிப்பட்டன; என்றாலும், அவற்றில் ஏதோ ஊனம் இருப்பதைச் சத்தியவான் உணர்ந்தான். மரம் வெட்ட முனைந்தான்.

என்ன கவலை இவளுக்கு? மூன்று நாட்கள் இரவிலும் விழித்து, உண்ணா நோன்பிருந்து, ஒற்றைக்காலால் நின்று தவம் புரிந்தாள். திடீரென்று எதற்காக? இன்றும் குழப்பத்துடன் அவனையே சூழ்ந்து கொண்டு இருக்கிறாள். ஏன், என்ன காரணம்? பிறந்த வீட்டுக்குப் போகவும் மறுத்துவிட்டாள். வேறு என்ன, அவ்வளவு பெரிய வருத்தம் இவளுக்கு?

சாவித்திரி மட்டுமல்ல, தன்னைச் சுற்றியுள்ள இயற்கையே சோகமுறுவது போல ஓர் உணர்வு அவனுக்கு. வெளிச்சம் இருந்தது; ஆனால், அது உள்ளுக்குள் உளுத்துப்போனதுபோல் மங்கிச் சோகையாயிருந்தது. காற்று கனத்து, தன் சுமையைத் தானே தூக்கமுடியாமல் சுவாசப்பை சுருங்கி, மூச்சுக்குத் திணறுவதுபோல் சிரமத்துடன் நடமாடியது. செவியினிக்கக் கேட்கும் புள்ளினங்களின் இசை இரைச்சலாகவும், பறிகொடுத்ததைத் தேடும் ஓலமாகவும் கேட்டது. மரங்களும், மலைத் தொடரும்கூட நொந்து நலிந்தனபோலத் தோற்றம் தந்தன. ஏன் இப்படி?

ஏன் இப்படி என்ற வினாவுக்கு விடைபோல், அவன் கைகள் என்றுமில்லாத வழக்கமாய்ச் சோர்ந்தன. உடலே அயர்வுறுவதாய்த் தோன்றியது.

அருகில் – அல்லது தூரத்திலோ? குதிரை கனைக்கிற சத்தம் கேட்டது. குதிரைதான்; அவனுக்குத் தெரியாதா?

மரம் வெட்ட மறந்துவிட்ட அவன் கேட்டான்: “சாவித்திரி, குதிரை கனைக்கிற சத்தம் கேட்கிறதே! காட்டில் யார்...”

“எனக்கு ஒன்றும் கேட்கவில்லையே?” என்றபடி, அவனை மேலும் நெருங்கி நின்றாள் அவள். குதிரை கனைக்கிற சத்தம் அவளுக்குக் கேட்க வில்லை; கேட்காததால் குதிரை இல்லை என்று அவள் எண்ணவில்லை. அவளுடைய அகம் விழிப்பாக இருந்தது.

அவள் கூறிய பதிலைக்கூட, அவனால் தெளிவாய் வாங்கமுடிய வில்லை. மரம் வெட்ட ஓங்கிய கை, தானாகக் கீழே விழுந்தது.

“குதிரைதான்; அதன் மேல் யாரோ...” என்று தென் திசையைச் சுட்டிக்காட்டிய அவனுடைய இடதுகை, அப்படியே நெஞ்சைப் பிடித்துக்கொண்டது. “அம்மா... சாவித்திரி!” என்று குழறவே, அவன் சிரமப்பட வேண்டியிருந்தது.

கண்கள் இருளடைந்தன. தானும், தன்னைத் தாங்கும் சாவித்திரியும், குதிரையும், குதிரைப்பாகனும், மரங்களும் சுற்றுவதாய்ச் சுற்றுவதாய்ச் சுற்றுவதாய்த் தோன்ற, அவன் தரையை நோக்கிச் சரிந்தான்.

அவன் விழாமல் தாங்கிப் பிடித்துத் தரையில் படுக்க வைத்தாள் சாவித்திரி; முந்தானையால் முகத்தை விசிறினாள்; அவனுடைய தலையைத் தன் மார்பகத்தின் மேல் ஏந்தினாள்.

இறுதியில் எதிர்பார்த்தது வந்துவிட்டதா? எங்கே அது? குதிரை என்றாரே, குதிரைப்பாகன் என்றாரே, எங்கே? எந்தத் திசையிலும் யாரையும் காணவில்லை.

அவளுக்குத் திக்கென்றது. அவளுக்குத் தெரியாமல், ஏதாவது நடந்து விடுமா? அது, எப்படி நடக்கும்?

உடல் முழுவதும் விழிகளாயும் செவிகளாயும் அறிவாயும் உணர்வாயும் அவள் அமர்ந்திருக்கையில், அவளை அறியாமல் என்ன நிகழ்ந்துவிட முடியும்? யாரால் நிகழ்த்தமுடியும்?

சத்தியவானின் தலையை மெல்லத் தூக்கினாள். "சுவாமி, என்னைப் பாருங்கள். நான் சொல்வது கேட்கிறதா?..."

அவன், பேசுவதற்கு மிகவும் பிரயாசைப்பட்டான். ஆனால், சொற்கள் வெளிவரவில்லை. பார்வையில் எண்ணங்களைத் திரட்ட முயன்றான். ஆனால், கண்ணொளி குன்றிவந்தது. மூச்சு மெலிவதும் நெஞ்சுத் துடிப்புத் தணிவதும் அவள் அறியவே நிகழ்ந்துகொண்டிருந்தன.

"சுவாமி!... என் சுவாமி!"

மிகத் தீனமாக எழுந்த அவள் குரல், அவன் செவிக்கு எட்டியதாகத் தெரியவில்லை.

சாவித்திரிக்கு அழுகை வரவில்லை; ஆத்திரம் வந்தது. அவளிடமிருந்து அவளுடைய கணவரைப் பிரிக்க முயலுகிறவன் யாரவன்? எங்கே அவன்?

6

அவள் கண்கள், திசைகளைத் துழாவின.

யாரும் எங்கும் ஒளிந்து நிற்கவில்லை. சத்தியவான் வெட்டிக் கொண்டிருந்த மரத்தருகிலேயே, ஒரு பெரிய குதிரை நின்றது. அதன் பக்கத்தில் ஒருவர்.

"யார் ஐயா, நீங்கள்?"

நின்றவர், மறுமொழி கூறாது விழித்தார்.

"நீங்கள் யார்? உங்களைத்தான் கேட்கிறேன். குதிரை மீது வெகுதூரம் பிராயணம் செய்து களைத்து வந்திருப்பதாய்த் தோன்றுகிறதே! என்ன இப்படிப் பார்க்கிறீர்கள்?"

"என்னை நீ எப்படிப் பார்த்தாய்?"

"கண்களால்தான். வேறு எப்படிப் பார்க்க முடியும்?"

"கண்களால் எல்லாவற்றையும் பார்த்துவிட முடியுமா? என்னை இதுவரை, மானிடக் கண்கள் பார்த்ததில்லை."

"என்னுடையவர் பார்த்தாரே?"

"உயிர் உடலை விட்டுப் பிரியும்போது, தெரிந்த தோற்றம் அது."

"அவ்வாறானால், என் உயிர் உடலை விட்டு நீங்கப் போகிறதா? மகிழ்ச்சி. அதற்காக வந்த யமதூதரா நீங்கள்?"

"தூதன் அல்ல; எமன்."

“சுவாமி, உட்கார்ந்தவாறு, பேசுவதற்காக என்னை மன்னியுங்கள்” என்று இரு கரங்களையும் தாமரை மொட்டுகளாய்க் குவித்து வணங்கினாள் சாவித்திரி. “காலத்தின் அதிதேவதையும் தருமத்தை நிர்வகிப்பவரும், உயிர்களுக்கு வழிகாட்டியுமான தரும தேவரைத் தரிசனம் செய்கிற நான் பாக்கியவதி. அமருங்கள், ஐயனே.”

“மனிதர்கள் பெரும்பாலும் என்னை வரவேற்பதில்லை; எல்லோரும் என்னை வெறுப்பது இயற்கை.”

“சுவாமி, மரணம் என்றால் கோரமான உருவத்தை எதிர்பார்த்தேன். ஆனால், நீங்களோ என் மாமனாரைப்போல் கம்பீரமாக இருக்கிறீர்கள். இந்தப் பக்கமாய், எங்கே போகிறீர்கள்?”

“எங்கே வந்தேன் என்று உனக்குத் தெரியும்; நான் மகிழ்ச்சியாக வரவில்லை.”

“உடலிலிருந்து உயிரைப் பிரிப்பதற்கு உங்கள் தூதர்கள் போதுமே! நீங்கள் ஏன் சிரமப்பட வேண்டும்?”

“காலத்தின் கர்ப்பத்தில் தோன்றியவள் நீ. உன்னைப்போன்ற கற்பரசிகள் சிலரே ஒரு யுகத்தில் தோன்றுகிறார்கள். பதிவிரதை இருக்கும் இடத்தை, என் தூதர்கள் அணுகவும் இயலாது. அதனால் நானே, நேரில் வர நேர்ந்தது.”

“பதிவிரதையின் தருமத்தைக் குலைக்க நேரில் வந்திருக்கிறீர்களா?”

“நான் அப்படி நினைக்கவில்லை.”

“என்னைப் பதிவிரதை என்று பாராட்டினீர்கள். நான் பதிவிரதையாக இருப்பதை, நீங்கள் விரும்பவில்லையா?”

“நான் அப்படி நினைக்கவில்லை.”

“பெண்ணுக்குத் தருமம், விரதம், சத்தியம் எது? கணவர்தானே? என் பதியை என்னிடமிருந்து பிரிக்கத்தானே வந்திருக்கிறீர்கள்? என் தருமத்தை, விரதத்தை, சத்தியத்தை, என் தெய்வத்தை என்னிடமிருந்து கவர்ந்து செல்ல வந்திருக்கிறீர்கள்; இல்லையா? உங்கள் தூதர்களுக்கு என் தருமத்தைப் பறிக்க வலிமை இல்லை. அதனால் தரும தேவரான நீங்கள், பலசாலியான நீங்கள், என் தருமத்தை அழிக்க எழுந்தருளியிருக்கிறீர்கள் இல்லையா? ஐயனே?”

“சாவித்திரி, நீ கற்றவள்; அறிந்தவள்; ஆத்திரத்தில் அவசரமாய்ப் பேசுகிறாய். பிறப்பும் இறப்பும் வினைப்பயன் என்று உனக்குத் தெரியும். உனக்கு ஏற்படவிருக்கும் துன்பம் கொடியதுதான். அதற்காக நீ, என்னை நோவது நியாயம் ஆகாது. நான், என் கடமையைச் செய்ய வேண்டியவன்தானே?”

“தருமத்தை மாய்ப்பது உங்கள் கடமையா, ஐயா? மானிடர்கள் தவம், விரதம், யாகம் முதலியன இயற்றி, உயர்வு பெற முனைந்தால் தேவர்கள் இடையூறு செய்வார்கள் என்று பெரியோர் சொல்வார்கள். அது உண்மை என்று தெரிகிறது.”

"ஊனக் கண்களால் நீ, என்னைப் பார்த்தபோதே, எனக்கு அச்சம் ஏற்பட்டது. உன்னுடைய சந்தேகங்களை, நான் எப்படிப் போக்க முடியும்? தேவர்கள், மனிதர்களைச் சோதனை செய்வதை, இடையூறு என்று எண்ணக்கூடாது. சாவித்திரி, உன் தந்தை காயத்திரி மந்திரத்தைப் பத்து லட்சம் உருப்போட்டதன் பயனாகப் பிறந்தவள் நீ; அதனால் உனக்குச் சாவித்திரி என்று பெயரிட்டார்கள். சூரிய தேவனின் அருளால் தோன்றிய ஒளி மகள். அதனால்தான், ஊனக் கண்களால் நீ என்னைப் பார்க்க முடிந்தது...?"

"எனக்கு அருள் தந்தை என்பதால்தான், சூரியன் அவசரமாய்த் தோன்றி, இன்று என்ற நாளைத் தோற்றுவித்தாரோ?"

"சூரியனையும் என்னையும் நீ குறைகூறுவது நியாயம் ஆகுமா? நாங்கள் கருவிகள்..."

"கருவிகள், கைப்பாவைகள் என்றால் ஜடப் பொருள்கள் போலவா? சூத்திரதாரி, கர்த்தா ஆட்டுவிப்பதுபோல் ஆடுகிறவர்களா நீங்கள்? நீங்கள் அறிவு வடிவு. பிரம்ம சொரூபம் கண்ட மகா ஞானி. உங்களுக்குத் தெரியாதது ஏதுமில்லை என்று எனக்குத் தெரியும். நான் உங்களைக் கேட்கிறேன்! கணவரைப் பிரிந்த பின், நான் உயிரோடு இருப்பது எப்படி?"

"உனக்கு ஆயுள் முடியவில்லை."

"நான் அதைக் கேட்கவில்லை; கணவருக்குப் பின் நான் உயிர் வாழலாமா? அவரின்றி, நான் இருக்க முடியுமா?"

"சாவித்திரி, உனக்காக நான் வருந்துகிறேன். நிதானம் கொள். கணவனை இழந்த பெண்கள், நெஞ்சப்பீடத்தில் அவன் உருவத்தை ஏற்றிக் காலம் கழிப்பதில்லையா?"

"கழிக்கிறார்கள். புழுபூச்சிகளைவிடத் தாழ்ந்த உயிரினங்களுக்கும் காலம் கழிகிறது. நான், காலம் கழிப்பதைப் பற்றியா கேட்கிறேன்? கணவரையன்றி வேறு தெய்வம் எனக்குத் தெரியாது. சதாசிவத்தை, மங்கலத்தை என் நாயகரின் வடிவமாகவே காண்கிறேன். லோகமாதாவை நான் தியானிக்கும்போதும், என் நாதரின் உருவமே அன்னை வடிவம் தாங்கி வருகிறது. கண்கண்ட தெய்வத்தை இழந்துவிட்டால், எனக்குக் கதி விதி ஏது? அருவ வழிபாடு எனக்கு முற்றிலும் தெரியாது; எனக்கு வரவும் வராது; அதற்காக நான் முயலவும் மாட்டேன்."

"என்னை ஒளிமகள் என்றீர்கள்; தவத்தின் பயனாய்ப் பிறந்தவள் என்று பாராட்டினீர்கள்; பதிவிரதை என்றும் போற்றினீர்கள். தவத்தின் பயனாய்ப் பிறந்த நான், பதியை விரதமாய் ஏற்று வாழ்கிற நான் அவமாய், அநாதையாய், அவச்சொல்லாய், அவலட்சணமாய், அமங்கலமாய், அபசகுனமாய், அநாகரிகமாய், அசுத்தமாய் மூலையில் முடங்கிச் சிறுகச் சிறுக மக்கி, கண்ணீராய்க் கரைந்து மண்ணாய், மண்ணில் நெளியும் புழுவைவிடக் கேவலமாய் உயிர் வாழவேண்டும்—என்னை அப்படி வாழ வைக்கவேண்டும் என்பதற்காகவே வந்தீர்களா, ஐயனே? தவத்துக்கும் விரதத்துக்கும் இது பயன் என்று, தேவனே, நீங்கள் சொல்கிறீர்களா? பதிவிரதைக்கு நீங்கள் வழங்கும் வரம் இதுதானா? சொல்லுங்கள், சுவாமி!"

"உன் கேள்விகளுக்கு, நான் ஒரே பதில்தான் கூறுவேன்: பிறவி பிறவியாக நீ வகுத்து வந்துள்ள விதிவழியே, நீ செல்கிறாய். நீ என்மீது வருத்தப்படக்கூடாது. கணவனை இழந்த பெண்ணுக்கு, வாழ்க்கை கொடியதுதான். ஆனால், நான் என் தருமத்தை நிர்வகிக்க வேண்டும். நான், அந்த விதிக்குக் கட்டுப்பட்டவன்" என்றவாறு, அந்தகன் பாசத்தை வீசி, சத்தியவானின் உடலில் கட்டை விரல் அளவு இருந்த உயிர்ப் புருடனைக் கட்டி இழுத்துத் தன்னிடம் வைத்துக்கொண்டான்.

பேசத் தோன்றாமல் அவன், குதிரைப் பக்கம் திரும்பினான். சிவந்த கண்களும் இரும்பெனக் கறுத்த குளம்புகளும் படைத்த அவ்வலிய புரவி, தலைவனின் ஆணைக்காகக் காத்திருந்தது, விண்ணில் பறப்பதற்கு.

7

தருமன், கடிவாளத்தைக் கையில் எடுத்தான்.

"நில்லுங்கள்! என் நாயகரை, எங்கே அழைத்துச் செல்கிறீர்கள்?"

"என் உலகத்துக்கு."

"என்னையும் அழைத்துச் செல்லுங்கள்."

"உனக்கு, அங்கே இடமில்லை..."

"வர விரும்புகிறவர்களைத் தடுப்பதே, உங்கள் தருமமா?"

"ஆயுள் முடிந்த மனிதர்களே, அங்கு வர முடியும்."

"எனக்கு ஆயுள் தேவையில்லை."

"அது உன் விருப்பமோ, என் விருப்பமோ அல்ல. ஆயுள் முடியும் முன், நீயாக உயிரைத் துறந்தால், அது துர்மரணம்..."

"எனக்கு, எதற்குத் துர்மரணம்? நாதரைச் சிவமாக்கி, இச்சிவத்தை நாதராய்க்கொண்ட எனக்கு, ஏன் துர்மரணம்? என் நாயகர் இருக்குமிடத்தில், அவரோடு இருக்க எனக்கு உரிமை உண்டு. நானும் வருவேன்."

"விதியை, யாராலும் மீற முடியாது..."

"நான் வகுத்துக்கொண்ட விதிதானே? நானே அதை மாற்றுகிறேன். நான் என் கணவரோடு வருகிறேன்."

"உன்னால் முடியாது" என்று புரவிமீது தாவி ஏறி, அதைத் தட்டிவிட்டான் நமன்.

வானவெளியில் தென்திசை நோக்கிப் பாய்ந்த குதிரை, மன வேகத்துக்கும் எட்டாத வேகத்தோடு விரைந்தது. நீண்ட வெகுதூரம் கடந்தபின், சாவித்திரி என்ன செய்கிறாளோ என்ற ஐயம் கொண்டு, திரும்பிப் பார்த்துத் திகைப்புண்டான் அவன்; திகைப்பால் அதிர்ந்து பரியும் நின்றது.

தவமே பெண் வடிவெடுத்துச் சோகமாய், சினமாய், கண்ணீராய்க் கலைவதுபோல் சாவித்திரி குதிரைக்குப் பின்னாலேயே வந்து கொண்டிருந்தாள்.

முதல் கேள்வி அவளிடமிருந்துதான் வந்தது: "ஏன் நின்றுவிட்டீர்கள் ஐயா ?"

யமன், தன் மலைப்பைச் சொல்லாக்கத் தவித்தான். "உடலோடு விண்ணேற, உன்னால் எப்படி முடிகிறது ? ... நானோ, என் தூதர்களோ கவராத உயிர்கள்கூட யம லோகத்தை அணுக முடியாது... மாயை என்னை ஏமாற்றுகிறதா ?"

"சுவாமி, நீங்கள் மாயையில்தான் இருக்கிறீர்கள். மாயையில் இருந்துகொண்டு, என்னிடமிருந்து என் கணவரைப் பிரிப்பது போலவும், நான் உங்களுக்குப் பின்னால் வருவது போலவும் கனவும் காண்கிறீர்கள்"– என்று உயிரினங்களின் அன்னை விரக்தியுற்றுச் சிரிப்பதுபோலச் சிரித்தாள் சாவித்திரி.

காலன் பெருமூச்சுவிட்டான்.

"சாவித்திரி, உன் கண்ணீர் என் நெஞ்சைச் சுடுகிறது. நீ சற்றாவது ஆறுதல் அடையவேண்டும். உன் கணவரின் உயிரைத் தவிர, வேறு என்ன வேண்டுமானாலும் கேள்; தருகிறேன்."

"வேறொன்றும், எனக்கு வேண்டாம்."

"அப்படிச் சொல்லாதே. கேள்; பெற்றுக்கொள். நீ சிறிதளவாவது ஆறினால்தான், எனக்கு நிம்மதியாகும்."

"கண்களையும் நாட்டையும் இழந்த என் மாமனாரும் மாமியாரும் மீண்டும் அவற்றைப் பெற்று அரியணை ஏறி ஆட்சி புரிய வேண்டும் என்று, எனக்குப் பல நாளாய் விருப்பம்."

"அப்படியே ஆகும். திருப்திதானே ? திரும்பிப் போ, சாவித்திரி !"

"உங்கள் வாக்குப் பலித்தால் அவர்களுக்குப் பாக்கியம்; பலியா விட்டால் உங்களுக்குத் துர்பாக்கியம். எனக்கு என் கணவரே கதி; என் விதி வழியே நான் போகிறேன்."

நமன் மறுபடியும் குதிரையைச் சாடினான். மற்ற திசைகளும் கொந்தளிக்கும்படி அது விரைந்தது. தூராதி தூரம் என்று அவன் கணக்கிட்ட தூரம் தொலைந்தபின், அவன் சந்தேகத்துடன் பின்னால் பார்த்தான்.

தருமமே பெண்ணுடல் ஏந்தி அமைதியாகத் துயரத்தைத் தின்று நலிவதுபோல் சாவித்திரி புரவியின் மருங்கிலேயே நிற்பதைக் கண்டான்.

"இது நியாயமா ? தெய்வ நீதியை, நீ இவ்வாறு மீறலாமா ?"

"எனக்கு, என் தெய்வமே நீதி; என் பதியே என் தெய்வம்."

"சத்தியவான் சடலம்..."

"அவர் சிரஞ்சீவி; அவருடைய உடலைக் காக்க வேண்டிய பொறுப்பு பஞ்ச பூதங்களுக்கு."

"உன் வேதனை என்னை வருத்துகிறது; உனக்கு எப்படி ஆறுதல் கூறுவதென்றே எனக்குத் தெரியவில்லை; நான் என் கடமையைச் செய்ய வேண்டாமா ?"

“உங்கள் கடமையை நீங்கள் செய்யுங்கள்; என் கடமையை நான் செய்கிறேன்; அவ்வளவுதானே?”

“உடலோடு யம லோகம் வரக்கூடாது. திரும்பிப் போ. உன் கலக்கம் என் உடலை எரிக்கிறது. உன் மனம் குளிரவேண்டும். சாவித்திரி, கணவர் உயிரைத் தவிர, வேறு ஏதாவது கேள்.”

“அதையன்றி, வேறு எதனாலும் என் மனம் குளிராதே!”

“நீ புத்திசாலி. ஆத்திரத்தை விட்டு நிதானம் கொள். எவ்வளவு தூரம்தான், நீ என்னோடு வர முடியும்? சோர்வு ஏற்பட்டுத் திசை கெட்டுத் தடுமாற நேரும்.”

“நீங்கள்தான் பல திசைகளில் திரிந்து குழம்புகிறீர்கள். எனக்கு ஒரே திசைதான் நாட்டம்; என் கொழுநர் இருக்கும் திசை. வேறு திசைப்பக்கம், எனக்கு என்ன வேலை?”

“நீ இவ்வளவு பிடிவாதக்காரியாக இருக்கக்கூடாது. உன் துயரம் எனக்குப் புரிகிறது. ஆனால், துயரத்தால் அறிவிழக்கலாமா? உன் மனத்தை ஆற்றி அனுப்புவதே என் விருப்பம்; உனக்கு வேண்டியவர்கள் யாருக்கும் மனக்குறை இல்லையா? சொல்லு, தீர்க்கிறேன்.”

“வேண்டாம்; எனினும் பிடிவாதமாய் வரத்தைத் திணிக்கிறீர்களே? உங்கள் மனம் நோவதையும் நான் விரும்பவில்லை. என் பெற்றோருக்கு நான் ஒரே பெண்; பிள்ளைகள் இல்லை என்ற ஏக்கம் அவர்களுக்கு; அது தீருமா?”

“தீரும். சரிதானே? போ, அமைதியாகத் திரும்பு.”

“எங்கே?”

“நீ புகுந்த வீட்டுக்கு; நீ பிறந்த வீட்டுக்கு.”

“இருக்கிற வீட்டைத் துறந்தா? ஒரு பெண் செய்கிற வேலையா?”

புரவியின் முதுகில் பலமாய்க் குத்தினான் அவன். அது திசைகளைக் குழப்பிச் சந்து பொந்துகளாக்கி, அவற்றில் புகுந்து மேலும் கீழுமாய் முன்னும் பின்னுமாய்ப் பறந்தோடியது. சாவித்திரியிடமிருந்து தப்பினால் போதும் என்றிருந்தது, காலனுக்கு.

இவளுக்கு இத்துணை ஆற்றலா? மனிதர்களால் அவனைப் பார்க்க முடியாது; இவள் பார்க்கிறாள். வானகத்தில், வெட்டவெளியில், திசையற்ற பாழில் மனிதவுடலோடு அநாயாசமாகச் சஞ்சரிக்கிறாள். உடலோடு யமலோகத்துக்கே கிளம்பிவிட்டாள்.

இடமும் பொருளும் இவளுடைய ஏவலுக்குப் பணிகையில், பணி புரிகையில், காலம் இவளை ஆள முடியுமா?

கால தேவன் தயக்கத்தோடு, பரியை நிறுத்திவிட்டுத் திரும்பி நோக்கினான்.

சத்தியமே மோனத் தவத்தில் ஆழ்ந்தாற்போல், அவள் கண்ணீரோ அழுகையோ இன்றி அமைதியாக நிற்பதைக் கண்ணுற்ற அவன், தன்னையும் மறந்து தலையைத் தாழ்த்தினான்.

“அம்மா, என்னிடம் நீ இரக்கம் காட்ட மாட்டாயா? என் தருமத்தை நிறைவேற்ற, எனக்கு உதவ மாட்டாயா?”

“ஐயா, நான் உங்களைப்போல் ஞான சொரூபி அல்ல; சொற்களால் என்னை மயக்க முயலாதீர்கள். என் தருமத்தைக் கவருவது உங்கள் தருமமானால், நான் எப்படி அதற்குத் துணை புரிய முடியும்?”

“நான் சொல்லாடவில்லை. இதுவரை, இவ்வளவு பெரிய தருமசங்கடத்தில் நான் சிக்கியதில்லை. இந்தச் சிக்கலைத் தீர்க்க, எனக்கு வழி தெரியவில்லை. நீதான், என்னைக் காப்பாற்ற வேண்டும்!”

“நான் அதற்கு என்ன செய்ய வேண்டும் என்கிறீர்கள்?”

காலன், மன்றாடும் குரலில் உரைத்தான்:

“சத்தியவானுக்கு அற்பாயுள் என்று அறிந்தே நீ அவனை மணந்தாய். ஓராண்டுக் காலத்தில் நீங்கள் தவத்தையும் துறக்காமல், இன்பத்தையும் குறைக்காமல் ஓர் ஆயுட்காலத்து நிறைவுபெற்று விட்டீர்கள்...”

“என் கணவர் கூறிய அதே சொற்களை, நீங்களும் சொல்கிறீர்கள்; அவர் மனத்தில் இந்த எண்ணத்தை விதைத்தவரே நீங்கள்தானோ?... நான் அவரை மணக்குமுன், அவர் சாளுவ நாட்டு இளவரசர்; நான் அவரை மணந்தபின் அவர் எனக்குத் தெய்வம். எலும்பும், தசையும், ரத்தமும், நரம்பும், தசைநார்களும் சேர்ந்ததான உடலோடு நடமாடிப் பெற்றோருக்குத் தொண்டு செய்து, தொழுது, தவமியற்றி, மனைவிக்குப் பேரின்பத்தின் ஒருபகுதியை விண்டு சிற்றின்பமாக வழங்கவல்ல தெய்வத்துக்கு இறந்த காலம், நிகழ்காலம், எதிர்காலம் என்ற காலக் கணக்குண்டா? கடிகை முதல் கற்பம் வரை, பின்னக் கணக்காய்க் காலத்தைக் குழப்பிய மாயையின் கற்பனைக்கு, என் தெய்வம் ஏன் கட்டுப்பட வேண்டும்? தெய்வநாயகியான நான்தான், ஏன் கட்டுப்பட வேண்டும்?”

அவள் மொழிந்ததை, மறை மந்திரங்கள் என விநயமாகச் செவிகளில் ஏந்தினான் காலபுருஷன். தருமமும் சத்தியத்தின் கருவி மட்டுமே என்பதைச் சாவித்திரி தனக்குத் தெளிவாய்ப் போதித்துவிட்டதை உணர்ந்தான்.

“சத்தியத்தோடு வாதாட, என்னால் இயலாது. சாவித்திரி, நான் உன்னிடம் ஒரு வரம் வேண்டுகிறேன். என் அறத்துக்கு இழுக்கு ஏற்படாமல், நீ என்னிடம் ஒரு வரம் கேள்”– என்று, அவன் இரைஞ்சினான்.

“நீங்கள் மகாபுருஷர். தரும தேவதை. அறிவு வடிவு. மனம் உவந்து எனக்கு வரம் அளிக்க விரும்புகிறீர்கள்; நான் முந்தானை விரித்து வேண்டுகிறேன். என் மாமனாரும் மாமியாரும், தங்கள் பேரர்களும் பேத்திகளும் என் சகோதர சகோதரிகளுடன் சேர்ந்து விளையாடுவதைப் பார்த்து மகிழும் பேற்றை வழங்குங்கள், ஐயனே!”

“அவ்வாறே ஆகும்!” என்று காலன், வெகுசமாதானமாய் மூச்சு கழிக்கும்போதே, அவன் கையிலிருந்த பாசம் தளர்ந்து, சத்தியவானின் உயிர்ப் புருஷன் விடுதலையானான்.

“சாவித்திரி, காலம் காலமாய்க் காலம் காணும் கனவு நீ. உன்னால் நானும் மாயையை வெல்ல முடிந்தது. நீ...”

8

தரும தேவதை, மீண்டும் வரம் வழங்க முற்படுகிறாரோ என்று எண்ணும்போதே, நான் கானகத்து மரத்தடிக்கு மீண்டு, என் தலைவரை மார்பு மீது ஏந்தியவாறு உட்கார்ந்திருந்தேன்.

பரபரப்புடன் நான் பார்க்கும்போதே, பூ இதழ் விரிப்பதுபோல் மெல்லக் கண்களைத் திறந்து, கண்ணெடுத்து என் முகத்தைப் பார்த்து, சரேலெனப் புரண்டு குப்புறப் படுத்து, என் மார்புமீது தலையை உருட்டியவண்ணம், “நல்ல தூக்கம்! அதைவிட நல்ல கனவு!” என்றார் என் இறைவர்.

எனக்குப் புல்லரித்தது. உரியதைத்தான் அடைந்தேன். என்றாலும், என்ன துன்பம்! இவருக்கும் எல்லாம் தெரிந்திருக்குமா? காலதேவன் வயமிருந்த இவர், எல்லாவற்றையும் பார்த்துக் கேட்டுக் கொண்டிருந்தாரா?

மார்பை நெருடும் அவர் தலையைக் கையால் பிடித்துக்கொண்டு கேட்டேன்: “கனவா? என்ன கனவு, கண்டீர்கள்?” என்றேன், ஆவலுடன்.

தலையை நிமிர்த்தி, என் கண்களோடு கண்களைக் கலந்து, அவர் சிரித்தார்: “கனவு மிகவும் நீளம்; அதை அப்புறம் சொல்கிறேன். கனவின் நீதியை மட்டும், இப்போது சொல்கிறேன்.”

“கனவுக்கு நீதியா?”

“இருக்கக்கூடாதா? பெண்கள் வாயாடிகளாக இருந்தால்தான் பிழைக்கமுடியும் என்று என் கனவு, நீதி சொல்கிறது. நீ என்ன சொல்கிறாய்?”

இது குறும்புதானே?

குயிலி (நவம்பர் 1964)

வியாசர் படைத்த பெண்மணிகள் (1968)

‘காலத்தின் கனவு’ என்ற தலைப்பில், *அமுதசுரபி*யில் (தீபாவளி மலர்: 1972) பிரசுரமாகியுள்ளது.

அகலிகை முதலிய அழகிகள் (அக்டோபர் 1993)

எம்.வி. வெங்கட்ராம் கதைகள் (டிசம்பர் 1998)

•

குற்றமும் தண்டனையும்

முதல் பாகம்

ஹரிணிக்குத் தூக்கம் வரவில்லை. இரவு மணி பதினொன்றுக்கு மேல் ஆகிவிட்டது. நோயாளிகளுக்குத் தூக்கம் வராது; அவளுக்கு ஆரோக்கியமான உடல் இருக்கிறது. ஏழைகளுக்குத் தூக்கம் வராது; அவள் செல்வத்தில் புரளுகிறவள். கவலை உடையவர்களுக்குத் தூக்கம் வராது. அவளுக்கு ஏது கவலை? காதலால் துன்புறுகிறவர்களுக்குத் தூக்கம் வராது என்பார்கள்; விரும்பியவனை விரும்பியவுடன் மணக்கும் பேறு பெற்றவள் அவள்.

தூக்கம் வரவேண்டும் என்பதற்காகவே, அவள் கனமான புத்தகம் ஒன்றைப் படிக்கத் தொடங்கினாள். ஜெர்மன் அறிஞர் ஃப்ராய்டின் உளவியல் நூல் அது. அந்தப் புத்தகம் கட்டாயம் தன்னைத் தூங்க வைத்துவிடும் என்று எதிர்பார்த்தாள். மாறாக, எதை மறந்து அவள் நிம்மதியாகத் தூங்க முயன்றாளோ, அதை அவளுக்கு அழுத்தமாய் நினைப்பூட்டியது அப்புத்தகம். கணவனையும், இரவையும், படுக்கையையும் மறக்க விரும்பினாள் அவள். ஆனால், அவற்றைப் பற்றிய ஞாபகம் மிகுந்து, தூக்கம் அறவே அழிந்துவிட்டது.

"வக்கிரமாகவும் விபரீதமாகவும் ஏதாவது சொல்வது தான் அறிவாளியின் லட்சணம் போலும்" என்று நினைத்து, அவள் சிரித்துக்கொண்டபோதிலும், "ஃபிராய்டின் கொள்கைகளைத் தவறு என்று கூறிவிட முடியுமா?" என்று கேட்காமல், அவளால் இருக்க முடியவில்லை.

அந்த அறிஞர், என்ன கூறுகிறார்? வாயில் விரல் இட்டுக் கொள்வது முதல் குழந்தை செய்யும் பல செயல்களுக்குப் பால் உணர்ச்சிதான் காரணம் என்கிறார். தாயார் குழந்தையைத் தட்டிக் கொடுக்கும்போது, தன்னை அறியாமல் அதனுடைய பாலுணர்ச்சியைப் பெருக்குகிறாள் என்கிறார் அவர்! இப்படிச் சொல்வது கொடுமையானது என்று அவருக்கே தோன்றுகிறது.

ஆனால், கொடுமையானது என்பதற்காக, உண்மையை உரைக்காமல் இருக்கமுடியுமா?

“நல்ல வேளை! “குழந்தைகளின் பாலுணர்ச்சி தானாகவே நிறைவு பெறுகிறது” என்றாரே, மகானுபாவர்! வாயில் விரல் இட்டுக் கொள்வதால், குழந்தை மகிழ்ச்சி அடைகிறது என்பது உண்மை. ஆனால், அதைப் பாலுணர்ச்சியைச் சமாதானம் செய்துகொள்வதற்காக *(Auto Erotic)* குழந்தை செய்யும் காரியம் என்கிறாரே, எப்படி நம்புவது? அறிஞரை மறுப்பதற்கு, மற்றோர் அறிஞரால்தான் முடியும். ஃபிராய்ட் சொல்வது உண்மையானால்... ஒன்பது வயது வரையில் நானும் வாயில் விரலை வைத்துக்கொண்டு மகிழ்ந்தவள்தானே?” என்று எண்ணிய ஹரிணிக்குச் சிரிப்பு வந்தது; விரல்களில் வேப்பெண்ணெய் தடவி, அவள் வாய்க்குள் விரலிட்டுக் கொள்ளாமல் தடுத்த வேடிக்கைகள் அவளுக்கு ஞாபகம் வந்தன. “அதனால்தான், என் பற்கள்கூடக் கோணலாக வளர்ந்து விட்டன” என்று சற்று வருத்தமாகவும் இருந்தது.

“ஃபிராய்டு சாஸ்திரிகளே! உங்களுக்கும் உங்கள் புத்தகத்துக்கும் கோடி நமஸ்காரம்!” என்று சொல்லிக்கொண்டே, புத்தகத்தைக் கீழே போட்டாள் அவள். அந்தப் புத்தகம் படித்ததால், கணவனின் ஞாபகம்தான் அதிகமாயிற்று – பகல்பொழுது எப்படியோ போய்விடுகிறது. இரவு ஏன், இத்தனை கொடுமை செய்கிறது?

இன்பத்தை வேண்டித்தான், அவள் இரவை எதிர்பார்க்கிறாள். மனோகரன், அவளைப்போல் ஏன் இல்லை? இரவு அவனுக்கு இன்பகரமாக இல்லையா? அவன், அவளைப் பொருட்படுத்தவில்லை என்று கூறமுடியுமா?

அவளைப் பார்த்ததும் அவனும் உல்லாசி ஆகிறவன்தான். அவளுக்கு ஒரே லட்சியம் – மனோகரன். ஆனால், அவனுக்கோ பணம் என்றொரு லட்சியமும் இருந்தது. சில சமயம், அவளுக்கே சந்தேகம் வந்துவிடும். மனோகரன் அவளைவிட மிகுதியாகப் பணத்தைக் காதலிக்கிறானோ என்று. வேட்கையால் ஏங்குகிற அவளைத் தனிமையில் ஏங்கவிட்டு–அவன் வெளியில் சுற்றுவதன் பெயர் என்ன?

பணத்தாசைக்கு உச்சவரம்பு இல்லை போலும்! மனோகரன் இப்படிப் பறக்கவேண்டிய தேவையே இல்லை. அவன், இரு நெசவாலைகளின் உரிமையாளன். சர்க்கரை ஆலை ஒன்றைத் தொடங்க, ஏற்பாடு செய்கிறான். ஒரு பெரிய பாங்கின் மானேஜிங் டைரக்டர்; ஒரு பிரபல மோட்டார் கம்பெனியின் விற்பனை ஏஜெண்ட். அவனது குடும்பத்தாரின் செல்வநிலை சென்னை ராஜ்யம் முழுவதும் பிரபலமானது. ஹரிணிக்குப் பணம் என்றாலே திகட்டுகிறது. ஆனால் மனோகரனோ, அதற்காகப் பறக்கிறான்!

செல்வம் மிகுதியாக இருப்பதால், அவன் அவளால் மட்டும் திருப்தி அடையாமல், வெளியிலும் நாட்டம் கொண்டிருப்பானோ! அதனால்தான் அவன், இரவு நேரத்தில் வெளியில் தங்கிவிடுகிறானோ என்று நினைத்தபோது, அவளுக்கு ஆற்றாமை மிகுந்தது.

“வெளியில் இன்பம் தேடுகிறவரானால், எனக்கு இவ்வளவு நிறைவு அளிக்க முடியுமா அவரால்? என்னைக் கண்டதும் அவரும் பூரிக்கிறாரே!”

என்று உணர்ச்சிபூர்வமாக எண்ணியவளுக்குப் புத்திபூர்வமான ஓர் எண்ணம் தோன்றியது: "கணவனை இன்னொருத்தியுடன் பங்கிட்டுக் கொள்ள மனைவி விரும்புவதில்லை; மனைவியை இன்னொருவருடன் பகிர்ந்துகொள்ளும் எண்ணத்தைக்கூடக் கணவனால் பொறுக்கமுடியாது; இந்த உடைமை உணர்ச்சியை அடிப்படையாகக் கொண்டுதான், நம் தர்ம சாஸ்திரங்கள் மனை இயலை வகுக்கின்றன."

இயற்கையை வெல்வதில்தான் மனிதனுடைய வெற்றி அடங்குவதாய்க் கூறுகிறார்கள்; அந்த ஜெர்மன் அறிஞர் உரைப்பதுபோல் பாலுணர்ச்சி பிறவி முதல் தொடரும் இயற்கை என்றால், அதை நேர்மையான முறையில் அடக்கும் முறையாக இல்லறம் அமைகிறது என்று கூறலாம் அல்லவா? குறிப்பாக, ஹிந்துக்கள் கொண்டாடும் பதிவிரதா தர்மமும், ஏகபத்தினி விரதமும் பாலுணர்ச்சியை ஒழுங்குபடுத்தும் உன்னதமான வழிகள் என்று ஏன் கொள்ளக்கூடாது?

"அதுதான் தர்மம் – ஒருவனுக்கு ஒருத்தி; ஒருத்திக்கு ஒருவன் என்பதுதான் நேர்வழி. உணர்ச்சிகள் நேர்வழியில் பிரயாணம் செய்வதாய்க் கூற முடியுமா? என்னைப் பொறுத்தமட்டில், கணவரிடம் எல்லாவித நிறைவுகளும் காண்கிறேன். அந்த நிறைவைக் காணாதவர்களும், காண இயலாதவர்களும் குறுக்குவழிகளில் பாய்கிறார்கள். அப்போது, சமூகத்தில் குழப்பம் உண்டாகிறது."

இந்தத் தர்ம விசாரம் சுற்றிச் சுற்றிப் பாலுணர்ச்சியிலிருந்து எழுவதைக் கவனித்த ஹரிணி சிரித்துக்கொண்டாள்; "ஜெர்மன் அறிஞர் சொன்னது, உண்மையாக இருக்குமோ என்னவோ! வேறு எதையோ யோசிப்பதாய் எண்ணிக்கொண்டு, நான் உடலின்பத்தைப் பற்றியே யோசிக்கிறேன்! உணர்ச்சிகள் எப்போதும் புத்திக்குக் கட்டுப்பட்டு நடப்பதில்லை என்று கூறுவதைவிட, உணர்ச்சிகள் புத்தியைக் கட்டுப்படுத்திவிடுகின்றன என்பதுதான் உண்மையாக இருக்கும்!"

இவ்வாறு எண்ணிய ஹரிணி, உண்மையாகவே உணர்ச்சிகளுக்குக் கட்டுப்படலானாள் – புத்தி வகுக்கும் கட்டுப்பாடுகள் மன அமைதியைக் கலைக்கின்றன; உணர்ச்சிகளுக்குக் கட்டுப்பட்டுக் கணவனை நினைத்தாலோ களிப்பு உண்டாகிறது...

அவன் ஏன் வரவில்லை? இன்றும் வராமல் இருந்துவிடுகிறானோ, என்னவோ? அவன் வெளியூருக்கும் போகவில்லை; உள்ளூரில் இருக்கிறவன் இரவு நேரத்தை எங்கே கழிக்கிறான்? அவன் அவளைத் தனிமையில் சந்தித்த பிறகு, பதினைந்து இரவுகள் கழிந்துவிட்டன. ஒவ்வொரு நாளும் அவனை எதிர்பார்த்து ஏமாறுகிறாள். இரண்டு வாரங்களுக்கு முன்னர், அந்த இரவு அவள் அடைந்த இன்பத்தைத்தான், அவள் எதிர்பார்க்கிறாள்.

அந்த இன்பத்தை எண்ணும்போதே, அவள் உடலில் கிளுகிளுப்பு உண்டாயிற்று. இப்போதே மீண்டும் அந்தச் சுகம் பசுமையாகத் துளிர்ப்பதுபோல், அவள் கிளர்ச்சி அடைந்தாள். உடம்பை இரண்டாகவும் நாலாகவும் எட்டாகவும் ஒடித்துப் போட்டுக்கொண்டு, அந்த இன்ப நினைவுகளால் பரவசப்பட்டவள், அப்படியே தூக்கத்தில் ஆழ்ந்துவிட விரும்பினாள். அந்த இன்பத்தைத் தூக்கத்தால் மறந்துவிடுவோமா என்று

அஞ்சியவள்போல் எழுந்து உட்கார்ந்தாள். மீண்டும் படிக்கலாமா என்று யோசித்தாள். படிப்பதால் என்ன பயன் என்று தோன்றியது. ரேடியோவை விருப்பம் போனபடி திருப்பினாள்; ஏதோ அயல்நாட்டு வாத்தியக் கோஷ்டியின் இசை கேட்டது; அதற்கேற்பத் தன் உடல் ஆடுவதாய் அவளுக்குப் பிரமை உண்டாயிற்று. ரேடியோவை நிறுத்திவிட்டு, மீண்டும் படுக்கையில் சாய்ந்தாள். தலையணைகளைத் தன்மேல் அள்ளிப் போட்டுத் தன்னை மறைத்துக்கொண்டாள்.

தலையணைகளுக்கு அடியில் கிடந்த கோபம், அவற்றைத் தூக்கி எறிந்தது. – மனோகரன் ஏன் வரவில்லை? மனைவியைவிடப் பணம் உயர்ந்ததா? இவ்வளவு நேரம் கழித்து அவன் வரப்போவதில்லை. இந்த இரவும் பாழ்தான் என்று எண்ணிய ஹரிணி, கண்களை இறுக மூடிக்கொண்டாள்.

2

அறைக் கதவு திறக்கப்பட்டதையும், விளக்கு எரிந்ததையும் பிரமை என்று எண்ணிவிட்ட ஹரிணி கண்களைத் திறக்கவில்லை.

உள்ளே வந்த மனோகரன், கதவைத் தாழிட்டான். படுத்திருந்தவளை நெருங்கிப் புன்னகையுடன் உற்றுப்பார்த்தான். தான் வந்ததைப் புரிந்து கொண்டு தூங்குவதுபோல் அவள் பாசாங்கு புரிவதை, அவளுடைய மூடிய இமைகள் படபடப்பதிலிருந்து ஊகித்துக்கொண்டான். மிகவும் சரசமாக அவள் இடுப்பில் கைவளைத்து, அவளைத் தூக்கி உட்கார வைத்தான்.

அஞ்சியவள்போல் துள்ளி எழுந்தாள் ஹரிணி. "என்ன இது? தூங்குகிறவளை ..."

"எழுப்பக்கூடாதா?" என்றவாறு, அவளருகில் அமர்ந்தான் அவன்.

"போகிறது! மாசத்துக்கு ஒருமுறையாவது நடுராத்திரியில் உங்களுக்கு என் ஞாபகம் வருகிறதே!"

"மற்ற நேரங்களில் நான் உன்னை மறந்துவிடுவதாய், ஏன் நினைக்கிறாய்?"

அவன் நிதானம் தவறாமல் பேசினாலும், குடித்திருப்பதை ஹரிணி கண்டுகொண்டாள். ஒல்லியாகவும் உறுதியாகவும் இருந்த மனோகரனுக்கு, "டெரிலின்" உடுப்பு மிகப்பாந்தமாக இருந்தது. தலைமயிர் கலைந்திருந்தாலும் – அதுவே அவன் முகத்துக்கு ஒரு கவர்ச்சி கொடுத்தது. பரந்த நெற்றி மேடும், சிறிய கண்களும், மெலிந்த உதடுகளும் அவன் புத்திசாலி மட்டும் அல்ல, காரியவாதி என்பதை வெளியிட்டன. அடிக்கடி கீழுதட்டை மடக்கிக் கடித்துக்கொள்ளும்போது – அவன் தந்திரக்காரன் என்பது வெளிப்பட்டது. அவனது பார்வையையும் நடையையும் கொண்டே அவன் காமுகன், கவருவதில் வல்லவன் என்று கூறிவிடலாம். ஹரிணிக்கு, அவனுடைய இந்தக் குணதோஷங்கள், ஓரளவு தெரியும்.

உடல் அமைப்பைப் பார்க்கிறவர்கள், அவளும் அவனும் பொருத்தமான இணை என்றே எண்ணுவார்கள். பெண் வடிவத்துக்குத் தேவையான உயரமும் ஆழமும் லட்சணமாகவும் அளவோடும் அவளிடம்

இசைந்திருந்தன. அவனைவிட அவள் அதிகமாய்ப் படித்தவள்; அவனைப் போலவே அவளும் பணக்காரக் குடும்பத்தைச் சேர்ந்தவள்; அவனைவிட ஒருவிதத்தில் அவள் மிகுதியான அழகுடையவள்; புத்திசாலி என்றும் கூறலாம். ஆனால் அவளுடைய அழகு மட்டும் அல்ல; புத்திகூட அவனிடம் நிறைவு கண்டதுதான் ஆச்சரியம். அவனைவிட அவளுடைய புத்தி தெளிவாகவும் நேர்மையாகவும் இருந்தது உண்மை. ஆனால், இந்தத் தெளிவும் நேர்மையும், அவனுடைய தந்திரப்புத்திக்கு முன்னிலையில் மண்டியிட்டுவிட்டன – இதற்கு என்ன காரணம் என்பதை அறிய, நீண்ட ஆராய்ச்சி தேவை இல்லை. மனைவி ஆகையால் அவனுக்குப் பணிகிறாள் என்பது, வெளியில் புலப்படும் உண்மை. அவனாலும் அவனிடமும்தான் அவள் உடலும் மனமும் நிறைவுபெறுகின்றன; இதனால்தான் அவள் அடங்குகிறாள் என்பது அந்தரங்க உண்மை. இந்தக் காரணத்துக்காகவே, அவன் செய்யும் தவறுகளை அவள் பார்க்காமல் இருக்க விரும்பினாள். அவன் செய்யும் தவறுகளை நியாயமானவை என்று நம்புவதற்கும் விரும்பினாள். கணவனைத் தவிர, யாரையும் மனதார நினைத்ததில்லை – இந்த மன நலன் உடைய பெண்மணியைத்தான் பதிவிரதை என்கிறோம் இல்லையா? ஆனால், இந்தப் பெருமைக்கு அடிப்படை உடலின்பம் என்பது கொடுமையாகத் தோன்றலாம். அதற்காக, வேறு காரணங்களைக் கற்பனை செய்துகொள்ளலாம். ஆனால், அவளுடைய உடலோடு புத்தியும் மனமும் கணவனிடம் அடைக்கலம் ஆவதற்கு, இதுதான் அதி காரணம்...

"நீ இன்னும் தூங்கவில்லையா ஹரிணி?"

"நீங்கள் வரும்போது, தூங்கிக்கொண்டுதான் இருந்தேன்."

"பொய் சொல்கிறாயே! படித்துக்கொண்டிருந்தாயா? என்ன புத்தகம்?" என்று கேட்டுக்கொண்டே, கட்டிலடியில் பிரிந்துகிடந்த புத்தகத்தைக் கையில் எடுத்தான் மனோகரன். "என்ன என்னவோ படிக்கிறாயே! நாள் முழுவதும் படித்துக்கொண்டிருக்க, உன்னால் எப்படித்தான் முடிகிறதோ? இந்தப் புத்தகத்தின் கனத்தைப் பார்த்தாலே, எனக்குப் பயமாக இருக்கிறது."

"புத்தகத்தில் உள்ள விஷயமும் கனம்தான். செக்ஸ் (பாலுணர்ச்சி) பற்றி, இந்த ஆசிரியர் வெளியிட்ட கருத்துக்கள் புரட்சிகரமானவை."

"படித்துத்தான் செக்ஸ் பற்றித் தெரிந்துகொள்ள வேண்டுமா? மன்மதக்கலை சொல்லித் தெரிவதில்லை . . ."

"இந்த ஆசிரியரும், அதைத்தான் சொல்கிறார். குழந்தைப்பருவம் முதலே பாலுணர்ச்சி இருக்கிறது என்கிறார்."

"பேஷ்! அதைச் சொல்ல, இவ்வளவு பெரிய புத்தகமா?..."

"அது மட்டும் இல்லை, இதில்."

"பசிக்கிறது, சாப்பிடுகிறோம். உடலின்பம் தேவைப்படுகிறது. உடலுறவு கொள்கிறோம் – இது என்ன பெரிய சங்கதி?"

"உலகத்திலேயே, தெரிந்தவர்களுக்கும் தெரியாதவர்களுக்கும் அதுதான் பெரிய சங்கதியாக இருக்கிறது! தேவைப்படும்போது உடலாசையை நிறைவேற்றிக்கொள்ள முடியுமா? அதற்கும் வழி நெறிகள் இல்லையா?"

"வழியும் நெறியும் பார்ப்பவர்களுக்கு, உலகத்தில் எந்தச் சுகமும் கிடைக்காது."

"என்னைப் பார்த்து, இன்னொரு முறை அதைச் சொல்வீர்களா?"

"நான் சொன்னதில் என்ன தவறு?"

"நீங்கள் வழியும் நெறியும் பார்ப்பதில்லை; வேண்டும்போது வேண்டிய சுகத்தைத் தேடிக்கொள்கிறீர்கள்; எல்லாருக்கும் இந்த நியாயம் பொருந்தும் என்கிறீர்கள்; அப்படித்தானே?"

"அது தவறா?"

"நான் வழியும் நெறியும் பார்க்கிறவள்" என்று அவள் புன்னகை செய்தபோதுதான், மனோகரனுக்குத் தன் சொற்களின் விபரீதப் பொருள் புரிந்தது. அவளுடைய சாதுரியத்தின் முன்னால் தான் தோற்றதை, அவன் உணர்ந்தான். ஆனால், அதற்காக அவன் வெட்கமுற்று விடவில்லை. மகிழ்ச்சியுற்றான் – அவள் புத்திசாலி. தன்னைவிட விஷயம் தெரிந்தவள் என்பதை அவன் அறிவான்.

"நான் சொன்னதைக் கொண்டே, என்னைக் கட்டுகிறாயே?" என்று அவனும் சிரித்தான்.

"நீங்கள் சிரிக்கவேண்டிய விஷயம்தான் இது. எந்த இன்பத்தையும் உங்களால் விலைக்கு வாங்க முடியும். நமக்குக் கலியாணமாகி இரண்டு ஆண்டுகள் ஆகிவிட்டன. ஐம்பது இரவுகளாவது, இந்த அறையில் தங்கியிருப்பீர்களா?"

"இது சம்பாதிக்க வேண்டிய வயது, ஹரிணி. இப்போது அல்லாமல், எப்போது முடியும்?"

"நியாயமான வார்த்தை. அடுத்த வேளைச் சோற்றுக்கு என்ன வழி என்று தவிக்கிறோம். ஆகையால், இரவு பகல் பாராமல் உழைத்துச் சம்பாதிக்க வேண்டியதுதான். சம்பாதித்து முடித்துக்கொண்டு, அறுபது வயசுக்கு மேல் மனைவியைப் பற்றி நினைக்கலாம்; இல்லையா?"

"ஏராளமாய்ப் படித்துவிட்டு, எக்கச்சக்கமாய்ப் பேச ஆரம்பித்து விட்டாய்!" என்று சொல்லிக்கொண்டே எழுந்த மனோகரன், அலமாரியைத் திறந்து ஒரு பாட்டிலும் கிளாசும் எடுத்து வந்தான்.

"மறுபடியுமா? பேசாமல் அதை வையுங்கள்!"

"ஒயின்தானே? ஒன்றும் செய்யாது."

"அளவோடு இருந்தால், எதுவும் ஒன்றும் செய்யாது" என்றவாறு, அவன் கையிலிருந்த பாட்டிலை எடுத்துக்கொள்ள முயன்றாள் ஹரிணி.

"நீ அளவோடு படிக்கிறாயா? பரீட்சைக்காகப் படிக்கிறவள்போல் எந்நேரமும் படிக்கிறாயே – உனக்கு அலுக்கிறதா? வரையறுக்கப்பட்ட எந்தச் சுகமும் சுகமாய்த் தோன்றுவதில்லை."

அந்தச் சிவந்த திரவத்தைக் கிளாசில் ஊற்றி அவன் சாப்பிடுவதைப் பெருமூச்சுடன் கவனித்துக்கொண்டிருந்தாள் ஹரிணி. "பணப் பைத்தியமும்

குடிப் பைத்தியமும் உங்களுக்குத் தெளிந்தால்தான் எனக்கு நிம்மதி; உங்களுக்கும் நன்மை."

"எனக்கு இரண்டு பைத்தியங்கள்தானா? உன்னை நினைக்கும் போதே போதை உண்டாகிறதே, அதைப் பற்றி ஏன் சொல்லவில்லை?"

"வெளியிலிருந்து வரும்போதே குடித்துவிட்டு வருகிறீர்கள். என்னருகில் வந்தபிறகும் குடிக்கிறீர்கள். ஒரு மாசத்துக்கு ஒருமுறை என்னைத் தேடுகிறீர்கள். அப்போதும் பணத்தைப் பற்றியே பேசுகிறீர்கள். உங்களுக்கு நான் போதை ஊட்டுகிறேன் என்று சொல்வதை, நான் நம்பவேண்டும் என்று எதிர்பார்க்கிறீர்களா?"

இன்னொரு கிளாசையும் காலி செய்தான் மனோகரன். குளிர்ப்பதனப் பெட்டியிலிருந்த ஆப்பிள், வாழைப்பழங்களை எடுத்து அவளிடம் நீட்டிவிட்டுத் தானும் அவற்றைக் கடித்துக்கொண்டே கூறினான். "ஹரிணி! என்னைத் திட்டுகிறாயா? திட்டு! நீ திட்டினாலும் சுகமாயிருக்கிறது!"

"எனக்குப் பிடிக்காத காரியங்களைச் செய்வதென்று வைத்துக் கொண்டிருக்கிறீர்கள்..."

"உன்னை மகிழ்விக்க வேண்டும் என்பதற்காகத்தான், நான் எல்லாம் செய்கிறேன்."

"நீங்கள் செய்வதெல்லாம், என் மகிழ்ச்சிக்காகவா? ராத்திரி வெளியில் சுற்றுவது, மிதமிஞ்சிக் குடிப்பது..."

"நீ என்னைவிடப் படித்தவளாயிருக்கலாம், என்னைவிட விஷயம் தெரிந்தவளாகவும் இருக்கலாம். ஆனால், உன்னைவிட நன்றாக எனக்கு உலக நடப்புத் தெரியும்."

"அது என்ன, உலக நடப்பு?"

"குடித்துவிட்டு ஒன்றுக்கொன்று சம்பந்தம் இல்லாமல், நான் உளறுவதாக நினைக்கிறாய் இல்லையா? நான் நிதானம் தவறிப் பேசவில்லை. உலக நடப்பை ஒட்டித்தான் எதுவும் செய்கிறேன். பணம் இல்லாமல், உலகத்தில் என்ன செய்ய முடியும் என்கிறாய்?"

"நம்மிடம் இருப்பதே, பத்துத் தலைமுறைக்கு வரும்போல் இருக்கிறதே!"

"உன் கணக்குத் தவறு. என் பங்குச்சொத்து பூராவையும், நான் ஒருவனே தொலைக்கமுடியும்."

"ஏன் முடியாது? ஒரே வருஷத்தில்கூடச் செய்யலாம். ஆனால், நான் நெறியான வாழ்க்கையை நினைத்துப் பேசினேன். அதற்கு நம் செல்வம் போதும்."

"எனக்குப் போதும் என்று தோன்றவில்லையே! அமெரிக்கக் கோடீசுவரர்களைப் பற்றி, உனக்குத் தெரியுமே – தொழில் செய்கிறவர்களுக்கு அமெரிக்கப் பண்புதான் நல்லது. போதும் என்று திருப்தி கொள்கிறவன், தொழில் செய்யத் தகுதி இல்லாதவன்."

"எதுவும் உங்களுக்கு ஏராளமாக வேண்டும்!"

“கரெக்டாகச் சொல்லிவிட்டாயே!” என்ற மனோகரன், இன்னொரு கிளாசைக் காலி செய்துவிட்டு வாயைத் துடைத்துக்கொண்டான். ஓயாது பேசவேண்டும் என்ற போதை, அவனைப் பிடித்தது. எண்ணியதை எல்லாம் பேசிக் கொட்டிவிட, அவன் முனைந்தான்.

3

“ஹரிணி, இன்றுதான் நான் ஆனந்தமாய் இருக்கிறேன்; அதைக் கொண்டாடுவதற்காகத்தான், உன்னிடம் வந்தேன். எதற்காக ஆனந்தம் என்பதை, நான் உன்னிடம் சொலலப்போவதில்லை. நான் மகிழ்ந்தால் நீ மகிழவேண்டும் என்று நினைக்கிறேன். உன்னிடம் எனக்கு ஈடுபாடு இல்லை என்றா, இதற்கு அர்த்தம்? பணம் ஒரு போதை, குடி ஒரு போதை என்று வெறுப்போடு பேசுவதைக் கேட்டால் எனக்கு ஆச்சரியமாக இருக்கிறது. போதை இல்லாத இன்பம் இருக்கிறதா? தன்னை மறக்கும் போதுதான் ஒருவனால் இன்பத்தை முழுமையாக நுகரமுடிகிறது. இன்பத்துக்காக வாழ்கிறோம்; இன்பத்துக்காகப் பணம் தேடுகிறேன்; மதுவைத் தேடுகிறேன்; உன்னிடம் சரண் அடைகிறேன்.

“எதுவும் எனக்கு ஏராளமாக வேண்டும் என்று நீதானே சொன்னாய்? இருப்பதும் கிடைப்பதும் போதும் என்று நினைக்கிறவன் முட்டாள்; கையாலாகாதவன்; அல்லது உடம்பிலும் மனத்திலும் பலம் இல்லாதவன். பெருகவேண்டும், பெருக்கவேண்டும் என்று நினைக்கிறவன்தான் வாழமுடியும்; அவனைத்தான் உலகம் மதிக்கிறது; அவனைப் பார்த்து உலகம் அஞ்சுகிறது; பணத்தை நான் ஆயுதமாக உபயோகிக்கத்தான் விரும்புகிறேன்; அரசியல் அதிகாரம், பெண்கள் விஷயத்தில் ஆட்சி முதலிய எல்லா விஷயங்களிலும் கோழையாகவோ, இல்லாதவனாகவோ, இயலாதவனாகவோ இருக்க நான் விரும்பவில்லை.

“இது பேராசை என்கிறாயா? – பேராசைதான்; பேராசை கொடிய பாவமா? பாவம் என்பது என்ன? ஒரு வெறும் கருத்துத்தானே? கருத்துக்கள்தான் உலகத்தை அழிக்கின்றன. பாவத்துக்கும் கருத்துக்கும் அஞ்சுகிறவன் புழுவாகத்தான் நெளியமுடியும். பாவம் என்பவன் அஞ்சுகிறவன்; அஞ்சுகிறவன் கோழை; உலகத்தில் கோழை வாழ முடியாது. எல்லோரும் அஞ்சும்படி வாழவேண்டும் என்பதுதான் என் ஆசை.

“இந்தப் பேராசை எங்கள் பரம்பரைச் சொத்து. நாங்கள் பணக்காரர்கள் என்பது மட்டும் உனக்குத் தெரியும்; எப்படிப் பணக்காரர்கள் ஆனோம் என்ற வரலாறு உனக்குத் தெரியாது. என் தாத்தா காலத்தில், இது ஓர் எளிய குடும்பமாகத்தான் இருந்தது. அவர்தான், இந்தப் பரம்பரையை நிமிர வைத்தார். அவருடைய ஒரே சொத்து, உடல் பலம்தான். அவருடைய படத்தைப் பார்த்திருக்கிறாயா? படத்தில்கூட அவருடைய உருவம் சரியாக வரவில்லை. நான் சின்னப் பையனாக இருந்தபோது, அவரைப் பார்த்திருக்கிறேன். கருங்கல்லால் கட்டப்பட்டவர்போல் ஆறரை அடி உயரம் இருப்பார்; அறுபது வயது ஆனபிறகும் அவரை நாற்பத்தைந்துக்கு மேல் மதிப்பிட முடியாது. அவருக்கு எதிரில் உட்கார்ந்து பேசியவர்கள் அபூர்வம்…

“அவர் ரொம்ப ஏழை என்று சொன்னேனா? திண்ணைப் பள்ளிக்கூடத்தோடு, படிப்பு சரி. பதின்மூன்றாவது வயதில், ஒரு மளிகைக் கடையில் எடுபிடி ஆளாகச் சேர்ந்தார். பதினெட்டாவது வயதில், அவருக்கு அதிர்ஷ்டம் ஆரம்பமாயிற்று. கடை முதலாளியின் மனைவி மூன்று குழந்தைகளுக்குத் தாய்; அவள் தாத்தாவுக்கு அடிமை ஆகிவிட்டாள். அந்தக் கதைகளை, ஊரில் இன்றுகூட வேடிக்கையாகச் சொல்வார்கள். அவரைப் பார்த்தாலே அவள் பயப்படுவாளாம்; அவர் சொன்னபடியெல்லாம் கேட்பாளாம். அவள் யோசனைப்படி தாத்தா சொந்தத்தில் ஒரு சிறிய மளிகைக்கடை ஆரம்பித்தார். கடையில் சரக்கு ஏதாவது இல்லாவிட்டால், அவர் அவளை உதைப்பாராம். அவள், இரவோடு இரவாகத் தன் கணவனின் கிடங்கிலிருந்து மூட்டை மூட்டையாகச் சரக்குகளை எடுத்துத் தாத்தாவின் கடையில் கொணர்ந்து இறக்குவாளாம். இவ்வாறுதான் சிறிய அளவில் அவர், தொழிலைத் தொடங்கினார். வியாபாரத்தால் அவர் சம்பாதித்தது அதிகமா, வேறு துறைகளில் சம்பாதித்தது அதிகமா என்பது யாருக்கும் தெரியாது. சாகும்போது தாத்தா, பல லட்சங்கள் சேர்த்துவிட்டார். அப்பா, அவருக்கு ஒரே ஆண் வாரிசு. கடைசிக் காலத்தில் தாத்தா, அப்பாவுக்கு அருமையான புத்திமதி சொன்னாராம். அப்பா, அதை என்னிடம் அடிக்கடி சொல்வார். தாத்தா, என்ன சொன்னார் தெரியுமா? “ராமநாதா, நீ என்னைவிடப் பண விஷயத்தில் கெட்டியாக இருப்பாய். ஆனால், ஒரு விஷயம் ஞாபகம் வைத்துக்கொள்; தெய்வத்திடம் கடன் வைத்துக்கொள்ளாதே; கும்பாபிஷேகம், கோடி அர்ச்சனை என்றால் நீ முன்னின்று செய்யவேண்டும். தெய்வத்தின் மனம் குளிர்ந்தால்தான் நாம் சௌகரியமாக வாழ முடியும்” – இந்தப் புத்திமதியை, அப்பா மறக்கவில்லை. உனக்கும் தெரியுமே, எந்தக் கோயில் திருப்பணி என்றாலும், அப்பாவின் பங்கு கணிசமாக இருக்கும்.

“இதுதான் ரகசியம், ஹரிணி. பணம் சம்பாதிக்காதே என்று தெய்வம் சொல்லவில்லை; அதைப் பாவம் என்றும் கண்டித்துவிடவில்லை. பணம் பாவம், பட்டினி கிட என்று எந்தச் சாமியாவது சொல்லுமா? அவர் பங்கை ஒழுங்காகச் செலுத்திவிடவேண்டும்... நான் என்ன சொல்லிக்கொண்டிருந்தேன்?... ஆமாம், தாத்தாவைவிட அப்பா கெட்டிக்காரர். அப்பாவுக்குப் பெரியவரைப்போல் உடல் பலம் இல்லை; ஆனால், மனத்தெம்பும் துணிச்சலும் பெரியவரைவிட அப்பாவுக்கு அதிகம். அப்பாவுக்குச் சபலம் இல்லை என்று நான் சொல்லவில்லை. நாலு கலியாணம் செய்துகொண்டவரைப் பற்றி, அப்படிக் கூறமுடியுமா? ஆனால், அந்த வழியில் அவர் சம்பாதிக்க முயலவில்லை. அப்பாவுக்குப் பணம் சேர்ப்பதில் அவசரம் ஜாஸ்தி; கோடீசுவரன் ஆகிவிடுவது அவர் திட்டம்.

“மளிகை, ஜவுளிக்கடை, எண்ணெய் ஆலை என்று பல தினுசுத் தொழில்கள் நடந்தன. ஒவ்வொரு வருடமும் கணக்குப் பார்த்து நஷ்டத்துக்கும் சேதத்துக்கும் ஈடு கொடுத்து, லாபம் கட்டிக் கோடீசுவரன் ஆக முடியாது என்பது அப்பாவுக்குத் தெரியும். பத்து ஆண்டுகளில் கோடீசுவரன் ஆக வேண்டும் என்று ஒரு திட்டம் வகுத்தார்; திட்டத்தை நிறைவேற்ற வழியும் கண்டுபிடித்தார்... கள்ள நோட்டு.

“எதையும் சிறிய அளவில் செய்யும் குறுகலான புத்தி, எங்கள் வம்சத்துக்கே கிடையாது. அவர் தலைமையில் ஒரு கோஷ்டி தயாராயிற்று. சர்க்கார் நோட்டுகளைவிட அழகாக நூறு, பத்து, ஐந்து ரூபாய் நோட்டுக்களை அச்சிட்டு விநியோகம் செய்யத் தொடங்கினார். அந்தக் காலத்துப் பிரமுகர்கள் பலர், அப்பாவுக்குத் துணையிருந்ததாகச் சொல்வார்கள். சொல்வார்கள் என்ன! அப்பா இப்போதும் சொல்லிச் சிரிப்பார். அவரிடம் அற்பத்தனம் கிடையாது; எல்லாவற்றையும் அவரே அடைந்துவிடவேண்டும் என்று ஆசைப்படுவதில்லை. குறிப்பாகக் கள்ளநோட்டு போன்ற தொழில்களில்தான் நாணயம் மிகவும் அவசியம் என்று அப்பா கூறுவார். தனக்கு உதவி புரிந்தவர்கள் எல்லோருக்கும், அவரவர்களுக்கு உரியதை, அவர்கள் கேட்பதற்கு முன்பே அனுப்பிவிடுவாராம்.

“அப்பாவின் திட்டம் பலிக்கவில்லை – பத்துக்குப் பதிலாக, எட்டு ஆண்டுகளிலேயே அப்பா கோடீசுவரர் ஆகிவிட்டார். அப்போதுதான் அவர், புத்திசாலித்தனமான ஒரு காரியம் செய்தார். கள்ளநோட்டுத் தொழிலை அடியோடு நிறுத்திவிட்டார். அஞ்சிச் செய்ய வேண்டியிருந்தது என்பது ஒரு காரணம்; ஓரளவுக்கு மேல் பணம் சேர்ந்துவிட்டால் அது தானாகவே தன்னைப் பெருக்கிக்கொள்கிறது என்பது மற்றொரு காரணம்.

“ஏன், முகம் சுளிக்கிறாய்? இந்தக் கதைகளைக் கேட்க வெறுப்பாயிருக்கிறதா? புத்தகம் படிப்பதால் வந்த வினை இது. தாத்தா வழிதவறினார் என்பாயா? அதை எப்படிச் சொல்லமுடியும்? பெண்கள் அவர் காலடியில் கிடந்தார்கள் என்று கதை கதையாய்ச் சொல்வார்கள். அப்பா, நோட்டு அச்சிட்டதைப் பழிக்கிறாயா? – தொழில் என்றால், “ரிஸ்க்” இருக்க வேண்டும். நோட்டுத்தொழில் எவ்வளவு அபாயமானது! போலீஸ்காரர்கள் அல்லது நண்பர்கள், எந்த நேரத்தில் காட்டிக் கொடுத்து விடுவார்களோ என்று திகில்தானே? சப்இன்ஸ்பெக்டர் ஒருவன்மீது ஒருசமயம் அவருக்குச் சந்தேகம் உண்டாயிற்றாம். சந்தேகம் வந்த உடனே அவனை எமலோகத்துக்கு அனுப்பிவிட்டுத்தான் மூச்சுவிட்டாராம். பணத்தின் கதை ரத்தக்கறை படிந்ததாகத்தான் இருக்கும். ஆட்டுக்கு வலிக்கும் என்று சிங்கம் பட்டினி கிடக்குமா? கெட்டிக்காரன்தான் பணம் சேர்க்க முடியும். பணக்காரன் வழியில் குறுக்கிடுகிறவர்கள் பலியாக வேண்டியதுதான். பலசாலி பிழைக்கட்டும் என்பதுதான் தெய்வநீதி.

“எதற்காக இவ்வளவும் சொல்ல வந்தேன்? – எதுவானாலும் எனக்கு ஏராளமாக வேண்டும் என்று என்னைப் பரிகாசம் செய்தாய்; அதற்குப் பதில் சொல்ல வந்தேன். தாத்தாவைப்போல் உடல் பலமும், அப்பாவைப்போல் புத்திபலமும் எனக்கு இருக்கிறது; அவர்கள் இருவரைவிட நான் அதிகம் சம்பாதிக்க வேண்டாமா?

“நம் குடும்ப நிலை, எனக்கு நிம்மதியாக இல்லை. தான் உயிரோடு இருக்கும்போதே அப்பா பாகப்பிரிவினை செய்ய விரும்புகிறார். இரண்டு பிள்ளைகள்; இருப்பதை இரண்டாகக் கூறுபோட வேண்டியதுதானே என்கிறாயா? நீ நினைப்பதுபோல் அது அவ்வளவு சுலபமில்லை. கணக்கில் சேராத “பிளாக்” சொத்து ஏராளமாக இருக்கிறது. அப்பாவுக்குத்தான், இந்த அனாமத்து விவகாரங்கள் எல்லாம் தெரியும்.

“அப்பாவுக்கு இப்போது வஞ்சபுத்தி உண்டாகியிருக்கிறது. சோமு அண்ணன் தாத்தாவைப்போல் பலசாலியானாலும், புத்திசாலியல்ல; டம்பாச்சாரியாக ஊர் சுற்றுகிறான். அதற்காகவே அப்பா அவனிடம் அனுதாபம் காட்டி அவனுக்குக் கறுப்பு பணத்தில் அதிகம் தர விரும்புகிறார். நியாயமாகப் பார்த்தால் எனக்குத்தான் அதிகம் தரவேண்டும். நான் தானே, அப்பாவுடன் துணையாகத் தொழிலைக் கவனிக்கிறேன்?

“இன்னொரு குறையும் இருக்கிறது. நம் சொத்து இருபது கோடிக்குத் தேறும், அதை இரண்டாகப் பிளந்தால் பத்தாகி விடும். இருபதில் பழகியவனுக்குப் பத்தில் பழகுவதென்றால் எவ்வளவு கஷ்டம் என்பது, உனக்குப் புரியாது. இருப்பதை ஏன் துண்டுபோட வேண்டும்? – அதற்கு இன்று ஒரு வெற்றிகரமான வழி கண்டுபிடித்தேன். அந்த மகிழ்ச்சியைக் கொண்டாடத்தான், இங்கு வந்தேன்.

“அது என்ன வழி என்று சொல்லமாட்டேன்; அது ரகசியம், சோமு அண்ணனுக்கு இன்றைய மோகம் நளினியிடம். கேவலம் ஒரு சினிமா எக்ஸ்டிரா; அவளைச் சுற்றிக்கொண்டிருக்கிறான். அவளை விலைக்கு வாங்க, என்னால் முடியாதா? நாளைக்குச் சென்னைக்குக் கிளம்புகிறேன்; பம்பாய், சூரத், கல்கத்தா என்று ஒரு மாதம் சுற்றுப்பிரயாணத்துக்குப் புரோகிராம் போட்டிருக்கிறேன். நான் திரும்பும்போது, என்ன நடக்கிறது என்று பாரேன்!

“நீ சொல்வது உண்மை, ஹரிணி. எதுவானாலும் எனக்கு ஏராளமாய் வேண்டும். ஏராளம், ஏராளம்!” என்று முடிக்கும்போதே ஹரிணியின் மீது சாய்ந்தான் மனோகரன்; சில நிமிடங்களில் தன்னை மறந்து, பேசியதைப் போலவே தூங்கலானான்.

4

காலையில் மனோகரன் தெளிவாக எழுந்தான். ஹரிணி அவனுக்கு முன்னால் எழுந்து காலையாகாரத்துடன் தயாராக இருந்தாள். இருவரும் சாப்பிட்டு முடித்தனர். முகம் சாம்பியிருந்த அவளை இழுத்துப் பக்கத்தில் உட்கார வைத்துக்கொண்டு மனோகரன் கேட்டான்: “நீ தூங்கவே இல்லையா, ஹரிணி? நான் மெய்மறந்து தூங்கிவிட்டேன்.”

“ரொம்ப நேரம் பேசிவிட்டுத்தான் தூங்கினீர்கள். நீங்கள் பேசியதைக் கேட்ட பின்னர், எனக்குத் தூங்கத் தோன்றவில்லை. உங்கள் தாத்தாவும் அப்பாவும் பணம் சேர்த்த கதையைச் சுவாரசியமாய்ச் சொன்னீர்கள்; ஞாபகம் இருக்கிறதா?”

“லேசாக ஞாபகம் வருகிறது. அவர்கள் கதை பூராவும், எனக்கே தெரியாது...”

“சொன்னது போதும். அவர்கள் பெரியவர்கள். அவர்களைப் பற்றி, நாம் ஆராய்ச்சி செய்யக்கூடாது. நல்லவழியோ, இல்லையோ, அவர்கள் நமக்காகச் சொத்துச் சேர்த்து வைத்தார்கள். அமைதியாக இருக்கத்தான், பணம் தேடுகிறோம். பணத்துக்காக, மனிதப் பண்பை இழக்க வேண்டுமா? பெரியவர்களிடம் உள்ள குறைபாடுகளை நாமும் பின்பற்ற வேண்டுமா?

போதும் என்ற மனப்பான்மை, வியாபாரிக்கு ஆகாது என்கிறீர்கள் – சரி; தொழில் செய்து பணம் தேடுங்கள். ஆனால், குறுக்குவழியில் செய்வதெல்லாம் நியாயம் ஆகிவிடாது. மனிதத் தன்மையுடன் தொழில் செய்ய முடியாதா? –உங்கள் அண்ணாவைப் பற்றியும் நளினியைப் பற்றியும் என்னவோ சொன்னீர்களே, என்ன அது?"

அவள் குரல் குமுறுவதைக் கேட்ட மனோகரன், பலமாய்ச் சிரித்தான்: "என்ன சொன்னேன்?"

"நளினியை விலைக்கு வாங்கிவிட்டதாய்ச் சொன்னீர்கள். நீங்கள் சொல்வதை நினைத்தாலே, பயமாக இருக்கிறது. பணத்துக்காக, அண்ணாவைக் கொலை செய்துவிட, ஏற்பாடு செய்தீர்களா?"

நேரான இக்கேள்வியைக் கேட்டு, மனோகரன் மீண்டும் நகைத்தான்: "நான் அப்படிக் கூறினேனா? நான் சொல்லாமல், நீ இப்படிச் சொல்லக் காரணம் இல்லை. மலைமலையாகப் புத்தகங்கள் படித்து, என்ன பயன்? குடி மயக்கத்தில் உளறுவதை நம்புகிறாயே, நீ ஒரு பைத்தியம்! அண்ணாவைக் கொலை செய்வதா!... ஆனால் பணம், ஒரு வெறி; பணத்துக்காக எதையும் செய்யலாம் என்று எண்ணங்கள் தோன்றுவது இயற்கை. எனக்கும் அத்தகைய யோசனைகள் உண்டாவதை, நான் உன்னிடம் மறைக்க விரும்பவில்லை. போதையில் அந்த எண்ணங்களைக் கொட்டிவிட்டேன்போல் இருக்கிறது. அதையெல்லாம் உண்மை என்று நம்பித் துன்பப்படுகிறாய்..."

ஹரிணிக்கு நம்பிக்கை உண்டாகவில்லை. ஆயினும், அவன் பேசிய விதம், சற்று ஆறுதலாகவும் இருந்தது. "அப்படியானால், நளினியை விலைக்கு வாங்கியதாய்ச் சொன்னீர்களே, என்ன அர்த்தம்?"

"பிதற்றலுக்கு எல்லாம், எனக்கு அர்த்தம் தெரியாது. நளினி என்ற சினிமா எக்ஸ்டிராவோடு சோமு சுற்றுகிறான் என்று கேள்விபட்டிருக்கிறேன். அவள் முகம்கூட எனக்குத் தெரியாது."

"எதுவும் ஏராளமாக வேண்டும் என்கிறீர்களே!"

"ஹரிணி, எனக்கு எண்ணங்கள் உக்கிரமாகத்தான் வருகின்றன. இந்த நாட்டிலேயே என்னைவிடப் பெரிய தனவந்தன் இல்லை என்னும்படி பணம் குவிக்கவேண்டும் என்று கனவு காண்கிறேன். ஆனால், ஒரு விஷயம் ஞாபகம் வைத்துக்கொள். எண்ணம் வேறு; செயல் வேறு. எண்ணம்தான் செயலுக்குத் தூண்டுகிறது என்று சொல்லப்போகிறாய்; இல்லையா? எண்ணுவதையெல்லாம் செயல்படுத்தமுடியுமா? எந்த எண்ணங்களைச் செயலாக்க முடியும் என்பதைக் கவனிக்கும் விவேகம், எனக்கு இருக்கிறது. உன்னைத் தொட்ட என்னால், இன்னொருத்தியோடு பழக முடியுமா? உனக்கு ஏன் சந்தேகம்?"

ஹரிணியை வசப்படுத்தும் வித்தையை, அவன் அறிவான். மேலும், வாய்ச் சொற்களுக்கு இடம் தராமல், அவளைச் சிறுகுழந்தைபோல் தலைக்கு மேல் தூக்கி, கரகரவென்று சுற்றிப் படுக்கைமீது போட்டான். அவள் தலைமயிரைப் பற்றி உலுக்கி, கன்னங்களைப் பிராண்டிக் கால்களில்

விழுந்தான் – ஹரிணிக்குத் தன் கணவன் யோக்கியன்தான் என்ற நம்பிக்கை உண்டாகிவிட்டது!

5

கணவனை நம்ப வேண்டியது மனைவியின் கடமையல்லவா? ஆகையால் ஹரிணி, மனோகரனை நம்பினாள். அவன் அன்று முற்பகலே, தன் பிரயாணத் திட்டப்படி சென்னைக்குக் கிளம்பினான். சென்னை, பம்பாய், கல்கத்தா ஆகிய நகரங்களில் அவர்களுடைய ஆலைகளும் அலுவலகங்களும் இருந்தன. அஹமதாபாத், சூரத் முதலிய இடங்களுடன் அவர்களுக்குத் தொழிலுறவு இருந்தது. அந்த இடங்களுக்கு, அவன் அடிக்கடி போய் வருகிறவன்தான். ஆனால், முதல் நாள் இரவு கூறிய திட்டப்படி அவன் கிளம்புகிறான் என்பதால், அவளுக்குச் சிறிது சந்தேகம் எழுந்தது. கணவனின் வாக்குறுதியோடு உடலுறுதியை எண்ணியதும், சந்தேகம் அடங்கிவிட்டது.

ஒரு வாரம் கழிந்தது; கணவன் குடி மயக்கத்தில் உளறியவற்றை அவள் மறந்தேபோனாள். சென்னையிலிருந்தும் பிறகு பம்பாயிலிருந்தும் அவன், அவளுக்குக் கடிதம் எழுதினான்.

மனோகரன் வெளியூர் சென்று, பதினைந்து நாட்கள் ஆகிவிட்டன. அன்று இரவு வழக்கம்போல் வெகுநேரம் படித்துவிட்டு, அவள் அயர்ந்து தூங்கிக்கொண்டிருந்தாள். நள்ளிரவில், "காலிங்பெல்" அடிக்கும் சத்தம் கேட்டுத் திடுக்கிட்டுக் கண் விழித்தவள், கதவைத் திறந்தாள். வேலைக்காரன் ஒருவன், அங்குப் பரபரப்புடன் காத்திருந்ததைக் கண்டாள்.

"முதலாளி, உங்களை அழைத்துவரச் சொன்னார்கள்–சின்னமுதலாளி..."

"எந்தச் சின்ன முதலாளி? என்ன சங்கதி?"

"சோமு ஐயா; ரொம்பக் குடித்திருப்பார்போல் இருக்கிறது. காரை அவர்தான் ஓட்டி வந்தார். காரிலே வாந்தி பண்ணியிருந்தார். எப்படியோ பங்களா வாசலுக்குக் காரை ஓட்டி வந்துவிட்டார். கூர்க்கா கதவைத் திறந்து வழிவிட்டிருக்கிறான். சோமு ஐயா காரை ஓட்டாமல், கதவைத் திறந்துகொண்டு டிரைவர் சீட்டிலிருந்து கீழே சாய்ந்துவிட்டார். கூர்க்கா போட்ட கூச்சலைக் கேட்டு, நாங்கள் நாலைந்து பேர் ஓடினோம். எல்லாரும் ஐயாவை, உள்ளே தூக்கி வந்தோம்..."

"டாக்டருக்குப் போன் செய்தீர்களா?"

"செய்திருக்கிறது; டாக்டர் வந்து பிரயோசனம் இல்லை. உள்ளே வந்ததும் சோமு ஐயா ஒருதடவை வெறும் ரத்தமாக வாந்தி செய்தார். அப்படியே தலையைப் போட்டுவிட்டார்" என்று தனக்கே நேர்ந்துவிட்ட துக்கம்போல் தேம்பிக் காட்டினான் வேலைக்காரன்.

ஹரிணி, நிமிஷ நேரம் விக்கித்து நின்றாள். எல்லாம் புரிவதுபோல் இருந்தது. மனோகரன் போதையில் பிதற்றியபடி நடந்துவிட்டது. ஒருவேளை – கணவனைச் சந்தேகிக்க, அவளுக்கு இன்னும் மனம் வரவில்லை! – மிதமிஞ்சிக் குடித்ததன் விளைவாக நேர்ந்த மரணமாகவும் இருக்கலாம் என்று தேற்றிக்கொண்டாள். அமைதி ஏற்படவில்லை. நடக்கப்போவதை, எப்படி மனோகரனால் கூறமுடியும்? அவன் கொலைகாரன்தானா?

தூக்கத்தில் நடப்பவளைப்போல், பணியாளைத் தொடர்ந்து சென்றாள் ஹரிணி. சோமுவைக் கிடத்தியிருந்த இடத்தை அவள் அடையும்போது, அங்குப் பெரும் கூட்டம் கூடியிருந்தது. ஹரிணி சோமுவின் மனைவியான ராஜாம்பாளைத்தான் முதலில் கண்டாள். ராஜம், அவளைக் கட்டிக்கொண்டு, “ஹோ”வென்று கதறத் தொடங்கினாள். ஹரிணியும் கதறினாள்.

அந்தக் கூட்டத்தில் எல்லோரும் அழுது அரற்றிக்கொண்டிருந்தார்கள். தன்னுடைய கலக்கத்தை வெளியில் காட்டிக்கொள்ளாமல் உறுதியாக இருந்தவர், ஹரிணியின் மாமனார் ராமநாதன் மட்டும்தான். அவர், ஹரிணியிடம் அன்போடு மரியாதையும் உடையவர். கொஞ்சநேரம் அவள் அழுது ஓய்ந்ததும், அவர் அவளை ஜாடைகாட்டி அழைத்தார்.

ராமநாதன், ஹரிணி, டாக்டர் ஆகிய மூவரும் தனி ஓர் அறையில் சென்று அமர்ந்துகொண்டனர்.

“ஹரிணி, நீயும் அழுவதற்கு உட்கார்ந்துவிட்டால், மேற்கொண்டு ஆகவேண்டியதை யார் கவனிப்பது? டாக்டர் சந்தேகப்படுகிறார். அளவில்லாமல் குடிக்கிறவனுக்கு இந்தக் கதிதான் என்று நான் சொல்கிறேன். சோதனை செய்த டாக்டர் வேறுவிதமாய்ச் சொல்கிறார். அது பற்றி, உன்னைக் கலக்கத்தான் கூப்பிட்டேன்.”

“டாக்டருக்கு, என்ன சந்தேகம்?”

“எனக்குச் சந்தேகம் இல்லை. சோமுவின் சாவு இயற்கையானது அல்ல; யாரோ விஷமிட்டிருக்கிறார்கள்” என்றார் டாக்டர்.

ராமநாதன், மெதுவாகச் சிரித்துக்கொண்டே கூறினார்: “டாக்டர், நீங்கள் இன்னும் சரியான முறையில் சோதனை செய்யவில்லை; சோமு எதைக் குடித்தானோ! சிலவகை பிராந்தி கெட்டு வயிற்றில் போனதும் விஷமாகும்! கொலை என்றே, ஏன் முடிவு கட்டுகிறீர்கள்? சோமு வெறும் முரடன்; எதையாவது எண்ணிக்கொண்டு அவனே விஷம் சாப்பிட்டிருக்கக் கூடாதா?”

“இருக்கலாம்; சாவு இயற்கையாக ஏற்படவில்லை என்பதைத்தான் சொல்லுகிறேன்” என்றார் டாக்டர்.

ஹரிணி, சற்றுத் தயங்கினாள்: “இயற்கையான சாவு இல்லை என்றால், இது தற்கொலையும் இல்லை. அண்ணா, தற்கொலை செய்துகொள்ள வேண்டிய தேவையே இல்லை. மாமா, விஷத்தால் மரணம் என்றால், குற்றம் செய்தவர்களைக் கண்டுபிடித்துத் தண்டிக்க வேண்டும்”என்றாள் அவள் – இதைக் கூறும்போதே, அவள் உடம்பு நடுங்கியது. மாமனார், என்னிடம் இதைப் பற்றி ஏன் கலக்க வேண்டும்? அவருக்கும் மனோகரன்மீது சந்தேகம் ஏற்பட்டிருக்குமா? – கணவன் குடிமயக்கத்தில் கூறியவற்றையெல்லாம் மாமனாரிடம் உரைத்து, அழவேண்டும்போல் இருந்தது அவளுக்கு.

“குற்றம் செய்தவர்களைத் தண்டிப்பது என்று ஆரம்பித்தால், உலகத்தில் யாரும் தப்ப முடியாது. சோமுவுக்கு யாரோ விஷமிட்டிருக்கலாம். விஷமிட்டவர்கள் யார்? அதனால் அவர்களுக்கு என்ன லாபம்? அவர்களே செய்தார்களா? அல்லது யாராவது தூண்டிவிட்டுச் செய்தார்களா?

என்பதைக் கண்டுபிடிக்க ரொம்ப நேரம் ஆகாது. ஆனால், கண்டுபிடித்து என்ன செய்யப் போகிறோம்? சோமு பிழைக்கப் போவதில்லை. கொலைகாரனைப் பழிவாங்குவதால், என்ன பயன்? டாக்டர், சொன்னபடி செய்யுங்கள் – இயற்கையான சாவு என்று, "சர்ட்டிபை" செய்துவிடுங்கள். இன்ஷ்யூரன்சுத் தொகை வாங்குவதற்கு, இடையூறு இருக்கக்கூடாது."

டாக்டர், வியப்புடன் ராமநாதனைப் பார்த்தார். "மூத்த மகனைப் பறிகொடுத்த தகப்பனாரா, இவ்வாறு புன்னகை மாறாமல் பேசுகிறார்!" முடிவில் கோடீசுவரரின் உத்திரவுக்கு, டாக்டர் இணங்கினார்.

மாமனார் உண்மையை ஊகித்துவிட்டார்; மனோகரன் அல்லலில் சிக்கிவிடக்கூடாது என்பதற்காகவே அவர் மேற்கொண்டு எதுவும் செய்ய விரும்பவில்லை என்பதை ஹரிணியும் புரிந்துகொண்டாள். மாமனாரை நன்றியுடன் பார்த்தாலும், கணவன் கொலைகாரன் என்பதை அவளால் மறக்கமுடியவில்லை. அவள் கண்களில் நீர் பெருகியது.

"மனோகரனிடமிருந்து கடிதம் வந்து, மூன்று நாளாகிறது. பம்பாயிலிருந்து எழுதினான். இப்போது எங்கிருக்கிறான் என்று தெரியவில்லை. எல்லா இடங்களுக்கும், போன் மூலம் தகவல் அனுப்பியிருக்கிறேன். சென்னையில் இருந்தால்தான், நாளைக்கு வரமுடியும். அவன் வரும்வரை காத்திருக்க முடியாது. பிணத்தை, அதிக நேரம் வைத்துக்கொள்ளக்கூடாது. நாளை மத்தியானத்துக்கு மேல் கிரியைகளை முடித்துவிடலாம் என்று நினைக்கிறேன். சரிதானே, ஹரிணி?" என்றார் ராமநாதன்.

அவர் எதிர்பார்த்தபடியே நடந்தது. மறுநாள் பிற்பகல், சோமுவின் தகனக் கிரியைகள் முடிந்தன. அன்று மாலை தான் சூரத்தில் இருப்பதாயும், தகவல் தெரிந்ததும் பம்பாய்க்குக் கிளம்பிவிட்டதாயும் பதில் கிடைத்தது. மூன்றாம் நாள் இரவு, மனோகரனே சென்னையிலிருந்து தந்தையுடன் போனில் பேசினான். தமையனின் மரணச் செய்தி முழுவதையும் தெரிந்துகொண்டு, காரில் உடனே ஊருக்குப் புறப்படுவதாய்க் கூறினான்.

மறுநாள் அவன் வருவான் என்று எதிர்பார்த்தார்கள்; வரவில்லை. ராமநாதன் மாலையில் சென்னை அலுவலகத்தை போனில் விசாரித்தார்; மனோகரன் முதல்நாள் இரவே காரில் கிளம்பிவிட்டதாகப் பதில் வந்தது.

அன்று இரவு சென்னை அலுவலகத்திலிருந்து, ராமநாதனுக்கு ஒரு செய்தி வந்தது. மனோகரன் ஓட்டிச்சென்ற கார், மவுண்ட்ரோட் போஸ்ட் ஆபீசுக்குச் சிறிது தூரத்தில் அனாதையாய்க் கிடந்தது என்றும், போலீசார் அதைக் கைப்பற்றித் தங்களுக்குத் தெரிவித்தார்கள் என்றும் அந்தச் செய்தி கூறியது. காரில் இருந்த மனோகரன் என்ன ஆனான் என்பது தெரியவில்லை. சென்னை ஆபீசுக்கும் அவன் திரும்பவில்லை.

மூத்தவனைத் தகனம் செய்த தந்தை, இளையவனைத் தேடுவதற்காகச் சென்னைக்குச் சென்றார். அறிவு, ஆற்றல், பொருள் எல்லாவற்றையும் ஈடுபடுத்தி மகனைக் கண்டுபிடிக்க முயற்சிகள் செய்தார்.

கோடீசுவரனுக்காகக் காலம் காத்திருக்கிறதா? முதலில் நாள், நாளாய்க் கழிந்தது; பிறகு மாதம், மாதமாய்ச் சென்றது. ஓராண்டு முடிந்தது, இரண்டு

ஆண்டு முடிந்து, மூன்றாவது ஆண்டு முடியவிருந்தது – மனோகரனின் மறைவு, துலக்கப்படாத ஒரு மர்மமாகவே இருந்துவிட்டது.

ராமநாதன் இரும்பு மனிதர்தாம்; ஆனால், அவர்கூட அதிர்ந்துவிட்டார். “கோடி கோடியாய்க் குவித்துப் பயன் என்ன?” என்று, சிறிது சிறிதாகத் தர்ம விசாரம் செய்யலானார்.

அவருடைய பாதுகாப்பு, ஹரிணிக்கு இருந்தது. அவளுடைய பெற்றோரும் உடன்பிறந்தாரும் அவளோடு இருந்து, எவ்வளவோ தைரியம் கூறினார்கள். கணவன் திரும்பவே மாட்டானோ என்பதற்காக மட்டும் அல்ல, தப்பித் தவறித் திரும்பி வந்தால், அந்தக் கொலைகாரக் கணவன் எப்படி இருப்பானோ என்று எண்ணி வற்றிக்கொண்டிருந்தாள் அவள்.

இரண்டாம் பாகம்

சென்னை, சைதாப்பேட்டையில் ஒரு சிறு பங்களா. அதன் உரிமையாளர் முருகேசன், ஒரு கட்டடக் காண்டிராக்டர். ஒருநாள் இரவு பத்து மணி இருக்கலாம். முருகேசன், தன் உதவியாளன் மனோகரனுடன் உரையாடிக்கொண்டிருந்தார்.

“என்ன செய்கிறாய், மனோகர்?”

“இருப்புச் சரியாக வரவில்லை. அதை...”

“காலையில் பார்த்துக்கொள்கிறது; மணி பத்தாகிறது; நீ இன்னும் சாப்பிடவில்லையாமே! காலத்தில் சாப்பிடாவிட்டால், உடம்பு என்னத்துக்கு ஆகும்?”

“அதென்னவோ, இருப்பு ஒரு காசு முன் – பின் ஆனாலும், எனக்குத் தூக்கம் வருவதில்லை. அதில்லாமல், சாயங்காலம் டிபன் பலமாகிவிட்டது. நம் குழந்தை நீலா வலுவாய்க் கவனித்துவிட்டாள்; பசியே இல்லை; சாப்பிட வேண்டாம் என்று நினைக்கிறேன்.”

முருகேசன், கோடிக்கணக்கிலும் லட்சக்கணக்கிலும் முதலீடு செய்து தொழில் செய்யும் காண்டிராக்டர் அல்லர். தெய்வத்துக்கும் அரசாங்கத்துக்கும் அஞ்சுகிறவர்கள் சம்பாதிக்க முடியாத இக்காலத்தில், அந்த இரண்டு அச்சங்களும் படைத்தவர் அவர். பெரிய அளவில் லஞ்சம் கொடுத்துப் பொருள் சேர்க்க அவர் விரும்பவில்லை; தேவையுமில்லை. சிறிய இனங்களாய்க் காண்டிராக்ட் எடுப்பார்; கிடைத்ததோடு திருப்தி அடைவார்.

அவருக்கு சின்னக்குடும்பம். அவர், மனைவி காமாட்சி, மகள் நீலா, மூவர்தான். ஆண் வாரிசு கிடையாது; இனி பிறக்கும் என்ற நம்பிக்கையும் இல்லை. இந்த அடக்கமான குடும்பத்தில், அவருக்கு ஓர் அதிருப்தி, மனைவி பற்றித்தான். காமாட்சி பகட்டுக்கு ஆசைப்பட்டவள். நாற்பது வயதுக்கு மேலாகியும் இல்லாத இளமையைச் செயற்கையாக வரவழைத்துக்கொண்டு ஆனந்தப்படுகிறவள்.

அவர்களுடைய ஒரே பெண் நீலா; செல்லமாக வளர்ந்ததில் ஆச்சரியம் இல்லை. அவளுக்கு வயது பத்தொன்பது ஆகிறது; குணாதிசயத்தில்

தந்தைக்கு வாரிசாக அமையாமல் தாய்க்கு வாரிசாக அமைந்தாள். எஸ்.எஸ்.எல்.ஸி.யோடு படிப்பை நிறுத்திவிட்டுத் தாயுடன் நாகரீகமாய்ப் பொழுதுபோக்கினாள்.

முருகேசனும் மனோகரனும் பேசிக்கொண்டிருந்தபோது, நீலா அங்கு வந்து சேர்ந்தாள். இரவு மணி பத்து ஆகியும், அவளுடைய அலங்காரம் கலையவில்லை. அவள் இயற்கையாகவே அழகி; நெட்டை அல்லது கட்டை என்று கூற முடியாமல் உயரமும் சதைக்கொழுமையும் அவளிடம் இசைந்திருந்தன. நைலான் ஆடையும், கூடைக் கொண்டையும் வருணிப்பானேன்? இன்றைய சென்னை நகரத்தில், அமோகமாய்க் காட்சியளிக்கும் யுவதிகளைப் போன்றிருந்தாள் நீலாவும். ஒரே ஒரு வித்தியாசம்; மற்ற யுவதிகள் சற்றுக் கெட்டியாகத் தொட்டாலும் சுருண்டுவிழுகின்ற சோனிகள்; ஆனால், நீலா உடலைக் காத்துக்கொண்டவள்!

நீலா, மனோகரன் மீது ஒரு புன்னகையை ஏவிவிட்டுத் தகப்பனாரைக் கேட்டாள்: "அப்பா, மனோகரசாமி என்ன சொல்கிறது? ராத்திரி விரதம் இருக்கப் போவதாய்ப் பயமுறுத்துமே?"

"நீ வலுவாக டிபன் கொடுத்துக் கெடுத்துவிட்டதாய்ப் புகார் செய்கிறானே?"

"பசிக்கிறவனுக்குச் சோறு போட்டால், புண்ணியம்; வயிறு புடைக்கத் தின்றவனுக்கு மேலும் தீனி போட்டால் பாவம். நீலா பரிமாறிச் சாப்பிட்டவன் உட்கார்ந்த இடத்தைவிட்டு எழுந்திருக்க முடியாது; அங்கேயே சாயவேண்டியதுதான்" என்று சிரித்தான் மனோகரன்.

"சாமியார் சொல்வதைக் கேட்டாயா, அப்பா? நான் இவரை ஹிம்சை செய்கிறேனாமே! இவர் இங்கு வந்த பிறகு, இளைத்துவிடவில்லை?"

"இளைத்திருக்கிறேனா? தொந்தியில் ஒன்னரை அங்குலமும் எடையில் இருபது பவுண்டும் ஏறியிருக்கிறது!"

முருகேசன், வேறு கவனமாய்க் கேட்டார்: "மனோகர்; நீ இங்கே வந்து ஒருவருஷம் ஆகவில்லை?"

"பத்துமாசம் இருபத்து நாலு நாள் ஆகிறது!" என்று கணக்காய்க் கூறினாள் நீலா – "வரும்போது இவர், எப்படி இருந்தார்?"

மனோகரன் பதில் உரைத்தான்: "அப்பாவுக்கு அது மறந்திருக்கும். செய்த உபகாரத்தை மறந்துவிடுவது அவர் பழக்கம். ஆனால், அந்த நாளை மறக்கவே முடியாது. ஐந்து நாள் பட்டினி; இந்த வீட்டு வாசலில் விழுந்தேன். வாசலுக்கு வந்த நீலா, என்னைப் பார்த்ததும், வேலைக்காரர்களைக் கூப்பிட்டு உள்ளே தூக்கிவரச் சொன்னாள். எனக்கு நல்ல காலம், அப்பாவும் வந்து சேர்ந்தார். அப்புறம் என்ன? இன்று நான் மனிதனாக இருப்பது உங்களால்தான். முன்பின் தெரியாதவனை நம்பி, என்னிடம் இவ்வளவு பொறுப்புகளையும் விட்டிருப்பதை நினைத்தால், எனக்கு ஆச்சரியமாக இருக்கிறது. வீட்டுப்பிள்ளைபோல் வளர்க்கிறீர்களே! பெற்றவர்களின் அன்பையே நான் காணாதவன்; அதை இங்கு வந்துதான் காண்கிறேன்."

“அதற்கு ஈடு செய்யத்தான் இரவு பகலாய் உழைக்கிறீர்களா? நாலு முழம் வேட்டி, மல் ஜிப்பா, மூன்று முழம் துண்டோடு “ஸிம்பிளாக” இருக்கிறீர்கள். ஏன் அப்பா, நம் ஃபேர்முக்கே இது அவமானம் இல்லையா? நாம்தான், நம் ஸ்டாஃபை இப்படி வைத்திருக்கிறோம் என்று கேவலமாய் எண்ணமாட்டார்களா? மனோகரன் “டிரிம்”மாக டிரஸ் செய்துகொண்டால், எவ்வளவு அழகாயிருக்கும்! நமக்கும் கௌரவம்; தொழிலும் விருத்தியாகும். இல்லையா, அப்பா?”

“நீலா சொல்வது நியாயம்தானே, மனோகரா? எழுபத்தைந்து ரூபாய்க்கு மேல் சம்பளம் வேண்டாம் என்கிறாய். அதிலும் பதினைந்து ரூபாய் மட்டும் எடுத்துக்கொண்டு, பாக்கியை என்னிடம் டிபாஸிட் செய்துவிடுகிறாய். இதோ பார். இந்தச் சிக்கனம் எதற்கு? உன்னை நான் அந்நியமாக நினைக்கவில்லை. நீலா சொல்வதுபோல, நீ அழகாய் டிரஸ் செய்துகொண்டு வெளியே போனால், எனக்கும் கௌரவம்.”

மனோகரன், திக்குகிறவன்போல் தயங்கிக்கொண்டே கூறினான். “எனக்கு, இந்த ஆடம்பரம் பிடிக்கவில்லை. நான், இந்த உடையோடு போவதால், உங்கள் வேலை ஏதாவது கெட்டிருக்கிறதா? தேவைக்கு மேல் இங்குச் சாப்பிடுகிறேன்; இங்கேயே தங்கியிருக்கிறேன். அப்புறம் எனக்குப் பணம் எதற்கு? கைச்செலவுக்காக வைத்துக்கொள்ளும் பதினைந்திலும்...”

“மிச்சம் பிடித்துப் பாங்கில் போடுகிறீர்களோ?” என்று கேட்டாள் நீலா.

“ரிசர்வ் பாங்கில் போடுகிறேன்! வடபழனிக்கும் மயிலைக்கும் டவுனுக்கும் போகும்போது தவறாமல் கோயிலுக்குப் போகிறேன். வாசலில் இருக்கிற பிச்சைக்காரர்களுக்கு, முடிந்ததைத் தருகிறேன்.”

முருகேசனின் கண்கள் மகிழ்ச்சியால் பனித்தன. நீலா, குழந்தைபோல் சிரித்தாள். “சொச்சத்தையும் சொல்லிவிடுங்கள் . . . அம்மனுக்காக ஞாயிறு விரதம், முருகனுக்காகச் செவ்வாய் விரதம், அப்புறம் அமாவாசை, கிருத்திகை விரதங்கள் வேறே. விரதம் என்றால், ஒரு கப் பால்கூடச் சாப்பிடக்கூடாதா, என்ன? அப்பா, இந்த மாதிரி நாலு சாமியார்களை நாம் வேலைக்கு வைத்துக்கொண்டால், நமக்கும் காவி புத்தி வந்துவிடும்!”

“இந்த வயசில், இவ்வளவு தெளிவு வந்திருக்கிறது என்றால், அது புண்ணிய பலன்தான். மனோகரனைப்போல உத்தமமான பிள்ளை, நம்மிடம் வந்து சேர்ந்தானே, அது நமக்கே பெருமை – கரை ஏறவேண்டிய வயசிலும், எனக்கு ஆசை விடவில்லையே!”

“போச்சு! அப்பா, நீயும் இவரோடு சேர்ந்துகொண்டாயா? நாளையிலிருந்து இவர், பழனியாண்டவர் கோலத்தில் பவனி வர ஆரம்பித்து விடுவார்!... அப்பா, நான் கண்டிஷனாகச் சொல்லுகிறேன், கேட்டுக்கொள் – வீட்டில் இருக்கும்போது மனோகரன் எந்தக் கோலத்தில் வேண்டுமானாலும் இருக்கட்டும். ஆனால், தொழில் சம்பந்தமாய் வெளியே போகும்போது நீட்டாக டிரஸ் பண்ணிக்கொள்ள வேண்டும். இல்லையானால், இரண்டு பேரும் வடபழனி கோயில் வாசலில் போய் உட்காருங்கள்!”

“எனக்கு அதெல்லாம்...”

“தேவை இல்லை; எங்களுக்கும் எங்கள் தொழிலுக்கும் தேவை; என்ன சொல்கிறீர்கள்?”

“மனோகர், குழந்தை சொல்வதிலும் ஒரு நியாயம் இருக்கிறது.”

“நாளைக்கு என்னோடு ஜவுளிக் கடைக்கு வரவேண்டும்; துணிகளை நான்தான் ஸெலக்ட் செய்வேன்.”

மனோகரன், தயக்கத்துடன் தலையைச் சொறிந்தான். நீலா, எகத்தாளமாய் அதட்டிக் கூறினாள்: “என்ன கெஞ்சுகிறீர்கள்? காலையில் என்னோடு வரவேண்டியதுதான் – டிரஸ் மட்டும் இல்லை; மற்ற எல்லா அலங்காரங்களும்தான். மூன்றே நாளில் உங்களை அடியோடு மாற்றிக்காட்டுகிறேன், பாருங்கள். உங்களைச் சொல்லிப் பயனில்லை. இந்த அப்பாவுக்கு, எதிலும் “சீப்” புத்திதான். சைதாப்பேட்டையில் இருப்பதால் வருகிற வினை இது. மாம்பலம், மைலாப்பூர், அடையாறு பக்கம் இருந்தால் இந்த அநாகரீக புத்தி வருமா? அப்பா, அப்பாவி ஒருத்தர் அகப்பட்டார் என்றுதானே, கைப்பணத்துக்குச் சேதம் இல்லாமல் அவரிடம் வேலை வாங்குகிறாய்?”

“கடைசியில், என்மீது பழி போடுகிறாயே! நானா வேண்டாம் என்றேன்?”

வேறு வழி இல்லாமல், மனோகரன் முதலாளியின் துணைக்குப் போனான். “நீலா, அப்பாவை ஏன் வம்புக்கு இழுக்கிறாய்? காலையில் உன்னோடு வருகிறேன்; சரிதானே?”

“சரி, சாப்பிட வருகிறீர்களா, இல்லையா? உங்களுக்காகச் சமையல் இலாகா பூராவுமே காத்திருக்கிறது...”

2

ஓர் இரவு. நீலா தூங்க முயன்றுகொண்டிருந்தாள். எண்ணங்களில் ஓர் அழிப்பு ஏற்பட்டுத் தூக்கம் விலகி நின்றது. அவள் தகப்பனார் ஊரில் இல்லை; தாயார் தூங்கிக்கொண்டிருந்தாள். மனோகரனும் தூங்குவானோ?

படுப்பதற்கென்று அவள் மெல்லிய துகில் உடுத்தியிருந்தாள். உடைகளின் இறுக்கம் குறைந்ததால், அவளுடைய அங்கங்கள் சுவாதீனமாய் மூச்சுவிட்டன. கண்ணாடியில் தன்னைப் பார்த்துக்கொண்டவளுக்கு வியப்பாகவும் பெருமிதமாகவும் இருந்தது – இந்த வியப்பும் பெருமிதமும் இன்பம் அளிக்கின்றன. ஆனால், அது குறையுண்டதாகத்தானே அவள் உணருகிறாள்? இந்தக் குறை நிவர்த்தியானால்தான் இன்பம் முழுமை ஆகும் என்பது, அவளுக்குத் தெரியும்.

தூக்கம் வருவதற்காக ஃபிராய்ட் போன்ற அறிஞர்கள் எழுதிய நூல்களை, அவள் படிப்பதில்லை. பாலுணர்ச்சியின் இயற்கை பற்றி, அவள் ஆராய்ந்ததில்லை. ஆனால், தாயுடனும் தோழிகளுடனும் சினிமா, டிராமா, கிளப் என்று சுற்றியதன் வாயிலாக அவள் பல விஷயங்களை அறிந்துகொண்டிருந்தாள்.

உடல் என்னும் இந்த இயந்திரம் இன்பங்களுக்கு எல்லாம் ஆதாரமானது என்பதை, அவள் கற்று அறியவில்லை; இயல்பாகவே அவளுக்கு அது தெரிந்திருந்தது. மற்ற யுவதிகளைப் போலவே, அவள் தன்னை அலங்கரித்துக்கொண்டாள்; ஆனால், இன்றைக்கு மட்டும் வெளிப்பூச்சான கவர்ச்சியோடு, அவள் திருப்தி கொள்ளவில்லை – இந்தக் கவர்ச்சி நிரந்தரமாகவும் இருக்கவேண்டும் என்றும் விரும்பிய அவள், உடலைக் கடவுளாய் வழிபடத் தொடங்கினாள். கூந்தல் முதல் கால் நகம் வரை உறுப்புகள் அழகாக இருப்பதுடன், ஆரோக்கியமாகவும் இருக்கவேண்டும் என்று அவள் விரும்பினாள். கடைகளில் விற்கும் வாசனைத் தைலங்களால் கேசத்தின் வசீகரம் குன்றும் என்பதற்காக, மருதோன்றி முதலிய பச்சிலைகளால் வீட்டிலேயே தயாரித்த எண்ணெய்யையே அவள் உபயோகிப்பாள். அவள் இப்படிப் பராமரிப்பாள் என்று ஆசைப்பட்டுத்தானோ என்னவோ, அவளுடைய அளகபாரம் இடுப்புக்குக் கீழே தவழ்ந்தது. கண்களுக்கும் புருவத்துக்கும் இமை ரோமங்களுக்கும் மையூட்ட அவள் எவ்வளவோ சிரத்தை எடுத்துக்கொண்டாள். நாகரீகத்தின் நாசூக்கு என்று ஆடவரைப் போன்று மார்பகத்தை ஒடுக்கிக்கொள்ளாமல், சிலைகளில் காணப்படும் கொழுமையை அவள் விரும்பினாள்; இயற்கையும் அவளுக்கு இசைவாகவே இருந்தது; இடுப்புச் சிறுப்பதற்காகவும், உடலில் ஆரோக்கியம் கூடுவதற்கும் தேவையான அளவு தேகப்பயிற்சி செய்தாள்.

நீலாவுக்கு நேரமும் வசதியும் அக்கறையும் இருந்தன. ஆகையால், உடல் பராமரிப்பை, அவள் வழிபாடாகவே ஆக்கிக்கொண்டுவிட்டாள். பெண்களின் கூட்டத்தில், அவள், ஒரு பெண்ணாக விளங்கியதில் வியப்பில்லை.

பொலிவு பெற்றுப் பூரிப்பதுடன், அவளுடைய இளமை அமைந்துவிடவில்லை. அவளுடைய இத்தனை அகக்கவனத்தையும் பொருட்படுத்தாமல், புறக்கவனிப்பும் வேண்டும் என்று அது முணுமுணுக்கலாயிற்று. தன் தேவை என்ன என்பது, அவளுக்குத் தெரியாமல் இல்லை. அதைத் தீர்த்துக்கொள்ளத் திருமணம் என்கிற ராஜபாட்டை இருப்பதும், அவளுக்குத் தெரியும். கட்டுப்பட்டுக் கவனத்தைப் பெற அவள் மனம் விரும்பாமல், முரட்டுச்சிந்தனையில் இறங்கியது.

இந்தச் சமயத்தில்தான், கைக்கு எட்டும் தூரத்தில் மனோகரன் எதிர்ப்பட்டான். அனாதையாக அவர்களிடம் ஒதுங்கிய அவனிடம், அவளுக்கு முதலில் அனுதாபம்தான் உணடாயிற்று. ஆனால், ஆண்மையின் மிடுக்குடன் திகழ்ந்தவனை நெருங்கிப் பார்த்ததன் பயனாக, அவளுடைய பார்வையில் மாறுதல் ஏற்பட்டது. அவன், தன் கருத்தைப் பிரதிபலிக்கவில்லை என்பதைக் கண்டாள். அதனாலேயே, அவனிடம் கவர்ச்சி மிகுந்தது. அவளுக்குக் காதல் பிறந்துவிட்டது – அதைத் திருமணத்தால் பூர்த்தி செய்துகொள்ள அவள் முற்பட்டாள் என்று, இதற்குப் பொருள் இல்லை. அவனை மணக்கவேண்டும் என்ற எண்ணமே, அவளுக்குத் தோன்றவில்லை. இன்னும் தெளிவாகப் பார்த்தால், அவன் நன்றி செலுத்தக் கடமைப்பட்டவன். ஆகையால், ரகசியமாக உடலின்பம் காண்பதுதான், அவள் நாட்டம்.

அவ்வாறு செய்வதால், அவன் தன்னிடம் மேலும் நன்றிகொள்ள வேண்டும் என அவள் எதிர்பார்த்தாள்.

இத்தகைய எண்ணங்களால் பீடிக்கப்பட்ட ஒரு பெண்ணுக்கு, எப்படித் தூக்கம் வரும்? சந்தர்ப்பம் துணை செய்தது. அப்பா ஊரில் இல்லை; அம்மா உறங்குகிறாள். மனோகரன், மாடி அறையில் தனியாக இருக்கிறான். கண்ணாடியில் தன்னைப் பார்த்துக்கொண்டவள், "மனோகரனைச் சந்திக்க, இதுதான் சரியான கோலம்" என்று கூறிக்கொண்டு எழுந்து, அறைக்கதவைத் தாழிட்டாள்.

மனோகரனின் அறைவாயிலை அடைந்தபோதும், நீலா பரபரப்பு ஏதும் அடையவில்லை. நிதானமாய்க் கதவைத் தட்டினாள். சில நிமிஷங்களுக்குப் பிறகுதான், மனோகரன் வெளியில் வந்தான். எதிரில், படுக்கை வேண்டுகிற கோலத்தில் நின்றவளைப் பார்த்து, அவன்தான் திகைப்படைந்தான்.

"என்ன நீலா?"

"தூக்கம் வரவில்லை; உங்களோடு கொஞ்ச நேரம் பேசலாமென வந்தேன்."

"இந்நேரத்தில், என்னோடு பேசவா?" என்றவாறு, விளக்கைப் போட்டான் அவன்.

"இந்நேரத்தில், உங்களோடு பேசக்கூடாதா? அதில், ஏதாவது தவறு இருக்கிறதா?"

வெளிச்சத்தில் அவளைப் பார்த்தபோது, மனோகரனின் கண்கள் கூசின. – நோக்கத்தைப் புரிந்துகொள்கிற தெளிவு இல்லாத ஜடம் அல்ல அவன். கண் வழியாகப் புகுந்த ஓர் உணர்ச்சி, அவன் உள்ளத்தில் நெருப்பு ஈட்டியாக இறங்கியது. பூரிப்பாக இருந்தது; வெறியாக வந்தது; உதடுகள் துடிக்க அவன் ஏதோ சொல்வதற்குத் தள்ளாடினான்.

சில விநாடிகள்தான்; முருகேசனும் காமாட்சியும் பெற்றோரைப் போல் தன்னைப் பேணுவது பற்றி ஞாபகம் வந்தது. சாக்கடையில் கிடக்க வேண்டியவனைக் கோபுரத்தில் ஏற்றுகிற அவர்களுக்கு, அவன் செய்யும் கைம்மாறு இதுதானா? நீலா சிறு பெண்; அவள் அசட்டுத்தனத்துக்கு அவன் உடந்தையாக இருக்கலாமா?

நீலாவுக்கு ஏமாற்றமாயிருந்தது; ஆரம்பமே ரசப்படவில்லை என்று தோன்றியது – "நான் கேட்டதற்குப் பதில் சொல்லவில்லையே?"

"நீ இங்கே வந்ததே, தவறுதான்!"

"ஏன், என்ன தவறு? அதில்?"

"ஆயிரம் ஆசைகள் வருகின்றன; எல்லாம் நிறைவேறுகின்றனவா? ஆசைக்கும் ஒரு நியாயம் இருக்கவேண்டும். நீலா, திரும்பிப் போய்த் தூங்கு."

"என் மனத்தில் ஆசை இருப்பதை, எப்படிக் கண்டுபிடித்தீர்கள்? உங்கள் மனத்தில் கள்ளம் இருப்பதால்தானே, அது புரிந்தது?" என்றவாறு, மனோகரனின் படுக்கைமீது சாய்ந்தாள் நீலா.

“கள்ளம் என்று சரியான வார்த்தை சொன்னாய். கள்ளமாய்ச் செய்வதை, நியாயம் என்று சொல்ல முடியுமா?”

“சந்தர்ப்பத்தைப் பொறுத்ததுதான் நியாயமும் அநியாயமும். ஒவ்வொன்றையும் சாஸ்திரம் பார்த்துச் செய்ய முடியுமா?”

“அப்படிச் செய்வதுதான் நல்லது.”

பிறகு, அவன் பேசவில்லை. அவள் ஒருக்களித்தும், மல்லாந்தும், குப்புற விழுந்தும் புரண்டாள். படுக்கை மேடு பள்ளமுற்று, உருக்குலைந்து அவள் எண்ணத்தை வெளியிட்டது.

“நான் இங்கேயே தூங்கப்போகிறேன்!”

“நீலா...”

“நீங்கள் என்னை நினைப்பதே இல்லையா?”

“நினைக்காமல் என்ன? சீக்கிரம் மணமாகவேண்டும் என்று நினைப்பேன்.”

“என்னை மணக்கவேண்டும் என்று எண்ணுகிறீர்களா?”

“நான் மணக்க விரும்புவதாகச் சொல்லவில்லை.”

“என்னை நீங்கள் விரும்பவில்லை; இல்லியா?”

“நான் பேராசைக்கு இடம் தருவதில்லை; நான் எளியவன்; ஏழை; என் எல்லை எனக்குத் தெரியும்.”

“என்னையும் எல்லைக்குள் இருக்கச் சொல்கிறீர்கள். என் காதலை, நானாகத் தருவதை...”

“கணவனும் மனைவியும் நேசிப்பதைக் காதல் என்பது, நம் வழக்கம். நீ சொல்லும் காதல், நமக்குப் புதிய சரக்கு. நீலா! எழுந்திரு. நீ புத்திசாலி. அசட்டுத்தனமாக ஏதாவது செய்துவிட்டால், வாழ்க்கை முழுவதும் கஷ்டப்பட வேண்டியிருக்கும்.”

நீலாவுக்கு ஆத்திரம் பற்றிக்கொண்டு வந்தது; உயிர்போல் காத்த பொக்கிஷத்தைக் கொடையாக அவள் வழங்க முன்வந்தாள்; நன்றி இல்லாதவன் மறுக்கிறான் என்று எரிச்சல் மூண்டது; “போகச் சொல்கிறீர்களா? நீங்கள் ஆண்மையை மதிப்பீர்கள் என்று வந்தேன்...”

“எனக்கு வெட்கமாக இருக்கிறது. செய்ய முடிந்தது என்றாலும், செய்யத் தகாததைச் செய்யாமல் இருப்பதற்காக நான் வருத்தப்படவில்லை. நீலா, நீ எவ்வளவோ உயர்வாக வாழப் பிறந்தவள். உன்னைச் சுமக்கிற கௌரவம், என் படுக்கைக்குக் கிடையாது.”

“நானே கௌரவித்தால் கூடவா? – நன்றியில்லாதவர்கள் பேச்சு இது.”

“வெறும் கண்ணால் சூரியனைப் பார்க்கிற முட்டாள்தனத்தை, நான் செய்ய மாட்டேன்.”

நீலா படுக்கையிலிருந்து இறங்கினாள். தீராத தவிப்பால் அவளுக்குப் படபடப்பாக இருந்தது; அவனை வாயில் வந்தபடி திட்டத் தோன்றியது; வார்த்தை வரவில்லை; "கோழை! கோழை!" என்றாள்.

மனோகரன், தன் பலவீனத்தை வென்று நின்றான். அமைதியாய்க் கூறினான்: "கோழைத்தனம், சில சமயம் மனிதத்தன்மைக்கு லட்சணம் ஆகிறது. உனக்கு விரைவில் மணம் செய்யும்படி, அப்பா வந்ததும் சொல்கிறேன். இந்தக் குடும்பத்துக்கு ஒரே பெண்; உன்னால்தான் உங்கள் குலம் வாழவேண்டும், கௌரவப்படவேண்டும் என்பதை மறந்துவிடாதே. ஏதோ பலவீனத்தால் இங்கு வந்துவிட்டாய்; இந்தத் தப்பைத் திரும்பவும் செய்யாதே."

அவமதிக்கப்பட்ட உணர்ச்சியுடன், நீலா கூறினாள்: "கையாலாகாதவர்கள் உபதேசம் செய்வார்கள்; உங்களைப் பற்றி நானும் அப்பாவிடம் சொல்லத்தான் போகிறேன்."

"தெரியாமலோ அவசரத்திலோ, இங்கு வருகிற தப்பைச் செய்துவிட்டாய். பொய்சொல்லி அப்பாவுக்கு என்மீது வெறுப்பு ஏற்படச் செய்யும் மற்றொரு தவறு செய்யமாட்டாய் என்று எனக்கு நம்பிக்கை இருக்கிறது. ஆனால், நான் உன்னைக் காட்டிக்கொடுக்க மாட்டேன்; உன்னால் நான் இங்கிருந்து வெளியேறத் தேவை ஏற்பட்டாலும் சரி – அனாதையாக ஊர்சுற்றி, எனக்குப் பழக்கம் ஆகிவிட்டது."

ஏளனமாகவும் வெறுப்பாகவும் அவனைப் பார்த்து சிரித்துவிட்டு, நீலா வெளிநடந்தாள்.

3

மனோகரனுக்கு அச்சமாகவே இருந்தது – நீலா சொன்னதுபோல், தகப்பனாரிடம் தன்னைப் பற்றிப் புகார் செய்து வெளியேற்றிவிடுவாளோ என்று. தான் நடந்துகொண்டது நேர்மை என்பதைப் பற்றி, அவனுக்கு ஐயமில்லை. நீலாவின் இளமைப்போதையை எண்ணி, மனத்தினுள் ஏதோ ஒன்று நெடுமூச்சு விட்டது உண்மை; ஆனாலும், வென்றுவிட்டோம் என்ற மகிழ்ச்சி, அவனுக்கு ஏற்பட்டது. "இந்த மகிழ்ச்சிக்குக் கூலியாக, முருகேசன் – காமாட்சியின் ஆதரவை இழக்க நேருமோ என்னவோ? இழந்தால் என்ன? வயிறு வளர்க்க ஆயிரம் வழிகள் உள்ளன; மனிதத்தன்மையை வளர்க்க ஒரே வழிதான் உள்ளது."

ஆனால், அவன் எதிர்பார்த்தபடி எதுவும் நடக்கவில்லை. மறுநாள் முதல் நீலா, அவனுடன் வழக்கம்போல் பழகினாள். தன்னைப் பார்க்கவே வெட்கப்படுவாள் என்று அவன் எதிர்பார்த்தான்; ஆனால் அவனுக்குத்தான் நாணமாக இருந்தது. ஒருக்கால் வேட்கையால் உந்தப்பெற்றுத் தன்னை அறியாமல் தூக்கக் கலக்கத்தில் அறைக்கு வந்திருப்பாளோ என்று எண்ணினான். "இன்னும் குழந்தையாகவே இருக்கிறாள்" என்று தனக்குள் உரைத்துக்கொண்டான்.

வெளியூரிலிருந்து திரும்பிய முருகேசன், சில புதுக் காண்டிராக்டுகளை ஒப்புக்கொண்டு வந்தார். மனோகரனுக்குப் பொறுப்புகள் மிகுதியாயின.

நீலாவின் குழந்தைக் குறும்பு பற்றி, அவன் பெரும்பாலும் மறந்துவிட்டான். அவளும் அதை நினைவுறுத்துவதுபோல் எதுவும் செய்யவில்லை. ஒருநாள் முருகேசனும் காமாட்சியும் உட்கார்ந்து பேசிக்கொண்டிருக்கையில், மனோகரன் அங்கு வர நேர்ந்தது. ஏதேதோ பேச்சுக்களுக்கு இடையில், அவன் முருகேசனிடம் கூறினான்: "எல்லாம் சரி, அப்பா. நம் குழந்தைக்கு வயது வந்துவிட்டது. செய்வதைக் காலத்தில் செய்வதுதானே நல்லது? நீங்கள், அதைப் பற்றி, ஒரு முயற்சியும் செய்யவில்லையே?"

"ஏன்? ஏதாவது தகவல் இருக்கிறதா? திடீரென்று கேட்கிறாயே?"

"அதெல்லாம் ஒன்றும் இல்லை. நமக்கு இருப்பது ஒரே பெண்; சிறு வயதில் மணம் முடித்தால் நல்லது இல்லையா? ஏதோ தோன்றியது, சொன்னேன்."

"அதைக் கவனிக்க, இவருக்கு எங்கே பொழுது இருக்கிறது? பொழுது விடிந்தால், சிமெண்ட், காரை, டிம்பர், கர்டர், செங்கல், சூளை என்று பறக்கிறாரே! பெண்ணைப் பற்றி, எங்கே கவனிக்கப் போகிறார்?" என்று பர்த்தாவுக்காகப் பரிந்து பேசினாள் காமாட்சி.

மனோகரன், காரணம் இல்லாமல் இந்த விஷயம் பற்றிப் பேசமாட்டான் என்பது, முருகேசனுக்குப் புரிந்தது. ஆகையால், நீலாவின் கல்யாணம் பற்றித் தீவிரமாக யோசிக்கலானார் – அவர் அதைப் பற்றி அசட்டையாக இருந்தார் என்று கூறியது தவறு. அவளை நல்ல இடத்தில் அமர்த்தவேண்டும் என்று சில முயற்சிகளும் செய்தார். மனோகரன் அவர்களிடம் வந்து சேர்ந்ததும், அவன்மீது அவருக்கும் பாசம் ஏற்பட்டது; அப்பாசத்தை வளர்க்கும் முறையில் அவனுடைய குணாதிசயங்களும் அமையவே, மனோகரனுக்கே நீலாவை மணம் முடித்துவிடலாம் என்று அவருக்குத் தோன்றியது. அப்படிச் செய்தால், நல்லவனான மருமகன் கிடைக்கிறான் என்பது ஒரு லாபம். தங்களுடைய ஒரே மகளைப் பிரியவேண்டிய தேவை இல்லை என்பது பெரும்லாபம் – அவன் தக்க பாத்திரம் என்பதைப் பலவிதத்திலும் அவர் சோதித்து ஊர்ஜிதம் செய்துகொண்டார்.

மனோகரன் வெளியில் போனபின், மனைவியிடம் தன் கருத்தை வெளியிட்டார் அவர். காமாட்சிக்கும், அவனிடம் அன்பு இருந்தது. தாய் – தந்தை, ஊர் – உறவு இல்லாத அனாதை ஆயிற்றே என்ற குறை அவளுக்கு இருந்தது. ஆனால், மகள் தங்களோடு எப்போதும் இருப்பாள் என்ற காரணத்தால், அவளும் கணவரின் விருப்பத்துக்கு இசைந்தாள்.

மறுப்பு, முதலில் நீலாவிடமிருந்து வந்தது. கலியாணப் பேச்சு வந்ததும், அவளுக்கு மனோகரன் மீது சந்தேகம் உண்டாயிற்று. பெற்றோர் பேசியதிலிருந்து, அவன் தன்னைக் காட்டிக் கொடுக்கவில்லை என்பது புரிந்தது. மனோகரனைக் கணவனாய் எண்ணிப் பார்க்க, அவள் மனம் எளிதில் இசையவில்லை. அவன் தன்னை இழிவு செய்துவிட்டான் என்று, அவளுக்கு ஆத்திரமாகவும் இருந்தது. தன்னையும் தன் உடலையும் நிர்வகிக்கும் பெரிய கௌரவத்தை, அவனுக்கு வழங்க அவள் மனம் இணங்கவில்லை.

பெற்றவர்கள். தங்கள் கட்சியைச் சொன்னார்கள்; விவாகம் தவிர்க்க முடியாதது என்பதை உணர்ந்தாள். எங்காவது கட்டுப்பட்டாக வேண்டும்;

மனோகரனுக்கு வாழ்க்கைப்படுவதால் அவளுக்குக் கட்டுப்படும் கணவன் கிடைக்கிறான். அவள் பிறந்து வளர்ந்த இடத்தை நீங்க வேண்டியதில்லை – இவையனைத்தும் அவளுக்கு வசீகரமான உண்மைகளாய் இருந்தன. "கணவன்" என்று அவனை வெளியில் காட்டுவதற்கு அவள் வெட்கப்பட வேண்டியதும் இல்லை. எல்லாவற்றுக்கும் மேலாக, தன்னுடைய அருமையை அவனுக்கு உணர்த்தலாம் என்ற விஷப் புத்தியும், அவளுக்கு இருந்தது. ஆகவே, பெற்றோரின் விருப்பத்துக்குப் பணிவதுபோல், அவள் மணத்துக்கு இசைந்தாள்.

நீலாவைவிடக் கடுமையாக மறுத்தவன் மனோகரன்தான். இந்த மாதிரி ஒரு யோசனை வரும் என்று, அவன் உண்மையாகவே எதிர்பார்க்கவில்லை. முருகேசனின் தகுதிக்கு ஒவ்வாத ஒரு யோசனையாகவும், தன் தகுதியால் தாங்கமுடியாத ஒரு விஷயமாகவும் இது இவனுக்குத் தோன்றியது. நள்ளிரவில் அவள் தன்னைத் தேடிவந்ததையும் அவன் மறக்கவில்லை. ஆனால் முருகேசன் வற்புறுத்திக் கூறியதும், நீலா உடன்பட்டதும், இந்த எண்ணம் மனத்தில் இருந்ததால்தான் அவள் அன்று இரவு வந்தாளோ என்று அவன் அவள் பக்கம் சரியத் துவங்கினான்.

திருமணம், வெகுவிமரிசையாக நடந்தது.

4

மனோகரன் மணவாழ்க்கை குதூகலமாய்த் தொடங்கியது. முருகேசன் தம்பதி, பங்களாவின் கீழ்ப்பகுதியை இளம்தம்பதிக்கென ஒதுக்கிவிட்டு, மாடியில் ஒதுங்கிக்கொண்டனர்.

மனோகரன், தன்னைப் பாக்கியசாலியாகக் கருதினான். நீலா தனக்குக் கிடைத்த பெரும் பேறு என்று மகிழ்ந்தான். அவள் தன்னைவிட உயர்ந்தவள் என்று எண்ணி, அவளிடம் மிகுதியாக மரியாதையுடன் பழகலானான். அவன் செய்த தவறு இதுதான். மனைவிக்காகச் சுயமரியாதையை இழக்கத் துணியவேண்டும் என்பது, கசப்பான உண்மையானாலும், உண்மைதானே?

கணவனின் தாழ்வுமனப்பான்மைக்கு நேர் எதிரான உயர்வு மனப்பான்மை, நீலாவினிடம் மறைந்திருந்தது. அவனை மணந்து கௌரவித்துவிட்டோம் என்று மட்டும் அவள் நினைக்கவில்லை; தன் உடலை அவனிடம் ஒப்படைப்பதற்காக அவன் தன்பால் நன்றி செலுத்தவேண்டும் என்றும் எதிர்பார்த்தாள்! அவனால் தனக்குக் கிடைக்கும் இன்பம்கூட, அவன் தனக்குச் செலுத்தும் நன்றிக்கடன் என்று அவள் நம்பினாள்! அவளுடைய போக்குக்கு ஏற்ப அவனுடைய தாழ்வு மனப்பாங்கும் அமையவே, அவள் அவனை மதிக்கவேண்டும் என்பதைக் கற்கவில்லை. இந்த வேற்றுமையான மனப்பான்மை, அவர்களுடைய வாழ்க்கையே இசைகேடாக முடிவதற்குக் காரணமாயிற்று எனலாம்.

ஆரம்பத்தில், எல்லாமே அழகாயிருந்தன. ஹிந்துக்களின் மணவாழ்க்கை உடலுறவில்தான் தொடங்குகிறது? உடலுறவு மனவுறவுக்கு அடிகோலுகிறது; ஆனால் இந்த உடலுறவையும் மனவுறவையும் ஆத்மீக அடிப்படையில் வைப்பதால் ஹிந்துக்களின் மணவினை பல்லாயிரம் ஆண்டுகளாய் ஒழுங்காக இயங்குகிறது. மனோகரன் – நீலாவின் குடும்ப வாழ்க்கைக்கு, உடலுறவு

மட்டுமே அடிப்படையாக அமைந்தது. நீலா உடலை வழிபடுகிறவள்; உடலின் ரகசிய இன்பங்களை அறிமுகப்படுத்திய மனோகரனிடம் அவள் மிகவும் ஒட்டிப் பழகினாள். உடலுறவுக்காக அவள் சிரித்தாள்; அதற்காகவே அவள் அழுதாள்.

சோபன இரவன்றே, நீலாவின் வக்கிரமான மனப்போக்கை மனோகரன் புரிந்துகொண்டிருக்க வேண்டும். ஆனால், அவன்தான் கிறங்கியிருந்தானே!

வெகு அழுத்தலாய்க் கட்டில்மீது உட்கார்ந்துகொண்ட நீலா, “இந்தப் படுக்கை என்னைச் சுமக்கமாட்டேன் என்று, இன்றும் சொல்லுமா?” என்று கேட்டாள்.

“கட்டாயம் சொல்லாது; நம் இருவரையும் சுமக்கும் பலம், இதற்கு இருக்கிறது!” என்று அவன் சிரித்தான்.

“அன்று மட்டும், என்னை அவமதித்தீர்களே?”

“புரியாமல் பேசுகிறாய்... நீ எனக்கு மனைவி ஆகப்போகிறாய் என்று, நான் எதிர்பார்க்க முடியுமா? வேறு யாரையாவது நீ மணக்க நேர்ந்திருந்தால், அந்த இரவு உன் பெரிய தவறாக முடிந்திருக்கும் என்று அஞ்சினேன். ஆனால், என்னையே மணக்க உறுதி கொண்டுதான் அன்று நீ என்னிடம் வந்தாய் என்பதை, நான் புரிந்துகொள்ள வில்லை.”

“இது உங்கள் தவறான யூகம்; அன்றைக்கு, நான் அப்படி நினைக்கவில்லை. அப்பாவும் அம்மாவும் வற்புறுத்தினதால்தான், மனசை மாற்றிக்கொண்டேன்.”

“நானும் அப்படித்தானே? ஆசைகளை எல்லாம் வெளியிட முடியுமா?” என்றான், அந்த... முட்டாள் – ‘தன் மனப்போக்குப் போலவே, அவள் மனப்போக்கும் இருந்தது என்று அவன் நினைத்தது, மடமை இல்லையா?

இப்படித்தான் ஆரம்பமாயிற்று அவர்கள் மணவாழ்க்கை. ஆனால், மூர்க்கத்தனமான காமத்தின் அட்டகாசத்துக்கு முன்னால், அவர்களுக்கு இடையில் இருந்த மற்ற பேதங்கள் மறைந்து ஒளிந்துகொண்டன. வீட்டில் விளையாடுவது போதாது என்று காரில் சுற்றுப் பிரயாணம் கிளம்பிக் கடற்கரையிலும், மலை உச்சியிலும், புல்வெளியிலும் விளையாடி மகிழ்ந்தார்கள் – ஒத்த உடல் நலன் வாய்ந்த அவர்களுக்கு ஒத்த மனநலனும் அமைந்திருந்தால்... ?

கதை வேறாக இருந்திருக்கும். ஓராண்டுக்காலம், இளமையை அலசிப்பிழிந்து சுகித்தார்கள். இந்தக் கிறக்கம் தெளிந்தபோது – மனோகரன், நீலாவின் நடத்தையில் பிசகு காணத் தொடங்கினான்; நீலா மனோகரனிடம் பழமை காணத் தொடங்கினாள்!

அவனுக்குப் பகலில் தொழில் சம்பந்தமான வேலைகள் இருந்தன. அவளுக்கு எப்படிப் பொழுது போகும்? உடலை உரப்படுத்திக் கொள்வதற்காக அவள் செய்த தேகப்பயிற்சிக்காகவும் சில மணிநேரம் கழிந்தது. எஞ்சும் நேரத்தைத் தாயாருடன் “பொதுப் பணிகளில்” செலவிடத் தொடங்கினாள். சிறிது காலத்தில் தாயாரையும் மீறி, அவற்றில் ஈடுபட்டாள். சென்னை நகரத்திலும் பத்திரிகைகளிலும், அவள் பெயரும் படமும் புகழ்பெற்றன.

மனோகரனே, அவளை ஊக்கினான். மனைவியின் பெயர் பிரபலமாவதைக் காண, அவனுக்குப் பெருமையாக இருந்தது. ஆனால், நாள் போகப் போக, அவள் இரவில் நேரம் கழித்து வருவதைக் கவனித்தான்; அவள் சோர்ந்து துவண்டு வருவதையும் கவனித்தான். காரில் அவளோடு ஆண்களும் பெண்களுமாய்க் கூட்டம் வருவதைப் பார்த்தான். சில சமயம், இளைஞர்களுக்கிடையில் அவள் தனி ஒருத்தியாக வருவதையும் பார்த்தான். முதலில் அவன் பார்த்தான்; பிறகு அவளே அவர்களை எல்லாம் அழைத்து வந்து அவனுக்கு அறிமுகப்படுத்தி வைக்கலானாள். இளைஞர்களோடும் சிநேகிதிகளோடும் அவள் சிரித்துக் கும்மாளம் அடிப்பதையும், தன்னைத் தனிமையில் காணும்போது சிடுசிடுப்பதையும் கண்டபோது அவனுக்கு உறுத்தலாக இருந்தது. அவளைக் கண்டிக்க வேண்டும் என்று சில சமயம் எண்ணினான்; எதற்காகக் கண்டிப்பது என்றோ, எப்படிக் கண்டிப்பது என்றோ அவனுக்குப் புரியவில்லை. பொறாமைக்கும் சந்தேகத்துக்கும் இடம் தந்தால் குடும்ப வாழ்க்கை குலைந்துவிடும் என்று, தன்னைச் சமாதானப்படுத்திக்கொள்ள முயன்றான்.

இந்தப் போலிச் சமாதானத்தையும் மூர்த்தி என்பவன் தகர்த்துவிட்டான். அவன் யாரோ ஒருவன்; யாராக இருந்தால் என்ன? நல்ல பாம்புபோல் அழகாயிருந்தான்; வயது இருபதுதான் இருக்கும். எந்நேரமும் நீலாவையே பிரதட்சிணமாகவும் அப்பிரதட்சணமாகவும் சுற்றிக்கொண்டிருந்தான் அவன். மனோகரன் தொழிலுக்காக வெளியில் சுற்றவேண்டியவன்; மூர்த்தி இவர்கள் பங்களாவிலேயே அடிக்கடி தங்க ஆரம்பித்தான். நீலா அவனோடு காரில் கிளம்புவதைப் புதிதாக யாராவது பார்த்தால் அவர்களைத் தம்பதி என்றே நினைக்கத் தோன்றும்; அவ்வளவு நெருக்கம்!

இவற்றையெல்லாம் சமூக சேவை என்று நினைக்கிற பரந்த மனப்பான்மை, மனோகரனுக்கு இல்லை. பொறாமை அவனைக் குதறியது. மனைவியை எச்சரிக்க வேண்டும் என்று சில சமயம் அவன் வாய் திறக்கும்போது வார்த்தை கிடைக்காது. அந்த நேரம் பார்த்து, "நெருங்கிப் பழகுவதைத் தவறாக நினைக்கக்கூடாது" என்ற எண்ணம் உண்டாகும்; எச்சரிக்கையை நிறுத்திவிடுவான். குற்றம் செய்யாதவர்களைச் சந்தேகமே குற்றம் செய்யத் தூண்டும் என்று தோன்றும். சந்தேகப்படாமல் இருப்பதும் எப்படி? மணமாகுமுன்பே அவனைத் தேடி வந்தவள், ஒழுக்கத்தை மதிப்பாளா? அதை அவள், தவறு என்றுகூட எண்ணவில்லையே! தவறைத் தவறு என்று எண்ணாதவள், துணிவாக மேலும் தவறு செய்வாள் என்று அவனுக்குத் தோன்றியது.

அவள் தன்னுடன் பழகும் முறை மாறிவிட்டதையும், அவன் கவனித்தான். அவள் முகம் கொடுத்துப் பேசவில்லை என்ற குறைக்கு இடமில்லை; ஏனென்றால், இரவில் அயர்ந்து அலுத்துத் தூங்கிவிடுவாள். பகலில் சிநேகிதர்களுடன் ஓட்டம்; அவனுடன் பேசுவதற்குச் சந்தர்ப்பமே இல்லை. முன்போல் அவள் உடலின்பத்துக்காகவும் அவனை நாடாமல் இருந்ததால், அவன் சந்தேகம் வலுத்தது.

மனோகரன், தனக்கு உபகாரிகளாக விளங்கிய முருகேசன் தம்பதிக்காகப் பொறுமையாக இருக்க வேண்டும் என்று எண்ணினான்.

ஆனால், நாளாக ஆக, அவர்கள் மீதே சந்தேகம் எழத் தொடங்கியது, மகள் நடத்தை கெட்டவள் என்று தெரிந்துதான், அனாதையான தன் கழுத்தில், அவளைக் கட்டிவிட்டார்களோ என்று எண்ணலானான்.

"நான் அனாதைதான்; அனாதை என்றால் மானம் கெட்டவன், சுரணை இல்லாதவன் என்று அர்த்தமா? செல்வத்தோடு வந்தாள் என்பதற்காக, நான் அவளுக்குக் கூஜா தூக்கவேண்டுமா? எனக்குத் தெரிகிற உண்மை, பெற்றவர்களுக்குத் தெரியாதா? அவர்கள், ஏன் கண்டிக்கவில்லை? – கண்டித்துப் பயனில்லை என்று கைகழுவி விட்டார்கள். கலியாணமானால் திருந்திவிடுவாள் என்று அவர்கள் ஒருக்கால் எதிர்பார்த்திருக்கலாம். நான் திருத்திவிடுவேன் என்று எண்ணியிருப்பார்கள். ஒழுக்கம் என்றால் என்ன என்பதையே அறியாதவர்களை, யாரால் திருத்தமுடியும்? இதை இப்படியே வளரவிடுவதா? இதற்கு என்ன வழி? என்னதான் முடிவு?..."

– இம்மாதிரி எண்ணங்களால் உதையுண்டு, ஹாலில் உலாவிக் கொண்டிருந்தான் மனோகரன். "இன்று அவளை எச்சரித்துவிடுகிறேன். அவள் இனிமேல் வெளியே போகக்கூடாது. அவள் நண்பர்கள் யாரும் இந்த வீட்டு வாசலை மிதிக்கக்கூடாது. யாராவது வந்தால், நானே அவர்களை அவமதித்து வெளியேற்றுவேன் என்பதைக் கச்சிதமாய்ச் சொல்லிவிடுகிறேன்" என்று உறுதியான தீர்மானத்துக்கு வந்தான். நீலா வரவேண்டும் என்று ஆத்திரமாய்க் காத்திருந்தான்; வழக்கம்போல், நடுநிசிக்கு மேலும் அவள் வரவில்லை. அவள் வரும்வரை தூங்குவதில்லை என முடிவு செய்துகொண்டு, நாற்காலியில் அமர்ந்து மேஜைமீது தலைகவிழ்ந்தவனை, எண்ணக்கூட்டம் தாலாட்டித் தூங்க வைத்து விட்டது. தூக்கத்தில் கனவு; கனவிலும் நீலாதான் வருகிறாள்; அவனிடம் மிக எளியவளாய்க் கொஞ்சுகிறாள்; "நெருங்கிப் பழகினால் ஆண்கள் தவறாக எண்ணிக்கொள்கிறார்கள்; மூர்த்தியைத் தம்பியாக எண்ணிப் பழகினேன். அவனுக்கும் துர்புத்தி வந்துவிட்டது. சே! இனிமேல் நான் வெளியே போகப் போவதில்லை" என்று அவள் சொல்வதைக் கேட்க, அவனுக்கு எவ்வளவு ஆனந்தமாக இருக்கிறது! படுக்கையை இதுவரை வெறுத்தவள், இன்று அவனை மகிழ்விக்கிறாள், கனவில்தான்! பிறகு அவள் சர்பத் கரைத்துக்கொண்டு வந்து, மார்புடன் அணைத்துக்கொண்டு, அவன் வாயில் ஊற்றுகிறாள். அவன் சாப்பிட்டு முடிந்ததும், அவள் பேய்போல் சிரித்தாள்: "என்மீது சந்தேகப்பட்டீர்கள் அல்லவா? சந்தேகம் வேண்டாம்; இப்போது நீங்கள் சாப்பிட்டது சர்பத் அல்ல. விஷம்!" – கனவினால் அஞ்சி நடுங்கியவன், பதறிய வேகத்தில், மேஜை மீதிருந்த வெள்ளித் தம்ளர் உருண்டது. அது கீழே விழுந்த சத்தத்தால், அதிர்ச்சியுற்று எழுந்தான். எல்லாம் கனவுதான்; கனவிலுமா அவள் அவனை ஏமாற்றவேண்டும்?

இரவு ஒரு மணிக்கும்மேல் ஆகிவிட்டது. நீலா, இன்னும் வரக் காணோம். நடையால் கால்கள் கடுத்துவிட்டன; எண்ணங்களால் மூளை மரத்தது. திறந்த கண்களில் வெறுமை குவித்துக்கொண்டு, மீண்டும் நாற்காலியில் அமர்ந்தான். வெகுநேரத்துக்கு அப்பால் – என்ன மணியோ?–வீதியில் கார் நிற்கும் சத்தம், கூர்க்கா காம்பவுண்டுக் கதவைத் திறக்கும் சத்தம், வாசலில் கார் நிற்கும் சத்தம், எல்லாம் கேட்டன. எழுந்து பார்க்கவேண்டும் என்றுகூட, அவனுக்குத் தோன்றவில்லை.

நீலா, தனியாக வரவில்லை. அவளுடைய "பாய் ஃப்ரண்ட்" மூர்த்தியும் வந்தான். இருவரும், மிக உக்கிரமாக, எதைப் பற்றியோ வாதித்துக்கொண்டு வந்தார்கள். ஹாலில் மனோகரனைக் கண்டதும் நீலா சிரித்தாள்: "நீங்கள் இன்னும் தூங்கவில்லையா? எனக்காகக் காத்திருக்க வேண்டாம்; தூங்குங்கள் என்று எத்தனை தரம் சொல்லியிருக்கிறேன்?" என்று, பரிவாகச் சொன்னாள் அவள்.

"முன்காலத்தில் கணவனின் வருகையை எதிர்பார்த்து மனைவி காத்திருப்பாளாம்; காலம் மாறிவிட்டது!" என்று கார்ட்டூன்போலக் கோணல் காட்டினான் மூர்த்தி.

மனோகரன் அவர்கள் பக்கம் திரும்பவில்லை. அவர்கள் பேச்சைக் கேட்டவனாகவும் தோன்றவில்லை.

கண்களைத் திறந்தபடி தூங்கிவிட்டாள்போல் இருக்கிறது!

"மூர்த்தி, சர்பத் சாப்பிடுகிறீர்களா?"

"காபி, சாப்பிட்டுத்தானே வந்தோம்?"

"சர்பத், என்ன செய்துவிடும்?"

அவள் இரண்டு கிளாஸ்களில் சர்பத் கொண்டுவந்தாள். அதை உறிஞ்சிக்கொண்டே, அவர்கள் சளசளவென்று பேசினார்கள்.

"சரி, நான் புறப்படுகிறேன். உங்கள் காரை எடுத்துப்போகிறேன்" என்றான் மூர்த்தி.

"காலையில் எனக்குக் கார் வேண்டுமே?"

"ஒன்பதாவது மணிக்குக் காருடன் ஆஜராகிறேன்; சரிதானே?... மிஸ்டர் மனோகரன்! நான் வரட்டுமா?" என்று ஓடுகிற நடையில் அவன் விடைபெற்றான். அவனுக்குப் பின்னால் விரைந்த நீலா, அவன் புறப்பட்டதும், "டாடா" சொல்லிவிட்டுத்தான் உள்ளே வந்தாள்.

"நீங்கள் ஏன் காத்திருக்கிறீர்கள்? எனக்குத் தூக்கம் வருகிறது; தூங்கட்டுமா!" என்று மனோகரனின் தோள்களைப் பற்றி உலுக்கினாள், அவள்.

தூக்கம் கலைந்தவன்போல் அவன் எழுந்து நின்றான்: "இதெல்லாம் என்ன?" என்று கேட்டான்.

"எதெல்லாம் என்ன?"

"இவ்வளவு நேரம் எங்கே சுற்றினாய்? மூர்த்தி, உன்னோடு ஏன் சுற்றுகிறான்?"

நீலாவுக்குச் சிரிப்பு வந்துவிட்டது: "இதைத்தான் கேட்டீர்களா? என்றைக்கும் இல்லாத புதிய கேள்வியாக இருக்கிறதே! எனக்குத் தூக்கம் வருகிறது. காலையில் பதில் சொல்லுகிறேன்." என்று கொட்டாவி விட்டுக்கொண்டே, அவள் திரும்பினாள்.

"பதில் சொல்லிவிட்டுப் போ!" என்று, அவள் வழியை மறித்தான் அவன்.

“இன்றைக்கு, உங்களுக்கு என்ன வந்துவிட்டது? வழிவிடுங்கள்!”

“கேள்விக்குப் பதில் சொல்லு!”

“நான் போவதற்கும், வருவதற்கும் உங்களிடம் அனுமதி கேட்டுக் கொள்ள வேண்டும் என்கிறீர்களா?”

“மூர்த்தி உன்னோடு ஏன் சுற்றுகிறான்?”

நீலாவுக்கும் கோபம் வந்துவிட்டது. சோபாவில் அழுத்தமாய்க் கால்மேல் காலிட்டு அமர்ந்தாள்: “இப்போது கேளுங்கள்; பதில் சொல்லிவிட்டுப் படுக்கிறேன்.”

அவளுக்கு எதிரே கிடந்த நாற்காலியில், அவன் உட்கார்ந்தான்; “கேட்டதற்குப் பதில் சொல்லவில்லையே?”

“நான் போவதும் வருவதும் என் இஷ்டம். யாரோடு போகிறேன், ஏன் போகிறேன் என்பதை உங்களிடம் சொல்ல முடியாது – அப்புறம்?”

“நீ இனிமேல் எனக்குத் தெரியாமல் வெளியே போகக்கூடாது. உன் நண்பர்கள், இங்கே வரக்கூடாது.”

“பரவாயில்லையே! ஒண்டவந்தபிடாரி ஊர்ப்பிடாரியை விரட்டிய கதையாகப் பேசுகிறீர்களே! இது எங்கள் வீடு. இங்கு வருகிறவர்களைப் பற்றிக் கேட்க, உங்களுக்கு அதிகாரம் இல்லை – அப்புறம்?”

“அப்படியானால், நான் இந்த வீட்டில் இருக்க விரும்பவில்லை; எழுந்திரு போகலாம்!” என்று, அவள் கையைப் பற்றி இழுத்தான் அவன்.

நீலாவுக்குத் தூக்கக் கலக்கம்தான். இருந்தாலும், கணவனின் புதிய போக்கைக் கண்டு சற்று நிதானித்துக்கொண்டாள்: “உட்காருங்கள்! என்றைக்கும் இல்லாமல் இன்றைக்கு என்ன புதிதாய் இப்படி? மூர்த்தியோடு நான் பழகுவதைப் பார்த்து, உங்களுக்குச் சந்தேகம் உண்டாகிவிட்டது. பொறாமையால்தான், இவ்வளவு ஆத்திரப்படுகிறீர்கள்...”

தொடர்ந்து அவள், “மூர்த்திக்கும் எனக்கும் யாதொரு தொடர்பும் இல்லை; தம்பியாகப் பாவித்துப் பழகுகிறேன்” என்று கூறிவிடப் போவதாய், அவன் எதிர்பார்த்தான். அது பொய் என்று தோன்றினாலும், அவன் குளிர்ந்திருப்பான்; அவள் சர்பத் என்று சொல்லி விஷம் கொடுத்திருந்தாலும் சாப்பிட்டுக் குளிரத் தயாராயிருந்தான்.

“இது ஆத்திரப்படாமல் பேசித் தெளியவேண்டிய விஷயம். பொறுமையாய்க் கேட்பீர்களா?”

மனோகரன் மௌனமாயிருந்தான்.

“சந்தேகப்படுவதற்காக, நான் உங்களைக் குறைகூற முடியாது. நான் மூர்த்தியோடு பழகுவதைப் பார்க்கிற யாருக்கும், சந்தேகம் உண்டாகத்தான் செய்யும். கலியாணத்துக்கு முன்னால் நான் உங்களைத் தேடி வந்ததால், என்னைப் பற்றி உங்களுக்குக் கேவலமான எண்ணம் உண்டாகிவிட்டது; அப்படியிருந்தும், நீங்கள் என்னை ஏன் மணக்க வந்தீர்கள்? என் பணத்துக்காகத்தான் என்னை மனைவியாக ஏற்றீர்கள் என்று, எனக்குத் தோன்றுகிறது.”

தன்னை எத்தகைய குணஹீனனாக அவள் கருதுகிறாள் என்பதை, அவளுடைய வாய்மொழியாகவே கேட்டதும், மனோகரன் திகைத்தான். "பணத்துக்காக, நான் உன்னை மணந்தேன் என்ற எண்ணம், எப்போது உனக்கு உண்டாயிற்று?"

"அவசரப்படாதீர்கள். நான் நினைப்பது தவறாகவே இருக்கலாம்; ஆனால் எனக்கு அப்படி ஓர் எண்ணம் வந்துவிட்டது. அதைப் பற்றி உங்களுடன் விளக்கமாகப் பேசவேண்டும் என்று, மூன்று மாதமாய் யோசிக்கிறேன். எப்படிப் பேசுவது என்று தோன்றாமல் இருந்தது. இன்று நீங்களே ஆரம்பித்துவிட்டீர்கள். என் மனத்தில் இருப்பதை மறைக்காமல் சொல்லிவிட விரும்புகிறேன்."

"இப்போது சொன்னதைத் தவிர, இன்னும் மனத்தில் வைத்திருக்கிறாயா?"

"நீங்கள் இப்படி வேகப்பட்டால், நான் பேசவில்லை. ஒருவரை ஒருவர் புரிந்துகொள்ளப் பொறுமை வேண்டும்."

"பொறுமையாய்க் கேட்கிறேன் – அதுதான், என்னிடம் ஏராளமாக இருக்கிறதே!" என்றான் மனோகரன்.

"நீங்கள், என்மேல் சந்தேகப்பட்டு விசாரித்தீர்கள். அதற்கு என்ன அர்த்தம்? உங்களுக்கு, என்மேல் நம்பிக்கை இல்லை என்பதுதானே? உண்மையான அன்பு உள்ள இடத்தில், சந்தேகத்துக்கு இடமே கிடையாது. நான் எதையும் மறைத்துப் பேச விரும்பவில்லை. அனாதையாக ஒண்ட வந்தவர் என்றாலும், உங்களிடம் எனக்கு மயக்கம் உண்டானது உண்மை. இன்று அந்த மயக்கம் தெளிந்துவிட்டது; உங்களை மணந்தது தவறு என்று தோன்றுகிறது. உங்களிடம் எதிர்பார்த்த திருப்தி, எனக்குக் கிடைக்கவில்லை."

தாங்கமுடியாத வலியைப் பொறுத்துக்கொள்வதுபோல் மனோகரன் முகத்தைச் சுளித்துக்கொண்டான்: "என்னது? – பொறுமையாகத்தான் கேட்கிறேன். பணவிஷயத்தில் நீ, என்னிடம் திருப்தி எதிர்பார்த்திருக்க முடியாது. மணமான பிறகு, என் அழகு குறைந்துவிடவில்லை. வேறு எந்த விஷயத்தில், என்னிடம் திருப்தி கிடைக்கவில்லை என்கிறாய்?"

"அதை நீங்களே புரிந்துகொள்ள வேண்டும். நீங்கள் திருப்தி தராத சமயத்தில் மூர்த்தியைச் சந்தித்தேன். காதல் எப்படி நேருகிறது என்பதை, யாராலும் கூறமுடியாது. உங்களிடம் காணாத திருப்தி, அவரிடம் எனக்குக் கிடைக்கிறது."

"கணவனை வெறுத்து அந்நியனுடன் உறவுகொள்வதற்குக் காதல் என்று பெயரா?"

"என்ன பெயரானால் என்ன? உங்களுக்கு என்மேல் நம்பிக்கை இல்லை. எனக்கும் உங்களிடம் ஒட்டுறவு இல்லை. இருவருக்கும் துன்பமான இந்த வாழ்க்கையை, ஏன் நீடிக்க வேண்டும்? நான் ஓர் ஏற்பாடு சொல்லுகிறேன். நாம் கண்ணியமாக விவாகரத்து செய்து கொள்வோம். நீங்கள் எவ்வளவு மூடி மறைத்தாலும், என்னை மணந்ததற்குப் பணம்தான் நோக்கம் என்பது, எனக்குத் தெரியும். உங்களுக்குத் திருப்தியான பண ஏற்பாடு செய்கிறேன். உங்களுக்குப் பிடித்தவளை மணந்து சுகமாக

இருங்கள். நான் மூர்த்தியை மணக்கிறேன் – இது எல்லாருக்கும் நிம்மதியான ஏற்பாடு. விவாகரத்து ஆன பிறகும், நாம் நண்பர்களாக இருக்கலாம். என்னை மணந்ததால் நீங்கள் அடையும் லாபத்தை எண்ணிப் பாருங்கள். சுமார் ஒண்ணரை வருஷம் என்னோடு வாழ்ந்தீர்கள்; அனாதையான நீங்கள் இந்த அதிர்ஷ்டத்தை எண்ணிப் பார்த்திருப்பீர்களா? இப்போது தேவையான பணம் கிடைக்கப்போகிறது. ஆயுள் முழுவதும் உழைத்தாலும் சம்பாதிக்க முடியாத பணம் தருகிறேன். திருப்திதானே?"

"மூர்த்தியிடம்தான் உனக்குத் திருப்தி உண்டாகிறது. அதனால், முதல் கணவன் இருக்கும்போதே, இரண்டாம் கணவனாக அவனைத் தேர்ந்தெடுக்கிறாய்."

"உண்மையை ஒளிக்காமல் பேசுகிறேன். பதட்டம் அடைகிறீர்கள்."

"பதட்டமா? எதற்காக? பதறும்படி என்ன நடந்துவிட்டது? ஒருவரை ஒருவர் புரிந்துகொள்வதற்காகப் பேசுகிறோம். நீ சொல்வது, நல்ல ஏற்பாடுதான். நீ மனம்விட்டுப் பேசுகிறாய். பணத்துக்காக உன்னை மணந்தேன் என்பதை, நானும் மறைக்க விரும்பவில்லை... எவ்வளவு தருவாய்?"

"எவ்வளவு வேண்டும்?"

"இரு, யோசித்துச் சொல்கிறேன்."

பிறகு, ஒரு சூறாவளி வீசியது; உணர்ச்சிகளில், ஜன்னி வேகம் பிறந்தது. கட்டுண்ட துஷ்ட மிருகம் வழி தேடி அலைவதுபோல், அவன் ஹால் முழுவதும் சுற்றிச் சுற்றி அலைந்தான். உடம்புக்குள் ஓடும் ரத்தம் வாய்க்குள் வந்து, வாயில் ரத்தச்சுவை ஊறியது. நாக்கைச் சப்பிட்டுக் கொண்டான். கண்கள் தேடின. "கப்போர்டில் இருக்கிறது" என்று, யாரோ காதில் சொன்னாற்போலிருந்தது. அதைத் திறக்கும்போது, கைகள் நடுங்கின. திறந்துகிடந்த பேனாக்கத்தி ஒன்று, கையில் வந்தது. ஹிருதயத்தில், "மூன்று முறை" என்று, யாரோ முணுமுணுத்தார்கள். கத்தியுடன், அவளை நோக்கி, அவன் பாய்ந்தான். அதைக் கண்டு துள்ளி ஓட முயன்றவளைத் தலைமயிர் பற்றியிழுத்துக் கீழே தள்ளினான். "கொலை! கொல்லுகிறான்!" என்று கூக்குரலிட்ட அவள் வாயை, இடது கையால் உறுதியாக அழுத்தி மூடினான். அவளுடைய மார்புக்குக் கீழே அமர்ந்து, ஹிருதய ஸ்தானம் பார்த்து, "ஒன்... டூ... த்ரீ!" என்று வாய்விட்டு மூச்சோடு எண்ணிக்கொண்டே, மூன்றுமுறை கத்தியைச் செருகினான். கைகளால் அவனை அடித்துக்கொண்டும், கால்களால் உதைத்துக்கொண்டும், மார்பால் எகிறியும் படபடவென்று துள்ளிய அவள்மீது, தான் எருமை போன்ற கனத்துடன் உட்கார்ந்திருப்பதை உணர்வின் வெகுதொலைவில் கண்டான். ரத்தம் குபுகுபுவென்று பெருகி, அவன் கையும் பிசுபிசுவென்றாயிற்று. கத்தி நழுவாதிருக்கக் கைப்பிடியை இறுக்கிக்கொண்டு, அவளுக்கு இடதுபுறமாகத் தாவி, அடிவயிற்றில் "ஃபோர்!" என்று கத்திக்கொண்டு, கத்தியைப் பாய்ச்சினான். மறுபடியும் அவள் உடல்மீது தாவி உட்கார்ந்து, கத்தியைத் தன் மார்புக்கு நேராகத் திருப்பிக்கொண்டதும், அவன் முகத்தில் ஒரு புன்சிரிப்பு எழுந்தது. கையை இறுக்கி உறுதியாகக் கத்தியை ஓங்கி

அழுத்தமாய்ச் செலுத்தும்போது, இடி இடிப்பதுபோல் பெரும் சப்தம் கேட்டது. மார்பில் பாய்ந்த கத்தியுடன், அப்படியே அவள் உடல்மீது சாய்ந்தான் அவன்... மூன்று நிமிஷம் இருபது விநாடிகளில், இந்தக் காட்சி முடிந்துவிட்டது.

மூன்றாம் பாகம்

மனோகரனுக்கு உணர்வு வந்து ஒழுங்காகப் பேசுவதற்கு, ஒரு வாரம் ஆயிற்று. மார்பில் பட்ட காயம் ஆழமானது; ரத்தச் சேதமும் அதிகம்; பலசாலியாதலால் உயிருக்கு அபாயமின்றிப் பிழைத்தான்.

அவனுடைய உடல்நிலை திருந்தியதை அறிந்து, அவனைக் கைது செய்த சர்க்கிள் இன்ஸ்பெக்டர் ஆஸ்பத்திரிக்கு வந்தபோது, அவருடன் முருகேசனும் வந்தார். மகளை இழந்த அவர், இந்த ஒரு வாரத்தில் மிகவும் நலிந்துவிட்டார். அவர் மனைவி காமாட்சி, சின்னாபின்னமான மகளின் சடலத்தைப் பார்த்து மயங்கி விழுந்தாள்; மறுநாள் அவளுக்குப் பிரக்ஞை வந்தாலும், கடுமையான காய்ச்சல் கண்டது. "நீலா, நீலா!" என்று அரற்றியவளாய்ப் படுத்த படுக்கை ஆகிவிட்டாள். இதனால், அவளுடைய சோகத்துக்குத் தாராளமான வடிகால் கிடைத்துவிட்டது. ஆனால், முருகேசன் அதிர்ச்சியைத் தாங்குவதுடன், மேல் நடக்க வேண்டிய காரியங்களை எல்லாம் கவனித்தாக வேண்டியிருந்தது. சோகத்தின் வெறிக்கடி அவரைக் கொத்தியது; தனக்குப் பைத்தியம் பிடிக்கும்; இல்லாவிட்டால் மனைவிபோல் படுக்கநேரும் என்று எண்ணியவாறே செய்ய வேண்டியதைச செய்துவந்தார். மகளைக் கொன்றவனும் மாயவேண்டும் என்று அவருக்கு ஆத்திரம் வரவே செய்தது; ஆனால் அவனும் தற்கொலைக்கு முயன்று அபாய நிலையில் இருந்ததைக் கண்டதும் அவர் மனம் சிறிது சிறிதாக நெகிழ்ந்தது.

கொலை நடந்த இரவு வரை மனோகரன், தன்னிடம் பணிவுடனும் உண்மையாகவும் நடந்ததை அவர் மறக்கவில்லை. ஆகையால், அவன் திட்டமிட்டுக் கொன்றதாக, அவருக்குத் தோன்றவில்லை. மனோகரனும் நீலாவும் மிகவும் அன்பாகவும் நெருக்கமாகவும் பழகியதை, அவர் அறிவார். திடீரென்று அவன் கொலைவெறி கொள்ளும்படி, என்ன நடந்தது என்ற சந்தேகம் அவருக்கு எழுந்தது.

மனோகரனைக் கைது செய்த சர்க்கிள், அவருக்கு மிகவும் வேண்டியவர். அவரோடு முருகேசனும் விசாரணை செய்ததில், கொலையன்று இரவு வெகுநேரம் கழித்து நீலா மூர்த்தியுடன் வீட்டுக்கு வந்ததும், மூர்த்தி சற்று நேரத்திற்குப் பிறகு அவள் காரில் திரும்பியதும் தெரிய வந்தன. நீலாவுடன் பழகிய நண்பர்களை அந்தரங்கமாய் விசாரித்ததில், அவள் மூர்த்தியுடன் கொண்ட தொடர்பு விரசமானது என்பதும் சந்தேகம் இல்லாமல் தெரிந்தது. எல்லாவற்றையும் கூட்டிப் பார்த்த சர்க்கிளும் முருகேசனும், நடந்ததை எளிதில் ஊகித்துக்கொண்டார்கள். மூர்த்தி சம்பந்தமாய் மனோகரனுக்கும் நீலாவுக்கும் தகராறு எழுந்திருக்க வேண்டும்; நீலா முரட்டுத்தனமாய் ஏதாவது சொல்லி அவனுக்கு வெறி உண்டாக்கி இருக்கலாம் என்று முருகேசனுக்கே தோன்றியது. நடந்தது என்ன என்பது, மனோகரனுக்கு உணர்வு வந்ததும் தெரிந்துவிடும் என்று அவர் எண்ணினார்.

மகளிடம் அவருக்குப் பாசம் இருந்தது. ஆனால், அவள் குற்றவாளி அல்ல என்று கருத அவரால் முடியவில்லை. மனோகரனை, அவர் வெறுக்கவும் இல்லை. போலீசில் அவர் கொடுத்த ஸ்டேட்மெண்டில், உண்மைகளைச் சற்றும் திரிக்காமல் சொன்னார். அதோடு அமையாமல், மனோகரனை அன்புடன் நடத்தும்படி வேண்டிக்கொண்டபோது, சர்க்கிளுக்குக் கோபம் வந்துவிட்டது. "நீலா ஆயிரம் தவறுகள் செய்திருக்கலாம்; அதற்காகக் கொலை நியாயம் ஆகிவிடுமா? இது ஒரு பிளேய்ன் கேஸ்; கொலையை அவன் மறுக்க முடியாது..."

"அவன் மறுக்கவும் மாட்டான். அவனை உங்களுக்குத் தெரியாது. ஏதோ வேகத்தில் செய்துவிட்டான்; மயக்கம் தெளிந்ததும் அவன் அதற்காகக் கதறுவான்; பாருங்கள்!"

"ஏது, ஏது! அவனை மன்னித்து விடுதலை செய்யும்படிகூடக் கோருவீர்கள்போல் இருக்கிறதே! நல்லவனானாலும் கொலை செய்தவன் கொலைகாரன்தான்; தூக்குத் தண்டனை இல்லாவிட்டாலும் ஆயுள் தண்டனை நிச்சயம்" என்றார் சர்க்கிள்.

இருவரும் ஆஸ்பத்திரியில் மனோகரனின் அறையை அடைந்தபோது, டாக்டரும் அங்கே இருந்தார்.

"டாக்டர்! ஆள் எப்படி இருக்கிறான்? பேசலாமா?"

"தாராளமாய்; அசதி தவிர வேறொன்றும் இல்லை."

மூவரும் மனோகரனின் படுக்கையருகில் வரிசையாக அமர்ந்தார்கள்; அவன் அவர்களை மௌனமாகப் பார்த்துக்கொண்டிருந்தான்.

"என்ன மனோகரன்? மாமனார் வந்திருக்கிறார்; வாய் திறந்து பேசக்கூடாதா? அவர் மனசு குளிரும்படியான காரியம் செய்திருக்கிறாய்; ஏதாவது சொல்லு!" என்று இடக்காகவே ஆரம்பித்துவைத்தார் சர்க்கிள்.

"நீங்கள் என்னிடம் எதற்காக வந்திருக்கிறீர்கள் என்று எனக்குப் புரியவில்லை. எதற்கு வந்தாலும் நீங்கள் போலீஸ் அதிகாரி என்பதால், மரியாதைக் குறைவாய்ப் பேசக்கூடாது. என்னிடம் உங்களுக்கு என்ன வேலை?"

சர்க்கிள், விஷமமான புன்னகையுடன் முருகேசனைப் பார்த்தார். முருகேசன் பேசுமுன், டாக்டர் குறுக்கிட்டார்: "நீங்கள் வருவதற்கு முன்னால் இவர், "நான் எப்படி ஆஸ்பத்திரிக்கு வந்தேன்?" என்று கேட்டார். நீங்கள் இல்லாமல், நான் பேச விரும்பவில்லை. போலீஸ்காரரோடு உங்கள் மாமனார் வருகிறார்; அவர்களிடம் பேசிக்கொள்ளுங்கள்" என்று பதில் சொல்லிவிட்டேன்."

"என் மாமனாரை அழைத்துவர வேண்டுமானால், போலீஸ்காரர் கைலாசத்துக்குத்தான் போகவேண்டும்" என்று, யாரையும் பாராமல் பேசினான் மனோகரன். அவனுக்குச் சர்க்கிள் மீது கோபம் வந்துவிட்டது.

"உங்களைக் கண்டாலே கதறுவான் என்றீர்களே! நல்லவன், உத்தமன், உருகிவிடுவான் என்று வருணித்தீர்களே, முருகேசன்! என்ன சொல்கிறீர்கள்?

உங்களையே கைலாசத்துக்கு அனுப்புகிறானே!" என்றார் சர்க்கிள், அமைதியாக.

"மனோகர், பெரிய தப்பும் செய்துவிட்டு, இப்படி முரட்டுத்தனமாய்ப் பேசுகிறாயே, நியாயமா? நீலா என்ன செய்தாள்? என்னிடம் நீ ஒரு வார்த்தைகூடச் சொல்லவில்லையே!" என்னும்போது, முருகேசன் கண்ணீர் விடலானார்.

"கொஞ்சம் பொறுங்கள். நீங்கள் அழுவதைப் பார்த்தால், எனக்குப் பரிதாபமாக இருக்கிறது. நீங்கள் யார்? நீலா யார்? ஆள் மாறாட்டமாக, நீங்கள் இங்கே வந்திருக்கிறீர்கள் என்று நினைக்கிறேன். டாக்டர்! இவர்கள் என்னைத் தேடி வந்தவர்கள் அல்ல." என்றான் மனோகரன், அவர்கள் வெளியே போகலாம் என்னும் குரலில்.

"மனோகரன்! இவர் உங்கள் மாமனார் முருகேசன்; தெரியாததுபோல் பேசுகிறீர்களே..." என்றார் டாக்டர்.

"பைத்தியக்காரனாக நடித்தால் கொலைக் குற்றத்திலிருந்து தப்பி விடலாம் என்று நினைக்கிறான்போல் இருக்கிறது" என்றார் சர்க்கிள்.

கொலைக் குற்றம் என்றதும், மனோகரனின் முகம் வெளிறியது. அவன்மீது கொலைக்குற்றம் சாட்டப்பட்டிருக்கிறதா? – அது எப்படி முடியும்? நளினிக்கு அவன், ஒரு லட்ச ரூபாய் கொடுத்து, அண்ணனை விஷமிட்டுக் கொலை செய்ய ஏற்பாடு புரிந்தது உண்மை; அவ்வாறே நளினியும் வெற்றிகரமாய் வேலையை முடித்துவிட்டாள். சென்னை ஆபீசிலிருந்து அவன் போனில் பேசும்போதுகூட அப்பா, அமிதக்குடியால்தான் அண்ணா இறந்தான், தகனக்கிரியைகளும் முடிந்துவிட்டன என்று மிகத் தெளிவாகச் சொன்னாரே! அப்படி இருக்க, அவன்மீது கொலைக் குற்றம் இருப்பதாய்ச் சர்க்கிள் கூறுவதன் பொருள் என்ன? அண்ணா கொலையுண்டான் என்ற உண்மை, நளினி வாயிலாக வெளிப்பட்டிருக்குமோ? அவ்வாறானால், அவன் எச்சரிக்கையாகப் பேச வேண்டும்; போலீஸ்காரர் ஏதாவது நாடகமாடி அவனிடமிருந்து உண்மையை அறிய முயலலாம் என்று எண்ணியவனாய் மௌனமாயிருந்தான்.

சர்க்கிளையும் டாக்டரையும் பேசாதிருக்கும்படி ஜாடைகாட்டிவிட்டு, முருகேசன் சொன்னார்: "அனாதையாக என்னிடம் வந்து உண்மையாக உழைத்ததோடு, என்னைத் தகப்பன் ஸ்தானத்தில் வைத்து, 'அப்பா' என்று அழைத்தாய். உன்மீது எனக்குப் பாசம் உண்டாகி, ஒரே மகளை உனக்குக் கட்டிக்கொடுத்தேன். நீலா என்ன செய்தாள்? அவளை, நீ ஏன் கொலை செய்தாய்? நீலா போய்விட்டாள்; அவள் திரும்பப் போவதில்லை..."

மனோகரனுக்குப் பெரிய நிம்மதியாக இருந்தது. அவர்கள் அண்ணாவின் கொலை சம்பந்தமாய் வந்தவர்கள் அல்ல என்று தெரிந்ததும் பெருமூச்சுவிட்டான். "நீங்கள் சொல்கிறபடி எல்லாம் நடந்திருந்தால், அது மிகவும் வருந்தத்தக்க விஷயம்தான். ஒரே மகள் என்கிறீர்கள்; அவளும் கொலை செய்யப்பட்டாள் என்றால்... தாங்குவது கஷ்டம்தான். சர்க்கிள் சார்! சோகக் கலக்கத்தில் பெரியவர் ஆளையும் மாற்றிக் காண்பிக்கிறார்..."

சர்க்கிள், மீண்டும் உறுமினார். "பயல், பாசாங்கு செய்கிறான். கொலைகாரனை இப்படி விசாரித்தால் – இவன் தசாவதார வேஷமும் போடுவான். ஆஸ்பத்திரியிலிருந்து டிஸ்சார்ஜ் செய்ததும் உண்மையைக் கக்க வைக்கிறேன். முருகேசன், இனிமேல் நீங்கள் இந்த விஷயத்தில் தலையிடக்கூடாது..."

"மிஸ்டர் மனோகரன், மனைவியைக் கொலை செய்துவிட்டு, அதே கத்தியால் மார்பில் குத்திக்கொண்டு, தற்கொலை செய்துகொள்ள முயற்சி செய்தீர்கள். அவள் உடம்பு மீதே மயங்கி விழுந்திருந்த உங்களை, இங்கே ஆம்புலன்சில் கொண்டுவந்தோம். உங்கள் மாமனார் தலையிட்டதால்தான், போலீசும் ஆஸ்பத்திரியும் உங்களிடம் பரிவு காட்டுகின்றன. இப்போதும் சரி, பைத்தியம்போல் பாசாங்கு செய்து, ஒன்றும் தெரியாது என்பதால் தப்பிவிட முடியாது. செய்த குற்றத்தை மரியாதையாக ஒப்புக்கொண்டால், கோர்ட்டில் தண்டனை குறையலாம். மாமனாரின் சாட்சியத்தைப் பொறுத்துத்தான், தண்டனையும் இருக்கும். அவர் மனத்தைப் புண்படுத்தியது போதும்; மேலும் அவரை அவமதிக்க வேண்டாம்" என்று, டாக்டர் படபடவென்று பேசினார்.

சர்க்கிள் சொன்னார்: "இவனுடன் என்ன பேச்சு? இவன் பழைய கேடியாக இருக்கவேண்டும்; முருகேசனை ஏமாற்றி மகளைக் கட்டிக்கொண்டு..."

"ஏன் கொலை செய்ய வேண்டும்? கேடியானால் ஏமாற்றிப் பணம் திருடலாம். மகளை மணந்து என் சொத்துக்கும் வாரிசாகப் போகிறவன், திருடவேண்டிய தேவையும் இல்லை. கொலை செய்திருக்கவும் மாட்டான். இவனுக்கு உண்மையாகவே பைத்தியம் பிடித்துவிட்டது என்று நினைக்கிறேன்" என்றார் முருகேசன்.

எல்லாவற்றையும் மௌனமாய்க் கேட்டுக்கொண்டிருந்த மனோகரன், இக்குழப்பத்திற்கு ஏதோ காரணம் இருக்கிறது என்று எண்ணிக் கூறினான்: "எனக்குப் பைத்தியமா, அல்லது நான் பைத்தியக்கார ஆஸ்பத்திரியில் இருக்கிறேனா என்று எனக்கே சந்தேகமாயிருக்கிறது. டாக்டர்! நான் சொல்வதை அமைதியாய்க் கேட்டுக்கொள்ளுங்கள். என்னைத் தெரியா விட்டாலும், என் தகப்பனார் பெயரைச் சொன்னால், உங்களுக்குப் புரியும். ராமநாதன் வீவிங் மில்ஸ் சொந்தக்காரர் ராமநாதன், என் தகப்பனார். எனக்குக் கலியாணம் ஆகி மனைவி இருக்கிறாள்; ஹரிணி என்று பெயர்; அவர்கள் திருச்சியில் இருக்கிறார்கள். என் மாமனார் காலமாகிப் பல வருஷம் ஆகிறது; இந்தப் பெரியவர்... பெயர் என்ன சொன்னீர்கள்?... முருகேசன் என் மாமனார்; இவர் பெண்ணை நான் மணந்து கொலை செய்தேன்; கையும் மெய்யுமாகப் பிடித்தோம் என்கிறீர்கள்; குற்றத்தை ஒப்புக்கொள்ளச் சொல்கிறீர்கள்... இதெல்லாம் என்ன?"

டாக்டர் அவநம்பிக்கையுடன் தலை ஆட்டினார்: அவனுக்குப் புத்தி பேதலித்துவிட்டதாய் அவருக்கும் தோன்றியது. சர்க்கிள் ஏமாறத் தயாராக இல்லை. "உன் மார்பில் நாங்கள் குத்திக் காயப்படுத்தினோம் என்பாயா? அந்தக் காயம் எப்படி வந்தது? ஆஸ்பத்திரிக்கு எப்படி வந்தாய்?"

“நடந்ததைச் சொல்கிறேன். நான் திருச்சியிலிருந்து ஒரு மாத “டூர்” புரோகிராம் போட்டுக்கொண்டு ஆமதாபாத், பம்பாய், கல்கத்தா என்று பறந்துகொண்டிருந்தேன். ஊரில் திடீரென்று அண்ணா செத்துவிட்டான், எனக்குப் போன் செய்தி, லேட்டாய் சூரத்தில் கிடைத்தது. அங்கிருந்து பம்பாய் வந்து, சென்னைக்கு வந்தேன். இங்கு எங்கள் ஆபீசிலிருந்து, அப்பாவுக்குப் போன் செய்தேன். அண்ணாவின் தகனம் முடிந்துவிட்டது என்றும், உடனே புறப்பட்டு வரும்படியும் அப்பா சொன்னார். நான் ராத்திரியே, எங்கள் காரில் புறப்பட்டேன். மவுண்ட்ரோட் போஸ்ட் ஆபீசுக்கு அருகில், கார் எஞ்சினில் ஏதோ சத்தம் கேட்டது. ரிப்பேர் செய்வதற்காகக் கீழே இறங்கினேன். இறங்கி, என்ன செய்தேன்? . . . ரிப்பேரும் செய்துவிட்டேன். பிறகு என்ன செய்தேன்?... எனக்கு ஞாபகம் இல்லை. மார்பில் எப்படிக் காயம் உண்டாயிற்று? நான் எப்படி இங்கே வந்தேன் என்று எனக்குத் தெரியவில்லை. டாக்டர், இந்தப் பெரியவர் முருகேசனின் கதை, மிகவும் உருக்கமாக இருக்கிறது. ஏதோ பிசகு நேர்ந்து, தவறாக என்னிடம் வந்திருக்கிறார் என்று நினைக்கிறேன். இவர் மகளைக் கொலை செய்த குற்றவாளியைக் கண்டுபிடிக்க வேண்டிய பொறுப்பு, போலீசைச் சேர்ந்தது. டாக்டர், எனக்கு ஓர் உதவி செய்யுங்கள். நான் ஊருக்குத் திரும்பாததால், அப்பாவும் ஹரிணியும் கவலைப்பட்டுக் கொண்டிருப்பார்கள். ஐந்து நாளாய் ஆஸ்பத்திரியில் இருக்கிறேன் என்கிறீர்களே; அண்ணா காலமாகிய துக்கத்தோடு, நான் காணோம் என்ற செய்தி, அவர்களை ரொம்பவும் வேதனை செய்துவிடும். அப்பாவுக்கு, நான் இங்கே இருப்பதாய்ப் போன் செய்யமுடியுமா? தந்தியும் தரலாம்; செலவுக்காகக் கவலைப்படவேண்டாம்.”

மனோகரன் பேசி முடிக்கும்வரை, யாரும் குறுக்கிடவில்லை. அவன் பித்துக்குளி மாதிரிப் பேசவில்லை என்பதை, மற்றவர்கள் கவனித்தார்கள்; ஆனால், அவன் பைத்தியம்தான் என்று சர்க்கிள் உள்பட, மூவரும் நினைத்தார்கள்.

“ராமநாதன் கோடீசுவரர். அவருக்குப் பிள்ளை என்று சொல்லிக் கொள்கிறான்; நானே ராமநாதன் என்று சொல்லாமல் இருந்தானே! இவனிடம் நான் என்ன ஸ்டேட்மெண்ட் வாங்கமுடியும்? ஆஸ்பத்திரியிலிருந்து டிஸ்சார்ஜ் செய்ததும் ரிமாண்டில் வைக்க ஏற்பாடு செய்கிறேன்...”

“சர்க்கிள் சார்! என்னைப் பைத்தியம் என்றே தீர்மானிக்கிறீர்களா? நீங்கள், என் தகப்பனாருக்குப் போன் செய்து பார்க்கக்கூடாதா?”

“அவரும் கைலாசத்தில்தான் இருக்கிறாரா?” என்று கேட்டுக்கொண்டே, சர்க்கிள் எழுந்தார்.

அவர்கள் தன்னைப் பித்தன் என்று நினைத்து, அதற்கு ஏற்பக் காரியங்களை நிர்ணயிப்பதைக் கேட்ட மனோகரனுக்குப் பயமாகிவிட்டது. “மிஸ்டர் முருகேசன், நீங்கள் பெரியவர். துக்கத்தால் உங்களுக்கு மனக் குழப்பம் ஏற்பட்டிருக்கிறது. தயவுசெய்து நம்புங்கள். திருச்சியில் எங்கள் போன்... வேண்டாம். முதலில் எங்கள் மெட்ராஸ் ஆபீசுக்குப் போன் செய்யுங்கள். இங்கு இருக்கும் எங்கள் மானேஜர் கே.எஸ். வடிவேலு; எங்கள் நம்பர் 230. . . . 5. அவருக்குப் போன் செய்தால், உடனே இங்கே ஓடி

வருவார். உங்களுக்கும் உண்மை விளங்கிவிடும். நான் முட்டாள்; மெட்ராஸ் ஆபீசுக்குப் போன் செய்யலாம் என்று முதலிலேயே தோன்றவில்லையே!" என்றான் அவன்.

அவன் குரலில் தொனித்த உண்மை, டாக்டரைத்தான் முதலில் உறுத்தியது: "சர்க்கிள் சார், உட்காருங்கள். மனோகரன், நீங்கள் சொல்கிற நம்பருக்குப் போன் செய்கிறோம்; பொய்யாய் இருந்தால்..."

"எதற்கும் கட்டுப்படுகிறேன்."

"இன்ஸ்பெக்டர் சார், போன் செய்து பார்ப்போமே! அதனால், நமக்கு என்ன நஷ்டம்?"

டாக்டரும் சர்க்கிளும் டெலிபோன் அறைக்குப் போனார்கள். போலீஸ்காரருக்குப் பல சந்தேகங்கள் எழுந்துவிட்டன. அவரே, போனில் பேசினார். மனோகர் என்பவர் காயமுண்டு ஆஸ்பத்திரியில் கிடப்பதாகவும், அவர் வடிவேலுவைப் பார்க்க விரும்புவதாகவும் தெரிவித்தார். நல்ல வேளையாக, ஆபீசிலேயே அப்போது இருந்த வடிவேலு, ஒருமணி நேரத்துக்குள் ஆஸ்பத்திரிக்கு வந்து சேர்ந்துவிட்டான்.

அவனை, வாசலிலேயே சந்தித்தார் சர்க்கிள்; மனோகரனுடன் பேசுமுன், அவனுடன் பேச விரும்பினார். அவன் மனோகரன் கூறியவற்றை, அப்படியே ஊர்ஜிதம் செய்தான். சந்தேகப்படுவதற்காகச் சம்பளம் வாங்கும் சர்க்கிளின் குழப்பம் அதிகமாயிற்று.

"அதெல்லாம் சரி, மனோகரன் காணாமல் போய் எத்தனை நாள் ஆகிறது?"

"மூன்று வருஷம் இரண்டு மாசம்" என்றான் வடிவேலு. "காரை மவுண்ட்ரோட்டில் விடுத்து மறைந்தவர்தான்."

சர்க்கிள் வடிவேலுவை அழைத்துக்கொண்டு, மனோகரனின் அறைக்குப் போனார். காணாமற்போன முதலாளியைக் கண்டதும் அவன் ஏறக்குறைய அழுதுவிட்டான்; "அப்பா உங்களைக் கண்டுபிடிப்பதற்காக, எத்தனையோ முயற்சிகள் செய்தார். ஒன்றும் பலிக்காமல் மனம் ஒடிந்து விட்டார். உங்கள் மனைவியைப் பற்றி, என்ன சொல்வது? இவ்வளவு காலமும் எங்கே இருந்தீர்கள்? இங்கே போலீஸ்காரர் இருப்பதேன்?"

"நான் மெட்ராஸிலிருந்து கிளம்பி, எத்தனை நாளாகிறது."

"நாளா? மூன்று வருஷத்துக்கு மேல் ஆகிவிட்டது."

அவன் ஒரு கோடீசுவரனின் மகன்; ஏற்கனவே மணமானவன் என்பது உறுதியாவதைக் காண முருகேசனுக்கு மூளை குழம்பியது. டாக்டர் யோசனையில் ஆழ்ந்தார். சர்க்கிள், சந்தேகத்தின் அடிப்படையிலேயே பேசினார் என்றாலும், மனோகரன் கோடீசுவரன் மகனாயிருக்கலாம் என்பதால் சிறிது மரியாதை காட்டினார்.

"மிஸ்டர் மனோகரன், இந்த வடிவேலு சொல்வது உண்மையாகவே இருக்கட்டும்; நீங்கள் மவுண்ட்ரோட்டில் மறைந்து மூன்று வருஷத்துக்கு மேல் ஆகிறது; இந்தக்காலம் பூராவும் எங்குக் கழித்தீர்கள்?"

மனோகரன் விழித்தான்; தலையில் தட்டிக்கொண்டான்; பதில் கிடைக்கவில்லை.

"முருகேசன்! மனோகரன் உங்களிடம் வந்து சேர்ந்து, எத்தனை வருஷம் ஆகிறது?" என்று கேட்டார் சர்க்கிள்.

"இரண்டு வருஷம், ஏழு மாசம்."

"சரி; மிஸ்டர் மனோகரன், ஏழு மாசம் எங்கெங்குச் சுற்றினீர்களோ! முருகேசனின் மகளைப் பார்த்து ஆசைப்பட்டிருக்கிறீர்கள்; அனாதைபோல் வேஷம்போட்டு, முருகேசனின் இரக்கத்துக்குப் பாத்திரமாகி, நீலாவை மணம் செய்துகொண்டீர்கள். அவளோடு மனஸ்தாபப்பட்டுக் கொலை செய்துவிட்டீர்கள். இப்போது, ஒன்றும் தெரியாததுபோல் நடிக்கிறீர்கள் என்று சொல்கிறேன்; என்ன சொல்கிறீர்கள்" என்று வழக்கை ஜோடித்துக் காட்டினார் இன்ஸ்பெக்டர்.

வடிவேலு பக்கத்தில் இருந்ததால், மனோகரனுக்குத் தெம்பாக இருந்தது. "திருவாளர் முருகேசனையோ, அவருடைய மகள் நீலாவையோ எனக்குத் தெரியாது. நான் கண்ணாலும் பாராதவளை, எப்படிக் கொலை செய்ய முடியும்? வடிவேலு, நீ அப்பாவுக்கும் ஹரிணிக்கும் தகவல் தெரிவித்து உடனே வரவழை... எனக்குப் பைத்தியம் பிடித்துவிடும்போல் இருக்கிறது."

"அதுவும் சரி; அவர்களையும் விசாரித்தால்தான் உண்மை வெளியாகும்" என்று சர்க்கிளும் ஆமோதித்தார்

2

மாமனாருடன் கணவனைப் பார்க்க ஹரிணியும் வந்தாள். அவளுடைய தோற்றத்தில்தான், எத்தனை மாறுதல்! சோகம், சாந்தமாய் அவள் முகத்தோடு இழைந்திருந்தது. பார்க்கிறவர்களுக்கு, அவளுடைய இளமையையோ வயதையோ கேட்கத் தோன்றாது; எட்டி நின்று தலைதாழ்த்தவே தோன்றும்.

மூன்று ஆண்டுகள், அவள் மனத்தை மிகவும் பதப்படுத்தியிருந்தன. திடீரென்று கணவன் மறைந்ததும், அவளுக்குப் பெரும் அதிர்ச்சியாக இருந்தது. அளவுக்குமீறிக் குடித்துவிட்டு எங்காவது விழுந்திருப்பார்; போனதுபோல் வந்துவிடுவார் என்று எதிர்பார்த்தாள், சிலகாலம். அவன் திட்டமிட்டபடி, அண்ணன் கொலையுண்டு இறந்துவிட்டான் – திட்டம் போடுவது வேறு; கொலை வேறு; கொலை நடந்துவிட்டது என்று தெரிந்ததும் மனம் கலங்கி வெறுத்து எங்காவது போயிருக்கலாம்; மனம் அடங்கியதும் வந்துவிடுவான் என்று சிறிது காலம் நம்பினாள். அப்புறம், ஒரு சந்தேகம் எழுந்தது. மனோகரனுக்குப் பெண் சபலம் அதிகம். எங்காவது மோக லாகிரியில் மெய் மறந்திருக்கலாம் – மோகம் தீர்ந்ததும் ஓடி வருவான் என்று காத்திருந்தாள்; இன்னும் கொஞ்ச காலம். தெய்வ நம்பிக்கை உடைய அவளுக்கு ஒரு திகிலும் உண்டாயிற்று – கொலைக் குற்றத்திலிருந்து தப்பிவிட்டான்; மனிதர்களை ஏமாற்றலாம்; கடவுளை ஏமாற்ற முடியுமா? அவன் கையில் எப்போதும் பணம் இருக்கும்; மவுண்ட் ரோட்டில் காரிலிருந்து இறங்கியவனைப் பணத்துக்காகக் கொலை செய்திருப்பார்களோ என்னவோ? அப்படியானால் கணவன் திரும்பமாட்டானா? – அவன்

கட்டாயம் திரும்பிவருவான் என்று ஓர் எண்ணம், அழிவில்லாமல் மனத்தில் கிடந்தது.

அவளுடைய மாமனாரின் நிலைமை பரிதாபத்துக்குரியதுதானே? வாழ்க்கையில் மிகவும் விளையாடியவர்; இப்போது அவரே விதியின் பொம்மை ஆகிவிட்டார். பலவழிகளில் கோடிக்கணக்காய்ப் பொருள் ஈட்டினார். – அது வெற்றிகரமான வாழ்க்கை என்றுதான் தோன்றும். ஆனால், இரண்டு பிள்ளைகளில் ஒருவன் இறந்தான். மற்றவன் மறைந்தான். ஒரு மருமகள் கைம்பெண் கோலம் பூண்டு, கண்ணீர் பெருக்கினாள். மற்றொரு மருமகளோ, பூவுடனும் பொட்டுடனும் கைம்பெண்போலத் தோற்றம் அளித்தாள். இந்தக் காட்சிகள், அந்த இரும்பு மனிதரை ஆடிப்போகச் செய்தன. பம்பாயிலும் கல்கத்தாவிலும் இருந்த ஆலைகளை விற்றுவிட்டார்; சென்னை ஆலையையும் விற்பதற்கு ஏற்பாடு செய்துகொண்டிருந்தார். எல்லாவற்றையும் விற்று ரொக்கமாக்கி மருமகள்களிடம் ஒப்படைத்துவிட வேண்டும் என்பது, அவருடைய யோசனை. அந்த இரு பெண்களும் தன்னைவிடப் புத்திசாலிகள்; நல்லவிதத்தில் செல்வத்தைப் பயன்படுத்துவார்கள் என அவர் உறுதியாக நம்பினார். "கோடிக் கணக்கில் பொருள் குவிப்பதால், என்ன பயன்?" என்ற கேள்வி, அவர் மனத்தில் பிறந்துவிட்டது. அதன் விளைவாக, இதுவரை சடம்போல் இருந்த அவர் உள்ளத்தில் சலனம் உண்டாகியது; நன்மை தீமை, புண்ணியம் – பாவம் என்ற இரட்டைகள் இருப்பதை அவர் உணரலானார்!

அவரிடம் உண்டான இந்த மாறுதலுக்கு ஹரிணிதான் மூலகாரணம் எனலாம். அவள் இப்போது ஃபிராய்டு போன்ற அறிஞர்களின் நூல்களை அணுகி, பாலுணர்ச்சியின் ஆதியை ஆராய்வதில்லை. பாலுணர்ச்சியை மட்டும் அல்ல; எல்லா உணர்ச்சிகளையும் ஒழுங்குபடுத்துவது எப்படி என்று விளக்கும் இந்நாட்டு நூல்களோடு பழகலானாள். மனிதப் பிறவி எடுப்பவர்கள் தங்கள் வாழ்க்கைவிதியை வகுத்துக்கொண்டு பிறக்கிறார்கள்; வாழும் முறையால் விதியை வகுத்துக்கொள்கிறார்கள்; அவர்களுடைய உணர்ச்சிகளும் இயல்புகளும் அவர்கள் வகுத்துக்கொண்ட விதிக்கு ஏற்பத்தான் அமைகின்றன; ஃபிராய்டு போன்ற அறிவாளிகளின் அளவுகோலுக்கு எந்த உணர்ச்சியும் இயல்பும் அடங்காது என்று அவள் தெளிவு செய்துகொண்டாள். இத்தெளிவால் அவளுக்கு மனோதிடம் உண்டாயிற்று; கணவன் மாயமான துக்கத்தைக் கம்பீரமாக ஏற்கப் பழகினாள்.

மீண்டும் கணவனைக் காணப் போகிறோம் என்ற எண்ணம், அவளுக்குப் பரபரப்பாயிருந்தது. மூன்று ஆண்டுகளுக்குப் பின் சந்தித்தபோது, அவளைவிட மனோகரன்தான் மிகுதியாக அழுதான். அவர்கள் அழுகையைப் பார்த்து ராமநாதனும் கண்களைத் துடைத்துக் கொண்டார்.

சந்திப்பு, பரபரப்பு, கண்ணீர் எல்லாம் ஓய்ந்து விவகாரத்துக்கு வந்தபோது குழப்பம் மறுபடியும் தலையெடுத்தது. முருகேசன் திக்பிரமை பிடித்தவர்போல், எல்லாவற்றையும் பார்த்துக்கொண்டிருந்தார். ராமநாதனும் ஹரிணியும் மனோகரனிடமிருந்து, மவுண்ட்ரோட்டில் கார் நின்ற வரை விவரம் தெரிந்துகொண்டார்கள்; முருகேசனிடமிருந்து

பாக்கிக் கதையைக் கேட்டறிந்தார்கள். ஒரு கொலைக் குற்றத்திலிருந்து மகனைக் காத்துவிட்டோம் என்று எண்ணிய ராமநாதன், அவன் மற்றொரு கொலையில் சிக்கியிருப்பதைக் கண்டு துன்புற்றார். தெய்வநீதி எவ்வளவு நுட்பமாக இருக்கிறது என்று வியந்தாள் ஹரிணி.

ராமநாதன் என்ற கோடீசுவரரின் வருகையால் சூழ்நிலையே மாறிவிட்டது. சர்க்கிளும் மிகவும் பணிவாக நடந்துகொண்டார். நீலாவும் மனோகரனும் மணக்கோலத்தில் இருந்த போட்டோக்களையும், அந்த இருவரும் சேர்ந்து நிற்கும் பல போட்டோக்களையும் அவர் மனோகரனிடம் காட்டி, "சொல்லுங்கள். இப்பெண்ணை உங்களுக்குத் தெரியாதா? இத்தனை போட்டோக்களும் போலியா?" என்று கேட்டார்.

"இந்தப் படங்களில் இருப்பவன் நான்தான். ஆனால்... எப்படி நடந்தது இது? எனக்கு ஞாபகமே இல்லையே!" என்று குழம்பிக் குளறினான் அவன்.

ஹரிணிக்குக் கணவனைப் பற்றிய உண்மை தெளிவாக விளங்கியது. "டாக்டர்! நான் கொஞ்சம் ஸைகாலஜி படித்திருக்கிறேன்..."

அவளை மேலே பேச விடாமல், டாக்டர் குறுக்கிட்டுக் கூறினார். "நீங்கள் சொல்வது சரி; இது ஒரு ஃபிஸிஷனோ, ஸர்ஜனோ கவனிக்க வேண்டிய கேஸ் அல்ல. ஒரு "ஸைகியாட்ரிஸ்ட்"தான் பார்க்கமுடியும்" என்றவர், சென்னை நகரத்தில் பிரபலமான மனநோய் நிபுணரான கிருஷ்ணராவ் பெயரைச் சிபாரிசு செய்தார்.

மனோகரனின் கதை முழுவதையும் ராமநாதன், ஹரிணி, முருகேசன், சர்க்கிள், டாக்டர் ஆகியோரிடம் நுணுக்கமாய்க் கேட்டுத் தெரிந்துகொண்ட கிருஷ்ணராவ் கூறினார்: "இது ஒரு சித்த விகாரம்தான். ஆம்னீஷியா (*Amnesia*) என்று சொல்வோம். இதனால் பாதிக்கப்படுபவர்கள், மனோகரனைப் போல், தங்கள் வாழ்க்கையின் ஒரு பகுதியை அறவே மறந்துவிடுவார்கள். ஆனால் அவர்கள், மற்றவர்களைப் போலவே எல்லா வேலைகளையும் கவனிப்பார்கள். சிறிது காலத்துக்குப் பிறகு, அவர்களுக்கு மறந்தவையெல்லாம் மறுபடியும் நினைவுக்கு வந்துவிடும். மனோகரன் விஷயத்தில், இந்த மறதி மூன்று ஆண்டுகளுக்கு மேல் நீடித்ததுதான் ஆச்சரியம்."

நிபுணரின் விளக்கம் கதையை விளக்கிவிட்டது. "என் வினைதான் எங்கோ இருந்த மனோகரனை இழுத்துவந்து, என்னை இடித்தது" என்று ஆறுதல் சொல்லிக்கொண்டார் முருகேசன். மனோகரனும், பிறகு அவன் சார்பில் ராமநாதனும் ஹரிணியும், அவரிடம் மன்னிப்புக் கோரித் தேறுதல் கூறியபோது – அவர் என்ன செய்வார்? மனோகரனை மனப்பூர்வமாக மன்னித்தார்.

அவர்கள் எல்லாம் ஒத்துப் போகலாம். ஆனால், மனோகரன் மீது கொலைக் குற்றம் சுமத்தப்பட்டு, வழக்கு நடக்கிறதே! சட்டம் என்ன செய்யப் போகிறது? நீதி ஸ்தலம் அவனை மன்னிக்குமா?

3

வழக்கு, ஒரே ஆண்டில் முடிந்துவிட்டது. இந்த வழக்கில் இருந்த விசேஷம், கொலை செய்ததைக் கொலைகாரன் மறுக்கவில்லையெனினும்,

தான் குற்றவாளி அல்ல என்று விவாதித்ததுதான். விசாரணை செய்த நீதிபதி, மதிநுட்பத்துக்காகப் பிரசித்தி பெற்றவர். பிராஸிகியூசன் (போலீஸ்) தரப்பில் ஆஜரான அஸிஸ்டன்ட் ஸ்டேட் பிராஸிகியூடர், நேர்மை தவறாதவர். குற்றவாளிக்காக ஆஜரான வக்கீல், நாடகப் பாணியில் வழக்கை நடத்தி வெற்றி காண்பதில் வல்லவர்.

போலீஸ் தரப்பில், வழக்கு அழகாய் ஜோடனை செய்து வாதிக்கப்பட்டது. "கொலை செய்ததை மறந்துவிட்டேன் என்று சொல்லிக் குற்றவாளி தப்பித்துக்கொள்ள முடியாது" என்பதுதான், அவர்களுடைய வாதத்தின் ஆதார சுருதி.

குற்றவாளியின் தரப்பில், சாட்சியங்கள் யாருமே விசாரிக்கப்பட வில்லை. அரசாங்கத்துக்காகச் (பிராஸிகியூஷன்) சாட்சி சொல்ல வந்த முருகேசன், டாக்டர், மனநோய் நிபுணர் ஆகியோரின் சாட்சியத்தையே குற்றவாளியின் வக்கீல் பயன்படுத்திக்கொண்டார். அவருடைய வாதம், மிகவும் சுருக்கமாக இருந்தது: "நீலாவைக் கொலை செய்தவன் அவளுடைய கணவன். கோர்ட்டாரின் முன்னிலையில், கொலைக்குற்றம் சுமந்து நிற்பவன் ஹரிணியின் கணவன். நீலாவின் கணவன் செய்த கொலைக்காக, ஹரிணியின் கணவனைத் தண்டிக்கச் சட்டமும் நியாயமும் நீதியும் இடம் தருமா?" – இக்கேள்வியுடன் அவர் உட்கார்ந்துவிட்டார்.

விசித்திரமான இந்த வழக்கு, பத்திரிகைகள் வாயிலாய் விளம்பரம் பெற்றுப் பொதுமக்களைப் பெரிதும் கவர்ந்திருந்தது. தீர்ப்புச் சொல்லப்பட்ட அன்று, கோர்ட்டில் அடக்கமுடியாத ஜன நெருக்கடி. தீர்ப்பைக் கேட்டவர்கள், பலவிதமாய்ப் பேசுவதும் ஊகிப்பதும் சகஜம்தானே? குற்றவாளி கோடீசுவரன்; நீதிபதியை விலைக்கு வாங்கிவிட்டார்கள் என்ற வதந்தி பலமாக இருந்தது. இந்த வதந்தியை, நான் நம்பவில்லை. இந்நாட்டில் ஊழலும் லஞ்சமும் எல்லாத் துறைகளிலும் பரவியுள்ளன என்பது உண்மைதான். ஆனால் நீதிபதிகளில் பெரும்பாலோர், நேர்மை தவறாமல் ஒழுகுகிறார்கள் என்பது என் கருத்து. நீலா கொலை வழக்கில் நீதிபதி அளித்த தீர்ப்பு முழுவதையும் படிக்கும் வாய்ப்பு, எனக்குக் கிடைத்தது.

ஜட்ஜ், மனோகரனை விடுவிக்கவில்லை. இரண்டு ஆண்டுக் கடுங்காவல் தண்டனை விதித்தார். இத்தண்டனை வழங்குவதற்காக அவர் குறிப்பிட்டிருந்த விவேகமான காரணம், எனக்குச் சுவையுள்ளதாகத் தோன்றியது. அப்பகுதியை மட்டும் கீழே தருகிறேன்:

"...ஹரிணியின் கணவர் நிரபராதி; நீலாவின் கணவன் குற்றவாளி என்ற வாதத்தை நாம் ஏற்கிறோம். நமக்கு முன்னிலையில் குற்றம் சாட்டப்பட்டு நிற்கிறவன் ஹரிணியின் கணவன்; ஆனால் இந்த உடலோடும் உருவத்தோடும்தான் நீலாவின் கணவன் அவளை மனைவியாக ஏற்று, வாழ்ந்து, கொலையும் புரிந்தான் என்பது வெளிப்படை. ஆகையால், இந்த உடலும் உருவமும் தண்டனைக்குரியவை என்று நாம் கருதுவதாலும்...

"இந்த வழக்கில் முக்கியமான சாட்சி கொலையுண்ட பெண்ணின் தந்தை முருகேசன். மனோகரன் உத்தமன்; மகள் செய்த தவறால் வெறிகொண்டு அவளைக் கொன்றிருக்கலாம் என்று அவர் சாட்சியம்

கொடுத்திருக்கிறார். (ஒரே மகளை இழந்த அத்தந்தையின் இப்பெருந்தன்மை, நம் பாராட்டுக்குரியது) நீலாவின் கணவன் நல்லவன்; அவனுக்கு எப்படிக் கொலைவெறி வந்தது? அவன், தான் ஹரிணியின் கணவனாக இருந்த வாழ்க்கைப் பகுதியை மறந்திருக்கலாம். ஆனால், ஹரிணியின் கணவனுடைய உள்மனத்தில் இருந்த கொலை வெறிதான், நீலாவின் கணவனுடைய மனத்தையும் தொடர்ந்து வந்திருக்கவேண்டும். அந்த அளவுக்கு, ஹரிணியின் கணவனும், தண்டனைக்குரியவன் என்று நாம் கருதுவதாலும்,

"இரண்டு ஆண்டுக் காலம் கடுங்காவல் சிறைத் தண்டனை அனுபவிக்க வேண்டும் என்று நாம் தீர்ப்பு வழங்குகிறோம். குற்றவாளியின் அந்தஸ்தை உத்தேசித்து, அவனை ஏ கிளாசில் வைக்க உத்தரவிடுகிறோம்..."

தீர்ப்பைக் கேட்டதும், முருகேசன் கலக்கமுற்றார்.

"இரண்டு வருஷம்தானே?" என்று ஆறுதல் கொண்டார், ராமநாதன்.

"இது தெய்வநீதி" என்று ஹரிணிக்கு மகிழ்ச்சி உண்டாயிற்று.

'ஹரிணியின் கணவனும் நீலாவின் கணவனும்' என்ற தலைப்பில், *சுதேசமித்திர*னில் (அக்டோபர் 1965) வெளியானது.

மறுபிரசுரம்: *சௌராஷ்டிரமணி*, (நவம்பர் 4, 1983)

நானும் உன்னோடு... (செப்டம்பர் 1993)

பனிமுடி மீது ஒரு கண்ணகி (டிசம்பர் 2007)

•

சாதனை

"அட, அருணாசலமா? வா, உட்காரு; எப்போது . . . வந்தாய்?"

"சிறையிலிருந்து ஓடிவரவில்லை; விடுதலை ஆகித்தான் வந்தேன். அங்கேயும் நல்ல பிள்ளையாக நடந்துகொண்டதற்காக, ஒரு வருஷம் தள்ளுபடி செய்துவிட்டார்கள். ஆகையால், நான் ஓடிவந்துவிட்டேனோ என்று நீ பயப்பட வேண்டியதில்லை. ஆனால், ஒரு கொலைகாரனை வரவேற்று உபசாரம் செய்வதற்காக, நீ பயப்பட வேண்டும்."

"உட்கார்ந்து பேசு. நீ கொலைகாரன் என்பதை, நான் நம்பவில்லை. நீ கொலைகாரனாக இருந்தாலும் எப்போதும் போல் உன் நண்பனாக இருக்கவே விரும்புகிறேன். சந்தர்ப்பத் தோது இருந்தால் பெரும்பாலானவர்கள் கொலைகாரர்களாக மாறி இருப்பார்கள்..."

அருணாசலம் சௌகரியமாக உட்கார்ந்துகொண்டே கூறினான். "நாலு வருஷம் சிறையிலிருந்து, நான் யோசித்துக் கண்டுபிடித்ததை, வீட்டில் இருந்தபடியே சொல்லிவிட்டாயே? ஆனால், நீயும் நானும் நினைப்பதைப் போல் மற்றவர்கள் நினைக்கிறார்களா? கொலைகாரனைப் பார்க்கிற ஒவ்வொருத்தனும், ஓர் அவதார புருஷன் ஆகிவிடுகிறான். பார்க்கத்தகாததைப் பார்ப்பதுபோல் என்னைப் பார்க்கிறார்கள். இப்போதும் நான், ஓரிடத்திலிருந்து விரட்டப்பட்டுத்தான், இங்கு வருகிறேன். என்னைக் கண்டதும் தெருக்கதவை அடைத்து, வாசலில் நிறுத்தி விடைகொடுத்தது யார் என்று தெரிந்தால், உனக்கு ஆச்சரியமாயிருக்கும்."

"யார் அது?"

"மனோன்மணி."

"மனோன்மணியா? திருபுவனத்திலிருந்தா வருகிறாய்? யாருக்காக நீ கொலைக் குற்றவாளி ஆனாயோ, அவளே உன்னை வெளியேற்றினாள் என்கிறாயா?"

“வெளியேற்றவில்லை; உள்ளேயே விடவில்லை என்கிறேன். நான் விடுதலை பெற்றுப் பத்து நாள் ஆகிறது. அம்மா, அப்பா, தங்கை, பெண்டாட்டி என்ற பந்தங்கள் என்னைச் சூழ்ந்துகொண்டன. எனக்கோ, வெளியில் வந்தது முதல் மனோன்மணியைப் பார்க்க வேண்டும் என்று ஒரே ஏக்கமாயிருந்தது. உறவினர்களிடமிருந்து ஒருவாறு ஓய்வு கிடைத்ததும், உன்னைப் பார்க்க வேண்டும் என்று காரணம் காட்டிவிட்டுச் சைக்கிளில் கிளம்பினேன். எந்தக் காரணத்தைக் கொண்டும், நான் திருபுவனம் போய் மனோன்மணியைப் பார்க்கக்கூடாது என்று, எல்லாரும் எச்சரித்துத்தான் அனுப்பினார்கள். ஆனால், என் சைக்கிள், நேராகத் திருபுவனத்துக்குத்தான் சென்றது. அவள் இருக்கும் தெருவை அடைந்தபோது, எனக்குப் பரப்பரப்பாக இருந்தது. மொட்டை மாடியில் நிற்கிற அவளை நான் பார்த்தபோது, அவளும் என்னைப் பார்த்துவிட்டாள். என்னை வரவேற்பதற்காக ஓடிவந்து வாசலில் நிற்பாள் என்று ஆர்வமாக எதிர்பார்த்தேன். வீட்டு வாசலில் சைக்கிளிலிருந்து கீழே குதித்ததும், கதவு மூடியிருப்பதைக் கண்டேன். தெருவில் நின்ற வேலைக்காரி, நான் வாய் திறப்பதற்காகக்கூடக் காத்திருக்கவில்லை. ‘கொலைகாரர் இங்கே வந்தால், இந்த வீட்டுப் பக்கம் வரவேண்டாம் என்று அம்மா சொல்லச் சொன்னார்கள்’ என்று சொல்லிவிட்டுத் தெருவோடு போய்விட்டாள் அவள். ஜன்னல் கதவுகளின் இடுக்கிலிருந்து இரண்டு கண்கள், என்னைப் பார்ப்பதைப் புரிந்துகொண்டேன். மனோன்மணியின் கட்டளைப்படிதான், வேலைக்காரி நடந்துகொண்டாள் என்பதும் புரிந்தது. கதவை இடித்துக் கூப்பிடலாமா என்று சற்றுத் தயங்கினேன். விளைவு என்ன ஆகுமோ என்று பயமாயிருந்தது. திரும்பிவிட்டேன். நீ சொன்னதுபோல், அவளுக்காகத்தான் நான் கொலைகாரன் ஆனேன். அவள் என்னை இவ்வளவு பிரமாதமாக வரவேற்றாள். நீயோ உட்கார்ந்து பேசும்படி, உபசாரம் செய்கிறாய்!”

அருணாசலம் சிரித்தான். சிரிப்பில்தான் எத்தனை சாதிகள்! மகிழ்கிறவன் சிரிக்கிறான், வருந்துகிறவனும் சிரிக்கிறான். கோபத்தாலும் சிரிக்கிறார்கள்; அமைதியாலும் சிரிக்கிறார்கள்; அன்பும் சிரிக்கிறது, வெறுப்பும் சிரிக்கிறது. அருணாசலத்தின் சிரிப்பு எந்த வகை என்று, எனக்கு விளங்கவில்லை. சிறையில் துன்புற்றதன் சாயலே, அவனிடம் காணப்படவில்லை. உள்ளே போனபோது இருந்ததைப் போலவே, அவன் இப்போதும் கலகலப்பாக இருந்தான். அத்துடன் சிறையிலிருந்து மீண்டவன், மனோன்மணியைக் காண விரும்பிச் சென்றதை அறிய, எனக்கு ஆச்சரியமாயிருந்தது.

“என்ன ஆச்சரியப்படுகிறாய்? மனோன்மணியால்தான், நான் சிறை செல்ல நேர்ந்தது. சிறை அனுபவம், எனக்குக் கொடியதாக இல்லை. நீயும் அப்பாவும் மன்றாடி, எனக்கு பீ கிளாஸ் வாங்கிக் கொடுத்தீர்களா? பீ கிளாஸ் சிறைவாசம், காலேஜ் ஹாஸ்டல்போல் ரொம்ப வசதியாக இருக்கிறது. ஜெயில் வாழ்க்கை பற்றி உனக்கு ஒன்றும் தெரியாது; அங்கு ஆயுள் தண்டனையும் நீண்டகாலத் தண்டனையும் வாங்கிக்கொண்டு உள்ளே குடியேறியிருப்பவர்கள்தான் நிர்வாக அதிகாரிகள்; ஒரு மாதம் இரண்டு மாதம் என்று வருகிறவர்கள் ஆயுள்காரர்களுக்கு ஊழியர்கள்தான்.

இந்தச் சில்லரைக் கைதிகளில் ஒருத்தன், எனக்குப் பியூனாகிவிட்டான். எனக்காகத் தண்ணீர் இறைத்துக்கொடுப்பது, துணி துவைத்துக்கொடுப்பது போன்ற வேலைகளை அவன் செய்து கொடுப்பான். சிறை வாழ்க்கை கஷ்டமானதாக எனக்கு இல்லை என்பதற்காக, இவ்வளவும் சொன்னேன். அப்படி இருக்க, நான் மனோன்மணியை ஏன் நோக வேண்டும்? அவளைப் பற்றி, எனக்கு ஒரே ஒரு குறைதான். இந்த நாலு வருஷ காலத்தில், அவள் ஒருமுறைகூட என்னைப் பார்க்க வரவில்லை. ஊருக்குப் பயப்படுகிறவள் அல்ல அவள். ஆனால், கணவனைக் கொலை செய்தவனை, ஜெயிலுக்குப் போய்ப் பார்க்கிற அளவு, அவளுக்குத் துணிச்சல் ஏற்பட்டிராது. சிறையில் இருந்தபோது நான் அவளை மறக்காததால், அவளும் என்னை மறந்திருக்க மாட்டாள் என்றே நம்பினேன். ஆனால், என்னை அவள் வாசலோடு திருப்பி அனுப்பிவிட்டதை நினைத்தால் ஆச்சரியமாக இருக்கிறது. அவள் என்னை வெறுக்க முடியும் என்று எனக்குத் தோன்றவில்லை. நாலு பேருக்குத் தெரியும்படி பகல் நேரத்தில் அவளைத் தேடி வர வேண்டாம் என்பதுதான், அவள் செய்கையின் அர்த்தமாக இருக்க வேண்டும். ஓ, மோகத்தின் இலக்கணம் உனக்குப் புரியும்; புரிகிறதா?"

"உன் மோகத்தின் இலக்கணம்தான், எனக்குப் புரியவில்லை. கதிர்வேலு கொலையுண்ட செய்தியோடுதான், உனக்கும் அவளுக்கும் தொடர்பு இருந்தது என்ற தகவல், எங்களுக்குத் தெரிந்தது. இப்படி வழி தவறிய ஒரு தொடர்புகொள்ள உன்னால் முடியும். ஒரு நண்பனுக்கு நீ துரோகம் செய்வாய் என்பதை, எங்களால் நம்ப முடியவில்லை. பாவ புண்ணியத்துக்குப் பயந்து நடுங்கியவன்; தெய்வ வழிபாட்டில் ஊறியவன்; மனைவியிடம் ஈடுபாடு கொண்டவன் என்ற முறையில்தான் எங்களுக்கு உன்னைப் பற்றித் தெரியும். கோபித்துக்கொள்ளத் தெரியாத நீ கொலைகாரன் ஆனது எப்படி? இப்போதும், நீ கொலைகாரன் என்பதை, என்னால் நம்பவே முடியவில்லை. மனோன்மணியைக் காப்பாற்றத்தான், கொலைப்பழியை நீ ஏற்றிருக்கவேண்டும்."

"மோகப்பித்துக் கொண்டவன், கொலை செய்வதில்லையா? ஒரு கொலை செய்யக்கூடவா, எனக்குத் தகுதி இல்லை? சந்தர்ப்பத்தோது இருந்தால், பெரும்பாலானவர்கள் கொலைகாரர்கள் ஆகிவிடுவார்கள் என்று, நீதானே சொன்னாய்?"

"உண்மை; பசி தாகத்தைப்போல் கொலை வெறியும் மனித இயற்கையில் கலந்திருப்பதாகவே எனக்குத் தோன்றுகிறது. காமத்தையும் வெறுப்பையும் பொறாமையையும் மனப்பயிற்சியாலும் சமூக பயத்தாலும் அடக்கிக்கொள்கிறோம். கொலை வெறியும் இந்தக் கட்டுப்பாடுகளால் ஒடுங்கிக்கிடக்கிறது. ஓயாமல் அழுது ஆகாத்தியம் செய்யும் சிசுவின் கழுத்தைத் திருகவேண்டும் என்ற வெறி, தாய்க்கே உண்டாவதில்லையா? எல்லாருக்கும் உள்ள பலவீனம்போல் – நீயும் மனோன்மணியிடம் மயங்கியிருக்கலாம். ஆனால், மனப்பயிற்சி உள்ள நீ, கொலை செய்யத் தகுதி இல்லாதவன் என்றே, இப்போதும் நினைக்கிறேன். அருணாசலம், இனியும் நீ உண்மையை மறைக்கவேண்டிய தேவை இல்லையே? நிஜமாகச் சொல். கதிர்வேலுவைக் கொன்றவன் நீதானா? மனோன்மணி என்ற அந்த..."

“பேயிடம் நான், எப்படி சிக்கினேன் என்று கேட்கிறாயா? அவளைப் பேய் என்றால் நான் வருத்தப் படுவேன் என்று பயப்படுகிறாய், இல்லையா? அவள் பேயாக இருப்பதால்தானே, நான் அவளைப் பின்தொடர்ந்தேன்?... நடந்ததை உன்னிடம் சொல்வதால், ஒரு நஷ்டமும் இல்லை...”

2

கொலை என்பது, சொல்வதற்கும் கேட்பதற்கும் ஒரு பயங்கரமான விஷயமாக இருக்கிறதே தவிர, மற்ற சமூக நோய்களுடன் அதுவும் இருக்கத்தானே செய்கிறது? கதிர்வேலுவின் கொலை பற்றிக் கேள்விப்பட்டதும், நான் அடைந்ததைவிட அருணாசலம் குற்றவாளி என்று அறிந்தபோது, எனக்கு ஏற்பட்ட அதிர்ச்சிதான் அதிகம்.

அருணாச்சலம், கதிர்வேலு, நான், இன்னும் சிலர் சேர்ந்த நாங்கள் ஒரு கோஷ்டி; இக்கோஷ்டி உருவானதே ஆன்மீக அடிப்படையில்தான்! நான் முருகனை வழிபடுகிறவன்; கதிர்வேலு மாருதி பக்தன்; அருணாசலத்தை அம்பாள் உபாசகன் என்று கூறலாம். யாரோ ஒரு சாமியார் கொடுத்த யந்திரத்தை வைத்து மந்திரத்தை உருப்போட்டுக்கொண்டிருந்தான். எங்கள் கோஷ்டியினரில், மற்றவர்களைப் பற்றி, இங்கு விவரிக்கத் தேவை இல்லை. அருணாசலமும் நானும் முதலில் நண்பர்கள் ஆனோம்; பிறகு இந்தத் தெய்வ நம்பிக்கையின் அடிப்படையில் ஒரு கூட்டம் சேர்ந்தது. சங்கம், கழகம் என்று நாங்கள் ஒன்றும் வைத்துக்கொள்ளவில்லை. ஆனால், தினந்தோறும் மாலை நேரத்தில் என் வீட்டிலோ, கதிர்வேலுவின் வீட்டிலோ நாங்கள் கூடுவது வழக்கம். ஆரம்பத்தில் அக்கப்போர்தான் அதிகமாயிருந்தது. பிறகு, நாங்கள் ஒரு குறிக்கோளை வகுத்துக்கொண்டோம். எங்கள் குழுவை, ஒரு சாதகர் கோஷ்டியாக மாற்றிக்கொண்டோம். ஆசனப் பயிற்சிகள், பிராணாயாமம், தியானம் முதலிய சாதனைகள் செய்யத் தொடங்கினோம். நாங்கள் ‘பக்குவி’கள் ஆகிவிடவில்லை; என்றாலும் தொடர்ந்து செய்த சாதனைகளால் எங்களுக்குத் தெளிவு இருந்தது. ஒழுக்கம்தான் சமய நெறியின் ஆதாரம் என்று நம்பிக் கடைப்பிடித்தோம். எங்கள் சத்சங்கத்தின் வரலாறு, இதுதான்.

இந்தக் குழுவின் ஜீவன் என்று அருணாசலத்தைத்தான் சொல்ல முடியும். கச்சலான ஆள்; ஆனால், உறுதியான தேகவாகு. எங்கள் குழு உருவாகும் முன்பே, ஆசனப் பிராணாயாமப் பயிற்சிகளால் உடலையும் மனத்தையும் பாதுகாத்துக்கொண்டவன். வயது முப்பது இருக்கும்; பார்ப்பதற்குச் சிறு பையனாகத் தோற்றம் அளிப்பான். ஆள் கட்டை; ஐந்தடி உயரம்தான் இருப்பான்; பண வசதி படைத்தவன்; பழகுவதற்கு இனியவன்; அவன் கோபித்துக் குரலை உயர்த்திப் பேசி நான் பார்த்ததில்லை. அவனுக்கு மணமாகி, ஓர் ஆண் குழந்தை இருந்தது; மனைவியின்பால் ஈடுபாடு கொண்டவன். உபாசிக்கும் தெய்வத்தின் தன்மைக்கு ஏற்ப உபாசகனின் தோற்றம் மாறும் என்பார்கள்; அம்பாள் உபாசகனான அவன் மென்மையான வசீகரத்துடன் காட்சியளிப்பான். அவனுக்கு நேர்விரோதமான தோற்றம் கதிர்வேலுவினுடையது. மாருதி பக்தனான அவன், பலசாலி. ஆறடி உயரத்தில் ஆஜானுபாகுவான உருவம்; அதட்டுவதும் அடிப்பதும்தான் அவனுக்குச் சுலபமாக வரும். ஒரு பாங்கில் குமாஸ்தாவாக

இருந்த அவனுடைய குடும்ப வாழ்க்கை, அமைதியற்றதுதான். நானும் மற்றவர்களும் சராசரி மனிதர்களை ஒத்தவர்கள் என்று கூறிக்கொண்டால் போதும்.

இந்தத் தூய்மைக் குழுவின் தலையாயவனான அருணாசலம், தன் நண்பனான கதிர்வேலுவைக் கொலை செய்துவிட்டான் என்று ஒருநாள் திடீரென்று செய்தி கிடைத்தால், எனக்கு எப்படி இருக்கும்? பெண் விஷயமாகத்தான் உலகத்தில் பெரும்பாலான கொலைகள் நடக்கின்றன. ஆனால், கதிர்வேலுவின் மனைவியான மனோன்மணியிடம் அருணாசலம் மையல்கொண்டது, எனக்கு வியப்பளித்தது.

மனோன்மணியைப் பற்றி, இங்குச் சில வார்த்தைகள் குறிப்பிட வேண்டும். உடல் அமைப்பிலும் தோற்றத்திலும் கதிர்வேலுவுக்கு ஏற்ற மனைவி அவள்; அவனைப் போலவே உயரம்; கொழுமையான உடம்பு; அவளுடைய அந்தரங்க வாழ்க்கை பற்றிப் பரவலான வதந்திகள் இருந்தன; அவை எந்த அளவு உண்மை என்பது எங்களுக்குத் தெரியாது. கதிர்வேலுக்கும் மனோன்மணிக்கும் முன் நிறுத்தினால், அருணாசலம் சேவலுக்கும் பெட்டைக்கும் இடையில் உள்ள குஞ்சுபோலத்தான் தோற்றம் தருவான். அவனுக்கும் மனோன்மணிக்கும் எந்த விதமான பொருத்தமும் காணமுடியாது; இவ்விருவருக்கும் இடையிலா கூடா நட்பு!

இந்த நட்பு எப்படி ஏற்பட்டது என்பதை, நான் உள்ளிட்ட எங்கள் கோஷ்டியில் யாரும் அறியமாட்டோம். கொலைச் செய்தி கேள்விப்பட்டதும், நானும் சில நண்பர்களும் அருணாசலத்தை ஜாமீனில் வெளியே அழைத்துவர முயற்சி செய்தோம். ஆனால், அவன் போலீசாரிடம் ஒப்புதல் வாக்குமூலம் கொடுத்துவிட்டான்; மனோன்மணியுடன் தான் பேசிக்கொண்டிருக்கும்போது வந்த கதிர்வேலு சந்தேகம் கொண்டு தன்னைத் தாக்கியதாகவும், தற்காப்புக்காகக் கத்தியால் கதிர்வேலுவைக் குத்திவிட்டதாகவும் அவன் கொலையை ஒப்புக்கொண்டு ஸ்டேட்மெண்ட் கொடுத்துவிட்டதால், அவனை ஜாமீனில் விடுவதற்கு மாஜிஸ்திரேட் மறுத்துவிட்டார்.

இந்த வாக்குமூலத்தை வைத்துக்கொண்டு பார்த்தாலும், அதில் உள்ள முரண்பாடுகளைக் கவனித்தாலும், அருணாசலம் வேண்டும் என்றே கொலைப்பழியை ஏற்கிறான் என்பது புலனாயிற்று. கதிர்வேலுவும் அருணாசலமும் நின்றுகொண்டுதானே சண்டையிட்டிருப்பார்கள்? கதிர்வேலுவைவிட ஓரடி குள்ளனான அருணாசலம், கதிர்வேலுவின் தொண்டைக் குழியில், எப்படிக் கத்தியைச் செருக முடியும்? கதிர்வேலு போன்ற இடும்பனைக் கீழே தள்ளிக் கொலை செய்கிற அளவு வலிமை, அருணாசலத்துக்குக் கிடையாது. மனோன்மணியே கொலை செய்திருக்க வேண்டும்; அல்லது அவள் உடந்தையாக இருந்து அவன் கொலை புரிந்திருக்கவேண்டும் என்றுதான் எனக்கும், வக்கீல் முதலியவர்களுக்கும் தோன்றியது. ஆனால் அவனோ, 'நான்தான் கொலை செய்தேன்!' என்று பிடிவாதமாய்ச் சாதித்துக்கொண்டிருந்தான். வக்கீல் ஒப்புதல் வாக்குமூலத்தை வாபஸ் வாங்கிக்கொள்ளும்படி எவ்வளவோ வற்புறுத்தியும் அவன் மறுத்துவிட்டான். தனக்காகக் கோர்ட்டில் வாதாட வேண்டாம்

என்றும் அவன் கேட்டுக்கொண்டான்! எந்த விதத்திலும் மனோன்மணிக்குத் தீங்கு நேரக்கூடாது என்பதற்காகவே, அவன் பழி முழுவதையும் சுமக்கிறான் என்பது தெளிவாக விளங்கியது.

வழக்கு நடந்தது; போலீஸ் தரப்பு வக்கீலுக்கு அதிக வேலை இல்லை. கதிர்வேலு நெட்டை, குள்ளனான அருணாசலம் அவன் கழுத்தில் குத்தமுடியாது என்ற வாதத்தை, அவர் சுளுவாகத் தகர்த்துவிட்டார். சண்டை இடும்போது கதிர்வேலு தவறுதலாகக் கீழே விழுந்திருக்கலாம், அந்நேரத்தில் அருணாசலம் குத்தியிருக்கலாம், குழப்பம் காரணமாக நின்றபடி குத்தியதாக அருணாசலம் ஸ்டேட்மெண்ட் கொடுத்திருக்கலாம் என்று அழகாய்ப் பதில் கொடுத்தார் அவர். நண்பனுக்குத் துரோகம் செய்து, கொலையும் புரிந்த குற்றவாளிக்குக் கருணைக் காட்டக்கூடாது என்று அவர் வாதாடினார்.

அருணாசலத்தின் வக்கீல் கெட்டிக்காரர். அவனை நிரபராதி என்று விடுவிக்கமுடியாது என்பது அவருக்குத் தெரியும் ஆகையால், நீதிபதியின் கருணைக்கு விண்ணப்பித்துக்கொண்டு, தண்டனையைக் குறைக்கத்தான் முயற்சி செய்தார். கதிர்வேலுவின் வீரத்துக்குப் பதிலாக, எடையைத் தனக்குச் சாதகமான சாட்சி ஆக்கிக்கொண்டார் அவர். அருணாசலம் போன்ற ஒரு நோஞ்சான், கதிர்வேலுவைப் போன்ற முரடனை எளிதில் கீழே தள்ளமுடியாது என்பதைக் கோர்ட்டாருக்கு விளக்கினார். தன் கட்சிக்காரன் நண்பனின் மனைவியோடு தொடர்பு கொண்டு துரோகம் செய்தது உண்மை என்பதை ஒப்புக்கொண்ட அவர், அந்த இயற்கைப் பலவீனமான மோகம் காரணமாக மனோன்மணியைக் காப்பாற்றுவதற்காகவே தன் கட்சிக்காரன் கொலைக் குற்றத்தை வலிந்து ஏற்கிறான் என்றும் விவரித்தார்.

அவருடைய வாதத்தை, நீதிபதியும் ஏற்றுக்கொண்டார். ஆனால், குற்றவாளி குற்றத்தை ஒப்புக்கொள்ளும்போது, அவர் என்ன செய்ய முடியும்? தூக்குத் தண்டனையோ, ஆயுள் தண்டனையோ விதிக்காமல் ஐந்து வருஷம் கடுங்காவல் தண்டனை விதித்தார்.

அருணாசலத்தின் தரப்பில், நாங்கள் 'அப்பீல்' செய்யவில்லை. முறைப்படி போலீசார் அப்பீல் செய்தார்கள். அவனுடைய அதிர்ஷ்டம், கீழ்க்கோர்ட்டின் தெளிவான தீர்ப்பை ஹைக்கோர்ட்டும் ஊர்ஜிதம் செய்தது.

கதிர்வேலு கொலை வழக்கின் சாராம்சம் இதுதான்; இந்தக் கொலையோடு எங்கள் கோஷ்டியும் கலைந்துவிட்டது!

3

நாலு ஆண்டுகள் சிறைவாசம் செய்த பின்னரும் தெளியாத இந்த மோக மாயத்தை, என்ன என்பது! மனோன்மணியே அருணாசலத்தைக் கொலைகாரன் என்று இழிவுசெய்கிறாள் என்றால், உண்மையாகவே அவன் கொலைகாரன்தானா? அம்பாள் வழிபாடு, பிராணாயாமம், தியானம் போன்ற சாதனைகளால் ஓரளவு மன அமைதி பெற்றவன் கொலைகாரன்தானா?

“மனோன்மணியைப் பற்றி ஊரில் பலவிதமாய்ப் பேசுகிறார்கள். வழக்கு முடிந்ததும் அவள் கும்பகோணத்திலிருந்து திருபுவனம் போய்விட்டாள். அங்கும் அவள் நடத்தும் வாழ்க்கை பற்றி, நல்ல அபிப்பிராயம் இல்லை. அவளுக்கு நீ இரையானதைத்தான், என்னால் எண்ணிப் பார்க்கவும் முடியவில்லை!” என்றேன்.

“என்னைவிட அவள் வயதில் குறைந்தவள்; ஆனால், அவளுக்குப் பக்கத்தில் நின்றால் நான் அவள் குழந்தைபோலத் தோன்றுவேன்; இல்லையா?” என்று சிரித்தான் அவன். “அந்த அபாயம் எப்படி நேர்ந்தது என்று எனக்கு நன்றாக ஞாபகம் இருக்கிறது. நம் கோஷ்டியினர் அவள் வீட்டில் கூடும்போது, நான் எவ்வித விகல்பமும் இல்லாமல்தான் அவளுடன் பழகினேன். ஒருநாள், கதிர்வேலு வீட்டுக்குத் திரும்பும் முன்னால் நான் அங்குப் போய்விட்டேன். அவன் வரவில்லை என்றதும் காத்திருக்கலாமா, திரும்பலாமா என்று தயங்கிக்கொண்டு நின்றேன். ‘உட்காருங்கள்; எல்லாரும் வருகிற நேரம்தானே?’ என்று உபசரித்த மனோன்மணியைத் தலைதூக்கிப் பார்த்து, அவள் கண்கள் என் மேல் விழுந்ததும், நான் அபாயத்துக்கு ஆளாகிவிட்டேன். பிறகு வழக்கமான கதைதான். கதிர்வேலு இல்லாத நேரம் பார்த்து அவன் வீட்டை நிர்வகிக்கத் தொடங்கினேன். என்னைப் பார்த்தாலே அவள் மகிழ்ந்தாள். அவள் மகிழ்ந்தால், நான் கௌரவிக்கப்பட்டதாய் எனக்குத் தோன்றியது. இப்போதும் – அவள் என்னை ஒதுக்கிய பிறகும், அவள் என்னைக் கௌரவித்ததாய்த்தான், நினைக்கிறேன்! வெறும் தங்கமும் வெள்ளியும் உண்கிற சக்கரவர்த்திகளுக்குத்தான் அவள் ஏற்றவள்!

“என் சாதனையின் பலன் இதுதானா என்று கேட்கிறாயா? மனோன்மணியிடம் மயங்கியவன் மனைவியை வெறுக்கவில்லை என்பதே, என் சாதனைக்குச் சிறுவெற்றிதானே? மனோன்மணியை அடைந்ததே சாதனையின் வெற்றி என்று சொல்லும் அல்பத்தனம், எனக்கு வரவில்லை. அவளிடம் நான் கொண்ட மோகம், என் சாதனைகளின் தோல்விதான்.

“கொலை நடந்த அன்று, நான் பிற்பகல் மூன்று மணிக்கே அவளை நாடிப் போய்விட்டேன். கதிர்வேலு வந்துவிடுவானா என்று நான் அஞ்சிய அளவு, அவள் ஒரு போதும் அஞ்சியதில்லை என்பதையும் நான் சொல்லவேண்டும். ‘வந்தால் என்ன? எதற்காக இப்படிப் பயந்து சாகிறீர்கள்?’ என்று அவள்தான், எனக்குத் தைரியம் சொல்வாள். அன்றைக்கும் அவள் அலட்சியத்தால் வீட்டுக் கதவைத் தாழிடவில்லை என்று பிறகு தெரிந்தது. இருவரும் உல்லாசமாக இருக்கும்போது, நேரம் போவது எங்கே புரிகிறது? எங்கள் கேளிக்கைக்கு இடையில் கதிர்வேலு வந்ததை, நாங்கள் கவனிக்கவே இல்லை. வந்தவன் சிறு சத்தம்கூடச் செய்யவில்லை. என் தலைமயிரைப் பற்றித் தூக்கி நாயை எறிவதுபோல், அவன் என்னைக் கீழே எறிந்தான். கீழே விழுந்த பிறகுதான், என்ன நடந்தது என்று எனக்குப் புரிந்தது. விழுந்த வேகத்தோடு எழுந்து, அவனைப் பதிலுக்குத் தாக்கவேண்டும் என்று ஆத்திரத்தோடு, எழுந்து நிற்க முயன்றுகொண்டிருந்தேன். மனோன்மணி துள்ளி எழுந்து, கணவனின் தோளைக் குலுக்கி, ‘அவரை ஏன் அடிக்கிறீர்கள்?’ என்று அதட்டியதைக் கேட்க, எனக்கு அப்போதும் ஆறுதலாயிருந்தது. கதிர்வேலு அவளை லட்சியம் செய்யவில்லை;

அவளை ஒருபுறம் தள்ளிவிட்டு, என்னையே உதைத்துக்கொண்டிருந்தான். கால்களைப் பிடித்து இழுத்து, அவனைக் கீழே சாய்த்துவிட வேண்டும் என்று எவ்வளவோ பிரயாசைப்பட்டேன்; ஒன்றும் நடக்கவில்லை. பதிலுக்கு நாலு அறை கொடுத்தாலாவது எனக்கு ஆறியிருக்கும். ஆனால், கீழே விழுந்த என்னால், திமிறி எழுந்திருக்கவே முடியவில்லை. அபாயகரமான இடத்தில் அடிவிழாமல் காப்பாற்றிக்கொள்வதே, பெரிய காரியமாக இருந்தது. அவனுடைய கால்கள் வேகத்திலிருந்து மீளுவதற்காக, நான் தரையில் உருண்டுகொண்டிருந்தேன். சிறிது நேரத்தில் என் உயிருக்கே ஆபத்து நேரும் என்ற அச்சம் உண்டாகிவிட்டது. இந்த நேரத்தில்தான், மனோன்மணி, கணவனுக்குப் பின்னால் பிரித்த கத்தியுடன் நிற்பதைப் பார்த்தேன். எங்கிருந்து அவள் கத்தியை எடுத்தாள், அல்லது தயாராய் அதை வைத்திருந்தாளா என்று எனக்குத் தெரியாது.

"கத்தியோடு அவளைப் பார்த்ததும், கீழே கிடந்த எனக்கு ரத்த வெறி மூண்டது. அந்தக் கத்தியை என் கையில் வாங்கவேண்டும், கதிர்வேலுவின் கழுத்திலும், மார்பிலும், வயிற்றிலும் 'சரசர'வென்று அதைச் செருக வேண்டும். என்னை உதைக்கிற கால்களைத் துண்டுதுண்டாகச் செதுக்க வேண்டும் என்று நான் மனத்தால் அவனைக் கொலை செய்யும்போதே, மனோன்மணியின் கையிலிருந்த கத்தி கதிர்வேலுவின் தொண்டைக் குழியில் மிக லாவகமாகப் பாய்வதைக் கண்டேன். கத்தியை வெளியே உருவி எடுத்தவள், அதை அப்படியே கீழே போட்டுவிட்டாள். 'பே...' என்று ஆடு கத்துவது போன்ற அலறலுடன் கதிர்வேலு, 'தடால்' என்று கீழே சாய்ந்தான். பிறகுதான், நான் எழுந்தேன். ரத்த வெள்ளத்தில் படபடவென்று துடிதுடித்துக்கொண்டிருந்த அவனைக் காரணம் இல்லாமல் சிறிது நேரம் பார்த்துக்கொண்டேயிருந்தேன். இனிமேல் அவனால் உதைக்கமுடியாது என்று திருப்தியாகவும் இருந்தது!

"ஒரு கொலை நடந்துவிட்டது. அதன் விளைவு பயங்கரமாயிருக்கும் என்ற திகில், பிறகுதான் உண்டாயிற்று. திகிலாலும், கதிர்வேலுவால் பலமாய்த் தாக்குண்டதால் ஏற்பட்ட அசதியாலும் எனக்கு ஒரே குழப்பமாயிருந்தது. ஓடவேண்டும் என்ற எண்ணமே, எனக்குத் தோன்ற வில்லை. கீழே கிடந்த கத்தியைக் கையில் எடுத்துக்கொண்டேன். மனோன்மணி விக்கித்து நிற்பதைக் கண்டு, எனக்குப் பாவமாக இருந்தது. அவளுடைய இடுப்பை,இரு கைகளாலும் பற்றிக் குலுக்கினேன். தெருக் கதவை மூடிவிட்டு வருகிறேன். கொலை என்பதே தெரியாமல் மறைத்துவிடலாம். ரத்தத்தைக் கழுவிவிடவேண்டும் என்று அவளிடம் சொல்லிக்கொண்டே, வாசலுக்கு விரைந்தேன்.

"நான் அங்குப் போவதற்கும், கதிர்வேலுவைத் தேடிக்கொண்டு இருவர் உள்ளே நுழைவதற்கும் சரியாக இருந்தது. தெருக் கதவுதான் திறந்து கிடந்ததே! கையில் ரத்தம் சொட்டும் கத்தியுடனும், உடம்பெல்லாம் ரத்தக் கறையுடனும் நிற்கிற என்னைப் பார்த்து அவர்கள் பயந்திருக்க வேண்டும். நானும் பயந்து செயலற்று நின்றுவிட்டேன். அவர்கள் என் கையிலிருந்த கத்தியைப் பிடுங்கிக்கொண்டு, என்னை உள்ளே இழுத்துக்கொண்டு போனார்கள். பிறகு நடந்ததெல்லாம், உனக்குத் தெரியுமே!"

அந்த நிகழ்ச்சியில், மீண்டும் ஒருமுறை அவன் வாழ்ந்து முடித்தான். அதைக் கேட்டு, எனக்கு ஏற்பட்ட பரபரப்புக்கூட, அவனிடம் காணப்படவில்லை. மிகவும் அமைதியாகவும் அடக்கமாகவும், 'இருபது காசு கத்தரிக்காயைப் பத்துக்காசுக்கு வாங்கிவிட்டேன்' என்பது போன்ற திருப்தியுடனும் பேசினான் அவன்.

"கொலை செய்தவள் அவள்; அவளைக் காப்பாற்றவேண்டும் என்பதற்காகக் குற்றத்தை ஒப்புக்கொண்ட உன் மோகவேகத்தை என்னால் புரிந்துகொள்ள முடிகிறது. ஆனால், உன்னைக் கொலைகாரன் என்று அவள் இழிவுபடுத்திய பிறகும், நீ அவளைச் சிலாகித்துக் கொண்டிருக்கிறாயே, இதை என்ன என்பது?"

அடக்கமாகவும் அமைதியாகவும் பதிலளித்தான் அருணாசலம்: "என்ன என்பது? மோகமுள் எனலாமா?"

அவனுடைய இந்த அமைதிதான், என் பொறுமையை மாய்த்தது. மிகுந்த பிரயாசையுடன், கடவுளை அடைய வேண்டும் என்ற உயர்ந்த நோக்கத்துடன் கடுமையான சாதனைகள் செய்தோம். அந்தச் சாதனைகளின் விளைவாக, அவன் சம்பாதித்துக் கொண்டவைதான், இந்த அமைதியும் அடக்கமும். ஒரு கொலைகாரிக்கு உடந்தையாக இருக்கவும், அந்தக் கொலைகாரியிடம் உள்ள கீழ்த்தரமான மோகத்தை விருத்தி செய்துகொள்ளவும், அவன் அந்த அடக்கத்தையும் அமைதியையும் பயன்படுத்திக்கொள்வதை அறிய, எனக்கு அருவருப்பாக இருந்தது. நல்லது தீயதற்குத் துணைநிற்கத் தொடங்கினால், தீயது எவ்வளவு வலிமை பெறுகிறது! அருணாசலம் கொலைகாரனாக இருந்தால்கூட நான் அவனை நண்பனாக ஏற்கமுடியும். ஆனால், சாதனையைத் துஷ்பிரயோகம் செய்யும் அவனுடைய அற்பத்தனத்தை, என்னால் பொறுக்க முடியவில்லை.

"அருணாசலம்! தயவுசெய்து வெளியே போ! இனி, என்னை நீ தேடி, இங்கே வரவேண்டாம்" என்றேன், முடிவாக.

_தீபம்_ (ஜனவரி 1966)

(நூல் வடிவில் இதுதான் முதல் பிரசுரம்)

●

முத்த

அவன் தன் கையிலிருந்து சட்டப்புஸ்தகத்தைத் தூக்கி எறிந்தான். அது மின்சார விளக்கின் மீது உராய்ந்து, 'பல்'லைக் கீழே தள்ளிவிட்டது. கண்ணாடி சிதறியது. 'டோம்' ஊசலாடியது.

"அப்பா – அப்பா !" என்று தலையில் கூவிக்கொண்டே ஓடி வந்த குழந்தையின் தலையில், இன்னொரு புத்தகம் பாய்ந்தது. "ஐயோ !" என்று அலறிக்கொண்டே, உள்ளே ஓடிவிட்டது அது.

"உன்னால் – உன்னால் அல்லவா, நான் இக்கதிக்கு ஆளானேன் ?–" என்று முணுமுணுத்துக்கொண்டான். அவனுக்கு ஆத்திரம் அதிகமாயிற்று. அறையில் நடமாடினான். முஷ்டியை மூடிக்கொண்டு, மறுபடியும் நின்று புஸ்தகங்களை ஒவ்வொன்றாக எடுத்து எறியத் தொடங்கினான். அவை சுவரில் மோதிப் பிரிந்தும், விரிந்தும், மடிந்தும் சிதறி விழுந்தன. ஆயினும், ஆத்திரம் தணியவில்லை. மறுபடியும் நடைபோட்டான்.

"என்ன–?"

சீற்றத்துடன் திரும்பிப்பார்த்தான். அறைவாயிலில், அவிழ்ந்த கூந்தலுடன், அவள் நின்றுகொண்டிருந்தாள்.

"ஏன்–?" என்று அவள் ஆரம்பித்தாள்.

"பேசாதே! நீ ஏன் அவனைக் கொல்லவில்லை ? பிறந்தவுடனே அவன் தொண்டையில் நெல்லை அடைத்துக் கொல்லும்படி, என் மாமியார் சொல்லவில்லையா ? அவன் போயிருந்தால், எனக்கு இந்தத் தொல்லை உண்டாகியிருக்காதல்லவா ? அப்போதே ஜாதகம் பார்த்தவன் சொல்லவில்லையா ? ஒன்று குழந்தை தொலையவேண்டும், இல்லாவிட்டால் நான் தீரா நோய்க்கு ஆளாக வேண்டும் என்று ? இப்போது உனக்குத் திருப்தியாகிவிட்டதல்லவா ? போ ! போ !"

அவன், அவளைத் திரும்பியும் பார்க்கவில்லை. விரிந்த அவள் கண்களில், நீர்த்திரை எழுந்தது.

"கொஞ்சம் அமைதியாக இருங்கள்–"

"அமைதியா? இந்த ஜன்மத்திலா?" என்றுகொண்டே, அவன் திரும்பினான். அவள் கண்களில் நீர்த்திரையைக் கண்டதும், உயர்ந்த அலைகள் கொஞ்சம் அடங்கின.

"இன்றோடு நாம் போய்விடுவோம்; நமக்குள் ஒருவர் இறந்து ஒருவர் இருந்தால்கூடக் கஷ்டந்தான்; மூன்றுபேரும் செத்துவிடுவோம்; நான் மருந்து கொண்டுவருகிறேன், சாப்பாட்டில் கலந்து சாப்பிட்டு விட்டால் போதும்; கவலையே இல்லாமல் ஆகிவிடும். என்ன?"

"சரி!"

"சரியா – சரியா?"

"நீங்கள் உட்காருங்கள்; பேசிக்கொள்வோம்."

"இல்லை. நான் உட்காரப் போவதில்லை. இப்போதே கடைக்குப்போய் – ஐயோ!"

குனிந்தவன் காலில் கட்டியிருந்த கட்டுக்களை அவிழ்த்தான். பாளம் பாளமாக வெடித்திருந்த சதையைத் தன் நகங்களால் மெதுவாகத் தடவிவிட்டான்.

"அப்பா, என்ன வலி!"

அவள் அருகில் வந்தாள். "இருங்கள் – நான் தடவிக்கொடுக்கிறேன்."

மரணத்தைக் கண்டுவிட்டவன்போல் பின்னால் பாய்ந்து, ஒதுங்கி நின்றான் அவன்.

"நீ எட்டியிரு; என்னைத் தொடாதே; தொடாதே; என் பாவம் என்னோடு இருக்கட்டும் –"

காதருகில் சென்றது அவன் வலக்கை; இடது கை வளைந்து முழங்காலைத் தொட்டது.

அவள் வெளியே போனாள்; சொறிந்துகொண்டே அவன் கீழே உட்கார்ந்தான்.

மறுபடியும் அவள் உள்ளே வந்தாள்; கையில் வீணை இருந்தது.

உட்கார்ந்தபடியே, அவன், "ரொம்ப சரி, உன்னுடைய சாமர்த்தியம் எல்லாம் காட்டி வாசித்துவிடு. இன்றைக்குக் கடைசிநாள் அல்லவா?" என்று சொன்னான்.

அவள் பேசவில்லை; மல்கிய கண்ணீரை மறைக்கக் குனிந்து உட்கார்ந்தாள்; வீணையின் தந்திகளைச் சரிப்படுத்திக்கொண்டாள்.

"வாசித்து ஆனதும் நன்றாகச் சிங்காரித்துக்கொள். அந்த ஆகாசவர்ணப் புடவையைக் கட்டிக்கொள்... நீளமாகப் பின்னல் தொங்கினால் அழகாக

இருக்கும். ஆசையாக வாங்கினாயே செயின், அதைப் போட்டுக்கொள்ள மறந்துவிடாதே. அவனுக்கும் கிராப் வாரிவிட்டு—"

விக்கும் தொண்டையைக் கனைத்துச் சரிப்படுத்திக்கொண்டு, அவள் வீணையை இசைக்கத் தொடங்கினாள். எழுந்த தொனி, அவன் வாயை அடைத்துவிட்டது.

மேகங்களைக் கலைக்க வீசும் குளிர்க்காற்றுப்போல், அந்த ஒலி எழுந்தது. வளர்ச்சியிலே நிர்மலத்தை நிறுவியது; மேல்விரிப்பிலே ஆசாபாசங்களை அவிக்கும் ஒரு தத்துவம்போல் படர்ந்தது.

அவன் கலக்கம் கரைந்தது; மாறுதல் உண்டாகியது; அலைகள் சமனமாயின; அவன் எழுந்தான்.

அவள் இசைத்துக்கொண்டிருந்தாள்; அவன் உவகையில் பூரித்து மயங்கி நின்றான். அவள் தன் விரல்களால் வீணையின் தந்திகளைத் தொடவில்லை போலும் – அவனுடைய ஹிருதயத்தையே தடவிக் கொடுக்கிறாள் போலும் – ஆனால், தவறிக் கொஞ்சம் அழுத்திவிட்டாள் போலும் – ஒரு தந்தி அறுந்தது.

காய்ந்த கண்ணீருடன் அவள் நிமிர்ந்தாள்; அவனுடைய சாந்தமான வதனத்தைக் கண்டதும் அவளுக்கு அமைதி உண்டாயிற்று.

"நான் ரொம்பக் கோபமாகப் பேசிவிட்டேன், இல்லையா?"

"அது கிடக்கட்டும்; நீங்கள் ..."

"இல்லை; இரண்டு மூன்று நாளாகவே எனக்கு எப்படியோ இருக்கிறது. செத்துவிடுவேன், செத்துவிடுவேன் என்று தோன்றுகிறது. நான் சாகவேண்டியவன்தானே? . . . கோர்ட்டிலிருந்து வரும்போதும் நான் சாகவேண்டியவன்தான் என்று தோன்றியது. நானும் இன்னொரு வக்கீலுமாகப் பேசிக்கொண்டே வந்தோம் –"

"நான் உங்களிடம் அதையெல்லாம் கேட்கவில்லை –"

"இல்லை, நான் சொல்லித்தான் ஆகவேண்டும் – அவர் ஊருக்குப் புதுசு; எனக்கும் புதுப் பழக்கம்தான். வழியில் ஒரு பிச்சைக்காரி வந்தாள். நான் இன்னும் பத்துவருஷம் உயிரோடிருந்து என் வியாதியும் கூடவே வளர்ந்தால், எப்படி இருக்கும்? அப்படி இருந்தாள் அவள்; உடம்பு எல்லாம் ஒரே வெடிப்பு; அதில் சீழ் பிடித்துப் புழுக்கள் நெளிந்து –"

அவள் ஹிருதயம் கனத்தது; அதிலே தீயும் மூண்டது; அழத் தொடங்கினாள்; அவனும் கண்ணீரைத் துடைத்துக்கொண்டே பேசினான்.

"'காசு ஐயா!' என்று அவள் கேட்டாள். அவள் அருகில் வந்ததும், 'சீச்சீ!' என்று கூவிக்கொண்டே பாய்ந்து ஒதுங்கினார், என் கூடவந்தவர். பையிலிருந்து ஏதோ காசை எடுத்து விட்டெறிந்தார். 'ஓடு, ஓடு' என்று கத்தினார். காசைப் பொறுக்கிக்கொண்டு, அவள் ஓடிப்போய்விட்டாள். அவள் போனதும், என்னிடம் சொன்னார்: 'இந்த மாதிரி ஜனங்கள், சமூகத்துக்குப் பாரம்தானே!' என்று. அப்போது நான் பட்டபாடு, அவருக்கு எப்படித் தெரியும்? நானே பாரம் என்று அவருக்குத் தெரியாதல்லவா?

எனக்கு ஆத்திரம் வந்துவிட்டது; ஆனால் அடக்கிக்கொண்டேன். நல்லவேளையாக அவர், அதை இங்கிலீஷில் சொல்லிவிட்டார்; தமிழில் சொல்லி இருந்தால் என்ன செய்திருப்பேனோ? ஆனால், நானே ஒரு பாரம் என்று தெரிந்தால், அவர் என்மீதும் இப்படித்தானே 'சீச்சீ' என்று எறிந்துவிழுவார்–"

உருக்கமான குரலில் பேசிக்கொண்டே போனான் அவன். அதைக் கேட்டுக் கலங்குவதைப்போல், மெதுவாக வீசின காற்றில் புஸ்தகங்கள் சலசலத்தன. அது சுவர்களே ஏங்கிப் பெருமூச்சுவிட்டாற் போலிருந்தது.

"என்னுடைய இந்த வியாதிக்குக் காரணம் அவன்தான் என்று நினைத்தேன். கொஞ்ச நேரத்துக்கு முந்தி அவனை அடித்ததும், அப்படி எண்ணித்தான். ஆனால்,இப்போது அது தப்பு என்று தோன்றுகிறது. எல்லாம், பூர்வஜன்மத்தில் செய்த கர்மங்களின் பலன்தான் என்று தோன்றுகிறது. நிஜமாகவே நான், உங்களுக்கு ஒரு சுமைதானே? இப்போதாவது நடமாடச் சக்தி இருக்கிறது. கொஞ்சநாள் போனால், மூட்டைபோல மூலையில் கிடக்கவேண்டியவன்தானே? அப்போது எல்லோரும், 'தூ!' என்று காறி உமிழ்வார்கள். அதற்குள் போய்விட்டால் என்ன?... ஆனால், மூன்றுபேரும் வீணாக இறக்க வேண்டியதில்லை. நான் போய்விட்டாலே உங்களுக்கு க்ஷேமம் அல்லவா? நான் எனக்காகப் போகிறேன்; நீ ஏன் சாக வேண்டும்? அவன் எதற்குச் சாகவேண்டும்? அவன் பிறந்த கொஞ்ச நாளில் எனக்கு மஞ்சம் தெரிந்தது என்னவோ வாஸ்தவம். ஆனால், அதனால்தான் என்று எப்படிச் சொல்லமுடியும்?... அவன் ரொம்ப அழகு; புத்திசாலி –"

நிமிர்ந்து பார்த்த அவன், அங்கே ஒருவரும் இல்லாததைக் கண்டான்.

"பத்மா! பத்மா!"

"ஏன்?" என்று அருகிலிருந்தே பதில் வந்தது.

"எங்கே இருக்கிறாய்? என் கிட்டத்தில் வரக்கூடாதா? கடைசி நாள் – அப்புறம் பார்க்க முடியாதல்லவா?"

அவள், பதில் அளிக்கவில்லை. பதிலுக்குக் குழந்தை பாடத் தொடங்கியது. மழலையானதால், மிகவும் இனிமையாக – மகிழ்ச்சியை விரித்துத் துன்பத்தைத் துடைப்பதாக – எழுந்தது, அந்தக் குரல். எழுந்து கொஞ்சம் நின்றது.

"அம்மா பாடு!" என்று தூண்டும் அதன் குரல் கேட்டது.

மறுபடியும் எழுந்தது. மீண்டும் நின்றது. பிறகு அவள் வந்து, அவன் காலடியில் விழுந்தாள்.

"தொடாதே!" என்று ஒதுங்கினான் அவன்.

"இப்படி அவப்பேச்சுப் பேசாதீர்கள்–"

"அவப்பேச்சு அல்ல நிஜம். இன்றோடு நான் போய்விடுவேன் –"

பத்மா, பத்மா! என்னால் சகிக்க முடியவில்லை. இந்த உடம்பின் வேதனையைக்கூடச் சகித்துக்கொண்டுவிடலாம் போலிருக்கிறது. ஆனால்

மற்றவர் கையைக் குலுக்கும்போது, என்னதான் கையில் கைக்குட்டையைச் சுற்றிக்கொண்டாலும், எனக்கு என்னவோபோல் இருக்கிறது. அதுவும் தெரிந்தவர்கள் கையைக் குலுக்கும்படியான சமயம் வந்துவிட்டால், அவர்களுடைய முகம் கோணுவதை, நான் எப்படிச் சகிக்கமுடியும்? எனக்குத் தெரிந்த யாராவது என்னைக் காட்டிப் பிறரிடம் பேசினாலும், 'அவர்கள் என்னைப் பற்றித்தான் பேசுகிறார்கள்' என்று வருத்தம் உண்டாகிறது. முடியாது, பத்மா, முடியாது. நான் இனி, உயிரோடு இருக்க முடியாது ... அவனைக் கொண்டுவா. கடைசியாக ஒரு முத்தம் கொடுத்துவிட்டுப் போய்விடுகிறேன் ..."

"'போய்விடுவேன், போய்விடுவேன்' என்று அடிக்கடி சொல்லாமல், இருங்களேன்! நீங்கள் போய்விட்டால், நான் என்ன செய்கிறது?"

மறுபடியும், அவள் தொண்டை கரகரத்தது.

"பாங்கில் இருக்கும் பணத்துக்கு வட்டி வாங்கிச் சாப்பிட்டுக் கொண்டு, சுகமாக இருக்க முடியாதா?"

"சாப்பிட்டுவிட்டால் போதுமா?"

அந்தப் 'போதுமா'வில், எத்தனையோ அர்த்தத்தைக் கண்டான் அவன்.

"போதுமா?" என்று முணுமுணுத்துக்கொண்டான். சிலைபோல் உயர்ந்து நின்ற அவன் கண்களிலும், நீர் தேங்கியது.

"சரி, சரி, நீ அவனைக் கொண்டுவா –"

வெளியே போய் அவள், குழந்தையைக் கூட்டிக்கொண்டு வந்தாள். அவனைக் கண்டதும், அது நடுங்கவாரம்பித்தது.

"அடிக்காதே அப்பா–"

பெருமூச்சு விட்டுக்கொண்டே அவன், அடக்கமாகக் கூறினான். "இல்லை, சும்மா இங்கே வா–"

குழந்தை தைரியமடைந்து, முன்நகர்ந்து, அவன் அருகில் போயிற்று.

"இரு – இரு – நீ என்னைத் தொடக்கூடாது!"

மறுபடியும், அவள் திடுக்கிட்டாள்.

"ஒரு துண்டு கொண்டு வா, பத்மா–"

புரிந்துகொண்ட அவள், ஒரு வேஷ்டியை எடுத்துக் குழந்தையின் கன்னத்தின்மேல் போட்டாள். அதன்மீது குழந்தையின் கன்னத்தை முத்தமிட்டான் – பலமுறை முத்தமிட்டான் அவன்.

"நீயும் – பத்மா –"

வந்த அழுகையை மூக்கை விரித்துத் தொண்டையிலேயே நிறுத்தி விட்டு, அவள் தன் கன்னத்தில் துணி போட்டுக்கொண்டாள். மறுகணம் – முத்தம், முத்தம், முத்தம்!

துணித்தடையை மீறி, அந்த முத்தமாரி, அவன் உள்ளத்திலேயே மாதுர்யம் விளைவித்தது போலும்...

சமனமடைந்த அவள் முகத்தை, அவன் நோக்கினான். கலக்கமடைந்திருந்த அவளும், அவன் முகத்தைப் பார்த்தாள்.

அவன் முகத்திலே தத்துவத்தின் சாந்தி – எதையும் அலட்சியப்படுத்தும் ஒரு தைரியம்! அவன் படுத்தான்; கொஞ்ச நேரம் புரண்டான்.

"நிஜந்தான். நான் போய்விட்டால், அவள் என்ன செய்வாள்? அப்புறம் அவள், பூ வைத்துக்கொள்ள முடியுமா? அது கிடக்கட்டும்; அவள் உயிரோடுதான் இருக்க முடியுமா? எப்படியாவது வேதனையைச் சகித்துக்கொண்டு, நான் உயிரோடு இருக்கவேண்டும்...."

பிறகு எப்போதோ, தூக்கம் வந்துவிட்டது.

_சிவாஜி_ (33ஆம் ஆண்டு மலர்: 1967)

(நூல் வடிவில் இதுதான் முதல் பிரசுரம்)

●

இங்கும் அங்கும்

ஆலமரத்தைத் தாண்டி அடி எடுத்து வைக்க, அவன் கால்கள் மறுத்துவிட்டன.

ஐந்து ஆண்டுகளுக்குப் பிறகு, அருமையான விருந்தாளியாக வந்த அவனை ஆலமரம் அன்புடன் வரவேற்றது. சேலைத் தலைப்பால் விசிறிக் களையாற்றும் அன்னையைப்போல் மென்காற்று ஊதி, உணர்ச்சி செத்த அவன் உடலில் சற்றுச் சலனம் உண்டாக்கியது. நிழலைப் பரப்பி விரித்தது; மலை பிளந்த வாயில், மேகங்கள் கொட்டுகின்ற நீரில் உள்ள குளுமையை, அந்த நிழலில் அவன் அனுபவித்தான். உடலை அங்கேயே போட்டுவிடலாம் என்று தோன்றியது அவனுக்கு.

"கொஞ்ச நேரம் உட்கார்ந்து களைப்பாறிச் செல்லலாமே!" என்று, அன்புடன் கூறியது ஆலமரம்.

நடக்க முடியாமல் அவன் நின்றான். வேட்கை அவனை இழுத்தது. உடல்தான் அவனை உறுதியாகப் பற்றிக்கொண்டது.

"உன் அவசரம், எனக்குத் தெரியும். லலிதாவைப் பார்த்துவிட்டு, நீ இந்த உடலை உதறவேண்டும் இல்லையா? அவளைக் காண வேண்டுமென்கிற வேட்கையால், எவ்வளவு தூரம் நடந்து வந்திருக்கிறாய்? பசிக்குச் சாப்பிடாமல், தாகத்துக்கு நீரும் அருந்தாமல்... வேட்கை உன்னை நடத்தி வந்திருக்கிறது. லலிதாவும் பாவம், தினம் அந்திப்பொழுதில் இங்கே வருகிறாள் என்பதற்காகவே, நான் கோலாகாலமாய் இருக்கிறேன். ஆனால், என் காலடியில் உட்காருகிற அவள் காதுகளில், எந்த ஒலியும் ஏறுகிறதில்லை. வேட்கையை வேட்பதில் இன்பம் இருக்கிறது; வேட்கை நிறைவேறும்போது உயிரே இன்பம் அடைகிறது. ஐந்து வருஷங்களாக அவள் உன்னை அழைத்துக்கொண்டிருக்கிறாள்... நீங்கள் இருவரும் சந்தித்து உங்கள் வேட்கை தணியும்போது, என் நிழலின் குளுமைகூட உங்களுக்கு மறந்துவிடும்..."

அதற்குமேல் ஆலமரத்து உபசாரத்தை ஏற்றுக்கொண்டு, அவனால் நிற்க முடியவில்லை. கண்களுக்குத் தென்படாத ஒரு சக்தியால் சுண்டிவிடப்பட்டதுபோல், அவன் உடல் மரத்தைக் கடந்தது.

வெயிலுக்கு வந்த பிறகு, ஆலமரத்து நிழல், தேவையற்றதாக அவனுக்குத் தோன்றியது. நெருப்புக்கு நிழலும் வெயிலும் ஒன்றுதான். லலிதாவின் வீடு என்னும் லட்சியத்தை அடைந்தபோது, தன் உடல் வெந்த வெறும் நீறாகிவிட்டதாக, அவன் மனத்தில் ஒரு நினைப்பு. ஆனால், உடல் நீறாகவில்லை என்பதும், அவனுக்குப் புரிந்தது. அவன் விருப்புக்கு இயங்காமல், அவன் சடலம், லலிதாவின் வீட்டுத் திண்ணையில் சாய்ந்த போது, சாம்பலின் கனம்கூட இல்லாமல், அது இலேசாக இருப்பதை அவன் உணர்ந்தான்.

நீறுபோல் சரீரம், கனக் குறைவாக இருந்தது உண்மை; கனம் குறைந்த பிறகு அது கீழே வீழ்வதுதான், அவனுக்கு அதிசயமாகப் பட்டது. பசிக்குச் சாப்பிடாவிட்டால் தளர்ச்சி ஏற்படுகிறது; விடாய்க்கு நீர் உண்ணாவிட்டால் ரத்தம் இறுகி உறைந்துவிடும் போலும்; அதனால்தான் அவன் உடல் இயங்கவில்லையோ, என்னவோ.

அதனால்தான் உடல் இயங்கவில்லை என்பது பொருந்தாது; உயிர், ஏறக்குறைய அவன் உடலை விட்டு வெளியேறிவிட்டது என்பதுதான் உண்மை. உயிர் என்பது காற்று; காற்றினால்தான் உடம்புக்குக் கனம் என்பதும் வேடிக்கைதான். கண்களில் கொஞ்சமும் காதுகளில் கொஞ்சமுமாக, உயிர் அவன் உடலில் இருந்தது. ஆனால், அந்நிலையிலும் மனதின் வலிமை குன்றவில்லை. வாழ்வும் சாவும் சரீரத்துக்குத்தான்; மனம் நித்திய சுமங்கலி போலும்; வழக்கம்போல் நினைவுகளாய் உதிர்த்துக்கொண்டிருந்தது.

“வீட்டு வாயிலில் உயிர்ச்சுடர் ஒன்று தோன்றும்; அந்தச் சுடரில் என் உயிர்ச் சுடர் பற்றி உடலுக்குள் உயிர்கொள்ளும்” என்று அவன் நினைத்தான்.

அவன் கண்கள், வீட்டு வாசலை நாடிக் கிடந்தன. கதவு திறந்து கிடந்தாலும், உள்ளே இருந்த இன்பம் வெளியே வரவில்லை. அவன் கண்களில் ஏதோ ஒன்று திரையிட்டது. நீர் அல்ல; ‘பிசின்’போல் இருந்தது. சில ஈக்கள், இரண்டு கண்களையும் மொய்த்தன. அவைகளை ஓட்ட வேண்டுமென்று விரும்பினான்; ஆனால் கைகள் இருந்த இருப்பைவிட்டு அசையவில்லை.

“கால்கள்தானே, இருநூறு மைல்கள் நடந்தன? கைகளுமா சோர்ந்து போகும்? உபயோகப்படாத கைகள், எனக்கு வேண்டாம்!” என்று நினைத்தவன், நினைப்பில் சிரித்துக்கொண்டான். பார்வையை மறைத்ததால், அவனுக்கு ஈக்கள் மேல் கோபம் வந்தது.

“யார் இது?” என்ற குரல், தெளிவாக அவள் காதுகளில் விழுந்தது. அந்தக் குரலை, அவன் புரிந்துகொள்ளாவிட்டால்—

“சுத்தமாகச் செத்தபின்கூட, இந்தக் குரலை நான் புரிந்துகொள்ள முடியும்” என்று அவன் நினைத்தான்.

அது லலிதாவின் குரல்.

கண்களால் ஊதி, ஈக்களை விரட்டிவிட்டு அவளை நன்றாகப் பார்க்க முயன்றான் அவன். அவள் அருகில் வந்தாள்; குனிந்து பார்த்தாள். குனிந்தபோது அவள் மூச்சில், தாமரையின் மென்மையான மணம்

இழைந்திருப்பதை, அவன் உணர்ந்தான். அப்படியானால், மூக்கில்தான் உயிர் இருக்கிறதா?

அவனுக்குப் பரவசமாக இருந்தது. ஆனால், இந்தப் பரவசம் என்பது என்ன? கைகால்கள் ஓய்ந்துவிட உடல், எப்படிப் பரவசம் ஆக முடியும்? உயிரில் பரவசமென்றால், உயிர் எங்கே இருக்கிறது என்றே, அவனுக்குத் தெரியவில்லையே!

“லலிதா, உன் பக்கத்தில் நான் இருக்கும்போது, எவ்வளவு இன்பமாக இருக்கிறது!” என்று அவன் உரத்த குரலில் கத்த விரும்பியதை, மனத்தில்தான் நினைத்தான்.

“நீங்களா?... இது என்ன அலங்கோலம்! நீலா, இங்கே வா, இந்தக் கூத்தைப் பார்!” என்று லலிதா போட்ட கூக்குரல், அவன் காதுகளுக்கு எட்டியது.

அவள் தனக்காகக் கலங்கிப் பயப்படுகிறாள் என்பதை அறிய, அவனுக்கு விசனமாக இருந்தது. பேதைப் பெண்! அடைய விரும்பியதை அடையும் போது, அச்சம் ஏன்? ஆனால், அடையவிரும்பியதை அடையும்போது அச்சம் அடைவதுதான், மனித இயல்பு போலும்!

எவளைக் கண்டு அடைய வேண்டும் என்று இவ்வளவு தூரம் அவன் ஓடி வந்தானோ, அவள் மீதே அவன் விழிகள் நிலையாகக் குத்திட்டு நின்றன. கண்களின் வழியாகவே அவளை உறிஞ்சித் தனக்குள்ளே இழுத்துக்கொள்ள விரும்பினான் அவன். அவனுடைய கண்மணிகளில் நிழல்கள் விழுந்தன; செவிகளைக் காலடி ஓசை சூழ்ந்தது. தன் உடலைத் தலையும் காலுமாய்த் தாங்கித் தூக்கிக்கொண்டு போவதை, அவன் உணர்ந்தான். அந்த உடலைத் தூக்கிய கைகளில் இரண்டு லலிதாவுடையவை என்பதையும் அவன் கவனிக்கத் தவறவில்லை.

அப்பால் அகண்டமான நிசப்தம், அவனைச் சூழ்ந்தது. உடலின் ஒலி மட்டுமல்ல; மனமும் ஒடுங்கி ஓய்ந்த நிசப்தம்! பகல் இரவு என்னும் பேதமில்லாத – ஆகையால், காலம் என்பதே இல்லாத நிசப்தம் அது.

பிறகு அலையற்ற நடுக்கடலில், திடும் என்று அலைகள் எழுந்ததுபோல், ‘ஹோ’ என்னும் இரைச்சல் ஒன்று, காதுகளில் ஜவ்வுகளைக் கிழித்துக்கொண்டு வெளிப்பாய்ந்தது. கண்களுக்கு முன்னால் புகைச்சுருளாய் வெண்மை படர்ந்தது. பார்ப்பதற்காகவும் கேட்பதற்காகவும் அவன் உடல் சலனமுற்றது; நீரில் நனைந்த நாயைப் போன்று மனம் சோம்பலை உதறியது.

“இவர் பிழைக்கவேண்டும்” என்கிறாள் லலிதா.

“மிகவும் சிக்கலான கேஸ். வயிற்றுக்குச் சாப்பிடாதது மட்டும் அல்ல; இவர் நீர் அருந்தி மூன்று நாட்களாவது இருக்கும்; அதோடு நெடுந்தூரம் நடந்தே வந்திருக்கிறார்; முயற்சி செய்கிறேன்; எனக்கு நம்பிக்கை இல்லை” என்கிறார் டாக்டர்.

“அப்படிச் சொல்லாதீர்கள்” என்று லலிதா விசிக்கிறாள்.

“உங்களுக்கு அநாவசியமான நம்பிக்கை தர, நான் விரும்பவில்லை. இன்னும் உயிர் இருப்பதே, எனக்கு ஆச்சரியமாக இருக்கிறது. ஜன்னி

வேகத்தில் நோயாளிகள் எழுந்து ஓடுவதைப் பார்த்திருக்கிறேன். ஜன்னி வேகத்தில், இவர் வெகுதூரம் நடந்தே வந்திருக்கிறார். விசித்திரமான கேஸ்; இவரைக் காப்பாற்றிவிட்டால் எனக்குப் பெருமை!"

டாக்டரின் பதில், அவனுக்கு வேடிக்கையாகத்தான் பட்டது. அவனுக்கு உயிர் இருப்பதே ஆச்சரியமாமே? உண்ணாமலும் உறங்காமலும் உலகம் முழுவதும் சுற்றி வந்தாலும், லலிதாவை அடையாமல் அவன் உயிர் நீங்காது என்கிற சாதாரண உண்மை, டாக்டருக்கு எப்படித் தெரியும்?

ஆனால், டாக்டர் நம்பிக்கை இல்லை என்கிறாரே, ஏன்? அவன், இனி எதற்காகச் சாக வேண்டும்? ஆனால், அவர் சொல்வதுபோல் அவன் இறந்துவிட்டால்... லலிதாவைத் தேடி வந்தது சாவதற்காகவா?– என்னும் எண்ணங்கள், அவனை அச்சத்தில் ஆழ்த்தின.

அச்சம், பெருநெருப்பாய் எரிந்தது.

அந்த அச்சத் தீயினால் உண்டாகும் உஷ்ணம், எங்கிருந்து கிளம்புகிறது என்று அவனுக்கு விளங்கவில்லை. உணர்ச்சி செத்த உடலில், உஷ்ணம் எப்படி உண்டாகும்? பின், இந்தச் சூடு, எப்படித் 'தன்னை'த் 'தனக்குள்' எங்கே சுடுகிறது என்ற விசாரம் ஏற்பட்டது, அவனுக்கு. ஆனால் அந்த விசாரத்தையும் மீறி எழுந்துள்ள மரணத்தைப் பற்றிய திகில்!.

போகிற உயிரைப் பிடித்து இழுத்துத் தேக்குகிறவனைப்போல், 'நான் சாகவே மாட்டேன்' என்று அழுத்தமாக எண்ணிக்கொண்டவன் கண்களிலும் காதுகளிலும், வலிமை பெருகியது.

பக்கத்தில் நின்ற லலிதாவின் உருவம், தெளிவாய்த் தென்பட்டது.

என்றும்போலத்தான், இன்றும் அவள் இருக்கிறாள். கண்ணீரும். பெருமூச்சும் அவளால் அழகு பெறுகின்றன; அவளைப் பற்றிய எண்ணங்களே தன்னை அழகன் ஆக்குவதாய் அவனுக்கு தோன்றியது. அழகை வேட்டு அழகு ஆவதுதான் சாசுவதமான இன்பம்!.

எதிரில் இருந்த லலிதாவின் உருவம், 'பட்'டென்று மறைந்து, கண்ணாடியில் வந்த பிம்பம்போல், அவன் கண்களுக்கு முன்னால் சுருள் சுருளாய் வெண்புகை மண்டிப் பரவியது.

அந்த வெண்மைப் பரப்பு, நிலமாகவோ நீராகவோ தெரியவில்லை. ஆனால் அங்கே ஒரு பெண் வடிவம் தோற்றம் கொடுப்பதை, அவன் கண்டான். அவளை நேராகப் பார்க்கும் முன்பே, அவனை விவரிக்க முடியாத ஒரு திகில் பீடித்தது.

நடுக்கத்துடன், "நீங்கள் யார்?" என்று குழறினான்.

"ஏன் இப்படி நடுங்குகிறாய்? அஞ்சுகிற அளவுக்கு மரணம் பயங்கரமானது அல்ல" என்று சிசுவை ஏந்துவதைப்போல், அவனை ஏந்திக்கொண்டாள் அவள்.

அவளுடைய ஸ்பரிசத்தால், தன் அச்ச உணர்ச்சி அடங்குவதை, அவன் உணர்ந்தான். "நீங்கள் யார்? லலிதாவைப் பிரிந்து இருக்க முடியும் என்றுகூட எனக்குத் தைரியம் உண்டாகிறது, இப்போது."

“உடலை விட்டுப் பிரிகிற உயிர்கள், நிறைவேறாத ஆசைகளாலும் பாசங்களாலும் மரணத்தைக் கண்டு அஞ்சித் தவிக்கின்றன. அந்த உயிர்களுக்கு, ‘மரணம் ஓர் அழகான மாறுதல்தான், அஞ்சும்படி ஒன்றும் இல்லை’ என்று உணர்த்தி, ஆறுதல் அளிக்கவேண்டியது என் வேலை. நான் சாதாரணத் தாதிதான்; இங்கே என்னைப்போலப் பலர் இருக்கிறார்கள்.”

“அப்படியானால், நான் இறந்துவிட்டிருக்கிறேனா ?”

“இன்னும் இல்லை; அங்கே அடையாததை இங்கே அடையலாம்.”

“லலிதா ?”

“நீ முன்னால், அவள் பின்னால் வருகிறாள். அங்கே துன்பம் கண்டீர்கள்; இங்கே இன்பம்தான் காணப் போகிறீர்கள்; இன்னும் பயமாக இருக்கிறதா ?”

“நான் பயப்படவில்லை. ஆனால், லலிதா வருவாளா, இல்லையா ?”

“கட்டாயம், உன்னைத் தேடி வருவாள்.”

வெண்புகை வெள்ளத்தில், அந்தப் பெண் வடிவம் மறைந்தது.

அவன் கண்களில் – கண்டதையும் காணாததையும் ஒன்றாக்கும் பேரிருள்; காதுகளில் – கேட்டதையும் கேளாததையும் ஒன்றாக்கும் நிசப்தம்.

2

“உஸ்… ஸ்… நீலா, பேசாதே. தலை கொஞ்சம் அசைகிறது! இதோ கண் விழித்துவிட்டார். அப்பா! கடவுளுக்கு இப்போதுதான் கண் திறந்தது; நான் பிழைத்தேன்.” என்னும்போது, லலிதா தேம்பிக்கொண்டிருந்தாள்.

“லலிதா !”

கண்களை அவசரமாய்க் கசக்கிக்கொண்டு, இன்னும் நெருங்கி உட்கார்ந்தாள் அவள்.

“மிகவும் பயந்துவிட்டாய் இல்லையா ? எனக்கும் முதலில் பயமாகத்தான் இருந்தது; இப்போது சாவு என்றால் எனக்குப் பயமாகவே இல்லை.”

“அதைப் பற்றி, இனி நினைக்கவும் வேண்டாம். வேறு ஏதாவது சொல்லுங்கள்.”

“பயம் போய்விட்டபின், எதை நினைத்தால் என்ன? வாழ்வும் சாவும் ஒன்றுதான்; சாகப் பயப்படுவானேன்? வாழ விரும்புவானேன்? கவலைப்படாதே. இரண்டும் ஒன்றே! அஞ்சுவதும் ஆனந்தப்படுவதும் தேவையே இல்லை. நீ இப்போது பயப்படுவதுபோல், நானும் முன்பு பயந்துகொண்டுதான் இருந்தேன். இப்பொழுது அந்தப் பயம் நீங்கிவிட்டது; நான் சாகப் பயப்படவில்லை!”

“வேண்டாம், அந்தப் பேச்சே வேண்டாம்: சாகவே வேண்டாம்; பேசத்தான் வேண்டும் என்று தோன்றினால், வேறு ஏதாவது பேசுங்கள். இல்லாவிட்டால், கண்களை மூடிக்கொண்டு, கொஞ்ச நேரம் இளைப்பாறுங்கள். ஆயாசம் தீர்ந்தபின் பேசிக்கொள்ளலாம்!”

"ஆமாம். நான் இங்கே வந்து, எத்தனை நாட்கள் ஆகின்றன?"

"நாளா? நீங்கள் இங்கே வந்து, அரைமணிகூட ஆகவில்லை!"

"அரைமணியா? இன்று என்ன கிழமை, லலிதா?"

"வெள்ளிக்கிழமை."

"திங்களுக்கு வெள்ளி – ஐந்து. இருநூறு மைல் நடக்க, ஐந்து நாளா ஆகும்?"

"இவ்வளவு தூரம், ஏன் இப்படி நடந்து வரவேண்டும்?"

"உனக்குத் தெரியாது; நடப்பதுதான் வாழ்க்கை. மரணத்தில் எல்லாம் நின்றுவிடுவதாக நாம் நினைக்கிறோமே; அது தவறு. அப்போதும் நடந்து கொண்டுதானிருக்கிறோம்."

அவன் பிதற்றுவதாக நினைத்து, அவளுக்குப் பயமாக இருந்தது. "பேசி, அலட்டிக்கொள்ளாதீர்கள்!" என்றாள் அவள், கெஞ்சும் குரலில்.

"திங்கள்கிழமை, நீ என்னை அழைத்தாயா, லலிதா?"

"நீங்கள் இருந்த இடமே, எனக்குத் தெரியாது. உங்களை அழைப்பது எப்படி?"

"நீ சொல்வதுதான் சரி. நானே என்னை அழைத்துக் கொண்டு, நீ என்னை அழைப்பதாய் நினைத்துக் கிளம்பிவிட்டேன்."

"கொஞ்ச நேரம் பேசாமல் இருங்கள்; உடம்பு குணமானதும் பேசிக்கொள்ளலாம்."

"அடைய விரும்பியதை அடைந்தால் உயிரே ஆறுதல் அடைகிறது... சொல்வதற்கு, என்ன இருக்கிறது, லலிதா? சொல்லுவதால் யாருக்கும் எதுவும் புரிந்துவிடுவதில்லை. சொல்லாததுதான் எல்லாருக்கும் புரிகிறது. பாவம், உனக்குப் பயம். மரணத்தில் என்ன இருக்கிறது? புது உலகத்துக்கு அது வாசல். அதில் நுழையும்போது வலியோ, வேதனையோ இல்லை. எல்லாமே, அங்கு அழகுதான்... சீக்கிரம் வருகிறாயா?"

அவன் தலை துவண்டு சாய்வதையும், கண்களில் இருந்த உயிர் ஒளி பளிச்சென்று அணைவதையும் கண்ட லலிதா, முகத்தை மூடிக்கொண்டாள்.

இக்கதை, 'உறங்காத கண்கள்' தொகுப்பில் இடம்பெற்றுள்ளது. இதற்குப் பத்திரிகைப் பிரசுர விவரம் கிடைக்கவில்லை.

உறங்காத கண்கள் (நவம்பர் 1968)

எம்.வி. வெங்கட்ராம் கதைகள் (டிசம்பர் 1998)

●

சிறைச்சாலை, என்ன செய்யும்?

பல நாட்களாகவே, எனக்கு ஓர் ஆசை. துறவிக்கும் ஆசையா என்று யாரும் கேட்கலாம். காவி கட்டிக்கொண்டு பிச்சை கேட்கத் தொடங்கிவிட்டால், ஆசைகள் அற்றுப்போகுமா? ஆசைகளை அவித்துவிடவேண்டும் என்று, எனக்கு ஆசை இருக்கிறது! அந்த ஆசையே, என் காவிக்கு நியாயம் பேசும்!

என் ஆசை என்னவென்றால், என் அனுபவங்களைப் பத்திரிகைகளில் போட வேண்டும் என்பதுதான். குடும்பத்தோடு வீட்டில் அலைகிறவனுக்குப் புதிசு புதிசாக என்ன தெரிந்துவிடப் போகிறது? கால்நடையாகவும், ஓசி ரயிலிலும் பல ஊர்கள் சுற்றியும் மலை, காடு, பாலைவனங்களில் இரவிலும் பகலிலும் வெய்யிலிலும் மழையிலும் அச்சமின்றித் திரிந்தும் பெறுகிற அனுபவம், கிணற்றுத்தவளையான கிருகஸ்தனுக்குக் கிடைக்குமா? எவ்வளவு தினுசான மனிதர்களைத்தான், நான் பார்த்திருக்கிறேன்! ஏட்டுப் படிப்பால் கிடைக்கிற அறிவு, அனுபவ ஞானத்துக்கு ஈடாகுமோ?

எனக்குத் தகப்பனார் இருந்தார். அவரை, 'லேகியச் சாமியார்' என்று அழைப்பார்கள். எப்போதும் 'ஜோல்னா'ப் பையில் லேகியம் வைத்திருப்பார். பொழுது சாய்ந்தவுடனே, லேகிய உருண்டையை வாயில் போட்டுக்கொள்வார். அந்தச் சமயம், அவர் வாயிலிருந்து உதிரும் சொற்களெல்லாம் முத்துக்களாக இருக்கும். கருக்கலில் எழுந்து, ஆற்றிலோ குளத்திலோ நீராடி, காவியைத் துவைத்து உலர்த்திக் கட்டி, உடல் முழுவதும் திருநீறு பூசிக்கொண்டு, திருவோடு ஏந்திக் கிளம்பிவிடுவோம். "சங்கரா, சிவசங்கரா!" என்ற அடியைப் பல ராகங்களில் அவர் பாடுவார். நானும், அதே அடியைப் பின்பாட்டாகப் பாடுவேன். அவருக்கு, அந்த ஒரு நாமம்தான் தெரியும் என்பதில்லை. நிறையப் படித்தவர். தேவாரம், திருவாசகம், திருப்புகழ், திருவருட்பா, சித்தர் பாடல்கள் எல்லாம் அவருக்குப் பாடம். ஆனால், அவைகளை ராத்திரி

லேகியம் போட்ட பிறகுதான் பாடுவார். பாட ஆரம்பித்தால் ஓயமாட்டார். ஆனால், பகல் முழுவதும், சங்கர நாமத்தைத்தான், மீண்டும் மீண்டும் பாடுவார். இரண்டு வயிற்றுக்குப் போதுமான அளவு அரிசியோ, காசோ திருவோட்டில் சேர்ந்துவிட்டால் அதோடு பிச்சையை நிறுத்திவிடுவார். ஊருக்குப் புறம்பே உள்ள சத்திரம் சாவடியிலோ, மரத்தடியிலோ அடுப்புப் போட்டு, சமையல் செய்து, இரண்டு கும்பிகளையும் நிறைத்துக்கொள்வோம். அட! நான் சொல்ல வந்த விஷயம் வேறு. என் தகப்பனார் எனக்குப் படிப்பு சொல்லித் தந்தார். “தம்பி, நமசிவாயம்! நன்றாகப் படியடா; தமிழை முறையாகப் படித்தால் ஞானம் தானாக வருமடா!” என்று சொல்லித் தலையில் குட்டுவார். என் மண்டையைப் பிளந்து, படிப்பை அதற்குள் வைக்கப் பார்த்தாரோ என்னவோ? என் மொட்டைத்தலை சொட்டையானதுதான் மிச்சம். எழுதவும் படிக்கவும் ஒருமாதிரியாக வந்தது. ஆனால் தேவாரம், திருவாசகம் எல்லாம் என் தந்தையாரோடு போய்விட்டன. திருவோடும் திருவுந்தியும் நிறைவதற்கு உதவும்படியாகச் சில பாடல்கள்தாம் இப்போது என்னிடம் எஞ்சியிருக்கின்றன.

என் தகப்பனார், சாகுந்தறுவாயில் சொன்னதை மட்டும், லோகக்ஷேமம் கருதி, இங்கே குறிப்பிட விரும்புகிறேன்; “நமசிவாயம்! உன்னைப் படிப்பாளி ஆக்கி, ஞானவானாக்க வேணும் என்று பார்த்தேன்! ஆனால், நீ மண்டுவாகத்தான் இருக்கிறாய். எனக்கு என்னவோ, ஒரு நம்பிக்கை, உனக்கு ஞானம் சித்திக்கும் என்று. நீ அசல் களிமண். உன்னை உருட்டி வைக்க, ஒரு குருநாதன் வருவான். நீ தேடவேண்டாம்; அவனாக வருவான். இன்னொரு சேதி; இன்றுவரை நான் உன் அப்பன் என்று நினைத்திருக்கிறாய். நீ யாருடைய பிள்ளையோ, எனக்குத் தெரியாது. சுவாமிமலையில், உன்னைக் கண்டெடுத்தேன். அப்போது நீ ஐந்து வயதுப் பிள்ளையாக அழுதுகொண்டிருந்தாய். உன்னை யாராவது தேடி வருவார்கள் என்று இரண்டு நாள் கோயில் வாசலில் காத்திருந்தேன். யாரும் வரவில்லை. என்னோடு வைத்துக்கொண்டு, உன்னை ஆளாக்கிவிட்டேன். தம்பி! பிச்சை எடுப்பது கேவலம் இல்லை. ஆனால் திருடக்கூடாது. பெண் ஆசை மிகவும் தப்பு. சினிமா பார்ப்பது பெரிய தப்பு. உன் சிநேகிதப் பயல்கள் கையில் இரண்டு காசு சேர்ந்ததும், சினிமாவுக்கு ஓடுவதைப் பார்த்து, உனக்கும் ஆசையாக இருக்கிறது இல்லையா? புராணப்படம் என்று நினைத்து, ஏமாந்துகூட அந்தப் பக்கம் போய்விடாதே! புராணப்படம் பார்ப்பது பாவத்திலும் பாவம்!” என்று சொல்லிவிட்டு, லேகியச்சாமி ஒடுக்கமாகிவிட்டது!

ஆக, முருகன்தான் என் அப்பன். அவன்தான் என் தாய். அவன் திருவருள் பாலித்தபடி, இந்த என் அனுபவத்தைக் கதைபோல் எழுதுகிறேன். முடிந்தவரையில் சாமியார்களின் பரிபாஷையை ஒதுக்கிவிட்டு, இலக்கணமாகவே எழுதுகிறேன். எழுத்துப்பிழையோ பொருள் பிழையோ இருப்பின் பெரியவர்கள் பொறுத்தருளவேண்டும்.

◆ ◆ ◆

ஒருநாள், சுவாமிமலைக் கோயில் வாசலில், பண்டாரக் கூட்டத்தோடு உட்கார்ந்திருந்தேன். அன்று கிருத்திகை. பக்தர்களும் யாத்ரீகர்களும்

மலை ஏறி, சாமிநாத சாமிக்குப் பூசை செய்துவிட்டுத் திரும்பிக் காவிச் சாமிகளுக்கு ஏதாவது போடுவார்கள். நாள்கிழமை என்றால், ஆண்டிக் கூட்டத்துக்குக் கேட்கவேண்டுமா? பல தினுசான ஆண்டிகள், வரிசையாக உட்கார்ந்திருந்தார்கள். எங்கள் கூட்டத்தாரைப் பற்றி நான் அதிகம் வருணிப்பதை விரும்பவில்லை. இந்தக் காலத்தில், சாமியார்கள் என்றாலே ஒரு இளப்பமாக இருக்கிறது. வெறும் பிச்சைக்காரப் பயல்கள் என்று இழிவுபடுத்துகிறார்கள். வயிற்றையே வாழ்க்கையாகக் கொண்டவர்கள், அப்படித்தான் நினைப்பார்கள். 'வயிற்றுக்கு மேலே, நெஞ்சிலும் தலையிலும்தான் சாமியார்களாகிய நம் வாழ்க்கை' என்று என் வளர்ப்புத் தந்தையான லேகியச் சாமியார், அடிக்கடி சொல்லுவார். எங்கள் கூட்டத்தாருக்குத் தலைமை ஸ்தானம் உண்டு; கட்டுப்பாடு உண்டு; ஒரு நெறி உண்டு என்பதை மட்டும் சொல்லிவிட்டு நான் சொல்லவந்த கதையைத் தொடருகிறேன்.

எனக்குப் பக்கத்தில், ஒரு சாமி குந்தியிருந்தார். நான் பரம்பரை ஆண்டியானதால், இந்த வட்டாரத்தில் பெரும்பாலான சாமிகளை எனக்குத் தெரியும். ஆனால், இந்தச் சாமி புதிதாக இருந்தது. பால்யம்தான்; முப்பது வயது இருக்கும்; தாடியும் சடையுமாக இருந்தது. குளிப்பதே இல்லை என்று தெரிந்தது. குளிக்காத சாமிகள், எத்தனையோ பார்த்திருக்கிறேன். இதுவும் ஒன்று. இந்தச் சாமி துணியும் விரிக்கவில்லை; ஓடும் குலுக்கவில்லை. 'அம்மா, தாயே' என்று குரல்கூடக் கொடுக்கவில்லை. குந்தியிருந்தது என்றா சொன்னேன்? கொஞ்ச நேரம்தான்; பிறகு யாரையும் ஏறிட்டுப் பாராமல், காலை நீட்டிக் கண்களை மூடிப் படுத்துவிட்டது. நெற்றியில் திருநீறுகூட இல்லை. ஆனால், இந்த விஷயங்களெல்லாம், அவரிடம் என் கவனத்தை இழுக்கவில்லை. பக்தகோடிகளும் யாத்ரீகர்களும் 'மெனக்கெட்டு' அந்தச் சாமிக்கு எதிரில் காசு போட்டுவிட்டுப் போவதைப் பார்த்துதான் எனக்குப் பொறாமையாக இருந்தது. என் திருவோட்டில், அரையணாக் காசுக்குமேல் இல்லை. ஆனால் அந்தச் சாமிக்கு முன்னால் ஓரணா, இரண்டணா நாணயங்களோடு ஒரு வெள்ளி எட்டணாவும் பளபளத்தால், எனக்கு எரிச்சல் உண்டாகாதா? பிச்சை போடுகிற பக்தர்கள் எல்லோரும் சமமாகப் பிரித்துப் போட்டால் என்ன? இவ்வளவுக்கும் அந்தச் சாமி, அப்படி ஒன்றும் சோனியாகவும் இல்லை. நல்ல குண்டுக்கட்டை!

"என்ன பரதேசி! மூன்றாவது கண்ணைத் திறந்து பார்க்கிறாய்!

குண்டுச்சாமி, என்னைத்தான் அப்படிக் கேலி செய்கிறது என்று தெரிந்ததும், எனக்குக் கோபம் வந்துவிட்டது. "ஏது சில்லரை அதிகம் சேர்ந்ததும், சாமி முதலாளி ஆகிவிட்டதாகத் தெரிகிறது!" என்றேன்.

"அதற்குள் சாமிக்குக் கோபம் வந்துவிட்டதே? இன்றைக்குத்தான் ஒருத்தரையொருத்தர் பார்க்கிறோம்; பார்த்தவுடன் சண்டைபோட வேண்டுமா?"

"நீங்கள் மட்டும், என்னைப் பரதேசி என்று சொல்லலாமா?"

"நிசம் சொன்னால் கேலியாகிவிட்டதா அது? சரி, அது போகட்டும். இன்றையிலிருந்து நீயும் நானும் கூட்டு. எது கிடைத்தாலும் இருவருக்கும் சம பங்கு. என்ன சொல்கிறாய்?"

அந்தச் சாமிக்கு முன்னால் சேர்ந்திருந்த சில்லரையைப் பார்த்த எனக்கு, அந்தக் கூட்டு பிடிக்கத்தான் செய்தது. என் திருவோட்டில் சேர்ந்தது எட்டணா சொச்சம்தான்; அதற்கு எதிரில் இரண்டு ரூபாய்க்குக் குறையாது; அந்தக் கூட்டினால் இன்றைக்கு லாபம்தானே? நாளைச் சேதி, நாளைக்குப் பார்த்துக்கொள்ளலாமே?

“ஆனால், நான் சொல்கிறபடிதான் செலவு செய்யவேண்டும். நல்ல செலவாக இருக்கவேண்டும்” என்றது குண்டுச்சாமி.

“நாம் என்ன, அப்படிக் கெட்ட செலவு செய்துவிடப் போகிறோம்? என் பெயர் நமசிவாயம்; உங்கள் பெயர் என்ன சாமி?”

“என் பெயரா? பரமானந்த பரவிவேக பரப்பிரம்ம சொரூபானந்த பொன்னம்பல சுவாமிகள்.”

“இவ்வளவு நீளப்பெயர் சொல்லி நான் அழைப்பதற்குள், நீங்கள் அரைமைல் நடந்துவிடுவீர்கள், சுருக்கமாகப் பொன்னம்பல சாமி என்று அழைக்கிறேன்.”

“என்ன வேண்டுமானாலும் சொல்லு. சரி, இப்போது கும்பி எரிகிறது. உன்னிடம் இருக்கிற சில்லரையை என்னிடம் கொடு” என்று வாங்கிக் கொண்டவர், பிறகு என் கையில், ஆறரை அணா சில்லரையைக் கொடுத்து, “நாலணாவுக்கு, நீ இரண்டு தயிர் சாதம் வாங்கிச் சாப்பிடு. எனக்கு இரண்டணாவுக்கு வாழைப்பழம் வாங்கிக்கொண்டுவா” என்றார்.

என் சில்லரையையும் எடுத்துக்கொண்டு பொன்னம்பலம் நழுவி விடுவாரோ என்று பயந்துகொண்டே, பக்கத்திலே இருந்த கடையில் வாழைப்பழம் வாங்கினேன். அவர் கண்ணுக்குத் தென்படும்படியாகப் பக்கத்தில் இருந்த ஹோட்டலில் தயிர் சாதம் வாங்கிச் சாப்பிடத் தொடங்கினேன்.

திடீரென்று பொன்னம்பலம் எழுந்தார். ஒருவேளை ஓடப் போகிறாரோ என்று நான் கவனித்தபடி இருந்தேன். ஆனால் அவர், பக்கத்தில் ஒரு நொண்டி விரித்திருந்த துணியில் சில்லரை போடுவதைப் பார்த்ததும், எனக்குப் ‘பகீர்’ என்றது. ‘சாமி, சாமி’ என்று கத்திக்கொண்டே, கையிலிருந்த சோற்றுப்பொட்டலத்தைத் தூக்கிக்கொண்டு அவரை நெருங்குவதற்குள், சில்லரையையெல்லாம் நொண்டி முடம் குருடர்களுக்குத் தருமம் செய்துவிட்டுக் கைகளை உதறிக்கொண்டே, என் பக்கம் திரும்பினார் அவர்.

“என்ன சாமி, ஆண்டி ஆண்டிக்கு தருமம் செய்கிறதா?” என்றேன், ஆத்திரமாய்! என் சில்லரையும் அல்லவா போய்விட்டது?

“என்ன செய்தேன்? பாவம், இந்த நொண்டி முடங்கள் சோற்றுக்குப் பறக்கிறார்கள். அவர்களுக்குப் போட்டேன். நல்ல செலவுதான் இது?” என்றவாறு என் கையிலிருந்த பழங்களை எடுத்து உரித்துச் சாப்பிட ஆரம்பித்தார் அவர்.

நல்ல செலவுதான்; நல்ல கூட்டுதான். இரண்டு நாட்கள் நிம்மதியாக இருக்கலாம் என்று ஆசைப்பட்டேன். என் வயிற்றில் மண்ணைப்

போட்டாயே! சாமி, பெரிய தருமதுரை போல, என்னுடைய காசையும் சேர்த்து வாரிக்கொடுத்துவிட்டாயே!”

மற்ற சாமிகள் எல்லோரும் என்னைப் பார்த்துச் சிரிக்க ஆரம்பித்ததால், நான் அவரோடு சண்டையை வளர்க்க விரும்பவில்லை. தானமாகிவிட்ட பணம் திரும்பப் போவதில்லை. பொன்னம்பலத்திடம் வசூலிக்கவும் வழியில்லை. வார்த்தையை அடக்கிக்கொண்டு மறுபடியும் என் கடையை விரித்தேன்.

“நமசிவாயம்! நீ போகிறபோது, என்னை எழுப்பு. நான் அங்கே தூங்குகிறேன்” என்று கூறிவிட்டுப் பொன்னம்பலம் ஒருமூலையில் ஒண்டினார். நான், பதில் பேசவில்லை!

❖ ❖ ❖

பொன்னம்பலத்தின் மீது, எனக்குக் கோபம்தான். ஆனால் மாலைக்குள் நான் விரித்த துணியில், எதிர்பார்ப்பதைவிட, அதிகமாய்த் ‘துட்டு’ச் சேரவே, என் கோபம் குறைந்துவிட்டது. சாமியார்கள் பல தினுசு. பைத்தியம் மாதிரிகூட நடிப்பார்கள் என்று என் தந்தையார் லேகியச்சாமியார் சொன்னது, நினைவுக்கு வந்தது. பொன்னம்பலம் ஒரு தினுசு, அவரோடு பழகும்போது நம் கைச்சில்லரையை ஜாக்கிரதையாக வைத்துக்கொண்டால் நமக்கு நஷ்டம் இல்லை’ என்று எண்ணி, சேர்ந்த சில்லரையைத் துணியில் கெட்டியாக முடிந்துகொண்டு, அவரை எழுப்பினேன். இருவரும் குடந்தையை நோக்கி நடக்கலானோம்; அப்போது இருட்டத் தொடங்கிவிட்டது.

“பொன்னம்பலசாமி! நம் வயிற்றை நிறைப்பதே பெரிய பாடாக இருக்கிறது. நம் பிழைப்பு பிச்சைக்காரப் பிழைப்பு; இதிலே நீங்கள் பிச்சை போட ஆரம்பித்துவிட்டீர்களே!” என்றேன் வருத்தமாய்.

“நமக்கு எதற்குக் காசு? மத்தியானப் பாடு தீர்ந்துவிட்டது. மிச்சம் இருப்பதால் அச்சம்தான்” என்றார் அவர்.

“பிள்ளை குட்டிக்காகவா, மிச்சம் பிடிக்கப் போகிறோம்? வயிற்றுக்கு வேண்டியதைக் கூடவா சேர்க்கக்கூடாது?”

“நம் வயிற்றை நிரப்புகிற வேலையைவிடப் பெரிய வேலை, முருகனுக்கு இருக்கிறதா?”

பொன்னம்பலம் பேசிக்கொண்டே வந்தார். நிறையப் படித்தவராகத் தெரிந்தது. லேகியச் சாமியாரைவிடத் தெளிவாகப் பேசினார். கேட்கக் கேட்க, எனக்கே ஆனந்தமாக இருந்தது. இருவரும் சோலையப்பன் தெரு வழியாகச் செல்லும்போது, பொன்னம்பலத்தின் பேச்சில், ஒரு குதூகலம் நிறைந்தது.

“நமசிவாயம்! பூர்வாசிரமத்தில் நான் பிறந்து வளர்ந்த தெரு இதுதான்.”

“அப்படியா? உங்கள் சொந்தம் சுற்றம் எல்லாம், இங்கே இருக்குமே? பஞ்சத்துக்கு ஆண்டிதானா நீங்கள்? வீட்டுக்குத் திரும்பப் போகிறீர்களா?” என்றேன், கேலியாக!

“நான் பஞ்சத்துக்குஆண்டி இல்லை, நமசிவாயம். இந்த நாலு வீடுகளும் எனக்குச் சொந்தம்” என்று அவர் சுட்டிக்காட்டிய பெரியமாடி வீடுகளைப் பார்த்தபோது, என்னால் சிரிப்பை அடக்க முடியவில்லை.

“என்ன சாமி! ஆண்டி மடம் கட்டுவது என்பார்கள். நீங்களோ, கட்டின மாளிகையே உங்களுடையது என்று சொந்தம் கொண்டாடுகிறீர்களே?” என்றேன்.

“நிசமாகத்தான் சொல்லுகிறேன். இந்த வீடுகளைத் தவிர, நஞ்சையும் புஞ்சையுமாக நாலு வேலி நிலம், ஒரு லட்சத்துக்கு ரொக்கம் என் பங்குக்கு இருக்கின்றன. எனக்கு ஒரு தம்பி இருக்கிறான். என்னைவிட இரண்டு வயது இளையவன். குழந்தையாயிருந்தபோது என் தாயார் காலமாகிவிட்டாள். சிறு வயசிலிருந்தே, எனக்கு வைராக்கியம் ஏற்பட்டுவிட்டது. கல்லூரியில் பி.ஏ. வகுப்பில் கடைசி வருஷம் படிக்கும்போது, என் தகப்பனார் எனக்கு மணம் முடிக்கும் முயற்சியைச் செய்ய ஆரம்பித்தார். நான் தட்டிக் கழித்துவிடப் பார்த்தேன். என்னால் தம்பியின் கலியாணமும் தடைப்படுகிறது என்று அப்பா வருத்தப்பட்டுக் கொண்டிருந்தார். கடைசியில் ஒருநாள், நான் விருப்பப்படாவிட்டாலும் கலியாணம் செய்துகொண்டே தீர வேண்டும் என்று கண்டிப்பாகச் சொன்னார். அன்று இரவு, நான் சன்யாசம் வாங்கிக்கொள்ளப் போவதாகவும், சொத்தில் பங்கு ஏதும் வேண்டாம் என்றும் எழுதிவைத்துவிட்டு, வீட்டை விட்டுக் கிளம்பிவிட்டேன்.”

“இவ்வளவு சொத்தையும் விட்டுவிட்டுச் சாமியாராகப் பைத்தியமா, உங்களுக்கு? இல்லை, கதை அளக்கிறீர்களா?”

எனக்கு ஆச்சரியமாக இருந்தது. பொன்னம்பலம், அவ்வளவு தியாகம் செய்தவரா? நாலரையணா போனதற்காக, நாலரை மணிநேரம் கவலைப்படுகிற எனக்கு, எப்படி இருக்கும்?

“உங்களை, யாரும் தேடவில்லையா?”

“தேடினார்கள்; நான் அவர்களிடம் அகப்படுவதற்காகவா துறவை ஏற்றேன்?”

“உங்கள் அப்பா, தம்பி எல்லாரும் இருக்கிறார்களா?”

“அப்பா சிவபதவி அடைந்துவிட்டார். தம்பி, குழந்தை குட்டிகளோடு இருக்கிறான்.”

“நீங்கள், இப்படிப் பிக்ஷாண்டவராக இருப்பது, அவர்களுக்குத் தெரியுமா?

“தெரியாது.”

பிறகு நான், எவ்வளவோ பேசியும், அவர் மௌனமாகிவிட்டார்.

◆ ◆ ◆

குடந்தை காவிரிக்கரை சக்கரப்படித்துறையில், ஒரு மண்டபம் இருக்கிறது. இரவை, அங்கே கழிப்பதென்று முடிவு செய்தோம். பொன்னம்பலம், எனக்கு ஒரு பெரிய மகானாகவே தோன்றினார். இத்தனை வீடுகள்,

இவ்வளவு நிலம், இவ்வளவு பணத்தையும் விட்டுவிடுவதென்றால், அது சின்ன விஷயமா? அவரோடு இருப்பதே, எனக்கு மிகவும் பெருமையாக இருந்தது.

மண்டபத்திற்கு அருகில், 'சன்மார்க்க சங்கம்' இருக்கிறது. அங்கே, ஒரு சாமி இருக்கிறது. அதன் பெயர் மாமுண்டிச்சாமி. ஒவ்வொரு சாமிக்கும் ஒரு காரணப்பெயர் உண்டு. அந்தப் பெயர் வரலாற்றை விவரித்தாலே, பெரிய புராணமாக விரியும். ஆகையால், நான் அதை விவரிக்கப் போவதில்லை. மாமுண்டி, என்னைப் போலப் பிச்சைக்காரச் சாமி இல்லை. படித்த சாமி, மகான்களைக் குருவாகப் பெற்று அநுபூதி பெற்ற பாக்கியசாலி. பொன்னம்பலத்துக்குச் சமமாக அவரால்தான் பேச முடியும். தவிர, நான் ஒரு பெரிய மகானை அழைத்து வந்திருக்கிறேன் என்று மாமுண்டியிடம் காட்டவேண்டும் என்கிற ஆசை எனக்கு. ஆகையால், அவரை மண்டபத்துக்கு அழைத்துக்கொண்டு வந்தேன்.

"மாமுண்டிச்சாமி! இந்தச் சாமிக்குப் பூர்வாசிரமம் இந்த ஊர்தானாம்" என்று பொன்னம்பலத்தின் வரலாற்றைப் பெருமையாகச் சொன்னேன்.

மாமுண்டியிடம் ஒரு பழக்கம்; எதையும் அதிசயமாகப் பாராட்ட மாட்டார். "சிவபோகத்துக்கு ஈடாகுமோ பவபோகம்?" என்றார், இலேசாகச் சிரித்தபடியே.

"நமக்கு ஒரு திண்ணை இருந்தால் போதுமே; இத்தனை வீடு…"

"நமசிவாயம், மூடுவாயை!" என்று பொன்னம்பலம் அதட்டவே, நான் வாயை மூடிவிட்டேன்.

பிறகு அவர்கள் இருவரும் சுவாரஸ்யமாகப் பேசுவதை, நான் மெய்ம்மறந்து கேட்டுக்கொண்டிருந்தேன். என்னைப் போல ஆண்டிகள் சேரும் இடத்தில், வெறும் அக்கப்போர்தான் அதிகம் இருக்கும்.

அவர்கள் இருவரும் பெரியவர்கள்; பேசுவதற்கு விஷயமா இல்லை? ஏதேதோ பேசிக்கொண்டே, துறவின் பெருமையைப் பற்றிப் பேசத் தொடங்கினார்கள்.

"நம்முடைய பரம்பரை, எவ்வளவு மகத்தானது! சர்வ லோக நாயகனான சங்கரன், ஓர் ஆண்டி; அவன் பெற்ற பிள்ளை முருகன், ஓர் ஆண்டி; தாயுமானவர், பட்டினத்தடிகள், பத்திரகிரியார், ராமலிங்க சுவாமிகள், ராமகிருஷ்ணர், விவேகானந்தர்…" என்றார் மாமுண்டி.

"விட்டால்தானே வீடு?" என்று கூறினார் பொன்னம்பலம்.

"விடுவது அவ்வளவு எளிதா? நாம் விட்டாலும், உலகம் நம்மை விடுவதில்லை. காட்டுத் தனிமையில்கூட, நம்மை மாயை கவிழ்த்துவிடுகிறது. மாயா விலாசம், கொடுமையால் மட்டும் நம்மை ஏய்க்க வேண்டும் என்பதில்லை. அன்பின் பெயராலும், அது நம்மை ஏய்த்து விடும்!"

"உடலில் உள்ள கொழுப்போடு, மனத்தில் உள்ள கொழுப்பையும் ஒழித்தால்தான் மாயையை ஜெயிக்கலாம்" என்றார் பொன்னம்பலச்சாமி.

பிறகு, கொஞ்ச நேரத்துக்கு மேல், என்னால் விடமுடியாத தூக்கம், என்னைச் சூழ்ந்தது.

மறுநாள் காலையில் நான் விழிக்கும்போது, கருக்கிருட்டுத்தான். அந்த நேரத்தில் பொன்னம்பலம் பத்மாசனமிட்டு நிஷ்டையில் இருந்தார். அவர்தான் குளிக்காதவராயிற்றே; நான் காவிரியில் குளியலை முடித்து, காவியை உலர்த்தி, திருவோட்டைக் கழுவிக்கொண்டு மண்டபத்துக்கு வந்தபோது அவர் உற்சாகமாக என்னோடு கிளம்பினார். கோயில்களில் சுற்றிவிட்டுக் கடைத்தெருவை வந்தடைந்தோம்.

கடைத்தெரு சுறுசுறுப்பாயிருந்தது. "சாம்ப சதா சிவ, சாம்ப – சதாசிவ, சாம்பசிவோமரா" என்று நான் பாடித் திருவோட்டைக் குலுக்கிக்கொண்டே சென்றேன். பொன்னம்பலம் பின்பாட்டுப் பாடிக்கொண்டே உடன்வந்தார். இருவரும் ஒரு வெள்ளி நகைக்கடை வாசலில் நின்றோம். வழக்கமாய்ப் பிச்சை கிடைக்கும் இடம் அது. எதிர் எதிராக நின்று, நாங்கள் பாடத் தொடங்கினோம்.

திடீரென்று பொன்னம்பலத்தின் குரல் தடைப்படவே, நான் அவரைக் கவனித்தேன். அவர், கடை மேஜைமீது கிடந்த வெள்ளி நகை ஒன்றை வெகு லாவகமாக எடுத்துத் தன் ஒற்றைத்துணிக்குள் மூடிக்கொண்டு, 'விடு விடு' என்று நடப்பதைக் கண்டதும், எனக்குத் தூக்கிவாரிப் போட்டது. சாம்ப சதாசிவத்தின் குரல் தடைப்பட்டு, ' திருடன், திருடன்' என்று கத்திக்கொண்டே, பொன்னம்பலத்தைத் துரத்தினேன். கடைக்காரரும், தெருவில் இருந்தவர்களும் எனக்குப் பின்னால் வந்தார்கள். திமிறி ஓட முயன்ற பொன்னம்பலத்தை, எல்லோருமாகச் சேர்ந்து கட்டிப் பிடித்தோம். காலடியில் அவர் நழுவவிட்ட நகையைக் கடைக்காரர் எடுத்துக்கொண்டுவிட்டார்.

பிறகு என்ன ? தலைக்குத் தலை திருட்டுச் சாமியாரைப் புடைத்தார்கள். என் ஆத்திரம் எனக்கு. பிச்சை வாங்கிப் பிழைக்கலாம்; திருடவாவது ! பெரிய மகான்போலப் பேசி என்னையும் அல்லவா ஏமாற்றிவிட்டான் ! அவருடைய தாடியையும் சடையையும் பிடித்திழுத்துக் குலுக்கி, நானும் நாலு அறைகள் விட்டேன்.

"உன்னைப்போல் திருட்டுப்பயல்கள் இந்த வேஷம் போடுவதால்தான், சாமியார் என்றாலே எல்லோரும் பயப்படுகிறார்கள்" என்று கத்தினேன்.

"உன்னைப்போல் நல்லவர்களும் இருப்பதால்தான், சாமியார்களுக்கு இன்னும் கொஞ்சம் மதிப்பு இருக்கிறது" என்றார் கடைக்காரர், அவர் சிவபக்தர். கூட்டத்தில் எல்லோரும் என்னைப் புகழவே, எனக்குப் பெருமிதமாக இருந்தது.

அதற்குள் அங்கே வந்து சேர்ந்த போலீஸ்காரர்கள், தங்கள் பங்குக்குப் பொன்னம்பலத்தின் முதுகைப் பதம் பார்த்தனர்.

இவ்வளவுக்கும் அவர் கலங்கவேண்டுமே; ஒரு சொட்டுக் கண்ணீர் விட வேண்டுமே ! நல்ல நெஞ்சழுத்தம் !

“சும்மா அடிக்காதே, சாமி பரமசிவம் அறியச் சொல்கிறேன், நான் ஒன்றும் திருடவில்லை!” என்று சொன்னபோது, என்னாலேயே ஆத்திரத்தை அடக்க முடியவில்லை. போலீஸ்காரர்களுக்கு எப்படி இருக்கும்?

“பழைய கேடிபோல் இருக்கிறது” என்றுஅவர்கள், இடுப்பு பெல்டை எடுத்து விளாசினார்கள். எவ்வளவு அடிதான் தாங்கமுடியும்? கீழே விழுந்த பொன்னம்பலத்தை, வைக்கோல் போரை இழுப்பதுபோல், பரபரவென்று அவர்கள் இழுத்துச் சென்றார்கள்.

“திருட்டுப்பயலுக்கு நன்றாக வேண்டியதுதான். நேற்று முழுவதும் பெரிய மகான்போலப் பேசினான். சாமி! கொழுப்பைப் பாருங்கள். பரமசிவத்தின் மேலே ஆணை வேறு வைக்கிறான்!” என்றேன் எரிச்சலாக.

கடைக்காரருக்கு என்மேல் மிகவும் சந்தோஷம்; ஒரு முழு ரூபாய் இனாமாகக் கொடுத்தார்.

நிம்மதியாகச் சாப்பிட்டாலும், என் மனசு குளிரவில்லை. ‘பெரியவர் போலப் பேசி, ஒரு திருடன் உன்னை ஏமாற்றிவிட்டானே! பெரிய பண்ணைக்காரன் என்று வேறு சொல்லிக்கொண்டான் திருட்டுக்கழுதை; அதுவும் வெறும் கயிறுதானா?’ என்பதை விசாரித்து அறிய வேண்டும் என்று எண்ணினேன். அந்தத் தெருவுக்குச் சென்று, பொன்னம்பலம் காட்டிய வீடுகளுக்கு அக்கம்பக்கத்தில் விசாரித்தபோது, அப்படி ஒருவர் துறவியாகப் போனது உண்மை என்று தெரிந்தது. போகிறது, அதுவும் பொய்க்காமல் இருந்ததே என்று நினைத்தவனாய், சன்மார்க்க சங்கத்தை நோக்கி நடந்தேன். மாமுண்டிச் சாமியிடம் சேதியைச் சொன்னால்தான், மனம் ஆறும் என்று தோன்றியது.

எல்லாவற்றையும் கேட்டுக்கொண்டு, வழக்கப்படி சிரித்தார்; “அந்த வெள்ளி நகை, என்ன விலை இருக்கும்?” என்று கேட்டார்.

“முப்பது ரூபாய் என்றார்கள்.”

“அத்தனை சொத்துக்களையும் விட்டவர், இன்றைக்கு வீடு திரும்பினாலும் அவ்வளவும் அவருக்குக் கிடைக்கும். அவர், ஏனப்பா திருடவேண்டும்?”

“என்ன சாமி, நான் பொய்யா சொல்கிறேன்? என் கண்ணாலே பார்த்தேன். திருடினதும் இல்லாமல், பரமசிவத்தின் மேல் ஆணை வைக்கிறான். இந்த மாதிரிச் செய்தால், சாமியார்களை ஏன் வெறுக்க மாட்டார்கள்?”

“நீ சொல்றது உண்மைதான். திருடர்கள் சாமியார் வேஷம் போடுவதால்தான், ஆண்டியை வெறுக்கிறார்கள். ஆனால் உன் கதை, சாமியார் திருடன் வேஷம் போட்ட கதை! நேற்று ராத்திரி சொன்னாரே, கொழுப்பை ஒழிக்கவேண்டும் என்று, அதற்குத்தான் இந்த வழியைப் பிடித்திருக்கிறார். உடல் செய்த வினையும் தீரும்; சிறையில் இருப்பதால் நிம்மதியாகத் தவமும் செய்யலாம் என்று அவர் நினைத்தார் போலிருக்கிறது.”

“பரமசிவத்தின் மேல் பொய்ச் சத்தியம் செய்தாரே, அது என்ன நியாயம் சாமி?”

“நன்றாகச் செய்வேன், பிழை செய்வேன், நானோ இதற்கு நாயகமே?” என்றார் மாமுண்டி.

அது ரொம்ப நேரம் விளக்கிய பிறகுதான், எனக்குப் பொன்னம்பலம் திருடிய ரகசியம் புரிந்தது. என்னைச் சாட்சியாக வைத்துத் திருடி, அவர் சிறை சென்று தவம் செய்ய வழிசெய்துகொண்டார் என்கிற உண்மை, என் களிமண் மண்டையில் இலேசில் ஏறவில்லை. ஏறியதும், எனக்கு மிகவும் விசனமாக இருந்தது.

“அப்படியானால், அவர்கள் வீட்டுக்குத் தகவல் தரட்டுமா? பாவம், என்ன அடி அடித்தார்கள்! நான்கூடத் தாடியைப் பிடித்துக் குலுக்கி அடித்தேன் சாமி! இவ்வளவு பெரிய பணக்காரருக்கு, இந்த அவஸ்தை ஏன்? விஷயம் தெரிந்தால் அவர் தம்பி, எவ்வளவானாலும் செலவு செய்து மீட்டுவிடுவார்.”

“அடப்பாவி, கெடுத்துவிடாதே!” என்று குறுக்கிட்டார் மாமுண்டி; “விடுதலை பெறுவதற்காகத்தான் அவர் சிறைப்பட்டார்; அவரை மறுபடியும் உலகச் சிறைக்கு இழுத்துவிடாதே. நீ சும்மா இருந்தால், அதுவே அவருக்கு நீ செய்யும் பெரிய உபகாரம்.”

அப்பால் நான், வடக்கே யாத்திரை கிளம்பிவிட்டேன். எங்கு சுற்றினாலும், எவ்வளவு சாதுக்களோடு பழகினாலும், என்னால் பொன்னம்பலனாரை மறக்கமுடியவில்லை. என் வளர்ப்புத் தந்தையான லேகியச் சாமியார், இறுதிக்காலத்தில் கூறியதும் நினைவுக்கு வந்தது. ‘நீ அசல் களிமண்; உன்னை உருட்டிவைக்க ஒரு குருநாதன் தேடி வருவான்’ என்று அவர் சொன்னதுபோல், என்னைத் தேடிவந்தவர் பொன்னம்பலனார்தான் என்று எனக்கு நம்பிக்கை உண்டாகிவிட்டது. தேடி வந்தவரைப் பிடித்து ஜெயிலுக்கு அனுப்பிவிட்டேன் என்கிற எண்ணம், என்னை முள்ளாய்க் குத்திக்கொண்டிருந்தது. சுமார் இரண்டு ஆண்டுகளுக்குப் பிறகு ஓர் ஆடிக் கிருத்திகையன்று, சுவாமிமலையில் இருந்தேன். அன்றைக்கு எனக்கு உடம்பு சுகம் இல்லை; ஒரு வீட்டுத் திண்ணையில் அன்று இரவு முனகியபடி படுத்துக் கிடந்தேன். நள்ளிரவு இருக்கும். ‘நமசிவாயம்’ என்னும் குரல் கேட்டுத் துள்ளி எழுந்தேன்.

என் எதிரில் பொன்னம்பலனார் நின்றார்; அப்படியே, அன்றைக்கு நான் பார்த்தது போலவே இருந்தார். “நான் மகாபாவி, உங்களை அடித்து, ஜெயிலுக்கும்...”

“நமசிவாயம்! நீ நல்ல களிமண்; எழுந்திரு!” என்று அவர் தூக்கி நிறுத்தியபோது, என் ஜுரம் பறந்துவிட்டது.

“சாமி! இந்தக் களிமண்ணை நீங்கள் உருட்டி உருவாக்க வேண்டும்; நான் உங்கள் அடிமை” என்றேன்.

“என்னிடம் இன்னும் மிச்சம் இருக்கிறது; அதையும் செலவு செய்து தொலைக்கவேண்டும்; நாளைக்கு நான் சிறைக்குப் போகிறேன்...”

“மறுபடியுமா? வெளியில் இருந்து சாதிக்கமுடியாததை...”

'பளார்' என்று கன்னத்தில் விழுந்த அறை, என் வாயை மூடியது. "ரொம்பத் தெரிந்தவன் நீ. எனக்கு வேறு, உபதேசம் செய்கிறாயா? இரண்டு வருஷங்கள் கழித்து, ஆடி முதல் கிருத்திகையன்று, உன்னை இதே கோயில் வாசலில் எதிர்பார்க்கிறேன். இருப்பாயா?"

"இருக்கிறேன், சாமி!"

"அதுவரையில், என்ன செய்வாய்?"

"பஞ்சாட்சரம் சொல்லிக்கொண்டிருப்பேன்..."

என் பதில், ஆண்டிக்கு மகிழ்ச்சி அளித்தது போலும்! என் உடல் முழுவதும் தொட்டுத் தடவினார்; எனக்குப் புது வலிமை உண்டானதை உணர்ந்தேன்.

"சொல்வதைக் கவனமாய்க் கேட்டுக்கொள். நான் திரும்பிவரும் வரையில், தென்னாட்டு க்ஷேத்திரங்களில் சுற்றிக்கொண்டிரு. எந்த இடத்திலும், மூன்று இரவுகளுக்கு மேல் தங்கக்கூடாது. வயிற்றுத் தீயைத் தணிக்கத்தான் திருவோடு ஏந்தினோம்; நாளைக்காகச் சமைத்து வைப்பதற்காக அல்ல என்பதை ஞாபகத்தில் வைத்துக்கொள். சேமிக்க முயலுவதைவிடத் திருடுவது மிகக்கேவலம்; சினிமா பார்ப்பது பெரும் பாவம்; உன் பெயரை ஒருபோதும் மறக்காதே!" என்று கூறிவிட்டுக் குருசாமி தெருவில் இறங்கி விசையாக நடந்தார்.

இக்கதை, 'உறங்காத கண்கள்' தொகுப்பில் இடம்பெற்றுள்ளது. இதற்குப் பத்திரிகைப் பிரசுர விவரம் கிடைக்கவில்லை.

உறங்காத கண்கள் (நவம்பர் 1968)

எம்.வி. வெங்கட்ராம் கதைகள் (டிசம்பர் 1998)

பனிமுடி மீது ஒரு கண்ணகி (டிசம்பர் 2007)

•

கருகாத மொட்டு

சாரதா சிரித்தபடியே கேட்டாள்: "நேற்று ராத்திரியே, நீங்கள் சிதம்பரத்துக்குப் புறப்பட்டதாகக் கேள்விப்பட்டேனே?"

"நான் ஸ்டேஷனுக்குப் போனதும், கியூ வரிசையில் நின்றதும் உண்மை. டிக்கெட் வாங்குவதற்கு என் முறை வந்தபோது, திடீரென்று என் புத்தி மாறிவிட்டது. வரிசையை விட்டு, வெளியே வேகமாக வந்துவிட்டேன்" என்றான் சுந்தரம்.

"அவ்வளவு சஞ்சல புத்தி; இல்லையா?"

"இந்த ஒரு விஷயத்தைக் கொண்டு, என் புத்தி சஞ்சல மானது என்று ஒப்புக்கொள்ள, நான் தயாரில்லை. எனக்கு என்னவோ, இந்த இடத்தை விட்டுப் போகத் தயக்கமாக இருக்கிறது."

"மூன்று நாட்களாய்த் தினமும் 'நாளை'க்குப் புறப்படுகி றேன் என்கிறீர்கள். உங்களை எதிர்பார்த்து, ஊரில் உள்ள ஐந்து மனைவிகளும் ஒரு குழந்தையும்..."

"ஒரு மனைவியும் ஐந்து குழந்தைகளும் என்று சொல்லுங்கள்" என்று அவன் திருத்தினான்.

"நாலு குழந்தைகள் என்றுதானே, முன்பு சொன்னீர்கள்? உங்களுக்கு எத்தனை குழந்தைகள் என்பதே நினைவில் இல்லாதபோது, எத்தனை மனைவிகள் என்பது மட்டும், எப்படி ஞாபகம் இருக்கும்?"

"எனக்கு ஐந்து குழந்தைகள்; இரண்டு ஆண்; மூன்று பெண்."

"உங்களை எதிர்பார்த்து அவர்கள் தவித்துக் கொண்டிருப்பார்கள் என்று சொல்லித் தினம் மூட்டை கட்டுகிறீர்கள்; ஆனால், ரயில் ஏறமாட்டேன் என்கிறீர்களே?"

"வேண்டாத விருந்தாளியை விரட்டுவதுபோல், என்னைத் துரத்துகிறீர்களே! நீங்கள் போகச் சொன்னால், எந்த நிமிஷம் ரயில் கிடைத்தாலும் புறப்படத் தயார்."

நான் ஏன் போகச் சொல்லவேண்டும்? உங்கள் சஞ்சலபுத்தியைக் காட்டத்தான் சொன்னேன்.

"இந்த விஷயத்தில், என் புத்தி சஞ்சலம் அடைந்துவிட்டது என்பதை, நான் ஒப்புக்கொள்கிறேன்."

"எந்த ஒரு விஷயத்தில்?" என்று கேட்கும்போது, சாரதா அவனை உற்றுப்பார்த்தாள். அந்தப் பார்வையால் கூச்சமுற்றவன்போல், அவன் தன் உடலை நெளித்துக்கொண்டான். "நீங்கள் எந்தக் காரியத்திற்காக வந்தீர்களோ, அந்தக் காரியம் பலிக்கவில்லை என்பதுதானே, நீங்கள் குறிப்பிடும் விஷயம்?"

"நான் வந்த காரியம் என்ன என்றும், அது பலிக்கவில்லை என்றும் நீங்கள் எப்படிச் சொல்கிறீர்கள்?" என்று கேட்டான் சுந்தரம்.

"எனக்கு இட்சிணி உபாசனை உண்டு; சொல்லட்டுமா? எனக்கு முப்பது வயது ஆகிறது; கலியாணம் செய்துகொள்ளவில்லை; செய்து கொள்வதையும் வெறுக்கிறேன். என்னை எப்படியாவது குடும்பக்காரி ஆக்கிவிட வேண்டும் என்பதற்காகத்தானே, நீங்கள் இங்கு வந்தீர்கள்?"

தான் ஊகித்த இந்த உண்மையைக் கேட்டுச் சுந்தரம் அயர்ந்து விடுவான் என்று சாரதா எதிர்பார்த்தாள்; மாறாக அவன் சிரித்தான். "இதைச் சொல்வதற்கு இட்சிணியும் வேண்டாம்; பிரம்மராட்சஸும் வேண்டாமே! உங்கள் சிநேகிதி சுலோசனாவின் கடிதமே போதுமே!"

வந்த சிரிப்பைச் சாரதா அடக்கிக்கொண்டாள். அவனுடன் பேசும்போது, அதிகப்படியாகவும் காரணம் இல்லாமலும் சிரிக்கிறோம் என்று அவளுக்குத் தோன்றியது.

"சுலோசனா குறும்புக்காரி: அவள்தானே உங்களைத் தூண்டி என்னிடம் அனுப்பினாள்?"

"நான் வந்ததால், உங்களுக்குத் தொந்தரவாக இருக்கிறதா?"

"நான் அப்படிச் சொல்லவில்லையே! சுலோசனா இங்கே இருக்கும் போதும், பெண்கள் கலியாணம் செய்துகொள்ளாமல் இருப்பது தவறு என்று அடிக்கடி வாதாடுவாள். அவளைவிட அற்புதமாக, நீங்கள் சொல்கிறீர்கள்; அவள் இப்போது உங்கள் தம்பியின் மனைவி. அவளுடைய தூண்டுதலால், நீங்கள் இங்கே வந்திருக்கலாம் என்று நான் நினைப்பது தவறா? ஆனால், யார் எது சொன்னாலும், எனக்கு ஆண்கள் மீதுள்ள வெறுப்பை ஒதுக்க முடியவில்லை..."

"உங்களுக்கு ஆண்கள் மீதுதான் வெறுப்பு; கலியாணத்தின் மீது வெறுப்பில்லை."

"இது என்ன கேள்வி? ஆண்களை வெறுக்கிறேன் என்பதில், கல்யாணம் வேண்டாம் என்பதும் அடக்கம் இல்லையா?"

"அப்படியானால், என்னை வெறுப்பதாகச் சொல்லுங்கள்!"

"உங்களை வெறுத்தால் உங்களோடு இவ்வளவு நேரம் பேசவேமாட்டேன். என்னைக் காணவந்த அன்றே, உங்களை வெளியேற்றியிருப்பேன்" என்றாள் சாரதா.

"ஆகவே, என்னைப் பார்த்த முதல் நாளில் இருந்தே என்மேல் பிரியமாயிருக்கிறீர்கள்!"

“பிரியமாக இருக்கிறேன் என்பதற்கு, அதிகப்படி அர்த்தம் கண்டுபிடிக்க முயலாதீர்கள்!”

“சேச்சே! நான் அப்படிச் செய்வேனா!”

“அதுவும் நீங்கள் பிள்ளைக்குட்டிக்காரர்; அப்படியெல்லாம் நினைக்க மாட்டீர்களென்று எனக்கு நம்பிக்கை உண்டு” என்றாள் சாரதா.

சுந்தரம், தன்னையே கவனிப்பதுபோல் அவளுக்குத் தோன்றியது. முந்தானையை இழுத்துப் போர்த்திக்கொண்டாள்; கண்ணாடியை எடுத்துத் துடைத்து அணிந்தாள்; அப்போதும் அவன் தன்னையே பார்ப்பது போல்ப்பட்டது; பார்க்கவில்லை போலவும் தோன்றியது. ஆனால், அநாகரிகமாகப் பார்ப்பதாய்ப் படவில்லை.

‘கலைமகள் அநாதை இல்லத்’தின் தலைவி அவள்; அதை ஸ்தாபித்தவளும் அவள்தான். இல்லத்தில் சுமார் அறுபது அநாதைக் குழந்தைகள் இருந்தார்கள். அவளுக்குத் துணையாக, மூன்று சக ஆசிரியைகள் இருந்தார்கள். சர்க்கார் மான்யத்தை எதிர்பாராமல், தன் சொந்தப் பொருள் வலிமையால் இல்லத்தை அவள் நடத்தினாள். கல்யாணம் என்றால் ஏனோ ஒரு வெறுப்பு; ஆடவர்களிடம் அலட்சியம். அவள் மணம் புரிந்துகொள்ளாததோடு, தன், சக ஆசிரியைகளையும் கன்னியாக வைத்திருந்தாள். கல்யாணம் செய்துகொண்டால், அவர்கள் வேலையை விட்டு நீங்கவேண்டியதுதான்.

கன்னியாக இருப்பதோ, கல்யாணம் புரிவதோ அவளுடைய சொந்த விருப்பத்தைப் பொறுத்தது. அதை ஒரு கொள்கையாக அவள் கொண்டாலும், அதைப் பற்றி அதிகமாகப் பேசி வாதாடும் பழக்கம், அவளுக்குக் கிடையாது. ஆனால், சுந்தரம் வந்த மூன்று நாட்களாக, அதுவே ஒரு பிரச்சனையாகி விட்டது. வகுப்பு நேரம் போக, இதர நேரங்களில், சுந்தரத்தோடு இதே பேச்சுதான். அவன் அழகாய்ப் பேசினான். அவளுக்கு மட்டுமல்ல; அவளுடைய சக ஆசிரியைகள் மாலா, ஹரிணி, கிரிஜா எல்லோருக்குமே அவன் நன்றாகப் பதில் சொல்லிக்கொண்டிருந்தான்.

அவன் பேசும்போது, சில சமயம் சாரதாவுக்கே பயமாக இருந்தது; அவனுடைய பேச்சழகில் ஏமாந்து, தன் சக ஆசிரியைகளில் யாராவது மனம் மாறி விடுவார்களோ என்கிற அச்சம்தான் அது; கல்யாணம் செய்து கொள்ளாத பெண்மை பயனற்றது என்று அவன் அவ்வளவு அழுத்தம் திருத்தமாக வாதித்தான். அந்த அச்சத்தால், அவன் சென்னையை விட்டு, விரைவில் புறப்படமாட்டானா என்று இருந்தது அவளுக்கு.

ஊருக்குத் திரும்பிவிடுவானோ என்றும் அவளுக்குச் சற்றுக் கவலையாக இருந்தது. அவன், இன்னும் சில நாட்கள் ‘இல்லத்தில்’ தங்கவேண்டும், கல்யாணத்தை தவிர, வேறு எதைப் பற்றியாவது அவன் பேசுவதைக் கேட்கவேண்டும் என்று அவளுக்கு ஆசையாக இருந்தது. இந்த ஆசை தவறானது என்று அவளுக்குப் படவில்லை. ஆனால் இந்த ஆசை, தனக்கு எப்படி உண்டாயிற்று என்பதைப் பற்றித்தான் அவளுக்கு ஆச்சரியமாக இருந்தது. இவளுடைய ‘அநாதை’ இல்லத்துக்கு எவ்வளவோ கல்விமான்கள், அறிஞர்கள், மேடைப்பிரசங்கிகள் வருகிறார்கள். இவர்களுடைய பேச்சில் இல்லாத கவர்ச்சியா, சுந்தரத்தின் பேச்சில்

உள்ளது? இல்லை என்றுதான் கூற வேண்டும், அப்படியானால் அவளுக்கு அவனிடம் அல்ல; அவனுடைய பேச்சில் ஏற்பட்ட கவர்ச்சிக்குக் காரணம் என்ன?

அங்கவஸ்திரத்தைப் போர்வையாகப் போர்த்தி, இரு கைகளையும் முதுகுப்பக்கம் கட்டிக்கொண்டு, உடலுக்கு முன்னால் தும்பிக்கை போல் நீண்ட மூக்கை ஆட்டித் தலையை அசைத்துப் பற்கள் தெரியாத மௌனச் சிரிப்புடன் அவன் பேசுகிற தோரணை, அவளுக்குக் கவர்ச்சி அளித்ததாகக் கூறலாமா? அவள் ஏற்கத் தயாராக இல்லை; அது உடலின் கவர்ச்சிதானே? அந்தக் கவர்ச்சியைத்தான், அவள் வெறுப்பவள் ஆயிற்றே!

அடுக்கடுக்காயும் அணியணியாகவும் வார்த்தைகளைக் கோத்து, அவன் கவிதை நடையில், 'ஆண்பெண் கூட்டுறவை' ஆதரித்து வாதாடினான் என்றும் சொல்ல முடியாது. அவனுடைய வாதங்கள், அழுத்தமானவைதான்! அழுத்தமானவை என்றுகூடச் சாரதா சொல்லுவாள். பெண்ணை ஆணுக்கு அடிமைப்படுத்துவதற்காக, ஆதிகாலத்திலிருந்து இன்றுவரை ஆடவர்கள் கூறுவதைத்தான், சுந்தரமும் கூறினான். யாரும் சொல்லாத, புதியது எதையும் அவன் சொல்லிவிட்டதாக ஞாபகம் இல்லை.

பின், அவனிடம் அல்ல, அவனுடைய பேச்சில் அவளுக்குக் கவர்ச்சி ஏற்படக் காரணம் என்ன என்று அவளுக்கே விளங்கவில்லை. அவளுக்குப் புனர்ஜென்மத்தில் நம்பிக்கை உண்டு. சிலரைப் பார்த்ததும் நெடுங்காலமாகத் தெரிந்தவர்களைப் போன்ற உணர்வு ஏற்படுவதற்கு, முன்பிறவியின் தொடர்ச்சிதான் காரணமாக இருக்கவேண்டும். அவனுடைய பேச்சில் அவளுக்கு உண்டான கவர்ச்சிக்கும், அதுவே காரணமாக இருக்கலாம்! புத்திசாலிகள், மூடர்கள், கெட்டிக்காரர்கள், அசடுகள், பணக்காரர்கள், ஏழைகள் என்று எவ்வளவோ ஆடவர்களுடன் அவள் சகஜமாகப் பழகுகிறாள்; பலருடைய 'மூக்கை'யும் உடைத்திருக்கிறாள்; வாதத்தில்தான்! "சுந்தரத்துக்கு மூக்கு நீளம்; அதுவும் உடைந்துவிட்டது. அதனால்தான், பாவம், ஊருக்குத் திரும்புகிறேன் என்று சொல்லிக்கொண்டே, இங்கு வளைய வருகிறார்!" என்று எண்ணியபடி, அவள் மூக்கைப் பார்த்தபோது, தான் அதிகப்படியாகச் சிரிக்கக் கூடாது என்பதையும் மறந்து, சாரதா சிரித்துவிட்டாள்.

"காரணம் சொல்லாமல், நீங்களே சிரித்துக்கொள்கிறீர்களே?" என்று அவன் கேட்டதும், அவள் கவனம் திரும்பியது.

"உங்கள் மூக்கு..." என்று அவள் நகைத்தபோது, தன் மூக்கை, அவள் இலேசாகத் துடைத்துக்கொண்டான்.

"என்னது?"

"ஒன்றும் இல்லை" என்றாள் சாரதா. மனதில் கரைபுரளும் உற்சாகத்தை, அவள் உணர்ந்தாள். இன்பமோ, துன்பமோ, அதற்கு ஒரு காரணம் இருக்கத்தான் செய்யும். உற்சாகமாக இருப்பதுதான், மனித இயல்பின் இயற்கை நிலை. ஆனால், உற்சாகத்தை ஆர்ப்பாட்டமாக வெளியிடுவது குழந்தைத்தனம் அல்லது அறியாமை. தன் வயதில் பாதி குறைந்ததுபோல், அவளுக்குத் தோன்றியது. மாணவியாக இருந்தபோது,

தோழிகள் – தோழர்களின் மூக்கு விழிகளைப் பற்றி, அவள் பரிகாசம் செய்த காலம் உண்டு. ஆனால், இப்போது காலம் மாறிவிட்டது. உணர்ச்சிகளை வயப்படுத்தவும் அவள் கற்றுவிட்டாள். இன்று அவள் மனம், அந்தக் கட்டுப்பாட்டை, ஏனோ தாண்டுகிறது!

பொதுவாழ்க்கையில் ஈடுபடும் பெண், தன் உணர்ச்சிகளை மூட்டைகட்டி வைக்கப் பழகாவிட்டால், எப்போதும் அபாயம் காத்திருக்கும் என்பதை, அவள் அறிவாள். 'சமூக சேவை' என்று பேசுகிற பெண்கள் எல்லோரையுமே, 'மலிவாக' நினைப்பது ஆண்களுக்கு வழக்கம். அநாதை இல்லம் ஒரு பொது ஸ்தாபனம்; பலர் வருவார்கள்; போவார்கள்; வருகிறவர்கள் எல்லோரும் நல்லவர்கள் என்று தீர்மானித்து விட முடியாது. அதிகமான நெருக்கம் கொண்டாடாமலும், ஆனால் நெருங்கிப் பழகுகிறவள் போலும், எல்லோருடனும் பழக அவள் பயிற்சி பெற்றுவிட்டாள். அவள் தன்னை நெருப்பாகத்தான் காட்டிக்கொண்டாள். அழகாகவும் தோற்றம் அளிப்பாள்; நெருங்கவும் விடமாட்டாள். ஆனால், இந்தப் பயிற்சி, சுந்தரத்தின் முன்னிலையில் சற்றே தளர்ந்துவிட்டது.

"இன்றைக்கு, நீங்கள் ஏதோ யோசனையாக இருக்கிறீர்கள். உங்களுக்கு வேறு வேலையிருந்தால், நான் அப்புறம் வருகிறேன்" என்றான் சுந்தரம்.

"எனக்குப் பிற்பகல்தான் வகுப்பு. இப்போது வேலை ஒன்றும் இல்லை... மூன்று நாட்களாக இங்கே இருக்கிறீர்கள். வந்ததற்குக் காரணம் என்னவென்று, நீங்கள் சொல்லவில்லையே? அதைத்தான் யோசித்துக் கொண்டிருந்தேன்."

"அநாதை இல்லத்தைப் பார்வை இடுவதே காரணம். சுலோசனா, உங்களைப் பற்றியும் உங்கள் இல்லத்தைப் பற்றியும் அடிக்கடி சொல்லுவாள். ஓய்வு கிடைக்கும்போது, உங்களையும் இல்லத்தையும் ஒருமுறை பார்க்க வேண்டும் என்று வெகுநாட்களாக ஆவல். அதனால்தான் வந்தேன்."

"சுலோசனா என்னைப் பற்றி என்ன சொன்னாள்?" தன் கேள்வியில் ஒலித்த ஆவல், அவளுக்கே வியப்பாக இருந்தது.

"உங்களை ஓர் அதிசயமான பெண்மணி என்று அவள் சொன்னாள். ஏராளமான சொத்து சுதந்திரம் இருந்தும், சுகமான குடும்ப வாழ்க்கையை வெறுத்து, அநாதைப் பெண் குழந்தைகளுக்காக இந்த ஸ்தாபனத்தை நிறுவி நீங்கள் நிர்வகிக்கும் அழகை, அவள் புகழ்வாள். அவளுக்கு, உங்களிடம் ஒரே ஒரு குறை. நீங்கள் கன்னியாகவே இருக்க விரும்புவதை, அவள் ரசிக்கவில்லை..."

"அந்த என் பிடிவாதத்தைத் தகர்ப்பதற்குத்தான், அவள் உங்களை அனுப்பினாள் என்பது என் ஊகம். சரிதானே?"

"அப்படி, அவளோ நானோ சபதம் செய்யவில்லையே?..."

"அதனால், ஒரு பொய்யைச் சொல்லிக்கொண்டு, இங்கே வந்தீர்களோ?"

"என்ன பொய்?"

"உங்களுடைய ஐந்து மனைவிகளும் ஒரு குழந்தையும்..."

"ஒரு மனைவியும் ஐந்து குழந்தைகளும்..."

“நீங்கள்தான் திருமணத்தை ஆதரிப்பவர் ஆயிற்றே; உங்களுக்கு ஐந்து மனைவிகள் இருந்தால் என்ன?”

சுந்தரம் சிரித்தான். “நீங்கள் எனக்கு ஒரு மனைவிகூட இல்லை என்பீர்கள், போலிருக்கிறதே!”

“உண்மை அதுதானே?”

“நீங்கள், அதை எப்படிக் கண்டுபிடித்தீர்கள்? சுலோசனா, கடிதம் எழுதினாளா?”

“அவள் எழுதுவாளா? கலியாணப் பத்திரிகை அனுப்பினாளே மகராஜி, பிறகு நீங்கள் கொண்டுவந்த அறிமுகக் கடிதம்தான் எனக்கு எழுதினாள். கலியாணம் ஆகிவிட்டால்... பெண்ணுடைய உடல், மனம், மூளை, காலம், இடம் எல்லாம்தான் கணவனிடம் சரணாகதி ஆகிவிடுகின்றனவே – அது சரி, சுலோசனா மிகவும் விஷமக்காரி; நீங்கள் என்னைச் சந்திக்க வந்ததே அவள் சூழ்ச்சிதான் என்கிறேன். என் ஊகம் சரியா இல்லையா என்று நீங்கள் சொல்லவில்லையே! நீங்கள் பிரம்மசாரிதானே?”

“நான் பிரம்மசாரியாகவே இருந்து இறக்கவேண்டும் என்பது என் விதி!” என்றான் சுந்தரம், வருத்தப்படுகிறவன்போல் நடித்துக்கொண்டே.

அந்தப் பதில், சாரதாவுக்கு மிகுந்த திருப்தி அளித்தது.

“பிரம்மச்சாரியான நீங்கள், மணமானவர் என்று சொல்லிக்கொண்டு – என்னைக் காண வந்த காரணம், என்னவோ? என் மனத்தைக் கலைக்க வேண்டும் என்கிற சுலோசனாவின் சூழ்ச்சிதானே?”

“முனிவர்களின் தவத்தைக் கலைப்பதற்குத் தேவர்கள் அப்சரசுகளை அனுப்பியதுபோல், என்னைச் சுலோசனா இங்கே அனுப்பியிருக்கிறாள், என்கிறீர்களா?”

இந்தக் கேள்வி, அவளுக்குத் திருப்தி தந்தது.

“என் தவத்தைக் கலைக்க, உங்களால் முடியவில்லை. உங்களுக்கு ஏற்பட்ட தோல்வியால், இந்த இடம் விட்டுப் போக மனம் இல்லாமல், ஸ்டேஷன் வரை போய்த் திரும்பிக்கொண்டிருக்கிறீர்கள், என்கிறேன்!”

“தோல்வியாவது, வெற்றியாவது? நீங்கள் மணக்க மறுக்கிறீர்கள்; உங்கள் சொந்த விஷயம் அது. பெண்கள் கன்னியாக வாழவேண்டும் என்ற உங்கள் கருத்து தவறானது என்று நான் நினைக்கிறேன்; அதை உங்களிடமே சொன்னேன்; நீங்கள் ஏற்கவில்லை. நீங்கள் ஏற்காததால், எனக்குத் தோல்வி ஆகிவிடுமா? அல்லது என்னுடைய கட்சிதான், தவறாகிவிடுமா?”

“அப்படியானால், என்னுடைய ஒரு சின்ன சந்தேகத்துக்கு நேரிடையாகப் பதில் சொல்லுங்கள்: சுலோசனாவின் கணவர் மாதவன், உங்கள் தம்பிதானே? அவருக்குக் கல்யாணம் பண்ணிவைத்த நீங்கள், பிரம்மசாரியாகவே இருக்கக் காரணம் என்ன? கலியாணமான தாத்தா என்று சொல்லிக்கொண்டு, என்னிடம் வரக் காரணம் என்ன?”

சுந்தரம், அவளுக்குப் பின்னால் இருந்த சுவரைப் பார்த்துக் கொண்டிருந்தான். தன் கண்களால், அந்தச் சுவர் மீது கோடுகளைக் கீறிச் சித்திரம் வரைவதுபோல, அவன் தலையசைப்பதை அவள் கண்டாள்.

“சுற்றி வளைக்காமல், நேரிடையாகவே விஷயத்தைச் சொல்லி விடுகிறேனே?” என்றான் அவன், சற்றுக் கழித்து.

“மூன்று நாட்களாய்ச் சுற்றிக்கொண்டும், வளைத்துக்கொண்டும் தானே இருந்தீர்கள், அப்படியானால்...”

மூன்று நாட்களாய், அவனிடம் காணப்படாத ஒரு பரபரப்புடன் அவன் பேசினான்; “சாரதா! நான் இங்கே வரும்வரை, உங்கள் இனத்தைச் சேர்ந்தவனாகவே இருந்தேன். அதாவது, நான் மணம் புரிய விரும்பவில்லை. நீங்கள் ஆண் சகவாசத்தை வெறுப்பதுபோல், நான் பெண் சகவாசத்தை வெறுத்தேன். உறுதியாகவும் இருந்தேன். என் உறுதிக்கு, எவ்வளவோ சோதனைகள் குறுக்கிட்டன. கல்லூரியில் சக மாணவிகள் சிலரால், என் மனம் கொஞ்சம் சஞ்சலப்பட்டது உண்மை. என் பெற்றோரும், மணம் புரியும்படி தொந்தரவு செய்தார்கள். ஆனால், என் பெண் துவேஷம் வளர்ந்தது. எனக்குப் பிறகுதான், என் தம்பிக்குக் கல்யாணம் என்று பெற்றோர் காத்திருந்தார்கள். ஆனால் தம்பி முந்திக்கொண்டான். சென்னைக்குப் படிக்க வந்தவன், சுலோசனாவைக் கல்யாணம் செய்து கொண்டால்தான் உயிர் வாழ்வேன் என்று பிடிவாதம் பிடித்தான். அவனுடைய தவிப்பைப் பார்த்த எனக்குப் பரிதாபமாக இருந்தது. அப்பா அம்மாவிடம் வற்புறுத்தி, அவன் கலியாணத்தை முடித்தேன். மாதவன் கலியாணம் செய்துகொண்ட போதும், எனக்கு வேடிக்கையாக இருந்தது. நீங்கள் இப்போது சொல்வதைப் போலவே, மணம் புரிந்து சுகம் அடைந்தவர் இல்லை; மணம் புரிந்து சுகத்தைத் தேடாதவர் இல்லையே!’ என்கிற அறியாமையை எண்ணித்தான் நகைத்தேன். பிறகு அப்பாவும் அம்மாவும் போய்விட்டார்கள். சுலோசனா கெட்டிக்காரி; நான் பிரம்மசாரியாக இருப்பதைப் பற்றி, அடிக்கடி கேலி செய்வாள். அத்துடன் ஆண் துவேஷியான உங்களைப் பற்றி, அடிக்கடி சொல்லுவாள். நீங்களும் நானும் சந்தித்துச் சண்டை போடுவதைப் பார்க்கவேண்டும் என்று அடிக்கடிச் சொல்லுவாள். அவள் சொன்னதை அடிக்கடிக் கேட்டு உங்களைக் காண வேண்டும் என்கிற எண்ணம் உண்டாயிற்று. நான் சென்னைக்குக் கிளம்பியபோது, சுலோசனாவும் உங்களுக்குக் கடிதம் கொடுத்தாள்.”

“நீங்கள் சொல்லுகிற கதைக்கும், இங்கே நடந்த கதைக்கும் ஏக வித்தியாசம் இருக்கிறதே! கலியாணத்தை வெறுத்த நீங்கள், அதை ஆதரித்துப் பேசினீர்கள்; மணம் ஆனவர் என்று வேறு பொய்சொல்லிக் கொண்டீர்களே?”

“இந்த இல்லத்தைப் பற்றிச் சுலோசனா சொல்லியிருக்கிறாள். நீங்களும் இங்குள்ள ஆசிரியர்கள் எல்லோரும் மணம் புரியாதவர்கள். குழந்தை குட்டிக்காரன் என்று கூறிக்கொண்டால் கௌரவமாயிருக்கும் என்று நினைத்தேன்.”

“மிகவும் சந்தோஷம். நீங்களும் என் கட்சிதான். அப்படித்தானே? பெண்ணுக்குக் கலியாணம் வேண்டாம் என்று நீங்கள் கூறுகிறீர்கள்...”

“நான் இப்போது உண்மையாகவே எதிர்க்கட்சிதான்; நான் போட்ட வேஷம்தான் உண்மை என்று முடிவு பண்ணிவிட்டேன்.”

“அது எப்போது?” என்று கேட்டாள் சாரதா, வியப்புடன்.

"தேதி தெரியாது. இந்த மூன்று நாட்களில், நான் எப்படியோ மாறி விட்டேன். ஆணாகட்டும், பெண்ணாகட்டும் அவசியம் மணம் புரிய வேண்டும் என்று நான் நினைக்கவில்லை. மணக்காமல் ஆணாலோ, பெண்ணாலோ இருக்கமுடியாது என்று கண்டுவிட்டேன்!"

"அடப் பாவமே! முப்பத்தைந்து வருஷப் பிரம்மசரியத்தை, மூன்றுநாட்களில் நீங்கள் கைவிட்டுவிட்டீர்களே!"

"இதில், ஆச்சரியம் ஒன்றும் இல்லையே! உலகத்தில் பெரும்பாலான நிகழ்ச்சிகள், இப்படித்தான் நடக்கின்றன. முப்பத்தைந்து ஆண்டுகள் நான் பற்றியிருந்த கொள்கை, மூன்று நாட்கள் நான் இங்கே தங்கும்போது மாறவேண்டும் என்பது..."

"விதி என்கிறீர்களோ?"

"விதி என்பது, தவறான வார்த்தையா?"

சாரதா பதில் கூறவில்லை. அவளுக்கு, வேறு யோசனை எழுந்து விட்டது. மூன்று நாட்களில், தன் கொள்கை மாறிவிட்டது என்று அவன் கூறியதில், உட்பொருள் ஏதாவது இருக்குமா என்று யோசித்தாள். அவன் முகத்தைப் பார்த்தால் அகமும் தெரியவில்லை; புறமும் தெரியவில்லை.

"உங்கள் தம்பி மாதவன், சுலோசனாவிடம் மனமிழந்ததுபோல், நீங்கள் இங்கே..."

"அதெல்லாம், ஒன்றும் இல்லை."

"சுலோசனா மிகவும் கெட்டிக்காரி; அவளால் இந்த இல்லத்துக்குப் பெருமை கிடைக்கும் என்று நம்பினேன். உங்கள் தம்பி, அவளை என்னிடமிருந்து பறித்துச் சென்றுவிட்டார். நீங்கள் வேறு..."

"என் கொள்கை மாறிவிட்டது என்றால், உடனே நான் பெண் பார்க்கப் புறப்பட்டதாக, ஏன் நினைக்கிறீர்கள்? உங்களுக்கு என்னால் ஒரு நஷ்டமும் ஏற்படாது; நம்புங்கள்; திருப்திதானே?"

அவனுடைய பேச்சு, அவளுக்குத் திருப்தி அளிக்கவில்லை. அவள் மனத்தை, ஏதோ சங்கடம் செய்தது. மௌனமாயிருந்தாள்.

மௌனம், சில நிமிஷங்கள்தான். அந்தச் சில நிமிஷங்களில், அவள் மனதில், ஒரு புது எண்ணம் எழுந்தது. அவன் பிரம்மச்சாரி; அவள் கன்னி; இருவரும் தனிமையாக உட்கார்ந்து இப்படி மணிக்கணக்கில் பேசிக்கொண்டிருப்பது உசிதம்தானா என்று கேட்டுக்கொண்டாள். தன்னோடு பெண் துணை இருக்கவேண்டியது அவசியம் என்று எண்ணிக்கொண்டே, 'காலிங் பெல்' மீது கைவைத்தவளுக்கு, மற்றொரு தயக்கம் ஏற்பட்டது.

அவன்—சுந்தரம்—மூன்று நாட்கள் இங்கே தயங்கியதால், கொள்கையைக் கைவிட்டதாக ஒப்புக்கொண்டான். அவனுடைய தம்பி மாதவன், சுலோசனாவைக் கண்டதும் மோகம் கொண்டதுபோல், அவனும் தன் சக ஆசிரியை யாராவது ஒருத்தி மீது மோகம் கொண்டிருக்கலாம், அல்லவா? தம்பியைக் கொண்டே, அண்ணனை அறிய முடியாதா? சுந்தரத்தின் மனத்தையும் கொள்கையையும் உறுதியையும் கவிழ்த்தவள், யார் அவள்?

மாலாவா, கிரிஜாவா, ஹரிணியா? மூவரும் இவளுடைய சக ஆசிரியைகள், யுவதிகள்; அழகிகள் என்றுதான் கூறவேண்டும். மூவரில் ஒருத்தியை அழைத்துத் தன்னுடன் வைத்துக்கொள்ளலாம் என்றால், அந்த ஒருத்தி அவன் மனத்தைக் கவர்ந்தவளானால்? அவனுடைய கவர்ச்சியை, மேலும் தூண்டினால்?...

அவளுக்கு எரிச்சலாக வந்தது; "உங்கள் தம்பி மாது சுலோசனாவை என்னிடமிருந்து பிரித்ததுபோல், நீங்கள் இங்கே ஏதாவது செய்யப் போகிறீர்கள்..."

"அடடா! நீங்கள் அனாவசியமாகப் பயப்படுகிறீர்கள். உங்கள் இல்லத்திலிருந்து, நான் யாரையும் கவரமாட்டேன்!"

அவளுக்கே, தன் கோபம் பிடிபடவில்லை. அவள் அனாதை இல்லத்தை நிறுவியபோது மாலா, கிரிஜா, ஹரிணி அல்லது சுலோசனாவை நம்பியா இருந்தாள்?

"என்னதான் நீங்கள் உறுதியாகச் சொன்னாலும், என்னால் உங்களை நம்ப முடியவில்லை. உங்கள் உறுதிக்குறைவு, என் கொள்கைக்கு உரம் தருகிறது. என்னைப் பொறுத்தமட்டில், என் கொள்கை சரியானது. என்னை அனுசரித்து என் சக ஆசிரியைகள் இருக்கவேண்டும் என்று நான் எதிர்பார்ப்பதும் தவறு இல்லையே? உங்கள் தம்பியால் சுலோசனாவை இழந்தேன்; உங்களால் யாரையும் இழக்க நான் தயாராயில்லை..."

"நான்..." என்று அவன் மறித்தான்.

"எனக்குப் புரிகிறது. நீங்கள் மூன்று நாட்களாகச் சுற்றி வளைத்ததுபோல், இனியும் ஒளிவுமறைவாகப் பேசவேண்டாம். உங்கள் மனமாற்றத்துக்குக் காரணம், நான் காமம் என்பேன்: நீங்கள் காதல் என்பீர்கள். காதல் என்பதே ஒருவிதக் காமம்தானே? உயர்ந்த வகை என்று வேண்டுமானால், சொல்லுங்கள். காதல் என்பதே, உடல் வழிபாடுதானே! தன்னுடைய உடலை அளவுக்கு மீறி மோகிப்பதைத்தான், காதல் என்கிறோம்."

"காதல் என்கிற வார்த்தை, இக்காலத்தில் தவறான வார்த்தை ஆகி வருகிறது. நீங்கள் அந்த வார்த்தையை உபயோகித்ததால், நானும் உபயோகிக்கிறேன். அந்த வார்த்தைக்கு, நீங்கள் சொல்லும் பொருள் எனக்குப் புரியவில்லை. ஒருத்தன் அல்லது ஒருத்தி, இன்னொருத்தி அல்லது இன்னொருவனை அளவுக்கு மீறி மோகிப்பதைக் காதல் என்று நீங்கள் சொன்னால், நான் ஏற்கலாம். தன்னுடல் வழிபாடுதான் காதல் என்கிறீர்களே, அது புரியவில்லை."

"நீங்கள் நினைப்பது தவறு. எந்தக் காதல் கதையை எடுத்தாலும் அவன் அவளுக்காகவும், அவள் அவனுக்காகவும் ஏங்கிப் பிரிவுத் துயரில் வெம்புகிறார்கள். நேரில் பார்க்கவேண்டும், குலாவவேண்டும் என்பது போன்ற இச்சைகளுக்கு அடிப்படை என்ன? அவள் அங்கே அழுகிறாள் என்பதால், அவனுக்கு வருத்தம் இல்லை. அவள் இங்கே இல்லாததால், நான் அழ வேண்டியிருக்கிறதே என்பதுதானே பிரிவுத் துயரம்? மனிதக்கடவுள் ராமர், இனிய வசந்தகாலத்தில் சீதையின் துணையால் தனக்குக் கிட்டக் கூடிய இன்பம் கிடைக்கவில்லை என்றுதானே, புலம்பினார்? மஜ்னு,

லைலாவைக் காண்பதற்காக ஓடு ஏந்தியது, கண்ணுக்கு மட்டும் இன்பம் தருவதற்காகவா? இந்தக் காதல் என்பது தன்னுடல் வழிபாடுதான்; உடலையும் புலன்களையும் இப்படி ஆராதிப்பதை நான் வெறுக்கிறேன். நீங்கள் ஆண்கள் அனைவருமே இந்தப் பலவீனத்துக்கு அடிமைகள் என்பது என்னுடைய முடிவு."

"இருபாலாருக்கும் அது இயற்கை என்று, இங்கே வந்தபிறகு, நான் முடிவு கண்டேன்."

"நீங்கள் சொல்லுவதன் அர்த்தம், நீங்கள் மனத்தை இழந்ததோடு, இங்குள்ள ஒருத்தி உங்களிடம்..." என்றாள் சாரதா, அலுப்பு நிறைந்த வேகத்துடன்.

"நான் பொதுவான மனமாற்றத்தைக் குறிப்பிட்டால், வீணாகச் சந்தேகிக்கிறீர்கள்."

அவன் பேசட்டும் என்பதற்காக, அவள் பேசாமல் இருந்தாள். பேச்சில், அவனுடைய சொந்த உருவம் வெளிப்படலாம் என்று அவள் நினைத்தாள்.

"காதலுக்கு நீங்கள் செய்த வியாக்கியானம் தவறானது என்று நான் நினைக்கிறேன். உடல் வழிபாட்டைக் காமம் என்கிறோம்; உயர்ந்த மன வழிபாட்டைத்தான் காதல் என்கிறோம். நம் உடலும் மனமும் ஒன்றையொன்று சார்ந்தது என்பதால், மனத்தவிப்பையும் நீங்கள் உடல் தவிப்பாக நினைக்கிறீர்கள்."

"நம் முன்னோர்கள், சிறு பிராயத்தில் மணந்தார்கள். தம்பதிகள், இறுதிவரை ஒருவரையொருவர் காதலித்து வாழ்ந்தார்கள். புலனடக்கத்தில் அவர்கள் காதல் வாழ்ந்தது என்பதுதான், உண்மை! காதலித்துக் கலியாணம் என்கிறார்கள் இப்போது; கலியாணம் ஆனபின் காதல் என்கிறார்கள் நம் பெரியவர்கள்... இந்த விவாதம், எனக்கே அலுப்பாக இருக்கிறது. கலியாணம் அவசியமா என்று, உலகத்தில் யாரும் கவலைப்படுவதாகத் தெரியவில்லை. நீங்களும் நானும்தான், இதைப் பிரச்சனையாக்கிக் கொண்டு தவிக்கிறோம். இந்த விஷயத்தில், உங்களுக்கும் எனக்கும் ஒற்றுமை இருக்கிறது. உடல்வழிபாட்டை, உங்களைப் போலவே நானும் வெறுக்கிறேன். நான் மனத்தால் எந்த ஒருத்தியையும் வழிபடக்கூடாது என்று, இங்கே வருவதற்கு முன் நினைத்திருந்தேன். இங்கே வந்தபின், என்னாலும் அப்படி இருக்க முடியாது என்று ஏற்பட்டுவிட்டது!"

அந்த ஒருத்தி யார் என்று கேட்க, அவள் நாக்கு தவித்தாலும், வார்த்தை வெளிவரவில்லை.

"என்னை, நீங்கள் சந்தேகிக்க வேண்டியதில்லை என்பதற்காகவே, இவ்வளவும் சொன்னேன். நான் குடும்பமாக வாழப் பிறந்தவனாக, எனக்குத் தோன்றவில்லை. நான் பிரம்மசாரியாகத்தான் இறக்கப் போகிறேன். இங்கே வந்தது முதல் எனக்கு ஒரு பிரமை. நான் சாசுவதமாக, இங்கே தங்கி இருக்கப்போவதாக ஓர் எண்ணம். சிதம்பரம், நான் பிறந்த இடம் என்றாலும், அங்கே போக எனக்கு மனம் வரவில்லை. அதனால்தான் புறப்பட்டுப் புறப்பட்டுத் திரும்புகிறேன். நேற்று ராத்திரி ஸ்டேஷனிலிருந்து வரும்போது, எனக்கு ஒரு வேடிக்கையான ஆசை ஏற்பட்டது."

"என்ன அது?"

"நான், உங்கள் விருந்தாளியாக, இன்று மத்தியானம் இருக்க வேண்டும்."

"நீங்கள், என் விருந்தாளியாகத்தானே இருக்கிறீர்கள்?"

"நீங்கள் கணவரோடு குடும்பமாக இருந்தால், விருந்தாளியை ஹாஸ்டலுக்கும் ஹோட்டலுக்கும் அனுப்புவீர்களா?"

"எனக்கு வீடு ஏது? என் அறையில், நான் எனக்காகச் சமைத்துக் கொள்கிறேன்."

"அந்தச் சோற்றில், பங்கு கேட்கிறேன்!"

அவனுடைய விசித்திரமான வேண்டுகோள், விநயமாகவும் இருந்தது. அவனைத் தனியாக தன்னுடன் அழைத்துச் சென்று, கைகால் கழுவத் தண்ணீர் கொடுத்து, உணவு பரிமாறி, தனிமையில் இருப்பதென்றால் சங்கடமான விஷயம்தான்! ஆனால், அவள் யாருக்காக–எதற்காக, இப்படித் தயங்கவேண்டும்? தனக்கே தன்மீது நம்பிக்கை இல்லாமற்போனால்தானே, அவள் தனிமைக்கு அஞ்சவேண்டும்?

"உங்களுக்கு விருப்பம் இல்லை என்றால் நான் ஹோட்டலுக்குப் போகிறேன்!"

"நன்றாயிருக்கிறதே! எனக்கு என்ன ஆட்சேபணை? தாராளமாய் வாருங்கள், பன்னிரண்டு மணிக்குச் சாப்பிடப் போகலாம்."

"உதட்டளவில் சொல்லுகிறீர்களே தவிர, மனப்பூர்வமாக நீங்கள் அழைக்கவில்லை."

தன்னைப் பற்றித் தான் புரிந்துகொள்ளாததை அவன் புரிந்து கொண்டு விட்டதுபோல் ஓர் உணர்ச்சி, அவளுக்கு உண்டாயிற்று. "மனப்பூர்வமாகத்தான் அழைக்கின்றேன்" என்று கூறும்போதே, தன் முகம் சிவப்பதையும் வெட்கத்தால் தன் தலை சற்றுத் தாழ்வதையும் அவள் உணர்ந்தாள்.

"அப்படியானால், நான் பன்னிரண்டு மணிக்கு வந்து சேருகிறேன். வெளியே கொஞ்சம் வேலை இருக்கிறது, வரட்டுமா?" என்று கைகூப்பி விடைபெற்றான் சுந்தரம்.

சாப்பாட்டைத் தயார் செய்து வைத்துக்கொண்டு, சாரதா காத்திருந்தாள் மணி பன்னிரண்டுக்கு மேல் ஆகியும் அவன் வரவில்லை. ஒருவேளை அவன் ஹோட்டலில் சாப்பிட்டிருப்பானோ என்னும் எண்ணம், அவளுக்கு வேதனையளித்தது. அவளுடைய சோற்றில் பங்கு கேட்டவன், அப்படிச் சாப்பிட்டிருக்க மாட்டான் என்று ஆற்றிக்கொண்டாள். அவன் வராததால் அவளுக்குப் பசிக்கவில்லை. வாசலுக்கும் உள்ளுக்கும் நடந்துகொண்டிருந்தவள், அறையை விட்டு வெளியே வந்தாள். பஸ்களும் லாரிகளும் சைக்கிளும் பாதசாரிகளுமாய்த் தெரு சுறுசுறுப்பாக இருந்தது.

திடீரென்று அவன் உருவம் தெருவின் எதிர்க்கரையில் தென்பட்டதும், சோர்ந்த அவள் மனம், சாந்தம் அடைந்தது. அவள், அவனைப் பார்த்த அதே சமயம், அவனும் இவளைக் கண்டுவிட்டான். வலது கையை மேலே

தூக்கித் தான் வருவதாகச் சைகை காட்டியபடி, அவன் இருந்த திசையைப் பார்த்துக்கொண்டே, அவன் நடைபாதையிலிருந்து தெருவில் மிக வேகமாக இறங்கினான்.

அப்போது விரைவாக வந்துகொண்டிருந்த லாரி ஒன்று, டிரைவரின் திறமைக்குக் கட்டுப்படாமல் சுந்தரத்தின் மீது மோதிக் கீச்சிட்டு நின்றது. சாரதாவின் தொண்டைக் குரல் வெளியே வருவதற்குள், லாரி அடியில் ரத்த வெள்ளத்தில் நசுங்கிக் கிடந்தான் சுந்தரம்.

'கலைமகள் அநாதை இல்ல'த்தில், தன் அறை ஜன்னலருகில் நின்று, சாரதா வாயில் பக்கம் பார்த்துக்கொண்டிருந்தாள். அங்கவஸ்திரத்தைப் போர்வையாகப் போர்த்திச் செருகி முதுகுப்பக்கம் கைகளைக் கட்டிக் கொண்டு, உடலுக்கு வழிகாட்டுவதுபோல் முன் நீண்ட மூக்குடன் தரையில் விழப்போகிறவன்போல், சற்றே கூனலாய் எதையும் பாராத அசிரத்தையான பார்வையுடன் வேகமாக நடந்து வருகிற சுந்தரத்தின் உருவம், 'காம்பவுண்டு' வாயிலைக் கடந்து வருவதை அவள் கண்டாள். வாயிலைக் கடந்து வகுப்பறைகளைத் தாண்டிப் படிகள் ஏறி, அவளுடைய அறையே குறியாக அவன் வருவதை, அவள் உணர்ந்தாள்.

"சாரதா ...!"

குரலைக் கேட்டு, அவள் திரும்பினாள். 'இல்லத்தின்' சக ஆசிரியை மாலா, எதிரில் வந்து நின்றாள்.

"சாரதா! நீங்களே, இப்படி மனத்தளர்ச்சிக்கு இடம் தரலாமா? சுந்தரம் இங்கே வந்திருக்கவே வேண்டாம். உயிரை இழப்பதற்காகத்தான், அவர் பிரயாணத்தைத் தள்ளிப் போட்டுக்கொண்டு வந்தார் என்று தோன்றுகிறது. அவருடைய துர் மரணம், எங்களுக்கு அதிர்ச்சியாக இருக்கிறது. நினைத்தாலே பயமாக இருக்கிறது. விதி என்று இதைத்தான் சொல்கிறார்களோ, என்னவோ? ஆனால், அதற்காக நீங்கள் சாப்பிடாமல் இல்லத்தைக் கவனிக்காமலிருந்தால் ...?"

"மாலா! உனக்குப் புரியாது; எனக்கே புரியவில்லையே! உனக்கு, எப்படிப் புரியும்?"

அவள் கண்களில், நீர் பெருகுவதைக் கண்ட மாலா, "என்ன சொல்லுகிறீர்கள்?" என்றாள்.

"மாலா! அவர் இங்கே வரும்வரை, நான் கன்னியாக இருந்தேன். அவர் போனதும், நான் விதவை ஆகிவிட்டேன்!"

இக்கதை, 'உறங்காத கண்கள்' தொகுப்பில் இடம்பெற்றுள்ளது. இதற்குப் பத்திரிகைப் பிரசுர விவரம் கிடைக்கவில்லை.

உறங்காத கண்கள் (நவம்பர் 1968)

எம்.வி. வெங்கட்ராம் கதைகள் (டிசம்பர் 1998)

•

கந்தர்வ கானம்

“கனவுக்கும் நனவுக்கும் உள்ள பேதத்தை அறியாத பேதை என்று, என்னை ஏளனம் செய்கிறார்கள். நான் பேதையா?”

“நீ சந்தோஷமாகவும் அமைதியாகவும் இருக்கிறாயா?”

“இன்பம் தவிர, வேறு ஒன்றும் நான் அறியவில்லை. அமைதிக்குக் குறைவு ஏது?”

“அப்படியானால், உன்னைப் பேதை என்கிறவர்கள்தான் பேதைகள். ஒவ்வொருவனும் தன் மனம் படைத்த உலகில் வாழ்கிறான். அந்த உலகம் அழகாகவும் அமைதியாகவும் அமைந்தால், அவனுடைய வாழ்க்கையும் அழகு நிறைந்த அமைதியோடு விளங்குகிறது. அந்த உலகம் குழம்பினால், அவனுடைய வாழ்க்கையும் பாழ்படுகிறது. உன் உலகம் இன்ப உலகம்; போதுமே!”

“மீனாவுடன் நான் இருப்பதைப் பார்த்து, என்னைப் பைத்தியம் என்கிறார்களே!”

“தன் மனம் நினைப்பதுபோலவே எல்லோருடைய மனமும் நினைக்கிறது என்றும், அப்படி நினைப்பதுதான் புத்தி சுவாதீனத்தில் உள்ள நிலை என்றும் கருதும் பேதை அறியாமையால் சொல்லும் சொல். ‘பைத்தியம்’ என்பது, கவிஞனும் சித்தனும் பித்தனும் சராசரி மனிதனைப்போல் நினைப்பதில்லை; இந்த மூவரும் உயர்ந்த இனத்தவர்.”

“காதலனும் அந்த இனம்தான்.”

“உண்மை. இந்த நால்வரும் எண்ணத்தால் ஏழடுக்கு மாளிகை எழுப்பி, அதில் உல்லாசமாக வாழ்கிறார்கள்.”

“என் கதை உல்லாசமானது.”

“அதை, எனக்குச் சொல்லக் கூடாதா?”

“உனக்குப் புரியும்படி, எனக்குச் சொல்ல வராது.”

“நீ சொல்லுவதைப் புரிந்துகொள்ள, எனக்குத் திராணி இல்லை என்கிறாய். புரிந்துகொள்ள முயற்சி செய்கிறேன்.”

“என் கதை சிறியதுதான். அதற்கு ஆரம்பம் எது, முடிவு எது என்று எனக்கே தெரியவில்லை.”

“ஆரம்பமும் முடிவும் அழியும் பொருளுக்குத்தானே! உன் கதை சிரஞ்சீவி. சொல்லு, கேட்கிறேன்.”

முதல் காட்சி

விழிகளில் குடிபுகுந்தவள்,
கண்மணிகள் இரண்டையும் அடைத்து நிறைத்துக்கொண்டு
அமர்ந்துவிட்டால் –
இரவென்ன பகலென்ன,
காலம் என்பதே கருத்தற்றுப் போகிறது;
நெஞ்சத்தை மஞ்சமாய்க் கொண்டவன், ஓயிலாக உள்ளிருக்கப்
பொன்னென்ன பொருளென்ன,
உலகமே பொருளற்றுப் போகிறது;
என் கண்மணிகளில் நிறைந்தவள் –
என் நெஞ்சத்தை மஞ்சமாய்க் கொண்டவள் –
அவள் பெயர் மீனா.
கருக்கலில், இருளின் மடியில் ஒளி கொஞ்சுகையில்,
திறந்த கண்களை இமைக்கவும் மறந்தவனாய்,
திண்ணைக்கு விரைந்து தூணோடு நான் சாய்கின்ற
அதே போதில் –
எதிர்வீட்டுக் கதவு தருக்குடன் திறக்கும்;
வாயிலில், கண்களிலிருந்து தூக்கத்தைக்
கசக்கி எடுக்கும் மீனாவின் உருவம் தோற்றம் கொடுக்கும்;
கனவில் அலைந்து கலைந்த சேலைத் தலைப்பை
உருவி, உதறி, மார்போடு இறுக்கி,
இடுப்பில் செருகி,
கைவிரல்களைக் கோத்து இரு கரங்களையும் மேலுயர்த்தி
இரவால் சூம்பிய உடல் வளர்த்துச் சோம்பலை முறித்து ஓட்டிப்
புழுங்கிக் கிடந்த இளமை நெருக்கடிக்கு
வெளிக்காற்று அளித்த ஆறுதலால்
நெடுமூச்சு ஒன்று கழித்து –
வாயிலை விட்டு மெல்ல இறங்கி,
தெருவுக்கு வந்து, நீர் தெளித்து,
பாதி மதிபோல் மண்ணை ஒதுக்கி,
மாவுக் கிண்ணியை இடக்கரத்தில் ஏந்திக்
கால்களைப் பரப்பி நின்று,
இளமையை வளைத்து இடுப்பை ஒடித்துக் குனிந்து,
இடது முழங்கால்மேல் இடது முழங்கை ஊன்றி,
வலதுகை கட்டைவிரலும் சுட்டுவிரலும் கூட்டி,
கிண்ணியிலிருந்து கனவை எடுத்து,
புள்ளிக்கு மேல் புள்ளி அடுக்கி,
புள்ளி அடுக்கைச் சீர்ப்படுத்துகிறவள்போல் தலைசாய்த்து–

என்னைப் பார்த்து முறுவல் பூத்துப் பூத்துப் பூத்து
மீண்டும் புள்ளி வரிசையில் ஈடுபட—
தோளுக்குச் சரிந்து, அங்கிருந்து வழுக்கி
மார்பகத்தைத் தொட்டு, ஆடிக் குறும்பு செய்யும் பின்னலை,
கழுத்தை நொடித்துப் பின்னால் விரட்டிவிட்டு—
தான் நொடித்த அழகை நான் பார்த்துவிட்டேனோ என
நாணித் தலைதாழ்த்தி விழிகளை உயர்த்தி
என்னைப் பார்த்து முறுவல் பூத்துப் பூத்துப் பூத்து
மறுபடியும் புள்ளிக் கற்பனையில் விழி செலுத்தவும்—
வீதியோடு ஓடிவந்து பக்கத்தில் நின்று
குரைத்துக் கேலி செய்யும் நாயைச்
சினம்கொண்டவள்போல் ஓங்கிய கைகாட்டித் துரத்தி,
அது ஓடுகின்ற திக்குநோக்கி அழகு காட்டியவாறே
என்னைப் பார்த்து முறுவல் பூத்துப் பூத்துப் பூத்துப்
புள்ளிக் கனவை வித்தரித்துக்கொண்டே செல்லுகையில்
மயலால் மெலிந்து சிந்தவரும் வளையல்களைக்
குலுக்கிப் பின்தள்ளிவிட்டுத்
துளித்துளிக் கனவுகளாய் உள்ள புள்ளிகளைக்
கோடுகளால் கோத்து
கோலத் தேர் ஒன்று கட்டி முடித்து –
நிமிர்ந்து, நிமிர்வுடன் நின்று –
தான் கட்டிய தேரழகைத் தானே ரசித்து –
'தேரில் போவோமா, போவோமா?' என்று கேட்பதுபோல்,
என்னைப் பார்த்து முறுவல் பூத்துப் பூத்துப் பூத்து
ஓடும் நடையில் வீடு என்னும் மறைவில்
அவள் புகுந்ததும்,
என் கண்மணிகளுக்கு விழிப்பு வரும்;
உடலுக்கு உயிர் வரும்;
எழுந்து உள்ளே செல்லுவேன்.

இரண்டாம் காட்சி

ஊருக்குப் புறம்பே தாமரைக்குளம் ஒன்று, எங்களுக்காகவே தோன்றியது.
வேறு மனிதர்களின் கால்களுக்கு, அவ்வளவு தூரம் நடக்கக் காதல் இல்லை.
மீனாவை முந்திக்கொண்டு, அங்கே போவேன்;
கரையில் நிற்கும் பாரிஜாத மரத்தைக் குலுக்கிப் பூச்சொரிந்து தூங்கும் தடாகத்தை எழுப்புவேன்;
சருமம் சுருங்கிய இடையில் சொகுசாய்த் தூங்கும் குடத்துடன் மீனா வருவாள்;
என்னைப் பாராதவள்போல் எங்கோ பார்த்து, அவள் நித்தில வித்தார மூரலைக் காட்ட,
அந்த ஒளிகண்டு, தடாகத்துத் தாமரைகள் மலர மலர விழித்து நகைக்கும்.

குடத்தை இறக்கித் தேய்த்து, ஆடையை இழுத்துக் கட்டிக்
கொண்டு அவள் நீருக்குள் பாய்ந்ததும்—
குளம் பூரித்துப் பொங்கும்.
ஒருகணம் நீரடியில் மறைவாள்;
மறுகணம், இரு மொட்டுகளுக்கு இடையில் அலர்ந்த தாமரை
யென முகம் காட்டுவாள்;
மீன் எனப் புரளுவாள்;
தவளைபோல் தத்துவாள்;
பாம்பு போன்று நெளிவாள்;
அடியில் அமுங்கி, மணலை உதைத்து மேல் எழும்பி,
மல்லாந்து மிதந்து, வாயில் வாங்கிய நீரை மேலே துப்புவாள்;
அதைப் பார்த்துக் குளம் கலகலவென அலைவிரித்துச் சிரிக்கும்;
நீரில் குதிப்பேன்.
குதூகலம் கொண்ட குளம் கும்மளித்து நீரை அள்ளி
என் கண்களில் அடித்துக் கீழே தள்ளும்;
மறுநொடி, அவளுடைய கால்களை வாரிவிட்டுத் தலைகீழாய்க்
கவிழ்க்கும்;
அரண்மனைக்குள் அழகான தடாகம் கட்டி, அதில் வாச நீர்
நிரப்பிப் பெண்களோடு கிரீடை செய்த மன்னர்கள் மகா
ரசிகர்கள்;
எனினும், அது செயற்கை; இந்த இயற்கை இன்பத்துக்கு
ஈடாகுமோ?
நாங்கள் கரை ஏறுகையில், தடாகம் சோர்ந்துவிடும்;
ஆயினும், எங்கள் பிரிவை ஆற்றாமல் அரைக்குடத்து நீரைப்போல்
கரையைக் கரையை முட்டும்
ஈர உடையில் எழிலாய் அவளும், இன்பமாய் நானும் நிற்பதைப்
பார்த்துப்
பறவைக்கூட்டம் இசை கூட்டும்,
பொறாமைப் பேய்கள் எனக் கறுத்த காகங்கள், 'காஹ... கா' என்று
அடித்தொண்டையில் கத்தி அச்சம் காட்டும்.
காதல் ரசிகர்களாகிய அணில்கள், வால்மீது உட்கார்ந்து
'சபாஷ்' என்று கீச்சிட்டு அச்சத்தை ஓட்டும்.
காதலை அறியாத கிழங்கள்போல், ஓணான்கள் தாடையைத்
தொங்கப்போட்டு, 'அப்படியா, அப்படியா!' என்று எள்ளி
மேலுங் கீழுமாய்த் தலையை ஆட்டும்.
எங்களைத் தொட்டுக் காற்று குளிரும்;
எங்களைப் பார்த்து வெயில் ஒளிரும்;
காட்சியாகவே நாங்கள் நிற்க... ...
பேச்சுக்குத் தேவை உண்டோ, இந்நிலையில்?

மூன்றாம் காட்சி

பிற்பகலில், கண்மணிகளை வாயிலில் காவலுக்கு நிறுத்திவிட்டு,
கையைத் தலையணை ஆக்கி, இமைகளை மூடிக்கொண்டு பொய்த்

தூக்கத்தில் ஆழ்வேன்.
சற்றுநேரத்தில், வாசலில் நிழல் ஒன்று முளைக்கும்.
அது மீனாவின் நிழல்.
ஆயிரம் நிழல்களுக்கு இடையிலும், 'இது மீனாவின் நிழல்' என்று
கண்டுகொள்ள என்னால் முடியும்.
நிழலுக்கு உயிரும் உணர்ச்சியும் உண்டு என்கிறேன்;
ஏதோ ஒன்றின் நிழல்கள் நாம்; எப்படியோ உயிர்த்து
ஏதேதோ உணர்ச்சிகளுக்கு வசப்படுகிறோம்;
நம் நிழல்களுக்கு உயிரும் உணர்ச்சியும் ஏன் இருக்கக்கூடாது?
மற்ற நிழல்களுக்கு எப்படியோ, மீனாவின் நிழலுக்கு உயிர் உண்டு,
உணர்ச்சி உண்டு;
அறிவும் – ஆற்றலும் உண்டு;
மனித உடலுக்கு உள்ள காந்த சக்தியும் உண்டு,
என்னைத் தவிர, வேறு யாராவது அங்கே இருக்கிறார்களா என்று
அந்த நிழல் நீண்டு வளர்ந்து தேடும்;
யாரும் இல்லை என்று கண்டு கதவை மூடும்;
என்னை நோக்கி மெல்ல நகருகையில், நிழலின் தலை
என் தலையைச் சாடும்;
அப்போது, எனக்குள் பரபரப்பான கிளர்ச்சிச் சிரிப்பு ஒன்று
ஊடுருவிப் பரவும்;
நிழலின் கால் என் தலையை நெருங்கும்போது
அவளே மண்டியிட்டு மருங்கில் அமருவாள்;
பெரும் தூக்கத்தில் பிதற்றுகிறவனைப்போல்
'உம்... ம்...' என்றவாறு புரண்டு படுப்பேன்.
சிவந்தவள் என் கன்னத்தைக் கிள்ளுவாள்.
அந்த இன்பத்தை மறுகன்னத்துக்கும் அளிக்க ஆசைகொண்டு
திரும்பவும் புரண்டு படுப்பேன்.
கறுத்தவளாய் எழுந்துசெல்ல முயலும் அவள் கரத்தைத் 'திடும்'
என நான் பற்றவும்–
அஞ்சியவள்போல் 'அம்மா' என்று ஆருக்கும் கேளாத பேரொலியில்
கூச்சலிட முயலும் அவளுடைய வாயைப் பொத்தி, மறுகையில்
கருங்குழலைச் சுருட்டி இழுப்பேன்;
வலிக்கும் அந்த ஆனந்தத்தைத் தாளமாட்டாமல், என் கையைக்
கடிப்பாள்;
அந்த வாய்... ... அந்த உதடுகள்... ...
ஓ, ஓ, கந்தருவ லோகம் இதுதான்,
இப்போதுதான்... ... ...

நான்காம் காட்சி

காதல் பற்றிப் பேசத் தகுதிவாய்ந்தவன் நான்; அனுபவத்தால்
சொல்லுகிறேன்:
காதல் புனிதமானது; ஐயம் இல்லை.
காதல் தூய்மையான ஒரு லட்சியம்; உண்மைதான்.

ஆனால், உடலுக்கு அதில் இடம் இல்லை என்று சிலர்
சொல்லுகிறார்கள்; அது தவறு.
உருவ வழிபாட்டில்தான் பக்தி உண்டு;
உடல் வழிபாட்டில்தான் காதல் பிறக்கிறது.
உடலையே வழிபடுவது காமம்;
உடலோடு உயிரையும், உயிரோடு ஆன்மாவையும் வழிபடுவது
காதல்
முதல் காதல், இரண்டாம் காதல்… … என்பதெல்லாம் பொய்மை;
காதலைத் துண்டாட முடியாது;
ஒருத்தனும் ஒருத்தியுமே அதில் உண்மை:
இப் பெருநெறி காமத்துக்கு இல்லை.
எத்தகைய இடரையும் காதல் எதிர்த்து நிற்கும்;
ஆனால், பிரிவுத் துயரை அது தாங்காது;
கனவில்கூடப் பிரிவைக் காதலினால் சகிக்க முடியாது:
அத்தகைய விபரீதமான கனவு ஒன்று கண்டேன்;
எத்தனை பயங்கரமான கனவு!
கனவில் பார்க்கிறேன்:
மொட்டை மாடியில் கைப்பிடிச் சுவர்மீது கைகளை ஊன்றியபடி
நிற்கின்ற நான்;

வெளியைக் கீறிச் சீறிப் பாய்ந்து மேலேறி, உச்சிவானில் படீர் என வெடித்துச் சிவப்பு, பச்சை, நீலம், ஊதா, மஞ்சள், ஆரஞ்சு, வயலட் முதலிய ஒளிவண்ணங்களை இரைத்து, ஒரு புதிய வானத்தை ஆக்கி அழித்துக் காட்டும் வர்ண ஜாலம்;

வீதியில் ஒன்றன்பின் ஒன்றாய் நடந்துவரும் காந்த விளக்குகள்;

இருவரும், மூவரும், நால்வருமாய்க் கூடித் தம்பலத்தைக் குதப்பியவண்ணம் உல்லாசமாய்ப் பேசுவதேபோல் பாசாங்கு செய்து அழகுகளுக்குப் பின் ஓடும் கண்களுக்குப் பின்னால் மெதுவாய் நகருகிற ஆண் கும்பல்;

பிறகு, வண்ணச்சேலைகளை உடுத்து, வைரமும் தங்கமுமாய் உடலைக் காட்டி, முத்துமுத்தாய்ச் சொல்லைச் சிந்தியவண்ணம், மெல்ல மெல்ல வருகிற பெண்மணிகளின் அணிவகுப்பு;

நாதஸ்வர மன்னர் இசைஜாலம் பரப்புவதைத் தலை ஆட்டியும் தாளம் போட்டும் ரசிக்கின்ற கூட்டம் ஒன்று;

அப்பால், ஊர்ந்துவரும் பெரும் கார் ஒன்று;
அதற்குள் மணமகனும் மணமகளும்;
மணமகன்; எவனோ ஒருவன்;
மணமகள்—
அந்தக் குனிந்த தலை… … அந்தக் கூந்தல்… …
அது… … அவள்… … மீனா!

கனவுதான் என்றாலும், வெறும் காட்சிதான் என்றாலும், யாரோ ஒருத்தனுக்குப் பக்கத்தில் மணமகளாய் மீனா அமர்ந்திருக்கும் காட்சி –

என் தலைக்குள் பலப்பல அண்டங்கள் படப்படவென வெடிப்பது போல் பேரொலி கேட்கிறது;

நாடி நரம்புகளும், ரத்த நாளங்களும் இறுகித் தெறித்துச் சிதறுவதைப்போல், என் உடல் புடைக்கிறது;

காலடித் தரை, திடீரென்று மறைகிறது;
நான் கீழே, கீழே, கீழே விழுகிறேன்… …

கனவு கலைந்து கண் விழித்தபோது, அம்மா மட்டும் என் தலைப்பக்கம் இருந்தாள். என் முதல் நினைவு, அக்கனவுதான்.

"அம்மா, ராத்திரி ஒரு கெட்ட கனவு; எதிர்வீட்டு மீனாவுக்குக் கலியாணம் ஆகி ஊர்வலம் போவதுபோல்… …"

"கலியாணம் முடிந்து, அவள் கணவனோடு போய், ஒரு மாசம் ஆகிறது. ஊர்வலம் பார்க்கும்போதுதான், நீ பிரக்ஞை இல்லாமல் விழுந்துவிட்டாய். எப்படியோ பிழைத்துப் பெற்ற வயிற்றில் பால் வார்த்தாயே… …"

அவள் சொன்னதைக் கேட்டு, எனக்குச் சிரிப்பு வந்தது. அவள் வயதானவள்; பார்வையோடு ஞாபக சக்தியும் மங்கிவிட்டது. இப்போது, அவளுடைய புத்தியும் தடுமாற ஆரம்பித்துவிட்டது.

◆ ◆ ◆

"என் கதை இவ்வளவுதான். மீனாவும் நானும் சந்தோஷமாகவே இருக்கிறோம். ஆனால், ஊராரின் கொள்ளிக்கண்களையும் நச்சுவாய்களையும்தான் என்னால் பொறுக்க முடியவில்லை…"

"சோற்றுக்கும் பருப்புக்கும் வெந்துசாகும் மனிதப் புழுக்களுக்குக் கந்தருவகானமும் அழகும் எப்படி விளங்கும்? உன் கண்களையும், காதுகளையும் இந்தத் துன்ப உலகத்துக்கு அழைத்துவராதே! நான் வாழ்த்துகிறேன்; அங்கேயே ஆனந்தமாக இரு!"

'என் கதை' என்ற தலைப்பில், உறங்காத கண்கள் (நவம்பர் 1968) தொகுப்பில் இடம்பெற்றுள்ளது.

சௌராஷ்டிரமணி **(அக்டோபர் 26, 1981)**

எம்.வி. வெங்கட்ராம் சிறுகதைகள் (டிசம்பர் 1998)

●

பிரதிக்கினை

மகாபாரதப் போர் முடிந்துவிட்டது.

தருமபுத்திரர் அசுவமேத யாகம் செய்துகொண்டிருந்தார். அவர் யாகத்துக் குதிரையை அவிழ்த்துவிட்டார். பெரும் வீரனான அர்ச்சுனன் கையில் வில் ஏந்தியவனாகக் குதிரையின் பின்னால் நடந்தான். அவனுடன் ஒரு படையும் சென்றது. பல நாடுகளைச் சுற்றிய பின் குதிரை, சம்பகபுரி என்னும் நாட்டை நெருங்கியது.

அந்த நாட்டு மன்னர், அன்னக்கொடியோன் என்பவர். அர்ச்சுனன் படையோடு வருகிற செய்தி அறிந்து, அவர் மிகவும் மகிழ்ச்சியடைந்தார். "நான் கிழவன் ஆகிவிட்டேன். ஆனால் இன்னும் கிருஷ்ண பகவானைத் தரிசிக்க முடியவில்லை. நான் அந்தக் குதிரையைக் கட்டிப்போடுகிறேன். போரில் அர்ச்சுனனைத் தொல்லை செய்தால், அவனைக் காப்பாற்றக் கண்ணன் வருவார். அப்போது நாங்கள் எல்லோரும் அவரைத் தரிசிக்கலாம்" என்று எண்ணினார் அவர்.

அன்னக்கொடியோன் அறம் தவறாத அரசர். தெய்வ பக்தி மிகுந்தவர். அறம் தவறுகிறவர்களுக்கு அவர் நாட்டில் இடம் இல்லை. அவருடைய கட்டளைப்படி, படை வீரர்கள் குதிரையைப் பிடித்துக் கட்டினார்கள்.

அரசரின் ஆசிரியர்கள் இருவர். சங்கர், லிகிதர் என்று அவர்களுக்குப் பெயர். அவர்களும் கிருஷ்ண பகவானைக் காண ஆவலாயிருந்தார்கள். அவர்கள் ஒரு நேரத்தைக் குறிப்பிட்டு, அதற்குள் போர்வீரர்கள் எல்லோரும் களத்துக்கு வந்துசேரவேண்டும் என்று உத்தரவு பிறப்பித்தார்கள். அப்படி வராதவர்கள் கொதிக்கிற எண்ணெயில் எறியப்படுவார்கள் என்றும் அறிவித்தார்கள்.

அக்கட்டளையை, மன்னர் குடும்பத்தினரும் மீற வழியிருக்கவில்லை. ஆகவே, மன்னரும் அவருடைய புதல்வர்களும், மற்ற யாவரும் போர்க்களம் நாடிச் சென்றனர்.

மன்னரின் கடைசி மைந்தன் சுதன்வா என்பவன், அவன் அன்னையிடம் விடைபெறப்போனான். அந்த வீரத்தாய், அவனை வாழ்த்தி, “வெற்றி பெற்றுக் கண்ணனை அழைத்து வா!” என்று விடை கொடுத்தாள் – பிறகு அவன் தமக்கையிடமும் மனைவியிடமும் விடைபெற்றுக்கொண்டு போர்க்களத்துக்கு வரும்போது, சற்றுத் தாமதம் ஆகிவிட்டது.

குறித்த நேரத்தில் சுதன்வா போர்க்களம் வரத் தவறியதை, அரசர் கவனித்துவிட்டார். அவன் தலைமயிரைப் பிடித்து இழுத்து வரும்படி, சில வீரர்களை அனுப்பினார். அவர்கள் வழியிலேயே சுதன்வாவைக் கண்டு விட்டனர். அவன் தந்தையிடம் தாமதம் ஆனதன் காரணம் சொன்னான். மகன் சொன்னதை, மன்னன் ஏற்கவில்லை. அவர், ஆசிரியர்களிடம் ஒரு தூதனை அனுப்பி, “என்ன செய்வது?” என்று கேட்டார்.

“எல்லோருக்கும் பொதுவானது கட்டளை; அதை மீறினால் அறம் தவறுவது ஆகும். அறம் இல்லாத நாட்டில் நாங்கள் இருக்கமாட்டோம்” என்று அவர்கள் பதில் கூறினார்கள்.

அதைக் கேட்டதும், மைந்தனைக் கொதிக்கிற எண்ணெய்யில் இடுவதற்கு ஏற்பாடு செய்யும்படிக் கட்டளை இட்டார் மன்னர். போர் வீரர்கள் அனைவரும், ராஜகுமாரனைப் பார்த்துக் கலங்கினார்கள்.

ஆனால், சுதன்வா சற்றும் தயங்காமல், “கண்ணா. நான் சாவுக்காக அஞ்சவில்லை. நான் உங்கள் திருவடிகளிலே உயிர் துறக்கத்தான் விரும்பினேன். ஆனால், உங்களைத் தரிசிக்க முடியவில்லையே என்கிற ஒரே வருத்தம்தான், எனக்கு! நான் கோழையாக இறக்கவும் விரும்பவில்லை. எவ்வளவோ பக்தர்களைக் காப்பாற்றினீர்கள். நான் இம்மாதிரி சாவு ஏற்பது முறையல்ல என்று நீங்கள் எண்ணினால், என்னைக் காப்பாற்றுங்கள்” என்றவாறு, அவன் தானாகவே கொதிக்கிற எண்ணெய்யில் இறங்கினான்.

கொதிக்கிற எண்ணெய் தண்ணீர்போல் தோன்றியது சுதன்வாவுக்கு. அதைக் கண்ட மக்கள், மகிழ்ச்சி ஆரவாரம் செய்தார்கள். அரசர் மகனைத் தழுவிக்கொண்டார். அரசரின் ஆசிரியர்களும் அவனை வாழ்த்தினார்கள். தந்தையின் உத்தரவுப்படி, சுதன்வா தேர் ஏறிப் போர்க்களம் சென்றான்.

பாண்டவரின் பெரும் படை மகாவீரனான அர்ச்சுனன் தலைமையில் போரிட்டது. இந்தப் பக்கம் சுதன்வா படைத்தலைமை தாங்கினான். அவனை எதிர்த்து நிற்க முடியாமல், பாண்டவரின் படை, பின் வாங்கத் தொடங்கியது. அதைக் கண்ட அர்ச்சுனன், சுதன்வாவை எதிர்த்தான்.

இருவரும் கிருஷ்ண பக்தர்கள்; சுதன்வாவுக்கு ஒரே பலம் கண்ணன்தான்; வயதிலும் சிறியவன்; போர்க்களம் பாராதவன். அர்ச்சுனனோ தன் வலிமையில் நம்பிக்கை மிக்கவன்; பல போர்க்களங்களில் போராடிய அனுபவமும் உடையவன். யாருடைய பக்தி சிறந்தது என்பதை, இப்போராட்டம் தெளிவாக்கிவிடும்.

“இளைஞனே, நான் பல வீரர்களுடன் போரிட்டிருக்கிறேன். பீஷ்மர், துரோணர், கர்ணன், முதலியவர்களின் வீரத்தைவிட உன் பராக்கிரமம் எனக்கு வியப்பைத் தருகிறது” என்று சுதன்வாவைப் பாராட்டினான். அர்ச்சுனன்.

“வீரம் மிக்கவரே, முன்பு நடந்த போர்களிலே கண்ணபெருமான் உங்களுக்குத் தேரோட்டியாக இருந்து உதவி புரிந்தார். இன்று அவர் உங்களோடு இல்லை. அதனால்தான் உங்களுக்கு வியப்பைத் தருகிறது. அந்தத் தேரோட்டியை, எப்படி விட்டீர்கள்? என்னோடு போராடித் தோற்க வேண்டும் என்பதற்காகவே, அவர் உங்களைத் தனியாக விட்டு விட்டாரா? எனக்கு ஈடு கொடுக்க, உங்களால் முடியுமா?” என்று பதிலுக்குக் கேட்டான் சுதன்வா.

அர்ச்சுனனுக்கு, மிகவும் சினம் உண்டாயிற்று. அம்பு மழையாக, அவன் வில் பொழிந்தது. ஆனால், எல்லாவற்றுக்கும் பதில் அடி கொடுத்தான் சுதன்வா. அர்ச்சுனனின் திறமை எதுவும் பலிக்கவில்லை. அவனுடைய தேரோட்டியும் இறந்துவிட்டான்.

“பார்த்தரே, எங்கே உங்கள் வீரம்? பாவம். என் அம்புகளால் அடியுண்டு கலங்கிவிட்டீர்கள். எல்லாம் வல்லவரான தேரோட்டியை விட்டுவிட்டு, நீங்கள் என்னுடன் போரிட வந்திருக்கக்கூடாது. என்று மேலும் ஏளனம் செய்தான் சுதன்வா.

அர்ச்சுனன் என்ன செய்வான்? இடது கையில் குதிரை லகானைப் பிடித்துக்கொண்டு போராடத் தொடங்கினான். மனதுக்குள் அவன் கண்ணனைத் தியானித்தான். அவன் எண்ணியதும், தேர்த் தட்டில் தோன்றினார் கிருஷ்ணன். தேரோட்டும் தன் கடமையை ஏற்றார்.

சுதன்வாவோ பகவானைத் தரிசித்து மிகவும் இன்பம் அடைந்தான். தன் முயற்சி பலன் அளித்தது கண்டான். “தனஞ்செயரே, உங்களுடைய தேரோட்டி வந்துவிட்டார். இனி என்னை வெல்வதற்காக, ஏதாவது பிரதிக்கினை செய்யுங்கள்?” என்றான்.

சுதன்வாவின் இந்த அறைகூவலைக் கேட்ட அர்ச்சுனன், மிகவும் ஆத்திரமுற்றான். அவன் மூன்று அம்புகளை, வெளியில் எடுத்தான். “இந்த மூன்று பாணங்களால் உன் தலையை வெட்டி வீழ்த்துவேன். நான் அப்படிச் செய்ய முடியாவிட்டால் என் முன்னோர் புண்ணியங்களை இழந்து நரகத்தில் விழட்டும்!” என்று சூளுரைத்தான்.

“கண்ணபெருமான் முன்னிலையில், நான் இந்த மூன்று பாணங் களையும் முறியடிப்பேன். அப்படிச் செய்ய முடியாவிட்டால், நான் நரகம் போகிறேன்” என்று பதிலுக்குச் சூளுரைத்தான் சுதன்வா.

இருவரும் கண்ணனின் பக்தர்கள். இருவரின் பிரதிக்கினைகளும் ஒன்றுக்கொன்று முரணானவை. தேவர்களும் மலைத்துப் பார்த்துக் கொண்டிருந்தார்கள்.

சுதன்வாவோ கிருஷ்ணனோடு இருந்த அர்ச்சுனனை, அம்புகளால் துளைத்துக்கொண்டிருந்தான். அர்ச்சுனனின் தேர் ஒருபுறம் முறிந்தது.

“அர்ச்சுனா, என்னைக் கேட்காமல் பிரதிக்கினை செய்துவிட்டாய். இந்த வீரனால் அடிபட்டு உன் தேர் நானூறு அடி பின்விழுந்து விட்டது. சுதன்வாவோ ஏகபத்தினி விரதம் உடையவன். இந்த விஷயத்தில் நீயும்,

நானும் அவன் முன்னால் நிற்க முடியாது. இவனை எளிதில் வெல்ல முடியாது" என்றார் மாயக் கண்ணன்.

"நீங்கள் இருக்கும்போது, எனக்கு என்ன பயம்?" என்றான் அர்ச்சுனன். கூறிவிட்டு முதல்பாணத்தை வில்லில் தொடுத்தான். கண்ணன், அந்தப் பாணத்துக்குக் கோவர்த்தன மலையைச் சுமந்ததால் கிடைத்த புண்ணியத்தை அளித்தார். ஆனால், அந்த அம்பை வழியிலேயே வீழ்த்திவிட்டான் சுதன்வா–

பகவானின் கட்டளைப்படி, அர்ச்சுனன் இரண்டாவது கணையை வில்லில் பூட்டினான். இந்த அம்புக்கும் கண்ணன் பல புண்ணியங்களின் பலத்தை வழங்கினார். ஆனால் அதையும் வெட்டிவிட்டான் சுதன்வா.

அர்ச்சுனன் கலக்கம் அடைந்துவிட்டான். வானிலும் மண்ணிலும் இருந்தவர்கள் வியப்புடன் பார்த்துக்கொண்டிருந்தனர். அர்ச்சுனனிடம் ஒரே ஒரு கணைதான் எஞ்சியிருந்தது. அந்தப் பாணத்தின் பின்புறம் பிரம்மாவையும்,இடையில் காலனையும் அமர்த்திய கண்ணன் முன்பக்கத்தில் தானே எழுந்தருளினார்.

"அர்ச்சுனா, நீங்கள் பாக்கியசாலி. உங்களுக்காகப் பகவான், தன் புண்ணியத்தை மட்டும் தரவில்லை. அவரே அம்பில் எழுந்தருளுகிறார். ஆனால், இதே கண்ணன் அருளால், இந்தப் பாணத்தையும் நான் முறியடிப்பேன். நான் சாவுக்காக அஞ்சவில்லை. என் தெய்வமே என்னைக் கொல்ல வரும்போது, நான் பெரிய பாக்கியசாலி!" என்று கூறினான் சுதன்வா.

அர்ச்சுனன் அம்பு எய்தான். அதை வெட்டுவதற்காகக் கண்ணனைத் தியானித்துக்கொண்டு, சுதன்வாவும் பாணம் விட்டான். பக்தனின் உறுதியை எதிர்க்கக் காலனுக்கு வலிமை இல்லை; சுதன்வாவின் அம்பைக் கண்டதும் அம்பின் நடுப்பக்கத்திலிருந்து நழுவிவிட்டான். இடையில் அறுபட்டதால், அர்ச்சுனனுடைய அம்பின் பின்பகுதி கீழே விழுந்தது. ஆகவே, சுதன்வாவின் பிரதிக்கினை நிறைவேறிவிட்டது. அர்ச்சுனனின் பிரதிக்கினையை நிறைவேற்ற, அப்பகுதியின் முன்பகுதி சதன்வாவின் கழுத்தை வெட்டியது, வெட்டுண்ட நிலையிலும், "கிருஷ்ணா, கிருஷ்ணா!" என்றவாறு, கண்ணனின் திருவடிகளில் விழுந்து புரண்டது.

***சுதேசமித்திரன்* (தீபாவளி மலர்: 1970)**

(நூல் வடிவில் இதுதான் முதல் பிரசுரம்)

•

மாய்ஃபாப்

அப்போது எனக்குப் பதினைந்து வயது; ஒன்பதாம் வகுப்பில் படித்துக்கொண்டிருந்தேன்.

இந்தவயதில் சிறுபிள்ளைத்தனமான காரியங்களைத்தானே செய்ய முடியும்? ஆனால், அவற்றின் விளைவாக, மிகநுட்ப மான உணர்ச்சிகள் கூடிக் கோலாகலமாய்த் திருவிழா கொண்டாடுவதைக் கவனித்திருக்கிறீர்களா?

ஒருநாள் மாலை, பள்ளிக்கூடத்திலிருந்து மிகவும் அவசரமாய் வீட்டுக்குத் திரும்பினேன். நண்பன் ஒருவன், 'அயாஷா' என்னும் மர்மநாவலைக் கொடுத்தான். இரண்டு நாளில் திருப்பித்தர வேண்டும் என்று நிபந்தனை. துப்பறியும் நாவல்கள், மர்ம நாவல்கள் என்றாலே எனக்குப் பசி, தாகம் மறந்துபோகும். 'அயாஷா – காதலனுக்காக இரண்டாயிரம் ஆண்டுகள் காத்திருந்த காதலி' என்று அட்டைமீது கொட்டை எழுத்துக்களில் பெயரைப் பார்த்ததுமே, எனக்கு ஒரே பரபரப்பு. மனித ஆயுளே அதிகபட்சம் ஒரு நூற்றாண்டுதானே? இரண்டாயிரம் ஆண்டுகள், ஒருத்தி காதலனுக்காக எப்படிக் காத்திருக்க முடியும்? இரண்டாயிரம் வயதுக்கிழவி, அதே மாதிரி ஒருகிழவனைத்தானே காதலிக்க முடியும்? அவ்வளவு வயதான கிழவர்கள் காதலிக்க முடியுமா? – என்பது போன்ற பல கேள்விகள், பதில் வேண்டி என்னைத் துன்புறுத்திக்கொண்டிருந்தன. இந்தப் பரபரப்போடு, வீட்டுக்குத் திரும்பினேன்.

வீட்டுக்குள் நான் தாராளமாய் நுழைந்துவிட முடியாது; அதற்குப் பெரிய இடையூறு, என் தகப்பனார் – அவர் ஒரு பட்டு ஜவுளி உற்பத்தியாளர். வீட்டின் முன்கட்டிலேயே அவர், குமாஸ்தாக்களிடம் கணக்குச் சொல்லிக்கொண்டோ, பார்சல் கட்டிக்கொண்டோ, நெசவாளர்களுக்காகப் பட்டு நிறுத்துக்கொண்டோ அல்லது அவர்களைத் திட்டிக்கொண்டோ இருப்பார். அவர் பார்வை, என்மீது விழுந்துவிட்டால் போதும், உடனே ஏதாவது வேலை சொல்லுவார். கணக்கு எழுதச் சொல்லுவார்; தராசை ஒழுங்காய்ப் பிடித்துக்கொண்டு பட்டு

நிறுத்துக்கொடுக்கச் சொல்லுவார். இல்லாவிட்டால் நூறு அல்லது பத்து ரூபாய் நோட்டு ஒன்றுகொடுத்துச் சில்லரை மாற்றிக்கொண்டு வரும்படி கட்டளை இடுவார். தொழிலில் என்னைப் பழக்குவதாய் அவர் நினைப்பு. என் படிப்புப் பாழாகிறதே என்ற கவலையே, அவருக்குக் கிடையாது. அவரை மறுத்தோ எதிர்த்தோ பேச, எனக்குத் துணிச்சல் இல்லை. தந்தையர்கள் எல்லோருமே சர்வாதிகாரிகள், கொடுங்கோலர்கள்.

அன்றைக்கு நல்லவேளை, அப்பா வெளியே போயிருந்தார். நான் வீட்டின் கடைக்கோடியில் இருந்த சமையலறைக்கு விரைந்தேன். சமையறைக்குப் பக்கத்தில் ஒரு ஹால் இருந்தது; அங்கே யாரும் வரமாட்டார்கள்; அமைதியாக நாவல் படிக்கலாம் என்பது என் திட்டம்.

எங்கள் வீட்டில் பெண்பாலர் மூவரே: என் தாயார், அக்கா ஃபைனு, அத்தை மகள் லட்சுமி. இவள் இளம்பிராயத்திலேயே கணவனை இழந்துவிட்டு, என் தாய்க்குத் துணையாக எங்கள் வீட்டிலேயே இருந்தாள். சமையலறைக்குள் போனதும் இந்த மூவரைத் தவிர, இரண்டு புதுமுகங்கள் தெரியவே, எனக்குத் தயக்கம் ஆகிவிட்டது. சுமார் முப்பத்தைந்து வயசு இருக்கும் ஒரு ஸ்திரீயும், அவளுக்குப் பக்கத்தில் ஐந்து வயதுச் சிறுவன் ஒருவனும் உட்கார்ந்திருந்தார்கள். அவள் சேலை கட்டியிருந்த விதத்திலிருந்தும், பேசிய விதத்திலிருந்தும் மதுரைக்காரி என்று தெரிந்தது.

நாங்கள் சௌராஷ்டிரர்கள்; கும்பகோணம் சௌராஷ்டிரப் பெண்கள் தட்டுச் சுற்றாய்ச் சேலையைக் கட்டுவார்கள்; மதுரை மாதர் கச்சமாய்க் கட்டுவார்கள். நாங்கள் பேசும் மொழி ஒன்றுதான்; ஆனால், மதுரைக்காரர்கள் சொற்களை நீட்டி இழுத்துப் பேசுவார்கள். தமிழ்க் கொச்சை, வட்டத்துக்கு வட்டம் மாறுகிறது அல்லவா? அதுமாதிரித்தான்.

பக்கத்து வீட்டில், ஒரு மதுரை ஜரிகை வியாபாரி இருந்தார். அவருடைய உறவினர்கள் என்று நினைக்கிறேன். எங்கள் தெருவில் வெளியூரிலிருந்து வருகிற பெண்கள் யாரும், என் தாயாரைப் பார்க்காமல் போகமுடியாது. வயதான அவளுடைய பேச்சும், மங்களகரமான தோற்றமும் தூய்மையும், அவ்வளவு பிரபலம்.

மதுரைக்காரி, என்னைப் பார்த்ததும் கேட்டாள்: “தம்பி, நம்ம பிள்ளையா?”

“ஆமா, பள்ளிக்கூடத்திலிருந்து இப்பத்தான் வர்ரான்; ரேய் சொன்னா, உட்காரு, உப்புமா ஆகுது. சாப்பிட்டுக் காப்பி குடிக்கலாம்,” என்று அம்மா என்னிடம் சொன்னாள்.

என் செல்லப் பெயர் சொன்னா—தங்கம் என்று அர்த்தம்.

புதிதாக இரண்டு ஆண்பிள்ளைகளுக்கு முன்னால் போகவே, நான் வெட்கப்படுவேன். பெண் பிள்ளைகள் எதிர்ப்பட்டாலே, கூச்சத்தால் என் உடம்பு குன்றிப் போகும். ‘அயாஷா’வைப் படிக்க முடியவில்லையே என்ற ஆத்திரம் வேறு; தயங்கியபடி உட்கார்ந்தேன்.

“தம்பி, எந்தக் கிளாஸ் படிக்கிறே?” என்று கேட்டாள் மதுரைக்காரி.

“ஒன்பதாவது.”

"தேவல்லியே. ஆறாவது, ஏழாவது இருக்கும்னு நினைச்சேன்."

நான் அப்போது ஒல்லியாக இருப்பேன்; ஆளும் கட்டை; அதனால் எல்லோரும் என்னைச் சின்னப்பிள்ளை என்று எடைபோட்டார்கள்.

"கவனிச்சிப்படி, தம்பி. இனிமே படிக்காவிட்டா, பேர் சொல்ல முடியாது. பணத்துக்கு மரியாதை கிடையாது. அதென்னவோ, எங்கவீட்டுப் பிள்ளைகளுக்குப் படிப்பு ஏர்றதில்லே."

என் அக்காவுக்குத் தம்பி மகாபுத்திசாலி என்று பெருமை: "சொன்னா, நல்லா படிப்பான். இதுவரை பெயில் ஆனதே இல்லை" என்றாள்.

"இவன் படிக்கிறதைப் பார்த்தா, எங்களுக்குப் பயமாயிருக்கு. சாப்பிட்றப்போ படிக்கிறான்; விடியவிடியக் கண்முழுச்சிப் படிக்கிறான். கொல்லைப்பக்கம் போறப்போகூடக் கையிலே புத்தகம் வைச்சிருக்கான். இப்படிப் படிச்சா, உடம்பு என்னத்துக்கு ஆகும்?" என்று, அம்மா கவலைப்பட்டாள்.

"ஒண்ணும் ஆகாது, படிச்சிப் பெரிய வேலைக்குப் போவான் பாருங்க" என்றாள் மதுரை.

நான் வேலைக்குப் போக லாயக்கில்லை என்பதற்குத் தன்னை அறியாமலே காரணம் கூறினாள் அக்கா: "சொன்னா, கதைகூட எழுதறான்."

"கதை எழுதறானா? ரொம்பக் கெட்டிக்காரனாயிருப்பான்போல் இருக்கே! பாபூ (தம்பி), என்ன கதை எழுதறே?"

அவர்கள் என்னைப் பாராட்டிப் பேசினாலும், வெட்கத்தால் அங்கே எனக்கு இருப்புக் கொள்ளவில்லை. ஆரணி குப்புசாமி முதலியார், வடுவூர் துரைசாமி அய்யங்கார் போன்ற சில ஆசிரியர்களின் நாவல்களைப் படித்ததால் என்னை எழுத்து மோகம் பீடித்திருந்தது. லைலா மஜ்னு போன்ற காதல் கதைகள் எழுதுவதாய், அந்த அம்மாளிடம் நான் சொல்ல முடியுமா? நான் கதை எழுதி எழுதிப் பத்திரிகைகளுக்கு அனுப்புவதையும், ஆசிரியர்கள் அவற்றை இரக்கம் இல்லாமல் திருப்பியனுப்புவதையும் அவளிடம் சொல்ல முடியுமா? தர்மசங்கடமான இந்த நிலைக்கு, என்னை ஆளாக்கிய அக்காமீது, எனக்குக் கோபம் வந்தது. மௌனமாக மதுரைக்காரிக்குப் பக்கத்திலிருந்த சிறுவனைப் பார்த்துக்கொண்டிருந்தேன். சுருள் சுருளான கேசமும், குறுகுறுவெனக் கருவிழிகளுமாய், அவன் அழகாயிருந்தான். கையிலிருந்த புத்தகத்தின் ஏடுகளை, அவன் புரட்டிக்கொண்டிருந்தான்.

எனக்காக அம்மா மறுமொழி கூறினாள்: "சொன்னாவுக்குச் சங்கோசம் அதிகம் – பொம்பிள்ளைங்களோட தாராளமா பேசமாட்டான்..."

"நல்லபிள்ளைங்க, அப்படித்தான் இருப்பாங்க," என்றாள் மதுரைக்காரி.

அந்த இடத்திலிருந்து நழுவினாற் போதும்போல் இருந்தது எனக்கு.

"லெசிம்பை, உப்புமா ஆகல்லியா?" என்று அத்தை மகளிடம் அவசரப்பட்டேன். அவள் பெயர் லட்சுமிபாய்; அதுதான் லெசிம்பை என்று நறுவிசாய்த் திரிந்துவிட்டது.

லெசிம்பை, எல்லாருக்கும் இலைபோட்டு, உப்புமா வைத்தாள். சாப்பிட்டுவிட்டுக் காபிக்காகக் காத்திருந்தபோது, சிறுவன் அருகில் வந்து, என்மீது சாய்ந்து உட்கார்ந்தான்.

"அண்ணா, நான் நல்லா படிப்பேனே" என்றான் மழலையில்.

"ஒன் பேர் என்ன?"

"ராமாச்சாரி"

"எந்த வகுப்புப் படிக்கிறே?"

"ஒன்னாவது புத்தகம் முச்சூடும் படிப்பேனே."

பெண்பிள்ளைகளோடு பேசுவதைவிடக் குழந்தையோடு பேசுவது, சௌகரியமாக இருந்தது.

"எங்கே, இதைப் படி, பார்க்கலாம்" என்று அவன் கையிலிருந்த புத்தகத்தில், யதேச்சையாக ஒரு பக்கத்தைப் புரட்டினேன்.

குழந்தை தயங்கவில்லை.

"ஆனால், இம்மன்னா, மாவன்னா, அம்மா; ஆனா, இப்பன்னா, பாவன்னா, அப்பா..." என்று படபடவென வாசித்துக்கொண்டே போனான்.

"நிறுத்துடா, அம்மான்னா யாரு?"

குழந்தை குறும்பாக யோசனை செய்வது போல் பாசாங்கு செய்தான். என் தாயாரைச் சுட்டிக்காட்டினான்; என்ன தோன்றியதோ, சரேலென்று தாவி, அவள் மடிமீது உட்கார்ந்து அவளுடைய கழுத்தைக் கட்டிக் கொண்டு, "தூ நா அம்ரே அம்போ?... அம்போ, அம்போ, அம்போ!" (நீதானே எங்க அம்மா? அம்மா, அம்மா!) என்று கத்தியபடி ஊஞ்சலாடினான்.

யாரும் எதிர்பாராத இந்த ஆர்ப்பாட்டம் எனக்கு ஒரே ஆச்சரியமாக இருந்தது. அம்மாவுக்கோ மகிழ்ச்சியால் கண்கள் கலங்கிவிட்டன; குழந்தையை இறுகத்தழுவி உச்சி மோந்து முத்தம் இட்டாள்.

"பாட்டி கழுத்தை விடுடா, போக்கிரி!" என்று குழந்தையின் தாய் அதட்டினாள்.

சிறிதுநேரத்தில் அவள் தன் குழந்தையுடன் போய்விட்டாள். நாவல் படிக்க விடுதலை கிடைத்த நிம்மதியுடன் நான் எழுந்தபோது அம்மா கேட்டாள்: "அந்தக் குழந்தை நமக்கு என்னடா உறவு?"

ஏன் இந்த அர்த்தமில்லாத கேள்வி என்று விளங்காமல், "உறவா? அவங்களுக்கும் நமக்கும் ஒரு உறவுமில்லியே," என்றேன்.

"அந்த குழந்தை யாரோ, நாம்ம யாரோ, அவன் என் கழுத்தைக் கட்டிக்கிட்டு அம்மா, அம்மான்னு கூப்பாடு போட்றான்; எனக்கு எவ்வளவு ஆனந்தமாயிருக்கு தெரியுமா? நீ ஏண்டா என்னை அம்மான்னு கூப்பிட்றதில்லே? நான் உனக்கு ஏதாவது குறைச்சிருக்கேனா? நான் உனக்கு என்னடா செய்யல்லே?"

எனக்கு வயிற்றில் சுர்ரென்றது. குழந்தை விளையாட்டு வினையாக முடியும் போல் இருக்கிறதே என்று அஞ்சினேன். வினையை விளையாட்டாக்க எண்ணி மெதுவாய்ச் சிரித்தவாறு, "கூப்பிடமாட்டேன்னு சொல்லலல்லியே," என்றேன்.

"மாட்டேன்னு சொல்லலல்லே; ஆனா, கூப்பிட்றதில்லியே?"

இம்மாதிரி சந்தர்ப்பங்களில் அக்கா தனக்கு அம்மாவிடம் உள்ள பாசத்தைக் காட்டிக்கொள்ளத் தவறுவதில்லை. அவள் சொன்னாள்: "ஏண்டா, அம்மான்னு கூப்பிடக் கஷ்டமாவா இருக்கு? அம்மாவை அம்மான்னு கூப்பிட்டா என்ன? நான் கூப்பிடல்லியோ? இதிலே வெட்கப்பட்றத்துக்கு என்ன இருக்கு?"

"நீ வாயை மூடிக்கிட்டு இருடீ!" என்று அவளை அதட்டினேன்.

"அவளை என்னடா அதட்டறே? நான் கேக்கிறதுக்கு என்ன சொல்றே? நான் உனக்கு ஏதாவது வஞ்சனை செய்றேனோ? படிக்கறே; புத்திசாலிப் பிள்ளைன்னு சந்தோஷப்பட்றோம். அம்மான்னு கூப்பிடணும்னு உனக்கு ஏண்டா தோணலல்லே? சொல்லிக் கொடுத்தா கூப்பிடணும்?"

அம்மாவின் முகமாற்றம் எனக்கு அச்சம் உண்டாக்கியது. இந்த இக்கட்டிலிருந்து காப்பாற்றும்படி லெசிம்பையைப் பார்த்தேன்.

அவள் எப்போதும் என் கட்சி; சன்னக் குரலில் அவள் எனக்காகப் பரிந்து பேசினாள்:

"பழக்கம்தான் எல்லாத்துக்கும் காரணம். சிறுவயதிலிருந்தே அம்மான்னு கூப்பிடப் பழகியிருக்கணும்; பழக்கம் இல்லாமப் போச்சா, இப்போ வெட்கப்பட்றான். சொன்னா, உனக்கு ஏண்டா இத்தனை வெட்கம்? பொம்பிள்ளைங்களைவிட அதிகமாக வெட்கப்பட்றியே!"

லெசிம்பைக்கும் அக்காவுக்கும் என்றைக்கும் ஆகாது; அவன் என்ன சொன்னாலும் இவள் எதிர்த்துப் பேசுவாள்.

"அது என்ன வெட்கம், ஊரிலே இல்லாத அதிசயமா? யார்கிட்டேயாவது சொன்னா சிரிப்பாங்க. அம்மாவை அம்மான்னு கூப்பிட வாத்தியார் வச்சா சொல்லித் தரணும்? எதுக்கு வெட்கப்பட்றதுன்னுகூட ஒரு படிக்கிற பிள்ளைக்கு தெரியாதா?" – என்றாள் அக்கா

இனியும் அங்கே இருந்தால் விவகாரம் வலுத்துவிடும் என்று தோன்றியது.

"நான் படிக்கணும்," என்று பொத்தாம் பொதுவாக அறிவித்துவிட்டு அங்கிருந்து வெளிப்பட்டேன்.

நாவல் படிக்கிற மும்முரத்தில் இந்த நிகழ்ச்சியை நான் அன்றிரவே மறந்துவிட்டேன். நான் மறந்தால் என்ன? மறக்க வேண்டியவர்கள் மறக்காவிட்டால் விவகாரம் எப்படி முடிவடையும்?

2

என்னைப் பள்ளிக்கூடத்திலிருந்து அழைத்து வருவதற்காக வீட்டில் ஒரு மாட்டு வண்டி இருந்தது. மறுநாள் மத்தியானம் சாப்பாட்டுக்காகப்

பள்ளியிலிருந்து வீட்டுக்கு வரும்போது எங்கள் மாட்டு வண்டிக்கும் போலீஸ் இன்ஸ்பெக்டர் வீட்டுக் குதிரை வண்டிக்கும் போட்டி வந்துவிட்டது. எங்கள் மாடு சிறியது; வண்டிக்காரனோ, நானோ வாலைக் கடித்தும், தார்க்குச்சியால் குத்தியும், சாட்டையால் விளாசியும் ஓட்டினால்கூட மெள்ளத்தான் ஓடும். ஆனால், என் நண்பன் நன்னப்பன் குரலைக் கேட்டாலே, 'காலப்'பில் பறக்கும். அன்றைக்கு அவன்தான் ஓட்டினான். எங்கள் வண்டி, குதிரை வண்டியைத் தோற்கடித்துவிட்டது. அந்தக் களிப்போடு நான் வீட்டுக்குச் சாப்பிடப் போனேன்.

அப்பா சாப்பிட்டுவிட்டு முன்கட்டில் சிறுதூக்கம் போட்டுக் கொண்டிருந்தார் – பெரும் குறட்டையுடன். அம்மாதான் பெரும்பாலும் என்னோடு சாப்பிடுவாள். லெசிம்பை பரிமாறுவாள்; அன்றைக்கு அவளைக் காணோம். அம்மாவே தட்டெடுத்து எனக்கு பரிமாற வந்தாள்.

"லெசிம்பை ந்ஹீகா? (லெசிம்பை இல்லியா?)" என்று கேட்டுக் கொண்டே உட்கார்ந்தேன்.

"லெசிம்பை கலெதீஸ் பாத் உஸ்தரய்கா? (லெசிம்பை போட்டாத்தான் சோறு இறங்குமோ?)" என்றாள் அம்மா.

இடக்கான இந்தப் பதிலைக் கேட்டதும் நான் ஜாக்கிரதை செய்து கொண்டிருக்க வேண்டும்; ஆனால் வண்டிப் பந்தயத்தில் வெற்றிகொண்ட உற்சாகத்தில் நான் எதையும் கவனிக்கவில்லை. அம்மாவின் முகத்தைப் பார்க்காமலே, "செணம் சுலோ; மீஜனோ (சீக்கிரம் போடுங்க; நான் போகணும்)" என்றேன், தட்டில் தாளம் போட்டவாறு.

"தேதீ கலரிஸ்னா, ஒண்டே செர்க்கோ காம்கரினுக் அதிகார் கெரசோகோ அதிகார் கெருங்கோ" (அதான் போட்றேனே. ஒரேயடியா வேலைக்காரியை அதிகாரம் செய்றாப்போல அதிகாரம் செய்யாதே) என்று அவள் சொல்லும்போது, வழக்கமில்லாத வழக்கமாய்த் தட்டில் புட்பால் அளவு உருண்டைச் சாதம் 'தொப்' என்று குதித்தது.

இந்த மாதிரி சின்ன விஷயங்களில் என் தகப்பனார் கண்டிப்பாக இருப்பார். சோற்றை மரியாதையாகக் கையாளவேண்டும் என்பார். இலையிலோ தட்டிலோ பெண்கள் நயமாய்ச் சோற்றை வைக்க வேண்டும்; சோற்றை வாரித்தட்டில் அடிப்பதுபோல் பரிமாறக்கூடாது; அளவாக வைக்க வேண்டும். சாப்பிடும்போது கெட்ட விஷயங்களே பேசக்கூடாது. பரிமாறும்போது பெண்கள் தலைவிரித்துப் போட்டிருக்கக்கூடாது; (நான் பண்டைக் காலத்துச் செய்தியை – அதாவது, சுமார் முப்பத்தைந்து ஆண்டுகளுக்கு முன்பு நடந்ததைச் சொல்கிறேன். இந்தக் காலத்துப் பெண்கள் என்னை மன்னிக்க வேண்டும். தலைக்கு எண்ணெய் பூசாமல் பரட்டையாக விரித்துப் போட்டுக் கொள்வது இக்காலப் பெண்மணிகளின் நாகரிகம் என்று எனக்குத் தெரியும்.) – என்று கூறுவார். சாதத்தில் ஒரு ரோமம் கண்டு விட்டால் போதும், அப்படியே போட்டுவிட்டுச் சாப்பிடாமல் எழுந்து விடுவார்; அம்மாவையும் லெசிம்பையையும் கண்டபடி ஏசுவார். அவருடைய இந்தப் பழக்கம் என்னையும் பற்றிக்கொண்டிருந்தது.

தட்டில் சோறு குதித்த பிறகுதான் நான் நிமிர்ந்து அம்மாவின் முகத்தைப் பார்த்தேன். அவளுக்கு எழுபது வயது ஆகிறது; ஆனால், ஒரு பல்கூடச்

சோடை போகவில்லை. அவளுக்குக் கோபம்வந்தால் பற்களை நறநறவென்று கடிப்பாள்; கண்களை உருட்டி அனல் தெறிக்கப் பார்ப்பாள். எள்ளும் கொள்ளும் வெடிக்கும் என்பார்களே, அப்படி இருந்தது அவள் முகம்.

அவளுடைய கோபத்துக்கு என்ன காரணம் என்று தெரியவில்லை. அப்பாவோடு சண்டையாக இருக்கலாம். பெற்றவர்கள் சண்டையிட்டால் பிள்ளைகள் தலைதானே உருளும்? அவளுடைய முகத்தோற்றம் எனக்கு எரிச்சல் உண்டாக்கியது; வண்டிப் பந்தயத்தில் வெற்றிபெற்ற உற்சாகம் மாய்ந்துவிட்டது.

“சாமி படையலுக்குப் போட்றாப்போல சாதத்தை ஏன் கொட்டுறீங்க? கொஞ்சம் கொஞ்சமா வைச்சா என்ன?”

“நீ சாப்பிட்ற கணக்கு எனக்குத் தெரியும். தலைகொழுத்த பேச்சு பேசாமே சாப்பிடு.”

“நான் ஒண்ணும் தலைகொழுத்த பேச்சு பேசல்லே. மூஞ்சியை உர்ருன்னு வச்சிக்கிட்டு சோறு போட்டா எப்படி உள்ளே இறங்கும்? உடம்புக்குத்தான் ஒட்டுமா?”

“என்ன சொன்னே? என்னைக் குரங்குன்னா சொல்றே? என்னைப் பார்த்தா உன் கண்ணுக்குக் குரங்காகவா தெரியுது?”

“நான் ஒண்ணும் குரங்குன்னு சொல்லல்லே.”

“சொல்லிவிட்டு ஏண்டா இல்லே என்கிறே? நான் உர்ருன்னு குரங்காட்டம் இருக்கிறேன்; இல்லியாடா?”

“ஒண்ணுகிடக்க ஒண்ணு சொல்லாதீங்க. யார்கிட்டேயோ காட்டவேண்டிய கோபத்தை யார்கிட்டேயோ காமிக்கிறிங்களே. சரியா சாப்பிடவிடாமே ஏன் இப்படி தொந்தரவு செய்றீங்க?”

“ஆமாடா, நீ சரியா சாப்பிட்டா எனக்கு வயித்தெரிச்சலாக இருக்கும். நீ வயிறு நிறையச் சாப்பிடக்கூடாதுன்னுதான் தொந்திரவு செய்கிறேன்! படிக்கிற பிள்ளை இல்லியா, உனக்கு ரொம்பப் பேச வந்துட்டுது.”

அவளுடைய வாயிலிருந்து கொதித்துப் பொங்கிக் கொண்டு வார்த்தைகள் சூடாய் விழுந்தன. எனக்கு இப்போதுதான் தெளிவு உண்டாயிற்று. அம்மாவோடு நான் இவ்வளவு பேச்சு கொடுத்திருக்கக் கூடாது. சின்ன விஷயம் பெரிய விவகாரம் ஆகிவிடும். வீட்டில் நிம்மதி இராது. அவளிடம் எனக்குப் பெரிய பயம், அவளுடைய அழுகையைப் பற்றித்தான். அம்மாவுக்குக் கனமான சாரீரம்; அவள் வக்கணையாக அழத்தொடங்கினால் வீடே நடுங்கும்.

மடத்தனமாய் அவள் கோபத்துக்குத் தூபம் போட்டுவிட்டோமே என்று என்னையே நொந்துகொண்டு, சாதத்தை உருட்டி அவசரம் அவசரமாய் வாயில் எறிந்தேன்.

சாப்பிட்டு முடிந்து நான் கைகழுவும்போது அவள் ஆரம்பத்திலிருந்து ஆரம்பித்தாள். “ஏண்டாப்பா, என்னைப்பார்த்தா உன் கண்ணுக்கு குரங்காவா தெரியுது?”

நான் பதில் பேசவில்லை. அவளுக்கு இப்படித் தலைகால் தெரியாமல் கோபம் வரக்காரணம் என்ன என்று எனக்கு உடனே விளங்கவில்லை. அப்பாவிடம் கோபம் என்றால், என்னிடம் இவ்வளவு வேகம் வராது. பிறகுதான், முன்னாள் மதுரைக் குழந்தை அவளைக் கட்டிக்கொண்டு 'அம்மா, அம்மா' என்று ஆர்ப்பாட்டம் செய்தது நினைவுக்கு வந்தது.

அம்மாவுக்கு என் மேல்தான் கோபம். புதிய கோபம் அல்ல, நேற்று மாலை முதல் தீனி போட்டுக் கோபத்தைப் பெரிதாய் வளர்த்து என் மீது ஏவியிருக்கிறாள். நானும் முட்டாள் தனமாய்ப்பேசி அந்தக் கோபத்துக்கு மேலும் கோபம் உண்டாக்கி விட்டேன்.

'எல்லாம் மாலையில் சரியாகிவிடும்,' என்று எண்ணிக்கொண்டேன்.

3

ஆனால் மாலையில் எல்லாமே சர்வக் கோணலாகிவிட்டன.

காதலனுக்காக இரண்டாயிரம் ஆண்டுகள் காத்திருந்த காதலியில் பாதிதான் முடித்திருந்தேன். பள்ளிக்கூடத்தில் நாவல் படிக்க முடியவில்லை. அயாஷா இளமை குன்றாமல் இரண்டாயிரம் ஆண்டுகள் எப்படி வாழ முடிந்தது, அவளுடைய காதலின் முடிவு என்ன என்பதை அறிய நான் இன்னும் இருநூறு பக்கங்கள் கடக்க வேண்டும்; இரவுக்குள் முடித்துவிட வேண்டும் என்ற உறுதியோடு வீட்டில் நுழைந்தேன்.

முன்கட்டில், வழக்கமாக இருக்குமிடத்தில் அப்பா இல்லை என்பதை மகிழ்ச்சியோடு கவனித்துக்கொண்டு இரண்டாவது கட்டில் அடியெடுத்து வைத்தபோது அங்கே எனக்கு அதிர்ச்சி காத்திருந்தது.

அங்கே அப்பா பிரம்பு சோபாவில் சாய்ந்துகொண்டிருந்தார்; சற்றுத் தள்ளி அம்மாவும் அக்காவும் உட்கார்ந்திருந்தார்கள். மாலை நேரத்தில் இவ்வாறு களையாறும் பழக்கம் அப்பாவுக்கு இல்லை.

எங்கள் வீட்டின் நடுப்பகுதி விசாலமானது. மேற்குப் பக்கம் தாய் மனைச் சுவரை ஒட்டி, எதிரும் புதிருமாக நாலு நெசவு மேடைகள் இருந்தன. அவற்றில் நாலு நெசவாளர்கள், அவர்களுக்குக் கரை கோத்துக் கொடுக்கும் நாலு பையன்கள், தறிமேடைக்குப் பக்கத்தில் பட்டு இழைப்பது, ராட்டையில் தார்சுற்றுவது, லடிபோடுவது, ஜரிகை இழைப்பது போன்ற வேலைகள் செய்யும் நாலைந்து பையன்கள், சாயம் போடுகிறவள் நாலுபேர் – இவ்வளவு பேரும் நடுப்பகுதியிலேயே புழங்குவதால் அங்கே ஒரே சந்தடியாக இருக்கும். இந்தப் பகுதியைக் கடந்துதான் சமையல் இலாக்காவுக்குப் போகவேண்டும்.

அப்பா அங்கே இருந்ததால், நெசவுகள் கிறீச்சிடும் சத்தம் தவிர, மற்றபடி நிசப்தமாயிருந்தது; அவரிடம் எல்லோருக்கும் அவ்வளவு பயம்.

அப்பாவுக்கு எழுபத்தைந்து வயதாகிறது; ஆனால் ஐம்பது, ஐம்பத்தைந்துக்கு மேல் மதிப்பிட முடியாது. ஆறு அடி உயரத்தில், இளங்கறுப்பு மேனி. தலையில் பிறையாக நரையுள்ள இடம் போக மற்றபடி வழுக்கை. நெற்றியில் மெல்லிய திருமண் துலங்க எப்போதும் பளிச்சென்றிருப்பார்.

வெளியூர் போகும்போது மட்டும் சட்டை அணிவார்; மற்ற நேரங்களில் அரையில் எட்டுமுழம் வேட்டியும் தோளில் துண்டுமாகக் காட்சி தருவார். அம்மாவைப் போல் அவருக்கும் உறுதியான பற்கள்.

எல்லோரும் அவரிடம் அஞ்சுவதற்குக் காரணம் அவருடைய குரலொலியும், பாஷையும்தான். சுரேந்திரநாத் பானர்ஜீ ஒலிபெருக்கி இல்லாமல் பேசினாலே அரைமைல் தூரம் கேட்கும் என்பார்கள்; என் தந்தையாரின் குரல் பானர்ஜீயின் குரலை முறியடித்துவிடும். இந்தப் பெருங்குரலைப் பயன்படுத்தி அவர் திட்டுவதை எழுதிக் காட்ட முடியாது. கோஷ்யிடர்; ஆனால், எப்போது கோபம் வரும், எப்போது போகும் என்று யாரும் கூறமுடியாது. வயதானவர் என்பதால் மட்டும் அல்ல ஏச்சுக்குப் பின்னால் இளகிய மனம் இருக்கிறது; காரியம் பலிக்கும் என்று தெரிந்திருந்ததாலேயே நெசவாளர்களும் மற்றவர்களும் அவருடைய ஏச்சைப் பொறுத்தனர்.

அப்பா அடிப்பார் என்ற அச்சம் எனக்குச் சிறுபிராயத்திலும் கிடையாது. என் கன்னங்களில் பளார் பளார் என்று அறைந்து, தலையில் குட்டு குட்டு என்று மொத்தி, முதுகெலும்பு நொறுங்கக் குத்தி, துடையில் ரத்தம்வரும்படி கிள்ளி—இவ்வளவு வேலைகளையும் அவருடைய பெருங்குரலே செய்துவிடும்.

அப்பாவும் அம்மாவும் ஓரிடத்தில் சேர்ந்திருப்பதைப் பார்த்ததுமே எனக்குத் 'திக்' என்றது. தலைக்கு ஆபத்து வருகிறது என்று உள்மனம் எச்சரித்தது. அந்தக் காலத்துப் புதுநாட்டுப் பெண் மாமனாருக்கு முன்னால் போவதுபோல் தரையோடு ஒட்டிய கண்களும் குனிந்த தலையுமாய், அவரைக் கடந்து சமையலறைக்குப் போக முயன்றேன்.

அவர் இருந்த இடத்தை நான் நெருங்கியதும், "ரேய் ஹிப்பிரா; கோட் ஜாரிஸ்தே" (டேய், நில்லு; எங்கே போறே) என்று இடி இடிப்பதுபோல் முழங்கினார் அவர்.

அந்தச் சத்தம் என் உடம்பிலிருந்த எல்லா நரம்புகளையும் பிய்த்து விடும்போல் இருந்தது; என் உடம்பு தானாகவே நடுங்கியது. எனக்கு ஒரு விஷயம் தெளிவாயிற்று; குற்றவாளியான என்னை விசாரிக்கவே சபை கூடியிருந்தது.

"மத்தியானம் நம்ம வண்டியிலே யாருடா வந்தாங்க?"

இது அவருடைய குற்றச்சாட்டு, சார்ஜ் ஷீட். எனக்கு என் குற்றம் என்ன என்று புரிந்துவிட்டது.

"நானும் கோபுவும்தான் வந்தோம்", என்றேன் தைரியமாக.

"இன்னும் யாருடா வந்தாங்க?"

மௌனம்.

"இன்னும் யார் வந்தாங்க?"

"யாருமில்லே."

"அயோக்கிய ராஸ்கல், முளைச்சி மூணு இலை விடல்லே, பொய்யா சொல்றே? பொய் சொல்லக் கத்துக்கத்தான், சம்பளம் கட்டி உன்னைப்

பள்ளிக்கூடத்துக்கு அனுப்புறோமா? வண்டியிலே உன்னோடு யார் யாருடா வந்தாங்க?"

மௌனம் – நான்.

"என்னடா திருடனாட்டம் முழிக்கிறே? குதிரை வண்டியோட நம்ம வண்டியைப் பந்தயத்துக்கு விட்டீங்களா? நம்ம வண்டியை யாருடா ஓட்டினாங்க."

நான், மௌனம் தான். யாரோ அவரிடம் உண்மை சொல்லி விட்டார்கள். பொய்சொல்லி அவரைச் சமாளிக்க முடியாது என்று தெரிந்துவிட்டது. நான் செய்தது தவறு; என் திகில் அதிகமாயிற்று.

"வாயிலே கொழுக்கட்டையா? வாய் திறந்து பதில் சொல்லுடா, ராஸ்கல்!"

எனக்குத் தொண்டை வறண்டிருந்தது. பதில் கூறாவிட்டால் நிலைமை மோசமாகும் போலிருந்தது. எல்லோரும் எங்களையே பார்த்தார்கள்; சிலர் தலைகுனிந்துகொண்டு சிரிப்பதையும் கண்டேன்.

"நன்னப்பன்" என்றேன் எச்சிலை விழுங்கியபடி.

"பலமாய்ச் சொல்லுடா, பொண்டுகள் செட்டி! அந்தக் குடும்பத்துப் பிள்ளைங்களோட சேரக்கூடாதுன்னு சொல்லியிருக்கேனா இல்லியா?"

மௌனம், – நான் மௌனத்தைக் கலைக்கவில்லை.

"சொல்லுடா!"

"சொல்லியிருக்கீங்க."

"பின்னே அவனை எதுக்கடா நம்ம வண்டியிலே ஏத்திக்கிட்டே?"

"அவங்க வண்டி வரல்லே, நம்ம வண்டியிலே வர்ரேன்னான். வெயில் ஜாஸ்தியாயிருந்தது. பாவமாயிருந்தது. சரீன்னுட்டேன்."

"பெரிய கர்ண மகாராஜா வீட்டுப்பிள்ளை, பாவமா இருந்திச்சா? அந்த வீட்டுப் பிள்ளைகளோடே சேராதே சேராதேன்னு எத்தனை தடவை சொல்லியிருக்கிறேன். அந்த அவனைப் பார்த்து உனக்குப் பாவமா இருந்துதாடா?"

சில குடும்பத்துப் பிள்ளைகளோடு சேரக்கூடாது என்று அவரும் அம்மாவும் என்னைப் பலமுறை எச்சரித்து இருந்தார்கள். நன்னப்பன் – பகிஷ்கரிக்கப்பட வேண்டியவர்களில் ஒருவன். ஆனால், அவன் எனக்குப் பள்ளித்தோழன். பள்ளிக்குப் போகும்போதும் வரும்போதும் சேர்ந்திருப்போம்; எங்கள் தெருக்கோடிக்கு வந்ததும் பிரிந்துவிடுவோம். அவனும் நானும் சேர்ந்திருப்பதைக் கண்டால் பெற்றோர் என்னைத் தண்டிப்பார்கள் என்று அவனுக்கே தெரியும்.

அப்பா என்னைக் கடிந்துகொள்ளும்போது அம்மாதான் அவரிடமிருந்து என்னை விடுவிப்பது வழக்கம்; ஆனால், இன்று அவளும் வாதித்தரப்பிலேயே இருந்தாள்.

அப்பா கோபித்துக்கொள்ளும்போது யாரும் குறுக்கிடத் துணியமாட்டார்கள்; ஆனால் எங்கள் வீட்டில் ஐந்தாறு ஆண்டுகளாய்ச் சாயவேலை செய்துவந்த சாமி அய்யர் மட்டும் விதிவிலக்கு. அவருக்கு அறுபது வயதிருக்கும்; அவரிடம் அப்பா கத்தும்போது ஆனந்தமாய்ச் சிரிப்பார். “திட்டுங்க முதலாளி, திட்டுங்க. திட்டிவிட்டு நாலணாவுக்கு எட்டணாவா தரப்போறீங்க. உங்களுக்குத்தான் தொண்டைத் தண்ணியும் கைக்காசும் நஷ்டம்” என்று கோமாளித்தனமாய்ப் பேசி அப்பாவின் கோபத்தை ஆற்றும் சாமர்த்தியம் அவருக்கு இருந்தது. முதலை வாயில் சிக்கியவன் போல் தவித்துக் கொண்டிருந்த எனக்கு அபயம் அளிக்க அவர் முன்வந்தார்.

“என்ன முதலாளி, ஸ்கோல்லேருந்து பிள்ளை ஆயாசாமா வந்திருக்கான்; அவனுக்கு ஒரு வாய் காபி கூடத் தராமே…”

“உன்னை யாருடா நடுவிலே கூப்பிட்டாங்க? பேசாம வேலையைப் பாருடா கழுதை!”

“கழுதை பேசாம இருந்தா கெட்ட சகுனம்; முதலாளிக்குத் தெரியாதா? ரேய் சொன்னா!” என்ற சாமி அய்யர் என் பக்கம் திரும்பினார்; “ஏண்டா அந்த வீட்டுப் பிள்ளைகளோட சேராதேன்னா ஏண்டா சேர்ரே? அம்மா அப்பாவுக்குப் பிடிக்காத வேலை செய்யலாமா? படிக்கிற பிள்ளைக்கு நானா சொல்லணும்? போ, போ, காபி சாப்பிட்டுப் படி போ!” என்றவர் அப்பாவிடம் சொன்னார்: “விடுங்கோ முதலாளி, அறியா வயசு, தெரியாத்தனமா ஏதாவது செஞ்சா நாம்ம தான் சொல்லித் திருத்தணும,” என்று முடிவுகட்ட முயன்றார்.

“என்ன அறியா வயசு? கலியாணம் பண்ணினா ரெண்டு பிள்ளை பெறுகிற வயசாச்சு…”

சத்தியமாய்ச் சொல்கிறேன், எனக்கு அப்போது அந்தப் பாவம் தெரியாது; கலியாணம் செய்திருந்தால் ஒருகுழந்தைகூட எனக்குப் பெறத் தெரியாது. ஆனால் அப்பாவே குற்றம் சாட்டும்போது நான் எப்படி மறுக்கமுடியும்?

சாமி அய்யரின் நடிப்பில் புது மெருகு ஏறியது; “எல்லாம் தெரிஞ்ச வயசுன்னே வச்சிக்குங்கோ; தப்பு செஞ்சிட்டான்; இப்போ என்ன செய்யணும் என்கிறீங்க? பட்டினி போடப் போறீங்களா?–” என்றார் பொய்க்கோபத்துடன்.

நான் நின்றுகொண்டே இருந்தேன். அப்பாவின் குரல் பதினாலுமாற்றாய்க் குறைந்தது; “சாமி, அறியாப் பிள்ளைன்னு பரிஞ்சி வர்ரியே. இந்த அறியாப்பிள்ளை மத்தியானம் அவங்க அம்மாவை என்ன சொன்னான்னு கேளு.”

“இன்னொரு விவகாரம் இருக்கா? ஏண்டா, டேய் சொன்னா, ஒரே நாள்லே எத்தனைத் தப்புடா செய்வே? நாளுக்கு ஒரு தப்புக்கு மேலே செய்யாதேடா?…” என்றார் சாமி அய்யர் கோபத்துடனேயே.

இந்த ரகளைக்கு மூலக் காரணம் அம்மாதான் என்று புரிந்தது; அதனால்தான் இவ்வளவும் பார்த்துக்கொண்டு பேசாமல் இருக்கிறாள்.

சாமி அய்யரின் துணையால் எனக்குக் கொஞ்சம் தைரியம் வந்தது; "நான் அம்மாவைத் தப்பா ஒண்ணும் சொல்லல்லே," என்றேன்.

"தப்பா ஒண்ணும் சொல்லல்லே; என்னைப் பார்த்தா குரங்காத் தெரியுது உன் கண்ணுக்கு. இதைவிடப் பெரிய கௌரவம் எனக்கு என்ன வேணும்? குரங்கு சோறு போட்டா உடம்புக்கு ஆகுமா? நீ கெட்டுப் போகணும்னு தானே நான் உனக்குச் சோறு போடறேன்; இல்லியா?"

இது அம்மா. என் காதில் வலது பக்கத்தில் மட்டும் இதுவரை கண்டாமணி ஒலித்துக்கொண்டிருந்தது; இப்போது இடது காதிலும் ஒலிக்க ஆரம்பித்தது.

"நான் சொல்லாததை எல்லாம் ஏன் சேர்த்துக்குறீங்க."

"ஆமா, நீ ஒண்ணும் சொல்லல்லே. நான்தான் கற்பனையா எல்லாம் சொல்றேன். நீ படிச்சவன்; ஒம்பதை ஒண்ணிலேயே சொல்லிட்றே; தேள் ஒரு தடவை கொட்டினாப் போறாதா? கொட்டிக்கிட்டே இருக்கணுமா? குரங்குன்னு சொல்லு, நாய்ன்னு சொல்லு, இன்னும் என்ன தோணுதோ சொல்லு. உனக்கு வயித்துக்குப் போடாமே வஞ்சனை செய்றேன் பாரு, அதுக்கு நீ இதுவும் சொல்லலாம், இன்னமும் சொல்லலாம்," என்று அம்மா கண்ணீர் விடத் தொடங்கினாள்.

"மக்கு, நீ எதுக்கு அழுவுறே? இந்த நன்றிகெட்ட பயல் சொன்னா நமக்குக் குறைஞ்சா போயிடும்? எலே அல்பப் பயலே, நாங்க உனக்கு என்னடா செய்யல்லே? உனக்கு ஒரு சின்ன வலின்னா எங்க உடம்பு துள்ளுதேடா. அதுக்குப் பதிலாத்தான் இப்படி செய்றியா?"

"முதலாளி, ஓ முதலாளி!" என்று சாமி அய்யர் கோமாளிக்குரல் எழுப்பினார்.

ஆனால், மறுபக்கத்திலிருந்து வெடித்த இரட்டை வெடியில் அவர் குரல் மறைந்துவிட்டது.

"இது மலட்டு வயிறு இல்லேடா; பதினாறும் பெத்துப் பறிகொடுத்த வயிறு; என் வயிறு பத்தி எரியுதடா. பெத்தவளை விட அதிகமா சீராட்றேன். அம்மா, அப்பான்னு கூப்பிட நாதிஇல்லே. ஊரார் பிள்ளை கழுத்தை கட்டிக்கிட்டு அம்மா, அம்மான்னு கொண்டாடுது. அந்த ஞானம் கூட உனக்கில்லை. என்னைப் பார்த்துக் குரங்கு, நாய்ன்னு சொல்றியே, சொல்லுடா. உன்னைச் சொல்லிக் குத்தமில்லே, என்னோட இந்தப் பாழாப்போன வயித்தைச் சொல்லணும். பன்றி குட்டி போட்டாப்போல இத்தனை பெத்தேனே, ஒண்ணு நிக்கக்கூடாது? பாழாப்போன வயிறு! இந்த வயிறு ...", அவள் படார், படார் என்று வயிற்றில் போட்டுக்கொண்டார்.

இந்த அழுகைக்குத்தான் நான் பயந்தேன்.

சமையலறையிலிருந்து ஓடிவந்த லெசிம்பை ஒரு கையும், அக்கா ஒரு கையுமாகப் பிடித்து அம்மாவை உள்ளே இழுத்துப் போனார்கள்.

நின்று நின்று என் கால்கள் கடுத்தன. அம்மா செய்த அமளியின் அவமானத்திலிருந்து மீள முடியாது என்று தோன்றியது. அங்கிருந்த கூட்டம்

என்னைப் பரிகசிப்பதாய்ப் பட்டதும் தெருவுக்கு ஓடிவிடலாமா என்ற யோசனை இப்போதுதான் எனக்கு வந்தது.

அம்மாவின் அழுகையால் அப்பா கலங்கியதைக் கண்டேன்; புகையடித்தாற் போல் அவர் முகத்தில் சோகம் படர்ந்தது. தணிந்த குரலில் கூறினார்; 'பெத்த பிள்ளையைவிட அதிகமாகத்தான் செய்றோம்; அம்மா, அப்பான்னு கூப்பிட உனக்கு வாய்வரல்லே; அது சொல்லிக் கொடுத்தா வரும்? உள்ளுக்குள்ளேருந்து இயற்கையாயில்லே அது வரணும்? ஊரார் பிள்ளையை முத்தமிட்டா உதடுதான் சேறாகும்னு பெரியவங்க தெரியாமலா சொன்னாங்க?...'

விவகாரத்தின் கரு இதுதான்; நான் அவர்கள் பெற்ற பிள்ளை அல்ல, வளர்ப்புப் பிள்ளை.

4

துன்பியல் நாடகம் என்கிறார்களே, அதற்குச் சிறந்த உதாரணமாக என் பெற்றோரின் வாழ்க்கை வரலாற்றைக் கூறலாம்; ஆனால் அந்த நாடகத்தை வெற்றிகரமாய் அரங்கேற்ற முடியாது. ஒரேவிதமான சோக நிகழ்ச்சிகள் அவர்களுடைய வாழ்க்கையில் அதிகம்; சொன்னதைச் சொல்லல் என்ற வழு நாடகத்தில் ஏற்பட்டுவிடும்.

என் தந்தையாரின் பெயர் வெங்கடாசலம் அய்யர்; தாயாரின் பெயர், சரஸ்வதி.

அவர் எழுதப்படிக்கத் தெரியாதவர்; ஆனால், தூய்மையான பழக்க வழக்கங்களை உடையவர். பிறவியில் ஏழை; ஆனால், உறுதியான உடலும் சலியாமல் உழைக்கும் திடமும் அவருக்கு இருந்தன. கூலி நெசவாளராக வாழ்க்கையைத் தொடங்கிய அவர் சிறுகச்சிறுகப் பொருள் சேர்த்ததும், வீட்டில் வீசம் பாகம், அரைக்கால் பாகம் என்று வாங்கி முழுவீட்டைத் தனக்குச் சொந்தமாக்கிக் கொண்டதும், கூலி நெசவு நெய்வதை விடுத்து இரண்டொரு சொந்தப் பட்டுத்தறிகள் நடத்தும் அளவு சௌகரியங்கள் தேடிக்கொண்டதும் ஒரு போராட்டக்கதை. ஐம்பதாவது வயதில் அவர் ஒரு சிறுமுதலாளியாக விளங்கினார்.

இந்தப் பொருளாதாரப் போராட்டம் நடக்கின்ற போதே, அவருடைய குடும்ப வாழ்க்கையிலும் அடுக்கடுக்காய் சோக நிகழ்ச்சிகள்.

சரஸ்வதி எல்லாவிதங்களிலும் பொருத்தமான மனைவியாக வாய்த்தாள். மணமாகும் போது அவருக்குப் பன்னிரண்டு வயது, அவளுக்கு ஏழு வயது. எந்தப் புண்ணியவான் 'பதினாறும் பெற்றுப் பெருவாழ்வு வாழ்க!' என்று வாழ்த்தினாரோ! உண்மையாகவே அவர்கள் பதினாறு பெற்றார்கள்; பதினாறு குழந்தைகளும் பெற்றோருக்குப் பதினாறுவிதக் கொடிய தண்டனைகள் விதித்தன. ஒரு மாதம், மூன்று மாதம், ஒரு வருஷம், ஐந்து வருஷம், பதினைந்து வருடம் என்று பெற்றோருடன் வாழ்ந்து அவர்களுடைய அன்பையும் பாசத்தையும் கவர்ந்துகொண்டு அவை காலமாகிவிடும்; குறைப்பிரசவத்திலோ, அறையிலோ ஒரு குழந்தையும் போனதில்லை; பதினாறு குழந்தைகளில் எத்தனை ஆண், எத்தனை பெண்

என்று அவர்களுக்கு நினைவு இல்லை; சாவுக்கு ஆண்பால், பெண்பால் ஏது? சில குழந்தைகள் மறைந்ததை அவர்கள் வருணிக்கும்போது எனக்கு அழுகை வரும்.

ஓர் ஆண் குழந்தை, இரண்டு வயசுகூட ஆகவில்லை; தவழும் பருவம். ஏணையில் உறங்கிக்கொண்டு இருந்ததாம். பெற்றவள் அடுக்களையில் இருந்தாள். அய்யர் ஜரிகை இழைத்துக்கொண்டிருந்தார். ஏணையிலிருந்த குழந்தை விழித்துக்கொண்டு கீழே இறங்கித் தவழ்ந்து சென்று 'அப்பா, அப்பா' என்று மிழற்றிக்கொண்டே அவர் கையிலிருந்த திருவட்டத்தைப் பற்றி இழுத்தது. பட்டைவிட, ஜரிகையை ஜாக்கிரதையாக இழைக்கவேண்டும்; சற்று பிசகினாலும் சிக்கலாகிவிடும்; அதைச் சரிப்படுத்துவதும் கஷ்டம். ஜரிகை இழைப்பதில் கவனமாயிருந்த அய்யர்; "போடா அந்தப் பக்கம்!" என்று அதட்டினார். குழந்தை ரோசக்காரன் போல் இருக்கிறது. அழுதுகொண்டே தவழ்ந்தபடி திரும்பி ஏணைத் துணியில் முகம் புதைத்துக்கொண்டது.

சமையலறையிலிருந்த தாயார், "குழந்தையிடம் ஏன் இப்படிக் கத்துறீங்க?" என்று கேட்டுக்கொண்டே வெளியில்வந்து தூக்கியபோது குழந்தை வெறும் சடலமாய் ஜில்லிட்டுக் கிடந்தது.

"போடா அந்தப்பக்கம் என்றேனா, அந்தக்குழந்தை நான் சொன்னபடி அந்தப் பக்கமே போய் விட்டது!" என்று அப்பா என்னிடம் கூறிக் கலங்குவார்.

பதினாறாவதாய் ஒரு பெண்ணை அன்போடு வளர்த்தார்கள்; இளம்பிராயத்தில் நல்ல இடம் என்று ஒருவனுக்குக் கட்டிக் கொடுத்தார்கள்; அந்தப் பெண் ஓர் ஆண் குழந்தையை ஈன்று கொடுத்துவிட்டு விடைபெற்றுக் கொண்டாள்.

பேரனுக்குக் கிருஷ்ணய்யன் என்று பெயர். பெண்வழி என்றாலும் அவனையே தங்கள் குலக்கொழுந்தாய் ஏற்றார்கள். அவர்களுடைய செல்வத்தில் அவன் புத்திசாலியாக வளர்ந்தான்.

சப்தஸ்தானத்தின் போது கும்பேசுவர சுவாமி முத்துப்பல்லக்கில் ஏழு ஊர்களுக்கு விஜயம் செய்வார். அந்தச் சமயத்தில் அய்யரும், கிருஷ்ணய்யரின் தந்தை வீட்டைச் சேர்ந்தவர்களும், சுவாமிமலையில் காவேரிக்கரையில் ஏழைகளுக்கு அன்னதானம் செய்வது வழக்கம்.

அந்த ஆண்டும் அய்யர் பேரனோடு சுவாமிமலைக்குச் சென்று அன்னதானத்தில் கலந்துகொண்டார். அவருக்குத் தொழில் சம்பந்தமாய் அவசர ஜோலி இருந்தது; ஊருக்குத் திரும்பிவிட்டார். பேரனையும் கூப்பிட்டார்; அவன் மற்றவர்களோடு வருவதாய்க் கூறிவிட்டான். அன்னதானம் முடியும்போது நள்ளிரவாகும்; பிறகு பாத்திரங்களைத் தேய்த்துக்கொண்டு இரட்டை மாட்டு வண்டியில் திரும்புவார்கள். பௌர்ணமி அதிகாலையில் வண்டிச் சவாரி செய்ய ஆசைப்பட்டான் பேரன்.

மறுநாள் காலையில் அவனுடைய மூச்சற்ற உடலைத்தான் அய்யரும் அம்மாவும் சந்தித்தார்கள். வண்டியிலிருந்து தவறி விழுந்து சக்கரத்தில் சிக்கி அவன் இறந்துவிட்டதாய்த் தாயாதிகள் சாதித்தார்கள்.

கிருஷ்ணய்யன் மறைந்தபோது, அய்யருக்கு ஐம்பத்தைந்து வயது; அம்மாவுக்கு ஐம்பது வயது. உயிருக்கு உயிராய்ப் போற்றிய பேரன் போனபின் வாழ்க்கையில் அவர்களுக்கு என்ன லட்சியம் இருந்தது?

“நாங்கள் பாவப்பட்ட ஜன்மங்கள். எங்களுக்குத் தெய்வ சாபமிருக்கிறது. தீர்த்த யாத்திரை செய்து பிராயச்சித்தம் செய்துகொள்கிறோம். சம்சாரபந்தம் எங்களுக்குப் போதும்” என்று அவர்கள் வைராக்கியம் கொண்டார்கள்.

அய்யருக்கு உடன்பிறந்தவர்கள் மூன்று பேர். ஒரு தம்பி, இரண்டு தங்கைகள்; இளைய தங்கையின் பிள்ளைதான் நான். அவருடைய தம்பி முன்பே காலமாகிவிட்டார்; தம்பி மகன் ஒருவன் இருந்தான். தொழிலையும் சொத்துக்களையும் மேற்பார்வையிடும் பொறுப்பை அய்யர் அவனிடம் ஒப்படைத்தார். தங்கள் வழிச் செலவுக்குத் தேவைப்படும் பணத்தை அவ்வப்போது அனுப்பிவைக்கும்படி அவனிடம் சொல்லிவிட்டு அய்யரும், அம்மாவும் தீர்த்த யாத்திரைக்குப் புறப்பட்டார்கள்.

ஓராண்டுக் காலம் சென்னைக்கு வடக்கே உள்ள க்ஷேத்திரங்களுக்கும், தீர்த்தங்களுக்கும் யாத்திரை செய்தார்கள். காசி விசுவநாதரைத் தரிசித்தவர்கள் சேதுஸ்நானம் செய்து ராமநாதசுவாமியைத் தரிசிக்க வேண்டும் அல்லவா? ராமேசுவரம் போகும் வழியில் அவர்கள் கும்பகோணத்தில் இறங்கினார்கள். வீட்டுக்கு வரவில்லை. ராமசுவாமி கோயிலில் தங்கி உறவினர்களைப் பார்க்க விரும்பினார்கள்.

அவர்கள் யாத்திரைக்குக் கிளம்பியபோது நான் என்னை ஈன்றவளின் வயிற்றில்கூட இல்லை; அவர்கள் திரும்பியபோது நான் கைக்குழந்தை; என் அக்காவுக்கு இரண்டு வயது; அண்ணாவுக்குப் பத்து வயது.

மூன்று குழந்தைகளும் கணவரும் உடன்வர என்னைப் பெற்ற தாயார் தன் தமையனாரையும் அண்ணியையும் ராமபிரான் சந்நிதானத்தில் சந்தித்தாள். கைக்குழந்தையான என்னை அண்ணா–அண்ணியின் காலடியில் போட்டு மன்றாடி அழுதாள் “இது உங்கள் குழந்தை; இவளும் உங்கள் குழந்தை. இவர்களை வளர்த்து ஆளாக்க வேண்டியது உங்கள் பொறுப்பு. இவர்களுக்காகவாவது நீங்கள் ஊரில் தங்கவேண்டும்,” என்று அக்காவையும் அவர்களுடைய காலடியில் கிடத்தினாள்.

புன்னகையும் சிரிப்பும் மறந்த அவர்கள் முகம் எங்களைக் கையில் ஏந்தியதும் மலர்ந்தது. கண்டி, கதிர்காமம் என்று யாத்திரைத் திட்டம் வகுத்துக் கொண்டிருந்த அவர்கள் மனம்மாறி வீட்டுக்குத் திரும்பினார்கள். அக்கா அன்றே அவர்களோடு தங்கிவிட்டாள்.

ஐந்து ஆண்டுகளுக்குப்பின், அறுபது ஆண்டு நிறைவுவிழாவின்போது அக்கினி சாட்சியாக அய்யர் என்னைத் தம் மைந்தனாய்ச் சுவீகாரம் செய்து கொண்டார்.

இதுவரை எனக்கு மாமாவாக இருந்தவர் இப்போது எனக்கு அப்பா ஆனார்; மாமி அம்மா ஆனாள்; பெற்ற தாய் அத்தை ஆனாள்; பெற்ற தந்தை அத்தை புருஷரானார்.

இந்தப் புதிய ஏற்பாட்டில் வியப்பதற்கோ திகைப்பதற்கோ ஒன்றுமில்லை. இனி நான் மாமாவை அப்பா என்றும் மாமியை அம்மா என்றும் கூப்பிட வேண்டியதுதானே? அது என் கடமைதானே?

ஆனால், ஐந்து வயதுக் குழந்தைக்குக் கடமையும் நியாயமும் எந்த அளவுக்குப் புரியும்?

5

படைத்தல் தொழிலைச் செய்கிறவர் பிர்மா என்பவராமே? அவருக்கு சரஸ்வதி என்கிற மனையாளாமே? என்னைப் படைக்கும்போது அவர் அஜாக்கிரதையாக இருந்தார் என்று சொல்ல மாட்டேன். மனைவியோடு சரசமாடிக்கொண்டே அந்த உல்லாசத்தில் நாலைந்து பெண்களுக்குப் பிரித்துத்தர வேண்டிய வெட்கம் என்கிற ரசாயனப் பொருளை என்னுடைய குணத்தில் அவர் கலந்துவிட்டார் என்று எண்ணுகிறேன். இந்த வெட்கத்தோடு போராடுவதே என் வாழ்க்கை ஆகிவிட்டது.

மாமாவிடம் தத்துப்பிள்ளையாகப் போனபோது எனக்கு ஐந்து வயசு; அப்போது நடந்த சில நிகழ்ச்சிகள் இப்போதும் என் நினைவில் இருக்கின்றன. சுவீகாரம் போவதற்கு முன்பே பெற்றவர்கள் என்னைப் பக்கத்தில் உட்கார வைத்துக்கொண்டு, “சொன்னா, இனிமே நீ மாமாவைத்தான் அப்பான்னு கூப்பிடணும்; மாமிதான் இனிமே உன் அம்மா, இனி அவுங்க வீட்டிலேதான் இருக்கணும். அவுங்க உனக்கு நிறைய ஹல்வா, குலாப் ஜாமூன் வாங்கிக் கொடுப்பாங்க, நிறைய பொம்மை வாங்கித் தருவாங்க, மாமியை அம்மான்னு கூப்பிடுறியா?” என்று கேட்பார்கள். பலமாய்த் தலையாட்டி ஒப்புக்கொள்வேன்.

நான் பழக வேண்டும் என்பதற்காக மாமா வீட்டுக்கு என்னை அடிக்கடி அனுப்புவார்கள், பெற்றவர்கள் கூறியபடி அவர்களும் எனக்குத் தின்பண்டங்களும் பொம்மைகளும் தருவார்கள். அவற்றை வாங்கிக் கொள்ளும்போது மட்டும், ‘அப்பா, அம்மா’ என்பேன். அப்புறம் மற்ற குழந்தைகளோடு சேர்ந்து, ‘மாமி, மாமா’ என்றே கூப்பிடுவேன்.

சுவீகார முகூர்த்தம் ஆயிற்று. எருமைத் தோல்வட்டத் தெருவாசியான நான் பெரிய தெருவாசியானேன். இரண்டு தெருக்களுக்கும் இடையில் கால் பர்லாங் தூரம்தான் இருக்கும். ஆயினும் தெரு புதிது, வீடு புதிது, மனிதர்கள் புதியவர்கள். புதிய நாட்டுப்பெண் முதன்முதலில் புகுந்த வீட்டுக்குப் போகும்போது என்ன மனநிலையில் இருப்பாளோ, அதே போன்ற மனநிலையில் குழந்தையான நான் இருந்திருக்க வேண்டும்.

முதலில் என் பெயரிலேயே எனக்குக் குழப்பம் உண்டாயிற்று. பிறந்த வீட்டில் எனக்கு ராமய்யன் என்று பெயர் இட்டிருந்தார்கள். சுவீகார முகூர்த்தத்தின்போது நான் புதிய பிறவி எடுத்ததால் வெங்கட்ராமன் என்று பெயர் சூட்டப்பெற்றேன். நல்ல வேளை இரண்டு இடத்திலும் சொன்னா என்ற செல்லப் பெயரே நிலைத்தது.

“உன் பேர் என்னடா?” என்பாள் புது அம்மா

“ராமய்யன்.”

“ரேய், ரேய், என்ன சொன்னே?” என்பார் புது அப்பா, “வெங்கட்ராமன், வெங்கட்ராமன்” என்று திருத்திக்கொள்வேன். பெயர் மாற்றம் எனக்கு விரைவில் பழக்கமாகிவிட்டது, சொன்னா என்ற செல்லப் பெயரே அதிகமாய்ப் பயன்பட்டதே அதற்குக் காரணம்.

“நான் உனக்கு என்ன உறவுடா?” என்று கேட்பார் அப்பா.

“மா… இல்லே, அப்பா.”

“இனிமே நீ என்னைத்தான் அப்பான்னு கூப்பிடணும். இவதான் உங்க அம்மா. இந்த வீடுதான் உங்கவீடு, சரிதானே?”

சரியென்று தலையாட்டுவேன்.

“எங்கே, அம்மாவைக் கூப்பிடு.”

அவ்வளவுதான், வெட்கம் என்னைக் கவிந்துகொள்ளும்; என் வாயைப் பலமாய்ப் பூட்டிவிடும்.

அப்பா சொல்வார், அம்மா சொல்வாள், அக்கா சொல்வாள், லெசிம்பை சொல்வாள், வருகிறவர்கள் போகிறவர்கள் எல்லாரும் சொல்வார்கள்— சொல்லச் சொல்ல வெட்கம் வலுக்கும்; தலையைக் குனிவேன்; உதடுகள் கெட்டியாக ஒட்டிக்கொள்ளும்.

என் குணத்தில் மற்றோர் ஊனம்; யார் எதைச்சொன்னாலும் எதிர்ப்பது வெளிப்படையாக எதிர்க்க இயலவில்லை என்றால் மனத்துக்குள் எதிர்ப்பேன். பிடிவாதம் பிடிப்பேன். என் வெட்கத்துக்கு இந்தப் பிடிவாதம் உற்றதுணை ஆயிற்று.

ஆண்டுக்குப்பின் ஆண்டு கழிந்தும், அவர்களை அம்மா, அப்பா என்று விளிக்கும் பழக்கம் எனக்கு ஏற்படவில்லை. மாறாக, ‘மாமான்னு கூப்பிடாதே, மாமின்னு கூப்பிடாதே’ என்று அதட்டிக்கொண்டிருந்ததால். மாமி, மாமா என்று கூப்பிடும் பழக்கமும் விட்டுப்போயிற்று. அதனால், அவர்களோடு பொத்தாம் பொதுவாய்த்தான் பேசுவேன்.

முதலில் இரண்டு ஆண்டுகள் வரை என்னைப் பிறந்த வீட்டுக்குப் போக அனுமதித்தார்கள். அப்புறம் அங்கே போகக்கூடாது என்று தடைவிதித்தார்கள். எனக்குப் பிறந்த வீட்டு மோகம் இருக்கிறதா என்று சோதனை செய்வதாக அவர்கள் எண்ணம். இந்த இடத்தில் எனக்குத் தாய்ப்பாசமும், தந்தையன்பும் ஏராளமாய்க் கிடைத்தன. ஆகையால், நான் பெற்றவர்களையோ பிறந்த வீட்டையோ தேடுவதில்லை. இந்தக் குடும்பமே என் சொந்தக் குடும்பம் ஆகிவிட்டது. நான் அம்மா, அப்பா என்று அழைக்காவிட்டாலும் பிறந்த வீட்டைக் கனவிலும் நினைக்க மாட்டேன் என்ற திருப்தி அவர்களுக்கு ஏற்பட்டுவிட்டது.

என்றாலும் அம்மா, அப்பா என்று விளிக்கப்பட வேண்டும் என்ற ஏக்கம் அவர்களுக்கு இருந்துவந்தது. அந்த விருப்பத்தை நிறைவேற்றிக் கொள்ள அவர்கள் ஏதாவது தந்திரம் செய்வார்கள்.

நான் எல்லோருக்கும் செல்லப்பிள்ளை. படிப்பிலும் கெட்டிக்காரன் என்று பெயர் எடுத்துவிட்டேன். என்னை யாரும் ஒரு வேலையும் செய்ய

விடுவதில்லை. படிப்பதைத் தவிர எனக்கு வேறொரு வேலையும் செய்ய வராது என்று சொல்லி, எல்லா வேலைகளையும் அவர்களே செய்து, ஒரு வேலையும் செய்ய லாயக்கில்லாதவனாக என்னை ஆக்கிவிட்டார்கள்.

சுவையான பொருள்களாய்த் தேர்ந்துதான் சாப்பிடத் தருவார்கள். ஆனால், அம்மாவோ, அத்தை மகள் லெசிம்பையோதான் ஊட்டவேண்டும்; இல்லாவிட்டால் அரைவயிற்றுக்குத்தான் உண்பேன்.

எனக்கு அடுக்கடுக்காய் வேட்டி, சட்டைகள் வாங்கிக் கொடுத்தார்கள். திருநாகேஸ்வரத்தில் எனக்காக ஸ்பெஷல் நெசவில் நெய்த வேட்டிகள், பட்டு, பாப்ளின் சட்டைகள், அப்போது–நாற்பது ஆண்டுகளுக்கு முன்பு–டிரவுசர்களும், பாண்டுகளும் அதிகப்புழக்கத்தில் இல்லை. எல்லா உடைகளும் ஒரு பீரோவில் இருந்தன.

பத்து, பன்னிரண்டு வயதுச் சிறுவனான நான் சமையலறையில் தான் குளிப்பேன்; அரையில் ஒரு துண்டுகூட கட்டிக் கொள்ள மாட்டேன்; கோயில் சிலைபோல் தாழ்வாரத்தில் நிற்பேன்; லெசிம்பைதான் என் தலையில் தண்ணீர்கொட்டி, சோப் தேய்த்து, உடம்பைத் துவட்டிக் கரையேற்றுவாள். அப்புறம் வேட்டி கட்டிக்கொள்ள வேண்டாமா? அப்பாவிடம் கேட்டு வேட்டி எடுத்துக் கொள்ளும்படி லெசிம்பை கூறிவிடுவாள்.

உடம்பைச் சுருட்டிக்கொண்டு வெளியில் வருவேன். பிரம்பு நாற்காலியிலிருக்கும் அப்பாவிடம் பீரோ சாவி இருக்கிறது என்று எனக்குத் தெரியும்; அவருக்கு அருகிலுள்ள தூணைக் கட்டிக்கொண்டு நின்று "வேட்டி கொடுங்கோ," என்பேன். "யார் கிட்டேடா கேட்கிற?" என்பார் அவர். "உங்ககிட்டேதான்" என்பேன். "நான் யாரு? என்கிட்டே ஏண்டா கேட்கிறே?" என்பார். "நீங்க என் அப்பா", என்பேன். "நான் உங்க அப்பான்னா, அப்பா வேட்டி கொடுங்கோன்னு கேளேன்" என்பார்.

அவ்வளவுதான்; என் வாய் பட் என்று பூட்டிக்கொள்ளும்; தூணே துணையாகத் தலை குனிந்து நிற்பேன்; நிமிடங்கள் யுகங்களாய்க் கழியும்; அப்பா இளகமாட்டார்; பதினைந்து நிமிடங்களுக்குப் பின் வேறு வழி இன்றித் துணிவு வரும்; "அப்பா, வேட்டி கொடுங்கோ", என்று அழுகுரலில் கேட்பேன்; காதில் விழாதது போல் அவர் எங்கோ பார்த்துக்கொண்டிருப்பார்; "அப்பா வேட்டி கொடுங்கோ," என்று சற்று உரக்கக் கூப்பிடுவேன்; அவருடைய முகம் சிரிப்பால் மலரும்; சாவிக் கொத்தை எடுத்து அம்மாவிடம் எறிவார். "போய் அம்மாவைக் கேள்," என்பார்.

இங்கும் அதே கதைதான். கண்ணனிடம் ஆடை பறிகொடுத்த கோபிகையைப்போல் உடம்பைத் தூணோடு வளைத்து மறைத்துக்கொண்டு, "அம்மா, வேட்டி, சட்டை வேணும்," என்பேன். இங்கு ஒன்ஸ்மோர் கிடையாது. மஞ்சளும், குங்குமமுமாய் ஜொலிக்கும் அந்த முகம் மேலும் ஒளி கொள்ளும். "பைத்தியக்காரப் பிள்ளை, போ, வேட்டி, சட்டை எடுத்துக்கோ," என்று சாவிக்கொத்தை என்னிடம் போடுவாள்.

நான் பீரோவைத் திறந்து கையில் கிடைத்த வேட்டி, சட்டையை அள்ளிக்கொண்டு, யாருடைய கண்ணிலும் படாமல் லெசிம்பையிடம் ஓடுவேன். அவள்தான் எனக்கு வேட்டிகட்டி, சட்டை போட்டு, தலைக்கு

எண்ணெய்பூசி, விதவிதமாய்க் கிராப் செய்து என்னைப் பள்ளிக்கு அனுப்புவாள். இவள் இளம்விதவை; குழந்தை இல்லாக்குறையை இப்படித் தீர்த்துக்கொண்டாள். பெற்றோரின் செல்லத்தோடு, இவளுடைய செல்லமும் என்னைச் செயலற்றவன் ஆக்கியது.

ஆரம்பக் கல்வி முதல் எஸ்.எஸ்.எல்.சி முடிய நகர உயர்நிலைப் பள்ளியில்தான் படித்தேன். தெருவில் இருந்த சிறுவர்கள் எல்லோரும் சேர்ந்து பள்ளிக்குப் போவோம், திரும்புவோம். ஒருநாள் வகுப்பு வாத்தியார் பதினைந்து நிமிடம் தாமதித்து எங்களை மத்தியானச் சப்பாட்டுக்காக வெளியே விட்டார். அதனால், நான் தனியாக வீட்டுக்குத் திரும்ப நேர்ந்தது.

கோடைக்காலம்; சகாக்களும் உடன் இல்லாததால், எனக்கு வெயில் மிகக் கடுமையாகத் தோன்றியது. வேர்க்க விறுவிறுக்க வீடு திரும்பினேன். எனக்காக காத்திருந்த லெசிம்பை, "ஏண்டா இவ்வளவு நேரம்? மத்த பசங்க எல்லாம் வந்தாச்சே?" என்று கேட்டபடி தட்டு வைத்து சாதம் பறிமாறினாள்.

"கொக்கு வாத்திக்கு கோபம்; லேட்டா விட்டார்..."

ஓலை விசிறியால் என்னை விசிறியபடி, "நிழலா பார்த்து வரக்கூடாது? பனியன், சட்டை எல்லாம் நனைஞ்சிட்டுதே?" என்று கேட்டாள் லெசிம்பை.

"மீன் கடைத் தெருப் பக்கம் எல்லாம் எங்கே நிழல் இருக்கு? அந்த வழியா வர்ரப்போ எனக்கு மயக்கம் வந்தாப் போல இருந்தது. அங்கே ஏதாவது வீட்டுத் திண்ணையிலே கொஞ்சம் படுக்கலாமான்னு தோணிச்சு" என்று வெயிலின் கூாமையைத்தான் விவரித்தேன்.

"டேய், டேய், அங்கே எல்லாம் படுக்கக் கூடாது. அங்கே கசாப்புக் கடை இருக்கு, தெரியுமா?"

"இருந்தா என்னவாம்?" என்று ஏதோ கூறிவிட்டு, அவசரமாய்ப் பள்ளிக்குப் புறப்பட்டேன்.

அன்று இரவு படுக்கப் போகுமுன் அம்மாவுக்கும் அப்பாவுக்கும் இடையில் நான் சோமாஸ்கந்தர் போல் உட்கார்ந்தேன். அவர்கள் எனக்கு அறிவுரை வழங்கப் போகிறார்கள் என்று இந்த அவசரத்துக்கு அர்த்தம். அரைமணி அல்லது ஒருமணி நேரம் எனக்குப் 'போர்' அடிக்கும்.

"சொன்னா, மத்தியானம் மீன் கடைத் தெரு பக்கமா வர்ரப்போ, மயக்கமா வந்திச்சா?" என்று அம்மா கவலையோடு கேட்டாள்.

மத்தியான வெயில் எனக்கு எப்போதோ மறந்துவிட்டது. "மயக்கமா? அதெல்லாம் ஒண்ணும் இல்லியே" என்றேன்.

சற்றுத் தள்ளி உட்கார்ந்திருந்த லெசிம்பை, "நீ தானே சொன்னே? மீன் கடைத் தெருவிலே, ஏதாவது திண்ணையிலே படுக்கத் தோணிச்சுன்னு கூட..."

"ஆமா, ஆமா, வெயில் அதிகமா இருந்ததா? அதைத் தான் சொன்னேன்..."

"அங்கே எங்கேயும் படுக்கக் கூடாது. இந்தப் பக்கம் கசாப்புக் கடை இருக்கு..." என்ற அம்மாவை நான் மறித்தேன்.

"நான் ஒண்ணும் படுக்க மாட்டேன். அந்த தெருவிலே கள்ளு, சாராயக் கடை கூட இருக்கு. மத்தியான நேரத்திலே கூட குடிச்சிட்டு தள்ளாடிகிட்டே வருவாங்க. அசிங்கமா பேசி சண்டை போடுவாங்க. தெருவிலே விழுந்து கிடப்பாங்க – அங்கே போய், திண்ணையிலே படுப்பேனா?" என்று புத்திசாலித்தனமாகப் பேசி நான் அவர்களுடைய பயத்துக்குத் தீனி போடுவதை உணரவில்லை.

மரண பயம் அவர்களுடைய நெஞ்சில் கனன்று கொண்டு இருந்தது; தங்கள் சாவு பற்றிய அச்சம் அல்ல; தங்கள் குழந்தைகளின் மரணம் பற்றின பயம்; மரணம் வெயிலாகவும் வரலாமே!

"சொன்னா, வேறே வசதியா பள்ளிக்கூடம், போயேன்" என்றாள் அம்மா.

"அதெப்படி முடியும்?" என்றார் அப்பா. நாலு பிள்ளைகளோடு போறான். எல்லாரும் போற வழியிலே தானே போக முடியும்?"

லெசிம்பை கூறினாள்: "மாமா, எனக்கு ஒரு யோசனை. பள்ளிக்கூடம் போற பிள்ளைக்கு இவ்வளவு நகை எதுக்கு? ஒருத்தர் கண் பல இன்னொருத்தர் கண் இருக்காது. கலியாணம், தேர் திருவிழா சமயத்திலே மட்டும் நகை போடலாமே."

இந்த யோசனை பெற்றோருக்கு மிகவும் பிடித்ததும் "லெசிம்பை சொல்றது சரி. சொன்னா, நீ என்ன சொல்றே? என்று என்னை அப்பா கேட்டார்.

என் காதுகளில் கிளாவர் டிசைன் மூன்று கல் வைரக் கடுக்கண்கள், வலது கை மணிக்கட்டில் செயின், ஒரு வைர மோதிரம் போட்டிருந்தேன். வசதியான குடும்பத்துச் சிறுவர்கள் இம்மாதிரி அலங்காரங்களுடன் பள்ளிக்கு செல்வது அக்காலத்தில் சகஜம்.

ஆனால், நகைகள் என்றாலே எனக்கு வெறுப்பு. வீட்டில் பரமசாது போல் நடித்த நான் வெளியில் பயங்கர விளையாட்டுப் பிள்ளை. மற்ற சிறுவர்களோடு மரம் ஏறுவேன். சுவர் ஏறிக் குதிப்பேன். நீச்சல் தெரியாமலே, அரசலாற்று மடுவில் குதிப்பேன்; பலீன் சடுகுடு, பச்சைக் குதிரை தாண்டுதல் போன்ற விளையாட்டுகளுக்கு இந்த நகைகள் பெரிய வில்லங்கம்; அவற்றைக் காபந்து செய்வதிலேயே ரொம்ப நேரம் வீணாகும்.

பெற்றோரின் பயம் எனக்கு அர்த்தம் ஆகவில்லை. அப்பா என் அபிப்பிராயம் தான் கேட்டார்; நான் நகைகளை அப்போதே கழற்றி அவரிடம் கொடுத்தேன்.

அப்பாவுக்குத் திருப்தி உண்டாகவில்லை. நகைகள் இல்லாவிட்டாலும் அபாயம் என்னைச் சூழ்ந்திருப்பதாய் எண்ணினார் போலும். "இவனாலே வெயிலைத் தாங்க முடியல்லே. ஸ்கூலுக்கு இவன் போக ஒரு மாட்டு வண்டி தயார் செய்துடலாம்" என்று அப்பா அறிவித்ததை அம்மா, அக்கா, லெசிம்பை மூவரும் மகிழ்ச்சியோடு ஆமோதித்தார்கள். எனக்கு ஒரே குஷி; சிறுவர்களுக்கு இடையில் என் அந்தஸ்து உயருமே!

மறுநாளே தச்சு வேலை ஆரம்பம் ஆயிற்று. நல்ல வேளை, நீலத்த நல்லூரில் மாட்டுச் சந்தை கூடியிருந்தது; வண்டிக்கு ஏற்ற ஓர் இளம் கன்று பிடித்து வந்தார்கள். ஒரே வாரத்தில், எனக்காக அழகான மாட்டு வண்டி தயார்!

நினைத்தாலே சிலிர்க்கிறது; எவ்வளவு செல்லம் கொடுத்தார்கள்! பால் நினைந்தூட்டும் தாயினும் சாலப்பரிந்து அவர்கள் எனக்கு உவப்பில்லா ஆனந்தம் அளித்தார்கள் என்றால், தொந்திசரியப் பெற்ற அன்னையையும், தந்தையையும் முற்றிலும் மறந்து, இவர்களே என் பெற்றோர் என்று சிக்கெனப் பற்றிவிட்டேன் என்பதும் உண்மை; எனினும், அம்மா, அப்பா என்று அவர்களை விளிக்க இந்தப் பாவிக்கு வாய் வருவதில்லை. கூப்பிடக் கூடாது என்பது என் எண்ணம் அல்ல. அப்படி அழைக்க வேண்டும் என்று பல்லாயிரம் தடவை உறுதி செய்துகொள்வேன். ஆனால், அவர்களுக்கு எதிரில் போனதும் அந்த அழகான இரு சொற்களையும் நாவிலிருந்து தொண்டைக்குத் துரத்தி, தொண்டையிலிருந்து கீழே தள்ளி, ஒளித்து வைத்துவிடும்–வெட்கம்.

அவர்களைப் பெற்றோராக நான் ஏற்றுப் பத்து ஆண்டுகள் ஆகிவிட்டன; ஒரு விவகாரம் என்று வந்தால் நான் அவர்களுக்காகப் பெற்றவர்களைப் பகைத்துக்கொள்ளவும் தயங்கமாட்டேன் என்ற நம்பிக்கை அவர்களுக்கு என்னிடம் உண்டாகிவிட்டது. ஆயினும், அம்மா என்றும் அப்பா என்றும் அழைக்கப்பட வேண்டும் என்ற வேட்கை அவ்வப்போது துன்புறுத்திக்கொண்டுதான் இருந்தது.

மதுரைச் சிறுவன் என் தாயைக் கட்டிக்கொண்டு ஆர்ப்பாட்டம் செய்ததன் விளைவுதான் இந்த உணர்ச்சிப்பூசல், இப்போது.

6

அப்பா பேச்சை நிறுத்துவார் என்று தோன்றவில்லை.

அம்மா அழுததால் அவர் சந்நதம் வந்தவர்போல் பேசிக்கொண்டே இருந்தார். சாயாக்கார சாமி அய்யர் ஈரப்பட்டை உதறி ஆற்றுகிறவர்போல் என் அருகில் வந்தார்; “அவர்தான் கத்தறார்னா, நீயும் இந்த இடத்திலேயே நிக்கிறயே; தெருவுக்கு ஓடு; கொஞ்ச நேரம் கழிச்சி வரலாம்,” என்று அப்பாவுக்குக் கேளாதபடி என்னிடம் சொன்னார். பிறகு அவர் என்னை மறைக்கும்படி அப்பாவுக்கு முன்னால் நின்றுகொண்டார். அந்த வாய்ப்பைப் பயன்படுத்திக்கொண்டு நான் தெருவுக்கு விரைந்தேன்.

தெருவில் சகாக்கள் யாரையும் பார்க்க எனக்கு விருப்பமில்லை. காதலனுக்காகக் காத்திருந்த காதலியை நான் அப்போதும் மறக்கவில்லை; காதலனுக்காகக் காத்திருந்தவள் எனக்காகவும் சற்று காத்திருக்க வேண்டியதுதான். பசியும் களைப்புமாயிருந்தது. நான் மேற்கே நடந்தேன்.

சிலரோடு சேரக்கூடாது என்று பெற்றோர் தடுத்தார்கள்; அவர்களோடு சேர்ந்தது தவறுதான். ஆனால் அவ்வளவு பெரிய தவறா? பெரியவர்களுக்குள் ஆயிரம் விரோதம் இருக்கலாம்; அதற்காகப் பிள்ளைகளும் தங்களுக்குள்

விரோதம் பாராட்ட வேண்டும் என்பது என்ன நியாயம்? அது குறுகிய புத்தி அல்லவா?

அம்மா, அப்பா என்று நான் கூப்பிடாதது தப்புதான். வேண்டுமென்று, அப்படி கூப்பிடக்கூடாது என்றா அப்படி இருக்கிறேன்? எனக்குச் சங்கோசம் மிகுதி என்று அவர்களுக்கும் தெரியுமே! அம்மா அப்பா என்று அவர்களை அழைக்க எனக்கு வாய் வரவில்லை. மற்றபடி, அவர்கள் எனக்குச் சொந்தப்பிள்ளைக்குச் செய்வதுபோல் எல்லாம் செய்கிறார்கள் என்றால், நானும் சொந்தப் பெற்றோர்களிடம் நடந்துகொள்வது போலத்தானே பழகுகிறேன்? அவர்கள் சொல்லைத் தட்டுகிறேனா? பிறந்த வீட்டை நாடுகிறேனா? இவர்களைத்தானே அம்மா அப்பாவாகப் போற்றுகிறேன்? அவர்களே அதைப் பெருமையாகச் சொல்வார்களே!

நான் செய்தது தவறாகவே இருக்கட்டும். அதற்காக நெசவாளர்களும், சாயம் போடுகிறவர்களும், மற்ற வேலைக்காரர்களும் நிறைந்த கூட்டத்துக்கு நடுவில் நிறுத்திப் பெரிய குற்றவாளியை விசாரிப்பதுபோல் விசாரிக்க வேண்டுமா? வாயில் வந்ததை எல்லாம் பேசுவதா? முன்னைப்போல் நான் சின்னக் குழந்தையா? ஒன்பதாவது படிக்கிறேன்; மணம் செய்தால் இரண்டு பிள்ளை பெறும் வயசு என்று அப்பாவே சொல்லவில்லையா? வயதானவர்களுக்கு இந்த நியாயம்கூடத் தெரியவில்லையே!

எனக்கு வாழ்க்கையே கசந்தது. தற்கொலை செய்துகொள்ளலாம் என்ற யோசனை எனக்கு உண்டாகவில்லை. ராமசுவாமி கோயிலைச் சுற்றிக்கொண்டு பிறந்தவீட்டுக்குப் போனேன். கால்கடுக்க நின்றதற்குக் கொஞ்சநேரம் களையாறலாம்; பசிக்கு ஏதாவது சாப்பிடலாம் என்று எண்ணினேன்.

நான் போனபோது, பெற்ற தாயார் வீட்டில் இருந்தாள்; எனக்குப் பிறகு ஒரு தங்கையும் ஒரு தம்பியும் பிறந்திருந்தார்கள்; அவர்கள் அங்கே இருந்தார்கள்; அப்பாவையும் அண்ணாவையும் காணவில்லை. நான் துவண்டு வந்ததைப் பார்த்ததும், பெற்றவள் பதைத்துவிட்டாள்.

"சொன்னா, ஆங்குக்காய்ரே? (உடம்புக்கு என்னடா?)" என்று கொண்டே என் உடம்பைத் தொட்டுப்பார்த்தாள். ஐந்து குழந்தைகளில் நான் ஒருவன்; அண்ணாவிடம் என்னைத் தத்து தந்ததுபற்றி அவர்களுக்கு வருத்தமில்லை; ஆனால், என்னைப் பிரிந்ததாலேயே, அவளுக்கு என்னிடம் ஒட்டுதல் அதிகம்.

"ஜுரம் இல்லே; உடம்புக்கு என்னடா?... அவங்க ஏதாவது சொன்னாங்களா?" என்று சற்றும் தடுமாறாமல் உண்மைமீது அவள் கைவைத்தாள்.

அவளைப் பார்த்ததுமுதலே, என் அடி வயிற்றில் அழுகை குமுறிக்கொண்டிருந்தது. ஒன்பதாவது படித்துக் கொண்டிருக்கலாம்; துப்பறியும் நாவல்களையும் மர்ம நாவல்களையும் படித்துவிட்டு, எழுத்தார்வம் கொண்டு, தெரியாத விஷயங்களை எல்லாம் தெரிந்ததுபோல் எழுதிப் பத்திரிக்கைகளுக்கு அனுப்பிவிட்டு, 'புத்திசாலி' என்று நிமிர்ந்து நடக்கலாம்; ஆனால், எந்தப் புத்திசாலித்தனமும் எனக்குக் கைகொடுக்க

முன்வரவில்லை; நான் சின்னப்பையனே என்பதை உணர்ந்தேன். அவள் பாசத்தோடு தொட்டு விசாரித்ததும், தேம்பித்தேம்பி அழுது கொண்டே அவளுடைய மடியில் விழுந்துவிட்டேன்.

"என்னடா விஷயம்? என்ன நடந்தது?" என்றாள் அவள் கவலையுடன்.

"அப்பா, அம்மா ரெண்டுபேரும் சேர்ந்து வேலைக்காரங்களுக்கு முன்னாலே கன்னாபின்னான்னு திட்றாங்க" என்று விசும்பினேன்.

அவள் முகம் கொஞ்சம் கூம்பியது; உடனே, திருத்திக்கொண்டாள். "அடப் பைத்தியக்காரா! இதுக்காகவா இப்படி கலங்கறே? நான் என்னவோ ஏதோன்னு பயந்துட்டேன். இது என்ன புதுசு? அவங்களுக்கு பழக்கம்தானே? பேசினாப் பேசிட்டுப் போறாங்க போ. எத்தனையோ செய்றாங்க; நாலுதிட்டு திட்ட உரிமை இல்லியா? அதுக்காகவா நீ இப்படி பறிகொடுத்தவன்போல வந்தே?"

அவளுடைய பதில் உடனடியாக என்னைச் சமாதானப்படுத்தவில்லை: "இல்லேம்மா, அதுக்குன்னு என்ன என்ன சொல்லி திட்றாங்க தெரியுமா?"

ஆம், பெற்றவர்களை இப்போதும் அம்மா, அப்பா என்றுதான் வெட்கமில்லாமல் அழைத்துக்கொண்டிருந்தேன்!

"அவங்க என்ன சொல்வாங்கன்னு எனக்குத் தெரியாதா? அண்ணா, அண்ணி குணம் எனக்குத் தெரியாதா? அதுசரி, நீ காபி சாப்பிடல்லே?"

"காபிகூடத் தராமே, எல்லாருக்கும் முன்னாலே நிறுத்தி வச்சித் திட்டினாங்க," என்றேன் ரோசத்துடன்.

"ராதா, ரேய் ராதா!" என்று அவள் தம்பியைக் கூப்பிட்டாள். அவன் பெயர் ராதாகிருஷ்ணன். ஒரு பீரோவுக்குப் பின்னால் நின்று, நான் அழுவதை அவன் வேடிக்கை பார்த்துக்கொண்டிருந்தான்; அம்மா கூப்பிட்டதும் வெளிப்பட்டான்.

"ஒரு ஹல்வா துண்டு, ரெண்டு பொட்டணம் காராவுருண்டை, அரை சேர் காபி வாங்கிட்டு ஓடிவா," என்று அவனிடம் சில்லரை கொடுத்தாள்; எல்லாம் சேர்த்து மூன்றணா, அப்போது.

ராதா லோட்டாவைத் தூக்கிக்கொண்டு ஓடினான். அவன் போன கையோடு பெற்ற தகப்பனார் வந்து சேர்ந்தார்; நான் சிவந்த கண்களுடன், தாயாருக்குப் பக்கத்தில் உட்கார்ந்திருப்பதைப் பார்த்ததுமே அவருக்குக் கோபம் வந்துவிட்டது. "ஏண்டா உங்க அப்பன் அடிச்சானா?" என்றார்.

"இல்லே."

"இல்லேன்னா எதுக்கு அழுவுறே? என்ன செஞ்சாங்கடா?"

எனக்காக அம்மா பதில் சொன்னாள்; "அவங்க ஒண்ணும் செஞ்சிடல்லே. இவன் என்ன செஞ்சானோ தெரியல்லே. எல்லாருக்கும் முன்னாலே திட்டினாங்களாம். அழுதுகிட்டே இங்கே வந்துட்டான்."

"அம்மா அப்பான்னு கூப்பிடல்லியாம். ஸ்கூல்லேருந்து வந்ததும் காபிகூடத் தராமே, கூடத்திலே நிறுத்தி வச்சித் திட்றாங்க. எல்லோரும் என்னைப் பார்த்துச் சிரிக்கிறாங்க," என்றேன், ஆத்திரமாய்.

என் தகப்பனார் நல்ல சிவப்பு; வெள்ளிக் கம்பிகள் மினுமினுக்கும் சின்னக் குடுமி. என்னைப்போல ஆள் கட்டை. என்னை சுவீகாரம் கொடுத்து விட்டாலும் அவருக்கு மைத்துனர் – என் வளர்ப்புத் தந்தை – மீது எப்போதுமே கோபம்; அந்த வீட்டு மாப்பிள்ளை இல்லையா?

இவருக்கும் முன்கோபம் அதிகம். சிண்டைப் பிரித்துத் தட்டிக் கட்டிக் கொண்டார்; கண்கள் சிவந்தன.

“அம்மா, அப்பான்னு கூப்பிடாட்டா என்ன? அந்த அம்மாதான் உன்னை வயித்திலே சுமந்து பெத்தாங்களோ? அதுக்காகப் பள்ளிக் கூடத்திலேருந்து வந்த பிள்ளையைப் பட்டினிப் போட்டுத் திட்டணுமா? பெத்த பிள்ளையாயிருந்தா இப்படி பட்டினி போட மனசு வருமா?”

அம்மா தலையிட்டாள். “இப்படி எல்லாம் பேசாதிங்க. அவங்க பெத்து பெத்து தாரை வார்த்தவங்க. மனசு ரொம்ப நொந்தவங்க, உயிருக்குயிரா இவனை வச்சிருக்காங்க. அம்மா, அப்பான்னு இவன் கூப்பிடணும். இவன் வெட்கப்படறான். என்ன வெட்கமோ, அதிசயமாயிருக்கு! நம்ம பிள்ளை நம்மை அம்மா, அப்பான்னு கூப்பிடல்லியேன்னு அவுங்களுக்கு ஏக்கமாயிருக்கு, எப்பவாவது அது இப்படி வெடிச்சிடுது. எத்தனையோ செய்றாங்க; நாலுதிட்டுத் திட்டினா திட்டிட்டுப் போகட்டும்; நாளைக்கு அவங்களே அதுக்காக வருத்தப்படுவாங்க.”

அப்பா அடங்கவில்லை; “நீ என்னைக்கும் அண்ணன் பக்கம்தான் பேசுவே; பிள்ளை என்று வளர்த்தா எல்லாம் செஞ்சிதானே ஆகணும்? செய்றோம், செய்றோம்னு சொல்லிக் காட்றவங்க எதுக்குச் செய்றாங்க? நம்ம வீட்டுப்பிள்ளையை நாமே வளர்த்துட்டுப்போறோம்; நம்ம குழந்தைகளை நாம் தெருவிலேயா விட்டுவிட்டோம்? எவ்வளவோ செய்றாங்களாமே, அதிசயமா இல்லே செய்றாங்க!... ரே சொன்னா, நீ அங்கே போகவேணாம். இங்கேயே இரு. அவங்க தேடிக்கிட்டு இங்கே வரட்டும். சரியான பாடம் கத்துத் தர்ரேன்,” என்று முழங்கினார் அவர். “அறியாப்பிள்ளையா? ஒன்பதாம் கிளாஸ் படிக்கிறான்; புத்திசாலின்னு ஊரே கொண்டாடுது; இந்தப் பிள்ளையை நாலுபேருக்கு நடுவிலே நிறுத்தி வச்சிப் பேசினா வீட்டை விட்டு ஓடி வராமே என்ன செய்வான்?”

அவருடைய ஆர்ப்பாட்டத்தைக் கண்டு அம்மா மட்டும் அல்ல, நானும் பயந்துவிட்டேன். வளர்த்தவர்களைச் சினந்துகொண்டு நான் இங்கே ஓடிவந்துவிட்டதாய்ப் பெற்றவர் தப்புக்கணக்கு போட்டுவிட்டார். என்னை இங்கேயே நிறுத்திவைத்துக்கொண்டு, அவர்களோடு விவகாரம் பேசி, நிபந்தனைகள் விதித்து என்னைத் திருப்பி அனுப்ப அவர் விரும்புகிறார் என்பதைப் புரிந்துகொண்டேன். இவ்வாறு வம்பு வளர்க்கும் எண்ணம் என் மனத்தின் கடைக் கோடியிலும் இல்லை. பெற்றவளிடம் அழும்போதே என் வேகதாபங்கள் பெரும்பாலும் கரைந்துவிட்டன.

தம்பி – தம்பி எனலாமா? உடன்பிறப்பு எனினும், அவன் எனக்கு அத்தைமகன்தானே? – சிற்றுண்டியும் காபியும் கொண்டுவந்தான்.

“ரேய், காபி பீதீ, ஊமென்னா நிஞ்சி. மீ அத்த அவ்டுஸ் (டேய், காபி சாப்பிட்டு பேசாமே படுத்திரு. நான் இதோ வந்துட்றேன்),” என்று பெற்றவர் எங்கோ வெளியே போய்விட்டார்.

வயிறு நிரம்பியதும் அங்கே எனக்கு இருப்புக் கொள்ளவில்லை.

"அம்மா, மீகேர் ஜாரிஸ்தே! (அம்மா, நான் வீட்டுக்குப் போறேன்)", என்று துள்ளி எழுந்தேன்.

அம்மா இங்கே இருக்கும்படி சொல்லவில்லை: "அந்தார் பொட்லியோ. நேரி கேர்ஜனோ. ஜீஆவ்! (இருட்டிட்டுது. நேரா வீட்டுக்குப் போகணும். போய்வா)" என்று புன்னகையோடு விடைகொடுத்தாள்.

7

நேராக வீட்டுக்குத் திரும்பவும் துணிச்சல் வரவில்லை. நிலைமை எப்படி இருக்கிறதோ? அம்மாவும் அப்பாவும் அடங்கி இருக்கலாம்; அடங்காமலும் இருக்கலாம் அல்லவா? வயிறு நிறைந்திருந்ததால், தைரியமாகவும் இருந்தது. ராஜ வீதியில் என் நண்பர்கள், 'பலீன் சடுகுடு' ஆடிக்கொண்டிருந்தார்கள். கொஞ்ச நேரம் வேடிக்கை பார்த்துக்கொண்டு நின்றேன். பிறகு நானும் ஆட்டத்தில் கலந்துகொண்டுவிட்டேன். எதிர்க்கட்சியை முறியடிக்க வேண்டும் என்ற கோஷ்டியுணர்ச்சியுடன் ஆடியதால், வீட்டு விவகாரத்தையே மறந்துபோனேன். வெற்றிமேல் வெற்றி எங்கள் கட்சிக்குக் கிடைத்ததால் நேரம் போனதே தெரியவில்லை.

எங்கள் வீட்டில் எலிவால் என்றொரு பையன் நெசவு வேலை செய்து கொண்டிருந்தான். ஓர் ஆட்டம் முடிந்து எங்கள் கோஷ்டி, 'சைட்' மாறும் போது எலிவால் ஓர் ஓரத்தில் நின்று கையாட்டி என்னைக் கூப்பிடுவதைக் கண்டேன். அவனைப் பார்த்ததும், வீட்டு நினைவு பகீரென்று வந்தது.

"டே எலிவால், என்னடா?" என்றவாறு அவனை நெருங்கினேன்.

"சின்ன முதலாளி, நீங்க இங்கியா இருக்கீங்க? உங்களை தேடிகிட்டு மூலைக்கு மூலை ஆள் போயிருக்கு..."

"தேட்றாங்களா, எதுக்குடா?"

"நல்லா கேட்டீங்களே, சாயங்காலம் காபிகூட சாப்பிடாம ஓடிப் போயிட்டீங்க. அப்பறம் ஆளைக்காணம். எருமைத் தோல் வட்டத்தெரு உங்க வீட்டிலே போய்க் கேட்டாங்க. நீங்க அஞ்சு, அஞ்சரை மணிக்கு அங்கப் போய்க் காபி சாப்பிட்டீங்களாம். அவங்க இருக்கச் சொன்னாங்களாம். மாட்டேன்னு அழுதுகிட்டே ஓடிவிட்டீங்களாம். அவங்க பின்னாலே கூப்பிட்டதை நீங்க காதிலேயும் வாங்கலியாம். அப்புறமா முதலாளி மூலைக்கு மூலை உங்களைத் தேடி எங்களை எல்லாம் விரட்டினாரு..."

"நான் இங்கேதானேடா இருக்கேன்?"

"ஏளரை, ஏளேமுக்கா மணிக்கு நான் இங்கே வந்து பார்த்தேன். நீங்க இல்லே. வாங்க போகலாம்."

பழைய விவகாரமே 'பெண்டிங்கில்' இருக்கு, இது என்ன புதுவிவகாரம் என்று எனக்குப் பயமாயிருந்தது. இப்போதும் தப்பு என் பக்கம்; என்ன என்ன சொல்லப்போகிறார்களோ!

"போகலாம் இருடா. அம்மா அப்பா ரொம்ப கோபமாயிருக்காங்களா?"

“அழுதுகிட்டுயிருக்காங்க. பெரியவங்க திட்டினா, அதுக்காவ நீங்க மாமாங்குளத்துக்குப் போயிட்றதா?” என்று எலிவால் உரிமையோடு கேட்டான்.

“நான் எங்கேடா மாமாங்குளத்துக்குப் போனேன்?”

“எல்லாம் தெரியும் சின்ன முதலாளி, நீங்க யாருக்கும் தெரியாதுன்னு நினைக்கிறீங்க; கிரியும் பாவாவும் பார்த்திருக்காங்க; எங்கேயோ சகஜமா போறதா நினைச்சிருக்காங்க. உங்களைக் காணோம்னதும் ஓடியாந்து சொன்னாங்க. முதலாளியும் முதலாளி அம்மாவும் எப்படி கலங்குறாங்க தெரியுமா? சரி, நேரமாவுது போவலாம்.”

இந்தப் புண்ணிய க்ஷேத்திரத்தில் வாழ்க்கையில் விரக்தி கொண்டவர்கள் மகாமகக் குளத்தையும் பொற்றாமரைக் குளத்தையும் சரணடைவது வழக்கம்; மரணத்தைப் பல வேடங்களில் பார்த்து அனுபவித்த அம்மாவும் அப்பாவும் திகில் பட்டதில் வியப்பில்லையே! யாரையோ பார்த்துவிட்டு, என்னைத்தான் குளத்தருகே பார்த்ததாய் இரண்டு பாவிகள் வேறு சாட்சி சொல்லி இருந்தார்களே!

இதற்காக எனக்கு சகஸ்ரநாமமே நடக்கப் போகிறது என்று அஞ்சியபடி நடந்தேன். மின்சாரம் இல்லாத காலம்; இரவு எட்டு மணி அளவிலேயே ஊரில் ஜனநடமாட்டம் குறைந்துபோகும். நாங்கள் வீடு திரும்பும்போது ஒன்பது, ஒன்பதரை மணிக்கு மேல் இருக்கலாம். தெரு பெரும்பாலும் இருட்டில் அடங்கிக் கிடந்தது. இரண்டு வீடுகளுக்கு இப்பாலேயே, எங்கள் வீட்டு வாசலில் வெளிச்சம் இருளைப் பிளப்பதைக் கண்டேன். எதிர் வீடுகளிலும் பக்கத்து வீடுகளிலும் திண்ணையிலிருந்து சிலர் எட்டிப் பார்ப்பதையும் கவனித்தேன். எலிவால் திடீரென்று என் இடது கையைக் கெட்டியாகப் பிடித்துக்கொண்டான்.

“கையை விடுடா” என்றேன் கோபமாய்த் திமிறியபடி.

“நான் அலைஞ்சது எனக்கில்ல தெரியும். வீடுகிட்ட வந்ததும் நீங்க கம்பி நீட்டிட்டா முதலாளி அம்மாவுக்கு நான் என்ன சொல்றது? கோவிச்சிகாதீங்க, சின்ன முதலாளி. ஒங்களை அம்மா கையிலே ஒப்படைச்சிட்றேன். அப்புறம் அவங்கபாடு, ஒங்கபாடு...”

இளைத்த ஈர்க்குச்சிபோல் ஒல்லியாக இருப்பான் எலிவால். சட்டைக்குள் கைவிட்டுத் தேடினால்தான் அவன் உடம்பு கையில் கிடைக்கும். அதனால்தான் சகாக்கள் அவனுக்கு எலிவால் என்ற செல்லப்பெயர் இட்டனர். ஆனால், இந்த எளிய உடம்பில் இருந்த பலமும் சுறுசுறுப்பும் நம்ப முடியாதவை. என் கையை அவனிடமிருந்து விடுவிக்க முடியவில்லை; அடங்கிவிட்டேன்.

வீட்டில் பெரிய கூட்டம் கூடி இருந்தது. சாதாரண நாளில் மண்ணெண்ணெய் பவர் லைட்கள் நாலு எரிவது வழக்கம். பஜனை நடக்கும்போதும், திருநாட்களிலும் இரண்டு பெட்ரோமாக்ஸ் ஏற்றுவார்கள். இந்த இரவு பெட்ரோமாக்ஸ்கள் எரிந்தன.

வாசலில் என்னைக் கண்டதும் சோபாவில் கிடந்த அப்பா துள்ளி எழுந்தார். அவர் என்னை நெருங்குவதற்குள் அம்மா விரைந்து வந்து என் தோளைப் பற்றி, "எங்கேடா போனே ?" என்றாள். அவள் குரலில் அழுகை கலந்திருந்தது.

"சரி, மறுபடியும் அழ ஆரம்பிச்சிடாதே. சொன்னாதான் வந்துட்டானே" என்று அப்பா அம்மாவை மெல்ல அதட்டினார், சிரித்தபடி.

எலிவால் தலையிட்டான்: "முதலாளி அம்மா, என் பிள்ளையை என்கிட்டே கொண்டுவந்து சேக்கிறது ஓம் பொறுப்புடான்னு அளுதீங்களா ? படைவெட்டி மாரியம்மனை கும்பிட்டுகிட்டேன். ஊர் பூரா சுத்தினேன். ஆளைக்காணம். எனக்கு ஒரே பயமாயிட்டுது. சின்னமுதலாளி எங்கெங்கியோ அலைஞ்சிட்டு, ராஜவீதியிலே பலீன் சடுகுடு ஆடிண்டிருந்தார். நைசா கூட்டிண்டு வந்தேன். வீடுகிட்டே வந்ததும் இப்படியும் அப்படியுமா பாத்தாரு. ஓடிடுவார்னு சந்தேகமா இருந்தது. லபக்னு பாய்ஞ்சி கையை பிடிச்சிகிட்டேன். கையை விடுடான்னு திமிறினாரு; விடுவனா ?... முதலாளி அம்மா, ஒங்க பிள்ளையை கொண்டுவந்து சேத்துட்டேன், பிடியுங்க!" என்று என் கையை அம்மாவின் கையில் வைக்கும்போது அவன் அழுது கொண்டிருந்தான் !

நான்தானே கதாநாயகன் ? அந்த ஸ்தானத்தை எலிவால் கைப்பற்றி விடுவான் போல் இருந்தது. கண்டேன் சீதையை என்ற செய்தியைக் கொண்டுவந்த தூதுவனாக அல்ல, சீதை உள்ளி ... அசோகவனத்தையே பெயர்த்து வந்து ராமருக்கு முன்னால் வைத்த மகாவீர மாருதியாக அவன் காட்சி தந்தான்.

எனக்குச் சேதம் எதுவும் நேரவில்லையே என்று என் உடம்பு பூராவும் தொட்டுப் பார்த்துக்கொண்டிருந்த அம்மாவையும் பெற்ற தாயாரையும் அவனுடைய அழுகை தொத்திக் கொண்டது.

"இப்போ எதுக்குடா அழுவுறே? சின்ன முதலாளியை கொண்டு வந்துட்டியே" என்றார் அப்பா, சிரித்த முகம் மாறாமல்.

"எங்கெங்கியோ அலைஞ்சேன், இல்லாததும் பொல்லாததும் நினைச்சி பயந்துட்டேன்."

இந்த குடும்பத்தின் பதினேழாவது குழந்தையான எனக்கும் அபாயம் வந்தாயிற்றோ என்கிற அநுதாபத்துடன் கூடியிருந்த கூட்டம் வடிந்து கொண்டிருந்தது. சாயக்கார சாமி அய்யர் என்னிடம் கூறினார்: "படிக்கிற பிள்ளை; நீ இப்படி தப்பு யோசனை செய்யலாமா ? எல்லாரும் எப்படி கலங்கிட்டோம்" என்றவர் அப்பாவிடம், "குளக்கரையிலே சுத்தற ஆளுங்களுக்கு சேதி சொல்ல வேண்டாமா ?" என்று நினைவூட்டினார்.

"மாமாங்குளக்கரையிலே கிரி, பாவா, செங்கோடன் பாட்ரிலைட்டோட சுத்தறங்க. பொத்தாமரைகிட்டே பாபுவும் அழூமுஞ்சி ஆறுமுகமும் இருக்காங்க" என்றான் எலிவால்.

அதாவது, நான் குளத்தில் விழ வந்தால் தடுப்பதற்கும்; விழுந்திருந்தால், என் சடலம் மிதந்து மேலே வருவதைக் காண்பதற்கும் !

இப்போதும் அப்பாவிடம் பேச எனக்குப் பயமாக இருந்தது. அம்மாவிடம் கூறினேன்: "நான் மாமாங்குளம் பக்கமே போகல்லே. நீங்க என்னடான்னா ..."

அப்பா என்னைப் பேசவிடவில்லை: "நீ ஒண்ணும் சொல்ல வேணாம். எங்களுக்கு எல்லாம் தெரியும். இனிமே நாங்க ஒன்னை திட்டமாட்டோம். நீ இவ்வளவு ரோசக்காரனா இருப்பேன்னு நாங்க நினைக்கல்லே" என்றவர் எலிவாலிடம் மூன்று ரூபாய் கொடுத்தார்: "குளத்தங்கரையிலே இருக்கிறவங்ககிட்டே சொன்னா வந்தாச்சுன்னு சொல்லு. எல்லாரும் டிபன் சாப்பிடுங்கோ. மிச்சக்காசு நீ வச்சுக்கோ ... காலையிலே ஏளாவது மணிக்கு வந்துடணும்; என்ன?" என்று அதட்டினார்.

"சரிங்கோ" என்று குதிநடையில் எலிவால் கிளம்பினான்.

வீடு சுயரூபத்துக்குத் திரும்பிவிட்டது. அம்மா, அப்பா, பெற்ற தாயார், அக்கா, லெசிம்பை எல்லாரும் சாப்பிட உட்கார்ந்தோம். மத்தாப்பு கொளுத்தியது போல் எல்லாருடைய முகமும் பளிச்சென்று இருந்தது.

என்னால் ஒரு கூட்டம் கூடியதற்காகவும், அதன் கண்கள் என்மேல் பட்டதாலும் எனக்கு வெட்கமாக இருந்தது; நடக்காததை நடந்ததாக எண்ணி எல்லாரும் கலங்கியதைக் கண்டு சங்கடமாகவும் இருந்தது.

"நான் மாமாங்குளத்துக்குப் போகவே இல்லை" என்று ஆரம்பித்தேன்.

"சாப்பிட்றப்போ அதெல்லாம் பேசக்கூடாது" என்று ஆணையிட்டார் அப்பா.

இக்கதை 1971இல் *கல்கி*, தீபாவளி மலரில், 'ஆனா இம்மன்னா மாவன்னா ஆனா இப்பன்னா பாவன்னா' என்ற தலைப்பில் பிரசுரமாகியுள்ளது.

***கணையாழி* (டிசம்பர் 1972)**

***சிவாஜி* (ஜனவரி – மார்ச் 1973)**

நானும் உன்னோடு . . . (செப்டம்பர் 1993)

●

பெட்கி

அப்போது எனக்குப் பதினாறு வயது. எனக்குள் பருவவுணர்ச்சி விழித்துக்கொண்டது என்றாலும், தூக்கக் கலக்கம் தெளியாத நிலையில், உலகத்தைப் புரிந்து கொள்வதற்காக, நான் தவித்த தவிப்பு!

அக்காலத்தில் நடந்த நிகழ்ச்சிகளை, அப்போது புரிந்து கொண்டது சரியா, இப்போது புரிந்துகொள்வது சரியா, அல்லது அப்போதும் இப்போதும் நாம் புரிந்துகொள்வதில்லையா என்பவை விவாதத்துக்குரிய விஷயங்கள்

எங்கள் வீட்டில் என் வயதான தாயாருக்குத் துணையாக அத்தை மகள் ஒருத்தி இருந்தாள்; லட்சுமி என்று பெயர்; விதவை. அவளுக்குக் காய்ச்சல்; சிகிச்சைக்காகத் தன் தமக்கை வீட்டுக்குப் போய்விட்டாள். அம்மாவுக்கு உதவியாகப் பெட்கி, எங்கள் வீட்டுக்கு வந்தாள். இவளும் எங்களுக்குத் தூரத்து உறவு; என்னைவிட இரண்டொரு வயது மூத்தவள்.

நாங்கள் சௌராஷ்டிரர்கள். பெட்கி என்ற சௌராஷ்டிரச் சொல்லுக்குப் 'பெண்' என்று பொருள். அது அவளுடைய செல்லப் பெயர்; பெற்றோர் இட்ட பெயர் சரசுவதி என்று ஞாபகம்.

பெட்கி – *(Badki)* என்று உச்சரிக்கவேண்டும் – எங்கள் வீட்டுக்குப் புதிதாய் வந்துவிடவில்லை; அவளும் நானும் சேர்ந்து வளர்ந்தவர்கள் என்றுகூடச் சொல்லலாம்.

கும்பகோணம் சௌராஷ்டிரர்கள் அக்காலத்தில் பட்டு ஜவுளித் தொழிலிலேயே, பெரும்பாலும் ஈடுபடுவார்கள். ஆனால், அவளுடைய தகப்பனார், துணிச்சலாய் ஒரு காபி ஹோட்டல் வைத்திருந்தார். அரிச்சுவடி முதல் நாலாம் வகுப்பு வரை, நான் ஒரு திண்ணைப் பள்ளியில் படித்தேன். அந்தப் பள்ளிக்குப் போகும்போதும் திரும்பும்போதும் நான் அந்த ஹோட்டலைக் கடந்தாகவேண்டும். என்னைக் கண்டால் விடமாட்டார்; தெருப்பக்கம் பார்த்தபடி உட்கார்ந்திருந்த

அவர் கண்களில் படும்படியாக நானும், அந்தப் பக்கமாக ஒருமுறைக்கு இருமுறை போவேன். அவர், "ரேய் ரேய், சொன்னா, ஏட் ஆவ்ரே! (டேய், டேய், தங்கம், இங்கே வாடா!)" – என்று கத்துவார்.

சொன்னா என்பது எனக்குச் செல்லப் பெயர்; தங்கம் என்று அர்த்தம். அவர் கூப்பிட்டது காதில் விழாததுபோல் நான் வேகமாய் நடப்பேன். அவர் ஒரு சப்ளையரை, எனக்குப் பின்னால் துரத்துவார். அவன் பின்னால் ஓடிவந்து, என்னை அழைத்துப்போவான். என்னோடுள்ள மற்ற சிறுவர்கள், என்னைப் பொறாமையோடு பார்ப்பார்கள். எனக்குச் சொல்லி முடியாத கர்வம் – ஹோட்டலில் மேஜைக்கு முன்னால் அமர்ந்து, ஸ்வீட் – காரம் – காப்பி என்று வக்கணையாகச் சாப்பிடும் பாக்கியம், எத்தனை சிறுவர்களுக்குக் கிடைக்கிறது!

பெட்கியின் தந்தை, இப்படி என்னைத் தீனி போட்டுக் காக்கா பிடிப்பதற்கு, ஒரு முக்கியமான காரணம் இருந்தது. அவருக்கு, அப்போது இரண்டு பெண்கள்! மூத்தவள் பெட்கி; இளையவள் ராதா. சின்னவளுக்கு நான் மாலை இடவேண்டும் என்பது, அவர் விருப்பம். பெரியவள் என்னைவிட மூத்தவள் என்பதோடு, நிறமும் கம்மி. ராதா சிவப்பு; நானும் நல்ல சிவப்பு. நானும் ராதாவும் வருங்காலத் தம்பதி என்றால், நான் அவருக்கு மாப்பிள்ளை முறை அல்லவா? பெண்ணைப் பெற்றவர் மாப்பிள்ளையின் கால் கழுவக் கடமைப்பட்டவர் என்று சிறுவனான எனக்கும் தெரியும். அதனால்தான் நான் அவரிடம் பிகுவாய் நடந்துகொண்டேன். இந்த மணவுறவுக்கு, என் பெற்றோரும் உடன்பாடு தெரிவித்திருந்தார்கள்.

ஆனால், இந்த உடன்பாடு நிறைவேற வழியில்லாமல் போயிற்று. பெட்கியின் தாய், திடீரென்று காலமானாள். மனைவி போன சிறிது காலத்திலேயே, அவர் இரண்டாம் தாரம் கட்டிக்கொண்டார். இரண்டு பெண்கள் இருக்கையில் அவர் மறுமணம் புரிந்துகொண்டதை, என் பெற்றோர் ஏற்கவில்லை. கலியாணத்திலும் கலந்துகொள்ளவில்லை. இரண்டு குடும்பங்களுக்கும் இடையில் போக்குவரத்து நின்றுவிட்டது. இரண்டு ஆண்டுகளில் இரண்டாம் மனைவி ஒரு பெண் குழந்தை பெற்றதைத் தொடர்ந்து, அவரை எலும்புருக்கி நோய் பீடித்தது.

அந்தக் காலத்தில், அந்த வியாதிக்கு ஏற்ற சிகிச்சை கிடையாது. ஏதோ மருந்துகள் உட்கொண்டாலும், அவர் சிறுகச் சிறுகச் சாக வேண்டியவரே என்று சீட்டு எழுதிவிட்டார்கள். அவரும் மரணத்தை எதிர்பார்த்துக் காத்திருந்தார். இந்த நேரத்தில், அவருக்கு ஞானோதயம் ஆனதில் வியப்பு என்ன? இரண்டாம் கலியாணம் வேண்டாம் என்று, என் பெற்றோர் தலையில் அடித்துக்கொண்டார்களே, அந்த யோசனையை ஏற்காதது முட்டாள்தனம் என்பது, அவருக்குத் தெளிவாயிற்று. இறுதிக்காலத்தில் என் பெற்றோரைக் கைவிடக்கூடாது என்று வேண்டிக்கொண்டார். அவர்களும், அவர் வீட்டுக்கும் ஹோட்டலுக்கும் அடிக்கடி சென்று, ஆறுதல் கூறிவந்தனர்.

எலும்புருக்கி நோய்க்கு ஆட்டுப்பால் மருந்து என்று, ஒரு நாட்டு வைத்தியர் கூறினார். என் பெற்றோர் அதற்கு ஏற்பாடு செய்தனர். ஒருத்தி, கருக்கலில், எங்கள் வீட்டுக்கு ஆட்டுப்பால் கொண்டுவந்து தருவாள்.

என் தாயார், பாலில் உள்ள ரோமம் நீங்கச் சுத்தமாய் வடிகட்டித் தருவாள். ஹோட்டலில் இருந்த பெட்கியின் தந்தையிடம், நான் அதைக் கொண்டுபோய்க் கொடுக்கவேண்டும். அதிகாலையில், இந்த வேலை, எனக்குத் தொல்லையாக இருக்கும். சிணுங்கியபடி நான், அவரிடம் ஆட்டுப்பாலை எடுத்துச் செல்வேன்.

இந்தச் சின்ன வேலையையும், அவருடைய இளைய மனைவி கவனிப்பதில்லை. அவர் நோயுற்றதும், அவள் அவரிடம் முகம் கொடுத்துப் பேசுவதுகூட இல்லை. சக்களத்தியின் குழந்தைகளைக் கொடுமைப்படுத்த வேண்டும் என்பது, அக்காலத்துச் சட்டம். அவள் அதையும் பயின்று வந்தாள்.

நோய் பற்றின கவலையோடு, தனக்குப் பிறகு மூத்தவள் பெண்களின் கதி என்ன ஆகுமோ என்ற அச்சமும், அவரைத் துன்புறுத்தியது. என் பெற்றோரிடம் அடிக்கடி, 'நீங்கள்தான், இரண்டு பெண்களையும் காப்பாற்ற வேண்டும்' என்று கண்ணீர்விடுவார்.

ஒருநாள் காலைநேரத்தில், ஆட்டுப்பாலுடன் ஹோட்டலுக்குப் போனேன். அச்சமயம், பெட்கியும் ராதாவும் அங்கே இருந்தார்கள்.

"ஏண்டா, இத்தனை நேரம்?" என்று அவர், என்னைக் கடிந்து கொண்டார்.

"பால்காரி, இப்பத்தான் வந்தாள்."

"ஏலே, பொய் சொல்றியே; சொல்லலாமா? தெருக் கோடியிலே விளையாடிக்கிட்டு இருந்தியா, இல்லியா? பெட்கி பார்த்தாளாம், ஏண்டீ?"

பெட்கி, பளிச் என்று பதில் கூறினாள். "நான் பார்த்தேனே! தெருக்கோடியிலே ரெண்டு பேரோடே பேசிக்கிட்டே நின்னான். இவன் பொய் சொல்றான், அப்பா!"

அந்தக் கோள்சொல்லி மீது எனக்கு ஆத்திரம் ஆத்திரமாய் வந்தது. என் பொய்யை நிலைநாட்டத் தெரியாமல் பேசாமல் நின்றேன். அவர் பாலை மடமடவென்று விழுங்கிவிட்டு, "ரெண்டு பேரிலே யாருடா அழகு?" என்று இரண்டு சிறுமிகளையும் சுட்டிக்காட்டினார்.

குற்ற விசாரணை தொடரப்போகிறது என்று அஞ்சி நின்ற எனக்கு, அவருடைய இந்த எதிர்பாராத கேள்வியைக் கேட்டதும், ஒரே வெட்கம் ஆகிவிட்டது. தாழ்ந்திருந்த என் கண்கள், இரு சிறுமிகள் மீதும் படர்ந்தன. எனக்குப் பெட்கி மீது கோபம்; ராதாதான் அழகாயிருப்பதாய்த் தோன்றியது. என் கண்களின் லயத்தைப் பார்த்து, அவர் நகைத்தார்.

"ராதாதாண்டா, உனக்குச் சரியான ஜோடி. அவளைத்தான், நீ கட்டிக்கப் போறே – ராதா, இப்படி வாடீ!" என்று அவளை, என் பக்கத்தில் நிறுத்திவைத்து, இருவரையும் கண்குளிரப் பார்த்தார். "ரெய் சொன்னா! நான் ரொம்பக் காலம் உயிரோடு இருக்கமாட்டேன்; நான் சொல்வதை மறந்துடக்கூடாது; ராதாவைத்தான் கட்டிக்கணும். என்ன, சரிதானே?"

மாப்பிள்ளைக் கர்வத்தால் என் தலை ஓரடி உயரம் எகிறிவிட்டது. அவருக்குப் பதில் சொல்வதை, அகௌரவம் என்று எண்ணினேன்.

திடீரென்று ராதா துள்ளி அப்பால் நகர்ந்தாள், 'பெட்கி கிள்ளிவிட்டா!' என்று அலறிக்கொண்டே. ராதா நின்ற இடத்தில் பெட்கி நின்றாள். அவளுக்கு வாய்த்துடுக்கும் கைத்துடுக்கும் அதிகம்.

"ஏண்டீ, அவளைக் கிள்ளினே?" என்று பெற்றவர் அதட்டினார். "நான்தான் சொன்னாவைக் கலியாணம் செஞ்சிக்குவேன்" என்றாள் பெட்கி, தைரியமாக.

"சீ கழுதை! வாயை மூடு. இவனைவிட நீ பெரியவ; நீ எப்படி இவனைக் கட்டிக்குவே?"

"எல்லாம் கட்டிக்கலாம். முத்து விழுங்கிவிட்டுப் பெரிய பெண் சின்னவனைக் கட்டலாம்னு, சாஸ்திரம் இருக்கு!"

இப்படி ஒரு சாஸ்திரம் இருப்பதாய்க் கும்பகோணம் சௌராஷ்டிரர்கள் சொல்கிறார்கள். ஆனால், அவர்கள் அதை அனுஷ்டிப்பதில்லை. 'கணவனைவிட மனைவி வயது குறைந்தவளாக இருக்கவேண்டும் என்று கண்டிப்பாகவே இருக்கிறார்கள். பெட்கி விதிவிலக்கு சாஸ்திரம் சொன்னதும், அவளுடைய தகப்பனாருக்குக் கோபம் வந்துவிட்டது.

"மூதேவி, சாஸ்திரம் வேறே சொல்றியா? உன் மூஞ்சி இருக்கிற லட்சணத்துக்கு, இந்த ராஜாப்பயலைக் கட்டிக்கணுமா? போடீ, அந்தப் பக்கம்!"

பெற்றவருக்கும் மூத்தவளைவிட இளையவளே அழகு என்ற எண்ணம். தாயில்லாப் பெண்ணான அவள், தந்தையால் ஓரளவு அலட்சியம் செய்யப்பட்டாள். அத்துடன் சித்தியிடம் அடியும் உதையும் வசவும் அதிகமாய் வாங்கிக்கொண்டவளும் அவளே. இயற்கையாகவே அவளுக்குப் பிடிவாத புத்தி மிகுதி; இக்காரணங்களால் மனம் எங்கோ ஊனமுற்று, அவளுடைய பிடிவாதம் நினைத்ததைச் சாதித்துக்கொள்ள வேண்டும் என்கிற முரட்டுத்தனமாக மாறிவிட்டது என்று எண்ணுகிறேன்.

அவளுடைய தந்தை, என்னிடம் சொன்னபடி, சில நாட்களில் பரமபதம் சேர்ந்தார்.

ஆக, குழந்தைப்பிராயம் முதல் பெட்கியை எனக்குத் தெரியும். அவளுடைய அப்பா இருந்தவரை, அவளும் ராதாவும் எங்கள் வீட்டுக்கு அடிக்கடி வருவார்கள். நானும் அக்காவும் அவர்கள் வீட்டுக்குப் போவோம். எல்லோரும் சேர்ந்து விளையாடுவோம்; குளிப்போம்; ஒரே பாயில் படுப்போம். நான் ஆண் பிள்ளை என்று எனக்கும், தான் பெண் பிள்ளை என்று அவளுக்கும் தெரியும். பக்கத்தில் இருந்தவர்கள் அதை எங்களுக்கு நினைவூட்டிக்கொண்டும் இருந்தார்கள். என்றாலும், செக்ஸ் – செக்ஸ் என்று இப்போது அடிக்கடி சொல்கிறார்களே, அந்த இனவுணர்ச்சி நேராகவோ வக்கிரமாகவோ எங்களுக்கு உண்டானதில்லை. ஆண் பிள்ளை இப்படித்தான் இருப்பான், பெண் பிள்ளை இப்படித் தான் இருப்பாள் என்ற அளவுக்குத்தான், எங்கள் அறிவும் உணர்வும் முதிர்ச்சி அடைந்திருந்தன.

தந்தை இறந்தபின், பெட்கியின் குடும்பத்தில் குழப்பம் ஏற்பட்டது. அவர், ரொக்கமாகவும் நகைகளாகவும் பாத்திரங்களாகவும் வைத்திருந்த

சொத்துக்களை, இளையாள் சுருட்டிக்கொண்டாள். வீடு மட்டும் மிச்சம். பெட்கியையும் ராதாவையும் காக்கும் பொறுப்பை, அவர்களுடைய பாட்டி ஏற்றுக்கொண்டாள். மூவரும் உழைத்துப் பிழைக்கவேண்டிய நிலைமை.

கச்சாப் பட்டு இழைப்பது, பட்டு ஊடையை லடி போட்டுத் தருவது போன்ற பட்டு நெசவு சம்பந்தப்பட்ட வேலைகள், கும்பகோணம் சௌராஷ்டிரப் பெண்களுக்குப் பழக்கமானவை. அந்நேரம் பெட்கியின் பாட்டி இட்டிலி சுட்டு விற்றும் நாலு காசு சம்பாதித்தாள். சௌகரியமாக வாழ்ந்து வந்த அக்குடும்பத்தை வறுமை பீடித்துக்கொண்டது. இந்நிலையில், பெட்கியும் ராதாவும், எங்கள் வீட்டுக்கு வருவதில்லை.

2

பெட்கி, எனக்குப் புதியவள் அல்ல என்றா சொன்னேன்? அது தவறு என்று தோன்றுகிறது. முற்றிலும் புதியவளாக மட்டும் அல்ல; புதுமையானவளாகவும் அவள் எனக்கு இப்போது தோற்றம் தந்தாள்.

சுமார் பத்து ஆண்டுகளில் அவளுடைய குடும்பம் பல மாறுதல்களுக்கு உட்பட்டதை விவரித்தேன். அந்தக் காலத்தில், என் உடலும் மனமும், மூளையும் வளர்ந்துகொண்டுதானே இருந்தன? நாங்கள் பெரிய பணக்காரர்கள் அல்ல என்றாலும், பெட்கியின் குடும்பத்தைவிடப் பணக்காரர்களே. வீட்டுக்கு நான், ஒரே செல்லப்பிள்ளை. பெற்றோர் என்னைப் பெட்டியில் வைத்துப் பூட்டிவைப்பதில்லையே தவிர, எந்நேரமும் என்னைக் கண்காணித்துக் கொண்டிருப்பார்கள். வெயில் பட்டால் உருகிவிடுவேன் என்றும், மழைபட்டால் கரைந்துவிடுவேன் என்றும் கவலைப்படுவார்கள்.

பள்ளிக்குப் போகும் நேரம் தவிர, மற்றபோது எல்லாம், நான் வீட்டுக்குள்ளேயே அடைபட்டுக் கிடக்கவேண்டும் என்று அப்பா கண்டிப்பு செய்வார். அவரிடம் எனக்குப் பயம் என்றாலும், அவருக்குத் தெரியாமல் தெருவுக்கு ஓடிவிடுவேன். வீட்டுக்குத் திரும்பினால், அம்மாவிடம் சரணடைவேன். தெருவில் பையன்களோடும், வீட்டில் பெண்பாலருடனும் பழகிய எனக்குச் சங்கோச புத்தி மிகவும் அதிகம். இந்தச் சங்கோசத்தைப் படிப்பும் வளர்த்தது. எங்கள் தெருவில், அப்போது படிக்கிற பிள்ளைகள் குறைவு. பணக்காரர்களும் வியாபாரிகளும் இருந்த தெரு. கணக்குவழக்குகள் எழுதுகிற அளவுக்குப் படித்தால் போதும் என்று பிள்ளைகளைப் பள்ளிக்கு அனுப்புவார்கள்; பிள்ளைகளும் அவசரப்படாமல் இரண்டு மூன்று ஆண்டுகள் தங்கிப் படிப்பார்கள். ஒவ்வோர் ஆண்டும் தேறியதுடன் நல்ல மார்க்குகளும் வாங்கியதால், ‘புத்திசாலி’ என்று நான் பிரபலம் ஆகிவிட்டேன். நான் புத்திசாலி என்று எனக்கும் நம்பிக்கை, கர்வம். புத்திசாலிகள் எல்லோருடனும் தாராளமாய்ப் பழக முடியுமா?

இந்த ஊனங்கள் போதாதென்று, பதின்மூன்றாவது வயது முதல் எனக்குக் கதை எழுதும் பைத்தியம் பிடித்தது. ஆரணி குப்புசாமி முதலியார், வடுவூர் துரைசாமி அய்யங்கார் போன்றவர்களின் நாவல்களைப் படித்ததன் பயங்கர விளைவு அது. எந்நேரமும் படித்துக்கொண்டிருப்பேன்;

அல்லது எழுதிக்குவிப்பேன்; எழுதியதை அக்காலத்தில் இருந்த மிகச்சில பத்திரிகைகளுக்கு அனுப்புவேன். எதுவும் வெளிவரவில்லை என்றாலும், நான் சோர்வு அடையவில்லை.

பெண்ணை வருணிக்காமல், கதை எழுத முடியுமா? என் கதாநாயகி களும் நிலவொத்த வதனத்தோடும், சதை கொழித்த கொங்கைளோடும், உடுக்குப் போன்ற இடையோடும், வாழைத்தண்டுபோல் தண் என்றுள்ள துடைகளோடும் உல்லாசமாக நடமாடுவார்கள்.

பெட்கி எங்கள் வீட்டுக்கு வரப்போகிறாள் என்று எனக்குத் தெரியாது. பள்ளிக்கூடத்திலிருந்து மாலையில் திரும்பிய நான், கிணற்றங்கரையில் கால்களைக் கழுவிக்கொண்டு, காபிக்காகச் சமையலறைக்குப் பறந்தேன். அங்கே, அம்மாவைத்தான் எதிர்பார்த்தேன். ஆனால், அவளுக்குப் பதிலாகப் பெட்கி, புதுமெருகுடன் ஜொலித்துக்கொண்டு நிற்பதைப் பார்த்து, என் கண்கள் கூசின.

குழந்தைப்பிராயத்துத் தோழியாக, அவள் தோன்றவில்லை. என் கதாநாயகி ஒருத்தியே – அச்சுக் காணாத பேதை! – என் எதிரில் நிற்பதுபோலத் தோன்றியது. கதையில் கைக் கூசாமல் அவளுடைய அங்கலாவண்யங்களை வருணித்தாலும், நேரில் இவ்வளவு நெருக்கத்தில் அவளைப் பார்த்தபோது, எனக்கு மலைப்பாக இருந்தது. நான் மிகவும் நாணிவிட்டேன்.

“அம்மா ந்ஹீகா? (அம்மா இல்லியா?)” என்று கேட்டுக்கொண்டே, அங்கிருந்து திரும்பிவிடத் தயாரானேன்.

“ரேய்,ரேய், கோட் ஜாரிஸ்தே? மமிந்ஹீ தூ அவெத் காபி தே மெனிஸ். பீஸ் ரே! (டேய்,டேய், எங்கே போறே? மாமி இல்லை. நீ வந்தா, காபி தரச்சொன்னா. உட்காருடா!)” என்றாள்.

தயங்கியபடி உட்கார்ந்தேன்.

அவள் அடுப்புமீது எண்ணெய்ச் சட்டி வைத்தாள்; எண்ணெய் சூடானதும் அதில் மாவு ஊற்றி ஊத்தப்பம் சுட்டாள். எனக்கு மிகவும் பிடிக்கும் என்று அவளுக்குத் தெரியாதா?

“எனக்குக் காபி மட்டும் போறும்.”

“சரிதான், பேசாம உட்காருடா. பள்ளிக்கூடத்திலேருந்து பசியோட வந்திருக்கேன்னு, எனக்குத் தெரியும்.”

அதற்கு மேல் நான் மறுத்துக்கொண்டிருக்கவில்லை. அவள் ஒரு பிடி வெங்காயத்தை உரித்து அரிவாள்மணையில் சன்னமாய் நறுக்கிக் கொண்டாள். எண்ணெய்ச் சட்டியில் மாவை ஊற்றி, வெங்காயச் சீவல்களைத் தூவினாள். வேலை செய்யும்போது, அவளுடைய வாயும் ஓயாமல் பேசியது.

“சொன்னா, என் ஞாபகமே உனக்கு வரல்லியா? எப்படி வரும்? நாங்க ஏழைங்க ஆயிட்டோம். எங்க வீட்டுக்கு வந்தா, உங்களுக்குக் கேவலம். இல்லியாடா?”

“அதெல்லாம் ஒண்ணுமில்லை.”

“ஏண்டா பொய் சொல்றே? நீ எப்பவாவது என்னை நினைச்சதுண்டா? எனக்கு என்னவோ, உன்னை மறக்க முடியல்லே. உன்னைப் பார்க்கணும், உன்னோடு பேசணும்னு, ஒரே ஏக்கமாயிருந்தது. லட்சுமியிடம் எத்தனை தடவை சொல்லி அனுப்பினேன்! தெரியுமா? அவ சொன்னாளா, இல்லியா?”

“சொன்னா ...”

“சொல்லியும் நீ எங்க வீட்டுக்கு வரலேன்னா, என்னடா அர்த்தம்? அதாண்டா, நீ எங்களை மறந்துட்டே, எனக்கு உன்னை மறக்க முடியல்லே. நீ என் கனவிலேகூட அடிக்கடி வருவே; தெரியுமா?”

அவளுடைய கனவில், நான் எனக்குத் தெரியாமல் போய்க் கொண்டிருந்ததைப் பற்றி, எனக்கு வியப்பு உண்டாகவில்லை. நிமிரும்போதும், குனியும்போதும், நடக்கும்போதும், உட்காரும்போதும் அவளுடைய உடல் விம்மிப் பூரிப்பதையும், அடங்கித் தணிவதையும் பார்க்க எனக்கு வியப்பாயிருந்தது. அவள் அழகாயில்லை; தேய்த்த மரப்பாச்சிபோல் மூலையில் கிடக்கத்தான் லாயக்கு என்று அவளைப் பெற்றவர்கூட எண்ணவில்லையா? அந்த மரப்பாச்சி இப்போது சொர்ண விக்கிரகம் ஆகியிருந்தது. அவளுடைய உடலில் எனக்குத் தெரியாத ரகசியம் எது? ஆனால் உடைக்குள் ஒளிந்திருந்த உடலில் கரவாகப் பல அதிசயங்கள் நேர்ந்துள்ளன என்ற அறிவு, எனக்குள் ஓர் ஆர்வத்தை உண்டாக்கியது. அவளுக்குக் கொஞ்சம் பெரிய தலை; இரட்டை மண்டை என்று கேலி செய்வோம். ஆனால் மார்பு, அந்த நஷ்டத்தை இப்போது ஈடுசெய்துவிட்டது. ‘உடலுக்குப் பாந்தமான தலை’ என்று தோன்றியது. மனித ஊனுக்கு வசந்த பருவம்!

முழங்கால்களைக் கட்டிக்கொண்டு அடுப்பின் பக்கம் கவனமாயிருந்த அவள், என் பக்கம் திரும்பியபோது, இருவருடைய கண்களும் கலந்தன. கையும் களவுமாகப் பிடிபட்டதுபோல் தலைகுனிந்தேன்.

“என்னடா பார்க்கிறே?”

“ஒண்ணுமில்லே.”

“ஒண்ணுமில்லாமத்தான், இப்படிப் பார்க்கிறியா?”

இந்தக் கேள்வி, என்னை அவமதிப்பதாய்த் தோன்றியது. பேசாமல் இருந்தேன்.

“தூ மட்டே சொட்டோ! (நீ பெரிய திருடன்!)” என்று, அவள் சிரித்தாள்.

“சரி, காபி தரப்போறியா, இல்லியா?”

“ஊத்தப்பம் சாப்பிடு; காபி கலக்கிறேன் ... அதுக்குள்ளே, என்னடா கோபம்?”

“சும்மா தொணதொணவென்று பேசிக்கிட்டு! நான் படிக்கப் போகணும்.”

"இப்பத்தானேடா, ஸ்கூல்லேருந்து வந்தே? அதுக்குள்ளே, என்ன அவசரம்? உனக்கு என்னோட பேசப் பிடிக்கல்லே; இல்லியா? நாங்க முன்னைப்போலப் பணக்காரங்களா இருந்தா, நாள் பூரா என்னோடு பேசுவே..."

'நான் ஏழை' என்ற எண்ணம், அவளுக்கு ஓர் 'அப்செஷனாக'வே ஆகியிருந்தது. நான் பேசாமல் இருக்கவே, அவள் தொடர்ந்தாள்.

"அப்பா இருந்தப்போ, எங்க வீட்டுக்கு அடிக்கடி வந்தியா இல்லையா? இப்ப ஏண்டா வர்ரதில்லே?"

"படிக்கிறதுக்கே, எனக்கு நேரம் போறல்லே."

"உன்னை யாருடா படிக்க வேண்டாம்னா? அப்பாவோட நான் படிப்புக்குத் தலைமுழுக வேண்டியதாச்சு. அது என் தலையெழுத்து. நீ எங்க வீட்டுக்கு வந்து படிச்சதில்லியா?"

அவள் பேசியதெல்லாம், என் காதில் விழவில்லை. என் பார்வை தன் உடலில் சிக்கித் திண்டாடுவதை, அவள் மகிழ்ச்சியோடு ஏற்றுக் கொள்கிறாள் என்பதை, என்னால் புரிந்துகொள்ள முடிந்தது. அதனாலேயே, என் வெட்கம் வலுத்தது.

இரண்டாவது ஊத்தப்பத்தை, அவள் என் தட்டில் போட்டாள். "வேண்டாம், காபி கொடு," என்று தட்டை அப்பால் நகர்த்திவிட்டு, எழுந்து கை கழுவிக்கொண்டேன்.

"பால் ஆறியிருக்கு; சூடாக்கிக் காப்பி தர்ரேன்..."

நான் உட்காரவில்லை. வேண்டும் என்றே அவள், ஒவ்வொரு காரியத்தையும் மெதுவாய்ச் செய்வதாய்த் தோன்றியது. அவள் எந்த நிலையில் இருந்தாலும், இளமையின் தீப்பொறிகள் என்மேல் தெறித்தன. அந்தச் சூட்டை என்னால் தாள முடியவில்லை. அங்கிருந்து விலகிவிட வேண்டும் என்று தோன்றினாலும், விலகவும் முடியவில்லை.

நான் காபி சாப்பிடும்போது, அம்மா வந்துவிட்டாள். அவள் தலையைக் கண்டதும், பெட்கி புகார் செய்தாள்.

"மாமி! சொன்னா, என்னோட சரியாப் பேசவே இல்லை!"

"காலே? (ஏண்டா?) பெட்கி, உனக்கு அந்நியமா? உனக்கு அக்கா போலத்தானடா. அவளிடம், உனக்கு என்ன வெட்கம்?"

என்னுடைய வெட்கம், அவ்வளவு பிரபலம்!

3

சனிக்கிழமை வந்துவிட்டால், எனக்குப் பெரிய தொல்லை. காலையில் கண்விழிக்கும்போதே, 'ஐயோ! இன்று எண்ணெய் ஸ்நானம் செய்ய வேண்டுமே!' என்ற கவலை, என்னைப் பிடித்துக்கொள்ளும். எண்ணெய்க் குளியல் என்றால், எனக்கு அத்தனை வெறுப்பு! சனி தவறாமல் நீராட வேண்டும் என்று, பெற்றோர் பிடிவாதமாக இருப்பார்கள்.

செல்லப்பிள்ளையான எனக்கு, ஒரு வேலையும் செய்ய வராது என்று பெற்றோரும் மற்றோரும் ஏகமனதாய்த் தீர்மானித்துவிட்டார்கள். ஆகையால், என்னை யாரும் ஒரு வேலையும் செய்ய விடுவதில்லை.

விளையாட்டுப் பிள்ளையும் புத்தகப் புழுவுமான எனக்குச் சாப்பிடுவதில்கூடச் சோம்பல். சுவையான பொருளாய்த்தான் தருவார்கள். அதைக் கையில் எடுத்து வாயிலிட்டு விழுங்கவேண்டுமே! எட்டாம் வகுப்பு முடியும்வரை, அத்தை மகள் லட்சுமியே, எனக்குச் சோறு ஊட்டுவாள். குழந்தை இல்லாக் குறை, அவளுக்கு அப்படித் தீர்ந்தது! எனக்கோ சாப்பிடும்போதும் துப்பறியும் நாவலில் பத்துப் பக்கம் படிக்க முடிந்தது. உணவில் இத்தனை சுறுசுறுப்புக் காட்டும் எனக்குக் குளியல் என்றால் எப்படி இருக்கும்? அந்தக் காலத்தில், எங்கள் வீட்டில் பைப் கிடையாது. நல்ல இனிய நீருள்ள கிணறு இருந்தது. தண்ணீர் இழுத்துத் தலையில் கொட்டிக்கொள்ளலாம். அப்பாவும் மற்றவர்களும், அப்படித்தான் குளிப்பது வழக்கம். ஆனால், நான் பெண்களைப்போல் சமையலறையில்தான் குளிப்பேன். இடுப்பில் சிறு துண்டும் இல்லாமல் நீராடியதால்தான், நான் சமையலறை ரகசியத்தை நாடினேன். ஆனால், லட்சுமியின் துணை, அப்போதும் எனக்கு வேண்டும்.

'நீ இந்தக் காலத்துப் பிள்ளை இல்லேடா!' என்று அவள், அடிக்கடி என்னைப் பரிகாசம் செய்வாள். அவள் சொல்லிச் சொல்லித்தான், ஒன்பதாவது வகுப்பு போன பிறகு, அரையில் துண்டு கட்டிக்கொண்டு குளிக்கலானேன். அப்போதும், மடைப்பள்ளியில்தான் குளியல் – லட்சுமியின் உதவியோடு. நான் பளிங்குப் பதுமைபோல் நிற்பேன்; லட்சுமி எண்ணெய் தேய்த்துவிடுவாள்; கால், அரைமணி நேரம் ஊறவேண்டும். பிறகு அவளே, அரப்புத் தேய்த்து, கரையேற்றி, உடம்பு துவட்டி, இடுப்பில் ஒரு வேட்டி கட்டிவிடுவாள். தலைக்கு எண்ணெய் பூசி, அழகாய்க் கிராப்புச் செய்துவிடுவதும் அவள் பொறுப்புத்தான். எஸ்.எஸ். எல்.சி.க்கு வந்தபிறகு, நானாகவே வேட்டி கட்டத் தொடங்கிவிட்டேன். எண்ணெய்க் குளியலில் ஒருமணி நேரம் 'வேஸ்ட்' ஆவதை, நான் வெறுத்தேன். என்னுடைய இந்தக் குணநலன்கள், பெட்கிக்குத் தெரியாதா? 'லட்சுமியும் இல்லையே; எப்படி எண்ணெய் ஸ்நானம் செய்வது? யாருக்கும் தெரியாமல், சட்புட்டென்று தலையில் தண்ணீர் கொட்டிக்கொண்டு, எண்ணெய் முழுக்குக்கு டிமிக்கி கொடுத்துவிடலாமா?' என்று நான், பலமான சிந்தனைகளில் இருந்தபோது, பெட்கி என்னைச் சூழ்ந்துகொண்டாள்.

"சொன்னா, ஹிந்த மீஸ் தொகோ நவன் கலஞ்ஜாரிஸ்தே!" (இன்றைக்கு நான்தான், உன்னை எண்ணெய் குளிப்பாட்டப்போறேன்!) – என்று அறிவித்தாள்.

"சீ, ஜாவா!" (சீ,போடீ!)

அவள் வந்து இரண்டு நாளாகிறது. பள்ளிக்கூடம் இருந்ததால், பகலில் அவளோடு பழக, எனக்கு நேரம் கிடைப்பதில்லை. மாலையில், அப்பாவை ஏய்த்துவிட்டுத் தெருவுக்குப் போனால், இரவுச் சாப்பாட்டுக்குத்தான் திரும்புவேன். சாப்பிட்டதும் தூக்கம். ஆகையால்,

அவளோடு பழக எனக்கு ஒழியவில்லை. வீட்டில் இருந்தபோதும், அவளை நெருங்க வெட்கமாயிருந்தது.

"ஏண்டா?"

"நான், எண்ணெய் தேய்ச்சிக்கப் போறதில்லே!"

"மாமா கொன்னுடுவார். நீ பேசாம உட்காரு; லட்சுமியைவிட நல்லா தேய்ச்சிவிட்றேன் பார்."

அவள் என்னைத் தொடக்கூடாது. அது தவறு என்று எனக்குத் தெரியாமல் இல்லை; அந்தத் தவறை அவள் செய்ய விரும்புகிறாள் என்பதும் எனக்குப் புரிந்தது.

"வேண்டாம்."

"ஏன், நான் உனக்கு எண்ணெய் தேய்ச்சதில்லையா? இப்போ என்னடா வந்துட்டுது?"

"அப்பா ஏதாவது சொல்வார்" என்றுதான், எனக்குப் பதில் கூறத் தோன்றியது.

"ஒண்ணும் சொல்லமாட்டார். அவருக்கு ஏன் தெரியணும்? அவர் பூஜை செஞ்சிட்டிருப்பார். நீ சமையலறைக்கு வா; நான் எவ்வளவு ஜோரா எண்ணெய் தேய்க்கிறேன் பாரேன்."

"நானே தேய்ச்சிக்கிறேன், போ."

"உனக்குத் தேய்ச்சிக்கத் தெரியாது; எண்ணெய் தங்கிடும். படிக்கிறதைத் தவிர, உனக்கு வேறே என்னடா தெரியும்?"

"நீ ரொம்பத் தெரிஞ்சவ. போடீ! அந்தப் பக்கம்!"

"என்னடா, கட்டின பெண்டாட்டியை அதிகாரம் பண்றாப்போல விரட்றே?"

என் கோபம் பின்வாங்கியது. புத்தகத்தில் கவனம் போகவில்லை. அவள் சிரித்துச் சிரித்துப் பேசினாள். அவள், புதிய கண்கள் அணிந்திருந்தாள் போலும்; கண்களில் செலபோன் பேப்பர் ஒட்டினாற்போல், ஒரு மினுமினுப்பு! விழிகளில் ஒரு திரவம் ஊறிக் கிளிசரின்போல் பளிச்சிட்டது. அவளுடைய பார்வை, சிலசமயம் விண்ணப்பம் செய்வதுபோல் இருந்தது; சில சமயம் அதட்டுவதுபோல் இருந்தது; அப்படியோ, இப்படியோ எனக்குச் சுகமாயிருந்தது.

"என்கிட்டே ஏண்டா, இப்படி வெட்கப்படறே? நமக்குள்ளே என்னடா?"

நான் பேசுமுன், அம்மா அங்கே வந்து சேர்ந்தாள்.

"மாமி, சொன்னா எண்ணெய் தேய்ச்சிக்க மாட்டானாம். பேசாமே உட்காருடா, தேய்ச்சிவிட்றேன் என்கிறேன். வேண்டாம் என்கிறான்."

அவளுடைய தந்திரம், எனக்கு விளங்கியது. அம்மாவுக்கு விளங்கியதோ என்னவோ, என்னால் கண்டுகொள்ள முடியவில்லை.

"படிக்கிற பிள்ளை; எண்ணெய் தேய்ச்சிக்காவிட்டா, உடம்பு என்னத்துக்கு ஆகும்?" என்றாள் அம்மா.

"நான், அதான் மாமி சொல்றேன். இவன், யாருக்கும் தெரியாமக் குளிச்சிடப் போறேன் என்கிறான்."

"நான் எப்போ சொன்னேன்? ஏண்டி பொய் சொல்றே?"

"நீ சொல்லாமே நான் ஏண்டா சொல்றேன்? புஸ்தகம் படிக்கிறதுன்னா, உடம்புக்கு எவ்வளவு சூடு தெரியுமா? வா, வா. எண்ணெய் தேய்ச்சி விட்றேன்."

அம்மா தலையிட்டாள்: "நீ சும்மா இருடீ, உன்னிடம் எண்ணெய் தேய்ச்சிக்க வெட்கப்படறான். பாபூ கொஞ்ச நேரத்தில் வந்து விடுவான். அவனைத் தேய்க்கச் சொல்றேன்" – பாபூ, எங்கள் வேலைக்காரர்களில் ஒருவன்.

"என்னிடம் என்ன மாமி வெட்கம்? பாபூ, வர்ரத்துக்கு நேரமாகும்."

"வேண்டாம். என்ன இருந்தாலும், நீ வயசு வந்த பொண்ணு! யாராவது பார்த்தா, தப்பா நினைப்பாங்க."

பெட்கி விடவில்லை. 'சரின்னு சொல்லுடா மக்கு' என்பதுபோல், அவள் கண்கள் என்னைக் கெஞ்சின: "உள்ளே குளிக்கப் போறான். யார் பார்க்கப் போறாங்க மாமி? எண்ணெய் தேய்ச்சா, என்ன தப்பு?" என்றாள், கல்மிஷமே இல்லாதவள்போல்.

"வேண்டாம்; பாபூ வரட்டும்." என்று முடிவு கட்டிய அம்மா, சமையலறைக்குள் நுழைந்தாள்.

அவளைப் பின் தொடரப்போன என் தோள்மீது கைவிட்டுத் தன் பக்கம் திரும்பினாள் பெட்கி.

"பெட்கஜாதிக் இத்கலாஜ்ஹோனா (ஆண்பிள்ளைக்கு, இத்தனை வெட்கம் கூடாது.)"

"எனக்கு ஒண்ணும் வெட்கமில்லே..."

"வெட்கம் இல்லாமத்தான், என் கையாலே எண்ணெய் தேய்ச்சிக்க மாட்டேன் என்கிறியா?"

"அதுக்கில்லே..."

"எதுக்கில்லே? அதுக்கென்னு இப்படியா வெட்கப்படுவே?" என்றவாறு, திடும் என்று என்னை இழுத்து அணைத்துக்கொண்டாள். என் கன்னங்களிலும் நெற்றியிலும், அவளுடைய இதழ்கள் பதிந்தன.

சில விநாடிகள், நான் என்னை மறந்தேன். என் சரீரம், தானாகவே அவளைப் பிரதிபலித்தது. உடனே, யாராவது வந்துவிடுவார்களோ என்ற அச்சம் உண்டாயிற்று. அவளிடமிருந்து விடுவித்துக்கொள்ளத் திமிறினேன்.

“அம்மா வர்ரா!” என்று நான் கூறியதும், அவள் பிடி சற்றுத் தளர்ந்தது. மூச்சு இரைக்க, நான் விலகினேன்.

“வெட்கமாயிருக்காடா?” என்று அவள் சிரித்தாள்.

“போடீ!” என்றவாறு நான், அங்கிருந்து வெளியே விரைந்தேன்.

அன்று பாபூதான், எனக்கு எண்ணெய் தேய்த்துக் குளிப்பாட்டினான்.

ஐந்து ஆறு வயதிலேயே அவன், எங்களிடம் நெசவு வேலைக்கு வந்தவன். அவனுக்கும் என் வயதிருக்கும். நாங்கள் இருவரும் தோழர்கள். வேலைக்கு வந்ததும் வராததுமாக, எனக்கு எண்ணெய் தேய்க்கச் சொன்னதும், அவனுக்கு எரிச்சலாக வந்தது.

“ரேய்! நன்ன முதராளி! (டேய்! சின்ன முதலாளி!) இடுப்பிலே ஒரு துண்டு சுத்திக்கிட்டு வா!” என்றான். என் தலையில் எண்ணெய் வைத்தபடி கேட்டான்; “சொன்னா, லட்சுமி அக்காவுக்குப் பதிலா, பெட்கி வந்திருக்கா. அவளிடம் எண்ணெய் தேய்ச்சிட்டா, என்ன? குஷியாயிருக்குமே?”

முன்பே எனக்குத் திசைகெட்டிருந்தது; அவன் இப்படிக் கேட்டதும் எனக்குக் கோபம் வந்துவிட்டது. தலையில் இருந்த அவன் கையை அப்பால் தள்ளி, “ராஸ்கல், பேசாமெ தேய்க்கிறியா, உதைக்கட்டுமா?” என்றேன்.

“நான், தப்பா என்ன சொல்லிட்டேன்? சின்ன முதலாளிக்கு இவ்வளவு கோவம் வருது?”

“வாயை மூடிக்கிட்டு, வேலையைப் பார்.”

பாபூ சிரித்துக்கொண்டே, எண்ணெய் தேய்த்து மாலிஷ் செய்தான். அந்த மாலிஷ், அப்போது மிகவும் தேவைப்பட்டது.

4

உலகம் அனாதி என்றால், ஆண் – பெண் என்ற பாகுபாடும் அனாதிதானே? கோடிக்கணக்கான ஆண்டுகளாய், எத்தனையோ அல்லல்களுக்கும் அபாயங்களுக்கும் இடையிலும், வேறு எந்தத் தொழிலைச் சரியாகச் செய்கின்றனவோ இல்லையோ, உயிரினங்கள் எல்லாம் ஒரே ஒரு தொழிலை ஒழுங்காய்ச் செய்துவருகின்றன. இனக்கவர்ச்சியின் வயப்பட்டு இனம் பெருக்கும் தொழில்தான் அது. புரட்சி வேண்டும் புதுமைவாதிகளும் எதிர்த்துப் புரட்ட முடியாத இயற்கைச் சக்தி அது. இனக் கவர்ச்சி என்பது புதிய செய்தி அல்ல.

ஆயினும், பெட்கியின் செய்கை எனக்குத் தலைப்புச் செய்தியாக மட்டும் அல்லாமல், அடுத்து என்ன நேரப் போகிறதோ என்ற பரபரப்பு தூண்டும் ஸஸ்பென்ஸ் செய்தியாகவும் இருந்தது.

எண்ணெய்க் குளியல் முடிந்து, டிபன் செய்ததும், நான் தெருவுக்குப் போய்விட்டேன். பம்பர ஸீஸன் அது; எனக்கு முன் அங்கே கூட்டம் சேர்ந்துவிட்டது. எங்கள் கோஷ்டியில் பம்பர வல்லுநர்கள் பலர் இருந்தார்கள். எதிரிகளின் பம்பரங்களை, அம்மை கண்ட முகம்போல் உருக்குலைத்துவிடுவார்கள். அந்த மகாரதிகளோடு, அவர்களுக்கு ஈடு

கொடுத்து, நான் விளையாடுவேன். அன்று எனக்கு, ஆட்டத்தில் உற்சாகம் உண்டாகவில்லை. என் பம்பரம், அடிக்கடி கோட்டுக்குள் சிக்கித் தலையில் குட்டு வாங்கியது. பம்பரத்தில் கயிறு சுற்றும்போது, பெட்கியின் தழுவல் கற்பனையில் நிகழும். குறி இல்லாமல் பம்பரத்தை அடிப்பேன்.

பெண் வேட்கை, எனக்கு அன்றுதான் நூதனமாக உண்டாயிற்று என்றால் தவறாகும். என் நண்பர்களில் சிலர் பிஞ்சிலேயே பழுத்தவர்கள். தங்கள் அனுபவங்களைக் கதை கதையாக என்னிடம் வருணிப்பார்கள். அவர்கள் தீய வழியில் போவதாய்க் கண்டிப்பேன். ஆயினும், அவர்கள் சொல்வதைக் கேட்டுக் கேட்டு, என் உள்ளத்திலும் வேட்கை எழவே செய்தது. என் தோள் கண்டார் தோளே கண்டும், தாள் கண்டார் தாளே கண்டும் மயங்கியதுண்டு. அவர்களுடைய பார்வையால் மொத்துண்டு, நான் கலவரம் அடைந்ததுண்டு. ஆனால், இவ்வளவு இறுக்கமான தூண்டுதல் இதற்கு முன்னால் ஏற்பட்டதில்லை.

அச்சு வடிவம் பெறாத என் கதாநாயகர்களும் கதாநாயகிகளும், விரகதாபத்தால் துடிப்பதைப் பக்கம் பக்கமாய் வருணித்திருந்தேன். ஆனால், ஆண் – பெண் கூட்டத்தால் கிடைக்கும் இன்பத்தின் தன்மை தெரிந்தால்தானே, இதை இழப்பதால் உண்டாகும் துன்பத்தின் கொடுமை விளங்கும்? அந்த அறிவை வழங்கத்தானே, பெட்கி முன்வந்திருக்கிறாள்?

அவள் எண்ணெய் தேய்க்க வந்ததை ஏற்காதது தவறு என்று தோன்றியது. அவளோடு முன்போல் நெருங்கிப் பழகவேண்டும்; பேசவேண்டும்; விளையாட வேண்டும் என்பது போன்ற ஏக்கம் என்னுள் வலுத்தது.

என் உள் மனத்தில் – *Sub-Conscious*இல், இனவுணர்ச்சி தலை விரித்தாடத் தொடங்கிய அதே நேரத்தில், அங்கிருந்த மற்றோர் உணர்ச்சியும் விழித்துக்கொண்டது. இதுவும் புதிய உணர்ச்சி அல்ல; மிகப் பழமையானது; ‘இது தவறு; இதைச் செய்யாதே! இது சரி, இதைச் செய்!’ என்று மனித ஜாதிக்கு வழிகாட்டி வரும் உணர்ச்சிதான் அது.

எங்கள் குடும்பம் தூய்மையான பழக்க வழக்கங்கள் உடையது. என் தகப்பனார் ஆழ்ந்த தெய்வ நம்பிக்கை வாய்ந்தவர். காலையில் நீராடி, குலதெய்வமான வெங்கடேசப் பெருமாளுக்குப் பூஜை செய்த பிறகே உணவு கொள்வார். அவருக்குப் படிக்கத் தெரியாது; ஆனால், ஒவ்வொரு நாளும் ஒரு குமாஸ்தா இரவு ஏழு மணிக்கு மேல் ஒருமணி நேரம் புராண இதிகாசங்களைப் படிப்பார்; குடும்பத்தினர் எல்லோரும் அமைதியாக அதைக் கேட்போம். அப்பாவின் ஜன்ம நட்சத்திரத்தன்று எங்கள் வீட்டில் பஜனை நடக்கும்; மார்கழி மாதம் ராதா கலியாணம் மிகவும் விமரிசையாக நடைபெறும்.

எங்கள் சமூகத்தில் பஜனை செய்வதைத் துணைத்தொழிலாய்க் கொண்ட பாகவதர்கள், இன்றும் இருக்கிறார்கள். பகலில் நெசவு நெய்வார்கள்; இரவில் பஜனை புரிவார்கள். அவர்களுக்குத் தீபாவளியின் போது வேட்டி, அங்கவஸ்திரம். சம்மானம் கிடைக்கும்.

அந்தக் காலத்தில், இந்தப் பாகவத கோஷ்டியில், ஹரிபாகவதர் என்றொருவர் இருந்தார். சௌராஷ்டிர மொழியிலும் தமிழிலும் அழகாய்க்

காலட்சேபம் செய்வார். ஆள் கட்டை; சற்றுக் கனச்சரீரம்; உச்சிக்குடுமியும் நெற்றியில் பட்டையான திருமண்ணும்; குடுமியில் பூச்சுருட்டிக்கொண்டு; கழுத்தில் மாலை; சந்தனம் பூசிய மார்பு; பத்தாறு வேட்டி அவருக்குப் புடவை போலிருக்கும். தொந்தி குலுங்க ஆடியும் பாடியும் அபிநயம் பிடித்தும் அவர் சபையோர் சிரிக்கச் சிரிக்கக் கதை சொல்வார். அவர் எங்கள் வீட்டில் ராமாயணத்தைப் பகுதி பகுதியாகச் சொல்வதைப் பலமுறை கேட்டிருக்கிறேன். ராமன் ஏகபத்னிவிரதன் என்பதோடு நிறுத்த மாட்டார். காமத்துக்கு அடிமைப்பட்டவர்கள் பரத்தை மட்டும் அல்ல, இகத்தையும் இழப்பார்கள் என்பதை உதாரணங்களோடு விளக்குவார். காமுகர்கள் எத்தனை வகை நோய்களால், எவ்வாறெல்லாம் துடிப்பார்கள் என்பதை அவர் நடித்துக் காட்டும்போது பார்க்கப் பயங்கரமாயிருக்கும். அவர் கதை சொல்வதைக் கேட்டுப் பெண்களைத் தாய்மாராகவும் சகோதரிகளாகவும் போற்றவேண்டும் என்ற சமூக நீதி, என் மனத்தில் சிறுபிராயத்திலேயே வேரோடிவிட்டது.

காந்திஜீ, அரசியலிலும் அறப்பிரச்சாரம் செய்த காலம்; ராம நாமத்திலும் பிரார்த்தனையிலும் அவருக்கிருந்த நம்பிக்கை இந்த நாட்டின் கோடானுகோடி மக்களைத் தொத்திக்கொண்ட காலம்; பிரமசரியத்தைப் போற்றி, அவர் எழுதிய சில நூல்களைப் படித்திருந்தேன்.

இவ்வளவுக்கும் மேலே, வங்காளத்துத் தவப்புதல்வர் விவேகானந்தரின் கம்பீரமான தோற்றமும், பிரமசரியம் பற்றின அவர் கருத்துக்களும் என்னை ஆட்கொண்டன. 'ராமகிருஷ்ணரைப் போன்ற குருநாதர் என்னைத் தேடிவரப்போகிறார்; நான் விவேகானந்தர் ஆவேன்' என்று கனவு கண்டுகொண்டிருந்தேன்.

என் வயதான தாயாரும், என் மனத்தைப் பண்படுத்திவந்தாள். அவளுக்குக் கதை சொல்ல வராது. ஆனால், ஆலய வழிபாட்டிலும், தீர்த்த யாத்திரையிலும் மிகவும் ஈடுபாடு. நான் அவளுக்குப் பின்னாலேயே சுற்றுவேன். மஞ்சள் குளித்து, குங்குமம் துலங்கக் குறுகுறுவென்று நடமாடும் அவளை எங்கள் சமூகத்துப் பெண்கள் வணங்குவார்கள். பல குடும்பங்களில் நடக்கும் நல்லது – கெட்டதுகளில், அவளுக்கு முதல் இடம் தருவார்கள்.

பெட்கி என்ன வேண்டுகிறாள் என்று, எனக்குப் புரிந்தது. அவள் வேண்டுவதுபோல் செய்யவேண்டும் என்று, என் உடல் ஏங்கியது. பெட்கியின் வலையில் சிக்கிவிடக்கூடாது என்ற தற்காப்பு உணர்ச்சி, என் உடலைப் பின்னால் இழுத்தது.

உள் மனத்தில் நடந்த இந்தப் போராட்டத்தால் நான் குழம்பினேன். விளையாட்டில் எனக்கு ஈடுபாடு உண்டாகவில்லை. என்னுடைய முதல் பம்பரத்தை எதிரிகள் உடைத்துவிட்டார்கள்; இரண்டாவது பம்பரமும் காயமுண்டது. எண்ணெய் குளித்த உடம்பு; வெயிலும் ஒத்துக்கொள்ளவில்லை. ஆட்டத்திலிருந்து விலகினேன்.

இந்தச் சோர்வு, வீட்டுக்கு உந்தியது. பெட்கியின் நெருக்கத்தால் சோர்வு நீங்கும் என்று மனம் விழைந்தது உண்மை. நான் மெதுவாக, வீட்டை நாடி நடந்தேன்.

5

எங்கள் வீடு பெரியது. தெருவைச் சார்ந்த ஒரு சிறுபகுதி மட்டும் மற்றொருவருக்குச் சொந்தம். எங்களிடம் அதிக விலைக்கு விற்க வேண்டும் என்பதற்காகக் கல்லும் மண்ணுமாய்ப் பாழடைந்த நிலையில் போட்டு வைத்திருந்தார். அநியாய விலைக்கு வாங்குவதில்லை என்று அப்பா எங்கள் பகுதியை மட்டும் வசதியாய்க் கட்டிக்கொண்டார். மூன்று படிகள் ஏறி எங்கள் பகுதிக்குப் போகவேண்டும். படி ஏறியதும் கிணறு தென்படும். கிணற்றுக்கு இடதுபக்கம் கம்பிக் கிராதிக்குப் பின்னால், அப்பாவின் வியாபார அலுவலகம். வீடு பூராவையும் திருத்திக் கட்டுவதற்குள் கொத்தர்களும் தச்சர்களும் தொல்லை தந்ததால், வீட்டின் பின்பகுதி தூக்கிக் கட்டப்படாமல் தெரு மட்டத்துக்கே தாழ்ந்திருந்தது. இந்தத் தாழ்ந்த பகுதியில் பெரிய சமையலறை; ஒரு சிறிய அறை; கடைசியில் ஒரு ஹால் இருந்தன. இப்பகுதியை எங்கள் வீட்டு அந்தப்புரம் என்று சொல்லலாம். வீட்டுப் பெண்கள் இங்கேயே புழங்குவார்கள்; அதுவே விசாலமான இடம்; பத்துப் பதினைந்து பேர் தாராளமாய் நடமாடலாம்.

என் தந்தை ஒரு பட்டு ஜவுளி உற்பத்தியாளர். எங்கள் வீட்டின் நடுப்பகுதியிலேயே, நாலு நெசவு மேடைகள் இருந்தன. நாலு நெசவாளர்கள்; அவர்களுக்குக் கரைகோத்துத் தர நாலு பையன்கள். பட்டு இழைப்பது – வடிப்போடுவது – ஜரிகை வேலைகள் செய்வது போன்ற காரியங்களுக்காகச் சில பையன்கள், சாயம் போடுகிறவர்கள் நாலைந்துபேர். எங்களிடம் தறிச்சமான்கள் வாங்கிச் சென்று தங்கள் வீட்டில் நெசவு நெய்வோர் – இரண்டு குமாஸ்தாக்கள் – என்று காலை எட்டு மணி முதலே, எங்கள் வீட்டில் ஒரு கூட்டம் இருந்துகொண்டே இருக்கும்.

வீட்டுக்குள் போனதும் எங்கே உட்காருவது என்று எனக்கு யோசனையாகிவிட்டது. கடைக்கோடியில் இருந்த ஹாலில்தான், சாதாரணமாய் நான் படிப்பது வழக்கம். பெட்கியுடன் தனிமை வேண்டிய நான், அங்கே போயிருக்கலாம். அங்கு என்ன நடந்தாலும், வெளியே தெரியாது. ஆனால், அங்கே போகவே எனக்கு அச்சமாகவும் வெட்கமாகவும் இருந்தது. ஆகவே, சமையலறையிலிருந்து அவள் வெளியே வரும்போது பார்ப்பதற்குச் சௌகரியமாக, நாலாவது தறி மேடையில் ஏறி உட்கார்ந்துகொண்டேன். கையில் ஒரு துப்பறியும் நாவலோடுதான்.

நான் இவ்வளவு பந்தோபஸ்து ஏற்பாடுகள் செய்திருக்கத் தேவை இல்லை என்பதை விரைவில் உணர்ந்தேன். அப்பா வீட்டில் இல்லை என்று எனக்கு முன்பே தெரியும்; அம்மாவும் இல்லை என்று இப்போது தெரிந்தது; அதனால் எனக்கு மட்டும் அல்ல; அவளுக்கும் நிம்மதி கண்டுவிட்டது; சமையலறையில் இருக்க வேண்டியவள், வெளியே தாராளமாக உலாவிக்கொண்டிருந்தாள்.

எங்கள் வீட்டில் இருந்தோர் பல ஆண்டுகளாய் எங்களிடம் வேலை செய்கிறவர்கள்; அவர்கள் அவளுக்கும் தெரிந்தவர்களே. சிறுவர்கள், வாலிபர்கள், நடுத்தர வயதினர், கிழவர்கள், பட்டு இழைப்பவன், ராட்டினத்தில் தாறுசுற்றுகிறவன், ஜரிகை இழைப்பவன், சாயம்போட்ட

பட்டைப் பிழிகிறவன், நெசவு நெய்கிறவன், ஒவ்வொருவனுக்கும் அருகில் சென்று நின்று அவள் பேச்சு கொடுத்தபடி இருந்தாள். என்ன பேசினார்களோ, அவளிடமிருந்து கிளம்பிய சிரிப்பு, எல்லாரையும் தொத்திக்கொண்டது.

வயதுவந்த பெண், ஆடவர்களுடன் சிரித்துப் பழகுவதை ஏற்காத காலம் அது. நான் அவ்வாறு எண்ணவில்லை என்றாலும், அவளுடைய கோலம், எனக்கு அதிர்ச்சி தந்தது. மானம் காக்கத்தான் ஆடை என்று, அப்போது எல்லோரும் கருதினார்கள். பெண்கள் விலையுயர்ந்த சேலைகளும் ரவிக்கைகளும் அணிந்தாலும், உடலை மூடிக் கவர்ச்சியை அதிகமாக்க, அவர்கள் முயன்றார்கள். உடலை விளம்பரம் செய்யும் சாதனமாக ஆடையைப் பயன்படுத்தும் இப்போதைய நாகரீகம், இன்னும் தொடங்கவில்லை. பெட்கி, மற்ற பெண்களைப் போலத்தான் உடுத்தியிருந்தாள். ஆனால், ஆடையை அவள் சுமையாகக் கருதியதாகத் தோன்றியது. வெயில் காலம், புழுக்கமாக இருந்தது; அடிக்கடி சேலைத் தலைப்பை விலக்கி ஓலை விறியால் விசிறிக்கொண்டிருந்தாள். சில சமயம், அவள் ஏதோ பேசிக்கொண்டே, வேலை செய்கிறவர்களுக்கும் விசிறுவதைக் கண்டேன்.

புதுப் பணக்காரர்கள் தாங்கள் பணக்காரர்கள் ஆகிவிட்டதை எல்லோரும் அறியவேண்டும் என்பதற்காக வைரமோதிரமும், வைரக் கடுக்கண்களும் ஜொலிக்கும்படி, கையும் தலையும் அடிக்கடி ஆட்டுவதைப் பார்த்திருக்கிறீர்களா? பெட்கி தன்னிடம் திரண்டுள்ள புதிய செல்வத்தை எல்லாரும் காணவேண்டும் என்று மட்டும் அல்ல; எங்கே கண்டுகொள்ளாமல் இருந்துவிடுவார்களோ என்றும் கவலைப்படுவதாய்த் தோன்றியது. ஆனால், புதிய பணக்காரர்கள், தங்களிடம் சிக்கிய செல்வத்தைச் சிக்கனமாகவும் கருமித்தனமாகவும் செலவிடுவார்கள். பெட்கியோ, பெரிய வள்ளலாகக் காட்சியளித்தாள். அவள், தன் செல்வத்தைத் தாராளமாய்த் தானம் செய்வதற்குத் தயாராக மட்டும் இல்லை. 'வேண்டியவர்கள் வேண்டியதை அள்ளிக்கொள்ளுங்கள்!' என்று அவள் கண்கள் உரக்க அறிவித்தன. அவளுக்கு முன்னால், வேலைக்காரர்கள் எல்லாரும் பிச்சைக்காரர்கள் ஆகிவிட்டார்கள். என்ன எடுத்துக்கொள்வது என்று புரியாமல் தவிப்பவர்கள்போல், முகத்தில் அசடும், கண்களில் வேட்கையும் வழிய, வேலையில் கவனம் இல்லாமல் அவளோடு சிரித்துப் பேசிக்கொண்டிருந்தார்கள்.

இவற்றை எல்லாம் பார்த்த என் மனத்தில், பலவித உணர்ச்சிகள் உரசி, நெருப்பு மூண்டது. எங்கள் சொந்தக்காரி ஒருத்தி, வேலைக்காரர் களுடன் முறை மீறிப் பழகுவதால், எங்கள் குடும்பத்துக்கே அவமானம் என்ற வெட்கத்தால், என் உடல் சுண்டி மனம் கூனியது. ஒரு பெண் இவ்வளவு மானம் கெட்டத்தனமாய் நடக்கலாமா என்று சினமுற்றேன். மனத்தில் ஏகப்பட்ட வன்முறையும் வேகமும் இருப்பினும், அவற்றை உள்ளுக்குள்ளேயே பொருமித் தணித்துக்கொண்டு, மேன்மையாகவும் எளிமையாகவும் உணர்ச்சிகளை வெளியிடும் சுபாவம் எனக்கு. அவளை அடித்து உள்ளே விரட்டவேண்டும் என்று ஆத்திரம் வந்தாலும், அதைச் செயல்படுத்தும் துணிவு எனக்கு வரவில்லை. அவளை எப்படி அதட்டுவது? என்னை அவமதித்துவிட்டால் என்ன செய்வது என்று பயமாயிருந்தது.

அப்பா, அம்மா இல்லையே என்று வருத்தப்பட்டேன். ஏதும் செய்ய இயலாத கையாலாகாத்தனத்தால், நான் மலைத்துப்போனேன். இத்தனை உணர்ச்சிகளையும் உதைத்து மிதித்துக்கொண்டு, உக்கிரமாக எழுந்தது மற்றோர் உணர்ச்சி, காமம். அவளுடைய மோகினிக்கோலம், வேலைக்காரர்களை மட்டும் அல்ல, என்னையும் சிதைத்தது. கையில் இருந்த நாவல் தூங்கிவிட்டது. என் தலைக்குக் குபீரென்று ரத்தம் வெம்மையாக ஏறுவதையும், நான் தெளிவாக உணர்ந்தேன்.

நான் தறி மேடைமீது உட்கார்ந்திருப்பதைப் பெட்கி அப்போதுதான் கவனித்தாள் என்று நினைக்கிறேன். மற்ற எல்லோரையும் போட்டுவிட்டு, கையில் விசிறியுடன் என்னை நோக்கி வந்தாள் அவள். மேடையிலிருந்து குதித்துத் தெருவுக்கு ஓடிவிடவேண்டும் என்று முதலில் எண்ணினேன். ஆனால், உடலோ ஓட விழையவில்லை.

தறிமேடை, சுமார் மூன்றடி உயரமிருக்கும். அவள், என் பக்கத்தில் வந்து நின்றாள். என்மீது பட்டுவிடப்போகிறாளே என்று ஒதுங்கினேன். அப்படியும் அவள் தோள், என் தோளைப் பின்பற்றியது. மேடையில், அதற்கு மேல் ஒதுங்க இடமில்லை. அவள், தன்னோடு எனக்கும் சேர்த்து விசிறியபடி, “காய்ரே, கொளன் ஜேனிகா? (ஏண்டா, விளையாடப் போகல்லியா?)” என்றாள்.

“இல்லே.”

“எப்பப் பார்த்தாலும், என்னடா படிக்கிறே? கதைப் புஸ்தகம் கிடைச்சிட்டா, உனக்குச் சோறு தண்ணிகூட வேண்டாம், என்ன புஸ்தகம்?” என்று கேட்டுக்கொண்டே, என் கையில் இருந்த புத்தகத்தை, அவள் பறித்துக்கொண்டாள்.

“மஞ்சள் அறையின் மர்மம்,” என்று நாவலின் பெயரை வாய்விட்டுப் படித்தாள். ஆரணி முதலியார் எழுதிய நாவல் அது. “மஞ்சள் அறையிலே என்னடா மர்மம்? போடா, தெருவிலே உன் கோஷ்டிப் பையன்களோடே விளையாடப் போ. எண்ணெய் தேய்ச்சிக்கிட்டு, இத்தனூண்டு எழுத்தைப் படிச்சா, கண் கெட்டுப்போகும்.”

என்னை அவள் தெருவுக்குத் துரத்தும் கரிசனம், எனக்கு அர்த்தமாகவில்லை. “புஸ்தகம் கொடுடீ!” என்றேன், கோபமாய்.

“செல்லப்பிள்ளை, தனக்கும் தெரியாது, சொன்னாலும் புரியாது. என்ன வேணுமானாலும் செஞ்சிக்கோ”, என்றவாறு, புத்தகத்தை என்மேல் போட்டுவிட்டு, அவள் நெசவாளர் பக்கம் திரும்பினாள். அவளையோ, அவளும் நானும் தகராறு செய்து கொண்டதையோ கவனியாமல் அவர் நாடா போட்டுக் கொண்டிருந்தார்.

“காய் தா, (என்ன ஐயா) வந்தவளைத் தலைதூக்கியும் பார்க்காம ஒரேயடியா வேலை செய்றீங்களே?”

நெசவாளர் பெயர் கிருஷ்ணய்யர். எங்களுக்குத் தூரத்து உறவு. நாற்பது வயசுக்கு மேல் இருக்கும். ஒற்றை நாடி உடம்பு. முன்பக்கம் வழுக்கை

விழத்தொடங்கிய தலையில் சின்னக் குடுமி; முகத்தில் வறுமையின் கீறல்கள். சட்டை போடாத மார்பின் வேர்வையில் ஈரமான பூணூல், தோள் பக்கம் சரிந்திருந்தது. காலையில் வேலைக்கு வரும் முன்னும், மாலையில் வீட்டுக்குத் திரும்பும்போதும் கள்ளுக்கடைக்கு விஜயம் செய்தாலும், மிதமான குடிகாரர். யாருடனும் அதிகமாய்ப் பேசமாட்டார். ஆனால், வலுவில் வம்பு வந்தால் விட்டுக்கொடுக்க மாட்டார்; முரட்டுக்குணம்.

நாடா போடுவதை நிறுத்தி, நெற்றி வேர்வையை வழித்துச் சுவர்மீது எறிந்துவிட்டு, அவர் அவள் பக்கம் திரும்பினார். "பெட்கிகா ? (பெட்கியா ?) என்னடீ சொல்றே ?"

"வந்தவளோட ஒரு வார்த்தை பேசல்லே; தலைகுனிஞ்சிக்கிட்டு நாடா போட்றீங்களே ?"

"உன்னோட பேசிக்கிட்டிருந்தா, என் வயித்துப் பாடு, என்ன ஆறது ?"

"ரெண்டு வார்த்தை பேசறதுக்குள்ளே, எத்தனை முழம் நெய்துடுவீங்க ?"

கிருஷ்ணய்யரின் பார்வையில், கனிவோ கலக்கமோ இருந்ததாய், எனக்கு ஞாபகம் இல்லை. உப்புச் சப்பில்லாத கண்களால், அவளைப் பார்த்து, "நீ ரொம்ப வாயாடி ஆயிட்டே" என்றார்.

"தேஸ்தா, (அதான் ஐயா), உள்ளதைச் சொன்னா, வாயாடி என்கிறீங்க" என்றவள், என் முழங்கால்மீது கை ஊன்றிக்கொண்டு கூறினாள். "நாங்களும் உங்களைப்போல ஏழைங்கதான். நாள் பூரா பாடுபட்டுத்தான் வயிறு வளர்க்கிறோம். ஏழைங்களே ஏழைங்களை மதிக்காவிட்டா எப்படி? அப்பாவோடே எல்லாம் போச்சு. அந்தத் தேவடியா எல்லாத்தையும் சுருட்டிக்கிட்டு, எங்களை இப்படிச் சந்தியிலே நிறுத்திட்டா..."

"நீ ஒண்ணும் சந்தியிலே நிக்கல்லே; சொந்த வீட்டிலே இருக்கே. மாமா, உன்னை நல்ல இடமாப் பார்த்துக் கட்டிக் குடுப்பார்."

"மாமாதானே! கட்டிக்குடுப்பார். வேலைக்காரிக்குப் பதிலா வச்சிருக்காரே, அதிலிருந்தே தெரியல்லியா ?"

"அதைச் சொல்றத்துக்கா, இப்போ இங்கே வந்தே ?" என்றார் கிருஷ்ணய்யர், பூணூலால் தேய்த்து முதுகைச் சொரிந்தபடி. எனக்கு முன்னால், என் தந்தையை அவள் பழிப்பதை அவர் விரும்பவில்லை என்று எண்ணுகிறேன். "சீக்கிரம் கலியாணம் ஆயிடும்; கவலைப்படாதே."

"கலியாணம் ஆகல்லேன்னு, நான் உங்கிட்டே கவலைப்படல்லே."

"என்ன சொன்னாலும், இடக்காப் பேசறியே. அடுப்பிலே என்ன இருக்கு ?"

"சாதம்தான் வடிக்கணும்; உலை வச்சிருக்கேன். உங்க வேலைக்கு இடைஞ்சலா, நான் நிக்கல்லே. போயிடறேன்."

அவளுடைய முகம், எனக்குத் தெரியவில்லை. அவள் தலை, என் மார்புக்கு முன்னால் இருந்தது. என் முழங்கால் மீது ஊன்றிய முழங்கையை அகற்றிவிட்டு, அவள் நிமிர்ந்தாள்.

“அடடா, வம்பாகவே பேசுறியே?”

“நான் என்ன சொன்னாலும், உங்களுக்கு வம்பாத் தெரியுது. செர்க்கொ, மீ ஜேடுஸ்தா. (சரி, நான் போயிடறேன் ஐயா)” என்றவள், என் பக்கம் திரும்பினாள், அவள் மூச்சு என்னைச் சுட்டது; அவள் கண்கள் கலங்கியதைக் கண்டேன்.

கிருஷ்ணய்யரும் அவளும் பாமரமாய்த்தான் பேசிக்கொண்டார்கள். அதில் அவள் கண் கலங்கும்படி என்ன இருந்தது என்று, எனக்குப் புரியவில்லை. கண் கலங்குவதற்குப் பல அர்த்தங்கள் உண்டு என்று, எனக்கு அப்போது தெரியாது. என்னைப்போல் மௌனமாய்ப் பார்த்துக் கொண்டிருந்தான் பாபூ. அவன்தான் கிருஷ்ணய்யருக்குக் கரை கோத்துக் கொடுக்கும் துணையாள்; அவன் முகத்தில் ஃப்பே, என்று நையாண்டி செய்யும் பாவம்தான் இருந்தது. “இங்கேயா இருக்கே; விளையாடப் போயிட்டேன்னு நினைச்சேன். இப்பிடிப் படிச்சா உடம்புக்கு ஆகாது...”

“எனக்குத் தெரியும்; நீ அடுப்படிக்குப் போ” என்றேன்.

“அதுக்குத் தானேடா வந்திருக்கேன்? உங்க வீட்டிலே மெத்தை போட்டுக்கிட்டு ஹாய்யா தூங்கவா வந்திருக்கேன்?” அவள் என்னையும் கிருஷ்ணய்யரையும் பொதுவாய்ப் பார்த்துக் கூறினாள். “காலையிலேருந்து உடம்பு, ஒவ்வொரு மூட்டிலேயும் வலிக்குது. யார்கிட்டே சொல்றது?”

பிறகு அவள் கொட்டாவி விட்டபடி, சமையலறைப் பக்கம் நடந்தாள். கொஞ்ச தூரம் சென்றதும், நின்று படிப்பதுபோல் பாசாங்கு செய்துகொண்டிருந்த என்னைப் பார்த்தாள். சமையலறை, வலது பக்கம் இருந்தது. அவள் ‘விடுவிடு’வென்று இடது பக்கம் சென்று, ஒரு செம்பில் நீர் மொண்டுகொண்டு, கொல்லைப்பக்கம் போனதைப் பார்த்தேன்.

“பெட்கி கிஸோ? (பொண்ணு எப்பிடி?)” என்று பாபூ, கிருஷ்ணய்யரைக் கேட்டான்.

“தலைக்கு மேலே, கொழுப்பு ஏறிக் கிடக்கு.”

“என்ன செய்யப் போறீங்க?”

“மெதுவாப் பேசுடா, கம்மனாட்டி. எங்கேயும் போயிடாதே; நான் சீக்கிரம் வந்துட்றேன்; வேலை கெடக்கூடாது.”

எனக்குக் கேட்கக்கூடாது என்று இருவரும் மெதுவாய்ப் பேசினாலும், எனக்கு நன்றாய்க் கேட்டது. ஆனால், கேளாதவன்போல் புத்தகத்தைப் பார்த்துக்கொண்டிருந்தேன்.

கிருஷ்ணய்யர், மேடையைவிட்டு இறங்கிக் குடுமியைத் தட்டிக் கட்டிக்கொண்டார்.

“கிழவர் வந்துடப் போறார்” என்று எச்சரித்தான் பாபூ.

என் தகப்பனாரைத்தான் அவன், கிழவர் என்று குறிப்பிட்டான்.

“பேசாம இருடா, நாயே!” என்று அதட்டிவிட்டுக் கிருஷ்ணய்யர் பின்பக்கம் விரைந்தார்.

அப்போதுதான் எனக்கு, மர்மம் துலங்கியது. என்ன செய்வதென்று புரியவில்லை. தறிமேடைமீது இருக்கப் பிடிக்கவில்லை; எழுந்திருக்கவும் முடியவில்லை. பெட்கிமீது மட்டும் அல்ல; கிருஷ்ணய்யர் மீதும் கோபம் வந்தது. வீடு நிறையக் கூட்டம்; யார் என்ன செய்கிறார்கள் என்பதை யாரும் கவனிக்கவில்லை; என்றாலும், என்ன துணிச்சல்! என் கோபத்தை என்ன செய்வதென்று தெரியவில்லை. என் கோபதாபங்களை யாரும் லட்சியம் செய்யவில்லை; ஏன் எனக்கு அம்மாதிரி உணர்ச்சிகள் இருக்கக்கூடும் என்றே யாரும் எண்ணியதாய்த் தெரியவில்லை. நான் செல்லப்பிள்ளை, புத்தகம் படிப்பதைத் தவிர எனக்கு வேறொன்றும் தெரியாது என்றல்லவா, எல்லாரும் கணித்திருந்தார்கள்?

பாபூவுக்கு ஒரு கால் யானைக் கால். அதைத் தூக்கி மேலே வைத்துச் சொரிந்துகொண்டே, என்னிடம் பேச்சுக் கொடுத்தான். "பெட்கி, ரொம்ப மோசம் இல்லே?"

எங்கள் சொந்தக்காரியை அவன் இழிவாய்ப் பேசுவதை, நான் விரும்பவில்லை. ஆனால், ஒன்றும் சொல்லத் தோன்றாமல், "உம்" என்றேன்.

என் வயதுதான் என்றாலும், அவனுக்கு அனுபவ ஞானம் அதிகம். "அவளைப் பத்தி, ஊரிலே ஒரு மாதிரியாப் பேசறாங்க. அவ செய்றதும், அப்படித்தான் இருக்கு."

"என்ன பேசறாங்க?" என்றேன், என்னையும் மீறிய ஆவலுடன்.

"அவளுக்குச் சீக்கு இருக்கு என்கிறாங்க. அவளை மோகினிப் பிசாசு பிடிச்சிருக்குன்னுகூடச் சொல்றாங்க. சொன்னா! நீ அவகிட்டே ரொம்ப ஜாக்கிரதையா பழகணும். மோகினிப் பிசாசுக்காகச் சொல்லல்லே; உனக்குச் சீக்கு கொடுத்துட போறா. அப்புறம் ரொம்பக் கஷ்டப்படணும், தெரியுமா?" என்று அவன், எனக்கு அறிவுரை வழங்கினான்.

பாபூவுடன் பேச்சைத் தொடர, நான் விரும்பவில்லை. 'எனக்கு எல்லாம் தெரியும்' என்ற பாவனையில் பேசாமல் இருந்தேன். 'எனக்கு ஒன்றும் தெரியாது' என்று இடித்துரைப்பதுபோல் பாபூ, மேலும் பேசினான். "முதலாளி, அவளை இங்கே ஏன் வச்சிருக்கார், தெரியுமா?"

"லட்சுமி அக்கா இல்லே; அதுக்காக…"

"அதுதான் தப்பு. பெட்கியைப் பத்தி, ஊரே பேச ஆரம்பிச்சிட்டுது. அப்புறம் அவளைக் கட்டிக் கொடுக்க முடியாதேன்னு பயந்துதான், முதலாளி அவளை இங்கே கொண்டுவந்தார். உனக்குத் தெரியாதா?"

ஊரே பேசும் ஒரு விஷயம் என் காதில் விழவில்லை என்றால், நான் காதுகளைச் சரியாகப் பயன்படுத்தவில்லை என்றுதானே அர்த்தம்? காதுகளையும் கண்களையும் அகல விரித்துக்கொள்ள வேண்டும் என்று புரிந்துகொள்கிறேன்.

ஐந்து நிமிடம்கூட ஆகியிராது; கிருஷ்ணய்யர் திரும்பிவிட்டார்.

"காய் தா? (என்ன ஐயா?)" என்றான் பாபூ ஆவலுடன், அவர் மேடை ஏறியதும்.

“அரட்டை அடிக்காமே, வேலையைப் பாரு!” என்று அவர் அவனிடம் எரிந்துவிழுந்தார்.

இருவரும் நாடா போடத் தொடங்கினார்கள்.

சற்று நேரத்தில் பெட்கியும் சமையலறைப் பக்கம் போவதைக் கண்டேன்.

மதம் கொண்ட யானைபோல் அவள் நடப்பதைப் பார்க்க, எனக்கு அருவருப்பாயிருந்தது. ‘மானம் கெட்டவள்’ என்று அவளை, மனத்துக்குள் திட்டினேன். அதைவிட அதிகமாய்த் திட்டவும், அப்போது எனக்குத் தெரியாது. அறிஞர்களும், முனிவர்களும், மாபெரும் வீரர்களும் நிறைந்த சபையில் துகிலுரியப்பட்ட திரௌபதியின் மனோநிலை எப்படி இருந்திருக்கும்? என் மனநிலை, அப்படித்தான் இருந்தது!

6

பாஞ்சாலியின் மனநிலையுடனா, என் மனநிலையை ஒப்பிட்டேன்? அது பொருத்தமில்லை. அவள் குழலைப் பிரித்துப் போட்டுக்கொண்டு, ‘என்னை இழிவுபடுத்தியவர்களைப் பழிவாங்கிய பின்னரே, தலை முடிவேன்,’ என்று சபதம் செய்து, அதை நிறைவேற்றவும் செய்தாள். நான் அவ்வாறு சபதம் செய்வதற்கு, என்ன இருந்தது? அப்படிச் சபதம் செய்யும் அசட்டுத்தனம் எனக்கு இருந்திருந்தால், ஏழு பிறவிகளானாலும் நான் தலைமுடிந்திருக்க முடியாது. அல்லது மொட்டை அடித்துக்கொண்டு தோல்வியை ஒப்புகொள்ள நேர்ந்திருக்கும்.

கிருஷ்ணய்யரிடம் உண்டான கோபமும், பெட்கியிடம் ஏற்பட்ட வெறுப்பும் பிற்பகலுக்குள் தணிந்துவிட்டன. மத்தியானம் அப்பாவோடு உட்கார்ந்து சாப்பிட்டேன். அம்மாவின் மேற்பார்வையில், பெட்கிதான் பரிமாறினாள். அஞ்ஞானியான என்னை ஞானியாக்கும் அவளுடைய முயற்சி, அப்போதும் தொடர்ந்தது. அவளுடைய சாகசங்களை, என் பெற்றோர் புரிந்துகொள்ளவில்லை, ஓ! அதுதானே சாகசம்?

முற்பகலில் பாவம் அல்லது தவறு செய்ததைப் பற்றிப் பிற்பகலில் நினைத்துப் பார்க்கிறவளாய் அவள் தோன்றவில்லை. அம்மா அப்பாவுக்குத் தெரிந்தால், என்ன தண்டனை கிடைக்கும் என்று அஞ்சுபவளாகவும் தெரியவில்லை. அவள் சூர்ப்பனகை; உடம்பில் மண்டிக்கிடக்கும் இன்பத்தை ஓயாமல் நுகரவேண்டும் என்ற வேட்கைதான் அவளை ஆட்டிப் படைத்தது.

இரவாயிற்று.

பகல் முழுவதும் கூட்டமும் சந்தடியுமாக இருக்கும் எங்கள் வீட்டில், இரவு ஒன்பது மணி ஆனதும், கும்மென்று ஒரு நிசப்தம் நிலவத் தொடங்கும். மின்சார வெளிச்சம் இல்லாத காலமாதலால், விரைவில் சாப்பிட்டுவிட்டுப் படுத்துவிடுவோம்.

கும்பகோணம் கொசுக்கள், பாடல் பெற்றவை அல்லவா? எங்கள் வீட்டில் ஒரு பெரிய கொசுவலை இருந்தது. சுமார் பத்தடி நீளமும், ஆறடி அகலமும் இருக்கும். நான், அப்பா, அம்மா, அக்கா என்ற வரிசையில்

படுப்போம். அக்கா மணமாகிக் கணவன் வீட்டுக்குப் போய்விட்டாள். லட்சுமி, தனியே ஒரு சிறிய வலை கட்டிக்கொள்வாள்.

கொசுவலை கட்டுவது பெரிய தொல்லை. லட்சுமி இருந்தால், அவளே கட்டுவாள். அவள் இல்லாதபோது, அந்த வேலையிலிருந்து நழுவ முயலுவேன். துணி துவைத்தால் என் கை வலிக்கும் என்று, என் கையிலுள்ள துணியைப் பிடுங்கிக்கொள்ளும் அப்பா, என்னை வலைகட்ட விடுவாரா? அவர் கட்டிமுடியும்வரை, படிப்பதுபோல் நடிப்பேன். கட்டியானதும் வலைக்குள் பாய்ந்து படுத்துவிடுவேன்.

அன்றும் அரிக்கேன் வெளிச்சத்தில், நாவல் படித்துக்கொண்டிருந்தேன். என் சூழ்ச்சிகளை எல்லாம் தெரிந்து வைத்திருந்த அந்தச் சூழ்ச்சிக்காரி, என்னிடம் வந்து, புத்தகத்தை எடுத்து ஒருபுறம் வைத்து, "வலை எருமைக்கனம் கனக்குது; நீ ஒரு பக்கம் பிடிச்சுக்கோ" என்றாள்.

"நாலு பக்கம் இருக்கு; முடிச்சிட்டு வர்ரேன்; நீ போய்க் கட்டு" என்று புத்தகத்தை எடுக்கக் கைநீட்டினேன்.

"படிச்சது போறும். எழுந்திருடா என்கிறேன்!" என்று அதட்டியவள், என் இருதோள்களுக்கு அடியில் கைகொடுத்து, என்னைத் தூக்கி நிறுத்தினாள்.

எனக்கு வெலவெலத்தது. காலை நிகழ்ச்சியை நான் மறக்கவில்லை. என் பெற்றோர், சற்றுத் தூரத்தில் உட்கார்ந்து பேசிக்கொண்டிருந்தார்கள். அவர்கள் முதுகு என் பக்கம் இருந்ததால் எங்களைப் பார்க்க முடியாது. எனினும், அவர்கள் திரும்பமாட்டார்கள் என்று எதிர்பார்க்கலாமா? அவளுக்கு, அந்தப் பயம் இருந்ததாய்த் தெரியவில்லை. பேசாமல் அவள் வலைகட்டத் துணைநின்றேன்.

சுருட்டியிருந்த வலையைப் பிரிக்கும்போது, அவள் மெதுவாய், "என்னைப் பார்த்தா, உனக்குப் பயமா இருக்கு; இல்லியாடா?" என்றாள்.

"என்ன பயம்? ஒண்ணுமில்லே."

"பின்னே என்ன? நான் கிட்டே வந்தா, பேய் கண்டாப்போல ஓட்றியே."

நான் பதில் கூறாமல், பிரித்த வலையின் ஒரு நுனியைப் பிடித்துக்கொண்டு எட்டிச் சென்றேன். தன் பக்கத்துக் கயிற்றை ஆணியில் கட்டிவிட்டு, அவள் என் பக்கம் வந்தாள்.

"ஆணியிலே கயிறு கட்டக்கூடத் தெரியாதாடா?"

"தெரியாமே என்ன?"

"தெரியாமே என்ன என்னு கல்லுப்பிள்ளையாராட்டம் நிற்கிறியே. செல்லப்பிள்ளை என்னா, இப்பிடியா? எல்லாமே பிறத்தியார் செய்யணும்னு எதிர்பார்க்கிறதா? எத்தனைகாலம் இப்படி இருப்பே? அம்மா அப்பா போயிட்டா, என்ன செய்வே?"

நான் ஆணியில் கயிற்றைக் கட்ட முயன்றேன்; கயிறு நழுவிக் கீழே விழுந்தது. அதை அவள் எடுத்துக்கொண்டு கூறினாள்; "அம்மா அப்பா போயிட்டா என்ன? பெண்டாட்டி வந்துட்றா; அவ எல்லாம் செய்வா என்ற தைரியம் உனக்கு; இல்லியா?" என்று அவள் சிரித்தாள்.

“ரொம்ப அழகாப் பேசிட்டே; போ!”

ஒருவழியாக வலைகட்டி முடிந்து எல்லோரும் படுத்தோம். நான், அப்பா, அம்மா, பெட்கி என்ற வரிசை.

எனக்குத் தூக்கம் வரவில்லை.

அவள் எனக்கு ஏதோ தொல்லை தரப்போகிறாள் என்று தோன்றியது. தொல்லை தரமாட்டாளா என்று ஏக்கமாகவும் இருந்தது. ‘தொல்லை தரத்துணியட்டும்; பார்க்கலாம்!’ என்று தற்காப்பு உணர்ச்சியும் விழித்து நின்றது.

இருட்டு வெறும் வெறுமையாக எனக்கு ஒருக்காலும் தெரிந்ததில்லை; இருட்டில் பல்லாயிரம் ஜீவன்கள் நடமாடுவதாய் எனக்குத் தோன்றியது; மனித வடிவங்களும், மிருக வடிவங்களுமாய் இருட்டிலிருந்து என்னை நோக்கிப் பாய்ந்து வருவதாய்ப் பிரமை எழுந்தது. இந்தத் தோற்றங்கள் எனக்குப் பழக்கமானவை; அடிக்கடி பார்த்திருந்தேன். ஆகையால் பயமாக இல்லை; குழப்பமாயிருந்தது. குழப்பமோ அச்சமோ உண்டாகும்போது, ஓயாமல் ராமநாமம் சொல்ல வேண்டும் என்று அப்பா எனக்குச் சொல்லியிருந்தார். அதை நான் பழக்கப்படுத்தியவன். ராம, ராம என்று மனத்தில் விரைவாக ஜபித்துக்கொண்டிருந்தேன்.

அப்பா வயதானவர்; நாள் முழுவதும் உழைப்பவர்; என்னை விசிறிக்கொண்டிருந்தவர், விசிறியைக் கீழே போட்டுவிட்டு, அயர்ந்து தூங்கி, உச்சஸ்தாயியில் குறட்டை விடலானார். அம்மாவும் அப்பாவும் தூங்கியிருக்கவேண்டும். பெட்கி தூங்கவில்லை என்று எனக்குப் புரிந்தது. அம்மாவை விசிறியபடி இருந்த அவளுடைய கை, தணிந்துவிட்டது. சற்றைக்கொரு தடவை, அவளுடைய கை வேகம், வேகமாக அம்மாவை விசிறியது.

நிசப்தம் என்பது, பெரிய பிரமை. நேரத்தை நகர்த்தும் சுவர்க் கோழிகள், ஙிங்ஙி என்று ஒலித்தன. கூரைமீது எலியோ, பூனையோ ஓடுகிறது. பல்லி பேசுகிறது. பெட்கியின் உள் மனம், டாண் ... டாண் என்று கண்டாமணிக் குரலில், என்னைக் கூப்பிடுவதைத் தெளிவாய்க் கேட்டேன்.

பெட்கி, விசிறியை மெதுவாய்க் கீழே வைத்தாள். வலை குலுங்காமல் புரண்டு வெளியே வந்தாள். அரிக்கேன் லைட்டின் வெளிச்சத்தில், அவளுடைய நிழலுருவம் தெரிந்தது. அவள் திரியை மேலும் தணித்து, லைட்டை ஒரு தூணுக்குப் பின்னால் வைத்தாள். வெளிச்சம் தன்னையும் பார்த்துக்கொள்ள முடியாதபடி இருண்டது.

கண்களை இறுக மூடிக்கொண்டேன் நான்; புழுக்கம் காரணமாக நான் சட்டையோ பனியனோ போடவில்லை. என் முதுகை அவள் மார்பு அழுத்தியபோது, என் உடல் கிறங்கிச் சிலிர்த்தது. அவள் பக்கம் திரும்ப எண்ணுகையில், அம்மாவோ அப்பாவோ விழித்துக்கொள்வார்களோ என்ற அச்சம்தான், முதலில் என்னைத் திரும்பாமல் தடுத்தது. நெஞ்சு படபடக்க, ராமநாமம் விரைந்தது.

அவள், என் தூக்கத்தைக் கலைக்க முயலுபவளாய், என் கன்னங் களையும் மோவாயையும் அழுத்தமாய் வருடினாள். என் கண் இமைகளை,

மெல்லப் பிரித்தாள். தோளை, மெல்ல உலுக்கினாள். நீண்ட நேரம் முயற்சி செய்தும் நான் விழித்துக் கொள்ளாதிருக்கவே, நான் தூங்கவில்லை என்பதைக் கண்டுகொண்டாள் என்று நினைக்கிறேன். அப்படியே கிடந்தாள். அவளுக்குத் தன் உடல்மீது நம்பிக்கை; எப்படியும் நான் சரணடைவேன் என்று எதிர்பார்த்தாள் போலும். நான் கண்களைத் திறக்கவில்லை. நிசப்தம் என்ற மாயையில் பல ஒலிகள் கேட்டன; இருட்டு என்ற மாயையில் பல காட்சிகளைக் கண்டேன். ராமநாமம் இரைந்தது. வேலைக்காரர்களுடன் அவள் சிரித்துப் பழகிய காட்சி, நினைவுக்கு வந்தது. வெறுப்பு மூண்டது. தந்தையொத்த கிருஷ்ணய்யரை, அவள் வலுவில் கவர்ந்துசென்றதை எண்ணினேன். அருவருப்பாக இருந்தது. அவளுக்குச் சீக்கு என்று பாபூ எச்சரிக்கை செய்தது, ஞாபகம் வந்தது. அச்சம் எழுந்தது. 'இந்த நிலையில், விவேகானந்தர் என்ன செய்திருப்பார்?' என்ற கேள்வி, பலமாக என் மனத்தில் ஒலித்தது.

அந்தக் காலத்தில், குருட்டுப் பாடகர் பங்கஜமல்லிக்கின் ஹிந்திப் பாடல்கள், தமிழ்நாட்டு மாணவர்களைப் பெரிதும் கவர்ந்திருந்தன. அந்த அகாலத்தில், நாலாவது வீட்டில் கிராம்போன் ரிக்கார்டு வைத்தார்கள்.

'பாபா, மன்கீ ஆங்க்கோ கோல்!–'ஐயனே மனக்கண்ணைத் திறவாய்!' என்று குருட்டுப் பாடகரின் கம்பீரமான குரலொலி, நாலாவது வீட்டிலிருந்து ஓடோடி வந்து, என் செவியில் ஊடுருவியது.

மனத்தில் ராமநாதமும், மூடிய கண்களில் விவேகானந்தரின் உருவமுமாக, அவளுடைய ஆலிங்கனத்தில் நான் உணர்ச்சியற்ற ஜடமாய்க் கிடந்தேன்.

நேரம் வேகமாய்ச் சென்றதா, மெதுவாய்ச் சென்றதா என்று எனக்குத் தெரியாது.

வெறியின் உச்சத்திலிருந்த அவள், பொறுமையிழந்து கொண்டிருந்தாள். என் தோளைப் பலமாய்க் குலுக்கினாள். என் செவிமீது வாய் வைத்து, 'நீ தூங்கல்லேன்னு எனக்குத் தெரியும். என்னடா வெட்கம்?' என்றாள். சற்றுக் கழித்து, 'செல்லப்பிள்ளை, முழிச்சிக்கப் போறியா, இல்லையா?' என்று மெதுவாய்ச் சீறினாள். நான், என் தூக்கத்தைக் கலைத்துக்கொள்ள வில்லை.

அவளுக்கு ஆத்திரம் வந்துவிட்டதை உணர்ந்தேன். என் கன்னங்களையும் மார்பையும் கையால் இடித்தாள். இடுப்பில் கையிட்டு நகங்களைக் கொக்கியிட்டுக் கிள்ளினாள். கட்டெறும்பு கடித்தாற்போல் இருந்தும், பல்லைக் கடித்துக்கொண்டு அசையாமல் கிடந்தேன்.

என் கழுத்தடியிலிருந்து தன் வலது கரத்தைப் பறித்துக்கொண்டு, அவள் விர்ரென்று, தன் இடத்துக்கு ஓடினாள்.

என் தகப்பனாரின் குறட்டை ஒலி, "நிஞ்சி, நிஞ்சி, நிஞ்சி! (தூங்கு, தூங்கு, தூங்கு)" என்று, என்னை ஹிப்னடைஸ் செய்யத் தொடங்கியது.

◆ ◆ ◆

அவள் படிக்காதவள்; சிக்மெண்ட்ஃபிராய்ட் என்றால் என்ன என்று அவளுக்குத் தெரியாது. ஃபிராய்ட் கொள்கைப்படி, தான் நடந்து கொள்வதும் அவளுக்குத் தெரியாது. நான் அச்சுக் காணாத இளம் எழுத்தாளன்; ஃபிராய்டு பற்றி அப்போது கேள்விப்பட்டதும் இல்லை. ஆயினும், தீனி தந்துதான் காமத்தை அடக்கவேண்டும் என்ற அவருடைய சித்தாந்தம் தவறானது என்பதை, அன்றிரவு நான் நிலைநாட்டிவிட்டேன் என்று, அப்போது எனக்குத் தெரியாது.

யாருக்காவது தெரிகிறதா இல்லையா என்ற கவலையே இல்லாமல், உண்மை தன்னை நிலைநாட்டிக்கொள்கிறது என்று நினைக்கிறேன்.

7

மறுநாள் முதல் அவள் முகத்தைப் பார்த்துப் பேசவே, எனக்கு வெட்கமாயிருந்தது. வெறுப்பாகவும் இருந்தது. அவளோடு நான் தனித்திருப்பதில்லை; அவள் என்ன செய்கிறாள் என்று கவனிப்பதில்லை; கவனியாததால் அவளுடைய கவர்ச்சி குறைந்தது.

அவளும் என் வம்புக்கு வரவில்லை; என்னோடு அதிகம் பேசுவ தில்லை. சமையலறைக்குள் அவள் அடங்கிவிட்டாள்; வெளியில் நடமாடுவதில்லை. அவள் திடீரென்று திருந்திவிட்டதாய் நான் நினைக்க வில்லை; பெரியவர்களிடம் நான் 'கோள்' சொல்லிவிடுவேன் என்ற பயம் அவளுடைய அடக்கத்துக்குக் காரணமாயிருக்கலாம்.

ஆனால், நாளுக்கு நாள் அவள்மீது எனக்கு எரிச்சல் மிகுந்தது. தண்ணீர் படுகிற இடமாதலால் அவள் கிள்ளிய இடத்தில் சீப்பிடித்துப் புண்ணாகிவிட்டது. தானாக ஆறிவிடும் என்று முதலில் அலட்சியமாக இருந்துவிட்டேன். புண்ணின் தொல்லை மிகுந்த பின்னும், என்ன மருந்து போடுவது என்று தெரியவில்லை. பிறரைக் கேட்கவும் வெட்கமாக இருந்தது.

நான் நடக்கும்போது முகம் சுளிப்பதைப் பார்த்து, அப்பா என் வேதனையைக் கண்டுபிடித்துவிட்டார். நான் சொன்ன பொய்க் காரணத்தை நம்பினாரோ என்னவோ, என்னை ஒரு டாக்டரிடம் அழைத்துப் போனார்.

எங்கள் வீட்டில் எந்நேரமும் கூட்டம் இருக்கும் என்று, முன்பே சொல்லியிருக்கிறேன். நான் டாக்டரிடம் போய் வருவதைப் பற்றி, எல்லாரும் என்னைப் பரிகாசம் செய்யலானார்கள்.

பாபூ, பரிவோடு சொன்னான்: "சின்ன முதலாளி, நான் அப்பவே சொன்னேன்; பெட்கியிடம் ஜாக்கிரதையாயிருன்னு கேட்டியா?"

"கழுதைப் பயலே, என்கிட்டே இந்த மாதிரிப் பேசினா, பல்லை உடைப்பேன்" என்று, அவன் தலையில் குட்டினேன்.

ஆனால், மற்றவர்களைக் குட்ட முடியுமா? அவர்களுடைய கேலியால், சில சமயம் எனக்கு அழுகை வந்தது. பெட்கிமீது ஆத்திரமும் அதிகமாயிற்று. ஆனால், ஒரு வாரத்தில் எனக்கு முற்றிலும் குணமாகி விடவே, எல்லாருடைய வாயும் அடைத்துப்போய்விட்டது. பிறகு, நான், பெட்கியைப் பற்றி விசேஷமாக நினைப்பதில்லை.

ஒருநாள் மாலை, சமையலறைக்குக் காபி சாப்பிடப் போனேன். முன்னைப்போல் எனக்கு, அச்சமோ வெட்கமோ இல்லை.

“காபி, சீக்கிரம் கொடு” என்று அவசரப்பட்டேன்.

“ஒரேயடியா துள்ளிக் குதிக்காதே; பேசாமே உட்காரு; நான் ஒண்ணும் உன்னைத் தின்னுட மாட்டேன்; பால் காய்ச்சித்தான் காபி தரணும்.”

என்னோடு அதிகம் பேசாதவள், திடீரென்று இப்படிப் பொரிந்து தள்ளவே, எனக்கு ஆச்சரியமாக இருந்தது. பால் பாத்திரத்தை அடுப்புமீது வைத்துவிட்டுச் சண்டைக் குரலில் கேட்டாள்: “ஏண்டா, மாமாவிடம் என்ன சொன்னே?”

“எதைப் பத்தி?”

“என்னைப் பத்தி.”

“உன்னைப் பத்தி, அப்பாவிடம் ஒண்ணும் சொல்லலியே” என்று உண்மையைத்தான் உரைத்தேன்.

“ஏண்டா பொய் சொல்றே? நீ ஒண்ணும் சொல்லாமத்தான், மாமா, என்னை வீட்டுக்குப் போகச் சொல்றாரா?”

“உன்னை வீட்டுக்குப் போகச் சொன்னாரா? எனக்குத் தெரியாதே.”

“உனக்கு ஒண்ணும் தெரியாது; சின்ன பாப்பா. நீ கோள் மூட்டித்தான் மாமா என்னைப் போகச் சொல்றார். எங்க வீட்டுக்குப் போகாம, இங்கே இருக்கிறத்துக்கா வந்தேன்? ஏண்டா, உங்க வீட்டுக்கு, நானாகவா வந்தேன்? உங்க வீட்டிலே, எனக்குச் சும்மாவா சோறு போட்றீங்க? நாள்பூரா நாயாட்டம் பாடுபட்றேன், சாப்பிட்றேன். அதாண்டா, நாங்க இப்போ ஏழைங்க ஆயிட்டோமா, எல்லோருக்கும் இளப்பமாப் போயிட்டுது. இந்த வயசிலே, உனக்கு, இவ்வளவு காசுத் திமிர் இருக்க வேணாம்!”

ஏழை என்பதால்தான், அவளை நான் பொருட்படுத்தவில்லை என்ற பிரமை – அப்செஷன் – அவளுக்குள் உறுதியாக இருந்தது. அவளுடைய கோபம், அப்போது எனக்கு அர்த்தமாகவில்லை.

அடுப்பில் பால் கொதித்துப் பொங்குவதைக் கண்டு, நான் வாயால் ஊதினேன். அவள், என் கையை இழுத்து அப்பால் தள்ளிவிட்டுப் பாத்திரத்தைக் கீழே இறக்கினாள்.

“நிசம்மா, நீ மாமாகிட்டே ஒண்ணும் சொல்லல்லே?”

“சொல்லல்லே என்கிறேன்: நீ பாட்டிலே பேசறியே...”

“சத்தியமா?”

“சத்தியமா...”

அவள் வீடு திரும்புவதைக் கேட்டு ஓர் அமைதி உண்டானாலும், எனக்கு வருத்தமாகவும் இருந்தது; அவள் வீட்டுக்குப் போனால், இரவும் பகலும் ராட்டை சுற்ற வேண்டும். பட்டு இழைக்க வேண்டும். காலத்தில்

சோறு கிடைக்காது; சோறும் சுவையாக இருக்காது; அதை நினைத்துத் தான் வருந்தினேன்.

"பெட்கி, அம்மா என்ன சொன்னா?" என்று கேட்டேன்.

"உங்க அம்மாவுக்குப் பேசத் தெரியாதா? 'ஆம்பிள்ளைங்க அதிகமாப் புழங்கற இடம்; நீ வீட்டுக்குப் போயிட்றதுதான் நல்லது' என்கிறா. ஆம்பிள்ளைங்க இருக்கிற இடம் என்னு, முன்னே தெரியாதா? வேலைக்கு ஆள் தேவைப்பட்றப்போ, அது தோணல்லே. லட்சுமி வந்துடப்போறா. எனக்குத் தண்டச்சோறு ஏன் போடணும்னு போகச் சொல்றாங்க."

அவள் சொல்வதில், ஒரு நியாயம் இருப்பதாய் எனக்குப் பட்டது. அவள் சினமாய்ப் பேசினாலும், என்னைத் துரத்தியடித்த மோக வேகம் அவளுடைய கண்களில் தென்படாததால், நான் அவளோடு சௌஜன்யமாய்ப் பேச முடிந்தது.

"எப்போ, போகப் போறே?"

"ராத்திரி போகச் சொல்றாங்க."

"ராத்திரியா?" என்றேன், விசனமாய்.

"இன்னமே இருக்கச் சொன்னாலும், நான் இருக்க மாட்டேன். ஏண்டா, வீட்டுக்கு வர்ரதே இல்லே? வர்ரியா? எங்க வீட்டுக்கு வர்ரதைக் கேவலமாக நினைக்கிறியோ?"

"அதெல்லாம் ஒண்ணுமில்லே; வர்ரேன்."

'எப்ப வர்ரே? இந்த ஞாயிற்றுக்கிழமை வாயேன்; இங்கே தெருவிலே, வெயில்லே அலையறதுக்குப் பதிலா, எங்க வீட்டுக்கு வாயேன். சாப்பிட்டுக் கீப்பிட்டு விட்டுச் சாயங்காலம் திரும்பலாம்."

"வர்ரேன்."

"கட்டாயம் வரணும்."

"கட்டாயம் வர்ரேன்."

அன்று இரவு சாப்பிட்டபின், என் பெற்றோர், ஒரு கிழவரின் துணையோடு பெட்கியை அனுப்பிவைத்தார்கள். இரண்டு தெருக்களுக்கு அப்பால்தான், அவள் வீடு.

_கணையாழி_ (டிசம்பர், 1971)

நானும் உன்னோடு... (செப்டம்பர் 1993)

பனிமுடி மீது ஒரு கண்ணகி (டிசம்பர் 2007)

•

பைத்தியக்காரப் பிள்ளை

விழிப்பு வந்ததும் ராஜம் கண்களைக் கசக்கிக்கொண்டு எழுந்து உட்கார்ந்தான். தூக்கக்கலக்கம் இல்லாவிட்டாலும், எதையோ எதிர்பார்ப்பவன்போல் கொஞ்சநேரம் காத்திருந்தான். அவன் எதிர்பார்த்தபடி, பக்கத்து வீட்டுச் சேவல், 'கொக்... கொக் கொக் கோகோ' என்று கூவியதும், அவனுக்குச் சிரிப்பு வந்தது.

'நான் கண் திறக்கவேண்டும் என்று இந்தச் சேவல் காத்திருக்கும்போல இருக்கு! இப்போ மணி என்ன தெரியுமா? சரியாக நாலரை!' என்று தனக்குள் சொல்லிச் சிரித்தவாறு, இடுப்பு வேட்டியை இறுக்கிக் கட்டிக்கொண்டு எழுந்தான்.

காலையில் அம்மா முகத்தில் விழித்துவிடக் கூடாது என்று அவனுக்குக் கவலை. இருட்டில் கால்களால் துழாவியபடி, இரண்டு தங்கைகளையும் தாண்டினான். அப்பால்தான் அம்மா படுத்திருந்தாள். கீழே குனியாமல் சுவிட்சைப் போட்டான். வெளிச்சம் வந்ததும், உள்ளங் கைகளைப் பார்த்துக்கொண்டான். ஆணியில் தொங்கிய கண்ணாடியை எடுத்து, முகத்தைப் பார்த்துக்கொண்டான். பிறகுதான், மனசு சமாதானப்பட்டது. அது என்னவோ, அம்மா முகத்தைப் பார்த்தபடி எழுந்தால், அன்றைய பொழுது முழுவதும் சண்டையும் சச்சரவுமாகப் போகிறது!

கடிகாரத்தில் மணி பார்த்தான்; நாலு முப்பத்திரண்டு...!

பக்கத்து வீட்டில் கொல்லைப் பக்கம், ஒரு சின்ன கோழிப்பண்ணை வைத்திருக்கிறார்கள். சேவல் இல்லாமல் கோழிகள் ஏழெட்டு மாதம் முட்டையிடும் அதிசயம், அங்கே நடக்கிறது. சும்மா அழகுக்காக, அடுத்த வீட்டுக்காரர் ஒரு சேவல் வளர்க்கிறார். ஜாதி சேவல்; ஒன்றரை அடி உயரம். வெள்ளை வெளேரென்று, டினோவால் சலவை செய்த உருப்படிபோல் இருக்கும். அதுதான் நாலரை மணிக்குச் சொல்லி வைத்தாற்போல் கூவுகிறது.

"என்னைக்காவது ஒருநாள், நான் என்ன செய்யப் போகிறேன் தெரியுமா? சுவரேறிக் குதிச்சு, சேவல் கழுத்தைத் திருகி, குழம்பு வச்சித் தின்னுடப் போறேன். அதெப்படி கரெக்டா நாலரை மணிக்குக் கூப்பாடு போடுது! காலை நேரத்திலே, ஐயோய்யோ என்று கத்தறாப்போலே, சகிக்க முடியல்லே!"

அவன் கவனம் தறிமேடை மீது சென்றது. இரண்டரை முழம் நெய்தால் சேலை அறுக்கலாம். கடைசிச் சேலை. இன்றைக்குச் சாயங்காலம் அறுத்துவிடவேண்டும். முடியுமா? முதலாளி கூப்பிட்டு, ஏதாவது வேலை சொல்லாமல் இருக்கவேண்டும். அம்மா சண்டை வளர்க்காமல் இருக்கவேண்டும். முதலாளி கூப்பிட்டால், சால்ஜாப்புச் சொல்லலாம்? ஆனால், இந்த அம்மாவை எப்படி ஒதுக்குவது?

குனிந்து தைரியமாக அம்மாவைப் பார்த்தான். தூக்கத்திலேகூட உர்ரென்று . . . பார்க்கச் சகிக்கவில்லை. பெற்றவளை அப்படிச் சொல்வது, பாவம் இல்லையா? ஒன்றா, இரண்டா? ஆண் பிள்ளையிலே ஐந்து, பெண் பிள்ளையிலே ஐந்து. பத்தும் பிழைத்துக் கிடக்கின்றன, சேதாரம் இல்லாமல். அப்பா நெசவு வேலையில் கெட்டிக்காரர்; குடியிலே கெட்டிக்காரர்; பிள்ளை பெறுவதிலும் கெட்டிக்காரர். குடித்துவிட்டு வந்து அம்மாவைத் தலைகால் பாராமல் உதைப்பார்; உதைத்துவிட்டுத் தொலைவாரா? அம்மா காலில் விழாத குறையாக, இரவு முழுவதும் அழுதுகொண்டிருப்பார்.

ராஜம், வீட்டுக்கு மூத்த பிள்ளை. அப்பாவும் அம்மாவும் சண்டை போட்டுப் போட்டுப் பத்துக் குழந்தைகள் பிறந்த கதை, அவனுக்குத் தெரியும்.

'இவ்வளவு சண்டை போட்டிருக்காவிட்டால், இத்தனை குழந்தைகள் வந்திருக்காது. பெண்டாட்டியை ஏன் அடிக்கணும், பிறவு அது மோவாயைப் பிடித்து ஏன் கெஞ்சணும்? அதான் எனக்குப் புரியல்லே.'

அப்பாவால்தான், அம்மா கெட்டுப் போயிருக்கவேண்டும். ஆரம்பத்தில், அவள் அப்பாவை எதிர்த்துப் பேசுவதில்லை. அடி தாங்க முடியாமல், எதிர்த்து வாயாடத் தொடங்கினாள். உடம்பிலே தென்பு குறைந்ததும், பதிலுக்கு அடிக்கவும் கடிக்கவும் ஆரம்பித்தாள்.

அம்மாவுக்கு நல்ல சோழிப் பல். உதடுகளைக் காவல் காப்பதுபோல் வெளியே நிற்கும். அப்பா குடிபோதையில் அவளை அடிக்கும் போது, கையோ, காலோ, வாயோ, வயிறோ பல்லில் சிக்கிய இடத்தைக் கடித்துக் குதறிவிடுவாள்.

அவளிடம் கடிபடாமல் தப்புவதற்காக அப்பா, தறிமேடையைச் சுற்றிச் சுற்றி ஓடிய காட்சியை நினைத்தபோது, அவனுக்குச் சிரிப்பு வந்தது.

"நீ நாயாப் பிறக்க வேண்டியவ..."

"அதுக்காவத்தான், உன்னைக் கட்டிகிட்டுச் சீரளியறேன்..."

அம்மா சாதாரணமாய், அப்பாவுக்கு 'நீங்க' என்று மரியாதை தருவது வழக்கம். ஆனால், சண்டையின் உச்சகட்டத்தில், இந்த மரியாதை பறந்துபோகும்.

“உனக்கு வாய் நீளமாப் போச்சு! பல்லைத் தட்டிக் கையிலே கொடுத்தாத்தான்...”

“எங்கே பல்லைத் தட்டு, பார்க்கலாம்! ஆம்பிள்ளையானா என்கிட்டே வா, பார்க்கலாம்!” என்று அம்மா சவால்விட்டு, தட்டுவதற்காகப் பற்களைப் பிரமாதமாய்க் காட்டுவாள்.

ஆனால் அப்பா, அவளுடைய பற்களை நெருங்கத் துணிந்ததில்லை. தெளிந்த போதையை மீட்டுக்கொள்வதற்காக, மறுபடியும் கள்ளுக்கடைக்கு ஓடிவிடுவார்.

அம்மாவின் கடிக்குப் பயந்துதானோ என்னவோ, அவள் பத்தாவதாக ஒரு பெண் குழந்தை பெற்றதும், அப்பா செத்துப்போனார். அவர் செத்ததே, வேடிக்கைதான்!

அம்மாவின் பிரசவங்கள் எல்லாம் வீட்டில்தான் நடப்பது வழக்கம். துணைக்கு அத்தை ஒருத்தி வருவாள். குழந்தை பிறந்ததைத் தாம்பாளத்தில் தட்டி, அத்தைதான் அறிவிப்பாள்.

“என்ன குளந்தே?” என்று கேட்டார், அப்பா.

“கணக்குச் சரியாப்போய்ச்சு. ஆண், பிள்ளையிலே அஞ்சு இருக்கா? பெண் பிள்ளையும் அஞ்சு ஆயிடுச்சு.”

“பொண்ணு பிறந்திருக்குன்னா, சொல்றே?”

“அதான் சொல்றேன்.”

“அஞ்சு பெண்களைக் கட்டிக் கொடுக்கிறதுக்குள்ளே, நான் காவேரிக் கரைக்குப் போயிடுவேன். போயும் போயும் பெண்ணா பெத்தா?”

“நீங்க ஒண்ணும் கலியாணம் பண்ணிக் கிழிக்க வேணாம். அவங்க அவங்க தலையெழுத்துப்படி நடக்கும். நீங்க ஒண்ணும் கவலைப்பட வேணாம்” என்றாள் அம்மா, அறையில் இருந்தபடி.

“நான் எப்படிக் கவலைப்படாமே இருக்க முடியும்? நீ பொம்பிளே; வீட்டிலே உட்கார்ந்து பேசுவே. தெருவில் நாலு பேருக்கு முன்னாடி போறவன், நான் இல்லே? குதிராட்டம் பெண்ணுங்க கலியாணத்துக்கு நிக்குதுன்னு, என்னையில்லே கேப்பாங்க?”

“குளந்தே இப்பத்தான் பிறந்திருக்கு. அதுக்குள்ளே கலியாணத்தெப் பத்தி, என்ன கவலை?”

“முன்னாடியே நாலு பெத்து வச்சிறிக்கியே? எல்லாத்துக்கும் கலியாணம், கார்த்தி செய்யறதுன்னா சின்ன வேலெயா? போயும் போயும் பெண்ணா பெத்தே?”

மனைவி, பெண் பெற்ற கவலையை மறப்பதற்காக, அவர் காலையிலிருந்தே குடிக்கத் தொடங்கினார். ஒருமணி நேரத்துக்கு ஒருதடவை, அறை வாசலில் தலைகாட்டுவார்; ‘போயும் போயும் பெண்ணா பெத்தே?’ என்று பெருமூச்சுவிடுவார்; வெளியே சென்று குடித்துவிட்டுவருவார். நாள் பூராவும், இந்தக் கேள்வியும் குடியுமாகக் கழிந்தது.

இரவு என்ன ஆயிற்று என்று தெரியவில்லை. வீடு நாறும்படி வாயில் எடுத்தார். பிறகு ரத்தமாய்க் கக்கிவிட்டு மயங்கிப் படுத்தவர், பெண்களுக்கு மணம் செய்துவைக்கிற சிரமத்தைத் தட்டிக்கழித்துவிட்டுப் போய்ச் சேர்ந்தார்.

அப்புறம், எல்லாம் அம்மா பொறுப்பு.

அம்மா பொறுப்பு என்றால், அவள் பிரமாதமாய் என்ன சாதித்துவிட்டாள்? குழந்தைகளை வாட்டி வதக்கி வேலை வாங்கி, வயிற்றை நிரப்பிக்கொள்கிறாள். வயிற்றில் கொட்டிக்கொள்வதைத் தவிர, அவளுக்கு வேறொன்றும் தெரியாது.

2

சந்தடி கேட்டு அம்மா விழித்துக்கொள்ளப் போகிறாளே என்று, ராஜம் ஜாக்கிரதையாகவே பல் விளக்கினான். பல் விளக்கும்போது, அவனுக்கு ஒரு பழைய ஞாபகம் சிரிப்பு மூட்டியது.

சிறுவனாக இருந்தபோது, அம்மா பல் துலக்குவதைப் பார்ப்பது, அவனுக்கு வேடிக்கை. ஒரு பிடி சாம்பலை அள்ளித் தண்ணீரில் நனைத்துப் பற்களைத் தேய்ப்பாள்; ஒவ்வொரு பல்லாகத் தேய்ப்பதற்கு நீண்ட நேரமாகும். சிறுவனான அவன் அவளருகில் போய், "ஒவ் அம்மா ஃபாக் சவஸ்தக் தாத் கூர் கெல்லர்த்தெகா?" (ஏன் அம்மா, அப்பாவைக் கடிக்கப் பல்லைக் கூராக்கிக்கிறியா?) என்று கேட்பான்.

"அரே தொகோ ஒண்டே பாடே ஃபந்தா! காய் திமிர் ஸா!" (அடே! ஒனக்கு, ஒரு பாடை கட்ட! என்ன திமிர், பாரு!) என்று எச்சில் கையால் அம்மா, அவனை அடிக்க வருவாள்.

அவளிடம் சிக்காமல், அவன் தெருப்பக்கம் ஓடிவிடுவான்...

மனத்தில் சிரித்தபடி பல் துலக்கி முடித்தான். பஞ்சாமி ஹோட்டலுக்குப் போய், ஒரு காபி சாப்பிட்டு வந்து, பிறகு தங்கையை எழுப்பிக்கொண்டு தறிக்குப் போகலாம் என்று அவன் எண்ணம்.

முகத்தைத் துடைத்துக்கொண்டு, கிழக்குத் திசையைப் பார்த்து, உதயமாகாத சூரியனைக் கும்பிட்டான். தறி மேடைக்குப் பக்கத்திலிருந்த மாடத்தில் கண்ணாடி இருந்தது. முகம் பார்த்து, தலைமயிரை வாரினான். சட்டையை மாட்டிக்கொண்டு, வெளியில் புறப்படத் தயாரானான்.

அம்மா சன்னமாய்க் குறட்டைவிட்டுக் கொண்டிருந்தாள். பெண் பிள்ளைகள் குறட்டை விடலாமா? சொன்னால் கேட்பாளா? அவன் சொல்லி, அவள் கேட்கிற பழக்கம் கிடையாது. அவன் சொன்னதற்காக, அவள் பலமாய்க் குறட்டைவிடுவாள்.

'நான் ஹோட்டல்லேருந்து வர்ற வரை, குறட்டை விட்டா சரிதான்' என்று ராஜம் மீண்டும் சிரித்துக்கொண்டான். அவனுடைய சிரிப்பில் மண் விழுந்தது, தொப்பென்று.

"ரேய் ராஜம்! கோட் ஜாரிஸ்தே?" (டே ராஜம்! எங்கே போறே?) என்று அம்மாவின் குரல், கடப்பாரையாய் அவன் தலையில் இடித்தது.

ஹூம், நடக்கக்கூடாது என்று எதிர்பார்த்தது நடந்துவிட்டது. அவன் பேசவில்லை.

"கிளப்புக்குத்தானேடா? கிளாஸ்லே சாம்பார் வாங்கிட்டு வா."

"கிளப்லே சாம்பார் தரமாட்டான்."

"ஏன் தரமாட்டான்? ஒரு தோசை வாங்கிக்கோ."

"பார்சல் வாங்கினாலும், பஞ்சாமி கிளப்லே தனியா சாம்பார் தரமாட்டான்."

"எல்லாம் தருவான், கேளு."

"தரமாட்டான். போர்டு போட்டிருக்கான்."

"தோசை வாங்கினா, சாம்பார் ஏன் தரமாட்டான்? எனக்கு ஒரு தோசை வாங்கிட்டு வர, உனக்கு இஷ்டமில்லை. இருபது பைசா செலவாயிடும்னு பயப்படறே. உன் வாய்க்கு மாத்திரம் ருசியா, சாம்பார் கொட்டிக்கிட்டு, ஸ்பெசல் தோசை தின்னுட்டு வருவே."

"காலை நேரத்துலே, நா ஒரு காபி சாப்பிட்டுத் தறிக்குப் போகலாம்னு பார்த்தேன். நீ இப்படி வம்பு வளர்த்தா ..."

"பெத்தவ தோசையும் சாம்பாரும் கேட்டா வம்பாவா தெரியுது?"

"வீடு பூரா தூங்குது. ஏன் இப்பிடி உயிர் போகிறாப்போல கத்தறே? பஞ்சாமி கிளப்பிலே, தனியா டம்ளர்லே சாம்பார் தரமாட்டான்னு சொன்னா ..."

"அங்கே போக வேணாம். வேறெ கிளப்புக்குப் போ. சாம்பாரோட தான், நீ வீட்டிலே நுழையணும்."

ராஜத்தின் நாவில், பஞ்சாமி ஹோட்டல் காபி மணத்தது. கும்பகோணத்தில் பசும்பால் காபிக்காகப் பிரபலமான ஹோட்டல்; புதுப்பால்; புது டிக்காஷன்; விடியலில் நாலரை மணிக்கு ஒரு காபி சாப்பிட்டால், ஒன்பது மணி வரை விறுவிறுப்பாயிருக்கும். அம்மாவுக்காக, அந்தக் காபியைக் கைவிட, அவனுக்கு மனம் வரவில்லை.

அம்மா, சாம்பாரைத் துறக்கத் தயாராக இல்லை.

"சரி, நான் கிளப்புக்குப் போகல்லே; காபியும் சாப்பிடல்லே. குள்ளி, ஓவ் (அடீ) குள்ளி, எழுந்திரு, தறிக்குப் போகலாம்."

"நீ காபி சாப்பிடாவிட்டா, சும்மா இரு. எனக்குத் தோசையும் சம்பாரும் கொண்டா."

"என்கிட்டே காசு இல்லே; காசு கொடு; வாங்கிட்டு வர்றேன்."

இவ்வளவு நேரம் பாயில் படுத்தபடி பேசிக்கொண்டிருந்தவள், துணுக்கென்று எழுந்து உட்கார்ந்தாள்.

"என்ன சொன்னே? சொல்லுடா, என்ன சொன்னே?"

"அதிசயமா என்ன சொல்லிவிட்டேன்? காசு குடுத்தா, தோசையும் சாம்பாரும் வாங்கிட்டு வர்றேன்னேன்."

"பெத்தவளுக்கு ஒரு தோசை வாங்கிக் கொடுக்க, வக்கில்லாமப் போச்சா? இன்னும் தாலி கட்டின பாடில்லே; பெண்டாட்டியா வரப்போறவளுக்கு வாங்கித்தர நோட்டு நோட்டா கிடைக்குது; இல்லியாடா?"

"இந்தாம்மா, சும்மா வாயை அவிழ்த்துவிடாதே. நாலு குடித்தனத்துக் காரங்க, உன் குரலைக் கேட்டு முழிச்சுக்கப் போறாங்க. நான் யாருக்கும் ஒண்ணும் வாங்கித் தரல்லே."

"பூனை கண்ணை மூடிக்கிட்டா, ஊரே அஸ்தமிச்சதா நினைச்சுக்குமாம். நீ எதிர்வீட்டுப் பொண்ணுக்காக, என்னென்ன செலவு செய்றேன்னு, எனக்குத் தெரியாதா?"

"வாயை மூடு. ஊர்ப் பொண்ணுங்களைப் பத்தி, இப்பிடிப் பேசினா..."

"இல்லாதது என்னடா பேசிட்டேன்? தெருவிலே போறப்போ, நீ அதைப் பார்த்துச் சிரிக்கிறதும், அது உன்னைப் பார்த்து இளிக்கிறதும், ஊரே சிரிப்பா சிரிக்குது. நான் ஒண்ணு சொல்றேன், கேட்டுக்கோ; நீ அதைக் கட்டிக்கணும்னு ஆசைப்படறே, அது நடக்காது. நான் உயிரோட இருக்கிறவரை, அவ இந்த வீட்டு மருமகளா வந்துட முடியாது."

ராஜம், அம்மா முகத்தை வெறித்துப் பார்த்தான். அவளிடமிருந்து தப்புவதற்காக அப்பா, தறிமேடையைச் சுற்றி ஓடியது ஞாபகம் வந்தது.

"என்ன செஞ்சிடுவே? கடிச்சிடுவியோ?" என்று கேட்டான், ஆத்திரமாக.

"அடே! பேதியிலே போறவனே! என்னை நாய் என்றா சொல்றே?" என்று எகிறிக் குதித்தாள் அம்மா. "உன்னைச் சொல்லிக் குத்தமில்லே, அந்த எதிர்வீட்டுக் கழுதை உனக்கு சொக்குப்பொடி போட்டிருக்கா. அது உன்னை இப்பிடி ஆட்டி வைக்குது. டேய்! பெத்தவளை நாய்ன்னு சொல்ற நாக்கிலே புழு விழும்டா, புழு விழும்."

அடுத்த வீட்டுச் சேவல் ஐயய்யோ என்று கத்தியது. ராஜத்துக்கு ஒரே எரிச்சலாக வந்தது. சாம்பார் சண்டையைச் சாக்காக வைத்துக்கொண்டு அம்மா, பங்கஜத்தையும் அல்லவா திட்டுகிறாள்? திட்டி ஊரையே கூட்டி விடுவாள்போல் இருக்கிறது. பங்கஜத்தின் பெற்றோர் அதைக் கேட்டால், என்ன நினைப்பார்கள்? பங்கஜம் கேட்டால், என்ன பாடுபடுவாள்?

"காளி, வாயை மூடு. பொழுது விடியறதுக்குள்ளே, இப்படிக் கூச்சல் போட்டா, நல்லா இருக்கா? உனக்கு என்ன வேணும்? தோசை சாம்பார்தானே? டம்ளர் எடு."

அம்மா அசையவில்லை.

"சாம்பாரும் தோசையும், அந்தக் கழுதை தலையிலே கொட்டு. என்னை நாய்ன்னு சொல்றியா? உனக்கு ஒரு பாடை கட்ட! வாயெ மூடிக்கிட்டுப் 'போனாப் போவுது, போனாப் போவுது'ன்னு பார்த்துக்கிட்டு இருக்கேன். என் தலையிலே மிளகா அரைக்கிறியா? பரம்பரை புத்தி போகுமாடா? அப்பன் குடிகாரன், குடிகாரன் பிள்ளை எப்படி இருப்பான்?..."

"சரி போதும், நிறுத்து. நாய்ன்னு நான் சொல்லல்லே. டம்ளரை எடு; சாம்பார் வாங்கிட்டு வர்றேன்."

அவன் சொன்னதை, அவள் கேட்டதாகத் தெரியவில்லை. வாயிலிருந்த ஆபாசங்களை எல்லாம் துப்பிவிட்டுத்தான் நிறுத்துவாள் போலிருந்தது.

ராஜத்துக்கும் அளவு கடந்த கோபம். இவள் லண்டி; நிறுத்த மாட்டாள்; வாயில் 'பளார், பளார்' என்று நாலு அறை விட்டால்தான் இவள் வாயை மூடலாம். அறை விட்டிருப்பான்; அவளுடைய கூப்பாட்டுக்கு அஞ்சித்தான் அடக்கிக்கொண்டான்.

"என்னடா முறைக்கிறே? இதெல்லாம் என்கிட்டே வச்சிக்காதே. பொம்பிளைதானே, அடிச்சா உதைச்சா யார் கேக்கப் போறாங்கன்னு நினைக்கிறயா? பெத்தவளைத் தொட்டு அடி, பார்க்கலாம்! உன்னை என்ன செய்யறேன் பாரு, உடம்பிலே தெம்பு இல்லேன்னா நினைக்கிறே? நான் காளி குப்பம்மாவுக்குச் சொந்தக்காரிடா. என்னைத் தொட்டுடு. உன் வயித்தெ கிழிச்சுக் குடலை மாலையா போட்டுக்கிட்டு, எதிர்வீட்டுக்காரி முன்னாலே போய் நிப்பேன்!"

காளி குப்பம்மாள், கணவனின் வயிற்றை அரிவாள் மணையினால் கிழித்துக் குடலைக் கழுத்தில் மாலையாகப் போட்டுக்கொண்டு, தெருத் தெருவாய்க் கையில் அரிவாள் மணையுடன் சுற்றிவிட்டுப் போலீசில் சரணடைந்ததாய்க் கும்பகோணம் சௌராஷ்டிரர்கள் கதையாகச் சொல்வதை ராஜமும் கேள்விப்பட்டிருந்தான். அம்மா, காளி குப்பம்மாவுக்குச் சொந்தம் என்று இன்றுதான் உறவு கொண்டாடுகிறாள். அவ்வளவு தைரியம் இவளுக்கு வராது; ஏமாளிகளான பிள்ளைகளை மிரட்டுவாள்.

அவளுக்கு முன்னால் நின்று பேச்சுக் கொடுக்க முடியாது என்று ராஜத்துக்குப் புரிந்தது. அவனே, ஓர் எவர்சில்வர் டம்ளரை எடுத்துக்கொண்டு, ஹோட்டலுக்குப் புறப்பட்டான்.

அவன் பேசாமல் கிளம்பிய பிறகும் அம்மா விடவில்லை; "எனக்காக, நீ ஒண்ணும் வாங்கிட்டு வராதே. வாங்கிட்டு வந்தா, சாக்கடையிலே கொட்டுவேன்."

அவன் பதில் பேசாமல் புறப்பட்டான். ஒரு விநாடி, தயங்கி நின்றான். அம்மாவைப் பிடித்து இழுத்து, தலைமுடியை உலுக்கிக் கன்னங்களில் மாறி மாறி அறைந்து, முகத்திலும் முதுகிலும் குத்தி, 'விட்டுடுறா, விட்டுடுறா, இனிமே நான் உன் வழிக்கு வரல்லே; நீ பங்கஜத்தைக் கட்டிண்டு சுகமாயிரு. என்னை விட்டுடு' என்று கதறக் கதற உதைத்துச் சக்கையாக மூலையில் எறிந்துவிடலாமா என்ற ஒரு கேள்வி, காட்சியாகக் கண்களுக்கு முன்னால் வந்தபோது, அவன் மனசுக்குச் சௌகரியமாயிருந்தது. 'அப்பா அடிப்பாரே, அந்த மாதிரி, அப்பாவைக் கடிக்கப் பாய்வாளே, அப்படிக் கடிக்க வருவாளோ? வரட்டுமே; என்னிடம் பலிக்காது; பல்லைத் தட்டிக் கையில் தருவேன்' என்று மனத்துக்குள் கறுவிக்கொண்டான்.

ஒருவிநாடிக்கு மேல், இந்த மனச்சுகம் நீடிக்கவில்லை. அம்மா தாடகை; பல்லைவிட அவள் சொல்லுக்குக் கூர் அதிகம். அவன் கை ஓங்கும்போதே, அவள், 'கொலை கொலை' என்று சத்தம்போட ஆரம்பிப்பாள். ஐந்து குடிகள் இருக்கிற வீடு; இருபது பேராவது இருப்பார்கள்; எல்லோரும் எழுந்து ஓடிவந்துவிடுவார்கள்; அவனைத்தான் கண்டிப்பார்கள்.

அம்மாவை ஜெயிக்கமுடியாது.

அவன், பேசாமல் நடந்தான். பௌர்ணமி போய், ஆறேழு நாள் இருக்கும். அரைச்சந்திரனின் வெளிச்சம், தாழ்வாரத்தில் வெள்ளையடித்தாற் போல் கிடந்தது. மாசி மாதம்; பின்பனிக் காலம் என்று பெயர்; இரவு முழுவதும் நன்றாய்க் குளிருகிறது. புறாக் கூடுபோல் அறை அறையாகப் பிரிந்துள்ள அந்த வீட்டில் எல்லாரும் தூங்கிக் கொண்டிருப்பார்கள்; விழித்துக்கொண்டிருந்தால் பேச்சுச் சத்தம் கேட்குமே? தறிச் சத்தம் கேட்குமே? மூன்றாவது குடியான சீதம்மா மட்டும் வெளியே படுத்திருப்பாள். அவள்மீது நிலைவெளிச்சம் விழுந்தது. போர்வை காலடியில் துவண்டுகிடக்க, அவள் உடலை அஷ்டக் கோணலாக ஒடுக்கிக்கொண்டு படுத்திருப்பதைப் பார்த்தாலே, அவளும் தூங்குகிறாள் என்று தெரிகிறது.

வீட்டில் யாரும் விழித்துக்கொள்ளவில்லை. அம்மாவின் காட்டுக் கத்தலைக் கேட்கவில்லை என்ற திருப்தியுடன் ராஜம், முன்கட்டை அடைந்தபோது, "என்ன ராஜம், ஹோட்டலுக்குப் புறப்பட்டியா?" என்று ஒரு குரல், தமிழில் கேட்டது.

சாரங்கன்; விழித்திருப்பான்போல் இருக்கிறது. அம்மாவும் ராஜமும் சண்டை போட்டதைக் கேட்டிருப்பானோ? கேட்டால் கேட்கட்டுமே! அவன் மட்டும் ஒசத்தியா? தினம் பெண்டாட்டியோடு சண்டை; மைத்துனன் மத்தியஸ்தம். சௌராஷ்டிரனாய்ப் பிறந்தவன் சௌராஷ்டிர மொழியில் பேசினால் என்ன? தமிழில்தான் பேசுவான்.

"ஹாய், ஹாய், ஏஃகெடிக் வெளோ கோட் ஜான்?" (ஆமா, ஆமா, இந்த நேரத்திலே வேறெ எங்கே போவாங்க?) என்று சௌராஷ்டிர பாஷையிலேயே, பதில் சொன்னான் ராஜம்.

"கள்ளுக்கடைக்குப் போறியோன்னு பார்த்தேன்" என்று தமிழில் சிரித்தான் சாரங்கன்.

"அங்கு ஃபோதா தெளிஞ் செனிகா?" (இன்னும் போதை தெளியல்லியா?)

"அதெப்படி தெளியும்? பக்கத்திலேயே பானையில் வச்சிருக்கேனே? அது போகட்டும். எனக்கு ஒரு டம்ளர் சாம்பார் வாங்கிட்டு வா. ரெண்டு இட்லியும் பார்சல் கட்டிக்கோ" என்ற சாரங்கன், ஓர் அலுமினிய டம்ளரை நீட்டினான்.

மறுக்க வேண்டாம் என்று ராஜத்தின் எண்ணம். ஆனால், சாரங்கன் விஷமக்காரன். ஹோட்டலிலிருந்து திரும்பும்போது தாழிட்டுவிடுவான். தொண்டை கிழியக் கத்தினாலும் கதவைத் திறக்கமாட்டான். ராஜத்தின் குரல் கேட்டு அம்மா கதவைத் திறப்பதற்குள் – அம்மா திறப்பாளா? கண்விழித்ததுமே காளி வேஷம் கட்டிக்கொண்டுவிட்டாளே!

"ஹோட்டலுக்கு வாயேன்" என்றவாறே ராஜம், டம்ளரை வாங்கிக் கொண்டான்.

"வெறும் கதவைப் போட்டுவிட்டு நாம் போயிட்டா, திருட்டுப்பய எவனாவது உள்ளே நுழைஞ்சி, பாவு அறுத்துக் கிட்டுப் போனா, என்ன

செய்றது? நான் காவலுக்கு இருக்கேன்; நீ இட்லி கொண்டுவந்து கொடு" என்று சாரங்கன், சமத்காரமாய்ச் சிரித்தான்.

மனசுக்குள் திட்டுவதைத் தவிர, ராஜத்தினால் வேறொன்றும் செய்ய முடியவில்லை. இரண்டு டம்ளர்களையும் ஏந்தியவனாய்த் தெருவில் இறங்கினான்.

3

ஆகாயத்தில் நட்சத்திரங்களும் அரைச்சந்திரனும் குளிரில் நடுங்கிக் கொண்டிருந்தன. ராஜத்தைக் கண்டதும், தெரு நாய் ஒன்று எழுந்தது. அவனுக்குப் பின்னால் ஓடி வந்தது. அவன், அதற்கு ஒரு வாய் சோறு போட்டதில்லை. என்ன காரணமோ, அதிகாலையில் அவன் ஹோட்டலுக்குப் போகும்போதும் திரும்பும்போதும், காவலாய்க் கூடவே ஓடி வரும். தெருவில் எலிகளும் பெருச்சாளிகளும் காலடிச் சத்தம் கேட்டுச் சிதறி ஓடின. பன்றிகளும் கழுதைகளும் தீனி தேடிக் கொண்டிருந்தன. சில பெண்கள் தெருவில் வீட்டு வாசலில் நீர் தெளித்துக் கோலமிட்டுக் கொண்டிருந்தனர். நாய், அவனுக்குப் பின்னால் ஓடியது.

ராத்திரி, அவனுக்கு ஒரு சொப்பனம். பழைய சொப்பனம். அவனுக்கு வினாத் தெரிந்த நாள் முதல் ஆயிரம் தடவைக்கு மேல், இந்தச் சொப்பனம் வந்திருக்கும். அவன் ஏதோ ஒரு தெருவோடு போகிறான்; 'வவ் வவ் என்று குரைத்தவாறு, ஒரு வெறி நாய் அவனைத் துரத்துகிறது; அவன் மூச்சுத் திணற ஓடுகிறான். அது அவன்மேல் பாய்ந்து, வலக்கால் கெண்டைச்சதையைக் கடித்துப் பிடித்துக்கொள்கிறது. 'ஐயோ' என்று முனகிக்கொண்டோ, கத்திக்கொண்டோ அவன் விழித்துக்கொள்வான். கனவுதான் என்று உறுதி செய்துகொள்ளச் சற்று நேரமாகும்.

ராத்திரியும் அதே கனவு; அதே வெறி நாய் அவனுடைய கால் சதையைக் கடித்தது. வெறிநாய் கடித்தால் மனிதனுக்குப் பைத்தியம் பிடிக்கும் என்கிறார்கள். கனவில் நாய் கடித்தாலும் பைத்தியம் பிடிக்குமா?

அவன், தெருமுனை திரும்பிவிட்டான். நாலு திசைகளிலும் கண்ணோட்டம் விட்டான். மனித நடமாட்டமே இல்லை என்று ஊர்ஜிதம் செய்துகொண்டான். தெருநாய்தான் கூட இருந்தது. அவன் நின்றதும் அதுவும் நின்றது. கனவில் வந்த வெறிநாய் இந்த நாய்போல் சாது அல்ல; எவ்வளவு பயங்கரமாய் அது குரைத்தது! அவன் அப்படிக் குரைத்தால் அம்மா பயப்படுவாளா, மாட்டாளா? அவன் தெருநாயைப் பார்த்துக் கீச்சுக் குரலில் 'வவ் வவ்' என்று குரைத்தான். மனிதன் நாய் மாதிரிக் குரைப்பதைக் கேட்டிராத தெருநாய் பயந்துவிட்டது போலும்! அது திரும்பிப் பத்துப் பன்னிரண்டு அடி தூரம் ஓடி, மறுபடியும் நின்று அவனை ஏறிட்டுப் பார்த்தது. நான் குரைத்தால் அம்மாவை ஓட ஓட விரட்டலாம் என்று சிரித்துக்கொண்ட ராஜம், ஹோட்டலை நோக்கி நடந்தான்.

நாய், அவனைப் பின்பற்றியது.

விநாயகர் கோயிலுக்கு அருகில்தான் ஹோட்டல். அந்த அதிகாலை நேரத்திலும், அங்கே ஒரே கூட்டம். பழையது சாப்பிட்டுவிட்டு, நெசவாளர்கள்

தறிக்குப் போகிற காலம் மலை ஏறிவிட்டது. இப்போது காபியோ டீயோ இருக்கிற வட்டாரம் அல்லவா? ஹோட்டலில் எந்தச் சாமானும் ‘நிறையக்’ கிடைக்கும். கூஜா நிறையக் காபி கேட்டால், எப்படித் தரமாக இருக்கும்? இரண்டு இட்லி பார்சல் கட்டிக்கொண்டு, ஒரு டம்ளர் சாம்பார் கேட்டால், இட்லி எப்படிச் சுகப்படும்? ஹோட்டல்காரரை, எப்படிக் குறை சொல்ல முடியும்?

“ஏது ராஜம்? இந்தப் பக்கம், புதுசா? நீ, பஞ்சாமி ஹோட்டல் குத்தகை இல்லே?” என்று அக்கறையாக விசாரித்தான் சப்ளையர் சீமா.

“அட! சீமாவா? நீ எப்போ இங்கே வந்தே? பஞ்சாமி ஹோட்டலை விட்டு, எத்தனை நாளாச்சு?”

“ஒரு வாரம் ஆச்சு...”

சீமா, புரோகிதம் ராமசாமி அய்யங்கார் மகன். அவனுக்குப் புரோகிதம் பிடிக்கவில்லை; படிப்பும் வரவில்லை. சினிமா ஸ்டாராக வேண்டும் என்ற கனவுடன், ஹோட்டல் சப்ளையராக வாழ்க்கை தொடங்கினான். இரண்டு மாதம் சேர்ந்தாற்போல், அவனை ஒரு ஹோட்டலில் காணமுடியாது. ஹோட்டலை மட்டும் அல்ல, ஊரும் மாற்றிக்கொண்டிருப்பான் – தஞ்சாவூர், திருச்சி, மதுரை, மதராஸ் என்று. அவனிடம் ஒரு நல்ல குணம்; ஹோட்டல் வாடிக்கையாளர்களை மிகவும் நயமாய் விசாரித்துச் சப்ளை செய்வான். அவர்கள் ஒன்று கேட்டால், இரண்டாய்த் தருவான். பில்லையும் குறைத்துப் போடுவான். அப்புறம் அவர்களை ஒரு வாரம் பத்து நாளைக்கொரு முறை தனியாகச் சந்தித்து, சினிமாவுக்குச் சில்லரை வாங்கிக்கொள்வான். இதனால் இரு தரப்புக்கும் ஆதாயம்; இதனால் எந்த ஹோட்டல் முதலாளியும் கெட்டுப்போனதாய்த் தெரியவில்லை.

“சீமா, அங்கே என்ன அரட்டை அடிக்கிறே?” என்று, பெட்டியடியில் இருந்தவாறு குரல் கொடுத்தார் ஹோட்டல்காரர்.

“சூடா ஒரு காபி...”

“இட்லி, சூடா இருக்கு. கொத்சு, ஏ ஒன்! கொண்டு வர்றேன்” என்று சீமா விரைந்தான்.

இரண்டு இட்லி, ஒரு நெய் ரவா, டிக்ரி காபியோடு எழுந்தான் ராஜம். அம்மாவுக்கும் சாரங்கனுக்கும் பார்சல் கட்டிக்கொண்டான். சீமாவின் தயவால், இரண்டு டம்ளர்கள் வழியக் கொத்சும், பில்லில் இருபத்தைந்து பைசாவும் ஆதாயம்.

4

“இதுக்குத்தாண்டா ராஜா, உன் கையிலே டம்ளர் கொடுத்தேன்!” என்று சாரங்கன் பாராட்டினான்.

அம்மாவைச் சமாதானப்படுத்திவிட வேண்டும் என்று ராஜத்துக்கு ஆசை.

“அம்மா கொத்சு கொண்டுவந்திருக்கேன். ரொம்ப ஜோராயிருக்கு. நம்ம சீமாதான், டம்ளர் வழியத் தந்தான்...” என்றவாறு, அவளிடம் நீட்டினான். அவள் வாங்கிக்கொள்ளவில்லை.

“கொண்டுவந்துட்டியா? எதிர்வீட்டுக்காரிக்குக் கொடு; போ!”

ராஜம், அவள் முகத்தைப் பார்த்தான். அந்த முகம் போயிருந்த போக்கு, அவனுக்குப் பிடிக்கவில்லை; ‘இந்தப் பீடையை யாரால் திருப்தி செய்ய முடியும்?’ அவனைத் திட்டட்டும்; இரண்டு அடி வேண்டுமானாலும் அடிக்கட்டும்; எதிர்வீட்டுக்காரி பங்கஜத்தை ஏசுகிறாளே, என்ன நியாயம்? இவளிடம், யார் நியாயம் பேச முடியும்?

இவள் தொலையவேண்டும்; அப்போதுதான், எனக்கு நிம்மதி. இவளாகத் தொலையமாட்டாள்; நான் இவளைத் தொலைத்துத் தலை முழுகவேண்டும்.

“சாம்பார் கேட்டியேன்னு கொண்டு வந்தேன்; வேண்டாம்னா உன் இஷ்டம்... குள்ளி, பல் தேய்ச்சியா? தறிக்குப் போகலாமா?”

குள்ளிக்கு ஒன்பது வயசு இருக்கும்; கடைக்குட்டி. அண்ணன் வருகையை எதிர்பார்த்துக் காத்திருந்தாள். ராஜம், மாடத்திலிருந்த கடிகாரத்தைப் பார்த்தான்; மணி ஐந்தரை.

அம்மா சளைக்கவில்லை. “நீ வாங்கிட்டு வந்ததை, நான் ஏண்டா தொடறேன்? உன் பெண்டாட்டிகிட்டக் கொண்டுபோய்க் கொடு...”

“ஊர்ப் பொண்ணுங்களைப் பத்தி, இப்படிப் பேசினா... நல்லா இருக்காது!”

“நல்லா இல்லாவிட்டால், என்ன ஆயிடும்? ரெண்டு இட்டிலி வாங்கிட்டு வாடான்னா, எத்தனை பேச்சுப் பேசறே? நாய் என்கிறே; குரங்கு என்கிறே. பெத்தவளுக்கு வாங்கித் தரணும்னா, காசு கிடைக்கல்லே. வரப்போறவளுக்கு ஜரிகைச் சேலை, தாம்புக் கயிறு சங்கிலி, பவுன் தாலி எல்லாம் செஞ்சு பெட்டியிலே பூட்டி வச்சியிருக்கியே. எனக்குத் தெரியாதுன்னா நினைச்சே? அதுக்கெல்லாம், எங்கிருந்து பணம் வருது?”

ராஜத்துக்கு வயிற்றில் மாட்டுக்கொம்பால் குத்துவது போலிருந்தது. “ஏண்டீ, திருட்டுத்தனமா என் பெட்டியைத் திறந்தா பார்த்தே? என்னைக் கேட்காமே, என் பெட்டியை எப்படித் திறந்தே?” என்று கத்தினான்.

“என் வீட்லே இருக்கிற பெட்டியை நான் திறக்கிறதுக்கு, உன்னை எதுக்குடா கேட்கணும்? நாக்கை அடக்கிப் பேசு, யாரைத் திருடி என்கிறே? இன்னொரு தடவை சொல்லு; அந்த நாக்கை இழுத்து வெட்டிடுவேன்.”

தன்னுடைய பெரிய ரகசியம் வெளிப்பட்டுவிட்டதால் ராஜத்துக்குள் மருள் வந்தாற்போலிருந்தது. அவன் பங்கஜத்துக்காக – ஜரிகை புட்டா சேலை – அவன் கைப்பட நெய்தது; முதலாளியிடம் அடக்க விலைக்கு வாங்கி வைத்திருந்தான். பெரிய தாலியும் சிறிய தாலியும் தட்டிவைத்தான். ஒரு சங்கிலியும் தயார் செய்தான். யாருக்கும் தெரியாமல் பெட்டியில் வைத்துப் பூட்டிவைத்திருந்தான். கலியாணம் என்று ஆரம்பித்த பிறகு,

எல்லாவற்றையும் ஒரே சமயத்தில் தேட முடியுமா? சிறுகச் சிறுகச் சேர்த்து வைத்திருந்தான். அவன் இல்லாத நேரத்தில் அம்மா, கள்ளச்சாவியில் பெட்டியைத் திறந்து பார்த்திருக்கிறாள். என்ன துணிச்சல்!.

“ஏண்டி, என் பெட்டியைத் திறந்தே?” என்று அவன், அம்மாவின் இரண்டு கைகளையும் பிடித்தான், ஆத்திரத்தோடு. ஓர் இருட்டு, வயிற்றிலிருந்து மார்புக்குப் பாய்ந்தாற்போல, ஒரு சோர்வு.

“சீ, கையை விடுடா நாயே!” என்று கைகளை உதறி விடுவித்துக் கொண்டாள் அவள். “தாலி கட்டின பாடில்லே; அதுக்குள்ளே இந்த ஆட்டம் போட்றியா? நான் சொல்றதை முடிபோட்டு வச்சுக்கோ. அந்த மேனாமினுக்கியைக் கட்டிக்கணும்னு ஆசைப்படறே, அது நடக்காது. அவ இந்த வீட்டிலே கால் வச்சா, கொலை விழும்! ஆமா, கொலைதான் விழும்!”

ராஜத்தின் வாயை, அம்மாவின் சொற்கள் மூடிவிட்டன போலும். அவன் திணறியவன்போல் பேசினான்: “நான் யாரையும் கட்டிக்கல்லே. குள்ளி, என்ன வேடிக்கை பார்க்கிறே? தறிமேடை ஏறு.”

அவன், அவளுக்குப் பின்னாலேயே மேடை ஏறினான். நாடாவைக் கண்களில் ஒத்தி, சாமி கும்பிட்டபின், வேலையைத் தொடங்கினான். தங்கை, கரை கோத்துக் கொடுத்துத் துணை செய்ய, அவன் நெய்யத் தொடங்கினான். நாடா இப்படியும் அப்படியுமாக ஓடி, வெறும் இழைகளாக இருந்த பட்டைச் சேலையாக்க ஆரம்பித்தது. ராஜம் கால் மாற்றிக் கட்டையை மிதிக்கும்போது, ஓயிங் என்றொரு சத்தம். அதைத் தொடர்ந்து அவன் பலகை அடிக்கும் சத்தம். குள்ளி பேசவில்லை. அம்மா? ஓய்ந்துவிட்டாளா? அவள் ஓய்வாளா? ஒன்று அவன் சாக வேண்டும்; அல்லது அவள் சாக வேண்டும். அதுவரை ஓயமாட்டாள்.

பெற்றவள் ஒருத்தி, இப்படியும் இருப்பாளா? அம்மாவைத் திட்டுவதும் அடிப்பதும் பாவமாம். அவள் மட்டும், ஊர் உலகத்தில் இல்லாத விதத்தில் நடக்கலாமா? பன்றிக் குட்டிபோல் போட்டதைத் தவிர, இவள் வேறு என்ன செய்துவிட்டாள்?

அப்பாவுக்குப் பேராசை. என்றைக்காவது ஒருநாள், பணக்காரனாகலாம் என்று கனவு கண்டார். உழைத்துச் சிறுகச் சிறுக முன்னேற முடியும் என்ற நம்பிக்கை, அவருக்கு இல்லை. லாட்டரி சீட்டில், அதிர்ஷ்டப் பரீட்சை செய்கிறார்கள், அல்லவா? அப்பா, குழந்தைகளை அதிர்ஷ்டப் பரீட்சையாகப் பெற்றார். ‘இந்தக் குழந்தையின் ஜாதகம் சுகப்படவில்லை. அடுத்த குழந்தை நல்ல நேரத்தில் பிறக்கும் பார்!’ என்று அடுத்த குழந்தைக்குத் தயார் ஆவார். ஏதாவது ஒரு குழந்தைக்கு யோக ஜாதகமாய் அமைந்து, அதன் மூலம், தான் பணக்காரன் ஆகிவிடலாம் என்று அவர் எண்ணம்.

அம்மா அப்படி நினைக்கவில்லை; தான் பெற்றுப் போட்ட புண்ணியத்துக்குப் பதிலாக ஒவ்வொரு குழந்தையும் பாடுபட்டுத் தனக்குச் சோறு போட வேண்டும் என்று எதிர்பார்த்தாள். ஆண் குழந்தைகளுக்கு மட்டும் அல்ல; பெண் குழந்தைகளுக்கும் அந்த கதிதான்.

ஐந்தாவது வயதில் அவன் கையில் நாடா தந்தார்கள். இன்றுவரை – அவனுக்கு இப்போது இருபத்தைந்து வயது – நாடா அவனை விடவில்லை.

ஒவ்வொரு தம்பி தங்கையின் கதி இதுதான். மூன்று தங்கைகள் கல்யாணம் செய்துகொண்டு, அம்மாவிடமிருந்து தப்பி விட்டார்கள். கடைசி இரு தங்கைகளும்—குள்ளிக்கு ஒன்பது வயசு, ராஜாமணிக்குப் பதின்மூன்று வயசு—நெசவு வேலை செய்கிறார்கள். நாலு தம்பிகளும் தனியாக இருக்கிறார்கள்; அம்மாவிடம் பணம் கொடுத்துவிட்டு இரண்டு வேளை சாப்பிட்டுப் போகிறார்கள். அவர்களுக்கு அம்மாவால், அதிகத் தொல்லை இல்லை.

சகதியில் சிக்கிக்கொண்டவன் அவன்தான். அவனும் தனியே போயிருப்பான். தோதாகத் தறிமேடை உள்ள இடம், வாடகைக்குக் கிடைக்கவில்லை. முன்பெல்லாம் தறிமேடைக்கு மட்டும் இரண்டு ரூபாய் வாடகை; இப்போது ஏழு ரூபாய் கேட்கிறார்கள்; அதற்கும் மேடை கிடைப்பதில்லை. மூன்று தங்கைகளின் கல்யாணத்துக்குப் பட்ட கடனை அடைக்கவேண்டும்; தன் கல்யாணத்துக்கும் மிச்சம் பிடிக்கவேண்டும்; இரண்டு தங்கைகள் திருமணத்துக்கும் ஜாக்கிரதை செய்துகொள்ள வேண்டும். தம்பிகளுக்கு, அந்தப் பொறுப்புகளோ கவலையோ இல்லை. அவன், அப்படி இருக்க முடியுமா? அம்மாவோடு இருந்தால் சிக்கனமாக இருக்கலாம் என்றுதான் அவளோடு தங்கினான்.

இப்படிப் பொறுப்புக் கட்டிக்கொண்டு ஆசைப்பட்டதனால்தான், அம்மாவிடம் வசமாய்ச் சிக்கிக்கொண்டான். அவன் என்ன செய்தாலும், அம்மா எதிர்க்கட்சி. பங்கஜத்துக்கு, என்ன குறைச்சல்? பெற்றவர்கள் இருக்கிறார்கள்! நாலு அண்ணன் தம்பிகளுக்கு நடுவில் ஒரே பெண்; தறி வேலை தெரியும்; வீட்டு வேலைகளும் தெரியும். சினிமா ஸ்டார் போல இல்லாவிட்டாலும், கச்சிதமாக இருப்பாள். அவளைப் பெற்றவர்கள், அவனுக்குப் பெண் தர முன்வந்தார்கள். அவனுடைய முதலாளியிடம் பேச்சு கொடுத்தார்கள். முதலாளி ஜாதகப் பொருத்தம் பார்த்தார். ‘கொடுக்கல் வாங்கல்’ எல்லாம், அவர்தான் பேசி முடித்தார்.

இவ்வளவும் ஆனபிறகு, ‘எனக்கு இந்தப் பொண்ணு பிடிக்கல்லே, அவளைக் கட்டிக்கக்கூடாது’ என்கிறாளே! இது அக்கிரமம் இல்லையா? ஆரம்பத்தில் அவளிடம் கேட்கவில்லை என்ற குறை; அவளிடம் பேசியிருந்தால் தனியாக ஐம்பது, நூறு கேட்டு வாங்கியிருப்பாள். அது கிடைக்கவில்லை என்ற ஆத்திரம். அதற்காகப் பங்கஜத்தைப் பற்றிக் கேவலமாய்ப் பேசுகிறாளே, இவள் உருப்படுவாளா? பங்கஜம் எதிர்வீடுதான்; ஆனால் அவன், அவளைத் தலைதூக்கியாவது பார்த்ததுண்டா? அல்லது அவள், இவன் இருக்கும் திசைப் பக்கமாவது திரும்பியிருப்பாளா? அந்த உத்தமியைக் கரிக்கிறாளே இந்தச் சண்டாளி, இவள் வாயில் புழு நெளியுமா, நெளியாதா? அப்பாவைக் கை தூக்கி அடித்த இந்த ராட்சசிக்குப் பங்கஜம் பற்றிப் பேச, என்ன யோக்கியதை இருக்கிறது?

எண்ணங்களோடு போட்டியிட்டுக்கொண்டு, நாடா பறந்தது. இந்தக் குழப்பத்திலும் ஓர் இழைகூட அறவில்லை; அண்ணனுடைய மன வேகத்தைப் புரிந்துகொண்டு குள்ளியும் நாடா கோத்துக் கொடுத்தாள்.

முதலாளி அவன் பக்கம்; அவருக்கு அவன்மேல் ஓர் அபிமானம். ஒரு நம்பிக்கை. எதற்கெடுத்தாலும் அவனைக் கூப்பிடுவார். அவருடைய உதவி இருந்ததால்தான் அவன் மூன்று தங்கைகளின் திருமணக் கடனைத் தீர்க்க

முடிந்தது. தன் கல்யாணத்துக்காகவும் சேலை, செயின், தாலி எல்லாம் தயார் செய்ய முடிந்தது.

அம்மாவுக்குத் தெரியக்கூடாது என்றுதான் அவன், அவற்றைப் பெட்டியில் பூட்டி வைத்தான். அந்தப் பெட்டியைக் கள்ளத்தனமாய்த் திறந்து பார்த்திருக்கிறாளே? என்ன நெஞ்சழுத்தம் இருக்கும்?

5

அவனுக்குப் படபடவென்று கோபம் மூண்டது. அதேநேரத்தில் அம்மாவின் குரல், "குள்ளி, ஒவ் குள்ளி, ஏட் ஆவ்!" (குள்ளி, அடி குள்ளி, இங்கே வா!) என்று கூப்பிட்டது.

சிறுமியான குள்ளிக்கு, இருதலைக்கொள்ளியாக இருந்தது. அவளுக்கு அம்மாவும் வேண்டும்; அண்ணாவும் வேண்டும்.

"அண்ணா, அம்மா கூப்பிட்றா?" என்று நாடாவை நிறுத்தினாள்.

"வேலை நேரத்தில், ஏன் கூப்படறா?"

"காய்கீ." (என்னவோ)

"இரு, புட்டா முடிச்சுட்டுப் போகலாம்."

அதற்குள் அம்மாவின் குரல், மறுபடியும் வீறிட்டது. "ஒவ் ஃபொ வர்தே கானும் பொஃடர்னி? அவிஸ் கீந் ஹீ?" (அடி கூப்பிடறது காதிலே விழல்லே? வர்றியா இல்லையா?)

அதற்கு மேல் சோதனை செய்யக் குள்ளி தயாராக இல்லை. நாடாவை அப்படியே போட்டுவிட்டு, எழுந்து தறிமேடையிலிருந்து கீழே குதித்து, அம்மாவிடம் ஓடினாள்.

சினம் பீறிட்டுக்கொண்டு வந்தது ராஜத்துக்கு. ஆனால், சினத்தின் தலையில் ஓர் ஓய்ச்சல் இருந்தது. சுருட்டிக்கொண்டு படுத்துத் தூங்கிவிட வேண்டும்; எழுந்திருக்கவே கூடாது என்று தோன்றியது. சண்டை போடுவதற்கான தென்பே இல்லை; உடல் நரம்புகள் மக்கிவிட்டாற் போலிருந்தன. சாம்பார்ச் சண்டை, கல்யாணச் சண்டையாக முடிந்தது. எங்கே முடிந்தது? இன்னும் கிளைவிட்டுக் கொண்டிருக்கிறதே!

அவன் மௌனமாய்த் தலைகுனிந்து இழைகளைச் சுத்தம் செய்து கொண்டிருந்தான்.

சமையலறை, பத்தடி தூரத்தில்தான் இருந்தது. அம்மா குள்ளியை அதட்டுவது, தெளிவாய்க் கேட்டது.

"ஏண்டி, நான் கூப்பிட்டது காதிலே விழல்லே? ஏண்டி, இத்தனை நேரம்?"

"சத்தத்திலே கேக்கல்லே."

"நீ இனிமே, இந்தத் தறிக்குப் போக வேண்டாம். புதுத்தெரு சென்னப்பன் நூறு ரூபா பணம் தர்றேன்னான். பழையது கொட்டிக்கிட்டு, அங்கே போ."

குள்ளியாலே, அந்த அநியாயத்தைப் பொறுக்க முடியவில்லை: "அண்ணன் தறியிலே இன்னும் ஒண்ணே முக்கால் முழம் இருக்கு; முதலாளி அவசரமா சேலை வேணும்னு ..."

"அதெல்லாம், உன்னை யார் கேட்டா? பேசாமப் பழையது கொட்டிக்கிட்டுத் தொலை!" – என்னும்போது, குள்ளியின் தலையில் நறுக்கென்று ஒரு குட்டு விழுந்தது.

எல்லாவற்றையும் கேட்டுக்கொண்டிருந்த ராஜம், தறிமேடையை விட்டுக் கீழே இறங்கினான்:

"ஏண்டி, என்ன சொல்றே?"

"புதுத்தெரு சென்னப்பன், குள்ளிக்கு நூறு ரூபா முன்பணம் தர்றேன்னான். அவளை, அங்கே போகச் சொன்னேன்."

கரை கோத்துக் கொடுக்கும் சிறுவர் சிறுமிகளுக்கு இப்போது நல்ல கிராக்கி. ஐம்பதும் நூறும் முன்பணம் தந்து நெசவாளர்கள், அவர்களை வேலைக்கு அமர்த்திக்கொள்கிறார்கள். அம்மாவுக்கு, இந்த விஷயம் தெரியும்.

"அவளை அங்கே அனுப்பிவிட்டா, நான் என்ன செய்யறது?"

"நீ வேறே ஆளைப் பார்த்துக்கோ. குள்ளிதான் வேணும்னா, நூறு ரூபா முன்பணம் கொடு."

ராஜத்துக்கு, அவளுடைய தந்திரம் புரிந்தது. களவாணித்தனமாய்ப் பெட்டியைத் திறந்து பார்த்தாளா? பெட்டியில் தாலி, சேலை செயினோடு நூறு ரூபா பணம் இருப்பதைக் கண்டுவிட்டாள். அந்தப் பணத்தைப் பறிக்கத்தான், இந்தக் குறுக்குவழியில் போகிறாள்.

"மூணு பேருக்கும் நான் உழைச்சுப் போடறேன். குள்ளி, வெளியிலே வேலை செய்வாளா?"

"நீ உழைச்சி, எங்களுக்குப் போட வேணாம். முன்பணம் நூறு ரூபா கொடுத்தாத்தான், குள்ளி உன்னோடு வேலை செய்வாள். ராஜாமணிக்கு வயசாச்சு. அவ கல்யாணத்துக்கு, நான் தயார் செய்யணும். அவளுக்கு ஒரு தோடு வாங்கப்போறேன்."

அவன் கல்யாணத்துக்குத் தயார் செய்துகொள்கிறான் அல்லவா? ஏட்டிக்குப் போட்டியாக ராஜாமணியின் கல்யாணத்துக்குத் தயார் செய்கிறாளாம்! ராஜாமணிக்குப் பதின்மூன்று வயசு; கல்யாணத்துக்கு இப்போது என்ன அவசரம்? அப்படியே நல்ல இடத்தில் கேட்டாலும், அவனுக்கல்லவா அந்தப் பொறுப்பு!

மூன்று தங்கைகளைக் கட்டிக் கொடுத்துவிட்டுக் கடன்காரனாய்க் கஷ்டப்படுகிறவன், அவன் அல்லவா? இவள் என்ன செய்தாள்? ராஜாமணிக்குத் தோடு வாங்கவா பணம் கேட்கிறாள்? அவனிடமுள்ள பணத்தைக் கறக்கவேண்டும்; அவனுக்கு மணமாகாமல் இடைஞ்சல் செய்யவேண்டும்; அவன் வேலை செய்ய முடியாதபடி தொல்லை தரவேண்டும்; இதுதான் அவள் எண்ணம்!

பெற்றவளுக்கு, இவ்வளவு கெட்ட மனசு இருக்குமா? ராட்சசி, ராட்சசி!

அப்பா இருந்தவரை எலிக்குஞ்சுபோல இருந்தவள், அப்பா போனவுடனே பெருச்சாளிபோல் ஆகிவிட்டாள். பிள்ளைகளும் பெண்களும் சம்பாதித்துப் போடப் போட, இவளுக்குச் சதை கூடிக்கொண்டே போகிறது. ஏன் கூடாது? தறிவேலை செய்து கொடுக்கக்கூட, இவளுக்கு உடம்பு வளைவதில்லை. கூலி வாங்கிக்கொண்டு, அவனிடமே பாதி வேலை வாங்கிவிடுகிறாள். நாள் முழுவதும் கொறிக்கிற கொழுப்புதான், இவளை இப்படியெல்லாம் பேச வைக்கிறது, செய்ய வைக்கிறது. இந்தத் திமிரை ஒடுக்கவேண்டும். அப்பா செத்தபோது ஊருக்காக ஒப்பாரி வைத்தாள். இவள் உடம்பு கரைய ஒப்பாரி வைத்துக் கதறிக் கதறி அழவேண்டும்.

அவனுடைய வாயிலிருந்து வெளிப்பட்ட சொற்களில், சினமே இல்லை: 'ராஜாமணி கல்யாணத்துக்கு, இப்போது என்ன அவசரம்? நான் செய்ய மாட்டேனா?"

"செய்யறவங்க, ரொம்பப் பேரைப் பார்த்தாச்சு. கல்யாணத்துக்கு முந்தியே தலைகீழா நடக்கிறே. கல்யாணம் ஆனப்புறம், யார் புத்தி எப்படி இருக்குமோ? யார் கண்டா?"

"பெட்டியிலே இருக்கிற பணத்தைப் பார்த்துட்டே; அதைப் பறிமுதல் செய்யறவரை உன் மனசு ஆறாது; இல்லியா?"

"நான் உன்னை, யாசகம் கேட்கல்லே! என் மவ வேலை செஞ்சிக் கழிக்கப் போறா!"

"நான் தரமாட்டேன்."

"நான் கட்டாயப்படுத்தல்லியே! குள்ளி புதுத் தெருவுக்குப் போவா..."

"நீயே எடுத்துக்கோ, இந்தா!" என்று அவன், ஆணியில் தொங்கிக் கொண்டிருந்த பெட்டிச் சாவியை, அவளிடம் எறிந்தான். சட்டையை மாட்டிக்கொண்டான். கண்ணாடியில் முகம் பார்த்துப் பவுடர் போட்டுக் கொண்டான். கிராப்பை ஒழுங்கு செய்துகொண்டான். அவளுடைய வாயிலிருந்து வெளிவந்த சொற்கள், செத்து அழுகி அழுகி வெளிவருவதாகவும் நாறுவதாகவும் அவனுக்குத் தோன்றியது:

"பெட்டியிலே நூறு ரூபா இருக்கு; எடுத்துக்கோ; சேலை கட்டிக்கோ; செயின் போட்டுக்கோ; போ... போ."

அவளிடம் பேசுவதற்குத் தன்னிடம் சொற்களே இல்லை; எல்லாம் தீர்ந்துவிட்டன என்று அவனுக்குப் புரிந்தது. பதில் பேசாமல் கீழே குனிந்தவாறு நடந்தவன், தயங்கி நின்றான்.

"காய்ஃதா?" (என்ன அண்ணா) – என்றவாறு, அவள் ஓடி வந்தாள்.

"ராஜாமணிகிட்டே, நான் அஞ்சு ரூபா கடன் வாங்கினேன். அவ சாப்பிட வர்றப்போ, ஒரு ரூபா சேர்த்து, அவகிட்ட கொடுத்துடு."

"ஏழு ரூபா, எதுக்கு அண்ணா?"

"உனக்கு ஒரு ரூபா, பிரியப்பட்டதை வாங்கித்தின்னு. அம்மாகிட்ட காட்டாதே."

"ஒரு ரூபா, எதுக்கு அண்ணா?"

"வச்சுக்கோ, வச்சுக்கோ."

சொல்லிக்கொண்டே அவன் நடந்தான். தலையில் கொதியாய்த் கொதித்தது. நெஞ்சில் எரியாய் எரிந்தது. பரபரவென்று வீட்டை விட்டு வெளியே வந்தான்; கிழக்கே நடந்தான்.

மாதப்பா சந்தைத் தாண்டி கீழ்க் கடலங்குடித் தெருவை அடைந்தான். உடம்பில் சொல்லி முடியாத ஓய்ச்சல்; யாரோ கழுத்தை நெட்டித் தள்ளிக்கொண்டு போவதுபோல் இருந்தது. எல்லா இரைச்சல்களும் அடங்கி, ஒரே ஓர் இரைச்சல் கேட்டது. நாய் குரைக்கும் சத்தம். நாய் குரைத்தபடி, அவனைக் கடிக்க வருகிறது. அவன் பயந்துகொண்டு ஓடுகிறான். சீ, கனவில் வந்த நாய், உண்மையில் துரத்துமா? கடிக்க வருமா? இதென்ன பைத்தியக்காரத்தனம்?

அவன் நடந்துகொண்டிருந்தான்.

மகாமகக் குளத்தை நெருங்கியதும் அவன் நின்றான். இந்தக் குளத்தில் விழுந்து செத்தால் சொர்க்கத்துக்குப் போகலாம் என்கிறார்கள். போன மாதம்கூட அவன் தெருவில் இருந்த கிழவி, இதில் விழுந்தாள்; பல பேர் விழுகிறார்கள். அவனும் விழுந்தால் என்ன? தண்ணீரிலே விழுந்த பிணம் என்பார்கள். அவன், அதைப் பார்த்திருக்கிறான். அவன் குளத்தில் விழுந்து செத்து, புசுபுசுவென்று பலூன்போல மிதந்தால், அம்மா அடையாளம் கண்டுகொள்வாளா? பயப்படுவாளா? அழுவாளா?

ஆனால், அவனுக்கு நீந்தத் தெரியும். குளத்தில் விழுந்தால், லேசில் உயிரை விடமுடியாது. அவனுக்குத்தான் கஷ்டம்.

அவன் தொடர்ந்து நடந்தான் மரணத்துக்கு அஞ்சி ஓடுகிறவன் போல, வேர்க்க விறுவிறுக்க நடந்தான். வெறிநாய் மறுபடியும் துரத்துகிறது; நிஜ நாய் அல்ல; கனவு நாய்தான்! ஆனாலும், அது கடிக்க வருகிறது. அது போதாதா? பக்கத்து வீட்டுச் சேவல், ஐயோய்யோ என்று கத்துகிறது.

அவன் விழித்தபடி, ரயில்வே ஸ்டேஷனை அடைந்தான். மணி ஒன்பது நாற்பது. ஒன்பது ஐம்பதுக்கு, ஒரு ரயில் வருகிறது. ரைட்!

அவன் தண்டவாளத்தோடு நடந்துகொண்டே இருந்தான். இரண்டு பர்லாங்கு நடந்திருப்பானா? எதிரில் ரயில் வருவது தெரிந்தது. 'அப்பாடா' என்று ஓர் உற்சாகம் உண்டாயிற்று. ரயிலுக்கு எதிரில் ஓடினால், டிரைவர் ரயிலை நிறுத்திவிடுவான் என்று, அப்போதும் அவனுக்கு ஜாக்கிரதை இருந்தது. ஆகையால், அவன் ஒதுங்கியே நின்றான்.

அரசலாற்றை நெருங்கியதும் ரயில் 'வர்ர்ர்ர்ர்றேன்!' என்று ஊதியது. அவன் சிரித்தான். அது பாலத்தைத் தடதடவென்று கடப்பதற்குள், அவனுக்கு அவசரம். நூறுமுறை விழுந்துவிட்டான், மனத்திற்குள்.

எஞ்சின் அவனைத் தாண்டியது. டிரைவர் அவனைப் பார்த்துச் சிரித்துக் கையை ஆட்டினான். நெருப்புச் சூடு, அவனைக் கர் என்று கிள்ளியது. நாய் குரைத்தது. சேவல் கூவியது. அம்மா கத்தினாள். ராஜம், ஓட்டப் பந்தயத்துக்கு நிற்பவன்போல, வலது காலை முன்னெடுத்து வைத்தான்.

“தூ ரொஃ்டி ரொஃ்டி மொர்னோ !” (நீ அழுது அழுது சாகணும் !) என்று பலமாய்க் கத்திக்கொண்டே, இரண்டு பெட்டிகளுக்கிடையில் பாய்ந்தான்.

6

ஆஸ்பத்திரியிலிருந்து சடலத்தை, இரவு பத்து மணிக்குத்தான் கொடுத்தார்கள். பிரேதத்தை வீட்டுக்குள் கொண்டுபோகக்கூடாது என்பதற்காகத் திண்ணையிலேயே ஒரு நாற்காலியில் உட்கார வைத்தார்கள். ரயில் டிரைவர் சந்தேகப்பட்டு பிரேக் போட்டதால் உயிர் போகும் அளவுக்குத் தலையின் பின்பக்கம் அடிபட்டதைத் தவிர, ராஜத்திற்குப் பெரிய நஷ்டம் ஏதும் இல்லை: ஆஸ்பத்திரிக்காரர்களும் நறுவிசாக வேலை செய்திருந்தார்கள். ஆக, ராஜத்தின் உடம்பு பார்ப்பதற்குப் பயங்கரமாக இல்லை. கழுத்தில் ரோஜா மாலையுடன், மாப்பிள்ளைக் கோலத்தில் உட்கார்ந்திருந்தது.

அம்மா, அழாமல் இருக்க முடியுமா ? கதறிக் கதறி அழுதாள். இந்தத் தெருவாசிகள் மட்டும் அல்ல; பல தெருக்களிலிருந்தும் மக்கள் கூட்டமாக வந்து பார்த்துக் கலங்கினார்கள்.

எதிர்வீட்டில்தான் பங்கஜம் இருந்தாள்; அவளுடைய பெற்றோர் எதிர்வீட்டுக்குப் போய்விட்டதால் அவள் தன் சகோதரர்களோடு இருந்தாள்.

“ஹய்யா, தூஜீஸீகா ?” (ஏண்டி, நீ போய்ப் பார்க்கவில்லையா ?) என்று அண்ணன் கேட்டான்.

“பார்க்காமே என்ன ? பைத்தியக்காரப்பிள்ளை ! கலியாணம் ஆனப்பறம், இந்த வேலை செய்யாமல் இருந்தானே !” என்ற பங்கஜம், போர்வையால் தலையையும் சேர்த்து மூடிக்கொண்டாள்.

குளிர் மட்டும் அல்ல; கும்பகோணத்தில் கொசுத் தொல்லையும் அதிகம்.

ஆனந்த விகடன் (மே 7, 1972)

இனி புதிதாய் . . . (அக்டோபர் 1991)

மறுபிரசுரம்: _இந்தியா டுடே_ (ஆண்டு மலர்: 1994)

எம்.வி. வெங்கட்ராம் கதைகள் (டிசம்பர் 1998)

முத்துக்கள் பத்து (2007)

பனிமுடி மீது ஒரு கண்ணகி (டிசம்பர் 2007)

●

அப்பாவும் பிள்ளையும்

நிலைக்கண்ணாடியில், தன் உருவத்தைப் பல கோணங்களில் பார்த்து, டி.பி.சி. சாமி மகிழ்ந்து கொண்டிருந் தான். என்றைக்கும் மகிழ்ச்சி அளிக்கும் விஷயம் அது.

ஐந்தடி ஆறரை அங்குல உயரமும், நாற்பத்துநாலு அங்குல அகலமும், நூற்றுநாற்பத்தைந்து பவுண்டு கனமுமுள்ள தன் உடலை, எந்த இடத்தில் நிறுத்தினாலும் பெண்கள் உள்ளிட்ட எல்லோருடைய கவனத்தையும் கவரக்கூடியது என்று அவனுக்குப் பெருமிதமான நம்பிக்கை உண்டு. நாற்பத்திரண்டு வயசாகிறது; இந்த வயசிலும் ஊளைச்சதை, ஆடு சதை, தொங்கு சதை என்பது போன்ற சரீர அநாகரிகங்கள் கிடையாது. எளிய தொந்தி இருந்தது. ஆனால் அது உயரத்தோடு பாந்தமாக இசைந்துவிட்டது. “ஷாம்பூ”வால் சுத்தம் செய்த தலையின் வெளிறிய பகுதிகளைச் “சில்விக்ரீன்” ரோமச் சாயத்தால் கறுப்பாக்கிவிட்டான். சுருள்கம்பிகள்போல் அடங்காமல் இருந்த தலைமயிரை, நாவிதனின் கைவண்ணத்தாலும், “வாஸ்லைனின்” உதவியாலும் கட்டுப்படுத்தியிருந்தான். மூக்கு ஓர் உருவம் இல்லை; புருவங்கள் மிகவும் அடர்த்தி; கண்களில் ஒரு சுவடு, இவை உடன்பிறந்த பலவீனங்கள்: ஆனால், எந்தப் பலவீனத்தையும் பலமாக்கிக்கொள்ளும் ஆற்றல், அவனுக்கு இருந்தது. முகத்துக்குச் சந்தனப் பவுடர் பூசிக்கொள்ளும்போது, தனக்குரிய மதிப்பை இந்த உலகம் தரவில்லை என்ற எண்ணம், ஓர் ஆழ்ந்த பெருமூச்சாயிற்று.

“காய் ர்ஹீ காய்? ஹன்னல் காஸ் ர்ஹேதீஸ் எமனிகுக் மியார” (என்ன இருந்து என்ன? பணம் காசு இருந்தால் தான், மனிதனுக்கு மரியாதை) என்று நினைத்தான் அவன்: “லைஃப்பை என்ஜாய் பண்ணத் தெரியாத பயல்கள் எல்லாம், லட்சத்திலே விழுந்து புரள்றாங்க; நமக்கு என்னடான்னா, சொந்தத்திலே ஒரு வீடுகூட இல்லே” என்று அவன் டாடா பிர்லாக்களை எண்ணிப் புழுங்கவில்லை; தெருவில் இருந்த பணக்காரர்களையும் வசதியோடு இருந்த உறவினர்களையும் நினைத்துத்தான் ஆத்திரப்பட்டான்.

“ர்ஹாந்தக்! ர்ஹாந்தக்! அஸ்கி ஃபெட்கான் மொகன் ஹாத் ஃபந் – திலிஹிஃப்பி ர்ஹாஸ்த காலம் அவய்!” (இருக்கட்டும்! இருக்கட்டும்! எல்லாப் பயல்களும் என்னிடம் கைகட்டி நிற்கிற காலம் வரும்!)–என்று அவன் மனத்தில் சபதம் செய்யும்போது, சுசீலா எதிரில் வந்து நின்றாள்.

“காய், ஹிந்ஃத கோட்? ஜெமய்ன் ஃகோர் நா?” (என்ன, இன்றைக்கு எங்கே? மாப்பிள்ளை வீட்டுக்குத்தானே?)

“ஹாய், ஜெமய்ன் ஃகோர் ஜெமன் கான் ஜாரிஸ்தே–” (ஆம்! மாப்பிள்ளை வீட்டுக்கு விருந்து சாப்பிடப் போகிறேன்) என்றான் சாமி.

“நல்ல நாளாயிருக்கு; கட்டாயம் காரியம் பலிக்கும். லட்ச ரூபாய்க்கு பாலிசி எடுப்பார்; பாருங்க.”

“மூணு லட்சம் கொடுத்தாலும், நான் வாங்கத் தயார். அவர் கொடுத்தாத்தானே? இருபதாயிரத்துக்குச் செஞ்சா பெரிய காரியம். அதுக்கு நாள் பூரா, அவர் வீட்டிலே போய்க் காத்துக் கிடக்கணும். ஆறு மாசமா, என்ன நடக்குது? வாங்க உட்காருங்கன்னு என்னை மூலையிலே சாத்திவிட்டுத் தறிக்காரங்க, குமாஸ்தாங்க கிராக்கிங்களோட பேச ஆரம்பிச்சா, என்னை மறந்து போவார். எல்லாரும் போன பிறகு, “நீங்க ஒரு வேலை செய்கிறீங்களா? இன்றைக்கு எனக்கு ரொம்ப வேலையாயிருக்கு. நீங்க புதன்கிழமை... ... வேண்டாம், திங்கக்கிழமை வாங்க. என்னால ஒரு முடிவு செய்ய முடியல்லே” என்பார். அவர் முடிவு செய்றத்துக்குள்ளே, என் ஆயிசு முடிஞ்சிடும் போலிருக்கு!”

“அப்படிச் சொல்லாதீங்க. இன்ஷ்யூரன்ஸ் ஏஜன்ட்ன்னாலே, கதவை இழுத்துப் பூட்டுவாங்க. மாப்பிள்ளை உட்கார வச்சிப் பேசறார்; செய்றதாவும் சொல்லிவிட்டார். எவ்வளவுக்குப் பாலிசி எடுக்கிறதுன்னு அவராலே முடிவு செய்ய முடியல்லே; அவ்வளவுதானே? நமக்கு அதிர்ஷ்டம் இருந்தா, லட்சத்துக்கே செய்யலாம். பாருங்க, செய்றாரா இல்லியான்னு.”

“உன் வாக்குப் பலிச்சா சரிதான்; வர்றதை விடமாட்டேன்.”

“மாமாவை, இன்னைக்கிக் கடைக்குப் போகவேணாம் என்னீங்களோ?”

“அப்பா இன்னும் போகல்லியா? மணி ஒன்பதே முக்கால் ஆகுதே? நான் எதுக்கு, அவரைக் கடைக்குப் போக வேணாம் என்கிறேன்? என்ன செய்றார்?”

“குளிச்சிட்டு நாமம் இட்டுக்கிறார்.”

“அதுக்கு ஒண்ணும் குறைச்சலில்லே. நாமம் போட்றதுக்கே, நாலு நாழி ஆகுமே. கொஞ்சம் கோணலாப் போயிடக்கூடாது; கொஞ்சம் மொத்தமாயிடக்கூடாது; அழிச்சி அழிச்சிப் போடுவார். இவருக்கு நாமத்துக்கு ஒரு டை தயார் செஞ்சித் தந்துடணும். இவ்வளவு நேரம் என்ன செஞ்சார்? ஒன்பது மணிக்குக் கடையிலே இருக்க வேண்டியவர், ஒன்பதே முக்காலுக்கே நாமம் போட்டா? டிபன் சாப்பிட்டாரா? இல்லையா?”

“அதெல்லாம் ஆயிட்டுதுங்க. வயசாச்சா, அவராலே பசியைப் பொறுக்க முடியல்லே! குழாயடியிலே துணி துவைச்சிக்கிட்டிருந்தார்; நீங்க குளிக்கிறப்போ டிபன் சாப்பிட்டார்.”

“நான் சாப்பிட வேண்டாம் என்னா சொல்றேன்? நல்லா சாப்பிடட்டும்! சாப்பிட்டுச் சாப்பிட்டே குடும்பத்தைச் சந்தக்கரைக்குக் கொண்டுவந்தவராச்சே.”

“மாமாவை இன்னைக்குக் கடைக்குப் போக வேண்டாம்னு சொன்னீங்களோன்னு கேட்டேன்; அதுக்கு இத்தனை பேச்சு எதுக்கு? இன்னைக்கி நடக்க வேண்டியதைப் பாருங்க” என்று, அவனுடைய பேச்சுக்குக் கடிவாளம் போட முயன்றாள் சுசீலா.

ஆனால், கண்களில் மூக்குப்பொடி பட்டாற்போல, அவன் மனசு திசைகெட்டு ஓடத் தொடங்கியது. “நடக்க வேண்டியதைப் பார்க்கத்தான் போறேன். இந்த மனுஷர் சரியா இருந்திருந்தா, இந்தக் குடும்பம், இந்த நிலையிலே ஏன் இருக்கு? நான் ஏன், இந்த நாய்ப் பிழைப்புப் பிழைக்கணும்? சித்தப்பாக்கள் எல்லாரும், எவ்வளவு சௌகரியமாக இருக்காங்க? நாலு பேரை அதட்டி வேலை வாங்கறாங்க; நாலு பேர் அவங்க தயவுக்குக் காத்துக் கிடக்கிறாங்க. நாம்ம நானூறு பேர் வாசல்லே காத்துக்கிடக்க வேண்டியிருக்கு.”

சாமி, அவசரமாய்ப் பணக்காரனாக விடாமுயற்சி செய்வதற்கும், தன்னுடைய மூலதனமான “பெர்ஸனாலிடி” போதிய ஆதாயம் தரவில்லை என்று ஏங்குவதற்கும் மூலக் காரணமே அதுதான்.

2

கும்பகோணம், சௌராஷ்டிர நடுத்தெருவில், பரம்பரையாகக் கோறா (கச்சா) பட்டு வியாபாரம் செய்யும் குடும்பம் அவர்களுடையது. அவனுடைய தகப்பனார் பாலச்சந்திரய்யரோடு பிறந்த சகோதரர்கள் மூவர்; இருவர் பரம்பரைப் பட்டுத் தொழிலை விரிவாகச் செய்கிறார்கள்; இன்னொருவர் வக்கீல்; நல்ல “பிராக்டீஸ்”. அவர்கள் எல்லோரும் மாளிகையும் காருமாக வாழ்கிறார்கள். அவர்களைப் போலவே, குடும்பத்தில் பங்கு வாங்கிக்கொண்டவர்தான் அப்பா? விருத்தி செய்வதென்ன, இருக்கிற சொத்துக்களைக் காப்பாற்றிக்கொள்ளவே தெரியவில்லை.

நாற்பது, ஐம்பது ஆண்டுகளுக்கு முன்னால், சௌராஷ்டிரர்கள் படிப்பில் அதிக அக்கறை காட்டுவதில்லை. பணக்காரர்களாக இருந்தால், ஏழெட்டு வகுப்புகள் படித்ததும் பிள்ளைகளைக் குடும்பத் தொழிலில் ஈடுபடுத்திவிடுவார்கள். ஏழை வீட்டுப் பிள்ளைகளானால், பள்ளியைத் தரிசனம் செய்யாமலே, தறிமேடை ஏறுவார்கள், அல்லது திண்ணைப் பள்ளிக்கூடத்தில் எழுதப் படிக்கக் கற்று ஜவுளிக் கடைகளில் குமாஸ்தா வேலைக்குப் போவார்கள். அந்தக் காலத்திலேயே தாத்தாவுக்கு மூத்த பிள்ளையைக் காவேரிக்கரையில் உள்ள கல்லூரியில் படிக்க வைத்துவிட வேண்டும்; பட்டதாரி ஆக்கிவிட வேண்டும் என்று ஆசை. எஸ்.எஸ்.எல்.சி. வரை தோல்வி காணாமல் தேறிவந்த பாலச்சந்திரய்யர், கல்லூரியில் சேர்ந்தார்.

அப்போதே அவருக்குத் திருமணமும் ஆகிவிட்டது. பக்கத்துத் தெருவிலேயே ஒரு பெரிய குடும்பத்தைச் சேர்ந்த பெண். அக்காலத்தில் வீட்டு மாப்பிள்ளைகளுக்கு ஒருவருடம் வரை நாலு வேளையும் விருந்திடுவது,

சௌராஷ்டிரர்களின் வழக்கம்; இப்போது அது மாறி வருகிறது; உள்ளூர் மாப்பிள்ளையானாலும் இப்போது இரண்டொரு மாதங்களுக்கு மேல் மாமனார் வீட்டில் விருந்து சாப்பிடுவதில்லை. பாலச்சந்திரய்யர் மாமனார் வீட்டில் புதிய மனைவி கையால் விருந்துண்டு, அப்படியே மாட்டு வண்டியில் காலேஜுக்குப் போவார். இரண்டு ஆண்டு இண்டர்மீடியட் வகுப்பை மூன்றாண்டுகள் தாண்டி, பி.ஏ. வகுப்பில் மூன்றாண்டுகள் விடாமுயற்சி செய்து பட்டம் பெற முடியாவிட்டாலும், ஒரு பிள்ளையையும் பெண்ணையும் பெற்று முடித்தார். தாத்தாவின் கனவு நிறைவேறவில்லை.

அத்தோடு படிப்பை நிறுத்திக்கொண்டு, குடும்பத்திலிருந்து பாகப் பிரிவினை செய்துகொண்டு தனியே தொழில் செய்யத் தொடங்கினார் பாலச்சந்தரய்யர். தலைமுறை தலைமுறையாகச் செய்து வரும் கோறா (கச்சா பட்டு) வியாபாரம்தான்; தொழிலின் "நெளிவுசுளுவு"கள் எல்லாம் அவருக்குத் தெரிந்திருக்கவேண்டும். தொழிலிலும் பெரிய நஷ்டம் ஏற்பட்டதாய்த் தெரியவில்லை. குடும்பம் வலுத்து வந்தது என்பது மெய்தான். ஆயினும், எப்போதும் வரவுக்கு மீறியே செலவு செய்தால், தொழில் எப்படி உருப்படும்? பதினைந்து ஆண்டுகளுக்குள் எல்லாவற்றையும் வேரோடு கெல்லி எறிந்த பிறகுதான் ஓய்ந்தார்.

சாமி மூத்த பிள்ளை. குடும்பம் ஒரு குறையும் இல்லாமல் ஆடம்பரமாக வாழ்ந்தது தெரியும்; அடுத்தவேளைக்கு எதை விற்பது என்ற இழிநிலை அடைந்ததும் தெரியும். அம்மா – அப்பாவைக் குறைகூறுவது பாவம் என்கிறார்கள்; அம்மாக்களும் அப்பாக்களும் முறையாக வாழ்ந்தால் உலகத்தில் இவ்வளவு பிரச்சனைகள் இருக்காதே!

அம்மாவும் அப்பாவும் குடும்பம் நடத்தியதை நினைத்தால், இன்றைக்கும் சாமிக்கு ஆச்சரியமாக இருக்கிறது. இருவரும் அதிகமாய்ப் பேசுவதில்லை. அம்மா ஒருநாளில் இருபது, முப்பது வார்த்தைகள் பேசினால் அதிகம். அவளுக்குக் கரிய பெரிய கண்கள்; சிவப்பு உடம்புக்கு அக்கண்கள் மிக வசீகரமாக இருக்கும். கண்களாலேயே அவளுடைய ஆட்சி நடந்தது எனலாம். வாயால் சொல்ல வேண்டியதை எல்லாம், கண்களாலே அழுத்தமாய்ச் சொல்லிவிடுவாள்.

அம்மாவை அப்பா அதட்டிப் பேசியதையோ, இரண்டு பேரும் கூச்சலிட்டு ஆபாசமாகச் சண்டை இட்டதையோ, சாமி கண்டதில்லை. ஆனால், இருவரும் ஒற்றுமையாகவும் மகிழ்ச்சியாகவும் வாழ்ந்தார்கள் என்றும் கூற முடியாது. அப்பா அம்மாவை விரக்தியோடு பார்ப்பார். அம்மா அப்பாவைப் பார்க்கும் பார்வையில், ஓர் அலட்சியம் இருக்கும். அவள் ஒரு வேலையும் செய்வதில்லை; சமையல்காரியும் வேலைக்காரியும் இருந்தார்கள்; அந்த வசதி குறைந்தபிறகு அப்பாவே குழந்தைகளின் துணையோடு எல்லாம் செய்வார்.

அம்மா அடிக்கடி மாடிக்குப் போய்விடுவாள். அவள் மாடிப்படி ஏறப்போகும் சமயம், அப்பா அவளுக்கு முன்னால் போய், "மாடிக்கு ஏன் போகவேண்டும்? கீழே இருந்தால் என்ன?" என்று விநயமான குரலில்தான் சொல்வார். அம்மா கழுத்தை நிமிர்த்தி, ஒரு மாதிரியாகப் பார்த்துவிட்டு, அவரைச் சுற்றிக்கொண்டு மாடிக்குப் போய்விடுவாள். கொஞ்ச நேரம்

அப்பா வாய்க்குள் திட்டியபடி பரபரப்பாக இருப்பார்; பிறகு வேலைகளில் கவனம் செலுத்துவார்.

எப்படியோ தொழில் கெட்டது. கடன் சுமையோடு நிறுத்த வேண்டிய நிலைமை உண்டாயிற்று. குடும்ப நிர்வாகம் அபாய மண்டலத்திலேயே இழுத்துப் பறித்துக்கொண்டு நடந்தது.

கைப்பொருளை இழந்ததன் பயனாக, அடிக்கடி சோதிடம் பார்த்து, அப்பாவே அரைசோதிடர் ஆகிவிட்டார். காலம் சரியாக இல்லை என்று அவர், நாகேசுவரன் கோயிலைச் சரணடைந்தார். சாப்பாட்டு நேரத்தில் வீட்டுக்கு வருவார்; களையாறிவிட்டுக் கோயிலுக்குப் போய் விடுவார். இந்த நிலைமையில் அம்மா அப்பாவோடு பேசுவதே இல்லை; அப்பா அவளுக்கு எதிரில் நிற்பதுகூட இல்லை.

மூத்த மகனான சாமி மீது, குடும்பப் பொறுப்பு ஏறியது. அவன் ஒன்பதாம் வகுப்போடு படிப்பை நிறுத்திக்கொண்டான். படிப்பு வரவில்லை என்பது உண்மை; குடும்பத் தேவையும் சேரவே அவன் தொழிலில் இறங்கினான். பரம்பரைத் தொழில் பிடிக்கவில்லை; பல புதிய தொழில்கள் செய்தான்; எதுவும் நிலைக்கவில்லை என்றாலும் குடும்ப வண்டி ஓடுவதற்கு உதவியாக இருந்தது.

அப்பாவோடு பேசாமலே அம்மா இறந்தாள்; அதிக நாட்கள் படுக்கவில்லை; இரண்டு, மூன்று மாதங்கள் படுக்கையில் கிடந்தாள். அப்போதும் அவள் அப்பாவைத் தேடவில்லை; தேடுவதென்ன? அப்பா வலதுபுறம் வந்தால், அவள் இடது பக்கம் சாய்வாள். அப்பாவும் எட்டி நின்று குனிந்து பார்த்துவிட்டுக் கோயிலுக்குப் போய்விடுவார். உண்மையில், அம்மா இறந்த செய்தியைக் கோயிலில் இருந்த அப்பாவுக்குச் சொல்லி அனுப்ப வேண்டியிருந்தது. எவ்வளவோ கஷ்டங்களுக்கு இடையிலும், “அம்மாவும் அப்பாவும் ஏன் பேசவில்லை?” என்ற வேதனை, சாமியின் நெஞ்சில் முள்ளாய்த் தைத்துக்கொண்டிருக்கிறது. அவள் மறைந்து பல ஆண்டுகளுக்குப் பிறகும், இந்தக் கேள்வி திடீரென்று கனன்று, அவன் மனதைச் சுட்டுப் பெருமூச்சாக்கும்.

பிறகு, பெந்தகத்திலிருந்த வீட்டைக் கடன்காரர்களுக்குக் கிரய சாஸனம் செய்து கொடுத்துவிட்டுக் குடும்பம் வாடகை வீட்டுக்குக் குடிபெயர்ந்தது என்பதுடன், அதன் துயரக் கதை முடிகிறதா? இரண்டு தங்கைகளுக்குத் திருமணம் செய்யவேண்டும்.

இந்த விஷயத்தில், அப்பாவின் சோதிடம் சரியாகப் பலித்தது. மூத்த பெண்ணை, ஒரு பெரிய பட்டு ஜவுளி வியாபாரி விரும்பி மணந்துகொண்டார். இந்தச் சமூகத்தில் வரதக்ஷிணை, சீர்வரிசைகள், நகைகள், ரொக்கம், விருந்து என்ற சகலவிதமான திருமணக் கொடுமைகளையும் பெண்ணைப் பெற்றவர்கள் அனுபவித்தாகவேண்டும். ஆனால், இந்த மாப்பிள்ளை, எதையும் எதிர்பார்க்கவில்லை. பெண்ணைக் கட்டிக்கொண்டு, ஐந்து நாள் விருந்து சாப்பிட்டதோடு, சரி.

இந்தக் கலியாணம் நடந்த பிறகுதான், சாமியின் குடும்பத்துக்கு ஒரு “ஸ்டேடஸ்” உண்டாயிற்று என்று சொல்லவேண்டும். ஊருக்கும்

உறவுக்கும் இளப்பமாக இருந்த குடும்பம், சற்று நிமிர்ந்தது. பல தொழில்களில் புகுந்து புறப்பட்ட அனுபவத்தையும் வாக்குத் திறமையையும் தன் பெர்சனாலிடியையும் மூலதனமாகப் போட்டு, ஒரு இன்ஷ்யூரன்ஸ் கம்பெனியின் ஏஜன்ட் ஆனான். புதிய உறவை மிகவும் லாபகரமாய்ப் பயன்படுத்திக்கொண்டான். இரண்டாவது தங்கையும், நல்ல இடத்தில் வாழ்க்கைப்பட்டு, வெளியூருக்குப் போய்விட்டாள். இரண்டு கலியாணங்களுக்காகவும் அவன் செலவு செய்தது சொற்பம்தான் என்றாலும், உள்ளதை விற்றும், கடன் வாங்கியும் செலவழிக்கும்போது எதுவும் அதிகம்தானே?

தங்கைகளுக்குத் திருமணமானதைவிடத் தன் கலியாணம்தான் அவனுக்கு ஆச்சரியமான விஷயம். நடுத்தரக் குடும்பத்தில் பிறந்தவள்; பல அண்ணன், தம்பிகளுக்கு இடையில் மூத்த பெண்; சாமி மணப்பந்தலில்தான் சுசீலாவைப் பார்த்தான். அன்று ஏற்பட்ட மன நிறைவு, பல ஆண்டுகள் கூடி வாழ்ந்த பிறகும் குறையவில்லை.

அவளுடைய தங்கைகள் எல்லோரும் மிக வசதியான குடும்பங்களில் வாழ்க்கைப்பட்டார்கள். சுசீலா இரண்டாவது பெண்ணாக இருந்திருந்தால் அவனுக்குக் கிடைத்திருப்பாளா என்பது சந்தேகம். மைத்துனிகளால் உண்டான புதிய உறவுகளும் அவனுடைய தொழிலுக்குப் பக்க பலம் ஆயின. வல்லவனுக்குப் புல்லும் ஆயுதம்; வல்லவனான அவனுக்கோ அரச மரங்களும் ஆலமரங்களும் ஆயுதங்களாய்க் கிடைத்தன.

சிறுகச் சிறுகத்தான் வசதிகள் திரும்பிக்கொண்டிருந்தன. அப்பாவும் அம்மாவும் குடும்பம் நடத்தியதுபோல் இருக்கக்கூடாது; தானும் சுசீலாவும் நிர்வாகம் செய்யும் பாங்கைப் பார்த்து அப்பா கற்கவேண்டும் என்று அவன் மனம் உரத்து ஆரவாரம் செய்ததில்லை. ஆயினும், இவர் அழித்து ஒழித்ததை எல்லாம் நான் திருத்திச் செப்பனிடுகிறேன் என்ற அகங்காரம், அவரைப் பார்க்கும்போது அவனுக்குள் எழத்தான் செய்தது.

“எல்லாம் விதி; கிரகங்களின் வேலை” என்பார் அப்பா.

“அது கையாலாகாதவர்கள் பேசும் வாய் வேதாந்தம். நாமம் இட்டும், விபூதி பூசியும், நவக்கிரகங்களைச் சுற்றியும், ஆஞ்சநேயரைக் கும்பிட்டுக்கொண்டும் இருந்தால், குடும்பம் உருப்பட முடியுமா?”—இந்தக் கேள்வியைப் பெற்றவரிடம் அவன் ஒருநாளும் வாய்திறந்து கேட்டதில்லை. ஆனால், அவன் அவரைப் பார்க்கும் பார்வைக்கும் பேசும் பேச்சுக்கும் பின்னால் இக்கேள்வி நாசூக்காய், அப்பாவுக்குப் புலப்படும்படி மறைந்து நிற்கும்.

3

மகன் மனசைத் தோண்டிப் பழைய நினைவுச் சின்னங்களை வெளியில் எடுத்துப் பார்த்து மகிழ்கிறான் என்பதை அறியாத பாலச்சந்திரய்யர், நெற்றியில் துலங்கும் திருமண்ணுடன், ஈரத்துண்டைக் கொடியில் உலர்த்துவற்காக அந்தப் பக்கம் வந்தார். மாமனாரைக் கண்ட சுசீலா, சமையலறைக்குள் நகர்ந்தாள்.

அப்பாவும் பிள்ளையும் அதிகம் பேசுவதில்லை. எங்கோ பார்ப்பது போல், அவன் மெதுவாய்க் கேட்டான்: "நீங்க இன்னைக்குக் கடைக்குப் போகல்லியா?"

"லேட்டா வருவேன்னு சொல்லிட்டுத்தான் வந்தேன்."

"அடிக்கடி லேட்டாப் போனா, அவங்க வித்தியாசமாக நினைக்க மாட்டாங்களா? எதுக்கு லேட்டாப் போகணும்? இங்கே உட்கார்ந்திருக்கிறதுக்குப் பதிலாக, அங்கே போய் இருக்கலாமே?"

"நான் அடிக்கடி லேட்டாப் போகல்லே; ரொம்ப அழுக்குச் சேர்ந்திருந்தது; துவைச்சிப் போடலாம்னுதான்."

"ரொம்பக் கஷ்டப்பட்டுக் கிடைச்ச வேலை, விட்டுடாதீங்க" என்றான் சாமி, பணிவான குரலில்.

"எனக்குத் தெரியும்" என்றவர், கொடி மீது துண்டை விரித்துப் போட்டுவிட்டு நடந்தார்.

"புறப்பட்டீங்களா?"

"இல்லே; பதினோரு மணிக்கு போனாப் போதும், பத்துத்தானே ஆகுது?"

இந்த வேலையையும் கோட்டை விட்டு வீட்டோடு குந்திக்கொள்ளப் போகிறார் என்று அவன் வாய்க்குள் முணுமுணுத்துக்கொண்டான்.

அவருக்கு இந்த வேலை எளிதிலா கிடைத்தது? படைத்தவன் படி அளப்பான் என்று பொறுப்பற்றுக் கோயிலில் கிடந்த அவர், ஒரு வேலைக்குப் போய்ச் சம்பாதித்தால் என்ன என்று சாமிக்குத் தோன்றியதை, அவரிடம் சொன்னான். என்ன நேர்ந்தாலும் சரி, இன்னொருவனிடம் கைகட்டிச் சேவகம் செய்யமாட்டேன் என்று முதலில் அவர் மறுத்துவிட்டார். ஆனால், வீட்டில் நாளுக்கு நாள் பெருகும் துன்பத்தைக் கண்டு மனம் தளர்ந்து, அவராகவே ஒப்புக்கொண்டார்.

பிறகு அவருக்காக, அவன் வேலை தேடலானான். ரிடையர் ஆகிற வயதில் வேலை வேணும் என்றால், சுலபமாய்க் கிடைக்கிறதா? முதலாளியாக இருந்த அவரைச் சம்பளத்துக்கு ஏற்கச் சிலர் ஒப்பவில்லை. வயசாகிவிட்டது; உடலில் பலம் போதாது என்று சிலர் சொன்னார்கள். கடைசியில் ஒரு சீவல் கம்பெனியில் குமாஸ்தா வேலை தேடித் தருவதற்கு ஒரு வருடத்துக்கு மேல் ஆயிற்று. சீவல் கம்பெனிக்காரர் சிறுகத் தொடங்கிப் பெருகியவர்; எடுத்த எடுப்பிலேயே அறுபது ரூபாய் சம்பளம் போட்டுக் கொடுத்தார்; தீபாவளியின்போது மூன்று மாதச் சம்பளம் போனஸ். அறுபது என்பது கணக்குப்பிள்ளைக்குப் பெரிய சம்பளம்; இப்போது அது எழுபத்தைந்தாக உயர்ந்துவிட்டது.

எழுபத்தைந்தில் அவர் அறுபதை வீட்டில் தருகிறார். பதினைந்து அவர் கைச்செலவுக்காம்; என்ன செலவோ? சவுக்காரம், எண்ணெய்க் குளியல், சவரம் எல்லாம் வீட்டில்தானே நடக்கின்றன? சாமி பெருந்தன்மை யாக விட்டுக்கொடுத்தான். பதினைந்து பற்றி அவன், ஒரு வார்த்தை கேட்கவில்லை.

எவ்வளவோ கஷ்டப்பட்டுக் கிடைத்த வேலை, இப்படி "மட்டம்" போடுகிறாரே என்று அவனுக்குக் கோபம் வந்தது.

"அவரைச் சீக்கிரம் கிளம்பச் சொல்லு" என்று, அவன் மனைவியை அதட்டினான்.

"கிளம்பிடுவாருங்க; அவருக்குத் தெரியாதுங்களா? ரொம்பப் படிச்சவர்; அவருக்கு நாம்ம சொல்லித் தரணுமா? வெளியே போறப்போ கலகலப்பாய்ப் புறப்படணும். போனதையும் வந்ததையும் நினைச்சி, சிடுசிடுன்னு இருக்கலாமா?"

அவள் கொண்டுவந்த போர்ன்விடாவைச் சுவைத்துக் குடித்தவன், நாக்கை நொட்டைவிட்டுக் கொண்டான். அவனுக்கே சிரிப்பு வந்தது. அப்பாவின் குணம், பிள்ளையைத் தொடராமல் இருக்குமா? அவர் சாப்பாட்டுப் பிரியர் என்றால், இவனுடைய நாக்கும்தான் எல்லாவித சுவைகளும் தேடுகிறது.

மின்விசிறிக் காற்றும் சுசீலாவின் மூச்சும் வாழ்க்கை அமைதியானது என்பதை, அவனுக்கு உணர்த்தின. அவனுக்குப் போதிய வருவாய் இருக்கிறது; அப்பா கொஞ்சம் சம்பாதிக்கிறார். இரண்டு பிள்ளைகளும், பெண்ணும் நன்றாய்ப் படிக்கிறார்கள். மாமியார், மைத்துனர்கள், மாப்பிள்ளைகள், ஷட்டகர்கள் ஏணியாக நிற்கும்போது அவர் மேலே ஏற முடியாதா?

மறுபடியும் சந்தனப் பவுடரை முகத்தில் பூசினான்; உள்ளூர்க் கம்பெனிப் பவுடர்; வேர்வை வந்தாலும் பவுடர் மணம் நிற்கும். முழுக் கைச்சட்டை அணிந்து, சட்டையின் இரு கைகளையும் முழங்கைவரை மடித்துவிட்டுக் கண்ணாடியில் முகம் பார்த்துக் கிராப்பைச் சரிசெய்து கொண்டான்.

"ஸெர்கோ, மீ அவ்கா?" (சரி, நான் வரட்டுமா?)

"ஜீ அவோ, மீ ஸங்கரிஸ் ஸவோ ஜெமய்ன் ஹிந்த ஒப்புலுடன்—" (போய் வாங்க; நான் சொல்றேன் பாருங்க; மாப்பிள்ளை, இன்னைக்கு ஒப்புக்கொண்டு விடுவார்.)

சாமி டிப்—டாப் பிளாஸ்டிக் பாக்கைக் கையில் எடுத்துக்கொண்டான்.

4

திரையருகில் உட்கார்ந்து சினிமா பார்க்கும் ரசிகனைப் போல், "ஓய்ய்ங்... ஓய்ய்ங்..." என்று விசிலடிக்கும் மனசுடன், மிக லகுவாக வலது கையில் சைக்கிளைத் தூக்கிக்கொண்டு, வாயிற்படிகளை இறங்கித் தெருவுக்கு வந்தான் சாமி.

முதலில் குறுக்கே போகலாம் என்று எண்ணிச் சைக்கிளை வைத்துப் பிறகு மேற்கே போவது என்று முடிவு செய்து, சைக்கிளைத் திருப்பிய ஒரு சொடுக்கு நேரத்தில், சனிப்பகவான், அவனைக் "கப்" என்று பிடித்துவிட்டார்.

கிழக்கிலிருந்து மேற்கு நோக்கிப் பார்த்தசாரதி செட்டியார் சைக்கிளில் வருவது தெரிந்தது. அவன் தன்னைப் பார்த்துவிட்டான் என்பதைச் செட்டியார் கவனித்துவிட்டார்; இருவருடைய கண்களும் கலந்துவிட்டன.

ஆகையால், பார்க்காததுபோல் சைக்கிளை மிதித்துக்கொண்டு, தப்பி ஓடிவிட முடியாது.

இதென்ன? "லக்கி டேன்னு புறப்பட்டா, ஒரே அபசகுனமாய் இருக்கு, ஒரு செட் வசூல் வாரங்களை விரட்டியடிச்சிட்டேன். இந்த ஈட்டி வசூல்காரனை, எப்படித் துரத்தறது?" என்று, அவன் வாகனத்தை அணைத்தவாறு யோசிக்கும்போதே, செட்டியார் பக்கத்தில் வந்து சைக்கிளிலிருந்து குதித்தார். வேறு வழியின்றி, அவன் புன்னகை செய்து காட்டினான். செட்டியார் பதிலுக்குப் புன்னகை செய்தாரா, முகத்தைச் சுளித்தாரா என்பது புரியவில்லை. அவர் திண்ணையோரமாகச் சைக்கிளை நிறுத்திவிட்டுத்தான் நிமிர்ந்தார்.

"செட்டியார், ஆர்டர் கான்வாஸ் செய்யப் புறப்பட்டீங்களா? நானும் அதுக்குத்தான் புறப்பட்டேன்" என்று நடுத்தெருவிலேயே, அவருக்கு விடை கொடுத்து அனுப்ப முயன்றான் சாமி.

"இல்லே, உங்களைப் பார்க்கத்தான் வந்தேன்."

"அப்பாவைத்தானே பார்க்க வந்திருப்பீங்க? அவர், அப்பவே கடைக்குப் போயிட்டாரே."

"நான் அப்பாவைப் பார்க்க வரல்லே. உங்களைப் பார்க்கத்தான் வந்தேன்" என்றார் செட்டியார், கசந்த குரலில்.

"என்னையா பார்க்க வந்தீங்க?"– என்று மிகவும் ஆச்சரியப்படுகிறவன் போலக் கேட்டான் சாமி: "மேற்கே போறீங்களே, ரெண்டு பேரும் சேர்ந்து பேசிக்கிட்டே போகலாமேன்னு பார்த்தேன். வாங்க, உள்ளே போய்ப் பேசலாம்" என்று கூறியபடி வாயிற்படிகள் ஏறும்போது, அப்பா வீட்டில் இல்லை என்று சொல்லியான பொய் ஞாபகத்துக்கு வரவே, "திண்ணையிலே உட்காருவோமே! காற்றோட்டமாயிருக்கும்" என்றவாறு, பெரிய திண்ணையில் உட்கார்ந்தான்.

"தெருவிலேயே பேசச் சொன்னாலும் பேசறேன். எனக்கு ஆட்சேபம் இல்லை" என்று செட்டியார், கைக்குட்டையால் திண்ணையைத் தட்டிவிட்டு, வீட்டுக்குள் பார்த்தபடி உட்கார்ந்துவிட்டார்.

ஆரம்பமே வக்கிரமாக இருக்கிறது, இந்த நேரத்தில் அப்பா, "கிண்டாயநம" என்று செட்டியாருக்கு முன்னால் காட்சி தந்துவிடுவாரோ என்று அஞ்சிய சாமி, "இருங்கோ, வந்துட்டேன்" என்று சொல்லிவிட்டு உள்ளே விரைந்து, "எமக்கிங்கரன் வந்திருக்கிறான்; வெளியில் வந்துவிட வேண்டாம்" என அப்பாவை எச்சரித்துவிட்டு, வெற்றிலைத் தட்டுடன் திண்ணைக்குத் திரும்பினான்.

"வெத்திலை போடுங்க; நீங்கதான் தூக்கத்திலேயும் அரைக்கிறவங்களாச்சே!"

"நான்தான் கையோட அடைப்பத்தைக் கொண்டு வந்திருக்கேனே" என்று செட்டியார், வெற்றிலைப் பெட்டியைச் சுருட்டியிருந்த பையைக் கீழே வைத்துவிட்டு, தட்டிலிருந்த சீவலை அள்ளி வாயில் போட்டு, ஒவ்வொரு வெற்றிலையாகக் காம்பு கிள்ளி, சுண்ணாம்பு தடவி, முதுகு நரம்பு உரித்து வாயில் இட்டுக்கொண்டே, ஏதோ சொல்லத் தயங்குகிறார் என்பதைச்

சாமி புரிந்துகொண்டான். அவர் சொல்ல வந்ததைச் சொல்லவிடாமல் இளக்க என்ன வழி என்று, சுறுசுறுப்பாய் அவன் மனம் திட்டமிட்டது.

"செட்டியார், நீங்க சொன்னதை நம்பிப் பேரை மாத்தி ஆறு மாசம் ஆகுது. ஒண்ணும் எஃபெக்ட் இல்லியே."

"ஆறு மாசம்தானே ஆகுது? குறைஞ்சபட்சம் ஒருவருஷம் போக வேணாமா? ரெண்டு வருஷம்கூடப் போகணும். உங்க பழைய பெயர் முழுசா மறந்துபோகணும், உங்களுக்கு மட்டுமில்ல, மத்தவங்களுக்கும் மறந்துபோயிடணும். சின்னசாமின்னு யாராவது கூப்பிட்டா, நீங்க திரும்பிப் பார்க்கவும் கூடாது; திரும்பிப் பாக்கணும்னு தோணவும்கூடாது. அப்புறம்தான் புதிய பேர், ஃபுல்லா வேலை செய்ய ஆரம்பிக்கும்" என்று செட்டியார், சாங்கோபாங்கமாக விடையளித்தார்.

அவருக்கு நியூமராலஜி – நம்பர் சாஸ்திரத்தில் ஈடுபாடு. பிறந்த தேதி எண்ணுக்கு இசைவாகப் பெயர் எண் இருந்தால் அதிர்ஷ்டம்; இல்லாவிட்டால் துரதிர்ஷ்டம் என்பது அந்தச் சாஸ்திரம். பிறந்த தேதி எண்ணை மாற்றமுடியாது; ஆகையால் அதிர்ஷ்ட எண்ணுக்குப் பெயரை மாற்றிக்கொள்ளும்படி அது போதிக்கிறது. அதிர்ஷ்டம் வரும்; பணம் வரும் என்றால் யாருக்குத்தான் சபலம் தட்டாது? டி.பி. சின்னசாமி என்ற அவனுடைய பழைய பெயர், துரதிர்ஷ்ட எண்ணான 8இல் இருப்பதாகச் செட்டியார் போன்ற நண்பர்கள் பயமுறுத்தினார்கள். ஆகையால், டி.பி.சி. சாமி என்று நம்பர் சாஸ்திரி, அவனுக்குப் புதிய பெயரிட்டு ஆறு மாதமாகிறது. புதிய பெயரின் எண் 19; அது உதயசூரியனைக் குறிப்பது; அஸ்தமனமே இல்லாத உதயசூரியன்; அதன் ஆட்சியில் அவன் எதிர்காலம் பிரகாசமாக இருக்கும் என்று நம்பர் சாஸ்திரிகள் உறுதி கூறியிருந்தார்கள். இரண்டு ஏக்கள் உள்ள சாமி என்பதே, இனி தன் பெயர் என்று, அவன் கெஜட்டில் அறிவித்தான். பாங்கு, இனஷ்யூரன்ஸ் கம்பெனி, கிராக்கிகள் எல்லோருக்கும் புதிய பெயரை இரட்டை வர்ணத்தில் அச்சிட்ட லெட்டர் ஹெட்டில் தெரிவித்தான். ஒரு நூறு பக்கம் நோட்டு முழுவதும் புதிய பெயரை எழுதிப் பழகினான். அவன் பெரும்பாலும், தன் பழைய பெயரை மறந்துவிட்டான் என்று கூற வேண்டும்.

நம்பர் பேச்சு வந்ததும், செட்டியார் உக்கிரம் தணிந்து சுமூகமாய்ப் பேசத் தொடங்கவே, சாமி வலையை அகல விரித்தான்: "புதிய நம்பர், எப்போ வேலை செய்யப் போகுதோ, போங்க! பேரை மாத்தினதிலிருந்து, ஒண்ணுமே சரியாயில்லே. தொழில்லே ஏகப்பட்ட தொல்லை; என்ன செஞ்சாலும் இடறுது. வீட்டிலே ஒருத்தர் மாத்தி ஒருத்தருக்கு வியாதி; சில சமயம் பழைய பேருக்கே திரும்பிடலாம்னு தோணுது."

"அவசரப்பட்டு, அப்படி எல்லாம் செஞ்சிடாதிங்க. நீங்க சனியின் ஆட்சியிலிருந்து சூரியன் ஆட்சிக்கு மாறினீங்க; இல்லியா? சனி சும்மா இருப்பானா? கொஞ்சம் குறும்பு செய்றான். ஆனா, நான் ஒன்னு சொல்றேன்; கேளுங்க. சனி ஒரு கஷ்டம் கொடுத்து, பெரிய நன்மை செஞ்சிட்டுப் போவான். அப்படி செய்றானா இல்லியான்னு பாருங்களேன்" – தன் சாஸ்திர ஞானத்தைக் காட்டுவதாக எண்ணிப் பேசிய செட்டியார், அவன் விரித்திருந்த வலையை நோக்கித்தான், வேகமாய்ப் போய்க்கொண்டிருந்தார்.

“நியூமரலாஜியிலே பெரிய எக்ஸ்பர்ட் ஆயிட்டீங்க!” என்று முகஸ்துதியில் இறங்கினான் சாமி: “நீங்க சொன்னீங்க, வெங்கட்ராமய்யர் சொன்னார்னு நம்பிப் பேரை மாத்திக்கிட்டேன். இப்ப நீங்க சொல்றதைப் பார்த்தா, இன்னும் ரெண்டு வருஷம் கஷ்டப்படணும் போலிருக்கே!”

“கஷ்டம், கஷ்டம்னு சொல்லிக்கிட்டே இருக்கீங்க. என்னங்க கஷ்டம் உங்களுக்கு? ஒருத்தரண்டை கைகட்டிச் சேவகம் செய்யாமலே சம்பாதிக்கிறீங்க. பெரிய இடங்களிலே சம்பந்தம் பண்ணியிருக்கீங்க. உங்க மாப்பிள்ளை மனது வச்சா, எவ்வளவோ செய்யலாமே.”

“நீங்க சரியாத்தான் சொல்லிட்டீங்க செட்டியார். மனசு வச்சாத்தானுங்களே? இன்ஷ்யூர் செஞ்சிக்குங்க, செஞ்சிக்குங்கன்னு ஆறு மாசம் அலைஞ்சேன். ஒரு தினுசா ஒப்புக்கிட்டார். தொகை முடிவு செய்ய முடியல்லேன்னார். அதுக்காக, ஆறு மாசமா, லாடம் தேய அலையறேன். இன்னைக்குத் தேதி நம்பர் ஒண்ணு. லக்கி நம்பராச்சேன்னு, மாப்பிள்ளையைப் பார்க்கத்தான் புறப்பட்டேன். நீங்க வந்தீங்க.”

“இன்னைக்கிக் கட்டாயம் பலிக்கும் பாருங்க; லட்சத்துக்காவது செய்ய மாட்டாரா?”

சாமி, உரத்துச் சிரித்துக் காட்டினான்: “என்னது? லட்சமா? அவ்வளவுக்குச் செஞ்சா, என்னாலே தூக்க முடியுமா? ஐயாயிரம், பத்தாயிரத்துக்குச் செஞ்சா பிள்ளையார் கோயில்லே மூணு தேங்கா சிதறுகாய் அடிக்கிறதா வேண்டிக்கிட்டிருக்கேன். யாராவது பெரிய மனுஷன் கார்லே வந்து இறங்கினா, காபி–டிபன் கொடுத்து, லட்சத்துக்கும் செய்வாங்க, அதுக்கு மேலேயும் செய்வாங்க. நாம்ம இப்படியே பேசிக்கிட்டே போவோமா? காரியம் நடக்குதோ இல்லியோ, மாப்பிள்ளை சொல்ற நேரத்துக்குப் போய் டாண்ணு நின்னுடணும், இல்லையா? இல்லாவிட்டா, அதுவே பெரிய தப்பாப் போயிடும்” – என்று துணிச்சலுடன், பலமாய் வலையில் தள்ளிவிட்டான் அவன்.

“நீங்க சொல்றது, ரைட்டுங்க” என்று செட்டியார், புகையிலையை உருட்டிச் சுண்டைக்காயாக்கி வாயில் எறிந்தார்: “காஞ்சிபுரத்திலிருந்து, இன்னைக்கு லெட்டர் வந்திருக்கு. உடனே டிக்ரியை நிறைவேத்தி, ஜப்தி எடுக்கச் சொல்லி, அண்ணா எழுதியிருக்காங்க. உங்கண்டை சொல்லக்கூடாது. ஆனா, என் மனசு கேட்கல்லே. நீங்க பெரிய குடும்பத்தைச் சேர்ந்தவங்க. பிள்ளை குட்டிக்காரருங்க. வீணா அவமானம்...”

விஷயம் அதுதான். பார்த்தசாரதியின் தமையனார் கோபால் செட்டியார், காஞ்சிபுரத்தில் ஜரிகை வியாபாரி. அவருக்குப் பாலச்சந்திரய்யர் பாக்கி தரவேண்டும். செட்டியார் பிராது செய்து, டிக்ரி வாங்கி, ஏழெட்டு ஆண்டுகளாய்க் காலாவதி பரிகாரம் செய்துவைத்திருக்கிறார். பார்த்தசாரதி அண்ணாவின் ஏஜண்டாகக் கும்பகோணம் வேலை பார்க்கிறார். அவர் பாக்கி வசூல் செய்ய, செட்டியார் அவ்வப்போது சாமியையும், அவன் தகப்பனாரையும் பார்க்க வருவது வழக்கம். சாமி ஊர்க்கதைகள் பேசியும், நட்புக் கொண்டாடியும் சால்ஜாப்பு செய்து வருகிறான்.

செட்டியார் வழக்கம் போல் பேசுவவார்; அரைமணி நேரம் பிரலாபித்து அவரை அனுப்ப வேண்டியிருக்கும் என்று அவன்

எதிர்பார்த்தான். ஆனால், இன்று ஜப்தி என்ற பயங்கரமான சொல் வரவே, அவனுக்கு மலைப்புத் தட்டியது. மௌமாயிருந்தான்.

"குளிச்சிட்டு, நேரா கோர்ட்டுக்குப் போறதா இருந்தேன். அண்ணா லெட்டர் பத்தி, அவங்கிட்ட சொன்னேன். உங்களை ஒரு வார்த்தை கேட்கச் சொல்லி, அவங்களும் சொன்னாங்க."

"வீட்டிலே. யார் சொன்னாங்க?" என்றான் சாமி. கடிதம் வந்ததும் ஜப்தி விஷயத்தை யாரிடமாவது கூறியிருப்பாரோ என்று அவனுக்கு கவலை உண்டாயிற்று.

"வீட்டிலே, வேற யார் இருக்காங்க? என் சம்சாரம்தானுங்க. அவங்களும் உங்க சம்சாரமும் சிநேகிதம் இல்லையா? விஷயத்தை நான் சொன்னதும், அவங்க அப்படியே கலங்கிப் போய்ட்டாங்க."

மனைவியை மரியாதைப் பன்மையில் அவர் குறிப்பிடுவதைக் கேட்டுச் சாமிக்கு மனசுக்குள் நகைக்கக்கூட முடியவில்லை. இப்படி ஒரு பிறவி என்று நினைத்துக்கொண்டான். செட்டியார் வழக்கமான பாஷையில் பேசவில்லை; இவரை எப்படிச் சமாளிப்பது என்பது அவனுக்குக் கேள்வி. அப்பா வாங்கின கடன்; டிக்ரியும் அவர் பெயரில்தான். தாத்தாவின் சொத்தில் ஸ்தாவரமாய் எதையும் விட்டு வைக்கவில்லை; அப்படி இருக்க அவன் ஏன் இந்தக் கடனை அடைக்க வேண்டும்? ஆனால், ஊரில் தாயாதிகளுக்கும் உறவினர்களுக்கும் விரோதிகளுக்கும் நடுவில் கௌரவமாய்க் காலம் தள்ளுகிறான். ஜப்தி என்று வந்தால், மானக்கேடு! சொந்தக்காரர்கள் கைகொட்டுவார்கள். நடக்கிற தொழிலும் ஊனமாகும். தெருவில் தலைநிமிர முடியாது... இந்தச் செட்டியாரை எப்படி முடக்குவது?

அவன் பேசாமலிருப்பதைக் கண்ட செட்டியார், சட்டைப் பையில் இருந்த ஒரு கவரை வெளியில் எடுத்தார்: "என் மேலே, வருத்தப்பட்டுக்காதீங்க. அண்ணா லெட்டரை, நீங்களே படிச்சிப் பாருங்க."

"எதுக்குங்க? நீங்க பொய்யா சொல்வீங்க?" என்று கொண்டே, சாமி கடிதத்தை வாங்கிப் படித்தான். வேறு சில செய்திகளுக்கு இடையில், முக்கியமான செய்தி இதுதான்: டிக்ரியை உடனே நிறைவேற்றி, அர்ஜன்டாக ஜப்தி எடுக்கும்படி, தெளிவாய்க் கட்டளை இடப்பட்டிருந்தது.

"அவரும் நானும் அண்ணன் தம்பிதான். ஆனா, நான் அவர் கிட்டே சம்பளத்துக்கு வேலை செய்றவன். அவர் ஆர்டரை மீறி, நான் ஒண்ணும் செஞ்சிக்க முடியாது. வட்டி, செலவுத் தொகை எல்லாம் சேர்த்து ஆயிரத்து அறுநூறு ரூபா இருக்கு. பாதி இப்போ கொடுங்க; பாக்கி ஒரு வாரம் பத்து நாளிலே தரலாம்."

"என்னங்க, விளையாட்டா பேசறீங்க? அவ்வளவு பணம் என்னண்டை இருந்தா, நான் ஏங்க இப்படி அலையணும்?"

"நல்லா யோசிச்சு செய்யுங்க!" என்று எழுந்தார் செட்டியார்.

"உட்காருங்க. இப்படி நீங்க அவசரப்பட்டா? நான் வாங்கின கடன் இல்லே; அப்பாவைக் கலந்து நாலஞ்சு நாளிலே சொல்றேனே."

“அப்பா வாங்கின கடன் என்னா, உங்களுக்குப் பாத்தியம் இல்லையா? நாளைக்குக் காலையிலே அமீனாவோட வந்து நின்னா, “இது என் சாமான், அப்பா சாமான் இல்லே”ன்னு சொல்வீங்களா? கச்சேரிக்காரன் கேட்டுக்குவானா? சாமி, லெட்டர் படிச்சீங்களே, என்ன எழுதியிருக்கு? உங்களுக்குத் தெரியாமே, ரகசியமா ஜப்திக்கு ஆர்டர் வாங்கச் சொல்லியிருக்காங்க. உண்டுங்களா, இல்லிங்களா? என் மனசு கேட்காமே, உங்ககிட்டே சொல்லிவிட்டேன். அதுவே தப்பு. என் வார்த்தையைக் காப்பாத்துங்க. ரெண்டு வருசமா நான் கேட்டுக்கிட்டே இருக்கேன். நீங்க இப்போக்கூட ஒண்ணும் முடியாதுங்கறது, ரொம்பத் தப்பு” – செட்டியார் நின்றபடி பேசினார். அவருடைய கண்கள், வீட்டுக் கதவு எண்ணைப் பார்த்து மனசுக்குள் குறித்துக்கொள்வதை, சாமி கவனித்தான். ஜப்திக்கு மனு செய்யத்தான், வீட்டு நம்பர் பார்க்கிறார் என்று ஊகித்துக்கொண்டான்.

“செட்டியார் அப்பாவைப் பத்தி உங்களுக்குத் தெரியாததில்லே. அவராலே...”

“அப்பாவைப் பற்றி, நிறையச் சொல்லியிருக்கீங்க. அண்ணா பணக்காரங்க. அவங்களுக்கு இந்த நியாயம் புரியாது. நான் சொல்றதைச் சொல்லிவிட்டேன். வீட்டிலே அவங்க சொன்னதாலே, உங்ககிட்டே வந்தேன். இல்லாவிட்டா, நேரா கோர்ட்டுக்குப் போயிருப்பேன். நாளைக்கு என் பேரிலே வருத்தப்படாதீங்க.”

திண்ணையிலிருந்து கீழே இறங்கிய செட்டியார், வாய் நிறைந்த எச்சிலைத் துப்பிவிட்டுத் திரும்பப்போகிறார் என்று மறுமொழி தயாரித்துக் கொண்டிருந்தான் சாமி. எப்படியும் அவரைக் கவிழ்த்துவிடலாம் என்று, அவனுக்கு நம்பிக்கை இருந்தது. ஆனால், செட்டியார் துப்பியானதும், சைக்கிளில் ஏறினார். “வர்றேனுங்க, வேலை இருக்கு” என்று, பெடலை அழுத்தமாக மிதித்தார். அவரைத் தடுக்கவேண்டும் என்று அவன் எண்ணும்போதே, இரண்டு வீடுகள் தாண்டிப் போய்விட்டார்.

சாமிக்குப் பிரம்மஹத்தி பிடித்தாற்போல் இருந்தது. செட்டியார் அசடு என்று எண்ணி, விளக்கெண்ணெய் போட்டான். அவர் “சரக்”கென்று, கையிலிருந்து வழுக்கிக்கொண்டு போய்விட்டார். கிழக்கே போகிறார். கோர்டுக்குத்தான் போகிறாரா? ஜப்தி என்ற சொல், மூன்று தலைத் தீவட்டியாய், அவன் நெஞ்சில் எரிந்தது.

5

சுசீலா, தற்செயலாய் வெளியே வந்தாள். செட்டியார் வந்தது, அவளுக்குத் தெரியும். பாக்கி பற்றிக் கேட்டுவிட்டுக் கொஞ்சநேரம் பேசிவிட்டுப் போவார் என்று நினைத்தாள். அது வழக்கம். செட்டியார் போய் விட்டாரா? சிறைப்பட்டுள்ள மாமனாரை விடுதலை செய்யலாமா என்று திண்ணையில் எட்டிப் பார்த்தாள்.

அவன் முகத்தைப் பார்த்ததும், அவளுக்குச் சுரீரென்றது. அவன் சிரத்தையோடு செய்துகொண்ட மேக்கப் கொஞ்சமும் கலையவில்லை. ஆனால், ஆளுக்குக் கிழடு தட்டிவிட்டாற்போல் முகம் வதங்கியிருந்தது.

“கா இஸ ஃபிஸிலியா? செட்டியார் காய் மெனஸி?” ... (ஏன் இப்படி உட்கார்ந்திட்டீங்க? செட்டியார், என்ன சொன்னார்?)

“மட்டெக் ஃதீ கீத் மெனெஸ். அஸ்கி ஹொல்டரு வத்த கெர்னகா? ஊமென்னா ஃபிபிஸ்தர்ஜா!” – (மட்டைக்கு இரண்டு கீத்து என்றார். எல்லாம் திண்ணையிலேயே பேசணுமா? பேசாமே, உள்ளே போ!)”

“போறேன். நீங்களும் வாங்க. இந்த முகத்தோட, நீங்க ஒண்ணும் வெளியே போக வேண்டாம்.”

அவன், மௌனமாய் உள்ளே சென்று, பெஞ்சில் உட்கார்ந்தான்.

“அப்பா எங்கே?”

“உள்ளேயே இருக்காருங்க.”

“கடைக்குப் போகாமே, ஏன் உள்ளேயே உட்கார்ந்திருக்கார்?”

“என்னங்க, நீங்கதானே வெளியே வரவேண்டாம்னு சொன்னீங்க? செட்டியார், என்னாங்க சொன்னார்?”

“உடனே ஜப்தி எடுக்கச் சொல்லி, அவருக்கு லெட்டர் வந்திருக்கு.”

சுசீலா பதைத்துப்போனாள்.

“என்னாங்க, இப்படிச் சொல்றீங்க? நீங்க, என்ன சொன்னீங்க?”

“பொறுத்துக்கச் சொன்னேன். அப்பாவைக் கேட்டு, நாலு நாளிலே சொல்றேன்னேன். இப்பவே பாதிப் பணம் வேணும் என்றார்; நான் பேசறப்பவே எழுந்து போயிட்டார்.”

சுசீலா, சற்று யோசித்த பின் கூறினாள்: “நமக்கு இந்தத் தொல்லை வேண்டாம். வெளியே தெரிந்தால் கேவலம். மாப்பிள்ளைங்க, நாத்தனாருங்க, தங்கச்சிங்க எல்லாரும் என்ன நினைப்பாங்க? இந்தப் பாக்கியைத் தீர்த்திடுங்கோ.”

“பணம் எங்கே இருக்கு?”

“நாமதான் தரணும். நம்ம கிட்டே, பதினாலு பவுன் இருக்கே! அதுலேருந்து ஆறு, ஏழு வித்துக் கொடுப்போம். இத்தோட பாக்கியைத் தீர்த்துக்கச் சொல்லுங்க.”

“என்னது, பதினாலு பவுன்லேருந்தா? லோலோன்னு நாயா அலைஞ்சி, கண்ட பயல்கள் காலிலே விழுந்து கெஞ்சி நான் சம்பாதிச்சதை, யாரோ பட்ட கடனுக்கு, ஏன் தரணும்? உன் கண்ணு, அதிலே எப்படிப் போச்சு?”

இன்ஷ்யூரன்ஸ் கம்பெனி, ஆண்டுதோறும் தரும் போனஸ் தொகையிலிருந்து, ஒரு பகுதியை ஒதுக்கிப் பவுன்களாகச் சேமநிதி சேர்த்திருந்தான். எந்த ஆபத்துக்கும் அவற்றைத் தொடுவதில்லை என்பது, அவன் பிரதிக்ஞை.

“இந்த ஆபத்துக்கு இல்லாமே, நமக்கு எதுக்குங்க பவுன்?”

“நம்மாலே வந்த ஆபத்தா? நான் பட்ட கடனா? ஊரெல்லாம் அவர் கடன் வாங்கி வச்சா, அதைத் தீர்க்கிறதுதான், என் வேலையா?”

"நாளைக்கு ஜப்தின்னு வந்து சாமான் தூக்கினா, பெரிய அவமானங்க," என்னும்போது, அவள் குரல் தழுதழுத்தது.

செட்டியார் முற்றுகையிட வருகிறார் என்றஞ்சி உள்ளே பதுங்கியிருந்த பாலச்சந்திரய்யர், அபாயம் நீங்கியதா இல்லையா என்று தெரிந்து கொள்வதற்காக வெளியே வந்தார். தெருக்கதவு மூடியிருப்பதைக் கண்டு, தைரியம் வந்தது. முன்னால் வந்து, மகனும் மருமகளும் உரையாடுவதைப் பார்த்து, விவகாரம் முடிந்தது என்று எண்ணி, துண்டு ஒன்றை இழுத்துத் தோள் மீது போட்டுக்கொண்டு, கடைக்குப் போகத் தயாரானார்.

செட்டியார் வந்ததைப் பற்றி ஒரு வார்த்தைகூட விசாரியாமல், அவர் அசட்டையாகப் போவதைக் கண்டு, சாமிக்குப் பற்றிக்கொண்டு வந்தது.

"கடைக்குங்களா?"

"ஆமா."

"செட்டியார் வந்தது தெரியுமில்லே?"

"நான் அவரோட பேசி, சமாதானம் சொல்லியிருப்பேன். நான் வீட்டில் இல்லேன்னு சொல்லிவிட்டே."

"அது ஒரு குத்தமா?" என்று வாய்க்குள் முணுமுணுத்தான் சாமி; "இல்லேன்னு சொன்னா போயிடுவார்னு நினைச்சேன். அவர் அப்பாவைப் பார்க்க வரல்லே; உங்களைத்தான் பார்க்க வந்தேன்னு உட்கார்ந்துட்டார். நீங்க சொன்னாலும், நான் சொன்னாலும் அவர் கேட்கமுடியாது. அதைத்தான் சொல்ல வந்தார்."

"என்ன செய்யணும் எங்கிறார்?"

"இன்னைக்கு பாதித் தொகை தராவிட்டா, ஜப்தி ஆர்டர் வாங்குவாராம்."

"நீ என்ன சொன்னே?"

"என்ன சொல்றது? பொறுக்கச் சொன்னேன். அவர் முடியாதுன்னு வீட்டு நம்பரைக் குறிச்சிக்கிட்டுக் கோர்ட்டுக்குப் போறார். அவரைத் தப்பு சொல்ல முடியாது. காஞ்சியிலிருந்து கண்டிப்பா லெட்டர் வந்திருக்கு. அதையும் காட்டினார்."

செட்டியார் நாலு வெடி வெடித்துவிட்டுப் போய்விடுவார் என்றே பாலச்சந்திரய்யரும் எதிர்பார்த்திருந்தார்; செட்டியார் இவ்வளவு பெரிய குண்டு கொண்டுவருவார் என்று எதிர்பாராத அவருக்கும் அதிர்ச்சியாக இருந்ததோ என்னவோ, முகத்தில் சிறிதும் சலனம் இல்லை.

"ரொம்ப நாளான பாக்கி..."

"கொடுத்துடணும் என்கிறீங்களா? பணம் எங்கே இருக்கு?"

"கோர்ட்டுக்குப் போனா, செட்டியாரைப் பார்க்கலாமா?"

"கிழக்கேதான் போனார்."

"நான் போய், அவரைப் பார்க்கிறேன். கடையிலே தீபாவளி போனஸ் தருவாங்க; அதை அப்படியே கொடுத்துடறதா சொல்றேன்."

“தீபாவளிக்கு ரெண்டு மாசம் இருக்கு; அதுவரை அவர் பொறுக்கிறவராத் தெரியவில்லே; இன்னைக்கிக் கொஞ்சமாவது தந்தா சொல்லிப் பார்க்கலாம்.”

பாலச்சந்திரய்யர், மௌனமாக நின்றார்.

சுசீலாவுக்குச் சங்கடமாயிருந்தது; மெல்லக் கூறினாள்: “அவங்களைக் கேட்டு, என்னங்க ஆகப்போகுது? அவங்களைக் கடைக்குப் போகச் சொல்லுங்க.”

“யாரைக் கேட்டு, என்ன ஆகப் போகுது? எல்லாத்தையும் தூக்க, சுமைதாங்கி ஒருத்தன் இருக்கேனே!”

பாலச்சந்திரய்யர் கொஞ்சம் வாய் திறந்தார்: “இந்தப் பணத்தை நீதானே வாங்கிட்டே? ரெண்டு மூணு நாளிலே காஞ்சிபுரத்துக்கு டிராப்ட் வாங்கி அனுப்புறதா பணம் எடுத்துப்போனே; ஏதோ ஸ்மக்ளிங் சாமான்லே பணம் போச்சுன்னு...”

“நான் வாங்கிட்ட பணம், அதனாலே நான்தான் தரணும் என்கிறீர்களா? நான் குடும்பத்துக்கு ஒண்ணும் செய்யல்லியா?”

“நான் அப்படி ஒண்ணும் சொல்லல்லே; நம்மை மீறி என்னென்னவோ நடக்குது; நேரத்துக்குத் தக்கபடி நடக்க வேணும் என்கிறேன்.”

“இந்த வேதாந்ததைக் கோர்ட் அமீனா கிட்டே சொன்னா, கேட்பானா?”

பாலச்சந்திரய்யர் பேசாமல் வெளியேறவே, சாமிக்கு மிகுந்த ஆத்திரம் உண்டாயிற்று. பணத்தை அவன்தான் விரயப்படுத்தினான் என்பது, இன்றுவரை சுசீலாவுக்குத் தெரியாது. தெரியும்படிப் பேசிவிட்டாரே என்று ஆத்திரம்.

“அவர் சொன்னதைக் கேட்டியா? நான் பணம் வாங்கிட்டேனாம்; நான் தரணுமாம். நியாயம் சொல்றார். நான் வாங்கிட்டது மட்டும் தெரியுது; செய்தது ஒண்ணும் தெரியல்லே...”

கணவன்தான் இந்தக் கடனுக்குக் காரணம் என்று தெரிந்ததும் சுசீலாவின் உள்ளம் மேலும் குவிந்துவிட்டது: “அது சரிங்க. நீங்க உட்கார்ந்தபடிப் பேசறதும் அவர் நின்னபடிப் பதில் சொல்றதும் ஒன்னும் பிடிக்கல்லே...”

“நான் உட்காரவேண்டாம்னு சொன்னேனா? வாங்க, உட்காருங்கன்னு உபசாரம் செய்றதுக்கு, அவர் அந்நியரா?”

“தலைக்கு மேலே ஆபத்து வந்திருக்கு; நீங்க அதைக் கவனிக்காமே...”

“என்ன செய்யணும் என்கிறே? பவுன் வித்துக் கடன் தீர்த்துடலாம்னுதானே சொல்றே? அது நடக்காது. அப்பறம்?”

“வேறே, என்ன செய்றது?”

“இருநூறு முன்னூறு இருந்தா, செட்டி வாயை இப்போதைக்கு மூடிவிடலாம்.”

“ரெண்டு மூணு பவுன்...”

அவளைச் சுட்டுவிடுவதுபோலப் பார்த்தான் சாமி.

"அந்தப் பேச்சுப் பேசக்கூடாதுன்னு சொன்னேனா, இல்லியா?"

அவள் பேசவில்லை.

"சரி, நம்பரும் நாளும் பார்த்துப் போட்ட புரோகிராம், பாழாப் போச்சு. இன்னைக்கு இந்த இழவு வேலைதான்" என்று, லெதர் பாக்கைத் தூக்கிக்கொண்டு எழுந்தான் சாமி.

எங்கே என்று கேட்டால் அபசகுனமாகும் என்று அஞ்சிய சுசீலா, வாயைத் திறக்கவில்லை.

6

சைக்கிளை உதைத்தான். பதட்டமாகத்தான் இருந்தது. ஆனால், அதிலும் ஒரு நிதானம் இருந்தது. ஜப்தி என்பது குரூரமான சொல். எவ்வளவோ சிரமப்பட்டுச் சேகரித்த சாமான்களை, எவனோ அடித்துக்கொண்டு போக விடமுடியுமா? சாமான்கள் கிடக்கட்டும்; மானம் போகுமே! அவன் வீட்டுக்கு ஜப்தி வந்தால், அந்த நாளைத் திருநாளாய்க் கொண்டாடி, ஊருக்கு விருந்து சொல்ல, உறவும் விரோதமும் காத்திருக்கின்றன.

ஆனால், அதற்குப் பயந்துகொண்டு, யாரோ பட்ட கடனை அவன் அடைக்கமுடியுமா? யாரோ பட்ட கடன் அல்ல; பெற்றவர் பட்ட கடன். பணத்தை அவன் தொலைத்துவிட்டான் என்பதும் மெய். ஆனால், அதற்கு நூறு மடங்கு, அவன் குடும்பத்துக்குச் செய்யவில்லையா? அதைக் கொஞ்சமும் எண்ணிப் பாராமல், "உன்னாலேதான் பணம் போச்சு" என்று அப்பா சுட்டிக்காட்டினாரே, நியாயமா? பூர்வீகச் சொத்துக்களைத் தொலைத்து, வீட்டையும் நகைநட்டுக்களையும் இழந்து, பிள்ளைகளைப் படிக்கவைக்க முடியாமல், பெண்களுக்கு மணம் செய்கிற பொறுப்பு இல்லாமல், வீட்டில் அரிசி இருக்கிறதா, உலைவைக்க முடியுமா என்று கவலைப்படாமல் கோயிலே கதி என்று கிடந்தாரே, அப்போது அவன்தானே எத்தனையோ அகடவிகடகங்கள் செய்து குடும்பத்தைச் சமாளித்து, இந்தக் கௌரவமான நிலைமைக்குக் கொண்டுவந்தான். இப்போது மாதம் அறுபது ரூபா தந்து சாப்பிடுவதைப் பெரிய சாதனையாக நினைக்கிறார்போல் இருக்கிறது.

சுசீலாவுக்கு முன்னால், அவன் ஸ்மக்ளிங் சாமானில் பணம் இழந்ததாய்ச் சொல்கிறார். நல்ல எண்ணமா இது?

அவரைக் குறைகூறிப் பயனில்லை. அவன் அப்போதே, அவரிடம் விடுதலைப் பத்திரம் எழுதிக்கொண்டிருக்க வேண்டும். அவன் எவ்வளவோ ஜாக்கிரதையானவன்தான்; இந்த விஷயத்தில் அவன் புத்தி மோசம் போய்விட்டது.

சைக்கிள் மெதுவாக ஊர்ந்து, ராஜ வீதியைத் தாண்டி, புதுப்பாளையத் தெருவில் புகுந்து வெங்கட்ராமன் வீட்டு வாசலில் நின்றது.

அவன் சைக்கிளைப் பூட்டிவிட்டு, வீட்டில் நுழைந்து, "சார், சார்" என்று தன் பெரும் குரலை எழுப்பினான்.

காமிரா உள்ளிருந்து ஒரு குரல், "சாமிகா? ஆவ், ஆவ், வாட் தவறி அவிஃட்ராய் ஸொனி ஸே!" (சாமியா? வா, வா! வழிதவறி வந்துவிட்டாற் போலிருக்கு)—என்று வரவேற்கும்போது, சாமி அறையில் சென்று, அவருக்கு முன்னால் ஒரு நாற்காலியில் உட்கார்ந்துகொண்டான்.

"அதெல்லாம் ஒண்ணுமில்லே சார். என் பிழைப்புதான், உங்களுக்குத் தெரியுமே. வீடு கட்றவங்களுக்குச் சிமெண்டும் செங்கல்லும் வாங்கித் தரணும். பெண் பெத்தவங்களுக்கு, வரன் தேடித் தரணும். எல்லாம் பண்ணித் தந்துவிட்டுக் காத்துக்கிட்டிருந்தா? ஒரு பாலிசி எடுப்பாங்க. அது போகட்டும், விடுங்க. உங்களைப் பார்த்து, ஆறு மாசம் இருக்குமில்லே? வரணும், வரணும்னு எவ்வளவோ தடவை நினைச்சேன். வரமுடியல்லே. வீட்டிலே இருப்பீங்களோ மாட்டீங்களோன்னு சந்தேகப்பட்டுக்கிட்டே வந்தேன். வெளியே போகலிங்களா?"

"இப்பத்தான் திரும்பினேன்; மறுபடியும் போகணும்."

"அர்ஜண்ட் வேலை இல்லியே?"

"இல்லே, ஆனா..." என்று அவர் இழுத்தார். "என்ன செய்யணும்?"

"நீங்க பத்தர மணி காபிக்காரர் ஆச்சே; அப்படியே வெங்கடா லாட்ஜிலே ஒரு கப் காபி..."

"வேண்டாம்; நான் சாப்பிட்டேன். உனக்கு வரவழைக்கட்டுமா?"

"வேண்டாங்க; நீங்க வர்றதானா சேர்ந்து போகலாம்னு பார்த்தேன்."

அதற்கு மேல் அவரை எங்கிருந்து விஷயத்துக்கு அழைத்துப்போவது என்று, அவனுக்கு யோசனை ஆகிவிட்டது. அந்த ஆளைப் பார்க்கவே, அவனுக்குப் பிடிக்கவில்லை. ஜரிகை வியாபாரம் செய்கிறார்; கிடைத்த சந்தர்ப்பத்தை மரியாதையாகப் பயன்படுத்திக் கொள்ளக்கூடாதா? கதை கட்டுரை எழுதுகிறேன் என்று ஏதாவது கிறுக்கிக்கொண்டும், படித்துக்கொண்டும் இருக்கிறார். அது ஒரு தொழிலா? எழுத்தாளன் எவனாவது உருப்பட்டதுண்டா? ஆளைக் கெடுக்க, அது ஒன்று போதாதா?

ரொம்பத் தெரிந்தவர் மாதிரிப் பேசுகிறார். இவரை அவன் பதம் பார்த்துவிட்டான். இவருடைய உதவியால், ஒரு பெரிய புள்ளியிடம் இன்ஷ்யூரன்ஸ் பாலிசி வாங்கினான். கமிஷன் தருகிறேன், தருகிறேன் என்று பயமுறுத்திக்கொண்டே இருந்தான். வேண்டாம், வேண்டாம் என்று இவர் கெஞ்சிக்கொண்டேயிருந்தார். கடைசியில் வேங்கடா லாட்ஜுக்கு அழைத்துப் போய், ஒரு மெது பக்கோடாவும் டிக்ரி காபியும் வாங்கிக் கொடுத்து, "நீங்க மறுக்காமே நான் கொடுக்கிறதை வாங்கிக்கணும். அடுத்த வாரம் வர்றேன்" என்று விடைபெற்றவன், ஆறு மாசங்களுக்குப் பிறகு, அடுத்த "ஆப்ளிகேஷனுக்"காக, இப்போதுதான் இவரைப் பார்க்க வருகிறான்.

கமிஷன் தரவில்லை என்ற கோபம் இவருக்கு இருக்குமோ என்று அவனுக்குச் சந்தேகம். அதை மனசில் வைத்துக்கொண்டு, இந்த விவகாரத்தில் இடையூறு செய்வாரோ என்று பயம். முகத்தைப் பார்த்தாலே, இவருக்கு அவ்வளவு சாமார்த்தியம் போதாது என்று தெரியவில்லையா? எந்நேரமும் படிக்கிறவர்களும், எழுதுகிறவர்களும் பிழைக்கத் தெரியாதவர்கள்.

அவர்களை நம் விருப்பப்படி ரப்பர்போல் நீட்டலாம், குறுக்கலாம். இவரைவிட எவ்வளவோ பெரிய தாத்தன்களைப் பார்த்தவன் அவன்; இவரை உருட்டவும் திரட்டவும் அவனால் முடியாதா?

“சாமி, என்ன ஒரே யோசனை?”

“ஒண்ணுமில்லே; உங்கச் சந்திராவுக்கு கல்யாணம் செய்வீர்களா?”

“செய்யாமே? ஜாதகம் பார்த்துக்கொண்டேயிருந்தேன். ஒண்ணும் சரியா அமையல்லே. ஏன், உன் வசத்திலே, நல்ல வரன் இருக்கா?”

“என் மச்சினனுக்கு ஜாதகங்கள் பார்க்கிறாங்க. ஜாதகம் கொடுங்களேன். நல்ல பையன். பீ டீ படிச்சு, வாத்தியாரா இருக்கான்...”

“தெரியுமே; ஜாதகம் கொடுக்கிறேன்; பொருத்தம் இருந்தா, பார்க்கலாம்.”

“கொடுக்கறீங்களா?”

“இப்பவா? என்ன அவசரம்? குரு ஸ்கூலிலிருந்து வரட்டும்; காபி எழுதி வீட்டுக்கு அனுப்புறேன்.”

“நானே வந்து வாங்கிக்கிறேன் சார். எப்படியாவது முடிச்சுடணும்னு, எனக்கு பிரைவேட்டா ஆசை.”

“அப்புறம், பாலிசி எடுக்கச் சொல்வே...”

சாமி சிரித்தான்: “குதிரைக்கு குர்ரம்னா யானைக்கு அர்ரம் என்கிறீங்களே! உங்களோட மோடிவ்வோடு பழகுவேனா சார்?”

வெங்கட்ராமனும் சிரித்தார்; “அதுக்கில்லே; நல்ல வெயில்லே ஜாதகம் கேட்கப் புறப்பட்டிருக்கியே...”

“உங்களைப் பார்த்து ஜாதகம் வாங்கிட்டு வரும்படி, மாமியார் ஒருவாரமாச் சொல்றாங்க.”

“எனக்கு ஒழியல்லே. இன்னைக்கும் வந்திருக்க முடியாது. மாப்பிள்ளை, ஒரு சின்ன பாலிசி எடுத்துக்கிறேன்னார். அவரைப் பார்க்கப் புறப்பட்டேன். பார்த்தசாரதி வந்தார். அவர் இங்கே வந்தாருங்களா?”

“இல்லியே, அவர் எதுக்கு?”

“பத்தரை மணி சுமாருக்கு, வீட்டுக்கு வந்தார். ரொம்ப பயமுறுத்திட்டார் சார்.”

“நீ உரத்துப் பேசினாலே, செட்டியார் சுருண்டு விழுந்துவிடுவார்; அவ்வளவு தைரியசாலி. சங்கதியைச் சொல்லு”

“எங்க அப்பா, அவங்க அண்ணாவுக்குக் கொஞ்சம் பாக்கித் தரணும். டிக்ரி வாங்கி வச்சிருக்கார்.”

“செட்டியார் சொல்லியிருக்கார்; ஆயிரத்தைந்நூறு பாக்கி என்றார்; நீ கொஞ்சம் என்கிறியே.”

“வட்டி, கோர்ட் செலவு எல்லாம் சேர்ந்தா என்ன ஆகும்? அசல் ஐந்நூறு அறுநூறுதான் இருக்கும். பிராமிஸ்ஸா சொல்றேன்; அசல்

எவ்வளவுன்னே எனக்குத் தெரியாது. அப்பாதான், எங்கெங்கயோ கடன் வாங்கி வைச்சிருக்காரே.”

“நீ சொல்றது சரி, சாமி. சவுகரியம் இல்லாதப்போ, அவங்க பொறுத்தாங்க. இப்ப நீ சௌகரியமா இருக்கே, கேட்கிறாங்க. செட்டியார், உன்னை என்ன பயமுறுத்தினார் என்கிறே?”

“சொல்லவே கூச்சமாயிருக்கு. செட்டியாரைக் குத்தம் சொல்ல முடியாது. அவருக்குக் காஞ்சிபுரத்திலேருந்து உத்தரவு வந்திருக்கு. உடனே ஜப்தி எடுக்கும்படி. பாதிப் பணம் கொடுன்னு செட்டியார் கேட்கிறார்: இல்லாவிட்டா ஜப்தி என்கிறார்: பணத்துக்கு நான் எங்கெங்க போவேன்?”

“பாதி வேணாம்; கொஞ்சமாவது கொடுத்தா செட்டியார் அண்ணாவைச் சமாதானம் செய்யலாமில்லே?”

“வெங்கட்ராம் சார், நீங்க முதல்லேயே சொல்லீட்டீங்க, நான் சௌகரியமா இருக்கேன்னு. எனக்கு என்ன வருமானம்? நான் செய்றது ஒரு தொழிலா? பெரிய மனுஷங்க எல்லாம் எங்கிட்டேயிருந்து தப்பறத்துக்காக, ஆளுக்கு ஒரு ஏஜன்சி வச்சிருக்காங்க. கம்பெனிகளுக்குள்ளே போட்டி; ஏஜன்டுங்களுக்குள்ளே போட்டி; ஒரு பிரிமியம் பூராத் தள்ளிக் குடுக்கிறதா சொல்லி, கேஸ் புக் பண்றாங்க. இந்தக் கொள்ளையிலே பிழைப்பு நடக்கிறதே பெரிய பாடா இருக்கு. வியாதி வெக்கை வேறே. போன மாசம் என் ஒயிபுக்கு அப்டமன்லே ஆபரேஷன். ரொம்ப ஸீரியஸ் ஆயிட்டு, சார்” என்றான் கலக்கத்துடன்.

“எனக்குத் தெரியாதே; இப்போ சௌகரியமாயிருக்காங்களா?”

“இருக்கிறா. சௌகரியம், சும்மாவா வருது? பணம் செலவு செஞ்சாத்தானே வருது? பணம் எங்கேருந்து வரும்? ஆபத்துன்னா, யார் கிட்டே என்று பார்க்காமே, கடன் வாங்க வேண்டியிருக்கு? ஒரு பிரதர் கிட்டே சொல்றாப்போல சொல்றேன். என் ஒயிப்புக்காக வாங்கின கடனைத் திருப்பித்தர முடியல்லே, சார். யார் கிட்டே வாங்கினேன்னு கேட்காதீங்க; கிடுக்கித்தாக்குதலா கேட்கிறாங்க. ஸ்லீப்பிங் பில்ஸ் சாப்பிட்டாத்தான், தூக்கம் வருது.”

வெங்கட்ராமன் பெருமூச்சுவிட்டார்: “நீ சொல்றதை நான் நம்பறேன். நான் சொன்னா, செட்டியார் நம்புவார். அவங்க அண்ணாவுக்கு, என்ன சொல்றது?”

“தீபாவளி சமயம் அப்பாவுக்கு நூத்தைம்பது ரூபா போனஸ் வரும். அப்படியே, செட்டியார் கிட்டே கொடுத்துடறேன்.”

“அப்பா கடனை, அவரே தீர்க்கட்டும்னு பார்க்கிறியா?” என்று புன்னகையோடு கேட்டார் வெங்கட்ராமன்.

“இந்த ஒரு கடனா சார்? அவர் கடன்களைத் தீர்க்கவே, எனக்கு ஆயுசு போறாது போலிருக்கு...”

“அவரைப் பத்தி ரொம்பச் சொல்லியிருக்கிறே. எல்லாம் தொலைச்சிட்டார்னு, உனக்கு வருத்தம். நல்ல மனுஷர். எப்படித் தொலைஞ்சுதுன்னு, அவரை இல்லே கேட்கணும்?...”

"அப்பாவை நான் குறை சொல்லலே; ஆனா, வலிச்சா முனகாமே இருக்க முடியுதா சார்?" – என்றான் சாமி. சொல் வலிமையால் அடித்துக் காயைக் கனிய வைத்தாகிவிட்டது என்ற நம்பிக்கை, அவனுக்கு உண்டாகிவிட்டது. சொற்களை, அர்த்த புஷ்டியுடன் மேலும் பிரயோகித்தான்: "நீங்க, செட்டியார், நான் எப்படி சார் பழகறோம்? நமக்குள்ளே, என்னங்க கல்மிஷம்? நான் அவர்கிட்டே, என் கஷ்டத்தைச் சொல்லிக்கிட்டே இருக்கேன். அவர் பாட்டிலே, வீட்டு நம்பரைக் குறிச்சிண்டு, "நாளைக்கு அமீனாவோட வந்து நின்னா, என்மேலே வருத்தப்படக்கூடாது"ன்னு சொல்லிட்டுச் சைக்கிள்லே போயிட்டார். பின்னாலே கூப்பிடறதைக்கூடக் காதிலே வாங்கல்லே; நமக்குள்ளே நாம்ம இப்படி நடந்துக்கலாமா சார்?"

"அவர் சாயங்காலமா இங்கே வருவார்; நான் ..."

"சாயங்காலமா? அவர் இங்கே வந்திருப்பார்னு நினைச்சேன். கிழக்கே போனார். கோர்ட்டுக்குப் போயிருப்பார்னு, பயமாயிருக்கு சார்."

"அவர், அப்படி அவசரப்பட்டு, ஒன்னும் செய்யமாட்டார் ..."

"இல்லே, சார், அவர் கோபமா போனார் ..."

"சரி, அவர் வீட்டுக்குத்தான் போயிருப்பார். நீ வேகமாப் போய், அவரைக் கையோட அழைச்சிட்டு வந்திடு. சீக்கிரம் வரணும்; எனக்குக் கொஞ்சம் வேலை இருக்கு."

"பத்து நிமிஷத்திலே வர்றேன்."

சாமி, வாகனத்தில் ஏறினான்.

மனப்புழுக்கம், ஓரளவு தணிந்துவிட்டது. "இந்த வெங்கட்ராமனும் பார்த்தசாரதியும் சேர்ந்து, என்ன செய்கிறார்களோ தெரியவில்லை. எந்நேரமும் சேர்ந்தே இருக்கிறார்கள். செட்டியார், இவர் சொல்லை மீறி எதையும் செய்யமாட்டார். ஆகையால், என் காரியம் நிறைவேறின மாதிரிதான். அதற்கு இந்த ஆளைக் கட்டிக்கொண்டு, எவ்வளவு நேரம் ஒப்பாரி வைக்கவேண்டியதாகி விட்டது! இவர் ரொக்கமாய் எண்ணி, எனக்குக் கடன் கொடுத்ததுபோல் கிராஸ் வேறு செய்கிறார். என்னிடம் இவ்வளவு அனுதாபம் காட்டுகிறவர், என்னோடு செட்டியார் வீட்டுக்கு வந்தால் என்ன? சீக்கிரம் வரணும் என்று வேறே விரட்டுகிறார்–" என்று நொந்துகொண்டே, செட்டியார் வீட்டுக்குப் போய்ச் சேர்ந்தான்.

செட்டியார், வீட்டில் இல்லை.

கதவைத் திறக்காமலே, ஜன்னலிலிருந்து, "கோர்ட்டுக்குப் போறதாச் சொன்னாங்க" என்று மறைந்துவிட்டாள், அவர் மனைவி.

சாமிக்குத் திகீர் என்றது. செட்டியார் வெறும் அசடு. சும்மா பயமுறுத்தியிருப்பார் என்று ஓர் எண்ணம் இருந்தது. அவர் நிசமாகவே கோர்ட்டுக்குப் போயிருப்பதாய்த் தெரிந்ததும், அச்சம் மீண்டும் அவன் நெஞ்சைக் கவ்வியது.

கிழக்கே இருக்கிற கோர்ட்டுக்குப் போவதா, மேற்கே இருக்கிற வெங்கட்ராமன் வீட்டுக்குப் போவதா என்று ஒரு நொடி யோசித்தான்.

வெங்கட்ராமனையும் கூட்டிக்கொண்டு கோர்ட்டுக்குப் போனால், வேலை சுளுவாக நடக்கும் என்று எண்ணிச் சைக்கிளை மேற்கே ஓட்டினான்.

இங்கே வந்தால் வெங்கட்ராமன் எங்கோ வெளியில் போய்விட்டார். அவருடைய மனைவி பதிலோடு காத்திருந்தாள். "தஞ்சாவூரிலேருந்து யாரோ வந்தாங்க; அவசர வேலைன்னு இவரை அழைச்சிட்டுப் போனாங்க......"

"என்னைச் சீக்கிரம் வா என்னுட்டு–"

"நீயும் செட்டியாரும் வருவீங்க. இல்லேன்னா, நீ மட்டும் வருவேன்னு சொன்னாங்க. ரெண்டு பேரும் வருவீங்கன்னு சொன்னாங்க. ரெண்டு பேரும் வந்தா, செட்டியார்கிட்டே, இந்த லெட்டர் தரச்சொன்னாங்க..."

"செட்டியார், வீட்டிலே இல்லியே..."

"நீ மட்டும் வந்தா, கவலைப்படாமே வேலையைப் பாரு, சாயங்காலமா வான்னு சொல்லச் சொன்னாங்க."

"செட்டியாரைப் பார்க்கக் கோர்ட்டுக்குப் போறேன். அந்த லெட்டரைக் கொடுங்களேன்; நான் கொடுத்துடறேன்."

"செட்டியார் கிட்டேதான் தரச்சொன்னாங்க."

7

சாமிக்குத் தலை சுற்றியது. சைக்கிளைக் கிழக்கே திருப்பிக் கோர்ட்டை நோக்கி விரைந்தான்.

பத்து நிமிஷங்களில் வரச்சொல்லிவிட்டு, இந்த வெங்கட்ராமன் எங்கே போனார்? அயோக்கியன்! அவனிடம் மிகவும் பரிவாகப் பேசினதெல்லாம் தட்டிக்கழிக்கத்தானா?

அவர் கமிஷன் வேண்டுமென்று கேட்கவில்லை. அவனாகத்தான் கொடுப்பதாய் ஆசை காட்டினான். அதை மனசில் வைத்துக்கொண்டு, பழி தீர்த்துக்கொள்கிறாரா? செட்டியாருக்குக் கோர்ட் விவகாரங்கள் ஒன்றும் தெரியாது. வெங்கட்ராமன், அவருக்கு எல்லாம் சொல்லிக் கொடுத்திருப்பார். செட்டியார் கோர்ட்டுக்குப் போயிருக்கிறார் என்று அவருக்குத் தெரிந்திருக்கும். "கவலைப்படாதே; வேலையைப் பார்" என்று சாமியைத் திசை திருப்பிவிட்டுச் செட்டியாருக்குப் பின்னால் வெங்கட்ராமனும் கோர்ட்டுக்குப் போயிருப்பார். அவன் அவர்களுக்கு முன்னால் போய் நின்றால், வெங்கட்ராமனுக்கு எப்படி இருக்கும்? நாலு பேருக்கு நடுவில் கன்னத்தில் அறை வாங்கினாற்போல், அவர் முகம் செத்துப்போகும். ஆளைப் பார்த்தால், அப்போதுதான் கறந்த பசும்பால்போல் வெள்ளையாகத் தெரிகிறார். உள்ளே இவ்வளவு தில்லுமுல்லு இருக்கிறது.

அச்சமும் ஆத்திரமும் உள்ளுக்குள் கொதிக்க, வெயில் தலையில் உறைக்க, இரண்டு மைல் தூரத்திலிருந்த கோர்ட்டை அவன் அடையும்போது, பன்னிரண்டு மணிக்கு மேலாகிவிட்டது. கும்பகோணம் கோர்ட்டுகளின் காம்பவுண்டுக்குள் பெரிய வாதா மரங்கள், நிழல் பரப்புகின்றன. "வாதா மரத்தடியில் நிறுத்திவைத்தால்தான், உனக்குப் புத்தி வரும்!" என்று கடன்

கொடுத்தவர்களும், கிரிமினல் கேஸ் போட விரும்புபவர்களும் மிரட்டுவது கும்பகோணத்துப் பழக்கம்.

ஒரு வாதா மரத்தடியில், பல திசைகளில் திரும்பி நின்ற சைக்கிள் களுக்கு இடையில், சைக்கிளை வைத்துப் பூட்டினான். அருமையான நிழல். வெயிலில் வேர்க்க விறுவிறுக்க வந்தவனுக்குக் கொஞ்ச நேரம் நிற்க வேண்டும் போலிருந்தது. எப்படி நிற்க முடியும்? இந்த வேலை முடிகிறவரை, “ரெஸ்ட்” எடுக்க முடியாது. முதலில், வக்கீல் குமாஸ்தாக்களுக்கான அறைக்குப் போனான்.

வரிசையாய்க் கிடந்த கை மேஜைகளுக்கு முன், இரண்டு குமாஸ்தாக்கள் ஏதோ எழுதிக்கொண்டிருந்தார்கள். கோர்ட் நடக்கிற நேரம் அல்லவா? இரண்டொருவர் வந்துபோவதைத் தவிர, அங்கே வேறு கூட்டம் இல்லை. செட்டியாரோ, வெங்கட்ராமனோ இல்லை. சப் கோர்ட்டை, இரண்டு முறை வலம் வந்தான். முன்சீப் கோர்ட்டிலும், வலங்கைமான் முன்சீப் கோர்ட்டிலும் மெதுவாய்ச் சுற்றினான். கூட்டம் அதிகமிருந்தது. “சைலன்ஸ்” என்று கோர்ட் பியூன் அதட்டிக்கொண்டிருந்தான். தெரிந்தவர்கள் யாராவது கண்டு பேசத் தொடங்கிவிடுவார்களோ என்று, செட்டியார் வெங்கட்ராமன் ஆகிய இருவர் உருவத்தை மட்டும் கண்களுக்கு முன்னால் நிறுத்திக்கொண்டு, வேறு யாரையும் பார்க்காமல் நடந்தான் சாமி. இருவரையும் காணோம். சப் மாஜிஸ்டிரேட் கோர்ட்டில் ஏதோ அடிதடி கேஸ், பெரிய கூட்டம் கூடியிருந்தது. அங்கே இருவரும் வேடிக்கை பார்த்துக்கொண்டு நிற்பார்களோ என்று, அங்கே போய்க் கூட்டத்தில் புகுந்து சுற்றிப் பார்த்தான். அப்படியே, பக்கத்து மாடியில் இருந்த கலெக்டர் கோர்ட்டுக்கும் ஏறி இறங்கிவிட்டான். அப்பால் ரிஜிஸ்ட்ரார் ஆபீஸ் இருக்கிறது. அங்கே போகமாட்டார்கள் என்று எண்ணினான். போகமாட்டார்கள் என்று எப்படிச் சொல்ல முடியும்? அவன் வந்துவிடுவான் என்று எதிர்பார்த்து, இருவரும் அங்கே போய் உட்கார்ந்திருக்கலாமே? அங்கும் போய்ப் பார்த்துவிட்டான். செட்டியாரும் இல்லை; வெங்கட்ராமனும் இல்லை.

எங்கே தொலைந்திருப்பார்கள் என்று எண்ணியபடியே, எதிரில் இருந்த பிரசாதக் கடைக்குள் நுழைந்தான். களைப்பாகவும் பசியாகவும் இருந்தது. இப்படி வெயிலில் அலைந்தால், பசிக்காமல் இருக்குமா? ஒரு சர்க்கரைப் பொங்கல், வெண் பொங்கல், காபி சாப்பிட்டான். பிரசாதங்கள் நன்றாயிருந்தன. காபி வாயைக் கெடுத்துவிட்டது. சில்லரை கொடுத்துவிட்டு வெளியே வந்தான். வெற்றிலைக் கடையில் ஒரு விடயம் வாங்கி, தாம்பூலம் போட்டான். சுண்ணாம்பு அதிகம் ஆகிவிட்டது. நாக்கு எரிந்தது. இன்னொரு விடயம் வாங்கி, வெற்றிலைக்குக் குறைவாய்ச் சுண்ணாம்பு தடவிப் போட்டான். வயிறும் வாயும் நிறையவே, வெங்கட்ராமன் மீதும் செட்டியார் மீதும் இருந்த ஆத்திரம், புதிய தெம்பு பெற்றது.

மறுபடியும் ஒருமுறை எல்லாக் கோர்ட்டுகளிலும் அலைந்துவிட்டு, வ.கு. அறைக்கே திரும்பினான். ஒருவேளை செட்டியார், டிக்ரியை நிறைவேற்ற மனு கொடுத்துவிட்டு வீடு திரும்பி இருப்பாரோ என்ற புதிய திகில் உண்டாகிவிட்டது. அப்படி இருந்தாலும், வெங்கட்ராமனைப்

பிடித்து ஜப்திக்கு வராமல் தடுத்துவிடலாம்: ஆனால், செலவுத் தொகை கேட்பதோடு, டிக்ரியில் ஏதாவது வரவு வைக்கும்படிக் கேட்கலாம்; கொடுக்காமல் இருக்க முடியாது.

வ.கு. ஆராவமுது கோர்ட் வாதா மரத்தடியில் பிறந்து வளர்ந்து ஞானோதயம் பெற்றவர். கட்சிக்காரன் முகம் பார்த்தே, இது என்ன கேஸ் என்று அறுதியிடுகிற தீர்க்கதரிசி. "வக்கீல்களுக்கு என்ன தெரியும்? நான் சொல்கிற இடத்தில் கையெழுத்துப் போடுகிறவர்கள்தானே?" என்று அவர் சொல்வதை, வக்கீல்களும் மறுக்க முடியாது. அவர்களுக்கு முன்னால் அவர் அப்படிச் சொல்வதில்லை. வக்கீல்களால் முடியாததைத் கோர்ட்டுகளில் அவர் சாதிக்க முடியும் என்பது பிரபலம்.

சாமி முதல் தடவை வந்தபோதும் அவர் பார்த்தார்; இரண்டாவது முறை வந்தபோதும் பார்த்தார். இருவருக்கும் நேர்ப்பழக்கம் இல்லையே தவிர, ஒருவரை ஒருவர் அறிந்தவர்களே. ஆராவமுதுக்குக் கைவேலை முடிந்துவிட்டது; சாமியைப் பார்த்து லேசாகப் புன்னகை செய்தார்.

"என்ன சார், யாரைத் தேடறேள்?"

அவரிடம் விஷயம் சொல்வதா, வேண்டாமா என்று அவனுக்குத் தயக்கமாயிருந்தது. சொல்லாவிட்டால், என்ன நடக்கும்?

"ஒரு பிரண்ட் இங்க வந்தார்; இருக்கிறாரான்னு பார்த்தேன்."

"என்ன கேஸ்? வக்கீல் யாரு?"

"தெரியல்லே. பார்த்தசாரதி செட்டியார்னு பெயர்; ஜரிகை வியாபாரம்; ஜெ. கீழத் தெருவிலே இருக்கிறவர்; உங்களுக்குத் தெரியுமா?"

"ஆள், எப்படி இருப்பார்?"

"கட்டையா, கறுப்பா இருப்பார். தலைமயிரைப் பின்பக்கமா ஒதுக்கியிருப்பார். ரவுண்டு கழுத்து; வெள்ளை ஹாவ்ஷர்ட்; கையில் வெத்திலைப் பெட்டி இருக்கும்."

"ஆமா சார். ஒன் அவருக்கு முன்னாலே, அந்த மாதிரி ஓராளைப் பார்த்ததா ஞாபகம். யாரோ வக்கீலுக்குப் பின்னாலே, வெத்திலை போட்டுண்டே போனார். உட்காருங்க சார், நின்னுண்டே பேசறேளே? என்ன விஷயம்? சொல்ற விஷயமானா சொல்லுங்க."

ஆராவமுது பற்றிச் சாமிக்கு நன்றாகத் தெரியும். இவனிடம் ஏமாறுவதா என்று யோசனையாகவே இருந்தது: இவனைக் கொண்டு, கோர்ட்டில் ஜப்தி மனு கொடுத்திருக்கிறார்களா என்றாவது தெரிந்து கொள்ளலாமே? ஆராவமுதுவின் சின்ன கை மேஜைக்கு முன்னாலே, அவன் தரையில் உட்கார்ந்தான். சுருக்கமாய்த் தன் காரியத்தைத் தெரிவித்தான்.

"இவ்வளவுதானே? இதுக்காகவா பயப்படறேள்? இது என்ன சார், பெரிய சங்கதி? உள்ளே போய், எக்சிகியூஷன் பெட்டிஷன் போட்டிருக்காளான்னு, 10 நிமிஷத்லே சொல்றேன் சார். மனுவிலே ஜட்ஜ் கையெழுத்து ஆகாமே பார்க்கணும்; உள்ளே போய்ப் பார்த்து வரட்டுமா?"

"இப்போ, நான் என்ன செய்யணும்?"

"உள்ளே கிளார்க்குத் தக்ஷிணை வைக்க வேண்டாமோ? ஒரு ஃபைவ் ரூபீஸ் கொடுங்க போதும்."

"ஃபைவ் ரூபீஸா? நான் செட்டியாரைப் பார்க்கத்தானே வந்தேன்? கையிலே தோதா, பணம் கொண்டு வரல்லே," என்றவன், பர்சைத் திறந்து, இரண்டு ரூபா நோட்டு ஒன்றைக் கொடுத்தான். டிக்ரி நம்பரும், வாதி பிரதிவாதிகள் பெயரும் எழுதிக் கொடுத்தான்.

ஆராவமுது, பேரம் செய்யாமல் பணம் வாங்கிக்கொண்டார். முன்பு எழுதிவைத்திருந்த தாள்களைச் சுருட்டிக் கையில் எடுத்துக்கொண்டு, "இங்கேயே நிழலோட இருக்கேளா? டென் ஆர் ஃபிப்டீன் மினிட்ஸிலே திரும்பிடறேன்" என்று எழுந்தார்.

"நானும் வர்றேனே!"

"வேண்டாம், வக்கீல் சீ.எல்.லைப் பார்த்து இந்தப் பேப்பர்ஸைத் தரணும். கொஞ்சம் முன்னே பின்னே ஆகும். ஆபீசுக்குள்ளே உங்களை விடமாட்டா. உங்களுக்கு எதுக்கு சார் இந்த வேலை? அதுக்குன்னு, நாங்க பிறந்திருக்கமே."

"சீக்கிரம் வந்துடுங்க; நான் வீட்டுக்குப் போய்ச் சாப்பிடணும்."

ஆராவமுது போய்விட்டார்.

வ.கு. அறையில், அப்போது யாருமில்லை. சாமி, கால்களை நீட்டிக்கொண்டு, கொஞ்ச நேரம் உடம்பை அயரப்போட்டான். சிறிது நேரத்தில் வ.கு.க்களும் கட்சிக்காரர்களும் கூட்டமாகவும் கூச்சலாகவும் வரவே அவன் கால்களை மடக்கிக்கொண்டான். கோர்ட்டுகளில் இடைவேளை தொடங்கிவிட்டது என்று அர்த்தம். எல்லோரும் இரைந்து பேசினார்கள். இங்கே எதைப் பற்றிப் பேசுவார்கள்? கேஸ்களைப் பற்றித்தானே? அவனும் கேஸ் பிடிக்கத்தானே புறப்பட்டான்? மாப்பிள்ளை வீட்டில் காத்துக் கிடப்பதற்குப் பதிலாக, இங்கே காத்துக்கிடக்கிறான். வ.கு.க்களும் கேஸ் பிடிக்கிறார்கள். ஆனால் வ.கு.விடம், கட்சிக்காரர்கள் எப்படிக் குழைகிறார்கள்! "சார், கோர்ட்டுக்கு வரக்கூடாது, வந்துட்டேள். இங்கே காலடியிலே கிடக்கிற கல்லும் காசு கேட்கும். உங்க கஷ்டம் எனக்குத் தெரியுது. உங்களைப் பார்த்தா, எனக்குப் பாவமா இருக்கு. நீங்க எனக்கு ஒண்ணும் தரவேண்டாம். ஆனா, கொடுக்க வேண்டிய இடத்திலே கொடுத்தாத்தானே சார், காரியம் நடக்கும்? செலவுக்குப் பயந்தா, ஆத்தோட இருக்கணும். இங்கே வரப்படாது" என்று ஒரு வ.கு., கட்சிக்காரரை அதட்டிக்கொண்டிருந்தார். கட்சிக்காரர், எச்சிலை விழுங்கி விழுங்கிக் கெஞ்சிக்கொண்டிருந்தார். சாமியின் ஜாதகம், இதற்கு நேர்விரோதம்; அவன், தன் இடிக்குரலைப் பொடிக்குரலாய்த் தாழ்த்திக் கட்சிக்காரரிடம் லாரி லோட் கெஞ்ச வேண்டும். வ.கு.வுக்குள்ள மரியாதைகூடத் தன் தொழிலில் இல்லையே என்று அவனுக்கு ஏக்கமாயிருந்தது. கோர்ட்டுக்குப் பக்கத்திலேயே கவர்ன்மெண்ட் ஆஸ்பத்திரி இருக்கிறது; இரண்டிற்கும் என்ன வித்தியாசம்? இரண்டு இடங்களுக்கும் வியாதிகள்தாம் வருகின்றன; வியாதிகள் ஒழிவதாய்த் தெரியவில்லை; கோர்ட்டும் ஆஸ்பத்திரியும் பெருகிக்கொண்டு போகின்றன; இரண்டு இடங்களிலும் ஒரே மாதிரிப் புலம்பல்.

அவனுக்கு, அங்கே உட்காரப் பிடிக்கவில்லை. எழுந்து வெளியே வந்தான். வாதா மரநிழல் குளுமையாக இருந்தது. கொஞ்ச நேரம் நின்றான்; கொஞ்ச நேரம் உலாவினான். ஆராவமுது பத்து நிமிடத்தில் தகவல் தருவான், வீட்டிற்குத் திரும்பிவிடலாம் என்று அவன் எண்ணியிருந்தான். ஆனால், ஆராவமுது போய் அரைமணிக்கு மேல் ஆகிவிட்டது. அவரைத் தேடப் போகலாமா என்று நினைத்தான். இவன் அவரைத் தேடப்போய், அவர் இவனைத் தேடி வந்தால் வீண் அலைச்சலாகுமே என்று வாதா மர நிழலையே அனுபவித்துக்கொண்டிருந்தான். கடைசியாக ஆராவமுது, முக்கால் மணி கழித்து, ஒருவாறு வந்து சேர்ந்தார்.

"சார், எக்ஸ்கியூஸ் செய்யணும்; வக்கீல் பிடிச்சுண்டு விடமாட்டேனுட்டார். லா காலேஜிலே படிச்சாப் போதுமா? பிராக்டிகல் நாலேட்ஜுக்கு நம்மைத்தானே சார் கன்சல்ட் செய்தாகணும்? நாமதான் கோர்ட் வாசல்லே தபஸ் செஞ்சு, எல்லாம் தெரிஞ்சு வச்சுருக்கோமே. அது என்ன, இது என்னன்னு குடைஞ்சிண்டே இருந்துட்டார்."

"நம்ம விஷயம் மறந்துட்டீங்களா?"

"என்ன சார், இப்படிப் பேசறேள்? வக்கீல் விட்டதும், நேரா ஆபீசுக்குப் போனேன். கிளாக்கு சீட்டிலே இல்லே; நாலு பேரை விசாரிச்சேன்; டிபன் சாப்பிட போயிருக்கார்ன்னு தெரிஞ்சது; நீங்க காத்திண்டிருப்பேளேன்னு ஓடிவந்தேன். நீங்க சாப்பிடல்லேன்னேளே, ரொம்ப நேரமாயிடுத்து, நீங்க காலையிலே ஃபுல் டிபன் சாப்பிட்ற பழக்கம் இல்லியோ? ஒரு வேலை செய்வமா? லைட்டா, டிபன் பண்ணிட்டு வந்திடுவோமே."

சாமி சாப்பிடவில்லை என்று சொல்லிவிட்ட பொய்யை, இனித் திருத்த முடியாது. மென்று விழுங்கியபடி, "கிளார்க் வந்துட மாட்டாரா? பார்த்துவிட்டுச் சாப்பிடலாமே" என்றான்.

"கோர்ட் விஷயம், உங்களுக்குத் தெரியாதா சார்? டிபன் பண்ணப் போறவன், லேசிலே வந்துடுவானா? ஊர் அக்கப்போர் எல்லாம் பேசிட்டு, மெதுவா வருவான். நான் ஒன்பது மணிக்குச் சாப்பிட்டவன்; நல்ல பசி; என்னாலே பசியைப் பொறுக்கமுடியாது; ஸ்டிராங்கா ஒரு காபி சாப்பிட்டாத்தான் வேலை ஓடும்."

வேறு வழியில்லாமல் சாமி, ஆராவமுதைப் பின்தொடர்ந்தான். பிரசாத ஹோட்டலுக்குப் போகவில்லை. வேறு ஹோட்டலுக்குப் போனார்கள். ஆராவமுது, எதுகைமோனை பிசகாமல், சம்பிரதாயப் பூர்வமாகச் சாப்பிட்டார். "இதுக்கு முழுச் சாப்பாடே சாப்பிடலாமே" என்று சாமி, வயிற்றுக்குள் முணுமுணுத்துக்கொண்டு, இரண்டு இட்லி காபியோடு நிறுத்திக்கொண்டான்.

பில் கொடுத்துவிட்டு வெளியே வந்ததும் ஆராவமுது, அரைப்பலம் சீவல், பத்துப் பைசா வெற்றிலை, பத்துப் பைசா புகையிலை, கொட்டைப்பாக்குப் பிரமாணம் சுண்ணாம்பு வாங்கிக்கொண்டார். தாம்பூலம் வாயில் நிறைந்ததும் அவருக்குக் குஷிப் பிறந்துவிட்டது.

ரோட்டுக்கு வந்ததும், "நீங்கள் ரொம்பப் பயப்பட்றேள்" என்றார்.

“பயம் என்ன? நடவடிக்கைன்னு போனா, வீண் செலவும் அலைச்சலும்தானே?”

“என்ன நடவடிக்கை சார், எடுத்துடுவான்? அவன், எந்தப் பக்கம் போனாலும், எங்கே ஒளிஞ்சிண்டாலும், ஆராவமுது பார்வையிலிருந்து தப்ப முடியாது. எந்தக் கோர்ட்டிலே எவன் பெருமூச்சுவிட்டாலும், இந்த ஆராவமுதுக்குத் தெரிஞ்சுடும் சார்.”

இவனோடு வீண் பேச்சு வேண்டாம் என்று சாமி எண்ணினான். காரியத்தை முடித்துக்கொண்டு தொலைந்தால் போதும் என்றிருந்தது. “இவன் விடாக்கண்டன்; விளக்கெண்ணெய் தடவி முழு ஆளையே விழுங்கிவிடுவான்; இனி ஒரு காசு தரமாட்டேன்!” என்று உறுதி செய்து கொண்டான்.

“எனக்கு வீட்டிலே வேலை இருக்கு; நீங்க சீக்கிரம் விஷயம் தெரிஞ்சி சொல்லணும்.”

“எனக்கு இப்ப வேறே ஜோலி இல்லே; நேரா ஆபீசுக்குத்தான் போறோம்.”

இருவரும் போனார்கள். வாசலில் சாமியை நிறுத்திவிட்டு, அவர் ஆபீசுக்குள் போனார். இரண்டு நிமிடத்தில் திரும்பிவிட்டார்.

“சுத்த ரோக்ஸ், சார். ஆள் இன்னும் சீட்டுக்கு வரல்லே. நீங்கள் எதுக்கு அனாவசியமா அலையறேள்? வ.கு.ஷெட்டிலே நிழலிலே இருங்க சார்; நான் பார்த்துண்டு வரேன்.”

“டிலே செஞ்சுடாதீங்க.” என்று அவனையும் மீறிக் குரல் கெஞ்சியது.

கோர்ட் என்று வந்துவிட்டால் வ.கு.வும் வ.வும் காட்டுவதுதான் பாதை. அந்தப் பாதை கல்லும் முள்ளுமாக இருக்கிறது என்று பக்கவாட்டில் போனால், சேற்றில் கால் புதையும். சாமிக்கு இந்த அனுபவம் உண்டு. செட்டியாரும் வெங்கட்ராமனும் எங்கே போனார்கள் என்று தெரிய வில்லை; கோர்ட்டில் செய்ய வேண்டியதைச் செய்துவிட்டு அவர்கள் போயிருக்கலாம். விஷயம் தெரிந்துகொள்ளாமல், வீட்டிற்கு எப்படிப் போவது? ஆகையால், மறுபடியும் வ.கு. அறையிலும் வாதா மரத்தடியிலும் இருந்துகொண்டு அம்மா, அப்பா, சிற்றப்பாக்கள், மாப்பிள்ளைகள், மைத்துனர்கள், காஞ்சிபுரம் கோபால செட்டியார், பார்த்தசாரதி செட்டியார் எல்லோரையும் திட்டிக்கொண்டிருந்தான். வெங்கட்ராமனை நினைத்தாலே, நெஞ்சு கொதித்தது. அவனை வரச்சொல்லி அனுப்பிவிட்டு அவர் மறைந்ததை, அவனால் மன்னிக்க முடியாது. “இந்த வேலை முடியட்டும்; அந்த ஆளுக்கு ஒரு பாடம் சொல்லித் தரேன்” என்று பழைய சபதத்தை ஊர்ஜிதம் செய்துகொண்டான்.

வ.கு. அறை, மறுபடியும் வெறிச்சோடிவிட்டது. கிழிந்த பாய்களும், உடைசல் கைமேஜைகளும், காகிதக்குப்பையும், வெற்றிலைக் காம்புகளுமாய், தாலியறுத்த இடம்போல் ஐயோ என்று கிடந்தது. வ.கு.க்கள் யாருமில்லை; பெரும்பாலோர் வீட்டுக்குப் போயிருப்பார்கள். கால்களை நீட்டி உட்கார்ந்த சாமிக்குத் தூக்கக்கலக்கமாக இருந்தது; ஆடுகிற தலையை

நிறுத்த முயன்றுகொண்டிருந்தான். ஆராவமுது எப்போது வருவார் என்ற கவலையும் போய்விட்டது. எப்போது வந்தால் என்ன? விஷயம் தெரிந்தால்தானே, அடுத்தபடி என்ன செய்வது என்பதைத் தீர்மானிக்க முடியும் என்று, அமைதியோடு தூங்கிவழிந்து கொண்டிருந்தான்.

மூன்றே முக்கால் மணிக்கு ஆராவமுது, தாய்தந்தையரை ஏககாலத்தில் பறிகொடுத்த தனையனைப்போல் சோகமாய் வந்தார். "சுத்த ரோக்ஸ் சார். லேசிலே சொல்லல்லே. வாதி அவனைத் திருப்தியாய்க் கவனிச்சிருப்பான் போலிருக்கு. இரண்டு ரூபா கொடுத்தேன். தூக்கி மூஞ்சிலே எறிஞ்சிட்டான் சார் என்கிறேன். என்ன செய்வது? நமக்கோ காரியம் ஆகணும்; கழுதைன்னு பார்க்க முடியுதா? காலைக் கட்டிக்க வேண்டியதாத்தான் இருக்கு. இன்னொரு ரூபா வைச்சு மோவாயைப் பிடித்துக் கெஞ்சி, இன்ஃபர்மேஷன் தெரிஞ்கிறதுக்குள்ளே, போதும் போதும்ன்னு ஆயிடுத்து."

தான் பேசும்போது, தன் குரலைத் தானே கேட்டு ஆனந்தப்படுவது சாமியின் வழக்கம். ஆராவமுது தொண்டைக்குழியிலிருந்து கட்டைக் குரலில் கர்புர் என்று பேசியதைக் கேட்கச் சகிக்கவில்லை. "வாயை மூடுடா ராஸ்கல்!" என்று கத்தவேண்டும் போலிருந்தது. ஆனால், ஆராவமுது சொல்வதைக் கேட்க, மூச்சைப் பிடித்துக்கொண்டு காத்திருக்க வேண்டியிருக்கிறதே!

"விஷயம், என்ன ஆச்சு?"

"ஆள் சீட்டிலே இல்லேன்னு சொன்னேனோல்லியோ? அந்தச் சமயத்திலே, காரியத்தை முடிச்சிருக்கிறான் சார். லஞ்ச் அவர்லே கையெழுத்து வாங்கிட்டு, டிபனுக்குப் போயிருக்கான்."

"ஆர்டர் ஆயிடுத்துன்னு சொல்றீங்களா?"

"என்ன இது, இப்படிப் பேயறைஞ்சாப்பல்லே நின்னுட்டேள்! இப்ப, என்ன ஆயிடுத்து? ஜட்ஜ் கையெழுத்துப் போட்டா, என்ன சார்? அதை ரத்து செய்ய, நான் வழி சொல்றேன். பூரா விவரம் கிரகிச்சுண்டுதான், கிளர்க்கை விட்டேன். மூணு ரூபாயில்லே கொடுத்துருக்கோம்? அமீனா பொன்னம்பலத்தைத் தெரியுமில்லே? அவனைத்தான் போட்டிருக்கு; நான் கிழிக்கிற கோட்டைத் தாண்டமாட்டான்."

"வாதி ஜப்தி செய்ய வேண்டாம்ன்னா, அமீனா பேசாமல் போக வேண்டியதுதானே?" என்று, அநாவசியமாய் ஒரு கேள்வி கேட்டான் சாமி.

"வாதி சொன்னால் நிறுத்தலாம். ஆனா, அமீனாவும் சம்மதிக்க வேணும். கோர்ட் ஆர்டர் கையிலே வந்துடுத்துன்னா, அமீனா சர்வாதிகாரி. வாதியை மீறி, என் சட்டப்படி செய்றேன்னு அவன் சாமானைத் தூக்கினா, யார் தடுக்க முடியும்? பொன்னம்பலம் நல்லவன்தான். ஆனா, நல்லவன் என்கிறது என்ன சார்? இடத்துக்குத் தக்கபடிதானே? ஐஞ்சு ரூபா கொடுத்தா, நல்லவனாயிருப்பான். பத்து கொடுத்தா, ரொம்ப நல்லவன் ஆவான். இருபத்தஞ்சா கொடுங்கோ, ஆள் மஹாத்மா ஆயிடுவான் சார்! ஒரு வேலை செய்யுங்கோ; ஒரு பத்துரூபா கொடுங்கோ. பொன்னம்பலத்துக்கு அட்வான்ஸா கொடுத்து வைப்போம். நீங்க வாதியைச் சரிக்கட்டப் பாருங்கோ; வாதி கட்டுப்படாவிட்டா அமீனாவைப் பிடிச்சுக்குவோம். உங்க வீட்டுப் பக்கம் வராமலே, சாமானே இல்லேன்னு எழுதிட்டுப்

போயிடுவான். மேற்கொண்டு பதினஞ்சு தருவோம். வாதி இணங்கிட்டா, முதல்லே தருகிற பத்தோடு தொலையட்டும். இதுக்குமேலே சீப்பா யாராலும் செய்யமுடியாது."

வாதி விரும்பாவிட்டால், அமீனா ஜப்தி செய்யமாட்டான் என்று சாமிக்குத் தெரியும். வெங்கட்ராமனைப் பிடித்துச் செட்டியாரை வசப்படுத்துவதுதான் நேர்வழி.

"நான் கையிலே ஒண்ணும் கொண்டு வரல்லே. நீங்க, பொன்னம்பலத்துக்குச் சொல்லிவையுங்க."

"அது என் பொறுப்பு. என்னிடம் உங்க கவலையை ஒப்படைச்சுட்டேள். இனிமே அது என் கவலை. நிம்மதியாய் வாதியைப் பாருங்கோ. விடியற்காலையிலே, வாதியைப் பார்க்காமே, பொன்னம்பலம் நேரா உங்க வீட்டுக்கு வருவான், சரிதானா?"

"சரி, வரட்டுமா" என்று ஹேண்டில்பாரைப் பற்றினான் சாமி.

"அந்த ஒரு ரூபா தரல்லியே சார்?" என்று காரியரைப் பிடித்தார் ஆராவமுது.

"எந்த ஒரு ரூபா?"

"கிளார்க்குக்கு என் கைப்பணம் போட்டுக் கொடுத்தேனே. நான் ரொம்பச் சிரமப்பட்டிருக்கேன்; நீங்களா பார்த்துக் கொடுங்கோ சார்."

கொடுக்க வேண்டாம் என்று சாமிக்குத் தோன்றியது. ஒருவேளை நாளைக்கு இவன் தயவு வேண்டுகிற நிலை ஏற்பட்டால் என்ன செய்வது என்று எண்ணி, சில்லரையாக ஒரு ரூபாய் கொடுத்தான்: "என்னிடம் இவ்வளவுதான் பணம்; நாளைக்குப் பார்ப்போமே" என்று கடன் சொன்னான்.

"அதனாலே என்ன? உங்க பணம், எங்கே போயிடும்? போய் வேலையைப் பாருங்கோ. ஒண்ணும் கவலைப்படாதேள், சார். தைரியமாப் போங்கோ."

சாமி, சைக்கிள் ஏறினான்.

8

ஒரே குழப்பமாயிருக்கிறது. காலையிலிருந்து அவன் தப்புக்கு மேல் தப்பு செய்கிறான். முதலில் செட்டியாரை விட்டிருக்கக்கூடாது. பின்னாலேயே சைக்கிளில் போய்ப் பிடித்து வெங்கட்ராமனிடம் போயிருக்க வேண்டும். அப்புறம் வெங்கட்ராமனை வற்புறுத்தித் தன்னோடு அழைத்துப் போயிருக்க வேண்டும். ஆனால், அவனுக்காகக் கண்ணீர் விட்டவர், அவனை அனுப்பிவிட்டு இப்படிச் சூழ்ச்சி செய்வார் என்று யாராவது நினைக்க முடியுமா? இதுவரை அவருடைய சூழ்ச்சி பலித்துவிட்டது. ஜப்திக்கு ஆர்டர் ஆகிவிட்டது. காலையில் அமீனாவை வீட்டுக்கு அனுப்பி, அவனை அவமானம் செய்ய வேண்டும் என்பது அவர் திட்டமாயிருக்க வேண்டும். அப்படி நடக்கவிடாமல், உள்ளே புகுந்து வேலை செய்ய வேண்டும். அவர் செய்தது போலவே, கூடவே இருந்து காரியத்தை

முடித்துக்கொள்ள வேண்டும். காரியம் முடியட்டும்; அப்புறம் அவனுக்கு வாய்ப்புக் கிடைக்காமல் போய்விடுமா? செட்டியாரைக் குறைகூற முடியாது; அவர் அப்பாவி. இந்த வெங்கட்ராமன்தான் சூத்திரதாரி; அவருக்கும் அவனுக்கும்தான் சண்டை; அவர் தந்திரம் செய்கிறார்; அவனுக்குத் தந்திரம் செய்யத் தெரியாதா?

நேராக அவன், செட்டியார் வீட்டுக்குப் போனான். காலையில் போனவர் சாப்பாட்டுக்குக்கூட வரவில்லை என்று அவர் மனைவி கதவுக்குப் பின்னால் இருந்து தெரிவித்தாள். வெங்கட்ராமன் வீட்டுக்குப் போனான். அவர் மாலை நாலு மணிக்குமேல் திருபுவனம் போனதாக, அவருடைய மகன் சொன்னான். செட்டியார் இங்கே வந்தாரா, இல்லையா என்று அவனுக்குத் தெரியவில்லை. வெங்கட்ராமன் மனைவியைக் கேட்கலாம் என்றால், அவள் வீட்டில் இல்லை. ஒன்றும் புரியாமல் அவன் வீட்டுக்கு வந்துசேர்ந்தபோது, ஐந்தரை ஆகிவிட்டது.

அவன் எதிர்பார்த்தபடி, சுசீலா கவலையாகக் காத்திருந்தாள். அவன் தலையைக் கண்டதும், "என்னங்க, சாப்பிடக்கூட வரல்லே? சாப்பிட்டீங்களா?" என்று கேள்விகளால் வரவேற்றாள்.

"நீ சாப்பிட்டியா, இல்லியா?"

"நான் இங்கே சாப்பிடல்லே. மூணு மணிக்கு அம்மாவை பார்க்கப் போனேன். அம்மா பிடிவாதமா சாப்பிடச் சொன்னா; சாப்பிட்டேன்."

"சாப்பிட்டவரை சரி; அங்கே எதுக்குப் போனே?"

"அம்மாகிட்டே விஷயத்தைச் சொல்லுறப்போ, எனக்கு அழுகை வந்துட்டுது. எப்படியோ நூத்தைம்பது ரூபா தயார் பண்ணிக் கொடுத்தா. பீரோவிலே வச்சிருக்கேன். நீங்க எங்கே சாப்பிட்டீங்க? போன காரியம், என்ன ஆச்சு?"

"கோர்ட் வாசல்லே ரெண்டு தடவை டிபன் சாப்பிட்டேன்" என்று நடந்ததைச் சுருக்கமாய்ச் சொன்னான்.

சுசீலா மருண்டுவிட்டாள்: "அப்படின்னா, காலையிலே கோர்ட் ஆளுங்க வருவாங்களா? நான் சொல்றதைக் கேளுங்க… …"

"அவ்வளவு தூரத்துக்கு விடுவேனா? வெங்கட்ராமனும் செட்டியாரும் எங்கே போனாலும் சாப்பாட்டுக்கு வீட்டுக்கு வந்துதானே ஆகணும்? எந்நேரம் ஆனாலும் அவங்களைப் பிடிச்சி இந்த விஷயத்தை முடிச்சிடறேன். நூத்தைம்பது கொடுத்தா, செட்டியாரைச் சமாதானம் செஞ்சுடலாம். எல்லாம் வெங்கட்ராமன் டிரிக்கு. என்னை வரச்சொல்லிட்டு, அவர் பாட்டிலே போயிட்டார். செட்டியாருக்கு அவர்தான் சொல்லிக் கொடுத்திருப்பாரு. கோர்ட்டிலே மனு கொடுத்துவிட்டு, ரெண்டு பேரும் என்னைப் பார்க்கக்கூடாதுன்னு, எங்கேயோ போய்ட்டாங்க."

"கமிஷன் பணம் தரல்லேன்னு, அவருக்கு வருத்தம் இருக்கும்."

"என்ன வருத்தம்? அவர் என்ன வெட்டி முறிச்சிட்டார்? வேணும்னா கேட்கிறது. கொடுத்துட்டுப் போறேன். அதுக்காக, கழுத்திலே கத்தி வைக்கறாப்போல, இந்த வேலை செய்றதா?"

“அவருக்கு நியாயமாகக் கமிஷன் கொடுத்திருக்கணும்...”

“கொடுக்கிறதாத்தான் இருந்தேன். நமக்குத்தான் செலவுக்கு மேலே செலவு வருதே? அவர் பொண்ணு ஜாதகம்கூடக் காலையிலே கேட்டேன்; தர்ரேன்னார். அதையாவது நினைச்சுப் பார்க்கலாமில்லே?”

“ஜாதகம் யாருக்குங்க?”

“உன் தம்பிக்குத்தான்.”

“என் தம்பிக்கா? அவனுக்குப் பொண்ணு முடிவாகப் போகுதே!”

“முடிவாகல்லியே?”

சுசீலாவுக்கு நியாயம் புரியாமல் கேட்டாள்: “கமிஷனுக்கும் ஜாதகம் கேட்கிறதுக்கும், என்ன சம்பந்தம்?”

“உனக்கு நான் சொல்றது, என்னன்னே புரியல்லே. உன் தம்பிக்கு வெங்கட்ராமன் பெண்ணை எடுக்கணும்னு நான் ஆசைப்படறேன். முயற்சி செய்றேன். உங்க அம்மாவும் தம்பியும் ஒப்புக்கலேன்னா, நான் என்ன செய்ய முடியும்? நான் முயற்சி செய்யலாம். கலியாணம் செஞ்சுவைக்க முடியுமா? நான் முயற்சி செஞ்சது, செஞ்சதுதானே?”

இந்த நியாயத்தைப் புரிந்துகொள்கிற தெளிவு, சுசீலாவுக்கு இல்லை. “அதை விடுங்க. அப்போ அவரை வைச்சிக்காமலே, செட்டியாரைப் பாக்கப் போறீங்களா?”

“அதெப்படி முடியும்? வெங்கட்ராமன் சொன்னதைத்தானே, செட்டியார் கேட்பார்? வெங்கட்ராமன், நமக்கு என்ன விரோதமா? முள்ளை முள்ளாலேதான் எடுக்கணும்; எனக்கும் காலம் வராமலா போகும்?”

“காரியத்தை நல்லபடியா முடியுங்கோ. காலையிலே கோர்ட்டுக்காரன் வீட்டு வாசலுக்கு வராமே தடுக்கணும். எனக்கு ஒரே பயமா இருக்கு; வெளியே தெரிஞ்சா வெட்கம். காபி கொண்டு வரட்டுமா?”

“முதல்லே குளிக்கிறேன்; பசங்க எங்கே?”

“லீலா படிக்கிறா; ஜகனும் ஜோதியும் வெளியே போனாங்க.”

“அப்பா, சாப்பிட வந்தாரா?”

“வந்தாங்க.”

“நான் எங்கேன்னு கேட்டாரா?”

“கேட்டாருங்க. சொன்னேன்.”

“என்ன சொன்னார்?”

“ஒண்ணும் சொல்லல்லே.”

“அவர், எதுக்குச் சொல்வார்?”

“அவங்களும் சரியா சாப்பிடல்லே. அவங்களுக்கும் இருக்காதுங்களா?... ... மறுபடியும் பேச ஆரம்பிக்காதீங்க; குளிச்சி முடியுங்க.”

சாமிக்குச் சுசீலாவின் முகத் தரிசனத்தாலேயே முக்கால் களை நீங்கி விட்டது. பைப்படியில் உடம்பைப் போட்டுத் தேய்த்துக் குளித்தான். பிறகு, மனசில் ஒரு பிரகாசம் உண்டாயிற்று. கோர்ட்டுக்குப் போவதற்கும், சுடுகாட்டுக்குப் போவதற்கும் நிறைய வித்தியாசம் இருக்கிறது. சுடுகாட்டுக்கு மனுஷன் பிணமாய்ப் போகிறான்; கோர்ட்டிலிருந்து மனுஷன் பிணமாய்த் திரும்புகிறான்.

காபி சாப்பிட்டுக் காற்றாடிய பிறகு, அவனுக்குத் தைரியம் திரும்பியது. சுசீலா கெட்டிக்காரி. அவள் கொண்டு வந்த நூற்றைம்பதையும் வெங்கட்ராமனையும் வைத்துக்கொண்டு, செட்டியாரைச் சமாளித்து விட முடியும்.

வெங்கட்ராமன் வீடு அருகில்தான். செட்டியார் வீடுதான் தூரம். ஏழு மணிக்கு, ஒருமுறை இருவர் வீட்டுக்கும் போனான். இருவரும் திரும்பவில்லை. அவனுடைய துரதிருஷ்டம், வெங்கட்ராமன் மனைவி சினிமாவிற்குப் போய்விட்டாள். அதனால், ஒரு தகவலும் தெரிய வழியில்லை. எட்டு மணிக்கு, மறுபடியும் அவர்களைத் தேடினான். அப்போதும் அவர்கள் வரவில்லை.

மனத்தில் மீண்டும் சந்தேகம் தலையெடுத்தது: “செட்டியாருக்கு, அவ்வளவு சாமர்த்தியம் போதாது. ஆனால், வெங்கட்ராமன் கபடன். காலைவரை அவனிடம் சிக்காமல் மறைந்திருந்து, விடிந்ததும் செட்டியாரை அமீனாவோடு அனுப்பி, அவனை அவமானப்படுத்தத் திட்டம் போட்டிருப்பாரோ? இரவு முழுவதும் இரண்டு பேரும் அகப்படாவிட்டால், என்ன செய்வது? வீட்டில் உள்ள சாமான்களை அப்புறப்படுத்தி விடலாமா? எதற்கு? அப்படி ஒரு இக்கட்டு ஏற்பட்டால்?”

சுசீலா சொன்னதுபோல் செய்து தொலைத்திருக்கலாம். ஐந்தாறு பவுன்களை விற்று ஐந்நூறு அறுநூறு கொடுத்து, அத்தோடு கணக்கையே நேர்செய்துகொள்ளும்படி செய்திருக்கலாம். இப்போது அப்படிச் செய்வதற்கும் வழியில்லை; செட்டியாரையே காணோமே!

எட்டரை மணிக்கு, அப்பா கடையிலிருந்து வந்தார். அவரைப் பார்க்கவே, அவனுக்கு வெறுப்பாக இருந்தது. அவன் தலையில் பொறுப்பைக் கட்டிவிட்டு, அவர் “ஹாயாக” கடைக்குப் போய்விட்டார். அலைகிறவன், அவன் அல்லவா?

அப்பா கைகால்களைக் கழுவிக்கொண்டு, சட்டையைக் கழற்றிவிட்டு அவனிடம், “செட்டியார் விஷயம், என்ன ஆச்சு?” என்று கேட்டார்.

அவர் பட்டுக்கொண்டு பேசுவதைக் கேட்க, அவனுக்கு வியப்பாய் இருந்தது: “ஜப்திக்கு ஆர்டர் ஆயிட்டுது” என்றான், கசப்பாக.

“அவ்வளவு தூரம் ஏன் விடணும்? அவரை, நீ பார்த்துப் பேசல்லியா?”

“பார்த்தாத்தானே பேச முடியும்? நாள் பூராவும் அலைஞ்சுட்டேன்; ஆளைப் பிடிக்க முடியல்லே.”

“கடையிலே, அதிகப் பத்தா நூறு ரூபா வாங்கினேன். ராத்திரியே செட்டியாரைப் பார்த்து, இதைக் கொடுத்துச் சமாதானம் செய்துடலாம். வேணுமான்னா, நானும் வர்றேன்.”

நூறு ரூபாய் நோட்டை வாங்கிக்கொண்ட சாமி, சற்று அடக்கமாய்ப் பதில் சொன்னான்: "ஆயிரத்தைந்நூறுக்கு மேலே பாக்கி இருக்கு. நூறு ரூபா தந்தா, என்ன சொல்றாரோ? வெங்கட்ராமய்யரை வச்சிக்கிட்டு, செட்டியாரை ராத்திரி பார்க்கப் போறேன். சம்மதிச்சா சரி, இல்லாவிட்டா..."

"அவ்வளவுதூரம் போகாது. செட்டியார் ரொம்ப நல்லவர். வெங்கட்ராமன் சொன்னா கட்டாயம் கேட்பார்" என்று தகப்பனார், உள்ளே போனார்.

நூறு ரூபாயைச் சாமி பீரோவில் வைத்தான். சுசீலா சாப்பிடக் கூப்பிட்டாள். வேலை முடிந்த பிறகுதான் சோறு என்று மறுத்துவிட்டான். அவளும் வற்புறுத்தவில்லை. ஒன்பது மணிக்கு மறுபடியும் வெங்கட்ராமன் வீட்டுக்குப் போனான். ஆள் அப்போதும் வரவில்லை. செட்டியார் வீட்டுக்குப் போனான்; கதவு வெளிப்பக்கம் பூட்டுப் போட்டிருந்தது.

ஒன்றும் விளங்காமல், குழப்பமாக வீட்டை அடைந்தான்.

சுசீலா, சிரிப்பு முகத்துடன், வாசலில் காத்திருந்தாள்.

"நீங்க போன அஞ்சாவது நிமிஷம், வெங்கட்ராமய்யர் இங்கே வந்தாங்க."

"இங்கே வந்தாரா? என்ன சொன்னார்?"

"செட்டியாரைப் பார்த்துச் சொல்லிட்டாராம்; செட்டியாராலே நமக்குத் தொல்லை இருக்காதுன்னார்."

"தொல்லை இருக்காதா? கோர்ட்டிலே ஜப்திக்கு ஆர்டர் வாங்கியிருக்காங்க..."

"செட்டியார் கோர்ட்டுக்கே போகல்லியாம். நீங்க என்னடான்னா கோர்ட்டு, ஜப்தி என்று கதை சொல்றீங்க!"

"செட்டியார் கோர்ட்டுக்குப் போகல்லியா? ஜப்திக்கு ஆர்டர் ஆயிருக்குன்னு வக்கீல் குமாஸ்தா சொன்னானே? நம்மை ஏமாத்தறத்துக்கு, வெங்கட்ராமன் டிரிக்கா ஏதாவது சொல்லியிருக்கப் போறார்..."

"நீங்க இப்படிப் பேசக்கூடாது. அவரை உட்காரவச்சி, நான் விவரமாக் கேட்டேன். நீங்க அவரோட பேசிவிட்டுச் செட்டியாரைப் பார்க்கப் போனீங்களா? அந்த நேரத்திலே, தஞ்சாவூர்க்காரர் யாரோ, அவரைப் பார்க்க வந்திருக்காரு. அவரோட வெளியே போயிருக்கார். கடைத் தெருவிலே, தெய்வாதீனமா செட்டியாரைப் பார்த்திருக்கார். நம்ம விஷயத்தைப் பேசியிருக்கார். செட்டியார் கண்டிஷனா மறுத்து விட்டாராம். காலையிலேயே கோர்ட்டுக்குப் போகப் போனாராம். லேட் ஆயிட்டுதுன்னு சாயங்காலம் வக்கீலைப் பார்க்கப் போறேன்னாராம். தஞ்சாவூர்க்காரரை பஸ் ஏத்தி அனுப்பிவிட்டு, ரெண்டு பேரும் வெங்கட்ராமய்யர் வீட்டிலே சாப்பிட்டிருக்காங்க, அப்ப, நம்ம கஷ்டத்தைப் பத்திச் சொல்லியிருக்கார். செட்டியாருக்கு அரை மனசு. அண்ணாவுக்கு என்ன பதில் எழுதறதுன்னு கேட்டாராம். உள்ளதை எழுதலாம்; ஜப்திக்கு போய்ப் பிரயோசனப்படாதுன்னு வெங்கட்ராமய்யர் எழுதச் சொல்லியிருக்கார். நாலு மணிக்கு மேலே, ரெண்டு பேரும்

திருபுவனம் போயிருக்காங்க. போன இடத்திலே நேரமாயிட்டுது. நீங்க தவிச்சிட்டிருப்பீங்களேன்னு வீட்டுக்குப் போற வழியிலே, இந்தப் பக்கமா வந்து சொல்லிட்டுப் போறார்."

"திருபுவனம் போறப்போ, இந்தப் பக்கம் வந்து சொல்லி இருக்கலாமில்லே?"

"உங்க நியாயம், எனக்குப் புரியல்லிங்க. திருபுவனம் போற வழியிலே தான், நம்மைப் பத்தி ரொம்பச் சொல்லி, செட்டியார் மனசை மாத்தியிருக்கார். பாக்கியைக் கொஞ்சம் கொஞ்சமாத் தந்து தீர்க்கச் சொன்னார்."

சாமிக்குக் கதை முழுவதும் தெளிவாய் விளங்கியது. அவன் கோர்ட்டில் அலையும்போது, வெங்கட்ராமன் இங்கே மங்களகரமாகக் கதையை முடித்திருக்கிறார்.

"நான் கோர்ட்டிலே அலைஞ்சதை எல்லாம், அவர்கிட்டே சொல்லிட்டியா?"

"கோர்ட்டிலே செட்டியாரைத் தேடினதாகச் சொன்னேன்; அவ்வளவுதான்."

"ரைட்."

"நாளைக்கு முதல் வேலையா, வெங்கட்ராமய்யரை வச்சிக்கிட்டு இருநூத்தைம்பதைச் செட்டியார் கிட்டே கொடுத்துடுங்கோ."

"நாளைக்கு இருநூத்தைம்பது கொடுத்தா, அவங்க நம்மைப் பத்தி என்ன நினைப்பாங்க?"

"என்ன நினைப்பாங்க?"

"கஷ்டம் கஷ்டம் என்னு மணிக்கணக்கிலே புலம்பியிருக்கேன். அவங்களும் அதை நம்பித்தானே, நடவடிக்கை எடுக்காமே இருக்காங்க? நாளைக்குக் காலையிலே இருநூத்தைம்பது கொண்டுபோய்க் கொடுத்தா, அவங்களுக்கு என்ன தோணும்? கஷ்டம் என்னு நான் சொன்னது பொய், வெறும் வேஷம்னு நினைக்க மாட்டாங்களா? ஒரே நாளிலே இருநூத்தைம்பது புரட்ட முடிஞ்சவன், ஒரு வாரத்திலே பாக்கி பூராவும் தர முடியாதான்னு கேட்பாங்களா, மாட்டாங்களா? நாமா, வம்பை விலை பேசற கதையாகும்."

"சரி, உங்க இஷ்டம்."

"வெங்கட்ராமன் வந்தது, அப்பாவுக்குத் தெரியுமா?"

"தெரியாது; அவங்க மாடியிலே இருந்தாங்க."

"நல்லவேளை! தெரிஞ்சா, நூறு ரூபாயைத் திருப்பிக் கேட்கப்போறார்!"

மின்சாரம் செத்து ஒரே இருட்டாயிருந்த இடத்தில், "குப்" என்று வெளிச்சம் வந்தால், எப்படி இருக்கும்? அதுபோல், ஒரே வெளிச்சமாயிருந்தது அவனுக்கு. சிரித்தான்.

"நீங்க சிரிச்சா?"

"வக்கீல் குமாஸ்தா ஆராவமுது ஞாபகம் வந்தது. பக்குவமா என் காதுகளையே குத்தி ஒரு தோடும் போட்டுட்டானே! அடே அப்பா, என்ன பேச்சுப் பேசினான்! என்ன நடிப்பு! சிவாஜி கணேசன் கெட்டான், போ!"

"நாளைக்குப் போய், அந்த ஆளை, ஒரு வார்த்தை கேட்டுட்டு வாங்க..."

"இவ்வளவு சாகசம் செய்றவனுக்கு, எனக்கு ஒரு பதில் சொல்லவா தெரியாது? ரெண்டு மைல் வெயில்லே போய் அவனைக் கேட்டா, எனக்கு அழகா ஒரு பதிலும் சொல்லி, என் செலவிலே டிபன் பண்ணிவிட்டு, என் கர்சீப்பிலே கையைத் துடைச்சிக்கிட்டு, "பகவான் கைவிடமாட்டான்; கவலைப்படாதேள் சார்!" என்னு, ஆசீர்வாதம் செஞ்சி அனுப்பி விடுவான்! ஒவ்வொருத்தன் பிழைக்கிறத்துக்கு, இப்படி எல்லாம் செய்ய வேண்டியிருக்கு! எல்லாம் சுயநலம்! வெங்கட்ராமனுக்கு, நம்ம விஷயத்திலே என்ன இவ்வளவு அக்கறை என்கிறே? வீடு தேடி வந்து, எதுக்கு இவ்வளவும் சொல்லிட்டுப் போனார்? காலையிலே பெண் ஜாதகம் கேட்டிருக்கேனில்லே, அதுக்குத்தான்!"

சுசீலா, கொட்டாவி விட்டபடி கூறினாள். "மணி பத்துக்கு மேலே ஆகுது; நாள் பூரா அலைஞ்சிருக்கீங்க; சாப்பிட்டுட்டுப் படுக்கலாம்; வாங்க."

"வந்துட்டேன். கஷ்டத்தோடு கஷ்டம், நாளைக்கு இன்னும் கொஞ்சம் பணம் போட்டு, ரெண்டு பவுன் வாங்கிடலாம். சரிதானே?"

"ஐயோ, வலிக்குதுங்க" என்று கன்னத்தைத் தடவியவண்ணம், சமையலறைக்கு ஓடினாள் சுசீலா.

***சுதேசமித்திரன்* (தீபாவளி மலர்: 1972)**

நானும் உன்னோடு . . . (செப்டம்பர் 1991)

•

இன்ப மது

எனக்கு மிகவும் பிடித்த இடம் சுடுகாடு; என்னுடைய வாஸஸ்தலமும் சுடுகாடுதான். நான்தான் சுடலைக் காவலன்.

மனிதன் தன் அன்பையும் வெறுப்பையும், ஆசையையும் நிராசையையும், வெற்றிகளையும், தோல்விகளையும், உணர்ச்சியின் எழுச்சி வீழ்ச்சிகளையும் சாம்பராக்கும் இந்த மசான பூமி, இளமையில் பெறும் கன்னியின் முத்தத்தை விட இன்பம் தருவதாய் மனித நெஞ்சினைப்போல் மர்மம் நிறைந்ததாய், எனக்குத் தோற்றம் அளிக்கிறது.

இந்தப் புதைகாட்டில் சின்னஞ்சிறுசுகள், இளம் கன்னிகள், முதிர்ந்த வயோதிகர்கள், வாழ்வையே பாராத வாலிபர்கள், மிதமிஞ்சின போகத்தால் பாழடைந்தவர்கள் – முதலான எல்லாவித மனிதர்களுக்கும் நானே என்னுடைய கரங்களால் குழிதோண்டி, விரட்டி அடுக்கித் தீ வைத்துச் சிதை மூட்டியிருக்கிறேன். உயர்ந்தவர் -- தாழ்ந்தவர், பெரியவர் – சிறியவர், பணக்காரர் – ஏழை என்ற பேதமின்றி, எல்லோரும் ஒரேவிதமாக எரிந்து, மக்கி, மண்ணோடு மண் ஆவதை நான் பார்த்துக்கொண்டேயிருக்கிறேன். பெரும் பணக்காரன் அதனால் சந்தனக் கட்டைகளாலேயே சிதைகட்டிக்கொள்ளலாம்: ஆனால் அந்தச் சவத்திலிருந்து எழுவதும் கருப்புப் புகைதான்; மிஞ்சுவது கரைப்பதற்காகச் சில அஸ்திகள்தான்!

மண்ணோடு ஐக்கியம் ஆகிவிட்டவர்களுக்காக மண்ணாவதற்குக் காத்திருப்பவர்கள், கதறி வாயிலும் வயிற்றிலும் அடித்துக்கொண்டு அழுவதை, நான் பார்த்திருக்கிறேன். இந்த மயான ஸ்தலத்திலே, சாவுக் கவலையினால் எழும் கூக்குரல் மாத்திரம் அல்ல; சிரிப்பையும் கேட்கிறேன். தங்களுடைய வெறுப்புக்குப் பாத்திரம் ஆனவர்கள், நீறாவதைக் கண்டு, பலர் உள்ள நிறைவுடன் சிரிக்கிறார்கள். இடைஞ்சலாக இருந்த தகப்பன் போனதால் மனம் மகிழும் மைந்தன், மனதிற்குப் பிடித்தமில்லாத கணவன் தொலைந்ததால் வெளியில் பாசாங்கு அழுகைகாட்டி மறைவில் சிரிக்கும் மனைவி, இப்படிப் பல சிரிப்பையும் கேட்டிருக்கிறேன்...

கம்பீரமான இரவு, அடர்த்தியான இருள் போர்வை அணிந்துகொண்டு, நக்ஷத்திரத் தீபங்கள் ஒளி பிடிக்க பவனி வரும்போதும், சாவுக்கணக்கை அதிகரிக்கும் புயலின்போதும் இவற்றுள் எதையும் லக்ஷியம் செய்யாமல் அரைகுறையாக நெருப்பும் புகையும் கக்கி எரியும் பிணத்தைப் பிடுங்கித் தின்பதற்காகப் பீபத்ஸ கீதத்தை ஆலாபித்துக்கொண்டே வரும் நாய், நரி, ஓநாய் முதலிய மிருகங்கள் ஒன்றோடொன்று சண்டையிட்டுக்கொள்வதைக் காணும்போதும் என் மனத்தில் தீராத ஏக்கம் எழுகிறது.

"அறிவு, தன் அறிவின்மையால், மனித வர்க்கத்தையே நிர்மூலமாக்கு கிறது; ஊருக்குப்புறம்பே, தென்திசையில் 'சுடுகாடு' என்று மனிதன் ஒதுக்கி வைத்த இடம், சிறிது சிறிதாக விரிந்து, விரிந்து ஒவ்வொரு வீட்டிலும், கிராமத்திலும், நகரத்திலும் உலகம் முழுவதுமே வியாபிக்கக் தொடங்கி யிருக்கிறது. சாவை நம்பிவாழும் நாய், நரி முதலிய பிணம்தின்னிகளைவிடக் கேவலமாக மனிதன் தன்னைப் பிடுங்கித் தின்கிறான்...

"காலையிலிருந்து மாலை வரை பயம், கவலை, துயரம் முதலிய இருளுணர்ச்சிகள் கவிந்து பெருமூச்சு அனலிலே எரிவதா வாழ்க்கை? உயிர் இருந்தும் ஜடம்போல் சலனம் இன்றி, சந்தடியின்றி, சோகச் சூழ்நிலையில் இருக்கும் இடமா வீடு? இத்தகைய வாழ்க்கைக்கும் – வீட்டுக்கும் சுடுகாட்டுக்கும் என்ன வித்தியாசம்?

"தொட்டிலிலே இருந்தே சண்டையில் தொடங்கி, போரில் படர்ந்து வேதனைக்காற்றால் துவண்டுவிழும் கொடியா ஜீவ விருக்ஷம்? பிறப்பதற்கு முன்னும் இறப்பதற்குப் பின்னும் என்ன இருந்தது, என்ன இருக்கும் என்பதை அறியாத மனிதன், கர்மப் போர்வையை முள்ளிலும் கல்லிலும் இழுத்து, உள்ளத்தை அசூயை, பொறாமை, சினம் ஆகிய கீழுணர்ச்சிகளால் ஏன் உருக்கவேண்டும்? இவ்வாறு அவன் உருக்கியே ஆக வேண்டும் என்றால் உலகத்தை 'உலகம்' என்னாமல் 'பெரிய சுடுகாடு' என்றே கூறிவிடலாமே? உள்ளப் பசுமையை நுகர்ந்திருக்கும் காலத்தை இன்பமாகக் கழிக்காமல், கிடைக்காப் பொருளுக்கு ஏங்கி ஏங்கியா உயிர் துறக்கவேண்டும்? வாழ்க்கை லட்சியமே சுடுகாடாக இருக்கும்போது, வாழ்க்கையையே சுடுகாடாக ஏன் மாற்றவேண்டும்?..."

இதையெல்லாம் எண்ணும்போது, பல சவங்களுக்கு அனாயாச மாகவும் நிச்சந்தையாகவும் குழிதோண்டிக் கொடுக்கிற எனக்கு – சாவின் கணக்கினால் வருவாயைக் கணக்கிடும் எனக்குக்கூடத் துன்பம் உண்டா கிறது. மயான பூமி எங்கும் சிதறிக் கிடக்கும் மண்டை ஓடு, எலும்புகளின் துவாரங்களில் புகுந்து வெளிவரும் காற்று எழுப்பும் 'உஸ்... ஸ்...' என்ற சப்தம், எல்லாம் இருந்தும் இழந்த மனிதனின் விடியாப் பெருமூச்சோ என்று தோன்றுகிறது. இங்குமங்கும் ஜ்வலிக்கும் சிதைகள், அவன் தனக்காகவே மூட்டிக்கொண்டவையோ என்ற அச்சம் உண்டாகிறது. ஆகாயத்திலிருந்து வரும் கழுகு, பருந்து முதலிய சவம் சாப்பிடும் விருந்தாளிகள் மனிதனைக் குதறிக் குதறி, அவனுடைய தோல்வியை அழுத்தமாக எடுத்துக்காட்டி எள்ளி நகையாடுகின்றனவோ என்று நினைக்கிறேன், நான்! இவற்றையெல்லாம் பார்த்துக் கேட்டு நினைத்து, எனக்குள் ஒரு சந்தேகம் உண்டாகிறது.

"ஆக்கலும் அழித்தலும் ஏககாலத்தில் நிகழ்கின்றன; இயற்கை விதிப்படி. இறப்பும் – பிறப்பும், வாழ்வும் – சாவும் சேர்ந்தேதான் நடக்கின்றன. உலக

இயல்பில் – என்றெல்லாம் – சொல்லுகிறார்கள்; அப்படியே அனுபவத்திலும் காண்கிறோம். சிசுஜனனம் என்றால், பெற்றோரின் 'தேய்வு' என்றுதானே பொருள்? மரம் ஒன்று வளர வேண்டுமானால் எவ்வளவு விதைகள், செடிகள், கொடிகள் அழிகின்றன? மனிதன், தன் வயிற்றையே சுடுகாடுதான் ஆக்கிக் கொண்டிருக்கிறான். அந்த உதிரபூமியில் இலை, பூ, காய், கனிகள், ஆடு, மாடு முதலிய ஜீவராசிகள் இரண்டறக் கலக்கின்றன. எதற்காக? அவன் உயிர்வாழ்வதற்குத்தானே? அவ்வாறானால் சம்ஹாரமும் சிருஷ்டியும் சேர்ந்து நடக்கின்றன என்றால், .. இந்தச் சுடலையில் புதையுண்டு போன, உயிர்களின் கதி என்ன? இங்கு மறைந்து, அவை மீண்டும் எங்கே சிருஷ்டி ஆகின்றன? இங்கேயே நடக்குமானால், அது எப்போது நடக்கிறது? எப்படி நடக்கிறது? அப்போது – என்ன நடக்கிறது?..."

வாழ்க்கையின் நிலையற்ற தன்மையைப் பிரதிபலிப்பது போன்று, எரியும் சிதையிலிருந்து சுருண்டு எழுந்து, வானில் விரிந்து, மங்கலுற்று மறையும் புகைப்படலத்தை வெறிச்சென்று நோக்கிக்கொண்டே நான் இந்தச் சிந்தனைகளில் ஆழ்ந்திருக்கிறேன். ஆகாயத்தில் எங்கோ, எப்போதோ, எப்படியோ திரண்டு நீர்த்தாரையாக வெளிவரும் அந்தப் புகைமண்டலத்தைப்போல் என்னுடைய சந்தேகங்களும் எனக்குள் விளக்கம் கொண்டுவிடுமோ என எதிர்பார்க்கிறேன்...

ஆனால், இதுவரை இப்படி நடக்கவேயில்லை! வாழ்க்கையின் இறுதியை நேரில் பார்க்கும் எனக்குக்கூட வாழ்க்கையும், அதற்கு முன்னும், அதற்கு அப்பாலும், எல்லாமே பெரும்புதிர்களாக இருக்கின்றன! எவ்வளவு முயன்றும், அவற்றை என்னால் விளக்கவே முடியவில்லை.

இருளின் குழந்தைபோல் கறுத்த உடலுடனும் நீளமான தாடியுடனும் யாருடைய பேச்சிலும் குறுக்கிடாமல் கருமத்தில் கண்ணாக இருந்து, யோசனை செய்தபடியே இருக்கும் என்னைப் பார்க்கிறவர்களில் சிலர், "பிணம் எரித்து, எரித்துப் பித்துப் பிடித்துவிட்டது, பாவம்!" என்கிறார்கள். "இந்த வேலை செய்ய, இவனுடைய மனது எவ்வளவு கஷ்டப்படுகிறதோ?" என்கிறார்கள் சிலர். "எமதூதன்" என்று கோபப்படுகிறவர்களும் உண்டு...

ஆனால், ஒன்றையும் நான் கவனிப்பதில்லை.

ஏன் கவனிக்கவேண்டும்?

என்னைப் பற்றிய வரையில், சிந்தனை இல்லை. எனக்கு வாழ்வு தரும் இந்தக் கம்பீரமான சாவு ஸ்தலம் இருக்கிறது; சிந்தனை இல்லை. கட்டித் தழுவக் காரழகி இருக்கிறாள்; சிந்தனை இல்லை; உண்டு மகிழ இன்ப மது இருக்கிறது!

_சிவாஜி_ (39ஆம் ஆண்டு மலர்: அக்டோபர் 1973)

(நூல் வடிவில் இதுதான் முதல் பிரசுரம்)

●

நானும் உன்னோடு . . .

1

'மாயி, ஃதேவூ, ஹிந்த பொவுஸ் பொட ஹோனா!' (அம்மா, சாமீ, இன்னைக்கு மழை பெய்யக்கூடாது!) என்று பிரார்த்தனை செய்துகொண்டாள் யமுனா. வெங்காயம் நறுக்குவதை நிறுத்திக்கொண்டு, உட்கார்ந்தபடியே இரண்டு கைகளையும் குவித்துக் கும்பிட்டுக் கன்னத்திலும் போட்டுக் கொண்டாள்.

ஒரு வாரமாய்க் கொட்டோகொட்டு என்று கொட்டி அட்டகாசம் செய்ணணத ஆகாசம் நேற்று இரவு முதல் வெளுப்பதும் கறுப்பதுமாய்க் குழம்பிக்கொண்டிருந்தது. பெய்யாது என்று துணிய முடியவில்லை; பெய்யும் என்று அஞ்சவும் முடியவில்லை. பெய்யாது என்று யமுனா முடிவுசெய்துவிட்டாள். சுவாமி தன்னைக் கைவிடமாட்டார் என்று அவளுக்கு அத்தனை நம்பிக்கை.

கும்பகோணம்–அய்யம்பேட்டை பஸ்பாதையில் ஆங்காங்கு மரங்கள் விழுந்துகிடந்தன; பஸ்கள் சரியாக ஓடவில்லை என்று பேசிக்கொண்டார்கள். மழை இல்லாவிட்டால் அம்மாவை இன்று அனுப்புவதாய் அப்பாவிடமிருந்து நேற்று கடிதம் வந்தது. இந்தத் தடவை யமுனாவைக் கட்டாயம் ஊருக்கு அனுப்பிவிடுவார்கள். ஊருக்குப் போனதும் முழுசாக இரண்டுநாள் போர்த்திக்கொண்டு படுக்க வேண்டும் என்று அவள் தீர்மானம் செய்துகொண்டாள். இங்கே, இப்போது, இப்படித் தோன்றும்; ஊருக்குப் போனால் யார் அவளைத் தூங்கவிடுவார்கள்? அவளுக்குத்தான் எப்படித் தூக்கம் வரும்? இங்கே, தூக்கம் தானாக வருவதில்லை; வந்தாலும், கணவன் தூங்க விடுவதில்லை; அவன் தூங்கவிட்டாலும் வயிற்றுக்குள் இருக்கிறதே பெட்டைக்குட்டி (வயிற்றில் இருப்பது பெண் குழந்தைதான்; ஒன்றுக்குப் பின் ஒன்றாக ஐந்து பெண்களைப் பெற்றுப் போட்டுக் கணவனைத் தண்டிக்க வேண்டும் என்று அவள் உறுதியாக இருந்தாள்) அது மனுசக் குழந்தைதானா? இல்லை, குரங்குக்குட்டியா?

வயிற்றுக்குள்ளேயே ஓரிடத்திலிருந்து மற்றோரிடத்துக்குத் தாவுகிறதா? கடிக்கிறதா? பிறாண்டுகிறதா? வெளியே மழையின் கூப்பாடு; வயிற்றிலே அதைவிடப் பெரிய அமளிதுமளி. நேற்று இரவு முழுவதும் அவளுக்குத் தூக்கம் இல்லை.

அம்மாவாக இருந்தால் யமுனாவின் முகத்தைப் பார்த்ததும், 'ஏண்டீ, ராத்திரி தூங்கல்லியா? ரெண்டு இட்டிலி சாப்பிட்டுத் தூங்கு போ!' – என்று பரிவோடு சொல்லுவாள். புகுந்த வீட்டில் அந்தச் சலுகை கிடைக்குமா? வயிறு வலிக்கிறதோ, முதுகு வலிக்குறதோ? இங்கே அதிகாலையில் எழுந்தாக வேண்டும்; பத்து தேய்க்க வேண்டும்; கூட்டி மெழுக வேண்டும்; குளித்துவிட்டு, இட்டிலிப் பானையை அடுப்புமேல் வைத்து, சட்டினி அரைத்து . . . மாமியாரும் கணவனும் சாப்பிட்டு முடித்த பிறகு அவள் சாப்பிட வேண்டும். கணவனுக்குப் பட்டு ஜவுளிக் கடையில் வேலை; ஒன்பதுமணிக்குப் போக வேண்டும்; கடை பக்கத்துத் தெருவில்தான்; கடை கொள்ளைபோவதைப்போல் ஏழுமணியிலிருந்து பறப்பான். இப்போது தீபாவளி நெருங்கிவிட்டதா? எட்டுமணிக்கே இன்று கடைக்குப் போய்விட்டான்.

இந்த வீட்டில் எல்லா அதிகாரங்களும் மாமியாரின் கையில்தான். சீதாம்மாவுக்கு ஐம்பத்தைந்து வயசு. ஒரு பிள்ளை, ஒரு பெண் என்று கணக்காகப் பெற்றுக்கொண்ட உடம்பு. வீட்டுக்காரர் இருந்திருந்தால் நிறையப் பெற்றுத் தள்ளி இருப்பாள். உடம்பில் ஒரு கொள்ளை சொத்தை இல்லை. நாளைக்கு ஒரு கவுளி வெற்றிலைத் தழை மேய்கிறாள்; புகையிலையும் போடுகிறாள்; ஒரு பல்கூடச் சேதப்படவில்லை. தலையில் ஆங்காங்கு விபூதி பூசியது போல் பட்டை பட்டையாக நரை கண்டிருந்தாலும், அடர்த்தியான நீண்ட தலைமயிர்; அதை அள்ளிக் கொண்டை போட்டிருப்பதிலும் ஒரு சொகுசு இருக்கும். வெள்ளை ரவிக்கை; கழுத்தில் பவுன் சங்கிலி; காதுகளில் ஏழு கல் தோடு. சுறுசுறுப்புக்கும் குறைச்சல் இல்லை.

மருமகளோடு மாமியாரும் விழித்துக்கொள்வாள். ஆனால், இந்தப் பக்கத்துச் சாமானை அந்தப் பக்கம் எடுத்துவைக்க மாட்டாள். மெதுவாகக் காலைக் கடன்களை முடித்துக்கொண்டு, குளித்துவிட்டு, நெற்றியில் நாமக்குறி இட்டுக்கொண்டு, சூரிய நமஸ்காரம் செய்த பிறகு அண்டை வீடுகளுக்கு அரட்டை அடிக்கப் போய்விடுவாள். அவள் சமையலறையில் நுழையும்போது சூடான இட்டிலி (அதுவும் மேல் தட்டு இட்டிலியாக இருக்க வேண்டும்; கீழ்த்தட்டு இட்டிலியில் நீர் கசிந்து உருக்குலைந்து ருசிமாறிப் போய்விடுமாம்! என்ன நாக்கோ அது!) காபி சாப்பிட்டதும், வெற்றிலை டப்பாவை எடுத்துச் சீவலை வாயில் போட்டுக்கொண்டு, வெற்றிலைக்குச் சுண்ணாம்பு தடவியபடி தறிமேடை ஏறிவிடுவாள்.

இது பெரிய குடும்பம் அல்ல; ஒரே ஒரு நாத்தனார்; சக்குபாய் என்று பெயர்; அவளை உள்ளூரிலேயே கட்டிக்கொடுத்தாயிற்று. யமுனாவிடம் இரக்கத்தோடு பழகுகிறவள் அவள் ஒருத்திதான். ஆனால், இந்த ஒரு மாமியார்க்காரி ஒரு பெரிய ராட்சசக் கூட்டம் போல மருமகளைச் சூழ்ந்து கொண்டிருந்தாள். பிறத்தியாரிடம் இனிக்க இனிக்கப் பேசுகிறவள். மருமகள் பக்கம் திரும்பினால் போலீஸ் ஜவான் போல் கடுகடுப்பாள். அவளுக்கு

முன்னிலையில் மகன் மனைவியுடன் சகஜமாகப் பேசவோ, சிரிக்கவோ கூடாது. இரவிலும், யமுனா மட்டும் அல்ல, சக்கரபாணிகூட வாயைப் பொத்திக்கொண்டு, சத்தம் இல்லாமல் சிரிப்பான். முதல் இரவு முதலே ஆரம்பமான கட்டுப்பாடு இது. யமுனா இப்போது உண்டாகியிருக்கிறாள் என்றால் – அதற்கு சக்கரபாணிக்கும் அவளுக்கும் ஏகப்பட்ட சாமர்த்தியம் தேவைப்பட்டது.

மாமியார் சேதி இருக்கட்டும். பெண்டாட்டி, பெண்டாட்டி என்று இரவில், இருட்டில், மௌனமாய், மெழுகாய்க் குழைகிறானே, அவன் சேதி என்ன? ஆள் ராஜபார்ட் போல் அழகன்; நல்ல உடல் வாகு. கலியாணப் புதுசில் அவன்கிட்டே வந்து தொட்டாலே யமுனாவுக்குப் பரவசமாக இருந்தது. ஆனால், இருட்டு வெளியேறி, வெளிச்சம் வந்ததோ இல்லையோ, அவன் பூச்சாண்டி பொம்மை போல் விறைத்துப் போவான். தெருவோடு போகிற பெண்ணைப் பார்ப்பதுபோல் யமுனாவை அலட்சியமாகப் பார்ப்பான். தகப்பனார் சிறுவயதில் செத்துவிட்டார்; தாயார்தான் தறி நெய்து பிள்ளையையும் பெண்ணையும் வளர்த்துக் கலியாணமும் பண்ணி வைத்தாள் என்பது சரி. அதனால்தானோ என்னவோ, பிள்ளை அம்மாவின் கைப்பொம்மை.

அம்மாவிடம் மரியாதையாக இருக்க வேண்டியதுதான். அதற்காக, பெண்டாட்டியைக் கலங்கவிடலாமா? அவளும் நாள் முழுவதும் மாமியாரைப் போல உழைக்கிறாள். அவளுக்கு ஓய்வு வேண்டாமா? பிறந்த வீட்டுக்கு மாசம் ஒருமுறை நாலைந்து நாளாவது அனுப்ப வேண்டும் என்று இவர்களுக்கு ஏன் தோன்றவில்லை? உள்ளூரில் வாழ்க்கைப்பட்டிருக்கும் மகள் வீட்டுக்குத் தூரமானால் இங்கே வந்து விடுகிறாள்; நேரம் கிடைத்தபோதெல்லாம் வருகிறாள். ஒரு நாள் மகளுடைய முகத்தைப் பார்க்காவிட்டால் சீதம்மா தவித்துப் போவாள். ‘நேற்று பூரா சக்கு வரவில்லை; ஒருவேளை உடம்பு சரியில்லையோ?’ என்று சொல்லியபடி இருப்பாள்; இரண்டாவது நாளும் மகள் வரவில்லை என்றால், மகளைப் போய்ப் பார்த்துவரச் சொல்லுவாள். மகளுக்கு ஒரு நீதி, மருமகளுக்கு ஒரு நீதிதான் இந்த வீட்டில். சக்கரபாணியாவது மனைவியிடம் இரக்கம் காட்டுவானா? தாய்போல பிள்ளைக்கும் கல்நெஞ்சு. ‘என்னை விட்டுட்டு கும்பகோணம் போக உனக்கு எப்படி மனசு வருது?’ என்று மனைவியையே மடக்குவான். பிறந்த வீட்டுக்குப் போகிறேன் என்றால் புருஷன் மேல் பாசம் இல்லை என்று அர்த்தமாம்; என்ன அக்கிரமம் – என்ற ஆத்திரம் யமுனாவின் மனசில் உறைந்துகிடந்தது. மணமான பிறகு சேர்ந்தாற் போல் ஒருவாரம் அவள் பிறந்த வீட்டில் தங்க முடியவில்லை.

ஐந்தாவது மாசம் வளைகாப்புக்கு யமுனாவையும் மாப்பிள்ளையையும் ‘விருந்து சொல்லி’க் கும்பகோணத்துக்கு அழைத்துப்போனார்கள். பதினைந்துநாளாவது பிறந்த வீட்டில் இருக்கலாம் என்று யமுனா எண்ணியிருந்தாள். எண்ணி ஐந்துநாள்தான் அங்கே இருந்தார்கள்; அந்த ஐந்துநாளும் கணவனுக்குத் தேவையான பணிவிடை செய்வதிலேயே பொழுது போய்விட்டது; பிறந்த வீட்டு நிம்மதியே இல்லை. ஐந்தாம் நாள் மாலையில், “இனிமேல் நான் தங்கமுடியாது. கடைக்குப் போகணும். நாளையோடு விருந்து முடித்துக்கொண்டு ஊருக்குப் போய்விடுவோம்”

என்று சக்கரபாணி திடீரென்று அறிவித்தான். பெற்றவர்களும் தங்கையும் தம்பியும் 'யமுனா ஒரு வாரம் தாயார் வீட்டில் இருக்கட்டும்' என்று கெஞ்சினார்கள். உண்டாகியிருக்கிற பெண்டாட்டியும் கண் கலங்கினாள். கருங்கல் கரையவில்லை. மறுநாள் பிற்பகல் மூன்றுமணி வெயிலில் யமுனாவை இழுத்துக்கொண்டு புறப்பட்டுவிட்டான் மாப்பிள்ளை.

பிறகு அம்மாவோ அப்பாவோ கும்பகோணத்தில் இருந்து இங்கே வந்து கூப்பிட்டபடி இருக்கிறார்கள். யமுனாவை மாமியார் பிறந்த வீட்டுக்கு அனுப்பவில்லை. இப்போது தீபாவளிக்குப் பதினைந்து நாள் இருக்கிறது. வயிறும் கனத்துவிட்டது. இது அவளுக்கு இரண்டாவது தீபாவளி. அந்தச் சாக்கில் ஊருக்குப் போனால், பேறுகாலம் முடித்து மூன்று மாதக் குழந்தையோடு இங்கே திரும்பலாம், அம்மாவின் அரவணைப்பில் இருக்கலாம், அவள் ஊட்டச் சாப்பிடலாம், தம்பி தங்கையுடன் வம்பு செய்யலாம் என்ற நினைப்பே அவளுக்குச் சுகமாக இருந்தது. அம்மா அவளை அழைத்துச் செல்லத்தான் இன்று வருகிறாள். அவள் சுவாமி கும்பிட்டது வீண் போகவில்லை. ஆகாயத்தில் கறுப்பு கரைந்து நீல சுயரூபம் தெரிந்தது. யமுனா மத்தியானச் சமையலைச் சுளுவாக்கிக்கொள்வதற்காகக் காய்கறிகளை நறுக்கி, துவரம் பருப்பையும் வேகவைத்துவிட்டுத் தறி மேடைக்கு விரைந்தாள்.

2

"காவா இக்க ஃகெமீ?"

(ஏண்டீ இத்தனை நேரம்) – யமுனா தறிமேடையை நெருங்கும்போதே குரல் ஒலி அதட்டியது. மாமியாருக்குப் பெரிய குரல் அல்ல; சின்னக் குரல்; குண்டூசிக்குரல் என்று யமுனா அதற்கு ஒரு பெயரும் வைத்திருந்தாள்; சுறுக்சுறுக் என்று குத்திக்கொண்டே இருக்குமாம்.

அவளுக்குத் தறிமேடை ஏறுவதே சிரமமாக இருந்தது. தரையில் முதல்படி; அதன் மேல் ஏறி இரண்டடி உயரம் ஒரு காலைத் தூக்கி வைத்து மேடை ஏற வேண்டும். மூச்சுப் பிடித்து, வலியைப் பொறுப்பதற்காகப் பல்லைக் கடித்துக்கொண்டு ஏறும்போதுதான் குண்டூசிக் குரல் காதில் ஏறியது. பதில் சொல்ல முடியாதவளாய் மாமியாரின் முகத்தைப் பார்த்தபடி மேலே ஏறி, மாமியாருக்குப் பக்கத்தில் உட்கார்ந்தாள். அவளுக்கு இரைத்தது.

"ஏண்டீ நேரம்னு கேட்டா எரிக்கிறாப்போலப் பாக்கிறியே? நான் என்ன சொல்லிவிட்டேன்?"

"நான் சாதாரணமாகத்தான் பார்த்தேன் மாமி. மேலே ஏறப்போ மூச்சுவிடக் கஷ்டமாயிருக்கு, உட்கார்ந்த அப்புறம் பதில் சொல்லலாம்னு நினைச்சேன்".

"சரி, நான் கேட்டதுக்கு பதில் சொல்லவில்லையே? ஒரு முழம் இருக்கு. முடிச்சிட்டா செல்ஃப் முந்தி. உன்னை எதிர்பார்க்க வேணாம்னுதானே சீக்கிரம் வரச் சொன்னேன்? தீபாவளி நேரத்தில் இப்படி அச்சாட்யம் செய்றியே. என்னதான் நினைச்சிருக்கே?"

"உங்க பிள்ளை கடைக்குப் போனப்புறம் சாப்பிட்டேன். பத்து தேய்ச்சு எடுத்து வச்சேன் –"

“அதுக்கு இத்தனை நேரமா?”

“காய்கறி எல்லாம் நறுக்கி வச்சேன்” என்ற யமுனா சாம்பாருக்காகத் துவரம்பருப்பை அவித்துவைத்ததைச் சொல்லாமல் நிறுத்திக் கொண்டாள்.

“அதுக்கு இப்ப என்ன அவசரம்?”

“உங்க பிள்ளை பசியோட வராரு–”

“அவன் மத்தியானம் இரண்டு மணிக்கு வர்றான். நான் அவசரம்னா நீ சமையலுக்கு ஆரம்பிச்சாயா? நல்லா இருக்கு. நாடாபோடு; புது நாடா, பார்த்துப் போடணும்.”

சீதம்மா நெய்யும் பட்டுச் சேலை பெரிய ரகம் அல்ல. சுமார் நாலு அங்குல ஜரிகைபேட்; உடல் புளு, கரை கறுப்பு. உடலில் புட்டா, கொடி முதலிய வேலைப்பாடு கிடையாது. சாப்பாட்டு நேரத்துக்குள் ஒரு முழம் நெய்துவிடலாம். ஆகையால், மாமியார் அவசரப்பட்டதில் நியாயம் இருந்தது. அந்த ஒரு முழத்தை நெய்துமுடித்துவிட்டால் யமுனா ஊருக்குப் போவதும் சுலபமாகும். துருத்திக்கொண்டிருந்த வயிற்றைத் தாண்டிச் சற்று குனிந்து நாடா கோத்துக் கொடுக்கக் கஷ்டமாயிருந்தது; இருந்திருந்து வயிற்றில் வலித்தது. எதையும் அவள் பொருட்படுத்தவில்லை. பெண்ணாய்ப் பிறந்தால் வலி பழகிப் போகிறது. ‘அம்மா வருகிறாள்’ என்ற எதிர்பார்ப்பு எல்லா வலிகளையும் மறக்க வைக்கும் குளோரோஃபார்ம் போல இருந்தது.

முக்கால்மணி நேரம் நாடா இந்தப் பக்கமும் அந்தப் பக்கமுமாய் ஓடிக்கொண்டிருந்தது. நெய்தபடியே சீதம்மா பேச்சு கொடுத்தாள்: ‘நேற்று உங்க அப்பாவிடமிருந்து கடுதாசி வந்ததாமே, என்ன எழுதியிருந்தாரு?’

“உங்க பிள்ளை உங்களண்டை படிச்சிக் காட்டினாரே மாமி”

“அவன் படிச்சுக் காட்டினா, நீ சொல்லக்கூடாதா? நான் ஏதாவது கேட்டா, பதில் சொல்றதா, பதிலுக்குக் கேள்வி கேட்கிறதா?”

“தீபாவளிக்கு என்னை கூப்பிடறதுக்காக அம்மா இன்னைக்கி வராளாம், அப்பா எழுதியிருக்காங்க”.

“உங்க அம்மா வர்றாளாமா? வந்துக்கிட்டே இருக்காங்க. அதுக்கு ஒண்ணும் குறைச்சல் இல்லே. இது ரெண்டாவது தீபாவளிதானே. எதுக்குக் கூப்பிடணும்? – எல்லாம் தெரிந்துவைத்துக்கொண்டு, ஒன்றும் தெரியாதவள்போல் சீதம்மா பேசினாள். பதில் சொல்வதா இல்லையா என்று யமுனாவுக்கு விளங்கவில்லை.

“தலைப்பிரசவம், பெண்வீட்டுக்காரங்க செய்றதுதானே முறை மாமி”– யமுனா மிகவும் வணக்கமான குரலில் கூறினாள்.

“உங்க வீட்டுக்காரங்களுக்கு அது வேறே தெரியுமா? இந்தப் பிரசவம் எங்களாலே செய்ய முடியாதா? உங்களுக்கு ஏன் வீண் கஷ்டம்?”

யமுனா தயங்கிக்கொண்டே மெதுவாய்ப் பேசினாள்: “இதிலே என்ன கஷ்டம் மாமி? முதல் பிரசவம் அவங்க பொறுப்புதானே?”

“என்ன கஷ்டமா? ஒவ்வொரு நாள் கிழமைக்கும் விசேஷத்துக்கும் உங்க வீட்டுக்காரங்க செய்ற மரியாதையைப் பார்த்து ஊரே பரிகாசம்

பண்ணுது. கூலி நெசவு நெய்யறவங்க கூட இதைவிட நல்லபடி செய்றாங்க. தலை தீபாவளிக்குப் பலகாரம் கொண்டு வந்து வச்சாங்களே, அதை நினைச்சாலே பத்திக்கிட்டு வருது. இத்தனூண்டு, இத்தனூண்டு . . .' என சுட்டுவிரல் நடுவிரல் மோதிரவிரல் மூன்றையும் கூட்டி, கட்டை விரலினால் அதில் பாதி வெட்டிக் காட்டினாள் சீதம்மா. 'முறுக்கிலே இருபத்தஞ்சு, புளிச்ச ஜாங்கிரி கால் கிலோ, பலகாரம்னு ஏன் தட்டு தூக்கிட்டு வர்றாங்க? வாயிலே வைக்க முடியல்லே…"

"அடி பாவி!" என்று மனசுக்குள் முணுமுணுத்தாள் யமுனா. சிற்றெறும்புக்கடி போல் தொடங்கிய மாமியாரின் பேச்சு கட்டெறும்புக்கடி யாகத் தோலைப் பிடுங்கியது.

யமுனாவுக்கும் சக்கரபாணிக்கும் திருமணம் நிச்சயம் செய்தபோது, பெண்வீட்டார் பெண்ணுக்கு ஐந்துபவுன் நகை போடுவது, ஆயிரம் ரூபாய் வரதட்சிணை கொடுக்க வேண்டியது என்று முடிவு செய்தார்கள். அதைத் தவிர அமாவாசை, வைகுண்ட ஏகாதசி போன்ற விசேஷ நாள்கள், தீபாவளி போன்ற பண்டிகையின்போது பெண்வீட்டார், மாப்பிள்ளை வீட்டுக்குக் கணிசமான பலகாரம் கொண்டுபோய்க் கொடுப்பதோடு, மாப்பிள்ளையையும் பெண்ணையும் அழைத்து 'விருந்து' செய்வது சௌராஷ்டிரர் வழக்கம். கும்பகோணத்திலிருந்து அய்யம்பேட்டைக்குப் பலகாரத்தட்டு தூக்கிக் கஷ்டப்பட வேண்டாம் என்பதற்காக 'வருடம் முழுவதற்குமான பலகாரத்து'க்கு என்று யமுனா வீட்டார் பிள்ளை வீட்டாரிடம் ஐந்நூறு ரூபாய் கொடுத்துவிட்டார்கள். ஆனாலும் தலைத் தீபாவளி ஆயிற்றே என்று யமுனாவின் தாயார் பெரிய கைமுறுக்கு 51உம், லாலா கடை ஜாங்கிரி 51உம் வைத்து மாப்பிள்ளை வீட்டாருக்குக் கொடுத்தாள். அதைத்தான் மாமியார் இப்போது பரிகாசம் செய்கிறாள். இவள் அந்தப் பலகாரத்தை எங்கே சாப்பிட்டாள்?

தங்கைக்கு மணமான அன்றே அடுத்த முகூர்த்தத்தில் சக்கரபாணிக்கு மணமாயிற்று. ஆகையால், சீதம்மாவும் தீபாவளிக்கு மாப்பிள்ளை வீட்டாருக்குப் பலகாரத்தட்டு தூக்க வேண்டும். அவள் கெட்டிக்காரி, கைக்காசுக்குச் சேதம் இல்லாமல், மருமகள் வீட்டிலிருந்து வந்த பலகாரங்களை அப்படியே மகள் வீட்டுக்கு அனுப்பிவிட்டாள். யமுனாவுக்கு இந்த விவரம் நாத்தனார் சொல்லித்தான் தெரியும். 'அண்ணி, உங்க வீட்டு முறுக்கு ரொம்ப ஜோர். வாயிலே போட்டா பிஸ்கட்போல கரையுதேன்னு எங்க வீட்டுக்காரர் சாப்பிட்டுக்கொண்டே இருந்தார்' – என்று சக்கு யமுனாவைப் பாராட்டினாள். செலவு இல்லாமல் தன் தாயார் சம்பந்தி வீட்டுக்கு தீபாவளிச் சீர்செய்த சமார்த்தியத்தையும் சக்குதான் சொன்னாள்.

இந்தச் சாமர்த்தியக்காரிதான் முறுக்கு ஓட்டை, ஜாங்கிரி உடைசல், கோதுமைலாடு குப்பை என்று வாய் கூசாமல் பொய் பேசுகிறாள்!

"இல்லே மாமி…" என்று யமுனாவின் வாயிலிருந்து வெளிவர முயன்ற வார்த்தைகள் மாமியாரின் முகத்தைப் பார்த்துப் பயந்து தொண்டைக்குள் விழுந்தன.

"என்னடீ, இல்லே மாமி, நொள்ளை மாமி? உங்க வீட்டுக்காரங்களை விட்டுக்கொடுக்காம பேசறியா? ஒண்ணு ஞாபகம் வச்சுக்கோ, பெண்ணுக்குப்

புருஷன் வீடுதான் சதம். ஒருத்தனுக்குக் கழுத்தை நீட்டிவிட்டா அப்புறம் பிறந்த வீட்டை மறந்துட வேண்டியதுதான். நீயே சொல்லேன், தலைத்தீபாவளி பலகாரம்னு சின்னப் பையிலே போட்டுக்கிட்டு, கும்பகோணத்திலேருந்து தூக்க முடியாம தூக்கிட்டு வந்தாளே உங்கம்மா, நாலுபேர் பார்த்தா என்ன சொல்லுவாங்கன்னு நினைச்சுப்பார்க்க வேணாம்?"

யமுனாவால் பேசாமல் இருக்க முடியவில்லை; ஜாக்கிரதையாக வாய் திறந்தாள்; "பலகாரத்துக்குன்னு அவங்க தனியா பணம் கொடுத்துட்டாங்களே, மாமி, ஒரு மரியாதைக்குத்தானே தட்டு கொண்டு வராங்க".

"பணம் கொடுத்துட்டாங்க இல்லியா? தட்டு யார் கேட்டாங்க? மரியாதைக்குத் தட்டு தூக்கிட்டு வந்தா பலகாரமும் மரியாதையா இருக்கணுமில்லே? இத்தனூண்டு முறுக்கும், புளிச்ச ஜாங்கிரியும், நெய்வாசனையே இல்லாத கோதுமை லாடும் – சாப்பிட்டவங்க எல்லாம் 'சம்பந்தி வீட்டுப் பலகாரமா'ன்னு சிரிச்சா, எனக்கு எப்படி இருக்கும்? நீயே சொல்லேன்!"

"ஏண்டீ பொய் சொல்றே?" என்று கேட்க நாக்கு துடித்தது; "முறுக்குப் பிழியறப்ப நான் ஊரிலேதான் இருந்தேன் மாமி. சம்பந்தி வீட்டுக்குன்னு அம்மாவும் அத்தையும் பெரிசாத்தான் பிழிஞ்சாங்க!"

"உங்கம்மா பஸ்ஸிலே வந்தாளா, பஸ் ஆடினதிலே முறுக்கு எல்லாம் சுருங்கிப் போயிருக்கும்!' என்றாள் சீதம்மா எகத்தாளமாய். 'உங்களை சொல்லிக் குத்தமில்லே. என் புத்தியைச் சொல்லணும். உள்ளூரிலே பெண் கிடைக்கல்லியா? உறையூர்காரங்களும் பரமகுடிகாரங்களும் நடையா நடந்தாங்க. எல்லாத்தையும் தள்ளிவிட்டு, கும்பகோணத்துக்காரங்க பதவிசா நடப்பாங்கன்னு பொண்ணைத் தேடிப்பிடிச்சேன் பாரு!"

யமுனாவின் பிறந்த வீட்டை மட்டும் அல்ல, பிறந்த ஊரையும் சேர்த்து மாமியார் இழிவுபடுத்தவே, இதுவரை பிசுபிசுவென்று திரியில் இருந்த நெருப்புப் பொறி மருந்தைப் பற்றியது. "ஏன் மாமி, ஒண்ணுகிடக்க ஒண்ணு சொல்றீங்க? தீபாவளிக்கு எங்க வீட்டிலேருந்து வந்த பலகாரத்தை நீங்க எங்கே வாயிலே போட்டீங்க? அப்படியே உங்க மருமகப்பிள்ளை வீட்டுக்குத் திருப்பிவிட்டீங்களே? முறுக்கு ரொம்ப ஜோர்னு சக்கு என்கிட்ட சொன்னாளே!" – என்று யமுனா தன்னையும் மீறி வெடித்துவிட்டாள்.

இதுவரையில், மாமியாரும் மருமகளும் குல விசாரம் செய்வதைக் கேட்டபடி நாடா மெதுவாக நடமாடிக்கொண்டிருந்தது. சீதம்மா அதைத் தன்பக்கம் நிறுத்திக்கொண்டாள்.

"என்னடீ, என்ன சொன்னே? உங்க வீட்டுப் பலகாரத்தை எங்க சம்பந்தி வீட்டுக்கு அனுப்பினேனா? உங்களைப் போல நாங்களும் வக்கத்தவங்கன்னு நினைச்சியா? உங்க பலகாரத்தைத் தோட்டிக்கில்லே போட்டேன்?"

"ஆமா, நீங்க தோட்டிக்குப் போட்டீங்க. தோட்டிக்கு வாயிலே போட பிடிக்கல்லே. நாய்க்குப் போட்டுட்டான்."

"யாரெடீ நாய் எங்கிறே?"

“நான் யாரையும் நாய்ன்னு சொல்லலே. எங்க வீட்டு முறுக்கை நாய் கூட சாப்பிடாதுன்னேன்”.

“நான் சாப்பிட்டேன். நான் நாயாடீ?”

“எப்படி வேணா நீங்க அர்த்தம் பண்ணிக்குவீங்க?”

“சுண்டெலிபோல இருந்துக்கிட்டு, தாவித்தாவிப் பேசறியே?” – என்ற சீதம்மா, யமுனையின் தலையில் ஒரு குட்டுக் குட்டினாள்.

யமுனாவுக்கு மண்டையைப் பிளப்பதுபோல இருந்தது. அவள் எதிர்பாராத குட்டு; மாமியாருக்கு வாயடிதான் அடிக்க வரும் என்று அவள் எண்ணியிருந்தாள். கையடியிலும் மாமியார் கெட்டி என்பது இப்போது தெரிந்தது! சுத்தியலால் தலையில் தட்டுவது போலல்லவா இருந்தது! அதற்கு யமுனாவிடம் பதில் இல்லை. கண்ணீர் மாலையாய்க் கீழே இறங்கியது.

“வாயை மூடிகிட்டு நாடா போடு. இது பாடுபடுகிற கை; இந்தக் கையாலே அடி வாங்காதே. நாள்பூரா நான் உழைச்சு போட்றதைத் தின்னுட்டு வாய்க் கொழுப்போட பேசறியா?”

யமுனா வசவுச்சொல் அகராதி அறியாதவள். அவளுக்குப் பெரிய வசவுச் சொல்கள், முண்டா (முண்டச்சி), ஸின்னாளி (அவிசாரி) என்பவை; பிறகு கழுதை, பன்றி, குரங்கு, நாய் முதலிய மிருகங்களைத்தான் அவள் வைவதற்குப் பயன்படுத்துவது வழக்கம். ‘முண்டாக் தோண் ஸா, கோதி எஸாகோ’ (முண்டச்சி மூஞ்சியைப் பாரு, குரங்கு மாதிரி) என்று மனசுக்குள்ளேயே, இரண்டாவது மனசுக்கும் கேட்காதவாறு மெள்ளத் திட்டியபடி நாடா போடத் தொடங்கினாள். தறிமேடையிலிருந்து கீழே இறங்கிவிடலாம் என்று யோசனை ஒன்று வந்தது. பக்கபலம் இல்லாமல் அப்படிச் செய்வது சரியல்ல என்ற அச்சம் அவளை அசையவிடவில்லை.

சீதம்மா மருள் வந்தவள் போன்ற நிலைமையில் இருந்தாள். மூஞ்சூறு போல இருந்துகொண்டு இந்தச் சின்னக் குட்டி எவ்வளவு திமிராய்ப் பேசுகிறாள்! இவர்கள் வீட்டிலிருந்து வந்த பலகாரத் தட்டை மகள் வீட்டுச் சீருக்கு அனுப்பிவிட்டதாய் முகத்திலே அறைந்தாற் போலச் சொல்கிறாளே, என்ன நெஞ்சழுத்தம்! அந்த மக்குப் பெண் சக்கு இவளிடம் போய் ‘முறுக்கு ஜோர்’ என்று ஏன் சொல்ல வேண்டும்? அவள் ஆயிரம் சொல்லட்டும், இந்த ‘கும்பகோணத்துக்காரி, கட்டை விரல் உயரம் இருக்கிறவள், பக்கத்திலே உட்கார்ந்துகொண்டு எகிறி எகிறிப் பேசுகிறாள்! பெண்டாட்டியிடம் சதா பல்லை இளிக்கிறானே, அந்தப் பயல் கொடுத்த இடம் இது.

இருவருமே நெருப்புமேல் அமர்ந்திருப்பவர்கள் போலத் துடித்தபடி நாடா போட்டார்கள். மனசின் வேகம் வேலைக்கும் வேகம் கொடுத்தது. தறி மேடைக்கு எதிரில் இருந்த சுவர்க் கடிகாரம், ‘டொவ்’வென்று அவர்களுடைய நினைவுகளுக்கு நடுவில் சத்தமிட்டது. மணி பதினொன்றரை ஆகிறது. கடிகாரம் பதினோரு முறை மணி அடித்தபோது அவர்கள் இருவருக்கும் கேட்கவில்லை.

“நீ போய் சமையலைக் கவனி. பசியோட வருகிறவனுக்குச் சோறு போடணும் என்று அக்கறை இருந்தாத்தானே? பெத்தவளுக்குத்தானே பிள்ளையோட பசியும் ருசியும் தெரியும்” என்று உத்தரவிட்டாள் சீதம்மா.

யமுனாவின் கால்கள் செத்துக் கட்டையாய்க் கிடந்தன. வயிற்றிலிருந்த பெட்டைக் குட்டிக்கு என்ன கோபமோ, அதுவும் உதைத்துக்கொண்டிருந்தது. மெதுவாகப் பின்பக்கச் சுவர்மேல் சாய்ந்து எழுந்து, கால்களில் உயிர் ஏறும்வரை நின்றாள். பிறகு இரண்டு பக்கமும் பிடித்துக்கொண்டு தறிமேடையிலிருந்து கீழே இறங்கினாள்.

“இங்கே பாருடீ, இந்த வாய்ச் சவுடால் எல்லாம் உங்க ஊரோட இருக்கட்டும்; உங்க வீட்டிலே அது சகஜமாக இருக்கலாம். இங்கே நான் சொல்ற வார்த்தைக்கு மறுவார்த்தை பேசினா நான் பொல்லாதவளா இருப்பேன்” என்று கடித்த இடத்திலேயே மற்றொரு முறை கடித்தாள் சீதம்மா. யமுனா மனம் முழுவதும் காயப்பட்டவளாய்ச் சமையலறையை அடைந்தாள். மனம் என்பது அவளுக்கு வயிற்றில் இருந்ததோ என்னவோ, அங்கே எரியாய் எரிந்தது. பெற்றவர்கள் அவளைச் சிறுவயதில் அடித்தது உண்டு; வயசுக்கு வந்த பிறகு அவர்கள் அவளைத் தொட்டு அடித்தது இல்லை. அவள் தப்பு செய்தால் திட்டுவார்கள்; அவள் சாப்பிட மறுத்து அழும்பு செய்வாள்; அம்மாவும் அப்பாவும் அவளைச் சமாதானம் செய்யக் கெஞ்சுவார்கள். அவள் பிள்ளைத்தாய்ச்சி என்கிற இரக்கம் கூட இல்லாமல் இந்தப் பன்றி ஜென்மம், மாமியார்க்காரி தலையில் குட்டுகிறாள்; பயமுறுத்துகிறாள்; பொல்லாதவளாக இருப்பாளாம்! இந்த நேரத்தில் அவனுடைய தம்பி இங்கே வந்திருக்க வேண்டும். இந்த மாமியார் நாயை அடித்துத் துவைத்திருப்பான். கணவனிடம் சொன்னால் என்ன செய்து விடுவான்? தாயோடு கூட்டுச் சேர்ந்து அவள்மேல் பாய்வான். “இந்தக் குழந்தை வயிற்றிலே வந்ததிலேருந்து ஒண்ணும் சரியாயில்லே; வயித்துச் சுமையை இறக்கறப்போ, என் உயிர் போயிடும்” என்று சொல்லிக்கொண்டாள்.

அம்மா வந்திருந்தால் காலையில் வந்திருக்க வேண்டும். இனிமேல், சாப்பிட்ட பிறகுதான் புறப்படுவாள். இங்கே அவளுக்குச் சாப்பிடப் பிடிக்காது. “அம்மா வந்து என்ன ஆகப் போவுது? இந்தப் பிசாசுகள் அவளையும் அடிச்சித் துரத்திவிடும்” – மேலும் மேலும் சுரந்த கண்ணீரைத் துடைத்து மூக்கைச் சிந்தியபடிச் சமையலைக் கவனித்துக்கொண்டிருந்தாள்.

காலடிச் செருப்பாய்க் கிடக்க வேண்டிய ஒரு சின்னப் பெண் தன்னைக் கேவலமாய்ப் பேசிவிட்டாளே என்று பொருமியபடி சீதம்மா தானே கோத்து எடுத்து நெய்துகொண்டிருந்தாள்; வேகமாய்.

3

சக்கரபாணி மத்தியானம் ஒன்றரைமணிக்குமேல் கடையிலிருந்து திரும்பினான். தீபாவளிஸீஸன்; பட்டுச் சேலைகளுக்கு நல்ல டிமாண்ட்; உற்பத்தியாளர்களிடம் கைவசம் ஸ்டாக்கே இல்லை. தறிக்காரர்களிடம் கெஞ்சியும் அதட்டியும் வேகமாக நெய்யச் செய்தார்கள். தறிக்காரர்களும் தீபாவளிச் செலவை எதிர்பார்த்து இராப்பகலாக நெய்துகொண்டிருந்த

நேரம். அன்று காலை நாகர்கோயிலிலிருந்து ஒரு கேஷ் பார்ட்டி வந்திருந்தார். தீபாவளிக்கு மறுநாள் போனால் அவரிடம் பில்தொகை முழுவதும் வசூல் செய்ய முடியும். சக்கரபாணி அந்தப் பார்ட்டிக்குப் பதினைந்து சேலைகள் சேர்த்து, இருபத்திரண்டாயிரத்து சொச்சத்துக்குத் தன் கையாலேயே பில்போட்டுக் கொடுத்துவிட்டுத் திரும்பி இருந்தான். அந்தச் சாமர்த்தியத்தை மனைவியிடம் சொல்லிப் பெருமைப்பட வேண்டும் என்ற கலகலப்புடனும், வயிற்றைக் கிள்ளும் பசியோடும் வந்தான்.

வீட்டில் நடுப்பகுதி, அவர்களுடையது. கச்சிதமாய்க் கட்டிக் கொண்டிருந்தார்கள். வாசலில் செருப்பைவிட்டு, உள்ளே நுழைந்து சட்டையை எடுக்கும்போதே சீதம்மா அவனை அமர்க்களமாய் வரவேற்றாள், தறிமேடையில் இருந்தபடி.

"ரேய் சேர்ப்பணி! (சக்கரபாணி என்கிற பெயர் சௌராஷ்டிரர்கள் சிலரிடம் இப்படி திரிந்துவிடுகிறது) அத்துங்குட் துங்க ஸெந்தசெரி மொஹால் ரவானா, பைலுக் ஃபெல்லி தூ தனீகா ஜேடே!" (அடே சக்கரபாணி, இனிமே உங்களோட என்னால் சேர்ந்து இருக்க முடியாது. பெண்சாதியைக் கூட்டிக்கொண்டு தனியாய்ப் போயிடு!)

சக்கரபாணிக்கு வாசல் நிலையில் தலை இடித்தாற்போல் இருந்தது. அவன் அம்மா வளர்ப்பு; அம்மாவிடம் அடங்கிப் பழகியவன். அவளை அடக்கவும் தெரியும் என்று அவனுக்கு ஒரு நம்பிக்கை இருந்தது. மாமியாரும் மருமகளும் மல்லுக்கு நிற்கிறார்கள் என்பதைப் புரிந்துகொண்டான்.

"எனக்குப் பசியா இருக்கு. சாப்பிட்டப்புறம் தனியாப் போறேனே?" – என்றான் சிரித்துக் கொண்டே.

"உனக்குச் சிரிப்பாதாண்டா இருக்கும். உன் பொண்சாதி என் தலையிலே கொட்டுறதுக்கு நீ கரைச்சு கூட கொடுப்பே. ஊசி மிளகா போலே இருந்துக்கிட்டு, எவ்வளவு காரமா பேசறா! நாங்க வக்கத்தவங்களாம். இவ கோடீஸ்வரங்க வீட்டுப் பொண்ணு; இவங்க பலகாரத்தை நான் என்மக வீட்டுக்குக் கொடுத்தேனாம். நாய் பேய்ன்னு என்ன என்ன இவ வாயிலே வருது!"

இது ஊசிவெடி அல்ல, சரவெடி என்பதைச் சக்கரபாணி தெரிந்து கொண்டான். நேற்று மாமனாரிடமிருந்து கடிதம் வந்ததையும் இன்று நடப்பதையும் சேர்த்துப் பார்த்தான். யமுனா அப்படி எல்லாம் பேசக்கூடியவள் அல்ல என்று அவன் மனசுக்குத் தெரியும். ஆனால், மனைவி பக்கம் அவன் ஒரு வார்த்தை பேசினால் போதும், அப்புறம் பிரளயம்தான்! ஆகையால், கோமாளி சாமர்த்தியம் செய்து தாயைக் கூட்டில் அடைக்க வேண்டும் என்று தீர்மானித்தான்.

"எனக்கு ரொம்பப் பசிக்குது. சாப்பிட்டப்புறம் சண்டை போடுவோமே . . ."

"பெண்டாட்டி கைச் சாப்பாடு இல்லே? உனக்குப் பசியாகத்தான் இருக்கும். நான் சும்மா குந்திக்கிட்டு தண்டச்சோறு சாப்பிட்றவதானே? எனக்கு ஏன் பசிக்கும்?"

“நீ தண்டச்சோறு சாப்பிட்றவன்னு எந்தக் கழுதை சொன்னா? வா அம்மா; நீ சோறு போடு; ரெண்டு பேரும் சாப்பிடுவோம்.”

“எனக்குப் பசிக்கல்லே. நீ சாப்பிடு போ”

“சொல்றதைக் கேளு. கடையிலே எனக்கு டயிட்டா வேலை. ரொம்ப பசிக்குது வாம்மா” என்று பச்சிளம்பாலகன்போல் குரல் கொடுத்தான் சக்கரபாணி.

“நீ போய்ச் சாப்பிட்றான்னு சொன்னேனா இல்லியா?”

கொடிக் கயிற்றில் தொங்கிய ஒரு துண்டை வாளித் தண்ணீரில் நனைத்துப் பிழிந்தான் சக்கரபாணி. “ஈரத்துணியை வயித்திலே போட்டுக்கிட்டுப் படுத்தா பசி மயக்கம் தெரியாதுங்கறாங்க” என்றவன், வெறும் தரையில் சாய்ந்து, இடது கையைத் தலைக்கு முட்டுக் கொடுத்து, மல்லாந்து படுத்து, ஈரத்துண்டை வயிற்றின்மேல் போட்டுக்கொண்டான். ‘மாமியாரும் மருமகளும் சண்டை முடிஞ்ச பிறகு கூப்பிடுங்க. சாப்பிடறேன்’, என்று கண்களை மூடிக்கொண்டான்.

யமுனாவுக்குத் திக்பிரமை அடித்தாற்போல் இருந்தது; காட்சி நிகழும் வேகத்தில் எப்போது வாய் திறப்பது என்றே அவளுக்கு விளங்கவில்லை. படுத்திருந்த கணவனுக்குப் பக்கத்தில் நின்று, முட்டித்தள்ள முயலும் அழுகையை அடக்க முயன்றவளாய், ‘எல்லாம் எடுத்து வச்சிருக்கேன், சாப்பிட வாங்கோ’, என்றாள்.

“எடுத்து வச்சிருக்கியா? கொட்டிக்கோ, போ; நாள்பூரா உழைச்சி ஓடாயிட்டிருக்காளே எங்கம்மா, அவளை யார் கூப்பிடறது? இன்னைக்கி நீயும் நானும் புருசனும் பெண்சாதியுமா இருக்கோம்னா, அதுக்கு அவதான் காரணம்” என்று தாயைத் தாஜா பண்ணினான் அவன். மனைவி என்றால் மனைவியாக எப்போதும் ‘ரெடி’யாக இருக்க வேண்டியவள்; அவளை எதற்காகச் சமாதானப்படுத்த வேண்டும்?

யமுனா வாய் திறப்பதற்குள் மாமியார் முந்திக்கொண்டாள். “என்னை எதுக்குடா அவ கூப்பிடுவா? கும்பகோணத்துக்காரி; பெரிய வீட்டுப் பொண்ணு. இந்த நெசவுக்காரியை சாப்பிடக் கூப்பிடுவாளா? கூப்பிட்டா வாயிலே இருக்கிற முத்து எல்லாம் கீழே கொட்டிடாதா? நான் சாப்பிடலேன்னா நீ ஏண்டா பட்டினி கிடக்கணும்? எழுந்திருடா!” என்றபடி தறிமேடையிலிருந்து மிக லகுவாய்க் கீழே குதித்தாள்.

யமுனா யந்திரகதியில் மாமியாருக்கு அருகில் நகர்ந்து, “மாமி, நீங்களும் சாப்பிட வாங்கோ” என்றாள்.

“மகராஜி மாமியாரைச் சாப்பிடக் கூப்பிட்டுட்டா, மறுபடி மழை பிடிச்சிடப் போகுது!” என்று மனைவியைக் கிண்டல் செய்துகொண்டே சக்கரபாணி எழுந்திருந்தான். பெற்றவள் அவனையும் தங்கையையும் வளர்த்து உருவாக்கினாள் என்றால், அது அவள் கடமை. ஆனால், இன்னும் அவள் ஒரு மாதத்தில் நாலு அல்லது ஐந்து சேலை அறுத்துவிடுகிறாள். மாதம் ஐந்நூறுக்குக் குறையாமல் சம்பாதிக்கிறாள். அவனுடைய மாதச் சம்பளம் இருநூறும், தீபாவளி போனஸ் அறுநூறும் வைத்துக்கொண்டு

இத்தனை சௌக்கியமாக வாழ்ந்துவிட முடியுமா? இந்த ஒரு கிழவி போய்விட்டால், குடும்பத்தின் அஸ்தமனம் ஆரம்பம் என்று அர்த்தம். இந்த சுயநலத்தால்தான் அவன் தாயாருக்குப் பெரிய கோவில் குடையே பிடித்துக்கொண்டிருந்தான்.

“சாப்பிட வாங்கோ, மாமி” என்று மறுபடியும் யமுனா அழைத்தாள். சீதம்மா பல தினுசாக முகத்தைக் கோணிக் கொண்டு, பிள்ளை பின் தொடர, சமையலறைக்குப் போனாள்.

சாப்பிட்டவுடன் சக்கரபாணி தலையணையைப் போட்டுக்கொண்டு படுத்துவிட்டான். சீதம்மாவும் ஒரு பூனைத் தூக்கம் போடுவது வழக்கம். அந்த இருவரும் பேச்சு இல்லாமல் அயர்ந்த பிறகு, ‘பெயருக்கு’க் கொஞ்சம் சாப்பிட்டாள் யமுனா; வாயில் எடுக்க வருவதுபோல் வயிற்றில் ஒரு குளறுபடி நிகழ்ந்துகொண்டு இருந்தது. பாத்திரங்களைத் தேய்த்து அதனதன் இடத்தில் வைத்தாள். சமையலறையைக் கழுவிவிட்டாள். மனசு பாறையாகக் கனத்தது. வேலை மெதுவாக நடந்தது.

மழை முற்றிலும் விலகி வெய்யில் ஈரத்தை எல்லாம் உலர்த்திக்கொண்டு இருந்தது. அம்மா சாப்பிட்டபிறகு பஸ் பிடித்து வருவாள். அவள் வந்து என்ன ஆகப் போகிறது? இங்கே மாமியார் சாமி ஆடுகிறாள்; மாப்பிள்ளை உடுக்கை அடிக்கிறான். இந்த நேரத்தில் அம்மா வந்தால், அவளுக்கும் ஒரு பூசை நடக்கும். ‘ஒண்ணும் நடக்காது’ என்று கண்களைத் துடைத்தபடிச் சுருண்டுகிடந்தாள் யமுனா.

4

“அஸ்கின் நிஞ்சிராஸ்தேகா?” (எல்லோரும் தூங்குகிறீர்களா?)

யமுனா காலையிலிருந்து எதிர்பார்த்த குரல்; அதைக் கேட்டவுடனேயே அவளுக்குத் தெம்பும் தைரியமும் வந்துவிட்டன. எழுந்து அம்மாவிடம் போய், அவள் கையிலிருந்த பையை வாங்கிக்கொண்டாள். நன்னம்மா கால்களைக் கழுவிக்கொண்டு உள்ளே வந்தாள்.

“எப்பம்மா புறப்பட்டே?” – யமுனா மெதுவாய்க் கேட்டாள், தூங்குகிறவர்களுக்குத் தொந்திரவு கூடாது என்பதற்காக.

“சாப்பிட்ட கையோடு புறப்பட்டுட்டேன். நல்லவேளை மழை நின்னுட்டுது” என்ற நன்னம்மா மகளின் கண்கள் சிவந்திருப்பதையும், முகம் வீங்கியிருப்பதையும் கவனித்தாள்; “ஏண்டி, இடுப்பு வலிக்குதா என்ன?”

“அதெல்லாம் ஒண்ணும் இல்லே அம்மா” – என்று கண்களால் மாமியார் பக்கம் காட்டி உதட்டைப் பிதுக்கினாள் யமுனா. சீதம்மா விழித்துக் கொண்டுவிட்டாள் என்பதை அவள் அறிவாள். தாயும் மகளும் பேசுவதைக் கேட்கவே மாமியார் தூங்குவது போல் வேடம் போடுகிறாள் என்று அவளுக்குத் தெரியாதா, என்ன?

மாப்பிள்ளைக்கும் சம்பந்தி அம்மாவுக்கும் மிகவும் பிடித்த ஸோன்பப்டி அரை கிலோவும், மிக்சரும், சிறுமலைப் பழம் ஒரு சீப்பும், பெண்ணுக்காகப் பூவும் கொண்டு வந்திருந்தாள் நன்னம்மா. “எல்லாம் எடுத்து வச்சிக்கோ.

மாப்பிள்ளை கண் முழிச்சதும் டிபன் கொடு. மாமியாரும் நீயும் சாப்பிடுங்கோ. சம்பந்தி அம்மா எழுந்திரிச்சதும் உன்னை அனுப்பச் சொல்லி கூப்பிட்றேன்" – மகள் ஜாடை காட்டிப் பேசியதும் அவள் முகம் வாடிவிட்டது. ஒவ்வொரு தடவையும் அவள் அப்படித்தான் ஏதாவது கொண்டு வருகிறாள்; வெறும் கையாகவே திரும்புகிறாள்.

இருவரும் சமையல் அறைக்குச் சென்றனர். நடந்ததை எப்படி பெற்றவளிடம் சொல்வது என்று யமுனாவுக்குப் புரியவில்லை. இங்கே கெட்டியாக மூச்சுவிட்டாலும் வீடு முழுவதும் கேட்கும்; மாமியாருக்கோ நீளக் காது. இரண்டு கை ஆள்காட்டி விரல்களையும் பெருக்கல் குறி போலாக்கித் தாயிடம் காட்டி, "என்னோட சண்டை" என்று கிசுகிசுத்தாள் யமுனா.

நன்னம்மாவுக்குச் சோர்வு தட்டிவிட்டது. இரண்டு மாதங்களுக்கு மேலாக அவளோ, அவளுடைய கணவனோ ஐந்தாறு தடவை வந்துவிட்டார்கள். ஒவ்வொரு தடவையும் இதே மாதிரி செலவும் அலைச்சலும். வாய் கூசாமல் சாக்குப்போக்குச் சொல்லிப் பெண்ணை அனுப்பாமலே இருக்கிறார்கள். இப்போதும் சண்டை என்கிறாள் மகள். 'இது என்னடீ வம்பு' என்று முணுமுணுத்தாள்.

சீதம்மா தூக்கத்தைக் கலைத்துகொண்டு எழுந்தாள். சம்பந்தி அம்மா இருந்த திசைப் பக்கம்கூடப் பார்க்கவில்லை. வாயைக் கொப்பளித்து, முகத்தைக் கழுவிக்கொண்டு, வெற்றிலைப் பெட்டியோடு தறிமேடை ஏறிவிட்டாள். வாயில் சீவலைப் போட்டுக்கொண்டு வெற்றிலைக்குச் சுண்ணாம்பு தடவத் தொடங்கினாள்.

வீட்டுக்கு வந்தவளை 'வா' என்றுகூடச் சொல்லாமல் அவள் அலட்சியம் செய்வதை நன்னம்மாவும் யமுனாவும் கவனித்தனர்; ஆனால், கவனியாதவள்போல் நன்னம்மா தறிமேடைக்குப் பக்கத்தில் போய் நின்றாள். சீதம்மா நிதானமாக வாயில் வெற்றிலையை திணித்துக் கொண்டு, தலைகுனிந்து நாடா போடத் தொடங்கினாள். இன்னும், அவள் சம்பந்தி அம்மாவைக் கண்டுகொள்ளவில்லை. பிள்ளை பெற்றவள் அவள்; சிம்மாசனத்தில் இருந்தாள். நன்னம்மா கேவலம் பெண் பெற்றவள்; கைகட்டி நிற்க வேண்டியவள்தானே?

"சம்பந்தி அம்மா, பொண்ணைக் கூப்பிட வந்திருக்கேன்", சற்று உரத்துச் சொன்னாள் நன்னம்மா.

சீதம்மா கைவேலையை நிறுத்தாமலே கூறினாள்: "அம்மாவும், பொண்ணும் கிசுகிசுன்னு பேசறதைப் பார்த்தேன். பேசியாகட்டும்னு தறிமேடை ஏறிட்டேன். என் பிழைப்பை நான் கவனிக்கணுமில்லை?"

"நாங்க ரகசியம் ஒண்ணும் பேசல்லே, அம்மா. சாப்பிட்டியான்னு கேட்டா; சாப்பிட்டாச்சுன்னேன், அப்பா, தம்பி, தங்கை எல்லாம் நல்லபடி இருக்காங்களான்னு கேட்டா. வேறே என்ன இருக்கு பேசறதுக்கு? பொண்ணைத் தீபாவளிக்குக் கூட்டிகிட்டுப் போகலாம்னு வந்தேன். நீங்க, மாப்பிள்ளை எல்லோரும் ஊருக்குத் தீபாவளிக்கு வாங்கோ, யமுனாவை வச்சிருந்து குழந்தையோட மூணாவது மாசம் கொண்டாந்து விட்றேன்."

“உங்க மாப்பிள்ளை தூங்கறான். கண்ணு முழிக்கிற நேரம்தான். அவனைக் கேட்டுண்டு பொண்ணை அழைச்சிட்டுப் போங்க.”

பேச்சுச் சத்தம் கேட்டுச் சக்கரபாணி சற்று முன்பே எழுந்தாயிற்று. கண் திறக்கப் பயந்துதான் அவன் பொய்க் குறட்டை விட்டுக்கொண்டிருந்தான். கடைக்குப் போக வேண்டிய நிர்ப்பந்தம் இருந்தது. மெள்ளப் புரண்டு பார்த்தான். விழித்துக்கொள்ளும்படியான சூழ்நிலை இல்லை.

“நீங்க சொன்னாத்தானே அவங்களும் சரிம்பாங்க. வீட்டுக்குப் பெரியவங்க, நீங்க சொல்லுங்க” – நன்னம்மா விண்ணப்பம் செய்து கொண்டாள்.

“பெரியவளாயிருந்து பாழாப்போனேன். இந்த வீட்டிலே எனக்குக் கிடைக்கிற மரியாதை போறும். என்கிட்டே இதைப் பத்தி பேச்சு வார்த்தை வச்சிக்க வேணாம். உங்க பாடு, உங்க மாப்பிள்ளை பாடு. தனிக் குடித்தனம் வைக்கப் போறாங்க...”

“என்னாம்மா இப்படிப் பேசறீங்க? இருக்கிறது ஒரு பிள்ளை. இதிலே தனிக்குடித்தனம் எதுக்கு? யமுனா ஏதாவது தப்பாப் பேசியிருந்தா மன்னிச்சிடுங்க. சின்னப் பொண்ணுதானே? நீங்க அதெப் பெரிசுபடுத்தக் கூடாது. பிள்ளைத்தாச்சிப் பொண்; நீங்களும் அவளுக்குத் தாயார்போல...”

“பிள்ளைத்தாச்சி, பிள்ளைத்தாச்சின்னு நானும் எவ்வளவோ பொறுத்துக்கிட்டு வர்றேன். அவ பிள்ளைப்பூச்சியா கொட்றா. இப்படியும் ஒரு பொண்ணை வளர்த்திருக்கீங்களே. ஆச்சரியமாக இருக்கு. ஒரு மட்டு மரியாதை இருக்கணுமே! நான் ஒண்டிக் கட்டை. கையிலே நாடா இருக்கு. என் வயித்தெ கழுவிக்க என்னாலே முடியும்” – கொட்டிவிட்டு இடுக்கில் பதுங்கும் தேள் போல், பேசுவதை எல்லாம் பேசிவிட்டுத்தான் எதிலும் சம்பந்தப்பட விரும்பாத வைராக்கியக்காரி போல வேலையில் மும்முரம் ஆனாள்.

இது நடுக்கடல், கரை எங்கே என்று தென்படவில்லை. நீர் போகும் போக்கில் போக வேண்டியதுதான் என்று தேற்றிக்கொண்டு சக்கரபாணி எழுந்து, முகத்தைக் கழுவிக்கொண்டு சட்டை ஸ்டாண்டு நோக்கி நடந்தான். அவனும் மாமியாரை ‘வாருங்கள்’ என அழைக்கவில்லை; சொன்னால் அம்மாவிடம் பொல்லாப்பு என்று ஜாக்கிரதையாக இருந்துவிட்டான்.

“மாப்பிள்ளை, தீபாவளிக்கு யமுனாவைக் கூட்டிண்டு போக வந்திருக்கேன். உங்களுக்கும், சம்பந்தி அம்மாவுக்கும் தீபாவளி விருந்து சொல்ல வந்திருக்கேன்” – நன்னம்மா மருமகனிடம் முறையிடும் குரலில் கூறினாள். அவன் கடைக்குப் போய்விட்டால், இரவு பத்து பதினொரு மணி ஆகும் திரும்பிவர; அவள் இரவு இங்கே தங்க வேண்டியதாகும்; தங்க முடியாது; வீட்டில் போட்டது போட்டபடி வந்திருந்தாள்.

“பெண்ணைக் கூப்பிட வந்தவங்க, என்கிட்டே ஏன் கூப்பிட்றீங்க? வீட்டிலே பெரியவங்க இல்லியா? அவங்ககிட்டே கூப்பிடுங்க. அனுப்பினா, அழைச்சிக்கிட்டுப் போங்க” – என்று சீதம்மாவின் புதல்வன் சிடுசிடுத்தான்.

“முதல்லே உங்க அம்மாகிட்டே கூப்பிட்டேன். இப்போ உங்களண்டை கூப்பிட்றேன்.”

“பெரியவங்க அனுப்பினா அழைச்சிக்கிட்டுப் போறதுதான் இந்த ஊர்ப் பழக்கம். நேரடியா மாப்பிள்ளையிடம் கூப்பிட்றது கும்போணத்துப் பழக்கம்போல இருக்கு” – என்று கழன்று ஓட முயன்றான் சக்கரபாணி.

“ரேய் சேர்ப்பாணி, எனக்கு அத்தனை மரியாதை வேண்டாம். நாங்க வக்கத்தவங்க; அவங்க பெரிய மனுசங்க, அவங்க கொடுத்த பலகாரத்தட்டை நான் என் மக வீட்டுக்கு அனுப்பிச்சேனாம். இல்லாவிட்டா நம்ம மானம் போயிருக்குமாம்; நாய் என்கிறா, பேய் என்கிறா. பெண்டாட்டியைக் கண்டிக்க உனக்குத் துப்பில்லே. துடைப்பக்கட்டெயெ மூலையில் வைக்கணும்; நடுவீட்டிலே கட்டித் தொங்கவிட்டா என்ன ஆகும்? தலையிலே தலையிலே இடிக்கும். பெத்த பெண்ணைக் கட்டிக் கொடுத்தாச்சே, வந்த பெண்ணை கொண்டாடிக்குவோம்னு நினைச்சேன். முந்தாநா கூட காஷாயம் போட்டுக் கொடுத்தேன். டாக்டர்க்கிட்டே அழைச்சிண்டு போறேன். என்ன செஞ்சா என்ன? ஊரார் பெண் ஊரார் பெண்ணுதான். இவ பேசறதை எல்லாம் மூட்டை கட்டிண்டிருக்க என்னால் முடியாது. இவ பேச்சை இனிமே என்கிட்டே பேசக்கூடாது.”

யமுனாவுக்கு வாயடைத்துப் போய் வெகுநேரம் ஆயிற்று. பேசப்பேச, அஞ்சடி உயரம் இருந்த மாமியார் அம்பதடி உயரத்துக்கு உயர்ந்து விட்டாள்; புதிய தெற்றைப் பற்களையும் பழைய சோழிப் பற்களையும் காட்டி யமுனாவை விழுங்க வரும் பூதமாக மாறிவிட்டாள்; அவளுடைய வாயிலிருந்து வார்த்தைகள் அதிர்வெடிகளோடும் வாண வேடிக்கை களோடும் ஊர்வலமாய்ச் சென்றுகொண்டிருந்தன. இந்த ஊர்வலம் யமுனாவை எங்கே தள்ளிக்கொண்டு போகுமோ! கட்டாயம் கும்பகோணம் பக்கம் போகாது என்று யமுனாவுக்கு உறுதி ஆகிவிட்டது.

மகளைப் போலத்தான் தாயும்; நன்னம்மாவுக்கும் அதிகம் பேச வராது. அவளுக்கு விவகாரம் என்ன என்று கொஞ்சம் புரிந்தது. முழு விவரம் தெரிந்து கொள்ள வேண்டும் என்ற ஆசையும் அவளுக்கு இல்லை. என்ன நடந்தாலும் குற்றவாளி மருமகளே என்பது இந்த வீட்டு நியாயம்; அதையொட்டிப் போகத் தீர்மானம் செய்தாள் அவள்.

“இங்கே வாடி, யமுனா!” என்று பெண்ணை அதட்டிக் கூப்பிட்டாள்.

யமுனா மெதுவாக வந்தாள்.

“ஏண்டி, மாமியாரை இப்படி மட்டு மரியாதை இல்லாமப் பேசலாமா?”

“நான் ஒண்ணுமே பேசல்லே அம்மா . . .”

“உங்க பொண்ணு சொல்றதைக் கேளுங்க, அவ ஒண்ணும் பேசல்லே, நான்தான் இட்டுக்கட்டிப் பேசறேன் இல்லியா?”

“நான் . . .”

“வாயை மூடுடீ. மாமியார்கிட்டே மன்னிப்பு கேட்டுக்கோ. அவங்க உனக்கு அம்மா மாதிரி.”

யமுனா வயிற்றைப் பிசைந்தபடி தறிமேடையருகில் சென்றாள். செய்யாத தவற்றுக்கு மன்னிப்பு கேட்க வாய் தயங்கியது.

சக்கரபாணி தன் மாமியாரின் சாமர்த்தியத்தை மனசில் மெச்சினான். விவகாரம் முடிவு காண வேண்டும் என்பதே அவன் விருப்பம். கைகட்டிச் சேவகம் செய்து பிழைக்கிறவன் அவன்; மாமனார் வீட்டுக்குப் போனால், ஒரு குடும்பம் பூராவும் அவனிடம் கைகட்டி நிற்கும். இந்த வாய்ப்பை அவன் இழக்க விரும்பவில்லை.

"மாமி, நான் தெரியாம ஏதாச்சி பேசியிருந்தா என்னெ மன்னிச்சுக்குங்கோ. இனிமே நான் அப்படி பேசல்லே," என்று கொண்டே யமுனா அழ ஆரம்பித்தாள்.

எல்லாம் நல்லவிதமாக முடிந்துவிட்டது என்று சக்கரபாணியும் நன்னம்மாவும் மகிழ்ந்து கொண்டிருந்தனர். ஆனால், சீதம்மாவின் முகம் வேப்பங்காய் கடித்த முகமாய்த்தான் இருந்தது.

"போறும், போறும். மூஞ்சியிலே காறித்துப்பிவிட்டுத் துடைத்துவிட வர்றீங்களா? ரே சேர்ப்பணி, அவ உன் பெண்சாதி. அனுப்பணும்னா தாராளமாய் அனுப்பு. என்கிட்டே எதுக்கு, இந்த வம்பை எல்லாம் அனுப்பறே?"

"அவதான் மன்னாப்பு கேட்டாளே அம்மா, பிள்ளைதாச்சின்னு நான் பொறுமையா இருக்கேன். இனிமே அவ உன்னை ஏதாச்சி பேசட்டும். பல்லைத் தட்டிக் கையிலே கொடுக்கிறேன். நான் கடைக்குப் புறப்படட்டுமா'ம்மா?"

நன்னம்மாவுக்குப் பதட்டமாக இருந்தது. மருமகன் கொஞ்சம் இளகியிருக்கிறான். அவன் போய்விட்டால் காரியம் நடக்காது என்று அவளுக்குத் தோன்றியது.

"மாப்பிள்ளை, நீங்களும் இருங்கோ. பிள்ளைத்தாச்சிப் பெண்ணை ரெண்டுபேரும் சந்தோசமா அனுப்பணும். பேரக்குழந்தையோட பெண்ணைக் கொண்டாந்து விட்றேன்" நன்னம்மாவின் குரல் கெஞ்சியது.

"என்னம்மா, கடைக்கு நேரமாகுதும்மா."

"உன் இஷ்டம்; என்னைக் கேட்காதேன்னு சொன்னேனா இல்லியா?"

"சொன்னே; நீ வீட்டுக்குப் பெரியவ. நீ சொல்கிறபடிதானே நான் செய்யணும்?"

"இந்த வீட்டிலே நான் பெரியவ இல்லே; நான் உங்க விசயத்திலே பேசமாட்டேன்."

"நீ பிடிச்சதெ விடமாட்டே. அந்தக் கும்போணத்துப் பெண்ணும் திமிர் பிடிச்சவ. கல்யாணம் வேண்டாம்னு கெஞ்சினேன். கும்போணம் பெண்ணு வேண்டாம்னு கதறினேன். இப்போ, தலெயிலே இடிக்குது, இடிக்குதுன்னா நான் என்ன செய்றது? எக்கேடும் கெட்டுப் போங்க!" – நாலு திசைகளுக்கும் வஞ்சனை இல்லாமல் கல் எறிந்துவிட்டு அவன் வேகமாக வெளியேறிவிட்டான், கௌரவ நடிகன்போல்; படத்தின் வெற்றி தோல்வி பற்றி அவனுக்குக் கவலை இல்லை.

மருமகன் போனதும், இன்று வந்த வேலை நடக்காது என்று நன்னம்மாவுக்கு உறுதி ஆயிற்று. தீபாவளி வாசலில் இருக்கிறது. தலைக்கு மேலே வீட்டில் வேலை இருக்கிறது; இங்கே அவள் தங்க முடியாது; அவளைத் தங்கும்படி யார் சொல்கிறார்கள்? சம்பந்தி அம்மாள் தலைகுனிந்து தன் வேலையைப் பார்த்துக்கொண்டிருந்தாள். ஒரு பிச்சைக்காரிக்குக் கிடைக்கிற மரியாதைகூட நன்னம்மாவுக்கு இந்த வீட்டில் கிடைக்கவில்லை. அவள் பொறுமை இழந்தாள்.

“சம்பந்தி அம்மா, அப்போ என்னதான் சொல்றீங்க? மூணு மாசமா ஆறு ஏழு தடவை வந்துவிட்டேன். ஒவ்வொரு தடவையும் பதினஞ்சு இருபது செலவாகுது. பிள்ளைத்தாச்சிப் பெண்ணுக்கு அம்மா அப்பாவைப் பார்க்கணும்னு ஆசை இருக்காதா? அனுப்பவே மாட்டேங்கறீங்களே!”

“செலவு ஆகுதுன்னு கஷ்டமா இருந்தா எதுக்கு வரணும்? நான் பொறுக்கிறவரை பொறுத்தாச்சு. இந்த விசயத்திலே நான் பட்டுக்க மாட்டேன்” – இது சீதம்மா டெக்ஸ்; உறுதியாகவே இருந்தது.

“மருமகப் பிள்ளை உங்களெ கேட்கச் சொல்றாரு, நீங்க அவரெ கேட்கச் சொல்றீங்க. எங்க பொண்ணு அப்படி என்ன தகாத காரியம் செஞ்சிட்டா? மன்னிப்பு கேட்டுட்டா. இன்னும் என்னதான் செய்யணும் எங்கறீங்க?”

“நான் ஒண்ணும் செய்யச் சொல்லல்லே. நான் இதிலே பட்டுக்க மாட்டேன்னு சொல்லிட்டேன். சும்மா சும்மா பேசி என் வேலையைக் கெடுக்கறீங்களே?” – சீதம்மா நன்னம்மாவை வெளியே போ என்று சொல்லாமல் சொன்னாள்.

“நான் போய் நாளைக்கு அவரெ அனுப்பறேன். நாலுபேரை வச்சி பேசிப் பொண்ணை அழைச்சிட்டுப் போறோம். யமுனா, நாளைக்கு அப்பா வருவாங்க. அவங்களோட வரலாம்” – என்று சொல்லிக்கொண்டே நன்னம்மா, சமையலறையில் இருந்த யமுனாவிடம் போனாள்.

யமுனா தூணோடு சாய்ந்தவாறு கண்களை மூடியிருந்தாள்; தூக்கமும் விழிப்பும் இல்லாத மரப்பு. பெற்றவள் பக்கத்தில் சென்று, தலை, முதுகு, மார்பு, வயிறு எல்லாம் தடவிக் கொடுத்தாள்.

“தூங்கிட்டாயா?”

“இல்லேம்மா, ராத்திரி தூங்கவே இல்லே.”

“நாளைக்கு அப்பா வருவாங்க. அவங்களோட வரலாம். நான் இப்போ வரட்டுமா?”

“சரீம்மா.”

நன்னம்மா மறுபடியும் யமுனாவின் தலையை வருடியபடி எழுந்தாள்; “நான் புறப்படட்டுமா?”

“எங்கேம்மா?”

“இன்னமா தூக்கக் கலக்கம்? நல்லா முழிச்சுக்கோடி. நான் ஊருக்குப் போய்விட்டு வர்றேன்...”

“நானும் உன்னோட வர்றேம்மா, இங்கே எனக்குப் பயமாயிருக்கு. இந்தப் பிசாசு தலெயிலே நறுக்குன்னு குட்டினா அம்மா. கை உலக்கை போல இருக்கு. அடிச்சிக் கொன்னுடுவேன்னு பயமுறுத்தறா அம்மா. என்னெ விட்டுட்டுப் போயிடாதே. நான் உன்னோட வர்றேன்!”

“நான் சொல்றதைக் கேளு, யமுனா இப்போ நான் உன்னெ கூட்டிகிட்டு போனா தப்பாயிடும். நாளைக்கு அப்பாவோட வரலாம்.”

யமுனாவுக்கு நம்பிக்கை இல்லை. மாமியார்க்காரி அப்பாவுக்கும் மசியமாட்டாள். கணவன் தாயின் சொல்லை மீறமாட்டான். “இந்த ராட்சசிக்கிட்டே என்னை தனியா விட்டுட்டுப் போயிடாதேம்மா!” என்று தேம்பினாள்.

நன்னம்மாவை அந்த அழுகை தொத்திக்கொண்டது. பெண்ணின் கண்ணீரைத் துடைத்துவிட்டுத் தன் கண்களையும் துடைத்துக்கொண்டாள்; “பயப்படாதே, ஒரு நாள் பல்லெ கடிச்சிக்கோ. நாளைக்கு விடிஞ்சதும் அப்பா வந்திடுவாரு. நாலுபேருக்குக் கட்டுப்பட்டு அனுப்பினா சரி. இல்லேன்னாலும் உன்னெ கூட்டிக்கிட்டு வரச் சொல்கிறேன்.”

மேலும் அங்கே தாமதித்தால் யமுனாவுக்குத் தொல்லை அதிகமாகும் என்று உணர்வு வந்தது. மகளுடைய சம்மதத்தை எதிர்பாராமலே நன்னம்மா வெளியில் வந்தாள்.

5

கும்பகோணத்திலிருந்து அய்யம்பேட்டைக்கு ஐந்து நிமிடத்தில் பஸ் கிடைத்துவிடும்; ஆனால், அய்யம்பேட்டையில் கும்பகோணம் பஸ் பிடிப்பது கஷ்டம். “பஸ்ஸுக்கு எத்தனை நேரம் காத்துக் கிடக்கணுமோ” என்று சலித்துக்கொண்டபடி பஸ்ஸ்டாண்டுக்கு வந்து சேர்ந்தாள். சம்பந்தி வீட்டிலிருந்து பஸ்ஸ்டாண்டு சமீபம்; அது ஒரு சௌகரியம்.

மகளுடைய வேதனை அவளைச் சூழ்ந்திருந்தது. கொஞ்சம் அழுதாலே யமுனாவின் உடம்புக்கு ஒத்துக் கொள்ளாது; அந்தப் பெண்ணை இப்படி பாழ்கிணற்றில் தள்ளிவிட்டோமே என்று மனசு தலையில் அடித்துக் கொண்டது. “இதனாலேதான் வெளியூர்லே பெண்ணு தரக்கூடாது என்கிறது. நாய்ப்பட்ட பாடு ஆயிட்டுது. நல்ல இடம், பிக்கல் பிடுங்கல் இருக்காதுன்னாங்க. இப்ப என்னடான்னா கண்ணிலே விரல்விட்டு ஆட்டுறாங்க” – என்று விம்மும் நெஞ்சோடு பஸ் ஸ்டாண்டில் துவண்டு நின்றாள்.

அங்கே ஒரு சிறு கூட்டமும், அதற்கான இரைச்சலும் இருந்தன. ஆனால், அவள் எதிலும் இல்லை. அவளுடைய பார்வை தெருவில் எதிர்க்கரையில் இருந்த குப்பைத்தொட்டியின் மேல் விழுந்தது. அதைச் சுற்றிலும் எச்சில் இலைகளும் கடுதாசித் துண்டுகளும் கிடந்தன. பசுமாடு ஒன்று இலைகளை ஒதுக்கிவிட்டுக் காகிதங்களைச் சுவைத்து மென்றுகொண்டிருந்தது. அதைப் பார்த்து வியந்துகொண்டிருந்தபோது கும்பகோணம் பஸ் ஒன்று ஸ்டாண்டில் நிற்காமலே பறந்தது. ‘ஒண்ணு போச்சா’ என அவள் ஏங்கும்போது, எருமைமாடு போல அவளை யாரோ

இடித்துக்கொண்டு போனார்கள். 'கொன்ரே தெனா?' (யாருடா அவன்) என்றபடி அவள் கோபமாய்த் திரும்பினாள். வெள்ளை வேட்டியும் சட்டையும் அணிந்த ஒருவன் சினிமா வில்லன்போல் வெகுமுறுக்காக அவளைக் கடந்து சென்றான். 'கண்ணு தெரியல்லே?' என்று அவள் கத்தியதை அவன் லட்சியம் செய்யவில்லை. விடுவிடு என்று குப்பைத் தொட்டிக்கு விரைந்தான்; சிமெண்ட் தொட்டி விளிம்பில் உட்கார்ந்தான்; எச்சில் இலைகளைப் பொறுக்கி நக்க ஆரம்பித்தான். நன்னம்மாவுக்கு அருகில் நின்ற மற்றொரு செளராஷ்டிரப் பெண், "அது ஒரு பைத்தியம்!" என்று விளக்கிவிட்டுச் சிரித்தாள்.

"கண்றாவி! மாடு கடுதாசி மேயுது. மனுசன் எச்சி இலை நக்குறான். காலம் ரொம்பக் கெட்டுப் போச்சு!" என்று காலத்தை நொந்துகொண்டு இருந்தாள். சிறிது நேரத்தில் கும்பகோணம் டவுன் பஸ் வந்தது. எல்லோரும் இடித்துத் தள்ளிக்கொண்டு ஏற ஆரம்பித்தார்கள். நன்னம்மா இந்தத் துறைக்குப் புதியவள். ஓரடி ஏறினால் இரண்டடிப் பின்னடைந்தாள். ரோசத்துடன் முண்டியடித்து முன்னேறுகையில் "ஃபை, ஃபை, கும்போண் ஃபை, ஹிங்குங்கோன், ஹிங்குங்கோன்" (அம்மா, அம்மா, கும்கோணத்து அம்மா, ஏறாதீங்க, ஏறாதீங்க) என்று கத்தியபடி ஒரு சிறுவன், அவளுடைய சேலைத் தலைப்பைப் பற்றி இழுத்தான்.

அவன் சம்பந்தி வீட்டு முன்கட்டுச் சிறுவன். நன்னம்மா மேல்மூச்சுடன் கீழ்மூச்சு முட்டப் பின்வாங்கினாள்.

"என்னடா அது?"

"நீங்க வந்தப்புறம், கிளவி மூச்சுவிடாம கத்திக்கிட்டு இருந்தா. யமுனா அக்கா சேலையிலே மண்ணெண்ணையைக் கொட்டி நெருப்பு வச்சிட்டா . . ."

"ஐயோ, என் மக என்னடா ஆனா?"

"லேசா காயம் பட்டுது. நல்லவேளெ, கிளவி பாத்து அணைச்சிட்டா, உங்களெ கையோட கூட்டிட்டு வரச் சொன்னாங்க. உங்க பொண்ணு அவுங்க வீட்லே இருக்கப்படாதாம். அவங்களுக்குக் கொலைப்பழி வந்துடுமாம் . . ."

"சம்பந்தி அம்மா சொன்னாங்களா?"

""உங்க மருமகப்பிள்ளையும் இருக்காரு."

நன்னம்மா படபடக்கும் நெஞ்சோடு சம்பந்தி வீட்டுக்கு விரைந்தாள்.

'நானும் உன்னோடு வர்றேம்மா...' என்ற தலைப்பில் இக்கதை, *குமுதத்தில்* (ஏப்ரல் 14, 1983) பிரசுரமாகியுள்ளது.

நானும் உன்னோடு... (செப்டம்பர் 1993)

●

வெயில்

அதிகமாய் மிதிபட்டதாலோ என்னவோ தெரு கொதித்தது. தெருவைக் காவல் காத்த வீடுகள் கொதித்தன. தெருவுக்கு அஞ்சி வீடுகளைச் சரணடைந்த மனிதர்கள், கொதிநிலையில் இருந்தார்கள்.

சூரியன் பூமியைத் தழுவுவதற்காகக் கீழே இறங்குவதுபோல், பூமி சூரியனைப் பற்றுவதற்காக மேலே ஏறுவதுபோல் – இது ஏதோ ஒருவிதக் காமக் கிளர்ச்சி, ஜடத்தில் தோன்றிய இந்தக் கிளர்ச்சி, நெருப்பாக உருவாகாமல் எல்லாவற்றையும் பொசுக்கிக் கொண்டிருந்தது. உயிரினமே, சில மாதங்களாய், வேட்கையால் வாடியது.

சம்பந்தத்தைப் பொறுத்தவரை, இந்த வெப்பம் உதயத்தோடு வந்தது அல்ல. ஐந்து நாட்களுக்கு முன்பு, கோர்ட்டிலிருந்து சாட்சி சம்மன் வந்தபோது அடிவயிற்றில் பிறந்த வெப்பம், நெஞ்சுக்கு ஏறி, அவரை மெல்ல மென்று தின்றுகொண்டிருந்தது. அந்த வேதனை போதாது என்று, எப்போதோ செத்துப் போனவள், நேற்று இரவு மீண்டும் உயிர்பெற்று, அவரோடு குடித்தனம் செய்ய வந்துவிட்டாள்.

நேற்று இரவு

பாயையும் தலையணையையும் தூக்கிக்கொண்டு, அவர் திண்ணைக்குப் போனார். புழுக்கத்துக்குப் பயந்து திண்ணைக்குப் போவதாய் ஒரு பொய் சொல்லிக்கொண்டார். இந்த வீட்டின் ஒவ்வொரு கல்லும் மண்ணும் புழுதியும் நூலாம்படையும் அவருக்குப் பழக்கம். இருபது ஆண்டுப் பந்தம். ஆனால், ஐந்து நாளாய் மகனும் மருமகளும் அவரைப் பார்க்கிற பார்வையிலேயே – இந்த வீடு, அவருக்கு அன்னியம் ஆகி வந்தது. அவர்கள் இருவரும் குழந்தைகளோடு மின்சார விசிறியின் சௌக்கியத்தில் தூங்கும் இடத்துக்கு அருகில் இருக்கப்படாது என்பதற்காகவே, அவர் திண்ணைக்கு வந்தார்.

தெற்குப் பார்த்த வீடு; காற்று வரவேண்டும்; வரவில்லை. திண்ணையிலிருந்து தென்பட்ட தென்னை மரங்கள் மரத்து நின்றன. ஓலைவிசிறியால் விசிறிய கைகள் வலித்தன. மனக்குழப்பமும் உடல் புழுக்கமும் தூக்கத்தைத் துரத்திவிட்டன. நாளைக்குக் கோர்ட்டுக்குப் போகவேண்டும்; கூண்டு ஏறி நடந்ததைச் சொல்லவேண்டும். பேசுவதற்கு உண்மை எளிதாகவோ இருக்கிறது? அதை நினைக்கவே அச்சமாக இருக்கிறது. நாளைக்குக் கோர்ட்டுக்குப் போகத் தேவையில்லாமல், திண்ணையில் தூங்குகையில், அவர் இறந்துவிட்டால்?

ஆனால், சாவு நாம் கூப்பிடும்போதா வருகிறது? எப்போது வரத் தேவை இல்லையோ, அப்போது வருகிறது. யாருக்கு வரக்கூடாதோ, அவர்களுக்கு வருகிறது. சாகும்போது மங்கையர்க்கரசிக்கு, நாற்பது முடிந்து சில மாதங்கள் ஆகியிருந்தன. கருப்பையில் கான்சர் என்றார்கள். அவர் மரியாதையோடு தொட்டுப் பழகிய அவளுடைய மேனியைச் சிதைத்தார்கள். ஊசி குத்தித் துன்புறுத்தினார்கள். இரண்டு வருடத்தில் ஓர் ஆயுள் கால வலியை அனுபவித்துவிட்டுக் கண்ணை மூடிவிட்டாள். மனைவியாக மட்டும் அல்ல; ஒரு மந்திரியாகவும் இருந்தவள் அவள். அவளைக் கலந்துகொள்ளாமல் அவர் ஒன்றும் செய்ததில்லை; பல சங்கடங்களிலிருந்து அவள் அவரைக் காப்பாற்றியிருக்கிறாள். இப்போது, இந்த நெருக்கடியில், மங்கையின் ஆலோசனை கிடைத்தால்?

யாரோ மெல்ல, அவருடைய கால்களை வருடினார்கள். 'யாரோ' என்பது நிசம் அல்ல. எங்கே, எப்படி வருடினால் அவருடைய அசதி தீரும் என்கிற வித்தை மங்கையைத் தவிர, வேறு யாருக்குத் தெரியும்?

"வந்துவிட்டாயா, மங்கை?"

"உம்... ம்..."

"மங்கை, எனக்கு ரொம்பக் கஷ்டமாக இருக்கிறது. என்னை அனாதை ஆக்கிவிட்டு, நீ நிம்மதியாய்ப் போய்விட்டாய். நீ இல்லாத வீடு, எனக்கு வீடாக இல்லை. பசி நேரத்துக்கு உணவு; களைத்துப்போகிற உடம்புக்கு நிழல்; வீடு என்பது அதற்குத்தானே? மருமகள் எனக்குச் சோறு போடுகிற லட்சணம் எப்படி இருக்கிறது? நின்றபடி, தலையில் கொட்டுவதுபோல் என் இலையில் சோறு தள்ளினாளே, பார்த்தாயா மங்கை? ஒவ்வொரு பருக்கையும் ஊசியாய் வயிற்றில் இறங்கியது. பிச்சைக்காரனுக்குக்கூட, நீ இத்தனை அலட்சியமாய்ச் சோறு போடமாட்டாயே..."

மங்கை, அவருடைய முழங்கால்களுக்கு இடையில், முகத்தைப் புதைத்துக்கொண்டாள்.

"அழுகிறாயா மங்கை?"

"இல்லை."

"சல்லிசாகச் செத்துப் போய்விட்டாய். நீ உயிரோடு இருந்திருந்தால், நாம் தனிக்குடித்தனம் நடத்தலாமே?"

"உயிரோடு இருந்தால் போதுமா?. நல்லபடியாகவும் இருக்க வேண்டாமா? இரண்டு வருடம், கொஞ்சம் கொஞ்சமாய் அழுகி

அல்லவா செத்தேன்? ஐயோ, என் நாற்றத்தை, இப்போது நினைத்தாலும் குமட்டுகிறது... இந்த லட்சணத்திலே, நாம் தனிக்குடித்தனம் வைத்து வாழ்ந்தாற்போலத்தான்... சும்மா சொல்லக்கூடாது, சுந்தரம் ஆகட்டும், சுலோசனா ஆகட்டும், எனக்கு ஒரு குறையும் வைக்கவில்லை. என் உயிர் பிரிந்ததும் அவன், 'அம்மா அம்மா' என்று கதறினதை நினைத்தாலே, ஏன் செத்தோம் என்று இருக்கிறது..."

"எனக்கு ஏன் இருக்கிறோம் என்று இருக்கிறது. பெண்டாட்டி பேச்சைக் கேட்டுப் பெற்றவனைக் கேவலப்படுத்துகிறவன், நல்ல பிள்ளைதான்!"

"நீங்கள் மட்டும் பெண்டாட்டி பேச்சைக் கேட்டதில்லையாக்கும்!" என்ற மங்கை, ஒரு நமட்டுச் சிரிப்புச் சிரித்தாள்.

"என் பொண்டாட்டி, எனக்கு இப்படிக் கெட்ட யோசனை ஒன்றும் சொல்லவில்லை."

"இது வேறே, உங்களுக்குப் பெருமையாக்கும்! அது போகட்டும், நாளைக்குக் கோர்ட்டிலே, என்ன சொல்லப் போகிறீர்கள்?"

"வேறு என்ன சொல்வேன்? நடந்ததைச் சொல்லுவேன்."

"அப்படிச் சொன்னால், நம் பேரக் குழந்தைக்குத்தானே நஷ்டம் ஆகும்?"

"நீகூட அப்படி நினைக்கிறாயா, மங்கை?" என்றார் சம்பந்தம், விசனமாக.

"நியாயமாகப் பேரப் பிள்ளைகளுக்குச் சேரவேண்டிய சொத்து; சுலோசனா கேஸ் போட்டிருக்கிறாள்; அவள் பக்கம் நியாயம் இருக்கிறது."

"என்ன நியாயம்? சட்டம் அவள் பக்கம் இருக்கிறது என்று சொல்லு, ஒப்புக்கொள்கிறேன். ஒரு கஷ்ட காலத்தில் நாம் அந்த நிலத்தை விற்றோம். விற்றான பிறகு, அது நம் உடைமை அல்ல. இப்போது, அந்தச் சொத்தின் விலை, ஏகமாய் ஏறிப்போயிருக்கிறது. அதுக்காக, நாம் பாத்தியம் கொண்டாடுவது நியாயமா!"

"நீங்கள், அதை விற்றது தப்பு."

"தப்புத்தான். உன்னைக் கேட்டுத்தானே விற்றேன்? வேறு வழி இல்லை. ஒருத்தர் துணிந்து வாங்க வந்திருக்கிறார்; அதிகம் பேரம் பேசாமல் காரியத்தை முடிக்கும்படி சொன்னது நீதானே? மறந்துவிட்டாயா?"

"அப்போது இருந்த கஷ்டத்தில், அப்படிச் சொன்னேன்."

"நிலைமை மாறினால், நியாயம் மாறுமா? நிலம் விற்று, பணத்தைக் குடும்பத்துக்காகச் செலவு செய்தோம். அப்புறம், நிலம் குடும்பத்துக்குச் சொந்தம் என்று எப்படிச் சொல்லலாம்?"

"நீங்கள் சொல்லுவதும் நியாயம் என்று படுகிறது. சுந்தரமும் சுலோசனாவும் சொல்வதும் நியாயம் என்று படுகிறது. நம் குழந்தைகள் மனசு நோகாமல் இருக்கவேண்டும். கோர்ட்டுக்குப் போகாமல் இருந்து விடுங்களேன்?"

மங்கையிடமிருந்து இந்த யோசனையை எதிர்பாராத அவருக்கு, மிகவும் அதிர்ச்சியாக இருந்தது. ஆத்திரமாய், அவளுடைய தோளை உலுக்குவதற்காக, வேகமாய்க் கை வீசியபோது, தலையணையிலிருந்த தலை கீழே விழுந்தது. தூக்கக் கலக்கத்தோடு, இரு பக்கமும் தடவி அவளைத் தேடியபோது, கிழிந்த பாயின் துணுக்கு விரல்களைக் குத்தியது.

நன்றாக விழித்துக்கொண்டார். எல்லாம் கனவுதான் என்று நம்பக் கஷ்டமாக இருந்தது. இருந்த இடத்திலிருந்து தெரிந்த ஆகாசத் துண்டில் நிறைய மின்மினிகள் ஜொலித்தன. 'இத்தனை நட்சத்திரங்களும், ஏக காலத்தில், பொலபொலவென்று உதிர்ந்தால் எப்படி இருக்கும்?' என்று கற்பனை செய்து பார்த்தார். 'ஜிகினா ரிப்பன், ஆகாசத்தில் இருந்து கீழே படருவதுபோல் இருக்கும்,' என்று பதில் அளித்துக்கொண்டார். ஆனால், இம்மாதிரி கற்பனைகளால் மனசை ஏமாற்றித் திசை மாற்ற முடியவில்லை. அது பிடிவாதமாய்க் கனவிலேயே நின்றது. கனவு வந்ததும், அதில் மங்கைகூட அவர் பக்கம் நிற்காமல், கட்சி மாறிப் பேசியதும் மெய்.

கனவை வைத்து மங்கையிடம் குறை காண்பது தவறு; அவருடைய பலவீனமும் பாசமும்தான் மங்கையாக உருவெடுத்தது! கொஞ்சமும் தயங்காமல், உண்மை பேசவேண்டும்' என, மீண்டும் உறுதி செய்துகொண்டார்.

அவர் புத்தகங்கள் அதிகமாய்ப் படிப்பதில்லை. நண்பர் ஒருவர், கட்டாயம் படிக்கும்படி சொல்லி, ஒரு புத்தகம் கொடுத்தார். 'சத்தியத்துக்கு உயிர் உண்டு; சத்தியத்தைப் பட்ட மரத்திடம் சொன்னாலும் அது தழைத்துத் துளிர்க்கும்,' என்று அப்புத்தகம் சொல்கிறது. அது என்ன புத்தகம் என்று யோசித்துப் பார்த்தார்; ஞாபகம் வரவில்லை. ஆனால், சொப்பன மங்கையின் நினைவு வந்தது. சொப்பனம்தான் என்றாலும், அவள் சத்தியத்தைப் பாசத்தால் மூட முயன்றிருக்கக்கூடாது என்று, அவருக்கு வருத்தமாக இருந்தது.

இவ்வாறு, இதையும் அதையும் எண்ணி மனம் சலித்தபடி இருந்ததால், அவருக்குத் தூக்கம் வருவதும் வந்தவுடன் போவதுமாக இருந்தது. தூங்கியதைவிடத் தூங்க முயன்ற நேரம் அதிகமாக, அதிகாலைத் தெருவின் சந்தடிகளோடு எழுந்து, படுக்கையைச் சுருட்டிக்கொண்டு உள்ளே போனார்.

இன்று காலை

வீட்டுக்குள் சுறுசுறுப்புக்கு அமைதி இல்லை. சமையலறையில் சுலோசனா, பாத்திரங்களோடு மல்லுக்கு நிற்கும் சத்தம் கேட்டது. சுந்தரம் விழித்துக்கொண்டாலும், பாயில் இருந்தபடியே, தலையணையை மடியில் ஏந்தி, அதைத் தட்டித் தடவிச் சமாதானம் செய்து கொண்டு இருந்தான். ரெண்டாம் கிளாஸ் ராஜாவும் யூகேஜி கிட்டுவும் அந்த நேரத்தில் பேப்பரை வெட்டிக் காற்றாடி செய்யும் தியானத்தில் இருந்தனர்; அவர்கள் தாத்தா உள்ளே வந்ததைக் கவனிக்கவில்லை.

தலையணையைத் தடவியபடி இருந்த சுந்தரத்தின் கண்கள், தன்னோடு நடமாடுவதைச் சம்பந்தம் கவனித்தார். அந்தப் பார்வையில் இருப்பது சினமா, வெறுப்பா அல்லது வேண்டுகோளா என்று அவரால் கண்டுகொள்ள முடியவில்லை. ஆனால், அந்தப் பார்வை, அவர் மனசை நெறித்தது. ஒரே

பிள்ளை; அவனைத் தவிர, அவருக்கு வேறு நாதி இல்லை; அவனுக்கு அவர் வேண்டாதவர் ஆகவேண்டுமா?

ஆலமரத்தின் சின்ன விதை

'இன்று இந்தத் தர்மசங்கடம் முளைப்பதற்கு வித்திட்டவர் அப்பாதான்'. என்று சம்பந்தம், தன் தகப்பனாரைக் கடிந்துகொண்டார்.

சம்பந்தத்தின் தந்தை, இந்த ஊரிலேயே பெரிய தேர்ந்த மளிகை வியாபாரி. அவருக்கு எப்படியோ, சோதிடப்பித்துப் பிடித்தது. பல சோதிட நூல்களைப் படித்தார்; பலருடைய ஜாதகங்களைப் பார்த்தார்; சோதிடத்தின் பல நுட்பங்கள் அவருக்குப் புலனாயின.

அவர் தன்னுடைய ஜாதகத்தையும் பார்த்துக்கொண்டார். தனக்கு அற்பாயுள் என்று தெரிந்தது. ஒரே பிள்ளையான சம்பந்தத்தின் ஜாதகத்தை ஆராய்ந்தார்; மகன் சொத்து சம்பத்தோடு வாழத் தகுதி இல்லாத துரதிர்ஷ்டசாலி என்று கிரகங்களின் அமைப்பு கூறியது.

மகனின் அதிர்ஷ்டம் கெட்ட விதியை முறியடிக்க வேண்டும் என்று, அவர் திட்டம் இட்டார். சொத்து சம்பாத்தியமான தன் ஆஸ்திக்கு, ஓர் உயில் எழுதி வைத்தார். உயிலின்படி, சம்பந்தத்தை வீட்டுக்கும் தொழிலுக்கும் எல்லா உரிமைகளும் உள்ள வாரிசு ஆக்கினார். மூன்று வேலி நஞ்சை நிலம் இருந்தது; அதை மகன் சம்பந்தமும், அவனுடைய ஆண் வாரிசுகளும் அனுபவிக்கத்தான் உரிமை உண்டு. அந்த நிலத்தைப் பராதீனப்படுத்தவோ விற்பனை செய்யவோ கொள்ளுப் பேரன்களுக்குத்தான் உரிமை என்று உயில் நிர்ணயம் செய்தது. தனக்குப் பின், இரண்டு தலைமுறையாவது, சோற்றுக்கு இல்லாமல் துன்பப்படக்கூடாது என்பது உயில் எழுதியவர் நோக்கம்.

அத்துடன் அவர் உயிலை முடித்திருந்தால், இன்றைய இந்தப் பிரசினையே எழுந்திராது. அவருடைய தீர்க்கதரிசனத்தில் ஒரு பேராசை குறுக்கிட்டது. மூன்று வேலி நிலம் நாலைந்து இடங்களில் சிதறிக் கிடந்தது. 'இதைவிட நல்ல, லாபகரமான சொத்து கிடைத்தால் என் மகன் சம்பந்தமோ அவனுடைய ஆண் வாரிசுகளோ இந்த நிலத்தை விற்றுப் புதிய சொத்து வாங்கி வருவாயை அதிகமாக்கலாம்' என்று உயிலில் ஒரு ஷரத்து சேர்த்தார் அவர். விதி, இந்த ஷரத்தில் பதுங்கிக்கொண்டு சிரித்தது.

சம்பந்தத்தின் தகப்பனார் விதியை வென்றுவிட்டதாகத் திருப்தி அடைந்தார். மணமாகி, அவரோடு கடையில் இருந்த சம்பந்தத்திடம், 'மூன்று வேலி நிலம் சிதறிக் கிடக்கிறது. அதை விற்று ஒரே தாக்காக நிலமோ, கடைத் தெருப் பக்கம் வீடோ வாங்கி விடு. நிலத்தை விற்க அதிகாரம் இல்லை,' என்று சொல்லியும் வைத்தார். உயில் எழுதின சில மாதங்களிலேயே, ஒரு சின்னக் காய்ச்சலில் செத்தும் போனார்.

சம்பந்தம் தந்தையின் தொழிலை நல்லபடி தொடர்ந்தார்; விருத்தியும் செய்தார். ராஜி என்றொரு பெண் குழந்தைக்கும், சுந்தரமூர்த்தி என்ற ஆண் குழந்தைக்கும் தந்தை ஆனார். பிள்ளை பிறந்த இரண்டொரு ஆண்டுகளில் வியாபாரம் சரியலாயிற்று. அதை நேராக்குவதற்காக அவர்

செய்த சாமர்த்தியமான முயற்சிகள் பலிக்கவில்லை. தொழில் கஷ்டத்தை ஈடுசெய்ய வீட்டை அடமானம் வைத்தார். சில ஆண்டுகளில் தொழிலுடன் வீடும் கையைவிட்டுப் போயிற்று.

சொந்த வியாபாரம், சொந்த வீடு போய், வாடகை வீட்டில் இருந்து ஒருமளிகையில் வேலைக்கு அமர்ந்தார். கஷ்ட ஜீவனம்தான்; அமைதியாகக் கடையில் வேலை செய்ய முடியாதபடி, மகள் ராஜிக்கு நோயை அடுத்துப் பெரிய நோயாக வந்து, அந்தக் கஷ்டத்துக்கு மேலும் கவர்ச்சி தந்தது.

இந்த நேரம் பார்த்து, நிலத்தை நல்ல விலைக்கு விற்றுத் தருவதாய் ஒரு புரோக்கர் வந்தான். தனக்கு நிலம் விற்க அதிகாரம் இல்லை என்று சம்பந்தம், அவனிடம் பத்திரத்தைக் காட்டினார். புரோக்கர் கெட்டிக்காரன். நிலம் விற்று, அதைவிட லாபகரமான சொத்து வாங்கலாம் என்ற ஷரத்தின் படி, சம்பந்தம் அதை விற்கலாம், புதிய சொத்து உடனே வாங்கினாலும் வாங்கலாம், கொஞ்ச காலம் கழித்துப் பிறகும் வாங்கலாம் என்று விளக்கினான்.

சம்பந்தம் தயங்கினார். அவருடைய ஏற்றத்திலும் இறக்கத்திலும் முகம் கோணாமல் துணை நின்றவள் மங்கை; வழக்கப்படி அவளையும் கலந்துகொண்டார். தினசரி நோயாளியான பெண்ணுக்கு மருத்துவம், சுந்தரத்துக்குப் படிப்பு என்று சில்லரைக் கடன்கள் ஒருபக்கம் திரண்டு மானத்தை வாங்கிக்கொண்டிருந்தன.

நிலத்தை விற்று மறுபடியும் வியாபாரம் தொடங்கினால், ஜாக்கிரதையாக இருந்தால், அதிர்ஷ்டமும் துணைபுரிந்தால், செலவுகளைச் சமாளித்துப் புதிய சொத்தும் வாங்கிவிட முடியும் என்று கணவனும் மனைவியும் சேர்ந்துதான் முடிவு செய்தார்கள். உயிலின் ஷரத்து தெரிந்தும், புரோக்கரின் அகட விகடத்தில் மயங்கிக் கருப்பையா என்பவர் நிலத்தை வாங்கிக்கொண்டார்.

பணம் கைக்கு வரட்டும் என்று காத்திருந்ததுபோல் நிகழ்ச்சிகள் துரித காலத்தில் நடந்தன. சம்பந்தத்தின் மகளுக்குப் பலவித நோய்கள்; பலவித மருந்துகள் என்று ஒவ்வொரு ஆஸ்பத்திரியாக வலம் வந்தார்கள். கருமாதிச் செலவோடு அவள் கதை முடிந்தது. இந்தத் துயரம் ஆறுவதற்கு முன்பே, மங்கை அடிக்கடி வயிற்றுவலியால் துடிக்கத் தொடங்கினாள். டாக்டர்கள் அவளுக்குக் கான்சர் என்று சிகிச்சை செய்யலானார்கள். பாங்கில் பணம் இருந்தது. மங்கையைக் காப்பாற்றிவிடவேண்டும் என்ற வெறியோடு சம்பந்தம் செலவு செய்தார். ஆனால், அவளும் செலவானாள்.

இந்த நோய்கள் திருவிழா கொண்டாடும் சமயம் நடந்த ஒரே நல்ல காரியம், சுந்தரத்தின் படிப்பு தடைப்படாமல் இருந்தது. சம்பந்தத்தின் பிடிவாதம்தான், அதற்குக் காரணம். எம்.எஸ்.ஸி. முடிந்த கையோடு, அரசுக் கல்லூரியில் உதவிப் பேராசிரியர் வேலையும் கிடைத்தது. அதைத் தொடர்ந்து நல்ல இடத்துப் பெண் என்று அவனுக்குச் சம்பந்தம் கல்யாணம் செய்துவைத்தார்.

இவ்வளவும் ஆனபிறகு, ஏறக்குறைய இருபது ஆண்டுகளுக்குப் பின், நிலம் விற்பனை செய்த பணத்தில், ஒரு சில்லரைத் தொகைதான், பாங்கில் பாக்கி

நின்றது. சம்பந்தம் வியாபாரம் செய்யவேண்டும் என்பதும், நிலத்துக்குப் பர்த்தியாக வேறு சொத்து வாங்கவேண்டும் என்பதும் மறந்துபோன விஷயங்கள் ஆயின. நிலம் விற்றதன் விளைவாகச் சம்பந்தம் மிக வேகமாய்க் கிழவரானார்.

'மணமான புதிதில், சுலோசனாவுக்கு உயில் ரகசியம் தெரியாது. இரண்டு ஆண் குழந்தைகளான பிறகு, சுந்தரம், அவளிடம் உயில் பற்றிச் சொல்லிவிட்டான். தன் பிள்ளைகளுக்குச் சட்டப்படி சேரவேண்டிய லட்ச ரூபாய்ச் சொத்தை, அவள் விட்டுக்கொடுக்கத் தயாராக இல்லை; கணவனைத் தூண்டினாள். சுந்தரம் வக்கீலைக் கலந்தான். இரண்டு பிள்ளைகளின் கார்டியனாகச் சுலோசனா, கருப்பையாமீது வழக்குத் தொடுத்தாள். தந்தையிடம் கலந்துகொள்ள வேண்டும் என்றுகூடச் சுந்தரத்துக்குத் தோன்றவில்லை; கேஸ் போட்ட பிறகே அவரிடம் சொன்னான்.

கருப்பையா சம்பந்தத்தைத் தேடிவந்துவிட்டார். சம்பந்தம்தான், தன் மகனைத் தூண்டிவிட்டுக் கேஸ் போட்டிருக்கிறார் என்று அவருக்குச் சந்தேகம். சம்பந்தத்தைக் கூண்டில் ஏற்றித் தாறுமாறாகக் கேள்விகள் கேட்கப்போவதாய்ப் பயமுறுத்தினார். சம்பந்தம் கூண்டு ஏறிச் சாட்சி சொல்லச் சம்மதம் என்றும், நடந்ததை நடந்தபடி சொல்வதாகவும் சொன்னதைக்கூடக் கருப்பையா நம்பவில்லை என்றாலும், முறைப்படி கோர்ட்டில் சாட்சிப்படி கட்டிவிட்டு, பிராசஸ் சர்வருடன் கருப்பையாவே சம்பந்தத்தின் வீட்டுக்கு வந்தார். மகனுக்கும் மருமகளுக்கும் முன்னிலையில் கோர்ட்டில் உண்மை சொல்வதாகச் சம்பந்தத்திடம் மீண்டும் வாக்குறுதி வாங்கிக்கொண்டு போனார்.

சம்மன் வந்ததும், சுலோசனா, சுந்தரம் இருவருடைய போக்கும் வக்கிரம் ஆயிற்று. நயமாகவும், சில சமயம் பயமுறுத்தியும், கோர்ட்டுக்குப் போகாமல் அவரைத் தடுத்து நிறுத்த முயன்றார்கள். அவர் பிடிகொடுக்காமல் இருக்கவே, அவரைச் சற்று வெறுப்புடன் நடத்த ஆரம்பித்தார்கள்.

ஒரு நூற்றாண்டுக்கு முன் விதைக்கப்பட்ட சின்ன விதை, ஆழ்ந்து வேரோடி மரமாக வளர்ந்து, எல்லாத் திசைகளிலும் கிளைகளை விரித்தும் விழுதுகளை ஊன்றியும் பூதாகாரமாகச் சம்பந்தத்தின் வழியை மறித்தது.

இன்று

விசாரணை நாள். அவர் கட்டாயம் கூண்டு ஏறியாக வேண்டும்.

எல்லாருக்கும் முன்னால் குளியலை முடித்துகொண்டார். ஈர வேட்டியுடன் முருகப்பெருமான் படத்துக்கு முன் நின்றபோது, அவருக்கு ஒன்றும் சொல்லத் தோன்றவில்லை. சுவாமிக்கு நன்றாய்க் கேட்கும்படிப் பலமாய்ப் பெருமூச்சு விட்டார். 'எனக்கு இருப்பது ஒரே பிள்ளை. அவனுக்கும் எனக்கும் மனத்தாங்கல் உண்டாகாமல் பார்த்துக் கொள்,' என்று கண்டித்துக் கூறிவிட்டுத் திரும்பினார். ஏதோ தோன்றி, மறுபடியும் சுவாமி படத்திடம் வந்தார். 'அவன்தான் எனக்குக் கொள்ளி வைக்க வேண்டியவன், மறந்துவிடாதே' என்று சொல்லிவிட்டு, வெளியே வந்தார்.

காலைச் சிற்றுண்டியை ஹோட்டலில் சாப்பிட்டுவிட்டு, வக்கீல் வீட்டுக்குப் போய், அங்கிருந்து கோர்ட்டுக்குச் சென்றுவிடலாம் என்று

எண்ணியிருந்தார். அதையும் மகனிடம் சொல்லிக்கொண்டுதானே புறப்பட வேண்டும்? அவர் வாய் திறந்தால் போதும், மௌனம் ரகளை செய்யக் காத்திருந்தது.

"அப்பா, வெய்யில் ரொம்பக் கடுமையா இருக்கு. எங்கேயும் வெளியில் போக வேண்டாம்" என்று, பரிவோடு முடிவு கட்டிக்கொண்டு – சுந்தரம் சொன்னான்.

"மாமா, இட்டிலிப் பானை சாத்தியாச்சு, பத்து நிமிஷத்திலே இட்டிலி ரெடி ஆயிடும்" என்று சுலோசனா, மிகக் குழைவாய்க் கூறினாள்.

இந்த எளிய உபசாரத்துக்கு அடியில் ஒரு முரட்டுச் சண்டை பதுங்கி இருப்பதைச் சம்பந்தம் அறிவார். அதை மீறி வெளியில் புறப்பட்டால், அவரே வலுச் சண்டைக்கு இழுப்பதாகும். ஆகையால், வாய் பேசாமல் பெஞ்சிலேயே ஆழ்ந்து போனார்.

"தாத்தா, இன்னைக்கு ஸ்கூல் லீவ். நீ வெளியே போனாப் போ. நானும் வருவேன். என்னெ கூப்பிடாம போயிடக்கூடாது" என்று ஆர்டர் போட்டான், ரெண்டாம் கிளாஸ் ராஜா.

"நானும் வருவேன், தாத்தா, எனக்கு ஐஸ் வாங்கித் தரணும்" – என்றான், யூகேஜி கிட்டு.

"வெய்யில் நேரத்திலே ஐஸ் சாப்பிடக்கூடாது; வேறெ ஏதாவது வாங்கித் தாரேன்."

ரெண்டாம் கிளாஸ் தாத்தாவின் கால்களைக் கட்டிக்கொண்டான். "வெய்யில்லேதான் தாத்தா ஐஸ் சாப்பிடணும். மழை பெய்யறப்போ, ஐஸ் சாப்பிடுவாங்களா?" என்று, அவருடைய அறியாமையைப் பரிகாசம் செய்தான்.

யூகேஜி பெஞ்சு மேல் ஏறி, அவருடைய கழுத்தைக் கட்டிக்கொண்டு, காதில், 'ஐஸ் ஜில்... ல்... னு இருக்கும், தெரியுமா?' என்றான்.

சம்பந்தத்தின் மனசு கலங்கியது. கடைசிக் காலத்திலாவது, பேரக் குழந்தைகளோடு விளையாடிக்கொண்டு, அமைதியாய்க் காலம் கழிக்கலாம் என்று அவர் எதிர்பார்த்திருந்தார். அந்தப் பாக்கியமும் கையைவிட்டு நழுவுகிறது. ஒருகால், இதனால்தான் கனவில் வந்த மங்கை, கோர்ட்டுக்குப் போகவேண்டாம் என்று யோசனை கூறினாளா? உண்மை கூறவேண்டும் என்பதற்காக அவர், இந்தத் தன்னுடைய குலக்கொழுந்துகளுக்கே துரோகம் செய்யப்போகிறாரா?

"உண்மையை மறைத்தால்தான், என் குலத்துக்குக் கெடுதல் செய்வதாகும்," என்று மற்றொரு முறையும் அறிவுறுத்திக்கொண்டார்.

காலை உணவு முடியும்போது ஒன்பது மணி ஆகிவிட்டது. சாப்பிட்டு வெளியில் வந்ததும் சுந்தரம் 'இன்னைக்குக் கடைக்குப் போகாதீங்க அப்பா. ரெண்டு பசங்களும் வெயில்லே அலையாமப் பார்த்துக்குங்கோ. வக்கீல் வீட்டுக்குப் போய், நான் கோர்ட்டுக்கு வரணுமான்னு தெரிஞ்சிட்டு வர்ரேன்,' என்றான்.

“நானும் கோர்ட்டுக்குப் போகணுமே.”

“நீங்க போகக்கூடாதுன்னு, நான் சொன்னேனே, அப்பா.”

“கோர்ட்டுக்குக் கட்டாயம் வர்ரேன்னு, உனக்கு முன்னால்தானே கருப்பையாவிடம் சொன்னேன்?”

“சொன்னா என்னப்பா? நீங்க வராவிட்டா, அவர் ஒண்ணும் தப்பா நினைக்கமாட்டார். உங்க பேரக் குழந்தைங்களுக்கு விரோதமா, நீங்க சாட்சி சொல்ல மாட்டீங்கன்னு அவருக்குத் தெரியும்.”

“பேரப் பிள்ளைகளுக்கு விரோதமா சாட்சி சொல்ல, அவர் என்னைக் கூப்பிடல்லே. நடந்ததைச் சொல்லத்தான், அவர் என்னைச் சாட்சியாப் போட்டிருக்கார்...”

“அப்பாவும் பிள்ளையும் ஒரே வீட்டில் இருந்துகொண்டு பிள்ளை வாதி வக்கீலையும், அப்பா பிரதிவாதி வக்கீலையும் பார்க்கப் போறது நல்லதா அப்பா? கேஸ் நம்ம பக்கம் பலவீனமாகும்னு தெரிஞ்சும், நீங்க சாட்சி சொல்வேன்னு பிடிவாதம் பிடிக்கிறீங்க. நீங்க சுயபுத்தியோட தான் பேசறீங்களா?”

“நிலத்தை வித்து, கையை நீட்டிப் பணம் வாங்கறப்பவும் எனக்குச் சுயபுத்தி இருந்தது. நமக்குக் கஷ்டகாலம். நிலத்தை விற்கிறதா நாம சொன்னதாலே, அவர் வாங்கிட்டாரு...”

“தடுக்கிவிழுந்தா படிக்குப் பாதின்னு...”

“சுந்தரம், நீ இப்படி பேசக்கூடாது. மேஜர் ஆகாவிட்டாலும் நீ அப்போ விவரம் தெரிஞ்ச பிள்ளை. கருப்பையா சரியான விலைதான் குடுத்தார். இப்போ எல்லாத்துக்கும் மதிப்புக் கூடிப்போச்சு. அதை வச்சி, அன்று கொடுத்த விலை தப்புன்னு பேசக்கூடாது.”

சுலோசனா, சமையலறை வாசலில் நின்று, இருவரும் பேசுவதைக் கேட்டுக்கொண்டிருந்தாள். அவள், இன்னும் சாப்பிடவில்லை. இப்போது அவள் தலையிட்டாள். கருப்பையா சரியான விலை கொடுத்ததாகவே இருக்கட்டும்; சட்டப்படி உங்க பேரப் பிள்ளைங்களுக்குச் சேரவேண்டிய சொத்து, அவங்களுக்குக் கிடைக்கவிடாமக் கூண்டு ஏறி, நீங்க சாட்சி சொல்றது நியாயமா?

சம்பந்தம், பதில் பேசவில்லை.

“பேசாம இருந்தா, எப்படி?”

சம்பந்தம், மகன் பக்கம் திரும்பி, “என்னைக் கேட்காம, நீ கேஸ் போட்டது தப்பு” என்றார்.

மகன் வாய் திறக்கும்முன், மருமகள் பேசினாள். “அவர் கேஸ் போடல்லே, நான் போட்டிருக்கேன். என் பிள்ளைங்களுக்கு வரவேண்டிய சொத்து. நீங்க சம்பாதிச்ச சொத்து இல்லே. உங்களுக்கு முன்னாலே இருந்த பெரியவங்க சேர்த்த சொத்து. அதை விற்கிறத்துக்கு, உங்களுக்கு என்ன அதிகாரம் இருக்கு? உங்களுக்குக் கஷ்டகாலம்னா, என் பிள்ளைங்க வயித்திலே அடிக்கச் சொல்லுதா?”

அறியாமையின் நியாயம் இது; ஆனால், அதுதானே செலாவணியில் இருக்கிறது? சுலோசனாவுக்குத் திருப்தியான பதில் கூற முடியாது என்று சம்பந்தத்துக்குத் தெரியும். ஏதாவது சொல்லாமலும் இருக்க முடியாது. 'நான் ஏன் நிலத்தை வித்தேன்னு, உன் புருஷனைக் கேளேன்..."

"அவரை, என்ன கேட்கிறது? அதுதான் எல்லாருக்கும் தெரிஞ்சி கிடக்கே. உங்கப்பா ஊரையே விலைக்கு வாங்கறாப்போல, பெரிய வியாபாரம் விட்டுட்டுப் போனாரு. அதைத் தொலைச்சீங்க. சமுத்திரம் போல வீட்டை வச்சிட்டுப் போனாரு. அதையும் தோத்துட்டீங்க. உங்க லச்சணத்தைத் தெரிஞ்சிகிட்டுத்தானே நிலத்தைக் கொள்ளுப் பேரங்களுக்குன்னு எழுதி வச்சாரு; அதிலேயும் கைவச்சீட்டீங்க?"

இது சிறுநெருப்பு; பெருநெருப்பில் ஒன்றிவிட்டது. ஆகையால், சம்பந்தத்துக்கு உறைக்கவில்லை. ஆனால், தந்தையின் தலையில் மருமகள் குட்டுவதைச் சுந்தரம் மௌனமாக வேடிக்கை பார்ப்பதைக் காணத்தான், அவருக்குக் கஷ்டமாயிருந்தது.

சுந்தரம் தந்தைக்குப் புத்தி புகட்டும் தோரணையில் சொன்னான். "அப்பா, கருப்பையா கொடுத்த பணத்துக்குப் பத்து பங்கு நம்ம நிலத்தை வச்சி சம்பாதிச்சிட்டாரு. அவருக்கு ஒண்ணும் நஷ்டமில்லே. முந்தாநாள் நம் வக்கீல் மூலம் ராஜி பேசினார். பத்தாயிரம் கொடுத்துடறேன்; கேஸ் வாபஸ் வாங்கிக்கோன்னார்; முடியாதுன்னு சொல்லிட்டேன். நீங்க அவர் பக்கம் சாட்சி சொன்னாலும், அவருக்குக் கேஸ் ஜெயிக்காதுன்னு தெரியும்."

"நான் சாட்சி சொன்னாலும் அவருக்கு ஜெயிக்காதுன்னா, நான் கூண்டு ஏர்றதைப் பத்தி, நீ ஏன் கவலைப்படணும்?"

"இதுகூட, நான் சொன்னாத்தான் புரியுமா? ஒரே வீட்டிலே இருக்கோம். நான் ஒரே பிள்ளை. நீங்க ஒரு பக்கமும், நான் ஒரு பக்கமும் கோர்ட்டிலே கட்சியாடினா, நாலுபேர் என்ன நினைப்பாங்க? பேரப் பிள்ளைங்களுக்கு விரோதமா, நீங்க கூண்டு ஏறினா, ஊர்லே என்ன சொல்வாங்க?"

ஊருக்கு ஓராயிரம் வாய்கள்; ஓராயிரம் விதமாய் ஒவ்வொன்றுக்கும் அர்த்தம் செய்யும். ஆனால், உண்மைக்கு ஒரே அர்த்தம்தான் உண்டு; உண்மை என்பதுதான் அது. சம்பந்தம் நெடுமூச்சு கழித்து, மனச்சுமையைக் குறைத்துக்கொண்டார்.

"சுந்தரம், நான் சொல்றதைச் சுலோசனா புரிஞ்சிக்கலேன்னா, தப்பு இல்லே. ஆனா, நீ எனக்கு ஒரே பிள்ளை. என்னைவிட நிறையப் படிச்சவன். உனக்கும் புரியலேன்னா, எனக்கு வெட்கமா இருக்கு. கருப்பையா இருபத்தையாயிரம் கொடுத்தார். பணம் கைக்கு வந்ததும் முதல் வேலையா, இந்தச் சின்ன வீட்டை ஐயாயிரத்துக்கு உன் பேரிலே வாங்கினேன். இப்போ, இந்த வீடு ஐம்பதாயிரம் ஆகும். கருப்பையா பணம் இல்லாவிட்டா, உங்க அக்காவும் அம்மாவும் அழுகிச் செத்திருப்பாங்க. அந்தப் பணம் இல்லாவிட்டா, நீ படிச்சு 'புரபசர்' ஆகியிருக்க முடியாது. இதுக்கெல்லாம் பண மதிப்பு இருக்கா? என் குழந்தைங்களுக்கு விரோதமா,

நான் பொய்சாட்சி சொல்லக் கோர்ட்டுக்குப் போகல்லே. நான் கூண்டு ஏறி நடந்ததைச் சொன்னாத்தான், நம்ம குடும்பத்துக்கு நல்லது."

"அப்படின்னா, நாங்க கேஸ் போட்டது பாவம், குடும்பம் உருப்படாது என்கிறீங்களா" – என்று சரியான இடத்தில் பாய்ந்தாள் சுலோசனா.

சம்பந்தம் பேசவில்லை.

"இப்படி வக்கணையா பேசிப் பேசிக் குடும்பத்தை நடுத்தெருவுக்குக் கொண்டு வந்தாச்சே! நீங்களா பேசறீங்க? கருப்பையா வாங்கிக் கொடுத்த ஹல்வாயும் காப்பியுமில்லே, பேசுது?"

"வாயை மூடு!" என்று பெண்டாட்டியை அதட்டிய சுந்தரம், தணிவான குரலில், "நான் உங்களைப் பொய் சொல்லச் சொல்லல்லியே அப்பா, கோர்ட்டுக்குப் போக வேணாம்னுதானே சொல்றேன்."

"கோர்ட்டுக்குப் போகாம இருந்தா, அது பெரிய பொய், சுந்தரம்."

"அவர் போகட்டும், விடுங்க. கோர்ட்டு ஏறி, சாட்சி சொன்னா, இந்த வீட்டு வாசலை மிதிக்கக்கூடாது. கருப்பையாவாலே, அவருக்கு ஆதாயம் இருக்கு. கருப்பையாவே, அவருக்கு எல்லாம் செய்வாரு."

சம்பந்தம், சட்டையை மாட்டிக்கொண்டார். மகன் இருந்த திசையில், 'வர்றேன்' என்ற சொல்லை ஊதிவிட்டு வாசலைத் தாண்டியதும், அவருக்காகத் திண்ணையில் காத்திருந்த ரெண்டாங்கிளாஸ், 'என்னெ, ஏமாத்த முடியாது' என்று, அவருடைய வலது கையைப் பிடித்துக் கொண்டான். தெருவிலிருந்த யுகேஜி ஓடிவந்து, அவருடைய இடது கையைப் பற்றினான்.

சுலோசனா, புயல்போல் வாசலுக்கு வந்தாள். குழந்தைகளைச் சம்பந்தத்தின் கைகளிலிருந்து பறித்து, பலமாய் முதுகில் அறைந்தாள். "தாத்தா, உங்க வாயிலே மண்ணைப் போடப் புறப்பட்டிருக்காரு. தாத்தாவோடப் போறாங்களாம்!" தள்ளிக்கொண்டு போனாள்.

குழந்தைகளின் அழுகை பின்தொடரச் சம்பந்தம் தெருவில் இறங்கினார்.

தெரு

கொதித்தது; வீடுகள் கொதித்தன. ஆனால், அவர் லகுவாக, உடம்பைத் தூக்கிக்கொண்டு நடந்தார்.

இக்கதை 'அடிவயிற்றில் பிறந்த வெப்பம்' என்ற தலைப்பில், *மாலைமதி*யில் (செப்டம்பர் 1983) வெளியானது.

இனி புதிதாய் . . . (அக்டோபர் 1991)

எம்.வி. வெங்கட்ராம் கதைகள் (டிசம்பர் 1998)

●

நான் அமரன்

மல்லாந்து படுத்து, ஆகாயத்தில் ஜ்வலிக்கும் நக்ஷத்திரங்களைக் கணக்கிட்டுக் கொண்டிருந்த என் காதுகளில், இனிய குரல் ஒலி ஒன்று கேட்டது. "நீ அமரத்வம் அடைய விரும்புகிறாயா?"

துள்ளி எழுந்து உட்கார்ந்து, "ஓ!" என்றேன்.

"அப்படியானால் இவளை ஏற்றுக்கொள்!" என்றது குரல். திரும்பிப்பார்த்தேன், எதிரில் ஒரு யுவதி நின்றாள்; நல்ல கருப்பு; நல்ல அழகு.

"நீ யார்?" என்றேன்.

"நான் துக்கம்!" என்றாள், வெட்கமில்லாமல் சிரித்துக் கொண்டே.

எனக்கு ஆச்சரியமாக இருந்தது. "ஸ்ரீமதி துக்கத்தின் உருவமா இது? ஆனால் நீ, இவ்வளவு அழகாயிருக்கிறாயே?... நான் எதிர்பார்த்தேன்..."

"நான் கோரரூபிணியாக இருப்பேன் என்று; இல்லையா?" மறுபடியும் அட்டஹாசம் செய்தாள் அவள்: "நீ என்னை விரும்புகிறாயா?"

"நான் உன்னை வெறுக்கவில்லை."

"அதனால்தானே, உனக்கு 'அமரப் பதவி' கிடைக்க இருக்கிறது?"

அவ்வளவுதான். எனக்கு விருப்பம் இல்லாதிருந்தும், அவள், மீண்டும் மீண்டும் என்னைத் தழுவினாள், அவளுடைய தழுவல் வாளினால் வெட்டும் சுகம் அளித்தது.

அமரத்துவத்தின் நினைவு வந்ததும், சந்தோஷம் தாங்கமாட்டாமல், 'தட தட'வென்று உள்ளே ஓடினேன். என் மனைவியின் முன் நின்று, உரத்த குரலில் கூறினேன். "பார், நான் அமரன் ஆகப்போகிறேன்!" என்று.

அவள் நம்பவே இல்லை.

"நீ என்னை ஒருபோதும் நம்பியதே இல்லை. இப்போதும் நம்பவில்லை. போகிறது. ஆனால், நன்றாக ஞாபகம் வைத்துக்கொள், நான் அமரன்தான். நான் சாகவே மாட்டேன். இதனாலேயே என் பக்கத்தில் உள்ளவர்கள், என்னை வெறுப்பார்கள். ஆனால், தொலைவில் உள்ளவர்கள், என்னை வணங்குவார்கள். இந்த மனிதவுடலை நான் விட்டபின், அறிவாளிகள் என் வாழ்க்கையில் நடந்த சம்பவங்களை ஆச்சரியத்துடன் எழுதுவார்கள். ஜனங்கள், அவற்றை விழுந்து படிப்பார்கள்."

பூ வேலையில் முனைந்திருந்த அவள், நான் சொன்ன ஒன்றையும் புரிந்துகொண்டதாகத் தெரியவில்லை. அவளுக்காக, எனக்குத் துக்கம் உண்டாயிற்று.

"நீ எனக்கு உதவி புரிய மாட்டாயா? ஆனால், பெண்ணே! (நான், இப்படித்தான் அவளை அழைப்பது) என் சரிதம் எழுதுகிறவர்கள், நீ என்னுடைய அமர வாழ்க்கைக்கு உதவி புரியவில்லை என்பதை, ஒரு பெரும் குறையாக எழுதுவார்கள். இப்போது மாத்திரம் அல்ல, நீயும் நானும் இறந்தபிறகும் ஜனங்கள் உன்னை இகழ்வார்கள்!" இதையும் அவள், லக்ஷ்யம் செய்யவில்லை.

"அப்படியானால், என் வழியில் நான் போகிறேன். ஆனால், வெகு சீக்கிரத்தில், நான் சொல்லுவதன் அர்த்தம் அறிவாய். என்னைப் புறக்கணித்ததற்காகக் கலங்குவாய்!"

மனைவிக்குத்தான், என் மகிமை புரியவில்லையே! நண்பர்களிடமாவது சொல்லலாம் என்று நண்பர்களிடம் சொன்னேன். நான் சாகமாட்டேன் என்பதில், அவர்களுக்கு நம்பகம் உண்டாகவில்லை. என்னை, மேலும் கீழும் பார்த்தார்கள்.

"அதெப்படி, நீ சாகாமல் இருக்க முடியும்? நீ கலைஞன் என்று வேண்டுமானால் சொல்லிக்கொள்; பிறந்தால் இறக்காமல் எப்படி?..."

"நான் கலைஞன், அதனால்தான் நான் அமரன்!"

அவர்கள் தலையாட்டினார்கள். "எப்படி? சாகாதவன் ஆனால், உன் தலை நரைக்க ஆரம்பித்துவிட்டதே? உனக்கு மார் வலிக்கிறதே?" எனக்குச் சிரிப்பதா, அழுவதா என்று தெரியவில்லை.

"உங்களைப் பற்றிய கவலையினால்தான், எனக்குத் தலை நரைக்கிறது. மனைவியோ வேறு எந்த உறவினரோ நண்பர்களோ, பக்கத்தில் இருக்கும் ஜனங்களோ, தூரத்தில் இருப்பவர்களோ யாராயிருந்தாலும் சரி, தவறு செய்தால் அல்லது அநியாயமாகத் துன்பம் அடைந்தால், எனக்குத் துக்கம் உண்டாகிறது. கலைஞன், தனக்காக மாத்திரம் அல்லாமல், மனித ஜாதிக்காகவே வருந்துகிறான். வாழ்க்கையின் தன்மை அறிந்த அவன், கண்ணீர் வடித்து அழுவதில்லை; துக்கத்தின் தழுவலைத் திறந்த மார்புடன் ஏற்றுக்கொள்கிறான். அதனால்தான், அவனுக்குப் பிறரைவிட அதிகமாகத் துயரம் உண்டாகிறது."

அவர்கள் ஏளனமாக நகைத்தார்கள். "அப்படி நீ, என்னதான் செய்துவிடுகிறாய்?" அவர்களுடைய அறியாமைக்காக வருந்திய நான், சொன்னேன்: "நான் சமூகத்தைச் செதுக்கி உருவாக்கும் சிற்பி; அதன் அழகை எடுத்து ஓவியமாகத் தீட்டும் சைத்திரிகன். சமூக விருக்ஷத்தைச் சுற்றி வளர்ந்து அதைச் சாய்க்க முயலும் புல்லுருவியைக் களைந்து எறியும் தோட்டக்காரன் நான். சமூகத்தின் சிக்குகளை எடுத்துச் சுத்தப்படுத்தும் நெசவாளியும் நான். நான் மனிதனின் நெஞ்சில் ஸஞ்சாரம் செய்யக் கூடிய அந்தர்யாமி. அவனுடைய எதிர்காலத்தைத் திட்டமாக வகுக்கும் சக்திவாய்ந்த தீர்க்கதரிசியும் நான்தான். நான் கலைஞன்; நான் அமரன்?"

"அகந்தை, தலைக்குமேல் ஏறிவிட்டது!" என்று, நண்பர்கள் தீர்மானித்துவிட்டார்கள்.

என் தாயார், தகப்பனார், தம்பி, தமையனார், தங்கை, தமக்கை எல்லோரும்,"இவ்வளவுதூரம் படிக்கவைத்தும்,வாழ்வைக் குட்டிச்சுவராக்கிக் கொள்கிறானே!" என்று கவலை கொண்டார்கள். சம்பாத்தியத்தில் சிரத்தை காட்டாத என்னிடம், யாரும் சரியாக முகம் கொடுத்துப் பேசுவதில்லை!

இதனால் ஸ்ரீமதி துக்கம், என்முன் அழகாகவே சிரித்தவண்ணம் இருந்தாள். பிறரால் பகிஷ்கரிக்கப்பட்ட நான், எதையும் லக்ஷ்யம் செய்யாமல், நிமிர்வுடன் அலைந்தேன். பிறர் விஷயத்தில் குறுக்கிடாமலிருந்தும், நான் தலைகுனியாதிருப்பதைக் கண்டு பலருக்கு என்மீது ஒரே எரிச்சல். அகாரணமாகத் துவேஷம்; என்னை எப்படியும் பணியச்செய்து அவமானப்படுத்த வேண்டும் என்று கங்கணம் கட்டிக்கொண்டார்கள்.

ஒருநாள் நான், தெருவோடு போய்க்கொண்டிருந்தபோது, முன்னோர்கள் எப்படியோ திரட்டிவைத்துவிட்ட பொருளைக் கொண்டு வாழ்கின்ற ஒரு பெரிய மனிதர், என்னைக் கூப்பிட்டார்: கவலையுடன் விசாரித்தார்: "விநாசா! இப்போது என்ன செய்கிறாய்? வேலை ஒன்றும் செய்யவில்லையா?"

"இப்போது, ஒன்றும் செய்யவில்லை."

"பொழுது, எப்படி போகிறது?"

காலத்தைக் கொலை செய்யும் அந்தப் பிரகிருதி, என் பொழுது போக்கைப் பற்றி விசாரப்படுவதைக் கேட்க, எனக்கு ஆச்சரியமாயிருந்தது. என்னுடைய தினசரியைச் சொன்னேன்.

"காலையில் ஒன்பது மணிக்கு எழுந்து, காலைக்கடன்களை முடித்துக்கொள்கிறேன். ஒரு மணி வரை ஏதாவது படிக்கிறேன் அல்லது எழுதுகிறேன். அப்பால் சாப்பாடு ஆனதும், சாயங்காலம் வரை சீட்டு ஆடுகிறேன்."

"அதைக் கேட்கத்தான் கூப்பிட்டேன். மத்தியானம் எல்லாம் சீட்டாடிக் கூத்தடிக்கிறாயே, அதனால் உனக்கு என்ன லாபம் அப்பா?"

நான், அவருக்குச் சுடச்சுடப் பதில் அளித்திருக்க முடியும். எங்கள் தெருவில் அவருடைய மனைவி உள்பட ஸ்திரீகளே புருஷர்களுக்குத் தெரிந்தும் தெரியாமலும் சீட்டாடுகிறார்கள், சூதாடுகிறார்கள். அதை,

நான் சுட்டிக் காண்பித்திருக்கலாம். ஆனால், அவருக்கு வருத்தம் உண்டாகக்கூடாது என்று எண்ணிய நான், சகஜமாகவே பதில் அளித்தேன்.

"சீட்டாட்டத்தினால்தான் எனக்கு மன நிம்மதி உண்டாகிறது. ஆடும்போது கவலைகளை எல்லாம் மறந்துபோகிறேன். ராத்திரி எழுதும்போது மனசு மாசு இல்லாமல் சுத்தமாக இருக்கிறது; நன்றாகச் சிந்தனை செய்து எழுத முடிகிறது."

"ஓஹோ! கதை எழுதுவதற்காகவா சீட்டாட்டம்? ஏனப்பா, எழுதி எவ்வளவு பேர் முன்னுக்கு வந்துவிட்டார்கள்?"

நான் பொறுமை இழந்தேன். "அந்தக் கவலை உங்களுக்கு வேண்டாம்; எழுதுகிறவர்களுக்கு நீங்கள் படியளக்கப் போவதில்லையே?"

அவர் விழித்துக்கொண்டார். "நான் அதற்காகச் சொல்லவில்லை; வீணாக உன் வாழ்க்கை கெடுகிறதே என்றுதான்."

"உங்களுடைய வாழ்க்கையை, முதலில் கெட்டுப் போகாமல் காப்பாற்றுங்கள். பிறகு, பிறர் வாழ்க்கையைக் காப்பதற்கு முயலலாம்? என்று வந்துவிட்டேன்."

சுருக்கமாகச் சொன்னால், 'சமூகத்தின்' பெரிய மனிதர்கள், என்னை 'அமரன்' என்று நினைக்காதது மாத்திரமல்ல, சரியான மனிதன் என்றே எண்ணவில்லை! நான் அவர்களுக்காகவும் வருந்தினேன்.

ஸ்ரீமதி துக்கம், என்னைக் கெட்டியாகப் பற்றிக்கொண்டு ஊக்கினாள். "போ! உன் வழியே, நீ போ! எதற்கும் கலங்காதே!" என்று, என்னை எங்கு எங்கோ தள்ளிக்கொண்டே சென்ற அவள், கடைசியில் என் தந்தையின் மரணப்படுக்கை அருகில் கொண்டுவந்து நிறுத்தினாள். சிறிது நேரத்தில் உயிர்விடும் தறுவாயில் இருந்தார் அவர். நான் அழவில்லை. ஆயினும், வந்த கண்ணீரைச் சமாளித்துக்கொண்டேன். அவர் அருகில் உட்கார்ந்து, கேட்டேன்: "அப்பா, நான் யாரென்று புரிகிறதா?"

பிரேத ஒளி வீசத் தொடங்கிவிட்ட கண்களை, என் பக்கம் திருப்பி, பேசமுடியாத வாயைச் சிரமத்துடன் திறந்தார் அவர்.

அவர், என் பெயரைச் சொல்லி, என்னைப் புரிகிறது என்றதாகப் பக்கத்திலிருந்தவர்கள் சொன்னார்கள். ஆனால், அவர் கூறியது வேறு. அவர், "நீ அமரன்!" என்றுதான் சொன்னார்.

குனிந்து, அவருடைய காதில் கூறினேன்: "ஆம்! இப்போதுதான் உனக்குப் புரிந்தது அல்லவா? அப்பா, நீ போ, மறுபடி வராதே!"

அவர் கவலையில்லாமல் உயிர்விட்டார். ஆனால், எனக்குத்துக்கம்தான்.

***சௌராஷ்டிரமணி* (அக்டோபர் 23, 1984)**

(நூல் வடிவில் இதுதான் முதல் பிரசுரம்)

●

பணத்தட்டு

இப்போது, எனக்குப் பணத்தட்டு ஏற்பட்டுவிட்டது... என்றுதான் ஏற்படவில்லை? இது விஷயம் ஒன்றும் இல்லையே? தரித்திரனுக்குப் பணத்தட்டு உண்டாகாது, பணப்போர்வையா உண்டாகும்? ஆனாலும்...

சாயங்காலம் ஹோட்டலுக்குப் போகவேண்டும் என்றாலும், கையில் ஒரு நாலணாக் காசு இல்லை. அப்பால் ‘அது வாங்க வேண்டும், இது வாங்க வேண்டும்’ என்று வீட்டில் வேறு தொந்திரவு.

மனசுக்கு வருத்தமாகத்தான் இருக்கிறது. யாரிடமாவது கடன் கேட்கலாம் என்றால், யாரிடம் கேட்பது? மிக நெருங்கிப் பழகிய, மிகப் பெரிய பணக்கார நண்பர்கள், எனக்கு இருக்கிறார்கள். அவர்களிடம் கேட்கலாமே என்றால், பலமுறை கேட்டு வாங்கியாகிவிட்டது. வாங்கியதைத் திருப்பிக்கொடுக்க, வழியில்லை. அவர்களும் திருப்பிக் கேட்டாகிவிட்டது. இனியும் அவர்களிடம் கேட்க, வாய் கூசுகிறது!

கடன் தருகிறவர்களின் அற்பக் குணமே, இதுதான்!

ஐயா! உங்களிடம் ஏராளமாகப் பணம் கொட்டிக் கிடந்து துருப்பிடித்திருக்கிறது. அதிலிருந்து எனக்கு வேறு யாருக்கும் அல்ல, எனக்கு! – ஒரு பத்தோ, இருபதோ கொடுத்துவிட்டால், உங்களுடைய ஆஸ்தியிலிருந்து ஒன்றும் குறைந்துவிடப் போவதில்லை. கொடுத்துவிட்டு, அதைக் ‘கொடு! கொடு! என்று ஏன் அரிக்கவேண்டும்?

நான் கொடுக்கமாட்டேன் என்றும் கூறவில்லையே! ‘கொடுத்துவிடுகிறேன்; இப்போது தாருங்கள். பண நெருக்கடி உண்டாகும்போது தாருங்கள். எனக்குக் கட்டாயம் பணம் வரும்; வந்தவுடன் புஷ்பத்தில் வைத்துக்கொடுத்துவிடுகிறேன்.’ என்று நான் சொன்னால், நண்பர்கள் நம்பக்கூடாதா?

நம்புவதில்லை, ஒருமுறை வாங்கிவிட்டு, இரண்டாம் முறை கேட்டால் சாக்குபோக்குச் சொல்ல ஆரம்பித்துவிடுகிறார்கள்!

அதுவும் பொருத்தமாகவாவது சொல்கிறார்களா? கிடையாது; பணத்திலேயே புரளும் பேர்வழிகளுக்குக்கூடப் பஞ்சம் வந்துவிடுகிறது.

"வீட்டில் அண்ணாவைக் கேட்காமல் நான் பணம் எடுக்க முடியாது. சொந்த வீட்டிலேயே சுதந்திரம் கிடையாது" – இப்படிச் சொல்கிறவனின் வீட்டு விவகாரம் பூராவும் எனக்குத் தெரியும். அவனுக்கும் அவனுடைய அண்ணனுக்கும் பிறந்தது முதற்கொண்டே தகராறு! அண்ணன் ஓரணா செலவழித்தால், அவன் இரண்டணா செலவழிப்பான். ஏட்டிக்குப் போட்டியாக!

இன்னொருத்தன் ரொம்ப நாசூக்குப் பேர்வழி; "சரிதான், நீயே என்னண்டை கேட்டுட்டியா? கைமாத்தாக ஒரு ஐந்து ரூபாய் வாங்கிப் போகலாம் என்ற உத்தேசத்துடன்தானே, நான் இங்கே வந்தேன்!" இந்த ஆளுக்குப் பின்னால் போனால், முதலில் ஹோட்டலுக்குள் போகலாம். அங்கே ஐந்து ரூபாய் நோட்டு ஒன்றை மாற்றி, ஒரு 'ஸ்வீட்' போதாவிட்டால் இரண்டோடு 'காரம்' டிக்ரீ காப்பி ஒரு 'கப்' சாப்பிடுவான். பிறகு நேராகச் சினிமா அல்லது ட்ராமாக் கொட்டகைக்கு; அங்கே போய் அவன் செலவழிக்கும் தடபுடலைக் கண்டால், 'கடன் கேட்க வந்தவனா அவன்!' என்ற பிரமிப்புத் தட்டும். சிகரெட், சோடா, வெற்றிலை, புகையிலைக்காக அவன் செலவழிக்கும் காசு எங்கள் வீட்டில் இரண்டு நாள் செலவுக்குக் காணும்!

ஆனால், இந்தச் சிநேகிதர்கள் பாலும் தேனும் பாகும் பருப்பும் இவை நாலும் கலந்து வாய்குளிரப் பேசுவார்கள். "உனக்காக, நான் எதுவும் செய்யத் தயார். இந்தச் சமூகம் – எங்கள் சமூகம்தான்! – அறிவாளிகளை முன்னுக்குக்கொண்டு வருவதற்குச் சிரத்தையே எடுத்துக் கொள்வதில்லை. நீ பி.ஏ. படித்திருக்கிறாய்; அருமையான(!) கதைகள் எழுதுகிறாய். ஏதாவது பாங்கில் ஓர் உயர்ந்த வேலை பண்ணிக்கொடுக்க, இந்தத் தெருவில் உள்ள பெரிய மனுஷர்களால் ஆகாதோ... விவஸ்தை கெட்ட ஜாதியப்பா இது" என்று சரமாரியாகப் பொழிந்து, அனுதாபம் காட்டுவார்கள் சிலர்.

"உன் புத்திக்காக அல்ல; உன் மனசுக்காகவும் குணத்துக்காகவும் உன்னோடு பழகவேண்டும். உன்னை விட்டுப் பிரியாமல் இருக்கவேண்டும். என்று எனக்கு ஆசையாக இருக்கிறது. வாஸ்தவமாகச் சொல்கிறேன். நான் மாத்திரம் பெண்ணாக இருந்தால் உன்னைக் கலியாணம் செய்துகொண்டு உன் காலடியில் விழுந்து கிடப்பேன். ஆனால், அதிர்ஷ்டஹீனத்தால் நான் பெண்ணாகப் பிறக்கவில்லை!... சரி, என் அன்புக்கு ஞாபகமாக இந்த வைர 'செயினை' உன் கையில் போட்டுக்கொள். மாட்டாயா, மாட்டாயா? உன் கையில் போட்டுக்கொண்டால், உன் அழகுக்கு ரொம்ப ஜோராக இருக்கும். பார்த்தாயா, பார்த்தாயா? நீ வேறு, நான் வேறு என்று நினைத்துவிட்டாய் அல்லவா? இவ்வளவுதானா, உன் சினேகிதம்?" என்று காதலர் பாவத்தில் (பாவம்தான்!), அபிநயம் பிடிக்கும் நண்பர்களும் எனக்குண்டு; 'செயினைக்' கொடுத்துவிடுவார்கள் என்று நினைத்துவிடுவார்கள், வெறும் பயமுறுத்தலோடு சரி.

இன்னொரு கோஷ்டி இருக்கிறது. அவர்கள் என்னை ஹோட்டலுக்கும் சினிமாவுக்கும் டிராமாவுக்கும் நான் வேண்டாதபோது எல்லாம் அழைத்துப்

போவார்கள், அவர்கள் செலவில்தான்! அவர்களுடைய அந்தரங்க நோக்கம் வேறு; நான் கதை எழுதுகிறேன் அல்லவா? என்னிடம் ஒரு கதை எழுதி வாங்கி, அதைத் தங்கள் பெயரில் பிரசுரம் செய்து பார்க்கவேண்டும் என்பதுதான், அவர்களுடைய பெரும் ஆசை!

எப்படியோ அடித்துப் பிடித்துக் கடன் வாங்கிவிடுகிறேன்.

“நம் நண்பனாயிற்றே, பெரிய அறிவாளி ஆயிற்றே, பி.ஏ. படித்தவன் ஆயிற்றே, கதாசிரியன் ஆயிற்றே. நாம் பெண்ணாகப் பிறந்திருந்தால் புருஷனாக இருக்கவேண்டியவன் ஆயிற்றே! இப்போது வேலை ஒன்றும் இல்லாமல் தவிக்கிறானே? கொடுத்த கடனைத் திருப்பிக் கேட்க, இது சமயம் இல்லையே” என்று, யாராவது வாய் மூடி இருக்கிறார்களா?

அதுதான் இல்லை!

“அடுத்தவேளைச் சோற்றுக்கு, என்ன வழி?” என்று நான் விசாரப்பட்டுக்கொண்டிருக்கும் சமயம் பார்த்து, கடனை வசூல் செய்ய வந்துவிடுவார்கள்!

வசூல் செய்வதில், என் நண்பர்கள் கையாளும் முறையே அலாதி. நேரில் என்னைக் கேட்க ஸங்கோஜம். ஆகவே, கொஞ்சம் கொஞ்சமாக என் எதிரில் வராமல் மறைவார்கள். பிறகு, யாரிடமாவது சொல்லி அனுப்புவார்கள். “எனக்குப் பணம் கொஞ்சம் அவசியமாக வேண்டியிருக் கிறது; நான் முன்னே தந்தேனே ரூபாய், அதைக் கொஞ்சம்...” என்று மிகப் பணிவாகச் சொல்லுவர். இந்த விதத்தில், நான் ஓர் அதிர்ஷ்டசாலிதான். கடன் பட்டவர்கள், கடன்காரனைக் கண்டால் ஓடி ஒளிவது உலகவழக்கு, என் விஷயத்திலோ? கடன் கொடுத்தவர்கள் ஒளிகிறார்கள்!

நான்தான், திருப்பித்தர முடியாத நிலைமையில் இருப்பவன் ஆயிற்றே! ஏதாவது போக்குச் சொல்லி, வந்த ஆளை அனுப்பிவிடுவேன்.

ஆனால், கடன் பட்டவனின் நெஞ்சுதான், உங்களுக்குத் தெரியுமே, எனக்கு என்னவோ, எப்போதும் கிலிதான்! ‘எந்த நண்பன், எந்தச் சமயத்தில், கொடுத்த கடனைக் கேட்டுவிடுவானோ’ என்று.

பல சமயம், இந்தக் கொடுக்கல் வாங்கலினால் – கொடுக்கல் ஏது? வாங்கலினால், – பல நண்பர்கள் நட்பை நான் இழந்துவிட்டேன்; நட்பை இழந்ததோடு, ‘வாங்கலை’ விரோதத்தையும் சம்பாதித்திருக்கிறேன்!

சில நண்பர்கள், முரட்டுத்தனமாக என்னிடம், கடன் வசூலிக்க முயன்றார்கள். முரட்டுத்தனம் என்றால் என்ன, கொஞ்சம் காரமாகப் பேசுவார்கள். என்னிடம் உள்ள பெருங்குணம் என்ன என்றால், நான் அவர்களுக்குப் பதில் சொல்லமாட்டேன். ஆனால், என்னுடைய மௌனம், அவர்களுடைய முரட்டுத்தன்மையை நான் ஏற்றுக்கொண்டு விட்டேன் என்பதற்கு அறிகுறியல்ல. ஏதாவது ஒரு காரியத்தில், அவர்களை மட்டம் தட்டுவதற்குச் சமயம் பார்த்துக்கொண்டிருப்பேன்.

அவர்கள் மீது வஞ்சம் தீர்த்துக்கொள்வதற்கு, கதை கட்டும் என் திறமை, எனக்குப் பேருதவி புரிகிறது. என்னிடம் முரண் செய்த ஆளைப்

பயங்கரமான 'கில்லாடியாகவோ', கையாலாகாதவனாகவோ சித்திரித்துக் கதை எழுதிவிடுவேன். என் நண்பனாக இருந்தவன் அல்லவா, அவனுடைய வீட்டு விவகாரம்தான், எனக்குத் தெரியுமே! அவன் வீட்டில் ரகஸ்யமாக நடந்ததை, அம்பலத்தில் இழுத்துவைத்துவிடுவேன். என்னுடைய பகைமையைப் பெறாத நண்பர்கள், கதை படித்து இன்புறுவார்கள். எந்த ஆளைக் குறித்துக் கதை எழுதப்பட்டதோ, அவனை ஏளனம் செய்வார்கள். அவனோ, "ஏண்டாப்பா, இவனை வீணாகக் கிண்டிவிட்டோம்!" என்று எண்ணி, மனம் புழுங்குவான். ஆம்! ஸ்வாமி! ஆம்: கொடுத்த கடனைத் திருப்பிக் கேட்கிறவன், என் நண்பனாகவே இருக்க முடியாது. அவன், என் பகைவன்தான்!

கடனைத் திருப்பிக் கேட்கும்போது, எனக்கு எவ்வளவு வேதனை உண்டாகிறது? என்னுடைய வறுமையின் ஞாபகம்; என் தகப்பனார் அனாவசியமாகப் பணத்தை விரயம் செய்த விஷயம் – பணமில்லாததால் கட்டிய மனைவிகூட என்னை அலக்ஷ்யம் செய்யும் விஷயம் – இன்னும் என்னென்ன நினைவுகள், என்னைத் துன்புறுத்துகின்றன! நிம்மதியாக உட்கார்ந்து, மிக்க உயர்ந்த வாழ்க்கைத் தத்துவங்களைப் பற்றி ஆராய்ச்சி செய்யவோ, மனித நெஞ்சின் மர்மமான பாகத்தை அலசிப்பார்க்கும் கதைகள் எழுதவோ அனுமதியாமல், தொல்லைப்படத் தொடங்குகிறது மனது! சேகரித்த பொருளைக் கொண்டு உல்லாசமாக உண்டு உடுத்து உறங்கும் பிரபுக்கள், அறிவுள்ளவர்களாக இருந்தும் அழகிகளை மணந்து, ரேடியோ கீதத்திலும், மது மயக்கத்திலும் ஆழ்ந்து சுகமாய் வாழ்வதைக் கண்டு, அது கொழுந்துவிட்டு எரிய ஆரம்பிக்கிறது உரியவனுக்கு உரியதைத் தராத இந்த உலகத்தில், என்ன வாழ்வு வேண்டியிருக்கிறது என விரக்திகொள்கிறது. பொன்னைத் தொடாதே! என்று கட்டளையிடும் பௌத்த பிக்ஷுக்களின் சங்கத்தில் சேர்ந்துவிடலாம் என்றுகூடச் சிந்திக்கத் துவங்கிவிடுகிறது! . . . என் மனதை, இவ்வாறெல்லாம் சித்திரவதை புரிகின்றவனை, நான் நண்பனாக ஏற்றுக்கொள்வது எப்படி?

நெருங்கிப் பழகிய நண்பர்கள், இப்படிக் கொஞ்சம் தூரத்து நண்பர்களிடம், 'ப...ப...பணம்' என்றாலே போதும். அவர்கள் ஒரேயடியாகத் திகைத்துப்போவார்கள். "நெசம்மாவா ஓய்? ஒமக்கா பணத்தட்டு? நெசம்மா? பொய் சொல்லாதேயும்!"

எனக்குப் பணத்தட்டு உண்டாகவே உண்டாகாது என்பது, அவர்களுடைய பரம நம்பிக்கை! நான் பெரிய பணக்காரன் என்று அவர்கள் நினைப்பு! இதற்குக் காரணம், நான் வெள்ளையாக உடுத்திப் பகட்டாகத் திரிவதுதான்!

என் தகப்பனார், அந்தக் காலத்தில், உடை விஷயத்தில் எனக்குப் பஞ்சம் இல்லாமல் செய்துவிட்டார். நாலைந்து 'விரக்கடை'யளவு அகலம் உள்ள ஜரிகைக் கரை வேஷ்டிகள் ஏராளமாக வாங்கிப் போட்டிருந்தார். புதியவை ஒன்றும் வாங்க வகை இல்லாததால், அவற்றையே கட்டியாக வேண்டியிருக்கிறது. ஜரிகை வேஷ்டி கட்டுகிறவன் ஏழையாக எப்படி இருக்க முடியும் என்று, இந்த நண்பர்கள் நினைப்பதில், என்ன ஆச்சரியம்?

கடைசியில் வேடிக்கையாகத்தான் பணம் கேட்டேன் என்று நானே சிரிப்புடன் சொல்லிவிட்டு எழுந்துவந்துவிடுவேன்.

என்னுடைய ஏழை சிநேகிதர்களை, நான் எப்படிக் குறைகூற முடியும்? அவர்களிடம் பணம் கேட்கப்போனால், “சேலை இல்லியேன்னு தம்பி வீட்டுக்குப் போனா, ஈச்சம் பாயக் கட்டிக்கிட்டு நாத்தனா எதுக்க வந்த” கதையாக, அல்லவா முடியும்?

சரி, இதை எல்லாம் எண்ணி, இப்போது என்ன செய்ய? இப்போது பணத்தட்டு எனக்கு. யாரை, எங்கே, எப்படிப் பணம் கேட்பது?

எழுச்சி **(டிசம்பர் 1984)**

(நூல் வடிவில் இதுதான் முதல் பிரசுரம்)

●

பின்னிணைப்புகள்

எம்.வி. வெங்கட்ராம் சிறுகதைகள்: காலவரிசை

வ. எண்	கதைத் தலைப்பு	முதலில் வெளியான இதழ்/தொகுப்பு	முதலில் வெளிவந்த காலம்	இடம்பெற்ற தொகுப்புகள்
1.	சிட்டுக்குருவி	மணிக்கொடி	நவம்பர் 30, 1936	இனி புதிதாய்... (அக்டாபர் 1991) எம்.வி. வெங்கட்ராம் கதைகள் (டிசம்பர் 1998)
2.	தொடரும் நிழல்	மணிக்கொடி	ஆகஸ்டு 1937	குயிலி (நவம்பர் 1964) உறங்காத கண்கள் (நவம்பர் 1968) எம்.வி. வெங்கட்ராம் கதைகள் (டிசம்பர் 1998)
3.	தத்துப்பிள்ளை	மணிக்கொடி	அக்டோபர் 1937	நூல் வடிவில் இதுதான் முதல் பிரசுரம்
4.	பிராயச்சித்தம்	மணிக்கொடி	நவம்பர் 1937	உறங்காத கண்கள் (நவம்பர் 1968) எம்.வி. வெங்கட்ராம் கதைகள் (டிசம்பர் 1998)
5.	குந்தி (குந்தியும் கர்ணனும்)	மணிக்கொடி	நவம்பர் 1937	வியாசர் படைத்த பெண்மணிகள் (1968) அகலிகை முதலிய அழகிகள் (அக்டோபர் 1993)
6.	குயிலி (அடுத்த ஜன்மச் சாயை)	மணிக்கொடி உமா	டிசம்பர் 1937 அக்டோபர் 1956	குயிலி (நவம்பர் 1964) எம்.வி. வெங்கட்ராம் கதைகள் (டிசம்பர் 1998)
7.	எங்கே தேடுவது?	மணிக்கொடி	ஜனவரி 1, 1938	வரவும் செலவும் (ஜூலை 1964) எம்.வி. வெங்கட்ராம் கதைகள் (டிசம்பர் 1998)

8	நூற்றறுபது	மணிக்கொடி	பிப்ரவரி 1, 1938	நூல் வடிவில் இதுதான் முதல் பிரசுரம்
9.	சித்தக்கடல்	மணிக்கொடி சௌராஷ்டிரமணி	மார்ச் 1, 1938 செப்டம்பர், 1988	குயிலி (நவம்பர் 1964) எம்.வி. வெங்கட்ராம் கதைகள் (டிசம்பர் 1998)
10.	ஜன்னல் (நவயுவன்)	மணிக்கொடி சௌராஷ்டிரமணி பொங்கல் மலர்	ஏப்ரல் 15, 1938 1984	குயிலி (நவம்பர் 1964) எம்.வி. வெங்கட்ராம் கதைகள் (டிசம்பர் 1998)
11.	சிதறின சித்தம்	மணிக்கொடி	மே 15, 1938	நூல் வடிவில் இதுதான் முதல் பிரசுரம்
12.	அழகும் குழந்தையும்	ஆனந்த விகடன்	ஜூன் 5, 1938	நூல் வடிவில் இதுதான் முதல் பிரசுரம்
13.	சோனிக் குழந்தை	மணிக்கொடி	அக்டோபர் 15, 1938	நூல் வடிவில் இதுதான் முதல் பிரசுரம்
14.	காலேஜ் மாணவன்	மணிக்கொடி	நவம்பர் 15, 1938	நூல் வடிவில் இதுதான் முதல் பிரசுரம்
15.	பாரதி	மணிக்கொடி	1938	நூல் வடிவில் இதுதான் முதல் பிரசுரம்
16.	தோழி	கலாமோகினி	1942	இனி புதிதாய்... (அக்டாபர் 1991) எம்.வி. வெங்கட்ராம் கதைகள் (டிசம்பர் 1998)
17.	மூக்குத்தி (தமுக்கு)	கிராம ஊழியன்	பிப்ரவரி 1944	இனி புதிதாய்... (அக்டாபர் 1991) எம்.வி. வெங்கட்ராம் கதைகள் (டிசம்பர் 1998) பனிமுடி மீது ஒரு கண்ணகி (டிசம்பர் 2007)
18.	திலோத்தமை	கிராம ஊழியன் தேனீ மங்கை	1944 ஜனவரி 30, 1949 ஜனவரி 1991	வியாசர் படைத்த பெண்மணிகள் (1968) அகலிகை முதலிய அழகிகள் (அக்டோபர் 1993)
19.	புலோமை	கிராம ஊழியன்	1944	வியாசர் படைத்த பெண்மணிகள் (1968) அகலிகை முதலிய அழகிகள் (அக்டோபர் 1993)

20.	பிரமத்வரை	கிராம ஊழியன்	மே 1944	வியாசர் படைத்த பெண்மணிகள் (1968) அகலிகை முதலிய அழகிகள் (அக்டோபர் 1993)
21.	லோபாமுத்திரை	கிராம ஊழியன்	1944	வியாசர் படைத்த பெண்மணிகள் (1968) அகலிகை முதலிய அழகிகள் (அக்டோபர் 1993)
22.	மழை, இடி, மின்னல் (முச்சந்தி)	கிராம ஊழியன் தீபாவளி மலர்	நவம்பர் 16, 1944 1974	நூல் வடிவில் இதுதான் முதல் பிரசுரம்
23.	ஏன்? (என்ன அது)	சிவாஜி, தீபாவளி மலர் சௌராஷ்டிரமணி	1944 ஜனவரி 27, 1991	இனி புதிதாய்... (அக்டாபர் 1991) எம்.வி. வெங்கட்ராம் கதைகள் (டிசம்பர் 1998)
24.	சசி (இந்திராணி)	கலா மோகினி	டிசம்பர் 1, 1944	வியாசர் படைத்த பெண்மணிகள் (1968) அகலிகை முதலிய அழகிகள் (அக்டோபர் 1993)
25.	ருசி	கலாமோகினி	1945	வியாசர் படைத்த பெண்மணிகள் (1968) அகலிகை முதலிய அழகிகள் (அக்டோபர் 1993)
26.	உடம்பும் வேறுதான்	கலாமோகினி சௌராஷ்டிரமணி தீபாவளி மலர்	பிப்ரவரி 1945 1984	நூல் வடிவில் இதுதான் முதல் பிரசுரம்
27.	பிரஜாவதி (சுவேதகேது)	சிவாஜி	1945	வியாசர் படைத்த பெண்மணிகள் (1968) அகலிகை முதலிய அழகிகள் (அக்டோபர் 1993)
28.	மேனகை	கலாமோகினி மங்கை	1945 1945	வியாசர் படைத்த பெண்மணிகள் (1968) அகலிகை முதலிய அழகிகள் (அக்டோபர் 1993)
29.	யுக தர்மம்	கலாமோகினி கதிர்	1945 நவம்பர் 1966	நூல் வடிவில் இதுதான் முதல் பிரசுரம்

30.	கணப்பு	கலாமோகினி	1945 கார்த்திகை 15, இதழ் 11	குயிலி (நவம்பர் 1964) மாளிகை வாசம் (நவம்பர் 1964) உறங்காத கண்கள் (நவம்பர் 1968) எம்.வி. வெங்கட்ராம் கதைகள் (டிசம்பர் 1998)
31.	மாறவில்லை	கிராம ஊழியன்	அக்டோபர் 1, 1945	நூல் வடிவில் இதுதான் முதல் பிரசுரம்
32.	ஏமாந்த பூனை	சுதேசமித்திரன்	டிசம்பர் 23, 1945	நூல் வடிவில் இதுதான் முதல் பிரசுரம்
33.	பூமத்திய ரேகை	கலைமகள் மங்கை	1945 நவம்பர் 1991	இனி புதிதாய்... (அக்டாபர் 1991) எம்.வி. வெங்கட்ராம் கதைகள் (டிசம்பர் 1998) முத்துக்கள் பத்து (2007)
34.	மணமும் மரணமும்	சந்திரோதயம்	பிப்ரவரி 1946	வரவும் செலவும் (ஜூலை 1964) எம்.வி. வெங்கட்ராம் கதைகள் (டிசம்பர் 1998)
35.	அரை மனிதன்	முல்லை	பிப்ரவரி 1946	மாளிகை வாசம் (நவம்பர் 1964) எம்.வி. வெங்கட்ராம் கதைகள் (டிசம்பர் 1998)
36.	போதையும் போதமும்	சந்திரோதயம் சுதேசமித்திரன் தீபாவளி மலர்	ஏப்ரல் 30, 1946 1967	இனி புதிதாய்... (அக்டாபர் 1991) எம்.வி. வெங்கட்ராம் கதைகள் (டிசம்பர் 1998)
37.	இனி புதிதாய் . . .	கிராம ஊழியன்	மே 1, 1946	இனி புதிதாய்... (அக்டாபர் 1991) எம்.வி. வெங்கட்ராம் கதைகள் (டிசம்பர் 1998) பனிமுடி மீது ஒரு கண்ணகி (டிசம்பர் 2007)
38.	மறதி மாயம்	கிராம ஊழியன் சுதேசமித்திரன் தீபாவளி மலர்	1946 1969	இனி புதிதாய்... (அக்டாபர் 1991) எம்.வி. வெங்கட்ராம் கதைகள் (டிசம்பர் 1998)

39.	தாலிக்காகத்தான்	கவிக்குயில் மலர்	1946	நூல் வடிவில் இதுதான் முதல் பிரசுரம்
40.	ராஜ குடும்பம்	தேனீ முதல் இதழ்	பிப்ரவரி 1948 (மாசி)	உறங்காத கண்கள் (நவம்பர் 1968) எம்.வி. வெங்கட்ராம் கதைகள் (டிசம்பர் 1998)
41.	வர்ணபேதம்	தேனீ	ஏப்ரல் 13, 1948	மோகினி (நவம்பர் 1964) எம்.வி. வெங்கட்ராம் கதைகள் (டிசம்பர் 1998)
42.	வேதனா	தேனீ	ஜூலை 1948	நூல் வடிவில் இதுதான் முதல் பிரசுரம்
43.	வாடகைத் தங்கை	தேனீ	அக்டோபர் – நவம்பர், 1948	நூல் வடிவில் இதுதான் முதல் பிரசுரம்
44.	ஒருநாள் புரட்சி	சக்தி பொங்கல் மலர்	ஜனவரி 1949	நூல் வடிவில் இதுதான் முதல் பிரசுரம்
45.	ஞானபானு	மணிக்கொடி	ஜனவரி 1950	நூல் வடிவில் இதுதான் முதல் பிரசுரம்
46.	மருந்து (மருந்தும் நம்பிக்கையும்)	தினமணிகதிர் ஆனந்த விகடன்	அக்டோபர் 15, 1950 1976	இனி புதிதாய்... (அக்டாபர் 1991) எம்.வி. வெங்கட்ராம் கதைகள் (டிசம்பர் 1998)
47.	அதிர்ஷ்டம் அடித்தது!	கல்கி, தீபாவளி மலர்	1950	இனி புதிதாய்... (அக்டாபர் 1991) எம்.வி. வெங்கட்ராம் கதைகள் (டிசம்பர் 1998)
48.	ஸித்தி	காதல் (ஆண்டு மலர்)	நவம்பர் 1950	குயிலி (நவம்பர் 1964) மாளிகை வாசம் (நவம்பர் 1964) எம்.வி. வெங்கட்ராம் கதைகள் (டிசம்பர் 1998) முத்துக்கள் பத்து (2007)
49.	வேலைக்காரி தூங்குகிறாள், நாயும் காக்கிறது...	காதல்	நவம்பர் 1953	உறங்காத கண்கள் (நவம்பர் 1968) எம்.வி. வெங்கட்ராம் கதைகள் (டிசம்பர் 1998)

50.	அகலிகை (கோடரி)	கலைமகள் தீபம் மங்கை	டிசம்பர் *1953* ஜூன் *1967* ஜூன் *1991*	வியாசர் படைத்த பெண்மணிகள் *(1968)* அகலிகை முதலிய அழகிகள் *(அக்டோபர் 1993)*
51.	மறக்க முடியுமா?	கலைமகள்	பிப்ரவரி *1954*	நூல் வடிவில் இதுதான் முதல் பிரசுரம்
52.	பூனையைக் காதலித்த யானை	காதல்	ஆகஸ்ட் *1954*	நூல் வடிவில் இதுதான் முதல் பிரசுரம்
53.	மஞ்சுளாவின் சபதம் (சபதம்)	கலைமகள் சௌராஷ்டிரமணி தீபாவளி மலர் அமுதசுரபி தீபாவளி மலர்	ஜனவரி *1955* *1979* *1995*	மாளிகை வாசம் *(நவம்பர் 1964)* எம்.வி. வெங்கட்ராம் கதைகள் *(டிசம்பர் 1998)*
54.	ஊஞ்சல் (பத்மினி)	கலாவல்லி கல்கி (இக்கதை, '*Swing*' என்ற தலைப்பில் ஆங்கிலத்தில் மொழிபெயர்க்கப் பட்டு, Indian Horizonஇல் வெளியாகியுள்ளது.)	*1955* பிப்ரவரி *1, 1970* *1976*	இதற்குமுன் எம்.வி.வி. சிறுகதைத் தொகுப்பு எதிலும் இடம்பெறாத கதை. இ.எஸ். தேவசிகாமணி தொகுத்த மூத்த தலைமுறைக் கதைகள்: 'தலைவாழை'த் தொகுப்பில் *(மே 1994)* இடம்பெற்றுள்ளது.
55.	மங்கையும் பங்கனும்	சுதேசமித்திரன் சௌராஷ்டிரமணி	நவம்பர் *13, 1955* ஜனவரி *16, 1983*	மாளிகை வாசம் *(நவம்பர் 1964)* எம்.வி. வெங்கட்ராம் கதைகள் *(டிசம்பர் 1998)*
56.	ஊர்வசி	சுதேசமித்திரன்	டிசம்பர் *18, 1955*	வியாசர் படைத்த பெண்மணிகள் *(1968)* அகலிகை முதலிய அழகிகள் *(அக்டோபர் 1993)*
57.	தேவயானி (யௌவனம் தந்த யுவன்)	சுதேசமித்திரன்	பிப்ரவரி *26, 1956*	வியாசர் படைத்த பெண்மணிகள் *(1968)* அகலிகை முதலிய அழகிகள் *(அக்டோபர் 1993)*
58.	வெளியே போ	சுதேசமித்திரன்	மே *20, 1956*	நூல் வடிவில் இதுதான் முதல் பிரசுரம்

59.	ஒருநாள் திருடர்கள்	சுதேசமித்திரன்	நவம்பர் 18, 1956	மாளிகை வாசம் (நவம்பர் 1964) எம்.வி. வெங்கட்ராம் கதைகள் (டிசம்பர் 1998)
60.	ரம்பை	சுதேசமித்திரன் தீபாவளி மலர்	1956	நூல் வடிவில் இதுதான் முதல் பிரசுரம்
61.	அஞ்சனா	சுதேசமித்திரன்	டிசம்பர் 9, 1956	உறங்காத கண்கள் (நவம்பர் 1968) எம்.வி. வெங்கட்ராம் கதைகள் (டிசம்பர் 1998)
62.	பாட்டியின் கதை	சுதேசமித்திரன்	டிசம்பர் 30, 1956	உறங்காத கண்கள் (நவம்பர் 1968) எம்.வி. வெங்கட்ராம் கதைகள் (டிசம்பர் 1998)
63.	இந்திர ஜாலம்	காதல் ஆண்டுமலர் சௌராஷ்டிரமணி தீபாவளி மலர் கலைமகள் தீபாவளி மலர்	1956 1982 1995	மாளிகை வாசம் (நவம்பர் 1964) எம்.வி. வெங்கட்ராம் கதைகள் (டிசம்பர் 1998) முத்துக்கள் பத்து (2007)
64.	யாருக்குப் பைத்தியம்?	சுதேசமித்திரன்	ஜனவரி 13, 1957	குயிலி (நவம்பர் 1964) எம்.வி. வெங்கட்ராம் கதைகள் (டிசம்பர் 1998) பனிமுடி மீது ஒரு கண்ணகி (டிசம்பர் 2007)
65.	அந்தக் காலத்திலே...	சுதேசமித்திரன்	ஜனவரி 27 & பிப்ரவரி 3, 1957	வரவும் செலவும் (ஜூலை 1964) மோகினி (நவம்பர் 1964) எம்.வி. வெங்கட்ராம் கதைகள் (டிசம்பர் 1998)
66.	வாழ வைத்தவன்	சுதேசமித்திரன் புதிய பார்வை	பிப்ரவரி 24, 1957 ஜூலை 16, 1996	குயிலி (நவம்பர் 1964) எம்.வி. வெங்கட்ராம் கதைகள் (டிசம்பர் 1998) பனிமுடி மீது ஒரு கண்ணகி (டிசம்பர் 2007)

67.	வரவும் செலவும் (செலவும் வரவும்)	சுதேசமித்திரன்	மார்ச் 31, 1957 ஏப்ரல் 13, 1958 ஜூலை 20, 1958	வரவும் செலவும் (ஜூலை 1964) எம்.வி. வெங்கட்ராம் கதைகள் (டிசம்பர் 1998)
68.	நடிகை	சுதேசமித்திரன்	ஏப்ரல் 21, 1957	நூல் வடிவில் இதுதான் முதல் பிரசுரம்
69.	ஒரு பழைய கதை	சுதேசமித்திரன்	மே 19 & 26, 1957	வரவும் செலவும் (ஜூலை 1964) எம்.வி. வெங்கட்ராம் கதைகள் (டிசம்பர் 1998)
70.	எதிரொலி	சுதேசமித்திரன்	ஜூன் 23, 1957	உறங்காத கண்கள் (நவம்பர் 1968) எம்.வி. வெங்கட்ராம் கதைகள் (டிசம்பர் 1998) முத்துக்கள் பத்து (2007)
71.	கவர்ச்சி	கலைமகள் ஓம் சக்தி	ஜூலை 1957 செப்டம்பர், 1996	உறங்காத கண்கள் (நவம்பர் 1968) எம்.வி. வெங்கட்ராம் கதைகள் (டிசம்பர் 1998)
72.	இது ஒரு கதை	சுதேசமித்திரன் தீபாவளி மலர்	1957	நூல் வடிவில் இதுதான் முதல் பிரசுரம்
73.	விவகாரமும் விவாகமும்	சுதேசமித்திரன்	ஏப்ரல் 27, 1958	நூல் வடிவில் இதுதான் முதல் பிரசுரம்
74.	சிரிக்கத் தெரிந்தவன்	சுதேசமித்திரன்	ஜூன் 22, 1958	உறங்காத கண்கள் (நவம்பர் 1968) எம்.வி. வெங்கட்ராம் கதைகள் (டிசம்பர் 1998)
75.	புரட்சிப் பெண்	சுதேசமித்திரன்	அக்டோபர் 31, 1959	நூல் வடிவில் இதுதான் முதல் பிரசுரம்
76.	அன்னை	அமுதசுரபி	அக்டோபர் 1959	நூல் வடிவில் இதுதான் முதல் பிரசுரம்
77.	உறங்காத கண்கள்	கல்கி	ஏப்ரல் 17, 1960	உறங்காத கண்கள் (நவம்பர் 1968) எம்.வி. வெங்கட்ராம் கதைகள் (டிசம்பர் 1998) முத்துக்கள் பத்து (2007)

78.	தெரியாத அப்பாவின் புரியாத பிள்ளை (இரண்டு திருமணங்கள்)	சௌராஷ்டிரமணி	அக்டோபர் 1960 நவம்பர் 1984 மார்ச் 1989	மாளிகை வாசம் (நவம்பர் 1964) எம்.வி. வெங்கட்ராம் கதைகள் (டிசம்பர் 1998)
79.	அழகி	கல்கி	டிசம்பர் 4, 1960	உறங்காத கண்கள் (நவம்பர் 1968) எம்.வி. வெங்கட்ராம் கதைகள் (டிசம்பர் 1998) பனிமுடி மீது ஒரு கண்ணகி (டிசம்பர் 2007)
80.	மழை	கல்கி [இக்கதை 'Rain' என்ற தலைப்பில், 'Caravan' இதழில், ஆங்கிலத்தில் மொழிபெயர்க்கப் பட்டு வெளியாகியுள்ளது.]	டிசம்பர் 2, 1962 (01.08.1968)	உறங்காத கண்கள் (நவம்பர் 1968) எம்.வி. வெங்கட்ராம் கதைகள் (டிசம்பர் 1998) முத்துக்கள் பத்து (2007) பனிமுடி மீது ஒரு கண்ணகி (டிசம்பர் 2007)
81.	பிரமை	கல்கி	பிப்ரவரி 23, 1964	உறங்காத கண்கள் (நவம்பர் 1968) எம்.வி. வெங்கட்ராம் கதைகள் (டிசம்பர் 1998)
82.	வயிறு பேசுகிறது	கல்கி	மார்ச் 29, 1964	உறங்காத கண்கள் (நவம்பர் 1968) எம்.வி. வெங்கட்ராம் கதைகள் (டிசம்பர் 1998) முத்துக்கள் பத்து (2007) பனிமுடி மீது ஒரு கண்ணகி (டிசம்பர் 2007)
83.	அம்மையே! அப்பா!	சுதேசமித்திரன் தீபாவளி மலர்	1964	நானும் உன்னோடு (செப்டம்பர் 1993)
84.	பனிமுடி மீது ஒரு கண்ணகி	கல்கி தீபாவளி மலர்	1964	உறங்காத கண்கள் (நவம்பர் 1968) எம்.வி. வெங்கட்ராம் கதைகள் (டிசம்பர் 1998) முத்துக்கள் பத்து (2007) பனிமுடி மீது ஒரு கண்ணகி (டிசம்பர் 2007)

85.	சுருதாவதி (கால்கள்)	கல்கி	ஜூன் 21, 1964 குரோதி	வியாசர் படைத்த பெண்மணிகள் (1968) அகலிகை முதலிய அழகிகள் (அக்டோபர் 1993)
86.	மாளிகை வாசம்	இக்கதை, 'மாளிகை வாசம்' தொகுப்பில் இடம்பெற்றுள்ளது. இதற்குப் பத்திரிகைப் பிரசுர விவரம் கிடைக்கவில்லை.	நவம்பர் 1964	மாளிகை வாசம் (நவம்பர் 1964) எம்.வி. வெங்கட்ராம் கதைகள் (டிசம்பர் 1998) பனிமுடி மீது ஒரு கண்ணகி (டிசம்பர் 2007)
87.	ஆகஸ்டு சம்பவம்	இக்கதை, 'மாளிகை வாசம்' தொகுப்பில் இடம்பெற்றுள்ளது. இதற்குப் பத்திரிகைப் பிரசுர விவரம் கிடைக்கவில்லை.	நவம்பர் 1964	மாளிகை வாசம் (நவம்பர் 1964) எம்.வி. வெங்கட்ராம் கதைகள் (டிசம்பர் 1998) முத்துக்கள் பத்து (2007)
88.	மோகினி	இக்கதை, 'மோகினி' தொகுப்பில் இடம்பெற்றுள்ளது. இதற்குப் பத்திரிகைப் பிரசுர விவரம் கிடைக்கவில்லை.	நவம்பர் 1964	மோகினி (நவம்பர் 1964) எம்.வி. வெங்கட்ராம் கதைகள் (டிசம்பர் 1998)
89.	சாவித்திரி (காலத்தின் கனவு)	குயிலி (தொகுப்பு) அமுதசுரபி தீபாவளி மலர்	நவம்பர் 1964 1972	குயிலி (நவம்பர் 1964) அகலிகை முதலிய அழகிகள் (அக்டோபர் 1993) எம்.வி. வெங்கட்ராம் கதைகள் (டிசம்பர் 1998)
90.	குற்றமும் தண்டனையும் (ஹரிணியின் கணவனும் நீலாவின் கணவனும்)	சுதேசமித்திரன் சௌராஷ்டிரமணி	அக்டோபர் 1965 நவம்பர் 4, 1983	நானும் உன்னோடு... (செப்டம்பர் 1993) பனிமுடி மீது ஒரு கண்ணகி (டிசம்பர் 2007)
91.	சாதனை	தீபம்	ஜனவரி 1966	நூல் வடிவில் இதுதான் முதல் பிரசுரம்

92.	முத்த	சிவாஜி 33ஆம் ஆண்டு மலர்	1967	நூல் வடிவில் இதுதான் முதல் பிரசுரம்
93.	இங்கும் அங்கும்	இக்கதை, 'உறங்காத கண்கள்' தொகுப்பில் இடம்பெற்றுள்ளது. இதற்குப் பத்திரிகைப் பிரசுர விவரம் கிடைக்கவில்லை.	நவம்பர் 1968	உறங்காத கண்கள் (நவம்பர் 1968) எம்.வி. வெங்கட்ராம் கதைகள் (டிசம்பர் 1998)
94.	சிறைச்சாலை, என்ன செய்யும்?	இக்கதை, 'உறங்காத கண்கள்' தொகுப்பில் இடம்பெற்றுள்ளது. இதற்குப் பத்திரிகைப் பிரசுர விவரம் கிடைக்கவில்லை.	நவம்பர் 1968	உறங்காத கண்கள் (நவம்பர் 1968) எம்.வி. வெங்கட்ராம் கதைகள் (டிசம்பர் 1998) பனிமுடி மீது ஒரு கண்ணகி (டிசம்பர் 2007)
95.	கருகாத மொட்டு	இக்கதை, 'உறங்காத கண்கள்' தொகுப்பில் இடம்பெற்றுள்ளது. இதற்குப் பத்திரிகைப் பிரசுர விவரம் கிடைக்கவில்லை.	நவம்பர் 1968	உறங்காத கண்கள் (நவம்பர் 1968) எம்.வி. வெங்கட்ராம் கதைகள் (டிசம்பர் 1998)
96.	கந்தர்வ கானம் (என் கதை)	உறங்காத கண்கள் (தொகுப்பு) சௌராஷ்டிரமணி	நவம்பர் 1968 அக்டோபர் 26, 1981	உறங்காத கண்கள் (நவம்பர் 1968) எம்.வி. வெங்கட்ராம் கதைகள் (டிசம்பர் 1998)
97.	பிரதிக்கினை	சுதேசமித்திரன் தீபாவளி மலர்	1970	நூல் வடிவில் இதுதான் முதல் பிரசுரம்
98.	மாய்ஃபாப் (ஆனா இம்மன்னா மாவன்னா ஆனா இப்பன்னா பாவன்னா)	கல்கி, தீபாவளி மலர் கணையாழி சிவாஜி	அக்டோபர் 1971 டிசம்பர் 1972 ஜனவரி–மார்ச் 1973	நானும் உன்னோடு... (செப்டம்பர் 1993)
99.	பெட்கி	கணையாழி	டிசம்பர், 1971	நானும் உன்னோடு... (செப்டம்பர் 1993) பனிமுடி மீது ஒரு கண்ணகி (டிசம்பர் 2007)

100.	பைத்தியக்காரப் பிள்ளை	ஆனந்த விகடன் இந்தியா டுடே ஆண்டு மலர்	மே 7, 1972 1994	இனி புதிதாய்... (அக்டாபர் 1991) எம்.வி. வெங்கட்ராம் கதைகள் (டிசம்பர் 1998) முத்துக்கள் பத்து (2007) பனிமுடி மீது ஒரு கண்ணகி (டிசம்பர் 2007)
101.	அப்பாவும் பிள்ளையும் (தந்தையும் மகனும்)	சுதேசமித்திரன் தீபாவளி மலர்	1972	நானும் உன்னோடு... (செப்டம்பர் 1993)
102.	இன்ப மது	சிவாஜி 39ஆம் ஆண்டு மலர்	அக்டோபர் 1973	நூல் வடிவில் இதுதான் முதல் பிரசுரம்
103.	நானும் உன்னோடு... (நானும் உன்னோடு வர்றேம்மா)	குமுதம்	ஏப்ரல் 14, 1983	நானும் உன்னோடு... (செப்டம்பர் 1993)
104.	வெயில் (அடிவயிற்றில் பிறந்த வெப்பம்)	மாலைமதி	செப்டம்பர் 1983	இனி புதிதாய்... (அக்டாபர் 1991) எம்.வி. வெங்கட்ராம் கதைகள் (டிசம்பர் 1998)
105.	நான் அமரன்	சௌராஷ்டிரமணி	அக்டோபர் 23, 1984	நூல் வடிவில் இதுதான் முதல் பிரசுரம்
106.	பணத்தட்டு	எழுச்சி	டிசம்பர் 1984	நூல் வடிவில் இதுதான் முதல் பிரசுரம்

எம்.வி. வெங்கட்ராம் சிறுகதைத் தொகுப்புகளின் உள்ளடக்க விவரம்

1. வரவும் செலவும் (ஐந்து கதைகள்)

வெளியீடு: மல்லிகைப் பதிப்பகம், சென்னை

பதிப்பு விவரம்: முதற்பதிப்பு, ஜூலை 1964.

1. வரவும் செலவும்

2. ஒரு பழைய கதை

3. மணமும் மரணமும்

4. எங்கே தேடுவது?

5. அந்தக் காலத்திலே...

2. குயிலி (எட்டுக் கதைகள்)

வெளியீடு: ஸ்ரீமகள் நிலையம், சென்னை. (வல்லிக்கண்ணன் முன்னுரையுடன் கூடிய சிறுகதைத் தொகுப்பு.)

பதிப்பு விவரம்: முதற்பதிப்பு, நவம்பர் 1964.

1. குயிலி

2. சாவித்திரி

3. கணப்பு

4. தொடரும் நிழல்

5. நவயுவன்

6. ஸித்தி

7. சித்தக்கடல்

8. வாழ வைத்தவன்

3. மாளிகை வாசம் (பத்துக் கதைகள்)

வெளியீடு: கலைஞன் பதிப்பகம், சென்னை.

பதிப்பு விவரம்: முதற்பதிப்பு, நவம்பர் 1964.

1. மாளிகை வாசம்

2. மஞ்சுளாவின் சபதம்

3. தெரியாத அப்பாவின் புரியாத பிள்ளை

4. அரை மனிதன்

5. ஸித்தி

6. மங்கையும் பங்கனும்

7. ஒருநாள் திருடர்கள்

8. ஆகஸ்டு சம்பவம்

9. கணப்பு

10. இந்திர ஜாலம்

4. மோகினி (மூன்று கதைகள்)

வெளியீடு: குயிலன் பதிப்பகம், சென்னை.

பதிப்பு விவரம்: முதற்பதிப்பு, நவம்பர் 1964.

1. மோகினி

2. வர்ணபேதம்

3. அந்தக் காலத்திலே...

5. உறங்காத கண்கள் (பதினெட்டுக் கதைகள்)

வெளியீடு: கலைஞன் பதிப்பகம், சென்னை.

பதிப்பு விவரம்: முதற்பதிப்பு, நவம்பர் 1968.

1. உறங்காத கண்கள்

2. கவர்ச்சி

3. சிரிக்கத் தெரிந்தவன்

4. எதிரொலி

5. ராஜகுடும்பம்

6. வேலைக்காரி தூங்குகிறாள் நாயும் காக்கிறது...

7. பனிமுடிமீது ஒரு கண்ணகி

8. மழை

9. பிரமை

10. வயிறு பேசுகிறது
11. இங்கும் அங்கும்
12. அழகி
13. சிறைச்சாலை என்ன செய்யும்?
14. கருகாத மொட்டு
15. என் கதை
16. பிராயச்சித்தம்
17. அஞ்சனா
18. பாட்டியின் கதை

6. வியாசர் படைத்த பெண்மணிகள் (பதின்மூன்று கதைகள்)

வெளியீடு: தமிழ்ப் புத்தகாலயம், சென்னை.

பதிப்பு விவரம்: முதற்பதிப்பு, 1968.

1. திலோத்தமை (1944)
2. புலோமை (1944)
3. பிரமத்வரை (1944)
4. லோபா முத்திரை (1944)
5. சசி (1944)
6. ருசி (1945)
7. ஊர்வசி (1955)
8. குந்தி (1937)
9. பிரஜாவதி (1945)
10. சுருதாவதி (1964)
11. தேவயானி (1956)
12. அகலிகை (1953)
13. மேனகை (1945)

7. அகலிகை முதலிய அழகிகள் (பதினான்கு கதைகள்)

வெளியீடு: வானதி பதிப்பகம், சென்னை.

பதிப்பு விவரம்: வானதி முதற்பதிப்பு, அக்டோபர் 1993.

1. திலோத்தமை
2. புலோமை
3. பிரமத்வரை
4. லோபா முத்திரை

5. சசி

6. ருசி

7. ஊர்வசி

8. குந்தி

9. பிரஜாவதி

10. சுருதாவதி

11. தேவயானி

12. சாவித்திரி

13. அகலிகை

14. மேனகை

8. இனி புதிதாய்... (பன்னிரண்டு கதைகள்)

வெளியீடு: சிலிக்குயில் (முன்னுரை: தஞ்சை பிரகாஷ்)

பதிப்பு விவரம்: முதற்பதிப்பு, அக்டோபர் 1991.

1. பைத்தியக்காரப்பிள்ளை

2. பூமத்திய ரேகை

3. மருந்து

4. மூக்குத்தி

5. மறதி மாயம்

6. அதிர்ஷ்டம் அடித்தது

7. போதையும் போதமும்

8. வெயில்

9. தோழி

10. ஏன்?

11. சிட்டுக்குருவி

12. இனி புதிதாய்...

9. நானும் உன்னோடு... (ஆறு கதைகள்)

வெளியீடு: வானதி பதிப்பகம், சென்னை.

பதிப்பு விவரம்: முதற்பதிப்பு, செப்டம்பர் 1993.

1. நானும் உன்னோடு

2. குற்றமும் தண்டனையும்

3. பெட்கி

4. அப்பாவும் பிள்ளையும்

5. அம்மையே! அப்பா!

6. மாய்ஃபாப்

10. எம்.வி.வெங்கட்ராம் கதைகள் (ஐம்பத்து நான்கு கதைகள்)

வெளியீடு: பாவை சந்திரன் (தொகுப்பாசிரியர்), கண்மணி வெளியீடு, சென்னை.

பதிப்பு விவரம்: முதற்பதிப்பு, டிசம்பர் 1998.

1. குயிலி
2. சாவித்திரி
3. கணப்பு
4. தொடரும் நிழல்
5. நவயுவன்
6. ஸித்தி
7. சித்தக்கடல்
8. யாருக்குப் பைத்தியம்?
9. வாழவைத்தவன்
10. உறங்காத கண்கள்
11. கவர்ச்சி
12. சிரிக்கத் தெரிந்தவன்
13. மழை
14. பிரமை
15. வயிறு பேசுகிறது
16. இங்கும் அங்கும்
17. அழகி
18. சிறைச்சாலை என்ன செய்யும்?
19. கருகாத மொட்டு
20. என் கதை
21. பிராயச்சித்தம்
22. அஞ்சனா
23. பாட்டியின் கதை
24. வரவும் செலவும்
25. ஒரு பழைய கதை
26. மணமும் மரணமும்
27. எங்கே தேடுவது?

28. மாளிகை வாசம்
29. மஞ்சுளாவின் சபதம்
30. தெரியாத அப்பாவின் புரியாத பிள்ளை
31. அரைமனிதன்
32. மங்கையும் பங்கனும்
33. ஒருநாள் திருடர்கள்
34. ஆகஸ்டு சம்பவம்
35. இந்திரஜாலம்
36. மோகினி
37. வர்ணபேதம்
38. அந்தக் காலத்திலே . . .
39. பைத்தியக்காரப்பிள்ளை
40. பூமத்தியரேகை
41. மருந்து
42. மூக்குத்தி
43. மறதி மாயம்
44. அதிர்ஷ்டம் அடித்தது
45. போதையும் பேதமும்
46. வெயில்
47. தோழி
48. ஏன்?
49. சிட்டுக்குருவி
50. இனி புதிதாய்...
51. எதிரொலி
52. ராஜகுடும்பம்
53. வேலைக்காரி தூங்குகிறாள் நாயும் காக்கிறது
54. பனிமுடிமீது ஒரு கண்ணகி

11. முத்துக்கள் பத்து (பத்துக் கதைகள்)

வெளியீடு: அம்ருதா பதிப்பகம், சென்னை.

பதிப்பு விவரம்: முதற்பதிப்பு, 2007.

1. ஸித்தி
2. உறங்காத கண்கள்

3. மழை

4. வயிறு பேசுகிறது

5. ஆகஸ்டு சம்பவம்

6. இந்திர ஜாலம்

7. பூமத்திய ரேகை

8. எதிரொலி

9. பனிமுடி மீது ஒரு கண்ணகி

10. பைத்தியக்காரப்பிள்ளை

12. பனிமுடி மீது ஒரு கண்ணகி (பதின்மூன்று கதைகள்)

வெளியீடு: காலச்சுவடு பதிப்பகம், நாகர்கோயில்.

பதிப்பு விவரம்: முதற்பதிப்பு, டிசம்பர் 2007.

1. யாருக்குப் பைத்தியம்?

2. வாழ வைத்தவன்

3. மழை

4. வயிறு பேசுகிறது

5. அழகி

6. சிறைச்சாலை என்ன செய்யும்?

7. மாளிகை வாசம்

8. பைத்தியக்காரப்பிள்ளை

9. மூக்குத்தி

10. பனிமுடி மீது ஒரு கண்ணகி

11. இனி புதிதாய்...

12. பெட்கி

13. குற்றமும் தண்டனையும்

மேற்குறிப்பிட்ட தொகுப்புகளில் இடம்பெறாத கதைகள் (முப்பத்து மூன்று)

1. தத்துப்பிள்ளை (1937)

2. நூற்றறுபது (1938)

3. சிதறின சித்தம் (1938)

4. அழகும் குழந்தையும் (1938)

5. சோனிக்குழந்தை (1938)

6. காலேஜ் மாணவன் (1938)

7. பாரதி *(1938)*

8. மழை இடி மின்னல் *(1944)*

9. உடம்பும் வேறுதான் *(1945)*

10. மாறவில்லை *(1945)*

11. ஏமாந்த பூனை *(1945)*

12. தாலிக்காகத்தான் *(1946)*

13. வேதனா *(1948)*

14. வாடகைத் தங்கை *(1948)*

15. ஒருநாள் புரட்சி *(1949)*

16. ஞானபானு *(1950)*

17. மறக்க முடியுமா *(1954)*

18. பூனையைக் காதலித்த யானை *(1954)*

19. வெளியே போ *(1956)*

20. ரம்பை *(1956)*

21. நடிகை *(1957)*

22. இது ஒரு கதை *(1957)*

23. விவகாரமும் விவாகமும் *(1958)*

24. புரட்சிப்பெண் *(1959)*

25. அன்னை *(1959)*

26. சாதனை *(1966)*

27. யுக தர்மம் *(1966)*

28. முத்த *(1967)*

29. ஊஞ்சல் *(1970)*

30. பிரதிக்கினை *(1970)*

31. இன்ப மது *(1973)*

32. நான் அமரன் *(1984)*

33. பணத் தட்டு *(1984)*

அகர வரிசையில் எம்.வி.வி. கதைகள்

ஏற்புரை

ஒரு நீண்ட யாத்திரைதான். ஆயினும் எனக்குச் சோர்வோ விரக்தியோ ஏற்படவில்லை. அரை நூற்றாண்டுக்கும் மேலாக, சரியாகச் சொன்னால் 57 ஆண்டுகளாய் என் இலக்கியப் பிரயாணம் நிகழ்கிறது. படைப்பாளிக்கு மரபு ஏது? கைகள் எழுத மறுக்கின்றன, சில ஆண்டுகளாய். எனினும், சிருஷ்டி வேட்கை என்னுள் தகித்துக்கொண்டு இருக்கிறது. போன வருடம்கூட என் புத்தகம் ஒன்று வெளிவந்தது.

வாசகர்களையும் விமரிசகர்களையும் பற்றிச் சிறிதும் கவலைப்படாத இலக்கியப் படைப்பாளி நான். என்னைப் புரிந்துகொண்டு, நான் எங்கு இருக்கிறேன் என்பதைக் கண்டுபிடித்து, என் படைப்பு களைச் சுவைத்துப் போற்றுகிற ரசிகர்களை நான் போற்றுகிறேன். ஒரு லட்சம் பேர் கை தட்டியதால் என் இலக்கியப்பணி வளரவில்லை. ஒரு சில ரசிகர்களால் என் படைப்பாற்றல் வலுப்பெறுகிறது.

வாழ்க்கையை, என்னை வாழவைக்கிற இந்தச் சமுதாயத்தை இங்குள்ள உயிரினங்களையும் உயிரற்ற சடப் பொருள்களையும் நான் நேசிக்கிறேன். இந்த மண்ணுக்கு, இந்தச் சூழலுக்கு, இந்த இன்பதுன்பத்துக்கு என்னை அனுப்பிவைத்தது யார் அல்லது எது என்று கண்டுபிடிக்க நான் ஓயாமல் செய்யும் முயற்சிதான் என்னுடைய இலக்கியப் படைப்பு. அதாவது, என்னைத் தேடிக் கண்டுபிடிக்கவே நான் எழுதுகிறேன்.

மனித சமுதாயம் குற்றம் குறைகள் நிரம்பியதாகத்தான் இருக்கும். அதைக் கண்டு எந்தக் கலைஞனுக்கும் ஆற்றாமையும் ஆத்திரமும் உண்டாவது இயற்கை. சமுதாயத்தைக் கண்டிக்கவும் கேலி செய்யவும் இலக்கியப் படைப்பாளி முனைகிறான். சமுதாயத்தைத் திருத்தவும் புரட்சி செய்யவும் தன் எழுத்தாற்றலையும் படைப்புத் திறனையும் பயன்படுத்துகிறான்.

சொல்லுக்குள்ள வசிய சக்தி மகத்தானது. படைப்பாளியின் சொல் முதலில் அவனையே தன்வசப்படுத்திக் கொள்கிறது. பிறகு மக்களைக் கவருகிறது. அவனுடைய சொல்லினால், சொல் வெளியிடுகிற கருத்தினால் மக்கள் மயங்குகிறார்கள். அவனுடைய கருத்தைப் பின்பற்றி அநீதியற்ற சமூகத்தை நிறுவவும் முற்படுகிறார்கள்.

ஆனால், ஒரு நோயைக் குணப்படுத்தும் அரிய மருந்து மற்றொரு நோய்க்கு வித்திடுவதுபோல், ஒரு கருத்தினால் உருவாகும் சமூக அமைப்பை மற்றொரு கருத்து குலைக்கிறது. ஒரு கருத்து மற்றொரு கருத்தைக் கொல்லும்போது புதியதொரு கருத்து முளைவிடுகிறது. பகுத்தறிவில் பிறந்த கருத்துக்களை வைத்துக்கொண்டு மனிதன் என்றைக்கும் சண்டையிட்டுக்

கொண்டேயிருப்பான். சமூகத்தில் குற்றம் குறைகளுக்கும் பிரச்சினைகளுக்கும் ஒருபோதும் பஞ்சம் இராது. எனவே கலைஞனுக்கு எல்லாக் காலத்திலும் வேலை இருந்துகொண்டே இருக்கும். இந்த அடிப்படைத் தத்துவ அமைதியைக் கண்டவன்தான் முழுமையான இலக்கியக் கர்த்தாவாக இருக்க முடியும்.

இந்த மனித வாழ்க்கையே என் இலக்கியப் படைப்புகளின் ஊற்றுவாய். என் புற, அகவாழ்க்கையையே என் இலக்கியமாகப் பரிணமித்தது. நான் பார்த்ததையும் கேட்டதையும் பேசியதையும் சுவைத்ததையும் தொட்டதையும் விட்டதையும் அறிந்ததையும் சிந்தனை செய்ததையும்தான் சுமார் அறுபது வருடங்களாய் எழுதிவருகிறேன். என் படைப்புகள் எல்லாவற்றிலும் நான்தான் நிரம்பி வழிகிறேன்.

ஐம்பது ஆண்டுகளுக்கு முன்னால் 'நித்ய கன்னி' என்றொரு நாவல் எழுதினேன். அக்கதையின் கருவை மகாபாரதத்திலிருந்து எடுத்தேன். 'பெண் விடுதலை' என்னும் பீஜத்தை அதில் நான் வைத்தேன். பலப்பல நூற்றாண்டுகளாய்த் தெரிந்தோ தெரியாமலோ, ஆண் வர்க்கம் பெண்ணுக்கு இழைக்கும் கொடுமையை அதில் நான் விசாரிக்கிறேன். இன்று பெண் விடுதலை பற்றி நிறையப் பேசுகிறோம். எழுதுகிறோம். சட்டங்கள் இயற்றியுள்ளார்கள். ஆண் மனோபாவம் மாற வேண்டும் என்கிறோம்; நியாயம்தான். பெண் மனோபாவம் மாறியுள்ளதா என்பது கேள்விக்குறியாகவே இருக்கிறது.

திருமண பந்தத்தை மீறி ஆணும் பெண்ணும் உடலுறவு கொள்வது பாவம் என்கிறார்கள். ஆனால், இம்மாதிரி உடலுறவு சோகத்தைச் சுகமாக்கும் சாதனமாகச் சிலருக்கு, பெண் ஆண் இருபாலருக்கும் உதவுகிறது என்பதை 'வேள்வித் தீ' என்கிற என் நாவலில் சுட்டிக்காட்டினேன். பட்டு நெசவாளர்களின் வாழ்க்கையை இந்த நாவல் வருணிக்கிறது. கல்வியறிவு உள்ளவர்களுக்கு விதிக்கப்படும் ஒழுக்கக் கட்டுப்பாடு, அறியாமை வயப்பட்ட மக்களுக்குப் பொருந்தாது என்பதையும் இந்த நாவல் வலியுறுத்துகிறது.

எந்த உடல் நலனும் குண நலனும் உள்ள கணவனும் மனைவியும் மானத்தைக் காத்துக்கொள்வதற்காக, எதிரிகளோடு போரிட்டு மடிவதை, 'ஒரு பெண் போராடுகிறாள்' என்னும் நாவலில் சித்தரிக்கிறேன். பெண் விடுதலை பற்றி மட்டும் அல்ல, எனக்குத் தென்படுகிற வாழ்க்கைப் பிரச்சினைகள் பலவற்றையும் சுட்டிக்காட்டும் பல சிறுகதைகள், நாவல்கள் பல குறுநாவல்கள், ஓரங்க நாடகங்கள் எழுதியிருக்கிறேன்.

பதினாறு வயதில் எழுதத் துவங்கிய நான் இலக்கியப் படைப்பு மட்டும் அல்லாமல் மொழிபெயர்ப்புகள், வாழ்க்கை வரலாறுகள், பொது அறிவு நூல்கள் என சுமார் 200 தமிழ் நூல்கள் படைத்திருக்கிறேன். இன்றைய மனித வாழ்க்கை ஒரு போராட்டமாகக் காட்சி தருகிறது. போராட்டங்களுக்கு இடையில் புதைந்து கிடக்கும் அமைதியைத் தேடுவதாகிறது என் இலக்கியப் படைப்பு.

அகாதெமி விருது பெறும் 'காதுகள்' என்கிற என் நாவல் என் வாழ்க்கை வரலாற்றில் ஒரு சிறிய பகுதி. என் வாழ்க்கை உங்கள் வாழ்க்கை போன்றது அல்ல என்பதே இதன் தனித்தன்மை. பகுத்தறிவையும் அறிவியலையும் நம்புகிறவர்களுக்கு அது திகைப்பு தருகிறது. அதற்கு நான் என்ன செய்ய?

இந்த நாவலின் கதாநாயகன் மகாலிங்கம், ஓர் எழுத்தாளன். செல்வத்தோடும் செல்வாக்கோடும் வாழ்ந்தான். அவனுக்கு 36, 37 வயதாகும் போது திடீரென்று உள்ளிருந்தும் வெட்டவெளியிலிருந்தும் குரல்கள் ஒலிக்கத் தொடங்கின; ஆபாசமாகவும் பயங்கரமாகவும் 24 மணி நேரமும் கத்திக்கொண்டிருந்த அதைத் தொடர்ந்து கற்பனைகூடச் செய்யமுடியாத கோரம் உருவங்களும் அவனைச் சூழ்ந்திருந்தன.

மகாலிங்கம் நிலைகுலைந்தான். ஆனால், அவனுடைய புத்தியோ 'நான்' என்னும் உணர்வோ சிறிதும் பிசகவில்லை. தன்னுள்ளும் தன்னைச் சுற்றிலும் நிகழ்வதை ஒரு சாட்சியாக இருந்து கவனித்து வந்தான். அவன் ஓர் எளிய பக்தன்; திருமுருகன் என்னும் தெய்வத்தையே குருவாக வரித்துக் கொண்டவன். அருவருப்பு தரும் உருவங்கள், ஆபாசமான சொற்களை உமிழ்வதைச் சகிக்க முடியாமல் அவ்வப்போது தன் இஷ்ட தேவதையின் உருவப்படத்தின் முன்னிலையில் சென்று முறையிடுவதைத் தவிர, அவனுக்கு வேறு வழி இல்லை.

தாமச சக்தி தன்னைக் காளி என்று கூறிக்கொண்டது. மகாலிங்கம் முருகனை வழிபடக் கூடாது என்றும், தன்னைத்தான் வழிபட வேண்டும் என்பதும் தாமசத்தின் மையக் கருத்து. அந்தக் கருத்தை மகாலிங்கம் ஏற்க வேண்டும் என்பதற்காகவே பல பயங்கரமான அருவருப்பு தருகிற பிரமைக் காட்சிகளை அலை அலையாகத் தோற்றுவித்தபடி இருந்தது.

இந்த அனுபவம் தொடங்கியதைத் தொடர்ந்து அவனுடைய செல்வமும் செல்வாக்கும் சரிந்தன; வறுமையும் அவன் கால்களைக் கவ்விக்கொண்டது. சுமார் 20 ஆண்டுகள் இந்த அதிசுந்தரமான, அதிபயங்கரமான அனுபவம் நீடித்தது. அமானுஷ்யமான தமஸ்ஸிம், அதிமானுஷ்யமான சத்துவமும் தன்னுடைய அகத்திலும் புறத்திலும் நடத்தும் போராட்டத்தை உதாசீனம் செய்துகொண்டு அவன் சில நாவல்களும் குறுநாவல்களும் பல சிறுகதைகளும் எழுதினான். ஏராளமான மொழிபெயர்ப்புகள். ஐம்பதுக்கும் அதிகமான வாழ்க்கை வரலாறுகள். பல பொதுஅறிவு நூல்களையும் எழுதிக் குவித்தான்.

தாமச சக்தியின் தாக்குதலில் ஆரம்பித்த 'காதுகள்' என்னும் நாவல் அதை வென்று ஒழிக்கவல்ல சத்துவ சக்தியின் தோற்றத்தோடு முடிவு பெறுகிறது. தேடல் தொடருகிறது.

ஆம். தேடல் தொடருகிறது. திரும்பிப் பார்த்தால் ஒரே ஆச்சரியமாக இருக்கிறது. யாரும் இல்லாத இடத்தில் இல்லாத ஒன்றைத் தேடி அலைந்தேனோ என்று சில சமயம் சந்தேகம் தோன்றுகிறது. இந்த என் வாழ்க்கையின் ரகசியம்தான் என்ன?

இந்த என் வாழ்க்கை விளங்க மறுக்கும் ஒரு புதிராகவே தோன்றுகிறது. இதனை எனக்குத் தெளிவுபடுத்தும் தத்துவம்தான் என்ன?

நான் என் ஆசானின் சொல்லுக்காகக் காத்திருக்கிறேன்.

'காதுகள்' நாவலுக்கு – 1993ஆம் ஆண்டு
சாகித்ய அகாதெமி விருது பெற்றபோது
எம்.வி. வெங்கட்ராம் ஆற்றிய உரை.

'தேனீ' முதல் இதழின் முகப்பு அட்டை

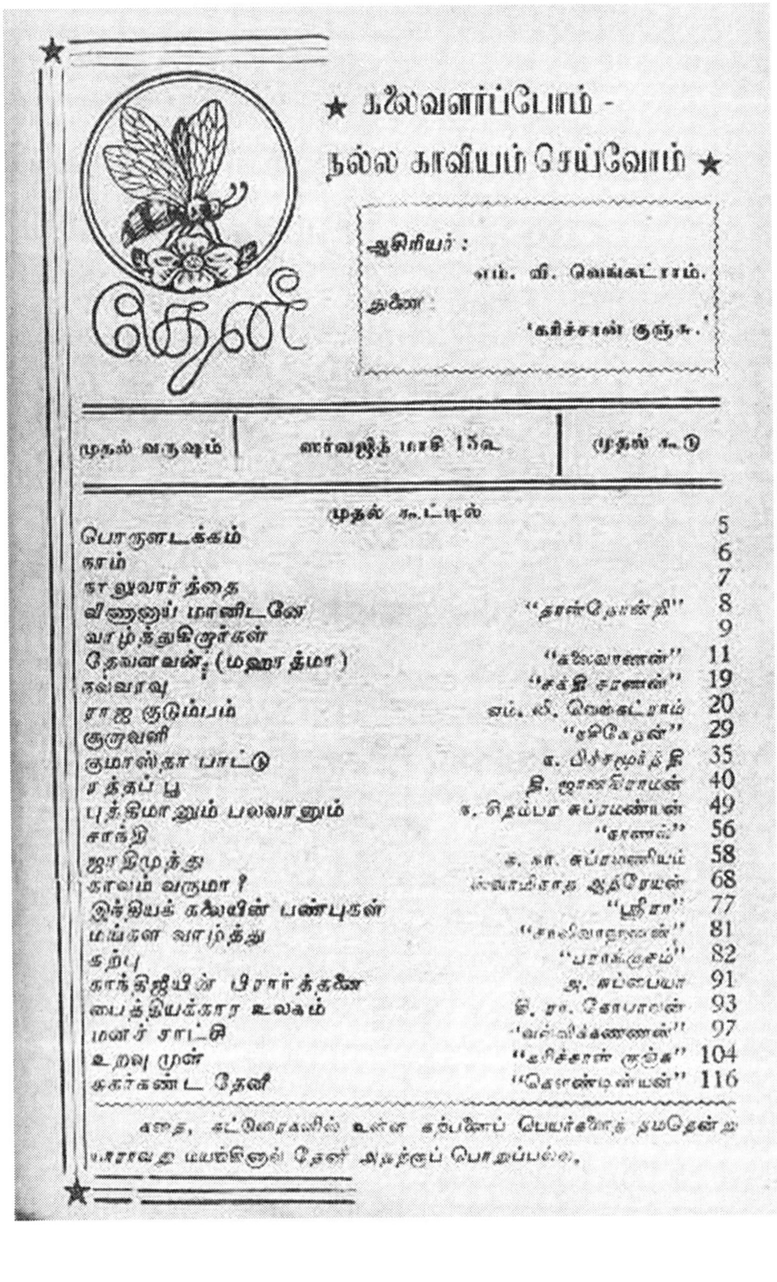

★ கலைவளர்ப்போம் -
நல்ல காவியம் செய்வோம் ★

தேனீ

ஆசிரியர் :
எம். வி. வெங்கட்ராம்.
துணை :
'கரிச்சான் குஞ்சு.'

முதல் வருஷம்	ஸர்வஜித் மாசி 15உ.	முதல் கூடு

முதல் கூட்டில்

கதை, கட்டுரைகளில் உள்ள கற்பனைப் பெயர்களைத் தமதென்று யாராவது மயங்கினால் தேனீ அதற்குப் பொறுப்பல்ல.

எம்.வி.வி.: ‘குயிலி’ (அடுத்த ஜன்மச்சாயை): சிறுகதையின் கையெழுத்துப்படி

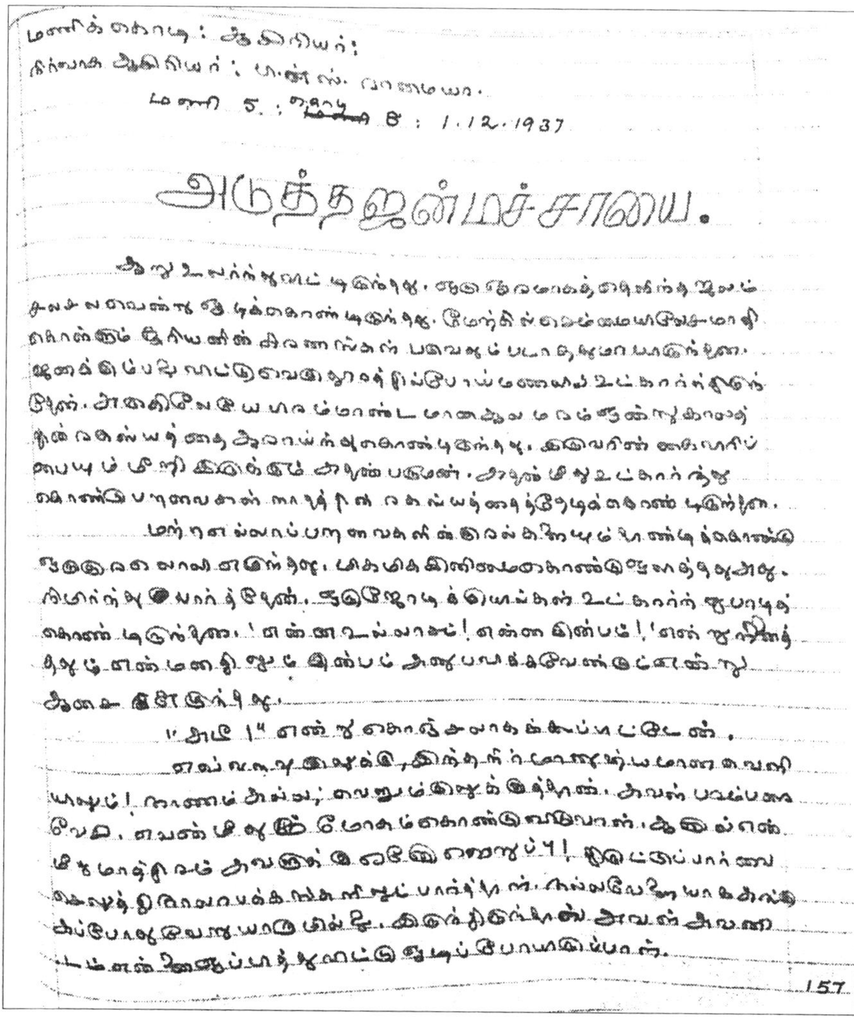
மணிக்கொடி: ஆசிரியர்:
நிர்வாக ஆசிரியர்: பி.எஸ். ராமையா.
மணி 5: 1.12.1937

அடுத்த ஜன்மச்சாயை.

157

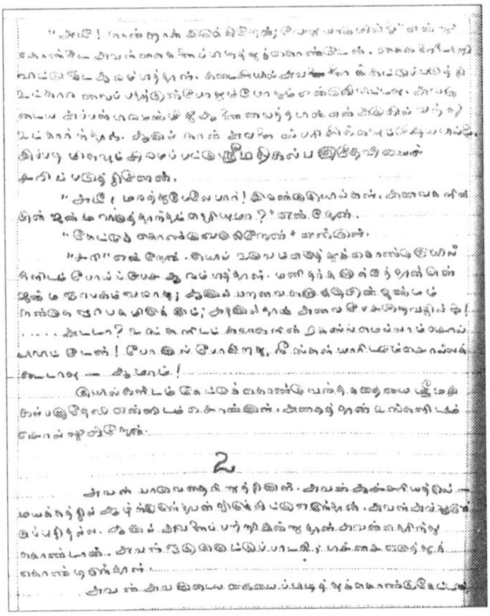

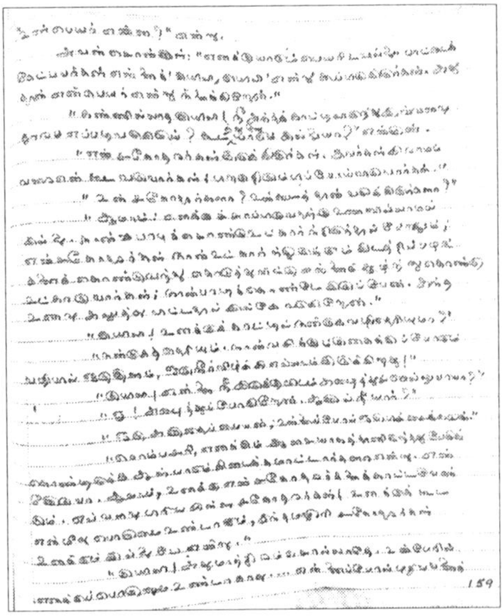

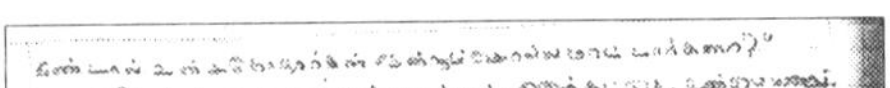

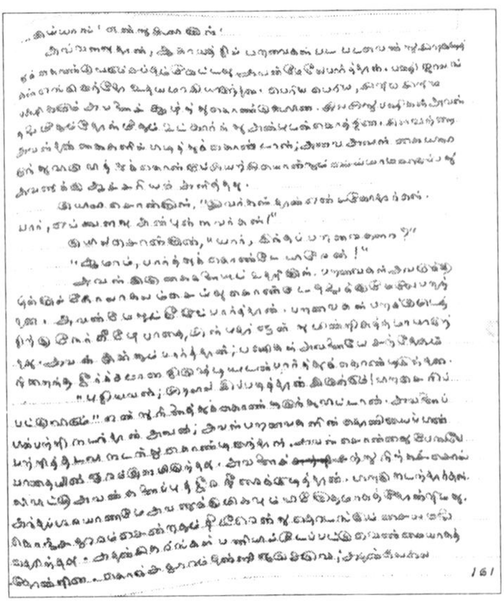

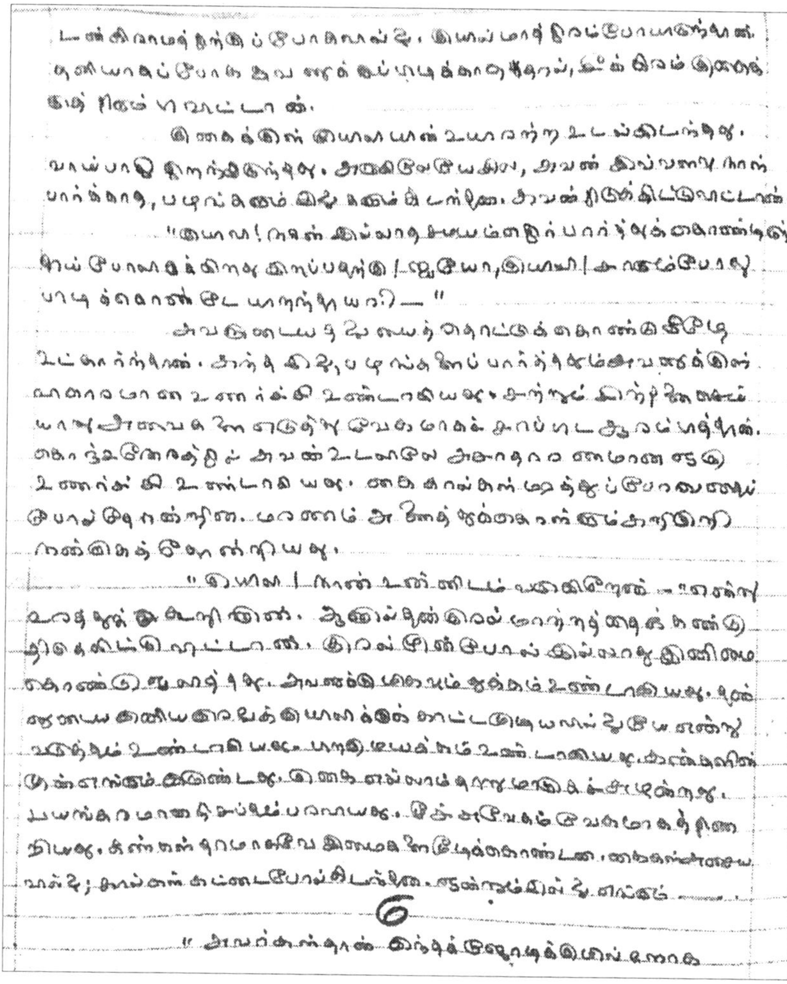

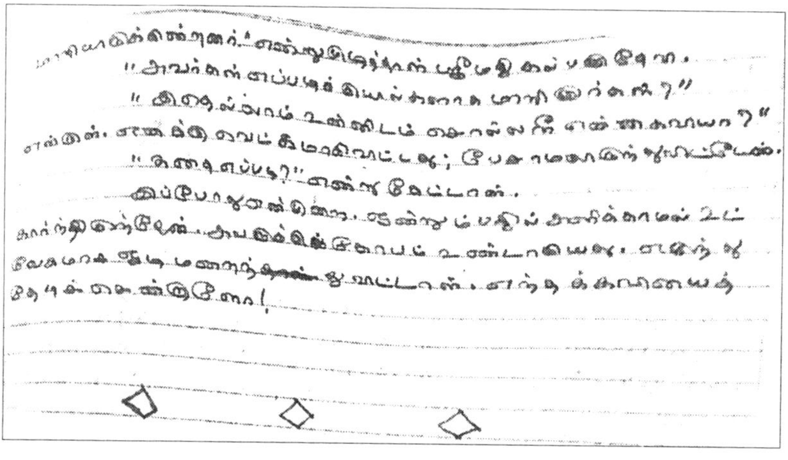